சிவகாமியின் சபதம்

சிவகாமியின் சபதம்

அமரர் கல்கி

கிழக்கு

சிவகாமியின் சபதம்
Sivagamiyin Sabadham
by Kalki

Kizhakku First Edition: December 2010

மலிவு விலைப் பதிப்பு
864 பக்கங்கள்
ISBN 978-81-8493-474-8
Kizhakku - 506

கிளாசிக் பதிப்பு
864 + 16 வண்ணப் பக்கங்கள்;
ISBN 978-81-8493-608-7
Kizhakku - 589

Kizhakku Pathippagam
177/103, First Floor,
Ambal's Building, Lloyds Road,
Royapettah, Chennai 600 014.
Ph: +91-44-4200-9603

Email : support@nhm.in
Website : www.nhm.in

Cover & Inside Illustrations: Lalitha

Kizhakku Pathippagam is an imprint of New Horizon Media Private Limited

முன்னுரை

நீல வானத்திலிருந்து பூரண சந்திரன் அமுதக் கிரணங்களைப் பொழிந்து கொண்டிருந்தான். பூவுலகம் மோகன நிலவிலே மூழ்கி அமைதி குடிகொண்டு விளங்கியது. எதிரே எல்லையின்றிப் பரந்து கிடந்த வங்காளக் குடாக் கடலில் சந்திரக் கிரணங்கள் இந்திர ஜாலவித்தை செய்துகொண்டிருந்தன. கரையோரத்தில் சின்னஞ்சிறு அலைகள் அதிக ஓசை செய்து அமைதியைக் குலைக்க விரும்பாதவைபோல் இலேசான சப்தத்துடன் எழுந்து விழுந்துகொண்டிருந்தன.

கடல் ஓரத்து வெண் மணலில் நாங்கள் உட்கார்ந்திருந்தோம். ரஸிகமணி ஸ்ரீ டி.கே. சிதம்பரநாத முதலியார் அவர்களும் இன்னும் இரு நண்பர்களும் நானும் இருந்தோம். வேறு மனிதர்களோ பிராணிகளோ கண்ணுக்கெட்டிய தூரம் காணப்படவில்லை.

மாமல்லபுரத்துக் கடற்கரை. பன்னிரண்டு வருஷங்களுக்கு முன்னால் நடந்த சம்பவம். ரஸிகமணி அவர்கள் வழக்கம்போல் கவிதையைப் பற்றிப் பேசிக்கொண்டிருந்தார்.

> ‘விதியின் எழுத்தைக் கிழித்தாச்சு! - முன்பு
> விட்டகுறை வந்து தொட்டாச்சு!’

என்ற ஸ்ரீ கோபாலகிருஷ்ண பாரதியாரின் பாடல் வரிகளை அழுத்தந் திருத்தமாக எடுத்துரைத்தார்.

‘முன்பு - விட்டகுறை வந்து தொட்டாச்சு!’ என்னும் வரி ஒரு சக்தி வாய்ந்த மந்திரத்தைப் போல் என்னை மதிமயங்கச் செய்தது. அந்தக் கடற்கரை

மணலில் அதே மாதிரி வெண்ணிலவில் இதற்கு முன் எத்தனையோ தடவை நான் உட்கார்ந்திருந்ததாகத் தோன்றியது. முந்தைய பிறவிகளில் விட்ட குறைதான் இங்கே என்னைக் கொண்டு வந்து சேர்த்து இன்று இந்தக் கடற்கரை ஓரத்திலே உட்காரச் செய்திருக்கிறது என்றும் தோன்றியது.

கடலிலே ஆயிரமாயிரம் படகுகளும் கப்பல்களும் திடீரென்று காட்சி அளித்தன. கரையிலே கூட்டங் கூட்டமாக ஆடவரும் பெண்டிரும் நடமாடிக் கொண்டிருந்தார்கள். சற்றுத் தூரத்தில் உச்சியில் ரிஷபக் கொடிகளும் சிங்கக் கொடிகளும் உல்லாசமாகப் பறந்தன. இனிமை ததும்பிய இசைக் கருவி களிலிருந்து எழுந்த சங்கீதம் நாற்புறமும் சூழ்ந்து போதையை உண்டாக்கிற்று. கண்ணுக்குத் தெரிந்த பாறைகளில் எல்லாம் சிற்பிகள் கையில் கல்லுளியை வைத்துக்கொண்டு வேலை செய்தார்கள். எங்கேயோ யாரோ காலில் கட்டிய சதங்கை ஒலிக்க நடனமாடிக்கொண்டிருப்பதை உணர முடிந்தது.

சிறிது நேரத்துக்கெல்லாம் அந்த அகக் காட்சிகள் தெளிவடைந்தன. உருவங் களும் முகங்களும் இனந்தெரியுமாறு எதிரே தோன்றின.

ஆயனரும் சிவகாமியும் மகேந்திர பல்லவரும் மாமல்லரும் பார்த்திபனும் விக்கிரமனும் அருள்மொழியும் குந்தவியும் பொன்னனும் வள்ளியும் கண்ணனும் கமலியும் புலிகேசியும் நாகநந்தியும் என்னுடைய மனக்கண் முன்னால் பவனி வந்தார்கள். அப்படிப் பவனி வந்தவர்கள் என் உள்ளத் திலேயே குடிபுகுந்துவிட்டார்கள்.

இரண்டுதினங்கள் மாமல்லபுரத்தில் தங்கியிருந்தோம். அற்புத சிற்பங் களைத் தாங்கிய கற்பாறைகளைப் பார்த்தோம். குன்றில் குடைந்தெடுத்த கோயில்களையும் விமானங்களையும் பார்த்தோம். ஒவ்வொரு கல்லும் ஒரு கதை சொல்லிற்று. ஒவ்வொரு சிற்பமும் ஓர் இதிகாசத்தை எடுத்து ரைத்தது. பார்க்கப் பார்க்க வியப்பு மிகுந்தது; கேட்கக் கேட்கப் பரவச மாயிற்று. கையிலே பிடித்த கல்லுளிகளையே மந்திரக் கோல்களாகக் கொண்டு எந்த மகா சிற்பிகள் இத்தகைய மகேந்திர ஜாலங்களைச் செய் தார்களோ என்று நினைத்தபோது அவர்களைக் கையெடுத்துக் கும்பிடத் தோன்றியது; அந்தச் சிற்பிகளிடம் தோன்றிய பக்தியினால் தலை தானாகவே வணங்கிற்று.

'சிவகாமியின் சபதம்' என்னும் பெயர் தாங்கிய இந்த நூலை ஏதேனும் ஒரு வழியிலே பெற்றுக் கையில் ஏந்திக்கொண்டிருக்கும் அன்பர்கள் 'இது அபா ரமான புத்தகம்' என்று உடனே தீர்மானித்துவிடக்கூடும். ஆயிரத்துக்கு மேல், பக்கங்கள் உள்ள புத்தகம் அல்லவா? அதற்குத் தகுந்த கனமும் இருக்கத் தானே செய்யும்?

இவ்வளவு பாரத்தையும் ஏறக்குறைய பன்னிரண்டு வருஷ காலம் என் உள்ளத்தில் தாங்கிக்கொண்டிருந்தேன். 'சிவகாமியின் சபத'த்தில் கடைசிப் பாகம். கடைசி அத்தியாயம், கடைசி வரியை எழுதி 'முற்றும்' என்று கொட்டை எழுத்தில் போட்ட பிறகுதான் பன்னிரண்டு ஆண்டுகளாக நான் சுமந்துகொண்டிருந்த பாரம் என் அகத்திலிருந்து நீங்கியது.

மகேந்திரரும் மாமல்லரும் ஆயனரும் சிவகாமியும் பரஞ்சோதியும் பார்த்திபனும் விக்கிரமனும் குந்தவியும் மற்றும் பல கதாபாத்திரங்களும் என் நெஞ்சிலிருந்து கீழிறங்கி, 'போய் வருகிறோம்' என்று அருமையோடு சொல்லி விடை பெற்றுக்கொண்டு சென்றார்கள்.

ஆகா! அந்தப் பழந் தமிழ்நாட்டுப் பிரமுகர்கள், பெயருக்கும் புகழுக்கும் மிக்க ஆசை கொண்டவர்கள்போலும்! என்றென்றும் அழியாத கற்பாறையிலே அல்லவா தங்களுடைய புகழை அவர்கள் எழுதி வைத்துவிட்டுச் சென்றார்கள்! வேண்டுமென்று செய்தார்களோ, வேண்டாமலே செய்தார்களோ, நினைத்துச் செய்தார்களோ, நினையாமலே செய்தார்களோ - அவர்கள் செய்து வைத்த காரியங்கள் நீடூழி காலம் அவர்களுடைய நினைவை நிலைநாட்டுமாறு அமைந்திருக்கின்றன.

பல காலமாகப் பண்டைத் தமிழகத்தின் பெருமையைப் பற்றியும் பண்பாட்டின் சிறப்பைப் பற்றியும் கேள்விப்பட்டுக்கொண்டிருந்தேன்; படித்துமிருந்தேன். ஆனாலும், கேட்டது படித்தது எதுவும் உள்ளத்தில் நன்கு பதியவில்லை! நம்பிக்கையும் அவ்வளவாக உண்டாகவில்லை.

மகாபலிபுரம் என்று வழங்கும் மாமல்லபுரத்துக்குச் சென்று கண்ணால் நேரிலே பார்த்த பிறகு நம்பிக்கை ஏற்பட்டது. ஆயிரத்து முந்நூறு ஆண்டுகளுக்கு முன்னால் நமது செந்தமிழ் நாட்டில் இவ்வளவு அற்புதமான சிற்பங்களைச் செய்த மகா சிற்பிகள் இருந்தார்கள்! அவர்களை ஆதரித்துப் போஷித்து உற்சாகப்படுத்தி அவர்களுடைய கலைத் திறனைப் பிரகாசிக்கச் செய்த மன்னர்களும் இருந்தார்கள்!

அப்படியென்றால், அந்தக் காலத்தில் தமிழகத்தின் பண்பாடும் சமூக வாழ்க்கையும் எவ்வளவு மேம்பட்டிருக்க வேண்டும்? அத்தகைய மேம்பாட்டை ஒரு சமூகம் அடைய வேண்டுமானால் அதற்கு எத்தனை நூற்றாண்டுகளுக்கு முன்னாலிருந்து அச்சமூகத்திலே கலையும் கல்வியும் நல்லாட்சியும் நல்லொழுக்கமும் வளர்ந்து வந்திருக்க வேண்டும்? இதையெல்லாம் நினைக்க நினைக்க பண்டைத் தமிழ்நாட்டில் வாழ்ந்த நம் மூதாதையர்களிடம் பக்தியும் மரியாதையும் பொங்கி வளர்ந்தன.

தமிழகத்தின் பழம் பெருமையைப் பற்றிக் கேள்விப்பட்டதெல்லாம் உண்மையென்பது மட்டுமல்ல; இதுவரை உண்மையை ஓரளவு குறைத்துச் சொல்லியே வந்திருக்கிறார்கள் என்று தோன்றியது.

'கோயில்களும் கோபுரங்களும் குன்றைக் குடைந்தெடுத்த விமானங்களும் பாறைச் சிற்பங்களும் அந்த நாளைய மன்னர்களின் கொடுங்கோன்மை மூலமாகத் தோன்றியவை' என்று ஒரு சிலர் கூறியதையும் கேட்டிருந்தேன். அந்தக் கொள்கை முற்றிலும் அபத்தமானது என்ற முடிவுக்கு வந்தேன். கொடுமையினாலும் பலாத்காரத்தினாலும் வேறு பல வேலைகளைச் செய்வித்தல் சாத்தியமாயிருக்கலாம்; ஆனால், இத்தகைய கலை அற்புதங்கள் ஒருநாளும் கொடுமையின் மூலம் உண்டாயிருக்க முடியாது. கட்டாயப்படுத்தி நிலத்தை உழச் செய்யலாம்; துணி நெய்யச் செய்யலாம்!

வரி கொடுக்கும்படியும் செய்யலாம்; ஆனால் அத்தகைய கட்டாய முறைகளினால் கலை வளர்ந்து விடாது. குழந்தையை அடித்து அழச் செய்யலாம்; ஆனால் பாடச் செய்ய முடியாது. குழந்தையை அடிமேல் அடியடித்து ஓடச் செய்யலாம்; ஆனால், ஆடச் செய்ய முடியாது.

மாமல்லபுரத்தில் உள்ளது போன்ற சொப்பன சிற்ப லோகத்தைப் பலவந்தத்தின் மூலமாகச் சிருஷ்டி செய்திருக்க முடியாது.

எனவே, எந்த வகையிலே சிந்தித்துப் பார்த்தாலும் பழந்தமிழ் மக்களிடம் என்னுடைய பக்தி பெருகி வளர்வதாயிற்று.

'பார்த்திபன் கனவு', 'சிவகாமியின் சபதம்' ஆகிய கதைகளை எழுதிவந்த காலத்தில் இந்தக் காலத்துத் தமிழ் மக்கள் பழந்தமிழ் நாட்டின் பெருமையைத் தெரிந்துகொள்வதில் எவ்வளவு ஆர்வங் கொண்டிருக்கிறார்கள் என்பதையும் அறிந்துகொண்டேன்.

'கல்கி' பத்திரிகை தொடங்கிய புதிதில், சில நண்பர்கள் தொடர்கதை எழுதும்படி கேட்டார்கள். 'ஆகட்டும்; தொடர்கதை எழுதத்தான் போகிறேன்!' என்று சொல்லிவிட்டு, 'கல்கி'யின் மானேஜரிடம் என்னுடைய உத்தேசத்தைச் சொன்னேன். 'கூடவே கூடாது!' என்று சொன்னார் நண்பர் சதாசிவம். 'இப்போதே காகிதத்துக்குத் திண்டாட்டமாயிருக்கிறது. தொடர்கதை எழுதினால் எப்படிச் சமாளிப்பது?' என்றார். 'அந்தக் கவலை உங்களுக்கு வேண்டாம். காகிதத் தேவையைக் குறைக்கக்கூடிய சக்திவாய்ந்த தொடர்கதை எழுதப் போகிறேன்! தொடர்கதை ஆரம்பித்துச் சில இதழ்களிலேயே தெரிந்துவிடும்!' என்றேன். 'அது என்ன அவ்வளவு அதிசயமான கதை' என்று கேட்டார். 'தமிழ்நாட்டுச் சரித்திரக் கதை - 'பார்த்திபன் கனவு' என்று பெயர். தமிழ்நாட்டில் நம்மவர்கள் இராஜபுத்திரர்களைப் பற்றியும் மொகலாயர்களைப் பற்றியும் சரித்திரக் கதை எழுதினால் குதூகலத்துடன் படிப்பார்கள். தமிழ்நாட்டுச் சரித்திரம் தமிழர்களுக்கு அவ்வளவாகப் பிடிக்காது. ஆகையால், இந்தத் தொடர் கதையினால் உங்களுக்கு மிக்க சௌகரியம் ஏற்படும்!' என்றேன்.

நான் கூறியதை நம்பாமல் ஸ்ரீ சதாசிவம் தலையை அசைத்தார்.

அவர் சந்தேகப்பட்டது உறுதியாயிற்று. நான் எண்ணியபடி நடக்கவில்லை. தமிழ்நாட்டுச் சரித்திரக் கதையில் தமிழ் மக்கள் எவ்வளவு ஆர்வம் கொண்டிருக்கிறார்கள் என்று தெரியவந்தது.

'கல்கி' மானேஜர் மிகவும் கஷ்டப்பட்டுப் போனார். பம்பாய் எங்கே, கல்கத்தா எங்கே, டில்லி எங்கே என்று நாலு திசையிலும் சென்று பத்திரிகைக்குக் காகிதம் வாங்க வேண்டியதாயிற்று.

'பார்த்திபன் கனவு' முடிந்த பிறகு, ஒருவாறு மன நிம்மதி பெறலாம் என்று பார்த்தால் அதற்கு ஆயனரும் சிவகாமியும் இடங் கொடுக்கவில்லை. மாமல்லபுரத்தில் முதன் முதலில் என் மனக் கண்முன்னால் தோன்றியவர்கள் அவர்களேயாதலால் அவர்களை அலட்சியம் செய்ய முடியவில்லை. எனவே, 'சிவகாமியின் சபதம்' ஆரம்பமாயிற்று; ஆனால், இலேசில்

முடிகிறதாக இல்லை! ஆகா! பேதை சிவகாமி எளிதில் சபதம் செய்துவிட்டாள். அதை நிறைவேற்றி வைப்பதற்கு மாமல்லர் ஒன்பது ஆண்டுகள் பிரம்மப்பிரயத்தனம் செய்தார்; அந்த வரலாற்றை எழுதி முடிப்பதற்கோ எனக்கு இத்தனை காலம் ஆயிற்று.

வாரப் பத்திரிகையில் தொடர் கதை படிப்பது என்பது அவ்வளவு சுலபமான காரியம் அல்ல. ஒரு வாரத்தில் வெளியான கதைப் பகுதியைப் படித்தபிறகு அடுத்த பகுதிக்கு ஒரு வாரம் வரையில் பொறுமையுடன் காத்திருக்க வேண்டும். பழைய நிகழ்ச்சிகளையெல்லாம் ஞாபகம் வைத் திருக்க வேண்டும்; இந்தத் தொல்லைகளையெல்லாம் பொருட்படுத்தாமல் மேற்படி தொடர் கதைகளை வாராவாரம் படித்து என்னை ஊக்கப்படுத்தி வந்த பதினாயிரக்கணக்கான தமிழ் அன்பர்களுக்கு என் மனமார்ந்த நன்றியைத் தெரிவித்துக் கொள்கிறேன். வாசகர்களின் ஆர்வமும் ஊக்கமுமே இந்த இரு கதைகளையும் எழுதி முடிப்பதற்கு உறுதுணையாயிருந்தன.

தொடர் கதை படிப்பதற்கு வேண்டிய பொறுமையிருக்கும் என்று எதிர் பார்க்க முடியாத தமிழ்நாட்டுப் பிரமுகர்கள் சிலர் இந்தச் சரித்திரக் கதை களைப் படித்துவந்ததாக அறிந்து உற்சாகமடைந்தேன்; அவர்களில் ஒருவர் தற்சமயம் சென்னை மாகாணத்தின் உள்நாட்டு மந்திரி பதவி வகிக்கும் டாக்டர் ப. சுப்பராயன் அவர்கள். தொடர்கதை வெளிவந்துகொண்டிருந்த காலத்தில் அவர்களைச் சந்திக்க நேரும்போதெல்லாம் மற்ற விஷயங்களை யெல்லாம் விட்டுவிட்டு, 'சிவகாமியின் சபதம்' கதையில் சென்ற வாரத்தில் வந்திருக்கும் நிகழ்ச்சிகளைப் பற்றியும், அடுத்த வாரத்தில் வரலாமென்று ஊகித்த நிகழ்ச்சிகளைப் பற்றியும் டாக்டர் அவர்கள் பேசுவார்கள்.

அத்தகைய ஊக்கத்தைச் 'சிவகாமியின் சபதம்' முடியும் வரையில் இடைவிடாது காட்டி வந்ததுடன், இந்த நூலுக்கு ஓர் அழகிய முன்னுரையும் எழுதி உதவியதற்காக டாக்டர் சுப்பராயன் அவர்களுக்குப் பெரிதும் கடமைப்பட்டிருக்கிறேன்.

'சிவகாமியின் சபதம்' 'பார்த்திபன் கனவு' ஆகிய இரு நூல்களும் சரித்திரக் கதைகள் என்று அடிக்கடி சொல்லப்பட்டு வந்திருக்கின்றன. டாக்டர் ப. சுப்பராயன் அவர்களும் அவ்விதம் குறிப்பிட்டிருக்கிறார்கள். எனவே, அதைப்பற்றிச் சில வார்த்தை சொல்ல வேண்டியதாயிற்று. அதாவது, மேற்படி நூல்களில் சரித்திரம் எவ்வளவு, கதை எவ்வளவு என்று விளக்கி விடுவது அவசியமாகிறது.

கதாபாத்திரங்களைப் பற்றி முதலில் சொல்ல விரும்புகிறேன்; மகேந்திர பல்லவர், மாமல்ல நரசிம்மர் இருவரும் தமிழ்நாட்டின் சரித்திரத்தில் புகழ் பெற்ற உண்மையான பாத்திரங்கள், மற்றும் தளபதி பரஞ்சோதியார், வாதாபி புலிகேசி, இலங்கை மானவன்மன், நெடுமாற பாண்டியன், மங்கை யர்க்கரசி, குலச்சிறையார் ஆகியவர்கள் சரித்திர பூர்வமானவர்கள். அப்பரும் சம்பந்தரும் சரித்திரப் பிரசித்தியானவர்கள் என்பதைச் சொல்ல வேண்டிய தில்லை.

மற்றபடி இந்த இரண்டு சரித்திரக் கதைகளிலுமே வருகிறவர்கள் அனைவரும் கனவிலோ, கற்பனையிலோ, கல் சொன்ன கதைகளிலோ உதயமான பாத்திரங்கள்.

மகேந்திர பல்லவர், மாமல்ல நரசிம்மர் இருவருடைய குணாதிசயங்களைப் பற்றிச் சரித்திரத்தில் பல குறிப்புகள் கிடைத்திருக்கின்றன. அந்தக் குறிப்புகளுக்கு இணங்கக்கூடிய வகையில் இந்தக் கதைகளிலும் அவர்களுடைய குணாதிசயங்கள் கற்பிக்கப்பட்டிருக்கின்றன.

மன்னர் மன்னர்களான அந்த இருவரும் சிறந்த கல்விமான்கள் என்றும், சித்திரம், சிற்பம், சங்கீதம், நடனம் ஆகிய கலைகளில் அளவில்லாத பற்று உடையவர்கள் என்றும், மாறுவேடம் பூணுவதில் நிகரற்ற திறமையாளர்கள் என்றும், யுத்த தந்திரங்களில் கைதேர்ந்தவர்கள் என்றும், போர்க்களத்தில் மகாவீரர்கள் என்றும் நிர்ணயிப்பதற்கு வேண்டிய ஆதாரங்கள் சரித்திர நிபுணர்களின் கல்வெட்டு ஆராய்ச்சிகளிலிருந்து கிடைத்திருக்கின்றன.

இந்தக் கதைகளிலே வரும் நிகழ்ச்சிகளில், சில முக்கியமான நிகழ்ச்சிகள் சரித்திர ஆதாரமுடையவை. அவற்றில் முக்கியமானவை: 1. மகேந்திர பல்லவர் முதலில் சமணராயிருந்து பின்னர் அப்பர் சுவாமிகளின் உபதேசம் பெற்றுச் சைவர் ஆனது; 2. வாதாபி புலிகேசி மாபெருஞ் சைனியத்துடன் தென்னாட்டின் மீது படையெடுத்து வந்து காஞ்சிக் கோட்டையை முற்றுகையிட்டது; 3. புலிகேசி கொள்ளிடக் கரை சென்று அங்கே சேர, பாண்டிய, களப்பாள மன்னர்களைச் சந்தித்தது; 4. காஞ்சிக் கோட்டையைக் கைப்பற்ற முடியாமல் புலிகேசி திரும்பிச் சென்றது; 5. சளுக்கரின் படையெடுப்புக்குப் பழிக்குப் பழி வாங்கும் பொருட்டுப் பல்லவ சைனியம் வாதாபிக்குப் படையெடுத்துச் சென்றது; 6. வாதாபி நகர்மீது படையெடுத்த பல்லவ சைனியத்திற்குப் பரஞ்சோதி தளபதியாயிருந்தது; 7. பல்லவ சைனியம் வாதாபியைக் கைப்பற்றி அந்நகரத்தைத் தீக்கிரையாக்கியது; 8. தளபதி பரஞ்சோதி பிற்காலத்தில் சேனாதிபதி உத்தியோகத்தை விட்டுத் தமது சொந்தக் கிராமமாகிய திருச்செங்கோட்டங்குடிக்குச் சென்று சிவநேசச் செல்வராக வாழ்க்கை நடத்தியது - ஆகிய இவையெல்லாம் சரித்திர பூர்வமான உண்மைச் சம்பவங்கள்.

இந்தச் சம்பவங்கள் நிகழ்ந்த காலத்தில் தென்னாடு கலைவளத்தில் தலைசிறந்து விளங்கியது என்பது சரித்திரம் ஐயமற அறிவிக்கும் உண்மையாகும். சிற்பம், சித்திரம், சங்கீதம், நடனம் ஆகிய அழகுக் கலைகள் எல்லாம் தமிழகத்தில் அப்போது வளம் பெற்றிருந்தன. இந்தக் கலைகளுள் முக்கியமாகச் சிற்பமும் சித்திரமும், விந்திய பர்வதத்திலிருந்து இலங்கை வரையில் ஏறக்குறைய ஒரேவிதமாகப் பரவியிருந்தன என்பதும், ஒரே பாணியில் அமைந்திருந்தன என்பதும் சரித்திர பூர்வமாகத் தெரிய வருகின்றன. அஜந்தாவின் குகை மண்டபங்களிலும் தமிழகத்திலும் இப்போது சிற்றன்ன வாசல் என வழங்கும் சித்தர் வாச மலையிலும், இலங்கையில் உள்ள ஸ்ரீகிரி மலையிலும் ஒரேவிதமான சித்திரங்கள் - அழியா வர்ணங்

களில் எழுதிய அற்புதக் கலைப்பண்பு வாய்ந்த சித்திரங்கள் - காணப்படு கின்றன. உலகத்தில் வேறு எங்கேயும் இத்தகைய பண்டைச் சித்திரங் களைக் காணமுடியாது என்று கலை நிபுணர்கள் சொல்கிறார்கள்.

ஏறக்குறைய ஒரே காலத்தில் அஜந்தாவிலும் எல்லோராவிலும் வாதா பியிலும் கிருஷ்ணா நதிக்கரையிலுள்ள நாகார்ஜுன மலையிலும் மாமல்ல புரத்திலும் குன்றுகளைக் குடைந்து விமானங்கள் அமைக்கும் கலை பரவி மகோன்னத நிலையை அடைந்திருக்கிறது என்பதையும் சரித்திர ஆராய்ச்சியிலிருந்து தெரிந்துகொள்ளலாம்.

மேற்கூறிய சரித்திர உண்மைகளையெல்லாம் இந்த இரண்டு கதைகளிலும் கொண்டுவர முயன்றதன் பயனாக வாழ்க்கையிலேயே ஒப்பற்ற அனுபவம் ஒன்று எனக்குக் கிடைத்தது; அதுதான் அஜந்தா யாத்திரை. அஜந்தா சித்திரங் களைப் பற்றிப் புத்தகங்களில் படித்ததை ஆதாரமாகக்கொண்டே ‘சிவ காமியின் சபதம்’ எழுதுவதற்கு ஆரம்பித்தேன். ஆனால், கதையை எழுதிக் கொண்டு போகப் போக, ஆயனருக்குப் பிடித்தது போன்ற அஜந்தா பைத் தியம் என்னையும் பிடித்துக் கொண்டது. கதையில் நேர்முகமாக அஜந் தாவைப் பற்றிச் சொல்லும் கட்டம் வருவதற்கு முன்னால் அங்குள்ள சித்திரங்களை, அற்புதங்களை நேரிலே பார்த்துவிட வேண்டுமென்ற விருப்பமும் நாளுக்குநாள் அதிகமாகிக்கொண்டிருந்தது. அந்த விருப்பமும் நிறைவேறுவதற்கு இறைவன் திருவருள் துணை புரிந்தது.

அஜந்தா யாத்திரை பற்றிய கட்டுரையை இந்தப் புத்தகத்தின் அநுபந்தமாகச் சேர்க்க வேண்டும் என்று எண்ணியிருந்தேன். ஆனால், புத்தகம் ஆயிரம் பக்கங்களுக்கு மேலே போனதும் அந்த எண்ணத்தைக் கைவிட வேண்டிய தாயிற்று. அது பயணக் கட்டுரை நூலாகத் தனியே பிரசுரமாகிறது.

சென்னை **ரா. கிருஷ்ணமூர்த்தி**

05.03.1948 ‘கல்கி’

சிவகாமியின் சபதம்

முதல் பாகம்

பரஞ்சோதி யாத்திரை

இரண்டாம் பாகம்

காஞ்சி முற்றுகை

மூன்றாம் பாகம்

பிக்ஷுவின் காதல்

நான்காம் பாகம்

சிதைந்த கனவு

முதல் பாகம்

பரஞ்சோதி யாத்திரை

1.பிரயாணிகள்

இளவேனிற் காலத்தில் ஒருநாள் மாலை மகேந்திர தடாகத்தின் கரை வழியாகச் சென்ற இராஜபாட்டையில் பிரயாணிகள் இருவர் காஞ்சி மாநகரை நோக்கி நடந்துகொண்டிருந்தனர்.

அவர்களில் ஒருவர் ஆறடி உயரத்துக்குமேல் வளர்ந்திருந்த ஆஜானுபாகு; காவி வஸ்திரம் தரித்த பௌத்த சந்நியாசி. கடுமையான தவ விரத அனுஷ்டானங்களினாலோ, வேறு கடினமான காரியங்களில் ஈடுபட்டதனாலோ, அந்தப் புத்த பிக்ஷுவின் தேகமானது வறண்டு கெட்டிப்பட்டுக் கடினமாகியிருந்தது. அவருடைய முகத் தோற்றமானது அன்பையோ, பக்தியையோ உண்டாக்குவதாயில்லை; ஒருவித அச்சத்தை ஊட்டுவதாய் இருந்தது.

இன்னொரு பிரயாணி கட்டமைந்த தேகமும், களை பொருந்திய முகமும் உடைய பதினெட்டுப் பிராயத்து இளம் பிள்ளை.

பிரயாணிகள் இருவரும் வெகுதூரம் வழிநடந்து களைப்புற்றவர்களாகக் காணப்பட்டார்கள்.

'தலைநகரம் இன்னும் எவ்வளவு தூரம் இருக்கிறது?' என்று வாலிபன் கேட்டான்.

'அதோ!' என்று சந்நியாசி சுட்டிக் காட்டிய திக்கில், அடர்ந்த மரங்களுக்கு இடை இடையே மாட மாளிகைகளின் விமானங்கள் காணப்பட்டன. இளம் பிரயாணி சற்று நேரம் அந்தக் காட்சியை உற்று நோக்கிக்கொண்டிருந்தான். பின்னர், புத்த பிக்ஷுவைப் பார்த்து, 'இங்கிருந்து ஒரு நாழிகை தூரம் இருக்குமா?' என்று கேட்டான்.

'அவ்வளவுதான் இருக்கும்.'

'அப்படியானால், நான் சற்று உட்கார்ந்து விட்டு வருகிறேன். அவசரமானால் தாங்கள் முன்னால் போகலாம்!' என்று சொல்லி, வாலிபன்

கையிலிருந்த மூட்டையையும் தடியையும் பாதை ஓரமாகக் கீழே வைத்துவிட்டு, ஏரியைப் பார்த்துக்கொண்டு உட்கார்ந்தான்.

சந்நியாசியும் அவன் அருகில் மேற்குத் திசையைப் பார்த்துக்கொண்டு அமர்ந்தார்.

மேல் வானத்தின் அடிப்புறத்தில் தங்க நிறமான ஞாயிறு திருமாலின் சக்ராயுதத்தைப்போல் 'தகதக'வென்று சுழன்றுகொண்டிருந்தது. அதன் செங்கிரணங்களினால் மேல் வானமெல்லாம் செக்கர் படர்ந்து, பயங்கரமான போரில் இரத்த வெள்ளம் ஓடிய யுத்தகளத்தைப்போல் காட்சியளித்தது. ஆங்காங்கே காணப்பட்ட சிறு மேகக் கூட்டங்கள் தீப்பிடித்து எரிவது போல் தோன்றின.

சூரியன் அஸ்தமித்துக்கொண்டிருந்த திசையில், மகேந்திர தடாகத்தின் பளிங்கு போலத் தெளிந்த நீர், உருக்கிய பொன்னைப் போல் ஒளிர்ந்து கொண்டிருந்தது.

ஆனால், மேற்குத் திசையிலிருந்து சற்றுத் திரும்பி, அந்த விசாலமான ஏரியின் வடகரையை நோக்கினால் முற்றும் மாறான வேறொரு காட்சி காணப்பட்டது. அந்தக் கரையில் ஏரிக்குக் காவலாக நின்ற சிறு குன்றுகளின் மாலை நேரத்து நெடிய நிழல் ஏரியின் மேல் விஸ்தாரமாகப் படர்ந்திருந்தபடியால் ஏரி நீர் அங்கே கருநீலம் பெற்று விளங்கிற்று.

நிழல் படர்ந்த ஏரிக்கரை ஓரமாகச் சில இடங்களில் கண்ணைப் பறிக்கும் வெள்ளை நிறம் திட்டுத் திட்டாகத் திகழ்ந்தது. சிறிது கூர்ந்து கவனித்தால் அந்த இடங்களில் வெண் நாரைகள் ஒற்றைக் காலில் நின்று தவம் புரிகின்றன என்பதை அறிந்து கொள்ளலாம். சில சமயம் திடீரென்று ஒரு வெண் நாரைக் கூட்டமானது ஜலக்கரையிலிருந்து கிளம்பி ஆகாசத்தில் மிதக்கத் தொடங்கும். ஆகா! அந்தக் காட்சியின் அழகை என்னவென்று சொல்வது? கீழே கருநிறத் தண்ணீர் பரப்பு; மேலே கரு நீல வானம்; பின்னால் கரும் பசுமை நிறக்குன்றுகள். இவற்றின் மத்தியில் அந்தத் தாவள்யமான நாரைக் கூட்டம் வானவெளியில் மிதந்து செல்வதுபோல் நெருக்கமாய்ப் பறந்து செல்லும் காட்சி யாருக்குமே மனக் கிளர்ச்சியை உண்டாக்கும். இறைவனுடைய லீலா விநோதங்களில் சிந்தை செலுத்தியவர்களோ மெய்ம்மறந்து பரவசமாகி விடுவார்கள்.

இவற்றையெல்லாம் சற்று நேரம் மௌனமாய்ப் பார்த்துக்கொண்டிருந்த வாலிபன், தனக்குத் தானே பேசிக் கொள்வது போல், 'இந்தப் பிரம்மாண்டமான ஏரியை மகேந்திர தடாகம் என்று சொல்வது பொருத்தமில்லை; மகேந்திர சமுத்திரம் என்று தான் இதைச் சொல்ல வேண்டும்!' என்றான்.

சந்நியாசி ஏரியை நோக்கியவண்ணம், 'இந்த மகேந்திர தடாகத்தில் இப்போது தண்ணீர் குறைந்து போயிருக்கிறது. ஐப்பசிக் கார்த்திகையில் மழை பெய்து ஏரி நிரம்பியிருக்கும்போது பார்த்தாயானால், பிரமித்துப் போவாய்! அப்போது நிஜ சமுத்திரம் போலவே இருக்கும்!' என்று சொல்லிக்கொண்டே எழுந்தார்.

'புறப்பட்டு விட்டீர்களா, சுவாமி?' என்றான் வாலிபன்.

'ஆமாம், பரஞ்சோதி! என்னோடு வருவதற்குத்தான் உனக்குப் பிடிக்கவில்லை போலிருக்கிறதே!' என்று சந்நியாசி கூறிவிட்டு நடக்கத் தொடங்கினார்.

பரஞ்சோதி என்ற அவ்வாலிபனும் மூட்டையையும் தடியையும் எடுத்துக் கொண்டு அவரைத் தொடர்ந்து நடக்கலானான்.

சாலையில் போவோர் வருவோர் கூட்டம் அதிகமாயிருந்தது.

பிரயாணிகள் ஏறிய வண்டிகளும், நெல்லும் வைக்கோலும் ஏற்றிய வண்டி களும் சாரி சாரியாய்ப் போய்க்கொண்டிருந்தன.

சாலைக்கு அப்புறத்தில் முதிர்ந்த கதிர்களையுடைய செந்நெல் வயல்கள் பரந்திருந்தன. கதிர்களின் பாரத்தினால் பயிர்கள் தலை சாய்ந்து விழுந்து கிடந்தன. ஆங்காங்கே சில வயல்களில் குடியானவர்கள் அறுவடையான கற்றைகளைக் கட்டிக்கொண்டிருந்தார்கள். வயல்களிலிருந்து புது நெல், புது வைக்கோலின் நறுமணம், 'கம்'மென்று வந்துகொண்டிருந்தது.

சற்றுத் தூரம் போனதும் ஓர் அழகிய கிராமம் தென்பட்டது.

அந்தக் கிராமத்தைத் தாண்டியதும் புதுநெல் மணத்துக்குப் பதிலாக மல்லிகை முல்லை மலர்களின் நறுமணம் சூழ்ந்தது. அந்த மணத்தை மூக்கினால் நுகர்வது மட்டுமின்றித் தேகம் முழுவதனாலும் ஸ்பரிசித்து அனுபவிக்கலாம் என்று தோன்றியது.

'ஆகா!' என்றான் வாலிபன்.

அவனுக்கெதிரே கண்ணுக்கெட்டிய தூரம் நந்தவனங்கள். மல்லிகை முல்லைப் புதர்களின்மீது வானத்து நட்சத்திரங்கள் வந்து படிந்ததுபோல் குண்டுமல்லிகைகளும் முத்து முல்லைகளும் 'கலீ'ரென்று பூத்துச் சிரித்துக் கொண்டிருந்தன.

இந்த வெண்மலர்ப் பரப்புக்கு இடை இடையே தங்க நிறச் செவ்வந்திப் பூக்களின் காடும் காணப்பட்டது.

'இவ்வளவு பூவையும் என்னதான் செய்வார்கள்?' என்று வாலிபன் கேட்டான்.

'இவற்றில் பாதி கோயில் தெய்வங்களுக்கு அர்ப்பணமாகும். மற்றப் பாதி காஞ்சி நகரத்துப் பெண் தெய்வங்களின் கூந்தலை அலங்கரிக்கும்...அதோ!' என்று சட்டென நின்றார் சந்நியாசி.

சர சரவென்று சாலையின் குறுக்கே ஒரு பாம்பு ஊர்ந்து சென்று நந்தவனத் துக்குள் புகுந்து மறைந்தது.

'இந்த மல்லிகை மணத்துக்குப் பாம்புகள் எங்கே என்று காத்திருக்கும்!' என்றார் சந்நியாசி.

பாம்பு மறைந்ததும் இருவரும் மேலே சென்றார்கள். சற்று நேரம் மௌனம் குடிகொண்டிருந்தது.

பரஞ்சோதி 'களுக்'கென்று சிரித்தான்.

'எதை நினைத்துச் சிரிக்கிறாய்?' என்றார் சந்நியாசி.

பரஞ்சோதி சற்று நேரம் பேசாமல் இருந்துவிட்டு, 'இல்லை, அடிகளே! மத்தியானம் அந்தச் சர்ப்பத்தைக் கொன்று என்னைக் காப்பாற்றினீர்களே? நீங்கள் புத்த பிக்ஷுவாயிற்றே? ஜீவஹத்தி செய்யலாமா என்று நினைத்துச் சிரித்தேன்!' என்றான்.

'தன்னைக் கொல்ல வந்த பசுவையும் கொல்லலாம் அல்லவா?' என்றார் புத்த பிக்ஷு.

'ஆனால் பாம்பு தங்களைக் கொல்ல வரவில்லையே? என்னைத் தானே கொல்ல வந்தது?' என்றான் பரஞ்சோதி ஏளனக் குரலில்.

'என் சிஷ்யனை நான் காப்பாற்ற வேண்டாமா?' என்றார் பிக்ஷு.

'சிஷ்யனா? யாரைச் சொன்னீர்கள்?'

'ஆமாம், நீ என் உயிரை ஒரு சமயம் காப்பாற்றினாய்; அதற்குப் பிரதியாக...'

'தங்கள் உயிரை நான் காப்பாற்றினேனா! எப்போது?'

'முந்நூறு வருஷங்களுக்கு முன்னால்...'

'என்ன!'

'முன்னொரு ஜன்மத்தில்.'

'ஓஹோ! தாங்கள் முக்காலமும் உணர்ந்த முனிவர் என்பது தெரியாமல் கேட்டுவிட்டேன்; க்ஷமிக்க வேண்டும்.'

சந்நியாசி மௌனமாக நடந்தார்.

மறுபடி பரஞ்சோதி, 'சுவாமி! இனிமேல் வரப்போகிறதுகூடத் தங்கள் ஞான திருஷ்டியில் தெரியுமல்லவா?' என்று கேட்டான்.

'வரப்போகிறது ஒன்றைச் சொல்லட்டுமா?'

'சொல்லுங்கள்.'

'இந்த நாட்டுக்குப் பெரிய யுத்தம் வரப்போகிறது!'

'பெரிய யுத்தமா?'

'ஆமாம்; மகா பயங்கரமான யுத்தம். பாலாறு இரத்த ஆறாக ஓடப் போகிறது. மகேந்திர தடாகம் இரத்தத் தடாகம் ஆகப் போகிறது.'

'ஐயோ! பயமாயிருக்கிறதே! போதும் அடிகளே!'

சற்றுப் பொறுத்து மறுபடியும் பரஞ்சோதி, 'நாட்டின் சமாசாரம் எனக்கெதற்கு, சுவாமி? என் விஷயமாக ஏதாவது தெரிந்தால் சொல்லுங்கள்!' என்றான்.

‘இன்று ராத்திரி உனக்கு ஒரு கஷ்டம் ஏற்படப் போகிறது.’

‘சிவ சிவா! நல்ல வாக்காக ஏதாவது சொல்லக்கூடாதா?’

‘புத்தபகவானுடைய அருளால் அந்தக் கஷ்டம் நீங்கும்.’

‘நான் சைவன் ஆயிற்றே! புத்தர் எனக்கு அருள் செய்வாரா?’

‘புத்தருடைய கருணை எல்லையற்றது.’

‘அதோ வருவது யார்?’ என்று கேட்டான் பரஞ்சோதி.

மங்கிய மாலை வெளிச்சத்தில், ஓர் அபூர்வ உருவம் அவர்களுக்கெதிரே வந்துகொண்டிருந்தது தெரிந்தது.

‘பார்த்தாலே தெரியவில்லையா? திகம்பர சமண முனிவர் வருகிறார்!’ என்றார் புத்த பிக்ஷு.

‘சமண முனிவர்கள் இன்னும் இங்கே இருக்கிறார்களா?’ என்று பரஞ்சோதி கேட்டான்.

‘முக்கால்வாசிப்பேர் பாண்டிய நாட்டுக்குப் போய்விட்டார்கள் மற்றவர்களும் சீக்கிரம் போய்விடுவார்கள்.’

சமண முனிவர் அருகில் வந்தார். அவர் புத்த பிக்ஷுவைப் போல் உயர்ந்து வளர்ந்தவர் அல்ல. கட்டையாயும் குட்டையாயும் இருந்தார். கௌபீனம் ஒன்றுதான் அவருடைய ஆடை, ஒரு கையில் உறி கட்டித் தூக்கிய கமண்டலம் வைத்திருந்தார். இன்னொரு கையில் மயில் தோகை விசிறி; கக்கத்தில் சுருட்டிய சிறுபாய்.

அவர் அருகில் வந்ததும் புத்த பிக்ஷு, ‘புத்தம் சரணம் கச்சாமி!’ என்றார்.

சமண முனிவர், ‘அருகர் தாள் போற்றி!’ என்றார்.

‘இருட்டுகிற சமயத்தில் அடிகள் எங்கே பிரயாணமோ?’ என்று புத்த சந்நியாசி கேட்டார்.

அதற்குச் சமணர், ‘ஆகா! இந்த ருத்ர பூமியில் எனக்கு என்ன வேலை? தொண்டை மண்டலம்தான் சடையன் கூத்தாடும் சுடுகாடாகி விட்டதே, தெரியாதா? நான் பாண்டிய நாட்டுக்குப் போகிறேன்’ என்றார்.

‘இன்றைக்கு முக்கியமாக ஏதாவது விசேஷம் உண்டோ?’ என்று புத்த பிக்ஷு கேட்க, சமண முனிவர், ‘உண்டு, விசேஷம் உண்டு; கோட்டைக் கதவுகளை அடைக்கப் போகிறார்களாம்!’ என்று சொல்லிக்கொண்டே மேலே விரைந்து சென்றார்.

‘ஒரு காலத்தில் இந்தப் பல்லவ ராஜ்யத்தில் சமணர்கள் வைத்ததே சட்டமாயிருந்தது. அவர்கள் கிழித்த கோடு தாண்டாமல், மகேந்திர சக்க ரவர்த்தி நடந்து வந்தார். இப்போது..’ என்று கூறிப் புத்த பிக்ஷு நிறுத்தினார்.

‘இப்போது என்ன?’ என்று பரஞ்சோதி கேட்டான்.

'இப்போது சைவ வைஷ்ணவர்களின் பாடு இந்த நாட்டில் கொண்டாட்ட மாயிருக்கிறது.'

'ஓஹோ!' என்றான் பரஞ்சோதி. பிறகு, 'ஏதோ கோட்டைக் கதவு சாத்து வதைப் பற்றிச் சமண முனிவர் சொன்னாரே, அது என்ன?' என்று கேட்டான்.

'அதோ பார்!' என்றார் சந்நியாசி.

சாலையில் அந்தச் சமயத்தில் ஒரு முடுக்குத் திரும்பினார்கள். எதிரே காஞ்சி மாநகரின் தெற்குக் கோட்டை வாசல் தெரிந்தது. கோட்டை வாசலின் பிரம் மாண்டமான கதவுகள் மூடியிருந்தன.

2.தலைநகரம்

கோட்டை மதிலைச் சேர்ந்தாற்போல் பெரிய அகழி இருந்தது. அதன் அகலம் சுமார் நூறு அடி இருக்கும். குனிந்து பார்த்தால் கிடுகிடு பள்ள மாயிருந்தது. அடியில் இருண்ட நிறமுள்ள ஜலம் காணப்பட்டது.

நமது பிரயாணிகள் வந்த இராஜ பாதையானது அகழியின் அருகில் வந்ததும் இரண்டாகப் பிரிந்து ஒன்று வலப்புறமாகவும் ஒன்று இடப்புறமாகவும் கோட்டை மதிலைச் சுற்றி அகழிக் கரையோடு சென்றது. சாலையோடு வந்த வண்டிகளும், மனிதர்களும் இடப்புறமாகவோ வலப்புறமாகவோ மதிலைச் சுற்றிக்கொண்டு போனார்கள்.

அகழியின் மேல் ஒரு குறுகலான மரப்பாலம் காணப்பட்டது. அது கோட்டை வாசல்வரை சென்றது. புத்த பிக்ஷு பரஞ்சோதிக்குச் சைகை காட்டிவிட்டு அந்தப் பாலத்தின்மேல் நடந்து சென்றார். பரஞ்சோதியும் அவரைப் பின் தொடர்ந்தான்.

'இதென்ன, இவ்வளவு சின்னப் பாலமாயிருக்கிறதே? கோட்டைக்குள் வண்டி களும் வாகனங்களும் எப்படிப் போகும்?' என்று கேட்டான் பரஞ்சோதி.

'இந்த வாசல் வழியாகப் போக முடியாது. வடக்கு வாசலிலும் கிழக்கு வாசலிலும் பெரிய பாலங்கள் இருக்கின்றன. அவற்றில் யானைகள்கூடப் போகலாம்!' என்றார் சந்நியாசி.

பாலத்தைத் தாண்டிக் கோட்டை வாசலருகில் அவர்கள் வந்தார்கள். அங்கே ஒரு சேமக்கலம் கட்டித் தொங்கிற்று. பக்கத்தில் ஒரு கட்டையும் கிடந்தது. கட்டையை எடுத்துச் சேமக்கலத்தில் ஒரு தட்டுத் தட்டினார் சந்நியாசி.

மேலேயிருந்து, 'யார் அங்கே?' என்று குரல் கேட்டது. கோட்டை வாசலின் மேல் மாடத்திலிருந்து ஒருவன் எட்டிப் பார்த்தான். இருட்டிவிட்டபடியால் அவன் முகம் தெரியவில்லை.

'மருதப்பா! நான்தான்!' என்று சாமியார் சொல்லவும், மேலேயிருந்து எட்டிப் பார்த்தவன், 'தாங்களா! இதோ வந்து விட்டேன், அடிகளே' என்று கூறிவிட்டு மறைந்தான்.

சற்று நேரத்துக்கெல்லாம் கோட்டைக் கதவின் தாள் திறக்கும் சத்தம் கேட்டது. கதவில் ஒரு மனிதர் உள்ளே புகக் கூடிய அளவு துவாரம் தோன்றியது.

புத்த சந்நியாசி அந்தத் துவாரத்திற்குள் புகுந்து சென்று பரஞ்சோதியையும் கையைப்பிடித்து உள்ளே அழைத்துக் கொண்டார்.

மறுபடி கதவின் துவாரம் அடைக்கப்பட்டது.

பரஞ்சோதி உள்ளே போனதும் நகரின் பக்கம் பார்வையைச் செலுத்தினான். எங்கே பார்த்தாலும் பிரகாசமான தீபங்களால் நகரம் ஒளி மயமாகக் காணப்பட்டது. ஆயிரக்கணக்கான மனிதர்கள் பேசுவதிலிருந்து உண்டாகும் 'கல்' என்ற ஓசை எழுந்தது.

பரஞ்சோதி இதுவரையில் அவ்வளவு பெரிய நகரத்தைப் பார்த்ததே கிடையாது. எனவே, பார்த்தது பார்த்தபடி பிரமித்து நின்றான்.

புத்த சந்நியாசி கதவைத் திறந்த காவலனைப் பார்த்து, 'மருதப்பா! நகரில் ஏன் கலகலப்புக் குறைவாயிருக்கிறது? கோட்டைக் கதவு இதற்குள் ஏன் சாத்தப்பட்டது? ஏதாவது விசேஷம் உண்டா?' என்று கேட்டார்.

'நன்றாகத் தெரியவில்லை சுவாமி! இன்று காலையிலிருந்து நகரம் ஒரே கோலாகலமாய்த்தானிருந்தது…' என்பதற்குள் பிக்ஷு குறுக்கிட்டார்.

'கோலாகலத்துக்குக் காரணம்?' என்று கேட்டார்.

'தங்களுக்குத் தெரியாதா? சிவகாமி அம்மையின் நடனம் இன்றைக்குச் சக்கரவர்த்தியின் சபையில் அரங்கேறுவதாக இருந்தது. அதனால்தான் ஜனங்களுக்கு அவ்வளவு கொண்டாட்டம்!'

'எந்தச் சிவகாமி அம்மை?' என்று சந்நியாசி கேட்டார்.

'வேறு யார்? ஆயனரின் மகள் சிவகாமிதான்..!'

இதுவரை பேச்சைக் கவனியாதிருந்த பரஞ்சோதி சட்டென்று திரும்பி, 'யார், ஆயனச் சிற்பியாரா?' என்று கேட்டான்.

'ஆமாம்!' என்று காவலன் கூறிப் பரஞ்சோதியை உற்று நோக்கிவிட்டு, 'அடிகளே! இந்தப் பிள்ளை யார்?' என்று பிக்ஷுவைப் பார்த்துக் கேட்டான்.

'இவன் என் சிஷ்யன். நீ மேலே சொல்லு. சிவகாமி அம்மையின் நடனம் அரங்கேறுவதாக இருந்தது, பிறகு?'

'சபை கூடி அரங்கேற்றம் நடந்துகொண்டிருந்ததாம். பாதி நடந்துகொண்டிருந்தபோது, யாரோ தூதுவர்கள், வெகு அவசரச் செய்தியுடன் வந்திருப்பதாகத் தெரிந்ததாம். சக்கரவர்த்தி சபையில் இருந்து சட்டென்று எழுந்து

போனாராம். அப்புறம் திரும்பிச் சபைக்கு வரவேயில்லையாம். குமார சக்கரவர்த்தியும், மந்திரி மண்டலத்தாருங்கூட எழுந்து போய்விட்டார் களாம். நாட்டியம் நடுவில் நின்று போய்விட்டதாம். அஸ்தமித்ததும் கோட்டைக் கதவுகளை அடைக்கும்படி எனக்குக் கட்டளை வந்தது. அவ் வளவுதான் எனக்குத் தெரியும். என்னவாயிருக்கலாம் சுவாமி? யுத்தம் ஏதாவது வரக்கூடுமா? ஆனால் காஞ்சி சக்கரவர்த்தியுடன் யுத்தம் செய்யக் கூடிய அரசன் இந்தப் பூமண்டலத்திலேயே இப்போது கிடையாதே?' என்றான் மருதப்பன்.

'அப்படிச் சொல்லக்கூடாது, மருதப்பா! இன்றைக்கு மணி மகுடம் தரித்து மன்னாதி மன்னர்களாயிருப்பவர்கள் நாளைக்கு... ஆனால் அதைப் பற்றி யெல்லாம் நாம் ஏன் பேச வேண்டும்? உன் மகன் சௌக்கியமா?' என்று சந்நியாசி கேட்டார்.

'தங்கள் கிருபை சுவாமி, சௌக்கியமாயிருக்கிறான்!' என்றான் மருதப்பன்.

மருதப்பனுடைய மகனை ஒரு சமயம் பாம்பு தீண்டி அவன் உயிர் பிழைப்பதே துர்லபம் என்று தோன்றியது. அச்சமயம் இந்த புத்த பிக்ஷு மணிமந்திர ஔஷதங்களினால் அந்தப் பிள்ளையைக் குணப்படுத்தினார். அவரிடம் மருதப்பன் பக்தி கொண்டதற்கு இதுதான் காரணம்.

'என்னால் ஒன்றுமில்லை, மருதப்பா! எல்லாம் புத்த பகவானின் கருணை. நான் வருகிறேன்' என்று சொல்லிவிட்டு மேலே பிக்ஷு நடந்தார். பரஞ் சோதியும் அவருடன் சென்றான்.

'அடிகளே! கோட்டைக் கதவைச் சாத்தும்படி கட்டளை பிறந்திருக்கும் போது உங்களை மட்டும் காவலன் எப்படி விட்டான்?' என்று பரஞ்சோதி கேட்டான்.

'எல்லாம் இந்தக் காவித் துணியின் மகிமைதான்!' என்றார் புத்த பிக்ஷு.

'ஓஹோ! பல்லவ சக்கரவர்த்தியின் இராஜ்யத்தில் காவித் துணிக்கு அவ்வளவு கௌரவமா? ஆனால் சமணர்கள் மட்டும் ஏன்...?'

'சமணர்கள் ராஜரீக விஷயங்களில் தலையிட்டார்கள். நாங்கள் அந்த வழிக்கே போவதில்லை. இராஜ வம்சத்தினரின் முகத்தைக் கூடப் பார்ப்பதில்லையென்று வைத்துக்கொண்டிருக்கிறோம்... போகட்டும்! உன்னுடைய உத்தேசம் என்ன? என்னுடன் பௌத்த விஹாரத்துக்கு வரப்போகிறாயா?'

'இல்லை, சுவாமி! நாவுக்கரசர் மடத்துக்கே போய்விடுகிறேன். வேறு எங்கேயும் தங்க வேண்டாமென்று என் தாயாரின் கட்டளை.'

'அப்படியானால் இந்த இடத்தில் நாம் பிரிய வேண்டியதுதான் போய் வருகிறாயா, தம்பி?'

'சுவாமி, நாவுக்கரசர் மடம் எங்கே இருக்கிறது? எப்படிப் போக வேண்டும்?' என்று பரஞ்சோதி கேட்டான்.

'ஏகாம்பரேசுவரர் கோயிலுக்குப் பக்கத்தில் இருக்கிறது. அதோ பார் கோயில்விமானத்தை!'

பரஞ்சோதி பார்த்தான் வெகு தூரத்துக்கு வெகுதூரம் பரவியிருந்த அந்த விசாலமான நகரில் எங்கே பார்த்தாலும் விமானங்கள் தெரிந்தன.

இந்த வரலாறு நிகழ்ந்த காலத்தில் அதாவது ஏறக்குறைய *ஆயிரத்து முந்நூற்றிருபது ஆண்டுகளுக்கு முன்னர் - தமிழகத்துக் கோயில்களின் முன்வாசல் கோபுரங்கள் இப்போது இருப்பது போல் உயரமாக அமைந் திருக்கவில்லை. கோயில் கர்ப்பக் கிருஹத்துக்கு மேலேதான் விமானங்கள் அமைப்பது வழக்கம். இவையும் அவ்வளவு உயரமாக இருப்பதில்லை. மேலும் சிவன் கோயில் விமானங்கள், சமணப் பள்ளிகளின் விமானங்கள், அரண்மனை விமானங்கள் எல்லாம் ஏறக்குறைய ஒரே மாதிரியாயிருக்கும்.

'எங்கே பார்த்தாலும் விமான மயமாகக் காணப்படுகிறதே! நீங்கள் எதைச் சொல்கிறீர்கள்?' என்று பரஞ்சோதி கேட்டான்.

'இங்கிருந்து அடையாளம் சொல்லுவது கஷ்டம். இந்த வீதியோடு நேரே போ! ஏகாம்பர் கோயிலுக்கு வழி அங்கங்கே விசாரித்துத் தெரிந்து கொள்ளலாம். கோயில் சந்நிதியில் வாகீசர் மடம் இருக்கிறது. ஜாக்கிரதை, தம்பி! காலம் விபரீதமாகிக்கொண்டு வருகிறது!' என்று சொல்லிக் கொண்டே புத்த பிக்ஷு அங்கிருந்து பிரிந்த வேறொரு வீதி வழியாகச் சென்றார்.

வாலிபப் பிரயாணி நேரே பிக்ஷு காட்டிய திக்கை நோக்கிச் சென்றான். அக்காலத்தில் தென் தேசத்திலேயே மிகவும் பிரசித்தி பெற்று விளங்கியது காஞ்சி மாநகரம். அந்நகரின் வீதி ஒவ்வொன்றுமே தேரோடும் வீதியைப் போல் விசாலமாக அமைந்திருந்தது. வீடுகள் எல்லாம் மாளிகைகளாகவே இருந்தன. ஆங்காங்கே கல்லாலான தூண்களின் மேல் விசாலமான அகல்களில் தூங்காவிளக்குகள் சுடர் விட்டுப் பிரகாசித்துக்கொண்டிருந்தன. வீதிகளில் 'ஜே ஜே' என்று போவோரும் வருவோருமாய் ஏகக் கூட்ட மாயிருந்தது. கடைத் தெருக்களின் காட்சியையோ சொல்லவேண்டாம். காசி முதல் கன்னியாகுமரி வரையில் பரதகண்டத்தில் விளையும் பொருள்க ளெல்லாம் அந்தக் கடை வீதிகளில் கிடைக்கும். புஷ்பக் கடைகளாக ஒரு பக்கம், பழக் கடைகளாக ஒரு பக்கம்; பட்சணக் கடைகளாக ஒரு பக்கம்; தானியக் கடைகள் ஒரு பக்கம்; முத்து இரத்தின வியாபாரிகளின் கடைகள் இன்னொரு பக்கம் - இப்படிக் கடைவீதியானது எல்லையில்லாமல் வளர்ந்துகொண்டே போயிற்று.

பரஞ்சோதி அளவில்லா வியப்புடன் மேற்கூறிய வீதிக் காட்சிகளைப் பார்த்துக்கொண்டு போனான். ஆங்காங்கே ஜனங்கள் கூட்டமாய் நின்ற இடங்களில் எல்லாம் சிவகாமி அம்மையின் நடன அரங்கேற்றம் நடுவில்

---

* சிவகாமியின் சபதம் எழுதப்பட்ட ஆண்டு 1946

நின்று போனதைப் பற்றியும், கோட்டைக் கதவுகளைச் சாத்தும்படி கட்டளை பிறந்திருப்பதைப் பற்றியுமே பேசிக்கொண்டிருந்ததை அவன் கேட்டுக்கொண்டு நடந்தான். சற்று நேரத்துக்கொரு தடவை அவன் எதிரே வந்தவர்களிடம், 'ஏகாம்பரேசுவரர் கோயில் எது?' என்று கேட்டான். 'அதோ!' என்று அவர்களும் சுட்டிக் காட்டிவிட்டுப் போனார்கள், ஆனாலும் ஏகாம்பரேசுவரர் கோயிலை அவன் அடைந்தபாடில்லை. புதிது புதிதாக ஒரு பெரிய நகரத்தைப் பார்க்கும் அதிசயத்தில் மூழ்கியிருந்தபடியால் பரஞ் சோதியும் கோயிலைச் சீக்கிரமாகக் கண்டுபிடிப்பதில் அவ்வளவு கவலை யுள்ளவனாயில்லை.

இப்படி அவன் வீதி வலம் வந்துகொண்டிருக்கையில் திடீரென்று ஓரிடத்தில் ஏகக் கூச்சலும் குழப்பமும் உண்டாவதைப் பார்த்தான். ஜனங்கள் நாலாபுறமும் சிதறி ஓடினார்கள். 'கோயில் யானைக்கு மதம் பிடித்து விட்டது! ஓடுங்கள்! ஓடுங்கள்!' என்ற கூக்குரலோடு சேர்ந்து, குழந்தைகள் வீறிடும் சத்தம், ஸ்திரீகள் அலறும் சத்தம், குதிரைகள் கனைக்கும் சத்தம், வீட்டுக் கதவுகளைத் 'தடால்' தடால்' என்று சாத்தும் சத்தம், மாடுகள் 'அம்மா' என்று கத்தும் சத்தம், கட்டை வண்டிகள் 'கட கட' வென்று உருண்டோடும் சத்தம் இவ்வளவும் சேர்ந்து சொல்ல முடியாத அல்லோலகல்லோலமாகி விட்டது.

பரஞ்சோதி ஒரு கணம் திகைத்து நின்றான். தானும் ஓட வேண்டுமா, எந்தப் பக்கம் ஓடுவது என்று அவன் மனம் சிந்தித்துக்கொண்டிருந்தபோதே, அவனுக்கெதிரே நடந்த சம்பவங்களை அவனுடைய கண்கள் கவனித்தன. தெருவில் அவனுக்கு முன்னால் சற்றுத் தூரத்தில் ஒரு பல்லக்கு சென்று கொண்டிருந்தது. அதில் சௌந்தர்ய தேவதை என்று சொல்லக் கூடிய ஓர் இளம் பெண்ணும் அவளுடைய தந்தையெனத் தோன்றிய பெரியவர் ஒரு வரும் இருந்தார்கள். பல்லக்கைத் தூக்கிச் சென்றவர்கள் அவர்களுக்குப் பின்னால் எழுந்த கூச்சலையும் கோலாகலத்தையும் கேட்டுவிட்டு பல்லக்கைக் கீழே வைத்துவிட்டு நாலாபக்கமும் சிதறி ஓடினார்கள்.

அதே சமயத்தில் அவனுக்குப் பின்னால் வெகு சமீபத்தில் மதங்கொண்ட யானை ஒன்று பூமி அதிர ஓடி வந்தது.

இதையெல்லாம் கவனித்த பரஞ்சோதி ஒரு கணம் தயங்கி நின்றான். அடுத்த கணத்தில் ஒரு தீர்மானத்துக்கு வந்தவனாய்ச் சட்டென்று கையிலிருந்த மூட்டையைக் கீழே வைத்து அவசரமாக அவிழ்த்தான். அதற்குள்ளிருந்த வேல் முனையை எடுத்துத் தன் கையில் வைத்திருந்த தடியின் முனையில் செருகிப் பொருத்தினான். பொருந்திய வேலை அவன் வலது கையில் தூக்கிப் பிடித்ததற்கும் மதம்கொண்ட யானை அவன் நின்ற இடத்திற்கு அருகே வருவதற்கும் சரியாயிருந்தது.

அவ்வளவுதான்! பரஞ்சோதி தன் முழுபலத்தையும்கொண்டு வேலை வீசினான். அது யானையின் இடது கண்ணுக்கருகில் பாய்ந்தது. யானையின் தடித்த தோலைப் பொத்துக்கொண்டு உள்ளேயே சென்று விட்டது. யானை

பயங்கரமாக ஒரு முறை பிளிறிற்று. துதிக்கையால் வேலைப் பிடுங்கிக் காலின் கீழே போட்டு மிதித்தது. பிறகு வேலை எறிந்த வாலிபன் நின்ற பக்கம் திரும்பிற்று.

மதங்கொண்ட யானையின் மீது வேலை எறிந்தால் அதனுடைய விளைவு என்னவாகும் என்பதை அந்த இளம் பிரயாணி நன்கு உணர்ந்திருந்தான். எனவே, யானை தன் பக்கம் திரும்பக் கண்டதும், பல்லக்கு இருந்த திசைக்கு எதிர்த் திசையில் வேகமாக ஓடத் தொடங்கினான். யானை தன்னுடைய பிரம் மாண்டமான தேகத்தை முழுவதும் திருப்புவதற்குள்ளே அவன் வெகுதூரம் ஓடிவிட்டான். ஓடிய வண்ணமே திரும்பிப் பார்த்தபோது, யானை வீறிட்டுக் கொண்டு தன்னை நோக்கி விரைந்து வருவதைக் கண்டான். உடனே அங்கே காணப்பட்ட ஒரு சந்தில் திரும்பி ஓடத் தொடங்கினான். சற்று நேரம் திரும்பிப் பார்க்காமல் ஓடிய பிறகு மறுபடியும் ஒரு விசாலமான பெரிய வீதியில் தான் வந்திருப்பதைக் கண்டான். தனக்கு எதிரே ஐந்தாறு யானைகள் மாவுத்தர்களால் ஏவப்பட்டு விரைவாக வந்துகொண்டிருப்பதைப் பார்த்துத் தெருவின் ஓரத்தில் ஒதுங்கினான். மதயானையைக் கட்டுக்கு உட்படுத்தி அழைத்துச் செல்வதற்காகவே இந்த யானைகள் போகின்றன என்பதை ஊகித்துணர்ந்ததும் ஓடுவதை நிறுத்தி மெதுவாக நடக்கலானான்.

பரஞ்சோதிக்கு அப்போதுதான் தன் தேகநிலை பற்றிய நினைவு வந்தது. அவனுடைய நெஞ்சு 'படபட' என்று அடித்துக்கொண்டு இருந்தது. உடம் பெல்லாம் வியர்வையினால் சொட்ட நனைந்து போயிருந்தது.

ஏற்கெனவே, நாளெல்லாம் வழி நடந்ததனால் பரஞ்சோதி களைத்துப் போயிருந்தான். இப்போது அதி வேகமாக ஓடி வந்ததனால் அவனுடைய களைப்பு மிகுதியாகியிருந்தது. கால்கள் தளர்ந்து தடுமாறின. உள்ளத்தில் ஏற்பட்ட கிளர்ச்சியினாலும் பரபரப்பினாலும், தேகம் நடுங்கிற்று. சற்று உட்கார்ந்து இளைப்பாறாமல் மேலே நடக்க முடியாது என்று தோன்றியது. வீதி ஓரத்தில் காணப்பட்ட சுமைதாங்கி அருகில் சென்று அதன் மேல் உட் கார்ந்தான்.

வானத்தில் பூரண சந்திரன் பிரகாசித்துக்கொண்டிருந்தது. இளந்தென்றல் மெல்ல மெல்ல வந்து களைத்துப் போயிருந்த அவனுடைய தேகத்தின்மீது வீசி இளைப்பாற்றியது.

உடம்பின் களைப்பு நீங்க நீங்க உள்ளம் சிந்தனை செய்யத் தொடங்கியது. 'நாம் வந்த காரியம் என்ன? செய்த காரியம் என்ன?' என்று எண்ணியபோது, பரஞ்சோதிக்கே வியப்பாயிருந்தது. அந்த மதயானையின் மேல் வேலை எறியும்படியாக அந்தச் சமயம் தனக்குத் தோன்றிய காரணம் என்ன? அதனிடம் சிக்கிக்கொண்டிருந்தால், தன்னுடைய கதி என்னவாகியிருக்கும்? - தன்னிடம் உயிரையே வைத்திருக்கும் தன் அருமை அன்னையை மறுபடியும் பார்க்க முடியாமலே போயிருக்கும் அல்லவா?

சிவிகையில் வீற்றிருந்த இளம்பெண்ணின் முகமும் பெரியவரின் முகமும் பரஞ்சோதியின் மனக்கண் முன்பு தோன்றின. ஆம்; மதயானையினால்

அவர்களுக்கு ஆபத்து வராமலிருக்கும் பொருட்டே அந்தச் சமயம் அவன் வேலை எடுத்து வீசினான். அவர் யாராயிருக்கலாம்? ஒருவேளை அரங் கேற்றம் தடைப்பட்டது குறித்துப் பேசிக்கொண்டிருந்தார்களே, அந்தச் சிவகாமி அம்மைதானோ அந்த இளம்பெண்! பெரியவர் அவளுடைய தந்தை ஆயனராயிருக்குமோ?

இவ்விதம் சிந்தித்த வண்ணமாய்ப் பரஞ்சோதி சுமைதாங்கியின் மேடைமீது சாய்ந்தான். அவனை அறியாமல் அவனுடைய கண்ணிமைகள் மூடிக் கொண்டன. நித்திராதேவி தன் மிருதுவான மந்திரக் கரங்களினால் அவனைத் தழுவலானாள்.

3.கடவுள் காப்பாற்றினார்

மின்னல் மின்னுகிற நேரத்தில் மதயானையின் மீது ஓர் இளம்பிள்ளை வேலை எறிந்ததையும், யானை திரும்பி அவனைத் துரத்திச் சென்றதையும், சிவிகையிலிருந்த பெரியவரும் இளம் பெண்ணும் பார்த்துக்கொண்டிருந் தார்கள். அந்த வாலிபனின் தீரமும் துணிச்சலும் அவர்களுக்குப் பெரும் வியப்பை உண்டு பண்ணின.

அந்தப் பிள்ளைக்கு அபாயம் நேராமல் இருக்க வேண்டுமேயென்று அவர் களுடைய உள்ளங்கள் துடித்தன.

அவனுக்கு என்ன நேர்ந்தது என்று தெரிந்துகொள்ளும் ஆவலினால் சிவிகைக்குள்ளிருந்து பரபரப்புடன் வெளியே வந்தார்கள்.

அந்தச் சமயம் அவ்விசாலமான வீதி, ஜன சூனியமாகக் காணப்பட்டது ஓர் ஈ காக்கை அங்கே கிடையாது.

பல்லக்கிலிருந்து இறங்கிய மனிதர் அந்த இளம் பெண்ணின் முதுகில் கையை வைத்து அணைத்துக்கொண்டு அன்பு கனிந்த குரலில், 'பயமாயிருக் கிறதா, சிவகாமி?' என்று கேட்டார்.

'இல்லவே இல்லை, அப்பா! பயமில்லை!' என்றாள் சிவகாமி. பிறகு அவள், 'நல்ல சமயத்தில் அந்த வாலிபன் மட்டும் வந்து யானையைத் திருப்பியிராவிட்டால் நம்முடைய கதி என்னவாகியிருக்கும்?' என்றாள்.

'பல்லக்கு சுக்கு நூறாகியிருக்கும்!' என்றார் தந்தை.

'ஐயோ!' என்றாள் அந்த இளம் பெண்.

'அதற்காகத்தான் சிவிகையை கீழே வைத்துவிட்டுச் சிவிகை தூக்கிகளை ஓட்டமெடுக்கச் சொன்னேன். நாமும் பக்கத்து வீட்டுக்குள் ஓடித் தப்பியிருக்கலாம். ஆனாலும் வந்த அபாயம் பெரிதுதான்!' என்றார் பெரியவர்.

நாலாபுறமும் சிதறி ஓடிய ஜனங்கள் கொஞ்ச நேரத்துக்கெல்லாம் ஒவ்வொருவராகத் திரும்பி வர ஆரம்பித்தார்கள்.

வந்தவர்கள் எல்லாரும் அங்கு நிகழ்ந்தவைகளைப் பற்றி ஏக காலத்தில் பேச ஆரம்பிக்கவே, சற்றுமுன் நிசப்தம் குடிகொண்டிருந்த இடத்தில் 'கல கல' என்று பேச்சொலி எழுந்தது.

'ஆகா! ஆயனரும் அவர் மகளும் அல்லவா! நல்ல வேளையாகப் போயிற்று! கடவுள்தான் காப்பாற்றினார்!' என்று ஜனங்கள் பலவாறாகப் பேசிக் கொண்டு நின்றார்கள்.

கடவுள் காப்பாற்றினார் என்றாலும், அவர் அந்த வீர வாலிபனுடைய உருவத்தில் வந்தல்லவா காப்பாற்றினார்! அந்தப் பிள்ளை யாராயிருக்கும்? அவனுடைய கதி என்னவாயிற்று? இதைப் பற்றித்தான் ஆயனரும் அவருடைய மகளும் எண்ணமிட்டுக்கொண்டிருந்தார்கள். ஆனால் அந்த இளம்பிள்ளையைப் பற்றி அவர்களுக்குத் தகவல் தெரிவிக்கக் கூடியவர்கள் யாருமில்லை.

ஆயனர், யானை கடைசியாக நின்ற இடத்தின் அருகே சென்றார். அங்கே யானையின் காலில் மிதிபட்டு முறிந்து கிடந்த வேலைக் கையில் எடுத்துக் கொண்டார். இன்னும் சற்றுத் தூரத்தில் அவிழ்ந்து கிடந்த மூட்டையை அவர் கட்டி எடுத்துக்கொண்டு திரும்பிச் சிவிகையண்டை வந்தார். சிவகாமி அந்த முறிந்த வேலை வாங்கி வியப்புடன் நோக்கினாள்.

ஆயனர், 'சிவகாமி! இங்கே வீணாக நின்றுகொண்டிருப்பதில் பயனில்லை. நாம் போகலாம்; எல்லா விவரங்களும் தானே நாளைக்குத் தெரிந்து விடுகிறது' என்றார்.

தந்தையும் மகளும் சிவிகைக்குள் ஏற உத்தேசித்த சமயத்தில் சற்றுத் தூரத்தில் குதிரைகள் அதிவேகமாக வரும் சப்தம் கேட்டுத் தயங்கி நின்றார்கள்.

நிலா வெளிச்சத்தில், முன்னால் இரண்டு வெண்புரவிகள் பாய்ந்து வருவதும், பின்னால் ஐந்தாறு குதிரைகள் தொடர்ந்து வருவதும் தெரிந்தன. முன்னால் வந்த குதிரைகளில் இரண்டு கம்பீர புருஷர்கள் ஏறி வந்தார்கள். அவர்களைத் தொடர்ந்து குதிரைகளின் மீது வேல் பிடித்த வீரர்கள் காணப்பட்டனர்.

குதிரைகள் சிவிகைக்குப் பக்கத்தில் வந்து நின்றதும் ஜனங்கள் பயபக்தியுடன் சிறிது விலகிக் கொண்டார்கள்.

'மகேந்திர மகா பல்லவர் வாழ்க!' 'திரிபுவன சக்கரவர்த்தி வாழ்க!' 'குணபுர மகாராஜா வாழ்க!' 'குமார சக்கரவர்த்தி மாமல்லர் வாழ்க!' என்ற கோஷங்கள் நாற்புறமும் எழுந்தன.

வெண்புரவிகளில் முன்னால் வந்தவர்கள் மகேந்திர சக்கரவர்த்தியும், அவருடைய ஏக புதல்வர் நரசிம்ம பல்லவருந்தான் என்பதை ஆயனரும், சிவகாமியும் உணர்ந்ததும் அவர்களுக்குப் பெரிதும் வியப்பு உண்டாயிற்று.

சிவகாமி ஆயனருக்குப் பின்னால் ஒதுங்கி நாணத்துடன் நின்றாள். அவளுடைய விசாலமான கரிய கண்கள் மகேந்திர சக்கரவர்த்திக்குப் பின்னால் குதிரைமீது வீற்றிருந்த குமார சக்கரவர்த்தியை நோக்கின.

மகேந்திர சக்கரவர்த்தி, 'ஆயனரே! இது என்ன? நான் கேள்விப்பட்டது விபரீதமாக அல்லவா இருக்கிறது?' என்று சொல்லிக்கொண்டே குதிரை மீதிருந்து இறங்கினார்.

'ஏகாம்பரர் அருளால் அபாயம் ஒன்றும் நேரவில்லை, பிரபு!' என்றார் ஆயனர்.

'சிவகாமி ரொம்பவும் பயந்து போய்விட்டாளா?' என்று சக்கரவர்த்தி கேட்டார்.

'சிவகாமி பயப்படவில்லை இதையெல்லாம் அவள் ஏதோ வேடிக்கையென்று எண்ணிக்கொண்டிருக்கிறாள்!' என்று ஆயனர் கூறி, அன்பு நிறைந்த கண்களால் தமக்குப் பின்னால் அடக்கத்துடன் நின்ற சிவகாமியைப் பார்த்தார்.

அப்போது சக்கரவர்த்தியும் அவளைப் பரிவுடன் நோக்கி, 'சிவகாமி! ஏன் தலைகுனிந்துகொண்டிருக்கிறாய்? அரங்கேற்றத்தின்போது நடுவில் போய் விட்டேனே என்று என் பேரில் மனஸ்தாபமா?' என்றார்.

சிவகாமியின் முகத்தில் நாணத்துடன் கூடிய புன்னகை மலர்ந்தது அவள் மௌனமாயிருந்தாள்.

அப்போது ஆயனர், 'பல்லவேந்திரா! சிவகாமிக்கு அவ்வளவு தெரியாதா? ஏதோ மிகவும் முக்கியமான காரியமாதலால்தான் தாங்கள் நடுவில் எழுந்து போயிருக்க வேண்டும்...' என்றார்.

'ஆமாம், ஆயனரே! ரொம்பவும் முக்கியமான காரியந்தான். எல்லாம் பிறகு விவரமாகச் சொல்லுகிறேன். மந்திராலோசனை முடிந்து வெளியில் வந்ததும் உங்களைப் பற்றி விசாரித்தேன். நீங்கள் புறப்பட்டு விட்டதாகத் தெரிந்தது. ஏன் இவ்வளவு அவசரமாகக் கிளம்பினீர்கள்?' என்று சக்கரவர்த்தி கேட்டார்.

'இராத்திரி வீடு போய்ச் சேர்ந்தால்தானே காலையில் என் வேலையைத் தொடங்கலாம்? ஒருநாள் என்றால், ஒருநாள் வீணாகப் போக வேண்டாமென்றுதான் இன்றே புறப்பட்டேன், பிரபு!'

'ஆமாம்; உமது தெய்வீகச் சிற்பக் கலையை விட்டுவிட்டு உம்மால் ஒருநாள்கூட இருக்கமுடியாதுதான். இப்போதும் இராத்திரியே போவதாகத் தான் உத்தேசமா?'

'ஆம், பல்லவேந்திரா! பட்டப் பகலைப்போல் நிலா எரிகிறது. இரவு போய் விடுவதே சௌகரியம்.'

'இந்த வெண்ணிலாவைப் பார்த்தால் எனக்குக்கூட உம்முடன் வரவேண்டுமென்று தோன்றுகிறது. ஆனால், அது முடியாத காரியம். நாளை அல்லது மறுநாள் வருகிறேன்' என்று கூறிச் சக்கரவர்த்தி திரும்பிப் பார்த்தார்.

அப்போது சக்கரவர்த்திக்குப் பின்னால் இன்னொரு வெண்புரவியின்மேலிருந்த நரசிம்மவர்மர் வெகு லாகவத்துடன் குதிரை மேலிருந்து கீழே குதித்துச் சக்கரவர்த்தியின் பக்கத்தில் வந்து, 'அப்பா! யானையின் மீது வேல் எறிந்த வாலிபனைப்பற்றி விசாரிக்கவில்லையே?' என்று கூறிவிட்டு ஆயனரைப் பார்த்து, 'அந்த வாலிபன் யார்? அவன் எங்கே சென்றான்? உங்களுக்கு ஏதாவது தெரியுமா?' என்று கேட்டார்.

'அதுதான் தெரியவில்லை. வேலை எறிந்ததும் அவன் மின்னலைப் போல் மறைந்துவிட்டான். ஆனால், அப்படி மறைந்ததனாலேயே உயிர் தப்பிப் பிழைத்தான். தேசாந்தரம் வந்த பிள்ளையாகத் தோன்றியது' என்றார் ஆயனர்.

குமார சக்கரவர்த்தி, ஆயனருடன் பேசிக்கொண்டிருக்கையில் அவருடைய கண்கள் மட்டும் ஆயனருக்குப் பின்னால் இருந்த சிவகாமியின் மீது நின்றன.

நரசிம்மவர்மர் சற்றுத் தூரத்தில் குதிரைமீதிருந்தபோது அவரை ஏறிட்டுத் தீவிர நோக்குடன் பார்த்த சிவகாமியோ இப்போது அவர் பக்கமே பார்க்காமல் பூமியைப் பார்த்துக்கொண்டிருந்தாள். தரையில் அவள் அருகில், சற்று முன்னால் அவள் கையில் இருந்து நழுவிய முறிந்த வேல் கிடந்தது.

அதைப் பார்த்த நரசிம்மவர்மர், 'சிவகாமி! இது என்ன?' என்று கேட்டுக் கொண்டே அவள் அருகில் சென்றார். சிவகாமி சிறிது பின்வாங்கி, முறிந்த வேலைத் தரையிலிருந்து எடுத்து அவர் பக்கம் நீட்டினாள். அதை நரசிம்மவர்மர் வாங்கிக் கொண்டபோது, அவருடைய கைவிரல்கள் சிவகாமியின் விரல்களைத் தீண்டியிருக்கவேண்டும். தேள் கொட்டியவர்களைப் போல் அவர்கள் அவசரமாக விலகிக் கொண்டதிலிருந்து இதை ஊகிக்கக் கூடியதாயிருந்தது.

நரசிம்மவர்மர் தம் தேகத்தில் ஏற்பட்ட படபடப்பை ஒருவாறு சமாளித்து அடக்கிக்கொண்டு, ஆயனரைப் பார்த்து, 'உங்களை மத யானையின் கோபத்திலிருந்து காப்பாற்றியது இந்த வேல்தானா, ஆயனரே?' என்று கேட்டார்.

'ஆமாம், பல்லவ குமாரா!' என்று ஆயனர் மேலும் ஏதோ சொல்லுவதற்குள் மாமல்லர் தந்தையைப் பார்த்து, 'அப்பா! இந்த வேலுக்கு உடையவனைக் கட்டாயம் கண்டுபிடிக்க வேண்டும். அவன் நல்ல சமயத்தில் இத்தகைய வீரச் செயலைப் புரிந்திராவிட்டால், பல்லவ சாம்ராஜ்யத்தின் மகா சிற்பியை அல்லவா இந்நேரம் இழந்திருப்போம்?' என்றார்.

அதற்குச் சக்கரவர்த்தி, 'மகா சிற்பியை மட்டும்தானா? பல்லவ சாம்ராஜ்யத்தின் தலைசிறந்த கலைவாணியையும் இழந்திருப்போம்! அந்த வீரனைக் கண்டுபிடிக்கவேண்டியது அவசியந்தான். இவர்கள் இப்போது புறப்பட்டுச் செல்லட்டும், ஏற்கெனவே நேரம் அதிகமாகி விட்டது!' என்று சொல்லிவிட்டுச் சிவகாமியைப் பார்த்து, 'குழந்தாய்! உன்னுடைய ஆட்டம் இன்று அற்புதமாயிருந்தது. முழுமையும் பார்க்கத்தான் முடியாமல் போயிற்று' என்றார்.

பின்னர் அவள் தந்தையை நோக்கி, 'ஆயனரே! உம்முடன் பேசவேண்டிய விஷயங்கள் எத்தனையோ இருக்கின்றன. சீக்கிரத்தில் மாமல்லபுரம் வருகிறேன். இப்போது ஜாக்கிரதையாய்ப் போய்ச் சேருங்கள்' என்று சொன்னார்.

அங்கே தாம் நிற்கும் வரையில் ஆயனரும் அவர் மகளும் பல்லக்கில் ஏற மாட்டார்கள் என்பதை அறிந்த சக்கரவர்த்தி விரைந்து சென்று குதிரையின் மேல் ஏறினார். நரசிம்மவர்மரும் தம் குதிரைமீது ஏறிக்கொண்டார்.

குதிரைகள் புறப்படும் முன் மகேந்திர பல்லவர் தமக்குப் பின்னால் நின்ற வீரர்களில் ஒருவனைச் சைகையினால் கூப்பிட்டு, 'அயலூரிலிருந்து புதிதாக வந்த இளைஞன் யாராயிருந்தாலும் இன்றிரவு அவனைப் பிடித்து வைத்திருந்து நாளைக்கு அரண்மனைக்கு அழைத்து வரவேண்டும்; நகர்க்காப்புத் தலைவனுக்கு இந்தக் கட்டளையை உடனே தெரியப்படுத்து!' என்று ஆக்ஞாபித்தார்.

சக்கரவர்த்தியும் குமாரரும் அங்கிருந்து போனதும், ஆயனரும் சிவகாமியும் தங்கள் சிவிகையில் அமர்ந்தார்கள். காவலர் புடைசூழ, சிவிகை காஞ்சிக் கோட்டையின் கீழ் வாசலை நோக்கிச் சென்றது.

4.துர்ச்சகுனம்

வீதி ஓரத்திலிருந்த சுமைதாங்கியின் மீது பரஞ்சோதி சாய்ந்து கண்ணை மூடிக் கால்நாழிகைகூட இராது. ஏதோ பேச்சுக் குரலைக் கேட்டுத் தூக்கி வாரிப்போட்டுக்கொண்டு கண் விழித்தான். தெருவில் யாரோ இவ்விதம் பேசிக்கொண்டு போனார்கள்.

'கோயில் யானைக்கு மதம் பிடித்தால் துர்ச்சகுனம் என்று சொல்லுகிறார்களே!'

'ஆமாம்; நாட்டுக்கு ஏதோ பெரிய விபரீதம் வரப்போகிறது!'

'யானைக்கு எப்படி மதம் பிடித்ததாம்?'

'யாருக்குத் தெரியும்? யாரோ அசலூரான் ஒருவன் யானையின் மேல் வேலை வீசி எறிந்தானாம். அதனால் யானைக்கு வெறிபிடித்து விட்டது என்று சொல்லுகிறார்கள்.

'ஆயனச் சிற்பியும் அவருடைய மகளும் பிழைத்தது புனர் ஜன்மம் என்கிறார்களே?'

'அப்படித்தான்; அரங்கேற்றம் நடுவில் நின்றது போதாதென்று இந்த ஆபத்து வேறே அவர்களுக்கு நேர்ந்தது.'

அதற்குமேல் பரஞ்சோதிக்கு அவர்கள் பேசியது கேட்கவில்லை. 'வேலை எறிந்ததனால் யானைக்கு வெறிபிடித்து விட்டதாம்!' என்னும் பேச்சுக் காதில் விழுந்ததும், பரஞ்சோதியின் உள்ளம் திடுக்கிட்டது. அப்போது அவனுக்கு இன்னொரு விஷயமும் ஞாபகம் வந்தது. அவன் கொண்டுவந்திருந்த மூட்டையை நடுத் தெருவிலேயே போட்டுவிட்டு அவன் ஓடி வந்துவிட்டான். நாவுக்கரசருக்கும் ஆயனச் சிற்பிக்கும் அவன் கொண்டுவந்திருந்த ஓலைகள் அந்த மூட்டையில் இருந்தன. இன்னும் அவனுடைய துணி மணிகளும், அவன் கொண்டு வந்திருந்த சொற்பப் பணமும் மூட்டைக்குள்ளேதான் இருந்தன. அதை அவசியம் கண்டுபிடித்தாக வேண்டும். போட்ட இடத்தி லேயே மூட்டை கிடைக்குமா? திக்குத் திசை புரியாத இந்தப் பெரிய நகரத்தில் அந்த இடத்தை மறுபடியும் கண்டுபிடிப்பது எப்படி?

பரஞ்சோதி சுமைதாங்கியிலிருந்து இறங்கி, தான் ஓடிவந்த வழி எதுவா யிருக்குமென்று ஒருவாறு ஊகித்துக்கொண்டு அந்தத் திசையை நோக்கி நடக்கத் தொடங்கினான். இதற்குள் வீதிகளில் ஜன நடமாட்டம் வெகுவாகக் குறைந்து போயிருந்தது. வீட்டுக் கதவுகளையெல்லாம் சாத்தியாகி விட்டது. வீதி விளக்குகளை அணைத்துவிட்டார்கள். நல்ல வேளையாகப் பூரண சந்திரன் பால் போன்ற வெண்ணிலாவைப் பொழிந்துகொண்டிருந்தான். நிலா வெளிச்சத்தில் நாற்புறமும் கூர்மையாகப் பார்த்துக்கொண்டு பரஞ் சோதி வெகுநேரம் நடந்தான். எவ்வளவு நடந்தும், யானையைச் சந்தித்த இடத்தை அவனால் கண்டுபிடிக்க முடியவில்லை. மூட்டையையும் அவன் எங்கும் காணவில்லை.

நேரமாக ஆக, வீதிகளில் நிசப்தம் குடிகொண்டது. உச்சி வானத்தில் சந்திரனைப் பார்த்து அர்த்தராத்திரியாகிவிட்டது என்பதைப் பரஞ்சோதி தெரிந்துகொண்டான். கால்கள் இனி நடக்க முடியாதபடி சோர்ந்துபோயின. உடம்பை எங்கேயாவது கீழே போட்டால் போதும் என்று அவனுக்கு ஆகி விட்டது. இனிமேல் மூட்டையைத் தேடுவதில் பயனில்லை. நாவுக்கரசர் மடத்துக்கு எப்படியாவது போய்ச் சேர்ந்தால் போதும்.

ஆனால், எப்படிப் போவது? வழி கேட்பதற்குக்கூட வீதிகளில் யாரையும் காணோம். லட்சக்கணக்கான ஜனங்கள் வாழ்ந்த அந்தப் பெரிய நகரத்தில் தான் மட்டும் தன்னந்தனியாக அலைவதை நினைத்தபோது பரஞ்சோதிக்கு எப்படியோ இருந்தது. ராத்திரியெல்லாம் இப்படியே அலைந்துகொண் டிருக்க வேண்டியதுதானா? ஆயிரக்கணக்கான மாளிகைகளும், மண்டபங் களும், வீடுகளும் நிறைந்துள்ள இந்த நகரில் தனக்கு இரவில் தங்குவதற்கு இடம் கிடையாதா? நல்ல வேளையாக இதோ யாரோ வருகிறார்கள் போலி ருக்கிறது. பேச்சுக் குரல் கேட்கிறது அவர்களை விசாரித்துப் பார்க்கலாம்.

ஒரு வீதியின் முடுக்கில் இரண்டுபேர் பேசிக்கொண்டு வந்தார்கள். அவர் களைப் பார்த்தால் நகர்க் காவலர்கள் என்று தோன்றியது. பரஞ்சோதியைப் பார்த்ததும் அவர்களே நின்றார்கள்.

'யாரப்பா நீ? நடு ராத்திரியில் எங்கே கிளம்பினாய்?' என்று அவர்களில் ஒருவன் கேட்டான்.

'நான் அயலூர், ஐயா!...' என்று பரஞ்சோதி சொல்ல ஆரம்பிப்பதற்குள், முதலில் பேசியவன், 'அயலூர் என்றால், எந்த ஊர்?' என்றான்.

'சோழ தேசம்..'

'ஓகோ உறையூரா?'

'இல்லை, ஐயா! கீழைச் சோழ நாட்டில் செங்காட்டங்குடி கிராமம். இன்று மாலைதான் காஞ்சிக்கு வந்து சேர்ந்தேன்.'

'அப்படியா? இங்கு எதற்கு வந்தாய்?'

'நாவுக்கரசர் மடத்தில் தமிழ்ப் பயில்வதற்காக வந்தேன்.'

'அப்படியானால், நள்ளிரவில் தெருவீதியில் ஏன் அலைகிறாய்?'

'மடம் இருக்குமிடம் தெரியவில்லை. சாயங்காலத்திலிருந்து தேடிக் கொண்டிருக்கிறேன்.'

அந்தக் காவலர்கள் இருவரும் இலேசாகச் சிரித்த சிரிப்பில் பரிகாசம் தொனித்தது. அவர்களில் ஒருவன், 'நாவுக்கரசர் மடத்துக்கு நீ கட்டாயம் போகவேண்டுமா?' என்று கேட்டான்.

'ஆம், ஐயா!'

'நாங்கள் அந்தப் பக்கந்தான் போகிறோம். நீ வந்தால் அழைத்துக்கொண்டு போய்விடுகிறோம்.'

பரஞ்சோதி காவலர்களுக்கு வந்தனம் சொல்லிவிட்டு அவர்களைப் பின் தொடர்ந்து சென்றான். சற்று நேரத்துக்கெல்லாம் அவர்கள் உயரமான மதில் சுவர்களையுடைய ஒரு கட்டடத்தின் வாசலில் வந்து நின்றார்கள்.

'இதுதான் மடமா?' என்று கேட்டான் பரஞ்சோதி.

'ஆமாம், பார்த்தால் இது மடமாகத் தோன்றவில்லையா?'

உண்மையில் பரஞ்சோதிக்கு அது மடமாகத் தோன்றவில்லை. அருகில் கோயில் எதையும் காணவில்லை. கட்டிடத்தின் உயரமான சுவர்களும், வாசற் கதவில் பூட்டியிருந்த பெரிய பூட்டும் அவனுக்கு இன்னதென்று தெரியாத சந்தேகத்தை உண்டாக்கின. அவனை அழைத்துப் போனவர்களில் ஒருவன் வாசற் கதவண்டை சென்று அங்கேயிருந்த காவலாளியிடம் ஏதோ சொன்னான்.

உடனே பூட்டுத் திறக்கப்பட்டது: கதவும் திறந்தது.

'வா, தம்பி!'

நெஞ்சு திக்திக் என்று அடித்துக்கொள்ள, பரஞ்சோதி வாசற்படியைத் தாண்டி உள்ளே சென்றான்.

இரு புறமும் உயரமான சுவர் எழுப்பிய குறுகிய சந்தின் வழியாக அவனை அழைத்துப் போனார்கள். ஓரிடத்தில் நின்றார்கள். அங்கிருந்த அறையின் கதவு திறக்கப்பட்டது.

‘இங்கே படுத்திரு, மடத்தில் எல்லோரும் தூங்குகிறார்கள். பொழுது விடிந்து பார்த்துக் கொள்ளலாம்’ என்றான் ஒருவன்.

பரஞ்சோதி அந்த இருட்டறைக்குள் எட்டிப் பார்த்தான். கொஞ்சம் வைக் கோலும் ஒரு கோரைப் பாயும் கிடந்தன. ஒரு மூலையில் சட்டியில் தண்ணீர் வைத்திருந்தது. திரும்பித் தன்னுடன் வந்த காவலர்களைப் பார்த்து, ‘இது மடந்தானா?’ என்று கேட்டான்.

‘ஆமாம், தம்பி! உனக்கு என்ன சந்தேகம்?’ என்றான் காவலர்களில் ஒருவன்.

‘இங்கிருக்க விருப்பம் இல்லாவிட்டால் வெளியே போய்விடு!’ என்றான் இன்னொருவன்.

பரஞ்சோதிக்கு இருந்த களைப்பில் எப்படியாவது இராத்திரி படுத்துத் தூங்க இடம் கிடைத்தால் போதும் என்று இருந்தது.

‘இல்லை இங்கேயே நான் படுத்திருக்கிறேன்’ என்று சொல்லிவிட்டு அறைக்குள் நுழைந்தான்.

அப்போது அவனை அழைத்து வந்தவர்களில் ஒருவன், ‘தம்பி! இது மடந்தான். ஆனால், நாவுக்கரசர் மடமல்ல. மன்னர் மன்னரான மகேந்திர சக்கரவர்த்தியின் மடம்!’ என்று சொல்லிக்கொண்டே கதவைச் சாத்தினான்.

அடுத்த கணம் அறைக் கதவைப் பூட்டும் சத்தம் கேட்டது!

5.செல்லப் பிள்ளை

பொன்னி நதி தன் பல்லாயிரம் கைகளாலும் வளப்படுத்திப் பொன் கொழிக்கச் செய்யும் சீழைச் சோழ நாட்டில் செங்காட்டங்குடி என்ற கிராமம் செழித்து விளங்கிற்று. இந்தக் கிராமத்தில் மாமாத்திரர் என்று பட்டம் பெற்ற பழங்குடியில் பிறந்த பிள்ளை பரஞ்சோதி. சோழநாடு முழுதும் உறையூர்ச் சோழ மன்னர்களின் ஆட்சியின்கீழ் இருந்த பழைய காலத்தில் பரஞ்சோதியின் மூதாதைகள் இராஜ சேவையில் ஈடுபட்டுப் படைத் தலைவர்களாயிருந்தார்கள். சோழ வம்சம் பழம்பெருமை இழந்து, பல்லவர் ஆட்சி ஓங்கியபோது மாமாத்திரர் குலமும் அதன் சிறப்பை இழந்தது. சென்ற சில தலைமுறைகளாக மாமாத்திரர் போர்த் தொழிலையும் எல்லைக் காவல் தொழிலையும் கைவிட்டு விவசாயத் தொழிலை மேற் கொண்டிருந்தார்கள்.

இத்தகைய குலத்திலே பிறந்த பரஞ்சோதி குழந்தைப் பிராயத்திலேயே, தந்தையை இழந்து, தாயாரின் செல்லப் பிள்ளையாக வளர்ந்து வந்தான். ‘முரடன்’, ‘பொல்லாதவன்’ என்று அக்கம் பக்கங்களில் பெயர் வாங்கினான். சண்டை என்பது அவனுக்குச் சர்க்கரையும் பாலுமாக

இருந்தது. போர்த் தொழிலுக்குரிய சாதனங்களில் இயற்கையாக அவன் புத்தி சென்றது. வீராதி வீரர்களென்று புகழ் பெற்ற அவனுடைய மூதாதைகளின் வீர இரத்தம் பரஞ்சோதியின் தேகத்தில் அலை மோதிக்கொண்டு ஓடியது. கழி விளையாட்டு, கத்தி விளையாட்டு, மல்யுத்தம், வேல் எறிதல் ஆகியவற்றில் அவன் அதிவிரைவாகத் தேர்ச்சிபெற்றான்.

பரஞ்சோதியின் தாயார் வடிவழகி அம்மை தன் ஏக புத்திரனிடம் உயிரையே வைத்திருந்தாள். ஆனாலும், பரஞ்சோதியின் முரட்டுக் காரியங்கள் அவளுக்குப் பெரிதும் கவலையை அளித்தன. அந்த மூதாட்டி சிவபக்திச் செல்வத்திலும் கலைச் செல்வத்திலும் சிறந்த குடும்பத்திலே பிறந்தவள். அவளுடைய தமையனார் திருவெண்காட்டுப்பதியில் புகழுடன் வசித்த மருத்துவர்; சிவநேசச் செல்வர். தெய்வத் தமிழ் மொழியை நன்கு பயின்றிருந்ததோடு வடமொழியிலும் அவர் புலமை பெற்று விளங்கினார். வைத்தியக் கலையில் தேர்ச்சிபெற்று நோய் தீர்ப்பதில் வல்லவராய் இருந்தார்.

அந்தச் சிவபக்தரின் மூத்த பெண்ணுக்கு உமையாள் என்று பெயர். அழகிலும் குணத்திலும் அவள் இணையற்று விளங்கியது போலக் கல்வியிலும் சிவபக்தியிலும் சிறந்து விளங்கினாள். இந்தத் திருவெண் காட்டுப் பெண்ணைத் தன் மகனுக்கு மணம் முடித்து வைக்கவேண்டு மென்று பரஞ்சோதியின் அன்னை அந்தரங்கத்தில் ஆசைகொண்டிருந்தாள். ஆனால், நிறைவேறுமா என்ற சந்தேகமும் கவலையும் அவளுடைய மனத்தில் குடிகொண்டிருந்தன. பல துறைகளிலும் புலமை மிகுந்த அவ ளுடைய தமையனார் இந்த முரட்டுப் பிள்ளைக்குத் தம் அருமைப் பெண்ணைக் கொடுப்பாரா?

பரஞ்சோதியைக் கல்வி கேள்விகளில் வல்லவனாக்க அவனுடைய தாயார் எவ்வளவோ பிரயத்தனம் செய்தாள், ஆனால், பரஞ்சோதிக்குக் கல்வி கற்பிக்க முயன்ற அண்ணாவிகள் எல்லாரும் தோல்வியே அடைந்தனர். அவர்களில் ஒருவராவது அதிக காலம் நீடித்து அந்த முயற்சியைச் செய்யவில்லை. ஒவ்வொருவரும் சிலகாலம் முயன்று பார்த்தபிறகு, அந்த மூதாட்டியிடம் வந்து, 'அம்மா! உங்கள் புதல்வன் வெகு புத்திசாலி; ஏகசந்தக்கிராஹி என்றே சொல்லலாம். எந்த விஷயத்தையும் கவனம் செலுத்தி ஒரு தடவை கேட்டால் போதும் உடனே தெரிந்து கொள்கிறான். ஆனால் அந்த ஒரு தடவை அவனைக் கவனித்துக் கேட்கும்படி செய்வதற் குள்ளே எங்கள் பிராணன் போய்விடுகிறது. அவனுக்குப் பாடம் சொல்லிக் கொடுக்கும் சக்தி எங்களுக்கு இல்லை' என்று சொல்லிவிட்டு போனார்கள்.

இரண்டொரு அண்ணாவிமார் பரஞ்சோதி விஷயத்தில் தண்ட உபாயத்தைக் கையாளப் பார்த்தார்கள். அதன் பயனாக அவர்கள் அவனுடைய தாயாரிடம் சொல்லிக் கொள்ளாமலே ஊரைவிட்டுப் போகும்படி நேர்ந்துவிட்டது!

இதனாலெல்லாம் பரஞ்சோதியின் தாய் மிகவும் கவலைகொண்டிருந்தாள். ஒரு வருஷம் பொங்கல் பண்டிகைக்காகப் பரஞ்சோதியும் வடிவழகி அம்மையும் திருவெண்காட்டுக்குப் போயிருந்தார்கள். அங்கே பரஞ்சோதி

உமையாளைப் பார்த்தான். உமையாளின் கல்யாணத்தைப் பற்றிப் பேச்சு நடப்பதைக் கேட்டான். தன் மாமனும் தாயாரும் தன்னைப் பற்றி வருத்தத் துடனும் கவலையுடனும் பேசிக்கொண்டிருந்ததும் அவன் காதில் விழுந்தது. எல்லாவற்றையும் சேர்த்து, நிலைமையை ஒருவாறு தெரிந்து கொண்டான்.

அவர்கள் திருவெண்காட்டிலிருந்து திரும்பித் திருச்செங்காட்டங்குடிக்கு வந்தபிறகு, ஒருநாள் பரஞ்சோதியின் தாயார் தரையில் படுத்த வண்ணம் கண்ணீர் உகுத்துக்கொண்டிருந்தாள். எங்கேயோ வெளியே போய்விட்டு வந்த பரஞ்சோதி இதைப் பார்த்து, தாயாரின் அருகில் வந்து உட்கார்ந்து கொண்டான். அன்னை எதற்காக அழுகிறாள் என்று அவன் கேட்கவில்லை. அவளுக்குச் சமாதானமும் சொல்லவில்லை.

'அம்மா! நான் ஒன்று சொல்கிறேன்; நீ அதற்குத் தடை சொல்லக்கூடாது' என்றான்.

அன்னை கண்ணீரைத் துடைத்துக்கொண்டு, 'என்னடா, என் கண்ணே!' என்றாள்.

'நான் காஞ்சி மாநகருக்குப் போகப் போகிறேன்' என்று பரஞ்சோதி சொன்னதும், திடுக்கிட்டு எழுந்து உட்கார்ந்தாள்.

'எதற்காக?' என்று கேட்டாள்.

'கல்வி கற்பதற்காகத்தான், அம்மா! இத்தனை நாளும் நான் கல்வி கற்காமல் வாணாளை வீணாய்க் கழித்து விட்டதை நினைத்தால் வருத்த மாயிருக்கிறது!' என்றான் பரஞ்சோதி.

தாயாருக்கு ஆனந்தக் கண்ணீரும் துக்கக் கண்ணீரும் சேர்ந்தாற்போல் கண்களில் துளிர்த்தன.

'கல்வி கற்பதற்குக் காஞ்சிக்குப் போவானேன் இங்கேயே படிக்கக்கூடாதா, குழந்தாய்?' என்றாள்.

'இந்த ஊரில் இருக்கும் வரையில் எனக்குப் படிப்பு வராது. நல்ல கல்விப் பயிற்சி பெறவேண்டுமென்றால், காஞ்சி மாநகருக்குத் தான் போகவேண்டு மென்று எல்லோரும் சொல்கிறார்கள். இந்தப் பரத கண்டத்திலேயே காஞ்சியில் உள்ளவை போன்ற கல்லூரிகளும் கலைக்கூடங்களும் வேறெங் கும் இல்லையாம். நான் எல்லாம் விசாரித்துத் தெரிந்துகொண்டேன் அம்மா!' என்றான் பரஞ்சோதி.

பரஞ்சோதி கூறியது உண்மைதான் அந்த நாளில் காஞ்சி மாநகரமானது கலை மகளுக்கு உறைவிடமாயிருந்தது. வடமொழிக் கல்வி அளித்த வேத கடிகைகளும், தமிழ்க் கல்வி பயில்வித்த திருமடங்களும், பௌத்தர்களின் மதபோதனைக் கல்லூரிகளும், சமண சமயப் பள்ளிகளும் காஞ்சியில் நிறைந்திருந்தன. இன்னும் சித்திரம், சிற்பம், சங்கீதம் ஆகிய அருங் கலைகளைப் பயில்வதற்குச் சிறந்த கலைக் கழகங்களும் இருந்தன.

இவற்றையெல்லாம்விட காஞ்சி மாநகருக்குப் பெருஞ்சிறப்பு அளித்து தமிழகமெங்கும் பெருங்கிளர்ச்சி உண்டாக்கிய சம்பவம் ஒன்று சில

காலத்துக்கு முன்பு நிகழ்ந்திருந்தது. அந்தச் சம்பவம் மகா வீரரும் மகா புத்திமானும் சகலகலா வல்லவருமான மகேந்திரவர்ம சக்கரவர்த்தி, திருநாவுக்கரசரின் மகிமையினால் சமண மதத்தைத் துறந்து சிவநேசச் செல்வரானதுதான்.

மருள் நீக்கியார் என்னும் இயற்பெயர் கொண்ட நாவுக்கரசர் சிலகாலம் தர்மசேனர் என்ற பெயருடன் சமண சமயப் போதகர்களில் புகழ்பெற்றவராய் விளங்கினார். பின்னர், அவருடைய சகோதரி திலகவதியாரின் சிவபக்தி காரணமாக அவர் சமண மதத்தைத் துறந்து சிவனடியாரானார். அதுமுதல், தேனினும் இனிய தமிழ்மொழியில் சிவபக்தி ததும்பும் பண்களையும் தாண்டகங்களையும் அமுத வெள்ளமாகப் பொழிந்து வந்தார். அந்தத் தெய்வீகப் பாடல்களின் மகிமையில் ஈடுபட்ட மகேந்திர சக்கரவர்த்தியானவர், 'நான் நாட்டுக்கரசன், தாங்கள் நாவுக்கரசர்' என்று மருள்நீக்கியாரைப் போற்றியதோடு, சமண மதத்தையே துறந்து சிவநேசராகி விட்டார். இந்த வரலாறு தமிழகமெங்கும் பரவியிருந்தது. மேற்கூறிய, அதிசயங்களைப் பற்றியே இந்தக் காலத்தில் எங்கெங்கும் வியப்புடன் ஜனங்கள் பேசிக்கொண்டிருந்தார்கள். மகேந்திர சக்கரவர்த்தியினது வேண்டுகோளின்பேரில் நாவுக்கரசர் காஞ்சியில் திருமடம் ஸ்தாபித்திருக்கிறார் என்றும், அந்த மடத்தில் தெய்வத் தமிழ்மொழியும், தெய்வீக இசைப்பாடல்களும் கற்பிக்கப்படுகின்றன என்றும் நாடெங்கும் பிரசித்தமாகியிருந்தன. இந்தச் செய்திகள் எல்லாம் பரஞ்சோதியின் காதிலும் விழுந்திருந்தபடியால்தான், 'கல்வி கற்கக் காஞ்சிக்குப் போகிறேன்' என்று அவன் தாயாரிடம் கூறினான்.

ஏக புதல்வனைப் பிரிந்திருக்க வேண்டுமென்பதை நினைத்து வடிவழகி அம்மை பெரும் வேதனையை அடைந்த போதிலும், 'கல்வி கற்கப் போகிறேன்' என்று பரஞ்சோதி கூறியது அவளுக்கு ஒரு பக்கத்தில் அளவில்லாத மகிழ்ச்சியையும் அளித்தது. தாயாரின் சம்மதத்தைத் தெரிந்துகொண்டதும் பரஞ்சோதி, 'அம்மா! நீ மாமாவிடம் சொல்லி நான் கல்வி கற்றுத் திரும்பி வரும்வரையில் உமையாளுக்குக் கலியாணம் செய்யாமல் பார்த்துக்கொள்ள வேண்டும்' என்று கூறியபோது, மகனுடைய மன நிலையை அறிந்துகொண்டு அன்னை மீண்டும் ஆனந்தக் கண்ணீர் வடித்தாள்.

பரஞ்சோதியின் தீர்மானத்தை அறிந்து அவனுடைய மாமனும் அளவற்ற மகிழ்ச்சியடைந்தார். அந்தச் சிவபக்தர் திருநாவுக்கரசரைத் தரிசித்து அவருடன் நட்புரிமை பூண்டவராதலால் நாவுக்கரசருக்கு ஓலை எழுதித் தருவதாகச் சொன்னார். தமிழ்க் கல்வியோடு ஏதேனும் ஒரு கலையும் அவன் கற்று வரவேண்டுமென்றும் இதன் பொருட்டுத் தம்முடைய பழைய சிநேகிதரான ஆயனருக்கு ஓலை தருவதாகவும் கூறினார். பரஞ்சோதியின் மன நிலையை அறிந்துகொண்டு அவன் கல்வி பயின்று திரும்பியதும் உமையாளை அவனுக்கே மணம் செய்து தருவதாகவும் உறுதி கூறினார்.

நல்லநாள், நல்ல வேளையில் பரஞ்சோதி அன்னையிடமும் மாமனிடமும் ஆசிபெற்று, மற்ற எல்லோரிடமும் விடைபெற்றுக்கொண்டு காஞ்சி மாநகருக்குப் புறப்பட்டான்.

புறப்படும்போது, கடைசியாக அவனுடைய மாமன் கூறிய புத்திமதி என்னவென்றால், 'அப்பா, பரஞ்சோதி! தூரவழி போகும்போது கையில் வேலுடன் நீ புறப்படுவது நியாயந்தான். ஆனால் வழிப்பிரயாணத்துக்கு மட்டும் வேலைத் துணையாக வைத்துக் கொள். காஞ்சி மாநகரை அடைந்ததும், வேலைத் தலையைச் சுற்றி வீசி எறிந்துவிடு. அப்புறம் கல்வி கற்பதிலேயே முழுக் கவனத்தையும் செலுத்து' என்பதுதான்.

6.மர்மக் கயிறு

சிறைக்கூடத்தின் இருள் சூழ்ந்த அறைக்குள்ளே கோரைப் பாயில் தன்னந்தனியாகப் படுத்திருந்த பரஞ்சோதிக்கு மேற்கூறிய மாமனுடைய புத்திமதி நினைவுக்கு வந்தது. காஞ்சி மாநகரை அடைந்ததும் மாமனுடைய புத்திமதியின் பிரகாரம் அவன் வேலை வீசி எறியத்தான் செய்தான்! ஆனால், அந்தப் பொல்லாத வேல் மதங்கொண்ட யானையின் மீது விழுந்து தொலைத்தது! அதனுடைய பலன்தான் தன்னைச் சிறையிலே கொண்டு வந்து சேர்த்தது என்பதை எண்ணியபோது பரஞ்சோதிக்குச் சிரிப்பு வந்தது.

காஞ்சி மாநகர் சேர்ந்த முதல்நாள் இரவைத் தான் சிறைச்சாலையில் கழிக்க வேண்டியிருந்தது என்பதை அவனுடைய தாயும் மாமனும் அறிந்தால் என்ன நினைப்பார்கள்? தான் காஞ்சிக்குப் புறப்பட்ட சமயத்தில், வீட்டுச் சுவருக்கு அப்பால் தனியாக நின்று கனிவும், கண்ணீரும் ததும்பிய கண்களினால் விடை கொடுத்த உமையாளுக்குத் தான் என்னமாயிருக்கும்?

காஞ்சியில் தமிழ்க் கல்வியும், சிற்பக் கலையும் கற்றுக்கொண்டு திரும்பி ஊருக்குப் போனதும், இந்த முதல்நாள் சம்பவத்தைச் சொன்னால், அவர்கள் ஒருவேளை நம்ப மறுத்தாலும், மறுக்கலாம். இன்று மத்தியானம் தன்னிடம் யாராவது, இப்படியெல்லாம் நடக்கும் என்று சொல்லியிருந்தால் நம்பியிருக்க முடியுமா? சட்டென்று பரஞ்சோதிக்கு ஒரு விஷயம் நினைவு வந்தது. அந்த புத்த சந்நியாசி என்ன சொன்னார்? இன்று இரவு உனக்கு ஒரு கஷ்டம் வரும் என்று சொன்னாரல்லவா? அது உண்மையாகி விட்டதே! உண்மையிலேயே அவர் முக்காலமும் உணர்ந்த முனிவரா? அன்று நண்பகலில் அந்தப் புத்த சந்நியாசியை அவன் சந்தித்த சம்பவத்தை நினைத்துக்கொண்டு பரஞ்சோதி தனக்குத் தானே நகைத்துக்கொண்டான். அந்தச் சம்பவம் பின்வருமாறு:

காலையெல்லாம் வழி நடந்த பிறகு, காஞ்சி நகர் இன்னும் ஒரு காத தூரத்தில் தான் இருக்கிறது என்று பரஞ்சோதி தெரிந்துகொண்டு சற்று இளைப்பாறிச் செல்லலாமென்று சாலை ஓரத்தில் ஒரு மரத்தடியில் படுத்துக் கொண்டான். அவனுடைய தலை மாட்டில் மூட்டையும் அவன் பக்கத்தில் வேலாயுதமும் கிடந்தன.

சிறிது நேரத்துக்கெல்லாம் சாலையோடு ஒரு புத்த சந்நியாசி வருவதை அவன் பார்த்தான். பௌத்தர்கள் அல்லது சமணர்களுடைய கூட்டுறவு கூடா தென்றும், அவர்களைக் கண்டால் தூர விலகிப்போய்விட வேண்டு மென்றும் அவனுடைய மாமனும் அன்னையும் மிகவும் வற்புறுத்திக் கூறியிருந்தார்கள்.

எனவே, தூரத்தில் புத்த சந்நியாசியைக் கண்டதும் பரஞ்சோதி கண்களை மூடிக் கொண்டான். அவர் தன்னைத் தாண்டிச் சாலையோடு தொலை தூரம் போகும் வரையில் தூங்குவது போல் பாசாங்கு செய்ய அவன் தீர்மானித்திருந்தான்.

சிறிது நேரத்துக்கெல்லாம் தனக்கு அருகில் வந்து யாரோ நிற்பது போலவும் தன்னை உற்றுப் பார்ப்பது போலவும் அவனுக்குத் தோன்றியது. மெது வாகக் கண்களைத் திறந்து பார்த்தான்.

பரஞ்சோதி அஞ்சா நெஞ்சம் படைத்த வாலிபன்தான் ஆனாலும் கண்ணைத் திறந்ததும் எதிரில் கண்ட காட்சி அவனைத் துணுக்குறச் செய்தது.

புத்த சந்நியாசி அவனுக்கு அருகில் வந்து நின்று உற்றுப் பார்த்துக்கொண் டிருந்தார். அவருடைய முகத்தோற்றம் அவனுக்கு அச்சத்தை அளித்தது. அதைக் காட்டிலும் அவர் கையில் வாலைப் பிடித்துத் தலைகீழாகத் தொங்க விட்டுக்கொண்டிருந்த பாம்பு அதிக அருவருப்பையும் பயங்கரத்தையும் அளித்தது.

ஐந்து அடி நீளமுள்ள நாகசர்ப்பம் அது; ஆனால், உயிர் இல்லாதது! அதனுடைய உடலில் இரத்தம் கசிந்தது.

பரஞ்சோதி பரபரப்புடன் எழுந்து, 'அடிகளே! இது என்ன வேடிக்கை? எதற்காகச் செத்த பாம்பைக் கையில் பிடித்துக்கொண்டிருக்கிறீர்கள்? தூர எறியுங்கள்!' என்றான்.

'பிள்ளாய்! இவ்வாறு காட்டுப் பிரதேசத்தில் தனியாகப் படுத்து உறங் கலாமா? இத்தனை நேரம் இந்த நாக சர்ப்பம் உன்னைத் தீண்டியிருக்குமே. நல்ல சமயத்தில் நான் வந்து இதை அடித்தேனோ, நீ பிழைத்தாயோ?' என்று சொல்லி விட்டு, புத்த சந்நியாசி அந்தச் செத்த பாம்பை தூர எறிந்தார்.

பரஞ்சோதி தன் முகத்தில் தோன்றிய புன்சிரிப்பை மறைத்துக்கொண்டு, 'அப்படியா அடிகளே! நான் ஒரு தாய்க்கு ஒரே பிள்ளை. என்னை நீங்கள் காப்பாற்றியதற்காக என் தாயார் தங்களுக்கு ரொம்பவும் நன்றி செலுத்து வாள்' என்றான்.

பிறகு அவன் மூட்டையையும் வேலையும் எடுத்துக்கொண்டு எழுந்து நின்று, 'தங்கள் திருநாமம் என்னவோ? என் தாயாரிடம் எப்போதாவது தங்களைப் பற்றிச் சொல்ல நேர்ந்தால்?...' என்பதற்குள் பிக்ஷு குறுக்கிட்டு, 'நாகநந்தி என்பார்கள். நீ எவ்விடத்துக்குச் செல்கிறாய் தம்பி?' என்று கேட்டார்.

'காஞ்சிக்குப் போகிறேன்' என்று பரஞ்சோதி கூறியதும், 'நானும் அங்கே தான் போகிறேன்! வழித்துணை ஆயிற்று. வா, போகலாம்!' என்றார் நாகநந்தி அடிகள்.

இருண்ட சிறையில் கோரைப்பாயில் படுத்திருந்த பரஞ்சோதி, 'அந்தப் புத்த பிக்ஷுவுக்கு நாகநந்தி, என்பது எவ்வளவு பொருத்தமான பெயர்! அவர் முகத்தைப் பார்த்தாலே நாகப் பாம்பின் ஞாபகம் வருகிறது!' என்று எண்ணமிட்டான்.

நாகநந்தி அடிகள் வருங்காலத்தை ஞான திருஷ்டியினால் அறிந்துதான் சொன்னாரோ, அல்லது குருட்டாம் போக்காய்ச் சொன்னாரோ, அவருடைய ஜோசியத்தில் முற்பகுதி நிறைவேறிவிட்டது. தான் இப்போது ஒரு கஷ்டத்தில் அகப்பட்டுக்கொண்டு இருப்பது உண்மைதான். அவருடைய ஜோசியத்தின் இன்னொரு பகுதியும் நிறைவேறுமா? 'புத்த பகவான் அருளால் அந்தக் கஷ்டம் நீங்கும்!' என்று சொன்னது பலிக்குமா? ஆம்; பலிக்கத்தான் வேண்டும்.

உண்மையில் பரஞ்சோதி தன்னுடைய நிலைமையைக் குறித்து அதிகக் கவலைப்படவில்லை. ஏதோ தவறுதலினால் தன்னைச் சிறையில் அடைத் திருக்கிறார்கள் என்றும் உண்மை தெரியும்போது தன்னை நிச்சயம் விடுதலை செய்து விடுவார்கள் என்றும் உறுதியாக நம்பினான்.

எனவே, இன்றிரவு நிம்மதியாகத் தூங்குவதுதான் சரி. ஆனால், ஏன் தூக்கம் வரமாட்டேன் என்கிறது? ஓகோ! எல்லாம் இந்த ஒரு சாண் வயிறு செய்யும் காரியந்தான். இராத்திரி ஒன்றும் சாப்பிடவில்லையல்லவா? பசி வயிற்றைக் கிள்ளுகிறது! அதனால்தான் தூக்கம் பிடிக்கவில்லை. நல்ல காஞ்சி நகரம்! நெடுந்தூரம் யாத்திரை செய்து வந்த அதிதிகளை இராப் பட்டினி போட்டுக் கொல்லுகிற இந்த நகரத்தைப்பற்றி என்னத்தைச் சொல்வது! காஞ்சி நகரை அணுகியபோது அந்தத் திகம்பர ஜைன முனிவர் எதிர்பட்டார் அல்லவா? அந்த இராப்பட்டினிக்காரனின் முகதரிசனத்தின் பலன்தான் இன்றிரவு தனக்கு அன்னம் அபாவமாய்ப் போய்விட்டது போலும்...!

மேற்சொன்னவாறு பரஞ்சோதி சிந்தனை செய்துகொண்டு இருக்கையில், அந்த அறையில் உண்டான ஒரு மாறுதல் அவனுடைய கவனத்தைச் சட்டென்று கவர்ந்தது. சற்று முன் வரையில் இருள் சூழ்ந்திருந்த அந்த அறையில் இப்போது கொஞ்சம் வெளிச்சம் காணப்பட்டது. இந்த மாறு தலுக்குக் காரணம் என்னவென்று அதிசயித்துப் பரஞ்சோதி மேலே பார்த் தான். கூரையில் இருந்த சிறு துவாரத்தின் வழியாகச் சந்திர கிரணம் உள்ளே புகுந்து வந்ததுதான் என்று தெரிந்தது. இத்தனை நேரம் இல்லாமல் இப்போது திடீரென்று மேற்படி துவாரம் எப்படி ஏற்பட்டது என்று ஒரு கணம் பரஞ்சோதிக்கு வியப்பாயிருந்தது. 'இல்லை, இல்லை! துவாரம் எப் போதும் இருந்திருக்க வேண்டும்; ஆனால் துவாரத்துக்கு நேராக இப்போது தான் சந்திரன் வந்திருக்கிறது!' என்று தனக்குத்தானே சந்தேக நிவர்த்தி செய்து கொண்டான். ஆம்; பூரணச் சந்திரனுடைய மோகன நிலவானது வெளி உலகத்தையெல்லாம் அப்போது சொப்பன சௌந்தரிய லோகமாகச் செய்துகொண்டிருக்கிறது! - அந்த விஷயத்தைத் தனக்கு எடுத்துச் சொல்லித் தன்னுடைய வயிற்றெரிச்சலைக் கொட்டிக் கொள்வதற்காகவே மேற்கூரைத்

துவாரத்தின் வழியாக அந்தச் சந்திர கிரணம் உள்ளே புகுந்து வருகிறது போலும்...!

ஆகா! இது என்ன? உள்ளே வரும் நிலவு வெளிச்சம் இவ்வளவு அதிகமாகி விட்டதே! துவாரம் பெரிதாகியிருப்பது போல் தோன்றுகிறதே! அடடே! முதலில் பார்த்தபோது ஒரு கைகூட நுழையமுடியாத சிறு துவாரமாயிருந்தது இப்போது ஆள் நுழையக்கூடிய அளவு பெரிதாகிவிட்டதே! இது என்ன இந்திர ஜாலமா? அல்லது மகேந்திர ஜாலமா? மகேந்திர சக்கரவர்த்தியின் காஞ்சி மாநகரம் மாய ஜால நகரமாயிருக்கிறதே!

ஐயையோ! இது என்ன பயங்கரம்?.. பரஞ்சோதியின் மூச்சு ஒரு நிமிஷம் நின்று போய்விட்டது! மேற்கூரைத் துவாரத்தின் வழியாக நெளிந்து நெளிந்து கீழே வந்தது ஒரு நீளமான பாம்பு!... இல்லை, இல்லை! பாம்பு இல்லை!... அது வெறும் கயிறுதான்! சீ! இன்று மத்தியானம் அந்த புத்த பிக்ஷு செத்த பாம்புடன் வந்து தன்னைத் திடுக்கிடச் செய்தாலும் செய்தார்! கயிற்றைப் பார்த்தால்கூடப் பாம்பு மாதிரி தோன்றுகிறது.

மேற்கூரைத் துவாரத்தின் மர்மம் இப்போது புலப்பட்டது. யாரோ வேண்டுமென்றுதான் கூரையில் துவாரம் செய்திருக்கிறார்கள். அதன் வழியாக கயிற்றை உள்ளே விடுகிறார்கள்! - எதற்காக? வேறு எதற்காக இருக்கும்? தன்னைத் தப்புவிப்பதற்காகத்தான்! ஆனால், முன்பின் தெரியாத இந்தப் பெரிய நகரில் தன்னிடம் அவ்வளவு சிரத்தை கொண்டிருப்பவர்கள் யார்? தான் அந்தச் சிறைச்சாலை அறையில் இருப்பது அவர்களுக்கு எப்படித் தெரிந்தது?

இதற்குள்ளாகக் கயிற்றின் முனை கீழே அவன் கைக்கு எட்டும் தூரத்துக்கு வந்துவிட்டது. இன்னும் கீழே வந்து தரையையும் தொட்டுவிட்டது. பிறகு, அந்தக் கயிறு இப்படியும் அப்படியும் அசையத் தொடங்கியது. மேலே யிருந்து கயிற்றை விட்டவர்கள் அதைக் குலுக்குகிறார்கள் என்பதில் சந்தேக மேயில்லை. எதற்காக? தன்னை அந்தக் கயிற்றின் வழியாக மேலே வரும்படி சமிக்ஞை செய்கிறார்களா? அப்படித்தான் இருக்க வேண்டும்.

அதிசயமான முறையில் வந்த அந்த உதவியைப் பெற்றுக் கொள்ளலாமா வேண்டாமா என்று பரஞ்சோதி ஒரு நிமிஷம் யோசனை செய்தான். அதனால் வேறு என்ன தொல்லைகள் விளையுமோ என்பதாக ஒரு பக்கம் அவனுக்கு யோசனையாயிருந்தது. இவ்வளவு சிரத்தை எடுத்துத் தன்னைக் காப்பாற்ற விரும்புகிறவர்கள் யார் என்று தெரிந்துகொள்ள ஒரு பக்கம் அவனுக்குப் பேராவல் உண்டாயிற்று. அதோடு, இன்னொரு முக்கிய காரணமும் சேர்ந்தது! அது அவனுடைய வயிற்றைக் கிள்ளிக்கொண்டிருந்த பசிதான்!

பரஞ்சோதி கயிற்றை அழுத்தமாய்ப் பிடித்து இழுத்தான். மேலே அது இறுகக் கட்டியிருக்கிறதென்று தெரிந்தது. தன்னுடைய பாரத்தை அது நன்றாய்த் தாங்கும் என்று நிச்சயமாயிற்று. உடனே கயிற்றின் வழியாக அவன் மேலே ஏறத் தொடங்கினான்.

7.நிலா முற்றம்

ஆயனரிடமும் சிவகாமியிடமும் விடை பெற்றுக் கொண்ட பிறகு மகேந்திர சக்கரவர்த்தியும் மாமல்லரும், குதிரைகளைத் திருப்பி அதிவேகமாய் விட்டுக்கொண்டு போய், அரண்மனையை அடைந்தார்கள். அவர்களைக் கண்டதும் அரண்மனை வாசலில் காவல்புரிந்துகொண்டிருந்த வீரர்கள், ‘வாழ்க! வாழ்க! சக்கரவர்த்திப் பெருமான் வாழ்க! மாமல்ல மகாவீரர் வாழ்க!’ என்று கோஷித்துக்கொண்டு அவர்களுக்கு வணங்கி வழிவிட்டு நின்றார்கள். காவலர்களுடைய வாழ்த்து ஒலியுடன் அங்கே வரிசை வரிசையாக நின்ற குதிரைகளின் கனைப்பு ஒலியும் சேர்ந்தது. அரண்மனை முன் வாசலைத் தாண்டி அவர்கள் உள்ளே நுழைந்ததும் அங்கேயிருந்த விசாலமான நிலா முற்றத்தில் வீரர்கள் பலர் அணி வகுத்து நிற்பது தெரிந்தது. சக்கரவர்த்தி யையும் குமார பல்லவரையும் கண்டதும் அந்த வீரர்களும் ஜயகோஷம் செய்தார்கள். எல்லோருக்கும் முன்னால் நின்ற ஒருவர் மட்டும் தனியே பிரிந்து முன்னால் வந்து பணிவுடன் நிற்க, சக்கரவர்த்தி அவரைப் பார்த்து, ‘சேனாதிபதி! தூதர்களுக்கு எல்லா விஷயமும் சொல்லியாகி விட்டதா! புறப்படுவதற்கு ஆயத்தமாயிருக்கிறார்களா?’ என்று கேட்டார்.

‘ஆம், பிரபு! எல்லோருக்கும் சொல்லியாகிவிட்டது. அவரவர்களும் இன்னின்ன திக்குக்குச் செல்ல வேண்டுமென்று தெரிவித்து விட்டேன். எல்லோரும் கிளம்ப ஆயத்தமாய்த் தங்களுடைய கட்டளைக்காகக் காத்திருக்கிறார்கள்’ என்று சேனாதிபதி கூறினார்.

சக்கரவர்த்தி நரசிம்மவர்மரைப் பார்த்து, ‘குழந்தாய்! உன் தாயார் கவலை யுடன் இருப்பாள். அவளிடம் சென்று விஷயம் இன்னதென்று தெரியப் படுத்து. இருவரும் போஜனத்தை முடித்துக்கொண்டு, மேல் மாடத்துக்குச் செல்லுங்கள். இந்தத் தூதர்களை அனுப்பிவிட்டு நானும் அங்கு வந்து சேருகிறேன்’ என்றார்.

வெகுகாலம் சமணராயிருந்த காரணத்தினால் சக்கரவர்த்தி இரவில் போஜனம் செய்வதில்லை. சைவரான பிறகும் அவர் இரவில் உணவு அருந்தும் வழக்கத்தை மேற்கொள்ளவில்லை.

‘ஆகட்டும் அப்பா! இதோ போகிறேன். ஆனால் எல்லாப் படைகளும் வந்து சேரும் வரையில் காத்திருக்க வேண்டுமா? ஆயத்தமாயிருக்கும் படைகள் உடனே போருக்குப் புறப்படலாமல்லவா?’

சக்கரவர்த்தி புன்னகையுடன், ‘அதைப்பற்றி யோசிக்கலாம் குழந்தாய்! நீ இப்போது தாயாரைப் போய்ப் பார்!’ என்றார்.

மாமல்லர் போன பிறகு மகேந்திரர் சேனாதிபதியைப் பார்த்து, ‘கலிப்பகை யாரே! தூதுவர்களிடம் சொல்லி அனுப்ப வேண்டிய செய்தி இது:

தொண்டை மண்டலத்திலும் சோழ மண்டலத்திலும் உள்ள ஒவ்வொரு கோட்டத்திலும் ஆயிரம் வீரர் அடங்கிய படைகளைத் திரட்டி ஆயத்தமாய் வைத்திருக்க வேண்டியது. மறுபடியும் செய்தி அனுப்பியவுடனே படை புறப்படச் சித்தமாயிருக்க வேண்டும். நான் சொல்வது தெரிகிறதா?' என்றார்.

'தெரிகிறது, பிரபு!'

'கோட்டையைப் பத்திரப்படுத்துவதற்கு வேண்டிய ஏற்பாடு எல்லாம் செய்தாகிவிட்டதல்லவா?'

'துறவறத்தாரைத் தவிர வேறு யாரையும் விசாரியாமல் கோட்டைக்குள் விடக்கூடாதென்று கட்டளையிட்டிருக்கிறேன். வெளியே போகிறவர் களையும் கவனிக்கச் சொல்லியிருக்கிறேன். நகருக்குள்ளேயும் யார் பேரிலா வது சந்தேகத்துக்கு இடமிருந்தால் சிறைப்படுத்திக் காவலில் வைக்கச் சொல்லியிருக்கிறேன்.'

'கோட்டைச் சுவரெல்லாம் பழுது பார்த்திருக்கிறதா சேனாதிபதி? பல்லவ சாம்ராஜ்யம் நிலைத்து நிற்பது இந்தக் காஞ்சிக் கோட்டையின் பாது காப்பையே பொறுத்திருக்கலாம்.'

'பல்லவ சாம்ராஜ்யத்தைப் பாதுகாப்பதற்குக் காவேரி முதல் கிருஷ்ணா நதி வரையில் லட்சோப லட்சம் வீரர்கள் காத்திருக்கிறார்கள், பிரபு!'

'உண்மைதான். ஆனால், அவர்கள் வெறும் கையினால் சண்டை போட முடியாதல்லவா? அந்த லட்சோப லட்சம் வீரர்களுக்கும் வேண்டிய வேல் களும் வாள்களும் எங்கே?' என்றார் சக்கரவர்த்தி.

சேனாபதி கலிப்பகையார் மௌனம் சாதித்தார்.

'கீழைச் சோழநாட்டில் வாளும் வேலும் நன்றாய்ச் செய்வார்கள் போலிருக் கிறது. யானைமேல் எறியப்பட்ட வேலை நீர் பார்த்தீரா?'

'இல்லை, பிரபு!'

'மாமல்லனிடம் அது இருக்கிறது. 'மாமாத்திரர்' என்று எழுதியிருக்கிறது. 'மாமாத்திரர்' என்ற பட்டம் கீழைச் சோழ நாட்டிற்கு உரியதல்லவா?'

'ஆம், பல்லவேந்திரா!'

'அந்த வேலை எறிந்தவன் கீழைச் சோழநாட்டானாய்த் தானிருக்க வேண்டும். அம்மாதிரி வேல் எறியக்கூடிய வீரர்கள் ஆயிரம் பேர் இருந் தால் இந்தக் கோட்டைக் காவலைப்பற்றிக் கவலையில்லை!'

'பல்லவ சைனியத்தில் எத்தனையோ ஆயிரம் வேல் வீரர்கள் இருக் கிறார்கள், பிரபு!'

'அந்த வேலை எறிந்தவன் பதினாயிரத்தில் ஒரு வீரன்; அவனை அவசியம் கண்டுபிடிக்க வேண்டும்'

சேனாபதி மௌனமாயிருந்தார்.

'இன்னும் ஒரு விஷயம்; காவித்துணி அணிந்தவர்களைப் பற்றிய கட்டளையை மாற்ற வேண்டும். ஆயனரையும் அவர் மகளையும் பார்த்து விட்டு நாங்கள் திரும்பியபோது ஒரு சந்தின் முனையில் ஒரு புத்த பிக்ஷு நிற்பதைப் பார்த்தேன். சட்டென்று அவர் நிழலில் மறைந்துகொண்டார்.'

'கட்டளை என்ன பிரபு?'

'இராஜ விஹாரத்தின் மேல் கவனம் வைத்து, புதிதாக வந்திருக்கும் புத்த பிக்ஷு யார் என்று பார்க்கவேண்டும்.'

'உடனே ஏற்பாடு செய்கிறேன்.'

பிறகு, சேனாபதி கலிப்பகையார் ஒவ்வொரு தூதராக அழைத்து இவரிவர் இன்னின்ன கோட்டத்துக்குப் போகிறார் என்று சக்கரவர்த்தியிடம் தெரியப் படுத்தினார். தூதர்கள் தனித் தனியே சக்கரவர்த்திக்கு வணங்கி விடை பெற்றுக்கொண்டு தத்தம் குதிரை மீதேறி விரைந்து சென்றார்கள்.

8.புவன மகாதேவி

மாமல்லர் தந்தையின் சொற்படி அரண்மனை நிலாமுற்றத்தைக் கடந்து சென்று, உள் வாசலை நெருங்கியதும் குதிரை மீதிருந்து இறங்கினார். அங்கே சித்தமாய்க் காத்திருந்த பணியாட்கள் குதிரையைப் பிடித்து அப்பாலே கொண்டு சென்றார்கள்.

பிறகு, மாமல்லர் விசாலமான அந்த அழகிய அரண்மனைக்குள் பிரவேசித்து, தீபம் ஏந்துவோர் தம்மைப் பின் தொடர்ந்து வருவதற்குத் திணறும்படியாக, அவ்வளவு விரைவாக நடந்து சென்றார்.

புதிதாக அந்த அரண்மனைக்குள் பிரவேசிக்கிறவர்கள் அங்கே குறுக்கு நெடுக்குமாகச் சென்ற நடைபாதைகளில் வழி கண்டுபிடித்துச் செல்வது அசாத்தியமாயிருக்கும். நரசிம்மர் அந்தப் பாதைகளின் வழியாக வளைந்து வளைந்து சென்று அரண்மனை அந்தப்புரத்தை அடைந்தார். அங்கே சிற்ப வேலைகளினால் சிறப்படைந்த ஒரு வாசலை அவர் அணுகியதும், 'குழந் தாய்! வந்தாயா?' என்று உள்ளே இருந்து ஒரு குரல் கேட்டது.

பல்லவ சாம்ராஜ்யத்தின் பட்டத்தரசியான புவன மகாதேவி அந்தப்புர வாசற் படியில் வந்து நின்றார். அவருடைய கம்பீரமான தோற்றமும் முதிர்ந்த சௌந்தர்யவதனமும், 'திரிபுவன சக்கரவர்த்தினி' என்று பல்லவ சாம் ராஜ்யத்தின் பிரஜைகள் அவரைக் கொண்டாடுவது முற்றும் பொருந்தும் என்று தெரியப்படுத்தின.

'அம்மா!' என்ற குரலுடன் அருகில் வந்த குமாரனைச் சக்கரவர்த்தினி இரு கைகளாலும் அணைத்துக்கொண்டு, 'குழந்தாய்! இன்றைக்கு...' என்று ஏதோ சொல்லத் தொடங்குவதற்குள், மாமல்லர், 'அம்மா! உங்களை ரொம்பவும் கெஞ்சிக் கேட்டுக் கொள்கிறேன். ஒரு வரம் தர வேண்டும்!' என்றார்.

புவன மகாதேவியின் முகத்தில் புன்னகை அரும்பியது.

'வரமா! நல்லது, கேள்! தருகிறேன். அதற்குப் பிரதியாக நானும் ஒரு வரம் கேட்பேன். அதை நீ தரவேண்டும்!' என்று அன்பு கனிந்த குரலில் கூறினார்.

மாமல்லர், 'பிள்ளை அன்னையிடம் வரம் கேட்பது நியாயம். பிள்ளையிடம் தாய் வரம் கேட்பது எங்கேயாவது உண்டா? முடியவே முடியாது?' என்றதும், புவன மகாதேவியின் முகத்தில் புன்னகை மறைந்தது.

இருவரும் உள்ளே சென்றார்கள்.

நரசிம்மர் தமது தலை அணியையும் ஆபரணங்களையும் எடுத்து வைத்து விட்டுக் கால் கை சுத்தம் செய்துகொண்டு வந்தார். பிறகு இருவரும் அந்தப் புர பூஜா மண்டபத்துக்குள் பிரவேசித்தார்கள். அங்கே, மத்தியில் நடராஜ மூர்த்தியின் திருவுருவம் திவ்ய அலங்காரங்களுடன் விளங்கியது. பின்புறச் சுவர்களில் சிவபெருமானுடைய பல வடிவங்களும், பாலகோ பாலனுடைய லீலைகளும் வர்ணங்களில் அழகாகச் சித்தரிக்கப் பட்டிருந்தன.

பூஜையெல்லாம் முன்னமே முடிந்தபடியால், தாயும் மகனும் அந்தத் திருவுருவத்தை வழிபட்டுவிட்டு வெளியே வந்து போஜன மண்டபத் துக்குள் பிரவேசித்தார்கள்.

உணவருந்த உட்கார்ந்ததும் புவன மகாதேவி, 'குழந்தாய்! ஏதோ முக்கிய மான செய்தி வந்திருக்கிறதாம்! கோட்டை வாசல் எல்லாம் சாத்தியாகி விட்டதாம். அரண்மனையெல்லாம் அல்லோலகல்லோலப்படுகிறது. எனக்கு மட்டும் ஒன்றுமே தெரியவில்லை. நீயாவது சொல்லக்கூடாதா? பெண்கள் என்றால் மட்டமானவர்கள், அவர்களுக்கு ஒன்றுமே தெரிய வேண்டியதில்லை என்பதாக நீ கூடவா எண்ணம் வைத்திருக்கிறாய்?' என்றார்.

மாமல்லர் உணவு பரிமாறிக்கொண்டிருந்த பணியாட்களைப் பார்த்து விட்டு, 'அம்மா! சாப்பிட்டானதும் மேல் மாடத்துக்குப் போய் எல்லா விவரங்களும் சொல்கிறேன். ஆனால், ஒன்று மட்டும் இப்போதே கேட்டுக் கொள்கிறேன். இனிமேல் தினந்தோறும் நான் வந்த பிறகுதான் தாங்கள் இராப் போஜனம் செய்வது என்று வைத்துக் கொள்ளக்கூடாது. அந்த வழக் கத்தை இன்றோடு நிறுத்திவிட வேண்டும்' என்றார்.

சக்கரவர்த்தினி குமாரனை அன்பு ததும்பிய கண்களால் பார்த்துப் புன்னகை புரிந்தார். ஆனால், மறுமொழி ஒன்றும் சொல்லவில்லை.

காஞ்சி அரண்மனையில் பகல் போஜனம் ராஜரீக சம்பிரதாயங்களுடன் ஆடம்பரமாய் நடப்பது வழக்கம். பெரிய சாம்ராஜ்ய உத்தியோகஸ்தர்கள், அந்நிய நாடுகளிலிருந்து வந்த பிரமுகர்கள், சிவனடியார்கள், வைஷ்ணவப் பெரியார்கள், பிரசித்தி பெற்ற கலைஞர்கள், தமிழ்க் கவிஞர்கள், வடமொழிப் பண்டிதர்கள் முதலியோர் விருந்தாளியாக அழைக்கப்படுவது உண்டு.

எனவே பகல் போஜன நேரத்தில் அரண்மனைவாசிகள் ஒருவரோடொருவர் அளவளாவுதல் இயலாத காரியம்.

மற்றும் பகல் நேரமெல்லாம் சக்கரவர்த்தியும் குமாரரும் ராஜரீக காரியங்களில் ஈடுபட்டிருப்பார்கள்.

எனவே, தாயும் பிள்ளையும் சந்திப்பதற்கு இராப் போஜன நேரத்தைச் சக்கரவர்த்தி திட்டம் செய்திருந்தார்.

அதற்குப் பிறகு அரண்மனை மேல் உப்பரிகையின் நிலாமாடத்தில் அவர்கள் மூன்று பேரும் சந்தித்துப் பேசுவது வழக்கமாயிருந்தது.

இன்றைக்குச் சாப்பாடு ஆனதும் தாயும் புதல்வனும் மேல் உப்பரிகைக்குச் சென்று நிலா மாடத்தில் அமைந்திருந்த பளிங்குக்கல் மேடையில் அமர்ந்தார்கள்.

பால் நிலவில் மூழ்கியிருந்த காஞ்சி நகரமானது அன்றிரவு என்றுமில்லாத அமைதி பெற்று விளங்கிற்று.

நரசிம்மவர்மருடைய மனம் அந்நகரின் கீழ்க் கோட்டை வாசலுக்குச் சென்றது. இப்போது அந்தக் கோட்டை வாசலைக் கடந்து ஒரு சிவிகை போய்க்கொண்டிருக்கும். அந்தச் சிவிகையில் ஆயனரும் அவர் மகளும் அமர்ந்திருப்பார்கள்.

ஆகா! அவர்களுக்குத்தான் இன்றைக்கு எப்பேர்ப்பட்ட ஆபத்து வந்தது! மதயானையின் மீது வேல் எறிந்து அவர்களைக் காப்பாற்றிய வீரன் யாராக இருப்பான்?...

புதல்வன், தானே பேசுவான் என்று புவன மகாதேவி சிறிது நேரம் காத்திருந்தார். அவன் ஏதோ சிந்தனையில் ஆழ்ந்து விட்டான் என்பதைத் தெரிந்து கொண்டு, 'குழந்தாய்!' என்றார்.

உடனே மாமல்லர் திடீரென்று கனவு கலைந்தவர் போல் திடுக்கிட்டுத் தாயாரைப் பார்த்தார்.

'அம்மா! அம்மா! நான் உங்களிடம் விரும்பிய வரத்தைக் கேட்டே விடுகிறேன். உங்களுக்குப் புண்ணியமாய்ப் போகட்டும். என்னைக் 'குழந்தாய்' என்று கூப்பிடாதீர்கள். நான் இன்னும் பச்சைக் குழந்தையா? பல்லவ ராஜ்யத்திலுள்ள புகழ் வாய்ந்த மல்லர்களையெல்லாம் ஜெயித்து 'மாமல்லன்' என்று பட்டம் பெற்ற பிறகும், என்னைக் 'குழந்தை!' 'குழந்தை' என்றால் நான் என்ன செய்கிறது? அப்பாவோ இன்னும்

என்னைத் தொட்டிலில் கிடக்கும் குழந்தையாகவே எண்ணி நடத்துகிறார்! உங்கள் இரண்டு பேருக்கும் இடையில் நான் அகப்பட்டுக்கொண்டு...'

'அதற்கு என்ன செய்யலாம்? பெற்றோர்களுக்கு மகன் எப்போதும் குழந்தை தான்' என்ற குரலைக் கேட்டுத் தாயும் மகனும் திரும்பிப் பார்த்தார்கள். அவர்களுக்குத் தெரியாமல் மகேந்திர சக்கரவர்த்தி பின்னால் வந்து நிற்பதைத் தெரிந்துகொண்டு இருவரும் பயபக்தியுடன் எழுந்து நின்றார்கள்.

மகேந்திரர் பளிங்கு மேடையில் அமர்ந்ததும் புவன மகாதேவியும் மாமல்லரும் உட்கார்ந்தார்கள். 'தேவி! குழந்தை ஏதாவது சொன்னானா?' என்று சக்கரவர்த்தி கேட்டார்.

'இன்னும் ஒன்றும் சொல்லவில்லை. என்பேரிலும் உங்கள் பேரிலும் குறைதான் சொல்லிக்கொண்டிருந்தான்!'

'குறை சொல்லாமல் வேறு என்ன சொல்லட்டும், அப்பா! பல்லவ ராஜ்யத்தில் அந்நியர் பிரவேசித்த செய்தி கிடைத்த பிறகும் நாம் வெறுமனே கையைக் கட்டிக்கொண்டு உட்கார்ந்திருப்பதா? சேனாபதி கலிப்பகையார் சேனை திரட்டுவதற்குள் கலியுகமே முடிந்துவிடும் போலிருக்கிறதே! இத்தனை நேரம் நமது சைனியம் போருக்குக் கிளம்பியிருக்க வேண்டாமா?' என்று கொதித்தார் மாமல்லர்.

'பல்லவ ராஜ்யத்தில் அந்நியர் பிரவேசித்தார்களா? இது என்ன?' என்று புவனமாதேவி வியப்பும் அவநம்பிக்கையும் தொனித்த குரலில் கேட்டார்.

'ஆம், தேவி! அற்ப சொற்பமாகப் பிரவேசிக்கவில்லை. பெரும் படைகளுடனே திடீரென்று பிரவேசித்திருக்கிறார்கள்..'

'பல்லவேந்திரா! மந்திராலோசனை சபையில் நான் மட்டும் வாயைத் திறக்காமல் இருக்கவேண்டும் என்று ஏன் கட்டளையிட்டிருக்கிறீர்கள்? எல்லாரும் ஏதோ பேசியபோது என் மனம் கொதித்த கொதிப்பை மிகவும் முயன்று அடக்கிக்கொண்டு இருந்தேன்...'

மாமல்லரின் பேச்சை மறுத்துச் சக்கரவர்த்தி தமது பட்ட மகிஷியைப் பார்த்துச் சொன்னார்: 'தேவி! நரசிம்மன் இன்னும் குழந்தையாகத்தான் இருக்கிறான். வந்திருக்கும் யுத்தம் எப்பேர்ப்பட்டதென்பதை அவன் அறியவில்லை. இரண்டு பேரும் கேளுங்கள். வாதாபி மன்னன் புலிகேசி பெரும் படைகளுடன் துங்கபத்திரை நதியைக் கடந்து நமது ராஜ்யத்துக்குள் பிரவேசித்திருக்கிறான். அவனுடைய சைனியத்தில் லட்சக்கணக்கான வீரர்கள் இருக்கிறார்களாம். ஆயிரக்கணக்கில் யானைகள் இருக்கின்றனவாம். பெரிய காளைகள் பூட்டிய நூற்றுக்கணக்கான வண்டிகள் தொடர்ந்து வருகின்றனவாம். பதினாயிரக்கணக்கான குதிரை வீரர்கள் வருகிறார்களாம். வெகு காலமாகவே புலிகேசி இந்த யுத்த ஏற்பாடுகளைச் செய்து வந்திருக்கிறான். நமது ஒற்றர்கள் எப்படியோ ஏமாந்து போயிருக்கிறார்கள். நமது எல்லைக் காவல் படைகளைப் புலிகேசியின் ராட்சத சைனியம் வெகு சீக்கிரத்தில் முறியடித்து விட்டு அதிவேகமாக முன்னேறி வருகிறதாம். அந்தச் சைனியத்தைத் தடுத்து

நிறுத்துவதற்கு வேண்டிய படை பலம் தற்போது நம்மிடம் இல்லை. ஆங்காங்குள்ள நம் படைகள் பின்வாங்கி வந்துகொண்டிருக்கின்றன. பல்லவ ராஜ்யத்துக்கு வந்திருக்கும் அபாயம் மிகப் பெரியது. ஆனாலும் நெற்றிக் கண்ணைத் திறந்து திரிபுரத்தை எரித்த பினாகபாணியின் அருளினால் முடிவில் நமக்குத்தான் வெற்றி கிடைக்கப் போகிறது அதைப் பற்றி சந்தேகம் வேண்டியதில்லை!'

தந்தை பேசி முடிக்கும் வரையில் பொறுமையுடன் கேட்டுக்கொண்டிருந்த நரசிம்மர், 'அப்பா! பல்லவ சைனியம் பின் வாங்கி வருகிறதா? இது என்ன அவமானம்? இப்போது எனக்கு அனுமதி கொடுங்கள். அப்பா! நம்மிடம் தற்சமயம் ஆயத்தமாயிருக்கும் படைகளை அழைத்துக்கொண்டு புறப் படுகிறேன்!' என்றார்.

'பொறு நரசிம்மா, பொறு! பல்லவ சைனியத்தை நீ நடத்திச் செல்லும் படியான காலம் வரும். அது வரையில் பொறுமையுடன் நான் சொல்வதைக் கேட்டு நட. இன்றிரவு ஒரு முக்கியமான வேலை இருக்கிறது என்னுடன் வருகிறாயா?'

'கேட்க வேண்டுமா? வருகிறேன், அப்பா.'

'தேவி! நரசிம்மனை இன்று முதல் நான் 'குழந்தை'யாக நடத்தப் போவதில்லை. சகாவாகவே நடத்தப்போகிறேன். மந்திராலோசனைகளில் கலந்துகொள்ளும் உரிமையையும் இன்று முதல் அவனுக்கு அளிக்கிறேன். நீயும் இனிமேல் அவனைக் 'குழந்தை' என்று அழைக்க வேண்டாம்!' என்றார் சக்கரவர்த்தி.

புவனமகாதேவியைப் படுப்பதற்குப் போகச் சொல்லி விட்டுத் தந்தையும் மகனும் அரண்மனையிலிருந்து வெளியேறிச் சென்றார்கள்.

9.விடுதலை

கயிற்றின் வழியாக மேலே ஏறிய பரஞ்சோதி கூரையை அணுகியபோது, இரண்டு இரும்புக் கரங்கள் தன் புயங்களைப் பிடித்து மேலே தூக்கிவிடு வதை உணர்ந்தான். மறுகணமே தான் மேற்கூரையில் நிற்பதையும், தனக்கு எதிரில் 'பேச வேண்டாம்' என்பதற்கு அறிகுறியாக உதட்டில் ஒற்றை விரலை வைத்துக்கொண்டு புத்த பிக்ஷு நிற்பதையும் பார்த்தான். அவருக்குப் பின்னால் இன்னொரு இளம் புத்த சந்நியாசி நிற்பதும் தெரிந்தது. பெரிய பிக்ஷு ஜாடை காட்டியவுடன் இளம் புத்தன் கயிற்றை மேலே இழுத்துச் சுருட்டி ஒரு காவித் துணிக்குள் அதை வைத்துக் கட்டினான்.

பரஞ்சோதி கூரைமேல் நின்ற வண்ணம் சுற்றும் முற்றும் பார்த்தபோது, கண்ணுக்கெட்டிய தூரம் காஞ்சி நகரத்து மாட மாளிகைகளின் உப்பரிகைகள்

வெண்ணிலாவில் தாவள்யமாய்ப் பிரகாசித்துக்கொண்டிருப்பதைக் கண்டான்.

இதற்குள் பெரிய பிக்ஷுவானவர் சிறைச்சாலை கூரையின் துவாரத்தை ஓடுகளைப் பரப்பி அடைத்துவிட்டு, பரஞ்சோதியை ஒரு விரலால் தொட்டுத் தம் பின்னால் வரும்படி சமிக்ஞை செய்தார். அவரைப் பின் தொடர்ந்து பரஞ்சோதியும் இளம் பிக்ஷுவும் ஓட்டுக் கூரைகளின் மேலேயும், நிலா மாடங்கள் மண்டபங்களின் மேலேயும் ஓசைப்படாமல் மெதுவாக நடந்து சென்றார்கள். வீதியில் ஏதாவது சந்தடி கேட்டால் புத்த புக்ஷு உடனே தம் பின்னால் வருவோருக்கு ஜாடை காட்டி விட்டு உட்கார்ந்து கொள்வார். சந்தடி நீங்கிய பிறகு எழுந்து நடப்பார்.

இவ்விதம், ஏழெட்டு கட்டிடங்களை மேற்கூரை வழியாகக் கடந்த பிறகு, ஒரு வீட்டின் முகப்பில் வீதி ஓரத்தில் பன்னீர் மரங்கள் அடர்த்தியாக வளர்ந் திருந்த இடத்துக்கு வந்தார்கள்.

பன்னீர் மரங்களின் அடர்ந்த பசிய இலைகளுக்கு இடை இடையே கொத்துக் கொத்தாகப் பூத்திருந்த பன்னீர் மலர்கள் வெண்ணிலாவில் வெள்ளி மலர் களாகப் பிரகாசித்தன. அம்மலர்களின் சுகந்த பரிமளத்தை இளந்தென்றல் நாலாபக்கமும் பரப்பிக்கொண்டிருந்தது.

புத்த பிக்ஷு வீதியை இரு புறமும் நன்றாகப் பார்த்து விட்டு, அந்தப் பன்னீர் மரங்களில் ஒன்றைப் பிடித்துக்கொண்டு கீழே இறங்கினார். பரஞ்சோதியும் இளம் பிக்ஷுவும் அவ்விதமே இறங்கினார்கள். சிறிது தூரம் நடந்து கோயி லைப் போல் அமைந்த ஓர் அழகிய கட்டிடத்தின் வாசலை அடைந்தார்கள்.

அந்தக் கட்டிடந்தான் காஞ்சி நகருக்குள்ளிருந்த புத்த விஹாரங்களுக்குள் மிகப் பெரியது. 'இராஜ விஹாரம்' என்று பெயர் பெற்றது. கருணாமூர்த் தியான புத்த பகவானின் திருப் பற்களில் ஒன்று அந்தக் கோயிலின் கர்ப்பக் கிருஹத்தில் பிரதிஷ்டை செய்யப்பட்டிருந்தது.

பல்லவ மன்னர்கள் அவ்வப்போது ஒவ்வொரு மதத்தில் பற்றுடைய வர்களாயிருந்தாலும், எல்லா மதங்களையும் சம நோக்குடன் பார்த்து அந்தந்த மத ஸ்தாபனங்களுக்கு மானியம் விடுவது வழக்கம். அவ்விதம் இராஜாங்கமானியத்தைப் பெற்றது இராஜ விஹாரம்.

அன்றியும், காஞ்சியில் சில பெரும் செல்வர்கள் பௌத்த சமயிகளாயிருந் தார்கள். அவர்களில் ஒருவனான தனதாஸன் என்னும் வியாபாரி தன்னு டைய ஏகபுத்திரன் வியாதியாய்க் கிடந்தபோது, 'பிள்ளை பிழைத்தால் இராஜ விஹாரத்தைப் புதுப்பித்துத் தருவேனாக' என்று வேண்டுதல் செய்து கொண்டான். பிள்ளை பிழைக்கவே, ஏராளமான பொருட்செலவு செய்து விஹாரத்தைப் புதுப்பித்தான்.

தாவள்யமான முத்துச் சுண்ணாம்பு பூசப்பட்டிருந்த இராஜ விஹாரம் வெண்ணிலாவில் அழகின் வடிவமாக விளங்கிற்று.

அதைப் பார்த்ததும் பரஞ்சோதி, 'ஆஹா! என்ன அழகான கோயில்!' என்று கூவினான்.

புத்த பிக்ஷு சட்டென்று நின்று அவனுடைய வாயைப் பொத்தினார். அச்சமயம் அவர்கள் பன்னீர் மரங்களின் நிழலைத் தாண்டி இராஜ விஹாரத்துக்கு எதிரில் திறந்த வெளிக்கு வந்திருந்தார்கள்.

அதே சமயத்தில் இராஜ விஹாரத்துக்கு எதிர் வரிசையிலிருந்த கட்டிடங்களின் இருண்ட நிழலிலிருந்து இரண்டு வெண் புரவிகள் வெளிப்பட்டு வந்தன. அவற்றின் மீது இரண்டு வீரர்கள் காணப்பட்டார்கள். ஒருவர் நடுப் பிராயத்தினர்; இன்னொருவர் வாலிபர். இருவரும் பெரிய முண்டாசு கட்டியிருந்தார்கள்.

இரண்டு குதிரைகளும் இராஜ விஹாரத்தை நெருங்கி வந்தன. வீரர்களில் பெரியவன், 'புத்தம் சரணம் கச்சாமி!' என்றான். இளம் பிக்ஷு, 'தர்மம் சரணம் கச்சாமி!' என்றார்.

'அடிகளே! இரவு இரண்டாம் ஜாமத்துக்கு மேல் யாரும் வெளியில் கிளம்பக்கூடாது என்று தெரியுமோ?' என்றான் முதிய வீரன்.

'தெரியும்; ஆனால் சந்நியாசிக்கும் அந்தக் கட்டளை உண்டு என்பது தெரியாது' என்றார் பிக்ஷு.

'இந்த அர்த்தராத்திரியில் எங்கே கிளம்பினீர்களோ?'

'இந்தப் பிள்ளை - என்னுடைய சிஷ்யன். காஞ்சிக்குப் புதியவன். காணாமல் போய்விட்டான். அவனைத் தேடிப் பிடித்து அழைத்து வந்தேன்.

'இந்த வாலிபனுக்கு எந்த ஊரோ?'

'சோழ நாட்டில் செங்காட்டங்குடி.'

'இன்றைக்குத்தான் இருவரும் வந்தீர்களாக்கும்!'

'ஆம், ஐயா!'

'தங்கள் திருநாமம் என்னவோ!'

'நாகநந்தி என்பார்கள்.'

'இனிமேல் நள்ளிரவில் கிளம்ப வேண்டாம், சுவாமி! சிஷ்யப் பிள்ளையிடமும் சொல்லி வையுங்கள்.'

வீரர்கள் குதிரைகளைத் தட்டி விட்டுக்கொண்டு போனபிறகு மூவரும் இராஜ விஹாரத்துக்குள் பிரவேசித்தார்கள். அவர்கள் உள்ளே நுழைந்ததும் இராஜ விஹாரத்தின் வெளிக் கதவு சாத்தப்பட்டது.

உள்ளே வெகு தூரத்தில் கர்ப்பக்கிருஹம் தீப வரிசைகளால் அலங்கரிக்கப்பட்டிருந்ததைப் பரஞ்சோதி பிரமிப்புடன் பார்த்துக்கொண்டு நின்றான்.

உள்ளேயிருந்து வந்துகொண்டிருந்த அகிற் புகையின் வாசனை அவனுடைய தலையைக் கிறுகிறுக்கச் செய்தது.

புத்த பிக்ஷு அவனுடைய தலையைத் தொட்டு, 'பிள்ளாய்! எப்பேர்ப்பட்ட ஆபத்து உனக்கு வந்தது! புத்த பகவானுடைய கருணையினால் தப்பினாய்!' என்றார்.

பரஞ்சோதி அவரை ஏறிட்டுப் பார்த்து, 'அடிகளே! எந்த ஆபத்தைச் சொல்லுகிறீர்கள்?' என்று கேட்டான்.

'பெரிய ஆபத்து! இந்த விஹாரத்தின் வாசலிலேயே வந்தது. குதிரை மேல் வந்தவர்கள் யார் தெரியுமா?'

'எனக்கு எப்படித் தெரியும், சுவாமி? காஞ்சிக்கு நான் புதிதாயிற்றே!'

பிக்ஷு பரஞ்சோதியின் காதோடு, 'மகேந்திர சக்கரவர்த்தியும், அவருடைய மகன் மாமல்ல நரசிம்மனுந்தான்!' என்றார்.

பரஞ்சோதிக்கு உண்மையிலேயே தூக்கி வாரிப்போட்டது.

'நிஜமாகவா?' என்று வியப்புடன் கேட்டான்.

'ஆம்! இருவரும் மாறுவேடம் பூண்டு நகர் சுற்றக் கிளம்பியிருக்கிறார்கள். வேஷம் தரிப்பதில் மகேந்திர பல்லவருக்கு இணையானவர் இந்தப் பரத கண்டத்திலேயே இல்லை.'

பரஞ்சோதி சிறிது நேரம் ஆச்சரியக் கடலில் மூழ்கியிருந்து விட்டு, 'அவர் களால் எனக்கு என்ன ஆபத்து?' என்று கேட்டான்.

புத்த பிக்ஷு ஒரு கேலிச் சிரிப்புச் சிரித்தார். 'என்ன ஆபத்து என்றா கேட் கிறாய்? யானை மீது வேல் எறிந்த பிள்ளை நீதான் என்று அவர்களுக்குத் தெரிந்தால் நீ பிழைப்பது துர்லபம். அந்தச் சக்கரவர்த்திக்கு குமாரன் இருக் கிறானே, அவன் எப்பேர்ப்பட்டவன் தெரியுமா? இந்தப் பூமண்டலத்தில் தன்னைவிடப் பலசாலியோ, வீரனோ ஒருவனும் இருக்கக்கூடாது என்பது அவனுடைய எண்ணம். அப்படி யாராவது இருந்தால் அவனுடன் மல்யுத்தம் செய்து தோல்வியடைய வேண்டும்; இல்லாவிடில், யமனுலகம் போகவேண்டியதுதான்!'

'சண்டை என்று வந்தால் நான் பின்வாங்க மாட்டேன் அடிகளே! சக்கரவர்த்தி குமாரனாகவே இருக்கட்டும்! யாராய்த்தான் இருக்கட்டும்!' என்றான் பரஞ்சோதி.

'தெரியும் தம்பி! நீ இப்படிப்பட்ட வீரனாயிருப்பதனாலேதான் உனக்கு ஆபத்து அதிகம். நீ வேலை எறிந்ததனாலேதான் கோயில் யானைக்கு மதம் பிடித்தது என்று பொய்க் குற்றம் சாட்டி உன்னைத் தண்டித்து விடுவார்கள்.'

பரஞ்சோதிக்கு நெஞ்சில் 'சுருக்'கென்றது. சுமைதாங்கியில் படுத்திருந்த போது யாரோ பேசிக்கொண்டு போனது ஞாபகம் வந்தது. நாகநந்தியின் வார்த்தைகளில் இதுவரை நம்பிக்கையில்லாதவனுக்கு இப்போது கொஞ்சம் நம்பிக்கை உண்டாயிற்று.

'அப்படிப்பட்ட அநியாயமும் உண்டா?' என்றான்.

பரஞ்சோதி! இந்தக் காஞ்சி பல்லவர்களின் குலத்தொழிலே அதுதான். இன்றைக்கு நூற்றைம்பது வருஷங்களுக்கு முன்னால் உன்னைப் போலவே கல்வி பயில்வதற்காக, மயூரசன்மன் என்னும் இளைஞன் இந்த நகருக்கு வந்தான். அவனுடைய வீரத்தைக் கண்டு அசூயை கொண்ட பல்லவ இராஜ குமாரன் அவன்மேல் பொய்க் குற்றம் சாட்டிச் சிறையில் அடைத்து விட்டான்...'

'அப்புறம்?'

'மயூரசன்மன் சிறையிலிருந்து தப்பிக்கொண்டு போய்க் கிருஷ்ணா நதிக்கரையில் தனி ராஜ்யம் ஸ்தாபித்துக்கொண்டு, பல்லவர்களைப் பழிக்குப் பழி வாங்கினான். புத்த பகவான் அருளால் மயூரசன்மனைப் போலவே நீயும் பெரும் ஆபத்தில் இருந்து தப்பினாய்!...'

பரஞ்சோதி அப்போது குறுக்கிட்டு, 'அடிகளே! மற்ற ஆபத்துகள் ஒருபுற மிருக்கட்டும். இப்போது எனக்குப் பசி என்கிற ஆபத்துத்தான் பெரிய ஆபத்தாயிருக்கிறது! பசியினாலேயே பிராணன் போய்விடும் போலிருக்கிறது!' என்றான்.

நாகநந்தி அவனை மடப்பள்ளிக்கு அழைத்துச் சென்று உணவு அருந்து வித்தார். பிறகு ஒரு மண்டபத்தின் தாழ்வாரத்துக்கு அவனை அழைத்து வந்து, 'பரஞ்சோதி இங்கே படுத்துக்கொள். தூங்குவதற்கு ஒரு முகூர்த்த காலம் கொடுக்கிறேன். நிம்மதியாகத் தூங்கு. உனக்கு வந்த ஆபத்து இன்னும் முழுவதும் நீங்கிவிடவில்லை. பொழுது விடிவதற்குள்ளே நாம் கோட்டையை விட்டுப் போய்விடவேண்டும்' என்றார்.

பரஞ்சோதி அப்படியே அந்த மண்டபத்தின் தளத்தில் சாய்ந்தான். அடுத்த நிமிஷமே நித்திராதேவி அவனை ஆட்கொண்டாள்.

10.கண்கட்டு மாயம்

பரஞ்சோதி தரையில் படுத்தவுடனே கண்ணயர்ந்தான். ஆயினும், அவன் நல்ல தூக்கம் தூங்கினான் என்று சொல்வதற்கில்லை. ஏதேதோ பயங்கர துர்க்கனவுகள் தோன்றித் தூக்கத்தைக் கெடுத்தன.

ஒரு சமயம் ஐந்தாறு புத்த பிக்ஷுக்கள் வந்து அவனைச் சூழ்ந்து நின்றார்கள். அவர்களில் ஒருவர் தம் கையிலிருந்த தீபத்தைத் தூக்கிப் பரஞ்சோதியின் முகத்தில் வெளிச்சம் விழும்படி பிடித்தார்.

'ஆமாம்! நாகநந்தி சொல்வது சரிதான். இவன் முகத்தில் அபூர்வமான களையிருக்கிறது. இவன் மகாவீரன் ஆவான்! அல்லது மகாத்மா ஆவான்!' என்று யாரோ ஒருவர் சொன்னது போலிருந்தது.

இன்னொரு சமயம் அவனை ஒரு மதயானை துரத்திக்கொண்டு வருகிறது. பரஞ்சோதி சட்டென்று ஒரு பன்னீர் மரத்தின் மேல் ஏறிக்கொள்கிறான். புஷ்பக் கொத்துடன் கூடிய ஒரு பன்னீர்க் கிளையை ஒடித்து யானையின் மேல் போடுகிறான். அச்சமயம் திடீரென்று இரு குதிரை வீரர்கள் தோன்றி, 'அடப்பாவி! கோயில் யானையைக் கொன்று விட்டாயா?' என்று கூவிக் கொண்டே தங்கள் கையிலிருந்த வேல்களை அவன்மீது எறிகிறார்கள்!

மற்றும் ஒரு பயங்கரக் கனவு! நாகநந்தியடிகள் வந்து அவன் பக்கத்தில் நின்று அவனுடைய முகத்தை உற்றுப் பார்க்கிறார். அப்படி பார்த்துக் கொண்டிருக்கும்போதே அவருடைய முகமானது படமெடுத்தாடும் பாம்பின் முகமாக மாறுகிறது! அந்தப் பாம்பு அதனுடைய மெல்லிய பிளவுபட்ட நாவை நீட்டி அவனுடைய முகத்தைத் தீண்ட வருகிறது!

பரஞ்சோதி அலறிப் புடைத்துக்கொண்டு எழுந்திருந்தான். பார்த்தால், நாகநந்தி அடிகள் உண்மையாகவே அவன் அருகில் நின்று அவனைக் குனிந்து பார்த்துக்கொண்டிருந்தார்.

'பிள்ளாய்! ஏன் இப்படிப் பயப்படுகிறாய்? ஏதாவது துர்க்கனவு கண்டாயா?' என்று பிக்ஷு கேட்டார்.

பரஞ்சோதி, 'இல்லை; இல்லை, ஒன்றுமில்லை. நீங்கள் திடீரென்று தொடவே கொஞ்சம் திடுக்கிட்டேன்' என்றான்.

'பொழுது விடிய இன்னும் ஒரு முகூர்த்தந்தான் இருக்கிறது. புறப்படு, போகலாம்! பொழுது விடிவதற்குள் இந்தக் கோட்டையைக் கடந்துபோய் விட வேண்டும்.'

'ஏன் சுவாமி?'

'புத்த தேவருடைய ஆக்ஞை!'

'யாருக்கு?'

'எனக்குத்தான்; உன்னை அபாயத்திலிருந்து தப்புவிக்கும்படி ஆக்ஞை. என்னிடம் உனக்கு இன்னும் நம்பிக்கை வரவில்லையா?' என்று நாகநந்தி பரிவு ததும்பிய குரலில் கேட்டார்.

பரஞ்சோதி மௌனமாயிருந்தான்.

'போகட்டும், இன்னும் ஒரே ஒரு முகூர்த்த காலம் - இரவு கழிந்து பொழுது விடியும்வரையில் - நான் சொல்கிறதைக் கேள். புத்த தேவருடைய கட்டளையை நான் நிறைவேற்றி விடுகிறேன். கோட்டைக்கு வெளியே உன்னைக்கொண்டு போய் விட்டுவிடுகிறேன். அப்புறம் உன் இஷ்டம் போல் செய்.'

கனிந்த குரலில் கூறிய இந்த வேண்டுகோளைப் பரஞ்சோதியினால் மறுக்க முடியவில்லை.

'ஆகட்டும், அடிகளே!' என்றான்.

'அப்படியானால் இன்னும் ஒரு முகூர்த்த காலம் என்னிடம் நம்பிக்கை வைத்து நான் சொன்னபடி கேட்பாயல்லவா!'

'கேட்கிறேன்'.

'உன்னுடைய கண்களைக் கட்டி இவ்விடமிருந்து அழைத்துப் போக வேண்டியதாயிருந்தால்?'

பரஞ்சோதி ஒரு நிமிஷம் திகைத்து நின்றுவிட்டு, 'எப்படியானாலும் சரி' என்றான்.

உடனே, நாகநந்தி அடிகள் ஒரு சிறு துண்டை எடுத்துப் பரஞ்சோதியின் கண்களைச் சுற்றிக் கட்டினார்.

'பிள்ளாய்! என் கையைப் பிடித்துக்கொண்டே வர வேண்டும். நான் சொல்கிற வரையில் கண்ணின் கட்டை அவிழ்க்கக்கூடாது. இப்போது நீ என்னிடம் காட்டும் நம்பிக்கையின் பலனை ஒருநாள் அவசியம் தெரிந்து கொள்வாய்!'

இவ்விதம் கூறிப் பரஞ்சோதியின் கரத்தைப் பிடித்துக்கொண்டு, நாகநந்தி நடக்கத் தொடங்கினார். பரஞ்சோதியின் நெஞ்சு 'படக் படக்' என்று அடித்துக்கொண்டது. ஆயினும், அவன் மனத்தைத் திடப்படுத்திக்கொண்டு பிக்ஷுவைப் பின்பற்றி நடந்தான்.

முதலில், புத்த விஹாரத்தின் வாசல் வழியாக வெளியேறுவது போலப் பரஞ்சோதிக்குத் தோன்றிற்று. பின்னர், வீதியோடு நடந்து போவதாகத் தோன்றிற்று. பன்னீர் புஷ்பங்களின் வாசனையிலிருந்து அன்று முன்னிரவில் மேல் மாடத்திலிருந்து வீதியில் இறங்கிய இடமாக இருக்கலாமென்று ஊகித்துக் கொண்டான்.

இன்னும் சிறிது தூரம் நடந்த பிறகு, போகும் திசை மாறியது. சற்று நேரத்துக்கெல்லாம் மீண்டும் பன்னீர்ப் பூவின் நறுமணம். 'வந்த வழியே திரும்பிப் போகிறோமா, என்ன? ஆ! இந்தப் பொல்லாத பிக்ஷு எனக்கு வழி அடையாளம் தெரியாமலிருப்பதற்காக இப்படி இழுத்தடிக்கிறார் போலும்!' என்று பரஞ்சோதி எண்ணிக் கொண்டான்.

மறுபடியும் ஒரு கட்டிடத்துக்குள் பிரவேசிப்பது போலிருந்தது. அகிற் புகையின் மணத்திலிருந்து, 'இது இராஜ விஹாரந்தான்' என்று பரஞ்சோதி தீர்மானித்தான். பிறகு சிறிது நேரம் இருளடைந்த குகைகளின் வழியாகச் சுற்றிச் சுற்றி வருவது போல் தோன்றியது. கண்ணைக் கட்டியிருந்தபடியால் வெகு நேரம் முடிவேயில்லாமல் நடந்துகொண்டிருப்பதாகப்பட்டது.

'அடிகளே! இன்னும் எத்தனை நேரம் இவ்விதம் கண் கட்டு வித்தை செய்ய வேண்டும்?' என்று பரஞ்சோதி கேட்டான்.

'பிள்ளாய்! கிட்டத்தட்ட வந்துவிட்டோம். இன்னும் கொஞ்சம் பொறு!' என்றார் பிக்ஷு.

திடீரென்று இருட்டிலிருந்து வெளிச்சத்துக்கு வந்துவிட்டதாகப் பரஞ்சோதி உணர்ந்தான்.

'பரஞ்சோதி! நாம் வரவேண்டிய இடத்துக்கு வந்து விட்டோம். கண்கட்டுச் சோதனை முடிந்தது' என்று சொல்லிக்கொண்டே அடிகள் கட்டை அவிழ்த்தார்.

புத்த பகவான் அருளால் சொர்க்கலோகத்துக்கே வந்து விட்டோமோ என்று பரஞ்சோதிக்குத் தோன்றியது. அவன் கண் முன்னால் அத்தகைய சௌந்தர்யக் காட்சி தென்பட்டது.

அகழி நீரில் அஸ்தமன சந்திரனின் வெள்ளிக்கிரணங்கள் படிந்து, உருக்கிய வெள்ளி ஓடையாகச் செய்துகொண்டிருந்தன. அகழிக்கப்பால் மரங்கள் அடர்ந்த வனப் பிரதேசம் காணப்பட்டது. மரங்களின் உச்சியில் சந்திர கிரணங்கள் இலைகளின் மீது தவழ்ந்து விளையாடின.

அகழியில் ஒரு படகு மிதந்தது. பரஞ்சோதியைச் சிறை மீட்க உதவி செய்த இளம் பிக்ஷு கையில் துடுப்புடன் படகில் நின்றார்.

பெரிய பிக்ஷுவும் பரஞ்சோதியும் அகழியண்டை போய் படகில் ஏறினார்கள். படகு நகர்ந்தது.

'இந்த அகழியைத் தாண்டப் படகு என்னத்திற்கு? எளிதில் நீந்திக் கடந்து விடலாமே?' என்றான் பரஞ்சோதி.

'ஆம்; நீந்தத் தெரிந்தவர்கள் நீந்தலாம்.' '

இந்த அகழியினால் கோட்டைப் பாதுகாப்புக்குத்தான் என்ன பிரயோஜனம்? எதிரிகள் வந்தால் சுலபமாய் நீந்திவிடமாட்டார்களா?'

'அதோ பார்!' என்றார் பிக்ஷு. சற்றுத் தூரத்தில் ஒரு முதலை பயங்கரமாக வாயைத் திறந்தது.

'ஐயோ!' என்றான் பரஞ்சோதி.

'இம்மாதிரி நூற்றுக்கணக்கான முதலைகள் இந்த அகழியில் இருக்கின்றன. சாதாரண காலங்களில் அங்கங்கே இரும்புக் கூண்டுகளில் அடைத்து வைத்திருப்பார்கள். யுத்த காலங்களில் திறந்து விட்டுவிடுவார்கள். நேற்று இரவு திறந்து விட்டிருக்கிறார்கள்.'

'அப்படியானால், யுத்தம் வருவது நிஜந்தானா? சுவாமி!'

'பின் எதற்காக இவ்வளவு அமர்க்களமெல்லாம் என்று நினைத்தாய்!' என்றார் பிக்ஷு.

பரஞ்சோதி மௌனமாயிருந்தான்.

படகு அகழியின் அக்கரையை அடைந்தது.

11.ஆயனச் சிற்பி

வானளாவி வளர்ந்திருந்த மரங்களின் கிளைகள் நெடுந்தூரத்துக்கு நெடுந்தூரம் பரவிப் பின்னிக்கொண்டிருந்த வனப் பிரதேசத்தின் மத்தியில் அழகான சிற்ப வீடு ஒன்று காணப்பட்டது.

மனோகரமான காலை நேரம். சூரியோதயமாகி ஒரு ஜாமம் இருக்கும். ஓங்கி வளர்ந்திருந்த மரங்களின் உச்சியில் வஸந்த காலத்தில் இளந்தென்றல் உலாவியபோது 'சலசல'வென்று இலைகள் அசையும் இனிய ஓசை எழுந்தது.

பட்சி ஜாலங்களின் கண்டங்களிலிருந்து விதவிதமான சுருதி பேதங்களுடன் மதுர மதுரமான அமுத கீதங்கள் பெருகிக்கொண்டிருந்தன.

வீட்டைச் சுற்றியிருந்த மரங்களின் அடியில் ஆங்காங்கே பெரிய பெரிய கருங்கற்கள் கிடந்தன. அந்தக் கருங்கற்களில், தனித்தனியாகவும் இருவர் மூவராகவும் இளம் சிற்பிகள் அமர்ந்து கையில் கல்லுளியுடன் வேலை செய்துகொண்டிருந்தார்கள்.

இளம் சிற்பிகள் கருங்கற்களில் கல்லுளியினால் வேலை செய்தபோது உண்டான 'கல்கல்' என்ற ஓசை, இலைகள் அசையும் ஓசையுடனும் பட்சிகளின் மதுரகானத்துடனும் கலந்து, செவி கொடுத்துக் கேட்பவர்களுக் கெல்லாம் நாத போதையை உண்டாக்கிற்று.

இத்தகைய கீதப் பிரவாகத்துக்கிடையே, திடீரென்று வீட்டிற்குள்ளிருந்து 'ஜல்ஜல்' என்ற சத்தம் வந்தது.

இளம் சிற்பிகள் அவ்வளவு பேரும் சொல்லி வைத்தாற்போல வேலையை நிறுத்திவிட்டுக் காது கொடுத்துக் கேட்டார்கள். அவர்களுடைய முகங்கள் எல்லாம் ஏக காலத்தில் மலர்ந்தன.

ஏனெனில் அந்த 'ஜல்ஜல்' ஒலியானது, அவர்களுடைய ஆச்சாரிய சிற்பியின் மகள் சிவகாமி தேவியின் பாதச் சலங்கை ஒலியென்பதை அவர்கள் அறிந் திருந்தார்கள். மூன்று நாளாக ஏதோ ஒரு காரணத்தினால் சோகத்தில் ஆழ்ந் திருந்த சிவகாமி இன்றைக்குச் சோகம் நீங்கி மீண்டும் நடனம் செய்ய ஆரம் பித்திருக்கிறாள் என்பதை அந்த 'ஜல்ஜல்' ஒலி பறையறைந்து தெரிவித்தது.

சற்று நேரம் அந்த இனிய ஒலியைக் கேட்டுக்கொண்டிருந்து விட்டு, ஒருவ ரோடொருவர் முக பாவத்தினாலேயே சம்பாஷித்து விட்டு, இளம் சிற்பிகள் மறுபடியும் தங்கள் வேலையை ஆரம்பித்தார்கள்.

ஆயனரின் சிற்பக் கோயிலுக்குள்ளே நாம் பிரவேசிப்பதற்கு முன்னால், அவர் அந்த நடுக்காட்டில் வந்து வீடு கட்டிக்கொண்டு வசிக்க நேர்ந்ததேன் என்பதைச் சிறிது கவனிப்போம்.

தெற்கே பாண்டிய நாட்டின் எல்லையிலிருந்து வடக்கே கிருஷ்ணா நதி வரையில் பரந்திருந்த பல்லவ ராஜ்யத்தில் காஞ்சியைத் தலைநகராகக் கொண்டு மகேந்திரவர்ம சக்கரவர்த்தி சிறப்புடன் ஆட்சி புரிந்துகொண்டிருந்த காலத்தில், தமிழகமெங்கும் ஓர் அதிசயமான 'கலை மறுமலர்ச்சி' ஏற்பட்டிருந்தது.

செந்தமிழ் நாடெங்கும் மகா சிற்பிகளும் சித்திரக் கலைஞர்களும் தோன்றிச் சிற்ப, சித்திரக் கலைகளை அற்புதமாக வளர்த்து வந்தார்கள். குன்றுகளைக் குடைந்து கோயில்களாக்கும் கலையும், கற்பாறைகளிலே சிற்பங்களைச் செதுக்கும் கலையும் எங்கெங்கும் பரவி வந்தன.

அதே சமயத்தில் தெய்வத் தமிழகத்தில் சைவ, வைஷ்ணவ சமயங்கள் புத்துயிர் பெற்றுத் தழைக்கத் தொடங்கின. சிவனடியார்களும், வைஷ்ணவப் பெரியார்களும் ஸ்தல யாத்திரை என்ற வியாஜத்தில் தேசமெங்கும் பிரயாணம் செய்து, சைவ வைஷ்ணவ சமயங்களைப் பரப்பி வந்தார்கள்.

இது காரணமாகத் தமிழகத்தில் சென்ற சில நூற்றாண்டுகாலமாய் வேரூன்றியிருந்த புத்த, சமண சமயங்களுக்கும், சைவ, வைஷ்ணவ சமயங்களுக்கும், தீவிரப் போட்டி ஏற்பட்டது. அந்தந்தச் சமயத் தத்துவங்களைப் பற்றிய விவாதங்கள் எங்கே பார்த்தாலும் காரசாரமாக நடந்துகொண்டிருந்தன.

மேற்படி சமயப் போட்டியானது கலைத் துறையில் மிகுதியாகக் காணப்பட்டது. ஒவ்வொரு சமயத்தினரும் தங்கள் தங்கள் சமயத்தையொட்டிக் கலைகளை வளர்க்க முயன்றார்கள். சைவ வைஷ்ணவர்கள் சிவன் கோயில்களையும், பெருமாள் கோயில்களையும் நாடெங்கும் நிர்மாணிக்க விரும்பினார்கள். பௌத்தர்களும் சமணர்களும் எங்கெங்கும் புத்த விஹாரங்களையும் சமணப் பள்ளிகளையும் நிறுவத் தொடங்கினார்கள்.

பாறைகளுக்கும் குன்றுகளுக்கும்கூடப் பெரிய போட்டி ஏற்பட்டது! ஒவ்வொரு மதத்தினரும், 'இது எங்கள் குன்று; எங்கள் பாறை!' என்று பாத்தியதை கொண்டாடினார்கள். அந்தப் பாறைகளையும் குன்றுகளையும் குடைந்துகோயில்களையும் விஹாரங்களையும் நிர்மாணிக்கும் ஆசையினால் தான் அத்தகைய போட்டி உண்டாயிற்று.

அதே மாதிரி சிற்பிகள், சித்திரக் கலைஞர்களின் விஷயத்திலும் பலமான போட்டி ஏற்பட்டிருந்தது. பெயர் பெற்ற சிற்பிகளிடமும் சித்திரக் கலைஞர்களிடமும் நாலு மதத்தினரும் வந்து மன்றாடி அழைத்தார்கள். அத்தகைய பலமான போட்டிக்கு ஆளாகியிருந்தவர்களில் ஆயனச் சிற்பியும் ஒருவர்.

காஞ்சி மாநகரில் பிறந்து வளர்ந்து கலை பயின்ற ஆயனர், இளம் பிராயத்திலேயே 'மகா சிற்பி' என்று பெயர் பெற்றுவிட்டார். ஆயனருடைய புகழ் வளர வளர, அவருடைய வேலைக்குக் குந்தகம் அதிகமாக ஏற்பட்டுக் கொண்டிருந்தது. மகேந்திர சக்கரவர்த்தி முதல் சாதாரண ஜனங்கள் வரையில் அடிக்கடி அவருடைய விடுதிக்கு வருவதும் அவருடைய சிற்ப வேலைகளைப் பாராட்டுவதுமாக இருந்தார்கள். வந்தவர்களை வரவேற்று உபசரிப்பதிலேயே அவருடைய காலம் அதிகமாகச் செலவழிந்து வந்தது.

சைவ குலத்தில் பிறந்த ஆயனர் இயற்கையாகச் சைவ மதப்பற்றுக் கொண்டிருந்தார். அதோடு, பழந்தமிழ்நாட்டுச்சிற்ப வடிவங்களில் சிறந்த ஸ்ரீநடராஜ வடிவம் அவருடைய உள்ளத்தைப் பூரணமாய்க் கவர்ந்திருந்தது. எனவே, அவருடைய சிற்ப வேலைகள் பெரும்பாலும் சைவ மதத்தைத் தழுவியனவாக இருந்தன. இது காரணமாக, புத்த பிக்ஷுக்களும் சமண முனிவர்களும் ஆயனரைத் தங்கள் சமயத்தில் சேர்த்துக்கொள்ள இடைவிடாத முயற்சி செய்த வண்ணமிருந்தார்கள்.

இந்தத் தொல்லையிலிருந்து விடுபடுவதற்காக, ஆயனச் சிற்பியார் ஒரு தீர்மானத்துக்கு வந்தார். அதாவது காஞ்சி நகரை விட்டுச் சென்று எங்கேயாவது நடுக்காட்டில் ஏகாந்தமான பிரதேசத்தில் வீடு அமைத்துக்கொண்டு வசிக்க வேண்டும் என்பதுதான்.

அவ்விதம் ஆயனர் தீர்மானித்ததற்கு இன்னொரு முக்கியமான காரணமும் இருந்தது. அந்த மகா சிற்பி, சிற்ப சித்திரக் கலைகளை நன்கு பயின்றதோடு, பரத சாஸ்திரம் என்னும் மகா சமுத்திரத்தையும் கரை கண்டவராக இருந்தார். அவருடைய ஏக புதல்வி சிவகாமி குழந்தையாயிருந்த போதே நடனக் கலையில் அவள் சிறந்த தேர்ச்சியடைவாள் என்பதற்கு அறிகுறிகள் காணப் பட்டன.

ஆயனருடைய உள்ளத்தில் ஒரு பெரிய ஆசை உதயமாயிற்று.

'குழந்தை சிவகாமிக்குப் பரத நாட்டியக் கலையில் பயிற்சி அளிக்க வேண்டும்; அவளுடைய நடனத் தோற்றங்களைப் பார்த்து அவற்றைப் போல் ஜீவகளையுள்ள நவநவமான நடன வடிவங்களைச் சிலைகளிலே அமைக்க வேண்டும்' என்னும் மனோரதம் அவருக்கு உண்டாகி, நாளுக்கு நாள் வலுப்பெற்று வந்தது. நகரத்தை விட்டு எங்கேயாவது ஏகாந்தமான பிரதேசத்துக்குப் போனாலொழிய மேற்படி மனோரதம் நிறைவேறுவது சாத்தியமாகாது என்பதையும் அவர் நன்கு உணர்ந்தார்.

ஆயனர் தமது விருப்பத்தை மகேந்திர சக்கரவர்த்தியிடம் விண்ணப்பித்துக் கொண்டபோது, கலைஞர்களுடைய விசித்திர குணாதிசயங்களை நன்கு அறிந்தவரான மகேந்திர பல்லவர் உடனே அவருடைய யோசனைக்குச் சம்மதம் அளித்தார். அதற்கு வேண்டிய சௌகரியங்களையும் செய்து கொடுக்க முன்வந்தார்.

காஞ்சியிலிருந்து ஒரு காத தூரத்தில், ராஜபாட்டையிலிருந்து விலகியிருந்த அடர்ந்த வனப் பிரதேசம் ஒன்றை ஆயனர் தேர்ந்தெடுத்து, அங்கே வீடுகட்டிக்கொண்டு, குழந்தை சிவகாமியுடனும், பதியை இழந்திருந்த தம் தமக்கையுடனும் வசிக்கலானார்.

எந்த நோக்கத்துடன் ஆயனர் அந்த ஏகாந்தமான பிரதேசத்தைத் தேடி வந்தாரோ அந்த நோக்கம் சில அம்சங்களில் நன்கு நிறைவேறிவந்தது. சிவகாமி நாட்டியக் கலையில் நாளுக்கு நாள் தேர்ச்சி அடைந்து வந்தாள். அவளுடைய நடனத் தோற்றங்களைப் பார்த்து ஆயனர் முதலில் அவை போன்ற சித்திரங்கள் வரைந்துகொண்டார். பிறகு அந்தச் சித்திரங்களைப்

போலவே அதிசயமான ஜீவகளை பொருந்திய நடன உருவங்களைக் கல்லிலே அமைக்கலானார்.

ஆயனர் ஏகாந்தமான பிரதேசத்துக்குப் போன போதிலும், வெளி உலகம் அவரை அடியோடு தனியாக விட்டு விடவில்லை.

கலைஞர்களும், கலைகளில் பற்றுடையவர்களும் காட்டு வழிகளிலே புகுந்து ஆயனர் வீட்டை அடிக்கடி தேடிச் சென்றார்கள். அவ்வாறு சென்றவர்களில் முக்கியமானவர்கள் மகேந்திர சக்கரவர்த்தியும் அவருடைய குமாரர் மாமல்லருந்தான்.

இவர்கள் ஆயனர் வீடு செல்லுவதற்கு ஒரு முக்கியமான முகாந்திரமும் இருந்தது.

சக்கரவர்த்தியும் மாமல்லரும் ஒருநாள் கடல்மல்லைத் துறைமுகத்துக்குச் சென்றிருந்தபோது, கடற்கரையோரமாகப் பரந்து கிடந்த குன்றுகளும் பாறைகளும் அவர்களுடைய கவனத்தைக் கவர்ந்தன. அந்தக் குன்றுகளிலும் பாறைகளிலும் விதவிதமான சிற்ப வேலைகளைச் செய்து கடல்மல்லைத் தலத்தை ஒரு சொப்பன லோகமாகச் செய்துவிட வேண்டுமென்று அவர்கள் தீர்மானித்தார்கள். தமிழகமெங்குமிருந்து ஆயிரக்கணக்கான சிற்பிகள் அங்கு வந்து வேலை செய்யத் தொடங்கினார்கள்.

இந்த வேலைகள் சம்பந்தமாக ஆயனரிடம் கலந்து ஆலோசிப்பதற்கும், அவ்வப்போது அவரை அழைத்துச் சென்று நடந்திருக்கும் வேலைகளைக் காட்டுவதற்குமாகச் சக்கரவர்த்தியும் மாமல்லரும் அவருடைய வீட்டுக்கு அடிக்கடி வரவேண்டியிருந்தது. அப்படி வரும்போதெல்லாம் ஆயனரின் நடனச் சிற்பங்களைப் பார்த்து அவர்கள் பாராட்டியதுடன் சிவகாமியை நடனமாடச் சொல்லியும் பார்த்து மகிழ்ந்தார்கள்.

சிவகாமி மங்கைப் பருவத்தை அடைந்து நடனக் கலையில் ஒப்பற்ற தேர்ச்சியும் அடைந்த பிறகு, காஞ்சி ராஜ சபையில் அவளுடைய நடன அரங்கேற்றத்தை நடத்த வேண்டுமென்று சக்கரவர்த்தி ஆக்ஞாபித்தார்.

அந்த அரங்கேற்றம் எப்படி இடையில் தடைப்பட்டுப் போயிற்று என்பதை இந்த வரலாற்றின் ஆரம்ப அத்தியாயங்களில் பார்த்தோம்.

12.தெய்வமாக் கலை

அரண்ய மத்தியில் அமைந்த ஆயனர் வீட்டின் உட்புறம் கண்கொள்ளாக் காட்சியளித்தது.

வெளித் தாழ்வாரத்தையும் முன் வாசற்படியையும் தாண்டி உள்ளே சென்றதும், நாலுபுறமும் அகன்ற கூடங்களும், நடுவில் விசாலமான

முற்றமாக அமைந்த பெரிய மண்டபமும் காணப்பட்டன. முற்றத்துக்கு மேலே மண்டபம் எடுப்பாகத் தூக்கிக் கட்டப்பட்டிருந்தது. கூடங்களின் ஓரங்களில் சிற்ப வேலைப்பாடு அமைந்த தூண்கள் நின்றன. அவை மேல் மண்டபத்தைத் தாங்குவதற்காக நின்றனவோ, அல்லது அலங்காரத்துக்காக நின்றனவோ என்று சொல்ல முடியாமல் இருந்தது.

நாலு புறத்துச் சுவர்களிலும் விதவிதமான வர்ணங்களில் அழகழகான சித்தி ரங்கள் காணப்பட்டன. அந்தச் சித்திரங்களில் ஸ்ரீ நடராஜ மூர்த்தியின் நாதாந்த நடனம், தாண்டவ நடனம், குஞ்சித நடனம், ஊர்த்வ நடனம் ஆகிய தோற்றங்கள் அதிகமாக இருந்தன. அம்மாதிரியே ஓர் அழகிய இளம் பெண்ணின் பலவகை அபிநய நடனத் தோற்றங்களும் அதிகமாகக் காட்சியளித்தன.

முற்றத்தில் பெரிய கருங்கற்களும், உடைந்த கருங்கற்களும், பாதி வேலை செய்யப் பெற்ற கருங்கற்களும் கிடந்தன. ஒரு பக்கத்துக் கூடத்தில் வேலை பூரணமாகி ஜீவ களையுடன் விளங்கிய சிலைகள் வரிசையாக வைக்கப் பட்டிருந்தன. சித்திரங்களில் தோன்றிய அதே இளம் பெண்ணின் மோகன வடிவந்தான் அந்தச் சிலைகளிலும் விளங்கின. ஒவ்வொரு சிலையும் பரத சாஸ்திரத்தில் சொல்லியிருக்கும் நூற்றெட்டு அபிநயத் தோற்றங்களில் ஒன்றைக் குறிப்பிடுவதாயிருந்தது.

ஆனால், நாம் குறிப்பிடும் சமயத்தில் அந்தச் சிற்ப மண்டபத்துக்குள் பிரவேசிப்பவர்கள் மேற்கூறிய சிற்ப அதிசயங்களையெல்லாம் கவனம் செலுத்திப் பார்த்திருக்க முடியாது. அவர்களுடைய கருத்தையும் கண் களையும் அம்மண்டபத்தின் ஒரு பக்கத்துக் கூடத்தில் தோன்றிய காட்சி பூரணமாகக் கவர்ந்திருக்கும்.

சித்திரங்களிலும் சிலைகளிலும் தோற்றமளித்த இளம் பெண்ணானவள் அங்கே சுயமாகவே தோன்றி, கால் சதங்கை 'கலீர் கலீர்' என்று சப்திக்க நடன மாடிக்கொண்டிருந்தாள், அவளுக்கெதிரே சற்றுத் தூரத்தில் ஆயனச் சிற்பியார் உட்கார்ந்து கண்கொட்டாத ஆர்வத்துடன் பார்த்துக்கொண்டிருந்தார்.

பார்த்துக்கொண்டிருந்தவர் திடீரென்று, 'நில்!' என்றார். அந்த க்ஷணமே சிவகாமியும் ஆட்டத்தை நிறுத்தி, அப்போது நின்ற நிலையிலேயே அசையாமல் நின்றாள்.

ஆயனர் கையில் கல்லுளியை எடுத்தார். அவர் அருகில் ஏறக்குறைய வேலை பரிபூரணமான ஒரு சிலை கிடந்தது. அதன் கண் புருவத்தின் அருகே ஆயனர் கல்லுளியை வைத்து, இலேசாகத் தட்டினார். மறுபடியும் சிவகாமியை நிமிர்ந்து பார்த்து, 'சற்று இரு! அம்மா!' என்று கூறி, மேலும் அச்சிலையின் புருவங்களில் சிறிது வேலை செய்தார். பிறகு, 'போதும்! குழந்தாய்! இங்கே வந்து உட்கார்!' என்றார்.

சிவகாமி ஆயனர் அருகில் சென்று உட்கார்ந்தாள். அவள் முகத்தில் முத்து முத்தாகத் துளித்திருந்த வியர்வையை ஆயனர் தம் அங்கவஸ்திரத்தினால் துடைத்துவிட்டு, 'அம்மா! சிவகாமி! பரத சாஸ்திரத்தை எழுதினாரே, அந்த

மகா முனிவர் இப்போது இருந்தால் உன்னிடம் வந்து அபிநயக் கலையின் நுட்பங்களைக் கற்றுக் கொள்ள வேண்டியதாயிருக்கும். கண் பார்வையிலும், புருவத்தின் நெறிப்பிலும் என்ன அற்புதமாய் நீ மனோபாவங்களைக்கொண்டு வந்து விடுகிறாய்? நடன கலைக்காகவே நீ பிறந்தவள்!' என்றார்.

'போதும் அப்பா, போதும். எனக்கு ஒன்றுமே பிடிக்கவில்லை!' என்று அலுப்பான குரலில் கூறினாள் சிவகாமி.

'பிடிக்கவில்லையா? என்ன பிடிக்கவில்லை?' என்று ஆயனர் வியப்புடன் கேட்டார்.

'நான் பெண்ணாகப் பிறந்ததே பிடிக்கவில்லை!' என்றாள் சிவகாமி.

'சிவகாமி! இது என்ன இது? மூன்று நாளாகத்தான் உடம்பு நன்றாக இல்லை என்று சொன்னாய். இன்றைக்கு ஏன் இத்தனை வெறுப்பாய்ப் பேசுகிறாய்? என் பேரில் ஏதாவது கோபமா?' என்று ஆயனர் பரிவுடன் கேட்டார்.

'உங்கள் பேரில் எனக்கு என்ன கோபம் அப்பா! பரத சாஸ்திரம் என்று ஒன்றை எழுதினாரே, அந்த முனிவரின் பேரில்தான் கோபம். எதற்காக இந்தக் கலையை கற்றுக்கொண்டோம் என்றிருக்கிறது' என்று கூறிப் பெருமூச்சு விட்டாள் சிவகாமி.

'ஆகா! என்ன வார்த்தை சொன்னாய்? பரத முனிவரின் பேரில் கோபமா? சிவகாமி! நிருத்யக் கலையில் நீ அபூர்வமான தேர்ச்சியடைந்திருக்கிறாய். ஆனால், அந்தக் கலையின் பெருமையை நீ உணரவில்லை. நிருத்யக் கலைதான் மற்ற எல்லாக் கலைகளுக்கும் அடிப்படை சிவகாமி! அதனாலேதான் இதைத் தெய்வமாக் கலையென்றும், பிரம்ம தேவர் பரத முனிவருக்கு அருளிய 'நாட்டிய வேதம்' என்றும் சொல்கிறார்கள், நிருத்யக் கலையிலிருந்துதான் சித்திரக்கலை உண்டாயிற்று. அதிலிருந்துதான் சிற்பக்கலை வளர்ந்தது. இசைக் கலைக்கும் நிருத்யக் கலைதான் ஆதாரம். பரத சாஸ்திரம் அறியாதவர்கள் சங்கீதத்தின் ஜீவதத்துவத்தை அறிய முடியாது அம்மா! அன்றைக்கு ருத்ராச்சாரியாரே இதை ஒப்புக்கொண்டுவிட்டார்...'

'யார் ருத்ராச்சாரியார்? சக்கரவர்த்திக்குப் பக்கத்தில் பெரிய வெள்ளைத் தாடியோடு உட்கார்ந்திருந்தாரே, அவரா?'

'ஆம்; அவர்தான் நமது மகேந்திர சக்கரவர்த்தியின் சங்கீத ஆசிரியர். சங்கீதத்தைப் பற்றிச் சாஸ்திரம் எழுதியிருக்கிறார். இப்போது கிழவருக்கு வயது அதிகமாகிவிட்டது. இருந்தாலும் தடியை ஊன்றிக்கொண்டு உன்னுடைய அரங்கேற்றத்துக்கு வந்திருந்தார். உன்னுடைய ஆட்டத்தைப் பார்த்துப் பிரமித்துப் போய்விட்டார். சபை கலைந்தவுடனே அவர் என்னைக் கூப்பிட்டு, 'உன் மகள் நன்றாயிருக்கவேண்டும். அவள்தான் இன்று என் குருட்டுக் கண்களைத் திறந்து, ஒரு முக்கியமான உண்மையை உணரச் செய்தாள். நான் சங்கீத சாஸ்திரம் எழுதியிருக்கிறேனே, அதெல்லாம் சுத்தத் தவறு. பரத சாஸ்திரம் பயிலாமல் நான் சங்கீதத்தைப் பற்றி எழுதியதே

பெரும் பிசகு!' என்று சொன்னார். சங்கீத மகாசாகரமாகிய ருத்ராச்சாரியாரே இவ்வாறு சொல்லுகிறதென்றால்...'

'அப்பா! யார் என்ன சொன்னால் என்ன? எனக்கு என்னமோ ஒன்றும் பிடிக்கவில்லை. பரதம், சங்கீதம், சிற்பம், சித்திரம் இவற்றினால் எல்லாம் உண்மையில் என்ன பிரயோஜனம்?'

'சிவகாமி! நீதானா கேட்கிறாய், கலைகளினால் என்ன பிரயோஜனம் என்று? மகளே! நான் கேட்கிறதற்கு விடை சொல். வஸந்த காலத்தில் மரங்களும் செடிகளும் பூத்துக் குலுங்குவதனால் என்ன பிரயோஜனம்? பௌர்ணமி இரவில் பூர்ண சந்திரன் பால் நிலவைப் பொழிகிறதே, அதனால் என்ன உபயோகம்? மயில் ஆடுவதனாலும், குயில் பாடுவதனாலும் யாது பயன்? கலைகளின் பயனும் அவை போன்றதுதான். கலைகளைப் பயில்வதிலேயே ஆனந்தம் இருக்கிறது. அந்த ஆனந்தத்தை நீ அனுபவித்ததில்லையா? இன்றைக்கு ஏன் இப்படிப் பேசுகிறாய், அம்மா?'

சிவகாமி மறுமொழி சொல்லாமல் எங்கேயோ பார்த்தவண்ணம் இருந்தாள். காதளவு நீண்ட அவளுடைய கரிய கண்களில் முத்துப்போல் இரு கண்ணீர்த் துளிகள் துளித்து நின்றன.

இதைப் பார்த்த ஆயனர் திடுக்கிட்டவராய்ச் சற்று நேரம் சிந்தனையில் ஆழ்ந்திருந்தார். பிறகு, சிவகாமியின் கூந்தலை அருமையுடன் தடவிக் கொடுத்த வண்ணம் கூறினார்.

'அம்மா! எனக்குத் தெரிந்தது. உன்னை அறியாப் பிராயத்துச் சிறு குழந்தை யாகவே நான் இன்னமும் எண்ணிக்கொண்டிருக்கிறேன். அது தவறுதான். உனக்குப் பிராயம் வந்து உலகம் தெரிந்து விட்டது. உன்னை ஒத்த பெண்கள் கல்யாணம் செய்துகொண்டு குடியும் குடித்தனமுமாய் வாழ்கிறார்கள் என்பதைப் பார்த்திருக்கிறாய். உன் அன்னை உயிரோடு இருந்திருந்தால், இத்தனை நாளும் உனக்குக் கல்யாணம் செய்து வைக்கும்படி என் பிராணனை வாங்கியிருப்பாள். ஆனால், நானும் அந்தக் கடமையை மறந்து விடவில்லை. சிவகாமி! பரத சாஸ்திரத்தில் சொல்லி இருக்கும் நூற்றெட்டு அபிநயத் தோற்றங்களில் நாற்பத்தெட்டு தோற்றங்களைச் சிலைகளில் அமைத்துவிட்டேன். இன்னும் அறுபது சிலைகள் அமைந்தவுடனே, உனக்குத் தக்க மணாளனைத் தேடிக் கல்யாணம் செய்து கொடுத்துவிட்டு மறுகாரியம் பார்ப்பேன்!'

இவ்விதம் ஆயனர் சொன்னபோது சிவகாமி கண்களைத் துடைத்துக் கொண்டு அவரை நிமிர்ந்து பார்த்து, 'கல்யாணப் பேச்சை எடுக்க வேண்டாம் என்று எத்தனை தடவை சொல்லியிருக்கிறேன். அப்பா! எனக்குக் கல்யாணமும் வேண்டாம், ஒன்றும் வேண்டாம். உங்களைத் தனியாக விட்டு விட்டு நான் போவேனா? அத்தகைய கிராதகி அல்ல நான்!' என்றாள்.

உண்மை என்னவென்றால், சிவகாமியைக் கல்யாணம் பண்ணிக் கொடுப்பதில் ஆயனருக்கு அந்தரங்கத்தில் விருப்பம் கிடையாது. குழந்தைப்

பிராயத்திலிருந்து அவளைக் கண்ணுக்குக் கண்ணாக வளர்த்தவர் அவர். கல்வியும் கலையும் பயில்வித்தவர் அவர். பெண்ணை விட்டுப் பிரிந்து ஒரு நிமிஷங்கூடத் தாம் உயிர் வாழ முடியாது என்று ஆயனர் எண்ணினார். ஆனாலும், என்றைக்காவது ஒரு நாள் அவளைக் கல்யாணம் செய்து கொடுத்துத்தானே ஆக வேண்டும் என்னும் நினைவு அடிக்கடி அவர் மனத்தில் உறுத்திக்கொண்டிருந்தது.

எனவே, சிவகாமியின் கல்யாணத்தைப் பற்றி அவர் சில சமயம் பிரஸ் தாபிப்பது உண்டு. அப்போதெல்லாம் சிவகாமி, 'எனக்குக் கல்யாணம் வேண்டாம்' என்று மறுமொழி கூறுவதைக் கேட்பதில் அவருக்கும் மிகவும் ஆனந்தம்.

இன்றைக்கும் சிவகாமியின் மறுமொழி ஆயனருக்கு ஆறுதலை அளித்தது. எனினும், அவர் மேலும் தொடர்ந்து, 'அதெப்படி, சிவகாமி! மணம் செய்து கொடுக்காமலே நான் உன்னை என் வீட்டிலேயே வைத்துக்கொண்டிருந்தால் நன்றாயிருக்குமா? உலகம் ஒப்புக்கொள்ளுமா? ஒரு தகுந்த பிள்ளையாகப் பார்த்துக் கல்யாணம் பண்ணிக் கொடுக்க வேண்டியதுதான். ஆனால் இந்த யுத்தம் ஒன்று வந்து தொலைந்திருக்கிறது. இதனால் நமது குமார சக்கரவர்த் தியின் திருமணம்கூடத் தடைப்படும் போலிருக்கிறது.'

சிவகாமியின் முகத்தில் அப்போது ஒரு அதிசயமான மாறுதல் காணப் பட்டது. ஆங்காரத்தினால் ஏற்பட்ட கிளர்ச்சி அந்த அழகிய முகத்தை இன்னும் அழகுபடுத்தியது.

'என்ன அப்பா சொல்கிறீர்கள்? யாருக்குத் திருமணம்? குமார சக்கர வர்த்திக்கா?' என்றாள்.

'ஆமாம்! மாமல்லருக்கு இந்த ஆண்டில் திருமணம் நடத்த வேண்டுமென்று மகாராணிக்கு மிகவும் ஆசையாம். யுத்தம் முடிந்த பிறகுதான் கல்யாணம் என்று சக்கரவர்த்தி சொல்லிவிட்டாராம். இதனால் புவன மாதேவிக்கு மிகுந்த வருத்தம் என்று கேள்வி.'

சிவகாமி குரோதம் ததும்பிய குரலில், 'அப்பா! யார் வேணுமானாலும் கல்யாணம் செய்துகொள்ளட்டும்! அல்லது செய்து கொள்ளாமல் இருக் கட்டும். நான் என்னவோ கல்யாணம் செய்து கொள்ளப் போவதில்லை' என்றாள்.

ஆயனர் மீண்டும், 'அதெப்படி முடியும், சிவகாமி! சைவ குலத்துப் பெண்ணை மணம் செய்து கொடுக்காமல் எப்படி வைத்திருக்கலாம்? நாலு பேர் கேட்டால், நான் என்ன சொல்லுவது?' என்றார்.

'அப்பா! நீங்கள் கவலைப்படவேண்டாம். நான் புத்த மதத்தைச் சேர்ந்து பிக்ஷுணியாகி விடுகிறேன். அப்போது உங்களை ஒருவரும் ஒன்றும் கேட்கமாட்டார்கள்' என்றாள் சிவகாமி.

அவள் இவ்விதம் சொல்லி வாய்மூடிய அதே சமயத்தில், வாசற்புறத்தில் 'புத்தம் சரணம் கச்சாமி' என்று குரல் கேட்டது.

இருவரும் திரும்பிப் பார்த்தார்கள். வாசற்படிக்கு அருகில் நாகநந்தி அடிகளும், அவருக்குப் பின்னால் வியப்புடன் உள்ளே எட்டிப் பார்த்துக் கொண்டு பரஞ்சோதியும் நின்றுகொண்டிருந்தார்கள்.

13.அமர சிருஷ்டி

புத்த பிக்ஷுவின் குரலைக் கேட்டதும் திரும்பிப் பார்த்த ஆயனர், விரைந் தெழுந்து, 'வாருங்கள்! அடிகளே வாருங்கள்!' என்று கூறிக்கொண்டே வாசற்படியண்டை சென்றார்.

சிவகாமி அவசரமாக எழுந்து அருகிலிருந்த தூணைப் பிடித்துக்கொண்டு நின்றாள்.

உள்ளே பிரவேசித்த பிக்ஷு நாலாபுறமும் சுற்றிப் பார்த்து விட்டு 'ஆயனரே! நான் சென்ற தடவை வந்துபோன பின்னர், புதிய சிலைகள் செய்திருக் கிறீர்களோ?' என்றார்.

'ஆம், சுவாமி! அப்புறம் பன்னிரண்டு ஹஸ்த வகைகளை அமைத்திருக் கிறேன். இதோ பாருங்கள்! இந்தச் சிலைகளெல்லாம் புதியவை!' என்றார் ஆயனர்.

பிக்ஷு, ஆயனர் காட்டிய சிலைகளைக் கண்ணோட்டமாய்ப் பார்த்துவிட்டு, தூணைப் பிடித்துக்கொண்டு நின்ற சிவகாமியை நோக்கியபடி, 'அதோ அந்தத் தூணின் அருகில் நிற்பதும், சிலைதானோ?' என்று வினவினார். அப்போது புத்த பிக்ஷுவின் கடூர முகத்தில் தோன்றிய புன்னகை அந்த முகத்தின் விகாரத்தை அதிகமாக்கிற்று.

ஆயனர் சிரித்துக்கொண்டே, 'இல்லை சுவாமி! அவள் என் பெண் சிவகாமி!... குழந்தாய்! இதோ, நாகநந்தி அடிகள் வந்திருக்கிறார், பார்! பிக்ஷுவுக்கு வந்தனம் செய்!' என்றார்.

சிவகாமி அச்சமயம், நாகநந்திக்குப் பின்னால் வந்த இளைஞனைக் கடைக் கண்ணால் பார்த்துக்கொண்டிருந்தாள். ஆயனர் கூறியதைக் கேட்டதும் பிக்ஷுவின் பக்கம் திரும்பி நமஸ்கரித்தாள்.

பிக்ஷுவுடன் உள்ளே பிரவேசித்த பரஞ்சோதி அந்தச் சிற்ப மண்டபத்தில் நாலாபுறமும் காணப்பட்ட அதிசயங்களைப் பார்த்த வண்ணம் வாசற் படிக்கு அருகிலேயே பிரமித்துப்போய் நின்றான். அம்மாதிரியான அபூர்வ வேலைப்பாடமைந்த சிற்பங்களையும் சித்திரங்களையும் அவன் அதற்கு முன்னால் பார்த்ததே இல்லை.

இடையிடையே அவன் ஆயனர், சிவகாமி இவர்களையும் கவனித்தான். அன்று பல்லக்கில் அமர்ந்திருந்தவர்கள் - மதயானையின் கோபத்திலிருந்து

தன்னால் காப்பாற்றப்பட்டவர்கள் அவர்கள்தான் என்பதைத் தெரிந்து கொண்டான்.

புத்த பிக்ஷுவை ஆர்வத்துடன் வரவேற்று அவருடன் பேசிக்கொண்டே சென்ற ஆயனர் பரஞ்சோதியைக் கவனிக்கவே இல்லை; அவனைத் திரும்பிப் பார்க்கக்கூட இல்லை.

ஆனால், தூணருகில் நின்ற அவருடைய மகள் அவ்வப்போது தன்னைக் கடைக் கண்ணால் கவனிப்பதைப் பரஞ்சோதி தெரிந்துகொண்டான். நடனத்துக்குரிய ஆடை ஆபரணங்களை அணிந்து நின்ற சிவகாமியின் நவ யௌவன சௌந்தர்யத்தின் ஒளி பரஞ்சோதியின் கண்களைக் கூசச் செய்தது.

கிராமாந்திரத்தில் பிறந்து வளர்ந்தவனும், இயற்கையில் சங்கோசமுடைய வனும், தாயைத் தவிர வேறு பெண்களுடன் பழகி அறியாதவனுமான பரஞ் சோதியினால் சிவகாமியின் முகத்தை ஏறிட்டுப் பார்க்க முடியவில்லை. அதிலும், சிவகாமி தன்னைக் கவனிக்கிறாள் என்பதை அவன் அறிந்த பின்னர், அவர்கள் இருந்த பக்கமே திரும்பாமல் எதிர்ப்புறக் கூடத்தில் காணப்பட்ட சிலைகளைப் பார்த்த வண்ணம் நின்றுகொண்டு இருந்தான். அந்தச் சிலைகளின் தோற்றத்திலும், முக பாவத்திலும் ஏதோ ஓர் அதிசயம் இருப்பதாக அவனுக்குத் தோன்றியது. அந்த அதிசயம் இன்னதென்பது மின்வெட்டைப் போல் அவன் உள்ளத்தில் உதித்தது. ஆ! இந்தச் சிலைகள் எல்லாம் தூணருகில் நின்று தன்னைக் கடைக்கண்ணால் பார்த்துக்கொண் டிருக்கும் பெண்ணின் பல்வேறு தோற்றங்கள் தாம்! இந்த உண்மையை அவன் உள்ளம் கண்டதும், சிவகாமியினிடம் அவனுக்குத் தெய்வங் களிடம் உண்டாவது போன்ற பயபக்தி உண்டாயிற்று.

சிவகாமி புத்த பிக்ஷுவை நமஸ்கரித்தபோது அவர் ஆர்வம் ததும்பிய விழிகளால் அவளை விழுங்குபவர்போல் பார்த்துவிட்டு 'புத்த தேவர் அருளால் உன் கோரிக்கை நிறைவேறட்டும், அம்மா! புத்த பிக்ஷுணி ஆக விரும்புவதாகச் சற்று முன்னால் நீதானே சொல்லிக்கொண்டிருந்தாய்?' என்றார்.

இந்த ஆசி மொழியானது சிவகாமிக்கு அருவருப்பை உண்டாக்கியது என்று அவள் முகபாவத்தில் தெரிந்தது. ஆயனருக்கும் அது பிடிக்கவில்லை யென்பது அவருடைய வார்த்தைகளில் வெளியாயிற்று.

'அடிகளே! குழந்தை ஏதோ வேடிக்கையாகச் சொல்லிக்கொண்டிருந்தாள். நாலு நாளைக்கு முன்னால் காஞ்சியில், சிவகாமியின் அரங்கேற்றம் நடந்தது. ஆகா! தாங்கள் அதற்கு இல்லாமல் போய்விட்டீர்களே!' என்றார் ஆயனர்.

'எல்லாம் கேள்விப்பட்டேன். அரங்கேற்றம், அதற்குப் பின்னால் நடந்தவை எல்லாம் அறிந்துகொண்டேன். உங்களுக்குப் பெரிய ஆபத்து வந்ததாமே? மதயானையின் கோபத்துக்குத் தப்பினீர்களாமே!' என்றார் பிக்ஷு.

'ஆம், சுவாமி! ஏதோ தெய்வத்தின் அருள் இருந்தபடியால் தப்பிப் பிழைத்தோம்... தங்களுக்குச் சாவகாசம் தானே? இன்று பிக்ஷை இங்கேயே

வைத்துக் கொள்ள வேண்டும்' என்று கூறி, ஆயனர், பிக்ஷுவின் முகத்தை ஏறிட்டுப் பார்த்தார்.

'ஆகா! எனக்குச் சாவகாசந்தான். இன்றைக்குத் தங்கள் கிருஹத்திலே பிக்ஷை என்று எண்ணிக்கொண்டுதான் வந்தேன். தங்களுக்கு அதிகச் சிரமம் இல்லாவிட்டால்...?' என்று பிக்ஷு கூறுவதற்குள் 'சிரமமா? என்னுடைய பாக்கியம்!' என்றார் ஆயனர்.

முற்றத்தில் கிடந்த இரண்டு பெரிய கற்களில் இருவரும் எதிர் எதிராக அமர்ந்தார்கள்.

'அம்மா, சிவகாமி! நீயும் உட்காரலாமே? அடிகளுக்குக் கலைகளில் அபார பிரேமை, தெரியுமோ, இல்லையோ?' என்று ஆயனர் கூறிவிட்டு, பிக்ஷுவைப் பார்த்துச் சற்று மெதுவான குரலில், 'அடிகளே! அஜந்தா சித்திரங்களைப் பற்றி ஏதாவது தகவல் வந்ததா?' என்று கேட்டார். அப்போது அவருடைய முகத்தில் அளவிடக்கூடாத ஆர்வம் தோன்றியது.

ஆயனர் உட்காரச் சொல்லியும் சிவகாமி உட்காரவில்லை. தூணைப் பிடித்துக்கொண்டே நின்றாள். அவளுடைய கவனம் இவர்களுடைய பேச்சில் இருந்தபோதிலும், இடையிடையே கண்கள் பரஞ்சோதியையும் கவனித்தன.

புத்த பிக்ஷு ஆயனரின் கேள்விகளுக்கு மறுமொழி சொல்லாமல், 'ஆயனரே! தெய்வத்தின் சிருஷ்டியைக் காட்டிலும் தங்களுடைய சிருஷ்டியே மேல் என்று எனக்குத் தோன்றுகிறது!' என்றார்.

'சுவாமி..' என்று ஆயனர் மறுமொழி சொல்ல ஆரம்பித்தபோது, பிக்ஷு அதற்கு இடங்கொடாமல் தொடர்ந்து சொன்னார்: 'நான் முகஸ்துதி செய்யவில்லை, ஆயனரே! உண்மையைச் சொல்லுகிறேன். தெய்வத்தின் சிருஷ்டி அழிந்து போகக் கூடியது. இந்த மனித உடம்புக்கு நூறு வயதுக்கு மேல் கிடையாது. நரை, திரை, மூப்புத் துன்பங்கள் மனித தேகத்துக்கு உண்டு. ஆனால், நீர் அமைத்திருக்கிறீரே, இந்த அற்புதச் சிலைகள், இவற்றுக்கு அழிவே இல்லையல்லவா? நரை, திரை, மூப்புத் துன்பம் இந்தச் சிலைகளை அணுகாதல்லவா? கல்லால் அமைந்த இந்தச் சிலைகளில் விளங்கும் ஜீவகளை ஆயிரம் ஆயிரம் வருஷங்கள் ஆனபோதிலும் மங்காமல் பிரகாசிக்குமல்லவா? உம்முடைய சிருஷ்டி தெய்வ சிருஷ்டியைக் காட்டிலும் மேல் என்பதில் சந்தேகம் என்ன?'

இதையெல்லாம் கேட்ட ஆயன சிற்பியின் முகத்தில் கலை ஞானத்தின் கர்வம் தாண்டவமாடியது. 'அடிகளே! தாங்கள் சொல்லும் பெருமை எல்லாம் சிவகாமிக்கே சேரும். நடனக் கலையில் அவள் இவ்வளவு அற்புதத் தேர்ச்சி அடைந்திராவிட்டால், இந்தச் சிலை வடிவங்களை நான் எப்படி அமைத்திருக்க முடியும்?... ஆஹா! குழந்தையின் அரங்கேற்றத்துக்கு நீங்கள் இல்லாமல் போய்விட்டீர்களே! ருத்ராச்சாரியார் பிரமித்து ஸ்தம்பித்து நின்றுவிட்டார். அன்றைக்கு இரண்டுபேர் இல்லாமல்

போனதாலேதான் எனக்கு வருத்தம். தாங்களும் இல்லை; நாவுக்கரசர் பெருமானும் இல்லை...'

'ஆமாம், ஆமாம்! ஆயனரே! நாவுக்கரசர் சிவகாமியின் அரங்கேற்றத்தின் போது இருந்திருந்தால் ரொம்பவும் குதூகலமடைந்திருப்பார். முக்கியமாக, சக்கரவர்த்தியின் 'மத்தவிலாச'த்தில் இருந்து எடுத்து அபிநயம் செய்த கட்டத்தை ரொம்பவும் ரசித்திருப்பார் நாவுக்கரசர். மதுபானம் செய்த புத்த பிக்ஷுவும் காபாலிகனும் சண்டையிட்ட இடம் வெகு ரசமாக இருந் திருக்குமே?'

ஆயனரின் முகம் சிறிது சுருங்கிற்று. 'சுவாமி! ஹாஸ்ய ரஸத்தைக் காட்டு வதற்காக அந்த விஷயத்தைச் சிவகாமி எடுத்துக் கொண்டாள். மற்றபடி அவளுக்கு மகான்களாகிய புத்த பிக்ஷுக்களைப் பரிகசிக்கும் எண்ணம் கொஞ்சமும் இல்லை!' என்றார்.

மகா ரசிகரும் சகல கலைகளிலும் வல்லவருமான மகேந்திரவர்ம சக்கர வர்த்தி ஜைனராயிருந்தபோது, 'மத்த விலாஸம்' என்னும் ஹாஸ்ய நாட கத்தை இயற்றியிருந்தார். அதில் காபாலிகர்களும் புத்த பிக்ஷுக்களும் பெருங்கேலிக்கு உள்ளாக்கப்பட்டிருந்தார்கள். அந்த நாடகத்தில் ஒரு பகுதியைச் சிவகாமி அபிநயத்துக்கு விஷயமாக எடுத்துக்கொண்டிருந்தாள். அதைக் குறித்துத்தான் மேற்கண்ட பேச்சு நடந்தது பின்னர் பிக்ஷு சொன்னார்:

'வாஸ்தவந்தான்; ஹாஸ்ய ரசத்தை அபிநயித்துக் காட்ட மிகவும் பொருத் தமான சம்பவம். காபாலிகன் புத்த பிக்ஷுவின் தலைக் குடுமியைப் பிடிக்கப் பார்த்து, மொட்டைத் தலையைத் தடவி விட்டுக் கீழே விழும் கட்டத்தில் ஹாஸ்ய ரசம் ததும்பியிருக்கும்! ஆனால், சபையோர் சிரித்து முடிவதற் குள்ளே ஏதோ யுத்தத்தைப் பற்றிய செய்தி வந்து, சக்கரவர்த்தி எழுந்து போய் விட்டாராமே? சபையும் கலைந்துவிட்டதாமே?..'

'ஆமாம், ஆமாம்! அதுதான் சற்று மனக் கிலேசத்தை அளித்தது. அதனா லேயே சிவகாமிகூட நாலு நாளாக உற்சாகமில்லாமல் இருந்தாள். அரங்கேற்றத்துக்குப் பிறகு இன்றைக்குத்தான் மறுபடியும் காலில் சதங்கை கட்டிக் கொண்டாள். அடிகளே, யுத்தம் எதற்காக வருகிறது? எதற்காக ஜனங்கள் ஒருவரையொருவர் கொன்றுகொண்டு சாகவேண்டும்?' என்றார் ஆயனர்.

'ஆயனரே! அந்தக் கேள்வியை ஏழை பிக்ஷுவாகிய என்னிடம் கேட்டு என்ன பிரயோஜனம்? உலகத்திலுள்ள திரிபுவன சக்கரவர்த்திகளையும், குமார சக்கரவர்த்திகளையும், மகாராஜாக்களையும் யுவ ராஜாக்களையும், சிற்றரசர்களையும் படைத் தலைவர்களையும் கேட்கவேண்டும். கொலையும் கொடூரமும் நிறைந்த இந்த உலகத்தில் புத்த பகவான் அவதரித்து அன்பு மதத்தைப் பரப்பினார். அதற்காகப் பிக்ஷுக்களின் சங்கத்தையும் ஸ்தாபித்தார். அந்தப் புத்த பிக்ஷுக்களை ராஜ சபைகளில் பரிகசித்துச் சிரிக்கும் காலம் இது! யுத்தம் ஏன் வருகிறது என்று என்னைக் கேட்டு என்ன பயன்?'

அந்தப் பொல்லாத புத்த பிக்ஷுவிடம், பேச்சு யுத்தத்தில் அகப்பட்டுக் கொண்டு தன் தந்தை திணறுவதைச் சிவகாமி அறிந்தாள். அவளுடைய கண்களில் கோபக் கனல் வீசிற்று. அவள், 'அப்பா! புத்த பகவான் அன்பு மதத்தையும் அஹிம்சா தர்மத்தையும் உபதேசித்தது உண்மைதான். ஆனால் இந்தக் காலத்தில் அந்தப் புத்த பகவானுடைய பெயரைச் சொல்லிக் கொண்டு போலி பிக்ஷுக்கள் தோன்றி, மக்களை வஞ்சித்து ஏமாற்றி வருகிறார்கள். அதனால்தான் யுத்தம் முதலிய விபரீதங்கள் வருகின்றன!' என்றாள்.

ஆயனருக்கு, 'இதேதடா வம்பு?' என்று தோன்றியது. அங்கிருந்து சிவகாமியை எப்படியாவது அனுப்பிவிட எண்ணி அவளை இரக்கம் தோன்றப் பார்த்து, 'குழந்தாய், சிவகாமி! நீ வேணுமானால் உள்ளே அத்தையிடம் போய்..' என்று ஏதோ சொல்ல ஆரம்பித்தார்.

அதற்குள் நாகநந்தி, 'ஆயனரே! நான் தோற்றேன். சிவகாமி மிகவும் புத்தி சாலி! அவள் சொல்லியதில் ரொம்பவும் உண்மை இருக்கிறது!' என்றார். அவருடைய கடூர முகத்தில் மறுபடியும் ஒரு கண நேரம் விசித்திரமான புன்னகை காணப்பட்டது.

பேச்சை வேறு வழியில் திருப்பியாக வேண்டுமென்று ஆயனர் கருதிச் சுற்று முற்றும் பார்த்தார். அப்போது அவருடைய பார்வை அம்மண்டபத்தின் இன்னொரு பக்கத்தில் சிலைகளையும் சித்திரங்களையும் பார்த்துக் கொண்டு நின்ற பரஞ்சோதியின் மேல் விழுந்தது.

'சுவாமி! அந்தப் பிள்ளை யார்? உங்களுடைய சீடனா?' என்று கேட்டார் ஆயனர்.

14.தாமரைக் குளம்

தன்னைப் பற்றிப் பேசுகிறார்கள் என்பது காதில் விழுந்ததும் பரஞ்சோதி அவர்கள் இருந்த பக்கம் திரும்பிப் பார்த்தான்.

அதே சமயத்தில் புத்த பிக்ஷு, 'என்னுடைய சீடன் இல்லை, ஆயனரே! தங்களுடைய சீடனாகப் போகிறவன். பரஞ்சோதி! இங்கே வா!' என்றார்.

பரஞ்சோதி அவர்களருகில் நெருங்கி வந்தான்.

அப்போதுதான் அவனை நன்றாகக் கவனித்த ஆயனர் வியப்புடன், 'யார் இந்தப் பிள்ளை? எங்கேயோ பார்த்த மாதிரி இருக்கிறது?' என்றார்.

'அப்பா! உங்களுக்குத் தெரியவில்லையா? அன்றைய தினம் மத யானையின்மேல் வேலை எறிந்தாரே, அவர்தான்!' என்று உற்சாகத்துடன் கூறினாள் சிவகாமி.

பரஞ்சோதி நன்றியறிதலுடன் சிவகாமியை ஒரு கணம் ஏறிட்டுப் பார்த்தான்.

ஆயனரின் முகத்தில் ஆச்சரியமும் ஆர்வமும் பொங்கின.

'என்ன? என்ன? அந்த வீர வாலிபனா இவன்? என்ன லாகவமாய் வேலை எறிந்தான். மாமல்லர்கூட அதிசயிக்கும்படி! இவனுக்கு எந்த ஊர்? இத்தனை நாளும் எங்கே இருந்தான்? தங்களை எப்போது சந்தித்தான்...?' என்று சரமாரியாக ஆயனர் கேள்விகளை அடுக்கினார். சாதாரணமாக, ஆயனர் தாம் ஈடுபட்டுள்ள கலைகளின் விஷயத்திலே தவிர, வேறெதிலும் இவ்வளவு ஆர்வம் காட்டிப் பேசுவதில்லை.

'சித்தர்வாச மலைக்குப் போய்விட்டுத் திரும்பும்போது இந்தப் பிள்ளையை வழியில் பார்த்தேன்..' என்று பிக்ஷு ஆரம்பிப்பதற்குள்ளே ஆயனர் பரஞ் சோதியை மறந்து விட்டார்.

'ஆஹா, அடிகள் சித்தர் மலைக்கா போயிருந்தீர்கள்? அங்கேயுள்ள சித்திர அதிசயங்களைப் பார்த்தீர்களா?' என்றார்.

'பார்த்தேன், ஆயனரே! அதைப்பற்றி அப்புறம் சொல்லுகிறேன். நான் வரும் வழியில் சாலை ஓரத்தில் இந்தப் பிள்ளை படுத்துத் தூங்கிக் கொண்டிருந்தான். இவனை ஒரு பெரிய நாக சர்ப்பம் கடிக்க இருந்தது. என்னுடைய கொல்லா விரதத்தைக்கூடக் கைவிட்டு அந்த நாகத்தைக் கொன்று இவனைக் காப்பாற்றினேன்...'

'இது நல்ல வேடிக்கை! தங்கள் திருநாமம் நாகநந்தி! இவனை நாகம் தீண்டாமல் தாங்கள் காப்பாற்றினீர்கள்! இவன் எங்களை நாகம் கொல்லா மல் காப்பாற்றினான்! ஆஹா! ஹா!' என்று ஆயனர் சிரித்தார். நாகம் என்பது சர்ப்பத்துக்கும் யானைக்கும் பெயரானபடியால் ஆயனருக்கு மேற்படி சிலேடைப் பொருத்தம் மிக்க விநோதத்தை அளித்தது.

புத்த பிக்ஷு, 'இவனை நான் காப்பாற்றியதனால் பல காரியங்களுக்குச் சாதகமாயிற்று. தங்களுக்கு இவன் ஓலைகொண்டு வந்திருக்கிறான்!' என்றார்.

'ஓலையா? யாரிடமிருந்து?'

'திருவெண்காட்டு நமசிவாய வைத்தியரிடமிருந்து. அவருடைய மருமகன் இவன்!'

ஆயனர் ஆர்வத்துடன் எழுந்து, 'என் அருமைச் சிநேகிதரின் மருமகனா நீ? உன் பெயர் என்ன, தம்பி!' என்று கேட்டுக்கொண்டே பரஞ்சோதியைத் தழுவிக்கொண்டார். பிறகு, 'ஓலை எங்கே?' என்று கேட்டார்.

பரஞ்சோதி நாகநந்தியை நோக்கினான். அவர், 'ஆயனரே ஓலை காணாமல் போய்விட்டபடியால் வாலிபன் இங்கு வருவதற்கே தயங்கினான். அதற் காகவே இவனை நான் அழைத்துக்கொண்டு வந்தேன். இவனுடைய மாமன் தங்களுக்கும் நாவுக்கரசருக்கும் ஓலைகள் கொடுத்திருந்தாராம். அந்த ஓலைகளை மூட்டைக்குள் கட்டி வைத்திருந்தான். அன்றிரவு யானைமேல்

வேல் எறிந்த இடத்தில் மூட்டை காணாமல் போய் விட்டது...' என்று நிறுத்தினார்.

அப்போது ஆயனர், 'ஆமாம், ஆமாம்! யானை நின்ற இடத்தில் ஒரு மூட்டை கிடந்தது. அதை நான் எடுத்து வந்தேன். ஆனால், மறுநாள் கோட்டைக் காவல் தலைவர் ஆள் அனுப்பி அதை வாங்கிக்கொண்டு போய்விட்டார். போனால் போகட்டும். என் அருமை நண்பரின் மருமகன் என்று சொன்னால் போதாதா! ஓலை வேறு வேணுமா?.. சிவகாமி, நம்மைப் பெரும் விபத்திலிருந்து காப்பாற்றிய வீரப்பிள்ளை இவன்தான். இவனுக்கு உன்னுடைய நன்றியைத் தெரியப்படுத்து!' என்றார்.

சிவகாமி பரஞ்சோதியைப் பார்த்தவண்ணம், 'இவருக்கு நான் நன்றி செலுத்தப் போவதில்லை. இவரை யார் விதிக்குக் குறுக்கே வந்து வேலை எறியச் சொன்னது? இவர் பாட்டுக்கு இவர் காரியத்தைப் பார்த்துக்கொண்டு போவதுதானே?' என்றாள்.

சிவகாமியின் இந்தக் கடுஞ்சொல், கேட்டுக்கொண்டிருந்த மூன்று பேரையும் சிறிது திடுக்கிடச் செய்தது.

நாகநந்தி ஆயனரைப் பார்த்து, 'உங்கள் குமாரிக்கு என்ன, ஏதாவது உடம்பு குணமில்லையா?' என்று கேட்டார்.

'அதெல்லாம் ஒன்றுமில்லை, சுவாமி! அன்று அரங்கேற்றம் நடுவில் தடைப்பட்டதிலிருந்து அவளுக்கு உற்சாகக் குறைவு ஏற்பட்டிருக்கிறது. அது ஏதோ அபசகுனம் என்று நினைக்கிறாள். சிவகாமி! நீ உன் அத்தையிடம் போய், 'அதிதிகள் வந்திருக்கிறார்கள்' என்று சொல்லு, அம்மா!' என்றார்.

'ஆகட்டும், அப்பா!' என்று சொல்லிவிட்டுச் சிவகாமி அந்த வீட்டின் பின் கட்டை நோக்கிச் சென்றாள். மண்டபத்தின் பின்வாசற்படியை அவள் தாண்டிக்கொண்டிருந்தபோது, புத்த பிக்ஷு பின்வருமாறு பரிகாசக் குரலில் சொன்னது அவள் காதில் இலேசாக விழுந்தது.

'உம்முடைய குமாரியைத் தாங்கள் நன்றாகக் கவனிக்கவேண்டும், ஆயனரே! சாதாரணமாக, இளம் பெண்கள் உயிரின்மேல் வெறுப்புக் கொண்டார்கள் என்றால், அதற்குக் காரணம் காம தேவனுடைய புஷ்ப பாணங்களாகத்தான் இருக்கும் என்பது உமக்குத் தெரியாதா?'

சிவகாமி தனக்குள், 'இந்த புத்த பிக்ஷு பொல்லாதவர்; நெஞ்சிலும் நாவிலும் நஞ்சு உடையவர்; இவருடன் அப்பாவுக்கு என்ன சிநேகம் வேண்டிக் கிடக்கிறது?' என்று சொல்லிக் கொண்டாள்.

இரண்டாங் கட்டுக்குள் சிவகாமி நுழைந்ததும் அங்கே 'கலகல' என்றும் 'சடசட' என்றும், பலவிதமான சப்தங்கள் ஏக காலத்தில் உண்டாயின.

பச்சைக் கிளிகளும் பஞ்சவர்ணக் கிளிகளும், 'அக்கா! அக்கா! என்று கூவின. நாகணவாய்ப் புட்கள் 'கிக்கி!' என்றன. புறாக்கள் 'சடசட' வென்று சிறகு களை அடித்துக் கொண்டன. முற்றத்துக் கூரைமேல் உட்கார்ந்திருந்த மயில்

'ஜிவ்'வென்று பறந்து தரைக்கு வந்தது. அங்கிருந்த மான்குட்டி மட்டும் சப்தம் ஒன்றும் செய்யாமல், சிவகாமியின் முகத்தை அண்ணாந்து பார்த்துக் கொண்டு அவள் அருகில் வந்து நின்றது.

இந்தப் பட்சிகள், மிருகங்கள் எல்லாம் சிவகாமி விளையாடிப் பொழுது போக்குவதற்காகவும், ஆயனரின் சிற்ப சித்திர வேலைகளுக்காகவும் இரண்டாவது கட்டில் வளர்க்கப்பட்டு வந்தன.

சிவகாமி பிரவேசித்ததும் அவை போட்ட சத்தத்தைக் கேட்டு, 'சீ! பேசாம லிருங்கள்! தலைவேதனை!' என்று அதட்டினாள்.

உடனே அங்கு அதிசயமான நிசப்தம் உண்டாயிற்று.

சிவகாமி சுற்றும் முற்றும் பார்த்துவிட்டு 'இன்றைக்கு ரதியைத்தான் அழைத்துப் போக வேண்டும். ரதிதான் சத்தம் போடாமல் வருவாள்! ரதி வா!' என்று கூறிவிட்டு மேலே சென்றபோது, மான்குட்டி மட்டும் அவளைத் தொடர்ந்து சென்றது.

மற்ற பட்சிகள் மௌனமாயிருந்த போதிலும், தலையைச் சாய்த்துக் கொண்டும் மற்றும் பலவிதக் கோணங்கள் செய்துகொண்டும் ரதியைப் பொறாமை ததும்பிய கண்களால் நோக்கின.

இரண்டாவது கட்டைத் தாண்டியதும், மூன்றாவது கட்டு ஒன்று இருந்தது. அது சமையல் கட்டு என்பது, அங்கு வந்த புகையினாலும், அடுப்பிலிருந்து வந்த பலவகை உணவுப் பதார்த்தங்களின் நறுமணங்களினாலும் தெரியவந்தது.

தாழ்வாரத்தில் நின்றபடி, 'அத்தை!' என்று கூப்பிட்டாள் சிவகாமி. 'ஏன், குழந்தாய்?' என்று கேட்டுக்கொண்டு ஒரு மூதாட்டி சமையல் அறை வாசலில் தோன்றினாள்.

'அதிதிகள் இரண்டுபேர் வந்திருக்கிறார்கள். முன்னொரு தடவை வந்தாரே கடுவன் பூனை போன்ற முகத்துடனே ஒரு புத்த பிக்ஷு அவர் வந்திருக்கிறார்' என்றாள் சிவகாமி.

'பெரியவர்களைப்பற்றி இப்படியெல்லாம் சொல்லாதே, கண்ணே நீ எங்கே கிளம்புகிறாய், ரதியையும் அழைத்துக்கொண்டு?' என்று மூதாட்டி கேட்டாள்.

'அப்பாவும் அந்தப் புத்த பிக்ஷுவும் ஏதோ தர்க்கம் செய்துகொண்டிருக் கிறார்கள். அது முடிகிறவரையில் நான் தாமரைக் குளத்துக்குப் போய் வருகிறேன்!' என்று சொல்லி விட்டுச் சிவகாமி சமையற்கட்டைத் தாண்டிச் சென்று வீட்டின் கொல்லைப்புறத்தை அடைந்தாள்.

கொல்லைப்புறத்தில் வீட்டைச் சேர்ந்தாற்போல் மல்லிகை, முல்லை, அலரி, பாரிஜாதம், சம்பங்கி முதலிய பூஞ்செடிகளும் கொடிகளும் காணப்பட்டன. அவற்றையெல்லாம் தாண்டி மரங்களடர்ந்த வனப் பிரதேசத்துக்குள்ளே சிவகாமி பிரவேசித்தாள். அந்தக் காட்டில் நடக்கும்போது அவள் ரதியிடம் பின்வருமாறு சொல்லிக்கொண்டு போனாள்:

‘என்ன; ரதி! அப்பாவுக்கு என் அரங்கேற்றத்தின்போது இரண்டே இரண்டு பேர் வரவில்லை என்றுதான் வருத்தமாம்! இந்தப் புத்த பிக்ஷு வந்து என் அரங்கேற்றத்தைப் பார்க்கவில்லையென்று வருத்தம் என்ன வந்தது?... யாருடைய பாராட்டுதலைப் பெறுவதற்காக நான் இரவு பகலாய்ப் படாத பாடுபட்டு இந்த நிருத்தியக் கலையைப் பயின்றேனோ, அவர் அன்றைக்கு வரவில்லை; இந்தப் பெரிய பல்லவ ராஜ்யத்துக்குள்ளே யார் மகா ரசிகரோ, அப்பேர்ப்பட்டவர் வரவில்லை. ஏழு வருடங்களுக்கு முந்தி, நான் உன்னைப் போல் சிறு குழந்தையாய் இருந்த காலத்தில், எவர் என்னுடன் கைகோத்து நின்று தாமும் நடனம் ஆடுவேன் என்று பிடிவாதம் பிடித்தாரோ - தமக்கும் நடனக் கலை சொல்லிக் கொடுக்கும்படி எவர் என் மோவாய்க்கட்டையைப் பிடித்துக்கொண்டு கெஞ்சினாரோ - அவர் வரவில்லை. ரதி நீயே சொல்லு! ஆண் பிள்ளைகளைப்போல் பொல்லாதவர்கள் இந்த உலகத்தில் உண்டா...?’

ரதி பாவம், சிவகாமி தன்னிடம் சொல்லிக்கொண்டுவந்த விஷயங்களின் முக்கியத்துவத்தைக் கொஞ்சமும் அறிந்து கொள்ளாமல் ஆங்காங்குத் தரையில் காணப்பட்ட அறுகம்புல்லின் நுனியைக் கடித்து மென்று கொண்டு வந்தது.

அரை நாழிகை நேரம் அவர்கள் காட்டுக்குள் நடந்து வந்த பிறகு, கொஞ்சம் இடைவெளி காணப்பட்டது. அந்த இடைவெளியில், ஓர் அழகிய தடாகம் இருந்தது. அதில் தாமரை, செங்கழுநீர், நீலோத்பலம் முதலிய மலர்கள் செழித்து வளர்ந்திருந்தன. சிவகாமி அந்தக் குளத்தில் இறங்கி நீர்க்கரை ஓரமாய் நின்று தண்ணீரில் தன்னுடைய நிழலைப் பார்த்தவண்ணம் பேசினாள்.

‘ரதி! இதைப் பார்! அவர்மட்டும் இனிமேல் எப்போதாவது வரட்டும்; நான் முகங்கொடுத்துப் பேசப் போவதே இல்லை! ‘போதும், உம்முடைய சிநேகிதம்! போய் விட்டு வாரும்!’ என்று கண்டிப்பாய்ச் சொல்லுகிறேனா, இல்லையா, பார்!’ என்று சொல்லிய வண்ணம், அதற்கேற்ப அபிநயம் பிடித்தாள்.

சிவகாமி குளக்கரையில் வந்து நின்ற சிறிது நேரத்துக்கெல்லாம் காட்டில் சற்றுத் தூரத்தில் ஓர் உயர்ந்த ஜாதிக் குதிரை வந்து நின்றது. அதன்மேல் வீற்றிருந்த வீரன் சத்தம் செய்யாமல் குதிரை மேலிருந்து இறங்கித் தடாகத்தை நோக்கி வந்தான்.

15.ரதியின் தூது

குதிரை வந்த சப்தம் சிவகாமியின் செவியில் விழுந்தது. குதிரை நின்றதையும் அதன்மேல் வந்த வீரன் இறங்கித் தன்னை நோக்கி நடந்து வருவதையும் அவள் உணர்ந்தாள். வருகிறது இன்னார்தாம் என்பதை

அவளுடைய நெஞ்சு அவளுக்கு உணர்த்தியது. இருந்தாலும், திரும்பிப் பார்த்துச் சந்தேகம் தீரவேண்டுமென்ற ஆவல் அளவில்லாமல் எழுந்தது. அந்த ஆவலைப் பலவந்தமாக அடக்கிக்கொண்டு, சிவகாமி சிலையைப் போல் அசையாமல் நின்றுகொண்டிருந்தாள்.

குமார சக்கரவர்த்தி, மாமல்ல நரசிம்மர் கையில் பிடித்த வேலுடன் வந்து சிவகாமியின் அருகில் குளக்கரைப்படியில் நின்றார். குளத்தின் தெளிந்த நீரில் சிவகாமியின் உருவத்துக்குப் பக்கத்தில் நரசிம்மவர்மரின் உருவமும் புலப்பட்டது. அப்போதும் சிவகாமி அவரைத் திரும்பிப் பார்க்கவில்லை.

வீர சௌந்தரியம் குடிகொண்டு தேஜஸுடன் விளங்கிய நரசிம்மரின் நவ யௌவன முகத்தில் இலேசாகப் புன்னகை அரும்பியது. அவரும் சிவகாமியை நேராகப் பார்க்காமல், தண்ணீரில் பிரதிபலித்த அவளுடைய முழுமதி முகத்தை உற்று நோக்கினார்.

சிவகாமி சட்டென்று முகத்தைத் திருப்பிக்கொண்டு அவளுக்கு இன்னொரு பக்கத்தில் நின்ற மான்குட்டியைப் பார்த்து, 'ரதி! இவர் யார்? எதற்காக இங்கு வந்தார் என்று கேள்?' என்றாள்.

இதைக் கேட்ட நரசிம்மரின் முகத்தில் புன்னகை மறைந்தது. புருவங்கள் நெறிந்தன. அவரும் ரதியைப் பார்த்து, 'ரதி! உன் எஜமானி பரத கண்டத்திலேயே இணையற்ற பரத கலாராணியாகிவிட்டாள் அல்லவா? பழைய சிநேகத்தை நினைவு வைத்திருக்க முடியுமா? 'இவர் யார்?' என்று கேட்கத்தான் தோன்றும். இது ஒன்றும் எனக்கு ஆச்சரியமில்லை, ரதி!' என்றார்.

சிவகாமி ஆத்திரம் நிறைந்த குரலில் கூறினாள்: 'ரதி! ஆச்சரியத்தையே அறியாதவரான சக்கரவர்த்தியின் திருக்குமாரருக்கு என்னுடைய ஆயிரங் கோடி நமஸ்காரத்தைச் சொல்லிவிட்டு இதையும் சொல்லு: அவரோ பூமண்டலாதிபதியின் புதல்வர்! தேசதேசங்களின் ராஜராஜாக்கள் எல்லாம் தம் திருப்பாதங்களில் விழுந்து வணங்கப்பெற்ற பிரபு; அப்பேர்ப்பட்டவர்க்கும் இந்த ஏழைச் சிற்பியின் மகளுக்கும் சிநேகம் எப்படிச் சாத்தியம்? அந்த எட்டாத பழத்துக்கு ஆசைப்பட்டது என்னுடைய அறிவீனந்தான் என்பதை உணர்ந்துகொண்டேன், ரதி!'

மாமல்லர் பரிகாசம் தொனித்த குரலில் சொன்னார்: 'ரதி! உன் எஜமானிக்கு ஒரு விஷயத்தை ஞாபகப்படுத்து: பரத சாஸ்திர பண்டிதையான சிவகாமி தேவி இப்போது ஆடரங்கத்தில் நிற்கவில்லை; அபிநயம் பிடிக்கவில்லை. நிருத்தம், நிருத்தியம், ஹஸ்தம் அபிநயம் ஆகியவைகளைக் கொஞ்சம் ஒதுக்கிவைத்து விட்டு என்னுடன் சுபாவிகமாகப் பேசச் சொல்லு!'

இயற்கையில் செவ்வரியோடிய சிவகாமியின் கண்கள் இப்போது கோபத்தினால் கோவைப்பழம்போல் சிவந்தன. 'ஆமாம் ரதி, ஆமாம்! நான் நடன அரங்கத்தில் நடிக்கும் நாடகக்காரிதான். காஞ்சிச் சக்கரவர்த்தியின் திருக்குமாரர் எங்கே? ஆயனச் சிற்பியின் மகள் எங்கே? மாமல்லரின் அருளைப் பெறுவதற்கு அரண்மனைகளிலும் அந்தப்புரங்களிலும் வளரும் எத்தனையோ இராஜகுமாரிகள் தவங்கிடக்கிறார்கள்! அரங்க மேடையில்

ஏறி ஆடும் இந்த ஏழைப் பெண்ணின் ஞாபகம் அவருக்கு எப்படி இருக்கும்?' என்று சிவகாமி சொன்னபோது, அவளுடைய குரல் தழுதழுத்தது; அவளுடைய கண்களில் நீர் துளித்தது.

நரசிம்மவர்மர் மனங்கனிந்தவராய் அன்பு ததும்பிய குரலில் 'சிவகாமி! ஏன் இப்படியெல்லாம் பேசுகிறாய்? இந்தப் பல்லவ சாம்ராஜ்யத்துக்கு நான் உண்மையில் தலைவனாகும்போது, அரங்க மேடையில் சதங்கை ஒலிக்க ஆடும் உன் அழகிய பாதங்களுக்கு அந்தப் பதவியை அர்ப்பணம் செய்வேன். என் உள்ளம் உனக்குத் தெரியாதா?' என்றார்.

இதனாலும் சிவகாமியின் மனம் மாறவில்லை. மீண்டும் அவள் மான் குட்டியையே பார்த்தவளாய், 'ரதி! கதைகளிலும் காவியங்களிலும் புருஷர் களுடைய நயவஞ்சகத்தைப் பற்றி எவ்வளவோ கேட்டறிந்திருக்கிறேன். ஆனால் அவர்களில் யாரும் காஞ்சி குமார சக்கரவர்த்திக்கு இணையாக மாட்டார்கள்' என்றாள்.

நரசிம்மவர்மருக்கு இப்போது உண்மையாகவே கோபம் வந்ததென்று அவருடைய புருவங்களின் நெறிப்பிலிருந்து தெரிந்தது.

'சிவகாமி! ஏன் இன்றைக்கு இவ்விதம் மாறிப்போயிருக்கிறாய்? எவ்வளவோ ஆசையுடன் நான் உன்னைத் தேடி வந்தேன். எவ்வளவோ விஷயங்கள் பேச எண்ணியிருந்தேன். நான் வந்ததே உனக்குப் பிடிக்கவில்லை என்று தோன்றுகிறது. இதோ போகிறேன்' என்று ஓர் அடி எடுத்து வைத்தார்.

அப்போது சிவகாமி விம்மிய குரலில், 'ரதி! அவர் போகிறதாயிருந்தால் போகட்டும். ஆனால், குற்றத்தை என் பேரில் சுமத்தி விட்டுப் போக வேண்டாமென்று சொல்லு!' என்றாள்.

நரசிம்மர் மேலே அடி எடுத்து வைக்காமல் நின்று, 'நான் தான் என்ன குற்றம் செய்துவிட்டேன்? அதைச் சொல்லிவிட்டுக் கோபித்துக்கொண்டால் மிகவும் நன்றாயிருக்கும்!' என்றார்.

சிவகாமி பெண் சிங்கத்தைப்போல் கம்பீரமாக அவரைத் திரும்பிப் பார்த்து, 'என்னுடைய நடனக் கலையைப் பற்றி எப்படி எப்படியெல்லாம் பாராட்டிப் பேசினீர்கள்! எவ்வளவெல்லாம் முகஸ்துதி செய்தீர்கள்! அப்படியெல்லாம் பேசிவிட்டு, என் அரங்கேற்றத்துக்கு ஏன் வராமல் இருந்தீர்கள்?' என்று கண்களில் கனல் பறக்கக் கேட்டாள்.

நரசிம்மர் 'கலகல'வென்று சிரித்து, 'இதை முன்னமேயே கேட்டிருக்கக் கூடாதா? நான் அரங்கேற்றத்துக்கு வரவில்லையென்று உனக்கு யார் சொன்னது? மேல் உப்பரிகையில் என் தாய்மார்களோடு உட்கார்ந்து பார்த்துக்கொண்டுதான் இருந்தேன். அவர்களுக்குப் பரத சாஸ்திர நுட்பங் களைப்பற்றி அவ்வப்போது எடுத்துச் சொல்லிக்கொண்டிருந்தேன். நான் சபையில் நேரில் வந்து உட்கார்ந்தால், ஒருவேளை உன் ஆட்டத்துக்குப் பங்கம் விளையுமோ என்று பயந்தேன். அதற்காக இவ்வளவு ஆர்ப் பாட்டமா?' என்று கேட்டபோது, சிவகாமியின் முகத்தில் அதுவரை

காணப்படாத மகிழ்ச்சியும் மலர்ச்சியும் தோன்றின. நரசிம்மரை ஆர்வத்துடன் நோக்கி, 'இதை ஏன் முன்னமே நீங்கள் சொல்லவில்லை?' என்று கேட்டாள்.

'சொல்வதற்கு நீ இடம் கொடுத்தால்தானே? இன்னும் எவ்வளவோ சொல்லவேண்டியிருக்கிறது. உன்னுடைய சிம்மாசனத்தில் உட்கார்ந்து பேசலாம், வா!' என்று கூறி, நரசிம்மர் குளக்கரையில் மரத்தடியில் அமைந்திருந்த பலகையைப் பார்த்தவாறு சிவகாமியின் கரத்தைப் பிடித்து அழைத்துப் போக யத்தனித்தார். சிவகாமியோ, அவர் பிடித்த கையைச் சட்டென்று இழுத்துக்கொண்டு, மானைப்போல் துள்ளிக் கரைமீது ஏறினாள்.

அவர்கள் இருவரும் போய் மரத்தடியில் போட்டிருந்த பலகையில் உட்கார்ந்ததை ரதி தலை நிமிர்ந்து பார்த்துக்கொண்டிருந்தது. இனி நம்முடைய தூது இவர்களுக்குத் தேவையில்லை என்பதைத் தெரிந்துகொண்டதுபோல், அது குளத்தோரமாகக் 'கருகரு'வென்று வளர்ந்திருந்த பசும் புல்லை மேயச் சென்றது.

16.தடைப்பட்ட திருமணம்

பலகையில் உட்கார்ந்த பிறகும் சிவகாமி வேறு பக்கம் முகத்தைத் திருப்பிக்கொண்டிருப்பதைப் பார்த்த நரசிம்மர், 'இன்னும் என்ன கோபம், சிவகாமி? இப்படி நீ பிடிவாதம் பிடிக்கும் பட்சத்தில் என்னிடம் உனக்குப் பிரியம் இல்லை என்றுதான் எண்ணிக்கொள்வேன்' என்றார்.

சிவகாமி உடனே திரும்பி, நரசிம்மரின் முகத்தை ஏறிட்டுப் பார்த்து, 'உங்களுக்கு மட்டும் என்னிடம் பிரியம் இருக்கிறதா? இருந்தால் இந்த மூன்று நாளாக என்னுடைய ஞாபகம் இல்லாமல் போனதேன்?' என்று கேட்டாள்.

'இந்த மூன்று தினங்களாக நானும் உன்னைப் பார்க்க வரவேணுமென்று துடித்துக்கொண்டுதான் இருந்தேன். ஆனால் முக்கியமான இராஜாங்க வேலைகள் குறுக்கிட்டன. அன்றைக்கு உன்னுடைய அரங்கேற்றத்தை நடுவில் முடிக்கும்படி நேர்ந்தது ஏன் என்று உனக்குத் தெரியாதா? பல்லவ சாம்ராஜ்யத்தில் பல வருஷங்களாக இல்லாத பெரிய யுத்தம் வந்திருக்கிறது...'

இவ்விதம் நரசிம்மர் சொல்லி வந்தபோது சிவகாமி குறுக்கிட்டு, 'நானும் கேள்விப்பட்டேன். யுத்தம் வந்து விட்டதே என்று நினைத்து நினைத்துக் கவலைப்பட்டுக் கொண்டிருந்தீர்களாக்கும்!' என்றாள்.

'கவலையா? ஒருநாளும் இல்லை சிவகாமி! பல்லவ குலத்தில் பிறந்தவர்கள் யுத்தம் வந்துவிட்டதே என்று கவலைப்பட மாட்டார்கள்; குதூகலப்

படுவார்கள். என் பாட்டனார் சிம்ம விஷ்ணு மகாராஜாவின் காலத்திலிருந்து பல்லவ சாம்ராஜ்யத்தில் யுத்தம் நேரவில்லை. பல்லவ சேனா வீரர்களின் கையில் வேல்களும் வாள்களும் துருப்பிடித்து வந்தன. இப்போது அவற்றுக்கெல்லாம் வேலை வந்திருக்கிறது. போர்க்களத்தில் ஆயிரக்கணக்கில் மின்னிப் பாயும் வேல்களையும், வாள்களையும் கண்டு பயப்படுகிறவன் நான் அல்ல. ஆனால், உன்னுடைய கரிய விழிகளிலிருந்து கிளம்பிப் பாயும் வாள்களையும் வேல்களையும் கண்டுதான் அஞ்சுகிறேன்!'

சிவகாமி தன்னை மீறி வந்த புன்முறுவலை அடக்கிக் கொள்ள முடியா தவளாய், 'புருஷர்களே இப்படித்தான் போலிருக்கிறது. சாதுர்யமாயும் சக்கர வட்டமாயும் பேசி உண்மையை மறைக்கப் பார்ப்பார்கள்' என்று முணு முணுத்தாள். ஆனாலும், அந்த வார்த்தைகள் நரசிம்மரின் காதில் விழாமல் போகவில்லை.

'பழிமேல் பழியாகச் சுமத்திக்கொண்டிருக்கிறாயே? எந்த உண்மையை நான் மறைக்கப் பார்த்தேன்!' என்று மாமல்லர் கேட்டார்.

'பின்னே, நீங்கள் யுத்தத்துக்குப் பயப்படுகிறவர் என்று நான் சொன்னேனா? நீங்கள் வீராதி வீரர், சிம்ம விஷ்ணு மகாராஜாவின் பேரர், மகேந்திர சக்கரவர்த்தியின் குமாரர் என்பதெல்லாம் எனக்குத் தெரியாதா? இந்த யுத்தம் வந்ததனால் திருமணம் தடைப்பட்டுவிட்டதே? அதைப்பற்றிக் கவலைப் படுகிறீர் களாக்கும் என்று தானே சொன்னேன்?'

இவ்விதம் சிவகாமி கூறியபோது, அவளுடைய முகத்தில் நாணத்துடன் கோபம் போராடியது. நரசிம்மர் வியப்புடன், 'சிவகாமி! என்ன சொல்லு கிறாய்? திருமணம் தடைப்பட்டு விட்டதா? யாருடைய திருமணம்?' என்று கேட்டார்.

'ஓகோ! உங்களுக்குத் தெரியவே தெரியாதுபோல் இருக்கிறது. நான் சொல்லட்டுமா! காஞ்சி மாநகரத்தில் மகாராஜாதிராஜ திரிபுவன சக்கரவர்த்தி மகேந்திரவர்ம பல்லவர் இருக்கிறாரோ, இல்லையோ, அந்தச் சக்கரவர்த்திக்குத் தேசமெல்லாம் புகழ்பெற்ற மாமல்லர் என்னும் திருக்குமாரர் ஒருவர் உண்டு. அந்தக் குமார சக்கரவர்த்திக்குத் திருமணம் பேசி வருவதற்காக மதுரைக்கும், வஞ்சிக்கும், இன்னும் வட தேசத்துக்கும் தூதர்களை அனுப்ப ஏற்பாடாகி இருந்ததாம். அப்பேர்ப்பட்ட சமயத்தில் யாரோ ஒரு பொல்லாத அரசன் பல்லவ ராஜ்யத்துக்குள் படையெடுத்து வரவே கல்யாணத்தைத் தள்ளிப் போடவேண்டியதாகி விட்டது. இதெல்லாம் தங்களுக்குத் தெரியாதல்லவா? என்றாள் சிவகாமி.

நரசிம்மர் 'கலகல' வென்று சிரித்துவிட்டு, 'இதற்குத்தானா இவ்வளவு பாடுபடுத்தினாய்? நான் பயந்து போய் விட்டேன். உனக்குத்தான் ஒருவேளை ஆயனர் திருமணம் நிச்சயம் செய்துவிட்டாரோ என்று! அப்படி ஒன்றும் இல்லையே?' என்றார்.

சிவகாமி கண்களில் கபடக் குறும்பு தோன்ற அவரைப் பார்த்து, 'ஏன் இல்லை? என் தந்தைகூட அடிக்கடி என் கல்யாணத்தைப் பற்றிப்

பேசிக்கொண்டுதான் இருக்கிறார். அவரிடம் சிற்ப வேலை கற்றுக் கொள்ளும் கெட்டிக்கார சீடப்பிள்ளை ஒருவனைப் பார்த்து என்னை மணம் செய்து கொடுக்கப் போகிறாராம்' என்றாள்.

'ரொம்ப சந்தோஷம் உன் தந்தை நிஜமாக அப்படிச் சொன்னாரா? அவரை உடனே பார்த்து என்னுடைய நன்றியை அவருக்குத் தெரிவித்துக்கொள்ள வேண்டும்' என்று நரசிம்மர் கூறிய மறுமொழி சிவகாமியைத் திடுக்கிடச் செய்தது. அவள் தொடர்ந்து கலக்கமுற்ற குரலில், 'ஆனால், நான் அதற்குச் சம்மதிக்கவில்லை. 'எனக்குக் கல்யாணமே வேண்டாம்! நான் புத்த பிக்ஷுணி ஆகப் போகிறேன்' என்று அப்பாவிடம் சொல்லி விட்டேன்' என்றாள்.

'என்ன? நீயா புத்த பிக்ஷுணி ஆகப் போகிறாய்? ஆயனர் மகளா இப்படிப் பேசுகிறது? சிவபெருமானும் திருமாலும் உனக்கு என்ன தீங்கைச் செய் தார்கள்? சிவகாமி! நம் திருநாவுக்கரசர் பெருமானின் தேனினும் இனிய சைவத் திருப் பாடல்களை நீ கேட்டிருக்கிறாயே? 'குனித்த புருவமும் கொவ்வைச் செவ்வாயும்' என்ற தெய்வீகப் பாடலுக்கு அபிநயங்கூடப் பிடித் தாயே? அப்படியிருந்தும், புத்த பிக்ஷுணி ஆக வேண்டுமென்ற எண்ணம் உன் மனத்தில் எப்படி உதித்தது?' என்று நரசிம்மர் சரமாரியாய்ப் பொழிந்தார்.

'எனக்குச் சிவன்பேரிலும் திருமாலின் பேரிலும் வெறுப்பு ஒன்றுமில்லை. கல்யாணத்தின் பேரிலேதான் வெறுப்பு. புத்த பிக்ஷுணியாகி, நான் தேச யாத்திரை செய்யப்போகிறேன்' என்று சிவகாமி தலை குனிந்தவண்ணம் கூறினாள்.

'சிவகாமி! அந்தமாதிரி எண்ணமே உனக்குத் தோன்றி இருக்கக் கூடாது. மகா மேதாவியான உன் தந்தையின் பேச்சை நீ தட்டலாமா? அவருடைய விருப் பத்தின்படி அவருடைய சீடர்களில் மிகவும் கெட்டிக்காரன் எவனோ, அவனை, நீ மணம் புரிந்து கொள்ளத்தான் வேண்டும்' என்று நரசிம்மர் கடுமையான குரலில் சொன்னார்.

'என்னை எந்த அசட்டுப் பிள்ளையின் கழுத்திலாவது கட்டி விடுவதில் உங்களுக்கு என்ன அவ்வளவு சிரத்தை? அரண்மனையில் பிறந்து வளர்ந்த அரசிளங்குமரியை நீங்கள் மணந்து கொள்வதை நான் குறுக்கே நின்று தடுக்க வில்லையே?' என்றாள் சிவகாமி. அவளுடைய கண்களில் நீர் ததும்பி நின்றது.

'ஜாக்கிரதை, சிவகாமி! அசட்டுப் பிள்ளை என்று யாரைச் சொன்னாய்? உன் தந்தையின் சீடர்களுள் ரொம்பக் கெட்டிக்காரன் யார் என்பது உனக்குத் தெரியாதா? ஆயனர் எத்தனையோ தடவை, 'குமார சக்கரவர்த்திக்குச் சிற்பக் கலை வருவதுபோல் வேறு யாருக்கும் வராது' என்று சொல்லிய தில்லையா? ஆயனரின் சீடர்களில் மிகவும் கெட்டிக்காரனுக்கு உன்னை மணம் செய்து கொடுப்பதாயிருந்தால் எனக்குத்தானே கொடுக்க வேண்டும்! அதற்காக உன் தந்தைக்கு நான் நன்றி செலுத்தவேண்டாமா?' என்று நரசிம்மர் கூறியபோது, அவருடைய முகத்தில் குறும்பும் குதூகலமும் தாண்டவமாடின.

சிவகாமியோ சட்டென்று பலகையிலிருந்து எழுந்து நின்றாள். 'பிரபு! இந்த ஏழைப் பெண்ணுக்கு ஏன் வீண் ஆசை காட்டுகிறீர்கள்...?' என்று கூறி, மேலே பேசமுடியாமல் விம்மி அழத் தொடங்கினாள்.

நரசிம்மவர்மர் அவளுடைய கரங்களைப்பிடித்து மறுபடியும் பலகையில் தம் அருகில் உட்காரவைத்துக்கொண்டு, 'சிவகாமி! என்னை நீ இன்னும் தெரிந்துகொள்ளவில்லையா? இப்படி நீ கண்ணீர் விடுவதைப் பார்க்கும் போது..' என்று கூறுவதற்குள், சிவகாமி விம்மிக்கொண்டே, 'பிரபு! இது ஆனந்தக் கண்ணீர்! துயரக் கண்ணீர் அல்ல!' என்றாள்.

17.வேலின்மேல் ஆணை!

நரசிம்மர் தமது அங்கவஸ்திரத்தின் தலைப்பினால் சிவகாமியின் கண்ணீரைத்துடைத்த வண்ணம், 'நினைக்க நினைக்க ஒரு விஷயம் எனக்கு வியப்பையளிக்கிறது!' என்று கூறினார்.

சற்றுமுன் சிவகாமியின் முகத்தை ரதி ஏறிட்டுப் பார்த்தது போல் இப்போது சிவகாமி நரசிம்மரை ஏறிட்டுப் பார்த்தாள். 'அது என்ன வியப்பான விஷயம்?' என்னும் கேள்வியை அவளுடைய கண்களின் நோக்கும், புருவங்களின் நெறிப்பும் கேட்பன போலத் தோன்றின.

நரசிம்மர் சிவகாமியின் முகத்தைக் கண்களால் விழுங்கி விடுபவர்போல் பார்த்துக்கொண்டு கூறினார்: 'மூன்று வருஷ காலத்திற்குள் உன்னிடம் ஏற்பட்டிருக்கும் மாறுதலைத்தான் சொல்லுகிறேன். உனக்கு ஞாபகம் இருக்கிறதா, சிவகாமி? சக்கரவர்த்தியும் நானும் அந்த நாளில் உங்கள் வீட்டுக்கு வருவோம். என்னைக் கண்டதும் நீ கொஞ்சமும் கூச்சமோ, தயக்கமோ இல்லாமல் ஓடி வருவாய். என் கைகளைப் பிடித்துக் 'கரகர'வென்று இழுத்துக்கொண்டு போவாய். நம் இருவருடைய தந்தையரும் ஒரு பக்கம் பேசிக்கொண்டிருக்கும்போது நாம் இன்னொரு பக்கத்தில் கொட்டம் அடிப்போம்! சில சமயம் நான் உன்னை எனக்குப் பரத நாட்டியம் சொல்லிக் கொடுக்கும்படி கேட்பேன். நீ சொல்லிக் கொடுக்க முயல்வாய்; எனக்கு நன்றாய் வராது. அதைக்கண்டு நீ கலகலவென்று சிரிப்பாய். உன்னுடைய முல்லைப்பல் வரிசையைப் பார்த்து நான் மதிமயங்கி நிற்பேன். இன்னும் சிலசமயம் நாம் இருவரும் ஓடிப்பிடித்து விளையாடுவோம். சில சமயம் ஆயனர் அமைத்த கற்சிலைகளுக்கு மத்தியில் நீயும் ஒரு சிலையைப்போல் அசையாமல் நிற்பாய். நானும் வேண்டுமென்றே உன்னைச் சிலையாகப் பாவித்துக்கொண்டு மேலே போவேன். உன்னுடைய சிரிப்பின் ஒலியைக் கேட்டபிறகு திரும்பிப் பார்த்து உன்னைப் பிடித்துக் கொள்வேன். 'அகப்பட்டுக் கொண்டாயா, சிவகாமி தேவி?' என்று பாடுவேன். இப்படியெல்லாம் நாம் விளையாடு

வதைப் பார்த்து நம்முடைய தந்தைமார்களும் சந்தோஷப்படுவார்கள். அதெல்லாம் ஒரு குதூகலமான கனவு மாதிரி இப்போது தோன்றுகிறது.'

'பிரபு! நான் ஏதோ மாறிப்போனதாகச் சொன்னீர்கள். எந்தவிதத்தில் மாறியிருக்கிறேன்?' என்று சிவகாமி கேட்டாள்.

'நல்லவேளை, ஞாபகப்படுத்தினாய். எனக்குப் பதினாறு பிராயம் பூர்த்தியானபோது, சக்கரவர்த்தி என்னைத் தேச யாத்திரைக்கு அழைத்துச் சென்றார். தெற்கே சித்தர் மலையில் இருந்து வடக்கே நாகார்ஜுன மலை வரையில் நாங்கள் யாத்திரை செய்தோம். மேற்கே, காவிரி நதியின் ஜனன ஸ்தானம் வரையில் போயிருந்தோம். யாத்திரையை முடித்துக்கொண்டு நாங்கள் திரும்பி வருவதற்கு மூன்று வருஷம் ஆயிற்று...'

'அந்த மூன்று வருஷமும் எனக்கு மூன்று யுகமாக இருந்தது' என்றாள் சிவகாமி.

'மூன்று வருஷம் கழித்து நான் திரும்பி வந்து மறுபடியும் உன்னைப் பார்த்தபோது, நீ பழைய சிவகாமியாகவே இல்லை. தேவ சபையிலிருந்து அரம்பையோ, ஊர்வசியோ வந்து ஆயனர் வீட்டில் வளர்வதாகவே தோன்றியது. உருவ மாறுதலைக் காட்டிலும் உன்னுடைய குணத்திலும் நடவடிக்கையிலும் காணப்பட்ட மாறுதல்தான் எனக்கு அதிக வியப்பை அளித்தது. என்னைக் கண்டதும் நீ முன்போல் ஆர்வத்துடன் ஓடிவந்து வரவேற்கவில்லை; கலகலப்பாகப் பேசவில்லை; தூண் மறைவில் மறைந்துகொண்டு நின்றாய்; நான் உன்னைப் பார்க்கும்போது நீ வேறு பக்கம் திரும்பிக் கொண்டாய்; நான் உன்னைப் பார்க்காத சமயங்களில் கடைக்கண்ணால் என்னைப் பார்த்துக்கொண்டிருந்தாய். தப்பித் தவறி நம் கண்கள் சந்திக்கும் சமயம் உடனே தலையைக் குனிந்துகொண்டாய்; உன்னுடைய கலீரென்ற சிரிப்பு மறைந்துவிட்டது! சில சமயம் உன் கண்களில் நீர் ததும்பி நிற்பதைக் கண்டேன். ஒரு காரணமுமில்லாமல் நீ பெருமூச்சு விடுவதைக் கேட்டேன். எல்லாவற்றையும் விட அதிக வியப்பை எனக்கு அளித்தது என்னவென்றால், என்னை அறியாமல் நானே சில சமயம் பெருமூச்சு விடத் தொடங்கினேன்!..' என்று நரசிம்மர் சொன்னபோது, சிவகாமி கலீர் என்று சிரித்து விட்டாள்.

நரசிம்மர் மீண்டும் தொடர்ந்து கூறினார்: 'என் உள்ளத்திலும் ஒரு மாறுதலைக் கண்டேன். இரவும் பகலும் சதா சர்வ காலமும் உன்னுடைய நினைவு என் இருதயத்தில் குடிகொண்டது. அந்த நினைவு, இன்பத்தையும் வேதனையையும் ஏககாலத்தில் அளித்தது. எப்பேர்ப்பட்ட முக்கியமான காரியத்தில் ஈடுபட்டபோதிலும் உன்னை என்னால் மறக்க முடியவில்லை. இந்த நிலைமையில் இந்தத் தாமரைக் குளக்கரையில் ஒருநாள் நாம் தனியாகச் சந்தித்தோம். மூன்று வருஷம் உன்னை வந்து பார்க்காமல் இருந்ததற்காக நீ என்னைச் சண்டை பிடித்தாய். கடைசியில் உன்னை மறப்பதில்லை என்று கையடித்துச் சத்தியம் செய்து கொடுக்கச் சொன்னாய். எனக்குச் சிரிப்பு வந்தது. உன்னை ஒருகணமும் மறக்க முடியாமல் நான் திண்டாடிய திண்டாட்டம் எனக்கல்லவா தெரியும்? ஆனாலும்,

உன்னுடைய மனத்திருப்திக்காகச் சத்தியம் செய்து கொடுத்தேன். அதன் பிறகு, இன்றுதான் நாம் இந்தக் குளக்கரையில் சந்திக்கிறோம். ஒருவேளை நீ இங்கு இருக்கமாட்டாயா என்ற ஆசையினால் வந்தேன். வந்து பார்த்தால், நீ இங்கே இருக்கிறாய்! நம்முடைய உள்ளங்கள்தாம் எப்படி ஒத்திருக் கின்றன!' என்று சொல்லி நரசிம்மர் நிறுத்தினர்.

இவ்வளவெல்லாம் சொன்னீர்கள் நான் முதலில் கேட்ட கேள்விக்கு மட்டும் மறுமொழி சொல்லவில்லை!' என்றாள் சிவகாமி.

'என்ன கேள்வி அது? தயவு செய்து ஞாபகப்படுத்தினால் நல்லது' என்றார் மாமல்லர்.

'மதுரைக்கும் வஞ்சிக்கும் திருமணத் தூதர்களை அனுப்புவதாக இருந்த விஷயந்தான்!'

நரசிம்மர் இலேசாகச் சிரித்துவிட்டு, 'அது உண்மைதான். மகனுக்குக் கல்யாணம் செய்யவேண்டுமென்று எந்தத் தாயாருக்குத்தான் எண்ணமில்லா மலிருக்கும்? என் தாயாருடைய ஏற்பாடு அது! ஆனால், நான் சக்கரவர்த் தியிடம் என் மனநிலையைத் தெரியப்படுத்தச் சந்தர்ப்பத்தை எதிர்நோக்கிக் கொண்டிருந்தேன். அதற்குள் இந்த யுத்தம் வந்து அதற்கு அவசியமே இல்லாமல் செய்து விட்டது' என்று கூறினார்.

'பிரபு எனக்கு என்னவோ நிம்மதி இல்லை. மூன்றரை வருஷத்துக்கு முன்பு இருந்ததுபோல் நாம் இருவரும் குழந்தைகளாகிவிடக்கூடாதா என்று தோன்றுகிறது.'

'இல்லை, சிவகாமி! மறுபடியும் குழந்தைகள் ஆவதற்கு ஒரு நாளும் சம்மதிக்கமாட்டேன். அதற்கு இரண்டு முக்கிய காரணங்கள் இருக்கின்றன. முதலாவது, தேவி சிவகாமியைப் பார்த்தபிறகு குழந்தை சிவகாமியை நான் விரும்ப முடியாது. இரண்டாவது காரணம், சக்கரவர்த்தி இப்போதே நான் போர்க்களம் போவதற்கு ஆட்சேபிக்கிறார்; நான் குழந்தையாயிருந்தால் சம்மதிப்பாரா?'

'பிரபு! தாங்கள்கூட உண்மையாகவே போர்க்களம் போவீர்களா?' என்று சிவகாமி கவலையுடன் கேட்டாள்.

'அவசியம் போவேன். என் தந்தையுடன் அதைப்பற்றித்தான் மூன்று நாளாக வாதம் செய்துகொண்டிருக்கிறேன். நூறு வருஷ காலமாக அந்நியர்கள் காலடி வைக்காத பல்லவ சாம்ராஜ்யத்தில் இன்று சளுக்கர்கள் படையெடுத் திருக்கிறார்கள். அவர்களைத் துவம்ஸம் செய்து புத்தி புகட்ட வேண்டாமா?'

'பிரபு! அதற்குப் பல்லவ சைனியங்கள் இல்லையா? படைத் தலைவர்கள் இல்லையா? தாங்கள் ஏன் போக வேண்டும்?'

'பல்லவ சைனியங்கள் அன்னியர்களை எதிர்த்து வீரப் போர் புரியும்போது, நான் என்ன செய்வதாம்? அரண்மனையில் உட்கார்ந்து அறுசுவை உண்டி

அருந்தி அந்தப்புர மாதர்களுடன் சொக்கட்டான் ஆடிக்கொண்டிருக் கட்டுமா? அப்படி நான் இருந்தால், ஆயனர் மகளின் காதலுக்குப் பாத்திரம் ஆவேனா?'

சிவகாமி கூறினாள்: 'பிரபு! தாங்கள் போர்க்களம் போவதைத் தடுப்பவள் நானல்ல. தாராளமாய்ச் சென்று பகைவர்களை வென்று வாகைமாலை சூடி வாருங்கள், ஆனால்..'

'ஆனால், என்ன?'

'என்னுடைய கோரிக்கையைப் பரிகாசம் செய்யக்கூடாது.'

'இல்லை, சிவகாமி, சொல்லு!'

'வள்ளியம்மைக்கு சுப்பிரமணியர் சத்தியம் செய்து கொடுத்ததுபோல், உங்கள் கையிலுள்ள வேலின் மேல் ஆணை வைத்துச் சொல்லுங்கள், போர்க் களத்திலும் என்னை மறப்பதில்லையென்று!'

நரசிம்மர் புன்முறுவல் செய்து, 'இவ்வளவுதானே? 'என்னை மறந்து விடுங்கள்' என்று நீ ஆணையிடச் சொன்னால்தான் என்னால் முடியாது! மறக்காமலிருப்பதற்கு எத்தனை தடவை வேணுமானாலும் செய்கிறேன். இதோ...!' என்று வேலைத் தூக்கிப் பிடித்தவர், சட்டென்று தயங்கி நின்றார்.

'பிரபு! ஏன் தயங்குகிறீர்கள்? அதற்குள்ளே மனம் மாறி விட்டதா?' என்றாள் சிவகாமி.

'இல்லை, சிவகாமி இல்லை! இந்த வேல் என்னுடையதில்லையே! இன்னொருவருடைய வேலின்மேல் ஆணையிடலாமா என்றுதான் நான் யோசிக்கிறேன்.'

'உங்களுடைய வேல் இல்லையா? பின் யாருடையது?'

'அரங்கேற்றத்தன்று மதயானையின்மேல் வேல் எறிந்து ஆயனரையும் உன்னையும் தப்புவித்தானே, அந்த வீர வாலிபனுடையது. அந்த மகா வீரனை நேரில் கண்டு அவனிடம் கொடுக்க வேண்டுமென்று வைத் திருக்கிறேன்.'

'அப்புறம் அந்த வாலிபனை நீங்கள் பார்க்கவே இல்லையா?' என்று சிவகாமி கேட்டாள்.

'மூன்று நாளாக நாடு நகரமெல்லாம் தேடுகிறோம்; அவன் மட்டும் அகப்படவில்லை.'

'பிரபு! அவன் இருக்குமிடம் சொன்னால், எனக்கு என்ன தருவீர்கள்?' என்று கேட்டாள் சிவகாமி.

'அவன் இருக்குமிடம் உனக்குத் தெரியுமா? சீக்கிரம் சொல், சிவகாமி! உனக்கு என்னையேதான் கொடுத்திருக்கிறேனே! வேறு என்ன தரப்போகிறேன்?'

'அந்த வாலிபன் இப்போது எங்கள் வீட்டில் இருக்கிறான்.'

நரசிம்மர் துள்ளி எழுந்து, 'என்ன சொல்லுகிறாய் சிவகாமி! உங்கள் வீட்டுக்கு அவன் எப்படி வந்தான்?' என்று கேட்டார்.

'முன்னே உங்களிடம் சொன்னேனல்லவா, ஒரு புத்த பிக்ஷு அடிக்கடி வந்து அப்பாவையும் என்னையும் வடநாட்டுக்கு வரும்படி அழைத்துக் கொண்டிருக்கிறார் என்று; - அந்த நாகநந்தி அடிகள்தான் அழைத்துக்கொண்டு வந்தார்.'

'ஆகா! சக்கரவர்த்தி கூறியது உண்மையாயிற்று..சிவகாமி! அதோ கேள்!' என்றார் நரசிம்மர்.

தூரத்தில் பேரிகை முழக்கம், சங்கநாதம், குதிரைகளின் காலடிச் சத்தம் கலந்து கேட்டன.

'யார், சக்கரவர்த்தியா?' என்றாள் சிவகாமி.

'ஆம்; சக்கரவர்த்திதான் வருகிறார் இதோ! நான் போய்ச் சக்கரவர்த்தியுடன் சேர்ந்துகொள்கிறேன். நீயும் சீக்கிரம் வீடு வந்து விடுவாயல்லவா?'

'குறுக்கு வழியாக வந்துவிடுவேன். பிரபு! தாங்கள் போர்க்களம் போவதற்கு முன்னால் இங்கே மறுபடியும் வருவீர்களா?'

'அவசியம் வருகிறேன்! உன் கருவிழிகளில் மின்னும் வேல்களின்மீது ஆணை!' என்று சொல்லிவிட்டு நரசிம்மர் திரும்பிப் பார்த்துக்கொண்டே விரைந்து சென்று குதிரை மீதேறினார்.

அவர் போவதை மலர்ந்த முகத்துடன் பார்த்துக்கொண்டு நின்ற சிவகாமி, குதிரை காட்டுக்குள் மறைந்ததும் வீட்டை நோக்கி விரைந்து நடந்தாள். வீட்டிலிருந்து வந்தபோது அவளுடைய நடையில் காணப்படாத மிடுக்கும் குதூகலமும் இப்போது காணப்பட்டன. ரதியை அவள் மறந்து சென்றாலும், அவள் போவதைப் பார்த்துவிட்டு ரதி பின் தொடர்ந்து துள்ளி ஓடிற்று.

18.முத்து மாலை

பழந்தமிழ் நாட்டு மன்னர்களுக்குள்ளே ஒப்புயர்வு அற்றவரும், தமது இணையில்லாத புகழை என்றும் அழியாத வண்ணம் கல்லிலே செதுக்கி வைத்தவருமான மகேந்திர பல்லவ சக்கரவர்த்தியை அன்றொரு நாள் இரவில், யுத்தச் செய்தி வந்த அவசரத்தில் மதயானையின் வெறியினால் நிகழ்ந்த தடபுடலுக்கு மத்தியில் நேயர்களுக்கு அறிமுகப்படுத்தினோம்.

எத்தகைய சாமான்யக் குறுநில மன்னர்களையும்கூட அந்தந்த இராஜாங்கக் கவிகள் புத்தியிலே பிருகஸ்பதி என்றும், வித்தையிலே சரஸ்வதி என்றும்,

அழகிலே மன்மதன் என்றும் வீரத்திலே அர்ஜுனன் என்றும், கொடையிலே கர்ணன் என்றும் வர்ணிப்பதுண்டு. இந்த வர்ணனை யெல்லாம் மகேந்திர சக்கரவர்த்தியின் விஷயத்தில் உண்மையிலேயே பொருந்துவதாயிருந்தது.

மகேந்திரவர்மர் ஆஜானுபாஹுவான தோற்றமுடையவர். அவருடைய கம்பீரமான முகத்தில் பல நூறு வருஷங்களாக வாழையடி வாழையாக வந்த இராஜ குலத்தின் வீரக் களையோடு சிறந்த கல்வி ஆராய்ச்சியினாலும் கலைப் பயிற்சியினாலும் ஏற்படும் வித்யாதேஜஸும் பிரகாசித்தது. காஞ்சி நகரின் பிரசித்தி பெற்ற பொற்கொல்லர்கள் சித்திர விசித்திர வேலைப் பாடுகளுடன் செய்த கிரீடம், குண்டலம், வாகுவலயம், வீரக்கழல் முதலிய ஆபரணங்களை அவர் தரித்திருந்தார். அவருடைய விசாலமான வீர லக்ஷ்மி குடிகொண்ட மார்பை விதவிதமான வர்ணங்களுடன் பிரகாசித்த நவரத்தின மாலைகள் அலங்கரித்தன. அபூர்வ அழகும் நயமும் மென்மையும் வாய்ந்த பட்டுப் பீதாம்பரங்களை உற்பத்தி செய்வதில் அந்த நாளிலேயே காஞ்சி நகரம் பெயர் பெற்றிருந்தது. அத்தகைய பீதாம்பரங்களை மகேந்திர சக்கர வர்த்தி அழகு பொருந்த அணிந்தபோது, அவை அதிக சோபை பெற்று விளங்கியதாக நெசவுக் கலைஞர்கள் பெருமிதத்துடன் கூறினார்கள்.

மகேந்திரர் தமிழ்மொழி, வடமொழி, பிராகிருதம் ஆகிய மூன்று மொழி களிலும் சிறந்த தேர்ச்சிபெற்ற பண்டிதராக விளங்கினார். வடக்கே தக்ஷசீலம் முதல், தெற்கே கன்னியாகுமரி வரையில் உள்ள பண்டிதர்கள், மகா ரசிகரான மகேந்திர சக்கரவர்த்தியிடம் தங்களுடைய புலமையைக் காட்டிப் பரிசு பெறும் பொருட்டுக் காஞ்சி நகரில் வந்து மொய்த்த வண்ணம் இருந்தார்கள்.

அன்றைக்கு ஐந்நூறு வருஷங்களுக்கு முன்னால் வடநாட்டில் உஜ்ஜயினி நகரத்தில், அரசு செலுத்திக் காளிதாஸன் முதலிய மகா கவிகளை ஆதரித்த சந்திரகுப்த விக்கிரமாதித்யருக்குப் பிறகு, பண்டிதர்களுக்கும் கவிஞர் களுக்கும் கற்பகவிருக்ஷமாக விளங்கியவர் காஞ்சி மகேந்திர சக்கரவர்த்தி தான் என்பது வெகுஜன வாக்காயிருந்தது.

சித்திரம், சிற்பம் ஆகிய கலைகளில் சக்கரவர்த்தி ஆர்வங்கொண்டிருந்த தோடல்லாமல் அவற்றை நன்றாகப் பயின்று அந்தந்தக் கலையில் வல்லவர் களாயிருந்த கலைவாணர் எல்லாரும் பார்த்து வியக்கும்படியான தேர்ச்சியும் பெற்றிருந்தார்.

சிற்பத் துறையில் மகேந்திரனின் அதிசயமான கற்பனைத் திறனைக்கண்டு வியந்து, சிற்பசாஸ்திர பண்டிதர்கள் அவருக்கு 'விசித்திர சித்தர்' என்ற பட்டத்தை வழங்கியிருந்தார்கள். அவ்விதமே சித்திரக்கலை வல்லவர் களிடம் 'சித்திரக்காரப் புலி' என்னும் பட்டத்தைச் சக்கரவர்த்தி பெற்றிருந் தார். 'மத்தவிலாஸப் பிரகசனம்' என்னும் ஹாஸ்ய நாடகத்தை வடமொழி யில் இயற்றி 'மத்தவிலாஸர்' என்னும் பட்டத்தை அடைந்தார்.

சங்கீத சாஸ்திரத்தைக் கரை கண்டிருந்த ருத்ராசாரியாரிடம் அவர் சங்கீதக் கலை பயின்று, ஏழு நரம்புகள் உடைய 'பரிவாதினி' என்னும் வீணையை

அபூர்வமாய்க் கையாளும் திறமை பெற்றிருந்தார். தாள வகைகளிலே 'ஸங்கீர்ண ஜாதி' தாளத்தை அதிசயமாகக் கையாளும் வல்லமை காரணமாக 'ஸங்கீர்ண ஜாதிப் பிரகரணர்' என்ற பட்டம் அவருக்கு அளிக்கப் பட்டிருந்தது.

மகேந்திரர் இளம் பிராயத்தில் சமண மதத்தில் ஈடுபட்டிருந்து பிற்காலத்தில் சிவபக்திச் செல்வரான பிறகு, எந்த மதத்தையும் துவேஷிக்காதவராய், தமது சாம்ராஜ்யத்தில் இருந்த சைவர், வைஷ்ணவர், பௌத்தர், சமணர், சாக்தர் ஆகிய சகல மதத்தினரையும் தர்மம் தவறாமல் பரிபாலித்து வந்த படியால், 'குணபரர்' என்ற சிறப்புப் பெயரும் அவருக்கு ஏற்பட்டிருந்தது. 'திருவதிகை' ஸ்தலத்தில் அவருடைய கொடையினால் கட்டப் பெற்ற சிவாலயத்துக்குக் 'குணபரேச்வரம்' என்ற பெயர் வழங்கிற்று.

மகேந்திர சக்கரவர்த்திக்கு முற்பட்ட சுமார் முந்நூறு வருஷ காலத்தில் வடநாட்டிலிருந்து பண்டிதர்களும், கவிகளும், சமண முனிவர்களும், புத்த பிக்ஷுக்களும் இடைவிடாமல் தென்னாட்டின் மீது படையெடுத்து வந்து காஞ்சி நகரில் வித்யா பீடங்களை ஏற்படுத்தி வந்தார்கள். இக்காரணத்தினால் நமது வரலாறு நிகழ்ந்த காலத்தில் தமிழகத்தில் சமஸ்கிருதமும் பிராகிருதமும் மிக்க பிரபலமடைந்து, செந்தமிழ் மொழியின் சிறப்பை ஓரளவு மங்கச் செய்திருந்தன என்பதையும் நேயர்கள் தெரிந்து கொள்ளுதல் அவசியமாகும்.

திருநாவுக்கரசர் முதலிய சைவ நாயன்மார்களும், பொய்கையார் முதலிய வைஷ்ணவ ஆழ்வார்களும் பக்திச் சுவை சொட்டும் பாடல்களைப் பொழிந்து தெய்வத் தமிழ் மொழியை மீண்டும் சிம்மாசனம் ஏறச் செய்த மகோன்னத காலம் தமிழகத்தில் அப்போதுதான் ஆரம்பமாகியிருந்தது. எனவே, மகேந்திர சக்கரவர்த்தியின் பட்டங்கள் பெரும்பாலும் வட மொழியில் இருப்பதன் காரணத்தை நேயர்கள் ஊகித்து அறியலாம்.

மகாராஜாதிராஜா - பூமண்டலாதிபதி - திரிபுவன சக்கரவர்த்தி - மத்தவிலாஸ - விசித்திர சித்த - ஸங்கீர்ண ஜாதிப் பிரகரண சித்திரக்காரப் புலி - குணபரரான மகேந்திர பல்லவ சக்கரவர்த்தியை இத்தனை நேரம் ஆயனர் வீட்டு வாசலிலேயே நிறுத்தி வைத்து விட்டதற்காக வாசகர்களின் மன்னிப்பைக் கோருகிறோம். அவ்விதம் நாம் அந்த மன்னர் பெருமானை நிறுத்தி வைத்து விட்ட போதிலும், ஆயனச் சிற்பியார் அவரை வரவேற்று உபசரிப்பதில் சிறிதும் காலம் தாழ்த்தி விடவில்லை. சக்கரவர்த்தியின் வருகையை அறிவித்த பேரிகை ஒலி வெகுதூரத்தில் கேட்ட போதே ஆயனர் பரபரப்புடன் வீட்டு வாசலுக்கு வந்து அவரை வரவேற்க ஆயத்தமாக நின்றார்.

குதிரையிலிருந்து இறங்கும்போதே சக்கரவர்த்திப் பெருமான் 'ஆயனரே! அன்றிரவு சுகமாக வந்து சேர்ந்தீர்களா? சிவகாமி சௌக்கியமா?' என்று கேட்டுக்கொண்டே இறங்கினார்.

ஆயனர், முன்னால் ஓர் அடி சென்று கும்பிட்டு, 'ஆகா! சுகமாக வந்து சேர்ந்தோம்! குழந்தைதான் மூன்று நாளாக அவ்வளவு சௌக்கியம்

இல்லாமலிருந்தாள்...' என்பதற்குள் மகேந்திர பல்லவர், 'அப்படியா? இப்போது எப்படி இருக்கிறாள்?' என்று கவலைக் குரலில் கேட்டார்.

'இன்று சற்றுப் பாதகமில்லை' என்றார் ஆயனர்.

எல்லோரும் வீட்டுக்குள் சென்றார்கள். சக்கரவர்த்தி வரும் சமயங்களில் அமர் வதற்காகவே ஆயனர் ஓர் அழகிய கல்சிம்மாசனத்தை அமைத்திருந்தார். அந்தச் சிம்மாசனத்தில் மகேந்திரர் அமர்ந்ததும், ஆயனர் சிவகாமிக்குச் சமிக்ஞை செய்ய அவள் அருகில் நெருங்கி வந்து சக்கரவர்த்தியை நமஸ்கரித்தாள்.

அப்போது ஆயனர், 'பெருமானே! அரங்கேற்றம் நடுவில் தடைப்பட்ட காரணத்தினால் குழந்தை உற்சாகம் இழந்திருக்கிறாள். அவளுடைய சௌக்கியக் குறைவுக்கு அதுதான் காரணம். ரசிக சிரோமணியான தாங்கள் தான் அவளுக்கு ஆசிகூறி உற்சாகப்படுத்த வேண்டும்' என்றார்.

'ஆயனரே! உமது குமாரி அன்றைக்கு நடனமாடியதாகவே எனக்குத் தோன்றவில்லை. நடனக் கலையே ஓர் உருவம் எடுத்து வந்து ஆடியதாகவே தோன்றியது' என்றார் மகேந்திரர்.

'ஸங்கீர்ண ஜாதி தாளத்தை உபயோகப்படுத்தி ஓர் ஆட்டம் கற்பித் திருந்தேன்; அதை ஆடமுடியாமல் போய் விட்டது' என்று ஆயனர் ஏமாற்ற மான குரலில் கூறினார்.

'ஆம்; ஆம்! இன்னும் என்னவெல்லாமோ வித்தைகள் வரப் போகின்றன என்று எனக்குத் தெரிந்துதான் இருந்தது. நடுவில் எழுந்து போக நேர்ந்ததில் எனக்கு ஏற்பட்ட வருத்தத்தைச் சொல்லிமுடியாது. அவ்வளவு முக்கியமான செய்தியாயிரா விட்டால் போயிருக்க மாட்டேன்!' என்றார் சக்கரவர்த்தி.

'நானும் கேள்விப்பட்டேன், பிரபு! நமது ராஜ்யத்துக்குள்ளே அந்நியர்கள் படையெடுத்து வந்திருக்கிறார்களாமே? என்ன தைரியம்! என்ன துணிச்சல் அவர்களுக்கு!' என்று ஆயனர் உண்மையான ஆத்திரத்துடன் கூறினார்.

'அந்தத் துணிச்சலுக்குத் தகுந்த தண்டனையை அவர்கள் அடைவார்கள். ஆயன ரே! பல வருஷ காலமாகப் பல்லவ ராஜ்யத்துக்குள் பகைவர் படைகள் நுழைந் ததில்லை. நான் போர்க்களத்தைக் கண்ணால் காண வேண்டும் என்பதற்காக என் தந்தை என்னை இலங்கையில் நடந்த போருக்கு அனுப்பி வைத்தார். ஆனால், நரசிம்மனுக்கோ இங்கேயே போர்க்களத்தைப் பார்க்கும்படியான பாக்கியம் நேரிட்டிருக்கிறது. வாதாபி அரசன் புலிகேசி பெரும் படைகளைத் திரட்டிக்கொண்டு படையெடுத்து வருகிறான். நாமும் பெரும் பலம் திரட்டிக் கடும்போர் செய்ய வேண்டியிருக்கும். ஆனால், ஒரு விஷயம் சொல்லுகிறேன்; நமது ராஜ்யத்தில் சளுக்கர் படையெடுத்ததனால் எனக்கு உண்டாகும் கோபத்தைக் காட்டிலும் அதனால் சிவகாமியின் அரங்கேற்றம் தடைப்பட்டது தான் அதிகக் கோபத்தை உண்டாக்குகிறது. இந்தக் குற்றத்துக்குத் தகுந்த தண்டனையை அவர்கள் அனுபவித்தே தீர வேண்டும்!' என்றார்.

இதைக் கேட்ட ஆயனர் பெருமையினால் பூரித்தவராய், அருகில் தலை குனிந்தவண்ணம் நின்ற சிவகாமியை அருமையுடன் நோக்கினார்.

சக்கரவர்த்தி மேலும் கூறினார்: 'அரங்கேற்றத்தன்று நான் என்ன வெல்லாமோ திட்டம் போட்டிருந்தேன். அதெல்லாம் ஒன்றும் முடியாமல் போயிற்று. சபையிலே செய்திருக்க வேண்டிய சம்மானத்தை இங்கேயாவது செய்யலாமென்று உத்தேசித்திருக்கிறேன். அதற்கு ஆட்சேபணை ஒன்று மில்லையே?' இவ்விதம் சொல்லிக்கொண்டு சக்கரவர்த்தி தம் கையிலிருந்த இரத்தினப் பையிலிருந்து அழகான இரட்டை வட முத்துமாலையை எடுத்தார்.

அப்போது ஆயனர், 'பெருமானே! தங்கள் திருக்கரத்தினால் கொடுக்கும் போது எங்கே கொடுத்தால் என்ன? சிவகாமி! உன் பாக்கியமே பாக்கியம்! இந்தப் பரத கண்டத்திற்குள்ளே சகல கலைகளின் நுட்பங்களையும் நன் குணர்ந்தவரான விசித்திர சித்த மகாப் பிரபு உன்னுடைய கலைத் திறமையை மெச்சி உனக்குச் சம்மானம் அளிக்கப்போகிறார்!' என்று கூறிச் சமிக்ஞை செய்யவும், சிவகாமி முன்னால் வந்து சக்கரவர்த்தியைப் பணிவுடன் வணங்கிக் கரங்களை நீட்டினாள்.

மகேந்திரர் முத்துமாலையை எடுத்துச் சிவகாமியின் நீட்டிய கரங்களில் வைத்தபோது...அடடா! இதென்ன மீண்டும் அபசகுனம்! மாலை அவள் கையிலிருந்து நழுவிக் கீழே தரையில் விழுந்துவிட்டதே!

ஆயனரின் முகம் சட்டென்று சுருங்கியது. மகேந்திர பல்லவருடைய திடசித்தங்கூடச் சிறிது கலங்கிவிட்டதாக அவருடைய புருவங்களின் நெறிப்பிலிருந்து தெரிந்தது.

சிவகாமியின் மனத்திலும் ஏதேனும் துணுக்கம் ஏற்பட்டிருக்குமோ என்னவோ, நமக்குத் தெரியாது. ஆனால் அடுத்த கணத்தில் அவளுடைய முகம் மலர்ந்ததைப் பார்த்தால் அவளுடைய உள்ளமும் மலர்ந்திருக்க வேண்டுமென்று நிச்சயமாகத் தெரிந்தது.

கீழே விழுந்த முத்துமாலையை அந்தக் கணத்திலேயே குமார சக்கரவர்த்தி சட்டென்று குனிந்து எடுத்தார். எடுத்த மாலையைச் சிவகாமியின் நீட்டிய கரங்களில் அவர் வைக்க, சிவகாமி அதை ஆர்வத்துடன் வாங்கிக் கண்களில் ஒத்திக்கொண்டு கழுத்திலும் அணிந்துகொண்டாள். அந்த முத்துமாலைப் பரிசைக் குமார சக்கரவர்த்தியின் கையினால் பெற்றுக் கொள்ள நேர்ந்தது பற்றிச் சிவகாமியின் உள்ளத்தில் பொங்கிய உவகை முகத்திலும் பிரதி பலித்தது இயல்பே அல்லவா!

19.புத்தர் சிலை

நழுவித் தரையில் விழுந்த முத்துமாலையைக் குமார சக்கரவர்த்தி குனிந்து எடுத்துக் கொடுத்ததையும், அதைச் சிவகாமி முகமலர்ச்சியுடன் வாங்கி

அணிந்து கொண்டதையும் பார்த்த ஆயனரின் முகம் மீண்டும் பிரகாசம் அடைந்தது.

சக்கரவர்த்தி இதையெல்லாம் கவனியாததுபோல் கவனித்தவராய், ஆயனரைப் பார்த்து, 'மகா சிற்பியாரே! இந்த முத்துமாலையைப் போல் எவ்வளவோ உயர்ந்த பரிசுகளையெல்லாம் உமது புதல்வி வருங்காலத்தில் அடையப் போகிறாள்! இந்தப் பல்லவ ராஜ்யத்துக்கே அவளால் புகழும் மகிமையும் ஏற்படப் போகின்றன. வருங்காலத்தில் எது எப்படியானாலும், சிவகாமியின் நடனக் கலைப் பயிற்சி மட்டும் தடைப்படக் கூடாது. அவளுக்கு எவ்விதத்திலும் உற்சாகக் குறைவு நேரிடாமல் நீர் பார்த்துக் கொள்ள வேண்டும்!' என்று சொன்னார்.

ஆயனர், 'பல்லவேந்திரா! தாங்களும் குமார சக்கரவர்த்தியும் உற்சாகப் படுத்துவதற்கு இருக்கும்போது சிவகாமிக்கு உற்சாகக் குறைவு ஏன் ஏற்படப்போகிறது? எனக்குத்தான் என்ன கவலை?' என்று சொல்ல, மகேந்திர பல்லவர் கூறினார்: 'அப்படியில்லை, ஆயனரே! இந்த யுத்தம் காரணமாக நானும் குமார சக்கரவர்த்தியும் சில காலம் இவ்விடம் வரமுடியாமலும், உங்களைப் பார்க்க முடியாமலும் போகலாம். அதனாலே உங்கள் இருவருடைய கலைப் பணிக்கும் எந்தவிதமான குந்தகமும் ஏற்படக்கூடாது. சிவகாமி புத்த பிக்ஷுணியாக விரும்புவதாகச் சற்று முன்னால் சொன்னீரல்லவா? ஒருவிதத்தில் அது பொருத்தமானதுதான். சிவகாமி சாதாரணமான பெண் அல்ல; மற்றப் பெண்களைப் போல் உரிய பருவத்தில் இல்வாழ்க்கையை மேற்கொண்டு அற்ப சுகங்களில் காலம் கழிக்கப் பிறந்தவள் அல்ல; பெண்ணாய்ப் பிறந்தவர்களில் லட்சத்திலே ஒருவருக்குத்தான் இப்பேர்ப்பட்ட கலை உணர்ச்சி ஏற்படும்; அதைப் போற்றி வளர்க்கவேண்டும். சம்சார வாழ்க்கையைப் பொருத்தவரையில் சிவகாமி தன்னைப் பிக்ஷுணியாகவே நினைத்துக் கொள்ளலாம்; தெய்வீகமான நடனக்கலைக்கே அவள் தன்னை அர்ப்பணம் செய்து கொள்ள வேண்டும்!'

இந்த மொழிகளைக் கூறியபோது மகேந்திரபல்லவரின் மனத்திலே என்ன இருந்தது என்பது நமக்குத் தெரியாது. ஆனால் அவருடைய மொழிகள் அங்கிருந்த மூன்று பேருடைய உள்ளங்களிலும் வெவ்வேறு விதமான உணர்ச்சிகளை உண்டாக்கியிருக்கவேண்டுமென்பது அவர்களுடைய முகபாவ மாறுதல்களிலிருந்து நன்கு தெரிந்தது.

ஆயனர் தமது உள்ளக் கிளர்ச்சியை வார்த்தைகளினாலே வெளியிட்டார்: 'பிரபு, என்னுடைய மனத்தில் உள்ளதை அப்படியே தாங்கள் கூறிவிட்டீர்கள்; இல்வாழ்க்கையை மேற்கொண்டு குழந்தைகுட்டிகளைப் பெற்று வளர்ப்பதற்கு எத்தனையோ லட்சம்பேர் இருக்கிறார்கள். இந்த அபூர்வமான தெய்வக் கலையைப் பயின்று வளர்ப்பதற்கு அதிகம் பேர் இல்லைதானே?' - இவ்விதம் ஆயனர் சொல்லிக் கொண்டே சிவகாமியைத் திரும்பிப் பார்த்து, 'சக்கரவர்த்தியின் பொன்மொழிகளைக் கேட்டாயா, குழந்தாய்?' என்றார்.

சிவகாமியின் முகமானது அச்சமயம் கீழ்த்தரச் சிற்பி அமைத்த உணர்ச்சியற்ற கற்சிலையின் முகம்போல் இருந்தது. எத்தனையோ விதவிதமான உள்ளப்பாடுகளையெல்லாம் முகபாவத்திலே கண்ணிமையிலே, இதழ்களின் மடிப்பிலே அற்புதமாக வெளியிடும் ஆற்றல் பெற்றிருந்த சிவகாமி, அச்சமயம் தன் சொந்த மனோநிலையை முகம் வெளியிடாதபடி செய்வதில் அபூர்வத் திறமையைக் காட்டினாள் என்றே சொல்லவேண்டும்.

ஆனால், நரசிம்மவர்மர் அபிநயக் கலையில் தேர்ச்சி பெறாதவரான படியால், சக்கரவர்த்தியின் வார்த்தைகளைக் கேட்டதும் அவருடைய முகம் சிவந்தது, இதழ்கள் துடித்தன. மற்றவர்கள் கவனியாதவண்ணம் உடனே அவர் திரும்பி பக்கத்தில் இருந்த சிலைகளையும் சித்திரங்களையும் பார்ப்பவர் போல் இவரிடமிருந்து பெயர்ந்து அப்பால் சென்றார்.

சக்கரவர்த்தியும் தாம் இத்தனை நேரம் வீற்றிருந்த சிற்ப சிம்மாசனத்திலிருந்து எழுந்து, ‘சிற்பியாரே! எவ்வளவோ முக்கியமான அவசர வேலைகள் எனக்கு இருக்கின்றன. இருந்தாலும் இங்கு வந்துவிட்டால் எல்லாம் மறந்து விடுகிறது. உமது புதிய சிலைகளைப் பார்த்துவிட்டுச் சீக்கிரம் கிளம்பவேண்டும்’ என்று சொல்லிக்கொண்டே நடந்தார். ஆயனரும் சிவகாமியும் அவரைப் பின்தொடர்ந்து சென்றார்கள்.

மகேந்திர பல்லவர், புதிதாகச் செய்திருந்த நடனத்தோற்றச் சிலைகளைப் பார்த்துக்கொண்டே, ‘இது கஜஹஸ்தம்’ ‘இது அர்த்த சந்திர ஹஸ்தம்’ என்று சொல்லிய வண்ணமாக நடந்து, ஆயனர் கடைசியாகச் செய்து முடித்திருந்த சிலையண்டைப் போனதும் ‘ஆஹா! என்று கூறிவிட்டு நின்றார். சற்று நேரம் அதை உற்றுப் பார்த்துவிட்டு, ‘ஆயனரே! தொண்டை மண்டலத்திலுள்ள மகா சிற்பிகளுக்குள்ளே உமக்கு நிகரானவர் எவருமில்லை. ஆனால், நீர்கூட இத்தனை காலமும் இந்தச் சிலையைப்போல் ஜீவ களை பொருந்திய சிலையைச் செய்தது கிடையாது. அன்பிற்குரியவர் நெடுங்காலம் வராதபடியினால் ஏற்பட்ட இருதய தாபத்தை இந்தச் சிலையின் முகபாவமும் மற்ற அங்கங்களின் நெளிந்த தோற்றமும் எவ்வளவு நன்றாய் வெளியிடுகின்றன! கண்களும், கண்ணிமைகளும், புருவங்களும்கூட அல்லவா நம்மோடு வார்த்தையாடுகின்றன? ஆயனரே! சிவகாமியின் அரங்கேற்றத்துக்குப் பிற்பாடு இந்தச் சிலையைப் பூர்த்தி செய்திருக்கிறீர், இல்லையா?’ என்று கேட்டார்.

‘ஆம், பெருமானே! இன்று காலையில்தான் பூர்த்தி செய்தேன். சிவகாமி பெரிய மனது செய்து இன்றைக்கு எனக்காக மறுபடியும் ஆடி அபிநயம் பிடித்தாள்!’

மகேந்திரர் மந்தஹாஸத்துடன் சிவகாமியைப் பார்த்துவிட்டு, ‘சிற்பியாரே! பரத சாஸ்திரத்தைத் தொகுத்து எழுதிய முனிவர் ‘ஏழு வகைப் புருவ அபிநயம்’ என்றுதானே சொல்லி இருக்கிறார்? அவர் நமது சிவகாமியின் நடனத்தைப் பார்த்திருந்தால், புருவ அபிநயம் ஏழு வகை அல்ல; எழுநூறு வகை என்று உணர்ந்து அவ்விதமே சாஸ்திரத்திலும் எழுதியிருப்பார்!’ என்றார்.

இவ்விதம் உல்லாசமாகப் பேசிக்கொண்டு சென்ற சக்கரவர்த்தியின் பார்வை சிறிது தூரத்தில் இருந்த ஒரு பிரம்மாண்டமான புத்தர் சிலையின்மீது விழுந்தது. அவ்விடத்திலேயே சற்று நின்று புத்த விக்ரகத்தைப் பார்த்த வண்ணம், 'ஆஹா! கருணாமூர்த்தியான புத்த பகவான் பூவுலகத்திலிருந்து ஹிம்சையையும் யுத்தத்தையும் அடியோடு ஒழிக்க முயன்றார். அவருடைய உபதேசத்தை இந்த உலகிலுள்ள எல்லா மன்னர்களும் கேட்டு நடந்தால், எவ்வளவு நன்றாயிருக்கும்? அவ்விதம் நடந்த புண்ணிய புருஷர் மௌரிய வம்சத்து அசோக சக்கரவர்த்தி ஒருவர்தான். அப்புறம் அத்தகைய அஹிம்சாமூர்த்தியான அரசர் இந்த நாட்டில் தோன்றவில்லை!' என்றார் மகேந்திரவர்மர்.

ஆயனர் மௌனமாய் நிற்கவே, சக்கரவர்த்தி, 'நல்லது, சிற்பியாரே! உம்மை இராஜாங்க விரோதியாகப் பாவித்து நியாயமாகத் தண்டிக்கவேண்டும்...' என்று சொன்னபோது, ஆயனரின் முகத்தில் பெரும் கலவரம் காணப் பட்டது. சக்கரவர்த்தி அடுத்தாற்போல் கூறிய மொழிகள் அந்தக் கலவரத்தை ஒருவாறு நீக்கின.

'ஆமாம்; இங்கு வந்துவிட்டு உடனே திரும்பவேண்டும் என்று எண்ணி யிருந்த என்னை இத்தனை நேரம் இங்கே தங்கும்படி வைத்து விட்டீர் அல்லவா? அதனால் எவ்வளவு காரியங்கள் தடைப்பட்டு விட்டன? போகட்டும் இந்தத் தடவை உம்மை மன்னித்து விடுகிறேன்!' என்று கூறி ஹாஸ்ய நகைப்புடன் மகேந்திரர் வாசலை நோக்கி நடந்தார். மற்றவர்கள் அவரைத் தொடர்ந்து சென்றார்கள்.

வீட்டு வாசற்படியைத் தாண்டியதும் சக்கரவர்த்தி ஆயனரைத் திரும்பிப் பார்த்துக் கூறினார்: 'ஆயனரே உம்முடைய சிற்பத் திருக்கோயிலுக்கு மீண்டும் நான் எப்போது வருவேனோ, தெரியாது. ஆனால், ஒன்று சொல்லு கிறேன், பூர்வீகமான இந்தப் பல்லவ சாம்ராஜ்யத்துக்கு ஒரு காலத்தில் அழிவு நேர்ந்தாலும் நேரலாம்...'

'பெருமானே! ஒரு நாளும் இல்லை, அப்படிச் சொல்ல வேண்டாம்!' என்று ஆயனர் அலறினார்.

'கேளும், சிற்பியாரே! உலகத்தில் இதற்குமுன் எத்தனையோ சாம் ராஜ்யங்கள் இருந்திருக்கின்றன; மறைந்திருக்கின்றன. ஹஸ்தினாபுரம் என்ன, பாடலிபுத்திரம் என்ன, உஜ்ஜயினி என்ன - இவையெல்லாம் இப்போது இருந்த இடம் தெரியவில்லை. அதுபோல் இந்தப் பல்லவ சாம் ராஜ்யத்துக்கும் ஒருநாள் முடிவு ஏற்படலாம். ஆனால், உம்முடைய கலா சாம்ராஜ்யத்துக்கு ஒரு காலத்திலும் அழிவு கிடையாது. தெய்வத் தமிழ் மொழியும், தமிழகமும் உள்ள வரையில் உம்முடைய சிற்ப சாம்ராஜ்யமும் நிலைபெற்றிருக்கும்!'

அப்போது ஆயனர் உணர்ச்சி ததும்பிய குரலில், 'பிரபு! என்னைப்போல் ஆயிரம் சிற்பிகள் தோன்றுவார்கள்; மறைவார்கள்! எங்களுடைய பெயர் களும் மறைந்தொழிந்து போகும். ஆனால், இந்த நாட்டில் சிற்ப சித்திரக்

கலைகள் உள்ளவரைக்கும், தங்களுடைய திருப்பெயரும் குமார சக்கர வர்த்தியின் பெயரும் சிரஞ்சீவியாக நிலைத்து நிற்கும்' என்றார்.

அந்த மகாசிற்பியின் வாக்கு எவ்வளவு உண்மையான வாக்கு! மாமல்ல புரத்தை ஒரு சொப்பன உலகமாகச் செய்த தமிழ்நாட்டு மகாசிற்பிகளின் பெயர்கள் உண்மையில் மறைந்து போய்விட்டன! ஆனால், மகேந்திர பல்லவர், நரசிம்ம பல்லவரின் பெயர்கள் சரித்திரத்தில் இடம் பெற்று இன்றைக்கும் சிரஞ்சீவிப் பெயர்களாய் விளங்குகின்றன அல்லவா?

சக்கரவர்த்தியும் அவருடைய குமாரரும் தத்தம் குதிரை மீது ஏறிக்கொண் டார்கள். மகேந்திரர் குதிரைமேல் இருந்தபடியே, ஆயனரை மறுபடியும் நோக்கி, 'பார்த்தீரா? வெகு முக்கியமான விஷயத்தை மறந்துவிட்டேன்; நான் வடக்கே கிளம்புவதற்கு முன்னால் மாமல்லபுரத்தில் நடக்கவேண்டிய வேலைகளைப் பற்றி ஆலோசித்து முடிவு செய்யவேண்டும். நாளை பிற்பகல் நீர் துறைமுகத்துக்கு வரவேண்டும்' என்றார்.

'ஆக்ஞை, பிரபு! வந்து சேருகிறேன்!' என்றார் ஆயனர்.

போகும் குதிரைகளைப் பார்த்துக்கொண்டு ஆயனரும் சிவகாமியும் வீட்டு வாசலில் நின்றார்கள்.

மகேந்திர பல்லவர் ஆயனர் வீட்டு வாசலுக்கு வந்ததிலிருந்து அவர் திரும்பிக் குதிரைமீதேறிய வரையில் அவரும் ஆயனரும் சம்பாஷணை நடத்தினார்களே தவிர, குமார நரசிம்மராவது, சிவகாமியாவது வாய்திறந்து ஒரு வார்த்தைகூடப் பேசவில்லை. ஆனால், அவர்கள் தங்களுக்குள்ளே கண்களின் மூலமாகச் சந்தர்ப்பம் கிடைத்தபோதெல்லாம் பேசிக்கொள்ள வில்லையென்று நாம் சத்தியம் செய்து சொல்ல முடியாது. கடைசியாகச் சிவகாமியிடம் விடை பெற்றுக் கொள்வதற்கும் குமார சக்கரவர்த்தி அந்தக் கண்களின் பாஷையையே கையாண்டார்.

நரசிம்மரின் குதிரை சிறிது தூரம் சென்றதும், அவர் தமது தலையைமட்டும் திரும்பிச் சிவகாமி ஆவல் ததும்பப் பார்த்துக்கொண்டு நிற்பதைக் கவனித் தார். உடனே தம் கையிலிருந்த வேலினை உயரத் தூக்கிப் பிடித்துப் புன்னகை புரிந்தார். மறுகணத்தில் முகத்தைத் திருப்பிக்கொண்டு குதிரையைத் தட்டி விட்டார்.

குமார சக்கரவர்த்தியின் சமிக்ஞையைச் சிவகாமி அறிந்து கொண்டாள். அவளுடைய கண்களும், கண்ணிமைகளும், புருவங்களும் கலீரென்று சிரித்தன.

குதிரைகள் காட்டுக்குள் மறையும் வரைக்கும் சிவகாமி இமைகொட்டாமல் பார்த்துக்கொண்டிருந்தாள். குதிரைகள் மறைந்து சிறிது நேரத்துக்குப் பிறகுதான் அவள் திரும்பி வீட்டுக்குள் செல்ல யத்தனித்தாள்.

நரசிம்மர் வேலைத் தூக்கிப் பிடித்துச் சமிக்ஞை செய்ததை நினைத்து உவகை கொண்ட சிவகாமிக்கு இன்னொரு விஷயம் ஞாபகம் வந்தது. அந்த வேலுக்கு உடையவனான இளைஞன் எங்கே? நரசிம்மர் பலமுறை இந்தக்

கேள்வியைக் கண்களின் மூலமாகவே கேட்டதையும், தான் மறுமொழி சொல்ல முடியாமல் விழித்ததையும் நினைத்தபோது சிவகாமிக்குச் சிரிப்புப் பொங்கிக்கொண்டு வந்தது. தனக்கு முன்னால் வீட்டுக்குள் போய்விட்ட ஆயனரிடம் அந்த வாலிபனைப்பற்றிக் கேட்கவேண்டுமென்னும் எண்ணத்துடன் அவள் உள்ளே புகுந்தபோது புத்தர் சிலைக்கு அருகாமையில் ஆயனர் செல்வதையும் அந்தச் சிலைக்குப் பின்னாலிருந்து புத்தபிக்ஷுவும் அவருடன் வந்த இளைஞனும் திடீரென்று எழுந்து நிற்பதையும் கண்டாள். அப்போது சிவகாமிக்கு ஏற்பட்ட வியப்பையும் திகைப்பையும் சொல்ல இயலாது.

20.அஜந்தாவின் இரகசியம்

சற்று நாம் பின்னால் சென்று சிவகாமி மனச் சோர்வுடன் மான்குட்டியை அழைத்துக்கொண்டு தாமரைக் குளத்தை நோக்கிப் போனபிறகு, ஆயனர் வீட்டில் என்ன நடந்தது என்பதைக் கொஞ்சம் கவனிக்கவேண்டும்.

தம் அருமை மகளைப்பற்றி, புத்த பிக்ஷு சிறிது விரஸமாகப் பேசியது ஆயனருக்குப் பிடிக்கவில்லை. எனவே, பிக்ஷுவிடம் அவர் பேசுவதை நிறுத்திவிட்டு, பரஞ்சோதியைப் பார்த்து, 'தம்பி! உனக்கு என்னால் ஆகவேண்டிய உதவி ஏதாவது இருந்தால் சொல்லு!' என்றார்.

'நாவுக்கரசர் மடத்தில் சேர்ந்து கல்வி பயிலும் நோக்கத்துடன் காஞ்சிக்கு வந்தேன், ஐயா! சிற்பக்கலைக் கற்றுக் கொள்ளும் விருப்பமும் இருக்கிறது. தங்களைக் கண்டு தங்கள் கட்டளைப்படி நடந்துகொள்ள வேண்டுமென்று மாமா எனக்குச் சொல்லி அனுப்பினார். ஓலையில் எல்லாம் விவரமாக எழுதியிருந்தார்' என்றான் பரஞ்சோதி.

'ஓலை என்னத்துக்கு, தம்பி? என் அருமைச் சிநேகிதருக்காக நான் எதுவும் செய்யக் கடமைப்பட்டிருக்கிறேன். நாவுக்கரசர் பெருமான் தற்சமயம் காஞ்சியில் இல்லை; ஸ்தல யாத்திரை சென்றிருக்கிறார். அதனால் என்ன! நானே நேரில் உன்னை அழைத்துப்போய் அந்தச் சிவநேசரின் மடத்தில் சேர்த்துவிட்டு வருகிறேன். உன்னைச் சக்கரவர்த்தியிடமும் அழைத்துப் போக வேண்டும். வீரச் செயல் புரிந்து எங்களைக் காத்த உன்னைப் பார்த்தால், சக்கரவர்த்தி பெரிதும் சந்தோஷப்படுவார்...'

'அதுமட்டும் வேண்டாம், ஆயனரே இந்த இளைஞனிடம் உமக்கு அபிமானம் இருந்தால்...' என்று புத்த பிக்ஷு குறுக்கிட்டார்.

'ஏன் அடிகளே?' என்று ஆயனர் வியப்புடன் கேட்டார்.

'காஞ்சி சக்கரவர்த்தியின் காராகிருகத்திலிருந்து தப்பி வந்தவர்களுக்கு என்ன தண்டனை என்று உங்களுக்குத் தெரியாதா?'

'ஏன் தெரியாது? மரண தண்டனைதான்! இந்தக் கேள்வி எதற்காகக் கேட்கிறீர்கள் என்றுதான் தெரியவில்லை.'

'இவன் சக்கரவர்த்தியிடம் சென்றால் அந்தத் தண்டனைக்கு உள்ளாகும்படி நேரிடும்!'

'சிவ சிவா! - இதென்ன சொல்கிறீர்கள்? இவன் காராகிருகத்தில் இருந்தானா? எப்போது? எதற்காக?'

'உங்களை இவன் தப்புவித்த அன்று இரவு நகரில் திக்குத் திசை தெரியாமல் அலைந்துகொண்டிருந்தான். இவனை ஒற்றன் என்பதாகச் சந்தேகித்து நகர்க் காவலர்கள் சிறையில் அடைத்து விட்டார்கள்....'

'அடடா! அப்புறம்?'

'அன்றிரவு இவன் சிறையிலிருந்து தப்பிவிட்டான்!'

'என்ன? என்ன? எப்படித் தப்பினான்?'

'கூரை வழியாக வெளியே வந்துவிட்டான்...'

ஆயனர் அதிசயத்துடன் பரஞ்சோதியைப் பார்த்த வண்ணம், 'ஆகா! என் சிநேகிதருடைய மருமகன் இலேசுப்பட்டவன் இல்லை போலிருக்கிறது! பெரிய கைகாரனாயிருக்கிறானே! அதனால் பாதகமில்லை, அடிகளே! இவனை நானே சக்கரவர்த்தியிடம் அழைத்துச் சென்று இவனை மன்னிக்கும்படி கேட்டுக்கொள்கிறேன். இவன் எங்களைப் பெரும் விபத்திலிருந்து காப்பாற்றியவன் என்று அறிந்தால் சக்கரவர்த்தி கட்டாயம் மன்னிப்பார்!' என்றார்.

'உங்களுக்காக மன்னித்துவிடுவார்; உண்மைதான்! ஆனால் இவன் உடனே போர்க்களம் போகும்படி நேரிடும். பல்லவ ராஜ்யத்தில் எங்கே பார்த்தாலும் படை திரட்டுகிறார்கள் என்று தெரியுமோ, இல்லையோ?'

இதைக் கேட்ட ஆயனர் மௌனமாக யோசிக்கலானார். அதைப் பார்த்த பிக்ஷு மேலும் கூறினார்.

'ஒரு தாய்க்கு ஒரு பிள்ளையான இவனுக்குப் போர்க்களத்தில் ஏதாவது நேர்ந்துவிட்டால், பாவம், இவன் தாயார் உம்மைச் சபிப்பாள். அது மட்டுமல்ல; தர்மசேனரின் தமக்கையைப்போல் இன்னொரு பெண் கன்னிகையாகக் காலம் கழிக்க நேரிடும்!'

ஆயனருக்குச் சுருக்கென்றது. புத்த பிக்ஷு, தம் மகளைத்தான் அவ்விதம் குறிப்பிடுகிறார் என்று அவர் எண்ணினார். ஒருவேளை அவருடைய கூற்றில் ஏதேனும் உண்மை இருக்குமோ? சிவகாமி மூன்று நாளாய் ஒருவிதமாக இருப்பதற்குக் காரணம் இந்த வாலிபன்மேல் அவளுடைய மனம் சென்றதாக இருக்கலாமோ? அப்படியிருந்தால் ஒரு விதத்தில் நல்லதுதானே! சிவகாமியை எப்படியும் மணம் செய்து கொடுக்கத்தான் வேண்டுமென்றால், தம் அருமைச் சிநேகிதரின் மருமகனுக்குக் கொடுத்து, அவனைத் தம் சீடனாக்கிக் கொள்ளுதல் நல்லதல்லவா? இவ்வாறெல்லாம்

சில வினாடி நேரத்துக்குள் எண்ணியவராய் ஆயனர் பரஞ்சோதியைச் சற்றுக் கவனமாக உற்றுப் பார்த்தார்.

அவருடைய எண்ணப்போக்கை அப்படியே தெரிந்து கொண்ட புத்தபிக்ஷு, 'இல்லை, ஆயனரே! நீங்கள் நினைப்பதுபோல் நடப்பதற்கில்லை. அவனுடைய மாமன் மகள் இவனுக்கென்று பிறந்து வளர்ந்து திருவெண் காட்டில் காத்துக்கொண்டிருக்கிறாள்!' என்றார்.

இதைக்கேட்ட ஆயனர் புத்த பிக்ஷுவை, 'உமக்கு என் எண்ணம் எப்படித் தெரிந்தது?' என்று மீண்டும் கேட்கும் பாவனையில் ஒரு தடவை பார்த்து விட்டு, மீண்டும் பரஞ்சோதியை நோக்கி, 'அப்படியா, தம்பி! என் சிநேகி தரின் பெண்ணைக் கட்டிக் கொள்ளப் போகிறாயா?' என்று கேட்டார்.

பரஞ்சோதி சிறிது நாணத்துடன், 'ஆம், ஐயா' என்றான்.

புத்த சந்நியாசி மேலும் சொன்னார்: 'நாவுக்கரசர் மடத்தில் தற்போது இவனைச் சேர்ப்பதும் நல்லதில்லை. காஞ்சிக் கோட்டையை முற்றுகைக்கு ஆயத்தம் செய்து வருகிறார்கள். நாவுக்கரசர் இப்போதைக்கு மடத்துக்குத் திரும்பி வரமாட்டார். அவரைச் சோழநாட்டுக்கு ஸ்தல யாத்திரை போகும் படியாகச் சக்கரவர்த்தியே சொல்லி அனுப்பிவிட்டாராம்.

'அடிகளே! தங்களுக்கு எத்தனையோ விஷயங்கள் தெரிந்திருக்கின்றன; எனக்கு ஒன்றுமே தெரியவில்லையே!' என்று ஆயனர் அடங்காத ஆச்சரியத் துடன் கூறினார்.

'நீங்கள் இந்தக் காட்டுக்குள்ளே வந்து உட்கார்ந்திருக்கிறீர்கள்; அதனால் தெரியவில்லை. நான் நாடெல்லாம் சுற்றுகிறேன் அதனால் தெரிகிறது' என்றார் பிக்ஷு.

ஆயனர் சிறிது யோசனை செய்து, 'தம்பி, இங்கேதான் இப்படியெல்லாம் குழப்பமாயிருக்கிறதே? உன் விருப்பம் என்ன?' என்று கேட்டார்.

'ஐயா! கல்வி கற்றுக்கொண்டு திரும்பி வருகிறேன் என்று என் ஊரில் சொல்லிவிட்டு வந்தேன். ஏதாவது ஒரு கலை பயிலாமல் திரும்பிப் போக எனக்கு விருப்பமில்லை. தங்களிடம் கல்வியும் சிற்பமும் பயில விரும்பு கிறேன். கருணை கூர்ந்து என்னைத் தங்களுடைய சீடனாக அங்கீகரிக்க வேண்டும்' என்றான்.

பரஞ்சோதியின் பணிவான பேச்சைக்கேட்டு ஆயனர் பூரித்தவராய், 'அப்படியே ஆகட்டும்! நீ இங்கேயே இருந்து என்னிடம் சிற்பக்கலை கற்றுக்கொள்!' என்றார்.

'ஆசாரிய தட்சிணை விஷயம் என்ன? அதை முன்னாலேயே வாங்கிக் கொள்ள வேண்டும், ஆயனரே!' என்று பிக்ஷு கூறியதும் அவர் பரிகாசமாகச் சொல்வதாய் எண்ணி ஆயனர் நகைத்தார்.

'நான் வேடிக்கை பேசவில்லை. உண்மையாகத்தான் சொல்லுகிறேன். பரஞ்சோதி உங்களுக்கு அளிக்கவேண்டிய குரு தட்சிணை அஜந்தா சித்திர

இரகசியந்தான்!' என்று பிக்ஷு கூறினாரோ இல்லையோ, ஆயனரின் முகத்தில் ஏற்பட்ட ஆவலையும் பரபரப்பையும் பார்க்க வேண்டுமே! அந்த க்ஷணத்தில் அவர் புதிய மனிதராக மாறிவிட்டதாகத் தோன்றியது.

'அடிகளே! முன்னமே அதைப்பற்றிக் கேட்டேன்; தாங்கள் சொல்ல வில்லை. ஆனால், இந்தப் பிள்ளைக்கும் அஜந்தா சித்திர இரகசியத்துக்கும் என்ன சம்பந்தம்? இவனால் என்ன செய்ய முடியும்?' என்று ஆயனர் கேட்டார்.

'நாகார்ஜுன மலையிலுள்ள புத்த ஸங்கிராமத்துக்கு அந்த இரகசியம் வந்திருக்கிறது. அவ்விடத்துக்கு யாரையாவது அனுப்பி வாங்கி வரச் சொல்ல வேண்டும். உம்முடைய புதிய சீடனைப் போல் அந்தக் காரியத் துக்குத் தகுதியான ஆளைக் காண முடியாது.'

'நாகார்ஜுன மலையா? கிருஷ்ணா நதிக்கரையில் அல்லவா இருக்கிறது? வழியில் எவ்வளவோ அபாயங்கள் ஏற்படுமே?'

'அபாயங்களையெல்லாம் கடந்து போய் வரக்கூடிய வீரனாகையால்தான் பரஞ்சோதியைச் சொன்னேன். இந்தப் பிள்ளை யானை மேல் வேலை எறிந்த விதத்தைத்தான் கண்ணால் பார்த்தீரே?'

'ஆனாலும், வெகுதூரம் இருக்கிறதே? இவனால் கால்நடையாகப் போய் விட்டு வர முடியுமா?'

'முடியாது. நல்ல குதிரை ஒன்று இவனுக்கு வாங்கித் தர வேண்டும். குதிரை மட்டும் இருந்தால் ஒரு மாத காலத்தில் காரியத்தைச் சாதித்துக்கொண்டு திரும்பிவிடலாம்.'

ஆயனர் மிக்க ஆவலுடன் பரஞ்சோதியைப் பார்த்து, 'தம்பி! உன்னால் முடியுமா? போய் வருகிறாயா?' என்று கேட்டார்.

பரஞ்சோதி பரக்க விழித்த வண்ணமாய், 'ஆகட்டும் ஐயா தங்கள் கட்டளை எதுவானாலும் நிறைவேற்றக் காத்திருக்கிறேன். ஆனால் எங்கே போக வேண்டும்? எதற்காக ? என்பது ஒன்றும் எனக்குத் தெரியவில்லையே!' என்றான்.

'உண்மைதான்! இவனுக்கு விவரம் தெரியாதல்லவா? தாங்களே சொல்லுங்கள், சுவாமி!'

இவ்விதம் ஆயனர் கூற, சந்நியாசி பரஞ்சோதியைப் பார்த்துச் சொன்னார்: 'கேள், அப்பனே! வடக்கே வெகு தூரத்தில், கோதாவரி நதிக்கும் அப்பால் அஜந்தா என்ற மலை இருக்கிறது. வெகு காலத்துக்கு முன்னால் அந்த மலையைக் குடைந்து புத்த சைத்தியங்களை அமைத்திருக்கிறார்கள். அந்தச் சைத்தியங்களில் புத்த பகவானுடைய வாழ்க்கையையும், அவருடைய பூர்வ அவதாரங்களின் மகிமையையும் விளக்கும் அற்புதமான சித்திரங்கள் வரையப்பட்டிருக்கின்றன. ஐந்நூறு வருஷத்துக்கு முன்னால் வரைந்த அந்த ஓவியங்கள் இன்றைக்கும் வர்ணம் அழியாமல் புதிதாய் எழுதினதைப்

போலவே இருக்கின்றன. அந்த அற்புதச் சித்திரங்களை எழுதிய சித்திரக் கலை மேதாவிகளின் சந்ததிகள் இன்னமும் அங்கே இருக்கிறார்கள். அவர்கள் அஜந்தா குகையில் பழைய சித்திரங்களுக்குப் பக்கத்தில் புதிய சித்திரங்களை வரைந்து வருகிறார்கள். ஆயிரம் வருஷம் ஆனாலும் அழியாமலிருக்கக் கூடிய வர்ணச் சேர்க்கையின் இரகசியம் அவர்களுக்குத் தெரியும். அந்த இரகசியத்தை அறிந்து தமக்குச் சொல்லவேண்டுமென்று ஆயனர் என்னை வெகு நாளாகக் கேட்டுக்கொண்டிருக்கிறார். நானும் முயற்சி செய்து வந்தேன். அந்த இரகசிய முறையை அறிந்த அஜந்தா சித்தி ரக்காரர் ஒருவரை எனக்குத் தெரியும். நாகார்ஜுன மலையிலுள்ள புத்த ஸங்கிராமத்தில் இப்போது அவர் இருப்பதாகத் தகவல் கிடைத்திருக்கிறது. நீ போனாயானால் அந்த இரகசியத்தை அவரிடம் அறிந்துகொண்டு வரலாம்.'

பிக்ஷு இவ்விதம் சொல்லி நிறுத்தியதும், ஆயனர், 'தம்பி! நீ போய் வருகிறாயா? போய் அந்த இரகசியத்தைக்கொண்டு வந்தாயானால் என் வாழ்க்கை மனோரதங்களில் ஒன்றை நிறை வேற்றியவனாவாய். ஆனால், உன்னை நான் வற்புறுத்தவில்லை!' என்றார்.

பிக்ஷுவும் ஆயனரும் பேசி வந்தபோது பரஞ்சோதியின் உள்ளத்தில் விதவிதமான கிளர்ச்சிகள் உண்டாகி மறைந்து வந்தன. அவை பெரும்பாலும் குதூகலக் கிளர்ச்சிகளாகத்தான் இருந்திருக்குமென்று நாம் சொல்லவேண்டியதில்லை. நல்ல ஜாதிக் குதிரைமேல் ஏறி நெடுந்தூரம் பிரயாணம் செய்வது என்ற எண்ணமே அவனுக்கு உற்சாகத்தை உண்டாக் கிற்று. அதோடு இவ்வளவு முக்கியமான ஒரு காரியத்துக்காக ஆயன மகாசிற்பியினால் ஏவப்பட்டு யாத்திரை போகிறதென்பது அவனுக்கு மிக்க பெருமை உணர்ச்சியையும் அளித்தது. எழுத்தாணியால் ஏட்டில் எழுதிக் கொண்டு உட்கார்ந்திருப்பதைக் காட்டிலும் இம்மாதிரி காரியந்தான் அவனுடைய இயல்புக்கு ஒத்தது என்பதை நாம் அறிவோமல்லவா?

'ஐயா! தங்களுடைய விருப்பம் எதுவோ, அதன்படி நடந்து கொள்ளுமாறு என் மாமா சொல்லியிருக்கிறார். தாங்கள் போகச் சொல்லிக் கட்டளை யிட்டால் அப்படியே போய் வருகிறேன்' என்றான்.

அப்போது நாகநந்தி அடிகள், 'தாமதிக்க நேரமில்லை, ஆயனரே! வாதாபி படைகள் காஞ்சிக்கு வருவதற்குள் இவன் போய் வந்தால் நல்லது. குதிரைக்கு என்ன ஏற்பாடு?' என்று கேட்டார்.

'அது ஒன்றும் கஷ்டமில்லை சக்கரவர்த்தியிடம் விண்ணப்பித்துக் குதிரை வாங்குகிறேன். அஜந்தா வர்ணச் சேர்க்கை இரகசியத்தை அறிந்துகொள் வதில் எனக்கு எவ்வளவு ஆசையோ அவ்வளவு ஆசை மகேந்திர சக்கர வர்த்திக்கும் உண்டு.'

'அப்படியானால், சக்கரவர்த்தியிடம் பிரயாண அனுமதி இலச்சினையும் வாங்கிவிடுங்கள். யுத்த சமயமானதால், பரஞ்சோதி போகும் வழியில் ஏதாவது இடையூறு ஏற்படலாம்.'

'உண்மைதான், இலச்சினையும் வாங்கிவிடுகிறேன்.'

'இதில் என்னைப்பற்றிப் பிரஸ்தாபிக்கவே வேண்டாம். பௌத்த சமயிகள் விஷயத்தில் சக்கரவர்த்தியின் மனோபாவம்தான் உங்களுக்குத் தெரியுமே!'

புத்த பிக்ஷு இவ்விதம் சொல்லிக்கொண்டிருக்கும்போது தூரத்தில் பேரிகை முழக்கமும் சங்கநாதமும் கேட்டன.

'அடிகளே! கும்பிடப் போன தெய்வம் குறுக்கே வருகிறது! இதோ மகேந்திர சக்கரவர்த்தியே வருகிறார்!' என்று குதூகலத்துடன் கூறினார் ஆயனர்.

நாகநந்தி அடிகளின் கடுகடுப்பான முகத்தில் புன்னகை தோன்றியது. அவர் சிறிது யோசித்த வண்ணமாய் அங்குமிங்கும் பார்த்தார். பிறகு ஒரு முடிவுக்கு வந்தவரைப்போல், 'ஆயனரே, நல்ல சகுனந்தான். இந்தச் சமயத்தில் இவ்விடம் சக்கரவர்த்தியே விஜயம் செய்வதானது நமது காரியம் ஜயமாகப் போகிறதென்பதற்கு அறிகுறி. ஆனால், நானும் பரஞ்சோதியுந்தான் இச்சமயம் பூஜை வேளையில் கரடிகளாக இருக்கிறோம். எங்களைச் சக்கர வர்த்தி பார்த்துவிட்டால் எல்லாக் காரியமும் கெட்டுவிடும். சக்கரவர்த்தி வந்துவிட்டுப் போகும் வரையில் நாங்கள் புத்த பகவானைச் சரணடை கிறோம். புத்த பகவானுடைய சிலையை எப்போதும் பெரிதாகச் செய்ய வேண்டுமென்று ஏற்படுத்திய மகா புருஷர் நாகார்ஜுன பிக்ஷுவின் தீர்க்க திருஷ்டியை என்னவென்று புகழ்வது?' என்றார்.

ஆயனர் தயங்கி, 'ஒருவேளை தெரிந்துவிட்டால்...?' என்று சொல்லிக் கொண்டிருக்கும்போது பிக்ஷு பரஞ்சோதியின் கையைப் பிடித்து அழைத்துச் சென்று புத்தர் சிலையின் பின்னால் மறைந்து கொண்டார். இதற்குள் குதிரைகளின் காலடிச் சத்தம் நெருங்கிவிடவே, ஆயனருக்கு யோசிப்பதற்கே நேரமில்லாமல் போயிற்று. 'ஜாக்கிரதை அடிகளே!' என்று சொல்லிவிட்டுச் சக்கரவர்த்தியை வரவேற்பதற்காக விரைந்து வாசற்பக்கம் சென்றார்.

சக்கரவர்த்தியும் குமாரரும் விடைபெற்றுச் சென்ற பிறகு வீட்டுக்குள் நுழைந்த சிவகாமிக்கு, புத்தர் சிலைக்குப் பின்னாலிருந்து நாகநந்தியும் பரஞ் சோதியும் கிளம்பியது மிக்க வியப்பை அளித்தது என்று சொன்னோம் அல்லவா? ஆனால் அதே காட்சியானது ஆயனருக்கு சிறிதும் வியப் பையளித்திராது என்பதை மேலே கூறிய விவரங்களிலிருந்து வாசகர்கள் அறிந்துகொண்டிருப்பார்கள்.

எனினும், சிவகாமியைக் காட்டிலும் ஆயனரிடத்திலேதான் பரபரப்பு அதிகமாகக் காணப்பட்டது.

'அடிகளே! நல்ல வேளையாய்ப் போயிற்று; எப்பேர்ப்பட்ட அபாயத்தி லிருந்து தப்பினோம்?' என்றார் ஆயனர்.

'புத்த பகவானைச் சரணமாக அடைந்தவர்களுக்கு அபாயமே கிடையாது. இருக்கட்டும் அசுவமேத யாகத்தில் குதிரையை மறந்துபோன கதையாக,

நீரும் சக்கரவர்த்தியிடம் குதிரை கேட்க மறந்துவிட்டீரல்லவா?' என்றார் புத்த பிக்ஷு.

'மறக்கவில்லை, அடிகளே! இந்த இடத்துக்கு வந்ததும் சக்கரவர்த்தி கூறிய வார்த்தை என்னைக் கதிகலங்கச் செய்து விட்டது. அப்புறம் குதிரையைப் பற்றிக் கேட்க எனக்கு நா எழவில்லை!'

'ஆமாம்; சக்கரவர்த்தி இராஜாங்கத் துரோகத்துக்காக உம்மைத் தண்டிக்கப் போவதாகச் சொன்னபோது என்னைக்கூட ஒருகண நேரம் தூக்கிவாரிப் போட்டுவிட்டது!'

பிக்ஷுவும் பரஞ்சோதியும் புத்தர் சிலைக்குப் பின்னாலிருந்து வெளியே வந்தவுடன், மூன்று பேரும் ஏற்கெனவே உட்கார்ந்து பேசிக்கொண்டிருந்த இடத்துக்கு வந்து அமர்ந்தார்கள். அப்போது சிவகாமியும் அந்த இடத்துக்கு வந்து சேரவே, புத்த பிக்ஷு அவளை ஏறிட்டுப் பார்த்துவிட்டு, 'சிவகாமியிடம் நீங்கள் எல்லா விவரங்களையும் சொல்ல வேண்டும். எங்களை ஏதோ பேயோ பிசாசோ என்று அவள் சந்தேகிக்கிறாள் போலிருக்கிறது!' என்றார்.

21.சித்தர் மலைச் சித்திரம்

பதினைந்து விதமான அபிநயப் பார்வைகளிலே சந்தேகமும் அருவருப்பும் தோன்றும் பார்வையைச் சிவகாமி புத்த பிக்ஷுவின்மேல் ஒருகணம் செலுத்திவிட்டு, ஆயனரைப் பார்த்து, 'இவர்கள் இத்தனை நேரமும் இங்கே தான் இருந்தார்களா?' என்று கேட்டாள்.

'ஆம், குழந்தாய்!

'புத்தர் சிலைக்குப் பின்னால் ஒளிந்திருந்தார்களா?'

'ஆமாம்! ஆனால், இதைக் குறித்து நீ என்னவோ ஏதோ என்று சந்தேகப்பட வேண்டாம்..'

ஆயனர் மேலே சொல்லுவதற்குள் சிவகாமி, 'புத்த பகவானுடைய சிலைகளைப் பிரம்மாண்டமாய்ச் செய்வதில் எவ்வளவு உபயோகம் இருக்கிறது!' என்றாள்.

'அதனாலேதான் மகாயான சித்தாந்தத்தை ஏற்படுத்திய நாகார்ஜுன பிக்ஷுவை நான் போற்றுகிறேன்' என்றார் நாகநந்தி.

புத்தமதம் ஸ்தாபிக்கப்பட்டுச் சிலகாலம் வரையில் புத்த பகவானுடைய சிலைகள் அமைப்பிலும் சித்திரங்கள் எழுதுவதும் தடுக்கப்பட்டிருந்தன. இந்த வரலாறு நடந்த காலத்துக்கு இருநூறு வருஷத்துக்கு முன்னால், நாகார்ஜுன பிக்ஷு என்னும் மகான் தோன்றி மகாயான புத்த சித்தாந்தத்தை

ஸ்தாபித்தார். பாரத நாட்டின் வடகோடியில் நாலந்தா என்னும் நகரில் பிரசித்தி பெற்று விளங்கிய பௌத்த மடத்தின் தலைவரான நாகார்ஜுனர் தேசமெங்கும் யாத்திரை செய்து, வாதப்போர் நடத்தி மகாயான சித்தாந் தத்தைப் பிரசாரம் செய்தார். ஆங்காங்கே ஸங்கிராமம் என்ற பெயரால் வழங்கிய பௌத்த மடங்களையும் நிறுவிக்கொண்டு போனார். அத்தகைய ஸங்கிராமம் ஒன்றை அவர் கிருஷ்ணா நதிக்கரையிலுள்ள ஸ்ரீ பர்வதத்திலும் ஸ்தாபித்தார். அதுமுதல் ஸ்ரீ பர்வதத்துக்கு நாகார்ஜுன மலை என்ற பெயரும் வழங்கலாயிற்று.

நாகார்ஜுனர் ஸ்தாபித்த மகாயான பௌத்த மதம், புத்த பகவானுடைய சிலைகளை அமைப்பதற்கும் கோயில்கள் கட்டுவதற்கும் அநுமதித்தது. 'நாகார்ஜுன பிக்ஷுவைப் போற்றுகிறேன்' என்று நாகநந்தி இரண்டுமுறை கூறியதன் கருத்து என்ன என்பது இப்போது நன்கு விளங்குகிறதல்லவா?

நாகநந்தி கூறியதைப் பொருட்படுத்தாமல் சிவகாமி, 'அப்பா! இவர்கள் எதற்காக ஒளிந்துகொண்டிருந்தார்கள்?' என்று கேட்டாள்.

'அம்மா! நம் நாகநந்தி அடிகள் இராஜ குலத்தினரைப் பார்ப்பதில்லை என்று விரதம் வைத்துக்கொண்டிருக்கிறார். உனக்குத் தெரியாதா? இந்த வாலிபன் அவருடன் வந்திருந்தபடியால்...'

'அப்பா! சக்கரவர்த்தியும் மாமல்லரும் இவரைப் பார்த்திருந்தால் எவ்வளவு சந்தோஷப்பட்டிருப்பார்கள்? ஒன்று கவனித்தீர்களா? மாமல்லர் கையில் ஒரு வேல் வைத்திருந்தாரே? அது இந்த வீரருடைய வேல்தான்...'

நாகநந்தி மீண்டும் குறுக்கிட்டு, 'அதில் என்ன வியப்பு, சிவகாமி! இப்போதுதான் பல்லவ சாம்ராஜ்யத்துக்கு ஆயுதம் தேவையாயிருக்கிறதே? ஊரிலுள்ள உடைந்த வேல், வாள், ஈட்டி எல்லாவற்றையும் தேடிச் சேகரிக்கிறார்களே?' என்றார்.

சிவகாமி அவரை எரித்துவிடுவது போல் பார்த்துவிட்டு, 'அப்பா! குமார சக்கரவர்த்தி இந்த வீரரிடம் திருப்பிக் கொடுப்பதற்காகவே அந்த வேலைத் தம் கையிலே வைத்திருக்கலாம். சுத்த வீரத்தைப் பாராட்டுவதில் மாமல் லரைப்போல் யார் உண்டு? இவரை நீங்கள் சக்கரவர்த்தியின் சமூகத்துக்கு உடனே அழைத்துப் போக வேண்டும்' என்று கூறினாள்.

ஆயனர் தட்டுத் தடுமாறி, ஆகட்டும் 'அம்மா! என் உத்தேசமும் அதுதான். பரஞ்சோதி வடக்கே போய்த் திரும்பி வந்ததும் சக்கரவர்த்தியிடம் அழைத்துப் போகிறேன்' என்றார்.

சக்கரவர்த்தி வந்திருந்த சமயத்தில் சிலையின் பின்னால் ஒளிந்திருக்க நேர்ந்த அவமானத்தினாலும், சிவகாமியின் விஷயத்தில் ஏற்பட்ட இயற் கையான சங்கோசத்தினாலும் இத்தனை நேரம் பரஞ்சோதி உள்ளமும் உடலும் குன்றி மௌனமாயிருந்தான். ஆனால், சிவகாமி பரிந்து கூறிய வார்த்தை அவனுடைய ஆன்மாவையும் நாவையும் கட்டியிருந்த தளையை அறுத்த மாதிரி இருந்தது. அவன் சிவகாமியை நன்றியுடன் நோக்கி விட்டு,

ஆயனரைப் பார்த்து, 'ஐயா! தங்கள் குமாரி சொல்வது உண்மைதான். குமார சக்கரவர்த்தியின் கையிலிருந்த வேல் என்னுடைய வேல் தான் என்று எனக்குக்கூடத் தோன்றியது. அதை வாங்கிக் கொடுத்தீர்களானால் நல்லது. நெடுந்தூரம் பிரயாணம் செய்வதற்குக் கையில் ஏதேனும் ஆயுதம் அவசிய மல்லவா?' என்றான்.

அப்போது புத்த பிக்ஷு, 'ஆயுதத்துக்குத்தானா இப்போது அவசரம்? வேலும் ஈட்டியும் எத்தனை வேணுமானாலும் நான் சம்பாதித்துத் தருகிறேன். முக்கியமான காரியம் ஆகவில்லையே! குதிரையும் இலச் சினையும் கேட்கத் தவறி விட்டீர்களே, ஆயனரே!' என்றார்.

'அது என் பொறுப்பு நாளை மாமல்லபுரத்துக்கு வரும்படி சக்கரவர்த்தி கட்டளையிட்டிருக்கிறார். அங்கே கேட்டு வாங்கிக்கொண்டு வருகிறேன். பிரயாணத்திற்கு மற்ற ஏற்பாடுகளைக் கவனியுங்கள்' என்றார் ஆயனர்.

'அப்பா! இந்த அண்ணன் நெடுந்தூரம் பிரயாணம் செய்யப் போகிறாரா? எந்த ஊருக்கு? எதற்காக?' என்று சிவகாமி கேட்டாள்.

'நான்தான் அனுப்புகிறேன், குழந்தாய்! மிகவும் முக்கியமான காரியத் துக்காக. சென்ற ஒன்பது வருஷகாலமாக இரவும் பகலும் நான் கண்டு கொண்டிருந்த கனவு நிறைவேறப்போகிறது. சிவகாமி! இந்த உத்தம புத்த பிக்ஷுவின் உதவியினால் நிறைவேறப் போகிறது' என்று ஆயனர் கூறிய போது அவருடைய மொழிகளில் முன் போலவே ஆர்வமும் பரபரப்பும் பொங்கித் ததும்பின.

'நீங்கள் என்ன கனவு கண்டீர்கள்? அது எப்படி நிறைவேறப்போகிறது? எனக்கு ஒன்றுமே விளங்கவில்லையே?' என்றாள் சிவகாமி.

'அஜந்தா மலைக் குகையிலுள்ள அதிசய வர்ண சித்திரங்களைப் பற்றி உனக்குப் பல தடவை சொல்லியிருக்கிறேனல்லவா? ஐந்நூறு வருஷம் ஆகியும் அழியாத அந்த வர்ணச் சேர்க்கையின் இரகசியத்தை அறிந்து வருவ தற்காகத்தான் இந்தப் பிள்ளையை என் அருமை நண்பரின் மருமகனை, வடக்கே அனுப்பப் போகிறேன்...'

'ஐந்நூறு வருஷத்து வர்ணமாவது, அழியாதிருக்கவாவது? எனக்கு நம்பிக் கைப்படவில்லை, அப்பா!' என்று சிவகாமி கூறி, சந்தேகமும் அவநம் பிக்கையும் வெளிப்படையாகத் தோன்றிய பார்வையுடன் பிக்ஷுவை நோக்கினாள்.

'அதை நம்புவது கஷ்டந்தான். முதன் முதலில் கேள்விப்பட்டபோது எனக்கும் நம்பிக்கை உண்டாகவில்லை. ஐந்நூறு வருஷம் அழியாத வர்ணம் எப்படி இருக்கமுடியும் என்றுதான் எண்ணினேன். நானே கண்ணால் பார்த்த பிறகு தான் நம்பிக்கை உண்டாயிற்று!' என்றார்.

ஆயனர் இவ்விதம் கூறியதும், புத்த பிக்ஷுவும் சிவகாமியும் தங்களுடைய வியப்பை ஏககாலத்தில் தெரிவித்துக் கொண்டார்கள்.

'கண்ணால் பார்த்தீர்களா? எப்போது?' என்றாள் சிவகாமி.

'என்னிடம் இத்தனை காலமும் சொல்லவில்லையே? தாங்கள் அஜந்தா வுக்குப் போனதுண்டா?' என்று பிக்ஷு கேட்டார்.

'இல்லை; அஜந்தாவுக்குப் போனதில்லை. ஆனால், சித்தர் மலையிலே பார்த்தேன். அடிகளே! தாங்களும் சித்தர் மலைக்குப் போய்வந்ததாகச் சொன்னீர்களே? அங்கே என்ன என்ன அதிசயங்களைக் கண்டீர்கள்?' என்று ஆயனர் வினவியதும், பிக்ஷுவின் முகத்தில் பிரகாசம் உண்டாயிற்று.

'ஆ! தெரிகிறது...சித்தர் மலைக்குகையில் ஜீன தீர்த்தங்கரர்களின் உருவங்கள் அழியா வர்ணங்கொண்டு எழுதியிருப்பதைக் கண்டேன். குகையின் வாசற் புறத்தில் இரண்டு அப்ஸர ஸ்திரீகளின் திவ்ய வடிவங்களைப் பரத சாஸ்தி ரத்தில் சொல்லிய இரண்டு அபூர்வ அபிநயத் தோற்றங்களில் பார்த்தேன். அவற்றை எழுதிய மகா சித்திரக்காரர் யாரோ என்று அதிசயித்தேன்...'

'யார் என்று தெரிந்ததா, சுவாமி?'

'இப்போது தெரிகிறது... அப்பேர்ப்பட்ட தத்ரூபமான ஜீவ வடிவங்களை எழுதக்கூடிய மகா சித்திரக்காரர் தென்னாட்டிலே ஆயனச் சிற்பியைத் தவிர வேறு யார்?'

'ஆம், அடிகளே! அந்த உருவங்களை எழுதியவன் அடியேன்தான். இன்னும் ஏதாவது விசித்திரத்தைக் கவனித்தீர்களா?'

'அந்த அப்ஸர மாதரின் நடன உருவங்கள் இடைக்கு மேலே பிரகாசமாய் நேற்று எழுதியவைபோல் விளங்குகின்றன; இடைக்குக் கீழே வர்ணம் மங்கி விளக்கமின்றி இருக்கின்றன.'

'ஆ! ஒன்பது வருஷ காலத்தில் அதிகமாக மங்கித்தான் இருக்கும்!' என்றார் ஆயனர். பின்னர், மேற்சொன்ன சித்தர் மலைச் சித்திரங்களைக் குறித்து ஆயனர் முன்னும் பின்னுமாகத் தட்டுத்தடுமாறிக் கூறிய வரலாறு வருமாறு:

பன்னிரண்டு ஆண்டுகளுக்கு முன்னால் மகேந்திர சக்கரவர்த்தி சமண சமயத்தினராயிருந்த காலத்தில் சோழ மண்டலத்துக்கு அவர் பிரயாணம் சென்றபோது ஆயனரையுங்கூட அழைத்துப் போயிருந்தார். உறையூரில் சோழ மன்னனுடைய உபசாரங்களைப் பெற்றுக்கொண்டு அங்கிருந்த சித்தர்வாச மலையில் சமண முனிவர்கள் ஏற்படுத்தியிருந்த பிரசித்திபெற்றசமணப் பள்ளியைப் பார்க்கச்சென்றார். அந்தக் குகைப் பள்ளியில் தீட்டியிருந்த வர்ணச் சித்திரங்களைக் கண்டு சக்கரவர்த்தியும் ஆயனரும் அதிசயித்தனர்.

சித்தர் மலைப் பள்ளியில் மேற்படி ஓவியங்களைத் தீட்டிய முனிவர் அச்சமயம் அங்கே வாசம் செய்துகொண்டிருந்தார். அந்தச் சித்திரங்கள் ஆயிரம் வருஷம் ஆனாலும் அழியாதவை என்று அம்முனிவர் கூறியதைச் சக்கரவர்த்தியும் ஆயனரும் நம்பவில்லை. அஜந்தா சித்திரங்களைப்பற்றி அந்த முனிவர் கூறியதையும் இவர்கள் நம்பவில்லை. அதன்பேரில் அந்தச் சமண முனிவர் ஒரு பந்தயம் போட்டார். அந்தக் கோயிலின் வாசலில் ஆயனர் இரண்டு அப்ஸர மாதரின் நடனத் தோற்றங்களை எழுத வேண்டுமென்றும், மேற்பாதி உருவங்களைத் தாம் குழைத்துக் கொடுக்கும்

வர்ணங்களைக்கொண்டும், இடைக்குக் கீழே ஆயனரின் சொந்த வர்ணங்களைக்கொண்டும் எழுத வேண்டுமென்றும், மூன்று வருஷம் கழித்து மீண்டும் வந்து பார்த்து, தாம் கூறுவது உண்மை என்று நிச்சயிக் கப்பட்டால், ஆயனர் சமண சமயத்தை ஒப்புக்கொள்ள வேண்டுமென்றும் முனிவர் பந்தயத்துக்கு நிபந்தனை விதித்தார். அப்படி ஒப்புக் கொண்டால் மேற்படி வர்ணச் சேர்க்கையின் இரகசியத்தைச் சொல்லிக் கொடுப்பதாகவும் கூறினார்.

நிபந்தனையை ஒப்புக்கொண்ட ஆயனர் மேற்சொன்ன இரு வகை வர்ணங்களை உபயோகித்து அப்ஸர மாதர் சித்திரங்களை எழுதினார். மூன்று வருஷத்துக்குப் பிற்பாடு சித்தர் மலைக்கு மறுபடியும் போய்ப் பார்த்தபோது, ஆயனர் தீட்டிய நடன உருவங்களின் மேற்பகுதிகள் அன்று எழுதியவைபோல் வர்ணம் மங்காமல் விளங்கின; கீழ்ப் பகுதிகள் பெரிதும் மங்கிப்போயிருந்தன. இதனால் பெரிதும் அதிசயமடைந்த ஆயனர், நிபந்தனைப்படி சமண மதத்தைத் தழுவி, அந்த இரகசியத்தை அறிந்துகொள்ளச் சித்தமாயிருந்தார். ஆனால், நிபந்தனை விதித்த சமண ஓவியர் அப்போது அங்கு இல்லை! சக்கரவர்த்தி சைவரானது பற்றிக் கோபங்கொண்டு பல்லவ சாம்ராஜ்யத்திலிருந்து போய்விட்ட அநேக சமண முனிவர்களைப்போல் அவரும் போய் விட்டார்! ஆனால், அந்த அழியாத வர்ணச் சேர்க்கையின் இரகசியத்தை அறிந்து கொள்வதில் ஆயனருக்கு அன்று ஏற்பட்ட ஆவல் இன்று வரையில் வளர்ந்துகொண்டே இருந்தது.

மேற்படி வரலாற்றைக் கேட்டுக்கொண்டிருந்த புத்த பிக்ஷு முடிவில், ‘ஆயனரே! கவலை வேண்டாம்! உங்களுடைய ஆவல் நிறைவேறும் காலம் நெருங்கிவிட்டது. பரஞ்சோதிக்கு நீங்கள் குதிரையும் பிரயாண அனு மதியும் வாங்கிக் கொடுப்பதுதான் தாமதம், வெகு சீக்கிரத்தில் உங்கள் மனோரதம் நிறைவேறும்!’ என்றார்.

பரஞ்சோதியும் மிக்க உற்சாகத்துடன், ‘ஆம், ஐயா! தங்களுடைய மனோ ரதம் என்னால் நிறைவேறுவதாயிருந்தால் அது என்னுடைய பாக்கியம் தான். என்ன அபாயம் வந்தாலும் பின் வாங்காமல் காரியத்தை முடித்துக் கொண்டு வருகிறேன்’ என்றான்.

சிவகாமியின் உள்ளத்திலோ முரண்பட்ட எண்ணங்கள் தோன்றிப் போட்டி யிட்டன. ஆயனருடைய ஆவலையும், அந்த ஆவல் நிறைவேறினால் அவர் அடையக்கூடிய மகத்தான ஆனந்தத்தையும் அவள் அறிந்துதான் இருந்தாள். ஆனாலும், புத்த பிக்ஷுவின் தூண்டுதலால் நடக்கும் இந்தக் காரியத்தில் ஏதாவது சூதும் சூழ்ச்சியும் இருக்குமோ என்று அவள் மனம் ஐயுற்றது. ஆகவே, பரஞ்சோதியைத் தனியாகப் பார்த்து எச்சரிக்கை செய்ய வேண்டு மென்று அவள் தனக்குள்ளேயே தீர்மானித்துக் கொண்டாள்.

22.சத்ருக்னன்

ஆயனர் வீட்டிலிருந்து புறப்பட்ட மகேந்திர பல்லவர் குதிரையை விரைவாகச் செலுத்திக்கொண்டு சென்று சற்றுத் தூரத்தில் நின்றுகொண்டிருந்த தம் பரிவாரங்களை அடைந்தார். அங்கே குதிரையைச் சற்று நிறுத்தி, கூட்டத்தில் ஒருவன் மீது பார்வையைச் செலுத்தினார். அந்த மனிதன் சக்கரவர்த்தியின் பார்வையில் இருந்த சமிக்ஞையைத் தெரிந்து கொண்டவனாய், அவரை நெருங்கி வந்து பணிவாக நின்றான்.

'சத்ருக்னா! உனக்குச் சிற்பக்கலையில் பயிற்சி உண்டா?' என்று சக்கரவர்த்தி கேட்டார்.

சத்ருக்னன் முகத்தில் எவ்வித உணர்ச்சியும் காட்டாமல், 'இல்லை பிரபு!' என்றான்.

'இவ்வளவுதானா? சிற்பக்கலையில் கொஞ்சமாவது உனக்குப் பயிற்சி இருக்கவேண்டும். அதற்கு இந்த இடத்தைக் காட்டிலும் நல்ல இடம் கிடையாது. ஆயனருடைய சீடப் பிள்ளைகள் செய்யும் வேலைகளைக் கவனித்துக்கொண்டிருந்தாலே போதும்.'

'ஆக்ஞை, பிரபு! இப்போதே தொடங்குகிறேன்.'

'சிற்பம் கற்றுக்கொள்ளப் புதிதாக வேறு யாராவது இங்கே வந்தால் அவர்களையும் நீ கவனித்துக்கொள்ள வேண்டும். ஆனால், அவர்கள் உன்னைக் கவனிக்க வேண்டியதில்லை.'

'அப்படியே' என்று சத்ருக்னன் கூறியபோது அவனுடைய புருவங்கள் சிறிது மேலே சென்றன.

'நல்லது; சிற்பக்கலையைப்பற்றிப் புதிதாக ஏதேனும் தெரிந்துகொண்டால் உடனே வந்து எனக்குத் தெரிவிக்க வேண்டும்.'

இவ்விதம் கூறிவிட்டுச் சக்கரவர்த்தி மீண்டும் குதிரையை வேகமாக விட்டார். அவரைத் தொடர்ந்து குமார சக்கரவர்த்தியும் குதிரையை வேகமாகச் செலுத்த, மற்ற பரிவாரங்கள் அவர்களைப் பின்தொடர முடியாமல் பின் தங்கும்படி நேர்ந்தது.

சக்கரவர்த்திக்கும் சத்ருக்னனுக்கும் நடந்த சம்பாஷணை அரைகுறையாக நரசிம்மரின் செவியில் விழுந்தது. அது அவருடைய மனத்தில் பெருங் குழப்பத்தை உண்டாக்கிற்று. சிவகாமி கூறியபடி ஆயனரின் வீட்டில் வேலெறிந்த வாலிபனைக் காணாதது மாமல்லருக்கு ஏற்கெனவே வியப்பை உண்டாக்கியிருந்தது. இப்போது சக்கரவர்த்தி, ஆயனர் வீட்டைக் காவல் புரியும்படி பல்லவ ராஜ்யத்தின் மகா சமர்த்தனான ஒற்றனை ஏவியது மாமல்லரின் வியப்பைப் பன் மடங்கு அதிகமாக்கியதுடன், அவருடைய

மனத்தில் என்னவெல்லாமோ சந்தேகங்களைக் கிளம்புவதற்கு ஏதுவாயிற்று. அதைப்பற்றித் தந்தையைக் கேட்க வேண்டுமென்று அவர் எண்ணினார். ஆனால், மகேந்திரரோ அந்தக் காட்டு வழியில் குதிரையைப் பாய்ச்சலில் விட்டுக்கொண்டு போனார். சக்கரவர்த்தி குதிரையை விரைவாகச் செலுத்தினால் அவர் ஏதோ முக்கியமான விஷயத்தைப்பற்றிச் சிந்தனை செய்வதற்கு அறிகுறி என்பதை மாமல்லர் அறிந்தவரானபடியால், விஷயத்தைத் தெரிந்துகொள்ள அவருடைய ஆவல் இன்னும் அதிகமாயிற்று. அவருடைய குதிரையும் நாலுகால் பாய்ச்சலில் சென்றது.

காட்டைத் தாண்டியதும் காஞ்சியிலிருந்து மாமல்லபுரத்துக்குப் போகும் இராஜபாட்டை தென்பட்டது. அந்தச் சாலை ஓரமாக ஒரு பெரிய கால்வாய் ஓடிற்று. அந்தக் கால்வாயில் ஒன்றன்பின் ஒன்றாகப் படகுகள் காஞ்சியை நோக்கிப் போய்க்கொண்டு இருந்தன. படகுகளில் பெரும்பாலும் நெல் மூட்டைகள் ஏற்றியிருந்தன. ஒவ்வொரு படகையும் இரண்டு ஆட்கள் தள்ளிக்கொண்டு வந்தார்கள்.

இருபுறத்திலும் மரமடர்ந்த விசாலமான சாலையும், தெளிந்த நீரையுடைய கால்வாயும், கால்வாயில் மிதந்துவந்த படகுகளும், கால்வாய்க்கு அப்பால் மரங்களின் வழியாக வெகு தூரத்துக்குத் தெரிந்த பசுமையான சமவெளியும் மனோகரமாய்க் காட்சியளித்தன. கால்வாய் நீரில் ஆங்காங்கு மரங்களின் கருநிழல் படிந்திருந்த இடங்கள் கண்களைக் குளிரச் செய்தன. சற்றுத் தூரத்திலே சென்ற படகுகளில் ஒன்றிலிருந்து படகோட்டி ஒருவன்,

செங்கனி வாயில் ஒரு
    வேய்ங்குழல் கொண்டிசைத்து
தேனிசைதான் பொழிவோன்
    யார் யார் யார்? கிளியே!
செந்தாமரை முகத்தில்

    மந்தகாசம் புரிந்து
சிந்தை திரையாய்க் கொள்வோன்
    யார் யார் யார்? கிளியே!

என்று இனிய குரலில் உணர்ச்சி ததும்பப் பாடிய இன்னிசைக் கீதம் இளங் காற்றிலே மிதந்து வந்தது.

இத்தகைய சாந்தமும் இன்பமும் அமைதியும் அழகும் குடி கொண்ட காட்சியைக் குலைத்துக்கொண்டும், 'இது பொய்யான அமைதி; சீக்கிரத்திலே இடியும் மழையும் புயலும் பூகம்பமும் வரப்போகின்றன!' என்று மௌனப் பறையறைந்து தெரிவித்துக்கொண்டும் அக்கால்வாயில் நெல்லேற்றிய படகுகளுக்கு நடுவிலே ஆயுதங்கள் ஏற்றிய படகு ஒன்றும் வந்து கொண்டு இருந்தது. அதில் வேல், வாள், ஈட்டி, கத்தி, கேடயம் முதலிய விதவிதமான போர்க் கருவிகள் நிறைந்திருந்தன.

அதுவரையில் மௌனமாக நின்று அந்தக் காட்சியைப் பார்த்துக்கொண்டிருந்த சக்கரவர்த்தி ஆயுதப் படகைக் கண்டதும், 'ஆக, பல்லவ சாம்

ராஜ்யத்தில் யுத்த ஆயுதங்கள் பலமாகத்தான் நடக்கின்றன!' என்று பரிகாசமும் மனக்கசப்பும் தொனித்த குரலில் கூறிவிட்டு, பக்கத்திலே குதிரை மேலிருந்த தம் குமாரரைப் பார்த்தார். அவருடைய முகத்தோற்றத்தைக் கவனித்ததும், 'நரசிம்மா! ஏதோ கேட்க விரும்புகிறாய் போலிருக்கிறதே!' என்றார்.

'எப்படித் தெரிந்தது, அப்பா!' என்றார் குமார சக்கரவர்த்தி.

'உன் முகம் தெரிவிக்கிறது அபிநயக்கலை முகபாவம் ஆகியவைகளைப் பற்றி இப்போதுதானே பேசிவிட்டு வந்தோம்? கேட்க விரும்பியதைக் கேள்!' என்றார் தந்தை.

'சத்ருக்னனை எங்கே அனுப்பினீர்கள்!'

'ஆயனர் வீட்டுக்கு'

'எதற்காக?'

'ஒற்றனை வேறு எதற்காக அனுப்புவார்கள்? வேவு பார்ப்பதற்குத்தான்!'

'என்ன சொல்கிறீர்கள், அப்பா! ஆயனச் சிற்பியின் வீட்டை வேவு பார்க்கும் படியான அவசியம் என்ன ஏற்பட்டது?'

'யுத்த காலத்தில் சர்வ ஜாக்கிரதையாக இருக்கவேண்டும். மாமல்லா! இம்மாதிரி சமயங்களில் சந்நியாசியின் காவித் துணிக்குள்ளே எதிரியின் ஒற்றன் ஒளிந்திருக்கலாம். சிற்பக் கலைக்குள்ளே சதியாலோசனை இருக்கலாம்...'

நரசிம்மர் தம்மை மீறிய பதைபதைப்புடன், 'ஆகா! இது என்ன? ஆயனச் சிற்பியா தமக்கு எதிராகச் சதி செய்கிறார்? என்னால் நம்ப முடிய வில்லையே!' என்றார்.

'ஆயனச் சிற்பி சதி செய்வதாக நான் சொல்லவில்லையே? அந்தப் பரமசாது நமக்காக உயிரையே விடக் கூடியவராயிற்றே!'

மாமல்லர் சிறிது சாந்தம் அடைந்து, 'அப்படியானால் ஆயனர் வீட்டுக்கு ஒற்றனுடைய காவல் எதற்காக?' என்று கேட்டார்.

'கள்ளங்கபடமற்ற அந்தச் சாது சிற்பிக்குத் தெரியாமல் அவர் வீட்டில் பகைவர்களின் ஒற்றர்கள் இருக்கலாம் அல்லவா?'

'ஆயனர் வீட்டில் ஒற்றர்களா? தங்களுக்கு எப்படித் தெரிந்தது? நான் ஒருவரையும் பார்க்கவில்லையே?'

'மாமல்லவா! இராஜ்ய நிர்வாகத்தில் ஈடுபட்டவர்களுக்கு எப்போதும் கண்ணும் காதும் திறந்திருக்க வேண்டும். யுத்த காலத்தில் இது மிகவும் அவசியம். ஆயனர் வீட்டில் நாம் இருந்தபோது உன் கண்கள் என்ன செய்து கொண்டிருந்தன?' என்று கேட்ட வண்ணம் சக்கரவர்த்தி நரசிம்மரின் முகத்தை ஏறிட்டுப் பார்த்தார்.

அங்கே தம் கண்கள் சிவகாமியின் கண்களுடன் அந்தரங்கம் பேசுவதிலேயே பெரிதும் ஈடுபட்டிருந்தன என்பது ஞாபகம் வரவே நரசிம்மருடைய பால் வடியும் இளம் வதனம் வெட்கத்தினால் சிவந்தது. அதே சமயத்தில் முன்னைவிட அதிக தூரத்திலிருந்து படகோட்டியின் இனிய கீதம் மெல்லிய குரலில் பின்வருமாறு கேட்டது.

கண்ணன் என்றங்கேயொரு
கள்வன் உளன் என்று
கன்னியர் சொன்னதெல்லாம்
மெய்தானோ? கிளியே!
வெண்ணெய் திருடும்பிள்ளை
என்னுள்ளம் கவர்ந்ததென்ன?
கண்ணால் மொழிந்ததென்ன?
சொல்வாய்! பைங்கிளியே!

23.இராஜ ஹம்சம்

நரசிம்மர் வெட்கமுற்றதைக் கண்டு அவருக்குத் தைரியம் சொல்பவர்போல் மகேந்திரர் கூறினார்: 'நரசிம்மா! ஆயனர் வீட்டுக்குள் போனால் அங்குள்ள சிற்பச் சித்திர அதிசயங்களில் எவருமே கண்ணையும் கருத்தையும் பறி கொடுப்பது இயற்கைதான். நானே அப்படித்தான் மெய்ம்மறந்து விடுவது வழக்கம். இன்றைக்கு ஆயனர் வீட்டுக்குச் செல்லும்போதே சிறிது சந்தேகத்துடன் நான் சென்றபடியால் கூர்மையாகக் கவனித்தேன்...'

நரசிம்மர் தம் மனக் குழப்பத்தைச் சமாளித்துக்கொண்டு, 'கவனித்ததில் என்ன கண்டீர்கள், அப்பா? சிற்பங்களையும் சித்திரங்களையும் தவிர, ஆயனர் வீட்டில் வேறொன்றையும் நான் காணவில்லையே?' என்றார்.

'ஆயனரின் நடவடிக்கையில் உனக்கு எவ்விதமான சந்தேகமும் உண்டாக வில்லையா, நரசிம்மா!'

மாமல்லர் மௌனமாயிருந்தார்.

'அடிக்கடி அவர் கவலையுடன் புத்தர் சிலையின் பக்கம் திரும்பினாரே, அதைக் கவனிக்கவில்லையா?'

மாமல்லரின் கண்கள் அகன்று விரிந்தன.

'புத்தர் சிலைக்கு அருகில் நாம் சென்றதும், ஆயனர் தயங்கித் தடுமாறி யதையும் நீ கவனிக்கவில்லையா?'

நரசிம்மர் திடுக்கிட்டவராய், 'அப்பா! அந்தப் பெரிய புத்த விக்கிரகத்துக்குப் பின்னால் ஒருவேளை யாராவது மறைந்திருந்தார்களா, என்ன?' என்றார்.

'ஆம், நரசிம்மா! இரண்டு பேர் இருந்தார்கள்! அன்றிரவு இராஜ விஹாரத்துக்கு அருகில் ஒரு புத்த பிக்ஷுவையும் ஒரு வாலிபனையும் நாம் பார்க்கவில்லையா, அந்த இருவரும் தான்!'

'என்ன! அவர்களா ஆயனச் சிற்பியார் வீட்டில் புத்தர் சிலைக்குப் பின்னால் ஒளிந்திருந்தார்கள்?'

'ஆம்; ஆனால், ஒளிந்துகொள்ளும் கலையை அவர்கள் அவ்வளவு நன்றாகக் கற்கவில்லை...'

'தங்களுக்கு மூன்றாவது கண் உண்டு என்பது அவர்களுக்கு எப்படித் தெரியும் அப்பா? ஆயனரின் வீட்டில் தாங்கள் அவ்வளவு நேரம் தங்கியது எனக்குச் சிறிது வியப்பை அளித்தது. இப்போது காரணம் தெரிகிறது!' என்று நரசிம்மர் பெருமிதத்துடன் கூறினார். மகேந்திரர் இதற்கு விடையொன்றும் கூறாமல் கால்வாயின் மேற்குத் திசையை நோக்கினார்.

திடீரென்று, 'அப்பா! ஆயனர் வீட்டுக்கு நான் மறுபடியும் போய்வர விரும்புகிறேன்' என்றார் மாமல்லர்.

'எதற்காக, நரசிம்மா?'

'அந்த வாலிபனைப் பார்த்து இந்த வேலை அவனிடம் ஒப்புவிக்க வேண்டும். புத்த பிக்ஷுவுடன் அன்றிரவு நாம் பார்த்த வாலிபன்தான் இந்த வேலுக்குரியவன் என்று தாங்கள் சொன்னீர்கள் அல்லவா?'

'அன்று ஊகித்துச் சொன்னேன்; இன்றைக்கு நிச்சயமாயிற்று. ஆனால், அந்த வாலிபனுக்கு இந்த வேல் இனிமேல் தேவையில்லை, நரசிம்மா! அதோ போகிறதே, ஆயுதப் படகு அதிலுள்ள பழைய வேல்களுடன் இதையும் நீ சேர்த்து விடலாம்!'

'ஏன், அப்பா?'

'பரஞ்சோதி, ஆயனரிடம் சிற்பக் கலை கற்கப் போகிறான்; அவனுக்கு வேல் வேண்டியதில்லை.'

'பரஞ்சோதி, பரஞ்சோதி! திவ்யமான பெயர்! அந்த வீர வாலிபனைப்பற்றி என்னவெல்லாமோ ஆசைகொண்டிருந்தேன். அவனை என் ஆருயிர்த் தோழனாகக் கொள்ள விரும்பினேன்!'

'அது நிறைவேறாதென்று நான் சொல்லவில்லையே!'

'எப்படி நிறைவேறும்? நம் பகைவர்களின் ஒற்றர்களுடன் நாம் தோழமை கொள்வது சாத்தியமா?'

'அந்த வாலிபனை ஒற்றன் என்று நான் சொல்லவில்லையே!'

'பின் எதற்காக அவன் ஒளிந்துகொண்டான்?'

'அந்த வாலிபன் குற்றமற்றவன். அவனைக்கொண்டு அந்தக் கள்ள பிக்ஷு ஏதோ சூழ்வினை செய்யப் பார்க்கிறான் என்று தோன்றுகிறது. வாதாபி

சாம்ராஜ்யத்தின் மகா சதுரனான ஒற்றன் அந்தப் பிக்ஷு என்று நான் ஊகிக்கிறேன்!'

'அப்பா! சில சமயம் தங்களுடைய நிதானப் போக்கு எனக்கு மிகுந்த வியப்பை அளிக்கிறது.'

'எதைப்பற்றிச் சொல்லுகிறாய், நரசிம்மா?'

'அன்றிரவே அந்தப் புத்த பிக்ஷுவைப்பற்றித் தாங்கள் சந்தேகம் கொண்டீர்கள். உடனே அவனை ஏன் சிறைப்படுத்தவில்லை? வெளியிலே விட்டு ஏன் வேடிக்கை பார்க்கிறீர்கள்?'

'அன்றிரவு சிறைப்படுத்தியிருந்தால், பல்லவ ராஜ்யத்துக்கு ஏற்பட்டி ருக்கும் ஒரு பெரிய அபாயம் எனக்குத் தெரியாமல் போயிருக்கும்.'

'பெரிய அபாயமா?' என்று கூறி நரசிம்மர் ஆவலுடனும் பரபரப்புடனும் மகேந்திரரை நோக்கினார்.

'ஆம்; அன்றிரவு நாம் புத்த பிக்ஷுவையும் வாலிபனையும் பார்த்தோம்; மறுநாள் காலையில் அவர்களை இராஜ விஹாரத்தில் காணவில்லை. ஆனால், அவர்கள் எந்தக் கோட்டை வாசலின் வழியாகவும் வெளியே போனதாகத் தெரியவில்லையல்லவா?'

'ஆமாம்!'

'அவர்கள் எப்படி மாயமாய் மறைந்திருக்கக் கூடுமென்று வியப்பாயிருந்த தல்லவா?'

'ஆம், அப்பா!'

'கோட்டைக்கு வெளியே போக ஏதோ கள்ள வழி இருக்க வேண்டும் என்று சந்தேகித்தேன். அந்தக் கள்ள வழி எங்கே இருக்கிறதென்று சற்று முன்னால் தான் தெரிந்தது.'

'அதைப்பற்றி யோசித்ததனால்தான் குதிரையை அவ்வளவு வேகமாய் விட்டுக்கொண்டு வந்தீர்களா?'

சக்கரவர்த்தி மௌனமாயிருந்தார். 'கள்ள வழி எங்கே இருக்கிறது, அப்பா?'

'இராஜ விஹாரத்தின் புத்த பகவானுடைய விக்கிரஹத்துக்குப் பின்னால் பார்க்கவேண்டும், நரசிம்மா!'

சக்கரவர்த்தியின் அறிவுக் கூர்மையைப்பற்றி நரசிம்மர் அளவற்ற வியப்புக் கொண்டவராய்த் திகைத்து நிற்கையில், 'அதோ இராஜஹம்சம்!' என்று மகேந்திரர் கூறியதைக் கேட்டு மேற்கே நோக்கினார். காஞ்சி நகர்ப் பக்கத்தி லிருந்து மூன்று படகுகள் கால்வாயில் வந்துகொண்டிருந்தன. அவற்றில் நடுவில் வந்த படகு சங்கையொத்த வெண்ணிறமுடைய 'இராஜ ஹம்ச'த் தின் உருவமாக அமைக்கப்பட்டிருந்தது. அதில் ஒரு பக்கத்தில் அமைந் திருந்த தங்கச் சிங்காதனம் 'பளபள'வென்று மின்னிற்று. அதன் மேல் விசாலமான வெண்கொற்றக்குடை விரித்திருந்தது. எல்லாவற்றுக்கும்

மேலே பல்லவ சாம்ராஜ்யத்தின் ரிஷபக்கொடி கம்பீரமாய்ப் பறந்து கொண்டிருந்தது.

முதலில் வந்த படகும், 'இராஜ ஹம்ச'மும் படகோட்டிகளைத் தவிர மற்றப்படி வெறுமையாயிருந்தன. கடைசியாக வந்த படகில் பலர் அமர்ந் திருந்தார்கள்.

'ஆ! மந்திரி மண்டலத்தாரும் வருகிறார்களே! தாங்கள் வரச் சொல்லி யிருந்தீர்களா?' என்றார் நரசிம்மர்.

'ஆம்; இன்றைக்குத் துறைமுகத்தில் மந்திரி மண்டலம் கூடப் போகிறது. அதற்கு முன்னால் உன்னிடம் நான் சில விஷயங்கள் சொல்லவேண்டும். அதோடு, உன்னிடம் ஒரு வாக்குறுதி கோரப்போகிறேன்' என்றார் மகேந்திரர்.

நரசிம்மருக்குத் தூக்கிவாரிப் போட்டது. அவருடைய உள்ளத்தைக் கொள்ளை கொண்டவளான சிவகாமி, தாமரைக் குளக்கரையில் அவரிடம் வாக்குறுதி கேட்டு வாங்கிக்கொண்டு ஒரு முகூர்த்த நேரம்கூட ஆக வில்லை. அதற்குள் அவருடைய அன்புக்கும் பக்திக்கும் உரியவரான தந்தை வேறு வாக்குறுதி கேட்கிறார்.

இவ்விதம் மாமல்லர் யோசித்துக்கொண்டிருக்கும்போதே படகுகள் மூன்றும் அவர்கள் இருந்த இடத்தை நெருங்கின.

24.வாக்குறுதி

சக்கரவர்த்திக்குப் பின்னால் கால்நடையாக வந்த இராஜ பரிவாரங்களும் இதற்குள்ளே கால்வாயின் கரைக்கு வந்து விட்டன.

'மகா ராஜாதிராஜ திரிபுவன சக்கரவர்த்தி குணபர மகேந்திர பல்லவேந்திரர் வாழ்க!' என்ற கோஷம் மந்திரி மண்டலத்தார் வீற்றிருந்த படகிலேயிருந்து கம்பீரமாக எழுந்தது.

'மகா ராஜாதிராஜ அவனிசிம்மலளிதாங்குர சத்துருமல்ல விசித்திரசித்த மத்தவிலாச சித்திரக்காரப்புலி குணபர மகேந்திர பல்லவேந்திரர் வாழ்க!' என்ற கோஷம் கரையிலிருந்து எழுந்தது.

'குமார சக்கரவர்த்தி மாமல்லர் வாழ்க!' என்ற கோஷம் இரு பக்கங்களி லிருந்தும் எழுந்து வானளாவியது.

சங்கங்களும், எக்காளங்களும் காது செவிடுபடும்படி முழங்கின. முரசங் களும் பேரிகைகளும் எட்டுத் திசையும் அதிரும்படி ஆர்த்தன.

மகேந்திர பல்லவரைத் தொடர்ந்து வந்த வீரர்கள் முன்னால் வந்த படகிலே ஏறி அமர்ந்தார்கள்.

சக்கரவர்த்தியும் குமாரரும் குதிரைகளை ஏவலாளரிடம் ஒப்புவித்துவிட்டு, 'இராஜ ஹம்ச'த்தில் ஏறி வெண்கொற்றக் குடையின் கீழ்த் தங்கச் சிங்காதனத்தில் அமர்ந்தார்கள்.

படகுகள் மூன்றும் துறைமுகத்தை நோக்கிப் புறப்பட்டன.

வாத்திய முழக்கங்கள் நின்றதும், சக்கரவர்த்தி தம் குமாரரைப் பார்த்து, 'நரசிம்மா! நான் உன்னிடம் வாக்குறுதி கேட்பதே உனக்கு விந்தையாயிருக்கும். அதற்கு நீ உடனே மறுமொழி கூறாததும் நியாயந்தான். விஷயம் இன்னதென்று தெரிந்து கொள்ளாமல் எந்த வாக்குறுதியும் கொடுக்கக் கூடாது. இராஜ்யம் ஆளும் பொறுப்பு உடையவர்கள் இதில் சர்வஜாக்கிரதையாயிருக்க வேண்டும்!' என்றார்.

'அதற்காக நான் தயங்கவில்லை, அப்பா! தாங்கள் என்னிடம் வாக்குறுதி கேட்க வேண்டுமா என்றுதான் யோசனை செய்துகொண்டிருந்தேன். எனக்குத் தாங்கள் கட்டளையிடுவதுதானே முறை? தங்கள் விருப்பத்திற்கு மாறாக எப்போதாவது நான் நடந்ததுண்டா?'

இந்த வார்த்தைகள் குமார சக்கரவர்த்தி இருதய பூர்வமாகக் கூறியவையான படியால் அவருடைய நாத் தழுதழுத்தது.

மகேந்திரரும் உணர்ச்சி மிகுதியினால் சற்றுச் சும்மா இருந்துவிட்டு, பிறகு கூறினார்: 'பல்லவ சிம்மா! நான் எவ்வளவு கசப்பான கட்டளையிட்டாலும் நீ நிறைவேற்றுவாய் என்று எனக்குத் தெரியும். ஆனாலும், காரியத்தின் முக்கியத்தைக் கருதி உன்னிடம் வாக்குறுதி பெறவேண்டியிருக்கிறது. அதற்கு முன்னால் நான் உனக்குச் சில முக்கியமான விஷயங்களைச் சொல்லியாக வேண்டும். நாளை மறுநாள் நான் வடக்கே போர் முனைக்குக் கிளம்புகிறேன். எப்போது திரும்பி வருவேன் என்று சொல்வதற்கில்லை...'

'அப்பா! என்ன சொல்கிறீர்கள்? போர்முனைக்குத் தாங்கள் கிளம்புகிறீர்களா? என்னை இங்கே விட்டுவிட்டா?' என்று மாமல்லர் ஆத்திரத்துடன் கேட்டார்.

'நான் சொல்ல வேண்டியதையெல்லாம் சொல்லி விடுகிறேன். நரசிம்மா! பிறகு, நீ கேட்கவேண்டியதைக் கேட்கலாம்' என்று சக்கரவர்த்தி கூறியதும், நரசிம்மர் மௌனமாயிருந்தார்.

மகேந்திரர் பிறகு கூறினார்: 'இந்தப் புராதனமான பல்லவ சாம்ராஜ்யத்தில் யுத்தம் என்று நடந்து வெகுகாலம் ஆகிவிட்டது. இருபத்தைந்து ஆண்டுகளுக்கு முன்னால் நான் இந்த ராஜ்யத்தின் பொறுப்பை ஏற்றுக்கொண்டேன். பிறகு இதுவரை யுத்தம் என்பதே நடக்கவில்லை. என் தந்தை சிம்மவிஷ்ணு மகாராஜாவின் காலத்திலும் பெரிய யுத்தம் நடந்தது கிடையாது. அவருடைய ஆட்சியின் ஆரம்பத்தில், சோழ நாட்டுக்கும் பாண்டிய நாட்டுக்கும்

நடுவில் புல்லுருவியைப் போலக் கிளம்பியிருந்த களப்பாள வம்சத்தை நிர்மூலம் செய்து உறையூர்ச் சிம்மாசனத்தில் சோழ வம்சத்தை நிலை நாட்டினார். அதன் பிறகு பல்லவ சைனியங்களுக்கு வேலையே இருக்க வில்லை! இப்போதுதான் முதன் முதலாக என் காலத்தில் யுத்தம் வந்திருக் கிறது. இதை என் இஷ்டப்படி நடத்துவதற்கு மந்திரி மண்டலத்தாரின் அனுமதி கோரப் போகிறேன். அதற்கு நீயும் அனுமதி கொடுக்க வேண்டும். இந்த யுத்தத்தில் வெற்றியோ தோல்வியோ, எது நேர்ந்தாலும் என் தலையோடு போகட்டும் உனக்கு அதில் பங்கு வேண்டியதில்லை....'

இத்தனை நேரம் பொறுமையுடன் இருந்த நரசிம்மர் இப்போது குறுக் கிட்டு, 'அப்பா! தோல்வி என்ற வார்த்தையை ஏன் சொல்லுகிறீர்கள்? யுத்தத் தில் நாம் அடையக்கூடியது வெற்றி அல்லது வீரமரணந்தானே? அதில் எனக்குப் பங்கு எப்படி இல்லாமற் போகும்?' என்று கேட்டார்.

'வீர பல்லவ குலத்துக்கு உகந்த வார்த்தை கூறினாய், நரசிம்மா! வெற்றி அல்லது வீர மரணந்தான் நமது குலதர்மம். ஆனால், வீர மரணத்தை நாம் இரண்டுபேரும் சேர்ந்தார் போல் தேடி அடைய வேண்டியதில்லை! ஒருவர் செய்த தவறுகளைத் திருத்த இன்னொருவர் உயிர் வாழ வேண்டுமல்லவா? ஒருவருக்காகப் பழி வாங்குவதற்கு இன்னொருவர் இருக்க வேண்டு மல்லவா?'

'அப்பா! போர் முனையிலிருந்து ஏதோ ரொம்பவும் கெடுதலான செய்தி வந்திருக்கிறது; அதனால்தான் இப்படியெல்லாம் தாங்கள் பேசுகிறீர்கள்!'

'ஆம், குழந்தாய்! கெடுதலான செய்திதான் வந்திருக்கிறது! கங்கபாடிப் படை புலிகேசிக்குப் பணிந்து விட்டது. நரசிம்மா! வாதாபிச் சைனியம் வட பெண்ணையை நோக்கி விரைந்து முன்னேறி வந்துகொண்டிருக்கிறது.'

'இவ்வளவுதானே, அப்பா? துடைநடுங்கி துர்விநீதனிடம் அது நாம் எதிர்பார்க்கக் கூடியதுதான். அதனால் என்ன? வடபெண்ணைக் கரையில் நமது வடக்கு மண்டலத்துச் சைனியம் அணிவகுத்து நிற்கிறதல்லவா? வேங்கியிலிருந்து என் மாமன் பெரும்படையுடன் கிளம்பி வருகிறா ரல்லவா?'

'நரசிம்மா! வேங்கி சைனியம் நமது உதவிக்கு வராது. புலிகேசியின் சகோதரன் விஷ்ணுவர்த்தனன் இன்னொரு பெரும்படையுடன் வேங்கியை நோக்கிப் போய்க்கொண்டிருக்கிறானாம்.'

'ஆஹா! வாதாபி சைனியம் அவ்வளவு பெரிதா? நாம் மட்டும் ஏன்...?' என்று மாமல்லர் ஆரம்பித்து இடையில் நிறுத்தியபோது, அவருடைய குரலில் ஏமாற்றம் தொனித்தது.

'அது என் தவறுதான் நரசிம்மா! என் வாழ்நாளில் இப்படிப்பட்ட ஒரு யுத்தம் வருமென்று நான் எதிர்பார்க்கவில்லை. போர்க்கலையில் கவனம் செலுத்த வேண்டிய காலத்தை எல்லாம் ஆடலிலும் பாடலிலும் சிற்பத்திலும் சித்திரத்திலும் கழித்து விட்டேன்...'

‘அதனால் என்ன, அப்பா! சற்று முன்னால் ஆயனர் சொன்னாரே? உலகத்தில் எத்தனையோ சக்கரவர்த்திகள் இருந்தார்கள்; மறைந்தார்கள். அவர்களுடைய பெயர்களைக்கூட உலகம் மறந்து போய்விட்டது. ஆனால் தங்களுடைய பெயரை என்றென்றைக்கும் உலகம் மறக்க முடியாது.’

‘ஆயினும், இந்த யுத்தத்தில் நாம் ஜயிக்காமல் போனால், மாமல்லபுரத்து மகத்தான சிற்பங்கள் எல்லாம் என்றைக்கும் நமது அவமானத்துக்கே சின்னங்களாக விளங்கும்!’

‘ஒருநாளும் இல்லை. யுத்தத்தில் தோல்வியடைந்து உயிரையும் வைத்துக் கொண்டிருந்தாலல்லவா தாங்கள் சொல்கிறபடி ஏற்படும்? போர்க்களத்தில் புறங்காட்டி ஓடி ஒளிந்து கொள்கிறவர்களையல்லவா உலகம் பழித்து நிந்திக்கும்? வீர மரணத்துக்கு ஆயத்தமாகயிருக்கும்போது, அவமானத்துக்கும் பழிக்கும் நாம் ஏன் பயப்படவேண்டும்?’ என்று மாமல்லர் ஆத்திரத்துடன் கூறினார்.

‘முடிவில் போர்க்களத்தில் வீர மரணம் இருக்கவே இருக்கிறது. ஆனால், அதற்கு முன்னால் நம் பகைவர்களை வேரோடு அழித்து வெற்றியடையவே பார்க்கவேண்டுமல்லவா? அது அப்படி அசாத்தியமான காரியம் இல்லை. அவகாசம் மட்டுந்தான் வேண்டும். வாதாபி மன்னன் யுத்த தந்திரத்தை நன்கு அறிந்திருக்கிறான், நரசிம்மா! ஆனாலும், முடிவில் அவனை முறியடித்து நாம் வெற்றி மாலை சூடுவோம்; சந்தேகமில்லை. இதற்கு உன்னுடைய பூரண உதவி எனக்கு வேண்டும். நான் சொல்லுவது உனக்குப் பிடித்தாலும் பிடிக்காவிட்டாலும் அதன்படி நடக்க வேண்டும்...’

நரசிம்மர் மிக்க உணர்ச்சியோடும் உருக்கத்தோடும் தழுதழுத்த குரலில், ‘அப்பா! என்னிடம் தாங்கள் உதவி கோர வேண்டுமா? தாங்கள் என் அன்புக்குரிய அருமைத் தந்தை மட்டுமல்ல; என் உடல் பொருள் ஆவிக்கு உரிமையுடைய அரசர்; எனக்கு எப்பேர்ப்பட்ட கட்டளையையும் இடுவதற்கு அதிகாரமுள்ள பல்லவ சாம்ராஜ்யத்தின் பிரதம சேனாதிபதி. எவ்வளவு கசப்பான கட்டளை வேண்டுமானால் இடுங்கள்; நிறைவேற்றக் காத்திருக்கிறேன்’ என்றார்.

மகேந்திரர் சற்று மௌனமாயிருந்தார். அப்போது கீழ்த் திசையில் சிறிது தூரத்தில் கடற்கரைத் துறைமுகத்தின் காட்சி தென்பட்டது. கப்பல்களின் மேல் கம்பீரமாகப் பறந்த ரிஷபக் கொடிகள் வானத்தை மறைத்தன. சற்று தென்புறத்தில் நெடுந்தூரம் பரவி நின்ற மாமல்லபுரத்துக் குன்றுகள் காட்சி அளித்தன.

சிறிது நேரம் அந்தக் காட்சியில் கவனம் செலுத்திக்கொண்டிருந்த மகேந்திரர், சட்டென்று நரசிம்மரின் பக்கம் திரும்பி ‘மாமல்லா! நாளை மறுநாள் நான் போர்க்களத்துக்குக் கிளம்புகிறேன் என்று சொன்னேனல்லவா? போர்க்களத்தி லிருந்து திரும்பி வந்து இந்த மாமல்லபுரத்தில் நாம் ஆரம்பித்த சிற்ப வேலை பூர்த்தியாவதைக் காண்பேன் என்ற நம்பிக்கை எனக்கு இருக்கிறது’ என்றார்.

நரசிம்மர் மௌனமாய் இருக்கவே, மகேந்திரர் மேலும் கூறினார்:

'அப்படி ஒருவேளை நான் திரும்பி வராவிட்டால் இந்தச் சிற்பப் பணியை நீதான் தொடர்ந்து நடத்திப் பூர்த்தி செய்ய வேண்டும்.'

'இந்த வாக்குறுதியைத்தானா என்னிடம் கோரினீர்கள்?' என்று மாமல்லர் வெடுக்கென்று கேட்டபோது அவருடைய குரலில் ஆத்திரமும் வெறுப்பும் தொனித்தன.

'இல்லை; அதைக் கேட்கவில்லை. நான் ஒருவேளை போர்க்களத்திலிருந்து திரும்பி வராவிட்டால் எனக்காக நீ பழிக்குப் பழி வாங்கவேண்டும். புலிகேசியின் படையெடுப்பினால் பல்லவ சாம்ராஜ்யத்துக்கு ஏற்பட்ட அவமானத்தையும் பழியையும் துடைக்க வேண்டும்.'

'அது என் கடமையாயிற்றே? கடமையை நிறைவேற்றுவதற்கு வாக்குறுதி வேண்டுமா?'

'குமாரா! அவ்விதம் பழிக்குப் பழி வாங்குவதற்காக நீ உன் உயிரைப் பத்திரமாய்க் காப்பாற்றிக்கொள்ளவேண்டும்.'

நரசிம்மர் மௌனமாயிருந்தார். இன்னும் ஏதோ வரப் போகிறதென்று அவர் கவலையுடன் எதிர்பார்த்ததாகத் தோன்றியது.

'குழந்தாய்! சென்ற ஐந்நூறு ஆண்டு காலமாக வாழையடி வாழையாக வந்திருக்கும் இந்தப் பல்லவ குலம், இனியும் நீடிப்பது உன் ஒருவனையே பொறுத்திருக்கிறது. உன்னிடம் நான் கேட்கும் வாக்குறுதி இதுதான்; நான் திரும்பி வரும்வரையில் அல்லது நான் திரும்பி வரமாட்டேன் என்று நிச்சயமாய்த் தெரியும்வரையில் நீ காஞ்சிக் கோட்டையிலேயே இருக்க வேண்டும். எக்காரணத்தை முன்னிட்டும் கோட்டைக்கு வெளியே வரக் கூடாது! இதோ என் கையைத் தொட்டுச் சத்தியம் செய்து கொடு' என்று கூறி மகேந்திரர் தம் வலது கரத்தை நீட்டினார்.

நரசிம்மர் அவருடைய நீட்டிய கையைத் தொட்டு, 'அப்படியே ஆகட்டும், அப்பா! தாங்கள் திரும்பி வரும் வரையில் காஞ்சிக் கோட்டையிலேயே இருப்பேன்!' என்றார்.

திடீரென்று தூரத்தில் சமுத்திரம் 'ஹோ' என்று ஆங்காரத்துடன் இரையும் பேரொலி கேட்டது. மாமல்லரின் உள்ளத்திலும் ஆர்கலியின் அலைகளைப் போல் எத்தனை எத்தனையோ எண்ணங்கள் தோன்றி மறைந்தன.

25.கடல் தந்த குழந்தை

பல்லாயிரம் ஆண்டுகளுக்கு முன்னால் காஞ்சி ராஜ்யத்தின் புராதன ராஜவம்சம் சந்ததியில்லாமல் முடிவடைந்தது.

'மன்னன் இல்லாத மண்டலம் பாழாய்ப் போய்விடுமே! அரசன் இல்லாத நாட்டில் குடிகள் எல்லையற்ற துன்பங்களுக்கு உள்ளாவார்களே!' என்று தேசத்தின் பெரியோர்கள் ஏங்கினார்கள்.

அப்போது அருளாளரான ஒரு மகான் மக்களைப் பார்த்து, 'கவலை வேண்டாம்; காஞ்சி ராஜ்யத்துக்கு ஒரு மன்னனைக் கடல் கொடுக்கும்! இதை நான் கனவிலே கண்டேன்!' என்றார்.

அதுமுதல் அந்நாட்டில் கடற்கரையோரத்தில் காவல் போட்டு வைத்திருந் தார்கள்.

ஒருநாள் கடற்கரையோரமாகக் கப்பல் ஒன்று வந்தது. அது எந்த நாட்டுக் கப்பலோ, எங்கிருந்து வந்ததோ தெரியாது.

கரையில் இருந்தவர்கள் பார்த்துக்கொண்டிருக்கையிலே திடீரென்று கொடிய புயற்காற்று வீசுகிறது. ஊழிக்காலம் வந்து விட்டதோ என்று தோன்றும்படி கடல் கொந்தளிக்கிறது. கரையோரமாக வந்த கப்பல் அப்படியும் இப்படியுமாக ஆடுகிறது! கப்பலின் கொடி மரங்கள் சின்னாபின்னமாகின்றன!

ஆ! என்ன பயங்கரம்! தயிரைக் கடையும் மத்தைப் போலக் கப்பல் சுழலு கிறதே! சுழன்று சுழன்று, அடடா, அதோ கவிழ்ந்து விட்டதே! புயற்காற்றின் கோரமான ஊளைச் சத்தத்துடன், கப்பலிலுள்ளோர் அழுகுரலும் கலக்கின்றதே!

கப்பல் கவிழ்ந்து கடலுக்குள் முழுகிற்றோ, இல்லையோ, சொல்லி வைத் தாற்போல், காற்றும் நிற்கிறது. அதுவரை கரையிலே நின்று செயலற்றுப் பார்த்துக்கொண்டிருந்தவர்கள் இப்போது பரபரப்பு அடைகிறார்கள். படகுகளும் கட்டு மரங்களும் கடலில் விரைவாகத் தள்ளப்படுகின்றன. கப்பலில் இருந்தவர் யாராவது தெய்வாதீனமாக உயிருடன் கடலில் மிதந் தால், அவர்களைக் காப்பாற்றிக்கரை சேர்ப்பதற்காகப் படகுகளும் கட்டு மரங்களும் விரைந்து செல்லுகின்றன; படகோட்டிகளும் மீன்பிடிக்கும் வலைஞர்களும் பாய்ந்து செல்லுகிறார்கள்.

அத்தனை படகோட்டிகளிலும், வலைஞர்களிலும் அதிர்ஷ்டசாலி ஒருவன் இருக்கிறான். அதிர்ஷ்டம் அவனைத் தேடிக்கொண்டு வருகிறது. ஆனால், அவனுக்கு மட்டும் வந்த அதிர்ஷ்டமல்ல; நாட்டுக்கே வந்த அதிர்ஷ்டம்! நாட்டு மக்கள் செய்த நல்வினையினால் வந்த அதிர்ஷ்டம்!

நீலக் கடலின் அலைமேல் சூரியன் மிதக்கிறானா என்ன? இல்லை, சூரியன் இல்லை; சின்னஞ்சிறு குழந்தை அது! பலகையிலே சேர்த்துப் பீதாம்பரத் தினால் கட்டப்பட்டிருக்கிறது. அக்குழந்தையின் முகத்திலே அவ்வளவு பிரகாசம்! அத்தனை தேஜஸ்!

ஆனால், குழந்தைக்கு உயிர் இருக்கிறதா? ஒருவேளை...? ஆகா! இருக்கிறது; உயிர் இருக்கிறது! புயலுக்குப் பின் அமைதியடைந்த கடலில் இலேசாகக்

கிளம்பி விழும் இளம் அலைகளின் நீர்த்துளிகள் குழந்தையின் முகத்தில் விழும்போது, அது 'களுக்' என்று சிரிக்கிறது!

படகோட்டி அடங்காத ஆர்வத்துடன் அந்தப் பலகையின் அருகில் படகைச் செலுத்துகிறான். குழந்தையைத் தாவி எடுத்துக் கட்டை அவிழ்த்து மார் போடு அணைத்து மகிழ்கிறான். அவனுடைய மார்பின் ரோமங்கள் குத்திய காரணத்தினால் குழந்தை அழுகிறது.

படகோட்டி, படகுக்குள்ளே பார்க்கிறான். அங்கே கப்பலில் இருந்து இறக்கும் பண்டங்களைக் கட்டுவதற்காக அவன் அன்று காலையில் கொண்டுவந்து போட்ட தொண்டைக் கொடிகள் கிடக்கின்றன.

அக்கொடிகளை இலைகளோடு ஒன்றுசேர்த்துக் குவித்துப் படுக்கையாக அமைக்கிறான். கொடிகளின் நுனியிலிருந்த இளந்தளிர்களைப் பிய்த்து எடுத்து மேலே தூவிப் பரப்புகிறான். அந்த இளந்தளிர்ப் படுக்கையின்மீது குழந்தையைக் கிடத்துகிறான்.

குழந்தை படகோட்டியைப் பார்த்துக் குறுநகை புரிகிறது!

படகு கரையை நோக்கி விரைந்து செல்லுகிறது.

கரையை நெருங்கும்போதே படகோட்டி கூச்சலிட்டுக் குதூகலிப்பதைக் கண்டு, அந்தப் படகில் ஏதோ விசேஷம் இருக்கிறது என்று கரையிலே நின்ற வர்கள் அறிந்துகொள்ளுகிறார்கள்.

படகு கரையோரத்தை அடைகிறது; கரையில் நின்ற ஜனங்கள் திரண்டு வந்து படகைச் சூழ்கிறார்கள்.

தீர்க்க தரிசனம் கூறிய மகானும் வருகிறார். வந்து, குழந்தையைப் பார்க்கிறார்! பார்த்துவிட்டு, 'நான் கனவிலே கண்ட புதிய காஞ்சி மன்னன் இவன்தான்! இவனுடைய சந்ததியார் காஞ்சி சிம்மாசனத்தில் வீற்றிருந்து ஆயிரம் ஆண்டு அரசாளப் போகின்றனர்' என்று கூறுகிறார். ஜனங்கள் ஆரவாரிக்கிறார்கள்.

திரைகடல் அளித்த தெய்வக் குழந்தைக்கு அப்பெரியவர், 'இளந்திரையன்' என்று பெயர் இடுகிறார். 'தொண்டைக்கொடியின்மீது கண் வளர்ந்தபடியால், தொண்டைமான் என்ற பெயரும் இவனுக்குப் பொருந்தும். இவனால் இனிக் காஞ்சி ராஜ்யத்துக்குத் தொண்டை மண்டலம் என்ற பெயர் வழங்கும்' என்னும் தீர்க்க தரிசனமும் அவர் அருள்வாக்கிலிருந்து வெளிவருகிறது.

வடமொழிப் புலவர் ஒருவர், இளந் தளிர்களின்மீது கிடக்கும் குழந்தையைப் பார்த்துவிட்டு, அதற்குப் 'பல்லவராயன்' என்று நாமகரணம் செய்கிறார்.

அதைத் தமிழ்ப் புலவர் ஒருவர் 'போத்தரையன்' என்று பெயர்த்துக் கூறுகிறார்.

கவிஞர்கள் வருகிறார்கள். கடல் தந்த குழந்தையைப் பற்றி அழகான கற்பனைகளுடன் கவிதைகள் புனைகிறார்கள்.

'இந்தத் திரைகடல் ஏன் இப்படி ஆர்ப்பரிக்கிறது, தெரியுமா? 'திரையனை நான் பயந்தேன்' என்ற பெருமிதத்தினாலேதான்!' என்று ஒரு கவிராயர் கூறிய

போது, ஆர்கலியானது தன் அலைக்கைகள் ஆயிரத்தையும் கொட்டி ஆரவாரத்துடன் ஆமோதிக்கிறது.

பிற்காலத்தில் வந்த தமிழ்ப் புலவர்களுக்குப் பல்லவ குலத்தைக் கடல் தந்ததாகக் கூறி விட்டுவிட மனம் வரவில்லை. 'கடல் தந்த குழந்தை உண்மையில் தமிழகத்தின் அநாதியான சோழ வம்சத்துக் குழந்தைதான்! சோழ குலத்து ராஜகுமாரன் ஒருவன், கடற் பிரயாணம் செய்வதற்காகச் சென்று மணி பல்லவம் என்னும் தீவையடைந்து, அந்நாட்டு அரசன் மகள் பீலிவளையைக் காதலித்து மணந்து கொண்டான். அவர்களுக்கு ஒரு குழந்தையும் பிறந்தது. அந்த அரசிளங்குமரன் தன் மனைவியோடும் குழந்தையோடும் தாய் நாட்டுக்குத் திரும்பி வந்தபோது கப்பலுக்கு விபத்து நேர்ந்தது. விபத்தில் தப்பிப் பிழைத்து வந்த குழந்தைதான் பல்லவ குலத்தைத் தோற்றுவித்த தொண்டைமான் இளந்திரையன்!' என்று கற்பனை செய்து கூறுகிறார்கள்.

வடமொழி புலவர்களோ, 'பாண்டவர்களின் குருவாகிய துரோணருடைய புதல்வர் அசுவத்தாமாவின் வழிவந்தவர்கள் பல்லவர்கள்!' என்று கூறி, அதற்கு ஒரு கதை சிருஷ்டிக்கிறார்கள்.

பல்லவ குலத்தின் உற்பத்தியைப்பற்றிய மேற்கூறிய வரலாறுகளில் எவ்வளவு வரையில் உண்மை, எவ்வளவு தூரம் கற்பனை என்பதை இந்நாளில் நாம் நிச்சயித்துச் சொல்வதற்கில்லை. அந்த நாளில் அந்தக் குலத்தில் பிறந்தவர்களுக்குக்கூட அதன் உண்மை நன்றாகத் தெரிந்திருக்கவில்லை.

ஆனால், ஒன்று நிச்சயமாய்த் தெரிந்திருந்தது. அதாவது, பல்லவ குலத்தில் தோன்றியவர்களுக்கெல்லாம் கடற்பிரயாணத்தில் ஆசை அபரிமிதமா யிருந்தது. அந்த ஆசை அவர்களுடைய இரத்தத்தோடு ஒன்றிப் போயிருந்தது.

கீழ்த்திசையில் கடல்களுக்கப்பால் இருந்த எத்தனையோ தீப தீபாந்தரங் களில், பல்லவர்களின் ஆதி பூர்வீக ரிஷபக் கொடியும் பிற்காலத்துச் சிங்கக் கொடியும் கம்பீரமாகப் பறந்தன.

பல்லவர் ஆட்சி நடந்த காலத்தில் தமிழகத்துக்கும் வெளிநாடுகளுக்கும் கடல் வாணிகம் அபரிமிதமாக நடந்து வந்தது. கப்பல்கள் வந்து நிற் பதற்கும், பண்டங்களை இறக்கி ஏற்றிக் கொள்வதற்கும் கீழ்க் கடற்கரை யோரமாகப் பல துறைமுகங்கள் ஏற்பட்டிருந்தன. அவற்றுள் முதன்மை யானது மாமல்லபுரத்துத் துறைமுகமாகும்.

மாமல்லபுரத்துக்கு வடபுறத்தில் கடலானது பூமிக்குள் புகுந்து தென் திசையை நோக்கி வளைந்து சென்று மாமல்லபுரத்தை ஏறக்குறைய ஒரு தீவாகச் செய்திருந்தது.

இவ்விதம் காஞ்சி நகருக்கு அருகில் ஏற்பட்டிருந்த இயற்கைத் துறைமுக மானது ஏககாலத்தில் நூற்றுக்கணக்கான கப்பல்கள் வந்து நிற்பதற்கும், பண் டங்களை ஏற்றுவதற்கும் இறக்குவதற்கும் வெகு வசதியாக அமைந்திருந்தது.

மகேந்திரர் காலத்துக்கு முன்னால் அத்துறைமுகத் தீவில் பெரும்பாலும் வர்த்தகர்களின் பண்டக சாலைகளும், சுங்க மண்டபங்களும் மட்டுமே

இருந்தன. படகோட்டிகளும் மீன் வலைஞருந்தான் அங்கே அதிகமாக வாசம் செய்து வந்தார்கள்.

மகேந்திர பல்லவர் அங்கே பல அரசாங்க அதிகாரிகளையும் சிற்பிகளையும் குடியேற்றினார். அரச குடும்பத்தினர் தங்குவதற்கு அழகிய கடற்கரை அரண்மனையைக் கட்டி வைத்தார். அத்துறைமுகத்தில் சிற்ப வேலை தொடங்குவதற்குக் காரணமாய் இருந்த தமது செல்வப் புதல்வரின் பட்டப் பெயரையும் அப்புதிய பட்டினத்துக்கு அளித்தார்.

முதன்முதலில் அத்துறைமுகத்தில் சிற்ப வேலைகள் தொடங்கவேண்டும் என்று தந்தையும் குமாரரும் சேர்ந்து எந்த இடத்தில் தீர்மானித்தார்களோ அதே இடத்தில், சென்ற அத்தியாயங்களில் கூறிய சம்பவங்கள் நடந்த தினத்துக்கு மறுநாள் பிற்பகலில் சக்கரவர்த்தியும் மாமல்லரும் நின்று கொண்டிருந்தார்கள்.

பல்லாயிரம் ஆண்டுகளுக்கு முன்னால் காஞ்சி ராஜ்யத்தின் புராதன ராஜவம்சம் சந்ததியில்லாமல் முடிவடைந்தது.

'மன்னன் இல்லாத மண்டலம் பாழாய்ப் போய்விடுமே! அரசன் இல்லாத நாட்டில் குடிகள் எல்லையற்ற துன்பங்களுக்கு உள்ளாவார்களே!' என்று தேசத்தின் பெரியோர்கள் ஏங்கினார்கள்.

அப்போது அருளாளரான ஒரு மகான் மக்களைப் பார்த்து, 'கவலை வேண்டாம்; காஞ்சி ராஜ்யத்துக்கு ஒரு மன்னனைக் கடல் கொடுக்கும்! இதை நான் கனவிலே கண்டேன்!' என்றார்.

அதுமுதல் அந்நாட்டில் கடற்கரையோரத்தில் காவல் போட்டு வைத்திருந் தார்கள்.

ஒருநாள் கடற்கரையோரமாகக் கப்பல் ஒன்று வந்தது. அது எந்த நாட்டுக் கப்பலோ, எங்கிருந்து வந்ததோ தெரியாது.

கரையில் இருந்தவர்கள் பார்த்துக்கொண்டிருக்கையிலே திடீரென்று கொடிய புயற்காற்று வீசுகிறது. ஊழிக்காலம் வந்து விட்டதோ என்று தோன்றும்படி கடல் கொந்தளிக்கிறது. கரையோரமாக வந்த கப்பல் அப்படியும் இப்படியு மாக ஆடுகிறது! கப்பலின் கொடி மரங்கள் சின்னாபின்னமாகின்றன!

ஆ! என்ன பயங்கரம்! தயிரைக் கடையும் மத்தைப் போலக் கப்பல் சுழலு கிறதே! சுழன்று சுழன்று, அடடா, அதோ கவிழ்ந்து விட்டதே! புயற்காற்றின் கோரமான ஊளைச் சத்தத்துடன், கப்பலிலுள்ளோர் அழுகுரலும் கலக்கின்றதே!

கப்பல் கவிழ்ந்து கடலுக்குள் முழுகிற்றோ, இல்லையோ, சொல்லி வைத் தாற்போல், காற்றும் நிற்கிறது. அதுவரை கரையிலே நின்று செயலற்றுப் பார்த்துக்கொண்டிருந்தவர்கள் இப்போது பரபரப்பு அடைகிறார்கள். படகுகளும் கட்டு மரங்களும் கடலில் விரைவாகத் தள்ளப்படுகின்றன. கப்பலில் இருந்தவர் யாராவது தெய்வாதீனமாக உயிருடன் கடலில் மிதந்

தால், அவர்களைக் காப்பாற்றிக்கரை சேர்ப்பதற்காகப் படகுகளும் கட்டுமரங்களும் விரைந்து செல்லுகின்றன; படகோட்டிகளும் மீன்பிடிக்கும் வலைஞர்களும் பாய்ந்து செல்லுகிறார்கள்.

அத்தனை படகோட்டிகளிலும், வலைஞர்களிலும் அதிர்ஷ்டசாலி ஒருவன் இருக்கிறான். அதிர்ஷ்டம் அவனைத் தேடிக்கொண்டு வருகிறது. ஆனால், அவனுக்கு மட்டும் வந்த அதிர்ஷ்டமல்ல; நாட்டுக்கே வந்த அதிர்ஷ்டம்! நாட்டு மக்கள் செய்த நல்வினையினால் வந்த அதிர்ஷ்டம்!

நீலக் கடலின் அலைமேல் சூரியன் மிதக்கிறானா என்ன? இல்லை, சூரியன் இல்லை; சின்னஞ்சிறு குழந்தை அது! பலகையிலே சேர்த்துப் பீதாம்பரத்தினால் கட்டப்பட்டிருக்கிறது. அக்குழந்தையின் முகத்திலே அவ்வளவு பிரகாசம்! அத்தனை தேஜஸ்!

ஆனால், குழந்தைக்கு உயிர் இருக்கிறதா? ஒருவேளை...? ஆகா! இருக்கிறது; உயிர் இருக்கிறது! புயலுக்குப் பின் அமைதியடைந்த கடலில் இலேசாகக் கிளம்பி விழும் இளம் அலைகளின் நீர்த்துளிகள் குழந்தையின் முகத்தில் விழும்போது, அது 'களுக்' என்று சிரிக்கிறது!

படகோட்டி அடங்காத ஆர்வத்துடன் அந்தப் பலகையின் அருகில் படகைச் செலுத்துகிறான். குழந்தையைத் தாவி எடுத்துக் கட்டை அவிழ்த்து மார்போடு அணைத்து மகிழ்கிறான். அவனுடைய மார்பின் ரோமங்கள் குத்திய காரணத்தினால் குழந்தை அழுகிறது.

படகோட்டி, படகுக்குள்ளே பார்க்கிறான். அங்கே கப்பலில் இருந்து இறக்கும் பண்டங்களைக் கட்டுவதற்காக அவன் அன்று காலையில் கொண்டுவந்து போட்ட தொண்டைக் கொடிகள் கிடக்கின்றன.

அக்கொடிகளை இலைகளோடு ஒன்றுசேர்த்துக் குவித்துப் படுக்கையாக அமைக்கிறான். கொடிகளின் நுனியிலிருந்த இளந்தளிர்களைப் பிய்த்து எடுத்து மேலே தூவிப் பரப்புகிறான். அந்த இளந்தளிர்ப் படுக்கையின்மீது குழந்தையைக் கிடத்துகிறான்.

குழந்தை படகோட்டியைப் பார்த்துக் குறுநகை புரிகிறது!

படகு கரையை நோக்கி விரைந்து செல்லுகிறது.

கரையை நெருங்கும்போதே படகோட்டி கூச்சலிட்டுக் குதூகலிப்பதைக் கண்டு, அந்தப் படகில் ஏதோ விசேஷம் இருக்கிறது என்று கரையிலே நின்றவர்கள் அறிந்துகொள்ளுகிறார்கள்.

படகு கரையோரத்தை அடைகிறது; கரையில் நின்ற ஜனங்கள் திரண்டு வந்து படகைச் சூழ்கிறார்கள்.

தீர்க்க தரிசனம் கூறிய மகானும் வருகிறார். வந்து, குழந்தையைப் பார்க்கிறார்! பார்த்துவிட்டு, 'நான் கனவிலே கண்ட புதிய காஞ்சி மன்னன் இவன்தான்! இவனுடைய சந்ததியார் காஞ்சி சிம்மாசனத்தில் வீற்றிருந்து ஆயிரம் ஆண்டு அரசாளப் போகின்றனர்' என்று கூறுகிறார். ஜனங்கள் ஆரவாரிக்கிறார்கள்.

திரைகடல் அளித்த தெய்வக் குழந்தைக்கு அப்பெரியவர், 'இளந்திரையன்' என்று பெயர் இடுகிறார். 'தொண்டைக்கொடியின்மீது கண் வளர்ந்தபடியால், தொண்டைமான் என்ற பெயரும் இவனுக்குப் பொருந்தும். இவனால் இனிக் காஞ்சி ராஜ்யத்துக்குத் தொண்டை மண்டலம் என்ற பெயர் வழங்கும்' என்னும் தீர்க்க தரிசனமும் அவர் அருள்வாக்கிலிருந்து வெளிவருகிறது.

வடமொழிப் புலவர் ஒருவர், இளந் தளிர்களின்மீது கிடக்கும் குழந்தையைப் பார்த்துவிட்டு, அதற்குப் 'பல்லவராயன்' என்று நாமகரணம் செய்கிறார்.

அதைத் தமிழ்ப் புலவர் ஒருவர் 'போத்தரையன்' என்று பெயர்த்துக் கூறுகிறார்.

கவிஞர்கள் வருகிறார்கள். கடல் தந்த குழந்தையைப்பற்றி அழகான கற்பனைகளுடன் கவிதைகள் புனைகிறார்கள்.

'இந்தத் திரைகடல் ஏன் இப்படி ஆர்ப்பரிக்கிறது, தெரியுமா? 'திரையனை நான் பயந்தேன்' என்ற பெருமிதத்தினாலேதான்!' என்று ஒரு கவிராயர் கூறிய போது, ஆர்கலியானது தன் அலைக்கைகள் ஆயிரத்தையும் கொட்டி ஆரவாரத்துடன் ஆமோதிக்கிறது.

பிற்காலத்தில் வந்த தமிழ்ப் புலவர்களுக்குப் பல்லவ குலத்தைக் கடல் தந்ததாகக் கூறி விட்டுவிட மனம் வரவில்லை. 'கடல் தந்த குழந்தை உண்மையில் தமிழகத்தின் அநாதியான சோழ வம்சத்துக் குழந்தைதான்! சோழ குலத்து ராஜகுமாரன் ஒருவன், கடற் பிரயாணம் செய்வதற்காகச் சென்று மணி பல்லவம் என்னும் தீவையடைந்து, அந்நாட்டு அரசன் மகள் பீலிவளையைக் காதலித்து மணந்து கொண்டான். அவர்களுக்கு ஒரு குழந்தையும் பிறந்தது. அந்த அரசிளங்குமரன் தன் மனைவியோடும் குழந்தையோடும் தாய் நாட்டுக்குத் திரும்பி வந்தபோது கப்பலுக்கு விபத்து நேர்ந்தது. விபத்தில் தப்பிப் பிழைத்து வந்த குழந்தைதான் பல்லவ குலத்தைத் தோற்றுவித்த தொண்டைமான் இளந்திரையன்!' என்று கற்பனை செய்து கூறுகிறார்கள்.

வடமொழி புலவர்களோ, 'பாண்டவர்களின் குருவாகிய துரோணருடைய புதல்வர் அசுவத்தாமாவின் வழிவந்தவர்கள் பல்லவர்கள்!' என்று கூறி, அதற்கு ஒரு கதை சிருஷ்டிக்கிறார்கள்.★

★ கடைசியாக, சமீப காலத்தில் இந்திய சரித்திர ஆராய்ச்சியில் ஈடுபட்ட ஐரோப்பியப் புலவர்கள், பல்லவர்களைத் தந்த பெருமையைத் தென்னிந்தியாவுக்கோ வட இந்தியாவுக்கோ தருவதற்கு விருப்பமில்லாதவர்களாய், இந்தியாவுக்கு வட மேற்கிலிருந்து வந்த அந்நியர்களாகிய சகர்தான் காஞ்சிபுரத்தைத் தேடி வந்து பல்லவர்கள் ஆனார்கள் என்று எழுதி, அதைப் புத்தகங்களிலும் அச்சுப் போட்டார்கள். நம் பழம் புலவர்களின் கதைகளையெல்லாம் கற்பனையென்று தள்ளிய நம்மவர்களோ, மேற்படி நவீன ஐரோப்பியப் புலவர்களின் வாக்கை வேத வாக்காக ஒப்புக்கொண்டு, 'பல்லவர்கள் அந்நியர்களே' என்று சத்தியம் செய்தார்கள். தமிழகத்துக்குப் பலவகையிலும் பெருமை தந்த காஞ்சிப் பல்லவர்களை அந்நியர்கள் என்று சொல்லுவதைப் போன்ற கட்டுக்கதை உலக சரித்திரத்தில் வேறு கிடையாது என்றே சொல்லலாம்.

பல்லவ குலத்தின் உற்பத்தியைப்பற்றிய மேற்கூறிய வரலாறுகளில் எவ்வளவு வரையில் உண்மை, எவ்வளவு தூரம் கற்பனை என்பதை இந்நாளில் நாம் நிச்சயித்துச் சொல்வதற்கில்லை. அந்த நாளில் அந்தக் குலத்தில் பிறந்தவர்களுக்குக்கூட அதன் உண்மை நன்றாகத் தெரிந்திருக்க வில்லை.

ஆனால், ஒன்று நிச்சயமாய்த் தெரிந்திருந்தது. அதாவது, பல்லவ குலத்தில் தோன்றியவர்களுக்கெல்லாம் கடற்பிரயாணத்தில் ஆசை அபரிமிதமா யிருந்தது. அந்த ஆசை அவர்களுடைய இரத்தத்தோடு ஒன்றிப் போயிருந்தது.

கீழ்த்திசையில் கடல்களுக்கப்பால் இருந்த எத்தனையோ தீப தீபாந்தரங் களில், பல்லவர்களின் ஆதி பூர்வீக ரிஷபக் கொடியும் பிற்காலத்துச் சிங்கக் கொடியும் கம்பீரமாகப் பறந்தன.

பல்லவர் ஆட்சி நடந்த காலத்தில் தமிழகத்துக்கும் வெளிநாடுகளுக்கும் கடல் வாணிகம் அபரிமிதமாக நடந்து வந்தது. கப்பல்கள் வந்து நிற் பதற்கும், பண்டங்களை இறக்கி ஏற்றிக் கொள்வதற்கும் கீழ்க் கடற்கரை யோரமாகப் பல துறைமுகங்கள் ஏற்பட்டிருந்தன. அவற்றுள் முதன்மை யானது மாமல்லபுரத்துத் துறைமுகமாகும்.

மாமல்லபுரத்துக்கு வடபுறத்தில் கடலானது பூமிக்குள் புகுந்து தென் திசையை நோக்கி வளைந்து சென்று மாமல்லபுரத்தை ஏறக்குறைய ஒரு தீவாகச் செய்திருந்தது.

இவ்விதம் காஞ்சி நகருக்கு அருகில் ஏற்பட்டிருந்த இயற்கைத் துறைமுக மானது ஏககாலத்தில் நூற்றுக்கணக்கான கப்பல்கள் வந்து நிற்பதற்கும், பண்டங்களை ஏற்றுவதற்கும் இறக்குவதற்கும் வெகு வசதியாக அமைந் திருந்தது.

மகேந்திரர் காலத்துக்கு முன்னால் அத்துறைமுகத் தீவில் பெரும்பாலும் வர்த்தகர்களின் பண்டக சாலைகளும், சுங்க மண்டபங்களும் மட்டுமே இருந்தன. படகோட்டிகளும் மீன் வலைஞருந்தான் அங்கே அதிகமாக வாசம் செய்து வந்தார்கள்.

மகேந்திர பல்லவர் அங்கே பல அரசாங்க அதிகாரிகளையும் சிற்பிகளையும் குடியேற்றினார். அரச குடும்பத்தினர் தங்குவதற்கு அழகிய கடற்கரை அரண்மனையைக் கட்டி வைத்தார். அத்துறைமுகத்தில் சிற்ப வேலை தொடங்குவதற்குக் காரணமாய் இருந்த தமது செல்வப் புதல்வரின் பட்டப் பெயரையும் அப்புதிய பட்டினத்துக்கு அளித்தார்.

முதன்முதலில் அத்துறைமுகத்தில் சிற்ப வேலைகள் தொடங்கவேண்டும் என்று தந்தையும் குமாரரும் சேர்ந்து எந்த இடத்தில் தீர்மானித்தார்களோ அதே இடத்தில், சென்ற அத்தியாயங்களில் கூறிய சம்பவங்கள் நடந்த தினத்துக்கு மறுநாள் பிற்பகலில் சக்கரவர்த்தியும் மாமல்லரும் நின்று கொண்டிருந்தார்கள்.

26.கற்கோயில்கள்

கடல்மல்லைத் தீவின் தென்பகுதியில் விஸ்தாரமான வெட்ட வெளிப் பிரதேசத்தில் வரிசையாக ஐந்து சிறு குன்றுகள் நின்றன.

அவற்றில் மூன்று குன்றுகளில் நூற்றுக்கணக்கான சிற்பிகள் வேலை செய்து கொண்டிருந்தார்கள். ஒவ்வொரு குன்றையும் குடைந்து கோயில் வடிவமாக அமைத்துக்கொண்டிருந்தார்கள்.

ஒரு கோயிலின் முன் மண்டபத்துத் தூண்கள் வேலையாகிக்கொண்டிருந் தன. இன்னொரு கோயிலில் மேல் விமான வேலை நடந்துகொண்டிருந்தது. மூன்றாவது குன்றை அப்போதுதான் குடைய ஆரம்பித்திருந்தார்கள்.

சிற்பிகளும் பணியாட்களும் தங்குவதற்கான சிறு கொட்டகைகள் நெடுகிலும் காணப்பட்டன.

ஆயனரின் அரணிய வீட்டைச் சுற்றி நாம் பார்த்தது போன்ற நெடிதுயர்ந்த மரங்களோ, அடர்ந்த செடி கொடிகளோ அந்தப் பிரதேசத்தில் காணப்பட வில்லை. வடக்கே வெகுதூரம் மணற்பாங்காயிருந்தது. அதற்கப்பால் கடல் அலைகள் வெண்ணுரையுடன் அவ்வப்போது மேலெழும் காட்சி தோன்றியது. தெற்கிலும் மேற்கிலும் சிறுசிறு பாறைகளும் அவற்றை விடக் குட்டையான புதர்களும் வெகு தூரத்துக்குக் காணப்பட்டன.

ஆனால், வடக்கேயும் வடமேற்கேயும் பார்த்தால் முற்றும் மாறான காட்சி தென்பட்டது. வானளாவிய பெரிய கட்டிடங்களும் அவற்றின் இடை யிடையே நெடிய தென்னை மரங்களும் காட்சியளித்தன. இன்னும் அப்பால் நூற்றுக்கணக்கான கப்பல்களின் பாய்மரத்து உச்சிகளிலே வரிசை வரிசையாக ரிஷபக் கொடிகள் காற்றிலே அசைந்தாடிக்கொண்டிருந்தன.

சிற்ப வேலை நடந்துகொண்டிருந்த குன்றுகளுக்கு மத்தியில் ஒரு கல்யானை கம்பீரமாக நின்றது. அதன் பின்னால் இன்னும் கம்பீரமாக அலங்கரிக்கப் பட்ட பல்லவ சாம்ராஜ்யத்தின் பட்டத்து யானை நின்றது.

யானை மீது வந்த சக்கரவர்த்தியும் அவருடைய குமாரரும் கீழே இறங்கிக் கல்யானையின் அருகில் நின்றார்கள். அவர்கள் மீது வெயில்படாமல் ஒரு விசாலமான வெண்குடையைப் பணியாட்கள் பிடித்துக்கொண்டிருந்தார்கள்.

இதே இடத்தில் ஏழு ஆண்டுகளுக்கு முன்னால் மகேந்திர சக்கரவர்த்தியும் அவருடைய குமாரரும் வந்து இதே விதமாக நின்றதுண்டு. ஆனால், அங்கு நின்ற குன்றுகளும் பாறைகளும் அப்போது மொட்டைக் குன்றுகளாகவும், மொட்டைப் பாறைகளாகவும் இருந்தன.

‘அப்பா! அந்தப் பாறையின் நிழலைப் பாருங்கள்! அது யானையைப் போல் இல்லையா?’ என்றான் பல்லவ குலந்தழைக்க வந்த நரசிம்மவர்மன்.

அவன் சுட்டிக் காட்டிய நிழலைச் சக்கரவர்த்தி பார்த்தார்.

'ஆஹா!' என்று அவர் வாயிலிருந்து புறப்பட்ட வியப்பொலியில் விவரிக்க முடியாத பல உணர்ச்சிகள் தொனித்தன.

சற்றுநேரம் மகேந்திரர் சிந்தனையில் ஆழ்ந்து வெளி உலகப் பிரக்ஞையே இல்லாதவராய் நின்றார். பிறகு நரசிம்மனைத் தழுவிக்கொண்டு, 'குழந்தாய்! எப்பேர்ப்பட்ட அதிசயமான உண்மையை நீ கண்டுபிடித்துக் கூறினாய்! நீ கூறிய வார்த்தையின் மகிமை முழுவதும் உனக்கே தெரிந்திராது!' என்றார்.

பன்னிரண்டு பிராயத்துச் சிறுவனான நரசிம்மன் மேலும் உற்சாகத்துடன், 'அப்பா! அதோ, அந்தக் குன்றின் நிழலைப் பாருங்கள்! கோயில் மாதிரி இல்லையா?' என்றான்.

'ஆமாம், நரசிம்மா! ஆமாம்! அந்தக் குன்றின் நிழல் கோயில் மாதிரிதான் இருக்கிறது. அதை கோயிலாகவே செய்து விடுவோம். இந்த ஐந்து குன்று களையும் ஐந்து கோயில்களாக்குவோம். இன்னும் இங்குள்ள சிறு பாறை களை யானையாகவும் சிங்கமாகவும் நந்தியாகவும் ஆக்குவோம். இந்தத் துறைமுகத்தைச் சொப்பன லோகமாக்குவோம். ஆயிரம் ஆயிரம் வருஷங் களுக்குப் பிறகு இந்தத் துறைமுகத்துக்கு வருகிறவர்கள் எல்லாரும் பார்த்துப் பிரமிக்கும்படியாகச் செய்வோம்!' என்றார்.

சீக்கிரத்திலேயே அந்தப் பிரதேசத்துக்குச் சிற்பிகள் பலர் சிற்றுளிகளுடன் வந்து சேர்ந்தார்கள். குன்றுகளிலும் பாறைகளிலும் வேலை செய்யத் தொடங்கினார்கள். நேற்று வரை அமைதி குடிகொண்டிருந்த இடத்தில் நூற்றுக்கணக்கான சிற்றுளிகளின் சப்தம் 'கல்கல்' என்று கேட்க ஆரம்பித்தது.

புதர்களில் வாழ்ந்திருந்த சிறு முயல்கள் திடீரென்று எழுந்த 'கல்கல்' சப்தத்தைக் கேட்டு வெளியே வந்தன. காதுகளைத் தூக்கிக்கொண்டு ஒரு நிமிஷம் வியப்புடன் கவனித்தன. பின்னர் அந்த இடத்திலிருந்து ஓட்டம் பிடித்தன.

அன்று தொடங்கிய சிற்பப்பணி இன்றைக்கும் அங்கே தொடர்ந்து நடந்து கொண்டிருந்தது. சக்கரவர்த்தியும் மாமல்லரும் அன்றைக்கு நின்ற அதே இடத்தில் இப்போது யானையாகவும் சிங்கமாகவும் ரிஷபமாகவும் உரு வெடுத்த பாறைகளுக்கு அருகில் நின்றுகொண்டிருந்தார்கள்.

'நரசிம்மா! இந்த யுத்தம் இப்போது வந்ததில் எனக்குப் பலவகையில் சந்தோஷந்தான். ஆனால், இந்தக் கற்கோயில்களின் வேலை ஒருவேளை தடைப்பட்டுவிடுமோ, என் காலத்தில் இந்தத் திருப்பணி பூர்த்தியாகாமற் போகுமோ என்று மட்டும் கவலையாக இருக்கிறது. வடக்கே கன்யாகுப்ஜத் தில் ஹர்ஷவர்த்தனர் வருஷந்தோறும் நடத்தும் உற்சவத்தைப் பற்றித் தெரியுமல்லவா நரசிம்மா?'

'தெரியும் அப்பா! சிவபெருமானுக்கும், சூரியநாராயண மூர்த்திக்கும், புத்தர் பெருமானுக்கும், அவர் மூன்று கோயில்கள் எடுத்திருக்கிறார். அந்த

மூன்று கோயில்களிலும் வருஷந்தோறும் உற்சவம் நடத்துகிறார். மூன்று மதத்தைச் சேர்ந்த பிரஜைகளும் வந்து ஒரே சமயத்தில் உற்சவம் கொண்டாடு கிறார்கள் என்று கேள்விப்பட்டிருக்கிறேன்.'

'மாமல்லா! ஹர்ஷவர்த்தனர் இந்தப் பல்லவ சாம்ராஜ்யத்தைக் காட்டிலும் எவ்வளவோ பெரிய சாம்ராஜ்யத்தை ஆளுகிறார். அவருடைய செல்வமோ நம்முடையதைவிட பன்மடங்கு அதிகமானது. அவருடைய புகழ் இன்றைக்கு உலகமெல்லாம் பரவியிருக்கிறது. ஆனால், என்னுடைய உத்தேசம் மட்டும் நிறைவேறுமானால், ஹர்ஷர் மட்டுமல்ல; இந்தப் பாரத வர்ஷத்தில் இதுவரையில் எந்த அரசரும் சக்கரவர்த்தியும் அடையாத கீர்த் தியைப் பல்லவ குலம் அடையும். ஹர்ஷர் நிர்மாணித்திருக்கும் கோயில்கள் செங்கல்லினாலும் மரத்தினாலும் ஆனவை. நூறு வருஷத்தில் அவை சிதைந்து மறைந்துபோய்விடும். ஆனால் இந்தக் கற்கோயில்களுக்கு அழிவென்பதே கிடையாதல்லவா...?'

'இக்கோயில்களில் எந்த தெய்வங்களை எழுந்தருளச் செய்யப்போகிறீர்கள் அப்பா? சிவபெருமான், பார்வதிதேவி, விநாயகர், சுப்பிரமணியர், சண்டி கேசுவரர் ஆகிய பஞ்சமூர்த்திகளுக்குத்தான் இந்த ஐந்து கோயில்களும் அல்லவா?'

'இல்லை நரசிம்மா! ஹர்ஷவர்த்தனரைக் காட்டிலும் அதிகமாக ஒரு காரியம் செய்யப்போகிறேன். இந்தத் தமிழகத்தில் பரவியுள்ள நாலு பெரிய சமயங்களுக்கும் நாலு கோயில்களை அர்ப்பணம் செய்யப்போகிறேன். ஒரு கோயிலில் சிவபெருமானும் பார்வதி தேவியும் வீற்றிருப்பார்கள். இரண்டாவது கோயிலில் திருமாலும் திருமகளும் குடிகொள்ளுவார்கள். மூன்றாவது கோயிலைப் புத்தர் பெருமானின் பெரிய விக்கிரகம் அலங் கரிக்கும். நாலாவது கோயிலில் சமண சமயத்தை ஸ்தாபித்த வர்த்தமான மகாவீரர் எழுந்தருளுவார்...!'

'ஹா!' என்று பெருவியப்புடனும் பெருமிதத்துடனும் மாமல்லர் கூறினார்.

'ஆம்; நரசிம்மா! உண்மையில் நான் சமண சமயத்திலிருந்து விலகிச் சைவத்தைத் தழுவியதே நமது ராஜ்யத்தில் இத்தகைய சமய சமரசத்தை, நிலைநாட்டுவதற்காகத்தான். சைவ சமயமானது மற்றச் சமயங்களையும் சம உணர்வுடன் கருதிப் போற்ற இடந்தருகிறது. மற்றச் சமயங்களோ அவ்விதம் இடம் கொடுப்பதில்லை. இதை முன்னிட்டே சைவத்தை மேற்கொண்டேன். நமது சாம்ராஜ்யத்திலுள்ள நாலு பெரிய சமயங்களுக்கும் சமமான கௌரவம் கொடுத்துப் போற்ற எண்ணினேன். இதையெல்லாம், வெளியிடுவதற்கு என்மேல் பௌத்தர்களும் சமணர்களும்கொண்டுள்ள கோபம் தணியும் காலத்தை எதிர்நோக்கிக்கொண்டிருந்தேன். அதற்குள்ளே சமண முனிவர்கள் அவசரப்பட்டு எல்லாக் காரியத்தையும் கெடுத்து விட்டார்கள்..'

'சமண முனிவர்கள் கெடுத்துவிட்டார்களா!'

'ஆமாம் அவர்களால் வந்ததுதான் இந்த யுத்தம். சமண காஞ்சியிலிருந்து நாற்புறங்களுக்கும் புறப்பட்டுச் சென்ற சமண முனிவர்கள் சும்மா இருந்து

விடவில்லை. நம் நெடுநாளைய சிநேகிதர்களைக்கூட நம் விரோதிகளாக்கி விட்டார்கள். இந்தக் கங்கை பாடித் துர்விநீதனுடைய தந்தைக்கு முடி சூட்டியது யார் தெரியுமா? உன் பாட்டனார் சிம்மவிஷ்ணு மகாராஜாதான். அந்தத் துர்விநீதன் இப்போது தமது பரம்பரை விரோதியான சளுக்க மன்னனுடன் சேர்ந்துகொண்டிருக்கிறான். புலிகேசியின் படைவீட்டில் ஜைன மகாகவி ரவிகீர்த்தியும், துர்விநீதனுடைய குரு பூஜ்யபாதரும் இருக்கிறார்களாம், சைனியத்துடன் சேர்ந்து அவர்களும் வந்து கொண்டிருக் கிறார்களாம். உலகப் பற்றற்ற முனிவர்கள் அதிலும் கொல்லாமை விரதங் கொண்ட சமண குருக்கள், போர்க்களத்துக்கு வருவது என்றால், ஆகா! அவர் களுக்கு என்மேல் எவ்வளவு துவேஷம் ஏற்பட்டிருக்க வேண்டும்?'

'அதைப்பற்றி என்ன கவலை! அப்பா? சமண முனிவர்கள், புத்த பிக்ஷுக்கள் எல்லோரும் நம் விரோதிகளுடன் சேரட்டும். திரிநேத்திரதாரியான சிவபெருமான் அருளாலும்; சக்கராயுதத்தை ஏந்திய திருமாலின் கிருபை யினாலும் நம் வெற்றி கொள்ளுவோம்.'

'வெற்றி தோல்வியைப்பற்றி நான் அவ்வளவாகக் கவலைப்படவில்லை. என்னுடைய நோக்கத்துக்கு இடையூறு நேர்ந்துவிட்டதே என்றுதான் வருத்தப்படுகிறேன்' என்று சக்கரவர்த்தி கூறியபோது, அவருடைய குரலில் துயரம் தொனித்தது.

'மாமல்லர் சற்று மௌனமாயிருந்துவிட்டு, 'ஐந்தாவது கோயில் எந்தத் தெய்வத்துக்கு அர்ப்பணம் செய்ய எண்ணியிருந்தீர்கள், அப்பா?' என்று கேட்டார்.

'மேலை நாடுகளில் சிலகாலமாகப் புதிதாக ஒரு மதம் ஸ்தாபனமாகியிருக் கிறதாம். அதை ஸ்தாபித்த அவதார புருஷரின் பெயர் ஏசுகிறிஸ்து என்று சொல் கிறார்கள். அந்தப் புதிய மதத்தைப்பற்றிய விவரங்கள் இன்னும் எனக்குத் தெரியவில்லை. தெரிந்தவுடனே அந்தப் புதிய மதத்தின் தெய்வம் எதுவோ அதை அந்த ஐந்தாவது கோயிலில் எழுந்தருளச் செய்ய எண்ணியிருந்தேன். ஆனால், அதெல்லாம் பகற்கனவாகப் போய்விடும் போலிருக்கிறதே?'

மகேந்திரரின் யோசனைகளைக் கேட்டுப் பிரமித்த மாமல்லர், 'ஏன் பகற்கனவாகப் போகவேண்டும்? யுத்தத்தினால் இந்தச் சிற்பப்பணி ஏன் தடைப்படவேண்டும்?' என்று கேட்டார்.

'தடைப்படாமலிருக்க வேண்டுமென்பதுதான் என் ஆசை. யுத்தம் முடி வதற்குள்ளே இந்த ஐந்து கோயில்களும் பூர்த்தியாக வேண்டுமென்று விரும்புகிறேன். அதற்காகவே ஆயனரை இன்றைக்கு இங்கே வரச்சொல்லி யிருக்கிறேன். அவர் நடுக்காட்டில் போய் உட்கார்ந்திருப்பதால் வேலை நிதானமாக நடக்கிறது. அவரை இங்கேயே தங்கி வேலையைத் துரிதமாக முடிக்கும்படிச் சொல்லப்போகிறேன்...அதோ, ஆயனரும் வந்துவிட்டார்!'..

நரசிம்மர் ஆவலுடன் திரும்பிப் பார்த்தார். அவருடைய ஆவல் பூர்த்தி யாயிற்று. சற்றுத்தூரத்தில் வந்துகொண்டிருந்த சிவிகையில் ஒரு பக்கத்தில்

ஆயனர் எட்டிப் பார்த்துக்கொண்டிருந்தார். மற்றொரு பக்கம், பட்டப் பகலில் பூரணச் சந்திரன் பிரகாசிப்பதுபோல் ஒரு காட்சி தென்பட்டது. அந்தப் பூரண சந்திரன் சிவகாமியின் வதன சந்திரன்தான் என்று சொல்லவும் வேண்டுமோ?

27.ஒரு குதிரை

பல்லவ சக்கரவர்த்தியையும் அவருடைய திருக்குமாரரையும் பார்த்தவுடனே, சற்றுத் தூரத்திலேயே சிவிகை தரையில் இறக்கப்பட்டது. ஆயனரும் சிவகாமியும் சிவிகையிலிருந்து இறங்கிப் பயபக்தியுடன் நடந்து வந்தார்கள்.

'ஆயனரே! வாருங்கள்! சிவகாமியையும் அழைத்து வந்தீர்களா? மிகவும் நல்லது. பிரயாணம் சௌக்கியமாயிருந்ததா?' என்று சக்கரவர்த்தி கேட்டார்.

'பல்லவேந்திரா! தங்களுடைய குடை நிழலின் கீழ்ப் பிரயாணம் சௌக்கிய மாயிருப்பதற்குக் கேட்பானேன்?' என்று கூறிய வண்ணம் ஆயனார் அருகில் வந்து வணங்கினார்.

அவருக்கு பின்னால் அடக்கத்துடன் வந்த சிவகாமியும் சக்கரவர்த்தியை நமஸ்கரித்தாள். அவளுடைய உள்ளத்தில் சக்கரவர்த்தியிடம் பக்தியும் மரியாதையும் நிறைந்திருந்தன. அதே சமயத்தில் இன்னதென்று தெரியாத ஒருவகைப் பயமும் குடிகொண்டிருந்தது.

'சிவகாமி! உனக்கு மங்களம் உண்டாகட்டும்! உன்னிடம் அடைக்கலம் புகுந்திருக்கும் பரத சாஸ்திரக் கலை மேலும் மேலும் வளர்ந்து பூரணம் அடையட்டும்!' என்று மகேந்திர பல்லவர் ஆசி கூறிவிட்டு, ஆயனரைப் பார்த்துச் சொல்லத் தொடங்கினார்.

'ஆயனரே! இன்றைக்கு உங்கள் பிரயாணம் சௌகரியமாயிருந்தது என்று சொன்னீரல்லவா? இனி நெடுகிலும் அப்படியே இருக்கும் என்று சொல்வ தற்கில்லை. இந்த யுத்தம் முடியும்வரையில் சாலையிலே சைன்யங்களின் நடமாட்டம் அதிகமாயிருக்கும். ஆகையால் இன்னும் கொஞ்சகாலத்துக்கு நீர் இங்கேயே வந்து தங்கியிருப்பது நல்லது..'

ஆயனருக்கு தூக்கிவாரிப் போட்டது. அரண்ய வீட்டில் அரை குறையாகச் செய்யப்பட்டுக்கிடந்த நடன சிற்ப உருவங்கள் எல்லாம் அவருடைய கண் முன்னால் நின்றன.

'பல்லவேந்திரா!..' என்று ஏதோ சொல்லத் தொடங்கினார். மகேந்திரர் தமது குரலைச் சிறிது கடுமைப்படுத்திக்கொண்டு, 'மறுவார்த்தை வேண்டாம். நீரும் உம் புதல்வியும் நாளை முதல் இங்கே வந்துவிட வேண்டியது. இது நமது ஆக்ஞை!' என்றார்.

ஆயனர் நடுங்கியவராய், 'பல்லவேந்திரா! தங்கள் ஆக்ஞைக்கு மறு வார்த்தையும் உண்டா? அவ்விதமே செய்கிறேன்' என்றார்.

'ஆயனரே! இந்தக் கோயில்களை எவ்வளவு சீக்கிரமாக வேலை செய்ய லாமோ அவ்வளவு சீக்கிரமாக முடிக்க வேண்டும். கோயில்கள் பூர்த்தியாகும் வரையில் நீர் வேறு எந்த வேலையையும் கவனிக்க வேண்டிய தில்லை. இந்த வேலைக்காக நீர் எப்போது எவ்வளவு திரவியம் கேட்டாலும் கொடுக்கும் படியாகத் தனாதிகாரிக்குக் கட்டளையிட்டிருக் கிறேன். இன்னும் உமக்கு வேண்டிய ஆட்களையும் வேறு வசதிகளையும் உடனுக்குடன் அனுப்பும்படி ஏற்பாடு செய்திருக்கிறேன். எந்தக் காரணத் தினாலாவது காரியம் குந்தகப்படுவதாயிருந்தால் நீர் குமார சக்கரவர்த் திக்குச் செய்தி அனுப்பி வேண்டியதைத் தெரியப்படுத்தலாம்' என்று சக்கர வர்த்தி கூறியதும், அருகில் நின்ற மாமல்லரை ஆயனர் நோக்கினார்.

'ஆம், ஆயனரே! இனிச் சிலகாலத்துக்கு உமக்கு வேண்டியதையெல்லாம் மாமல்லரிடந்தான் தெரியப்படுத்த வேண்டும். நாளைய தினம் பல்லவ சைனியத்துடன் நான் போர்க்களத்துக்குப் புறப்பட்டுச் செல்கிறேன். நான் திரும்பி வரும்வரையில் பல்லவ சாம்ராஜ்யத்தை நிர்வகிக்கும் சகல பொறுப்புக்களையும் மந்திரி மண்டலத்தார் மாமல்லருக்கு அளித்திருக் கிறார்கள். நாளை முதல் மாமல்லர்தான் சக்கரவர்த்தி' என்றார் மகேந்திர பல்லவர்.

சக்கரவர்த்தி ஆயனரிடம் சற்றுக் கடுமையான குரலில் கூறி வந்த மொழி களைக் கேட்டுக் கவலையும் பயமும் கொண்டிருந்த சிவகாமி அவருடைய கடைசி வார்த்தைகளைக் கேட்டதும் அளவில்லாத குதூகலம் அடைந்தாள். அவளுடைய மனத்தில் பலவித இன்பகரமான எண்ணங்கள் பொங்கித் ததும்பின. அவற்றுள் முக்கியமானது மாமல்லர் இப்போது போர்க்களத் துக்குப் போகவில்லை என்பதுதான். அதனோடு, சக்கரவர்த்தியும் போய் விடுகிறார். மாமல்லர் சக்கரவர்த்திக்குரிய சர்வாதிகாரங்களுடன் இருக்கப் போகிறார். இனி அவரும் தானும் அடிக்கடி சந்திப்பதற்குத் தடை யொன்றும் இராது! தாமரைக் குளக்கரையில் மாமல்லரைச் சந்தித்து அளவளாவுவதைப் பற்றிய பகற் கனவுகள் சிவகாமியின் உள்ளத்தில் எழுந்தன. முகத்தில் அவளை அறியாமல் முறுவல் தோன்றியது. ஆசை ததும்பிய கண்களின் ஓரத்தினால் மாமல்லரை அவள் பார்த்தாள். ஆனால், ஐயோ! இதென்ன? அவருடைய கருணை ததும்பும் முகத்தில் இப்போது ஏன் இந்தக் கடுகடுப்பு? தன்னை ஏன் அவர் திரும்பிப் பார்க்கவில்லை? ஒருவேளை தான் அவ்விடம் வந்ததே அவருக்குப் பிடிக்கவில்லையோ?

பின்னரும் இரண்டு மூன்று தடவை சிவகாமி மாமல்லரின் முகத்தை ஆவலுடன் நோக்கினாள். அவர் அவள் பக்கம் பார்க்கவே இல்லை. நேற்றுத் தாமரைக் குளத்தில் அகன்ற கண்களால் விழுங்கி விடுபவர் போல் தன்னைப் பார்த்தவர் பின்னர் வீட்டிலே சக்கரவர்த்தியும் ஆயனரும் பேசிக் கொண் டிருந்தபோது அடிக்கடி கண்களினாலே தன்னுடன் இரகசியம் பேசியவர், இப்போது தன்னைப் பார்க்கவும் விரும்பாதவர்போல் இருப்பதன் காரணம்

என்ன? சிவகாமியின் கண்களில் கண்ணீர் ததும்பும் போலிருந்தது. அவள் விரைவாக அங்கிருந்து அப்பால் சென்று ஒரு பாறையின் பின்னால் ஒதுங்கி நின்றாள்.

ஆனால், நரசிம்மருடைய மனநிலை உண்மையில் எவ்வாறு இருந்தது? ஆம்; அவர் கோபம் கொண்டுதானிருந்தார், ஆனால் யார்மீது என்பதை நாம் அறியோம். அது நரசிம்மருக்கே தெரிந்திராதபோது நமக்கு எப்படித் தெரிந்திருக்க முடியும்?

மாமல்லருடைய உள்ளத்திலே சிவகாமியிடம் பிரேமை பொங்கிக் கொண்டிருந்தது. சிவிகையிலே அவளுடைய திவ்விய வதனத்தைப் பார்த்ததும் அவருக்கு எல்லையில்லாத குதூகலம் ஏற்பட்டது. உடனே ஓடிச்சென்று அவளை வரவேற்க வேண்டுமென்றும், கையைப் பிடித்துச் சிவிகையிலிருந்து இறக்கி விடவேண்டுமென்றும் ஆவல் பொங்கிற்று. அதெல்லாம் முடியாமற்போகவே அவரது ஆசை கோபமாக மாறியது. அந்தக் கோபமானது எல்லாவற்றையும் எல்லாரையும் தழுவி நின்றது. பெரிய சாம்ராஜ்யத்துக்கு உரிமையுடன் பிறந்த தமது பிறப்பின் மேலேயே கோபங் கொண்டார். 'எதற்காகச் சக்கரவர்த்தியின் அரண்மனையிலே நாம் பிறந்திருக்கவேண்டும்? ஏழைச் சிற்பியின் மகனாக ஏன் பிறந்திருக்கக் கூடாது?' என்று எண்ணினார்.

தாம் போர்க்களத்துக்குப் போகப்போவதில்லை என்று தந்தை சொன்னதும் சிவகாமியின் முகத்தில் பூத்த புன்முறுவல் அவருடைய கோபத்துக்குத் தூபம் போட்டது போலாயிற்று. போர்க்களத்துக்குப் போகாமல் அரண்மனையில் உட்கார்ந்திருப்பது அவமானம் என்பதை அவள் உணரவில்லை! போர்க்களத்துக்குப் போகாவிட்டாலும் அவளை அடிக்கடி பார்க்கவாவது முடியப் போகிறதா? அதுவும் இல்லை. காஞ்சிக் கோட்டையை விட்டு வெளிக் கிளம்பக்கூடாது என்று தந்தை வாக்குறுதி வாங்கிக்கொண்டிருக்கிறார். இதையெல்லாம் அறியாமல் சிவகாமி புன்னகை பூத்து மகிழ்கிறாள்!

இம்மாதிரி எண்ணங்களினால் நரசிம்மருடைய கோபம் மேலும் மேலும் வளர்ந்துகொண்டு வந்தது.

மனோலோகத்தில் இந்த நாடகம் நடந்துகொண்டிருக்கையில், சக்கரவர்த்தியும் ஆயனரும் தொடர்ந்து பேசிக்கொண்டிருந்தார்கள்.

பேசும்போதே தம்முடைய முகத்தையும் மாமல்லருடைய முகத்தையும் ஆயனர் மாறி மாறி ஏறிட்டுப் பார்ப்பதைக் கவனித்த சக்கரவர்த்தி, 'ஆயனரே! ஏதாவது கோரிக்கை உண்டா? என்னிடமோ மாமல்லரிடமோ தெரியப்படுத்த வேண்டியது ஏதாவது இருக்கிறதா?' என்று வினவினார்.

ஆயனர் தயங்கித் தடுமாறி, 'ஆம், பல்லவேந்திரா! எனக்கு ஒரு குதிரை வேண்டும்!' என்றார்.

'என்ன கேட்டீர்?'

'நல்ல குதிரை ஒன்று வேண்டும்!'

'குதிரையா? குதிரை வேண்டும் என்றா கேட்டீர்? ஆயனரே! அதைக் காட்டிலும் என்னுடைய உயிரை நீர் கேட்டிருக்கலாம். இந்தப் பல்லவ சாம் ராஜ்யத்தையே கேட்டிருக்கலாம்! நன்றாய்க் குதிரை கேட்டீர் ஆயனரே! தென்னாடு என்றும் கண்டிராத மகா பெரிய யுத்தம் வந்திருக்கிறது என்று உமக்குத் தெரியாதா! காஞ்சியிலிருந்து தினந்தோறும் எத்தனை தூதர்கள் நாலா பக்கங்களுக்கும் போக வேண்டியிருக்கும் என்று தெரியாதா? குதிரையைத் தவிர வேறு ஏதாவது கேளும்!' என்று சக்கரவர்த்தி சரமாரியாகப் பொழிந்து நிறுத்தினார்.

மகேந்திர பல்லவர் இவ்வளவு படபடப்புடன் பேசிக் கேட்டு ஆயனர் அறியாதவராதலால் மிரண்டு ஸ்தம்பித்து நின்றார்.

'ஓஹோ! உமக்கு வேறு ஒன்றும் வேண்டாம்; குதிரைதான் வேண்டும் போலிருக்கிறது. பல்லவ சாம்ராஜ்யத்தின் மகா சிற்பி ஒரு குதிரையை யாசித்தார், அதை மகேந்திர பல்லவன் கொடுக்கவில்லை என்ற பழிச்சொல் எனக்கு வேண்டாம். குதிரை தருகிறேன்; ஆனால், எதற்காக என்றுமட்டும் சொல்லும். நீரும் சிவகாமியும் பிரயாணம் செய்வதற்கு வேண்டிய சிவிகை களும் சிவிகை தூக்கும் ஆட்களும் இருக்கிறார்கள் அல்லவா? பின் குதிரை எதற்கு?' என்று சக்கரவர்த்தி கேட்டு நிறுத்தினார்.

ஆயனர் சற்றுத் தைரியமடைந்து, 'பல்லவேந்திரா! மிகவும் முக்கியமான ஒரு காரியத்தை முன்னிட்டுத்தான் கேட்டேன். ஆனால், அதனாலே யுத்த காரியங்கள் தடைப்படுவதாயிருந்தால்..' என்று நிறுத்தினார்.

'அந்த முக்கியமான காரியம் என்ன? எனக்குத் தெரியலாமல்லவா? அல்லது ஏதேனும் இரகசியமா, ஆயனரே?'

'பிரபு! இரகசியந்தான்! ஆனால், தாங்கள் அறியக்கூடாத இரகசியம் அல்ல. அஜந்தா வர்ணச் சித்திரங்களின் இரகசியத்தை அறிய வேண்டுமென்று எத்தனையோ தடவை நாம் பேசிக் கொண்டதில்லையா? அந்த வர்ண இரக சியத்தை அறிந்தவர் ஒருவர் நாகார்ஜுன பர்வதத்தில் உள்ள புத்த ஸங்கி ராமத்தில் தற்சமயம் இருக்கிறார்...'

'இதை முன்னமே ஏன் சொல்லவில்லை, ஆயனரே? அவ்வளவு முக்கியமான காரியமென்று தெரிந்திருந்தால், ஆட்சேபமே சொல்லியிருக்க மாட் டேனே? அஜந்தாவின் அற்புதச் சித்திரங்களை நேரில் போய்ப் பார்த்து வரவேண்டுமென்ற ஆசையினால் வாதாபி புலிகேசியுடன் சிநேகம் செய்து கொள்ள வேண்டுமென்றுகூட ஒரு காலத்தில் எண்ணியிருந்தேன். அதெல்லாம் பகற்கனவாய்ப் போய்விட்டது. போகட்டும், குதிரை அவசியம் தருகிறேன், ஆயனரே! குதிரை மட்டும் போதுமா, இன்னும் ஏதாவது வேண்டுமா?'

'பல்லவேந்திரரின் ரிஷப இலச்சினை பதித்த பிரயாணச் சீட்டும் வேண்டும், இது யுத்த காலமல்லவா?'

‘அதுவும் தருகிறேன் இவ்வளவு முக்கியமான காரியத்துக்கு யாரை அனுப்பு வதாக உத்தேசம், ஆயனரே, ஒருவேளை நீரே போவதாக உத்தேசமா?’

‘எனக்குக் குதிரை ஏறவே தெரியாது, பிரபு! என்னுடைய சீடன் ஒருவனை அனுப்புகிறேன்.’

‘பகைவர் படைகள் வரும் வழியிலே அவன் போக வேண்டியிருக்குமே? கையில் நல்ல ஆயுதம் எடுத்துப் போக வேண்டும். இதோ இந்த வேலை அவனிடம் கொடுத்து அனுப்புங்கள்!’ என்று கூறிச் சக்கரவத்தி, நரசிம்மரிட மிருந்து தாம் வாங்கி வைத்திருந்த வேலை நீட்டினார்.

ஆயனர் சற்றுத் தயங்கி நிற்கவே, ‘ஏன் தயக்கம்? இந்த வேல் நீர் அனுப்பப் போகும் வாலிபனுடைய வேல்தான்! மதயானையின் கோபத்திலிருந்து உம்மையும் சிவகாமியையும் பாதுகாத்த ஆயுதந்தான். பரஞ்சோதி இதை வாங்கிக்கொள்ள ஆட்சேபிக்க மாட்டான்’ என்றார் சக்கரவர்த்தி.

‘இதைக் கேட்ட ஆயனர் மட்டுமல்ல நரசிம்மரும் சிவகாமியும்கூட ஆச் சரியக்கடலில் மூழ்கினார்கள்.

ஆயனர் தட்டுத் தடுமாறி, ‘பல்லவேந்திரா! தங்களுக்கு எப்படித் தெரிந்தது?’ என்றார்.

‘புத்த பகவான் என் கனவிலே வந்து சொன்னார்! அன்று உம் வீட்டில் தம்முடைய சிலைக்குப் பின்னால் ஒளிந்திருந்தவர்களைப் பற்றியும் புத்தர் எனக்குக் கூறினார். ஆயனரே! பல்லவ சக்கரவர்த்தியின் கண்களுக்கும் காது களுக்கும் எட்டாமல் பல்லவ சாம்ராஜ்யத்தில் எதுவும் நடக்க முடியாது என்று உமக்குத் தெரியாதா?’

உடனே ஆயனர், கைகூப்பி வணங்கி, ‘பல்லவேந்திரா! நான் ஏதேனும் தவறு செய்திருந்தால் மன்னிக்க வேண்டும். சித்திரக் கலையில் உள்ள ஆசையினால் இந்தக் காரியத்தில் இறங்கினேன்’ என்று தொண்டையடைக்கக் கூறினார்.

‘சிற்பியாரே! அஜந்தா இரகசியத்தை அறிவதில் உமக்கு எவ்வளவு ஆசையோ அவ்வளவு எனக்கும் உண்டு. திவ்வியமாய்ப் பரஞ்சோதியை அனுப்பி வையும். ஆனால், இதெல்லாம் எனக்குத் தெரிந்ததாக அந்தப் புத்த பிக்ஷுவிடம் மட்டும் சொல்ல வேண்டாம். ஏனோ தெரியவில்லை; பௌத் தர்களுக்கு என் பேரில் இல்லாத சந்தேகங்கள் எல்லாம் தோன்றுகின்றன. புத்த பகவானிடம் எனக்குள்ள பக்தியை அவர்கள் அறியவில்லை. ஆயனரே! குன்றைக் குடைந்து அமைக்கும் இந்த ஐந்து கோயில்களில் ஒன்றில் புத்த பகவானுடைய பிரம்மாண்ட சிலையொன்று செய்து வைக்கப் போகிறேன். அதைப் பற்றித்தான் நீர் வரும்போது மாமல்லரிடம் சொல்லிக்கொண்டிருந்தேன்!’ என்றார் சக்கரவர்த்தி.

இவ்விதம் இங்கு ரஸமான சம்பாஷணை நடந்துகொண்டிருந்தபோது, பாறை ஓரத்தில் சற்று மறைவாக நின்று இதையெல்லாம் கேட்டுக்கொண் டிருந்த சிவகாமியின் உள்ளத்தில் பலவிதமான எண்ணங்கள் அலையெறிந்து எழுந்தன.

'இந்தச் சக்கரவர்த்திதான் எவ்வளவு சதுரராயிருக்கிறார்! புத்த பிக்ஷுவைப் பற்றி மாமல்லரிடம் நாம் எச்சரிக்கை செய்ய வேணடுமென்றிருக்க, இவருக்கு ஏற்கெனவே எல்லாம் தெரிந்திருக்கிறதே! இவரிடம் எதையும் மறைத்து வைக்க முடியாது போலிருக்கிறதே! ஒருவேளை நம்முடைய இரகசியத்தையும் இவர் அறிந்திருப்பாரோ? அதனால்தான் ஒருவேளை குமார சக்கரவர்த்தி நம்மிடம் இவ்வளவு பாராமுகமாக இருக்கிறாரோ? நாம் ஏதேனும் தவறு செய்து விட்டோமோ?...'

இவ்விதம் எண்ணாததெல்லாம் எண்ணி அவள் உள்ளம் ஏங்கிற்று. விரைவிலே குமார சக்கரவர்த்தியைத் தனிமையில் பார்த்து அவருடைய கோபத்துக்குக் காரணம் தெரிந்து கொண்டாலன்றி, அவளுக்கு மனச்சாந்தி ஏற்படாதென்று தோன்றியது.

தற்செயலாகச் சிவகாமியின் பார்வை கீழே தரையில் கிடந்த ஒரு காவிக் கட்டியின் மேல் விழுந்தது. சட்டென்று ஒரு யோசனை தோன்றிற்று. அந்தக் காவிக் கட்டியைக் குனிந்து எடுத்துக்கொண்டு பாறையில் சித்திரம் வரையலானாள்.

குளத்தின் தண்ணீருக்கு அடையாளமாக அலையைப் போன்ற இரு கோடுகளை இழுத்தாள். அதன்மேல் ஒரு தாமரைப் பூவை வரைந்தாள். பக்கத்தில் இரண்டு தாமரை மொட்டுகளையும் போட்டாள். குளத்தின் கரையிலே ஒரு மான் குட்டியின் சித்திரத்தை எழுதினாள்.

எழுதும்போதே கடைக்கண்ணால் பார்த்து, நரசிம்மவர்மர் தன்னைக் கவனிப்பதைத் தெரிந்து கொண்டாள்.

சித்திரம் எழுதி முடித்ததும் சிவகாமியின் மனத்தில் அமைதி ஏற்பட்டது. அந்தச் சித்திரத்திலடங்கிய செய்தியை நரசிம்மவர்மர் கட்டாயம் தெரிந்து கொள்வார். மற்றவர்களுக்கோ அதில் அர்த்தம் ஒன்றும் இராது. ஏதோ கிறுக்கியிருக்கிறது என்றுதான் எண்ணிக்கொள்வார்கள்! குமார சக்கரவர்த்திக்குத் தன்னிடம் அன்பு உண்டென்பது உண்மையானால், இந்தச் சித்திரத்தைப் பார்த்துவிட்டு அவசியம் அவர் தாமரைக் குளத்துக்கு வந்து சேருவார்.

அன்று மாலை சக்கரவர்த்தியும் குமாரரும் குதிரைகளின் மேல் ஏறிக் காஞ்சிக்கு இராஜபாட்டை வழியாகக் கிளம்பினார்கள். அந்தப் பாதை மத்தியானம் அவர்கள் வந்திருந்த ஐந்து குன்றுகளின் ஓரமாகத்தான் சென்றது. அவ்விடத்திற்கு வந்ததும் நரசிம்மர் சற்றுப் பின் தங்கினார். சிவகாமி சித்திரம் எழுதிய பாறைக்கு அருகில் வந்ததும் குதிரையை நிறுத்திவிட்டுக் கீழே இறங்கினார். அங்கே எழுதியிருந்த சித்திரத்தைப் பார்த்ததும் அவருடைய முகம் அந்தத் தாமரையைப் போலவே மலர்ச்சி அடைந்தது. தரையில் கிடந்த அதே காவிக் கட்டியை அவரும் எடுத்து மானுக்கும் தாமரைக்கும் நடுவில் ஒரு வேலின் சித்திரத்தை எழுதினார்.

28.மலை வழியில்

சென்ற அத்தியாயத்தில் கூறிய சம்பவம் நிகழ்ந்து நாலு தினங்களுக்குப் பிறகு பரஞ்சோதி போர் வீரனைப் போல் உடை தரித்து, கையில் வேல் பிடித்து, அழகிய உயர்சாதிப் புரவியின் மேல் அமர்ந்து, மலைப் பாதையில் தன்னந்தனியாகப் போய்க்கொண்டிருந்தான்.

சூரியன் அஸ்தமிக்க இன்னும் இரண்டு நாழிகைப் பொழுதுதான் இருந்தது. எனினும் அந்த மலைப் பிரதேசத்து மாலை வெயில் அவனுடைய இடது கன்னத்தில் சுளீரென்று அடித்தது.

பகல் நேரம் எல்லாம் தகிக்கும் வெயிலில் பிரயாணம் செய்து பரஞ்சோதி களைத்துப் போயிருந்தான்; குதிரையும் களைப்படைந்திருந்தது. எனவே, குதிரையை மெதுவாகச் செலுத்திக்கொண்டு சென்றான்.

குதிரை மெல்ல மெல்ல அம்மலைப் பாதையில் ஏறி மேலே சென்று கொண்டிருக்கையில், பரஞ்சோதியின் உள்ளம் அடிக்கடி பின்னால் சென்று கொண்டிருந்தது. சென்ற ஒரு வார காலத்தில் அவன் அடைந்த அதிசயமான அனுபவங்கள் எல்லாம் திரும்பத் திரும்ப அவனுக்கு ஞாபகம் வந்து கொண்டிருந்தன.

காஞ்சி நகரில் புத்த பிக்ஷுவுடன் பிரவேசித்த அன்றிரவு நடந்த சம்பவங்கள் நினைவு வந்தபோதெல்லாம் அவை உண்மையில் நிகழ்ந்தவைதானா அல்லது கனவிலே நடந்த சம்பவங்களா என்று பரஞ்சோதி அதிசயித்தான். பன்னிரண்டு நாளைக்கு முன்னால் திருச்செங்காட்டங்குடியிலிருந்து கால் நடையாகக் கிளம்பிய பட்டிக்காட்டுச் சிறுவனா இன்று இந்த அழகான புரவியின் மேலே ஏறிச் செல்பவன் என்றுகூட அவன் ஆச்சரியப்பட்டான்.

வெயிலின் வேகத்தினால் வியர்வையைத் துடைக்கவேண்டியிருந்த போதெல்லாம் பரஞ்சோதிக்குத் தமிழகத்துச் சாலைகளின் அழகும் வசதிகளும் ஞாபகத்துக்கு வந்துகொண்டிருந்தன. சோழ நாட்டிலும் தொண்டை நாட்டிலும் சாலை ஓரங்களில் பெரிய விருட்சங்கள் அடர்த்தியாய் வளர்ந்து, குளிர்ந்த நிழல் தந்துகொண்டிருக்கும். சாலைகளின் இரு புறத்திலுமுள்ள வயல்களில் பசுமையான நெற்பயிற் இளந்தென்றலில் அசைந்தாடும். முதிர்ந்த பயிர்கள் கதிரின் பாரம் தாங்கமாட்டாமல் வயல்களில் சாய்ந்து கிடக்கும். ஆங்காங்கே பசுமையான தென்னந் தோப்புகளும் மாந்தோப்புகளும் கண் குளிரக் காட்சி தந்துகொண்டு இருக்கும் வாழைத் தோட்டங்களையும் கரும்புத் தோட்டங்களையும் கண்ணால் பார்த்தாலே நாவறட்சி தீர்த்து தணியும்.

ஆம்; வழிப் பிரயாணத்தின்போது தாகம் எடுத்துத் தவிப்பதென்பது அங்கெல்லாம் கிடையவே கிடையாது. தாமரையும், செங்கழுநீரும் நீலோற்பலமும்

பூத்த குளங்களுக்குக் கணக்கேயில்லை. ஆறுகளும் சிற்றாறுகளும் சின்னஞ் சிறு வாய்க்கால்களும் அடிக்கொன்றாக வந்துகொண்டிருக்கும். இருபுறமும் பசுமையான செடி கொடிகள் படர்ந்த சிறு வாய்க்கால்களில் தண்ணீர் ஓடிக் கொண்டிருந்தால் அது ஓர் அழகு. தண்ணீர் இன்றி வாய்க்கால் வறண்டிருந் தால் அது இன்னொரு வகை அழகு. வறண்ட வாய்க்கால்களின் சிறு மணலில் நடப்பதைப் போன்ற இன்பம் வேறென்ன உண்டு? அப்படி நடக்கும்போது இரு கரைகளிலும் ஆங்காங்கே படர்ந்துள்ள காட்டு மல்லிகைக் கொடிகளில் பூத்த மலர்களிலிருந்து வரும் நறுமணம் எவ்வளவு மனோகரமாக இருக்கும்?

அதற்கிணையான இன்பம் இன்னொன்று சொல்ல வேண்டுமானால், உச்சி வேளையில் ஆலமரங்களும் வேப்ப மரங்களும் தழைத்து வளர்ந்த இராஜ பாட்டைகளில் பிரயாணம் செய்வதுதான். இந்த பங்குனி மாதத்தில் சாலை ஓரத்து ஆல மரங்களிலே புதிய இளந்தளிர்கள் ‘பளபள’ என்று மின்னிக் கொண்டிருக்கும். வேப்ப மரங்கள் பூத்துக் குலுங்கும்! மாமரங்கள் புதிய தளிர்விடும் அழகைத்தான் என்னவென்று சொல்ல? ஒருநாளைக்கு மாமரம் முழுவதும் கருநீல நிறம் பொருந்திய இளந்தளிர்கள் மயமாயிருக்கும். மறு நாளைக்குப் பார்த்தால், கருநீல நிறம் இளஞ்செந்நிறமாக மாறியிருக்கும். அதற்கு அடுத்த நாள் அவ்வளவு தளிர்களும் தங்கநிறம் பெற்றுத் தகதக வென்று மின்னிக்கொண்டிருக்கும்.

இப்பேர்ப்பட்ட இயற்கை இன்பங்களை அளித்த இறைவனுடைய திருப்புகழை இன்னிசையிலே அமைத்து, மரக்கிளைகளில் ஊஞ்சலாடும் பூங்குயில்கள் இடைவிடாமல் பாடிக்கொண்டிருக்கும்.

திருச்செங்காட்டங்குடியிலிருந்து காஞ்சிக்கு வரும் வழியில் இம்மாதிரி இன்பக் காட்சிகளையெல்லாம் பார்த்துக்கொண்டு வந்த பரஞ்சோதி அச்சமயம் அந்தக் காட்சிகளின் அழகையோ இன்பத்தையோ அவ்வளவாக அனுபவிக்கவில்லை.

இப்போது, எங்கே பார்த்தாலும் மொட்டைக் குன்றுகளே காணப்பட்ட பொட்டைப் பிரதேசத்தில், பசுமை என்பதையே காணமுடியாத வறண்ட பாதையில், அவன் பிரயாணம் செய்துகொண்டு இருந்தபோதுதான், சோழ மண்டலத்து வயல்களும் தோப்புகளும், தொண்டைமண்டலத்து ஏரிகளும் காடுகளும் அவன் மனக்கண்ணின் முன்னால் அடிக்கடி தோன்றி இன்பமளித்தன.

மேற்குத் திசையில் மலைகளுக்குப் பின்னால் சூரியன் மறையத் தொடங் கியபோது பரஞ்சோதி, அந்த மலைப் பாதையில் ஒரு முடுக்கில் திரும்பினான். அன்றைக்கெல்லாம் முட்புதர்களையும் கள்ளிச் செடிகளையும் தவிர வேறு எதையும் காணாமல் வந்த பரஞ்சோதிக்கு எதிரே, அப்போது ஓர் அபூர்வமான காட்சி தென்பட்டது. கண்ணுக்கெட்டிய தூரம் நெட்டையும் குட்டையுமான புரச மரங்கள் - ஆயிரம் பதினாயிரம் மரங்கள் - இலை என்பதே இல்லாமல் ஒரே பூமயமாய்க் காட்சியளித்தன. அவ்வளவும் இரத்தச் சிவப்பு நிறமுள்ள கொத்துக் கொத்தான பூக்கள். மாலைக் கதிரவனின் செங்கிரணங்கள் அந்தப் புரசம் பூக்களின் இரத்தச் செந்நிறத்தை மிகைப்படுத்திக் காட்டின.

அது அபூர்வமான அழகு பொருந்திய காட்சிதான்; ஆனால், ஒருவகை அச்சந்தரும் காட்சியுமாகும். பரஞ்சோதி பிறந்து வளர்ந்த திருச்செங் காட்டங்குடி கிராமத்தில் தென்மேற்கு மூலையில் இருந்த மயானத்தில் சில புரச மரங்கள் உண்டு. அவை பங்குனி சித்திரையில் இவ்விதம் ஒரே செந்நிறப் பூமயமாயிருப்பதை அவன் பார்த்திருந்தான். எனவே, புரச மரங்கள் பூத்திருக்கும் காட்சியைப் பார்க்கும்போது அவனுக்கு ருத்ரபூமியின் நினைவு வருவது வழக்கம்.

இப்போது அவன் கிராமத்துக்கு எத்தனையோ தூரத்துக்கு அப்பால் தனியாகக் காட்டு வழியில் போய்க்கொண்டிருந்தபோது மேற்கூறிய மயானத்தின் ஞாபகம் தோன்றி அவன் மனத்தில் பயங்கரத்தை உண்டு பண்ணிற்று. மயானத்தின் நினைவோடு பேய் பிசாசுகளின் நினைவும் சேர்ந்துவந்தது. மற்ற விஷயங்களில் மகா தைரியசாலியான பரஞ்சோதிக்குப் பேய் பிசாசு என்றால் பயம் அதிகம். 'இன்றைக்கு இந்தக் காட்டு வழியே இருட்டிய பிறகும் போக வேண்டுமே!' என்று நினைத்தபோது அவனுடைய நெஞ்சையும் வயிற்றையும் என்னவோ செய்தது. அதோ அந்த இரண்டு மலைகளும் கூடுகிற இடத்தில் தான் அன்றிரவு தங்க வேண்டிய சத்திரம் இருப்பதாக அவன் அறிந்தான். அங்கே போய்ச் சேருவதற்குள்ளே இருட்டி ஒரு ஜாமத்துக்கு மேலாகி விடலாம். நிலா வெளிச்சமே இராது. முன்னிருட்டுக் காலம். 'அடடா! வழியிலே ஏன் இவ்வளவு தாமதித் தோம்?' என்று எண்ணியவனாய் பரஞ்சோதி குதிரையை வேகமாய்ச் செலுத்த முயன்றான். ஆனாலும் பகலெல்லாம் பிரயாணம் செய்து களைத் திருந்த குதிரை எவ்வளவுதான் வேகமாய்ப் போய்விடக் கூடும்?

நிர்மானுஷ்யமான அந்த மலைப் பிரதேசம் உண்மையில் அச்சத்தைத் தருவ தாய்த்தான் இருந்தது. பட்சிகள் மிருகங்கள்கூட அங்கே காணப்பட வில்லை. இருட்டிய பிறகு நரிகள் ஊளையிட ஆரம்பிக்கும்; பயங்கரத்தை அவை இன்னும் அதிகப்படுத்தும்.

நேற்றெல்லாம் பரஞ்சோதி நேர் வடக்கே சென்ற விசாலமான இராஜ பாட்டையில் பிரயாணம் செய்தான். அதன் ஜன நடமாட்டமும் குதிரை களின் போக்குவரவும் அதிகமாயிருந்தன. பாதையில் பல இடங்களில் அவன் நிறுத்தப்பட்டான். சக்கரவர்த்தி தந்திருந்த பிரயாண இலச்சினையை அவன் அங்கங்கே காட்டிக்கொண்டு போக வேண்டியிருந்தது.

இன்று காலையிலே இராஜபாட்டையை விட்டு மலைப் பாதையில் திரும்பிய பிறகு அத்தகைய தொந்தரவு ஒன்றுமில்லை. ஆனால் இப்போது பரஞ்சோதிக்கு ஒரு பெரிய குதிரைப் படையே அந்த வழியில் வரக்கூடாதா என்று தோன்றியது.

ஆ! அது என்ன சத்தம்! குதிரைக் குளம்படியின் சத்தம் போலிருக்கிறதே! ஆம்; குதிரைதான் பின்னால் வந்துகொண்டிருக்கிறது. வருவது யாராயிருக்கும்? யாராயிருந்த போதிலும் நல்லதுதான், இருட்டுக்கு வழித்துணையா யிருக்குமல்லவா?

வருகிறது ஒரே குதிரையா? பல குதிரைகளா? பரஞ்சோதி தன் குதிரையை நிறுத்திவிட்டுக் காதுகொடுத்துக் கேட்டான். சட்டென்று சத்தம் நின்று விட்டது. ஒருவேளை வெறும் பிரமையோ? யாராவது வரக்கூடாதா என்று அடிக்கடி எண்ணியதன் பயனோ?

பரஞ்சோதி மேலே குதிரையைச் செலுத்தினான். மறுபடியும் பின்னால் குதிரை வரும் சத்தம் கேட்டது. திரும்பிப் பார்த்தால் ஒன்றும் தெரிய வில்லை. மலைப்பாதை வளைந்து வளைந்து சென்றதனால் குதிரை சமீபத்தில் வந்தாலும் அதைத் தான் பார்க்க முடியாது.

இதற்குள்ளே சூரியன் அஸ்தமித்து நாலாபுறமும் இருள் சூழ ஆரம்பித்து விட்டது.

அதிக வளைவு இல்லாமல் பாதை நேராகச் சென்ற இடத்துக்கு வந்தபோது பரஞ்சோதி குதிரையைச் சற்று நேரம் வேகமாக விட்டுக்கொண்டு போய்ச் சட்டென்று நிறுத்திவிட்டுத் திரும்பிப் பார்த்தான். கொஞ்ச தூரத்தில் ஒரு குதிரை வந்துகொண்டிருந்தது. அதன்மேல் ஆள் இருப்பதும் தெரிந்தது. பரஞ்சோதியின் குதிரை நின்றதும் அவனும் தன் குதிரையை நிறுத்தினான்.

பரஞ்சோதிக்குச் சொல்லமுடியாத கோபம் வந்தது. குதிரையை லாகவமாய்த் திருப்பிப் பின்னால் நின்ற குதிரையை நோக்கி விரைவாகச் சென்றான். அப்பொழுது கையெழுத்து மறையும் நேரம்.

29.வழித் துணை

குதிரையைத் திருப்பிவிட்டுக்கொண்டு பரஞ்சோதி பின்னால் வந்த குதிரையண்டை சென்றபோது அவன் மனத்தில் ஏற்கெனவே ஏற்பட்டிருந்த பீதியெல்லாம் கோபமாக மாறியிருந்தது. மார்பில் பாய்ச்சுவதற்குச் சித்தமாக அவனுடைய வலது கையானது வேலைத் தூக்கிப் பிடித்துக்கொண்டு இருந்தது.

ஆனால், பரஞ்சோதி அருகில் நெருங்கியதும் அந்தக் குதிரைமீது வந்த மனிதன் செய்த காரியங்கள் வேலுக்கு வேலை இல்லாமல் செய்து விட்டன!

ஆஜானுபாகுவாய் முகத்தில் பெரிய மீசையுடனும் தலையில் பெரிய முண்டாசுடனும் விளங்கிய அந்த திடகாத்திர மனிதன், பரஞ்சோதி தன் அருகில் வந்ததும், 'ஐயையோ! ஐயையோ! பிசாசு! பிசாசு!' என்று அலறிக் கொண்டு குதிரை மீதிருந்து நழுவித் 'தொபுகடீ'ரென்று கீழே விழுந்தான். அதைப் பார்த்த பரஞ்சோதிக்குப் பயம், கோபம் எல்லாம் பறந்து போய்ப் பீறிக்கொண்டு சிரிப்பு வந்தது. கீழே விழுந்தவன் போர்க்கோலம் பூண்ட வீரன் என்பதையும், அவனுடைய இடையில் கட்டித் தொங்கிய பெரிய வாளையும் பார்த்ததும் பரஞ்சோதி 'கலகல'வென்று சிரிக்கத் தொடங்

கினான். பேய் பிசாசுக்குப் பயந்தவன் தான் ஒருவன் மட்டும் அல்ல என்பதை நினைத்தபோது அவனுக்கு ஒரு வகையான திருப்தி உண்டாயிற்று.

கீழே விழுந்த மனிதன் மீண்டும், 'ஐயையோ! பிசாசு சிரிக்கிறதே! பயமா யிருக்கிறதே!' என்று அலறினான். அந்த வேடிக்கையை இன்னும் கொஞ்சம் அனுபவிக்க விரும்பிய பரஞ்சோதி, குதிரை மேலிருந்தபடியே வேலை நீட்டிக் கீழே கிடந்தவனுடைய கையில் இலேசாகக் குத்திய வண்ணம், பிசாசு பேசுவது போல் தானாகக் கற்பனை செய்துகொண்டு அடித் தொண்டைக் குரலில்,

'அடே! உன்னை விடமாட்டேன்! விழுங்கி விடுவேன்!' என்றான்.

அதற்கு அடுத்த கணத்தில் பரஞ்சோதி சற்றும் எதிர்பாராத காரியம் ஒன்று நடந்தது. அது என்ன என்பதையே அச்சமயம் அவனால் நன்கு தெரிந்து கொள்ளக்கூட முடியவில்லை. ஒரு கணம் அவன் தலை கீழாகப் பாதாளத்தில் விழுவது போலிருந்தது. உடனே அவன் தலையின் மேல் ஆயிரம் இடி சேர்ந்தாற்போல் விழுந்தது! அடுத்தபடியாக அவனுடைய மார்பின் மேல் விந்திய பர்வதம் வந்து உட்காருவதுபோல் தோன்றியது. பிறகு ஒரு பிரம்மாண்டமான பூதம், 'ஹா ஹா ஹ' என்று பயங்கரமான பேய்க்குரலில் சிரித்துக்கொண்டு அவனுடைய தோள்களைப் பிடித்துப் பல மாகக் குலுக்கியது.

சற்று நிதானித்து, மனத்தைத் தெளிவுபடுத்திக்கொண்டு சிந்தித்த பிறகுதான் பரஞ்சோதிக்கு நடந்தது என்னவென்பது புலனாயிற்று.

பரஞ்சோதி தன்னுடைய வேலின் நுனியினால் கீழே கிடந்தவனுடைய கையை இலேசாகக் குத்தி, 'விழுங்கி விடுவேன்!' என்று கத்தியவுடனே, அந்த மனிதன் பரஞ்சோதியின் வேலைக் கெட்டியாகப் பிடித்துக்கொண்டு ஓர் இழுப்பு இழுத்தான். அவ்வளவுதான், பரஞ்சோதி குதிரை மேலிருந்து தடாலென்று தலைகுப்புறக் கீழே விழுந்தான். உடனே, அந்த மனிதன் மின்னலைப் போல் பாய்ந்து வந்து அவனுடைய தோள்களைப் பிடித்துக் குலுக் கினான். அதோடு, 'ஹா ஹா ஹா! நீ பிசாசு இல்லை, மனுஷன்தான்! பிசாசு மாதிரி கத்தி என்னைப் பயமுறுத்தப் பார்த்தாயல்லவா? நல்லவேடிக்கை! ஹா ஹா ஹா!' என்று உரத்த குரலில் சிரித்துக்கொண்டே கூவினான். பின்னர், பரஞ்சோதியின் மார்பின் மேலிருந்து எழுந்து நின்று பரஞ்சோதியையும் தரையிலிருந்து தூக்கி நிறுத்தி, 'தம்பி! இந்த மயான பூமியில் ஒண்டியாகப் போக வேண்டுமே என்று பயந்துகொண்டிருந்தேன். நல்லவேளையாய் வழித் துணைக்குக் கிடைத்தாய். நீ எங்கே போகிறாய், தம்பி?' என்று ரொம்பவும் பழக்கமானவனைப் போல் தோளின் மேல் கையைப் போட்டுக்கொண்டு சல்லாபமாய்க் கேட்டான்.

பரஞ்சோதி சற்று முன் நடந்த சம்பவங்களினால் பெரிதும் அதிர்ச்சியடைந் திருந்தான். ஒரு பக்கம் அவன் உள்ளத்தில் கோபம் பொங்கிக்கொண்டி ருந்தது. அவமானம் ஒரு பக்கம் பிடுங்கித் தின்றது. தன்னை இப்படி

யெல்லாம் கதிகலங்க அடித்தவன் சாமானியப்பட்டவன் அல்ல; மகா பல சாலியான வீர புருஷன் என்பதை அவன் உணர்ந்திருந்தான். இதனால் அம் மனிதன் பேரில் ஒருவித மரியாதையும் அவன் மனத்தில் ஏற்பட்டிருந்தது.

ஆனால், 'எந்த ஊருக்குப் போகிறாய் தம்பி?' என்று அந்த ஆள் கேட்டதும், புத்த பிக்ஷு செய்திருந்த எச்சரிக்கைகள் ஞாபகத்துக்கு வந்தன. தன் தோள் மேலிருந்த அவனுடைய கைகளை உதறித் தள்ளிவிட்டு, 'நான் எந்த ஊருக்குப் போனால் உனக்கு என்ன?' என்று வெறுப்பான குரலில் கேட்டான் பரஞ்சோதி.

'எனக்கு ஒன்றுமில்லை, அப்பா! ஒன்றுமே இல்லை. இன்று ராத்திரி வழித் துணைக்கு நீ கிடைத்தாயே, அதுவே போதும். ஏதோ இரகசியக் காரியமாய்ப் போகிறாயாக்கும் ஆனால்..'

இப்படிச் சொல்லி நிறுத்தி, அந்த வீரன் பரஞ்சோதியைச் சற்றுக் கவனமாக உற்றுப் பார்த்தான். அந்தப் பார்வையின் கருத்தை உணர்ந்து கொள்வதற்குள்ளே, மறுபடியும் அவன் தரையிலே விழும்படி நேர்ந்தது. ஒரே நொடியில் அவ்வீரன் பரஞ்சோதியைக் கீழே தள்ளியதுமல்லாமல், தரையில் அவன் அருகில் உட்கார்ந்து கழுத்தை நெறித்துப் பிடித்துக் கொண்டான்.

'நீ வாதாபி ஒற்றனா, இல்லையா? சத்தியமாய்ச் சொல்' என்று கடுமை நிறைந்த குரலில் கேட்டான்.

பரஞ்சோதிக்குக் கோபத்தினாலும் வெட்கத்தினாலும் கண்களில் ஜலம் வரும் போலிருந்தது. அவன் விம்முகிற குரலில், 'நீ சுத்த வீரனாக இருந்தால் என்னோடு எதிருக்கெதிர் நின்று வாளோ வேலோ எடுத்துச் சண்டை செய்யும்...' என்றான்.

'உன்னோடு சண்டை போட வேண்டுமா? எதற்காக அப்பனே? நீ வாதாபி ஒற்றனாயிருக்கும் பட்சத்தில் உன்னை இப்படியே யமனுலகம் அனுப்புவேன். நீ ஒற்றனில்லையென்றால் உன்னோடு சண்டை போடுவானேன்? நாம் இருவரும் சிநேகிதர்களாயிருக்கலாம். நீ ஒற்றனில்லை என்பதை மட்டும் நிரூபித்து விடு. இதோ, இம்மாதிரி ரிஷப இலச்சினை உன்னிடம் இருக்கிறதா?' என்று கேட்டுக்கொண்டே அவ்வீரன் இடது கையினால் தன் மடியிலிருந்து வட்ட வடிவான ஒரு செப்புத் தகட்டை எடுத்துக் காட்டினான். பல்லவ சாம்ராஜ்யத்தில் பிரயாண அனுமதி பெற்ற இராஜ தூதர்களுக்கு அடையாளமாகக் கொடுக்கும் ரிஷப முத்திரை பதித்த தகடு அது.

பரஞ்சோதியும் வேண்டாவெறுப்புடன் தன் மடியிலிருந்து மேற்படி முத்திரைத் தகட்டை எடுத்துக் காட்டியதும் அவ்வீரன் பரஞ்சோதியின் கழுத்தை விட்டதோடல்லாமல் அவனைத் தூக்கி நிறுத்தி ஆர்வத்துடன் ஆலிங்கனம் செய்துகொண்டு, 'தம்பி! என்னை மன்னித்துவிடு! உன் முகக் களையைப் பார்த்தாலே சொல்லுகிறது, நீ சத்ருவின் ஒற்றனாயிருக்க முடியாதென்று. இருந்தாலும், இந்த யுத்த காலத்தில் யாரையும் நம்பி எந்தக் காரியமும் செய்வதற்கில்லை. நல்லது, குதிரைமேல் ஏறிக்கொள் பேசிக்கொண்டே

போகலாம்!' என்று கூறி அவ்வீரன் தன் குதிரையண்டை சென்று அதன்மேல் வெகு லாகவமாய்த் தாவி ஏறிக் கொண்டான்.

பரஞ்சோதி தனக்குள், 'இவனுடன் பேச்சு என்ன வேண்டிக் கிடந்தது? இந்த மலைப்பாதையைத் தாண்டியவுடன் இவனை ஒரு கை பார்த்து இவனுக்குப் புத்தி கற்பிக்காமல் விடக்கூடாது' என்று எண்ணிக்கொண்டே தன் குதிரை மீது ஏறிக்கொண்டான்.

மாலை மங்கி இருளாகக் கனிந்துகொண்டிருந்த முன்னிரவு நேரத்தில், வானமெல்லாம் வைரச் சுடர்களென மின்னத் தொடங்கியிருந்த நட்சத்திரங்களின் இலேசான வெளிச்சத்தில் இரு குதிரைகளும் சேர்ந்தாற்போல் போகத் தொடங்கின.

30.மயூரசன்மன்

அந்தக் காட்டுமலைப் பாதையில் சற்று நேரம் குதிரைகள் மெதுவாகக் காலடி வைக்கும் சத்தத்தைத் தவிர வேறு சத்தம் எதுவும் கேட்கவில்லை.

பிரயாணிகள் இருவரும் மௌனத்தில் ஆழ்ந்திருந்தார்கள்.

பரஞ்சோதியின் மனத்தில் பற்பல எண்ணங்கள் தோன்றி மறைந்து கொண்டிருந்தன. பெரிய மீசையுடனும், பிரம்மாண்டமான தலைப் பாகையுடனும் தன் பக்கத்தில் குதிரை மீது வரும் மனிதன் யாராயிருக்கும்? அவன் போர் முறைகளில் கை தேர்ந்த மகாவீரன் என்பதில் சந்தேகமில்லை. சற்று நேரத்துக்குள் தன்னை என்ன பாடுபடுத்தி வைத்துவிட்டான்? சடக்கென்று குதிரை மேலிருந்து தன்னை அவன் இழுத்துக் கீழே தள்ளியதையும், மார்பின்மேல் ஒரு கண நேரம் மலைபோல் உட்கார்ந்திருந்ததையும், மறுபடியும் தான் எதிர்பாராத சமயத்தில் திடீரென்று கீழே தள்ளி இரும்புக் கையினால் தன் கழுத்தைப் பிடித்து நெரித்ததையும் நினைக்க நினைக்கப் பரஞ்சோதிக்குக் கோபமும் ஆத்திரமும் பொங்கின. அதே சமயத்தில் மேற்கூறிய செயல்களில் அந்த வீரன் காட்டிய லாகவமும் தீரமும் சாமர்த்தியமும் அந்த வீரனிடம் பயபக்தியை உண்டு பண்ணின. ஆஹா! இப்படிப்பட்ட ஒரு மகா வீரனுடைய சிநேகம் தனக்கு நிரந்தரமாகக் கிடைக்குமானால் அது எப்பேர்ப்பட்ட பாக்கியமாயிருக்கும்?

திருச்செங்காட்டங்குடியிலிருந்து காஞ்சிக்கு வந்தபோது வழியில் சிநேகமான புத்த பிக்ஷுவுக்கும் இந்த வீரனுக்கும் எவ்வளவு வித்தியாசம்? பிக்ஷு எவ்வளவோ தன்னிடம் அன்பாகப் பேசியிருந்தும், எவ்வளவோ ஒத்தாசை செய்திருந்தும் அவரிடம் தனக்கு ஏற்படாத பக்தியும் வாத்ஸல்யமும் தன்னைக் கீழே தள்ளி மேலே உட்கார்ந்த இந்த மனிதனிடம் உண்டாகக் காரணம் என்ன?

அதே சமயத்தில், அவன் கிளம்பும்போது புத்த பிக்ஷு கூறிய எச்சரிக்கை மொழிகளும் நினைவுக்கு வந்தன. 'வழியில் சந்திக்கும் யாரையும் நம்பாதே! சத்ருவாக நடித்தாலும் மித்திரனாக நடித்தாலும் நீ போகுமிடத்தையாவது, ஓலைகொண்டு போகும் விஷயத்தையாவது சொல்லிவிடாதே! அஜந்தா வர்ண இரகசியத்தை அறிந்துகொள்ள ஆசை கொண்டவர்கள் ஆயனரைத் தவிர இன்னும் எவ்வளவோ பேர் உண்டு. அதற்காக அவர்கள் உயிர்க்கொலை செய்யவும் பின்வாங்கமாட்டார்கள். எனவே நீ போகும் காரியம் இன்னதென்பதைப் பரம இரகசியமாக வைத்துக் காப்பாற்ற வேண்டும். அதை உன்னிடமிருந்து தெரிந்து கொள்வதற்குப் பலர் பலவிதமான சூழ்ச்சிகளைச் செய்யலாம். அதிலெல்லாம் நீ ஏமாந்து விடக்கூடாது…'

இவ்விதம் புத்த பிக்ஷு கூறியதைப் பரஞ்சோதி நினைவு கூர்ந்து ஒருவேளை தன் அருகில் இப்போது வந்துகொண்டிருப்பவன் அத்தகைய சூழ்ச்சிக்காரர்களில் ஒருவன்தானோ, தன்னைக் குதிரையிலிருந்து கீழே இழுத்துத் தள்ளிப் படாதபாடுபடுத்தியதெல்லாம் ஒருவேளை பிக்ஷுவின் ஓலையைக் கவர்வதற்காகச் செய்த பிரயத்தனமோ என்று எண்ணமிட்டான். ஓலை தன் இடைக்கச்சுடன் பத்திரமாய்க் கட்டப்பட்டிருப்பதைத் தொட்டுப் பார்த்துத் தெரிந்துகொண்டு, அதைத் தன்னிடமிருந்து கைப்பற்றுவது எளிதில்லை என்று உணர்ந்து தைரியமடைந்தான்.

அப்போது சற்று தூரத்தில் ஒரு நரி, சோகமும் பயங்கரமும் நிறைந்த குரலில் ஊளையிடும் சத்தம் கேட்டது. அடுத்த நிமிஷத்தில் முறைவைப்பதுபோல் அநேக நரிகள் சேர்ந்தாற் போல் ஊளையிடும் சத்தம் கேட்கத் தொடங்கிய போது, பரஞ்சோதிக்கு ரோமம் சிலிர்த்துத் தேகமெல்லாம் வியர்த்தது. ஒரு கூட்டம் நரிகளின் ஊளை நின்றதும் இன்னொரு கூட்டம் ஊளையிட ஆரம்பிக்கும். இவ்விதம் நரிகள் கூட்டம் கூட்டமாக முறைவைத்து ஊளையிடும் சத்தமும், அந்த ஊளைச் சத்தமானது குன்றுகளில் மோதிப் பிரதிபலித்த எதிரொலியுமாகச் சேர்ந்து அந்தப் பிரதேசத்தையெல்லாம் விவரிக்க முடியாதபடி பயங்கரம் நிறைந்ததாகச் செய்தன.

இத்தனை நேரமும் மௌனமாய் வந்த வீரன், 'தம்பி! இப்பேர்ப்பட்ட காட்டு வழியில் முன்னிருட்டு நேரத்தில் தன்னந்தனியாக நீ புறப்பட்டு வந்தாயே, உன்னுடைய தைரியமே தைரியம்! என் நாளில் எத்தனையோ தடவை நான் தனி வழியே பிரயாணம் செய்திருக்கிறேன். அப்படிப்பட்ட எனக்கே இந்தப் பிரதேசத்தில் சற்று முன்னால் கதி கலக்கம் உண்டாகி விட்டது!' என்றான்.

அப்போது பரஞ்சோதி சிறிது தயக்கத்துடன், 'ஐயா! என்னைக் கண்டதும் தாங்கள் 'பிசாசு! பிசாசு!' என்று அலறிக்கொண்டு குதிரைமேலிருந்து விழுந்தீர்களே? அது ஏன்? உண்மையாகவே பயப்பட்டீர்களா? அல்லது என்னைக் கீழே தள்ளுவதற்காக அப்படிப் பாசாங்கு செய்தீர்களா? சற்று முன்னால் அப்படி அலறி விழுந்தவர், இப்போது கொஞ்சம்கூடப் பயப்படுவதாகத் தெரியவில்லையே!' என்றான்.

'ஆஹா! அது தெரியாதா உனக்கு? ஒருவன் தனி மனிதனாயிருக்கும் வரையில் ஒரு பிசாசுக்குக்கூட ஈடுகொடுக்க முடியாது. தனி மனிதனைப் பிசாசு அறைந்து கொன்று விடும். ஆனால், இரண்டு மனிதர்கள் சேர்ந்து விட்டால், இருநூறு பிசாசுகளை விரட்டியடித்து விடலாம்! இந்த மலைப் பிரதேசத்தில் இருநூறாயிரம் பிசாசுகள் இராவேளைகளில் 'ஹோ ஹா!' என்று அலறிக்கொண்டு அலைவதாகக் கேள்விப்பட்டிருக்கிறேன். அவ்வளவு பிசாசுகளும் சேர்ந்து வந்தாலும், இரண்டு மனிதர்களை ஒன்றும் செய்ய முடியாது! தம்பி! இந்தப் பிரதேசத்தைப் பற்றிய கதை உனக்குத் தெரியுமா?' என்று குதிரை வீரன் கேட்டான்.

'தெரியாது; சொல்லுங்கள்!' என்றான் பரஞ்சோதி.

அதன்மேல் அந்த வீரன் சொல்லிய வரலாறு பின்வருமாறு:

ஏறக்குறைய இருநூற்றைம்பது வருஷங்களுக்கு முன்னால் வடதேசத்திலிருந்து வீரசன்மன் என்னும் பிராமணன் தன் சீடனாகிய மயூரசன்மன் என்னும் சிறுவனுடன் காஞ்சி மாநகருக்கு வந்தான். அவ்விருவரும் ஏற்கெனவே வேத சாஸ்திரங்களில் மிக்க பாண்டித்தியம் உள்ளவர்கள். ஆயினும் காஞ்சி மாநகரின் சம்ஸ்கிருத கடிகை (சர்வகலாசாலை)யைச் சேர்ந்த மகா பண்டிதர்களால் ஒருவருடைய பாண்டித்தியம் ஒப்புக் கொள்ளப்பட்ட பிறகுதான் அந்தக் காலத்தில் வித்தை பூர்த்தியானதாகக் கருதப்பட்டது. அதற்காகவே வீரசன்மனும் மயூரசன்மனும் காஞ்சிக்கு வந்தார்கள். ஒருநாள் அவர்கள் காஞ்சியின் இராஜவீதி ஒன்றில் போய்க் கொண்டிருந்தபோது, பல்லவ மன்னனின் குதிரை வீரர்கள் சிலர் எதிர்ப் பட்டார்கள். வீதியில் நடந்த வண்ணம் ஏதோ ஒரு முக்கியமான சர்ச்சையில் ஈடுபட்டிருந்த குருவும் சிஷ்யனும் குதிரை வீரர்களுக்கு இடங்கொடுத்து விலகிக் கொள்ளவில்லை. இதனால் கோபம் கொண்ட குதிரைவீரன் ஒருவன் குதிரை மேலிருந்தபடியே வீரசன்மனைக் காலால் உதைத்துத் தள்ளினான். குருவுக்கு இத்தகைய அவமானம் நேர்ந்ததைக் கண்டு சகியாத சிஷ்யன் அந்த வீரன் கையிலிருந்த வாளைப் பிடுங்கி வீசவே அவன் வெட்டுப்பட்டுக் கீழே விழுந்தான். மற்றக் குதிரை வீரர்கள் மயூரசன்மனைப் பிடிக்க வந்தார்கள். அவர்களிடம் அகப்பட்டால் தன் உயிருக்கு ஆபத்து நேரும் என்பதை அறிந்த மயூரசன்மன், கையில் பிடித்த வாளுடன் கீழே விழுந்த வீரனின் குதிரைமீது தாவி ஏறி தன்னைப் பிடிக்க வந்தவர்களையெல்லாம் வீராவேசத்துடன் வெட்டி வீழ்த்திக்கொண்டு காஞ்சி நகரை விட்டு வெளியேறினான்.

பல்லவ ராஜ்யத்துக்கே அவமானம் விளைவிக்கத் தக்க இந்தக் காரியத்தைக் கேட்டு, மயூரசன்மனைக் கைப்பற்றி வருவதற்காக இன்னும் பல குதிரை வீரர்கள் புறப்பட்டுச் சென்றார்கள். ஆனால், அவர்களிடம் அவன் அகப் படவில்லை. கடைசியில், மயூரசன்மன் கிருஷ்ணா நதிக்கரையில் உள்ள ஸ்ரீ பர்வதத்தை அடைந்து, அங்கேயுள்ள அடர்ந்த காட்டில் சிறிது காலம் பல்லவ வீரர்களுக்குப் பயந்து ஒளிந்து வாழ்ந்தான். பின்னர், அந்தப் பிரதேசத்தில் வாழ்ந்த மலைச் சாதியரைக்கொண்டு ஒரு பெரிய சைனியத் தைத் திரட்டியதுமல்லாமல் அங்கே சுதந்தர ராஜ்யத்தையும் ஸ்தாபித்

தான். பின்னர், அந்தப் பெரிய சைனியத்துடனே, காஞ்சியில் தன் குருவுக்கு நேர்ந்த அவமானத்துக்குப் பழி வாங்கும் பொருட்டுப் புறப்பட்டு வந்தான். மயூரசன்மனின் சைனியமும் காஞ்சிப் பல்லவ சைனியமும் இந்த மலைக்காட்டுப் பிரதேசத்திலேதான் சந்தித்தன. ஏழு நாள் இடைவிடாமல் யுத்தம் நடந்தது. ஆயிரக்கணக்கான வீரர்கள் போரில் மாண்டார்கள். இரத்த வெள்ளம் பெருக்கெடுத்து ஓடி மலைப் பிரதேசத்தையெல்லாம் நனைத்தது.

அப்படி இரத்த வெள்ளம் ஓடிய இடத்திலேதான் சில காலத்துக்குப் பிறகு இந்தப் புரசங்காடு முளைத்தது. மேற்சொன்ன பயங்கர யுத்தம் நடந்த அதே பங்குனி மாதத்தில் ஒவ்வொரு வருஷமும் புரசமரங்களின் இலை உதிர்ந்து இரத்தச் சிவப்பு நிறமுள்ள பூக்கள் புஷ்பிக்கின்றன. அந்தப் போரில் இறந்த ஆயிரக்கணக்கான வீரர்களின் ஆவிகள் இன்னமும் இங்கே உலாவிக் கொண்டிருப்பதாக அக்கம் பக்கத்துக் கிராம ஜனங்கள் நம்புகிறார்கள். ஆவிக் குதிரைகளின் மீதேறிய ஆவி வீரர்கள் வாள்களையும் வேல்களையும் ஏந்தி 'ஹா ஹா' என்று கூவிக்கொண்டு இந்த நிர்ஜனப் பிரதேசத்தில் அலைவதாகவும், யாராவது பிரயாணிகள் இரவு வேளையில் தனி வழியே வந்தால் அவர்களைக் கொன்று இரத்தத்தைக் குடித்துத் தாகத்தைத் தணித்துக் கொள்வதாகவும் சொல்லிக்கொள்ளுகிறார்கள்!

மேற்படி வரலாற்றைக் கேட்டுக் கொண்டிருந்த பரஞ்சோதிக்குக் கொஞ்சம் நஞ்சம் பாக்கியிருந்த பயமும் போய் விட்டது. அங்கே ஆவிகள் அலைவது பற்றிய கதையெல்லாம் வெறும் மூடநம்பிக்கை என்ற உறுதி ஏற்பட்டது. 'என்னைக் கண்டதும் இருநூற்றைம்பது வருஷத்துக்கு முன் செத்துப்போன வீரனின் பிசாசுதான் வந்து விட்டதென்று நினைத்து அப்படி உளறி அடித்துக்கொண்டு விழுந்தீரோ?' என்று கூறி நகைத்தான்.

'இரத்தமும் சதையுமுள்ள மனிதனோடு நான் சண்டை போடுவேன். வில்போர், வாள்போர், வேல்போர், மல்யுத்தம் எது வேண்டுமானாலும் செய்வேன். ஆனால், ஆவிகளோடு யார் போரிட முடியும்?' என்று அவ்வீரன் சிறிது கடுமையான குரலில் கூறவே பரஞ்சோதி பேச்சை மாற்ற எண்ணி, 'இருக்கட்டும் ஐயா! இங்கே நடந்த யுத்தத்தின் முடிவு என்ன ஆயிற்று? யாருக்கு வெற்றி கிடைத்தது?' என்று கேட்டான்.

'மயூரசன்மனுடைய சைனியத்தைப்போல் பல்லவ சைனியம் மூன்று மடங்கு பெரியது. ஆகையால், பல்லவ சைனியம்தான் ஜயித்தது. மயூரசன்மனை உடம்பில் முப்பத்தாறு காயங்களுடன் கைப்பற்றிப் பல்லவ மன்னன்முன் கொண்டுவந்து நிறுத்தினார்கள்...!'

'அதன் பிறகு என்ன நடந்தது?' என்று மிகுந்த ஆவலுடன் கேட்டான் பரஞ்சோதி.

'என்ன நடந்திருக்குமென்று நீதான் சொல்லேன்!' என்று அவ்வீரன் கூறிப் பரஞ்சோதியின் ஆவலை அதிகமாக்கினான்.

31.வைஜயந்தி

வழித் துணையாகக் கிடைத்த இந்த வீரன் எந்த மயூரசன்மனைப்பற்றிக் கூறி வந்தானோ அதே மயூரசன்மனைக் குறித்து ஏற்கெனவே புத்த பிக்ஷு கூறியிருந்தது பரஞ்சோதியின் ஞாபகத்தில் இருந்தது. ஆனால், அவர் கூறிய வரலாறு இவ்வளவு ரஸமாக இல்லை. அந்த வரலாற்றை அவர் கூறியதன் நோக்கமும் பரஞ்சோதிக்குப் பிடிக்கவில்லை. 'அந்த மயூரசன்மனைப் போல் ஒரு வேளை நீயும் ஆனாலும் ஆகலாம்!' என்று புத்த பிக்ஷு கூறியது பரஞ்சோதியின் உள்ளத்தில் அருவருப்பைத்தான் உண்டு பண்ணிற்று. ஏன்? மயூரசன்மன் பேரிலேயே அவனுக்கு அருவருப்பு உண்டாக அது காரணமாக இருந்தது.

ஆனால், இப்போது மயூரசன்மன் செய்த வீரப் போரையும் உடம்பில் முப்பத்தாறு காயங்களுடன் அவன் பல்லவ மன்னனின் முன்பு கொண்டு வந்து நிறுத்தப்பட்டதையும் அறிந்ததும், அவன் மீது பரஞ்சோதியின் மரியாதை பன்மடங்கு வளர்ந்தது.

'அப்பேர்ப்பட்ட வீரன் பல்லவ மன்னனுக்குச் சரணாகதி அடைய மறுத்துத்தான் இருப்பான். அரசனுக்கு எதிராகக் கலகம் செய்பவர்களைப் பூமியில் புதைத்து யானையின் காலால் இடறச் செய்வதுதானே வழக்கம்! பல்லவ ராஜாவும் அப்படிச் செய்து விட்டாராக்கும்!' என்று பரஞ்சோதி மனக்கசப்புடன் கூறினான்.

'இல்லை, தம்பி, இல்லை! சாதாரணமாய் அங்க, வங்க, கலிங்க, காஷ்மீர, காம்போஜ தேசங்களின் ராஜாக்களாயிருந்தால் அப்படித்தான் செய்திருப் பார்கள். ஆனால் காஞ்சி பல்லவ மன்னர்களின் காரியங்கள் ஒரு தனிப் போக்காக இருக்கும்..'

'பல்லவ மன்னர் என்ன செய்தார்?'

'மயூரசன்மனை மன்னித்ததோடு, அவனுடைய வீரத்தை மெச்சி அவன் ஸ்தாபித்த ராஜ்யத்தை அவனுக்கே திருப்பிக் கொடுத்து விட்டார். அவரே நேரில் சென்று மயூரசன்மனுக்கு முடிசூட்டி விட்டு வந்தார்!'

'அப்படியா?' என்று பரஞ்சோதி தன் உண்மையான வியப்பைத் தெரிவித்து விட்டு, 'அதைக் குறித்து மயூரசன்மன் நன்றி பாராட்டினானா?' என்று கேட்டான்.

'மயூரசன்மன் மட்டுமில்லை; அவன் ஸ்தாபித்த கதம்ப வம்சத்தில் பிறந்த வர்கள் எல்லாரும் சென்ற இருநூறு வருஷத்துக்கு மேலாகப் பல்லவர் களுக்குக் கப்பம் செலுத்திக்கொண்டு நன்றியுடன் இருந்து வந்தார்கள். கிருஷ்ணை - துங்கபத்திரை நதிக்கரை ஓரமாய் அவர்களுடைய

இராஜ்யமும் பெருகி வந்தது. கொஞ்ச காலத்துக்குப் பிறகு வைஜயந்தி பட்டணத்தில் தங்கள் தலைநகரை ஸ்தாபித்துக் கொண்டார்கள். அவர்களுக்கு ஆபத்து நேர்ந்த சமயங்களில் பல்லவ மன்னர்களும் வேண்டிய உதவி புரிந்து வந்தார்கள். இருபது வருஷத்துக்கு முந்தி புலிகேசியின் சிற்றப்பன் மங்களேசன் கதம்ப ராஜ்யத்தின் மீது படையெடுத்த செய்தி தெரியுமோ இல்லையோ?'

'தெரியாதே? அது என்ன விஷயம்?' என்று பரஞ்சோதி ஆவலுடன் கேட்டான்.

'ஆமாம்; நீ சிறுபிள்ளை உனக்கு எப்படி அது தெரிந்திருக்கும்? இப்போது ராட்சஸ ஸ்வரூபம்கொண்டு பல்லவ சாம்ராஜ்யத்தின் மீது படையெடுத்து வருகிறானே, இந்தப் புலிகேசியும் இவனுடைய தம்பிமார்களும் சிறு பிள்ளைகளாக இருந்தபோது, இவர்களுடைய சிற்றப்பன் மங்களேசன் என்பவன் வாதாபி ராஜ்யத்தை ஆண்டு வந்தான். அவனுக்குத் திடீரென்று அயல் நாடுகளைக் கைப்பற்றிப் பெரிய சக்கரவர்த்தி ஆகவேண்டுமென்ற ஆசை உண்டாயிற்று. துங்கபத்திரையைக் கடந்து கதம்ப ராஜ்யத்துக்குள் பிரவேசித்தான். வைஜயந்தி நகரம் வரையில் வந்து அந்த நகரத்தை முற்றுகை போட்டுவிட்டான். அப்போது வடக்கு மண்டலத்துப் பல்லவ சைனியந்தான் கதம்ப ராஜாவின் ஒத்தாசைக்குச் சென்றது. வைஜயந்தி பட்டணத்துக்கு அண்மையில் பெரிய யுத்தம் நடந்தது!'

'யுத்தத்தின் முடிவு என்ன ஆயிற்று?'

'கேட்பானேன்! வீர பல்லவ சைனியந்தான் ஜயித்தது. சளுக்கர்கள் தோற்றுப் பின்வாங்கி ஓடினார்கள். ஆஹா! அப்போது மட்டும் அந்தச் சளுக்கர் படையைப் பல்லவ சைனியமும் பின் தொடர்ந்துபோய் அடியோடு நிர்மூலம் செய்திருந்தால், இப்போது இந்த யுத்தமே வந்திருக்காது!' என்றான் அவ்வீரன்.

அந்தப் பழைய வரலாறுகளையெல்லாம் அறிந்து கொள்ளுவதில் பரஞ் சோதிக்கு ரொம்பவும் சுவாரஸ்யமாயிருந்தது. யுத்தங்களைப் பற்றியும் அவை நடந்த முறைகளைப் பற்றியும் வெற்றி தோல்விகளைப் பற்றியும் தெரிந்து கொள்ள அவனுக்கு மிகவும் ஆவலாயிருந்தது. நிலா இல்லாத முன்னிரவில் வழிப்பிரயாணத்தின் அலுப்புத் தெரியாமலிருப்பதற்கும் அது ஏதுவாயிற்று.

'தோல்வியடைந்து ஓடிய சளுக்க சைனியத்தைப் பல்லவ சைனியம் ஏன் தொடர்ந்து போகவில்லை?' என்று அவன் கேட்டான்.

'அதற்குப் பல காரணங்கள் உண்டு. முக்கியமான காரணம் என்ன வென்றால், வைஜயந்தி பட்டணத்துக்கு அருகில் நடந்த யுத்தத்தில் பல்லவ சைனியம் ஒரு பெரிய நஷ்டத்தை அடைந்தது. பல்லவ சேனாதிபதி அந்தப் போரில் உயிர் துறந்தார்!'

பரஞ்சோதியின் நினைவு சட்டென்று வேறு பக்கம் திரும்பியது.

'ஐயா! அந்த வீர பல்லவ சேனாதிபதியின் பெயர் என்ன?' என்று அவன் கேட்டான்.

'நீ கேள்விப்பட்டதில்லையா? சேனாதிபதி கலிப்பகைதான். இப்போதுள்ள கலிப்பகையாரின் மாமன்...'

'கேள்விப்பட்டிருக்கின்றேன், அந்த வீர புருஷரை மணம் செய்து கொள்வதாக இருந்த திலகவதியாரைப் பற்றியும் கேட்டிருக்கிறேன்' என்று பரஞ்சோதி பக்திப் பரவசத்துடன் கூறினான்.

'உனக்கு எல்லாம் தெரிந்திருக்கிறதே! நீ பெரிய சைவன் போலிருக்கிறதே!' என்றான் அவ்வீரன்.

'ஆம், ஐயா! என் உற்றார், உறவினர் எல்லாரும் சைவர்கள். திருநாவுக்கரசு அடிகளைத் தரிசிப்பதற்கென்றே நான் கிளம்பிக் காஞ்சிக்கு வந்தேன்...' என்று கூறிப் பரஞ்சோதி சட்டென்று நிறுத்தினான்.

'அப்படியா, தம்பி! நானும் சைவன்தான். திருநாவுக்கரசரை நீ காஞ்சியில் தரிசிக்கவில்லையா?'

'இல்லை!'

'ஏன்?'

'அதற்குள் இந்த வேலை வந்து விட்டது.'

'எந்த வேலை?'

பரஞ்சோதி சற்று நிதானித்து, 'ஐயா! என்னுடைய வேலை என்ன என்பது பற்றி நீங்கள் ஒன்றும் கேட்காவிட்டால், நான் பொய் சொல்ல வேண்டிய அவசியமும் ஏற்படாது!' என்றான்.

'ஆஹா! நீ வெகு புத்திசாலிப் பிள்ளை!' என்றான் அவ்வீரன். பிறகு சொன்னான், 'தம்பி! உன் மாதிரியே எனக்கு ஒரு புதல்வன் இருக்கிறான். உன் வயதேதான் அவனுக்கும். இந்தப் பிரயாணத்தில் என்னோடு தானும் வர வேண்டுமென்று பிடிவாதம் பிடித்தான். நான் கூடாது என்று தடுத்து விட்டேன். அதனால் அவனுக்கு என் பேரில் கோபம்...'

இப்படிப்பட்ட ஒரு வீரத் தந்தையைப் பெற்ற அதிர்ஷ்டசாலியைக் குறித்துப் பரஞ்சோதியின் மனத்தில் சிறிது பொறாமை உண்டாயிற்று.

அந்தத் தகாத எண்ணத்தைப் பரஞ்சோதி மறக்க முயன்றவனாய், 'ஐயா! வைஜயந்தி யுத்தத்தைப் பற்றிக் கூறி இடையில் நிறுத்திவிட்டீர்களே! அந்தப் போரில் சேனாதிபதி கலிப்பகை உயிர் துறந்ததாகச் சொன்னீர்கள். ஆனால், பல்லவ சைனியத்துக்கு வேறு சேனாதிபதி கிடைக்கவில்லையா? தோற்று ஓடிய சளுக்கர்களைத் தொடர்ந்து பல்லவ சைனியம் ஏன் போகவில்லை?' என்று கேட்டான்.

'விசித்திரசித்தர் என்று பட்டப்பெயர் பெற்ற காஞ்சி சக்கரவர்த்தியை நீ பார்த்திருக்கிறாயா, தம்பி?' என்று பொருத்தமில்லாமல் கேட்டான் அவ்வீரன்.

பரஞ்சோதி மௌனம் சாதித்தான்.

அவனுடைய மௌனத்தைப் பாராட்டி அவ்வீரன் தலையை ஆட்டிவிட்டு மேலே சொல்லுகிறான்.

'விசித்திரசித்தர் அந்தக் காலத்தில் மிகமிக விசித்திரமான எண்ணங்களைக் கொண்டிருந்தார். உலகத்தில் யுத்தம் என்பதே கூடாது. பகைமையும் துவேஷமும் இருக்கக்கூடாது. எல்லா ஜனங்களும் சிற்பம் முதலிய கலைகளில் ஈடுபட்டு ஆடல் பாடல்களில் ஆனந்தமாய்க் காலம் கழிக்க வேண்டும் என்ற எண்ணங்கள் அவர் மனத்தில் குடிகொண்டிருந்தன. நமக்கு இருக்கிற இராஜ்யம் போதும், அதிகம் என்னத்திற்கு என்ற வைராக்கியத்தையும்கொண்டிருந்தார். அப்பேர்ப்பட்ட சமயத்தில் புலிகேசியினிடமிருந்து சமாதானக் கோரிக்கையும் கிடைக்கவே, யுத்தத்தை நிறுத்தும்படி கட்டளை போட்டு விட்டார்.'

'புலிகேசி எப்போது அரசன் ஆனான்?'

'சிற்றப்பன் மங்களேசன், ராஜ்யத்தின் மேலுள்ள ஆசையினால், புலிகேசியையும் அவன் தம்பிகளையும் சிறையில் போட்டிருந்தான். மங்களேசன் வைஜயந்தியின் மேல் படையெடுத்தபோது புலிகேசியும் அவன் தம்பிமார்களும் சிறையிலிருந்து தப்பி வெளியே வந்து விட்டார்கள். தோல்வியடைந்து திரும்பிய மங்களேசனைக் கொன்று விட்டு வாதாபி மன்னனாகப் புலிகேசி முடி சூட்டிக்கொண்டான். உடனே காஞ்சிச் சக்கரவர்த்திக்குச் சமாதானத் தூது அனுப்பினான். நாகசர்ப்பத்துடன் சமாதானம் செய்து கொண்டதுபோல் அந்தப் பாதகனுடன் மகேந்திர சக்கரவர்த்தியும் அப்போது சமாதானம் செய்து கொண்டார். அதனுடைய விபரீதப் பலனை இப்போது அனுபவிக்கிறார்.'

'என்ன விபரீதப் பலன்?'

'விபரீதப் பலன் என்னவா? புலிகேசியின் சைனியங்கள் இந்த யுத்தத்தில் வைஜயந்தியைக் கைப்பற்றிக்கொண்டு மேலேறி வருகின்றன என்று உனக்குத் தெரியாதா? இன்னொரு பயங்கரமான செய்தி கேள்விப்படுகிறேன். வைஜயந்தி பட்டணத்தைக் கைப்பற்றியவுடனே, புலிகேசி அந்த நகரிலிருந்த செல்வங்களையெல்லாம் கொள்ளையடித்து, நகரையே கொளுத்தும்படியாகக் கட்டளையிட்டான் என்று தெரிகிறது. இதை என்னால் நம்பவே முடியவில்லை. ஒருவேளை உண்மையாயிருந்தால்?..'

'இருந்தால்..?'

'உண்மையாயிருந்தால், 'காஞ்சி மகேந்திரவர்மருக்கு இதுவும் வேண்டும், இன்னமும் வேண்டும்' என்றுதான் சொல்லுவேன். உலகத்தில் ராஜாக்களும் சக்கரவர்த்திகளும் 'போரிலே புலி' என்றும், 'சண்டையிலே சிங்கம்' என்றும் பட்டப்பெயர் வாங்குவார்கள். காஞ்சி சக்கரவர்த்தி 'சித்திரகாரப் புலி' என்று பட்டம் பெற்றிருக்கிறார் அல்லவா? அவருக்கு இதெல்லாம் வேண்டியதுதானே!'

பரஞ்சோதி மீண்டும் மௌனத்தில் ஆழ்ந்தான். வைஜயந்தி பட்டணம் எரிக்கப்பட்ட செய்தி அவன் மனத்தைக் கலக்கியிருந்தது.

சற்றுப் பொறுத்து அவ்வீரன், 'தம்பி! எங்கே போகிறாய், என்ன காரியமாகப் போகிறாய் என்று உன்னை நான் கேட்கவில்லை. ஆனால், இன்று ராத்திரி எங்கே தங்குவதாக உத்தேசம் என்று சொல்லுவதில் உனக்கு ஆட்சேபம் ஒன்றும் இராதே?' என்றான்.

'இந்த மலையைத் தாண்டியதும் அப்பால் ஒரு மகேந்திர விடுதி இருப்ப தாகச் சொன்னார்கள். அதில் தங்கலாமென்று எண்ணியிருந்தேன். இருட்டு வதற்கு முன்னால் மகேந்திர விடுதிக்குப் போய்ச் சேர்ந்து விடலாமென்று நினைத்தேன்.'

'ஆ! அதோ பார் வெளிச்சத்தை! நீ சொன்ன மகேந்திர விடுதி அந்த வெளிச்சம் தெரிகிற வீடுதான். நானும் இன்றிரவு அங்கேதான் தங்கப் போகிறேன்' என்றான் அவ்வீரன்.

32.கும்பகர்ணன்

பிரயாணிகள் இருவரும் விடுதியை நெருங்கியபோது, அங்கே ஆயத்தமாகக் காத்திருந்த வீரர்கள் நால்வர் கையில் உருவிய கத்திகளுடன் பளிச்சென்று முன்னால் வந்து 'நில்!' என்றார்கள். விடுதியின் வாசலில் நின்ற இன்னொரு வீரன் கையில் பிரகாசமான தீவர்த்தியைப் பிடித்துக்கொண்டிருந் தான். அதன் ஒளியில் மற்ற நால்வருடைய கையிலும் இருந்த கத்திகள் மின்னித் திகழ்ந்தன.

அப்போது அந்தக் குதிரை வீரன் தன் அங்கியினுள்ளிருந்து ஏதோ ஓர் அடையாளத்தை எடுத்துக் காட்டவே, அந்த வீரர்கள் நால்வரும் சிறிது மரியாதையுடன் ஒதுங்கி நின்று அவனுக்கு வழி விட்டுப் பின்னால் வந்த பரஞ்சோதியை அணுகினார்கள். குதிரை வீரன் திரும்பிப் பார்த்து, 'அவனும் என்னுடன் வருகிறான்!' என்று சொல்லவே, பரஞ்சோதிக்கும் அவர்கள் வழி விட்டார்கள்.

மூத்த பிரயாணி, விடுதித் தலைவனிடமும் மேற்சொன்ன அடையாளத்தைக் காட்டி, 'நாங்கள் இருவரும் இன்று இரவு விடுதியில் தங்க வேண்டும்; குதிரைகளுக்கும் தீனி வேண்டும்' என்றான்.

விடுதித் தலைவன் மற்ற வீரர்களைப் போலவே மரியாதையுடன் 'அப் படியே ஐயா!' என்று மறுமொழி கூறினான். இதெல்லாம் பரஞ்சோதிக்கு மிக்க வியப்பை அளித்தது. அந்த வீரன் ஏதோ பெரிய இராசாங்க காரியமாகப் போகிறான் என்றும் பரஞ்சோதி ஊகித்துக் கொண்டான். ஒருவேளை பல்லவ சைனியத்தைச் சேர்ந்த பெரிய தளபதியாகக்கூட அவன்

இருக்கலாம் என்றும் சந்தேகித்தான். தான் இப்போது ஏற்றுக்கொண்டிருக்கும் காரியம் ஒருவிதமாக முடிந்த பிறகு, இந்த வீரன் எங்கே இருந்தாலும் தேடிக் கண்டுபிடித்து இவனுடைய சிநேகிதத்தை வளர்த்துக் கொள்ள வேண்டும் என்ற ஆசை பரஞ்சோதிக்கு உண்டாயிற்று.

இருவரும் உணவு அருந்தியபோது, அவ்வீரன் பரஞ்சோதியைப் பார்த்து, 'தம்பி வைஜயந்தி யுத்தத்தைப் பற்றி உனக்குச் சொன்னேனல்லவா? அந்தக் காலத்தில் எனக்குக் கிட்டத்தட்ட உன் வயதுதான் இருக்கும். அப்போது ஒரு தடவை நான் இந்த விடுதியில் தங்கியிருக்கிறேன். அன்றிரவு எனக்கு ஒரு விசித்திரமான அனுபவம் ஏற்பட்டது!' என்றான்.

'அது என்ன?' என்று பரஞ்சோதி ஆவலுடன் கேட்டான்.

'தம்பி! இத்தனை நேரமும் நாம் ஒருவர் பெயரை ஒருவர் தெரிந்து கொள்ளாமலே பேசிக்கொண்டிருக்கிறோம். என் பெயரைத் தெரிவிப்பதில் எனக்கு ஆட்சேபம் ஒன்றுமில்லை. எனக்கு என் தாய் தந்தையர்கள் இட்ட பெயர் வஜ்ரபாஹு. ஆனால், என் சினேகிதர்கள் என்னைக் கும்பகர்ணன் என்று அழைப்பார்கள். தூங்கினால் அப்படித் தூங்குவேன். இன்று போலவே அன்றைக்கும் நாளெல்லாம் பிரயாணம் செய்திருந்தபடியால் அசந்து தூங்கி விட்டேன் அப்போது என்ன நடந்தது தெரியுமா?'

'ஏதாவது பிசாசு சொப்பனம் கண்டு உளறியடித்துக்கொண்டு எழுந்தீர்களாக்கும்!' என்று பரஞ்சோதி குறும்பாகக் கூறினான்.

அதைக் கேட்ட வஜ்ரபாஹு நகைத்து விட்டு, 'இல்லை இல்லை! அதை விட ஆபத்தான விஷயம்! வீடு இடிந்து என் மேலே விழுந்துவிட்டது போல் சொப்பனம் கண்டு கண்ணை விழித்துப் பார்த்தபோது, ஐந்தாறு தடியர்கள் என்மேல் உட்கார்ந்து அமுக்கிக்கொண்டிருந்தார்கள். இரண்டுபேர் என் இடுப்பைத் தடவிக்கொண்டிருந்தார்கள். என்னத்திற்காகத் தெரியுமா?'

'ஐயா! என்னை ஞானதிருஷ்டியுள்ளவன் என்று நினைத்துக் கொண்டீர்களா? தாங்கள் சொல்லாவிட்டால் எனக்கு எப்படித் தெரியும்?' என்றான் பரஞ்சோதி.

'நல்லது, தம்பி! நான் சேனாதிபதி கலிப்பகையாருக்குக் கொண்டுபோன ஓலையைத் தஸ்கரம் செய்வதற்காகத்தான். என் இடுப்பில் அந்த ஓலை இருக்குமென்று அந்த முரடர்கள் எண்ணினார்கள்!'

'ஆஹா!' என்றான் பரஞ்சோதி. அவனை அறியாமல் அவனுடைய வலது கை இடுப்பைத் தொட்டுப் பார்த்தது. இது ஒரு கணந்தான் மறுகணம் கை பழைய நிலையை அடைந்தது.

ஆனால், அந்த ஒரே கணநேரச் செய்கையை வீரன் வஜ்ரபாஹுவின் தீவிரமான கண்கள் கவனிக்காமல் போகவில்லை.

'அப்புறம் என்ன ஆயிற்று, ஐயா! அந்த முரடர்களுக்குத் தாங்கள் கொண்டு போன ஓலை கிடைத்ததா?' என்று பரஞ்சோதி கேட்டான்.

'ஓலை கிடைக்கவில்லை. என்னுடைய கை முஷ்டியினால் தலைக்கு ஏழெட்டுக் குட்டுக்கள் கிடைத்தன! பெற்றுக்கொண்டு தலை தப்பியது தம்பிரான் புண்ணியமென்று ஓட்டம் பிடித்தார்கள்!'

பரஞ்சோதி சிரித்துவிட்டு, 'அந்த முட்டாள்களுக்கு நன்றாய் வேண்டும்! உங்களுடைய கும்பகர்ணத் தூக்கத்தைக் கலைத்தார்கள் அல்லவா? யாராவது ஒருவன் தனியாக வந்து இடுப்பைத் தடவியிருந்தால் ஒருவேளை ஓலை கிடைத்திருக்கும்' என்றான்.

'அப்போதும் கிடைத்திராது' என்றான் வஜ்ரபாஹு.

'ஏன்? நீங்கள்தான் கும்பகர்ணன் மாதிரி தூங்குவேன் என்று சொன்னீர்களே?'

'உண்மைதான், தம்பி! ஆனால், ஓலை இடுப்பில் இருந்தால் தானே கிடைக்கும்?'

'பின் வேறு பத்திரமான இடத்தில் அதை வைத்துக்கொண்டிருந்தீர்களா?'

'ஆமாம், அக்கினி பகவானிடமே ஒப்படைத்து விட்டேன்.'

'இதென்ன? நல்ல தூதராயிருக்கிறீர்களே? ஓலையை நெருப்பிலே போட்டு விட்டு எதற்காகப் பிரயாணம் செய்தீர்கள்?'

'ஓலையை நெருப்பிலே போடுவதற்கு முன்னால் அதைப் படித்து விஷயத்தை மனத்தில் பதிய வைத்துக்கொண்டேன்.'

'ஓஹோ! இராஜாங்க தூதர்கள் அப்படிக்கூடச் செய்யலாமா என்ன?'

'சமயோசிதமாகக் காரியம் செய்யத் தெரியாதவன் இராஜாங்க தூதுவனாக இருக்கவே அருகனில்லை, தம்பி! இம்மாதிரி அபாயம் ஏதாவது நேரலாமென்று நான் எதிர்பார்த்தேன். எனவே, முன் ஜாக்கிரதையாகக் காரியம் செய்தேன், அதற்காகச் சக்கரவர்த்தியிடமிருந்து எனக்கு வெகுமதியும் கிடைத்தது.'

இதையெல்லாம் கேட்ட பரஞ்சோதியின் உள்ளம் பெரிதும் குழப்பத்துக்கு உள்ளாயிற்று. இரவில் விடுதிகளில் தங்க நேர்ந்தால், மற்றவர்கள் படுக்கும் அறையில் படுக்கக்கூடாது என்று புத்த பிக்ஷு எச்சரித்தது அவனுக்கு ஞாபகம் வந்தது.

நல்லவேளையாக அன்றிரவு படுத்துக்கொள்வதற்கு அவனுக்குத் தனி அறையே கொடுத்தார்கள். வஜ்ரபாஹுவும், 'தம்பி! இனி மேல் உன் வழி வேறு; என் வழி வேறு. நான் அதிகாலையில் எழுந்து போய்விடுவேன். உன்னை எனக்கு ரொம்பவும் பிடித்திருக்கிறது. எப்போதாவது உதவி தேவையிருந்தால் என்னிடம் வரத் தயங்காதே!' என்று சொல்லி விடைபெற்றுப் படுக்கச் சென்றான்.

பரஞ்சோதி படுத்துக்கொள்ளும்போது, வஜ்ரபாஹு கூறிய அனுபவம் அவனுக்கு ஞாபகம் இருந்தபடியால், அயர்ந்து தூங்கி விடக்கூடாது என்றும், ஏதாவது சத்தம் கேட்டால் பளிச்சென்று எழுந்துவிட

வேண்டுமென்றும் மனத்திற்குள் சங்கல்பம் செய்து கொண்டான். ஆனால், வாலிபப் பருவமும், நாளெல்லாம் பிரயாணம் செய்த களைப்பும் சேர்ந்து, படுத்த சிறிது நேரத்திற்கெல்லாம் அவனை நித்திரையில் ஆழ்த்திவிட்டன.

எனினும் அவனுடைய தூக்கம் அமைதியான தூக்கமாக இருக்கவில்லை. பயங்கரமான கனவுகள் மாறி மாறித் தோன்றிக்கொண்டிருந்தன. செந்நிறப் புரசம் பூக்கள் நிறைந்த பிரதேசத்தில் ஆவி வடிவத்துக் குதிரை வீரர்களுக்கு மத்தியில் தானும் ஓர் ஆவி வடிவமாகி ஓயாது சுற்றி அலைந்துகொண்டிருந்ததாக அவனுக்குத் தோன்றியது. அலைந்து அலைந்து களைத்துப் போன பிறகு ஒரு மலைக்குகையில் அவன் போய்ப் படுத்துக் கொள்கிறான். கனவிற்குள் தூங்குவதாகக் கனவு காண்கிறான்! ஆனால், அந்தத் தூக்கத்திலும் நினைவு இருந்துகொண்டிருக்கிறது. கண்கள் மட்டும் மூடியிருக்கின்றன. பிசாசுகள் ஒன்று மாற்றி ஒன்று வந்து அவனுடைய இடுப்பைத் தடவுகின்றன. 'நல்ல வேளை, ஓலை இடுப்பில் இல்லை! தலைக்கு அடியில் வைத்துக்கொண்டிருக்கிறோம்' என்று தோன்றுகிறது. கண்ணைத் திறந்து பார்த்தால் அந்தப் பிசாசுகள் ஓடிவிடுமென்று அவன் எண்ணுகிறான். ஆனால், எவ்வளவு முயன்றும் கண்களைத் திறக்கவே முடியவில்லை.

அப்புறம் எங்கேயோ வெகு தூரத்தில் ஒரு கொள்ளிவாய்ப் பிசாசு காணப்படுகிறது. அதை அழைத்துக்கொண்டு ஒரு கரும் பிசாசு அவனை நோக்கி வருகிறது. அருகே, அருகே, அவை நெருங்கி வந்துகொண்டிருக்கின்றன! கொள்ளிவாய்ப் பிசாசின் வாயிலுள்ள தீயின் ஒளியினால் அவனுடைய மூடியுள்ள கண்கள் கூசுகின்றன. கடைசியில், அந்த ஒளியின் கடுமையைப் பொறுக்க முடியாமல் கண்ணிமைகள் திறந்து கொள்கின்றன.

ஆனால், எதிரில் வந்தவை கொள்ளிவாய்ப் பிசாசும் இல்லை; கரும் பிசாசும் இல்லை என்பதை அவனுடைய திறந்த கண்கள் தெரிவிக்கின்றன. வீரன் வஜ்ரபாஹுவும், அவனுக்குப் பின்னால் கையில் விளக்கு ஏந்திக்கொண்டு அந்த விடுதியின் தலைவனுந்தான் வந்துகொண்டிருந்தார்கள்!

பரஞ்சோதி திடுக்கிட்டு எழுந்து உட்கார்ந்தான். அவனுடைய வலது கை அருகில் தரையில் கிடந்த வேலைப் பற்றியது.

33.ஓலைத் திருட்டு

வஜ்ரபாஹு சாவதானமான குரலில், 'தம்பி பொறு! வேலைக் கைப் பற்றுவதற்குப் பதிலாகப் பொறுமையைக் கைப்பற்று. நாங்கள் பேய் பிசாசு இல்லை; 'பிசாசு சொப்பனம் கண்டீரா?' என்று என்னைப் பரிகாசம் செய்தாயே? நீ பிசாசு சொப்பனம் கண்டு அலறிய அலறலில் இந்த விடுதியிலுள்ள எல்லாரும் அல்லவா எழுந்திருக்க வேண்டியதாயிற்று?' என்றான்.

பரஞ்சோதி தான் அத்தகையை கனவு கண்டது உண்மை என்ற எண்ணத்தினால் வெட்கமடைந்து ஓர் அசட்டுச் சிரிப்புச் சிரித்தான். பிறகு, 'பொழுது விடிந்து விட்டதா? புறப்படலாமா?' என்று கேட்டுக்கொண்டு எழுந்தான்.

'அழகுதான்! இப்போது அர்த்த ராத்திரி. விடுதியில் பத்திரமாய்ப் படுத்திருக்கும்போதே இப்படிப் பயந்து உளறுகிறவன், நடு நிசியில் தனி வழியே எப்படிப் போவாய்? அப்படிப் போவதாயிருந்தால், 'அம்மா!' அம்மா!' என்று கனவிலே அலறினாயே, அந்தப் புண்ணியவதி எங்கே இருக்கிறாள் என்றாவது சொல்லி விட்டுப் போ! பிள்ளையின் கதியைப்பற்றி அன்னைக்குச் செய்தியாவது சொல்லி அனுப்புகிறோம்' என்றான் வஜ்ரபாஹு.

இந்த வார்த்தைகள் எல்லாம் கூரிய முட்களைப் போல் பரஞ்சோதியின் உள்ளத்தில் சுரீல் சுரீல் என்று தைத்தன.

'நீங்கள் நேற்றுச் சாயங்காலம் பயங்கரமான கதைகளைச் சொன்னீர்கள் அல்லவா? அதனால்தான் சொப்பனம் காணும்படி ஆயிற்று' என்று பரஞ்சோதி சமாதானம் சொன்னான்.

'போகட்டும்! இனிமேலாவது சற்று நேரம் நிம்மதியாய்த் தூங்கு. இந்தத் தீபம் இங்கேயே இருக்கட்டும்' என்றான் வஜ்ரபாஹு என்னும் வீரன்.

அவ்விதமே தீபத்தை வைத்துவிட்டு வஜ்ரபாஹுவும் விடுதித் தலைவனும் அங்கிருந்து சென்றார்கள்.

அவர்கள் போன பிறகு பரஞ்சோதி கண்களை மூடிக்கொண்டு தூங்கப் பார்த்தான். ஆனால் தூக்கம் வரவே இல்லை. புரண்டு புரண்டு படுத்தான்; எழுந்து உட்கார்ந்தான்; மறுபடியும் படுத்தான். அப்படியும் தூக்கம் வரவில்லை. அவர்கள் வைத்துவிட்டுப் போன தீபம் ஒரு பக்கம் அவனுடைய கண்களைக் கூசச் செய்தது. விளக்கை அணைத்து விடலாமா என்று ஒருகணம் நினைத்தான். உடனே, வேறு ஒரு நினைவு பளிச்சென்று தோன்றியது. எழுந்து உட்கார்ந்து தலைமாட்டில் துணியைச் சுற்றி வைத்திருந்த மெல்லிய சிறு மூங்கிற் குழாயை எடுத்தான். அதற்குள்ளிருந்த ஓலைக் கற்றையை வெளியில் எடுத்துத் தீபம் வைத்திருந்த இடத்துக்கு அருகிலே சென்று உட்கார்ந்தான்.

ஓலையைப் பிரித்து வைத்துக்கொண்டு உற்றுப் பார்த்தான். ஆகா! என்ன ஏமாற்றம்! அதில் ஏதோ எழுதியிருந்தது! மிக நெருக்கமாக எழுதியிருந்தது! ஆனால், என்ன எழுதியிருந்தது? அதுதான் தெரியவில்லை. அதில் எழுதி இருந்தது தமிழ் எழுத்து அல்ல. சமஸ்கிருதமோ, பிராகிருதமோ, பாலி பாஷையோ தெரியவில்லை. ஆகா! கல்வி ஒருவனுக்கு எவ்வளவு அவசியமானது! தாய்ப் பாஷை ஒன்று மட்டும் தெரிந்தால்கூடப் போதாது, ஒரு தேசத்தில் வழங்கும் மற்ற பாஷைகளும் தெரிந்திருக்க வேண்டும். இத்தனை காலமாகக் கல்வி பயிலாமல் தமிழைக்கூட நன்றாய்ப் பயிலாமல் காலம் கழித்துவிட்டதை நினைத்துப் பரஞ்சோதி அப்போது வருத்தப் பட்டான்.

இத்தனை காலம் கழித்துக் காஞ்சிக்குக் கல்வி பயிலுவதற்காகக் கிளம்பி வந்தோமே? அதாவது நடந்ததா? நாம் வந்த சமயத்தில்தானா இந்த யுத்தக் குழப்பங்கள் எல்லாம் வர வேண்டும்? இந்த ஆபத்தான காரியம் நம் தலையிலேயா அமர வேண்டும்? இப்படி எண்ணமிட்டுக் கொண்டே யிருந்தபோது பரஞ்சோதிக்குத் தூக்கம் வருகிறாற்போல் இருந்தது. கண்ணிமைகள் கனத்துத் தாமாகவே மூடிக்கொள்ளப் பார்த்தன. தீபத்தடியிலிருந்து எழுந்து ஏற்கெனவே படுத்திருந்த மேடைக்குப் போகப் பரஞ்சோதி எண்ணினான். ஆனால், அந்த எண்ணத்தை அவனால் நிறைவேற்ற முடியவில்லை. தூக்க மயக்கம் அவனை மீறி மேலோங்கிற்று. அப்படியே தரையில் படுத்தான். சிறிது நேரத்தில் நினைவற்ற நிலையை அடைந்தான். அவன் கையிலிருந்து நழுவிய ஓலை தரையில் கிடந்தது.

சற்றுப் பொறுத்து அறைக் கதவு மெதுவாகத் திறந்தது. வஜ்ரபாஹு ஓசைப் படாமல் உள்ளே வந்தான். தரையில் கிடந்த ஓலைச்சுருளை எடுத்துக்கொண்டு அறையின் கதவை மீண்டும் சாத்திவிட்டு வெளியேறினான்.

வெளியேறிய வஜ்ரபாஹு இரண்டு மூன்று அறைகளைக் கடந்து சென்று விடுதியின் ஒரு மூலையில் இருந்த பெரிய அறைக்குள் புகுந்தான். அங்கே குத்துவிளக்கு ஒன்று எரிந்துகொண்டிருந்தது. அதன் அருகில் உட்கார்ந்து பரஞ்சோதியிடமிருந்து அபகரித்துக்கொண்டு வந்திருந்த ஓலையைக் கவனமாகப் படிக்கலானான்.

முதலில் சற்று நேரம் அவன் ஏட்டையே உற்றுப் பார்த்துக்கொண்டிருந்தான். அப்போது அவனுடைய புருவங்கள் நெரிந்தன; நெற்றி சுருங்கியது. சில சமயம் மேலே நிமிர்ந்து கூரையை நோக்கியவண்ணம் யோசித்தான். சில சமயம் கையை நெரித்துக்கொண்டு பூமியை நோக்கிய வண்ணம் சிந்தித்தான். சற்றுநேரம் தீபத்தை உற்று நோக்கிக்கொண்டிருந்தான். கடைசியாக, அவனு டைய முகம் பளிச்சென்று மலர்ந்தது. உடனே, விரைவாகவும் உற்சாகத் துடனும் அந்த ஓலைக்கட்டிலிருந்து நாலு ஏடுகளையும் படித்து முடித்தான்.

பிறகு, பக்கத்தில் வைத்திருந்த வெற்று ஓலையில் நாலு எடுத்து அதே அளவில் கத்தரித்து வைத்துக்கொண்டு எழுதத் தொடங்கினான். துரிதமாக எழுதி முடித்துப் பரஞ்சோதி கொண்டு வந்திருந்த ஓலையையும் இதையும் ஒப்பிட்டு நோக்கினான். பரஞ்சோதியின் ஓலையை அவ்விடமே பத்திரப் படுத்தி வைத்துவிட்டுத் தான் எழுதிய ஓலையுடனே பரஞ்சோதியின் அறையை நோக்கிச் சென்றான். அங்கே பரஞ்சோதி இன்னும் தீபத்துக்குப் பக்கத்தில் மயங்கிக் கிடப்பதையும் தீபம் அணையும் தறுவாயில் இருப் பதையும் பார்த்தான். அறையில் அப்போது இலேசான புகை - ஒருவித அபூர் வமணம் கமழ்ந்துகொண்டிருந்த புகை சூழ்ந்தது. மூக்கைத் துணியினால் மூடிக்கொண்டு வஜ்ரபாஹு அவ்வறைக்குள் நுழைந்தான். ஓலை முன்னே கிடந்த இடத்திலேயே தான் கொண்டுவந்த ஓலையைப் போட்டுவிட்டுத் தீபத்தில் பற்றி எரிந்துகொண்டிருந்த திரியை உள்ளுக்கு இழுத்து எண் ணெயில் நனைத்து அணைத்தான். இவ்வளவும் அதி சீக்கிரமாகச் செய்து விட்டு மறுகணமே அந்த அறையைவிட்டு வெளியேறினான்.

மீண்டும் தன்னுடைய அறைக்குச் சென்று வஜ்ரபாஹு பரஞ்சோதியிடமிருந்து தான் அபகரித்த ஓலையை இன்னொரு தடவை நன்றாகப் படித்துப் பார்த்துவிட்டு, அதை ஏடு ஏடாக எடுத்து விளக்கின் ஜுவாலையில் காட்டித் தகனம் செய்தான். அப்படித் தகனம் செய்துகொண்டிருந்தபோது அவனுடைய உள்ளம் தீவிரமாகச் சிந்தனை செய்துகொண்டிருந்தது என்பதை அவனுடைய முகக்குறி காட்டியது.

நாலு ஏடுகளையும் எடுத்துச் சாம்பலாக்கிய பிறகு, இன்னும் நாலு வெற்று ஏடுகளை எடுத்து எழுத்தாணியினால் எழுதத் தொடங்கினான். முன்போல் இம்முறை இவன் வேகமாகவும் இடைவிடாமலும் எழுதவில்லை. இடையில் நிறுத்தி நிறுத்தி யோசித்து எழுதினான். அவன் எழுதி முடித்து ஓலை ஏடுகளைக் குழாயில் போட்டபோது, பலபலவென்று கிழக்கு வெளுத்தது. உச்சி வானத்துக்குச் சற்று மேற்காணப்பட்ட பாதி மதி, பிரகாசத்தை இழந்து பாண்டு வர்ணம் அடைந்துகொண்டிருந்தது. விண்மீன்களும் ஒளி குன்றத் தொடங்கின. பட்சிகளின் தனிக் குரல்கள் அங்கொன்றும் இங்கொன்றுமாய்க் கேட்கலாயின.

பரஞ்சோதி கண்விழித்துப் பார்த்தபோது, அறைக்குள்ளே பலகணி வழியாக உதய நேரத்தின் இளம் வெளிச்சம் வந்துகொண்டிருந்தது. அருகில் தரையில் கிடந்த ஓலையை அவன் ஆர்வத்துடன் தாவி எடுத்துக்கொண்டு அதை உடனே குழாயில் போட்டு இடுப்பிலும் செருகிக்கொண்டான். முதல்நாள் இரவில் அவன் பயங்கரக்கனவு கண்டது, வஜ்ரபாஹுவும் விடுதித் தலைவனும் வந்து விளக்கு வைத்து விட்டுப் போனது, தூக்கம் பிடியாமல் விளக்கண்டை வந்து ஓலையைப் படிக்கத் தொடங்கியது. கண்ணைச் சுற்றிக் கொண்டு தூக்கம் வந்தது ஆகிய எல்லாம் அவனுடைய நினைவுக்கு வந்தன. இன்னமும் அவன், தலை இலேசாகச் சுற்றிக் கொண்டிருந்தது. வயிற்றிலும் கொஞ்சம் சங்கடம் இருந்தது.

ஏதோ ஓர் அபூர்வமான வாசனை அவ்வறையில் சூழ்ந்திருப்பதையும் அவன் உணர்ந்தான். ஆனால், இதிலெல்லாம் அவனுடைய கவனம் அதிக நேரம் நிற்கவில்லை. 'ஓலையைத் தரையில் போட்டு விட்டு இவ்வளவு நேரம் தூங்கி விட்டோமே, என்ன அசட்டுத்தனம்!' என்கிற எண்ணத்தினால் ஏற்பட்ட வெட்கம் மற்ற நினைவுகளையெல்லாம் போக்கடித்தது. அதே சமயத்தில் குதிரையின் காலடிச் சத்தம் காதில் விழவே, விழுந்தடித்து எழுந்திருந்து வாசற்புறம் சென்றான். அங்கே விடுதித் தலைவனும் காவலர்களும் நின்று சற்றுத் தூரத்தில் போய்க்கொண்டிருந்த குதிரையைப் பார்த்த வண்ணம் இருப்பதைக் கண்டான்.

'ஓஹோ! வஜ்ரபாஹுவா போகிறார்? அதற்குள்ளே புறப்பட்டு விட்டாரா?' என்று பரஞ்சோதி வினவியதைக் கேட்டு அவர்கள் அவன் பக்கம் திரும்பிப் பார்த்தார்கள்.

குதிரை கண்ணுக்கு மறைந்த பிறகு, 'ஐயா! வஜ்ரபாஹு என்கிறவர் யார்? உங்களுக்குத் தெரியுமா?' என்று பரஞ்சோதி காவலர்களைப் பார்த்துக் கேட்டான்.

'உன்னைக் கேட்டுத் தெரிந்து கொள்ளலாம் என்றல்லவா நினைத்திருந் தோம்!' என்று காவலர்களில் ஒருவன் கூறினான்.

'இன்னாரென்று தெரியாமலா நேற்றிரவு அவருக்கு அவ்வளவு மரியாதை செய்தீர்கள்?'

'காரணமில்லாமல் மரியாதை செய்யவில்லை. அவரிடம் சிங்க முத்திரை போட்ட இலச்சினை இருந்ததே, உனக்குத் தெரியாதா?'

'சிங்க இலச்சினை என்றால் அதில் என்ன விசேஷம்?'

'வெகு முக்கியமான இராஜாங்கக் காரியமாகப் போகிறவர்கள் சிங்க இலச்சினை வைத்திருப்பார்கள்!'

காவலர்களில் ஒருவன், 'அவர் யாராக இருக்கும்?' என்று மற்றவர்களைப் பார்த்துக் கேட்டான்.

'அமைச்சர்களில் ஒருவராயிருக்கலாம்' என்றான் ஒருவன்.

'சேனாதிபதி கலிப்பகையை நீக்கிவிட்டு வேறொரு சேனாதிபதியைச் சக்கர வர்த்தி அனுப்பப் போவதாகக் கேள்வி. புதிய சேனாதிபதியாக இருந்தாலும் இருக்கலாம்' என்றான் ஒருவன்.

'சேனாதிபதியை மாற்றுவதற்கு என்ன காரணம்? உனக்குத் தெரியுமா?' என்று கேட்டான் விடுதித் தலைவன்.

'வேறு காரணம் வேண்டுமா, என்ன? வாதாபி சைனியம் வட பெண்ணையை நெருங்கிவிட்டதாகக் கேள்வி. அப்படி இருக்க, நம் சேனாதிபதி வடக்கு மண்டலத்துச் சைனியத்தை இருந்த இடத்திலேயே வைத்துக்கொண்டிருப்பது போதாதா?'

'சக்கரவர்த்தியிடம் யோசனை கேட்கச் சேனாதிபதி கலிப்பகை காஞ்சிக்கே போயிருக்கிறாராமே?'

'அதனால்தான் சக்கரவர்த்திக்குக் கோபமாம். 'நீர் சேனாதிபதி பதவி வகித்தது போதும்' என்று சொல்லி விட்டாராம்!'

இந்தச் சம்பாஷணையைக் கேட்டுக்கொண்டிருந்த பரஞ்சோதி, 'ஐயா! என் குதிரை எங்கே? நானும் கிளம்ப வேண்டும்' என்றான்.

பரஞ்சோதியைப் பற்றி அவர்கள் இன்னும் சிறிது விசாரித்து விட்டு, 'நீ எங்கே போகிறாய்?' என்று கேட்டார்கள்.

'வடபெண்ணைக் கரையிலுள்ள பௌத்த மடத்துக்குப் போகவேண்டும். இன்னும் எவ்வளவு தூரம் இருக்கும்?' என்று பரஞ்சோதி வினவினான்.

அவர்கள் வஜ்ரபாஹு சென்ற திசையைக் காட்டி, 'இந்த வழியே போனால் உச்சி வேளையில் வடபெண்ணையைச் சேரலாம். அங்கிருந்து கரையோடு மேற்கே போக வேண்டும். போனால் பாபாக்னி நதி வடபெண்ணையுடன் கலக்கும் இடத்தில் பௌத்தமடம் இருக்கிறது!' என்று கூறி அவனுடைய குதிரையையும் கொடுத்தார்கள்.

பரஞ்சோதி குதிரை மீதேறிக் கிளம்பியபோது, அடடா! வஜ்ரபாஹுவும் இதே வழியில் போகிறவராயிருக்க, சற்று முன்னாலேயே எழுந்து அவருடனே கிளம்பாமல் போனேனே! அவருடன் போயிருந்தால் வழிப் பிரயாணம் எவ்வளவு உற்சாகமாக இருந்திருக்கும்? களைப்பே தெரியாமல் கதை கேட்டுக்கொண்டே ஆனந்தமாய்ப் பிரயாணம் செய்திருக்கலாமே? என்று எண்ணமிட்டான்.

34.மடாலயம்

பரஞ்சோதிக்கு, முன் அத்தியாயங்களில் கூறிய ஆச்சரியமான அனுபவங்கள் நேர்ந்துகொண்டிருந்த அதே தினம் மாலை நேரத்தில், காஞ்சி மாநகரில் அவனைப் பற்றிப் பேச்சு நடந்துகொண்டிருந்தது. பல்லவ குலம் தழைக்க வந்த குமார சக்கரவர்த்தி மாமல்ல நரசிம்மரும் சைவந் தழைக்க வந்த திருநாவுக்கரசு சுவாமிகளும் பேசிக்கொண்டிருந்தார்கள்.

மாமல்லபுரத்திலிருந்து திரும்பிவந்த அன்றிரவு மகேந்திர சக்கரவர்த்தி தம் செல்வப் புதல்வரை அழைத்துக் கொண்டு மாறுவேடத்துடன் கோட்டைக்கு வெளியே சென்றார். குதிரைகளை ஒரு மறைவான இடத்தில் நிறுத்திவிட்டு மங்கலான நட்சத்திர வெளிச்சத்தில் மதிலைச் சூழ்ந்திருந்த அகழியின் கரையோரமாக அவர்கள் நடந்து சென்றார்கள்.

திடீரென்று அகழியில் படகு செலுத்தும் சத்தம் கேட்டு நரசிம்மர் அளவிறந்த வியப்புக்கு உள்ளானார். அவரைச்சத்தம் செய்ய வேண்டாமென்று சமிக்ஞை காட்டினார் மகேந்திரர். இருவரும் அருகில் இருந்த புதரில் மறைந்து கொண்டார்கள்.

ஆம்; படகு ஒன்று அகழியில் சென்றுகொண்டிருந்தது. அதை ஓட்டியவன் சத்தம் அதிகமாகக் கேளாதபடி சர்வ ஜாக்கிரதையாகத் துடுப்புகளைப் போட்டுக்கொண்டிருந்தான். படகு அக்கரையில், அதாவது, மதில் ஓரத்தில் போய் நின்றது. அதிலிருந்து இருவர் இறங்கினார்கள். அந்தச் சிறு படகை அவ்விருவருமாக இழுத்துக் கரையேற்றினார்கள். மதிலின் பக்கத்தில் அடர்த்தியாக வளர்ந்திருந்த ஒரு புதரின் மறைவில் அதைத் தள்ளினார்கள்.

மதிலண்டை சென்று அவர்கள் நின்றது ஒரு கணம்! அடுத்த கணத்தில் இரு வரும் மாயமாய் மறைந்தார்கள். ஒரு பிரம்மாண்டமான சிலந்திப் பூச்சியானது தன் அருகில் வந்த இரண்டு கொசுக்களை ஒரு நொடியில் நாக்கை நீட்டி விழுங்கி விட்டு பழையபடி சலனமற்றிருப்பது போல், அந்தக் காஞ்சிக் கோட்டையானது தன்னை நெருங்கிய இருவரையும் கண்ணி மைக்கும் நேரத்தில் விழுங்கிவிட்டு மறுபடியும் அசைவற்றிருப்பது போலத் தோற்றமளித்தது.

இதையெல்லாம் பார்த்ததனால் குமார சக்கரவர்த்திக்கு உண்டான பிரமிப்பு நீங்குவதற்கு முன்னால், அங்கு இன்னொரு வியப்பான சம்பவம் ஏற்பட்டது. பக்கத்திலிருந்த வேறொரு புதரிலிருந்து ஓர் ஆள் திடீரென்று கிளம்பி வந்தான். அவன் சக்கரவர்த்திக்குத் தண்டம் சமர்ப்பித்து விட்டுப் பணிவுடன் நின்றான்.

அவனைப் பார்த்துச் சிறிதும் வியப்புறாத மகேந்திரர், 'சத்ருக்னா! இந்தச் சுவரிலுள்ள கதவு எங்கே திறக்கிறதென்று ஊகிக்கிறாய்?' என்று கேட்டார். 'இராஜ விஹாரத்தில் புத்தர் சிலைக்குப் பின்னால் திறக்கலாம், சுவாமி!' என்றான் சத்ருக்னன்.

'சுவரில் கதவு வைத்தவன் மிகவும் கெட்டிக்காரனாக இருக்கவேண்டும்; இல்லையா?'

'கதவு வைத்தவனைக் காட்டிலும் மேலே வர்ணம் பூசியவன் கெட்டிக்காரன் பிரபு! பட்டப்பகலில் இவ்விடமெல்லாம் வந்து பார்த்தேன் கதவு ஒன்று இருப்பதாகவே தெரியவில்லை.'

'ரொம்ப நல்லது சத்ருக்னா! நாளைக்கு நான் வட திசைக்குப் பிரயாணப் படுகிறேன்.'

'பிரபு! நானும் ஆயத்தமாயிருக்கிறேன்.'

'இல்லை; நீ என்னுடன் வரவேண்டாம், மறு கட்டளை பிறக்கும் வரையில் இந்த நாகநந்தியை நீ தொடர வேண்டும்..'

'தொண்டை நாட்டை விட்டு அவர் போனால்...'

'அப்போதுந்தான்...'

'சோழநாடு, பாண்டியநாடு சென்றால்...'

'பின்னோடு போகவேண்டும். யாரிடமாவது பிக்ஷு ஓலை ஏதாவது அனுப்பினாரானால்...?'

'என்ன செய்யவேண்டுமென்று தெரியும், சுவாமி! ஆனால் செங்காட்டங் குடி வாலிபனிடம் அவர் அனுப்புகிற ஓலை?'

'அதை நான் பார்த்துக் கொள்கிறேன். எந்த முகாந்திரத்தினாலும் நாகநந் தியைத் தவறவிடக்கூடாது. ஏதாவது விசேஷம் இருந்தால் எனக்குச் செய்தியனுப்ப வேண்டும்.'

'ஆக்ஞை, பிரபு!'

சக்கரவர்த்தியும் நரசிம்மரும் அங்கிருந்து அரண்மனைக்குத் திரும்பிய போது, 'இராஜ விஹாரத்தை உடனே மூடிக் கோட்டை மதிலிலுள்ள துவாரத்தையும் அடைத்துவிட வேண்டாமா?' என்று மாமல்லர் கேட்டார்.

'கூடாது குழந்தாய், கூடாது. அதற்குக் காலம் வரும்போது செய்யலாம். இப்போது பகைவர்களின் சூழ்ச்சிகளை அறிவதற்கு அந்த இரகசியக் கதவு நமக்கு உதவியாக இருக்கும்' என்று சக்கரவர்த்தி மறுமொழி கூறினார்.

சக்கரவர்த்தி வடதிசைக்குப் பிரயாணமான பிறகு, காஞ்சிக் கோட்டைக் குள்ளே மாமல்லருக்குப் பொழுது போவது மிகவும் சிரமமான காரியமா யிருந்தது. ஆயனர் வீட்டில் புத்தர் சிலைக்குப் பின்னால் புத்த பிக்ஷுவும் பரஞ்சோதியும் ஒளிந்திருந்ததை மகேந்திரர் ஊகித்தறிந்தது, மதில் சுவரில் இருந்த இரகசியக் கதவை அவர் கண்டுபிடித்தது முதலிய காரியங்களினால் சக்கரவர்த்தியிடம் குமாரருக்கு ஏற்கெனவே இருந்த மதிப்பு பன்மடங்கு அதிகமாகியிருந்தது. ஆகவே, காஞ்சிக் கோட்டைக்கு வெளியே போகக்கூடாது என்ற தந்தையின் கட்டளையை மீறும் எண்ணமே அவருக்கு உதிக்கவில்லை.

ஆனால், இராஜ்யத்தில் பெரிய பெரிய காரியங்கள் நடந்துகொண்டிருக்கும் போது, மகத்தான யுத்தம் நெருங்கி வந்துகொண்டிருந்தபோது, கோட்டைக் குள்ளே ஒரு காரியமுமின்றி அடைந்து கிடப்பது அவருக்குப் பரம சங் கடத்தை அளித்தது.

கழுக்குன்றத்தில் பல்லவ சைனியங்கள் திரண்டுகொண்டிருக் கின்றனவே, அங்கே போய்ப் படைகளைப் பார்க்கவாவது தந்தையிடம் அனுமதி பெறா மல் போனோமே என்று மாமல்லர் ஏக்கமடைந்தார். அப்பால் மாமல்ல புரம் போகவும் அவரிடம் அனுமதி பெற்றிருந்தால்...?

ஆம்; எத்தனையோ எண்ணங்களுக்கிடையில் சிவகாமியைப் பற்றிய நினைவும் மாமல்லருக்கு அடிக்கடி தோன்றிக்கொண்டு இருந்தது. அவள் தீட்டிய தாமரைக்கும் மானுக்கும் மத்தியில் தாம் வரைந்திருந்த வேலை அவள் பார்த்தாளோ, இல்லையோ? பார்த்திருந்தால், அதன் பொருளைத் தெரிந்துகொண்டிருப்பாளோ? அதனால் திருப்தியடைந்திருப்பாளோ?

தந்தையிடம் நாம் வாக்குக் கொடுத்திருக்கும் விஷயம் அவளுக்குத் தெரியா தல்லவா? ஆதலின், தன்னைப் பார்க்க வரவில்லையே என்று அவளுக்குக் கோபமாகத்தான் இருக்கும். அவள்தான் இங்கு ஏன் வரக்கூடாது?... ஆனால் அவள் எப்படி வருவாள்? ஆயனருக்குத்தான் தந்தை அவ்வளவு கடுமையான கட்டளையிட்டிருக்கிறாரே, வேலையை விட்டுவிட்டு அவர் வரமுடியா தல்லவா?'

இவ்விதம் குமார சக்கரவர்த்தியின் உள்ளம் பலவித சிந்தனைகளில் ஆழ்ந்திருந்தது. செய்வதற்கு வேலை ஒன்றும் இல்லாதபடியால் அவருடைய மனவேதனை அதிகமாயிற்று.

இந்த நிலைமையில் திருநாவுக்கரசு சுவாமிகள் காஞ்சிக்குத் திரும்பி வந்து விட்டார் என்று அறிந்ததும் மாமல்லர் அவரைத் தரிசித்துவிட்டு வரலா மென்று எண்ணினார். சுவாமிகளிடம் தெரிவிக்கும்படிச் சக்கரவர்த்தி கூறியிருந்த செய்தி ஒன்று இருந்தது. எனவே, ஒரு நாள் மாலை ஏகாம்பரேசர் திருக் கோயிலுக்கருகிலிருந்த நாவுக்கரசர் மடாலயத்துக்கு அவர் சென்றார்.

நாவுக்கரசர் குமார சக்கரவர்த்தியை அன்புடன் வரவேற்றுத் தாம் சென்றிருந்த ஸ்தலங்களின் மகிமையைப் பற்றிக் கூறினார். சக்கரவர்த்தி வடநாடு சென்றிருப்பது பற்றியும், பல்லவ இராஜ்யத்தில் யுத்தம் வந்திருப்பதைப் பற்றியும் கேட்டுத் தெரிந்து கொண்டார்.

பின்னர் சுவாமிகள் கூறினார்: 'மாமல்லரே! சக்கரவர்த்தியிடம் ஒரு விஷயம் தெரிவித்துக் கொள்ள எண்ணியிருந்தேன். அவர் இல்லாதபடியால் தங்களிடம் சொல்லுகிறேன். இந்த இடத்திலிருந்து நமது மடத்தை அப்பாற் படுத்தித் திருமேற்றளியில் அமைத்துக்கொள்ள விரும்புகிறேன். இந்த ஏகாம்பரர் கோயில் நகருக்கு மத்தியிலே இருப்பதால் இங்கே அமைதி கிட்டுவதில்லை. மேலும், இங்கே நம்முடைய சீடர்களுக்கும் பக்கத்தி லுள்ள கடிகை ஸ்தானத்தில் வடமொழி பயிலும் மாணாக்கர்களுக்கும் ஓயாமல் வாக்குவாதமும் போட்டியும் நடந்துகொண்டிருக்கின்றன. ஆரியம், தமிழ் இரண்டையும் அளித்த எம்பெருமான் ஒருவரே என்று அவர்களுக்கு எவ்வளவோ சொல்லியும் பயனில்லை. இளங்காளைப் பருவமல்லவா? அப்படித்தான் கொஞ்சம் முரட்டுத்தனம் இருக்கும். ஏகாம்பரநாதர் கோயிலில் கூட்டம் போட்டிருக்கும் காபாலிகர்களின் தொல்லையும் பொறுக்க முடியவில்லை. அதனால் திருமேற்றளியில் எழுந்தருளியிருக்கும் இறைவன் சந்நிதிக்குப் போய்விடலாமென்று பார்க்கிறேன். இவ்விடத்தைக் காட்டிலும் அங்கே அமைதியாயிருக்கிறது.'

சிரத்தையுடன் கேட்டுக்கொண்டிருந்த குமார சக்கரவர்த்தி கூறினார்: 'சுவாமி! முன்னால் ஏகாம்பரர் கோயிலிலிருந்து இந்தக் காபாலிகர்களை யெல்லாம் துரத்திவிட வேண்டுமென்று சொன்னேன். தாங்கள்தான் வேண்டாம் என்கிறீர்கள். தங்கள் விருப்பத்தின்படி திருமேற்றளியில் மடத்தை அமைத்துக் கொள்வதில் ஆட்சேபமில்லை. ஆனால், சக்கரவர்த்தி தங்களிடம் தெரிவிக்கச் சொன்ன விஷயத்தைத் தெரிவிக்கிறேன். பிறகு, தங்கள் உசிதம் போல் செய்யலாம். யுத்தம் தொண்டை நாட்டுக்கே வந்து விடலாமென்றும், இந்தக் காஞ்சி நகரம் முற்றுகைக்கு உள்ளாகலா மென்றும் பல்லவேந்திரர் கருதுகிறார். யுத்தம் ஒருவிதமாக முடியும் வரையில் தாங்கள் சோழ நாட்டிலும் பாண்டிய நாட்டிலும் தீர்த்த யாத்திரை செல்வது நலம் என்ற அவருடைய அபிப்பிராயத்தைத் தங்களுக்குத் தெரியப்படுத்தச் சொன்னார். அதுவரையில் நமது மடத்தை மூடி வைத்துவிடுவது உசிதம் என்றும் சக்கரவர்த்தி கருதுகிறார். இதைப்பற்றி யோசித்து தங்கள் சித்தம்போல் முடிவு செய்யலாம்.'

நாவுக்கரசர் சிறிது நேரம் சிந்தனை செய்துவிட்டு, 'சக்கரவர்த்தியின் யோசனை எனக்கும் சம்மதமாகத்தான் இருக்கிறது. ஆனால், முன்னமே தெரியாமல் போயிற்று. திருமேற்றளியில் மடத்திருப்பணி ஆரம்பிப்பதற் காக ஆயனரை வரும்படி நான் சொல்லியனுப்பியிருக்கிறேன். ஒரு விதத்தில் அதுவும் நல்லதுதான். நீண்ட யாத்திரை கிளம்புவதற்கு முன்னால் ஆயனச் சிற்பியாரை ஒரு தடவை பார்த்துவிட்டுப் போகலாம்' என்றார்.

ஆயனர் வருகிறார் என்று கேட்டதும் மாமல்லரின் உள்ளத்தில் குதூகலம் உண்டாயிற்று. 'ஆயனர் எப்போது வருவார், சுவாமி?' என்று ஆர்வத்துடன் கேட்டார்.

'ஒருவேளை இன்று மாலையே வரக்கூடும்' என்று நாவுக்கரசர் பெருமான் கூறியதும், ஆயனர் வரும்வரையில் தாமும் அங்கே இருப்பது என்று

மாமல்லர் தீர்மானித்துக் கொண்டார். 'சுவாமி! திருச்செங்காட்டங்குடியிலிருந்து தங்களுக்கு ஓலை கொண்டுவந்த வாலிபனை ஆயனர் நாகார்ஜுன பர்வதத்துக்கு அனுப்பியிருக்கிறாரே, தெரியுமா?' என்று கேட்டார்.

'அது என்ன? எனக்கு ஒன்றும் தெரியாதே?' என்று சுவாமிகள் சொல்ல, நரசிம்மர் பரஞ்சோதியைப் பற்றித் தாம் அறிந்திருந்த விவரங்களைக் கூறினார்.

அவர்கள் பேசிக்கொண்டிருக்கும்போதே, வாசற்புறமிருந்து உள்ளே ஒரு சீடன் விரைவாக வந்து, 'ஆயனர் வருகிறார்!' என்று அறிவிக்க, எல்லாருடைய கண்களும் வாசற்புறம் நோக்கின.

35.இரண்டாவது அரங்கேற்றம்

திருநாவுக்கரசு அடிகளுக்கு அப்போது ஏறக்குறைய ஐம்பத்தைந்து பிராயமிருக்கலாம். அப்பெருமானுடைய பொன் வண்ணத் திருமேனி முழுவதும் தூய வெண்ணீறு பூசியிருந்தது. அவருடைய கழுத்தையும் மார்பையும் ருத்திராட்ச கண்டிகைகளும் தாழ்வடங்களும் அலங்கரித்தன. சிரசிலும் கரங்களிலும் அவ்வாறே ருத்திராட்சங்கள் பொலிந்தன. காதுகளிலும் ருத்திராட்ச குண்டலங்கள் இலங்கின. இடையில் தூய வெண்துகில் உடுத்தியிருந்தார். அவருடைய திருமுகத்தில் ஞான ஒளி வீசிற்று. இறைவனை நினைந்து இடையறாது கண்ணீர்விட்ட அவருடைய கண்களில் பேரருள் ததும்பிற்று. கோயில் பிரகாரங்களில் புல் செதுக்குவதற்கான உழவாரப்படை அந்தத் தொண்டர் சிகாமணியின் திருத்தோளில் சாத்தப்பட்டிருந்தது.

திருநாவுக்கரசர் காஞ்சியில் அமைந்திருந்த சைவத் திருமடத்துக்கு அதிபராக விளங்கியபோதிலும், அவ்வப்போது ஸ்தல யாத்திரை சென்று திரும்புவது வழக்கம். தொண்டை நாட்டிலும் சோழ நாட்டிலும் உள்ள பல சிவ ஸ்தலங்களுக்கு அவர் சென்று சிவாநந்தமும் தமிழின்பமும் ததும்பும் தெய்வத் திருப்பதிகங்களைப் பாடினார். சென்ற இடங்களிலெல்லாம் ஜனங்கள் அவரைச் சிவிகையில் ஏற்றி ஊர்வலம் நடத்திச் சிறப்பாக வரவேற்றார்கள். அவர் சென்ற ஒவ்வொரு ஸ்தலத்திலும் கோயில் பிரகாரங்களில் முளைத்திருக்கும் புல்லை அவர் தம் கையில் பிடித்த உழவாரப்படையினால் செதுக்கிச் சுத்தம் செய்தார். இந்தச் சிவகைங்கரியத்தை ஆயிரக்கணக்கான மக்கள் அதிசயத்துடன் பார்த்தார்கள். அதுமுதல் தங்கள் ஊர்க் கோயில்களைப் புதுப்பித்துச் சுத்தமாக வைத்திருக்கத் தீர்மானித்தார்கள்.

வாகீசப் பெருமானுடைய திருவாக்கினால் தத்தம் ஊரிலுள்ள கோயிலுக்கு மகிமை உண்டாக வேண்டும் என்று ஜனங்கள் விரும்பினார்கள். 'எங்கள் ஊருக்கும் விஜயம் செய்யவேண்டும். எங்கள் ஊர்க் கோயிலைப் பற்றியும் பாடி அருள வேண்டும்' என்று அவரிடம் வேண்டிக் கொண்டார்கள்.

அவ்விதம் அப்பெருமான் பாடிய பாடல்களை அந்தந்த ஊர்க்காரர்கள் ஓலைச் சுவடிகளில் எழுதிக்கொண்டு பெறுதற்கரிய பேறு அடைந்ததாக எண்ணி மகிழ்ந்தார்கள்.

இத்தகைய மகிமை வாய்ந்த நாவுக்கரசர் எழுந்தருளியிருக்கும் இடங்களில் ஜனங்கள் அருளொளி விளங்கிய அவருடைய திருமுகத்தைப் பார்த்துக் கொண்டும் அவருடைய திருவாக்கிலிருந்து எப்போது, என்ன அமுத வார்த்தை வருமோ என்று ஆவலுடன் எதிர்பார்த்துக்கொண்டும் இருப்பார்கள்.

அங்ஙனமிருக்க, இன்று அவருடைய சொந்த மடாலயத்தில் அவரிடம் பக்தி பூண்டு தொண்டு செய்யும் சீடர்கள்கூட, 'ஆயனர் வருகிறார்!' என்ற சொல்லைக் கேட்டதும் ஒருமுகமாக வாசற்பக்கம் திரும்பிப் பார்த்தார்கள் என்றால், அதிலிருந்து மக்களின் உள்ளத்தில் ஆயனச் சிற்பியார் எப்பேர்ப் பட்ட இடம் பெற்றிருந்தார் என்று ஊகித்து அறியலாம்.

அங்கிருந்தோர் எல்லாரையும்விட நாவுக்கரசரின் அருகில் வீற்றிருந்த குமார சக்கரவர்த்தியின் உள்ளத்திலேதான் அதிகப் பரபரப்பு உண்டா யிற்று. 'இதோ ஆயனர் வருகிறார்!' என்ற வார்த்தைகளைக் கேட்டதும், 'ஒருவேளை அவருடன் சிவகாமியும் வருவாளோ!' என்ற எண்ணம் அவர் மனத்தில் தோன்றிக் கிளர்ச்சியை உண்டாக்கிற்று. அடுத்த கணத்தில், 'அவள் எதற்காக இங்கு வருகிறாள்?' என்ற எண்ணம் மனச் சோர்வை உண்டாக்கியது. இவ்விதம் அவர் மாறி மாறிக் கிளர்ச்சியும் சோர்வும் அடைவது அதிக நேரம் நீடித்திராதபடி இதோ ஆயனர் வாசற்படியண்டை வந்து விட்டார்! - ஆகா! இது என்ன 'ஜல் ஜல்' சத்தம்; பாத சரத்தின் ஒலிபோல் இருக்கிறதே! அதோ, ஆயனருக்குப் பின்னால் வரும் பெண்? சந்தேகமென்ன சிவகாமியேதான்!

குமார சக்கரவர்த்தியின் கண்கள் சிவகாமியின் முகத்தை நோக்கின. சிவகாமியின் கண்களும் முதன்முதலில் மாமல்லரின் ஆவல் ததும்பிய கண்களைத்தான் சந்தித்தன. வாடியிருந்த சிவகாமியின் முகத்தில் ஒருகணம் புதுமலர்ச்சி காணப்பட்டது. ஆனால், ஒருகண நேரந்தான்! அடுத்த கணத்தில் அந்தச் செந்தாமரை முகத்தில் எள்ளும் கொள்ளும் வெடித்தன. தலை குனிந்து பூமியை நோக்கிய வண்ணம் சிவகாமி தன் தந்தையைப் பின் தொடர்ந்து அந்த மண்டபத்திற்குள்ளே நுழைந்தாள்.

நயன பாஷையில் நடைபெற்ற மேற்படி நாடகத்தை வேறு யாரும் கவனியாத வண்ணம் மண்டபத்துக்குள் அப்போது பெரும் கலகலப்பு ஏற்பட்டிருந்தது.

பணிவுக்குப் பெயர்போன நாவுக்கரசர் பெருமான், ஆயனர் மண்டபத் துக்குள்ளே நுழைந்ததும் தானும் ஆசனத்தை விட்டு எழுந்து நாலு அடி நடந்து எதிர்கொண்டு, 'வரவேணும்! சிற்ப சக்கரவர்த்தியே! வரவேணும்!' என்று உபசரித்து அழைத்தார். ஆயனர் இதைக் கண்டதும் விரைந்து முன்னால் வந்து, 'அபசாரம்! அபசாரம்' என்று கூறிக்கொண்டே திருநாவுக் கரசரின் திருப்பாதங்களில் சாஷ்டாங்கமாக விழுந்து வணங்கினார்.

நாவுக்கரசர் ஆசனத்தைவிட்டு எழுந்தபோது அவருடன் எழுந்த சீடர்கள், நாவுக்கரசரும் ஆயனரும் அமர்ந்த பிறகு தாங்களும் தத்தம் இடத்தில் அமர்ந்தார்கள்.

எல்லாரும் உட்கார்ந்த பிறகும் சிவகாமி மட்டும் ஆயனருக்குப் பின்னால் தலைகுனிந்த வண்ணம் நின்றுகொண்டிருந்தாள். அப்போதுதான் அவளைப் பார்த்த நாவுக்கரசர், 'ஆகா! இந்தப் பெண் யார், ஆயனரே? தங்கள் குமாரி சிவகாமியா?' என்று கேட்க, ஆயனர் 'ஆம், அடிகளே! தங்களைத் தரிசிக்கப் போகிறேன் என்று சொன்னபோது சிவகாமி, 'நானும் வருகிறேன்' என்றாள்! அழைத்துக்கொண்டு வந்தேன்' என்றார்.

'மிக்க சந்தோஷம் உங்கள் குமாரியைப் பார்க்க வேண்டுமென்று நானும் மிக்க ஆவலாயிருந்தேன். நடனக் கலையிலே அவள் அடைந்திருக்கும் அபூர்வத் தேர்ச்சியைப் பற்றிக் கேள்விப்பட்டேன். சமீபத்தில் அரங் கேற்றம் நடந்ததாமே? நான்தான் அச்சமயம் இல்லாமற் போய்விட்டேன்' என்று நாவுக்கரசர் கூறினார்.

'எனக்கும் அது மிக வருத்தமாயிருந்தது, சுவாமி! அன்று சிவகாமியின் நடனத்தைப் பார்த்துவிட்டு ருத்ராச்சாரியார் பிரமித்துப் போய்விட்டார். சிற்பம், சித்திரம், சங்கீதம் ஆகிய கலைகளுக்கெல்லாம் நடனக்கலைதான் ஆதாரம் என்பதை அன்றைக்குத்தான் அவர் ஒத்துக்கொண்டார். 'சிவகா மியின் நடனத்தைப் பார்த்த பிறகு சங்கீதக் கலையில் நான் கற்க வேண்டியது இன்னும் எவ்வளவோ இருக்கிறதென்பதை அறிந்தேன்' என்று சபை நடுவில் வாய்விட்டுச் சொன்னார்...'

இவ்விதம் ஆயனர் கூறியபோது அவருடைய குரலிலும் முகத்திலும் பெருமிதம் கொந்தளித்தது.

அப்போது வாகீசர், 'ஆயனரே! சிருஷ்டி, ஸ்திதி, சம்ஹாரம் ஆகிய தெய்வக் கலைகளுக்கு ஆதாரமும் நடனந்தான்! அண்ட பகிரண்டங்களையெல்லாம் படைத்துக் காத்து அழிக்கும் பெருமான் தில்லைச் சிற்றம்பலத்தில் ஆனந்த நடனம் பயில்கிறார் அல்லவா?' என்று திருவாய் மலர்ந்தார்.

இதுவரை மௌனமாக இருந்த குமார சக்கரவர்த்தி, 'சுவாமி! நடராஜப் பெருமானின் ஆனந்த நடனத்தைப் பற்றிய தங்களுடைய பாடல் ஒன்றுக்கு, அன்று ஆயனர் மகள் அபிநயம் பிடித்தாள்; தாங்கள் அதை அவசியம் பார்க்க வேண்டும்!' என்றார்.

'ஆம், சுவாமி! தங்களுடைய மூன்று திருப்பாடல்களுக்குச் சிவகாமி அபிநயம் பிடிப்பதாயிருந்தாள். ஆனால், ஒரு பாடலுக்குத்தான் அபிநயம் பிடிக்க முடிந்தது. அரங்கேற்றம் நடுவில் நின்ற செய்தி கேட்டிருப்பீர்களே!' என்று ஆயனர் கூறியபோது, அதனால் ஏற்பட்ட வருத்தம் இன்னும் அவருக்குத் தீரவில்லையென்று தோன்றியது.

'கேள்விப்பட்டேன், ஆயனரே! யுத்தத்தினால் சிவகாமியின் அரங்கேற்றம் மட்டுந்தானா தடைப்பட்டது? இன்னும் எத்தனையோ காரியங்கள் தடைப்

படும் போலிருக்கின்றன. உம்மை நான் அழைத்த காரியங்கூட அப்படித் தான்!' என்று வாகீசப் பெருமான் கூறினார்.

'சுவாமி! என்ன காரியமாக என்னை வரச்சொல்லிப் பணித்தீர்கள்?' என்று ஆயனர் கேட்டார்.

'நமது திருமடத்தை இந்த ஏகாம்பரர் சந்நிதியிலிருந்து திருமேற்றளிக்குக் கொண்டு போக வேண்டுமென்று விரும்பினேன். இந்த இடம் நகரின் மத்தியில் இருப்பதால் கல்வி பயிலும் மாணாக்கர்களுக்கு உகந்த தாயில்லை. ஆனால் திருமேற்றளியில் அமைதி குடிகொண்டிருக்கிறது. கோயிலைச் சுற்றியுள்ள நந்தவனத்தில் மல்லிகை மலர்களும் கொன்றை மலர்களும் பூத்துக் குலுங்குகின்றன. சந்தடி கூச்சல் ஒன்றும் கிடையாது. இறைவனைத் துதிப்பதற்கும் தமிழ் பயில்வதற்கும் திருமேற்றளி தக்க இடம்.'

'பெருமானே! திருமேற்றளி இறைவன் மீது பாடல் ஏதாவது பாடப் பெற்றதோ?' என்று ஆயனர் கேட்க, நாவுக்கரசர் தமது சீடர்களைப் பார்த்தார். உடனே ஒரு சீடர் திருமேற்றளிப் பதிகத்திலிருந்து பின்வரும் பாடலைப் பாடினார்:

'செல்வியைப் பாகங்கொண்டார்
சேந்தனை மகனாக் கொண்டார்
மல்லிகைக் கண்ணி யோடு
மாமலர்க் கொன்றை சூடிக்
கல்வியிற் கரை யிலாத
காஞ்சிமா நகர்தன் னுள்ளார்
எல்லியல் விளங்க நின்றார்
இலங்குமேற் றளிய னாரே!'

மேற்கண்ட பாடலைச் சீடர் இனிய குரலில் உருக்கமாய்ப் பாடிவந்தபோது நாவுக்கரசர் பெருமானின் கண்களில் நீர் ததும்பி நின்றது. திருமேற்றளிக் கோயிலில் மல்லிகையும் கொன்றை மலரும் சூடிச் சூரியனைப்போல் ஜோதிமயமாக விளங்கிய சிவபெருமானை மீண்டும் அகக் கண்ணால் அவர் நேருக்கு நேரே தரிசித்துப் பரவசமடைந்தவராகத் தோன்றினார். அந்தக் காட்சியை அங்கிருந்த மற்றவர்கள் பார்த்துப் பரவசமடைந்திருந்தார்கள்.

பாடல் முடிந்து சிறிது நேரம் வரையில் மௌனம் குடிகொண்டிருந்தது. பின்னர், நாவுக்கரசர் பரவச நிலை நீங்கித் தம்மைச் சுற்றியிருந்தவர்களைப் பார்த்தார். உடனே ஆயனர், 'அடிகளே! தாங்கள் உண்மையிலேயே நாவுக் கரசர்தான். தங்களுடைய திருவாக்கு அப்படி மகிமை வாய்ந்திருக்கிறது. தங்களுடைய பாடலில் இடம் பெற்று விட்டபடியால் இந்தக் காஞ்சி நகருக்கும் இதிலுள்ள திருமேற்றளிக்கும் இனி அழிவென்பதே இல்லை. தங்கள் விருப்பத்தின்படி திருமேற்றளியில் மடாலயத் திருப்பணியை மேற்கொள்ளச் சித்தமாயிருக்கிறேன். ஆனால் துறைமுகப்பட்டினத்தில் ஒரு முக்கியமான திருப் பணியைத் துரிதமாகச் செய்து முடிக்கும்படி சக்கரவர்த்தி

எனக்குக் கட்டளையிட்டிருக்கிறார். எதை முதலில் செய்வது என்று குமார சக்கரவர்த்தி ஆக்ஞை இடவேண்டும்' என்று கூறி, மாமல்லரை நோக்கினார்.

ஆயனருடைய கேள்விக்கு மாமல்லர் மறுமொழி கூறுவதற்குள், நாவுக்கரசர் சொல்லுவார்: 'அதற்கு இப்போது அவசியமேயில்லை சிற்பியாரே! தாங்கள் வரும்போதுதான் சக்கரவர்த்தியின் அபிப்பிராயத்தை மாமல்லர் எனக்குத் தெரிவித்துக்கொண்டிருந்தார். யுத்தம் முடியும்வரையில் என்னைச் சிஷ்யர்களுடன் சோழ நாட்டிலும் பாண்டிய நாட்டிலும் உள்ள ஸ்தலங்களைத் தரிசித்து வரும்படி சக்கரவர்த்தி யோசனை கூறியிருக்கிறார். எனக்கும் வெகுகாலமாக அந்த ஆசை உண்டு. காஞ்சிக் கோட்டை ஒரு வேளை பகைவர் முற்றுகைக்கு இலக்கானாலும் ஆகலாம். அம்மாதிரி சமயங்களில் என் போன்ற துறவிகள் விலகியிருப்பதே நல்லது.'

இவ்விதம் நாவுக்கரசர் கூறியதைக் கேட்ட நரசிம்மவர்மர் 'அடிகளே! தாங்கள் இப்போது கூறிய அபிப்பிராயம் போற்றத்தக்கது. அதைச் சமண முனிவர்களும் புத்த பிக்ஷுக்களும் ஒப்புக்கொண்டு அரசியல் விஷயங்களில் தலையிடாமல் நடந்து கொண்டால் எவ்வளவு நன்றாயிருக்கும்?' என்றார்.

புத்த பிக்ஷு என்ற வார்த்தையைக் கேட்டதும் ஆயனருக்குச் சுருக்கென்றது. அதோடு பரஞ்சோதியைப் பற்றிய நினைவும் வந்தது. 'அடிகளே! ஒரு விஷயம் தெரிவிக்க மறந்துவிட்டேன். தங்களுடைய மடாலயத்தில் சேர்ந்து தமிழ் கற்பதற்காக ஒரு பிள்ளை சோழ நாட்டில் திருச்செங்காட்டங்குடியிலிருந்து வந்தான். திருவெண்காட்டு நமசிவாய வைத்தியரிடமிருந்து தங்களுக்கும் எனக்கும் அவன் ஓலைகொண்டு வந்திருந்தான். சித்திரக்கலை சம்பந்தமான ஒரு மகா இரகசியத்தை அறிந்து வருவதற்காக அவனை வடக்கே ஸ்ரீ பர்வதத்துக்கு அனுப்பியிருக்கிறேன்....'

'அவ்வளவு தூரமா அனுப்பியிருக்கிறீர்கள்? அங்கேயெல்லாம் யுத்தம் நடக்கும் இடமாயிற்றே? சிறு பிள்ளை என்று சொன்னீர்கள்?' என்று நாவுக்கரசர் சிறிது கவலையுடன் கேட்டார்.

'சிறு பிள்ளையாயிருந்தாலும் மகா வீரன் சுவாமி!' என்று ஆயனர் கூறி, அரங்கேற்றத்தன்று மதயானை மீது அவன் வேல் எறிந்ததை விவரித்தார்.

கடைசியாக, 'பரஞ்சோதி திரும்பி வந்ததும் உடனே தங்களிடம் அனுப்பி விடுகிறேன், சுவாமி!' என்றார் ஆயனர்.

'வேண்டாம் ஆயனரே! அவன் திரும்பிவரும்போது நான் எங்கே இருப்பேனோ, தெரியாது. எப்போது அவன் உங்கள் தொண்டில் ஈடுபட்டானோ, உங்களுடைய சீடனாகவே இருக்கட்டும். சிற்பக்கலை பயிலும் பேறு இலேசில் கிடைக்கக் கூடியதா? என்றும் அழிவில்லாத ஈசனுக்கு என்றும் அழியாத கற்கோயில்களை அமைக்கும் கலையைக் காட்டிலும் சிறந்த கலை உலகில் வேறென்ன உண்டு...?'

ஆயனர் அப்போது குறுக்கிட்டு, 'அடிகளே! சிற்பக் கலையைக் காட்டிலும் சிறந்த கலை வேறொன்று இருக்கிறது. எங்களுடைய கற்கோயில்கள் சிதைந்து உருத்தெரியாமல் அழிந்து போகலாம். ஆனால் தங்களுடைய கவிதைக் கோயில்களுக்கு ஒருநாளும் அழிவில்லை; கற்பகோடி காலம் அவை நிலை பெற்றிருக்கும்' என்றார்.

அப்போது குமார சக்கரவர்த்தி, 'சற்று முன்னால் பேசி முடிவு செய்ததை இரண்டு பேரும் மறந்துவிட்டீர்களே? எல்லாக் கலைகளுக்கும் ஆதாரம் நடனக்கலையல்லவா?' என்று சொல்லவே, அங்கிருந்த எல்லாருடைய முகத்திலும் புன்னகை பூத்தது. ஆனால், சிவகாமி மட்டும் குனிந்த தலை நிமிராமல் இருந்தாள்.

நாவுக்கரசர், 'நல்லது, குமார சக்கரவர்த்தி! நாங்கள் மறந்துதான் போய் விட்டோம்! எல்லாக் கலைகளுக்கும் ஆதாரம் நடனக்கலைதான். தில்லையம்பலத்தில் ஆடும் பெருமான் முன்னால் நிற்கும்போது உள்ளமானது பொங்கிக் கவிதை வெள்ளமாய் வருவது போல் மற்ற மூர்த்தங்களுக்கு முன்னால் நிற்கும்போது வருவதில்லை!' என்று கூறிவிட்டு, ஆயனரைப் பார்த்து, 'சிற்பியாரே! தங்கள் புதல்வியின் நடனத்தை நான் பார்க்க வேண்டாமா? தென்னாட்டுக்கு யாத்திரை சென்றால் திரும்பி எப்போது வருவேனோ தெரியாது. நாடெல்லாம் புகழும் சிவகாமியின் நடனக் கலையைப் பார்க்காமல் போக எனக்கு மனமில்லை. ஒரே ஒரு பாடலுக்கு அபிநயம் பிடித்துக் காட்டினாலும் போதும்!' என்றார்.

ஆயனர், 'சுவாமி! சிவகாமிக்கு அத்தகைய பாக்கியம் கொடுத்து வைக்க வேண்டுமே?' என்று கூறி, தமக்குப் பின்னாலிருந்த சிவகாமியைத் திரும்பிப் பார்த்தார். அவள் முகமலர்ச்சியின்றித் தலை குனிந்த வண்ணம் இருப்பதைக் கண்டதும் ஆயனருக்குச் சிறிது வியப்பு உண்டாயிற்று.

இதையெல்லாம் கவனித்த மாமல்லர், 'ஒருவேளை நான் இங்கு இருப்ப தால் சிவகாமி ஆட விரும்பாமலிருக்கலாம். சுவாமி விடை கொடுங்கள்! போய் வருகிறேன்!' என்று நாவுக்கரசரைப் பார்த்துக் கூறினார்.

இந்த வார்த்தை காதில் விழுந்ததும் சிவகாமி பளிச்சென்று துள்ளி எழுந்து, நடனத்துக்கு ஆயத்தமாக நின்று, 'அப்பா! எந்தப் பாடலுக்கு அபிநயம் பிடிக்க வேண்டும்!' என்று கேட்டது அழகிய மான்குட்டி ஒன்று குயிலின் குரல் பெற்று அமுதத் தமிழ் மொழியில் மழலை பேசுவதுபோல் தொனித்தது.

'பூவணத்துப் புனிதனார் முதலில் தோன்றட்டுமே!' என்று ஆயனர் பெருமிதம் தோன்றக் கூறினார்.

நாவுக்கரசர், கலை அரசர், இளவரசர் ஆகிய மூன்று மன்னர்களின் முன்னிலையில் சிவகாமியின் நடனக் கலை அரங்கேற்றம் இரண்டாவது முறை ஆரம்பமாயிற்று.

மந்த மாருதத்தில் மிதந்து வரும் தேன் வண்டின் ரீங்காரம் போன்ற குரலில் சிவகாமி பின்வரும் திருத் தாண்டகத்தைப் பாடிக்கொண்டு, அதன்

பொருளுக்கேற்ப அங்கங்களின் சைகைகளினாலும் முகபாவத்தினாலும் அபிநயம் பிடித்தாள். பாடலில் ஒவ்வொரு வரியிலும், ‘தோன்றும்’ ‘தோன்றும்’ என்று வந்தபோது, சிவகாமியின் பாதரசங்கள் ‘ஜல்’ ‘ஜல்’ என்று தாளத்துக்கிசைய ஒலித்தன.

வடிவேறு திரிசூலம்
தோன்றும் தோன்றும்
வளர்சடைமேல் இளமதியும்
தோன்றும் தோன்றும்
கடியேறு கமழ்கொன்றைக்
கண்ணிதோன்றும்
காதில்வெண் குழைதோடு
கலந்து தோன்றும்
இடியேறு களிற்றுரிவைப்
போர்வைதோன்றும்
எழில்திகழும் திருமுடியும்
இலங்கித்தோன்றும்
பொடியேறு திருமேனி
பொலிந்துதோன்றும்
பொழில்திகழும் பூவணத்தெம்
புனிதனார்க் கே.’

இந்தத் தெய்வீகமான பாடலைப் பாடிக்கொண்டு சிவகாமி அதன் பொருளுக்கேற்ப அபிநயம் பிடித்தபோது, அங்கிருந்தவர்கள் எல்லாரும் தங்களை மறந்தார்கள். தாங்கள் இருக்குமிடத்தை மறந்தார்கள். அங்கு நடப்பது என்ன என்பதையும் மறந்தார்கள்.

சற்று முன்னால் நாவுக்கரசரின் சீடர் பாடியபோது அவர்களுடைய செவி களில் இனிய தமிழ்ச் சொற்கள் நின்றன. அவர்களுடைய கண்கள் நாவுக் கரசரை நோக்கின. அப்பாடலை அவர் அனுபவித்து உருகுவதைப் பார்த்து அவர்கள் மனமும் கசிந்தன.

சிவகாமி அபிநயம் பிடித்தபோது அவர்களுடைய கண்கள் நாவுக்கரசரை நோக்கவில்லை. குமார சக்கரவர்த்தியையோ, ஆயனச் சிற்பியாரையோ அவர்கள் காணவில்லை. அந்த மடாலயத்தின் சுவர்களோ, தூண்களோ அவற்றில் அமைந்திருந்த சிற்பங்களோ, சித்திரங்களோ அவர்கள் கண்ணில் படவே இல்லை.

அவர்கள் கண்முன்னால் பாடி ஆடி அபிநயம் பிடித்துக்கொண்டிருந்த சிவகாமியைக்கூட அவர்கள் பார்க்கவில்லை?

பின் அவர்கள் யாரை அல்லது எதனைப் பார்த்தார்கள்?

சாக்ஷாத் சிவபெருமானையே தங்கள் கண் முன்னால் தத்ரூபமாக நேருக்கு நேரே பார்த்தார்கள்!

அவருடைய கரத்தில் தோன்றிய திரிசூலத்தையும், அவருடைய வளர் சடைமேல் இயங்கும் இளமதியையும் பார்த்தார்கள்.

அவருடைய திருமிடற்றில் கொன்றை மாலையைப் பார்த்தார்கள். காதிலே வெண் குழையைப் பார்த்தார்கள்.

திருநீறு பொழியும் திருமேனி முழுவதையும் பார்த்தார்கள்.

அந்தத் தெய்வீகக் காட்சியில் தங்களை மறந்தார்கள்; இந்தப் பூவுலகையே மறந்தார்கள். பூவுலகிலிருந்து கைலாசத்துக்கு அவர்கள் போய்விட்டார்கள்.

பாட்டும் அபிநயமும் நின்ற சிறிது நேரத்துக்குப் பிறகுதான் எல்லாரும் சுய உணர்வு பெற்றுப் பூவுலகிற்கு வந்து சேர்ந்தார்கள்.

சுய உணர்ச்சி தோன்றியதும், அனைவருடைய கவனமும் இயல்பாக நாவுக்கரசர்பால் சென்றது. அவருடைய கண்களில் இருந்து கண்ணீர் ஆறாய்ப் பெருகி வெண்ணீறு அணிந்த திருமேனியை நனைத்துக் கொண்டிருப்பதைக் கண்டார்கள்.

இத்தனை நேரமும் பாவனைக் கண்ணால் தாங்கள் தரிசித்துக்கொண்டிருந்த சிவபெருமான் இந்த மகான்தானோ என்று அவர்களில் பலர் எண்ணினார்கள்.

சற்று நேரத்துக்கெல்லாம் நாவுக்கரசர் தழுதழுத்த குரலில், ‘ஆயனரே! திருக்கயிலையில் வீற்றிருக்கும் எம்பெருமானைத் தங்கள் குமாரி எங்கள் முன்னால் பிரத்தியட்சமாகத் தோன்றச் செய்துவிட்டாள்!’ என்றார்.

ஆயனரும் கண்களில் ஆனந்தக் காண்ணீர் ததும்ப, ‘எல்லாம் தங்கள் ஆசீர்வா தந்தான், சுவாமி!’ என்று கூறி சிவகாமியைப் பார்த்து, ‘இன்னும் ஒரு பாட்டுக்கு அபிநயம் பிடிக்கிறாயா, அம்மா! இது அகத்துறைப் பாடலாக இருக்கட்டுமே!’ என்றார்.

36.வாகீசரின் ஆசி

அகத்துறைப் பாடல் ஒன்றுக்கு அபிநயம் பிடிக்கும்படி ஆயனர் பணித்ததும், நாவுக்கரசரின் திருவாரூர்த் தாண்டகத்திலிருந்து ஓர் அருமையான பாடலைப் பழம்பஞ்சரம் என்னும் பண்ணிலே அமைத்துச் சிவகாமி பாடினாள்.

ஒரு கன்னிகை முதன் முதலிலே இறைவனுடைய திருநாமத்தைச் செவியுறுகிறாள். அப்போது அவளுடைய உள்ளத்தில் அரும்பும் பக்திக் காதலானது. பின்னர் படிப்படியாக வளர்ந்து பெருங்கனலாகிக் கொழுந்து விட்டெரிகிறது. இந்த வரலாற்றை அற்புதமான முறையில் வர்ணிக்கும் அத்திருப்பாடல் பின்வருமாறு:

'முன்னம் அவனுடைய
நாமம்கேட்டாள்
மூர்த்தி அவனிருக்கும்
வண்ணம் கேட்டாள்
பின்னை அவனுடைய
ஆரூர்கேட்டாள்
பெம்மான் அவனுக்கே
பிச்சியானாள்
அன்னையையும் அத்தனையும்
அன்றேநீத்தாள்
அகன்றாள் அகலிடத்தார்
ஆசாரத்தைத்
தன்னை மறந்தாள்தன்
நாமங்கெட்டாள்
தலைப்பட்டாள் நங்கை
தலைவன்தாளே!'

பாடலை ஒரு முறை முழுவதும் பாடிவிட்டு, மீண்டும் ஆரம்பத்திலிருந்து அபிநயம் பிடிக்கத் தொடங்கினாள் சிவகாமி. அப்போது பார்த்துக்கொண்டிருந்தவர்களுக்கு இவ்வுலகம் தோன்றிய நாளிலிருந்து பெண் உள்ளத்தில் அரும்பி மலர்ந்த காதல் உணர்ச்சியே ஓர் உருக்கொண்டு அவர்கள் முன்னால் நிற்பதுபோல் தோன்றியது. முதன் முதலில் ஓர் இளம் கன்னிகையின் இதயத்தில் காதல் உதயமாகும்போது அதனுடன் பிறக்கும் நாணங்கலந்த இன்பப்பெருக்கை அவர்கள் கண்முன்னால் பார்த்தார்கள். காதல் வளர்ந்து வரும் ஆரம்ப தினங்களில் காதலனுடைய பெயரைக் கேட்கும்போதும், அவனுடைய இருப்பிடம் முதலிய வரலாறுகளை அறியும்போதும், அவனுடைய குணாதிசயங்கள் வர்ணிக்கப்படும்போதும் பெண் இதயத்தில் பொங்கித் ததும்பும் ஆனந்தக் குதூகலத்தையும் அதனால் அவளுடைய மேனியில் ஏற்படும் அதிசயமான மாறுதல்களையும் பிரத்தியட்சமாகப் பார்த்தார்கள். நாளடைவில் அந்தக் காதல் முற்றும்போது, எப்படி அது சித்தப்பிரமையின் சுபாவத்தை எய்திக் காதலியைப் பித்துப் பிடித்த வளாக்குகிறது என்பதையும், அந்த நிலையில் காதலுக்காகவும் காதலனுக்காகவும் பெண்ணானவள் எப்பேர்ப்பட்ட தியாகங்களையெல்லாம் செய்யச் சித்தமாகி விடுகிறாள் என்பதையும் கண்டார்கள். பெற்று வளர்த்த அன்னையையும் அப்பனையும் விட்டு விட்டுக் காதலனோடு புறப்படவும் காதலுக்குத் தடையாக நிற்கும் சமூக ஆசாரங்களையெல்லாம் புறக்கணித்து ஒதுக்கவும், ஊராரின் நிந்தனைகளையெல்லாம் பொறுத்துக்கொள்ளவும் எவ்வாறு அந்தப் பெண் மனம் துணிகிறாள் என்பதையும் நேருக்கு நேரே பார்த்தார்கள்.

வாக்கினால் விவரிக்க முடியாத மேற்சொன்ன உணர்ச்சிகளை யெல்லாம் பெண் உள்ளத்தில் படிப்படியாகக் காதல் முதிர்ந்து வரும் அபூர்வ பாவங்களையெல்லாம், சிவகாமி அபிநயத்தில் காட்டிவந்தபோது, சபையிலிருந்து

பார்த்துக்கொண்டிருந்த வர்களுக்கு, 'இது சாமானிய மனித வர்க்கத்துக்குரிய காதல் அல்ல - அண்ட பகிரண்டங்களுக்கெல்லாம் இறைவனாகிய எம்பெருமானுக்கே உரிய தெய்வீகக் காதல்!' என்று தோன்றியது.

அவ்வளவுடன் நின்று விடவில்லை. காதல் பரிபூரணமடைவதற்கு இன்னும் ஒருபடி மேலே போக வேண்டியிருக் கிறது. காதலி தனக்காக இவ்வளவெல்லாம் தியாகங்களைச் செய்யச் சித்தமாயிருந்தும், அந்தத் தெய்வக் காதலன் திருப்தியடையவில்லை. மேலும் அவளைச் சோதனைக்குள்ளாக்க விரும்பித் திடீரென்று ஒரு நாள் மறைந்து விடுகிறான். இதனால் சோகக்கடலிலே மூழ்கிய காதலி வெளியுலகை அடியோடு மறந்துவிடுகிறாள். தன்னையும் மறந்து விடுகிறாள். தன் பெயரைக்கூட மறந்து விடுகிறாள். 'உன் பெயர் என்ன?' என்று யாரேனும் கேட்டால், காதலனின் திருநாமத்தைச் சொல்லுகிறாள்! அத்தகைய மன நிலைமையில் மறுபடியும் தெய்வக் காதலன் அவள் முன்னால் தோன்றும் போது, காதலியானவள் தான் செய்யாத குற்றங்களுக்காகத் தன்னை மன்னித்து விடும்படி கோரி அவனுடைய திருப்பாதங்களில் பணிகிறாள்!

படிப்படியாக மேற்கூறிய உணர்ச்சிகளையெல்லாம் முக பாவத்திலும் கண்களின் தோற்றத்திலும் அங்கங்களின் அசைவிலும் சைகைகளிலும் காட்டிக்கொண்டு வந்த சிவகாமி, கடைசியில்,

'தலைப்பட்டாள் நங்கை
தலைவன் தாளே!'

என்ற அடியைப் பாடிவிட்டுக் கூப்பிய கரங்களுடன் அடியற்ற மரம்போலத் தரையில் விழுந்தாள்!

உடனே சபையில் 'ஹா! ஹா! ஹா!' என்ற குரல்கள் எழுந்தன. 'சிவகாமி!' என்று கூவிக்கொண்டு ஆயனர் எழுந்தார். எழுந்து அவள் கிடந்த இடத்தை நோக்கி விரைந்து ஓடினார். அவரைப் பின்தொடர்ந்து மாமல்லரும் பரபரப் புடன் சென்றார்.

ஆயனர், சிவகாமி கிடந்த இடத்துக்கு அருகில் தரையில் உட்கார்ந்தார். அவருடைய அங்கங்களெல்லாம் பதறின. அதைப் பார்த்த மாமல்லர், தரையில் உதிர்ந்து கிடக்கும் மென்மையான மலர்களை அடியார் ஒருவர் இறைவனுடைய அர்ச்சனைக்காகப் பொறுக்கும் பாவனையுடனே சிவ காமியைத் தமது இரு கரங்களாலும் மிருதுவாக எடுத்து ஆயனரின் மடியின் மீது இருத்தினார்.

அதற்குள்ளாக அங்கிருந்தவர்களில் பலர் எழுந்து ஓடிவந்து அம்மூவரையும் சுற்றிக்கொண்டார்கள். சிலர் 'தண்ணீர்! தண்ணீர்!' என்றார்கள். சிலர் 'விசிறி! விசிறி!' என்றார்கள்.

'வழியை விடுங்கள்!' என்று ஒரு குரல் கேட்டது. நாவுக்கரசர் பெருமான் தமது ஆசனத்திலிருந்து எழுந்து சிவகாமியின் அருகில் வந்தார். ஆயனரின் மடியில் தலைவைத்து உணர்வின்றிப் படுத்திருந்த சிவகாமியின் முகத்தை

அவர் கருணை ததும்பும் கண்களினால் பார்த்தார். தமது திருக்கரத்தில் கொண்டு வந்திருந்த திருநீற்றை அவளுடைய நெற்றியில் இட்டார்.

சற்று நேரம் அந்த மண்டபத்தில் ஊசி விழும் சத்தம் கேட்கும் படியான மௌனம் குடிகொண்டிருந்தது.

காலை நேரத்தில் கருங்குவளையின் இதழ் விரிவது போல சிவகாமியின் கண்ணிமைகள் மெதுவாகத் திறந்தன.

திறந்த கண்கள் நாவுக்கரசரின் திருமுகத்தை முதலில் தரிசித்தன. தந்தையின் மடியில் படுத்தபடியே சிவகாமி இரு கரங்களைக் கூப்பி அம்மகா புருஷரைக் கும்பிட்டாள்.

'நீ மகராஜியாய் இருக்க வேணும், குழந்தாய்!' என்று வாகீசப் பெருமான் ஆசி கூறினார்.

அந்த ஆசியைக் கேட்ட சிவகாமியின் பவள நிற இதழ்களில் புன்னகையின் ரேகை தோன்றியது. அது தாமரை மலர்கள் நிறைந்த தடாகத்தில் செவ் வாம்பல் பூவானது வெட்கத்தினால் தயங்கித் தயங்கி மடலவிழ்வதுபோல் இருந்தது.

பின்னர் அவளுடைய கருவிழிகள் இரண்டும், எதையோ தேடுவதைப்போல் அங்குமிங்கும் அலைந்து, கடைசியில் குமார சக்கரவர்த்தியின் திருமு கத்தைப் பார்த்ததும் அங்கேயே தங்கி விட்டன.

'அடிகள் எனக்குக் கூறிய ஆசி மொழி தங்கள் செவியில் விழுந்ததா?' என்று அக்கண்கள் மாமல்லரைக் கேட்டதுடன், அவருடைய குற்றங்களை யெல்லாம் மறந்து மீண்டும் அவருடன் சிநேகமாயிருக்கச் சித்தமாயிருப் பதையும் தெரியப்படுத்தின.

மறுபடியும் நாவுக்கரசரின் திருக்குரல் கேட்கவே சிவகாமி பூரண சுய உணர்வு வந்தவளாய் சட்டென்று எழுந்து நின்றாள். இவ்வளவு பேருக்கு நடுவில் தான் மூர்ச்சையாகி விழுந்ததை எண்ண அவளுக்குப் பெரிதும் வெட்கமாயிருந்தது.

வாகீசர் கூறினார்: 'ஆயனரே! பரதக் கலையின் சிறப்பைக் குறித்து நான் படித்தும் கேட்டும் அறிந்திருக்கிறேன். ஆனால் அதனுடைய பூரண மகிமையையும் இன்றுதான் அறிந்தேன். என்னுடைய வாக்கிலே வந்த பாடலில் இவ்வளவு அனுபவமும் இவ்வளவு உணர்ச்சியும் உண்டென் பதை இதற்கு முன்னால் நான் அறியவில்லை. தங்கள் குமாரியினால் பரத சாஸ்திரமே பெருமையடையப் போகிறது. உண்மையாகவே அது தெய்வக் கலையாகப் போகிறது. தில்லைப் பொன்னம்பலத்தில் திருநடனம் புரியும் இறைவனுக்கே அர்ப்பணமாக வேண்டிய அற்புதக் கலை இது!'

இவ்விதம் சுவாமிகளின் திருவாயிலிருந்து வெளியான அருள் மொழிகளை அனைவரும் ஆவலுடன் பருகிக்கொண்டிருந்த சமயத்தில் வீதியில் குதிரை யொன்று விரைவாக வரும் சத்தம் கேட்டது. அந்தச் சத்தம் மடத்தின்

வாசலில் வந்து நின்றது. உடனே குமார சக்கரவர்த்தி மடத்தின் வாசற் படியை நோக்கிச் சென்றார்.

வாகீசர் அங்கே சூழ்ந்து நின்றவர்களைப் பார்த்து, 'நீங்களும் போகலாம்' என்று சமிக்ஞையால் கூற, எல்லாரும் தயக்கத்துடன் அங்கிருந்து கலைந்து சென்றார்கள்.

மாமல்லர் வாசற்படியின் அருகில் நின்று ஏவலாளன் ஒருவனுடன் ஏதோ பேசிவிட்டு, உள்ளே வந்தார். நாவுக்கரசரை நோக்கிக் கைகூப்பி, 'சுவாமி! மதுரையிலிருந்து தூதர்கள் ஏதோ அவசரச் செய்தியுடன் வந்திருக்கிறார் களாம். நான் விடைபெற்று கொள்கிறேன்' என்றார்.

'அப்படியே, குமார சக்கரவர்த்தி! தந்தைக்குச் செய்தி அனுப்பினால், அவருடைய அபிப்பிராயப்படியே நான் தென் தேசத்துக்கு யாத்திரை போவதாகத் தெரியப்படுத்தவேணும்!' என்றார்.

'ஆகட்டும் சுவாமி' என்று மாமல்லர் கூறி, ஆயனரைப் பார்த்து, 'சிற் பியாரே! துறைமுகம் போய்ச் சேர்ந்ததும், சிவகாமியின் சௌக்கியத்தைப் பற்றிச் செய்தி அனுப்புங்கள். சில காரணங்களினால் நான் கொஞ்ச காலத்துக்குக் காஞ்சியை விட்டு வெளிக்கிளம்ப முடியாமலிருக்கிறது' என்றார்.

இவ்விதம் பேசி வருகையில் மாமல்லர் அடிக்கடி சிவகாமியை நோக்கி அவளிடம் நயன பாஷையினால் விடைபெற்றுக்கொள்ள விரும்பினார். ஆனால், சிவகாமியோ ஆயனரின் பின்னால் குனிந்த தலை நிமிராமல் நின்றுகொண்டிருந்தாள்.

எனவே, சிவகாமியிடம் சொல்லிக் கொள்ளாமலே மாமல்லர் புறப்பட வேண்டியதாயிற்று. போகும்போது, நாவுக்கரசர் பெருமான் அங்கிருப் பதைக்கூட அவர் மறந்து 'தட்' 'தட்' என்று அடிவைத்து நடந்து சென்ற தானது, ஆத்திரங்கொண்ட அவருடைய மனநிலையை நன்கு பிரதிபலித்தது.

சற்றுநேரத்துக்கெல்லாம் வாசலில் குதிரைகளின் காலடிச் சத்தமும், ரதத்தின் சக்கரங்கள் கடகடவென்று உருண்டோடும் சத்தமும் கேட்டன.

சிவகாமிக்கு அப்போது தன் உயிரானது தன்னிடம் சொல்லிக் கொள்ளாமல் வெளியில் சென்று ரதத்தின்மேல் ஏறிக்கொண்டு செல்வதுபோல் தோன்றியது.

நாவுக்கரசரிடம் முடிவாக விடை பெற்றுக்கொண்டு ஆயனரும் சிவகாமியும் புறப்பட வேண்டிய நேரம் வந்தபோது, பெருமான் ஆயனருக்குச் சமிக்ஞை செய்து அவரைப் பின்னால் நிறுத்தினார். முன்னால் சென்ற சிவகாமியின் காதில் விழாதபடி மெல்லிய குரலில் பின்வருமாறு கூறினார்:

'ஆயனரே! உமது புதல்விக்குக் கிடைத்திருக்கும் கலை அற்புதக் கலை; தெய்வீகக் கலை. அதனாலேயே அவளைக் குறித்து என் மனத்தில் கவலை

உண்டாகிறது. இத்தகைய அபூர்வமான மேதாவிலாசத்தை இறைவன் யாருக்கு அருளுகிறாரோ, அவர்களைக் கடுமையான சோதனைகளுக்கு உள்ளாக்குவதும் உண்டு. உமக்குத்தான் தெரியுமே? இந்த எளியேனை ஆட் கொள்வதற்கு முன்னால் இறைவன் எத்தனை எத்தனை சோதனைகளுக் கெல்லாம் ஆளாக்கினார்...'

சற்று முன்பு வரையில் ஆனந்த வெள்ளத்தில் மூழ்கியிருந்த ஆயனர் மேற்கூறிய மொழிகளைக் கேட்டுத் தலையில் இடி விழுந்தவர் போல் பதறி, 'சுவாமி! இதென்ன சொல்கிறீர்கள்? மகா புருஷராகிய தாங்கள் எங்கே? அறியாப் பெண்ணாகிய சிவகாமி எங்கே? அவளுக்கு ஏன் சோதனைகள் வரவேண்டும்? தங்களுடைய திருவாக்கில் இப்படி வந்துவிட்டதே!' என்றார்.

'ஆயனரே! இரைந்து பேச வேண்டாம். சிவகாமிக்கு இது தெரிய வேண்டிய தில்லை. ஆனால் நீர் முன் ஜாக்கிரதையாக இருப்பது நலம். உமது அருமைக் குமாரியைப் பார்க்கும்போது அவளுக்கு ஏதோ பெரிய துக்கம் நேரப் போகிறது என்று என் உள்ளம் சொல்லுகிறது. ஆஹா! இத்தகைய வருங்கால திருஷ்டியை இறைவன் எதற்காக எனக்கு அளித்தார்!' என்று கூறி வருகையில் நாவுக்கரசரின் கண்களில் கண்ணீர் மல்கிற்று.

'ஆனாலும் நீர் தைரியமாக இருக்கவேண்டும். இந்த உலகில் பணி செய்து கிடப்பதே நமது கடன். நம்மைத் தாங்கும் கடன், கருணை வடிவான இறை வனுடையது. உமது பணியைச் செய்துகொண்டு நீர் நிம்மதியாக இரும். எத்தனை சோதனைகள் நேர்ந்தாலும் மனம் கலங்க வேண்டாம். அன்பர் களுக்கு முதலில் எவ்வளவு துன்பங்களை அளித்தாலும் முடிவில் இறைவன் ஆட்கொள்வார்.'

இவ்விதம் கூறிவிட்டு நாவுக்கரசர் பெருமான் மடத்துக்குள்ளே சென்றார். அன்று மாலை அந்தத் திருமடத்துக்குள்ளே பிரவேசித்தபோது உள்ளம் நிறைந்த குதூகலத்துடன் பிரவேசித்த ஆயனச் சிற்பியாரோ, இப்போது இதயத்திலே பெரியதொரு பாரத்துடன் வெளியேறினார். அபூர்வமான வேலைப்பாடு களுடன் அவர் சிலை வடிவமாக்கிக்கொண்டிருந்த பெரிய தொரு பாறாங்கல்லைத் தூக்கி அவருடைய இதயத்தின் மேலே யாரோ வைத்துவிட்டது போலிருந்தது.

37.கண்ணபிரான்

முன் அத்தியாயத்தில் கூறியபடி, இதயத்தில் பெரிய பாரத்துடனே மடத்தின் வாசற்பக்கம் வந்த ஆயனர், தம் உள்ள நிலையை வெளிக்குக் காட்டாமல் சமாளித்துக்கொண்டு, சிவகாமியைப் பார்த்து, 'குழந்தாய்! இப்பொழுதே நாம் ஊருக்குத் திரும்பிவிடலாமல்லவா?' என்று கேட்டார்.

'கமலியைப் பார்த்துவிட்டுக் காலையில் போகலாம் அப்பா!' என்று சிவகாமி மறுமொழி சொல்லிக்கொண்டிருக்கும்போதே, கடகடவென்ற சத்தத்துடன் இரட்டைக் குதிரை பூட்டிய ரதம் ஒன்று அங்கே நின்றது. அதை ஓட்டி வந்த சாரதி ரதத்தின் முன் தட்டிலிருந்து குதித்து வந்து, மடத்து வாசலில் ஆயனரும் சிவகாமியும் நின்றுகொண்டிருந்த இடத்தை அடைந்தான். அவன் நல்ல திடகாத்திர தேகமுடையவன். பிராயம் இருபத்தைந்து இருக்கும்.

'ஐயா! இங்கே மாமல்லபுரத்திலிருந்து ஆயனச் சிற்பியாரும் அவருடைய மகள் சிவகாமி அம்மையும் வந்திருக்கிறார்களாமே, நீங்கள் கண்டதுண்டோ?' என்று அவன் கேட்டான்.

'ஓகோ! கண்ணபிரானா? எங்களை யார் என்று தெரியவில்லையா, உனக்கு?' என்றார் ஆயனர்.

'அதுதானே தெரியவில்லை? இந்தச் சப்பை மூக்கையும் இந்த அகலக் காதையும் எங்கே பார்த்திருக்கிறேன்? நினைவு வரவில்லையே?' என்று கண்ணபிரான் தன் தலையில் ஒரு குட்டுக் குட்டிக்கொண்டு யோசித்தான்.

'என் அப்பனே! மண்டையை உடைத்துக்கொண்டு எங்கள் மேல் பழியைப் போடாதே! கமலி அப்புறம் எங்களை இலேசில் விடமாட்டாள். நீ தேடி வந்த ஆயனச் சிற்பியும் சிவகாமியும் நாங்கள்தான்' என்றார் ஆயனர்.

'அடாடாடா! இதை முன்னாலேயே சொல்லியிருக்கக்கூடாதா? எனக்கும் சந்தேகமாய்த் தானிருந்தது. ஆனால் 'கண்ணாற் கண்டதும் பொய், காதால் கேட்டதும் பொய், தீர விசாரிப்பதே மெய்' என்று கும்பகர்ணனுக்கு ஜாம்பவான் சொன்ன பிரகாரம்... இருக்கட்டும்; அப்படியென்றால், நீங்கள் தான் ஆயனச் சிற்பியாரும் அவருடைய மகள் சிவகாமியுமாக்கும். ஆனால், உங்களில் ஆயனச் சிற்பி யார்? அவருடைய மகள் யார்?' என்று விகட கவியான அந்த ரதசாரதி கேட்டு விட்டு, அந்திமாலையின் மங்கிய வெளிச்சத்தில் அவ்விருவர் முகங்களையும் மாறி மாறி உற்றுப் பார்த்தான்.

சிவகாமி கலகலவென்று நகைத்துவிட்டு, 'அண்ணா! நான்தான் சிவகாமி; இவர் என் அப்பா; நாம் நிற்பது பூலோகம்; மேலே இருப்பது ஆகாசம்; உங்கள் பெயர் கண்ணபிரான்; என் அக்கா கமலி. இப்போது எல்லாம் ஞாபகம் வந்ததா? அக்கா சௌக்கியமா? இன்று இராத்திரி உங்கள் வீட்டுக்கு வருவதாக எண்ணியிருந்தோம்' என்றாள்.

'ஓஹோ! அப்படியா? கும்பிடப்போன தெய்வம் விழுந்தடித்துக் குறுக்கே ஓடிவந்த கதையாக அல்லவா இருக்கிறது? நீங்கள் எங்கள் வீட்டுக்கு வருவதாக இருந்தீர்களா?'

'ஆமாம்; வரலாமா? கூடாதா?'

'ஒருவிதமாக யோசித்தால், வரலாம்; இன்னொரு விதமாக யோசித்தால் வரக்கூடாது.'

‘அப்பா! நாம் ஊருக்கே போகலாம்; புறப்படுங்கள்!’ என்று கோபக் குரலில் சிவகாமி கூறினாள்.

‘அம்மா! தாயே! அப்படிச் சொல்லக்கூடாது கட்டாயம் வரவேண்டும். நான் இன்றைக்கு வீட்டைவிட்டுக் கிளம்பியபோது கமலி என்ன சொன்னாள் தெரியுமா? ‘இதோ பார்! இன்றைக்கு நாவுக்கரசர் மடாலயத்துக்கு ஆயனச் சிற்பியார் வருகிறாராம். அவருடன் என்னுடைய தோழி சிவகாமியும் வந்தாலும் வருவாள். இரண்டு பேரையும் அழைத்துக்கொண்டுதான் இராத்திரி நீ வீட்டுக்குத் திரும்பி வர வேண்டும்’ என்றாள். நான் என்ன சொன்னேன் தெரியுமா? ‘அவர்கள் பெரிய மனுஷாள், கமலி! நம்மைப் போன்ற ஏழைகள் வீட்டுக்கு வருவார்களா? வந்தால்தான் திரும்பிப் போவார்களா?’ என்றேன். அதற்குக் கமலி ‘நான் சாகக் கிடக்கிறேன் என்று சொல்லி அழைத்துவா!’ என்றாள்…’

‘அடாடா! கமலிக்கு ஏதாவது உடம்பு அசௌக்கியமா, என்ன?’ என்று ஆயனர் கவலையுடன் கேட்டார்.

‘ஆம், ஐயா! ஒரு வருஷமாகக் கமலி அவளுடைய தோழியைப் பார்க்காமல் கவலைப்பட்டுக் கொஞ்சம் கொஞ்சமாகப் பிராணனை விட்டுக்கொண் டிருக்கிறாள். முக்கால் பிராணன் ஏற்கெனவே போய்விட்டது. மீதியும் போவதற்குள் நீங்கள் வந்தால் நல்லது.’

‘அப்படியானால், உடனே கிளம்பலாம் அதற்குள்ளே இங்கே ஜனக்கூட்டம் கூடிவிட்டது’ என்றாள் சிவகாமி.

உண்மையிலே அங்கே கூட்டம் கூடிவிட்டது. நகரத்தில் அந்த நெருக்கடி யான பகுதியில் ஆயனரும் சிவகாமியும் அரண்மனை ரத சாரதியுடன் பேசிக்கொண்டிருக்கும் காட்சி ஜனக்கூட்டத்தைக் கவர்ந்து இழுத்ததில் ஆச்சரியம் என்ன?

ஆயனரையும் சிவகாமியையும் கண்ணபிரான் தான் கொண்டு வந்திருந்த ரதத்தில் ஏறிக்கொள்ளும்படிச் செய்தான். காஞ்சி மாநகரின் விசாலமான தேரோடும் வீதிகளில் இரண்டு குதிரை பூட்டிய அந்த அழகிய அரண்மனை ரதம் பல்லவ ராஜ்யத்தின் சிறந்த ரத சாரதியினால் ஓட்டப்பட்டு விரைந்து சென்றது.

ரதம் போய்க்கொண்டிருக்கையில் சிவகாமி ‘அண்ணா! உங்கள் வீட்டுக்கு வருகிறோம் என்று நான் சொன்னதற்கு ‘இன்னொரு விதத்தில் யோசித்தால் வரக்கூடாது என்று சொன்னீர்களே! அது என்ன?’ என்று கேட்டாள்.

‘தங்கச்சி! மடத்திலிருந்து குமார சக்கரவர்த்தியை அழைத்துப் போ னேனல்லவா? அரண்மனை வாசலில் அவர் இறங்கியதும் என்னைப் பார்த்து, ‘கண்ணா! ரதத்தை ஓட்டிக்கொண்டு மடத்துக்குப் போ! அங்கே ஆயனரும் அவர் மகளும் இருப்பார்கள்; அவர்களை ரதத்தில் ஏற்றிக் கொண்டு போய் மாமல்லபுரத்தில் விட்டுவிட்டு வா! அவர்கள் வேண்டாம் என்று சொன்னாலும் கேட்காதே!’ என்று கட்டளையிட்டார். குமார சக்கர

வர்த்தி அவ்விதம் கட்டளையிட்டிருக்கும்போது, நம்முடைய வீட்டுக்கு அழைத்துப் போகலாமா என்று யோசித்தேன்' என்றான் கண்ணபிரான்.

'சுற்றி வளைத்துப் பீடிகை போடாமல் உங்களால் ஒன்றும் சொல்ல முடியாதோ?' என்று சிவகாமி கேட்டாள்.

'முடியாது தங்கச்சி, முடியாது! அதற்குக் காரணமும் உண்டு. முன்னொரு காலத்தில் நான் சின்னக் குழந்தையாயிருந்தபோது...'

'நிறுத்துங்கள்! நான் அதைக் கேட்கவில்லை. அவசரமாகக் குமார சக்கர வர்த்தி மடத்திலிருந்து போனாரே, ஏதாவது விசேஷமான செய்தி உண்டோ என்று கேட்டேன்.'

'மதுரையிலிருந்து தூதுவர்கள் வந்திருக்கிறார்கள்.'

மதுரையிலிருந்து தூதர்கள் என்றதும் சிவகாமிக்குத் தான் முன்னம் கேள்விப்பட்ட திருமணத் தூது விஷயம் ஞாபகம் வந்தது.

எனவே, 'தூதர்கள் என்ன செய்தி கொண்டு வந்தார்கள்?' என்று கவலை தொனித்த குரலில் கேட்டாள்.

'அந்த மாதிரி இராஜாங்க விஷயங்களையெல்லாம் நான் கவனிப்பதில்லை, தங்கச்சி!' என்றான் கண்ணபிரான்.

அதைக் கேட்ட ஆயனர், 'ரொம்ப நல்ல காரியம், தம்பி! அரண்மனைச் சேவகத்தில் வெகு ஜாக்கிரதையாயிருக்க வேண்டும். நமக்குச் சம்பந்தமில்லாத விஷயங்களைக் காதிலேயே போட்டுக் கொள்ளக்கூடாது' என்றார்.

அப்போது ரதம் தெற்கு ராஜவீதியில் அரண்மனையின் முன் வாசலைத் தாண்டிப் போய்க்கொண்டிருந்தது.

வீதியின் ஒரு பக்கத்தை முழுவதும் வியாபித்திருந்த அரண்மனையின் வெளி மதிலையும், முன் வாசல் கோபுரத்தையும், அதைக் காவல் புரிந்த வீரர்களையும், உள்ளே தெரிந்த நெடிய பெரிய தாவள்யமான சுவர்களையும், படிப்படியாகப் பின்னால் உயர்ந்து கொண்டுபோன உப்பரிகை மாடங்களையும் சிவகாமி பார்த்தாள். தன்னையும் தன்னுடைய இதயத்தைக் கவர்ந்த சுகுமாரரையும் பிரித்துக்கொண்டு இத்தனை மதில் சுவர்களும் மாடகூடங்களும் தடையாக நிற்கின்றன என்பதை எண்ணி ஒரு நெடிய பெருமூச்சு விட்டாள்.

38.கமலி

காஞ்சி மாநகரில் சக்கரவர்த்தியின் பிரதான அரண்மனைக்குப் பின்புறத்தில் விஸ்தாரமான பூந்தோட்டம் இருந்தது.

பூந்தோட்டத்தின் பின்புற மதிற்சுவரையொட்டிச் சில சிறு கட்டிடங்கள் இருந்தன. அவற்றில் சில குதிரை லாயங்கள்; சில ரதங்களை நிறுத்தும் கொட்டடிகள்; மற்றவை ரதசாரதிகளும் தோட்டக்காரர்களும் வசித்த வீடுகள்.

அந்த வீடுகளில் ஒன்றுக்கு முன்னால், கண்ணபிரான் ஓட்டிக்கொண்டு வந்த ரதம் நின்றது. ரதத்தின் சத்தத்தைக் கேட்டு, வீட்டுக்குள்ளேயிருந்து ஒரு பெண் குதூகலமாகக் குதித்துக்கொண்டு ஓடி வந்தாள்.

'கமலி! யாரை அழைத்து வந்திருக்கிறேன், பார்!' என்று சொல்லிக் கொண்டே கண்ணபிரான் ரதத்திலிருந்து குதித்தான்.

அதே சமயத்தில் ரதத்திலிருந்து சிவகாமி இறங்குவதைப் பார்த்த கமலி, ஒரே பாய்ச்சலாகப் பாய்ந்து சென்று சிவகாமியை ஆர்வத்துடன் கட்டிக் கொண்டாள்.

அப்போது வீட்டிற்குள்ளேயிருந்து ஒரு பெரியவர் வந்தார்.

'அப்பா! யார் வந்திருக்கிறார் பாருங்கள்!' என்றான் கண்ணபிரான். அந்தப் பெரியவர் உற்றுப் பார்த்துவிட்டு, 'வாருங்கள், ஐயா!' என்று சொல்லிக் கொண்டு ஆயனரின் அருகில் சென்றார்.

பெரியவரும் ஆயனரும் பேசிக்கொண்டே வீட்டுத் திண்ணையில் அமர்ந்தார்கள். கமலியும் சிவகாமியும் உள்ளே போனார்கள்.

சிவகாமியும் கமலியும் குழந்தைப்பிராயத்திலிருந்து தோழிகள். ஆயனர் காஞ்சியில் இருந்த காலத்தில் அவருடைய வீட்டுக்கு அடுத்த வீட்டில் கமலியின் பெற்றோர்கள் வசித்தார்கள். சிவகாமி குழந்தையாயிருந்த போதே, அவளைக் காட்டிலும் ஒன்றரை வயது மூத்தவளான கமலி சிவகா மியைத் தன் மடியில் வைத்துக்கொண்டு, 'தங்கச்சி!' என்று அருமையாக அழைத்துச் சீராட்டுவாள்.

குழந்தை சிவகாமியும், 'அக்கா! அக்கா!' என்று மழலைச் சொல்லில் குழறுவாள்.

இவ்வாறு ஆரம்பித்த அக்குழந்தைகளின் சிநேகமும் நாளுக்கு நாள் வளர்ந்து வந்தது. ஆயனர் காட்டுக்குள்ளே சென்று வீடு கட்டிக்கொண்டு வசிக்கத் தொடங்கிய பிறகு கமலி அடிக்கடி அங்கு வந்து மாதக்கணக்கில் தங்கியிருப் பாள்.

சிவகாமி ஆட்டம் பயிலும் போதெல்லாம் கமலி அவள் எதிரில் இருந்து இமை கொட்டாமல் பார்த்துக்கொண்டிருப்பாள். அவளுடைய ஆட்டத் திறமையைப் பாராட்டுவாள். 'என் தங்கச்சிக்கு இணை ஈரேழு பதினாலு உலகத்திலும் கிடையாது!' என்பாள். ஆயனருக்கு அடுத்தபடியாகச் சிவகாமிக்கு ஆட்டக் கலையில் ஊக்கமளித்தவள் கமலி என்றுதான் சொல்ல வேண்டும்.

கமலியின் தகப்பனார் காஞ்சியில் பெயர்பெற்ற குதிரை வியாபாரி. அரேபியா முதலான வெளி தேசங்களிலிருந்து அவர் குதிரைகள்

தருவிப்பார். மாமல்லபுரத்துத் துறைமுகத்தில் கப்பலில் வந்து குதிரைகள் இறங்கும். அவற்றைக் காஞ்சிக்குக் கொண்டு வருவார். முதலில் அரண் மனைக் குதிரை லாயத்தின் தலைவரும் பல்லவ சைனியத்தின் குதிரைப் படைத் தலைவரும் வந்து, புதிதாகத் தருவிக்கப்பட்ட குதிரைகளைப் பார்ப் பார்கள். அவர்கள் தங்களுக்கு வேண்டியவற்றை வாங்கிக்கொண்டது போக மற்றக் குதிரைகளைத்தான் பொது ஜனங்களுக்கு விற்கலாம்.

இதன் காரணமாக, அரண்மனைக் குதிரை லாயத்தின் தலைவர் அடிக்கடி கமலியின் தந்தையைச் சந்திப்பதற்காக அவருடைய வீட்டுக்கு வருவ துண்டு. சில சமயம் அவருடன் அவருடைய மகனும் வருவான். அந்த வாலிபன் பெயர்தான் கண்ணபிரான்.

தந்தைமார்கள் இருவரும் குதிரைப் பரிவர்த்தனை விஷயமாகப் பேசிக் கொண்டிருக்கையில், மகனுக்கும் மகளுக்கும் இடையே இருதயப் பரிவர்த் தனை நடந்துகொண்டிருந்தது.

இரு குடும்பத்தாருக்கும் விஷயம் தெரிந்தபோது, கண்ணபிரானுக்கும் கமலிக்கும் கல்யாணம் செய்து வைத்தார்கள்.

இது நடந்து வருஷம் ஒன்றரை ஆயிற்று. இந்த ஒன்றரை வருஷமும் சிவகாமியும் கமலியும் சந்திக்கவில்லை என்றாலும், அவர்கள் ஒருவரை ஒருவர் நினையாத நாள் கிடையாது.

இரவு உணவு அருந்திய பின்னர், ஆயனரும் அரண்மனையின் அசுவ பாலரும் வாசல் திண்ணையில் காற்றோட்டமாகப் படுத்துக்கொண்டு யுத்த நிலைமையைப் பற்றிப் பேசத் தொடங்கினார்கள்.

வீட்டுக்குள்ளே அரண்மனைப் பூந்தோட்டத்தை அடுத்திருந்த அறையில் சிவகாமியும் கமலியும் படுத்துப் பேசிக்கொண்டு இருந்தார்கள். ஆனால் அவர்கள் யுத்தத்தைப் பற்றிப் பேசவில்லை. கமலியின் இல்வாழ்க்கைதான் அவர்கள் சம்பாஷணையில் முக்கிய விஷயமாக இருந்தது. இடையிடையே 'கலீர்' 'கலீர்' என்று அவர்கள் குதூகலமாகச் சிரிக்கும் சத்தம் கேட்டது.

இரவு ஒன்றரை ஜாமத்துக்குமேல் ஆனபோது, வாசல் திண்ணையிலிருந்து ஆயனர், 'அம்மா! சிவகாமி! உதயத்திற்கு முன்னால் நாம் புறப்பட வேண்டும். பேசியதுபோதும்; தூங்கு!' என்றார்.

கமலியும் சிவகாமியும் உடனே கண்ணை மூடிக்கொண்டு தூங்குவதற்குப் பிரயத்தனம் செய்தார்கள்.

சிறிது நேரம் ஆனதும், சிவகாமி தூங்கி விட்டதாக எண்ணிக்கொண்டு கமலி சத்தம் செய்யாமல் எழுந்திருந்து அந்த அறையின் ஒரு பக்கத்துக் கதவைத் திறந்துகொண்டு அடுத்த அறைக்குள் சென்றாள்.

சிவகாமி கண்களை மூடிக்கொண்டிருந்தாளே தவிர உண்மையில் தூங்க வில்லை. அவளுடைய உள்ளத்தில் எத்தனை எத்தனையோ எண்ணங்கள் அலைமேல் அலை எறிந்து தோன்றிக் கொண்டிருந்தன.

கமலிக்குக் கண்ணபிரான்மேல் காதல் உண்டான நாளிலிருந்து அவள் தன்னுடைய அந்தரங்கத்தையெல்லாம் சிவகாமியிடம் அடிக்கடி சொல்வ துண்டு.

ஆரம்பத்திலிருந்தே கமலியின் காதல் ஆனந்தமாயிருந்தது. எவ்விதத் துக்கமோ வேதனையோ அவள் மனத்தில் ஏற்பட்டதில்லை. அந்த நாட்களில் அவளுடைய பேச்சு ஒரே குதூகலமாகவும் எக்களிப்பாகவுமே இருந்து வந்தது.

கல்யாணத்திற்குப் பிறகு அந்தத் தம்பதிகளின் இல்வாழ்க்கையும் அவ்விதமே குதூகலமாயிருக்கிறதென்பதை இப்போது சிவகாமி தெரிந்து கொண்டாள்.

ஆனால், தன்னுடைய காதல் மட்டும் ஏன் இவ்வளவு வித்தியாசமாக இருக்க வேண்டும்? அதில் எத்தனை வேதனை? எத்தனை ஆத்திரம்? எத்தனை கோபதாபம்?

கமலியின் குதூகலமான காதலுக்கும், தன்னுடைய வேதனை மயமான காதலுக்கும் உள்ள வித்தியாசத்தை எண்ணிப்பார்க்கப் பார்க்க தனக்குத் தகுதியில்லாத இடத்தில் காதலைச் செலுத்தியது தான் தன்னுடைய துன்பங்களுக்கெல்லாம் காரணம் என்று சிவகாமிக்குத் தோன்றியது.

அவரோ பெரிய சாம்ராஜ்யத்தின் சிம்மாசனத்துக்கு உரியவர்; நாமோ கல்லில் உளியினால் வேலை செய்யும் சிற்பியின் மகள். அவருடைய காதலுக்கு நாம் ஆசைப்படுவது பெரிய பிசகுதான். ஆனால் இந்தப் பிசகுக்குக் காரணம் யார்?

இந்த ஏழைச் சிற்பியின் மகளைத் தேடிக்கொண்டு அவர்தானே வந்தார்? ஒரு கவலையுமின்றிக் காட்டில் துள்ளி விளையாடும் மானைப்போல் குதூகல மாக ஆடிப் பாடிக்கொண்டிருந்த அபலைப் பெண்ணின் உள்ளத்தில் அவர் தானே ஆசைத்தீயை மூட்டினார்? ஆஹா! அந்த ஆசையானது இப்போது இப்படிப் பெருநெருப்பாய் மூண்டுவிட்டதே? உடம்பையும் உள்ளத்தை யும் இப்படித் தகிக்கின்றதே?

சற்று நேரம் புரண்டு பார்த்தும் தூக்கம் வராமற்போகவே, சிவகாமி படுக்கையை விட்டு எழுந்தாள். அந்த அறையின் பின்புறச் சுவரிலிருந்த பலகணியின் மாடத்தில் உட்கார்ந்தாள். அவள் எதிர்பார்த்தபடியே பலகணியின் வழியாகப் பங்குனி மாதத்து இளந்தென்றல் ஜிலுஜிலுவென்று வந்துகொண்டு இருந்தது. அது சும்மா வரவில்லை. அரண்மனைப் பூந் தோட்டத்திலிருந்த செண்பக மரங்களில் நுழைந்தும், மல்லிகைச் செடி களின் மீது தவழ்ந்தும் அந்த மலர்களின் இன்ப நறுமணத்தை அளாவிக் கொண்டு வந்தது.

அவ்விதம் செண்பகமும் மல்லிகையும் கலந்து உண்டான சுகந்தமானது சிவகாமியின் உள்ளத்தில் ஏதோ தெளிவில்லாத பழைய ஞாபகங்களை உண்டாக்கிற்று. எத்தனை எத்தனையோ ஆண்டுகளுக்கு முன்னால் ஜன்ம

ஜன்மாந்தரங்களில் இதே விதமான நறுமணத்தை அவள் நுகர்ந்தது போலவும், அந்தக் காலங்களிலும் இதே விதமான இன்ப வேதனை அவள் மனத்தில் குடிகொண்டிருந்தது போலவும், மங்கிய நினைவுகள் உண்டாயின. தனது அன்பைக் கவர்ந்து உள்ளத்தைக் கொள்ளை கொண்ட ஆருயிர்க் காதலன் தனக்கு வெகு சமீபத்தில் இருந்தும் அவனை அடைய முடியாதிருப்பது போலவும், இருவருக்கும் இடையில் இன்னதென்று தெரியாத இடையூறுகள் முளைத்துப் பெரிய கரிய நிழல் உருவங்கள் எடுத்து நிற்பதுபோலவும் மனத்தில் பிரமைகள் உண்டாயின.

39.கமலியின் மனோரதம்

விவரிக்க முடியாத இன்பத்தையும் வேதனையையும் ஒருங்கே தந்த மேற்கூறிய நிழல் நினைவுகளைப் பொறுக்க முடியாமல், பின்புறக் கதவை ஓசைப்படாமல் மெதுவாய்த் திறந்துகொண்டு பூந்தோட்டத்துக்குள் பிரவேசித்தாள். அப்போது இரவில் மூன்றாம் ஜாமம் நடந்துகொண்டிருந்தது. பிறைச் சந்திரன் விரித்த இளம் நிலவின் மோகன ஒளியில் அந்தப் பூந்தோட்டம் கனவு உலகத்தில் காணும் ஒரு காட்சி போல் தென்பட்டது.

பூந்தோட்டத்தில் உலாவி வர எண்ணிப் புறப்பட்ட சிவகாமி, வீட்டுச் சுவரோரமாகச் சற்றுத் தூரம் சென்றபோது, பேச்சுக் குரல் கேட்டுத் திடுக்கிட்டு நின்றாள். கமலியும் கண்ணபிரானும்தான் பேசிக்கொண்டிருந்தார்கள். அவர்கள் இருந்த அறையின் பின்புறப் பலகணி வழியாக அவர்களுடைய பேச்சுத் தெளிவாகக் கேட்டது. அந்தப் பக்கம் போகாமல் திரும்பிவிட வேண்டுமென்று எண்ணிய சிவகாமியின் செவியில் 'மாமல்லர்' 'குமார சக்கரவர்த்தி' என்ற வார்த்தைகள் விழுந்தன. பிறகு அவளுடைய கால்கள் திரும்பிச் செல்ல மறுத்துவிட்டன. பலகணியின் அருகில் சுவர் ஓரமாக நின்று அவர்கள் பேசுவதைக் கேட்டாள்.

'மாமல்லருக்குப் பெண் கொடுக்கிறேன் என்று பாண்டிய மன்னர் தூது அனுப்பியதில் என்ன ஆச்சரியம்? பூலோகத்திலுள்ள ராஜ ராஜாக்கள் எல்லாம் நான் முந்தி, நீ முந்தி என்று அவருக்குப் பெண் கொடுக்கப் போட்டியிடமாட்டார்களா?' என்றாள் கமலி.

'மாமல்லருக்குச் சீக்கிரத்தில் கல்யாணம் செய்துவைக்க வேண்டுமென்று மகாராணிக்கு ஆசை. மூன்று தேசத்து ராஜாக்களுக்குத் திருமணத் தூது அனுப்ப வேண்டுமென்று ஏற்பாடு செய்திருந்தார். அதற்குள்ளே இந்த யுத்தம் வந்து விட்டதால் அது தடைப்பட்டுப் போயிற்று. இப்போது பாண்டிய ராஜாவே தூது அனுப்பியிருப்பதில் மகாராணிக்கு அசாத்திய சந்தோஷம்!' என்றான் கண்ணபிரான்.

'சரி; அப்புறம் என்ன நடந்தது?' என்று கமலி கேட்டாள்.

'அரண்மனையில் மாமல்லரை விட்டேன். உடனே, தாயாருக்கும் பிள்ளைக்கும் சண்டை ஆரம்பமாகிவிட்டது!'

'சண்டையா! எதற்காக?'

'குமார சக்கரவர்த்தியிடம் 'கல்யாணம்' என்று யாராவது சொன்னாலே, அவருக்குப் பிரமாதமான கோபம் வந்து விடுகிறது. 'இதற்குத்தானா இவ்வளவு அவசரமாகக் கூப்பிட்டு அனுப்பினீர்கள்? போர்க்களத்திலிருந்துதான் ஏதோ செய்தி வந்திருக்கிறதாக்கும் என்று நினைத்தல்லவா ஓடி வந்தேன்?' என்று அவர் மகாராணியிடம் கோபமாகப் பேசினார்...! கமலி! உனக்கு ஒரு இரகசியம் சொல்லட்டுமா? மிகவும் முக்கியமான இரகசியம்! கேட்டால் பிரமித்துப் போவாய்!' என்றான் கண்ணன்.

'பெண்பிள்ளைகளிடம் இரகசியம் சொல்லக்கூடாது என்று உனக்குத் தெரியாதா, கண்ணா?' என்றாள் கமலி.

'ஓஹோ! நீ பெண்பிள்ளையா? மறந்து போய்விட்டேன்!' என்று கண்ணன் நகைத்துக்கொண்டே கூறினான்.

'ஆமாம்! நீ ஆண்பிள்ளை என்பதையும் மறந்து போய் விடுவாய்! யுத்தம் வருகிறதல்லவா?'

'யுத்தம் வரட்டும்! அப்போது தெரிகிறது யார் ஆண்பிள்ளை, யார் பெண் பிள்ளையென்று! நீ என் காலில் விழுந்து, 'கண்ணா! யுத்தத்துக்குப் போகாதே!' என்று கதறப் போகிறாய். நான் உன்னை உதறித் தள்ளிவிட்டுப் போகப் போகிறேன்....'

'அப்படியா நினைத்துக்கொண்டிருக்கிறாய் உன் மனத்தில்? யுத்தம் கிட்டி வரும்போது நீ போகாவிட்டால் நானே உன்னைக் கழுத்தைப் பிடித்துத் தள்ளமாட்டேனா? கல்யாணம் ஆன பிறகு நீ இப்படிப் பயங்கொள்ளியாகப் போனதைப் பார்த்துவிட்டுத்தான் குமாரச் சக்கரவர்த்தி 'கல்யாணம்' என்றாலே எரிந்து விழுகிறார் போலிருக்கிறது!'

'இப்படித்தானே நீ எண்ணிக்கொண்டிருக்கிறாய்? யுத்தம் வந்திருக்கிறபடியால் குமார சக்கரவர்த்தி கல்யாணம் வேண்டாம் என்கிறார் என்றுதான் எல்லோருமே நினைத்துக்கொண்டிருக்கிறார்கள்; பிசகு கமலி, பெரும் பிசகு!'

'எது பிசகு, கண்ணா?'

'எல்லாரும் நினைத்துக்கொண்டிருப்பது பிசகு. மாமல்லர் கல்யாணப் பேச்சை வெறுப்பதற்கு வேறு காரணம் இருக்கிறது. அது பெரிய இரகசியம். அதிலும் உன் தங்கச்சி சிவகாமியைப் பற்றிய இரகசியம் கமலி!'

'என்ன? என்ன? என் தங்கச்சியைப்பற்றி எனக்குத் தெரியாத இரகசியம் என்ன இருக்கிறது? ஏதாவது இசைகேடாகச் சொன்னாயோ, பார்த்துக்கொள்!'

‘இசை கேடு ஒன்றுமில்லை; பெருமையான விஷயந்தான்!... சொன்னால், எனக்கு என்ன தருகிறாய்?’

‘சொல்லிவிட்டுக் கேள்! பொருளைப் பார்த்து விட்டல்லவா விலையைத் தீர்மானிக்க வேண்டும்?’ என்றாள் கமலி.

‘அப்புறம் ஏமாற்றக்கூடாது, தெரியுமா? பல்லவ சாம்ராஜ்யத்தின் குமார சக்கரவர்த்தி, வீரத்தில் அர்ஜுனனையும், அழகில் மன்மதனையும் ரதம் ஓட்டுவதில் கண்ணபிரானையும் ஒத்தவரான மாமல்ல நரசிம்மர், உன்னுடைய தங்கச்சி சிவகாமியின்மேல் காதல்கொண்டிருக்கிறார், கமலி!’

‘ஆ!’ என்னும் சத்தம் மட்டுந்தான் கமலியின் வாயிலிருந்து வந்தது. அவள் ஆச்சரியத்தினால் திகைத்து விட்டாள்.

வெளியிலிருந்து கேட்டுக்கொண்டிருந்த சிவகாமியின் நெஞ்சில் அந்த ‘ஆ!’ சத்தமானது கூரிய அம்பைப்போல் புகுந்தது. தன்னிடம் இவ்வளவு ஆசையும் நம்பிக்கையும் வைத்துள்ள அருமைத் தோழியிடம் தனது அந்தரங்கத்தை வெளியிடாமல் இத்தனை நாளும் ஒளித்து வைத்திருந்தது பற்றி அவள் வெட்கினாள். அறைக்குள்ளே சம்பாஷணை மேலும் தொடர்ந்து நடந்தது.

‘கமலி! நான் சொன்ன செய்தி உனக்கு அதிசயமாயிருக்கிற தல்லவா?’ என்று கண்ணபிரான் கேட்டான்.

‘அதிசயம் என்ன? நம்முடைய குமார சக்கரவர்த்தி புத்திசாலி என்றுதான் அடிக்கடி நான் சொல்லியிருக்கிறேன்? அதனால்தான் அவருக்கு என் தங் கச்சியின்மேல் மனம் சென்றது’ என்று கமலி சமத்காரமாக விடை சொன்னாள்.

‘ஓஹோ! அப்படியா? நீயும் உன் தங்கையும் சேர்ந்து பேசிக்கொண்டுதான் இந்த வேலை செய்தீர்கள் போலிருக்கிறது! உன்னுடைய வலையில் என்னை நீ போட்டுக் கொண்டாய்! உன் தங்கச்சி மாமல்லரையே வலை போட்டுப் பிடித்துவிட்டாள்!’

‘என்ன சொன்னாய்?’ என்று கமலி கம்பீரமாகக் கேட்டு விட்டு மேலும் சொல்லம்புகளைப் போட்டாள் - ‘நானா உன்னைத் தேடி வந்து என்னுடைய வலையில் போட்டுக்கொண்டேன்? நானா வீட்டின் மூலை முடுக்குகளி லெல்லாம் உன்னைத் தொடர்ந்து வந்து கையைக் கெட்டியாகப் பிடித்துக் கொண்டு, ‘கண்ணே! பெண்ணே! நீ கருணை செய்யாவிட்டால் நான் உயிரை விடுவேன்!’ என்று கதறினேன்? நானா ‘என்னைக் கல்யாணம் செய்துகொள்’ என்று கெஞ்சினேன்?’

‘இல்லை, கமலி, இல்லை! நீ உன்னுடைய கண்ணாகிற வலையை வெறுமனே விளையாட்டுக்காக விரித்தாய்! அதிலே நானாக ஓடிவந்துதான் அகப்பட்டுக்கொண்டேன்!’

‘நம்முடைய கதை இருக்கட்டும் மாமல்லருக்கும் என் தங்கைக்கும் நேசம் என்கிற விஷயம் உனக்கு எப்படித் தெரிந்தது? அதைச் சொல்லு!’ என்றாள் கமலி.

‘ஆ! பாம்பின் கால் பாம்புக்குத் தெரியாதா, என்ன? கள்ளனுக்குத் தெரியாதா கள்ளனின் சமாசாரம்? நான் உன்னை உன் தகப்பனார் வீட்டில் அந்தக் காலத்தில் என்னமாய்ப் பார்த்தேன்! ஞாபகம் இருக்கிறதா? அம்மாதிரியே உன் தங்கையை இப்போது மாமல்லர் ஆர்வத்தோடு பார்க்கிறார்.’

‘இவ்வளவுதானா?’

‘இன்னும் என்ன வேண்டும்? நாவுக்கரசர் மடத்தில் அபிநயம் பிடித் தானதும் உன் தங்கை மூர்ச்சையாகி விழுந்து விட்டாள் என்று சொன் னேனல்லவா? உடனே மாமல்லர் ஓடிவந்து சிவகாமியைத் தூக்கி ஆயனர் மடியின்மீது வைத்தார். கமலி அப்போது அவருடைய கைகளும் தேகமும் எப்படிப் பதறின தெரியுமா? இதுவரையில் எனக்குக் கொஞ்சம் சந்தேகமா யிருந்தது. இன்றைக்குத்தான் சர்வ நிச்சயமாயிற்று.’

இதைக் கேட்டுக்கொண்டிருந்த சிவகாமியின் தேகமெல்லாம் சிலிர்த்தது. விம்மலுடன் அழுகை வரும்போலிருந்தது. சமாளித்துக்கொண்டு மேலும் நடந்த சம்பாஷணையைக் கேட்டாள்.

‘இவ்வளவு கூர்மையாகக் கவனித்தாயே; நீ ரொம்பப் புத்திசாலிதான்! மாமல்லரும் பாக்கியசாலிதான்!’ என்றாள் கமலி.

‘மாமல்லர் பாக்கியசாலி என்றா சொல்கிறாய்? இதனால் ஏற்படப் போகிற சங்கடங்களையெல்லாம் நினைத்தால்...’

‘சங்கடம் என்ன வந்தது?’

‘குமார சக்கரவர்த்தியின் கல்யாணம் என்றால், நம்முடைய கல்யாணத்தைப் போல் என்று நினைத்துக் கொண்டாயா? எத்தனை எத்தனையோ யோசனைகள் செய்வார்கள்...’

‘கண்ணா! என் தங்கையை மட்டும் சாமானியமான பெண் என்று நினைத் தாயா? தமயந்தியை மணந்துகொள்ளத் தேவலோகத்திலிருந்து தேவர்கள் வந்ததுபோல் சிவகாமியைத் தேடிக்கொண்டு வரமாட்டார்களா? ஏதோ தமயந்தி மனம் வைத்து நள மகாராஜனுக்கு மாலையிட்டாள்!’

‘ஆனால் தமயந்தி அரண்மனையில் பிறந்த ராஜ குமாரியாச்சே, கமலி!’

‘என் தங்கை ஆயிரம் ராஜகுமாரிகளுக்கு இணையாவாள். கண்ணா! நீ வேணுமானால் பார்! என்னுடைய மனோரதம் ஒருநாள் கட்டாயம் நிறைவேறப் போகிறது!’

‘அது என்ன மனோரதம் கமலி?’

‘இந்த யுத்தமெல்லாம் முடிந்த பிறகு, மாமல்லருக்கு மகுடாபிஷேகம் நடக்கப் போகிறது. தங்க ரதத்தில், நவரத்ன சிங்காசனத்தில் அமர்ந்து நரசிம்ம சக்கரவர்த்தி இராஜவீதிகளில் பவனி வருகிறார். அவருக்குப் பக்கத்தில், தேவேந்திரனுக்கு அருகில் இந்திராணியைப் போல் என் தங்கை சிவகாமி அமர்ந்திருக்கிறாள். தங்க ரதத்தின் முன் தட்டில் நீ ஜம் என்று உட்கார்ந்து ரதத்தை ஓட்டிக்கொண்டு வருகிறாய். நான் அரண்மனைக்

கோபுர வாசலில் மேல் மாடத்தில் நின்றுகொண்டிருக்கிறேன். ரதம் அரண்மனை வாசலில் வந்து நின்றதும் கூடைகூடையாக மல்லிகை மலர்களையும் சண்பகப் பூக்களையும் அவர்கள்மேல் கொட்டுகிறேன். நடுவில் உன் தலையிலும் ஒரு கூடைப் பூவைக் கவிழ்க்கிறேன். இப்படி நடக்கவேண்டும் என்பதுதான் என் மனோரதம், கண்ணா!'

'கமலி, உன் மனோரதம் நிறைவேறினால் எனக்கும் அளவில்லாத சந்தோஷந்தான்' என்றான் கண்ணன்.

சிவகாமி திரும்பித் தன்னுடைய அறைக்குள்ளே சென்று படுக்கையில் படுத்துக்கொண்டாள். இருதயத்தின் அடிவாரத்திலிருந்து பொங்கி வந்த விம்மலையும் அழுகையையும் ஆனமட்டும் முயன்றும் அவளால் அடக்கிக்கொள்ள முடியவில்லை.

இரவு நாலாவது ஜாமத்தில், விழிப்புமில்லாமல் நித்திரையுமில்லாமல் அரைத் தூக்க நிலையில் சிவகாமி படுக்கையில் புரண்டுகொண்டிருக்கும் போது, முன்னர் அவள் மனக் கண்முன் தோன்றிய நிழல் தோற்றங்கள் உருவம் எடுக்க ஆரம்பித்தன.

ஒரு செண்பக மரத்தின் கிளையில் இரண்டு புறாக்கள் உட்கார்ந்து ஒன்றோடொன்று கொஞ்சி விளையாடிக்கொண்டிருக்கின்றன. திடீரென்று சுற்றியிருந்த மரங்கள் எல்லாம் தீப்பட்டு எரியத் தொடங்குகின்றன. ஆண் புறாவானது பெண் புறாவைப் பார்த்து, 'நீ இங்கேயே இரு; நான் திரும்பி வந்து உன்னைக் காப்பாற்றுகிறேன்!' என்று சொல்லிவிட்டுப் பறந்து செல்கிறது. அது போன வழியையே பெண் புறா பார்த்துக்கொண்டிருக்கிறது. ஆண் புறா திரும்பி வருமா? வந்து, பெண் புறாவைத் தப்ப வைக்குமா? இதை அறிய முடியாதபடி பெண் புறாவை நாலாபுறமும் புகை வந்து சூழ்ந்துவிடுகிறது. அந்த நேரத்தில் அவ்விதம் புகையினால் சூழப்பட்டிருப்பது பெண் புறா அல்ல தானே என்று சிவகாமி பிரமையுறுகிறாள்.

கற்பனை உலகக்காட்சி மாறுகிறது. மல்லிகைத் தோட்டத்தில் ஆணும் பெண்ணுமாக ஒரு கலைமானும் ஒரு புள்ளிமானும் துள்ளி விளையாடிக் கொண்டிருக்கின்றன. விளையாட்டின் இடையே புள்ளிமானானது மல்லிகைப் புதருக்கு அருகில் மறைந்து நிற்கிறது. மல்லிகைப் புதரில் பூத்துச் சிரித்திருந்த வெள்ளி மலர்களுக்கும், புள்ளிமானின் மீது அள்ளித் தெளித்திருந்த வெள்ளிப்பொட்டுகளுக்கும் வித்தியாசம் தெரியாமல் கலைமான் புள்ளிமானைத் தாண்டிக்கொண்டு அப்பால் போகிறது. அதைக் கண்டு புள்ளிமான் சிரிக்கிறது. இப்படி அவை விளையாடிக்கொண்டிருந்த போது சற்றுத் தூரத்தில் ஒரு மல்லிகைப் புதரில் இரண்டு பிரகாசமான நட்சத்திரங்கள் ஜொலிப்பதைக் கண்டு அதிசயித்தது. பிறகு, அவை நட்சத்திரங்கள் அல்ல, - அனல் கட்டிகள் என்று தோன்றியது. பின்னர், அந்த இரண்டு அனல் கட்டிகளும், ஒரு பெரிய புலியின் இரண்டு கண்கள்தான் என்று தெரியவே, பெண் மானின் சகல நாடியும் ஒடுங்கிவிட்டது. கலைமானைக் கூவி அழைக்க அது முயன்றது. ஆனால், அதன் தொண்டையிலிருந்து சத்தமே உண்டாகவில்லை.

மேலே என்ன ஆயிற்று? புள்ளிமான் தப்பித்துச் சென்றதா? கலைமானுடன் சேர்ந்ததா? அதுதான் தெரியவில்லை. அத்தகைய பயங்கர அபாயத்தில் அகப்பட்டுக்கொண்டிருந்த பெண்மான் உண்மையில் மான் அல்ல. தானே அந்த மான் என்று மட்டும் சிவகாமிக்கு அந்தக் கணத்தில் தெரிய வந்தது.

40.கட்டாயப் பிரயாணம்

மகேந்திர விடுதியிலிருந்து அதிகாலையில் கிளம்பிய பரஞ்சோதி அன்று பகலெல்லாம் பிரயாணம் செய்து, வடபெண்ணையுடன் பாபாக்கினி நதி கலக்கும் இடத்திலுள்ள புத்த விஹாரத்தை சூரியாஸ்தமன நேரத்தில் அடைந்தான்.

விஹாரத்தின் வாசலில் புத்த பிக்ஷு ஒருவர் நின்றுகொண்டிருந்தார். மாலை நிறத்து மஞ்சள் வெயிலில் பிக்ஷுவின் காவி உடையானது தங்க நிறமாகப் பிரகாசித்தது. பரஞ்சோதி குதிரையிலிருந்து இறங்கிப் பிக்ஷுவை அணுகிய தும், அவர் இவனை என்னவோ கேட்டார். அவர் பேசிய பாஷை பரஞ் சோதிக்குப் புரியவில்லை. ஆனாலும் தான் யார் என்பதை விசாரிக்கிறார் என்று ஊகித்துக்கொண்டு தமிழிலேயே, தான் நாகர்ஜுன பர்வதத்துக்குப் போவதாகவும் தன்னை இவ்விடம் தங்கி வழி கேட்டுக்கொண்டு போகும் படி நாகநந்தியடிகள் பணித்தார் என்றும் கூறினான்.

நாகநந்தி என்று கேட்டதும் அந்தப் பிக்ஷுவின் முகத்தில் மாறுதல் காணப் பட்டது. சமிக்ஞையினால் 'கொஞ்சம் இங்கேயே இரு!' என்று பரஞ் சோதிக்குச் சொல்லிவிட்டு, பிக்ஷு உள்ளே சென்றார். சற்று நேரத்துக் கெல்லாம் அவர் திரும்பிவந்து பரஞ்சோதியை விஹாரத்துக்குள் அழைத்துச் சென்றார். அந்தப் பௌத்த விஹாரம் காஞ்சியில் பார்த்த இராஜ விஹா ரத்தைப் போலக் கல், மரம், சுண்ணாம்பினால் கட்டப்பட்டதல்லவென் பதையும், குன்றிலே குடைந்து அமைக்கப்பட்டதென்பதையும் பரஞ்சோதி கவனித்தான். காஞ்சி இராஜ விஹாரத்தைப் போல் இது அவ்வளவு பெரிதாக இல்லை; அவ்வளவு விலையுயர்ந்த பூஜாத்திரவியங்களும் இங்கே காணப் படவில்லை. ஆனால் விஹாரத்தின் அமைப்பு முறை அதே மாதிரி இருந்தது. நடுவில் பிக்ஷுக்கள் கூடிப் பிரார்த்தனையும் தியானமும் செய்வதற்குரிய சைத்யமும் அதன் பின்பக்கத்துப் பாறைச் சுவரில் பிரம்மாண்டமான புத்தர் சிலையும் இருந்தன. அந்தப் புத்தர் சிலையும், சிலைக்கு மேலே கவிந்திருந்த போதி விருட்சமும், புத்தர் மீது புஷ்பமாரி பொழிந்துகொண்டிருந்த கந்தர்வ வடிவங்களும், - எல்லாம் பாறையில் குடைந்து அமைக்கப்பட்டிருந்தன. அலங்கார தீபங்கள் வரிசை வரிசையாக ஒளிர்ந்தன. புத்தபகவானுக்கு எதிரில் பலவித வர்ண மலர்கள் தனித் தனிக் கும்பலாகக் குவிக்கப்பட்டுக் கண்ணைக் கவரும் காட்சியளித்தன. புஷ்பங்

களின் நறுமணத்துடன் அகிற்புகையின் வாசனையும் சேர்ந்து சிந்தையை ஒருமுகப்படுத்த உதவி செய்தது.

சைன்யத்துக்கு இருபுறத்திலும் புத்த பிக்ஷுக்கள் தங்குவதற்கும் மாணாக்கர்கள் கல்வி பயில்வதற்கும் உரிய குகை அறைகள் குடையப்பட்டிருந்தன. ஒரு பக்கத்தின் கோடியில் மச்சுப்படிகள் போன்ற படிக்கட்டுகள் காணப்பட்டன. அந்தப் படிகளின் வழியாகப் பரஞ்சோதியைப் பிக்ஷு அழைத்துச் சென்றார். கீழேயுள்ள அறைகளைப்போல் மேலேயும் பாறையில் குடையப்பட்ட அறைகள் காணப்பட்டன. அவற்றில் விசாலமான அறை ஒன்றில் பத்மாசனமிட்டு அமர்ந்திருந்த பெரிய புத்த பிக்ஷுவிடம் பரஞ்சோதி அழைத்துச் சென்று விடப்பட்டான்.

அந்த விஹாரத்தின் தலைமைப் பிக்ஷு அவர்தான் என்பதைப் பரஞ்சோதி ஊகித்துக்கொண்டு அவரைக் கை கூப்பி வணங்கினான். 'புத்தம் சரணம் கச்சாமி,' 'தர்மம் சரணம் கச்சாமி,' 'சங்கம் சரணம் கச்சாமி' என்று தலைமைப் பிக்ஷு கூறி மூன்று முறை புத்தபகவானுக்கு வணக்கம் செலுத்திவிட்டு, பரஞ்சோதியைப் பார்த்துத் தமிழ்ப் பாஷையில் 'குழந்தாய்! நீ யார்? என்ன காரியமாக வந்தாய்? யார் உன்னை அனுப்பினார்கள்?' என்று கேட்டார்.

பரஞ்சோதி நாகநந்தியடிகள் தன்னை ஓலையுடன் அனுப்பி வைத்ததுபற்றி விவரமாகக் கூறினான்.

'நாகநந்தி கொடுத்தனுப்பிய ஓலை எங்கே? அந்த ஓலையை நான் பார்க்கலாமா?' என்று பிக்ஷு கேட்டார்.

'மன்னிக்க வேண்டும். ஓலையை சத்யாச்ரயரைத் தவிர வேறு யாரிடமும் கொடுக்கக்கூடாதென்று நாகநந்தியடிகளின் கட்டளை' என்றான் பரஞ்சோதி.

சத்யாச்ரயர் என்ற பெயரைக் கேட்டதும் பிக்ஷுவின் முகத்தில் ஒரு மர்மமான புன்னகை தோன்றியது. அதைப் பரஞ்சோதி கவனித்தானாயினும் அதன் பொருளை அறிய முடியவில்லை.

'நாகநந்தியடிகள் என்ன கட்டளையிட்டாரோ, அவ்விதமே செய். இன்றிரவு இங்கேயே படுத்துக்கொள். ஸ்ரீ பர்வதத்துக்குப் போகும் வழியெல்லாம் இப்போது அபாயம் நிறைந்ததாயிருக்கிறது. இன்று ராத்திரியே அவ்விடத்துக்குப் போகும் வீரர்கள் சிலர் இங்கே வரக்கூடும். அவர்களுடன் சேர்த்து அனுப்பி வைக்கிறேன். அவர்கள் உனக்கு வழி காட்டுவதுடன் பத்திரமாகவும் கொண்டு போய்ச் சேர்ப்பார்கள்!' என்று ஆசார்ய பிக்ஷு கூறி, இன்னொரு பிக்ஷுவைப் பார்த்துச் சமிக்ஞை செய்தார்.

அவர் பரஞ்சோதியை அங்கிருந்து அழைத்துச் சென்று உணவு அருந்தச் செய்தபிறகு, கீழே ஓர் அறையில், அவன் படுத்துக் கொள்வதற்கு இடம் காட்டினார். சென்ற இரவில் நல்ல தூக்கம் இல்லாமையாலும் நெடுந்தூரப் பிரயாணத்தினாலும் களைப்புற்று இருந்த பரஞ்சோதி இன்று படுத்தவுடன் நிம்மதியாகத் தூங்கலானான்.

தோளைப் பிடித்து யாரோ குலுக்குவதறிந்து பரஞ்சோதி திடுக்கிட்டுக் கண் விழித்தான். முதல்நாள் அவனை மடத்துக்குள் அழைத்து வந்த பிக்ஷுதான் அவனை எழுப்பிக்கொண்டிருந்தார். பக்கத்தில் பெரிய பிக்ஷுவும் நின்றார்.

'தம்பி! நாகார்ஜுன பர்வதத்துக்குப் போவோர் புறப்படுகிறார்கள். நீயும் கிளம்பு' என்றார் பெரிய பிக்ஷு.

பரஞ்சோதி அவசரமாக எழுந்து தலைமாட்டில் வைத்திருந்த ஓலைக் குழாயை எடுத்து இடுப்பில் செருகிக் கொண்டான். பிக்ஷுக்களைப் பின் தொடர்ந்து மடத்தின் வாசலுக்கு வந்தான்.

அங்கே அவனுடைய குதிரையைத் தவிர இன்னும் ஆறு குதிரைகளும், ஒவ்வொரு குதிரைக்கும் அருகில் ஆஜானுபாகுவான வீரன் ஒருவனும் நிற்பதைக் கீழ் வானத்தில் தோன்றிய பிறைமதியின் மங்கிய நிலவொளியில் பரஞ்சோதி கண்டான்.

'இந்த வீரர்கள் அவசர காரியமாக ஸ்ரீ பர்வதத்துக்குப் போகிறார்கள். இவர்களுடன் போனால் குறுக்கு வழியாக வெகு சீக்கிரம் போய்ச் சேர்ந்து விடலாம்' என்று பெரிய பிக்ஷு கூறினார்.

'மனத்தில் காரணம் தெரியாத தயக்கத்துடன் பரஞ்சோதி குதிரைமீது ஏறினான். குதிரைகள் வடபெண்ணை நதிக்கரையோடு மேற்குத் திசையை நோக்கி விரைந்து சென்றன.

41.பாசறை

புத்த விஹாரத்திலிருந்து புறப்பட்ட சிறிது நேரத்துக்கெல்லாம் அக்குதிரை வீரர்களில் மூன்று பேர் பரஞ்சோதிக்கு முன்னாலும், மூன்று பேர் பின்னாலுமாகப் பரஞ்சோதியைத் தங்களுக்கு நடுவிலேயே விட்டுக்கொண்டு சென்றார்கள்.

பொழுது நன்றாய் விடிந்த பிறகு பரஞ்சோதி அவர்களுடைய தோற்றத்தைக் கவனித்தான். அவர்கள் திடகாத்திரமுள்ள ஆஜானுபாகுவான மனிதர்கள் என்று தெரிந்து கொண்டான்.

இந்த வீரர்கள் ஏதோ ஒரு சைனியத்தைச் சேர்ந்தவர்களாய்த்தான் இருக்க வேண்டும். முக்கியமான யுத்த காரியமாகத்தான் போய்க்கொண்டிருக்கிறார்கள். இவர்களுடன் தன்னை ஏன் அந்தப் புத்த பிக்ஷு சேர்த்து அனுப்பினார்?

நேரமாக ஆக, பரஞ்சோதியின் மனக்கலக்கம் அதிகமாயிற்று. அவன் அந்த வீரர்களுக்கு முன்னால் போகவோ பின்னால் போகவோ முயன்ற போதெல்லாம், அவர்கள் அதற்கு இடங்கொடாமல் அவனை நடுவிலேயே விட்டுக்

கொண்டு போனார்கள். இதைப் பார்க்கப் பார்க்க அவன் உள்ளத்தில் தனக்கு இவர்கள் வழிகாட்டி அழைத்துப் போகிறார்களா அல்லது சிறைப்படுத்திக் கொண்டு போகிறார்களா என்ற சந்தேகம் உதித்தது.

ஸ்ரீ பர்வதம் வடக்கே கிருஷ்ணா நதிக்கரையில் இருக்கிறதென்பது பரஞ் சோதிக்குத் தெரியும். ஆனால் அதிகாலையில் கிளம்பியதிலிருந்து இந்த வீரர்களோ மேற்குத் திசையை நோக்கியே போய்க்கொண்டிருந்தார்கள். ஒருவேளை கொஞ்ச தூரம் மேற்கு நோக்கிப் பிரயாணம் செய்த பிறகு வடக்கு நோக்கித் திரும்பலாம் என்று அவன் எண்ணியபடியும் நடக்க வில்லை.

சூரியன் உச்சி வானத்திற்கு வரும்வரையில் அவர்களுடன் பிரயாணம் செய்த பின்னர், பரஞ்சோதி தான் உண்மையில் சிறையாளியா இல்லையா என்பதை நிச்சயமாய்த் தெரிந்து கொள்ள விரும்பினான். அவ்விடத்தில் வடக்கு நோக்கித் திரும்பிய பாதையில் அவன் தன் குதிரையைத் திருப்பினான்.

கண்மூடித் திறக்கும் நேரத்தில் அந்த ஆறு குதிரை வீரர்களும் தன்னைச் சூழ்ந்து நிற்பதைக் கண்டான். அவர்களுடைய வேல்களின் முனைகள் அவனுடைய குதிரைமீது உராய்ந்துகொண்டிருந்தன.

எண்ணெய் ஊற்றி ஆயத்தமாய் வைத்திருக்கும் தீபத்தின் திரியானது அதன்மீது தீப்பட்டதும் சுடர்விட்டு எரியத் தொடங்குவதுபோல், பரஞ்சோதியின் உள்ளத்தில் குமுறிக்கொண்டிருந்த ஆத்திரம் இப்போது கொழுந்துவிட் டெரியத் தொடங்கியது. கோபத்தினால் அவனுடைய இரத்தம் கொதித்தது.

கையிலே வேலை எடுத்தான். அதைத் தனக்கு அருகில் இருந்தவன் மீது பிரயோகிப்பதற்காக ஓங்கினான்.

ஆகா! என்ன ஏமாற்றம்! ஓங்கிய வேல் எங்கேயோ போய் விழுந்தது. வேலுக்கு உடையவனும் தொப்பென்று தரையில் விழுந்தான். எப்படி விழுந்தோம் என்பதே முதலில் பரஞ்சோதிக்குத் தெரியவில்லை. அப்புறம் தன் உடம்பின்மீது கயிறு ஒன்று சுற்றிக்கொண்டிருப்பதைக் கண்டான். அந்த வீரர்களில் ஒருவன் சுருக்குப்போட்ட கயிற்றைத் தன்மீது எறிந்து தன்னைக் கீழே இழுத்துத் தள்ளிவிட்டான் என்பதை அறிந்தான்.

இரண்டாவது தடவை இவ்விதம் சூழ்ச்சியினால் தான் வெல்லப்பட்டதை நினைத்தபோது, பரஞ்சோதிக்கு ஒரு பக்கம் வெட்கமும் இன்னொரு பக்கம் ஆத்திரமும் பொங்கின.

அவனுடைய குதிரையோ தன் எஜமானனுக்கு இனிமேல் தன்னால் பயனில்லையென்று உணர்ந்து கொண்டதுபோல் வந்த வழியே திரும்பி ஓடிக்கொண்டிருந்தது.

தப்பிச் செல்வதற்கு இவ்விதம் வழியே இல்லாமற் போகவே 'இனிப் போராடுவதில் பயனில்லை; நடப்பது நடக்கட்டும்' என்று பரஞ்சோதி சும்மா இருந்தான்.

அந்த வீரர்களில் மூவர், குதிரை மீதிருந்து இறங்கிவந்து பரஞ்சோதியின் கரங்களை முதுகுப் பக்கம் சேர்த்து, பின்கட்டு முன்கட்டாகக் கட்டினார்கள்.

அந்த ஆறு குதிரைகளுக்குள்ளே அதிக வலிவும் ஆகிருதியும் உள்ள குதிரையின் மீது அவனை ஏற்றி வைத்தார்கள். அவனுக்குப் பின்னால், அவ் வீரர்களில் ஒருவனும் உட்கார்ந்து கொண்டான். மறுபடியும் குதிரைகள் மேற்குத் திசையை நோக்கிச் சென்றன.

அஸ்தமிக்க ஒரு ஜாமம் இருக்கும்பொழுது, பரஞ்சோதி தனக்கு முன்னால் ஓர் அபூர்வமான காட்சியைப் பார்த்தான்.

அப்போது அவர்கள் சென்ற பாறையானது வரவர மேடாகி வந்த பீடபூமியின் உச்சியை அடைந்திருந்தது. அங்கிருந்து பார்க்கும்போது வெகு தூரத்துக்கு வெகு தூரம் சமவெளிப் பிரதேசமாகக் காணப்பட்டது. அந்தப் பிரதேசத்தில் கண்ணுக்கெட்டிய தூரம் சைனியம் தண்டு இறங்கியிருந்தது.

ஆயிரக்கணக்கான போர் யானைகள் கருங்குன்றுகளைப் போல் வரிசை வரிசையாக அங்கு நின்றன. அந்தக் கருங்குன்றுகளுக்கு இடையிடையே அடித்திருந்த கூடாரங்கள் வெண்ணிற மணற் குன்றுகளைப்போல் தோன்றின. மற்றும் எண்ண இயலாத குதிரைகள், ஒட்டகங்கள், ரிஷபங்கள், ரதங்கள், வண்டிகள் ஆகியவை எங்கெங்கும் காணப்பட்டன. சர்க்கரை இறைந்து கிடக்கும் இடத்தில் மொய்க்கும் எறும்புகளைப்போல், லட்சோபலட்சம் வீரர்கள் சில இடங்களில் நெருங்கியும், சில இடங்களில் பரந்தும், வெகு தூரத்துக்கு வெகு தூரம் காணப்பட்டார்கள்.

கூடாரங்களின் மேலே வரிசை வரிசையாகக் கொடிகள் பறந்துகொண்டிருந் தன. எல்லாவற்றுக்கும் நடுநாயகமாக ஒரு பிரம்மாண்டமான கொடி வானளாவிப் பறந்துகொண்டிருந்தது.

கொந்தளித்துக்கொண்டிருக்கும் சமுத்திரத்தை நெருங்கும்போது கேட்கும் ‘ஹோ' என்ற பேரிரைச்சலைப் போல், இனந்தெரியாதபடி பல ஒலிகள் வந்துகொண்டிருந்தன.

இந்தக் காட்சியைப் பார்த்த பரஞ்சோதியின் வாயிலிருந்து ‘ஆஹா!' என்ற சத்தம் எழுந்தது.

அங்கே தண்டு இறங்கியிருப்பது பல்லவ சைனியந்தான் என்று எண்ணிய பரஞ்சோதியின் உள்ளத்தில், அப்போது அவனுடைய கட்டுண்ட நிலை மையையெல்லாம் மறக்கச் செய்துகொண்டு ஒரு பெரும் ஆர்வம் பூரித்து எழுந்தது.

அது என்ன ஆர்வம் என்றால், மகத்தான வீரப் போருக்கு ஆயத்தமாகத் துடி துடித்துக்கொண்டு நிற்கும் அந்த மகா சைனியத்தில் தானும் ஒரு போர் வீரனாகச் சேர்ந்துவிட வேண்டும் என்பதுதான்.

அந்தகாரம் சூழ்ந்த இரவில் பிரயாணம் செய்பவன் வழி தெரியாமல் திகைத்துக்கொண்டிருக்கையில், திடீரென்று தோன்றிய மின்னலின்

ஒளியிலே தான் போகவேண்டிய பாதையைக் கண்டுபிடிப்பதுபோல, பரஞ்சோதியும் தான் பிறவி எடுத்தது எதற்காக என்பதை அந்தக் கணத்தில் தெளிவாகக் கண்டுகொண்டான். ஓலையில் எழுத்தாணிகொண்டு எழுதுவதற்காகவோ, தோத்திரப் பாடல்களை உருப்போட்டுப் பாடுவதற்காகவோ, கையில் சிற்றுளிகொண்டு கல்லைக் கொத்திக்கொண்டிருப்பதற்காகவோ, வர்ணங்களைக் குழைத்துச்சுவரில் சித்திரம் எழுதுவதற்காகவோ தான் பிறக்கவில்லை! கையில் வாளும் வேலும்கொண்டு போர்முனையில் நின்று, எதிரிகளின் தலைகளைப் பனங்காய்களைப் போல் உருட்டி அவர்கள் நெஞ்சில் வேலைப் பாய்ச்சி, இரத்த வெள்ளத்தில் நீந்தி, வெற்றிச்சங்கு முழக்கிப் பகைவர்களை ஹதாஹதம் செய்து விரட்டி 'வீராதி வீரன்' என்று உலகமெல்லாம் பாராட்டும்படி பெயர் எடுப்பதற்காகப் பிறந்தவன்தான் என்று உணர்ந்தான்.

இந்த எண்ணமாவது பரஞ்சோதிக்கு எல்லையற்ற குதூகலத்தை உண்டாக்கிற்று. ஆயனர் வீட்டில் புத்தர் சிலைக்குப் பின்னால் ஒளிந்திருந்து அவன் பார்த்த மகேந்திர சக்கரவர்த்தியின் கம்பீர உருவம் அவன் கண்முன்னால் எழுந்தது. அதோ வானளாவிப் பறக்கும் கொடியின் அடியில் இந்த மகத்தான சைனியத்தின் பிரதம சேனாதிபதியான மகேந்திர சக்கரவர்த்தி வீற்றிருப்பார். அவர் முன்னிலையிலேதான் தன்னைக் கொண்டு போய் நிறுத்துவார்கள்.

சக்கரவர்த்தியின் சந்நிதியை அடைந்ததும், அவர் பாதங்களில் விழுந்து, 'பிரபு! பல்லவேந்திரா! தங்களுடைய வீர மகா சைனியத்தில் இந்தப் பட்டிக்காட்டில் பிறந்த அறியாச் சிறுவனையும் சேர்த்துகொள்ள அருள் புரிய வேணும்!' என்று வேண்டிக்கொள்வதென்று பரஞ்சோதி தீர்மானித்தான். சித்திரக் கலையுமாச்சு வர்ணச் சேர்க்கையுமாச்சு! ஆயனரும் நாகநந்தியும் எக்கேடு கெட்டாவது போகட்டும்!

இவ்விதம் பரஞ்சோதி எண்ணமிட்டுக்கொண்டே பாசறையை நெருங்கிய போது, அவனுடைய பொங்கி எழுந்த உற்சாகத்தை மீண்டும் சந்தேக நிழல் மறைத்தது. 'இங்கே இறங்கியிருப்பது பல்லவ சைனியந்தானா?' என்பதுதான் அந்தச் சந்தேகம்.

பல்லவ சாம்ராஜ்யத்தின் கொடி ரிஷபக்கொடி அல்லவா? இங்கே பறக்கும் கொடிகளில் காட்டுப் பன்றியின் உருவம் கடூரமாகக் காட்சியளிக்கின்றதே!

ஒருவேளை இது வாதாபிச் சைனியமாக இருக்குமோ! பல்லவ இராஜ்யத்தின் மீது படையெடுத்து வரும் சைனியம் இதுதானோ? - அம்மம்மா! இவ்வளவு பிரம்மாண்டமான படை பலமுள்ள பகைவனா பல்லவ இராஜ்யத்தின் மீது படையெடுத்து வருகிறான்?

பாசறையின் முன் வாசலை அடைந்ததும், வீரர்கள் குதிரைகளின் மீதிருந்து கீழே இறங்கிப் பரஞ்சோதியையும் கீழே இறக்கிவிட்டு அவனை நடத்தி அழைத்துச் சென்றார்கள்.

பாசறைக்குள் புகுந்து சென்றபோது, பரஞ்சோதியின் மனத்தில் முன்னமே தோன்றியிருந்த சந்தேகம் உறுதியாயிற்று.

பாசறையில் ஆங்காங்கு நின்ற வீரர்களின் தோற்றமும் அவர்களுடைய பேச்சின் பாஷையும், இந்த சைனியம் பல்லவ சைனியமாக இருக்க முடியாது என்று ஐயமறத் தெரிவித்தன.

'ஆஹா! பகைவர்களின் பாசறைதான் இது! இங்கே வந்து அகப்பட்டுக் கொண்டோமே? தப்பிச் செல்வதற்கு வழியே இல்லை போலிருக்கிறதே?' என்று பரஞ்சோதி எண்ணியபோது, அவனுடைய சப்த நாடியும் ஒடுங்கி விட்டன. சற்றுமுன் உள்ளத்தில் ஏற்பட்ட குதூகலம் நிராசையாக மாறியது.

அவன் உடம்பைப் பிணித்திருந்த கட்டுக்கள் அப்போது முன்னை விடப் பன்மடங்கு அதிகமாக வலித்தன.

மனச் சோர்வினாலும் உடல் வலியினாலும் அவன் நிமிர்ந்து நடக்கக்கூட முடியாமல் தள்ளாடவே, அவனை அவ்வீரர்கள் இழுத்துக்கொண்டு போக வேண்டியதாக நேரிட்டது.

அப்போது சற்றுத் தூரத்தில் அறிமுகமான முகம் ஒன்று தன்னை நோக்கி வருவதைப் பரஞ்சோதி கண்டான். அருகில் நெருங்கியதும் அந்த முகம் நேற்று முன்தினம் அவனுக்கு வழித்துணையாகக் கிடைத்த வஜ்ரபாஹுவின் முகந்தான் என்பது தெரிந்தது.

முதலில் பரஞ்சோதிக்குச் சிறிது உற்சாகம் உண்டாயிற்று. உடனே அவன் மனத்தில், 'நாம் இந்தக் கதியை அடைவதற்கு மூலகாரணம் இந்த மனிதன் தான்' என்ற எண்ணம் தோன்றியது.

வஜ்ரபாஹுவோ பரஞ்சோதியைப் பார்த்து மிக்க அதிசயத்தை அடைந்தவனைப் போல், 'தம்பி! இது என்ன கோலம்?' என்றான். பிறகு, அவனை அழைத்து வந்த வீரர்களைப் பார்த்து ஏதோ கேட்டுவிட்டு, 'தம்பி பயப்படாதே! சத்யாச்ரய புலிகேசி மன்னரிடம் உள்ளது உள்ளபடி சொல்லு. உனக்கு தீங்கு ஒன்றும் நேராது!' என்று கூறினான்.

வஜ்ரபாஹுவின் வார்த்தைகளைக் காட்டிலும் அவனுடைய பிரகாசமான கண்களில் மின் வெட்டைப்போல் தோன்றிய சமிக்ஞையானது பரஞ்சோதிக்கு அதிக தைரியத்தை ஊட்டியது.

42.சத்யாச்ரயன்

வாதாபியைத் தலைநகராகக்கொண்டு, வடக்கே நர்மதை வரையிலும் தெற்கே துங்கபத்திரை வரையிலும் பரந்து கிடந்த சாம்ராஜ்யத்தின் சக்கரவர்த்தியை - பாரத நாட்டில் அந்தக் காலத்திலிருந்த வீரர்களுக்குள்ளே ஒப்பற்ற மகா வீரனாகிய புலிகேசியை நேயர்கள் இப்போது சந்திக்கப் போகிறார்கள். அப்படிச் சந்திப்பதற்கு முன்னால், அந்த வீரனின் பூர்வ சரித்திரத்தை நேயர்கள் தெரிந்து கொள்ளுதல் உபயோகமாக இருக்கும்.

புலிகேசியும் அவனுடைய சகோதரர்களும் சிறுவர்களாக இருந்தபோது, அவர்களுடைய சிற்றப்பன் மங்களேசனுடைய கொடுமைக்கு ஆளாக நேர்ந்தது. மங்களேசனுடைய சிறையிலிருந்து அவர்கள் தப்பி ஓடி, வெகு காலம் அடர்ந்த காடுகளில் ஒளிந்து வாழ்ந்தார்கள். அப்படிக் காட்டில் வசித்த காலத்தில் அவர்கள் அனுபவித்த அளவில்லாத கஷ்டங்கள் அவர்களுடைய தேகத்தை வஜ்ரதேகமாக்கி, அவர்களுடைய உள்ளத்தில் வயிரம் ஏற்றி அவர்களை இணையற்ற வீர புருஷர்களாகவும் ஈவிரக்கமற்ற கடூர சித்தர்களாகவும் செய்து விட்டன.

காலம் கை கூடி வந்தபோது, புலிகேசியும் காட்டை விட்டு வெளிவந்து, சிற்றப்பனை எளிதில் வென்று அப்புறப்படுத்திவிட்டு வாதாபிச் சிங்காதனத்தில் ஏறினான். பின்னர், தன் வீரத் தம்பிமார் துணைகொண்டு வாதாபி இராஜ்யத்தை விஸ்தரிக்கத் தொடங்கினான். வடதிசையில் அவனுடைய ராஜ்யத்தை விஸ்தரித்துக்கொண்டு போய் நர்மதை நதிக் கரையை எட்டிய போது அவனுடைய சைனியம், உத்தர பாரதத்தின் ஏக சக்கராதிபதியாக விளங்கிய ஹர்ஷவர்த்தனரின் படைகளுடன் முட்டவேண்டியதாயிற்று.

நர்மதை நதியின் இரு கரைகளிலும் பல வருஷ காலம் போர் நடந்தது. வாதாபிப் படைகள் எவ்வளவோ வீரத்துடன் போர் புரிந்தும், வடநாட்டிலிருந்து மேலும் மேலும் ஹர்ஷரின் சைனியங்கள் வந்துகொண்டிருந்தபடியால், முடிவான வெற்றி காணமுடியவில்லை. இந்த நிலைமையில் லட்சோபலட்சம் வீரர்கள் அடங்கிய பெரும் சைனியத்துக்கு ஹர்ஷவர்த்தனர் தாமே தலைமை வகித்து வருவதாகத் தெரியவந்தபோது, புலிகேசி மேலும் அவருடன் போராடுவது விந்திய பர்வதத்தில் முட்டிக் கொள்வதேயாகும் என்பதை உணர்ந்து சமாதானத்தைக் கோரினான். மகா புருஷரான ஹர்ஷவர்த்தனரும் அதற்கு உடனே இணங்கியதுடன் புலிகேசியின் வீரதீரங்களைப் பாராட்டி நர்மதைக்குத் தெற்கேயுள்ள பிரதேசத்துக்குச் சக்கரவர்த்தியாக அவனை அங்கீகரித்தார்.

பின்னர், புலிகேசியின் கவனம் தென்னாடு நோக்கித் திரும்பிற்று. அவ்விதம் திரும்புவதற்கு முக்கிய காரணமாகவும் தூண்டுகோலாகவும் இருந்தவர்கள் ஜைன முனிவர்கள்.

புலிகேசி சிங்காதனம் ஏறுவதற்கு ஜைனர்கள் உதவிசெய்த காரணத்தினால், வாதாபியில் சமண முனிவர்களுக்கு விசேஷச் செல்வாக்கு ஏற்பட்டிருந்தது. அவர்களுடைய முயற்சியி னாலேயே கங்கபாடி மன்னன் துர்விநீதனுடைய மகளுக்கும் புலிகேசியின் சகோதரன் விஷ்ணுவர்த்தனுக்கும் விவாகம் நடந்தது.

காஞ்சி மகேந்திர சக்கரவர்த்தி ஜைன மதத்திலிருந்து விலகிச் சைவ சமயத்தை மேற்கொண்டபோது, நாடெங்கும் உள்ள சமணர்களின் உள்ளம் கொதிப்பை அடைந்தது. ஏனெனில், கல்வியிற் சிறந்த காஞ்சி மாநகரமானது வெகு காலமாக சமணர்களுடைய குருபீடமாக இருந்து வந்தது. காஞ்சியில் வேகவதியாற்றுக்கு அப்பாலிருந்த பகுதி 'ஜைன காஞ்சி' என்று

வழங்கி வந்தது. தென்பெண்ணையாற்றின் முகத்துவாரத்தருகில் இருந்த பாடலிபுரம் என்னும் ஊரில் தென்னாட்டிலேயே மிகச் சிறந்த சமணப் பள்ளி புகழுடன் விளங்கி வந்தது. இத்தகைய பிரதேசத்தில், சமணத்தின் செல்வாக்குத் தாழ்ந்து சைவம் ஓங்குவது என்பதைச் சமண சமயத்தலை வர்களால் சகிக்கக்கூட வில்லை.

இவர்களுடைய தூண்டுதலுடனே புலிகேசியின் ஏக சக்கராதிபத்திய வெறியும் சேரவே, அவ்வீர மன்னன் இது வரையில் யாரும் கண்டும் கேட்டு மிராத பிரம்மாண்டமான சைனியத்துடனே தென்னாட்டின் மேல் படை யெடுப்பதற்குச் சித்தமானான்.

படையெடுப்புச் சைனியம் கிளம்பியபோது, வெற்றி முழக்கத்துடனே காஞ்சியில் பிரவேசித்து மகேந்திரனுக்குப் புத்தி புகட்டலாம் என்ற எண்ணத்துடன் ஜைன ஆசார்யர்களும் சைனியத்துடனே புறப்பட்டார்கள். ஆனால், தலைநகருக்கும் பாசறைக்கும் வித்தியாசம் அதிகம் என்பதையும் சக்கரவர்த்தி புலிகேசிக்கும் போர்த் தலைவன் புலிகேசிக்கும் மிக்க வேற்றுமை உண்டு என்பதையும் விரைவிலேயே அவர்கள் கண்டார்கள். தலைநகரிலேயே பூஜ்ய பாதர், ரவிகீர்த்தி முதலிய ஜைன குருமாருக்குச் சக்கரவர்த்தியைக் காட்டிலும் அதிகமான மரியாதை நடந்தது. போர்க் களத்திலோ அவர்களைத் திரும்பிப் பார்ப்பவர்கள் யாரும் இல்லை. அந்தக் குருமார் வைஜயந்தி பட்டணத்தைக் கொளுத்தக்கூடாது என்று சொன்ன தைப் புலிகேசி அலட்சியம் செய்த பிறகு, அவர்களுக்குப் போர்க்களத்தில் இருக்கவே மனங்கொள்ளவில்லை. புலிகேசியிடம் சிறிது விவாதம் செய்து பார்த்த பிறகு, அவனிடம் விடைபெற்றுக்கொண்டு அவர்கள் திரும்பிச் சென்றார்கள்.

சளுக்கச் சக்கரவர்த்தியை அவருடைய முக்கியப் படைத்தலைவர்கள் சகிதமாக நாம் சந்திக்கும்போது, மேற்கூறியபடி ஜைன குருமார்கள் பாசறை யிலிருந்து போய் விட்டதைக் குறித்துத்தான் பேச்சு நடந்துகொண்டிருந்தது.

வானை அளாவிப் பறந்துகொண்டிருந்த வராகக் கொடியின் கீழே, விஸ்தாரமான கூடாரத்தின் நடுவில், தந்தச் சிங்காதனத்தில், மணிமகுடம் தரித்த புலிகேசி மன்னன் கம்பீரமாக அமர்ந்திருந்தான்.

சிங்காதனத்துக்கு எதிரே தரையிலே விரித்திருந்த இரத்தினக் கம்பளத்தில் ஏழெட்டுப் பேர் உட்கார்ந்திருந்தார்கள். அவர்கள் படைத் தலைவர்கள் முதலிய பெரிய பதவி வகிப்பவர்களாக இருக்க வேண்டுமென்று அவர் களுடைய தோற்றத்திலிருந்து தெரிய வந்தது. அவர்கள் எல்லாருடைய கண்களும் பயபக்தியுடன் புலிகேசியின் முகத்தையே நோக்கியவண்ணம் இருந்தன.

புலிகேசியும் அவனுடைய படைத் தலைவர்களும் பேசிய பாஷையில் தமிழ்ச் சொற்களும் பிராகிருதச் சொற்களும் கலந்திருந்தன.*

---

* பிற்காலத்தில் இந்தக் கலப்பு மொழியே கன்னட பாஷையாயிற்று.

'லட்சணந்தான்! இந்தத் திகம்பர சந்நியாசிகள் என்ன எண்ணிக்கொண்டு நம்முடன் கிளம்பினார்கள் என்று தெரியவில்லை. இவர்கள் இஷ்டப்படியே யுத்தத்தை நடத்துவதாயிருந்தால் உருப்பட்டாற் போலத் தான்' என்று புலிகேசி கூறினான்.

'அவர்கள் போய்விட்டதே க்ஷேமம். அவர்கள் நம்மோடு வந்துகொண்டிருந் தால் யுத்தம் செய்யவே முடியாது. கோயில்களும் சங்கராமங்களும் ஸ்தூபங்களும் கட்டிக்கொண்டு போகலாம்!' என்றான் ஒரு படைத் தலைவன். எல்லாரும் கலகலவென்று சிரித்தார்கள்.

சிரிப்பு அடங்கியதும் இன்னொரு படைத் தலைவன், 'ஜைனமுனிவர்களை அனுப்பிவிட்டோம்; சரிதான். ஆனால், புத்த பிக்ஷுவின் இஷ்டப்படிதானே யுத்தம் நடத்துவதாக ஏற்பட்டிருக்கிறது?' என்று கூறி புலிகேசியின் முகத்தை ஏறிட்டுப் பார்த்தான்.

'ஆகா! அது வேறு விஷயம். பிக்ஷுவின் யோசனையைக் கேட்டதில் இது வரையில் நாம் எவ்வித நஷ்டமும் அடையவில்லை. எந்த காரியமும் தவறாகப் போனதுமில்லை' என்றான் புலிகேசி.

பிறகு, எதிரிலிருந்தவர்களில் ஒருவனைக் குறிப்பிட்டுப் பார்த்து, 'நம் ஒற்றர் படை வெகு லட்சணமாக வேலை செய்கிறது போலிருக்கிறதே! பிக்ஷுவின் தூதனை நம்முடைய ஆட்கள் கண்டுபிடித்துக்கொண்டு வருவதற்கு மாறாக, தூதனல்லவா நம்மைத் தேடிப் பிடித்திருக்கிறான்?' என்று கூறியபோது இயற் கையாகவே கடுமையான குரலில் இன்னும் அதிகக் கடுமை தொனித்தது.

அந்த ஒற்றர் படைத்தலைவன் ஒருகணம் தலை குனிந்திருந்து விட்டு, பிறகு நிமிர்ந்து புலிகேசியை நோக்கி, 'ஏதோ பிசகு நேர்ந்திருக்கிறது. நான் அனுப்பிய ஆட்கள் இன்னும் வந்து சேரவில்லை...' என்று சொல்லிக் கொண்டிருக்கும்போதே கூடாரத்திற்குள் யாரோ வருவது கண்டு திரும்பிப் பார்த்து, 'ஆகா! இதோ வந்துவிட்டார்களே!' என்றான்.

அப்போது, பின்கட்டு முன்கட்டாகக் கட்டியிருந்த பரஞ்சோதியை முன்னால் தள்ளிக்கொண்டு அவனைச் சிறைப்பிடித்து வந்த வீரர்கள் உள்ளே வந்துகொண்டிருந்தார்கள்.

அந்தக் காட்சியைப் பார்த்த புலிகேசி, 'இது என்ன? இது என்ன? இந்தச் சிறுவன் யார்?' என்று கேட்டது, பரஞ்சோதியின் காதில் இடி முழக்கம்போல் விழுந்தது.

43.மர்ம ஓலை

இராஜாதிராஜனான புலிகேசி மன்னன் ஒல்லியாக உயர்ந்த ஆகிருதியும், வற்றி உலர்ந்து எலும்புகள் தெரிந்த தேகமும் உடையவனாக இருந்தான்.

அவனுடைய முகத்தோற்றம் இரும்பையொத்த நெஞ்சத்தையும், தயை தாட்சண்யம் இல்லாத கடூர சுபாவத்தையும் பிரதிபலித்தது. கோவைப் பழம் போல் சிவந்து அனல் கக்கிய அவனுடைய கண்களைப் பார்க்கும்போது, கழுகின் கண்களைப் போன்று தூரதிருஷ்டியுடைய கண்கள் அவை என்று தோன்றியது.

புலிகேசியின் முகத்தைப் பார்த்ததும் நமக்கு ஒருகணம் திகைப்பு ஏற்படுகிறது. 'ஆ! இந்த முகத்தை இதற்கு முன்னால் எங்கேயாவது பார்த்திருக்கிறோமா என்ன?' என்று வியப்புறுகிறோம். 'கம்பீரக்களையுடன் கடூரம் கலந்த இந்த முகத்தையும் அறிவொளியுடன் கோபக் கனலைக் கலந்து வீசும் இந்தக் கண்களையும் வேறு எங்கேயும் பார்த்திருக்க முடியாது' என்று தீர்மானிக்கிறோம். 'இத்தகைய முகம் வேறு யாருக்காவது இருப்பதென்றால், அது யமதர்மராஜனாகத்தான் இருக்க வேண்டும்!' என்ற முடிவுக்கு வருகிறோம்.

புலிகேசியின் முன்னிலையில் கொண்டுவந்து நிறுத்தப்பட்ட பரஞ்சோதியும் அதே முடிவுக்குத்தான் வந்தான்.

பரஞ்சோதியைப் பிடித்துக்கொண்டு வந்த வீரர்களின் தலைவன் சத்யாச்ரய புலிகேசிக்கு வணக்கம் செலுத்திவிட்டு, வடபெண்ணை நதிக்கரையிலுள்ள பௌத்தமடத் தலைவர் இந்த வாலிபனைச் சக்கரவர்த்தியிடம் அழைத்துப் போகச் சொன்னதிலிருந்து நடந்தவற்றை விவரமாகக் கூறிவந்தான்.

அவன் சொல்லிமுடிப்பதற்குள்ளே புலிகேசி பொறுமை இழந்தவனாய், 'அதெல்லாம் இருக்கட்டும்; இவன் யார்? எதற்காக இவனைக் கொண்டு வந்தீர்கள்?' என்று கோபக் குரலில் கர்ஜித்தான்.

வீரர் தலைவன் நடுங்கிய குரலில், 'நாகநந்தி பிக்ஷுவிடமிருந்து சத்யாச்ரயருக்கு ஓலைகொண்டு வந்ததாக இந்த வாலிபன் சொல்லுகிறான். இதோ அந்த ஓலை!' என்று கூறி, பரஞ்சோதியிடமிருந்து வழியில் கைப்பற்றிய ஓலையைப் புலிகேசியிடம் சமர்ப்பித்தான்.

புலிகேசி ஓலையைப் பிரித்து, கவனமாகப் படித்தான். அப்போது அவனுடைய முகத்தில் வியப்புக்கும் குழப்பத்துக்கும் அறிகுறிகள் தென்பட்டன. ஒரு தடவைக்கு இரண்டு தடவை படித்தபிறகும் தெளிவு ஏற்பட்டதாகத் தோன்றவில்லை.

அவன் ஓலையைப் படித்தபோது, அவனுக்கு எதிரில் இருந்த படைத் தலைவர்கள் அவனுடைய முகத்தையே பார்த்தவண்ணம் இருந்தனர்.

பரஞ்சோதியோ சொல்லமுடியாத மனக் குழப்பத்தில் ஆழ்ந்திருந்தான். அவன் நாகநந்தியின் ஓலையை எடுத்துக்கொண்டு கிளம்பியபோது, இம்மாதிரி பகைவர்களிடம் சிறைப்பட்டு எதிரி அரசன் முன்னால் நிற்க நேரிடுமென்று நினைக்கவே இல்லை. அந்த எதிரியின் பாசறையில் வஜ்ரபாஹுவைச் சந்தித்ததும், அவன் போகிறபோக்கில், 'சத்யாச்ரய புலிகேசியிடம் உண்மையை உள்ளபடி சொல்லு!' என்று கூறியதும் அவனுடைய மனக் குழப்பத்தை அதிகமாக்கின.

இன்னும் நாகநந்தி தன்னிடம் ஓலையைக் கொடுத்தபோது கூறிய வார்த்தைகள் நினைவு வந்தபோது அவன் தலையே கிறுகிறுக்கும் போல் ஆகிவிட்டது. 'இந்த ஓலையை நீ சத்யாச்ரயரிடமே கொடுக்க வேண்டும்; வேறு யாரிடமும் கொடுக்கக்கூடாது. சத்யாச்ரயரை ஒருவேளை நீ வழியிலேயே சந்தித்தாலும் சந்திக்கலாம். எப்போது எந்தக் கோலத்தில் அவர் இருப்பார் என்று சொல்லமுடியாது. அவரை எந்தக் கோலத்தில் பார்த்தாலும் நீ அதிசயப்படாதே!' - இவ்விதம் நாகநந்தி பிக்ஷு கூறியது அவனுக்கு நினைவு வந்தது. 'நாகநந்தி கூறிய சத்யாச்ரயர் இந்த வாதாபி சக்கரவர்த்தி புலிகேசியா? நாம் கொண்டு வந்த ஓலையில் உள்ள விஷயம் அஜந்தா வர்ணக் கலவை சம்பந்தமானதுதானா? அல்லது, ஒரு பெரிய மர்மமான சூழ்ச்சியில் நாம் அகப்பட்டுக்கொண்டிருக்கிறோமா?' என்று பரஞ்சோதி எண்ணியபோது, அவன் அறிவு குழம்பியது.

புலிகேசி சட்டென்று தலையைத்தூக்கி, எதிரே இருந்த படைத்தலைவர்களைப் பார்த்து, 'இந்த ஓலையில் என்ன எழுதியிருக்கிறது தெரியுமா?' என்று கேட்டான். உடனே, 'உங்களால் ஒரு நாளும் ஊகம் செய்ய முடியாது' என்று தானே மறுமொழியும் கூறிவிட்டு, இடிஇடியென்று சிரித்தான்.

இடிமுழக்கம் நிற்பதுபோலவே சட்டென்று சிரிப்பை நிறுத்திவிட்டு, காவலர்களுக்கு நடுவில் கட்டுண்டு நின்ற பரஞ்சோதியை உற்று நோக்கினான். புலிகேசியினுடைய கழுகுக் கண்களின் கூரிய பார்வை பரஞ்சோதியின் நெஞ்சையே ஊடுருவுவது போலிருந்தது.

புலிகேசி அவனைப் பார்த்துக் கடுமையான குரலில், 'பிள்ளாய்! உண்மையைச் சொல்! நீ யார்? எங்கு வந்தாய்? இந்த ஓலையைக் கொடுத்தது யார்? இதிலுள்ள விஷயம் இன்னதென்று உனக்குத் தெரியுமா?' என்று சரமாரியாகக் கேள்விகளைப் போட்டான். அந்தக் கேள்விகளில் ஒன்றையும் புரிந்து கொள்ள முடியாதவனாய் பரஞ்சோதி மௌனம் சாதித்தவண்ணம் நின்றான்.

அதனால் புலிகேசியின் கோபம் கணத்துக்குக் கணம் பொங்கிப் பெருகிற்று. அதைப் பார்த்த படைத் தலைவர்களில் ஒருவன், 'பிள்ளையாண்டான் செவிடு போலிருக்கிறது!' என்றான்.

இன்னொருவன், 'ஊமை!' என்றான்.

மற்றொருவன், 'அதெல்லாம் இல்லை. பையனுக்கு நம்முடைய பாஷை புரியவில்லை! அதனால்தான் விழிக்கிறான்!' என்றான்.

அப்போது புலிகேசி, 'ஆமாம்; அப்படித்தான் இருக்க வேண்டும். ஜைன முனிவர்கள் கோபித்துக்கொண்டு போனதில் அதுதான் ஒரு சங்கடம். அவர்கள் இருந்தால் எந்தப் பாஷையாக இருந்தாலும் மொழிபெயர்த்துச் சொல்லிவிடுவார்கள். போகட்டும், இவனைக் கொண்டுபோய்ச் சிறைப்படுத்தி வையுங்கள். பிறகு பார்த்துக் கொள்வோம்!' என்று கூறியவன், திடீரென்று, 'வேண்டாம், இவன் இங்கேயே இருக்கட்டும். சற்று முன்பு வந்திருந்த வீரன் வஜ்ரபாஹுவை உடனே போய் அழைத்து வாருங்கள்!' என்றான்.

வஜ்ரபாஹுவை அழைக்க ஆள் போனபிறகு, புலிகேசி படைத் தலைவர்களைப் பார்த்துக் கூறினான்.

'இந்த ஓலையில் என்ன எழுதியிருக்கிறது, தெரியுமா? கேளுங்கள் அதிசயத்தை! இந்த ஓலை கொண்டுவருகிற பையனிடம் அஜந்தா வர்ண இரகசியத்தைச் சொல்லி அனுப்ப வேணுமாம். இரண்டு வருஷம் நான் அஜந்தா குகைகளிலேயே வசித்திருந்தும் அந்தப் புத்த பிக்ஷுக்களிடமிருந்து வர்ண இரகசியத்தை என்னால் அறிய முடியவில்லை. பிக்ஷுக்கள் அவ்வளவு பத்திரமாக அஜந்தா வர்ண இரகசியத்தைப் பாதுகாக்கிறார்கள். அப்படியிருக்க இந்தப் பிள்ளையிடம் அதைச் சொல்லி அனுப்பும்படி இந்த ஓலையில் எழுதியிருக்கிறது. எழுத்தோ நம் பிக்ஷு எழுதியதாகவே தோன்றுகிறது. இதைப்பற்றி நீர் என்ன நினைக்கிறீர், மைத்ரேயரே!' என்று சொல்லிக்கொண்டே, புலிகேசி மன்னன் அந்த ஓலையை ஒற்றர் படைத் தலைவனிடம் நீட்டினான்.

மைத்ரேயன் ஓலையை வாங்கிக் கவனமாகப் படித்தான். பின்னர் சக்கரவர்த்தியைப் பார்த்து, 'சத்யாச்ரயா! இதில் ஏதோ மர்மமான செய்தி இருப்பதாகத் தெரிகிறது. பையனை விசாரிக்கிறபடி விசாரித்தால் தெரிகிறது!' என்றான்.

'அழகுதான், மைத்ரேயரே! பையனை எப்படி விசாரித்தாலும் அவன் சொல்கிறது நமக்கு விளங்கினால்தான் உபயோகம்? அதற்காகத்தான் வஜ்ர பாஹுவை எதிர் பார்த்துக்கொண்டிருக்கிறேன்' என்றான் புலிகேசி.

இப்படி அவன் சொல்லிக்கொண்டிருக்கும்போதே வஜ்ரபாஹு கூடாரத் துக்குள் நுழைந்தான். புலிகேசியின் அருகில் வந்து வணங்கி, 'இராஜாதி ராஜனே! மறுபடியும் ஏதாவது ஆக்ஞை உண்டா?' என்று கேட்டான்.

'வஜ்ரபாஹு, உம்மைப்போலவே இந்தப் பையனும் எனக்கு ஓர் ஓலை கொண்டு வந்திருக்கிறான். ஆனால், அதிலுள்ள விஷயம் மர்மமாக இருக் கிறது. ஓலையை யார் கொடுத்தார்கள், யாரிடம் கொடுக்கச் சொன்னார்கள் என்பதை விவரமாக விசாரித்துச் சொல்லும். அதற்காகத்தான் உம்மை மீண்டும் தருவித்தேன்' என்றான்.

வஜ்ரபாஹு பரஞ்சோதியின் பக்கம் திரும்பி உற்றுப் பார்த்து, 'ஆகா! இந்தப் பையனா? இவனை நான் முந்தாநாள் இரவு மகேந்திர மண்டபத்தில் பார்த் தேனே! இவனைப் பார்த்ததுமே எனக்கு சந்தேகம் உண்டாயிற்று. விசாரித் தேன். ஆனால், பையன் அமுக்கன்; மறுமொழியே சொல்லவில்லை!' என்றான்.

'இப்போது விசாரியும். மறுமொழி சொல்லாவிட்டால் நாம் சொல்லச் செய்கிறோம்' என்றான் வாதாபி அரசன்.

'மன்னர் மன்னா! இவன் சுத்த வீரனாகக் காண்கிறான். இவனைப் பயமுறுத்தித் தகவல் ஒன்றும் அறிய முடியாது. நானே விசாரித்துப் பார்க் கிறேன்' என்று வஜ்ரபாஹு கூறி விட்டு பரஞ்சோதியை நோக்கி, 'தம்பி!

நான் அப்போதே சொன்னேன் அல்லவா, அதன்படி சத்யாச்ரயரிடம் உள்ளது உள்ளபடி சொல்லு! பயப்பட வேண்டாம். நான் உன்னை தப்பு விக்கிறேன்' என்றான்.

அதற்குப் பரஞ்சோதி, 'ஐயா! எனக்குப் பயமே கிடையாது. எதற்காகப் பயப்படவேண்டும்? உயிருக்குமேலே நஷ்டமாகக் கூடியது ஒன்றுமில்லை அல்லவா? இந்த ஓலையை நாகார்ஜுன பர்வதத்துக்குக்கொண்டுபோய்ச் சத்யாச்ரயரிடம் கொடுக்கும்படி நாகநந்திபிக்ஷு கூறினார். நீங்கள் சொல்லு கிறபடி இவருக்குத்தான் இந்த ஓலை என்றால், பெற்றுக்கொண்டு விடை எழுதிக் கொடுக்கட்டும். நான் எடுத்துக்கொண்டு திரும்புகிறேன். அல்லது இந்த ஓலை இவருக்கு அல்ல என்றால் ஓலையைத் திருப்பிக் கொடுக் கட்டும். வேறு என்ன நான் சொல்லக்கூடும்?' என்றான்.

வஜ்ரபாஹு புலிகேசியைப் பார்த்து, 'அரசர்க்கரசரே! ஓலையை நாகநந்தி பிக்ஷுதான் கொடுத்ததாகவும், அதில் ஏதோ அஜந்தா வர்ணச் சேர்க்கையைப் பற்றி எழுதியிருப்பதாகவும் பிள்ளையாண்டான் சொல்கிறான். அந்த ஓலையை நான் சற்றுப் பார்வையிடலாமா?' என்று கேட்டான்.

புலிகேசி ஓலையை வஜ்ரபாஹுவிடம் கொடுத்து, 'இதிலிருந்து தெரியக் கூடியது ஒன்றுமில்லை. நீர் வேணுமானாலும் பாரும்' என்றான்.

வஜ்ரபாஹு ஓலையில் சிறிது நேரம் கவனம் செலுத்தி விட்டு, 'பிரபு! நாகார்ஜுன பர்வதத்திலுள்ள புத்த ஸங்கிராமத்தின் தலைவரின் திருநாமம் சத்யாச்ரய பிக்ஷுதானே?' என்று கேட்டான்.

'ஆமாம், அதனால் என்ன?'

'இந்த ஓலை அவருக்கே இருக்கலாம் அல்லவா?'

'இருக்கலாம்; ஆனால், நாகநந்தி அவருக்கு இம்மாதிரி விஷயத்தைப் பற்றி எழுத நியாயமே இல்லையே?'

'பிரபு! இந்த ஓலையைப் படித்ததும் நாகநந்தி பிக்ஷு கூறிய ஒரு விஷயம் எனக்கு ஞாபகம் வருகிறது. கிருஷ்ணா நதிக் கரையோடு வேங்கி ராஜ்யத்தின்மேல் படையெடுத்துச் செல்லும் தங்கள் சகோதரருக்கும் செய்தி அனுப்பவேண்டும் என்று அவர் சொன்னார். ஒருவேளை தங்கள் சகோதரர் விஷ்ணுவர்த்தன மகாராஜாவுக்கு இதில் ஏதாவது செய்தி இருக்கலாம் அல்லவா?'

இதைக் கேட்டதும் புலிகேசியின் முகம் பிரகாசமடைந்தது. 'வஜ்ரபாஹு! நீர் மகா புத்திசாலி. நம்முடனேயே நீர் இருந்து விடலாமே? பல காரியங் களுக்கு அனுகூலமாயிருக்கும்' என்றான்.

பிறகு, தன் படைத் தலைவர்களிடம் சிறிது கலந்து யோசித்து விட்டு, 'எப்படியும் விஷ்ணுவர்த்தனனுக்கு நான் ஓலை அனுப்ப வேண்டியிருக் கிறது. ஓலையுடன் ஒன்பது வீரர்கள் போகட்டும். அவர்களுடன் இந்தப் பையனையும் அனுப்புங்கள். இவனுடைய ஓலையின் விஷயம் என்

தம்பிக்கும் விளங்காவிட்டால், இவனை உடனே சிரச்சேதம் செய்யக் கட்டளையிட்டு அனுப்புங்கள்!' என்றான். பிறகு வஜ்ரபாஹுவை நோக்கி, 'இந்த விஷயத்தைப் பையனிடம் சொல்லும்' என்று ஆக்ஞாபித்தான்.

வஜ்ரபாஹு பரஞ்சோதியிடம், 'தம்பி! நாகார்ஜுன மலைக்கு இங்கிருந்து சக்கரவர்த்தியின் ஓலையுடன் ஒன்பது வீரர்கள் நாளைக் காலையில் போகிறார்கள். அவர்கள் உன்னையும் அழைத்துப் போவார்கள். நீ கொஞ்சமும் கவலைப்பட வேண்டாம். நாளை இராத்திரி உன்னை அநேகமாக நான் வழியில் சந்திப்பேன்' என்றான்.

பரஞ்சோதி அகமும் முகமும் மலர்ந்தவனாய், 'ஐயா! தங்களுடன் பிரயாணம் செய்வதாயிருந்தால் நரகத்துக்கு வேணுமானாலும் நான் வரச் சித்தம். தங்களிடம் கதை கேட்க அவ்வளவு ஆவலாக இருக்கிறது!' என்றான்.

'பையன் என்ன சொல்கிறான்?' என்று புலிகேசி கேட்டதற்கு, 'பிள்ளையாண்டான் பலே கைகாரன்; தான் கொண்டுவந்த ஓலை தங்களுக்கு இல்லையென்றால் தன்னிடமே திருப்பிக் கொடுத்துவிடும்படி கேட்கிறான். 'இளங்கன்று பயமறியாது' என்று தமிழிலே ஒரு பழமொழி உண்டு!' என்றான் வஜ்ரபாஹு.

புலிகேசி சிரித்துவிட்டு, 'அப்படியா? நல்லது. ஓலையைப் பையனிடமே கொடுத்து வைக்கலாம். இப்போதைக்கு அவனுடைய கட்டையும் அவிழ்த்து விடுங்கள்!' என்றான்.

ஓலையைப் பரஞ்சோதியிடம் கொடுத்ததோடு, அவனுடைய கட்டுக்களையும் உடனே அவிழ்த்து விட்டார்கள். பிறகு, அவனைச் சக்கரவர்த்தியின் சமூகத்திலிருந்து அழைத்துச் சென்றார்கள்.

மறு நாள் அந்தி மயங்கும் சமயத்தில் பரஞ்சோதியும் அவனுக்கு முன்னும் பின்னுமாகச் சென்ற ஒன்பது வீரர்களும் காட்டு மலைப் பாதையில் ஒரு குறுகிய கணவாயைத் தாண்டி, அப்பால் சற்றுத் தூரத்திலிருந்த ஒரு பழைய பாழடைந்த வீட்டை அடைந்தார்கள். அந்த வீட்டின் வாசல் திண்ணையில் ஒரு முதிய கிழவன் உட்கார்ந்திருந்தான். தலையும் தாடியும் நரைத்த அக்கிழவன் உலகப் பிரக்ஞையே அற்றவனாய்க் கையிலிருந்த ஜபமாலையை உருட்டிக்கொண்டிருந்தான். பத்துக் குதிரைகள் சேர்ந்தாற்போல் வந்து அவ்வீட்டின் வாசலில் நின்றதைக்கூட அவன் பொருட்படுத்தவில்லை.

அந்த வீரர்களில் ஒருவன் கிழவனை என்னவோ கேட்க, அவன் இரண்டொரு வார்த்தையில் மறுமொழி கூறிவிட்டு மறுபடியும் ஜபமாலையை உருட்டலானான்.

அன்றிரவு அந்தப் பாழ் வீட்டிலேயே தங்குவதென்று அவ்வீரர்கள் முடிவு செய்தார்கள். தங்களில் நாலு பேரை நாலு ஜாமத்துக்குக் காவல் செய்யவும் ஏற்படுத்திக் கொண்டார்கள்.

எல்லாரையும்விட அதிகக் களைப்புற்றிருந்த பரஞ்சோதிக்குப் படுத்த வுடனேயே கண்ணைச் சுற்றிக்கொண்டு தூக்கம் வந்தது. தூக்கத்தில் ஆழ் வதற்கு முன்னால் அவன் மனத்தில் கடைசியாக, 'வஜ்ரபாஹு இன்றிரவு சந்திப்பதாகச் சொன்னாரே? இனி எங்கே சந்திக்கப் போகிறார்?' என்ற எண்ணம் தோன்றியது.

பரஞ்சோதி அன்றைக்கும் தூக்கத்தில் கனவு கண்டான். புலிகேசியின் கூரிய கழுகுப் பார்வை ஒரு கணம் அவன் நெஞ்சை ஊடுருவிற்று. 'இவனை யானையின் காலால் இடறச் செய்யுங்கள்!' என்று புலிகேசி கட்டளையிடு கிறான். பரஞ்சோதி தன்னை இடற வந்த யானையின் மீது வேலை எறிந்து விட்டு ஓடுகிறான். யானை அவனை விடாமல் துரத்தி வருகிறது. கடைசி யில், அது கிட்ட நெருங்கிவிட்டது. யானையின் தும்பிக்கை தன் தோளில் பட்டதும், பரஞ்சோதி திடுக்கிட்டுத் திரும்பிப் பார்க்கிறான். பார்த்தால் யானையின் முகம் அந்த வீட்டு வாசல் திண்ணையில் உட்கார்ந்து ஜபமாலை உருட்டிக்கொண்டிருந்த கிழவனின் முகமாகவும், துதிக்கை அக்கிழவனின் கையாகவும் மாறியிருக்கின்றன.

இது கனவில்லை; உண்மையாகவே அந்தக் கிழவன் தன்னைத் தொட்டு எழுப்புகிறான் என்பதைப் பரஞ்சோதி உணர்ந்ததும் சட்டென்று எழுந்து உட்கார்ந்தான்.

44.மாயக் கிழவன்

கிழவனுடைய கையில் வேல் ஒன்று இருப்பதையும், அதைப் பெற்றுக் கொண்டு தன்னுடன் கிளம்பி வரும்படி கிழவன் சமிக்ஞை செய்வதையும், பலகணி வழியாக வந்த நிலவின் மங்கிய ஒளியில் பரஞ்சோதி உற்றுப் பார்த்துத் தெரிந்து கொண்டான். பரஞ்சோதி சிறிது தயங்கியபோது, கிழவன் அவனுடைய ஒரு கையைத் தன்னுடைய இடது கையினால் அழுத்திப் பிடித்தான். உடனே, பரஞ்சோதிக்குப் பழைய ஞாபகம் ஒன்று வரவே, அந்த மாயக் கிழவன் கொடுத்த வேலை வாங்கிக்கொண்டு துள்ளி எழுந்தான்.

இருவரும் வீட்டின் கொல்லைப்புறம் வழியாக வெளியே வந்தார்கள். பரஞ்சோதி தன்னுடைய குதிரையும் இன்னொரு குதிரையும் அங்கே சேணம் பூட்டி ஆயத்தமாக நிற்பதைக் கண்டான். இருவரும் குதிரைகள் மேல் பாய்ந்து ஏறிக்கொண்டார்கள்.

பரஞ்சோதி எதிர்பார்த்ததுபோல், கிழவனுடைய குதிரை உடனே பாய்ச்சலில் கிளம்பவில்லை. பரஞ்சோதிக்கு முதுகுப் புறத்தைக் காட்டிய வண்ணம் அவன் ஏதோ செய்துகொண்டிருந்தான். எனவே, பரஞ்சோதியும் தன்னுடைய குதிரையை இழுத்துப் பிடிக்க வேண்டியதாயிற்று.

தாமதம் செய்துகொண்டிருந்த கிழவன் நடுவில், 'தம்பி! என்னை யார் என்று தெரிகிறதா?' என்று கேட்டான்.

'தாடியைப் பார்த்து முதலில் ஏமாந்துதான் போனேன். கையைப் பிடித்து அழுத்தியதுந்தான் தெரிந்தது. பிசாசுக்குப் பயப்படாத சூரர் வஜ்ரபாஹு தாங்கள்தானே?' என்றான் பரஞ்சோதி.

உரத்த சத்தத்துடன் சிரித்துக்கொண்டு கிழவன் திரும்பியபோது அவன் முகத்திலிருந்த நரைத்த தாடியைக் காணவில்லை. தாடி நீங்கிய முகம் வீரன் வஜ்ரபாஹுவின் முகமாகக் காட்சி அளித்தது.

'யோசித்துச் சொல்லு, அப்பனே! என்னோடு வருவதற்கு உனக்குச் சம்மதமா?' என்று வஜ்ரபாஹு கேட்க, பரஞ்சோதி, 'எனக்கு வரச் சம்மதந் தான். உங்களுக்குத்தான் இங்கிருந்து போகும் உத்தேசம் இல்லை போலிருக் கிறது!' என்றான்.

'ஏன் அப்படிச் சொல்லுகிறாய்?'

'பின்னே, இப்படிச் சத்தம் போட்டுப் பேசுகிறீர்களே? அவர்கள் விழித்துக் கொள்ள மாட்டார்களா!'

'அவர்களை எழுப்புவதற்காகவேதான் இரைந்து பேசுகிறேன். தூங்கு கிறவர்களை ஏமாற்றிவிட்டு ஓடித் தப்பித்துக் கொண்டான் என்ற அவப் பெயர் அச்சுத விக்கிராந்தனுடைய வம்சத்தில் உதித்த வீரன் வஜ்ரபாஹு வுக்கு வரப்படுமா?' என்று கூறி, எதையோ நினைத்துக்கொண்டவன்போல் இடி இடியென்று சிரித்தான்.

இதற்குள் வீட்டு வாசலில் காவலிருந்த வீரன் குதிரைகளின் காலடிச் சத்தத்தையும் பேச்சுக் குரலையும் கேட்டு வீட்டைச் சுற்றிக் கொல்லைப் புறம் வந்து பார்த்தான். இரண்டு பேர் குதிரை மேலேறிக் கிளம்பிக் கொண்டிருப்பதை அவன் கண்டு, 'ஓ!' என்ற கூச்சலுடன் வீட்டுக்குள் ஓடினான். உடனே, அந்த வீட்டுக்குள் வீரர்கள் ஒருவரை ஒருவர் எழுப்பும் சத்தமும், 'என்ன? என்ன?' என்று கேட்கும் சத்தமும், 'மோசம்!' 'தப்பி ஓடுகிறார்கள்' என்ற கூக்குரலும் ஒரே குழப்பமாக எழுந்தன.

வஜ்ரபாஹுவும் பரஞ்சோதியும் ஏறியிருந்த குதிரைகள் முதல் நாள் வந்த பாதையில் திரும்பிச் செல்லத் தொடங்கின. ஆனால், வஜ்ரபாஹு குதிரையை வேண்டுமென்றே இழுத்துப் பிடித்து அதன் வேகத்தைக் குறைத்ததுடன் ஆங்காங்கு நின்று நின்று சென்றான். பரஞ்சோதி இந்த தாமதத்தைப்பற்றிக் கேட்டபோது, 'சளுக்கர்கள் நம்மை வந்து பிடிப்பதற்கு அவகாசம் கொடுக்க வேண்டாமா? அவர்கள் வழி தப்பி வேறு எங்கேயாவது தொலைந்து போய் விட்டால்...?' என்றான்.

'போய்விட்டால் என்ன?' என்று பரஞ்சோதி கேட்டான்.

'இவ்விடத்துக்குக் கொஞ்ச தூரத்தில் ஒரு மலைக் கணவாய் இருக்கிற தல்லவா? அந்தக் கணவாயில் துர்க்கா தேவி கோயில் ஒன்று இருக்கிறது. நேற்று வரும்போது நீ கவனித்தாயா?'

‘இல்லை!’

‘நீ எங்கே கவனிக்கப் போகிறாய்? உன்னுடைய கவனமெல்லாம் ஒருவேளை திருவெண்காட்டுக் கிராமத்திலே இருந்திருக்கும்....’

‘என்ன சொன்னீர்கள்?’

‘அந்தத் துர்க்கையம்மன் கோயில் வழியாக நான் நேற்றைக்கு வந்தபோது, இன்று சூரியோதய சமயத்தில் அம்மனுக்கு ஒன்பது உயிர்களைப் பலி கொடுப்பதாக வேண்டிக்கொண்டு வந்திருக்கிறேன். இவர்கள் வேறு வழியில் போய்விட்டால், என்னுடைய வேண்டுதலை நிறைவேற்ற முடியாதல்லவா?’

ஆனால், மேற்கூறிய கிழவனின் வார்த்தைகள் பரஞ்சோதியின் செவியில் விழுந்தனவாயினும், அவன் மனத்தில் பதியவில்லை.

பெரியதொரு வியப்பு அவனுடைய உள்ளத்தில் குடிகொண்டிருந்தது. திருச்செங்காட்டங்குடியிலிருந்து அவன் கிளம்பியதிலிருந்து, எத்தனை எத்தனையோ அதிசய சம்பவங்களைப் பார்த்திருக்கிறான். இவ்வளவிலும் இடையிடையே அவனுடைய மனமானது திருவெண்காட்டுக்குப் போய் வந்துகொண்டிருந்தது. ஆனால் அந்த விஷயம் இந்த வேஷதாரி வஜ்ர பாஹுவுக்கு எப்படித் தெரிந்தது என்று நினைத்து, பரஞ்சோதி ஆச்சரியக் கடலில் மூழ்கினான்.

பலபலவென்று பொழுது விடியும் தருணத்தில் வஜ்ரபாஹுவும் பரஞ் சோதியும் ஒரு மலைக் கணவாயை அடைந்தார்கள். அவர்கள் இதுகாறும் வந்த பாதையானது அங்கே குறுகி இருபுறமும் செங்குத்தாக, ஓங்கி வளர்ந்த பாறைச் சுவர்களின் வழியாகச் சென்றது. கணவாயைத் தாண்டியதும், ஒரு பக்கம் மட்டும் பாறைச் சுவர் உயர்ந்து, இன்னொரு பக்கம் அகல பாதாள மான பள்ளத்தாக்காகத் தென்பட்டது.

இந்த இடத்துக்கு வந்ததும் வஜ்ரபாஹு தன் குதிரையை நிறுத்தினான். பரஞ்சோதியையும் நிறுத்தும்படிச் செய்தான்.

காலை நேரத்தில் குளிர்ந்த இளங்காற்று மலைக் கணவாயின் வழியாக ஜிலுஜிலுவென்று வந்தது. பட்சிகளின் மனோகரமான குரல் ஒலிகளுடன் தூரத்திலே குதிரைகள் வரும் காலடி சத்தம் டக், டக், டக், டக் என்று கேட்டது.

‘தம்பி! உன்னை மறுபடியும் கேட்கிறேன்; அந்தச் சளுக்க வீரர்கள் வருவதற் குள்ளே தீர்மானமாகச் சொல். உனக்கு என்னோடு வருவதற்கு இஷ்டமா?’ என்று வஜ்ரபாஹு கேட்டான்.

‘உங்களோடுதான் வந்துவிட்டேனே? இனிமேல் திரும்பிப் போக முடியுமா?’

‘உனக்கு இஷ்டமில்லாவிட்டால் இப்போதுகூட நீ திரும்பிப் போய் அவர்களுடன் சேர்ந்துகொள்ளலாம்’

'சேர்ந்துகொண்டு...'

'அவர்கள் போகும் இடத்துக்கு நீயும் போகலாம்.'

'அவர்கள் எங்கே போகிறார்கள்?'

'நாகார்ஜுன மலைக்குப் போவதாக நினைத்துக்கொண்டிருக்கிறார்கள். உண்மையில் அவர்கள் போகப் போவது யமலோகத்துக்கு!'

'அங்கே அவர்களை அனுப்பப் போவது யார்!'

'உனக்கு இஷ்டமிருந்தால் நீயும் நானுமாக; இல்லாவிட்டால் நான் தனியாக...'

'பரஞ்சோதி சிறிது யோசித்துவிட்டு, 'தாங்கள் எங்கே போகிறீர்கள்?' என்று கேட்டான்.

'பல்லவ சைனியத்தின் பாசறைக்கு!'

'ஆஹா! நான் நினைத்தபடிதான்!' என்றான் பரஞ்சோதி.

'உனக்கு எப்படித் தெரிந்தது?'

'நேற்றெல்லாம் யோசனை செய்ததில் தெரிந்தது.'

'இன்னும் என்ன தெரிந்தது?'

'தாங்கள் காஞ்சிச் சக்கரவர்த்தியின் ஒற்றர் என்றும் தெரிந்தது.'

'தம்பி! உன்னை என்னவோ என்று நினைத்தேன். வெகு புத்திசாலியாக இருக்கிறாயே?'

'ஐயா! நான் தங்களுடன் வந்தால் பல்லவ சைனியத்தில் என்னைச் சேர்த்துக் கொள்வார்களா?' என்று கேட்டான் பரஞ்சோதி.

'கட்டாயம் சேர்த்துக்கொள்வார்கள். கரும்பு தின்னக் கூலியா? உன்னைப் போன்ற வீரனைப் பெறப் பல்லவ சைனியம் கொடுத்து வைத்திருக்க வேண்டுமே!' என்றான் வஜ்ரபாஹு.

பரஞ்சோதி இதற்கு மறுமொழி சொல்லவில்லை. சிறிது நேர மௌனத்துக்குப் பிறகு, 'அப்பனே! என்ன யோசிக்கிறாய்?' என்று வஜ்ரபாஹு கேட்டான்.

'என்னிடமுள்ள ஓலையை என்ன செய்வது என்றுதான்!'

'அதோ தெரிகிற பள்ளத்தாக்கிலே ஓடுகிற தண்ணீரிலே போடு. அதனால் இனிமேல் பிரயோஜனம் ஒன்றுமில்லை.'

'நாகநந்தியும் ஆயனரும் எவ்வளவு ஏமாற்றமடைவார்கள்?'

'ஆம்; நாகநந்தி பெரிய ஏமாற்றந்தான் அடைவார்!' என்று கூறிவிட்டு, வஜ்ரபாஹு 'கலகல'வென்று சிரித்தான்.

‘ஏன் சிரிக்கிறீர்கள்?’

‘இப்படிப்பட்ட கும்பகர்ணனாகப் பார்த்து, அந்தப் புத்த பிக்ஷு ஓலையைக் கொடுத்தாரே என்றுதான்.’

‘ஐயா! தயவுசெய்து என்னை மன்னியுங்கள். நான் இப்படியே நாகார்ஜுன மலைக்குப் போய் நாகநந்தியின் ஓலையைக் கொடுத்து விட்டுப் பின்னர் பல்லவ சைனியத்தின் பாசறைக்கு வருகிறேன்.’

‘வீண் வேலை, அப்பனே! நாகநந்தி உன்னிடம் கொடுத்த ஓலை அக்கினிக்கு அர்ப்பணமாகிவிட்டது!’

‘என்ன சொன்னீர்கள்!’

‘நாகநந்தியின் ஓலை தீயில் எரிந்துபோய்விட்டது என்றேன்.’

‘இதோ என்னிடம் இருக்கிறதே!’

‘அது நான் எழுதிவைத்த ஓலை, தம்பி!’

‘என்னுடைய சந்தேகம் சரிதான்!’ என்று பரஞ்சோதி ஓலைச் சுருளை எடுத்து வீசிப் பள்ளத்தாக்கில் எறிந்தான்.

‘அன்றிரவு தீபத்தில் மயக்க மருந்து சேர்த்து என்னைத் தூங்க வைத்து விட்டுத்தானே ஓலையை எடுத்தீர்கள்?’ என்று கேட்டான்.

‘உன்னுடைய வேலின் முனையைப்போலவே உன் அறிவும் கூர்மையாகத் தான் இருக்கிறது!’ என்றான் வஜ்ரபாஹு.

வஜ்ரபாஹுவை ஆச்சரியமும் பக்தியும் ததும்பிய கண்களினால் பரஞ்சோதி பார்த்து, ‘ஐயா! நாகநந்தி என்னிடம் அனுப்பிய ஓலையில் என்ன எழுதியிருந்தது?’ என்று கேட்டான்.

‘புலிகேசியைக் காஞ்சி மாநகருக்கு உடனே வந்து, தென்னாட்டின் ஏக சக்ராதிபதியாக முடிசூட்டிக் கொள்ளும்படி எழுதியிருந்தது!’

‘அடடா! அப்படிப்பட்ட துரோகமான ஓலையையா நான் எடுத்துக்கொண்டு வந்தேன்? ஐயோ! என்ன மூடத்தனம்!’ என்று புலம்பினான் பரஞ்சோதி.

‘போனதைப்பற்றி அப்புறம் வருத்தப்படலாம். இதோ சளுக்க வீரர்கள் யமனுலகம் போக அதிவேகமாக வருகிறார்கள். நீ என்ன செய்யப் போகிறாய்?’ என்று வஜ்ரபாஹு கேட்டான்.

‘தங்கள் விருப்பம் எப்படியோ, அப்படி!’

‘சரி, இந்தக் கணவாயின் இருபக்கமும் நாம் இருவரும் நிற்கலாம். முதலில் வருகிறவன் மார்பில் உன்னிடமுள்ள ஈட்டியைப் பிரயோகம் செய். அப்புறம் இந்த வாளை வைத்துக்கொண்டு உன்னால் முடிந்தவரையில் பார்!’ என்று வஜ்ரபாஹு கூறி, தான் வைத்திருந்த இரண்டு வாள்களில் ஒன்றைக் கொடுத்தான்.

பரஞ்சோதி ஆர்வத்துடன் அந்த வாளை வாங்கிக்கொண்டு தன்னுடைய ‘கன்னி’ப் போருக்கு ஆயத்தமாய் நின்றான்.

45.மலைக் கணவாய்

சூரியன் உதயமாகி இரண்டு நாழிகைப்பொழுது ஆனபோது, அந்த மலைக் கணவாய்ப் பிரதேசம் கோரமான ரணகளமாய்க் காட்சியளித்தது.

இளம் கதிரவனின் செங்கிரணங்கள் பாறையில் ஆங்காங்கு தோய்ந்திருந்த கரும் இரத்தத்தில் படிந்து ரணகளத்தின் கோரத்தை மிகுதிப்படுத்திக் காட்டின.

கால் கை வெட்டுண்டும், தலை பிளந்தும் தேகத்தில் பல இடங்களில் படுகாயம் பட்டும் உயிரிழந்த ஒன்பது வீரர்களின் பிரேதங்கள் அந்தக் கணவாய் பாதையிலே கிடந்தன.

அப்படிக் கிடந்த உடல்களினிடையே வஜ்ரபாஹு சஞ்சரித்துக் கொண்டிருந்தான். அந்த உடல்களை அவன் புரட்டிப் பார்த்தும் அவற்றின் உடைகளைப் பரிசோதித்தும் எதையோ பரபரப்புடன் தேடிக்கொண்டிருந்ததாகத் தோன்றியது.

சற்றுத் தூரத்தில் ஒரு பாறையின் மீது பரஞ்சோதி உட்கார்ந்திருந்தான். அவன் முகத்தில் மிகுந்த சோர்வும் அருவருப்பும் குடிகொண்டிருந்தன. கையிலே வாளைப் பிடித்து ஊன்றிக்கொண்டிருந்தான். பக்கத்திலே இரத்தம் தோய்ந்த வேல் கிடந்தது.

சற்று முன்னால் நிகழ்ந்த கொடுமையான ஒரு சம்பவம் பரஞ்சோதியின் மனக் கண் முன்னால் நின்றது. சளுக்க வீரர்களில் மூன்று பேரைப் பரஞ்சோதியும் ஐந்துபேரை வஜ்ரபாஹுவும் யமனுலகுக்கு அனுப்பினார்கள். அவர்களுக்குச் சற்றுத் தூரத்திலேயே நின்ற ஒன்பதாவது வீரன் சண்டையிடாமல் குதிரையைத் திருப்பி விட்டுக்கொண்டு ஓடப்பார்த்தான். அப்போது வஜ்ரபாஹு வேலை எறிய, அது ஓடுகிறவன் முதுகில் போய்ப் பாய்ந்தது. அவனும் செத்து விழுந்தான். அதுவரையில் வஜ்ரபாஹுவின் அஸகாய சூரத்தனத்தைப் பார்த்துப் பார்த்து வியந்துகொண்டிருந்த பரஞ்சோதிக்கு இதைப் பார்த்ததும் பெரும் வெறுப்பு உண்டாயிற்று. ‘ஓடுகிறவன் முதுகில் வேல் எறிவதும் ஒரு வீரமா?’ என்று வஜ்ரபாஹுவை அவன் மனம் இகழத் தொடங்கியது.

திடீரென்று ‘ஆ!’ என்ற சத்தத்தைக் கேட்டு பரஞ்சோதி திரும்பிப் பார்த்த போது, வஜ்ரபாஹு ஓர் ஓலையைக் கையில் வைத்துக்கொண்டு படிப்பதைக் கண்டான்.

பிறகு, வஜ்ரபாஹு விரைந்து வந்து பரஞ்சோதி உட்கார்ந்திருந்த பாறைக்குப் பக்கத்தில் நின்ற தன் குதிரைமீது ஏறிக் கொண்டான். பரஞ்சோதி இன்னும் எழுந்திராமல் உட்கார்ந்திருப்பதைக் கண்டு, ‘தம்பி! நீ வரப்போவதில்லையா?’ என்று கேட்டான்.

பரஞ்சோதி ஆசாபங்கமும் அருவருப்பும் நிறைந்த கண்களினால் ஒரு தடவை வஜ்ரபாஹுவைப் பார்த்துவிட்டு மறுபடியும் முன்போல் தலையைக் குனிந்து கொண்டான்.

வஜ்ரபாஹு குதிரையுடன் பரஞ்சோதியின் அருகில் வந்து, 'அப்பனே! கைதேர்ந்த வீரனைப் போல் நீ சண்டையிட்டாய். அதிலாகவத்துடன் போர் புரிந்து மூன்று ராட்சஸச் சளுக்கர்களைக் கொன்றாய். உன்னைப் பல்லவ சைனியத்தின் குதிரைப் படைத்தலைவனாக ஆக்கவேண்டும் என்று பல்லவ சேனாதிபதியிடம் சொல்ல எண்ணியிருக்கிறேன். இத்தகைய சோர்வும் சோகமும் உன்னை இப்போது பிடித்ததன் காரணம் என்ன?' என்று கேட்டான்.

பரஞ்சோதி மறுமொழி சொல்லவும் இல்லை; தலை நிமிர்ந்து பார்க்கவும் இல்லை. வஜ்ரபாஹுவின் முகத்தையே பார்க்க விரும்பாதவன்போல் கிழக்கே மலைக்கு மேலே சூரியன் தகதகவென்று ஒளி வீசிச் சுழன்றுகொண்டிருந்த திசையை நோக்கினான்.

வஜ்ரபாஹு குதிரையை இன்னும் கொஞ்சம் பரஞ்சோதியின் அருகில் செலுத்திக்கொண்டு கூறினான்:

'தம்பி! உன்னை இந்த நிலையில் பார்த்தால் எனக்கு யாருடைய ஞாபகம் வருகிறது தெரியுமா? குருக்ஷேத்திரப் போர்க்களத்தில் இருதரப்பு சைனியங்களும் வந்து யுத்தத்துக்கு ஆயத்தமாக நின்றன. யுத்தம் ஆரம்பிக்க வேண்டிய சமயத்தில் அர்ச்சுனன் வில்லைத் தேர்த்தட்டில் போட்டுவிட்டு, 'எனக்கு ராஜ்யமும் வேண்டாம், ஒன்றும் வேண்டாம். என்னால் யுத்தம் செய்ய முடியாது!' என்று சோகமடைந்து விழுந்தான். உன்னை இப்போது பார்த்தால் அந்த அர்ச்சுனனைப் போலவே இருக்கிறது.'

அர்ச்சுனன் என்ற பெயர் காதில் விழுந்தவுடனேயே பரஞ்சோதி வஜ்ரபாஹுவை நோக்கினான். அவனுடைய கண்களிலே சோர்வு நீங்கி ஒரு புதிய ஒளி சுடர்விட்டது. வஜ்ரபாஹு நிறுத்தியதும், 'அப்புறம் என்ன நடந்தது?' என்று ஆர்வத்துடன் கேட்டான்.

'நல்ல வேளையாக அர்ச்சுனனுக்குக் கிருஷ்ண பகவான் ரத சாரதியாக அமைந்திருந்தார். பரமாத்மா அர்ச்சுனனைப் பார்த்து 'அர்ச்சுனா! எழுந்திரு! நீ ஆண்பிள்ளை! க்ஷத்திரியன்! யுத்தம் செய்வது உன் தர்மம். கையிலே வில்லை எடு!' என்றார். இந்த மாதிரி இன்னும் பதினெட்டு அத்தியாயம் உபதேசம் செய்தார்! அதனால் அர்ச்சுனனுடைய சோர்வு நீங்கி மறுபடியும் ஊக்கம் பிறந்தது...' என்று சொல்லி வஜ்ரபாஹு நிறுத்தினான்.

'பிறகு?' என்று பரஞ்சோதி கேட்டான்.

'பிறகு என்ன? அர்ச்சுனன் காண்டீபத்தைக் கையில் எடுத்து நாணேற்றி டங்காரம் செய்தான். கிருஷ்ணபகவான் பாஞ்சஜன்யம் என்கிற சங்கை எடுத்து 'பூம் பூம்' என்று ஊதினார். உடனே மகாபாரத யுத்தம் ஆரம்பமாயிற்று.'

'யுத்தம் எப்படி நடந்தது?' என்றான் பரஞ்சோதி.

‘லட்சணந்தான்; இங்கே நான் உட்கார்ந்து உனக்குப் பாரத யுத்தக் கதை சொல்லிக்கொண்டிருந்தால், இப்போது நடக்க வேண்டிய யுத்தம் என்ன ஆகிறது?’ என்று சொல்லி விட்டு வஜ்ரபாஹு தன்னுடைய குதிரையைத் திருப்பிக்கொண்டு அந்த மலைப் பாதையில் மேலே போகத் தொடங்கினான்.

பரஞ்சோதி துள்ளி எழுந்து வேலையும் வாளையும் எடுத்துக்கொண்டு தன் குதிரையின் மீது தாவி ஏறினான். விரைவில் அவன் வஜ்ரபாஹுவின் அருகில் போய்ச் சேர்ந்தான்.

வஜ்ரபாஹு திரும்பிப் பார்த்து, ‘தம்பி! வந்து விட்டாயா? உன் முகத்தைப் பார்த்தால், என்னோடு சண்டை பிடிக்க வந்தவன் மாதிரி தோன்றுகிறது; அப்படித்தானே?’ என்றான்.

‘பயப்படாதீர்கள். அப்படி நான் உங்களோடு சண்டை செய்ய வந்திருந் தாலும் பின்னாலிருந்து முதுகில் குத்திவிட மாட்டேன்! முன்னால் வந்துதான் சண்டையிடுவேன்! போர்க்களத்திலிருந்து ஓடும் எதிரியின் முதுகில் வேலை எறிந்து கொல்லும் தைரியம் எனக்குக் கிடையாது!’ என்று பரஞ்சோதி கசப்பான குரலில் சொன்னான்.

வஜ்ரபாஹு சற்று மௌனமாயிருந்துவிட்டு, ‘அப்பனே! ஓடித் தப்ப முயன்றவனை நான் வேல் எறிந்து கொன்றிராவிட்டால் என்ன நேரும் தெரியுமா?’ என்றான்.

‘என்னதான் நேர்ந்துவிடும்?’

‘நாம் பார்த்த மாபெரும் வாதாபி சைனியம் ஒரு மாதத்திற்குள்ளாகக் காஞ்சி நகரின் வாசலுக்கு வந்து சேர்ந்து விடும். வைஜயந்தி பட்டணத்துக்கு என்ன கதி நேர்ந்ததென்று சொன்னேன் அல்லவா?’

‘வைஜயந்தியின் கதி காஞ்சிக்கு நேருமா? பல்லவ சைனியம் எங்கே போயிற்று? மகேந்திர சக்கரவர்த்தி எங்கே போனார்?’

‘அதுதானே மர்மமாயிருக்கிறது, தம்பி! காஞ்சியிலிருந்து கிளம்பிய மகேந்திர பல்லவர் எங்கே போனார் என்பதுதான் யாருக்கும் தெரிய வில்லை! அவர் இன்னும் பல்லவ சைனியத்தின் பாசறைக்கு வந்து சேர வில்லையாம்!’ என்றான் வஜ்ரபாஹு.

பரஞ்சோதி சற்றுச் சும்மா இருந்துவிட்டு, ‘ஐயா! அப்புறம் அர்ச்சுனன் என்ன செய்தான்? சொல்லுங்கள்!’ என்று கேட்டான்.

46.புலிகேசியின் காதல்

வறண்ட மலைப் பிரதேசங்களையும், அடர்ந்த வனப் பிரதேசங்களையும், நீர் வற்றி வெண்மணல் பரந்த நதிகளையும், கிளி கொஞ்சும்

மாந்தோப்புக்கள் சூழ்ந்த அழகிய கிராமங்களையும் கடந்து வஜ்ர பாஹுவும் பரஞ்சோதியும் இடைவிடாது பிரயாணம் செய்துகொண்டு போனார்கள்.

சில சமயம் வஜ்ரபாஹு வீர ரஸம் செறிந்த பாரத யுத்தக் கதைகளைப் பரஞ்சோதிக்குக் கூறுவான். அர்ச்சுனனுடைய வில் தொழில் திறன் களையும், அபிமன்யுவின் அசகாய சூரத்தனத்தையும், பீமனுடைய கதாயுதம் நிகழ்த்திய விந்தைகளையும் பற்றி வஜ்ரபாஹு சொல்லும்போ தெல்லாம் பரஞ்சோதிக்கு ரோமாஞ்சம் உண்டாகும். குருக்ஷேத்திரப் போர்க் களத்தில் தானும் பாண்டவர்களின் கட்சியில் நின்று வீரப் போர் செய்வதாக எண்ணிக் கொள்வான். அவனையறியாமலே அவனுடைய கைகள் வில்லை வளைத்து நாணேற்றும்; பகைவர் மீது வேலை வீசும்; வாளைச் சக்கர காரமாய்ச் சுழற்றும்.

இன்னும் சில சமயம், வஜ்ரபாஹு ஆழ்ந்து யோசனை செய்யத் தொடங்கி விடுவான். அப்போது பரஞ்சோதி கேட்கும் கேள்விகளுக்கு அவன் விடை சொல்லமாட்டான். மேடு, பள்ளம், காடு, தண்ணீர் என்று பாராமல் குதிரையை நாலு கால் பாய்ச்சலில் விடுவான். அவன் பின்னோடு பரஞ்சோதி குதிரையைச் செலுத்திக்கொண்டு செல்வதே பெரும் பிரயத்தனமாயிருக்கும்.

இன்னும் சில சமயம் வஜ்ரபாஹு வாதாபி சைனியத்தின் படை யெடுப்பைப் பற்றியும் பல்லவ ராஜ்யத்துக்கு வந்திருக்கும் பேரபாயத்தைப் பற்றியும் பேசுவான். அப்போதெல்லாம் அவனுடைய தொனியில் கவலை நிறைந்திருக்கும். அமைதி குடி கொண்ட அழகிய கிராமங்களின் ஓரமாக அவர்கள் போகும்போது, 'ஆஹா! இந்தக் கிராமங்களுக்கெல்லாம் இன்னும் கொஞ்சநாளில் என்ன கதி நேரப் போகிறதோ, தெரிய வில்லையே?' என்று சொல்லுவான்.

நீண்ட கிளைகளை நாலாபுறமும் பரப்பிக்கொண்டு குளிர்ந்த நிழல் தந்து நின்ற விசாலமான ஆலமரங்களையும், பசுமையான தென்னந்தோப்புக் களையும் பார்க்கும்போதெல்லாம் வஜ்ரபாஹு பெருமூச்சு விடுவான். 'மறுபடியும் நாம் இந்தப் பக்கம் வரும்போது கண் குளிரும் இந்தப் பசுமையைக் காண்போமா?' என்பான்.

இந்த அதிசயமான கவலைக்குக் காரணம் என்னவென்று பரஞ்சோதி வற்புறுத்திக் கேட்டபோது வஜ்ரபாஹு கூறினான்: 'அப்பனே! நீ அந்த வாதாபி சைனியத்தின் பாசறையை முழுவதும் சுற்றிப் பார்க்கவில்லை. நான் பார்த்தேன்! அந்த பிரம்மாண்டமான யானைப் படையையும் நினைத்து, இந்தப் பசுமையான மரத்தோப்புகளையும் பார்த்தால், எனக்கு கண்ணில் ஜலம் வருகிறது. ஒரு யானை ஒரு நாளில் எவ்வளவு ஆகாரம் சாப்பிடும், தெரியுமா?'

'தெரியாது, ஐயா!'

'ஆறு மரக்கால் அரிசி, ஒன்பது தார் வாழைப்பழம், இருபத்தைந்து தேங்காய், ஓர் ஆலமரத்தில் பாதி இவ்வளவையும் சாப்பிட்ட பிறகும் யானையின் பசி அடங்காது!'

‘அம்மம்மா!’ என்றான் பரஞ்சோதி.

‘இவ்வளவுக்கும் மேலே யானைப்பாகனுக்கும் அதன் வயிற்றில் இடம் இருக்கும்! ஆனால் யானைகள் சைவ விரதம் கொண்டவையாகையால் யானைப்பாகனைச் சாப்பிடுவதில்லை!’

பரஞ்சோதி சிரித்துவிட்டு, ‘வாதாபிப் படையில் அப்படி எத்தனை யானைகள் இருக்கின்றன?’ என்று கேட்டான்.

‘பதினையாயிரம் யானைகள், அப்பனே! பதினையாயிரம் யானைகள்! இவ்வளவு யானைகளும் ஒரு தடவை காஞ்சிநகர் வரையில் வந்துவிட்டு திரும்பினால் போதும்! அவை வந்துபோன வழியெல்லாம் பசுமை யென்பதே இல்லாமல் பாலைவனமாய்ப் போய்விடும்.’

‘காஞ்சி நகரம் வரையில் வாதாபி சைனியம் வந்துவிடும் என்று அடிக்கடி சொல்கிறீர்களே, அது ஏன்?’

‘பதினையாயிரம் யானைகளையும் ஐந்து லட்சம் காலாட் படைகளையும் யாரால் தடுத்து நிறுத்த முடியும் தம்பி? கடவுளே பார்த்து நிறுத்தினால்தான் நிறுத்தியது!’

‘காஞ்சிக் கோட்டையை ஏன் அவ்வளவு பத்திரப்படுத்தினார்கள் என்பது எனக்கு இப்போதுதான் தெரிகிறது’ என்று பரஞ்சோதி சொன்னதைக்கேட்டு வஜ்ரபாஹு ஏளனக் குரலில் சிரித்தான்.

‘ஏன் சிரிக்கிறீர்கள், ஐயா?’ என்று பரஞ்சோதி கேட்டான்.

‘காஞ்சிக் கோட்டையை ரொம்பவும் பத்திரப்படுத்தி இருப்ப தாகத்தான் ஒரு காலத்தில் நான்கூட நினைத்தேன். ஆனால் அந்த எண்ணம் எவ்வளவு தவறு என்று இப்போது தெரிகிறது.’

‘ஏன்? கோட்டைக்குப் பத்திரம் போதாதா?’ என்று பரஞ்சோதி கேட்டான். இரகசியச் சுரங்க வழியாகத் தன்னை நாகநந்தி வெளியேற்றியது அவன் ஞாபகத்துக்கு வந்தது.

‘வாதாபி யானைகள் சாராயத்தைக் குடித்துவிட்டு வந்து காஞ்சிக் கோட் டையின் கதவுகளை மோதும்போது கோட்டைக் கதவுகள் எப்படி நொறுங் கிச் சின்னா பின்னமாகப் போகின்றன என்பதை நினைத்தால் சிரிப்பு வருகிறது’ என்றான் வஜ்ரபாஹு.

‘இதென்ன விந்தை? யானைகள் சாராயம் குடிக்குமா என்ன?’

‘யானைகளை மாமிச பக்ஷணிகளாகச் செய்ய முடியவில்லை. ஆனால் மதுபானம் செய்யப் பழக்கியிருக்கிறார்கள். வாதாபி சைனியத்தில் ஆயிரக் கணக்கான வண்டிகளில் பெரிய பெரிய சால்களில் சாராயம்கொண்டு வரு கிறார்கள். யானைகளைச் சாராயம் குடிக்கச் செய்து கோட்டைக் கதவுகளை முட்டச் செய்யப்போகிறார்களாம்!’

‘இது என்ன அநாகரிக யுத்தம்’ என்றான் பரஞ்சோதி.

‘யுத்தமே அநாகரிகந்தான், தம்பி!’ என்றான் வஜ்ரபாஹு.

‘எல்லா யுத்தத்தையும் அநாகரிக யுத்தம் என்று சொல்ல முடியுமா? நாட்டைக் காப்பதற்காக மகேந்திர சக்கரவர்த்தி நடத்தும் யுத்தம் அநாகரிக யுத்தமா?’ என்றான் பரஞ்சோதி.

‘மகேந்திர சக்கரவர்த்தியின் பெயரை மட்டும் என் காது கேட்கச் சொல்லாதே! தேசப் பாதுகாப்பை அசட்டை செய்து விட்டு ஆடலிலும் பாடலிலும் அவர் காலம் கழித்ததை நினைத்தால் எனக்குக் கோபம் கோபமாய் வருகிறது!’

பரஞ்சோதி வஜ்ரபாஹுவின் முகத்தைச் சற்றுக் கவனமாய்ப் பார்த்துவிட்டு, ‘அப்படியானால், காஞ்சிக் கோட்டையைப் பாதுகாக்கவே முடியாது என்று நினைக்கிறீர்களா?’ என்றான்.

‘வாதாபி சைனியம் நேரே காஞ்சிக்கு வந்துசேர்ந்தால் காஞ்சிக் கோட்டையைக் கடவுளால்கூடக் காப்பாற்ற முடியாது!’

‘அப்படி வந்து சேராதல்லவா?’

‘அதன் பொருட்டுத்தான் ஓட முயன்றவன் முதுகில் வேலை எறிந்து கொன்றேன். நாகநந்தி கொடுத்ததாகப் புலிகேசியிடம் ஓர் ஓலை கொடுத் திருக்கிறேன். அதைப்பற்றிப் புலிகேசிக்குச் சந்தேகம் தோன்றாதிருந்தால் காஞ்சியைத் தப்புவிக்கலாம்.’

‘நீங்கள் கொடுத்த ஓலையில் என்ன எழுதியிருந்தது, ஐயா?’

‘தம்பி! அந்த விஷயத்தைப்பற்றி நீ கேளாமலிருந்தால் நான் பொய் சொல்ல வேண்டிய அவசியமும் ஏற்படாது!’ என்று முன்னொரு தரம் பரஞ்சோதி கூறிய வார்த்தைகளை வஜ்ரபாஹு இப்போது திருப்பிக் கூறினான்.

பரஞ்சோதி சற்று நேரம் சும்மா இருந்துவிட்டு, ‘ஐயா! நீங்கள் கொடுத்த ஓலையின் பலனாகச் சளுக்க சைனியம் காஞ்சிக்கு வராமல் வாதாபிக்கே திரும்பிப் போய் விடுமா?’ என்று கேட்டான்.

‘அப்பனே! காஞ்சி என்ற பெயரைக் கேட்டதும் புலிகேசியின் கண்களில் தோன்றிய ஆசை வெறியை நீ பார்த்திருந்தாயானால் இவ்விதம் கேட்டிருக்க மாட்டாய். என்னை அச்சுத விக்கிராந்தனுடைய சந்ததியில் வந்தவனாக நினைத் துக்கொண்டே புலிகேசி தன்னுடைய மனத்தை நன்றாக திறந்து காட்டினான்...’

‘அது யார் அச்சுதவிக்கிராந்தன்?’ என்று பரஞ்சோதி குறுக்கிட்டுக் கேட்டான். எந்த விஷயத்தையும் ஐயந்திரிபறத் தெரிந்து கொள்வதில் அவனுக்கு அடங்காத ஆசை ஏற்பட்டிருந்தது.

‘பாண்டிய நாட்டுக்கும் சோழ நாட்டுக்கும் மத்தியில் இருநூறு வருஷத்துக்கு முன் தனி அரசு செலுத்திய அச்சுதக் களப்பாளனைப் பற்றி நீ கேட்ட தில்லையா? அந்த அச்சுதக் களப்பாளனின் வம்சம் நான் என்றதும் புலிகேசி நம்பி விட்டான். ‘நீ காஞ்சி நகர் பார்த்திருக்கிறாயா?’ என்று கேட்டான். ‘பார்த் திருக்கிறேன்’ என்றேன்; காஞ்சிநகர்க் காட்சிகளை விவரமாக வர்ணிக்கும்படி சொன்னான். நான் அவ்விதமே காஞ்சியை வர்ணித்தபோது, புலிகேசியின்

முகத்தில் தோன்றிய பரபரப்பைப் பார்க்க வேணுமே! எலியைப் பார்த்த பூனையின் கண்களில் தோன்றும் ஆசைவெறி புலிகேசியின் கண்களிலும் அப்போது தோன்றியது. இராவணன் சீதையைப் பார்த்து என்ன சொன்னான் தெரியுமா தம்பி! 'என்னிடம் நீ ஆசை கொள்கிறாயா? அல்லது உன்னைக் காலைப் போஜனத்துக்குப் பலகாரமாகச் செய்து சாப்பிட்டு விடட்டுமா?' என்றானாம். அதுபோல புலிகேசி காஞ்சி நகரைக் கட்டி ஆள ஆசைப் பட்டாலும் படுவான்; அல்லது அதை அக்கினிக்கு இரையாக்க விரும் பினாலும் விரும்புவான். புலிகேசியின் காதல் விபத்திலிருந்து காஞ்சிமா தேவியைக் கடவுள்தான் காப்பாற்ற வேண்டும்' என்று வஜ்ரபாஹு கூறி விட்டு நெடிய மௌனத்தில் ஆழ்ந்தான்.

47.பிரயாண முடிவு

சூரியாஸ்தமன சமயத்தில் ஒரு மலைப் பாதையின் முடுக்குத் திரும்பியதும் பல்லவ சைனியம் தண்டு இறங்கியிருக்கும் பாசறை தென்பட்டது. பல்லவ சைனியத்தைப் பார்த்தவுடனேதான் வஜ்ரபாஹுவின் கவலைக்கு எவ்வளவு தூரம் காரணம் உண்டு என்பதைப் பரஞ்சோதி உணர்ந்தான்.

வாதாபி சைனியத்துக்கும் பல்லவ சைனியத்துக்கும் அவ்வளவு மலைக்கும் மடுவுக்குமான தாரதம்மியம் இருந்தது.

'தம்பி? பார்த்தாயா?' என்றான் வஜ்ரபாஹு.

'பார்த்தேன், ஐயா!'

'இன்னமும் நீ நம்புகிறாயா, பல்லவ சைனியம் ஜயிக்கும் என்று?'

'கட்டாயம், ஜயிக்கும் ஐயா! சந்தேகமே இல்லை!' என்று பரஞ்சோதி அழுத்தந்திருத்தமாகச் சொன்னான்.

'அவ்வளவு நிச்சயமாகச் சொல்கிறாயே, எதனால் சொல்கிறாய்.'

'பல்லவ சைனியத்தின் பட்சத்தில் தர்ம பலம் இருக்கிறது. அதோடுகூட, மகேந்திர சக்கரவர்த்தியும் இருக்கிறார்!'

'ஏது ஏது, மகேந்திர சக்கரவர்த்தியிடம் உனக்கு அபார நம்பிக்கை இருக்கிறதே?' என்றான் வஜ்ரபாஹு.

'ஆம், ஐயா!'

'பல்லவ சக்கரவர்த்தியை நீ பார்த்திருக்கிறாயா, தம்பி?'

'முன்னம் இரண்டு தடவை பார்த்திருக்கிறேன். ஆயனச்சிற்பி வீட்டில் புத்த விக்கிரகத்துக்குப் பின்னால் நான் ஒளிந்திருந்தபோது ஒரு தடவை பார்த்தேன். இன்னொரு தடவை காஞ்சியில் நடு ராத்திரியில் மாறுவேடத்

தில் பார்த்தேன். அப்போது சக்கரவர்த்தி கிட்டத்தட்டத் தங்களைப் போலத் தான் இருந்தார்! தங்களைப் போலவே பெரிய மீசையும் வைத்திருந்தார்.'

'ஆமாம்! நான்கூடக் கேள்விப்பட்டிருக்கிறேன்; மகேந்திர சக்கரவர்த்தி சில சமயம் மாறுவேடம் பூண்டு ஊர்சுற்றுவது உண்டு என்று. சக்கரவர்த்தியை நான் என்றும் என்னைச் சக்கரவர்த்தி என்றும்கூடச் சிலர் சந்தேகப்பட்டிருக் கிறார்கள்.'

'எனக்கு அம்மாதிரியெல்லாம் சந்தேகம் கிடையாது ஐயா!'

'அது போகட்டும். வாதாபி சைனியம், பல்லவ சைனியம் இரண்டையும் நீ பார்த்திருக்கிறாய். தம்பி! இன்னமும் பல்லவ சைனியத்தில் சேருவதற்கு இஷ்டப்படுகிறாயா?'

'இஷ்டப்படுவது மட்டுமல்ல; பல்லவ சைனியத்திலே சேரத் துடித்துக் கொண்டிருக்கிறேன். இங்கே நாம் பேசிக்கொண்டு நிற்கும் நேரமெல்லாம் வீண் போவதாகவே நினைக்கிறேன்.'

'அப்படியானால், எனக்கு விடைகொடு!'

'என்ன? என்னை இங்கே விட்டுவிட்டா போகிறீர்கள்?'

'ஆமாம்; நான் முதலில் போய்ப் பல்லவ சக்கரவர்த்தியைப் பார்த்து உன்னைப் பற்றிச் சொல்கிறேன். அவர் இஷ்டப்பட்டால் உன்னை அழைத்து வரச் செய் வார். அது வரையில் நீ பாசறைக்கு வெளியிலேதான் காத்திருக்கவேண்டும்.'

'சக்கரவர்த்தி பாசறையில் இருக்கிறாரா? காஞ்சியிலிருந்து கிளம்பியவரைப் பற்றி அப்புறம் செய்தியே இல்லை என்றீர்களே!'

'இதற்குள்ளே ஒருகால் வந்திருக்கலாமல்லவா?'

'ஐயா! சக்கரவர்த்தியை நான் ஒரு தடவை நேரில் பார்க்க விரும்புகிறேன். அதற்குத் தாங்கள் உதவி செய்ய வேண்டும்!' என்று பரஞ்சோதி ஆர்வத் துடன் சொன்னான்.

'எதற்காகச் சக்கரவர்த்தியைப் பார்ப்பதற்கு அவ்வளவு ஆவலுடன் இருக்கிறாய்?' என்றான் வஜ்ரபாஹு.

'காஞ்சிக் கோட்டையைப் பாதுகாக்கும் பொறுப்பை என்னிடம் ஒப்பு விக்கும்படி கேட்டுக் கொள்வதற்குத்தான்!'

'ஓகோ! மதயானையின் மீது வேல் எறிந்த வீரன் அல்லவா நீ? சிவகாமி சுந்த ரியைக் காப்பாற்றியது போல் காஞ்சி சுந்தரியையும் காப்பாற்ற விரும்புகிறாய் போலிருக்கிறது! உன்னைப் போன்ற மகா வீரனை, தாளம் போட்டுக்கொண்டு பாசுரம் பாடுவதற்கும் கல்லுளியை வைத்துக்கொண்டு கல்லைச் செதுக்கு வதற்கும் உன் மாமா அனுப்பி வைத்தாரே! அது எவ்வளவு பெருந்தவறு?'

'சிற்பக் கலை தெய்வீகக் கலை, ஐயா!'

'போதும் போதும்! அப்படியெல்லாம் சொல்லித்தான் மகேந்திர சக்கர வர்த்தி பல்லவ சாம்ராஜ்யத்தை இந்தக் கதிக்குக் கொண்டு வந்து விட்டார்.

சக்கரவர்த்தியிடம் நானும் ஒரு விண்ணப்பம் செய்து கொள்ளப் போகிறேன். 'மலையைக் குடைவது, பாறையைச் செதுக்குவது முதலிய காரியங்களை எல்லாம் நிறுத்துங்கள். பல்லவ ராஜ்யத்திலுள்ள அவ்வளவு சிற்பிகளையும் ஏவி ஒவ்வொரு ஊரிலும் ஒரு பாரத மண்டபம் கட்டச் சொல்லுங்கள். அந்த மண்டபங்களில் ஒவ்வொரு நாளும் ஜனங்கள் கூடிக் கேட்கும்படியாக மகாபாரதம் வாசிக்க ஏற்பாடு செய்யுங்கள்' என்று கேட்டுக் கொள்ளப் போகிறேன்.'

'இதெல்லாம் எதற்காக?' என்று பரஞ்சோதி கேட்டான்.

'இந்த யுத்தத்தை மகேந்திர சக்கரவர்த்தியாலும் பல்லவ வீரர்களாலும் மட்டும் ஜயித்து விடமுடியாது. பல்லவ நாட்டிலுள்ள மக்கள் எல்லாரும் வீரமும் பௌஷ்யமும் அடைய வேண்டும். உயிரைத் திரணமாக மதிக்கக் கற்றுக் கொள்ள வேண்டும்.'

வஜ்ரபாஹு பரஞ்சோதியைப் பிரிந்து செல்வதற்கு முன்னால் அவனை அன்புடன் தழுவிக்கொண்டு, 'தம்பி! எனக்கு ஒரு மகன் இருக்கிறான். அவனுக்கும் உன்னுடைய வயதுதான். நீங்கள் இருவரும் சேர்ந்தீர்களானால் எவ்வளவோ அரும் பெரும் காரியங்கள் செய்யலாம்!' என்றான்.

பரஞ்சோதி, நாத் தழுதழுக்க, 'ஐயா! சிறு பிராயத்தில் நான் என் தந்தையை இழந்தேன்! என்னையும் உங்கள் புதல்வனாகவே ஏற்றுக் கொள்ளுங்கள்!' என்று கூறினான்.

வீரன் வஜ்ரபாஹு பாசறைக்குள் புகுந்து சென்ற பிறகு பரஞ்சோதிக்கு ஒவ்வொரு விநாடியும் ஒரு யுகமாகத் தோன்றியது. சக்கரவர்த்தியிடமிருந்து தன்னை அழைத்து வரும்படி எப்போது ஆக்ஞை வருமென்று அவன் ஆவலுடன் காத்திருந்தான்.

சற்று நேரத்துக்கெல்லாம் அந்தப் பல்லவ சைனியத்தின் பாசறையில் ஒரு பெரிய கலகலப்பு ஏற்பட்டது. திடீரென்று பல ஆயிரம் வீரர்களின் குரல்கள் எழுப்பிய ஜயகோஷம் வானவெளியையெல்லாம் நிரப்பி மலை அடிவாரம் வரை சென்று எதிரொலி செய்தது. சங்கங்களும் முரசங்களும் பேரிகைகளும் சேர்ந்து முழங்கிய பேரொலி வானமுகடு வரையில் சென்று முட்டித் திரும்பியது.

பாசறையின் வாசலில் நின்று காவல் புரிந்த வீரர்களைப் பரஞ்சோதி தயக்கத்துடன் நெருங்கி, பாசறைக்குள்ளே மேற்கூறிய கோலாகலத்தின் காரணம் என்னவென்று கேட்டான்.

அதற்கு, 'மகேந்திர பல்லவ சக்கரவர்த்தி பாசறைக்கு வந்து விட்டார்!' என்று குதூகலமான மறுமொழி கிடைத்தது.

முதல் பாகம் முற்றிற்று

இரண்டாம் பாகம்

காஞ்சி முற்றுகை

1.வடக்கு வாசல்

கார்காலத்தில் ஒரு நாள் மாலை காஞ்சி மாநகரின் கோட்டை கொத்தளங்களுக்குப் பின்னால் சூரியன் இறங்க, வடகிழக்குத் திசையில் குமுறிக் கொண்டிருந்த மேகங்களின் தங்க விளிம்புகள் வர வர ஒளி குன்றிவந்தன. செங்கதிர்த் தேவன் தன் கடைசித் தங்கக் கிரணத்தையும் சுருக்கிக்கொண்டு மறையவே, வான முகில்கள் நீல நிறத்தை அடைந்து, திருமாலின் மேனி வண்ணத்தை நினைவூட்டின.

வடகிழக்குத் திசையிலிருந்து விர்ரென்று அடித்துக் கொண்டு இருந்த வாடைக் காற்றின் சிலுசிலுப்பினால் மரங்களும் கொடிகளும்கூட நடுங்குவதாகத் தோன்றியது.

காஞ்சி மாநகரத்துக் கோட்டை மதில்களிலும், கோயில் கோபுரங்களிலும், அரண்மனை விமானங்களிலும், கலை மண்டபங்களிலும் குடியேறி வாழ்ந்த பலவகைப் பறவைகள் சடசடவென்று இறக்கைகளை அடித்துக்கொண்டு தத்தம் வாசஸ்தலத்தை நோக்கி பறந்து கொண்டிருந்தன.

அந்த மனோரம்யமான அந்திப் பொழுதில் காஞ்சிக் கோட்டையின் விசாலமான வடக்கு வாசல் அமைதி குடிகொண்டு விளங்கிற்று.

எட்டு மாதத்துக்கு முன்னால் மகேந்திர சக்கரவர்த்தி அந்தக் கோட்டை வாசல் வழியாகப் போர்க்களத்துக்குப் பிரயாணமான பின்னர், அவ்வாசலின் பெருங்கதவுகள் திறக்கப்படவில்லை. உட்புறத்தில் கனமான எஃகுச் சட்டங்களினால் அவை தாழிடப்பட்டுப் பெரிய பூட்டுகளினால் பூட்டப்பட்டிருந்தன.

வாசலின் வெளிப்புறத்தில் காவலர்கள் இருவர் கையில் வேலுடனும் இடையில் வாளுடனும் நின்று காவல் புரிந்தார்கள். ஒவ்வொருவருடைய கழுத்திலும் ஊதும் கொம்பு ஒன்று தொங்கியது. கோட்டை வாசலிலிருந்து புறப்பட்ட விசாலமான இராஜபாட்டையானது அங்கிருந்து வெகுதூரம் வரையில் வளைந்தும் நெளிந்தும் ஊர்ந்தும் பாம்பைப்போல் காணப்பட்டது.

அந்தப் பாதையில் கண்ணுக்கெட்டிய தூரத்துக்கு ஒருவரும் காணப்படவில்லையாயினும் காவலர்கள் இருவரும் சாலையைக் கூர்ந்து கவனித்துக் கொண்டிருப்பதைப் பார்த்தால், யாரையோ அவர்கள் எதிர்பார்த்துக் கொண்டிருந்ததுபோல் தோன்றியது.

திடீரென்று வெகு தூரத்தில் புகைப்படலம் போன்ற புழுதி எழுந்தது. குதிரைகளின் பாய்ச்சல் சத்தம் கேட்டது. காவலர்கள் இருவரும் ஜாக்கிரதையாக நின்றார்கள்.

கோட்டை வாசலின் மேல்மாடத்தில் எச்சரிக்கை முரசு 'திண் திண்' என்று சப்திக்கத் தொடங்கியது.

புழுதிப்படலமும், குதிரைகள் வரும் சத்தமும் அதிவிரைவில் நெருங்கி வந்துவிட்டன. மங்கலான மாலை வெளிச்சத்தில் குதிரைகளும் கண்ணுக்குப் புலனாயின.

முன்னால் வந்த இரண்டு குதிரைகளின் மேலிருந்த வீரர்கள் கையில் ரிஷபக் கொடி பிடித்துக்கொண்டிருந்தார்கள்.

அவர்களுக்கு அடுத்தாற்போல் தனித்து வந்த உயர்ந்த சாதிக் குதிரையின் மீது போர்க்கோலம் பூண்ட கம்பீரத் தோற்றமுடைய ஒரு யௌவன புருஷன் வீற்றிருந்தான். இன்னும் சில குதிரைகள் கொஞ்சம் தள்ளிப் பின்னால் வந்தன.

கோட்டை வாசலுக்குச் சற்று அப்பால், அகழிப் பாலத்தின் அக்கரையில் எல்லாக் குதிரைகளும் நின்றன.

முன்னால் கொடி பிடித்து வந்த இருவரில் ஒருவன், 'காஞ்சி மாநகர்க் கோட்டையின் வீரத் தளபதி பரஞ்சோதியார் வருகிறார்! கோட்டைக் கதவைத் திறவுங்கள்!' என்று கூவினான். இன்னொருவனும் அவ்வாறே திரும்பக் கூவினான்.

'தளபதி பரஞ்சோதி வாழ்க! வாழ்க!' என்று பற்பல குரல்கள் சேர்ந்து கோஷித்தன.

கோட்டைக் காவலர் இருவரும் விரைவாக நடந்து முன்னால் வந்தார்கள். தனித்து நின்ற உயர்சாதிக் குதிரை மீதிருந்த வீரனை அவர்கள் அணுகி வணக்கத்துடன் நின்றார்கள்.

ஆம்; அந்தக் கம்பீரமான கறுத்த குதிரை மீது வீற்றிருந்த வீரன் நம் பழைய நண்பனான பரஞ்சோதிதான்!

எட்டு மாத காலத்திற்குள்ளே அவனிடம் காணப்பட்ட மாறுதலானது மிக்க அதிசயமாயிருந்தது.

காஞ்சியில் பிரவேசிக்கும்போது அவன் உலகமறியாத பாலகனாயிருந்தான். அவனுடைய முகமானது பால்வடியும் குழந்தை முகமாயிருந்தது. இப்போதோ அந்த முகத்தில் எத்தனையோ போர் முனைகளில் முன்னணியில் நின்று போரிட்டதன் அடையாளங்களான பல காயங்களுடன், உலக அனுபவத்தினால் ஏற்படும் முதிர்ச்சியும் காணப்பட்டது. எனவே நாமும் தளபதி பரஞ்சோதிக்குரிய கௌரவத்தை அளித்து அவரை மரியாதையுடன் குறிப்பிட வேண்டியவர்களாகிறோம்.

கோட்டைக் காவலர்கள் தளபதியை அணுகிப் பயபக்தியுடன் நின்றபோது அவர் மிக்க பெருமிதத்துடனே கையில் ஆயத்தமாய் வைத்திருந்த சிங்க இலச்சினையை எடுத்துக் காட்டினார்.

அதைப் பார்த்த வீரர்கள் மறுபடியும் தளபதி பரஞ்சோதிக்கு வணக்கம் செலுத்திவிட்டுத் திரும்பிச் சென்று, அகழியின் பாலத்தை நெருங்கியதும், தங்கள் தோளில் தொங்கிய கொம்பு எடுத்து, 'பூம்' 'பூம்' என்று ஊதினார்கள்.

உடனே, கோட்டைக் கதவிற்குள் அமைக்கப்பட்டிருந்த ஒரு சிறிய துவாரக் கதவு திறந்தது. உள்ளிருந்த ஒரு முகம் எட்டிப் பார்த்தது. வாயிற் காவலர்களை அந்த முகத்துக்குடையவன் ஏதோ கேட்க, அவர்கள் மறுமொழி சொன்னார்கள்.

அடுத்த கணம் உட்புறத்தில் இரும்புத் தாள்களும் பூட்டுகளும் திறக்கப்படும் சத்தம் கேட்டது. பின்னர் அந்தப் பிரம்மாண்டமான கோட்டைக் கதவுகள், கடகடவென்றும் மடமடவென்றும் சத்தம் செய்துகொண்டு திறந்து, வந்தவர்களுக்கு வழிவிட்டன.

கொடி பிடித்த இரு வீரர்களையும் பின்னால் விட்டு விட்டு, தளபதி பரஞ்சோதி அகழியின் பாலத்தைக் கடந்து கோட்டை வாசலுக்குள் முன்னதாகப் பிரவேசித்தார்.

முன் கோட்டை வாசலுக்கு ஏறக்குறைய இருநூறு அடி தூரத்துக்கப்பால், இரண்டாவது சிறுவாசல் ஒன்று காணப்பட்டது.

இரண்டு வாசல்களுக்கும் நடுவில் கீழே கருங்கல் தள வரிசை அமைந்திருந்த வட்டவடிவமான முற்றத்தில் வேல் பிடித்த வீரர்கள் பலர் அணிவகுத்து நின்றார்கள். இடையிடையே சில வீரர்கள் சுடர் விட்டெரிந்த தீவர்த்திகளைப் பிடித்துக் கொண்டிருந்தார்கள்.

அவர்களுக்கு நடுவில், இரட்டைக் குதிரை பூட்டிய அலங்கார ரதம் ஒன்று காணப்பட்டது. ரதத்திற்குச் சமீபமாகப் பல வீரர்கள் சேர்ந்து பிடித்துக் கொண்டு நின்ற ரிஷபக் கொடியானது வானளாவிப் பறந்தது. திறந்த கோட்டை வாசல் வழியாகக் குபுகுபுவென்று புகுந்து அடித்த வாடைக்காற்றில் அந்தக் கொடி சடசடவென்று சப்தித்துக்கொண்டு ஆடியதானது, புதிய கோட்டைத் தளபதிக்கு உற்சாகமாக வரவேற்புக் கூறுவது போலிருந்தது.

ரதத்தில் குமார சக்கரவர்த்தி மாமல்ல நரசிம்மர் வீற்றிருந்தார். ரதசாரதி கண்ணபிரான் குதிரைகளின் கடிவாளங்களை இழுத்துப் பிடித்துக்கொண்டு கீழே பூமியில் நின்றான்.

கதவு திறந்து தளபதி பரஞ்சோதி உள்ளே பிரவேசித்தாரோ இல்லையோ, மாமல்ல நரசிம்மர் ரதத்திலிருந்து கீழே குதித்தார். அவர் கையினால் சமிக்ஞை செய்யவும், அருகில் நின்ற வீரர்களில் ஒருவன், இடி முழக்கம்போன்ற குரலில், 'சளுக்கப்புலிகேசியின் அரக்கர் படைகளைக் கதிகலங்க அடித்த அசகாயசூரர் வீராதிவீரர் தளபதி பரஞ்சோதி வருக! வருக!' என்று கூவினான்.

அவனுடைய குரலின் பிரதித்வனியேபோல், 'தளபதி பரஞ்சோதி வருக! வருக!' என்று நூற்றுக்கணக்கான வீரர்களின் குரல்கள் கோஷித்த சத்தம் வானை அளாவிற்று.

அந்தக் கோஷத்துடன் கலந்து, சங்குகளும் கொம்புகளும் தாரைகளும் தப்பட்டைகளும் முரசங்களும் பேரிகைகளும் ஏக காலத்தில் முழங்க, அந்தப் பெருமுழக்கமானது கோட்டை வாசலிலே எதிரொலியை உண்டாக்க இந்தப் பலவகைச் சத்தங்களும் சேர்ந்து அங்கே நின்ற வீரர்களுக்கு உற்சாக வெறியை உண்டாக்கின.

இத்தகைய வரவேற்பைப் பரஞ்சோதி சற்றும் எதிர்பார்க்கவில்லை என்பது அவருடைய முகபாவத்திலிருந்து நன்கு தெரிந்தது. சட்டென்று குதிரை மீதிருந்து அவர் தரையில் குதித்து, ரதத்தின் அருகில் குமார சக்கரவர்த்தி நின்ற இடத்தை அணுகினார்.

தரையிலே விழுந்து நமஸ்கரித்துக் குமார சக்கரவர்த்திக்கு வணக்கம் செலுத்த விரும்பிய பரஞ்சோதியை மாமல்ல நரசிம்மர் தடுத்து இருகரங்களாலும் அணைத்துக் கொண்டார். சற்று நேரம் வரையில் இருவராலும் ஒன்றுமே பேச முடியவில்லை. முதலில் குமார சக்கரவர்த்திதான் பேசினார். ‘தளபதி! நாளெல்லாம் நிற்காமல் பிரயாணம் செய்து வந்தீர் போலும்! களைப்புக் காரணமாக உம்மால் பேசவே முடியவில்லை!’

‘பிரபு! நான் பேச முடியாமலிருப்பதற்குக் காரணம் களைப்பு அல்ல; தங்களுடைய அளவில்லா அன்புதான் காரணம்! கோட்டை வாசலுக்கு வந்து என்னை எதிர்கொள்வீர்களென்று நினைக்கவில்லை....!’

‘மகா வீரரே! கோட்டைக்கு வெளியிலே கிளம்பக் கூடாதென்று மட்டும் சக்கரவர்த்தி எனக்குக் கட்டளையிடாமலிருந்திருந்தால் ஒரு காத தூரம் உம்மை எதிர்கொள்வதற்கு வந்திருப்பேன்? சென்ற எட்டு மாத காலமாக உம்மைப் பார்க்க வேணுமென்ற ஆவல் என் உள்ளத்திலே எப்படிப் பொங்கிக் கொண்டிருந்தது என்பது உமக்கு எவ்விதம் தெரியும்?’ என்று குமார சக்கரவர்த்தி கூறி, முதலில் தாம் ரதத்தில் ஏறிக்கொண்டு பரஞ்சோதியையும் தம் பக்கத்தில் உட்கார வைத்துக்கொண்டார். சாரதி கண்ணபிரானும் முன் தட்டில் ஏறி உட்கார்ந்தான்.

‘தளபதி! நேரே அரண்மனைக்குப் போகலாமா? உமது விருப்பம் என்ன?’ என்று மாமல்லர் கேட்க, பரஞ்சோதி, ‘பிரபு! போகும்போதே காஞ்சி நகரைச் சுற்றிப் பார்த்துக்கொண்டு போக விரும்புகிறேன். கொஞ்சம்கூடக் காலத்தை வீண்போக்குவதற்கில்லை. இந்த வீரர்களையெல்லாம் முன்னதாக அனுப்பிவிடலாம்’ என்றார்.

குமார சக்கரவர்த்தி கட்டளையிட்டதன் பேரில் அங்கிருந்த வீரர்கள் பரஞ்சோதியுடன் வந்தவர்களையும் அழைத்துக்கொண்டு முன்னால் விரைந்து சென்றார்கள்.

சாரதி கண்ணபிரான் குதிரைகளின் தலைக் கயிற்றை லாகவமாக ஒரு குலுக்குக் குலுக்கியதும், ரதமும் அங்கிருந்து நகர்ந்தது.

கோட்டை வாசலின் கதவுகள் மீண்டும் சாத்தப்பட்டன. சிறிது நேரம் ஒரே கலகலப்பாயிருந்த வடக்குக் கோட்டை வாசலில் பழையபடி நிசப்தம் குடிகொண்டது.

2.பழைய நண்பர்கள்

ரதம் கோட்டையின் உள் வாசலைக் கடந்து காஞ்சிமா நகரின் அழகிய விசாலமான வீதிகளில் போகத் தொடங்கியபோது, பரஞ்சோதிக்குப் பழைய நினைவு வந்தது. எட்டு மாதங்களுக்கு முன்னால் ஒரு நாள் இதே அந்தி நேரத்தில், இதேவிதமாகப் பூரணச் சந்திரன் கீழ்வானத்தில் உதய மாகிக் கொண்டிருந்த சமயத்தில், தாம் தெற்குக் கோட்டை வாசல் வழியாகக் காஞ்சி நகருக்குள் பிரவேசித்ததும், அன்றிரவு நிகழ்ந்த சம்பவங்களும் அவர் உள்ளத்தில் விரைவாகத் தோன்றின. அன்று அவர் காஞ்சியில் பிரவே சித்ததற்கும் இன்று பிரவேசித்ததற்கும் எவ்வளவு வித்தியாசம்?

'தளபதி! என்ன ஒரேயடியாக மௌனத்தில் ஆழ்ந்து விட்டீர்?' என்று மாமல்லர் கேட்டதும், பரஞ்சோதி சிந்தனை உலகிலிருந்து வெளி உலகத்துக்கு வந்தார்.

'மன்னிக்கவேண்டும், பிரபு! தங்களுடைய அன்பானது அப்படி என்னை மெய் மறக்கச்செய்துவிட்டது. தென்னாட்டிலுள்ள மல்லர்களையெல்லாம் வென்று மகாமல்லர் என்று பட்டம்பெற்ற பல்லவ குமாரனின் பக்கத்தில் சமமாக உட் கார்ந்து போவது நான்தானா என்று எனக்கே சந்தேகமாயிருக்கிறது!'

'நல்ல சந்தேகம்! உமக்குப் பக்கத்தில் உட்கார்ந்து செல்வது எனக்கல்லவா கௌரவம்! ராட்சசப் புலிகேசியின் சேனா சமுத்திரத்தை மந்திரகிரியைப் போல் கடைந்து கலக்கிய மகா வீரனல்லவா நீர்? வாதாபி யானைப் படையாகிய மேகத்திரளைச் சிதற அடித்த பெரும் புயற்காற்று அல்லவா நீர்?'

'பல்லவக் குதிரைப் படையின் சாகசச் செயல்களின் புகழ் காஞ்சி வரையில் வந்து எட்டியிருக்கிறதா?' என்று தம்முடைய புகழைப் படையின் புகழாக மாற்றிக் கூறினார் தளபதி.

'ஏன் எட்டவில்லை? வாரந்தோறும் சக்கரவர்த்தி அனுப்பிய ஓலைகளிலிருந்து நீர் தலைமை வகித்த குதிரைப் படையின் வீரச் செயல்களையெல்லாம் அவ்வப்போது தெரிந்து கொண்டோம். தெரிந்த விவரங்களைப் பறையறைந்து நாடு நகரமெல்லாம் தெரியப்படுத்தினோம்!' என்றார் மாமல்லர்.

'ஆஹா! தங்களுடைய அன்பினால் எப்படி மெய்ம்மறந்து போனேன், பார்த் தீர்களா? சக்கரவர்த்தி கொடுத்த ஓலையைத் தங்களிடம் கொடுக்க மறந்து விட்டேன்!' என்று கூறிக்கொண்டே பரஞ்சோதி இடுப்பில் பத்திரமாகச் செருகியிருந்த ஓலைக் குழாயை எடுத்துக் கொடுத்தார்.

'தளபதி! இது சக்கரவர்த்தி கொடுத்த ஓலைதானே? எங்கேயாவது வழி நடுவில் ஓலை மாறிவிடவில்லையே?' என்று மாமல்லர் சிரித்துக் கொண்டே கேட்டார்.

‘அந்த வரலாறுக்கூடத் தங்களுக்குத் தெரியுமா?’ என்று பரஞ்சோதி கூறிய போது அவருடைய முகத்தில் மலர்ந்த புன்னகையில் நாணமும் கலந் திருந்தது.

‘ஆமாம், தெரியும்! நீர் இங்கிருந்து போகும் வழியில் வஜ்ரபாஹுவைச் சிநேகம் செய்துகொண்டது முதற்கொண்டு எல்லாம் எனக்குத் தெரியும்...!’ என்றதும், இரண்டு பேருமே கலகலவென்று நகைத்தார்கள்.

மாமல்லர் மேலும் தொடந்து கூறினார்: ‘சக்கரவர்த்தி எட்டு மாதத்துக்கு முன்பு இங்கிருந்து கிளம்பியபோது, ‘நானும் வருவேன்’ என்று எவ்வளவோ பிடிவாதம் பிடித்தேன். சக்கரவர்த்தி அதை உறுதியாக மறுத்துவிட்டார். அப் படியானால் வாராவாரம் போர்க்களத்தில் நடப்பதையெல்லாம் விவரமாக எழுதியனுப்ப வேண்டும் என்று கேட்டுக் கொண்டேன். அந்தப்படியே சக்கரவர்த்தி எழுதி அனுப்பி வருகிறார். தளபதி! இன்றைக்குத்தான் நான் உம்மை முதன்முதலில் பார்க்கிறேன். ஆனாலும், நீர் எனக்குப் புதியவர் அல்ல; சக்கரவர்த்தி அனுப்பி வந்த ஓலைகளின் மூலமாக உம்முடன் சென்ற எட்டு மாதமும் பழகி வந்திருக்கிறேன். உம்மை இன்று பார்த்ததும், புதிய மனிதராகவே எனக்குத் தோன்றவில்லை. வெகு காலம் பழகிய சிநேகி தராகவே தோன்றியது...!’

‘பிரபு, எனக்கும் அப்படியேதான் தோன்றுகிறது. கிளிப் பிள்ளையைப் போல் தாங்கள் சொன்னதையே திருப்பிச் சொல்வதாக நினைக்கவேண்டாம். உண்மையில், அப்படித்தான். ஏனென்றால், சென்ற எட்டு மாதத்தில் சக்கரவர்த்தி தங்களைப் பற்றி ஏதாவது பேசாத நாளே கிடையாது. அதனால், எனக்கும் தாங்கள் புதியவராகவே தோன்றவில்லை.’

குமார சக்கரவர்த்தி பரஞ்சோதியின் கரங்களை இறுகப் பிடித்துக்கொண்டு, ‘தளபதி! அப்படியானால் நாம் இருவரும் பாக்கியசாலிகள்தாம். தெய்வப் புலமைத் திருவள்ளுவரின் வாக்கு நம் விஷயத்தில் முற்றும் உண்மை யாயிற்று.

புணர்ச்சி பழகுதல் வேண்டா உணர்ச்சிதான்
நட்பாங் கிழமை தரும்

என்று தமிழ்மறை சொல்லுகிறதல்லவா?* திருக்குறள் ஆசிரியருக்குப் பொய்யாமொழிப் புலவர் என்ற பட்டம் முற்றும் பொருத்தமானது!’ என்று உற்சாகமாகக் கூறினார்.

அதற்குப் பரஞ்சோதி, ‘பல்லவ குமாரரே! மன்னிக்க வேண்டும். நான் கல்வி அறிவு என்பதே இல்லாதவன். பள்ளிக் கூடத்தின் நிழலில்கூட ஒதுங்காதவன். திருவள்ளுவரையும் அறியேன்; அவருடைய திருக்

*(சாதாரணமாக, ஒருவரையொருவர் அடிக்கடி சந்தித்துக் கலந்து பழகுவதனால் நட்பு உண்டாகி வளருகிறது. ஆனால், இரண்டு பேருக்குள் ஒத்த உணர்ச்சி இருக்கும் பட்சத்தில், மேற்சொன்னவாறு கலந்து பழகுதல் இல்லாமலே நட்பாகிய தலைசிறந்த உறவு ஏற்பட்டுவிடும்.)

குறளையும் அறியேன். எனக்குக் கல்வி புகட்டும் பொறுப்பைச் சக்கரவர்த்தி தங்களுக்கு அளித்திருக்கிறார் ஓலையைப் படித்துப் பார்த்தால் தெரியும்' என்றார்.

இந்த வார்த்தைகள் குமார சக்கரவர்த்திக்குச் சிறிது கூச்சத்தை உண்டாக்கின. 'அதற்கென்ன, தளபதி! சக்கரவர்த்தியின் கட்டளை எதுவானாலும் சந்தோஷமாக நிறைவேற்றிவைக்க நான் கடமைப்பட்டவன்...' என்று அவர் சொல்லி முடிப்பதற்குள், தளபதி பரஞ்சோதி, 'ஆனால், எனக்குக் கல்வி கற்பிக்கும்படிச் சக்கரவர்த்தி தங்களுக்கு ஆக்ஞை இட்டிருப்பது என்னுடைய நன்மைக்காக அல்ல; தங்களுடைய நன்மைக்காகத்தான்!' என்றார்.

மாமல்லர் ஒன்றும் விளங்காமல் பரஞ்சோதியின் முகத்தை ஏறிட்டுப் பார்க்க, அவர் மேலும் கூறுவார்; 'ஆம்! பிரபு! தங்களிடத்தில் எல்லா நல்ல குணங்களும் இருக்கின்றனவாம்; ஆனால், பொறுமையும் நிதானமும் மட்டும் குறைவாம். எனக்குக் கல்வி புகட்ட ஆரம்பித்தீர்களானால், உங்களுக்கும் பொறுமை வந்து விடுமாம்! என்னுடைய அறிவுக் கூர்மையில் சக்கரவர்த்திக்கு அவ்வளவு நம்பிக்கை!' என்றதும், மாமல்லர் குபீரென்று சிரிக்க, அதைப் பார்த்துப் பரஞ்சோதி சிரிக்க, இருவரும் சிரிப்பதைப் பார்த்து அடக்கி அடக்கிப் பார்த்தும் முடியாமல் சாரதி கண்ணபிரானும் சிரிக்க, இந்தக் கோலாகலம் என்னத்திற்கு என்று தெரியாமல் ரதத்தை இழுத்துச் சென்ற குதிரைகளும் கனைத்தன.

குதிரைகள் தங்களுக்குச் சுபாவமான இனிய குரலில் கனைப்பதைக் கேட்டு மறுபடியும் ஓர் ஆவர்த்தம் மூவரும் சிரித்தார்கள்.

3.சிநேகப் பிரதிக்ஞை

ஒரு பக்கம் மாமல்லருடன் சல்லாபம் செய்துகொண்டு வந்தபோதே, மற்றொரு பக்கத்தில் காஞ்சி மாநகரின் விசாலமான இராஜ வீதிகளையும், வீதியின் இருபுறமும் காணப்பட்ட மாட மாளிகைகளையும், ஈ மொய்ப்பது போல் ஜனக்கூட்டம் நிறைந்த கடை வீதிகளையும், இடையிடையே தீபாலங்காரங்களுடன் விளங்கிய சிவாலயம் விஷ்ணு ஆலயங்களையும் தெய்வத் தமிழை வளர்த்த சைவ வைஷ்ணவ மடங்களையும், பௌத்தர் சமணர்களின் கோயில்களையும், வேதகோஷம் எழுந்த சமஸ்கிருத கடிகை ஸ்தானங்களையும், சிற்பசித்திர கலா மண்டபங்களையும் பரஞ்சோதி கண்கொட்டா ஆர்வத்துடன் பார்த்துக்கொண்டு வந்தார்.

எட்டு மாதத்துக்கு முன்பு அவர் தெற்குக் கோட்டை வாசல் வழியாகப் பிரவேசித்த அன்றிரவு இருந்ததைக் காட்டிலும் இன்று நகரில் கலகலப்பும் களையும் அதிகமாயிருந்தன. அன்றைக்கு யுத்தச் செய்தி திடீரென்று வந்திருந்தபடியாலும் கோட்டை வாசல்கள் சாத்தப்பட்டு நகரமெல்லாம்

ஒற்றர் வேட்டை நடந்து கொண்டிருந்தபடியாலும் காஞ்சி நகரம் அப்படிப் பொலிவிழந்து காணப்பட்டது போலும்! அந்த ஆரம்ப பீதிக்குப் பிறகு ஜனங்கள் மறுபடியும் ஒருவாறு மனோதைரியம் அடையவே எல்லாக் காரியங்களும் வழக்கம்போல் நடந்து வருகின்றன போலும்! ஆனால் இதெல்லாம் எத்தனை நாளைக்கு? அதி சீக்கிரத்தில் மீண்டும் இந்தச் சௌந்தரிய நகரம் அழகும் பொலிவும் இழந்து இருளடைந்து ஜனசூன்ய மாகத் தோன்றப் போகிறதல்லவா? இந்த எண்ணங்கள் எல்லாம் மாமல்லரின் ரதத்தில் வந்து கொண்டிருந்தபோது பரஞ்சோதியின் உள்ளத்தில் இடையிடையே எழுந்துகொண்டிருந்தன.

ஏகாம்பரநாதர் கோயில் சந்நிதிக்கு வந்ததும் அந்தத் திவ்விய சந்நிதியின் மகோந்நதமான தோற்றத்திலிருந்தே அதுதான் ஏகாம்பரர் கோயிலாயிருக்க வேண்டுமென்று பரஞ்சோதி ஊகித்து தம்முடைய ஊகம் சரிதானா என்று மாமல்லரை வினவினார்.

'ஆம்; தளபதி! இந்தச் சந்நிதிக்கு இதற்கு முன்னால் நீர் வந்ததே இல்லையல்லவா?' என்று மாமல்லர் கேட்டார்.

'இல்லை; வந்ததில்லை. முன்தடவை இந்த நகரத்திற்குள் நான் பிரவேசித்த போது, ஏகாம்பரர் சந்நிதியைத்தான் தேடிக்கொண்டு வந்தேன். ஆனால் இந்த இடம் வரையில் அன்றைக்கு வந்து சேரவில்லை. கொஞ்சம் ரதத்தை நிறுத்தச் சொல்லுங்கள். காஞ்சியின் இருதய ஸ்தானத்தை நன்றாய்ப் பார்க்கி றேன்' என்றார் பரஞ்சோதி.

கோயிலுக்குள்ளே ஒரு தீப வரிசைக்குப்பின் இன்னொரு தீப வரிசையாக முடிவின்றி ஜொலித்துக் கொண்டிருந்த அலங்கார தீபங்களையும் கோயிலுக் கெதிரே கம்பீரமான தேர் நின்ற நாற்சந்தியையும் தேரடியிலிருந்து நாலாபக் கத்திலும் பிரிந்து சென்ற தேரோடும் வீதிகளையும், குன்றுகளைப் போலப் பலவகைப் புஷ்பங்கள் குவிந்து கிடந்த கடைகளையும், தேங்காயும் கதலியும் மலை மலையாகக் குவிந்து கிடந்த கடைகளையும், அற்புதமான சிற்பத்திறமுடைய தூண்களின் மேலே அமைந்த நூற்றுக்கால் மண்டபங் களையும் பரஞ்சோதி பார்த்துவிட்டு, 'ஆஹா! புலிகேசியின் காதலுக்குக் காரணம் இல்லாமற் போகவில்லை!' என்றார்.

'புலிகேசியின் காதலா? என்ன சொல்கிறீர், தளபதி?' என்று மாமல்லர் கேட்டார்.

'புலிகேசி இந்தக் காஞ்சி சுந்தரியின்மேல் கொண்டிருக்கும் காதலைப் பற்றி வீரர் வஜ்ரபாஹு எனக்குச் சொன்னார். காஞ்சி என்னும் பெயரைக் கேட்ட தும் காதலியின் பெயரைக் கேட்டால் காதலனுடைய முகத்திலே என்ன மாறுதல் உண்டாகுமோ, அம்மாதிரி மாறுதல் புலிகேசியின் முகத்தில் உண்டாயிற்றாம்!'

'தளபதி! வீரர் வஜ்ரபாஹு எவ்வளவுதான் சாமர்த்தியசாலியானாலும், அப்படித்துணிந்து புலிகேசியிடம் போயிருக்கக் கூடாதல்லவா? உம் கருத்து என்ன?' என்று மாமல்லர் கேட்டார்.

அதற்கு மறுமொழி சொல்லாமல் பரஞ்சோதி, ‘பிரபு! இங்கே திருநாவுக் கரசர் மடம் எது?’ என்றார்.

‘அதோ வெறுமையாய்க் கிடக்கிறதே அந்தக் கட்டிடந்தான்...’

‘ஆஹா! இந்த மடத்தில் சேர்ந்து தமிழ்க் கல்வி கற்பதற்காகத்தான் வந்தேன். நான் கல்வி கற்பதற்காக வந்த முகூர்த்தம் மடத்தையே மூடும்படியாகி விட்டது!’ என்றார் பரஞ்சோதி.

நரசிம்மவர்மர் மீண்டும் இளநகை புரிந்துவிட்டு, ‘பல்லவ குலத்துக்கு நீர் எவ்வளவோ மகத்தான சேவைகளையெல்லாம் செய்யவேண்டுமென்று ஏற் பட்டிருக்கும்போது நாவுக்கரசரின் சீடராக நீர் எப்படிப் போயிருக்க முடியும்? அதோடு, என்னிடம் நீர் தமிழ் பயிலவேண்டும் என்பதும் தெய்வத் தமிழ்மொழியை அளித்த இறைவனுடைய சித்தமாக ஏற்பட்டிருக்கிறதே!’

‘இதைத் தெரிந்துகொண்டுதான் அன்றிரவு அந்த யானை மதங்கொண்டு ஓடி வந்ததோ, என்னவோ? அதன் காரணமாகத்தானே இப்படியெல்லாம் நேரிட்டது?’ என்றார் பரஞ்சோதி. உடனே சட்டென்று நினைத்துக்கொண்டு, ‘ஐயா! ஆயனரும் சிவகாமியும் சுகமாயிருக்கிறார்களா?’ என்று கேட்டார்.

‘சிவகாமி’ என்ற பெயரைக் கேட்டதும் மாமல்லரின் முகத்தில் ஏற்பட்ட மாறுதலைப் பரஞ்சோதி கவனியாமல் போகவில்லை. ‘ஆஹா! காதலைப் பற்றிய வஜ்ரபாஹுவின் கூற்றுக்கு மாமல்லரே உதாரணமாக இருக்கிறார்!’ என்று மனத்தில் எண்ணிக்கொண்டார்.

மாமல்லர் மறுமொழி கூறியபோது அவருடைய குரலிலேகூட மாறுதல் இருந்தது. ‘சுகமாயிருக்கிறார்கள் என்றுதான் அறிகிறேன் தளபதி! ஆனால், அவர்களை நான் பார்த்துப் பல மாதங்கள் ஆயின. ஆயனரின் பழைய அரண்ய வீட்டில்தான் அவர்கள் இருக்கிறார்கள். சக்கரவர்த்தியின் கட்டளைப்படி துறைமுகத்தில் திருப்பணி செய்த கல் தச்சர்களையெல்லாம் பாரத மண்டபங்கள் கட்டுவதற்கு அனுப்பிய பிறகு ஆயனரும் மாமல்ல புரத்திலிருந்து தமது அரண்ய வீட்டுக்குத் திரும்பி வந்து விட்டார்’ என்று மாமல்லர் கூறியபோது, அவருடைய வார்த்தைகளில் முன்னே காணப் படாத உணர்ச்சி தொனித்தது.

மறுபடியும் மாமல்லர் பரஞ்சோதியின் கரங்களை அழுத்திப் பிடித்துக் கொண்டவராய் உணர்ச்சி ததும்பிய குரலில் கூறினார்: ‘தளபதி பல்லவ சாம் ராஜ்யத்துக்கு எவ்வளவோ சேவை சென்ற எட்டு மாதத்தில் செய்திருக்கிறீர்; இன்னும் எவ்வளவோ செய்யப் போகிறீர். ஆனால் அன்றிரவு நீர் செய்த வீரச் செயலைப் போன்ற மகத்தான சேவை வேறொன்றும் இருக்க முடியாது. ஆயனரையும் சிவகாமியையும் காப்பாற்றினீர் அல்லவா? அந்தச் செயலை நான் எவ்வளவு தூரம் பாராட்டுகிறேன் என்பதற்கு இதோ அடையாளத்தைப் பாரும்!’ என்று கூறி அன்று மதயானை மீது பரஞ்சோதி எறிந்த வேலை எடுத்து காட்டினார்.

மாமல்லரின் உணர்ச்சி ததும்பிய வார்த்தைகளினால் பரஞ்சோதியின் மனமும் கனிந்திருந்தது. எனவே, அவர் மறுமொழி கூற முடியாதவராய் மாமல்லர் நீட்டிய வேலை வாங்கிக் கொள்வதற்காக ஒரு கையினால் அதன் அடிப்பகுதியைப் பிடித்தார்.

நரசிம்மவர்மர் வேலைக் கொடுக்காமல் தாமும் அதை ஒரு கையினால் பிடித்துக் கொண்ட வண்ணம் சொன்னார்: 'இந்த ஏகாம்பரர் சந்நிதியில் நான் எத்தனையோ தடவை எனக்கு ஓர் உற்ற நண்பனை அளிக்க வேண்டுமென்று பிரார்த்தனை செய்திருக்கிறேன்; அந்தப் பிரார்த்தனையின் பயனாகவே நீர் இந்தக் காஞ்சிக்கு வந்ததாக நம்புகிறேன். தளபதி! இந்த சந்நிதியிலேயே நீரும் நானும் இன்று சிநேகப் பிரதிக்ஞை செய்து கொள்வோம். ஆயனரையும் சிவகாமியையும் காத்த இந்த வீரவேலின் மீது ஆணைவைத்து நம்முடைய நட்பை நிலைப்படுத்திக் கொள்வோம்' என்றார்.

ஏகாம்பரநாதரின் திருச்சந்நிதியில் அப்போது தீபாராதனைக்குரிய ஆலாட்சி மணி 'ஓம் ஓம்' என்று ஒலித்தது.

அன்றிரவு கண்ணபிரான் கமலியிடம் சொன்னான்: 'என் கண்ணே! உன்னுடைய சிநேகிதி சிவகாமியின் சக்களத்தியை இன்று ரதத்தில் வைத்து ஓட்டிக் கொண்டு வந்தேன். அதை நினைத்தால் எனக்குத் துக்கம் துக்கமாய் வருகிறது!'

'இது என்ன பிதற்றல்? நீ சொல்வது உண்மையானால் அவள் யார் என்று இப்பொழுது சொல்லு! உடனே போய் விஷங்கொடுத்துக் கொன்று விட்டு வருகிறேன்' என்றாள் கமலி.

'அவள் இல்லை, அவன்! மதயானை மேல் வேல் எறிந்து உன் சிநேகிதியைக் காப்பாற்றிய வாலிபன் போர்க்களத்திலிருந்து திரும்பி வந்திருக்கிறான். அவன் இப்போது காஞ்சிக் கோட்டையின் தளபதியாம். அவனோடு குமார சக்கரவர்த்தி குலாவியதைப் பார்த்தால் சிவகாமியைக்கூட மறந்து விடுவார் போலத் தோன்றியது.'

'உனக்குத் தெரிந்த லட்சணம் அவ்வளவுதான். அந்தப் பிள்ளையின் மேல் மாமல்லருக்கு ஏன் அவ்வளவு பிரியம் என்று நான் சொல்லட்டுமா? என் தோழியைக் காப்பாற்றிக் கொடுத்ததற்காகத்தான் கண்ணா! இதிலிருந்தே மாமல்லரின் மனம் எவ்வளவு உறுதியாயிருக்கிறதென்று தெரிகிறது!' என்றாள் கமலி.

'உன் புத்திக் கூர்மையே கூர்மை! கேவலம் ஒரு ரத சாரதியைப் போய் நீ கல்யாணம் செய்து கொண்டாயே? இராஜ்யம் ஆளும் மதிமந்திரியையல்லவா நீ மணந்து கொண்டிருக்க வேண்டும்!' என்று கண்ணன் சொன்னான்.

'அதனாலேதான் காதலுக்குக் கண்ணில்லை என்ற பழமொழி ஏற்பட்டிருக்கிறது; உனக்குத் தெரியாதா?' என்றாள் கமலி.

4.சிவகாமியின் பிறந்தநாள்

ஆகா! சிவகாமியை நாம் பார்த்து எத்தனை காலம் ஆகிவிட்டது! காஞ்சியை விட்டு வெளியே போகக் கூடாது என்று மாமல்லருக்குத்தான் சக்கரவர்த்தி கட்டளை இட்டிருக்கிறாரே தவிர நாம் போவதற்கு எவ்விதத் தடையு மில்லையல்லவா? எனவே, அரண்ய மத்தியிலுள்ள ஆயனரின் சிற்ப மாளிகைக்கு உடனே செல்வோம்.

ஆயனரின் வீட்டை நெருங்கும்போது எட்டு மாதத்துக்கு முன்பு அங்கே நாம் கண்ட காட்சிக்கும் இப்போது நாம் காணும் காட்சிக்கும் உள்ள வித்தியாசம் நம்மைத் தூக்கி வாரிப் போடுகிறது. அப்போது நாம் கண்ட கலகலப்பு இப்போது அங்கே இல்லை. 'கல் கல்' என்ற கல்லுளியின் சத்தம் கேட்க வில்லை. ஆயனரின் சீடர்கள் ஆங்காங்கு மரங்களின் அடியில் உட்கார்ந்து சிற்பவேலை பயின்று கொண்டிருக்கவில்லை.

காட்டு மரங்களின் தோற்றத்திலேகூட வித்தியாசம் இருக்கிறது. முன்னே நாம் வந்திருந்தபோது வஸந்த காலம். விருட்சங்கள் புதிய தளிர்கள் விட்டிருந்தன. மாமரங்களில் இளம் தளிர்களுடனே பூங்கொத்துக்கள் குலுங்கின. அரச மரங்களும் ஆல மரங்களும் தங்கநிற இலைகளால் மூடப்பட்டிருந்தன.

இப்போதோ, மரங்களில் முற்றிய கரும் பசுமை பொருந்திய இலைகளும் பாதி காய்ந்த சருகுகளும் காணப்படுகின்றன. பூமியெல்லாம் இலைச் சருகுகள் பரவிக் கிடந்தன. சில இடங்களில் குட்டை குட்டையாக மழைத் தண்ணீர் தேங்கியிருக்கிறது.

முதல்நாள் இரவு பெய்த மழைநீர் மரங்களின் இலைகளில் தங்கியிருந்தது, குளிர்ந்த வாடைக்காற்று அடிக்கும்போது 'சலசல'வென்று பூமியில் உதிர் கிறது. அந்தப் பிரதேசத்தில் ஏற்பட்டிருந்த மாறுதலை நினைத்து மரங்களும் துயரப்பட்டுக் கண்ணீர் உதிர்ப்பது போலத் தோன்றுகிறது.

வன விருட்சங்களில் வாழ்ந்த பட்சிகளின் அமுதகானத்துக்கு மட்டும் எவ்விதக் குறையும் ஏற்பட்டதாகத் தெரியவில்லை. விதவிதமான மதுரக் குரல்களில் எத்தனை எத்தனையோ கீதங்கள் கேட்கின்றன. ஆனால், அந்தக் குரல்களிலும் ஒரு வேற்றுமை தெரிகிறது. முன்னே அக்குரல்களில் தொனித்த குதூகலக் களிப்பை இப்போது காணவில்லை. சென்றுபோன ஆனந்தமான காலத்தை நினைத்து மனங்கசிந்து பாடும் சோககீதமாகத் தொனித்தது!

வீட்டை நெருங்கிச் சென்றோமானால் ஒரே ஒரு விருட்சத்தினடியில் மட்டும் யாரோ இரண்டு பேர் உட்கார்ந்து வேலை செய்து கொண்டிருப்பது கண்ணுக்குப் புலனாகிறது.

ஆம்! அவர்களில் ஒருவர் ஆயனச் சிற்பிதான்! ஆனால் அந்த மேதையின் முகத்தில் முன்னம் நாம் பார்த்த சாந்தம் இப்போது எங்கே? அந்தக் கண் களிலே இந்த ஆவல் வெறி எப்போது குடிகொண்டது? அவரும் அவருடன் இருக்கும் இன்னொருவனும் என்ன செய்து கொண்டிருக்கிறார்கள்?

ஏதேதோ பச்சிலைகளைச் சேர்த்து அவர்கள் கல்லில் வைத்து இடித்தும் அரைத்தும் சாறு இறக்கிக் கொண்டிருக்கிறார்கள். அவர்களுக்கு அருகில் அடுப்பு ஒன்று எரிந்து கொண்டிருக்கிறது. அதில் ஒரு சட்டியில் பச்சிலைச் சாறு கொதித்துக் கொண்டிருக்கிறது. சுற்றுப்புறத்தில் பற்பல சட்டிகளில் வர்ணக் குழம்புகள் இருக்கின்றன. இதையெல்லாம் பார்க்கும்போது ஆயனச் சிற்பியார் சித்திரம் எழுதுவதற்குரிய வர்ணச் சேர்க்கை முறை களைப் பரிசீலனை செய்து கொண்டிருக்கிறார் என்று ஊகிக்கலாம்.

போர்க்களத்திலிருந்து சக்கரவர்த்தி, மாமல்லபுரத்திலும் மற்ற இடங் களிலும் நடந்து கொண்டிருந்த சிற்பப் பணிகளையெல்லாம் நிறுத்தி விடும் படி கட்டளை அனுப்பிய பிறகு ஆயனர் தமது அருமை மகளை அழைத்துக் கொண்டு பழைய அரண்ய வீட்டுக்கு வந்து சேர்ந்தார். தம்முடைய சீடர் களைத் தொண்டை மண்டலத்திலுள்ள எல்லாக் கோயில்களிலும் பாரத மண்டபங்களைக் கட்டுவதற்காக அனுப்பிவிட்டார். ஒரே ஒரு சிற்றாளை மட்டும் தம்முடைய உதவிக்கு வைத்துக் கொண்டிருந்தார்.

சில காலமாகவே ஆயனருடைய உள்ளமானது சிற்பக்கலையிலும் நாட்டியக் கலையிலும் ஈடுபடவில்லை. நாகார்ஜுன பர்வதத்துக்கு அனுப்பிய பரஞ்சோதி திரும்பி வருவதை அவர் வெகு ஆவலுடன் எதிர்பார்க்கலானார். சில நாளைக்கெல்லாம் அவருக்குப் பரஞ்சோதியைப் பற்றிய வெகு விசித்திரமான செய்திகள் கிடைத்தன. அவன் பல்லவ சைனியத்தில் சேர்ந்து, பல்லவக் குதிரைப்படையின் தளபதியாகி விட்டான் என்றும் அதிசயமான வீரச் செயல்களைப் புரிந்து வருகிறான் என்றும் வதந்திகள் உலாவின.

அதற்குப் பிறகு நாகநந்தியடிகளும் அங்கு வரவில்லை. ஆயனருக்கு என்றுமழியாத வர்ண இரகசியத்தை அறிந்து கொள்ளும் ஆவல் ஒன்றுக்குப் பத்து மடங்காகப் பெருகியது. எனவே அவர் சிற்பக்கலை முதலியவற்றை யெல்லாம் ஒரு பக்கத்தில் கட்டிவைத்து விட்டு வர்ணச் சேர்க்கை சம் பந்தமான பரிசோதனைகளை ஆரம்பித்தார். சிவகாமியின் நாட்டியக்கலை வளர்ச்சியிலேகூட அவருக்குச் சிரத்தை குறைந்துவிட்டது. இது சிவ காமிக்கும் சௌகரியமாகவே இருந்தது. ஏனெனில் அவளுடைய வாழ்க்கை யாகிய வானத்திலே ஜகஜ்ஜோதியாக உதயமாகி அவளுடைய இதயத் தாமரையை மலரச் செய்திருந்த பிரேம சூரியனைப் பாடிப் பரவி வாழ்த்தி வணங்குவதற்கே அவளுக்குக் காலம் போதாமலிருந்தது. உலகத்தில் இதுகாறும் யாரும் கண்டும் கேட்டுமறியாத அதிசயக் காதற் செல்வம் தனக்குக் கிட்டியிருப்பதாக எண்ணிய சிவகாமி அந்தக் காதலையும் காதல னையும் பற்றிச் சிந்திப்பதிலும், மனோராஜ்யம் செய்வதிலும் வருங்காலத் தைப் பற்றிய ஆகாசக் கோட்டைகள் கட்டுவதிலும் எல்லையற்ற

இன்பத்தை அடைந்து வந்தாள். அந்த மனோராஜ்ய வாழ்க்கையிலேதான் எத்தனை ஆனந்தம்! எத்தனை ஏமாற்றம்! கூடிக் குலாவும் நேரம் எவ்வளவு! சொல்லம்புகளினால் துன்புறுத்தல் எவ்வளவு? அந்த எட்டு மாதத்து மனோராஜ்ய வாழ்விலே எத்தனையோ யுக யுகாந்திரங்களில் அனுபவிக்க வேண்டிய சோகச் சாயை படர்ந்த ஆனந்தங்களையும் இன்ப ரேகை கலந்த வேதனைகளையும் சிவகாமி அனுபவித்து விட்டாள் என்றே சொல்ல வேண்டும்.

இருக்கட்டும்; இப்போது சிவகாமியைப் போய்ப் பார்ப்போம். அவள் அநேகமாக வீட்டுக்குள்ளே தன்னந்தனியாக இருக்கலாம். உள்ளே போய் நேரிலேயே சிவகாமியைப் பார்த்து அவளுடைய நிலையைத் தெரிந்து கொள்வோம்.

வீட்டை அணுகும்போது, உள்ளே பேச்சுக் குரலைக் கேட்டுச் சற்றுத் திகைத்து நிற்கிறோம். சிவகாமி ஏகாந்தமாயிருப்பாள், அவளுடன் மனம் விட்டுப் பேசி அவளது மனோநிலைமையை அறியலாம் என்றல்லவா நினைத்தோம்? அவளுடன் பேசிக் கொண்டிருப்பது யார்? ஒருவேளை அவளுடைய செவிட்டு அத்தையாயிருக்குமோ? இல்லை; ஆடவரின் குரல், அதிலும் இரண்டு மூன்று ஆடவர் குரல்கள் அல்லவா கேட்கின்றன?

உள்ளே நுழைவதற்கு முன்னால் வாசற்படிக்கு அருகில் நின்று சம்பாஷணையைச் சற்று ஒட்டுக் கேட்டு விட்டு உள்ளே போகக் கூடிய சந்தர்ப்பந் தானா என்பதைத் தெரிந்து கொள்வோம்.

'அம்மணி! எங்களிடம் கோபித்துக்கொண்டு என்ன பயன்? பல்லவ குமாரரின் கட்டளையைத்தானே நிறைவேற்றுகிறோம்?' என்று ஒரு ஆண் குரல் சொல்லிற்று.

'பல்லவகுமாரரும் ஆயிற்று! கட்டளையும் ஆயிற்று! மாமல்லருக்கு இன்றைக்கு வேறு வேலை இல்லை போலிருக்கிறது! திடீரென்று சிற்பியின் மகளை நினைத்துக் கொண்டாராக்கும். இருக்கட்டும்; அந்தத் தந்தப் பெட்டிக்குள்ளே என்ன இருக்கிறது? திறந்து காட்டுங்கள்!' என்று கோபங் கொண்ட கோமகளின் அதிகாரக் குரலில் சிவகாமி ஆக்ஞாபித்தாள்.

'தென்பாண்டி நாட்டிலே கொற்கைத் துறைமுகத்தில் குளித்து எடுத்த அற்புதமான முத்துமாலைகள் இந்தத் தந்தப் பெட்டியில் இருக்கின்றன. அம்மணி! இதோ பாருங்கள்! கன்யா குப்ஜத்து ஹர்ஷவர்த்தன சக்கரவர்த்தியின் பட்ட மகிஷி கழுத்திலேகூட இம்மாதிரி முத்துமாலை கிடையாது! எப்படி ஜொலிக்கிறது, பார்த்தீர்களா?' என்று ஏவலாளன் கூறினான்.

'போதும், போதும்! இந்த முத்துமாலைகள் யாருக்கு வேண்டும்? உங்கள் குமார சக்கரவர்த்தியிடம் நான் சொன்னதாகச் சொல்லு; ஆயனச் சிற்பியின் வீட்டுக்கு அருகே தாமரைக் குளக்கரையில் புன்னை மரம் ஒன்று புஷ்பித் திருக்கிறது. காலை நேரத்தில் அம்மரத்தடிக்குச் சென்றால் தரையிலே ஆயிர மாயிரம் முத்துக்கள் சொரிந்து கிடக்கும். அந்தப் புன்னை மலர் முத்துக்களின் அழகுக்கு உறைபோடக் காணாது இந்தக் கொற்கை முத்து

என்று சொல்லு. வேண்டுமானால், ஒருநாள் காலையில் வந்து பார்த்து விட்டுப் போகட்டும். அதோ! அந்தத் தங்கப் பேழையில் என்ன இருக்கிறது?' என்று சிவகாமி கேட்டாள்.

'அம்மணி! அலைகடலின் ஆழத்திலே சௌந்தரிய தேவதை ஒளித்து வைத்திருந்த பவளங்கள், - சமுத்திர ராஜனின் கடுங்காவலை மீறி அபகரித்துக் கொண்டு வரப்பட்டவை, - மன்னாதி மன்னர்களெல்லாம் தங்கள் மணிமகுடத்தில் புனைவதற்கு ஆசைப்படக்கூடியவை, - ஒப்பற்ற பவளங்கள், இந்தத் தங்கப் பேழையில் இருக்கின்றன. பாரத நாடெங்கும் புகழ்பெற்ற பரத சாஸ்திர ராணியின் மேனியை அலங்கரிப்பதற்கு உகந்தவை என்று இந்தப் பவள மாலைகளைப் பல்லவ குமாரர் அனுப்பி இருக்கிறார்...'

'அழகுதான்! இந்தப் பவள மாலைகள் உங்கள் பல்லவ குமாரருக்கு அதிசயமாய்த் தோன்றலாம். ஆனால் அவரிடம் நீ போய்ச் சொல்லு; ஆயனச் சிற்பி வீட்டின் இரண்டாம் கட்டிலே அந்தச் சிற்பியின் மகள் வளர்க்கும் கிளிகள் இருக்கின்றன. அந்தக் கிளிகளின் வாயில் உள்ள செம்பவளத்துக்கு எப்பேர்ப்பட்ட கடல் பவளமும் இணையாகாது. வேண்டுமானால் நேரிலே வந்து பார்த்துவிட்டுப் போகும்படிச் சொல்லு. இருக்கட்டும்; அதோ அந்தக் கூடைகளிலே என்ன?'

'அரண்மனை உத்தியானவனத்திலே மலர்ந்த சண்பகப் பூக்கள், குண்டு மல்லிகைகள், பிச்சி மலர்கள்...'

'வேண்டாம், வேண்டாம்! உடனே எல்லாவற்றையும் வெளியே கொண்டு போங்கள். உங்கள் பல்லவ குமாரரிடம், 'சிவகாமி ஒரு காலத்தில் பூ என்றால் பிராணனாயிருந்ததுண்டு; ஆனால், ஏதோ ஒரு காரணத்தினால் இப்போது பூவைக் கண்டால் பிடிப்பதேயில்லையாம்!' என்று தெரியப் படுத்துங்கள்... ஆமாம்; இதையெல்லாம் எதற்காக இப்போது பல்லவ குமாரர் அனுப்பினாராம்?'

'இன்றைக்குத் தங்களுடைய பிறந்த தினம் என்பதற்காக அனுப்பியுள்ளார், அம்மணி!'

'அப்படியா? மிகவும் சந்தோஷம். இந்த ஏழைச் சிற்பி மகளின் பிறந்த தினத்தைக் குமார சக்கரவர்த்தி நினைவு வைத்துக் கொண்டிருப்பது பற்றி நிரம்பச் சந்தோஷம். ஆனால், அவருடைய ஞாபக சக்தியில் ஏதோ கோளாறு ஏற்பட்டிருக்க வேண்டும். நீங்கள் இந்தப் பொருள்களையெல்லாம் எடுத்துக்கொண்டு போய் 'இன்று சிவகாமியின் பிறந்த நாள் இல்லை' என்று சொல்லி விடுங்கள். 'சிவகாமி என்கிற பெண் பூமியில் பிறக்கவே இல்லை' என்று பல்லவ குமாரரிடம் சொல்லிவிடுங்கள்!'

இதென்ன விந்தை? சற்று முன்னால், ஆயனச்சிற்பியை வீட்டுக்கு வெளியே மரத்தடியில் பார்த்தோமல்லவா? இப்போது வீட்டுக்குள்ளேயிருந்து அவருடைய கனிந்த குரலைக் கேட்கிறோம்:-

'குழந்தாய்! சிவகாமி! உனக்கு என்ன வந்து விட்டது? ஏன் இப்படி இவர்களை விரட்டியடிக்கிறாய்? குமார சக்கரவர்த்தியே உன்னுடைய

பிறந்த தினத்தை ஞாபகம் வைத்துக் கொண்டிருந்து வரிசைகள் அனுப்பியிருக்கும்போது...'

'சும்மா இருங்கள், அப்பா! குமார சக்கரவர்த்தியை இலேசுப்பட்டவர் என்று நினைக்காதீர்கள். முத்து மாலையையும், ரத்தின ஹாரத்தையும், புஷ்பக் கூடைகளையும் அனுப்பி நம்மை ஏமாற்றிவிடப் பார்ப்பார். யாரை நம்பினாலும் மாமல்லரை நம்பக் கூடாது. ஏவலாளர்களே! ஏன் நிற்கிறீர்கள்? எடுங்கள் இவற்றை எல்லாம்! உடனே நடையைக் கட்டுங்கள் எடுக்கிறீர்களா, இல்லையா!'

'இதோ எடுத்துக்கொண்டு போகிறோம், அம்மா! இதோ எடுத்துக்கொண்டு போகிறோம்.'

இவ்வாறு பயந்து நடுங்கிக்கொண்டு கூறிய ஏவலர்கள், வரிசைப் பொருள்களை எடுத்துக்கொண்டு வீட்டுக்கு வெளியே வருவார்களென்று நாம் எதிர்பார்க்கிறோம். ஆனால், யாரும் வெளியே வருகிற வழியைக் காணோம்!

நல்ல மர்மம் இது! வீட்டுக்குள்ளே பேச்சுக் குரல் மட்டும் கேட்கிறதே தவிர, வேறு நடமாடும் சந்தடியைக் காணோமே? வியப்பாக அல்லவா இருக்கிறது! உள்ளே போய்ப் பார்த்து விடலாம்.

உள்ளே போனால், நமது வியப்பு ஒன்றுக்குப் பதின்மடங்காகிறது. ஏனெனில், உள்ளே சக்கரவர்த்திக்காக ஆயனர் அமைத்திருந்த சிற்ப சிம்மாசனத்திலே சிவகாமி மட்டுந்தான் தன்னந்தனியாக உட்கார்ந்திருக்கிறாள்! இத்தனை நேரமும் அவள் சம்பாஷணை நடத்தியதெல்லாம் யாருடன்?

இதோ மர்மம் வெளியாகிறது சிவகாமி பேசுகிறாள்; தனக்குத் தானே பேசிக் கொள்கிறாள்.

'ஏவலாளர்களே, இங்கே வாருங்கள்!' என்கிறாள்.

ஒருவரும் வரவில்லை. ஆனாலும் எதிரில் யாரோ இருப்பதாக எண்ணிக் கொண்டு பேசுகிறாள்.

'உங்கள் பல்லவ குமாரரிடம் இதையும் சொல்லுங்கள். 'மாமல்லர் என்றைக்கு மனம் கனிந்து சிற்பி மகள் சிவகாமியைப் பார்ப்பதற்கு வருகிறாரோ, அன்றைக்குத்தான் அவளுக்குப் பிறந்த தினம்' என்று சொல்லுங்கள், தெரிகிறதா?'

இவ்விதம் சொல்லிவிட்டுச் சிவகாமி சற்றுச் சும்மா இருந்தாள். பிறகு மறுபடியும் பேசினாள். ஆனால் இந்தத் தடவை குரல் மாறுபட்டிருந்தது. இப்போது நாம் கேட்பது ஆண்பிள்ளைக் குரல்; ஏற்கெனவே கேட்ட ஏவலாளனின் குரல்தான்.

'அம்மணி! மன்னிக்க வேண்டும் தங்களுடைய பிறந்த தினத்தை முன்னிட்டு இந்த வரிசைப் பொருள்களை அனுப்பிய பல்லவ குமாரர், சற்று நேரத்துக்கெல்லாம் தாமே தங்க ரதத்தில் வருவதாகவும் தெரியப்படுத்தச் சொன்னார்.'

மறுபடியும் சிவகாமியின் மகிழ்ச்சி ததும்பிய உண்மைக் குரல். 'ஆஹா! மாமல்லரே வருவதாகச் சொன்னாரா! அப்படியானால் இன்றைக்கு என் பிறந்த நாள்தான்!... அப்பா! இன்றைக்கு உங்கள் மகளின் பிறந்தநாள் தெரிகிறதா? என்ன பேசாமல் இருக்கிறீர்கள்! இன்றைக்கு ஒரு நாளாவது பச்சிலை அரைப்பதை நிறுத்துங்கள். அதோ ரதம் வரும் சத்தம் கேட்கிறதே!'

சிவகாமி, சிம்மாசனத்திலிருந்து துள்ளி எழுந்தாள். அப்போது, உண்மையாகவே வீட்டுக்கு வெளியில் ரதம் வரும் சத்தம் கேட்டது. முகத்தில் சொல்ல முடியாத ஆவல் ததும்பப் பரபரப்புடன் வாசற்புறம் ஓடிவந்து பார்த்தாள்.

வீட்டை நெருங்கி ரதம் வந்து கொண்டிருந்தது. அது குமார சக்கரவர்த்தியின் தங்கரதம்தான். ரதசாரதியும் கண்ணபிரான்தான்; ஆனால், ரதத்தில் இருப்பது யார்? வேறு யாரோபோல் இருக்கிறதே!

ஆஹா! என்ன ஏமாற்றம்! வருகிறவர் யாராயிருந்தாலும், நிச்சயமாக மாமல்லர் அல்ல! சிவகாமி, அந்தச் சிற்ப வீட்டின் வாசல் தூணைப் பிடித்துக்கொண்டு கற்சிலையைப் போல் நின்றாள்.

5.காதற் புயல்

சிற்ப வீட்டின் வாசலில் வந்து நின்ற சிவகாமியைக் கண்டதும், பரஞ்சோதியின் கண்கள் அவளை ஏறிட்டுப் பார்க்க முடியாமல் தரையை நோக்கின. ஆயனச்சிற்பியின் மகள் சாதாரண மானிடப் பெண் அல்ல, தெய்வாம்சம் உடையவள் என்ற எண்ணம் முதன்முதலில் அந்த வீட்டுக்கு வந்திருந்தபோது பரஞ்சோதியின் உள்ளத்தில் தோன்றியிருந்தது. சிவகாமிக்கும் மாமல்லருக்கும் ஏற்பட்டிருந்த இருதய பாசத்தைப் பற்றி முன்பே அவர் ஒருவாறு ஊகித்துத் தெரிந்து கொண்டிருந்தார். நேற்றிரவு பல்லவ குமாரரின் வாய்மொழியினாலேயே அது உறுதிப்பட்டது.

அரண்மனை நிலா மாடத்தில் சரத்கால சந்திரனின் அமுத கிரண போதையை அனுபவித்துக்கொண்டு, சிநேகிதர்கள் இருவரும் பேசிக் கொண்டிருந்த போது, மாமல்லர் தம்முடைய இருதயத்தையே அவருக்குத் திறந்து காட்டி விட்டார். இத்தனை நாளும் மாமல்லரின் உள்ளத்தில் அணைபோட்டுத் தடுத்து வைத்திருந்த பிரேமைப் பிரவாகமானது அவருடைய இருதய அந்தரங்கத்தை வெளியிடக்கூடிய உற்ற தோழன் ஒருவன் கிடைத்த உடனே, அணையை ஒரே மோதலில் இடித்துத் தள்ளி விட்டு அமோக வெள்ளமாகப் பாய்ந்தது. பரஞ்சோதி அந்த வெள்ளத்தில் அகப்பட்டுக் கொண்டு திக்குமுக்காடிப் போனார். இந்த மாதிரி காதல் வெறி அவருக்கு

முற்றிலும் புதுமையாயிருந்தது. திருவெண்காட்டில் நமசிவாய வைத்தியர் வீட்டில் அவருடைய உள்ளத்தைக் கவர்ந்த நங்கை ஒருத்தியும் இருக்கத்தான் இருந்தாள். ஆனால், அவளுடைய நினைவானது பரஞ்சோதிக்கு அமைதி கலந்த இன்பத்தையே உண்டாக்கியது. மாமல்லருடைய காதலோ அவருடைய உள்ளத்தை, கடும் புயல் காற்று சுழன்று அடிக்கும் மலை சூழ்ந்த பிரதேசமாகவும், திடீர் திடீர் என்று தீயையும் புகையையும் கக்கும் எரிமலையாகவும், பிரம்மாண்டமான அலைகள் மலை மலையாக எழுந்து மோதும் குடாக்கடலாகவும் செய்திருப்பதைப் பரஞ்சோதி கண்டார்.

மாமல்லருடைய காதல் வேகம் பரஞ்சோதிக்குப் பெருவியப்பை உண்டாக்கிற்று; அதோடு பயத்தையும் உண்டாக்கிற்று.

அவர்களுடைய காதல் பூர்த்தியாவதற்கு எத்தனை எத்தனை தடைகள் இருக்கின்றன என்பதை எண்ணியபோது பரஞ்சோதியின் மனம் கனிந்தது. எல்லாவற்றிலும் பெரிய தடை, மகேந்திர சக்கரவர்த்தியின் விருப்பம் வேறுவிதமாயிருந்ததே யாகும். அந்தப் பெருந்தடைக்குப் பரிகாரம் உண்டா? அது எப்போதாவது நிவர்த்தியாகக் கூடுமா?

சென்ற எட்டு மாதத்தில் சக்கரவர்த்தியிடம் நெருங்கிப் பழகி, அவருடைய அன்புக்கும் நம்பிக்கைக்கும் பாத்திரமாகி, அநேக விஷயங்களில் அவருடைய அந்தரங்கக் கருத்துக்களையெல்லாம் அறிந்திருந்த பரஞ்சோதி, மாமல்லரின் காதலைப் பற்றிச் சக்கரவர்த்திக்குத் தெரியுமென்றும் அதை அவர் விரும்பவில்லையென்றும் திட்டமாய்த் தெரிந்து கொண்டிருந்தார்.

எனவே, இப்போது அவருடைய நிலைமை மிகவும் தர்ம சங்கடமாய்ப் போயிருந்தது. ஒரு பக்கத்தில், அவருடைய மனப்பூர்வமான பக்திக்குப் பாத்திரமானவரும், தந்தையின் ஸ்தானத்தை வகிப்பவருமான மகேந்திரர், குமார சக்கரவர்த்தியின் உள்ளத்தைச் சிவகாமியிடமிருந்து திருப்ப விரும்புகிறார் என்பதை அவர் அறிந்திருந்தார். மாமல்லரோ, தம்முடைய இருதய அந்தரங்கத்தையெல்லாம் வெளியிடுவதற்குரிய உற்ற துணைவராக அவரைப் பாவித்து, தம் மனோரதத்தை நிறைவேற்றிக் கொடுப்பதற்கு அவருடைய ஒத்தாசையை எதிர்பார்க்கிறார். சக்கரவர்த்திக்கு உகந்ததைச் செய்தால், தம்மை நம்பிய சிநேகிதருக்குத் துரோகம் செய்வதாகும். சிநேகிதருக்கு உகந்ததைச் செய்தாலோ சக்கரவர்த்திக்கு விருப்பமில்லாததைச் செய்ததாக முடியும்.

இந்தத் தர்ம சங்கடம் ஒருபுறமிருக்க சிவகாமியின் நிலைமை என்ன? அவளுக்கு நன்மையானது எது? இந்தப் பொருத்தமில்லாத காதலினால், அவளுக்கு உண்மையில் நன்மை உண்டாகுமா? இது விஷயத்தில், ஆயனருடைய அபிப்பிராயந்தான் என்ன?

இத்தனை மனக் குழப்பங்களுக்கிடையே ஒன்று மட்டும் மிகத் தெளிவாயிருந்தது. சிவகாமி என்று எண்ணியதுமே, அவருடைய மனத்தில் பய பக்தியும் மரியாதையும் அன்பும் அபிமானமும் சங்கோசமும் வாத்ஸல்யமும் கலந்த புனிதமான தெய்வீக உணர்ச்சி தோன்றிற்று. சிவகாமி விஷயத்தில் அவருடைய மன நிலைமைக்குத் தகுந்த உதாரணம் சொல்ல வேண்டு

மானால், சீதாதேவி விஷயத்தில் லக்ஷ்மணனுடைய மன நிலைமையைத் தான் சொல்ல வேண்டும்.

ரதத்தில் இருந்தது மாமல்லர் அல்ல என்று கண்டதும், வருகிறவர்கள் வேறு யார் என்று தெரிந்து கொள்ளக்கூடச் சிவகாமி ஆசைப்படவில்லை. உடனே அவளுடைய கவனம் ரதத்தை ஓட்டிக்கொண்டு வந்த கண்ணபிரான் மீது சென்றது.

கண்ணபிரான் ரதத்தின் முகப்புத் தட்டிலிருந்து குதித்து முன்னால் வர, பரஞ்சோதி அவனைத் தொடர்ந்து பின்னால் வந்தார். அவர்கள் நெருங்கி வந்ததும், சிவகாமி கண்ணபிரானை நோக்கி, 'அண்ணா! வீட்டில் எல்லாரும் சௌக்கியமா?' என்று கேட்டாள். அவளுடைய குரலில் தீனமும் ஏமாற்றமும் நன்கு தொனித்தன.

'இல்லை, தாயே! இல்லை! வீட்டில் ஒருவரும் சௌக்கியம் இல்லை. கமலிக்குத் தலைவலி, அப்பாவுக்கு முழங்கால் வலி, எனக்கும் உடம்பு சரியாகவே இல்லை...'

'உங்களுக்கு என்ன அண்ணா?' என்று சிவகாமி கேட்டாள்.

'அதுதான் தெரியவில்லை. வயிற்றில் ஏதோ கோளாறு. கமலி, 'உன் வியாதிக்கு மருந்து பூனைதான்!' என்கிறாள்.'

'பூனை மருந்தா? இது என்ன கூத்து!' என்றாள் சிவகாமி.

'ஆமாம், தாயே! இப்போதெல்லாம் எனக்கு அசாத்தியமாகப் பசிக்கிறது. நேற்று ராத்திரி கமலி சுட்டு வைத்திருந்த ஒன்பது அப்பம், ஏழு தோசை, பன்னிரண்டு கொழுக்கட்டை அவ்வளவையும் தின்று விட்டு, 'இன்னும் ஏதாவது இருக்கிறதா கமலி!' என்று கேட்டேன். 'உன் வயிற்றில் எலி இருக்கிறது; ஒரு பூனையைச் சாப்பிடு. அப்போதுதான் உன் பசி தீரும்' என்றாள்!'

இதைக் கேட்ட சிவகாமி 'கலீ'ரென்று சிரித்தாள். பரஞ்சோதியினாலும் சிரிக்காமலிருக்க முடியவில்லை.

பரஞ்சோதியின் சிரிப்புச் சத்தத்தைக் கேட்ட சிவகாமி அவர் பக்கம் திரும்பிப் பார்த்தாள் ஆஹா! இது யார்?

பரஞ்சோதி தைரியமடைந்து, 'அம்மணி! என்னைத் தெரியவில்லையா?' என்று கேட்டார்.

'யார்? திருவெண்காட்டிலிருந்து...'

'ஆம் நான்தான்! திருவெண்காட்டு நமசிவாய வைத்தியரிடமிருந்து அப்பாவுக்கு ஓலை கொண்டுவந்த பரஞ்சோதிதான்...'

அப்போது கண்ணபிரான் குறுக்கிட்டு, 'மன்னிக்க வேண்டும்! கல்யாணச் சந்தடியில் மாப்பிள்ளையை மறந்து போனேன். தாயே! இவர் யார் என்று

நான் சொல்கிறேன். காஞ்சிக் கோட்டையின் பிரதம தளபதி இவர். கோட்டைக் காவலுக்காகச் சக்கரவர்த்தியே இவரை அனுப்பியிருக்கிறார். இனிமேல் காஞ்சிக் கோட்டையைப் போல் ஒளிந்து கொள்வதற்குப் பத்திரமான இடம் பூலோகத்திலேயே கிடையாது. இவருடைய கட்டளை இல்லாமல் யமன்கூட இனிமேல் கோட்டைக்குள் நுழைய முடியாது!' என்றான்.

கண்ணபிரான் ஒருமாதிரி விதூஷகன். இந்த மாதிரியெல்லாம் மாமல்லரிடமே பேசுவதற்கு உரிமை பெற்றவன் என்று பரஞ்சோதி அறிந்திருந்தார். எனவே, அவனுடைய பேச்சைப் பொருட்படுத்தாமல், சிவகாமியை நோக்கி, 'அப்பா எங்கே? உள்ளே இருக்கிறாரா?' என்று கேட்டார்.

கண்ணபிரானுடைய வேடிக்கைப் பேச்சு அந்தச் சமயம் சிவகாமிக்கும் பிடிக்கவில்லை என்று அவளுடைய முகக்குறி காட்டிற்று. 'அப்பா அதோ வருகிறார்!' என்றாள்.

பரஞ்சோதி திரும்பிப் பார்த்தார். ஆயனர் மரத்தடியிலிருந்து வீட்டை நோக்கி வந்துகொண்டிருந்தார்.

அவர் அருகில் வந்ததும் தளபதி பரஞ்சோதி, 'ஐயா! என்னை அடையாளம் தெரிகிறதா?' என்று கேட்டார்.

உடனே ஆயனர் ஆவலுடன், 'யார்? பரஞ்சோதியா?' என்று விரைந்து வந்து அவரைத் தழுவிக் கொண்டார். பிறகு, சற்றுத் தாழ்ந்த குரலில், 'தம்பி! போன காரியம் எப்படி? காயா, பழமா?' என்று கேட்டார்.

அப்போது அவருடைய கண்களில் தோன்றிய வெறியையும், குரலில் தொனித்த பரபரப்பையும் கவனித்த பரஞ்சோதிக்குக் கண்ணில் நீர் துளித்தது. தழுதழுத்த மெல்லிய குரலில், 'இந்தத் தடவை காரியம் ஜயமாகவில்லை; வெறுங்கையுடனேதான் திரும்பி வந்திருக்கிறேன். ஆனால், என்றைக்காவது ஒருநாள் நிச்சயமாக அஜந்தா இரகசியத்தை அறிந்து வந்து உங்களுக்குத் தெரிவிப்பேன்' என்று கூறினார்.

'வேண்டாம், தம்பி! வேண்டாம். நீ வழியில் பல்லவ சைனியத்தில் சேர்ந்து விட்டதாக நானும் கேள்விப்பட்டேன். ஒருவேளை பொய்யாயிருக்குமோ என்று நினைத்தேன், அதனால் பாதகமில்லை. என்றும் அழியா வர்ண இரகசியத்தை நானே சீக்கிரத்தில் கண்டுபிடித்துவிடுவேன். தம்பி! சில புதிய சோதனைகள் செய்து கொண்டிருக்கிறேன்; வருகிறாயா காட்டுகிறேன்!' என்று ஆயனர் தாம் உட்கார்ந்திருந்த மரத்தடியை நோக்கினார்.

இதற்குள், சிவகாமி 'அப்பா! அண்ணன் எட்டு மாதங்கள் கழித்து வந்திருக்கிறார். உள்ளே வந்து உட்காரச் சொல்லுங்கள். எல்லாம் விவரமாகக் கேட்கலாம்' என்றாள்.

'ஆமாம், ஆமாம்! வா, தம்பி!' என்று கூறி, ஆயனர் பரஞ்சோதியை வீட்டுக்குள் அழைத்துச் சென்றார்.

6.கலை வெறி

ஆயனர் வீட்டுச் சிற்ப மண்டபமானது கிட்டத்தட்ட எட்டு மாதத்துக்கு முன்பு பார்த்தது போலவே இருப்பதையும், ஆயனர் அப்போது அரை குறையாக வேலை செய்து விட்டிருந்த சிலைகள் இன்னும் அரைகுறை யாகவே இருப்பதையும் பரஞ்சோதி பார்த்தபோது, அவருடைய மனத்தில் இன்னதென்று சொல்ல முடியாத ஒரு சோர்வு உண்டாயிற்று. 'இந்த யுத்தம் என்னத்திற்காக வந்தது?' என்ற எண்ணமும் அவருடைய வீர உள்ளத்தில் தோன்றியது. தாழ்வாரத்தின் முனையில் ஆயனரும் பரஞ்சோதியும் உட்கார்ந்திருந்தார்கள். சிவகாமி முன்னொரு சமயம் நின்றது போலவே இப்போதும் அருகிலிருந்த தூணைப் பிடித்துக்கொண்டு நின்றாள்.

'உங்களுக்குத் தெரியுமா, அப்பா! இவர்தான் இப்போது காஞ்சிக் கோட் டையின் தளபதி!' என்றாள் சிவகாமி.

'அப்படியா! தம்பியின் முகக் களையைப் பார்த்து, இவன் பெரிய பதவிக்கு வருவான் என்று அப்பொழுதே நாகநந்தியடிகள் சொன்னார்...' என்று கூறிய ஆயனர், சட்டென்று நினைத்துக்கொண்டு, 'தம்பி! ஓலையை என்ன செய்தாய்?' என்று கேட்டார்.

'ஐயா, அது விஷயத்திலேதான் ஏமாந்து போய்விட்டேன். தாங்களும் நாகநந்தியும் எவ்வளவோ எச்சரித்திருந்தும் பயனில்லாமல் போய் விட்டது. ஓலை...'

'அடாடா! அதைச் சக்கரவர்த்தியிடம்...'

'ஆம் ஐயா! ஓலை சக்கரவர்த்தியிடம் சிக்கிவிட்டது.'

'ஆஹா!' என்ற ஆயனர், பிறகு, 'மகேந்திர வர்மர் அதைப் பற்றி என்ன சொன்னார்?' என்று கேட்டார். '

மகேந்திரவர்மரா? நான் பல்லவ சக்கரவர்த்தியைச் சொல்லவில்லையே; வாதாபி சக்கரவர்த்தியையல்லவா சொன்னேன்? வழியில் என்னை வாதாபி வீரர்கள் பிடித்துக்கொண்டுபோய்ப் புலிகேசியின் முன்னால் நிறுத் தினார்கள். ஓலையையும் அவர்கள்தான் பலாத்காரமாய் கைப்பற்றிக் கொண்டார்கள்...'

ஆயனர் வாயிலிருந்து மீண்டும், 'ஆ!' என்னும் வியப்பொலி எழுந்தது. அதே சமயத்தில் எங்கேயோ, யாரோ, பெருமூச்சு விடுவதுபோல் சத்தம் கேட்டது. பாம்பின் சீறல் போன்ற அந்தச் சத்தத்தைப் பரஞ்சோதி கவனித் தார். ஆனால், ஆயனராவது சிவகாமியாவது கவனிக்கவில்லை. சிவகாமி அப்போது வாசற்பக்கத்தை உற்று நோக்கிக் கொண்டிருந்தாள். அங்கே உள் வாசற்படியண்டை நின்ற கண்ணபிரான் சிவகாமியை நோக்கி ஏதோ சமிக்ஞை செய்து கொண்டிருந்தான்.

'தம்பி! உண்மையாகவே நீ வாதாபி புலிகேசி சக்கரவர்த்தியைப் பார்த்தாயா?' என்று ஆயனர் வியப்புடன் கேட்டார்.

'ஆம், ஐயா! அதோ, அந்த புத்த விக்கிரகம் உள்ள தூரத்தில் வாதாபி சக்கரவர்த்தி இருந்தார்...'

'சக்கரவர்த்தி என்ன சொன்னார்?'

'யாருக்குத் தெரியும்? நான் அறியாத பாஷையில் அவர் பேசினார்... தங்களுக்கு இருக்கும் ஆவலைப் பார்த்தால், வாதாபி சக்கரவர்த்தியைப் பார்க்க விரும்புவதாய்த் தோன்றுகிறதே!'

'ஆம், தம்பி! உன்னை அனுப்பாமல், நானே ஓலையை எடுத்துக்கொண்டு போயிருக்கக்கூடாதா என்று கூடத் தோன்றுகிறது!'

'ஏன் அவ்வளவு ஆர்வம், ஐயா?'

'வாதாபி சக்கரவர்த்தி இளம்பிராயத்தில் அஜந்தா மலையில் இரண்டு வருஷம் இருந்தாராம். ஆகையால் அவருக்கு அஜந்தா வர்ணத்தின் இரகசியம் தெரிந்திருக்குமல்லவா?'

வஜ்ரபாஹு கலைகளை இகழ்ந்து கூறியதெல்லாம் பரஞ்சோதிக்கு அப்போது நினைவு வந்தது. அது எவ்வளவு உண்மை? ஆயனரின் கலை வெறி அவரை எப்படிப் பைத்தியமாக அடித்திருக்கிறது? புலிகேசி பகை அரசன் என்பதைக்கூட மறந்து அவனைப் பார்க்கும் ஆவலை உண்டாக்கியிருக்கிறதல்லவா?

'ஐயா! நான் முக்கியமாக எதற்காக வந்தேனோ, அந்தக் காரியத்தை இன்னும் சொல்லவில்லை. சக்கரவர்த்தி தங்களிடம் ஒரு செய்தி தெரிவிக்கச் சொல்லி எனக்கு ஆக்ஞாபித்தார்...'

'எந்தச் சக்கரவர்த்தி?' என்றார் ஆயனர்.

'மகேந்திர பல்லவர்தான்!'

'ஆ! மகேந்திர பல்லவர்! அவரைப் பற்றி நான் என்னவெல்லாமோ நினைத்திருந்தேன். ஒரு சமயம் இந்தப் பல்லவ இராஜ்யத்திலுள்ள சிற்பிகள் எல்லாம் சேர்ந்து சபைகூடி மகேந்திர பல்லவருக்கு 'விசித்திர சித்தர்' என்று பட்டம் கொடுத்தோம். அதைக் காட்டிலும் 'சபல சித்தர்' என்று அவருக்குப் பெயர் கொடுத்திருக்கலாம்.'

'ஏன் இப்படிச் சொல்கிறீர்கள், ஐயா?'

'பார், தம்பி! இங்கிருந்து என்னை மாமல்லபுரத்துக்குப் போகச் சொன்னார். 'ஐந்து மலைக் கோயில்களும் ஆறு மாதத்தில் முடிய வேண்டும்' என்றார். ஒரு மாதத்திற்குள்ளாக, 'கோயில் வேலையை நிறுத்து!' என்று கட்டளையிட்டார். சக்கரவர்த்தி முன்போல் இல்லை, தம்பி; ரொம்பவும் மாறிப் போய் விட்டார்!'

'அப்படியொன்றும் அவர் மாறவில்லை ஐயா! யுத்தம் காரணமாகச் சிற்சில காரியங்கள் செய்ய வேண்டியிருக்கிறது..'

'யுத்தம்! பாழும் யுத்தம்! இப்போது நடக்கிற யுத்தம் போதாதென்று பழைய பாரத யுத்தத்தை வேறே கட்டிக்கொண்டு அழ வேண்டுமாம். ஒவ்வொரு ஊரிலும் பாரத மண்டபங்கள் கட்ட வேண்டுமாம். நான் ஒரு விஷயம் சொல்லட்டுமா, தம்பி! உண்மையில் மாமல்லபுரத்துச் சிற்ப வேலையை சக்கரவர்த்தி நிறுத்தியது பாரத மண்டபம் கட்டுவதற்காக அல்ல, சிற்பி களுக்கும் சிற்றாள்களுக்கும் படி கொடுத்து வந்த அரிசி, பருப்பு மிச்ச மாகட்டும் என்றுதான்! துறைமுகப் பண்டக சாலைகளில் இருந்த அவ்வளவு தானியங்களையும் காஞ்சிக்குக் கொண்டுபோய் விட்டார்களாம்!'

'யுத்தம் நடத்துவதற்கு இவையெல்லாம் அவசியமான காரியங்கள், ஐயா! காஞ்சிக் கோட்டை ஒரு வருஷமோ, இரண்டு வருஷமோகூட முற்றுகைக்கு ஆயத்தமாயிருக்க வேண்டும். வாதாபியின் சமுத்திரம் போன்ற சைனியம் திரண்டு வருவதை நீங்கள் மட்டும் பார்த்திருந்தால்...'

'வாதாபி சைனியம் வருகிறது, வருகிறது என்று எட்டு மாதமாய்த்தான் சொல்லிக் கொண்டிருக்கிறார்கள்!'

'ஆனால், இன்னும் ஏன் அந்தப் பிரம்மாண்டமான சைனியம் இங்கே வந்து சேரவில்லை தெரியுமா? மகேந்திர பல்லவர் மட்டும் அப்போது போர்க் களத்துக்குப் போயிராவிட்டால், இதற்குள் காஞ்சி மாநகர் இருந்த இடம் புல் முளைத்துப் போயிருக்கும், ஐயா! வாதாபி சைனியத்தில் வரிசை வரிசையாக, மலை மலையாக, நெடுந்தூரத்துக்கு நெடுந்தூரம் நின்ற ஆயிரக்கணக்கான போர் யானைகளை என் கண்ணாலேயே நான் பார்த்தேன். பல்லவ சைனியத்திலோ மொத்தம் நூறு யானைகளுக்கு மேல் கிடையாது. அப்படியிருந்தும் எட்டு மாத காலம் வாதாபி சைனியத்தை வட பெண்ணைக் கரையிலே நிறுத்தி வைத்திருந்தோம். இது எதனால் சாத்திய மாயிற்று தெரியுமா? பாரத யுத்தத்தில் பஞ்சபாண்டவர்களின் வெற்றி, ஸ்ரீகிருஷ்ண பகவானுடைய அறிவு பலத்தினாலும் அர்ச்சுனனுடைய வில்லின் வீரத்தினாலும் சாத்தியமாயிற்று. இந்த நாளில் கிருஷ்ண பகவானும் அர்ச்சுனனும் ஒரே உடம்பில் மகேந்திர பல்லவராக அவதரித்திருக்கிறார்கள், ஐயா!'

'தம்பி! சக்கரவர்த்தியிடம் உன்னுடைய பக்தியைக் குறித்து மிகவும் சந்தோஷம். எனக்குச் சக்கரவர்த்தி என்ன சொல்லி அனுப்பினார்? அதைச் சொல்லு!' என்று ஆயனர் கேட்க, பரஞ்சோதி கூறினார். 'புலிகேசியின் படைகள் வடபெண்ணையைக் கடந்து விட்டன ஐயா! வேங்கியை வென்ற புலிகேசியின் சகோதரன் விஷ்ணுவர்த்தனன் படைகளும் சேர்ந்து கொண் டிருக்கின்றன. இனி, அவற்றை வெகுகாலம் தடுத்து நிறுத்துவது அசாத் தியம்! ஆகையினால்தான், காஞ்சிக் கோட்டையை முற்றுகைக்கு ஆயத்தம் செய்ய என்னைச் சக்கரவர்த்தி அனுப்பி வைத்தார். ஒரு வருஷமோ இரண்டு வருஷமோ முற்றுகை நீடித்திருக்கலாம். ஆகையால் கோட்டைக்குள்ளிருந்து அநாவசியமான ஜனங்களையெல்லாம் வெளியேற்றப் போகிறோம். கோட் டையைச் சுற்றிலுமுள்ள கிராமங்களிலிருந்தும் ஜனங்கள் வெளியேறும்படி இருக்கும். இதுபற்றித்தான் தங்களுடைய விருப்பத்தைத் தெரிந்து

கொள்ளும்படி சக்கரவர்த்தி எனக்குக் கட்டளையிட்டார். எதிரி சைனியம் வரும் சமயம் தாங்கள் இங்கே இருப்பது உசிதமாயிராது...'

'ஆஹா! இந்த அரண்ய வீட்டிலேயிருந்தும் சக்கரவர்த்தி என்னைத் துரத்தி விடப் பார்க்கிறாரா? எந்த ராஜா எந்தப் பட்டணத்துக்கு வந்தாலென்ன, போனாலென்ன? இந்தக் காட்டுக்குள்ளே வந்து என்னை யார் எட்டிப் பார்க்கப் போகிறார்கள்? பார்த்தால்தான் இங்கிருந்து என்னத்தை எடுத்துக் கொண்டு போகப் போகிறார்கள்? இந்தக் கற்சிலைகளையும் கல்லுளி களையும் வேணுமானால் கொண்டு போகட்டும். சுவரிலே எழுதிய சித்தி ரங்களை வேணுமானாலும் சுரண்டிக்கொண்டு போகட்டும்!...'

'ஐயா! தாங்கள் ஏதோ கோபத்தில் பேசுகிறீர்கள். பல்லவ இராஜ்யத்துக்கு எப்பேர்பட்ட ஆபத்து வந்திருக்கிறதென்பதைத் தெரிந்துகொள்ளாமல் பேசுகிறீர்கள்...'

'சக்கரவர்த்தி எங்களுக்கு என்னதான் கட்டளையிடுகிறார்?'

'தாங்களும் தங்கள் குமாரியும் காஞ்சிக் கோட்டைக்குள்ளேயே வந்து இருந்தாலும் இருக்கலாம்! அல்லது சோழ நாட்டுக்குப் போய்த் தங்கள் சிநேகிதர் நமச்சிவாய வைத்தியருடன் சில காலம் தங்கியிருந்தாலும் இருக் கலாம். திருவெண்காட்டுக்குப் போவதாயிருந்தால், தக்க பாதுகாப்புடன் தங்களை அனுப்பி வைக்கும்படி எனக்குக் கட்டளை இட்டிருக்கிறார். தங்கள் விருப்பம் எதுவோ, அப்படிச் செய்யலாம்' என்றார் பரஞ்சோதி.

'சிவகாமி! நீ என்ன அம்மா சொல்லுகிறாய்?' என்று கேட்டார் ஆயனர், திரும்பிப் பார்த்து.

ஆனால் சிவகாமி நின்ற இடத்தில் அவளைக் காணவில்லை.

7.சின்னக் கண்ணன்

ஆயனரும் பரஞ்சோதியும் பேசிக் கொண்டிருக்கையில், வாசற்படியருகில் நின்ற கண்ணபிரான் சமிக்ஞை செய்ததைச் சிவகாமி கவனித்தாள் என்று சொன்னோமல்லவா? சற்று நேரத்துக்கெல்லாம், பேசிக் கொண்டிருந்தவர் களின் கவனம் தன் மீது செல்லாதபடி சிவகாமி மெல்ல நடந்து வீட்டுக்கு வெளியே வந்தாள்.

'அண்ணா! என்னை அழைத்தீர்களா? ஏதாவது விஷேசம் உண்டா?' என்று கேட்டாள்.

'ஆமாம்; உண்டு!' என்றான் கண்ணன்.

'கமலி அக்கா ஏதாவது சொல்லியனுப்பினாளா?'

கண்ணபிரான் குரலைத் தாழ்த்திக்கொண்டு, 'அதோ உள்ளே வந்திருக்கிறாரே, அந்த வாலிபருக்கு உடனே விஷம் கொடுத்துக் கொல்லும்படி சொல்லச் சொன்னாள்' என்றான்.

சிவகாமி, 'இதென்ன வேடிக்கை அண்ணா? எதற்காக விஷம் கொடுக்க வேண்டும்?' என்று புன்னகையுடன் கேட்டாள்.

'அம்மணி! விஷம் கொடுப்பது வேடிக்கையான விஷயமா?'

'இல்லை, அதனால்தான் 'எதற்காக?' என்று கேட்கிறேன்.'

'மாமல்லருக்கு இவர் போட்டியாக வந்திருக்கிறார், தாயே!'

'என்னத்தில் போட்டி?'

'இராஜ்யத்துக்குத்தான்! ஊரிலே எல்லாம் சொல்லிக் கொள்ளுகிறார்கள். 'சக்கரவர்த்தி, பரஞ்சோதியைத் தத்து எடுத்துக்கொண்டு விட்டார்; பரஞ்சோதிக்குத்தான் இராஜ்யத்தைக் கொடுக்கப் போகிறார்! மாமல்லருக்கு இராஜ்யம் இல்லை' என்று.'

'ஆஹா! இதுமட்டும் உண்மையாயிருந்தால்...?'

'தங்கச்சி, அப்படி நேர்ந்தால் உனக்கு அதில் மிக்க சந்தோஷம் போலிருக்கிறதே?' என்றான் கண்ணபிரான்.

'அப்படித்தான், அண்ணா! இந்த இராஜ்யந்தானே எனக்கும் அவருக்கும் குறுக்கே நிற்கிறது? எனக்கு அவரும், அவருக்கு நானும் இருந்தால் போதுமே! இராஜ்யம் என்னத்திற்கு!'

'எல்லாப் பெண்களும் ஒரேமாதிரிதான் போலிருக்கிறது! கமலிகூட இப்படியேதான் சொல்கிறாள்.'

'என்ன சொல்கிறாள்!' '

நீ இப்போது சொன்னது போலத்தான் சொல்கிறாள். 'கண்ணா! உனக்கு நானும் எனக்கு நீயும் போதாதா? அரண்மனை சேவகம் என்னத்திற்கு? வா! எங்கேயாவது கிராமத்துக்குப் போய் நிம்மதியாயிருக்கலாம்' என்கிறாள்.'

'அப்படிச் செய்யப் போகிறீர்களா, அண்ணா?'

'அப்படிச் செய்வதில் எனக்கும் இஷ்டந்தான். ஆனால், சின்னக் கண்ணன் குறுக்கே நிற்கிறான்.'

'அது யார் அண்ணா, சின்னக் கண்ணன்?'

கண்ணன் கண்ணைச் சிமிட்டிக்கொண்டு, 'கொஞ்சம் மூளையைச் செலுத்தி யோசித்துப் பார், தங்கச்சி!' என்றான்.

சிவகாமி, 'என்னத்தை யோசிக்கிறது?' என்றாள்.

'இவ்வளவுதானா தங்கச்சி? இவ்வளவு புத்திசாலியாயிருந்தும் சின்னக் கண்ணன் யார் என்று கண்டுபிடிக்க முடியவில்லையே?' என்று கண்ணன்

கேட்டுவிட்டு, இன்னும் தாழ்ந்த குரலில் 'சின்னக் கண்ணன் கமலியின் வயிற்றில் இருக்கிறான்' என்று கூறிப் புன்னகை புரிந்தபோது அவன் முகத்தில் அசடு வழிந்தது.

கமலி கர்ப்பமாயிருக்கிறாள் என்பதைச் சிவகாமி தெரிந்துகொண்டு, 'அப்படியா அண்ணா! சந்தோஷம்' என்றாள். அவள் உடம்பை அப்போது என்னவோ செய்தது. கமலியை உடனே பார்க்க வேண்டும். அவளைக் கட்டிக் கொள்ள வேண்டும் என்ற ஆசை உள்ளத்தில் உண்டாயிற்று.

கண்ணபிரான், 'தங்கச்சி, அந்தச் சந்தோஷத்தை நீ நேரிலேயே வந்து சொல்லி விட்டால் தேவலை. கமலிக்கு இன்னும் கொஞ்சகாலம் காஞ்சியைவிட்டுப் புறப்பட முடியாதாம். தங்கச்சியிடம் சொல்வதற்கு என்னவெல்லாமோ சமாசாரம் மூட்டைக் கட்டி வைத்திருக்கிறாளாம்!' என்றான்.

'எனக்கும் அக்காவைப் பார்க்க ஆசைதான், அண்ணா! ஆனால் அது எப்படி முடியும்?' என்றாள் சிவகாமி.

'ஆமாம், தங்கச்சி! முடியாதுதான்! அதனால்தான் நான் கூடக் கமலியிடம் சொன்னேன். அவர்களெல்லாம் நம்முடைய ஏழைக் குடிசையில் வந்து தங்கியிருப்பார்களா என்று...'

'அண்ணா! அப்படிச் சொல்லவேண்டாம். நீங்களும் கமலியும் இருக்கும் இடத்தில் ஏழ்மை ஏது? உங்களுடைய குடிசை எனக்கு அரண்மனையைவிட ஆயிரம் மடங்கு மேல்'...என்று சொல்லி வந்தவள் சட்டென்று நிறுத்தினாள். ஏதோ ஓர் எண்ணம் குறுக்கிட்டு அவளைத் தடை செய்ததாகத் தோன்றியது.

'அதற்கென்ன பார்த்துக்கொள்ளலாம், அண்ணா! அப்பாவிடம் சொல் கிறேன்...வேறு ஒன்றும் விஷயமில்லையா?' என்றாள்.

'அப்படியொன்றும் பெரிய விஷயமில்லை. ஒரே ஒரு சின்ன விசேஷம் மட்டும் உண்டு. இன்று காலை நான் ரதத்தை ஓட்டிக்கொண்டுபோய் அரண் மனை வாசலில் நிறுத்தியதும், மாமல்லர் என்னைத் தனியாகக் கூப்பிட்டார். 'பிரபு, என்ன விசேஷம்?' என்று கேட்டேன். 'ஒன்றுமில்லை, கண்ணா! இராத் திரி தூங்கவில்லை' என்றார். 'அதுதான் முகத்தைப் பார்த்தால் தெரிகிறதே, ஏன் தூங்கவில்லை?' என்றேன். 'புது தளபதியுடன் பேசிக் கொண்டிருந்தேன்' என்றார். 'அவ்வளவுதானா?' என்று கேட்டேன். 'அப்புறம் ஓலை எழுதினேன்' என்றார். 'யாருக்கு' என்றேன். 'அப்பாவுக்கு' என்று சொன்னார். 'சரி' என்றேன். பிறகு மெல்ல மெல்ல, 'இன்னோர் ஓலையும் எழுதினேன்' என்றார்.'

'அண்ணா! ஓலையைக் கொடுங்கள்' என்று சிவகாமி கேட்டபோது, அவள் தொண்டையை அடைத்துக் கொண்டது.

'கொடுக்கிறேன், தங்கச்சி! கொடுக்கிறேன்! ஆனால், ஓலையை வாங்கிக் கொண்டதும் நீ ஓடிப்போய் என்னைத் திண்டாட்டத்தில் விட்டுவிடக் கூடாது...'

'என்ன திண்டாட்டம், அண்ணா?'

'போன தடவை மாமல்லரின் ஓலையை வாங்கிக் கொண்டதும் ஒரே ஓட்டமாய் ஓடிப் போய்விட்டாயல்லவா? அதனால் எனக்கு எவ்வளவு சங்கடமாய்ப் போய்விட்டது தெரியுமா!' 'ஓலையை வாங்கிக் கொண்டதும் சிவகாமி என்ன செய்தாள்? அவள் முகம் எப்படி இருந்தது? கண் எப்படியிருந்தது?' என்றெல்லாம் மாமல்லர் கேட்டபோது நான் விழித்தேன்...'

'போதும், அண்ணா, வேடிக்கை! ஓலையைக் கொடுங்கள்!'

இன்னும் கொஞ்சம் வேணுமென்றே தவக்கம் செய்து விட்டுக் கடைசியாகக் கண்ணபிரான் ஓலையை எடுத்துக் கொடுத்தான்.

அப்புறம் ஒரு கணநேரங்கூட அங்கே சிவகாமி நிற்கவில்லை. வீட்டின் வலப்பக்கத்தில் சென்ற பாதை வழியாகப் பழைய தாமரைக் குளத்தை நோக்கி விரைந்து சென்றாள்.

8.நாகம் சீறுகிறது!

அரண்யத்தினால் சூழப்பட்ட தாமரைக் குளக்கரையில், மகிழ மரத்தினடியில் போட்டிருந்த மரப்பலகைச் சிங்காதனத்தில் சிவகாமி அமர்ந்து, தன் மார்புக்கச்சில் சேர்த்துச் செருகியிருந்த ஓலையை எடுத்தாள். 'பொல்லாத ஓலையே! பல்லவ குமாரரின் காதல் என் உள்ளத்தைக் குத்திப் புண் செய்வது போதாதென்று நீயும் என் நெஞ்சைக் குத்துகிறாயா?' என்று சொல்லிக் கொண்டே, அந்த ஓலையைக் கண்ணிலே ஒற்றிக்கொண்டாள். பிறகு சற்றுத் தயங்கி, சட்டென்று தன் செவ்விதழ்களில் அதை ஒரு தடவை வைத்து எடுத்துவிட்டு, வெறுமையாயிருந்த மேல் ஓலையை அப்புறப் படுத்தினாள். உள் ஏட்டில் முத்துப்போல் பொறித்த அழகிய சின்னஞ்சிறு எழுத்துக்கள் காணப்பட்டன. கண்களில் ஆர்வம் ததும்பச் சிவகாமி படிக்கத் தொடங்கியபோது, 'அக்கா! அக்கா!' என்று பின்னாலிருந்து வந்த சத்தத்தைக் கேட்டுத் திடுக்கிட்டாள். திரும்பிப் பார்த்தால், அந்த மரச் சிங்காதனத்தின் கைப்பிடிமீது ஒரு பச்சைக் கிளி உட்கார்ந்து அவளைக் கூர்ந்து கவனித்துக் கொண்டிருந்தது!

கிண்கிணி ஒலிப்பதுபோல் சிவகாமி கலகலவென்று சிரித்து விட்டு, அந்தக் கிளியைப் பார்த்து, 'சுகப்பிரம்ம முனிவரே, உமக்கு என்ன இங்கே வேலை? இளம்பெண்கள் தனிமையாக இருக்கும் அந்தப்புரத்துக்குள் ரிஷிகள் வரலாமா? அதிலும், பூஜை வேளையில் கரடி புகுந்ததுபோல், ஒரு கன்னிப் பெண் தன் காதலரின் ஓலையைப் படிக்கப் போகும் தருணத்திலா நீர் வந்து சேருவது? போம்! போம்!' என்று கையை ஓங்கி வீசியபோது, அந்தக் கை வீச்சானது, கன்னத்தை நெருங்கிவரும் காதலனுடைய கரத்தைத் தள்ளும் அபிநயமாகவே தோன்றியது.

அதற்கேற்றாற்போல் அந்தச் சுக மகாமுனிவரும் 'மாட்டேன்! மாட்டேன்!' என்றார்.

சிவகாமி மறுபடியும் சிரித்துவிட்டுக் கூறினாள்: 'வேஷதாரி ரிஷியே! கதைகளிலே வரும் அரசிளங்குமரிகள் எல்லாரும் அந்தப்புரத்தில் உம்மை வைத்துக்கொண்டு எப்படித்தான் இரகசியம் பேசினார்களோ, தெரிய வில்லை! இருக்கட்டும், இருக்கட்டும்; நான் பல்லவ இராஜ்யத்தின் மகா ராணியாகும்போது, உங்களுக்கெல்லாம் அரண்மனையில் இடமில்லாமல் செய்து விடுகிறேன்...'

அப்போது அந்த விஷமம் நிறைந்த சுகப்பிரம்மம், 'மாமல்லா! மாமல்லா!' என்று உச்சஸ்தாயியில் கீச்சுக் குரலில் கத்திற்று.

'ஓஹோ! அப்படியா சேதி? நான் அந்தப்புரத்திலிருந்து உங்களைத் துரத்தி யடித்தால், மாமல்லரிடம் சலுகைக்குப் போவோம் என்று சொல்கிறீரா? நடக்காது முனிவரே, நடக்காது! பல்லவ சிங்காதனத்திலே சிவகாமி தேவி அமர்ந்தவுடனே முதல் காரியமாக, அந்த ராஜ்யத்திலே சோம்பித் திரியும் ஆண்டிகள், பிக்ஷுக்கள், காவித்துணி தரித்த சந்நியாசிகள், மண்டை ஓட்டு மாலை அணிந்த காபாலிகர்கள் இவர்களையெல்லாம் நாட்டை விட்டு ஓட்டி விடப்போகிறாள். யோக்கியமாகக் கல்யாணம் செய்துகொண்டு இல்லறம் நடத்துகிறவர்களுக்குத்தான் பல்லவ இராஜ்யத்தில் அப்புறம் இடம் இருக்கும், தெரியுமா? நான் இந்த ஓலையைப் படிக்கும் வரையில் உம்முடைய திருவாயை மூடிக்கொண்டு சும்மா இரும்...!'

சும்மா இருக்க முடியாது என்பது போல், சுகர், 'ரதி! ரதி!' என்றார். சிவகாமி திரும்பிப் பார்த்தாள் அங்கே ரதி துள்ளி ஓடி வந்து கொண்டிருந்தது.

'ரதி! அந்தப்புரத்துக்கு தகுந்த சகி நீதான். எல்லாவற்றையும் கேட்டுக் கொண்டு வாயைத் திறக்காமல் மௌனமாயிருப்பாய். இந்த ரிஷியோ எதையும் அரையும் குறையுமாய்க் கேட்டுக் கொண்டு நாலுபேர் இருக்கும் போது மானத்தை வாங்கி விடுவார்! இந்த வேஷதாரி முனிவர் இங்கிருந்து தொலைந்து போன பிறகு உனக்கு மாமல்லரின் ஓலையைப் படித்துக் காட்டுகிறேன், ரதி!'

இவ்விதம் கூறி, ரதியின் மோவாய்க்கட்டையைத் தடவிக் கொடுத்துவிட்டுச் சிவகாமி மீண்டும் ஓலையைப் பார்த்தாள். கையிலே பணியாரத்தை வைத்துக் கொண்டிருக்கும் குழந்தை, அதைச் சாப்பிட்டால் ஆகிப் போய்விடுமோ என்ற பயத்தினால் தயங்குவது போல் சிவகாமியும், ஓலையைப் படிக்கும் இன்பத்தைத் தள்ளிப் போட்டுக்கொண்டேயிருந்து கடைசியில் படிக்கலானாள். ஓலையில் பிராகிருத பாஷையில் எழுதி யிருந்தது பின்வருமாறு:

'பாரதநாட்டில் புகழ்பெற்ற சிற்ப சக்கரவர்த்தியின் செல்வக் குமாரியும், சௌந்தரிய தேவதை அடிபணிந்து போற்றும் சுகுமாரியும், பரத நாட்டிய சாஸ்திரம் வலம் வந்து தொழுது வணங்கும் கலைவாணியும், மாமல்ல

பல்லவனின் இருதய சிம்மாசனத்தில் கொலு வீற்றிருந்து தனியரசு புரியும் மகாராணியும் ஆகிய சிவகாமி தேவிக்கு:

இனிமேல் ஓலை எழுத மாட்டேன், நானே நேரில் வந்து விடுவேன் என்று முன் ஓலையில் எழுதியிருந்தேன். அதற்கு மாறாக இதை நான் எழுதுவதற்கு இரண்டு காரணங்கள் உண்டு.

என் ஆருயிரே! முந்தா நாள் இரவு நான் ஒரு கனவு கண்டேன். அதை நினைத் தாலே என் தேகமெல்லாம் சிலிர்க்கிறது. கற்பனைக்கு எட்டாத இன்பம் நிறைந்த அந்த அதிசயக் கனவைக் கேள்:

கனவிலே நான் தூங்கிக் கொண்டிருந்தேன். ஆகாயவெளியில் அந்தரத்தில் காற்றுப் படுக்கையில் மிதந்து கொண்டே தூங்கியதாகத் தோன்றியது. அந்த அதிசயமான சொப்பனத் தூக்கம் எதனாலோ திடீரென்று கலைந்தது. கண்களை விழித்துப் பார்க்க முயன்றேன். ஆனால், ஏற்கெனவே கண்கள் விழித்துத் தானிருந்தன. மேலும் கீழும் நாற்புறமும் ஒரே காடாந்தகாரமா யிருந்தபடியால், என் கண்கள் திறந்திருந்தும், மூடியிருந்தனவோ என்று நான் ஐயப்பட நேர்ந்தது.

உன் கண் இமையில் தீட்டிய மையைக் காட்டிலும் கரியதாய் என்னைச் சுற்றிலும் படர்ந்திருந்த அந்த அதிசயமான இருட்டைப் பற்றி நான் சிந்தித்துக் கொண்டிருக்கையில், எனக்குச் சற்று மேலே வட்ட வடிவமான ஓர் ஒளி தோன்றக் கண்டேன். வர வர அந்த ஒளிவட்டம் அகன்றுகொண்டு வந்ததோடு, அதன் ஜோதியும் அதிகமாகி வந்தது. கண்களைக் கூசச் செய்யா மல் குளிர்ந்து விளங்கிய அந்தப் பொன்னிற ஒளி வரவர என்னை நெருங்கி நெருங்கி வந்ததைக் கண்டேன்.

அருகே வந்ததும், அந்த ஒளி வட்டம் உன்னுடைய திவ்ய வதனந்தான் என்று தெரிந்தபோது, எனக்குண்டான வியப்பையும் களிப்பையும் எவ்வாறு சொல்வேன்? சிவகாமி! விரைவிலே உன்னுடைய உருவம் முழுவதுமே தெரிந்தது. எல்லையில்லா அந்தகாரத்தின் நடுவில் உன் பொன் உருவத் தைப் பார்க்கப் பார்க்க, எனக்கு ஒரு விசித்திரமான எண்ணம் உதயமாயிற்று.

உன்னுடைய உருவமானது சாதாரண மனித தேகத்தைப் போல் இரத்தம், சதை, எலும்பு, தோல் இவைகளினால் ஆனதாக எனக்குத் தோன்றவில்லை. நிலாமதியின் இளங்கதிரையும் மல்லிகைப் பூவின் இன்ப மணத்தையும், அன்னப் பட்சியின் இறகிலுள்ள மென்மையையும், செவ்வழி ராகத்தின் இன்னிசையையும் கலந்து உன் தூய திருமேனியைப் பிரமன் படைத்திருக்க வேண்டுமென்று கருதினேன்.

இவ்வாறு நான் உன் மேனி அழகாகிய மதுவை அருந்தி மயங்கி நிற்கையில், நீ என் அருகே நெருங்கி வந்தாய். என் முகத்துக்கு வெகு சமீபத்தில் உனது பொன் முகத்தைக் கண்டேன். காலையில் மலர்ந்த குவளை மலர்களில் பனித்துளி நிற்பதுபோல் உன் நீண்ட கண்களின் முனையில் இரு கண்ணீர்த் துளிகள் நின்றன. உன்னுடைய மூச்சுக்காற்று என் முகத்திலேபட்டது.

அவ்வளவு அருகில் வந்திருந்த உன்னைத் தழுவி அணைத்துக் கொள்ள வேண்டுமென்று என்னுடைய தேகத்தின் ஒவ்வோர் அணுவும் துடிதுடித்தது ஆனாலும், நான் அவ்விதம் செய்யவில்லை.

என் உள்ளத்தில் ஒரு சந்தேகம் தோன்றியிருந்தது. உன்னைத் தொட்டேனானால், உன் திருமேனியானது நிலா மதியின் கதிராகவும், மல்லிகையின் மணமாகவும், அன்னப் பட்சியின் மென்மையாகவும், செவ்வழியின் இன்னிசையாகவும் தனித் தனியே பிரிந்து மறைந்து விடுமோ என்ற பயம் ஏற்பட்டிருந்தது.

இந்தப் பயத்தை அறிந்து கொண்டவளைப் போல நீ உன் செவ்விதழ்கள் சிறிது அகல, முத்துப் போன்ற பற்களின் நுனி தெரிய, குறுநகை புரிந்தாய்! உன் பொன் வதனம் என்னை அமுத போதையில் ஆழ்த்திக்கொண்டு இன்னும் அருகே நெருங்கிற்று.

ஆ என்ன சொல்வேன் என் துரதிர்ஷ்டத்தை! அந்தச் சமயத்தில் எங்கேயோ ஒரு நாகப் பாம்பின் சீறல் கேட்டது. சட்டென்று திரும்பிப் பார்த்தேன். ஒரு மரக்கிளையில் இரண்டு பட்சிகள் உட்கார்ந்து, ஒன்றின் மூக்கை ஒன்று தொட்டும், 'கலகல' என்று சப்தித்தும் விளையாடிக் கொண்டிருந்தன. அந்த மரத்தின் அடிக்கிளையிலிருந்து ஒரு நாகப் பாம்பு - கருநிறமும் மஞ்சள் நிறமும் கலந்த உடலுடைய நீண்ட பாம்பு - அந்தப் பட்சிகள் இருந்த கிளையை நோக்கிச் 'சரசர' என்று ஏறிக்கொண்டிருந்தது. அந்த நாகத்தின் சீறலைத்தான் நான் கேட்டதாகத் தெரிந்து கொண்டேன். அந்தக் கணத்தில் உன்னைக்கூட மறந்து, என் உடைவாளை அவசரமாய் எடுத்தேன்.

அவ்வளவுதான் விழித்துக்கொண்டேன்.

என் கண்ணில் வளரும் பெண்ணரசியே! சொப்பனங்களிலும் அவற்றின் பலன்களிலும் நம்பிக்கை இல்லாதவன் நான். ஆனாலும் இந்தக் கனவுக்கு ஏதாவது அர்த்தம் உண்டா என்று அடிக்கடி என்னையறியாமல் எண்ணம் உண்டாகிறது. உனக்கு ஏதேனும் அபாயம் வருமென்பதைக் குறிப்பிடுகிறதோ என்று ஐயுறுகிறேன்.

யுத்தம் நெருங்கி வருகிறபடியால் நீ ஜாக்கிரதையாயிருக்க வேண்டும்; ஆனால், எவ்விதக் கவலையோ, பயமோ வேண்டாம். என் கையிலே வாள் இருக்கும் வரையில் உனக்கும் உன் தந்தைக்கும் அபாயம் எதுவும் நேராது.

பொழுது விடியப்போகிறது. கீழ்வானம் வெளுக்கிறது. நான் சொல்ல விரும்பிய இன்னொரு செய்தியைச் சுருக்கமாகச் சொல்லி முடித்து விடுகிறேன்.

எனக்கு ஒரு புதிய தோழன் கிடைத்திருக்கிறான். அவன் யார் தெரியுமா? மதயானை மேல் வேல் எறிந்து உன்னையும் உன் தந்தையையும் காப்பாற்றிய வீர வாலிபன்தான். அவனைக் கோட்டைக் காவலுக்காகச் சக்கரவர்த்தி அனுப்பியிருக்கிறார். நேற்றிரவெல்லாம் நானும் அவனும் பேசிக் கொண்டிருந்தோம்; பெரும்பாலும் உன்னைப் பற்றியே பேசிக் கொண்டிருந்தோம்.

சக்கரவர்த்தியிடமிருந்து உங்களுக்கு அவன் சேதிகொண்டு வருகிறான். நீங்கள் காஞ்சிக் கோட்டைக்காவது வந்துவிட வேண்டும், அல்லது சோழ நாட்டுக்குப் போய்விட வேண்டும் என்று சக்கரவர்த்தி சொல்லியனுப்பி யிருக்கிறார். ஆனால் நான் அங்கு வந்து உங்களைப் பார்த்துப் பேசும் வரையில் அதைப்பற்றி ஒரு முடிவும் செய்ய வேண்டாம்.

யுத்தம் நெருங்கி வருகிறதானது ஒரு காரியத்துக்கு ரொம்பவும் நல்லதாயிருக் கிறது. கூடிய சீக்கிரம் எனக்கு விடுதலை கிடைத்துவிடும். கோட்டைக்கு வெளியே போகக் கூடிய நாள் விரைவிலே வரும். அந்த நாள் வந்தவுடன் நான் நேரே அங்கு வந்து உன்னைப் பார்த்துவிட்டு வேறு காரியங்களைக் கவனிப்பேன்.

என் செல்வமே! ஒவ்வொரு சமயம் நினைத்தால் இந்த இராஜ்யம் என்னத் திற்கு, யுத்தம் என்னத்திற்கு என்றெல்லாம் தோன்றுகிறது. இதெல்லாம் சொப்பனமாயிருக்கக் கூடாதா? திடீரென்று கண் விழித்து எழுந்ததும், நான் சக்கரவர்த்தி குமாரன் இல்லை, உன் தகப்பனாரிடம் சிற்பக் கலை கற்றுக் கொள்ளும் சீடன் என்று ஏற்பட்டால், எவ்வளவு ஆனந்தமாயிருக்கும்? அப்போது உனக்கும் எனக்கும் இடையே ஒரு தடையும் இராதல்லவா? இவ்வாறு எட்டு மாத காலமாக உன்னை வந்து பார்க்காமல் இருந் திருப்பேனா?'

ஓலையை ஒரு தடவை முழுதும் படித்த பின்னர், இன்னொரு தடவையும் சிவகாமி படித்தாள். பிறகு ரதியைப் பார்த்து, 'ரதி, பல்லவ குமாரரிட மிருந்து வந்த ஒவ்வோர் ஓலையையும் உனக்குப் படித்துக் காட்டினேன் அல்லவா? இந்தத் தடவை முடியாது! படித்துக் காட்டினாலும் உனக்கு விளங்காது!' என்றாள்.

பிறகு ஓலையை எடுத்துக்கொண்டு, பின்னால் இருந்த மகிழ மரத்தின் மேல் இரண்டு அடி ஏறினாள். மேலே கிளைகள் முளைத்திருந்த இடத்தில் காணப்பட்ட பொந்தில் கையைவிட்டுத் திரும்ப எடுத்தபோது அவளுடைய கையில் ஏழெட்டு ஓலைகள் இருந்தன. அந்த ஓலைகளை ஒவ்வொன்றாய் எண்ணிப் பார்த்து விட்டுத் தன்னிடமிருந்ததையும் சேர்த்து மறுபடியும் பொந்திற்குள் வைத்து விட்டுக் கீழே இறங்கினாள்.

'ரதி! வா! போகலாம். சுகப்பிரம்மரிஷியே! வாரும்; வீட்டுக்குப் போகலாம். அப்பா சாப்பிடக் காத்துக் கொண்டிருப்பார். மாமல்லரின் ஓலையைப் படித்துக் காட்டவில்லையென்று என் பேரில் கோபமா? நாளைக்கு வந்து உங்கள் இருவருக்கும் படித்துக் காட்டுகிறேன். நாளைக்கு மட்டுந்தானா? என் வாழ்நாள் உள்ள வரையில் ஒவ்வொரு நாளும் படித்துக் காட்டுவேன். ரதி! குமார சக்கரவர்த்தியைப் பற்றி நீ என்ன நினைத்துக் கொண்டிருக் கிறாய்? சுக மகாமுனிவரே! மாமல்லர் மகாகவி என்பதைத் தெரிந்து கொள்ளுவீராக. காளிதாசனையும் பாரவியையும் போன்ற பெரிய கவி மாமல்லர். அவருடைய கவிதைக்குப் பாத்திரமான பெண் யார் தெரியுமா? இந்த ஏழைச் சிற்பியின் மகள் சிவகாமிதான்!'- இவ்விதம் ரதியுடனும் சுக

முனிவருடனும் மாறி மாறிப் பேசிக் கொண்டே சிவகாமி வீட்டை நோக்கிச் சென்றாள்.

காட்டு மரங்களுக்குள்ளே சிவகாமி மறைந்ததும், தாமரைக் குளத்தின் அருகில் இருந்த மற்றொரு பெரிய மரத்தின் மறைவிலிருந்து நாகநந்தி அடிகள் வெளிப்பட்டார். அவர் மெல்ல நடந்து வந்து, சிவகாமி ஓலைகளை ஒளித்து வைத்த மரப் பொந்திலிருந்து அவற்றை எடுத்தார். ஒவ்வொன்றாக அவற்றை விரைவாகப் பிரித்துப் படிக்கத் தொடங்கினார். அவ்விதம் வாசித்து வந்தபோது அவர் விட்ட பெருமூச்சானது, நாகப் பாம்பின் சீறலைப் போலத் தொனித்தது.

9.ரதியின் புன்னகை

மாமல்லரின் ஓலையில் ஒரு பகுதியைச் சிவகாமி நினைத்து நினைத்து ஆனந்தித்துக் கொண்டே வீடு நோக்கி நடந்தாள். அப்படி அவளை மெய் மறக்கச் செய்தது ஓலையின் கடைசிப் பகுதியேயாகும். சக்கரவர்த்தியின் குமாரனாயிராமல் ஆயனரிடம் சிற்பக்கலை கற்கும் சீடனாயிருக்க விரும்பு வதாக மாமல்லர் தெரிவித்திருந்தாரல்லவா! ஆகா! இந்த விஸ்தாரமான பரத கண்டத்தில் மூன்றில் ஒரு பாகத்தைத் தனி அரசு புரியும் சக்கரவர்த்தியின் குமாரர், தமக்குரிய அந்த மகத்தான சாம்ராஜ்யத்தை வேண்டாமென்று வெறுத்துத் தள்ளச் சித்தமாயிருக்கிறார்! எதற்காக? அரண்மனை மான்யம் பெற்று ஜீவனம் செய்யும் ஆயனச் சிற்பியின் மகளுக்காக! அந்தப் பெண்ணிடம் தாம் கொண்ட காதல் நிறைவேறுவதற்கு இந்தச் சாம்ராஜ்யம் தடையாயிருக்கிறதென்பதற்காக! இம்மாதிரி அதிசயத்தைக் கதையிலோ காவியத்திலோ கேட்டதுண்டா?

'ரதி! உன் தோழி சிவகாமியைப் போல் பாக்கியசாலியான பெண் இந்த ஈரேழு பதினாலு லோகத்திலும் இல்லையடி!' என்று கூறிச் சிவகாமி தன்னைத் தொடர்ந்து வந்த மானின் முகத்தை இரு கரங்களாலும் பிடித்து நிமிர்த்தினாள். ரதியோ தன் அழகிய கண்களை அகல விரித்து அவளை ஆவலுடன் நோக்கிற்று.

'இதோ பார், ரதி! நீயும் அதிர்ஷ்டசாலிதான்! எட்டு மாதத்துக்கு முன்பு உன்னிடம், மாமல்லரைப்பற்றி நான் குறைவாகக் கூறியதை மறந்துவிடு. 'இன்று இவர் கமலி வீட்டுக்கு நான் போகக்கூடாது' என்கிறார். நாளைக்கு ரதியை உன்னுடன் அரண்மனைக்கு அழைத்து வரக்கூடாது என்பார். இப்படிப்பட்ட பெரிய மனிதர்களின் உறவு நமக்கு ஒத்துவராதடி, அம்மா!' என்று சொன்னேனல்லவா? அதே பல்லவ குமாரர்தான் இன்றைக்கு 'இராஜ்யம் என்னத்திற்கு சிவகாமி! எனக்கு நீயே போதும்!' என்கிறார். அவர் சொல்வது நியாயந்தானே ரதி! எனக்கு அவரும், அவருக்கு நானும் இருந்தால்

போதாதா? இராஜ்யம் என்னத்திற்கு? சண்டை, கொலை, சாவு எல்லாம் என்னத்திற்கு?'

இவ்விதம் கூறி ரதியின் இரண்டு தூக்கிய காதுகளுக்கும் நடுவில் சிவகாமி முத்தமிட்டுவிட்டு, மறுபடியும் சொல்லுவாள்.

'ரதி, உன்பாடு யோகந்தான்! மாமல்லரும் நானும் மனித சஞ்சாரமே இல்லாத நடுக்காட்டில் பர்ணசாலை கட்டிக்கொண்டு ஆனந்த வாழ்க்கை நடத்தப் போகிறோம். அப்போது இந்தச் சுகப்பிரம்மரிஷியை அடித்துத் துரத்திவிட்டு உன்னை மட்டுந்தான் எங்களுடன் வைத்துக் கொள்ளப் போகிறேன். உனக்கு வேலை நிரம்ப இருக்கும், ரதி! எனக்கும் மாமல்லருக்கும் இடையில் நீ அடிக்கடி தூது போக வேண்டியதாயிருக்கும்!'

ரதி கண்களினாலேயே ஒரு புன்னகை புரிந்து விட்டு, 'போதும் இந்த அசட்டுத்தனம்!' என்பதுபோல் தலையை ஆட்டி விட்டு, சிவகாமியின் கையிலிருந்து திமிறிக்கொண்டு புல் மேயச் சென்றது.

'அம்மா! சிவகாமி!' என்ற குரலைக் கேட்டதும் சிவகாமி திடுக்கிட்டுத் திரும்பிப் பார்த்தாள். அவள் பார்த்த இடத்தில் செடி கொடிகளை விலக்கிக் கொண்டு ஆயனர் நிற்பதைக் கண்டாள். தான் ரதியுடன் பேசிக் கொண் டிருந்தது அவர் காதிலே விழுந்ததோ என்ற எண்ணத்தினால் அவளுடைய முகத்தில் நாணமும் அச்சமும் கலந்து தோன்றின.

ஆனால், மலர்ந்த முகத்துடன் ஆயனர் கூறிய வார்த்தைகள் அவளுடைய பயத்தைப் போக்கின.

'குழந்தாய் ! எனக்குத் தூக்கிவாரிப் போட்டு விட்டது. நடுக்காட்டிலே யாரோடு பேசிக்கொண்டிருக்கிறாய் என்று பார்த்தேன். ரதியுடன் பேசிக் கொண்டிருக்கிறாயா? பாவம்! நீ என்ன செய்வாய்? உன்னோடு பேசு வதற்குக்கூட இவ்விடத்தில் யாரும் இல்லை. பொழுது போவதே உனக்குக் கஷ்டமாய்த்தானிருக்கும். காஞ்சியிலாவது உன் தோழி கமலி இருக்கிறாள்...'

இப்படிப் பேசிக்கொண்டே நெருங்கி வந்த ஆயனரைச் சிவகாமி கட்டித் தழுவிக்கொண்டு, 'அப்பா உங்களுக்குத் தெரியுமா? கமலி... கமலி...' என்று மென்று விழுங்கினாள்.

ஆயனர் பதறலுடன், 'ஐயோ கமலிக்கு என்ன, அம்மா? ஏதாவது உடம்புக்கு வந்திருக்கிறதா?' என்று கேட்டார்.

'ஆமாம், அப்பா! கமலிக்கு உடம்பிலேதான் வந்திருக்கிறதாம்!' என்று கூறிவிட்டுச் சிவகாமி இடி இடியென்று சிரித்தாள்.

அதைப் பார்த்த ஆயனர் விபரீதமாக ஒன்றுமிராது என்று தீர்மானித்துக் கொண்டு, 'பின்னே என்ன, சிவகாமி? ஒரு வேளை இங்கே வருகிறதாகச் சொல்லி அனுப்பியிருக்கிறாளோ?' என்றார்.

'இல்லை, அப்பா, இல்லை' என்று சொல்லிக்கொண்டே சிவகாமி ஆயனரின் காதினருகில் நெருங்கி, 'கமலி வயிற்றில் சின்னக்கண்ணன் வந்திருக்கிறானாம்!' என்றாள்.

ஆயனர் சற்று நிதானித்து விஷயம் இன்னதென்று தெரிந்து கொண்டார். முன்னைவிட அருமையுடன் சிவகாமியை அணைத்துத் தழுவிக்கொண்டு ‘சந்தோஷம் அம்மா! சிவகாமியின் கல்யாணத்தின்போதே நான் ஆசீர்வாதம் பண்ணினேன்...’ என்றார்.

‘அப்பா! உங்கள் செல்வக் குமாரிக்கு எப்போது கல்யாணம் ஆயிற்று?’ என்றாள் சிவகாமி. தாம் வாய் தவறிச் ‘சிவகாமி’ என்று சொல்லிவிட்டது ஆயனருக்குச் சட்டென்று புலப்பட்டது. அவர் ஓர் அசட்டுப் புன்னகை செய்துவிட்டு, ‘என்ன அம்மா சொன்னேன்? சிவகாமியின் கல்யாணத்தின் போது’ என்று சொல்லி விட்டேனா? அதனால் என்ன? உனக்கும் ஒரு நாள் கல்யாணம் நடக்கத்தான் போகிறது. நான் சொல்லவந்தது என்னவென்றால், கமலியின் கல்யாணத்தின்போது நான் அவளுக்கு ஆசீர்வாதம் செய்தேன்; ‘சீக்கிரத்தில் உனக்கு ஆண் குழந்தை பிறக்கவேண்டும். அவன் என்னிடத்தில் சிற்பக்கலை கற்றுக்கொள்ள வரவேண்டும்’ என்று...’ என்றார்.

இவ்விதம் கூறிய ஆயனர் பேச்சை நிறுத்திவிட்டு மௌனத்தில் ஆழ்ந்தார். அவருடைய உள்ளமானது சிவகாமியின் விவாகத்தைப் பற்றிச் சிந்திக்கத் தொடங்கியது. பரஞ்சோதிக்கு அவளை மணம் செய்விக்கலாம் என்று தாம் முன்னம் எண்ணியது நினைவு வந்தது. அவனோ இப்போது பெரிய போர் வீரனாகவும் கோட்டைத் தளபதியாகவும் ஆகியிருக்கிறான். கேவலம் ஒரு சிற்பியின் மகளை அவன் மணந்து கொள்ள இணங்குவானா?

‘அப்பா! என்ன யோசிக்கிறீர்கள்?’ என்று சிவகாமி கேட்கவும், ‘ஒன்று மில்லை அம்மா! பரஞ்சோதியுடன் நான் பேசிக் கொண்டிருந்தபோது நீ திடீரென்று எங்கே போய் விட்டாய்? அவனிடம் சக்கரவர்த்தி ஒரு முக்கிய மான சமாசாரம் சொல்லியனுப்பியிருக்கிறார். அதைப்பற்றி உன் அபிப் பிராயத்தைக் கேட்கலாமென்று பார்த்தால், உன்னைக் காணோம். வா, வீட்டுக்குப் போய் சாவகாசமாகப் பேசலாம். உன் அத்தை நாம் இரண்டு பேரும் சாப்பிடாமல் எங்கே தொலைந்து போய் விட்டோம் என்று ஆச்சரியப்பட்டுக் கொண்டிருப்பாள்!’ என்றார்.

இருவரும் ஒற்றையடிப்பாதையில் மௌனமாக நடந்தார்கள். ஆயனரின் உள்ளம் சிவகாமியின் வருங்காலத்தைப் பற்றிய சிந்தனையில் ஆழ்ந் திருந்தது. சிவகாமியின் உள்ளமோ, தேன் மலரை மொய்க்கும் வண்டைப் போல் மகிழ மரப்பொந்தில் இருந்த மாமல்லரின் ஓலையைச் சுற்றி வட்டமிட்டுக் கொண்டு இருந்தது.

10.ஆனந்த நடனம்

‘அப்பா! நான் நடனம் ஆடி வெகுகாலம் ஆகி விட்டதே, இன்றைக்கு ஆடட்டுமா?’ என்று சிவகாமி கேட்டாள்.

இருவரும் வீட்டுக்குச் சற்றுத் தூரத்தில் ஒரு மரத்தடியில் கிடந்த கல்லின் மீது உட்கார்ந்திருந்தார்கள். பக்கத்து மரத்தடியிலே வர்ணம் அரைக்கும் கல்லுவங்களும், வர்ணம் காய்ச்சும் அடுப்புகளும், சட்டி பானைகளும் கிடந்தன.

ஆயனர் சிறிது அதிசயத்துடன் சிவகாமியை உற்று நோக்கினார்.

'இன்றைக்கு என்ன குழந்தாய், உன் முகம் இவ்வளவு களையாயிருக்கிறது?' என்று வினவினார்.

உடனே மறுமொழி சொல்ல முடியாமல் சிவகாமி சிறிது திகைத்துவிட்டு, பிறகு, 'கமலியைப்பற்றிக் கேள்விப்பட்டதிலிருந்து எனக்கு உற்சாகமாயிருக்கிறது. அப்பா! காஞ்சிக்குப் போய் கமலியைப் பார்த்துவிட்டு வரலாமா?' என்றாள். உடனே, தான் பிழை செய்துவிட்டதை உணர்ந்து நாவைப் பற்களினால் கடித்துக்கொண்டு 'ஆமாம், அப்பா! சக்கரவர்த்தி ஏதோ நமக்குச் செய்தி அனுப்பியதாகச் சொன்னீர்களே, அது என்ன?' என்று கேட்டாள்.

'எதிரி சைனியம் வடபெண்ணை ஆற்றைக் கடந்து விட்டதாம். காஞ்சியை நெருங்கி வந்துகொண்டிருக்கிறதாம். காஞ்சியை முற்றுகை போட்டாலும் போடுமாம். அகையால், 'ஒன்று நீங்கள் காஞ்சி நகருக்கு போய்விடுங்கள்; அல்லது சோழ தேசத்துக்குப் போங்கள்' என்று சக்கரவர்த்தி சொல்லி அனுப்பினாராம். நீ என்ன சொல்கிறாய், அம்மா?'

'நான் என்ன சொல்ல, அப்பா! எனக்கு என்ன தெரியும்? தங்கள் இஷ்டம் எதுவோ, அதுதான் எனக்கு இஷ்டம்...'

'என் இஷ்டம் இங்கேயே இருக்க வேண்டுமென்பதுதான். இந்தக் காட்டை விட்டு வேறு எங்கே போனாலும் எனக்கு மன நிம்மதியிராது' என்றார் ஆயனர்.

'எனக்கும் அப்படித்தான், அப்பா! இங்கேயே நாம் இருந்து விடலாமே?' என்றாள் சிவகாமி.

மாமல்லரின் ஓலையில், தாம் வந்து அவளைச் சந்திக்கும் வரையில் ஒன்றும் முடிவு செய்ய வேண்டாம் என்று எழுதியிருந்ததை நினைத்துக் கொண்டுதான் மேற்கண்ட விதம் சிவகாமி சொன்னாள்.

காஞ்சிக்குப் போய்க் கமலியைப் பார்க்கவேண்டுமென்ற ஆசை ஒரு பக்கத்தில் அவளுக்கு அளவில்லாமல் இருந்தது. ஆனால், எட்டு மாதத்துக்கு முன்பு திருநாவுக்கரசரைப் பார்ப்பதற்காக காஞ்சிக்கு போய்த் திரும்பியதும், முதன் முதலாக மாமல்லர் தனக்கு எழுதிய ஓலையை நினைவுப்படுத்திக் கொண்டாள். 'அரண்மனை நிலா மாடத்தில், முத்துப் பதித்த பட்டு விதானத்தின் கீழே, தங்கக்கட்டிலின் மேல் விரித்த முல்லை மலர்ப்படுக்கையிலே படுத்துறங்க வேண்டிய நீ, என்னுடைய ரதசாரதியின் வீட்டில் தரையிலே விரித்த கோரைப் பாயில் படுத்துறங்கினாய் என்பதை எண்ணி எண்ணி என் மனம் புண்ணாகிறது!' என்று பல்லவ குமாரர்

எழுதியிருந்தார். இதிலே, அவர் சிவகாமியிடம் கொண்டிருந்த காதலின் மேன்மையும் வெளியாயிற்று; கண்ணபிரான் வீட்டிலே வந்து சிவகாமி தங்குவதை அவர் அவ்வளவாக விரும்பவில்லை என்பதும் புலனாயிற்று.

இதைப்பற்றிச் சிவகாமியின் உள்ளத்தில் ஒரு போராட்டம் நடந்தது. கமலியிடம் அவளுக்கிருந்த நட்புணர்ச்சியும் பல்லவ குமாரரிடம் அவள் கொண்டிருந்த காதல் வெறியும் போராடின. முடிவிலே, காதல்தான் வெற்றி பெற்றது.

'ஆகா! எத்தகைய பேதை நாம்! மகிதலம் போற்றும் மண்டலாதிபதியின் குமாரரிடம் காதல் கொள்ளத் துணிந்து விட்டு, அவருடைய கௌரவத் துக்குப் பங்கம் விளையக்கூடிய காரியத்தை செய்தோமே!' என்று வருந்தி, இனிமேல் பல்லவ குமாரரின் விருப்பம் தெரியாமல் காஞ்சிக்கே போவ தில்லை யென்று தீர்மானித்திருந்தாள். ஆகையினாலேதான் மேற் கண்டவாறு சொன்னாள்.

அதற்கு மறுமொழியாக ஆயனர் கவலை தொனித்த குரலில் கூறினார்: 'என்ன இருந்தாலும் மகேந்திர பல்லவர் தீர்க்கமான அறிவு படைத்தவர். அவருடைய கட்டளைக்கு மாறாக நடந்தால் ஏதாவது விபரீதம் வருமோ, என்னவோ? யாரிடமாவது யோசனை கேட்கலாமென்றால், அதற்கும் ஒருவரும் இல்லை. நாகநந்தியடிகளாவது வரக்கூடாதோ? எட்டு மாதத்துக்கு முன்பு போனவர் இன்னும் வரவில்லை. பிக்ஷுவுக்கு என்ன நேர்ந்து விட்டதோ, என்னவோ?'

ஆயனரின் மனச்சோர்வைக் கவனித்த சிவகாமி அவரை உற்சாகப்படுத்தும் பொருட்டு, மறுபடியும், 'அப்பா! நான் நடனம் ஆடி வெகு காலமாயிற்றே! இன்றைக்கு ஆடுகிறேன் பார்க்கிறீர்களா?' என்றாள். '

'சிவகாமியின் நாட்டியத்தை நானும் பார்க்கலாமா?' என்று ஒரு குரல் கேட்டது.

இரண்டு பேரும் ஏககாலத்தில் திரும்பிப் பார்த்தார்கள். சற்றுத் தூரத்தில் நாகநந்தி அடிகள் நின்று கொண்டிருந்தார்.

> 'புத்தம் சரணம் கச்சாமி'
> 'தர்மம் சரணம் கச்சாமி'
> 'சங்கம் சரணம் கச்சாமி'

என்று நாகநந்தி கோஷித்து முடித்ததும் ஆயனர், 'அடிகளே! வரவேணும்! வரவேணும்! நினைத்த இடத்தில் நினைத்தபோது வந்து அருள் செய்கிறவர் கடவுள்தான் என்று பெரியோர் சொல்லுவார்கள். தாங்களும் கடவுள் மாதிரி வந்திருக்கிறீர்கள். உங்களைப்பற்றி இப்போதுதான் பேசிக் கொண்டிருந் தோம்' என்றார்.

'அப்படியா? இந்தக் காவி வஸ்திரதாரியைப் பற்றி நினைவு வைத்துக் கொண்டிருந்தீர்களா? சிவகாமியின் திருநாவினால்கூட நாகநந்தியின் பெயர் உச்சரிக்கப்பட்டதா? அவ்விதமானால் என்னுடைய பாக்கியந்தான்.

ஆயனரே உங்கள் குமாரியின் புகழ் தேசமெல்லாம் பரவியிருக்கும் அதிசயத்தை நான் என்னவென்று சொல்வேன்? திருவதிகைக்கும் தில்லைக்கும் போனேன்! உறையூருக்குப் போனேன்; வஞ்சிக்குப் போனேன்; நாகைக்கும் போயிருந்தேன்; இன்னும் தெற்கே மதுரையம் பதிக்கும் கொற்கைத் துறைமுகத்துக்கும் சென்றிருந்தேன். எங்கே போனாலும், எனக்கு முன்னால் சிவகாமியின் புகழ் போயிருக்கக் கண்டேன். காஞ்சியிலிருந்து நான் வந்ததாகத் தெரிந்ததும் எல்லாரும் சிவகாமியின் பரதநாட்டிய கலையைப் பற்றியே கேட்டார்கள். புத்த பிக்ஷுக்களும் ஜைன முனிவர்களும் கேட்டார்கள். சைவப் பெரியார்களும் வைஷ்ணவ பக்தர்களும் கேட்டார்கள். உறையூரில் சோழ மன்னர் கேட்டார். நாகப்பட்டினத்திலே சீன தேசத்திலிருந்து வந்திருக்கும் சித்திரக்காரர்கள் கேட்டார்கள். ஆயனரே! இப்பேர்ப்பட்ட கலைச் செல்வியைப் புதல்வியாகப் பெற நீர் எவ்வளவோ பாக்கியம் செய்திருக்க வேண்டும்...'

இவ்வாறு, புத்த பிக்ஷு சொன்மாரி பொழிந்து வருகையில் ஆயனரும் சிவகாமியும் இடையில் பேசச் சக்தியற்றவர்களாகப் பிரமித்து நின்றார்கள். கடைசியில் நாகநந்தி, 'ஓ மகா சிற்பியே! சென்ற எட்டு மாதத்திற்குள் சிவகாமியின் நடனத் திறமை இன்னும் எவ்வளவோ வளர்ந்திருக்க வேண்டுமே? தென்னாடெல்லாம் புகழும் நடன ராணியின் நாட்டியத்தைப் பார்க்கும் பாக்கியம் இன்று எனக்குக் கிட்டுமா?' என்றார்.

நாகநந்தியின் விஷயத்தில் சிவகாமியின் மனப்பாங்குகூட அவருடைய புகழுரைகளினால் ஓரளவு மாறிவிட்டது. எனவே ஆயனர், 'ஆடுகிறாயா, அம்மா!' என்று கேட்டதும் உடனே, 'ஆகட்டும் அப்பா!' என்றாள் சிவகாமி.

மூவரும் வீட்டுக்குச் சென்றதும், சிவகாமி ஒரு நொடியில் நடன உடை தரித்துக்கொண்டு நாட்டியத்துக்கு ஆயத்தமாக வந்து நின்றாள். அவளுடைய முகத்திலும் மேனி முழுவதிலுமே ஒரு புதிய ஆனந்தக் கிளர்ச்சி காணப்பட்டது. மாமல்லரின் காதல் கனிந்த மொழிகளும், அவளுடைய கலைச் சிறப்பைக் குறித்து நாகநந்தி கூறிய புகழுரைகளும் அத்தகைய கிளர்ச்சியை உண்டு பண்ணியிருந்தன.

ஆயனர் போட்ட தாளத்துக்கிசைய சிவகாமி நிருத்தம் ஆட ஆரம்பித்தாள். அதில் பாட்டு இல்லை; பொருள் இல்லை; உள்ளக் கருத்தை வெளியிடும் அபிநயம் ஒன்றும் இல்லை.

ஒரே ஆனந்தமயமான ஆட்டந்தான்.

சிவகாமியின் ஒவ்வொரு அங்கத்திலும் ஒவ்வோர் அங்கத்தின் அசைவிலும் அந்த ஆனந்தம் பொங்கி வழிந்தது.

ஆஹா! அந்த ஆனந்த நடனத்திலே எத்தனை விதவிதமான நடைகள்? மத்த கஜத்தின் மகோன்னதமான நடை, பஞ்சகல்யாணிக் குதிரையின் சிருங்கார நடை, துள்ளி விளையாடும் மான் குட்டியின் நெஞ்சையள்ளும் நடை, வனம் வாழ் மயிலின் மனமோகன நடை, அன்னப் பட்சியின் அற்புத அழகு

வாய்ந்த நடை. இவ்வளவு நடைகளையும் சிவகாமியின் ஆட்டத்திலே காணக் கூடியதாயிருந்தது.

ஆட்டம் ஆரம்பித்துச் சிறிது நேரத்துக்கெல்லாம் சிவகாமி நடனம் ஆடுவதாகவே தோன்றவில்லை. தன் செயல் என்பதையே இழந்து அவள் ஆனந்த வெள்ளத்தில் மிதந்து கொண்டிருப்பதாகவே தோன்றியது. ஆயனரும் தம்மை மறந்த, கால எல்லையையெல்லாம் கடந்த காலதீதமான மன நிலைக்குப் போய்விட்டார்.

11.'பயங்கொள்ளிப் பல்லவன்'

சிவகாமி நிருத்தம் ஆடியபோது சுய உணர்வுடன் இருந்தவர் ஒருவர் நல்ல வேளையாக அங்கே இருந்தார். அவர் பிக்ஷு நாகநந்திதான் என்று சொல்ல வேண்டியதில்லை.

'போதும், ஆயனரே! ஆட்டத்தை நிறுத்துங்கள். இனிமேல் ஆடினால் சிவகாமியும் தாங்கமாட்டாள்; உலகமும் தாங்காது' என்ற நாகநந்தியின் வார்த்தைகளைக் கேட்டு ஆயனர் சுயபிரக்ஞை அடைந்து தாளம் போடுவதை நிறுத்த, சிவகாமியும் ஆட்டத்தை நிறுத்தினாள்.

புத்த பிக்ஷு கூறினார்: 'ஆயனரே! நீர் எத்தகைய துரோகம் செய்து கொண்டிருக்கிறீர்? இப்படிப்பட்ட தெய்வீகமான கலையை இந்த நடுக்காட்டிலே ஒளித்து வைத்துக்கொண்டிருக்கலாமா? உலோபி ஒருவன் தனக்குக் கிடைத்த மதிப்பில்லாத இரத்தினத்தைப் பெட்டிக்குள்ளே பூட்டி வைத்திருப்பது போல அல்லவா இருக்கிறது நீர் செய்யும் காரியம்! தீபத்தை ஏற்றி நடுக் கூடத்தில் வைக்க வேண்டும். அப்படியின்றி மூலை முடுக்கிலே வைத்துத் துணியைப் போட்டு மூடினால், தீபம் அணைந்து போவதுடன், துணியும் அல்லவா எரிந்து போகும்? உலகம் பார்த்துப் பிரமிக்கும்படியான கலைச் செல்வம் உமது குமாரியிடம் இருக்கிறது. அதைப் பார்த்து ஆனந்திக்க உலகமும் காத்திருக்கிறது. நான் சொல்கிறதைச் சற்றுச் செவி கொடுத்துக் கேளுங்கள். என்னுடன் கிளம்பிவாருங்கள். தில்லைப்பதிக்குப் போவோம். அங்கே பரமசிவனுக்குப் போட்டியாகப் பார்வதி ஆடியது போல் சிவகாமியும் ஆடட்டும். ஆனால் பார்வதியைப் போல் சிவகாமி நடனப் போட்டியில் தோற்கமாட்டாள். எடுத்த எடுப்பிலேயே நடராஜர் தோற்றுப் போவார். அவருடைய தூக்கிய திருவடியைப் பூமியின் மேல் வைத்து இளைப்பாறுவார். தில்லையிலிருந்து நாகைப்பட்டினத்துக்குப் போகலாம். நாகைப் பட்டினத்திலே புத்த பிக்ஷுக்களின் மகா சங்கம் கூடப் போகிறது. இந்தக் கூட்டத்துக்காகக் கன்யாகுப்ஜத்திலிருந்தும், காசியிலிருந்தும் கயையிலிருந்தும், கடல்களுக்கப்பாலுள்ள சாவகத் தீவிலிருந்தும், சீனதேசத்திலிருந்தும் பௌத்தர்கள் வருகிறார்கள். உலகத்தின் நாலா பக்கங்களிலிருந்தும், சிற்பக்

கலைஞர்களும், இசை வல்லார்களும், நடன சாஸ்திர மேதைகளும் நாகைப் பட்டினத்தில் கூடுகிறார்கள். அந்த மகா சங்கத்திலே உங்கள் புதல்வி நடனம் ஆடட்டும்; அவளுடைய புகழும் அவளைப் பெற்ற உம்முடைய புகழும் உலகமெல்லாம் பரவட்டும். நாகைப்பட்டினத்திலிருந்து உறையூருக்குப் போவோம். உறையூர்ச் சோழர்கள் இன்று தாழ்வடைந்து பல்லவர்களுக்குக் கப்பம் செலுத்தும் சிற்றரசர்களாக இருக்கிறார்கள். இருந்தாலும் பூர்வீகப் பெருமையுடையவர்கள். கலைகளில் அபாரப் பற்று உடையவர்கள். பார்த்திபன் என்னும் சோழ இராஜகுமாரன் அங்கே இருக்கிறான். சித்திரக் கலையில் தேர்ந்தவன். சிவகாமியின் நடனத்தைப் பார்த்தால் அவனுடைய ஆனந்தத்துக்கு அளவே இராது. பின்னர் அங்கிருந்து கிளம்புவோம். சித்தர் வாசமலையின் சித்திர விசித்திரங்களைச் சிவகாமிக்குக் காட்டிவிட்டு மதுரை மாநகருக்குச் செல்வோம். அங்கே மாரவர்ம பாண்டியன் சமீபத்திலேதான் காலமாகி, அவன் மகன் சடையவர்மன் பட்டத்துக்கு வந்திருக்கிறான். சடைய வர்மன் மகா ரசிகன். ஆஹா! சடையவர்ம பாண்டியன் மட்டும் சிவகாமியின் நடனத்தைப் பார்த்துவிட்டால், உங்களை இந்த அரண்ய வீட்டிலே இப்படி நிர்க்கதியாக விட்டிருப்பானா? மதுரை நகரிலுள்ள மாடமாளிகைக்குள்ளே மிக உன்னதமான மாளிகை எதுவோ, அதிலே அல்லவா உங்கள் இருவரையும் வைத்துப் போற்றுவான்?...'

இவ்விதமாக நாகநந்தி பேசி வருகையில் ஆயனரும் சிவகாமியும் பாம் பாட்டியின் மகுட வாத்தியத்திலே மயங்கிப் படமெடுத்தாடும் சர்ப் பத்தைப் போல், அவருடைய மொழிகளைக் கேட்டு வந்தார்கள்.

கடைசியில், 'என்ன சொல்கிறீர், ஆயனரே?' என்று நாகநந்தி கூறி நிறுத்திய போது, ஆயனருக்கு உண்மையில் இன்னது சொல்வதென்றே தோன்ற வில்லை. அவருடைய மனத்தில், 'சக்கரவர்த்தியின் கட்டளைக்கும் நாக நந்தியின் யோசனைக்கும் வெகு பொருத்தமாயிருக்கிறதே!' என்ற எண்ணம் தோன்றிக் கொண்டு இருந்தது. இருந்தாலும் காரணம் தெரியாத ஒருவிதத் தயக்கமும் உண்டாயிற்று. எனவே, 'நான் என்ன சொல்வது? சிவகாமியைத் தான் கேட்கவேண்டும்' என்று சொல்லி, சிவகாமியை நோக்கினார்.

சிவகாமிக்கோ, சிதம்பரத்தையும் நாகைப்பட்டினத்தையும் உறையூரையும் மதுரையையும் பற்றிக் கேட்டபோது, அங்கெல்லாம் அவள் போவது போலவும், பல்லாயிரக்கணக்கான மக்களின் முன்னே ஆடுவது போலவும் அவர்களுடைய பாராட்டுதலைப் பெற்று மகிழ்வது போலவும் மனக் கண்முன்னால் தோன்றிக் கொண்டே வந்தது. ஆனால் அவள் மனத்திலும் ஒரு தடை, இன்னதென்று விளங்காத ஏதோ ஒரு சந்தேகம் குறுக்கிட்டுக் கொண்டேயிருந்தது.

எனவே, ஆயனர் மேற்கண்டவாறு கேட்டதும் சிவகாமி சற்று யோசித்து, 'எனக்கு என்ன தெரியும், அப்பா? உங்களுக்கு எது உசிதமாகத் தோன்று கிறதோ, அப்படிச் செய்யுங்கள்' என்றாள்.

அப்போது நாகநந்தி, 'ஆமாம் ஆயனரே, உம்முடைய காலம் எவ்விதம் போய்க் கொண்டிருக்கிறது? இங்கே புதிய நடனச்சிலை எதையும்

காணோமே? நான் கடைசி முறையாக வந்துபோன பிறகு, புதிதாக ஒரு சிலைகூட அமைக்கப்பட வில்லையா?' என்றார்.

ஆயனர் ஏக்கம் நிறைந்த குரலில், 'இல்லை; கல்லுளியைக் கையினால் தொட்டு வெகு காலமாயிற்று' என்றார்.

'ஏன் அப்படி? சிற்பக் கலை என்ன பாவத்தைச் செய்தது? தென்தேசத்தின் ஒப்பற்ற மகா சிற்பி எதற்காகக் கல்லுளியைக் கையினால் தொடாமலிருக்க வேண்டும்?' என்று பிக்ஷு கேட்டார்.

சிவகாமி அப்போது குறுக்கிட்டு, 'எல்லாம் உங்களால் வந்த வினைதான், அடிகளே! அஜந்தா வர்ண இரகசியத்தைக் கண்டுபிடிப்பதில் அப்பா முனைந்திருக்கிறார். தினம் தினம் விதவிதமான பச்சிலைகளைத் தேடிக் கொண்டு வருவதும் அரைப்பதுந்தான் ஏழு மாதமாய் அப்பா செய்யும் வேலை' என்றாள்.

'ஆகா! வீண் வேலை! நான்தான் எப்படியும் உங்களுக்கு அதை அறிந்து சொல்வதாக வாக்குக் கொடுத்திருக்கிறேனே?'

ஆயனர் சிறிது பரபரப்புடன், 'வாக்குக் கொடுத்தது உண்மைதான். ஆனால், அதை நிறைவேற்றுவதாகக் காணோமே? நீங்கள் ஓலை கொடுத்தனுப்பியதுதான் உபயோகப்படவில்லையே! அந்தப் பிள்ளையாண்டான் இப்போது சைனியத்தில் சேர்ந்து பெரிய தளபதியாகி விட்டான்; தெரியுமோ இல்லையோ?' என்றார்.

'அப்படித்தான் நானும் கேள்விப்பட்டேன். நேற்றைக்குத்தான் அவன் காஞ்சிக்கு வந்தானாமே?'

'ஆம்! இன்று காலை அந்தப் பிள்ளையே இங்கே வந்திருந்தான். காஞ்சிக் கோட்டைக் காவலுக்காக அவனைச் சக்கரவர்த்தி அனுப்பி வைத்திருக்கிறாராம். அடேயப்பா! எட்டு மாதத்திற்குள் அவனிடம் எவ்வளவு வித்தியாசம்? அடக்க ஒடுக்கத்துடனும் நாணம் அச்சத்துடனும் அன்றைக்கு உங்களுடன் வந்தானே அந்தப் பரஞ்சோதி எங்கே? இன்று காலை தளபதியாக வந்த பரஞ்சோதி எங்கே? என்ன அகம்பாவம்? என்ன கர்வம்!'

'அப்பா, அவரிடம் அகம்பாவம் ஒன்றுமில்லையே! தங்களிடம் எவ்வளவோ பயபக்தியுடன்தானே நடந்து கொண்டார்? சக்கரவர்த்தியின் கட்டளையைக்கூட எவ்வளவு தயக்கத்துடன் கூறினார்?' என்று சிவகாமி குறுக்கிட்டுச் சொன்னாள்.

'ஆயனரே சக்கரவர்த்தியின் கட்டளை என்ன? நான் தெரிந்து கொள்ளலாமா?' என்று புத்த பிக்ஷு கேட்டார்.

'எங்களை இந்த வீட்டைவிட்டுப் போகச் சொல்லிக் கட்டளை! எப்படியிருக்கிறது கதை? இந்த மகேந்திர பல்லவர் ஒரு காலத்தில் சிற்பக் கலையில் எவ்வளவு பற்று உடையவராயிருந்தார்? அவரைப்பற்றி நான் என்னவெல்லாம் எண்ணியிருந்தேன்?' என்று ஆயனர் எதையோ பறிகொடுத்து விட்ட குரலில் கூறினார்.

'நானும் உங்கள் சக்கரவர்த்தியைப் பற்றி என்னவெல்லாமோ எண்ணி யிருந்தேன். அவருடைய சாமர்த்தியம் இப்போதுதான் தெரிகிறது. உங்கள் சக்கரவர்த்தி எப்பேர்ப்பட்ட காரியத்தைச் சாதித்திருக்கிறார் தெரியுமா, ஆயனரே? பல்லவ சைனியத்தில் ஐம்பதாயிரம் வீரர்களுக்கு மேலே இருக்க மாட்டார்கள். இந்த அற்பச் சைனியத்தை வைத்துக்கொண்டு கடல் போன்ற வாதாபி சைனியத்தை எட்டு மாதத்துக்கு மேலே வடபெண்ணைக் கரையி லேயே நிறுத்தி வைத்திருந்தார்! மகேந்திர பல்லவர் வெகு கெட்டிக்காரர், ஆயனரே! வெகு கெட்டிக்காரர்! இருக்கட்டும்! பரஞ்சோதி தான் போன காரியத்தைப் பற்றி என்ன சொன்னான்? ஓலையை என்ன செய்தானாம்? அதைப் பற்றி நீங்கள் ஒன்றும் கேட்கவில்லையா?' என்று புத்த பிக்ஷு வினவினார்.

'கேட்காமல் என்ன? பாவம் அந்த பிள்ளைக்கு வழியிலே பெரிய விபத்து நேர்ந்து விட்டதாம். சளுக்க வீரர்கள் அவனைப் பிடித்துக்கொண்டு விட்டார் களாம். எப்படியோ பையன் சளுக்க வீரர்களிடமிருந்து தப்பித்து வந்து விட்டானாம். நல்ல வேளையாகச் சிறை பிடிக்கப்பட்டதும் ஓலையை மலைப் பள்ளத்தாக்கில் ஓடிய அருவியிலே எறிந்து விட்டானாம்! புத்தி சாலிப் பையன்!'

'புத்திசாலி! அதோடு அதிர்ஷ்டசாலி! முதன் முதலில் சாலை ஓரத்தில் அவன் படுத்துத் தூங்கிக் கொண்டிருந்தபோது பார்த்தவுடனேயே இவன் மிக அதிர்ஷ்டசாலியாவான் என்று எனக்குத் தெரிந்து போயிற்று. ஆனால், நான் அவனுக்கு எதிர்பார்த்த அதிர்ஷ்டம் வேறு! ஆஹா, என்ன தவறு செய்து விட்டேன்!' என்று நாகநந்தி கூறி இலேசாக ஒரு பெருமூச்சு விட்டார்.

'அடிகளே! பரஞ்சோதிக்கு இப்போது அதிர்ஷ்டம் ஒன்றும் குறைவாகப் போய்விடவில்லையே?'

'உங்களுக்கு தெரியாது, ஆயனரே! இன்னும் எவ்வளவோ பெரிய அதிர்ஷ்டம் அவனுக்கு வருவதற்கிருந்தது. ஏதோ ஒரு கிரகம் வந்து குறுக்கிட்டிருக்கிறது...'

'நல்லவேளை; இவ்வளவு அதிர்ஷ்டத்தோடேயே நிற்கட்டும். இன்னும் அதிகமானால், பையனுக்குத் தலை கால் தெரியாமல் போய்விடும்!' என்றார் ஆயனர். அஜந்தா வர்ண இரகசியத்தை அறிந்து கொள்ளாமல் வந்ததில் பரஞ்சோதியின் மேல் அவருக்கு மிக்க வெறுப்பு உண்டாகியிருந்தது.

சிவகாமி குறுக்கிட்டு, 'அப்பா! அப்பா! ஒரு செய்தி கேட்டீர்களா? மகேந்திர சக்கரவர்த்தி ஒருவேளை பல்லவ இராஜ்யம் மாமல்லருக்கு இல்லை யென்று சொல்லிவிட்டுப் பரஞ்சோதிக்குக் கொடுத்தாலும் கொடுத்து விடு வாராம். ஜனங்கள் அப்படி பேசிக் கொள்வதாகச் சாரதி கண்ணபிரான் சொன்னார்' என்று கூறிவிட்டுக் கன்னங்கள் குழியக் 'கலகல' என்று சிரித்தாள்.

'யார், கண்ணபிரானா! அவன் கிடக்கிறான் பைத்தியக்காரன்! இப்படித்தான் ஏதாவது உளறுவான்' என்றார் ஆயனர்.

அப்போது நாகநந்தி, 'இல்லை, ஆயனரே, இல்லை! சாரதி கண்ணபிரான் சொன்னது அப்படி ஒன்றும் உளறல் இல்லை. அவன் சொன்னபடி நடந்தால், அதில் எனக்கு வியப்பு இராது. காஞ்சி சிங்காதனத்தில் பயங்கொள்ளிப் பல்லவனை வைத்துப் பட்டம் கட்டுவதைக் காட்டிலும் பரஞ்சோதிக்கு ராஜ்யத்தைக் கொடுப்பதே வீரமகேந்திர பல்லவருக்கு உகப்பாயிருக்கும்' என்றார்.

12.உள்ளப் புயல்

எதிர்பாராத நேரத்தில் வானத்திலிருந்து ஒரு மின்னல் பாய்ந்து வந்து மண்டையைப் பீறிக்கொண்டு தேகத்துக்குள் பாய்வது போன்ற உணர்ச்சி 'பயங்கொள்ளிப் பல்லவன்' என்ற சொற்களைக் கேட்டதும் சிவகாமிக்கு ஏற்பட்டது.

ஆயனரும் திடுக்கிட்டவராய், 'அடிகளே! என்ன சொல்கிறீர்கள்? பயங் கொள்ளிப் பல்லவன் யார்?' என்று கேட்டார்.

'பயங்கொள்ளிப் பல்லவனைப் பற்றி உலகமெல்லாம் அறியுமே? நாடு நகரமெல்லாம் பேச்சாயிருக்கிறதே? உங்களுக்குத் தெரியாதா? ஆனால், நீங்கள் காட்டுக்குள்ளே இருக்கிறீர்கள்! உங்களுக்குத் தெரியாதுதான்!' என்றார் பிக்ஷு.

'என்ன தெரியாது? யாரைப்பற்றி உலகம் என்ன சொல்கிறது? ஒரே மர்மமாயிருக்கிறதே!' என்றார் ஆயனர்.

'ஒரு மர்மமும் இல்லை. உலகமெல்லாம் தெரிந்த விஷயத்தை உங்களுக்கு நான் சொன்னால்தான் என்ன? மாமல்லன் என்று பட்டப்பெயர் பெற்ற குமார சக்கரவர்த்தி நரசிம்ம பல்லவனைப் பற்றித்தான் சொல்கிறேன். அவன் பெரிய கோழை, பயங்கொள்ளி என்பது உலகப் பிரசித்தமாயிற்றே? முதன் முதலில் வாதாபி சைனியம் படையெடுத்து விட்டது என்று கேள்விப் பட்டதுமே மாமல்லனுக்கு உடம்பெல்லாம் நடுக்கமடைந்து மயங்கி விழுந்து விட்டானாம். அதுவும் அந்தச் சமயத்தில் அவன் அரண்மனை அந்தப்புரத்து மாதர்களுக்கு மத்தியில் இருந்தானாம். சக்கரவர்த்திக்கு மானமே போய்விட்டதாம். ஆயனரே! மாமல்லனை ஏன் சக்கரவர்த்தி யுத்த களத்துக்கு அழைத்துப் போகவில்லை என்று நீர் கேள்விப்படவில்லையா? ஏன் காஞ்சிக் கோட்டைக்கு வெளியிலே மாமல்லன் வரக்கூடாது என்று திட்டம் செய்துவிட்டு மகேந்திர பல்லவர் போர்க்களம் போனார் என்று நீர் கேள்விப்படவில்லையா?'

'ஓ பொல்லாத பிக்ஷுவே! எப்பேர்ப்பட்ட, அவதூறு சொல்கிறீர்? எம்மாதிரி அபசாரம் பேசுகிறீர்? பதினெட்டு வயதுக்குள் தென்னாட்டிலுள்ள பிரசித்த

மல்லர்களையெல்லாம் வென்று 'மகா மல்லன்' என்று பட்டம் பெற்ற மகாவீரனைப் பற்றி இவ்விதம் சொல்ல உமது நாக்குக் கூசவில்லையா?' என்று ஆயனர் சற்று ஆத்திரத்துடனேயே கேட்டார்.

'மகா சிற்பியே! தங்களுக்கு இந்த விஷயமெல்லாம் தெரியாதென்பது எனக்குத் தெரியாது. பெரிய இடத்துச் சமாச்சாரம்; நமக்கு என்ன கவலை? ஆனாலும் என் வார்த்தையில் நீங்கள் அவநம்பிக்கை கொள்வதால் சொல்கிறேன், அந்த 'மகாமல்லன் பட்டமெல்லாம் வெறுங்கதை! நரசிம்மவர்மனோடு போரிட்ட மல்லர்களுக்கெல்லாம் முன்னாலேயே கட்டளையிடப்பட்டு இருந்தது, சீக்கிரத்தில் தோற்றுப் போய்விட வேண்டுமென்று. இப்படியெல்லாம் செய்தாலாவது பிள்ளைக்கு வீரமும் தைரியமும் வராதா என்று சக்கரவர்த்தி பார்த்தார். பாவம்! பலிக்கவில்லை! யுத்தம் என்று வந்ததும் நடுங்கிப் போய்விட்டான். சாக்ஷாத் உத்தர குமாரனுடைய அவதாரந்தானாம் நரசிம்மவர்மன். ஊர் ஊராகப் பாரத மண்டபம் கட்டிப் பாரதம் படிக்க வேண்டுமென்று சக்கரவர்த்தி ஏற்பாடு செய்திருக்கிறாரே, எதற்காகத் தெரியுமா? முக்கியமாக, அவருடைய திருக்குமாரனை உத்தேசித்துத்தான்!...'

'அடிகளே! நிறுத்துங்கள்! குமார சக்கரவர்த்தியைப் பற்றி இப்படியெல்லாம் கேட்க என் மனம் சகிக்கவில்லை' என்றார் ஆயனர்.

'இன்னும் மிச்சமுள்ள உண்மையையும் கேட்டால் என்ன சொல்வீர்களோ, தெரியவில்லை, ஆனால் தங்கள் குமாரி சிவகாமி இருக்கும்போது சொல்லக்கூடாது....' என்று கூறி நாகநந்தி சிவகாமி இருந்த இடத்தை நோக்கினார்.

சிவகாமி ஏழெட்டு வயதுச் சிறுமியாயிருந்தபோது ஒரு சமயம் ஒரு தேன் கூட்டில் கையை வைத்துவிட்டாள். கையிலும் உடம்பிலும் தேனீக்கள் கொட்டிவிட்டன. ஒரு நாளெல்லாம் வேதனை அனுபவித்துக் கொண்டிருந்தாள். அதைக் காட்டிலும் ஆயிரம் மடங்கு வேதனையை நாகநந்தி நரசிம்மவர்மரைப் பற்றிச் சொல்லி வந்ததைக் கேட்டுக் கொண்டிருந்தபோது சிவகாமி அனுபவித்துக் கொண்டிருந்தாள். பிக்ஷுவின் வார்த்தை ஒவ்வொன்றும் பழுக்கக் காய்ச்சிய ஈயத்துளியைப்போல் அவள் காதில் விழுந்து கொண்டேயிருந்தது.

பிக்ஷு, 'உங்கள் குமாரி இருக்கும்போது சொல்லக்கூடாத விஷயங்கள்' என்று கூறியதும், இதுதான் சமயம் என்று சிவகாமி சட்டென்று எழுந்திருந்தாள். அவர்கள் பக்கமே பாராமல் நடந்து வீட்டின் இரண்டாங்கட்டுக்குள் பிரவேசித்தாள்.

சிவகாமியின் செம்பஞ்சு ஊட்டிய பாதங்களைக் கதவின் அடியில் இருந்த இடைவெளியில் புத்த பிக்ஷு பார்த்துவிட்டு, கொஞ்சம் உரத்த குரலில் சொன்னார்.

'ஆயனரே! உமது குமாரி சிறந்த கலைவாணி மட்டுமல்ல; ரொம்பவும் இங்கிதம் தெரிந்தவள். எப்படிச் சட்டென்று எழுந்து போனாள் பாரும்! நான் என்ன சொல்ல வந்தேன் என்றால், சக்கரவர்த்திக்குத் தம் புத்திரன்

விஷயத்தில் இன்னொரு பெரிய கவலையாம். பல்லவ குலத்தில் இவ்வளவு இளம் வயதில் இவனைப் போல் ஸ்திரீலோலன் ஆனவனே கிடையாதாம். ஒரு சமயம் மாமல்ல பல்லவன் ஒரு பெண்ணுக்கு எழுதிய காமவிகாரம் ததும்பிய ஓலை சக்கரவர்த்தியிடம் அகப்பட்டு விட்டதாம். இதையெல்லாம் உத்தேசித்துத்தான், மாமல்லனைக் காஞ்சியிலேயே இருக்க வேண்டுமென்று சக்கரவர்த்தி திட்டம் செய்திருக்கிறாராம்!...'

இப்படி நாகநந்தி சொல்லிக் கொண்டிருந்தபோது, கதவின் அடியில் தெரிந்த பாதங்கள் மறைந்தன. நாகநந்தியும் பிறகு தமது குரலைத் தாழ்த்திக் கொண்டு பேசலானார்.

ஆயிரம் பேய்களினால் துரத்தப்பட்டவளைப் போல் சிவகாமி வீட்டின் பின்கட்டுகளைத் தாண்டிக் கொல்லைப்பக்கம் ஓடினாள். காட்டுக்குள்ளே எங்கே போகிறோம் என்ற உத்தேசமில்லாமல் ஓடினாள். ஓடி ஓடிக் களைத்துக் கடைசியில் ஒரு மரத்தடியில் வேரின் மீது உட்கார்ந்தாள்.

சிவகாமியைப் பின் தொடர்ந்து மானும் கிளியும் பின்னால் வந்து கொண்டிருந்தன. அவற்றை அவள் கவனிக்கவேயில்லை. மரத்தடியில் உட்கார்ந்த சிறிது நேரத்துக்குப் பிறகு ரதி அருகில் வந்து மெதுவாகத் தன் முகத்தை அவள் கரத்தின்மீது வைத்தது. சிவகாமி அதை ஒரு தள்ளுத் தள்ளி, 'சீதரித்திரமே! பீடை! ஒழிந்துபோ!' என்று கத்தினாள்.

சந்தர்ப்பம் தெரியாத அசட்டுச் சுகரிஷி, 'மாமல்லா! மாமல்லா!' என்றது. சிவகாமி கையை ஓங்கி, 'சனியனே! மூதேவி!' என்று அதை அடிக்கப் போனாள். கிளி இறகுகளை அடித்துக்கொண்டு அவளிடம் அகப்படாமல் தப்பிச் சென்றது.

திடீரென்று தாமரைக் குளக்கரையில் மகிழமரப் பொந்தில் இருந்த ஓலைகளின் நினைவு வந்தது. அந்த ஓலைகளை உடனே எடுத்து நெருப்பிலே போட்டு எரித்துச் சாம்பலாக்கிவிட வேண்டுமென்று நினைத்துத் தாமரைக் குளத்தை நோக்கி ஓடினாள். அதி சீக்கிரத்தில் குளக்கரையை அடைந்து, உட்காரும் பலகையின் மீது காலை வைத்து ஏறி மரப்பொந்திலே கையை விட்டாள்.

ஐயோ! அந்தப் பொந்திலே ஏதாவது நாகசர்ப்பம் இருந்து அவள் கரத்தைத் தீண்டிவிட்டதா என்ன? அவள் முகத்திலே ஏன் அவ்வளவு பயங்கரம்? கையை ஏன் அவ்வளவு அவசரமாய் வெளியில் எடுத்தாள்? இன்னும் கொஞ்சம் மேலே கிளம்பிப் பொந்திற்குள்ளே உற்றுப் பார்க்கிறாளே, ஏன்?

அந்தப் பொந்து வெறுமையாய், சூனியமாயிருந்ததுதான் காரணம்!

காலையில் அந்தப் பொந்தில் இருந்த ஓலைகள் எங்கே போயிருக்கும்?

சிவகாமி அந்த மகிழ மரத்தை ஓடி அடைந்த அதே சமயத்தில் தாமரைக் குளத்தின் எதிர்க்கரையில் இருந்த காட்டில் புத்த பிக்ஷு விரைந்து வந்து கொண்டிருந்தார். மரப் பொந்தில் அவள் கையை விட்டு வெறுங்கையை வெளியில் எடுத்ததை அவர் பார்த்தார். அப்போது சிவகாமியின் முகத்தில் தோன்றிய வியப்பும், பயமும், பிக்ஷுவுக்கும் எல்லையற்ற ஆச்சரியத்தை உண்டாக்கிற்று என்பது அவருடைய முகக்குறியினால் தெரிய வந்தது.

13.சத்ருக்னன் வரலாறு

பாபாக்கினி நதிக்கரையில் பல்லவ சைனியத்தின் பாசறையில் ரிஷபக் கொடி கம்பீரமாகப் பறந்த கூடாரத்தின் உள்ளே மகேந்திர சக்கரவர்த்தி வீற்றிருந்தார். அவருக்கெதிரே சக்கரவர்த்தியின் அந்தரங்க ஒற்றனாகிய சத்ருக்னன் நின்று கொண்டிருந்தான். அவனைப் பார்த்தால் வெகு தூரம் பிரயாணம் செய்து வந்தவனாகக் காணப்பட்டான். உடம்பெல்லாம் சொட்டச்சொட்ட வியர்த்திருந்தது. எட்டு மாதத்திற்கு முன்னால் அவனைப் பார்த்ததற்கு இப்போது அடையாளம்கூடக் கண்டுபிடிக்க முடியாதபடி உருவம் மாறிப்போயிருந்தது.

சக்கரவர்த்தி, சத்ருக்னனை உற்றுப் பார்த்துவிட்டு, 'யார் சத்ருக்னனா?' என்று கேட்டார்.

'அடியேன்தான், பல்லவேந்திரா!'

'ரொம்பவும் உருவம் மாறிப் போயிருக்கிறாய்.'

'ஆமாம், பிரபு! சக்கரவர்த்தியின் சேவையில் எவ்வளவு கஷ்டங்களை அனுபவித்தாலும் என் தேகம் புஷ்டியடைகிறது!'

'இல்லை; மெலிந்திருக்கிறாய் என்று சொன்னேன். எட்டு மாதத்துக்கு முன்பு உன்னிடம் ஏதோ முக்கியமான காரியத்தை ஒப்படைத்ததாக ஞாபகம். என்ன காரியம் என்று நினைவிருக்கிறதா?' என்று மகேந்திரர் கேட்டார்.

சத்ருக்னன், 'நன்றாக நினைவிருக்கிறது, பிரபு! வேறு நினைவே எனக்குக் கிடையாது!' என்றான்.

'மறந்தது நான்தான்; கொஞ்சம் ஞாபகப்படுத்து, பார்க்கலாம்!' என்றார் சக்கரவர்த்தி.

'பிக்ஷுவைப் பின் தொடரச் சொன்னீர்கள்.'

'ஓஹோ! அப்புறம்?'

'ஆயனரைக் கவனிப்பதற்கு ஆள் போடச் சொன்னீர்கள்.'

'அவ்வளவுதானா?'

'இன்னும் ஒரு கடினமான வேலையும் கொடுத்தீர்கள், பிரபு! குமார சக்கரவர்த்தியின் போக்குவரவுகளைக் கவனித்து வரும்படி கட்டளை யிட்டீர்கள்!'

'ஆம்! ஆம்! ஞாபகத்துக்கு வருகிறது'

'ஏதேனும் முக்கியமான தகவல் கிடைத்தால், நம்பிக்கையான ஆள் மூலம் செய்தி அனுப்பச் சொன்னீர்கள். மிக முக்கியமான செய்தியாயிருந்தால் என்னையே நேரில் வரச் சொன்னீர்கள்.

'அப்படியானால், மிக முக்கியமான செய்தி இப்போது கொண்டு வந்திருக் கிறாய் போலிருக்கிறது.'

'ஆம், பல்லவேந்திரா! வேறு யாரிடமும் அனுப்ப முடியாத செய்தி; அதனால்தான் நானே வந்தேன்.

'ஒவ்வொன்றாகச் சொல், பார்க்கலாம்!' சத்ருக்னன் நாகநந்தியைத் தான் பின்தொடர்ந்தது பற்றி முதலில் சொன்னான் அந்த வரலாறு பின் வருமாறு:

நாகநந்தி பரஞ்சோதியிடம் ஓலை கொடுத்து அவனை நாகார்ஜுன மலைக்குப் போகும்படி அனுப்பிய பிற்பாடு, தெற்கே கிளம்பிப் போனார். சத்ருக்னனும் அவரைப் பின் தொடர்ந்து போனான். கெடில நதிக்கரையில் அடர்ந்த காடும் சிறிய குன்றுகளும் சூழ்ந்த ஓர் இடத்தில் கட்டியிருந்த புத்த விஹாரத்தை அடைந்து சில தினங்கள் தங்கினார். அங்கே இருந்த புத்த பிக்ஷுக்கள் சிலருக்கு ஏதேதோ செய்தி சொல்லி நாலாபுறமும் அனுப்பினார். அவர்களில் ஒருவர் உறையூருக்கும் இன்னொருவர் கங்கராஜ்யத்தின் தலைநகரான தலைக்காட்டுக்கும் சென்றதாகத் தெரிந்தது.

பிறகு, நாகநந்தி மறுபடியும் தெற்கு நோக்கிப் பிரயாணமானார். கொள்ளிடத் தையும் காவேரியையும் கடந்து நாகப்பட்டினம் சென்றார். அங்கேயிருந்து மதுரைக்குப் பிரயாணமானார். மதுரைக்கு நாகநந்தியும் சத்ருக்னனும் போன சமயம் மாறவர்ம பாண்டியன் கடும் நோய்வாய்ப்பட்டு 'இன்றைக்கோ நாளைக்கோ' என்றிருந்தான். அடுத்தபடி பட்டத்துக்கு வரவேண்டிய இளம் பாண்டியனுடைய கட்டளையினால் அயலூர்க்காரர் எல்லாரும் சிறையில் அடைக்கப்பட்டார்கள். நாகநந்தியும் சத்ருக்னனும் ஒரே சிறையில் இருக்கும்படி நேர்ந்தது. அங்கே பிக்ஷுவுடன் சிநேகம் செய்து கொண்டான். இவர்கள் சிறையில் இருக்கும்போதே மாறவர்மன் காலமாகி சடையவர்மன் சிம்மாசனம் ஏறினான். பின்னர் இவர்களுக்கு விடுதலை கிடைத்தது. நாகநந்தி புதிய பாண்டியனைச் சந்தித்தார். அவர்களுக்குள் பல தினங்கள் பேச்சுவார்த்தை நடந்தது. இதற்கிடையில் மாமல்லருக்குப் பெண் கொடுக்கும் விஷயமாகக் காஞ்சிக்குப் போன தூதர்கள் திரும்பி வந்தார்கள். மறுபடியும் சில நாள் நாகநந்திக்கும்

சடையவர்மனுக்கும் சம்பாஷணை நடந்த பிறகு, பாண்டியன் நாடெங்கும் படை திரட்டும்படி கட்டளை பிறப்பித்தான்.

நாகநந்தி பிறகு மதுரையிலிருந்து கிளம்பி வடக்கு நோக்கிப் பிரயாண மானார். சத்ருக்னனும் அவரோடு புறப்பட்டான். வழியெல்லாம் புத்த பிக்ஷு பெரும் சிந்தனையில் ஆழ்ந்தவராய்க் காணப்பட்டார். காவேரி யையும் கொள்ளிடத்தையும் தாண்டி அவர்கள் கெடில நதிக்கரையில் இருந்த புத்த விஹாரத்துக்கு வந்து சேர்ந்தார்கள். இதற்குள்ளாகச் சத்ருக்னனுக்குப் புத்த பிக்ஷு தன்னை ஒற்றன் என்று தெரிந்து கொண்டிருக் கிறார் என்ற சந்தேகம் உண்டாகியிருந்தது. அச்சமயம் அந்தப் புத்த விஹா ரத்தில் ஏற்கெனவே காஞ்சி இராஜ விஹாரத்தில் இருந்த இளம் பிக்ஷு இருந்தான். அந்த இளம் பிக்ஷு சத்ருக்னனை வெறித்து வெறித்துப் பார்த்த திலிருந்து சத்ருக்னனுடைய சந்தேகம் உறுதிப்பட்டது. எனவே, அன்று இளம் பிக்ஷு சத்ருக்னனுக்கு அளித்த உணவை அவன் உடனே சாப் பிடாமல் நதியின் வெள்ளத்தில் கொஞ்சம் போட்டுப் பார்த்தான். அதைச் சாப்பிட்ட மீன்கள் உடனே நீலநிறமாக மாறிச் செத்துத் தண்ணீரில் மிதந் ததைக் கண்டான். அன்று இரவு நாகநந்திக்கும் இளம் பிக்ஷுவுக்கும் தெரியாதபடி அந்தப் புத்த விஹாரத்தையும் அதை அடுத்திருந்த குன்று களையும் சுற்றிப் பார்த்தான். குன்றுகளில் குடைந்திருந்த இரகசியக் குகை களுக்குள் பலவகைப் போர்க் கருவிகள் சேகரித்து வைக்கப்பட்டிருப் பதைக் கண்டான். குன்றுகளைச் சுற்றி வந்தபோது ஓர் இடத்தில் கேட்ட வுடனே இருதயம் நின்று போகும்படியான அவ்வளவு பயங்கரமான சீறல் சத்தத்தைக் கேட்டான். ஆயிரம் நாக சர்ப்பங்கள் சீறுவது போன்ற அந்தச் சத்தம் எங்கிருந்து வருகிறது என்பதைக் கண்டுபிடிக்க அவன் ஆனமட்டும் முயன்றும் முடியவில்லை.

மறுநாள் உதயத்தில் புத்த பிக்ஷு இந்த இரகசிய புத்த விஹாரத்திலிருந்து புறப்பட்டு, சமுத்திரம்போல் அலைமோதிக் கொண்டிருந்த திருப்பாற் கடல் என்னும் ஏரிக்கரை வழியாக வடக்கு நோக்கிச் சென்றார். அவர் அறியாதபடி அவரைப் பின் தொடர்ந்து சத்ருக்னனும் சென்றான். கடைசியில் ஆயனரின் அரண்ய வீட்டை நாகநந்தி அடிகள் அடைந்தார்.

தான் இல்லாதபோது ஆயனரைக் கவனித்துக் கொள்ளுவதற்காகக் குண் டோதரன் என்பவனைச் சத்ருக்னன் விட்டுவிட்டுப் போயிருந்தான். அவன் ஆயனரிடம் சிற்பக் கலையும் சித்திரக் கலையும் கற்கும் சீடனாக அமர்ந்து ஆயனர் வீட்டிலே இருந்து வந்தான். குண்டோதரன் விசேஷமாகச் செய்தி ஒன்றும் சொல்லவில்லை. சாரதி கண்ணபிரானும் அவன் மனைவி கமலியும் சில முறை அங்கு வந்துவிட்டுப் போனதாக மட்டும் தெரிவித்தான்.

காஞ்சியில், நரசிம்மவர்மரின் போக்கு வரவுகளைக் கவனித்து வரும்படி, கண்ணபிரானுடைய தந்தையைச் சத்ருக்னன் ஏற்படுத்தியிருந்தான். நரசிம் மவர்மர் சக்கரவர்த்தியின் கட்டளையைப் பரிபூரணமாக நிறைவேற்றி வைத்ததாகத் தெரிய வந்தது. சென்ற எட்டு மாதத்தில் காஞ்சியை விட்டு

மாமல்லர் வெளியே போகவேயில்லை. காஞ்சிக் கோட்டையை முற்றுகைக்கு ஆயத்தம் செய்வதிலேயே பெரும்பாலும் காலத்தைக் கழித்து வந்தாரென்று தெரிந்தது.

மேற்கூறிய விதம் சத்ருக்னன் தான் அறிந்து வந்த வரலாற்றையெல்லாம் கூறி முடித்த பிறகு, சக்கரவர்த்தி, 'சத்ருக்னா! என்னுடைய கட்டளையை மிக நன்றாக நிறைவேற்றியிருக்கிறாய். செய்தி இவ்வளவுதானா? உன் முகத்தைப் பார்த்தால் இன்னும் ஏதோ முக்கிய சமாசாரம் இருப்பது போல் தோன்றுகிறதே!' என்று கூறினார்.

'ஆம் பிரபு! சில ஓலைகள் கிடைத்தன. அவற்றைத் தங்களைத் தவிர யாரும் பார்க்கக்கூடாதென்று நேரில் கொண்டு வந்தேன்.'

'ஓலையா? என்ன ஓலை?' என்று சக்கரவர்த்தி வியப்புடன் கேட்டுக் கொண்டே கரத்தை நீட்டினார்.

'பல்லவேந்திரா! ஒருவேளை நான் செய்தது குற்றமாயிருந்தால் மன்னிக்க வேண்டும்...'

சக்கரவர்த்தி துள்ளி எழுந்து, 'முட்டாளே! துர்விநீதனுக்குப் புலிகேசி அனுப்பிய ஓலையைத் தடுத்து நிறுத்தி விட்டாயா?' என்று கோப கர்ஜனை செய்தார்.

'இல்லை, பல்லவேந்திரா! மன்னிக்க வேண்டும். நான் சொல்லும் ஓலை யுத்தத்தைப் பற்றியதே அல்ல!'

'நல்லவேளை! எங்கே அப்படி ஏதாவது அசட்டுத்தனமாய்க் குறுக்கிட்டுக் காரியத்தைக் கெடுத்து விட்டாயோ என்று பயந்து போனேன். பின்னே எந்த ஓலையைச் சொல்லுகிறாய்?'

'பல்லவேந்திரா! நான் கொண்டு வந்திருப்பது காதல் ஓலை!'

'ஆ!' என்ற வியப்பொலியுடன் சக்கரவர்த்தி தமது பீடத்தில் அமர்ந்தார். அவருடைய புருவங்கள் நெறித்தன; நெற்றியில் சுருக்கங்கள் காணப்பட்டன.

'எங்கே? எடு, ஓலையைப் பார்க்கலாம்' என்றார்.

சத்ருக்னன் தலையிலிருந்து முண்டாசை எடுத்தான். அதற்குள்ளேயிருந்த ஓலைச் சுருள்கள் எட்டையும் எடுத்துத் தயக்கத்துடன் சக்கரவர்த்தியிடம் கொடுத்தான்.

மகேந்திரர் ஓலைகளை வாங்கிக் கொண்டார். சற்று நேரம் ஓலைகளைக் கையிலே வைத்துக்கொண்டு சிந்தனை செய்தார்.

பிறகு 'சத்ருக்னா! இராஜ்யம் ஆளுவதைப் போல் கொடுமையான காரியம் வேறொன்றும் இல்லை. இராஜ்யத்தின் நன்மைக்காக நான் இந்த நீசத்தனமான காரியத்தைச் செய்ய வேண்டியிருக்கிறது! மாமல்லனுடைய குழந்தை உள்ளத்தைக் கீறிப் பார்க்கும் பயங்கரமான பாவத்தைச் செய்யப் போகிறேன்' என்றார்.

14.மகேந்திரர் தவறு

சத்ருக்னன் கொடுத்த ஓலைகளைப் படித்து வந்தபோது மகேந்திரருக்கு அடிக்கடி கைகள் நடுங்கின. முதலிலே இரண்டு மூன்று ஓலைகளைச் சற்றுச் சாவகாசமாகப் படித்தார், மற்றவையெல்லாம் விரைவாகப் பார்த்து முடித்தார்.

கடைசியில் சத்ருக்னனைப் பார்த்து, 'சத்ருக்னா! இந்த ஓலைகளை நீ கொண்டு வந்திருக்கக்கூடாது; என்னிடம் கொடுத்திருக்கவேகூடாது!' என்று சோகக் குரலில் கூறினார்.

'பல்லவேந்திரா! மன்னிக்க வேண்டும்!' என்றான் சத்ருக்னன்.

'உன் பேரில் குற்றம் ஒன்றுமில்லை சத்ருக்னா! மன்னிப்புக் கேட்பதற்குரிய காரியம் எதுவும் நீ செய்யவில்லை. உன்னுடைய கடமையையே நீ செய்தாய். என் மனத்துக்கு அது எவ்வளவு வேதனை தரும் காரியம் என்பது உனக்கு எப்படித் தெரியும்? அரண்மனைத் தோட்டத்திலே ஓர் அழகான பூஞ்செடி முளைத்தது. அரண்யத்தின் நடுவிலே ஒரு மனோகரமான மலர்க் கொடி தழைத்தது. இரண்டும் இளந்தளிர்கள் விட்டு வளர்ந்தன. பருவ காலத்தில் அரும்பு விட்டுப் பூத்து குலுங்கின. அந்தப் பூஞ்செடியையும் மலர்க் கொடியையும் வேரோடு பிடுங்கி நெருப்பிலே போட்டுப் பொசுக்கும் பொறுப்பு எனக்கு ஏற்பட்டிருக்கிறது சத்ருக்னா! அது எவ்வளவு குரூரமான பொறுப்பு என்பதை நீ கொண்டு வந்த இந்த ஓலைகளிலிருந்து நன்றாக அறிகிறேன்...'

மகேந்திர பல்லவர் பெருமூச்சு விட்டுவிட்டு, 'சத்ருக்னா! மாமல்லரின் கோமள இருதயத்தை நான் எவ்வளவு தூரம் புண்படுத்தியிருக்கிறேன், தெரியுமா? எவ்வளவு தூரம் அவன் மன உறுதியைச் சோதித்திருக்கிறேன், தெரியுமா? இதைக் கேள்' என்று கூறி ஓலையிலிருந்து பின்வரும் பகுதியை வாசித்தார்.

'என் ஆருயிரே! உன்னை வந்து பார்ப்பதற்கு என் உயிர், உடல், ஆவி அனைத்தும் துடிதுடித்துக் கொண்டிருக்கின்றன. இந்தக் காஞ்சிக் கோட்டையைப் போல் நூறு மடங்கு கட்டும் காவலுமுள்ள கோட்டைக்குள்ளே என்னை வைத்திருந்தாலும் எல்லாக் கட்டுக் காவலையும் மீறிக்கொண்டு உன்னிடம் நான் பறந்து வந்து விடுவேன். கடல்களுக்கு நடுவிலுள்ள தீவில் இராவணன் சீதையைச் சிறை வைத்தது போல் உன்னை, யாராவது வைத்திருந்தால் அங்கேயும் உன்னைத் தேடி வந்தடைவேன். சொர்க்க லோகத்திலே இந்திரனும், பாதாள லோகத்திலே விருத்திராசுரனும் உன்னைச் சிறைப்படுத்தியிருந்தாலும், நான் உன்னை வந்து அடைவதைத் தடைப்படுத்த முடியாது. ஆனால் இதையெல்லாம் காட்டிலும் பெரிதான தடை வந்து குறுக்கிட்டிருக்கிறது. அது என் தந்தையின் கட்டளைதான். தாம்

அனுமதி அளிக்கும் வரையில் காஞ்சிக் கோட்டையை விட்டு வெளியே போகக்கூடாதென்று மகேந்திர பல்லவர் எனக்குக் கட்டளையிட்டி ருக்கிறார். சிவகாமி! இந்த உலகத்தில் என்னால் செய்ய முடியாத காரியம் ஒன்று உண்டு என்றால், அது என் தந்தையின் கட்டளையை மீறுவதுதான். நெற்றிக் கண் படைத்த சிவபெருமான் என் முன்னால் பிரத்தியட்சமாகி, மகேந்திர பல்லவரின் கட்டளைக்கு விரோதமாக ஒரு காரியத்தைச் செய்யச் சொன்னால், ஒருநாளும் அதை நான் செய்ய மாட்டேன். அவ்வளவு தூரம் என் பக்திக்கு உரியவரான என் தந்தை இப்போது என்னை எப்பேர்ப்பட்ட கொடுமைக்கு ஆளாக்கி விட்டார் தெரியுமா? என்னுடைய உயிரைக் காட்டிலும் எனக்குப் பிரியமான காதலிகள் இருவரையும் நான் சந்திக்க முடியாதபடி செய்துவிட்டார். அந்த இரண்டு காதலிகளில் ஒருத்தி ஆயனச் சிற்பியின் மகள் சிவகாமி. அவளை அரண்ய மத்தியிலுள்ள தாமரைக் குளக் கரையில் நான் ஏகாந்தமாகச் சந்திக்க விரும்புகிறேன். இன்னொரு காதலி யார் தெரியுமா? அவள் பெயரை உனக்குச் சொல்லட்டுமா? சொன்னால் நீ அசூயை அடையாமல் இருப்பாயா? அவள் பெயர் ஜயலக்ஷ்மி. அந்தக் காதலியை நான் இரத்தவெள்ளம் ஓடும் யுத்த களத்தின் மத்தியில் சந்திக்க ஆசைப்படுகிறேன். சந்தித்து அவள் என் கழுத்தில் சூடும் வெற்றி மாலையுடனே திரும்பி வந்து உன்னைப் பார்க்க விரும்புகிறேன்!'

மகேந்திரர் இவ்விதம் வாசித்து வந்தபோது, சத்ருக்னன் தலைகுனிந்து பூமியைப் பார்த்தவண்ணம் நின்றான்.

'கேட்டாயா, சத்ருக்னா! இப்பேர்ப்பட்ட புதல்வனைப் பெறுவதற்கு நான் எவ்வளவு பாக்கியம் செய்திருக்க வேண்டும்? இராமனைப் பெற்ற தசரதரைவிட நான் பாக்கியசாலி அல்லவா? இராமன் அப்படி என்ன தியாகம் செய்து விட்டான்? இராஜ்யத்தைத் துறந்து சீதையோடும் லக்ஷ் மணனோடும் வனத்துக்குச் சென்றான். இராஜ்யம் ஆளுவதைக் காட்டிலும் வனத்தின் உல்லாச வாழ்க்கையை இராமன் விரும்பியதில் வியப்பு என்ன? ஆனால், தந்தையின் வாக்கைப் பரிபாலனம் செய்யும் பொருட்டு வனத் துக்குப் போவதைக் காட்டிலும் போர்க்களத்துக்குப் போகாமலிருக்க நூறு மடங்கு மன உறுதி வேண்டும். பரிசுத்தமான இளம் உள்ளத்திலே முதன் முதலாகக் காதலித்த பெண்ணைப் பார்க்கப் போகாமல் இருப்பதற்கு அதைக் காட்டிலும் ஆயிரம் மடங்கு திடசித்தம் வேண்டும். இத்தகைய கடும் சோதனையில் நரசிம்மன் தேறியிருக்கிறான் என்பதை நினைக்கும் போது, என் உள்ளம் பூரிக்கிறது. ஆனால் சோதனையை ஏற்படுத்திய நானோ படுதோல்வியடைந்தேன். நரசிம்மனையும் சிவகாமியையும் பிரித்து வைத்திருந்தால், அவர்கள் ஒருவரையொருவர் பார்க்காமலிருந்தால், சிவகாமியின் காதல் வலையிலிருந்து நரசிம்மன் மீண்டு விடுவான் என்று நினைத்தேன். காதலை நெருப்பு என்று கூறுவது முற்றும் பொருத்தமானது சத்ருக்னா! நெருப்பு சொற்பமாயிருந்தால், காற்று அடித்ததும் அணைந்து விடுகிறது. பெருநெருப்பாயிருந்தால், காற்று அடிக்க அடிக்க நெருப்பின் ஜ்வாலை அதிகமாகிக் கொழுந்துவிட்டு எரிகிறது. நெருப்புக்குக் காற்று எப்படியோ, அப்படிக் காதலுக்குப் பிரிவு என்று தோன்றுகிறது. பொய்க்

காதலாயிருந்தால், பிரிவினால் அது அழிந்து விடுகிறது. உண்மைக் காதலாயிருந்தாலோ, பிரிவினால் அது நாளுக்கு நாள் வளர்ந்து பெரு நெருப்பாய் மூளுகிறது! நரசிம்மன் விஷயத்தில் அப்படித்தான் நடந்து விட்டது. நான் எவ்வளவோ யோசனை செய்து போட்ட திட்டங்களை யெல்லாம் காமதேவன் தன்னுடைய மெல்லிய பூங்கணை ஒன்றினால் காற்றில் பறக்கச் செய்துவிடுவான் போலிருக்கிறது. சத்ருக்னா! வாதாபி சக்கரவர்த்தியிடம் தோற்றாலும் தோற்கலாம். கேவலம் மன்மதனுடைய மலர்க்கணைக்கா மகேந்திர பல்லவன் தோற்றுவிடுவது? ஒரு நாளும் இல்லை!' என்று கூறி மகேந்திர சக்கரவர்த்தி மீண்டும் சிரித்தபோது அவருடைய சிரிப்பில் எக்களிப்பு தொனித்தது.

'மாமல்லனுக்கு நான் இட்ட கட்டளையை இந்தக் கணமே மாற்றிவிடு கிறேன். சத்ருக்னா! நான் தரும் ஓலையை எடுத்துக்கொண்டு வாயுவேக மனோவேகமாய்க் காஞ்சிக்குப் போக வேண்டும். தலைக்காட்டிலிருந்து துர்விநீதனுடைய சைனியம் காஞ்சியை நோக்கி வந்துகொண்டிருக்கிறது. அதை எதிர்த்து நிர்மூலமாக்குவதற்கு நரசிம்மன் போர்க்களத்துக்குச் செல்லட்டும். போவதற்கு முன்னால் ஆயனர் வீட்டுக்குப் போய் சிவ காமியைப் பார்த்துவிட்டு போவதாயிருந்தாலும் போகட்டும். அதற்கு நான் குறுக்கே நிற்கப் போவதில்லை!'

இதைக் கேட்டதும், சத்ருக்னனுடைய முகத்திலே தோன்றிய விசித்திரமான புன்னகை, 'என்னிடம் கூடவா உங்களுடைய கபட நாடகம்?' என்று கேட்பது போலிருந்தது.

15.கிளியும் கருடனும்

'கமலி!'

'கண்ணா!'

'எனக்கு ஒன்றுமே பிடிக்கவில்லை!'

'ஏன் அப்படி?'

'புதிய தளபதிக்கு வந்த வாழ்வை நினைக்க நினைக்க கோபமாய் வருகிறது.'

'கோபித்து என்ன பயன்? அவர் யுத்தகளத்துக்குப் போய் வீராதிவீரர் என்று பெயர் எடுத்து வந்திருக்கிறார்.'

'யுத்தத்துக்குப் போகவேண்டுமென்று என் மனமுந்தான் துடியாய்த் துடிக்கின்றது.'

'யார் குறுக்கே விழுந்து மறிக்கிறார்கள்?'

'வேறு யார்? மாமல்லர்தான்! மாமல்லருக்கு ஏன் நான் ரதசாரதியானேன் என்று இருக்கிறது. அவராலேதானே நானும் இந்தக் கோட்டைக்குள்ளேயே அடைந்து கிடக்க வேண்டியிருக்கிறது?'

'இல்லாமற் போனால் வெட்டி முறித்து விடுவாயாக்கும்!'

'எப்படியும் ஒருநாளைக்கு மாமல்லர் யுத்தத்துக்குப் போகாமல் இருக்க மாட்டார். அப்போது நானும் போகிறேனா, இல்லையா பார்! ஒருவேளை நான் போர்க்களத்தில் வீரசொர்க்கம் அடைந்தால் என்னைப்பற்றிச் சின்னக் கண்ணனுக்குச் சொல்வாயல்லவா?'

'ஆகட்டும், ஆகட்டும்! வீட்டுக்குள்ளே உட்கார்ந்து வீரம் பேசுவதிலே உனக்கு இணை இந்தப் பல்லவ ராஜ்யத்திலேயே கிடையாது என்று கண்ணம்மாளிடம் சொல்கிறேன்.'

'என்ன சொன்னாய்? கண்ணம்மாளா?'

'ஆமாம்; கண்ணம்மாளாய்த்தான் இருக்கட்டுமே?'

'போதும், போதும்! பூலோகத்தில் பெண்களே பிறக்கக்கூடாது என்று நான் சொல்வேன். கூடவே கூடாது.'

'உண்மைதான்! ஆண் பிள்ளைகளைப் போன்ற நிர்மூடர்கள் இருக்கிற உலகத்தில் பெண்களைப் பகவான் படைக்கக்கூடாது தான். உங்களால் நாங்கள் படுகிற கஷ்டம் எவ்வளவு என்பதை உணர்ந்து கொள்ளக்கூட உங்களுக்குச் சக்தி இல்லை.'

'இது என்ன அபாண்டம், கமலி! உங்களை நாங்கள் அப்படி என்ன கஷ்டப் படுத்துகிறோம்?'

'சற்று முன்னால் யுத்தத்துக்குப் போய் நான் செத்துப் போகப் போகிறேன்; நீ வீட்டிலே சுகமாயிரு என்று சொன்னாயே? அது என்னைக் கஷ்டப்படுத்துகிறதல்லவா? தங்கச்சி சிவகாமியை எட்டுமாத காலமாக மாமல்லர் போய்ப் பார்க்காமலிருக்கிறாரே, அது அவளைக் கஷ்டப்படுத்துகிறதாகாதா?'

'எப்போதும் உன் தங்கச்சியைப் பற்றியேதான் உனக்கு யோசனை. வேறு நினைவே கிடையாது.'

'ஆமாம், கண்ணா! கொஞ்ச நாளாக நான் அவளைப் பற்றியே தான் யோசித்துக் கொண்டிருக்கிறேன். யோசிக்க யோசிக்க வருத்தமாயிருக்கிறது. சிவகாமி எதற்காக மாமல்லர் மேல் காதல் கொண்டாள் என்று இருக்கிறது. கிளி கிளியுடனும், குயில் குயிலுடனும் கூடி வாழவேண்டும். மரக் கிளையில் வாழும் பச்சைக் கிளி உச்சி வானத்தில் பறக்கும் கருடனுக்கு மாலையிட ஆசைப்படலாமா!'

'இதென்ன கமலி, இப்படிப் பேசுகிறாய்? கொஞ்ச நாளைக்கு முன்னாலெல்லாம் நீதானே உன் தங்கைக்கு இணை மூன்று உலகத்திலும் இல்லை என்றும், மன்னாதி மன்னர்களெல்லாம் அவள் காலில் வந்து விழுவார்களென்றும் சொல்லிக்கொண்டு இருந்தாய்?'

‘ஆமாம், கண்ணா! என் தங்கை மேலுள்ள ஆசையினால் அப்படியெல்லாம் சொன்னேன். ஆசையிருக்குமிடத்தில் அறிவு மழுங்கிவிடும் அல்லவா? ஆர அமர யோசித்துப் பார்த்ததில் இதெல்லாம் நல்லதுக்கில்லை என்று தோன்று கிறது. நான் சிவகாமிக்கு உடன்பாடாகப் பேசி அவள் ஆசையை வளர்த்து வந்ததும் தப்பு; மாமல்லரின் ஓலைகளை நீ அவளுக்குக் கொண்டு போய்க் கொடுத்துக் கொண்டிருந்ததும் தப்பு!..’

‘இப்பேர்ப்பட்ட ஞானோதயம் உனக்கு எப்படி உண்டாயிற்று?’ என்று கண்ணன் பரிகாசக் குரலில் கேட்டான்.

‘கொஞ்சமாவது வெட்கமில்லாமல் நீ ‘சின்னக் கண்ணன், சின்னக் கண்ணன்’ என்று சொல்கிறாயே, அவன் என் வயிற்றில் வந்த பிறப்பாடுதான்!’ என்றாள் கமலி.

‘இதென்ன கமலி! உன் தங்கை சிவகாமிக்கு மாமல்லரைக் கல்யாணம் செய்து கொள்வதற்கும் சின்னக் கண்ணனுக்கும் என்ன சம்பந்தம்? எனக்கு விளங்கவில்லையே?’ என்று கூறிக் கண்ணபிரான் ‘கலகல’ என்று சிரித் தான்.

‘உனக்கு ஒன்றுமே விளங்காது கண்ணா! குதிரைகளோடு பழகிப் பழகிக் குதிரைகளுக்கு இருக்கிற அறிவுதான் உனக்கும் இருக்கிறது’ என்றாள் கமலி.

‘இதோ பார், கமலி! நீ என்னைப் பற்றி என்ன வேண்டுமானாலும் சொல்லு! கேட்டுக் கொள்கிறேன். என் குதிரைகளைப் பற்றி மட்டும் ஒன்றும் சொல்லாதே! குதிரைகளுக்கு உள்ள அறிவு மனிதர்களுக்கு இருந்தால் இந்த உலகம் எவ்வளவோ மேலாயிருக்குமே!’ என்றான் கண்ணன்.

குதிரைகளைப் பற்றிக் கமலி கேவலமாகப் பேசியதில் கண்ணனுக்கு மிக்க கோபம் உண்டாகிவிட்டது. பின்பு சற்று நேரம் அவன் எதுவும் பேசாமல் வேறு பக்கம் பார்த்துக் கொண்டிருந்தான். கமலியும் ஏதோ யோசனையில் ஆழ்ந்திருந்தாள்.

எனவே, கண்ணன் தன்னைத்தானே சமாதானப்படுத்திக்கொண்டு பேச வேண்டியதாயிற்று. ‘நீ என்னதான் சொல்லுகிறாய் கமலி? மாமல்லர் உன் தங்கையைக் கல்யாணம் செய்து கொள்வதற்கு என்ன தடை?’ என்று கேட்டான்.

‘கண்ணா! இத்தனை நாளாக நீ அரண்மனைச் சேவகம் செய்கிறாய். ஆனாலும் அரண்மனை நடைமுறை ஒன்றும் உனக்குத் தெரியவில்லை. இராஜாக்களும் இராஜகுமாரர்களும் கல்யாணம் செய்து கொள்வதென்றால் நீயும் நானும் கல்யாணம் செய்து கொள்வது போலவா? மாமல்லருடைய மகன் ஒரு நாள் இந்தக் காஞ்சி சிம்மாசனத்தில் ஏறவேண்டியிருக்குமல்லவா?’

‘இதைத் தெரிந்துகொள்ள அபாரமான அறிவு வேண்டியதில்லை. குதிரை களுக்கு இருக்கும் அறிவுகூடப் போதுமே!’

‘அப்படியானால் அந்த அறிவைச் செலுத்தி இன்னும் கொஞ்சம் யோசித்துப் பார்! சிற்பியின் மகள் வயிற்றிலே பிறக்கும் பிள்ளையைப் பல்லவ சிம்மா சனத்தில் ஏற்றி வைக்க முடியுமா?’

‘ஏன் முடியாது? அதிலே என்ன கஷ்டம்? நமது அரண்மனைச் சிம்மாசனம் அப்படி ஒன்றும் அதிக உயரமில்லையே? நான் ஒருவனாகவே தூக்கி அதில் உட்கார்த்தி வைத்துவிடுவேனே?’

‘நீ விளையாடுகிறாய், கண்ணா! ஆயனச் சிற்பியின் பேரன் பல்லவ குலத்துச் சிம்மாசனத்தில் ஏறுவதற்கு நாட்டார் - நகரத்தார் சம்மதிப்பார்களா?’

‘நாட்டார் - நகரத்தாரைச் சம்மதிக்கச் செய்வது என் பொறுப்பு. கமலி! நீ பார்த்துக்கொண்டே இரு! இரண்டு கையிலும் இரண்டு குதிரைச் சாட் டையை எடுத்துக்கொண்டு போய் நாட்டார் - நகரத்தாரின் முதுகில் வெளுவெளு என்று வெளுத்துச் சம்மதிக்கும்படி செய்கிறேனா, இல்லையா பார்!’

‘அது மட்டுமல்ல, கண்ணா! மகேந்திரபல்லவரின் சித்தப்பா பேரன் ஒருவன் வேங்கிபுரத்தில் வளர்ந்து கொண்டிருக்கிறானே, உனக்குத் தெரியாதா? அந்த ஆதித்தவர்மன் பல்லவ சிம்மாசனத்துக்குப் போட்டிக்கு வர மாட்டானா?’

‘வரமாட்டான் கமலி, வரமாட்டான். வேங்கிபுரம் அடியோடு போய் விட்டது. வேங்கியோடு ஆதித்தவர்மனும் நாசமாய்ப் போய்விட்டான். இனிமேல் வரமாட்டான்!’

‘மேலும், நமது குமார சக்கரவர்த்தி மற்ற தேசத்து இராஜகுமாரர் களைப் போல் அல்லவே! ஆசைக்குச் சிவகாமியைக் கல்யாணம் செய்துகொண்டு பட்டத்துக்கு இன்னொரு இராஜகுமாரியைக் கல்யாணம் செய்துகொள்ள மாமல்லர் இணங்கமாட்டார் அல்லவா? அவருடைய சுபாவம் மகேந்திர சக்கரவர்த்திக்கும் நன்றாய்த் தெரியும். ஏகபத்தினி விரதங்கொண்ட இராமனைப் போன்றவர் அல்லவா நமது மாமல்லர்?’

‘ஆமாம், கமலி! சந்தேகமே இல்லை. மாமல்லர் அது விஷயத்தில் இரா மனையும் கண்ணனையும் போன்றவர்தான்! கோகுலத்துக் கண்ணனை நான் சொல்லவில்லை. அந்த அயோத்தி ராமனையும் இந்தக் காஞ்சிக் கண்ண னையும் போன்றவர்!’ என்று கண்ணபிரான் தன்னைச் சுட்டிக் காட்டிக் கொள்ளவே, கமலிக்குச் சிரிப்புப் பீரிட்டுக்கொண்டு வந்தது.

சற்றுப் பொறுத்துக் கண்ணபிரான், ‘கமலி! எனக்கு ஒரே அதிசயமாயிருக் கிறது! இவ்வளவு மர்மமான இராஜரீக விவகாரங்களெல்லாம் உனக்கு எப்படித் தெரிந்தது?’ என்று கேட்டான்.

‘எல்லாம் எனக்கே தெரிந்துவிடவில்லை, கண்ணா! நானாக யோசித்ததில் கொஞ்சம் தெரிந்தது; ஒட்டுக் கேட்டதில் மற்றதெல்லாம் தெரிந்தது.’

‘என்னத்தை ஒட்டுக் கேட்டாய்? எப்போது கேட்டாய்?’

'நாலைந்து நாளைக்கு முன்னால் நீ வீட்டில் இல்லாதபோது இங்கே ஒரு மனிதர் வந்திருந்தார், கண்ணா! அவரும் மாமாவும் வெகுநேரம் பேசிக் கொண்டிருந்தார்கள். சிவகாமியின் பெயர் காதில் விழவே நான் சுவர் ஓரமாய் நின்று கேட்டேன். இந்த விஷயமெல்லாம் அவர்கள் பேசிக் கொண்டிருந் தார்கள் அதோடு...'

'அதோடு என்ன கமலி?'

'இன்னொரு முக்கிய விஷயமும் பேசினார்கள்.'

'சொல்லு!'

'சிவகாமிக்கு மாமல்லர் ஓலை எழுதுவதும், அதை நீ கொண்டு போய்க் கொடுத்து வருவதும் உன் அப்பாவுக்குத் தெரிந்திருக்கிறது. அதைப்பற்றி அந்தப் புதுமனிதரிடம் சொல்லிக் கொண்டிருந்தார்!'

'ஆஹா! அந்தக் கிழ கோட்டான், அந்த இராவண சந்நியாசி, அந்த ருத்ராட்சப் பூனை அப்படியா செய்து கொண்டிருக்கிறது?' என்றான் கண்ணபிரான். அவனுடைய தந்தையைப் பற்றித்தான் அவ்வளவு மரியாதையான வார்த்தை களைச் சொன்னான்!

கமலி அவனுடைய வாயைப் பொத்தினாள்.

'அந்தப் புது மனிதர் யார் தெரியுமா, கமலி!' என்று கண்ணன் கேட்டான்.

'தெரியாது. அதற்கு முன்னால் அவரை நான் பார்த்ததே இல்லை' என்றாள் கமலி.

அந்தச் சமயத்தில் தெருவில் விரைவாக குதிரை பாய்ந்துவரும் சத்தம் கேட்டது. கண்ணன், கமலி இருவரும் பலகணி வழியாய் வீதியில் பார்த் தார்கள். நாலுக்கால் பாய்ச்சலில் சென்ற குதிரை மீது ஒருவன் போய்க் கொண் டிருந்தான். அவனுடைய முகம் ஒரு கணம் கண்ணன் வீட்டுப் பக்கம் திரும்பி மறு கணம் எதிரே நோக்கியது.

கமலி, 'கண்ணா! அவர்தான்! அந்தக் குதிரையில் போகிறவர்தான் அன்றைக்கு வந்து மாமாவுடன் பேசிக் கொண்டிருந்தவர்! அவர் யார், உனக்குத் தெரியுமா?' என்று கேட்டாள்.

'தெரியும், கமலி! அவர்தான் ஒற்றர் தலைவன் சத்ருக்னன். மகேந்திர சக்கர வர்த்தியிடம் போய்விட்டுத் திரும்பி வருகிறான். ஏதோ விசேஷச் செய்தி கொண்டு வருகிறான். இதோ போய்த் தெரிந்துகொண்டு வருகிறேன்' என்று கூறிவிட்டுக் கண்ணன் வெளியேறினான்.

ஒரு நாழிகைக்கெல்லாம் அந்த வீட்டுவாசலில் 'கடகட' என்ற சத்தத்துடன் ரதம்வந்து நின்றது. கண்ணபிரான் ரதத்தின் முன் தட்டிலிருந்து குதித்து உள்ளே ஓடிவந்து, சமையற்கட்டிலிருந்து வந்து கொண்டிருந்த கமலியின் மேல் மோதிக் கொண்டான்.

'அவ்வளவு என்ன அவசரம்?' என்றாள் கமலி.

கண்ணபிரான், 'என்ன அவசரமா? யுத்தத்துக்குப் போகிற அவசரந்தான்!' என்றான்.

'என்ன, யுத்தத்துக்குப் போகிறாயா?' என்று கமலி பாய்ந்து வந்து கண்ணன் கழுத்தைத் தன் இரு கரங்களாலும் சேர்த்துக் கட்டிக் கொண்டாள்.

'ஆமாம், கமலி! ஒற்றர் தலைவன் சத்ருக்னன் மகேந்திர சக்கரவர்த்தியிட மிருந்து ஓலைகொண்டு வந்திருக்கிறான். மாமல்லர் போர்க்களத்துக்குப் போகச் சக்கரவர்த்தி அனுமதி கொடுத்து விட்டார். இன்னும் அரை நாழிகையில் மாமல்லர் கிளம்புகிறார், கமலி!...'

'நீயும் கிளம்புகிறாயா, கண்ணா! நிஜமாகவா?'

'இது என்ன கேள்வி, கமலி! மாமல்லர் போனால் நான் அவருடன் போகாமல் எப்படி இருக்க முடியும்?'

'மாமல்லர் சக்கரவர்த்தியின் திருக்குமாரர்; நாளைக்குப் பல்லவ சிம்மா சனத்தில் ஏறப்போகிறவர். அவர் போர்க்களத்துக்குப் போய் யுத்தம் செய்ய வேண்டும், நீ ஏன் போகவேண்டும்? எந்த ராஜா வந்தாலும் எந்த ராஜா போனாலும் நமக்கு என்ன வந்தது?'

'இது என்ன, கமலி? நேற்றுவரை நீ இப்படியெல்லாம் பேசினதே இல்லையே? நாம் பிறந்த நாட்டுக்கு அபாயம் வந்திருக்கும்போது, நமக் கென்ன என்று நாம் வீட்டில் இருப்பதா?'

'நாட்டுக்கு அபாயம், நகரத்துக்கு அபாயம் என்று ஓயாமல் சொல்கிறாயே, கண்ணா! அப்படி என்ன அபாயம் வந்துவிட்டது?'

'பல்லவ நாட்டுக்கு இது பொல்லாத காலம், கமலி. வடக்கேயிருந்து வாதாபி புலிகேசி மிகப் பெரிய சைனியத்துடன் வந்து கொண்டிருக்கிறார். அந்தச் சைனியத்தைத்தான் சக்கரவர்த்தி தடுத்து நிறுத்திக் கொண்டிருக்கிறார். இந்தப் பக்கத்தில் கங்க நாட்டு ராஜாவுக்கு அதற்குள் அவசரம் பொத்துக்கொண்டு விட்டது. புலிகேசிக்கு முன்னால் தான் காஞ்சிக்கு வந்துவிட வேண்டு மென்று மேற்குத் திக்கிலிருந்து படை எடுத்து வந்து கொண்டிருக்கிறான். கங்க நாட்டு ராஜாவின் பெயர் என்ன தெரியுமா, கமலி! துர்விநீதன்! - துரியோதனனுடைய மறு அவதாரம் இவன்தான் போலிருக்கிறது. இந்தத் துர்விநீதனை எதிர்க்கத்தான் மாமல்லர் கிளம்புகிறார், கமலி! நானும் கிளம்புகிறேன். இத்தனை நாளும் நான் எப்போது வரும் என்று ஏங்கித் தவித்துக் கொண்டிருந்த சந்தர்ப்பம் வந்திருக்கிறது. மனப்பூர்வமாக, உற்சாகமாக எனக்கு விடை கொடுத்து அனுப்பு!'

'கண்ணா! நான் என்ன செய்யட்டும்? என் மனத்தில் ஏனோ உற்சாக மில்லை. என் தங்கை சிவகாமியை நினைக்க மனச்சோர்வு அதிகமாகிறது. அவளுடைய தலைவிதி என்னவோ என்று எண்ண எண்ண, ஏக்க மாயிருக்கிறது.'

'ஆகா! முக்கியமான விஷயத்தைச் சொல்லாமல் விட்டு விட்டேனே? மகேந்திர சக்கரவர்த்தியைப் பற்றி நீ என்னவெல்லாமோ சந்தேகப்பட்டாய்

அல்லவா, கமலி! அதெல்லாம் சுத்தத் தப்பு! சக்கரவர்த்தி என்ன சொல்லி அனுப்பி இருக்கிறார், தெரியுமா? மாமல்லரைப் போர்க்களத்துக்குப் போவதற்கு முன்னால் நேரே ஆயனர் வீட்டுக்குச் சென்று ஆயனரையும் சிவகாமியையும் உடனே காஞ்சிக் கோட்டைக்கு அனுப்பச் சொல்லியிருக் கிறார். ஒருவேளை நானே அவர்களை ரதத்தில் ஏற்றிக்கொண்டு வந்து இங்கே விட்டுப் போனாலும் போவேன். மகேந்திரப் பல்லவரைப் பற்றி இப்போது என்ன சொல்கிறாய், கமலி! அவர் நல்லவரா, பொல்லாதவரா?' என்று கண்ணபிரான் தலைநிமிர்ந்து கர்வத்துடன் கேட்டான்.

'எப்படியாவது எல்லாம் நன்றாக முடியட்டும். கண்ணா; நீயும் போர்க்களத் திலிருந்து க்ஷேமமாய்த் திரும்பி வர வேண்டும்!' என்று கமலி கூறியபோது, அவள் கண்களிலிருந்து அருவி பெருகியது.

16.முற்றுகைக்கு ஆயத்தம்

கண்ணபிரானும் கமலியும் வாக்குவாதம் செய்து கொண்டிருந்த அதே சமயத்தில் அரண்மனை அந்தப்புரத்தின் முன் வாசல் மண்டபத்தில் அமர்ந்து, மகேந்திர பல்லவரின் பட்ட மஹிஷியான புவன மகாதேவியும், மாமல்ல நரசிம்மரும், தளபதி பரஞ்சோதியும் வார்த்தையாடிக் கொண்டிருந்தார்கள்.

'தேவி! சென்ற எட்டு மாதங்களாக இந்தக் கோட்டைக்குள்ளே அடைபட்டுக் கிடக்க நேர்ந்ததன் பொருட்டுக் குமார சக்கரவர்த்தி ஓயாமல் குறைப்பட்டுக் கொண்டிருக்கிறாரே? அவர் குறைப்படுவதற்குக் காரணம் ஒன்றுமே இல்லை. கோட்டை மதில், நகரம் எல்லாவற்றையும் நான் நன்றாய்ச் சுற்றிப் பார்த்தாகிவிட்டது. இந்தக் காஞ்சிக் கோட்டையை ஏறக்குறையப் புதிய கோட்டையாகவே செய்து விட்டிருக்கிறார். தேவேந்திரனும் விருத்திரா சுரனும் சேர்ந்து படையெடுத்து வந்தாலும்கூடக் காஞ்சிக் கோட்டைக் குள்ளே புக முடியாது; வாதாபி புலிகேசியும் தலைக்காட்டுத் துர்விநீதனும் என்ன செய்துவிடப் போகிறார்கள்!' என்று தளபதி பரஞ்சோதி கூறினார்.

'கோட்டையை அவ்வளவு பலப்படுத்த மாமல்லன் என்னென்ன காரியங்கள் செய்திருக்கிறான்? நீதான் எனக்குச் சொல்ல வேண்டும், பரஞ்சோதி! மாமல்லன் எனக்கு ஒன்றுமே சொல்வதில்லை. அந்தப்புரத்திற்குள் அடைபட்டுக் கிடக்க வேண்டிய அபலை ஸ்திரீக்கு யுத்த விஷயங்கள் என்ன தெரியப் போகிறது என்று அவருக்கு எண்ணம்!' என்றாள் மகேந்திர பல்லவரின் பட்டமஹிஷி.

'அம்மா! அந்தப்புரத்தில் அடைபட்டுக் கிடக்கும் அபலை ஸ்திரீ உண்மையில் தாங்களா? நானல்லவா பெண்ணிலும் கேடானவனாகக் கோட்டைக்குள்ளேயே அடைபட்டுக் கிடக்கிறேன்! மகேந்திர பல்லவர்

இப்படி என்னை வஞ்சிப்பார் என்று நான் நினைக்கவில்லை!' என்று கூறி மாமல்லர் கைகளைப் பிசைந்து கொண்டார்.

'குழந்தாய்! உன் தந்தையைப் பற்றி எதுவும் சொல்லாதே! அவர் என்ன சொன்னாலும், என்ன செய்தாலும் அது முன் யோசனையுடனும் தீர்க்க திருஷ்டியுடனும் இருக்கும்...' என்று புவன மகாதேவி கூறுவதற்குள் பரஞ்சோதி, 'உண்மை தேவி! உண்மை! மகேந்திர சக்கரவர்த்தியைப் போல் மதிநுட்பமும் முன்யோசனையும் உள்ளவர்களை ஈரேழு பதினாலு உலகத் திலும் காண முடியாது என்று நான் சத்தியம் செய்வேன்!' என்றார்.

'ஒருவருக்கு இரண்டு பேராய்ச் சேர்ந்து கொண்டீர்கள் அல்லவா? அப்படி யென்றால் நானும் உங்களோடு சேர்ந்து கொள்ளுகிறேன். மகேந்திர பல்லவர் ரொம்பவும் முன் யோசனையுடன் காரியங்களைச் செய்கிறவர் தான்; சந்தேகமில்லை. ஆனால், அவருடைய தந்தை சிம்மவிஷ்ணு மகா ராஜா இன்னும் அதிக முன் யோசனை உள்ளவர். ஆகையினால்தான் அவர் துர்விநீதனுடைய தந்தைக்குப் பட்டங்கட்டி வைத்தார். அவரே நேரில் கங்கதேசம் சென்று தம் கையினாலேயே மகுடம் சூட்டினார்! அந்தக் காரியத்துக்கு எவ்வளவு நன்றாய் இப்போது துர்விநீதன் நன்றி செலுத்து கிறான் பாருங்கள்! சிங்கமும் சிங்கமும் சண்டை போட்டுக் கொண்டிருக்கு போது நடுவில் நரி நுழைவது போல், புலிகேசி படையெடுத்திருக்கும் சமயம் பார்த்துத் துர்விநீதனும் பல்லவ ராஜ்யத்தின் மீது படையெடுத்து வரு கிறான்! அவசர அவசரமாக எங்கும் இராத்தங்காமல் துர்விநீதன் தன் சைனியத்துடன் வந்து கொண்டிருக்கிறான்! இது தெரிந்தும், நான் இந்தக் கோட்டைக்குள்ளே அடைந்து கிடக்க வேண்டியிருக்கிறது! நீங்கள் சக்கரவர்த்தியின் மதிநுட்பத்தையும் தீர்க்காலோசனையையும் பற்றி பேசுகிறபோது, எனக்கு உடம்பெல்லாம் பற்றி எரிகிறது!' என்று மாமல்லர் கூறுகையில், அவருடைய கண்கள் நெருப்புத் தணலைப் போல் சிவந்து தீப்பொறியைக் கக்கின.

'குழந்தாய்! வீணாக நொந்து கொள்ளாதே! கங்கபாடி அரசனின் நன்றியற்ற துரோகச் செயலை நினைத்தால் எனக்கும் கோபமாய்த்தானிருக்கிறது! அதற் காக என்ன செய்யலாம்? எதற்கும் காலம் வரவேண்டுமல்லவா?' என்றாள் புவன மகாதேவி.

'தேவி! துர்விநீதனுக்குத் தக்க தண்டனை கொடுக்க இதற்குள்ளாகவே சக்கர வர்த்தி திட்டம் போட்டிருப்பார்; சந்தேகமில்லை' என்றார் தளபதி பரஞ் சோதி.

'சக்கரவர்த்தி திட்டம் போட்டிருப்பார்; அதை நிறைவேற்றவும் செய்வார். ஆனால் நான் ஒருவன் எதற்காக யுவ மகாராஜா, குமார சக்கரவர்த்தி, மாமல்லன் முதலிய பட்டங்களைச் சுமந்து கொண்டிருக்கிறேன்? அம்மா! பாரதக் கதையில் வரும் உத்தர குமாரனைவிடக் கேடானவன் ஒருவன் உண்டு என்றால், அவன் நான்தான். உத்தர குமாரனாவது போர்க்களத்துக்குப் போய்விட்டுத் திரும்பி ஓடிவந்தான். நானோ அரண்மனையை விட்டு வெளிக் கிளம்பவே இல்லை. மகாபாரதக் கதையை எழுதியதுபோல் இந்தக்

காலத்துக் கதையை யாராவது எழுதினால், என்னுடைய வீரத்தையும் தீரத்தையும் எவ்வளவு பாராட்டுவார்கள்? ஆனாலும் நான் சாந்தமாக இருக்க வேண்டுமென்று நீங்கள் இருவரும் சேர்ந்து உபதேசிக்கிறீர்கள்!' என்று கூறியபோது, வீர மாமல்லரின் கண்களில் நீர் ததும்பி நின்றது.

அவருடைய முகத்தை நேருக்கு நேர் பார்க்க முடியாதவராயிருந்த பரஞ்சோதி சக்கரவர்த்தினியை நோக்கி, 'தேவி! பல்லவ குமாரர் தம்மை உத்தர குமாரனுடன் ஒப்பிட்டுக் கொள்வது கொஞ்சமும் பொருத்த மாயில்லை. மற்ற எல்லாரும் போருக்குப் போனபோது உத்தர குமாரன் என்ன செய்து கொண்டிருந்தான்? தன்னுடைய தங்கை உத்தரகுமாரி நாட்டியம் கற்றுக் கொள்வதைப் பார்த்துக்கொண்டு காலம் கழித்தான். மாமல்லர் அப்படிக் காலம் கழிக்கவில்லையே!' என்றார். இவ்விதம் அவர் சொல்லி வருகையில் மூன்று பேருக்கும் சிவகாமியின் நாட்டியக் கலை விஷயம் ஞாபகம் வந்தது. மாமல்லரின் முகம் சுருங்கியது.

பரஞ்சோதி தாம் நடனக் கலையைப் பற்றிப் பிரஸ்தாபித்தது உசிதத் தவறு என்பதை உணர்ந்துகொண்டு, 'மேலும், யுத்தம் இன்னும் ஆரம்பமாகக்கூட இல்லையே? மகாபாரத யுத்தத்தைக் காட்டிலும் எத்தனையோ மடங்கு பெரிய யுத்தம் இனிமேல் தானே நடக்க இருக்கிறது? மாமல்லர் வீரச் செயல்கள் புரிவதற்கு இனி மேல்தானே சந்தர்ப்பங்கள் வரப் போகின்றன?' என்றார்.

'போதும், போதும்! எத்தனை யுத்தம் நடந்தால்தான் என்ன? எப்பேர்ப்பட்ட சந்தர்ப்பம் வந்தால்தான் என்ன? அப்பா என்னை இந்தக் கோட்டைக்குள் ளேயே பூட்டி வைக்க மாட்டார் என்பது என்ன நிச்சயம்?' என்று மாமல்லர் கொதிப்புடன் கேட்டார்.

புதல்வனின் மன நிலையைக் கண்ட அன்னை பேச்சை மாற்ற விரும்பி, 'பரஞ்சோதி! கோட்டையைப் பத்திரப் படுத்துவதற்கு மாமல்லன் செய் திருக்கும் காரியங்களைப் பற்றி நீ ஒன்றும் சொல்லவில்லையே?' என்றாள்.

'தேவி! நமது கோட்டை மதிலைச் சுற்றியுள்ள அகழியைத் தாங்கள் பார்த் திருக்கிறீர்கள் அல்லவா?'

'ஆமாம்; எட்டு மாதங்களுக்கு முன்னால் பார்த்திருக்கிறேன். சக்கரவர்த்தி புறப்பட்டுச் சென்ற பிறகு நான் அரண்மனையை விட்டு வெளிக் கிளம்பவே இல்லை.'

'நானும் எட்டு மாதங்களுக்கு முன்பு பார்த்ததுதான். முன்னே பார்த்தபோது சிறு கால்வாய் மாதிரி இருந்தது. இப்போது பார்த்தால் சமுத்திரம் மாதிரி அலைமோதிக் கொண்டிருக்கிறது. எங்கே பார்த்தாலும் முதலைகள் வாயைப் பிளந்துகொண்டு காணப்படுகின்றன. வாதாபிச் சைனியத்தில் எத்தனை பேருக்கு இந்த அகழியில் மோட்சம் கிடைக்கப் போகிறதோ!' என்றார் பரஞ்சோதி.

'அகழியில் அவர்கள் இறங்கினால்தானே? பாலங்கள் அமைத்துக்கொண்டு வந்தால்? அல்லது படகிலே வந்தால்?'

'தேவி! அகழியின் அருகில் வருகிறவர்கள் மீது அம்புகளைப் பொழிய ஐயாயிரம் வில் வீரர்கள் மதில் சுவர்கள் மீது மறைந்து காத்திருப்பார்கள்! அப்படியும் அகழியைத் தாண்டி வருகிறவர்களுக்கு மதில் சுவருக்கும் அகழிக்கும் மத்தியில் எத்தனையோ அதிசயங்கள் காத்துக் கொண்டிருக்கும். வெளிக்குத் தெரியாத பள்ளங்களில் அவர்கள் விழுந்து காலை ஒடித்துக் கொள்வார்கள். ஆங்காங்கே கண்ணுக்குத் தெரியாதபடி விரித்திருக்கும் வலைகளிலும் பொறிகளிலும் சிக்கிக் கொள்வார்கள். இவற்றையெல்லாம் மீறி வந்து மதில்சுவர் மேல் ஏற முயலும் சளுக்க வீரர் தலைகளின் மீது மதில் சுவரின் மேல் வைத்திருக்கும் பாறாங்கற்கள் உருண்டுவிழும்!'

'வாதாபிச் சைனியம் கடலைப்போல் பெரியதென்று சொல்கிறார்களே, பரஞ்சோதி! லட்சக்கணக்கான வீரர்கள் மனம் வைத்தால் அகழியை ஆங்காங்கே தூர்த்து வழி ஏற்படுத்திக் கொள்ளலாமல்லவா!'

'ஆமாம் தேவி! அகழியைத் தூர்க்கலாம்; ஆனால் கோட்டை மதிலை அவ்வளவு சுலபமாக இடிக்க முடியாது!'

'கோட்டை வாசலுக்கு எதிரே அகழியைத் தூர்த்துக்கொண்டு யானைகளை ஏவினால் என்ன செய்கிறது? மத்த கஜங்களின் தாக்குதலுக்கு எதிரே கோட்டையின் மரக் கதவுகள் என்ன செய்யும்?' என்று பட்டமகிஷி கேட்ட போது, பரஞ்சோதி எதையோ நினைத்துக் கொண்டவர்போல் சிரித்தார். 'அப்பா! ஏன் சிரிக்கிறாய்?' என்றாள் சக்கரவர்த்தினி.

'தாங்கள் கேட்டதை நினைத்துத்தான் சிரிக்கிறேன். உண்மைதான் தேவி! வாதாபி வீரர்கள் அப்படித்தான் செய்யப் போகிறார்கள். நமது கோட்டை வாசல்களுக்கு எதிரே அகழியைத் தூர்க்கப் போகிறார்கள் அல்லது பெரிய பெரிய மரங்களை வெட்டிக்கொண்டு வந்து பாலம் போடப் போகிறார்கள். போட்டுவிட்டுக் கோட்டைக் கதவுகளைத் தகர்க்க யானைகளை ஏவப் போகிறார்கள். அந்த யானைகளுக்கு முதலில் மதுவைக் கொடுத்து விட்டுத் தான் ஏவப்போகிறார்கள்! ஆனால், ஆகா! அந்த யானைகள் எப்பேர்ப்பட்ட அதிசயத்தை அனுபவிக்கப் போகின்றன? கோட்டை வாசலின் மேல்மண்ட பத்திலிருந்தும் பக்கத்து மதில் சுவர்களின் மேலிருந்தும் வஜ்ராயுதம் விழுவது போல் வேல்கள் வந்து அவற்றின் தலைமீது விழும்போது, அந்த மதுவுண்ட யானைகள் பயங்கரமாய்ப் பிளிறிக்கொண்டு திரும்பி ஓடி வாதாபி வீரர்களை துவைத்து நாசமாக்கப் போகிற காட்சியை நினைத்துப் பார்க்கையிலே எனக்குச் சிரிப்பு வருகிறது! இது மட்டுமா? மேலேயிருந்து விழுகிற வேல்களுக்குத் தப்பிச் சிற்சில யானைகள் வந்து கதவிலே மோதக் கூடுமல்லவா? அதனால் கோட்டைக் கதவு பிளக்கும்போது அந்த யானை களுக்கு மகத்தான அதிசயம் காத்திருக்கும் தேவி! வெளிக் கதவு பிளந்ததும், உள்ளே நீட்டிக் கொண்டிருக்கும் வேல் முனைகள் அவற்றின் மண்டையைப் பிளக்கும்போது ஆகா, அந்த யானைகள் வந்த வேகத்தைக் காட்டிலும் திரும்பி ஓடும் வேகம் அதிகமாயிராதா?' என்றார் பரஞ்சோதி.

'அப்படியா?' என்று மாமல்லரின் அன்னை அதிசயத்துடன் கேட்டாள்.

அதுவரையில் மௌனமாயிருந்த மாமல்லர் அப்போது சம்பாஷணையில் சேர்ந்து, 'ஆம் அம்மா! ஆனால், இந்த ஏற்பாடுகளுக்கெல்லாம் மூல காரணம் யார் தெரியுமா? நமது தளபதி பரஞ்சோதிதான்! இவர் முதன் முதலில் காஞ்சியில் புகுந்த அன்று மதயானையின் மேல் வேல் எறிய, யானை திரும்பி ஓடிற்றல்லவா? அதற்கு மறுநாளே இந்தக் காஞ்சி மாநகரிலுள்ள கொல்லர்கள் எல்லோரும் வேல் முனைகள் செய்ய ஆரம்பித்துவிட்டார்கள்! தளபதி அன்று செய்த காரியத்தினாலேதான், வாதாபியின் யானைப் படையை எதிர்ப்பதற்குத்தக்க யோசனை அப்பாவின் மனத்தில் உதயமாயிற்றாம். இதையெல்லாம் அப்பாவே என்னிடம் சொன்னார்!' என்று மாமல்லர் பெருமையுடன் கூறிப் பரஞ்சோதியை அன்புடன் தழுவிக் கொண்டார்.

'தேவி! இந்த எட்டு மாதத்தில் காஞ்சி நகர்க் கொல்லர்கள் செய்திருக்கும் வேலையை நேற்று நான் பார்த்தேன். லட்சோபலட்சம் வேல்களைச் செய்து குவித்திருக்கிறார்கள். காஞ்சி நகர் கொல்லர்கள் வெகு கெட்டிக்காரர்கள், அம்மா! நான் கொண்டு வந்திருந்த சோழ நாட்டு வேலைப் போலவே அவ்வளவும் செய்திருக்கிறார்கள். என்னையே அவர்கள் ஏமாறச் செய்து விட்டார்கள். வடநாட்டுக்கு நான் யாத்திரை சென்றபோது என்னிடம் கொடுக்கப்பட்ட வேல் என்னுடைய சொந்த வேல்தான் என்று எண்ணி நான் ஏமாந்துபோனேன். இங்கே திரும்பி வந்ததும்தான் என்னுடைய வேலை மாமல்லர் பத்திரமாய் வைத்திருந்தார் என்று தெரிந்தது. எட்டு மாதமும் வீணில் கழித்ததாக மாமல்லர் எண்ணுவது பெரும் பிசகு. அம்மா! கோட்டை மதில் பாதுகாப்புக் காரியம் மட்டுமல்ல; கோட்டையை முற்றுகைக்கு ஆயத்தமாக இன்னும் எவ்வளவோ செய்திருக்கிறார். காஞ்சி மக்களுக்கு இரண்டு வருஷத்துக்குத் தேவையான தானியங்கள் வந்து சேர்ந்திருக்கின்றன. நகருக்குள்ளிருந்த அநாவசியமான மக்கள் எத்தனையோ பேரை வெளியேற்றியாகிவிட்டது. முக்கியமாகக் காஞ்சி நகருக்கே அவலட்சணமாயிருந்த காபாலிகர்களை வெளியேற்றியது பெரிய காரியம். அதற்குக் குமார சக்கரவர்த்தி வெகு நல்ல யுக்தியைக் கையாண்டார். தேவி! காஞ்சியிலுள்ள மதுபானக் கடைகளையெல்லாம் மூடிவிட வேண்டும் என்று நேற்றைய தினம் கட்டளை போட்டார். இன்றைக்கு அவ்வளவு காபாலிகர்களும் கையில் மண்டை ஓட்டையும் மாட்டுக் கொம்பையும் எடுத்துக்கொண்டு வடக்குக் கோட்டை வாசல் வழியாகப் போய்விட்டார்கள்...!'

இப்படிப் பரஞ்சோதி சொல்லிக் கொண்டே வருகையில் அந்தப்புரத்துச் சேடி ஒருத்தி, அரண்மனை முன்கட்டிலிருந்து உள்ளே வந்து புவன மகாதேவியின் அருகில் நின்று மெதுவான குரலில் ஏதோ கூறினாள்.

அதைக் கேட்ட தேவி முகத்தில் கிளர்ச்சியுடன், 'மாமல்லா! அப்பாவிடமிருந்து செய்தியுடன் சத்ருக்னன் வந்திருக்கிறானாம்!' என்று சொன்னாள்.

மாமல்லர் பரபரப்புடன் எழுந்து போக முயற்சித்தபோது, 'குழந்தாய்! சத்ருக்னன் இங்கேயே வரட்டும். செய்தி என்னவென்று நானும் தெரிந்து கொள்கிறேன்' என்றாள் அன்னை.

17.விடுதலை

வியர்க்க விறுவிறுக்க மூச்சுவாங்கிக்கொண்டு வந்த சத்ருக்னனின் முகத்தை மூவிரண்டு கண்கள் இமையையும் அசைக்காமல் ஆவலுடன் உற்று நோக்கின. ஆசுவாசப்படுத்திக் கொள்வதற்கு ஒரு கணநேரம்கூட கொடுக்காமல், 'சத்ருக்னா! யாருக்கு என்ன செய்திகொண்டு வந்தாய்?' என்று தேவி கேட்டாள்.

'தாயே! இங்குள்ள மூன்று பேருக்கும் செய்திகொண்டு வந்திருக்கிறேன்' என்று கூறி மூவருக்கும் வணக்கம் செலுத்தினான் சத்ருக்னன். பின்னர், 'தேவி! மகேந்திர பல்லவரின் முதல் செய்தி தங்களுக்குத்தான்! வீர பத்தினி என்னும் பெயருக்கு இதுகாறும் தாங்கள் உரிமை பெற்றது போல் வீரத்தாய் என்னும் பெயருக்கும் உரிமை பெற வேண்டிய காலம் இப்போது வந்து விட்டது என்று தங்களுக்குத் தெரியப்படுத்தச் சொன்னார். எட்டு மாதங் களுக்கு முன்பு அகமும் முகமும் மலர்ந்து பதியைப் போர்க்களத்துக்கு அனுப்பி வைத்தது போல் இன்று தங்களுடைய அருமைப் புதல்வரை அனுப்பி வைக்க வேண்டிய காலம் வந்து விட்டதாகத் தெரிவிக்கச் சொன்னார்!' என்றான் சத்ருக்னன்.

விவரிக்க முடியாத உணர்ச்சி வெள்ளம் உள்ளத்தில் பொங்க, தோள்கள் பூரித்து வீங்க, தேகமெல்லாம் சிலிர்க்க, மாமல்ல நரசிம்மர் அன்னையின் அருகில் பாய்ந்து சென்று அவளுடைய பாதங்களைத் தொட்டுக் கண்ணில் ஒத்திக் கொண்டார்.

'அம்மா! சக்கரவர்த்தியின் விருப்பத்தை நிறைவேற்றுவீர்கள் அல்லவா? அவர் எனக்கு அளித்த விடுதலையை நீங்களும் மனமுவந்து அளிப்பீர்கள் அல்லவா?' என்று கேட்டார் மாமல்லர்.

'பொறு, குழந்தாய்! செய்தியை முழுதும் கேட்போம்!' என்றாள் தேவி.

மாமல்லர் உடனே திரும்பி, 'சத்ருக்னா! எனக்கு என்ன செய்தி கொண்டுவந் தாய்?' என்று கேட்டார்.

'நல்ல செய்திதான் பிரபு! தங்கள் மனத்திற்கு உகந்த செய்திதான். நன்றி கொன்ற பாதகனாக கங்கநாட்டு மன்னன் துர்விநீதன் சளுக்கப் புலிகேசிக்கு முன்னால் காஞ்சியை அடைந்து விட வேண்டுமென்ற துராசையினால் விரைந்து வந்துகொண்டிருக்கிறான். பல்லவ குலத்துக்குக் கங்கர் குலம் பட்டிருக்கும் நன்றிக் கடனையெல்லாம் மறந்துவிட்டு இந்தப் படுது ரோகமான காரியத்தில் அவன் இறங்கியிருக்கிறான். அந்தத் துர்விநீதனுக்குத் தக்க தண்டனையளிக்கும் பொறுப்பைத் தங்களுக்குச் சக்கரவர்த்தி அளித்திருக்கிறார். கழுக்குன்றத்திலுள்ள படையுடன் தாங்கள் புறப்பட்டுச் சென்று, துர்விநீதன் காஞ்சியை அணுகுவதற்கு முன்னால் அவனை முறியடிக்கவேண்டும் என்று சொல்லி அனுப்பி இருக்கிறார்!'

மாமல்லர் ஆவேசம் வந்தவரைப் போல் சத்ருக்னனிடம் ஓடிச் சென்று அவனைத் தழுவிக்கொண்டு, 'சத்ருக்னா! இவையெல்லாம் உண்மை தானே? நான் கனவு காணவில்லையே? நிஜமாகத்தானே சக்கரவர்த்தி என்னைக் கங்க நாட்டுப் படையுடன் போராடுவதற்குப் போகச் சொல்லியிருக்கிறார்?' என்று பரபரப்புடன் கேட்டார்.

'ஆம், பிரபு! இதெல்லாம் கனவல்ல; உண்மைதான், இதோ 'விடைவேல் விடுகு'ம் கொடுத்தனுப்பியிருக்கிறார்!' என்று சத்ருக்னன் ஓலை ஒன்றை அவரிடம் எடுத்துக் கொடுத்தான்.

பல்லவ குலத்தின் சின்னங்களாகிய விடை (ரிஷபம்)யும் வேலும் பொறித்த அந்த ஓலையை மாமல்லர் படிக்கும்போது அவர் முகத்தில் உற்சாகம் பொங்கிற்று. படித்து முடிக்கும் சமயத்தில் அவருடைய புருவங்கள் சிறிது நெறிந்தன. நிமிர்ந்து பார்த்து, 'சத்ருக்கனா! உன்னிடம் ஏதோ வாய்மொழியாகச் செய்தி அனுப்பியிருப்பதாகச் சக்கரவர்த்தி எழுதியிருக்கிறாரே, அது என்ன?' என்று கேட்டார்.

'ஆம், பிரபு! எத்தனையோ சாம்ராஜ்யக் கவலைகளுக்கிடையே பல்லவ நாட்டின் கலைச் செல்வத்தைப் பாதுகாக்கும் பொறுப்பையும் சக்கரவர்த்தியால் மறக்க முடியவில்லை. ஆயனச் சிற்பியாரும் அவர் மகளும் காஞ்சிக்கு வந்துவிட்டார்களா என்று என்னைக் கேட்டார். 'இல்லை' என்று நான் தெரிவித்தேன். தாங்கள் போர்க்களத்துக்குக் கிளம்புவதற்கு முன்னால் நேரில் ஆயனர் வீட்டுக்குச் சென்று அவர்களைக் காஞ்சிக்கு அனுப்பி விட்டுப் போகவேண்டும் என்று தெரிவிக்கச் சொன்னார்.'

மாமல்லரின் மகிழ்ச்சி பூரணமாயிற்று. யுத்தத்துக்குப் போவதற்கு முன்னால் சிவகாமியைப் பார்த்து விடை பெற்றுக்கொண்டு போக அவர் விரும்பினார். இப்போது தயக்கமின்றி ஆயனர் வீட்டுக்குப் போகச் சௌகரியம் ஏற்பட்டுவிட்டது. சிவகாமியின் விஷயத்தில் தம் மனநிலையை அறிந்துதான் சக்கரவர்த்தி அவ்விதம் செய்தியனுப்பியிருப்பாரோ என்று ஒரு கணம் அவருக்குத் தோன்றியது. ஆனால், அவருக்குத் தன் மனநிலை எப்படித் தெரிந்திருக்கமுடியும்? ஆ! தன் அருமைத் தோழர் பரஞ்சோதிதான் சொல்லி அனுப்பியிருக்கவேண்டும். இந்த எண்ணத்தினால் பரஞ்சோதியின்மேல் அவருக்கிருந்த சிநேக உணர்ச்சி பன்மடங்கு பெருக, அருகேயிருந்த அவருடைய கரத்தைப் பற்றித் தம் நன்றியைத் தெரிவிப்பதற்கு அறிகுறியாக அழுத்திப் பிடித்தார்.

பரஞ்சோதியோ, மனக்குழப்பத்துடன் சத்ருக்னனைப் பார்த்து 'ஐயா! எனக்கும் ஏதோ செய்தி இருப்பதாகச் சொன்னீரே! அது என்ன?' என்று கேட்டார்.

'லக்ஷ்மணன் இராமனைப் பின் தொடர்ந்தது போல் மாமல்லரைத் தொடர்ந்து உங்களைப் போகும்படி சொன்னார். காஞ்சிக்குச்சக்கரவர்த்தியே சீக்கிரத்தில் வந்து கோட்டைப் பாதுகாப்பைக் கவனித்துக் கொள்வதாகச் சொன்னார்.'

‘ஆஹா என் அருமைத் தோழரும் என்னுடன் வருகிறாரா?’ என்று மாமல்லர் மேலும் பொங்கிய மகிழ்ச்சியுடன் பரஞ்சோதியைத் தழுவிக்கொண்டார்.

பிறகு, அன்னையை நெருங்கி அவருடைய பாதங்களில் நமஸ்கரித்து, ‘அம்மா! விடை கொடுங்கள்’ என்றார்.

பல்லவ சாம்ராஜ்யத்தின் சக்கரவர்த்தினி கண்களில் அப்போது கண்ணீர் துளித்தது. ‘குழந்தாய்! வெற்றிமாலை சூடி க்ஷேமமாய்த் திரும்பி வா!’ என்றார்.

மாமல்லர் எழுந்து நின்றார், ஏதோ சொல்ல எண்ணியவர் சிறிது தயங்கினார். ‘மாமல்லா! இன்னும் ஏதாவது சொல்ல வேணுமா?’ என்று தேவி கேட்டார். ‘ஆம், அம்மா! ஆயனரையும் சிவகாமியையும் பற்றித் தந்தை சொல்லியனுப்பியதைக் கேட்டீர்கள் அல்லவா?’

‘கேட்டேன், நரசிம்மா! அதைப்பற்றி என்ன?’

‘அவர்களைக் காஞ்சிக்கு அனுப்பிவிட்டு நான் போர்க்களம் போகிறேன், அம்மா.’

‘அப்படியே செய், குழந்தாய்!’

‘சிவகாமி இங்கே இருக்கும்போது அவளைத் தாங்கள் மருமகளைப் போல் பார்த்துக்கொள்ள வேண்டும்!’

‘மருமகளைப் போலவா? முடியவே முடியாது. அந்தத் தாயில்லாப் பெண்ணை என் சொந்த மகளைப் போலவே பார்த்துக் கொள்கிறேன், மாமல்லா!’ இதைக்கேட்ட மாமல்லர் புன்னகையுடன், ‘இல்லை அம்மா! மருமகளைப் போல் பார்த்துக் கொண்டால் போதும்!’ என்றார்.

புவனமகா தேவியின் புருவங்கள் அப்போது நெறிந்தன. ‘ஏன் அப்படிச் சொல்கிறாய், குமாரா! மகளைப்போல் பார்த்துக் கொள்கிறேன் என்று நான் சொன்னதை ஏன் மறுக்கிறாய்? ஒரு வேளை...’ என்று கூறிவிட்டுத் தேவி பரஞ்சோதியை நோக்கினாள். உடனே, அவளுடைய முகத்தில் மலர்ச்சி காணப்பட்டது. ‘ஓஹோ! புரிந்தது! ஆயனரிடம் சிற்பம் கற்க வந்த பரஞ் சோதி, ஆயனரின் மிகச் சிறந்த சிற்ப வடிவத்தையே கொள்ளை கொள்ளப் பார்க்கிறானா?’ என்றார்.

மாமல்லர், பரஞ்சோதி இருவருடைய முகங்களும் அப்போது பெரிதும் வேதனையைக் காட்டின. ‘இருக்கட்டும், அம்மா! தாமதிக்க நேரம் இல்லை; நாங்கள் புறப்படவேண்டும் விடை கொடுங்கள்’ என்றார் மாமல்லர்.

சத்ருக்னன் காஞ்சிக்கு வந்து இரண்டு நாழிகைக்குள்ளே, குமார சக்கர வர்த்தியும், தளபதி பரஞ்சோதியும் காஞ்சிக் கோட்டையின் வடக்கு வாசல் வழியாகப் புறப்பட்டார்கள். திருக்கழுக்குன்றம் சென்று அங்கிருந்து தற்காப்புப் படைகளை மறுநாள் அதிகாலையில் புறப்பட ஆயத்தமாகும்படிக் கட்டளையிட்டார்கள். அன்று மாலையே ஆயனரின் வீட்டுக்குப் போய்ப்

பார்த்துவிட்டு வந்துவிடவேண்டுமென்றும், மறுநாள் அதிகாலையில் சைனியத்துடன் தாங்களும் கிளம்பிவிட வேண்டுமென்றும் உத்தேசித்து, நரசிம்மரும் பரஞ்சோதியும் புரவிகள் மீதேறி, ஒரு சிறு குதிரைப் படை தங்களைப் பின்தொடர, விரைந்து சென்று ஆயனர் வீட்டை அடைந்தார்கள்.

போகும்போது, சிவகாமியிடம் இப்படி இப்படிப் பேச வேண்டும், இன்னின்ன சொல்லவேண்டும் என்பதாக மாமல்லர் எவ்வளவோ மனக் கோட்டைகள் கட்டிக்கொண்டு போனார். ஆனால் ஆயனரின் அரண்ய வீட்டை அடைந்தபோது, அவருடைய ஆகாசக் கோட்டைகள் எல்லாம் சிதறி விழுந்தன. வீட்டின் முன் கதவைப் பெரிய பூட்டுப் போட்டுப் பூட்டியிருந்தது! வீட்டிற்குள்ளேயும் வெளியிலும் பூரண நிசப்தம் குடிகொண்டிருந்தது!

18.பிரயாணம்

கார்த்திகை மாதத்தில் ஒருநாள் மாலை நேரத்தில் காஞ்சியிலிருந்து சிதம் பரம் போகும் சாலையில் கூண்டு இல்லாத இரட்டை மாட்டு வண்டி ஒன்று போய்க் கொண்டிருந்தது. அதில் சிவகாமியும் அவளுடைய அத்தையும் உட்கார்ந்திருந்தார்கள்.

வண்டிக்குப் பின்னால் சற்றுத் தூரத்தில் ரதி துள்ளி விளையாடிக்கொண்டும் ஆங்காங்கே சாலைக்குப் பக்கங்களிலே முளைத்திருந்த புல்லை மேய்ந்து கொண்டும் வந்தது. சுகப்பிரம்ம ரிஷி ஒவ்வொரு சமயம் ரதியின் முதுகின் மேல் உட்கார்ந்தும், சில சமயம் சிவகாமியின் தோளின் மேல் உட்கார்ந்தும், சில சமயம் வண்டிக்கு மேலாகப் பறந்தும் ஆனந்தமாகப் பிரயாணம் செய்து கொண்டிருந்தார். பின்னால் இன்னும் சற்றுத் தூரத்தில் புத்த பிக்ஷுவும் ஆயனச் சிற்பியாரும் பேசிக்கொண்டு நடந்து வந்தார்கள்.

அந்த வருஷம் ஐப்பசி மாதத்திலேயே மழை பிடித்துக்கொண்டு பதினைந்து நாட்கள் வரையில் விடாமல் பொழிந்தது. அதன் காரணமாக, ஏரிகள், குளங்கள் எல்லாம் தண்ணீர் நிறைந்து ததும்பிக் கொண்டிருந்தன. சாலை ஓரத்தில் ஓடைகளில் தண்ணீர் அலைகள் மோதிக் கொண்டிருந்தன. ஆறுகள் வாய்க்கால்களில் இரு கரையையும் தொட்டுக்கொண்டு பிரவாகம் ஓடிக் கொண்டிருந்தது.

நன்செய் வயல்களில் இரண்டாம் போகத்து வேளாண்மை அப்போதுதான் ஆரம்பமாகியிருந்தது. புன்செய்க் காடுகளில் கம்பும் கேழ்வரகும் செழித்து வளர்ந்திருந்தன.

சாலையின் இரு புறத்திலும் வளர்ந்திருந்த மரங்களும் ஆங்காங்கே வயல் களுக்கிடையே காணப்பட்ட தென்னந்தோப்பும் வாழைத் தோட்டங்களும் கண்ணைக் குளிர்விக்கும் காட்சியளித்தன.

பெரு மழை விட்டுப் பல நாள் ஆகிவிட்டதாயினும், வானத்தில் இப்போதும் மேகத்திரள்கள் காணப்பட்டன. இவை இடையில் தங்குவதற்கு நேரமில்லாத நெடுந்தூரப் பிரயாணிகளைப்போல் ஆகாயத்தில் அதிவேகமாகப் பிரயாணம் செய்தன. சில சமயம் நீர்த்துளிகளை அள்ளித் தெளித்து விட்டுச் சிதறி மறைந்தன.

நீர் நிலைகளின்மீது தவழ்ந்தும், பசுமையான தோப்புக்களில் புகுந்தும், மழைத்துளிகளை அளாவியும் வந்துகொண்டிருந்த குளிர்ந்த வாடைக் காற்று உடம்பின்மீது பட்டபோது, துணியை இழுத்துப் போர்த்திக்கொள்ளத் தோன்றியது; ஆயினும் அது அபூர்வமான சுகத்தை அளித்தது.

அந்தக் குளிர்ந்த வாடைக் காற்றில் அடிபட்டதனால் பட்சிகளுக்குக்கூடத் தொண்டை கட்டிக்கொண்டது போல் தோன்றியது. சாதாரணமாய், 'கலகல' என்றும் 'கிளுகிளு' என்றும் கேட்கும் புள்ளினங்களின் குரல் ஒலியில் இப்போது 'கரகரப்பு'ச் சத்தம் கலந்திருந்தது.

வண்டியில் அத்தைக்கும் மருமகளுக்கும் பின்வருமாறு சம்பாஷணை நடந்தது.

'இன்றைக்கு மழை பெய்யுமா சிவகாமி?' என்று அத்தை கேட்டாள்.

'மலையா? எங்கே இருக்கிறது?' என்றாள் சிவகாமி.

'ஆமாம்; மழையைக் கண்டால் மயிலுக்குக் கொண்டாட்டந்தான்!' என்றாள் அத்தை.

'மாலையில் வெயில் அடித்தால் கொண்டாட்டத்துக்கு என்ன குறைவு?' என்றாள் சிவகாமி.

'என்ன சொன்னாய்?' என்றாள் அத்தை.

'என்ன கேட்டீர்கள்?' என்றாள் சிவகாமி.

கொஞ்சம் செவிமந்தமுள்ள அத்தைக்குப் பேசுவதிலே அதிகப் பிரியம். எனவே, அவ்வப்போது சிவகாமியிடம் ஏதாவது கேட்டுக்கொண்டும் சொல்லிக்கொண்டும் வருவாள். கற்பனை உலகில் சஞ்சரித்துக் கொண்டிருந்த சிவகாமி அத்தையின் பேச்சுக்களை மனத்தில் வாங்கிக் கொள்ளாமலேயே ஏதாவது பொருத்தமில்லாத மறுமொழி சொல்லுவாள். அது காதில் நன்றாய் விழாமல் அத்தை வேறு ஒன்றைக் கூறுவாள். இதே ரீதியில் அவர்களுடைய பிரயாணம் நடந்து கொண்டிருந்தது. காஞ்சியிலிருந்து ஏறக்குறைய ஆறு காத தூரம் அவர்கள் பிரயாணம் செய்திருந்தார்கள்.

மாரிக் காலத்து மாலைப் பொழுதில் வெளி உலகமானது எவ்வளவுக்குக் குளிர்ந்திருந்ததோ அவ்வளவுக்குச் சிவகாமியின் உள்ளம் கொதித்துக் கொண்டிருந்தது. அதில் எரிமலை நெருப்பைக் கக்கிக் கொண்டிருந்தது. கொழுந்து விட்டெரியும் ஜ்வாலைகளுடனே அக்கினி ஆறு பிரவாகித்துக் கொண்டு இருந்தது.

மாமல்லரைப்பற்றி நாகநந்தி பிக்ஷு கூறிய விஷயங்கள் அவளுடைய மனத்தில் அத்தகைய பிரளயக் குழப்பத்தை உண்டு பண்ணியிருந்தன.

நம் அன்புக்குரியவர்களைப் பற்றி சாதாரணமாக ஏதேனும் கெடுதலான விஷயத்தைக் கேள்விப்பட்டால் நம் உள்ளம் சுலபத்தில் நம்புவதில்லை. 'அப்படியெல்லாம் இராது' என்று மனத்தைத் திருப்தி செய்து கொள்கிறோம். அவதூறு சொல்கிற வர்களிடம் சண்டை பிடிக்கவும் ஆயத்தமாயிருக்கிறோம்.

ஆனால், எக்காரணத்தினாலாவது நமக்கு வேண்டியவர்களிடம் குற்றம் இருக்கிறதென்று நம்பும்படி நேர்ந்து விட்டால் உள்ளத்தில் கோபம் கொழுந்துவிட்டெரியத் தொடங்குகிறது. வேண்டியவர்கள் மீது மட்டு மல்ல; உலகத்தின் மேலேயே கோபம் கொள்ளுகிறோம்.

இந்த மனித இயற்கை, காதலர்களின் விஷயத்தில் ஒன்றுக்கு நூறு மடங்கு ஆகிறது.

காதலன் எவனும் தன்னுடைய காதலியைச் சாதாரண மானிடப் பெண்ணாகக் கருதுவதில்லை. தெய்வப் பிறவி என்றே கருதுகிறான். தேவலோகத்தில் அமிர்தபானம் செய்துகொண்டு ஆனந்த அமர வாழ்க்கை நடத்த வேண்டியவள் தன் பேரில் கொண்ட அன்பினாலேயே இந்தப் பூலோகத்திலே வாழ்ந்து வருவதாகக் கருதுகிறான்.

காதலியோ, குழந்தைப் பிராயத்திலிருந்து தன் மனத்தில் தானே சிருஷ்டி செய்துகொண்டிருந்த இலட்சிய புருஷனுக்குரிய சகல உத்தம குணங் களையும் காதலன்மீது ஏற்றி அவனைக் குற்றங்குறையில்லாத தெய்வீகப் புருஷனாகவே எண்ணிக்கொள்கிறாள்.

ஆனால், ஏதாவது ஒரு காரணத்தினால் அவர்களுடைய நம்பிக்கைக்குப் பங்கம் ஏற்படும்போது மகத்தான ஏமாற்றம் உண்டாகிவிடுகிறது. மலை யின் சிகரத்திலிருந்து திடீரென்று அதல பாதாளத்தில் விழுகிறவர்களைப் போல் ஆகிவிடுகிறார்கள்.

சிவகாமி தன் இருதயத்தில் ஓர் அற்புதமான திருக்கோயிலை அமைத்து, அதிலே மாமல்ல நரசிம்மரைத் தெய்வங்களுக்கெல்லாம் மேலான பரதெய் வமாகப் பிரதிஷ்டை செய்திருந்தாள்.

நாகநந்தி கூறிய நஞ்சு தோய்ந்த வார்த்தைகளினால் அந்தத் திருக்கோயில் ஒரு நொடியில் இடிந்து தகர்ந்து விழுந்துவிட்டது! அதிலே பிரதிஷ்டை செய்திருந்த தெய்வச் சிலையும் விழுந்து நொறுங்கிப் பொடிப் பொடியாய்ப் போய் விட்டது.

குமார சக்கரவர்த்தியைப் பற்றி நாகநந்தி கூறிய அவதூறு அவ்வளவு சாமர்த்தியமாகவும் நம்பும்படியாகவும் அமைந்திருந்தது. சிவகாமி அவர் கூறியது அவ்வளவையும் அப்படியே நம்பி விட்டாள். இராஜ்யத்திலே அவ்வளவு பெரிய யுத்தம் நடந்துகொண்டிருக்கும்போது, மாமல்லர் காஞ்சிக் குள்ளேயே ஒளிந்துகொண்டிருப்பதற்கு வேறு காரணம் என்ன இருக்க முடியும்?

போர்க்களத்திலே பரஞ்சோதியின் வீரதீரச் செயல்களைப் பற்றிய வரலாறுகள் காற்றிலே மிதந்து ஆயனரும் சிவகாமியும் வசித்த காட்டுக்குள்ளேகூட எட்டியிருந்தன. அதெல்லாம் உண்மை என்பதைப் பரஞ்சோதியை நேரிலே பார்த்த சிவகாமி தெரிந்துகொண்டிருந்தாள். தமிழ் படிக்கவும் சிற்பம் கற்கவும் வந்த பட்டிக்காட்டுப் பிள்ளை இப்போது பெரிய தளபதி ஆகிவிட்டான். அரங் கேற்றத்தன்று அவன் யானைமீது வேல் எறிந்து தங்களைக் காப்பாற்றிய சம்ப வமும் சிவகாமியின் உள்ளத்தில் அழியாதபடி பதிந்திருந்தது. பரஞ்சோதியின் வீர வாழ்க்கையோடு மாமல்லர் கோட்டைக்குள்ளே ஒளிந்திருந்ததை ஒப்பிட்டுப் பார்த்து மாமல்லரைப் 'பயங்கொள்ளிப் பல்லவன்' என்று நாடு நகரமெல்லாம் அழைப்பதில் வியப்பில்லை என்று சிவகாமி எண்ணினாள். இதனால், நாகநந்தியின் வார்த்தைகளில் அவளுக்கு நம்பிக்கை ஏற்பட்டது.

ஒரு விஷயத்தில் நம்பிக்கை ஏற்பட்ட பிறகு, அதையொட்டிய இன் னொன்றிலும் நம்பிக்கை பிறப்பது இயல்பேயல்லவா? எனவே, மாமல்லரை 'ஸ்திரீலோலன்' என்று நாகநந்தி கூறியதிலும் அவளுக்கு நம்பிக்கை ஏற்பட்டி ருந்தது. வீர மன்னர்களுக்குப் பிறந்த தூர்த்தர்களான இராஜ குமாரர்களைப் பற்றி அவள் கதைகளிலே கேள்விப்பட்டதுண்டு. மாமல்லர் அவர்களிலே ஒருவர் என்று அவள் கனவிலும் நினைத்ததில்லை. ஆனால், அதுவும் உண்மையாகத்தான் இருக்கவேண்டும் என்று இப்போது தோன்றியது. ஆகா! மாய வார்த்தை பேசி ஏழைப் பெண்ணைக் கெடுப்பதிலே அவர் கைதேர்ந் தவராயிருக்க வேண்டும்! கள்ளங்கபடமறியாத தன்னிடம் என்னவெல்லாம் சொல்லி ஏமாற்றினார்? பல்லவ சாம்ராஜ்யத்தின் சிம்மாசனத்திலேயே தன்னை ஏற்றிவைத்து விடுகிறவர்போல் அல்லவா பசப்பினார்! புருஷர்கள்தான் எவ்வளவு நயவஞ்சகர்கள்! அதிலும் இராஜகுலத்தவர் எப்பேர்ப்பட்ட ஈவிரக்கமில்லாத கிராதகர்கள்!

வழிப் பிரயாணத்தின்போது இந்த மாதிரி எண்ணங்கள் சிவகாமியின் உள்ளத்தில் அடிக்கடி தோன்றி நரகவேதனையளித்தன.

சில சமயம் அவளுக்குத் தன்னுடைய மனோராஜ்யத்தில் ஆசையுடன் நிர்மாணித்து வந்த இன்ப வாழ்க்கையாகிய கோட்டை இடிந்து தூளாகி விட்டபடியால், இனிமேல் தன் வாழ்க்கை என்றென்றைக்கும் சோகமய மாகவே இருக்கும் என்று தோன்றியது.

மாரிக்காலத்தின் முடிவில் வானத்தில் சிதறி ஓடிய மேகங்கள் சில மழைத் துளிகளை உதிர்த்துவிட்டுப் போகும்போது தன்னுடைய கதிக்காக உலகமே கண்ணீர் வடிப்பதாக அவள் எண்ணினாள்.

இந்த ஒரு வாழ்க்கை மட்டுமல்ல; இதற்கு முன்னர் எத்தனை எத்தனையோ ஜன்ம ஜன்மாந்திரங்களிலும் தன்னுடைய வாழ்க்கை இப்படியே சோகமய மாயிருந்ததாகத் தோன்றியது.

ஆனால், இரவில் எங்கேயாவது தங்கியிருந்து விட்டுக் காலையில் மறு படியும் பிரயாணம் தொடங்கும்போது ஜகஜ்ஜோதியாகச் சூரியன் உதய மாகி மரக்கிளையில் தங்கியிருக்கும் நீர்த்துளிகளை வைரமணிகளாக ஒளி

வீசச் செய்யும் காட்சியைப் பார்த்துவிட்டுச் சிவகாமி சிறிது உற்சாகம் கொள்வாள்.

மாமல்ல நரசிம்மர் பயங்கொள்ளி, தூர்த்தர் என்று ஏற்பட்டதன் பொருட்டுத் தன் வாழ்க்கையை எதற்காகப் பாழாக்கிக் கொள்ள வேண்டும் என்று கருதுவாள். உலகம் எவ்வளவோ விஸ்தாரமானது; பல்லவ இராஜ்யத்துக்கு அப்பாலும் உலகம் இருக்கத்தானே செய்கிறது? தன்னிடம் அற்புதமான நாட்டியக் கலையும் இருக்கிறதல்லவா? அந்தக் கலையைப் பார்த்து அனுபவித்து ஆனந்தமடைய நாகநந்தி சொல்வது போல், உலகம் காத்திருக்கிறதல்லவா? எதற்காகத் தன் வாழ்க்கை பாழாகி விட்டதாக எண்ணிக்கொள்ளவேண்டும்?... இவ்விதம் எண்ணிச் சிவகாமி உற்சாகம் அடையப் பார்ப்பாள். தூர தூர தேசங்களிலே, பெரிய பெரிய சபைகளிலே தான் நாட்டியம் ஆடுவதுபோலவும், கணக்கற்ற ஜனங்கள் கண்டு களித்துத் தன்னைப் பாராட்டி உபசரிப்பது போலவும் கற்பனை செய்துகொண்டு களிப்புறுவாள்.

இத்தகைய மனோபாவத்துடனேயே சிவகாமி தன் தந்தையைப் பெரிதும் வற்புறுத்தி நாகநந்தி பிக்ஷுவின் யோசனையை ஒப்புக்கொள்ளச் செய்தாள். அதன் பேரிலேதான் இந்தப் பிரயாணம் அவர்கள் தொடங்கினார்கள்.

ஆனால், என்னதான் மனத்தை வேறு விஷயங்களில் செலுத்திப் பார்த் தாலும், எவ்வளவுதான் பிரயத்தனம் செய்து உற்சாகம் கொள்ளப் பார்த் தாலும், சாத்தியமாயில்லை. அவ்வப்போது குமுறிக்கொண்டுவந்த வேதனை உணர்ச்சியை மாற்ற முடியவில்லை. பொங்கியெழுந்த ஆத்திரத் தீயை அணைக்க முடியவில்லை.

முக்கியமாக, அந்தி மயங்கி நாற்புறமும் இருள் சூழ்ந்து வந்த நேரங்களில் சிவகாமியினுடைய உள்ளத்தில் வேதனையும் துயரமும் பெருகி அவளைச் சோகக் கடலில் மூழ்கச் செய்தன.

அன்று சாயங்காலம் அவ்வாறு சோகத்தில் ஆழ்ந்த உள்ளத்துடன் சிவகாமி கட்டை வண்டியில் பிரயாணம் செய்து கொண்டிருந்தபோது, அவளுடைய நினைவை வேறு பக்கம் திருப்பும்படியான சம்பவம் ஒன்று நேர்ந்தது.

சாலையில் அவர்களுக்கெதிரே ஒரு பெரும்படை வந்து கொண்டிருக்கிற தென்பதற்கு அறிகுறிகள் தென்பட்டன.

சங்கு, கொம்பு, தாரை, தப்பட்டை, பேரிகை, எக்காளம், சமுத்திரகோஷம் முதலிய வாத்தியங்களின் பேரொலியும், அநேக குதிரைகளும் மனிதர்களும் நடந்துவரும் காலடிச் சத்தமும், போர் வீரர்களுடைய பேச்சுச் சத்தமும், போர் முழக்கங்களின் கோஷமும் கலந்த பேரிரைச்சல் நிமிஷத்துக்கு நிமிஷம் நெருங்கி வந்துகொண்டிருந்தது. சற்று நேரத்துக்கெல்லாம் சைனியத்தின் முன்னணிப் படைவீரர்கள் அவர்களின் கண்ணுக்குத் தென்படலாயினர்.

19.வந்தான் குண்டோதரன்

படைகளின் முழக்கத்தைக் கேட்டதும் சற்றுப் பின்னால் வந்து கொண்டிருந்த ஆயனரும் புத்த பிக்ஷுவும் வேகமாக நடந்து வண்டியை நெருங்கி வந்தார்கள்.

முன்னணிப் படை கண்ணுக்குத் தெரிந்ததும், வண்டி சாலையில் ஒதுக்குப் புறமாக நின்றது. சிவகாமியும் அத்தையும் வண்டியிலிருந்து இறங்கி நின்றுகொண்டார்கள். படை வரும் முழக்கம் அத்தையின் காதில் விழாத படியால், மற்றவர்களைப் போல் அவளிடம் பரபரப்பு இல்லை.

புத்த பிக்ஷு சாலை ஓரத்து மரத்தின் பின்னால் தெரிந்தும் தெரியாததுமாக நின்றுகொண்டார். அவர் இராஜ வம்சத்தினரைக் கண்ணாலும் பார்ப்ப தில்லை என்பது போன்ற விரதங்கள் கொண்டவர் என்பது தெரியுமாதலால் அவர் மறைந்து நிற்பது பற்றி மற்றவர்களுக்கு வியப்பு ஏற்படவில்லை.

ஆனால், எல்லோருக்கும் மனம் ஒருவாறு கலக்கமடைந்துதான் இருந்தது. வருகிறது என்ன படை? எங்கே போகிறது? எதற்காக? தெற்கே இருந்து வருகிறபடியால் அது வாதாபிப் படையல்ல என்பது நிச்சயம், பின்னே யாருடைய படை?

காஞ்சியிலிருந்து கிளம்பி வருகிற வழியில் நம் பிரயாணிகள் பெரும் பாலும் யுத்தப் போக்கைப்பற்றியும், யுத்த முடிவு என்ன ஆகும் என்பதைப் பற்றியும் பேசிக்கொண்டு வந்தார்கள். யுத்தத்தை நினைவூட்டும் காட்சிகளே எங்கெங்கும் தோன்றி வந்தன.

சாலையில் ஜனநடமாட்டம் அதிகமாயிருந்தது. எல்லோரும் தெற்கு நோக்கிப் போகிறவர்களாகவே இருந்தார்கள். அநேகமாக அவர்கள் அனை வரும் காஞ்சி நகரிலிருந்தும் காஞ்சிக்குச் சுற்றிலுமுள்ள கிராமங்களிலிருந் தும் யுத்த நிலைமையை முன்னிட்டுப் புறப்பட்டவர்கள். அப்படிப் புறப் பட்டு வந்தவர்களிலே ஸ்திரீகள், குழந்தைகள், வயோதிகர்கள், ஆண்டிப் பரதேசிகள், கூனர், குருடர், காபாலிகர் முதலியோர் அதிகமாகக் காணப் பட்டார்கள்.

முக்கியமாகக் காபாலிகர்கள் வழியெல்லாம் பல்லவ இராஜ குலத்தைச் சபித்துக்கொண்டு போனார்கள். காஞ்சி நகரில் கள்ளுக் கடைகளை மூடித் தங்களை நகரைவிட்டுத் துரத்திய குமார சக்கரவர்த்தியின் பேரில் அவர்கள் தங்களுடைய சாபங்களுக்குள்ளே மிகக் கடுமையான சாபங்களைப் பொழிந்து கொண்டு போனார்கள். நராதமர்களுக்குள்ளே அதமனான மாமல்ல நரசிம்மன் என்னும் சண்டாளனை ரணபத்திர காளிக்குப் பலி கொடுத்து, தாங்கள் மதுபானம் செய்யும் மாட்டுக் கொம்பிலே அவனுடைய இரத்தத்தை ஏந்திக் குடித்துத் தங்களுடைய பயங்கரமான மரண தாகத்தைத் தணித்துக் கொள்ளப்

போவதாக அவர்களில் பலர் உரத்த சத்தம் போட்டுச் சபதம் செய்தார்கள். இன்னும் சிலர், மாமல்ல நரசிம்மனையும் தளபதி பரஞ்சோதியையும் சேர்த்துக் கட்டி மயான ருத்திரனுக்குப் பிரீதியாக உயிரோடு கொளுத்தி அவர்களுடைய எலும்புச் சாம்பலைத் தங்கள் உடம்பெல்லாம் பூசிக்கொண்டு உஷ்ணம் தணியப் போவதாகச் சபதம் செய்தார்கள். இந்தச் சாபங்கள், சபதங்கள் எல்லாம் பிராகிருத பாஷையிலும் வேறு கலப்பு மொழிகளிலும் செய்யப்பட்டதானது, அந்தக் காபாலிகர்கள் வடதேசத்திலிருந்தும் மேற்குப் பிராந்தியத்திலிருந்தும் வந்தவர்கள் என்பதைத் தெரியப்படுத்தியது.

சிவகாமிக்கு ஆங்காங்கு வண்டியில் பிரயாணம் செய்தபடியாலும் அவளுடைய உள்ளம் வேறு வேறு உலகங்களில் சஞ்சரித்துக் கொண்டிருந்தபடியாலும், அவளுடைய காதில் அந்தப் பயங்கர சாபங்கள் ஒன்றும் விழவில்லை. ஆனால் ஆயனருடைய காதில் அவை எல்லாம் கர்ண கடூரமாக விழுந்தன. அவற்றைக் கேட்கச் சகிக்காமல் அவர் காதைப் பொத்திக் கொண்டார்.

புத்த பிக்ஷுவின் செவிகளுக்கு மட்டும் அந்தச் சாபங்கள் எவ்வித அருவருப்பையும் அளித்ததாகத் தெரியவில்லை. அதற்கு மாறாக, அவருடைய முகத்தின் கடூரத்தை இன்னும் கடூரமாக்கிக்கொண்டு சில சமயம் புன்னகை தோன்றியது.

பிக்ஷு ஒரு தடவை காபாலிகர் கூட்டத்தில் புகுந்து பேசிக்கொண்டிருந்து விட்டு, வெளிவந்து ஆயனரை அணுகியதும், 'ஆயனரே! எப்போதாவது நான் புத்த சமயத்தைத் துறந்து சைவனாகும் பட்சத்தில், காபாலிகத்திலேயே சேர்வேன்!' என்றார்.

இதைக் கேட்டு ஆச்சரியமடைந்த ஆயனர், 'சுவாமி! அத்தகைய எண்ணம் தங்களுக்கு ஏன் வரவேண்டும்? புத்த சமயத்தின் மீது தங்களுக்கு என்ன கோபம்? யுத்தங்களினால் ஏற்படும் சங்கடங்களையும் துன்பங்களையும் பார்க்கப் பார்க்க, புத்த பகவான் காட்டிய அஹிம்சா மார்க்கமே உத்தமமான மார்க்கம் என்றல்லவா எனக்கே இப்போது தோன்றி வருகிறது!' என்றார்.

'அதனாலேதான் நானும் சொல்லுகிறேன், நீங்கள் கால சம்ஹார மூர்த்தியைக் கைவிட்டுப் புத்த பகவானை அடைவதாயிருந்தால், அதற்குப் பிரதியாகக் காபால ருத்திரமூர்த்திக்கும் ஓர் அடியார் வேண்டுமல்லவா?' என்று நாகநந்தி கூறியது ஆயனருக்கு மேலும் மனக் குழப்பத்தை உண்டாக்கிற்று.

சாலைகளில் அபூர்வமாய்த் தெற்கேயிருந்து வரும் பிரயாணிகள் சிலர் காணப்பட்டபோது அவர்களைக் காஞ்சிக்குப் பக்கமிருந்து வருகிறவர்கள் நிறுத்தி 'தெற்கே என்ன விசேஷம்?' என்று கேட்பார்கள். அவர்கள் மறுமொழி சொல்லி விட்டுக் காஞ்சி நிலைமையைப் பற்றி விசாரிப்பார்கள். இத்தகைய பேச்சுக்களையெல்லாம் நாகநந்தி ஆங்காங்கு நின்று வெகு சுவாரஸ்யமாகக் கவனிப்பார்.

இப்படி ஒரு தடவை கூட்டத்தில் நின்று பேச்சு கேட்ட பிறகு, நாகநந்தி, ஆயனர் சிவகாமி இருவர் காதிலும் விழும்படியாக, 'நாம் ஒன்று நினைக்க

யுத்ததேவன் வேறொன்று நினைக்கிறான் போலல்லவா தோன்றுகிறது? உத்தேசித்தபடி நமது பிரயாணம் நடைபெறாது போலிருக்கிறதே!' என்றார்.

'அப்படியா? புத்த தேவர் என்ன கருணை செய்கிறார்? அவருடைய திருவுள்ளம் என்ன?' என்றார் ஆயனர்.

'அத்தையைப் போல் அப்பாவுக்கும் காது மந்தமாகி வருகிறது!' என்று கூறிச் சிவகாமி புன்னகை புரிந்தாள்.

அந்த நகைச்சுவையை அனுபவித்த நாகநந்தி செவிடருடன் பேசுவது போன்ற உரத்த குரலில், ஆயனரே! நான் புத்த தேவரைச் சொல்லவில்லை: யுத்த தேவனைச் சொல்கிறேன்' என்றார்.

'அப்படியா? யுத்த தேவன் என்ன சொல்கிறார்? நம்மை வழி மறிக்கப் போகிறாரா?'

'அப்படித்தான்!' என்று சொன்ன நாகநந்தி மறுபடியும் மெல்லிய குரலில் கூறினார்: 'பல்லவ இராஜ்யத்துக்கு எதிர்பாராத ஆபத்துக்கள் எல்லாம் வந்து கொண்டிருக்கின்றன. மேற்கே இருந்து கங்க நாட்டுச் சைனியம் படை எடுத்து வந்து எல்லைப் புறத்தில் நிற்கிறதாம். தெற்கே பாண்டிய மன்னர் பெரும்படை திரட்டிக்கொண்டு வருகிறாராம். பாண்டியர் சைனியம் கிழக்குச் சோழ நாட்டு எல்லைக்கே வந்துவிட்டதாம். வடதிசையிலிருந்து வரும் வாதாபி சைனியத்தைப் பற்றித்தான் உங்களுக்கே தெரியும். பல்லவ சைனியம் தப்பிப் பிழைப்பதற்கு இன்னும் ஒரே திசைதான் பாக்கியிருக்கிறது...!'

'எந்தத் திசையைச் சொல்லுகிறீர்கள்?' என்று ஆயனர் கேட்டார்.

'கிழக்குத் திசையைத்தான் சொல்லுகிறேன்; கிழக்கே சமுத்திர ராஜனிடம் வேணுமானால் மகேந்திர பல்லவர் அடைக்கலம் புகலாம்.'

'சமுத்திரத்திலே விழுந்து சாகலாம் என்கிறீர்களா? அடிகளே! உங்களுடைய இருதயம் இப்படி ஈரப்பசையே இல்லாத பாலைவனமாக எப்போது ஆயிற்று?' என்று ஆயனர் கோபக்குரலில் கூறினார்.

'ஓ! மகா ஸ்தபதியே! என்னை அவ்வளவு நீச குணமுள்ளவன் என்று ஏன் தாங்கள் கருதவேண்டும்? பல்லவ குலம், கடல் தந்த குழந்தையிலிருந்து தோன்றியதாயிற்றே? இப்போது அந்த வம்சத்துக்கு ஆபத்து வந்திருக்கும் சமயத்தில் அந்தக் கடல் அடைக்கலம் தராதா என்று சொன்னேன். கடலில் அடைக்கலம் என்றால் கடலில் முழுகிவிடுதல் என்றுதான் பொருளா? கப்பல் ஏறி இலங்கைக்குப் போய்த் தப்பலாமல்லவா? ஆனால், அதற்கும் ஓர் ஆபத்து இருக்கிறது. இலங்கையில் இப்போதுள்ள அரசன் மகேந்திர பல்லவரின் அருமைச் சிநேகிதன்தான். ஆனால், அவனை இலங்கைச் சிம்மாசனத்திலிருந்து தள்ளிவிட ஒரு பெருங்கலகம் அங்கே நடக்கிறதாம். பாவம்! பல்லவர்களுக்கு வந்திருக்கும் கஷ்ட காலம் அவர்களுடைய சிநேகிதர்களைக்கூடப் பீடிக்கிறதே' என்று கூறிவிட்டுப் புத்த பிக்ஷு ஒரு கோரச் சிரிப்புச் சிரித்தார்.

ஆயனர் அப்போதும் விட்டுக்கொடுக்காமல், ‘எதற்காக மகேந்திர பல்லவர் இலங்கைக்கு ஓட வேண்டும்? காஞ்சிக் கோட்டை இருக்கிறதல்லவா?’ என்றார்.

‘ஆமாம்; காஞ்சிக் கோட்டை இருக்கிறது. அதில் எட்டு மாதத்துக்கு முன்பு பயங்கொள்ளிப் பல்லவன் ஒளிந்து கொண்டதுபோல் இப்போது அவனுடைய தந்தையும் ஒளிந்து கொள்ளலாம். வாதாபிப் படை வழி தங்காமல் வந்திருந்தால் கோட்டை ஒரு நொடியில் தகர்ந்து போயிருக்கும். இப்போது கோட்டை பலப்பட்டுவிட்டது. ஆகையால், சில காலம் கோட்டைக்குள் பத்திரமாயிருக்கலாம். வாதாபிப் படை ஆறு மாதமாக வட பெண்ணைக் கரையில் என்ன செய்து கொண்டிருந்தது என்றுதான் தெரிய வில்லை!’ என்றார் புத்த பிக்ஷு.

இந்த வார்த்தைகள் எல்லாம் சிவகாமியின் செவிகளில் புண்ணில் கோல் இடுவதுபோல் விழுந்தன.

‘கடவுளே! நாக்கிலே விஷமுள்ள இந்த நாகநந்தியின் கர்வத்தை அடக்க மாட்டாயா?’ என்று வேண்டிக்கொண்டாள்.

புத்த பிக்ஷுவின் விஷயத்தில் சிவகாமியின் மனநிலை சஞ்சலமுள்ளதா யிருந்தது. அவரிடம் காரணமில்லாத அருவருப்பும் இன்னதென்று தெரியாத பயமும் அவள் மனத்தின் ஆழத்தில் குடிகொண்டிருந்தன. மாமல்லரைப் பற்றி அவர் கூறிய செய்திகளைக் கேட்டபின் அவரிடம் அவளுடைய அருவருப்பு அதிகமாயிற்று.

இன்னொரு பக்கம் புத்த பிக்ஷுவின் விசாலமான உலக அனுபவமும், ஆழ்ந்த கலைஞானமும் அவரிடம் அவளுக்குப் பக்தியையும் மரியாதை யையும் உண்டு பண்ணியிருந்தன. மேலும், தூர தூர தேசங்களெல்லாம் சென்று அங்கங்கே மகாசபைகளில் நாட்டியம் ஆடி, ‘பரத கண்டத்தின் ஒப்பற்ற நடன ராணி’ என்று பெயரும் புகழும் பெறுவதுபற்றிப் பிக்ஷு அடிக்கடி கூறி அவளுடைய உள்ளத்தில் திக்விஜய பகற் கனவுகளை உண்டு பண்ணியிருந்தார். அதெல்லாம் அவருடைய உதவியினாலேதான் சாத்திய மாகக்கூடும் என்பதும் உலகமறியாத சாதுவான தன் தந்தையினால் ஆகாது என்பதும் அவளுக்குத் தெரிந்திருந்தன. எனவே புத்த பிக்ஷுவிடம் தன் மனத்தில் குடிகொண்டிருந்த அருவருப்பைப் போக்கிக்கொண்டு அவரிடம் சிநேகபாவத்தை வளர்த்துக் கொள்ளவேண்டுமென்று அவள் முடிவு செய் திருந்தாள்.

ஆனாலும், புத்த பிக்ஷு பல்லவ குலத்தைப் பற்றியும் மாமல்லரைப் பற்றியும் அடிக்கடி கூறிய வசைமொழிகள் அவளுடைய சிநேக முயற்சிக்குக் குறுக்கே நின்று அருவருப்பை வளர்த்து வந்தன.

வாதாபிப் படை வடபெண்ணைக் கரையில் ஆறு மாதமாக இருந்ததுபற்றிப் புத்த பிக்ஷு குறிப்பிட்டதும் சிவகாமி ஆத்திரமான குரலில், ‘சுவாமி! வட பெண்ணைக்குப் போய் வாதாபிப் படைகளை நீங்களே கையைப் பிடித்து

அழைத்துக்கொண்டு வந்து விடுவீர்கள் போலிருக்கிறதே! பல்லவ குலத்தின் மேல் உங்களுக்கு என்ன அவ்வளவு கோபம்?' என்று கேட்டாள்.

பிக்ஷு சாந்தமான குரலில், 'பல்லவ குலத்தின் மேல் எனக்கு என்னத்திற்கு அம்மா கோபம்? அவர்களுடைய கையாலாகாத்தனத்தினால் இப்போது நாம் நினைத்து வந்தபடி பிரயாணம் செய்ய முடியாமலிருக்கிறதே என்றுதான் வருத்தமாயிருக்கிறது. சிதம்பரத்துக்குப்போய் அங்கிருந்து கீழைச் சோழ நாட்டு ஸ்தலங்களைத் தரிசனம் செய்து கொண்டு நாகப்பட்டினத்தில் நடக்கப் போகும் மகா புத்த சங்கத்துக்கு உங்களை அழைத்துப் போவதாகச் சொன்னேனல்லவா? இப்போது பாண்டிய சைனியம் கீழைச் சோழ நாட்டில் படையெடுத்து வருவதாகத் தெரிகிறது. இப்படிப்பட்ட சமயத்தில் நாம் சோழ நாட்டுக்குப் போவது உசிதமா என்றுதான் யோசிக்கிறேன்' என்று கூறினார்.

'பின்னே, நாம் என்னதான் செய்யலாம் என்று நீங்கள் நினைக்கிறீர்கள்?' என்று ஆயனர் கேட்டார்.

'கெடில நதிக்கரையில் ஒரு அமைதியான இடம் இருக்கிறது. தங்களுடைய சிற்பவேலைகளை நடத்துவதற்கும் அங்கே நிறைய வசதி உண்டு. குன்றுகளும் பாறைகளும் ஏராளமாய் இருக்கின்றன. இந்த யுத்தக் குழப்பமெல்லாம் முடியும் வரையில் நீங்கள் அங்கே இருக்கலாமென்று நினைக்கிறேன்' என்றார் பிக்ஷு.

பிக்ஷுவிடம் வரவரச் சந்தேகம் அதிகம் கொண்டுவந்த ஆயனர், 'போகப் போகப் பார்த்துக் கொள்ளலாம், சுவாமி!' என்றார்.

இப்படியெல்லாம் அவர்களுக்குள் இரண்டு தினங்களாகச் சம்பாஷணை நடந்திருந்தபடியால், எதிரே படைவரும் சத்தம் கேட்டதும் ஒருவேளை படையெடுத்து வரும் பாண்டிய சைனியந்தானோ அது என்று ஆயனரும் சிவகாமியும் ஐயுற்றார்கள். ஆனால் முன்னணியில் பறந்த கொடியில் ரிஷபத்தைப் பார்த்ததும் பல்லவர் படை என்று எல்லாருக்கும் தெரிந்துவிட்டது. படை வீரர்கள் எழுப்பிய கோஷங்கள் இதை உறுதிப்படுத்தின.

'வாதாபி அழிக!'

'தலைக்காடு வாழ்க!'

'புலிகேசிக்கு நாசம்!'

'துர்விநீதனுக்குத் துர்மரணம்!' என்னும் கோஷங்களையும்,

'காஞ்சி வாழ்க!'

'மகேந்திர பல்லவர் வாழ்க!'

'மாமல்லரின் வீரத் தோள் வெல்க!' என்னும் முழக்கங்களையும் மாற்றி மாற்றி அந்த வீரர்கள் எழுப்பிக்கொண்டு கம்பீரமாக நடந்தார்கள்.

இந்தக் குரல் ஒலிகளுக்கு இடை இடையே பேரிகை முதலிய யுத்த வாத்தியங்கள் எட்டுத் திக்கும் எதிரொலி எழும்படி ஆர்த்தன.

மேற்படி கோஷங்கள் எழுந்தபோது மரத்தின் பின்னால் மறைந்திருந்த நாகநந்தியடிகளின் முகத்தை யாரும் பார்க்கவில்லை. பார்த்திருந்தால், படமெடுத்து ஆடும் நாக சர்ப்பத்தின் தீக்ஷண்யமான கண்களிலிருந்து தீப்பொறி கிளம்புவதுபோல் அவருடைய கண்களிலிருந்தும் பொறி கிளம்பிக் கொண்டிருந்ததைக் கவனித்திருக்கலாம்.

படை சின்னப் படைதான்; நாற்பது ஐம்பது குதிரைகளும் இரண்டாயிரம் காலாட்களும் இருக்கலாம். எனவே, அரை நாழிகைக்குள் நமது பிரயாணிகள் நின்றிருந்த இடத்தைத் தாண்டி படை சென்றுவிட்டது.

சற்று முன் கலகலப்பாக இருந்த சாலையில் நிசப்தம் குடிகொண்டது. பெரிய நகரத்திலிருந்து திடீரென்று நிர்மானுஷ்யமான காட்டுக்குள் வந்துவிட்டது போல் தோன்றியது.

படை வீரர்கள் எழுப்பிய கோஷங்களில் 'மாமல்லர் வாழ்க!' 'மாமல்லரின் வீரத் தோள் வெல்க!' என்னும் கோஷங்கள் சிவகாமியின் உள்ளத்தில் பெருங்கிளர்ச்சியை உண்டு பண்ணியிருந்தன. மாமல்லர் பயங்கொள்ளியாயிருந்தால் பல்லவ வீரர்கள் அவரைப்பற்றி இம்மாதிரி வீர கோஷங்களைச் சொல்வார்களா?

'ஆயனரே போகலாமா? அசோகபுரம் இன்னும் ஒரு நாழிகை தூரம் இருக்கிறது!' என்று நாகநந்தியின் குரல் கேட்டது.

'ஆகா! போகலாமே! சிவகாமி! வண்டியில் ஏறிக்கொள், அத்தையையும் ஏறச்சொல்' என்றார் ஆயனர்.

சிவகாமி வண்டியில் ஏறாமலே, 'அப்பா! இந்தப் படை வீரர்கள் எங்கே போகிறார்கள்?' என்று கேட்டாள்.

'எனக்குத் தெரியவில்லை, அம்மா! பார்த்தால், யுத்தத்துக்குப் போகும் படையாகத் தோன்றுகிறது. அந்த வீரர்கள் செய்த யுத்த கோஷங்களைக் கேட்டபோது எனக்குக்கூடக் கல்லுளியைப் போட்டு விட்டுக் கத்தியை எடுத்துக் கொள்ளவேண்டுமென்று தோன்றியது. எதற்காக இப்படிப் பயந்து ஊரைவிட்டு ஓடுகிறோம் என்று வெட்கமாயிருக்கிறது' என்றார் ஆயனர்.

'ஆயனரே! இத்தகைய சஞ்சலம் உமக்கு எப்போது வந்தது? சற்று முன்னால் அஹிம்சா மூர்த்தியான புத்த பகவானிடம் உமது அபார பக்தியைத் தெரிவித்துக் கொண்டீரே?' என்றார் புத்த பிக்ஷு.

அந்தச் சமயத்தில் சாலையில் படை மறைந்த திக்கிலிருந்து ஒரு தனிக்குதிரை வரும் சத்தம் 'டக்டக்' டக்டக்' என்று கேட்டது. வர வர அது சமீபித்து வந்தது.

வருகிறது யார் என்று தெரிந்துகொள்வதில் அவர்கள் எல்லாருக்குமே ஆவல் இருந்தபடியால் நின்ற இடத்திலேயே நின்றார்கள்.

குதிரை அவர்களுடைய அருகில் வந்தது. குதிரையின் மேல் இருந்தது இன்னார் என்று தெரிய வந்தபோது ஆயனருக்கும் சிவகாமிக்கும் உண்டான வியப்புக்கு அளவேயில்லை.

ஏனெனில், குதிரைமேல் இருந்தவன், அவர்களுடைய அரண்ய வீட்டிற்குப் பரஞ்சோதி வந்த தினத்தில் அவர்களிடம் சொல்லிக் கொள்ளாமலே மாய மாய் மறைந்த குண்டோதரன்தான்.

'குருவே! நான் என்ன தவறு செய்தேன்! என்னை இப்படி அநாதையாய்க் கைவிட்டு விட்டுச் சொல்லாமல் புறப்பட்டு வந்து விட்டீர்களே!' என்று அலறினான் குண்டோதரன்.

20.குண்டோதரன் கதை

குண்டோதரன் குதிரையிலிருந்து குதித்து இறங்கி வந்து, சாலையில் நின்ற ஆயனரின் பாதங்களில் சாஷ்டாங்கமாக நமஸ்கரித்தான். பின்னர், எழுந்து நின்று, 'ஐயா! என்னை ஆசிர்வாதம் செய்யுங்கள். தங்களுடைய திரு வருளினால்தான் நான் உங்களை தேடிக் கண்டுபிடித்தேன்' என்று சொன்னான்.

'ரொம்பவும் சந்தோஷம், குண்டோதரா! நீ தேடிக்கொண்டு வந்து சேர்ந்ததில் எனக்கு வெகு சந்தோஷம். ஆனால் உன்னைக் கைவிட்டு விட்டு நாங்கள் வந்துவிட வில்லையே? நீ அல்லவா திடீரென்று எங்களைக் கைவிட்டு விட்டு மாயமாய் மறைந்து விட்டாய்?... எங்கே அப்பா போயிருந்தாய்?' என்று ஆயனர் கேட்க, குண்டோதரன், 'குருவே! நான் என்ன செய்வேன்! காஞ்சியிலிருந்து அன்றைக்கு ரதம் ஓட்டிக்கொண்டு கண்ணபிரான் வந்தானல்லவா? அவன் ஒரு சமாசாரம் சொன்னான். என் பாட்டி எனக்குக் கல்யாணம் பண்ணி வைப்பதற்காகப் பெண் பார்த்து வைத் திருக்கிறாள் என்றும், உடனே வரச் சொன்னாள் என்றும் தெரிவித்தான். அப்புறம் காரியம் மிஞ்சிவிடப் போகிறது என்று உடனே போய் பாட்டியிடம் கல்யாணம் வேண்டாம் என்று சொல்லிவிட்டு வருவதற்காகக் காஞ்சிக்கு ஓடினேன். உங்களிடம் சொல்லிக்கொண்டு போகலாமென்று பார்த்தால், வீட்டில் உங்கள் இரண்டு பேரையும் காணவில்லை. ஒருவேளை தாமரைக் குளக்கரையில் இருப்பீர்களோ என்று ஓடிப்போய்ப் பார்த்தால், அங்கேயும் உங்களைக் காணவில்லை. இந்தப் புத்த பிக்ஷுதான் தாமரைக் குளக்கரையில் நின்று கொண்டிருந்தார்...' என்று சொல்லிக் குண்டோதரன் நாகநந்தியடிகளை ஏறிட்டுப் பார்த்தான்.

'என்னைச் சொல்கிறாயா, தம்பி? இந்தப் பல்லவ சாம்ராஜ்யத்தில் உள்ள புத்த பிக்ஷு நான் ஒருவன்தானா? வேறு யாரையாவது பார்த்திருப்பாய்!' என்றார் நாகநந்தி அடிகள்.

'இல்லை, சுவாமி, இல்லை! தங்களைத்தான் பார்த்தேன். கையிலே ஏழெட்டு ஓலைச்சுருள்களை வைத்துக்கொண்டு, ஒரு ஓலையைப் படித்துக்

கொண்டிருந்தீர்கள். நாகப்பாம்பு சீறுவதைப்போல் சீறிக் கொண்டிருந் தீர்கள்...'

சிவகாமியின் மனத்தில் அப்போது சுறுக்கென்றது. மரப் பொந்திலே அவள் வைத்திருந்த மாமல்லரின் ஓலைகள் காணாமற்போனது அவளுக்கு நினைவு வந்தது.

அப்போது நாகநந்தி, 'என்ன அப்பா உளறுகிறாய்? நானாவது தாமரைக் குளக்கரையில் நின்று ஓலை படிக்கவாவது?' என்றார்.

ஆயனரும், 'வேறு யாராவது இருக்கும் குண்டோதரா! அப்புறம் உன் கதையைச் சொல்!' என்றார்.

'இல்லை, குருவே! இவரையேதான் பார்த்தேன். இவருடைய முகத்தையும் இவர் சீறுவதையும் பார்த்ததும் எனக்கு என்ன தோன்றிற்று தெரியுமா? ஆ! அதைச் சொல்லக்கூடாது. சொன்னால், பிக்ஷுவுக்குக் கோபம் வரும். கோபம் வந்து என்னைக் கடித்தாலும் கடித்து விடுவார்!' என்றான்.

நாகநந்தியின் கண்களில் தீப்பொறி பறந்தது. ஆயனரோ நிலைமை விரஸமாய்ப் போய்க் கொண்டிருப்பதை உணர்ந்து, 'பாருங்கள் சுவாமி! இப்பேர்ப்பட்ட புத்திசாலி சிஷ்யனை வைத்துக்கொண்டு என்ன சிற்ப வேலையைச் செய்வது? அதனால்தான் எட்டு மாதமாக நான் ஒன்றும் செய்யவில்லை. போகட்டும் குண்டோதரா! அப்புறம் உன் கதையைச் சொல்லு! உன் பாட்டி பேசிவைத்த பெண்ணின் கதி என்ன?' என்றார்.

'குருவே! பாட்டியிடம் கண்டிப்பாய்ச் சொல்லி விட்டேன். 'பாட்டி, பாட்டி! நம்முடைய மகேந்திர சக்கரவர்த்தியின் குமாரர் மாமல்லர் எத்தனை எத்தனையோ ராஜாக்கள் பெண் கொடுப்பதாக வந்தும் இன்னும் கலியாணம் பண்ணிக் கொள்ளாமல் பிரம்மச்சாரியாயிருக்கிறார். என் குருநாதருடைய செல்வப் புதல்வி சிவகாமிக்கு இன்னும் கலியாணமாக வில்லை. அவர்கள் எல்லாம் அப்படி இருக்கும்போது எனக்கு மட்டும் கலியாணம் என்னத்திற்கு, பாட்டி? நீ வேணுமானால் கலியாணம் பண்ணிக் கொள். நான் கிட்ட இருந்து நடத்துகிறேன்' என்று சொன்னேன்....'

குண்டோதரன் இவ்வாறு கூறியதும், எல்லாரும் கொல்லென்று சிரித்து விட்டார்கள். சிவகாமியின் அத்தையும்கூடச் சிரித்து விட்டு, 'என்னத் திற்காகச் சிரிக்கிறீர்கள்?' என்று சிவகாமியைக் கேட்டாள்.

'குண்டோதரனுக்குக் கலியாணமாம்!' என்றாள் சிவகாமி.

ஆயனர், 'சரி தம்பி! நாங்கள் இங்கே கிளம்பி வந்தது உனக்கு எப்படித் தெரிந்தது?' என்று கேட்டார்.

குண்டோதரன் சொல்கிறான்: 'குருவே! பாட்டியிடம் அவசரமாகச் சொல்லி விட்டு ஓட்டம் ஓட்டமாய் நமது வீட்டுக்கு வந்து பார்த்தால், வீடு பூட்டிக் கிடந்தது! நம்முடைய குருநாதரே நம்மைக் கைவிட்டு விட்டார். இனிமேல் கடவுள்தான் நமக்குத் துணை என்று தீர்மானித்து அப்படியே மரத்தடியில் படுத்துத் தூங்கிப் போய்விட்டேன். 'அப்போது பாருங்கள்! கடவுளே

பார்த்து அனுப்பியதுபோல் நமது குமார சக்கரவர்த்தியும் புதிய தளபதி பரஞ்சோதியாரும் அங்கே வந்து சேர்ந்தார்கள்!'

'யார் வந்தது!' என்று ஆயனர், சிவகாமி இரண்டு பேரும் ஏக காலத்தில் கேட்டார்கள்.

'மாமல்லரும் தளபதி பரஞ்சோதியாரும் வந்தார்கள். குதிரை மேல் வந்தார்கள்! ஆகா! குதிரை என்றால், அதுவல்லவா குதிரை...'

'அப்புறம்!' என்றார் ஆயனர்.

'அவர்களுக்குப் பின்னால் இன்னும் பல குதிரை வீரர்கள் வந்தார்கள். கண்ணபிரான் ரதம் ஓட்டிக்கொண்டு வந்தான்.

'சரி, அப்புறம் என்ன நடந்தது?' என்றார் ஆயனர்.

மாமல்லர் வந்தார் என்று கேட்டதும் சிவகாமிக்குத் தலை சுற்றியது, தேகமெல்லாம் நடுங்கியது. என்னவெல்லாமோ கேட்க வேண்டுமென்று உள்ளம் துடித்தது, உதடுகளும் துடித்தன.

எனினும், 'யார் வந்தது?' என்று கேட்டதற்குப் பிறகு அவளுடைய வாயிலிருந்து வார்த்தை எதுவும் வரவில்லை. ஆனால், விஷயத்தைச் சொல்லாமல் குண்டோதரன் என்னவெல்லாமோ சொல்லிக் கொண்டிருந்ததில் அவளுக்குக் கோபமாய் வந்தது.

குண்டோதரன் சொல்கிறான்: 'குருவே! வீடு பூட்டிக் கிடந்ததைக் கண்டதும் எனக்கு எவ்வளவு கோபம் வந்ததோ அதைவிட மூன்று மடங்கு கோபம் நமது குமார சக்கரவர்த்திக்கு வந்துவிட்டது. மாமல்லர் குதிரையைத் திருப்பிவிட்டுக்கொண்டு போன வேகத்தைப் பார்க்கவேண்டுமே? அடே அப்பா! நமது குமார சக்கரவர்த்திக்கு இவ்வளவு மூக்குக்கு மேல் கோபம் வரும் என்பது எனக்குத் தெரியவே தெரியாது. குமார சக்கரவர்த்தியின் குதிரை திரும்பியதும், மற்றக் குதிரைகள் சட சடவென்று திரும்புவதற்குப் பட்டபாட்டைப் பார்க்க வேண்டுமே... என்ன அவசரம்? என்ன தடபுடல்?.. நான் கண்ணைக் கசக்கிக்கொண்டு எழுந்து மரத்தின் பின்னாலிருந்து வெளியே வருவதற்குள்ளே அவ்வளவு குதிரைகளும் காற்றாய்ப் பறந்து மறைந்து போய் விட்டன...'

சிவகாமியின் உள்ளத்தில் அப்போது மகிழ்ச்சி, பயம், கோபம், கவலை முதலிய உணர்ச்சிகள் ததும்பி, புயற்காற்று அடிக்கும்போது சமுத்திரம் கலங்குவது போல் கலங்கச் செய்து கொண்டிருந்தன. மாமல்லர் தன்னைத் தேடி வந்தார் என்பதில் மகிழ்ச்சி; அவருக்கு வந்த கோபத்தைக் கேட்டதில் பயம்; அவர் வருவதற்கு முன்னால் கிளம்பும்படி செய்த நாகநந்தியின் மேல் கோபம்; செய்த தவறை எப்படித் திருத்துவது என்பது பற்றிக் கவலை - இப்படிப்பட்ட பலவகை உணர்ச்சிகளுக்கிடையே ஒரே ஒரு விஷயத்தைத் தெரிந்து கொள்ள அவளுக்கு ஆவல் துடிதுடித்தது.

ஒருவாறு நெஞ்சை உறுதிப்படுத்திக்கொண்டு, 'அப்பா! குண்டோதரன் சொல்வது எனக்கு நிஜமாகத் தோன்றவில்லை. குமார சக்கரவர்த்தியாவது,

நம் வீட்டுக்கு வரவாவது? அவர்தான் யுத்தத்துக்குப் பயந்துகொண்டு கோட்டையில் ஒளிந்து கொண்டிருந்தாரே!' என்றாள்.

ஆயனர் அதற்கு மறுமொழி சொல்லத் தெரியாதவராய் குண்டோதரனைப் பார்க்க, அவன், 'குருவே! இப்படிப்பட்ட நாராசமான வார்த்தைகள் சிவகாமி அம்மையின் வாயில் இருந்துதானா உண்மையில் வெளிவந்தன? வீராதி வீரரான மகாமல்லவராவது, யுத்தத்துக்குப் பயந்து கோட்டையில் ஒளிந்துகொண்டிருக்கவாவது? இப்பேர்ப்பட்ட கொடிய அவதூறை எந்தப் பாவி சிவகாமி அம்மையின் காதில் போட்டது? சக்கரவர்த்தியின் கட்டளைக்காக அல்லவா மாமல்லர் இத்தனை நாளும் கோட்டைக்குள்ளே இருந்தார். சக்கரவர்த்தியின் ஆக்ஞை வந்தவுடனே மாமல்லர் நேரே போர்க் களத்துக்கல்லவா புறப்பட்டுப் போகிறார்!'

'போர்க்களத்துக்கா? எந்தப் போர்க்களத்துக்கு?' என்று ஆயனர் கேட்க, 'தெரியாதா, குருவே? நாடு நகரமெல்லாம் அறிந்த விஷயமாயிற்றே? மகேந்திர சக்கரவர்த்தி வடபெண்ணைக் கரையில் முடக்கப்பட்டிருக்கும் தைரியத்தினால், கங்க நாட்டுத் துர்விநீதன் காஞ்சியின் மேல் படையெடுத்து வரும் செய்தி தங்களுக்குத் தெரியாதா? அவனையும் அவனுடைய படையையும் எதிர்த்துத் துவம்ஸம் செய்வதற்குத்தான் மாமல்லர் திருக் கழுக்குன்றத்திலிருந்து நமது தற்காப்புப் படையுடன் போயிருக்கிறார். சற்று முன்னால், இந்தச் சாலையில் ஒரு படை போயிற்றே, நீங்கள் பார்க்க வில்லையா? அந்தப் படை தென் பெண்ணைக் கரையிலேயே காவலுக்கு இருந்த படை; போர்க்களத்திற்குப் போகும் மாமல்லருடனே சேர்ந்து கொள்ளத்தான் போகிறது. இதையெல்லாம் நீங்கள் தெரிந்து கொள்ள வில்லையா?' என்றான் குண்டோதரன்.

வெகு சாதுவாகவும், பேசவே தெரியாத மந்தனாகவும் இத்தனை நாளும் தோன்றிய குண்டோதரன் இப்போது இவ்வளவு வாசாலகனாய் மாறி யிருந்தது ஆயனருக்கு ஒரே ஆச்சரியத்தை அளித்தது. அவனிடம் இன்னும் ஏதோ அவர் கேட்கப் போனார். அந்தச் சமயம், நாகநந்தி கலக்கமடைந்த குரலில், 'ஆயனரே! நன்றாய் இருட்டி விட்டதே? மிச்ச வழியையும் கடந்து இரவு தங்குவதற்கு அசோகபுரிக்குப் போய்விடவேண்டாமா! குண்டோ தரன் நம்முடன் வருகிறானே, எல்லா விவரங்களும் சாவகாசமாய் அவ னிடம் கேட்டுக் கொண்டால் போகிறது!' என்றார்.

உண்மையிலேயே அப்போது நன்றாய் இருட்டிவிட்டிருந்தபடியால், நாகநந்தியின் முகத்தை யாரும் நன்றாய்ப் பார்க்க முடியவில்லை. பார்க்க முடிந்திருந்தால், அந்தக் கோரமான முகம் அப்போது இன்னும் எவ்வளவு சர்வ கோரமாயிருக்கிறதென்று அறிந்து பயந்து போயிருப்பார்கள்.

ஆயனர் சிவகாமியைப் பார்த்து 'குழந்தாய்! அடிகள் கூறுவது உண்மைதான்; வண்டியில் ஏறிக்கொள்! குண்டோதரனிடம் எல்லாம் பிறகு விவரமாய்க் கேட்கலாம்' என்றார்.

சிவகாமியின் உள்ளத்தில் குண்டோதரனைக் கேட்பதற்கு எத்தனையோ கேள்விகள் தோன்றிக் கொண்டிருந்தன. ஆனால் எல்லாவற்றிற்கும் மேலாக

அவள் ஒரு கேள்வி கேட்க விரும்பினாள். அதாவது, குண்டோதரனுக்குக் குதிரை எப்படிக் கிடைத்தது? ஒருவேளை குமார சக்கரவர்த்தியின் கோபம் தணிந்து தங்களைப் போய்த் திருப்பி அழைத்து வருவதற்காக அவர்தான் குண்டோதரனுக்குக் குதிரை கொடுத்து அனுப்பியிருக்கிறாரோ என்று அவள் மனத்திற்குள்ளே ஒரு சபல நினைவு தோன்றியது.

எனவே 'அப்பா! அத்தை வண்டியில் ஏறிக் கொள்ளட்டும். நான் சற்று நேரம் உங்களுடன் நடந்து வருகிறேன்' என்றாள்.

21.குதிரை கிடைத்த விதம்

அத்தை வண்டியில் ஏறிக்கொண்டதும் வண்டி புறப்பட்டது. மற்றவர்கள் பின்னால் நடந்து சென்றார்கள். குண்டோதரனும் தன் குதிரையின் தலைக் கயிற்றைப் பிடித்து நடத்திக்கொண்டு வந்தான்.

'அப்பா! குண்டோதரனுக்குக் குதிரை எப்படிக் கிடைத்தது? அதைச் சொல்லும்படி கேளுங்கள்!' என்றாள் சிவகாமி.

'குண்டோதரனுக்குக் குதிரை ஏறத் தெரியும் என்றே எனக்குத் தெரியாது, அம்மா! குண்டோதரா, நீ எப்போது குதிரை ஏற்றம் கற்றுக்கொண்டாய்?' என்று கேட்டார் ஆயனர்.

'குருவே! உலகத்தைத் துறந்து காவித் துணி புனைந்த புத்த பிக்ஷுக்கள்கூட இந்த நாளில் குதிரை ஏறுகிறார்களே! இந்தக் குதிரைகூட ஒரு இளம் புத்த பிக்ஷு ஏறிக்கொண்டு வந்ததுதான். குருவே! அந்த இளம் பிக்ஷுவை ஏரியிலே தள்ளிவிட்டு நான் குதிரை மேல் ஏறி வந்துவிட்டேன்!' என்று குண்டோதரன் கூறிக் கலகலவென்று சிரித்தான்.

குண்டோதரன் சொல்லுவதெல்லாம் நாகநந்திக்குக் கோபம் மூட்டுவதாயிருப்பதைக் கண்ட ஆயனர், 'குண்டோதரா! இது என்ன? என் சிஷ்யன் என்று பெயர் வைத்துக்கொண்டு இப்படியெல்லாம் செய்யலாமா? கொஞ்சமும் நன்றாயில்லையே?' என்றார்.

சிவகாமி 'அப்பா! குண்டோதரன் அப்படியெல்லாம் ஒன்றும் செய்திருக்க மாட்டான், வேடிக்கைக்காகச் சொல்கிறான்' என்றாள்.

'இல்லை, இல்லை! நிச்சயமாகத்தான் சொல்கிறேன். இங்கேயிருந்து இரண்டு காத தூரத்தில் சாலை ஓரமாக ஒரு ஏரி இருக்கிறதே, நீங்கள் பார்க்கவில்லையா? அந்த ஏரியிலேதான் அந்த இளம் பிக்ஷுவைத் தள்ளினேன்' என்றான் குண்டோதரன்.

நாகநந்தி பெரிதும் கலக்கமடைந்த குரலில் ஆயனருக்கு மட்டும் கேட்கும்படியாக, 'சிற்பியாரே! என்ன நடந்தது என்று விவரமாய்க் கேளுங்கள்!' என்றார்.

ஆயனர் அவ்விதமே விவரமாய்ச் சொல்லும்படி கேட்டதன் மேல் குண்டோ தரன் சொன்னான்: 'உங்களை வீட்டில் காணாமல், 'அடடா! நம்முடைய குரு இப்படி நம்மைக் கைவிட்டு விட்டுப் போய்விட்டாரே!' என்று நான் கவலையுடன் மரத்தடியில் படுத்துத் தூங்கிக்கொண்டிருந்தேன். பல குதிரைகள் வரும் சத்தம் கேட்டு விழித்துக்கொண்டு மரத்தடியில் மறைவிலிருந்தபடி பார்த்தேன். வந்தவர்கள் அனைவரும் அவசரமாய்த் திரும்பிப் போய் விட்டார்கள், 'அடடா! இவ்வளவு குதிரைகளில் நமக்கு ஒரு குதிரை கிடைத்தால் நமது குருவைப் போய்ப் பிடித்து விடலாமே? கால்நடையாகப் போய்ப் பிடிக்க முடியுமா?' என்று நான் கவலைப்பட்டுக் கொண்டு உட்கார்ந்திருக்கையில், ஒரு இளம் புத்த பிக்ஷு சற்று தூரத்தி லிருந்த இன்னொரு மரத்தடியின் மறைவிலிருந்து வெளியே வந்தார். அந்த வீட்டுக்கு நாகநந்தி அடிகள் வந்திருந்தாரா என்று என்னைக் கேட்டார். அப்போது தாமரைக் குளக்கரையில் இந்த அடிகளைப் பார்த்த நினைவு எனக்கு வந்தது. 'அவர் பெயர் என்னவோ எனக்குத் தெரியாது. ஒரு பிக்ஷுவைத் தாமரைக் குளக்கரையில் கண்டேன்' என்றேன். இளம் பிக்ஷு சற்று யோசித்து விட்டுக் கிளம்பினார். வழித்துணை கிடைத்தது என்ற சந்தோஷத்துடன் நானும் அவருடன் கிளம்பினேன். ஆனால் அந்த இளம் பிக்ஷு என்னை ஏமாற்றிவிட்டார். கொஞ்ச தூரம் போனதும் காட்டின் மறைவில் கட்டியிருந்த இந்தக் குதிரைமேல் ஏறிக்கொண்டு என்னிடம் சொல்லிக் கொள்ளக்கூடச் செய்யாமல் வேகமாகப் போய்விட்டார். ஆகா! யாரை நம்பினாலும் நம்பலாம்; புத்த பிக்ஷுக்களை மட்டும் நம்பக்கூடாது! இதோ நம்முடன் வரும் அடிகள் நீங்கலாகச் சொல்கிறேன்' என்றான் குண்டோதரன்.

ஆயனர், 'குண்டோதரா! பெரியோர்களாகிய புத்த பிக்ஷுக்களைப்பற்றித் தூஷணை சொல்லாதே! பிறகு நீ என்ன செய்தாய் என்று சொல்லு!' என்றார்.

'நானா? நான் என்ன செய்வது, குருவே! 'நமக்குக் குதிரை இல்லாமற் போனால் போகட்டும்; கடவுள் கொடுத்த இரண்டு கால்கள் இருக்கிற தல்லவா?' என்று எண்ணிக்கொண்டு கிளம்பினேன். இரண்டு நாள் பிரயாணம் செய்ததில் கால் வலி கண்டு இன்று மத்தியானம் ஏறிக் கரையில் சாலை ஓரமாக உட்கார்ந்து கொண்டிருந்தேன். அப்போது பாருங்கள், அதே இளம் பிக்ஷு குதிரை மேல் வந்தார். 'அடிகளே! இதென்ன, எனக்கு முன்னால் கிளம்பினீர்கள். பின்னால் வருகிறீர்களே!' என்று கேட்டேன். என்னைப் பார்த்ததில் அவருக்கு அதிக ஆச்சரியமாய்ப் போய்விட்டது. 'ஆமாம், அப்பா! இந்தக் காலத்தில் கால்நடைப் பிரயாணத்தை விடக் குதிரைப் பிரயாணம்தான் அதிக ஆபத்தாயிருக்கிறது. பல்லவ ராஜாங்கம் தான் தரித்திரம் பிடித்த ராஜாங்கமாயிருக்கிறதே? எங்கேயாவது குதிரையைக் கண்டால் யுத்தத்துக்கு வேண்டுமென்று கைப்பற்றிக் கொள் கிறார்களாமே? அதற்காகப் பயந்து பயந்து வரவேண்டியதாயிருந்தது!' என்றார். அப்புறம் பிக்ஷு குதிரை மேலும் நான் கால்நடையாகவும் கொஞ் சதூரம் வந்தோம். அப்போது பிக்ஷு அடிக்கடி 'தாகமாயிருக்கிறது' 'தாகமாயிருக்கிறது' என்று சொல்லிக்கொண்டே வந்தார். அவர் மேல்

எனக்கு மிகவும் பரிதாபம் உண்டாகி விட்டது. 'அடிகளே! இந்தத் திவ்யமான ஏரியில் தண்ணீர் குடித்துத் தாகம் தணித்துக் கொள்ளுங்களேன்!' என்று சொல்லி அவரைக் குதிரை மேலிருந்து ஒரு தள்ளுத் தள்ளினேன். பிக்ஷு ஏரியில் விழுந்தார். அடடா! என்ன ஆனந்தமாக அவர் ஏரித் தண்ணீர் குடித்தார் தெரியுமா...'

இதைக்கேட்ட சிவகாமியினால் சிரிக்காமல் இருக்க முடியவில்லை. ஆயனர், 'அம்மா, இதென்ன அசந்தர்ப்பமான சிரிப்பு?' என்று அதட்டிவிட்டு, 'அடப்பாவி! அப்புறம் என்னடா செய்தாய்?' என்று குண்டோதரனைப் பார்த்துக் கேட்டார்.

'குருவே! புத்த பிக்ஷுவுக்குத் தண்ணீர் கொடுத்துத் தாகத்தைத் தணிப்பது பாவமா?' என்றான் குண்டோதரன்.

'அப்புறம் என்ன செய்தாய், சொல்!' என்று ஆயனர் மிகவும் கடுமையான குரலில் கேட்டார்.

'என்ன செய்தேனா? பிக்ஷுவுக்கு நீந்தத் தெரியாதென்று தெரிந்ததும் கரையிலே கிடந்த அவருடைய மேல் வஸ்திரத்தை எடுத்து அதன் ஒரு முனையைக் கரையிலிருந்த மரத்தின் வேரில் கட்டினேன். இன்னொரு முனையை அவர் பிடித்துக்கொண்டதும், 'பிக்ஷுவே! மெதுவாகக் கரை யேறிவந்து சேருங்கள்! நான் போகிறேன்!' என்றேன். அப்போது அவர், 'ஐயோ! ஓலை! ஓலை!' என்று அலறினார். 'என்ன ஓலை?' என்று கேட்டேன். 'நாகநந்திக்குக் கொண்டுவந்த ஓலை! கரையிலே கிடக்கிறதா, பார்!' என்றார். கரையிலே பார்த்தேன். ஒரு ஓலை கிடந்தது. அதை எடுத்து அவருக்குக் காட்டி, 'ஓலை பத்திரமாயிருக்கிறது கவலை வேண்டாம்' என்று சொல்லி விட்டுக் குதிரை மேல் ஏறிக் கொண்டேன். அவ்வளவுதான்; இங்கே வந்து சேர்ந்தேன்' என்று குண்டோதரன் தன் கதையை முடித்தான்.

குரோதம் நிறைந்த குரலில் நாகநந்தி, 'ஆயனரே! தயவு செய்து உமது சீடனிட மிருந்து ஓலையை வாங்கிக் கொடுங்கள்!' என்றார்.

ஆயனரும் கலக்கத்துடன், 'குண்டோதரா! என் பெயரைக் கெடுக்கவா நீ என் சீடனானாய்? நல்ல காரியம் செய்தாய்! போகட்டும், இவர்தான் நாகநந் தியடிகள். அந்த ஓலையைக் கொண்டு வந்திருக்கிறாயா? இப்படிக் கொடு!' என்றார். 'குருவே! அப்படியா? நான் நினைத்தது நிஜமாய்ப் போயிற்றே? இவர்தானா நாகநந்தியடிகள்! சுவாமி! இதோ ஓலை!' என்று குண்டோதரன் நாகநந்தியடிகளிடம் ஓலையைக் கொடுத்தான். அதை அவர் மௌனமாக வாங்கிக்கொண்டு சாலை மரங்களின் வழியாக வந்து கொண்டிருந்த நிலாக் கிரணங்களின் உதவியினால் படிக்க முயன்றார். ஆனால் படிக்க முடிய வில்லை என்று தெரிந்தது.

பிக்ஷுவின் நடை முன்னைக் காட்டிலும் வேகத்தையடைந்தது. அந்தச் சாலையில் வண்டிச்சத்தத்தையும் குதிரையடிச்சத்தத்தையும் மனிதர்காலடிச் சத்தத்தையும் தவிர மற்றபடி நிசப்தம் குடிகொண்டது. மனிதரின் பேச்சுச் சத்தம் அடியோடு நின்றது.

22.அசோக புரத்தில்

காஞ்சி மாநகரத்திலிருந்து ஏழு காததூரத்தில், தில்லைப்பதிக்குப் போகும் மார்க்கத்தில், அசோகபுரம் என்னும் ஊர் இருந்தது. இந்த ஊரின் மத்தியில் பரத கண்டத்தை ஒரு குடை நிழலில் ஆண்ட சக்கரவர்த்திகளுக்குள்ளே ஒப்புயர்வற்ற தர்ம சக்கரவர்த்தியான அசோகவர்த்தனர் தேசமெங்கும் நிலை நாட்டிய ஸ்தம்பங்களில் ஒன்று கம்பீரமாய் நின்றது.

ஒரு காலத்தில் இந்த அசோக ஸ்தம்பத்தைச் சுற்றியிருந்த புத்த விஹாரங்களில் ஓராயிரம் புத்த பிக்ஷுக்கள் வாசம் செய்தார்கள். புத்த மதத்தைச் சேர்ந்த கிரகஸ்தர்கள் வாழ்ந்த ஆயிரக்கணக்கான வீடுகளும் இருந்தன. மாலை நேரத்தில் புத்த சைத்தியங்களில் பகவான் புத்தருக்கு ஆராதனை நடக்கும்போது தூபங்களிலிருந்து எழும் நறுமணப் புகையானது ஊரெல்லாம் கவிந்திருக்கும். நூற்றுக்கணக்கான பூஜை மணிகள் கணகண வென்று ஒலித்துக்கொண்டிருக்கும். புத்தரின் சந்நிதியில் ஆயிரக்கணக்கான தீபங்கள் ஜொலித்துக் கொண்டிருக்கும். பிக்ஷுக்களும், கிரகஸ்தர்களும் கையில் புஷ்பம் நிறைந்த தட்டுக்களை ஏந்திக்கொண்டு பத்தி பத்தியாய்ச் சைத்தியங்களுக்குப் போய்க்கொண்டிருப்பார்கள்.

அத்தகைய அசோகபுரமானது இப்போது பாழடைந்து நிர்மானுஷ்யமாய்க் கிடந்தது. சைத்தியமும் விஹாரமும் சேர்ந்து அமைந்த ஒரே ஒரு கட்டிடத்திலே மட்டும் ஒரு சிறு தீபத்தின் ஒளி காணப்பட்டது. மற்றக் கட்டிடங்கள் இடிந்து தகர்ந்து பாழாய்க் கிடந்தன. இடியாத கட்டிடங்களில் இருள் சூழ்ந்திருந்தது.

தொள்ளாயிரம் ஆண்டுகளுக்கு முன்னால் அசோக சக்கரவர்த்தியால் நிலைநாட்டப்பட்ட தர்மபோதனை ஸ்தம்பம் மாத்திரம் தாவள்யமான சந்திரிகையில், 'தர்மத்துக்கு என்றும் அழிவில்லை' என்பதை ஸ்தாபித்துக் கொண்டு தலைதூக்கி நின்றது.

இத்தகைய அசோக புரத்துக்கு இருட்டி இரண்டு நாழிகைக்குப் பிறகு ஆயனரும் சிவகாமியும் மற்றவர்களும் வந்து சேர்ந்தார்கள்.

அவர்கள் அசோகருடைய ஸ்தம்பத்தின் அருகில் வந்தபோது ஆயனர் வானை நோக்கி நெடிதோங்கி நின்ற அந்த ஸ்தம்பத்தை அண்ணாந்து நிலா வெளிச்சத்தில் பார்த்தார். அதுவரை அவர்களுக்குள் நிலவிய மௌனத்தைக் கலைத்துக்கொண்டு, 'ஆஹா! அசோக சக்கரவர்த்தி எத்தகைய சர்வோத்தமர்! உலகத்திலே தோன்றும் அரசர்கள், சக்கரவர்த்திகள் எல்லாம் அசோகரைப் போன்றவர்களாயிருந்தால், இந்தப் பூவுலகம் எவ்வளவு ஆனந்தமயமாயிருக்கும்? யுத்தம் என்னத்திற்கு? பகைமை என்னத்திற்கு? ஒருவருடைய இரத்தத்தை ஒருவர் சிந்துவது என்னத்திற்கு? பூவுலக மாந்தர்கள் எல்லாம் ஒருவர்க்கொருவர் அன்பு செய்துகொண்டு அஹிம்சையை மேற்கொண்டு ஆனந்தமாய் வாழலாகாதா?' என்றார்.

அப்போது சிவகாமி குறுக்கிட்டு, 'அப்பா! இதென்ன! சற்று முன்னாலே தான் உங்களுக்கும் கத்தி எடுத்துக்கொண்டு யுத்தம் செய்ய ஆசை உண்டா வதாய்ச் சொன்னீர்கள். இப்போது அன்பு, அஹிம்சை, ஆனந்தம் என் கிறீர்களே. உங்களுடைய மனது இப்படிச் சஞ்சலம் அடைந்து நான் பார்த்த தேயில்லை!' என்றாள்.

'உண்மைதான், சிவகாமி! என் மனது இப்போதெல்லாம் ஒரு நிலையில் இல்லை. புத்த பகவான் இந்த உலகத்தில் அன்பின் ஆட்சியை நிலைநாட்டப் பார்த்தாரே? அவருடைய பிரயத்தனம் ஏன் வீணாகப் போயிற்று என்பதை நினைத்து என் மனம் சஞ்சலப்படுகிறது' என்றார் ஆயனர்.

பிக்ஷு அப்போது வாய் திறந்து, 'ஆயனரே! புத்த பகவானுடைய போதனையை ஏற்றுக்கொள்ளும் பக்குவம் மனித குலத்துக்கு இன்னும் ஏற்படவில்லை! அதற்கு என்ன செய்வது?' என்றார்.

யாரும் எதிர்பாராதபடி குண்டோதரன் சம்பாஷணையில் கலந்துகொண்டு, 'மனித குலம் என்று பொதுப்படையாகச் சொன்னால் என்ன பிரயோசனம், அடிகளே? பிராணிகளிலே புலியும் இருக்கிறது; பசுவும் இருக்கிறது. ஜந்துக் களிலே பாம்பும் இருக்கிறது; அணிலும் இருக்கிறது. அது போலவே மனிதர்களுக்குள்ளும் எத்தனையோ வித்தியாசம் இருக்கிறது. மௌரிய வம்சத்து அசோகவர்த்தனரைப் போலவேதான் நமது மகேந்திர பல்லவரும் தம் ராஜ்யத்தில் அன்பு மதத்தை ஸ்தாபிக்க முயன்றார். யுத்தம் என்பதே வேண்டாம் என்று நினைத்தார். அதைக் கெடுப்பதற்கு ஒரு புலிகேசியும், ஒரு துர்விநீதனும், ஒரு பாண்டியனும் புறப்பட்டு வந்தால் மகேந்திர பல்லவர் என்ன செய்வார்? பூலோகத்தில் பாம்பு இருக்கும் வரையில் கீரிப் பிள்ளையும் இருக்கவேண்டியதுதான். கீரிப்பிள்ளை இல்லாவிட்டால், மனிதனாவது தடியை எடுத்துப் பாம்பை அடித்துத்தானே தீர வேண்டும்?' என்றான்.

'அடே அப்பா நமது குண்டோதரன் இவ்வளவு வாசாலகன் என்று எனக்குத் தெரியவே தெரியாதே!' என்றார் ஆயனர். புத்த பிக்ஷுவோ அருவருப் புடனும் ஆத்திரத்துடனும் அவனை நோக்கினார்.

சிவகாமி, 'குண்டோதரன் சொல்வது நியாயம், அப்பா! உலகத்தில் பொல்லாதவர்கள் இருக்கும் வரையில் அவர்களை அடக்கக்கூடிய புருஷர் களும் வேண்டும் அல்லவா?' என்றாள்.

'ஆம் சிவகாமி, ஆமாம்! அது மட்டுமல்ல; உலகத்தில் எல்லாம் அன்புமய மாய்ப் போய்விட்டால், வீரம் என்பதே இல்லாமற் போய்விடும். வீரம் இல்லாத உலகம் என்ன உலகம்? அப்புறம் கதை ஏது, காவியம் ஏது, கலை தான் ஏது?' என்றார் ஆயனர்.

குண்டோதரன், 'குருவே! நான் ஒன்று சொல்லட்டுமா? இந்த அசோகர் ஸ்தம்பம் இங்கே வெறும் ஸ்தம்பமாக நின்று கொண்டிருப்பதில் யாருக்கு என்ன பிரயோசனம்? இதிலுள்ள உபதேசத்தைப் படித்து அதைப் பின்பற்றி நடப்பார் யார்? இந்த ஸ்தம்பத்தை என்ன செய்யவேண்டும் என்று நான்

சொல்லட்டுமா?...' என்று கூறிக்கொண்டே குண்டோதரன் ஸ்தம்பத்தைக் கையினால் தட்ட அது 'டாண்! டாண்!' என்று ஒலி செய்தது.

பின்னர், 'நல்ல எஃகினால் செய்திருக்கிறது. இதைக் கொல்லன் உலையில் போட்டு உருக்கி, வாள்களாகவும் வேல்களாகவும் செய்யவேண்டும். இந்த ஸ்தம்பத்தை உருக்கினால், குறைந்தபட்சம் பத்தாயிரம் வாள்களும் வேல்களும் செய்யலாம்!' என்றான் குண்டோதரன்.

அசோக ஸ்தம்பத்தினருகில் மேற்கண்ட சம்பாஷணை நடந்து கொண்டிருக் கையில் நாகநந்தி சற்று முன்னாலேயே நடந்து சென்று அருகிலே இருந்த புத்த விஹாரத்தை அடைந்தார். அதேசமயம் விஹாரத்துக்குள்ளேயிருந்து வயோதிக பிக்ஷு ஒருவர் கையில் தீபத்துடன் வாசலில் வந்தார். அந்தத் தீபத்தின் வெளிச்சத்தில் விஹாரத்தின் வாசலிலே நின்றுகொண்டு, பிக்ஷு குண்டோதரன் கொண்டு வந்த ஓலையைப் படித்தார். அப்போது அவருடைய முகத்தில் உண்டான மாறுதல்களைத் தீபச் சுடரின் சிவந்த ஒளியில் பார்த்துக் கொண்டிருந்த வயோதிக பிக்ஷுவே பயந்து போனார் என்றால், மற்றவர்கள் பாராததே நல்லதாய்ப் போயிற்று என்று சொல்ல வேண்டும்.

நாகநந்தி ஓலையைப் படித்து முடித்ததற்கும் ஆயனர் முதலியோர் விஹாரத் தின் வாசலில் வந்ததற்கும் சரியாயிருந்தது. உடனே அவர் தமது முகத்திலும் குரலிலும் அமைதி வருவித்துக்கொண்டு, மற்றொரு பிக்ஷுவைப் பார்த்து, 'சுவாமி! இவர்கள் எல்லாம் ஐந்தாறு தினங்கள் தங்கியிருக்கும்படி நேரிடலாம். அதற்கு வேண்டிய சௌகரியங்களைச் செய்துகொடுக்க வேண்டும்' என்று கூறினார். பின்னர் ஆயனரைப் பார்த்துச் சொன்னார்:

'ஆயனரே! உம்முடைய சீடனுக்கு உண்மையில் நான் நன்றி செலுத்த வேண்டும். இந்த ஓலையில் மிகவும் முக்கியமான விஷயந்தான் அடங்கி யிருக்கிறது. இதைக் கொண்டு வந்தவனை ஏரியிலே தள்ளிவிட்ட போதிலும் ஓலையைக்கொண்டு வந்தானல்லவா? இந்த ஓலையில் அடங்கிய விஷயத்தைக் கவனிப்பதற்காக நான் அவசரமாய்ப் போக வேண்டியிருக்கிறது. திரும்பி வருவதற்கு இரண்டு மூன்று நாள் ஆனாலும் ஆகலாம். அதுவரையில் நீங்கள் இங்கேயே சுகமாகத் தங்கி இருங்கள். இந்தப் பிக்ஷு உங்களுக்கு வேண்டிய சௌகரியங்களைச் செய்து கொடுப் பார். மேலும் உங்களுக்கு ஒத்தாசையாகக் குண்டோதரனும் வந்து சேர்ந்து விட்டானல்லவா?'

இந்தக் கடைசி வாக்கியத்தைச் சொல்லும்போது குண்டோதரனுடைய மார்பையே கீறி உள்ளே பார்ப்பது போல் பார்த்த நாகநந்தி மறுகணம் சிவ காமியை நோக்கி, கனிவு ததும்பிய குரலில், 'சிவகாமி! உங்களை அழைத்துக்கொண்டு வந்து இப்படி நடுவழியில் விட்டுவிட்டுப் போகிறேனே என்று நினைக்காதே! மிகவும் அவசர காரியமானபடியா லேதான் போகிறேன். சீக்கிரத்தில் திரும்பி வந்து உங்களுடன் சேர்ந்து கொள்வேன்' என்றார்.

அநேகமாக எல்லாப் புத்த விஹாரங்களிலும் உள்ளதுபோல் இந்தப் பாழடைந்த விஹாரத்திலும் நடுவில் புத்தர் சந்நிதி இருந்தது. இரண்டு பக்கத்திலும் பிக்ஷுக்கள் வசிப்பதற்குரிய அறைகள் இருந்தன. ஒரு பக்கத்து அறைகள் ஆயனருடைய குடும்பத்துக்காக ஒழித்துக்கொடுக்கப்பட்டன.

அவர்கள் தங்களுடைய அறைகளுக்குச் சென்ற பிறகு, இன்னொரு பக்கத்தி லிருந்த இருண்ட அறைகளுக்கு நாகநந்தி சென்றார்.

23.தோற்றது யார்?

சிவகாமிக்கு அன்றிரவு வெகு நேரம் வரையில் தூக்கம் வரவில்லை. அன்று குண்டோதரன் கூறிய விஷயங்களையெல்லாம் எண்ணி எண்ணிப் பார்த்துக் கொண்டிருந்தாள். குமார சக்கரவர்த்தியைப் பற்றி நாகநந்தி கூறிய அவதூறு களைத் தான் முழுதும் நம்பிவிட்டதை நினைந்து வெட்கினாள். நாக நந்தியின் பேரில் அவளுக்குக் கோபம் கோபமாய் வந்தது. அவருடைய பொய் மொழிகளைக் குறித்துக் கேட்டு, அவரை ஏளனம் செய்ய வேண்டு மென்ற ஆவல் மனதில் பொங்கிக் கொண்டிருந்தது.

இத்தகைய எண்ணங்களுக்கிடையில் மாமல்லரின் விருப்பத்தின்படி தான் அரண்ய வீட்டில் இல்லாமற் போனது பற்றி அவருடைய கோபம் எத்தகையதாயிருக்குமோ என்ற கவலையும் தோன்றிக்கொண்டிருந்தது. அதை அவ்வளவு மன்னிக்க முடியாத பெருங்குற்றமாக மாமல்லர் கொள்ள மாட்டார் என்று அவள் தன்னைத்தானே ஆறுதல் செய்து கொண்டாள். இவ் விதம் பலவாறாகச் சிந்தித்துக்கொண்டிருந்து கடைசியில் தன்னையறியாது மேலிட்டு வந்த களைப்பினால் கண்ணயர்ந்தாள்.

அவள் அரைத் தூக்கமாயிருந்தபோது சமீபத்தில் எங்கேயோ பெருங் கூக்குரலைக் கேட்டுத் தூக்கிவாரிப் போட்டுக்கொண்டு எழுந்திருந்தாள். கவனித்துக் கேட்டபோது, 'குய்யோ முறையோ' என்று குண்டோதரன் ஓல மிடும் சத்தமும், அத்துடன், 'டக் டக்' 'டக் டக்' என்று குதிரை பாய்ந்து செல்லும் சத்தமும் கலந்து கேட்டன.

அயர்ந்து தூங்கிய ஆயனரைச் சிவகாமி எழுப்பினாள். இருவரும் வாசலில் வந்து பார்த்தபோது அங்கே ஓலமிட்டுக் கொண்டிருந்த குண்டோதரன், 'ஐயோ! குருவே; என்னுடைய குதிரையைப் பிக்ஷு திருடிக்கொண்டுபோய் விட்டார்!' என்று கூச்சலிட்டான். ஆயனர் அவனுக்கு, 'அப்பனே! அந்தக் குதிரை உன்னுடையதல்லவே!' என்று சமாதானம் சொல்லிப் பார்த்தார்.

குண்டோதரன், 'அப்படித்தான் நாகநந்தி குதிரையைத் திருடிக்கொண்டு போனாரே? என் மேல் என்னத்திற்காகப் பாம்பைப் போடவேண்டும்!' என்று அலறினான்.

‘அது என்ன சமாசாரம்?’ என்று ஆயனர் கேட்டதற்கு குண்டோதரன் கூறிய விவரமாவது: புத்த பிக்ஷு இரகசியமாய் எழுந்து வந்து வாசலில் கட்டியிருந்த குதிரையை அவிழ்த்து அதன் மேல் ஏறிக்கொண்டார். அதே சமயத்தில் தற்செயலாகக் கண் விழித்த குண்டோதரன் ஓடிப்போய்க் குதிரையைப் பிடித்தான். பிக்ஷு தம் கையிலிருந்த ஒரு பையை அவிழ்த்து அதற்குள்ளிருந்து எதையோ எடுத்து அவன் மேல் வீசினார். அது ஒரு நாகப் பாம்பு என்று கண்டதும், குண்டோதரன் அலறிக்கொண்டு அப்பால் ஓட, குதிரையை விட்டுக்கொண்டு பிக்ஷு போய்விட்டார்.

குண்டோதரனுடைய வார்த்தையில் ஆயனருக்கும் சிவகாமிக்கும் நம்பிக்கை உண்டாகவில்லை. ஏதோ உளறிக் கொட்டுகிறான்; ஒருவேளை கனவு கண்டானோ என்னவோ என்று நினைத்தார்கள்.

குண்டோதரன், ‘குருவே! என்னுடைய அருமைக் குதிரையை விட்டுவிட்டு என்னால் இருக்க முடியாது. எப்படியாவது திரும்பப் பிடித்துக்கொண்டு வந்து சேர்வேன்!’ என்று சொல்லிவிட்டு, குதிரை போன திசையில் அவனும் ஓடி மறைந்தான்.

ஆயனரும் சிவகாமியும் அசோகபுரத்துக்கு வந்து புத்த விஹாரத்தில் வசிக்கத் தொடங்கி ஐந்து தினங்கள் ஆயின.

முதல் மூன்று நாள் விசேஷம் ஒன்றும் நடைபெறவில்லை. சிவகாமிக்குப் பொழுதுபோவது கஷ்டமாயிருந்தது. ஆயனருக்கோ அதைவிடக் கஷ்ட மாயிருந்தது. ஆனால், புத்த பிக்ஷுவின் துணையை நம்பி வந்தவர்களாகை யால், அவருடைய யோசனை இல்லாமல் மேலே எங்கே போவது என்பதை ஆயனரால் நிச்சயிக்கக்கூட முடியவில்லை. குண்டோதரன் கூறிய விவரங் களைக் கேட்ட பிறகு சிவகாமிக்கு மேலே போகும் ஆவலே இல்லாமல் போய் விட்டது. ‘திரும்பிக் காஞ்சிக்குப் போனால் என்ன?’ என்ற எண்ணம் அடிக்கடி தோன்றியது.

இந்த நிலைமையில், அவர்கள் அசோகபுரத்துக்கு வந்த நாலாம் நாள் இரவு சில அபூர்வ சம்பவங்கள் நடைபெற்றன.

அன்று அஸ்தமன நேரத்தில் எங்கேயோ வெகு தூரத்தில் வான முகட்டின் அருகில், இடைவிடாமல் இடி இடிப்பது போன்ற சத்தம் முதலிலே வெகு இலேசாகக் கேட்டது. உற்றுக் கேட்கக் கேட்க, சத்தம் அதிகமாகி வந்ததாகத் தோன்றியது. சற்றுநேரத்துக்கெல்லாம் அதுவே சமுத்திர கோஷம்போல் தொனிக்கத் தொடங்கியது. முதலில் தூரத்திலிருந்த சமுத்திரம் வரவர நெருங்கி வருவது போலவும் இருந்தது.

திடீரென்று சத்தம் பெரிதாகி அருகிலே நெருங்கி, பல்லாயிரம் பேர் தடதட வென்று ஓடி வருவது போன்ற சத்தமாக மாறிற்று.

ஆயனரும் சிவகாமியும் உள்ளேயிருந்து வாசற் பக்கம் ஓடி வந்து பார்த் தார்கள். சற்றுத் தூரத்தில் மரங்களின் இடுக்கு வழியாகச் சிதம்பரம் சாலை தெரிந்தது. அதிலே அநேகம் பேர் தலைகால் தெரியாமல் ஓடிக் கொண்டிருந்த காட்சி புலப்பட்டது.

அந்தக் கூட்டத்தின் நடுவே அம்பாரி வைத்த பெரிய யானை ஒன்று அதிவிரைவாக நடந்து சென்றது. அதைச் சூழ்ந்து ஏழெட்டுக் குதிரைகளும் சென்றன. குதிரைகள் மேல் ஆயுதபாணிகளான ஆட்கள் இருந்தார்கள். அதே கூட்டத்தில் ஒரு புறத்தில் உயரமான கொடிமரம் ஒன்றைத் தூக்கிக்கொண்டு ஓடிய சிலர் காணப்பட்டார்கள். அந்தக் கொடி தாறுமாறாய்க் கிழிந்திருந்தது.

அதற்குப் பிறகு அன்றிரவெல்லாம் பத்துப் பத்துப் பேராகவும், ஐம்பது நூறு பேராகவும், அதற்கு மேற்பட்ட கூட்டமாகவும் அடிக்கடி சாலையில் மனிதர்கள் தடதடவென்று ஓடிய சத்தம் கேட்டுக் கொண்டேயிருந்தது.

சில சமயம் அசோக ஸ்தம்பத்தைச் சுற்றிக்கொண்டு புத்த விஹாரம் இருந்த பாழும் வீதி வழியாகவும் சிற்சில கூட்டத்தார் ஓட்டமும், நடையுமாகச் சென்றதைச் சிவகாமி கவனித்தாள்.

இதையெல்லாம் பற்றிச் சிவகாமி ஆயனரைக் கேட்க, அவர், 'எங்கேயோ யுத்தம் நடந்திருக்கிறது, அம்மா! யுத்தத்தில் ஒரு கட்சி தோற்றுவிட்டதாகத் தெரிகிறது. தோற்றவர்கள்தான் இப்படி நிலை குலைந்து ஓடுவார்கள்' என்றார்.

'அப்பா! தோற்றவர்கள் பகைவர்களாகத்தான் இருக்க வேண்டும். ஓடுகிற வர்களைப் பார்த்தால், பல்லவ வீரர்களாகத் தோன்றவில்லையல்லவா?' என்றாள் சிவகாமி.

'நாம் என்னத்தை அம்மா கண்டோம்? இருட்டிலே என்ன தெரிகிறது! மாமல்லர் படைத் தலைமை வகித்த கட்சி ஜயித்திருக்க வேண்டுமென்று தான் நானும் கருதுகிறேன்' என்றார் ஆயனர்.

இவ்வளவு தடபுடலும் இரவு முடிந்து பொழுது விடிவதற்குள்ளாக நின்று விட்டது. சூரியோதயத்துக்குப் பிறகு சத்தம், சந்தடி, ஓட்டம் ஒன்று மேயில்லை.

சிவகாமி புத்த விஹாரத்தின் வாசலில் நின்று சாலையை நோக்கிய வண்ணம் இருந்தாள். யாராவது அந்தப் பக்கம் வரமாட்டார்களா? வந்தால் நேற்று இரவு நிகழ்ச்சிகளைப் பற்றி அவர்களிடம் விசாரிக்கலாமே என்று காத்திருந்தாள்.

சூரியன் உதயமாகி ஒரு ஜாமம் இருக்கும். காலையிலிருந்து குடிகொண் டிருந்த நிசப்தம் சட்டென்று கலைந்தது.

சாலையோடு குதிரைகள் பாய்ந்து வரும் சத்தம் கேட்டது.

அடுத்தாற்போல் குதிரைகளும் காணப்பட்டன; அப்பா! எவ்வளவு குதிரைகள்? பத்து, ஐம்பது, நூறு, ஆயிரம்கூட இருக்கும் போலிருக்கிறதே? அவ்வளவு குதிரைகள் மீதும் வேலும் வாளும் பிடித்த வீரர்கள் எவ்வளவு உற்சாகமாக அமர்ந்திருக்கிறார்கள்? அந்தக் குதிரைப் படையின் மத்தியில் ஒரு கம்பீரமான கருநிறக் குதிரையின் மேல் ஒரு வீரன் ரிஷபக் கொடியைத் தூக்கிப் பிடித்துக் கொண்டிருப்பதைக் கண்டதும், சிவகாமியின் உள்ளமும்

தோள்களும் பூரித்தன. அவள் நினைத்தபடியே பகைவர்கள்தான் தோற்று ஓடுகிறார்கள் என்றும் பல்லவ சைனியந்தான் ஓடும் பகைவர்களைத் தொடர்ந்து செல்கிறதென்றும் தீர்மானித்துக் கொண்டாள்.

அந்தப் பெரிய குதிரைப்படை சாலையோடு போய்ச் சற்று நேரத்துக் கெல்லாம் இரண்டு தனிக் குதிரைகளும், அவற்றின் பின்னால் ஒரு ரதமும் விரைந்து வருவது காணப்பட்டது. இதென்ன விந்தை? அந்த இரு குதிரை களும் ரதமும் சாலையிலிருந்து குறுக்கே திரும்பி அசோக ஸ்தம்பத்தையும் சிவகாமி இருந்த புத்த விஹாரத்தையும் நோக்கி வருகின்றனவே? குறுக்கு வழியாக அந்தத் தெருவில் புகுந்து சென்று சாலை ஏறி முன்னால் போன குதிரைப் படையைப் பிடிப்பதற்காக இவர்கள் இப்படி வருகிறார்கள் போலிருக்கிறது!

ஆஹா! அந்த முதல் குதிரைமேல் வருகிறது யார்? தன் கண்கள் காண்பது உண்மையா? சிவகாமியின் இருதயம் அப்படியே நின்றுவிடும் போலி ருந்தது!

ஆம்; அதன்மேல் வந்தவர் மாமல்ல நரசிம்மர்தான்! விஹாரத்தின் வாசலில் நின்ற சிவகாமி திடீரென்று மாமல்லரைக் குதிரை மீது பார்த்ததும், எங் கிருந்தோ, எதனாலோ அவளுடைய கண்களில் கண்ணீர் வந்து நிறைந்து விட்டது. உணர்ச்சி மிகுதியினாலும், காரணந்தெரியாத நாணத்தினாலும், சிவகாமி சட்டென்று திரும்பி, உள்ளே போவதற்குக் காலை எடுத்து வைத்தாள்.

அதே சமயத்தில் 'ஆ!' என்ற குரல் ஒலியும், வேகமாக வந்த குதிரையைத் திடீரென்று இழுத்துப் பிடித்து அது தட் தட் என்று கால்களைத் தட்டிக் கொண்டு நிற்கும் சத்தமும் கேட்டன.

சிவகாமி வீதிப் பக்கம் திரும்பிப் பார்த்தாள்.

மாமல்லருடைய கண்கள் தீவிரமான நோக்குடன் அவளுடைய நெஞ்சையே ஊடுருவது போல் பார்த்தன. அந்தப் பார்வையில் சொல்ல முடியாத வியப்பும் மகிழ்ச்சியும், அளவிடக்கூடாத அன்பும் ஆத்திரமும் கலந்திருந்தன.

இதெல்லாம் ஒரே ஒரு கணந்தான்; மறுகணத்தில் குதிரை மீண்டும் காற்றாய்ப் பறந்து சென்றது.

மாமல்லருக்குப் பின்னால் வந்த தளபதி பரஞ்சோதியும் சிவகாமியைப் பார்த்த போதிலும் அவருடைய குதிரை ஒரு கணமும் நிற்காமல் மேலே சென்றது.

அவர்களுக்குப் பின்னால் வந்த ரதத்தைக் கண்ணபிரான்தான் ஓட்டி வருகிறான் என்று தெரிந்ததும் சிவகாமி மீண்டும் வாசற்புறத்துத் தூணண்டை வந்து நின்று, ரதத்தை நிறுத்தும்படி கையினால் சமிக்ஞையும் செய்தாள்!

கண்ணபிரான் குதிரைகளை இழுத்துப் பிடித்து ரதத்தை நிறுத்தினான். குதிரைகள் திடீரென்று நின்றபடியால், அச்சு முறிவது போன்ற சடசட சத்தத்துடன் ரதம் 'தடக்' என்று நின்றது.

24.புள்ளலூர்ச் சண்டை

கண்ணபிரான் ரதத்தை விட்டுக் குதித்துக் குதிரைகளின் தலைக்கயிறுகளைப் பிடித்துக் கொண்டே, சிவகாமியை நெருங்கி வந்து, 'தங்கச்சி! இதென்ன? இங்கே எப்போது வந்தீர்கள்? இது என்ன ஊர்?' என்று துரிதமாய்க் கேட்டான்.

'சிதம்பரம் போகலாமென்று கிளம்பி வந்தோம் அண்ணா! வழியில் இங்கே தங்கினோம். இந்த ஊருக்கு அசோகபுரம் என்று பெயராம். அதோ அசோக மகாராஜாவின் ஸ்தம்பம் தெரிகிறதே; நீங்கள் பார்க்கவில்லையா?' என்றாள் சிவகாமி.

'அதையெல்லாம் பார்க்க எனக்கு இப்போது சாவகாசமில்லை. ஆமாம், நீங்கள் என்னத்திற்காக இவ்வளவு அவசரப்பட்டுக்கொண்டு யாத்திரை கிளம்பினீர்கள்!...'

'அந்தக் காட்டு வீட்டில் இந்த யுத்த காலத்திலே தனியாக இருப்பானேன் என்றுதான் கிளம்பினோம். குமார சக்கரவர்த்தியுந்தான் எங்களை அடியோடு மறந்து விட்டாரே!...'

'என்ன வார்த்தை, அம்மா சொல்கிறாய்? மாமல்லராவது, உங்களை மறப்ப தாவது? போர்க்களத்துக்குப் போகும்படி சக்கரவர்த்தியிடமிருந்து அனுமதி வந்ததும், முதலில் உங்கள் வீட்டைத் தேடிக்கொண்டுதானே வந்தோம்! வீடு பூட்டிக் கிடந்ததைக் கண்டதும் மாமல்லருக்கு என்ன கோபம் வந்தது தெரியுமா?'

'எட்டு மாதம் எங்களை எட்டிப் பாராமலே இருந்தவருக்குக் கோபம் வே றேயா? போகட்டும், எங்கே இப்படி எல்லோரும் தலைதெறிக்க ஓடுகிறீர்கள்?'

'புள்ளலூர்ச் சண்டையைப்பற்றி கேள்விப்படவில்லையா?' என்று சொல்லிக் கொண்டே கண்ணன் ரதத்தில் ஏறினான்.

'ஓகோ! சண்டைக்குப் பயந்துகொண்டா இப்படி ஓடுகிறீர்கள்?' என்று சிவகாமி பரிகாசச் சிரிப்புடன் கேட்டாள்.

'இல்லை அம்மா, இல்லை; சண்டைக்குப் பயந்து ஓடுகிறவர்களை நாங்கள் துரத்திக்கொண்டு ஓடுகிறோம். தங்கச்சி! நீ மட்டும் இங்கேயே இருந்தால், நான் திரும்பி வரும்போது இந்த ரதத்தின் சக்கரத்திலே கங்கபாடி அரசன் துர்விநீதனைக் கட்டிக்கொண்டு வருவதைப் பார்ப்பாய்!' என்றான்.

'அண்ணா! நான் கட்டாயம் இங்கேயே இருக்கிறேன். மாமல்லரிடமும் சொல்லுங்கள்!' என்று சிவகாமி கூறி, மறுபடியும் தயக்கத்துடன், 'நான் ஏதாவது தவறு செய்திருந்தாலும் மன்னித்துக் கொள்ளும்படி சொல்லுங்கள்!' என்றாள்.

அதே சமயத்தில் கண்ணன் சாட்டையைச் சுளீர் என்று கொடுக்கவே, குதிரைகள் பிய்த்துக்கொண்டு கிளம்பின. கண்ணன் தலையை மட்டும் திருப்பி, 'ஆகட்டும்' என்பதற்கு அறிகுறியாகக் குனிந்து சமிக்ஞை செய்தான்.

மறுகணம் ரதம் மாயமாய்ப் பறந்து சென்றுவிட்டது.

அப்போது உள்ளே இருந்து வந்த ஆயனர், 'சிவகாமி! யாருடன் பேசிக் கொண்டிருந்தாய்? ரதத்திலே போனது யார்?' என்று கேட்டார்.

'கண்ணபிரான், அப்பா! ரதத்துக்கு முன்னால் குதிரை மேல் மாமல்லரும் பரஞ்சோதியும் போனார்கள்!'

'அப்படியா? நாம் அவர்களை விட்டுவிட்டு வந்தாலும் அவர்கள் நம்மை விடமாட்டார்கள் போலிருக்கிறதே?'

'அவர்கள் நமக்காக வரவில்லை, அப்பா!'

'நமக்காக அவர்கள் ஏன் வரப்போகிறார்கள். சிற்பியின் வீட்டைத் தேடிச் சக்கரவர்த்திகள் வந்த காலம் எல்லாம் மலை ஏறிப் போய்விட்டது, சிவகாமி!'

'அப்படிச் சொல்லாதீர்கள், அப்பா! கோட்டையை விட்டுக் கிளம்ப அனுமதி கிடைத்தவுடனே மாமல்லர் நம்முடைய வீட்டைத் தேடிக் கொண்டுதான் வந்தாராம்.'

'அப்படியானால் குண்டோதரன் சொன்னது உண்மைதானா?'

'ஆமாம், நாம் வீட்டில் இல்லாமற் போனதில் மாமல்லருக்குக் கோபம் என்பதும் உண்மைதான்.'

'அதனால்தான் நான் சொன்னேன், இருக்கும் இடத்திலேயே இருப்போம் என்று. நீ பிடிவாதம் பிடித்து, தேச யாத்திரை கிளம்ப வேண்டுமென்று ஒற்றைக் காலால் நின்றாய்! அதன் பலனைப் பார்!'

ஆயனருக்கும் மனம் கசந்து போயிருந்தபடியால், இப்படியெல்லாம் பிறர்மேல் குறை சொல்வது கொஞ்ச நாளாக வழக்கமாய்ப் போயிருந்தது. எனினும், இப்போது அவர் கூறியது உண்மையானபடியால், சிவகாமிக்குப் பெரிதும் வேதனை உண்டாயிற்று.

'போனதைப்பற்றிச் சொல்லி என்ன பயன், அப்பா?'

'ஒன்றுமில்லைதான்; இருந்தாலும், இந்த வழியாய்ப் போனவர்கள் சற்று நின்று நம்மைப் பார்த்துவிட்டுப் போகக்கூடாதா? ஒரு காலத்தில் மாமல்லர் நம்மிடம் எவ்வளவு பிரியமாயிருந்தார்?'

'பிரியத்துக்கு இப்போதுதான் என்ன குறைவு வந்தது? இது யுத்த கால மல்லவா? அதனால் எல்லாருக்கும் அவசரமாயிருக்கிறது. திரும்பி வரும் போது மாமல்லர் இங்கே வந்து நம்மைப் பார்ப்பார் என்று கண்ணபிரான் சொன்னான், அப்பா!'

'அந்தமட்டில் சந்தோஷம். ஆனால், எதற்காக இப்படி எல்லாரும் ஓடுகிறார்களாம்?'

'புள்ளலூர் என்னுமிடத்தில் பெரிய யுத்தம் நடந்ததாம்!...'

'ஓகோ! யுத்தக்களத்திலிருந்துதான் இப்படி ஓடுகிறார்களாக்கும்! ஆஹா! காலம் எப்படி மாறிவிட்டது! முன் காலத்தில் போருக்குப் புறப்படுகிறவர்கள் வெற்றி அல்லது வீரசொர்க்கம் என்று உறுதியுடன் கிளம்புவார்கள். போர்க்களத்தில் முதுகு காட்டி ஓடுவதைப்போல் கேவலம் வேறொன்றுமில்லை என்று நினைப்பார்கள்...'

'அப்பா! இந்த யுத்தத்தில் போர்க்களத்திலிருந்து ஓடியவர்கள் எதிரிகள்தான்; அது உங்களுக்குத் திருப்திதானே?'

'அதிலே என்ன திருப்தி? சுத்த வீரர்களை வென்று ஜயக்கொடி நாட்டினால் புகழும் பெருமையும் உண்டு. புறமுதுகிட்டு ஓடுகிறவர்களைத் துரத்தி ஜயிப்பதில் என்ன கௌரவம் இருக்கிறது?'

எந்த வழியிலும் ஆயனரைத் திருப்தி செய்யமுடியாது என்பதைக் கண்ட சிவகாமி அவருடன் பேசுவதில் பயனில்லையென்று தீர்மானித்து மௌனம் பூண்டாள். இருவருடைய உள்ளங்களும் வெவ்வேறு சிந்தனையில் ஆழ்ந்தன.

அன்று சூரியன் அஸ்தமிக்க ஒரு நாழிகை இருக்கும்போது குண்டோதரன் திடும்பிரவேசமாக வந்து சேர்ந்தான். அவன் எங்கே போயிருந்தான். புத்த பிக்ஷுவைக் கண்டுபிடித்தானா, குதிரை திரும்பக் கிடைத்ததா என்னும் விஷயங்களைப் பற்றி ஆயனரும் சிவகாமியும் ஆவலுடன் அவனை விசாரித்தார்கள்.

'அதை ஏன் கேட்கிறீர்கள், போங்கள்! உங்களுடைய சொல்லைத் தட்டிவிட்டு, புத்த பிக்ஷுவைப் பிடிப்பதற்காக ஓடினாலும் ஓடினேன்; நேரே யுத்த களத்திலேயே போய் மாட்டிக் கொண்டேன். அப்பப்பா! இந்த மாதிரி பயங்கர யுத்தத்தை நான் கண்டதுமில்லை; கேட்டதுமில்லை!' என்றான் குண்டோதரன்.

சிவகாமி, 'என்ன சண்டை? எங்கே நடந்தது? சண்டை முடிவு என்ன ஆயிற்று?' என்று கேட்டாள்.

அதன் பேரில் குண்டோதரன் புள்ளலூர் சண்டையைப் பற்றி விவரமாகக் கூறினான். பழந்தமிழ் நாட்டின் சரித்திரத்தில் பிரசித்தி பெற்ற அந்தப் புள்ளலூர்ச் சண்டையைப்பற்றி இப்போது வாசகர்களும் தெரிந்து கொள்வது அவசியமாகும்!

வாதாபிப் புலிகேசியின் சைன்யம் பல்லவ சாம்ராஜ்யத்தின் மீது படையெடுத்து வந்த சில நாளைக்கெல்லாம் கங்கநாட்டு அரசன் துர்விநீதனுடைய சைன்யம் திரண்டு பல்லவ இராஜ்யத்தின் மேற்கு எல்லையில் வந்து நின்றது. வாதாபி சைன்யத்தினால் பல்லவர் படை முறியடிக்கப்பட்டது

என்ற செய்தி வந்ததும் பல்லவ இராஜ்யத்துக்குள் பிரவேசிக்க ஆயத்தமாக அந்தச் சைனியம் காத்துக்கொண்டிருந்தது. ஆனால், திடீரென்று துர்வி நீதனுக்கு என்ன தோன்றிற்றோ என்னவோ, தெரியவில்லை. ஒரு நாள் கங்கநாட்டுச் சைனியம் பல்லவ இராஜ்யத்துக்குள் நுழைந்துவிட்ட தென்றும் காஞ்சியை நோக்கி முன்னேறி வருகிறதென்றும் தெரிந்தது. இதையறிந்த மகேந்திர பல்லவர் வடக்குப் போர் முனையிலிருந்து குமார சக்கரவர்த்திக்குக் கட்டளை அனுப்பினார். திருக்கழுக்குன்றத்திலுள்ள பாதுகாப்புப் படையுடன் சென்று கங்கநாட்டுச் சைனியம் காஞ்சியை அணுகுவதற்கு முன் அதை எதிர்க்கும்படியாகச் சொல்லி அனுப்பினார். இத்தகைய கட்டளைக்காக எட்டுமாத காலமாகத் துடிதுடித்துக் கொண்டிருந்த மாமல்ல நரசிம்மர், தளபதி பரஞ்சோதியுடன் உடனே கிளம்பிச் சென்று திருக்கழுக்குன்றத்திலிருந்த படைக்குத் தலைமை வகித்து நடத்திச் சென்றார். காஞ்சி நகருக்குத் தென் மேற்கே இரண்டு காத தூரத்தில் புள்ளலூர்க் கிராமத்து எல்லையிலே இரண்டு சைன்யங்களும் சந்தித்தன.

மாமல்லர் தலைமை வகித்த பல்லவ சைனியத்தைக் காட்டிலும் கங்கநாட்டுச் சைனியம் மூன்று மடங்கு பெரியது. ஆனாலும், மாமல்லரின் வீரப்படை கங்கநாட்டுச் சைன்யத்தின் மேல் எதிர்பாராத சமயத்தில் இடி விழுவதுபோல் விழுந்தது. மாமல்லரும் பரஞ்சோதியும் கையாண்ட யுத்த தந்திரங்களும், போர்க்களத்தில் முன்னணியில் நின்று நிகழ்த்திய வீரச் செயல்களும், பல்லவ வீரர்களுக்கு இணையில்லாத உற்சாகத்தையும் துணிச்சலையும் அளித்தன.

போர் உச்ச நிலை அடைந்தபோது கங்க சைனியத்தை மற்றொரு பக்கத்தில் இன்னொரு புதிய படை தாக்குவதாக வதந்தி உண்டாயிற்று. அவ்வளவு தான்! அத்தனை நேரமும் ஒருவாறு தைரியமாகப் போரிட்டு வந்த கங்க சைனியத்தின் வீரர்களைப் பீதி பிடித்தது. உயிர் பிழைத்தாற் போதும் என்று கங்க வீரர்கள் சிதறி ஓட ஆரம்பித்தார்கள்.

கங்க நாட்டரசன் துர்விநீதன் பட்டத்து யானை மேல் ஏறிக்கொண்டு தெற்குத் திக்கை நோக்கி ஓடிக் கொண்டிருந்ததாகச் செய்தி வந்தது. அவனை எப்படியாவது சிறைப்படுத்த வேண்டுமென்று தீர்மானித்து மாமல்லரும் பரஞ்சோதியும் பல்லவ சைனியத்தைச் சிறு சிறு படைகளாகப் பிரித்துத் தெற்கு நோக்கிப் பல வழிகளிலும் போகச் சொல்லிவிட்டுத் தாங்களும் அதே திசையில் அதிவேகமாகச் சென்றார்கள்.

போர்க்களத்தில் தறிகெட்டு ஓடிய ஒரு குதிரையைக் கைப்பற்றி அதன் மேல் ஏறிக்கொண்டு குண்டோதரனும் அவர்களைப் பின்தொடர்ந்து வந்தான். துரதிருஷ்ட்டவசமாக வழியில் அவன் ஏறிவந்த குதிரை காலை ஒடித்துக் கொண்டது. அதனால் அவன் பின்னால் தங்கிவிடும்படி நேர்ந்தது. குதிரையை அப்படியே விட்டு விட்டுக் கால்நடையாக நடந்து அசோகபுரம் வந்து சேர்ந்ததாகக் கூறிக் குண்டோதரன் அவனுடைய வரலாற்றை முடித்தான்.

25.'திருப்பாற் கடல்'

புள்ளலூர்ச் சண்டையைப் பற்றிக் குண்டோதரன் கூறிய விவரங்களைக் கேட்கக் கேட்க, மேலும் மேலும் அதைப்பற்றித் தெரிந்துகொள்ள வேண்டு மென்னும் ஆவல் ஆயனருக்கும் சிவகாமிக்கும் பொங்கிப் பெருகியது. முக்கியமாகப் போர்க்களத்தில் மாமல்லர் நிகழ்த்திய அதி அற்புத தீரச் செயல் களைப் பற்றிக் கேட்பதில் சிவகாமி அடங்காத தாகம் கொண்டிருந்தாள். குண்டோதரனும் குதூகலத்துடன் அந்த வீரச் செயல்களை வர்ணித்தான்.

'ஆஹா! போர்க்களத்தில் எதிரிகளுக்கிடையில் புகுந்து மாமல்லர் வீர வாளைச் சுழற்றியபோது எப்படியிருந்தது தெரியுமா? அது கேவலம் வாளாகவே தோன்றவில்லை. திருமாலின் சக்ராயுதத்தைப் போலவே சுழன்று ஜொலித்தது! அந்த வாளிலிருந்து கணந்தோறும் நூறு நூறு மின்னல்கள் மின்னின. ஒவ்வொரு மின்னலும் ஒவ்வோர் எதிரியின் தலையைத் துண்டித்து எறிந்தது...'

இப்படி வர்ணித்துக் கொண்டே இருந்த குண்டோதரன் திடீரென்று நிறுத்தி, 'குருவே! *இந்த விஹாரத்திலிருந்த வயோதிக புத்த பிக்ஷு எங்கே?' என்று கேட்டான்.

'அப்பனே! நாங்கள் வந்ததிலிருந்து அவர் பெரும்பாலும் இங்கே இருப்பதில்லை. அநேகமாக சைத்யத்திலேயே இருக்கிறார். தினம் இரண்டு தடவை இங்கே வந்து எங்களுக்கு என்ன வேண்டும் என்று விசாரித்துவிட்டுப் போய்விடுகிறார்!' என்றார் ஆயனர்.

'குருவே! அவரை அவசரமாகப் பார்க்க வேண்டும், பார்த்து விட்டு வருகிறேன்' என்று சொல்லிவிட்டுப் போனான்.

குண்டோதரன் விஹாரத்திலிருந்து கிளம்பி வாசலில் வந்தபோது சூரியன் அஸ்தமித்து அந்தி மயங்கிக் கொண்டிருந்த நேரம். ஆனால், அன்று சாதாரண அந்தி நேரமாகக் காணப்படவில்லை. இரவானது திடீரென்று இருண்டு திரண்டு நாற்புறமும் சூழ்ந்து வந்ததாகத் தோன்றியது. இதற்குக் காரணம் என்னவென்று குண்டோதரன் வானத்தை நோக்கியபோது, வடக்குத் திக்கில் மைபோல் கறுத்துக்கொண்டல்கள் திரள் திரளாக மேலே எழுந்து வருவதைக் கண்டான். 'ஆஹா! இன்றிரவு பெருங்காற்றும் மழையும் திருவிளையாடல் புரியப் போகின்றன. பகலெல்லாம் அவ்வளவு புழுக்கமாயிருந்த காரணம் இதுதான் போலும்!'

---

* 'விஹாரம்' என்பது புத்தபெருமானின் கோயிலும் பௌத்த பிக்ஷுக்கள் தங்கும் மடமும் சேர்ந்து அமைந்தது. 'சைத்யம்' என்பது புத்த பகவானின் தனிப்பட்ட ஆலயமாகும்.

என்று குண்டோதரன் தனக்குள் சொல்லிக் கொண்டான்.

அவர்கள் தங்கியிருந்த விஹாரத்திலிருந்து சற்றுத் தூரத்தில் தனித்திருந்த பாழடைந்த புத்த சைத்யத்தைக் குண்டோதரன் நெருங்கியபோது உள்ளே யிருந்து பேச்சுக்குரல் வந்தது.

வெளியிலேயே இருள் கவிழ்ந்து சூழ்ந்திருந்த நிலையில், சைத்யத்துக்குள் குடிகொண்டிருந்த அந்தகாரம் எப்படியிருந்திருக்கவேண்டுமென்று சொல்ல வேண்டியதில்லை. அந்தக் கன்னங்கரிய இருளின் உதவியால் குண்டோதரன் பேச்சுக் குரல் வந்த இடத்துக்கு வெகு சமீபத்தில் போய் மூச்சுக்கூடக் கெட்டியாக விடாமல் தூண் மறைவில் நின்றான். பின்வரும் சம்பாஷணை அவன் காதில் விழுந்தது:

'உடனே, இந்தக் கணமே, அவர்களை அழைத்துக்கொண்டு கிளம்புங்கள். பொழுது விடிவதற்குள்ளாக வராக நதியைத் தாண்டிவிடவேண்டும். வழியிலுள்ள கிராமங்களில் வண்டி கிடைத்தால் ஏற்றிக்கொண்டு போங்கள். எப்படியும் நாளைச் சூரியோதயத்துக்குள் வராக நதியைத் தாண்டி விடுங்கள்.'

'அவர்கள் கிளம்ப மறுத்தால்...?'

'தொல்லைதான். ஏதோ ஒரு பிசகினால் நான் போட்ட திட்டமெல்லாம் வீணாய்ப்போய்விட்டது. ஆனாலும், புத்த பகவான் அருளால் எல்லாம் ஒழுங்காகிவிடும். அவர்களிடம் எதையாவது சொல்லிப் புறப்படச் செய்யுங்கள். இங்கே பெரிய சண்டை நடக்கப் போவதாகச் சொல்லுங்கள். இதெல்லாம் ஒன்றும் பலிக்காவிட்டால், திருப்பாற்கடல் உடைப்பு எடுத்துக்கொண்டு விட்டதாகச் சொல்லுங்கள்!'

'சுவாமி! இது என்ன சொல்கிறீர்கள்?'

'ஆம்; திருப்பாற்கடல் ஏற்கெனவே அலைமோதிக் கொண்டிருக்கிறது. புத்தபகவான் கருணையினால் இன்று மழை பெய்தால் கட்டாயம் கரை உடைத்துக் கொள்ளும்...' என்று கூறி நாகநந்தி தமது ஆழ்ந்த பயங்கரக் குரலில் சிரித்தார்.

புத்த பிக்ஷு மேலும் கூறிய மொழிகள் முன்னைக் காட்டிலும் மெதுவான குரலில் வெளிவந்தன!

'அப்படியும் அவர்கள் கிளம்பாமல், உடைப்பு எடுத்து வெள்ளமும் வந்துவிட்டால் என்ன செய்ய வேண்டும் தெரியுமா? விஹாரத்தில் இன்னும் ஒரு தெப்பம் மீதி இருக்கிறதல்லவா? அதில் ஏற்றிக்கொண்டு, போன மாதம் பார்த்த பாறை மேட்டுக்குப் போய்ச்சேருங்கள். மற்றவர்கள் எப்படியானாலும் சிவகாமியைக் கட்டாயம் காப்பாற்றியாக வேண்டும், தெரியுமா சுவாமி!'

மேற்படி சம்பாஷணையில் கடைசிப் பகுதியைக் கேட்டுக் கொண்டு இருந்தபோது, குண்டோதரனுக்கு நெஞ்சு படபடவென்று அடித்துக் கொண்டது. நாகநந்தியின் சிரிப்பு அவனுடைய தேகத்தைச் சிலிர்க்கச்

செய்தது. அன்று ராத்திரி ஏதோ பெரிய விபரீதம் ஏற்படப் போகிறதென் பதையும், அதைத் தடுக்கவேண்டிய பொறுப்பு தன்னுடைய தலையில் சாய்ந்திருக்கிறதென்பதையும் அவன் உணர்ந்தான். அந்தக் காரியத்தில் தனக்கு உதவி புரியும்படி தான் வழிபடும் தெய்வமாகிய பழனிமலையில் வீற்றிருக்கும் முருகக் கடவுளை வேண்டிக்கொண்டான்.

சம்பாஷணை முடிந்ததும் பிக்ஷுக்கள் இருவரும் சைத்யத்திலிருந்து வெளியில் வந்தார்கள். அவர்களைப் பின் தொடர்ந்து குண்டோதரனும் வந்தான். இதற்குள்ளாக மாலை போய் இரவு வந்து நன்றாக இருட்டி விட்டது. வடகிழக்கிலிருந்து திரண்டு வந்த மேகங்கள் வானத்தைப் பெரும்பாலும் மூடியிருந்தாலும், தெற்கிலும் மேற்கிலும் இன்னும் சில நட்சத்திரங்கள் தெரிந்தன.

சைத்தியத்திலிருந்து வெளியேறிய பிக்ஷுக்களில் ஒருவர் அருகிலிருந்த விஹாரத்தை நோக்கிச் சென்றார். மற்றொருவர் சைத்யத்தைச் சுற்றிக் கொண்டு தென்மேற்குத் திசையை நோக்கிச் சென்றார்.

ஒரு கணம் குண்டோதரனுடைய மனத்தில் ஒரு போராட்டம் நிகழ்ந்தது. விஹாரத்துக்குப் போய் ஆயனருக்கு எச்சரிக்கை செய்ய வேண்டாமா என்று எண்ணினான். ஆனால், என்ன விதமாக எச்சரிக்கை செய்வது? எப்படியும் அவர்கள் காப்பாற்றப்படுவார்கள் என்று மேற்படி பிக்ஷுக்களின் சம்பா ஷணையிலிருந்தே நன்கு தெரிந்தது. எனவே, அச்சந்தர்ப்பத்தில் தன்னுடைய வேலை நாகநந்தியைப் பின் தொடர்வதுதான் என்று குண்டோதரன் தீர்மானித்தான்.

அவ்விதமே அவரைப் பின்தொடர்ந்து குண்டோதரன் சற்று தூரத்திலேயே நடந்து சென்றான். கொஞ்ச தூரம் போனதும் ஒரு மரத்தின் பின்னால் கட்டியிருந்த குதிரையை அவிழ்த்து அதில் நாகநந்தி ஏறிக் கொண்டார்.

'ஆஹா! திருட்டுபோன குதிரை மறுபடியும் கிடைக்கப் போகிறது!' என்று குண்டோதரன் எண்ணிக் கொண்டான்.

கணத்துக்குக் கணம் வேகமாகிக்கொண்டிருந்த காற்றினாலும் இருட்டினாலும் நாகநந்தி குதிரை மேல் ஏறியபோதிலும் மெதுவாகவே போகவேண்டி யிருந்தது. எனவே அவரைத் தொடர்ந்து போவது கஷ்டமில்லை. சில சமயம் குதிரை அடிச்சத்தம் முன்னால் கேட்கிறதோ பின்னால் கேட்கிறதோ என்பது சந்தேகமாயிருந்தது. இரண்டு பக்கத்திலும் கேட்பது போலவும் இருந்தது. இது வீண் பிரமை என்று எண்ணிக்கொண்டு மேலே சென்றான்.

ஏறக்குறைய மூன்று நாழிகை வழிவந்த பிறகு, எதிரே நீண்ட மலைத்தொடர் போன்ற ஓர் இருண்ட கரை நெடுந்தூரத்துக்கு நெடுந்தூரம் தென்பட்டது.

அதே சமயத்தில் கண்ணைப் பறிக்கும் மின்னல்களுடனும், அண்டம் அதிரும் இடி முழக்கங்களுடனும் மழை பெய்யத் தொடங்கியது.

மின்னல் வெளிச்சத்தில் நாகநந்தி மேட்டின் ஓரமாக இருந்த ஒரு மரத்தில் குதிரையைக் கட்டிவிட்டு அந்தக் கரையின் மேல் ஏறுவது குண்டோ

தரனுக்குத் தெரிந்தது. அதே இடத்தில் மேட்டின் மீது அவனும் ஏறினான். மழையில் நனைந்த காரணத்தினால் கரையின் மண் சேறாகி வழுக்கத் தொடங்கிவிட்டபடியால் மேட்டில் ஏறுவது சுலபமாயில்லை. கடைசியில், கரையின் அடியிலிருந்து வளர்ந்திருந்த மரத்தின் உதவியால் கஷ்டப்பட்டு ஏறிக் குண்டோதரன் கரை உச்சியை அடைந்தபோது, பளீரென்று வீசிய மின்னல் வெளிச்சத்தில் ஓர் அபூர்வ பயங்கரக் காட்சி தென்பட்டது.

கரைக்கு அப்பால் இருந்த திருப்பாற் கடல் என்னும் ஏரி புயற்காற்றினால் கொந்தளித்தது. ஒரு மகா சமுத்திரத்தைப்போல் அலை மோதிக்கொண்டு காட்சி அளித்தது. கொந்தளித்து எழுந்த அலைகள் மின்னல் வெளிச்சத்தில் வெள்ளை வெளேரென்று ஜொலித்தபடியால், உண்மையிலேயே திருப்பாற் கடல் என்னும் பெயர் அந்த ஏரிக்கு அச்சமயம் மிகவும் பொருத்தமாயிருந்தது.

அதே நேரத்தில் குண்டோதரன் நின்ற இடத்துக்குச் சற்றுத் தூரத்தில் அவனுடைய உடம்பின் இரத்தத்தையெல்லாம் சுண்டச் செய்யும்படியான இன்னொரு பயங்கரத் தோற்றமும் தென்பட்டது.

அலைமோதிய ஏரிக்கரையில் கையை உயரத் தூக்கிக்கொண்டு நின்ற நாகநந்தி, 'ஹா ஹா' என்று பேய்க் குரலில் சிரித்த சத்தமானது, புயல் முழக்கத்தின் ஓசையையும் அலைகளின் ஆரவார ஒலியையும் அடக்கிக்கொண்டு மேலெழுந்தது.

நாகநந்திக்குப் பக்கத்தில் ஏரிக்கரையைப் பிளந்துகொண்டு ஒரு சிறு கால்வாய் வழியாகத் தண்ணீர் ஓட ஆரம்பித்தது. நாகநந்தி அடிகளின் காலடியில் ஒரு மண்வெட்டி கிடந்தது!

26.இருளில் ஒரு குரல்

க்ஷணநேரம் ஜொலித்து உலகை ஜோதி வெள்ளத்தில் மூழ்குவித்த மின்னலின் ஒளியிலே, புத்த பிக்ஷு ஏரிக்கரையில் நின்று கைகளைத் தூக்கிப் பேய்ச் சிரிப்பு சிரித்த காட்சியைக் கண்டதும், சற்று நேரம் குண்டோதரன் பீதியினால் கைகால்களை அசைக்க முடியாதவனாய் மரத்தோடு மரமாக நின்றான். பிறகு மனத்தைத் திடப்படுத்திக்கொண்டு சேற்றில் தட்டுத் தடுமாறிக் கரைமேல் நடந்தான். கரையைப் பிளந்துகொண்டு தண்ணீர் ஓடிய இடத்தை நோக்கி உத்தேசமாக அவன் நடந்தபோது மறுபடியும் கண்ணைப் பறிக்கும் மின்னல் ஒன்று மின்னியது. அதன் ஒளியில், வெட்டப்பட்டிருந்த கால்வாய், முன்னால் பார்த்ததைக் காட்டிலும் அகன்றிருப்பதையும், தண்ணீர் முன்னைவிட வேகமாய்க் கரையைப் பிளந்துகொண்டு போவதையும் பார்த்தான். புத்த பிக்ஷு நின்ற இடத்தில் அவரைக் காணவில்லை. ஆனால், மண் வெட்டி மட்டும் கிடந்த இடத்திலேயே கிடந்தது.

உடனே குண்டோதரனுடைய மனத்தில் சிறிது தைரியம் உண்டாயிற்று. கால்வாயை ஒரே தாண்டாகத் தாண்டி அப்பால் குதித்தான். அக்கரையில் கிடந்த மண்வெட்டியைக் கையினால் தடவி எடுத்துக்கொண்டு அவசர அவசரமாக மண்ணைச் சரித்து வாய்க்காலில் தள்ளத் தொடங்கினான். அப்படி தள்ளிக்கொண்டிருக்கும்போதே 'ஆஹா! இது வீண் பிரயத்தனம் போலிருக்கிறதே!' என்ற எண்ணம் அவன் மனத்தில் தோன்றியது.

அதே சமயத்தில் அவன் கழுத்தண்டை ஏதோ ஸ்பரிச உணர்ச்சி ஏற்படவே, சட்டென்று மண்வெட்டியைக் கீழே போட்டுவிட்டு நிமிர்ந்தான். அவன் எதிரே கும்மிருட்டில் ஆஜானுபாகுவான ஒரு கரிய உருவம் நின்றது. அது புத்த பிக்ஷுவின் உருவந்தான் என்பதையும், அவர் தமது இரும்புக் கைகளால் தன்னுடைய கழுத்தைப் பிடித்து நெறிக்க முயல்கிறார் என்பதையும் ஒரு கணத்தில் தெரிந்துகொண்டான். குண்டோதரனுடைய வஜ்ரக் கைகள் புத்த பிக்ஷுவின் கை மணிக்கட்டுகளைப் பிடித்துக் கொண்டன.

மறுகணத்தில் குண்டோதரனுடைய தலைக்கு மேலே நாகநந்தி பிக்ஷுவின் பேய்ச் சிரிப்பு மீண்டும் ஒலித்தது.

இடையிடையே வானத்தைக் கிழித்துக்கொண்டு தோன்றி மறைந்த மின்னல் வெளிச்சத்தினால் இன்னும் கன்னங்கரியதாகத் தோன்றிய காரிருளில், விளிம்புவரை தண்ணீர் ததும்பி அலை மோதிக்கொண்டிருந்த ஏரிக் கரையில், கணத்துக்குக் கணம் அகன்று வந்த உடைப்புக்கு அருகில், குள்ள உருவமுடைய குண்டோதரனுக்கும் நெடிதுயர்ந்து நின்ற புத்த பிக்ஷுவுக்கு மிடையே பிடிவாதமான மல்யுத்தம் ஆரம்பமாயிற்று.

அந்த விசித்திரமான துவந்த யுத்தம் கால் நாழிகை நேரம் நடந்திருக்கலாம். அப்போது, கரையில் மோதிய ஏரி அலைகளின் 'ஓ' என்ற சத்தம், கரையைப் பிளந்துகொண்டு அப்பால் விழுந்த பிரவாகத்தின் 'ஹோ' என்ற சத்தம், வரவர வலுத்துக் கொண்டு இருந்த 'சோ' என்ற மழைச் சத்தம், 'விர்' என்று அடித்த புயற்காற்றில் மரங்கள் பிசாசுகளைப்போல் ஆடிய மர்மச் சத்தம் ஆகிய இந்த நானாவிதப் பேரொலிகளையும் அடக்கிக்கொண்டு, 'குண்டோ தரா! குண்டோதரா!' என்ற கம்பீரமான குரல் கேட்டது.

துவந்துவ யுத்தம் செய்த இருவரும் ஒரு கணம் ஸ்தம்பித்து நின்றார்கள். ஆனால், அவர்களுடைய கைப்பிடி மட்டும் நழுவவில்லை.

அது யாருடைய குரல் என்று குண்டோதரன் சிந்தித்தான். அசோகபுரத் திலிருந்து வரும்போது, தனக்குப் பின்னாலும் குதிரையடிச் சத்தம் கேட்டது அவனுக்கு நினைவு வந்தது.

'குண்டோதரா! சண்டையை நிறுத்து! உடைப்பை அடக்க முயலாதே! வீண்வேலை! ஓடிப்போய் ஆயனரையும் சிவகாமியையும் காப்பாற்று! நான் சொல்லுவது காதில் விழுகிறதா?'

அந்தக் குரல் தன் எஜமானருக்கும் எஜமானரின் குரல் என்று குண்டோதரன் அறிந்துகொண்டான்.

‘விழுந்தது, பிரபு! ஆக்ஞை!’ என்று கூவினான்.

குண்டோதரன் மறு குரல் கொடுத்தானோ இல்லையோ, இன்னொரு பெரிய மின்னல் - ஆயிரம் சூரியன் ஒளியை ஒத்துக் கண்களைக் குருடாக்கிய மின்னல் - மின்னியது! அடுத்தாற்போல் ஒரு பேரிடி இடிக்கப் போகிற தென்பதைக் குண்டோதரன் உணர்ந்தான். ‘இடி முழக்கம் கேட்ட நாகம் போல்’ என்னும் பழமொழி அச்சமயம் அவனுக்கு ஞாபகம் வந்தது. பிக்ஷுவின் கை மணிக்கட்டுகளை அவன் இன்னும் கெட்டியாகப் பிடித்துக் கொண்டான்.

அவன் எதிர்பார்த்ததுபோலவே இடி இடித்தது. அண்ட பகிரண்டங்கள் எல்லாம் இடிந்து தடதடவென்று தலையிலே விழுவதுபோல இடித்தது. இடி இடித்து நின்றதும் குண்டோதரனுடைய காதில் அதற்கு முன்னால் கேட்டுக் கொண்டிருந்த அலைச் சத்தம், மழைச் சத்தம் எல்லாம் ஓய்ந்து ‘நொய்’ என்ற சப்தம் மட்டும் ஒலித்துக் கொண்டிருந்தது. ‘ஐயோ! காது செவிடாகி விட்டதா, என்ன?’ என்று குண்டோதரன் ஒரு கணம் எண்ணமிட்டான். ஆனால், அதே இடிச் சத்தம் காரணமாக நாகநந்தியின் பிடி தளர்ந்திருக்கிறது என்பதை அவன் தேக உணர்ச்சி சொல்லிற்று. அவ்வளவுதான்! தன்னுடைய வஜ்ர சரீரத்தின் முழுப்பலத்தையும் பிரயோகித்துப் பிக்ஷுவை ஒரு தள்ளு தள்ளினான்.

ஏரிக் கரையின் அப்புறத்தில் பிக்ஷு உருண்டு உருண்டு போய் கீழே உடைப்புத் தண்ணீர் பிய்த்துக் கொண்டிருந்த பள்ளத்தில் தொப்பென்று விழுந்ததைக் குண்டோதரன் கண்டான்.

உடனே, ஒரு பெரிய அதிசயம் அவனைப் பற்றிக் கொண்டது. மின்னல் இல்லாதபோது புத்த பிக்ஷு கரையிலிருந்து உருண்டு பள்ளத்திலே விழுந்தது அவனுக்கு எப்படி தெரிந்தது? ஆஹா! இதென்ன வெளிச்சம்? குண்டோதரன் சுற்று முற்றும் பார்த்தான். சற்றுத் தூரத்தில் ஒரு பனைமரம் உச்சியில் பற்றி எரிவதைக் கண்டான். ஆ! அந்த மரத்தின் மேல் இடி விழுந்து தீப்பிடித்துக் கொண்டிருக்கிறது வெளிச்சத்திற்குக் காரணம் அதுதான்!

பற்றி எரிந்த பனை மரத்தின் வெளிச்சத்தில் குண்டோதரன் இன்னும் சில காட்சிகளைக் கண்டான். அந்தப் பனைமரத்தைத் தாண்டி ஒரு குதிரை அதிவேகமாய்ப் போய்க்கொண்டிருந்தது. அந்தக் குதிரை மேலிருந் தவர்தான் சற்று முன்னால் தனக்குக் குரல் கொடுத்தவர் என்பதை உணர்ந்தான். ஏரியின் ஓரமாக இன்னொரு மரத்தில் நாகநந்தி பிக்ஷு வந்த குதிரை கட்டப்பட்டிருப்பதையும் கண்டான். அதற்கு மேல் வேறொன் றையும் பார்க்கக் குண்டோதரன் விரும்பவில்லை. அந்தக் குதிரை இருந்த இடத்தை நோக்கிப் பாய்ந்து சென்றான். நடுவில் கால் சறுக்கிக் கீழே விழுந் ததைக்கூட அவன் பொருட்படுத்தவில்லை.

மரத்திலிருந்து குதிரையை அவிழ்த்துவிட்டு, அதன்மேல் குண்டோதரன் ஏறினானோ இல்லையோ, பனைமரத்து வெளிச்சமும் அணைந்து விட்டது.

அதுவரையில் சிறு தூறலாக இருந்தது அப்போது பெருமழையாக மாறியது. எத்தனையோ பெருமழையைக் குண்டோதரன் பார்த்ததுண்டு. ஆனால் அன்றைய இரவு பெய்த மழை மாதிரி அவன் பார்த்ததேயில்லை. வானம் பொத்துக்கொண்டு, அதற்கு மேலே தங்கியிருந்த தண்ணீர் தொடதொட வென்று கொட்டுவதுபோல் மழை கொட்டிற்று.

'ஆஹா! ஏரி உடைப்புக்கும் இந்தப் பெரு மழைக்கும் பொருத்தந்தான். நல்ல நாள் பார்த்துத்தான் நாகநந்தி திருப்பாற்கடலை வெட்டிவிட்டார்!' என்று குண்டோதரன் எண்ணிக் கொண்டான்.

'எப்படியும் இந்த ஏரி வெள்ளம் அசோகபுரம் போய்ச் சேர்வதற்கு முன்னால் நாம் போய்ச் சேரவேண்டும்' என்று தீர்மானித்தான்.

ஆனால், அந்தத் தீர்மானத்தை அவனால் நிறைவேற்ற முடியவில்லை. அந்த இருளிலும், மழையிலும் குண்டோதரன் வழி கண்டுபிடித்துக் குதிரையை நடத்திக்கொண்டு அசோகபுரம் போய்ச் சேர்வதற்கு வெகுநேரம் முன்னாலேயே ஏரிக் கரை நெடுந்தூரத்துக்கு நெடுந்தூரம் உடைத்துக் கொண்டு வெள்ளம் பிரளயமாக ஓடத் தொடங்கி அசோகபுரத்தையும் அடைந்துவிட்டது.

27.'மாமல்லர் எங்கே?'

குண்டோதரனுக்கு எச்சரிக்கை செய்துவிட்டுக் குதிரை மேல் விரைந்து சென்ற மனிதர் யார் என்பதை நேயர்கள் ஊகித்துத் தெரிந்துகொண்டிருப் பார்கள். சிற்பம், சித்திரம், சங்கீதம் முதலான லளித கலைகளில் வல்லவரா யிருந்தது போலவே யுத்தத் தந்திரக் கலையிலும் தேர்ச்சி பெற்றவரும், மாறு வேடம் பூணுவதில் நிகரற்ற சாமர்த்தியம் வாய்ந்தவரும், வாதாபியின் சமுத்திரம் போன்ற சைனியத்தை வடபெண்ணைக் கரையில் எட்டு மாதம் நிறுத்தி வைத்தவருமான மகேந்திர பல்லவ சக்கரவர்த்திதான்.

காஞ்சிக் கோட்டையிலிருந்து வடதிசையை நோக்கிக் கிளம்பியது முதல் மகேந்திர பல்லவர் கையாண்ட யுத்த தந்திரங்கள் இதைப் போல் பல சரித்தி ரங்கள் எழுதுவதற்குப் போதுமானவையாகும். நாகநந்தி என்னும் புத்த பிக்ஷுவின் வேஷம் பூண்டிருந்தவர் புலிகேசியின் அந்தரங்க நம்பிக் கைக்குப் பாத்திரமான ஒற்றர் என்று அவர் ஊகித்திருந்தார். அதைப் பரஞ் சோதி கொண்டு போன ஓலையிலிருந்து உறுதிப்படுத்திக் கொண்டார். நாக நந்தியின் கையெழுத்தையும் இலச்சினையையும் மேற்படி ஓலையிலிருந்து தெரிந்து கொண்டது அவருக்குப் பல விதங்களிலும் உபயோகமாக இருந்தது. அந்த உபயோகங்களில் ஒன்றுதான், பல்லவ ராஜ்யத்தின் எல்லைப்புறத்தில் காத்திருந்த கங்கநாட்டுத் துர்விநீதனை அவசரமாகக்

காஞ்சி மாநகரை நோக்கி முன்னேறச் செய்தது.

புலிகேசியின் மாபெரும் சைனியத்திற்குப் பின்வாங்கிக் காஞ்சிக் கோட்டைக்குத் திரும்பி வந்து கொண்டிருந்த மகேந்திர பல்லவர் தாம் கோட்டைக்குள் புகுந்து கொள்வதற்கு முன்னால் ஒரு பெரு வெற்றியடைந்து பல்லவ வீரர்களுக்கும் பல்லவ சாம்ராஜ்யத்துக்கும் மக்களுக்கும் உற்சாகம் ஊட்டவேண்டுமென்று தீர்மானித்தார். போருக்குத் துடிதுடித்துக் கொண்டிருந்த குமார சக்கரவர்த்தியின் ஆத்திரத்துக்கு ஒரு போக்குக் காட்டவும் இந்தச் சந்தர்ப்பத்தைச் சக்கரவர்த்தி பயன்படுத்திக்கொள்ள விரும்பினார்.

எனவே, நாகநந்தி எழுதியதுபோல் துர்விநீதனுக்கு உடனே காஞ்சியை நோக்கி முன்னேறும்படி ஓலை எழுதி அனுப்பினார். அதைப் பார்த்துவிட்டே துர்விநீதன் தன் சிறிய சைனியத்துடன் காஞ்சியை நோக்கி விரைந்து வந்தான்.

குண்டோதரன் கொடுத்த ஓலையைப் படித்ததும் நாகநந்திக்கு ஏற்பட்ட அளவில்லாத வியப்பையும் நேயர்கள் கவனித்திருப்பார்கள். அவருடைய ஓலையின்படி முன்னேறி வருவதாக துர்விநீதன் அதில் எழுதியிருந்தபடியால், தாம் அத்தகைய ஓலை ஒன்றும் அனுப்பவில்லை, இதில் ஏதோ சூழ்ச்சி நடந்திருக்கிறதென்று தீர்மானித்துக்கொண்டு நாகநந்தி குண்டோதரன் கொண்டு வந்த குதிரையில் ஏறிச்சென்று புள்ளலூர்ப் போர்க்களத்தை அடைந்தார். அதற்குள்ளாக, கங்கநாட்டுச் சைனியம் தோல்வி அடைந்து சேனாவீரர்கள் சிதறி ஓட ஆரம்பித்து விட்டார்கள். அந்த நிலைமையில், துர்விநீதனுடைய உயிரைக் காப்பாற்றுவது ஒன்றுதான் தாம் செய்யக்கூடியது என்பதை உணர்ந்த நாகநந்தி, அவனைத் தம்முடன் அழைத்துக்கொண்டு தெற்குத் திசையை நோக்கி விரைந்து ஓடினார்.

இந்தப் புள்ளலூர் யுத்தத்தில் மாமல்லரையும் பரஞ்சோதியையுமே முழுதும் நம்பி மகேந்திர பல்லவர் விட்டுவிடவில்லை. பொறுக்கி எடுத்த ஆயிரம் குதிரை வீரர்களுடன் புள்ளலூர்ப் போர்க்களத்துக்கு வந்து சேர்ந்தார். எதிர்பாராத இடத்தில் எதிர்பாராத சமயத்தில் வந்து தாக்கியபடியால், கங்கர் படை பீதியடைந்து ஓடலாயிற்று. புதிதாக வந்த குதிரைப்படைத் தலைவன் வஜ்ரபாகுவை மாமல்லர் சந்தித்தபோது, அந்த வீரன்தான் தம் தந்தையென்று அறிந்தார். அதனால் அவருடைய ஆத்திரம் அதிகமாயிற்று. இந்த ஒரு போரிலாவது தம்மை முழுதும் நம்பி விட்டுவிடக்கூடாதா என்று தந்தையிடம் சண்டை பிடித்த பிறகு, சிதறி ஓடும் கங்கர் படையைத் துரத்திச் சென்று நிர்மூலமாக்க அனுமதி கேட்டார். ஒரு நிபந்தனையுடன் சக்கரவர்த்தி அதற்கு அனுமதி கொடுத்தார். அந்த நிபந்தனை என்னவென்றால், 'தென்பெண்ணை நதி வரையில் எதிரிகளைத் துரத்திச் செல்லலாம்; நதியைக் கடந்து அப்பால் போகக்கூடாது' என்பதுதான்.

எதிரிகளைத் துரத்திச் செல்லும்படி மாமல்லரைத் தென் திசைக்கு அனுப்பிவிட்டு மகேந்திரர் திரும்பி போய்விடவில்லையென்பதைச் சென்ற அத்தியாயத்தில் பார்த்தோம். நாகநந்தியின் கொடூரச் சூழ்ச்சிகளை எதிர்ப்பதற்குக் கள்ளங்கபடமற்ற இளம் பிள்ளையான மாமல்லரையே நம்பி

விட்டுவிட முடியுமா?

குண்டோதரனுக்கு எச்சரிக்கை செய்துவிட்டுக் கிளம்பிய மகேந்திர பல்லவர், இருட்டையும் புயலையும் பெரு மழையையும் பொருட் படுத்தாமல் தென்கிழக்குத் திசையை நோக்கிச் சென்றார். உதயமாவதற்கு ஒரு ஜாமம் இருக்கும்போது, தென்பெண்ணை நதிக் கரையை அடைந்தார். அப்போது மழையின் வேகம் குறைந்து வானத்தில் மேகங்கள் கலைந்து நட்சத்திரங்கள்கூடத் தெரிந்தன. அந்த இலேசான வெளிச்சத்தில் நதியும் நதிக்கரையும் அப்போது அளித்த காட்சியை வர்ணிப்பது இயலாத காரியம். நதியின் இரு கரையையும் தொட்டுக்கொண்டு 'ஹோ' என்ற இரைச்சலுடன் நொங்கும் நுரையுமாகப் பிரவாகம் போய்க் கொண்டிருந்தது. நேற்று அல்லது முந்தைய தினமாயிருந்தால் அத்தகைய பெரும் பிரவாகம்கூடச் சற்றுத் தூரத்திலிருந்த பார்வைக்கு தெரிந்திராது. அடர்ந்த தோப்புகளினால் அது மறைக்கப்பட்டிருக்கும், ஆனால் இப்போது நதிக்கரையில் நெருங்கி வளர்ந்திருந்த அவ்வளவு விருட்சங்களும் முறிந்து விழுந்து கிடந்தன!

மகேந்திரர் நதிக்கரையை நெருங்கியதும், முறிந்து விழுந்து கிடந்த மரங்களுக்கு மத்தியிலிருந்து குதிரை ஒன்று வெளியே வந்தது. அதன் மேல் இருந்தவன் சத்ருக்னன்.

'பிரபு! இன்றிரவு நான் பட்ட கவலை என்றைக்கும் பட்டதில்லை. தங்களைத் தனியே அனுப்பிய என்னுடைய அறிவீனத்தை நினைத்து நினைத்து வருத்தப்பட்டுக் கொண்டிருந்தேன். இந்தப் புயலிலும் மழையிலும் தாங்கள் எப்படி வழி கண்டுபிடித்து வந்து சேர்ந்தீர்கள்?' என்றான் சத்ருக்னன்.

'நானும் எத்தனையோ இரவுகளைப் பார்த்திருக்கிறேன், சத்ருக்னா! ஆனால் இன்றைய இரவைப் போன்ற பயங்கரத்தைக் கண்டதில்லை. போகட்டும், நீ இங்கே காத்திருந்ததில் பயன் உண்டா?' என்று மகேந்திர பல்லவர் கேட்டார்.

'ஆம், பிரபு! இங்கேதான் அவர்கள் நதியைக் கடந்து சென்றார்கள்' என்றான் சத்ருக்னன்.

'துர்விநீதன் இருந்தானா? பார்த்தாயா?'

'வெகு சமீபத்தில் நின்று பார்த்தேன். துர்விநீதன் யானை மீதிருந்தான். மற்றவர்கள் ஏழெட்டுப் படகுகளில் சென்றார்கள். அப்போது புயல் ஆரம் பிக்கவில்லை. கிட்டத்தட்ட அவர்கள் அக்கரையை அடைந்தபோதுதான் காற்று ஆரம்பித்தது. கரை ஓரம் போய்விட்டபடியால் தட்டுத் தடுமாறிக் கரையேறிவிட்டார்கள். அப்போது நதியில் பிரவாகமும் இவ்வளவு இல்லை.

'நீ சொன்ன இடத்துக்குத்தான் அவர்கள் போயிருக்கவேண்டும். பின்னால் படகு ஒன்றும் விட்டுவிட்டுப் போகவில்லையா?'

'ஒரு படகை விட்டுப் போனார்கள். அதை நீங்களும் நானும் எடுத்துக் கொண்டு போய்ப் பிக்ஷுவைத் திண்டாடச் செய்யலாமென்று நினைத்தேன்.

ஆனால் புயல் நம்மையும் திண்டாட விட்டுப் படகை அடித்துக்கொண்டு போய் விட்டது!'

'நல்லதாய்ப் போயிற்று, சத்ருக்னா! துர்விநீதனைத் தொடர இப்போது அவ காசமில்லை. அதைவிட முக்கியமான வேலை இருக்கிறது. மாமல்லனும் பரஞ்சோதியும் எங்கே இறங்கியிருக்கிறார்கள் என்று தெரிந்து கொண்டாயல்லவா?'

'இந்த நதிக்கரையில்தான் கிழக்கே அரை காத தூரத்தில் இருக்கிறார்கள். ஆ! இந்தப் பெரும் புயலில் அவர்கள் என்ன பாடுபட்டார்களோ; தெரியவில்லை!'

'உடனே அவர்கள் இருக்குமிடம் போகவேண்டும். பொழுது விடிவதற்குள் அவர்கள் தென் பெண்ணையைக் கடந்து விட வேண்டும். உன் குதிரையின் உடம்பில் சக்தி இன்னும் இருக்கிறதா, சத்ருக்னா? என் குதிரை ரொம்பவும் தளர்ந்து விட்டது.'

'என் குதிரை இன்னும் போகும் பிரபு! இதன்மேல் ஏறிப் போங்கள், நான் இங்கேயே இருக்கிறேன்'

'இல்லை, இரண்டு பேருந்தான் போகவேண்டும்...'

'பிக்ஷு இங்கு வந்தால்...?'

'பிக்ஷு இங்கு வரமாட்டார், சத்ருக்னா! நிச்சயமாக இன்னும் சில நாளைக்கு வரமாட்டார்.'

'ஏன் பிரபு!'

'உன் சீடன் குண்டோதரன் அவரைத் தூக்கித் திருப்பாற்கடல் உடைப்பில் போட்டுவிட்டான்!'

'என்ன? என்ன?'

'அதோ அந்தச் சத்தம் உன் காதில் விழுகிறதா, சத்ருக்னா?'

'சத்ருக்னன் உற்றுக் கேட்டுவிட்டு, 'ஆம் பிரபு! சமுத்திர கோஷம் மாதிரி இருக்கிறது! மறுபடியும் மழையா?' என்றான்.

'மழைச் சத்தம் அப்படியிராது. திருப்பாற்கடல் உடைத்துக்கொண்டு விட்டது. நாளைப் பொழுது போவதற்குள் வராக நதியிலிருந்து தென் பெண்ணை வரையில் ஒரே பிரளயந்தான்!'

'ஐயையோ? மாமல்லர்...?' என்று அலறினான் சத்ருக்னன்.

'வா! போகலாம்! மாமல்லனையும் பரஞ்சோதியையும் எச்சரித்துக் காப் பாற்றலாம்!' என்றார் மகேந்திரர்.

'சுவாமி, குண்டோதரன்?'

'குண்டோதரன் திருப்பாற்கடல் உடைப்பை அடைக்க முயற்சி செய்தான். அது முடியாத காரியம்; 'ஓடிப்போய் ஆயனரையும் சிவகாமியையும் காப்பாற்று' என்று எச்சரிக்கை செய்துவிட்டு வந்தேன், என்ன செய்தானோ?'

'ஆஹா! அவர்கள் வேறு அகப்பட்டுக் கொண்டார்களா? இன்றைக்கு உண்மையிலேயே மிகப் பயங்கரமான இரவுதான்!' என்று சத்ருக்னன் கூறி குதிரையைப் போகும்படி முடுக்கினான்.

'இது பயங்கரமான இரவானாலும் ஒரு பயன் கிடைத்தது சத்ருக்னா! புலிகேசியை வெல்வதற்கு இன்னொரு ஆயுதத்தைக் கண்டுபிடித்தேன்!' என்றார் சக்கரவர்த்தி.

'பிரபு தாங்கள் உண்மையிலேயே விசித்திர சித்தர்தான்!' என்று சத்ருக்னன் வியப்புடன் கூறினான்.

இரு குதிரைகளும் நதிக்கரையோரமாகக் கிழக்குத் திசையை நோக்கிச் சென்றன. வழியெல்லாம் முறிந்து கிடந்த மரங்களைத் தாண்டிப் போவதில் அவர்களுக்கு எவ்வளவோ சிரமம் ஏற்பட்டது. எனினும், பொழுது புலரும் சமயத்தில் அவர்கள் பல்லவ சைனியத்தின் பாசறையை வந்தடைந்தார்கள். அல்லோலகல்லோலமாய்க் கிடந்த அந்தப் பாசறையில் நுழைந்ததும், பல்லவ வீரர்களுக்கெல்லாம் வந்திருப்பவர் மகேந்திர சக்கரவர்த்தி என்பது தெரிந்து விடவே, பலமான ஜயகோஷம் எழுந்தது.

மகேந்திரர், தளபதி பரஞ்சோதியைப் பார்த்தவுடனே, அவருக்குப் பேச இடங்கொடாமல், 'தளபதி! உடனே புறப்பட வேண்டும். இன்னும் ஒரு நாழிகைக்குள் தென் பெண்ணையைக் கடந்து அக்கரை போகவேண்டும். நீந்தத் தெரிந்தவர்கள் நீந்தட்டும், நீந்தத் தெரியாதவர்கள் மரம் மட்டை எதையாவது பிடித்துக்கொள்ளட்டும்! குதிரைகள், யானைகள் எல்லாவற்றை யும் ஆற்றில் அடித்து விடுங்கள். ஆயுதங்கள், சாமக்ரியைகள் எது போனாலும் போகட்டும்; மனிதர்கள் பிழைத்தால் போதும்!' என்றார்.

இந்த விசித்திரமான கட்டளையைக் கேட்டுத் திகைத்து நின்ற பரஞ் சோதியைப் பார்த்து, 'ஓஹோ! காரணம் தெரியவேண்டுமா? திருப் பாற்கடல் உடைத்துக்கொண்டு விட்டது! அதோ வினாடிக்கு வினாடி அதிகமாகும் கோஷத்தைக் கேளும்; இன்னும் ஒரு ஜாமத்திற்குள்ளே வெள்ளம் இங்கே வந்துவிடும்!' என்றார்.

பரஞ்சோதியின் முகத்தில் அப்போது சொல்ல முடியாத பீதி தோன்றியது. 'பிரபு...பிரபு!..' என்று மேலே பேச முடியாமல் அவர் தயங்கி நிற்பதைக் கண்டு, 'என்ன விசேஷம், தளபதி! மாமல்லன் எங்கே?' என்று சக்கரவர்த்தி கேட்டார்.

'நேற்று இருட்டிய பிறகு அசோகபுரத்துக்குப் புறப்பட்டுப் போனார் பிரபு! அங்கே...அங்கே...' என்று மேலும் சொல்வதற்குப் பரஞ்சோதி தயங்கினார்.

'தெரிந்து கொண்டேன், தளபதி! அசோகபுரத்திலே ஆயனர் இருக்கிறார். அந்தச் சிற்ப சக்கரவர்த்தியைப் பார்ப்பதற்காகக் குமார சக்கரவர்த்தி புறப் பட்டுப் போனார்! நல்லது. மாமல்லனைக் காப்பாற்றும் பொறுப்பு இனி நமக்கு இல்லை; அது ஏகாம்பரநாதனுடைய பொறுப்பு! இங்குள்ள மற்றப்

போர் வீரர்களை நாம் காப்பாற்ற முயல்வோம்!' என்றார் மகேந்திரர்.

மாமல்லரைப் பற்றிய அநாவசியமான கவலை நமது வாசகர்களையும் பீடிக்காமலிருக்கும், பொருட்டு அச்சமயம் அவர் எங்கே இருந்தார் என்பதைச் சொல்லிவிட விரும்புகிறோம்.

கிழக்கு வெளுத்துப் பொழுது புலரத் தொடங்கியிருந்த அந்த நேரத்தில் அசோகபுரத்துப் புத்த விஹாரத்தின் அருகில், மாமல்லர் ஏறியிருந்த குதிரையானது பெருகிவந்த எதிர் வெள்ளத்திலே நீந்தித் திணறிக் கொண்டிருந்தது.

விஹாரத்தின் மேல் தளத்திலே ஆயனரும் சிவகாமியும் சிவகாமியின் அத்தையும் நின்று ஆவலுடனும் கவலையுடனும் அவருடைய வருகையை நோக்கிக் கொண்டிருந்தனர். ரதியும் சுகப் பிரம்ம ரிஷியுங்கூட அங்கே காணப்பட்டனர்.

அதே சமயத்தில் நீர் சூழ்ந்த புத்த விஹாரத்தின் ஓரமாகப் பானைத் தெப் பத்தில் குண்டோதரன் வந்து கொண்டிருந்தான்.

வீதியிலும் மற்றும் சுற்றுப்புறமெங்கும் வெள்ளம் சுழித்துக் கொம்மாள மிட்டு அதிவேகமாக ஓடிக்கொண்டிருந்ததுடன் கணத்துக்குக் கணம் பெரு கிக்கொண்டுமிருந்தது.

28.சுகரிஷியின் வரவேற்பு

அதிசயமான பயங்கர சம்பவங்கள் நிகழ்ந்த அன்றிரவில், அசோகபுரத்துப் பாழடைந்த புத்த விஹாரத்தில் என்ன நடந்தது என்று இப்போது பார்ப்போம்.

அந்த விஹாரத்தில் தன்னந்தனியாக வசித்து வந்த வயோதிக பிக்ஷு இருண்ட சைத்யத்தில் நாகநந்தியுடன் பேசி விட்டுத் திரும்பி வந்தவுட னேயே, ஆயனரிடம் அங்கிருந்து உடனே புறப்பட்டுச் செல்வது நலம் என்று பிரஸ்தாபித்தார்.

சிவகாமியை அழைத்து ஆயனர் கேட்டபோது, சிவகாமி ஒரே பிடிவாதமாக அங்கிருந்து கிளம்ப முடியாதென்று சொல்லி விட்டாள். அங்கே சண்டை நடக்கலாமென்று பிக்ஷு சொன்னது அங்கே இருப்பதற்கு அவளுடைய ஆவலை அதிகமாக்கிற்று. அப்படி நடக்கும் சண்டையைக் கண்ணாலே பார்க்க வேண்டும் என்ற விசித்திரமான ஆசை அவள் உள்ளத்தில் உதித்தது. அந்த ஆசையின் மூலகாரணம் மாமல்லர் போர்க்களத்திலே நிகழ்த்தும் வீரச் செயல்களைப் பார்க்கவேண்டுமென்பதுதான். அவளுடைய கற்பனைக் கண்ணின் முன்னால் போர்க்களக் காட்சிகள் தென்படலாயின. நாலாபுறமும் சூழ்ந்துவரும் எதிரிகளுக்கு மத்தியில் மாமல்லர் தன்னந்தனியாக நின்று வாளைச் சுழற்றி எதிரிகளின் தலைகளை வெட்டி வீழ்த்துவதுபோல் அவள்

கற்பனை செய்து கொள்வாள். மறுகணம் அந்தக் கற்பனைக் காட்சியின் கோரத்தைக் காணச் சகியாமல், மனத்தை விட்டு அக்காட்சியை அகற்றி விட முயல்வாள்.

இரவு ஒரு ஜாமம் ஆனபிறகு மறுபடியும் அந்த வயோதிக பிக்ஷு ஓடிவந்து, ‘அபாயம், அபாயம்! உடனே கிளம்புங்கள்! இல்லாவிட்டால், தப்பிப் பிழைக்க முடியாது!’ என்று உரத்த குரலில் பரபரப்புடன் கூறினார்.

‘அடிகளே! இன்னும் என்ன புது அபாயம் நமக்கு வரப்போகிறது?’ என்று ஆயனர் அவநம்பிக்கையுடன் கேட்டார்.

‘இங்கே யுத்தம் நடக்கலாமென்று நான் முன்னே சொன்னது, உண்மையைச் சொன்னால் ஒருவேளை நீங்கள் நம்பமாட்டீர்கள் என்றுதான். திருப்பாற் கடல் ஏரி உடைத்துக் கொள்ளும் போலிருக்கிறதென்று கேள்விப்பட்டேன். அதனால்தான் போய்விடலாமென்று யோசனை சொன்னேன். இப்போது உண்மையாகவே ஏரி உடைத்துக்கொண்டுவிட்டது உடனே கிளம்புங்கள்!’ என்றார்.

‘சுவாமி! ஏரி உடைத்துக்கொண்டால் என்ன? அதற்காக நாம் ஏன் ஓட வேண்டும்!’ என்று சிவகாமி சாவதானமாகக் கேட்டாள்.

‘திருப்பாற்கடல் ஏரியை நீ பார்த்திருந்தால் இப்படிச் சொல்லமாட்டாய்! நாளைப் பொழுது விடிவதற்குள் இங்கேயெல்லாம் ஒரே வெள்ளமா யிருக்கும்!’ என்றார் பிக்ஷு.

சிவகாமி ஆயனர் பக்கம் திரும்பி, ‘அப்பா! நான் வெள்ளமே பார்த்ததில்லை. நாம் இங்கேயே இருந்து வேடிக்கை பார்க்கலாம். பிக்ஷு வேணுமானால் போகட்டும்!’ என்றாள்.

‘பெண்ணே! அறியாமையால் பிதற்றுகிறாய்! வெள்ளம் வந்தால் வேடிக்கை யாயிராது! பனை மர உயரம் பிரம்மாண்டமாக வரும். இந்த விஹாரம், சைத்தியம் எல்லாம் மூழ்கிப் போய்விடும். அப்புறம் என்ன வேடிக் கையைப் பார்க்கிறது?’

‘சுவாமி! அவ்வளவு நிச்சயமாய்ச் சொல்லுகிறீர்களே தங்களுக்கு எப்படித் தெரியும்?’ என்று ஆயனர் கேட்டார்.

‘பத்து வருஷத்துக்கு முன்னால் இப்படித்தான் ஒரு தடவை திருப்பாற்கடல் ஏரி உடைப்பு எடுத்துக் கொண்டது, அப்போது நானே பார்த்திருக்கிறேன். இந்தப் பள்ளத்தாக்கில் ஆயிரக்கணக்கான ஜனங்கள் செத்துப் போனார்கள். மீதியிருந்தவர்கள் இங்கே குடியிருப்பது அபாயம் என்று வேறு மேட்டுப் பாங்கான இடங்களுக்குக் குடிபோய் விட்டார்கள். அந்த வெள்ளத்திற்குப் பிறகுதான் இந்த அசோகபுரம் இப்படிப் பாழடைந்து கிடக்கிறது!’

இதையெல்லாம் கேட்டபோது ஆயனருக்கும் சிவகாமிக்கும் மனக்கலக்கம் உண்டாயிற்று. ஆயினும், இரவில் கிளம்ப அவர்கள் மனம் இசைய வில்லை. அதோடு, அப்போது பெருங்காற்றும் மழையும் ஆரம்பித் திருந்தன.

சிவகாமி திடீரென்று நினைத்துக்கொண்டு, 'அப்பா! குண்டோதரன் சாயங்காலம் வந்தான்; மறுபடியும் மாயமாய் மறைந்து விட்டானே? இந்தக் காற்றிலும் மழையிலும் எங்கே அகப்பட்டுக் கொண்டானோ, தெரிய வில்லையே?' என்று கவலையுடன் கூறினாள்.

'அவனுடைய நடவடிக்கையே இப்போது விசித்திரமாய்த்தானிருக்கிறது!' என்றார் ஆயனர்.

'அதோ கேளுங்கள் சத்தத்தை!' என்றார் பிக்ஷு. ஆம்; அதுவரையில் கேளாத ஒரு புதுவிதமான சத்தம் அப்போது இலேசாகக் கேட்டது.

ஆயனருக்கும் சிவகாமிக்கும் மனக் கலக்கம் அதிகமாயிற்று. சிவகாமி, 'அது என்ன சத்தம்?' என்றாள்.

'ஏரி உடைத்துக்கொண்டுவிட்டது. நாளைப் பொழுது விடிவதற்குள் இங்கே ஒரே வெள்ளமாயிருக்கும்!' என்றார் பிக்ஷு.

'தெருவெல்லாம் தண்ணீர் ஓடுமோ? இந்த விஹாரத்துக்குள்ளேகூட ஜலம் வந்து விடுமோ?' என்றாள் சிவகாமி.

'விஹாரத்துக்குள்ளே மட்டுமில்லை; விஹாரத்துக்கு மேலேயுங்கூட வந்துவிடும்!' என்றார் பிக்ஷு.

'சுவாமி! இப்போது என்ன யோசனை சொல்கிறீர்கள்?' என்று ஆயனர் கவலையுடன் கேட்டார்.

'இப்போது நான் என்ன யோசனையைச் சொல்வது? சாயங்காலமே போய் விடலாமென்று சொன்னேன்; நீங்கள் கேட்கவில்லை. பக்கத்திலுள்ள கிரா மத்துக்குப் போய் ஒரு பானைத் தெப்பம் கொண்டு வருகிறேன். அது வரையில் நீங்கள் இங்கேயே இருங்கள். இன்றிரவு நாம் தப்பிப் பிழைத்தால், புத்த பகவானுடைய கருணைதான். ஆஹா! நாகநந்தியடிகள் எப்பேர்ப் பட்ட பொறுப்பை என்னிடம் ஒப்புவித்து விட்டுப் போய் விட்டார்?'

இவ்விதம் கூறிவிட்டு அந்த வயோதிக புத்த பிக்ஷு நள்ளிரவில் புயலிலும் மழையிலும் விஹாரத்திலிருந்து வெளியில் சென்றார்.

புத்த பிக்ஷு வெளியில் போய்ச் சற்று நேரத்துக்கெல்லாம் அவர் கூறிய படியே உடைப்பு வெள்ளம் அசோகபுரத்தை அடைந்துவிட்டது. முதலில் கொஞ்சமாகத்தான் வந்தது. அப்புறம் மளமளவென்று பெருக ஆரம்பித்து விட்டது. விஹாரத்துக் கதவுகளின் இடுக்கு வழியாகத் தண்ணீர் உள்ளே வரத் தொடங்கியது. சிறிது நேரத்துக்கெல்லாம் கதவுகளைப் பிளந்து தள்ளிவிட்டு உள்ளே குபுகுபுவென்று பாய ஆரம்பித்தது.

வெள்ளம் பெருகத் தொடங்கியதும் ஆயனர் முதலியோர் முதலில் விஹாரத் தின் வெளிவாசல் திண்ணையில் வந்து நின்றார்கள். ஆனால் மழை, புயல், மின்னல் அசாத்தியமாயிருந்தபடியால் அங்கே நிற்க முடியவில்லை. பிறகு உள்ளே சென்றார்கள்; உள்ளே தண்ணீர் புகுந்ததும் மேடைகளில் ஏறி உட் கார்ந்து கொண்டார்கள். மேடைகளிலும் தண்ணீர் வந்ததும், மேல் தளத்

துக்குப் போகும் மச்சுப் படிகளில் ஏறி உட்கார்ந்து கொண்டார்கள். அப் படியும் அவர்களை விடாமல் தண்ணீர் மேலே மேலே வந்து கொண்டிருந்தது.

'அப்பா! என் அசட்டுத்தனத்தினால் உங்களை இந்த கதிக்கு ஆளாக்கினேன்!' என்று சிவகாமி ஆயனரின் கழுத்தைக் கட்டிக்கொண்டு புலம்பினாள். 'ஐயோ! இந்த மானையும் கிளியையும் எதற்காக அழைத்து வந்தேன்?' என்று வருந்தி, அவற்றை அன்புடன் தடவிக் கொடுத்தாள்.

மானும் கிளியும் ஏதோ பெரிய ஆபத்து வந்திருக்கிறது என்பதை உணர்ந்து சிவகாமியின் அருகில் வந்து ஒட்டிக்கொண்டு நின்றன.

'குழந்தாய்! நீ என்ன செய்வாய்? இப்படி நாம் கூண்டோடு கைலாசம் போக வேண்டுமென்று விதி இருக்கும்போது எப்படித் தடுக்க முடியும்? அந்த நாகநந்தியின் பேச்சைக் கேட்டு இப்படியாயிற்று!' என்று ஆயனர் கூறிச் சிவ காமியின் முதுகில் அருமையுடன் தட்டிக்கொடுத்தார்.

'நாகநந்தியின் மேல் ஒரு தவறுமில்லை; எல்லாம் மாமல்லரால் வந்தது, அப்பா!' என்றாள் சிவகாமி.

சிவகாமியின் உள்ளம் அன்றிரவு அடிக்கடி மாமல்லர்பால் சென்று கொண்டி ருந்தது. வாசலில் நின்று தன்னைப் பார்த்தவர், ஒரு வார்த்தைகூடப் பேசாமல் போய்விட்டதை நினைத்து அவளுக்கு ஆத்திரம் ஆத்திரமாய் வந்தது. அவர் நின்று பேசித் தங்களையும்கூட அழைத்துப் போயிருந்தால் இப்படி நேர்ந் திராதல்லவா?

எனவே இந்த வெள்ளத்தில் நாம் செத்துப் போவதே நல்லது. நம்மை இங்கே பார்த்துவிட்டுச் சென்ற மாமல்லருக்கு, ஒருநாள் இல்லாவிட்டால் ஒருநாள் நாம் இங்கேயே வெள்ளத்தில் முழுகிச் செத்துப்போனது தெரியாமல் போகாது. அப்புறம், அவர் வாழ்நாளெல்லாம் இதை நினைத்து நினைத்துத் துக்கப்படுவாரல்லவா? சற்று நின்று சிவகாமியுடன் பேசாமல் வந்து விட்டோமே என்று வருத்தப்படுவாரல்லவா? படட்டும்! படட்டும்! அவ் வளவு கல் நெஞ்சமுடைய மனிதருக்கு இதுவும் வேண்டும்; இன்னமும் வேண்டும்! அப்படி அவரை வருத்தப்படுத்துவதற்காகவே நாம் இங்கே வெள்ளத்தில் செத்துப்போவது நல்லதுதான். ஆனால், பாவம்! - அப்பாவும் அத்தையும் ரதியும் சுகரும் ஏன் இந்தக் கதிக்கு உள்ளாக வேண்டும்? பகவானே! திடீரென்று ஏதாவது ஒரு அற்புதம் நேரக்கூடாதா? தன்னைத் தவிர மற்றவர்கள் உயிர் பிழைக்கக்கூடாதா? நான் மட்டும் சாகக்கூடாதா? தன்னுடைய துரதிர்ஷ்டம், தலைவிதி, அவர்களையும் ஏன் பற்றவேண்டும்?

இப்படிப்பட்ட எண்ணங்களில் எவ்வளவு நேரம் போயிருக்கும் என்று தெரியாது. புயலும் மழையும் கொஞ்சம் ஓய்ந்திருப்பது போலத் தோன்றியது. மச்சுக்குப் போய்ப் பார்க்கலாம் என்று நினைத்து எல்லாரும் மேலே போனார்கள். உண்மையாகவே, புயல் ஓய்ந்து, மழையும் விட்டி ருந்தது. சிறு தூறல்தான் தூறியது. கீழ்த்திசையில் பரவியிருந்த மங்கலான வெளிச்சம் விரைவில் உதயமாகப் போகிறதென்பதைக் காட்டியது.

அந்த உதய நேரத்து ஒளியில் ஆயனர் முதலியோர் சுற்று முற்றும் பார்த்த போது அவர்கள் என்றும் பாரா அதிசயமான காட்சி தெரிந்தது. எங்கெங்கும் ஒரே தண்ணீர்ப் பிரவாகமாயிருந்தது. சற்றுத் தூரத்திலிருந்த கிராமத்துக் குடிசை வீடுகளின் கூரையைத் தொட்டுக்கொண்டு வெள்ளம் ஓடிற்று. வீட்டுக் கூரைகளும், வைக்கோல் போர்களும், பெரிய பெரிய விருட்சங் களும் அந்தப் பெரு வெள்ளத்தில் மிதந்து சென்றன.

சிவகாமியின் உள்ளத்தின் அந்தரங்கத்தில், 'ஒருவேளை எங்கிருந்தாவது எப்படியாவது மாமல்லர் நம்மைக் காப்பாற்றுவதற்காக வரக்கூடாதா?' என்ற எண்ணம் தோன்றியது. 'வீணாசை!' என்று அவளே தன்னைத்தானே திருத்திக்கொள்ள முயன்றாள்.

ஆனால், இதென்ன விந்தை! - கனவு காண்கிறோமா? சித்தப் பிரமையா? - அல்லது உண்மைதானா? - நடக்காத காரியம் நடக்கிறதே? - கைகூடாத ஆசை கைகூடுகிறதே? அதோ வெள்ளத்தில் நீந்திக்கொண்டு வரும் குதிரை மேல் இருப்பவர் மாமல்லர்தானே?... கண்களே! சரியாகப் பாருங்கள்! நெஞ்சே! கொஞ்சம் நிதானித்துக்கொள்! ஆம், ஆம்; அவர்தான் சந்தேக மில்லை! நடராஜப் பெருமானே, பராசக்தித் தாயே! அருள் புரியுங்கள்! மீதியுள்ள தூரத்தை அவர் அபாயமில்லாமல் கடந்து வந்து சேர வேண்டுமே? அப்பா! அப்பா யார் வருகிறார் என்று பார்த்தீர்களா? அத்தை! நீ பார்த்தயா? - ரதி! உனக்குக் கண் தெரிகிறதா? சுகப்பிரம்ம ரிஷியே! உமக்கு வாய் அடைத்துப் போய் விட்டதா, என்ன?...

உண்மையில் சுகப்பிரம்ம ரிஷிக்கு வாய் அடைத்துப் போகவில்லை. இரண்டு மூன்று தடவை தலையை இந்தப்புறமும் அந்தப்புறமும் வளைத்துப் பார்த்துவிட்டுச் சுகப்பிரம்மரிஷி 'மாமல்லா!' 'மாமல்லா!' என்று கூவி வரவேற்புக் கூறினார்.

29.பானைத் தெப்பம்

சுகரின் வரவேற்புக் குரலைக் கேட்டதும் மாமல்லரின் முகத்தில் புன்ன கையின் சாயல் தோன்றியது. சிவகாமி கிளியை அடிப்பதற்காகக் கையை ஓங்க, கிளி அவளுடைய அடிக்குத் தப்பி இறகுகளைச் சட சடவென்று அடித் துக்கொண்டு ஒரு வட்டமிட்டு வந்து சிவகாமியின் தோள்களில் உட்கார்ந்த காட்சி, அவருடைய முக மலர்ச்சியை அதிகமாக்கியது.

அச்சமயம் விஹாரத்தின் ஓரமாகப் பானைத் தெப்பத்தில் வந்து கொண்டிருந்த குண்டோதரனை மாமல்லர் பார்த்தார். கையில் சமிக்ஞையினால் 'நில்லு!' என்று ஆக்ஞையிட்டார்.

அதே நேரத்தில் மேலேயிருந்து குனிந்து பார்த்த சிவகாமி, 'அப்பா! இதோ குண்டோதரனும் வந்து விட்டானே! பானைத் தெப்பம் கொண்டு வரு கிறான்!' என்று கூறிக் கையைக் கொட்டி மகிழ்ந்தாள். இரவெல்லாம் அவளுடைய மனத்தில் குடிகொண்டு இருந்த கவலையும் பீதியும் மறைந்து இப்போது ஏதோ பெரிய வேடிக்கையில் ஈடுபட்டிருப்பது போன்ற குதூகலம் காணப்பட்டது.

தெப்பம் விஹாரத்தின் தூண்களின்மீது இடிக்காதபடி குண்டோதரன் அதைச் சாமர்த்தியமாகத் திருப்பி விட்டுக்கொண்டு மாமல்லரின் குதிரையண்டை வந்தான். 'பிரபு! படகுக்கு வந்து விடுங்கள்!' என்றான்.

'யார் அப்பா நீ! எங்கேயோ பார்த்த மாதிரி இருக்கிறதே!' என்று மாமல்லர் கேட்டார்.

'சத்ருக்னனுடைய ஆள், சுவாமி!' என்று கூறிக் குண்டோதரன் தலைப்பில் முடிந்து வைத்திருந்த இலச்சினையைக் காட்டினான்.

'இங்கே எப்படி வந்து சேர்ந்தாய்?'

'என்னுடைய எஜமானர் உத்தரவின் பேரில் எட்டு மாதமாக இவர்களுடன் இருக்கிறேன், பிரபு!' என்றான் குண்டோதரன்.

'தெப்பம் எப்படி கிடைத்தது?'

'ஒரு வயோதிக புத்த பிக்ஷு தள்ளிக்கொண்டு வந்தார். அவரை வெள்ளத்தில் நான் தள்ளிவிட்டு இதைக்கொண்டு வந்தேன்!'

'பிக்ஷுவையா வெள்ளத்திலே தள்ளினாய்? அட, பாவி! ஏன் அப்படிப்பட்ட காரியத்தைச் செய்தாய்?'

'தெப்பத்தில் அவருக்கு இடம் காணாதென்றுதான்! தங்களையும் சேர்த்துக் கணக்குப் பண்ணிப் பிக்ஷுவுக்கு இடம் காணாதென்று பிடித்துத் தள்ளினேன்!'

'நான் வருவேனென்று எப்படித் தெரியும்?'

'அதுகூடத் தெரியாவிட்டால் மகேந்திர பல்லவரின் ஒற்றர் படையிலே இருக்க முடியுமா, பிரபு?

மாமல்லர் குதிரையின் முதுகிலிருந்து தாவி, பானைத் தெப்பத்தில் வெகு லாகவமாக ஏறிக்கொண்டார். பிறகு குதிரையின் முகத்தை இரண்டு தடவை தடவிக் கொடுத்து அருமை ததும்பிய குரலில், 'தனஞ்செயா! எங்கேயாவது ஓடித் தப்பிப் பிழைக்கப் பார். கடவுள் உன்னைக் காப்பாற்றுவார்!' என்று கூறினார்.

உடனே, தனஞ்செயன் என்னும் அந்தக் குதிரை, வெள்ளத்தில் வேகமாக நீந்திக்கொண்டு, மரங்கள் இரு வரிசையாகத் தண்ணீருக்கு மேலே தலை நீட்டிக் கொண்டிருந்த சாலையை நோக்கிச் சென்றது.

குண்டோதரனும் மாமல்லரும் பானைத் தெப்பத்தைப் பத்திரமாகச் செலுத்திக்கொண்டு விஹாரத்தண்டை சென்றார்கள். மேல் மச்சில் இருந்தவர்களைத் தெப்பத்தில் இறக்குவதற்கு வெகு பிரயாசையாகப் போய் விட்டது. முக்கியமாக, சிவகாமிதான் அதிகத் தொந்தரவு கொடுத்தாள். சற்று முன்னால் வெள்ளத்திலே சாவதற்குத் துணிந்திருந்தவளுக்கு இப்போது உயிரின் மேலே அளவில்லாத ஆசையும் வெள்ளத்தைக் கண்டு பெரும் பயமும் உண்டாகி இருந்தன.

யார் முதலில் தெப்பத்தில் இறங்குவது என்பதிலேயே தகராறு ஏற்பட்டது. ரதியை முதலில் இறக்கப் பார்த்தார்கள். அது ஒரே பிடிவாதம் பிடித்து இறங்குவதற்கு மறுத்தது.

ஆயனர் ரொம்பவும் வற்புறுத்திச் சொன்னதின் பேரில் சிவகாமி இறங்கச் சம்மதித்தாள். மேலேயிருந்து ஆயனரும் அத்தையும் பிடித்து இறக்க கீழே தெப்பத்திலிருந்து மாமல்லர் கைகளினால் அவளைத் தாங்கி இறக்கி விட்டார். இறங்கியதும் தெப்பம் ஆடியபோது, சிவகாமி ரொம்பவும் பயந்து அலறினாள். மாமல்லர் அவளைக் கெட்டியாகப் பிடித்துக்கொண்டு உட்காரவைத்துத் தைரியம் சொன்னார்.

பிறகு, அத்தையும் ஆயனரும் இறங்கியபோது தெப்பம் ஆடியதனாலும் சிவகாமிக்குப் பயம் ஏற்பட்டது.

சுகர், மேலே வட்டமிட்டுக் கொண்டே இருந்தவர் எல்லோரும் தெப்பத்தில் இறங்கியதும், தாமும் வந்து ஒரு மூலையில் உட்கார்ந்து அண்ணாந்து பார்த்து, 'ரதி! ரதி!' என்று கூவினார். அப்போது தெப்பம் கொஞ்சம் நகரவே, 'ஐயோ! ரதியை விட்டு விட்டுப் போகிறோமே' என்று சிவகாமியும் சேர்ந்து அலறினாள்.

ரதி மேலேயிருந்து ஒரே தாவாகத் தாவித் தெப்பத்தில் குதித்தது. அதனுடைய முன்னங்கால் ஒன்று தெப்பத்துக்கு அப்பால் தண்ணீருக்குள் இறங்கிவிடவே, மறுபடியும் சிவகாமி, 'ஐயையோ' என்று கூச்சலிட்டாள்.

எல்லோரும் உட்கார்ந்து எல்லாம் ஒழுங்கான பிறகு, குண்டோதரன், 'பிரபு! சற்றே படகை நிறுத்தி வையுங்கள். இதோ வந்து விடுகிறேன்!' என்று சொல்லிவிட்டு, தெப்பத்திலிருந்து குதித்து நீந்திக்கொண்டு, விஹாரத் துக்குள்ளே போனான்.

குண்டோதரனுக்கு ஆபத்து வந்துவிடப்போகிறதே என்ற கவலை சிவகாமியைப் பிடித்தது. அவன் திரும்பி வருவதற்குள், நேரமாக ஆக அவளுடைய ஆர்ப்பாட்டமும் அதிகமாயிற்று.

கடைசியாகக் குண்டோதரன் மேல் மச்சின் வழியாக எட்டிப் பார்த்து, 'இதோ வந்துவிட்டேன்!' என்றான். அவன் கையிலே ஒரு மூட்டை இருந்தது. மூட்டையை முதலில் கொடுத்துவிட்டுக் குண்டோதரனும் தெப்பத்தில் இறங்கியதும், 'மூட்டையில் என்ன?' என்று ஆயனர் கேட்டார்.

அத்தை மூட்டையைத் தொட்டுப் பார்த்துவிட்டு, 'அவல்!' என்று தெரிவித்தாள்.

'இந்த ஆபத்தான சமயத்தில்கூடக் குண்டோதரன் வயிற்றுப் பாட்டை மறக்கவில்லை!' என்று சொல்லிச் சிவகாமி சிரித்தாள்.

'உங்களுக்குத்தான் என் விஷயம் தெரியுமே, அம்மா! நான் எது பொறுத்தாலும் பொறுப்பேன்; பசி மட்டும் பொறுக்க மாட்டேன்!' என்றான் குண்டோதரன்.

'நல்ல முன் யோசனைக்காரன்!' என்றார் மாமல்லர்.

'சமயசஞ்சீவி என்றால் நம் குண்டோதரன்தான்! பிக்ஷு¬ அவல் வைத்திருந்தது உனக்கு எப்படி அப்பா தெரிந்தது?' இப்படிக் குண்டோதரனை எல்லோரும் பாராட்டிய பிறகு, தெப்பத்தின் ஒரு முனையில் குண்டோதரனும், இன்னொரு முனையில் மாமல்லருமாக உட்கார்ந்து தெப்பத்தைச் செலுத்தினார்கள்.

விரைவாக ஓடிய வெள்ளத்தில் பானைத் தெப்பம் இலகுவாக மிதந்து சென்றது. ஆனால் வழியில் தென்பட்ட மரங்களில் மோதாமலும் வெள்ளத்திலே வந்த கட்டைகள் தாக்காமலும் தெப்பத்தை மிக ஜாக்கிரதையாக விடவேண்டியிருந்தது.

வானத்தில் மேகங்கள் இன்னும் குமுறிக் கொண்டிருந்தன. காற்றின் வேகம் குறைந்து போயிருந்ததென்றாலும், இலேசாக அடித்த காற்று உடம்பில் சில்லென்று பட்டது. அவ்வப்போது நீர்த் துளிகள் கிளம்பிச் சுரீரென்று மேலே விழுந்தன.

சற்று நேரத்துக்கெல்லாம் சிவகாமியின் பயம் பறந்து விட்டது. குதூகலமாய்ச் சிரிக்கவும் விளையாடவும் ஆரம்பித்து விட்டாள்.

'இப்படியே தெப்பத்தில் எத்தனை நாள் போய்க் கொண்டிருப்போம்?' என்று அவள் மாமல்லரைப் பார்த்துக் கேட்டாள்.

'ஏன்! கஷ்டமாயிருக்கிறதா?' என்றார் மாமல்லர்.

'இல்லை, இல்லை, இந்தத் தெப்போத்ஸவம் முடிந்து விடப் போகிறதே என்றுதான் கவலையாக இருக்கிறது' என்றாள் சிவகாமி.

'முடியக்கூடாதா?'

'ஆமாம்; இப்படியே முடிவில்லாமல் என்றென்றைக்கும் வெள்ளத்தில் மிதந்து போய்க் கொண்டிருந்தால் என்ன?'

'ஒருவேளை நீ நினைத்தபடி நடந்தாலும் நடக்கலாம். இந்த வெள்ளம் நேரே சமுத்திரத்தில் போய்த்தான் சேரும். தெப்பமும் சமுத்திரத்துக்குப் போய் விட்டால்...'

'முடிவேயில்லாமல் மிதந்து கொண்டிருக்கலாமல்லவா?... ஒன்று மட்டும் சந்தேகமாயிருக்கிறது.'

'என்ன சந்தேகம், சிவகாமி?'

'இதெல்லாம் கனவா, உண்மையா என்றுதான்.'

'கனவு என்பதாக ஏன் உனக்குத் தோன்றுகிறது?'

'இம்மாதிரி தெப்பத்தில் ஏறி முடிவில்லாத வெள்ளத்தில் மிதந்து செல்வதாக அடிக்கடி நான் கனவு காண்பதுண்டு. அதனாலேதான் இதுவும் ஒருவேளை கனவோ என்று சந்தேகப்படுகிறேன்.'

'இந்த மாதிரி சம்பவம் ஒரு நாள் நேரிடக்கூடும் என்று நான் எப்போதும் எண்ணியது கிடையாது. ஆகையால் எனக்கும் இது கனவோ என்று சந்தேகமாயிருக்கிறது.'

'ஆனால் என்னுடைய கனவிற்கும் இப்போது நடப்பதற்கும் ஒரு வித்தியாசம் உண்டு. கனவில் நான் காணும் படகிலே நானும் இன்னும் ஒரே ஒருவருந்தான் இருப்போம். இந்தப் படகிலே பலர் இருக்கிறோம்!'

'அந்த ஒருவர் யார்?'

'சொல்ல மாட்டேன்?'

பொழுது சாயும் சமயத்தில், கொஞ்ச தூரத்தில் பூமியும், பாறைகளும் மரங்களும் அடங்கிய காட்சி காணப்பட்டது. எப்போதும் முடிவில்லாமல் தெப்பத்தில் போய்க் கொண்டிருக்க ஆசைப்பட்ட சிவகாமிக்குக்கூட அந்தக் காட்சி ஆனந்தத்தை அளித்தது.

ஒவ்வொருவரும் தத்தம் மகிழ்ச்சியையும் திருப்தியையும் பலவிதமாகத் தெரிவித்தார்கள். குண்டோதரனுடைய முகத்தில் மட்டும் மலர்ச்சி காணப் படவில்லை.

'குண்டோதரா! இது என்ன இடம் தெரியுமா? இங்கே நாம் இறங்க வேண்டியதுதானே?' என்றார் மாமல்லர்.

'ஆம், பிரபு! இறங்கவேண்டியதுதான். ஆனால் தீவின் ஓரமாக வெள்ளத்தின் வேகம் கடுமை என்று தோன்றுகிறது. பாறைகள் வேறே இருக்கின்றன!' என்றான் குண்டோதரன்.

தெப்பத்தை அவர்கள் அத்தீவை நோக்கிச் செலுத்த வேண்டிய அவசியம் ஏற்படவில்லை. தானாகவே வெள்ளத்தின் இழுப்பில் அகப்பட்டுத் தெப்பம் தீவை நோக்கிச் சென்றது.

தீவை நெருங்க நெருங்க அதன் வேகம் அதிகமாயிற்று.

கரையோரமாக நின்ற சிறு சிறு பாறைகள் தெப்பத்திலிருந்த வர்களின் கண்களுக்குப் பிரம்மாண்ட மலைகளாகத் தோன்றின.

பாறைகளின் மீது மோதாமல் தெப்பத்தைத் தீவின் ஓரமாய்ச் செலுத்துவதற்குக் குண்டோதரனும் மாமல்லரும் தங்களாலான மட்டும் முயற்சி செய்தார்கள். ஆனால் தெப்பம் நேரே பாறையில் மோதுவதற்கே போவது போல் அதிவேகமாகப் போயிற்று.

தெப்பத்திலிருந்தவர்கள் 'செத்தோம்' என்று தீர்மானித்தார்கள். சுகப்பிரம்மரிஷி அலறிக்கொண்டு பறந்து போய்ப் பாறையில் உட்கார்ந்து கவலையுடன் பார்த்தார்.

தெப்பம் பாறையில் மோதிற்று; பானைகள் சடசடவென்று உடைபட்டன. மூங்கில்கள் நறநறவென்று முறிந்தன. தெப்பம் ஒரு சுற்றுச் சுற்றிவிட்டுத் தபதபவென்று தண்ணீரில் மூழ்கிற்று.

30.மாமல்லர் ஊகம்

பாறையிலே தெப்பம் மோதப்போன சமயத்தில், சிவகாமி 'ஆ' என்று சத்தமிட்டுக்கொண்டு படகில் எழுந்து நிற்க முயன்றாள். அடுத்த கணத்தில் அவள் தூக்கித் தண்ணீரில் எறியப்பட்டாள்.

கண் முன்னால் ஆயிரம் மின்னலின் ஒளிபோல் பிரகாசமாயிருந்தது; அப்புறம் ஒரே இருள்மயமாயிற்று. காதில் 'ஙொய்' என்ற சத்தம் ஒலித்துக் கொண்டிருந்தது.

வெகு நேரமாகத் தோன்றிய உணர்ச்சியற்ற நிலைக்குப் பிற்பாடு ஏதோ உணர்ச்சி உண்டாவதுபோல் இருந்தது. கால் விரல்களிலே மணல் தட்டுப் படுவதுபோல் தோன்றியது. பானைத் தெப்பத்தில் ஏறி வந்தது, தெப்பம் பாறையிலே மோதப் போனது முதலிய விவரங்கள் ஒரு கணத்தில் ஞாபகத்துக்கு வந்தன. உடனே, தான் தண்ணீருக்குள்ளே மூழ்கியிருப்பதும், மூச்சு விடுவதற்குக் கஷ்டப்படுவதும் உணர்வில் தோன்றியது.

'ஆகா! மாமல்லரும் மூழ்கியிருப்பாரல்லவா? இரண்டு பேரும் சேர்ந்து தானே வெள்ளத்திலே மூழ்கினோம்? ஒருவர் கையை ஒருவர் பிடித்துக் கொண்டு செத்துப் போகக்கூடாதா?' என்ற எண்ணம் மின்னல் போல் உதித்தது. அதே கணத்தில் ஒரு கரம் அவளுடைய கரத்துடன் தட்டுப் பட்டது. மறுகணத்தில் அந்தக் கரம் அவளுடைய கையைப் பற்றியது. ஆகா! அது மாமல்லரின் உறுதியான கரம்தான்; சந்தேகமில்லை. நமது கடைசி மனோரதம் உண்மையிலேயே நிறைவேறப் போகிறதா? சண்டையும், சூழ்ச்சியும் வஞ்சகமும் கொடுமையும் நிறைந்த இந்த உலகை விட்டு நீங்கிச் சொர்க்கலோகத்தில் புகும்போது தானும் மாமல்லரும் கைகோத்துக்கொண்டு போகப் போகிறோமா?

இதென்ன! கால் நன்றாய் ஊன்றுகிறதே! இதோ கூழாங்கற்கள் காலில் தட்டுப்படுகின்றனவே! இதோ திடீரென்று வெளிச்சம்.

தண்ணீர் வரவரக் கீழிறங்கி, கழுத்து மட்டுக்கும் வந்து மார்பு மட்டுக்கும் வந்து, பிறகு இடுப்பு மட்டுக்கும் வந்து விட்டது. ஆனால் பிரவாகத்தின்

வேகம் மட்டும் குறையவில்லையாதலால் சிவகாமியை உருட்டித் தள்ளப் பார்த்தது. அதோடு மூக்கிலிருந்தும் வாயிலிருந்தும் தண்ணீர் கொட்டிய படியால் சிறிது நேரம் மிக்க வேதனையாயிருந்தது. இவ்வளவு அவஸ்தை களுக்கிடையில் தன் கரத்தை மாமல்லர் கெட்டியாகப் பிடித்துக்கொண்டு நிற்பதையும் தன்னைப் போலவே ஆயனர், குண்டோதரன், அத்தை எல்லோரும் வெள்ளத்தின் வேகத்தினால் தடுமாறிக் கொண்டிருப்பதையும் சிவகாமி கண்டாள். சுகர் வட்டமிட்டுக்கொண்டு 'கீச்' 'கீச்' என்று கத்துவதையும், ரதி எப்படியோ வெள்ளத்திலிருந்து பிழைத்து, கரை மீதிருந்த பாறையில் தலையை வைத்துக்கொண்டு ஏற முடியாமல் கால்களை உதைத்துக் கொள்வதையும் பார்த்தாள்.

பானைத் தெப்பம் மோதிய இடத்தில் வெள்ளத்தின் வேகத்தினால் பெரிய பள்ளம் ஏற்பட்டிருந்தது. ஆனால் அடுத்தாற்போல் சமீபத்திலேயே ஆழம் குறைந்து தண்ணீர் மேட்டுப்பாங்கான இடத்தில் பரவிப் பரந்து சென்றது. இக்காரணத்தினால் எல்லாரும் தப்பிப் பிழைப்பது சாத்தியமாயிற்று.

எல்லாரும் தட்டுத்தடுமாறிக் கரை ஏறியானதும், 'ஐயோ! போச்சே!' என்றான் குண்டோதரன். மற்றவர்கள் திடுக்கிட்டு அவனைப் பார்த்தார்கள். 'என்ன போய்விட்டது?' என்று ஆயனர் கேட்டதும், 'அவல் மூட்டை போச்சே' என்றான்.

சற்று நேரம் எல்லாரும் கொல்லென்று சிரித்தார்கள். பிறகு புருஷர்களும் ஸ்திரீகளும் துணிகளைப் பிழிந்து உலர்த்திக் கட்டிக் கொள்வதற்காக வெவ்வேறு திசை நோக்கிச் சென்றார்கள்.

குண்டோதரனும் குமார சக்கரவர்த்தியும் ஒரு பக்கமாகப் போனபோது, 'குண்டோதரா! அவல் மூட்டை போனதைப் பற்றி அழுகிறாயே? தெப்பம் போய்விட்டதே! அதற்கு என்ன செய்கிறது' என்று மாமல்லர் கேட்டார்.

'பிரபு! நல்ல வேளையாய் இந்தப் பாறைப் பிரதேசத்தில் தெப்பம் மோதிக் கவிழ்ந்ததே என்று எனக்குச் சந்தோஷமாயிருக்கிறது. இல்லாவிடில் கடலில் போய்த்தானே சேரவேண்டும்? சமுத்திரத்து அலைகளிலே இந்தப் பானைத் தெப்பம் என்ன செய்யும்?' என்றான் குண்டோதரன்.

'இருந்தாலும் தெப்பத்தையும் காப்பாற்றி இருக்கலாம். நீ மட்டும் இன்னும் கொஞ்சம் லாகவமாய் கழி போட்டிருந்தால்...'

'அப்படி அவசியம் வேணுமென்றால், அதோ கிராமம் தெரிகிறதே - அங்கே பானைகள் சம்பாதித்துத் தெப்பம் கட்டிக் கொள்ளலாம், பிரபு! ஆனால், இப்போது தெப்பம் எதற்கு? இந்த வெள்ளம் அடங்குகிற வரையில் இங்கேயே இருப்பதுதான் நல்லது.'

'அழகுதான் குண்டோதரா! என் சைனியத்தை எங்கேயோ விட்டுவிட்டு நான் இங்கே இருக்க வேண்டும் என்றா சொல்லுகிறாய்? இவர்களை ஒரு பத்திரமான இடத்தில் சேர்த்த உடனே நாம் இதே தெப்பத்தில் புறப் படலாமென்று எண்ணியிருந்தேன்...'

‘புறப்பட்டு என்ன பிரயோஜனம், பிரபு! இந்தப் பெரு வெள்ளத்தில் எங்கே போகிறது? என்ன செய்கிறது? சைனியம் தாங்கள் விட்ட இடத்திலேயே இருக்குமா? தென்பெண்ணை கரையெல்லாம் இப்போது ஒரே வெள்ளக் காடாய் இருக்குமே!’

‘அதனால்தான் அவசியம் நான் போகவேண்டும்; பரஞ்சோதியும் மற்றவர் களும் என்னைப்பற்றி என்ன நினைப்பார்கள்?’

‘என்ன நினைப்பார்கள்? தாங்கள் பத்திரமாய் இருக்க வேண்டுமே என்றுதான் நினைப்பார்கள். அவர்களைப்பற்றித் தங்களுக்குச் சிறிதும் கவலை வேண்டியது இல்லை. ஏரி உடைத்துக் கொண்ட செய்தி அவர்களுக்கு நல்ல சமயத்தில் போய்ச் சேர்ந்திருக்கும்!’

துணிகள் உலர்ந்து கொண்டிருக்கையில் குண்டோதரன் தன்னுடைய வரலாற்றை மாமல்லருக்கு விவரமாகக் கூறினான். நாகநந்தி விஷயமாக ஆதியில் சக்கரவர்த்திக்குச் சந்தேகம் ஏற்பட்டு, அதன் பேரில் ஆயனர் வீட்டுக்குச்சத்ருக்னர் தன்னைக் காவல் போட்டதில் தொடங்கி, முதல் நாள் இரவு நாகநந்தியைத் தொடர்ந்து ஏரிக்கரைக்குப் போய் அவருடன் துவந்த யுத்தம் செய்தது வரையில் விவரித்தான். அப்போது ஒரு அதிகாரக்குரல் தன்னை எச்சரித்ததையும் அதன்படியே தான் திரும்பி வந்து வயோதிக புத்த பிக்ஷுவை வெள்ளத்தில் தள்ளிவிட்டுத் தெப்பத்தைக் கைப்பற்றிக்கொண்டு வந்ததையும் விவரமாகக் கூறி முடித்தான்.

குண்டோதரன் கூறியதையெல்லாம் கேட்டு, மகேந்திர பல்லவரின் முன்யோசனையிலும், இராஜதந்திரத்திலும் மாமல்லருக்கு இருந்த மதிப்பு பன்மடங்கு அதிகமாயிற்று. குண்டோதரனுடைய சாமர்த்தியத்தைப் பற்றியும் அவர் மிக வியந்து பாராட்டினார்.

‘ஆனால் நீ அந்த வயோதிக பிக்ஷுவைத் தெப்பத்திலிருந்து தள்ளியது மட்டும் எனக்குப் பிடிக்கவில்லை, குண்டோதரா! அந்தப் பாவத்தை ஏன் செய்தாய்?’ என்று கேட்டார்.

‘அது பாவமில்லை பிரபு! பெரிய புண்ணியம்! அவன் புத்த பிக்ஷுவுமில்லை; ஒன்றுமில்லை. காஞ்சி நகரத் தெற்குக் கோட்டை வாசலில் காவலனாக இருந்தவன். இந்த நாகநந்தியின் வலையில் விழுந்து தேசத் துரோகியாகி விட்டான். அவனை வெள்ளத்தில் தள்ளியது போதாது. அவன் தலையில் ஒரு கல்லையும் தூக்கிப் போட்டிருக்கவேண்டும்!’ என்றான் குண்டோதரன்.

‘அப்படியானால், எல்லாவற்றுக்கும் மூலகாரணமான நாகநந்தியை ஏன் உயிரோடு விட்டாய்? அவரையும் கொன்று விடுவதற்கென்ன?’ என்று மாமல்லர் கேட்டார்.

‘பிரபு! எப்படியும் அந்த நாகப்பாம்பைக் கொன்று தீர்த்துவிடுவது என்றுதான் எண்ணியிருந்தேன். ஆனால் ‘சண்டையை நிறுத்து!’ என்று இருளில் கேட்ட அதிகாரக் குரலின் கட்டளையை மீற முடியவில்லை. ஆகையினால்தான் உடைப்பிலே தள்ளிவிட்டு வந்தேன். யார் கண்டார்கள்? உடைப்பு வெள்ளத் தில் அந்த வேஷதாரி பிக்ஷு, மூழ்கி ஒழிந்து போயிருக்கலாமல்லவா?’

‘கூடாது! குண்டோதரா! கூடாது! அப்பேர்ப்பட்ட பாதகனுக்கு அவ்வளவு சுலபமான மரணம் கூடாது. அந்தக் கள்ள பிக்ஷுவால் ஆயனரும் சிவ காமியும் எப்பேர்ப்பட்ட அபாயத்துக்கு உள்ளாகி விட்டார்கள்!...’

‘பிரபு! மன்னிக்க வேண்டும். நாகநந்தியைப்பற்றி இவர்களிடம் ஒன்றும் பிரஸ்தாபிக்காமல் இருப்பதே நலம். இவர்களுக்கு விஷயம் ஒன்றும் விளங்காது; வீணில் மனத்துன்பம் அடைவார்கள்.’

மாமல்லர் அதை ஒப்புக்கொண்டார். பிறகு, ‘ஏரிக்கரையில் உனக்குக் கட்டளை யிட்ட குரல் யாருடையது என்று தெரியவில்லையா?’ என்று கேட்டார்.

‘ஊகித்தேன் பிரபு! ஆனால் தங்களிடம் சொல்லத் தைரியம் இல்லை. மன்னிக்க வேண்டும்!’ என்றான் குண்டோதரன்.

எச்சரித்தவர் மகேந்திர சக்கரவர்த்தியாயிருக்குமோ என்ற எண்ணம் ஏற்கெனவே அவர் மனத்தில் தோன்றியிருந்தது. குண்டோதரனும் அப் படியே ஊகிக்கிறான் என்று இப்போது தெரிந்தது.

மாமல்லரின் உள்ளத்தில் மகிழ்ச்சி, வெட்கம், வேதனை ஆகிய உணர்ச்சிகள் ஏக காலத்தில் உதயமாயின. குண்டோதரனை எச்சரித்தது மகேந்திர சக்கர வர்த்தியாயிருக்கும் பட்சத்தில் சைனியத்தைப் பற்றிக் கவலைப்பட வேண்டியதில்லை. எல்லோரும் காப்பாற்றப்பட்டிருப்பார்கள். ஆனால், தம் மிடம் நம்பிக்கையில்லாமல்தானே அவர் தொடர்ந்து வந்திருக்க வேண்டும்? அதற்குத் தகுந்தாற்போல் இருக்கிறதல்லவா தம்முடைய காரியமும்? நதிக்கரையிலே சைனியத்தை நிறுத்திவிட்டுத் தனியாக வந்து வெள்ளத் திலேயும் சிக்கிக் கொண்டோமல்லவா? சக்கரவர்த்தியை மறுபடியும் சந்திக்கும்போது, அவர் முகத்தை எவ்விதம் ஏறிட்டுப் பார்ப்பது?

இதற்கு மாறாக இன்னொருவித சிந்தனையும் உண்டாயிற்று. எது எப்படி வேணுமானாலும் போகட்டும்! என்ன அபகீர்த்தி, அவமானம் ஏற் பட்டாலும் ஏற்படட்டும். இந்த ஒரு நாள் ஆனந்த வாழ்வுக்காக எதைத்தான் சகித்துக் கொள்ளக்கூடாது? இனி வருங்காலமெல்லாம் இந்த ஒரு தினத்தின் இன்பமயமான வாழ்க்கையை நினைத்து நினைத்துப் பார்த்து மகிழ்ச்சியடை யலாம் அல்லவா?

‘பிரபு! நடந்தது நடந்துவிட்டது. இனிமேல் நடப்பதைப் பற்றித்தானே யோசிக்க வேண்டும்?’ என்று குண்டோதரன் கூறி மாமல்லரின் சிந் தனையைக் கலைத்தான்.

‘வேறு என்ன யோசனை செய்ய இருக்கிறது? வெள்ளத்திலே வந்து மாட்டிக் கொண்டு விட்டோம். இங்கிருந்து போகும் வழியைத் தேட வேண்டும்...’

‘பிரபு! இன்றிரவு தங்குவதைப் பற்றி முதலில் யோசிப்போம். திறந்த வெளியில் தங்க முடியாதல்லவா, இரவு மழை பிடித்துக் கொண்டால் என்ன செய்கிறது?’

‘எங்கே தங்கலாம் என்று நினைக்கிறாய்?’

‘அதோ சற்று தூரத்தில் ஒரு கிராமம் தெரிகிறது. அங்கே போய் நான் முதலில் விசாரித்துக்கொண்டு வருகிறேன்.’

‘அப்படியே செய்’ என்றார் மாமல்லர்.

அப்போது ‘மாமல்லா! மாமல்லா!’ என்ற சுகரிஷியின் குரல் கேட்டது. அந்தக் குரல் வந்த வழியே சென்ற மாமல்லர், பாறையருகில் மகிழ மரத் தடியில் சிவகாமி தனியாக உட்கார்ந்திருப்பதைக் கண்டார். அவள் அருகில் தாமும் உட்கார்ந்தார்.

31.மகிழ மரத்தடியில்

விரைந்து சென்ற வெள்ளத்தின் இரைச்சலைத் தவிர வேறு சத்தம் எதுவும் சற்று நேரத்துக்கு அங்கு இல்லாமலிருந்தது. மாமல்லர் கண் கொட்டாமல் சிவகாமியின் முகத்தைப் பார்த்துக் கொண்டிருந்தார். சிவகாமி சிறிது நேரம் தரையைப் பார்ப்பாள்; சிறிது நேரம் வெள்ளத்தையும் வானத்தையும் பார்ப் பாள். இடையிடையே மாமல்லரின் முகத் தாமரையிலும் அவளுடைய இரு விழிகளாகிய கருவண்டுகள் ஒரு கணம் மொய்த்து விட்டு விரைவாக அவ்விடமிருந்து அகன்று சென்றன.

புயலுக்கு முன்னால் ஏற்படும் அசாதாரண அமைதியைப் போன்ற இந்த மௌனத்தைக் கண்டு சுகரிஷியும்கூட வாய் திறவாமல் சிவகாமியின் முகத் தையும் மாமல்லரின் முகத்தையும் மாறி மாறிப் பார்த்துக்கொண்டிருந்தார். கடைசியில் பொறுமை இழந்தவராய், ‘இந்த வாய் மூடி மௌனிகளுடன் நமக்கு என்ன சகவாசம்!’ என்று சொல்கிறதைப் போல், இறகுகளைச் சட சட வென்று அடித்துக்கொண்டு, அங்கிருந்து பறந்து சென்றார். கிளி அங்கிருந்து அகன்றதும் மாமல்லரும் மௌனத்தைக் கலைக்க விரும்பியவராய், ‘சிவகாமி! என்ன சிந்தனை செய்து கொண்டிருக்கிறாய்?’ என்று கேட்டார்.

சிவகாமி மாமல்லரின் முகத்தை ஏறிட்டு நோக்கி, ‘சற்று முன்னால் தண்ணீரில் மூழ்கினேனே, அப்படியே திரும்பிக் கரை ஏறாமல் வெள்ளத்தோடு போயிருக்கக்கூடாதா - என்று யோசித்துக் கொண்டிருக்கிறேன்!’ என்றாள்.

‘அப்படியானால் நான் உன்னைத் தேடிக்கொண்டு வந்ததெல்லாம் பிசகு என்று ஏற்படுகிறது. ஆனால், இப்போதுகூட ஒன்றும் மோசம் போய்விட வில்லையே? பெரு வெள்ளம் இங்கேயிருந்து வெகு சமீபத்தில்தானே ஓடுகிறது!’ என்றார் மாமல்லர்.

‘உண்மைதான்! வெள்ளம் வெகு சமீபத்தில் ஓடுகிறது! ஆனால் தானாக வெள்ளத்தில் வீழ்ந்து சாவதற்கு மனம் வருகிறதா? அதுவும் நீங்கள் அருகில் இருக்கையில்’ என்று சிவகாமி கூறியபோது, அவளுடைய கண்களில் கண்ணீர் தளும்பிற்று.

‘இது என்ன! ஏதாவது சந்தோஷமாய்ப் பேசலாம் என்று பார்த்தால் நீ இப்படி ஆரம்பித்துவிட்டாயே!’ என்றார் மாமல்லர்.

‘பிரபு! இன்றைய தினத்தைப் போல் நான் என்றைக்கும் ஆனந்தமாயிருந்தது கிடையாது. அதனாலேதான் இன்றைக்கே என் வாழ்நாளும் முடிந்திருக்கக் கூடாதா என்று தோன்றுகிறது!’

‘அழகாயிருக்கிறது நீ ஆனந்தம் கொண்டாடுகிற விதம்’ என்றார் நரசிம்மவர்மர்.

‘சென்ற ஒரு வருஷகாலமாக நான் அனுபவித்த துன்பத்தையும் வேதனையையும் அறிந்தால் இப்படித் தாங்கள் சொல்லமாட்டீர்கள்?’ என்றாள் சிவகாமி.

‘துன்பமா? உனக்கு என்ன துன்பம் நேர்ந்தது? ஏதாவது உடம்பு அசௌகரியமா? ஏன் எனக்குச் சொல்லி அனுப்பவில்லை?’

‘உடம்புக்கு ஒன்றுமில்லை, பிரபு! உடம்பு மூன்று வேளையும் சாப்பிட்டுக் கொண்டு, ஆடை ஆபரணங்களை அணிந்துகொண்டு சௌக்கியமாய்த்தானிருந்தது, எல்லாத் துன்பத்தையும் வேதனையையும் உள்ளந்தான் அனுபவித்தது!’

‘ஆஹா! துன்பமும் வேதனையும் உனக்கேன் வர வேண்டும்? யாராவது உன்னை உபத்திரவப்படுத்தினார்களா என்ன? உன் தந்தை ஆயனர் அதைத் தடுக்காமல் என்ன செய்து கொண்டு இருந்தார்?’

சிவகாமி எதைக் குறிப்பிட்டு இவ்விதமெல்லாம் பேசுகிறாள் என்பது பல்லவ குமாரருக்குத் தெரிந்துதான் இருந்தது. எனினும், அவள் வாயினால் சொல்லிக் கேட்பதற்காகவே அவ்விதம் புரிந்து கொள்ளாதவர் போலப் பேசி வந்தார்.

அதற்குச் சிவகாமி, ‘ஒருவராலும் எனக்கு ஒரு உபத்திரவமும் ஏற்படவில்லை. காட்டிலே வளர்ந்த பேதைப் பெண்ணாகிய எனக்குப் பேசத் தெரியவில்லை. பிரபு! என் மன வேதனைக்கெல்லாம் காரணம் தங்களை மறக்க முடியாமைதான்!’ என்று கூறிக் கண்களிலிருந்து கலகலவென்று கண்ணீர் வடித்தாள்.

மாமல்லர் ஆர்வம் பொங்கிய கண்களினாலே அவளைப் பார்த்து, ‘இவ்வளவுதானே, சிவகாமி! அதற்காக இப்போது ஏன் கண்ணீர் விட வேண்டும்? நானுந்தான் உன்னுடைய நினைவினால் எவ்வளவோ வேதனைகளை அனுபவித்தேன்! என்னுடைய ஓலைகளையெல்லாம் நீ படிக்கவில்லையா?’

‘தாங்கள் எழுதியிருந்த ஒவ்வொரு எழுத்தையும் மனப்பாடம் செய்திருக்கிறேன். ஒவ்வொரு ஓலையையும் நூறு தடவை ரதிக்குப் படித்துக் காட்டியிருக்கிறேன். ஓலையைப் படிக்கும்போது சந்தோஷமாயிருக்கும். அப்புறம் அவ்வளவுக்கவ்வளவு வேதனை அதிகமாகும்; தங்கள் பேரில் கோபம் கோபமாய் வரும்!...’

'சிவகாமி! உனக்கு என்பேரில் கோபித்துக் கொள்ளும் சௌகரியமாவது இருந்தது. எனக்கு அதுகூட இல்லையல்லவா? யாருடைய துன்பம் அதிகம் என்று சொல்!'

'என்பேரில் தாங்கள் கோபித்துக்கொள்ளவில்லையா? அப்படியானால், அசோகபுரத்துப் புத்த விஹாரத்தின் வாசலிலே என்னைப் பார்த்துவிட்டு ஒரு கண நேரங்கூடத் தாமதிக்காமல் போனீர்களே, ஏன்? என்பேரில் இருந்த அன்பினாலேயா?'

'ஆம், சிவகாமி! நான் வரும் வரையில் அரண்ய வீட்டிலேயே இருக்கும் படிச் சொல்லியிருந்தும் நீங்கள் கிளம்பி வந்துவிட்டீர்களே என்று எனக்குச் சிறிது கோபமாய்த்தானிருந்தது. ஆனால் அன்றிரவே புயலையும் மழை யையும் பொருட்படுத்தாமல் நான் வரவில்லையா? எவ்வளவு முக்கியமான காரியங்களை விட்டு விட்டு வந்தேன்? இப்போதுகூட அங்கே என்ன நடந்திருக்கிறதோ என்னவோ? அதையெல்லாம் மறந்துவிட்டு உன்னு டைய பொன் முகத்திலே ஒரு புன்சிரிப்புக்காகக் காத்துக் கொண்டிருக் கிறேன். நீயோ கண்ணீர் விட்டு என்னைக் கலங்க அடிக்கிறாய்!' என்றார் மாமல்லர்.

'எல்லாம் உங்களால் ஏற்பட்ட மாறுதல்தான். இரண்டு மூன்று வருஷத் துக்கு முன்னாலே ஓயாமல் சிரிப்பும் சந்தோஷமுமாய்த்தானிருந்தேன். காட்டில் யதேச்சையாய்த் திரியும் மானைப் போல் துள்ளி விளையாடிக் கொண்டிருந்தேன். என் தந்தைகூட என்னை அடிக்கடி 'இப்படிச் சிரிக்காதே, சிவகாமி. பாஞ்சாலி சிரித்துத்தான் பாரதப்போர் வந்தது. பெண்கள் அதிக மாய்ச் சிரிக்கக்கூடாது' என்று எச்சரிப்பதுண்டு. அந்தச் சிரிப்பும் குதூகலமும் இப்போது எங்கோ போய் விட்டது! நினைத்தால் எனக்கே ஆச்சரியமாயிருக்கிறது...'

'சிவகாமி! நீ சிரிப்பும் சந்தோஷமுமாய் இருந்த காலத்தைப் பற்றிப் பேசு! உன் குழந்தைப் பிராயத்தைப் பற்றிச் சொல்லு. அந்த நாட்களைப் பற்றிக் கேட்க வேணுமென்று எனக்கு ஆவலாயிருக்கிறது!' என்றார் நரசிம்மவர்மர். மேலும் அவர் வற்புறுத்திக் கேட்டதின் பேரில் சிவகாமி சொல்லத் தொடங் கினாள்:

'நான் சின்னஞ்சிறு பெண்ணாயிருந்தபோது, என் தந்தையின் செல்வக் கண்மணியாய் வளர்ந்து வந்தேன். அரண்யம் சூழ்ந்த சிற்ப அரண் மனையிலே நான் ராணியாயிருந்து தனி அரசு செலுத்தினேன். என் தந்தை யிடம் சிற்ப வேலை கற்றுக் கொண்ட சீடர்கள் என்னிடம் பயபக்தி கொண்ட பிரஜைகளாயிருந்து வந்தார்கள். கண்ணிமையை அசைத்தால் போதும்! அவ்வளவு பேரும் விரைந்து ஓடிவந்து, 'என்ன பணி?' என்று கேட்பார்கள். அப்போதெல்லாம் எனக்கும் கவலை என்பதே தெரியாது; துன்பம் என்பதையே நான் அறிந்ததில்லை.

உலகத்திலே எதைப் பார்த்தாலும் எனக்கு வியப்பும் மகிழ்ச்சியுமா யிருக்கும். காலையிலே எழுந்ததும் தகதகவென்று பிரகாசித்துக்கொண்டு

உதயமாகும் தங்கச் சூரியனைக் கண்டு ஆனந்திப்பேன். மாமரங்களில் தளிர்த்திருக்கும் இளஞ் சிவப்பு நிறத் தளிர்களைக் கண்டு களிப்படைவேன். மரம் செடி கொடிகளில் புஷ்பிக்கும் விதவிதமான வர்ண மலர்கள் எனக்கு எல்லையற்ற மகிழ்ச்சியை அளிப்பதுண்டு. செடி கொடிகளுக்கு மத்தியில் ஆடிக்கொண்டே பறக்கும் பட்டுப் பூச்சிகளை ஓடிப் பிடிக்க முயல்வேன். அவை என் கையில் அகப்படாமல் தப்பித்துக் கொள்ளும்போது கலீரென்று சிரிப்பேன். மது உண்ட வண்டுகளின் ரீங்காரத்தைக் கேட்கும் போதெல்லாம் எனக்கும் ஆனந்த போதை உண்டாகிவிடும். காட்டுப் பறவைகள் இசைக்கும் கீதத்தைக் கேட்டுப் பரவசமடைவேன்.

இரவிலே அகண்ட வானத்திலே மின்னும் நட்சத்திரங்களெல்லாம் தங் களுடன் வந்து சேரும்படி என்னைக் கண் சிமிட்டி அழைப்பதுபோலத் தோன்றும். அவற்றின் அழைப்புக்கிணங்கி நானும் மனோரதத்தில் ஏறி உயர உயரப் பறந்து செல்வேன். சில சமயம் சந்திரனைப் பார்த்தால் எனக்கு அன்னப் பட்சியைப் போலிருக்கும். அதன்மேல் ஏறிக்கொண்டு நட்சத்திரங் களுக்கிடையே வட்டமிட்டுக் கொண்டிருப்பேன். சில சமயம் நிலா மதியானது ஒரு அழகிய சிறு தோணியைப்போல் எனக்குத் தோன்றும். அதன்மேல் ஏறிக்கொண்டு வானமாகிய நீலக்கடலில் மிதந்து வருவேன். வழியிலே தென்படும் நட்சத்திரச் சுடர் மணிகளையெல்லாம் கைநிறைய அள்ளி அள்ளி மடியிலே சேர்த்துக் கட்டிக்கொள்வேன்.

இப்படிக் குதூகலமாகக் காலம் போய்க் கொண்டிருக்கையில் என் தந்தை எனக்கு நாட்டியக் கலை கற்றுக் கொடுக்க ஆரம்பித்தார். அது முதல் எனக்கு நடனக் கலைப் பைத்தியம் பிடித்துவிட்டது. சதா சர்வகாலமும் நாட்டிய மாடிய வண்ணமாகவே இருந்தேன். காட்டுக்குள் விளையாடப் போனால் ஆடிக் கொண்டே போவேன். தாமரைக் குளத்தில் குளிக்கப் போகையில் என் கால்கள் ஜதி போட்டுக் கொண்டே போகும். அந்த நாளில் பூமியும் வானமும் ஒரு பெரிய நடன அரங்கமாக எனக்குக் காட்சி தந்தன.

தடாகத்தில் வண்ணத் தாமரைகள் தென்றல் காற்றில் அசைந்தாடும்போது அவை ஆனந்த நடனமாடுவதாகவே எனக்குத் தோன்றும். வான அரங் கத்தில் விண்மீன்கள் விதவிதமான ஜதி பேதங்களுடன் நடனம் புரிந்து கொண்டு திரும்பத் திரும்பச் சுழன்று வருவதாகத் தோன்றும்.

இப்படி ஆனந்த வெள்ளத்தில் மிதந்த வண்ணமாக என் வாழ்க்கை நடந்து கொண்டிருந்த காலத்திலேதான் தாங்கள் ஒருநாள் தங்கள் தந்தையாருடன் எங்கள் அரண்ய வீட்டுக்கு வந்தீர்கள்...' என்று கூறிச் சிவகாமி கதையை நிறுத்தினாள்.

32.மொட்டு வெடித்தது!

தடாகத்தில் ஒரு அழகிய தாமரை மொட்டு தண்ணீருக்கு மேல் தலை தூக்கி நின்றது. அதன் குவிந்த இதழ்களுக்குள்ளே நறுமணம் ததும்பிக் கொண்டிருந்தது. இரவெல்லாம் அந்த நறுமணம் வெளியில் வருவதற்கு முயன்று நாலாபுறமும் மோதிப் பார்த்தும் வெளியில் வரமுடியாதபடியால் உள்ளுக்குள்ளேயே குமுறிக் கொண்டிருந்தது. தாமரை மொட்டுக்கும் அது மிக்க வேதனையளித்தது.

உதய நேரத்தில் நறுமணத்தின் குமுறலும் மோதலும் அதிகமாயின. திடீரென்று கீழ் வானத்தில் ஒரு ஜோதி தோன்றியது. உதயசூரியனின் அமுதனைய கிரணங்கள் தடாகக் கரையில் இருந்த விருக்ஷங்களின் இடையே நுழைந்து வந்து தாமரை மொட்டைத் தொட்டன. அந்த இனிய ஸ்பரிசத்தினால் மொட்டு சிலிர்த்தது; இதழ்கள் விரிந்தன. இரவெல்லாம் உள்ளே விம்மிக் கொண்டிருந்த நறுமணம் விடுதலையடைந்து தடாகத்தையும் தடாகக் கரையையும் வானவெளியையும் நிறைத்தது.

அவ்விதமே, சிவகாமியின் இதயமாகிய தாமரை மொட்டுக்குள்ளே இத்தனை நாளும் விம்மிக் குமுறிக் கொண்டிருந்த எண்ணங்களும் உணர்ச்சிகளும் மாமல்லரிடம் தனியாகப் பேசும் சந்தர்ப்பம் கிடைத்ததும், கரையை உடைத்துக் கொண்ட ஏரி வெள்ளத்தைப் போலப் பிரவாகமாய்ப் பெருகின. மாமல்லர் முதன் முதலில் அரண்ய வீட்டுக்கு வந்ததைக் குறிப்பிட்டபோது தான் சிவகாமியின் வார்த்தைப் பிரவாகம் சிறிது தடைப்பட்டது.

அப்போது கிடைத்த சந்தர்ப்பத்தை மாமல்லர் பயன்படுத்திக்கொண்டு கூறினார்: 'ஆம்! எனக்கு நன்றாய் நினைவிருக்கிறது. நானும் சக்கரவர்த்தியும் முதன் முதலில் உங்கள் அரண்ய வீட்டுக்கு வந்தபோது, உன் தந்தையின் தெய்வச்சிலைகளுக்கு மத்தியிலே நீ நடனமாடிக் கொண்டிருந்தாய். ஆயனர் ஸ்வரக்கோவை பாடிக்கொண்டும், தாளம் போட்டுக் கொண்டும் இருந்தார். எங்களைக் கண்டதும் ஆயனர் பாட்டையும் தாளத்தையும் நிறுத்தினார். நீயும் ஆட்டத்தை நிறுத்தினாய். உன்னுடைய விரிந்த கண்கள் இன்னும் மலருமாறு விழித்து எங்களை நோக்கினாய். என் தந்தை 'நிறுத்த வேண்டாம்; ஆட்டம் நடக்கட்டும்!' என்று வற்புறுத்தினார். அதன் மேல் ஆயனர் பாடத் தொடங்க, நீயும் ஆடத் தொடங்கினாய்! ஆட்டம் முடிந்ததும் நான் பலமாகக் கரகோஷம் செய்தேன். நீ மகிழ்ச்சி ததும்பிய கண்களினால் என்னை ஏறிட்டுப் பார்த்தாய். அந்தப் பார்வையில் நாணம் என்பது அணுவளவும் இருக்கவில்லை...'

'பிரபு! தாங்கள் கூறியதெல்லாம் உண்மைதான். அப்போது நான் பன்னிரண்டு பிராயத்துப் பெண்; உலகம் அறியாதவளாயிருந்தேன். தாங்கள் வானத்தில் ஜோதி மயமாய்ப் பிரகாசிக்கும் சூரியன் என்பதையும், நான்

கேவலம் பூமியில் புல் நுனியில் நிற்கும் அற்பப் பனித்துளி என்பதையும் அறியாதவளாயிருந்தேன். ஆகையினால், தங்களை ஏறிட்டுப் பார்க்கச் சிறிதும் தயக்கமடையவில்லை. சூரியனை ஏறிட்டுப் பார்க்கத் துணியும் கண்கள் கூடிய சீக்கிரத்தில் கூசிக் குனிய நேரிடுமென்று அறியாமல் போனேன்!...'

'சிவகாமி! நான் சூரியனுமல்ல; நீ பனித்துளியுமல்ல. நீ தீபச்சுடர்; நான் அதைச் சுற்றிச் சுற்றி வரும் விட்டில்!...'

'பிரபு! நான் சொல்ல ஆரம்பித்ததை விட்டு வேறு விஷயத்துக்குப் போனது தவறுதான் மன்னியுங்கள். நான் ஆடி நிறுத்தியதும் நீங்கள் கரகோஷம் செய்தீர்கள். எனக்கு அப்போது உண்டான மகிழ்ச்சிக்கு அளவில்லை. உங்கள் தந்தை உங்களைப் பார்த்து, 'சிவகாமியோடு சற்று நேரம் விளையாடிக் கொண்டிரு! ஆயனரோடு பேசியான பிறகு உன்னைக் கூப்பிடுகிறேன்' என்றார். நீங்கள் என் அருகில் வந்தீர்கள். இருவரும் கைகோத்துக்கொண்டு காட்டுக்குள்ளே குதித்தோடினோம்.

காட்டிலே நான் பார்த்து வைத்திருந்த அழகான இடங்களையும் செடி கொடி களையும் காட்டியான பிறகு தங்களை வீட்டுக்குள்ளே அழைத்துச் சென்று நான் வளர்த்து வந்த கிளிகளையும் புறாக்களையும் காட்டினேன். பிறகு என் தந்தை செய்து வைத்திருந்த சிலைகளைக் காட்டத் தொடங்கினேன். நடன வடிவச் சிலைகளைப் பார்க்கும்போது தாங்கள், 'நானும் நடனக் கலை பயில விரும்புகிறேன்' என்றீர்கள். அந்தச் சிலைகளில் ஒன்றைப்போல் அபிநயத் தோற்றத்தில் நின்றீர்கள். அதைப் பார்த்துவிட்டு நான் கலீரென்று சிரித்தேன். 'குழந்தைகள் அதற்குள்ளே வெகு சிநேகமாகி விட்டார்களே!' என்று நம் தந்தைமார் பேசிக் கொண்டார்கள்.

அன்றுமுதல் தங்களுடைய வருகையை நான் ஆவலுடன் எதிர்பார்க் கலானேன். குதிரையின் சத்தமோ ரதத்தின் சத்தமோ கேட்கும் போதெல்லாம் தாங்கள்தான் வந்து விட்டீர்கள் என்று என் உள்ளம் துள்ளி மகிழ்ந்தது. உதய சூரியனையும் பூரண சந்திரனையும், வண்ண மலர் களையும், பாடும் பறவைகளையும், பறக்கும் பட்டுப் பூச்சிகளையும் பார்க்கும்போது எனக்குண்டான குதூகலம் தங்களைப் பார்க்கும்போது உண்டாயிற்று. ஆனால் சூரிய சந்திரர்களிடமும், புஷ்பங்கள் பட்சி களிடமும் பேச முடியாது. தங்களிடம் பேசுவது சாத்தியமாயிருந்த படியால், தங்களைக் கண்டதும் பேச ஆரம்பித்தவள் மூச்சுவிடாமல் பேசிக் கொண்டேயிருப்பேன்...'

'உண்மைதான், சிவகாமி! அந்த நாளில் உன்னைப் பார்க்கும்போது, உன் தந்தையின் அற்புதச் சிலைகளில் ஒன்றைப் பார்ப்பது போன்ற மகிழ்ச்சி எனக்கும் உண்டாகும். ஆனால் சிலை பேசாது; நீயோ ஓயாமல் பேசுவாய். பறவைகளின் குரல் ஒலிகளில் எவ்வளவு பொருள் உண்டோ, அவ்வளவு பொருள்தான் உன் பேச்சுக்களிலும் இருப்பதாக எனக்குத் தோன்றும். ஒன்றும் புரியாவிட்டாலும் நெடுநேரம் கேட்டுக் கொண்டிருப்பேன்...'

‘என் பேச்சைப் போலவேதான் நமது சிநேகமும் அப்போது அர்த்தமற்றதாயிருந்தது. கொஞ்ச நாளைக்கெல்லாம், தாங்கள் சக்கரவர்த்தியுடன் தேச யாத்திரை சென்றீர்கள். அப்புறம் மூன்று வருஷ காலம் அரண்ய வீட்டுக்கு நீங்கள் வரவில்லை. மறுபடியும் எப்போதுமே தங்களைப் பார்க்கமாட்டோமோ என்ற ஏக்கம் எனக்குச் சிற்சில சமயம் உண்டாகும். இல்லை, தாங்கள் எப்படியும் ஒருநாள் வருவீர்கள் என்று தைரியம் அடைவேன். தாங்கள் வருவதற்குள்ளே நடனக் கலையிலே சிறந்த தேர்ச்சியடைந்துவிட வேண்டுமென்றும், தாங்கள் திரும்பி வந்ததும் அற்புதமாய் ஆட்டம் ஆடித் தங்களைத் திகைக்கச் செய்ய வேண்டுமென்றும் எண்ணுவேன். தாங்கள் மீண்டும் வரும்போது தங்களுடைய உருவம் எப்படியிருக்குமென்று கற்பனை செய்து பார்க்க அடிக்கடி முயல்வேன். ஆனால் மனத்தில் உருவம் எதுவுமே வராது. கடைசியாக ஒருநாள் தாங்களே வந்துவிட்டீர்கள்! முற்றும் புதிய மனிதராய் வந்தீர்கள்...’

‘நீயும் வெகுவாக மாறிப் போயிருந்தாய், சிவகாமி! உருவத்திலும் மாறியிருந்தாய்; குணத்திலும் மாறியிருந்தாய். நான் எதிர்பார்த்ததுபோல் என்னைக் கண்டதும் நீ ஓடிவந்து என் கரங்களைப் பற்றி வீட்டுக்குள் அழைத்துப் போகவில்லை. தூண் மறைவிலே நாணத்துடன் நின்று கடைக்கண்ணால் என்னைப் பார்த்தாய். ‘கலகல’ என்று சிரிப்பதற்கு மாறாகப் புன்முறுவல் செய்தாய்! அந்தக் கடைக்கண் பாணமும் கள்ளப் புன்னகையும் என்னைக் கொன்றன.’

‘ஓடிவந்து முகமன் கூறி உங்களை வரவேற்க முடியாமல் ஏதோ ஒன்று என்னைத் தடைசெய்தது. முன்னால் வரலாமென்றால் கால் எழவில்லை. ஏதாவது பேசலாமென்றால் நா எழவில்லை. நின்ற இடத்திலேயே நின்றேன். என்னை நானே, ‘சிவகாமி! உனக்கு என்ன வந்துவிட்டது?’ என்று கேட்டுக் கொண்டேன். அதே சமயத்தில் அப்பாவும், ‘சிவகாமி! ஏன் தூண் மறைவில் நிற்கிறாய்? வந்து சக்கரவர்த்திக்கு நமஸ்காரம் செய்! பல்லவ குமாரரைப் பார்! எப்படி ஆஜானுபாகுவாய் வளர்ந்திருக்கிறார்?’ என்றார். நான் தயக்கத்துடன் வந்து நமஸ்காரம் செய்தேன். அப்போது சக்கரவர்த்தி, ‘ஆயனரே! சிவகாமியும் வளர்ந்து போயிருக்கிறாள்! முதலில் எனக்கு அடையாளமே தெரியவில்லை. கற்சிலை செய்வதோடு நீர் தங்கச் சிலையும் செய்ய ஆரம்பித்துவிட்டீரோ என்று நினைத்தேன்’ என்றார். இதனால் என்னுடைய நாணம் இன்னும் அதிகமாகிவிட்டது. சற்று நேரம் பேசாமல் நின்றுவிட்டு அப்புறம் வீட்டிலிருந்து நழுவிக் காட்டுக்குள்ளே சென்றேன். தாமரைக் குளக்கரையில் உட்கார்ந்து எனக்கு என்ன வந்துவிட்டது என்று யோசித்துக் கொண்டிருந்தேன்.

சற்று நேரத்துக்கெல்லாம் என் பின்னால் மிருதுவான காலடிச் சத்தம் கேட்டது. ஆனால் நான் திரும்பிப் பார்க்கவில்லை. தாங்கள் வந்து என் கண்களைப் பொத்தினீர்கள். மூன்று வருஷத்துக்கு முன்னால் இப்படிக் கண்களைப் பொத்தும்போது நான் உங்கள் பெயரைச் சொல்லிக் ‘கலகல’ என்று சிரித்துக் கைகளைத் தள்ளி விட்டுத் திரும்பிப் பார்ப்பேன். இப்போது தங்

களுடைய கரங்கள் என் கண்களை மூடியபோது, என் தேகம் செயலற்று ஸ்தம்பித்தது. என் உள்ளத்திலோ ஆயிரக்கணக்கான அலைகள் எழுந்து விழுந்து அல்லோலகல்லோலம் செய்தன.

பிறகு நீங்கள் என் பக்கத்தில் வந்து உட்கார்ந்து என் கையை உங்கள் கையோடு சேர்த்துக் கொண்டீர்கள். நான் செயலற்றுச் சும்மா இருந்தேன். 'சிவகாமி! என் பேரில் கோபமா?' என்றீர்கள். நான் மௌனமாய் உங்களைப் பார்த்தேன். 'ஆமாம் கோபம்தான் போலிருக்கிறது!' என்று கூறி, தங்களுடைய யாத்திரையைப் பற்றி ஏதேதோ சொல்லிக்கொண்டே போனீர்கள். ஆனால், நீங்கள் சொன்னது ஒன்றும் என் காதில் ஏறவேயில்லை. 'நீங்கள் என் அருகில் உட்கார்ந்திருக்கிறீர்கள்; நம் இருவருடைய கரங்களும் ஒன்றுபட்டிருக்கின்றன' என்னும் ஒரு உணர்ச்சிதான் என் மனத்தில் இருந்தது. அந்த நினைவு என்னை வான வெளியிலே தூக்கிக்கொண்டுபோய் மேக மண்டலங்களின் மேல், மிதக்கச் செய்தது. தடாகத்துத் தண்ணீரில் மிதக்கும் தாமரை இலைகளின் மேலே நின்று என்னை நடனமாடச் செய்தது. தண்ணீருக்குள்ளே அமுக்கிக் கீழே கீழே கொண்டு போய் மூச்சுவிட முடியாமல் என்னைத் திக்குமுக்காடச் செய்தது!...'

'என்னை எத்தகைய அசடாகச் செய்துவிட்டாய் நீ! நான் சொன்னதையெல்லாம் நீ வெகு கவனமாகக் கேட்டுக் கொண்டிருந்ததாக எண்ணியல்லவா என் யாத்திரை அனுபவங்களையெல்லாம் உனக்குச் சொல்லிக் கொண்டிருந்தேன்?'

'கடைசியாக, நீங்கள் விடை பெற்றுச் சென்றபோது, 'சீக்கிரத்தில் திரும்பி வருவேன்' என்று சொல்லிவிட்டுச் சென்றீர்கள். அப்புறம் சில காலம் நான் தரையிலே நடக்கவேயில்லை. ஆனந்த வெள்ளத்தில் மிதந்து கொண்டேயிருந்தேன். என் வாழ்க்கையில் ஒரு மகத்தான அதிசயம் அபூர்வமான புதுமை - யாருக்கும் கிடைக்காத அற்புதமான பாக்கியம் கிடைத்துவிட்டதாகத் தோன்றியது. அதனால் என் கண்களுக்கு உலகமே புதிய தோற்றம் கொண்டது. வானத்திலும் பூமியிலும் அதுவரை காணாத வனப்புக்களையெல்லாம் கண்டேன். மல்லிகையும் முல்லையும் செண்பகமும் அதற்குமுன் நான் என்றும் அறியாத நறுமணத்தை அளித்தன. நீல வானம் புதிய மெருகுடன் பிரகாசித்தது. பட்சிகளின் கானத்தில் புதிய இனிமை தென்பட்டது. மூங்கில் காடுகள் காற்றில் அசையும்போது உண்டாகும் சத்தம் முன்னெல்லாம் அழுகைச் சத்தமாக எனக்குத் தோன்றும். இப்போது அதுவே ஆனந்த கீதமாக என் காதில் ஒலித்தது. செடிகளும் கொடிகளும் பட்சிகளும் பூச்சிகளும் ஆயிரம் ஆயிரம் குரல்களில் 'சிவகாமி! நீ கொடுத்து வைத்தவள்; பாக்கியசாலி என்று ஆதரவோடு சொல்வதாகத் தோன்றியது. இரவிலே வானத்து நட்சத்திரங்கள் முன் எப்போதையும்விடக் குதூகலமாக என்னைப் பார்த்துச் சிரித்தன. வெண்மதியாகிய தந்தத் தோணியின் மேலே அமர்ந்து வானக் கடலில் அந்த விண்மீன்களிடையே சுற்றி வந்தபோது, இப்போது நான் தனியாகச் சுற்றவில்லை; தோணியில் என் அருகில் நீங்களும் வீற்றிருந்தீர்கள்! எல்லையற்ற உள்ளக் கடலிலே தாலாட்டிய சிந்தனை அலைகளுக்கு மத்தியில்

மிதந்த வாழ்க்கைத் தெப்பத்தில் நான் மட்டும் தனியாக இருக்கவில்லை; பக்கத்தில் தாங்களும் இருந்தீர்கள். அப்போதெல்லாம் எனக்குத் தானாகவே பாட்டுப் பாடத் தோன்றியது. ஆட்டத்தில் அளவில்லாத உற்சாகம் உண்டாயிற்று. நடனக் கலையில் நான் அடைந்த துரிதமான அபிவிருத்தியைக் கண்டு என் தந்தையே பிரமித்துப் போனார்....'

'சக்கரவர்த்தியும் நானும்கூடத்தான் அதிசயம் அடைந்தோம். பரத சாஸ்திரம் எழுதிய முனிவருக்கே எட்டாத நடனக் கலை விந்தைகளெல்லாம் உன் ஆட்டத்தில் வெளியாவதாக என் தந்தை அடிக்கடி சொன்னார். காஞ்சி மாநகரில் இராஜ சபையில் அரங்கேற்றம் நடத்த வேண்டும் என்று அவர்தான் வற்புறுத்தினார்.'

'பிரபு! அந்தத் துரதிர்ஷ்டம் பிடித்த அரங்கேற்றம் நடக்கும் சமயத்தில் என் மன நிலை மாறிவிட்டது. அந்த மாறுதலை நினைத்தால் எனக்கே அதிசய மாயிருக்கிறது. மூன்று வருஷ பிரிவுக்குப் பிறகு தங்களைப் பார்த்ததும் எனக்குண்டான சந்தோஷம், குதூகலம் எல்லாம் சில நாளைக்குள் எங்கேயோ போய்விட்டன. வரவர, தங்களுடைய நினைவு எனக்கு மகிழ்ச் சியை அளிப்பதற்கு மாறாகத் துன்பத்தைத் தர ஆரம்பித்தது. எதைப் பார்த் தாலும் பிடிக்காமல் போய்விட்டது. சந்திரனும் நட்சத்திரங்களும் வெறுப்பை அளிக்கத் தொடங்கின. பொழுது விடிந்தால் ஏன் விடிகிறது என்று தோன்றியது. இரவு வந்தால் ஏன் இருட்டுகிறது என்று தோன்று கிறது. பூக்களைக் கண்டால் கசக்கி எறியத் தோன்றியது. என் கண்களிலிருந்து தூக்கம் மாயமாய்ப் போய்விட்டது. அருமையாக வளர்த்த மான் குட்டியையும் கிளியையும் வெறுக்கத் தொடங்கினேன். நடனக் கலையிலே கூட எனக்கு ஆசை குன்றத் தொடங்கியது. 'ஆட்டமும் பாட்டமும் என்ன வேண்டிக் கிடக்கிறது?' என்று எண்ணத் தொடங்கிவிட்டேன். இந்தச் சமயத்தில்தான் அரங்கேற்றம் நடந்தது; அபசகுனம் போல் அது நடுவில் நின்றுபோனதில் எனக்குத் திருப்தியே உண்டாயிற்று...'

'அரங்கேற்றத்துக்குப் பிறகு தாமரைக் குளக்கரையில் நாம் சந்தித்தபோதும் நீ ஒரு மாதிரி வருத்தத்துடனேதான் பேசினாய். என்னிடம் வாக்குறுதி கேட்டாய்! எனக்கு அதெல்லாம் பெருவியப்பாயிருந்தது...'

'பிரபு! அச்சமயம் தங்களுடைய திருமணத்தைப் பற்றிய பிரஸ்தாபம் என் காதில் விழுந்தது. ஏற்கெனவே வேதனைக்குள்ளாயிருந்த என் உள்ளத்தில் அது வேலினால் குத்துவது போலிருந்தது. தாங்கள் எனக்கே முழுவதும் உரியவராயிருக்க வேண்டுமென்று கருதினேன். தங்களைப் பார்க்காமல் ஒரு கணம் போவது ஒரு யுகமாயிருந்தது. என்னுடைய தூண்டுதலினாலேதான் என் தந்தை காஞ்சிக்கு நாவுக்கரசர் பெருமானைப் பார்ப்பதற்கு வந்தார். அன்று நடந்ததைத் தாங்கள் அறிவீர்கள்...'

'அன்று நடந்ததை மட்டும் அல்ல, சிவகாமி! உன் உள்ளத்தின் நிலைமை யையும் அன்றைக்குத் தெரிந்து கொண்டேன். அதனாலேதான் மறுநாளே கண்ணபிரானிடம் ஓலை கொடுத்து அனுப்பினேன்.'

'அந்த ஓலையிலிருந்து நான் காஞ்சிக்கு வருவது தங்களுக்கு விருப்ப மில்லையென்று அறிந்தேன். தங்களைப் பார்க்காமல் நான் கழித்த எட்டு மாதமும் எனக்கு எட்டு யுகமாயிருந்தது. நாளுக்கு நாள் என் மன வேதனையும் நெஞ்சு வலியும் அதிகமாகி வந்தன. தங்களிடமிருந்து ஓலை வந்த இரண்டொரு தினங்கள் சிறிது உற்சாகமாயிருப்பேன், பிறகு துன்பம் அதிகமாகிவிடும். தங்களை ஒரு நாளும் இனிப் பார்க்கப் போவதில்லை யென்றும், என்னுடைய பகற் கனவு ஒரு நாளும் நிறைவேறப் போவ தில்லையென்றும் தோன்றும். 'இப்படி எதற்காக உயிர் வாழவேண்டும்? இந்த வாழ்நாளை முடித்துக் கொள்ளலாம்' என்று அடிக்கடி எண்ணமிடத் தொடங்கினேன். இப்படியே கொஞ்சநாளிருந்தால் எனக்குப் பைத்தியமே பிடித்துவிடலாம் என்று அடிக்கடி தோன்றியது பிரபு! தங்களுடைய விருப் பத்தின்படி அரண்ய வீட்டிலேயே காத்திராமல் ஏன் யாத்திரை கிளம்பி வந்தேன் என்று இப்போது தெரிகிறதா?' என்று சிவகாமி முடித்தாள்.

'தெரிகிறது, சிவகாமி! இப்படிப் பிரளய வெள்ளத்தில் அகப்பட்டுக் கொண்டு இரண்டு பேரும் திண்டாட வேண்டும். இந்த ஜன சூன்யமான ஏகாந்தத் தீவிலே வந்து ஒதுங்க வேண்டும் என்பதற்காகத்தான்! இது தெரியாதா என்ன?' என்று மாமல்லர் சொல்லிக்கொண்டிருக்கும் போதே அந்தத் தீவைப் பற்றிய அவருடைய வார்த்தையைப் பொய்ப்படுத்திக் கொண்டு, சற்றுத் தூரத்தில் வாத்திய கோஷங்களும் ஜனங்களின் ஆரவார ஒலிகளும் கேட்டன. இருவரும் திடுக்கிட்டு எழுந்திருந்தார்கள்.

33.வரவேற்பு

வாத்திய கோஷத்தையும் ஆரவாரத்தையும் கேட்டு ஆயனரும் அத்தையும் அங்கே வந்து சேர்ந்தார்கள்.

ஜனக்கூட்டம் நெருங்கி வந்து கொண்டிருந்தது. கொஞ்ச தூரத்தில் கூட்டத்தி லிருந்து ஒரு தனி உருவம் வெளிப்பட்டு முன்னதாக விரைந்து வந்தது. அந்த உருவத்தைப் பற்றி எவ்விதச் சந்தேகமும் ஏற்பட நியாயமில்லை; குண்டோ தரனுடைய உருவந்தான் அது!

குமார சக்கரவர்த்திக்குப் பலமான கோபம் உண்டாயிற்று. ஆஹா! இந்த மூடன் என்ன காரியம் செய்தான். 'குமார சக்கரவர்த்தி வெள்ளத்தில் அகப்பட்டுக் கொண்டார்; இங்கே வந்து ஒதுங்கியிருக்கிறார்!' என்று ஊரிலே சொல்லி யிருக்கிறான். இவ்விடம் தங்கும் சொற்ப நேரத்தைச் சிவகாமியிடம் பேசிக்கொண்டு கழிக்கலாம் என்று நினைத்தால், அதற்கு இடமில்லாமல் செய்து விட்டானே! சிவகாமிக்குச் சொல்ல வேண்டியது, கேட்க வேண்டியது இன்னும் எவ்வளவோ இருக்கிறதே! சைனியமின்றித் தாம் தனித்து வந் திருப்பது பற்றியும், ஆயனரும் சிவகாமியும் தம்முடன் இருப்பது பற்றியும்

அவர்கள் என்ன நினைப்பார்கள்?... ஆ! இந்த மூடன் குண்டோதரன் எவ்வளவு சங்கடமான நிலையில் தம்மைக் கொண்டு வந்து வைத்து விட்டான்!

ஆயினும், அவனிடம் தற்போது கோபம் கொள்வதில் பயன் இல்லை. நடந்த தவறு நடந்துவிட்டது. எப்படியோ இந்தச் சங்கடமான நிலைமையைச் சமாளித்தாக வேண்டும்....

இப்படிச் சிந்தனை செய்துகொண்டு சற்றுப் பின்னாலேயே மாமல்லர் ஒதுங்கி நின்றபோது, குண்டோதரன் தம்மிடம் வராமல் ஆயனரிடம் நின்று ஏதோ சொல்லுவதைப் பார்த்தார். பிறகு சிவகாமியின் காதோடு ஆயனர் ஏதோ சொன்னார். இருவரும் மாமல்லர் இருந்த திசையை நோக்கிப் புன்னகை புரிந்தார்கள்.

ஜனக்கூட்டம் இதற்குள் அருகில் வந்துவிட்டது. கூட்டத் தலைவர்களாகத் தோன்றிய இருவர், பூரண கும்பத்துடனும் புஷ்பம் தாம்பூலம் பழம் வைத் திருந்த தட்டுக்களுடனும் எல்லோருக்கும் முன்னால் வந்தார்கள். குண்டோ தரன் அவர்களுக்கு ஆயனச் சிற்பியாரைச் சுட்டிக் காட்டினான்.

கிராமத் தலைவர்களில் ஒருவர் கூறினார்: உலகத்தில் எப்பேர்ப்பட்ட தீமையிலும் நன்மை ஒன்று உண்டு என்பார்கள். அதுபோல், திருப்பாற் கடல் ஏரி உடைப்பு எடுத்ததனால், எங்கள் கிராமம் பாக்கியம் செய்த தாயிற்று. சிற்பச் சக்கரவர்த்தி ஆயனரையும், பரத சாஸ்திர ராணி சிவகாமி தேவியையும் வரவேற்கும் பேறு எங்களுக்கு வாய்த்தது. வரவேண்டும், ஐயா! வருக, தேவி! உங்களுக்கும் உங்கள் சீடர்களுக்கும் எங்களால் முடிந்த சௌகரியங்களைச் செய்து கொடுக்கிறோம். எத்தனை நாள் முடியுமோ அத்தனை நாள் எங்கள் விருந்தினர்களாய்த் தங்கி இருக்க வேண்டுகிறோம்.'

இவ்விதம் கிராமத் தலைவர் கூறி முடித்ததும், ஆயனர், 'மகா ஜனங்களே! உங்களுடைய அன்புக்கு நானும் என் குமாரியும் என் சீடர்களும் மிகவும் கடமைப்பட்டிருக்கிறோம்! இந்த வெள்ளம் வடிகிற வரையில் உங் களுடைய விருந்தாளியாக நாங்கள் இருந்துதான் தீரவேண்டும்!' என்றார்.

பிறகு, கிராமவாசிகளும் ஆயனர் முதலியோரும் கிராமம் இருந்த திசையை நோக்கி நடக்கத்தொடங்கினார்கள்.

எல்லாருக்கும் பின்னால் தங்கியிருந்த மாமல்லரோ ஆச்சரியக் கடலில் மூழ்கியிருந்தார். அவர் எதிர்பார்த்ததற்கு முற்றும் மாறாகக் காரியங்கள் நடந்தன. சிவகாமி அவ்வப்போது கடைக்கண்ணால் பார்த்துப் புன்னகை செய்ததைத் தவிர, மற்றபடி அவர் ஒருவர் அங்கு இருப்பதையே கவனிப்பாரைக் காணோம்.

அவருடைய வியப்பிலே மகிழ்ச்சியும் கலந்திருந்தது என்பதைச் சொல்ல வேண்டியதில்லையல்லவா? 'குண்டோதரனை மூடன் என்று கருதியது எவ் வளவு தவறு? அவனுடைய புத்திக் கூர்மையே கூர்மை!' என்று அவர் எண்ண மிட்டுக் கொண்டு இருக்கும்போதே, 'பிரபு! ஏன் நிற்கிறீர்கள்? போகலாம் வாருங்கள்!' என்று குண்டோதரன் அவர் பின்னாலிருந்து காதோடு சொன்னான்.

'என்னை அவர்கள் அழைக்கவில்லையே? அழையாத இடத்துக்கு நான் எப்படிப் போவது?' என்றார் மாமல்லர் நரசிம்மர்.

'ஏன் அழைக்கவில்லை? ஆயனரிடம், 'உங்களுடைய சீடர்களுக்கும் வேண்டிய சௌகரியம் செய்து கொடுக்கிறோம்!' என்று சொன்னார்களே! காதில் விழவில்லையா? நீங்களும் நானும் ஆயனரின் சீடப் பிள்ளைகள்!' என்றான் குண்டோதரன்.

'சத்ருக்னரின் ஆட்கள் எல்லாம் உன்னைப் போலவே புத்திசாலிகளாய் இருப்பார்களா, குண்டோதரா? அப்படியானால் ஆயிரம் புலிகேசி படை யெடுத்து வந்தாலும் நாம் அத்தனை பேரையும் யுத்தத்தில் ஜயித்து விடலாம்!' என்றார் மாமல்லர்.

ஆயனரின் 'சீடர்'கள் இருவரும் ஜனக் கூட்டத்துக்குச் சற்றுப் பின்னால் தங்கிச் சென்றார்கள்.

மாமல்லர் அப்படி ரொம்பவும் பின் தங்கிவிடவில்லை என்பதையும் சிவ காமியின் கடைக்கண் பார்வையைத் தெரிந்து கொள்ளக்கூடிய தூரத்திலேயே போனார் என்பதையும் உண்மையை முன்னிட்டு நாம் குறிப்பிட வேண்டி யிருக்கிறது.

கிராமத்துக்குக் கிட்டத்தட்டப் போனபோது ஜனக் கூட்டம் மேலும் அதிக மாயிற்று. ஊரே திரண்டு வந்து விட்டது போல் தோன்றியது. ஊருக்குள்ளே ஒவ்வொரு வீட்டு வாசலிலும் விதவிதமான வர்ணக் கோலங்கள் போட்டு அலங்கரித்திருந் தார்கள். ஊர்வலத்தை ஆங்காங்கு நிறுத்திக் கிராமத்துப் பெண்மணிகள், சிவகாமிக்கு ஆரத்தி எடுத்தார்கள். கடைசியில், கிராமத்தின் கீழ்ப் புறத்திலிருந்த சிவாலயத்துக்கு அனைவரும் போய்ச் சேர்ந்தார்கள்.

ஆலயம் சின்னதுதான்; ஆனால் அழகாயும் சுத்தமாயும் இருந்தது. செங்கல் சுண்ணாம்பினால் கட்டப்பட்ட வெளி மதிலைத் தாண்டி உள்ளே போனதும், விசாலமான பிரகாரம் ஒரு புல் பூண்டு இல்லாமல் வெகு சுத்தமாயிருந்தது.

பலிபீடம், துவஜஸ்தம்பம், நந்தி மேடை ஆகியவற்றைத் தாண்டிச் சென்றதும், அடியார்கள் நின்று தரிசனம் செய்வதற்குரிய அர்த்த மண்டபம் இருந்தது. ஓட்டினால் கூரை வேயப்பட்ட அர்த்த மண்ட பத்துக்கு அப்பால் கர்ப்பக்கிருகம். இதன் மேலே, அப்போது புதிதாகத் தமிழகத்தில் வழக்கத்துக்கு வந்து கொண்டிருந்த தூங்கானை மாடம் அழகாக விளங்கிற்று.

கோயிலுக்குள் நுழையும்போதே சாம்பிராணி, சந்தனம் இவற்றின் சுகந்தமும், பன்னீர், பாரிஜாதம், செண்பகம், தாமரை முதலிய திவ்ய மலர் களின் நறுமணமும், நெய் விளக்கின் புகை, உடைத்த தேங்காய், உரித்த வாழைப்பழம், நாரத்தம்பழச் சாறு, பிழிந்த கரும்பின் ரசம் ஆகியவற்றின் ஸுவாசனையும் கலந்து வந்து, ஏதோ ஒரு தூய்மையான தனி உலகத் துக்குள்ளே வந்திருப்பது போன்ற உணர்ச்சியை உண்டாக்கின.

ஆயனரும் சிவகாமியும் ஆயனரின் சீடர்களும் அர்த்த மண்டபத்துக்குள் வந்ததும் சுவாமிக்குத் தீபாராதனை நடந்தது. பின்னர் அர்ச்சகர் அபிஷேக தீர்த்தமும் விபூதிப் பிரசாதமும் கொடுத்தார். அதே மாதிரி அம்பிகையின் சந்நிதியிலும் தீபாராதனை நடந்து குங்கும புஷ்பப் பிரசாதங்கள் அளிக்கப்பட்டன.

எல்லாம் ஆனபிறகு, அவர்களை வரவேற்ற கிராமத் தலைவர் 'ஆயனரே! தங்களுடைய குமாரியின் நடனவித்தைத் திறமையைக் குறித்து நாங்கள் ரொம்பவும் கேள்விப்பட்டிருக்கி றோம். எங்கள் பாக்கிய வசத்தினால் எதிர்பாராதவிதமாக நீங்கள் இந்தக் கிராமத்துக்கு வரும்படி நேர்ந்தது. உங்களுக்கு இன்றைக்குத் தொந்திரவு கொடுக்க மனம் இல்லை. நாளைய தினம் தங்கள் குமாரி இந்தச் சந்நிதியில் நடனம் ஆடி எங்களை மகிழ்விக்க வேண்டும்!' என்று விநயமாகக் கேட்டுக் கொண்டார்.

இதற்கு மறுமொழி என்ன சொல்வதென்று தெரியாதவராய் ஆயனர் சிவகாமியை நோக்கினார். அவளுடைய முகத்தைப் பார்த்ததும் ஆயனருக்கு மனக் கலக்கம் அதிகமாயிற்று. அவர்கள் நின்றுகொண்டிருந்த அர்த்த மண்டபத்தில் மாமல்லர் எங்கே நிற்கிறார் என்பதைச் சிவகாமி ஏற்கெனவே தெரிந்து கொண்டிருந்தாள். இதுவரையில் வெகு ஜாக்கிரதையாக அந்தப் பக்கமே பார்க்காமலிருந்த அவளுடைய கண்கள் பளிச்சென்று மாமல்லருடைய முகத்தை ஏறிட்டு நோக்கின. சிவகாமியின் கண்களில் தோன்றிய கேள்விக்கு, மாமல்லரின் முகமலர்ச்சியும் அவருடைய கண்களில் தோன்றிய குதூகலமும் மறுமொழி தந்தன. மறுகணம் சிவகாமி ஆயனரை நோக்கி, 'ஆகட்டும், அப்பா!' என்று மெல்லிய குரலில் கூறினாள். 'ஆயனரே! தங்கள் அருமைக் குமாரியின் மறுமொழி எங்கள் காதிலும் விழுந்தது. மிகவும் சந்தோஷம்!' என்றார் கிராமாதிகாரி. இதற்குள்ளே, மறுநாள் நடனம் ஆடச் சிவகாமி சம்மதித்து விட்டாள் என்ற செய்தி பரவி, அர்த்த மண்டபத்திலும் வெளிப்பிராகாரத்திலும் நின்று கொண்டிருந்த ஜனங்களுக்குள் கலகலப்பு ஏற்பட்டு அது ஆரவாரமாக மாறியது.

இந்தக் கலகலப்புக்கும் ஆரவாரத்துக்கும் இடையே, ஆயனர் கிராமத் தலைவரைப் பார்த்து, 'ஐயா! சிவகாமியின் நடனப்பயிற்சி நின்று ஏழெட்டு மாதமாகிறது. ஆனாலும் பாதகமில்லை. நீங்கள் காட்டும் அன்பானது சிவகாமியின் மனத்தை ரொம்பவும் கவர்ந்திருக்கிறது. ஆகையினால், நாளைக்கு உங்களுடைய விருப்பத்தை நிறைவேற்றி வைக்கச் சம்மதிக்கிறாள். ஆனால் சிவகாமியின் நடனக் கலையைப் பற்றி நீங்கள் இவ்வளவு தூரம் தெரிந்து கொண்டிருப்பது எனக்கு வியப்பாயிருக்கிறது. உங்களுக்கு எவ்விதம் தெரிந்ததோ? ஒருவேளை என் சிஷ்யன் குண்டோதரனுடைய வேலையோ இது?' என்று கூறிக் குண்டோதரனை நோக்கினார்.

அப்போது கிராமத் தலைவர், 'இல்லை, ஐயா இல்லை! தங்கள் குமாரியைப் பற்றி ஏற்கெனவே எங்களுக்கு நாவுக்கரசர் பெருமான் தெரிவித்திருந்தார்' என்றார்.

'ஆஹா! நாவுக்கரசர் இங்கே வந்திருந்தாரா? உங்களுடைய பாக்கியந்தான் என்ன!' என்றார் ஆயனர்.

‘நாங்கள் பாக்கியசாலிதான். ஆறு மாதத்துக்கு முன்னால் நாவுக்கரசர் பெருமான் இந்தப் புண்ணியம் செய்த கிராமத்துக்கு வந்தார். அவருடைய திருக்கரத்தில் உழவாரப் படை பிடித்து இந்த ஆலயத்தின் பிராகாரத்தைச் சுத்தம் செய்தார். நாங்களும் அந்தத் திருப்பணியில் ஈடுபட்டோம். அன்றிரவு இந்தச் சந்நிதியில் நாவுக்கரசர் பெருமானின் சீடர்கள் அமுதொழுகும் தமிழ்ப் பதிகங்களைப் பாடினார்கள். அவற்றில்,

முன்னம் அவனுடைய நாமம் கேட்டாள்.

மூர்த்தி அவனிருக்கும் வண்ணம் கேட்டாள்.

என்னும் பதிகத்தைப் பாடியபோது நாவுக்கரசர் பெருமானின் கண்களிலிருந்து தாரை தாரையாய்க் கண்ணீர் வந்தது...’

இவ்விதம் கிராமத்தலைவர் கூறி வருகையில், ஆயனர், சிவகாமி மாமல்லர் ஆகிய மூன்று பேருக்கும் ஏககாலத்தில் ரோமாஞ்சனம் உண்டாயிற்று; அத்தலைவர் மேலும் கூறினார்:

‘பதிகம் முடிந்த பிறகு பெருமான் எங்களுக்குச் சிவகாமி தேவியின் நடனத்தைப் பற்றிக் கூறினார். தாங்கள் தங்கள் குமாரியுடன் காஞ்சியில் அப்பெருமானுடைய மடத்துக்கு வந்திருந்ததையும், அப்போது சிவகாமி இந்தப் பதிகத்துக்கு அபிநயம் பிடித்து மூர்ச்சித்ததையும் பற்றித் தெரிவித்தார். நேரில் இவ்வளவு விரைவில் உங்களையே வரவேற்கும் பாக்கியம் எங்களுக்குக் கிடைக்குமென்று அப்போது நாங்கள் கனவிலும் கருதவில்லை.’

‘வாகீசப் பெருந்தகைக்கு எங்களுடைய ஞாபகம் இருந்தது; நாங்கள் செய்த புண்ணியம்!’ என்றார் ஆயனர்.

‘நாவுக்கரசர் பெருமான் வந்து போன பிறகு இந்த ஊரில் அவருடைய திருப்பெயரால் ஒரு மடாலயம் கட்டியிருக்கிறோம். அந்த மடாலயத்தில் முதன் முதலாகத் தாங்களும் தங்கள் புதல்வியுந்தான் தங்கப் போகிறீர்கள். இதுவும் நாங்கள் செய்த புண்ணியந்தான்!’ என்றார் கிராமத்தலைவர்.

34.நந்தி மேடை

அன்றிரவு இரண்டாம் ஜாமத்தின் மத்தியில் நாவுக்கரசர் மடாலயத்தின் வாசலில் மாமல்லரும் குண்டோதரனும் பேசிக் கொண்டிருந்தார்கள்.

சாயங்காலமே மேகங்கள் எல்லாம் கலைந்து வானம் துல்லியமாயிருந்தது. சரத்கால சந்திரன் பொழிந்த தாவள்யமான நிலவு அந்தச் சாதாரண கிராமத்தைக் கந்தர்வலோகமாகச் செய்து கொண்டிருந்தது. சற்றுத் தூரத்தில், கிராமக் கோயிலின் தூங்கானை மாடத்துத் தங்க ஸ்தூபி ‘தக தக’ என்று பிரகா

சித்தது. அதற்கப்பால் தெரிந்த தென்னை மரங்களின் உச்சியில் பச்சை மட்டைகளின் மீது நிலாமதியின் கிரணங்கள், ரசவாத வித்தை செய்து கொண்டிருந்தன. தென்னை மட்டைகள் இளங்காற்றில் இலேசாக அசையும் போது, பச்சை ஓலைகள் பளிச்சென்று வெள்ளி ஓலைகளாக மாறுவதும், மீண்டும் அவை பச்சை நிறம் பெறுவதும் ஏதோ ஒரு இந்திரஜாலக் காட்சியாகவே தோன்றின.

'பிரபு! குபேர சம்பத்து வாய்ந்த அரண்மனை உப்பரிகையில் பஞ்சணை மெத்தையில் படுத்து உறங்க வேண்டிய தாங்கள், இந்த ஆண்டி மடத்துத் திண்ணையில் அனாதைப் பரதேசியைப் போல் படுத்து உறங்குவதா? அந்த எண்ணத்தையே என்னால் சகிக்க முடியவில்லையே!' என்றான் குண்டோதரன்.

'குண்டோதரா!! இத்தனை நேரமும் ஆயனரோடு விவாதம் செய்து ஒருவாறு முடிந்தது. நீயும் அதே பாட்டைப் பாட ஆரம்பித்து விட்டாயா?' என்றார் மாமல்லர்.

குண்டோதரன் ஏதோ சொல்ல ஆரம்பித்தான், அதற்கிடங்கொடாமல் மாமல்லர் மறுபடியும் கூறினார்.

'என் தந்தை அப்படி என்னை அரண்மனை உப்பரிகையிலேயே எப்போதும் படுக்க வைத்து வளர்க்கவில்லை. குண்டோதரா! பஞ்சணை மெத்தையில் பரப்பிய முல்லைப் புஷ்பங்களின் மீது படுத்தும் எனக்குப் பழக்கம் உண்டு; நடு காட்டிலே மரத்தின் வேரைத் தலையணையாய்க்கொண்டு தரையில் படுத்தும் எனக்குப் பழக்கம் உண்டு. இந்த மடத்துத் திண்ணை வழவழ வென்று தேய்ந்து எவ்வளவு மிருதுவாக இருக்கிறது?' என்றார் மாமல்லர்.

'பிரபு! தாங்கள் பரிகாசம் செய்கிறீர்கள். எனக்கோ வேதனையாயிருக்கிறது. இந்தக் கஷ்டம் தங்களுக்கு என்னால் வந்ததுதானே என்பதை எண்ணும் போது என் மனம் பதைக்கிறது. நான் மட்டும் ஒரு வார்த்தை இந்த ஊர் வாசி களிடம் தாங்கள் இன்னார் என்பது பற்றிச் சொல்லியிருந்தால்?...'

'குண்டோதரா! பிசகான காரியம் செய்துவிட்டுப் பிறகு வருத்தப்படுகிற வர்களை நான் கண்டதுண்டு. நல்ல காரியம் - புத்திசாலித்தனமான காரியம் - செய்ததற்காக வருத்தப்படுகிறவர்களை நான் பார்த்ததில்லை; இப்போது உன்னைத்தான் பார்க்கிறேன். நான் சக்கரவர்த்தி குமாரன் என்பது தெரியாத படி ஜனங்களுடன் கலந்து பழகும் சந்தர்ப்பம் கிடைக்காதா என்று எவ் வளவோ ஆவல் கொண்டிருந்தேன். அந்த ஆவல் இப்போது உன்னால் நிறை வேறுகிறது. ஆஹா! சிவகாமியின் நடனக் கலையின் புகழ் எவ்வளவு தூரம் பரவியிருக்கிறதென்பதை இன்று தெரிந்து கொண்டதில் எனக்கு எவ்வளவு சந்தோஷம் தெரியுமா?...'

'பிரபு! சிவகாமி தேவியின் நடனக் கலையின் புகழ் மட்டும் இங்கே பரவி யிருக்கவில்லை. புள்ளலூர்ப் போரின் கீர்த்தியும் இந்தக் கிராமம் வரையில் வந்து எட்டியிருக்கிறது!'

'மெய்யாகவா, குண்டோதரா!'

'ஆம் பிரபு! அந்தச் சண்டையிலே குமார சக்கரவர்த்தி நிகழ்த்திய மகத்தான வீர சாகசச் செயல்களைப் பற்றியும் இங்கேயெல்லாம் தெரிந்திருக்கிறது. அதையெல்லாம் பற்றிச் சவிஸ்தாரமாகச் சொல்ல வேண்டுமென்று கிராம வாசிகள் என்னைக் கேட்டுக் கொண்டார்கள். அவர்களுக்கு இராத்திரி சாவகாசமாய்ச் சொல்லுவதாக வாக்களித்திருக்கிறேன். இப்போது கோயில் பிராகாரத்திலே அவர்கள் கூடியிருப்பார்கள். நீங்களும் வருகிறீர்களா?' என்று குண்டோதரன் கேட்டான்.

'வருகிறேன்; ஆனால் நீ ஏதாவது விஷமம் செய்து என்னைக் காட்டிக் கொடுத்துவிடக்கூடாது!' என்றார் மாமல்லர்.

கோயில் பிரகாரத்தில் நந்தி மேடையின் படிக்கட்டில் குண்டோதரனும் மாமல்லரும் உட்கார்ந்திருந்தார்கள். நந்தி மேடை, பலிபீடம் இவற்றைச் சுற்றிப் பிராகாரத்தில் செங்கல் சுண்ணாம்பினால் தளவரிசை போடப் பட்டிருந்தது. அந்தச் சுத்தமான தளத்தில் கிராமவாசிகள் பலர் உட்கார்ந்திருந் தார்கள்.

புள்ளலூர்ச் சண்டையைப் பற்றி அவர்களிடம் குண்டோதரன் சண்டப் பிர சண்டமாக வர்ணனை செய்தான். அந்தச் சண்டையிலே முக்கியமாகக் குமார சக்கரவர்த்தி மாமல்லர் காட்டிய தீர சாகசங்களைப் பற்றி உற்சாகமாக விவரித்தான்.

'மாமல்லர் எப்படிப் போர் செய்தார் தெரியுமா? இந்தக் கணம் பார்த்தால் இங்கே இருப்பார்; மறுகணம் பார்த்தால் அதோ அந்த மதில்சுவருக்கு அப்பால் இருப்பார். அந்தப் பெரிய போர்க்களத்திலே மாமல்லர் எங்கே போரிட்டுக் கொண்டிருக்கிறார் என்பதை எந்த நேரத்திலும் கண்டுபிடித்து விடலாம். மகாவிஷ்ணுவின் சக்கராயுதத்தைப்போல் எங்கே ஒரு ஜொலிக்கும் வாள் அதிவேகமாகச் சுழன்று எதிரிகளின் தலைகளை வெட்டிக் குவித்துக் கொண்டிருக்கிறதோ, அங்கே மாமல்லர் இருக்கிறார் என்று தெரிந்து கொள்ளலாம். அப்படி மின்னல் வேகத்தில் வாளைச் சுழற்றிப் பகைவர்களை ஹதாஹதம் செய்யக்கூடிய வீராதி வீரர் வேறு யார்? மாமல்லருடைய வாளிலே அன்றைக்கு யமனே வந்து உட்கார்ந்திருந்தான். அவர் சக்கராகாரமாகச் சுழன்று வாளை வீசியபோது, ஒன்று, பத்து, ஆயிரம் என்று எதிரிகள் உயிரற்று விழுந்தார்கள்!...'

'ஆஹா! அபிமன்யு செய்த யுத்தம் மாதிரி அல்லவா இருக்கிறது!' என்று கூட்டத்தில் ஒருவர் கூறினார். அந்த ஊரிலும் சில காலமாக மகாபாரதம் வாசிக்கப்பட்டு வந்தது. அதனால் எல்லாரும் அருச்சுனன் - அபிமன்யு நினை வாகவே இருந்தார்கள்!

குண்டோதரன் கூறினான்: 'ஆம், மாமல்லர் அன்று அபிமன்யு மாதிரிதான் போர் புரிந்தார். ஆனால் ஒரு வித்தியாசம், அபிமன்யு போர்க்களத்தில் மாண்டு போனான். புள்ளலூர்ச் சண்டையிலோ மாமல்லரின் வாளுக்கு முன்னால் நிற்க

முடியாமல் எதிரிகள் புறமுதுகிட்டு ஓடத் தொடங்கினார்கள். எல்லோருக்கும் முன்னால் ஓட்டம் பிடித்தவன் கங்க நாட்டு அரசன் துர்விநீதன் தான்!'

'துர்விநீதன் எந்தப் பக்கம் ஓடினானோ?' என்று ஒரு கிராமவாசி கேட்டான்.

'தெற்கு நோக்கி ஓடி வந்ததாகத்தான் கேள்வி. தென் பெண்ணை நதி வரையில் அவனைப் பின்தொடர்ந்து மாமல்லரும் தளபதி பரஞ் சோதியும் வந்ததாகக்கூடக் கேள்வி' என்று சொல்லி வந்த குண்டோதரன், மாமல்லர் பக்கம் திரும்பிப் பார்த்து, 'ஏன் ஐயா, என் கையைக் கிள்ளுகிறீர்?' என்றான்.

மாமல்லரின் கண்களில் கோபக் குறி காணப்பட்டது.

இதற்குள் கூட்டத்தில் இன்னொருவர், 'ஆமாம், இந்த விவரமெல்லாம் உனக்கு எப்படி அப்பா தெரிந்தது? ஆயனரின் சீடனுக்குப் போர்க்களத்தில் என்ன வேலை?' என்று கேட்டார்.

'நல்ல கேள்விதான். உன்னிடம் உண்மையைச் சொல்லாமல் முடியாது போலிருக்கிறது!' என்று சொல்லிக் கொண்டே குண்டோதரன் எழுந்து மாமல்லரிடமிருந்து சற்று அப்பால் போய் நின்றான்.

'இதோ இருக்கிறாரே, என் பக்கத்தில், இவர்... இவர்தான்... ஏன் ஐயா, இப்படி என்னை உறுத்துப் பார்க்கிறீர்... இவர்தான் உண்மையில் ஆயன ருடைய உத்தம சிஷ்யர். நான் பல்லவ சைனியத்தைச் சேர்ந்தவன். துர்விநீ தனைத் தொடர்ந்து வந்த மாமல்லருடன் நானும் வந்தேன். வழியில் என் குதிரையின் கால் ஒடிந்து விழுந்து விட்டபடியால் பின் தங்கிவிட்டேன். பிறகு வெள்ளத்தில் அகப்பட்டுக்கொண்டு இவர்களுடைய தெப்பத்தில் ஏறி உயிர் தப்பினேன்!'

உடனே, கூட்டத்திலிருந்தவர்கள் ஒருவரை ஒருவர் விலாவிலே விரலால் சீண்டியும் வேறுவிதமாகக் கவனத்தை இழுத்தும் காதோடு இரகசியம் பேசிக் கொண்டார்கள். 'குண்டோதரன் ஆயனரின் சிஷ்யனாக இருக்க முடியாது' என்று அவர்களில் பலர் முன்னாடியே ஊகித்ததாகச் சொல்லிக் கொண்டார்கள்.

'மாமல்லரும் ஒரு வேளை இந்த வெள்ளத்தில் அகப்பட்டுக் கொண்டிருக் கலாமோ?' என்று ஒருவர் கூறினார்.

'அதை நினைத்தால் எனக்கு ரொம்பவும் கவலையாயிருக்கிறது!' என்றான் குண்டோதரன்.

'ஒருவேளை இங்கேயே அவரும் வந்து ஒதுங்கினாலும் ஒதுங்கலாம்' என்று இன்னொருவர் சொன்னார்.

'ஒதுங்கினாலும் ஒதுங்கலாம்!' என்றான் குண்டோதரன்.

35.‘கள்வரோ நீர்?’

மறுநாள் மாலை நேரத்தில் மண்டபத்துக் கிராமத்துச் சிவன் கோயில் கண்கொள்ளாக் காட்சி அளித்துக் கொண்டிருந்தது. கோயிலின் முன் கோபுர வாசலைப் பசுமையான வாழை மரங்களும், மகர தோரணங்களும் திரைச் சீலைகளும் அலங்கரித்தன.

உள்ளே அர்த்த மண்டபத்தையும் வெளிக் கோபுரத்தையும் சேர்த்துப் பிராகாரத்தில் விஸ்தாரமான பந்தல் போட்டிருந்தார்கள். பந்தல் முனைகளில் வரிசை வரிசையாகத் தந்த வர்ணமுள்ள இளந்தென்னங் குருத்துத் தோரணங் களும் அவற்றின் இடையிடையே செந்தாமரை மொட்டுக்களும் தொங்கிக் கொண்டிருந்தன.

அந்த நாளில் தமிழ்நாட்டில் நீர்வளமுள்ள ஒவ்வொரு கிராமத்திலும் தாமரைக்குளம் உண்டு. குளத்திலே தண்ணீர் இருப்பதே தெரியாதவண்ணம் தாமரை இலைகளும் மலர்களும் மொட்டுக்களும் நிறைந்திருக்கும். எனவே, கோயில் விக்கிரங்களுக்கு வேறு அபூர்வ புஷ்பங்களைச் சாத்திவிட்டுத் தாமரை மொட்டுக்களையும் மலர்களையும் கோயிலின் அலங்காரத்துக்கு உபயோகப்படுத்துவார்கள்.

இவ்விதம் அமோகமாக அலங்கரிக்கப்பட்டிருந்த கோயிலில் அஸ்தமிப் பதற்கு முன்னால் ஊர் ஜனங்கள் எல்லாரும் வந்து கூடி விட்டார்கள். ஸ்திரிகள், குழந்தைகள் ஒருவரும் மிச்சமில்லாமல் வந்து அவரவர்களும் போட்டியிட்டு முன்னால் இடம் பிடித்துக்கொண்டு உட்கார்ந்தார்கள்.

சூரியன் அஸ்தமித்ததும் நூற்றுக்கணக்கான அகல் விளக்குகள் ஏற்றப்பட்டு ஆலயம் ஒளிமயமாக விளங்கிற்று. அதே சமயத்தில் சிவகாமிதேவியின் திவ்ய நடனத்தைப் பார்ப்பதற்காகவே விஜயம் செய்கிறவனைப்போல் பூரண சந்திரனும் உதயமானான்.

ஆயனரும் சிவகாமியும் கோயிலின் கோபுர வாசலுக்குள்ளே பிரவே சித்ததும் கூட்டத்தில் கலகலப்பு உண்டாயிற்று.

பந்தலுக்குத் தென்புறத்தில் அமைந்திருந்த அரங்க மேடையிலே வந்து சிவகாமி நின்றதும் கூட்டத்தில் நிசப்தம். ஸ்திரீகளும் பேச்சை நிறுத் தினார்கள் அழுத குழந்தைகளும் வாய் மூடின.

அந்த மண்டபப்பட்டுக் கிராமத்து ஜனங்கள் அதுவரையில் அம்மாதிரி கண் கூசும்படியான திவ்ய சௌந்தரியத்தைக் கண்டது இல்லை.

சிவகாமியின் நடன அலங்காரமும் அணிகலன்களும் அவளுடைய முகத்தில் அப்போது பிரகாசித்த தெய்வீகக் களையும் கிளர்ச்சியும் பார்த் தவர்களைத் திகைக்கச் செய்தன.

ஆரம்பத் திகைப்பு ஒருவாறு மாறியதும் ஒருவருக்கொருவர் தங்களுடைய வியப்பைத் தெரிவித்துக் கொள்ள ஆரம்பித்தார்கள்.

'தேவலோகத்து நடன மாதர்களான அரம்பை, ஊர்வசி முதலியவர்கள் இப்படித்தான் இருந்திருக்கவேண்டும்!' என்றார் ஒருவர்.

'ஒருநாளும் இல்லை. அவர்கள் இவ்வளவு அழகாக ஒரு நாளும் இருந்திருக்க முடியாது!' என்றார் இன்னொருவர்.

'இந்தப் பெண்ணுடனே அந்தத் தேவலோகக் கணிகையரை ஒப்பிடுவது பிசகு. தில்லையம்பலத்தில் நடராஜப் பெருமானுக்குப் போட்டியாக நடன மாடிய சிவகாமி தேவியேதான் இப்படி அவதாரம் எடுத்து வந்திருக்கிறாள்!' என்று ஒரு பக்தர் கூறினார்.

'இல்லாமலா, நாவுக்கரசர் பெருமான் அவ்வளவு பாராட்டினார்!' என்று இன்னொரு பக்தர் பரவசமாகச் சொன்னார்.

பளிச்சென்று சொல்லி வைத்தாற்போல் சபையிலே மறுபடியும் பரிபூரண நிசப்தம் ஏற்பட்டது.

சிவகாமி நடனமாட ஆரம்பித்து விட்டாள்!

ஆயனரின் கரதாளத்துக்கும் அவர் பாடிய ஸ்வரஜதிகளுக்கும் இணங்கச் சிவகாமி ஆடினாள்!

உள்ளூர் மத்தள வித்வான் ஒருவர் வாணாளில் என்றுமறியாத உற்சாகத் துடன் மத்தளம் வாசித்தார்.

'கும் கும்' என்னும் மத்தளச் சத்தத்தோடு கலந்து பாதச் சதங்கை ஒலி 'கல் கல்' என்று சப்திக்கச் சிவகாமி நிருத்தம் ஆடினாள்.

அந்த நிருத்தத்தில் மின்னலின் விரைவு காணப்பட்டது; மான் குட்டியின் துள்ளல் தோன்றியது; கான மயிலின் சாயல் விளங்கியது.

சில சமயம் சிவகாமி பூமியிலே நின்று ஆடினாள். சில சமயம் வான மண்டலத்துக்குச் சென்று வெண்மதியின் கிரணங்களில் ஆடினாள். சில சமயம் நட்சத்திர மண்டலத்துக்கே சென்று விண்மீன்களின் மத்தியில் பம்பரம் போலச் சுழன்று ஆடினாள்.

சிவகாமி அவ்விதம் சுழன்றாடியபோது பார்த்துக் கொண்டிருந்தவர்களின் கண்கள் சுழன்றன; அரங்க மேடையும் அகல் விளக்குகளும் சுழன்றன. கோயில் சுழன்றது; கோபுரங்கள் சுழன்றன; தூங்கானை மாடத்துத் தங்க ஸ்தூபி சுழன்றது; வானமும் பூமியும் கீழ் மேலாகச் சுழன்றன; சந்திரனும் நட்சத்திர மண்டலங்களும் சுழன்று சுழன்று வந்தன.

இவ்விதம் வெவ்வேறு காலப் பிரமாணங்களில், வெவ்வேறு ஜதிகளில் வித விதமான நிருத்த வகைகளை ஆடிச் சபையோரைக் கிறுகிறுக்க அடித்த பிறகு சிவகாமி சிறிது நேரம் சிரம பரிகாரம் செய்து கொள்வதற்காக மேடைக்குப் பின்புறம் சென்றாள். அப்போது சபையில் பிரமாதமான ஆரவாரம் எழுந்தது.

ஆயனரின் அரண்ய வீட்டில் எட்டு மாதம் இருந்தும் சிவகாமியின் நடனத்தைப் பார்த்தறியாதவனான குண்டோதரனும் மற்றச் சபையினரைப் போலவே பரவசமடைந்து போயிருந்தான். நடனம் நின்ற பிறகும் அவன் தன்னை மறந்த நிலையிலேயே இருந்தபடியால், பக்கத்திலிருந்த மாமல்லரைப் பார்த்து, 'பிரபு...' என்று ஆரம்பித்தான். மாமல்லரும் சிவகாமியின் நடனத்தில் பூரணமாய் ஈடுபட்டிருந்தாராயினும், அவர் தம்மையும் தமது சுற்றுப்புறத்தையும் மறந்துவிடவில்லை. எனவே, குண்டோதரன் 'பிரபு' என்றதும் அவர் அவனை ஒரு குலுக்குக் குலுக்கினார். அதற்குள் பக்கத்திலிருந்த ஐந்தாறு பேரின் கவனமும் குண்டோதரனின் மேல் விழுந்திருந்தது. மாமல்லரின் குலுக்கலினால் தனது நினைவு அடைந்த குண்டோதரன், சுவாமி சந்நிதியை நோக்கி, 'பிரபு!... இந்தத் தெய்வீக நடனம் உனக்குத்தான் பிரீதி!' என்று பக்தி பரவசம் ததும்பிய குரலில் கூறி முடித்தான். 'சந்தேகம் என்ன? இறைவனுக்குத்தான் பிரீதி!' என்று பக்கத்திலிருந்தவர்களும் ஆமோதித்தார்கள்.

சிவகாமி மீண்டும் அரங்க மேடைக்கு வந்து அபிநயம் பிடிக்கத் தொடங்கினாள். திருநாவுக்கரசர் பெருமானின்,

'வடிவேறு திரிசூலம் தோன்றும் தோன்றும்
வளர்சடைமேல் இளமதியும் தோன்றும் தோன்றும்'

என்னும் பாடலுக்குச் சிவகாமி அபிநயம் பிடித்தபோது, சபையோர் சாக்ஷாத் சிவபெருமானையே நேருக்கு நேர் தரிசித்தவர்களைப் போல் ஆனந்த வாரிதியில் முழுகினார்கள். பின்னர், 'முன்னம் அவனுடைய நாமம் கேட்டாள்' என்னும் திருப்பாடலுக்குச் சிவகாமி அபிநயம் பிடிப்பாள் என்று எல்லாரும் எதிர்பார்த்ததற்கு மாறாகச் சிவகாமி பின்வரும் பாடலைப் பாடி அபிநயம் பிடிக்கத் தொடங்கினாள்:

வெள்ளநீர்ச் சடையனார் தாம் வினவுவார் போலவந்தென்
உள்ளமே புகுந்து நின்றார்க்கு உறங்குநான் புடைகள் போந்து
கள்ளரோ புகுந்தீர் என்னக் கலந்துதான் நோக்கிநக்கு
வெள்ளரோம் என்று நின்றார் விளங்கிளம் பிறையனாரே!

ஓர் அறியாப் பெண்ணின் உள்ளமாகிய இல்லத்தினுள்ளே வெள்ள நீர்ச்சடையனாராகிய சிவபெருமான் ஏதோ விசாரிக்க வருகிறவர்போல வந்து பிரவேசிக்கிறார். தூங்கிக் கொண்டிருந்த பெண் திடுக்கிட்டு எழுந்திருக்கிறாள். கண்ணைக் கசக்கிக்கொண்டு பார்க்கிறாள். யாரோ முன்பின் அறியாதவர் எதிரில் நிற்பதைக் கண்டு, 'ஐயோ! இப்படிச் சொல்லாமல் கொள்ளாமல் என் உள்ளத்திலே புகுந்த நீர் யார்? கள்ளரா?' என்று வினவுகிறாள். அப்போது வந்தவர் கண்ணோடு கண் கலங்கும்படி அந்தப் பெண்ணை உற்றுப் பார்க்கிறார். பார்த்துவிட்டு நகை செய்கிறார். அந்த நகைப்போடு கலந்து, 'நானா கள்ளன்? கள்ளத் தனமென்பதே அறியாத வெள்ளை மனத்தவனாயிற்றே. அதற்கு அறிகுறியாக என் மேலேயும் வெண்ணீறு பூசியிருக்கிறேன், தெரியவில்லையா?' என்கிறார். வானத்திலே விளங்கிய இளம் பிறையைத் திருடித் தம் சிரசிலே அணிந்து கொண்ட பெருமான்தான்

இப்படி ஒன்றும் தெரியாதவர் போல நடித்தார்! ஆகா! அந்த இளம் பிறையின் அழகைச் சொல்வேனா? அவருடைய கள்ளத்தனத்தைச் சொல்வேனா? அல்லது கள்ள மற்றவர் போல அவர் நடித்த நடிப்பைச் சொல்வேனா?...

மேற்கூறிய இவ்வளவு உள்ளப் பாடுகளும் வெளியாகும்படியாகச் சிவகாமி தன் முகபாவங்களினாலும், அங்கங்களின் சைகைகளினாலும் கைவிரல்களின் முத்திரையினாலும் உணர்ச்சியோடு கலந்து அற்புதமாக அபிநயம் பிடித்தாள்.

பாடலும் அபிநயமும் சபையோருக்கு எல்லையற்ற குதூகலத்தை அளித்துப் பல முறை 'ஆஹா'காரத்தை வருவித்தது. ஆனாலும் சபையோர்கள் திருப்தி யடைந்தவர்களாகக் காணவில்லை. அவர்களில் ஒருவர் துணிந்து எழுந்து அரங்க மேடைக்குச் சென்று ஆயனர் காதோடு ஏதோ சொன்னார். அது சிவகாமியின் செவியிலும் விழுந்தது. சிவகாமி சிறிது தயக்கத்துடனேயே,

'முன்னம் அவனுடைய நாமம் கேட்டாள்!'

என்று பாடிக்கொண்டு அபிநயம் பிடிக்க ஆரம்பித்தாள். எவ்வளவோ திறமையுடனே, விதவிதமான உள்ளப்பாடுகள் அற்புதமாக வெளியாகும் படி அபிநயம் பிடித்தாள்.

பாட்டும் அபிநயமும் முடியும் தருவாயில் சபையிலே பலருக்கு ஆவேசம் வந்துவிட்டது!

ஒரு வயது சென்ற கிழவர் எழுந்து நின்று, 'நடராஜா, நடராஜா! நர்த்தன சுந்தர நடராஜா!' என்று பாடிக் கொண்டே ஒரு காலைத் தூக்கிய வண்ணம் சபையிலே நடனமாடத் தொடங்கி விட்டார்.

'இம்மாதிரி உணர்ச்சி வாய்ந்த அபிநயத்தை இது வரையில் யாரும் பார்த்த தில்லை; இனிமேல் பார்க்கப் போவதும் இல்லை' என்று சபையோர் ஒருவருக்கொருவர் கூறி மகிழ்ந்தார்கள்.

ஆனால், இன்று அந்தப் பாடலுக்கு அபிநயம் காஞ்சியில் நாவுக்கரசர் பெருமான் சந்நிதியில் அமைந்ததுபோல் அவ்வளவு உணர்ச்சியுடன் அமையவில்லையென்று மூன்று பேருக்கு மட்டும் தெரிந்திருந்தது. அந்த மூவர் ஆயனர், மாமல்லர், சிவகாமி ஆகியவர்கள்தான்.

சிவகாமி இன்றைக்கு அபிநயத்தின் முடிவில் மூர்ச்சையடைந்து பூமியில் விழுந்துவிடவும் இல்லை!

36.புதிய பிறப்பு

மண்டபப்பட்டுக் கிராமத்துக்கு வந்து சேர்ந்த மூன்றாம் நாள் சாயங்காலம் ஆயனர், சிவகாமி, மாமல்லர் ஆகிய மூவரும் கிராமத்துக்கு வெளியே

உலாவி வரக் கிளம்பினார்கள். பாறையில் படகு மோதி அவர்கள் நீரில் மூழ்கிய இடத்துக்கு வந்து சேர்ந்தார்கள்.

வெள்ளம் இன்றைக்கு ரொம்பவும் வடிந்து போயிருந்தது. அன்று தண்ணீரில் மூழ்கியிருந்த இடங்களில் இன்று நீர் வடிந்து பாறைகள் நன்றாய்த் தெரிந்தன. கரையோரத்து மரங்கள் அன்று பாதிக்கு மேலே வெள்ளத்தில் மூழ்கியிருந்தன. இன்றைக்கு அதே மரங்களின் வேரின் மீது தண்ணீர் 'சலசல'வென்று அரித்தோடிக் கொண்டிருந்தது. பாறைப் பிரதேச சமாதலால் வெள்ளத்திற்குப் பிறகு இடங்கள் வெகு சுத்தமாயிருந்தன.

அந்தப் பாறைகளைச் சுற்றிச் சுற்றி வந்து பார்ப்பதில் ஆயனர் அடங்காத ஆர்வம் கொண்டவராயிருந்தார். இந்தப் பாறையை இன்னின்ன மாதிரி கோயிலாக அமைக்கலாம், இன்னின்ன சிற்ப வடிவங்களாகச் செய்யலாம் என்று அவர் உள்ளம் கற்பனை செய்து கொண்டிருந்தது.

சிவகாமியும் மாமல்லருமோ, மகிழ மரத்தடியில் பாறையின் மீது உட்கார்ந்து மௌனம் சாதிப்பதில் அடங்காத பிரியம் கொண்டவர்களாகத் தோன்றினார்கள்.

பகலும் இரவும் மயங்கிக் கலந்திருந்த அந்த நேரத்தில் ஆயனர் அரை மனதாக 'போகலாமா, சிவகாமி?' என்று கேட்டார்.

'அப்பா! இன்றைக்கு இருட்டி இரண்டு நாழிகைக்குப் பிறகு சந்திரோதயம் ஆகுமல்லவா? அதைப் பார்த்துவிட்டுப் போகலாமே?' என்றாள் சிவகாமி.

'அதற்கென்ன, அப்படியே செய்யலாம்!' என்று கூறி ஆயனர் அவர்களுக்கு அருகில் தாமும் உட்கார்ந்தார்.

சற்று நேரம் மௌனம் குடிகொண்டிருந்தது.

'இந்த ஊரை விட்டுப் போகவே எனக்கு மனம் வராதென்று தோன்றுகிறது!' என்றார் ஆயனர்.

'இந்த ஊர் அதிர்ஷ்டம் செய்த ஊர் என்று, கிராமவாசிகள் சொன்னார்களே, அது உண்மைதான்!' என்றார் மாமல்லர்.

'ஏன் அப்பா, அவ்வளவு தூரம் இந்த ஊர் உங்களுக்குப் பிடித்துவிட்டதின் காரணம் என்ன?' என்று சிவகாமி கேட்டாள்.

'இந்தப் பாறைகளைப் பார்க்கும்போது எனக்கு ஆசையாயிருக்கிறது. திவ்வியமான கோயில்கள் அமைப்பதற்குக் கை ஊறுகிறது.'

'இன்னும் எத்தனையோ ஊர்களிலேயும் பாறைகள் இருக்கின்றன!' என்றாள் சிவகாமி.

'இந்தக் கிராமவாசிகள் நல்ல ரசிகர்கள்; நேற்று உன் நடனத்தைப் பார்த்து எவ்வளவு ஆனந்தப்பட்டார்கள்!'

'ஐயா! காஞ்சியில் ரசிகர்கள் இல்லையென்று கூறுகிறீர்களா?' என்று மாமல்லர் பொய்க் கோபத்துடன் கேட்டார்.

'மகேந்திர பல்லவரும் அவருடைய திருக்குமாரரும் இருக்கும் காஞ்சியில் ரசிகர்கள் இல்லாமற் போய் விடுவார்களா? அந்த எண்ணத்துடன் நான் சொல்லவில்லை. எங்கேயோ போகலாமென்று யாத்திரை கிளம்பியவர் களைக் கடவுளே பார்த்து இந்த ஊரில் கொண்டுவிட்டிருக்கிறார். நாங்கள் இங்கேயே இருப்பதுதான் இறைவனுடைய சித்தம் என்று தோன்றுகிறது!'

'அப்பா! நாகநந்தி பிக்ஷு வெள்ளம் வந்த இரவு போனாரே, அவர் என்ன ஆகியிருப்பார்?' என்று சிவகாமி கேட்டாள்.

'ஐயோ! பாவம்! என்ன ஆனாரோ, தெரியவில்லை. அந்த வயோதிக பிக்ஷுவின் கதியும் என்ன ஆயிற்றோ, தெரியவில்லை!'

அப்போது மாமல்லர் தம்முடன் வந்த சைனியத்தின் கதி என்ன ஆயிற்றோ என்று நினைத்தார். குண்டோதரன் படகு சம்பாதித்துக்கொண்டு வருவதாகச் சொல்லிவிட்டுக் காலையிலேயே போனவன், இன்னும் ஏன் திரும்பி வரவில்லை...?

சற்று நேரத்துக்கெல்லாம் கீழ் அடிவானத்தில் ஏறக்குறைய வட்டவடிவ மான சந்திரன் உதயமானான். அவனுடைய கிரணங்களினால் வெண்ணிறம் பெற்ற வெள்ளப் பரப்பு தேவர்கள் அமுதத்திற்காகக் கடைந்த பாற்கடலைப் போல் ஜொலித்தது. வெள்ளத்திலிருந்து சந்திரன் மேலே கிளம்பியது, அந்தப் பாற்கடலிலிருந்து அமுதம் நிறைந்த தங்கக் கலசம் எழுந்தது போலிருந்தது.

சிறிது நேரம் சந்திரோதயத்தின் அழகைப் பற்றியே பேசிக் கொண்டிருந் தார்கள். பிறகு, ஆயனருக்கு இருப்புக் கொள்ளவில்லை. 'நிலா வெளிச் சத்தில் ஒரு தடவை இந்தப் பாறைகளைச் சுற்றிப் பார்த்துவிட்டு வருகிறேன்' என்று சொல்லிவிட்டுப் போனார்.

மாமல்லரும் சிவகாமியும் வெகுநேரம் மௌனமாய் உட்கார்ந்திருந் தார்கள். அவர்களுடைய இரு கைகள் மட்டும் ஒன்று சேர்ந்து அந்தரங்கம் பேசிக் கொண்டிருந்தன.

அவர்களைச் சுற்றி வெளியிலே மகிழம் பூவின் நறுமணம் நிறைந்து மூச்சுத் திணறும்படிச் செய்தது.

அவர்களுடைய உள்ளங்களிலே இன்ப உணர்ச்சி ததும்பி மூச்சுத் திணறும் படிச் செய்தது.

சிறிது நேரத்துக்கெல்லாம் அவர்களுக்குக் கீழேயிருந்த பூமி இலேசாக நழுவி அவர்களை அந்தரத்தில் விட்டுச் சென்றது.

அவர்களுடைய தலைக்கு மேலே வானமானது, சந்திர மண்டலம் நட்சத்திரங்களுடன் திடீரென்று மறைந்துவிட்டது!

எங்கேயோ, எங்கேயோ, எங்கேயோ எல்லையில்லாத வெள்ளத்தில் மிதந்து மிதந்து அவர்கள் போய்க் கொண்டிருந்தார்கள். அவ்விதம் அவர்கள் செய்த ஆனந்த யாத்திரை ஒரு கண நேரமா அல்லது நீண்ட பல யுகங்களா என்பது

தெரியாதபடி காலாதீத நிலையை அடைந்து, மேலே இன்னும் மேலே, அதற்கும் மேலே போய்க் கொண்டிருந்தார்கள்.

திடீரென்று அமுதமளாவிய குளிர்ந்த இளங்காற்று வீசி, மகிழ மரத்தின் கிளைகளில் சலசலப்பை உண்டுபண்ணியது. அந்தக் கிளைகளிலிருந்து மகிழம் பூக்கள் பொல பொலவென்று அவர்களுடைய தலைமேல் உதிர்ந்தன.

இருவரும் தடாலென்று பூலோகத்துக்கு வந்து சேர்ந்தார்கள். மண்டபப் பட்டுக் கிராமத்துப் பாறையின் மேல் மகிழ மரத்தினடியில் தாங்கள் உட்கார்ந்திருப்பதைக் கண்டார்கள்.

'சிவகாமி! என்ன சிந்தித்துக் கொண்டிருந்தாய்?' என்று மாமல்லர் கேட்ட போது, வெகு வெகு வெகு தூரத்திலிருந்து அவருடைய குரல் கேட்டது போலிருந்தது.

'பிரபு! கையைக் கெட்டியாகப் பிடித்துக் கொள்ளுங்கள்; விழுந்து விடுவேன் போலிருக்கிறது!' என்றாள் சிவகாமி.

'ஏன் சிவகாமி உன் உடம்பு இப்படி நடுங்குகிறது? குளிர் காற்றினாலா?' என்று மாமல்லர் கேட்டார்.

'இல்லை, பிரபு! குளிர் இல்லை; என் உடம்பு கொதிக்கிறதைப் பாருங்கள்!' என்று சிவகாமி சொன்னபோது அவளுடைய குரலும் நடுங்கிற்று.

'பின் ஏன் இவ்விதம் நடுங்குகிறாய்?'

'ஏதோ பயமாயிருக்கிறது. நான் உயிரோடுதானிருக்கிறேனா?'

'இது என்ன கேள்வி? உயிரோடு இல்லாவிட்டால் எப்படி என்னுடன் பேசமுடியும்?'

'சற்று முன்னால் எனக்கு எங்கேயோ வானமார்க்கத்தில் பிரயாணம் போவதுபோல் தோன்றியது. சத்தமில்லாத ஒரு தெய்வீக சங்கீதம் எங்கிருந்தோ வந்து கொண்டிருந்தது. அதன் தாளத்துக்கிணங்க என் ஆத்மா நடனமாடிக்கொண்டு மேலுலகம் சென்றது... அதெல்லாம் பிரமைதானே? உண்மையாக நான் இறந்து போய்விடவில்லையே?'

'ஆம்; சிவகாமி! ஒரு விதத்தில் நாம் இருவருமே இறந்து விட்டோம். ஆனால், மறுபடியும் பிறந்திருக்கிறோம். இருவருக்கும் இது புனர்ஜன் மந்தான். மூன்று நாளைக்கு முன்னால் நாம் இந்தக் கிராமத்துக்கு வந்தபோது தனித்தனி உயிருடனும் உள்ளத்துடனும் இருந்தோம். இன்று அந்தச் சிவகாமி இல்லை நீ; நானும் அந்த நரசிம்மவர்மன் இல்லை. என் உயிரிலும் உள்ளத்திலும் நீ கலந்திருக்கிறாய். அப்படியே உன் உயிரிலும் உள்ளத்திலும் நான் கலந்து போயிருக்கிறேன். ஆகையால், நாம் இரு வரும் மரணமடைந்து மறு பிறப்பும் அடைந்துவிட்டோம்; எல்லாம் மூன்றே நாளில்!...'

'நிஜமாக மூன்று நாள்தானா? என்னால் நம்பமுடியவில்லை. எத்தனையோ நீண்ட காலம் மாதிரி தோன்றுகிறது!'

'அதுவும் உண்மையே, இந்த மூன்று நாள் வெறும் மூன்று நாள் அல்ல. இதற்கு முன் எத்தனையோ ஜன்மங்களில் நாம் ஒருவரையொருவர் பார்த்திருக்கிறோம்; காதலித்திருக்கிறோம்; பிரிந்திருக்கிறோம்; சேர்ந்திருக்கிறோம். அவ்வளவு அனுபவங்களையும் இந்த மூன்று தினங்களில் திரும்ப அனுபவித்தோம்.'

'இதோடு எல்லாம் முடிந்து போய்விட்டதா?'

'எப்படி முடிந்துவிடும்? பல ஜன்மங்களில் தொடர்ந்து வந்த உறவு இந்த ஜன்மத்தோடு மட்டும் எப்படி முடியும்?'

'வருகிற ஜன்மங்களைப் பற்றி நான் கேட்கவில்லை. இந்த ஜன்மத்தைப் பற்றித்தான் கேட்கிறேன். இந்த ஜன்மத்தில் எப்போதும் இப்படியே இருக்குமா?'

'எது இப்படி இருக்குமா என்று கேட்கிறாய்?'

'உங்களுடைய அன்பைத்தான் கேட்கிறேன்!'

மாமல்லர் தமக்கு அருகில் பாறையில் உதிர்ந்து கிடந்த மகிழம் பூக்களைத் திரட்டிச் சிவகாமியின் கையில் வைத்தார்.

'சிவகாமி என்னுடைய அன்பு மல்லிகை - முல்லை மலர்களைப் போல் இன்றைக்கு மணத்தை வாரி வீசிவிட்டு நாளைக்கு வாடி வதங்கி மணமிழந்து போவதன்று. என் அன்பு மகிழம் பூவை ஒத்தது; நாளாக ஆக அதன் மணம் அதிகமாகும். வாடினாலும் காய்ந்து உலர்ந்தாலும் அதன் மணம் வளர்ந்துகொண்டுதானிருக்கும்.... அன்றைக்குத் தாமரைக் குளக் கரையில் என்னிடம் வாக்குறுதி கேட்டாயே, ஞாபகம் இருக்கிறதா?'

'இருக்கிறது!'

'அந்த வாக்குறுதியை இப்போதும் கோருகிறாயா?'

'வேண்டாம் பிரபு! வாக்குறுதி வேண்டாம்! தங்களுடைய மன்னிப்புத்தான் வேண்டும்!'

'எதற்கு மன்னிப்பு?' என்றார் மாமல்லர்.

'தங்களைப் பற்றிச் சந்தேகம் கொண்டதற்குத்தான். தங்களைப் பற்றி ஒரு துஷ்ட நாகம் கூறிய விஷங்கலந்த மொழிகளை நம்பியதற்காகத்தான்!' என்றாள் சிவகாமி.

அப்போது இலேசாகச் சரசரவென்ற சத்தம் சமீபத்தில் கேட்கவே, சிவகாமி மிரண்டுபோய்ச் சுற்றுமுற்றும் பார்த்தாள். மரக்கிளைகளின் நிழலும் நிலா வெளிச்சமும் மாறி மாறித் தரையில் படிந்திருந்த இடத்தில் அவர்களுக்குச் சமீபத்தில் ஒரு பாம்பு நெளிந்து நெளிந்து போய்க்கொண்டிருந்தது.

'ஐயோ! அப்பா! பாம்பு!' என்று சிவகாமி அலறிக்கொண்டு எழுந்தாள்.

மாமல்லரும் குதித்து எழுந்து, சிவகாமியை ஆதரவுடன் தன்னோடு சேர்த்து அணைத்துக்கொண்டார். 'பயப்படாதே, சிவகாமி! நானிருக்கும்போது என்ன பயம்?' என்றார்.

37.தியாகப் போட்டி

சிவகாமியின் அலறலைக் கேட்ட சர்ப்பம் சற்று நேரம் திகைத்து நின்றது. பிறகு, தன் வழியே போய்விட்டது.

தூரத்தில் பாறைகளுக்கு அப்பாலிருந்து, 'சிவகாமி! என்னைக் கூப் பிட்டாயா?' என்று ஆயனரின் குரல் கேட்டது. 'இல்லை அப்பா!' என்று சிவகாமி உரத்த குரலில் கூறினாள்.

இந்த இரண்டு வார்த்தைகள் மாமல்லருக்கு எவ்வளவு மகிழ்ச்சியையும் நன்றி உணர்ச்சியையும் உண்டாக்கின என்பதைச் சிவகாமி அவருடைய கரங்களின் ஸ்பரிசத்தினால் உணர்ந்தாள்.

இருவரும் மரத்தடியிலிருந்து சற்று அப்பால் சென்று பட்டப் பகல்போல் வெளிச்சமாயிருந்த பாறையின் மீது உட்கார்ந்தனர்.

'மன்னிப்புக் கேட்பதாகச் சொன்னாயே, சிவகாமி! எதற்காக?' என்று மாமல்லர் கேட்டார்.

'தங்களைப் பற்றிப் பொல்லாத வசை மொழிகளைக் கேட்டுக்கொண்டு சும்மா இருந்ததற்காக! அம்மொழிகளை நம்பியதற்காக!'

'இவ்வளவுதானே! மன்னித்து விட்டேன். அப்படி யார் என்னைப் பற்றி என்ன கூறினார்கள்?'

'நாகநந்தி என்னும் புத்த பிக்ஷுவைப் பற்றிப் பேசிக் கொண்டிருந் தோமல்லவா? அவர்தான் தங்களைப் 'பயங்கொள்ளிப் பல்லவன்' என்றார். தாங்கள் போர்க்களத்துக்குப் போகப் பயந்துகொண்டு காஞ்சிக் கோட்டைக் குள் ஒளிந்து கொண்டு இருப்பதாகச் சொன்னார். இன்னும் என்ன வெல்லாமோ சொன்னார்....'

சிவகாமி கூறியதையெல்லாம் கேட்டுக்கொண்டிருந்த மாமல்லர், 'இதற்காக நாகநந்தியின் மேல் எனக்குக் கோபம் இல்லை. என் தந்தைபேரில்தான் கோபம். இராஜ்யத்தைத் தேடி மகாயுத்தம் வந்திருக்கும்போது நான் கோட் டைக்குள்ளேயே அடைப்பட்டுக் கிடந்தால் 'பயங்கொள்ளி' என்று ஏன் ஜனங்கள் சொல்லமாட்டார்கள்? அதைப்பற்றி எனக்குக் கவலையில்லை, ஆனால் அதையெல்லாம் நீயும் நம்பினாயா, சிவகாமி?' என்றார்.

'ஆம், பிரபு! நம்பினேன். தங்களைப் பிரிந்திருந்ததில் என் மன வேதனையைச் சகிக்க முடியாமல் அந்த அவதூறுகளை நம்பினேன். 'இவ்வளவு மட்டமான மனுஷரின் காதல் இல்லாமற் போனால்தான் என்ன?' என்று எண்ணுவதில் ஓர் ஆறுதல் உண்டாயிற்று. ஆனாலும், என் வெளி மனம் அப்படி நம்பியதே தவிர, என் உள்நெஞ்சம் 'இதெல்லாம் பொய்' என்று சொல்லிக் கொண்டிருந்தது. 'மாமல்லர் வீர புருஷர்; அவரு

டைய காதலுக்கு நீ பாத்திரமானவள் அல்ல! ஆகையால், அவரைப் பற்றித் தாழ்வாக எண்ணுகிறாய்! இது உன் நீச குணம்' என்று என் உள் இதயம் எனக்கு இடித்துச் சொல்லிக் கொண்டிருந்தது பிரபு! என்னை மன்னிப் பீர்களா?'

'சிவகாமி! உன்னை மன்னிப்பதற்குரிய குற்றம் எதுவும் நீ செய்யவில்லை. அவ்வளவு மன வேதனைக்கு உன்னை ஆளாக்கியதற்காக நான்தான் மன்னிப்புக் கேட்டுக் கொள்ள வேண்டும். இனி மேல் என்னைப் பற்றி அத்தகைய அவதூறுகளை நம்பமாட்டாயல்லவா?' என்று கேட்டார் மாமல்லர்.

'ஒருநாளும் நம்பமாட்டேன்; அந்தப் புத்த பிக்ஷுவை மறுபடி பார்க்க நேர்ந்தால் அவரை இலேசில் விடப்போவதில்லை!' என்றாள் சிவகாமி. பிறகு, திடீரென்று எதையோ நினைத்துக்கொண்டு 'பிரபு! கூடுவிட்டுக் கூடுபாயும் வித்தை என்று கதைகளில் சொல்கிறார்களே? அதிலே உங்களுக்கு நம்பிக்கை உண்டா?' என்று தயக்கத்துடன் கேட்டாள்.

'என்ன கேட்கிறாய், சிவகாமி! நம்பிக்கை உண்டா என்றால்?...'

'ஒரு உயிர் ஒரு உடலிலிருந்து இன்னொரு உடலுக்குப் போவது சாத்திய மாகுமா என்று கேட்டேன். அதாவது, ஒரு மனுஷர் பாம்பு உருவம் எடுத்துக் கொள்ள முடியுமா?...'

'இப்படிக் கேட்டபோது சிவகாமியின் உடம்பு மறுபடியும் நடுங்குவதை மாமல்லர் கண்டார். உடனே அவளை ஆதரவோடு தன் அகன்ற மார்பிலே சேர்த்து அணைத்துக்கொண்டு, 'இதென்ன வீண் பீதி! மனுஷனாவது, பாம்பு உருவம் கொள்வதாவது? அப்படி ஒருவன் பாம்பு உருவம் எடுத்து உன்னைத் தீண்ட வரும் பட்சத்தில், நான் கருடன் உருவங்கொண்டு வந்து அவனை சம்ஹரிப்பேன், அல்லது உன் எதிரே அவனுடைய விஷப் பல்லைப் பிடுங்கி எறிவேன். நான் இருக்கும்போது உனக்கு ஏன் பயம்?' என்றார்.

'பிரபு! எப்போதும் தாங்கள் என் அருகில் இருந்து என்னைப் பாதுகாத்துக் கொண்டிருப்பீர்களா? இந்த ஏழைப் பெண்ணைக் காப்பாற்றுவது ஒன்று தானா உங்களுக்கு வேலை? உங்களுடைய பாதுகாப்பை எதிர்பார்த்து இராஜ்ய லக்ஷ்மி காத்துக் கொண்டிருக்கிறாளே?' என்றாள் சிவகாமி.

'சிவகாமி! நீ மட்டும் ஒரு வார்த்தை சொல்லு! இராஜ்யம் எக்கேடாவது கெட்டும் என்று விட்டுவிட்டு உன்னோடு இருந்து விடுகிறேன். உன்னை விட எனக்கு இராஜ்யம் பெரிதல்ல...' என்று மாமல்லர் கூறிவந்தபோது, சிவகாமி குறுக்கிட்டாள்.

'பிரபு! அவ்வளவு சுயநலக்காரி இல்லை நான். அப்படி உங்களை எனக்கே உரிமைப்படுத்திக் கொள்ளவேண்டுமென்ற எண்ணம் எனக்கில்லை. விஸ்தாரமான சாம்ராஜ்யத்திற்கு உரிமை கொண்டவர் தாங்கள். வாழையடி வாழையாக வந்த பல்லவ வம்சத்தின் சிம்மாசனத்துக்குத் தனி உரிமை

பூண்டவர். எத்தனையோ லட்சம் பிரஜைகள் தங்களுடைய தோள் வலிமையையும் வாள் வலிமையையும் நம்பி இந்தப் பெரிய ராஜ்யத்தில் வாழ்ந்து கொண்டிருக்கிறார்கள். பொல்லாத பகைவர்களை விரட்டி அடித்துப் பிரஜைகளைப் பாதுகாக்கும் பொறுப்பு தங்களுடைய இந்த இரு புஜங்களிலும் சார்ந்திருக்கிறது. அத்தகைய புஜங்கள் இன்று இந்த ஏழையை அணைத்துக்கொண்டு இருப்பது என்னுடைய பூர்வஜன்மத்து சுகிர்தம். ஆனால், இந்தப் பாக்கியத்தினால் என் தலை திரும்பிப் போய்விடவில்லை. என் பகுத்தறிவை நான் இழந்துவிடவில்லை. பல்லவர் குலம் விளங்கவந்த மாமல்லருடைய வலிமையும் வீரமும் கேவலம் இந்தச் சிற்பியின் மகளைப் பாதுகாப்பதற்காக மட்டும் உபயோகப் படவேண்டும் என்று ஒருநாளும் சொல்லமாட்டேன். அப்பேர்ப்பட்ட மகா தியாகத்தைத் தங்களிடம் நான் ஏற்றுக் கொள்ளவும் மாட்டேன். இந்தக் கிராமவாசிகள் புள்ளலூர்ச் சண்டையில் தாங்கள் நிகழ்த்திய வீரச் செயல்களைப் பற்றி உற்சாகமாகப் பேசுவது என் காதில் விழும்போது என் உள்ளமும் உடலும் எப்படிப் பூரிக்கின்றன, தெரியுமா?'

'சிவகாமி இந்தக் கிராமவாசிகள் உன்னுடைய நடனக் கலைத் திறனைப் பற்றி பாராட்டும்போது நானும் அப்படித்தான் பூரித்துப் போகிறேன். நினைத்துப் பார்த்தால், என்னுடைய சுய நலத்தைப் பற்றி எனக்கு வெட்கமாய்க்கூட இருக்கிறது.'

'தங்களிடம் ஒரு சுயநலத்தையும் நான் காணவில்லையே, பிரபு!'

'நீ காணமாட்டாய், சிவகாமி! உன்னுடைய காதலாகிற பொன்னாடையினால் என்னை நீ போர்த்திவிட்டுப் பார்க்கிறாய். அதனால் என்னிடமுள்ள குற்றங்குறைகளை நீ காணமாட்டாய். ஆனால், என்னுடைய சுயநலத்தை நான் நன்றாக உணர்கிறேன். இறைவன் உனக்கு அற்புதமான கலைச்செல்வத்தை அளித்திருக்கிறார். அதையெல்லாம் நான் எனக்கென்று ஆக்கிக் கொள்ளப் பார்க்கிறேன். என்னைப் போன்ற சுயநலக்காரன் யார்? உன்னுடைய அற்புத நடனக்கலை இறைவனுக்கே உரியது. கேவலம் மனிதர்களுக்கு உரியதல்ல என்று என் தந்தை கூறுவதுண்டு. அதன் பொருள் நேற்று இந்தக் கிராமத்துக் கோயிலில் நீ நடனமாடியபோதுதான் எனக்குத் தெரிந்தது. இறைவனுக்கு உரிய நிவேதனப் பொருளை நான் அபகரிக்கப் பார்ப்பது தெய்வத்துக்குச் செய்யும் அபசாரமாகாதா என்றுகூட எண்ணமிட்டேன்...'

சிவகாமி அப்போது எழுந்து மாமல்லருக்கு முன்புறமாக வந்து குனிந்தாள். அவளுடைய உத்தேசத்தை அறிந்து மாமல்லர் அவளைத் தடுப்பதற்கு முன்னால், அவருடைய பாதங்களைத் தொட்டுத் தன் கண்களிலே ஒற்றிக் கொண்டாள். பின்னர் அவர் எதிரில் அமர்ந்து கூறினாள்: 'சுவாமி! என்னுடைய நடனக் கலை இறைவனுக்கே உரியதாயிருக்கும் பட்சத்தில், அந்த உரிமை பூண்ட இறைவன் தாங்கள்தான். அந்த நாளில் நான் ஆர்வத்துடன் என் தந்தையிடம் நடனக் கலையைப் பயின்றதன் காரணம், அடுத்த தடவை தாங்கள் வரும்போது தங்களுக்கு ஆடிக்காட்டி மகிழ்விக்க

வேண்டும் என்னும் ஆசையே. எனது நடனக் கலை கனிந்து உணர்ச்சியும் உயிரும் பெற்றதெல்லாம் தங்களுடைய காதலினால்தான். என்னை மறந்து ஆனந்த பரவச நிலையில் நான் ஆடும்போதெல்லாம், தங்களுடைய அன்புக்கு உரிமை பூண்டவள் என்னும் எண்ணமே அந்த ஆனந்த பரவசத் துக்கு ஆதாரமாயிருக்கிறது. திருநாவுக்கரசர் பெருமானின் இனிய தீந்தமிழ்ப் பாடல்களைப் பாடிக்கொண்டு நான் அபிநயம் பிடிக்கும்போது தங்களுடைய திருவுருவந்தான் என் அகக்கண் முன்னால் நிற்கிறது. தங்களால் கிடைத்த இந்தக் கலைச் செல்வத்தை வேறொருவருக்கு உரிமை யாக்க எனக்குப் பாத்தியதையில்லை. நடனக் கலை தெய்வத்துக்கும் எட்டாத கலையாகவே இருக்கட்டும். தங்களைக் காட்டிலும் அது எனக்கு உயர்ந்த தல்ல. தாங்கள் வாய்திறந்து ஒரு வார்த்தை சொன்னால் போதும்; உடனே அந்த நடனக் கலையை இந்த நதிப் பிரவாகத்திலே விட்டுவிட்டு ஒரு முழுக்கும் போட்டு விடுகிறேன்.'

மடல் விரிந்த மாதுளை மொட்டுப் போன்ற சிவகாமியின் செவ்விதழ்களை மாமல்லர் தமது அகன்ற கரத்தினால் மூடினார். 'சிவகாமி! நீ இப்படியெல்லாம் சொல்லச் சொல்ல என் தர்ம சங்கடந்தான் அதிகமாகிறது. ஒருநாள் நீ இந்தக் கலையை விட்டு விடத்தான் வேண்டியிருக்கும் என்று எண்ணும்போது எனக்குப் பகீர் என்கிறது. பல்லவ சாம்ராஜ்யத்தின் சக்கரவர்த்தினி அரங்க மேடையில் நின்று நடனமாடுவது என்பது நினைக்க முடியாத காரியம் அல்லவா? அதை எண்ணும்போதுதான் உண்மையிலேயே நான் உன்னுடைய தந்தையின் சிற்பக் கலைச் சீடனாக இருந்திருக்கக்கூடாதா என்று தோன்றுகிறது. அப்படியானால் இந்த மூன்று நாட்களைப்போல் நம் வாணாள் முழுவதுமே ஆனந்தமயமாயிருக்குமல்லவா? சாம்ராஜ்யம் என்னத்திற்கு? யுத்தமும் இரத்த வெள்ளமுந்தான் என்னத்திற்கு? உண்மையாகவே சொல்கிறேன், சிவகாமி! நான் சக்கரவர்த்திக்குச் சொல்லி அனுப்பி விடுகிறேன்; எனக்கு இராஜ்யம் வேண்டாம் என்று. நானும் நீயும் உன் தந்தையுமாகப் படகில் ஏறிக்கொண்டு கிளம்புவோம். ரதியையும், சுகரையும் கூட அழைத்துக் கொள்வோம். எங்கேயாவது கடல் நடுவிலுள்ள தீவாந் தரத்துக்குப் போய்ச் சேர்வோம். அங்கே நமது வாணாளை ஆனந்தமாகக் கழிப் போம் என்ன சொல்கிறாய்? 'ஆகட்டும்' என்று சொல்லு!'

'ஒருநாளும் சொல்லமாட்டேன்!' என்று அழுத்தந்திருத்தமாகக் கூறிவிட்டுச் சிவகாமி மேலும் சொன்னாள்.

'கதைகளிலே, காவியங்களிலே கேட்டிருக்கிறேன்; வீரப் பெண்கள் நாயகர் களுக்குப் போர்க்களத்தில் துணை நின்று சாஹஸச் செயல்கள் புரிந்தார்கள் என்று. தசரதருக்குக் கைகேயியும், அர்ச்சுனனுக்குச் சுபத்திரையும் போர்க் களத்தில் ரதம் ஓட்டினார்கள் என்றும் படித்திருக்கிறேன். அப்பேர்ப்பட்ட பாக்கியத்துக்கு நான் பிறக்கவில்லை. போர்க்களத்திற்கு என்னால் வர முடியாது. இரத்தத்தைக் கண்டால் நான் மூர்ச்சையடைந்துவிடுவேன். ஆடவும் பாடவும் அலங்காரமாகக் கொலுவிருக்கவும் பிறந்த பேதைப் பெண் நான். ஆனால், தங்களையும் என்னைப் போலாக்க உடன்பட மாட்டேன். சிம்மா சனத்தில் அமர்ந்து சாம்ராஜ்யம் ஆளவும் போர்க்களத்தில் பகைவர்களைச்

சின்னாபின்னம் செய்யவும் பிறந்த தங்களைக் கல்லுளி பிடித்து வேலை செய்யவிடமாட்டேன். வாளும் வேலும் பிடித்து எதிரிகளைத் துவம்ஸம் செய்யவேண்டிய கைகளை ஆடல் பாடலுக்குத் தாளம் போடும்படி விடமாட்டேன். சுவாமி! இராஜ்யம் என்னத்திற்கு? யுத்தம் என்னத்திற்கு? என்றெல்லாம் இனிமேல் சொல்லாதீர்கள். அவ்விதமே தாங்கள் சொன்னால், இந்தப் பாவியின் காரணமாகத்தானே இப்படித் தாங்கள் சொல்கிறீர்கள் என்று எண்ணிப் பிராணத் தியாகம் செய்து கொள்வேன்!'

'சிவகாமி! கையில் கல்லுளி பிடித்து வேலை செய்யும் சிற்பியின் இரத்தம் மட்டும் உன் உடம்பில் ஓடவில்லை. பழந்தமிழ் நாட்டு வீரத் தாய்மாரின் இரத்தமும் ஓடுகிறது. மணக்கோலம் பூண்ட மணவாளனைப் போர்க்களத் துக்கு மனமுவந்து அனுப்பிய வீரத் தமிழ் மங்கையின் இரும்பு நெஞ்சம் உன்னிடமும் இருக்கிறது. உண்மையில் வீர பத்தினியாவதற்குரியவள் நீதான்! போர்க்களத்துக்கு என்னோடு நீ வரவேண்டியதில்லை. ரத சாரத் தியமும் செய்ய வேண்டியதில்லை. ஆனால், இனி நான் எப்போது போர்க் களம் சென்றாலும், என்னுடைய நெஞ்சில் நீ இருந்து கொண்டிருப்பாய். சற்று முன் நீ கூறிய வீர மொழிகள் என் செவியிலே ஒலித்துக் கொண்டி ருக்கும். உன்னுடைய காதலின் நினைவு எனக்கு இணையற்ற வீரத்தையும் துணிவையும் ஊட்டிக் கொண்டிருக்கும்....'

'சுவாமி! வீர பல்லவ வம்சத்தில் பிறந்து, பதினெட்டு வயதிற்குள் தென்னாட்டிலுள்ள மல்லர்களையெல்லாம் வென்று மகாமல்லர் என்று பெயர்பெற்ற தங்களுக்கு இந்த ஏழைப்பெண்ணின் நினைவுதானா தீரமும் துணிச்சலும் ஊட்டவேண்டும்? யுத்தத்திலே தாங்கள் எதிரிகளைச் சின்னா பின்னம் செய்து உலகமே ஆச்சரியப்படும்படியான வெற்றிகொண்டது இந்த ஏழைப் பெண்ணின் ஞாபகத்தில்தானா? கேவலம் ஒரு எட்டுக்கால் பூச்சியைக்கண்டு கதிகலங்குபவள் நான்! தங்களுக்கு ஞாபகமிருக்கிறதா? நமது குழந்தைப் பிராயத்தில் ஒருநாள் நீங்களும் நானும் என் தந்தையின் சிலைகளுக்குப் பின்னால் ஓடிப் பிடித்து விளையாடிக்கொண்டிருந்தபோது, ஒரு பெரிய கரப்பான் பூச்சியைப் பார்த்து, 'ஓ' என்று அலறிவிட்டேன். நீங்கள் ஒளிந்துகொண்டிருந்த இடத்திலிருந்து ஓடிவந்து என்னைக் கட்டி அணைத்துத் தேறுதல் கூறினீர்கள். 'என்ன? என்ன?' என்று கேட்டீர்கள். நான் முதலில் சொல்வதற்கு வெட்கப்பட்டு அப்புறம் உண்மையைச் சொன்னேன். தாங்கள் நம்பவே இல்லை. 'கரப்பான் பூச்சிக்குப் பயப்பட வாவது? பொய்! என்னை ஒளிந்துகொண்டு இருந்த இடத்திலிருந்து வெளியே வரச் செய்வதற்காகவே நீ இப்படிப் பாசாங்கு செய்தாய்!' என்றீர்கள்; நிஜமாக நான் அப்போது பயப்பட்டேன். சற்று முன்னால் இங்கே பாம்பைக் கண்டபோதும் எனக்கு உண்மையில் பயமாய்த்தான் இருந்தது... பாருங்கள், இப்போதுகூட என் உடம்பு நடுங்குவதை!'

மாமல்லர் மீண்டும் முன்போல சிவகாமியைத் தனது வலிய புஜங்களினால் சேர்த்து அணைத்துக்கொண்டு, 'இதென்ன அசட்டுத்தனம், சிவகாமி! ஏன் இப்படி நடுங்குகிறாய்?' என்று கேட்டார்.

‘ஏனோ தெரியவில்லை. சில காலமாக எனக்கு அடிக்கடி இம்மாதிரி பயம் உண்டாகிறது. ஏதோ ஒரு பெரிய அபாயம், இன்னதென்று தெரியாத விபத்து என்னைத் தேடி வந்து கொண்டு இருப்பதாகத் தோன்றுகிறது. சுவாமி தங்களிடம் ஒரு இரகசியம் சொல்லுகிறேன். என் தந்தையிடம்கூட அதை நீங்கள் சொல்லக் கூடாது...’

‘சொல்லு, சிவகாமி!’

‘காஞ்சியில் திருநாவுக்கரசர் மடத்திலே நான் மூர்ச்சை அடைந்து விழுந்த அன்று, எனக்குப் பிரக்ஞை வந்ததும் தாங்கள் நயன பாஷையில் விடை பெற்றுக்கொண்டுபோய் விட்டீர்கள். சற்று நேரம் கழித்து, நானும் என் தந்தையும் வாகீசப் பெருமானிடம் விடைபெற்றுக்கொண்டு கமலியின் வீட்டுக்குக் கிளம்பினோம். அப்போது நாவுக்கரசர் என் தந்தையைப் பின்னால் நிறுத்திச் சில வார்த்தைகள் மெல்லிய குரலில் கூறினார்: ‘உங்கள் பெண் மகா பாக்கியசாலி! உலகத்தில் இல்லாத தெய்வீகக் கலை அவளிடம் இருக்கிறது. ஆனால் அவளைப் பார்க்கும்போது ஏனோ என் மனத்தில் துயரம் உண்டாகிறது! ஏதோ ஒரு பெரிய அபாயம் அவளுக்கு வரப்போவ தாகத் தோன்றுகிறது. ஜாக்கிரதையாகப் பார்த்துக் கொள்ளுங்கள்’ என்று அப் பெருமான் கூறியது என் காதிலும் விழுந்தது. அதைக் கேட்டதிலிருந்து...’

‘அந்த மகா புருஷர் கூறியது உண்மைதான், சிவகாமி! உனக்குத்தான் பெரிய அபாயம் வந்ததே! இந்த வெள்ளத்தைக் காட்டிலும் பெரிய அபாயம் வேறு என்ன வரமுடியும்? கடவுள் அருளால் அதிலிருந்து தப்பிவிட்டாய்!... இனிமேல் ஒன்றும் வராது!’ என்று மாமல்லர் உறுதியான குரலில் கூறினார்.

‘பிரபு! தங்களை என்னுடன் சேர்த்து வைத்து மூன்று தினங்கள் நான் சொர்க் கத்தில் இருக்கும்படிச் செய்த வெள்ளத்தை விபத்து என்று எப்படிச் சொல் வேன்? ஆகையினால்தான், இன்னும் ஏதோ இருக்கிறது என்று எண்ண மிடுகிறேன். ஆனால் இனிமேல் என்ன விபத்து வந்தால் என்ன? தங்களுடைய விசால இருதயத்தின் ஒரு மூலையில் எனக்கு ஒரு பத்திரமான இடம் இருக்கிறது என்ற நம்பிக்கையே எனக்குத் தைரியமும் உற்சாகமும் ஊட்டி வரும். தாங்கள் யுத்தத்தையெல்லாம் முடித்துவிட்டு, தங்கள் தந்தையிடம் அனுமதி பெற்று என்னை அழைத்துப் போக வரும்வரையில் நான் இவ்விடத் திலேயே மனநிம்மதியுடன் இருப்பேன். தங்களுடைய அன்பாகிய கவசம் என்னைக் காப்பாற்றும்போது, என்ன விபத்து என்னை என்ன செய்துவிடும்?’

‘மண்டபப்பட்டு அவ்வளவு பாக்கியம் செய்திருக்கிறதா? இங்கேயே தங்கி விடுவதென்று தீர்மானம் செய்து விட்டாயா?’ என்று மாமல்லர் கேட்டார். அதுதான் அவருடைய விருப்பம் என்று குரலிலிருந்தே தெரிந்தது.

‘ஆம், பிரபு! வேறு எந்த இடத்திலும் நான் மன நிம்மதியுடன் இருக்க முடியாது. இந்தக் கிராமத்துக் கோயிலும், இந்தப் பாறைகளும் வராக நதியும் எனக்குப் பல இன்ப நினைவுகளை ஊட்டிக் கொண்டிருக்கும். என் தந்தையும் இந்தப் பாறைகளைக் கோயில்களாக அமைப்பதில் பெரும் ஆவல்கொண்டிருக்கிறார். அவரும் நிம்மதியாக இருப்பார். ஆனால் ஒரே

ஒரு விஷயந்தான் கொஞ்சம் மனக்கவலை உண்டாக்குகிறது. அந்த நாகநந்தி மட்டும் இங்கே வராமலிருக்கவேண்டும்' என்றாள் சிவகாமி.

'நாகநந்தி இங்கே வரமாட்டார்! அந்தக் கவலை உனக்கு வேண்டாம்!' என்றார் மாமல்லர். குண்டோதரனிடம் நாகநந்தியைப்பற்றித் தெரிந்து கொண்டிருந்ததனால்தான் அவர் அவ்விதம் உறுதியாய்க் கூறினார்.

அதே சமயத்தில் அவர்கள் பேசிக்கொண்டிருந்த பாறைக்குப் பின்னால் ஒளிந்து கேட்டுக் கொண்டிருந்த புத்த பிக்ஷுவின் உருவம் மெதுவாக எழுந்து அப்பால் சென்றது!

38.சந்திரன் சாட்சி

இரவு ஜாம நேரத்துக்கு மேல் மாமல்லர், சிவகாமி, ஆயனர் ஆகியோர் திரும்பிக் கிராமத்தை அடைந்தபோது, நாவுக்கரசர் மடத்து வாசலில் பெருங் கூட்டம் நிற்பதைக் கண்டார்கள்.

நிலாவொளியில் அந்தக் கூட்டத்தின் மத்தியில் கத்தி கேடயங்களும், வாள்களும் மின்னின.

மூன்று பேரும் துணுக்கமடைந்து வீதி முனையில் கோயில் மதில் ஓரமாக ஒதுங்கி நின்றார்கள். மடத்து வாசலில் நின்ற வீரர்கள் யாராயிருக்கும் என்ற கேள்வி மூவருடைய மனத்திலும் எழுந்தது.

அன்று காலையில் குண்டோதரனுக்கும் மாமல்லருக்கும் ஒரு சிறு வாக்கு வாதம் நடந்தது. மேலே நடக்கவேண்டிய காரியத்தைப் பற்றித்தான். வராக நதியில் வெள்ளம் வடிந்து விட்டபடியால், பானைத் தெப்பம் ஒன்று கட்டி, அதில் தம்மை வராக நதிக்கு அக்கரையில் கொண்டுபோய் விட்டுவிட்டுக் குண்டோதரன் திரும்பி வந்துவிடவேண்டும் என்றும், தாம் அங்கிருந்து காஞ்சிக்குப் போய்விடுவதென்றும், குண்டோதரன் ஆயனருக்கும் சிவகாமிக்கும் துணையாக மண்டபப்பட்டுக் கிராமத்திலேயே சில காலம் இருக்கவேண்டும் என்றும் மாமல்லர் சொன்னார்.

குண்டோதரன் இதை மறுத்து, தான் முதலில் அக்கரை சென்று பல்லவ சைனியத்தைப் பற்றித் தகவல் விசாரித்து வருவதாகவும், அதற்குப் பிறகு என்ன செய்வதென்பதை முடிவு செய்து கொள்ளலாமெனவும் கூறினான். மாமல்லரும் இன்னும் ஒருநாள் சிவகாமியுடன் இருக்கலாம் என்ற ஆசையினால் அதற்கு இணங்கினார்.

ஆனாலும் அன்றைக்கெல்லாம் அவருக்கு அடிக்கடி மனத்தில் பரபரப்பு உண்டாகிக்கொண்டிருந்தது. சாயங்காலம் ஆக ஆக, 'குண்டோதரன் ஏன் இன்னும் வரவில்லை?' 'எத்தனை நாள் இங்கே சும்மா உட்கார்ந்திருப்பது?'

என்ற எண்ணங்கள் அவ்வப்போது அவர் உள்ளத்தில் தோன்றி அல்லல் செய்தன.

மோகன நிலவொளியில் சிவகாமியுடன் பேசிக்கொண்டிருந்தபோதுகூட நடுநடுவே மாமல்லரின் மனம், 'குண்டோதரன் இதற்குள் வந்திருப் பானோ? என்ன செய்தி கொண்டு வந்திருப்பான்?' என்று எண்ணமிட்டுக் கொண்டுதான் இருந்தது.

இப்போது மடத்து வாசலில் கூட்டத்தைக் கண்டதும், அதிலும் வாள்கள் வேல்களின் ஒளியைக் கண்டதும், மாமல்லருடைய மனத்தில் ஏக காலத்தில் பல கேள்விகள் எழுந்தன. இவர்கள் யார்? பகைவர்களா? பல்லவ வீரர்களா? பல்லவ வீரர்களாயிருந்தால் இங்கு நாம் இருப்பது தெரிந்து வந்திருக் கிறார்களா? தெரிந்தவர்களாயிருந்தால், திடீரென்று நம்மைக் கண்டதும் கோஷம் இடுவார்களே? கிராமவாசிகளுக்குத் தெரிந்து போய்விடுமே?

மாமல்லருடைய மனத் தயக்கத்தையும் அதன் காரணத்தையும் ஒருவாறு அறிந்துகொண்ட ஆயனர், 'பிரபு! தாங்களும் சிவகாமியும் சற்று இவ்விடமே நில்லுங்கள். நான் முன்னால் சென்று வந்திருப்பவர்கள் யார் என்று பார்க்கிறேன்' என்று கூறிச் சென்றார்.

சிவகாமியும் மாமல்லரும் கோயில் மதில் ஓரத்தில் மதிலுக்குள்ளிருந்து கொப்புங் கிளையுமாய் வெளியே படர்ந்திருந்த மந்தார மரத்தின் அடியில் நின்றார்கள். அப்போது மாமல்லர் மடத்து வாசலில் நின்ற கூட்டத்திலிருந்து வந்த சத்தத்தைக் காது கொடுத்துக் கவனமாய்க் கேட்டார். கலகலவென்று எழுந்த பல பேச்சுக்குரல்களுக்கிடையில் தளபதி பரஞ்சோதியின் குரல் கணீரெனக் கேட்டது. கிராமவாசிகள் பலர் ஏக காலத்தில் மறு மொழி கூறினார்கள். அந்தப் பல குரல்களுடன் சுகப்பிரம்ம முனிவரும் சேர்ந்து, 'மாமல்லா! மாமல்லா!' என்று கீச்சுக் குரலில் கூவிய சத்தம் எழுந்தது.

மாமல்லரின் மனக் குழப்பமெல்லாம் ஒரு நொடியில் நீங்கிவிட்டது. 'நமது தளபதி பரஞ்சோதிதான் வந்திருக்கிறார்! வா! சிவகாமி! நாமும் போகலாம்!' என்று அவர் உற்சாகம் ததும்பும் குரலில் கூறி மேலே நடக்கத் தொடங் கியபோது, சிவகாமி அவருடைய கரத்தை மெதுவாகத் தொட்டு, பிரபு!' என்றாள். மந்தார மரத்துக் கிளைகளின் வழியாக வந்த பால் நிலவின் ஒளியில் அவளுடைய கண்களில் துளித்திருந்த இரு கண்ணீர்த் துளிகளும் முத்துப்போல் பிரகாசித்ததை மாமல்லர் பார்த்தார்.

'என் கண்ணே! இது என்ன?' என்று மாமல்லர் அருமையுடன் கூறி, தமது அங்கவஸ்திரத்தினால் கண்ணீரைத் துடைத்தார்.

'உங்கள் தளபதியின் குரல் கேட்டதும் இந்தப் பேதைப் பெண் அவசிய மில்லாமல் போய் விட்டேனல்லவா?' என்று சிவகாமி விம்மினாள்.

இவ்விதம் நேரும் என்று சற்றும் எதிர்பாராத மாமல்லர் அவளுக்கு எவ்விதம் தேறுதல் சொல்லுவதென்று தெரியாமல் சற்றுத் திகைத்து நின்றார். பின்னர், 'என் ஆருயிரே! ஏன் இவ்விதம் பேசுகிறாய்? சற்று

முன்னால் நீதானே உன் வாயார வீரமொழிகள் புகன்று என்னைப் போர்க் களத்துக்குப் போகும்படி ஏவினாய்? போகவேண்டிய சமயம் வந்திருக்கும் போது இவ்விதம் நீ கண்ணீர்விட்டால், நான் என்ன தைரியத்துடன் போவேன்?' என்று கூறி, சிவகாமியின் அழகிய முகவாயைப் பிடித்து நிமிர்த்தினார். அப்போது சிவகாமியின் முகத்தில் நிலாமதியின் கிரணங்கள் நேராக விழ, அவளுடைய இயற்கைப் பொன்னிற முகம், தந்த நிறம் பெற்றுத் திகழ்ந்தது.

சிவகாமி அவருடைய கரத்தைத் தன் முகவாயிலிருந்து எடுத்துத் தன் கண்களிலே சேர்த்துக் கண்ணீரால் நனைத்த வண்ணம் 'இந்தப் பேதை நெஞ்சம் ஏனோ காரணமில்லாத பீதி கொண்டு இருக்கிறது. என் வாணாளின் இன்பம் இன்றோடு முடிந்து விட்டதுபோல் தோன்றுகிறது. பிரபு! என்னை மறக்க மாட்டீர்கள் அல்லவா? மத்த யானையின் மேலேறி யுத்த களத்தில் சத்ருக்களைத் துவம்ஸம் செய்யும்போதும் அகில சாம்ராஜ்யத்தின் சக்கரவர்த்தியாகி மணிமுடி தரித்து ரத்தின சிங்காதனத்தில் அமர்ந்திருக்கும்போதும் இந்த ஏழைச் சிற்பியின் மகளை மறவாமலிருப்பீர்கள் அல்லவா?' என்று கேட்டாள்.

மாமல்லர் வானக்கடலிலே மிதந்த பூரணச் சந்திரனைச் சுட்டிக்காட்டி, 'சிவகாமி! அதோ, அமுத நிலவைச் சொரிந்துகொண்டு வானவீதியில் பவனி வரும் சந்திரன் சாட்சியாகச் சொல்கிறேன், கேள்! இந்த ஜன்மத்தில் உன்னை நான் மறக்க மாட்டேன் என்று வாக்குறுதி கூறுவதில் பொருள் இல்லை. நான் முயன்றாலும் அது முடியாத காரியம். உன் மனத்தில் காரணம் இன்றித் தோன்றும் பீதிக்கு ஏதாவது உண்மையில் காரணம் இருக்குமானால் ஒன்றே ஒன்றுதான் இருக்கமுடியும். ஒருவேளை போர்க்களத்தில் நான் வீரமரணம் அடைவேன்...'

'ஐயோ! அப்படிச் சொல்லாதீர்கள். ஒருநாளும் அப்படி நேராது!' என்று விம்மலுடன் உரத்துக் கூவினாள் சிவகாமி.

மாமல்லர் சொன்னார்: 'அப்படி நேரவில்லையென்றால், உன்னை நான் மறப்பது என்ற பேச்சுக்கே இடமில்லை. யுத்தமெல்லாம் முடிந்து இந்தப் பரந்த பல்லவ சாம்ராஜ்யத்துக்குச் சக்கரவர்த்தியாகி நான் ரத்தின சிங்காதனத்தில் வீற்றிருக்கும் காலம் வரும்போது, நீயும் என் அருகிலேதான் வீற்றிருப்பாய். ஆனால் போர்க்களத்துக்குப் போகும்போது, வெற்றி அல்லது வீர மரணத்தை எதிர்பார்த்துத்தான் போகவேண்டும். நான் போர்க் களத்தில் உயிர் துறக்க நேர்ந்தால்தான் என்ன, சிவகாமி! எதற்காகக் கவலைப்படவேண்டும்? இந்த ஒரு பிறப்போடு, நமது காதல் முடிந்து விட்டதா? ஒருநாளும் இல்லை. போர்க்களத்தில் உயிர் போகும்போது எனக்கு நினைவிருந்தால் பிறை சூடும் பெருமானைத் தியானித்து, 'இந்தப் புண்ணிய பாரத பூமியிலே பாலாறும் பெண்ணையும் காவேரியும் அமுதப் பிரவாகமாய்ப் பெருகும் தமிழகத்திலே, மீண்டும் வந்து பிறக்கும் வரம் தாருங்கள்' என்று கேட்பேன். அவ்விதமே இந்தத் தமிழகத்திலே பிறந்து, ஊர் ஊராய் அலைந்து திரிவேன். பூர்வ ஜன்மங்களிலே நான் காதலித்த

சௌந்தரிய வடிவத்தை, மோகன உருவத்தை, ஜீவனுள்ள தங்க விக்கிர கத்தைத் தேடிக்கொண்டு அலைவேன். இம்மாதிரி கார்த்திகை மாதத்துத் தாவள்யமான நிலவொளியிலே உன்னை மீண்டும் காண்பேன். கண்டதும் தெரிந்து கொள்வேன் நீதான் என்று. 'இந்தப் பெண்ணின் முகத்திலே ததும்பும் சௌந்தரியம், இவளுக்குச் சொந்தமானதில்லை. பல ஜன்மங் களிலே தொடர்ந்து வந்த என் காதலின் சக்திதான் இந்த மோகனத்தை அளித்திருக்கிறது' என்று தெரிந்து கொள்வேன். உன் கண்களில் ஜொலிக்கும் மின் ஒளியிலே என் உயிரின் சுடரைக் கண்டு தெரிந்து கொள்வேன். உன் இதழ்களின் புன்னகையில் என் இருதயத்தின் தாபம் தணிவதை உணர்ந்து அறிந்து கொள்வேன். இவள்தான் என் சிவகாமி! ஜன்ம ஜன்மங்களி லெல்லாம் என் உயிரிலே கலந்த இன்ப ஒளி இவள்தான்; சரத்கால சந்திரனின் மோகன நிலவில் நான் பார்த்துப் பார்த்து மகிழ்ந்த சௌந்தரிய வதனம் இதுதான்! இந்தக் கருங்குவளைக் கண்களிலேதான் என்னுடைய விழிகளாகிய வண்டுகள் ஓயாது மொய்த்து மதுவருந்தி மயங்கின!' என்று தெரிந்து தெளிவேன். சிவகாமி, வாக்குறுதி போதுமா? திருப்தி யடைந்தாயா?'

மாமல்லரின் கவி இருதயத்திலிருந்து பிரவாகமாய்ப் பொழிந்த அமுதச் சொற்கள் சிவகாமியைத் திக்குமுக்காடச் செய்தன. அவளுடைய தேகம் சிலிர்த்தது! புளகாங்கிதம் உண்டாயிற்று. தரையிலே நிற்கிறோமா, வான வெளியில் மிதக்கிறோமா என்று தெரியாத நிலையை அவள் அடைந்தாள்.

திடீரென்று கலகல த்வனியையும், 'அதோ மாமல்லர்!' 'அதோ பல்லவ குமாரர்!' என்ற குரல்களையும், 'மாமல்ல பல்லவேந்திரர் வாழ்க!' 'வாழ்க! வாழ்க!' என்ற கோஷங்களையும் கேட்டுச் சிவகாமி சுயப் பிரக்ஞை அடைந்தாள்.

'எனக்குத் திருப்திதான்! ஜனங்கள் இங்கு வருவதற்குள் தாங்கள் முன்னால் செல்லுங்கள்!' என்று கூறினாள்.

39. 'விடு படகை!'

கூட்டத்தில் எல்லாருக்கும் முன்னதாகத் தளபதி பரஞ்சோதி விரைந்து வந்து மாமல்லருக்கு வணக்கம் செலுத்தி, 'பிரபு! இதென்ன இப்படிச் செய்து விட்டீர்கள்! எங்களையெல்லாம் கதிகலங்க அடித்து விட்டீர்களே?' என்றார்.

மாமல்லர் பரஞ்சோதியை ஆர்வத்துடன் ஆலிங்கனம் செய்துகொண்டு, 'உங்களுக்கெல்லாம் ரொம்பவும் கவலைதான் அளித்துவிட்டேன். அப்புறம் நீங்கள் என்ன செய்தீர்கள்? வெள்ளத்தினால் நமது படையில்

சேதம் அதிகம் உண்டா?' என்று கேட்க, பரஞ்சோதி, 'சூலபாணியின் அருளால் நல்ல சமயத்தில் எச்சரிக்கப்பட்டோம். அதனால் உயிர்ச்சேதம் ஒன்றுமில்லை. எத்தனையோ விஷயங்கள் சொல்ல வேண்டும்; பேச வேண்டும். வாருங்கள், பிரபு! இந்தக் கோயிலுக்குள் சிறிது போய்ப் பேச லாம்!' என்று கூறினார். இருவரும் கைகோத்துக்கொண்டு உற்சாகமாக நடந்துசென்று முன் கோபுர வாசல் வழியாகக் கோயிலுக்குள் பிரவேசிக்க பின்னோடு கூட்டமாக வந்த கிராமவாசிகளைக் கோயிலுக்குள் செல்லாத படி வீரர்கள் தடுத்து நின்றார்கள்.

மாமல்லரும் பரஞ்சோதியும் அவ்விதம் குதூகலமாகப் பேசிக்கொண்டு போனதையும், சற்றுப் பின்னால் மரத்தடியில் நின்ற தன்னை யாரும் கவனியாததையும் கண்ட சிவகாமிக்குப் பெரும் மனோவேதனை உண்டாயிற்று. ஆயனரும் அவரோடு ரதியும் சுகரும் மட்டும் சிவகாமி நிற்குமிடம் வந்தார்கள். 'இனிமேல் நீங்கள்தான் என் உண்மையான சிநேகி தர்கள்!' என்று கூறுவது போல், ரதியையும் சுகரையும் சிவகாமி தடவிக் கொடுத்தாள். முன்னால் சென்ற கூட்டத்தின் ஆரவாரம் சற்று அடங்கியதும் இவர்கள் மடத்தை நோக்கிச் சென்றார்கள்.

வழியில் கோயில் வாசலை நெருங்கிச் சென்றபோது, அங்கே கூடியிருந்த கிராமவாசிகள் சிலர் பேசிக்கொண்டிருந்த வார்த்தைகள் சிவகாமியின் காதில் விழுந்தன.

'பல்லவ குமாரர் இப்படி நம்மை ஏமாற்றி விட்டாரே?'

'நான்தான் சொன்னேனே, முகத்தில் இராஜ களை வடிகிறதென்று? கேவலம் சிற்பியின் முகமா அது?'

'தகப்பனாரைப் போலவே புதல்வரும் வேஷம் போடுவதில் வெகு சமர்த்தர் போலிருக்கிறது!'

'ஆயனர் குடும்பத்தைக் காப்பாற்றுவதற்காகவே இந்த வெள்ளத்தில் அகப் பட்டுக்கொண்டாராமே?'

'என்னதான் அபிமானம் இருந்தாலும் அவ்வளவு தூரத்துக்குப் போயிருக்கக் கூடாது. ஏதாவது அபாயம் நேர்ந்திருந்தால் பல்லவ சாம்ராஜ்யத்தின் கதி என்ன ஆகிறது?'

'மாமல்லரைவிடப் பரஞ்சோதி பெரிய வீரராமே?'

'அதெல்லாம் இல்லை; இரண்டு பேரும் சமம்தான்!'

'யார் சொன்னது? மாமல்லருக்குச் சமமான வீரர் உலகத்திலேயே கிடையாது. பரஞ்சோதியை போர்க்களத்திற்குச் சக்கரவர்த்தி அழைத்துப் போயிருந்தார். அதனால் அவருடைய வீரம் வெளியாயிற்று. மாமல்லர் முதன் முதலில் புள்ளலூர்ச் சண்டையில்தானே கலந்துகொண்டார்? அங்கே பரஞ்சோதி இருந்த இடம் தெரியாமல் போய்விடவில்லையா?'

'அவர்களுக்குள்ளே வித்தியாசமே கிடையாதாம். அவ்வளவு அந்நியோன்னிய நண்பர்களாம்; நாம் ஏன் வித்தியாசப்படுத்திப் பேச வேண்டும்?'

'எது எப்படியாவது இருக்கட்டும்; இரண்டு பேரும் நம் ஊரில் விருந்துண்ணாமல் திரும்பிப் போகக்கூடாது!'

இந்த மாதிரி பலவிதமான பேச்சுக்களையும் காதில் வாங்கிக்கொண்டு சிவகாமி மடத்துக்குப் போய்ச் சேர்ந்தாள். அவளுடைய உள்ளம் அளவில்லாத பெருமையையும் சொல்ல முடியாத வேதனையையும் மாறி மாறி அடைந்து கொண்டிருந்தது.

கிராமவாசிகளின் விருப்பத்தின்படியே மாமல்லரும் பரஞ்சோதியும் மற்ற வீரர்களும் கிராமவாசிகள் அவசரமாகப் பக்குவம் செய்து அன்புடன் அளித்த விருந்தை உண்டார்கள்.

விருந்து முடியும்போது அர்த்த ராத்திரிக்கு மேலே ஆகிவிட்டது. பொழுது விடிந்த பிறகு போகலாம் என்று கிராமப் பெரியோர்கள் கேட்டுக் கொண்டது பயன்படவில்லை. இரவுக்கிரவே கிளம்ப வேண்டியது அவசியமாயிருந்தது.

புறப்படுகிற சமயம் வந்தபோது, ஆயனரிடமும் சிவகாமியிடமும் விடை பெற்றுக்கொள்ள மாமல்லர் மடத்துக்குள்ளே சென்றார்.

'ஆயனரே! உங்களிடம் விடைபெறுவது எனக்குச் சங்கடமாய்த்தானிருக்கிறது. ஆயினும் என்ன செய்யலாம்! புலிகேசியின் படைகள் காஞ்சியை நெருங்கி வந்து கொண்டிருக்கின்றனவாம். உடனே வரும்படி சக்கரவர்த்தி சொல்லியனுப்பியிருக்கிறார்' என்றார் மாமல்லர்.

மாமல்லரிடம் அளவில்லாத அன்பும் மரியாதையும் கொண்டவரான ஆயனர், 'பிரபு! இவ்வளவு நாள் தாங்கள் இங்கிருந்தது நாங்கள் செய்த பாக்கியம். இதற்குமேல் நாங்கள் ஆசைப்படக்கூடாது. போய் வாருங்கள். உங்களை வழி அனுப்ப நாங்களும் நதிக்கரை வரையில் வரலாமல்லவா?' என்றார்.

'அவ்வளவு தூரம் வருவது அவசியமில்லை; இஷ்டப்பட்டால் வாருங்கள்!' என்றார் மாமல்லர்.

மாமல்லர் சிவகாமியை நோக்கியபோது அவள் வேறு பக்கம் பார்த்துக் கொண்டிருந்தாள்.

அந்த அபூர்வமான காதலர்க்கு மத்தியில் திடீரென்று ஒரு திரை விழுந்து விட்டது போலிருந்தது.

இரவு மூன்றாம் ஜாமம் முடியும் சமயத்தில், சந்திரன் மேற்கு வானவட்டத்தின் அடியில் பிரகாசித்துக்கொண்டிருந்தபோது, வராக நதியில் ஆயத்தமாக நின்ற படகுகளில் மாமல்லர், பரஞ்சோதி முதலியோர் ஏறிக்கொண்டார்கள்.

கரையிலே கிராமவாசிகளும் ஆயனரும் சிவகாமியும் நின்றார்கள். இத்தனை நேரமும் எங்கேயோ போய்விட்டு அப்போதுதான் ஓட்ட ஓட்டமாய்த் திரும்பி வந்திருந்த குண்டோதரனும் பின்னால் நின்றான். நதிக்கரையிலும் மாமல்லர் சிவகாமியுடனும் பேசுவதற்கு வசதி கிடைக்கவில்லை! படகில் ஏறிக் கொண்டதும் அவர் கரையிலிருந்த சிவகாமியை உற்று நோக்கினார்.

சிவகாமியும் அவரை அப்போது ஆர்வத்துடன் ஏறிட்டுப் பார்த்தாள்.

ஏதாவது சொல்லவேண்டுமென்று மாமல்லருடைய உதடுகள் துடித்தன; ஆனால், வார்த்தை ஒன்றும் வரவில்லை.

தளபதி பரஞ்சோதி, 'விடு படகை!' என்று கட்டளையிட்டார்.

படகு சென்றதும், சிவகாமிக்கு தன் வாழ்நாளின் இன்பத்தையெல்லாம் அந்தப் படகு கொண்டு போவது போல் தோன்றியது.

40.வாக்குவாதம்

நள்ளிரவைப் பட்டப்பகலாகச் செய்த பால் நிலவில், படகுகள் வராக நதியைத் தாண்டி அக்கரையை அடைந்தன.

கரை சேரும்வரையில் மாமல்லர் பேசவில்லை. பூர்த்தியடைந்த காதலினால் கனிந்திருந்த அவருடைய உள்ளம் கனவு லோகத்திலேயே சஞ்சரித்துக்கொண்டிருந்தது.

யுத்தம் முடிந்த பிறகு, வாதாபியின் அரக்கர் படையை ஹதம் செய்து அழித்து வெற்றிமாலை சூடிய பிறகு, காஞ்சியில் தாமும் சிவகாமியும் ஆனந்தமாகக் கழிக்கப் போகும் நாட்களைக் குறித்த மனோராஜ்யத்தில் அவர் ஆழ்ந்திருந் தார். பாலாற்றில் இது மாதிரியே வெண்மதி தண்ணிலவைப் பொழியும் இரவுகளில் தாமும் சிவகாமியுமாகப் படகிலே ஆனந்தமாய் மிதந்து செல்லப் போகும் நாட்களைப் பற்றி அவர் எண்ணமிட்டார்.

படகு தடார் என்று கரையில் மோதி நின்றதும், மாமல்லரும் கனவு லோகத் திலிருந்து பூவுலகத்துக்கு வந்தார். கரையில் சற்று தூரத்தில் பறந்துகொண் டிருந்த ரிஷபக் கொடியையும், அதைச் சுற்றிலும் நின்றுகொண்டிருந்த பல்லவர் படையையும் பார்த்தார். தம்முடன் வந்த வீரர்களில் மிகப் பெரும் பான்மையோர் அங்கிருப்பதைக் கண்டு அவருக்குக் குதூகலம் உண்டாயிற்று.

சட்டென்று மாமல்லருக்குக் கண்ணபிரான் ஞாபகம் வந்தது. படகிலிருந்து கீழே இறங்கும்போதே, 'தளபதி! கண்ணபிரான், எங்கே? அவன் உங் களுடன் 'வருகிறேன்' என்று சொல்லவில்லையா?' என்று கேட்டுக் கொண்டே இறங்கினார்.

‘சொல்லாமலிருப்பானா? தானும் வருவதாகத்தான் பிடிவாதம் பிடித்தான். நான்தான் இங்கேயே இருந்து குதிரைகளுக்குத் தீனி போட்டுக் கவனிக்கும் படி கட்டளையிட்டேன். ஆறு காத தூரம் ஒரே மூச்சில் நாம் போக வேண்டும் அல்லவா?’ என்றார் தளபதி பரஞ்சோதி.

இருவரும் பல்லவர் படையருகே சென்றபோது, ‘பல்லவ குமாரர் வாழ்க!’ ‘வீர மாமல்லர் வாழ்க! வாழ்க!’ என்ற கோஷம் ஆயிரம் கண்டங் களிலிருந்து கிளம்பி எதிரொலி செய்தது.

அணிவகுத்த படையிலிருந்து ஒரு வீரன் முன்னால் வந்து நின்றான்.

‘வரதுங்கா! என்ன சேதி?’ என்று பரஞ்சோதி கேட்டார்.

‘தாங்கள் இங்கிருந்து சென்ற சிறிது நேரத்துக்கெல்லாம் இரண்டு வீரர்கள் குதிரை மீது வந்தார்கள். அவர்கள் ரதத்துடன் கண்ணபிரானையும் பத்துப் போர் வீரர்களையும் அழைத்துச் சென்றார்கள்...’

‘என்ன? கண்ணபிரானை அழைத்துச் சென்றார்களா?’ என்று பரஞ்சோதி பரபரப்புடன் கேட்டார்.

‘ஆம், தளபதி! அவசர காரியமாகக் காஞ்சிக்குப் போகவேண்டும் என்று சொன்னார்கள்...’

‘அந்த வீரர்கள் யார்? தெரியாதா?...’

வரதுங்கன் சற்றுத் தயங்கிவிட்டு, ‘தூதுவர்களில் ஒருவர், தமது பெயர் வஜ்ரபாகு என்று சொன்னார். இன்னொருவர் ஒற்றர் படைத் தலைவர் சத்ருக்னன். சிங்க இலச்சினைக் காட்டியபடியால் கண்ணபிரானையும், வீரர்களையும் அனுப்பினேன். இதோ தளபதிக்கு அவர்கள் கொடுத்த விடேல் விடுகு!’* என்று கூறி ஓலையை நீட்டினான்.

வஜ்ரபாஹு என்று சொன்னவுடனேயே பரஞ்சோதியும் மாமல்லரும் ஒரு வரையொருவர் பார்த்துக்கொண்டார்கள். வந்தவர் சக்கரவர்த்திதான் என்று இருவருக்கும் தெரிந்து போய் விட்டது.

பரஞ்சோதி அவசரமாக ஓலையை வாங்கி நிலா வெளிச்சத்தில் பார்த்தார். அதில் பின் வருமாறு எழுதியிருந்தது:

‘தளபதி பரஞ்சோதிக்கு மகேந்திர போத்தரையர் எழுதுவது: நான் சௌக் கியம். துர்விநீதன் மழவராய கோட்டையில் சிறையில் இருக்கிறான். வாதாபிப் படை திருப்பதியைத் தாண்டிவிட்டதாம். மாமல்லனை அழைத் துக்கொண்டு ஒரு கணம்கூட வழியில் தாமதியாமல் காஞ்சி வந்து சேரவும். மாமல்லன் வருவதற்கு மறுத்தால் இந்தக் கட்டளையைக் காட்டி அவனைச் சிறைப்படுத்திக்கொண்டுவரவும்.’

---

* விடை+வேல்+விடுகு: அதாவது ரிஷபமும் வேலும் அடையாளமிட்ட பல்லவ சக்கரவர்த்தியின் ஓலை

இதற்கு கீழே விடை வேல் முத்திரையிட்டிருந்தது. முத்திரைக்குக் கீழே மறுபடியும் எழுதியிருந்தது.

'ஒருவேளை நீங்கள் வருவதற்குள் கோட்டைக் கதவு சாத்தியாகிவிட்டால், புத்த பகவானைத் தியானம் செய்யவும்.'

பரஞ்சோதி படித்துவிட்டு ஓலையை மாமல்லரிடம் கொடுத்தார். மாமல்லர் ஓலையை வாங்கிப் படித்தார். படித்து விட்டுப் பரஞ்சோதியை நோக்கினார்.

'பல்லவ குமாரா! தொந்தரவு கொடுக்காமல் உடனே கிளம்புகிறீர்களா? உங்களைச் சிறைப்படுத்தக் கட்டளையிடட்டுமா?' என்று தளபதி பரஞ் சோதி வேடிக்கை கலந்த குரலில் கேட்டார்.

'ஆம், தளபதி! என்னைச் சிறைப்படுத்தியே கொண்டு போங்கள். படை யெடுத்து வரும் பகைவர்களுக்குப் பயந்து கோட்டைக்குள் ஒளிந்து கொள்ளும் நாட்டிலே சிறையாளியாயிருப்பதேமேல்' என்று மாமல்லர் கூறி, மார்பில் அணிந்திருந்த ஆபரணங்களையும், இடுப்பில் செருகியிருந்த உடைவாளையும் கழற்றிக் கீழே எறிந்தார்.

அப்போது பரஞ்சோதியும் தமது உடைவாளையும் தலைப்பாகையையும் எடுத்துத் தரையில் எறிந்து விட்டுச் சொன்னார்: 'எனக்கும் இந்தத் தளபதி உத்தியோகம் வேண்டியதில்லை. தம்மை நம்பி வந்த படை வீரர்களை நட்டாற்றிலே விட்டுவிட்டு, ஒரு நாட்டியக்காரப் பெண்ணின் காதலைத் தேடி ஓடும் குமார சக்கரவர்த்தியின் கீழ்த் தளபதியாயிருப்பதைக் காட்டிலும் 'நமப் பார்வதி பதயே! ஹர ஹர மகாதேவா!' என்று பஜனை செய்துகொண்டு ஊர் ஊராய்ப் போகலாம். இதோ நான் கிளம்புகிறேன். நீங்களும் உங்கள் வீரர்களும் எப்படியாவது போங்கள்!'

மாமல்லர் சற்று நேரம் பூமியையும் சற்று நேரம் வானத்தையும் பார்த்துக் கொண்டிருந்து விட்டு, 'தளபதி! கிளம்புங்கள், போகலாம். நமக்குள் சண்டை போட்டுக் கொண்டிருப்பதற்கு இது தருணமல்ல. காஞ்சி மாநகரை நெருங்கிப் பகைவர்கள் வந்துகொண்டு இருக்கிறார்கள். அவர்களைத் தடுத்து நிறுத்தாமற் போனால் நீங்களும் நானும் கையிலே வாள் பிடித்து என்ன பயன்? என் தந்தையிடம் கோட்டைக் கதவைச் சாத்தக்கூடாதென்றும், காஞ்சிக்கு வெளியே பகைவர்களுடன் போர் நடத்தியே தீர வேண்டும் என்றும் கோரப் போகிறேன். நீர் என்னை ஆமோதிப்பீர் அல்லவா?'

பரஞ்சோதி ஒரு கணம் யோசித்துவிட்டு, 'ஐயா! மகேந்திர பல்லவர் தங் களைப் பெற்றெடுத்த தந்தை. அவரிடம் உரிமையுடன் சண்டை பிடித்து எதையும் தாங்கள் கேட்கலாம். ஆனால் பல்லவேந்திரர் என்னுடைய தந்தையும், சக்கரவர்த்தியும், சேனாதிபதியும் மட்டும் அல்ல; அவரே என்னுடைய கடவுள். அவருடைய சித்தம் எதுவோ, அதுதான் என்னுடைய விருப்பம். அதற்கு மாறாக என்னால் ஒன்றும் சொல்லவும் முடியாது; செய்யவும் முடியாது. ஆனால், தங்களுடைய தந்தையின் கட்டளை பெற்றுத் தாங்கள் பகைவர்களுடன் போரிடச் செல்லும் பட்சத்தில் தங்களுக்கு ஒரு

அடி முன்னாலே நான் இருப்பேன். என் உடம்பில் உயிர் உள்ளவரையில் இந்த வாக்கை மீறமாட்டேன்!' என்றார்.

நண்பர்கள் இருவரும் ஆயத்தமாக நின்ற குதிரைகள் மீதேறிக் 'கல்வியிற் கரையிலாத காஞ்சி மாநகரை' நோக்கி விரைந்தார்கள்.

41.பிழைத்த உயிர்

வராக நதியில் சென்று கொண்டிருந்த படகுகளையே சிவகாமி உற்றுப் பார்த்துக் கொண்டிருக்கையில், ஆயனர் பின்னால் மூச்சு வாங்க ஓடி வந்தது யார் என்று திரும்பிப் பார்த்தார். குண்டோதரன் பின்னால் நிற்பதைக் கண்டு, 'அப்பனே! இத்தனை நேரம் எங்கே போயிருந்தாய்?' என்று கேட்டார்.

'அதை ஏன் கேட்கிறீர்கள், ஐயா! அக்கரைக்கு நான் போய்த் தளபதியிடம் மாமல்லர் இங்கு பத்திரமாயிருப்பதைத் தெரிவித்துவிட்டுத் திரும்பினேன். தளபதியும் வீரர்களும் படகுகள் சம்பாதித்துக்கொண்டு வருவதற்குள்ளே நான் முன்னால் வந்துவிடவேண்டுமென்றுதான் விரைந்து வந்தேன். வந்து பார்த்தால் ஆற்றங்கரையில் நான் கட்டிவிட்டுப் போன பானைத் தெப் பத்தைக் காணோம். மாலை நேரத்து மங்கலான வெளிச்சத்தில் யாரோ ஒருவர் தெப்பத்தைச் செலுத்திக்கொண்டு இந்தக் கரையண்டை வந்து கொண்டிருந்தது தெரிந்தது. மொட்டைத் தலையையும் காவித் துணியையும் பார்த்தால், புத்த பிக்ஷு மாதிரி இருந்தது. நம்ம நாகநந்தியடிகள் தானாக்கும் என்று கூப்பிட்டுப் பார்த்தேன். பிக்ஷு திரும்பிப் பார்க்கவே இல்லை. எனக்கு அசாத்திய கோபம் வந்துவிட்டது. உலகத்திலேயுள்ள காவித்துணி அணிந்த புத்த பிக்ஷுக்களையெல்லாம் வாயில் வந்தபடி உரத்த குரலில் திட்டினேன். என்னுடைய குரலைக் கேட்டுவிட்டு, நதிக் கரையோடு வந்த இரண்டு பேர் என்னிடம் வந்து, 'என்ன அப்பா சமாசாரம்?' என்று விசாரித்தார்கள். நான் விஷயத்தைச் சொன்னேன். நாகநந்தி பிக்ஷுவைத் தேடிக்கொண்டுதான் அவர்களும் வந்தார்கள் என்று தெரிந்தது. அப்புறம் நாங்கள் மூன்று பேருமாக மரக் கட்டைகளையும் கொடிகளையும் கொண்டு தெப்பம் கட்டிக்கொண்டு இக்கரைக்கு வந்து சேர்ந்தோம். உடனே, அவசர அவசரமாக நமது மடத்துக்கு ஓடினேன். அதற்குள் மாமல்லர் புறப்பட்டு விட்டார் என்றும், நீங்களும் வழியனுப்பப் போயிருக்கிறீர்கள் என்றும் தெரிந்தது. மறுபடியும் இவ்விடம் ஓடிவந்து பார்த்தால், அதற்குள் எல்லாரும் படகிலே ஏறிக்கொண்டு விட்டார்கள். பாருங்கள் ஐயா! இராஜ குலத்தினரை மட்டும் நம்பவேகூடாது. மாமல்லர் என்னிடம் சொல்லிக் கொள்ளாமலே கிளம்பிவிட்டார் பார்த்தீர்களா? ஏதடா, மூன்று நாளாய் உயிருக்குயிரான சிநேகிதனைப்போலப் பழகினோமே என்ற ஞாபகம் கொஞ்சமாவது இருந்ததா?'

இவ்விதம் மூச்சு விடாமல் குண்டோதரன் பேசியதையெல்லாம் ஒரு காதினால் கேட்டுக்கொண்டிருந்த சிவகாமி, 'ஆமாம் குண்டோதரா! இராஜ குலத்தவரை நம்பவேகூடாதுதான்!' என்றாள்.

ஆயனர், 'அதெல்லாம் இருக்கட்டும், குண்டோதரா! நாகநந்தி இந்தக் கிரா மத்துக்கு வந்தாரென்றா சொல்லுகிறாய்? நான் பார்க்கவில்லையே?'

'நாகப்பாம்பு அவ்வளவு சுலபமாக வெளியிலே தலைகாட்டி விடுமா? புற்றிலே ஒளிந்துகொண்டிருக்கும்' என்றான் குண்டோதரன்.

'பெரியவர்களைப் பற்றி அப்படியெல்லாம் சொல்லாதே, குண்டோதரா! நாகநந்தி பெரிய மகான். உண்மையில், அவரும் இந்தக் கிராமத்திலேயே தங்கிவிட்டால் எனக்கு வெகு சந்தோஷமாயிருக்கும். பாறைக் கோயில்கள் அமைப்பது பற்றி அவர் நல்ல நல்ல யோசனைகள் கூறுவார்!' என்றார் ஆயனர். பிறகு, 'இன்னும் யாரோ இரண்டு பேர் நாகநந்தியைத் தேடிக் கொண்டு வந்தார்கள் என்றாயே! அவர்கள் யார்?' என்று கேட்டார்.

'குருநாதரே! அந்த மனிதர்கள்கூடச் சிற்பக் கலையிலே ரொம்பப் பிரியம் உள்ளவர்கள் போலிருக்கிறது. நம்முடைய பானைத் தெப்பம் பாறையிலே மோதி உடைந்ததே, அதே இடத்தில்தான் நாங்களும் மரக் கட்டைத் தெப்பத்தில் வந்து இறங்கினோம். பாறைகளைப் பார்த்ததும் அந்த மனிதர்களில் ஒருவர் என்ன சொன்னார் தெரியுமா? உங்களைப் போலவே 'இந்தப் பாறைகளைக் குடைந்து எவ்வளவு அழகான கோயில்கள் அமைக் கலாம்!' என்றார். எனக்கு அதிசயமாயிருந்தது 'என் குருவும் அப்படித்தான் சொன்னார்!' என்றேன். 'யார் உன் குரு?' என்று அந்த மனிதர் கேட்டார். உங்கள் பெயரைச் சொன்னதும் அவர் மிகவும் ஆச்சரியப்பட்டார். உங்களைக்கூட அவருக்குத் தெரியும் போலிருக்கிறது, குருவே!'

'அப்படி யார், என்னைத் தெரிந்தவர்? பாறைகளைப் பார்த்ததும் கோயில் ஞாபகம் வரக்கூடியவர் நான் அறிந்த வரையில் ஒரே ஒருவர்தான் உண்டு. அவர் இங்கே வருவதற்கு நியாயம் இல்லையே! வேறு யாராயிருக்கும்?' என்றார் ஆயனர்.

'அவர்கள் இந்த ஆற்றங்கரை ஓரத்திலேதான் எங்கேயோ படுத்துத் தூங்கிக் கொண்டிருக்கிறார்கள். நான் தேடிப் பிடித்து அழைத்துக்கொண்டு வரு கிறேன். நீங்கள் முன்னால் போங்கள், குருவே!' என்றான் குண்டோதரன்.

இதற்குள் படகுகள் வராக நதியில் பாதிக்கு மேல் கடந்து சென்று விட்ட படியால், மண்டபப்பட்டு வாசிகள் ஒருவருக்கொருவர், 'திரும்பிப் போக லாமா?' என்று கேட்டுக்கொண்டு, கிராமத்தை நோக்கிக் கிளம்பத் தொடங் கினார்கள். அவர்களுடன் ஆயனரும் சிவகாமியும் புறப்பட்டுச் சென்றார்கள்.

போகும்போது அந்த கிராமவாசிகள் மாமல்லரின் அரிய குணங்களைப் பற்றியும், பரஞ்சோதிக்கும் அவருக்கும் உள்ள சிநேகத்தைப் பற்றியும் பாராட்டிப் பேசிக்கொண்டு போனது சிவகாமியின் காதில் விழுந்துகொண்டி ருந்தது. மாமல்லரின் பிரிவினால் வறண்டு உலர்ந்துபோன அவள் உள்ளத்தில் அந்த வார்த்தைகள் இன்ப மழைத் துளிகளைப் போல் விழுந்தன.

ஆயனர் முதலியவர்களைப் பிரிந்து நதிக்கரையோடு சென்ற குண்டோதரன் நிலா வெளிச்சத்தில் அங்குமிங்கும் பார்த்துக் கொண்டே சென்றான். பாறைகள் நிறைந்த இடத்தை அணுகியபோது இன்னும் சர்வஜாக் கிரதையாக முன்னும் பின்னும் பார்த்துக்கொண்டு சென்றான். சட்டென்று பாறை மறைவிலிருந்து இருவர் வெளிப்பட்டதும் ஒருகணம் திகைத்து விட்டு, அவர்கள் இன்னார் என்று தெரிந்து கொண்டதும், எதிரில் வணக் கத்துடன் நின்றான்.

'குண்டோதரா! நல்ல காரியம் செய்தாய்! எங்களை இப்படிக் காக்க வைத்து விட்டுப் போயே போய்விட்டாயே? நீ உயிரோடு இருக்கிறாயா, அல்லது யமலோகத்துக்கே போய் விட்டாயா என்றே எங்களுக்குச் சந்தேகம் வந்து விட்டது!' என்றார் ஒற்றர் தலைவர் சத்ருக்னன்.

'எஜமானனே! உங்கள் புண்ணியத்தினால் உயிர் பிழைத்தேன்' கொஞ்சம் அஜாக்கிரதையாயிருந்திருந்தால் நிஜமாகவே யமலோகத்துக்குப் போயிருப் பேன். இந்தக் கூரிய கத்தி என் நெஞ்சிலே பதிந்திருக்கும்!' என்று குண்டோ தரன் கூறி, நாகவடிவமாகப் பிடி அமைந்திருந்த ஒரு அபூர்வமான சிறு கத்தியை எடுத்து நீட்டினான்.

42.விஷக் கத்தி

குண்டோதரன் நீட்டிய கத்தியைச் சத்ருக்னன் வாங்குவதற்காகக் கையை நீட்டியபோது, 'ஜாக்கிரதை! சத்ருக்னா! கத்தியை ஜாக்கிரதையாக வாங்கு!' என்றார் வஜ்ரபாஹுவின் வேஷத்திலிருந்த மகேந்திர பல்லவர். பிறகு குண் டோதரனைப் பார்த்து 'இவ்வளவு அஜாக்கிரதையாக இந்தக் கத்தியை மடியில் கட்டிக்கொண்டு வந்தாயே? இது நெஞ்சில் பதிய வேண்டிய அவசியமில்லை; இதன் முனை உடம்பிலே பட்டுச் சிறுகாயம் ஏற்பட்டால் போதும்; இரத் தத்தில் விஷங்கலந்து ஆள் ஒரு முகூர்த்தத்தில் செத்துப் போவான்' என்றார்.

'ஐயோ!' என்றான் குண்டோதரன்.

'போகட்டும்! பிக்ஷுவை எங்கே விட்டுவிட்டு வந்தாய். சீக்கிரம் சொல்லு!' என்று சக்கரவர்த்தி கேட்டார்.

குண்டோதரன் அவருடைய கேள்விக்கு மறுமொழி சொல்லாமல், 'கடவுள் தான் காப்பாற்றினார்!' என்று கூறினான். அவனுடைய உடம்பு நடுங்கிற்று.

சத்ருக்னன் கோபமாக, 'ஆம், குண்டோதரா! உன்னுடைய தாமதத்தினால் காரியம் கெட்டுப் போகாமல் கடவுள்தான் காப்பாற்றினார். பல்லவேந்திரர் கேட்பதற்கு மறுமொழி சீக்கிரம் சொல்லு. இத்தனை நேரம் நாங்கள் காஞ்சி மார்க்கத்தில் பாதி தூரம் போயிருக்கவேண்டும்' என்றான்.

குண்டோதரன் இன்னும் கலக்கம் தீராதவனாய், 'என்ன சொல்ல வேண்டும்?' என்று கேட்டான். சத்ருக்னனுடைய கையிலிருந்த கத்தியை நோக்கியபோது, அவனுடைய தேகமெல்லாம் மீண்டும் பதறி நடுங்கியது.

'நாசமாய்ப் போயிற்று! இன்றைக்கு உனக்கு என்ன வந்து விட்டது, குண்டோதரா! உடனே பிரபுவின் கேள்விக்கு மறுமொழி சொல்லு. இல்லாவிட்டால் இந்த விஷக்கத்தி உன் நெஞ்சில் பாயப் போகிறது!' என்று சத்ருக்னன் கத்தியை ஓங்கினான்.

'எஜமானனே! என் முட்டாள்தனத்துக்குத் தக்க தண்டனைதான். இந்த ஏழையின் உயிர் போனால் மோசம் ஒன்றுமில்லை. நஞ்சுண்ட கண்டரின் அருளினால் பல்லவ குமாரருக்கு ஒன்றும் நேராமல் போயிற்றே!' என்றான் குண்டோதரன்.

இதைக் கேட்டு, எதற்கும் கலங்காமல் மலைபோல் நிற்கும் வழக்கமுடைய மகேந்திர பல்லவர்கூடச் சற்று நடுங்கி விட்டார்.

'குண்டோதரா! இந்த விஷக்கத்தி மாமல்லன் மேல் பாய்வதற்கு இருந்ததா!'

'ஆம், பிரபு! ஐந்தாறு தடவை புத்த பிக்ஷு இந்தக் கத்தியை வைத்துக் கொண்டு, மாமல்லரின் முதுகை நோக்கிக் குறி பார்த்தார். அதைப் பார்த்துக் கொண்டு நான் சும்மாயிருந்தேன். தங்களுடைய கட்டளையினாலேதான்! இல்லாவிட்டால்?...' என்று குண்டோதரன் பற்களை 'நறநற' வென்று கடித்தான்.

உண்மையிலேயே, மாமல்லர் அன்று இரவு தப்பிப் பிழைத்தது தமிழகம் செய்திருந்த தவப் பயன் என்றுதான் சொல்லவேண்டும்.

மகிழ மரத்தினடியில் மாமல்லரும் சிவகாமியும் அமர்ந்து மதுரத் தமிழ் மொழியிலும் மௌன பரிபாஷையிலும் காதல் சம்பாஷணை நடத்திக் கொண்டிருந்தபோது, அவர்கள் இருந்த பாறைக்குப் பின்னாலிருந்த புத்த பிக்ஷு விஷக் கத்தியைக் கையில் வைத்துக்கொண்டு குறிபார்த்த வண்ண மிருந்தார். ஆனால் எக்காரணத்தினாலோ எறிவதற்குத் தயங்கினார். மாமல்லரின் பக்கத்திலே சிவகாமி இருந்ததும், தப்பித் தவறிக் கத்தி அவள் மேல் விழுந்து விடுமோ என்ற எண்ணமும்தான் பிக்ஷுவுக்கு அத்தகைய தயக்கத்தை அளித்ததோ என்னமோ, யாருக்குத் தெரியும்?

பிறகு, சிவபெருமான் உகந்தணியும் ஆபரணமான நாகப் பாம்பு அங்கு வந்து சேர்ந்தது. சிவகாமியும் மாமல்லரும் மகிழ மரத்தடியிலிருந்து கிளம்பி நிலா வெளிச்சம் பளிச்சென்று எரிந்த விசாலமான பாறையில் போய் உட்காருவதற்குக் காரணம் ஆயிற்று.

புத்த பிக்ஷுவும் தாம் ஒளிந்திருந்த இடத்திலிருந்து வெளிக் கிளம்பி வேறிடத்துக்குப் போய் மறைந்து கொண்டார்.

இதையெல்லாம் இன்னொரு பாறை மறைவிலிருந்து பார்த்துக் கொண்டிருந்த குண்டோதரனுடைய கை ஊறியது. பின்புறமாகச் சென்று

புத்த பிக்ஷுவின் கழுத்தைப் பிடித்து நெரித்துக் கொன்றுவிட வேண்டு மென்ற அடங்காத ஆர்வம் அவனுக்கு உண்டாயிற்று. அந்த ஆர்வத்தை அவன் அடக்கிக்கொண்டு பொறுமையுடன் இருந்ததன் காரணம் மகேந்திர சக்கரவர்த்தியின் கண்டிப்பான கட்டளைதான்.

அன்று மாலை சக்கரவர்த்தியும் சத்ருக்னனும் குண்டோதரனும் மரக் கட்டைத் தெப்பத்தில் வராக நதியைத் தாண்டிக் கரையில் இறங்கியபோது, சற்றுத் தூரத்தில் ஒரு பாறையின் மேல் புத்த பிக்ஷு நின்று சுற்றுமுற்றும் பார்த்துக்கொண்டிருப்பதைக் கண்டார்கள். அப்போது சக்கரவர்த்தி குண்டோதரனைப் பார்த்துச் சொன்னார்: 'குண்டோதரா! இத்தனை காலமாக நீ செய்திருக்கும் வேலையெல்லாவற்றையும் விட முக்கியமான வேலை உனக்கு இப்போது தரப் போகிறேன். அதில் ஒரு அணுவளவுகூடப் பிசகாமல் சர்வ ஜாக்கிரதையாய்ச் செய்து முடிக்கவேண்டும். இந்த பிக்ஷுவை ஒரு கண நேரங்கூட விடாமல் நீ பின் தொடர்ந்து போக வேண்டும். உன் கண்பார்வையிலிருந்து அவர் அகலுவதற்கு இடம் கொடுக் கக்கூடாது. நீ அவரைப் பின் தொடர்கிறாய் என்பதும் அவருக்குத் தெரியக் கூடாது. ஆற்றுக்கு அக்கரையில் எங்களுக்குக் கொஞ்சம் வேலை இருக்கிறது. திரும்பிப் போய் அதை முடித்துவிட்டு இதே இடத்திற்கு மறுபடியும் வந்து சேருகிறோம். இவ்விடத்தில் உனக்காகக் காத்துக் கொண்டிருக்கிறோம். சந்திரன் தலைக்குமேல் வரும்போது நீ இங்கே வந்து எங்களுக்குச் சமாசாரம் தெரிவிக்க வேண்டும். பிக்ஷு எங்கே போனார், என்னென்ன செய்தார் என்று தெரியப்படுத்தவேண்டும். ஆனால் அவர் முன்னால் மட்டும் நீ எதிர்ப் படவேகூடாது.'

இவ்விதம் கட்டளையிட்டு, 'நான் சொன்னதையெல்லாம் நன்றாய் மனதில் வாங்கிக் கொண்டாயா, குண்டோதரா! எல்லாம் தவறின்றிச் செய்வாயா?' என்று சக்கரவர்த்தி கேட்டார்.

'அப்படியே செய்வேன், பிரபு!' என்று ஒப்புக்கொண்டு பிக்ஷுவைத் தொடர்ந்தான் குண்டோதரன்.

இதன் காரணமாகத்தான் பிக்ஷுவின் மேல் பொங்கி வந்த ஆத்திரத்தை அடக்கிக்கொண்டு குண்டோதரன் பலமுறையும் சும்மா இருக்க வேண்டியதாயிற்று.

ஆயனரும் சிவகாமியும் மாமல்லரும் பாறைப் பிரதேசத்திலிருந்து கிராமத்தை நோக்கிப் புறப்பட்டபோது, அவர்களுக்குச் சற்றுப் பின்னால் பாதை ஓரத்து மரஞ்செடிகளிலும் புதர்களிலும் மறைந்து புத்த பிக்ஷு சென்றார். புத்த பிக்ஷு அறியாமல் அவரைப் பின்தொடர்ந்து குண்டோதரனும் போகலானான்.

கிராமத்தின் முனையிலேயிருந்த கோயிலின் மதிலை நெருங்கியதும், மடத்து வாசலில் கூட்டமாக நிற்பவர்கள் யார் என்று பார்த்து வர ஆயனர் சென்றாரல்லவா? அப்போது சிவகாமிக்கும் மாமல்லருக்கும் அன்பு மொழிகள் பேசவும், பரஸ்பரம் பிரதிக்ஞை செய்து கொள்ளவும் மறுபடி ஒரு சந்தர்ப்பம் கிடைத்தது. அவர்கள் நின்ற இடம் கோயில் மதில்

திருப்பத்தின் ஒரு முனை. அதே முனையின் மற்றொரு திருப்பத்தில் நின்ற புத்த பிக்ஷுவுக்கும் தமது கத்தி முனையைக் குறிபார்க்க ஒரு சந்தர்ப்பம் கிடைத்தது. ஆனால் குறிபார்த்த கத்தியை எறிவதற்கு மட்டும் சந்தர்ப்பம் கிடைக்கவில்லை. ஏனெனில், பிக்ஷுவின் கை எட்டக்கூடிய இடத்திலே சிவகாமியும் அவளுக்கு அந்தண்டைப் புறத்தில் மாமல்லரும் நின்று கொண்டிருந்தார்கள். சிவகாமியும் மாமல்லரும் இடம் மாறி நிற்கும் நேரத்தைப் பிக்ஷு எதிர் பார்த்துக்கொண்டிருந்தார்.

கோயில் மதிலுக்கு எதிர்ப்புறத்திலே இருந்த தோட்ட வேலிக்குப் பின்னால் மறைந்து நின்று மேற்படிக் காட்சியைக் குண்டோதரன் பார்த்துக்கொண் டிருந்தான். இரண்டு மூன்று தடவை பிக்ஷு கத்தியை ஓங்கியதைப் பார்த்த பிறகு இனிமேல் பொறுக்க முடியாதென்று குண்டோதரன் அவர்மேல் பாய் வதற்குச் சித்தமானபோது, நல்லவேளையாக ஊர்ப் பக்கமிருந்து தளபதி பரஞ்சோதியும் மற்ற வீரர்களும் திடுதிடுவென்று வந்து விட்டார்கள். பிக்ஷுவும் உடனே நகர்ந்து பின்னால் போய் விட்டார்.

மாமல்லரைப் பரஞ்சோதி அழைத்துக்கொண்டு போனதையும் அவர் களுக்குப் பின்னால் ஆயனரும் சிவகாமியும் சென்றதையும் பார்த்துக்கொண் டிருந்தான் குண்டோதரன். சற்றுப் பின்னர் புத்த பிக்ஷு அதே மதில் முனைக்கு அருகில் வந்து நிற்பதையும் கண்டான்.

பின்னர், குண்டோதரன் சற்றும் எதிர்பாராத காரியம் ஒன்றைப் புத்த பிக்ஷு செய்தார். கோயில் பிரகாரத்துக்கு உட்புறமிருந்து வெளியே படர்ந்திருந்த மரக் கிளைகளை இலேசாகப் பிடித்துக்கொண்டு மதிலின் மேல் ஏறி உட்புறம் குதித்தார்.

அடுத்த கணத்தில் குண்டோதரன் புத்த பிக்ஷு சற்று முன் நின்ற இடத்துக்கு வந்து சேர்ந்தான். ஒரு வினாடி நேரம் அவனுடைய நெஞ்சு தொண்டைக்கு வந்துவிட்டது. ஏனெனில், அவன் நின்ற இடத்துக்கு வெகு சமீபத்தில் ஒரு சிறு பாம்பு நெளிவதைக் கண்டான். அங்கிருந்து துள்ளி நகர்ந்துகொண்டு மறுபடியும் பாம்பு இருந்த இடத்தைப் பார்த்தபோது அவனுக்குச் சிறிது வியப்புண்டாயிற்று. ஏனெனில் பாம்பு அசையாமல் கிடந்த இடத்திலேயே கிடந்தது. மறுபடியும் உற்றுப் பார்த்தபின், 'களுக்' என்று தனக்குத்தானே சிரித்துக் கொண்டான். உண்மையில் அது பாம்பு இல்லையென்றும், நாகம் போன்ற பிடியமைந்த கத்தி என்றும் தெரிந்தது. அந்தக் கத்தியை விரைந்து எடுத்து மடியிலே கட்டிக்கொண்ட பிறகு, மதில்மேல் ஏறுவதற்காக அண்ணாந்து பார்த்தான்.

அச்சமயம் மதிலுக்கு அப்புறத்தில் மரக்கிளைகள் அசையும் சத்தம் உண்டாகவே, சட்டென்று ஒரு சந்தேகம் உதித்தது. உடனே மதில் முனையின் இன்னொரு பக்கத்துக்கு நகர்ந்து சுவரோடு சுவராக ஒட்டிக் கொண்டு நின்றான். அவன் அப்படி நகர்ந்து நின்றதுதான் தாமதம், புத்த பிக்ஷுவின் தலை மதில் சுவர் மேலே காணப்பட்டது. பிக்ஷு வெளிப்புறம் இறங்குவதற்கு அதிக நேரம் ஆகவில்லை. இறங்கியவர் தரையிலே உற்றுப் பார்த்த வண்ணம் எதையோ தேடத்தொடங்கினார்.

அவர் எதைத் தேடுகிறார் என்பதை ஊகித்து உணர்ந்துகொண்ட குண்டோதரன் சிறிதும் சத்தமில்லாதபடி மதில்மேல் ஏறிக் கோயிலுக்குள்ளே குதித்தான். அவன் குதித்த இடத்துக்கு வெகு சமீபத்தில் மதில் சுவரை ஒட்டிக் கோயில் மடைப்பள்ளி இருந்தது. மடைப்பள்ளி சுவருக்குப் பின்னால் அவன் மறைந்து நின்றுகொண்டான்.

சற்று நேரத்துக்குப் பிறகு புத்த பிக்ஷு மறுபடியும் கோயில் பிராகாரத்துக்குள்ளே குதித்தார். குதித்த இடத்தில் பன்னீர் மரத்தடியில் குனிந்து தேடினார்.

அதிலும் பயனின்றி அவர் நிமிர்ந்தபோது, அவருடைய மூச்சு நாகப் பாம்பின் சீறலைப் போல் தொனிப்பதைக் கேட்டு, அஞ்சா நெஞ்சமுடைய குண்டோதரன்கூட நடுங்கினான்.

புத்த பிக்ஷு பன்னீர் மரத்தடியில் சற்று நேரம் நிற்பதும், பிராகாரத்தில் கொஞ்ச தூரம் நடந்து சென்று வெளிப்பக்கம் எட்டிப் பார்த்துவிட்டுத் திரும்புவதுமாயிருந்தார்.

இடையிடையே கோயிலுக்கு வெளியிலிருந்து போர் வீரர்களின் ஜய கோஷமும் கிராமவாசிகளின் ஆரவார முழக்கமும் கேட்டுக் கொண்டிருந்தன.

ஏறக்குறைய அர்த்தராத்திரி ஆனபோது, சந்தடி அடங்கியது. கோயிலின் கர்ப்பக்கிருகக் கதவுகளைச் சாத்தித் தாளிடும் சத்தம் கேட்டது. இதற்குப் பிறகு நாகநந்தியடிகள் மரத்தடியிலிருந்து எழுந்து கோயில் பிராகாரத்தைச் சுற்றி நடக்கத் தொடங்கினார்.

மடைப்பள்ளியின் கதவு திறந்திருப்பதைப் பிக்ஷு பார்த்து விட்டு உள்ளே நுழைந்ததைக் கண்டான் குண்டோதரன். சட்டென்று ஒரு முடிவுக்கு வந்தான். இரண்டே எட்டில் மடைப்பள்ளி வாசலுக்குச் சென்று கதவை லேசாகச் சாத்தி வாசற்புறத்துத் தாழ்ப்பாளை இழுத்துப் போட்டான்.

உடனே மதில் சுவர் ஏறிக் குதித்து வெளியில் வந்து வராக நதியின் தோணித் துறையை நோக்கி விரைந்து சென்றான். படகுகள் கிளம்பிய பிறகே குண்டோதரன் தோணித் துறைக்கு வந்து சேர்ந்தான் என்பதை முன் அத்தியாயத்தில் பார்த்தோம்.

43.பிக்ஷு யார்?

பிக்ஷுவிடம் தான் கவர்ந்து கொண்டு வந்தது விஷக் கத்தி என்று தெரிந்து நடுங்கிய குண்டோதரனைப் பார்த்து, 'பிக்ஷுவை எங்கே விட்டுவிட்டு வந்தாய்? சீக்கிரம் சொல்!' என்று சக்கரவர்த்தி கேட்டார்.

'கோயில் மடைப்பள்ளிக்குள்ளே அடைத்துத் தாளிட்டு வந்திருக்கிறேன், பிரபு!' என்றான் குண்டோதரன்.

‘நல்ல காரியம் செய்தாய்! வா, போகலாம்! கிராமத்துக்கு வழி காட்டு!’ என்றார் மகேந்திர பல்லவர்.

அப்போது சத்ருக்னன், ‘பிரபு! கிராமத்துக்கு நாம் ஏன் இப்போது போக வேண்டும்? நாம் வந்த காரியம் ஆகிவிட்டது. புத்த பிக்ஷுவைக் குண்டோ தரன் கவனித்துக் கொள்ளுவான். நாம் போகலாம், வாருங்கள்!’ என்று கவலை தொனித்த குரலில் கூறினான்.

மகேந்திர பல்லவர், ‘இல்லை சத்ருக்னா! நாம் வந்த காரியம் இன்னும் ஆகவில்லை. வாதாபிப் படைகளைத் தடுப்பதைக் காட்டிலும் முக்கியமான காரியம் இங்கே நமக்கு இருக்கிறது. துரோகி துர்விநீதனைச் சிறைப்படுத் தியது பெரிய காரியமில்லை. நாகநந்தி பிக்ஷுவைச் சிறைப்பிடித்துக் கொண்டு போனோமானால், இந்த யுத்தத்தில் நமக்கு முக்கால் பங்கு வெற்றி கிடைத்து விட்டது’ என்றார்.

‘பிரபு! அவ்வளவு முக்கியமான காரியமாயிருந்தால், பிக்ஷுவை வெகு நாளைக்கு முன்பே சுலபமாகச் சிறைப்படுத்தியிருக் கலாமே? ஆயனர் வீட்டிலேயே பிடித்திருக்கலாமே?’

‘இத்தனை நாளும் பிக்ஷு சுயேச்சையாக இருத்தல் நான் உத்தேசித்திருந்த காரியங்களுக்கு அவசியமாயிருந்தது. இனிமேல் அவர் வெளியில் இருந்தால் பாதகம் விளையும்.’

‘பிரபு! பிக்ஷுவைச் சிறைப் பிடிக்கும் வேலையை என்னிடமும் குண்டோ தரனிடமும் ஒப்படையுங்கள். தாங்கள் உடனே புறப்பட்டுச் செல்லுங்கள். ஆற்றுக்கு அக்கரையில் கண்ணபிரான் ரதத்தைப் பூட்டி ஆயத்தமாய் வைத்திருக்கிறான்.’

‘இந்த வேலையை உங்கள் இருவரிடம்கூட ஒப்படைக்க முடியாது சத்ருக்னா! நானேதான் செய்தாகவேண்டும். குண்டோதரா! போ முன்னால்!’ என்றார் மகேந்திர பல்லவர்.

அதற்கு மேல் சத்ருக்னன் வாய் திறக்கவில்லை. மூன்று பேரும் ஏறக்குறைய பொழுது புலரும் சமயத்தில் மண்டபப்பட்டுக் கிராம எல்லையை அடைந்து, கோயில் வெளி மதிலைத் தாண்டிக் குதித்து உள்ளே சென்றார்கள். மடைப்பள்ளியின் கதவு வெளித் தாளிட்டபடி இருந்தது. சற்று கர்வத்துடனேயே குண்டோதரன் அந்த வெளித் தாளை அப்புறப் படுத்திக் கதவைத் திறந்தான். மூவரும் உள்ளே பிரவேசித்தார்கள் நாலா புறமும் நன்றாய்ப் பார்த்தார்கள்.

மடைப்பள்ளியின் உட்புறம் சூனியமாயிருந்தது! மேற்கூரையில் சில ஓடுகள் எடுக்கப்பட்டபடியினால் உண்டாகியிருந்த துவாரம், பிக்ஷு எவ்விதம் அங்கிருந்து தப்பிச் சென்றார் என்பதை துலாம்பரமாகத் தெரியப்படுத்தியது.

‘நினைத்தேன், சத்ருக்னா! பிக்ஷுவைச் சிறைப் பிடிக்கும் வேலையை உங்களிடம் நான் ஒப்புவியாததன் காரணம் இப்போது தெரிகிறதா?’ என்றார் மகேந்திர பல்லவர்.

‘குண்டோதரா! பல்லவேந்திரர் கூறியது காதில் விழுந்ததா? காஞ்சி ஒற்றர் படைக்கு நீ அழியாத அவமானத்தை உண்டு பண்ணிவிட்டாய்!’ என்றான் சத்ருக்னன்.

‘எஜமானே! அந்த அவமானத்தை இன்றைக்கே போக்கி விடுகிறேன். கருணை புரிந்து தங்களிடமுள்ள கத்தியை இங்கே கொடுங்கள். நாகநந்தி பிக்ஷு இந்த கிராமத்திலேதான் இன்னும் இருக்கவேண்டும். நாளைப் பொழுது விடிவதற்குள் அவரைக் கண்டுபிடித்து அவருடைய தேகத்தில் இந்த விஷக் கத்தியைப் பதித்துக்கொல்லாவிட்டால், என்னுடைய நெஞ்சிலே இதைப் பதித்துக்கொண்டு உயிரை விடுவேன்’ என்றான் குண்டோதரன்.

சத்ருக்னன் கத்தியைக் குண்டோதரனிடம் கொடுக்க யத்தனித்தபோது, மகேந்திர பல்லவர் குறுக்கிட்டு அதை வாங்கிக்கொண்டார்.

‘குண்டோதரா! இந்த மாதிரி அசட்டுத்தனமான சபதம் இனிமேல் செய்யாதே! புத்த பிக்ஷுவின் உடம்பில் இந்தக் கத்தியை நீ செலுத்த முடியாது! அவருடைய தேகம் வஜ்ர தேகம். அவரைக் குத்தினால் கத்தியின் முனைதான் மழுங்கும். அப்படி அவரை நீ காயப்படுத்தினாலும், இந்தக் கத்தியிலுள்ள விஷம் அவரைக் கொல்லாது...’ என்றார் மகேந்திர சக்கரவர்த்தி.

‘அது எப்படி, பிரபு! பிக்ஷு மந்திரவாதியா? மந்திர சாதனங்களில் உங்களுக்குக்கூட நம்பிக்கை உண்டா?’ என்று கேட்டான் சத்ருக்னன்.

‘மந்திரமும் இல்லை; மாயமும் இல்லை. விஷத்தை விஷம் ஒன்றும் செய்ய முடியாதல்லவா? புத்த பிக்ஷுவின் தேகத்தில் ஓடும் இரத்தம் விஷம் கலந்த இரத்தம். எத்தனையோ காலமாக விஷ மூலிகைகளை அருந்தி உடம்பையே விஷமயமாகச் செய்து கொண்டவர் அந்த மகான்!’

‘ஐயோ! என்ன பயங்கரம்!’ என்றான் சத்ருக்னன்.

‘புத்த பிக்ஷுவின் தேகக் காற்றுப் பட்டதும் அக்கம்பக்கத்திலுள்ள நாகங்கள் மிரண்டு அங்குமிங்கும் ஓடும்!’

‘ஆம், எஜமானே! நானும் பார்த்திருக்கிறேன். அதன் காரணம் இப்போது தான் தெரிகிறது!’ என்று குண்டோதரன் கூறியபோது, அவனுடைய உடம்பு நடுங்கிற்று.

‘கெடில நதிக்கரையில் அந்தப் பயங்கரமான சர்ப்பக் குகையைப் பார்த்தோமே, ஞாபகமிருக்கிறதா, சத்ருக்னா?’

‘அதை மறக்க முடியுமா, பிரபு!’

‘அதன் மர்மம் என்னவென்பதைக் கண்டுபிடித்தாயா?’

‘என்ன யோசித்தாலும் ஊகிக்க முடியவில்லை.’

‘நான் சொல்லுகிறேன்; காஞ்சிக் கோட்டையை வேறு வழியில் பிடிக்க முடியாவிட்டால், கோட்டைக்குள் இருக்கும் குடி தண்ணீரிலெல்லாம் விஷத்தைக் கலந்துவிடலாம் என்பதற்காகத்தான்...!’

‘என்ன கொடுமை? இவ்வளவும் கருணாமூர்த்தியான புத்த பெருமானின் பெயரால், ஒரு புத்த பிக்ஷுவால் செய்யப்படுகிறதா? என்னால் நம்ப முடியவில்லையே!’ என்றான் சத்ருக்னன்.

‘நம்ப முடியாத காரியந்தான். ஆனால் புத்த பிக்ஷு நிஜமான புத்த பிக்ஷு இல்லையே! காவித் துணியையும் பௌத்த சங்கங்களையும் தன்னுடைய காரியங்களுக்காக உபயோகப்படுத்திக் கொள்ளும் மிக மிகச் சாமர்த்திய சாலியான ஒற்றன் அல்லவா?’

‘அப்பேர்ப்பட்ட கிராதகக் கொலைபாதகனைக் கொல்லாமல் விடவேண்டும் என்கிறீர்களே?’

‘கொல்லுவதனால் பயனில்லை. சிறைப்பிடித்து வைத்தோமானால் புலிகேசியுடன் நாம் நடத்தும் யுத்தத்தில் ஒரு பெரிய ஆயுதமாகப் பிக்ஷு உபயோகப்படுவார்.

‘பிரபு! பிக்ஷு யார்?’ என்று கேட்டான் சத்ருக்னன்.

‘ஓர் ஊகம் இருக்கிறது. நிச்சயமாகத் தெரிந்த பிறகு சொல்கிறேன், சத்ருக்னா! நீயும் உன் சீடன் குண்டோதரனும் இதுவரையில் பல்லவ சாம்ராஜ்யத்துக்கு எவ்வளவோ மகத்தான சேவைகளைப் புரிந்திருக்கிறீர்கள். ஆனால், அவை யெல்லாவற்றையும் விடப் பரம முக்கியமான காரியம் உங்களால் இப்போது ஆக வேண்டியிருக்கிறது. நான் சொல்லுவதை இருவரும் கவனமாகக் கேட்டு அந்தப்படி செய்தால், காரியம் ஜயமாகலாம், என்ன சொல்லுகிறீர்கள்?’

‘தங்கள் சித்தம், பிரபு! கட்டளைப்படி அணுவும் பிசகின்றி நடந்துகொள் கிறோம்’ என்றான் சத்ருக்னன்.

பொழுது புலரும் நேரத்தில் பன்னீர் மரத்திலே மலர்ந்து குலுங்கிய புஷ் பங்கள் ‘கம்’மென்று மணம் வீசின.

ஏறக்குறைய வட்டவடிவமாயிருந்த சந்திரன் பொன்னிறத்தை இழந்து வெண்தாமரையின் நிறத்தைப் பெற்று மேற்குத் திசையின் அடியில் அமிழ்ந்துகொண்டிருந்தான்.

அந்த அதிகாலை நேரத்தில் கோயில் பிராகாரத்தில் மடைப்பள்ளி வாசலில் மகேந்திர சக்கரவர்த்தி அமர்ந்து சத்ருக்னனையும் குண்டோதரனையும் அருகில் உட்காரச் சொல்லி, அவர்கள் செய்ய வேண்டிய காரியங்களைப்பற்றிக் கூறினார். ஒற்றர்கள் இருவரும் மிகக் கவனமாகக் கேட்டுக்கொண்டார்கள்.

பிக்ஷுவிடம் தான் கவர்ந்து கொண்டு வந்தது விஷக் கத்தி என்று தெரிந்து நடுங்கிய குண்டோதரனைப் பார்த்து, ‘பிக்ஷுவை எங்கே விட்டுவிட்டு வந்தாய்? சீக்கிரம் சொல்!’ என்று சக்கரவர்த்தி கேட்டார்.

‘கோயில் மடைப்பள்ளிக்குள்ளே அடைத்துத் தாளிட்டு வந்திருக்கிறேன், பிரபு!’ என்றான் குண்டோதரன்.

‘நல்ல காரியம் செய்தாய்! வா, போகலாம்! கிராமத்துக்கு வழி காட்டு!’ என்றார் மகேந்திர பல்லவர்.

அப்போது சத்ருக்னன், 'பிரபு! கிராமத்துக்கு நாம் ஏன் இப்போது போக வேண்டும்? நாம் வந்த காரியம் ஆகிவிட்டது. புத்த பிக்ஷுவைக் குண்டோ தரன் கவனித்துக் கொள்ளுவான். நாம் போகலாம், வாருங்கள்!' என்று கவலை தொனித்த குரலில் கூறினான்.

மகேந்திர பல்லவர், 'இல்லை சத்ருக்னா! நாம் வந்த காரியம் இன்னும் ஆகவில்லை. வாதாபிப் படைகளைத் தடுப்பதைக் காட்டிலும் முக்கியமான காரியம் இங்கே நமக்கு இருக்கிறது. துரோகி துர்விநீதனைச் சிறைப்படுத்தியது பெரிய காரியமில்லை. நாகநந்தி பிக்ஷுவைச் சிறைப்பிடித்துக் கொண்டு போனோமானால், இந்த யுத்தத்தில் நமக்கு முக்கால் பங்கு வெற்றி கிடைத்து விட்டது' என்றார்.

'பிரபு! அவ்வளவு முக்கியமான காரியமாயிருந்தால், பிக்ஷுவை வெகு நாளைக்கு முன்பே சுலபமாகச் சிறைப்படுத்தியிருக் கலாமே? ஆயனர் வீட்டிலேயே பிடித்திருக்கலாமே?'

'இத்தனை நாளும் பிக்ஷு சுயேச்சையாக இருத்தல் நான் உத்தேசித்திருந்த காரியங்களுக்கு அவசியமாயிருந்தது. இனிமேல் அவர் வெளியில் இருந்தால் பாதகம் விளையும்.'

'பிரபு! பிக்ஷுவைச் சிறைப் பிடிக்கும் வேலையை என்னிடமும் குண்டோ தரனிடமும் ஒப்படையுங்கள். தாங்கள் உடனே புறப்பட்டுச் செல்லுங்கள். ஆற்றுக்கு அக்கரையில் கண்ணபிரான் ரதத்தைப் பூட்டி ஆயத்தமாய் வைத்திருக்கிறான்.'

'இந்த வேலையை உங்கள் இருவரிடம்கூட ஒப்படைக்க முடியாது சத்ருக்னா! நானேதான் செய்தாகவேண்டும். குண்டோதரா! போ முன்னால்!' என்றார் மகேந்திர பல்லவர்.

அதற்கு மேல் சத்ருக்னன் வாய் திறக்கவில்லை. மூன்று பேரும் ஏறக்குறைய பொழுது புலரும் சமயத்தில் மண்டபப்பட்டுக் கிராம எல்லையை அடைந்து, கோயில் வெளி மதிலைத் தாண்டிக் குதித்து உள்ளே சென்றார்கள். மடைப் பள்ளியின் கதவு வெளித் தாளிட்டபடி இருந்தது. சற்று கர்வத்துடனேயே குண்டோதரன் அந்த வெளித் தாளை அப்புறப்படுத்திக் கதவைத் திறந்தான். மூவரும் உள்ளே பிரவேசித்தார்கள் நாலாபுறமும் நன்றாய்ப் பார்த்தார்கள்.

மடைப்பள்ளியின் உட்புறம் சூனியமாயிருந்தது! மேற்கூரையில் சில ஓடுகள் எடுக்கப்பட்டபடியினால் உண்டாகியிருந்த துவாரம், பிக்ஷு எவ்விதம் அங்கிருந்து தப்பிச் சென்றார் என்பதை துலாம்பரமாகத் தெரியப்படுத்தியது.

'நினைத்தேன், சத்ருக்னா! பிக்ஷுவைச் சிறைப் பிடிக்கும் வேலையை உங்களிடம் நான் ஒப்புவியாததன் காரணம் இப்போது தெரிகிறதா?' என்றார் மகேந்திர பல்லவர்.

'குண்டோதரா! பல்லவேந்திரர் கூறியது காதில் விழுந்ததா? காஞ்சி ஒற்றர் படைக்கு நீ அழியாத அவமானத்தை உண்டு பண்ணிவிட்டாய்!' என்றான் சத்ருக்னன்.

‘எஜமானே! அந்த அவமானத்தை இன்றைக்கே போக்கி விடுகிறேன். கருணை புரிந்து தங்களிடமுள்ள கத்தியை இங்கே கொடுங்கள். நாகநந்தி பிக்ஷு இந்த கிராமத்திலேதான் இன்னும் இருக்கவேண்டும். நாளைப் பொழுது விடிவதற்குள் அவரைக் கண்டுபிடித்து அவருடைய தேகத்தில் இந்த விஷக் கத்தியைப் பதித்துக்கொல்லாவிட்டால், என்னுடைய நெஞ்சிலே இதைப் பதித்துக்கொண்டு உயிரை விடுவேன்’ என்றான் குண்டோதரன்.

சத்ருக்னன் கத்தியைக் குண்டோதரனிடம் கொடுக்க யத்தனித்தபோது, மகேந்திர பல்லவர் குறுக்கிட்டு அதை வாங்கிக்கொண்டார்.

‘குண்டோதரா! இந்த மாதிரி அசட்டுத்தனமான சபதம் இனிமேல் செய்யாதே! புத்த பிக்ஷுவின் உடம்பில் இந்தக் கத்தியை நீ செலுத்த முடியாது! அவருடைய தேகம் வஜ்ர தேகம். அவரைக் குத்தினால் கத்தியின் முனைதான் மழுங்கும். அப்படி அவரை நீ காயப்படுத்தினாலும், இந்தக் கத்தியிலுள்ள விஷம் அவரைக் கொல்லாது...’ என்றார் மகேந்திர சக்கரவர்த்தி.

‘அது எப்படி, பிரபு! பிக்ஷு மந்திரவாதியா? மந்திர சாதனங்களில் உங்களுக்குக்கூட நம்பிக்கை உண்டா?’ என்று கேட்டான் சத்ருக்னன்.

‘மந்திரமும் இல்லை; மாயமும் இல்லை. விஷத்தை விஷம் ஒன்றும் செய்ய முடியாதல்லவா? புத்த பிக்ஷுவின் தேகத்தில் ஓடும் இரத்தம் விஷம் கலந்த இரத்தம். எத்தனையோ காலமாக விஷ மூலிகைகளை அருந்தி உடம்பையே விஷமயமாகச் செய்து கொண்டவர் அந்த மகான்!’

‘ஐயோ! என்ன பயங்கரம்!’ என்றான் சத்ருக்னன்.

‘புத்த பிக்ஷுவின் தேகக் காற்றுப் பட்டதும் அக்கம்பக்கத்திலுள்ள நாகங்கள் மிரண்டு அங்குமிங்கும் ஓடும்!’

‘ஆம், எஜமானே! நானும் பார்த்திருக்கிறேன். அதன் காரணம் இப்போதுதான் தெரிகிறது!’ என்று குண்டோதரன் கூறியபோது, அவனுடைய உடம்பு நடுங்கிற்று.

‘கெடில நதிக்கரையில் அந்தப் பயங்கரமான சர்ப்பக் குகையைப் பார்த்தோமே, ஞாபகமிருக்கிறதா, சத்ருக்னா?’

‘அதை மறக்க முடியுமா, பிரபு!’

‘அதன் மர்மம் என்னவென்பதைக் கண்டுபிடித்தாயா?’

‘என்ன யோசித்தாலும் ஊகிக்க முடியவில்லை.’

‘நான் சொல்லுகிறேன்; காஞ்சிக் கோட்டையை வேறு வழியில் பிடிக்க முடியாவிட்டால், கோட்டைக்குள் இருக்கும் குடி தண்ணீரிலெல்லாம் விஷத்தைக் கலந்துவிடலாம் என்பதற்காகத்தான்...!’

‘என்ன கொடுமை? இவ்வளவும் கருணாமூர்த்தியான புத்த பெருமானின் பெயரால், ஒரு புத்த பிக்ஷுவால் செய்யப்படுகிறதா? என்னால் நம்ப முடியவில்லையே!’ என்றான் சத்ருக்னன்.

‘நம்ப முடியாத காரியந்தான். ஆனால் புத்த பிக்ஷு நிஜமான புத்த பிக்ஷு இல்லையே! காவித் துணியையும் பௌத்த சங்கங்களையும் தன்னுடைய காரியங்களுக்காக உபயோகப்படுத்திக் கொள்ளும் மிக மிகச் சாமர்த்திய சாலியான ஒற்றன் அல்லவா?’

‘அப்பேர்ப்பட்ட கிராதகக் கொலைபாதகனைக் கொல்லாமல் விட வேண்டும் என்கிறீர்களே?’

‘கொல்லுவதனால் பயனில்லை. சிறைப்பிடித்து வைத்தோமானால் புலிகேசியுடன் நாம் நடத்தும் யுத்தத்தில் ஒரு பெரிய ஆயுதமாகப் பிக்ஷு உபயோகப்படுவார்.

‘பிரபு! பிக்ஷு யார்?’ என்று கேட்டான் சத்ருக்னன்.

‘ஓர் ஊகம் இருக்கிறது. நிச்சயமாகத் தெரிந்த பிறகு சொல்கிறேன், சத்ருக்னா! நீயும் உன் சீடன் குண்டோதரனும் இதுவரையில் பல்லவ சாம்ராஜ்யத்துக்கு எவ்வளவோ மகத்தான சேவைகளைப் புரிந்திருக்கிறீர்கள். ஆனால், அவை யெல்லாவற்றையும் விடப் பரம முக்கியமான காரியம் உங்களால் இப் போது ஆக வேண்டியிருக்கிறது. நான் சொல்லுவதை இருவரும் கவனமாகக் கேட்டு அந்தப்படி செய்தால், காரியம் ஜயமாகலாம், என்ன சொல்லுகிறீர்கள்?’

‘தங்கள் சித்தம், பிரபு! கட்டளைப்படி அணுவும் பிசகின்றி நடந்துகொள் கிறோம்’ என்றான் சத்ருக்னன்.

பொழுது புலரும் நேரத்தில் பன்னீர் மரத்திலே மலர்ந்து குலுங்கிய புஷ் பங்கள் ‘கம்’மென்று மணம் வீசின.

ஏறக்குறைய வட்டவடிவமாயிருந்த சந்திரன் பொன்னிறத்தை இழந்து வெண்தாமரையின் நிறத்தைப் பெற்று மேற்குத் திசையின் அடியில் அமிழ்ந்துகொண்டிருந்தான்.

அந்த அதிகாலை நேரத்தில் கோயில் பிராகாரத்தில் மடைப்பள்ளி வாசலில் மகேந்திர சக்கரவர்த்தி அமர்ந்து சத்ருக்னனையும் குண்டோதரனையும் அருகில் உட்காரச் சொல்லி, அவர்கள் செய்ய வேண்டிய காரியங்களைப்பற்றிக் கூறினார். ஒற்றர்கள் இருவரும் மிகக் கவனமாகக் கேட்டுக்கொண்டார்கள்.

44.சிங்க இலச்சினை

மறுநாள் பொழுது விடிந்து சூரியன் வானவெளியில் இரண்டு நாழிகை பிரயாணம் செய்திருந்தும், மண்டபப்பட்டுக் கிராமத்து வீதிகளில் ஜன நடமாட்டமும் கலகலப்பும் இல்லை. இரண்டு நாளாக இரவில் நடந்த களியாட்டங்களில் ஈடுபட்டதனாலும், எதிர்பாராத விந்தைச் சம்பவங்

களினால் உள்ளக் கிளர்ச்சியடைந்து தூக்கமின்றி இரவு நேரங்களைக் கழித்த தனாலும், அந்தக் கிராமவாசிகள் அன்று காலை கொஞ்சம் மந்தமாகவே இருந்தார்கள். பல வீடுகளில் வாசற் கதவுகள் இன்னும் திறக்கப்படாமலே இருந்தன. திருநாவுக்கரசர் மடத்து வாசற்கதவும் அவ்வாறு உட்புறம் தாழிடப்பட்டுத்தான் இருந்தது. ஆனால் உள்ளே பேச்சுக் குரல் கேட்டது.

குண்டோதரன், சத்ருக்னன், வஜ்ரபாஹு ஆகிய மூவரும் அந்த வேளையில் மடத்து வாசலுக்கு வந்தார்கள்.

குண்டோதரன் கதவை இடித்தான். உள்ளே கேட்டுக் கொண்டு இருந்த பேச்சுக் குரலின் சத்தம் உடனே நின்றது.

மனிதர் நடமாடும் சத்தமும், கதவுகள் திறந்து மூடப்படும் சத்தமும் கேட்டன.

பிறகு, வாசற் கதவு திறந்தது.

ஆயனர் வெளியிலே வந்து, 'நீதானா, குண்டோதரா! இராத்திரியெல்லாம் எங்கே போயிருந்தாய்? உன்னை நம்பினால்...' என்று சொல்லிக்கொண்டு வந்தவர், வஜ்ரபாஹுவையும் சத்ருக்னனையும் பார்த்துவிட்டு, 'இவர்கள் யார்?' என்று கேட்டார்.

'நேற்றிரவு, இரண்டு பேர் வந்திருந்தார்கள் - சிற்பக் கலையில் ஊக்கம் உள்ளவர்கள் என்று சொன்னேனே, அவர்கள்தான். இராத்திரியெல்லாம் இவர்களைத் தேடிக் கடைசியில் பொழுது விடியும் சமயத்தில் கண்டு பிடித்தேன். தங்களைப் பார்க்க வேண்டும் என்று சொன்னபடியால் அழைத்து வந்தேன்' என்றான் குண்டோதரன்.

'அப்படியா! உள்ளே வாருங்கள்! அம்மா, சிவகாமி! மணை எடுத்துப் போடு' என்றார் ஆயனர்.

ஆயனருக்குப் பின்னால் நின்று சிவகாமி உடனே மணைகளை எடுத்துப் போட்டாள். ஆயனரும், வந்தவர்கள் இருவரும் உட்கார்ந்தார்கள். சிவகாமியை வற்புறுத்தி உட்காரச் சொல்லியும் அவள் உட்காரவில்லை. புதிதாக வந்த இருவரையும் ஆவலுடன் மாறி மாறிப் பார்த்துக் கொண்டிருந்தாள்.

'உங்களைப்பற்றி குண்டோதரன் சொன்னான் - சிற்பத்தில் ஆர்வம் உள்ளவர்கள் என்று. உங்கள் இருவருக்கும் எந்த ஊரோ?' என்று ஆயனர் கேட்டார்.

'குருவே! என்னைத் தெரியவில்லையா?' என்றான் சத்ருக்னன்.

'தெரியவில்லையே, அப்பா! நீ எப்போதாவது என்னிடம் சிற்பம் கற்றுக் கொண்டாயா, என்ன?'

'ஆம், ஐயா! சிவகாமி அம்மையை வேணுமானால் கேளுங்கள். அவருக்கு ஞாபகம் இருக்கும்.' '

ஆமாம், அப்பா! இரண்டு மூன்று நாள் இவர் உங்களுடைய சீடராயிருந் தார்!' என்றாள் சிவகாமி.

'என் அதிர்ஷ்டம் அப்படி! நான் வந்த சில நாளைக்கெல்லாம் தாங்கள் மாமல்லபுரத்துக்குப் போனீர்கள்...' என்றான் சத்ருக்னன்.

'பிறகு, கொஞ்ச நாளைக்கெல்லாம் எல்லா வேலையும் நின்றுவிட்டது. இந்தப் பாழும் யுத்தம் எதற்காக வந்ததோ, எப்போது முடியப் போகிறதோ தெரியவில்லை!' என்று ஆயனர் கூறிப் பெருமூச்சு விட்டார்.

'இன்னும் கொஞ்சம் பொறுமையாயிருங்கள்; ஆயனரே! யுத்தம் சீக்கிரத்தில் முடிந்துவிடும். தாங்கள் பழையபடி தங்கள் அரண்ய வீட்டுக்குப் போகலாம்' என்றார் வஜ்ரபாஹு.

அந்தக் குரலைக் கேட்டதும் ஆயனர் சிறிது திடுக்கிட்டவராய், வஜ்ர பாஹுவை உற்று நோக்கி, 'ஐயா! தாங்கள் யாரோ?' என்றார்.

'என்னை நிஜமாகவே தெரியவில்லையா, ஆயனரே!'

'பார்த்த ஞாபகமாய் இருக்கிறது.'

அப்போது சிவகாமி தந்தையின் அருகில் வந்து அவருடைய காதோடு, 'சக்கரவர்த்தி, அப்பா! தெரியவில்லையா?' என்றாள்.

ஆயனர் அளவிட முடியாத வியப்புடன் ஒருகணம் வஜ்ரபாஹுவின் முகத்தை உற்று நோக்கினார். பின்னர், அவசரமாகப் பீடத்தை விட்டு எழுந்து, 'பிரபு! இது என்ன வேஷம்? அடையாளமே தெரியவில்லையே?' என்றார்.

'வேஷம் போடும் கலையில் என்னுடைய சாமர்த்தியம் இப்போதுதான் எனக்குத் திருப்தி அளித்தது. போர்க்களத்தில் புலிகேசியின் முன்னால் நின்று தூது சொல்லிவிட்டுத் திரும்பியபோதுகூட இவ்வளவு திருப்தி எனக்கு உண்டாகவில்லை!' என்றார் மகேந்திரர்.

ஆயனர், 'பல்லவேந்திரா! குண்டோதரன் நேற்றிரவே என்னிடம் சொன்னான்: யாரோ இருவர் வந்திருக்கிறார்கள்; அவர்கள் இந்தக் கிராமத்துப் பாறைகளைப் பார்த்துவிட்டுக் கோயில் அமைப்பதுபற்றிப் பேசினார்கள் என்று. உடனே தங்களுடைய ஞாபகம் எனக்கு வந்தது. அப்படிப்பட்ட சிற்ப மனோகற்பனை உள்ளவர்கள் நம் சக்கரவர்த்தியைத் தவிர யார் உண்டு என்று எண்ணினேன். கடைசியில் தாங்களாகவே இருக்கிறீர்கள்! பிரபு! இந்த ஏழைச் சிற்பியைப் பார்ப்பதற்கா இவ்வளவு தூரம் தேடி வந்தீர்கள்? தங்களைப் பார்த்து எத்தனை காலம் ஆகிவிட்டது? ஒரு யுகம் மாதிரி இருக்கிறது' என்றார் ஆயனர்.

'ஆயனரே! உங்களிடம் பொய் வேஷத்துடனே வந்தேன். அதோடு பொய் சொல்லவும் விரும்பவில்லை. நான் இங்கே வந்தது உங்களைப் பார்ப் பதற்காக அல்ல. என் மகன் மாமல்லனைத் தேடிக்கொண்டு வந்தேன்' என்றார் சக்கரவர்த்தி.

சிவகாமி நாணத்தினால் தலை குனிந்து கொண்டாள்.

ஆயனர் சிறிது தடுமாறிவிட்டு, 'பல்லவேந்திரா! மாமல்லர் நேற்று இரவே புறப்பட்டுச் சென்று விட்டாரே! குண்டோதரன் சொல்லவில்லையா?' என்று கேட்டார்.

'மாமல்லனும் பரஞ்சோதியும் இத்தனை நேரம் காஞ்சிப் பாதையில் போய்க் கொண்டிருப்பார்கள். வந்த இடத்தில் உங்களையும் பார்த்துவிட்டு, மாமல்லனைக் காப்பாற்றியதற்காக நன்றி சொல்லிவிட்டுப் போகலா மென்று வந்தேன்' என்றார் சக்கரவர்த்தி.

'பிரபு! மாமல்லரை நாங்கள் காப்பாற்றவில்லையே? வெள்ளத்தில் முழுகிப் போக இருந்த எங்களையல்லவா குமார சக்கரவர்த்தி தக்க சமயத்தில் வந்து காப்பாற்றினார்!'

'ஆம், ஆயனரே! அதுவும் எனக்குத் தெரியும். ஆனால், மாமல்லனுடைய உயிரை நீங்கள் காப்பாற்றியதும் உண்மைதான். 'நீங்கள்' என்றால், முக்கிய மாக உங்கள் குமாரியைச் சொல்லுகிறேன். இதோ பார்த்தீர்களா, இந்தக் கத்தியை!' என்று சக்கரவர்த்தி கூறி, நாகப் பிடி அமைந்த கத்தியை எடுத்துக் காட்டினார்.

ஆயனர், சிவகாமி இருவரும் அந்தக் கத்தியை இன்னதென்று விளங்காத பயங்கரத்துடன் பார்த்தார்கள்.

'இந்த விஷக்கத்தி மாமல்லன் மேல் பாய்வதற்கு இருந்தது. அப்போது சிவகாமி பக்கத்தில் இருந்தபடியால் மாமல்லன் அந்த அபாயத்திலிருந்து தப்பினான்!'

சிவகாமி நடுங்கினாள். அவளுடைய இருதய பீடத்தில் வீற்றிருக்கும் தெய்வத்தின்பேரில் விஷக்கத்தி பாய்வதற்கு இருந்தது என்று எண்ணிய போது அவளுடைய நெஞ்சில் அந்தக் கத்தி பாய்ந்துவிட்டது போன்ற வேதனை உண்டாயிற்று. அவ்விதம் நேராமல் தன்னால் மாமல்லரைக் காப் பாற்ற முடிந்தது என்ற எண்ணம் சொல்ல முடியாத உள்ளக்கிளர்ச்சியை உண்டாக்கிற்று. ஆனால், தான் காப்பாற்றியது எப்படி என்பது தெரியாத படியால் திகைப்பும் ஏற்பட்டது.

'பிரபு! என்ன சொல்கிறீர்கள்? குமார சக்கரவர்த்தியின் மேல் விஷக்கத்தி ஏன் பாயவேண்டும்? அவ்விதம் செய்ய எண்ணிய பாதகன் யார்? அதை எவ்விதம் சிவகாமி தடுத்தாள்? எல்லாம் ஒரே மர்மமாயிருக்கிறதே? சிவகாமி! உனக்கு ஏதேனும் தெரியுமா?' என்று ஆயனர் கேட்டார்.

'சிவகாமியைக் கேட்பதில் பயனில்லை. அவளுக்கு ஒன்றும் தெரியாது. சமயம் நேரும்போது நானே எல்லாம் சொல்கிறேன். இப்போதைக்கு அபாயம் நீங்கி விட்டது. மாமல்லன் காஞ்சிப் பாதையில் வெகு தூரம் இதற்குள் போயிருப்பான். நானும் போக வேண்டியதுதான். ஆயனரே! இந்த மண்டபப்பட்டுக் கிராமம் உங்களுக்குப் பிடித்திருக்கிறதல்லவா; யுத்தம் முடியும் வரையில் இங்கேயே நீங்கள் தங்கியிருக்கலாமல்லவா?'

'ஆம், பிரபு! அப்படித்தான் உத்தேசம். இந்தக் கிராமவாசிகள் மிகவும் நல்ல வர்கள். கலை அபிமானம் உள்ளவர்கள், பாறைக் கோயில்கள் அமைக்க உதவி செய்வதாகச் சொல்லியிருக்கிறார்கள்.'

'நானும் அதற்கு ஏற்பாடு செய்கிறேன். உங்களுக்கு வேண்டிய திரவியமும், ஆட்களும், கருவிகளும் கொடுத்து உதவும்படி திருக்கோவலூர்க் கோட்டத்து அதிகாரிகளுக்குக் கட்டளை அனுப்புகிறேன்.'

'பல்லவேந்திரா! தாங்கள் ஒரு நாளாவது இங்கே தங்கலாமா? இன்று சாயங்காலம் பாறைகளைப் போய்ப் பார்த்து எப்படி எப்படிக் கோயில் அமைக்கலாம் என்று தீர்மானிக்கலாமே?'

மகேந்திர சக்கரவர்த்தி சிரித்துவிட்டு, 'ஆயனரே! காஞ்சிக்கு மூன்று காத தூரத்தில் வாதாபிப் படைகள் வந்து கொண்டிருக்கின்றனவாம். அந்தப் படைகள் காஞ்சிக்கு வருவதற்குள் நான் போயாகவேண்டும்' என்றார்.

'அப்படியா! இங்கிருந்து காஞ்சி ஏழு காத தூரம் இருக்குமே? எப்படிப் போவீர்கள்?' என்று ஆயனர் கவலையுடன் கேட்டார்.

'அதைப்பற்றிக் கவலையில்லை; நதியின் அக்கரையில் கண்ணபிரான் ரதத்துடன் காத்திருக்கிறான்.'

அப்போது சிவகாமி ஆயனரைப் பார்த்து, 'கமலி சௌக்கியமாயிருக்கிறாளா என்று கேளுங்கள் அப்பா!' என்றாள்.

'கமலி சௌக்கியம், அம்மா! கண்ணபிரான் உன்னைப் பார்த்துக் கமலியைப் பற்றிச் சொல்லவேண்டுமென்று எவ்வளவோ ஆவலுடன் இருந்தான். நான்தான் வரக்கூடாதென்று தடுத்து விட்டேன்.'

சிவகாமி மறுபடியும் ஆயனரைப் பார்த்து, 'அப்பா! கமலிக்கு குழந்தை பிறந்ததும் சொல்லி அனுப்பச் சொல்லுங்கள்!' என்றாள். எக்காரணத்தினாலோ, மகேந்திர பல்லவரை ஏறிட்டுப் பார்க்கவே அவளுக்குச் சங்கோசமாயிருந்தது.

'ஆகட்டும், சிவகாமி! அப்படியே சொல்லியனுப்பச் சொல்லுகிறேன். ஆயனரே! நான் புறப்படட்டுமா? போகும் வழியில் வேணுமானால் சுற்றுப் பாறைகளைப் பார்த்து விட்டுப் போகலாம்; நீரும் வருகிறீரா?' என்று சக்கரவர்த்தி கேட்டார்.

'ஆகட்டும் பிரபு! அதைவிட எனக்கு என்ன வேலை?' என்று ஆயனர் எழுந்தார்.

'இன்னும் ஒரு விஷயம் மறந்துவிட்டேன்' என்று கூறி, மகேந்திர பல்லவர் தமது அங்கிப் பையிலிருந்து அறுகோண வடிவமான பதக்கம் ஒன்றை வெளியில் எடுத்தார்.

அதைக் காட்டி, 'ஆயனரே! இது என்ன தெரிகிறதா?' என்று சக்கரவர்த்தி கேட்கவும், 'தெரிகிறது, பிரபு! சிங்க இலச்சினை' என்றார் ஆயனர்.

‘ஆமாம், ஆயனரே! இந்த இலச்சினை பல்லவ இராஜ்யத்தில் மொத்தம் பதினோரு பேரிடந்தான் இருக்கிறது. பன்னிரண்டாவது இலச்சினையை உம்மிடம் கொடுக்கிறேன். இதைக் காட்டினால், இந்தப் பல்லவ சாம் ராஜ்யத்தின் எந்த மூலை முடுக்கிலுள்ள அதிகாரியும் நீர் விரும்பியதைச் செய்வார். எந்தக் கோட்டைக் கதவும் உடனே திறக்கும். இதை வைத்துக் கொண்டு என்னையும் மாமல்லனையும் எந்த நேரத்திலும் பார்க்கலாம். இந்த யுத்த காலத்தில் உம்மிடம் இது இருக்கட்டும் என்று கொடுக்கிறேன். சர்வ ஜாக்கிரதையாய் வைத்துக்கொள்ள வேண்டும். ஏதாவது மிகவும் முக்கியமான காரணம் ஏற்பட்டாலன்றி இதை உபயோகிக்கக்கூடாது’ என்று கூறிச் சக்கரவர்த்தி இலச்சினையை நீட்டினார்.

‘பிரபு! இந்த ஏழைச் சிற்பிக்கு எதற்காக இந்தச் சிங்க இலச்சினை?’ என்று ஆயனர் அதை வாங்கிக் கொள்ளத் தயங்கினார்.

‘ஆயனரே! இந்தப் பெரிய இராஜ்யத்தில் உம்மையும் உம்முடைய குமாரி யையும் காட்டிலும் எந்தச் செல்வத்தையும் நான் பெரிதாய்க் கருதவில்லை. ஏதாவது ஒரு சமயத்திற்கு வேண்டியதாய் இருக்கலாம். ஆகையால், வாங்கிப் பத்திரமாய் வைத்துக்கொள்ளும்’ என்று மகேந்திரபல்லவர் கையை நீட்டிக் கொடுக்க, அதற்கு மேல் ஆயனரால் அதை மறுக்க முடியவில்லை. பயபக்தியுடன் வாங்கிக்கொண்டு, ‘அம்மா சிவகாமி! இதை உன் பெட்டியில் பத்திரமாய் வைத்துவிட்டு வா!’ என்று சொல்லிக் கொடுத்தார்.

சிவகாமி அந்தச் சிங்க இலச்சினையை வாங்கிக்கொண்டு அடுத்த அறைக்குள் அதைப் பத்திரப்படுத்தப் போனாள். அங்கே அந்தக் கிராமத்துப் பெரிய வீட்டுப் பெண்மணிகள் அவளுடைய ஆடை ஆபரணங்களை வைத்துக் கொள்வதற்காக அளித்திருந்த அழகிய வேலைப்பாடமைந்த பெட்டி இருந்தது. பெட்டியைத் திறந்து அதற்குள்ளே சிங்க இலச் சினையைச் சிவகாமி பத்திரப்படுத்தினாள்.

அவ்விதம் அவள் பெட்டியைத் திறந்து சிங்க இலச்சினையை வைத்ததை அதே அறையில் தூணுக்குப் பின்னால் மறைந்திருந்த நாகநந்தி பிக்ஷு கவனமாகப் பார்த்துக் கொண்டிருந்தார்!

45.பிக்ஷுவின் மனமாற்றம்

பாறைகளைப் பார்வையிடுவதற்காக மகேந்திர பல்லவர், ஆயனர், சத்ருக்னன் ஆகிய மூவரும் மடத்திலிருந்து புறப்பட்டபோது, வாசலில் சிவ காமி வந்து நின்றாள்.

மகேந்திர பல்லவர் தற்செயலாக அவளைப் பார்ப்பது போலப் பார்த்து, ‘சிவகாமி, நீ கூட எங்களுடன் வருகிறாயா?’ என்று கேட்டார்.

சிவகாமி மறுமொழி சொல்லத் தயங்கினாள். ஆயனர் அப்போது, 'வா, சிவகாமி! போய் விட்டு வரலாம். இங்கே நீ தனியாக என்ன செய்யப் போகிறாய்?' என்றார்.

எனவே, சிவகாமியும் புறப்பட்டாள்; அவளைத் தொடர்ந்து ரதியும் சுகரும் கிளம்பினார்கள்.

சிவகாமி பின் தங்கியதற்குக் காரணம் இருந்தது.

பெட்டிக்குள் சிங்க இலச்சினையை வைத்துவிட்டுச் சிவகாமி நிமிர்ந்த போது தூண் மறைவில் காவித்துணி தெரிந்தது. தூணில் மறைந்திருப்பது புத்த பிக்ஷுதான் என்பதையும் உணர்ந்தாள்.

அன்று அதிகாலையில் வந்து அவர்களுடன் பேசிக் கொண்டு இருந்த புத்த பிக்ஷு வாசலில் வேற்று மனிதர் குரல் கேட்டதும், 'பின்புறமாகப் போய்விடுகிறேன்' என்று சொல்லிவிட்டுப் போனார். போனவர், எப்படித் திரும்பி வந்தார். ஏன் மறைந்து நிற்கிறார்?' என்று சிவகாமிக்குச் சற்று வியப்பாயிருந்தது.

நேற்று வரைக்கும் இம்மாதிரி சந்தர்ப்பம் நேரிட்டிருந்தால் அவள் உடனே கூச்சல் போட்டிருப்பாள். ஆனால், காலையில் புத்த பிக்ஷுவுடன் பேசிக் கொண்டிருந்ததிலிருந்து அவளுடைய மனம் அவர் விஷயத்தில் அடியோடு மாறிப் போயிருந்தது. அவர் மேல் முன்னம் அவளுக்கு ஏற்பட்டிருந்த சந்தேகங்கள் எல்லாம் நீங்கி நல்ல எண்ணமே உண்டாகியிருந்தது.

இந்த மனமாறுதலுக்குக் காரணமாயிருந்தது என்னவென்றால் குமார சக்கரவர்த்தி மாமல்லரைப்பற்றிப் பிக்ஷுவின் அபிப்பிராயம் அடியோடு மாறிவிட்டதாக அவர் கூறியதுதான்.

'மூட ஜனங்கள் கூறியதைக் கேட்டு, மாமல்லரைப் பயங்கொள்ளி என்றும், கோழை என்றும் சொன்னேன். அப்படிச் சொன்ன நாவை அறுத்துக் கொள்ளலாம் என்று இப்போது தோன்றுகிறது. போர்க்களத்தில் நானே நேரில் பார்த்தேன். அடடா! 'வீரத்துக்கு அர்ச்சுனன்' என்ற பேச்சை இனிமேல் விட்டு விட்டு, 'வீரத்துக்கு மாமல்லன்' என்று வழங்கவேண்டியதுதான். ஆயிரம் பேருக்கு மத்தியில் தன்னந்தனியாக நின்று வாளைச் சுழற்றி எப்படி வீரப்போர் புரிந்தான்! அசகாயசூரன் என்றால் மாமல்லன்தான்.'

இவ்விதம் புத்த பிக்ஷு மாமல்லருடைய வீரத்தை வர்ணித்ததுடன், அவருடைய குணத்தையும் பாராட்டினார். மாமல்லனை 'ஸ்திரீலோலன்' என்று தாம் கூறியதும் பெருந்தவறு என்று அறிந்துகொண்டதாகவும், பெண்களைக் கண்ணெடுத்தே பார்க்காத பரிசுத்தன் என்றும், அப்பேர்ப்பட்ட உத்தம வீர புருஷனைக் காதலனாகப் பெறுவதற்கு எந்த இராஜகுமாரி பாக்கியம் செய்திருக்கிறாளோ என்றும் சொல்லச் சொல்ல, சிவகாமி தன்னுடைய மகத்தான பாக்கியத்தை எண்ணி இறும்பூது அடைந்ததுடன், புத்த பிக்ஷுவின் மீது முன்னெப்போதுமில்லாத நல்ல எண்ணமும் விசுவாசமும் கொண்டாள்.

அசோகபுரத்தில் திடீரென்று புத்த பிக்ஷு மறைந்த காரணத்தை ஆயனர் கேட்டதற்கு, நாகநந்தி கூறியதாவது: 'அந்த வயிற்றெரிச்சலை ஏன் கேட்

கிறீர்கள்? கங்க நாட்டுத் துர்விநீதனை நான் அறிவேன். பௌத்த சங்கத்தைச் சேர்ந்தவன். என்னிடமும் அவனுக்குப் பக்தியுண்டு. குண்டோதரன் அன்று ஓர் ஓலை கொண்டு வந்து கொடுத்தானல்லவா? 'துர்விநீதன் காஞ்சி மேல் படை எடுத்து வருகிறான்' என்ற செய்தி அந்த ஓலையில் இருந்தது. அத்தகைய விபரீத முட்டாள்தனமான காரியத்தை அவன் செய்யாமல் தடுக்கலாம், திரும்பிப் போகச் சொல்லலாம் என்ற எண்ணத்துடன்தான் இரவுக்கிரவே ஓடினேன். குண்டோதரனுடைய குதிரையைக்கூட அதற் காகத்தான் எடுத்துக் கொண்டேன். என் முயற்சி பயன்படவில்லை. நான் போவதற்குள் போர் மூண்டுவிட்டது. நான் எதிர்பார்த்தபடியே துர்விநீதன் வீர மாமல்லனால் முறியடிக்கப்பட்டு ஓட நேர்ந்தது. எங்கே ஓடினானோ, என்ன கதி அடைந்தானோ தெரியாது!'

இப்படியெல்லாம் மாமல்லருடைய புகழைக் கேட்கக் கேட்கச் சிவகாமிக்கு உள்ளம் குளிர்ந்ததுடன் புத்த பிக்ஷுவின் மீது அவளுடைய விசுவாசம் அதிகமாகிக் கொண்டே வந்தது.

'சுவாமி! தாங்களும் இந்தக் கிராமத்தில் எங்களுடனேயே தங்கியிருந்து விடுங்களேன்!' என்று சொன்னாள்.

அதற்குப் பிக்ஷு, 'இல்லை அம்மா, இல்லை! ஓரிடத்தில் தங்கியிருப்பது என்னுடைய தர்மத்துக்கே விரோதம். தென்னாடு இப்போது என்னைப் போன்ற பிக்ஷு யாத்திரிகர்களுக்குத் தகுந்த இடம் இல்லை. தெற்கேயிருந்து பாண்டியன் படையெடுத்து வருகிறான். வடக்கேயிருந்து சளுக்கன் படை யெடுத்து வருகிறான். உங்கள் இருவரையும் பத்திரமான இடத்தில் விட வேண்டுமென்றுதான் கவலைப்பட்டேன். இந்தக் கிராமம் உங்களுக்குத் தகுந்த இடம்தான். புத்த மகாப் பிரபுவின் அருள் இருந்தால் யுத்தமெல்லாம் முடிந்த பிறகு, மறுபடியும் உங்களைப் பார்ப்பேன். ஆயனரே! அடுத்த தடவை உங்களைப் பார்க்க வரும்போது, அஜந்தா இரகசியத்தைக் கட்டாயம் அறிந்துகொண்டு வருவேன். சிவகாமி! இங்கேயே உங்களுடன் தங்கி உன்னுடைய தெய்வீக நடனக் கலையைப் பார்த்துக் கொண்டு இருக்க எவ்வளவோ இஷ்டந்தான். ஆனால் அதற்குக் கொடுத்து வைக்க வேண்டாமா?...' என்று பிக்ஷு கூறியபோது, அவருடைய குரலில் தொனித்த கனிவு, சிவகாமியின் உள்ளத்தை உருக்கிவிட்டது.

இந்தச் சந்தர்ப்பத்திலேதான், வாசலில் குண்டோதரன் கதவை இடிக்கும் சத்தம் கேட்டது. அப்போது பிக்ஷு, 'ஆயனரே! உங்களுடைய சிஷ்யன் குண் டோதரன் என் பேரில் அநாவசியமான சந்தேகம் ஏதோ கொண்டிருக்கிறான். என்னை இங்குப் பார்த்தானானால் வீணாக வலுச் சண்டைக்கு வருவான். இன்னும் யாரோ வேற்று மனிதர்கள் வாசலில் வந்திருப்பதாகக்கூடத் தோன்று கிறது. நான் இப்படியே பின்புறமாகப் போய் விடுகிறேன். விடை கொடுங்கள்' என்று கூறிப் புறப்பட்டார். போகும்போது, 'சிவகாமி! மறுபடியும் உங்களைப் பார்க்கிறேனோ என்னவோ? ஆனால், நான் எங்கே போனாலும், என்ன செய்தாலும் உன்னை மறக்கமுடியாது. உன்னை மறந்தாலும் உன் நடனத்தை மறக்கமுடியாது' என்று கனிந்த குரலில் சொல்லிவிட்டுப் போனார்.

அப்படிப் போனவரைத் திடீரென்று உள் அறையில் தூண் மறைவில் பார்த்ததும் சிவகாமிக்குச் சிறிது வியப்பாய்த்தானிருந்தது. ஆயினும் மறுபடியும் தன்னிடம் ஏதோ சொல்வதற்காக ஒரு வேளை காத்திருக்கிறாரோ என்னவோ, சக்கரவர்த்தி போன பிறகு விசாரித்துக் கொள்ளலாம் என்று வெளி அறைக்கு வந்துவிட்டாள். உண்மையில் பிக்ஷு போகாமல் தங்கியிருந்தது, சிவகாமிக்குச் சிறிது மகிழ்ச்சியை அளித்தது என்றே சொல்ல வேண்டும்.

இப்போது மடத்து வாசலில் சக்கரவர்த்தி 'நீயும் எங்களுடன் வருகிறாயா?' என்று கேட்டதும், தூண் மறைவிலிருந்த புத்த பிக்ஷுவை நினைத்துக் கொண்டு சிவகாமி ஒரு கணம் தயங்கினாள். ஆனால் ஆயனரும் சேர்ந்து அழைத்ததும், தடுத்துச் சொல்ல முடியாமல், 'ஆகட்டும், அப்பா!' என்று சொல்லிப் புறப்பட்டாள்.

நாகநந்தி பிக்ஷு தான் திரும்பி வரும்வரையில் ஒருவேளை அங்கேயே இருக்கலாம் என்ற எண்ணமும் அவள் மனத்தில் இருந்தது.

46.திரிமூர்த்தி கோயில்

பாறைகளை நோக்கி நடந்து போய்க் கொண்டிருந்தபோது, மாமல்லரைப் பற்றியோ அவருக்கு நேர்ந்த ஆபத்தைப் பற்றியோ சக்கரவர்த்தி ஒன்றும் பேச வில்லை. ஆயனரிடம் சிற்பக் கலையைப்பற்றிப் பேச ஆரம்பித்துவிட்டார். இரண்டு பேரும் இந்த உலகத்தையே மறந்து பேசிக்கொண்டு போனார்கள்.

பாறைப் பிரதேசத்தை அடைந்த பிறகும் அப்படித்தான். இந்தப் பாறையை யானையாகச் செய்யலாம், இதைச் சிங்கமாகச் செய்யலாம். இதைத் தேராக அமைக்கலாம், இதை வஸந்த மண்டபமாக்கலாம் என்றெல்லாம் திட்டம் போட்டுக் கொண்டு இருந்தார்கள். கடைசியாக ஒரு பெரிய பாறையைக் குடைந்து கோயிலாக அமைப்பது என்றும் கோயில் வேலையையே முதன் முதலில் தொடங்கவேண்டும் என்றும் தீர்மானித்தார்கள்.

'இந்த ஒரே கோயிலில் மூன்று மூர்த்திகளையும் பிரதிஷ்டை செய்யலாம், ஆயனரே! மூன்று கர்ப்பக் கிருஹங்களை அமைத்து விடுங்கள்!' என்றார் மகேந்திர பல்லவர்.

'சுவாமி, மூன்று மதத்தினருக்கும் தனித்தனியாக மூன்று கோயில்கள் அமைத்துவிட்டால் நல்லதல்லவா? சச்சரவுக்கு இடமில்லாமல் போகு மல்லவா?' என்று ஆயனர் கேட்டார்.

'மூன்று மதத்தினருக்கா? நான் அப்படிச் சொல்லவில்லையே? மும் மூர்த்திகள் என்று யாரைச் சொன்னதாக எண்ணினீர்கள்?'

‘சிவபெருமான், புத்ததேவர், ரிஷபதேவர் இவர்களைத்தானே?’

‘இல்லை, ஆயனரே! பிரம்மா, விஷ்ணு, சிவன் ஆகிய திரிமூர்த்திகளைச் சொன்னேன்.’

‘அப்படியா?’

‘ஆம், இன்னும் கொஞ்ச காலத்துக்குப் புத்தர், சமணர் என்று என்னிடம் சொல்லாதீர், ஆயனரே! அவர்கள் விஷயத்தில் அப்படி என் மனம் கசந்து போயிருக்கிறது!’

‘ஐயோ! அருள் நிறைந்த தங்கள் உள்ளம் கசந்து போகும்படி அவர்கள் என்ன செய்துவிட்டார்கள்?’

‘ஆஹா! சமணர்களுக்கும் புத்தர்களுக்கும் நான் எவ்வளவு கௌரவம் கொடுத்திருந்தேன்! அவர்களைத் திருப்திப்படுத்த என்னவெல்லாம் செய்தேன்! ஒன்றும் பயன்படவில்லை. பாடலிபுரத்துச் சமணப் பள்ளியில் துர்விநீதன் ஒளிந்துகொள்ள அவர்கள் இடம் கொடுத்தார்கள். பல்லவ சைனியம் அந்தச் சமணப் பள்ளியை இடித்துத் தரைமட்டமாக்கிப் பாதாள குகையில் ஒளிந்திருந்த துர்விநீதனைப் பிடிக்கவேண்டியிருந்தது. இப்போது அவர்கள் என்ன செய்யப் போகிறார்கள், தெரியுமா? தேசமெல்லாம் போய், ‘காஞ்சி மகேந்திர பல்லவன் சமணப் பள்ளியை இடித்துத் தள்ளினான்’ என்ற பழியைப் பரப்பப் போகிறார்கள்! அது போகட்டும், ஆயனரே. எனக்கு அதிகமாகத் தாமதிக்க நேரமில்லை; போய் வருகிறேன். யுத்தம் முடிந்து நான் திரும்பி வந்து பார்க்கும்போது கோயில் வேலை முடிந்திருக்க வேண்டும். சத்ருக்னா! நம்முடைய தெப்பத்தை எங்கே விட்டுவிட்டு வந்தோம்! சீக்கிரம் போய்ப் பார்த்துக்கொண்டு வா!’ என்று கூறிவிட்டு, ‘ஆயனரே! நீங்களும் கொஞ்சம் பார்க்கிறீர்களா? இந்த நதிக் கரையில் எங்கேயோ தெப்பத்தை விட்டிருக்கிறோம்? இரண்டு பேருமாய்ச் சென்று பார்த்தால் சீக்கிரம் கண்டுபிடிக்கலாம்!’ என்றார்.

அவ்விதமே ஆயனரும் படைத் தலைவரும் தெப்பத்தைத் தேடிக்கொண்டு சென்றார்கள்.

இத்தனை நேரமும் சிவகாமி ஒரு பக்கத்தில் நின்று ரதியைத் தடவிக் கொடுத்துக்கொண்டும், மெல்லிய குரலில் ஏதோ ஒவ்வொரு வார்த்தை சொல்லிக்கொண்டும் இருந்தாள்.

ஆயனர், சத்ருக்னர் இருவரும் அங்கிருந்து சென்றதும், சக்கரவர்த்தி அவளருகில் வந்து, ஒரு பாறை மேல் உட்கார்ந்துகொண்டு, ‘சிவகாமி! உன்னிடம் ஒரு வார்த்தை சொல்ல வேண்டும்; சற்று இந்தப் பாறை மேல் உட்காருகிறாயா!’ என்றார்.

ஏதோ சந்தோஷமற்ற விஷயந்தான் சக்கரவர்த்தி பேசப் போகிறார் என்று சிவகாமியின் உள்ளுணர்ச்சி கூறியது. எனவே, தலைகுனிந்தபடி நின்றுகொண்டேயிருந்தாள்.

‘சிவகாமி! சற்று தலை நிமிர்ந்து இதோ இந்தக் கத்தியைப் பார்!’ என்றார் மகேந்திர பல்லவர். சிவகாமி பார்த்தாள். ‘சற்று முன்னால் இந்தக் கத்தியைப் பற்றி ஒரு விஷயம் சொன்னேனே, அது ஞாபகம் இருக்கிறதா சிவகாமி?’

‘இருக்கிறது, பிரபு!’ என்று சிவகாமியின் உதடுகள் முணு முணுத்தன. அந்தக் கத்தியானது மாமல்லரின் முதுகிலே பாய்வதற்கு இருந்தது என்ற எண்ணம் அவளைத் துன்புறுத்தியது.

‘நான் சொன்னது பொய், சிவகாமி!’

சிவகாமிக்குத் தூக்கிவாரிப்போட்டது. அவளுடைய உள்ளம் குழம்பிற்று. அந்தக் குழப்பத்தில் ஆறுதலும் மகிழ்ச்சியும் ஒருவகை ஏமாற்றமும் கலந் திருந்தன. சக்கரவர்த்தி முதலில் எதற்காக அம்மாதிரி பொய்யைச் சொன்னார்; இப்போது எதற்காகத் தாம் பொய் சொன்னதாக ஒப்புக் கொள்கிறார் என்பதொன்றும் புரியாமல் சிவகாமி திகைத்தாள்.

‘ஆம்! சிவகாமி! உனக்குத் திகைப்பாகத்தான் இருக்கும். உண்மை விவரத்தை உன் தந்தையிடம் சொல்வதற்குக்கூட நான் இஷ்டப்பட வில்லை. அதற்காகத்தான் அவரைத் தெப்பத்தைத் தேடுவதற்கென்று அனுப்பினேன். ஆனால், உண்மையான விவரம் உனக்கு மட்டும் அவசியம் தெரிந்திருக்க வேண்டும்...’

சிவகாமியின் மனக்குழப்பம் இன்னும் அதிகமாயிற்று. என்ன உண்மையைச் சொல்லப்போகிறார்? அது எதற்காகத் தனக்கு மட்டும் தெரிந்திருக்கவேண்டும் என்கிறார்!

‘சிவகாமி! எஃகிலேயே நஞ்சைக் கலந்து செய்த இந்தக் கத்தி, என் ஒரே மகன், மாமல்லனுடைய முதுகிலே பாய்வதற்கு இருந்தது. இந்த அபாயம் யாரால் ஏற்பட்டது தெரியுமா?’

‘பிரபு! அது பொய் என்று சொன்னீர்களே!’ என்று சிவகாமி நாக்குழறக் கேட்டாள்.

‘எது பொய் என்றேன்? மாமல்லன் முதுகில் கத்தி பாய்வதற்கு இருந்தது பொய் இல்லை, சிவகாமி! பல்லவ சாம்ராஜ்யத்துக்கு அந்தப் பெரும் விபத்து நிச்சயமாக வருவதற்கிருந்தது. அந்த விபத்து உன்னால் தடைப்பட்டது என்றேனே, அதுதான் பொய்! சிவகாமி! நீ கேவலம் சாதாரணப் பெண்களைப் போன்ற கோழை அல்ல! நெஞ்சுத்துணிவு உள்ளவள். ஆகையால்தான் உன்னிடம் உண்மையைச் சொல்லுகிறேன். மாமல்ல பல்லவன் நேற்று இந்த மண்டபப்பட்டுக் கிராமத்திலே இந்த விஷக் கத்தியினால் பின்னாலிருந்து குத்தப்பட்டுச் செத்துப்போயிருக்கவேண்டும். இந்தப் பாறையடியில் இந்த மகிழ மரத்தினடியிலேயே அவனுடைய உடல் அனாதைப் பிரேதமாக விழுந்து கிடந்திருக்க வேண்டும். அவ்விதம் நேராமல், அன்றொரு நாள் ஆலகால விஷத்தை உண்டு சகல உலகங் களையும் காத்த பரமசிவன்தான் நேற்றைக்கு மாமல்லனையும் பல்லவ குலத்தையும் காத்து அருளினார்...’

நேற்று மாலை அதே பாறையடியில் மாமல்லர் உட்கார்ந்து தன் செவிகளில் இணையற்ற காதல் மொழிகளைப் பொழிந்து கொண்டிருந்தார் என்பதைச் சிவ காமி நினைவு கூர்ந்தபோது, அவளுடைய தலை சுழல்வதற்கு ஆரம்பித்தது.

'சிவகாமி, கேள்! வாழையடி வாழையாக வந்த பல்லவ குலத்தில் மாமல் லனைப் போன்ற ஒரு வீர மகன் இதுவரையில் தோன்றியதில்லை. இந்தப் பரந்த பல்லவ சாம்ராஜ்யம் இன்றைக்கு மாமல்லனை நம்பியிருப்பது போல் யாரையும் நம்பியிருந்ததும் இல்லை. அப்படிப்பட்டவன் நேற்றைக்கு இந்தப் பாறையடியில் வஞ்சகமாக நஞ்சு தோய்ந்த கத்தியினால் பின்னாலிருந்து குத்தப்பட்டுச் செத்து விழுந்திருப்பான். தவம் செய்து பெற்ற என் ஏக புதல்வனை நான் இழந்துவிட்டிருப்பேன். பல்லவ சாம் ராஜ்யமே நாதியற்ற இராஜ்யமாகப் போயிருக்கும். கவிகளிலும் காவியங் களிலும் புகழ் பெற்ற காஞ்சி சுந்தரி, வைதவ்யம் அடைந்திருப்பாள். இந்த விபத்துக்கள் எல்லாம் நேர்வதற்குக் காரணமாயிருந்தது யார் தெரியுமா?...' என்று சக்கரவர்த்தி நிறுத்தி ஒரு பெருமூச்சுவிட்டார். பிறகு கூறினார்: 'நான் என் பிராணனுக்கு மேலாகக் கருதி யாரிடம் விசுவாசம் வைத் திருக்கிறேனோ, அந்த ஆயன மகா சிற்பியின் அருமை மகள் சிவகாமிதான்!'

இதைக் கேட்டவுடனே சிவகாமியின் உச்சந்தலையில் பளீரென ஒரு மின்னல் பாய்ந்தது. அந்த மின்னலிலிருந்து ஆயிரம் ஆயிரம் ஒளிக் கிரணங்கள் கிளம்பி நாற்புறமும் பாய்ந்தன!

47.மழையும் மின்னலும்

சிவகாமிக்குச் சுய உணர்வு வந்தபோது தான் பாறையில் சாய்ந்துகொண்டு தரையில் உட்கார்ந்திருப்பதையும், சக்கரவர்த்தி தனக்கு அருகில் உட்கார்ந்து ஆசுவாசப்படுத்துவதையும் கண்டாள். பயபக்தியுடன் சட்டென்று எழுந் திருக்க அவள் முயன்றபோது மகேந்திரர் அவளுடைய கரத்தைப் பிடித்து உட்காரவைத்து, 'வேண்டாம்!' என்று கூறினார்.

சற்று முன்னால் தன் காதில் விழுந்த விஷயம் உண்மைதானா அல்லது தன்னுடைய சித்தப்பிரமையா என்று கேட்பவள்போல் மகேந்திர பல்ல வரைச் சிவகாமி இரங்கி நோக்கினாள்.

சக்கரவர்த்தி, 'குழந்தாய்! மாமல்லனிடம் உன்னுடைய அன்பு எத்தகையது என்பதைக் காட்டிவிட்டாய். அவனுக்கு உன்னால் அபாயம் நேர்ந்தது என்றதும் உன் உணர்வையே இழந்துவிட்டாய். இத்தகைய அன்பு நிறைந்த உன் இருதயத்தை நான் மேலும் புண்படுத்தவேண்டியவனாயிருக்கிறேன்' என்றார்.

'ஐயோ! இன்னும் என்ன?' என்று சிவகாமி விம்மினாள்.

‘முக்கியமான விஷயத்தை இன்னும் உனக்கு நான் சொல்லவில்லை, சிவகாமி! உன்னிடம் ஒரு வாக்குறுதி நான் கேட்கப் போகிறேன்! மாமல்லனுடைய க்ஷேமத்துக்காகக் கேட்கப் போகிறேன். நீ மறுக்காமல் தர வேண்டும்’ என்றார் மகேந்திரர்.

சிவகாமியின் குழம்பிய உள்ளத்தின் அடிவாரத்தில் ஒரு சிறிது தெளிவு ஏற்படத்தொடங்கியது. சக்கரவர்த்தியின் பேரில் அவளுக்கு ஏற்கெனவே இருந்த சந்தேகங்கள் மீண்டும் தோன்றின. ‘இவர் நம்மை ஏமாற்றி ஏதோ ஒரு சூழ்ச்சியில் அகப்படுத்தப் பார்க்கிறார்; ஜாக்கிரதையாக இருக்க வேண்டும்!’ என்று எண்ணினாள்.

தன்னால் மாமல்லருக்கு அபாயம் நேர்ந்ததாகச் சற்றுமுன் சக்கரவர்த்தி கூறியதில்கூட அவநம்பிக்கை ஏற்பட்டது. தன்னைத் தனிமைப்படுத்தி வைத்துக்கொண்டு எதற்காக இப்படியெல்லாம் இவர் பேசுகிறார்? இவருடைய நோக்கங்கள் என்ன?

தலை குனிந்த வண்ணம், ‘பல்லவேந்திரா! தாங்கள் சொல்லுவது ஒன்றும் என் மனத்தில் பதியவில்லை. மாமல்லருக்கு என்னால் அபாயம் நேர்ந்தது என்று சொன்னீர்களே? அது எப்படி?’ என்று கேட்டாள்.

‘குழந்தாய் உன் மனத்தை அதிகமாக வருத்தப்படுத்தவேண்டாம் என்று அதை நான் சொல்லவில்லை. நீயே கேட்கிறபடியால் சொல்கிறேன். காஞ்சியில் உன்னுடைய அரங்கேற்றம் நடந்த இரண்டு நாளைக்கெல்லாம் உங்கள் அரண்ய வீட்டுக்கு நான் வந்தேனல்லவா? அப்போது உன் தந்தையிடம் சில விஷயங்கள் சொன்னேன். நீயும் கேட்டுக் கொண்டிருந்தாய். உன்னுடைய கலை தெய்வீகக்கலையென்றும், அதைத் தெய்வத்துக்கே அர்ப்பணமாக்கவேண்டும் என்றும் சொன்னேன்; உனக்கு நினைவு இருக்கிறதா?’

சிவகாமிக்கு நினைவு வந்தது. அதை இப்போது எதற்காகச் சொல்கிறார் என்று அவள் உள்ளம் சிந்தித்தது. முகத்தை நிமிர்த்தாமல் குனிந்தவண்ணம், ‘நினைவு வருகிறது!’ என்றாள்.

‘குழந்தாய்! தெய்வத்துக்கு உரிமையாக்கவேண்டிய பொருளை மனிதர்களுக்கு உரிமையாக்க முயன்றால், அதனால் தீங்கு வராமல் என்ன செய்யும்? ஏதோ இந்தமட்டும் மாமல்லன் உயிர்தப்பிப் பிழைத்தது பல்லவ ராஜ்யம் செய்த பாக்கியந்தான்!’

அப்போது சிவகாமி சட்டென்று தலையை நிமிர்த்தி நீர் ததும்பிய கண்களினாற் சக்கரவர்த்தியை ஏறிட்டுப் பார்த்து, ‘பல்லவேந்திரா! தாங்கள் ஏதோ கூடமாகப் பேசுகிறீர்கள். நான் கல்வி கேள்வியற்றவள்; ஏழைச் சிற்பியின் மகள். என்னைச் சோதிக்க வேண்டாம்!’ என்று விம்மினாள்.

மகேந்திரர் அப்போது சிவகாமியின் விரிந்த கூந்தலை அருமையுடன் தடவிக்கொடுத்து, அன்பு ததும்பும் குரலில் கூறினார்: ‘அம்மா! சிவகாமி! உன்னை நான் சோதிக்கவில்லை. உன் தந்தை ஆயனருக்கும் எனக்கும்

எப்பேர்ப்பட்ட சிநேகம் என்பது உனக்குத் தெரியாதா? அவருடைய மகளாகிய நீ எனக்கும் மகள்தான்! கனவிலும் உனக்குக் கெடுதல் எண்ண மாட்டேன். உன் தந்தை எப்படிச் சிற்பக் கலையில் ஈடு இணையும் இல்லாத பெருமை வாய்ந்தவரோ, அதேபோல் நீயும் பரதக்கலையில் சிறந்து விளங்குகிறாய். உன்னுடைய கலைத் திறமை இன்னும் மகோன்னதத்தை அடைந்து பரத கண்டமெங்கும் உன்னுடைய புகழ் விளங்கவேண்டும் என்பது என் மனோரதம். அதற்கு எதுவும் குறுக்கே நிற்கக்கூடாது; யாரும் தடையாயிருக்கக்கூடாது என்பது என் எண்ணம். அப்படிக் குறுக்கே தடையாக நிற்பவன் என்னுடைய சொந்த மகனாகவே இருந்த போதிலும், அந்தத் தடையை நான் நீக்க முயல்வேன்.'

சிவகாமி திடுக்கிட்டவளாய் முகத்தில் அவநம்பிக்கை தோன்ற மகேந்திர பல்லவரை ஏறிட்டுப் பார்த்தாள்.

'கொஞ்சம் பொறு, குழந்தாய்! முழுமையும் சொல்லிவிடுகிறேன், பிறகு, உன் இஷ்டம்போல் தீர்மானம் செய்துகொள். சற்று முன் நான் ஏதோ கூடமாய்ப் பேசுகிறேன் என்று கூறினாய். உண்மைதான், உன்னிடம் வெளிப்படையாய்ச் சொல்வதற்குச் சங்கோசப்பட்டுக்கொண்டுதான் அவ்விதம் கூறினேன். நீ அறிவாளி ஆகையால் தெரிந்து கொள்வாய் என்று நினைத்தேன். ஆனால், தற்சமயம் உன் மனம் பல காரணங்களினால் குழம்பிப் போய் இருக்கிறது. அதனால் நீ தெரிந்து கொள்ளவில்லை. எனவே, நான் சொல்ல விரும்பியதை, உன்னுடைய நன்மைக்காகச் சொல்ல வேண்டியிருப்பதை பச்சையாகவே சொல்லிவிடுகிறேன். அதனால் உன் மனத்திற்கு வருத்தம் நேர்ந்தால், என்னை மன்னித்து விடு!' என்று கூறி மகேந்திர பல்லவர் ஒரு பெருமூச்சு விட்டார். அச்சமயம் அவருடைய முகக்குறி மிகவும் கடினமான காரியத்தைச் செய்வதற்கு ஆயத்தமாகிறவரைப் போலக் காணப்பட்டது.

சிவகாமி மறுபடியும் தலைகுனிந்து தரையைப் பார்த்தவண்ணம் இருந்தாள். ஏதோ ஒரு பெரிய விபரீதத்தை எதிர்பார்த்து அவளுடைய இருதயம் விம்மிற்று. இடையிடையே இரண்டொரு சொட்டுக் கண்ணீர் பூமியில் விழுந்தது.

'சிவகாமி கேள்! உன் தந்தை கல்லைக்கொண்டு உயிர்ச்சிலைகளைச் சமைக்கிறார். அதுபோலவே பிரம்ம தேவன் மண்ணைக்கொண்டு பூலோகத்திலுள்ள சகல ஜீவராசிகளையும் படைக்கிறான். ஆனால், அசாதாரண அழகு படைத்த ஸ்திரீகளைப் பிரம்மதேவன் சிருஷ்டிக்கும்போது தன்னுடைய நாலிரு கண்களிலிருந்தும் சொட்டும் கண்ணீரையும் மண்ணுடனே கலந்து சிருஷ்டிப்பதாகச் சொல்வதுண்டு. அப்படிப்பட்ட அசாதாரண சௌந்தரியவதிகளால் உலகத்திலே எத்தனையோ துன்பங்கள் உண்டாகுமென்று பிரம்மதேவனுக்குத் தெரிந்தபடியினாலேதான் அப்படி அவன் கண்ணீர் விட்டுக் கொண்டே அவர்களைப் படைப்பானாம்! குழந்தாய் உன்னைப் படைக்கும்போது பிரம்மதேவன் கண்ணீர் பெருக்கிக் கொண்டுதான் படைத்தானா என்று நான் சில சமயம் எண்ணுவதுண்டு. அத்தகைய அற்புத சௌந்தரியம் உன் மேனியில் குடிகொண்டிருக்கிறது. அது போதாதென்று உலகிலேயே இணையற்ற சௌந்தரியக் கலையும்

உன்னிடம் சேர்ந்திருக்கிறது. நீ குழந்தையாயிருந்தவரையில் இதெல்லாம் எனக்குத் தோன்றவில்லை. ஆயனரைப் போலவே நானும் உன்னை என் செல்வக் கண்மணியாக எண்ணி மடியில் வைத்துக்கொண்டும், தோளில் போட்டுக்கொண்டும் கொஞ்சிக் குலாவி மகிழ்ந்தேன். ஆனால், நீ யௌவனப் பிராயம் அடைந்த பிறகு, உன்னைப் பார்க்கும்போதெல்லாம் எனக்கு, 'ஐயோ! இந்தப் பெண்ணால் உலகில் விபரீதம் எதுவும் ஏற்படாமல் இருக்கவேண்டும்!' என்ற பச்சாதாபம் உண்டாகும். இரண்டு வருஷத்துக்கு முன்னால் விபரீதத்துக்கு அறிகுறிகள் தோன்றின. குழந்தைப் பிராயத்தில் உனக்கும் மாமல்லனுக்கும் ஏற்பட்டிருந்த குற்றமற்ற சிநேகம் திடீரென்று காதலாக மாறியதைக் கண்டேன். இந்தத் தகாத காதலை எப்படித் தடுப்பது, உங்கள் இருவருடைய மனமும் புண்படாமல் எப்படி உங்களைப் பிரிப்பது என்று நான் யோசித்துக் கொண்டிருந்தபோதே, இந்த மகாயுத்தம் வந்தது. நான் அவசரமாகப் போர்க்களத்துக்குப் போக வேண்டியதாயிற்று. நான் இல்லாத சமயத்தில் நீயும் மாமல்லனும் சந்திக்கக்கூடாது என்பதற்காகவே அவன் காஞ்சிக் கோட்டைக்கு வெளியே வரக்கூடாதென்று கண்டிப்பான திட்டம் போட்டுவிட்டுப் போனேன்....'

குனிந்துகொண்டிருந்த சிவகாமி தன்னையறியாத ஆத்திரத்துடன் மகேந்திர பல்லவரை ஏறிட்டுப் பார்த்தாள். கண்ணீர் ததும்பிய அவளுடைய கூரிய கண்களிலே தோன்றிய கோப ஜுவாலை, 'சோ'வென்று மழை பெய்து கொண்டிருக்கும்போது இருண்ட வானத்தில் பளிச்சிடும் மின்னலைப்போல் ஜொலித்தது! அதனால் ஒருகணம் தயங்கிவிட்டுச் சக்கரவர்த்தி பின்னர் தொடர்ந்து கூறினார்: 'சிவகாமி! உன்னையும் மாமல்லனையும் அவ்வாறு பிரித்து வைத்தபோது, அதனால் உங்களுடைய நேயம் குன்றிவிடும் என்ற எண்ணம் எனக்கில்லை. காற்றினால் பெரு நெருப்புக் கொழுந்துவிட்டுக் கிளம்புவதுபோல் கட்டாயப் பிரிவினால் உங்களுடைய காதல் இன்னும் ஜுவாலையிட்டு வளரக்கூடும் என்பதை ஒருவாறு நான் எதிர்பார்த்தேன். எனவே உங்களுடைய காதலைத் தடுக்கும் எண்ணத்துடன் உங்களை நான் பிரித்து வைக்கவில்லை. நான் இல்லாத சமயத்தில் மாமல்லனும் நீயும் சந்தித்தால் அதனால் வேறு பெரும் அபாயம் நேரும் என்று என்னுடைய உள்ளுணர்ச்சி சொல்லிற்று. புதையலைப் பூதம் காக்கிறதென்றும், ஜீவரத்தினத்தை நாக சர்ப்பம் காக்கிறது என்றும் சொல்வார்களே, - அதுபோல், கலைப் பொக்கிஷமாகிய உன்னைக் காப்பாற்றுவதற்கோ அல்லது கபளீகரம் செய்வதற்குத்தானோ, ஏதோ ஒரு மாயசக்தி உன்னைத் தொடர்வதாக எனக்குத் தோன்றியது. அதனாலேயே மாமல்லன் உன்னை நெருங்க முடியாதபடி நான் ஏற்பாடு செய்துவிட்டுப் போனேன். நான் எதிர்பார்த்தபடியே, உங்களைப் பிரித்து வைத்ததனால் உங்கள் காதல் குன்றாமல் கொழுந்துவிட்டு வளர்ந்தது. இதை மாமல்லன் உனக்கு எழுதிய ஓலைகளினால் அறிந்தேன்.'

'என்ன?' என்று சிவகாமி அளவில்லாத வியப்புடனும் அருவருப்புடனும் சக்கரவர்த்தியை நோக்கினாள்.

'ஆமாம், சிவகாமி! மாமல்லன் உனக்கு எழுதிய ஓலைகள் - நீ மரப் பொந்தில் பத்திரப்படுத்தியிருந்த ஓலைகள் - என்னிடந்தான் வந்து

சேர்ந்தன. அவ்வளவு நீசத்தனமான காரியத்தை நான் செய்யவேண்டி யிருந்தது. எல்லாம் இந்தப் பல்லவ இராஜ்யத்துக்காகத்தான். குழந்தாய்! சாதாரண மனிதர்களுக்குத் தர்மம் வேறு; அரச குலத்தினருக்குத் தர்மம் வேறு. உன் தந்தையைக் கேட்டால் இதைச் சொல்வார். மாமல்லன் ஒரு வியாபாரியின் மகனாகவோ அல்லது சிற்பியின் மகனாகவோ இருந்தால், அவனுக்கும் உனக்கும் நடுவில் நான் ஒருநாளும் நிற்க மாட்டேன். உங்க ளுடைய தெய்வீகமான காதலைக்கண்டு நான் களித்துக் கூத்தாடுவேன். ஆனால், இந்தப் பல்லவ சாம்ராஜ்யத்தின் நன்மைக்காக உங்கள் இரு வரையும் பிரித்து வைக்கும் கொடுமையான கடமை எனக்கு ஏற்பட்டது...'

சிவகாமிக்கு அப்போது எங்கிருந்தோ அசாத்தியமான தைரியம் பிறந்தது. முகபாவத்திலும், குரலிலும் நிகரில்லாத கர்வம் தோன்ற, 'பிரபு! எங்களைத் தாங்கள் பிரித்துவைக்கப் பார்த்தீர்கள். ஆனால் அரசர்களைக் காட்டிலும் அதிக சக்தி வாய்ந்த விதி எங்கள் பக்கத்தில் இருந்தது. ஏரி உடைப்பையும் வெள்ளத் தையும் அனுப்பி எங்களை இந்தக் கிராமத்தில் சேர்த்துவைத்தது!' என்றாள்.

'ஆம், சிவகாமி! ஆனால், உங்களைச் சேர்த்துவைத்த அதே விதி நான் செய்திருந்த ஏற்பாடு எவ்வளவு அவசியமானது என்பதையும் எடுத்துக் காட்டியது. இந்த விஷக் கத்தியே அதற்கு அத்தாட்சி!' என்று மகேந்திர பல்லவர் கூறி, மீண்டும் அந்த விஷக்கத்தியை எடுத்துச் சிவகாமியின் கண் முன்னால் காட்டினார்.

48.மகேந்திர பல்லவர் தோல்வி

சிவகாமி வெகுண்ட கண்களுடன் அந்த நாகப் பிடி அமைந்த கத்தியைப் பார்த் தாள். குரல் நடுங்க, நாத் தழுதழுக்க விசித்திரசித்தரைப் பார்த்துக் கூறினாள்:

'பல்லவேந்திரா! எந்தப் பாவியின் கரம் இந்த விஷக் கத்தியைப் பிடித்து மாமல்லருடைய முதுகில் செலுத்த யத்தனித்தது? கிருபை கூர்ந்து அதைச் சொல்லுங்கள். என்னால் இது நேர்ந்ததாயிருக்கும் பட்சத்தில்...' என்று மேலும் அவள் பேசுவதற்குள் சக்கரவர்த்தி குறுக்கிட்டார்! 'ஆத்திரப்பட்டுச் சபதம் ஒன்றும் செய்யவேண்டாம் சிவகாமி! இந்தப் பெரும் அபாயம் உன்னால் நேர்ந் ததுதான். ஆனால், நீ அறியாமல் நேர்ந்தது. இந்தக் கத்தி யாருடையதாயிருக்கும் என்று உனக்கு ஒன்றும் தெரியவில்லையா?' என்று கேட்டார்.

'இம்மாதிரி கத்தியை நான் பார்த்ததேயில்லை, பிரபு!'

'பெயரிலேயே பாம்பையுடைய மனிதர் ஒருவரை உனக்குத் தெரியாதா, அம்மா?'

'நாகநந்தியடிகளா?' என்று சிவகாமி கேட்டபோது, அவளுடைய குரலில் வியப்பும் பயமும் ததும்பின.

'ஆம்! அவரேதான்!'

'ஐயோ! அவர் எதற்காக மாமல்லரைக் கொல்ல முயல வேண்டும்? நம்ப முடியவில்லையே?'

'ஏன் நம்ப முடியவில்லை! இதைவிட அதிசயமான பயங்கரத் துவேஷங் களைப் பற்றி நீ கேட்டதில்லையா?'

'நாகநந்தி எதற்காக மாமல்லரைத் துவேஷிக்கிறார்? ஐயோ! காவித் துணி தரித்த புத்த பிக்ஷுவா இவ்விதம்...'

'சிவகாமி! புத்த பிக்ஷுவாயிருந்தாலென்ன? யாராயிருந்தால் என்ன? ஸ்திரீ சௌந்தரியத்தினால் புத்த பிக்ஷுவின் மனம் கெட்டுப் போகாதா? விசுவாமித்திரருடைய கடுந்தவத்தையே மேனகையின் சௌந்தரியம் கலைத்து விட்டதே! புத்த சங்கங்கள் சீர் கெட்டுப்போயிருக்கும் இந்த நாளில் இது என்ன அதிசயம்?'

'என்ன சொல்கிறீர்கள்? எனக்கு ஒன்றும் விளங்கவில்லையே! நாகநந்தி எதற்காக மாமல்லரைக் கொல்லப் பார்த்தார்?'

'உன்னுடைய சௌந்தரியமாகிய விஷம் பிக்ஷுவின் தலைக் கேறியதனால் தான், அம்மா! வேறு என்ன இருக்க முடியும்? புத்த பிக்ஷுவின் கடின உள்ளத்தையும் உன் மேனி அழகு கவர்ந்தது. மாமல்லருடைய குழந்தை இருதயத்தையும் கவர்ந்தது. ஆனால், நீ உனது தூய உள்ளத்தை மாமல்ல னுக்கே கொடுத்தாய். பிக்ஷுவின் துவேஷத்துக்கு அதுதான் காரணம். இந்தப் பாறையில் நீயும் மாமல்லனும் நேற்று இரவு பேசிக்கொண்டிருந்தபோது, இதே பாறைக்குப் பின்னால் புத்த பிக்ஷு கையில் இந்த விஷக் கத்தியுடன் ஒளிந்திருந்தார். கிராமத்துக்கருகில் உள்ள கோயில்வரையில் உங்களைப் பின் தொடர்ந்து வந்தார். கடவுளின் அருளும் குண்டோதரனுடைய சர்வ ஜாக் கிரதையும் சேர்ந்துதான் மாமல்லனுடைய உயிரைக் காப்பாற்றின...'

'குண்டோதரனா காப்பாற்றினான்? எப்படி, பிரபு?'

'உங்களுக்கும் பிக்ஷுவுக்கும் தெரியாமல் குண்டோதரன் உங்களைப் பின் தொடர்ந்து வந்தான். பிக்ஷு கோயில் மதில் மேல் ஏறிக் குதித்தபோது இந்தக் கத்தி தவறிக் கீழே விழுந்தது; அதை அவன் எடுத்துக்கொண்டான். பிக்ஷுவை நள்ளிரவில் கோயில் மடைப்பள்ளியில் விட்டுக் கதவை தாழிட்டுக்கொண்டு வந்து எங்களிடம் எல்லா விவரங்களையும் சொன்னான். நாங்கள் வந்து பார்ப்பதற்குள் பிக்ஷு மடைப்பள்ளியிலிருந்து மாயமாகி விட்டார்.

இவ்விதம் மகேந்திர பல்லவர் சொல்லியபோது சிவகாமியின் முகத்தில் அவ்வப்போது ஏற்பட்ட அதிசயமான மாறுதல்களையெல்லாம் அவர் கவனியாமல் இல்லை.

உண்மையில் நாகநந்தியைப் பற்றி பேச்சு வந்ததிலிருந்து, சிவகாமியின் பாதி மனம் இங்கேயும் பாதி மனம் மடத்திலேயும் இருந்தது. மடத்து உள் அறையில் தூண் மறைவில் நாகநந்தி நின்ற தோற்றம் அவள் மனக்கண்முன் வந்து கொண்டே இருந்தது.

இன்னும் அந்தப் பாதக பிக்ஷு அங்கேயே இருப்பாரா! இருந்தால், சக்கர வர்த்தியின் கையிலுள்ள கத்தியை வாங்கிக்கொண்டுபோய் அவரைத் தன் கையாலேயே கொன்றுவிட வேண்டும் என்று சிவகாமிக்கு ஆத்திரம் பொங்கிக்கொண்டு வந்தது.

'பல்லவேந்திரா! அப்பா எங்கே? நான் உடனே மடத்துக்குப் போக வேண்டும்!' என்றாள் சிவகாமி.

'தாயே! என் கோரிக்கையை இன்னும் நீ கேட்கவே இல்லையே? நான் கோரி வந்த வரத்தைக் கொடுக்கவில்லையே?'

'இப்படியெல்லாம் பேசி ஏன் என்னை வதைக்கிறீர்கள்! சிற்பியின் மகளுக்குக் கட்டளையிடுங்கள்!'

'கட்டளை இல்லை, அம்மா! உன்னிடம் வரம்தான் கோருகிறேன். அதுவும் எனக்காக கோரவில்லை; பல்லவ சாம்ராஜ்யத்திற்காகக் கோருகிறேன். இந்த சாம்ராஜ்யத்தைப் பெரும் விபத்திலிருந்து காப்பாற்றும் சக்தி இப்போது உன் கையில் இருக்கிறது.'

'நான் என்ன செய்ய வேண்டும்?'

'மாமல்லனுக்கு ஓலை எழுதித் தரவேண்டும்!'

'என்ன ஓலை?' என்று சிவகாமி கேட்டாள்.

'மாமல்லனை நீ விடுதலை செய்வதாக எழுதவேண்டும்; உன்னை மறந்துவிடும்படி எழுதவேண்டும்.'

'பிரபு! இந்த ஏழைப் பெண்ணை ஏன் இப்படிச் சோதனை செய்கிறீர்கள்? மாமல்லரையாவது நான் விடுதலை செய்யவாவது? என்னை மறக்கும்படி அவருக்கு நான் எப்படி எழுதுவேன்? நான் சம்மதித்தாலும் இந்தக் கை சம்மதியாது, சுவாமி!'

'சிவகாமி! காஞ்சிக்கு மூன்று காத தூரத்தில் வாதாபியின் படைகள் வந்திருக்கின்றன. ஆயினும் நான் இங்கே உன்னுடன் வாதாடிக்கொண்டி ருக்கிறேன். இதிலிருந்தே என்னுடைய கோரிக்கை முக்கியமானதென்று உனக்குத் தெரியவில்லையா? உண்மையை இன்னும் பட்டவர்த்தனமாய்ச் சொல்கிறேன், கேள்! வாதாபியின் சமுத்திரம் போன்ற சைனியங்களை எதிர்த்து நிற்பதற்கு வேண்டிய படைபலம் இப்போது பல்லவ இராஜ்யத் துக்கு இல்லை. இந்த நிலைமையில் தெற்கேயிருந்து பாண்டியனுடைய பெரும்படையும் பல்லவ இராஜ்யத்தைத் தாக்க வருகிறது. நீ மனம் வைத்து என் கோரிக்கையை நிறைவேற்றினால், பாண்டிய சைனியம் பல்லவ சைனியத்துடன் சேர்ந்துவிடும். இரண்டும் சேர்ந்தால் வாதாபிப் படைகளை வெற்றி கொள்ளலாம். சிவகாமி! பல்லவ இராஜ்யத்துக்கு இந்த மகத்தான உதவியை நீ செய்வாயா?'

'எனக்கும் பாண்டியர் படையெடுப்புக்கும் என்ன சம்பந்தம் பிரபு! பல்லவ இராஜ்யத்துக்கு இந்த ஏழைச் சிற்பியின் மகள் என்ன உதவியைச் செய்யமுடியும்?'

‘உன் மனத்தைப் புண்படுத்தவேண்டாம் என்று பார்த்தால் நீ விடமாட்டேன் என்கிறாய். சிவகாமி! பாண்டிய இராஜகுமாரியை மாமல்லனுக்குக் கலியாணம் செய்து கொள்ளுமாறு தூது அனுப்பினார்கள். அதற்கு மாமல்லன் இணங்காதபடியால் பாண்டியனுடைய சைனியம் நம்மீது படை யெடுத்து வருகிறது. கலியாணம் செய்து கொள்வதாகச் சம்மதம் தெரிவிக்க வேண்டியதுதான்; உடனே பாண்டிய சைனியம் நம்முடன் சேர்ந்துவிடும். நீ மாமல்லனுக்கு விடுதலை கொடுத்தால், அவனை இதற்கு இணங்கச் செய்வேன். என்ன சொல்கிறாய், தாயே! பல்லவ இராஜ்யத்துக்கு உயிர்ப் பிச்சை அளிப்பாயா?’ என்று மகேந்திரர் இறைஞ்சினார்.

சிவகாமி பூமியில் சட்டென்று உட்கார்ந்து, ‘மாட்டேன், மாட்டேன்! என்னால் முடியாது!’ என்று அலறினாள். பின்னர் விம்மிக்கொண்டே, ‘பல்லவேந்திரா! உங்களுடைய கையிலுள்ள விஷக் கத்தியை என் மார்பிலே பாய்ச்சிக் கொன்றுவிடுங்கள். தங்கள் குமாரருக்கு விடுதலை கிடைத்துவிடும். பல்லவ இராஜ்யமும் காப்பாற்றப்படும். ஒரு பெரிய இராஜ்யத்தைக் காப்பதற்காக ஓர் அபலைப் பெண்ணைக் கொன்றால் என்ன? கத்தியை எடுங்கள் பிரபு! தங்களுக்கு தைரியம் இல்லாவிட்டால் கத்தியை இங்கே கொடுங்கள். நானே என் மார்பில் செலுத்திக் கொள்கிறேன்!’ என்றாள்.

‘சிவகாமி! நீ ஜயித்தாய்! நான் தோற்றேன்’ என்றார் மகேந்திர பல்லவ சக்கரவர்த்தி.

பாறையடியில் மேலே கூறிய சம்பாஷணை நடந்து ஒரு நாழிகைக்குப் பிறகு சிவகாமியும் ஆயனரும் மண்டபப்பட்டுக் கிராமத்தை அடைந்தார்கள். மடத்து வாசலை அணுகியதும் சிவகாமி மிகவும் பரபரப்புடன் முதலில் பிரவேசித்து அறைக்குள்ளே சென்று பார்த்தாள். தூண் மறைவில் பிக்ஷுவைக் காணவில்லை. மடத்திற்குள் வேறு எங்கேயும் அவரைக் காணவில்லை.

ஏதோ ஒரு சந்தேகம் உதிக்கவே, அவசரமாகச் சென்று தனது ஆடை ஆபரணப் பெட்டியைத் திறந்து பார்த்தாள். கையினால் பல முறை துழாவிப் பார்த்தாள். ஆடை ஆபரணங்களையெல்லாம் எடுத்து உதறிப் பார்த்தாள்.

எப்படிப் பார்த்தும் சக்கரவர்த்தி கொடுத்த சிங்க முத்திரையுள்ள இலச்சினையைக் காணவில்லை!

அதே சமயத்தில் வராக நதிக்கு அக்கரையில் ரதசாரதி கண்ணபிரானிடம் புத்த பிக்ஷு மேற்படி சிங்க இலச்சினையைக் காட்டிக் கொண்டிருந்தார். காட்டி, தன்னை அவனுடைய ரதத்தில் காஞ்சி மாநகருக்கு விரைவாக அழைத்துப் போகும்படி கட்டளையிட்டார். கண்ணபிரான் தயக்கத்துடன் அந்தக் கட்டளையை ஒப்புக்கொண்டு பிக்ஷுவை ரதத்தில் ஏறும்படி கூறினான்.

இதையெல்லாம் சற்றுத் தூரத்தில் மரங்களில் மறைவில் நின்று சக்கர வர்த்தியும் சத்ருக்னனும் பார்த்துக்கொண்டிருந்தார்கள். சத்ருக்னன் பாய்ந்து சென்று கண்ணபிரானைத் தடுப்பதற்கு யத்தனித்தபோது சக்கரவர்த்தி அவனுக்குச் சமிக்ஞை செய்து நிறுத்தினார்.

புத்த பிக்ஷு ரதத்தில் ஏறுவதையும், கண்ணபிரான் வேண்டா வெறுப்பாக ரதத்தின் குதிரைகளைத் தட்டிவிடுவதையும், வீரர்கள் ரதத்தைப் பின் தொடர்ந்து செல்வதையும் அவ்விருவரும் பார்த்துக்கொண்டு சும்மா நின்றார்கள்.

சத்ருக்னனுடைய முகத்தில் கோபம் கொதித்தது; சக்கரவர்த்தியின் முகத்திலோ புன்னகை தவழ்ந்தது.

49.காஞ்சியில் கோலாகலம்

ஏறக்குறைய அர்த்த ராத்திரியில் வராக நதிக்கரையிலிருந்து புறப்பட்ட மாமல்லரும் தளபதி பரஞ்சோதியும் காஞ்சி மாநகரை நோக்கி விரைந்து சென்றார்கள். வழியில் இரண்டு காத தூரத்துக்கு ஒன்றாக ஏற்பட்டிருந்த இராஜாங்க விடுதிகளில் அவர்களுக்காக மாற்றுக் குதிரைகள் ஆயத்தமாயிருந்தன. உணவும் சிரம பரிகாரம் செய்துகொள்ள வசதிகளும் ஏற்பாடு செய்யப்பட்டிருந்தன.

இவ்வளவுடன் ஒவ்வொரு விடுதியிலும், நூறு குதிரை வீரர்கள் அணி வகுத்து ஆயத்தமாக நின்றார்கள். மாமல்லருடன் வந்த வீரர்களை ஆங்காங்கே தங்கி வரும்படி நிறுத்திவிட்டுப் புதிய துணை வீரர்களுடன் செல்வது பிரயாணத்தின் விரைவுக்கு அனுகூலமாயிருந்தது.

இந்த முன்னேற்பாடெல்லாம் மாமல்லருக்கு மிக்க வியப்பளித்தது. அதே வழியில் முன்னால் சென்ற தம் தந்தைதான் அந்த ஏற்பாடுகளெல்லாம் செய்துவிட்டுப் போயிருக்கவேண்டும் என்று ஊகித்து மாமல்லர் அளவற்ற இறும்பூது அடைந்தார். பரஞ்சோதியிடமும் சொல்லிச் சொல்லி மகிழ்ந்தார்.

அதற்குப் பரஞ்சோதி, ‘ஆஹா! இதை ஒரு பிரமாதமாகச் சொல்லப் போகிறீர்களே? சமுத்திரத்தின் ஆழத்தையாவது கண்டுபிடிக்கலாம்; சத்துரு மல்லரான மகேந்திரரின் முன் ஜாக்கிரதைக்கு ஆழம் கண்டுபிடிக்க முடியாது. இதையெல்லாம் எட்டு மாத காலம் அவருடன்கூட இருந்து நேரிலேயே பார்த்தேன். அதனாலேதான், சக்கரவர்த்தி எது சொன்னாலும் அதற்கு மாறாக என் மனத்தில் நினைப்பதுகூட இல்லை’ என்றார்.

வடபெண்ணை ஆற்றங்கரையில் பல்லவ சைனியத்தோடு எட்டு மாதம் தங்கி, வாதாபி சைனியத்தை மேலே வரவொட்டாமல் தடுப்பதற்குச் சக்கரவர்த்தி கையாண்ட அதிசயமான யுக்திகளையும் தந்திரங்களையும் பற்றி பரஞ்சோதி பிரஸ்தாபித்தார். இது மாமல்லருக்கு அவ்வளவு உற்சாகம் அளிக்கவில்லை.

‘தளபதி! நீங்கள் என்னதான் சொல்லுங்கள், எதிராளியை நிறுத்தி வைப்பது, ஏமாற்றுவது, பின்வாங்கித் தப்பித்துக்கொண்டு வருவது இதிலெல்லாம்

ஒருவிதப் பெருமையும் இருப்பதாக எனக்குத் தெரியவில்லையே!' என்றார் மாமல்லர்.

அப்போது பரஞ்சோதி, 'யுத்தத்தில் பின்வாங்க வேண்டிய சமயமும் உண்டு; எதிர்த்துத் தாக்க வேண்டிய சமயமும் உண்டு. ஒன்று கவனித்தீர்களா? துர்வி நீதனைத் துரத்திக்கொண்டு தென்பெண்ணைக்கு அப்பால் தாங்கள் போகவேண்டாமென்று சக்கரவர்த்தி கட்டளையிட்டிருக்கிறார். அதற்காகத் தாங்கள் வருத்தப்பட்டீர்கள். ஆனால் துர்விநீதன் தப்பித்துக்கொண்டு விட்டானா? இல்லையே? சக்கரவர்த்தி அதற்கும் ஏற்பாடு செய்திருந்தார் அல்லவா? தென்பெண்ணைக்கு அக்கரையில் திருக்கோவலூர் கோட்டத் தலைவன் ஆனந்தன் மழவராயனை ஆயத்தமாயிருக்கும்படி செய்திருந்தார் அல்லவா? துர்விநீதன் சமணப் பள்ளியில் ஒளிந்து கொள்ள முயன்றும் தப்ப முடியவில்லையே? இப்போது அவன் மழவராயன் கோட்டையில் சிறைப் பட்டிருக்கிறானல்லவா? பிரபு! பிரம்மாண்ட சைனியங்களை வைத்துக் கொண்டு யுத்தத்தில் ஜயித்தவர்கள் எத்தனையோ பேர் உண்டு. ஆனால், நமது சக்கரவர்த்தியைப் போல் சொற்ப சைனியத்தை வைத்துக்கொண்டு மகத்தான எதிரிகளின் மேல் ஜயம் அடைந்தவர்கள் யாரும் இல்லை!' என்றார்.

'ஆமாம், அதில் என்ன சந்தேகம்? பல்லவ வீரன் ஒவ்வொருவனும் சளுக்க வீரன் பத்துப் பேருக்கு இணையானவன் அல்லவா? புள்ளலூரிலேதான் பார்த்தோமே?' என்றார் மாமல்லர்.

மகேந்திர சக்கரவர்த்தி சுத்த வீரத்தைக் கைக்கொள்ளாமல் இராஜதந் திரத்தைக் கையாண்டு ஜயிக்கிறார் என்ற எண்ணம் குமார சக்கரவர்த்திக்கு வேம்பாயிருந்தது. அதை அவரால் ஒப்புக் கொள்ளவோ, பாராட்டவோ முடியவில்லை.

பாதி இரவும் ஒரு பகலும் அந்த அபூர்வ சிநேகிதர்கள் இடைவிடாமல் பிரயாணம் செய்து சூரியன் அஸ்தமிக்கும் சமயத்தில் காஞ்சி மாநகரின் தெற்கு வாசலை அணுகினார்கள்.

அதே தெற்கு வாசலை, ஒன்பது மாதங்களுக்கு முன்பு ஒரு நாள் அஸ்தமன நேரத்தில் நாகநந்தி பிக்ஷுவுடன்கூடத் தான் அணுகியது பரஞ்சோதிக்கு நினைவு வந்தது. அன்று கோட்டைக் கதவின் உள் துவாரத்தின் வழியாக நகருக்குள் பரஞ்சோதி பிரவேசித்தார். இன்றைக்கு அவ்விதம் பிரவேசிக்க வேண்டி இருக்கவில்லை.

மாமல்லரும் பரஞ்சோதியும் துணையாக வந்த வீரர்களுடன், கோட்டை வாசலை நெருங்கியதும், கோட்டை வாசலின் மேல் மச்சு மண்டபத்தில் ஜயபேரிகைகள் முழங்கின; வெற்றிச் சங்குகள் ஒலித்தன; கொம்புகள் கோஷித்தன. கோட்டைக்கு உட்புறத்திலிருந்து ஒரே கோலாகலச் சத்தம் எழுந்தது.

கோட்டைக் கதவுகள் 'படார்' என்று திறந்தன. உள்ளே பார்த்தால், நகரம் கண்கொள்ளாக் காட்சி அளித்தது. விசாலமான வீதிகளின் நடுவில் கண்ணுக்

கெட்டிய தூரம் பல்லவ வீரர்கள் அணிவகுத்து நின்றார்கள். வீதியின் இரு புறங்களிலும் நகரமாந்தர்கள் நெருங்கி நின்றார்கள். இருபுறத்து வீடுகளின் உப்பரிகை மாடங்களில் திவ்யாலங்கார பூஷிதைகளான இளம் பெண்கள் நின்றார்கள். அவர்கள் பக்கத்தில் மல்லிகை முல்லை கொன்றை முதலிய மலர்கள் கும்பல் கும்பலாகக் கிடந்தன. இரண்டு கை நிறையப் புஷ்பங் களை எடுத்து அவர்கள் சித்தமாய் வைத்துக்கொண்டிருந்தார்கள். எதற்காக வென்று சொல்ல வேண்டுமா? வெற்றி வீரராகத் திரும்பி வரும் குமார சக்கர வர்த்தியின் மீது மலர் மாரி பொழிவதற்காகத்தான்.

காஞ்சி நகரம் அன்று அப்படிக் கோலாகலமாய் இருந்ததற்குக் காரணங்கள் இரண்டு இருந்தன. முதலாவது, வடக்குப் போர்க்களத்திலிருந்து பல்லவ சைனியம் சேனாதிபதி கலிப்பகையின் தலைமையில் காஞ்சிக்குத் திரும்பி வந்து சேர்ந்திருந்தது. சென்ற சில நாளாக ஜனங்கள் நகரைவிட்டு போய்க் கொண்டிருந்தபடியால் பாழடைந்ததுபோல் இருந்த நகரம் ஓர் இலட்சம் போர் வீரர்களின் வரவினால் கலகலப்பை அடைந்திருந்தது. அத்தோடு புள்ளலூர்ச் சண்டையில் மாமல்லரின் மகத்தான வெற்றியைப் பற்றிய செய்தியானது அனைவருக்கும் உற்சாகத்தை உண்டுபண்ணியிருந்தது. இத்தகைய உற்சாகத்துக்குக் காரண புருஷரான குமார சக்கரவர்த்தி மாமல்லர் அன்று நகருக்குத் திரும்பி வருகிறார், அவரை நேரிலேயே பார்க்கப் போகிறோம் என்று தெரிந்த பிறகு, மகா ஜனங்களின் குதூகலத் தைக் கேட்க வேண்டுமா?

தூக்கி நிறுத்தியிருந்த பாலம் அகழியின்மேல் விடப்பட்டதும் மாமல்லர் அதன் வழியாகக் கோட்டைக்குள் பிரவேசித்தார். பரஞ்சோதியும் மற்ற வீரர்களும் அவரைப் பின் தொடர்ந்து சென்றார்கள். திறந்த கோட்டைக் கதவுகள் மறுபடி சாத்திக் கொண்டன.

கோட்டை வாசலைத் தாண்டி மாமல்லர் நகர வீதியில் பிரவேசித்ததும், ஏக காலத்தில் ஆயிரக்கணக்கான ரிஷபக் கொடிகள் தெருவெல்லாம் உயர்ந்தன. வீதியில் அணிவகுத்து நின்ற வீரர்கள் அதுவரை அக்கொடிகளைத் தாழ்த்திப் பிடித்துக் கொண்டிருந்தார்கள். மாமல்லர் உள்ளே பிரவேசித்ததும் கொடிகள் மளமளவென்று உயர்ந்து காற்றில் சடசடவென்று அடித்துக்கொண்ட காட்சி ஏதோ ஓர் இந்திரஜாலக் காட்சி மாதிரி தோன்றியது. அதிலிருந்து குமார சக்கரவர்த்தி நகருக்குள் பிரவேசித்துவிட்டார் என்பதை நெடுந்தூரத்துக்கு நெடுந்தூரம் நெருங்கி நின்ற ஜனத் திரள்கள் தெரிந்துகொண்டன. அவ்வளவு ஜனங்களும் ஒருவரோடொருவர் அந்தச் செய்தியைக் கூறி மகிழ்ந்துகொண்டபோது எழுந்த சத்தமானது ஏழு சமுத்திரங்களும் ஒரேயடியாகப் பொங்கிவந்தது போன்ற பேரொலியை ஒத்திருந்தது.

மாமல்லரை வரவேற்பதற்காகக் கோட்டை வாசலுக்கருகில் அமைச்சர் குழுவினர், மந்திரி மண்டலத்தார் இவர்களுடன் சேனாதிபதி கலிப் பகையாரும் காத்திருந்தார். மாமல்லரும் பரஞ்சோதியும் குதிரைகள் மீதிருந்து இறங்கினார்கள். தங்க நிறமான கொன்றைப் பூக்களை அழகாகத் தொடுத்திருந்த பெரியதொரு மாலையை மாமல்லரின் கழுத்தில் முதல்

அமைச்சர் கூட்ட, சேனாதிபதி கலிப்பகையார், 'வாழ்க! வாழ்க! புள்ளலூர்ப் போர்க்களத்தில் கங்கநாட்டு மன்னனைப் புறங்கண்ட வீராதி வீர மாமல்லர் வாழ்க! வாழ்க!' என்று கோஷித்ததும், 'வாழ்க! வாழ்க!', 'ஜய விஜயீ பவ!' என்ற கோஷங்கள் ஆயிரம் பதினாயிரம் கண்டங்களிலிருந்தும் ஏக காலத்தில் எழுந்து வானளாவி முழங்கின.

இந்த வரவேற்பு வைபவங்களினால் எல்லாம் மாமல்லருடைய முகத்தில் நியாயமாகத் தோன்றியிருக்கவேண்டிய மலர்ச்சி காணப்படவில்லை. அவருடைய உள்ளத்தில் இன்னதென்று தெரியாத ஏதோ ஒரு குறை உறுத்திக்கொண்டிருந்தது. தந்தை மகேந்திர சக்கரவர்த்தி முன்னதாக நகருக்கு வந்து இந்த வரவேற்பு வைபவத்தையெல்லாம் ஏற்பாடு செய்திருக்கிறார் போலும்! பல்லவ இராஜ்யத்தின் மகத்தான எதிரியின் படைகள் காஞ்சியை நெருங்கி வந்துகொண்டிருக்கும்போது, இந்த வெற்றி முழக்கங்கள் எல்லாம் எதற்காக?

அந்தக் கணமே தந்தையைப் பார்க்கவேண்டும் என்ற ஆவல் மாமல்லரின் உள்ளத்தில் பொங்கிற்று. உடனே அவரும் பரஞ்சோதியும் தத்தம் குதிரைகள் மேல் ஏறிக்கொண்டு அரண்மனையை நோக்கி விரைந்து செலுத்தினார்கள்.

அரண்மனையை அடைந்து முன்வாசலையும் நிலா முற்றத்தை யும் தாண்டி உள்ளே சென்றதும், அந்தப்புரத்து வாசலில் புவன மகாதேவியார் சேடியார் புடைசூழக் காத்திருப்பதைக்கண்டார். போர்க்களத்திலிருந்து வெற்றி மாலை சூடித் திரும்பி வந்த வீரப் புதல்வனுக்கு அன்னை ஆரத்தியெடுத்து, திருஷ்டி கழித்த பிறகு 'குழந்தாய்! உன் வீரச் செயல்களைப்பற்றிக் கேட்டு என் தோள்கள் பூரித்திருக்கின்றன. நகர மாந்தர் எல்லாம் சொல்ல முடியாத ஆனந்தத்தில் மூழ்கியிருக்கிறார்கள். ஆனால், உன் முகம் ஏன் வாடிச் சிணுங்கியிருக்கிறது? நெடுந்தூரம் பிரயாணம் செய்த அலுப்பினாலோ?' என்று சக்கரவர்த்தினி கேட்டாள்.

'ஆம், அம்மா! அதுவும் ஒரு காரணந்தான்; ஆனால், அது மட்டும் அல்ல. இந்த வரவேற்பு வைபவம் ஒன்றும் எனக்குப் பிடிக்கவில்லை. புள்ளலூர்ச் சண்டையில் அடைந்த வெற்றி ஒரு பெரிய வெற்றியா? வாதாபி சைனியம் ஒரு பெரிய சமுத்திரம் என்றால், கங்கர் சைனியம் ஒரு சிறு குட்டைக்குச் சமானம். அந்தச் சிறு படையை முறியடித்ததற்கும் நானே முழுக்காரணம் அல்ல. புள்ளலூர்ச் சண்டையில் நமது வெற்றிக்குக் காரணமானவர் உண்மையில் என் தந்தைதான்! அது போகட்டும், அம்மா! சக்கரவர்த்தி எங்கே?' என்று மாமல்லர் கேட்டார். அப்போது புவனமகா தேவியின் முகத்தில் ஆச்சரியக் குறி தென்பட்டது.

'இது என்ன குழந்தாய்? அந்தக் கேள்வியை உன்னிடத்தில் கேட்க வேண்டும் என்றல்லவா நினைத்தேன்? என்னை நீ கேட்கிறாயே? அப்பா எங்கே? நீ பார்க்கவில்லையா? உன்னோடு அவர் வரவில்லையா?' என்றாள் புவனமாதேவி.

அப்போதுதான் மகேந்திர சக்கரவர்த்தி காஞ்சிக்கு இன்னும் வந்து சேரவில்லையென்பது மாமல்லருக்குத் தெரிய வந்தது.

தமக்கு முன்னாலேயே புறப்பட்டவர் ஏன் இன்னும் வந்து சேரவில்லை? வழியில் ஏதேனும் அபாயம் நேர்ந்திருக்குமோ? வாதாபிப் படைகள் கோட்டையைச் சூழ்வதற்குள் சக்கரவர்த்தி வந்து சேராவிட்டால் என்ன செய்வது? இராஜ்யப் பொறுப்பும் யுத்தம் நடத்தும் பொறுப்பும் தம்மையல்லவா சாரும்? இத்தகைய பல எண்ணங்கள் மாமல்லரின் உள்ளத்தில் பொங்கி எழுந்தன.

புவனமாதேவி கூறிய செய்தியானது மாமல்லருக்கு எவ்வளவு வியப்பை அளித்ததோ, அவ்வளவு பரஞ்சோதிக்கு அளித்ததாகத் தெரியவில்லை. அவர் இதை எதிர்பார்த்ததாகவே தோன்றியது.

50.மந்திராலோசனை

அன்றிரவு ஒன்றரை ஜாமம் ஆனபோது, மந்திராலோசனை சபை கூடியிருப்பதாகவும், குமார சக்கரவர்த்தியின் வரவை அனைவரும் எதிர்பார்த்துக் கொண்டிருப்பதாகவும் செய்தி வந்தது. மாமல்லரும் அன்னையிடம் விடைபெற்றுப் புறப்பட்டார்.

புள்ளலூரிலிருந்து சக்கரவர்த்தி செய்தி அனுப்பியதன் காரணமாகத்தான் இன்றிரவும் இந்த மந்திராலோசனை சபை கூடியது. *மந்திரிகளும், அமைச்சர்களும், கோட்டத்தலைவர்களும் மந்திராலோசனைக்கு அழைக்கப்பட்டு வந்திருந்தார்கள்.

தளபதி பரஞ்சோதி பின்தொடர, மாமல்லர் மண்டபத்திற்குள் பிரவேசித்ததும் அங்கே கூடியிருந்தவர் எல்லோரும் எழுந்து நின்று மரியாதை செய்தார்கள்! பிறகு பீடங்களில் அமர்ந்தார்கள்.

சக்கரவர்த்தியின் சிம்மாசனம் வெறுமையாயிருந்தது. அதனருகில் போட்டிருந்த மற்றொரு சிம்மாசனத்தில் மாமல்லர் அமர்ந்தார். அவருக்குப் பின்னால் பரஞ்சோதி நின்றுகொண்டிருந்தார். அவருக்கு ஏனோ உட்கார

---

* பல்லவ சாம்ராஜ்யத்தில் மந்திரி மண்டலம் என்றும் அமைச்சர் குழு என்றும் இரண்டு சபைகள் சக்கரவர்த்திக்கு இராஜ்ய நிர்வாகக் காரியங்களில் துணை செய்தன. மந்திரிகள் ஆலோசனை சொல்வதற்கு உரியவர்கள்: அமைச்சர் அல்லது அமாத்தியர், காரிய நிர்வாகத் தலைவர்கள். சாம்ராஜ்யம் பற்பல கோட்டங்களாகப் பிரிக்கப் பட்டிருந்தது. ஒவ்வொரு கோட்டத்திற்கும் ஒரு தலைவன் உண்டு. நெருக்கடியான சமயங்களில் கோட்டத்தலைவர்களும் மந்திரா லோசனைக்கு அழைக்கப் படுவார்கள்.

மனம் வரவேயில்லை. ஏதோ எதிர்பாராத சம்பவங்கள் நடக்கப் போவதாக அவருடைய உள்ளுணர்ச்சி சொல்லிக்கொண்டிருந்தது. இதனால் ஏற்பட்ட பரபரப்பு அவருடைய முகத்தில் பிரதிபலித்தது.

முதன் மந்திரி சாரங்கதேவ பட்டர் சபையை ஆரம்பித்து வைத்தார். அவர் சபையைப் பார்த்துக் கூறியதாவது:

'இன்றைக்கு இந்த நேரத்தில் மந்திராலோசனை சபை கூட்டும்படியாகச் சக்கரவர்த்தி ஆக்ஞை இட்டதன் பேரில் இங்கே கூடியிருக்கிறோம். ஆனால், சக்கரவர்த்தி இன்னும் வந்து சேரவில்லை. விசித்திர சித்தரான நம் சக்கரவர்த்தி வேறு முக்கிய அலுவல்களில் ஈடுபட்டிருப்பதனால் இன்னும் வந்து சேரவில்லையா? அல்லது எதிர்பாராத இடையூறுகளினால் தடுத்து நிறுத்தப்பட்டாரா என்பதும் தெரியவில்லை. இந்த நிலைமையில் மந்திராலோசனையைத் தள்ளிப் போடுவதா அல்லது குமார பல்லவரின் தலைமையில் சபையை நடத்துவதா என்று முதலில் தீர்மானிக்கவேண்டும். சக்கரவர்த்தி ஒன்பது மாதத்துக்கு முன்பு வடக்குப் போர்க்களத்துக்குச் சென்றபோது மாமல்லருக்குச் சர்வ இராஜ்ய அதிகாரங்களையும் கொடுத்து விட்டுச் சென்றார். எனவே, மாமல்லரின் தலைமையில் மந்திராலோசனை நடத்தலாம் என்றே நான் நினைக்கிறேன். உங்கள் எல்லோருடைய அபிப்பிராயமும் அவ்விதமே இருக்கும் என்று கருதுகிறேன்.'

முதன் மந்திரியின் மேற்படி பிரேரணையை, 'ஆம், ஆம்' என்று கூறி சபையோர் அனைவரும் ஆமோதித்தார்கள்.

பின்னர், முதல் அமைச்சர் ரணதீர பல்லவராயர் சொன்னதாவது: 'இந்தச் சபையைத் தள்ளிப்போட்டு, சக்கரவர்த்தி வருகிற வரையில் காத்திருப் பதற்கு முடியாத நிலைமையில் நாம் இருக்கிறோம். வாதாபியின் முன்னணிப் படைகள் கோட்டைக்கு இரண்டு காத தூரத்தில் வந்து விட்டன. இந்த நிலைமையில் நாம் செய்யவேண்டியது என்னவென்பது பற்றிக் குமார சக்கரவர்த்தியின் அபிப்பிராயத்தையும், ஆக்ஞையையும் அறிய விரும்புகிறோம். வடக்குப் போர்க்களத்திலிருந்து நம் வீர பல்லவ சைனியத்தைச் சேதமடையாமல் கோட்டைக்குள்ளே கொண்டு வந்து சேர்த்த சேனாதிபதி கலிப்பகையாரும் நமது கடமையைப் பற்றி தமது அபிப்பிராயத்தைத் தெரியப்படுத்துவாரென்று எதிர்பார்க்கிறோம்.'

செஞ்சிக்கோட்டைத் தலைவன் சடையப்பசிங்கன் சொன்னான்: 'சக்கரவர்த் தியைப் பற்றிய செய்தியை முதலில் தெரிந்துகொள்ள விரும்புகிறோம். வடக்குப் போர்க்களத்தில் தமது சேனாதிபதியுடன் பல்லவேந்திரர் இருப் பதாகவே இத்தனை காலமும் எண்ணிக்கொண்டிருந்தோம். சைனியத்தை விட்டுப் பிரிந்து சக்கரவர்த்தி எங்கே போனார் என்பதைச் சேனாதிபதி தெரி விக்கக் கூடுமா?'

சேனாதிபதி கலிப்பகையார் கூறினார்: 'பத்து தினங்களுக்கு முன்னால் சக்கரவர்த்தி இரண்டாயிரம் வீரர்களுடன் வடக்குப் போர்க்களத்திலிருந்து புறப்பட்டார். காஞ்சிக் கோட்டைக்குச் சைனியங்களுடன் வந்து சேரும்படி

எனக்குக் கட்டளையிட்டு விட்டுச் சென்றார். அப்புறம் எனக்குத் தகவல் ஒன்றும் தெரியாது. புள்ளலூர்ப் போர்க்களத்துக்குச் செல்வதாக நான் ஊகித்தேன். சக்கரவர்த்தி அழைத்துச் சென்ற வீரர்களில் திரும்பி வந்திருப் பவர்கள் அவ்விதமே சொல்கிறார்கள்.

'புள்ளலூர்ப் போர்க்களம்' என்றதும் அங்கிருந்தோர் அனைவருடைய கண்களும் மாமல்லரை நோக்கின. சபையின் நோக்கத்தை அறிந்துகொண்டு மாமல்லர் பேசினார்.

'சேனாதிபதி ஊகித்தது உண்மை. தந்தை புள்ளலூர்ப் போர்க்களத்துக்குத் தான் வந்தார். ஆனால், இன்னும் இங்கு வந்து சேரவில்லையென்பது எனக்கு வியப்பாகவே இருக்கிறது. உங்களையெல்லாம் கோட்டை வாசலில் சந்தித்தபோது, என் தந்தை அரண்மனையில் என்னை எதிர்பார்த்துக் கொண்டிருக்கிறார் என்று எண்ணினேன். அரண்மனைக்கு வந்ததும் பெரும் ஏமாற்றமடைந்தேன். என் அருமைத் தோழர் பரஞ்சோதிக்குச் சக்கரவர்த்தி அனுப்பியிருந்த ஓலையிலிருந்து அவ்விதம் நாங்கள் நினைக்க நேர்ந்தது. தளபதி! எல்லா விவரங்களையும் இவர் களுக்குச் சொல்லுங்கள்!'

அவ்விதமே தளபதி பரஞ்சோதி, புள்ளலூர்ப் போரின் விவரம், துர்விநீதன் தோற்று ஓடியது, அவனைத் துரத்திக்கொண்டு தாங்கள் சென்றது, சக்கர வர்த்தியும் வேறு மார்க்கமாகத் தெற்கு நோக்கி வந்தது, மாமல்லர் வெள்ளத்தில் அகப்பட்டுக்கொண்டு மண்டபப்பட்டுக் கிராமத்தில் ஒதுங்கியது, தாம் அவரைத் தேடியது, துர்விநீதனைச் சக்கரவர்த்தி சிறைப்படுத்தி விட்டு தமக்கு ஓலை அனுப்பினது ஆகிய விவரங்களைச் சபையோருக்கு எடுத்துக் கூறினார். ஆயனர் சிவகாமி விஷயத்தை மட்டும் அவர் பிரஸ்தாபிக்கவில்லை.

அதன் மேல் முதன் மந்திரி சாரங்கதேவபட்டர் கூறியதாவது: 'சக்கரவர்த்தி இல்லாத சமயத்தில் நம்முடைய பொறுப்பு பன்மடங்கு அதிகமாயிருக்கிறது. தென் தமிழ்நாடு இது வரையில் கண்டிராத பெரிய பகைவர் படை நம்மை நெருங்கி வந்து கொண்டு இருக்கிறது. அந்த நிலைமையில் நாம் செய்ய வேண் டியதைப்பற்றிக் குமார சக்கரவர்த்தியின் அபிப்பிராயத்தைத் தெரிந்துகொள்ள விரும்புகிறோம். கோட்டத் தலைவர்களும் மாமல்லரின் ஆக்ஞையை எதிர் பார்க்கிறார்கள். காஞ்சிக் கோட்டை முற்றுகைக்கு உட்படுவதற்குள் அவர்கள் தங்கள் தங்கள் கோட்டத்துக்குத் திரும்பிப் போய்விட வேண்டுமல்லவா?'

இதையெல்லாம் கேட்டுக் கொண்டிருந்த மாமல்லர் உடனே மறுமொழி எதுவும் சொல்லவில்லை. ஏதோ தீவிரமான சிந்தனையில் ஆழ்ந்தவராகக் காணப்பட்டார்.

அதைக் கவனித்த முதல் அமைச்சர் ரணதீர பல்லவராயர், 'முதலில் வடக்குப் போர்க்களத்திலிருந்து திரும்பி வந்திருக்கும் சேனாதிபதி கலிப்பகையார் தமது அபிப்பிராயத்தைச் சொல்லு வது நல்லது. சக்கரவர்த்தி இந்தச் சபை கூட்டச் சொன்னதன் நோக்கம் என்ன என்பது அவருக்குத் தெரிந்திருக்கக் கூடும்!' என்றார்.

சேனாதிபதி கலிப்பகையார் தம் ஆசனத்திலிருந்து எழுந்து நின்று சொல்லத் தொடங்கினார்: 'சக்கரவர்த்தி இந்த மந்திராலோசனை சபையைக் கூட்டிய தன் காரணம், காஞ்சி முற்றுகை சம்பந்தமானதுதான். முற்றுகை ஒருவேளை ஓராண்டு காலம் நீடித்தாலும் நீடிக்கலாம் என்று சக்கரவர்த்தி எதிர்பார்க்கிறார். இந்த ஒரு வருஷமும் கோட்டைக்குள்ளே இருப்பவர்களுக்கும் வெளியில் இருப்பவர்களுக்கும் சம்பந்தம் எதுவும் இராது. ஓலைப் போக்கு வரவுக்கும் இடமிராது. காஞ்சிக் கோட்டை முற்றுகைக்கு உட்பட்டிருக்கும் காலத்தில் நமது கோட்டத் தலைவர்கள் செய்ய வேண்டியது என்ன என்பதை அவர்களுக்குச் சக்கரவர்த்தி சொல்ல விரும்பினார். அவர் சொல்ல விரும்பியது என்ன என்பதை நான் அறியேன்.'

'சேனாதிபதியை ஒன்று கேட்க விரும்புகிறேன். வாதாபிப் படைகள் கோட்டை வாசலுக்கு எப்போது வந்து சேரும் என்று நினைக்கிறீர்கள்?' என்று கோட்டத் தலைவரில் ஒருவர் கேட்டார்.

'நாளைச் சூரியோதயத்துக்கு வந்து சேரலாம். அஸ்தமனத்துக்குள் கோட்டையை நாலாபுறமும் சூழ்ந்து கொள்ளக்கூடும்.'

'அப்படியானால், கோட்டைக்கு வெளியே போகிறவர்கள் நாளைச் சூரியோதயத்துக்குள் போய்விட வேண்டுமல்லவா?'

'சக்கரவர்த்தி இன்று இரவுக்குள்ளே வந்து சேராவிட்டால், கோட்டத் தலைவர்கள் அவர்களுடைய ஊர்களுக்குத் திரும்பிச் சென்று விடுவதுதான் நல்லது. சக்கரவர்த்தியின் ஆக்ஞை அவர்களைத் தேடிக்கொண்டு வந்து சேரும் என்று எதிர்பார்க்கலாம்.'

சற்று நேரம் மௌனம் குடிகொண்டிருந்தது. எல்லாரும் மாமல்லருடைய முகத்தை உற்று நோக்கிக்கொண்டிருந்தார்கள்.

'குமார சக்கரவர்த்தியின் ஆக்ஞையை எல்லாரும் எதிர்பார்த்துக் கொண்டிருக்கிறோம்' என்று முதல் மந்திரி கூறினார்.

மாமல்லர் தமது ஆசனத்திலிருந்து கம்பீரமாக எழுந்தார். சபையோர் அனைவரையும் ஒரு தடவை பார்த்தார். பிறகு கூறினார்: 'பத்து மாதங்களுக்கு முன்பு சக்கரவர்த்தி காஞ்சியை விட்டுப் புறப்பட்டபோது, தாம் திரும்பி வரும்வரை தம்முடைய ஸ்தானத்தில் சகல இராஜ்யாதிகாரங்களையும் வகிக்கும்படி எனக்குக் கட்டளையிட்டார். அது உங்களுக்கெல்லாம் நினைவிருக்கிறதல்லவா?'

'நினைவிருக்கிறது!' என்று சிலர் சொன்னார்கள்; இன்னும் சிலர் ஆமோதிப்பதற்கு அறிகுறியாகத் தலையை அசைத்தார்கள்.

ஏதோ விபரீதமான யோசனை வரப்போகிறதென்று எண்ணியவர்களைப் போல் மற்றவர்கள் மௌனமாயிருந்தார்கள்.

'சக்கரவர்த்தி இன்னும் திரும்பி வரவில்லை; ஆகவே, அவர் எனக்கு அளித்த இராஜ்யாதிகாரத்தை இன்னும் நான் வகிக்கலாமல்லவா? அது உங்களுக்கெல்லாம் சம்மதந்தானே?'

'சம்மதம்! சம்மதம்' என்பதாகச் சபையில் பல குரல்கள் ஏக காலத்தில் கோஷித்தன.

முதன் மந்திரி எழுந்து, நின்று, 'பல்லவ குமாரா! சக்கரவர்த்தி எங்களை ஆலோசனை கேட்கும்போது நாங்கள் எங்கள் கருத்தைச் சொல்வோம். அதுபோலவே தாங்கள் கேட்டாலும் எங்கள் அபிப்பிராயத்தைச் சொல்கிறோம். தீர ஆலோசித்தபின் தாங்கள் எப்படிக் கட்டளையிடுகிறீர்களோ, அப்படியே நடத்தி வைப்போம். யோசனை சொல்வதற்குத்தான் எங்களுக்கு உரிமை; ஆக்ஞையிடும் உரிமை தங்களது' என்றார்.

'சந்தோஷம், நீங்கள் சொல்லவேண்டிய யோசனையெல்லாம் சொல்லுங்கள்; கேட்டுக் கொள்கிறேன். ஆனால் என்ன செய்யவேண்டும் என்பதைப்பற்றி நான் முன்னமே முடிவு செய்துவிட்டேன். மந்திரிகளே! அமைச்சர்களே! கோட்டத் தலைவர்களே! அனைவரும் கேளுங்கள். படையெடுத்து வந்த பகைவர்களுக்குப் பயந்து கோட்டைக்குள் ஒளிந்து கொள்வது என்பது பல்லவ குலத்துக்கு என்றும் அழியாத அவமானத்தை உண்டுபண்ணக் கூடியது. தொண்டைமான் இளந்திரையன் வழி வந்த வீர பல்லவ வம்சத்துக்கு இந்த மகத்தான களங்கம் என்னுடைய காலத்தில் ஏற்படுவதை நான் ஒருநாளும் சகிக்க முடியாது. இந்தக் கோட்டைக்குள் இன்று சுமார் ஒரு லட்சம் பல்லவ வீரர்கள் போருக்குத் துடிதுடித்துக் கொண்டு காத்திருக்கிறார்கள். அவர்களை அழைத்துக்கொண்டு நாளைக்கே வெளியேறி நமது கோட்டை வாசலில் வாதாபி சைனியத்தைத் தாக்குவது என்று முடிவு செய்துவிட்டேன். அதற்கு உங்களுடைய சம்மதத்தை எதிர்பார்க்கிறேன். தளபதி பரஞ்சோதி என்னுடன் போர்க்களத்துக்கு வருவார். பரஞ்சோதிக்குப் பதிலாகச் சேனாதிபதி கலிப்பகையாரைக் கோட்டை காவலுக்கு நியமிக்கிறேன். இதற்கு உங்களுடைய சம்மதம் தெரிந்துகொண்ட பிறகு, வெளியூர்க் கோட்டத் தலைவர்களுக்கு நான் சொல்ல வேண்டியதைச் சொல்கிறேன்.'

மாமல்லர் பேச்சை நிறுத்தியபோது இடி இடித்து ஓய்ந்தது போலிருந்தது. மந்திரிகளும் அமைச்சர்களும் ஒருவரது முகத்தை ஒருவர் பார்த்தார்கள்; யாருக்கும் பேச நா எழவில்லை.

51.சக்கரவர்த்தி தூதன்

குமார சக்கரவர்த்தி சபையில் கூடியிருந்தவர்களை ஒரு தடவை கண்ணோட்டமாகப் பார்த்துவிட்டு, 'உங்கள் அபிப்பிராயம் என்ன? எல்லோருக்கும் சம்மதம்தானே?' என்று கேட்டார்.

சபையில் எல்லாருடைய முகத்திலும் திகைப்பின் அறிகுறி காணப்பட்டது. சற்று நேரம் நிசப்தம் குடிகொண்டிருந்தது.

உண்மையென்னவென்றால், அங்கே கூடியிருந்தவர்கள் யாவரும் யுத்தம் சம்பந்தமாக அபிப்பிராயம் கூறுவதற்காக வரவில்லை. மகேந்திர சக்கர வர்த்தியின் விருப்பத்தையும் ஆக்ஞையையும் தெரிந்துகொள்வதற்காகவே அவர்கள் வந்திருந்தார்கள்.

ஒன்பது மாதத்துக்கு முன்னால் சக்கரவர்த்தி வடக்குப் போர்க்களம் சென்ற போது அவர்கள் மேற்படி கொள்கையே அனுஷ்டித்துச் சக்கரவர்த்திக்குச் சர்வாதிகாரம் அளித்தார்கள். இப்போதும் அதே உறுதியுடன்தான் சபையில் கூடியிருந்தார்கள்.

விஷயம் இப்படியிருக்க, மாமல்லர் திடீரென்று எதிர்பாராதவிதமாக ஒரு பெரிய அபாயகரமான காரியத்தைச் செய்யப் போவதாகச் சொல்லி, அதைப் பற்றி அபிப்பிராயமும் கேட்கவே, எல்லாரும் மனக் குழப்பத்தில் ஆழ்ந்து, இன்னது செய்வதென்று தெரியாமல் சும்மா இருக்கும்படி நேர்ந்தது.

மாமல்லர் எல்லாருடைய முகங்களையும் ஒரு தடவை கண்ணோட்டம் செலுத்திப்பார்த்துவிட்டு, 'ஏன் எல்லாரும் மறுமொழி சொல்லாமலிருக் கிறீர்கள்? இது என்ன மௌனம்? உங்கள் முன்னிலையில் சொல்லத்தகாத வார்த்தைகள் ஏதேனும் சொல்லிவிட்டேனா? வீர பல்லவ குலத்துக்கு இழுக்குத் தரும் காரியம் எதையேனும் கூறினேனா?' என்று கம்பீரமாகக் கேட்டார்.

இன்னமும் அச்சபையில் மௌனம்தான் குடிகொண்டிருந்தது. பெரியதொரு தர்ம சங்கடத்தில் தாங்கள் அகப்பட்டுக் கொண்டு இருப்பதாக ஒவ்வொரு வரும் உணர்ந்து வாய் திறவாமல் இருந்தார்கள்.

'நல்லது, உங்களில் ஒருவரும் ஆட்சேபியாதபடியினால், என்னுடைய யோசனையை ஒப்புக்கொள்கிறீர்கள் என்று ஏற்படுகின்றது. சேனாதிபதி! அப்படித்தானே?' என்று மாமல்லர், சேனாதிபதி கலிப்பகையாரைக் குறிப் பாகப் பார்த்துக் கேட்டார்.

சேனாதிபதி கலிப்பகையார் எழுந்து, 'குமார சக்கரவர்த்தியின் கட்டளை எதுவோ, அதன்படி நடக்க நான் கடமைப்பட்டவன். ஆனால், அது யுக்த மானது என்று என்னால் ஒப்புக்கொள்ள முடியவில்லை. மாமல்லர் கூறுவது சக்கரவர்த்தியின் அபிப்பிராயத்துக்கு மாறானது. எவ்வளவோ தீர்க்காலோ சனையின் பேரில் பல்லவேந்திரர் நமது சைனியத்தைக் கோட்டைக்குள்ளே கொண்டுவந்து சேர்த்திருக்கிறார். மகேந்திர சக்கரவர்த்தி கோழை அல்ல; போருக்குப் பயந்தவர் அல்ல. சக்கரவர்த்தியின் அபிப்பிராயத்துக்கு மாறாக நாம் எதுவும் செய்வது உசிதமல்ல' என்றார்.

குமார சக்கரவர்த்தியின் முகத்தில் ஆத்திரம் கொதித்தது.

'சேனாதிபதி! என்னுடைய வீரத் தந்தையைக் கோழை என்றோ பயந்தவர் என்றோ நான் சொன்னேனா? அதைக் காட்டிலும் என் நாவை அறுத்துக் கொள்வேன்! என் தந்தையின் யுத்த தந்திரம் வேறு; என்னுடைய யுத்த தந்திரம் வேறு. அவர் இல்லாதபோது என்னுடைய யுத்த தந்திரத்தை அனு

சரிக்க எனக்குப் பாத்தியதை உண்டு. சேனாபதி! பல்லவ சைனியம் நாளைச் சூரியோதயத் திற்குள் யுத்த சந்நத்தமாகக் கிளம்ப ஆயத்தம் செய்யுங்கள்!'

சேனாபதி கலிப்பகையார், சற்றுத் தணிந்த குரலில், 'பல்லவ குமாரரின் தந்திரம் யுத்த தந்திரம் அல்ல; தற்கொலைத் தந்திரம்! வாதாபி சைனியத்தில் ஐந்து லட்சம் போர் வீரர்கள் இருக்கிறார்கள். பல்லவ வீரர்கள் லட்சம் பேருக்கு மேல் இல்லை' என்றார்.

மாமல்லர் கண்களில் தீப்பொறி பறக்க விழித்துக் கூறினார்: 'சேனாபதி! புள்ளலூர்ப் போர்க்களத்தில் பல்லவ வீரர் எத்தனை பேர், கங்கபாடி வீரர் எத்தனை பேர் என்பதை அறிவீரா? ஐம்பதினாயிரம் கங்க வீரர்களைப் புறங்காட்டி ஓடும்படி நமது பதினாயிரம் வீரர்கள் செய்யவில்லையா? போர்க்களத்தில் ஆட்களின் கணக்கா பெரிது? வெற்றியளிப்பது வீரமல்லவா? பல்லவ வீரன் ஒவ்வொருவனும் சளுக்க வீரர் ஒன்பது பேருக்கு ஈடானவன். கலிப்பகையாரே! இதைத் தாங்கள் இன்னும் அறிந்துகொள்ளவில்லையா?'

'வாதாபி சைனியத்தில் ஐந்து லட்சம் வீரர்கள் மட்டுமில்லை; பதினையாயிரம் போர் யானைகள் இருக்கின்றன!' என்றார் கலிப்பகையார்.

'இருந்தால் என்ன? நமது வீரத் தளபதி பரஞ்சோதியாரின் கை வேலுக்கு அஞ்சி மதம் பிடித்த யானை இந்தக் காஞ்சி நகரின் வீதிகளில் தறிகெட்டு ஓடியது நமது சேனாபதிக்குத் தெரியாது போலிருக்கிறது. தளபதி பரஞ்சோதியைப் போன்ற ஒரு லட்சம் வீர சிம்மங்கள் பல்லவ சைனியத்தில் இருக்கும்போது, புலிகேசியின் போர் யானைகளுக்கு நாம் ஏன் அஞ்சவேண்டும்?...'

விவாதம் இவ்விதம் முற்றிக்கொண்டிருப்பதைக் கண்ட முதல் மந்திரி சாரங்கதேவர் பெரிதும் கவலையடைந்தார். பெரியவர் எழுந்து நின்றதும் மாமல்லர் பேச்சை நிறுத்தினார்.

'ஒரு விஷயம் நாங்கள் தெரிந்துகொள்ள விரும்புகிறோம். சக்கர வர்த்தி இன்னமும் வந்து சேர அவகாசம் இருக்கிறதல்லவா? இந்த விஷயம் கோட்டை வாசற்காவலர்களுக்கு அறிவிக்கப்பட்டிருக்கிறதா? சக்கரவர்த்தி இன்றிரவு ஒருவேளை வந்தால் கோட்டைக் கதவைத் தாமதமின்றித் திறந்து விடக் காவலர்கள் ஆயத்தமாகயிருக்கிறார்களா?' என்று முதன் மந்திரி வினவினார்.

அப்போது தளபதி பரஞ்சோதி, 'ஆம்; அப்படித்தான் கட்டளையிட்டிருக் கிறேன். சக்கரவர்த்திப் பெருமான் ஒருவேளை தூதர்கள் மூலமாகச் செய்தி அனுப்பக்கூடுமென்று எதிர்பார்த்து அதற்கும் தக்க ஏற்பாடு செய்திருக் கிறேன்' என்றார்.

தளபதி பரஞ்சோதி இவ்விதம் சொல்லி வாய் மூடுவதற்குள்ளே மண்ட பத்தின் வாசற் காவலன் ஒருவன் விரைந்து உள்ளே வந்து, 'சக்கரவர்த்தியிட மிருந்து தூதன் ஓலை கொண்டு வந்திருக்கிறான். சிங்க இலச்சினையுடன் வந்திருக்கிறான்!' என்று தெரிவித்தான்.

இதைக் கேட்ட மாமல்லர் திகைத்துப் போய் நின்றார். சபையில் இருந்த மற்றவர்கள் எல்லாரும், மிகவும் நெருக்கடியான சமயத்தில் தெய்வமே தங்களுடைய துணைக்கு வந்தது என்று எண்ணியவர்களாய் மனத்திற்குள் உற்சாகமடைந்தார்கள்.

52.பயங்கரச் செய்தி

சக்கரவர்த்தியின் தூதன் சபா மண்டபத்துக்குள்ளே பிரவேசித்தபோது சபையில் நிசப்தம் நிலவியது.

வந்தவன் நெடிதுயர்ந்த ஆஜானுபாகுவான தோற்றமளித்தான். போர்க் களத்திலிருந்து நேரடியாக வந்தவனாகக் காணப்பட்டான். அவனது தலையிலும் முகத்திலும் காயங்களுக்குக் கட்டுக்கள் போடப்பட்டிருந்தன. அவன் உடுத்தியிருந்த துணிகள் இரத்தக் கரையினால் சிவந்திருந்தன.

என்ன செய்திகொண்டு வந்திருக்கிறானோ என்ற ஆவலானது எல்லோருடைய மனத்திலும் குடிகொண்டு வேறு வகை எண்ணங்களுக்கே இடம் இல்லாமல் செய்தது. சபையிலிருந்த அத்தனைபேரின் கண்களும் இமை கொட்டாமல் அத்தூதனை நோக்கின.

அப்படிப் பார்த்தவர்களில் தளபதி பரஞ்சோதியும் ஒருவர் என்று சொல்ல வேண்டியதில்லை. மற்றவர்களுடைய மனத்தில் குடிகொண்டிருந்த ஆவல் அவருடைய மனத்திலும் இருந்ததாயினும் அதோடு இன்னொரு வியப்பும் அவர் மனத்தில் ஊசலாடியது. அது இத்தூதனை எங்கேயோ பார்த்திருக் கிறோம் என்ற உணர்ச்சிதான்.

தூதன், சபையில் உள்ளவர்களையெல்லாம் ஒரு தடவை சுற்றி வளைத்துப் பார்த்தான். கடைசியில் அவனுடைய கண்கள் குமார சக்கரவர்த்தியின் முகத் திற்கு வந்து அங்கேயே ஸ்திரமாக நின்றன.

'பல்லவ குமாரா! தங்கள் தந்தையிடமிருந்து மிக முக்கியமான செய்தி கொண்டுவந்திருக்கிறேன், செய்தியை இந்தச் சபையிலேயே சொல்லலா மல்லவா?' என்று கேட்டான்.

மாமல்லர் முதன் மந்திரியின் முகத்தைப் பார்த்தார். அந்தக் குறிப்பையறிந்த சாரங்கதேவபட்டர், 'சக்கரவர்த்தியின் செய்தியை இங்கேயுள்ளவர்கள் அனைவரும் அறிந்துகொள்ள வேண்டியதுதான்! இங்கேயே தாராளமாகச் சொல்லலாம்' என்றார்.

'அப்படியானால் கேளுங்கள், நான் கொண்டு வந்திருக்கும் செய்தி மிகப் பயங்கரமானது. ஆயினும் சொல்லியே தீரவேண்டும்... பல்லவ சாம் ராஜ்யத்தின் சக்கரவர்த்தி சிறைப்பட்டார்!..'

களங்கமற்ற ஆகாசத்திலிருந்து திடீரென்று பேரிடி விழுந்தது போலிருந்தது அந்தச் சபையிலிருந்தவர்கள் அனைவருக்கும். சிலர் 'என்ன? என்ன?' என்று அலறினார்கள். சிலர் ஆசனத்தில் இருந்து குதித்து எழுந்தார்கள். சிலர் திறந்த வாய் மூடாமல் திகைத்த பார்வையுடன் தூதனைப் பார்த்தவண்ண மிருந்தார்கள்.

மாமல்லர் பயங்கரமான ஒரு சிரிப்புச் சிரித்தார். அது சபையிலிருந்த அனைவருக்கும் மயிர்க் கூச்சை உண்டாக்கிற்று.

'சக்கரவர்த்தி சிறைப்பட்டாரா? எப்படி? எப்போது? யார் சிறைப்படுத் தினார்கள்?' என்று மாமல்லர் கர்ஜித்தார். அவருடைய கரம் தன்னையறி யாமல் உடைவாளை உருவியது.

'வாதாபி சைனியத்தின் முன்னணிப் படையினால் சக்கரவர்த்தி சிறைப்படுத் தப்பட்டார்; நேற்று மாலையிலேதான்? தெற்கேயிருந்து திரும்பியவர் வாதாபி சைனியத்தின் நிலையை அறிந்து கொள்ளுவதற்காக நேரே வடதிசை சென்றார். போன இடத்தில் எதிர்பாராதவிதமாக வாதாபி வீரர்களால் சிறைப்படுத்தப் பட்டார். பல்லவ குமாரா? சக்கரவர்த்தி என்னிடம் தங்களுக்குச் சொல்லியனுப்பிய செய்தி இதுதான்; 'என் மகன் தன்னுடைய இணையில்லா வீரத்தைக் காட்ட வேண்டிய சந்தர்ப்பம் வந்துவிட்டது. வாதாபி சைனியத்தை முறியடித்துப் புலிகேசியைக் கர்வபங்கம் செய்து என்னை விடுதலை செய்ய வேண்டிய பொறுப்பு என் வீரப் புதல்வனைச் சேர்ந்தது! மாமல்லனுக்கு இது அசாத்தியமான காரியமல்ல! இந்தச் செய்தியைத்தான் தங்கள் தந்தையிட மிருந்து கொண்டுவந்தேன்' என்று கூறி நிறுத்தினான் தூதன்.

மாமல்லர் அப்போது சபையிலிருந்தவர்கள் அனைவரையும் ஒரு தடவை கண்களில் அக்னிஜுவாலை எழும்படி பார்த்துவிட்டு, 'சேனாதிபதி! இப்போ தாவது நமது படைகளைக் கோட்டைக்கு வெளியேகொண்டுபோகச் சம்ம திப்பீரா? மந்திரிகளும் அமைச்சர்களும் என்ன சொல்கிறீர்கள்? கோட்டத் தலைவர்களின் அபிப்பிராயம் என்ன?' என்று இடிமுழக்கம் போன்ற குரலில் கேட்டுவிட்டு, தமக்குப் பின்னால் நின்ற தளபதி பரஞ்சோதியைத் திரும்பிப் பார்த்து, 'தளபதி! நீர்கூட ஏன் இப்படி ஸ்தம்பித்து நிற்கிறீர்? எல்லாரும் அசையாத ஜடப் பொருள்கள் ஆகிவிட்டீர்களா?' என்றார்.

அப்போது முதல் அமைச்சர் எழுந்து, 'இந்தத் தூதன் சொல்வது உண்மை என்பதற்கு என்ன ஆதாரம்?' என்று வினவினார்.

தூதன் உடனே கையிலிருந்த சிங்க இலச்சினையைக் காட்டி 'இதுதான் ஆதாரம். என் முகத்திலும் உடம்பிலும் உள்ள காயங்கள்தான் அத்தாட்சி!' என்றான்.

'ஆஹா! மகேந்திர சக்கரவர்த்தி பகைவர்களின் கையில் சிக்கிக் கொண்டிருக் கிறார். நீங்கள் ஆதாரம் கேட்டுக்கொண்டு காலம் கடத்துகிறீர்கள் அல்லவா! தளபதி வாரும், நாம் போகலாம்!' என்று மாமல்லர் பரஞ்சோதியைப் பார்த்துச் சொன்னார்.

ஆனால், தளபதி பரஞ்சோதி ஏதோ ஒரு மனக் குழப்பத்தில் ஆழ்ந்தவராய்க் காயக் கட்டுக்களுடன் நெடிதுயர்ந்து நின்ற தூதரின் முகத்தையே உற்றுப் பார்த்துக்கொண்டிருந்தார்.

முதன் மந்திரி சாரங்கதேவபட்டர், ‘இந்தத் தூதனை இதற்கு முன்னால் நம்மில் யாராவது பார்த்ததுண்டோ? தூதா! நீ யார்?’ என்று கேட்க, தூதன் கூறினான்.

‘நான் யாரா? பல்லவ சக்கரவர்த்தியின் அந்தரங்க ஒற்றன். பல்லவ ஒற்றர் படையில் சத்ருக்னருக்கு அடுத்த பதவி வகிப்பவன். தளபதி பரஞ்சோதி என்னை அடிக்கடி பார்த்திருக்கிறார்! தளபதி! என்னைத் தெரியவில்லையா? இந்தக் காஞ்சி நகருக்கு உம்மை அழைத்து வந்த நாகநந்தி நான்தான் என்று தெரியவில்லையா? ஆயனரும் அவர் மகளும் தெரிந்தோ தெரியாமலோ வாதாபி அரசனுக்கு ஒற்று வேலை செய்வதாகச் சந்தேகித்துச் சக்கரவர்த்தி என்னை அவர்களுக்குக் காவலாகப் போட்டார். ஆயனர் புலிகேசிக்குக் கொடுத்த இரகசிய ஓலையை எடுத்துக்கொண்டு நாகார்ஜுன மலைக்கு நீர் கிளம்பிச் சென்றீர். சக்கரவர்த்திக்கு அதை நான் தெரியப்படுத்தியதின் பேரில், அந்த ஓலையைச் சக்கரவர்த்தி உம்மிடமிருந்து பறித்துக் கொண்டார். தளபதி! இதெல்லாம் உண்மையா, இல்லையா?’ என்று தூதன் கம்பீரமாகக் கேட்டான்.

தளபதி பரஞ்சோதியின் தலை சுழன்றது. சில சில விஷயங்களை எண்ணிப் பார்க்கும்போது, ஒருவேளை அத்தூதன் கூறியது உண்மையாயிருக்கலா மென்று தோன்றியது.

தூதன் மேலும் சொன்னான்; ‘ஆயனருடன் குண்டோதரன் என்ற பெயருடன் வாதாபி ஒற்றன் ஒருவன் இருந்து வந்தான். அவன் நேற்று ஆயனருடைய செய்தியுடன் வாதாபி சைனியத்தைச் சந்திப்பதற்காகச் சென்றான். அவனைத் தடுப்பதற்காகச் சக்கரவர்த்தியும் நானும் தொடர்ந்து போனபோது எதிர்பாராதவிதமாகச் சளுக்க வீரர்கள் எங்களைச் சூழ்ந்து கொண்டார்கள். கடவுள் அருளால் நான் தப்பி வந்தேன். அவ்வளவுதான் விஷயம். சக்கர வர்த்தி இன்னும் சில பணிகளை எனக்கு இட்டிருக்கிறார். அவற்றை நிறை வேற்றுவதற்கு நான் சத்ருக்னரைத் தேடிப் போகவேண்டும். விடை கொடுங்கள்! நான் சொல்ல வேண்டியதைச் சொல்லிவிட்டேன். நன்கு ஆலோசித்து எது உசிதமோ அவ்விதம் செய்யுங்கள்!’

இவ்வாறு கூறிவிட்டு, தூதன் சபா மண்டபத்தை விட்டு வெளியே சென்றான். மேலும் அவனை ஏதேனும் கேட்கவோ அவனைத் தடுத்து நிறுத்தவோ, யாருக்கும் தோன்றவில்லை.

சபையிலிருந்த அனைவரும் கல்லாய்ச் சமைந்திருந்தார்கள்.

மாமல்லரின் நெஞ்சில் ஆயிரம் தேள்கள் கொட்டிக் கொண்டிருந்தன. ஆகா! ஆயனரும் அவர் மகளும் வாதாபிக்கு ஒற்று வேலை செய்கிறார்களா? அப்படிப்பட்டவர்களையா நாம் வெள்ளத்தில் இருந்து காப்பாற்றினோம்?

அந்தச் சிவகாமியிடமா நாம் எல்லையில்லாக் காதல் வைத்தோம்? அவர் களாலேயா இப்பொழுது மகேந்திர பல்லவர் பகைவர்களிடம் சிறைப் பட்டிருக்கிறார்?....

அந்தச் சபையில் இருந்தவர்களில் அப்போது மாமல்லரின் மன வேதனையை அறிந்துகொள்ளக் கூடியவர் தளபதி பரஞ்சோதி ஒருவர்தான் இருந்தார். அவர் மாமல்லரின் கரத்தைப் பற்றிக்கொண்டு, 'இன்னும் என்ன யோசனை! வாருங்கள், போர்க்களத்துக்குப் புறப்படலாம்! அந்த வாதாபி ராட்சதர்களை முறியடித்து நிர்மூலம் செய்துவிட்டுச் சக்கரவர்த்தியை மீட்டுக்கொண்டு வரலாம்! மாமல்லரே! புள்ளலூர்ச் சண்டையை நினைவு கூருங்கள்!' என்றார்.

இதைக்கேட்ட சேனாதிபதி கலிப்பகையாரும் பிரமையிலிருந்து விடுபட்ட வராய், 'ஆம்; தளபதி கூறுவது நியாயந்தான் இனி யோசிப்பதற்கு ஒன்றும் இல்லை. படைகள் புறப்பட கட்டளையிடுகிறேன்!' என்று சொல்லிக் கொண்டு எழுந்தார்.

சபையிலிருந்த அத்தனை பேரும் ஏக காலத்தில் எழுந்து நின்று, 'மகேந்திர பல்லவர் வாழ்க!' 'அரக்கன் புலிகேசி அழிக!' என்று பலவகையான வீர கோஷங்களைச் செய்தார்கள்.

இந்த கோஷங்களுக்கிடையில் சபாமண்டபத்தின் வாசலிலும் ஏதோ குழப்பமான சத்தங்கள் எழுந்தன. குதிரையின் காலடிச் சத்தம், வேல்களும் வாள்களும் உராயும் சத்தம், அதிகாரக் குரலில் யாரோ கட்டளையிடும் சத்தம், தடதடவென்று பலர் ஓடுகிற சத்தம் - இவை எல்லாம் கலந்து வந்தன.

ஆம், அச்சமயத்தில் சபாமண்டபத்தின் வாசலில் ஒரு முக்கியமான சம்பவம் நடந்துகொண்டுதானிருந்தது. சக்கரவர்த்தி சிறைப்பட்ட செய்தியைக்கொண்டு வந்த தூதன் மண்டபத்தின் வாசலுக்கு வந்தபோது, அவ்விடம் குதிரைமீது ஆரோகணித்தவராய்ச் சாக்ஷாத் மகேந்திர பல்லவரே வந்து சேர்ந்தார். மண்டபத்தின் வாசலில் காவல் செய்த வீரர்களைப் பார்த்து அந்தத் தூதனைப் பிடித்துச் சிறைப்படுத்தும்படி சக்கரவர்த்தி கட்டளையிட, வீரர்கள் அக்கணமே அவனை நாலாபுறமும் சூழ்ந்து கொண்டார்கள்!

53.பாரவி இட்ட தீ

மகேந்திர சக்கரவர்த்தி சபா மண்டபத்துக்குள்ளே பிரவேசித்தபோது அவ்விடத்தில் ஏற்பட்ட ஆரவாரத்தையும் கோலாகலத்தையும் சொல்லி முடியாது.

சற்று நேரம் வரையில் ஒரே ஜயகோஷமும் எதிரொலியுமா யிருந்தது.

மாமல்லர் பாய்ந்து சென்று மகேந்திர பல்லவரைத் தழுவிக் கொண்டார். மந்திரிகளும் அமைச்சர்களும் கோட்டத் தலைவர்களும் சம்பிரதாய மரியாதைகளை மறந்தவர்களாய் சக்கரவர்த்தியைச் சூழ்ந்து கொண்டார்கள். ஏககாலத்தில் பலர் பேச முயன்றார்கள்.

தளபதி பரஞ்சோதி மட்டும் சற்றுத் தூரத்தில் ஒதுக்குப்புறமாக நின்றார். அவருடைய கண்களிலே வெட்கத்தின் அறிகுறி காணப்பட்டது. 'நான்கூட ஏமாந்து போனேனல்லவா? சக்கரவர்த்தியைப் பற்றி இவ்வளவு தெரிந்திருந்தும், இவர் பகைவர்களால் சிறைப்பட்டிருக்கக்கூடும் என்று நம்பி விட்டேனல்லவா?' என்ற எண்ணத்தினால் அவ்வீர வாலிபர் வெட்கமடைந்தார் போலும்!

ஆரவாரம் சற்று அடங்கியதும், மகேந்திர சக்கரவர்த்தி சபையோரைச் சுற்றி வளைத்துப் பார்த்து, 'ஏது, எல்லாரும் ஒரே குதூகலமாயிருக்கிறீர்கள்? உங்களுடைய உற்சாகத்தைப் பார்த்தால், யுத்தத்திலேயே ஜயித்துவிட்டது மாதிரி தோன்றுகிறதே? நமது கோட்டைத் தளபதி மட்டும் சிறிது வாட்டமடைந்து காணப்படுகிறார்!' என்றபோது எல்லாருடைய கண்களும் பரஞ்சோதியை நோக்க, அவருடைய வெட்கம் இன்னும் அதிகமாயிற்று.

முதன் மந்திரி சாரங்கதேவர், 'பல்லவேந்திரா! தாங்கள் வருவதற்கு ஒரு வினாடி நேரத்துக்கு முன்னால்தான், நம் சைனியத்தைக் கோட்டைக்கு வெளியே கொண்டுபோய்ப் புலிகேசியுடன் போர் நடத்துவதாக நாங்கள் இங்கே தீர்மானித்திருந்தோம். தங்களுடைய வரவினால் அதற்கு இட மில்லாமற் போய்விட்டதே என்று நமது கோட்டைத் தளபதிக்கு வருத்தமா யிருக்கலாம்!' என்றார்.

'என்ன? என்ன? நம்முடைய சைனியத்தைக் கோட்டைக்கு வெளியே கொண்டு போவதாக உத்தேசமா? இந்த அபூர்வமான யோசனையை யார் செய்தது? சேனாபதி! எப்படி என்னுடைய கட்டளையை மீறத் துணிந்தீர்? உமக்குக்கூட என்னிடம் நம்பிக்கை இல்லாமல் போய்விட்டதா?' என்று பல்லவேந்திரர் சிம்ம கர்ஜனை போன்ற குரலில் கேட்க, சேனாபதி கலிப் பகையார் தாழ்ந்த குரலில், 'பிரபு! தாங்கள் பகைவர்களால் சிறைப்பட்டிருப் பதைக் கேட்டபிறகு நாங்கள் எப்படிக் கோட்டைக்குள்ளே, பதுங்கிக் கொண்டிருக்கமுடியும்? தங்களை விடுவிக்க முடியாத பல்லவ சைனியம் இருந்தென்ன, இல்லாமற் போயென்ன?' என்றார்.

'ஆகா! நான் பகைவர்களால் சிறைப்பட்டிருந்தேனா? இது என்ன கதை?' என்று சக்கரவர்த்தி கேட்டபோது, அங்கே கூடியிருந்தவர்களின் ஆச்சரியத் திற்கு அளவே இல்லாமல் போய்விட்டது.

முதன் மந்திரி சாரங்கதேவர், சற்று முன்னால் சக்கரவர்த்தியின் தூதன் என்று சொல்லிக்கொண்டு ஒருவன் வந்ததையும், அவன் கூறிய அதிசயமான செய்தியையும், அதன்மேல் தாங்கள் தீர்மானித்ததையும் சுருக்கமாகக் கூறினார்.

எல்லாவற்றையும் கேட்டுவிட்டு, 'ஆகா! நாகநந்தியடிகள் நான் நினைத்ததற்கு மேலே கெட்டிக்காரராயிருக்கிறார். சற்று நேரம் தாமதித்து வந்திருந்தேனானால் காரியம் அடியோடு கெட்டுப் போயிருக்குமே!' என்றார் மகேந்திர சக்கரவர்த்தி.

'பிரபு! அப்படியானால், அந்தத் தூதன் கூறியது பொய்யா? தாங்கள் பகைவர்களிடம் சிறைப்படவில்லையா?' என்று சேனாபதி கலிப்பகையார் கேட்க மகேந்திரர் கூறினார்: 'அது பொய்தான். நான் பகைவர்களிடம் சிறைப்படவில்லை. அப்படி நான் சிறைப்பட்டிருந்தாலும் என்னை விடுவிப்பதற்காக நீங்கள் படை திரட்டிக்கொண்டு புறப்பட்டிருக்க வேண்டியதில்லை. என்னை விடுவித்துக் கொள்ள எனக்குத் தெரியும். முன்பின் தெரியாத தூதனுடைய வார்த்தையை அவ்வளவுக்கு நீங்கள் நம்பி விட்டீர்களே? நாகநந்தி நமது எதிரியின் ஒற்றன் என்பதை மாமல்லனாவது பரஞ்சோதியாவது உங்களுக்குத் தெரிவிக்கவில்லையா?'

'பிரபு! தாங்கள் சிறைப்பட்டீர்கள் என்ற செய்தி என்னுடைய அறிவைக் குழப்பிவிட்டது. பல்லவ குமாரரும் மனம் கலங்கிப்போய் விட்டார்' என்றார் பரஞ்சோதி.

'அவன் ஒற்றனா? அப்படியானால் சிங்க இலச்சினை அவனிடம் எப்படி வந்தது?' என்று முதல் அமைச்சர் கேட்டார்.

'நான்தான் அவனிடம் கொடுத்தேன்; இந்த அதிசாமர்த்திய சாலியான ஒற்றனைக் கைப்பிடியாய்ப் பிடிப்பதற்காகவே நான் வடக்குப் போர் முனையிலிருந்து தெற்கே போயிருந்தேன்...'

'பிரபு! எதிரியின் ஒற்றனிடம் சிங்க இலச்சினை ஏன் கொடுத்தீர்கள்? கொடுத்தபோது அவன் ஒற்றன் என்று தெரியாதா?'

'ஒன்பது மாதத்துக்கு முன்னாலேயே தெரியும். நமது கோட்டைத் தளபதி காஞ்சிக்கு வந்த அன்றே அந்தச் சந்தேகம் என் மனத்தில் உதித்தது. வாதாபி ஒற்றர்கள் பல்லவ ராஜ்யமெங்கும் பௌத்த சங்கங்களின் மூலமாக வேலை செய்து வருவதை அறிந்தேன். அவர்களையெல்லாம் பிடிப்பதற்காக இத்தனை நாளும் நாகநந்தியை வெளியில் விட்டிருந்தேன். கோட்டை முற்றுகை தொடங்குவதற்குள் நாகநந்தியை எப்படியாவது பிடித்துவிட வேண்டுமென்று தீர்மானித்துக்கொண்டு தெற்கே போனேன். கடைசியாக, மண்டபப்பட்டுக் கிராமத்தில் கண்டுபிடித்தேன்.'

'என்ன, மண்டபப்பட்டிலா?' என்று மாமல்லர் தூக்கி வாரிப் போட்டவராகக் கேட்டார்.

'ஆமாம், மாமல்லா! மண்டபப்பட்டிலேதான். அங்கே நமது ஆயனரையும் சிவகாமியையும்கூடப் பார்த்தேன். அவர்களைப் பெரும் வெள்ளத்திலிருந்து நீ காப்பாற்றியது பற்றிச் சொன்னார்கள். இருவரும் சந்தோஷமாயிருக்கிறார்கள். ஆயனர் அங்கே மலைக்கோயில் அமைக்கும் பணியில் ஈடுபடுவதற்குத் தக்க ஏற்பாடு செய்துவிட்டு வந்திருக்கிறேன். நாகநந்

தியைத் தேடிக்கொண்டு மண்டபப்பட்டுக்குப் போனதில் இந்த ஒரு நன்மையும் ஏற்பட்டது...'

ஆயனரும் சிவகாமியும் எதிரிகளின் ஒற்றர்கள் என்று நாகநந்தி கூறிய விஷங்கலந்த வார்த்தைகளினால் புண்பட்டிருந்த மாமல்லரின் உள்ளம் இதைக் கேட்டுக் குதூகலித்தது. அவருடைய மனத்தில் பொங்கிய உற்சாகம் முகமலர்ச்சியாகப் பரிணமித்தது.

'பிரபு! ஒற்றனைச் சிறைப்படுத்தியாகிவிட்டதா?' என்று சேனாதிபதி கலிப்பகை கவலை தோய்ந்த குரலில் கேட்டார். அவருக்குப் போர்க் களத்தில் யுத்தம் செய்யும் முறைதான் தெரியுமே தவிர, இந்த மாதிரி ஒற்றர் தந்திரங்களெல்லாம் தலை வேதனை அளித்தன.

'ஆம், சேனாதிபதி! வாதாபியின் மிகவும் கெட்டிக்காரனான ஒற்றனைச் சிறைப்படுத்தியாகிவிட்டது. பாதி யுத்தத்தை நாம் ஜயித்துவிட்டதுபோலத் தான்!' என்றார் சக்கரவர்த்தி.

உடனே மாமல்லர், தந்தையிடம் துள்ளி வந்து வணக்கத்துடன் கைகூப்பி நின்று, 'பல்லவேந்திரா! பாதி யுத்தத்தைத் தாங்கள் ஜயித்தாகிவிட்டது. மற்றப் பாதி யுத்தத்தை ஜயிக்க எனக்கு அனுமதி கொடுங்கள். நமது வீர பல்லவ சைனியத்தை நடத்திக்கொண்டு போய் வாதாபி அரக்கர் சைனியத்தை அடியோடு அழித்து நிர்மூலம் செய்ய அனுமதி கொடுங்கள். என் அருமைத் தோழர் பரஞ்சோதியையும் என்னுடன் அனுப்பி வையுங்கள்!' என்றார்.

அப்போது மகேந்திரபல்லவர் மாமல்லரைத் தழுவிக்கொண்டு 'குழந்தாய்! உன்னுடைய வீரத்தை மெச்சுகிறேன். ஆனால், கொஞ்சம் நான் சொல்லு வதைக்கேள்!' என்று கூறிவிட்டு, சபையோர்களைப் பார்த்து, 'மந்திரிகளே! அமைச்சர்களே! கோட்டைத் தலைவர்களே! எல்லாரும் சற்றுச் செவி கொடுத்துக் கேளுங்கள். இந்த யுத்தத்திற்கு ஆதிமூலமான காரணத்தை உங்களுக்குச் சொல்கிறேன். பிறகு, உங்களுடைய விருப்பம் என்ன என்பதை எனக்குத் தெரிவியுங்கள்' என்றார்.

நிசப்தம் நிலவிய மந்திராலோசனை சபையைப் பார்த்து மகேந்திரபல்லவர் மேலும் கூறியதாவது:

'நான் இளம் பிள்ளையாயிருந்தபோது யுத்தம் என்னும் எண்ணமே இல்லாதவனாயிருந்தேன். என் தந்தை சிம்ம விஷ்ணுவின் வீரப்புகழ் தென்னாடெங்கும் பரவியிருந்தது. நான் பிறப்பதற்கு முன்னாலேயே என் தந்தை கீழைச்சோழ நாட்டைப் பல்லவ ராஜ்யத்துடன் சேர்த்துக்கொண்டார். உறையூர்ச் சோழர்களை அடக்கிக் கப்பம் கட்டச் செய்தார். பாண்டியர் களையும் கர்வபங்கம் செய்தார். மேற்கே கங்கரும் வடமேற்கே கதம்பரும் சிம்மவிஷ்ணு மகாராஜாவிடம் பயபக்தி கொண்ட நண்பர்களாயிருந் தார்கள். வடக்கே வேங்கி நாட்டரசனோ எனக்குத் தாய்மாமன். ஆகவே, யுத்தம் என்ற நினைவே இல்லாமல் நான் வளர்ந்து வந்தேன். சித்திரம், சிற்பம், கவிதை, சங்கீதம், நடனம் ஆகிய கலைகளில் ஈடுபட்டுக் காலம்

கழித்தேன். எந்தெந்த தேசத்தில் என்னென்ன கலை சிறந்து விளங்கியது என்று அறிந்து, அந்தக் கலையில் வல்லாரைத் தருவித்து இந்தப் பல்லவ நாட்டிலும் அக்கலையை வளர்க்க முயன்றேன்.

இப்படியிருக்கும்போது, கங்கமன்னன் துர்விநீதனுடைய சபையில் பாரவி யென்னும் வடமொழிக் கவி ஒருவர் வந்திருப்பதாகக் கேள்விப்பட்டேன். அவர் வடக்கே அசலபுரத்தில் இருந்தவர். வாதாபி இராஜகுமாரர்களின் சிநேகிதர். புலிகேசியும் அவனுடைய சகோதரர்களும் சிற்றப்பனுக்கு பயந்து காட்டிலே ஒளிந்திருந்தபோது பாரவியும் அவர்களோடு கொஞ்ச காலம் அலைந்து திரிந்தார். பிறகு அவர் கங்கநாட்டு மன்னனுடைய சபையைத் தேடி வந்தார். துர்விநீதனுடைய மகளைப் புலிகேசியின் தம்பி விஷ்ணுவர்த்தனுக்கு மணம் பேசி முடித்து, அதன் மூலம் புலிகேசிக்குப் பலம் தேடிக் கொடுப்பதற்காக அவர் வந்தார்.

துர்விநீதன் என்னுடைய தந்தைக்குப் பெரிதும் கடமைப்பட்டவன் என்பதை நீங்கள் அறிவீர்கள். ஆகையால், கங்கபாடியில் நடக்கும் காரியங்கள் எல்லாம் அவ்வப்போது காஞ்சிக்குத் தெரிந்து கொண்டிருந்தன. பாரவி அங்கு வந்திருக் கிறார் என்று கேள்விப்பட்டதும், அவரைக் காஞ்சிக்கு வரவழைக்க வேண்டு மென்று நான் ஆசைப்பட்டேன். என் தந்தையும் அவ்விதமே துர்விநீதனுக்குச் செய்தி அனுப்பினார். அதன்பேரில் பாரவி இங்கு வந்தார். வந்தவர் காஞ்சி சுந்தரியின்மேல் மோகம்கொண்டு விட்டார்! இந்தக் காஞ்சி நகரின் திருக் கோயில்களும் இராஜவீதிகளும் பூந்தோட்டங்களும் பாரவியை அடியோடு கவர்ந்து விட்டன. புலிகேசி வாதாபி சிம்மாசனத்தில் ஏறிய பிறகு, அவனும் அவன் தம்பி விஷ்ணுவர்த்தனனும் பாரவிக்கு ஓலைமேல் ஓலையாக விடு வித்துக் கொண்டிருந்தார்கள். வாதாபிக்கு திரும்பி வந்துவிடும்படியாகத்தான். ஆனால் பாரவி அதற்கெல்லாம் இணங்கவில்லை. காஞ்சியை விட்டுப் போவ தற்கு அவருக்கு மனம் வரவில்லை. புலிகேசியின் ஓலைகளுக்கெல்லாம் பாரவி தம்மால் வரமுடியாதென்று மறு ஓலை அனுப்பினார். அவற்றில் காஞ்சி நகரைப் பற்றி வர்ணனைகள் செய்தார். அந்த ஓலைகளில் ஒன்றிலேதான்;

> புஷ்பேஷு ஜாதி புருஷேஷு விஷ்ணு
> நாரிஷு ரம்பா நகரேஷு காஞ்சி

என்ற சுலோகத்தை அவர் எழுதினார். இதையெல்லாம் அப்போது படிக்கையில் எனக்கு எவ்வளவோ சந்தோஷமாயிருந்தது. ஆனால், அப் போது அந்தப் பாரவி கவி மூட்டிய தீதான் இப்போது இந்தப் பெரும் யுத்த மாக மூண்டிருக்கிறது. புலிகேசி பாரவிக்கு எழுதிய ஓலை ஒன்றில், 'என்றைக்காவது ஒரு நாள் நான் காஞ்சி நகருக்கு வருவேன்; உம்முடைய வர்ணனையெல்லாம் உண்மைதானா என்று பார்ப்பேன்' என்று எழுதி யிருந்தான். அதுவும் எனக்குப் பெருமையாயிருந்தது. அப்போது, வாதாபி சக்கரவர்த்தி காஞ்சிக்கு வரும்போது அவருக்குப் பிரமாதமான வரவேற்பு நடத்த வேண்டுமென்று எண்ணியிருந்தேன். ஆனால், சபையோர்களே! நான் நினைத்ததற்கு மாறாக இப்போது கோட்டைக் கதவுகளைச் சாத்தி வாதாபி சக்கரவர்த்தியை வெளியில் நிறுத்தவேண்டியிருக்கிறது...'

இத்தனை நேரமும் சபையோர் அனைவரையும் போல ஆவலுடன் மகேந்திரர் கூறிய வரலாற்றைக் கேட்டுக்கொண்டிருந்த மாமல்லர் குறுக்கிட்டு, ‘பல்லவேந்திரா! எதற்காக நம் கோட்டைக் கதவுகளைச் சாத்தித் தாளிட வேண்டும்? வேல்களையும் வாள்களையும் கொண்டு புலிகேசியை ஏன் வரவேற்கக்கூடாது?’ என்றார்.

‘ஆம்; வரவேற்கத்தான் போகிறோம். நமது கோட்டைச் சுவர்களின் மீது பல்லவ வீரர்கள் நின்று, வாள்களாலும் வேல்களாலும் சளுக்கர்களை வரவேற்பார்கள். வரவேற்று நமது அகழிகளிலுள்ள முதலைகளுக்கு விருந்தளிப்பார்கள்! நான் சொல்ல ஆரம்பித்ததை முழுதும் சொல்லிவிடுகிறேன். அந்த அரக்கன் புலிகேசி நமது காஞ்சி சுந்தரியின் மேல் எத்தகைய மோகம் கொண்டிருக்கிறான் என்பதை நேரில் நானே பார்த்தேன். ஆகா! காஞ்சியின் சௌந்தரியத்தை நான் வர்ணிக்க ஆரம்பித்ததும், அவனுடைய கண்கள் எப்படி ஜொலித்தன தெரியுமா...?’

‘இதென்ன? புலிகேசியைத் தாங்கள் நேரில் பார்த்தீர்களா? எங்கே? எப்போது?’ என்று சாரங்கதேவர் கேட்டார்.

‘வடபெண்ணை நதிக்கரையில் சளுக்கர் படைக்கு நடுவில் அவனை நான் பார்த்தேன்’ என்று மகேந்திரர் கூறியதும், சபையில் பெரும் வியப்புக்கு அறிகுறியான ‘ஹாஹாகாரம்’ எழுந்தது.

‘பிரபு! இப்படியெல்லாம் தங்களை அபாயத்துக்கு உட்படுத்திக் கொள்ளலாமா? இந்தப் பெரிய பல்லவ சாம்ராஜ்யம் தங்கள் ஒருவரையே நம்பியிருக்கிறதே!’ என்றார் முதல் அமைச்சர்.

54.சபை கலைந்தது

சபா மண்டபத்தில் ஏற்பட்ட கிளர்ச்சி ஒருவாறு அடங்கிச் சற்று அமைதி ஏற்பட்டதும் மகேந்திர பல்லவர் மேலும் தொடர்ந்து கூறலானார்.

‘சபையோர்களே! நீங்கள் சொல்கிறபடி பல்லவ சாம்ராஜ்யம் என் ஒருவனையே நம்பியிருப்பதாக நான் ஒத்துக் கொள்ளவில்லை. இதோ என் வீர மகன் மாமல்லன் பல்லவர் குலப்பெருமையை நிலைநாட்டுவதற்கு இருக்கிறான். ஆனாலும் வாதாபி மன்னனை நான் அவனுடைய படை வீட்டில் சந்தித்தது வெறும் சாகஸத்துக்காக அல்ல. புலிகேசியை நான் நேரில் பார்ப்பதற்கு ஒரு முக்கிய காரணம் இருந்தது. சற்று முன்னால் உங்களையெல்லாம் பெருங்கலக்கத்துக்கு ஆளாக்கிய நாகநந்தியடிகள் ஒன்பது மாதத்துக்கு முன்னால் நமது கோட்டைத் தளபதியிடம் ஒரு ஓலை கொடுத்துப் புலிகேசிக்கு அனுப்பியிருந்தார். ஆயனரிடம் சிற்பக்கலை கற்க வந்திருந்த இந்த வீர வாலிபர் அந்த ஓலையில் உள்ள செய்தி இன்னதென்று

அறியாமல் எடுத்துக்கொண்டு போனார். வழியில் இவரிடமிருந்து அந்த ஓலையை நான் வாங்கிக்கொண்டு புலிகேசியின் கூடாரத்துக்குச் சென்றேன். ஆனால், நான் புலிகேசியிடம் கொடுத்தது நாகநந்தியின் ஓலை அல்ல. நான் மாற்றி எழுதிய ஓலையைக் கொடுத்தேன். அதன் பயனாகவும், நமது வீர சேனாதிபதி கலிப்பகையாரின் போர்த் திறமை காரணமாகவுந்தான் வாதாபி சைனியத்தை வடபெண்ணைக் கரையில் எட்டு மாதத்துக்கு மேல் நிறுத்திவைக்க முடிந்தது.'

'பிரபு! நாகநந்தியின் ஓலையில் என்ன எழுதியிருந்ததோ!' என்று முதன் மந்திரி சாரங்கதேவர் கேட்டார்.

'காஞ்சி நகரைப்போன்ற பாதுகாப்பு அற்ற நகரம் வேறு இருக்க முடியாதென்றும், வாதாபி சைனியம் வழியில் எங்கும் தங்காமல் நேரே காஞ்சிக்கு வந்து சேர வேண்டுமென்றும், மூன்றே நாளில் காஞ்சியைப் பிடித்து விடலாம் என்றும் எழுதியிருந்தது.

சபையின் நாலா பக்கங்களிலிருந்தும் அப்போது கோப கர்ஜனை முழக்கங்கள் ஒருமிக்க எழுந்து ஒலி செய்தன.

சக்கரவர்த்தி கையமர்த்திக் கூறினார்: 'நாகநந்தி அச்சமயம் எழுதியிருந்தது முற்றும் உண்மை. அப்போது வாதாபியின் பெரும் சைனியம் நேரே காஞ்சிக்கு வந்திருந்தால் மூன்று நாளைக்கு மேல் நாம் எதிர்த்து நின்றிருக்க முடியாது. சளுக்கரின் பதினையாயிரம் போர் யானைகளிலே ஒரு பதினைந்து யானைகள் நமது கோட்டைக் கதவுகளையெல்லாம் தகர்த்தெறிந்திருக்கும். அப்போது வைஜயந்தி பட்டணத்துக்கு நேர்ந்த கதி காஞ்சிக்கும் நேர்ந்திருக்கும். சபையோர்களே! கதம்பகுல மன்னர்கள் வாழையடி வாழையாக வாழ்ந்து அரசு செலுத்திய வைஜயந்தி பட்டணம் இருந்த இடத்திலே இப்போது கரியும் சாம்பலும் மேடிட்டிருப்பது உங்களுக்குத் தெரியுமல்லவா?'

சபையில் மறுபடியும் வியப்பொலிகளும் இரக்கக் குரல்களும் எழுந்தன. மகேந்திர பல்லவர் மீண்டும் தொடர்ந்து சொன்னார்: 'இந்தக் காஞ்சி மாநகரம் உலகம் உய்ய அவதரித்த புத்த பகவானுடைய காலத்திலிருந்து ஆயிரம் வருஷமாகச் சீரும் சிறப்பும் பெற்று விளங்குகிறது. 'கல்வியிற் கரையிலாத காஞ்சி மாநகரம்' என்று நமது புலவர் பெருமான் திருநாவுக்கரசரால் பாடப்பெற்ற இந்தத் திருநகரின் புகழானது சீன தேசம், சாவகத் தீவு, யவனர் நாடு, ரோமாபுரி ஆகிய தூர தூர தேசங்களிலெல்லாம் நெடுங்காலமாகப் பரவியிருக்கிறது. இப்பேர்ப்பட்ட நகரம் என்னுடைய காலத்தில் அழிந்தது என்னும் அபகீர்த்தியை நான் அடைய விரும்பவில்லை. இந்தக் காஞ்சி நகரைப் பாதுகாப்பதுதான் என்னுடைய முதற் கடமை. அந்தக் கடமையை நிறைவேற்றுவதற்கு நீங்கள் என்னுடன் ஒத்துழைப்பீர்களா?'

இவ்வாறு சக்கரவர்த்தி கேட்டபோது, சபையினர் ஒருமுகமாக, 'அப்படியே! அப்படியே!' என்று கோஷித்தார்கள்.

சக்கரவர்த்தி மறுபடியும் கையமர்த்தி! 'இந்த யுத்தம் நேர்ந்ததற்கு மூல காரணம் இன்னதென்று உங்களுக்குத் தெரிவித்தேன். இது என்னால் நேர்ந்த யுத்தம், ஆகையால், என் போக்கில் இதை நடத்தி முடிப்பதற்கு உங்களிடம் அனுமதி கோருகிறேன்' என்றார்.

'அப்படியே!' என்று மீண்டும் சபையில் கோஷம் எழுந்தது.

பின்னர் மகேந்திரர், சபையில் பின் வரிசையில் இருந்த தென் பல்லவ நாட்டின் கோட்டத் தலைவர்களைக் குறிப்பாகப் பார்த்து, 'கோட்டைக் குள்ளே இருக்கப்போகும் எங்களைக் காட்டிலும் கோட்டைக்கு வெளியில் கிராமங்களில் இருக்கவேண்டிய நீங்கள்தான் அதிகமான கஷ்ட நஷ்டங் களுக்கு உள்ளாகும்படியிருக்கும். காஞ்சியைக் காப்பாற்றுவதற்காக எல்லாக் கஷ்டங்களையும் பொறுத்துக் கொள்ள நீங்கள் சித்தமாயிருக்கிறீர் களா?' என்று கேட்க, 'சித்தம், சித்தம்!' என்று கோட்டத் தலைவர்கள் ஒரே குரலில் முழங்கினார்கள்.

'நாளைச் சூரியோதயத்துக்குள்ளே வாதாபி சைனியம் நமது கோட்டையை நெருங்கிவிடும். அதற்கு முன்னால் நீங்கள் எல்லாரும் நகரைவிட்டு, வெளி யேறிவிடவேண்டும். அவரவர்களுடைய ஊருக்கு விரைந்து செல்ல வேண்டும்.காஞ்சி நகர் முற்றுகைக்கு உள்ளாகியிருக்கும்போது உங்களுக்கும் கோட்டைக்குள்ளேயிருக்கும் எங்களுக்கும் எவ்விதப் போக்குவரவும் இராது.கோட்டையைக் கைப்பற்ற முயன்ற புலிகேசி தோல்வியடையும் போது அவனுடைய கோபத்தையெல்லாம் சுற்றிலுமுள்ள நாட்டுப்புறங்களின் மீது காட்டுவான். அதற்கெல்லாம் நீங்கள் ஆயத்தமாயிருக்க வேண்டும். கோட்டத் தலைவர்களே! நன்றாக யோசித்துச் சொல்லுங்கள். காஞ்சியைக் காப்பாற்றுவதற்காக நீங்கள் சகலவிதமான தியாகங்களுக்கும் சித்தமா யிருக்கிறீர்களா? வாதாபி அரக்கர் படையினால் நேரக்கூடிய கொடுமைகளை யெல்லாம் பொறுத்துக் கொள்வீர்களா? நாட்டில் கொடிய பஞ்சம் ஏற்பட்டு மக்கள் பட்டினி கிடந்து மடிய நேர்ந்தாலும் நீங்கள் மனம் கலங்காமல் இருப்பீர்களா?' என்று சக்கரவர்த்தி கம்பீரமான குரலில் கேட்க, செஞ்சிக் கோட்டத் தலைவன் சடையப்ப சிங்கன் எழுந்து நின்று கூறினான்.

'பல்லவேந்திரா! யோசிப்பதற்கு ஒன்றுமில்லை; பல்லவ இராஜ்யத்தின் மணிமகுடமாக விளங்குவது காஞ்சி மாநகரம். காஞ்சி அழிந்தால் பிறகு யார் உயிரோடிருந்து என்ன பயன்? காஞ்சி நகரைக் காப்பாற்றுவதற்காக எந்த விதமான தியாகங்களைச் செய்யவும் நாங்கள் சித்தமாயிருக்கிறோம். தங் களுடைய சித்தம் எதுவோ அதன்படி நடந்து கொள்கிறோம். நான் கூறியது தான் இங்கேயுள்ள எல்லோருடைய அபிப்பிராயமும்!'

'ஆம்! ஆம்!' என்று கோட்டத் தலைவர்கள் அனைவரும் ஏக மனதாக ஆமோதித்தார்கள்.

இச்சமயத்தில் சபாமண்டபத்தின் வாசற் புறத்திலிருந்து தூதன் ஒருவன் வந்தான். அவன் சக்கரவர்த்தியை நெருங்கிப் பணிந்துவிட்டு, கிழக்குத்

திசையில் ஒரு பெரும் புழுதிப் படலம் தெரிகிறதென்றும், கடல் புரண்டு வருவது போன்ற பெரு முழக்கம் கேட்கிறது என்றும் தெரியப்படுத்தினான்.

மகேந்திரர், இடிமுழக்கம் போன்ற குரலில், 'சபையோர்களே! வாதாபிச் சைனியம் வந்துவிட்டது! நம்மில் ஒவ்வொருவரும் தம் வீர சாகஸங்களைக் காரியத்தில் காட்ட வேண்டிய சமயமும் வந்துவிட்டது. அமைச்சர்களே! மந்திரிகளே! இத்துடன் இன்று சபை கலைகிறது. நாளை முதல் முற்றுகை நீடித்திருக்கும் வரையில் ஒவ்வொரு நாள் இரவும் இரண்டாம் ஜாமத்தில் இங்கே மந்திராலோசனை சபை கூடும். இப்போது போய் அவரவர்களுடைய காரியங்களைப் பாருங்கள்!' என்று கூறியதும் அமைச்சர்களும் மந்திரிமார்களும் துரிதமாக வெளியேறினார்கள்.

'கோட்டத் தலைவர்களே! நீங்கள் சற்றுமுன் கொடுத்த வாக்குறுதியினால் மிக்க சந்தோஷம் அடைந்தேன். அந்த வாக்குறுதியை மட்டும் நீங்கள் நிறைவேற்றி வைத்தால் புலிகேசியைக் கட்டாயம் வென்று ஜயக்கொடி நாட்டுவேன்' என்று கூறி, தளபதி பரஞ்சோதியைப் பார்த்து, 'தளபதி! இவர்களைத் தெற்குக் கோட்டை வாசலுக்கு அழைத்துக்கொண்டு போங்கள்! இவர்கள் அகழியைத் தாண்டிச் சென்றதும், பாலத்தை உடைத்து எறிந்து விடவேண்டும். மற்றபடி கோட்டைப் பாதுகாப்புச் சம்பந்தமாக நாம் தீர்மானித்தபடி காரியங்கள் செய்கிறீர்கள் அல்லவா?' என்று கேட்க, 'ஆம், பிரபு! தெற்கு வாசலைத் தவிர மற்ற மூன்று வாசல்களையும் முழுதும் அடைத்தாகிவிட்டது; பாலங்களையும் தகர்த்தாகிவிட்டது. மதில்சுவரின் மேல் வரிசையாகப் பதினாயிரம் வீரர்கள் வேலும் கையுமாய் ஆயத்தமாயிருக்கிறார்கள்!' என்றார் தளபதி பரஞ்சோதி.

பரஞ்சோதியும் கோட்டத் தலைவர்களும் சென்ற பிறகு சபாமண்டபத்தில் சக்கரவர்த்தியும் மாமல்லரும் மட்டும் தனித்திருந்தார்கள். மாமல்லரின் முகம் உற்சாகம் இன்றி வாட்டமுற்றிருந்தது. சக்கரவர்த்தி, மாமல்லர் அருகிலே சென்று அவருடைய தோளின் மீது கையை வைத்து, 'மாமல்லா! இந்த யுத்தத்தை என் போக்கிலேயே நடத்த எனக்கு நீயும் அனுமதி கொடுக்கிறாயல்லவா?' என்று கேட்டார்.

'அப்பா! என்னை ஏன் கேட்கிறீர்கள்? உங்கள் விருப்பம் எதுவோ அதுவே எனக்கும் சம்மதம்!' என்றார் மாமல்லர்.

'சந்தோஷம், குமாரா! அரண்மனைக்குப் போய் உன் தாயாரிடம் நான் பத்திரமாய் வந்து சேர்ந்துவிட்டதைச் சொல்லு. பொழுது விடிவதற்குள் இன்னும் ஒரு முக்கியமான காரியம் நான் செய்யவேண்டியிருக்கிறது. அதையும் முடித்து விட்டு அரண்மனைக்கு வந்து சேருகிறேன்' என்று கூற, மாமல்லர் அந்தப்புரத்தை நோக்கிச் சென்றார். சக்கரவர்த்தியோ அரண்மனை வாசலில் ஆயத்தமாய் நின்ற குதிரை மீதேறி இராஜ விஹாரத்தை நோக்கி விரைந்தார்.

55.முற்றுகை தொடங்கியது

மறு நாள் சூரியோதயம் ஆகும் சமயத்தில் கமலி தன்னுடைய வீட்டுத் திண்ணையில் கவலை தோய்ந்த முகத்துடன் உட்கார்ந்திருந்தாள். இரவெல்லாம் கண் விழித்தபடியாலும் கண்ணீர்விட்டபடியாலும் அவளுடைய கண்கள் வீங்கியிருந்தன.

கண்ணபிரான் தகப்பனார் அவள் அருகில் உட்கார்ந்து ஆறுதல் மொழிகள் சொல்லிக் கொண்டிருந்தார்.

முதல் நாள் சாயங்காலம் குமார சக்கரவர்த்தி திரும்பி வந்த செய்தி கிடைத்தவுடனேயே கண்ணபிரானும் அவருடனே திரும்பி வந்திருப்பான் என்று கமலி எதிர்பார்த்தாள். புள்ளலூர்ப் போரில் வெற்றிமாலை சூடிய வீரரை வரவேற்க நகர மாந்தரெல்லாம் திரண்டு போனபோது கண்ணபிரானின் தந்தை தாம் போய்க் கண்ணனை அழைத்து வருவதாகச் சொல்லிவிட்டுப் போனார். இரவு வெகுநேரம் கழித்து அவர் திரும்பி வந்து, மாமல்லருடன் கண்ணன் வரவில்லை என்னும் செய்தியைத் தெரிவித்தார்.

காஞ்சி நகரில் யாருமே அன்றிரவு தூங்கவில்லையாதலால், மூன்றாம் ஜாமத்தில் சக்கரவர்த்தியும் திரும்பி வந்துவிட்ட விவரம் கிடைத்தது. நாலாம் ஜாமத்தில் வாதாபிப் படைகள் கோட்டைக்குச் சமீபத்தில் வந்துவிட்ட செய்தியும், கோட்டை வாசல்கள் அடைக்கப்பட்டுப் பாலங்கள் தகர்க்கப்படும் செய்தியும் கிடைத்தன.

ஆகவே, இனிமேல் கண்ணபிரான் கோட்டைக்குள்ளே வந்து சேருவதற்கே இடமில்லையென்று ஏற்பட்டது.

அதனாலேதான் கமலி துயரக் கடலில் ஆழ்ந்திருக்க, கண்ணனுடைய தந்தை அவளுக்கு ஆறுதல் சொல்லிக் கொண்டிருந்தார்.

அந்தச் சமயத்தில் திடீரென்று சாக்ஷாத் கண்ணனே வீட்டு வாசலில் வந்து நின்றால், அவர்களுக்கு எப்படியிருக்கும்?

கமலி சட்டென்று எழுந்து, ‘கண்ணா!’ என்று அலறிக்கொண்டு ஓடிப்போய் அவனைத் தழுவிக்கொள்ள எண்ணியவள், கண்ணனுக்குப் பின்னால் சக்கரவர்த்திப் பெருமான் குதிரையில் வருவது கண்டு நாணமும் திகைப்பும் அடைந்து நின்றாள்.

‘கமலி! கண்ணனைக் கொண்டுவந்து சேர்த்துவிட்டேன். இனிமேல் அவனை ஜாக்கிரதையாய்ப் பார்த்துக்கொள்வது உன்னுடைய பொறுப்பு!’ என்று சக்கரவர்த்தி புன்னகையுடன் கூறினார். பிறகு, ‘உன்னுடைய சௌக்கியத்தைப்பற்றிச் சிவகாமி ரொம்ப விசாரித்தாள், அம்மா! உனக்கு ஆண் குழந்தை பிறந்தால், உடனே சொல்லியனுப்பும்படி கூறினாள்’ என்று

சொல்லிக்கொண்டே சக்கரவர்த்தி குதிரையைச் செலுத்திக்கொண்டு போனார்.

சக்கரவர்த்தியின் பேச்சினால் வெட்கமடைந்த கமலி கண்ணபிரானைக் கடைக் கண்ணால் பார்த்துக்கொண்டே வீட்டிற்குள் சென்றாள். கண்ண பிரான் தந்தைக்கு முகமன் கூறிவிட்டுக் கமலியைத் தொடர்ந்து உள்ளே சென்றான்.

'இதென்ன கமலி! நான் வந்ததில் உனக்குச் சந்தோஷம் இல்லையா! என்னைத் திரும்பிக்கூடப் பாராமல் உள்ளே வந்து விட்டாயே! ஒருவேளை கண் தெரியவில்லையா?' என்று கண்ணபிரான் கேட்க, கமலி 'ஆமாம்; கண் தெரியவில்லைதான்! இரவெல்லாம் அழுது வீங்கிப்போய் விட்டது' என்றாள்.

'ஐயோ! ஏன் அழுதாய்?' என்று சொல்லிக்கொண்டு, கண்ணபிரான் அவள் அருகே நெருங்க, கமலி அவனுடைய கையை உதறி, 'இந்த அருமை யெல்லாம் நேற்று எங்கே போய் விட்டது? நேற்றிரவே ஏன் வரவில்லை?' என்று கேட்டாள்.

'நேற்றிரவே ஏன் வரவில்லையா? எனக்கும் உனக்கும் மத்தியில் ஒரு பெரிய அகழியும் முதலைகளும் ஒரு பெரிய மதிற்சுவரும் இருந்த படியாலேதான்' என்றான் கண்ணன்.

'அப்படியா? நீ இரவெல்லாம் கோட்டைக்கு வெளியிலா இருந்தாய்? அகழிப் பாலங்களை எல்லாம் இரவுக்கிரவே உடைத்து விட்டார்களாமே, நீ எப்படி உள்ளே வந்தாய்? நீ புறப்பட்டது முதல் நடந்ததையெல்லாம் விவரமாகச் சொல்' என்று கமலி பரபரப்புடன் கேட்டாள்.

'கமலி! நான் என்னத்தை என்று சொல்ல! நான் பிறந்த கதையைச் சொல்லவா, வளர்ந்த கதையைச் சொல்லவா? புள்ளலூர்ப் போர்க்களத் துக்குப் போன கதையைச் சொல்லவா? வெள்ளத்தில் அகப்பட்டுக் கொண்டு திண்டாடியதைச் சொல்லவா? மாமல்லர் ஏறவேண்டிய ரதத்தில் புத்த பிக்ஷுவை ஏற்றிக்கொண்டு வந்ததைச் சொல்லவா? கோட்டைக்கு வெளியே ராத்திரி எல்லாம் அலைந்து திரிந்ததைச் சொல்லவா?' என்றான் கண்ணன். பிறகு தான் காஞ்சியிலிருந்து கிளம்பியது முதல் நடந்த அதிசய மான சம்பவங்களையெல்லாம் விவரமாகக் கூறினான்.

வராக நதிக்கரையில் புத்தபிக்ஷுவை ரதத்தில் ஏற்றிக்கொண்டு புறப்பட்ட பிறகு நடந்த சம்பவங்களைப்பற்றிக் கண்ணபிரான் கூறிய வரலாறு பின்வருமாறு:

குதிரைகளைக் கண்ணபிரான் எவ்வளவு வேகமாகத் துரத்திய போதிலும் புத்த பிக்ஷுவுக்குப் போதவில்லை. மேலும் மேலும் அவசரப்படுத்தினார். வழியில் இரண்டு இடத்தில் குதிரைகளை மாற்றிக்கொண்டு, அஸ்தமித்து ஒரு நாழிகைக்குப் பிறகு காஞ்சிக் கோட்டையின் தெற்கு வாசலை அடைந்தார்கள்.

பிறகு, புத்த பிக்ஷு சொன்னபடி அகழி ஓரமான சாலையின் வழியாகக் கண்ணபிரான் ரதத்தைச் செலுத்திக்கொண்டு போனான். கொஞ்ச தூரம் போனதும் பிக்ஷு ரதத்திலிருந்து இறங்கிக் காட்டுக்குள் நுழைந்து போனார். சற்று நேரத்துக்கெல்லாம் அகழியில் படகு செல்லும் சப்தம் கேட்கவே, கண்ணபிரான் அந்தத் திசையில் கூர்ந்து நோக்கினான். அப்போதுதான் கீழ் வானத்தில் சந்திரன் உதயமாகியிருந்தது. நீண்டு பரந்த மர நிழல்களுக்கு மத்தியில் ஆங்காங்கு ஊடுருவி வந்த நிலாக் கிரணங்களின் சஞ்சல ஒளியில், அகழியில் ஒரு படகு போவதும் அதில் இரண்டு பிக்ஷுக்கள் இருப்பதும் கண்ணபிரானுக்குத் தெரிந்தன. படகு அக்கரைக்குச் சென்றதும் இருவரும் இறங்கினார்கள். கோட்டை மதிலின் சுவரோரமாகச் சென்றார்கள். திடீரென்று இருவரும் மாயமாக மறைந்தார்கள்.

கண்ணபிரான் நெடுநேரம் வரை அங்கேயே காத்திருந்தான். என்ன செய்கிற தென்று அவனுக்குப் புரியவில்லை. 'அவர்கள் எப்படி மறைந்திருப்பார்கள்?' என்று மூளையைச் செலுத்தித் தீவிரமாக யோசனை செய்தான். 'ஒருவேளை கோட்டைச்சுவரில் இரகசிய வழி இருக்குமோ' என்ற எண்ணம் தோன்றியதும் அவனுடைய உள்ளம் கலங்கியது. புத்த பிக்ஷு தன்னை அங்கேயே இருக்கச் சொல்லியிருப்பதால் எப்படியும் திரும்பி வருவாரென்றும், அப்போது இரகசியத்தைக் கண்டுபிடிக்கலாமென்றும், எண்ணிக் கோட்டைச் சுவரில் அவர்கள் மறைந்த இடத்தில் வைத்த கண்ணை வாங்காமல் உற்றுப் பார்த்துக் கொண்டிருந்தான். எப்படியோ அவனையறியாமல் தூக்கம் வந்து கண்ணயர்ந்துவிட்டான். திடீரென்று அவன் கண் விழித்தபோது, தூரத்தில் கடல் குமுறிப் புரண்டெழுந்து வருவது போன்ற பயங்கரமான சப்தம் கேட்டது. முன்னொரு சமயம் ஏரி உடைத்துக்கொண்டு வெள்ளம் வந்த சப்தத்தை அவன் கேட்டிருக்கிறபடியால், மிக்க பீதியடைந்தவனாய், பரபரப் புடன் ஒரு மரத்தின் மேல் ஏறிச் சப்தம் வந்த திசையை நோக்கினான். வெகு தூரத்தில் வெண்ணிலாவின் ஒளியில் யானைகளும், குதிரைகளும், குடைகளும், கொடிகளும், வேல்களும், வாள்களுமாய்த் திரண்டு வந்த சேனா சமுத்திரத்தைக் கண்டான். வாதாபி சைனியந்தான் அது என்று தெரிந்து கொண்டு, எப்படியாவது கோட்டைக்குள் புகுந்துவிட வேண்டும் என்று தீர்மானித்து ரதத்தை அவசரமாகச் செலுத்திக்கொண்டு, தெற்கு கோட்டை வாசலை அணுகினான். கண்ணபிரான் சத்தம் போட்டுக் கோட்டைக் காவலாளிகளை அழைத்ததில் ஒன்றும் பலன் இல்லை. சற்றுநேரம் அங்கேயே தயங்கி நின்ற பிறகு ஒரு யோசனை உதித்தது. 'புத்த பிக்ஷுக்கள் புகுந்த இரகசிய வழி ஒருவேளை தேடினால் கிடைக்கும்! அதன் வழியாய் கோட்டைக்குள் போய்விடலாம்' என்று ஆசையுடன் திரும்பவும் அதே இடத்துக்கு வந்து சேர்ந்தான். அகழியை எப்படிக் கடப்பது என்ற கேள்வி ஏற்பட்டது. நீந்திப் போகலாம் என்று நினைத்ததும், அகழியில் நூற்றுக்கணக்கான முதலைகள் இருப்பது நினைவு வந்து கதி கலங்கிற்று. இதற்குள்ளாகப் படைகள் வரும் முழக்கம் இன்னும் நெருங்கிக் கேட்கலாயிற்று.

'முதலைகளுக்கு இரையானாலும் ஆகலாம்; எதிரிகளிடம் சிக்கக்கூடாது' என்று எண்ணிக் கண்ணபிரான் அகழியில் இறங்கத் தீர்மானித்தபோது

திடீரென்று கோட்டை மதிலின் எதிரே ஒரு கதவு திறந்து துவாரம் காணப் பட்டது. அதற்குள்ளிருந்து இளம் புத்த பிக்ஷு ஓடி வருவது தெரிந்தது. கண்ண பிரான் சட்டென்று மரத்தின் பின்னால் மறைந்துகொண்டான். இளம் பிக்ஷு படகில் ஏறுவதையும், இக்கரைக்கு அதைச் செலுத்தி வருவதையும் பார்த்துக் கொண்டிருந்தான். அப்போது கண்ணபிரானுடைய மூளை தீவிரமாக வேலை செய்தது. இளம் பிக்ஷு கரையில் இறங்கியவுடனே படகைத் தண்ணீரில் கவிழ்க்கப் போவதைப் பார்த்ததும் கண்ணன் பாய்ந்து வந்து அதைத் தடுத்து, இளம் பிக்ஷுவையும் தூக்கிப் படகில் போட்டுக்கொண்டு, தானும் ஏறினான். மெதுவாகப் படகை அக்கரைக்குக்கொண்டு போய்ச் சேர்த்தான்.

சுவரில் திறக்கப்பட்ட துவாரம் அப்படியே இருந்தது. இளம் பிக்ஷுவை அந்தத் துவாரத்திற்குள் தள்ளிவிட்டு, தானும் உள்ளே புகுந்தான். அகழிக்கு அப்பால் அவன் நிறுத்திவிட்டு வந்த ரதத்தின் ஞாபகம் வந்தது. அந்த நினைவினால் அவன் திரும்பி வெளியே வரப்பார்த்தபோது மிகவும் உறுதி வாய்ந்த வஜ்ரக்கையொன்று தன்னைப் பிடித்து உள்ளே தள்ளுவதை உணர்ந் தான். அந்தக் கை மகேந்திர பல்லவருடைய வைரம் பாய்ந்த கைதான் என்பதை உணர்ந்ததும் கண்ணனுடைய ஆச்சரியம் அளவுகடந்ததாயிற்று.

அப்போது சக்கரவர்த்தி, 'கண்ணா! இந்தக் கள்ள பிக்ஷு பல்லவ இராஜ் யத்தில் இருந்த வாதாபியின் கடைசி ஒற்றன். இவன் தப்பிப் போகாதபடி தடுத்ததால், பல்லவ சாம்ராஜ்யத்துக்கு ஒரு மகத்தான சேவை செய்திருக் கிறாய். வா, போகலாம். கமலி உனக்காகக் கவலையுடன் காத்திருக்கிறாள்' என்று சொல்லிக்கொண்டே அந்த இரகசிய வாசலுக்குள்ளே தாமும் நுழைந்து இரகசியக் கதவை உள்ளிருந்தபடியே சாத்தினார்.

அவர்கள் புகுந்த இடம் காஞ்சி மாநகரின் பிரசித்தமான இராஜவிஹாரம் என்று விரைவில் கண்ணனுக்குத் தெரிந்தது.

மேற்கண்ட வரலாற்றை எல்லாம் கூறிவிட்டு, கண்ணபிரான் 'கமலி! ஏதோ உன்னுடைய மாங்கல்ய பலத்தினாலேதான் நேற்றிரவு நான் பகைவர் களிடம் சிக்காமலும், முதலைகளுக்கு இரையாகாமலும் பிழைத்து வந்தேன். நான் பிழைத்து வந்தது உண்மைதானா என்று இன்னமும் எனக்குச் சந்தேகமாய்த்தான் இருக்கிறது. உன்னுடைய இரண்டு தளிர் போன்ற கைகளினாலும் என்னை கட்டிக்கொண்டு பார்த்து, நான் உண்மையில் உயிரோடுதானிருக்கிறேனா என்று சொல்லு' என்றான்.

'முடியாது, கண்ணா முடியாது! உன்னை நான் கட்டிக் கொண்டால் சின்னக் கண்ணனுக்குத் தொந்தரவாயிருக்கும்!' என்று கூறிவிட்டுப் பொருள் பொதிந்த புன்னகை புரிந்தாள் கமலி.

இரண்டாம் பாகம் முற்றிற்று

மூன்றாம் பாகம்

பிக்ஷுவின் காதல்

1.அழியா மதில்

வாதாபி சக்கரவர்த்தி புலிகேசியின் படைகள், மகேந்திர பல்லவரின் காலத்தில் காஞ்சிக் கோட்டையை முற்றுகையிட்டது, தென்னாட்டின் சரித்திரத்தில் பிரசித்தி பெற்ற சம்பவம்.

ஏறக்குறைய எட்டு மாத காலம் அந்த முற்றுகை நீடித்திருந்தது. எனினும், காஞ்சிக் கோட்டையின் மதில்கள் கன்னியழியாமல் கம்பீரமாகத் தலை தூக்கி நின்றன. வாதாபிப் படையைச் சேர்ந்த வீரன் ஒருவன்கூடக் காஞ்சிக் கோட்டைக்குள்ளே கால் வைக்கவும் முடியவில்லை.

வாதாபி வீரர்கள் காஞ்சிக் கோட்டையைச் சூழ்ந்து கொண்டவுடனே, வைஜயந்தி பட்டணத்தில் செய்தது போலவே ஒரே மூர்க்கமாய்க் கோட்டையைத் தாக்கிக் கைப்பற்ற யத்தனித்தார்கள். காலாட் படையைச் சேர்ந்த கணக்கற்ற வீரர்கள் ஏக காலத்தில் கோட்டையின் நாற்புறத்திலும் அகழிகளை நீந்திக் கடக்க முயன்றார்கள். கோட்டை மதில்களின் மேல் மறைவான இடங்களிலிருந்து மழை போல் பொழிந்த அம்புகளும் அகழியிலிருந்த முதலைகளும் அவ்வீரர்களையெல்லாம் எமலோகத்துக்கு அனுப்பின. தப்பித் தவறிக் கரையேறிய வீரர்கள் கோட்டை மதிலோரமாகக் கண்ணுக்குத் தெரியாமல் அமைந்திருந்த பொறிகளில் அகப்பட்டுத் திண்டாடினார்கள். ஆங்காங்கு அகழிகளில் இறங்கிய யானைகளுக்கும் அகழியிலிருந்த முதலைகளுக்கும் பயங்கரமான போராட்டம் நடந்ததில், அகழியில் நிறைந்திருந்த தண்ணீரெல்லாம் செந்நீராக மாறியது.

முதல் முயற்சியில் தோற்ற பிறகு, கோட்டை வாசல்களுக்கு எதிரே அகழியைத் தூர்த்துக் கோட்டைக் கதவுகள் மேல் யானைகளை மோதச்செய்ய முயன்றார்கள். காஞ்சியைச் சுற்றியிருந்த பெரிய பெரிய விருக்ஷங்களையெல்லாம் மத்த கஜங்கள் வேரோடு பெயர்த்துக்கொண்டுவந்து அகழியில் போட்டுத் தூர்த்தன. ஆனால், இந்த வேலை அவ்வளவு எளிதாக நடக்கவில்லை. கோட்டை வாசலின் மேல் மாடங்களில் மறைவான இடங்களிலிருந்து பல்லவ வீரர்கள் வேகமாய் எறிந்த வேல்கள் யானைகளின் கண்களிலும் மற்றுமுள்ள மர்ம ஸ்தானங்களிலும் தாக்க, அவை வீறிட்டுக் கொண்டு திரும்பியோடிச் சளுக்கர் படைகளுக்குச் சேதமுண்டாக்கின.

பெரும் பிரயத்தனத்தின் பேரில் கோட்டை வாசல்களுக்கு எதிரே அகழிகள் தூர்க்கப்பட்டன. யானைகள் கோட்டைக் கதவுகளை முட்டியபோது, வெளிக் கதவுகள் தகர்ந்தன. ஆனால், வெளிக் கதவுகளுக்கு உள்ளே எதிர்பாராத அதிசயம் யானைகளுக்குக் காத்திருந்தது. புதிதாய் அமைக்கப்பட்டிருந்த உட்கதவுகளில் நூற்றுக்கணக்கான வேல் முனைகள் பொருத்தப்பட்டிருந்தன. இந்த வேல் முனைகளில் வேகமாய் மோதிக்கொண்ட வாதாபி யானைகள், பயங்கரமாகப் பிளிறிக்கொண்டு திரும்பி, தங்களுக்குப்

பின்னாலிருந்த காலாட் படை வீரர்களையெல்லாம் துவம்சம் செய்து கொண்டு ஓடின. பெரிய பெரிய மரக்கட்டைகளைக் கொண்டுவந்து அந்த வேல் முனை பொருந்திய கதவுகளையும் தகர்த்தார்கள். அப்படித் தகர்த்து விட்டுப் பார்த்தால், அக்கதவுகளுக்குப் பின்னால் கோட்டை வாசலை அடியோடு அடைத்துக்கொண்டு கருங்கல்லாலும், சுண்ணாம்பாலும் கட்டப் பட்ட கெட்டிச் சுவர் காணப்பட்டது.

இவ்விதமாக, ஏறக்குறைய ஒரு மாதகாலம் கோட்டையைத் தாக்கிக் கைப் பற்றுவதற்கு முயன்று தோல்வியடைந்த பிறகு, நீடித்து முற்றுகையை நடத்திக் கோட்டையிலுள்ளவர்களைப் பட்டினி போட்டுப் பணியச் செய்வ தென்று புலிகேசி தீர்மானித்தான். வாதாபிப் படைகள் காஞ்சியைச் சுற்றிலும் நெடுந்தூரம்வரை கூடாரம் அடித்துக்கொண்டு தண்டு இறங்கின.

முற்றுகையை ஆரம்பித்து ஆறு மாத காலம் ஆன போது, கோட்டைக்குள் இருப்பவர்களுக்கு என்ன ஆபத்து நேரிடுமென்று புலிகேசி எதிர்பார்த் தானோ அந்த ஆபத்து வாதாபிப் படைகளுக்கே நேரலாயிற்று. அதாவது உணவுப் பஞ்சம் நேர்ந்தது. இலட்சக்கணக்கான வீரர்களும், ஆயிரக்கணக் கான போர் யானைகளும், வண்டி இழுக்கும் மாடுகளும் ஒரே இடத்தில் இருந்து கொண்டு எவ்வளவு காலத்துக்கு உணவு பெற முடியும்? வட பெண்ணைக் கரையிலிருந்து காஞ்சி வரையில் உள்ள வழியில் புலிகேசியின் படைகளுக்கு யாதொரு உணவுப் பொருளும் கிடைக்கவில்லை. ஏனெனில் வடபெண்ணையிலிருந்து மெல்ல மெல்லப் பின்வாங்கி வந்த பல்லவ சைனியம், வாதாபிப் படைக்கு உணவுப் பொருள் ஒன்றும் கிடைக்காதபடி நன்றாய்த் துடைத்துவிட்டிருந்தது.

அவ்வாறே, காஞ்சியைச் சுற்றிலும் நெடுந்தூரத்துக்கு நெடுந்தூரம் உள்ள கிராமங்களையெல்லாம் சூனியமாக விட்டு விட்டு ஜனங்கள் போய்விட்ட படியால், வாதாபிப் படைக்கு உணவுப் பொருள் எதுவும் கிடைக்கவில்லை.

இரண்டு மூன்று மாத காலத்திற்குள் காஞ்சியைச் சுற்றியிருந்த காடுகள், தோட்டங்கள் எல்லாவற்றையும் வாதாபியின் யானைகள் அழித்துத் தின்று விட்டன. அப்புறம் அவற்றுக்கு ஆகாரம் தேடுவதற்காகப் பல காத தூரம் போக வேண்டியிருந்தது. அப்படிப் போனாலும் அந்த வருஷத்துக் கடுங் கோடையில் பசுமையைக் கண்ணால் பார்ப்பதே அபூர்வமாயிருந்தது.

இதையெல்லாம் காட்டிலும் மிகப் பயங்கரமான இன்னோர் அபாயம், கோடை முற்றியபோது வாதாபிப் படைகளுக்கு ஏற்பட்டது. அதாவது, குடிதண்ணீருக்கே பஞ்சம் உண்டாகி விட்டது.

அந்த வருஷத்தில் காஞ்சியைச் சுற்றிலும் ஏழெட்டுக் காத தூரம் பரவிய பிரதேசங்களில் சில அதிசயங்கள் நடந்து வந்தன. கார்த்திகை, மார்கழியில் தண்ணீர் நிறைந்து ததும்பிக் கொண்டிருந்த பெரிய பெரிய ஏரிகளெல்லாம், தை, மாசி, மாதத்தில் எப்படியோ திடீர் திடீரென்று கரை உடைத்துக் கொண்டு சுற்றுப் பிரதேசங்களை வெள்ளத்தில் மூழ்கடித்தன. இது காரண மாக, சித்திரை மாதத்தில் ஏரிகளில் ஒரு சொட்டுத் தண்ணீர் கூட இல்லை.

ஆங்காங்கு இருந்த கிணறுகளும், குளங்களும், ஏரிகள் உடைத்துக்கொண்டு வெள்ளம் வந்தபோது தூர்ந்து போய் விட்டன. எங்கேயாவது கொஞ்சம் தண்ணீர் கண்டால் குடிப்பதற்குப் பயனில்லாதபடி அழுகி நாற்றமெடுத்துக் கிடந்தது.

அந்த நாளில் பாலாற்றில் மூன்று இடங்களில் அணைக்கட்டு கட்டித் தண்ணீரைத் தேக்கிவைத்திருப்பார்கள். வேனிற்காலத்தில் சிறிது சிறிதாக விடுவார்கள். இந்த வருஷத்தில் அந்தத் தேக்கங்களை முன்னமே உடைத்துவிட்டிருந்தபடியால் கோடைக் காலத்தில் பாலாறும் வறண்டுவிட்டது. பாலாறு வறண்ட காரணத்தினால் காஞ்சியையும் கடலையும் ஒன்று சேர்த்த கால்வாயிலும் தண்ணீர் வற்றிப் போய் விட்டது. கோட்டையைச் சுற்றியிருந்த அகழித் தண்ணீரோ, இரத்தமும் நிணமும் சேர்ந்த சேற்றுக் குட்டையாக மாறியிருந்தது.

எனவே, வாதாபியின் இலட்சக்கணக்கான வீரர்களுக்கும் யானைகள், குதிரைகள், மாடுகள் எல்லாவற்றிற்கும் பாலாற்றில் ஊற்றெடுத்தே குடிதண்ணீர் கிடைக்கவேண்டியிருந்தது.

பசி, தாகங்களின் கொடுமையினால் போர் யானைகள் அவ்வப்போது வெறிபிடித்துச் சிதறியோட, அவற்றின் கால்களில் மிதிபட்டு வீரர்கள் பலர் எமலோகம் சென்றார்கள்.

ஆனி மாதத்திலே ஒரு நாள் வராகக் கொடி வானளாவப் பறந்த கூடாரத்திற்குள்ளே புலிகேசியின் யுத்த மந்திராலோசனை சபை கூடிற்று. முன்னே வடபெண்ணை நதிக்கரையில் நாம் பார்த்த அதே படைத் தலைவர்கள் ஏழெட்டுப் பேர், எதிரில் விரித்திருந்த கம்பளத்தில் உட்கார்ந்திருக்க, வாதாபி மன்னன் தந்தச் சிங்காதனத்தில் கம்பீரமாக அமர்ந்திருந்தான்.

முன்னைக் காட்டிலும் புலிகேசியின் முகத்தில் கடூரமும் கோபமும் அதிகமாகக் கொதித்துக் கொண்டிருந்தன. படைத் தலைவர்களைப் பார்த்து, அவன் கூறினான்; 'இந்த மகேந்திர வர்மனுக்குத் தகப்பன் பெயர் சிம்ம விஷ்ணு. மகன் பெயர் நரசிம்மன். ஆனால், மகேந்திரனோ வெறும் நரியாக இருக்கிறான். வளையில் நரி புகுந்து கொள்வது போல், இவன் கோட்டைக்குள்ளே புகுந்து கொண்டிருக்கிறான். நரி வளையிலிருந்து வெளியே வருமென்று எத்தனை நாளைக்குத் தான் காத்துக்கொண்டிருப்பது? உங்களில் யாருக்காவது ஏதாவது யோசனை தோன்றுகிறதா?'

படைத் தலைவர்கள் மௌனமாயிருந்தார்கள். ஒருவராவது வாய் திறந்து பேசத் துணியவில்லை.

'ஏன் எல்லோரும் மௌனம் சாதிக்கிறீர்கள்! வெற்றி மேல் வெற்றி கிடைத்துக்கொண்டிருந்தபோது, நான் நீ என்று எல்லோரும் யோசனை சொல்ல முன்வந்தீர்கள். யோசனை தேவையாயிருக்கும்போது வாயை மூடிக்கொண்டிருக்கிறீர்கள். ஆகா! நமது பிக்ஷு மட்டும் இப்போது இங்கிருந்தால்....' என்று சொல்லிப் புலிகேசி பெருமூச்சு விட்டான்.

சபையில் ஒருவன், 'பிரபு! பிக்ஷுவைப் பற்றி எந்தவிதமான தகவலும் வரவில்லையா?' என்று கேட்டான்.

'பிக்ஷுவிடமிருந்து சேதி வந்து நெடுங்காலம் ஆகிறது. வடபெண்ணைக் கரையில் வஜ்ரபாஹு என்னும் களப்பாளத் தலைவனிடம் அனுப்பிய ஓலைக்குப் பிறகு அவரிடமிருந்து ஒரு தகவலும் இல்லை. மதுரைப் பாண்டியனைப் பார்ப்பதற்கு அவர் போயிருந்த சமயத்தில், ஏதேனும் நேர்ந்து விட்டதோ, என்னவோ? ஆகா! பிக்ஷு மட்டும் இப்போதிருந்தால் உங்களைப் போல விழித்துக்கொண்டு இருப்பாரோ? ஒற்றர் தலைவரே! புத்த பிக்ஷு என்ன ஆகியிருப்பாரென்று கண்டுபிடிக்கும்படியாக எட்டு மாதத்திற்கு முன்னாலேயே சொன்னேனே? இதுவரை ஏதாவது தகவல் கிடைத்ததா?' என்று கேட்க, ஒற்றர் படைத் தலைவன் தலை குனிந்து கொண்டான்.

பிறகு புலிகேசி அங்கே எல்லோருக்கும் முதலில் இருந்தவனைப் பார்த்து, 'சேனாதிபதி, உமக்கு என்ன தோன்றுகிறது? முற்றுகையைத் தொடர்ந்து நடத்தவேண்டியதுதானே? மகேந்திர பல்லவனைப் பணியச்செய்ய இன்னும் எத்தனை காலம் பிடிக்கும் என்று நினைக்கிறீர்?' என்று கேட்டான்.

அதற்கு வாதாபி சேனாதிபதி, 'மதில் மேல் காணப்படும் பல்லவ வீரர்கள் கொஞ்சம் கூட வாட்டமின்றிக் கொழுத்தே காணப்படுகிறார்கள். ஆனால், நம்முடைய வீரர்களுக்கு இப்போது அரை வயிறு உணவுதான் கொடுக்கிறோம். இன்னும் ஒரு மாதம் போனால் அதுவும் கொடுக்கமுடியாது. சுற்றுப்புறத்தில் பத்துக் காததூரத்திற்கு ஒரு தானிய விதை கூடக் கிடையாது' என்றார்.

புலிகேசியின் முகத்தில் கோபம் கொதித்தது, 'ஆமாம்! ஆமாம்! எப்போது பார்த்தாலும் இந்தப் பஞ்சப் பாட்டுத்தான்! இம்மாதிரி மூக்கால் அழுவதைத் தவிர, வேறு ஏதாவது யோசனை சொல்லுவதற்கு இங்கு யாரும் இல்லையா?' என்று கோபக் குரலில் புலிகேசி கேட்க, படைத் தலைவர்களில் ஒருவன், 'பிரபு! காவேரிக் கரையில் ஆறு மாத காலமாகப் பாண்டிய ராஜா காத்துக் கொண்டிருக்கிறார். சோழ வளநாட்டில் சென்ற வருஷம் நன்றாக விளைந்த தானியம் ஏராளமாக இருக்கிறது. ஜயந்தவர்ம பாண்டியருக்கு ஓலையனுப்பினால், ஒருவேளை அவர் உணவு அனுப்பக்கூடும்.' என்றான்.

இதைக் கேட்ட புலிகேசி சற்று நேரம் ஆழ்ந்த யோசனையில் இருந்தான். பிறகு திடீரென்று துள்ளிக் குதித்து எழுந்து, எல்லாரையும் ஒரு தடவை சுற்றிப் பார்த்துவிட்டு, 'என்ன செய்வதென்று தீர்மானித்துவிட்டேன். இனி மேல் நான் இங்கேயே சும்மா உட்கார்ந்திருந்தால் எனக்குப் பைத்தியமே பிடித்து விடும். சேனாதிபதி! நீர் இங்கேயே நமது சைனியத்தின் பெரும் பகுதியுடன் முற்றுகையை நடத்திக்கொண்டிரும். ஓர் இலட்சம் வீரர்களுடன் நான் தெற்கே புறப்பட்டுச் சென்று பாண்டிய மன்னனை நேரில் பார்த்து விட்டு வருகிறேன். யானைப் படை என்னுடன் வரட்டும். ஆஹா! வாதாபியிலிருந்து புறப்பட்டபோது கொழு கொழுவென்றிருந்த நம்

யானைகள் உணவில்லாமல் எப்படி மெலிந்து போய் விட்டன! காவேரிக் கரையில் நம் யானைகளுக்கு நிறைய உணவு கிடைக்குமல்லவா?' என்றான்.

அப்போது ஒற்றர் படைத் தலைவன், 'பிரபு! தாங்கள் அப்படிச் சிறு படையுடன் போவது உசிதமா? பாண்டியனுடைய நோக்கம் எவ்விதம் இருக்குமோ?' என்று கூறியதற்குப் புலிகேசி, 'பாண்டியனுடைய நோக்கம் என்னவாக இருந்தாலும் என்ன? அவன் நம்மோடு போர் செய்யத் துணிய மாட்டான். அவன் மோசக் கருத்துள்ளவனாயிருந்தாலும் என்ன செய்து விட முடியும்? காவேரிக் கரையில் ஒளிந்து கொள்வதற்குக் கோட்டை ஒன்றும் இல்லை. எதிரி போர்க்களத்தில் நிற்கும் வரையில் எனக்குப் பயமும் இல்லை' என்றான்.

2.யானைப் பாலம்

அந்த வருஷத்திலே ஆனி மாதக் கடைசியிலேயே காவேரியிலும் கொள்ளிடத்திலும் வெள்ளம் வந்துவிட்டது. வாதாபிச் சக்கரவர்த்தியும் அவருடைய சைனியமும் இரண்டு வாரம் பிரயாணம் செய்து கொள்ளிடக் கரைக்கு வந்து சேர்ந்தபோது, அந்த நதியில் இரு கரையையும் தொட்டுக் கொண்டு தண்ணீர்ப் பிரவாகம் போய்க் கொண்டிருந்தது.

கொள்ளிடத்துக்கு அக்கரையில் சேந்தன் ஜயந்தவர்ம பாண்டியன் தன்னுடைய சைனியத்துடன் தங்கிப் பாசறை அமைத்திருந்தான். அவனோடு கொடும்பாளூர் மாதவக் களப்பாளனும் சேர நாட்டுச் சிற்றரசன் இளஞ்சேரலாதனும் தங்கியிருந்தார்கள்.

பாண்டியன், தன் சகோதரியை மாமல்லர் கல்யாணம் செய்து கொள்ள மறுத்ததன் காரணமாகப் பல்லவர் மீது பெரிதும் கோபம் கொண்டிருந்தான். காஞ்சி முற்றுகை ஆரம்பித்த சில தினங்களுக்கெல்லாம் பாண்டிய சைனியம் காவேரிக்கும் கொள்ளிடத்துக்கும் நடுவிலிருந்த பகுதியை அடைந்து விட்டது. பாண்டியனுக்கு அக்காலத்தில் கப்பம் கட்டிக் கொண்டிருந்த கொடும்பாளூர் மாதவக் களப்பாளனும் சேரன் இளஞ்சேரலாதனும் ஜயந்த வர்மன் விருப்பத்தின்படி தாங்களும் தங்கள் சிறு சைனியங்களுடன் வந்திருந்தார்கள். அக்காலத்தில் கொள்ளிடத்திற்குத் தெற்கேயிருந்த தமிழ் மன்னர்கள் அனைவரும் பல்லவர்களிடம் விரோதம் கொண்டிருந்தார்கள். எனவே, ஜயந்தவர்மனும் மற்ற இரு குறுநில மன்னர்களும் இச்சமயம் வாதாபிச் சக்கரவர்த்தியுடன் சேர்ந்துகொண்டு, பல்லவ வம்சத்தாரிடம் தங்களுக்கிருந்த வர்மத்தைத் தீர்த்துக் கொள்ளச் சித்தமாயிருந்தார்கள். இவர்களுடன், சமீபத்திலேதான் உறையூர் சிம்மாசனம் ஏறியிருந்த பார்த்திப சோழன் மாத்திரம் சேர்ந்து கொள்ளவில்லை. பார்த்திப சோழனும்

பல்லவர் ஆதிக்கத்தை வெறுத்தானாயினும் வடநாட்டிலிருந்து படையெடுத்து வந்தவர்களுடன் சேர்ந்து கொள்வதற்கோ, அவர்களுடைய தயவை நாடுவதற்கோ அவனுக்கு மனம் வரவில்லை.

மகேந்திர பல்லவரின் தந்தை சிம்ம விஷ்ணுவின் காலத்திலிருந்து கீழைச் சோழ நாடு பல்லவரின் ஆட்சிக்கு உட்பட்டிருந்தது என்பதை முன்னமே தெரிந்து கொண்டோமல்லவா? மற்றபடி எது எப்படிப் போனாலும், இந்தச் சந்தர்ப்பத்தில் கீழைச் சோழ நாட்டை, தான் கைப்பற்றிப் பாண்டிய இராஜ்யத்துடன் சேர்த்துக் கொள்ளுவதென்று ஜயந்தவர்மன் தீர்மானித்திருந்தான்.

ஆனால், கீழைச் சோழ நாட்டு மக்கள் இதைச் சிறிதும் விரும்பவில்லை. அவர்கள் தலைமுறை தலைமுறையாகச் சைவ சமயப் பற்று உள்ளவர்கள். சமீப காலத்தில் திருநாவுக்கரசருடைய மகிமையினால் மகேந்திர பல்லவர் சைவ சமயத்தைத் தழுவியது முதல், சோழ நாட்டு மக்கள் பல்லவ சக்கரவர்த்தியிடம் விசேஷ பக்திகொண்டிருந்தார்கள். எனவே, ஜயந்தவர்ம பாண்டியன் எதிர்பார்த்தபடி சோழ நாட்டார் அவனை உற்சாகமாக வரவேற்கவில்லை. இதனாலும் பல மாத காலம் கொள்ளிடக் கரையிலேயே காத்துக்கொண்டிருக்க நேர்ந்ததாலும், ஜயந்தவர்மன் எரிச்சல்கொண்டிருந்தான். காஞ்சி நகர் முற்றுகை நெடுங்காலம் நீடித்ததில் வாதாபிச் சக்கரவர்த்தியிடம் அவனுக்கு முன்னமிருந்த மரியாதை குறைந்துபோயிருந்தது. எனவே, கொள்ளிடத்துக்கு அக்கரையில் புலிகேசி வந்து விட்டது தெரிந்த பிறகும் அவனைப் போய்ப் பார்க்கப் பாண்டியன் எவ்விதப் பிரயத்தனமும் செய்ய வில்லை. கொள்ளிடத்தில் பிரவாகம் அதிகமாயிருந்ததைச் சாக்காக வைத்துக்கொண்டு பரிவாரங்களுடன் அக்கரை வருவதற்குத் தன்னிடம் போதிய படகுகள் இல்லையென்று செய்தியனுப்பினான்.

புலிகேசி அதற்கு மறுமொழியாக, கொள்ளிடத்துக்குப் பாலம் கட்டிக் கடந்து நதியின் தென்கரைக்கு வந்து, தானே பாண்டியனைச் சந்திப்பதாகச் சொல்லி அனுப்பினான். இதைக் கேட்டபோது, பாண்டியனுக்கு முதலில் வேடிக்கையாகத் தோன்றியது. 'கொள்ளிடத்துக்காவது, பாலம் கட்டவாவது! - இதென்ன பைத்தியம்!' என்று சொல்லிச் சிரித்தான்.

ஆனால், மறுநாள் பாண்டியன் தான் தண்டு இறங்கிய இடத்திலிருந்து கொள்ளிட நதியை நோக்கியபோது ஓர் அதிசயக் காட்சியைக் கண்டான். கொள்ளிடத்துக்கு உண்மையாகவே பாலம்போட்டிருந்தது. சாதாரணப் பாலம் அல்ல; நதியில் யானைகளை வரிசையாக நிறுத்தி வைத்து, அவற்றின் முதுகின் மேல் பலகைகளைக் கோத்து அதிசயமான பாலம் அமைத்திருந்தார்கள்! இந்த அபூர்வமான காட்சியானது பாண்டிய மன்னனுக்கு வாதாபிச் சக்கரவர்த்தியின் மேல் மறுபடியும் மரியாதையை உண்டாக்கிற்று.

அந்த யானைப் பாலத்தின் வழியாகப் புலிகேசி தன்னுடைய முக்கிய பரிவாரங்களுடன் ஆற்றைக் கடந்து வரவே, பாண்டியனும் மற்ற இரு குறுநில மன்னர்களும் அவனுக்குத் தக்க மரியாதை செய்து இராஜோபசாரத்துடன் வரவேற்றார்கள்.

பேரரசர்கள் இருவரும் மூன்று தினங்கள் பரஸ்பரம் அளவளாவி மகிழ்ந் தார்கள். பல்லவர்களுடைய கொட்டத்தை அடக்க வேண்டும் என்பதில் இருவருக்கும் பூரண மன ஒற்றுமை இருந்தது. எனவே, பல்லவ வம்சத்தை அடியோடு அழித்து விட வேண்டும் என்றும், காஞ்சி நகரம் வரையில் பாண்டிய ராஜ்யத்துடன் சேர்த்து விடவேண்டுமென்றும், காஞ்சிக்கு வடக்கேயுள்ள பகுதியைச் சளுக்க சாம்ராஜ்யத்துடன் சேர்த்து விட வேண்டுமென்றும் அவர்கள் ஏகமனதாக முடிவு செய்தார்கள்.

ஜயவந்தர்ம பாண்டியன் தானும் தன் சைனியத்துடன் காஞ்சிக்கு அப்போதே புறப்பட்டு வருவதாகச் சொன்னபோது, காஞ்சியைக் கைப்பற்றும் கௌரவத்தைத் தனக்கே விட்டு விட வேண்டுமென்று புலிகேசி வற்புறுத்தினான். காஞ்சிக் கோட்டை பணிந்ததாகக் கேள்விப்பட்டவுடனே பாண்டியன் அங்கிருந்து கிளம்பிக் காஞ்சிக்கு வரலாமென்றும், இப்போதைக்கு வாதாபிச் சைனியத்துக்கு உணவுப் பொருள் மாத்திரம் கொடுத்து உதவும்படியாகவும் புலிகேசி கூற, பாண்டியனும் அதற்கிணங்கி, தன் சைனியத்துக்காகச் சேகரித்து வைத்திருந்த உணவுப் பொருள் அவ்வளவையும் சளுக்கப் படைக்குக் கொடுத்து உதவ ஒப்புக் கொண்டான்.

3.உடன்படிக்கை

வாதாபிச் சக்கரவர்த்தியும் பாண்டிய மன்னனும் விரைவில் மனமொத்த சிநேகிதர்களாகிவிட்டார்கள். ஜயந்தவர்மன் கொள்ளிடத்து வடகரைக்கு வந்து சில நாள் தன்னுடைய விருந்தாளியாயிருக்க வேண்டுமென்று புலிகேசி கேட்டுக் கொண்டான்.

அவ்விதமே ஜயந்தவர்மன் தன்னுடைய முக்கிய மந்திரி பிரதானிகளுடன் மறுநாள் கொள்ளிடத்தின் வடகரைக்கு வந்தான். புலிகேசி ஆடம்பர இரா ஜோபசாரங்களுடன் ஜயந்தவர்மனை வரவேற்றதுடன், தன்னுடைய நால் வகைப் படைகளையும் ஜயந்தவர்மனுக்குக் காட்டி அவன் பிரமிக்கும்படி செய்தான். தடபுடலான விருந்துக்குப் பிறகு, வாதாபியின் வில்லாளிகள், வாள் வீரர்கள், மல்லர்கள் முதலியோர் அந்தப் பேரரசர்களின் முன்னிலையில் தத்தம் திறமைகளைக் காட்டினார்கள்.

பிறகு வாதாபியின் அரண்மனைக் கவிஞர், சந்தர்ப்பத்துக்கேற்பத் தாம் புனைந்திருந்த புகழ்ச்சிக் கவிதைகளைப் பாடினார். கணக்கற்ற வெண் கொற்றக் குடைகளினாலும் வெண்சாமரங்களினாலும் அலையெறியும் திருப்பாற்கடலைப் போல் விளங்கிய வாதாபியின் சேனா சமுத்திரமானது துங்கபத்திரை நதிக்கரையிலிருந்து பொங்கித் தெற்கு நோக்கி வந்தது பற்றியும், அந்தச் சேனா சமுத்திரத்தைத் தூரத்தில் கண்டதுமே காஞ்சி மகேந்திர பல்லவன் நடுநடுங்கிப் போய்த் தனது சிறு குட்டையையொத்த

படையுடன் காஞ்சிக் கோட்டைக்குள் ஒளிந்துகொண்டது பற்றியும், பிறகு வாதாபிச் சக்கரவர்த்தி அழகிய கயல் மீன்கள் துள்ளி விளையாடும் காவேரி நதியைக் காண ஆவல்கொண்டு தெற்கு நோக்கி வந்தது பற்றியும், காவேரிக் கரையிலே மதுரைப் பாண்டிய மன்னனைச் சந்தித்து அளவளாவி மகிழ்ந்தது பற்றியும், வாதாபியின் யானைகள் காவேரியில் வரிசையாக நின்று பாலம் அமைத்தபோது காவேரியின் நீரோட்டம் தடைப்பட்டு நின்றது பற்றியும், யானைகளின் மதநீர் நதியில் விழுந்ததனால் பிரவாகம் மேலும் பெருகிக் கரைகளை மோதியது பற்றியும் வர்ணித்திருந்த பாடல்களை வாதாபியின் இராஜகவி பாடியபோது, பாண்டியனும் மற்ற சிற்றரசர்களும் மது உண்டவர்களைப் போல் மதிமயங்கி நின்றார்கள்.

எல்லாம் முடிந்து, ஜயந்தவர்ம பாண்டியன் புலிகேசியிடம் விடைபெற வேண்டிய சமயம் வந்தபோது, 'சத்யாச்ரயா! பல்லவனை முறியடித்துக் காஞ்சியைக் கைப்பற்றிய பிறகு, அப்படியே தாங்கள் திரும்பிப் போய் விடக்கூடாது. மதுரைக்கும் விஜயம் செய்துவிட்டுப் போகவேண்டும்!' என்றான்.

அந்த நாளில் காஞ்சிக்கு அடுத்தபடியாகத் தென்னாட்டில் பிரசித்தமாக விளங்கிய மதுரைமா நகருக்கும் புலிகேசி வந்தால் பாண்டியர்களின் சீர் சிறப்புக்களையெல்லாம் காட்டி அவனைப் பிரமிக்கச் செய்யலாம் என்பது ஜயந்தவர்மனுடைய எண்ணம்.

அதைக் கேட்ட புலிகேசி ஒரு பெருமூச்சு விட்டான். 'ஆம், எனக்கு மதுரையையும் பார்க்க வேண்டுமென்ற எண்ணம் வெகு காலமாக உண்டு. காஞ்சியைப் பற்றி எழுதிய பிக்ஷு மதுரையைப் பற்றியும் எழுதியிருந்தார். ஆனால்....' என்று புலிகேசி சொல்லி வரும்போதே பாண்டியன் குறுக்கிட்டு, 'புத்த பிக்ஷுவைப் பற்றித் தங்களை நானே கேட்கவேண்டுமென்றிருந்தேன். அவர் எங்கே? தங்களுடன் அவர் இருப்பார் என்றல்லவா எண்ணினேன்?' என்றான்.

'பிக்ஷுவைப் பற்றித்தானே தகவல் ஒன்றும் தெரியவில்லை! அவரைப் பற்றி நானே தங்களிடம் கேட்கவேண்டும் என்றிருந்தேன். மதுரைக்கு வந்திருந்தார் அல்லவா? அங்கே என்ன நடந்தது? தங்களிடம் என்ன சொல்லிவிட்டுக் கிளம்பினார்? எங்கே போவதாகச் சொன்னார்?' என்று வாதாபி மன்னன் வினவினான்.

பிக்ஷு மதுரைக்கு வந்த சமயம் தன் தந்தை காலமானதும் அதனால் ஏற்பட்ட குழப்பத்தில் பிக்ஷு சிறைப்பட்டதும், தனக்கு முடிசூட்டு விழா நடந்த பிறகு பிக்ஷுவைத் தான் விடுதலை செய்ததும் ஆகிய விவரங்களைக் கூறி விட்டு ஜயந்தவர்மன் மேலும் சொன்னதாவது: 'பிக்ஷு விடுதலையான உடனேயே, வாதாபிச் சைனியம் காஞ்சியை அணுகி விட்டதா என்று அவர் என்னைக் கேட்டார். 'இல்லை! இன்னும் வடபெண்ணைக் கரையிலேதான் இருக்கிறது' என்று நான் தெரிவித்ததும் அவர் பெரிதும் ஆச்சரியமடைந்தார். என்னைச் சைனியத்துடன் கொள்ளிடக் கரைக்கு வந்திருக்கும்படி சொல்லி

விட்டு, தாம் முன்னாலே போவதாக அவர் கிளம்பினார். பின்னர், தங்களை வந்து அவர் சந்திக்கவே இல்லையா?'

'இல்லை; அதுதான் மிக்க அதிசயமாயிருக்கிறது. அந்த மூடன் துர்விநீதனால் இவருக்கும் ஏதாவது நேர்ந்து விட்டதோ, என்னமோ? ஒன்றுமே தெரிய வில்லை. பிக்ஷு இல்லாதது எனக்கு ஒரு கை இல்லாதது மாதிரி இருக்கிறது' என்றான் புலிகேசி.

இதற்குப் பாண்டியன், 'ஆமாம்; ஒரு சில நாள் பழக்கத்திலேயே பிக்ஷு விடம் எனக்கு மிக்க மதிப்பு ஏற்பட்டு விட்டது. ஆனால் இந்தக் கங்க நாட்டான் எதற்காக இப்படி அவசரமாகச் சென்று அகப்பட்டுக் கொண்டான்? பிக்ஷு என்னிடம் சொன்னது ஒன்று, துர்விநீதன் செய்தது வேறொன்றாகவல்லவா இருக்கிறது? ஒருவேளை மகேந்திர பல்லவன் தப்பி ஓட முயன்றால் நான் கொள்ளிடக் கரையில் நின்று தடுக்க வேண்டு மென்றும் துர்விநீதன் மேற்கு எல்லையில் நின்று தடுக்க ஏற்பாடு செய்திருப் பதாகவும் பிக்ஷு சொன்னார். அப்படி இருக்க, துர்விநீதன் எதற்காக அவசரப் பட்டுக் காஞ்சியை நெருங்கினான்? அதனால் புள்ளலூரில் ஏதோ பிரமாத வெற்றியடைந்து விட்டதாகப் பல்லவன் பறையடித்துக் கொள்ள இடங் கொடுத்து விட்டானே? அதனாலேயல்லவா பல்லவ நாட்டு மக்களும் சோழ நாட்டுக் குடிகளும்கூட மிக்க கர்வம் கொண்டிருக்கிறார்கள்!' என்றான்.

'துர்விநீதன் விஷயம் பெரிய மர்மமாகத்தானிருக்கிறது! அவன் உயிரோடி ருக்கிறானா, செத்துப்போய் விட்டானா என்று கூட நிச்சயமாகத் தெரிய வில்லை. அவனைப்பற்றித் தெரிந்தால் பிக்ஷுவைப் பற்றியும் ஏதாவது விவரம் அறியலாம். ஆனால், இந்தத் தரித்திரம் பிடித்த பல்லவ நாட்டுக் கிராமங்களில் யாரை என்ன கேட்டாலும், 'எங்களுக்கு ஒன்றும் தெரியாது' என்கிறார்கள். ஒவ்வொரு சமயம் எனக்கு வருகிற கோபத்தில், பல்லவரின் ஆட்சிக்கு உட்பட்ட கிராமங்களிலே ஒரு வீடு, ஒரு கூரை மிச்சமில்லாமல் எல்லாவற்றையும் கொளுத்தி பஸ்மீகரம் செய்து விடலாமா என்று தோன்றுகிறது!' இவ்விதம் புலிகேசி கூறியபோது ஏற்கெனவே கோவைப் பழம்போல் சிவந்திருந்த அவனுடைய கண்களில் அக்னி ஜ்வாலை வீசிற்று.

'ஆமாம், ஆமாம், நானும் எல்லாம் கேள்விப்பட்டேன். ஏரிகளை எல்லாம் உடைத்துவிட்டு இந்த வருஷம் கோடைக் காலத்தில் சாகுபடியே செய்யா மல் பல்லவ நாட்டு மக்கள் இருந்து விட்டார்களாம். எந்தக் கிராமத்துக்குப் போனாலும் பஞ்சப் பாட்டுப் பாடுகிறார்களாம். தானியத்தை ஒளித்து வைத்துக்கொண்டு 'எங்களுக்கே சாப்பாடு இல்லை; பட்டினி கிடக் கிறோம்' என்று முறையிடுகிறார்களாம்! பொல்லாத ஜனங்கள்!' என்றான் பாண்டியன்.

'அவர்களுடைய பொல்லாத்தனத்தை அடக்க எனக்கு வழி தெரியும். ஒளித்து வைத்திருக்கும் தானியங்களை எடுத்துக் கொடுக்கும்படி செய்யவும் தெரியும். அதெல்லாம் இப்போது வேண்டாம் என்று பார்த்துக்கொண்டிருக் கிறேன்.'

'இந்தச் சோழ நாட்டுத் திமிர் பிடித்த மக்களுக்கு நானும் ஒருநாள் பாடம் கற்பிக்க வேண்டும். காஞ்சிக் கோட்டை பிடிபடட்டும் என்றுதான் பார்த்துக் கொண்டிருக்கிறேன். இருக்கட்டும்! துர்விநீதனைப் பற்றியல்லவா கேட்டுக்கொண்டிருந்தீர்கள்? என்னுடைய ஒற்றர்கள் ஏதோ சொன்னதாக ஞாபகம் இருக்கிறது; இதோ விசாரிக்கிறேன்' என்று ஜயந்தவர்மன் கூறி தன்னுடைய ஒற்றர் படைத் தலைவனை வரவழைத்துக் கேட்டான்.

ஒற்றர் தலைவன் கூறியதாவது: 'நம்முடைய சைனியம் காவேரியைத் தாண்டிக் கொள்ளிடத்தை நெருங்கிக் கொண்டு இருந்தபோது, புள்ளலூர்ச் சண்டையைப் பற்றிய செய்தி வந்தது. உடனே சிலரை நான் அனுப்பி நிலைமையை விசாரித்து வரச் செய்தேன். புள்ளலூரில் தோல்வியடைந்து கங்கராஜா தெற்கு நோக்கி ஓடி வந்தாராம். அவரை மாமல்லர் துரத்தி வந்தாராம். திருப்பாற்கடல் என்னும் பெரிய ஏரி உடைத்துக்கொண்டு மாமல்லரைத் தடை செய்ததாம். இதனால் கங்கராஜா தென்பெண்ணைக்கு இக்கரை வந்து, பாடலிபுரத்துச் சமணர் பள்ளியில் ஒளிந்துகொண்டாராம். பிறகு என்ன நடந்ததென்று தெளிவாகத் தெரியவில்லை. திருக்கோவலூர்க் கோட்டத் தலைவன் சமணப் பள்ளியைத் தாக்கி இடித்துக் கங்க மகா ராஜாவைச் சிறைப்பிடித்துக்கொண்டு போனதாகச் சில ஜனங்கள் பேசிக் கொண்டார்களாம். திருக்கோவலூருக்குத் தெற்கேயுள்ள மலைப் பிரதேசத்தில் சிறை வைத்திருப்பதாகவும் வதந்தியாம்.'

பிறகு பேரரசர்கள் இருவரும் கலந்தாலோசித்துப் பின்வரும் திட்டத்தை வகுத்துக்கொண்டார்கள்: புலிகேசி காஞ்சிக்குத் திரும்பிச் சென்று கோட்டை முற்றுகையை இன்னும் தீவிரமாய் நடத்த வேண்டியது. காஞ்சிக் கோட்டை பணிகிற வரையில் வாதாபிச் சைனியத்துக்கு வேண்டிய உணவுப் பொருள்களைப் பாண்டியன் அனுப்பிக்கொண்டிருக்க வேண்டியது.

கொள்ளிடத்தில் தண்ணீர் குறைந்ததும் பாண்டியன் தன் சைனியத்துடன் நதியைத் தாண்டி முன்னேறி வந்து தென்பெண்ணை நதி வரையில் கைப்பற்றிக் கொள்ள வேண்டியது. திருக்கோவலூர்க் கோட்டத் தலைவனைப் பிடித்துக் கடுமையாகத் தண்டிப்பதுடன், அங்குள்ள மலைப்பிரதேசத்தில் துர்விநீதன் சிறைப்பட்டிருந்தால், அவனை விடுதலை செய்து அனுப்பி வைக்க வேண்டியது.

இந்த உதவிகளையெல்லாம் பாண்டியன் செய்வதற்குக் கைம்மாறாகக் குமரி முனையிலிருந்து தென்பெண்ணை வரை உள்ள பிரதேசத்தின் மகா சக்கரவர்த்தியாக ஜயந்தவர்ம பாண்டியனை புலிகேசி அங்கீகரிக்க வேண்டியது.

மேற்கண்டவாறு இரு தரப்புக்கும் திருப்திகரமான உடன்படிக்கையைச் செய்துகொண்ட பிறகு, ஜயந்தவர்ம பாண்டியன் வாதாபிச் சக்கரவர்த்தியிடம் விடை பெற்றுக்கொண்டு பழையபடி கொள்ளிடத்தின் தென்கரை போய்ச் சேர்ந்தான்.

4.வேங்கித் தூதன்

ஜயந்தவர்மன் போய்விட்ட பிறகு புலிகேசி தன்னுடைய பிரதானிகளைப் பார்த்து, 'யானைக்கு ஒரு காலம் வந்தால் பூனைக்கு ஒரு காலம் வரும் என்பது எவ்வளவு உண்மை, பார்த்தீர்களா? அந்தப் பல்லவ நரி கோட்டைக்குள் ஒளிந்து கொள்ளப் போக, இந்தப் பூனைப் பாண்டியனின் தலை ஒரேயடியாக வீங்கிப் போயிருக்கிறது! உத்தராபதத்தின் ஹர்ஷவர்த்தன சக்கரவர்த்திக்கும், மத்தியப் பிரதேசத்தின் வாதாபிச் சக்கரவர்த்திக்கும் இணையாகப் பூனைப் பாண்டியனும் தக்ஷிண தேச சக்கரவர்த்தியாக விளங்க வேண்டுமாம்! ஆசையைப் பாருங்கள், ஆசையை! காஞ்சிக் கோட்டை மட்டும் தகர்ந்து விழட்டும்; பிறகு இந்த அற்பனுக்கும் தக்க புத்தி புகட்டி விட்டு வாதாபிக்குத் திரும்புவோம்' என்றான்.

இப்படிப் புலிகேசி சொல்லி முடிக்கும் தருவாயில் வேகமாகக் குதிரைகள் நெருங்கி வரும் சத்தம் கேட்டது. காஞ்சி முற்றுகையை நடத்திக்கொண்டிருந்த சளுக்க சேனாபதி அவசரச் செய்தியுடன் தூதர்களை அனுப்பியிருக்கிறார் என்றும், அவர்கள் வேங்கியிலிருந்து வந்த தூதன் ஒருவனையும் அழைத்து வந்திருப்பதாகவும் தெரிந்தது. தாமதமின்றி அவர்களைத் தன் முன்னிலையில் அழைத்து வரும்படி புலிகேசி சொல்ல, சேனாபதி அனுப்பிய தூதர்களின் தலைவனும் வேங்கி நாட்டுத் தூதனும் அழைத்து வரப்பட்டார்கள்.

வேங்கி நாட்டுத் தூதன் தன்னுடைய உடம்பெல்லாம் காயங்களுக்குக் கட்டுப் போட்டுக்கொண்டிருந்தான்.

தூதர்கள் இருவரும் சக்கரவர்த்திக்கு அடிபணிந்து எழுந்த பிறகு, சேனாபதி தூதன், 'பிரபு! இவன் வேங்கியிலிருந்து முக்கியமான செய்தி அடங்கிய ஓலை கொண்டு வந்திருக்கிறான். காஞ்சிக்கு வரும் வழியில் இவனை வழி மறித்துச் சிலர் தடுக்க முயற்சி செய்தார்களாம். அவர்களுடன் சண்டையிட்டுத் தப்பித்துக்கொண்டு வந்தானாம். காஞ்சியிலிருந்து இங்கு வரும் மார்க்கத்தில் இவனுக்கு ஏதும் அபாயம் வரக்கூடாதென்பதற்காகச் சேனாபதி என்னையும் வீரர்கள் எழுவரையும் அனுப்பினார்' என்றான்.

பிறகு, வேங்கியிலிருந்து வந்த தூதன் தன்னுடைய உடை வாளின் உறையில் பத்திரமாய் வைத்திருந்த ஓலையை எடுத்துப் பயபக்தியுடன் சக்கரவர்த்தியிடம் கொடுத்தான்.

புலிகேசி அதை வாங்கிக் கொண்டதும் சபையில் இருந்த லிகிதனின் முகத்தைப் பார்க்க, அவன் விரைந்து ஓடி வந்து பணிவுடன் ஓலையை வாங்கிப் படிக்கலானான்:

'திரிபுவன சக்கரவர்த்தி சத்யாச்ரய புலிகேசி மகாராஜருக்குச் சகோதரன் விஷ்ணுவர்த்தனன் பக்தியுடன் எழுதும் லிகிதம்.

‘தாங்கள் காஞ்சிக்குப் போய்ச் சேர்ந்தபிறகு எவ்விதச் செய்தியும் தங்களிட மிருந்து வரவில்லை. நான் பலமுறை அனுப்பிய ஓலைகளுக்கும் மறு மொழி இல்லை. ஒரு வேளை என் ஓலைகள் தங்களுக்கு வந்து சேரவில்லையோ என்று சந்தேகிக்கிறேன்.

தங்களுடைய கட்டளைப்படி குரு பூஜ்ய பாதரை வரவழைத்து விமரி சையாக மகுடாபிஷேகம் செய்துகொண்டேன். ஆனால், இன்னும் தொல்லைகள் தீர்ந்தபாடில்லை. வேங்கிப் படைகள் இன்னும் மலைப் பிரதேசங்களில் மறைந்து நின்று தொந்தரவு கொடுத்துக்கொண்டிருக் கின்றன. குடி படைகளும் கறுமுறு என்று இருக்கிறார்கள்.

‘இன்னும் ஒரு அதிசயமான விஷயம்! மகேந்திர பல்லவருடைய சிறிய தந்தை மகன் புத்தவர்மன் எங்கிருந்தோ ஒரு பெரிய சைனியத்துடன் முளைத்திருக்கிறான். கிருஷ்ணை நதியின் தென்கரையில் தண்டு இறங்கி நான் தங்களுக்கு உதவி செய்வதற்காகப் புறப்பட்டால் என்னைத் தடுக்கப் போவதாகக் கறுவிக் கொண்டிருக்கிறானாம்.

வேங்கி யுத்தத்தில் ஏற்பட்ட காயங்களால் நான் அடைந்த தேக அசௌக்யம் இன்னும் தீரவில்லை. நாளுக்கு நாள் பலஹீனம் அதிகமாகி வருகிறது. குதிரை ஏறக்கூட முடியாதவனாயிருக்கிறேன்.

இதெல்லாவற்றையும் விட முக்கியமான விஷயம்: மகேந்திர பல்லவன் கோட்டைக்குள் ஒளிந்து கொள்ளுவதற்கு முன்னால் உத்தராபதச் சக்கர வர்த்திக்கு உதவி கோரி ஓலை அனுப்பினானாம். ஹர்ஷவர்த்தனர், தாங்கள் காஞ்சியிலும் நான் வேங்கியிலும் அகப்பட்டுக்கொண்டிருக்கும் இச்சமயம் பார்த்து, அசலபுரத்தின் மேலும் வாதாபியின் மேலும் படையெடுக்கத் தீர்மானித்து விட்டதாக வதந்தி உலாவுகிறது. கன்யாகுப்ஜத்தில் இருந்து சமீபத்தில் நாகார்ஜுன மலைக்கு வந்த ஒரு யாத்ரிகன் இவ்விதம் சொன்னானாம். அஜந்தா குகைகளையும் சித்திரங்களையும் பார்க்க வேண்டும் என்ற ஆசையினாலேயே ஹர்ஷவர்த்தனர் மேற்படி யோசனை செய்திருப்பதாக வதந்தியாம்.

இந்த நிலைமையில் அடியேனுக்குத் தாங்கள் என்ன கட்டளையிடுகிறீர்கள் என்பதைத் தெரிந்து கொள்ள ஆவலாய்க் காத்திருக்கிறேன். எது எப்படி யிருந்தாலும், ‘படையுடன் புறப்பட்டு வா’ என்று கட்டளையிட்டால், உடனே புறப்படச் சித்தமாயிருக்கிறேன். என் அன்புக்குகந்த தமையனும் தந்தையும் குருவும் அரசனும் உற்ற நண்பனுமான தங்களுடைய வார்த் தையே எனக்குக் கடவுளின் கட்டளையைவிட மேலானது. என் உடல், பொருள் ஆவி அனைத்தையும் தங்களுடைய சேவையில் அர்ப்பணம் செய்ய எந்தக் க்ஷணமும் சித்தமாயிருக்கிறேன்.

இன்னும் வெகு காலம் சந்தேகத்திலும் குழப்பத்திலும் என்னை விட்டு வைக்காமல், ‘இன்னது செய்’ என்று திட்டமாக ஆக்ஞையிடும்படியாக மன்றாடி வேண்டிக்கொள்கிறேன்.’

மேற்படி ஓலையை லிகிதன் படித்து வந்தபோது, ஆரம்பத்திலேயெல்லாம் புலிகேசியினுடைய கண்களிலே அனல் பறந்தது. மந்திரத்துக்குக் கட்டுப் பட்ட நாகப் பாம்புபோல அடிக்கடி பெரு மூச்சு விட்டான். ஓலையின் கடைசிப் பகுதியைப் படித்த போது, அவனுடைய கண்களிலிருந்து தாரை தாரையாகக் கண்ணீர் பெருகிற்று. 'என் அருமைத் தம்பி விஷ்ணுவர்த்தனா, உன்னை மறுபடியும் எப்போது, காணப் போகிறேன்!' என்று அலறினான்.

சபையில் வீற்றிருந்த தளபதி பிரதானிகள் முதலியோர் யாரும் அவனுக்கு ஆறுதல் கூற முன்வரவில்லை! தாங்கள் ஏதாவது பேசினால் அதன் காரண மாக என்ன விபரீதம் நேருமோ என்னவோ என்று அனைவரும் கதிகலங்கிக் கொண்டிருந்தார்கள்.

திடீரென்று புலிகேசி புலம்புவதை நிறுத்திவிட்டு, கண்களைத் துடைத்துக் கொண்டு சிம்ம கர்ஜனைக் குரலில், 'இந்தப் படையெடுப்புக்கு நாள் பார்த்துக் கொடுத்த ஜோஸ்யன் யார்? இங்கே நம்முடன் வந்திருக்கிறானா?' என்று கேட்டான்.

'நம்முடன் வரவில்லை; வாதாபியிலேதான் இருக்கிறான்!' என்று பிரதானி களில் ஒருவன் சொன்னான்.

'அப்படியானால் ஞாபகம் வைத்துக் கொள்ளுங்கள். வாதாபிக்குப் போனதும் முதற்காரியமாக அந்த ஜோஸ்யனை யானையின் காலால் இடறச்செய்யவேண்டும்!' என்றான் புலிகேசி.

அதே சமயத்தில், புலிகேசியின் கோபத்திற்கு இரையாவதற்காகவே கொண்டு வந்ததுபோல் ஒரு மனிதனை மேலெல்லாம் கயிற்றால் பிணைத்து, கூடாரத்துக்குள்ளே கொண்டுவந்தார்கள்.

புலிகேசி, 'இவன் யார்? இவன் யார்?' என்று கர்ஜிக்க, காஞ்சியிலிருந்து வந்த தூதர் தலைவன், 'பிரபு! இவன் காஞ்சி ஒற்றன். நாங்கள் வரும்போது வழியிலே இவனைச் சந்தித்தோம். கட்டிப்பிடித்துக் கொண்டுவந்தோம்' என்றான்.

'ஆஹா! இந்தப் பாழாய்ப்போன பல்லவ ராஜ்யத்தில் ஒற்றர்களைத் தவிர வேறு யாருமே இல்லை போலிருக்கிறது. நல்லது, ஜோஸ்யனுக்குப் பிரதியாக இவனை யானையின் காலால் இடறச் செய்யுங்கள்!' என்றான் புலிகேசி.

அத்தகைய கடுமையான ஆக்ஞைக்கு உள்ளான மனிதன் நமக்கு ஏற்கெனவே தெரிந்தவன்தான். ஆனால் இப்போது அவன் பழைய முரட்டுப் பட்டிக் காட்டுக் குண்டோதரனாயில்லை. நாகரிகமான உடையணிந்திருந்தான். புலிகேசியின் ஆக்ஞையினால் அவன் அதிக மனக்கலக்கத்துக்கு உள்ளான வனாகத் தோன்றவில்லை!

5.காஞ்சி ஒற்றன்

வாதாபிச் சக்கரவர்த்தி, குண்டோதரன் விஷயத்தில் நன்கு கவனம் செலுத்தாமலே, ‘இவனை யானையின் காலால் இடறச் செய்யுங்கள்!’ என்று கட்டளையிட்டபோது அருகிலிருந்த வாதாபியின் ஒற்றர் தலைவன் மிக்க பணிவோடு, ‘அரசே! இவனைக் கொஞ்சம் விசாரணை செய்து விட்டுப் பிறகு தண்டனை நிறைவேற்றுவது நலம்’ என்று தெரிவித்துக் கொண்டான்.

‘ஆம், ஆம், ஏதோ ஞாபகமாகச் சொல்லி விட்டேன். அவனை இப்படி அருகில் கொண்டு வாருங்கள்’ என்று புலிகேசி கட்டளையிடவும், குண்டோ தரன் அருகில் கொண்டுவந்து நிறுத்தப்பட்டான்.

‘அடே, நீ யார்? என்ன வேலையாகப் புறப்பட்டாய்? உண்மையைச் சொல்!’ என்று கேட்போர் உள்ளம் நடுங்கும் அதிகாரத் தொனியில் புலிகேசி வின வினான்.

வாதாபி மன்னன், சென்ற பதினெட்டு மாத காலத்தில் தமிழ் மொழியை நன்றாய்ப் பேசவும், பேசியதைத் தெரிந்து கொள்ளவும் பயின்றிருந்தான் என்பதை இந்த இடத்தில் நாம் குறிப்பிட வேண்டும். ஏற்கெனவே வாதாபி ராஜ்யத்தில் வழங்கிய பாஷையானது பாதித் தமிழ்ச் சொற்களைக் கொண்டி ருந்தபடியால், தமிழ் மொழியைப் பயிலுவதில் புலிகேசிக்கு அதிகச் சிரமம் ஏற்படவில்லை. புலிகேசி கேட்ட கேள்விக்கு விடையாகக் குண்டோதரன், ‘ஐயா! நான் என் தாயாருடைய மகன். கொள்ளிடத்துக்கு அக்கரையில் திருவெண்காட்டுக்குப் போகலாமென்று கிளம்பினேன். திருவெண்காட்டு வைத்தியரிடமிருந்து மருந்து வாங்கிக்கொண்டு வருவதற்காகப் போகிறேன்’ என்றான்.

‘எதற்காகடா மருந்து! உனக்கு என்ன கேடு வந்து விட்டது?’ என்று புலிகேசி கேட்டதும், குண்டோதரன் பயத்தினால் நடுங்கியவன் போலப் பாசாங்கு செய்து, ‘எனக்காக இல்லை, ஐயா! அம்மாவுக்கு மருந்து. என் தாயார் அவல் இடிக்கும் போது உரலை விழுங்கி விட்டாள், அதற்காக!’ என்றான்.

இந்த விடை அங்கிருந்தவர்கள் சிலருக்குச் சிரிப்பை உண்டாக்கிற்று. புலி கேசியின் முகத்திலும் இலேசான புன்னகை தோன்றியது. ‘என்னடா உளறு கிறாய்? உன் அம்மா உரலை விழுங்கினாளா?’ என்று அதட்டிக் கேட்டான்.

‘இல்லை, உரலை விழுங்கவில்லை. உலக்கையைத்தான் விழுங்கினாள்!’ என்றான் அதிக நடுக்கத்துடன் குண்டோதரன்.

‘உரலை விழுங்கினாளா, உலக்கையை விழுங்கினாளா? நிஜத்தைச் சொல்!’ என்று கோபமான குரலில் கர்ஜித்தான் புலிகேசி.

‘இல்லை, இல்லை! என் அம்மாவை உரல் விழுங்கி விட்டது!’ என்றான் குண்டோதரன்.

‘அடே, என்னிடம் விளையாடுகிறாயா? உன்னை என்ன செய்வேன், தெரியுமா?’

‘ஐயா! மன்னிக்க வேண்டும்; உங்களை எல்லாம் பார்த்தால் எனக்கு மிகவும் பயமாய் இருக்கிறது. அதனால் மனத்திலே ஒன்று இருக்க, நாக்கு எதையோ சொல்கிறது.’

‘இப்போது பயம் இல்லாமல் நிதானமாக யோசித்து உள்ளதை உள்ளபடி சொல்லு!’

‘என் தாயார் அவல் இடித்தபோது உலக்கை தவறிக் கையில் விழுந்து விட்டது. அதனால் அம்மாவின் கையில் காயமாகிவிட்டது. காயத்துக்கு மருந்து வாங்குவதற்காகத் திருவெண்காட்டு நமச்சிவாய வைத்தியரிடம் போகிறேன்.’

‘இவ்வளவுதானே, வேறு ஒன்றும் இல்லையே? சத்தியமாய்ச் சொல்!’ என்று புலிகேசி கர்ஜித்தான்.

‘ஆம், ஐயா! சத்தியமாகச் சொல்லுகிறேன், உலக்கைக்குத்தான் காயம் பட்டது!’ என்று குண்டோதரன் உளறினான்.

வாதாபிச் சக்கரவர்த்திக்குத் திடீரென்று சிரிப்பு பீறிக்கொண்டு வந்தது. சற்று நேரம் விழுந்து விழுந்து சிரித்து விட்டு, பக்கத்திலிருந்த ஒற்றர் தலைவனைப் பார்த்து, ‘இந்தப் பைத்தியக்காரனை என்ன செய்கிறது?’ என்று கேட்டான்.

‘சக்கரவர்த்தி! இவன் பைத்தியக்காரன் அல்ல; காரியப் பைத்தியமாகத் தோன்றுகிறது. மிக்க நெஞ்சழுத்தமுள்ளவனாகக் காணுகிறான், இவனை வேறு விதத்தில் பரிசோதிக்க வேண்டும்’ என்றான் வாதாபியின் ஒற்றர் தலைவன்.

குண்டோதரனைப் பிடித்துக்கொண்டு வந்திருந்த வீரர்களின் தலைவன், சக்கரவர்த்தியின் அருகில் நெருங்கி, ‘பிரபு! இதோ இந்த ஓலை இவனைச் சோதித்தபோது அகப்பட்டது’ என்பதாகச் சொல்லி விட்டுக் கொடுத்தான்.

புலிகேசி அதை வாங்கி முன்போலவே அங்கிருந்த லிகிதனிடம் கொடுக்க, அவன் ஓலையைப் படிக்கலானான்.

‘மீனக் கொடியோனுக்கு ரிஷபக் கொடியோன் விடுத்த நிருபம். வடதேசத்துக்கடுவாய் உம்மைக் காண்பதற்காகக் கொள்ளிட நதிக்கு வந்திருப்பதாகத் தெரிகிறது. புலியின் ஆசை வார்த்தைகளில் மயங்கி விட வேண்டாம். சேற்றில் அகப்பட்டுக் கொண்ட புலி பிராமணனைத் தோத்திரம் செய்து ஏமாற்றிய கதை ஞாபகம் இருக்கட்டும். காஞ்சி ரிஷபத்தை வாதாபிப் புலியினால் ஒன்றும் செய்ய முடியாது என்பதை உறுதியாக நம்பவும். புலி சேற்றிலேயே கிடந்து பட்டினியால் செத்த பிறகு காஞ்சி ரிஷபத்துக்கும் மதுரையின் பெண் மானுக்கும் நீடித்த உறவு ஏற்பட இடம் இருக்கிறது. ஆனால், புலியின் பசியைத் தீர்க்க உதவி செய்தால் அது

மதுரையின் மானுக்குத்தான் முடிவில் ஆபத்தாக முடியும். இதையும் மனத்தில் வைத்துக்கொண்டு உசிதப்படி நடந்து கொள்ளவும்.'

இதை லிகிதன் படித்து வரும்போதே வாதாபிச் சக்கரவர்த்திக்கு அதன் உட்கருத்து இன்னதென்று விளங்கி விட்டது. கோபத்தினால் அவனுடைய உடம்பெல்லாம் நடுங்கிற்று. பற்களை அவன் நறநறவென்று கடித்துக் கொண்ட சப்தம் அருகில் இருந்தவர்கள் எல்லாரையும் நடுங்கச் செய்தது.

குண்டோதரன், சற்று முன்னால் பயந்தவன் போல நடித்து 'உரல் உலக்கை' என்றெல்லாம் பேசியதையும், அதைக் கேட்டுத் தான் சிரித்ததையும் நினைத்தபோது உண்டான அவமான உணர்ச்சியானது புலிகேசியின் கோபத் திற்கு இன்னும் தூபம் போட்டது.

'அடே ஒற்றா! வாதாபிப் புலிகேசியுடனா விளையாடத் துணிந்தாய்? கொண்டு போங்கள் இவனை. இவனுடைய கண்களைப் பிடுங்கி விட்டு, கழுத்தை வெட்டிக் கழுகுக்குப் போடுங்கள்!' என்று கர்ஜித்தான்.

இப்படிக் குரூரமான ஆக்ஞையிட்ட போது, புலிகேசியின் கழல் போலச் சிவந்த கண்கள் குண்டோதரனை உற்று நோக்கின. அவ்விதம் நோக்கிய கண்களில் திடீரென கோபம் தணிந்து, அளவில்லா ஆச்சரியத்தின் அறிகுறி தென்பட்டது.

ஏனெனில், குண்டோதரனை வீரர்கள் இழுத்துக்கொண்டு போக முயன்ற போது, அவனுடைய தலையானது விசித்திரமான சில சமிக்ஞைகளைச் செய்தது. உற்றுக் கவனித்த புலிகேசிக்கு, அந்தச் சமிக்ஞைகள் ஸ்வஸ்திகச்★ சின்னத்தின் கோலமாக அமைந்தன என்பது தெரிய வந்தது. அதனாலேதான் அவனுடைய கண்களில் அத்தகைய வியப்புக் குறி தோன்றியது.

'நில்லுங்கள்!' என்று புலிகேசி மறுபடியும் கூவினான். 'இந்த ஒற்றனிடம் நான் இன்னும் சில விஷயங்கள் கேட்க வேண்டும். இவனை இங்கேயே தனியாக விட்டு விட்டு மற்றவர்கள் கூடாரத்துக்கு வெளியே போங்கள்' என்று கட்டளையிட்டான்.

6.பிக்ஷுவின் செய்தி

சக்கரவர்த்தியின் கட்டளையைக் கேட்டதும் கூடாரத்திலிருந்த பலர் உடனே வெளியேறினார்கள். ஒற்றர் தலைவனும் இன்னும் சிலரும் வெளியேறு

★(ஸ்வஸ்திகச் சின்னம் என்றதும், வாசகர்களுக்கு ஜெர்மனியில் நாஜிக் கட்சியின் சின்னமாக அது விளங்குவது ஞாபகம் வரும். ஆனால், ஹிட்லரைப் பார்த்துப் பூர்வீக இந்தியர்கள் காப்பியடிக்கவில்லை. அந்த நாளில் புத்தர்களும் ஜைனர்களும் சில சமயங்களில் ஸ்வஸ்திகச் சின்னத்தை உபயோகப்படுத்தினார்கள் என்பது சரித்திர ஆதாரம் பெற்ற விஷயம்.)

வதற்குத் தயங்கியபோது புலிகேசி அவர்களைக் கோபத்துடன் பார்த்து, 'போங்கள்!' என்று கர்ஜனை செய்யவே அவர்களும் போய் விட்டார்கள்.

தனித்து நின்ற குண்டோதரனைப் பார்த்து, புலிகேசி சாந்தமான குரலில், 'அப்பா நீ யார்? யாரிடமிருந்து வந்தாய்? அந்தரங்கச் செய்தி ஏதேனும் கொண்டுவந்திருக்கிறாயா?' என்று கேட்டான்.

'ஆம், மகாப் பிரபு! பிக்ஷுவிடமிருந்துதான் வந்தேன். சேதி கொண்டு வந்திருக்கிறேன்' என்றான் குண்டோதரன்.

'அப்படியா! என்ன செய்தி கொண்டுவந்தாய்?' என்று பரபரப்புடன் சொல்லிக் கொண்டே புலிகேசி சிம்மாசனத்திலிருந்து துள்ளிக் குதித்து எழுந்தான்.

'சீக்கிரம் சொல்லு! பிக்ஷு எங்கே இருக்கிறார்? சௌக்கியமாய் இருக் கிறாரா? ஏன் இத்தனை நாளாகச் செய்தி ஒன்றும் அனுப்பவில்லை? உன்னிடம் என்ன சொல்லி அனுப்பினார்?' என்று புலிகேசி சரமாரியாய்க் கேள்விகளை அடுக்கினான்.

குண்டோதரனுடைய கண்களில் திடீரென்று கண்ணீர் பெருகிற்று. விம்முகின்ற குரலில் 'சத்யாச்ரயா! என் குருநாதர் காஞ்சியில் பாஷாண்டிப் பல்லவனுடைய சிறையில் இருக்கிறார்!' என்றதும், புலிகேசி 'ஆஹா! நான் உயிரோடிருக்கும்போது பிக்ஷு சிறையில் இருப்பதா? என்ன அவமானம்! காவித் துணி அணிந்த பிக்ஷுவைச் சிறையில் இடும் அளவுக்கு மகேந்திர பல்லவன் அவ்வளவு நீசனாகி விட்டானா!' என்று சீறினான்.

பிறகு, 'எல்லாவற்றையும் விவரமாகச் சொல்லு! பிக்ஷு எப்படிச் சிறைப் பட்டார்? நீ எப்போது அவரைப் பார்த்தாய்? என்ன செய்தி சொல்லியனுப் பினார்?' என்று கேட்டான்.

குண்டோதரன் சொன்னான்: 'ஏழு நாளைக்கு முன்பு சென்ற வெள்ளிக் கிழமையன்றுதான் அவரைப் பார்த்தேன். மதத்துரோகியும், குருத்து ரோகியும், பாஷாண்டியுமான மகேந்திர பல்லவன் தனது இராஜ்யத் திலுள்ள புத்த பிக்ஷுக்களையெல்லாம் பிடித்து அடைத்து வைத்திருக்கும் சுரங்க மண்டபத்துக்குள்ளே பிக்ஷுவைப் பார்த்தேன். மன்னர் மன்னா! முதலில் புத்த பிக்ஷு சொல்லியனுப்பிய செய்தியைத் தங்களிடம் சொல்லி விடுகிறேன். அதுவரையில் இந்தப் பாழும் உயிருக்கு எதுவும் வந்து விடக்கூடாதே என்று எவ்வளவோ கவலைப்பட்டுக்கொண்டிருந்தேன். ஆகா! சென்ற ஏழு நாட்களில் இந்த ஏழைக்கு எவ்வளவு ஆபத்துக்கள் வந்தன? என் குருநாதருடைய செய்தியைத் தங்களிடம் சொல்லி விட்டேனானால், அப்புறம் இந்த அற்ப உயிருக்கு என்ன நேர்ந்தாலும் கவலைப்பட மாட்டேன். தங்களை எப்படியாவது நேருக்கு நேர் தரிசித்து விட வேண்டுமென்று என்னவெல்லாமோ யுக்தி செய்தேன். தங்களைத் தரிசிக்க வேறுவிதமாய் முடியாதென்று எண்ணிக் காஞ்சியிலிருந்து வந்த நமது வீரர்களிடம் வேண்டுமென்றே அகப்பட்டுக்கொண்டேன். பிரபு! பிக்ஷு தங்களிடம் சொல்லும்படியாக முக்கியமாக நாலு செய்திகளைச்

சொல்லியிருக்கிறார் அவற்றைக் கேளுங்கள்.'- இத்தகைய பூர்வ பீடிகையுடன் குண்டோதரன் புத்த பிக்ஷுவின் நாலு செய்திகளையும் வரிசைக் கிரமமாகச் சொல்லத்தொடங்கினான்.

'முதலாவது செய்தி, 'மதுரைப் பாண்டியனை நம்ப வேண்டாம்' என்பது. இந்த ஜயந்தவர்ம பாண்டியன்தான் பிக்ஷுவை மதுரையில் சிறைப்பிடித்துவைத்திருந்தவன். அச்சமயம் மகேந்திர பல்லவனுக்கும் ஜயந்தவர்மனுக்கும் ஏதேதோ அந்தரங்க ஓலைப் போக்குவரவு நடந்தது. அவர்கள் இரண்டு பேரும் சேர்ந்து ஏதோ துரோகமாகச் சூழ்ச்சி செய்திருக்கவேண்டுமென்று பிக்ஷு கருதுகிறபடியால் பாண்டியனிடம் சர்வ ஜாக்கிரதையாக நடந்து கொள்ளவேண்டியது. அவனை முழுவதும் நம்பி எந்தக் காரியத்திலும் இறங்கி விடக்கூடாது.

இரண்டாவது செய்தி, கங்க நாட்டுத் துர்விநீதன்தான் பிக்ஷுவை மகேந்திர பல்லவனுக்குக் காட்டிக் கொடுத்து, காஞ்சியில் அவர் சிறைப்படுமாறு செய்தவன். புலிகேசியின் கண்ணில் மண்ணைத் தூவுவதற்காகப் பல்லவனுடன் சண்டை போடுவதுபோல் போட்டுவிட்டு, சைனியத்தோடு ஓடி ஒளிந்துகொண்டிருக்கிறான். புலிகேசி வாதாபிக்குத் திரும்பிப் போகாதபடி செய்து விட்டால், தன்னுடைய மருமகன் விஷ்ணுவர்த்தனன் சளுக்க சாம்ராஜ்யத்தின் ஏக சக்கராதிபதியாகி விடுவான் என்று கங்க நாட்டான் அந்தரங்க ஆசை கொண்டிருக்கிறான். சமயம் நேர்ந்தால் துரோகி துர்விநீதனுக்குத் தக்க தண்டனை விதிக்க வேண்டும்.

மூன்றாவது முக்கியமான விஷயம் பிக்ஷு தெரிவிக்கச் சொன்னது என்னவென்றால், மகேந்திர பல்லவன் ஹர்ஷவர்த்தனச் சக்கரவர்த்திக்கு ஏதோ இல்லாததும் பொல்லாததும் எழுதி ஓலை அனுப்பியிருப்பதாகத் தெரியவருகிறது. அதைப் பற்றிய உண்மையைத் தீர விசாரித்து உசிதப்படி செய்யவேண்டும். மகேந்திர பல்லவன் குறைந்தது இன்னும் ஒரு வருஷத்துக்குக் கோட்டைக்குள்ளேயே கஷ்டமில்லாமல் இருக்கமுடியும்; அவ்வளவு உணவுப் பொருள் சேகரித்துவைத்திருக்கிறான். இந்த நிலைமையில், காஞ்சி முற்றுகை மேலும் நீடித்துக்கொண்டு இருப்பது உசிதமா, அல்லது மீண்டும் ஒரு தடவை கோட்டையைக் கைப்பற்ற முயல்வது நல்லதா என்று யோசித்துத் தீர்மானிக்கவேண்டும்.

நாலாவது, எல்லாவற்றிலும் முக்கியமாகப் புத்த பிக்ஷு சொல்லியனுப்பிய விஷயம் இது! உத்தராபதத்துச் சக்கரவர்த்தி ஹர்ஷவர்த்தனர் சிற்பங்கள், சித்திரங்கள் முதலிய கலைகளில் அதிகப்பற்றுள்ளவர். தென் பல்லவ ராஜ்யத்தில் அநேக இடங்களில் சிற்ப சித்திரக் கலை மண்டபங்கள் இருக்கின்றன. மாமல்லபுரத்தில் மகேந்திர பல்லவன் ஹர்ஷவர்த்தனரை அழைத்துக் காட்டுவதற்காகவே அற்புத சிற்ப வேலைகளைச் செய்திருக்கிறான். இந்தச் சிற்ப வேலைகளுக்கு ஏதாவது சளுக்க வீரர்களால் கெடுதல் நேர்ந்ததாகத் தெரிந்தால், அதை மகேந்திர பல்லவன் தனக்குச் சாதகமாக உபயோகப்படுத்திக் கொள்வான். ஹர்ஷவர்த்தனருடைய விரோதத்துக்குச் சளுக்கர் குலம் ஆளாக வேண்டி நேரும். ஆகையால், பல்லவ நாட்டுச்சிற்பங்

களுக்கோ சிற்பிகளுக்கோ சளுக்க வீரர்களால் எவ்விதக் கெடுதலும் நேராத படிப் பார்த்துக் கொள்ளவேண்டும்.

மேற்கூறிய நாலு செய்திகளையும் தட்டுத் தடுமாறிச் சொல்லி விட்டு, 'என் குருநாதருக்கு நான் கொடுத்த வாக்கை நிறைவேற்றி விட்டேன். இனிமேல் என் உயிரைப் பற்றிக் கொஞ்சமும் கவலை இல்லை!' என்று கூறி, குண்டோதரன் விம்மி அழத்தொடங்கினான்.

'அடே! நீ என்னத்திற்காக அழுகிறாய்?' என்று புலிகேசி கேட்ட போது, குண்டோதரன், 'ஐயா! சளுக்கர் சைனியம் என்றைக்குக் காஞ்சிக் கோட்டை மதிலைத் தாண்டி உள்ளே பிரவேசிக்கிறதோ, அன்றைக்கே சிறைப்பட்டிருக்கும் புத்த பிக்ஷுக்கள் எல்லோரையும் கழுவில் ஏற்றி விடுவதாக மகேந்திர பல்லவன் சொல்லி இருக்கிறானாம். இதைத் தங்களிடம் சொல்ல வேண்டாமென்று பிக்ஷு சொன்னார். ஆனாலும், தங்களிடம் சொல்லாமலிருக்க எனது மனம் கேட்கவில்லை. என் குருநாதர் நான் பிறந்து வளர்ந்த காஞ்சி நகரின் நாற்சந்தியில் கழுவில் ஏற்றப்பட்டு காக்கை கழுகுகளால் கொத்தப்படுவார் என்பதை நினைக்கும்போது, எனக்குத் தாங்க முடியாமல் அழுகை வருகிறது!' என்றான்.

சற்று நேரம் ஆழ்ந்த சிந்தனையில் இருந்து விட்டுப் புலிகேசி குண்டோதரனைப் பார்த்து, 'நீ எப்படிப் பிக்ஷுவைச் சந்தித்தாய்? எப்படிக் கோட்டைக்கு வெளியே வந்தாய்?' என்று கேட்க, குண்டோதரன் திருப்திகரமான மறுமொழி அளித்தான். பிக்ஷுவின் யோசனைப்படி தான் பல்லவ ஒற்றர் படையில் சேர்ந்திருப்பதாகவும், அதனால் காஞ்சிக் காராக்கிரகத்தில் அடைக்கப்பட்டிருக்கும் புத்த பிக்ஷுக்களுடன் பேசித் துப்பு அறிவதற்காகத் தன்னை நியமித்திருந்ததாகவும், அதிர்ஷ்டவசமாகப் பாண்டியனுக்கு ஓலை கொண்டு வரும் வேலை தனக்குக் கிடைத்ததென்றும், கோட்டைக்கு வெளியே வருவதற்கு இரகசியச் சுரங்க வழி இருக்கிறதென்றும், அந்த வழியாகத் தான் வந்ததாகவும், பாண்டியனிடம் ஓலையைச் சேர்ப்பிக்கும் எண்ணமே தனக்குக் கிடையாதென்றும் கூறினான்.

அதன் மேல் புலிகேசி, 'திரும்பப் பிக்ஷுவிடம் போய்ச் செய்தி சொல்ல உன்னால் முடியுமா?' என்று கேட்டான்.

'பிரபு! திரும்பச் செல்வது என் உயிருக்கு அபாயம். இருந்தாலும் இந்த உயிரைப் பற்றி இனிமேல் எனக்கு என்ன கவலை? தாங்கள் போகச் சொன்னால் போகிறேன்' என்றான் குண்டோதரன்.

'ஆம், அப்பா! நீ கட்டாயம் திரும்பிப் போகவேண்டும். போய் பிக்ஷுவிடம் இன்னும் பத்து நாளைக்குள் காஞ்சிமா நகரில் அவரை நானே நேரில் பார்ப்பதாகச் சொல்லவேண்டும். எது நேர்ந்தாலும், என்ன கேள்விப்பட்டாலும் அவர் கொஞ்சமும் கலங்கவேண்டாமென்றும், எல்லா விவரங்களையும் நேரில் சொல்லுவதாகவும் கூறவேண்டும்; உன்னால் முடியுமா?' என்று புலிகேசி கேட்டான்.

பிக்ஷுவைப் பத்து நாளில் நேரில் பார்க்கப் போவதாகப் புலிகேசி சொன்னவுடன், குண்டோதரனுக்கே உண்மையில் தூக்கி வாரிப் போட்டது.

அவன் முகத்திலும் கண்களிலும் நாம் என்றும் கண்டிராத ஆச்சரியத்தின் அறிகுறி காணப்பட்டது.

மேற்கூறிய சம்பாஷணை நடந்து ஒரு வாரத்திற்குப் பிறகு காஞ்சிமா நகரின் தெற்குக் கோட்டை வாசலையும் மதிலையும் காவல் புரிந்த வீரர்கள் எல்லாம் குண்டோதரனைப் போலவே ஆச்சரியக் கடலில் மூழ்கினார்கள். ஏனெனில், அந்தக் கோட்டை வாசலுக்கு எதிரே அகழிக்கு அக்கரையில், வராகக் கொடி பிடித்த தூதர்கள் இருவர் குதிரை மேல் நிராயுதபாணிகளாக வந்து நின்று, தாங்கள் கொண்டு வந்திருந்த கொம்பை வாயிலே வைத்து, 'பூம்', 'பூம்', 'பூம்' என்று ஊதினார்கள். அவர்களுடைய தோற்றமும், அந்தக் கொம்பின் முழக்கமும் அவர்கள் சமாதானத்தை நாடி வந்திருக்கும் புலிகேசியின் தூதர்கள் என்பதை எடுத்துக் காட்டின.

'ஆஹா! இதென்ன விந்தை! வாதாபிச் சக்கரவர்த்தியா சமாதானத் தூது அனுப்பியிருக்கிறார்? இது கனவா, நனவா?' என்று காஞ்சிக் கோட்டையைக் காவல் புரிந்த பல்லவ வீரர்கள் அளவில்லா வியப்பை அடைந்தார்கள். நம்ப முடியாத அந்த அதிசயச் செய்தியானது, அதி சீக்கிரத்தில், மந்திராலோசனை மண்டபத்தில் இருந்த மகேந்திர பல்லவரைச் சென்றடைந்தது.

7.மகேந்திர ஜாலங்கள்

காஞ்சி மாநகரில், பிரதான மந்திராலோசனை மண்டபத்தில் சபை கூடியிருந்தது. மந்திரி மண்டலத்தாரும் அமைச்சர் குழுவினரும் பிரசன்ன மாகியிருந்தார்கள். சக்கரவர்த்தியும், குமார சக்கரவர்த்தியும் சிம்மாசனங் களில் நடுநாயகமாக வீற்றிருக்க, அருகே ஒரு தனிப் பீடத்தில் சேனாபதி கலிப்பகையும் அமர்ந்திருந்தார்.

தளபதி பரஞ்சோதியை மட்டும் அவ்விடத்திலே காணவில்லை. கோட்டைப் பாதுகாப்பு முயற்சியில் ஈடுபட்டிருந்தபடியால் அவரால் மந்திராலோசனைக்கு வரமுடியவில்லைபோலும்.

சபையில் கூடியிருந்தவர்களின் முகத்திலெல்லாம் இலேசாகக் கவலைக் குறி தோன்றியது. எல்லோரையும் காட்டிலும் அதிகமான கவலை, சபையில் எழுந்து நின்ற பண்டகசாலை அமைச்சர் பராந்தக உடையார் முகத்தில் காணப்பட்டது.

'உடையாரே! முற்றுகை ஆரம்பிக்கும் சமயத்தில் நீர் உறுதியாகச் சொன்னீ ரல்லவா? குறைந்தது பதினைந்து மாதத்துக்கு வேண்டிய தானியங்களை நம் பண்டகசாலைகளில் பத்திரப்படுத்தியிருப்பதாக! முற்றுகை ஆரம்பித்து ஏழு மாதந்தானே ஆகிறது? இன்னும் எட்டு மாதத்துக்கு இருக்க வேண்டுமே? மூன்று மாதத்துக்குத்தான் தானியம் இருக்கும் என்று சொல்கிறீரே? அது

எப்படி?' என்று சக்கரவர்த்தி கேட்டார். மகேந்திர பல்லவரின் குரல் மிகக் கடுமை பெற்றிருந்தது. அவருடைய முகத்தில் சுருக்கங்கள் அதிகமாயிருந்தன.

பராந்தக உடையார் குரலில் கலக்கத்துடனும், சொல்லில் தடுமாற்றத் துடனும் கூறினார்: 'பல்லவேந்திரா! நான் எதிர்பார்த்தபடி சில காரியங்கள் நடக்கவில்லை. எதிர்பாராத காரியங்கள் சில நடந்து விட்டன. நகரை விட்டு வெளியேறிய ஜனங்கள் பலர், புள்ளலூர்ச் சண்டைக்குப் பிறகு நகருக்குத் திரும்பி வந்து விட்டார்கள். தொண்டை மண்டலத்திலுள்ள சிற்பிகள் அனைவரையும் தலைநகருக்குள்ளே கொண்டு வந்து சேர்க்க வேண்டுமென்று தங்களுடைய ஆக்ஞை பிறந்தது. இதனால் ஐயாயிரம் பேர் அதிகமானார்கள். நமது கடிகைகள்-கல்லூரிகள் எல்லாவற்றையும் மூடி ஆசிரியர்களையும் மாணாக்கர்களையும் வெளியே அனுப்பிவிடலாமென்று முதலில் யோசனை செய்திருந்தோம். கடைசி நேரத்தில் தாங்கள் அவ்விதம் செய்ய வேண்டாம் என்று கட்டளையிட்டுவிட்டீர்கள்.'

'இவ்வளவுதானா? இதனாலேயே ஐந்து மாதங்களுக்குரிய உணவு குறைந்து போய்விட்டதா?' என்று சக்கரவர்த்தி கேட்டார்.

'அடியேனும் ஒரு பெரிய தவறு செய்து விட்டேன். நகரில் உள்ள புருஷர்கள், ஸ்திரீகள், குழந்தைகளை மட்டும் கணக்கெடுத்துக்கொண்டு, பதினைந்து மாதத்துக்கு உணவு இருப்பதாகச் சொன்னேன். கறவைப் பசுக்கள், கோயில் மாடுகள், குதிரைகள் இவற்றைக் கணக்கில் சேர்க்கவில்லை. மாடுகளுக்கும் குதிரைகளுக்கும் வைக்கோலும் புல்லும் கிடைக்காதபடியால் தானியத்தையே தீனியாகக் கொடுக்கவேண்டியதாகி விட்டது' என்றார் அமைச்சர்.

'நல்லது, பராந்தகரே! தொண்டைமான் இளந்திரையன் வம்சத்தில் பிறந்த காஞ்சி மகேந்திர பல்லவன், வாதாபிப் புலிகேசியிடம் சரணாகதியடைய நேர்ந்தால் அந்தப் பழியைக் கோயில் மாடுகள் மீதும், தேர்க் குதிரைகள் மேலும் போட்டு விடலாமல்லவா?' என்று கூறி விட்டுச் சக்கரவர்த்தி சிரித்தார். அந்தச் சிரிப்பில் கோபம் அதிகமாய்த் தொனித்ததா, ஏளனம் அதிகமாய்த் தொனித்ததா என்று சொல்வதற்கு முடியாமல் இருந்தது.

அப்போது நரசிம்மவர்மர் துள்ளி எழுந்து, 'அப்பா! என்ன வார்த்தை சொன்னீர்கள்? வாதாபிப் புலிகேசியிடம் மகேந்திர பல்லவர் சரணாகதியடைவதா? ஒரு இலட்சம் பல்லவ வீரர்கள் ஏழு மாதமாக மூன்று வேளை உண்டும், உறங்கியும் இந்தக் கோட்டைக்குள்ளே எதற்காக அடைபட்டுக்கிடக்கிறார்கள்? தந்தையே! நமது பண்டகசாலை அமைச்சரின் கணக்குப் பிழையும் ஒருவிதத்தில் நல்லதாகவே போயிற்று. இப்போதாவது கட்டளையிடுங்கள். கோட்டைக்குள்ளே ஏழு மாதம் ஒளிந்துகொண்டிருந்தது போதும். உலகமெல்லாம் நம்மைப் பார்த்துச் சிரித்தது போதும். அப்பா! இப்போதாவது வாதாபிப் படைகளைத் தாக்கி நிர்மூலம் செய்யும்படி அடியேனுக்குக் கட்டளையிடுங்கள்!' என்று ஆத்திரமும் அழுகையுமாய்க் கூறி விட்டு, மகேந்திர பல்லவரின் முன்னால் தரையில் விழுந்து அவருடைய பாதங்களைப் பற்றிக்கொண்டார்.

மகேந்திர பல்லவர் தமது கண்களில் துளித்த நீர்த் துளியை மறைப்பதற்காக முகத்தைப் பின்புறமாகத் திருப்பினார்.

ஒரு நொடி நேரத்தில் சக்கரவர்த்தி மீண்டும் சபையின் பக்கம் திரும்பிய போது, அவர் முகத்தில் பழையபடி கடுமையும் ஏளனப் புன்னகையும் குடி கொண்டிருந்தன. தம் பாதங்களைப் பற்றிக்கொண்டு தரையில் கிடந்த மாமல்லரை அவர் தூக்கி நிறுத்தி, 'மாமல்லா! உன்னை வெகு காலம் நான் அந்தப்புரத்திலேயே விட்டு வைத்திருந்தது பிசகாய்ப் போயிற்று. மூன்று தாய்மார்களுக்கு மத்தியில் நீ ஒரே மகனாக அகப்பட்டுக் கொண்டிருந் தாயல்லவா? அதனாலேதான் பெண்களுக்குரிய குணங்களான ஆத்திரமும் படபடப்பும் உன்னிடம் அதிகமாய்க் காணப்படுகின்றன. உலகில் வீரச் செயல்கள் புரிய விரும்பும் ஆண் மகனிடம் இத்தகைய படபடப்பும் ஆத்திரமும் இருக்கக் கூடாது நரசிம்மா! மல்யுத்தத்தில் மகா நிபுணனான உனக்கு இதை நான் சொல்ல வேண்டுமா?' என்றார்.

மாமல்லருடைய உதடுகள் துடித்தன. தந்தையின் வார்த்தைகளுக்கு மறு மொழி சொல்ல அவருடைய உள்ளத்திலிருந்து வார்த்தைகள் பொங்கி வந்தன. ஆனால், அதிக ஆத்திரத்தினாலேயே அவரால் பேச முடியாமற் போய்விட்டது.

மகனுடைய நிலையைக் கண்ட மகேந்திர பல்லவர், 'குழந்தாய்! நீண்ட காலமாகப் பொறுத்து வந்திருக்கிறாய், இன்னும் சில நாள் பொறு. நீயும் நமது பல்லவ வீரர்களும் உங்களுடைய வீர தீரத்தை எல்லாம் காட்டுவதற் குரிய சந்தர்ப்பம் சீக்கிரத்தில் வரப் போகிறது. வாதாபிப்படை, இன்னும் சில தினங்களுக்குள் கோட்டையைத் தாக்குமென்று எதிர்பார்க்கிறேன். அந்தத் தாக்குதல் வெகு கடுமையாயிருக்கும் என்றும் எண்ணுகிறேன். அதைச் சமாளிப்பதற்கு நாமும் நமது பூரண பலத்தையும் பிரயோகிக்க வேண்டியதாயிருக்கும். பல்லவர் வீரத்துக்கு மகத்தான சோதனை வரப் போகிறது. அதற்கு நாம் எல்லோரும் ஆயத்தமாகவேண்டும்!' என்றார்.

இவ்விதம் மாமல்லனைப் பார்த்துக் கூறிய பிறகு, பண்டகசாலை அமைச் சரைப் பார்த்து மகேந்திர பல்லவர், 'பராந்தகரே! இன்று முதல் காஞ்சி நகரில் உள்ளவர் அனைவரும், மாடுகளும் குதிரைகளும் உட்பட சமண நெறியை மேற்கொள்வோமாக!' என்றதும், சபையில் இருந்த அனைவருக்குமே தூக்கிவாரிப் போட்டது.

'ஒரே ஒரு காரியத்தில் மட்டும்தான் சொல்கிறேன்; அதாவது, இரவில் உணவு உட்கொள்வதில்லையென்ற சமண முனிவர்களின் விரதத்தை எல்லாரும் கடைப்பிடிக்கவேண்டும். இதுவரை நீங்கள் கொடுத்து வந்த உணவுப் படியில் மூன்றில் ஒரு பங்கைக் குறைத்து விடுங்கள். அரண்மனைக்கும் ஆலயங்களுக்கும் உள்படச் சொல்லுகிறேன். இனிமேல் காஞ்சி நகரில் உள்ளவர்களுக்கெல்லாம் தினம் இரண்டு வேளைதான் உணவு. இதன்மூலம் கைவசமுள்ள தானியத்தை நாலரை மாதம் நீடிக்குமாறு செய்யலாமல்லவா? மந்திரிமார்களே! நீங்கள் என்ன சொல்கிறீர்கள்?' என்று

சக்கரவர்த்தி கேட்கவும், முதன்மந்திரி சாரங்கதேவர், ‘பிரபு! கோட்டை முற்றுகை நாலரை மாதத்துக்கு மேல் நீடிக்காதென்று தாங்கள் அபிப்பிராயப் படுவதாகத் தெரிகிறது’ என்றார்.

‘இல்லை! நாலரை மாதம்கூட நீடிக்குமென்று நான் நினைக்கவில்லை. முன் ஜாக்கிரதையாக உணவை மூன்றில் ஒரு பங்கு குறைக்கலாமென்று சொன்னேன். புலிகேசி இன்னும் ஒரு வாரத்தில் கோட்டையைத் தாக்கத்தொடங்குவான் என்று எதிர்பார்க்கிறேன்...’

‘பிரபு! அப்படித் தாங்கள் எதிர்பார்ப்பதற்குத் தக்க காரணங்கள் இருக்கத்தான் வேண்டும்’ என்றார் சாரங்க தேவர்.

‘ஆம்; அவற்றை உங்களுக்கும் சொல்ல விரும்புகிறேன்! சபையோர்களே! உணவு நெருக்கடியைப் பொறுத்தவரையில் நம்மைக் காட்டிலும் புலிகேசியின் நிலைமை ஆபத்தானது. வாதாபிப் படையினர் மூன்று மாத காலமாக அரை வயிறு உணவு உண்டுதான் ஜீவித்துவருகிறார்கள். புலிகேசி வாதாபியிலிருந்து புறப்பட்டபோது ஐந்து இலட்சம் வீரர்களுடனும், பதினையாயிரம் யானைகளுடனும் புறப்பட்டான். இப்போது வாதாபிப் படையில் மூன்றரை இலட்சம் வீரர்கள்தான் இருக்கிறார்கள். பதினாயிரம் யானைகள் மட்டுமே இருக்கின்றன. சபையோர்களே! இன்னும் ஒரு மாதம் போனால் இவர்களிலும் பாதிப் பேர் பஞ்சத்திலும் நோயிலும் மடிந்து போவார்கள். யானைகளின் கதி என்ன ஆகுமோ தெரியாது. ஆகையால், புலிகேசி சீக்கிரத்தில் கோட்டையைத் தாக்கித்தான் ஆகவேண்டும். இந்தத் தாக்குதல் வெகுமூர்க்கமாய் இருக்குமென்பதிலும் சந்தேகமில்லை.’

முதல் அமைச்சர் ரணதீர பல்லவராயர், ‘பல்லவேந்திரா! இந்த மாதிரி அதிசயத்தை இவ்வுலகம் எப்போதும் கேள்விப்பட்டதில்லை. முற்றுகைக்கு உள்ளானவர்கள் பசி, பட்டினிக்கு ஆளாகி மடிவதுண்டு. எதிரியிடம் சரண் அடைந்ததும் உண்டு. ஆனால் முற்றுகை இடுகிறவர்கள் பட்டினிக்கு ஆளானார்கள் என்று கதைகளிலேகூடக் கேட்டதில்லை!’ என்றார்.

‘ஆம் பல்லவராயரே! திரிபுரம் எரித்த பெருமானின் அருளினால் அம்மாதிரி அதிசயம் நடக்கிறது. தொண்டை மண்டலத்துக் கிராமங்களில் உள்ள ஜனங்கள் எதிரிகளுக்கு ஓர் ஆழாக்கு அரிசியோ, ஒரு பிடி கம்போ கொடுக்கவும் மறுத்திருக்கிறார்கள். கையிலுள்ள தானியத்தையெல்லாம் வெகு பத்திரமாகப் புதைத்து வைத்திருக்கிறார்கள். சபையோர்களே! தொண்டை மண்டலத்து ஏரிகள்கூட நமக்குப் பெரிய உதவி செய்திருக்கின்றன. சென்ற தை மாதத்தில் எக்காரணத்தினாலோ நம் நாட்டு ஏரிகள் எல்லாம் திடீர் திடீரென்று உடைத்துக்கொண்டுவிட்டன. அப்படி ஏற்பட்ட உடைப்பு வெள்ளத்தினால் வாழைத் தோட்டங்கள், தென்னந்தோப்புகள் எல்லாம் பாழாயின. கோடைக் காலத்துச் சாகுபடியும் நடக்கவில்லை. இதனாலெல்லாம் புலிகேசியின் போர் வீரர்களுக்கும் போர் யானைகளுக்கும் உணவு கிடைக்கவில்லை.’

சேனாபதி கலிப்பகை எழுந்து, ‘சபையோர்களே! தொண்டை மண்டலத்து ஏரிகள் நமது கட்சியில் சேர்ந்து உடைத்துக்கொண்டு பகைவர்களைப்

பட்டினிக்குள்ளாக்கியது உண்மைதான். ஆனால், அவை தாமாக உடைத்துக் கொள்ளவில்லை; விசித்திர சித்தரான நமது மன்னரின் மகேந்திர ஜால வித்தையிலேதான் ஏரிகள் எல்லாம் உடைத்துக்கொண்டன' என்றார்.

'நான் செய்தது ஒன்றுமில்லை. சத்ருக்னனுடைய தலைமையில் நமது ஒற்றர் படை வெகு நன்றாய் வேலை செய்திருக்கிறது. தொண்டை மண்டலத் திலுள்ள கோட்டத் தலைவர்களும் வெகு திறமையுடன் காரியம் செய்திருக் கிறார்கள். நாட்டில் பஞ்சம் வந்தாலும் வரட்டும் என்று ஏரிகள், அணைக் கட்டுகள் எல்லாவற்றையும் அவர்கள் வெட்டி விட்டிருக்கிறார்கள். சபை யோர்களே! தொண்டை மண்டலத்துப் பிரஜைகள் இந்த யுத்தத்தில் செய் திருக்கும் உதவிக்கு நூறு ஜன்மம் எடுத்து நான் அவர்களுக்குத் தொண்டு செய்தாலும் ஈடாகாது' என்று சக்கரவர்த்தி கூறியபோது அவருடைய குரல் உணர்ச்சியினால் தழுதழுத்தது.

சற்று நேரம் சபையில் மௌனம் குடிகொண்டிருந்தது. பிறகு முதல் மந்திரி சாரங்கதேவர், 'பல்லவேந்திரா! புலிகேசி, பாண்டியனைச் சந்திக்கக் கொள்ளிடக் கரைக்குச் சென்றிருப்பதாகத் தெரிகிறதே! பாண்டியன் ஒரு வேளை வாதாபிப் படைக்கு வேண்டிய உணவுப் பொருள் கொடுக்கலாம் அல்லவா?' என்றார்.

'ஆம் மந்திரி! பாண்டியனிடம் உணவுப் பொருள் உதவி கோருவதற்காகத் தான் புலிகேசி தெற்கே போயிருக்கிறான். ஆனால் அந்த உதவி அவனுக்குக் கிடைக்கும் என்று நான் கருதவில்லை. தவிரவும், புலிகேசி சீக்கிரத்தில் வாதாபிக்குத் திரும்ப வேண்டிய காரணங்களும் ஏற்பட்டிருக்கின்றன. சபை யோர்களே! ஒவ்வொரு நிமிஷமும் தெற்கேயிருந்து முக்கியமான செய்தியை எதிர்பார்த்துக்கொண்டிருக்கிறேன்!' என்று சொல்லிக் கொண்டே மகேந்திர பல்லவர் மண்டபத்தின் வாசற் பக்கம் பார்த்தார். பார்த்த உடனே 'ஆ! இதோ செய்தி வருகிறது!' என்றார்.

காவலன் ஒருவன் உள்ளே வந்து, சக்கரவர்த்திக்கு அடி வணங்கி, அவருடைய காதோடு ஏதோ இரகசியமாகச் சொன்னான். சாதாரணமாக எந்தச் சந்தர்ப்பத்திலும் ஆச்சரியமான அறிகுறியைக் காட்டாத மகேந்திர பல்லவரின் முகம், மேற்படி காவலன் கூறியதைக் கேட்டதும் எல்லையற்ற வியப்பைக் காட்டியது.

'சபையோர்களே! நீங்களாவது நானாவது சற்றும் எதிர்பாராத அதிசயமான செய்தி வந்திருக்கிறது. என்னாலேயே நம்ப முடியவில்லை. விசாரித்து உண்மை தெரிந்து கொள்ளப் போகிறேன். இப்போது சபை கலையட்டும். இன்றிரவு மறுபடியும் சபை கூட வேண்டும். அப்போது எல்லாம் விவர மாகச் சொல்கிறேன். மாமல்லா! நீயும் அரண்மனைக்குப் போய் உன் தாய் மாரைப் பார்த்து விட்டு வா!' என்று கூறிக் கொண்டே மகேந்திர பல்லவர் எழுந்து சபா மண்டபத்தின் வாசலை அடைந்து, அங்கு ஆயத்தமாய் நின்ற குதிரையின் மீது தாவி ஏறினார்.

8.யோக மண்டபம்

நீண்ட காலத்திற்குப் பிறகு நாம் மறுபடியும் கண்ணபிரானுடைய வீட்டுக் குள் பிரவேசிக்கும் போது, அங்கே 'குவா குவா' என்ற சப்தத்தைக் கேட்டுத் திடுக்கிடுகிறோம்.

வாசற்படியில் சிறிது தயங்கி நின்று விட்டு உள்ளே சென்றோமானால், அஸ்தமன வேளையின் மங்கிய வெளிச்சத்தில் அங்கே ஓர் அபூர்வமான காட்சியைக் காண்கிறோம்.

விபூதி ருத்ராட்சமணிந்து கனிந்த சிவப்பழமாய்த் தோற்றமளித்த ஒரு சைவப் பெரியார் நிற்கிறார். அவருடைய நீட்டிய இரு கரங்களிலும் ஒரு பச்சைக் குழந்தை - ஆறு மாதத்துக் குழந்தை காணப்படுகிறது - மூக்கும் முழியுமாக வெண்ணெய் தின்ற கண்ணனைப் போல் கிண்ணென்றிருந்த அந்தக் குழந்தைதான் 'குவா குவா' என்று அழுகிறது. அந்தச் சைவப் பெரியாருக்கு எதிரில் கண்ணபிரானும், கமலியும் நின்று புன்னகை புரிந்து கொண்டிருக்கிறார்கள்.

பெரியவர், குழந்தையைக் கமலியின் கைகளில் விட்டு விடப் பார்க்கிறார். கமலி குழந்தையை வாங்கிக் கொள்ள மறுத்துப் பின்வாங்குகிறாள். 'நான் என்ன செய்வேன்? பாட்டனைக் கண்டால் பேரனுக்கு அவ்வளவு ஆசை, என்னிடம் வர மாட்டேனென்கிறான்' என்று சொல்கிறாள் கமலி. இதை யெல்லாம் பார்த்துக் கண்ணபிரான் சந்தோஷப்பட்டுக்கொண்டே நிற்கிறான்.

குழந்தை 'குவா குவா' என்று கத்திக்கொண்டே காலையும் கையையும் உதைத்துக்கொள்கிறது. கிழவர்...'கமலி! உன்னுடைய பொல்லாத்தனம் உன் குழந்தையிடமும் இருக்கிறது!' என்கிறார்.

அச்சமயம், வீட்டின் கொல்லைப்புறத்திலிருந்து அதாவது அரண்மனைத் தோட்டத்திலிருந்து மணி அடிக்கும் சப்தம் கேட்கிறது. பெரியவர் அதைக் கேட்டதும் அதிக பரபரப்பை அடைகிறார். அப்பால் இப்பால் பார்க்கிறார், குழந்தையைத் திடீரென்று தரையில் விட்டு விட்டுத் தோட்டத்தைப் பார்க்க ஓட்டம் பிடிக்கிறார்.

கமலி தன் கண்களில் தீப்பொறி பறக்க, 'பார்த்தாயா, உன் தகப்பன் சாமர்த் தியத்தை? பச்சைக் குழந்தையைத் தரையிலே போட்டு விட்டு ஓட எப்படித் தான் மனம் வந்ததோ?' என்றாள்.

'கமலி! அப்பாவின் பேரில் குற்றம் இல்லை. நாதப் பிரம்மம் நேரிலே வந்து கூப்பிடும் போது அவர் என்ன செய்வார்?'

'நாதப் பிரம்மமும் ஆச்சு! நாசமாய்ப் போனதும் ஆச்சு! வெறும் ஆஷாடபூதி. அவ்வளவு வைராக்கிய புருஷராயிருந்தால், காட்டுக்குத் தபசு செய்யப்

போவதுதானே? அரண்மனைத் தோட்டத்தில் சிங்கார மண்டபத்தில் என்ன வேலை? சமாதி கட்டிக் கொள்ள இங்கேதானா இடம் அகப்பட்டது? அது போகட்டும், என் பொல்லாத்தனமெல்லாம் என் குழந்தைக்கும் வந்திருக்கிற தாமே! கிழவரின் வாய்த் துடுக்கைப் பார்த்தாயா? இவருடைய மகன் மட்டும் ரொம்பச்சாதுவாம்! பார்! நான் போய் விடுகிறேன். என் தங்கை சிவகாமியைப் பார்க்கவேண்டுமென்று எனக்குக் கூட ஆசையாய் இருக்கிறது. கோட்டைக் கதவு திறந்ததும் இந்தப் பொல்லாத பிள்ளையையும் அழைத்துக்கொண்டு போய்விடுகிறேன்! இந்த அரண்மனைச் சிறையில் யார் இருப்பார்கள்?'

இப்படி கமலி மூச்சு விடாமல் பேசிக்கொண்டே தரையில் கிடந்த குழந் தையை எடுக்கப் போனாள். கண்ணனும் அதே சமயத்தில் குழந்தையை எடுப்பதற்காகக் கீழே குனிந்தான். இருவருடைய தலைகளும் மோதிக் கொண்டன. 'இந்தப் பொல்லாதவனை நீ ஒன்றும் எடுக்கவேண்டாம்!' என்றாள் கமலி. 'அப்படித்தான் எடுப்பேன். நீ என்ன சொல்கிறது?' என்றான் கண்ணன். இப்படி இவர்கள் குழந்தையைத் தரையிலிருந்து யார் எடுப்பது என்று சண்டை போட்டுக்கொண்டிருக்கும்போதே, வாசலில் குதிரைச் சப்தம் கேட்டது. சற்று நேரத்துக்கெல்லாம் யாரோ உள்ளே வந்தார்கள். யார் என்று திரும்பிப் பார்த்த கண்ணபிரானும் கமலியும் அப்படியே பார்த்தது பார்த்தபடி பிரமித்து நின்றார்கள்.

ஏனெனில், அவ்விதம் திடீரென்று வந்தவர் சாஷாத், மகேந்திர பல்லவ சக்கரவர்த்திதான்!

'ஓஹோ! இங்கேயும் ஒரு யுத்தமா? நாட்டிலே யுத்தம் நின்று விடும் போல் இருக்கிறது. ஆனால், உங்கள் வீட்டு யுத்தம் மட்டும் நிற்கவே நிற்காது போலிருக்கிறதே!' என்று சக்கரவர்த்தி கூறியதும் தம்பதிகள் இருவரும் பெரிதும் வெட்கமடைந்து மறுமொழி சொல்ல முடியாமல் நின்றார்கள்.

பிறகு மகேந்திர பல்லவர், 'கமலி! உன் குழந்தை சௌக்கியமாயிருக் கிறதா?' என்று கேட்டுக்கொண்டே அருகில் வந்து குழந்தையின் முகத்தைப் பார்த்து விட்டு, 'கண்ணனை அப்படியே உரித்து வைத்திருக்கிறது! சின்னக் கண்ணன் என்றே பெயர் வைத்து விடலாம். மாமல்லனுக்கும் கலியாண மாகி இந்த மாதிரி ஒரு குழந்தை பிறந்தால், அரண்மனை கலகலவென்று இருக்கும். அரண்மனையில் குழந்தை அழுகைச்சப்தம் கேட்டு வெகுகாலம் ஆயிற்று!' என்று தமக்குத் தாமே பேசிக் கொள்கிறவர் போல் சொல்லி விட்டு, 'கண்ணா உன் தகப்பனார் எங்கே?' என்று கேட்டார்.

'இப்போதுதான் வசந்த மண்டபத்துக்குப் போனார், பிரபு!' என்றான் கண்ணன்.

'ஆ! மகரிஷி யோக சாதனைக்குப் போய்விட்டாரா!' என்று மகேந்திரர் கேட்டபோது, கமலி இலேசாகச் சிரித்தாள்.

'கமலி சிரிக்கிறாள்! உங்களைப் போல் இளம் வயதாயிருப்பவர் களுக்கு யோகம், சமாதி என்றால் சிரிப்பாய்த்தான் இருக்கும். வயதாகி உலகத்தில் விரக்தி ஏற்பட்டால் அப்புறம் நீங்களும் போகும் வழிக்குக் கதி தேடலா மென்று யோசிப்பீர்கள். போகட்டும்; உங்களுடைய யுத்தத்தைத் தொடர்ந்து

நடத்துங்கள். நான் யோகியைப் பார்த்து விட்டுப் போகிறேன்' என்று சொல்லிக் கொல்லைப்பக்கம் நோக்கிச் சென்றவர், வாசற்படியண்டை சற்று நின்று, 'கமலி! உன் சிநேகிதி சிவகாமியைக் கூடிய சீக்கிரத்தில் நீ பார்க்கலாம்!' என்று கூறி விட்டு மேலே நடந்தார்.

சக்கரவர்த்தி மறைந்ததும், கமலி, 'கண்ணா! இதென்ன சக்கரவர்த்தி திடீரென்று வந்து நம் மானத்தை வாங்கிவிட்டார்! சிவகாமி கூடிய சீக்கிரம் வருவாள் என்று அவர் சொன்னதைக் கேட்டாயா, கண்ணா? யுத்தம் சீக்கிரத்தில் முடிந்து விடப் போகிறதா? சளுக்கர்கள் தோற்று ஓடிப் போய் விட்டார்களா?' என்று ஏதேதோ கேட்டாள்.

அந்தக் கேள்விகளையெல்லாம் காதில் வாங்கிக் கொள்ளாதவனாய்க் கண்ணபிரான் ஏதோ யோசித்துக் கொண்டிருந்தவன், சட்டென்று யோசனையை நிறுத்தி, 'கமலி! கொஞ்ச நாளாகவே எனக்கு ஒரு மாதிரி சந்தேகம் இருந்தது. அது இன்றைக்கு ஊர்ஜிதமாயிற்று!' என்றான்.

'என் பேரில் சந்தேகம் வந்துவிட்டதா? அது என்ன சந்தேகம்?'

'உன் பேரில் எனக்கு யாதொரு சந்தேகமும் இல்லை. சந்தேகம் என் தகப்பனார் பேரில்தான். அவர் ஏதோ யோகம், தியானம் நாதப்பிரம்ம உபாசனை என்றெல்லாம் சொல்லிக்கொண்டு நந்தவன மண்டபத்துக்குப் போய் இரவு பகலாய் உட்கார்ந்திருக்கிறாரே, அதில் ஏதோ அந்தரங்கம் இருக்கவேண்டுமென்று சந்தேகித்தேன். அந்தச் சந்தேகம் ஊர்ஜிதமாயிற்று இன்று.'

'என்ன சந்தேகம்? எப்படி ஊர்ஜிதமாயிற்று?'

'கிட்ட வா, சொல்கிறேன். ரொம்ப ரொம்ப அந்தரங்கமான விஷயம். இந்தப் பயலின் காதிலேகூட விழக்கூடாது! கமலி, அப்பாவின் யோக மண்டபத்தில் ஒரு சுரங்க வழி இருக்கிறது. அது கோட்டைக்கு வெளியே போகிறது. சக்கரவர்த்தியின் ஒற்றர்கள் அதன் வழியாக அடிக்கடி வந்து போய்க் கொண்டிருக்கிறார்கள் என்று நினைக்கிறேன். பார்த்தாயா? இந்தப் பயல் நான் சொல்வதை எப்படி ஒற்றுக் கேட்டுக் கொண்டிருக்கிறான்...!' என்று கண்ணபிரான் சொல்லிக் குழந்தையின் கன்னத்தை இலேசாகக் கிள்ள, குழந்தை வீர் என்று கத்த ஆரம்பிக்க, கமலி கண்ணபிரானைச் சண்டை பிடிக்க, கண்ணபிரான், 'அவனும் என் கன்னத்தை வேணுமானால் கிள்ளட்டும்!' என்று கூற, கமலி குழந்தையைப் பார்த்து, 'என் கண்ணே!' என்று அதற்கு முத்தம் கொடுக்கப் போக, குறுக்கே கண்ணபிரான் கன்னத்தை நீட்ட, கமலி அவனைச் சண்டை பிடிக்க, இப்படி ஏகப் பூசலாகி விட்டது.

இதற்கிடையில் மகேந்திர சக்கரவர்த்தி அரண்மனைத் தோட்டத்திற்குள் புகுந்து வசந்த மண்டபத்துக்குச் சென்றார். காலடிச் சப்தத்தைக் கேட்டதும், சிவனடியாராக விளங்கிய அசுவபாலர் வெளியில் தலையை நீட்டி, 'பிரபு, தாங்கள்தானே? நல்ல சமயத்தில் வந்தீர்கள். இப்போதுதான் மணி அடித்தது!' என்று கூறி, மண்டபத்தின் நடுமத்தியில் இருந்த சிவலிங்கத்தை அப்பால் நகர்த்தவும், சிவலிங்கம் இருந்த இடத்தில் ஒரு பள்ளமும்

அதற்குள் மங்கிய இலேசான வெளிச்சமும் தெரிந்தன. சில விநாடிகளுக் கெல்லாம் அந்தப் பள்ளத்திலிருந்து சத்ருக்னனுடைய தலை எழுந்தது. பிறகு சத்ருக்னனின் முழு உருவமும் வெளியில் வந்தது.

'சத்ருக்னா? உனக்காகக் காத்திருந்து காத்திருந்து போதும் போதும் என்று ஆகிவிட்டது. ஏன் இவ்வளவு தாமதம்? போன காரியம் என்ன? காயா? பழமா?' என்று மகேந்திர பல்லவர் கேட்டார்.

'பல்லவேந்திரர் எடுத்த காரியம் ஏதாவது காயாவது உண்டா? பழந்தான் சுவாமி! எல்லாம் தாங்கள் போட்ட திட்டப்படியே நடந்தது. வேங்கித் தூதனுடன் போன சளுக்க வீரர்களிடம் குண்டோதரன் அகப்பட்டுக் கொண்டான். இருவரும் கொள்ளிடக் கரையில் புலிகேசியின் முன்னி லைக்குக் கொண்டு போகப்பட்டார்கள்.'

'குண்டோதரனை அப்புறம் பார்த்தாயா? அல்லது அவனிடமிருந்து ஏதேனும் செய்தி உண்டா?'

'அதுதான் இல்லை. அவனுக்காகத்தான் இத்தனை நேரம் காத்துப் பார்த்தேன். புலிகேசி மகா மூர்க்கன் என்று கேள்வியாச்சே, சுவாமி! குண்டோதரனுடைய கதி என்ன ஆயிற்றோ என்று சிறிது கவலையா யிருக்கிறது.'

'குண்டோதரனுக்கு ஒன்றும் நேர்ந்திராது, சத்ருக்னா!'

'எப்படிச் சொல்லுகிறீர்கள்? பிரபு?'

'நம்முடைய யுக்தி நாம் எதிர்பார்த்ததைக் காட்டிலும் மகத்தான பலனை அளித்துவிட்டது. கேள், சத்ருக்னா! புலிகேசி சமாதானத் தூது அனுப்பியிருக் கிறான்! இந்த நேரம் அவனுடைய தூதர்கள் என் மறு மொழிக்காகத் தெற்குக் கோட்டை வாசலில் காத்திருக்கிறார்கள். நான் உன்னைச் சந்தித்து விட்டுப் பிறகு முடிவாக மறுமொழி சொல்லலாம் என்றெண்ணி அவசரமாக இங்கே வந்தேன்.'

'பிரபு! புலிகேசியை நம்பலாமா? மகா வஞ்சகன் என்று சொல்லு கிறார்களே?' என்றான் சத்ருக்னன்.

'அவநம்பிக்கை கொள்வதற்கு இடமே இல்லை, சத்ருக்னா! ஆனாலும், குண்டோதரன் திரும்பி வந்தால் அவனைச் சில விஷயம் கேட்டு உறுதிப் படுத்திக்கொள்ளலாம் என்று நினைத்தேன்.'

இவ்விதம் மகேந்திரர் சொல்லிக்கொண்டிருந்தபோதே சத்ருக்னன் எந்தப் பள்ளத்திலேயிருந்து வெளிவந்தானோ, அந்தப் பள்ளத்திற்குள் இருமல் சப்தம் கேட்டது. பேசிக்கொண்டிருந்த இருவரும் திடுக்கிட்டார்கள். அடுத்த வினாடி அந்தப் பள்ளத்தில் குண்டோதரனுடைய தலை தெரியவே, அளவிறந்த வியப்போடு ஓரளவு அமைதியும் அடைந்தார்கள்.

'குண்டோதரா! உனக்கு நூறு ஆயுசு! இப்போதுதான் உன்னைப்பற்றிப் பேசிக்கொண்டிருந்தோம். நீ எப்படித் திடீரென்று முளைத்தாய்?' என்று

சக்கரவர்த்தி கேட்க, 'பிரபு! தாங்கள் அடிக்கடி 'சத்ருக்னரைப் பின்பற்றி நட! சத்ருக்னரைப் பின்பற்றி நட!' என்று சொல்லுவீர்களே, அது மிகக் கடினமான காரியம். இந்த இருட்டுச் சுரங்க வழியில் இவரைப் பின்பற்ற முயன்று நான் ஓடோடி வந்தும் இவரைப் பிடிக்கமுடியவில்லை!' என்றான் குண்டோதரன்.

'உன் வேடிக்கையெல்லாம் அப்புறம் ஆகட்டும்; நீ போன இடத்தில் என்ன நடந்ததென்று விவரமாகச் சொல்லு' என்று மகேந்திர சக்கரவர்த்தி கேட்க, குண்டோதரனும், நாம் முன்னமே அறிந்த அவன் வரலாற்றை விவரமாகக் கூறி முடித்தான்.

9.யுத்த நிறுத்தம்

அன்றிரவு இரண்டாம் ஜாமத்தில் மந்திராலோசனை சபை மறுபடியும் கூடியபோது, சபையில் கூடியிருந்த எல்லோருடைய முகத்திலும் பரபரப்புக் காணப்பட்டது. வாதாபி வீரர்கள் இருவரும் வெள்ளைக் கொடி பிடித்துக்கொண்டு தெற்குக் கோட்டை வாசலில் வந்து நின்றதாகவும், அவர்கள் கொண்டு வந்த ஓலை மகேந்திரச் சக்கரவர்த்தியிடம் சேர்க்கப்பட்டதாகவும் நகரம் முழுவதும் வதந்தி பரவிவிட்டது. ஓலையில் என்ன எழுதியிருந்தது, மகேந்திர பல்லவர் என்ன மறு ஓலை அனுப்பப் போகிறார் என்று அறிந்து கொள்ள அவ்வளவு பேரும் ஆவலாக இருந்தார்கள். முக்கியமாக, நரசிம்மவர்மரின் முகத்திலே எள்ளும் கொள்ளும் வெடித்தன. அவருடைய கண்களில் பளிச் பளிச்சென்று மின்னல் தோன்றி மறைந்தன. தம் பக்கத்தில் நின்ற பரஞ்சோதியுடன் அடிக்கடி சமிக்ஞா பாஷையினால் அவர் ஏதோ பேசிக்கொண்டிருந்தார். அவருடைய மார்பு புயலால் தாக்குண்ட கடலைப் போல் மேலே பொங்குவதும் கீழே அடங்குவதுமாக இருந்தது.

சக்கரவர்த்தி வழக்கத்தைவிட மிடுக்கான நடையுடன் வந்து சிம்மாசனத்தில் அமர்ந்தார். அவர் கையிலிருந்த ஓலை மீது எல்லாருடைய கண்களும் கவனமும் சென்றன.

'சபையோர்களே! இன்று மாலை சபை கலையும் சமயத்தில் முக்கியமான செய்தியை எதிர்பார்ப்பதாகச் சொன்னேன். நான் எதிர்பார்த்ததைக் காட்டிலும் மிகவும் முக்கியமான ஆச்சரியமான செய்தி வந்திருக்கிறது. மந்திரிகளே! அமைச்சர்களே! தளபதிகளே! அனைவரும் கேளுங்கள்! வாதாபிச் சக்கரவர்த்தி யுத்தத்தை நிறுத்தி விட்டார். சமாதானத்தையும் சிநே கத்தையும் வேண்டி ஓலை அனுப்பியிருக்கிறார்!' என்று சொல்லி மகேந்திர பல்லவர் தம் கையிலிருந்த ஓலையைத் தூக்கிக் காட்டியதும் சபையில் ஏற்பட்ட 'ஹா ஹா' காரத்தையும் மற்றும் பல வியப்பொலிகளையும்,

குதூகல சப்தங்களையும் வர்ணிக்க முடியாது. இவ்வளவுக்கிடையில் 'ஹூம்' என்ற ஆட்சேபிக்கும் சப்தம் ஒன்றும் கிளம்பியது. அது மாமல்லர் இருந்த இடத்திலிருந்து வந்ததென்பதைச் சொல்லவேண்டியதில்லை.

'மந்திரிகளே! அமைச்சர்களே! உங்களுடைய அபிப்பிராயத்தைத் தெரிந்து கொள்ள விரும்புகிறேன். துங்கபத்ரா நதியிலிருந்து நர்மதை நதி வரையிலும் உள்ள மத்திய பாரத தேசத்தின் ஏக சக்கராதிபதி நம்முடைய சிநேகத்தைக் கோருகிறார். நம்முடன் சமாதானத்தை நாடுகிறார். அவருக்கு நான் என்ன மறுமொழி அனுப்பட்டும்? யுத்தத்தை நிறுத்த முடியாது; போர் நடத்தியே தீருவோம் என்று சொல்லியனுப்பட்டுமா? அல்லது பல்லவ குலத்தின் பரம்பரைத் தர்மத்தை அனுசரித்து, சிநேகத்தைக் கோருகிற வாதாபிச் சக்கரவர்த்தியிடம் நாமும் சிநேகத்தைக் கைக்கொள்ளலாமா? சபையோர்களே! நன்றாக யோசித்துச் சொல்லுங்கள். பதினையாயிரம் யானைப்படையையும், ஐந்து இலட்சம் காலாட் படையையும் உடைய வாதாபிப் புலிகேசி மன்னர், யுத்தத்தை நிறுத்திவிட்டு நமது விருந்தினராகக் காஞ்சி நகருக்குள் பிரவேசிக்க விரும்புகிறார். சில தினங்கள் இங்கே தங்கி இம்மாநகரின் சிறப்புக்களைப் பார்த்துக் களித்துவிட்டுப் போக ஆசைப் படுகிறார். அவரை மரியாதையுடன் வரவேற்று உபசரிப்போமா அல்லது கோட்டைக் கதவுகளுக்கு இன்னும் சில தாழ்களைப் போட்டு அடைப் போமா? உங்களுக்குள்ளே கலந்து யோசித்துக்கொண்டு ஏகமனதாக அபிப் பிராயத்தை எனக்குத் தெரியப்படுத்துங்கள்' என்றார் சக்கரவர்த்தி.

பிறகு சற்று நேரம் சபையில் ஒரே கலகலப்பாய் இருந்தது. மந்திரிகளும், அமைச்சர்களும் ஒருவரோடொருவர் உற்சாகமாய்ப் பேசிக்கொண்டார்கள். கடைசியாக, பிரதம மந்திரி சாரங்கதேவ பட்டர் பேசுவதற்கு எழுந்து நின்றபோது, சபையில் நிசப்தம் குடிகொண்டிருந்தது.

'பல்லவேந்திரா! தங்களுடைய இராஜ தந்திரத்திலும் தீர்க்காலோ சனையிலும் இச்சபையோர் அனைவருக்கும் பூரண நம்பிக்கை இருக்கிறது. எந்தக் காரியத்தை எந்தக் காலத்தில் எப்படிச் செய்யவேண்டுமோ, அப்படித் தாங்கள் செய்து முடிப்பீர்கள் என்று எல்லாரும் உறுதிகொண்டிருக்கிறோம். ஆகவே, முதலில் தங்களுடைய அபிப்பிராயத்தைத் தெரிந்து கொள்ள விரும் புகிறோம்' என்றார்.

அப்போது சக்கரவர்த்தி, 'பட்டரே! என் அபிப்பிராயத்தைக் கேட்கவும் வேண்டுமா? அவசியத்துக்கு மேலே ஒரு வினாடியும் யுத்தத்தை நடத்து வதில் எனக்குப் பிரியமில்லை. ஓர் உயிரேனும் வீணாகச் சேதம் அடை வதில் எனக்கு விருப்பமில்லை. இந்தக் கோட்டைக்குள் இருக்கும் நாமெல் லோரும் கூடியவரையில் ஒரு குறையும் இல்லாமல் சௌகரியமாயிருக் கிறோம். ஆனால், கோட்டைக்கு வெளியே கிராமங்களிலும் பட்டணங் களிலும் உள்ள பல்லவ நாட்டுப் பிரஜைகள் பெருங்கஷ்டங்களுக்கு ஆளாகியிருக்கிறார்கள். தொண்டை மண்டலத்தில் இந்தக் கோடை காலத்தில் பயிர்த் தொழிலே நடக்கவில்லை. இன்னும் சில மாத காலத்தில் பல்லவ நாட்டுப் பிரஜைகளைப் பெரும் பஞ்சம் பீடிக்கக் கூடும்.

இப்பேர்ப்பட்ட நிலைமையில், அநாவசியமாக யுத்தத்தை வளர்த்துவதற்கு எனக்குச் சம்மதமில்லை. மேலும், உத்தராபத ஹர்ஷவர்த்தன சக்கரவர்த்தியைப் போர்க்களத்தில் புறங்காட்டச் செய்த வீராதி வீரரான புலிகேசி மன்னர் யுத்தத்தைத் தாமே நிறுத்தி விட்டு வலிய வந்து சமாதானத்தைக் கோரும்போது நாம் அதை எதற்காக நிராகரிக்கவேண்டும்? என்னுடைய அபிப்பிராயம் சமாதானத்தை நிலைநாட்ட வேண்டுமென்பதுதான்' என்றார்.

இவ்விதம் சக்கரவர்த்தி கூறி நிறுத்தியதும், சாரங்கதேவ பட்டர், 'பல்லவேந்திரா! தாங்கள் இப்பொழுது கூறிய விஷயங்கள் எல்லாம் மந்திரி மண்டலத்தைச் சேர்ந்த அனைவருக்கும் உடன்பாடுதான். ஆனால், ஒரே ஒரு விஷயத்தைப் பற்றி எங்களிலே சிலருக்கு ஓர் ஐயப்பாடு இருக்கிறது. வாதாபிச் சக்கரவர்த்தியைக் காஞ்சி நகருக்குள் விருந்தினராக வரவேற்பது பற்றித் தாங்கள் சொன்னீர்கள். அது உசிதமான காரியமா என்றுதான் சந்தேகப்படுகிறோம். வாதாபி மன்னர் பழி பாவங்களுக்கு அஞ்சாத வஞ்சகர் என்றும், அசுர குணம் படைத்தவர் என்றும் கேள்விப்பட்டிருக்கிறோம். காஞ்சியைப் பார்க்க வருவதாக அவர் சொல்லுவதில் ஏதேனும் அந்தரங்க சூழ்ச்சி இருக்கக்கூடுமல்லவா?' என்றார்.

மகேந்திர பல்லவர் புன்னகையுடன் கூறினார்; 'சாரங்க தேவரே! முன் ஜாக்கிரதையுள்ள மதி மந்திரிகள் சொல்ல வேண்டியதைத்தான் நீங்கள் சொன்னீர்கள். யோசிக்க வேண்டிய காரியந்தான். ஆனால் வாதாபி அரசர் கேட்டிருப்பதில் ஒருவிதமான சூழ்ச்சியும் இருக்க நியாயமில்லை. அவருடைய யானைப்படை, காலாட் படை எல்லாவற்றையும் காஞ்சிக்கு இரண்டு காத தூரத்துக்கப்பால் அனுப்பி விடச் சம்மதிக்கிறார். அவருடைய முக்கிய மந்திரிப் பிரதானிகள் பத்துப் பதினைந்து பேருடன் நிராயுதபாணியாகக் காஞ்சிக்குள் பிரவேசிக்கச் சித்தமாயிருக்கிறார். சபையோர்களே! நம்மிடம் இவ்வளவு பூரண நம்பிக்கை வைத்துச் செய்தி அனுப்பியுள்ளவரிடம் நாம் எவ்விதத்தில் சந்தேகம் கொள்வது? ஆகவே, யுத்தமா, சமாதானமா என்பதைப் பற்றித்தான் உங்களுடைய அபிப்பிராயம் வேண்டும்!'

மறுபடியும் மந்திரிமார்களும் அமைச்சர்களும் ஒருவரோடொருவர் கலந்து, ஆலோசித்தார்கள். கடைசியில், சாரங்க தேவபட்டர் எழுந்து, 'பல்லவேந்திரா! மந்திரி மண்டலத்தார் சமாதானத்தையே விரும்புகிறார்கள். வாதாபிச் சக்கரவர்த்தியைக் காஞ்சிக்குள் வரவேற்கும் விஷயத்தில் தங்களுடைய கருத்து எதுவோ அதன்படிச் செய்யலாமென்று அபிப்பிராயப்படுகிறார்கள்' என்றார்.

10.வாக்கு யுத்தம்

மந்திரி மண்டலத்தாரின் ஒருமுகமான அபிப்பிராயத்தை முதன் மந்திரி சாரங்கதேவ பட்டர் கூறி முடித்ததும் மகேந்திர சக்கரவர்த்தி சபையோரை

ஒரு தடவை சுற்றி வளைத்துப் பார்த்தார். மாமல்லரும் பரஞ்சோதியும் இருந்த இடத்தை மட்டும் நோக்காமல் அவருடைய கண்ணோட்டத்தை முடித்து விட்டு, 'சபையோர்களே! உங்களுடைய அபிப்பிராயத்தை முன் கூட்டியே எதிர்பார்த்து...' என்று ஆரம்பித்தார்.

சிங்காசனத்தில் நிலைத்து உட்கார முடியாமல் தத்தளித்துக் கொண்டிருந்த மாமல்லர் அப்போது துள்ளி எழுந்து, 'பல்லவேந்திரா! சாதுக்களும், சமா தானப் பிரியர்களும், இராஜ தந்திரிகளும், தீர்க்கதரிசிகளும் வீற்றிருக்கும் இந்த மகா சபையில் அடியேனும் ஒரு வார்த்தை சொல்லலாமா?' என்று கேட்டார்.

அவருடைய ஒவ்வொரு வார்த்தையும் சீறலுடன் நெருப்பைக் கக்கிக் கொண்டு வரும் அக்னியாஸ்திரத்தைப் போல் அந்தச் சபையில் இருந்தவர் களின் செவியில் பாய்ந்தது.

மாமல்லருடைய அக்னியாஸ்திரங்களை, மகேந்திரர் வருணாஸ்திரத்தைப் பிரயோகித்து அடக்க முயன்றார்.

'மாமல்லா! இதென்ன இப்படிக் கேட்கிறாய்? பல்லவ சாம்ராஜ்யத்தின் சிம்மாசனத்துக்கு உரிமை பூண்ட குமார சக்கரவர்த்தியல்லவா நீ? சாம்ராஜ் யத்தின் மந்திராலோசனை சபையில் கலந்து கொள்ள உனக்கு இல்லாத பாத் தியதை வேறு யாருக்கு உண்டு? உன் மனத்தில் தோன்றுகிறது என்னவோ, அதைத் தாராளமாகச் சொல்! ஆனால், நான் உன்னுடைய தந்தையா கையாலும், இச்சபையில் உள்ளவர்களெல்லாம் வயதிலும் அனுபவத் திலும் முதிர்ந்த பெரியவர்களாதலாலும் எங்களையெல்லாம் அவமதித்துப் பேசும் உரிமையை நீ கோர மாட்டாயென்று கருதுகிறேன்...'

அப்போது சபையில் ஏற்பட்ட குறுநகைப்பின் ஒலி மாமல்லர் காதில் விழவும் அவர் தம் கண்களில் தீ எழுமாறு சபையைச் சுற்றிப் பார்த்து விட்டுத் தந்தையை இடைமறித்துக் கூறினார்.

'தந்தையே! தங்களையாவது இங்குள்ள பெரியவர்களையாவது அவம திக்கும் எண்ணம் எனக்குக் கொஞ்சங்கூட இல்லை. பல்லவ குலத்தையும் பல்லவ இராஜ்யத்தையும் உலகம் என்றென்றைக்கும் அவமதிக்காமல் இருக்கவேண்டுமே என்றுதான் கவலைப்படுகிறேன். வாழையடி வாழையாக தொண்டைமான் இளந்திரையன் காலத்திலிருந்து வந்த வீர பல்லவ குலத்தின் பெருமையைக் குறித்துத் தாங்கள் அடிக்கடி சொல்லியிருக் கிறீர்கள். பல்லவ குலத்தைச் சேர்ந்தவர்கள் யாராவது இதற்கு முன்னால் இவ்விதமெல்லாம் செய்ததுண்டா? போர்க்களத்தில் எதிரியின் படை களுக்குப் புறங்காட்டிப் பின் வாங்கி வந்ததுண்டா? பகைவர்களின் படை யெடுப்புக்குப் பயந்து, கோட்டைக்குள்ளே ஒளிந்துகொண்டதுண்டா? கடைசியாக இப்போது, பல்லவ நாட்டுக்குள் படையெடுத்து வரத்துணிந்த பாதகனுடன் சமாதானம் செய்துகொள்ளப் போவதாகச் சொல்லுகிறீர்கள். பல்லவேந்திரா! கொஞ்சம் யோசித்துப் பாருங்கள். நாளைக்கு உலகி லெல்லாம் என்ன பேச்சு ஏற்படும்? 'வாதாபிச் சக்கரவர்த்தி படையெடுத்து

வந்தபோது பல்லவ சக்கரவர்த்தி பயந்து கோட்டைக்குள் புகுந்து கொண்டார்; கடைசியில் சரணாகதி அடைந்து சமாதானம் செய்து கொண்டார்' என்றுதானே உலகத்தார் சொல்லுவார்கள். புலிகேசி சமா தானத்தை வேண்டித் தூது அனுப்பினான் என்று ஒருவரும் சொல்லமாட் டார்கள். பாண்டியனும் சோழனும் சேரனும் களப்பாளனும் பல்லவர் களைப் பார்த்து நகையாடுவார்கள். புள்ளலூரில் புறங்காட்டி ஓடிய கங்க நாட்டான் மறுபடியும் துள்ளி எழுவான். உலகம் உள்ளவரைக்கும் பல்லவ குலத்துக்கு ஏற்பட்ட இந்தப் பழி மறையாது.'

இப்படி மாமல்லர் கேட்போரின் மான உணர்ச்சியைத் தூண்டும் வீரமுள்ள வார்த்தைகளைப் பேசிக்கொண்டு வந்தபோது, சபையிலே கலகலப்பு ஏற் பட்டது. மாமல்லருடைய வார்த்தைகளில் உண்மை இருக்கிறது என்பதை ஆமோதித்து ஒருவரோடு ஒருவர் கசமுசவென்று பேசிக்கொண்டார்கள்.

இந்த நிலைமையைத் தமது கூரிய கழுகுக் கண்களின் ஓரப் பார்வையினால் தெரிந்துகொண்ட மகேந்திர சக்கரவர்த்தி, மாமல்லருடைய பேச்சில் நடுவே குறுக்கிட்டார்.

'மகனே! உலகம் நீ நினைப்பது போல் அவ்வளவு பைத்தியக்கார உலகம் அல்ல. மனிதர்கள் எல்லாரும் அவ்வளவு முட்டாள்களும் அல்ல. அப் படியே இருந்த போதிலும், அதற்காக நானும் மூடத்தனமான காரியத்தைச் செய்ய முடியாது. அவசியமில்லாதபோது யுத்தம் நடத்தமுடியாது. இலட்சக் கணக்கான வீரர்களின் உயிரை வீண் வீம்புக்காகப் பலிகொடுக்கமுடியாது. காரணமில்லாமல் நாட்டின் பிரஜைகளைச் சொல்ல முடியாத கஷ்டங் களுக்கு உள்ளாக்க முடியாது. மாமல்லா! இந்தப் பல்லவ சிம்மாசனத்தில் நான் ஏறியபொழுது, இந்த மணிமகுடம் என் தலையில் சூட்டப்பட்ட அன்று, இச்செங்கோலை முதன் முதலாக என்னுடைய கரத்தில் ஏந்திய உடனே, இந்த நாட்டு மக்களின் உயிரையும் உடைமையையும் பாது காப்பேன்; அவர்களுக்குக் கஷ்டம் எதுவும் வராமல் தடுப்பேன் என்று நாடறியச்சபதம் செய்தேன். வெறும் வீம்புக்காகவோ, உலகத்தில் மூடர்கள் ஏதேனும் சொல்லுவார்களே என்பதற்காகவோ அந்தச் சபதத்தை நான் கைவிட முடியாது!' என்று கம்பீரமான குரலில் தலை நிமிர்ந்து கூறினார்.

ஆனால், மாமல்லருடைய அம்பறாத்தூணியில் இன்னும் சில பாணங்கள் மிச்சமிருந்தன.

'தந்தையே! இந்தப் பல்லவ நாட்டுப் பிரஜைகளைப்பற்றித்தான் தாங்கள் கவலைப்படுகிறீர்கள் என்றால், அந்தக் கவலை தங்களுக்கு வேண்டாம். தெய்வாதீனமான காரணத்தினால் ஏழு மாதத்துக்கு முன்னால் ஒரு சிறு கிராமத்தில் நான் மூன்று தினங்கள் வசிக்க நேர்ந்தது. அப்போது அந்தக் கிராமத்து ஜனங்கள் பேசிக்கொண்டதை என் இரு செவிகளாலும் கேட்டேன். இந்தப் பல்லவ இராஜ்யத்தின் பிரஜைகள் சுத்த வீரர்கள் என்றும், மானத்துக்காக உயிரையும் உடைமைகளையும் திருணமாக மதிக் கிறவர்கள் என்றும் அறிந்தேன். புள்ளலூர்ச் சண்டையைப் பற்றியும், அதில் நாம் அடைந்த வெற்றியைக் குறித்தும், பல்லவ நாட்டு மக்கள் எப்பேர்ப்

பட்ட குதூகலம் அடைந்தார்கள், தெரியுமா? நாம் வீர சைனியத்துடன் இந்தக் காஞ்சிக் கோட்டைக்குள் ஒளிந்து கொள்ளப்போகிறோம் என்ற வதந்தியை அவர்களால் நம்பமுடியவில்லை. பல்லவேந்திரா! என் காதினால் கேட்ட வார்த்தையைச் சொல்லுகிறேன்; மண்டபப்பட்டுக் கிராமத்து ஜனங்கள் என்ன பேசிக் கொண்டார்கள் தெரியுமா? 'மாமல்லனைப் போன்ற புத்திரனையும், பரஞ்சோதியைப் போன்ற தளபதியையும் படைத்த மகேந்திர சக்கரவர்த்தி புலிகேசிக்குப் பயந்து எதற்காகக் கோட்டைக்குள் ஒளிந்து கொள்ளப்போகிறார்? ஒருநாளும் அப்படிச் செய்ய மாட்டார்' என்று பேசிக் கொண்டார்கள். புலிகேசி காஞ்சிக் கோட்டைக் கருகில் வந்ததும் பல்லவ சைனியம் வாதாபிச் சைனியத்துடன் வீரப் போர் புரியுமென்று நம் பிரஜைகள் எதிர்பார்த்தார்கள். அவர்களை நாம் அடியோடு ஏமாறும்படி செய்துவிட்டோம். இப்போதாவது அவர்களுடைய நம்பிக்கையை மெய்ப்படுத்த எனக்குக் கட்டளையிடுங்கள். இந்தக் கோட்டைக் குள்ளே ஓர் இலட்சம் பல்லவ வீரர்கள் எப்போது போர் வருமென்று துடிதுடித்துக்கொண்டிருக்கிறார்கள். இந்த நகரின் மாபெரும் கொல்லர்கள் ஒன்றரை வருஷமாகச் செய்து குவித்திருக்கும் வாட்களும் வேல்களும், 'தாகம் தாகம்' என்று தவித்துக்கொண்டிருக்கின்றன. இதோ என் உயிர்த் தோழர் பரஞ்சோதியும் துடிதுடித்துக்கொண்டிருக்கிறார். தந்தையே! சைனியத்தை நடத்திக்கொண்டு போகக் கட்டளையிடுங்கள். வாதாபி சைனியத்தை நிர்மூலம் செய்ய இந்த க்ஷணமே ஆக்ஞை இடுங்கள்!'

மகேந்திர பல்லவர் உணர்ச்சி மிகுதியினால் பேச முடியாமல் தத்தளித்தார். தமது அருமைக் குமாரனுடைய வீராவேச மொழிகளைக் கேட்டு அவருடைய கல் நெஞ்சமும் கனிந்து விட்டதாக ஒரு கணம் தோன்றியது. எனினும், மறுகணமே அவர் பல்லைக் கடித்துக்கொண்டு முகத்தையும் கடுமையாக வைத்துக்கொண்டு சொன்னார்: 'குழந்தாய்! சுத்த வீரன் சொல்லக் கூடிய வார்த்தைகளை நீ பேசினாய்; அதைக் குறித்து எனக்குச் சந்தோஷந் தான். ஆனாலும், உன் யோசனையை நான் ஒப்புக்கொள்வதற்கில்லை. பல்லவ நாட்டு வீரக் குடிமக்களின் அபிப்பிராயத்தைப்பற்றிச் சொன்னாய். அதைப் பற்றியும் எனக்கு மகிழ்ச்சியே. ஆனால் பிரஜைகளின் அபிப்பிராயம் எப்போதும் சரியான அபிப்பிராயமாயிராது. முன் யோசனையின்றி, உணர்ச்சி வேகத்தினால் பிரஜைகள் சொல்லும் பேச்சைக் கேட்டு அது காரணமாக இந்த நாட்டு மக்களுக்கும், அவர்களுடைய வருங்காலச் சந்ததிகளுக்கும் எல்லையற்ற கஷ்ட நஷ்டங்களை நான் உண்டாக்கப் போவதில்லை!'

இவ்விதம் மாமல்லரைப் பார்த்துச் சொன்னவர், சபையோரின் பக்கம் திரும்பி, 'சபையோர்களே! உங்களுடைய சம்மதத்தை எதிர்பார்த்து நான் வாதாபிச் சக்கரவர்த்திக்கு முன்னமேயே மறுமொழி அனுப்பிவிட்டேன். அவருடைய சமாதானத் தூதை ஏற்றுக் கொள்வதாகவும் அவரைக் காஞ்சிமா நகருக்குள் நமது விருந்தினராக வரவேற்க மகிழ்ச்சியுடன் ஒப்புக் கொள்வதாகவும் ஓலை எழுதி அனுப்பிவிட்டேன். அவ்விதம் நான் கொடுத்துவிட்ட வாக்கை இனி என்னால் மீற முடியாது!' என்றார்.

மாமல்லர் அப்போது முன்னைவிட அதிகப் பரபரப்புடனே, ‘அப்பா! இது என்ன? பல்லவ வம்சத்தின் கொடிய சத்ருவை நமது தலைநகரத்தில் வர வேற்பதா? புலிகேசிக்கு உபசாரமா? யுத்தத்தை நிறுத்திச் சமாதானம் செய்து கொள்வதோடாவது நிறுத்திக்கொள்ளுங்கள். வாதாபிப் படை இந்த நாட்டை விட்டு ஒழியும்வரையில் நாம் கோட்டைக்குள்ளேயே வேணு மானாலும் ஒளிந்துகொண்டிருப்போம். ஆனால், வஞ்சகப் புலிகேசியுடன் நமக்குச் சிநேகம்வேண்டாம். வைஜயந்திப் பட்டணத்துக்கு நெருப்பு வைத்த பெரும் பாதகன் இந்தப் புண்ணிய நகரத்துக்குள்ளே காலடி வைக்க வேண்டாம்’ என்று அலறினார்.

‘முடியாது, மாமல்லா! பல்லவ குலத்தினர் ஒரு தடவை கொடுத்த வாக்கை மீறுவது வழக்கமில்லை. புலிகேசியை நான் வரவேற்றேயாக வேண்டும்’ என்றார் மகேந்திரர்.

இதைக் கேட்ட மாமல்லர் இரண்டு அடி முன்னால் பாய்ந்து வந்தபோது சபையோர் ஒருகணம் திடுக்கிட்டுப் போய் விட்டார்கள். தந்தையைத் தாக்கு வதற்கே அவர் பாய்கிறாரோ என்றுகூடச் சிலர் பயந்து போனார்கள். அவ்விதமான விபரீதம் ஒன்றும் நேரவில்லை. சக்கரவர்த்தியின் அருகில் வந்து கைகூப்பிக்கொண்டு, ‘தந்தையே! வாதாபிச் சக்கரவர்த்தியைத் தாங்கள் வரவேற்றேயாக வேண்டுமானால், எனக்கு ஒரு வரம் கொடுங்கள். புலிகேசியும் நானும் ஏககாலத்தில் இந்த நகருக்குள்ளே இருக்கமுடியாது. புலிகேசி உள்ளே வரும்போது நான் வெளியே போய்விடுவதற்கு அனுமதி கொடுங்கள்!’ என்றார் மாமல்லர்.

‘நானும் அப்படித்தான் யோசித்து வைத்திருக்கிறேன். குமாரா! வாதாபிச் சக்கரவர்த்தி வரும்போது உன்னை வெளியே அனுப்பி விடுவதாகத்தான் உத்தேசித்திருக்கிறேன். அதற்கு வேறோர் அவசியமும் ஏற்பட்டிருக்கிறது’ என்றார் சக்கரவர்த்தி.

இச்சமயத்தில் தளபதி பரஞ்சோதி ஓர் அடி முன்னால் வந்து, ‘பிரபு! எனக்கும் குமாரச் சக்கரவர்த்தியுடன் வெளியேற அனுமதி தரவேண்டும்’ என்று கேட்க, மகேந்திரர் கூறினார்:

‘ஆஹா! அப்படியே! இராமன் போகும் இடத்துக்கு லக்ஷ்மணனும் தொடர்ந்து போகவேண்டியது நியாயந்தானே! நீங்கள் இருவரும், நம் சைனியத்திலே சிறந்த முப்பதினாயிரம் வீரர்களைப் பொறுக்கிக்கொண்டு ஆயத்தமாகுங்கள். வடநாட்டுச் சளுக்க சைனியம் படையெடுத்த சமயம் பார்த்துக் கோழைத்தனமாகவும், திருட்டுத்தனமாகவும் பல்லவ இராஜ்யத் துக்குள் பிரவேசித்த தென்பாண்டிய நாட்டானுக்கு அவசியம் ஒரு பாடம் கற்பிக்கவேண்டும். சீக்கிரமாகவே புறப்பட ஆயத்தமாகுங்கள்!’

சக்கரவர்த்தியின் கடைசி மொழிகள் மாமல்லருடைய கோபத்தைத் தணித்து ஓரளவு உற்சாகத்தை அளித்ததோடு, மந்திரி மண்டலத்தாரை ஒரே ஆச்சரியக் கடலில் ஆழ்த்தி விட்டன.

11.வரவேற்பு

அன்றிரவு வெகு நேரத்துக்குப் பிறகு அந்தப்புரத்தில் மகேந்திர பல்லவர் தம் பட்டமகிஷியைச் சந்தித்த போது, புவன மகாதேவி தனது மனக் கவலையைத் தெரிவித்தாள். 'பிரபு! இன்றைக்கு மந்திராலோசனை சபையில் தங்களுக்கும் மாமல்லனுக்கும் பெரிய வாக்குவாதம் நடந்ததாமே! நாலு பேருக்கு முன்னால் தந்தையும் புதல்வரும் சண்டை போட்டுக்கொள்ளலாமா?' என்று சக்கரவர்த்தினி கேட்டாள்.

'தேவி! யார் என்ன வேணுமானாலும் நினைத்துக்கொள்ளட்டும். எனக்கு இன்று இருக்கிற பெருமையையும் பூரிப்பையும் சொல்லி முடியாது. அர்ஜுனனும் அபிமன்யுவும், லக்ஷ்மணனும் இந்திரஜித்தும் பேசுவதற் குரிய வீர வார்த்தைகளை இன்று மாமல்லன் பேசினான். உள்ளுக்குள் எவ்வளவோ எனக்கு ஆனந்தமாயிருந்தது. ஆனாலும், என்னுடைய நோக்கத்தை நான் கைவிடுவதற்கு இல்லை. ஆகையால், என்னுடைய ஆனந்தத்தை வெளியே காட்டாமல் கடுமையாகவும், கண்டிப்பாகவும் பேச நேர்ந்தது' என்றார் சக்கரவர்த்தி.

'உங்களுடைய நோக்கந்தான் என்ன? தாங்கள் செய்யப் போகும் காரியம் எனக்கும் பிடிக்கவில்லை. நம்முடைய கொடிய சத்துருவைக் காஞ்சி நகருக்குள் வரவேற்பது உசிதமான காரியமா?' என்றாள் பல்லவச் சக்க ரவர்த்தினி.

'தேவி! இது என்ன வார்த்தை? சத்துருவாக வந்தவரை மித்திரராக்கித் திருப் பியனுப்புவது பல்லவ வம்சத்துக்குப் பெருமை அல்லவா? என்னுடைய நோக்கம் என்னவென்று கேட்டாயே? சொல்கிறேன் கேள். என்னுடைய வாழ்நாளில் உலகத்தில் மீண்டும் சத்திய யுகம் பிறப்பதைக் காண வேண்டும் என்பதே எனது நோக்கம். இந்தப் புண்ணிய பாரத பூமியில் இன்றைய தினம் மூன்று பெரிய சாம்ராஜ்யங்கள் இருக்கின்றன. நர்மதைக்கு வடக்கே ஹர்ஷவர்த்தனர்; நர்மதைக்கும் துங்கபத்ராவுக்கும் மத்தியில் புலிகேசி, துங்கபத்ரைக்குத் தெற்கே மகேந்திர பல்லவன். இந்த மூன்று பேரும் ஒருவருக்கொருவர் சண்டை போட்டுக்கொண்டிருக்கும் பட்சத்தில் இந்தப் புண்ணிய பூமி நரக பூமியாயிருக்கும். பஞ்சமும் பிணியும் ஜனங்களைப் பிடுங்கித் தின்னும். அப்படியில்லாமல் இந்த மூன்று பேரும் சிநேக தர்மத்துக்குக் கட்டுப்பட்டவர்களாயிருந்தால், இந்தப் பாரத பூமியே சொர்க்க பூமியாகிவிடும். தேசத்தில் வறுமை, பட்டினி, பஞ்சம் ஒன்றும் தலை காட்டாது. கல்வியும் கலைகளும் ஓங்கி வளரும்; சகல ஜனங்களும் சௌக்கியமாக வாழ்வார்கள். தேவி! என் இளம் பிராயத்தில் நான் ஒரு பகற்கனவு காண்பது உண்டு. சளுக்கச் சக்கரவர்த்தியின் விருந்தினனாக நான் சென்று அஜந்தாவின் வர்ண சித்திர அதிசயங்களைக் கண்டு களிப்பதாகக்

கனவு கண்டேன். அப்புறம் வடக்கே கன்யாகுப்ஜத்துக்குச் சென்று ஹர்ஷ வர்த்தனர் மூன்று வருஷத்துக்கு ஒரு தடவை நடத்தும் ஆனந்தக் கலை விழாவைப் பார்த்து மகிழ்வதாகக் கனவு கண்டேன். மாமல்லபுரத்தை ஒரு சொப்பனச் சிற்ப உலகமாகச் சிருஷ்டித்து அதைப் பார்ப்பதற்காக ஹர் ஷரையும் புலிகேசியையும் அழைப்பதாகக் கனவு கண்டேன். அதெல்லாம் இப்போது நிறைவேறுமெனத் தோன்றுகிறது. நாங்கள் மூவரும் சிநேகர் களாகிவிட்டால் அப்புறம் இந்த நாட்டில் சமயச் சண்டை என்பது ஏது? யுத்தந்தான் ஏது?'

'பிரபு! அன்பு மதத்தையும் சிநேக தர்மத்தையும் பற்றிப் பேசும் தாங்கள் பாண்டியனைத் தண்டிப்பதற்கு மாமல்லனை எதற்காக ஏவுகிறீர்கள்?' என்று சக்கரவர்த்தினி குறுக்கிட்டுக் கேட்டாள்.

'அது வேறு விஷயம், சிநேகம் என்பது சமநிலையில் உள்ளவர்களுக் கிடையேதான் ஏற்பட முடியும். அறிவாளிகளுக்குள்ளேதான் அன்பு வளர முடியும். அறிவற்ற மூடர்களையும் அதிகப்பிரசங்கிகளையும் தண்டோ பாயத்தைக் கைக்கொண்டே சீர் திருத்தியாகவேண்டும்' என்று கூறினார் மகேந்திர பல்லவர்.

மறுநாள் முதல் காஞ்சி நகரம் ஒரு புதிய தோற்றத்தை மேற்கொண்டது. ஏதோ ஒரு பெரிய முக்கியமான திருவிழாவை எதிர்பார்ப்பதுபோல ஜனங்களிடையே அபரிமிதமான உற்சாகம் காணப்பட்டது. வீதிகளையும் வீடு வாசல்களையும் ஜனங்கள் சிங்காரிக்கத்தொடங்கினார்கள். கடை வீதிகள் பழையபடி சோபை பெற்று விளங்கின. கோயில்களில் உற்சவங்கள் ஆரம்பமாயின. சிற்ப மண்டபங்களில் பழையபடி சிற்பிகள் வேலை செய்யத்தொடங்கினார்கள். நாற்புறமும் மேள வாத்தியங்கள் முழங்கின. சமஸ்கிருதக் கடிகைகளில் முன்போல வேதகோஷங்கள் கேட்டன. தமிழ்க் கல்லூரிகளில் பாசுரங்கள் பாடப்பட்டன. நடன அரங்கங்களும் நாடக மேடைகளும் புத்துயிர் பெற்றன. தாளச் சத்தத்துடன் கலந்து பாதச் சதங்கை யொலியும் எழுந்தது.

ஜனங்களின் முக மலர்ச்சியோ சொல்லவேண்டியதில்லை. எல்லாரும் ஒரே ஆனந்தமயமாய்க் காணப்பட்டார்கள். புருஷர்களும் ஸ்திரீகளும் முன்போல ஆடை ஆபரணங்களால் தங்களை அலங்கரித்துக் கொள்ளத் தொடங்கினார்கள். பெண்களின் கூந்தலில் புஷ்பக் காடுகள் மலர்ந்து நாற்புறமும் சுகந்தத்தைப் பரப்பின.

மாமல்லர் எதிர்பார்த்ததுபோல் காஞ்சி நகர மக்கள் அதிருப்தியடைந் தவர்களாகத் தெரியவில்லை. யுத்தம் நின்று விட்டதில் பெரிதும் மகிழ்ச் சியடைந்தவர்களாகவே காணப்பட்டார்கள். அதைக் காட்டிலும், சளுக்கச் சக்கரவர்த்தி காஞ்சிக்கு விஜயம் செய்யப்போவதை நினைத்து நகரவாசிகள் அபரிமிதமான களிப்படைந்தவர்களாகத் தோன்றினார்கள்.

புலிகேசியின் சமாதானத்தூதன் வந்த ஐந்தாவது நாள் பிற்பகலில், காஞ்சி நகரின் வடக்குக் கோட்டை வாசல் எட்டு மாதத்திற்குப் பிறகு மீண்டும்

திறந்தது. பேரிகைகளும், நகராக்களும், சமுத்திர கோஷம், கடுமுகம் என்னும் வாத்தியங்களும் நெடுந்தூரத்திற்கு நெடுந்தூரம் உள்ளவர்களின் காது செவிடுபடும்படி முழங்கின. வாதாபிச் சக்கரவர்த்தி தாம் இளம் பிராயத்திலிருந்து பார்க்க ஆசைப்பட்டுக்கொண்டிருந்த 'கல்வியிற் பெரிய காஞ்சி' மாநகரத்திற்குள் பிரவேசம் செய்தார். அவருடைய முக்கிய பரிவாரத்தைச் சார்ந்த ஐம்பது பேர் அவருடனே வந்தார்கள்.

வெளிவாசலைத் தாண்டி உள்ளே பிரவேசித்ததும், அங்கே தம்மை வரவேற்பதற்கு ஆயத்தமாகக் காத்துக்கொண்டிருந்த மகேந்திர பல்லவச் சக்கரவர்த்தியைப் புலிகேசி பார்த்தார். அவ்விரண்டு பேரரசர்களின் கண்களும் சந்தித்தன. மகேந்திரரின் முகத்தில் அரும்பியிருந்த இளம் புன்னகையைத் தவிர வேறு எவ்வித உணர்ச்சியும் வெளியாகவில்லை. ஆனால், புலிகேசியின் முகமானது அவருடைய கொதிப்படைந்த உள்ளத்தின் கொந்தளிப்பை நன்கு காட்டுவதாய் இருந்தது. 'என்னுடைய வம்ச சத்துரு, நான் போட்டுக்கொண்டு வந்த திட்டங்களையெல்லாம் தோல்வியடையச் செய்த மகேந்திர பல்லவன் இவன்தானா?' என்று புலிகேசியின் உள்ளத்தில் உண்டான ஆத்திரத்தை அவருடைய கண்கள் பிரதிபலித்தன. இந்த எண்ணங்களோடு, 'ஆகா! கள்ளங் கபடு அறியாதது போலப் பாவனை செய்யும் இந்தக் கம்பீரமான முகத்தை இதற்கு முன் எங்கேயோ பார்த்தாற் போல் இருக்கிறதே!' என்ற நினைவும் புலிகேசியின் மனத்தில் தோன்றியது.

இரு சக்கரவர்த்திகளின் விருதுகளும் முறையே கூறப்பட்ட பிறகு, இருவரும் அவரவருடைய குதிரையிலிருந்து கீழே இறங்கி ஒருவரையொருவர் ஆலிங்கனம் செய்துகொண்டார்கள். அதே சமயத்தில் புலிகேசியின் கண்கள் மகேந்திர பல்லவருக்குப் பின்னால் நின்ற பரிவாரங்களைத் துருவி ஆராய்ந்தன. 'சத்யாச்ரயா! யாரைத் தேடுகிறீர்கள்?' என்று மகேந்திர பல்லவர் கேட்க,

'பல்லவேந்திரா தங்களுடைய வீரப் புதல்வர் மாமல்லரைப் பற்றி எவ்வளவோ கேள்விப்பட்டிருக்கிறேன். அந்த மகாவீரர், இங்கு நிற்பவர்களிலே யாரோ?' என்று சளுக்கச் சக்கரவர்த்தி கேட்டார்.

மகேந்திர பல்லவர் அப்போது இலேசாகச் சிரித்துவிட்டு, 'இல்லை, சத்யாச்ரயா! மாமல்லன் இங்கே இல்லை; அவன் வேறு முக்கிய காரியமாக வெளியூருக்குச் சென்றிருக்கிறான்!' என்றார்.

12.மூன்று உள்ளங்கள்

காஞ்சி மாநகரின் வடக்குக் கோட்டை வாசல் வழியாக வாதாபிச்சக்கரவர்த்தி அந்நகருக்குள் பிரவேசித்துக் கொண்டு இருந்தபோது, தெற்குக் கோட்டை வாசல் வழியாகக் குமார சக்கரவர்த்தி வெளியேறிக்கொண்டிருந்தார்.

அவருக்கு முன்னால் முப்பதினாயிரம் பல்லவ வீரர்கள் அடங்கிய காலாட் படையும், ஐயாயிரம் போர்க் குதிரைகளும், நூறு போர் யானைகளும், மற்றும் சேனைப் பரிவாரங்களும் நகரிலிருந்து வெளியேறி, கோட்டைக்குச் சற்று தூரத்தில் அணிவகுத்துப் பிரயாணத்துக்கு ஆயத்தமாக நின்றன.

இடிந்து தகர்ந்து, பாதி தூர்ந்து போயிருந்த அகழியின் மேல், அவசரமாக அமைத்த பாலத்தின் மீது கண்ணபிரான் ஓட்டிய ரதம் விரைந்து சென்ற போது, அதன் சக்கரங்கள் கடகட சடசடவென்று சப்தம் செய்தன.

ரதத்தில் மாமல்லரும் பரஞ்சோதியும் வீற்றிருந்தார்கள்.

அகழிப் பாலத்தை ரதம் கடந்து அக்கரை சென்றதும், பாலம் அகற்றப் பட்டது. உடனே, கோட்டை வாசல் கதவுகள் தடார் தடார் என்று சாத்தப் பட்டன. அக்கதவுகளின் தாழ்களைப் போடும் ‘லொடக்’ ‘லொடக்’ என்ற சப்தமும், பூட்டுக்கள் பூட்டப்படும் ‘டடக்’, ‘டடக்’ என்ற சப்தமும், ரதச் சக்கரங்களின் ‘கடகட, சடசட’ என்ற சப்தத்துடன் கலந்துகொண்டன.

அச்சமயம் அந்த ரதத்தில் வீற்றிருந்த மூன்று பேரின் இருதயங்களுங்கூடப் ‘படக்’ ‘படக்’ என்று அடித்துக் கொண்டிருந்தன.

மாமல்லர் புறப்படுவதற்குமுன்னால் தமது அன்னை புவனமா தேவியிடம் விடைபெற்றுக் கொள்வதற்காகச் சென்றார். அப்போது அந்த வீர மாதரசியின் கண்கள் கலங்கியிருந்தன. அவளுடைய உள்ளமும் கலக்க மடைந்திருந்ததாகத் தோன்றியது. துர்விநீதனைத் தண்டிப்பதற்காகப் புள்ளலூர்ப் போர்க்களத்துக்கு மாமல்லர் புறப்பட்டபோது, புவன மகாதேவி இத்தகைய மனக் கலக்கத்தைக் காட்டவில்லை. அச்சமயம் முக மலர்ச்சியுடனும் பெருமிதத்துடனும் வீரமகனை ஆசீர்வதித்து வாழ்த்தி அனுப்பினாள்.

‘அம்மா! இது என்ன, ஏன் கலங்குகிறீர்கள்? போர்க்களம் எனக்குப் புதியதா? யுத்தந்தான் புதியதா?’ என்று மாமல்லர் கேட்டதற்குச் சக்கரவர்த்தினி, ‘குழந்தாய்! அதைக் குறித்தெல்லாம் நான் கவலைப்படவில்லை. உன்னுடைய தந்தையின் காரியந்தான் என்னை வருத்துகிறது. தசரதர் செய்ததைக் காட்டிலும் கொடுமையான காரியத்தை உன் தந்தை செய்கிறார். தசரதர் இராமனைக் காட்டுக்கு அனுப்புவதோடு நின்றார். உன் தந்தையோ இராமனைக் காட்டுக்கு அனுப்பி விட்டு, அதே சமயத்தில் இராவணனையும் விருந்தாளியாக வரவேற்கப் போகிறார்!’ என்றாள்.

இதைக் கேட்ட மாமல்லரின் முகத்தில் சென்ற சில காலமாகக் காணப்படாத குறுநகை மலர்ந்தது.

‘தாயே! நான் இராமன் அல்ல. இராமனாயிருந்தால், சீதையையும் கூட்டிக் கொண்டல்லவா காட்டுக்குப் போகவேண்டும்? என் தந்தையும் தசரதர் இல்லை. ஏனென்றால் கைகேயி வார்த்தையைக் கேட்டுக்கொண்டு அவர் என்னை வனத்துக்கு அனுப்பவில்லை. புலிகேசியோ நிச்சயமாக இராவணன் இல்லை. இராவணன் சுத்த வீரன், அம்மா! போர்க்களத்தில்

சகலமும் போய்த் தன்னந்தனியாக நின்றபோதும் சரணாகதி அடைய மறுத்து உயிரைவிட்டான். அந்த மகாவீரன் எங்கே, இந்தக் கோழைப் புலிகேசி எங்கே? நூறு காத தூரம் படையெடுத்து வந்து விட்டு யுத்தம் செய்யாமலே அல்லவா இவன் திரும்பிப் போகப்போகிறான்?' என்றார் மாமல்லர்.

'குமாரா! நீ என்னதான் சொன்னாலும் மொத்தத்தில் என் மனத்தில் அமைதி இல்லை. பல்லவ குலத்தின் தீரா விரோதியுடன் உன் தந்தை சிநேகம் கொண்டாடுவது எனக்குப் பிடிக்கவில்லை; இந்தச் சமயத்தில் நீ காஞ்சியை விட்டுப் போவதும் எனக்குச் சம்மதமாயில்லை. இதனாலெல்லாம் என்ன விபரீதம் வருமோ எனனவோ என்று என் மனம் சஞ்சலமடைகிறது!' என்றாள் பல்லவ சாம்ராஜ்ய சக்கரவர்த்தினி.

மேற்கண்டவாறு அன்று காலையில் அன்னை கூறிய வார்த்தைகள் மாமல்லருடைய மனத்தில் ஆழமாய்ப் பதிந்து கிடந்தன. இன்னதென்று சொல்ல முடியாத சோர்வு அவருடைய உள்ளத்தில் குடிகொண்டிருந்தது. பெரு முயற்சி செய்து அந்தச் சோர்வைப் போக்கிக்கொள்ள முயன்றார். வரப் போகும் யுத்தத்தையும் பாண்டியனைத் தாக்கி அவனைத் தண்டிக்கப் போவதையும் நினைத்துக் கொண்டார். அதனோடு மண்டபப்பட்டுக் கிராமத்தில் இருக்கும் ஆயனர் மகளையும் எண்ணிக் கொண்டார். தாம் போகின்ற மார்க்கத்தை விட்டுக் கொஞ்சம் விலகிச் சென்றால், சிவகாமியைப் பார்த்து விட்டுப் போகலாம். ஆனால், அது உசிதமாகாது என்று அவருடைய மனமே சொல்லிற்று. புலிகேசியைப் புறங்காட்டி ஓடச் செய்து விட்டுத் திரும்பி அவளிடம் வருவதாக அல்லவா அன்றைக்குச் சொல்லிக் கொண்டு விடைபெற்றோம்? பாண்டியனையாவது போர்க்களத்தில் புறங்கண்ட பிறகுதான் சிவகாமியைச் சந்திக்க வேண்டும். இவ்வாறான பற்பல எண்ணங்கள் அலை மேல் அலை எறிந்து மாமல்லரின் உள்ளத்தை அலைத்துக் கொண்டிருந்தன.

தளபதி பரஞ்சோதியும் வழக்கத்தைக் காட்டிலும் அதிகக் கடுமையாகத் தம்முடைய முகத்தை வைத்துக்கொண்டிருந்தார். ஒரு பெரிய பொறுப்பு உணர்ச்சியானது அவருடைய மனத்தில் பெரும் பாரமாய் அமர்ந்து அதை அமுக்கிக்கொண்டிருந்தது.

அன்று காலையில் சக்கரவர்த்தி அவரை அந்தரங்கமாக அழைத்து, 'தம்பி! உன்னை நம்பித்தான் மாமல்லனை இப்போது போர்க்களத்துக்கு அனுப்புகிறேன். அவனுடைய இப்போதைய மனநிலையில் முன்பின் யோசனையில்லாமல் முரட்டுத்தனமாகக் காரியம் செய்வான். அவனுக்கு யாதோர் அபாயமும் நேரிடாதபடி நீதான் பார்த்துக் கொள்ள வேணும். இந்தப் புராதன பல்லவ குலம் நீடிப்பதற்கு அவன் ஒருவன்தான் இருக்கிறான். தளபதி! பாண்டிய நாட்டு மறவர்கள் மகாவீரர்கள். அவர்களையும் கங்க நாட்டார்கள் என்று நினைத்து விடாதே. எளிதாக அவர்களைப் புறங்காண முடியாது. ஆகையால், சர்வ ஜாக்கிரதையாகவே நீ இந்த யுத்தத்தை நடத்த வேணும்' என்று சொன்னார்.

மீண்டும் அவர், 'மாமல்லனை நீ போர்க்களத்தில் வேல்கள் அம்புகளிட மிருந்து மட்டும் காப்பாற்றினால் போதாது' என்று கூறி விட்டு, மர்மமான புன்னகையுடன், 'மண்டபப்பட்டுக் கிராமத்தில் இருக்கிறாளே, சிற்பியின் மகள் சிவகாமி; அவளுடைய கண்ணாகிய கூரிய அம்பிலிருந்தும் காப்பாற்ற வேண்டும். தெரிகிறதா? முன் தடவை துர்விநீதனைத் தொடர்ந்து போன போது ஏற்பட்டதைப்போல் இந்தத் தடவை ஏற்பட்டு விடக்கூடாது. போகும் காரியத்தை முடித்து விட்டு நேரே காஞ்சிக்குத் திரும்பி வந்து சேரவேண்டும்' என்றார்.

பரஞ்சோதி விடைபெற்றுக்கொண்டு புறப்பட யத்தனித்தபோது, கடைசி யாகச் சக்கரவர்த்தி அவரை மறுபடியும் அருகில் அழைத்து, 'தளபதி! நான் மண்டபப்பட்டுக் கிராமத்தைப் பற்றிச் சொன்னது திருவெண்காட்டுக்குப் பொருந்தாது. பாண்டியனைத் துரத்தியடித்த பிறகு உனக்கு விருப்பமாயிருந் தால் திருவெண்காட்டுக்குச் சென்று உன் தாயாரையும் மாமனையும் பார்த்து விட்டு வா!' என்று அருமையுடன் கூறினார்.

சக்கரவர்த்தி கூறிய ஒவ்வொரு விஷயமும் பரஞ்சோதியின் பொறுப்பு உணர்ச்சியை அதிகப்படுத்துவதாகவே இருந்தது. ஆகா! மகேந்திர பல்லவர் எப்பேர்ப்பட்ட அபூர்வமான மனிதர்! அவருடைய அன்பையும் நம்பிக் கையையும் இவ்வளவு தூரம் பெறுவதற்குத் தான் என்ன பாக்கியம் செய்திருக்கவேண்டும்! ஆனால் அவ்வளவு அன்புக்கும் நம்பிக்கைக்கும் தான் பாத்திரமாக வேண்டுமே! மாமல்லரைப் பத்திரமாய்க் காஞ்சிக்குக் கொண்டு வந்து சேர்க்கவேண்டுமே? 'திருவெண்காட்டுக்குப் போய் விட்டு வா!' என்று சக்கரவர்த்தி கூறியது அவருடைய பெருந்தன்மைக்கு உகந்தது. ஆனால், அதற்கு இந்தச் சந்தர்ப்பம் தகுதியானதா? தன்னை இத்தகைய போர்க்கோலத்திலே பார்த்தால், தாயும் மாமனும் என்ன நினைப்பார்கள்? உமையாள் ஏற்கெனவே நாணம் அதிகம் உள்ளவள். தன்னை அணுகு வதற்கே இப்போது பயப்படுவாளோ என்னவோ? - இவ்வாறெல்லாம் தளபதி பரஞ்சோதி எண்ணமிட்டுக்கொண்டிருந்தார்.

ரதத்தின் முனையில் அமர்ந்திருந்த கண்ணபிரானுடைய மனக் கண்ணின் முன்னால் அடிக்கடி ஒரு காட்சி வந்து கொண்டு இருந்தது.

விடைபெற்றுக் கொள்ளவேண்டிய சமயம் வந்த போது கண்ணபிரான் தன் எட்டு மாதக் குழந்தையின் முகத்தோடு முகம் வைத்து 'போய் வரட்டுமா, கண்ணே!' என்று கொஞ்சினான். அந்தக் குழந்தை அர்த்தம் ஒன்றுமில்லா மலும் அகாரணமாகவும் புன்னகை புரிந்ததுடன் தன் இரண்டு இளந்தளிர்க் கரங்களையும் நீட்டிக் கண்ணபிரானுடைய நீண்ட இரு காதுகளையும் பிடித்துக் கொண்டது. மேற்படி நினைவு வந்தபோதெல்லாம் குழந்தையின் தளிர்க் கரங்கள் அவன் காதைப் பிடித்த இடங்களில் அவனுக்கு என்னவோ செய்தது. மறுபடியும் அந்த மதுரமான ஸ்பரிச இன்பத்தை எப்போது அடையப் போகிறோமோ என்று அவன் மனம் ஏங்கிற்று.

அதோடு கடைசியாக அவன் புறப்பட்டபோது கமலி கூறிய மொழிகளும் அவனுக்கு அடிக்கடி நினைவு வந்துகொண்டிருந்தன. முன்னெல்லாம்,

'யுத்தத்துக்கு எப்போது புறப்படுகிறாய்?' என்று கேட்டுக்கொண்டிருந்தவள், கண்ணபிரான் உண்மையாகப் புறப்படும் சமயம் வந்தபோது, 'கண்ணா மகேந்திர பல்லவருக்கு இப்படி ஏன் புத்தி கெட்டுப் போய்விட்டது? வாதாபிச் சக்கரவர்த்தியை விருந்தாளியாக வரவேற்பதாம்! பாண்டிய ராஜா வோடு சண்டை போடுவதற்கு மாமல்லரை அனுப்புவதாமே? என் மனம் ஏனோ தத்தளிக்கிறது! கண்ணா! எது எப்படியானாலும் என் தங்கை சிவ காமியை மறந்துவிடாதே! மாமல்லருக்கு நினைவூட்டு!' என்றாள்.

இவ்விதமாக, அந்த ரதத்தில் இருந்த மூன்று பேருடைய உள்ளங்களும் வெவ்வேறு சிந்தனைகளில் ஆழ்ந்தபோதிலும் பதைபதைப்பிலும் பரபரப் பிலும் வருங்காலத்தில் என்ன நேருமோ என்ற கவலையிலும் ஒன்றுபட்டி ருந்தன. எனவே, அவர்களுடைய இருதயத் துடிப்புகள் ஒரே ஸ்வரத்தில், ஒரே தாளத்தில் சப்தித்தன.

13.இராஜோபசாரம்

வாதாபிச் சக்கரவர்த்தி காஞ்சிக்கு விஜயம் செய்ததிலிருந்து ஏழு தினங்கள் ஒரே திருவிழாக்கொண்டாட்டமாயிருந்தது.

ஒவ்வொரு நாளும் நகரின் ஒவ்வொரு பகுதிக்கு இரண்டு சக்கரவர்த்திகளும் விஜயம் செய்தார்கள். தினம் ஒரு கோயிலுக்குச் சென்றார்கள். ஒரு நாள் காஞ்சியின் கல்விக் கழகங்களையெல்லாம் பார்வையிட்டார்கள். ஒரு நாள் சிற்பக் கலை மண்டபங்களையும் சித்திர சாலைகளையும் பார்த்தார்கள். ஒருநாள் பௌத்த விஹாரங்களுக்கும் இன்னொரு தினம் ஜைனர்களின் கோயில்களுக்கும் சென்றார்கள். ஒரு நாள் இரு சக்கரவர்த்திகளும் பட்டத்து யானை மீது அம்பாரியில் அமர்ந்து நகர் முழுவதும் பவனி வந்தார்கள்.

பழகப் பழக இரண்டு சக்கரவர்த்திகளுக்குள்ளேயும் சிநேகம் முதிர்ந்து வந்ததாகத் தோன்றியது. இந்தச் சிநேகத்தின் பயனாக வருங்காலத்தில் இரண்டு சாம்ராஜ்யங்களும் பெரு நன்மைஅடையப் போகின்றன என்று மகேந்திர பல்லவர் எதிர்பார்த்ததுடன் அதைப் புலிகேசியிடமும் தெரியப் படுத்தினார். தமக்குச் சமண மதத்தினிடமோ புத்த சமயத்தினிடமோ எள்ளளவும் துவேஷம் கிடையாதென்றும், சைவ சமயமானது மற்ற எல்லாச் சமயங்களையும் சமநோக்குடன் பார்க்க இடம் தருகிறதென்றும், அதனால்தான் தாம் சைவ சமயத்தைச் சார்ந்ததாகவும், சமணர்களும் பௌத்தர்களும் அநாவசியமான விரோத பாவம் தம் பேரில் கொண்டிருப்பதாகவும் மகேந்திர பல்லவர் கூறினார். புலிகேசி தமக்கும் தீவிர மதப் பற்றோ, மதத் துவேஷமோ கிடையாதென்றும், இராஜீய காரணங்களை முன்னிட்டே சமண முனிவர்களுக்கு அதிகமாக இடம் கொடுத்து வந்ததாகவும் தெரிவித்தார்.

சமய போதனையில் ஈடுபட்ட குருமார்கள் இராஜீய விஷயங்களில் தலை யிடவே கூடாதென்றும், தலையிடுவதால் அவர்களுக்கும் சமயத்துக்கும் நாட்டுக்குமே தீமைதான் என்றும் மகேந்திரர் கூறினார். அதை வாதாபிச் சக்கரவர்த்தியும் ஒப்புக் கொண்டார்.

மகேந்திர பல்லவர், 'உண்மையான சமய பக்தியுள்ள மகான்களாயிருந்தால் இராஜாங்க விஷயங்களில் தலையிடவே மாட்டார்கள்' என்று சொல்லி திரு நாவுக்கரசர் பெருமானுடைய வாழ்க்கை உதாரணத்தை எடுத்துக் காட்டினார். அந்த மகானைத் தாம் பார்க்க முடியுமா என்று புலிகேசி கேட்டதற்கு, 'யுத்தக் குழப்பங்களின்போது அந்தப் பெரியார் இங்கே இருக்க வேண்டாம் என்று நானே அவரைத் தீர்த்த யாத்திரைக்கு அனுப்பி விட்டேன். இப்போது எங்கே இருக்கிறார் என்றே தெரியவில்லை' என்று மகேந்திரர் தெரிவித்தார்.

புலிகேசி அப்போது 'பல்லவ நாட்டு மகா சிற்பியைக்கூட நான் பார்க்க முடியாதோ?' என்று கேட்க, மகேந்திரபல்லவர், 'யாரைச் சொல்லுகிறீர்கள்?' என்று கேட்டார்.

'ஆயனர் என்பவரைத்தான்!' என்றார் புலிகேசி.

'அவரைப் பற்றி உங்களுக்கு எப்படித் தெரியும்?' என்று மிக்க வியப்புடன் மகேந்திர பல்லவர் கேட்டார்.

'காட்டின் மத்தியில் உள்ள சிற்ப வீட்டை ஒருநாள் நான் பார்த்தேன். அதனுள் உயிருள்ள பிராணி எதுவும் இல்லை. ஆனால், உயிர்ச் சிலைகள் பல இருந்தன. அதிலும் வெகு வெகு அற்புதமான நடனச் சிலைகள் பல இருந்தன. அப்புறம் விசாரித்தேன், அந்த வீட்டில் ஆயனர் என்னும் மகா சிற்பியும், நாட்டியக் கலையில் வல்ல அவருடைய மகளும் வசித்ததாகவும், கோட்டை முற்றுகை காரணமாக அவர்கள் எங்கேயோ போய் விட்ட தாகவும் தெரிந்தது. அவர்கள் தற்போது இருக்குமிடமும் தங்களுக்குத் தெரியாதோ?' என்று வாதாபிச் சக்கரவர்த்தி கேட்டார்.

'அவர்கள் இருக்குமிடமும் தெரியும்; அவர்களை அழைத்து வர ஆளும் அனுப்பி இருக்கிறேன். நாளை கூடும் மகா சபைக்கு அவர்கள் வந்தாலும் வருவார்கள்' என்றார் காஞ்சிச் சக்கரவர்த்தி. அதைக் கேட்ட புலிகேசி மிக்க உற்சாகம் அடைந்தவராகக் காணப்பட்டார்.

வாதாபிச் சக்கரவர்த்தி காஞ்சி நகருக்குள் பிரவேசித்த எட்டாம் நாள், அவருக்கு பிரிவுபசாரம் நடத்துவதற்காகக் காஞ்சியின் பிரதான சபா மண்ட பத்தில் பெரிய சபை கூடியது.

அந்த மகா சபையில் பல்லவ சாம்ராஜ்யத்தின் மந்திரிகள், அமைச்சர்கள், தளபதிகள், மண்டலத் தலைவர்கள், கோட்டத் தலைவர்கள், நகரத் தலை வர்கள், வர்த்தகச் செல்வர்கள் முதலியோர் வீற்றிருந்தனர். இன்னும் சைவ வைஷ்ணவ சமய குருமார்கள், வடமொழி வித்வான்கள், தமிழ் மொழிப் புலவர்கள், இரு பாஷைகளிலும் கவி பாடத் தெரிந்தவர்கள், சங்கீத

வித்வான்கள், சிற்பிகள், சித்திரக்காரர்கள் முதலியோரும் வரிசைக் கிரமமாக வீற்றிருந்தார்கள்.

மேலே கூறப்பட்ட கூட்டத்தாருக்குள் பிரமுகர்கள் வாதாபிச் சக்கரவர்த்திக்கு அறிமுகம் செய்துவைக்கப்பட்டார்கள். வடமொழி, தென்மொழி ஆகிய இரு மொழிகளிலும் வல்ல புலவர்கள் அந்த மகத்தான சந்தர்ப்பத்துக்கேற்ற கவிதைகளைப் புனைந்து பாடினார்கள். இரண்டு சக்கரவர்த்திகளில் எவரையும் தாழ்த்தாமலும் ஒருவரையும் அதிகமாக உயர்த்தாமலும் சமமான புகழுரைகளை நிறைத்துப் புலவர்கள் பாடிய கவிகள் அவர்களுடைய கவித் திறத்தைக் காட்டிலும் அவர்களுடைய லௌகிக ஞானத்துக்கே சிறந்த உதாரணங்களாயிருந்தன.

பிறகு, சாம்ராஜ்யத்தின் சங்கீத வித்வான்கள் தங்களுடைய வித்வத்தைக் காட்டினார்கள். மகேந்திர பல்லவரால் புதிதாக அமைக்கப்பட்ட ஏழு நரம்புகள் உடைய 'பரிவாதினி' என்னும் வீணையைப் புலிகேசி பரிசீலனை செய்து மிகவும் மகிழ்ந்தார்.

இவ்வாறு நேரம் போய்க் கொண்டேயிருந்தது. ஆனாலும், மகேந்திர பல்லவர், வாதாபிச் சக்கரவர்த்தி இருவருமே கொஞ்சம் மன அமைதியின்றிப் பரபரப்பு உள்ளவர்களாகக் காணப்பட்டார்கள். மகேந்திர பல்லவரின் கண்கள் அடிக்கடி சபா மண்டபத்தின் வெளி வாசற்பக்கத்தை நோக்கிக் கொண்டு இருந்தன.

கடைசியாக, அவர் உற்சாகமான குரலில், 'அதோ வந்து விட்டார்கள்!' என்று கூறியபோது, பக்கத்திலிருந்த வாதாபிச் சக்கரவர்த்தி, 'யார்? ஆயனரும் அவர் மகளுந்தானே?' என்று வினவினார்.

அப்போது உண்மையாகவே அச்சபா மண்டபத்தின் வெளி வாசல் வழியாக ஆயனரும் சிவகாமியும் உள்ளே பிரவேசித்துக் கொண்டிருந்தார்கள்.

வாசற்படியைத் தாண்டும் போது சிவகாமியின் கால் வாசற்படியில் இடறிற்று. 'ஆஹா! இது என்ன அபசகுனம்?' என்று எண்ணமிட்டுக் கொண்டே சிவகாமி மானின் நடைபெற்ற மயிலைப் போலச் சபா மண்டபத்திற்குள் பிரவேசித்தாள்.

14.'வாழி நீ மயிலே!'

ஆயனரும் சிவகாமியும் அந்த விஸ்தாரமான சபா மண்டபத்துக்குள் பிரவேசித்தபோது மண்டபத்தில் வீற்றிருந்தவர்கள் அத்தனை பேருடைய கண்களும் அவர்கள் மீது சென்றன. அளவில்லா வியப்பும் குதூகலமும் ஆவலும் அந்த ஈராயிரம் கண்களிலேயும் ததும்பின.

சபையில் அப்போது வீற்றிருந்தவர்களில் ஒருசிலர் ஒன்றரை வருஷத்துக்கு முன்னாலே அதே மண்டபத்தில் நடந்த சிவகாமியின் அரங்கேற்றத் தின்போது அங்கே பிரசன்னமாயிருந் தவர்கள்; மற்றும் அநேகர் அந்த அரங் கேற்றத்தைப் பற்றிக் கேள்வியுற்றிருந்தவர்கள். சிவகாமியின் அரங்கேற்றம் அந்த மண்டபத்தில் நடந்துகொண்டிருந்த சமயத்திலேதான் முதன் முதலில் புலிகேசியின் படையெடுப்பைப் பற்றிச் செய்தி கிடைத்ததென்பதையும், அதனால் அரங்கேற்றம் தடைப்பட்டதென்பதையும், அவர்கள் எல்லோரும் நினைவு கூர்ந்தார்கள். அந்தத் தடைக்குக் காரணமான புலிகேசி சக்கரவர்த்தி அச்சமயம் அந்தச் சபையில் வீற்றிருக்கும் அதிசயத்தை எண்ணியபோது அவர்கள் எல்லாருடைய கண்களும் மாறி மாறிச் சிவகாமியையும் புலி கேசியையும் நோக்குவனவாயின.

ஆயனரும் சிவகாமியும் சபா மண்டபத்துக்குள் பிரவேசித்து வரும் காட்சியைப் பார்த்தவுடன், எல்லாரையும் போல் வாதாபி மன்னரும் சிறிது நேரம் பிரமிப்பில் ஆழ்ந்திருந்தார். அஜந்தா மலையின் ஆழ்ந்த குகைக் குள்ளே அவர் கண்டிருந்த அற்புத வர்ண சித்திர உருவங்களில் ஒன்றுதான் உயிர் பெற்று எழுந்து தம் கண் முன்னால் நடந்து வருகிறதோ என்று அவருக்குத் தோன்றிற்று. சௌந்தரியவதிகளான எத்தனையோ பெண்களை அவர் பார்த்ததுண்டு. ஆனால், இம்மாதிரி நடையழகு வாய்ந்த பெண் களைப் பார்த்தது கிடையாது. சிவகாமி நடந்து வந்த போது அவளுடைய பாதங்கள் பூமியில் பட்டனவோ படவில்லையோ என்று தெரியாதபடி நடந்தாள். சங்கீதக் கலையின் உயிர்த் தத்துவத்தை உணர்ந்து புலவன் பாடும்போது இசை எப்படி ஒவ்வொரு ஸ்வரமும் தனித்தனியாகவும் அதே சமயத்தில் ஒன்றோடொன்று இழைந்தும் கேட்கப்படுகிறதோ, அதுபோல் சிவகாமி நடந்தபோது, அவள் அடிகள் எடுத்து வைக்கிறாளோ அல்லது பூமிதான் அவளுடைய பாதங்களுக்குக் கீழே நழுவிச் சென்று கொண்டிருக் கிறதோ என்று தோன்றியது.

சபா மண்டபத்திலிருந்த அத்தனை பேருடைய கண்களுக்கும் சிந்தனைக் கும் வேலை கொடுத்துக்கொண்டு பிரவேசித்த சிவகாமியோ, அவ்விதம் எல்லோருடைய கவனத்துக்கும் கண் நோக்குக்கும் தான் ஆளாகியிருப்பதை உணர்ந்ததாகத் தெரியவில்லை. உயர் குலத்துப் பெண்டிருக்குரிய இயற் கையான நாணத்தினால் சிறிதளவு தலைகுனிந்த வண்ணம் அவள் நடந்து வந்தாள். அவளுடைய உள்ளத்தில் அல்லும் பகலும் குடிகொண்டிருந்த கம்பீர முகத்துக்குரியவர் அந்தச் சபையில் எங்கே இருக்கிறார் என்று தெரிந்து கொள்ள அவளுக்கு அளவற்ற ஆவல் இருந்தது. எனினும், அந்த ஆவலைப் பெருமுயற்சி செய்து அவள் அடக்கிக்கொண்டு இயல்பாக எதிரே பார்த்துக் கொண்டு நடந்தாள்.

இரண்டு சக்கரவர்த்திகளும் வீற்றிருந்த இடத்துக்கு அருகில் வந்ததும், ஆயனர் கும்பிட்டு நிற்க, சிவகாமி நமஸ்கரித்து நின்றாள்.

மகேந்திர பல்லவர், 'ஆயனரே! உமது புதல்வி சிவகாமியின் நாட்டியக் கலைத் திறமையின் புகழானது நெடுந்தூரத்துக்கு நெடுந்தூரம் பரவி வாதாபிச்

சக்கரவர்த்தியின் காது வரையில் எட்டியிருக்கிறது. இதோ இன்று நமது அருமைச்சிநேகிதராக வீற்றிருக்கும் சத்யாச்ரய புலிகேசி மன்னர் சிவகாமியின் நடனத்தைப் பார்க்க விரும்புகிறார். அதற்காகவே உங்களை இவ்வளவு அவசரமாகக் கூட்டி வரச் செய்தேன். சிவகாமியினால் இப்போது உடனே நடனம் ஆட முடியுமா? உம்முடைய விருப்பம் என்ன?' என்று வினாவிய போது, ஆயனர், 'மகாப் பிரபு! தங்களுடைய கட்டளை எதுவோ, அதுதான் என்னுடைய விருப்பம். சிவகாமிக்கு, அவளுடைய கலைத் திறமையைக் காட்டுவதற்கு இதைக் காட்டிலும் சிறந்த சபையும் சந்தர்ப்பமும் எங்கே கிடைக்கப்போகிறது? இரண்டு மாபெருஞ் சக்கரவர்த்தி களும் இரண்டு சூரியர்களைப் போலவும் இரண்டு தேவேந்திரர் களைப் போலவும் ஏக காலத்தில் கூடியிருக்கிறீர்கள்!' என்று சொல்லி விட்டுச் சிவகாமியை நோக்கினார்.

முதலில் மகேந்திர பல்லவர் பேசியபோது, சிவகாமி சிறிது தலைநிமிர்ந்து அரைக்கண்ணால் வாதாபிச் சக்கரவர்த்தியைப் பார்த்தாள். பிறகு, அவளு டைய கண்கள் கட்டுக்காவல்களை உடைத்துக்கொண்டு, இரண்டு சக்கர வர்த்திகளின் சிம்மாசனங்களையும் சுற்றிச் சிறிது தூரத்துக்கு வட்டமிட்டன. ஆனால் அவை அடைந்தது ஏமாற்றந்தான். சிவகாமியின் கண்கள் தேடிய வீர சௌந்தரிய வதனம் அங்கே தென்படவில்லை. 'ஆ! அவர் எங்கே? ஏன் சக்கரவர்த்திக்கு அருகில் அவர் காணப்படவில்லை?' என்று அவளுடைய உள்ளம் பதைபதைத்தது. சில கண நேரத்திற்குள் பற்பல எண்ணங்கள் மின்னலைப் போல் தோன்றி மறைந்தன. ஏதாவது அவருக்கு விபத்து நேர்ந் திருக்குமோ? இராது, இராது, இராது. அப்படி இருந்தால், மகேந்திர பல்லவர் இந்த வைபவத்தை நடத்துவாரா?

'மிக்க சந்தோஷம் ஆயனரே! அதோ வாத்தியக் கோஷ்டியும் ஆயத்தமாயிருக் கிறது. உங்களுக்காகவே இந்தச் சபையை இவ்வளவு நேரம் வளர்த்திக் கொண்டிருந்தோம்!' என்றார் மகேந்திர பல்லவர்.

சிவகாமி தான் நின்ற இடத்திலிருந்து நடன வட்டத்துக்குப் போகத் திரும் பியபோது, மீண்டும் அவளுடைய கண்கள் ஒருமுறை சுற்றிச் சுழன்றன. அப்போது அவளுடைய பார்வை தற்செயலாகப் புலிகேசியின் முகத்தில் விழுந்தது. வெறித்து நோக்கிய புலிகேசியின் கொடுங் கண்களைச் சந்தித்த போது திடீரென்று வீசிய வாடைக் காற்றில் அடிபட்ட மல்லிகைக் கொடியைப் போல அவளுடைய உள்ளம், உடம்பு எல்லாம் சில்லிட்டு நடு நடுங்கின. இது ஒரு வினாடி நேரந்தான். அகாரணமாகத் தோன்றிய அந்த உணர்ச்சியை எப்படியோ சிவகாமி சமாளித்துக்கொண்டு நடன வட்டத்தை நோக்கி நடந்தாள். அப்போது இன்னதென்று சொல்ல முடியாத அருவமான நிழல் போன்ற ஞாபகம் ஒன்று அவளைப் பின்தொடர்ந்து சென்றது.

நடன வட்டத்தில் சென்று நின்றதும் சிவகாமி மேற்கூறிய நிழல் ஞாபகத்தை உதறித் தள்ளிவிட்டு ஆட்டத்துக்கு ஆயத்தமானாள். அப்போது அவள் தன்னடக்கத்துக்குப் பங்கமில்லாமல் அந்த மகாசபையின் நாலாபுறத்திலும் கண்ணைச் சுழற்றிப் பார்த்தல் சாத்தியமாயிருந்தது. மண்டபத்தின் மேல் மச்சு

மாடங்களிலே சக்கரவர்த்தினியும் மற்ற அந்தப்புரத்து மாதர்களும் வீற்றிருப்பது அவள் பார்வைக்குப் புலனாயிற்று. முன்னொரு நாள் அதே மண்டபத்தில் நடந்த அரங்கேற்றத்தின்போது இன்று போலவே மாமல்லரைக் காணாமல் முதலில் தான் ஏமாற்றமடைந்ததும், பிற்பாடு அவர் தாய்மார்களுடன் மேல் மாடத்திலிருந்து பார்த்துக் கொண்டிருந்ததாகத் தெரியப்படுத்தியதும் நினைவு வந்தன. இன்றைக்கும் அவர் அவ்வாறே தன் கண்ணுக்குத் தெரியாத ஏதோ ஒரு மறைவான இடத்திலிருந்து தன்னுடைய நடனத்தைப் பார்த்துக்கொண்டிருப்பதாக அவளுக்குத் தோன்றியது. இந்த எண்ணம் ஏற்பட்டதும் இதற்கு முன் அவளுக்கு ஏற்பட்டிருந்த ஏமாற்றம், சோர்வு, மனக் கலக்கம், நடுக்கம் எல்லாம் மாயமாய் மறைந்துபோயின. நடனமும் உடனே ஆரம்பமாயிற்று.

நடனம் ஆரம்பமாகிச் சிறிது நேரத்துக்கெல்லாம் அச்சபையில் இருந்தவர்கள் எல்லாம், அது ஒரு இராஜ சபை என்பதையும், அதில் ஒரு பெண் நடனமாடுகிறாள் என்பதையும், தாங்கள் அங்கேயிருந்து அதைப் பார்க்கிறோம் என்பதையும் மறந்தே போனார்கள். இந்த ஜட உலகத்தையே விட்டு விட்டு அனைவரும் ஒரு புதிய ஆனந்தக் கனவுலகத்துக்கே போய் விட்டார்கள்.

நடனம் ஆரம்பமாகும் சமயத்தில் சிவகாமி தெளிந்த தன்னுணர்ச்சி பெற்றிருந்தாள். தன் வாழ்க்கையிலேயே அது ஒரு முக்கியமான தினம் என்றும், அன்று தான் ஆடப் போகும் நடனம் தன் வாழ்க்கையில் ஒரு முக்கிய சம்பவம் என்றும் உணர்ந்திருந்தாள்.

கன்னி சிவகாமியின் உள்ளத்தில் அலைமோதிக் கொண்டிருந்த இரு பேருணர்ச்சிகளில் ஒன்று மாமல்லர் மேல் கொண்ட காதல் என்பதையும், இன்னொன்று நடனக் கலை மீது அவளுக்கிருந்த பிரேமை என்பதையும் முன்னமே பார்த்திருக்கிறோம்.

இப்போது இங்கே கூடியிருப்பது போன்ற ஒரு மகா சபை தனது கலைத் திறமையைக் காட்டுவதற்குக் கிடைப்பது மிகவும் அரிது என்பதை ஆயனரைப் போல் அவளும் உணர்ந்து இருந்தாள்.

அன்றியும் சிவகாமிக்குத் தன்னுடைய கலைத் திறமை முழுவதையும் அந்தச் சபையில் காட்ட வேண்டுமென்ற ஊக்கம் ஏற்படுவதற்கு இன்னொரு முக்கிய காரணமும் இருந்தது.

மகேந்திர பல்லவர் மற்ற விஷயங்களில் எவ்வளவு கடின சித்தராயிருந்த போதிலும், கலைகளுக்கு மனம் உருகக் கூடியவர். தன் கலைத் திறமையினால் அவருடைய நன்மதிப்பைக் கவர வேண்டும்; தான் மாமல்லரை மணந்து கொள்வதற்கு அவர் தடை சொல்லாதபடி செய்யவேண்டும். வயிர நெஞ்சமுள்ள ஒரு மகா சக்கரவர்த்தியின் மனத்தை மாற்றித் தன் விருப்பத்துக்கிணங்கும்படி செய்வதற்குத் தன்னிடம் உள்ள ஒரே ஆயுதம் நடனக் கலையே அல்லவா?

எனவே, அன்றைக்குத் தன்னுடைய நடனம் பரத நாட்டியத்தின் சரித்திரத்திலேயே ஓர் அற்புத சம்பவமாயிருக்கவேண்டுமென்று சிவகாமி சங்கற்பம் செய்து கொண்டாள்.

ஆனால் இத்தகைய தன்னுணர்ச்சியெல்லாம், சிவகாமி ஆட்டத்தைத் தொடங்கும் வரையிலேதான் இருந்தது. ஆட்டம் ஆரம்பமாயிற்றோ, இல்லையோ, இத்தனை காலமும் சிவகாமியின் உள்ளத்தில் குமுறிக் கொண்டிருந்த கலை உணர்ச்சியானது பொங்கிப் பெருகத்தொடங்கியது. சிவகாமி தான் என்னும் உணர்ச்சி அற்றுக் கலை வடிவமாகவே மாறி விட்டாள்.

பின்னர் சிவகாமி நடனம் ஆடவில்லை; நடனக் கலையானது அவளை ஆட்கொண்டு ஆட்டுவித்தது.

சிவகாமியின் உள்ளமானது நாட்டியக் கலையின் அம்சங்களாகிற தாளங் களையும், ஜதிகளையும், அடைவுகளையும், தீர்மானங்களையும் பற்றி எண்ணவில்லை. அந்தத் தாளங்கள், ஜதிகள், அடைவுகள், தீர்மானங்கள் எல்லாம், அவை அவை அந்தந்த இடத்தில் ஓடி வந்து சிவகாமிக்குச் சேவை செய்தன.

சிவகாமியின் உள்ளம் ஆனந்த வெளியிலே மிதந்து கொண்டு இருந்தது. அவளுடைய தேகமோ எல்லையற்ற ஆனந்த வெள்ளத்திலே அனாயாசமாக மிதந்துகொண்டிருந்தது.

பார்த்துக் கொண்டிருந்த சபையோர்களும் ஆனந்த சாகரத்தில் மிதக் கலாயினர். பரத நாட்டிய வினிகையில் முதற் பகுதியான 'நிருத்தம்' முடி வடைந்தபோதுதான் சபையோர் தாங்கள் சஞ்சரித்த ஆனந்தக் கனவு லோகத்திலிருந்து பூவுலகத்துக்கு வந்தனர்.

அப்போது சபையின் நானா புறங்களிலிருந்தும் பிரமாதமான கரகோஷம் எழுந்தது. அவ்விதம் கரகோஷம் செய்து தங்கள் மகிழ்ச்சியைத் தெரிவித் தவர்கள் இரு சக்கரவர்த்திகளும் கூடத்தான்.

நடனம் ஆரம்பிப்பதற்கு முன்னால், சிவகாமியும் ஆயனரும் மகேந்திர சக்கரவர்த்தியிடம் கட்டளை பெற்றுக்கொண்டு நடன வட்டத்தை நோக்கிச் சென்றுகொண்டிருந்தபோது, வாதாபி மன்னர் மகேந்திர பல்லவரைப் பார்த்து, 'இதென்ன? இவர்களுக்கு இவ்வளவு மரியாதை செய்கிறீர்களே? எங்கள் நாட்டிலே சாட்டையினால் அடித்து நடனம் ஆடச் சொல்வோம்!' என்றார்.

'சத்யாச்ரயா! எங்கள் நாட்டில் அப்படியில்லை. இங்கே கலைகளுக்கும் கலைஞர்களுக்கும் நாங்கள் மிக்க மரியாதை செய்கிறோம். இராஜ்யம் ஆளும் மன்னர்களையும் சக்கரவர்த்திகளையும் போலவே கலை உலகிலும் இங்கே அரசர்களும் சக்கரவர்த்திகளும் உண்டு. 'சிற்ப சக்கரவர்த்தி', 'கவிச் சக்கரவர்த்தி' என்ற பட்டங்கள் அளிக்கிறோம். ஆயனர் 'சிற்ப சக்கரவர்த்தி' என்ற பட்டம் பெற்றவர். இராஜ்யம் ஆளும் சக்கரவர்த்திகளுக்குச் செய்யும் மரியாதையை மக்கள் இவருக்கும் செய்கிறார்கள்' என்றார்.

'அழகாய்த்தானிருக்கிறது உங்கள் நாட்டின் வழக்கம்!' என்று பரிகசித்தார் வாதாபி மன்னர்.

சிவகாமியின் நிருத்தம் முடிந்தவுடனே வாதாபிச் சக்கரவர்த்தியும் மற்றவர்களைப் போல் கரகோஷத்தில் ஈடுபட்டதைக் கண்ட மகேந்திர பல்லவர், 'இப்போது என்ன சொல்கிறீர்கள்? கலைஞர்களுக்கு மரியாதை செய்வதுபற்றி உங்களுடைய அபிப்பிராயத்தை மாற்றிக்கொண்டீர்களா?' என்று கேட்டார்.

'நடனம் அற்புதமாய்த்தானிருக்கிறது; இம்மாதிரி நான் பார்த்ததேயில்லை. ஆனாலும்....' என்று கூறி இடையில் நிறுத்தி விட்டுப் புலிகேசி ஏதோ யோசனையில் ஆழ்ந்தார்.

அன்று அபிநயத்துக்குச் சிவகாமி முதன் முதலாக எடுத்துக் கொண்டு பாடல் செந்தமிழ் நாட்டின் ஆதிதேவதையான வேலனைப் பற்றியது. வேலன் தன்னிடம் பக்தி கொண்ட பெண்ணுக்கு, 'நான் திரும்ப வந்து உன்னை ஆட்கொள்கிறேன்!' என்று வேலின் மீது ஆணையிட்டு வாக்களித்திருக் கிறான். ஆனால் அவ்வாக்குறுதியை அவன் நிறைவேற்றவில்லை. அதனால் அந்தப் பெண் ஏமாற்றமும் மனத் துயரமும் அடைகிறாள். அந்த நிலைமை யிலும் வேலனிடத்திலே கோபங்கொள்ளவோ, அவன் மீது குறை சொல்லவோ அவளுக்கு விருப்பமில்லை. எனவே, குற்றத்தையெல்லாம் வேலனுடைய வாகனமாகிய மயிலின் மீது போடுகிறாள். மயிலை நிந்திக் கிறாள்; கோபிக்கிறாள்; பலவிதமாகவும் இடித்துக் காட்டுகிறாள். இந்தக் காலத்தில், 'ஆனந்த பைரவி' என்றும் வழங்கும் பழமையான ராகத்தில், நடனத்துக்கும் அபிநயத்துக்கும் ஏற்ற தாளத்துடன் அமைந்த பாடல் பின்வருமாறு:

மறவேன் மறவே னென்று வேலின்மேல் ஆணையிட்ட
மன்னரும் மறப்பாரோ - நீல மயிலே! (மற)
உருகி உருகி உள்ளம் அவரை நினைவதையும்
உயிரும் கரைவதையும் - அறியாரோ மயிலே? (மற)
அன்பர் வரவு நோக்கி இங்குதான் காத்திருக்க
அன்னநடை பயில்வாயோ - வண்ண மயிலே!
பெம்மான் உன் மேலே வரும் பெருமிதம் தலைக்கேறிப்
பாதையை மறந்தாயோ - பேதை மயிலே!
வன்மம் மனதில் கொண்டு வஞ்சம் தீர்க்க நினைந்து
வழியில் உறங்கினாயோ - வாழி நீ மயிலே! (மற)
தன்னிகரில்லாதான் தனயர்பால் மையல் கொண்ட
மங்கைமீ திரங்காயோ - தங்க மயிலே!
சொன்னாலும் நீ அறியாய் சொந்த அறிவுமில்லாய்
உன்னை நொந் தாவதென்ன? - வன்கண் மயிலே!
மன்னும் கரிபரிகள் புவியில் பல இருக்க
உன்னை ஊர்தியாய்க் கொண்டோர் - தன்னையே
நோக வேணும் (மற)

15.'நமனை அஞ்சோம்!'

வேலனின் காதலி நீல மயில் ஒன்றை வளர்த்து வருகிறாள். அந்த மயிலைப் பார்க்கும் போதெல்லாம் அவளுக்கு முருகனுடைய நினைவு வருகிறது, காதலின் தாபம் அதிகமாகிறது. ஒருநாள் மயிலைப் பார்த்துச் சொல்கிறாள்; 'நீ பெருமான் முருகனுடைய வாகனமல்லவா? போ! போய் அவரை இங்கு விரைவில் அழைத்து வா!' என்று கட்டளை இடுகிறாள். கட்டளையிடுவதுடன் நிற்காமல் மயிலை அடிப்பதாக பயமுறுத்தி விரட்டி விடுகிறாள்.

நீலமயில் விரைவில் திரும்பி வரும் என்றும், வரும்போது தன்மீது வேலனை ஏற்றிக்கொண்டு ஆடிவருமென்றும் காதலி வழிபார்த்துக் கொண்டிருக்கிறாள். ஆனால் நெடுநேரம் காத்திருந்தும் மயிலையும் காணவில்லை; வேலனையும் காணவில்லை.

'வேலன் ஒருவேளை அடியோடு தன்னை மறந்து விட்டிருப்பாரோ?' என்று ஒரு கணம் தோன்றுகிறது.

உடனே அந்தப் பழைய சம்பவம் ஞாபகத்துக்கு வருகிறது. கடைசித் தடவை வேலனை அவள் சந்தித்தபோது, 'என்னை மறந்து விடக்கூடாது' என்று தான் இரந்து கேட்டுக்கொண்டதும், அவர் தம் வேலின் மேல் ஆணையாக 'உன்னை ஒரு நாளும் மறக்கமாட்டேன்!' என்று வாக்களித்ததும் நினைவுக்கு வருகின்றன. உடனே, 'இல்லை, அவர் ஒருநாளும் மறந்திருக்க மாட்டார். இந்த மயில்தான் தாமதம் செய்கிறது' என்று தீர்மானித்துக் கொள்கிறாள்.

தன் மனக் கண்ணின் முன்னால் மயிலை உருவகப்படுத்தி நிறுத்திக்கொண்டு சொல்கிறாள்:-

'மறவேன் மறவேன் என்று வேலின்மேல் ஆணையிட்ட
மன்னரும் மறப்பாரோ நீல மயிலே!'

என்று சிவகாமி பாடிக்கொண்டு அபிநயமும் பிடித்தபோது, சபையோரின் கண் முன்னாலிருந்து சிவகாமி மறைந்து விட்டாள். தமிழகத்தின் அதிதெய்வமான ஸ்ரீசுப்ரமண்யர் கையில் வேலுடனே அவர்கள் கண் முன்னால் நின்றார். கருணையும் அன்பும்ததும்பிய கண்களினால் முருகப் பெருமான் தன்னிடம் காதல் கொண்ட பெண்ணை நோக்குவதையும், கையில் பிடித்த வேலின் மேல் ஆணை வைப்பதையும், 'உன்னை என்றும் மறவேன்!' என்று உறுதி கூறுவதையும் சபையோர் பிரத்தியட்சமாய்க் கண்டார்கள்.

அடுத்த கணத்தில் வேலனும் வேலும் மறைய, வேலனைப் பிரிந்த காதலியையும் நீல மயிலையும் சபையோர்கள் தங்கள் எதிரே பார்த்தார்கள்.

காதலியின் உயிர் வேலனைப் பிரிந்திருக்கும் ஆற்றாமையினால் உருகிக் கரைவதையும் அவர்கள் கண்டார்கள்.

'அன்பர் வரவுநோக்கி இங்குநான் காத்திருக்க
அன்னநடை பயில்வாயோ வண்ண மயிலே!'

என்னும் அடிக்குச் சிவகாமி அபிநயம் பிடித்தபோது, முதலிலே தன்னந் தனியான ஒரு பெண், கண்களில் அளவற்ற ஆசையுடனும் ஆர்வத்துடனும், முடிவில்லாமல் நீண்டு சென்ற வழியைக் கண்கொட்டாமல் பார்த்துக் கொண்டிருப்பதைப் பார்த்தார்கள்.

பிறகு, அந்தப் பெண், அன்னநடை பயிலும் வண்ண மயிலைப் பரிகசிப் பதற்காகத் தானும் அன்ன நடை நடந்து காட்டியபோது, சபையில் 'கலீர்' என்ற சிரிப்பு உண்டாயிற்று. அவ்விதமே, முருகன் தன்னை வாகனமாய்க் கொண்ட பெருமிதத்தினால் மயிலின் தலைக்கேறிய போதையைக் காட்டிய போதும், அதனால் மயில் பாதையை மறந்து திண்டாடிய பேதைத் தனத்தைக் குறிப்பிட்ட போதும் சபையில் ஒரே குதூகலமாய் இருந்தது.

'ஒருவேளை என்மேல் பழி தீர்த்துக் கொள்வதற்காக வழியில் வேணு மென்று படுத்து உறங்கி விட்டாயா?' என்று மயிலைப் பார்த்துக் கேட்டு விட்டு, அப்பேர்ப்பட்ட அநியாயத்தைச் செய்த மயிலை, 'என்னவோ, நீ எப்படியாவது சௌக்கியமாயிரு!' என்று மனங்கசந்து ஆசீர்வதிப்பதற்கு அறிகுறியாக, 'வாழி நீ மயிலே!' என்று வாழ்த்தி, அதற்குரிய பாவமும் காட்டியபோது, அந்தச் சபையில் ஏற்பட்ட ஆரவாரத்தைச் சொல்லி முடியாது.

மறுகணத்தில் காதலியின் உள்ளப்பாடு மாறுகிறது. 'தங்க மயிலே!' என்று கொஞ்சி அழைத்து, இந்த மங்கை மீது இரங்க மாட்டாயா?' என்று கெஞ்சு கிறாள். 'உனக்காகவும் தெரியாது; சொன்னாலும் நீ கேட்க மாட்டாய்! உன்னைக் குற்றம் சொல்லி என்ன பயன்? ஏ! வன் கண் மயிலே!' என்று மயிலின் கொடுமையான கண்களின் சலனப் பார்வையைச் சிவகாமி காட்டியபோது, சபையோர் அதிசயத்தில் மூழ்கினார்கள்.

'உன்னை நொந்து பயனில்லை; உலகத்தில் யானைகள், குதிரைகள் என்பதாக எத்தனையோ நல்ல நல்ல பிராணிகள் இருக்க, உன்னைப் போய் வாகன மாய்ப் பிடித்தானே அவனையல்லவா நோக வேண்டும்?' என்று பாட்டை முடிக்கும் போது, அதில் அடங்கியிருந்த சோகம், மனக் கசப்பு, பரிகாசம், நகைச்சுவை ஆகிய உள்ளப் பாடுகள் அவ்வளவையும் சேர்ந்தாற்போல் முகத்தில் காட்டிய சிவகாமியின் அற்புதக் கலைத்திறமை சபையோரைப் பரவசப்படுத்தியது.

ஆம்; மேற்கூறிய பாடலும் அபிநயமும் சபையில் எல்லோரையும் பரவசப் படுத்தத்தான் செய்தன - ஒரே ஒருவரைத் தவிர. அந்த ஒருவர் மகேந்திர பல்லவர்தான். அவர் முகத்தில் சிணுக்கம் காணப்பட்டது. வேலனிடம் காதலை வெளியிடும் வியாஜத்தில் சிவகாமி மாமல்லரிடம் தன்னுடைய மனம் ஈடுபட்டதையும் தெரிவிக்கிறாள் போலும். 'வேலின் மேல்

ஆணையிட்ட மன்னர்' என்பதில், அடங்கிய சிலேடை மிகத் தெளிவாக மகேந்திரருக்கு விளங்கியது. 'தன்னிகரில்லாதான்' என்னும்போது சிவகாமி தம்மைப் பார்த்ததின் கருத்தையும் தெரிந்து கொண்டார். 'ஆகா! இந்த பெண்ணுக்குத்தான் என்ன தைரியம்! தம்மைத் தோத்திரம் செய்து அவளுடைய காரியத்தைச் சாதித்துக் கொள்ள எண்ணுகிறாள், போலும்! ஆகா! மகேந்திர பல்லவனுடைய இயல்பை இவள் இன்னும் அறிந்து கொள்ளவில்லை!'

இவ்விதம் எண்ணமிட்ட சக்கரவர்த்தி, அருகிலிருந்த ஏவலாளனிடம் ஏதோ சொல்லி அனுப்பினார். அவன் போய் ஆயனர் காதோடு ஏதோ கூறினான். ஆயனர் சிவகாமியிடம், 'அம்மா! வாகீசப் பெருமானின் பதிகம் ஒன்று பாடு!' என்று கூறினார்.

ஏற்கெனவே, சக்கரவர்த்தியின் சிணுங்கிய முகத்திலிருந்து அவருடைய மனப்பாங்கைச் சிவகாமி ஒருவாறு தெரிந்து கொண்டிருந்தாள். அவர் சொல்லி அனுப்பிய செய்தியினால் அது ஊர்ஜிதமாயிற்று. அந்தக் கல் நெஞ்சரைத் தன்னுடைய கலையின் மூலம் இளகச் செய்து, அவருடைய ஆதரவைப் பெறலாம் என்று எண்ணிய தன்னுடைய பிசகை நினைக்க அவளுக்கு வெட்கமாயிருந்தது. அந்த வெட்கமே மறுகணம் கோபமாக மாறி அவள் உள்ளத்தில் கொந்தளித்தது. பின்வரும் பாடலை ஆரம்பித்தாள்:

'நாமார்க்கும் குடியல்லோம் நமனை அஞ்சோம்!...'

அதுவரையில் ஒரே ஆனந்தத்திலும் குதூகலத்திலும் ஆழ்ந்திருந்த அந்தச் சபையில் திடீரென்று ஒரு மாறுதல் உண்டாயிற்று. ஒரு கல்யாண வைபவத்தின்போது, எதிர்பாராத அபசகுனம் ஏதேனும் ஏற்பட்டால் எல்லாருடைய மனமும் முகமும் எப்படி மாறுமோ அப்படிப்பட்ட மாறுதல். 'இந்தப் பாட்டை இந்தச் சந்தர்ப்பத்தில் ஏன் பாடவேண்டும்' என்று அத்தனை பேரும் எண்ணியதாக அவர்களுடைய முகக் குறியிலிருந்து தெரிந்தது.

மேற்படி பாடலின் சரித்திரம் அத்தகையதாகும். சமண சமயத்தைத் தழுவிய மருள் நீக்கியார்மீது பாடலிபுரத்துச் சமணர்கள் பற்பல குற்றங்களைச் சுமத்திக் காஞ்சிப் பல்லவ சக்கரவர்த்திக்கு விண்ணப்பம் செய்துகொள்ள, மகேந்திர பல்லவர் உண்மையை விசாரித்து உணரும் பொருட்டு அவரைக் காஞ்சிக்கு வரும்படி கட்டளை அனுப்பினார். கட்டளையைக் கொண்டு போன இராஜ தூதர்கள் அந்த மகா புருஷரைக் கொஞ்சம் அச்சுறுத்தினார்கள்.

'எனக்கு இறைவன், சிவபெருமான்தான். உங்களுடைய அரசன் கட்டளையை நான் மதியேன்!' என்று திருநாவுக்கரசர் கூறித் தூதர்களைத் திடுக்கிடச் செய்தார்.

'உம்மைச் சுண்ணாம்புக் காளவாயில் போடுவோம்; யானையின் காலால் மிதிக்கச் செய்வோம்; கழுத்திலே கல்லைக் கட்டிக் கடலிலே போடுவோம்' என்றெல்லாம் தூதர்கள் பயமுறுத்தினார்கள். அப்போது, மருள்நீக்கியார் ஒரு பாடலைப் பாடினார்:-

நாமார்க்குங் குடியல்லோம் நமனை யஞ்சோம்
நரகத்தி லிடர்ப்படோம் நடலை யில்லோம்
ஏமாப்போம் பிணியறியோம் பணிவோ மல்லோம்
இன்பமே எந்நாளுந் துன்பமில்லை!
தாமார்க்குங் குடியல்லாத் தன்மை யான
சங்கரனற் சங்கவெண் குழையோர் காதில்
கோமாற்கே நாமென்று மீளா வாளாய்க்
கொய்ம்மலர்ச்சே வடியிணையே குறுகினோமே!

மேற்கண்ட பாடலை ஓலையிலே எழுதுவித்து, 'இதை எடுத்துக்கொண்டு போய் உங்கள் அரசரிடம் கொடுங்கள்' என்றார் சிவனடியார். தூதர்களும் தங்களுக்கு வேறு கட்டளையில்லாமையால் திரும்பிச் சென்று பாடலைச் சக்கரவர்த்தியிடம் கொடுத்தார்கள். அவர்கள் எதிர்பார்த்தற்கு மாறாகக் காரியம் நடந்தது. அதாவது பாடலைப் படித்த மகேந்திர பல்லவர் அத்தகைய தெய்வப் பாடலைப் பாடக் கூடிய மகானைத் தரிசிக்க விரும்பினார். அவரைத் தரிசித்த பிறகு, தாமும் ஜைன மதத்தைவிட்டுச் சைவ சமயத்தைச் சேர்ந்தார்.

இதெல்லாம் தெரிந்தவர்களானபடியாலேதான் சபையோர் அத்தகைய அஸ்வாரஸ்யத்தைக் காட்டினார்கள்.

ஆனால், சபையோருடைய மனோபாவத்துக்கு நேர்மாறாக இருந்தது மகேந்திர பல்லவருடைய மனோபாவம். அந்தப் பாடல் அவருக்கு மிகுந்த உற்சாகத்தை அளித்ததாகத் தெரிந்தது. பாடல் ஆரம்பித்த உடனே, அது எந்தச் சந்தர்ப்பத்தில் பாடப்பட்டதென்பதை மகேந்திரர், புலிகேசிக்கு அறிவித்தார். புலிகேசிக்கு அது எல்லையற்ற வியப்பையும் உவகையையும் அளித்ததாகத் தெரிந்தது. 'அழகுதான்! தங்களுடைய அதிகாரத்தை மறுதலித்து ஒரு பரதேசி பாடல் பாடுவது; அதை ஒரு பெண், சபை நடுவில் அபிநயம் பிடிப்பது; அதை நீங்களும் பார்த்துச் சந்தோஷப்படுவது; இதையெல்லாம் என்னால் நம்பவே முடியவில்லையே!' என்றார் வாதாபிச் சக்கரவர்த்தி.

'அதுதான் கலையின் மகிமை, சத்யாச்ரயா! ஒருவன் வாய்ப் பேச்சாக என் ஆக்ஞையை மறுத்திருந்தால், உடனே அவனைச் சிரச்சேதம் செய்யும்படி கட்டளையிட்டிருப்பேன். அதுவே செந்தமிழ்க் கவிதையாக வந்தபோது, 'இத்தகைய அற்புதக் கவிதையைப் பாடியவரைப் பார்க்க வேண்டும்' என்ற விருப்பம் எனக்கு உண்டாகிவிட்டது' என்றார் ரஸிக சிகாமணியான காஞ்சிச் சக்கரவர்த்தி.

இதற்குள்ளாகப் பாடல் ஒரு தடவை பாடி முடிந்து, அபிநயமும் ஆரம்பமாகியிருந்தது. 'நமனை அஞ்சோம்' என்னும் பகுதிக்குச் சிவகாமி அபிநயம் பிடிக்கத் தொடங்கியிருந்தாள். மார்க்கண்டனுடைய கதை சபையோரின் கண்முன்னால் வந்தது.

மல்லிகைப் பூவின் மெல்லிய இதழ் போன்ற மிருதுவான சரீரத்தையுடைய அந்த யுவதி ஒரு கணத்தில் கையிலே தண்டாயுதத்துடனும் பாசக் கயிற்றுடனும் கண்டவர்கள் உயிர் குலையும் பயங்கரத் தோற்றத்துடன்

வரும் யமதர்மராஜனாக மாறுகிறாள்! அடுத்த கணத்தில் அவளே பதினாறு வயதுள்ள இளம் பாலகனாக மாறி, முகத்தில் சொல்ல முடியாத பீதியுடன், சிவலிங்கத்தை அணைத்து ஆலிங்கனம் செய்து கொள்ளுகிறாள்.

மறுகணத்தில் யமதர்மராஜன் தன் பாசக் கயிற்றை வீசி எறிந்து மார்க்கண்டனுடைய உயிரை வலிந்து கவரப் பார்க்கிறான். அந்த இளம் பிள்ளையின் முகமோ முன்னைக் காட்டிலும் பதின்மடங்கு பீதியையும் பரிதாபத்தையும் காட்டுகிறது.

ஆஹா! அடுத்தகணத்தில் அந்தச் சிவலிங்கத்திலிருந்து சம்ஹார ருத்ரமூர்த்தி கிளம்புகிறார்! சிவகாமியின் நெடிதுயர்ந்த ஆகிருதி இப்போது இன்னும் உயர்ந்து தோற்றமளிக்கிறது. ஒரு கணம் கருணை ததும்பிய கண்கள் சற்று கீழ்நோக்கிப் பார்க்கின்றன. கரங்கள், பாலன் மார்க்கண்டனுக்கு அபாயம் அளிக்கின்றன. மறு கணத்தில் கண்கள் எதிர்ப்புறம் நோக்குகின்றன. யமனைக் கோபத்துடனே பார்க்கும் கண்களில் அக்னி ஜுவாலை தழல் விடுகிறது. புருவங்களுக்கு மத்தியிலே நெற்றிக் கண் இதோ திறந்துவிடப் போகிறது என்று நினைக்கும்படியாக ஒரு துடிதுடிப்புக்காணப்படுகிறது.

கோர பயங்கர உருவம் கொண்ட யமதர்மனிடம் இப்போது சிறிது பணிவைக் காண்கிறோம். 'என் பேரில் ஏன் கோபம்? என்னுடைய கடமையைத்தானே செய்கிறேன்?' என்று சொல்லும் தோற்றம். கோபம் கொண்ட சம்ஹார ருத்ரமூர்த்தி மீண்டும் சபையோருக்கு தரிசனம் தருகிறார். ஒரு காலைத் தூக்கி ஓங்கி உதைக்கிறார். 'தடார்' என்ற சத்தத்துடன் யமன் உதைபட்டுக் கீழே விழுகிறான்.

மீண்டும், பாலன் மார்க்கண்டனின் பால் வடியும் முகம். ஆகா! அந்த முகத்தில் இப்போது பயம் இல்லை, பீதி இல்லை! பக்திப் பரவசமும் நன்றியும் ததும்புகின்றன.

அபிநயம் ஆரம்பித்தவுடனேயே சபையோர் தங்களுடைய பழைய விரஸ உணர்ச்சியை மறந்துவிட்டார்கள். பாட்டு யார் பாடியது; எந்தச் சந்தர்ப்பத்தில் பாடியது என்பதெல்லாம் அவர்களுக்கு அடியோடு மறந்து போய் விட்டது. வெளியுலகத்தை மறந்து, தங்களையும் அடியோடு மறந்து விட்டார்கள்.

பாடல் முழுவதும் முடிந்து, பூலோகத்திற்கு வந்தவுடனே 'எப்படி?' என்று மகேந்திர பல்லவர் புலிகேசியைக் கேட்டார்.

'நாகநந்தி எழுதியது உண்மைதான்!' என்று வாதாபி மன்னர் சொல்லிவிட்டு மகேந்திர பல்லவரை உற்று நோக்கினார். மகேந்திரரின் முகத்தில் எவ்வித மாறுதலும் காணப்படவில்லை.

'நாகநந்தி யார்?' என்று சாவதானமாக மகேந்திரர் கேட்டார்.

'நீங்கள் நாகநந்தி பெயரைக் கேள்விப்பட்டதே இல்லையா? தென்னாடெங்கும் பலநாள் யாத்திரை செய்த புத்த பிக்ஷு.'

‘பிக்ஷு என்ன எழுதியிருந்தார் தங்களுக்கு?’

‘அவருடைய யாத்திரை விவரங்களை எனக்கு அவ்வப்போது தெரிவிக்கும் படிக் கேட்டிருந்தேன். அந்தப்படியே எழுதிக் கொண்டு வந்தார். ‘ஆயனரைப் போன்ற மகா சிற்பியும் சிவகாமியைப் போன்ற நடன கலா ராணியும் இந்தப் பரத கண்டத்தில் வேறு எங்கும் இல்லை!’ என்று ஒரு தடவை எழுதியிருந்தார்.’

‘நாகநந்தி பிக்ஷு நல்ல ரசிகர் போலிருக்கிறது. அவர் இப்போது எங்கேயோ?’

‘அதுதான் தெரியவில்லை. ஒருவேளை உங்களுக்குத் தெரிந்திருக்கலாமென்று நினைத்தேன்.’

மகேந்திரர் மௌனமாயிருந்தார்.

‘நாட்டில் இருந்த புத்தபிக்ஷுக்களையெல்லாம் ஒற்றர்கள் என்று நீங்கள் பிடித்துச் சிறைப்படுத்தியதாகக் கேள்விப்பட்டேன். ஒருவேளை நாகநந்தி பிக்ஷுவையும் ஒற்றர் என்று சந்தேகித்துச் சிறைப்படுத்தி விட்டீர்களோ, என்னவோ?’

மேற்குறித்த சம்பாஷணை நடந்து கொண்டிருக்கையில், சிவகாமியின் கண்கள் கரகோஷம் செய்து ஆரவாரித்துக் கொண்டிருந்த சபையோரின் மலர்ந்த முகங்களைப் பார்த்த வண்ணம் சுற்றிக்கொண்டு வந்து, மகேந்திர பல்லவரின் உற்சாகம் ததும்பும் முகத்தைப் பார்த்துவிட்டு, அடுத்தாற்போல் வாதாபிச் சக்கரவர்த்தியின் கிளர்ச்சி கொண்ட முகத்தில் வந்து நின்றன.

அவ்விதம் நின்றதும் சிவகாமியின் உள்ளத்தில் இத்தனை நேரமும் படர்ந்து வேதனை செய்துகொண்டிருந்த மாயத்திரை பளிச்சென்று விலகிற்று. நிழலாயிருந்த ஞாபகம் தெளிந்த உருவெடுத்து மனக்கண் முன்னால் நின்றது. ஆ! அந்த முகம்! அப்படியும் இருக்க முடியுமா? இரு மனிதருக்குள் அத்தகைய முக ஒற்றுமை சாத்தியமா? அல்லது இருவரும் ஒருவர்தானா? மகேந்திர சக்கரவர்த்தி பலவித மாறுவேஷங்கள் போட்டுக் கொண்டு திரிவதுண்டு அல்லவா? அதுபோலவே, வாதாபிச் சக்கரவர்த்தியும் நாகநந்தி பிக்ஷுவாகத் தென்னாட்டில் உலவிக் கொண்டிருந்தாரா?

இத்தகைய எண்ணங்களினால் சிவகாமியின் உள்ளம் குழம்பிக் கொண்டிருக்கும்போதே, மகேந்திர பல்லவர் நடனத்தை முடித்து விடலாம் என்று ஆயனருக்குச் சமிக்ஞை செய்தார்.

நடனக் கலையின் அதி தெய்வமும் தமிழ் நாட்டின் தனிப் பெருந்தெய்வமுமான ஸ்ரீ நடராஜமூர்த்தி தில்லைப் பதியில் ஆடிய ஆனந்த நடனத்தை வர்ணிக்கும் பாடலோடும், அதற்குரிய நடன அபிநயத்துடனும் அன்றைய நடன வினிகை முடிவுற்றது.

‘இம்மாதிரி ஒரு நடனம் இதற்கு முன்னால் நடந்ததில்லை; இனிமேலும் நடக்கப் போவதில்லை!’ என்று அம்மகாசபையில் கூடியிருந்த ரஸிகர்கள் ஏகமனதாக அபிப்பிராயப்பட்டார்கள்.

மகேந்திர பல்லவர் மீண்டும் சமிக்ஞை செய்ததின் பேரில் ஆயனரும் சிவகாமியும் இரு சக்கரவர்த்திகளும் அமர்ந்திருந்த சிம்மாசனங்களுக்கு அருகே சென்று வணங்கி நின்றார்கள். மகேந்திர பல்லவர், 'ஆயனரே! முன் தடவை இதே இடத்தில் சிவகாமியின் அரங்கேற்றம் நடந்துகொண்டிருந்த போது, இடையிலே தடைப்பட்டதல்லவா? அந்தத் தடைக்குக் காரணமான வாதாபிச் சக்கரவர்த்தியே இங்கு இன்று வீற்றிருந்து உமது குமாரியின் அற்புத நடனத்தைப் பார்த்துக் களித்தார்!' என்று கூறி விட்டுச் சிவகாமியைப் பார்த்து, 'அம்மா, சிவகாமி! வாதாபிச் சக்கரவர்த்தி உன்னுடைய நடனக் கலைத்திறமையில் ஒரேயடியாக மயங்கிப்போய்விட்டார். உன்னையும் உன் தகப்பனாரையும் தம்முடன் வாதாபிக்கு அனுப்பி வைக்கும்படி கேட்கிறார். உனக்குப் போகச் சம்மதமா?' என்று வினவினார்.

சிவகாமி கோபத்தினால் தன்னடக்கத்தை இழந்து, 'பிரபு! இந்த ஏழைப் பெண் இந்தத் தேசத்தில் இருப்பதே தங்களுக்குப் பிடிக்கவில்லையா?' என்றாள்.

இம்மொழிகள் ஆயனருக்கும் இன்னும் பக்கத்தில் நின்றவர்களுக்கும் வியப்பையும் பயத்தையும் அளித்தன. ஆனால் மகேந்திர பல்லவரின் முகத்தில் மட்டும் புன்னகைதான் தவழ்ந்தது. அவர் வாதாபிச் சக்கரவர்த்தியைப் பார்த்து, 'சத்யாச்ரயா! பார்த்தீர்களா? சாட்டையினால் அடித்து நடனம் ஆடச்சொல்லும் நாட்டுக்குக் கலைஞர்கள் போக விரும்புவார்களா?' என்றார்.

அப்போது புலிகேசியின் முகம் கறுத்ததையும், அவருடைய கண்களில் கனல் எழுந்ததையும் கவனியாமல், மகேந்திரர் 'அம்மா சிவகாமி! உன்னை நாட்டை விட்டுத் துரத்த நான் விரும்பவில்லை. இந்த நகரத்தை விட்டு உங்களைப் போகச் சொல்லவே எனக்கு இஷ்டமில்லை. ஆயனரே! இன்று இவ்வளவு அற்புதமாக நடனம் ஆடிய சிவகாமிக்கு நான் பரிசுகள் கொடுக்க வேண்டும். அதுவரை சில தினங்கள் நீங்கள் நகரிலேயே இருக்கவேண்டும். கமலியின் வீட்டில் போயிருங்கள். கமலியும் சிவகாமியைப் பார்க்க ஆவலாயிருக்கிறாள். பின்னர் அங்கு நான் வந்து உங்களுடன் சாவகாசமாகப் பேசுகிறேன்!' என்றார்.

16.புலிகேசியின் புறப்பாடு

மறு நாள் காஞ்சி நகரில் மீண்டும் ஒரு பெரிய கொண்டாட்டம். அன்று வாதாபிச் சக்கரவர்த்தி புலிகேசி காஞ்சியிலிருந்து புறப்படுவதாக ஏற்பாடாகியிருந்தது.

புறப்படுவதற்கு முன்னால் இன்னொரு தடவை காஞ்சிமா நகரை நன்றாய்ப் பார்க்க வேண்டுமென்று புலிகேசி விரும்பினார்.

எனவே இரு சக்கரவர்த்திகளும் பட்டத்து யானை மீது அமர்ந்து நகர்வலம் கிளம்பினார்கள். இந்த வைபவத்தை முன்னிட்டுக் காஞ்சி நகரம் அன்று மிகச்

சிறப்பாக அலங்கரிக்கப்பட்டிருந்தது. நகர மாந்தர்கள் - ஸ்திரிகளும் புருஷர் களும் அழகிய ஆடை ஆபரணங்கள் பூண்டு தெரு ஓரங்களில் கும்பலாக நின்று கொண்டிருந்தார்கள். ஆங்காங்கே பலவகை வாத்தியங்கள் முழங்கிக் கொண்டிருந்தன. உப்பரிகை மேல் மாடங்களிலிருந்து இரு சக்கரவர்த்திகளும் அமர்ந்து சென்ற பட்டத்து யானை மீது மலர் மாரி பொழிந்துகொண்டிருந்தது.

காஞ்சிமா நகரின் அழகிய விசாலமான வீதிகளையும், மாடமாளிகை களையும், கோயில்களையும், கோபுரங்களையும், சிற்ப சித்திர மண்டபங் களையும், நடன அரங்கங்களையும், புத்த விஹாரங்களையும் சமணர் ஆல யங்களையும் எவ்வளவுதான் பார்த்தாலும் புலிகேசிக்கு அலுப்பு ஏற்பட்ட தாகத் தெரியவில்லை.

'பாரவியை மகா கவி என்று நினைத்துக் கொண்டிருந்தேன். அவர் எவ்வளவு மட்டமான கவி என்பது இப்போதுதான் தெரிகிறது!' என்றார் வாதாபிச் சக்கரவர்த்தி திடீரென்று.

'அதென்ன அப்படிச் சொல்கிறீர்கள்? பாரவியின் 'கிராதார்ஜுனீயம்' எவ்வளவு அழகான காவியம்?... தாங்கள் படித்திருக்கிறீர்கள் அல்லவா?' என்றார் மகேந்திர பல்லவர்.

'ஆ! இந்தக் கவிகள் மலையையும் காட்டையும் மழையையும் மேகத்தையும் வர்ணிக்கச் சொன்னால் வர்ணிப்பார்கள். இந்த மாதிரி ஒரு நகரத்தை வர்ணிக்கச் சொன்னால் அப்போது அவர்களுடைய சாமர்த்திய மெல்லாம் எங்கோ போய்விடுகிறது! பாரவி இந்த நகரத்தைப் பற்றி எனக்கு எழுதிய வர்ணனையெல்லாம் இதன் உண்மைச் சிறப்பில் கால் பங்குகூட வராது. பல்லவேந்திரா! நான் ஒன்று சொல்கிறேன், கேட்கிறீர்களா? நாம் இருவரும் ஒரு பரிவர்த்தனை செய்து கொள்வோம். நர்மதையிலிருந்து துங்கபத்திரை வரை பரந்து கிடக்கும் என்னுடைய சாம்ராஜ்யம் முழுவதையும் எடுத்துக்கொண்டு அதற்கு மாற்றாக இந்தக் காஞ்சி நகரை மட்டும் எனக்குக் கொடுங்கள்!' என்றார் வாதாபி அரசர்.

'மன்னர் மன்னா! திவ்யமாக இந்தக் காஞ்சி நகரை எடுத்துக் கொள்ளுங்கள். அதற்கு மாறாக, உங்கள் இராஜ்யம் முழுவதையும் எனக்குக் கொடுக்க வேண்டாம். அஜந்தா மலையையும் அதன் குகைகளையும் மட்டும் கொடுத் தால் போதும்! கல்லினாலும் சுண்ணாம்பினாலும் மண்ணினாலும் மரத் தினாலும் கட்டிய இந்த மாநகரின் கட்டடங்கள் எல்லாம் ஒரு காலத்தில் இடிந்து தகர்ந்து போனாலும் போகலாம்; அஜந்தா மலைக் குகைகளில் எழுதிய அழியா வர்ணச் சித்திரங்கள் நீடூழி காலம் இருக்கும். சளுக்க குல சிரேஷ்டரே! தங்களுக்கு ஒரு சமாசாரம் தெரியுமா? நேற்று நடன மாடினாளே, சிவகாமி! 'வாதாபிக்குப் போகிறாயா?' என்று கேட்டதும், அவள் அவ்வளவு மனத்தாங்கலுடன் பேசினாள் அல்லவா? நீங்கள் மட்டும் அவள் தந்தை ஆயனரிடம் அஜந்தாவைப் பற்றி ஒரு வார்த்தை சொல்ல வேண்டியதுதான்; உங்களுடன் வந்தால் அஜந்தா வர்ண இரகசியத்தைத் தெரியப்படுத்துவதாகச் சொல்ல வேண்டியதுதான். உடனே உங்களுடன் புறப்பட்டு வர ஆயத்தமாகி விடுவார்!...'

‘அப்படியா? ஆயனச் சிற்பிக்கு அஜந்தா வர்ண விஷயத்தில் அவ்வளவு அக்கறையா?’ என்று புலிகேசி கேட்டபோது ஏதோ பழைய நினைவு வந்தவரைப் போல அவருடைய கண்களில் சிந்தனைக் குறி தோன்றியது.

‘ஆமாம்; ஆமாம்! அஜந்தா வர்ண இரகசியத்தைத் தெரிந்து கொண்டு வருவதற்காக ஆயனர் தூதுகூட அனுப்பினாரே, அது உங்களுக்கு ஞாபகம் இல்லையா?’ என்றார் பல்லவ சக்கரவர்த்தி. பின்னர் தொடர்ந்து, ‘ஆகா! அந்த ஓலையைப் படிக்கக் கேட்டபோது நீங்கள் எப்படித் திகைத்தீர்கள்!’ என்று கூறிவிட்டுக் கலகலவென்று நகைத்தார். விதி, விதி என்று சொல்கிறார்களே, அந்த விதியானது அப்போது மகேந்திரவர்மரின் நாவிலே வந்து உட்கார்ந்து கொண்டது. அது காரணமாக, மகாமேதாவியும், தீர்க்க திருஷ்டியுள்ளவரும், சாணக்கிய சாகஸத்தில் இணையற்றவருமான அந்தப் பல்லவ சிரேஷ்டர், நாவின் அடக்கத்தை இழந்தார்.

யாகாவா ராயினும் நாகாக்க காவாக்கால்
சோகாப்பர் சொல்லிழுக்குப் பட்டு

என்னும் பொய்யாமொழிப் புலவரின் வாக்கை நன்கறிந்தவ ராயினும் அச்சமயம் அதை மறந்துவிட்டார். அவருடைய இதய அந்தரங்கத்துக் குள்ளே கிடந்த ரகசியங்கள் ஒவ்வொன்றாய் வெளி வரலாயின.

மகேந்திர பல்லவரின் கடைசி வார்த்தைகள் புலிகேசியின் உடம்பில் ஏக காலத்தில் பல தேள்கள் கொட்டியது போன்ற உணர்ச்சியை உண்டாக்கியதாகத் தோன்றியது. ‘சத்ருமல்லா! எதைப்பற்றிச் சொல்கிறீர்கள்? உங்களுக்கு எப்படித் தெரியும்?’ என்று கேட்டுவிட்டு, பாம்பு சீறுவதைப்போல் பெருமூச்சு விட்டார் புலிகேசி.

மகேந்திர பல்லவர் மறுபடியும் நகைத்து, ‘ஆமாம்! அந்தக் காட்சியை நினைத்தால் எனக்கு இன்னமும் சிரிப்புச் சிரிப்பாய் வருகிறது. வட பெண்ணை நதியை நீங்கள் நெருங்கிவிட்டீர்கள். முதலில் ஒரு தூதன் ஓலையைக் கொண்டு வந்து கொடுக்கிறான். அதிலே நீங்கள் எதிர்பாராதவிதமாய் ஏதோ எழுதியிருக்கிறது. உங்களுக்குக் கோபம் கோபமாய் வருகிறது. அந்தச் சமயத்தில் ஓர் இளம் பிள்ளையைச் சிறைப்படுத்திக் கொண்டு வருகிறார்கள், அவனிடமும் ஓர் ஓலை இருக்கிறது. அதைப் படித்தால், பூஜை வேளையில் கரடியை விடுவதுபோல், அஜந்தா வர்ண இரகசியத்தைப்பற்றிக் கேட்டிருக்கிறது. அப்போது உங்களுடைய முகத்தைப் பார்க்க வேண்டுமே? அதிர்ஷ்ட வசத்தினால், அந்தப் பிள்ளையாண்டானை உடனே சிரச்சேதம் பண்ணச் சொல்லாமல் நாகார்ஜுன மலைக்கு அனுப்பச் செய்தீர்கள்!’ என்றார்.

‘விசித்திர சித்தரே! இதெல்லாம் உங்களுக்கு எப்படித் தெரிந்தது? கிட்ட இருந்து பார்த்ததுபோல் சொல்கிறீர்களே?’ என்று பல்லைக் கடித்துக் கொண்டு கேட்டார் புலிகேசி.

‘கிட்ட இருந்து பார்த்ததனால்தான் தெரிந்தது!’ என்றார் மகேந்திர சக்கரவர்த்தி.

புலிகேசி மகேந்திரரின் முகத்தை உற்றுப் பார்த்துவிட்டு, 'ஆ! அப்படியானால், அந்த வஜ்ரபாஹு என்கிற தூதன் தாங்கள் தானாக்கும்!' என்றார்.

'அடியேன்தான்!' என்றார் மகேந்திர பல்லவர்.

'என் மனத்தைக் குழப்பிக் கொண்டிருந்த பல மர்மங்களில் ஒன்று வெளியாகிவிட்டது. மீதமுள்ள மர்மங்களைக் கண்டுபிடிப்பதில் இனிமேல் கஷ்டமேயிராது என்று புலிகேசி மெல்லிய குரலில் தமக்கு தாமே சொல்லிக் கொண்டார்.

பிறகு உரத்த குரலில் 'அப்படியானால் வஜ்ரபாஹு கொண்டு வந்த அந்த ஓலை?' என்று கேட்டார்.

'தூதனையே சிருஷ்டி செய்தவனுக்கு ஓலையைச் சிருஷ்டி செய்வதுதானா பெரிய காரியம்?'

'இல்லை, இல்லை! காஞ்சி மகேந்திர பல்லவருக்கு எதுவுமே பெரிய காரியம் இல்லை!.... ஐயா! இப்போதாவது எனக்குச் சொல்லலாமல்லவா? எது நிஜ ஓலை! எது பொய் ஓலை?'

'சத்யாச்ரயா! அந்தப் பிள்ளை முதலில் கொண்டுவந்த நிஜமான ஓலை மட்டும் உங்களிடம் அப்போது வந்திருந்தால் - இன்றைக்கு நீங்களும் நானும் இந்தக் காஞ்சி நகரின் வீதிகளில் பட்டத்து யானையின் மீது அமர்ந்து ஊர்வலம் வந்து கொண்டிருக்கமாட்டோம். ஊர்வலம் வருவதற்கு வீதியே இராது; காஞ்சி நகரமும் இராது. வைஜயந்தி அடைந்த கதியைக் காஞ்சியும் அடைந்திருக்கும். நண்பரே! இப்போது நீங்களும் உண்மையைச் சொல்லுங்கள். இந்த அழகான நகரை, அடியோடு அழித்துவிடும் எண்ணம் அப்போது உங்கள் உள்ளத்தில் இருக்கவில்லையா?' என்று மகேந்திரர் கேட்டார்.

புலிகேசி தன் மனத்திற்குள், 'அப்போது அவ்வளவாக இல்லை; இப்போது தான் இந்த நகரை எரித்துப் பொசுக்கிச் சாம்பலாக்கி விடவேண்டுமென்று தோன்றுகிறது' என்று எண்ணிக் கொண்டார். வெளிப்படையாக, 'பல்ல வேந்திரா! முதல் ஓலையில் - நிஜ ஓலையில் - என்ன எழுதியிருந்தது?' என்று கேட்டார்.

'வேறொன்றுமில்லை, பாகப் பிரிவினைதான் செய்திருந்தது! 'பல்லவ சாம்ராஜ்யத்தையும் காஞ்சி சுந்தரியையும் நீ எடுத்துக் கொள்; நடன கலா ராணி சிவகாமியை மட்டும் எனக்குக் கொடுத்துவிடு' என்று பிக்ஷு உங்களைக் கேட்டிருந்தார்!'

இதைக் கேட்ட வாதாபிச் சக்கரவர்த்தி சிறிது நேரம் யோசனையில் ஆழ்ந்து விட்டு, 'காஞ்சி சுந்தரியைக் கைப்பற்றுவது அவ்வளவு சுலபமான காரியமா?' என்றார்.

'நண்பரே! அந்த ஓலையில் எழுதியிருந்தபடி நீங்கள் நேரே காஞ்சிக்கு வந் திருந்தால் அது சுலபமாகத்தான் இருந்திருக்கும். அப்போது இந்தக் காஞ்சிக்

கோட்டை வாசல்களின் கதவுகள் உங்கள் யானைப் படையில் ஒரு யானையின் மோதலுக்குக் கூட ஈடு கொடுத்து நின்றிருக்கமுடியாது!' என்றார் மகேந்திர பல்லவர்.

புலிகேசியின் உள்ளத்தில் பல தீ மலைகள் ஏக காலத்தில் நெருப்பைக் கக்க ஆரம்பித்தன. மகேந்திரரை ஏறிட்டு நோக்கி, 'பல்லவேந்திரா! அர்த்த சாஸ்திரத்தை எழுதிய கௌடில்யர் உங்களிடம் பிச்சை வாங்க வேண்டும்!' என்றார்.

'எங்கள் தென்னாட்டிலும் ஒரு பிரபல இராஜ தந்திரி உண்டு. அவர் பெயர் திருவள்ளுவர். அந்தப் பெரியார் எழுதிய பொருளதிகார நூலை உங் களுக்குப் பரிசளிக்க வேண்டுமென்று எனக்கு விருப்பம். ஆனால், எங்கள் செந்தமிழ் மொழியை இன்னும் நீங்கள் நன்றாய்ப் பயிலவில்லையே?' என்றார் சத்துருமல்லர்.

பிறகு, 'நண்பரே! போனதெல்லாம் போயிற்று, அதையெல்லாம் பூர்வ ஜன்ம அனுபவமாக நினைத்து மறந்துவிடுங்கள். இந்தப் பத்துத் தினங் களில் நீங்களும் நானும் அத்தியந்த சிநேகிதர்களாகி விட்டோம். உங்களை நான் அறிந்து கொண்டேன்; என்னையும் நீங்கள் அறிந்து கொண்டீர்கள். உங்களுடைய படையெடுப்பைத் தடுப்பதற்கு நான் கையாண்ட தந்திரங் களையெல்லாம் என் மனத்திற்குள் வைத்திருப்பது சிநேகிதத் துரோகம் என்றுதான் அவற்றை உங்களுக்குச் சொன்னேன். இனிமேல் நமது நேசத் திற்கு எவ்விதத் தடங்கலும் இல்லை. நம்மிருவருடைய ஆயுளும் உள்ளவரையில் நாம் இனிமேல் சிநேகிதர்கள். என் ஆயுட் காலத்தில் தங்களுக்கு விரோதமாக இனி நான் ஒன்றும் செய்ய மாட்டேன்; தாங்களும் அப்படித்தானே?' என்று மகேந்திர பல்லவர் உண்மையான உள்ள நெகிழ்ச்சியுடன் கேட்டார்.

'சத்ருமல்லா! அதைப்பற்றிக் கேட்க வேண்டுமா?' என்றார் வாதாபிச் சக்கரவர்த்தி.

நகர்வலம் எல்லாம் முடிந்து பட்டத்து யானை காஞ்சியின் வடக்குக் கோட்டை வாசல் அண்டை வந்து நின்றது. இரு சக்கரவர்த்திகளும் பிரிய வேண்டிய சமயம் வந்தது.

யானையின் மீதிருந்தவர்கள் பூமியில் இறங்கினார்கள். ஒருவரையொருவர் ஆலிங்கனம் செய்துகொண்டார்கள்.

'பல்லவேந்திரா! உங்கள் நகருக்கு விருந்தினனாக வந்ததில் எனக்கு எவ்வளவோ சந்தோஷம். அபூர்வமான காட்சிகளைக் கண்டேன்; அபூர்வ மான விஷயங்களைக் கேட்டேன். ஆனால், தங்கள் வீரப் புதல்வன் மாமல் லனைப் பார்க்காமல் திரும்பிப் போவதிலேதான் கொஞ்சம் வருத்தம்!' என்றார் புலிகேசி.

'ஆம்; மாமல்லனையும் பார்க்கவில்லை; உங்களுக்கு முதலில் ஓலை கொண்டுவந்த வாலிபனையும் நீங்கள் பார்க்கவில்லை. நாகநந்தி பல்லவ

ராஜ்யத்துக்குப் பெரியதொரு உபகாரம் செய்தார். சிறந்த வீரத் தளபதி ஒருவனை அளித்தார்....'

புலிகேசி குறுக்கிட்டு, 'ஆமாம்; தளபதி பரஞ்சோதியைப் பாராததிலும் எனக்கு ஏமாற்றந்தான். அவர்களிருவரும் எங்கே என்பதை இன்னும் தாங்கள் சொல்லவில்லையே?' என்றார்.

'பாண்டிய மன்னனை வழி அனுப்ப அவர்கள் போயிருக்கிறார்கள்! இன்றைக்குக் காலையிலேதான் செய்தி வந்தது. பாண்டியனைக் கீழைச் சோழ நாட்டின் எல்லை வரையில் கொண்டுபோய் விட்டு விட்டார்களாம்!'

'ஆஹா! நினைத்தேன். ஏதோ பாண்டியனுக்கு நீங்கள் சம்பந்தியாகப் போவதாக ஒரு வதந்தி இருந்ததே!'

'சம்பந்தி உபசாரம் செய்வதற்குத்தான் மாமல்லனும் பரஞ்சோதியும் போனார்கள்!' என்று கூறி மகேந்திர பல்லவர் நகைத்தார்.

'விசித்திர சித்தரே! போய் வருகிறேன். போவதற்கு முன்னால் கடைசியாக ஒரு வார்த்தை கேட்கிறேன். நாகநந்தி பிக்ஷு யார் என்பது உங்களுக்குத் தெரியுமா?' என்று புலிகேசி கேட்க மகேந்திர பல்லவர், 'உத்தேசமாகத் தெரியும்!' என்று கூறி வாதாபிச் சக்கரவர்த்தியின் காதோடு ஏதோ கூறினார்.

'ஆ! உங்களுக்குத் தெரியாதது ஒன்றுமேயில்லை. அப்படித் தெரிந்திருக்கும் போது, அவரை நீங்கள் விடுதலை செய்து என்னுடன் அனுப்பப்போவ தில்லையா?' என்று புலிகேசி ஆங்காரமான குரலில் கேட்டார்.

'சக்கரவர்த்தி கோரினால் அவ்விதமே செய்யத் தடையில்லை!' என்றார் மகேந்திர பல்லவர்.

'வாதாபி சளுக்க குலத்தார் யாரிடமும் எந்தக் கோரிக்கையும் செய்துகொள்வ தில்லை!' என்று புலிகேசி கம்பீரமாய்க் கூறினார்.'

'காஞ்சிப் பல்லவ குலத்தினர் யாருக்கும் கோராத வரத்தைக் கொடுப்ப தில்லை' என்றார் மகேந்திர பல்லவர்.

'பல்லவேந்திரா! போய் வருகிறேன்' என்றார் புலிகேசி.

'சத்யாச்ரயா! ஞாபகம் இருக்கட்டும்' என்றார் மகேந்திரர்.

'ஒரு நாளும் மறக்க மாட்டேன்' என்றார் வாதாபி மன்னர்.

17.சின்னக் கண்ணன்

ஏறக்குறைய ஒன்றரை ஆண்டு காலம் பிரிந்திருந்த பிறகு, சிவகாமியும் கமலியும் சந்தித்தபோது, அந்த இளம் பிராயத் தோழிகளுக்கு ஏற்பட்ட உள்ளக் கிளர்ச்சியை விவரிக்க முடியாது.

ஒருவரை ஒருவர் தழுவிக்கொண்டார்கள்; ஒருவருடைய தலையை ஒருவர் தோளில் வைத்துக்கொண்டு கண்ணீர் விட்டார்கள்! விம்மி அழுதார்கள்; திடீரென்று சிரித்தார்கள்; ஒருவரை ஒருவர் வாழ்த்திக் கொண்டார்கள்; உடனே வைது கொண்டார்கள்.

இருவரும் ஏக காலத்தில் பேச முயன்றார்கள்; பிறகு இருவரும் சேர்ந்தாற் போல் மௌனமாயிருந்தார்கள்.

அந்த ஒன்றரை வருஷத்துக்குள் இருவருடைய வாழ்க்கையிலும் எத்தனை எத்தனையோ முக்கிய சம்பவங்கள் நிகழ்ந்திருந்தன. அவற்றில் எதை முதலில் சொல்வது எதை அப்புறம் சொல்வது என்று நிர்ணயிக்க முடியாமல் தவித்தார்கள். அந்தப் பிரச்னையை அவர்களுக்காகச் சின்னக் கண்ணன் தீர்த்து வைத்தான்.

தொட்டிலில் படுத்துத் தூங்கிக்கொண்டிருந்த குழந்தை, தான் விழித்துக் கொண்டு விட்டதை ஒரு கூச்சல் மூலம் தெரியப்படுத்தியதும், கமலி ஓடிப் போய்க் குழந்தையைக் கையில் எடுத்துக்கொண்டு வந்தாள்.

சிவகாமி சின்னக் கண்ணனைக் கண்டதும் சற்று நேரம் திகைத்துப்போய், பார்த்தது பார்த்தபடி நின்றாள். வெளிப்படையில் அவள் ஸ்தம்பித்து நின்றாளே தவிர, அவளுடைய உடம்பின் ஒவ்வோர் அணுவும் அப்போது துடித்தது. அவளுடைய இதய அந்தரங்கத்தின் ஆழத்திலிருந்து இதுவரை அவளுக்கே தெரியாமல் மறைந்து கிடந்த ஏதோ ஓர் உணர்ச்சி பொங்கி வந்து, மளமளவென்று பெருகி, அவளையே முழுதும் மூழ்கடித்து விட்டது போல் இருந்தது.

'ஏனடி இவ்விதம் ஜடமாக நிற்கிறாய்? சின்னக் கண்ணன் உன்னை என்ன செய்தான்? இவன் பேரில் உனக்கு என்ன கோபம்?' என்று கமலி கேட்டதும், சிவகாமி இந்தப் பூவுலகத்திற்கு வந்தாள்.

'கமலி! இவன் யாரடி? எங்கிருந்து வந்தான்? எப்போது வந்தான்? என்னிடம் வருவானா?' என்று சிவகாமி குழறிக் குழறிப் பேசிக்கொண்டே இரண்டு கைகளையும் நீட்ட, குழந்தையும் சிவகாமியின் முகத்தைத் தன் அகன்ற கண்கள் இன்னும் அகலமாக விரியும்படி பார்த்துக் கொண்டே, அவளிடம் போவதற்காகக் கைகளையும் கால்களையும் ஆட்டிக் கொண்டு பிரயத்தனப்பட்டது.

'உன்னிடம் வருவானா என்றா கேட்கிறாய்? அதற்குள் என்னவோ மாயப் பொடி போட்டுவிட்டாயே! கள்ளி- மாமல்லருக்குப் போட்ட மாயப் பொடியில் கொஞ்சம் மிச்சம் இல்லாமல் போகுமா?' என்று சொல்லிச் சிரித்துக்கொண்டே கமலி குழந்தையைச் சிவகாமியிடம் கொடுத்தாள்.

மாமல்லரைப் பற்றிக் குறிப்பிட்டது சிவகாமிக்குக் குதூகலத்தையும் நாணத்தையும் ஒருங்கே அளித்தது. அவள் குழந்தையைக் கையில் வாங்கி மூக்கும் விழியும் கன்னமும் கதுப்புமாயிருந்த அதன் முகத்தைப் பார்த்துக் கொண்டே, 'ஆமாண்டி அம்மா, ஆமாம்! நீ கண்ணனுக்குப் போட்ட மாயப் பொடியில் கொஞ்சம் மீத்துக் கொடுத்ததைத்தானே நான் மாமல்லருக்குப்

போட்டேன்? பார்! அப்படியே அப்பாவின் முகத்தை உரித்து வைத்தது போலிருக்கிறது! கமலி! இவன் அப்பா எங்கே?' என்று கேட்க - கமலி, 'இது என்ன கேள்வி? மாமல்லர் எங்கே இருக்கிறாரோ, அங்கேதான் இவன் அப்பா இருப்பார்!' என்றாள்.

'ஓஹோ! அப்படியானால் அண்ணனும் இன்று அரண்மனையில் தான் இருந்தாரா? சபையில் என்னுடைய நாட்டியத்தைப் பார்த்திருப்பார் அல்லவா? நீ ஏனடி வரவில்லை?' என்று சிவகாமி கேட்டதும் கமலி, 'என்ன தங்கச்சி உளறுகிறாய்? உன் அண்ணனாவது நாட்டியம் பார்க்கவாவது? உனக்குத் தெரியாதா, என்ன? மாமல்லர்தான் தெற்கே பாண்டியனோடு சண்டை போடுவதற்குப் போயிருக்கிறாரே?' என்றாள்.

இதைக் கேட்டதும் சிவகாமிக்கு ஏற்பட்ட அதிர்ச்சியில், தன் மடியில் இருந்த குழந்தையைக்கூட மறந்துவிட்டு எழுந்தாள். குழந்தை தரையில் 'பொத்' என்று விழுந்து, 'வீர்' என்று கத்திற்று. கமலி அலறும் குரலில், 'அடிப்பாவி! ஏனடி குழந்தையைக் கீழே போட்டாய்? நீ நாசமற்றுப்போக! உன்னைப் புலிகேசி கொண்டு போக!' என்றெல்லாம் திட்டிக் கொண்டே, சின்னக் கண்ணனை எடுத்து மார்போடு அணைத்து இப்படியும் அப்படியும் ஆட்டிக் கொண்டே, 'வேண்டாமடா, கண்ணே! வேண்டாமடா!' என்று சமாதானப் படுத்தினாள்.

குழந்தை மீண்டும் மீண்டும் வீரிட்டு அழுதவண்ணம் இருக்கவே, கமலி கோபம் கொண்டு 'அடே வாயை மூடுகிறாயா? அல்லது புலிகேசியை வந்து உன்னைப் பிடித்துக் கொண்டுபோகச் சொல்லட்டுமா?' என்றாள். குழந்தை அதிகமாக அழுதால் இந்த மாதிரி புலிகேசியின் பெயரைச் சொல்லிப் பயமுறுத்துவது வழக்கமாயிருந்தது. அதனால்தான் சிவகாமியையும் மேற்கண்டவாறு சபித்தாள்.

குழந்தை ஒருவாறு அழுகையை நிறுத்தியதும் அதைக் கீழே விட்டு விட்டுக் கமலி சிவகாமியைப் பார்த்தாள். அவளுடைய திகைப்பைக் கவனித்து விட்டு, 'தங்கச்சி! மாமல்லர் பாண்டியனோடு யுத்தம் செய்யப் போயிருப்பது உனக்குத் தெரியாதா, என்ன?' என்று கேட்டாள்.

'தெரியாது, அக்கா!' என்று சிவகாமி உணர்ச்சி பொருந்திய கம்மிய குரலில் கூறினாள். தான் சபையில் நடனமாடியபோது மாமல்லர் எங்கேயோ மறைவான இடத்திலிருந்து பார்த்துக் கொண்டிருப்பார் என்று எண்ணியதை நினைத்து ஏமாற்றமடைந்தாள்.

ஆம்! கமலி சொல்வது உண்மையாகத்தான் இருக்கவேண்டும். மாமல்லர் மட்டும் இங்கு இருந்திருந்தால் அந்தக் காட்டுப் பூனையின் முன்னால் தன்னை ஆட்டம் ஆடச் சொல்லிப் பார்த்துக்கொண்டிருப்பாரா?

மாமல்லர் இல்லாத சமயத்தில் புலிகேசியின் முன்னால் தான் ஆடியதை நினைத்தபோது சிவகாமிக்கு இப்போது அசாத்திய வெட்கமாயிருந்தது. மகேந்திர பல்லவர் மீது கோபம் கோபமாய் வந்தது. மாமல்லர் இல்லாத

போது அவர் இல்லை என்கிற தைரியத்தினாலேயே சக்கரவர்த்தி தன்னைப் புலிகேசியின் முன்னால் ஆடச் சொல்லி அவமானப்படுத்தியிருக்கிறார்.

இத்தகைய குழப்பமான எண்ணங்கள் சிவகாமியின் உள்ளமாகிற ஆகாசத்தில் குமுறி எழுந்தன. திடீரென்று, மின்னலைப் போல் ஓர் எண்ணம் தோன்றிக் குழப்பமாகிய கரிய இருளைப் போக்கியது. அந்த மின்னல் ஒளியிலே அவள் கண்டு தெரிந்து கொண்ட விஷயம், தன்னைக் கெடுப்பதற்கு மகேந்திர பல்லவர் செய்த சூழ்ச்சி எவ்வளவு பயங்கரமானது என்பதுதான். அதாவது மாமல்லர் தெற்கே போகும்போது தன்னை மண்டபப்பட்டில் சந்திக்காதிருக்கும் பொருட்டே, தன்னை இங்கே சக்கரவர்த்தி வரவழைத்திருக்கிறார்! என்று அவள் முடிவு செய்தாள்.

சிவகாமியின் முகத் தோற்றத்தையும் அவளுடைய கண்களில் ஜொலித்த கோபக் கனலையும் கவனித்த கமலி சிறிது நேரம் தானும் வாயடைத்துப் போய் நின்றாள். அப்புறம் சமாளித்துக் கொண்டு ‘தங்கச்சி! இது என்ன கோபம்? ஒன்றும் முழுகிப் போய்விடவில்லையே! மாமல்லருக்கு யுத்தம் புதிதா? பாண்டியனை முறியடித்து விட்டு வெற்றி வீரராகத் திரும்பி வரப் போகிறார்! அதுவரையில்...’ என்று கமலி சொல்லி வந்தபோது, ‘ஆ! போதும்! போதும்! வாதாபிப் புலிகேசியை ஜயித்து வாகை மாலை சூடியாகி விட்டது; பாண்டியனை ஜயிப்பதுதான் மிச்சம்! போடி, அக்கா, போ! இந்தப் பல்லவ குலத்தாரைப் போல் மானங்கெட்டவர்களை நான் கண்டது மில்லை; கேட்டதுமில்லை’ என்றாள் சிவகாமி.

கமலிக்குத் தூக்கிவாரிப் போட்டது! ‘இது என்ன இவள் இப்படிப் பேசுகிறாள்? சூரியனிடம் காதல் கொள்ளத் துணிந்த பனித்துளிக்கு ஒப்பிட்டுத் தன்னைத்தானே எத்தனையோ தடவை நொந்து கொண்ட சிவகாமிதானா இவள்? குமார பல்லவரின் ஒரு கடைக்கண் நோக்குக்காகத் தன் உயிரையே கொடுக்கச் சித்தமாயிருந்த சிவகாமிதானா இவள்?’

இப்படிக் கமலி எண்ணி வியந்து கொண்டிருக்கும்போதே, சிவகாமியினுடைய முகபாவம் மாறியது. கமலியின் கழுத்தைக் கட்டிக்கொண்டு, ‘அக்கா! ஏதோ பிதற்றுகிறேன்; மன்னித்து விடு, எல்லாம் விவரமாகச் சொல்லு. மாமல்லர் எப்போது யுத்தத்துக்குப் போனார்? வாதாபிச் சக்கரவர்த்தி காஞ்சிக்கு வருவதற்கு முன்னாலா? அப்புறமா? அவருடன் அண்ணனைத் தவிர இன்னும் யார் யார் போயிருக்கிறார்கள்? எல்லாம் விவரமாகச் சொல்லு. போகும்போது அண்ணன் உன்னிடம் என்ன சொல்லி விட்டுப் போனார்? என்னை இங்கே சக்கரவர்த்தி நாட்டியம் ஆட வரவழைக்கப் போவது அவர்களுக்குத் தெரியுமா? சொல்லு அக்கா! ஏன் மௌனமாயிருக்கிறாய்? என் பேரில் உனக்குக் கோபமா?’ என்று கேள்விகளை மேலும் மேலும் அடுக்கிக் கொண்டே போனாள்.

அதன் பேரில் கமலியும் தனக்குத் தெரிந்த வரையில் கூறினாள். சிவகாமி நாட்டியமாடுவதற்காக வரப்போகும் செய்தி யுத்தத்துக்குப் போனவர்களுக்குத் தெரிந்திருக்கவே நியாயமில்லையென்றும், தனக்கே இன்றுதான்

தெரியுமென்றும் சொன்னாள். எல்லாவற்றையும் கேட்டு விட்டுச் சிவகாமி, 'அக்கா! நீ ஒன்றும் தப்பாக நினைத்துக் கொள்ளாதே! உன்னை நான் பார்த்து எத்தனையோ நாளாயிற்று. உன்னோடு பேசுவதற்கு எத்தனையோ விஷயங்கள் இருக்கின்றன. உன் குழந்தை இந்தக் கண்மணியோடு எத்தனை யுகம் கொஞ்சினாலும் எனக்கு ஆசை தீராது. ஆனாலும் இப்போது இங்கே இருப்பதற்கில்லை. மண்டபப்பட்டுக்கு உடனே புறப்பட்டுப் போக வேண்டும்; அப்பாவிடம் இதோ சொல்லப் போகிறேன்!' என்றாள்.

18.'புலிகேசிக்குத் தெரியுமா?'

மறுநாள் மாலை கண்ணபிரானுடைய வீட்டுக் கூடத்தில் ஆயனர், சிவகாமி, கமலி, கமலியின் மாமனார் ஆகியோர் அமர்ந்து பேசிக் கொண்டிருந்தார்கள். புலிகேசியும் மகேந்திர பல்லவரும் நகர்வலம் வந்தது பற்றியும், அவர்கள் வடக்குக் கோட்டை வாசலில் ஒருவரிடம் ஒருவர் விடைபெற்றுக் கொண்ட காட்சியைப் பற்றியும், புலிகேசி அக்கோட்டை வாசல் வழியாக வெளி யேறியது பற்றியும் யோகி அசுவபாலர் மற்றவர்களுக்குச் சொல்லிக் கொண் டிருந்தார். புலிகேசி காஞ்சிக்கு விஜயம் செய்த நாளிலிருந்து அந்த யோகி தமது யோக சாதனத்தை அடியோடு மறந்து நகரில் நடந்த களியாட்டங் களில் ஈடுபட்டிருந்தார் என்பதையும் இங்கே குறிப்பிட வேண்டும்.

மேற்படி பேச்சுக்கு இடையிடையே அங்கே தவழ்ந்து வட்டமிட்டுக் கொண் டிருந்த சின்னக் கண்ணன் அவர்களுடைய கவனத்தைக் கவர முயற்சி செய் தான். கமலியும் அவனுடைய நோக்கத்துக்குத் துணைசெய்கிறவளாய், பேச்சை மறித்து, சின்னக் கண்ணனுடைய பிரதாபங்களை அவர்களுக்கு எடுத்துச் சொல்லிக் கொண்டிருந்தாள். அப்போதெல்லாம் அசுவபாலர் அவளை, 'ஐயோ! பைத்தியமே! இப்படியும் ஒரு அசடு உண்டா?' என்று சொல்லும் தோரணையில் பார்த்துவிட்டு, மேலே தமது வரலாற்றைத் தொடர்ந்தார்.

எல்லாம் முடிந்ததும் சிவகாமி, 'மாமா வாதாபிச் சக்கரவர்த்திதான் போய்த் தொலைந்துவிட்டாரே? கோட்டைக் கதவுகளை இனிமேல் திறந்துவிடு வார்கள் அல்லவா?' என்று கேட்டாள்.

'எல்லாம் நாளை மறுநாள் தெரிந்து விடும், அம்மா! எனக்கென்னவோ அவ்வளவு நம்பிக்கை ஏற்படவில்லை. அந்த வாதாபி சளுக்கனுடைய முகத்தில் பத்து நாளாக இருந்த முகமலர்ச்சியை இன்றைக்குக் காணோம். பல்லவரிடம் விடைபெற்று வெளியே போகும் சமயத்தில் முகத்தைக் கடுகடுவென்று வைத்துக்கொண்டிருந்தான்! அந்த ராட்சதன் என்ன செய் கிறானோ, என்னவோ?'

'அப்படி என்ன செய்துவிடுவான்?' என்று சிவகாமி கேட்டாள்.

'மறுபடியும் அவன் கோட்டையை முற்றுகை போடத் தொடங்கலாம்; அல்லது கோட்டையைத் தாக்கிப் பிடிக்க முயலலாம்.'

'அப்படியெல்லாம் செய்வார்களா, என்ன? இத்தனை நாள் இவ்வளவு சிநேகம் கொண்டாடிவிட்டு?' என்று சிவகாமி வியப்புடன் கேட்டாள்.

'தங்கச்சி! இது என்ன நீ கூட இப்படிக் கேட்கிறாயே? இராஜ குலத்தினருக்கு விவஸ்தை ஏது? இன்றைக்குச் சிநேகிதர்களாயிருப்பார்கள்; நாளைக்குக் குத்திக் கொள்வார்கள். இன்றைக்குப் பெண் கொடுத்துச் சம்பந்தியாவார்கள்; நாளைக்குப் போர்க்களத்தில் சண்டை போடுவார்கள்!' என்றாள் கமலி.

ஆயனர், அசுவபாலரைப் பார்த்து, 'வாதாபி அரசருக்கு என்ன கோபமாம்? எதாவது தெரியுமா?' என்று கேட்டார்.

'சளுக்கனும் பாண்டியனும் சிநேகிதர்களாம். கொள்ளிடக் கரையில் இரண்டு பேரும், ரொம்ப உறவு கொண்டாடினார்களாம். சளுக்கன் இங்கே வந்திருக்கும்போது, மாமல்லர் பாண்டியன் மீது படையெடுத்துச் சென்றதில் இவனுக்குக் கோபம் என்று சிலர் சொல்லுகிறார்கள். இன்னும் ஒரு அபிப்பிராயம் என்ன தெரியுமா?...' என்று அசுவபாலர் நிறுத்தினார்.

'என்ன சொல்லுங்களேன்?' என்றார் ஆயனர்.

'சிவகாமியின் நடனத்தைப் பார்த்து விட்டு மயங்கிப்போய் வாதாபி அரசர் சிவகாமியைத் தம்முடன் அனுப்பும்படி கேட்டாராம். பல்லவேந்திரர் மறுத்து விட்டாராம்! - அதனால்தான் புலிகேசிக்குக் கோபமாம்!' என்றார் அசுவபாலர்.

'அவன் நாசமாய்ப் போக! அவன் தலையிலே இடி விழ!' என்றாள் கமலி அழுத்தந்திருத்தமாக.

அப்போது, 'ஆஹா! இவ்வளவு திவ்யமான ஆசீர்வாதம் யார் வாயிலிருந்து வருகிறது?' என்று ஒரு குரல் கேட்டதும், அனைவரும் திடுக்கிட்டு எழுந்து நின்று, குரல் வந்த பக்கத்தைப் பார்த்தார்கள். அந்தக் கம்பீரமான குரல் சின்னக் கண்ணனுடைய கவனத்தைக் கூடக் கவர்ந்து விட்டதாகத் தோன்றியது. அவனும் உட்கார்ந்தபடியே ஆவலுடன் குரல் வந்த திசையை நோக்கினான்.

வீட்டின் பின் வாசல் வழியாக உள்ளே வந்தவர் வேறு யாருமில்லை; மகேந்திர பல்லவ சக்கரவர்த்திதான்.

'அசுவபாலரே! நீர் சொல்லிக் கொண்டிருந்த வதந்தி என் காதிலும் விழுந்தது. ஆனால் அது உண்மையல்ல; வாதாபிச் சக்கரவர்த்தி சிவகாமியைத் தம்முடன் அனுப்பும்படி என்னைக் கேட்கவில்லை. பின்னே என்ன சொன்னார் தெரியுமா? 'இந்தப் பெண்ணுக்கு என்னவோ இவ்வளவு பிரமாத மரியாதை செய்கிறீரே? என்னுடன் வாதாபிக்கு அனுப்பினால் சாட்டையினால் அடித்து நாட்டியம் ஆடச் சொல்வேன்' என்றார். அவ்வளவு ரஸிக சிகாமணி அந்த மூர்க்கப் புலிகேசி!' என்றார் சக்கரவர்த்தி. அப்போது

அவருடைய கண்களில் உண்மையான கோபத்துக்கும் வெறுப்புக்கும் அறிகுறி காணப்பட்டது.

அப்போது சிவகாமி ஓர் அடி முன் வந்து சக்கரவர்த்தியை ஏறிட்டுப் பார்த்து, 'பிரபு! அப்பேர்ப்பட்ட பரம ரஸிகரின் முன்னிலையிலே என்னை நாட்டியம் ஆடச் சொன்னீர்களே! அது தர்மமா?' என்று கம்பீரமாகக் கேட்டாள்.

'அது தவறுதான், குழந்தாய்! புலிகேசியின் முன்னால் உன்னை நான் ஆடியிருக்கச் சொல்லக்கூடாதுதான்; ஆனால் நான் கண்டேனா? அஜந்தாவின் அற்புத வர்ண சித்திரங்கள் எவனுடைய இராஜ்யத்தில் உள்ளனவோ, அவன் இப்பேர்ப்பட்ட ரஸிகத்தன்மையற்ற மூர்க்கனாயிருப்பான் என்று நான் நினைக்கவில்லை. ஆயனரே! ஒரு செய்தி கேட்டீரா? காஞ்சிக் கோட்டைக்கு வெளியே இத்தனை மாதம் சளுக்க சக்கரவர்த்தி தண்டு இறங்கியிருந்தாரல்லவா? ஒரு தடவையாவது மாமல்லபுரத்துக்குப் போய் அவர் பார்க்கவில்லையாம்! நான் கேட்டதற்கு, 'உயிருள்ள மனிதர்கள் இருக்கும்போது வெறும் கல் பதுமைகளை யார் போய்ப் பார்த்துக் கொண்டிருப்பது?' என்று விடை சொன்னார். இது மட்டுமா? 'அஜந்தாவிலே அப்படி என்ன பிரமாதமாயிருக்கிறது? சுவரில் எழுதிய வெறும் சித்திரங்கள்தான்?' என்றார். இப்பேர்ப்பட்ட மனுஷரிடந்தான் அஜந்தா வர்ண இரகசியத்தை அறிந்து வரும் பொருட்டு நாகநந்தியின் ஓலையுடன் பரஞ்சோதியை நீர் அனுப்பி வைத்தீர்; உமக்கு அது ஞாபகம் இருக்கிறதா?' என்று மகேந்திர பல்லவர் ஆயனரை நோக்கிக் கேட்டார்.

ஆயனருக்கு அப்போது உண்டான அளவு கடந்த ஆச்சரியத்தை அவருடைய முகக் குறி காட்டியது. 'பல்லவேந்திரா! உண்மையாகவா? வாதாபிச் சக்கரவர்த்திக்கா நாகநந்தி ஓலை கொடுத்து அனுப்பினார்? இது தங்களுக்கு எப்படி...?' என்று தயங்கினார்.

'எப்படித் தெரிந்தது என்றுதானே கேட்கிறீர்? ஓலையை நானே படித்துப் பார்த்தேன். ஆனால் நாகநந்தி ரஸிகர். இந்த மூர்க்கப் புலிகேசியைப் போன்றவர் அல்ல. அவர் என்ன எழுதியிருந்தார் தெரியுமா? 'சைனியத்துடன் சீக்கிரம் வந்து பல்லவ ராஜ்யத்தையும் காஞ்சி சுந்தரியையும் நீ கைப்பற்றிக் கொள். சிவகாமியை மட்டும் எனக்குக் கொடுத்துவிடு!' என்று எழுதியிருந்தார். எப்படியிருக்கிறது, விஷயம்? ஆயனரே! உம்முடைய அத்தியந்த சிநேகிதர் நாகநந்தியினால் இந்தப் பல்லவ இராஜ்யத்துக்கு எப்பேர்ப்பட்ட ஆபத்து வருவதற்கு இருந்தது, தெரியுமா?' என்றார் சக்கரவர்த்தி.

ஆனால், ஆயனரோ சக்கரவர்த்தி கடைசியாகக் கூறிய வார்த்தைகளைக் கவனித்தவராகக் காணப்படவில்லை. வேறு ஏதோ யோசனையில் ஆழ்ந்தவராகக் காணப்பட்டார். 'ஆஹா! புத்த பிக்ஷு கொடுத்த ஓலை வாதாபிச் சக்கரவர்த்திக்கா? அப்படியானால், அஜந்தா வர்ண இரகசியம் புலிகேசி மகாராஜாவுக்குத் தெரியுமா?' என்று தமக்குத் தாமே மெதுவான குரலில் சொல்லிக்கொண்டார்.

19.சுரங்க வழி

ஆயனர் அஜந்தா வர்ண ரகசியத்தில் மனத்தைச் செலுத்திக் கொண்டிருக்கையில், சக்கரவர்த்தி அசுவபாலரைப் பார்த்து, 'என்ன யோகியாரே, யோகப் பயிற்சியெல்லாம் இப்போது எப்படியிருக்கிறது? இந்த வாதாபி மன்னர் வந்தாலும் வந்தார்; யோக சாதனத்தில் மனத்தைச் செலுத்தவே அவகாசம் இல்லாமல் போய்விட்டது!' என்று கூறி கண்களினால் சமிக்ஞை செய்யவே, அசுவபாலர் சக்கரவர்த்தியைப் பின்தொடர, இருவரும் வீட்டுக்குப் பின்னால் அரண்மனை உத்தியானவனத்தில் இருந்த யோக மண்டபத்துக்குச் சென்றார்கள்.

அவர்கள் போனதும், சிவகாமி கமலியைப் பார்த்து, 'அக்கா! சக்கரவர்த்தி கற்ற கலை எல்லாம் போதாதென்று யோகக் கலை வேறு கற்றுக்கொள்ள ஆரம்பித்திருக்கிறாரா?' என்று கேட்டாள். அதற்குக் கமலி, கண்ணை விஷமமாகச் சிமிட்டிக் கொண்டே இரகசியம் பேசும் குரலில், 'யோகமாவது, மண்ணாங்கட்டி யாவது; எல்லாம் மோசம்! அப்புறம் சொல்கிறேன்' என்றாள்.

சற்று நேரத்துக்கெல்லாம் மகேந்திர பல்லவர் யோக மண்டபத்திலிருந்து திரும்பி அந்த வீட்டின் வழியாக வெளியே சென்ற போது ஆயனர் சென்று குறுக்கிட்டு வணங்கி 'பல்லவேந்திரா! இங்கே நாங்கள் வந்த காரியம் ஆகி விட்டதல்லவா? இனி மண்டபப்பட்டுக்குத் திரும்பலாமா?' என்று இரக்கமான குரலில் கேட்டார்.

மகேந்திரர் புன்னகையுடன், 'ஆயனரே! சிவகாமியின் அற்புத நடனத்துக்கு இன்னும் நான் வெகுமதிகள் அளிக்கவில்லையே? கொஞ்சம் பொறுத்திருங்கள். மேலும் மண்டபப்பட்டுக்கு நீங்கள் திரும்பிப் போகவேண்டிய அவசியமே நேராது. உங்களுடைய பழைய அரண்ய வீட்டுக்கே போகலாம்!' என்றார்.

ஆயனர் கவலை மிகுந்த குரலில், 'பிரபு ஒவ்வோரிடத்திலும் ஆரம்பித்த வேலை அப்படி அப்படியே நடுவில் நிற்கிறதே! இந்தத் துரதிர்ஷ்டசாலியின் பாக்கியம் போலிருக்கிறது. மண்டபப் பட்டில் ஆரம்பித்த திருப்பணியும் அப்படியே நின்றுவிட்டால்...' என்று கூறி வந்தபோது, மகேந்திர பல்லவர் குறுக்கிட்டு, 'மகா சிற்பியாரே! மனித வாழ்க்கை அற்பமானது. இதில் நாம் ஒவ்வொருவரும் ஆரம்பித்த காரியத்தைப் பூர்த்தி செய்துவிட முடிகிறதா? நான் தொடங்கிய காரியங்களும் எத்தனையோ நடுவில் நின்றுதான் போயிருக்கின்றன. அதனால் என்ன? நமக்குப் பின்வரும் சந்ததிகள் நிறைவேற்றி வைப்பார்கள், அதற்காகக் கவலைப்பட வேண்டாம். மேலும் நமது அரண்மனையில் கூடிய சீக்கிரத்தில் ஒரு கல்யாணம் நடக்கப்போகிறது. அப்போது உம் குமாரி நாட்டியம் ஆட வேண்டியிருந்தாலும் இருக்கும்!' என்று கூறி விட்டு, மேலே நடந்து

சென்றவர், வாசற்படியண்டை சற்றுத் தயங்கி நின்று, ‘ஆயனரே! உங்கள் விருப்பத்துக்கு விரோதமாக இருக்கும்படி கட்டாயப்படுத்த நான் விரும்ப வில்லை. உங்களுக்கு அவசியம் போகவேண்டுமானால் கோட்டை வாசல் கதவுகள் திறந்ததும் போய் வாருங்கள். தேவை ஏற்படும்போது சொல்லி அனுப்புகிறேன்’ என்று கூறி விட்டு, விரைந்து வாசற்படியைக் கடந்து சென்றார்.

சக்கரவர்த்தி போன பிறகு, சிவகாமி திடீரென்று தரையில் குப்புறப் படுத்துக் கொண்டு விம்மி விம்மி அழத் தொடங்கினாள். கமலி அவளு டைய தலையைத் தூக்கித் தன் மடியின் மீது போட்டுக் கொண்டு, ‘என் கண்ணே! நீ ஏன் அழுகிறாய்? உனக்கு என்ன காரியம் ஆக வேண்டுமோ சொல்! எந்தப் பாடுபட்டாவது, உயிரைக் கொடுத்தாவது நான் செய்து கொடுக்கிறேன். நீ கண்ணீர் விட்டால் என் நெஞ்சு உடைந்துவிடும் போலிருக்கிறது!’ என்றாள்.

சிவகாமி மறுமொழி சொல்லாமல் விம்மவே, ‘அசடே! நீ எதற்காக அழு கிறாய் என்று எனக்குத் தெரியும். சக்கரவர்த்தி கலியாணத்தைப் பற்றிச் சொன்னதற்காகத்தானே? அது எப்படி நடக்கும், சிவகாமி? மாமல்லர் உனக்கு வாக்குக் கொடுத்திருக்கும்போது, எப்படி நடக்கும்? இந்த மகேந்திர சக்கரவர்த்தி என்னதான் சூழ்ச்சி செய்தாலும் மாமல்லர் வேறொரு பெண்ணைக் கலியாணம் செய்து கொள்ள மாட்டார். மாமல்லரின் குணம் எனக்கு நன்றாய்த் தெரியும். அவரிடம் இந்தச் சக்கர வர்த்தியின் சூழ்ச்சி ஒன்றும் பலிக்காது!’ என்றாள் கமலி.

சென்ற சில நாளாகக் காஞ்சி நகரில் மாமல்லரின் விவாகத்தைப் பற்றிப் பலவித வதந்திகள் உலாவி வந்தன. பாண்டியனைப் புலிகேசியிடமிருந்து பிரிக்கும் பொருட்டு, பாண்டிய குமாரியை மாமல்லருக்குக் கலியாணம் செய்து கொள்வதாகச் சக்கரவர்த்தி ஓலை அனுப்பியிருக்கிறார் என்று சிலர் சொன்னார்கள். இன்னும் சிலர் வாதாபிச் சளுக்கர் குலத்திலேயே மாமல்லருக்குப் பெண் கொள்ளப் போவதாகப் பிரஸ்தாபித்தார்கள்.

இதெல்லாம் கமலியின் காதுக்கும் எட்டியிருந்தபடியால், அவளுடைய மனமும் ஒருவாறு வேதனைப்பட்டுக் கொண்டிருந்தது. ஆகையினால்தான் மாமல்லரின் மன உறுதியைப் பற்றி அவ்வளவு வற்புறுத்தி, சிவகாமிக்கு அவள் தேறுதல் கூறினாள்.

ஆனால் சிவகாமி தேறுதல் அடையவில்லை. மாமல்லரின் பெயரைக் கேட்ட பிறகு இன்னும் விசித்து அழலானாள். ‘இல்லை, அக்கா, இல்லை! மாமல்லர் என்னை வெறுத்து விடுவார். என்னிடம் அவருக்கிருந்த ஆசையெல்லாம் விஷமாகிவிடப் போகிறது. அவருக்கு அப்படித் துரோகம் செய்து விட்டேன், இந்தப் பாவி! முன்னமே ஒரு தடவை அவர் என்னை வீட்டிலேயே இருக்கச் சொல்லியிருக்க, நான் ஊர் சுற்றப் போய் விட்டேன். இப்போது என்னை மண்டபப்பட்டிலேயே இருக்கும்படி சொல்லியிருக்க, இங்கே நாட்டியம் ஆட வந்துவிட்டேன். அக்கா! அவர்

பாண்டியனை வென்று விட்டு நேரே மண்டபப்பட்டுக்கு வருவார்! வந்து என்னைத் தேடுவார்! அங்கே என்னைக் காணாமற் போனால், அவருக்கு எப்படி இருக்கும்? நான் இங்கே புலிகேசிக்கு முன்னால் நாட்டியம் ஆட வந்துவிட்டேன் என்று கேள்விப்பட்டால் அவருக்கு என்னமாய் இருக்கும்? ஆஹா! இந்தச் சக்கரவர்த்தி என்னை எப்படி வஞ்சித்து விட்டார்!' என்று விம்மிக் கொண்டே கூறினாள் சிவகாமி.

கமலி சற்று நேரம் யோசனையில் ஆழ்ந்திருந்தாள். 'சிவகாமி! இதற்கு ஏன் இவ்வளவு கவலை? கோட்டை வாசல் திறந்ததும் நீ போகலாம் என்றுதான் சக்கரவர்த்தியே சொல்லி விட்டாரே!' என்றாள்.

'ஆஹா! அவருடைய சூழ்ச்சி உனக்குத் தெரியாது! எனக்காகவே கோட்டை வாசலை வெகு நாள் வரையில் சாத்தி வைத்திருப்பார், அக்கா! மாமல்லர் இங்கு வந்து சேரும் வரையில் திறக்கமாட்டார்! நீ வேணுமானால் பார்!' என்று சிவகாமி விம்மினாள்.

'தங்கச்சி! நீ கவலைப்படாதே! கோட்டை வாசல் திறக்காவிட்டால் போகட்டும்; நான் உன்னை எப்படியாவது வெளியே அனுப்பி வைக்கிறேன்!' என்றாள் கமலி.

உடனே, சிவகாமி விம்மலை நிறுத்தி எழுந்து உட்கார்ந்து, 'அக்கா! நிஜமாகத்தானா? அது சாத்தியமா?' என்று கேட்டாள்.

'நான் மனம் வைத்தால் எதுதான் சாத்தியமாகாது? என்னை யார் என்று நினைத்தாய்? இந்த மகேந்திர சக்கரவர்த்தியின் சூழ்ச்சியெல்லாம் என்னிடம் பலிக்குமா?'

'அக்கா! எப்படி என்று சொல்! எங்களை எவ்விதம் வெளியில் அனுப்பி வைப்பாய்?' என்று சிவகாமி பரபரப்புடன் கேட்க, கமலி அவள் காதண்டைத் தன் வாயை வைத்து, 'சுரங்க வழி மூலமாக!' என்றாள்.

சிவகாமி, ஏற்கெனவே காஞ்சியிலிருந்து வெளியே போக இரகசியச் சுரங்க வழி இருக்கிறதென்று கேள்விப்பட்டதுண்டு. எனவே, இப்போது கரை கடந்த ஆவலுடன், 'சுரங்க வழி நிஜமாகவே இருக்கிறதா? உனக்கு நிச்சயமாய்த் தெரியுமா?' என்று கேட்டாள்.

கமலி மீண்டும் இரகசியக் குரலில் கூறினாள்: 'இரைந்து பேசாதேயடி! மாமாவின் யோக சாதனத்தைப் பற்றிச் சொல்கிறேன் என்றேன் அல்லவா? யோகம் என்பதெல்லாம் பொய் தங்கச்சி! சுத்தப் பொய்! அந்த மண்டபத்திலே சுரங்க வழி இருக்கிறது! அதற்குள்ளேயிருந்து குண்டோதரன் அடிக்கடி வெளி வருவதை நான் பார்த்திருக்கிறேன். சக்கரவர்த்தி கூடச் சில சமயம்.....'

'என்ன அக்கா சொல்கிறாய்? குண்டோதரனா?'

'ஆமாமடி தங்கச்சி! ஆமாம்! குண்டோதரன் என்று சக்கரவர்த்தியின் ஒற்றன் ஒருவன் இருக்கிறான். சத்ருக்னன் என்று இன்னொருவன் இருக்கிறான். இரண்டு பேரும் பொல்லாத தடியர்கள்!....என்னடி யோசிக்கிறாய்?'

‘ஒன்றுமில்லை. சொல், அக்கா! அந்தச் சுரங்க வழி உனக்கு எப்படித் தெரிந்தது?’

‘அந்த யோக மண்டபத்தின் பக்கம் நான் வரவே கூடாது என்று என் மாமனார் சொல்லியிருந்தார். அதனாலேயே அவருக்குத் தெரியாமல் நான் அடிக்கடி போய்ப் பார்ப்பேன். ஒரு நாள் நான் போய் எட்டிப் பார்த்தபோது, மண்டபத்தின் மத்தியில் இருந்த சிவலிங்கம் அப்பால் நகர்ந்திருந்தது. லிங்கம் இருந்த இடத்தில் ஒரு பெரிய துவாரம் தெரிந்தது. அதற்குள்ளேயிருந்து குண்டோதரன் வெளியே வந்துகொண்டிருந்தான். அப்போது மண்டபத்திற்குள்ளே யார் இருந்தது என்று நினைக்கிறாய்? என் மாமனாரோடு சக்கரவர்த்தியும் நின்றுகொண்டிருந்தார்!’

சிவகாமி சற்றுச் சிந்தித்துவிட்டு ‘கமலி அக்கா! எப்படியாவது அந்தச் சுரங்கத்தின் வழியாக எங்களை நீ வெளியே அனுப்பி விட்டால், உனக்குக் கோடி புண்ணியம் உண்டு. என்றென்றைக்கும் நான் உன் அடிமையாயிருப்பேன்!’ என்றாள்.

‘பேச்சைப் பார், பேச்சை! எனக்கு அடிமையாயிருக்கப் போகிறாளாம்! அடி பொல்லாத நீலி! நீ இந்த இராஜ்யத்துக்கே இராணியாகப் போகிறாய்; எனக்கு அடிமையாகி விடுவாயா நீ! வாக்குக் கொடுத்துவிட்டு அப்புறம் திண்டாடாதே!’ என்றாள்.

பிறகு, ‘ஆகட்டும், தங்கச்சி கொஞ்சம் பொறுமையாயிரு! அந்த மண்டபத்தின் மத்தியில் ஒரு சிவலிங்கம் இருக்கிறது. அதை இடம் விட்டு நகர்த்தினால் சுரங்க வழி தெரியும். லிங்கத்தை எப்படி இடம் விட்டு நகர்த்துவதென்பதை இன்றைக்கு அல்லது நாளைக்குள் எப்படியாவது தெரிந்து கொள்கிறேன். ஆனால் நீ இவ்வளவு அவசரப்பட்டு என்ன பிரயோஜனம்? உன் தகப்பனார் உன்னுடன் வருவதற்குச் சம்மதிக்க வேண்டுமே?’ என்று கமலி கவலையுடன் கேட்டாள்.

‘என்னைவிட அவர்தான் வெளியே போவதற்கு அதிக அவசரப்படுவார்! அதற்குக் காரணம் இருக்கிறது’ என்றாள் சிவகாமி.

அதே சமயத்தில் வாசற் பக்கமிருந்த ஆயனர் அவர்களின் அண்டையில் வந்து, ‘இன்னும் எத்தனை நாளைக்கு இந்தக் கோட்டைக்குள் அடைப்பட்டுக் கிடக்கவேண்டுமோ தெரியவில்லை. சிவகாமி! உனக்குத் தெரியுமா? முன்னொரு நாள் அந்தப் பரஞ்சோதி என்கிற பிள்ளையிடம் நாகநந்தி ஓலையைக் கொடுத்து அனுப்பினாரே, அஜந்தா வர்ண இரகசியத்துக்காக? புலிகேசி மகாராஜாவுக்குத்தான் அந்த ஓலையைக் கொடுத்து அனுப்பினாராம். அடாடா! வாதாபி மகாராஜா காஞ்சியில் இருக்கும்போதே இதைச் சொல்லியிருந்தால், நான் அந்தச் சளுக்க குலசிரேஷ்டரிடம் கெஞ்சிக் கூத்தாடி அஜந்தா வர்ண இரகசியத்தைப் பற்றிக் கேட்டுத் தெரிந்து கொண்டிருப்பேன் அல்லவா?’ என்று புலம்பினார்.

‘புலிகேசி மகாராஜாவுக்கு அந்த இரகசியம் தெரிந்திருப்பது என்ன நிச்சயம் அப்பா?’ என்று சிவகாமி குறுக்கிட்டுக் கேட்டாள்.

'கட்டாயம் தெரிந்திருக்கவேண்டும், சிவகாமி! புலிகேசியின் இளம் பிராயத்தில் அவர் அஜந்தா மலைக் குகையிலேயே கொஞ்ச காலம் ஒளிந்து கொண்டிருந்தார் என்று கேள்விப்பட்டி ருக்கிறேன்' என்றார் ஆயனர்.

அப்போது கமலியும் சிவகாமியும் ஒருவரை ஒருவர் பார்த்துப் புன்னகை புரிந்துகொண்டார்கள். ஆயனர் மேற்கண்டவாறு பேசப் பேச அவர்களுக்கு உற்சாகம் அதிகமாகிக் கொண்டு இருந்தது.

20.காபாலிகர் குகை

வாதாபிச் சக்கரவர்த்தி புறப்பட்டுச் சென்று மூன்று நாள் ஆகியும், கோட்டைக் கதவுகள் திறக்கப்படவில்லை.

இதைப் பற்றி நகரில் பல வகை வதந்திகள் உலாவிக் கொண்டிருந்தன. 'ஒப்பந்தப்படி வாதாபிப் படைகள் திரும்பிப் போகவில்லை; மறுபடியும் கோட்டையை நெருங்கி வந்து வளைத்துக்கொண்டிருக்கின்றன!' என்று சிலர் சொன்னார்கள்.

புலிகேசி வெளியில் போன பிறகு மகேந்திர பல்லவருக்கு ஏதோ ஓலை அனுப்பியிருந்ததாகவும், அதற்கு மறு மொழியை எதிர் பார்த்துக் காத்துக் கொண்டிருப்பதாகவும் சிலர் சொன்னார்கள்.

'வாதாபி மகாராஜாவுக்கு மிகவும் வேண்டியவரான யாரோ ஒரு புத்த பிக்ஷுவை மகேந்திர பல்லவர் சிறையில் வைத்திருக்கிறாராம். அவரை உடனே விடுதலை செய்து அனுப்பாவிடில் மீண்டும் யுத்தம் தொடங்கு வேன்!' என்று அந்த ஓலையில் எழுதியிருப்பதாகச் சிலர் சொன்னார்கள்.

'ஆயனரையும் சிவகாமியையும் என்னுடன் அனுப்பி வைக்க வேண்டும். இல்லாவிடில் யுத்தத்துக்கு ஆயத்தமாக வேண்டும்' என்று எழுதியிருந்ததாக இன்னொரு வதந்தி உலாவியது.

மகேந்திர பல்லவருடைய ஆட்சிக் காலத்தில் காஞ்சி நகரத்து மக்கள் முதன் முதலாக இப்போதுதான் அவருடைய காரியங்களைப் பற்றிக் குறை கூற ஆரம்பித்தார்கள்.

'புலிகேசியைக் காஞ்சிக்குள் வர விட்டதே தவறு!' என்று சிலர் சொன்னார்கள்.

'அப்படியே நகருக்குள் விட்டாலும் அவனுக்கு என்ன இவ்வளவு உபசாரம்? சத்துரு அரசனிடம் இவ்வளவு தாழ்ந்து போகலாமா?' என்று சிலர் கேட்டார்கள்.

'அந்த மூர்க்கனுக்கு முன்னால், நமது கலைச்செல்வி சிவகாமியை ஆடச் சொல்லியிருக்க வேண்டியதில்லை; சிவகாமியின் நடனத்தைப் பார்த்து

விட்டுத்தான் புலிகேசி தேன் குடித்த நரியாக ஆகிவிட்டான்!' என்று வேறு சிலர் அபிப்பிராயப்பட்டார்கள்.

அந்த மாதிரியான நகர மாந்தர் பேச்செல்லாம் கமலி மூலமாக வடிகட்டி வந்து ஆயனரின் காதிலேயும் எட்டியது. அதிலெல்லாம் ஒரே ஒரு விஷயந் தான் ஆயனர் மனத்தில் ஆழமாய்ப் பதிந்தது. அதாவது வடக்குக் கோட்டை வாசலுக்குக் கொஞ்ச தூரத்தில் வாதாபிப் படையின் தண்டு இன்னும் இருக்கிறது என்பதுதான்.

'வாதாபி மன்னர் புறப்படுவதற்குள் இந்தக் கோட்டையை விட்டு நாம் வெளியேறி விட்டால் எவ்வளவு நன்றாயிருக்கும்? அவரை எப்படியும் பார்த்து அஜந்தா வர்ணத்தைப் பற்றிக் கேட்டு விடுவேனே?' என்று அடிக்கடி ஆயனர் சொல்லிக் கொண்டிருந்தார். ஒரு தடவை திடீரென்று எதையோ நினைத்துக் கொண்டவர் போல், 'நகரிலிருந்து வெளியே போவதற்குச் சுரங்க வழி ஒன்று இருக்கவேண்டும். அது எங்கே இருக்கிறது என்று தெரிந்தால் போய்விடலாம்!' என்றார்.

இதைக் கேட்ட சிவகாமி கண்களில் மின்வெட்டுடன், 'நிஜந்தானா, அப்பா! சுரங்க வழி தெரிந்தால் நாம் வெளியே போய் விடலாமா!' என்று கேட்டாள்.

'போய் விடலாம். நான் கூட அந்தச் சுரங்க வழியில் கொஞ்ச நாள் வேலை செய்திருக்கிறேன். ஆனால் அதற்கு வாசல் எங்கே என்று மட்டும் தெரியாது! அதை எப்படிக் கண்டுபிடிப்பது?' என்று ஆயனர் ஏமாற்றமான குரலில் கூறினார்.

'அப்பா நம் கமலி அக்காவுக்கு அந்தச் சுரங்க வழி தெரியுமாம்!' என்று சிவகாமி மெல்லிய குரலில் கூறியதும், ஆயனர் பரபரப்புடன் எழுந்து கமலியின் அருகில் வந்து அவளுடைய கைகளைப் பிடித்துக்கொண்டு, 'என் கண்ணே குழந்தாய்! உன் தங்கச்சி சொல்வது உண்மைதானா? அப்படி யானால் நீ எனக்கு அந்தச் சுரங்க வழியைக் காட்டவேணும். இந்த உதவியை என் ஆயுள் உள்ளவரை மறக்க மாட்டேன்' என்றார்.

'ஆகட்டும், சித்தப்பா! ஆனால், சமயம் பார்த்துத்தான் உங்களைச் சுரங்க வழிக்கு அழைத்துப் போகவேண்டும்; அங்கே பலமான காவல் இருக்கிறது!' என்றாள் கமலி.

மூன்று தினங்களாக அசுவபாலர் அநேகமாக யோக மண்டபத்திலேயே காலம் கழித்து வந்தார். மண்டபத்திலிருந்து அடிக்கடி மணிச் சப்தமும் கலகலத் தொனியும் பேச்சுக் குரலும் கேட்டுக் கொண்டிருந்தன.

நாலாம் நாள் இரவு ஜாமத்தில் ஆயனர் தூக்கம் பிடிக்காமல் பலகணியின் வழியாக அரண்மனைத் தோட்டத்தை எட்டிப் பார்த்துக் கொண்டிருந்த போது, நிலா வெளிச்சத்தில் ஓர் அதிசயமான காட்சியைக் கண்டார். தோட்டத்தின் வழியாக நல்ல ஆஜானுபாகுவான ஆகிருதி உடைய ஒருவரை இரண்டு புறத்திலும் இரண்டு பேர் கையைப் பிடித்து நடத்திக்

கொண்டு வந்தார்கள். நடுவில் இருந்தவரின் கண்கள் துணியினால் கட்டப்பட்டிருந்ததாகக் காணப்பட்டது.

இன்னும் சிறிது உற்றுப் பார்த்தபோது, நடுவில் நடந்து கொண்டு இருந்த ஆஜானுபாகுவான உருவம் ஒரு புத்த பிக்ஷுவின் வடிவமாகக் காணப் பட்டது. அந்த உருவம் ஆயனருக்கு நாகநந்தியை நினைவூட்டியது. ஒரு வேளை நாகநந்திதானோ அவர்? ஊர் வதந்தியின்படி இந்தப் புத்த பிக்ஷுவுக்காகத்தான் புலிகேசி இத்தனை நாள் காத்துக்கொண்டிருந்தாரோ? நாகநந்தியை அதற்காகத்தான் சுரங்க வழியாக அனுப்புகிறார்களோ? அப்படியானால் நாகநந்தி போய்ச் சேர்ந்ததும் புலிகேசி புறப்பட்டு விடுவாரல்லவா? ஆஹா! எப்பேர்ப்பட்ட அருமையான சந்தர்ப்பம் கை நழுவிப் போய்க் கொண்டிருக்கிறது.

நாகநந்திக்கும் புலிகேசிக்கும் உள்ள உருவ ஒற்றுமை ஆயனருடைய மனத்திலும் அப்போது தென்பட்டது. நாகநந்தியடிகள் உண்மையில் யாராயிருக்கலாம்?... இவ்விதம் பற்பல எண்ணங்களினால் அலைப்புண்ட ஆயனர் அன்றிரவு தூங்கவே இல்லை.

பொழுது புலரும் சமயத்தில் யோக மண்டபத்திலிருந்து வீட்டுக்கு வந்த அசுவபாலர் ஆயனரைப் பார்த்தார். 'என்ன சிற்பியாரே! இரவெல்லாம் நீர் தூங்கவில்லை போலிருக்கிறது!' என்றார். 'ஆம் ஐயா! தோட்டத்தில் உங்க ளுடைய யோக மண்டபத்தில் இரவெல்லாம் ஒரே கலகலப்பாயிருந்ததே! என்ன விசேஷம்?' என்று ஆயனர் கேட்டார்.

அசுவபாலர், 'கலகலப்பாவது, ஒன்றாவது? ஒருவேளை நீங்கள் கனவு கண்டிருப்பீர்கள்' என்று சொல்லிவிட்டு, 'நண்பரே, ஆனால் ஒன்று உண்மை. நேற்றிரவு யோக சாதனத்தில் நான் ஓர் அபூர்வமான அனுபவத்தை அடைந்தேன். அதை உடனே போய்ச் சக்கரவர்த்தியிடம் சொல்லிவிட்டு வர வேண்டும்!' என்று கூறி விரைந்து வெளியே சென்றார்.

அவர் போய்ச் சில நிமிஷத்துக்கெல்லாம் கமலி வந்து ஆயனர், சிவகாமி இருவரையும் அவசரப்படுத்தினாள். ஏற்கெனவே முடிவு செய்திருந்தபடி முக்கியமான துணிமணிகளை ஒரு ஓலைப் பெட்டியில் எடுத்து வைத்துக் கொண்டு, எந்த நிமிஷமும் கிளம்புவதற்கு அவர்கள் சித்தமாக இருந் தார்கள். எனவே, உடனே மூவரும் கிளம்பி அரண்மனைத் தோட்டத்தி லிருந்த மண்டபத்துக்குள் சென்றார்கள். மண்டபத்தின் மத்தியில் இருந்த சிவலிங்கத்தைக் கமலி லாகவமாக அப்புறம் நகர்த்தினாள். லிங்கம் இருந்த இடத்தில் சுரங்க வழியின் படிக்கட்டுக் காணப்பட்டது.

கமலி ஆயத்தமாக வைத்திருந்த தீபத்தை எடுத்து ஆயனரிடம் கொடுத்து, 'சித்தப்பா, சீக்கிரம்!' என்றாள். ஆயனர் தீபத்தை வாங்கிக்கொண்டு சுரங்க வழியின் படிக்கட்டில் இறங்கினார்.

சிவகாமி கமலியை ஆர்வத்துடன் கட்டிக்கொண்டாள். இருவருடைய கண்களிலும் கண்ணீர் ததும்பிற்று.

‘அக்கா! போய்வருகிறேன்!’ என்று தழுதழுத்த குரலில் கூறினாள் சிவகாமி.

‘தங்கச்சி! போய்வா! மறுபடி காஞ்சிக்குத் திரும்பி வரும்போது பல்லவ குமாரரின் பட்ட மகிஷியாகத் திரும்பி வரவேண்டும்!’ என்று கமலி ஆசி கூறினாள்.

‘அக்கா! நான் திரும்பி வரும்வரை எனக்காகச் சின்னக் கண்ணனுக்குத் தினமும் ஆயிரம் முத்தம் கொடு!’ என்றாள் சிவகாமி.

கமலி சிரித்துக் கொண்டே, ‘அவன் மூச்சு முட்டிச் சாக வேண்டியதுதான்!’ என்றாள்.

சிவகாமி சுரங்கப் படியில் இறங்கிய போது அவளுடைய உள்ளம் பதை பதைத்தது. மார்பு படபட என்று அடித்துக்கொண்டது. ஒளி நிறைந்த குதூகலமான உலகத்திலிருந்து இருளும் ஐயமும் பயங்கரமும் நிறைந்த ஏதோ பாதாள உலகத்துக்குப் போவது போன்ற உணர்ச்சி ஏற்பட்டது.

அந்த உணர்ச்சியை மனோதிடத்தினால் போக்கிக்கொண்டு ஆயனரின் பின்னால் நடந்தாள்.

இருளடர்ந்த சுரங்கப் பாதையில் ஆயனரும் சிவகாமியும் ஏறக்குறைய ஒரு முகூர்த்த நேரம் நடந்தார்கள். இவ்வளவு நேரமும் அவர்களுக்குள் அதிகமான பேச்சு ஒன்றும் நடைபெறவில்லை.

அடிக்கடி ஆயனர் நின்று சிவகாமியின் கையைப் பிடித்து ‘இனி அதிக தூரம் இராது, அம்மா! சீக்கிரம் வழி முடிந்து விடும்!’ என்று தைரியப்படுத்திக் கொண்டு போனார்.

ஒரு முகூர்த்த நேரத்துக்குப் பிறகு, திடீரென்று வெப்பம் மாறி ஜில்லிப்பு உணர்ச்சி ஏற்பட்டது.

‘அம்மா, சிவகாமி! கோட்டைக்கு வெளியே வந்து விட்டோம், அகழியைக் கடக்கிறோம்!’ என்றார். ஒரு கணம் அங்கே நின்று, ‘குழந்தாய்! இங்கேதான் நான் வேலை செய்ததாக ஞாபகம் இருக்கிறது. அகழித் தண்ணீர் உள்ளே வராமல் வெகு சாதுரியமாக இங்கே வேலை செய்யவேண்டியிருந்தது. அதோடு இல்லை, ஏதாவது ஆபத்துக் காலங்களில் இந்தச் சுரங்க வழியை மூடி விடவும் இங்கேதான் உபாயம் இருக்கிறது. அதோ, பார்த்தாயா? அந்த அடை யாளமிட்ட இடத்தில் ஒரு கல்லை இலேசாகப் பெயர்த்தால், அகழி ஜலம் கடகடவென்று உள்ளே புகுந்து விடும். அப்புறம் வெளியிலிருந்தும் உள்ளே போக முடியாது, உள்ளேயிருந்தும் வெளியே போக முடியாது!’ என்றார்.

‘நல்ல வேளை! அப்படி ஏதாவது ஏற்படுவதற்கு முன்னால் நாம் வெளியே போய்விடுவோமல்லவா?’ என்றாள் சிவகாமி.

அதற்குப் பிறகு இன்னும் ஒரு முகூர்த்த நேரம் வழி நடந்த பிறகு, மேலேயிருந்து வெளிச்சம் வருவதைக் கண்டார்கள்.

‘ஆ! சுரங்க வழி முடிந்துவிட்டது!’ என்றார் ஆயனர்.

இருவரும் படிகள் வழியாக மேலே ஒளிவந்த இடத்தை நோக்கி ஏறிச் சென்றார்கள்.

அவர்கள் ஏறி வந்து நின்ற இடம் ஒரு சின்ன மலைப்பாறையில் குடைந்து அமைக்கப்பட்ட சமணர்களின் குகைக் கோயில். ஜைன தீர்த்தங்கரர்களின் பெரிய பிரதிமைகள் மூன்று அங்கே காணப்பட்டன. ஆனால் என்ன பயங் கரம்? காபாலிகர்கள் அந்தச் சமணக் குகையை ஆக்கிரமித்து விட்டதாகத் தோன்றியது. எங்கே பார்த்தாலும் மண்டை ஓடுகள் சிதறிக் கிடந்தன.

போதாதற்கு, மூன்று தீர்த்தங்கரர்களின் சிலைகளுக்கு அப்பால் நாலாவது சிலையாகக் கண்ணை மூடிக்கொண்டு ஒரு காபாலிகன் உட்கார்ந் திருந்தான். உடம்பெல்லாம் சாம்பலைப் பூசிக்கொண்டு மண்டை ஓட்டு மாலை அணிந்திருந்த அவனுடைய தோற்றம் பார்ப்பதற்கு மிகக் கோர மாயிருந்தது.

ஆனால், நல்ல வேளையாக அவன் கண்களை இறுக மூடிக் கொண்டு யோக நிஷ்டையில் உட்கார்ந்திருந்தான்.

ஆயனரும், சிவகாமியும் இரண்டாவது தடவை அவனைப் பார்க்காமல் பாறையின் படிகள் வழியாக இறங்கி விரைந்து சென்றார்கள்.

கொஞ்சதூரம் சென்ற பிறகு, ‘அப்பா! இதென்ன? சமணர் குகைக் கோயிலில் காபாலிகன் வந்து உட்கார்ந்திருக்கிறானே?’ என்று சிவகாமி கேட்டாள்.

‘அம்மா! இந்தப் பாறை ஒரு காலத்தில் சமணப் பள்ளியாக இருந்தது. மகேந்திர பல்லவரிடம் கோபித்துக்கொண்டு சமணர்கள் இந்த நாட்டை விட்டுப் போய்விட்டார்களல்லவா? கோட்டை முற்றுகைக்கு முன்னால் காஞ்சி நகரிலுள்ள காபாலிகர்களையெல்லாம் வெளியில் துரத்தியபோது இந்தக் குகையை அவர்கள் பிடித்துக்கொண்டார்கள் போலிருக்கிறது! அவர் களுக்கு யுத்தம் என்றால் கொண்டாட்டந்தானே! கபாலங்கள் ஏராளமாய்க் கிடைக்குமல்லவா?’

இப்படிப் பேசிக்கொண்டு ஆயனரும், சிவகாமியும் காட்டுப் பிரதேசத்தின் வழியே நடந்து போனார்கள். கொஞ்ச தூரம் போவதற்குள்ளே, அவர்களுக்கு எதிர்ப்புறத்திலிருந்து பலர் கும்பலாக வரும் பெருமுழக்கம் கேட்டது. சில நிமிஷத்துக்கெல்லாம், ஒரு பெரும் கும்பல் அவர்கள் கண் முன்னால் எதிர்ப்பட்டது. அப்படி வந்தவர்கள் வாதாபிப் படையைச் சேர்ந்த வீரர்கள்தான்! அவர்களுக்கு மத்தியில் தூக்கிப் பிடிக்கப்பட்டிருந்த வராகக் கொடியிலிருந்து இது தெளிவாகத் தெரிந்தது!

21.கோபாக்னி

ஆயனரும் சிவகாமியும் வாதாபி வீரர்களைச் சந்திக்க நேர்ந்தது எப்படி என்பதைத் தெரிந்து கொள்வதற்கு நாம் சிறிது பின்னோக்கிச் செல்ல வேண்டும்.

காஞ்சி நகரின் வடக்குக் கோட்டை வாசலில் மகேந்திர பல்லவரிடம் விடை பெற்றுக்கொண்டு பிரிந்தபோது புலிகேசியின் மனநிலை எப்படியிருந்தது என்பதை ஒருவாறு நாம் தெரிந்துகொண்டோம். கரும் புகையும், தீக் குழம்பும், அக்கினிச் சுவாலையும் குமுறிக்கொண்டு எப்போது வெளிக் கிளம்பலாம் என்று வழி பார்த்துக்கொண்டிருக்கும் நெருப்பு மலையின் கர்ப்பத்தைப் போல் இருந்தது அவருடைய உள்ளம்.

காஞ்சி மாநகரின் மணிமாட மண்டபங்களும், அந்நகர மக்களின் செல்வமும், சிறப்பும், காஞ்சி அரண்மனையின் மகத்தான ஐசுவரியமும், அங்கு அவர் கண்ட காட்சிகளும், வைபவங்களும் அளவற்ற பொறாமைத் தீயை அவர் உள்ளத்தில் மூட்டியிருந்தன.

அந்தப் பொறாமைத் தீயை வளர்க்கும் காற்றாக அமைந்தது கடைசியாக நடந்த சிவகாமியின் நடனம். நடனத்தின்போது மகேந்திர பல்லவர் கலைச் செருக்குடன் கூறிய மொழிகள் கலை உணர்வு இல்லாத புலிகேசியின் உள்ளத்தில் பெரும் துவேஷத்தை உண்டாக்கின.

எல்லாவற்றுக்கும் மேலாக, புலிகேசியின் மனத்தில் கோபம் குமுறி எழும்படி செய்த விஷயம், மகேந்திர பல்லவர் தம்மை நெடுகிலும் ஏமாற்றி வந்திருக்கிறார் என்ற உணர்ச்சியேயாகும். வடபெண்ணைக் கரையில் தம் முன்னிலையில் அவர் தன்னந்தனியாக வந்து நின்று, பொய் ஓலையைக் கொடுத்து ஏமாற்றிவிட்டல்லவா போய் விட்டார்? அதற்குப் பிறகு நெடுகிலும் எத்தனை ஏமாற்றங்கள்? எத்தனை தந்திர மந்திரங்கள்? எத்தனை மாயா ஜாலங்கள்?

நியாயமாக இந்தக் காஞ்சி மாநகரம் இதற்குள்ளே தமது காலடியில் விழுந்து கிடக்கவேண்டும். ஐசுவரிய கர்வமும் கலைக் கர்வமும்கொண்ட காஞ்சி மக்கள் தம் முன்னிலையில் நடுநடுங்கிக்கொண்டு உயிர்ப் பிச்சை கேட்டுக் கொண்டிருக்க வேண்டும். ஆ! இந்த மகேந்திர பல்லவனுடைய மணி முடியைத் தமது காலால் உதைத்துத் தள்ளியிருக்கவேண்டும்!

ஒன்றரை வருஷத்துக்கு முன்னால் வடபெண்ணைக் கரையில் நின்றிராமல் நேரே முன்னோக்கி வந்திருந்தால் இதெல்லாம் சாத்தியமாகியிருக்கும். இப்போது காஞ்சியிலும் உறையூரிலும் மதுரையிலும்கூட வராகக் கொடி பறந்துகொண்டிருக்கும்.

இதெல்லாம் நடக்காமற் போய்விட்டதன் காரணம் என்ன? எல்லாம் மகேந்திர பல்லவனுடைய மாய தந்திரங்கள்தான்.

வன விலங்குகளையெல்லாம் கதிகலங்கச் செய்யக்கூடிய வீரப் புலியைக் கேவலம் ஒரு நரி - வளையில் பதுங்கி வாழும் நரி - தந்திரத்தினால் வென்று விட்டது!

இதை நினைக்க நினைக்க, வாதாபிச் சக்கரவர்த்திக்குக் கோபம் மேலும் மேலும் பொங்கிக்கொண்டு வந்தது. அவருடைய நெற்றியின் நரம்புகள் ஒவ்வொன்றும் புடைத்துக்கொண்டு நின்றன. அவருடைய முகத்தைப் பார்த்தவர்கள் என்ன விபரீதம் வரப்போகிறதோ என்று அஞ்சி நடுங்கினார்கள்.

காஞ்சி நகரிலிருந்து வெளியேறியது முதல் அந்த நகருக்கு வடக்கே ஒரு காத தூரத்தில் சளுக்கர் பெருஞ் சைனியம் தங்கியிருந்த இடத்துக்குப் போய்ச் சேரும்வரையில் வாதாபிச் சக்கரவர்த்தி வாய் திறந்து பேசவில்லை. இந்த விபரீத அமைதியானது அவருடன் சென்றவர்களுக்கெல்லாம் பீதியை ஊட்டியது.

சக்கரவர்த்தி கூடாரத்தை அடைந்ததும், எரிமலை நெருப்பைக் கக்க ஆரம்பித்தது. வாதாபியின் படைத் தலைவர்களும் பண்டக சாலைத் தலை வர்களும், ஒற்றர் படைத் தலைவர்களும் புலிகேசியின் கோபாக்னியில் எரிந்து பொசுங்கினார்கள்.

தளபதிகள் முதலியோர் மந்திராலோசனைக்காக வந்து கூடியதும், 'உங்களில் பாதிப் பேரை யானையின் காலால் இடறச் செய்யப் போகிறேன்; மிச்சப் பாதிப் பேரைக் கழுவிலே ஏற்றப் போகிறேன்!' என்று புலிகேசி ஆரம்பித்தார்.

அதை கேட்டு மௌனமாயிருந்த சபையினரைப் பார்த்து 'ஏன் சும்மா இருக் கிறீர்கள்? எல்லாருக்கும் வாய் அடைத்துப் போய் விட்டதா?' என்று கர்ஜித்தார்.

பின்னர் சரமாரியாக அவர் வசை பாணங்களைப் பொழிந்தார். தென்னாட்டுப் படையெடுப்பில் நாளது வரையில் ஏற்பட்டிருந்த முட்டுக்கட்டைகள், தோல்விகள், ஏமாற்றங்கள் எல்லாவற்றுக்கும் அவர்கள்தான் காரணம் என்று குற்றம் சாட்டினார்.

'வீரம் மிகுந்த படைத் தலைவர்களே! புத்தியிற் சிறந்த ஒற்றர்களே! கேளுங்கள்! இந்தக் காஞ்சி நகரின் கோட்டை வாசல்களுக்கு ஒரு சமயம் வெறும் ஒற்றை மரக்கதவு போட்டிருந்தது. அப்போது நாம் வந்திருந்தால் நம்முடைய யானைகளில் ஒவ்வொன்றும் ஒவ்வொரு கோட்டை வாசலைத் திறந்து விட்டிருக்கும். இந்தக் கோட்டை மதிலைக் காக்க அப்போது பத்தாயிரம் வீரர்கள்கூட இல்லை. நமது வீரர்கள் ஒரே நாளில் அகழியைக் கடந்து மதிலைத் தாண்டி உள்ளே புகுந்திருக் கலாம். இந்த மகேந்திர பல்லவன் ஓடி வந்து என் காலில் விழுந்திராவிட்டால், காஞ்சியை லங்கா தகனம் செய்திருப்பேன். அப்படிப்பட்ட காஞ்சி நகரில் என்னை அந்தப்

பல்லவன், இல்லாத அவமதிப்புகளுக்கெல்லாம் உள்ளாக்கினான். ஒரு கல்தச்சனுக்கும் ஒரு கூத்தாடிப் பெண்ணுக்கும் முன்னால் என்னை அவமானப்படுத்தினான்! எனக்குக் கலை தெரியாதாம்! ரஸிகத்தன்மை இல்லையாம்! என்ன கர்வம்! என்ன அகம்பாவம்!' என்று கூறிப் பற்களை நறநறவென்று கடித்துத் தரையில் காலால் உதைத்தார் புலிகேசி மகாராஜா!

பிறகு, 'மகேந்திர பல்லவன் இந்தக் காஞ்சிக் கோட்டையைப் பழுது பார்த்துச் செப்பனிட்டுக்கொண்டிருந்த போது, நீங்கள் வடபெண்ணைக் கரையில் சாவகாசமாகத் தூங்கிக்கொண்டிருந்தீர்கள்!' என்று கூறிப் பயங்கரத் தொனியுடன் சிரித்தார்.

அப்போது வாதாபி ஒற்றர் படைத் தலைவன் சிறிது தைரியம் கொண்டு, 'பிரபு! எல்லாம் நாகநந்தியின் ஓலையால் வந்த வினை! அப்போதே நான் ஆட்சேபித்தேன்!' என்றான்.

புலிகேசி கண்ணில் தீப்பொறி பறக்க அவனைப் பார்த்துச் சொன்னார்: 'நிர்மூடா! உன்னுடைய முட்டாள்தனத்துக்கு நாகநந்தி மேல் பழிபோடப் பார்க்கிறாயா? நாகநந்தி ஒருநாளும் தப்பான யோசனை கூறியிருக்கமாட்டார். நமக்கு வந்த ஓலை நாகநந்தியின் ஓலை அல்ல. நாகநந்தியின் ஓலையை இந்தத் திருடன் மகேந்திரன் நடுவழியில் திருடிக்கொண்டுவிட்டான். அது மட்டுமா? வேறு பொய் ஓலை எழுதி இவனே மாறுவேடத்தில் என்னிடம் அதைக் கொண்டு வந்து கொடுத்தான். நமது புத்திசாலிகளான ஒற்றர்களால் இதையெல்லாம் கண்டுபிடிக்க முடியவில்லை. ஆஹா!... நாகநந்தி மட்டும் அச்சமயம் நம்முடன் இருந்திருந்தால், இப்படியெல்லாம் நடந்திருக்குமா? இந்தப் பல்லவ நரியின் தந்திரமெல்லாம் அவரிடம் பலித்திருக்குமா?... நீங்கள் இவ்வளவு பேர் இருந்து என்ன பயன்? புத்த பிக்ஷு ஒருவர் இல்லாததனால் நமது பிரயத்தனமெல்லாம் நாசமாகி விட்டது!'

நாகநந்தியைப் பற்றிப் பேச ஆரம்பித்தவுடனே சக்கரவர்த்தியின் உள்ளம் கனிவடைந்து, பேச்சும் கொஞ்சம் நயமாக வந்தது.

இதுதான் சமயம் என்று வாதாபி சேனாதிபதி, 'பிரபு! போனது போயிற்று! இப்போது நமது சைனியத்தை வாதாபிக்குப் பத்திரமாகக் கொண்டு போய்ச் சேர்ப்பதைப் பற்றி யோசிக்க வேண்டும். நாள் ஆக ஆக, நாம் திரும்பிப் போவது கடினமாகி விடும்...' என்று கூறி வந்த போது, புலிகேசி, இடிமுழக்கம் போன்ற குரலில், 'சேனாதிபதி! என்ன சொன்னீர்? திரும்பிப் போகிறதா?' என்று கர்ஜனை செய்தார். மறுபடியும், 'தளபதிகளே! கேளுங்கள்! நாகநந்தியடிகள் இந்தக் காஞ்சிக் கோட்டைக்குள்ளே பல்லவனுடைய சிறைக்கூடத்தில் அடைபட்டுக் கிடக்கிறார். இளம்பிள்ளைப் பிராயத்தில் பெற்ற தாயைப் போல் என்னை எடுத்து வளர்த்துக் காப்பாற்றியவர்; என் உயிரைக் காப்பதற்காகத் தம் உயிரைப் பல தடவை பலி கொடுக்கத் துணிந்தவர்; வாதாபிச் சிம்மாசனத்தில் என்னை ஏற்றி வைத்தவர்; உத்தராபதத்தின் மகா சக்கரவர்த்தி ஹர்ஷவர்த்தனரை என்னிடம் சமாதானம் கோரித் தூது அனுப்பச் செய்தவர்; அத்தகைய மகா புத்திமான் இந்தப் பல்லவ நரியின்

வளையிலே அடைபட்டுக் கிடக்கிறார். அவரை அப்படியே விட்டு விட்டு நாம் ஊருக்குத் திரும்பிப் போக வேண்டுமென்று சொல்கிறீர்கள். ஒருநாளும் இல்லை.

படைத் தலைவர்களே! காஞ்சிக் கோட்டையைத் தாக்கும்படி உடனே நமது வீரப் படைகளுக்குக் கட்டளையிடுங்கள். காஞ்சியைப் பிடித்து, மகேந்திர பல்லவனுடைய மாளிகையைச் சுட்டெரித்து, மகேந்திரனுடைய தலையை மொட்டையடித்து நமது தேர்க்காலில் கட்டிக்கொண்டு வாதாபிக்குத் திரும்பிப் போவோம். நாகநந்தியடிகளைச் சிறை மீட்டு அவரை நமது பட்டத்து யானையின் மீது வைத்து அழைத்துப்போவோம்! உடனே புறப் படுங்கள்!' என்று கூறி நிறுத்தினார். சபையில் சற்று நேரம் நிசப்தம் குடி கொண்டிருந்தது.

'இது என்ன மௌனம்? ஏன் பேசாதிருக்கிறீர்கள்? பல்லவ நாட்டுக் கற்சிலைகளைப் பார்த்துவிட்டு நீங்களும் கற்சிலையாகப் போய் விட்டீர்களா?' என்று சக்கரவர்த்தி கேட்டார்.

அதன் பேரில், தளபதிகள் ஒவ்வொருவராகத் தம் அபிப்பிராயங் களைச் சொல்லலானார்கள்.

யானைப் படைத் தலைவர், யானைகள் எல்லாம் உணவின்றி மெலிந்து விட்டன என்றும், அவற்றின் வெறி அதிகமாகி வருகிறதென்றும், சில நாள் போனால் யானைகள் கட்டுமீறிக் கிளம்பி நமது வீரர்களையே அழிக்க ஆரம்பித்து விடுமென்றும் கூறினார்.

காலாட் படைத் தலைவர், காஞ்சிக் கோட்டையைத் தாக்கும்படி வீரர்களை ஏவுதல் இயலாத காரியம் என்றும், அவர்கள் ஏற்கெனவே சோர்வும், அதிருப்தியும் கொண்டு ஊருக்குத் திரும்பிப்போக துடித்துக்கொண்டிருக் கிறார்கள் என்றும் தெரிவித்தார்.

பண்டகசாலை அதிபதி, இன்னும் சில நாள் போனால் எல்லாரும் பட்டினியினாலேயே செத்துப்போக நேரிடுமென்று கூறினார்.

ஆயுதசாலை அதிபதி, கோட்டையைத் தாக்குவதற்கு வேண்டிய ஆயுதங்கள் இல்லையென்றும், கொண்டு வந்தவையெல்லாம் முன் தாக்குதல்களில் நஷ்டமாகிவிட்டன என்றும் சொன்னார்.

இதையெல்லாம் கேட்கக் கேட்கப் புலிகேசிக்குக் கோபம் பொங்கிக் கொண்டு வந்தது. ஆயினும் அவ்வளவு பேரும் சேர்ந்து சாத்தியமில்லை யென்று சொல்லும்போது அந்த ஒரு முகமான அபிப்பிராயத்துக்கு மாறாகக் கோட்டையைத் தாக்கத்தான் வேண்டுமென்று சொல்லப் புலிகேசிக்குத் துணிச்சல் வரவில்லை.

'ஆஹா! உங்களை நம்பி நான் இந்தப் படையெடுப்பை ஆரம்பித்தேனே!' என்று வெறுப்புடன் பேசி விட்டு, 'இருக்கட்டும், எல்லாரும் போய்த் தொலையுங்கள். இன்றிரவு யோசித்து நாளைக்கு முடிவு சொல்லுகிறேன்!' என்றார்.

22.புலிகேசி ஆக்ஞை

அன்றிரவு மட்டுமல்ல; மறுநாளும் அதற்கு மறுநாளும் கூடப் புலிகேசி அவ்விடத்திலேயே இருந்து யோசனை செய்தார். அங்கிருந்து தெற்கே காத தூரத்தில் தெரிந்த காஞ்சிமா நகரின் கோபுரங்களையும் ஸ்தூபிகளையும் பார்க்கப் பார்க்க அவருடைய கோபம் கொந்தளித்துப் பொங்கிற்று. அந்நகரின் பாதாள காராக்கிருகம் ஒன்றில் நாகநந்தி அடிகள் சிறைப்பட்டுக் கிடக்கிறார் என்பதை நினைத்தபோது அவருடைய கோபத் தீயில் எண்ணெய் ஊற்றுவது போலிருந்தது. மகேந்திர பல்லவன் பேரில் எப்படியாவது பழிவாங்கவேண்டும் என்னும் எண்ணம் நிமிஷத்திற்கு நிமிஷம் வளர்ந்து சீக்கிரத்தில் வானத்தையும் பூமியையும் அளாவி நின்றது.

இரண்டு தினங்கள் இரவு பகலாக யோசனை செய்து, கடைசியில் வாதாபிச் சக்கரவர்த்தி சில முடிவுகளுக்கு வந்தார். தமது தளபதிகளையும் பிரதானிகளையும் அழைத்து அம்முடிவுகளை அவர்களுக்குத் தெரியப்படுத்தினார்.

அந்த முடிவுகள் இவைதான்:

சக்கரவர்த்தியும் முக்கிய தளபதிகளும் சைனியத்தில் பெரும் பகுதியுடன் வாதாபிக்கு உடனே புறப்பட வேண்டியது.

சைனியத்தில் நல்ல தேகக்கட்டு வாய்ந்த வீரர்களாக ஐம்பதினாயிரம் பேரைப் பின்னால் நிறுத்தவேண்டியது. அவர்கள் தனித் தனிக் கூட்டமாகப் பிரிந்து காஞ்சி நகரைச் சுற்றிலும் நாலு காத தூரம்வரை உள்ள கிராமங்கள், பட்டணங்களை எல்லாம் சூறையாடிக் கொளுத்தி அழித்து விட வேண்டியது. அந்தந்தக் கிராமங்களிலுள்ள யௌவன ஸ்திரீகளை எல்லாம் சிறை பிடித்துக்கொண்டு, வாலிபர்களை எல்லாம் கொன்று, வயதானவர்களை எல்லாம் அங்கஹீனம் செய்து, இன்னும் என்னென்ன விதமாகவெல்லாம் பழிவாங்கலாமோ அவ்விதமெல்லாம் செய்யவேண்டியது. முக்கியமாக, சிற்பங்கள் - சிற்ப மண்டபங்கள் முதலியவற்றைக் கண்ட கண்ட இடங்களிலெல்லாம் இடித்துத் தள்ளவேண்டியது. சிற்பிகளைக் கண்டால் ஒரு காலும் ஒரு கையும் வெட்டிப் போட்டுவிடவேண்டியது.

இப்படிப்பட்ட கொடூர பயங்கரமான கட்டளைகளைப் போட்டு அவற்றை நிறைவேற்றுவதற்குத் தக்க பாத்திரங்களையும் நியமித்து ஏவிவிட்டு, வாதாபிச் சக்கரவர்த்தி தமது சைனியத்தின் பெரும் பகுதியுடன் பிரயாணமானார்.

மேற்கூறிய கொடூர ஆக்ஞையை நிறைவேற்றுவதற்காகக் காஞ்சியைச் சுற்றிக்கொண்டிருந்த வாதாபி வீரர் கூட்டம் ஒன்றைத்தான் ஆயனரும் சிவகாமியும் காட்டு வழியில் சந்தித்தார்கள்.

வராகக் கொடியைப் பார்த்து வாதாபி வீரர்கள் என்று தெரிந்து கொண்டதும் சிவகாமிக்குத் தேகமெல்லாம் நடுங்கிற்று. உள்ளம் பதைத்தது. எதிர்ப்பட்ட வாதாபி வீரர்கள் கிட்டத்தட்ட நூறு பேர்தான் என்றாலும், சிவகாமியின் கண்களுக்குப் பதினாயிரம் பேராக அவர்கள் காட்சியளித்தார்கள்.

ஆனால், ஆயனருக்கோ, அம்மாதிரி அச்ச உணர்ச்சி சிறிதும் ஏற்பட வில்லை. அவருக்கு உற்சாகமே ஏற்பட்டு விட்டதாக முகமலர்ச்சியிலிருந்து தோன்றியது. முன்னால் நின்ற வீரனைப் பார்த்து, 'ஐயா, நீங்கள் வாதாபி வீரர்கள்தானே? உங்கள் மகாராஜா எங்கே இருக்கிறார்?' என்று கேட்டார். அந்த வீரனுடைய முக பாவத்தைப் பார்த்ததும் தமிழ் பாஷை அவர் களுக்குத் தெரிந்திராது என்பதை ஞாபகப்படுத்திக் கொண்டு அதே விஷயத் தைப் பிராகிருத மொழியில் கேட்டார். அந்த வாதாபி வீரனுக்கு அதுவும் விளங்காமல் அவன் பின்னால் வந்த படைத் தலைவனைத் திரும்பிப்பார்த் தான். இதற்குள் குதிரை மேல் வந்து கொண்டிருந்த படைத் தலைவன் முன் புறத்துக்கு வந்து சேர்ந்தான். ஆயனரையும் சிவகாமியையும் உற்றுப் பார்த்த தும், அவன் 'ஓஹோ!' என்ற ஒலியால் தனது வியப்பைத் தெரிவித்தான்.

ஏனெனில், புலிகேசியுடன் காஞ்சி நகருக்குள் வந்து, பல்லவ சக்கரவர்த் தியின் சபையில் சிவகாமியின் நடனத்தைப் பார்த்தவர்களிலே இவனும் ஒருவன். எனவே அவர்களை அடையாளம் தெரிந்துகொண்டதும் அவனுக்கு வியப்பும் குதூகலமும் உண்டாயின. இன்னும் அவர்கள் அருகில் குதிரையைச் செலுத்திக்கொண்டு வந்து அவர்களை விழித்துப் பார்த்துவிட்டு ஆயனரை நோக்கி, 'என்ன கேட்கிறீர்?' என்றான்.

ஆயனர் உற்சாகத்துடன், 'ஐயா, உங்கள் சக்கரவர்த்தி எங்கே இருக்கிறார்? அவரை நான் பார்க்கவேண்டும்' என்றார். தளபதி சசாங்கனின் புருவங்கள் நெரிந்தன. முகத்தில் வேடிக்கைப் புன்னகையுடன், 'வாதாபிச் சக்கர வர்த்தியை நீர் எதற்காகப் பார்க்க வேண்டும்? அவரிடம் உமக்கு என்ன காரியம்?' என்று கேட்டான்.

'காரியத்தைச் சக்கரவர்த்தியிடம் மாத்திரந்தான் சொல்ல வேண்டும்; அந்தரங்கமான விஷயம்' என்றார் ஆயனர். அதைக் கேட்டு அவ்வீரன் பரிகாசச் சிரிப்புச் சிரிப்பதைப் பார்த்து விட்டு, ஒருவேளை விஷயத்தைச் சொல்லாவிட்டால் வாதாபிச் சக்கரவர்த்தியிடம் தங்களை அழைத்துப் போகமாட்டார்கள் என்று எண்ணி, 'இருந்தாலும், உங்களிடம் சொல்லவே கூடாது என்பதில்லை. அஜந்தா சித்திரங்களின் அழியாத வர்ண இரகசி யத்தைப் பற்றி உங்கள் சக்கரவர்த்திக்குத் தெரியுமாமே. அவரிடம் அதைப் பற்றிக் கேட்டுத் தெரிந்துகொள்ளலாம் என்றுதான் வந்தேன். தயவு செய்து என்னைச் சக்கரவர்த்தியிடம் அழைத்துப்போவீர்களா?' என்றார்.

இதைக் கேட்டதும் தளபதி சசாங்கன் முன்னை விடப் பலமாகச் சீறினான். பக்கத்தில் நின்ற வீரர்களைப் பார்த்து, 'ஏன் நிற்கிறீர்கள்? இவர்களுடைய கண்களைக் கட்டுங்கள்' என்றான்.

ஆயனர் திடுக்கிட்ட குரலில், 'கண்களைக் கட்டுவதா? எதற்காக?' என்று வினவினார். அதற்குக் குதிரை மேலிருந்த தளபதி சசாங்கன், 'உமக்கு

அவசியம் தெரியத்தான் வேண்டுமா? அப்படியானால் சொல்லுகிறேன். இந்தப் பல்லவ நாட்டிலுள்ள யௌவன ஸ்திரிகளை எல்லாம் சிறை பிடித்துக்கொண்டு வரும்படி வாதாபிச் சக்கரவர்த்தி கட்டளையிட்டிருக் கிறார். அதோடு இந்த ராஜ்யத்தில் உள்ள சிற்பிகளையெல்லாம், ஒரு காலையும், ஒரு கையையும் வெட்டிப் போடும்படி ஆக்ஞாபித்திருக்கிறார். சாதாரண சிற்பிகளுக்கு இந்த ஆக்ஞை. நீரோ சிற்பிகளுக்கெல்லாம் குருவான மகா சிற்பி. ஆகையால், உம்முடைய இரண்டு கால்களையும் இரண்டு கைகளையும் துணித்து விடப்போகிறேன். அதை இந்தப் பெண் பார்க்க வேண்டாமென்றுதான் கண்ணைக் கட்டச் சொன்னேன்!' என்றான்.

அம்பினால் அடிபட்ட குயிலின் கடைசி மரணக் குரலைப்போல வேதனை ததும்பிய ஒரு குரல் 'கீச்' என்று கேட்டது. சிவகாமி தரையில் விழுந்து உயிரற்ற சவம்போலக் கிடந்தாள்.

சிவகாமிக்கு மறுபடியும் தன்னுணர்வு வந்தபோது தன் தலை இன்னும் சுழன்றுகொண்டிருப்பதையும், தன் கால்கள் நடந்து கொண்டிருப்பதையும் இரு பக்கத்திலும் இருவர் தன் கைகளைக் கெட்டியாகப் பிடித்துக்கொண்டு நடத்தி வருவதையும் கண்டாள்.

சிறிது சிறிதாக அவளுக்குப் பிரக்ஞை வந்து சற்று முன் நடந்த சம்ப வங்களும் நினைவுக்கு வந்தன. பக்கத்தில் தன் தந்தை இல்லை என்பதை உணர்ந்தபோது அவளுடைய வாழ்நாளில் இதுவரை அனுபவித்திராத இதய வேதனை உண்டாயிற்று. பிரமை பிடித்த நிலையில் பக்கத்தில் நின்ற வீரர்களால் உந்தப்பட்டு இன்னும் சில அடி தூரம் நடந்து சென்றபோது, அருகில் அடர்ந்த காட்டுக்குள்ளிருந்து திடீரென்று ஓர் உருவம் வெளிப் பட்டதைக் கண்டாள். பார்த்த கணத்திலேயே அந்த உருவம் நாகநந்தி அடிகளின் உருவந்தான் என்பதும் தெரிந்து விட்டது. உடனே ஆவேசம் வந்தவள் போலத் தன்னைப் பற்றியிருந்த வீரர்களின் கைகளிலிருந்து திமிறிக்கொண்டு விடுபட்டு நாகநந்தி அடிகளின் முன்னால் சிவகாமி பாய்ந்து சென்றாள். அவருடைய காலடியில் விழுந்து நமஸ்கரித்து, 'சுவாமி! தாங்கள்தான் கதி! காப்பாற்றவேண்டும்!' என்று கதறினாள்.

23.அபயப் பிரதானம்

'சிவகாமி! மெய்யாகவே நீதானா? அல்லது என் கண்கள் என்னை ஏமாற்றுகின்றனவா?' என்று நாகநந்தியடிகள் போலி அவநம்பிக்கையுடன் கேட்டார்.

'அடிகளே! நான்தான்; அனாதைச் சிவகாமிதான். இந்த ஏழைச் சிற்பியின் மகளைக் காப்பாற்றுங்கள் சுவாமி!'

‘அப்படிச் சொல்லாதே, அம்மா! நீயா அனாதை? நீயா ஏழை? பல்லவ ராஜ்யத்தின் குமார சக்கரவர்த்தி மாமல்லப் பிரபுவின் காதலுக்குரிய பாக்கிய சாலியல்லவா நீ? மண்டலாதிபதியான மகேந்திர பல்லவரின் மருமகளாகப் போகிறவள் அல்லவா?’

‘சுவாமி! என்மேல் பழி தீர்த்துக்கொள்ள இது சமயமல்ல! தங்களை ரொம்பவும் வேண்டிக்கொள்கிறேன். காப்பாற்ற வேண்டும்’ என்று சிவகாமி அலறினாள்.

‘பெண்ணே! காவித் துணி தரித்த ஏழைப் பரதேசி நான்! என்னால் உன்னை எப்படிக் காப்பாற்ற முடியும்?’

‘தங்களால் முடியும், சுவாமி! தங்களால் முடியும்! தாங்கள் மனது வைத்தால் கட்டாயம் காப்பாற்றமுடியும்.’

‘இவர்களிடம் நீ எப்படிச் சிக்கிக்கொண்டாய்? கோட்டைக்குள்ளிருந்து ஏன் வெளியே வந்தாய்? எப்படி வந்தாய்?’

‘அதையெல்லாம் இப்போது கேட்கவேண்டாம், சுவாமி! மூடத்தனத்தினால் வெளியே வந்தேன். என் அருமைத் தந்தைக்கு நானே யமனாக ஆனேன்!... நான் எக்கேடாவது கெட்டுப் போகிறேன்; என் தந்தையைக் காப்பாற்றுங்கள்....’

‘உன் தந்தை எங்கே, அம்மா? அவருக்கு என்ன ஆபத்து வந்திருக்கிறது?’ என்றார் பிக்ஷு.

‘ஐயோ! இவர்களைக் கேளுங்கள்; அப்பா எங்கே என்று இவர்களைக் கேளுங்கள்! சற்று முன்னால் ஏதோ பயங்கரமான வார்த்தை என் காதில் விழுந்தது. அதோ அந்தக் குதிரை மேல் இருப்பவர் சொன்னார். ஆயனர் எங்கே என்று அவரைக் கேளுங்கள் சுவாமி! சீக்கிரம் கேளுங்கள்!’

இப்படிச் சிவகாமி சொல்லிக்கொண்டிருந்தபோதே சற்றுப் பின்னால் குதிரை மேல் வீற்றிருந்தபடி மேற்கூறிய காட்சியைக் கவனித்துக்கொண்டிருந்த தளபதி சசாங்கன் குதிரையைச் செலுத்திக்கொண்டு அவர்கள் அருகில் வந்து சேர்ந்தான்.

‘புத்தம் சரணம் கச்சாமி!’ என்று நாகநந்தியைப் பார்த்துப் பரிகாசக் குரலில் கூறி வணங்கினான்.

வாதாபிச் சக்கரவர்த்தியிடம் நாகநந்தி பிக்ஷுவுக்கு இருந்த செல்வாக்கைக் குறித்துப் பொறாமைகொண்டவர்களில் தளபதி சசாங்கனும் ஒருவன்.

‘புத்தம் சரணம் கச்சாமி!’ என்று நாகநந்தியும் கடுகடுத்த குரலில் கூறினார்.

‘ஆ! நாகநந்தி பிக்ஷுவே! திடீரென்று இங்கே எப்படி முளைத்தீர்? நாகம் இத்தனை நாளும் எந்த வளையில் ஒளிந்து கொண்டு இருந்தது? இப்போது ஏன் வெளியில் தலையை நீட்டுகிறது?’ என்று தளபதி சசாங்கன் கேட்டான்.

கேட்டவர்கள் நடுங்கும்படியான நாகப்பாம்பின் சீறல் சத்தம் அப்போது திடீரென்று கேட்டது.

அதே சமயத்தில் 'பாம்பு பாம்பு!' என்று ஒரு கூக்குரல். அதைக்கேட்டு அங்கே கூடியிருந்த வீரர்கள் சிதறி ஓடினார்கள்.

நாகப்பாம்பு ஒன்று சரசரவென்ற சப்தத்துடன் தளபதி சசாங்கன் ஏறியிருந்த குதிரையின் கால்மீதேறி ஊர்ந்து அப்பாலிருந்த புதருக்குள் விரைந்து சென்று மறைந்தது.

'தளபதி! ஜாக்கிரதை! சாதாரணமாய் நாகப்பாம்பு கடிக்காது. ஆனால் கடித்து விட்டால் அதன் விஷம் ரொம்பப் பொல்லாதது!' என்றார் பிக்ஷு.

சசாங்கன் பல்லைக் கடித்துக் கொண்டு, 'பிக்ஷு...இந்த அருமையான உண்மையைச் சொன்னதற்காக மிகவும் வந்தனம். எனக்கு அலுவல் அதிகம் இருக்கிறது. தங்களுடன் பேசிக்கொண்டிருக்க இப்போது நேரமில்லை; மன்னிக்க வேண்டும்... அடே! இந்தப் பெண்ணைப் பிடித்துக் கட்டுங்கள்!' என்று சற்று விலகிப் போய் நின்ற வீரர்களைப் பார்த்துச் சசாங்கன் சொன்னான்.

அதைக் கேட்ட வீரர்கள் சிவகாமியை நெருங்கி வந்தார்கள்.

'தளபதி! தென்னாட்டின் புகழ்பெற்ற நடன கலைவாணியைச் சிறைப் பிடித்தது உம்முடைய அதிர்ஷ்டந்தான். இந்த விசேஷ சம்பவத்தைச் சக்கரவர்த்தியிடம் நான் கூடிய சீக்கிரம் தெரியப்படுத்துகிறேன்...'

'ஓஹோ! அப்படியானால் பிக்ஷுவும் வாதாபியை நோக்கித்தான் பிரயாணம் கிளம்பியிருப்பது போல் தெரிகிறது...'

'ஆம், சசாங்கரே! ஆனால் சக்கரவர்த்தியிடம் இந்த விசேஷச் செய்தியைத் தெரிவிப்பதற்கு வாதாபி வரையில் நான் போக வேண்டியதில்லை. சற்று முன்னால் இந்தக் காட்டில் இன்னொரு புறத்தில் சக்கரவர்த்தியைப் பார்த்தேன்...'

'பொய்! பொய்! வாதாபிச் சக்கரவர்த்தி இதற்குள் வடபெண்ணை நதியை அடைந்திருப்பார்.'

'பொய்யும் மெய்யும் விரைவிலே தெரியும், தளபதி! ஆனால் ஒரு விஷயத்தை ஞாபகம் வைத்துக் கொள்ளும். புலி தனக்கு இரையாகக் கொள்ள எண்ணிய மானின் மீது பூனை கண்ணைப் போட்டால் விபரீதம் விளையும், ஞாபகமிருக்கட்டும்!' என்று நாகநந்தி கம்பீரமான குரலில் கூறியபோது, தளபதி சசாங்கனின் வாயிலிருந்து 'உம்', 'உம்' என்ற உறுமல் ஒலியைத் தவிர வேறெதுவும் வரவில்லை.

பின்னர், நாகநந்தி சிவகாமியைப் பார்த்து, 'பெண்ணே! நான் சொல்வதைக் கவனமாகக் கேள். அதன்படி நடந்து கொண்டால் உனக்கு ஒரு அபாயமும் நேராது. இவர்களுடன் தடை சொல்லாமல் போ! நீ நடனக் கலை பயின்றவளாதலால், உன் கால்களில் வேண்டிய பலம் இருக்கும். நடப்பதற்கு நீ அஞ்சமாட்டாயல்லவா?' என்றார்.

இதுவரை சசாங்கனுக்கும் நாகநந்திக்கும் நடந்த சம்பாஷணையைக் கவனித்த வண்ணம் கற்சிலைபோல் அசைவற்று நின்ற சிவகாமி சட்டென்று

உணர்வு வரப் பெற்றவளாய், 'சுவாமி! என்னைப் பற்றி எனக்கு ஒரு கவலையுமில்லை. இந்தப் பாவியினால் தங்கள் சிநேகிதர் ஆயனர் பெரும் அபாயத்துக்கு உள்ளாகி விட்டார். ஐயோ! அவரைக் காப்பாற்றுங்கள்!' என்று கதறினாள்.

உடனே நாகநந்தி பிக்ஷு, 'தளபதி! இந்தப் பெண்ணின் தந்தை எங்கே?' என்று கேட்க, சசாங்கன் ஒரு கோரச் சிரிப்புச் சிரித்தவண்ணம், 'ஆஹா! உங்களுக்கு அது தெரியவேண்டுமா? சொல்கிறேன். பல்லவ நாட்டிலுள்ள சிற்பிகளையெல்லாம் ஒரு காலையும் ஒரு கையையும் வெட்டிப் போடும் படி சக்கரவர்த்தியின் கட்டளை. இவளுடைய தந்தை பெரிய மகா சிற்பி யல்லவா? அதற்காக அவருக்கு மரியாதை செய்யும் பொருட்டு இரண்டு கையையும் இரண்டு காலையும் வெட்டிப் போடச் சொல்லியிருக்கிறேன்! அதோ தெரியும் அந்தப் பாறைமேல் கொண்டுபோய்ச் சுற்றுப் பக்க மெல்லாம் தெரியும்படியாகக் காலையும் கையையும் வெட்டிக் கீழே உருட்டிவிடச் சொல்லியிருக்கிறேன். காஞ்சிக் கோட்டை மதிலிலிருந்து பார்ப்பவர்களுக்குத் தெரியவேண்டுமென்றுதான் பாறை உச்சிக்குக் கொண்டுபோகச் சொன்னேன்' என்றான் சசாங்கன். இவ்விதம் சொல்லி விட்டு மீண்டும் அவன் பயங்கரமாகச் சிரித்தான்.

சசாங்கன் பேசுகிற வரையில் அவனுடைய முகத்தையே உற்றுப் பார்த்துக் கொண்டிருந்த சிவகாமி அவன் பேசி முடித்ததும், விவரிக்க முடியாத பயங்கரமும் வேதனையும் நிறைந்த கண்களினால் நாகநந்தியைப் பார்த்து, 'அடிகளே!' என்று கதறினாள்.

அப்போது நாகநந்தி, 'பெண்ணே! என் வார்த்தையில் நம்பிக்கை வை. உன் தந்தையை நான் காப்பாற்றுகிறேன். மன நிம்மதியுடன் நீ இவர்களோடு போ!' என்றார்.

அப்போது சசாங்கன், 'பிக்ஷு வாதாபிச் சக்கரவர்த்தியின் கட்டளைக்குக் குறுக்கே நிற்பவருக்கு என்ன தண்டனை தெரியுமல்லவா? அது தங்களுக்கும் ஞாபகம் இருக்கட்டும்!' என்று கூறி விட்டுச் சிவகாமியைப் பார்த்து, 'பெண்ணே! இந்தப் பிக்ஷு உனக்குச் சொன்ன புத்திமதி நல்ல புத்தி மதிதான். அதன் பிரகாரம் தடை ஒன்றும் சொல்லாமல் எங்களுடன் வந்து விடு!' என்றான்.

24.அட்டூழியம்

ஆயனரின் உள்ளம் சிந்தனா சக்தியை அடியோடு இழந்திருந்தது. தன் கண்ணால் பார்த்தது, காதால் கேட்டது ஒன்றையுமே அவரால் நம்ப முடிய வில்லை. இவையெல்லாம் கனவிலே நடக்கும் நிகழ்ச்சிகளா, உண்மையில் நடக்கும் சம்பவங்களா என்பதையும் அவரால் நிர்ணயிக்கக் கூடவில்லை!

உலகத்தில் மாநிலத்தை ஆளும் மன்னர்கள் யுத்தம் செய்வது இயற்கைதான். அதில் நம்பமுடியாதது ஒன்றுமில்லை. அப்படி யுத்தம் செய்யும் அரசர்கள் போருக்கு அனுப்பும் வீரர்களுக்கு, 'ஸ்திரீகளையும், குழந்தைகளையும், வயோதிகர்களையும் பசுக்களையும், கலைஞர்களையும் ஹிம்சிக்கக்கூடாது' என்று கட்டளையிடுவதுண்டு. அரசர்கள் பொல்லாத மூர்க்கர்களாயும் கருணையற்றவர்களாயுமிருந்தால், அவ்வளவு சிரத்தை எடுத்துக் கட்டளையிடமாட்டார்கள்.

ஆனால், சாம்ராஜ்யம் ஆளும் சக்கரவர்த்தி ஒருவர் தம் படை வீரர்களுக்கு, 'சிற்பிகளையெல்லாம் காலையும் கையையும் வெட்டிப் போட்டுவிடு!' என்று ஆக்ஞை இடுவது நடக்கக்கூடிய சம்பவமா? அம்மாதிரிக் கட்டளை யிடக்கூடிய ராட்சதர்கள் இராஜ்ய சிம்மாசனத்தில் ஏறி வீற்றிருக்கமுடியுமா? அந்த நாட்டின் பிரஜைகள் அதைப் பொறுத்துக்கொண்டிருப்பார்களா?'

அதிலும், புலிகேசி சக்கரவர்த்தியா அப்படிப்பட்ட கட்டளை பிறப்பித் திருப்பார்? எவருடைய இராஜ்யத்தில் உலகத்திலேயே இல்லாத கலை அதிசயங்கள், என்றும் அழியாத வர்ணங்களில் தீட்டப்பட்ட அற்புத ஜீவ சித்திரங்கள் உள்ளனவோ, அந்த இராஜ்யத்தின் மன்னரா அப்படிப்பட்ட கொடூரமான கட்டளையை இட்டிருப்பார்? அப்படி அவர் கட்டளை யிட்டிருப்பதாக அந்தக் குரூர முகம் படைத்த தளபதி கூறியது உண்மையா யிருக்க முடியுமா? அவன் சொன்னதாகத் தம் காதில் விழுந்தது மெய்தானா?

அவனுடைய கொடூர மொழிகளைக் கேட்டுச் சிவகாமி உணர்விழந்து தரையில் விழுந்தது உண்மையா? அவளைத் தாங்கிக் கொள்ளத் தாம் ஓடிய போது வாதாபி வீரர்கள் தங்களுடைய இரும்புக் கரங்களினால் தம்மைப் பிடித்துக் கொண்டதும் உண்மையாக நடந்ததுதானா? பிறகு அந்தப் படைத் தலைவன் இட்ட கட்டளை மெய்தானா? 'அதோ அந்தப் பாறை முனைக்கு அழைத்துப் போய்க் கோட்டையிலுள்ளவர்களுக்குத் தெரியும்படி காலையும் கையையும் வெட்டிக் கீழே உருட்டி விடுங்கள்!' என்ற மொழிகள், தாம் உண்மையாகக் கேட்டவைதானா?

அல்லது இவ்வளவும் ஒரு பயங்கரக் கனவில் நடந்த சம்பவங்களா? இந்தப் பாறைமீது தாம் ஏறுவதும், தம் கால்கள் களைத்துத் தள்ளாடுவதும் நிஜமா? அல்லது வெறும் சித்தப் பிரமையா?

இவையெல்லாம் வெறும் பிரமைதான்! அல்லது கனவுதான். ஒருநாளும் உண்மையாக இருக்கமுடியாது.

ஆனால், அதோ தெரிகிறதே, காஞ்சிக் கோட்டை, அதுகூடவா சித்தப் பிரமையில் தோன்றும் காட்சி?

இல்லை, இல்லை! காஞ்சிக் கோட்டை உண்மைதான். தம்மைப் பாறை முனையில் கொண்டுவந்து நிறுத்தியிருப்பதும் உண்மைதான். இதோ இந்த ராட்சதர்கள் தம் கைகளைப் பிடித்துக் கொண்டிருப்பதும், கைகளை வெட்டு வதற்காகக் கத்தியை ஓங்குவதும் நிச்சயமாக நடக்கும் சம்பவங்கள்தான்.

ஆ! சிவகாமி! என் அருமை மகளே! இந்தப் பாவி உன்னை என்ன கதிக்கு உள்ளாக்கிவிட்டேன்! என் அஜந்தா வர்ணப் பைத்தியத்துக்கு உன்னைப் பலிகொடுத்துவிட்டேனே. ஐயோ! என் மகளே! மகளே!

வீரர்களில் ஒருவன் கத்தியை ஓங்கியபோது ஆயனர் தம் கண்களை இறுக மூடிக்கொண்டார். ஆனால், ஓங்கிய கத்தி அவர் எதிர்பார்த்தபடி அடுத்தகணம் அவருடைய கையை வெட்டவில்லை. 'நிறுத்து!' என்று அதிகாரக் குரலில் ஓர் ஒலி கேட்டது. ஆயனர் கண்ணைத் திறந்து பார்த்தபோது... ஆஹா! இதென்ன? புலிகேசி சக்கரவர்த்தியல்லவா இவர்? இங்கு எப்படி வந்து சேர்ந்தார்?

சக்கரவர்த்தியைப் பார்த்த வியப்பினால் ஆயனரைப் பிடித்துக் கொண்டிருந்த வீரர்கள் திடீரென்று கைப்பிடியைவிட்டார்கள். பக்கத்திலிருந்த பள்ளத்தில் ஆயனருடைய கால் நழுவிற்று. கீழே பூமிவரையில் சென்று எட்டிய அந்த மலைச் சரிவில் ஆயனர் உருண்டு உருண்டு போய்க்கொண்டிருந்தார். சிறிது நேரத்துக்கெல்லாம் தம் உணர்வை இழந்தார்.

ஆயனருக்குச் சுய உணர்வு வந்தபோது, அருகில் ஏதோ பெருங் கலவரம் நடப்பதாகத் தோன்றியது. பல மனிதர்களின் கூச்சலும் கற்கள் மோதும் சத்தமும் கலந்து கேட்டன. முன்னம் கேட்ட அதே அதிகாரக் குரலில், 'நிறுத்து!' என்ற கட்டளை எழுந்தது.

ஆயனர் கண்களைத் திறந்து பார்த்தார். அரண்ய மத்தியில் இருந்த தமது பழைய சிற்பக் கிருகத்துக்குள் தாம் இருப்பதைக் கண்டார். சுற்றுமுற்றும் பார்த்தார். வாதாபிச் சக்கரவர்த்தி கம்பீரமாய் நின்று கையினால், 'வெளியே போங்கள்!' என்று சமிக்ஞை செய்ய, மூர்க்க வாதாபி வீரர்கள் கும்பலாக வாசற் பக்கம் போய் கொண்டிருப்பதைப் பார்த்தார்.

வீட்டுக்குள்ளே தாம் அரும்பாடு பட்டுச் சமைத்த அற்புதச் சிலைகள் - அழகிய நடன வடிவங்கள் தாறுமாறாய் ஒன்றோடொன்று மோதப்பட்டு அங்கஹீனம் அடைந்து கிடப்பதைக் கண்டார். அப்போது அவருடைய உடம்பின்மேல் யாரோ ஈயத்தைக் காய்ச்சி ஊற்றுவதுபோல் இருந்தது. பழுதடைந்த சிலைகளை அருகில் போய்ப் பார்க்கலாமென்று எழுந்தார். அவருடைய வலது காலில் ஒரு பயங்கரமான வேதனை உண்டாயிற்று, எழுந்திருக்க முடியவில்லை. தமது வலது கால் எலும்பு முறிந்து போய்விட்டது என்பது அப்போதுதான் ஆயனருக்குத் தெரிந்தது.

அச்சமயம் பின்கட்டிலிருந்து ஆயனருடைய சகோதரி உடல் நடுங்க, கண்களில் நீர் பெருக, ஓடிவந்து ஆயனர் அருகில் விழுந்தாள். பாவம், சற்று முன்னால் அந்தச் சிற்பக் கிருகத்தில் வாதாபி வீரர்கள் செய்த அட்டகாசங் களைப் பார்த்து அவள் சொல்ல முடியாத பீதிக்கு ஆளாகியிருந்தாள்.

எல்லா வீரர்களும் வீட்டுக்கு வெளியே போன பிறகு, வாதாபிச் சக்கரவர்த்தி சாந்தமாக நடந்து ஆயனர் கிடந்த இடத்துக்கு அருகில் வந்தார். ஆயனர், 'பிரபு! தங்களுடைய வீரர்கள் இம்மாதிரி அட்டூழியங்களைச் செய்யலாமா?' என்று கதறினார்.

25.வேஷதாரி

வலது கால் எலும்பு முறிந்து எழுந்திருக்க முடியாதவராய்த் தரையில் விழுந்து கிடந்த ஆயனரண்டையில் வந்து புலிகேசி சக்கரவர்த்தி உட்கார்ந்தார்.

'மகா சிற்பியே! மன்னிக்கவேண்டும். உம்முடைய அற்புதச் சிலை வடிவங் களைக் காப்பாற்றுவதற்காகத்தான் இவ்வளவு விரைந்து வந்தேன். நீர் மூர்ச்சை தெளியும்வரையில்கூடக் காத்திராமல், உம்மைக் குதிரையின் மேல் வைத்துக் கட்டிக் கொணர்ந்தேன். அப்படியும் உம்முடைய சிலை சிலவற்றிற்கு ஆபத்து வந்துவிட்டது. மன்னியுங்கள். ஏதோ மீதமுள்ளவை யாவது பிழைத்தனவே என்று சந்தோஷப்படுங்கள்!' என்றார் புலிகேசி மன்னர்.

ஆயனர் அவருடைய முகத்தை ஆவலுடன் உற்றுப் பார்த்தார். அவருடைய உள்ளத்தில் ஏதோ ஒரு சந்தேகத்தின் நிழல் படர்ந்திருந்தது. இதென்ன விந்தை? வாதாபிச் சக்கரவர்த்தியா இவ்வளவு நன்றாகத் தமிழ் பேசுகிறார்? கொடுமைக்கும் குரூரத்துக்கும் பெயர்போன புலிகேசி மன்னரா தம் அருகில் உட்கார்ந்து இவ்வளவு சாவதானமாக வார்த்தையாடுகிறார்?

இப்படிப்பட்ட நல்ல சுபாவமுடைய மன்னர் சிற்பிகளைக் காலையும் கையையும் வெட்டிப் போடும்படி கட்டளையிட் டிருப்பாரா? சிலைகளையும் சிற்பங்களையும் உடைத்துப் போட ஆக்ஞையிட்டிருப்பாரா? அந்தக் கடுவம் பூனை முகத்துத் தளபதி அப்போது சொன்னது உண்மையா? அல்லது இனிய தமிழ் பாஷையில் இதோ சக்கரவர்த்தியே பேசுவது உண்மையா?

சட்டென்று ஆயனருக்குச் சிவகாமியின் நினைவு வந்தது! ஐயோ! அவள் என்ன ஆனாள்? மற்றதையெல்லாம் மறந்து, 'பிரபு! என் குமாரி சிவகாமியை உங்கள் வீரர்கள் பிடித்துக்கொண்டு போனார்கள். ஐயோ! அவளைக் காப்பாற்றுங்கள். சிவகாமியை மறந்து விட்டு இந்தப் பாவி சிலைகளைப் பற்றிப் பேசிக் கொண்டிருக்கிறேனே?' என்று ஆயனர் அலறினார்.

அப்போது புலிகேசி, 'ஆயனரே! கடவுள் அருளால் உம் மகளுக்கு ஆபத்து ஒன்றும் வராது. பத்திரமாக அவள் வாதாபி போய்ச் சேருவாள்!' என்றார்.

'ஐயோ! என்ன சொன்னீர்கள்? சிவகாமி வாதாபிக்குப் போகிறாளா? அப்படியானால் இந்தப் பாவி இங்கே எதற்காக இருக்கிறேன்? என்னையும் கொண்டுபோய்விடுங்கள்!'

'அப்படித்தான் முதலில் எண்ணினேன். ஆனால் உம்முடைய காலை ஒடித்துக்கொண்டு விட்டீரே? இந்த நிலைமையில் சிறிது நகர்ந்தாலும் உமது உயிருக்கு ஆபத்து வருமே...!'

'பிரபு! அப்படியானால், என் உயிரைப் பற்றித் தங்களுக்குக் கவலை இருந்தால், என் மகளை இங்கே அனுப்பி வையுங்கள்!'

‘அது இயலாத காரியம்…’

‘ஆ! இதென்ன தாங்களும் ஒரு சக்கரவர்த்தியா? சிற்பியின் கால் கையை வெட்டவும், சிலைகளை உடைக்கவும், கன்னிப் பெண்களைச் சிறைப் பிடிக்கவும் கட்டளைபோடத்தான் உங்களால் முடியுமா?’ என்று ஆயனர் ஆவேசமான குரலில் கத்தினார்.

அப்போது புலிகேசி, ‘ஆயனரே! உம்மிடம் ஒரு முக்கிய விஷயம் சொல்ல வேண்டும். தயவுசெய்து உம்முடைய சகோதரியை உள்ளே போகச் சொல்லும்!’ என்று சாந்தமான குரலில் கூறி, பக்கத்தில் சொல்ல முடியாத மனக்குழப்பத்தையும் பீதியையும் முகத்தில் பிரதிபலித்துக்கொண்டு நின்ற சிவகாமியின் அத்தையைச் சுட்டிக் காட்டினார்.

‘பிரபு! சொல்லுங்கள்! என் சகோதரியின் காது செவிடு! இடி இடித்தாலும் கேளாது!’

‘இருந்தாலும், அவளைப் போகச்சொல்லும்!’ என்றார் புலிகேசி.

ஆயனர் சமிக்ஞை காட்ட, அவருடைய சகோதரி முன்னை விட அதிகக் குழப்பத்துடன் உட்சென்றாள்.

புலிகேசி, ‘ஆயனரே! நான் சொல்வதை நன்றாய் மனத்தில் வாங்கிக் கொண்டு விடை சொல்லும். உம்முடைய குமாரி இப்போது வாதாபியை நோக்கிச் சென்றுகொண்டிருக்கிறாள். ஒருவேளை நான் விரைந்து வேகமாகச் சென்றால், அவளைக் கண்டுபிடிக்கலாம். கண்டுபிடித்து, இவ்விடம் அனுப்பி வைத்தாலும் வைக்கலாம். ஆனால், இன்னொரு விஷயத்தையும் யோசியும். இதோ உம்முடைய அற்புத தெய்வீகச்சிலைகளை உடைத்ததுபோல், மாமல்லபுரத்து மகா சிற்பங்களையும் உடைத்தெறிவதற்காக ஒரு பெரும் படை போயிருக்கிறது. நான் போனால் அந்தப் படையைத் தடுக்கலாம். உம்முடைய மகளைக் கொண்டு வருவதற்காகப் போகட்டுமா? அல்லது மாமல்லபுரத்துச் சிற்பங்களைக் காப்பாற்றுவதற்காகப் போகட்டுமா?’ என்று கேட்டபோது, ஆயனரின் உள்ளத்தில் ஏற்கெனவே நிழல் போல் தோன்றிய சந்தேகம் வலுப்பட்டது.

இவ்வளவு நன்றாகத் தமிழ் பாஷை பேசுகிறவர் புலிகேசி சக்கரவர்த்திதானா? அவரை நன்றாக உற்றுப் பார்த்து, ‘ஐயா! தாங்கள்…தாங்கள்….!’ என்று தயங்கினார்.

புலிகேசி சக்கரவர்த்தி உடனே தமது தலையிலிருந்த கிரீடத்தைக் கழற்றிக் கீழே வைத்தார்.

‘ஆ! நாகநந்தி அடிகளா?’ என்ற வார்த்தைகள் ஆயனரின் வாயிலிருந்து வெளிவந்தன.

‘ஆம்; ஆயனரே! அந்த ஏழை பிக்ஷுவேதான்!’

‘சுவாமி! இதென்ன கோலம்?’

‘ஆம்; சிநேகிதர்களுக்கு உதவுவதற்காக இந்தக் கோலம் பூண்டேன். சமயத்தில் உதவியும் செய்யமுடிந்தது.’

'ஆ! இது என்ன அதிசயமான உருவ ஒற்றுமை? தத்ரூபமாய் அப்படியே இருக்கிறதே! சுவாமி, தாங்கள் யார்? ஒருவேளை....!'

'இல்லை, ஆயனரே இல்லை! வாதாபி புலிகேசி சக்கரவர்த்தியும் நாகநந்தி பிக்ஷுவும் ஒருவரல்ல. ஏதோ ஓர் அற்புதமான சிருஷ்டி மர்மத்தினால் எங்கள் இருவருக்கும் கடவுள் அத்தகைய உருவ ஒற்றுமையை அளித்திருக்கிறார். அதைப் பயன்படுத்தி, பரத கண்டத்தின் பாக்கியத்தினால் பிறந்த மகா சிற்பியின் உயிரைக் காப்பாற்றினேன்.'

'ஆ! சுவாமி! என் உயிரைக் காப்பாற்றி என்ன பயன்? என் மகள்....என் மகள் சிவகாமி!

'ஆயனரே! நீரே சொல்லும், நான் என்ன செய்யட்டும் என்று? உம்முடைய மகளைத் தேடிக்கொண்டு போகட்டுமா? அல்லது மாமல்லபுரத்துக்குப் போகட்டுமா?'

ஆயனர் வேதனை ததும்பிய குரலில், 'சுவாமி! என் மகளைக் கடவுள் காப்பாற்றுவார். நீங்கள் மாமல்லபுரத்துக்குப் போங்கள்! உடனே புறப்பட்டுப் போங்கள்!' என்று கதறினார். அவரைத் திரும்பித் திரும்பிப் பார்த்துக்கொண்டே வேஷதாரி பிக்ஷு அந்தச் சிற்பக் கிருகத்திலிருந்து வெளியே சென்றார்.

உட்புறத்திலிருந்து சிவகாமியின் அத்தை தயங்கித் தயங்கி வந்து ஆயனர் அண்டை உட்கார்ந்து கொண்டாள். 'தம்பி! உனக்கு என்ன உடம்பு?' என்று கேட்டாள். ஆயனர் அதற்கு மறு மொழி சொல்லவில்லை. அத்தை திடீரென்று பதற்றத்துடன் 'குழந்தை எங்கே? சிவகாமி எங்கே?' என்று கேட்டாள்.

ஆயனர் நிமிர்ந்து உட்கார்ந்து, அந்தச் சிற்ப மண்டபமே அதிரும்படியான உரத்த குரலில், 'அக்கா! சிவகாமி எங்கே? என் மகள் சிவகாமி எங்கே?' என்று கேட்டார். கேட்டு விட்டுத் தலை குப்புறப்படுத்துக்கொண்டு விம்மி விம்மி அழுதார்.

ஆயனருடைய குரலைக் கேட்டுக் கொல்லைப்புறத்திலிருந்து ரதியும் சுகரும் உள்ளே ஓடி வந்தனர். ஆயனர் அழுவதைப் பார்த்து விட்டு அந்தப் பிராணிகள் சிலைகளைப் போல் அசையாமல் நின்றன.

26.கர்வ பங்கம்

காஞ்சி அரண்மனையின் அந்தரங்க மந்திராலோசனை மண்டபத்தில் மகேந்திர பல்லவர் வீற்றிருந்தார். அவருக்கு எதிரே சேனாபதி கலிப்பகை, முதன் மந்திரி சாரங்கதேவர், முதல் அமைச்சர் ரணதீரர், ஒற்றர் தலைவன் சத்ருக்னன், குண்டோதரன் ஆகியவர்கள் நின்றார்கள்.

மகேந்திர பல்லவருடைய முகம் பிரகாசமாய்ப் புன்னகை மலர்ந்து விளங்கிற்று.

'குண்டோதரா! நீயே உன் கண்ணால் பார்த்தாயா? உண்மையாகவே மாமல்ல புரத்திலிருந்து சளுக்கர் படைகள் திரும்பிப் போயினவா? சிற்பங்களுக்கு ஒரு கேடும் நேரவில்லையே? நிச்சயந்தானே?' என்று கேட்டார்.

'ஆம், பல்லவேந்திரா! எனக்கு அப்போது ஏற்பட்ட ஆச்சரியத்தை என்ன வென்று சொல்வேன்? சளுக்க ராட்சதர்கள் இரண்டாயிரம் பேர் கைகளில் கடப்பாரைகளையும் இரும்பு உலக்கைகளையும் எடுத்துக் கொண்டு திடுதிடுவென்று ஓடி வந்தார்கள். ஐயோ! ஆயிரமாயிரம் சிற்பிகள் அரும்பாடுபட்டு வேலை செய்த ஜீவ வடிவங்கள் எல்லாம் ஒரு நொடியில் நாசமாகப் போகின்றனவே என்று என் உள்ளம் பதைத்தது. தாங்கள் அந்தக் கோரக் காட்சியைப் பார்க்கும்போது தங்களுடைய மனம் என்ன பாடுபடும் என்று நினைத்துக்கொண்டேன். அடுத்த நிமிஷம் எங்கிருந்தோ திடீரென்று அந்தப் பாறை உச்சி மீது புலிகேசி சக்கரவர்த்தி தோன்றினார். கம்பீரமாகக் கையினால் சமிக்ஞை செய்தார். அவ்வளவுதான்! ராட்சதர்களைப் போல் பயங்கரமாய் ஊளையிட்டுக்கொண்டு ஓடி வந்த சளுக்கர்கள் ஸ்தம்பித்து நின்று விட்டார்கள். அவ்விடத்தில் அந்த நேரத்தில் வாதாபிச்சக்கரவர்த்தியை அவர்கள் எதிர்பார்க்கவில்லை. அவர் இட்ட கட்டளையை அவரே மாற்றிச் சிற்பங்களைஅழிக்காமல் திரும்பிப் போகும்படி கட்டளையிடுவார் என்றும் எதிர் பார்க்கவில்லை. பிரபு! நானே அந்த அதிசயத்தினால் சிறிது நேரம் சிலையாகப் போய்விட்டேன். எல்லாரும் அவ்விடம் விட்டுப் போன பிறகுதான் எனக்குச் சுய நினைவு வந்தது. உடனே புறப்பட்டு ஓடி வந்தேன்!' என்றான் குண்டோதரன்.

சாரங்க தேவர், 'பிரபு! தங்களுடைய மாயாஜால வித்தைகளுக்கு எல்லையே கிடையாது போல் இருக்கிறதே! சளுக்க சக்கரவர்த்தி போட்ட கட்டளையை அவரே ஓடி வந்து மாற்றும்படி எப்படிச் செய்தீர்கள்?' என்று கேட்டார்.

'ஆகா! அந்த மூர்க்கனுடைய மனத்தை - கலை உணர்ச்சி என்பதே இல்லாத கசடனுடைய மனத்தை மாற்ற முடியுமா? பிரம்மாவினால்கூட முடியாது!' என்றார் மகேந்திரர்.

'அப்படியானால் இந்த அதிசயம் எப்படி நடந்தது பல்லவேந்திரா? மாமல்லபுரத்தை எப்படிக் காப்பாற்றினீர்கள்?' என்று முதல் அமைச்சர் ரணதீர பல்லவராயர் கேட்டார்.

'சிறு துரும்பும் ஒரு சமயம் உதவும் என்று பழமொழி இருக்கிறதல்லவா? புத்த பிக்ஷுக்களினாலும் பிரயோஜனம் உண்டு என்று நான் எண்ணியது சரியாய்ப் போயிற்று!'

'பிரபு! புதிர் போடுகிறீர்கள். ஒன்றும் விளங்கவில்லை!'

'நாகநந்தி பிக்ஷுவைச் சிறைப்படுத்தி வைத்திருந்தேனல்லவா? இந்த மாதிரி ஒரு சந்தர்ப்பம் நேரலாம் என்று எண்ணித்தான் வைத்திருந்தேன். புலிகேசி இங்கிருந்து போகுமுன் கடைசியாக நாகநந்தி பிக்ஷுவைத்தான்

யாசித்தான். ஒருகணம் என் மனம்கூடச் சலித்து விட்டது. ஒரு வழியாக நாகநந்தியையும் புலிகேசியுடன் கூட்டி அனுப்பி விடலாமா என்று எண்ணினேன். நல்லவேளையாக அப்படிச் செய்யாமல் அவரை நிறுத்தி வைத்துக் கொண்டேன். அதனாலேதான் இப்போது மாமல்லபுரம் பிழைத்தது!'

சத்ருக்னன், 'தங்களுடைய கட்டளையின் கருத்து எனக்கு இப்போதுதான் புரிகிறது. 'சுரங்க வாசலைத் திறந்து வைத்துக் கொண்டு உட்கார்ந்திரு! வெளியில் யார் போனாலும் அதிசயப்படாதே! யோக நிஷ்டையிலேயே இருந்துவிடு!' என்று ஆக்ஞையிட்ட சமயம் ஒன்றுமே விளங்கவில்லை. நாகநந்தி வெளியில் வந்த போது எனக்குத் தூக்கிவாரிப்போட்டது. ஓடிப் போய் அந்தக் கள்ள பிக்ஷுவின் கழுத்தைப்பிடித்து நெறித்து விடலாமா என்று ஒருகணம் தோன்றியது. தங்களுடைய கண்டிப்பான கட்டளையை எண்ணிச் சும்மா இருந்தேன்' என்றான்.

சேனாபதி கலிப்பகை, 'எங்களுக்கெல்லாம் இன்னமும் ஒன்றும் புரிய வில்லை! நாகநந்தி பிக்ஷு போய்ப் புலிகேசியை அழைத்துக் கொண்டு திரும்பி வந்து மாமல்லபுரத்தைக் காப்பாற்றியதாகவா சொல்லுகிறீர்கள்?' என்று கேட்டார்.

'நாகநந்தி, புலிகேசியை அழைத்து வரவில்லை; நாகநந்தியே புலிகேசியாகி விட்டார்!' என்று மகேந்திரவர்மர் சொன்னதும் ஏக காலத்தில் 'ஆ!' என்ற வியப்பொலி கிளம்பியது.

'உங்களுக்கெல்லாம் முகத்தில் கண்கள் இருக்கின்றன. ஆனால், இருந்தும் என்ன பிரயோஜனம்? கண்களை நீங்கள் உபயோகிப்பதில்லை. நாகநந்தியின் முகத்துக்கும் புலிகேசியின் முகத்துக்கும் உள்ள ஒற்றுமையை நீங்கள் யாரும் கவனிக்கவில்லையா? நாகநந்திதான் புலிகேசியோ என்று கூட ஒரு சமயம் நான் சந்தேகித்தேன். இல்லையென்று பிற்பாடு தெரிந்தது. இந்த மாதிரிச் சந்தர்ப்பத்தில் உபயோகப்படுவார் என்றுதான் நாக நந்தியைப் பத்திரமாய்ச் சிறைப்படுத்தி வைத்திருந்தேன். புலிகேசி இங்கே வந்திருந்தபோது அவருடைய கிரீடத்தையும் ஆபரணங்களையும் போல் நம் பொற் கொல்லர்களைக்கொண்டு செய்வித்திருந்தேன். அவற்றுடன் நேற்று அவரை அனுப்பினேன். நேரே மாமல்லபுரம் போகச் சொன்னேன்.'

'நாகநந்தி அவ்வளவு சுலபமாகச் சம்மதித்து விட்டாரா, பிரபு?'

'பிக்ஷுவானாலும், ஒற்றனானாலும் உயிருக்கும் விடுதலைக்கும் ஆசைப் படாதவர் யார்?' என்றார் மகேந்திரர்.

'ஆனால், அந்தக் கபட வேஷதாரியிடம் தாங்கள் எப்படி நம்பிக்கை வைத்து வெளியே அனுப்பினீர்கள்?'

'ஆ! நாகநந்தி மனிதனேயல்ல; மனித உருவத்திலுள்ள அரக்கன். விஷம் ஏற்றிய கத்தியை உபயோகிக்கும் பாதகன்! ஆனாலும் அவன் கலைஞன்! அவன் உள்ளத்தில் கலைப்பிரேமை இருப்பதை நான் அறிவேன். நிச்சயமாய்

மாமல்லபுரத்தைக் காப்பாற்றுவான் என்றும் எனக்குத் தெரியும். ஆகை யினால், அவனை அனுப்பினேன். ஆயனரின் சிற்பக் கிருகத்தையும் காப்பாற்றி விட்டிருந்தால் அப்புறம் அவன் என்னவாய்ப் போனாலும் கவலை இல்லை!'

இந்த விவரங்களையெல்லாம் கேட்டுக் கொண்டிருந்த முதன் மந்திரி முதலிய வர்கள் அளவிறந்த வியப்பில் ஆழ்ந்து மௌனமாக நின்றுகொண்டிருந்தார்கள்.

அந்த மௌனத்தைப் பிளந்துகொண்டு வெளியே ஒரு பெண்ணின் அழுகுரல் கேட்டது. காவலன் ஒருவன் உள்ளே ஓடி வந்து தண்டம் சமர்ப்பித்து விட்டு, 'பிரபு! மன்னிக்கவேண்டும், கண்ணபிரான் பெண்சாதி கமலி வந்து தங்களை உடனே காணவேண்டும் என்கிறாள். நாங்கள் தடுத்ததற்கு அழுது கூக்குரல் போடுகிறாள்!' என்றான். சக்கரவர்த்தியின் முகத்தில் சிறிது கலக்கத்தின் அறிகுறி தென்பட்டது. 'வரச் சொல்!' என்று உத்தரவிட்டார்.

அடுத்த நிமிஷம் கமலி தலைவிரி கோலமாய் உள்ளே ஓடி வந்து 'பல்லவேந்திரா! இந்தச் சண்டாளியை மன்னிக்கவேண்டும்; பெரிய துரோகம் செய்துவிட்டேன்' என்று கதறிச் சக்கரவர்த்தியின் காலில் விழுந்தாள்.

அன்று காலையில் கமலியின் மாமனார் அசுவபாலர் கமலியைப் பார்த்து 'எங்கே அம்மா, ஆயனரையும் அவர் மகளையும் காணோம்?' என்று கேட்டார்.

கமலி சாதுரியமாக, 'அவர்களுக்கு இந்த வீட்டில் பொழுது போக வில்லையாம். இந்தப் பச்சைக் குழந்தையின் விஷமம் பொறுக்க வில்லையாம். ஊரிலுள்ள கோயில்களையெல்லாம் பார்த்து வரப்போயிருக் கிறார்கள். அவர்களுக்குத்தான் சிற்பம் சிலைகள் என்றால் பைத்தியமா யிற்றே?' என்றாள்.

'நல்லவேளை! கோட்டைக்கு வெளியே போகவேண்டும் என்று சொன்னார் களே? போயிருந்தால் என்ன கதி ஆகியிருக்கும் தெரியுமா? அந்தப் படுபாவி புலிகேசியின் ஆட்கள் ஊர்களையெல்லாம் கொளுத்துகிறார்களாம். சிற்பி களை யெல்லாம் காலையும் கையையும் வெட்டுகிறார்களாம். கன்னிப் பெண் களையெல்லாம் கவர்ந்து சிறைப்படுத்திக் கொண்டு போகிறார்களாம்...'

இதைக் கேட்டதும் கமலி, 'ஐயோ! என்று அலறினாள். அலறிக் கொண்டே அசுவபாலரிடம் விஷயத்தைக் கூறினாள். அவர் கமலியை மனங்கொண்ட வரையில் திட்டி விட்டு, 'ஓடு! ஓடிப் போய்ச் சக்கரவர்த்தியிடம் நடந்ததைச் சொல்லு!' என்றார். அதன்படியேதான் கமலி சக்கரவர்த்தியிடம் ஓடி வந்தாள்.

விம்மலுக்கும் அழுகைக்கும் இடையே தட்டுத் தடுமாறிக் கமலி, விஷயம் இன்னதென்று சொல்லி முடித்தபோது, சக்கரவர்த்தியின் முகபாவம் அடியோடு மாறிப்போயிருந்தது. கர்வத்துடன் கூடிய புன்னகைக்கு மாறாகச் சொல்லமுடியாத வேதனை இப்போது அம்முகத்தில் குடிகொண்டிருந்தது. சத்ருக்னனைப் பார்த்து, 'இவள் சொல்வது உண்மையா, சத்ருக்னா! உனக்குத் தெரியுமா?' என்று கேட்டார்.

சத்ருக்னன் நடுங்கிய குரலில், 'ஆம், பிரபு! நாகநந்தி போய்ச் சற்று நேரத்துக்கெல்லாம் ஓர் ஆடவரும் ஒரு பெண்ணும் வெளிச் சென்றார்கள். ஆயனர், சிவகாமி மாதிரி தோன்றியது. யார் வெளியே போனாலும் அதிசயப்பட வேண்டாம் என்று தாங்கள் ஆக்ஞையிட்டிருந்தபடியால் பேசாமல் உட்கார்ந்திருந்தேன்' என்றான்.

மகேந்திரர், முதன் மந்திரி முதலியவர்களை நோக்கி, 'சற்று முன்னால் என்னுடைய சாமர்த்தியத்தைப் பற்றி நானே கர்வப்பட்டுக்கொண்டிருந்தேனல்லவா? கடவுள் கர்வபங்கம் செய்துவிட்டார். சிவகாமியைப் பறிகொடுத்துவிட்டு மாமல்லனுடைய முகத்தில் நான் விழிக்கமுடியாது. சேனாபதி! உடனே படைகளைத் திரட்டுங்கள். ஒரு முகூர்த்தப் பொழுதில் நம் படைகள் வடக்குக் கோட்டை வாசலில் ஆயத்தமாயிருக்க வேண்டும்' என்றார்.

27.வெற்றி வீரர்

சோழ நாட்டைச் சேர்ந்த திருவெண்காடு என்னும் கிராமம் திமிலோகப் பட்டுக்கொண்டிருந்தது. பல்லவ சாம்ராஜ்யத்தின் குமார சக்கரவர்த்தி நரசிம்மவர்மர் அன்று அந்தக் கிராமத்துக்கு விஜயம் செய்யப்போகிறார்; தம் ஆருயிர்த் தோழரான வீரத் தளபதி பரஞ்சோதியையும் அழைத்து வரப் போகிறார் என்னும் செய்தி வந்ததிலிருந்து அந்த ஊரார் யாரும் பூமியிலேயே நிற்கவில்லை.

இரண்டு நாளைக்கு முன்பு பாண்டிய சைனியத்துக்கும் பல்லவ சைனியத்துக்கும் கொள்ளிடக் கரையில் நடந்த பெரும் போரைப் பற்றி அந்தக் கிராம வாசிகள் கேள்விப்பட்டிருந்தார்கள். பாண்டியன் ஜயந்தவர்மன் தோல்வியடைந்து புறமுதுகிட்டு ஓடியதைப் பற்றியும் அறிந்திருந்தார்கள். அந்த யுத்தத்தின் காரணமாக, கொள்ளிட நதியின் தண்ணீர்ப் பிரவாகம் இரத்த வெள்ளமாக மாறி ஓடியதை நேரில் பார்த்தவர்கள் வந்து அவர்களுக்குத் தெரிவித்திருந்தார்கள். பாண்டிய சைனியம் பல்லவ சைனியத்தைவிடப் பெரியது என்பதும், மாமல்லர், பரஞ்சோதி இவர்களின் வீர சாகஸச் செயல்களினாலேயே பாண்டிய சைனியம் தோல்வியடைந்து சிதறி ஓடியது என்பதும் எல்லாரும் அறிந்த விஷயங்களாயின.

அப்பேர்ப்பட்ட வீராதி வீரர்கள் வருகிறார்கள் என்றால், அந்தக் கிராம வாசிகள் தலை தெரியாத ஆனந்தத்தில் மூழ்கியிருந்ததில் வியப்பு ஒன்றும் இல்லையல்லவா?

ஏற்கெனவே அந்தக் கிராமவாசிகளுக்கு இன்னொரு வகை அதிர்ஷ்டம் கைகூடியிருந்தது. பத்துத் தினங்களுக்கு முன்பு திருநாவுக்கரசர் பெருமான் அவ்வூருக்கு விஜயம் செய்து சைவத் திருமடத்தில் எழுந்தருளியிருந்தார். ஆலயப் பிராகாரங்களில் அப்பெரியார் தம் திருக்கைகளினால் புல்செ

துக்கும் திருப்பணியை நடத்தியதுடன், மாலை நேரங்களில் ஆலய மண்டபத்தில் தம் தேனிசைப் பாசுரங்களை சீடர்களைக் கொண்டு பாடுவித்து வந்தார்.

அவ்விதம் சிவானந்தத்திலும் தமிழின்பத்திலும் ஆழ்ந்திருந்தவர்களுக்கு, சக்கரவர்த்தி திருக்குமாரரும் அவருடைய வீரத் தளபதியும் வரப்போகும் செய்தி மேலும் குதூகலத்தை உண்டாக்கிற்று. திருநாவுக்கரசரைத் தரிசிப்பதற்காகவே மாமல்லரும் பரஞ்சோதியும் வருவதாக ஒரு வதந்தியும் பரவியிருந்தது.

ஆனால், நமசிவாய வைத்தியர் வீட்டைச் சேர்ந்தவர்களுக்கு மட்டும் உண்மையில் அவர்கள் வருகிற காரணம் இன்னதென்று தெரிந்திருந்தது. பரஞ்சோதியின் அருமைத் தாயார் அந்த வீட்டிலேதான் இருந்தாள். பரஞ்சோதிக்கு வாழ்க்கைப்படுவதற்காகக் காத்திருந்த பெண்ணும் அந்த வீட்டிலேதான் இருந்தாள். அப்படியிருக்கும்போது, தளபதி பரஞ்சோதியும் அவருடைய தோழரும் திருவெண்காட்டுக்கு வருவதற்கு வேறு காரணம் எதற்காகத் தேடவேண்டும்?

எனவே, அந்தக் கிராமத்தில் மற்ற எந்த வீட்டையும்விட நமசிவாய வைத்தியரின் வீட்டிலே குதூகலமும் பரபரப்பும் அதிகமாயிருந்ததென்று சொல்ல வேண்டியதில்லையல்லவா?

சாதாரணமாய்ச் சாந்த நிலையில் இருப்பவரான நமசிவாய வைத்தியர் அன்று வீட்டுக்குள்ளிருந்து வெளியிலும் வெளியிலிருந்து உள்ளேயும் நூறு தடவை போய் வந்துகொண்டிருந்தார். அவருடைய மனையாள் தன் மகள் உமையாளை ஆடை ஆபரணங்களால் அலங்கரிப்பதில் அன்று காட்டிய சிரத்தை அதற்குமுன் எப்போதும் காட்டியதில்லை. உமையாளின் தம்பியும் தங்கைகளும் அவளைப் பரிகாசம் செய்வதில் மிகவும் தீவிரமாயிருந்தார்கள். உமையாளின் உள்ளமோ, பெரும் புயல் அடிக்கும்போது கொந்தளித்து அலை வீசும் கடலை ஒத்திருந்தது.

பரஞ்சோதியின் அன்னை கண்ணீரும் கம்பலையுமாய்த் தன் ஏக புத்திரனை எதிர்பார்த்தவண்ணமிருந்தாள்.

இங்கு இப்படி இருக்க, திருவெண்காட்டுக்கு ஒரு யோசனை தூரத்தில் வந்து கொண்டிருந்த மாமல்லர், பரஞ்சோதி இவர்களுக்குள்ளே மாமல்லரிடமே உற்சாகம் அதிகம் காணப்பட்டது. பரஞ்சோதியின் முகத்தில் சோர்வு அதிகமாயிருந்ததுடன் அவருடைய குதிரை அடிக்கடி பின்னால் தங்கியது. அவரை மாமல்லர் அவ்வப்போது பரிகாசம் செய்து விரைவுபடுத்தினார். 'இது என்ன தளபதி! உம்முடைய குதிரை ஏன் இப்படிப் பின் வாங்குகிறது? உம்முடைய அவசரம் அதற்குத் தெரியவில்லையா, என்ன? குதிரைகளை வேணுமானால் மாற்றிக் கொள்ளலாமா?' என்றார். 'உம்முடைய முகம் ஏன் இவ்வளவு பிரகாசமாயிருக்கிறது? இதென்ன, நீர் உம்முடைய காதலியைக் காணப் போகிறீரா? அல்லது கொலைக் களத்துக்குப் போகிறீரா? பயப்படாதீர்! நான் நல்ல வார்த்தை சொல்லி உமையாள்

உம்மை அதிகமாகக் கண்டிக்காமல் பார்த்துக்கொள்கிறேன்' என்று கேலி செய்தார். பொறுத்துப் பொறுத்துப் பார்த்துக் கடைசியில் பரஞ்சோதியால் பொறுக்க முடியாமல் போகவே, அவர் கூறியதாவது: 'ஐயா என்னுடைய மன நிலையை அறிந்து கொள்ளாமல் புண்ணில் கோலிடுவதுபோல் பேசு கிறீர்கள். உண்மையாகவே எனக்கு இங்கு வருவதற்கு விருப்பம் இல்லை. நீங்கள் வற்புறுத்தியபோது இணங்கிவிட்டேன். ஏன் இணங்கினோம் என்று இப்போது வருத்தமாயிருக்கிறது. உங்களுக்குப் புண்ணியமாய்ப் போகட்டும், இப்போதாவது நான் திரும்பிப் போவதற்கு அனுமதி கொடுங்கள். தாங்கள் எனக்காகச் சென்று என் தாயாரைப் பார்த்து, நான் சௌக்கியமாயிருக்கிறேன்; ஆனால், அவருக்கு நான் கொடுத்த வாக்கை நிறைவேற்றமுடியவில்லை. ஆகையால், அவரைப் பார்க்க வெட்கப்பட்டுக் கொண்டு வராமல் நின்றுவிட்டேன் என்று சொல்லிவிடுங்கள்!'

இவ்விதம் உணர்ச்சி ததும்பிய குரலில் பரஞ்சோதி கூறியதைக் கேட்டு மாமல்லர் சிறிது திடுக்கிட்டார். 'தளபதி! உம்முடைய தாயாருக்கு நீர் என்ன வாக்குறுதி கொடுத்தீர்? அதை ஏன் நிறைவேற்ற முடியவில்லை?' என்று கவலை கொண்ட குரலில் வினவினார்.

'பிரபு! எதற்காக நான் பிறந்த ஊரையும் வீட்டையும் விட்டுக் கிளம்பினேன் என்று தங்களுக்குச் சொன்னேனே, அது ஞாபகமில்லையா? என்னுடைய மாமன் நமசிவாய வைத்தியர் தம்முடைய மகளை - கல்வி கேள்விகளில் சிறந்த உமையாளை - நிரட்சரகுட்சியான எனக்குக் கட்டிக் கொடுக்கப் பிரியப்படவில்லை. அதற்காக, கல்வியிற் கரையிலாத காஞ்சிமா நகருக்குப் போய் வாகீசப் பெருமானின் திருமடத்தில் சேர்ந்து படித்துச் சகலகலா வல்ல வனாகத் திரும்பி வரும் எண்ணத்துடன் புறப்பட்டேன். ஆனால், நடந்தது என்ன? போனது போலவே நிரட்சரகுட்சியாகத் திரும்பி வந்திருக்கிறேன். திருநாவுக்கரசர் பெருமானைக் கண்ணாலேகூடப் பார்க்கவில்லை....' என்று பரஞ்சோதி சொல்லி வந்தபோது, நரசிம்மவர்மர் கலகலவென்று சிரித்தார். 'பல்லவ குமாரா! தங்களுடைய சிரிப்பு என் உள்ளத்தில் நெருப்பாய் எரிகிறது! வடக்குப் போர் முனையிலிருந்து சக்கரவர்த்தி என்னைத் தங்களிடம் அனுப்பியபோது தங்களை எனக்குக் கல்வி கற்பிக்கும்படியாகச் சொல்லியனுப்பினார்! ஆனால், தாங்கள் எனக்குக் கல்வி கற்பிக்கவும் இல்லை; நானாக ஏட்டைக் கையில் எடுப்பதற்கும் விடவில்லை. எப்போ தாவது சிறிது நேரம் கிடைத்தால், அந்த நேரத்தில் ஆயனரின் குமாரியைப் பற்றிப் பேசிப் பொழுது போக்கிவிட்டீர்கள்! ஆ! இராஜ குலத்தினரைப் போல் சுயநலக்காரர்களை நான் கண்டதில்லை!' என்று சோகம் ததும்பிய குரலில் பரஞ்சோதி சொல்ல, அதைக் கேட்ட குமார சக்கரவர்த்தி இன்னும் உரத்த சத்தத்துடன் சிரித்தார்.

மாமல்லரும் பரஞ்சோதியும் திருவெண்காட்டை அடைந்த போது கிராமத்தின் முகப்பில் அவர்களுக்குச் சிறப்பான வரவேற்புக் காத்திருந்தது. அப்போது மாமல்லருக்கு முன்னொரு நாள் மண்டபப்பட்டுக் கிராமத்தில் நிகழ்ந்த வரவேற்புக் காட்சியும், அன்று ஆயனரும் சிவகாமியும் முக்கிய

மாக வரவேற்புக்குரியவர்களாக இருந்ததும், தம்மை இன்னாரென்று தெரிவித்துக்கொள்ளாமல் அவர்களைப் பின்தொடர்ந்து சென்றதும் ஞாபகம் வந்தன.

ஆஹா! அதற்குப் பிறகு எத்தனை எத்தனை சம்பவங்கள் நிகழ்ந்துவிட்டன! இதற்குள்ளாகக் கண்ணபிரான் மண்டபப்பட்டுக் கிராமத்துக்குச் சென்று, கொள்ளிடக்கரைச் சண்டையைப் பற்றியும் பாண்டியன் புறமுதுகிட்டு ஓடியதைப் பற்றியும் சொல்லியிருப்பான். சிவகாமி எவ்வளவு மகிழ்ச்சி யடைந்திருப்பாள்! எவ்வளவு ஆர்வத்துடன் தம்முடைய வருகையை எதிர் பார்த்துக்கொண்டிருப்பாள்? இந்தத் தடவை அவளும் மற்றக் கிராமவாசி களுடனே வந்து தம்மை வரவேற்பாளா? மாமல்லர் இத்தகைய மனோ ராஜ்ய பகற்கனவுகளில் ஈடுபட்டிருந்த சமயத்தில்,

'குமார சக்கரவர்த்தி நரசிம்ம பல்லவேந்திரர் வாழ்க!'

'கங்க மன்னனையும் மதுரைப் பாண்டியனையும் போரில் புறங் கண்ட வீர மாமல்லர் வாழ்க!'

'வீராதி வீரர் தளபதி பரஞ்சோதி வாழ்க!'

என்பது போன்ற ஆகாசமளாவிய கோஷங்கள் அவருடைய பகற் கனவுகளைக் கலைத்துத் திருவெண்காட்டுக் கிராமத்துக்கு அவர்கள் வந்து விட்டதைத் தெரியப்படுத்தின.

28.பட்டிக்காட்டுப் பெண்

வரவேற்பு வைபவங்கள் எல்லாம் முடிந்த பிறகு நமசிவாய வைத்தியரின் வீட்டுக்குள்ளே மாமல்லரும் பரஞ்சோதியும் பிரவேசித்தார்கள்.

பல்லவ சாம்ராஜ்யத்தின் குமார சக்கரவர்த்தி திடீரென்று தங்கள் சின்னஞ்சிறு இல்லத்துக்குள் பிரவேசிக்கவே, அந்த வீட்டாரெல்லோரும் இன்னது செய்வதென்று தெரியாமல் திகைத்து நின்றார்கள். தளபதிக்குரிய வீர உடை தரித்திருந்த காரணத்தினால் பரஞ்சோதியை நிமிர்ந்து பார்த்துப் பேசக்கூட அவர்களுக்குக் கூச்சமாயிருந்தது. பரஞ்சோதிக்கோ அதைவிடக் கூச்சமாயிருந்தது.

கூடத்தில் போட்டிருந்த ஆசனம் ஒன்றில் யாரும் சொல்லாமல் தாமே மாமல்லர் உட்கார்ந்துகொண்டு சுற்றும் முற்றும் பார்த்தார். நிலைமையை ஒருவாறு அறிந்துகொண்டார். கண்களில் கண்ணீர் ததும்ப நின்ற மூதாட்டிதான் பரஞ்சோதியின் தாயார் என்று ஊகித்துத் தெரிந்துகொண்டு, 'எங்கள் வீரத் தளபதியைப் பெற்ற பாக்கியசாலியான தாயைத் தரிசிக்கவேண்டும் என்று எனக்கு எவ்வளவோ ஆவலாயிருந்தது; அந்தப் பாக்கியம் இன்று கிட்டிற்று!'

என்று சொல்லிவிட்டு பரஞ்சோதியைப் பார்த்து, 'தளபதி! இது என்ன? அன்னைக்கு நமஸ்காரம் செய்யும். தொண்டை மண்டலத்துக்குப் போனதனால் மரியாதைகூட மறந்து போய்விட்டதென்றல்லவா நாளைக்கு எல்லாரும் குறை சொல்லுவார்கள்?' என்றார்.

உடனே பரஞ்சோதி முன்னால் சென்று அன்னையின் பாதங்களில் நமஸ்காரம் செய்தார். நமஸ்கரித்த குமாரனை வாரி எடுத்து உச்சி முகர வேண்டுமென்ற ஆசை அந்த அம்மாளுக்கு எவ்வளவோ இருந்தது. ஆனால் குமார சக்கரவர்த்தி அங்கு வீற்றிருந்ததும், தன் குமாரன் போர்க்கோல உடை தரித்திருந்ததும் அவளுக்குத் தயக்கத்தை உண்டு பண்ணிற்று. பிறகு, நமசிவாய வைத்தியருக்கும் பரஞ்சோதி நமஸ்காரம் செய்துவிட்டுத் திரும்பி வந்து மாமல்லரின் பக்கத்திலே அமர்ந்து உச்சி மோட்டைப் பார்த்தார்.

நமசிவாய வைத்தியர், மாமல்லரை நோக்கி, 'இந்தக் குடிசைக்குத் தாங்கள் வந்தது எங்களுடைய பாக்கியம்!' என்றார்.

மாமல்லர் அவரை நோக்கி, 'ஓகோ! நமசிவாய வைத்தியர் என்பது தாங்கள் தானே? தங்களுக்கு ஓர் எச்சரிக்கை செய்ய விரும்புகிறேன். தங்கள் குமாரி என் சிநேகிதரை ரொம்பவும் பயப்படுத்தி வைத்திருக்கிறாள் போலிருக்கிறது. அதோ அந்தக் கதவண்டை நிற்பவள்தானே தங்கள் புதல்வி? பார்த்தால் வெகு சாதுவாகத் தோன்றுகிறாள். ஆனால் பல்லவ சைனியத்தின் தலை சிறந்த தளபதியை - வாதாபியின் யானைப் படையைச் சிதற அடித்த தீரரை - கங்க நாட்டானையும், பாண்டியராஜனையும் புறமுதுகிடச்செய்த மகாவீரரை - ரொம்பவும் பயப்படுத்தியிருக்கிறாள். இனிமேலாவது அப்படியெல்லாம் செய்ய வேண்டாமென்று தங்கள் குமாரியிடம் சொல்லுங்கள். பரஞ்சோதியை இங்கே அழைத்து வருவதற்கு நான் என்ன பாடுபட வேண்டியிருந்தது தெரியுமா? கையைப் பிடித்துப் பலாத்காரமாய் அழைத்து வரவேண்டியிருந்தது. அம்மா! தாங்களே கேளுங்கள், தங்கள் புதல்வர் இங்கே வரமாட்டேன் என்று பிடிவாதம் பிடித்தாரா, இல்லையா என்று! கேளுங்கள், அம்மா!' என்று மாமல்லர் கூறியபோது பரஞ்சோதியின் அன்னை மகனை அன்பும் கர்வமும் ததும்பிய கண்களால் பார்த்து, 'குழந்தாய்! மாமல்லர் பிரபு சொல்வது உண்மையா? எங்களையெல்லாம் வந்து பார்க்க உனக்குப் பிடிக்கவில்லையா?' என்றாள்.

'ஆம், அம்மா! பல்லவ குமாரர் உண்மையைத் தவிர வேறு எதுவும் சொல்லுவதில்லை. ஆனால் ஏன் எனக்கு இங்கு வந்து உங்களையெல்லாம் பார்க்கப் பிடிக்கவில்லையென்று அவரையே கேளுங்கள்!' என்றார் பரஞ்சோதி.

அன்னை கேட்க வேண்டுமென்று வைத்துக் கொள்ளாமல் மாமல்லரே சொன்னார்: 'தங்கள் அருமை மகன் காஞ்சிக்குப் போய்க் கல்வி கற்றுப் புலவராகத் திரும்பி வருகிறேன் என்று தங்களிடம் வாக்குறுதி, கூறிவிட்டுப் புறப்பட்டாராம். அந்த வாக்கை நிறைவேற்ற முடியவில்லையாம். போன போது எப்படிப் போனாரோ அப்படியே திரும்பி வந்திருக்கிறார். அதனால் உங்களையெல்லாம் நிமிர்ந்து பார்க்கவே வெட்கமாயிருக்கிறதாம். எப்படியிருக்கிறது கதை?'

இவ்விதம் மாமல்லர் சொன்னதும் பரஞ்சோதியின் தாயார் மகனுக்கு அருகில் வந்து உட்கார்ந்து அவனுடைய முதுகைத் தடவிக் கொடுத்துக் கொண்டே, 'அப்பா! குழந்தாய்; நீ படித்தால் என்ன, படிக்காவிட்டால் என்ன? ஏதோ சிவபெருமான் அருளால் நீ உயிரோடு நல்லபடியாய்த் திரும்பி வந்தாயே அதுவே எனக்குப் போதும். அந்நாளில் உனக்குப் படிப்புச் சொல்லிக் கொடுக்க வந்த அண்ணாவிமார்களை நீ அடித்து விரட்டினாயே, அதற்காகவெல்லாம் நான் உன்னை எப்போதாவது கோபித்ததுண்டா?' என்றாள்.

இதைக் கேட்ட மாமல்லர் சிரித்துக் கொண்டே சொன்னதாவது; 'என்ன? என்ன? உபாத்தியாயர்களை அடித்து விரட்டினாரா உங்கள் மகன்! நல்ல வேளை! நான் பிழைத்தேன்! இந்தச் சாதுப் பிள்ளைதான் என்னைத் தனக்குப் படிக்கக் கற்றுக் கொடுக்கும்படி தொந்தரவு செய்தார். அவர் சொல்வது உண்மை என்று எண்ணிக் கொண்டு நான் பாடம் கற்பிக்க ஆரம்பித்திருந் தேனானால் என்னையும் அப்படித்தானே அடித்துத் துரத்தியிருப்பார்? பிழைத்தேன்!' என்று சொல்லி மீண்டும் சிரித்தார் நரசிம்மவர்மர்.

பரஞ்சோதி அவரைப் பரிதாப நோக்குடன் பார்த்துக் கூறினார்: 'பிரபு! இது ஏதோ சிரிப்பதற்குரிய விஷயமாக நினைக்கிறீர்கள். உண்மையில் அப்படி யல்ல; காக்கைக்குத் தன் குஞ்சு பொன் குஞ்சு. ஆகையால், என் தாயார் நான் கல்வி கல்லாமல் திரும்பி வந்திருப்பதைப் பொறுக்கிறாள். ஆனால் என் மாமாவைக் கேளுங்கள்; படிப்பில்லாத இந்த மூடனுக்கு அவர் தமது மகளைக் கட்டிக் கொடுப்பாரா என்று கேளுங்கள்!'

'நமசிவாய வைத்தியரும் அந்தப் பரிகாசப் பேச்சில் கலந்து கொள்ள எண்ணி 'என்னைக் கேட்பானேன்? கல்யாணம் பண்ணிக் கொள்ளப்போகிற பெண்ணையே கேளுங்களேன்? அவளுக்குச் சம்மதமாயிருந்தால் எனக்கும் சம்மதந்தான்!' என்றார்.

அச்சமயம் ஏதோ கதவு திறந்த சத்தம் கேட்கவே எல்லாரும் அந்தப் பக்கம் நோக்கினார்கள். உமையாள் கதவைத் திறந்து கொண்டு உள் அறைக்குப் போய்க்கொண்டிருந்தாள்.

'எல்லாரும் சேர்ந்து பரிகாசம் செய்தால், குழந்தை என்ன செய்வாள்?' என்று உமையாளின் தாயார் முணுமுணுத்தாள்.

பிறகு நமசிவாய வைத்தியர், சக்கரவர்த்தி குமாரரைப் பார்த்து, 'பரஞ்சோ தியின் பராக்கிரமச் செயல்களைக் குறித்து அடிக்கடி கேள்விப்பட்டுக் கொண்டுதானிருக்கிறோம். அவனால் இந்தச் சோழ நாடே பெருமை அடைந் திருக்கிறது. மறுபடியும் இந்தப் பக்கம் எப்போது வருவானோ என்னவோ என்று எல்லாரும் ஏக்கப்பட்டுக்கொண்டிருந்தோம். ஏதோ எங்கள் அதிர் ஷ்டம் இவ்வளவு சீக்கிரத்தில் அவன் இங்கு வரலாயிற்று. அவனோடு தாங் களும் விஜயம் செய்தது, எங்கள் பூர்வ ஜன்ம தவத்தின் பலன் என்றுதான் சொல்லவேண்டும். புலிக்கரசராகிய தாங்கள் வந்திருக்கும் சமயத்தில் நாவுக் கரசர் பெருமானும் இவ்வூருக்கு வந்திருக்கிறார். இப்பேர்ப்பட்ட நல்ல

சந்தர்ப்பம் மறுபடி எங்கே கிடைக்கப் போகிறது? இப்போதே ஒருநாள் பார்த்துச் சுப முகூர்த்தத்தில் விவாகத்தை நடத்தி விடுவோம். உமையாளையும் உங்களுடனேயே அழைத்துப் போய்விடுங்கள்!' என்று நமசிவாய வைத்தியர் கூறி நிறுத்தினார்.

அப்போது மாமல்லர், 'பார்த்தீரல்லவா தளபதி! எப்படியும் உமக்குக் கல்வி கற்பித்துப் புலவராக்கி விடுவது என்று வைத்தியர் தீர்மானித்திருக்கிறார் என்று தெரிகிறது. வேறு எந்த உபாயமும் பயன்படாமற் போகவே, அவருடைய மகளைக் கொண்டே உமக்குக் கல்வி போதிக்கத் தீர்மானித்திருக்கிறார். ஆகா! கடைசியாக, நீர் அடித்துத் துரத்த முடியாத உபாத்தியாயர் ஒருவர் உமக்கு ஏற்படப் போகிறாரல்லவா?' என்றதும் ஸ்திரீகள் உள்பட எல்லாரும் 'கொல்'லென்று சிரித்தார்கள்.

பிறகு, குமார சக்கரவர்த்தி நமசிவாய வைத்தியரைப் பார்த்து, 'ஐயா! அதெல்லாம் முடியாது. பல்லவ சாம்ராஜ்யத்தின் வீர தளபதிக்குத் தலைநகரத்திலே சக்கரவர்த்தியின் முன்னிலை யிலேதான் கல்யாணம் நடைபெற வேண்டும். இது என் தந்தையின் ஆக்ஞை. காஞ்சிக்கு நாங்கள் போனவுடனே ஆள் விடுகிறோம். எல்லாரும் வந்து சேருங்கள். இன்னும் ஒரு விஷயமும் சொல்லிவைக்கிறேன். அப்படி ஒருவேளை உங்களுடைய குமாரி கல்வி கேள்விகளில் வல்ல புலவரைத்தான் கல்யாணம் செய்துகொள்வேன் என்று பிடிவாதம் பிடித்தால் அதற்கும் வழி இருக்கிறது. காஞ்சியில் எங்கள் குலகுரு ருத்ராச்சாரியார் இருக்கிறார். வயது தொண்ணூறுதான் ஆகிறது. தாடி ஒரு முழ நீளத்துக்குக் குறையாது. அவர் அறியாத கலையோ அவர் படியாத ஏடோ ஒன்றும் கிடையாது. அவரை வேண்டுமானாலும் உங்கள் புலமை மிகுந்த மகளைக் கல்யாணம் செய்துகொள்ளச் செய்கிறேன்!' என்று பலத்த சிரிப்புக்களிடையே கூறி விட்டு, 'தளபதி! வாரும், போகலாம்! திருநாவுக்கரசரைத் தரிசித்து விட்டு வரலாம்!' என்று சொல்லிக் கொண்டே எழுந்தார்.

மாமல்லரும் பரஞ்சோதியும் நாவுக்கரசர் பெருமானை அவர் தங்கியிருந்த திருமடத்தில் பார்த்துவிட்டுத் திரும்பி வந்தவுடன், பரஞ்சோதியின் தாயார் அவருடைய கையைப் பிடித்துக் கொண்டு, 'இங்கே வா, தம்பி! ஒரு சமாசாரம்!' என்று உள் அறைக்கு அவரை அழைத்துக் கொண்டு போனாள்.

அங்கே தரையில் படுத்துத் தேம்பிக்கொண்டிருந்த உமையாளைக் காட்டி, 'பார்த்தாயா உன்னுடைய பரிகாசப் பேச்சு இந்தப் பெண்ணை என்ன பாடு படுத்தியிருக்கிறது! இப்படி செய்யலாமா, அப்பா!' என்றாள்.

பரஞ்சோதி மனம் இளகியவராய், 'ஐயோ! இது என்ன பழி. நான் ஒன்றும் பரிகாசம் செய்யவில்லையே?' என்றார்.

'செய்ததையும் செய்துவிட்டு இல்லை என்று சாதியாதே! இந்தக் குழந்தை என்ன சொல்லுகிறாள் தெரியுமா? நீ காஞ்சிப் பட்டணத்துக்குப் போய் அரண்மனை உத்தியோகமும் சக்கரவர்த்தியின் சிநேகிதமும் சம்பாதித்துக் கொண்டாயாம். இந்தப் பட்டிக்காட்டுப் பெண்ணைக் கலியாணம் செய்து கொள்ள உனக்கு இஷ்டம் இல்லையாம். அதனாலேதான் இப்படியெல்லாம் பேசுகிறாயாம்!'

‘ஐயோ! அப்படி இல்லவே இல்லை, அம்மா!’

‘இல்லையென்றால் நீயே இந்தப் பெண்ணுக்குச் சமாதானம் சொல்லித் தேற்று. நான் எவ்வளவோ சொல்லியும் இவள் கேட்கவில்லை!’ என்று கூறிவிட்டு, பரஞ்சோதியின் தாயார் வெளியேறினாள்.

அன்னையின் கட்டளையைச் சிரமேற்கொண்டு பரஞ்சோதி உமையாளைத் தேற்றத் தொடங்கினார். ஆனால் உமையாள் அவ்வளவு சீக்கிரம் தேறுகிற தாகக் காணவில்லை. வெகு நேரம் பரஞ்சோதி தன்னைத் தேற்றவேண்டும் என்று அவள் ஆசைப்பட்டதாகத் தோன்றியது. தேறுவது போல் ஒருகணம் இருப்பாள், மறு கணத்தில் மறுபடியும் விம்மவும் விசிக்கவும் தொடங்கி விடுவாள்.

உமையாள் பட்டணத்து நாகரிகம் அறியாத பட்டிக்காட்டுப் பெண்தான். ஆனபோதிலும் தன்னுடைய மனோரதத்தை நிறைவேற்றிக் கொள்வதற்கு உபாயம் அவளுக்குத் தெரிந்திருந்தது. பரஞ்சோதி சீக்கிரம் வெளியில் போவதற்கு முடியாத வண்ணம் வெகுநேரம் தன்னைத் தேற்றிக்கொண்டே இருக்க வேண்டிய அவசியத்தை அவள் உண்டு பண்ணிக் கொண்டிருந்தாள்.

எவ்வளவு நீளமான நாடகத்துக்கும் ஒரு முடிவு உண்டு அல்லவா? அவ்விதம் இந்தப் பொய்ச் சோக நாடகத்துக்கும் முடிவான மங்களம் பாடவேண்டிய சமயம் வந்தபோது உமையாள் பரஞ்சோதியிடம் சத்தியம் வாங்கிக் கொண்டாள்; தன்னையே அவர் மணந்து கொள்ள வேண்டும் என்பதாகத்தான்.

அவ்வாறு சத்தியம் செய்து கொடுத்த பின் பரஞ்சோதி கூறினார்: ‘ஆனால், உமா! ஒன்று சொல்கிறேன், நம் கல்யாணம் உன் தந்தை சொன்னது போல் அவ்வளவு சீக்கிரமாக நடைபெறாது. வெகு காலம் நீ காத்திருக்கவேண்டி யிருக்கலாம். என் சிநேகிதர் மாமல்லருக்கு எப்போது திருமணம் நடக்கிறதோ, அப்போதுதான் நமது கலியாணமும் நடைபெறும். அவருக்கு முன்னால் நான் இல்லறத்தை மேற்கொள்ள மாட்டேன்!’

‘தங்களுக்காக அவசியமானால் யுக யுகமாக வேண்டுமானாலும் காத்திருக் கிறேன்!’ என்றாள் உமா.

29.காற்றும் நின்றது!

மறுநாள் அதிகாலையில் நமசிவாய வைத்தியரிடமும் அவருடைய குடும்பத்தாரிடமும் விடைபெற்றுக் கொண்டு மாமல்லரும் பரஞ்சோதியும் புறப்பட்டார்கள். பாண்டிய சைனியத்தை முறியடித்துச் சின்னா பின்ன மாக்கித் துரத்தி அடித்த வீரபல்லவ சைனியம் கொள்ளிட நதியைக் கடந்து அக்கரையில் ஆயத்தமாயிருந்தது. அதிர்ஷ்டவசமாக நதியில் தண்ணீர் குறை வாயிருந்தபடியால் நதியைக் கடப்பது எளிதாயிருந்தது. மாமல்லரும் பரஞ்

சோதியும் கொள்ளிடத்தைக் கடந்ததும் குதிரைப் படையை மட்டும் தங்களைத் தொடர்ந்து வரும்படியும், காலாட்படையைப் பின்னால் சாவகாசமாக வரும்படியும் கட்டளையிட்டு விட்டு மேலே சென்றார்கள். சூரியன் அஸ்தமிக்கும் சமயத்தில் தென் பெண்ணைக் கரையை அடைந்தார்கள்.

அன்றைய தினம் வழிப் பிரயாணத்தின்போது மாமல்லர் அவ்வளவு குதூகலமாயில்லை. அவர் உள்ளம் கவலைகொண்ட சிந்தனையில் ஆழ்ந்திருந்ததை அவரது முகக்குறி காட்டியது.

கவலைக்கும் சிந்தனைக்கும் தக்க காரணம் இருந்தது. முதல் நாள் மாலை மாமல்லர் திருநாவுக்கரசரைத் தரிசிக்கச் சென்றிருந்த போது அந்தப் பெருந்தகையார் எல்லையற்ற அன்புடன் மாமல்லருக்கு ஆசி கூறினார். பாண்டியனைப் புறங்கண்டது பற்றி வாழ்த்தினார். வாதாபிச் சக்கரவர்த்தி சண்டையை நிறுத்திச் சமாதானத்தைக் கோரியது பற்றியும் தமது மகிழ்ச்சியைத் தெரிவித்தார். மாமல்லரின் வேண்டுகோளின்படி காஞ்சிக்குக் கூடிய சீக்கிரத்தில் திரும்பி வருவதாகவும் வாக்களித்தார்.

அப்போது காஞ்சி மடத்தில் கடைசியாக மாமல்லரைப் பார்த்த சம்பவம் நாவுக்கரசருக்கு நினைவு வந்தது.

'பல்லவ குமாரா! ஆயனர் சுகமாயிருக்கிறாரா? அவருடைய மகள் சிவகாமி சௌக்கியமா? அன்றைக்கு மடத்தில், 'முன்னம் அவனுடைய நாமம் கேட்டாள்' என்ற பாடலுக்கு அந்தப் பெண் அபிநயம் பிடித்த காட்சி அப்படியே என் மனக் கண்முன்னால் நிற்கிறது. முடிவில் உணர்ச்சி மிகுதியால் மூர்ச்சித்தல்லவா விழுந்துவிட்டாள்? தந்தையும் மகளும் சௌக்கியமாயிருக் கிறார்களா?'

இவ்விதம் சுவாமிகள் கேட்டுக் கொண்டிருந்தபோது மாமல்லருக்கும் ஏதேதோ பழைய ஞாபகங்கள் வந்தன. சிறிது தயக்கத்துடன், 'காஞ்சி முற்றுகைக்கு முன்னால் அவர்களை நான் பார்த்ததுதான். வராக நதிக்கரையில் மண்டபப்பட்டுக் கிராமத்தில் இருக்கிறார்கள். போகும் போது அவர்களைப் பார்க்க எண்ணியிருக்கிறேன்' என்றார்.

அதைக் கேட்ட நாவுக்கரசர், 'அப்படியா? மண்டபப்பட்டு வெகு அழகான கிராமம். அவர்களைப் பார்த்தால் நான் ரொம்பவும் விசாரித்ததாகச் சொல்ல வேணும். அந்தப் பெண் சிவகாமியை நினைத்தால் என் மனம் ஏனோ உருகுகிறது. பல்லவ குமாரா! ஆயனரிடம் அப்போதே சொன்னேன். சிவகாமியை அன்றைக்குப் பார்த்தபோது, எதனாலோ 'இந்தப் பெண்ணுக்கு ஒன்றும் நேராமலிருக்கவேண்டுமே!' என்ற கவலை எனக்கு உண்டாயிற்று. ஏகாம்பரநாதர் கருணை புரியவேண்டும்' என்றார்.

மேற்கூறிய மொழிகள் மாமல்லருடைய உள்ளத்தில் பதிந்து அவருடைய உற்சாகத்தையெல்லாம் போக்கடித்துவிட்டது.

'சிவகாமிக்கு ஒன்றும் நேராமலிருக்கவேண்டுமே' என்பதை ஒரு மந்திரம் போல் அவருடைய மனம் ஜபித்துக்கொண்டிருந்தது. அந்த நிமிஷமே சிவகாமியைப் பார்க்க வேண்டும் என்ற அபரிமிதமான ஆசை அவருடைய

இருதயத்தின் அந்தரங்கத்திலிருந்து பொங்கி எழுந்து அவருடைய உடம்பின் ஒவ்வோர் அணுத்துவாரம் வழியாகவும் வெளியே வியாபித்தது. அவருடன் கிளம்பிய குதிரைப்படை வெகுதூரம் பின்தங்கும்படியாகத் தம் குதிரையை அவர் எவ்வளவோ வேகமாகச் செலுத்திக் கொண்டு போனபோதிலும் அந்த வேகங் கூட அவருக்குப் போதவில்லை.

'பிரபு! குதிரையைக் கொன்று விடுவதாக உத்தேசமா?' என்று பல தடவை பரஞ்சோதி எச்சரிக்கை செய்து அவரை நிறுத்த வேண்டியதாயிருந்தது.

இரண்டுநாள் முன்னதாகவே மண்டபப்பட்டுக்கு அவர் அனுப்பியிருந்த கண்ணபிரான் எதிரே வந்து ஏன் செய்தி சொல்லக் கூடாது என்று அடிக்கடி எண்ணமிட்டார்.

இந்த எண்ணம் அவர் தென் பெண்ணையைத் தாண்டிச் சிறிது தூரம் போனதும் நிறைவேறியது. கண்ணபிரான் ரதத்தை வேகமாக ஓட்டிக்கொண்டு எதிரே வந்தான். ஒரு கணம் ரதத்தில் வேறு யாராவது இருப்பார்களோ என்று ஆவலுடன் மாமல்லர் பார்த்தார். உடனே, அவ்விதம் எதிர்பார்ப்பதற்கு எவ்வித நியாயமும் இல்லையென்று தாமே சமாதானம் செய்து கொண்டார்.

கண்ணபிரான் கொண்டு வந்த செய்தி மாமல்லருக்கு முதலில் ஏமாற்றத்தை யளித்தது. பிறகு, அதுவே ஓரளவு ஆறுதலையும் மனச் சாந்தியையும் அளித்தது.

அந்தச் செய்தியானது, மகேந்திர பல்லவர் இரண்டு வாரத்துக்கு முன்பே தூதர்களை அனுப்பி ஆயனரையும் சிவகாமியையும் காஞ்சிக்கு வர வழைத்துக்கொண்டார் என்பதுதான். இதனால் தாம் போகிற வழியில் சிவ காமியைப் பார்க்க முடியாமல் இருப்பது உண்மையே. அதனால் என்ன? காஞ்சியில் அவர்கள் பத்திரமாயிருப்பார்கள் அல்லவா?

யுத்தம் முடிந்ததும் முதல் காரியமாக மகேந்திர பல்லவர் ஆயனரையும் சிவகாமியையும் நினைவு கூர்ந்து அவர்களைக் காஞ்சிக்குத் தருவித்துக் கொண்டது மாமல்லருக்கு மிக்க திருப்தியையளித்தது. இதிலிருந்து பல ஆகாசக் கோட்டைகளைக் கட்டத் தொடங்கினார். எதற்காக அவர்களை அவ்வளவு அவசரமாக மகேந்திர பல்லவர் காஞ்சிக்கு வருவித்துக் கொண்டார்? எதற்காகத் தம்மையும் பாண்டிய சைனியத்தைத் தொடர்ந்து போகாமல் திரும்பி வரும்படி கட்டளையிட்டிருக்கிறார்?

ஒருவேளை தமது மனோரதத்தை அறிந்து விரைவிலேயே விவாகத்தை நிறைவேற்றி விடலாம் என்ற எண்ணமாயிருக்குமோ?

இத்தகைய பற்பல மனோராஜ்யங்களிலும், அவற்றைக் குறித்துத் தளபதி பரஞ் சோதியிடம் பேசுவதிலுமாக மாமல்லருக்கு அன்றிரவு நேரம் வராக நதிக் கரையில் சென்றது. இதற்குள் பின் தங்கிய குதிரைப் படையும் வந்து சேர்ந்தது.

மறுநாள் அதிகாலையில் எல்லோருமாகக் காஞ்சியை நோக்கிக் கிளம் பினார்கள். அன்றிரவே காஞ்சியை அடைந்துவிடலாம் என்ற எண்ணத் தினால் எல்லோருக்குமே பரபரப்பு அதிகமாயிருந்தது.

வராக நதியிலிருந்து ஒரு காத தூரம் போனவுடன், எதிரே இரண்டு குதிரை வீரர்கள் வருவதைப் பார்த்ததும் எல்லாருடைய பரபரப்பும் உச்ச நிலையை யடைந்தது. வருகிறவர்கள் காஞ்சியின் தூதர்களாகத்தான் இருக்கவேண்டும்; என்ன செய்தி கொண்டு வருகிறார்கள்?

அருகில் நெருங்கியதும் வந்தவர்கள் குதிரை மீதிருந்து குதித்திறங்கி மாமல்லருக்கு வணக்கம் செலுத்தினார்கள். ஒருவன் மாட்டுக் கொம்பில் வைத்துப் பத்திரமாய்க் கொண்டு வந்திருந்த ஓலையைப் 'பிரபு! சக்கர வர்த்தியின் ஓலை!' என்று கூறிய வண்ணம் மாமல்லரிடம் கொடுத்தான். இன்னொருவன் தான் கொண்டு வந்திருந்த மற்றோர் ஓலையைப் பரஞ் சோதி யிடம் கொடுத்தான்.

இருவரும் உடனே ஓலைகளைப் படிக்கத் தொடங்கினார்கள்.

அவர்கள் ஏறியிருந்த குதிரைகள் நின்றன.

ஓலைகளைக் கொண்டு வந்திருந்த தூதர்கள் நின்றார்கள்.

மாமல்லரைத் தொடர்ந்து வந்த வீரர்கள் நின்றார்கள்.

அவர்களுக்குக் கொஞ்ச தூரத்துக்குப் பின்னால் பெரும் புயலைப் போலப் புழுதிப் படலத்தைக் கிளப்பிக் கொண்டு வந்த பதினாயிரம் குதிரைப்படை வீரர்களும் நின்றார்கள்.

சற்று நேரம் காற்றுக்கூட வீசாமல் நின்றது.

மரக்கிளைகளும் இலைகளும் அசையாமல் நின்றன.

மகேந்திர பல்லவரின் ஓலையின் முதல் சில வரிகளைப் படித்ததும் மாமல்லருக்குச் சந்தேகம் உண்டாயிற்று. ஓலையை முன்னும் பின்னும் புரட்டி அந்தரங்க அடையாளம் சரியாயிருக்கிறதா என்று பார்த்தார். தூதனையும் உற்றுப் பார்த்தார். சந்தேகமில்லை; உண்மையாகவே தந்தை எழுதிய ஓலைதான்.

உடம்பெல்லாம் படபடக்க, புருவங்கள் நெறிந்தேற, முகத்தில் முத்து முத்தாக வியர்வை துளிக்க, கண்கள் கலங்கிக் கண்ணீர் பெருகி அடிக்கடி எழுத்தை மறைக்க, ஒருவாறு ஓலையை மாமல்லர் படித்து முடித்தார். ஓலையில் எழுதியிருந்ததாவது:

'அருமைப் புதல்வன் வீர மாமல்லனுக்கு, கர்வபங்கமடைந்த தந்தை மகேந் திரவர்மன் கண்ணில் கண்ணீருடனும் மனத்தில் துயரத்துடனும் எழுதிக் கொண்டது.

'குழந்தாய்! என்னுடைய சாணக்கிய தந்திரமெல்லாம் கடைசியில் பயனற்றுப் போய்விட்டன. நான் ஏமாந்து விட்டேன். உன்னுடைய நேர்மையான யோசனையைக் கேட்காமல் போனதற்காக அளவற்ற துயரமடைந்திருக்கிறேன். மகனே! அந்தப் பாதகப் புலிகேசி என்னை வஞ்சித்துவிட்டான். இரண்டு வாரம் காஞ்சி அரண்மனையில் விருந்துண்டு நட்புரிமை கொண்டாடிச் சல்லாபம் செய்துவிட்டுப் போனவன், மகத்தான

துரோகம் செய்துவிட்டான். தொண்டை மண்டலத்துக் கிராமங்களையும், பட்டணங்களையும் கொளுத்தவும், சிற்பங்களையெல்லாம் உடைக்கவும், குடிகளை இம்சிக்கவும் அந்த மூர்க்க ராட்சதன் கட்டளையிட்டிருக் கிறானாம். ஐயோ! குமாரா! எப்படி உன்னிடம் சொல்வேன்? பல்லவ ராஜ்யத்தின் சிறந்த கலைச் செல்வம் பறிபோய் விட்டதோ என்றும் ஐயுறுகிறேன்.

மாமல்லா! என்னை மன்னித்துவிடு! இதோ என்னுடைய தவறுகளுக்குப் பிராயச்சித்தம் செய்துகொள்ளப் புறப்படுகிறேன். மூர்க்க சளுக்க வீரர்களின் கொடுமைகளிலிருந்து நமது குடிகளைக் காப்பாற்றப் புறப்படுகிறேன். கோட்டையிலுள்ள சைனியங்களை அழைத்துக்கொண்டு கிளம்புகிறேன். சேனாபதி கலிப்பகையும் என்னுடன் வருகிறார்.

குமாரா! காஞ்சி சுந்தரி பாதுகாப்பாரின்றி அனாதையாக இருக்கிறாள். நீயும் உன் தோழன் பரஞ்சோதியுந்தான் அவளைக் காப்பாற்ற வேண்டும். காஞ்சிக் கோட்டைக்கு நான் திரும்பி வருவேனா என்பது சந்தேகம். உன்னை உயிரோடு பார்ப்பேன் என்பதும் நிச்சயமில்லை. போர்க்களத்தில் எனக்கு வீர மரணம் கிடைத்தால், அதைக் காட்டிலும் நான் பெறக் கூடிய பேறு இனிமேல் வேறு ஒன்றும் இல்லை.

மகனே! நான் செய்த துரோகத்தை மன்னித்து, மறந்து விடு! என்னையும் அடியோடு மறந்து விடு! ஆனால் அறுநூறு ஆண்டுகளாக வாழையடி வாழையாய் வந்த பல்லவ வம்சத்துக்கு இனிமேல் உன்னைத் தவிர வேறு கதியில்லையென்பதை மட்டும் மறந்து விடாதே!'

மாமல்லர் மேற்படி ஓலையைப் படித்து முடிப்பதற்கு வெகு நேரத்துக்கு முன்னாலேயே தளபதி பரஞ்சோதி தமக்கு வந்த ஓலையைப் படித்து விட்டார். அது மாமல்லருக்கு வந்த ஓலையைப் போலன்றி மிகவும் சுருக்கமாயிருந்தது.

'அருமைப் பரஞ்சோதிக்கு!

நீ என்னைப் பல தடவை 'நீங்கள் வாழ்க்கையில் தவறே செய்தது கிடையாதா?' என்று கேட்டதுண்டு. நானும் அகம்பாவத்துடன் 'கிடையாது' என்று சொல்லி வந்தேன். இப்போது என் வாழ்க்கையில் மகா பயங்கரமான தவறைச் செய்துவிட்டேன். இராஜ தந்திரத்தினால் சத்துருவை நண்பனாகச் செய்து கொள்ளப் பார்த்தேன். நேர்மாறான பலன் கிடைத்தது. அந்தத் தவறுக்குப் பிராயச்சித்தம் செய்வதற்காக இதோ போர்க்களத்துக்குப் புறப்படுகிறேன்.

இச்சமயம் என் பக்கத்தில் நீ இல்லையே என்று வருத்தமாயிருக் கிறது. ஆனாலும் மாமல்லன் அருகில் இச்சமயம் நீ இருப்பது தான் அதிக அவசிய மானது.

நான் பல தடவையும் உன்னிடம் சொல்லியிருப்பதை மறந்து விடாதே. பல்லவ வம்சம் சந்ததியின்றி நசித்துப் போகக்கூடாது. மாமல்லனை உன்னிடம் ஒப்படைக்கிறேன்.'

மாமல்லர் ஓலையை இரண்டு மூன்று தடவை படித்த பிறகு பரஞ்சோதியிடம் ஏதோ சொல்ல முயன்றார். ஆனால் வார்த்தைகள் வரவில்லை. எனவே ஓலையைச் சிநேகிதரின் கையில் கொடுத்தார்.

பரஞ்சோதி அதை விரைவிலேயே படித்து முடித்துவிட்டு, 'ஐயா! நான் குதிரைப் படையுடன் முன்னதாகப் போகிறேன். தாங்கள் இங்கேயே தங்கிப் பின்னால் வரும் காலாட் படையையும் அழைத்துக் கொண்டு வந்து சேருங்கள்!' என்றார்.

'நல்ல காரியம் தளபதி! என் உடம்பு இங்கே இருக்கிறதே தவிர என் உயிர் ஏற்கெனவே என் தந்தைக்கருகில் போய் விட்டது. இனிமேல் வழியில் தங்குவது என்பது கிடையாது. காலாட்படை வருகிறபடி வரட்டும். குதிரைப் படையுடன் நாம் முன்னதாகப் போக வேண்டியதுதான்' என்றார் மாமல்லர்.

சற்று நேரத்துக்கெல்லாம் அந்தப் பிரதேசமானது நாலு கால் பாய்ச்சலில் சென்ற ஆயிரக்கணக்கான குதிரைகளின் காலடியினால் அதிர்ந்தது. கண்ணுக்கெட்டிய தூரம் ஒரே புழுதிப் படலமாயிற்று.

30.'சிவகாமி எங்கே?'

ஆயனர் தமது பழைய சிற்ப வீட்டை அடைந்ததிலிருந்து நரக வேதனை அனுபவித்துக்கொண்டிருந்தார்.

மலையிலிருந்து விழுந்ததினால் முறிந்து போயிருந்த அவருடைய வலது கால் சொல்ல முடியாத வலியையும் வேதனையையும் அவருக்குத் தந்து கொண்டிருந்தது.

சிவகாமியை இழந்ததினால் அவருடைய உள்ளம் அளவில்லாத துன்பத்தை அனுபவித்துக்கொண்டிருந்தது.

மண்டபப்பட்டிலிருந்து ஆயனரும் சிவகாமியும் சக்கரவர்த்தி அனுப்பிய பல்லக்கில் அவசரமாகக் கிளம்பியபோது ஆயனரின் சகோதரியைப் பின்னால் சாவகாசமாக வண்டியில் வந்து சேரும்படி சொல்லியிருந்தார்கள். அதன்படியே அந்த அம்மாள் முக்கியமான வீட்டுப் பொருள்களுடன் ரதியையும் சுகரையும் வண்டியில் ஏற்றிக் கொண்டு பழைய அரண்ய வீட்டுக்கு வந்து சேர்ந்திருந்தாள். அந்த அம்மாள் அவ்விதம் முன்னாடியே வந்து சேர்ந்திருந்தபடியாலேயே ஆயனர் இன்னும் உயிரோடிருப்பது சாத்தியமாயிற்று.

அவருக்கு வேண்டிய சிகிச்சைகளையும் சிசுரூஷைகளையும் அந்த அம்மாள் மிக்க பக்தி சிரத்தையோடு செய்து அவரை உயிர் பிழைக்கப் பண்ணியிருந்தாள்.

ஆனாலும் அவள் அடிக்கடி கேட்டு வந்த ஒரு கேள்வியானது புண்ணிலே கோலெடுத்துக் குத்துவதுபோல் அவருடைய இருதயத்தை நோகச் செய்துகொண்டிருந்தது.

அந்தக் கேள்வி, 'சிவகாமி எங்கே?' என்பதுதான்.

சோகக் கடலில் ஆழ்த்தும் மேற்படி கேள்வியை நிறுத்துவதற்காக ஆயனர் ஏதேதோ மறுமொழி சொல்லிப் பார்த்தார். அவையொன்றும் சிவகாமியின் அத்தைக்குப் பிடிபடவே இல்லை. எனவே அவள் கேள்வி கேட்பதை நிறுத்தவில்லை.

இது போதாதென்று ரதியும் சுகரும் அடிக்கடி ஆயனரிடம் வந்து முகத்தைத் தூக்கிக்கொண்டு நின்று சப்தமற்ற குரலில் தங்களுடைய மௌனக் கேள்வியை அடிக்கடி கேட்டுக் கொண்டிருந்தார்கள். ஆயனர் கடுமையான குரலில் அதட்டி அவர்களை அப்பால் போகும்படி செய்வார்.

சுகப்பிரம்மரிஷி இப்போதெல்லாம் அதிகமாகத் தம் குரலை வெளியில் காட்டுவதில்லை. சில சமயம் திடீரென்று நினைத்துக் கொண்டு பலமான கூக்குரல் போடுவார். அப்போது அவருடைய தொனி 'சிவகாமி எங்கே?' என்று கேட்பதுபோலவே இருக்கும்.

அரண்ய வீட்டுச் சுற்றுப்பக்கமெல்லாம் ஏதோ பெரிய அல்லோல கல்லோலம் நடந்து கொண்டிருந்ததாகத் தோன்றியது.

திடீர் திடீரென்று காட்டிற்குள்ளும் அப்பாலும், சமீபத்திலும் தூரத்திலும் பலர் கூச்சலிட்டுக்கொண்டு ஓடும் சப்தம் கேட்கும்; போர் முழக்கங்கள் கேட்கும்; அழுகையும் புலம்பலும் சில சமயம் கேட்கும். இரவு நேரங்களில் சுற்றுமுற்றும் பார்த்தால் திரள் திரளாகப் புகையும் நெருப்புச் சுவாலையும் எழுவது தெரியும்.

அந்த வனத்தில் வசித்த பட்சிகளிடையே என்றும் காணாத மௌனம் சில சமயம் நிலவியது. திடீரென்று பல்லாயிரம் பட்சிகள் ஏககாலத்தில் கூச்சலிடும் சப்தம் கேட்டது.

ஒரு நாள் அந்த அரண்யத்துக்கு வெகு சமீபத்தில் எங்கேயோ ஒரு பெருஞ் சண்டை நடக்கிறதென்பதற்கு அறிகுறிகள் தெரிந்தன.

போர் முரசங்களின் பேரொலியும், போர் வீரர்களின் ஜய கோஷமும், குதிரைகளும் மனிதர்களும் நடமாடும் சத்தமும், ஆயுதங்கள் மோதும் ஓசையும் இடைவிடாமல் கேட்டுக் கொண்டிருந்தன.

சாயங்காலம் திடீரென்று ஐந்தாறு வீரர்கள் மேலெல்லாம் இரத்தக் காயங்களுடன் 'தண்ணீர்! தண்ணீர்!' என்று கூவிக் கொண்டு ஆயனர் வீட்டுக்குள் நுழைந்தார்கள். அவர்கள் பல்லவ வீரர்கள்தான் என்று தெரிந்து கொண்டதும், ஆயனர் தாம் படுத்திருந்த இடத்திலிருந்தே அவர்களை வரவேற்றுத் தம் அருகில் உட்காரச் சொல்லிச் சகோதரியைக்கொண்டு அவர் களுக்குத் தண்ணீரும் கொடுக்கச் செய்தார். பிறகு, அவர்கள் எங்கே எப்படிக் காய மடைந்தனர் என்பதுபற்றி விசாரித்தார்.

‘இதென்ன உங்களுக்கு ஒன்றுமே தெரியாதா?’ என்று அவ்வீரர்கள் வியப்புடன் கேட்டனர்.

ஆயனர் அவர்களுக்குத் தமது முறிந்த காலைச் சுட்டிக்காட்டினார்.

வந்த வீரர்கள் அந்தக் காலையும் சுற்று முற்றும் உடைந்து கிடந்த சிலைகளையும் பார்த்துவிட்டு, ‘ஐயோ! சளுக்க ராட்சதர்கள் இந்த வீட்டுக்குள்ளும் புகுந்து இப்படியெல்லாம் அக்கிரமங்கள் செய்து விட்டார்களா?’ என்று வருத்தப்பட்டார்கள்.

பிறகு அந்த வீரர்களில் ஒருவன், புலிகேசி காஞ்சியைவிட்டுப் போனதிலிருந்து அன்று மணிமங்கலத்துக்கருகில் நடந்த பயங்கரமான சண்டை வரையில் எல்லாம் விவரமாகச் சொன்னான். அவன் கூறியதின் சாராம் சமாவது:

புலிகேசி கோட்டையிலிருந்து வெளியேறியதும் தன்னுடைய சைனியத்தைச் சிறு சிறு படைகளாகப் பிரித்துப் பல்லவ நாட்டுக் கிராமங்களைக் கொளுத்தவும், ஜனங்களை இம்சிக்கவும், சிற்பங்களை நாசமாக்கவும், சிற்பிகளை அங்கஹீனம் செய்யவும் கட்டளையிட்டு அனுப்பினார். இதையறிந்த சக்கரவர்த்தி கோட்டைக்குள்ளிருந்த சொற்பப் படைகளுடன் வெளிக் கிளம்பினார். அன்று காலையில் மணிமங்கலம் என்னும் கிராமத்துக்கருகில் புலிகேசியின் படை வீரரும் பல்லவ வீரர்களும் கைகலந்தார்கள். புலிகேசியின் வீரர்கள் எண்ணிக்கையிலும் ஆயுத பலத்திலும் அதிகம் ஆன போதிலும் மகேந்திர சக்கரவர்த்தியே நேரில் தலைமை வகித்த படியால் காஞ்சி வீரர்கள் பிரமாதமான வீரப் போர் நடத்தினார்கள். எதிர்ப் பக்கத்தில் வாதாபிச் சக்கரவர்த்தி புலிகேசியே தலைமை வகித்து நடத்தினார். இரு சக்கரவர்த்திகளும் போர்க்களத்தின் மத்தியில் நேருக்கு நேர் சந்தித்து வீரவாதம் செய்தபிறகு ஒருவரையொருவர் தாக்கிக்கொண்டார்கள்.

பல்லவ சைனியம் ஏறக்குறையத் தோல்வியடைந்திருந்த நிலைமையில், சற்றுத் தூரத்தில் பெரிய குதிரைப் படை ஒன்று வரும் சத்தம் கேட்டது. ரிஷபக் கொடியைப் பார்த்ததும், ‘இதோ மாமல்லர் வந்துவிட்டார்!’ என்ற கோஷம் கிளம்பியது. சற்று நேரத்துக்கெல்லாம் மாமல்லரின் குதிரை வீரர்கள் சளுக்கர் படை மேல் இடியைப் போல் விழுந்து தாக்கினார்கள்.

சளுக்க வீரர்கள் ஓட ஆரம்பித்தார்கள். அரக்கன் புலிகேசியும் ஓடிப் போனான். ஆனால் போகும்போது தன் கையிலிருந்த சிறிய கத்தி ஒன்றை மகேந்திரர் மீது குறிபார்த்து எறிந்து விட்டான். மகேந்திரர் பிரக்ஞை இழந்து தரையில் விழுந்தார்.

வாதாபி வீரர்கள் போர்க்களத்தை விட்டு ஓடிய பிறகு மாமல்லரும் பரஞ்சோதியும் மகேந்திர பல்லவர் விழுந்திருந்த இடத்துக்கு வந்தார்கள். அவருக்குத் தக்க சிகிச்சை செய்து காஞ்சிக்குப் பத்திரமாய் எடுத்துப் போகக் கட்டளையிட்டு விட்டு, புறமுதுகிட்டு ஓடிய வாதாபி வீரர்களைப் பின் தொடர்ந்து சென்றார்கள்.

மேற்படி விவரங்களைக் கூறிய பின்னர் காயமடைந்த பல்லவ வீரர்கள் காஞ்சியை நோக்கிச் சென்றார்கள்.

மகேந்திர பல்லவருக்கு மரண காயம் என்பதைக் கேட்டதில் ஆயனர் அளவற்ற துயரமடைந்தார். ஆனாலும் மாமல்லரும் பரஞ்சோதியும் சளுக்க வீரர்களைத் தொடர்ந்து போயிருக்கிறார்கள் என்னும் செய்தி அவருக்குச் சிறிது ஆறுதலையளித்தது. அவர்கள் சிவகாமியைச் சிறை மீட்டுக் கொண்டு வந்துவிடுவார்கள் என்ற நம்பிக்கை அவருடைய உள்ளத்தில் உதயமாகி யிருந்தது.

மணிமங்கலம் சண்டை நடந்து ஒரு வாரம் ஆகிவிட்டது. ஆயனர் தினந் தோறும் ஏதேனும் நல்ல செய்தி வராதா என்று ஆவலுடன் காத்திருந்தார். வாசலில் ஏதேனும் சத்தம் கேட்டால் அவர் திடுக்கிடுவார். யாரோ செய்தியுடன் வருகிறார்கள் என்று பரபரப்புடன் எழுந்து உட்காருவார்.

இம்மாதிரி எத்தனையோ தடவை ஏமாற்றம் அடைந்த பிறகு கடைசியில் உண்மையாகவே இரண்டு குதிரைகள் அவர் வீட்டை நெருங்கி வரும் சத்தம் கேட்டது. வந்த குதிரைகள் வீட்டு வாசலில் நின்றன என்பது தெரிந்தது.

வாசற்படி வழியாக நுழைந்துவரப் போகிறவர்கள் யார் என்று கொட்டாத கண்களுடனும் துடிதுடித்த நெஞ்சுடனும் ஆயனர் பார்த்துக்கொண்டிருந் தார். அவருடைய ஆசை வீண் போகவில்லை. ஆம்! மாமல்லரும், பரஞ் சோதியும்தான் உள்ளே வந்தார்கள்.

அவர்களைப் பார்த்ததும் முதலிலே ஆயனருடைய முகத்தில் மகிழ்ச்சிக் களை படர்ந்தது. ஆனால் அவர்கள் நெருங்கி வரவர மகிழ்ச்சி குன்றியது.

மாமல்லரின் முகத்தில் தோன்றிய கேள்விக் குறியானது ஆயனருடைய உள்ளத்தில் சகிக்க முடியாத வேதனையை உண்டாக்கிற்று. மாமல்லர் வாய் திறந்து கேட்பதற்கு முன்னால் அவர் கேட்கப் போகும் கேள்வியைத் தாமே கேட்டுவிடத் தீர்மானித்தார் ஆயனர்.

அந்தச் சிற்ப மண்டபமும், வெளியிலிருந்த அரண்யமும் பிரதித்வனி செய்யும்படியான சோகம் நிறைந்த குரலில், 'பிரபு! என் சிவகாமி எங்கே?' என்று அலறினார்.

31.புலிகேசி ஓட்டம்

மாமல்லரும் பரஞ்சோதியும் ஆயனரின் அரண்ய வீட்டுக்கு எப்படி வந்து சேர்ந்தார்கள், என்ன மனோநிலையில் வந்து சேர்ந்தார்கள் என்பதைச் சற்று கவனிப்போம்.

மணிமங்கலம் போர்க்களத்தில் மகேந்திர பல்லவரின் சிறு படை, அடியோடு நாசம் செய்யப்படவிருந்த தறுவாயில், மாமல்லரும் பரஞ் சோதியும் பாண்டியனைப் புறங்கண்ட குதிரைப் படையுடன் அங்கு வந்து சேர்ந்தார்கள். சற்று நேரத்துக்கெல்லாம் போர் நிலைமை அடியோடு மாறி விட்டது. சளுக்க வீரர் பின்வாங்கி ஓட ஆரம்பித்தனர். அவர்களைத் தொடர்ந்து போய் அடியோடு அழித்துவிட்டு வர மாமல்லர் எண்ணிய சமயத்தில், போர்க்களத்தின் ஒரு மூலையில் மகேந்திர பல்லவர் மரணக் காயப்பட்டுக் கிடப்பதாகச் செய்தி கிடைத்தது. மாமல்லரும் பரஞ்சோதி யும் அவ்விடத்துக்கு ஓடிப் பார்த்தபோது, காயப்பட்ட மகேந்திரரைப் பக்கத்து மணிமங்கலம் கிராமத்திலிருந்த அரண்மனை விடுதிக்குத் தூக்கிக் கொண்டு போய்ச் சிகிச்சை செய்து வருவதாகத் தெரிந்தது. சிநேகிதர்கள் இருவரும் உடனே அவ்விடத்துக்குச் சென்றார்கள். சிறிது நேரம் சிகிச்சைகள் செய்த பிற்பாடு மகேந்திரர் கண் திறந்து பார்த்தார். புதல்வனைக் கண்டதும் முதலில் அவருடைய முகத்தில் மகிழ்ச்சி தோன்றியது. மறு கணத்திலே மகிழ்ச்சி பாவம் மாறி அளவற்ற வேதனையும் கவலையும் அந்த முகத்தில் பிரதிபலித்தன.

'மகனே! உனக்குப் பெரிய துரோகம் செய்து விட்டேன்! என்னை மன்னிப் பாயா?' என்று அவருடைய உதடுகள் முணுமுணுத்தன.

'அப்பா! நீங்கள் கவலைப்படவேண்டாம். நாங்கள்தான் சரியான சமயத்துக்கு வந்து சேர்ந்துவிட்டோமே! சளுக்கர் சிதறி ஓடுகிறார்கள்!...' என்று மாமல்லர் சொல்லும்போதே மகேந்திரர் நினைவை இழந்து விட்டார்.

மாமல்லரும் பரஞ்சோதியும் மகேந்திர சக்கரவர்த்தியைப் பத்திரமாகக் காஞ்சி நகருக்குக் கொண்டுபோக ஏற்பாடு செய்து விட்டுப் போர்க்களத்தின் நிலைமையை ஆராய்ந்தார்கள். மகேந்திர பல்லவருடன் காஞ்சியிலிருந்து புறப்பட்டு வந்த சைனியத்தில் பெரும்பகுதி வீரர்கள் மணிமங்கலம் போர்க்களத்தில் வீர சுவர்க்கம் புகுந்து விட்டதாக அறிந்தார்கள். சேனாபதி கலிப்பகையாரும் அந்தப் போர்க்களத்திலேயே உயிர் துறந்த செய்தி தெரியவந்தது. மேலே தாங்கள் செய்ய வேண்டியது என்ன என்று மாமல்லரும் பரஞ்சோதியும் யோசனை செய்தார்கள். காஞ்சி நகரைச் சுற்றிலும் இன்னும் பல இடங்களில் சளுக்க வீரர்களின் சிறு படைகள் ஆங்காங்கே கிராமங்களில் புகுந்து ஜனங்களை ஹிம்சித்துக்கொண்டிருப்ப தாக அவர்களுக்குத் தகவல் தெரியவந்திருந்தது. எனவே, அப்படிப்பட்ட கிராதக ராட்சதர்களை முதலில் ஒழித்துக் கிராமவாசிகளைக் காப்பாற்றுவது தான் தங்களுடைய முதற் கடமை என்றும் காலாட் படையும் வந்து சேர்ந்த பிறகு புலிகேசியின் பெரும் படையைத் தொடர்ந்து போகலாம் என்றும் தீர்மானித்தார்கள்.

அவ்விதமே மூன்று நாட்கள் சுற்றிச் சுற்றி வந்து காஞ்சிக்குக் கிழக்கிலும் தெற்கிலும் மேற்கிலும் சளுக்கர் படையே இல்லாமல் துவம்சம் செய் தார்கள். இதற்குள்ளாகக் காலாட் படையும் வந்து சேரவே மீண்டும் வடக்கு

நோக்கிப் புறப்பட்டார்கள். காஞ்சிக்கு வடக்கே மூன்று காத தூரத்தில் சூரமாரம் என்னும் கிராமத்துக்கு அருகில் ஒரு பெரும் போர் நடந்தது. இங்கே சளுக்கர் படைக்குத் தலைமை வகித்தவன் தளபதி சசாங்கன். இந்தச் சண்டையில் தளபதி சசாங்கனும் சளுக்க வீரர்களில் பெரும் பகுதியினரும் மாண்டார்கள். மற்றவர்கள் பின்வாங்கிச் சிதறி ஓடினார்கள். பல்லவர் படை அவர்களைத் துரத்திக்கொண்டு வெள்ளாறு வரையில் சென்றது.

தளபதி சசாங்கனைப் பின்னால் நிறுத்தி விட்டுப் புலிகேசி சக்கரவர்த்தி முன்னதாகவே வெள்ளாற்றைக் கடந்து போய் விட்டதாக மாமல்லரும் பரஞ்சோதியும் அறிந்தார்கள். மாமல்லர் வெள்ளாற்றையும் கடந்து அப்பால் புலிகேசியைத் துரத்திக் கொண்டு போக விரும்பினார். கலிப்பகையின் மரணத்தினால் இப்போது பல்லவ சேனாபதியாகி விட்ட பரஞ்சோதியார் அதற்கு ஒத்துக்கொள்ளவில்லை.

'பிரபு! சக்கரவர்த்தியை எந்த நிலைமையில் நாம் விட்டு விட்டு வந்தோம் என்பது தங்களுக்கு நினைவில்லையா? அவரை அப்படி விட்டுவிட்டு நாம் நெடுகிலும் போய்க்கொண்டேயிருப்பது நியாயமா? கலிப்பகையும் போர்க் களத்தில் காலமாகி விட்டார். நாம் இல்லாத சமயத்தில் சக்கரவர்த்திக்கு ஏதேனும் நேர்ந்து விட்டால் பல்லவ ராஜ்யம் என்ன கதி ஆவது? சளுக்கர் களால் சூறையாடப்பட்டும் ஹிம்சிக்கப்பட்டும் தவித்துக்கொண்டிருக்கும் கிராமவாசிகளின் கதி என்ன? அவர்களுக்கு அன்னவஸ்திரம் அளித்துக் காப்பாற்றும் கடமையை யார் நிறைவேற்றுவார்கள்? மதுரைப் பாண்டியன் மீண்டும் பல்லவ ராஜ்யத்தில் பிரவேசிக்க மாட்டான் என்பது என்ன நிச்சயம்? பிரபு! இதையெல்லாம் யோசித்துப் பார்த்து விட்டுச் சொல்லுங்கள்' என்றார் பரஞ்சோதி.

மகேந்திரருடைய தேக நிலைமையைப் பற்றிக் குறிப்பிட்டவுடனேயே மாமல்லருடைய மனவுறுதி தளர்ந்துவிட்டது. சற்று நேரம் தலைகுனிந்த படி சிந்தனையில் ஆழ்ந்திருந்தார். பின்னர் 'சேனாபதி! நீங்கள் சொல்லுவது உண்மைதான். அது மட்டுமல்ல, நாம் இப்போது நமது சைனியத்துடன் முன்னேறினால் அவர்களுக்கு வேண்டிய உணவுப் பொருள் இல்லை. போகும் வழியில் ஏற்கெனவே சளுக்க அரக்கர்கள் கிராமங்களைச் சூறை யாடிக்கொண்டு போகிறார்கள். அவர்களுக்குப் பின்னால் நாமும் போனால் கிராமவாசிகள் எங்கிருந்து உணவு அளிப்பார்கள்? நாமும் சேர்ந்து அவர் களை ஹிம்சிப்பதாகவே முடியும். எல்லாவற்றுக்கும் காஞ்சிக்குத் திரும்பிச் சென்று தந்தையின் உடல்நிலை எப்படியிருக்கிறதென்று தெரிந்து கொள்வோம். தக்க ஏற்பாட்டுடன் பிறகு திரும்புவோம்' என்றார்.

காஞ்சியை நோக்கித் திரும்பி வரும்போது ஆங்காங்கே கிராமங்களில் சளுக்க வீரர்கள் செய்துள்ள அக்கிரமங்கள் அவர்களுடைய கவனத்தைக் கவர்ந்தன. ஊர் ஊராக வீடுகளிலும் குடிசைகளிலும் வைக்கோற் போர்களிலும் அறுவடைக்கு ஆயத்தமாயிருந்த வயல்களிலும் சளுக்கர்கள் தீ வைத்திருந் தார்கள். எங்கே பார்த்தாலும் ஒரே சாம்பல் மயமாயிருந்தது. பல்லவ நாடே ஒரு பெரிய பயங்கர மசான பூமியாக மாறிவிட்டதாகத் தோன்றியது. இன்னும்

சில கிராமங்களில் வீடுகள் தீப்பற்றி எரிந்துகொண்டிருந்தன. ஆங்காங்கு ஜனங்களின் அழுகைக் குரல் எழுந்தது. மாமல்லரையும் பரஞ்சோதியையும் கண்டதும் ஜனங்கள் உரத்த சப்தமிட்டுப் புலம்பத் தொடங்கினார்கள். சளுக்க வீரர்கள் செய்த பயங்கர அட்டூழியங்களைப் பற்றி ஆங்காங்கே சொன்னார்கள். சிற்பிகள் கால் கை வெட்டப்பட்டது பற்றியும், இளம் பெண்கள் சிறைப் பிடித்துப் போகப் பட்டது பற்றியும், ஆடு மாடுகள் வதைக்கப்பட்டது பற்றியும் ஜனங்கள் சொன்னதைக் கேட்டபோது கோபத்தினாலும் ஆத்திரத்தினாலும் மாமல்லரின் மார்பு வெடித்து விடும் போலிருந்தது. நாக்கு உலர்ந்து மேலண்ணத்தில் ஒட்டிக்கொண்டது. பரஞ்சோதியிடம் தமது கோபத் தையும் ஆத்திரத்தையும் வெளியிட்டு நாலு வார்த்தை பேசுவதற்குக் கூட மாமல்லரால் முடியாமல் போய் விட்டது.

சிற்பிகள் பலருக்கு நேர்ந்த கதியைப் பற்றிக் கேட்டபோது மாமல்லரின் இருதய அந்தரங்கத்தில், நல்லவேளை! ஆயனரும் சிவகாமியும் காஞ்சிக் கோட்டைக்குள் இருக்கிறார்களே! என்ற எண்ணம் ஓரளவு ஆறுதலை யளித்தது. எனினும் சிற்பங்கள் அழிக்கப்பட்டதைப் பற்றி அறிந்தபோது மாமல்லபுரத்து அற்புதச் சிற்பங்களுக்கு என்ன கதி நேர்ந்ததோ என்ற ஐயம் உதித்து மிக்க வேதனையளித்தது. அதை நேரில் பார்த்துத் தெரிந்து கொள் வதற்காக மாமல்லரும் பரஞ்சோதியும் அதிவிரைவாக மாமல்லபுரம் சென்றார்கள். அங்கே சிற்பங்களுக்கு அதிகச் சேதம் ஒன்றுமில்லையென்று தெரிந்துகொண்டு காஞ்சிக்குப் பயணமானார்கள். மாமல்லபுரத்திலிருந்து காஞ்சிக்குப் போகும் வழியில் ஆயனரின் அரண்ய வீடு இருந்ததல்லவா? அந்த வீட்டையும் பார்க்கவேண்டும், அதிலிருந்த தெய்வீக நடனச் சிலை களுக்கு ஒன்றும் சேதமில்லையென்பதைத் தெரிந்து கொள்ளவேண்டும் என்று மாமல்லர் விரும்பினார். ஆயனரின் வீட்டு வழியாகப் போவது காஞ்சிக்குக் குறுக்கு வழியாகவும் இருந்ததல்லவா?

ஆயனர் வீட்டு வாசலுக்கு வந்ததும் கதவு திறந்திருப்பதைப் பார்த்தார்கள். உடனேயே இருவருக்கும் 'திக்' என்றது. வீட்டின் முன் பக்கத் தோற்றமே மனக் கலக்கத்தை உண்டாக்கிற்று. ஏதோ ஒரு மகத்தான விபத்தைப் பற்றித் தெரிந்து கொள்ளப் போகிறோம் என்ற உள் உணர்ச்சியுடன் வீட்டுக்குள்ளே பிரவேசித்தார்கள்.

உடைந்தும் சிதைந்தும் அலங்கோலமாய்க் கிடந்த சிலைகளைப் பார்த்த போது இருவருக்கும் தங்களுடைய நெஞ்சு எலும்புகள் உடைவது போன்ற உணர்ச்சி உண்டாயிற்று. அவர்களுடைய காலடிச் சப்தத்தைக் கேட்டதும் படுத்திருந்த ஆயனர் எழுந்து நிமிர்ந்து உட்கார்ந்தார்.

காஞ்சியில் பத்திரமாக இருப்பதாக அவர்கள் எண்ணிக் கொண்டிருந்த ஆயனரை இங்கே கண்டதினால் ஏற்பட்ட வியப்பு ஒருபுறமிருக்க, பயங் கரத்தால் வெளிறிய அவருடைய முகமும் வெறிகொண்ட அவருடைய பார்வையும் அவர்களுக்கு விவரிக்க முடியாத பீதியை உண்டாக்கின. 'என் சிவகாமி எங்கே?' என்று ஆயனச் சிற்பியார் கேட்டதும், மாமல்லருக்கு மலை பெயர்ந்து தலையில் விழுந்து விட்டது போலிருந்தது.

32.இரத்தம் கசிந்தது

மாமல்லர் கீழே விழுந்து விடுவாரோ என்ற பயத்தினால் பரஞ்சோதி அவருடைய கரத்தைப் பிடித்துக்கொண்டார். இருவரும் பேச நாவெழாமல் ஆயனரைப் பார்த்தபடியே நின்றார்கள்.

மீண்டும் ஆயனர், 'பல்லவ குமாரா! சிவகாமி எங்கே? என் செல்வக் கண்மணி எங்கே? ஆயனச் சிற்பியின் அருமைக் குமாரி எங்கே? மகேந்திர பல்லவரின் சுவீகார புத்திரி எங்கே? பரத கண்டத்திலேயே இணையற்ற நடன கலாராணி எங்கே?' என்று வெறிகொண்ட குரலில் கேட்டுக்கொண்டே போனார்.

மாமல்லருடைய உள்ளமானது பெரும் புயல் அடிக்கும்போது கடல் கொந் தளிப்பதுபோல் கொந்தளித்தது. ஆயினும் சிவகாமிக்கு என்ன நேர்ந்தது என்று தெரிந்து கொள்ளும் ஆவலினால் பல்லைக் கடித்து மனத்தை உறுதிப்படுத்திக் கொண்டு, பசையற்ற வறண்ட குரலில், 'ஐயா! தயவுசெய்து மனத்தை நிதானப்படுத்திக் கொள்ளுங்கள். சிவகாமி எங்கே என்று நானல்லவா தங்களைக் கேட்கவேண்டும்? சிவகாமிக்கு என்ன நேர்ந்தது? சொல்லுங்கள்' என்று கேட்டார்.

ஆயனருடைய வெறி அடங்கியது. அவருடைய உணர்ச்சி வேறு உருவங் கொண்டது. கண்ணில் நீர் பெருகிற்று. 'ஆமாம், பிரபு! ஆமாம்! என்னைத்தான் தாங்கள் கேட்கவேண்டும். சிவகாமியை இந்தப் பாவியிடந்தான் தாங்கள் ஒப்புவித்திருந்தீர்கள். நான்தான் என் கண்மணியைப் பறிகொடுத்து விட்டேன். ஐயோ! என் மகளே! பெற்ற தகப்பனே உனக்குச் சத்துருவானேனே!' என்று கதறியவண்ணம் தலையைக் குப்புற வைத்துக்கொண்டு விம்மினார்.

ஆயனரின் ஒவ்வொரு வார்த்தையும் நரசிம்மவர்மரின் இருதயத்தை வாளால் அறுப்பது போல் இருந்தது. சிவகாமி இறந்து போய் விட்டாள் என்றே அவர் தீர்மானித்துக் கொண்டார்.

பொங்கி வந்த துயரத்துக்கும், ஆத்திரத்துக்கும் இடையே சிவகாமி எப்படி இறந்தாள் என்று தெரிந்து கொள்ளும் ஆவலும் எழுந்தது. ஒருவேளை சளுக் கர்களால் அவளுடைய மரணம் நேர்ந்திருக்குமென்ற எண்ணம் மின்னலைப் போல் உதயமாகி அவருடைய உடம்பையும் உள்ளத்தையும் பிளந்தது.

மீண்டும் ஒரு பெரு முயற்சி செய்து மனத்தைத் திடப்படுத்திக் கொண்டார். அதிகாரத் தொனியுடைய கடினமான குரலில், 'ஆயனரே! மறுமொழி சொல்லிவிட்டு அப்புறம் அழும். சிவகாமி எப்படி இறந்தாள்? எப்போது இறந்தாள்?' என்று கர்ஜித்தார்.

'ஆஹா! என் கண்மணி இறந்துவிட்டாளா?' என்று அலறிக் கொண்டு, படுத் திருந்த ஆயனர் எழுந்து நிற்க முயன்றார். அவர் கால் தடுமாறியது; பயங்கர மாக வீறிட்டுக் கொண்டு தொப்பென்று தரையில் விழுந்தார்.

‘இறந்து விட்டாளா?’ என்ற கேள்வியினால், சிவகாமி இறந்து விடவில்லை என்ற உண்மை மாமல்லரின் மனத்தில் பட்டது. ஆயனர் அப்படி நிற்க முயன்று விழுந்தபோது, அவருடைய காலில் ஊனம் என்னும் விவரமும் மாமல்லருக்குத் தெரிந்தது. இதனால் அவர் கல்லாகச் செய்துகொண்டிருந்த மனம் கனிந்தது. ‘ஐயா! தங்களுக்கு என்ன?’ என்று கேட்டுக்கொண்டே ஆயனரின் அருகில் வந்து உட்கார்ந்தார்.

‘ஐயா! தங்கள் கால் முறிந்திருக்கிறதே? இது எப்படி நேர்ந்தது?’ என்று இரக்கத்துடன் வினவினார்.

‘மலையிலிருந்து விழுந்து கால் முறிந்தது. என் கால் முறிந்தால் முறியட்டும்; சிவகாமி இறந்து விட்டதாகச் சொன்னீர்களே! அது உண்மை தானா?’ என்று ஆயனர் கேட்டார்.

‘ஐயா! சிவகாமியைப் பற்றி எனக்கு ஒன்றுமே தெரியாது. போர்க்களத்திலிருந்து நேரே வருகிறேன். நீங்களும் சிவகாமியும் காஞ்சியில் சௌக்கியமாயிருப்பதாக எண்ணியிருந்தேன். நீங்கள் எப்படி இங்கே வந்தீர்கள்? சிவகாமியை எப்போது பிரிந்தீர்கள்? அவள் இறந்து போய்விடவில்லையல்லவா?’ என்று மிகவும் அமைதியான குரலில் பேசினார் மாமல்லர்.

இதற்கு மாறாக அலறும் குரலில், ‘ஐயோ! சிவகாமி இறந்து போயிருந்தால் எவ்வளவோ நன்றாயிருக்குமே!’ என்றார் ஆயனர்.

‘ஐயா! சிவகாமிக்கு என்னதான் நேர்ந்தது?’

‘ஐயோ! எப்படி அதைச் சொல்வேன்? எல்லாம் இந்தப் பாவியினால் வந்த வினைதான் பிரபு! சிவகாமியைச் சளுக்கர்கள் சிறைப்பிடித்துக்கொண்டு போய் விட்டார்கள்!’

‘என்ன? என்ன?’ என்று மாமல்லர் கேட்ட தொனியில் உலகத்திலேயே கண்டும் கேட்டுமிராத விபரீதம் நடந்து விட்டதென்று அவர் எண்ணியது புலனாயிற்று.

‘ஆம், பிரபு! சிறைப் பிடித்துக்கொண்டு போய்விட்டார்கள். தாங்கள் சளுக்கர்களைத் தொடர்ந்து போனது பற்றிக் கேள்விப்பட்டபோது, சிவகாமியை விடுவித்துக்கொண்டு வருவீர்களென்று நம்பியிருந்தேன். என்னை ஏமாற்றி விட்டீர்கள்! ஆனால் உங்கள் பேரில் என்ன தப்பு? எல்லாம் இந்த பாவியினால் வந்ததுதான். சித்திரம், சிற்பம் என்று பைத்தியம் பிடித்து அலைந்தேன். என் உயிர்ச் சித்திரத்தை, ஜீவ சிற்பத்தைப் பறிகொடுத்தேன்!... ஐயோ! என் மகளுக்கு நானே யமன் ஆனேனே!’

இவ்வாறெல்லாம் ஆயனர் புலம்பியது மாமல்லரின் காதில் ஏறவே இல்லை. சிவகாமியைச் சளுக்கர் சிறைப்பிடித்துச் சென்றார்கள் என்னும் செய்தி ஒன்றுதான் அவர் மனத்தில் பதிந்திருந்தது. சிறிது நேரம் பிரமை பிடித்தவர்போல் உட்கார்ந்திருந்தார்.

பிறகு, தொண்டையைக் கனைத்துக்கொண்டு, மிக மெலிந்த குரலில், ‘சிற்பியாரே! இதெல்லாம் எப்படி நடந்தது? காஞ்சியிலிருந்து நீங்கள் ஏன்

கிளம்பினீர்கள்? சிவகாமி எப்படிச் சிறைப்பட்டாள்? உங்கள் கால் எப்படி ஒடிந்தது? அடியிலிருந்து எல்லாம் விவரமாகச் சொல்லுங்கள்!' என்றார்.

ஆயனரும் அவ்விதமே விவரமாகச் சொன்னார். தட்டுத் தடுமாறி இடையிடையே விம்மிக்கொண்டு சொன்னார்.

மாமல்லர் கேட்டுக் கொண்டிருந்தார். அச்சமயம் உறையிலிருந்து எடுத்த கத்தியை அவர் கையில் வைத்துக்கொண்டிருந்தார். கத்தியின் கூரிய விளிம்பை அவர் இடக்கை விரல்கள் தடவிக் கொண்டிருந்தன. அவ்வாறு தடவியபோது விரல்களில் சில கீறல்கள் ஏற்பட்டன. அந்தக் கீறல்களில் கசிந்த இரத்தம் சொட்டுச் சொட்டாகத் தரையில் சொட்டிக் குட்டையாகத் தேங்கியது.

33.இருள் சூழ்ந்தது

மாமல்லர் அன்று ஆயனரின் அரண்ய வீட்டிலிருந்து புறப்பட்டுக் காஞ்சி நகரை நோக்கிச் சென்றபோது உச்சி நேரம். நிர்மலமான நீல ஆகாயத்தில் புரட்டாசி மாதத்துச் சூரியன் தலைக்கு மேலே தகதகவென்று பிரகாசித்துக் கொண்டிருந்தான். ஆயினும் மாமல்ல நரசிம்மருக்கு அப்போது வானமும் பூமியும் இருள் சூழ்ந்திருந்ததாகத் தோன்றியது. அமாவாசை நள்ளிரவில் நாலாபுறமும் வானத்தில் கன்னங்கரிய மேகங்கள் திரண்டிருந்தாற் போன்ற அந்தகாரம் அவர் உள்ளத்தைக் கவிந்து கொண்டிருந்தது. ஒரு சின்னஞ்சிறு நட்சத்திரத்தின் மினுக் மினுக் என்னும் ஒளிக் கிரணத்தைக்கூட அந்தக் காரிருளில் அவர் காணவில்லை.

ஆனால் திடீர் திடீர் என்று சில சமயம் பேரிடி முழக்கத்துடன் கூடிய மின்னல்கள் கீழ்வான முகட்டிலிருந்து மேல்வான முகடு வரையில் அந்த காரத்தைக் கிழித்துக்கொண்டு பாய்ந்த மின்னல்கள் - கண்ணைப் பறித்து மண்டையைப் பிளக்கும் பயங்கரத் தீட்சண்ய ஒளி மின்னல்கள் - மாமல்ல ருடைய உள்ளமாகிற வானத்தில் தோன்றத்தான் செய்தன. அந்த மின்னல் ஒளியெல்லாம் ஆயிரமாயிரம் கூரிய வாள்களும் வேல்களும் போர்க் களத்தில் ஒன்றோடொன்று உராயும்போது சுடர்விட்டு ஒளிர்ந்து மறையும் மின்னல்களாகவே அவருடைய அகக்காட்சியில் தோற்றமளித்தன.

சிவகாமி அடியோடு நஷ்டமாகிவிட்டதாகவே மாமல்லர் எண்ணினார். சளுக்கரால் சிறைப்பட்டுச் சிவகாமி உயிர் வாழ்ந்திருப்பாள் என்று அவரால் கற்பனை செய்யவே முடியவில்லை.

சிறைப்பட்டுச் சிறிது நேரத்துக்கெல்லாம் அவள் பிராணனை விட்டுத்தான் இருக்கவேண்டும். கேவலம் மற்றச் சாமான்யப் பெண்களைப் போல் அவள் சத்ருக்கள் வசம் சிக்கிக்கொண்ட பிறகு உயிரை வைத்துக் கொண்டிருப்பாளா? மானத்தைக் காட்டிலும் பிராணனே பெரிது என்று எண்ணும் ஈனத்தனம் சிவகாமியிடம் இருக்க முடியுமா?

தன்னுடைய வாழ்க்கையிலிருந்தும், இந்தப் பூலோகத்தில் இருந்தும் அந்தத் தெய்வீக ஒளிச்சுடர் முடிவாக மறைந்தே போய்விட்டது. அத்தகைய தெய்வீக சௌந்தர்யத்துக்கும் கலைத்திறனுக்கும் மேன்மைக் குணத்துக்கும் இந்த உலகம் தகுதியற்றது; தானும் தகுதியற்றவன்!

இரண்டு தந்தைகளுமாய்ச் சேர்ந்து சிவகாமியின் உயிருக்கு இறுதி தேடி விட்டார்கள். தன்னுடைய வாழ்வுக்கும் உலை வைத்து விட்டார்கள். ஆன போதிலும், அவர்கள் மீது மாமல்லர் அதிகமாகக் கோபங்கொள்ள முடிய வில்லை.

மகளைப் பிரிந்த துயரத்தினால் ஆயனர் ஏறக்குறையச் சித்தப் பிரமை கொண்ட நிலையில் இருக்கிறார். கால் முறிந்து எழுந்து நிற்கவும் முடியாமல் கிடந்த இடத்திலேயே கிடக்கிறார். அவர் மேல் எப்படிக் கோபம் கொள்வது? அல்லது, போர்க்களத்திலே படுகாயம் அடைந்து யமனுடன் போராடிக்கொண் டிருக்கும் மகேந்திர பல்லவரிடந்தான் எவ்விதம் கோபம் கொள்ள முடியும்?

சிவகாமி இல்லாத உலகத்திலே தாம் உயிர் வாழ்வது என்னும் எண்ணத்தை மாமல்லரால் சகிக்கவே முடியவில்லை. எனினும், சில காலம் எப்படியும் பல்லைக் கடித்துக் கொண்டு ஜீவித்திருக்கத்தான்வேண்டும்; நராதமர்களும், நம்பிக்கைத் துரோகிகளும், மனித உருக்கொண்ட ராட்சதர்களுமான வாதாபி சளுக்கர்களைப் பழி வாங்குவதற்காகத்தான்!

இதுவரையில் இந்த உலகமானது கண்டும் கேட்டுமிராத முறையிலே பழி வாங்கவேண்டும்! சளுக்கர் தொண்டை நாட்டில் செய்திருக்கும் அக்கிர மங்களுக்கு ஒன்றுக்குப் பத்து மடங்காக அவர்களுக்குச் செய்யவேண்டும். சளுக்க நாட்டில் இரத்த ஆறுகள் ஓடவேண்டும். அப்படிப் பெருகி ஓடும் செங்குருதி நதிகளில், பற்றி எரியும் பட்டணங்களின் மீது கிளம்பும் அக்கினி ஜுவாலைகள் பிரதிபலிக்கவேண்டும்! அந்த அரக்கர்களின் நாட்டிலே அப்போது எழும் புலம்பல் ஒலியானது தலைமுறை தலை முறையாகக் கேட்டுக்கொண்டிருக்க வேண்டும்!

இவ்விதம் பழி வாங்குவதைப் பற்றி எண்ணியபோதெல்லாம் மாமல்ல ருக்குச் சிறிது உற்சாகம் உண்டாயிற்று. அடுத்த கணத்தில், ‘சிவகாமி இவ் வுலகில் இப்போதில்லை. அவளை இனிமேல் பார்க்கவேமுடியாது’ என்ற எண்ணம் தோன்றியது. உற்சாகம் பறந்துபோய்ச் சோர்வு குடிகொண்டது. உடம்பின் நரம்புகள் தளர்ந்து சகல நாடிகளும் ஒடுங்கிக் குதிரையின் கடிவாளங்கள் கையிலிருந்து நழுவும்படியான நிலைமையை அடைந்தார்.

அந்த மனச் சோர்வைப் போக்கிக் கொள்வதற்காக மாமல்லர் பழைய ஞாபகங்களில் தம்முடைய மனத்தைச் செலுத்த முயன்றார்.

சென்ற மூன்று நாலு வருஷங்களில் சிவகாமிக்கும் தமக்கும் ஏற்பட்டிருந்த தொடர்பை நினைத்தபோது மாமல்லரின் இருதய அடிவாரத்திலிருந்து பந்து போன்ற ஒரு பொருள் கிளம்பி மேலே சென்று தொண்டையை அடைத்துக் கொண்டது போலிருந்தது. கண்களின் வழியாகக் கண்ணீர் வருவதற்குரிய மார்க்கங்களையும், அது அடைத்துக்கொண்டு திக்குமுக்காடச் செய்தது.

ஆஹா! உலகத்தில் அன்பு என்றும், காதல் என்றும், பிரேமை என்றும் சொல்கிறார்களே! சிவகாமிக்கும் தமக்கும் ஏற்பட்டிருந்த மனத் தொடர்பைக் குறிப்பிடுவதற்கு இவையெல்லாம் எவ்வளவு தகுதியற்ற வார்த்தைகள்?

தளபதி பரஞ்சோதியும் அந்தத் திருவெண்காட்டு மங்கையும் கொண்டுள்ள தொடர்பைக்கூட அன்பு, காதல், பிரேமை என்றுதான் உலகம் சொல்கிறது. ஆனால் பரஞ்சோதியின் அனுபவத்துக்கும் தம்முடைய அனுபவத்துக்கும் எத்தனை வித்தியாசம்?

பரஞ்சோதி சேர்ந்தாற்போல் பல தினங்கள் உமையாளைப்பற்றி நினைப்பதுகூட இல்லை என்பதை மாமல்லர் அறிந்திருந்தார். ஆனால் அவருடைய உள்ளத்திலேயிருந்து ஒரு கணநேரமாவது சிவகாமி அப்பாற்பட்டதுண்டா? கேணியில் உள்ள தண்ணீரை இறைத்துவிட்டால், அடியில் உள்ள நீர் ஊற்றிலிருந்து குபு குபுவென்று தண்ணீர், மேலே வருமல்லவா? அதே மாதிரியாக மாமல்லரின் இருதயமாகிய ஊற்றிலிருந்து சிவகாமியின் உருவம் இடைவிடாமல் மேலே வந்துகொண்டிருந்தது. ஆயிரமாயிரம் சிவகாமிகள் நெஞ்சின் ஆழத்திலிருந்து கிளம்பி மேலே மேலே வந்து மறைந்து போய்க்கொண்டேயிருப்பார்கள்.

முகத்தில் புன்னகை பூத்த சிவகாமி, கலீரென்று சிரிக்கும் சிவகாமி, புருவம் நெரித்த சிவகாமி, சோகம் கொண்ட சிவகாமி, பயத்துடன் வெருண்டு பார்க்கும் சிவகாமி, கண்களைப் பாதி மூடி ஆனந்த பரவசத்திலிருக்கும் சிவகாமி, வம்புச் சண்டைக்கு இழுக்கும் விளையாட்டுக் கோபங்கொண்ட சிவகாமி - இப்படியாக எத்தனை எத்தனையோ சிவகாமிகள் மாமல்லரின் உள்ளத்தில் உதயமாகிக் கொண்டேயிருப்பார்கள்.

தாய் தந்தையரோடு பேசிக்கொண்டிருக்கும்போதும், இராஜரீக விவரங்களை மிக்க கவனமாகக் கேட்டுக்கொண்டிருக்கும் போதும், புரவியின் மீது அதிவேகமாகப் போய்க்கொண்டிருக்கும் போதும் இராஜ சபையில் வீற்றிருந்து ஆடல் பாடல் விநோதங்களைக் கண்டு கேட்டுக் களித்துக் கொண்டிருக்கும் போதும், போர்க்களத்தில் வாள்களும் வேல்களும் நாலாபுறமும் ஒளி வீசி ஒலி செய்ய எதிரி சைனியங்களுடன் வீரப்போர் புரிந்து அவர்களை விரட்டியடிக்கும்போதும் எப்படியோ மாமல்லரின் உள்ளத்தின் அடிவாரத்தில் சிவகாமியின் நினைவு மட்டும் இருந்து கொண்டுதானிருக்கும்.

பகல் வேளையில் பல்வேறு காரியங்களில் ஈடுபட்டிருக்கும் சமயங்களிலே தான் இப்படியென்றால், இரவு நேரங்களில் சொல்ல வேண்டியதில்லை. காஞ்சி நகரில் அரண்மனையில் தங்கும் நாட்களில் இரவு போஜனம் முடிந்து தாம் தன்னந்தனியாகப் படுக்கைக்குப் போகும் நேரத்தை எப்போதும் மாமல்லர் ஆவலுடன் எதிர்நோக்குவது வழக்கம். ஏனெனில் சிவகாமியைப் பற்றிய நினைவுகளிலேயே அவருடைய உள்ளத்தைப் பூரணமாக ஈடுபடுத்தலாமல்லவா? கருவண்டை யொத்த அவளுடைய கண்களையும், அந்தக் கண்களின் கருவிழிகளைச் சுழற்றி அவள் பொய்க் கோபத்துடன் தன்னைப்

பார்க்கும் தோற்றத்தையும் நினைத்து நினைத்துப் போதை கொள்ளலா மல்லவா?

இப்படி நெடுநேரம் சிவகாமியைப்பற்றி எண்ணமிட்டுக் கொண்டிருந்த பிறகு கடைசியில் கண்களை மூடித் தூங்கினால், தூக்கத்திலும் அவளைப் பற்றிய கனவுதான். எத்தனை விதவிதமான கனவுகள்? அந்தக் கனவுகளில் எத்தனை ஆனந்தங்கள்? எத்தனை துக்கங்கள்? எத்தனை அபாயங்கள்? எத்தனை ஏமாற்றங்கள்?

கனவுகளிலே என்னவெல்லாமோ ஆபத்துக்கள் சிவகாமிக்கு ஏற்பட்டதும், அவற்றிலிருந்து அவளைத் தப்புவிக்கத் தாம் முயன்றதும், சில சமயம் அவளைத் தப்புவிப்பதற்கு முன்னாலே கனவு கலைந்து எழுந்து, மீதி இர வெல்லாம் கவலைப்பட்டுக் கொண்டிருந்ததும், மறு நாள் விரைந்து சென்று சிவகாமிக்கு அபாயம் ஒன்றுமில்லை என்று தெரிந்துகொண்டு ஆறுதல் அடைந்ததும், மாமல்லருக்கு இப்போது நினைவுக்கு வந்தன. அந்தப் பயங் கரமான கனவுகள் இப்போது மெய்யாகி விட்டன! உண்மையாகவே ஆபத்து வந்த சமயத்தில் தான் அருகிலிருந்து அவளைக் காப்பாற்ற முடியாமற் போய்விட்டது.

அந்தப் பேதையின் உள்ளத்தில் இப்படி ஒரு பெரிய ஆபத்துத் தனக்கு வரப்போகிறது என்பது எப்படியோ தோன்றியிருக்க வேண்டும். இதன் காரணமாகத்தான் அவள் தன்னிடம் அடிக்கடி 'என்னை மறக்க மாட்டீர்கள் அல்லவா?' என்றும், 'என்னைக் கைவிடமாட்டீர்கள் அல்லவா?' என்றும் கேட்டுக்கொண்டிருந்தாள். அப்போதெல்லாம், 'இதென்ன அர்த்தமில்லாத கேள்வி?' என்று மாமல்லர் அலட்சியமாகத் திருப்பிக் கேட்பது வழக்கம். உண்மையில் அது எவ்வளவு அர்த்த புஷ்டியுள்ள கேள்வி!

சிவகாமி! என் கண்ணே! உன்னை மறக்கமாட்டேன்! இந்த ஜன்மத்தில் உன்னை மறக்கமாட்டேன்! எந்த ஜன்மத்திலும் மறக்கமாட்டேன். உன்னை என்னிடமிருந்து பிரித்த பாதகர் மேல் முதலில் பழி வாங்குவேன்! அதற்குப் பிறகு உன்னைத் தேடிக் கொண்டு வருவேன். யமன் உலகத்துக்கு உன்னைத் தொடர்ந்து வந்து தர்ம ராஜாவிடம், 'எங்கே என் சிவகாமி?' என்று கேட்பேன். சொர்க்க லோகத்திற்குச் சென்று தேவேந்திரனிடம், 'என் சிவகாமி எங்கே? ரம்பை, ஊர்வசி, மேனகை, திலோத்தமை ஆகிய நாலு பேர் உங்கள் உலகில் இருக்கிறார்கள். எனக்கோ சிவகாமி ஒருத்திதான் இருக்கிறாள்! அவளைக் கொடுத்து விடுங்கள்!' என்று கேட்பேன்.

சிவகாமி! சொர்க்க லோகத்தில் நீ இல்லாவிட்டால் அதோடு உன்னை விட்டுவிட மாட்டேன்! பிரம்மலோகம், வைகுண்டம், கைலாசம் ஆகிய உலகங்களில் எங்கே நீ இருந்தாலும் உன்னை என்னிடமிருந்து பிரிக்க முடியாது! வருகிறேன், சிவகாமி வருகிறேன்! கூடிய விரைவில் நீ இருக்குமிடம் வருகிறேன்!

34.இந்தப் பெண் யார்?

காஞ்சிமா நகரம் இதற்கு முன் எந்த நாளிலும் கண்டிராத அமைதியுடன் விளங்கிற்று. பெரிய பயங்கரமான புயல் அடித்து ஓய்ந்த பிறகு ஏற்படும் அமைதியை அது ஒத்திருந்தது. நகர வாசிகளின் மன நிலைமையும் அதற்கேற்றபடிதான் இருந்தது.

வாதாபிப் படைகள் தொண்டை நாட்டில் சொல்லொணாத அட்டூழியங்களைச் செய்துவிட்டுப் பின்வாங்கிச் சென்றது பற்றியும், மணிமங்கலத்திலும் சூரமாரத்திலும் நடந்த போர்களைப் பற்றியும், காஞ்சி நகர் வாசிகளுக்கு அரைகுறையான விவரங்கள் கிடைத்திருந்தன. மகேந்திர பல்லவச் சக்கரவர்த்தி மணிமங்கலம் போர்க்களத்தில் அடைந்த காயங்களினால் யமன் உலகை எட்டிப் பார்த்துக் கொண்டிருப்பதும், அவரைப் பிழைப்பிக்க அரண்மனை வைத்தியர்கள் பிரம்மப் பிரயத்தனம் செய்து கொண்டிருப்பதும் காஞ்சி மக்களுக்குத் தெரிந்திருந்தபடியால், எந்த நிமிஷத்திலும் அவர்கள் 'சக்கரவர்த்தி காலமானார்' என்ற துக்கச் செய்தியை எதிர்பார்த்துக் கொண்டிருந்தார்கள்.

மணிமங்கலம் போர்க்களத்திலிருந்து திரும்பி வந்த வீரர் சிலரின் மூலம் ஆயனருடைய கால் முறிந்த செய்தியையும், சிவகாமி, சளுக்கர்களால் சிறைப் பிடித்துக்கொண்டு போகப்பட்ட விவரத்தையும் காஞ்சி மக்கள் கேள்விப்பட்டிருந்தார்கள். இந்தச் சம்பவம் அவர்களுக்கு எல்லாவற்றிலும் அதிக வேதனையை அளித்திருந்ததுடன் மகேந்திர பல்லவரிடம் அவர்களுக்கிருந்த மரியாதையைப் பெரிதும் குறைத்திருந்தது.

இத்தகைய காரணங்களினால் காஞ்சி மாநகரம் களையற்றுக் கலகலப்பற்று, சோபிதமில்லாமல் அசாதாரணமான அமைதி குடிகொண்ட நகரமாய் விளங்கிற்று.

நகரத்திலேயே இப்படி இருந்தது என்றால் அரண்மனைக்குள்ளே கேட்க வேண்டியதில்லை. புவன மகாதேவி மகேந்திர பல்லவரை மணந்து காஞ்சி அரண்மனைக்குள்ளே கால் வைத்த நாளிலிருந்து, அந்த அரண்மனை ஒரு காலத்திலும் இம்மாதிரி கலகலப்பற்றும் பிரகாசமில்லாமலும் பேய் குடிகொண்ட பழைய மாளிகையைப் போலத் தோற்றமளித்தது கிடையாது.

காஞ்சி நகரம் முற்றுகையிடப்பட்டிருந்த காலத்திலேகூட அந்த அரண்மனையில் அந்தந்த நேரத்தில் கீத வாத்தியங்களின் ஒலியும், பேரிகை முரசங்களின் கோஷமும் சங்கங்களின் முழக்கமும் ஆலாசிய மணிகளின் சத்தமும் கேட்டுக்கொண்டு தானிருந்தன.

இவற்றுடன் அரண்மனைத் தாதிப் பெண்கள் கால்களில் அணிந்திருந்த பாதசரங்களின் கிண்கிணி ஓசை இடைவிடாமல் கேட்டுக்கொண்டிருக்கும்.

வேத மந்திரங்களின் கோஷமும், செந்தமிழ்ப் பாடல்களின் கீதநாதமும் சில சமயங்களில் கேட்கும்.

அரண்மனை முன் வாசல் முற்றத்தில் வந்து போகும் குதிரைகளின் காலடிச் சத்தம் சதா கேட்டுக்கொண்டிருக்கும்.

இப்படியிருந்த அரண்மனையில் இப்போது ஆழ்ந்த மௌனம், பீதியை உண்டாக்கும் பயங்கர மௌனம், குடிகொண்டிருந்தது.

மணிமங்கலம் போர்க்களத்திலிருந்து மகேந்திர பல்லவரை எடுத்து வந்த பிறகு இராஜ வைத்தியர்கள் அல்லும் பகலும் அவர் பக்கத்தில் இருந்து சிகிச்சை செய்து வந்தார்கள்.

மகேந்திர பல்லவர் பல நாள் நினைவற்ற நிலையிலேயே இருந்தார். சூரமாரம் போர்க்களத்திலிருந்து மாமல்லர் திரும்பி வந்த பிறகுகூடச் சக்கரவர்த்திக்குச் சுய நினைவு இல்லாமல் இருந்தது.

அப்புறம் கொஞ்சம் கொஞ்சமாகக் கண் விழித்துப் பார்க்கவும் தம் எதிரிலுள்ளவர்களைத் தெரிந்து கொள்ளவும் ஆரம்பித்தார்.

இனிமேல் சக்கரவர்த்தி பிழைத்துக் கொள்வார் என்றும், ஆனால், இன்னும் சில காலம் அவரைக் கவலையுடன் பார்த்துக் கொள்ள வேண்டும் என்றும் வைத்தியர்கள் சொன்னார்கள். மாமல்லரைப் பார்க்கும் போதெல்லாம் மகேந்திரருக்கு உணர்ச்சி அதிகமாகிப் பேசுவதற்கு முயன்றபடியால் மாமல்லர் தந்தையிடம் அதிகமாகப் போகாமலிருப்பதே நல்லதென்று அபிப்பிராயப்பட்டார்கள்.

இதனால் மாமல்லரின் மனவேதனையும் அமைதிக் குலைவும் அதிகமாயின. அவர் மனம் விட்டுப் பேசுவதற்கு அரண்மனையில் யாரும் இல்லை. தளபதி பரஞ்சோதியோ சேனைகளை அழைத்துக்கொண்டு கோட்டைக்கு வெளியே சென்று, வாதாபிப் படையால் ஹிம்சிக்கப்பட்ட கிராமவாசிகளுக்கு உதவி செய்வதில் ஈடுபட்டிருந்தார்.

புவன மகாதேவி எப்போதும் கண்ணீரும் கம்பலையுமா யிருந்தார். புலிகேசியை நகருக்குள் அழைப்பதால் கேடுதான் விளையும் என்று தாம் முன்னாலேயே எச்சரித்ததை இப்போது சொல்லிச் சொல்லி வருந்தினார். அதோடு மாமல்லருக்குப் பாண்டிய ராஜ குமாரியை அப்போதே மணம் முடிக்காதது எவ்வளவு தவறு என்பதையும் அடிக்கடி குறிப்பிட்டார். இந்த பேச்சு மாமல்லரின் காதில் நாராசமாக விழுந்தது.

நாளாக ஆக, மாமல்லருக்குச் சிவகாமியைப் பற்றி யாருடனாவது மனத்தைத் திறந்து பேசாவிட்டால் இருதயம் வெடித்து விடும் போலிருந்தது. அப்படிப் பேசக் கூடியவர்கள் யார் இருக்கிறார்கள்? ஆயனர் ஒருவர்தான். அவர்தான் சிவகாமியைப் பற்றித் தாம் பேசுவதை ஒத்த உள்ளத்துடன் கேட்கக்கூடியவர். மேலும் அவருடைய உடல் நிலையைப் பற்றியும் தெரிந்து கொள்ள வேண்டுமல்லவா? பார்க்கப் போனால், தமக்கு

மகேந்திர பல்லவர் எப்படியோ, அப்படியே ஆயனரும் தந்தை தானே? அவரைக் கவனியாமலிருப்பது எவ்வளவு பிசகு?

இவ்விதம் எண்ணி ஒருநாள் மாமல்லர் ஆயனரை அவருடைய அரண்ய வீட்டில் பார்ப்பதற்காகத் தன்னந்தனியே குதிரை மீதேறிப் பிரயாணமானார்.

காட்டு வழியாகப் போய்க் கொண்டிருக்கையில், அவருக்குத் தாமரைக்குளம் ஞாபகம் வந்தது. தானும் சிவகாமியும் எத்தனையோ ஆனந்தமான நாட்களைக் கழித்த இடம் - ஒருவர்க்கொருவர் எத்தனையோ அன்பு மொழிகளைக் கூறிப் பரவசமடைந்த இடம் - அப்பேர்ப்பட்ட குளக்கரையைப் பார்க்க வேண்டுமென்று ஆசை உண்டாயிற்று.

எனவே, பாதையை விட்டுச் சிறிது விலகித் தாமரைக் குளக்கரையை நோக்கிக் குதிரையை மெதுவாகச் செலுத்தினார்.

சற்றுத் தூரம் போனதும் அந்தக் காட்டு வழியில் எதிரே பெண் ஒருத்தி வருவது தெரிந்தது. மாமல்லர் வருவதுகண்டு திடுக்கிட்ட தோற்றத்துடன் அவள் ஒதுங்கி நின்றாள். மாமல்லர் தமது பரம்பரையான குலப் பண்பாட்டுக்கு உகந்தபடி அவளுடைய முகத்தை மறுமுறை ஏறிட்டுப் பாராமல் தம் வழியே சென்றார். ஆனால், சிறிது தூரம் சென்றதும் அந்த ஸ்திரீயின் முகம் ஏற்கெனவே பார்த்த முகம்போல் ஞாபகத்துக்கு வந்தது. 'அவள் யார்? அவளை எங்கே பார்த்திருக்கிறோம்?' என்று எண்ணமிட்டுக்கொண்டே மாமல்லர் தாமரைக் குளத்தை அடைந்தார்.

35.கலங்கிய குளம்

ஆஹா! அந்தப் பழைய தாமரைத் தடாகம்தானா இது? சிவகாமியும் தானும் எத்தனையோ இன்பமான தினங்களைக் கழித்த குளக்கரைதானா இது?

ஆம்; அதுதான். ஆனால் அதன் தோற்றம் இப்போது அடியோடு மாறிப் போயிருந்தது. மாமல்லரின் மனம் அடைந்திருந்த நிலையை அந்தத் தாமரைக்குளம் நன்கு பிரதிபலித்தது.

பளிங்குபோல் தெளிந்த தண்ணீர் ததும்பிக்கொண்டிருந்த தடாகத்தில் இப்போது பெரும் பகுதி சேறாயிருந்தது. காண்போர் கண்களையும் உள்ளத்தையும் ஒருங்கே கவர்ந்து பரவசப்படுத்திய செந்தாமரை மலர்கள், குவிந்த மொட்டுக்கள், பச்சை வர்ணக் குடைகள் போல் கவிந்து படர்ந்திருந்த இலைகள் - இவை ஒன்றும் இப்போது இல்லை. யானைகளின் காலினால் சேற்றோடு சேர்த்து மிதிக்கப்பட்ட சில தாமரை இலைகள் காணப்பட்டன. வாடி வதங்கிய இலைகளையுடைய தாமரைக் கொடிகள் துவண்டும் உலர்ந்தும் கிடந்தன.

குளக்கரையில் தழைத்துச் செழித்திருந்த விருட்சங்களின் கிளைகள் முறிக்கப்பட்டுப் பாதி மொட்டையாகக்காணப்பட்டன.

ஆ! அந்த விசுப்பலகை! அதுவும் பாதியில் முறிந்து ஒரு பகுதி தரையில் துகள் துகளாய்க் கிடந்தது. இன்னொரு பாதி அப்படியே பிளந்த முனைகளுடன் நின்றது.

இருதயம் உடைந்த மாமல்லர் அந்தப் பிளந்த விசுப்பலகையின் மேல் உட்கார்ந்தார். சுற்று முற்றும் பார்த்தார். பழைய ஞாபகங்கள் ஒன்றை யொன்று தள்ளிக்கொண்டு போட்டியிட்டுக் கொண்டு வந்தன.

வசந்த காலத்தில், வனத்திலுள்ள மரங்களெல்லாம் புதுத் தளிர்களும் புஷ்பங்களுமாய்க் குலுங்கிக் கொண்டிருந்த நாட்களில், எத்தனையோ தடவை சிவகாமியைத் தேடிக்கொண்டு அவர் அங்கு வந்ததுண்டு. கான கத்துப் பட்சிகள் கலகலவென்று சப்தித்துக் கொண்டிருந்த நேரங்களில், அவரும் சிவகாமியும் அதே விசுப்பலகையில் உட்கார்ந்து, கண்களோடு கண்களும் கரங்களோடு கரங்களும் இருதயத்தோடு இருதயமும் பேசும்படி விட்டு, வாய்மூடி மௌனிகளாய் நேரம் போவது தெரியாமல் இருந்ததுண்டு.

கீழ் வான முகட்டில் பச்சை மரங்களுக்கிடையே பொற் குடத்தைப்போல் பூரண சந்திரன் உதயமாகும்போது, அந்த முழுமதியையும் சிவகாமியின் முகத்தையும் மாமல்லர் எத்தனை தடவை ஒப்பிட்டுப் பார்த்திருப்பார்!

தாமரைக் குளத்திலே ததும்பிய தெளிந்த நீரின் விளிம்பிலே நின்று, மேலே தோன்றிய சிவகாமியின் உண்மை உருவத்தையும் தண்ணீரிலே தெரிந்த அவளுடைய பிரதி பிம்பத்தையும் மாறி மாறிப் பார்த்து மகிழ்ந்தது எத்தனையோ நாள்!

இம்மாதிரி ஞாபகங்கள் எல்லாம் மாமல்லருக்கு ஆரம்பத்தில் இன்பத்தை யளித்தன. ஆனால் இடையிடையே, 'இனிமேல் அந்த மாதிரி அனுபவங்கள் நமக்குக் கிட்டப் போவதே இல்லை' என்ற நினைவு வந்ததும் மனத்தில் கொடிய வேதனை உண்டாயிற்று. இனிமேல் பொறுக்கமுடியாது என்ற மனோநிலை ஏற்பட்டதும் மாமல்லர் குதித்து எழுந்தார். விரைந்து சென்று குதிரை மீது தாவி ஏறி ஆயனர் வீட்டை நோக்கிச் செலுத்தினார்.

காஞ்சியிலிருந்து புறப்பட்ட சமயம் அவர் மனத்திலிருந்த அமைதி இப் போது இல்லை. அமைதிக்குப் பதிலாக இப்போது கோபமும் ஆத்திரமும் அவர் மனத்தில் குடிகொண்டிருந்தன. சிவகாமியைக் கொள்ளை கொண்டு போன சளுக்கப் பகைவர்கள் மீது குரோதம் எழுந்தது.

மூடத்தனத்தினால் சிவகாமியைப் பறிகொடுத்த ஆயனர்மீது கோபம் கோபமாக வந்தது.

புத்த பிக்ஷுவின் மீது இன்னதென்று விவரமாகாத சந்தேகமும் கோபமும் ஏற்பட்டன. ஆ! அந்தப் பாஷாண்டியினிடம் அவருக்கு எப்போதுமே நல்ல அபிப்பிராயம் கிடையாது. பிக்ஷு மனம் வைத்திருந்தால் சிவகாமியைக்

காப்பாற்றியிருக்கலாமல்லவா? ஏன் காப்பாற்றவில்லை? ஏன் ஆயனரிடம் செய்தி ஒன்றும் சொல்லவில்லை? பிக்ஷு என்ன ஆனார்? எப்படி மாயமாய் மறைந்தார்?

சிவகாமியின் அரங்கேற்றம் தடைப்பட்ட அன்றிரவு இராஜ விஹாரத்தின் அருகில் புத்த பிக்ஷுவைச் சுட்டிக் காட்டிச் சக்கரவர்த்தி தமக்கு எச்சரித்தது மாமல்லருக்கு நேற்று நடந்ததுபோல் ஞாபகம் வந்தது.

உடனே, கோபம் தந்தையின் பேரிலேயே திரும்பிற்று. மகேந்திர பல்லவரின் மந்திர தந்திரங்கள், சூழ்ச்சிகள், வேஷங்கள் இவற்றினாலேதான் பல்லவ இராஜ்யம் இன்றைக்கு இந்தக் கதியை அடைந்திருக்கிறது! தாமும் சிவகாமியை இழக்கும்படி நேரிட்டிருக்கிறது!

திடீரென்று ஒரு விபரீதமான சந்தேகம் மாமல்லரின் உள்ளத்தில் உதித்தது.

ஒருவேளை சிவகாமி சிறைப்படும் வண்ணம் சூழ்ச்சி செய்தவர் மகேந்திர பல்லவர்தானோ? இல்லாவிடில் எதற்காகத் தன்னைப் போர்க்களத்துக்கு அனுப்பிவிட்டு, மண்டபப்பட்டு கிராமத்தி லிருந்து சிவகாமியைத் தருவிக்கிறார்? எதற்காக அரண்மனைத் தோட்டத்தில் ஒரு சுரங்க வழியை ஏற்படுத்தி அதைக் கண்ண பிரானின் மனைவிக்குத் தெரியும்படி செய்திருக்கிறார்?

ஒருவேளை அந்தப் பெண் கமலிகூடச் சக்கரவர்த்தியின் சதிக்கு உடந்தையாயிருந்திருப்பாளோ? எல்லாரும் சேர்ந்து தன்னை இப்படி வஞ்சித்துவிட்டார்களோ! ஆஹா! இது என்ன சதிகார உலகம்? துரோகமும், தீவினையும் நிறைந்த சதிகார உலகம்!

இத்தகைய மனோநிலையில் மாமல்லர், ஆயனர் வீட்டு வாசலுக்கு வந்து சேர்ந்தார். சிவகாமி சிறைப்பட்டது சம்பந்தமாக மர்மமாகவும், விளங்காமலும் இருந்த சில விஷயங்களை ஆயனரிடம் கேட்டுத் தெரிந்து கொள்ள அவர் விரும்பினார். வீட்டு வாசலுக்குச் சற்றுத் தூரத்திலேயே குதிரையை நிறுத்தி விட்டுத் தாமும் சற்று அங்கேயே நின்று மனத்தை அமைதிப்படுத்திக்கொண்டார். பிறகு சாவதானமாக நடந்து வந்து ஆயனர் வீட்டுக்குள் நுழைந்தார்.

வீட்டுக்குள்ளே பேச்சுக் குரல் கேட்டது அவருக்குச் சிறிது வியப்பையளித்தது. ஆயனர் யாருடன் பேசிக் கொண்டிருக்கிறார்?

உள்ளே சிற்ப மண்டபத்தில் ஆயனருக்கு அருகில் உட்கார்ந்திருந்த மனிதனைப் பார்த்ததும் மாமல்லருடைய வியப்பு அளவு கடந்தது. அந்த மனிதன் ஒற்றர் தலைவன் சத்ருக்னன்தான்!

சத்ருக்னனை அங்கே கண்டதுகூட மாமல்லருக்கு அவ்வளவு வியப்பளிக்கவில்லை. சத்ருக்னனுடைய முகத்தைப் பார்த்ததும் பளிச்சென்று இன்னொரு முகம் ஞாபகத்துக்கு வந்தது. அப்படி ஞாபகத்துக்கு வந்த முகம் சற்று முன்னால் காட்டுப் பாதையில் அவர் பார்த்த பெண்ணின் முகமேதான்!

என்ன அதிசயமான ஒற்றுமை? ஒருவேளை சத்ருக்னனுடைய தங்கை அல்லது தமக்கையோ அவள்? அல்லது ஒருவேளை இவனே...? சந்தேகம்

தோன்றிய ஒரு கணத்திற்குள்ளேயே அது தீர்ந்து விட்டது. சத்ருக்னனுக்கு அருகில் ஒரு சேலையும், மற்றும் ஸ்திரீகளுக்குரிய சில ஆபரணங்களும் கிடந்ததை நரசிம்ம பல்லவர் பார்த்தார்.

36.சத்ருக்னன் வரலாறு

வாசற்படியில் மாமல்லர் வந்து நின்றதை சத்ருக்னனும் ஆயனரும் கவனிக்கவில்லை. அவ்வளவுக்குத் தங்களுடைய பேச்சில் அவர்கள் ஆழ்ந்திருந்தார்கள்.

மண்டபத்துக்குள்ளே மாமல்லர் பிரவேசித்ததும் இருவரும் ஏக காலத்தில் நிமிர்ந்து பார்த்தார்கள். சத்ருக்னன் சட்டென்று எழுந்து நின்று, 'பிரபு!' என்றான். மேலே ஒன்றும் சொல்ல முடியாமல் அவன் திகைத்தான்.

ஆயனரோ முகத்தில் உற்சாகமும் குதூகலமும் ததும்ப சாய்ந்து படுத்திருந் தவர் நிமிர்ந்து எழுந்து உட்கார்ந்து 'பிரபு! வாருங்கள்! வாருங்கள்! தங்களைத்தான் இப்போது நினைத்துக் கொண்டிருந் தேன். சத்ருக்னன் நல்ல செய்தி கொண்டுவந்திருக்கிறான். குழந்தை சிவகாமி உயிரோடு சௌக்கியமாயிருக்கிறாளாம்!' என்றார்.

இதைக் கேட்ட மாமல்லரின் தலை சுழல்வது போலிருந்தது.

ஆயனருக்கு அருகில் வந்து நின்று சத்ருக்னனை ஏறிட்டுப் பார்த்த வண்ணம், 'சத்ருக்னா! இது உண்மைதானா?' என்று கேட்டார்.

'ஆம் பிரபு! உண்மைதான்!' என்று சத்ருக்னன் கூறிவிட்டுக் கைகூப்பிய வண்ணம், 'பல்லவ குமாரா! சற்று முன்பு காட்டுப் பாதையில் தங்களைக் கண்டபோது பேசாமல் வந்துவிட்டேன், அதற்காக மன்னிக்கவேண்டும். திடீரென்று தங்களைப் பார்த்ததும் பேசக் கூச்சமாயிருந்தது!' என்று பணிந்த குரலில் கூறினான்.

'அந்தப் பெண் நீதானா? நல்ல வேஷம்!' என்றார் மாமல்லர்.

'ஆமாம், நானுங்கூடச் சற்று முன்பு திகைத்துப் போய்விட்டேன். பெண் பிள்ளை வேஷம் எவ்வளவு நன்றாய் இவனுக்குப் பலித்திருக்கிறது? சக்கர வர்த்தி ஒவ்வொரு வேலைக்கும் எவ்வளவு பொருத்தமாய் ஆட்களைத் தேர்ந்தெடுக்கிறார்?' என்றார் ஆயனர்.

மாமல்லர் மெல்லிய குரலில், 'சக்கரவர்த்தியின் சாமர்த்தியத்தை நீங்கள்தான் மெச்சிக்கொள்ளவேண்டும்!' என்று முணு முணுத்துக் கொண்டார். பிறகு, சத்ருக்னனைப் பார்த்து, 'எதற்காக ஸ்திரீ வேஷம் போட்டாய்?' என்று கேட்டார்.

'சத்ருக்னன் அந்த வேஷம் போட்டதனால்தான் சிவகாமியைப் பற்றித் தெரிந்து கொள்ள முடிந்தது. தயவு செய்து உட்காருங்கள்; சத்ருக்னன் எல்லாம் விவரமாய்ச் சொல்லட்டும். நானும் இன்னொரு முறை கேட்டுக் கொள்கிறேன்' என்றார் ஆயனர்.

மாமல்லர் உட்கார்ந்தார். சத்ருக்னனும் உட்கார்ந்து தன் வரலாற்றைக் கூறத்தொடங்கினான். அந்த வரலாறு இதுதான்:

'ஆயனரும் சிவகாமியும் காஞ்சிக் கோட்டையிலிருந்து சுரங்க வழியாக வெளியே போய்விட்டார்கள் என்று தெரிந்ததும் சக்கரவர்த்திக்கு இடி விழுந்தது போலாகிவிட்டது. உடனே தாமும் கோட்டைக்கு வெளியே போகத் தீர்மானித்துப் படைகளை ஆயத்தம் செய்யும்படி கட்டளையிட்டார். பிறகு என்னைத் தனியாகக் கூப்பிட்டு, 'சத்ருக்னா! நீ இதுவரையில் பல்லவ சாம்ராஜ்யத்துக்கு எத்தனையோ சேவைகள் செய்திருக்கிறாய். ஆனால், அவை எல்லாவற்றையும் காட்டிலும் முக்கியமான சேவை இப்போது செய்யவேண்டும். மாமல்லன் மட்டும் இப் போது இங்கிருந்தால் நானே அந்த வேலையை மேற்கொள்வேன். பல்லவ குலத்தின் மானத்தைக் காப்பதற்காக நான் இப்போது போருக்குப் புறப்படவேண்டியிருக்கிறது. சிவகாமியைக் கண்டுபிடித்து அவளைத் திருப்பிக்கொண்டு வரும் வேலையை உன்னிடம் ஒப்படைக்கிறேன். சிவகாமியை மீட்டுக்கொண்டு வர முடியாவிட்டால் அவளைப் பத்திரமாகப் பாதுகாக்கவேண்டும்' என்று கட்டளையிட்டார். இதைக் கேட்டு நான் திகைத்துப் போனேன். 'பிரபு! சிவகாமி அம்மை சளுக்கரிடம் சிறைப்பட்டிருந்தால் தன்னந்தனியாக நான் என்ன செய்வேன்?' என்றேன். 'கஷ்டமான காரியமானபடியால்தான் உன்னிடம் ஒப்படைக்கிறேன் சத்ருக்னா! நீ இதுவரை எத்தனையோ வேஷங்கள் போட்டிருக்கிறாய். அவை எல்லாவற்றையும்விட உனக்கு நன்றாகப் பலிக்கக்கூடிய வேஷம் ஒன்று இருக்கிறது. அது பெண் வேஷந்தான்!' என்றார். சக்கரவர்த்தியின் கருத்தை நான் உடனே தெரிந்துகொண்டேன். சற்றுமுன் பார்த்தீர்களே! அம்மாதிரி வேஷம் தரித்துக்கொண்டு காஞ்சியை விட்டுக் கிளம்பி முதலில் இந்த வீட்டுக்கு வந்து சேர்ந்தேன்.

நான் வரும் சமயத்திலேதான் இவரை ஸ்மரணையற்ற நிலையில் இந்த வீட்டுக்குள்ளே கொண்டுவந்தார்கள். இவரோடு சிவகாமி தேவி வரவில்லை. எனவே, தேவி சளுக்கரிடம் சிறைப்பட்டுத்தான் இருக்க வேண்டுமென்று தீர்மானித்துக் கொண்டு புறப்பட்டேன். காஞ்சிக் கோட்டையைச் சுற்றிச் சென்றேன். சளுக்க ராட்சதர்களின் கூக்குரல் கேட்ட இடங்களிலெல்லாம் மறைந்திருந்து கவனித்தேன். கடைசியில் காஞ்சிக்கு வடமேற்கே ஒரு பெரிய சளுக்கர் படை வட திசையை நோக்கிப் புறப் பட்டுக் கொண்டிருந்ததைப் பார்த்தேன். அந்தப் பெருங்கும்பலுக்கு மத்தியி லிருந்து ஸ்திரீகள் புலம்பி அழும் சத்தம் வந்துகொண்டிருந்தது. இன்னும் அருகில் சென்று பார்த்த போது, அவ்வாறு ஓலமிட்ட ஸ்திரீகள் நம் கிராமங் களில் சிறைப் பிடிக்கப்பட்டவர்கள் என்று தெரிந்தது. அந்தப் பெண்களுக்கு

நடுவே பல்லக்கு ஒன்றும் காணப்பட்டது. அதில் இருந்தவர் சிவகாமி தேவிதான் என்று தெரிந்துகொண்டேன்.

சற்று நேரத்துக்கெல்லாம் நான் தலை விரிகோலமாய் 'ஓ' என்று ஓலமிட்டுக் கொண்டு அந்தப் படையை நோக்கி ஓடினேன். பின்னால் என்னை யாரோ துரத்தி வருவதுபோலப் பாசாங்கு செய்து திரும்பித் திரும்பிப் பார்த்துக் கொண்டு ஓடினேன். சளுக்கர்கள், 'வந்தாயா? வா!' என்று பரிகாசக் குரலில் கூறிக்கொண்டு என்னை அழைத்துப்போய் மற்றச் சிறைப்பிடிக்கப்பட்ட பெண்களுடனே சேர்த்து விட்டார்கள். சற்று நேரம் மற்றப் பெண்களைப் போல் நானும் ஓலமிட்டுக் கொண்டிருந்தேன். பிறகு மெள்ள மெள்ளப் பல்லக்கை நெருங்கிச் சென்று அதிலிருப்பது சிவகாமி அம்மைதான் என்று உறுதிப்படுத்திக் கொண்டேன். சிவகாமியை அவ்வளவு மரியாதையுடன் அழைத்துப் போன காரணத்தையும் ஊகித்தறிந்தேன். அந்தச் சளுக்கர் படையின் தலைவனாகிய தளபதி சசாங்கன், சிவகாமி அம்மையைப் பத்திரமாய்க் கொண்டுபோய் வாதாபிச் சக்கரவர்த்தியிடம் ஒப்புவித்துப் பல்லவ நாட்டின் சிறந்த கலைச் செல்வத்தைக் கொள்ளை கொண்டு வந்ததற்காகப் பரிசு கேட்கப் போகிறான்! இந்த எண்ணத்தினால் எனக்கு ஒருவாறு மனநிம்மதி ஏற்பட்டது. சிவகாமி அம்மைக்கு உடனே தீங்கு எதுவும் நேராது என்று தைரியம் அடைந்தேன். ஆனால், சளுக்க ராட்சதப் படையால் சூழப்பட்ட சிவகாமியை அங்கிருந்து அப்புறப்படுத்தி அழைத்துச் செல்வது சாத்தியமான காரியமாகவே தோன்றவில்லை. எத்தனையோ உபாயங்கள் யோசித்து யோசித்துப் பயன்படாது என்று கைவிட்டேன்.

இதற்கிடையில் எல்லாரும் வடதிசை நோக்கிப் போய்க் கொண்டேயிருந் தோம். வெள்ளாறு என்று வழங்கும் பொன்முகலியாற்றங்கரைக்குப் போய்த் தங்கினோம். இவ்விடத்தில் தளபதி சசாங்கன் பெரு மனக் குழப்பத்தை அடைந்தவனாகக் காணப்பட்டான். அதன் காரணமும் சளுக்க வீரர்களின் சம்பாஷணைகளிலிருந்து தெரிந்துகொண்டேன். மணிமங்கலத் தில் வாதாபிச் சக்கரவர்த்திக்கும் மகேந்திர பல்லவருக்கும் நடந்த பெரும் போரைப் பற்றித் தூதர்கள் கொண்டு வந்த செய்திதான் காரணம். இந்தச் செய்தி தளபதி சசாங்கனுக்கு அவ்வளவு குழப்பம் ஏன் அளித்தது என்பதையும் நான் ஊகித்தறிந்தேன். வாதாபிச் சைனியத்தில் பெரும் பகுதியுடன் புலிகேசி முன்னால் சென்று விட்டதாகவும், இதற்குள்ளாக அவர் வடபெண்ணைக் கரையை அடைந்திருக்கவேண்டும் என்றும் சசாங்கன் எண்ணிக் கொண்டிருந்தான். இப்போது புலிகேசி தனக்குப் பின்னால் தங்கி மாமல்லபுரத்துக்குப் பக்கத்தில் மணிமங்கலத்தில் சண்டை யிட்டதாகச் செய்தி வந்ததும் சசாங்கன் திகைத்தது இயற்கைதானே? சக்கர வர்த்தியைப் பின்னால் விட்டுவிட்டுத் தான் முன்னால் ஓடி வந்தது பற்றி அவருக்குக் கோபமோ என்னவோ என்று சசாங்கன் ரொம்பவும் தவித்துக் கொண்டிருந்ததாகத் தெரிந்தது. பொன் முகலி ஆற்றங்கரைக்கு நாங்கள் வந்து சேர்ந்த மறுநாள் சசாங்கன் தன் சளுக்கப் படைகளுடன் தென்கரையில் இருந்து கொண்டு சிறைப்பிடித்த ஸ்திரீகளாகிய எங்களை மட்டும்

அக்கரைக்கு அனுப்பினான். எங்களைக் காவல் புரிவதற்குச் சில சளுக்க வீரர்களை உடன் அனுப்பி வைத்தான்.

அக்கரை சென்றதும், 'இது ஒரு நல்ல சந்தர்ப்பம்; சிவகாமி அம்மையை அழைத்துக்கொண்டுபோய்ப் பக்கத்தில் காணப்படும் குன்றுகளிலே ஒளிந்து கொள்ளலாம். காவலர்கள் சிலர்தான் இருப்பதால் அவர்களுக்குத் தெரியாமல் இரவு நேரத்தில் தப்பிச் செல்லலாம்' என்று தீர்மானித்தேன். அன்றிரவு, எல்லோரும் தூங்க யத்தனம் செய்த சமயத்தில் நான் சிவகாமி அம்மையின் அருகில் இருக்கும்படி ஏற்பாடு செய்துகொண்டேன். மற்றப் பெண்கள் எல்லாரும் தூங்கிய பிறகு பிராகிருத பாஷையில் என்னை இன்னானென்று தெரிவித்துக் கொண்டேன். சிவகாமி முதலில் பெரிதும் ஆச்சரியமடைந்தார். பிறகு, ஆயனரைப் பற்றிக் கேட்டார்; தங்களைப் பற்றியும் விசாரித்தார். ஆனால் தங்களைப்பற்றி எனக்கு அப்போது தெரிந்திருக்கவில்லை. தாங்கள் தெற்கேயிருந்து திரும்பி வந்த விவரமே தெரியாது. ஆகையால், ஆயனர் உயிர் பிழைத்திருக்கிறார் என்ற விவரத்தை மட்டும் சொன்னேன். பிறகு மெள்ள, மெள்ள என் யோசனையையும் தெரிவித்தேன் பிரபு! என்னுடைய ஏமாற்றத்தை என்னவென்று சொல்வேன்....'

37.புலிகேசியும் சிவகாமியும்

சத்ருக்னன் கூறிவந்த வரலாற்றில் மேற்கண்ட இடத்திற்கு வந்ததும் மாமல்லருக்கு மூச்சு நின்றுவிடும்போல் இருந்தது. மேலே நடந்தவற்றைத் தெரிந்து கொள்ள அவர் அவ்வளவு ஆவலாக இருந்தார். ஒருகணநேரத்தில் அவருடைய மனம் என்னவெல்லாமோ கற்பனை செய்தது. சத்ருக்கனனும் சிவகாமியும் புறப்பட்டு ஓடிவந்திருக்கவேண்டும் என்றும், மறுபடியும் வழியில் அவளுக்குஏதாவது ஆபத்து நேர்ந்திருக்க வேண்டுமென்று நினைத்தார். அவளை அந்த ஆபத்திலிருந்து மீட்டுக் கொண்டு வருவதற்கு அவருடைய உள்ளம் துடித்தது.

'சத்ருக்னா ஏன் இப்படிக் கதையை வளர்த்திக் கொண்டிருக்கிறாய்? சிவகாமியை எங்கே விட்டு விட்டு வந்தாய்? சீக்கிரம் சொல்லு' என்று ஆத்திரத்துடன் கேட்டார்.

'பிரபு, சிவகாமியம்மை இப்போது வடபெண்ணை நதிக்கு அப்பால் போய்க்கொண்டிருப்பார்! பொன்முகலி ஆற்றுக்கும் வடபெண்ணைக்கும் மத்தியில் அவரை விட்டு விட்டு வந்தேன். பாவி!' என்று சத்ருக்னன் துயரக்குரலில் கூறினான்.

மாமல்லரின் கண்களில் தழற்பொறி பறந்தது. புலிகேசியிடம் வந்த கோபத்தைக் காட்டிலும் சத்ருக்னனிடம் அதிக கோபம் வந்ததாகத் தேன்றியது

‘இதென்ன? சிவகாமியைப் புலிகேசியிடம் விட்டுவிட்டு நீ மட்டும் தப்பி வந்தாயா? சத்ருக்னா! என்னிடம் விளையாட வேண்டாம். சீக்கிரம் விஷயத்தைச்சொல்!’ என்று கர்ஜனை புரிந்தார்.

அப்போது ஆயனர், மாமல்லருக்குக் காரணம் விளங்காத உற்சாகம் நிறைந்த குரலில், ‘பிரபு! சத்ருக்னன் சொல்கிறபடி சொல்லிவரட்டும். தயவு செய்து சற்றுப் பொறுமையாகக் கேளுங்கள்!’ என்றார். சத்ருக்னன் மறுபடியும் சொல்லத் தொடங்கினான்:

‘சிவகாமி அம்மை உடனே என்னுடைய யோசனையைச் சந்தோஷமாய் ஒப்புக்கொண்டு தப்பிச்செல்ல இணங்குவார் என்று எதிர்பார்த்தேன். இதில் பெறும் ஏமாற்றம் அடைந்தேன். அதுவரை தைரியமாய் இருந்த சிவகாமி அம்மை என்னுடைய யோசனையைக் கேட்டதும் திடீரென்று விம்மி அழத்தொடங்கினார். முகத்தைக் கைகளால் மூடிக்கொண்டு தேம்பினார். எனக்கு ஒன்றும் புரியவில்லை. அவரைச் சமாதானப்படுத்த முயன்றேன். அப்போது சிவகாமி அம்மை என்னை வெறித்துப் பார்த்து, ‘அவருடைய வாக்குறுதியை நம்பி இந்த கதி அடைந்தேன்’ என்றார். உடனே, ‘இல்லை, இல்லை. அவர் பேச்சைக் கேளாத தால் இந்த விபரீதம் வந்தது. இனி அவருடைய முகத்தில் எப்படி விழிப்பேன்?’ என்றார். இன்னும் என்ன வெல்லாமோ சம்பந்தமற்ற வார்த்தைகளைச் சொன்னார். இதனாலெல்லாம் என் திகைப்பு அதிகமாயிற்று. ஒருவேளை அவருக்குச் சித்தப்பிரமை ஏற்பட்டுவிட்டதோ என்று மிகவும் பயந்து போனேன்.

பிறகு, சளுக்கியர் படை நம் கிராமங்களில் செய்த அட்டூழியங்களைத் தம் கண்ணால் பார்த்தது பற்றி சிவகாமி அம்மை சொல்ல ஆரம்பித்தார். அப்புறந்தான் அவர் அறிவுத்தெளிவைப் பற்றி எனக்கு ஏற்பட்ட சந்தேகம் நீங்கிற்று. அவர் சொன்னவற்றை யெல்லாம் சிறிது நேரம் நான் பொறுமையாகக் கேட்டேன்.

பிறகு, ‘அம்மா! மகேந்திர பல்லவரும் மாமல்லரும் இதற்கெல்லாம் பழிக்குப் பழி வாங்குவார்கள்!’ என்றேன். அப்போது சிவகாமி அம்மைக்கு ஏற்பட்ட ஆத்திரத்தையும் ஆவேசத்தையும் பார்க்கவேண்டுமே? ‘ஆம், சத்ருக்னா! ஆம்! பழிக்குப் பழி வாங்கியே தீரவேண்டும்’ என்று அவர் அப்போது போட்ட கூச்சலினால் காவலர்கள் சந்தேகம் கொள்ளாமல் இருக்க வேண்டுமே என்று எனக்கு பயமாய்ப்போய்விட்டது. நல்லவேளை அங்கே ஸ்திரீகள் துக்கத்திலே புலம்புவதும் பிதற்றுவதும் சகஜமாய் இருந்த படியால், சிவகாமி அம்மையின் கூச்சல் காவலர்களின் கவனத்தைக் கவரவில்லை.

பிறகு நான் அவரை மெல்ல மெல்லச் சாந்தப்படுத்தினேன். மறுபடியும் தப்பிச்செல்லும் யோசனையைக் கூறினேன். அப்போது அவர் என்னை வெறித்துப் பார்த்து, ‘ஐயா! என்னைப்போல் ஆயிரம் பெண்கள் இருக் கிறார்கள். இவர்களில் சிலர் கட்டிய புருஷனை விட்டுவிட்டு வந்திருக் கிறார்கள். சிலர் கைக்குழந்தைகளை கதறவிட்டு வந்திருக்கிறார்கள். இவர் களை எல்லாம் அந்த சாளுக்கிய ராட்சதரர்கள் கொண்டுபோகும்படி விட்டு

விட்டு நான்மட்டும் தப்பிச்செல்லவேண்டுமா? எனக்கு தாலிகட்டிய கணவன் இல்லை; வயிற்றில் பிறந்த குழந்தையும் இல்லை. நான் எக்கேடு கெட்டுப்போனால் என்ன? என்னை விட்டுவிடுங்கள். இங்குள்ள கைக் குழந்தைக்காரிகளில் யாராவது ஒருத்தியை அழைத்துப்போங்கள் உங்களுக்கு புண்ணியம் உண்டாகும்' என்றார். என்மனமும் இளகிவிட்டது. ஆயினும் மனத்தை கெட்டிப்படுத்திக்கொண்டு, 'அம்மா! மகேந்திர சக்கரவர்த்தி எனக்கு இட்ட கட்டளை தங்களைப் பத்திரமாய் அழைத்து வரவேண்டும் என்பதுதான். நான் சக்கரவர்த்தியின் ஊழியன். அவருடைய கட்டளையை நிறைவேற்றவேண்டியவன்' என்றேன். இதனால் அவருக்கு மனம் மாறாது என்று எனக்குத் தெரிந்தே இருந்தது. ஆதலின் மறுபடியும், 'அம்மா! உங் களுக்குப் புருஷனில்லை. குழந்தையில்லை என்பது உண்மைதான். ஆனால் தந்தை ஒருவர் இருக்கிறார் அல்லவா? ஏகபுத்திரியாகிய தங்களைப் பிரிந்து அவர்மனம் என்ன பாடுபடும்? அதை யோசிக்கவேண்டாமா?' என்றேன்.

சிவகாமி அம்மையின் கண்களில் அப்போது கண்களில் கண்ணீர் துளித்தது. தழுதழுத்த குரலில், 'ஆம் என் தந்தைக்கு பெரிய துரோகம் செய்துவிட்டேன். 'ஐயோ! அவர் பிழைத்தாரோ இல்லையோ?' என்றார். 'அம்மா! அவரை பிழைப்பிக்க விரும்பினால் நீங்கள் என்னுடன் உடனே புறப்படவேண்டும்!' என்றேன் நான். சிவகாமி அம்மை மறுபடியும் முகத்தைக் கையால் மூடிக்கொண்டு விம்மினார். சீக்கிரம் கையை எடுத்துவிட்டு, 'ஐயா இன்று ஒருநாளைக்கு அவகாசம் கொடுங்கள். என் உடம்பும் உள்ளமும் சோர்ந்து போயிருக்கின்றன. இப்போது நான் புறப்பட எண்ணினாலும் ஓர் அடி கூட என்னால் எடுத்து வைக்கமுடியாது. நாளைக்கு முடிவாகச் சொல்கிறேன்' என்றார். நானும் அவருக்கு ஒருநாள் அவகாசம் கொடுப்பது நல்லது என்று எண்ணி, 'ஆகட்டும், அம்மா! ஒருநாளில் ஒன்றும் குடிமுழுகிப் போகவில்லை. நாளைக்கே முடிவுசெய்யலாம்' என்று சொன்னேன்.

மறுநாள் இராத்திரி எப்படியாவது அவருடைய மனத்தைத் திருப்பி அவரையும் அழைத்துக்கொண்டு திரும்பலாம் என்று எண்ணி இருந்தேன். ஆனால் மறுநாள் மாலை நான் சற்றும் எதிர்பாராத சம்பவம் நடந்துவிட்டது. சளுக்கிய சக்ரவர்த்தி புலிகேசி பொன்முகலியாற்றைக் கடந்துவந்து எங்களுடன் சேர்ந்துகொண்டார். அவருடன் சிறு சைன்யமும் வந்தது! தளபதி சசாங்கனை அங்கேயே காவலுக்கு நிறுத்தி விட்டு இவர் மட்டும் முன்னால் செல்லத் தீர்மானித்து வந்திருக்கிறார் என்று ஊகித்தேன். அதன்படியே அன்று இரவுக்கிரவே எல்லோரும் வடக்கு நோக்கி பிரயாணமானோம். எனக்கு ஏற்பட்ட ஏமாற்றத்தையும் துக்கத்தையும் சொல்லி முடியாது. வழியில் சிவகாமி அம்மையோடு தனியாயிருக்க நேர்ந்தபோது, 'அம்மா! இப்படிச் செய்து விட்டீர்களே!' என்றேன். 'நானா செய்தேன்? விதி இப்படி இருக்கும்போது நான் என்ன செய்வேன்!' என்றார் சிவகாமி.

இரண்டுநாள் பிரயாணத்திற்குப் பிறகு மூன்றாவதுநாள் திருவேங் கடமலையின் அடிவாரத்தில் சென்று தங்கினோம். முதல் இரண்டுநாள் பிரயாணத்தில் புலிகேசி நாங்கள் தங்கியிருந்த பக்கம் வரவேயில்லை.

மூன்றாம் நாள் நாங்கள் ஒரு பாறையின் பக்கத்தில் தங்கியிருந்தோம். சமீபத்தில் குதிரைகளின் காலடிச்சத்தம் கேட்டது. சிறிது நேரத்திற் கெல்லாம் புலிகேசியும் இன்னும் சில குதிரை வீரர்களும் அந்தப் பாறையின் திருப்பத்தில் வந்து நின்றார்கள். சக்ரவர்த்தி குதிரை மேலிறிங்கி எங்கள் அருகில் வருவாரோ என்று நான் எதிர்பார்த்தேன். அவ்விதம் நடைபெறவில்லை. சற்று நின்று பார்த்துவிட்டுச் சக்ரவர்த்தி குதிரையைத் திருப்ப யத்தனித்தபோதுதான் சற்றும் எதிர்பாராத அதிசயச்சம்பவம் நடைபெற்றது. கண்ணை மூடித்திறக்கும் நேரத்தில் சிவகாமி, பெண்கள் கூட்டத்தின் மத்தியிலிருந்து ஒரே பாய்ச்சலாகப் பாய்ந்து ஓடினார். புலிகேசி யின் குதிரைக்கு எதிரில் வழிமறித்து நின்று, 'சக்கரவர்த்தி! ஒரு விண்ணப்பம்' என்று அலறினார்.

சிவகாமியம்மையின் அலறலைக்கேட்டு அந்தக் கல்நெஞ்சன் புலிகேசி மனம்கூட இளகி இருக்கவேண்டும். உடனே, சிவகாமியின் அருகில் வந்தார். 'பெண்ணே! என்ன விண்ணப்பம் செய்து கொள்ள வேண்டும்?' என்று கேட்டார். ஆகா! அப்போது சிவகாமி அம்மையின் வாக்கிலிருந்து வந்த ஆவேச மொழிகளை எவ்விதம் வர்ணிப்பேன்! அத்தனை தைரியமும், சாமர்த்தியமும், வாக்குவன்மையும அவருக்கு எங்கிருந்துதான் வந்ததோ, அறியேன். கம்பீரமாகப் புலிகேசியை நிமிர்ந்து பார்த்து, தழுதழுத்த குரலில், சிவகாமி அம்மை கூறிய மொழிகளை ஏதோ எனக்கு ஞாபகம் உள்ளவரையில் கூறுகிறேன்.

'ஐயா பூமண்டத்தை ஆளும் மன்னர்களாகிய நீங்கள் உங்களுடைய வீரத்தையும் புகழையும் நிலைநாட்டிக்கொள்ள யுத்தம் செய்கிறீர்கள். இன்றைக்கு எதிரிகளாய் இருக்கிறீர்கள்; நாளைக்குச் சிநேகிதர்களாகிறீர்கள். இன்றைக்கு ஒருவனுடைய அரண்மனையில் இன்னொருவர் விருந்தாளியா யிருக்கிறீர்கள். மறுநாள் போர்களத்தில் யுத்தம் செய்கிறீர்கள். உங்களுடைய சண்டையிலே ஏழைப்பெண்களாகிய எங்களை ஏன் வாட்ட வேண்டும்? உங்களுக்கு நாங்கள் என்ன கெடுதல் செய்தோம்? கருணை கூர்ந்து எங்களை யெல்லாம் திருப்பி அனுப்பி விடுங்கள். இங்கே சிறை பிடித்து வைத் திருக்கும் பெண்களில் சிலர் கைக் குழந்தைகளைக் கதறவிட்டு வந்திருக் கிறார்கள். இன்னும் அநேகர் கையில் திருமணக் கங்கணத்துடன் வந்திருக் கிறார்கள். இவர்களை எல்லாம் நீங்கள் விடுதலை செய்து அனுப்பா விட்டால், தங்களுடைய நகரமாகிய வாதாபியை அடைவதற்குள் அவர் களுக்குப் பைத்தியம் பிடித்துவிடும். திக்விஜயம் செய்துவிட்டுத் தலை நகருக்குத் திரும்பும்போது சித்தப் பிரமை பிடித்த ஆயிரம் ஸ்திரீகளை அழைத்துக்கொண்டு போவீர்களா? அதில் உங்களுக்கு என்ன லாபம்? ஆயிரம் பெண்கள் மனமார வாயாரத் தங்களை வாழ்த்திக்கொண்டு வீடு திரும்பும்படி செய்யுங்கள்!' - இப்படிக் கல்லுங் கரையுமாறு சிவகா மியம்மை கேட்டதற்கு, 'பெண்ணே! உன்னுடைய பாவ அபிநயக்கலை சாமர்த்தியங்களையெல்லாம் நாட்டியக் கச்சேரியில் காட்டவேண்டும்; இங்கே போர்க்களத்திலே காட்டி என்ன பிரயோஜனம்!' என்றான் அந்த ரஸிக்கத்தன்மையற்ற நிர்மூடன்!...'

சத்ருக்னன் இவ்வாறு சொன்னபோது, மாமல்லர் ஓர் நெடுமூச்சுவிட்டு, ஆகா! ஆயனரின் மகள் அந்த நீசனிடம் போய்க் காலில் வீழ்ந்து வரம் கேட்டாள் அல்லவா? அவளுக்கு வேண்டியதுதான்!' என்று கொதிப்புடன் கூறினார்.

சத்ருக்னன் மேலே சொன்னான்: 'ஆம் பிரபு! சிவகாமி அம்மையும் தங் களைப்போலவே எண்ணியதாகத் தோன்றியது. புலிகேசியின் மறுமொழி யைக்கேட்டு அவர் தலையைக் குனிந்துகொண்டார். சிறிது நேரம் தரையைப் பார்த்த வண்ணம் இருந்தார்.

அப்போது அந்த சண்டாளப்பாவி, 'பெண்ணே! உன் அபிநய சாகஸத்தைக் கண்டு நான் ஏமாந்து விடமாட்டேன். ஆனால் உன் பேச்சில் கொஞ்சம் நியாயம் இருக்கிறது. ஆகையால் உன் வேண்டுகோளை நிறைவேற்ற இணங்குகிறேன். ஆனால் அதற்கு ஒரு நிபந்தனை. நீ இந்தப் பெண்களுக்காக மிகவும் இரங்கிப் பேசினாய். உன்னுடைய இரக்கம் வெறும் பாசாங்கு இல்லை என்பதை நீ நிரூபிக்கவேண்டும். இவர்கள் கட்டிய கணவனைப் பிரிந்து வந்தவர்கள் என்றும், கைக் குழந்தையைப் பிரிந்து வந்தவர்கள் என்றும் சொன்னாயல்லவா? ஆனால் உனக்கு கணவனுமில்லை. குழந்தையுமில்லை. நீ என்னுடன் வாதாபிக்கு சந்தோஷமாக வருவதற்குச் சம்மதிக்கிறாயா, சொல்லு! சம்மதித்தால் உன்னைத்தவிர இவர்கள் எல்லாரையும் இந்தக்கணமே விடுதலை செய்து அனுப்பிவிடுகிறேன்' என்றான். அந்த மொழியைக் கேட்டதும் அந்தப் பாவியை கொன்றுவிடலாமா என்று எண்ணினேன்.

மாமல்லர் குறுக்கிட்டு, 'நிபந்தனைக்குச் சிவகாமி சம்மதித்தாளா?' என்று குரோதம் ததும்பிய குரலில்கேட்டார்.

'ஆம், பிரபு! சிவகாமி அம்மை ஒருகணங்கூடதாமதிக்கவில்லை. உடனே எழுந்து நின்று, 'சம்மதம், சக்கரவர்த்தி! நிபந்தனையை ஒப்புக்கொள் கிறேன்! என்றார். அச்சமயம் சிவகாமி அம்மை நின்ற நிலையும், அவருடைய முகத்தோற்றமும் தெய்வீகமாய் இருந்தது! இராவணனுக்கு முன்னால் நின்ற சீதையையும், துரியோதனன் சபையில் நின்ற பாஞ் சாலியையும், யமன் முன்னால் வாதாடிய சாவித்திரியையும், பாண்டியன் முன்னால் நின்ற கண்ணகியையும் ஒத்து அச்சமயம் ஆயனரின் திருக்குமாரி விளங்கினார்.

'சத்ருக்னா உன்னுடைய பரவச வர்ணனை அப்புறம் இருக்கட்டும். பின்னர் என்ன நடந்தது?' என்று மாமல்லர் கேட்டார்.

'சற்று நேரத்திற்கெல்லாம் சக்கரவர்த்தி எங்களை விடுதலைசெய்யும்படி உத்தரவிட்டார். பொன்முகலி ஆறு வரையில் எங்களைத் திரும்பக் கொண்டுபோய் விட்டுவிடும்படியும் சில வீரர்களுக்கு ஆக்ஞாபித்தார். அவ்வளவு நாளும் அழுத கண்ணும் சிந்திய மூக்குமாயிருந்த ஸ்திரீகள் எல்லாரும் இப்போது ஒரே சந்தோஷத்தில் ஆழ்ந்தார்கள். சிவகாமியைத் தலைக்குத்தலை வாழ்த்தினார்கள். ஆனால் எனக்கு இடிவிழுந்ததுபோல் இருந்தது. சிவகாமியின் காலில் விழுந்து 'அம்மா! உங்களைவிட்டு நான்

போகமாட்டேன். சக்கரவர்த்தியிடம் மீண்டும் வரங்கேட்டு என்னை உங்களுடனேயே வைத்துக்கொள்ளுங்கள்' என்றேன். சிவகாமி அம்மை ஒரே பிடிவாதமாக, 'நீதான் முக்கியமாய்ப் போகவேண்டும். என் தந்தையிடம்போய்ச் செய்தி சொல்லவேண்டும்' என்றார். நான் எவ்வளவோ சொல்லியும் கேட்கவில்லை. கடைசியில் வேறு வழியில்லை என்று நானும் புறப்படத் தீர்மானித்தேன். மேலும் அங்கே நான் தாமதித்தால் என்னுடைய வேஷம் வெளிப்பட்டு சிவகாமிக்கும் உபயோகமில்லாமல் இங்கே வந்து சொல்லவும் முடியாமற் போய்விடலாம் என்று பயந்தேன். ஆகவே 'தங்கள் விருப்பம் அதுவானால் போகிறேன், அம்மா! அப்பாவிற்கு என்ன சேதி சொல்லட்டும்?' என்று கேட்டேன். 'என்னைப்பற்றிக் கவலைப்பட வேண்டாம் என்றும் வாதாபியில் நான் சௌக்கியமாயிருப்பேன் என்றும் சொல்லு. வாதாபியிலிருந்து திரும்பி வரும்போது அஜந்தா வர்ண ரகசியத்தைத் தெரிந்து கொண்டு வருவேன் என்றும் சொல்லு என்றார் சிவகாமியம்மை...'

இவ்விதம் சத்ருக்னன் சொன்னதும் ஆயனர் துள்ளும் உற்சாகத்துடனே 'பார்த்தீர்களா பல்லவ குமாரா! சிவகாமி சௌக்கியமாய் இருக்கிறாள். அதோடு அஜந்தா இரகசியத்தையும் அறிந்து கொண்டு வருவதாகச் சொல்கிறாள். அதற்காக நான் பரஞ்சோதியை அனுப்பியதெல்லாம் வீணாய்ப் போய்விட்டதல்லவா? என் அருமைக் குமாரியினால் என் மனோரதம் நிறைவேறப்போகிறது! இதுமட்டுமல்ல! வாதாபிச் சக்கரவர்த்தியைப்பற்றி நமது எண்ணத்தைக்கூட மாற்றிக் கொள்ள வேண்டியிருக்கிறது. அவர் ரஸிகத் தன்மையற்றவர், கலைஉணர்ச்சியே இல்லாதவர் என்று எண்ணிக் கொண்டிருந்தோமே? அப்படி இருந்தால், ஆயிரம் பெண்களைத் திருப்பி அனுப்பிவிட்டு சிவகாமியை மட்டும் அழைத்துப்போயிருப்பாரா? பிரபு! எனக்கு மட்டும் உடம்பு குணமாகவேண்டும். குணமானதும் நானே வாதாபிக்குப் போவேன்!'

ஆயனரின் வார்த்தைகள் மாமல்லரின் செவிகளில் நாராசம் போல் விழுந்து கொண்டிருந்தன. சிவகாமி வாதாபிக்குப் போகச் சம்மதித்தாள் என்றதுமே மாமல்லரை ஆயிரம் தேள்கள் ஏக காலத்தில் கொட்டுவது போலிருந்தது. சிவகாமியிடம் அவர் கொண்டுள்ள பரிசுத்தமான அன்பில் ஒருதுளி நஞ்சு அப்போது கலந்தது என்றே சொல்லவேண்டும். சிவகாமி மனமுவந்து புலிகேசியிடம் வாதாபிக்குச் செல்ல சம்மதித்தாள் என்னும் எண்ணத்தை அவரால் சகிக்க முடியவில்லை. இந்த எண்ணத்தில் புண்பட்டிருந்த அவருடைய இருதயத்தில் கூரிய வேலை நுழைப்பது போலிருந்தது ஆயனரின் பேச்சு.

மாமல்லர் அப்போது தனிமையை விரும்பினார். பழைய தாமரைக் குளத்திற்குப் போகவேண்டுமென்று அவருக்கு விருப்பம் உண்டாயிற்று. சட்டென்று ஒரு துள்ளலில் எழுந்து நின்று 'சத்ருக்னா அவ்வளவுதானே விஷயம்? சிவகாமி வேறு எந்தச் செய்தியும் அனுப்பவில்லையல்லவா?' என்றார்.

சத்ருக்னன் தயக்கத்துடன் ஆயனரைப் பார்த்தான். அவர் ஏதோ யோசனையில் ஆழ்ந்திருப்பதைக் கவனித்த பின்னர், சிறிது தாழ்ந்த குரலில், 'பல்லவ குமாரா! சிவகாமியம்மை தங்களுக்கும் ஒரு செய்தி சொல்லியனுப்பினார். வேலின் மீது ஆணையிட்டுக் கூறிய வாக்குறுதியைத் தங்களுக்கு ஞாபகப்படுத்தச்சொன்னார். சீதாதேவி இலங்கையில் காத்திருந்ததுபோல் தாங்கள் வாதாபிக்கு வந்து அழைத்துப் போகும்வரையில் காத்திருப்பேனென்று சொன்னார்.' என்றான்.

சற்றுமுன் மாமல்லருக்கு இவ்வுலகம் ஒரு சூனியமான வறண்ட பாலைவனமாகக் காணப்பட்டது. இப்போது அந்தப் பாலைவனத்தில் பசுமையான ஜீவ பூமி ஒன்றும் இருப்பதாகத் தோன்றியது.

38.வாதாபி மார்க்கம்

புலிகேசியின் படை வாதாபியை நோக்கிப் போய்க்கொண்டிருந்தது. வாதாபியிலிருந்து கிளம்பியபோது அந்தப் படை எவ்வளவு பெரியதாயிருந்ததோ, அதில் பாதிதான் இப்போது இருந்தது. ஆயினும், இன்னமும் அது பெரும்படைதான்.

ஏறக்குறைய மூன்று இலட்சம் யுத்த வீரர்கள் அந்தப் படையில் இருந்தார்கள். ஏழாயிரம் போர் யானைகளும் இருந்தன.

போகுமிடத்தையெல்லாம் சுடுகாடாகவும் பாலைவனமாகவும் செய்துகொண்டு அப்படை சென்றது. கிராமங்களும் பட்டணங்களும் கொள்ளையடிக்கப்பட்டன. வீடு வாசல்களையும் உடைமைகளையும் காப்பாற்றிக் கொள்ளமுயன்ற மக்கள் ஈவிரக்கமின்றிக் கொல்லப்பட்டார்கள் அல்லது அங்கஹீனம் செய்யப்பட்டார்கள். வீடுகளும் குடிசைகளும் வைக்கோற் போர்களும் கொளுத்திவிடப்பட்டன. ஏரிக் கரைகள் வெட்டிவிடப்பட்டன.

ஒரு பக்கம் பசியினாலும் இன்னொரு பக்கம் பழி வாங்கும் வெறியினாலும் சளுக்கிய வீரர்கள் இம்மாதிரி பயங்கர அட்டூழியங்களைச் செய்தார்கள். தாங்கள் செய்வது போதாதென்று யானைகளையும் அவர்கள் அந்த நாசவேலையில் ஏவி விட்டார்கள்.

பசியும் வெறியும் கொண்ட போர் யானைகள் தாம் போகும் வழியிலிருந்த பசுஞ்சோலைகளை அழித்தன. பயிர் செய்த வயல்களைத் துவைத்தன. வீட்டுக் கூரையைப் பிடுங்கி வீசின. வைக்கோற் போர்களை இடறி எறிந்தன.

இதனாலெல்லாம் சளுக்கர் படை திரும்பிப்போன பாதை வெகு சுலபமாகத் தெரிந்துகொள்ளும்படி இருந்தது. அந்தப் பாதையானது ஒரு பெரிய பயங்

கரமான சூறைக் காற்று போன வழியை போலக் காணப்பட்டது. அந்தப் பாதையில் பின்னர் வெகு காலம் அழுகுரலும் புலம்பல் ஒலியும் கேட்டுக் கொண்டிருந்தன. பருந்துகளும் கழுகுகளும் வட்டமிட்டுக் கொண்டிருந் தன. நரிகள் பட்டப் பகலிலேயே ஊளையிட்டுக் கொண்டிருந்தன.

வாதாபி நோக்கிச் சென்ற சளுக்கர் படையுடன் கூடச் சிவகாமியும் போய்க்கொண்டிருந்தாள்.

அவளைப் பல்லக்கிலே வைத்துத் தூக்கிக்கொண்டு போனார்கள். ஆனால் பல்லக்குச் சுமப்பவர்கள் தன்னைத் தூக்கிக் கொண்டு போவதாகவே சிவகாமிக்குத் தோன்றவில்லை. தடுக்க முடியாத ஏதோ ஒரு விதியானது தன்னை எங்கேயோ அழைத்துப் போய்க்கொண்டிருப்பதாகவே அவளுக்குத் தோன்றியது.

சளுக்கர்களால் சிறைப்பிடிக்கப்பட்ட உடனே அவள் மனத்தில் தோன்றி யிருந்த பீதியும், தன்னுடைய கதி என்ன ஆகப் போகிறதோ என்ற கவலையும் இப்போது மறைந்துவிட்டன.

அத்தகைய நிலைமையில் ஓர் அபலைப் பெண்ணிடம் சற்றும் எதிர்பார்க்க முடியாத மனோ தைரியம் அவளுக்கு ஏற்பட்டிருந்தது. மனோதைரியம் மட்டும் அல்ல; தன்னுடைய சக்தியைக் குறித்த ஒரு பெருமித உணர்ச்சியும் உண்டாகியிருந்தது!

சிறைப்பிடிக்கப்பட்ட பெண்களை விடுதலை செய்யும்படி புலிகேசியிடம் விண்ணப்பம் செய்து வெற்றி பெற்றதிலிருந்து அந்தப் பெருமித உணர்ச்சி சிவகாமிக்கு உண்டாயிற்று. இதோ ஒரு சக்கரவர்த்தி பல்லவ சாம்ராஜ் யத்தைக் காட்டிலும் எவ்வளவோ பெரிய சாம்ராஜ்யத்தின் சக்கரவர்த்தி அபலையாகிய தன்னுடைய வேண்டுகோளுக்கு உடனே இணங்கினார்! இது மட்டுமல்ல; இன்னும் தான் என்ன சொன்னாலும் அந்தப்படி அவர் செய்ய ஆயத்தமாயிருந்தார் என்பதை அவருடைய முகபாவத்திலிருந்து சிவகாமி தெரிந்து கொண்டாள்.

அதே சமயத்தில் சிவகாமி இன்னோர் இரகசியத்தையும் கண்டு கொண்டிருந் தாள். (அல்லது கண்டு கொண்டிருந்ததாக எண்ணினாள்.) அன்று காஞ்சியில் கூடியிருந்த சபையிலே புலிகேசியின் முகத்தைப் பார்த்தபோது ஏதோ ஒரு விளங்காத மர்மம் அதில் இருப்பதாக அவளுக்குத் தோன்றியதல்லவா? அது என்ன என்பது இப்போது அவளுக்குத் தெரிந்துவிட்டது. புத்த பிக்ஷு நாகநந் தியின் முகத்துக்கும் புலிகேசியின் முகத்துக்கும் இருந்த ஒற்றுமைதான் அது. ஆஹா! தெரிந்தது மர்மம்! புலிகேசி சக்கரவர்த்தியும் புத்த பிக்ஷுவும் ஒருவரேதான்!

மகேந்திர பல்லவர் மாறுவேடம் பூண்டு தேச யாத்திரை செய்வதுண்டு என்பதைச் சிவகாமி அறிந்திருந்தாளாகையால் புலிகேசியும் அப்படி மாறுவேடம் பூணுவது இயற்கையென்று அவளுக்குத் தோன்றியது. புத்த பிக்ஷு தன்னுடைய நாட்டியக் கலையில் காட்டிய ஆர்வமெல்லாம்

அவளுக்கு நினைவு வந்தது. ஒருவேளை தனக்காகவே புலிகேசி காஞ்சி மீது படையெடுத்து வந்திருக்கலாம் என்றும் அவள் எண்ணமிட்டாள்.

தன்னிடம் இவ்வளவு சக்தி இருக்கிறது என்பது சிவகாமிக்கே வியப்பையும் பிரமிப்பையும் அளித்தது. கொடுமைக்கும் குரூரத்துக்கும் பெயர் போன வாதாபிப் புலிகேசி தன்னுடைய விருப்பத்தின்படி நடக்கச் சித்தமாயிருக் கிறார்! இந்த நினைவு அடிக்கடி தோன்றிச் சிவகாமியின் பெருமிதத்தை வளர்த்து வந்தது. அன்றியும், தன்னுடைய பாதுகாப்பைப்பற்றி அவளுக்குக் கவலை ஏற்படாமலும் செய்தது. தன்னுடைய விருப்பத்திற்கு விரோதமாக ஒன்றும் நடவாதென்றும், தனக்குத் தீங்கு எதுவும் நேராதென்றும் அவள் தைரியம்கொண்டாள்.

இந்த நாட்களில் சிவகாமி மாமல்லரைப் பற்றி நினைத்தாளா? நல்ல கேள்வி! அவளுடைய எல்லாவித மானசீக அனுபவங்களுக்கும் அடிப்படையில் மாமல்லரின் நினைவு இருந்து கொண்டுதானிருந்தது. ஆனால் அந்த நினைவு அவ்வப்போது விசித்திர ரூபங்களைக் கொண்டது. அன்பு ஆத்திரமாயிற்று; ஆத்திரம் துயரம் ஆயிற்று; துயரம் துவேஷத்தையும், பழி வாங்கும் எண்ணத்தையும் உண்டாக்கிற்று.

பல்லவ சாம்ராஜ்யத்தை ஆளப் பிறந்த மாமல்லரால், பல்லவ நாட்டுப் பெண்களைச் சிறைப்பிடிக்கப்படாமல் காப்பாற்ற முடியவில்லை. இந்த ஏழைச் சிற்பியின் மகளால் அவர்களை விடுதலை செய்யமுடிந்தது! இந்தச் செய்தியைச் சத்ருக்னன் அவரிடம் சொல்லும்போது அவர் என்ன நினைப்பார்? மகிழ்ச்சியடைவாரா? கோபங் கொள்வாரா? அவர் என்ன நினைத்தால் இங்கு யாருக்கு என்ன? கேவலம் சிற்பியின் மகள் என்றுதானே என்னை அவர் அலட்சியம் செய்துவிட்டிருந்தார்? அவருடைய தந்தை என்னை அவமானப்படுத்தியதையெல்லாம் பார்த்துக்கொண்டு சும்மா இருந்தாரல்லவா? உண்மையிலேயே என்னிடம் அன்பு இருந்தால், என்னைக் காட்டிலும் இராஜ்யத்தைப் பெரியதாய் எண்ணியிருப்பாரா? மகேந்திர பல்லவரிடம் தம் எண்ணத்தைத் தைரியமாகச் சொல்லி என்னை மணந்துகொண்டிருக்க மாட்டாரா? அப்படிச் செய்திருந்தால் இந்த விபரீதமெல்லாம் நேர்ந்திருக்குமா?

நல்லது; அவருக்கு ஒரு பாடம் கற்பிக்கிறேன். இதோ ஒரு மகா சக்கரவர்த்தி - பல்லவ இராஜ்யத்தைக் காட்டிலும் மூன்று மடங்கு பெரிய ராஜ்யம் உடையவர் - நான், காலால் இட்ட பணியைத் தலையால் செய்வதற்குக் காத்திருக்கிறார்! மாமல்லர் வந்து இதைப் பார்க்கட்டும்! இப்படிப்பட்ட மகோன்னத பதவியை நான் எவ்வளவு துச்சமாகக் கருதி அவருடன் வருவதற்குச் சித்த மாயிருக்கிறேன் என்பதையும் நேரிலே தெரிந்து கொள்ளட்டும்!

ஒருவேளை அவர் வராமலே இருந்து விட்டால்! இந்த எண்ணம் தோன்றியதும் சிவகாமியின் உடம்பிலுள்ள இரத்தமெல்லாம் ஒருகணத்தில் சுண்டிப்போய் அவளுடைய தேகம் ஒரு தோல் கூடாக மாறி விட்டது போன்ற பயங்கர உணர்ச்சி ஏற்பட்டது. அடுத்தகணம் அவள் மீண்டும் தைரியம் பெற்றாள். வராமலிருந்து விடுவாரா? ஒருநாளும் அப்படிச்

செய்யமாட்டார். அவ்வளவு கேவலமான மனுஷர் அல்ல. அவருடைய அன்பும் அவ்வளவு மட்டமானதல்ல. வேலின் மேல் ஆணையிட்டுக் கூறிய வாக்குறுதியை நிறைவேற்றுவதற்காகவேனும் அவர் அவசியம் வருவார்.

'ஒருவேளை அவர் வரவில்லையானால்...' என்பதாகச் சிவகாமி மனத்தைத் திடப்படுத்திக்கொண்டு சிந்தனை செய்தாள். 'வரவில்லையென்றால், அதற்கு என்ன அர்த்தம்? என்னிடம் அவருக்கு உண்மையில் அன்பு இல்லை. என்னிடம் காதல் கொண்டதாக அவர் சொன்னதெல்லாம் வெறும் நடிப்பு என்றுதான் அர்த்தம். நல்லதாய்ப் போயிற்று! அன்பில்லாதவரைப் பிரிந்து வந்ததற்காக நான் ஏன் வருத்தப்படவேண்டும்? என் தந்தை எனக்களித்த அற்புதமான நாட்டியக் கலை இருக்கிறது. விஸ்தாரமான வாதாபி இராஜ்யம் இருக்கிறது. அதற்கு அப்பால் ஹர்ஷவர்த்தனருடைய சாம்ராஜ்யமும் இருக்கிறது. அன்பில்லாத ஒரு மனிதரிடம் பிரேமை வைத்து ஏன் உருகி உருகி அழிய வேண்டும்?

இப்படிச் சிவகாமி எண்ணியபோதே, உண்மையில் அவளுடைய உள்ளம் அந்த அன்பில்லாத மனிதரைக் குறித்து உருகிக் கரைந்து கொண்டிருந்தது. சீச்சி! இது என்ன வீண் பிரமை? அவர் மட்டும் வந்து என்னை அழைத்துப்போகா விட்டால், அப்புறம் இந்த உலக வாழ்க்கையில் என்ன இருக்கிறது? எதற்காக வாழவேண்டும்? நாட்டியமாவது, கலையாவது, மண்ணாங்கட்டியாவது?

வீணாக என்னை நானே ஏமாற்றிக் கொள்வதில் என்ன பிரயோஜனம்? சளுக்கரிடம் சிறைப்பட்டு நான் உயிர் வாழ்ந்து கொண்டிருப்பது அவருக்காகத்தான். வழியில் பயங்கர அட்டூழியங்களையெல்லாம் பார்த்துக் கொண்டு நான் வாதாபிக்குப் போவதும் அவருக்காகத்தான். அவர் வந்து இந்தப் பாதகச் சளுக்கர்களைப் பழிவாங்கி என்னை மீட்டுக்கொண்டு போவார் என்ற நம்பிக்கையினால்தான். அவருடைய அன்புக்காகவே நான் உயிர் வாழ்கிறேன். அவருடைய கௌரவத்தைப் பாதுகாக்கவே நான் வாதாபிக்குப் போகிறேன்.

அவர் என்னை மறந்து விட்டால்? நல்லது அப்புறம் இந்த உயிரை மாய்த்துக்கொள்ள எத்தனை நேரம் ஆகி விடும்?

சிவகாமி நாட்டியமாடும்போது சில பாடல்களுக்கு அபிநயம் பிடிப்பதற்கு மின்னல் மின்னும் நேரத்தில் உணர்ச்சிகளையும் முகபாவங்களையும் மாற்றிக்கொள்ள வேண்டியதாயிருக்கும். பார்ப்பவர்கள் அம்மாறுதல் களைத் தொடர்ந்து கவனிப்பதுகூட அசாத்தியமாகி விடும். இப்போது சிவகாமியின் உள்ளமானது உண்மையாகவே அத்தகைய மின்னல் வேக உணர்ச்சி மாறுதல்களை அனுபவித்து வந்தது.

பல்லவ நாட்டுப் பெண்களை விடுதலை செய்த பிறகு, வடபெண்ணை நதிக்கரை போய்ச் சேரும்வரையில் புலிகேசி சக்கரவர்த்தி அவள் இருந்த பக்கம் வரவேயில்லை. புலிகேசியின் புத்த பிக்ஷு வேஷத்தைப் பற்றிய இரகசியம் தெரிந்து விடப் போகிறதே என்னும் தயக்கத்தினாலேதான் அவர் தன்னிடம் வரவில்லையென்று சிவகாமி கருதினாள். அது தனக்குத்

தெரிந்திருப்பதாக இந்தப் பிரயாணத்தின்போது காட்டிக் கொள்ளக் கூடாது என்றும் அவள் தீர்மானித்துக் கொண்டாள்.

வடபெண்ணை நதிக்கு அக்கரையில், முன்னதாக வந்த வாதாபி சைனியத்தின் பெரும் பகுதி தங்கியிருந்தது. அந்தச் சைனியத்தோடு பின்னால் புலிகேசியோடு வந்த சிறு சைனியம் ஒன்று சேர்ந்த அன்று இரவு, சிவகாமி ஓர் அதிசயமான கனவு கண்டாள். ஆனால் அது கனவா நனவா என்பது அவளுக்கு வெகுநாள் வரையில் சந்தேகமாயிருந்து வந்தது. கனவாயிருந்தாலும் நனவாயிருந்தாலும், அதில் கண்டதும் கேட்டதும் அவளுடைய உள்ளத்தில் புதிய பல சந்தேகங்களையும் கவலைகளையும் கிளப்பி விடுவதற்கு ஏதுவாயிருந்தன.

வாதாபி சைனியம் தண்டு இறங்கியிருந்த இடத்துக்கு சற்றுத் தூரத்தில் சிவகாமியின் பல்லக்கு இறக்கப்பட்டது. பிரதேசம் இயற்கை அழகு பொருந்தியதாயும் நிசப்தமாயும் இருந்தது. பூரண சந்திரன் வானத்திலும் பூமியிலும் பால் நிலவைப் பொழிந்து கொண்டிருந்தான். இனிய இளங்காற்று வீசிக் கொண்டு இருந்தது.

நீண்ட பிரயாணத்தினால் பெரிதும் களைப்புற்றிருந்த சிவகாமி ஒரு மரத்தினடியில் படுத்துக்கொண்டாள். அவளுடைய கண்கள் தாமே மூடிக் கொண்டன. சிறிது நேரத்துக்கெல்லாம் நித்திரா தேவியின் வயப்பட்டு அயர்ந்த தூக்கத்தில் ஆழ்ந்தாள்.

ஏதோ பேச்சுக் குரல் கேட்டு உறக்கம் சிறிது கலைந்தது. ஆனால் கண்ணிமைகள் திறக்க மறுத்தன. எனினும், யார் பேசுகிறார்கள் என்று தெரிந்து கொள்ளும் ஆவலும் அதிகமாயிருந்தது. பெரிதும் முயன்று கண்ணிமைகளைச் சிறிது திறந்தாள். எதிரே நிலவு வெளிச்சத்தில் அவள் சற்றும் எதிர்பாராத அதிசயமான காட்சி ஒன்று தென்பட்டது.

புலிகேசி சக்கரவர்த்தியும் புத்த பிக்ஷுவும் அருகருகே நின்று கொண்டிருந்தார்கள். ஒரே உயரம்; ஒரே உருவம்; முகத்தின் தோற்றம், மூக்கின் அமைப்பு, கண், புருவம் எல்லாம் ஒன்றே. உடைகளில் மட்டுந்தான் வித்தியாசம். ஒருவர் சக்கரவர்த்திக்குரிய கிரீடம் முதலியவை தரித்திருந்தார். இன்னொருவர் மொட்டைத் தலையுடனும் காவி வஸ்திரத்துடனும் விளங்கினார்.

இதைப் பார்த்த சிவகாமி தன் மனத்திற்குள், 'ஆ! இதென்ன! புலிகேசியும் புத்த பிக்ஷுவும் ஒருவர்தானே? இங்கே தனித்தனியாய் நிற்கிறார்களே? ஆகையால், இது உண்மையான காட்சியல்ல. நாம் கனவு காண்கிறோம். கனவிலேதான் இந்த மாதிரி பிரமை நமக்கு ஏற்பட்டிருக்கிறது!' என்று எண்ணமிட்டாள். மறுபடியும் கண்ணிமைகள் மூடிக்கொண்டன.

கண்கள் மூடிக் கொண்டபோதிலும் செவிகள் திறந்திருந்தன. பின்வரும் சம்பாஷணை அவளுடைய காதில் விழுந்தது:

'அண்ணா! நீ சொன்னது இந்தப் பெண்தானே?'

'இவள்தான்!'

‘இவள்தான் சிவகாமியா?’

‘ஆம், இவள்தான் சிவகாமி!’

‘எனக்கு நீ எழுதிய ஓலையில் காஞ்சி சுந்தரியை நீ எடுத்துக் கொள்; சிவகாமியை எனக்குக் கொடுத்துவிடு’ என்று எழுதியிருந்தாயே; அது இந்தப் பெண்ணைப் பற்றித்தானே?’

‘ஆமாம், தம்பி, ஆமாம்!’

‘அப்படி, இவளிடம் நீ என்ன அழகைக் கண்டாயோ, அதுதான் எனக்குத் தெரியவில்லை. இவளை விட எத்தனையோ சுந்தரமான பெண்களை நம் வாதாபியிலே நான் பார்த்திருக்கிறேன்.’

‘இவள் நாட்டியமாடும்போது பார்க்கவேண்டும். அப்போது வேறு விதமாகச் சொல்லுவாய்!’

‘அதையும் மகேந்திர பல்லவனுடைய சபையில் பார்த்தேனே! அப்படி யொன்றும் அதிசயமாக எனக்குத் தெரியவில்லை.’

‘உனக்குத் தெரிந்திராது. கலைக் கண்களோடு பார்ப்பவர்களுக்குத் தெரியும். அஜந்தா சித்திரங்களைப் பார்த்து, ‘இது என்ன அதிசயம்?’ என்று சொன்ன வனல்லவா நீ?’

‘போகட்டும்; நமது வம்சத்துக்கு நீ ஒருவன், கலைக் கண் உடையவனாக இருக்கிறாயே, அதுவே போதும். இந்தத் தென்னாட்டுப் படையெடுப்பில் நமக்கு எல்லாம் அபஜயமாய் முடிந்தது. ஏதோ உன்னுடைய மன விருப்ப மாவது நிறைவேறியதே, அந்த வரையில் எனக்கும் திருப்திதான்.’

‘தம்பி! இவளை நீ சர்வ ஜாக்கிரதையாகப் பார்த்துக்கொள்ள வேண்டும். நான் திரும்பி வரும்வரையில் இவளுக்கு ஒரு குறைவும் வைக்கக்கூடாது.’

‘இதென்ன இப்படிக் கவலைப்படுகிறாய், அண்ணா?’

‘நான் இவளுக்காகக் கவலைப்படவில்லை. இவளிடமிருக்கும் கலைக்காகத் தான் கவலைப்படுகிறேன். அந்தத் தெய்வக் கலைக்கு யாதொரு குறைவும் வரக்கூடாதே என்று கவலைப்படுகிறேன்.’

‘நல்ல கலை! நல்ல கவலை! என்னைக் கேட்டால், என்ன சொல்வேன் தெரியுமா? மகேந்திர பல்லவனிடம் சொன்னதைத்தான் உனக்கும் சொல் வேன்!’

‘மகேந்திர பல்லவனிடம் என்ன சொன்னாய், தம்பி!’

‘இந்த அற்பர்களுக்கு இவ்வளவு மரியாதை என்ன? எங்கள் நாட்டிலே யென்றால் சாட்டையால் அடித்து நடனம் ஆடச் சொல்வோம்’ என்று கூறினேன்.’

‘பார்த்தாயா? உன்னை நம்பி இவளை எப்படி ஒப்புவித்து விட்டுப்போவது? நான் வேங்கிபுரத்துக்குப் போகவில்லை.’

'இல்லை அண்ணா, இல்லை! ஏதோ விளையாட்டுக்காகச் சொன்னதை உண்மையாக எடுத்துக் கொள்ளாதே! உன் விருப்பத்துக்கு மாறாக நான் எந்தக் காரியத்திலாவது நடந்து கொண்டிருக்கிறேனா? இவளுடைய மனங் கோணாமல் எல்லா ஏற்பாடுகளும் செய்துவைக்கிறேன். நீ கவலையின்றிப் போய் விட்டு வா!'

இத்துடன் சம்பாஷணை முடிந்ததாகத் தோன்றியது. சிவகாமி மறுபடி நினை வற்ற உலகத்தில் ஆழ்ந்தாள்.

மறுநாள் பொழுது விடிந்து சிவகாமி கண் விழித்து எழுந்தபோது மேலே கூறிய கனவுக் காட்சியும் சம்பாஷணையும் சிறிது சிறிதாக ஞாபகம் வந்தன. அவையெல்லாம் கனவுதானா, ஒருவேளை உண்மையான நிகழ்ச்சிகளா என்ற சந்தேகமும் அவள் மனத்தில் எழுந்து குழம்பியது. வெகு நேரம் சிந்தித்துக் கனவாகத்தானிருக்க வேண்டுமென்ற முடிவுக்கு வந்தாள்.

அப்படி ஒரேவித உருவமுள்ள இரண்டு பேர் இருக்க முடியாது. இருந் தாலும் ஒருவர் பிக்ஷுவாகவும் ஒருவர் சக்கரவர்த்தியாகவும் இருக்க முடியாது. அவர்கள் தன்னெதிரே வந்து நின்று அவ்விதமெல்லாம் பேசுவது ஒருநாளும் நடந்திருக்க முடியாத காரியம். தன்னுடைய பிரமை கொண்ட மனத்தில் கற்பனையிலேதான் இவையெல்லாம் நிகழ்ந்திருக்க வேண்டும். மூர்க்கப் புலிகேசியிடம் ஒரு பக்கத்தில் கலைப்பற்றும் இருக்கும் அதிச யத்தைக் குறித்துத் தான் அடிக்கடி எண்ணமிட்டதுண்டல்லவா? அது காரண மாகவே ஒரே மாதிரி இரண்டு உருவங்கள் தன்னுடைய கனவிலே தோன்றி அத்தகைய சம்பாஷணையை நடத்தியிருக்கவேண்டும்.

புலிகேசியும் புத்த பிக்ஷுவும் உண்மையில் ஒருவர்தான் - இவ்விதம் சிவகாமி தீர்மானம் செய்து கொண்டபோதிலும் மேற்படி கனவு கண்டதன் காரணமாக அவளுடைய உள்ளம் பெரிதும் கலக்கமும் கவலையும் அடைந்திருந்தது.

39.சகோதரர்கள்

புலிகேசியும் புத்த பிக்ஷுவும் ஒரே மனிதர்கள்தான் என்று சிவகாமி எண்ணிக் கொண்டதில் வியப்பு ஒன்றுமில்லை. சற்று முன்னால், புலிகேசி சக்கர வர்த்தியே மேற்படி உருவ ஒற்றுமை காரணமாகத் திகைக்கும்படி நேர்ந்தது.

வாதாபிச் சக்கரவர்த்தி தம்முடைய கூடாரத்தில் தன்னந்தனியாக உட்கார்ந்திருந்தார். அவருடைய மனத்தில் பெரும் சோர்வு குடிகொண்டி ருந்தது. வாதாபியிலிருந்து அவர் புறப்பட்டபோது என்னென்ன உத்தேசங் களுடன் கிளம்பினாரோ அவை ஒன்றும் நிறைவேறவில்லை. எல்லாம் மகேந்திர ஜால பல்லவனுடைய தந்திரங்களினால் உருப்படாமற் போயின.

மகேந்திர பல்லவனுடைய தந்திரங்களுக்கு மாற்றுத் தந்திரங்கள் செய்து அவனைத் தோற்கடிக்கக்கூடிய சாமர்த்தியம் வாய்ந்தவரான நாகநந்தி பிக்ஷுவைப் பற்றித் தகவலே கிடைக்கவில்லை.

இதனாலெல்லாம் புலிகேசி பெரிதும் உற்சாகம் குன்றியிருந்தார். அவருக் கிருந்த ஒரே ஓர் ஆறுதல் தளபதி சசாங்கன் மூலம் மகேந்திர பல்லவனுக்கு ஒரு பாடம் கற்பிக்க ஏற்பாடு செய்து விட்டு வந்ததுதான். ஆ! பல்லவ நரி தன்னுடைய பொந்தை விட்டு வெளியே வந்து பார்க்கும்போது, வாதாபிப் புலிகேசியை வஞ்சித்து ஏமாற்றுவது எவ்வளவு பிசகான காரியம் என்பதைக் கொஞ்சம் தெரிந்து கொள்வானல்லவா?

தளபதி சசாங்கன் தம்முடன் வந்து சேர்வதற்காகவே சக்கரவர்த்தி வடபெண்ணையின் வடகரையில் காத்துக்கொண்டிருந்தார். கட்டளையை நிறைவேற்றிவிட்டு வந்து சேர சசாங்கனுக்கு ஏன் இத்தனை நாள் பிடிக்கிறது என்று அவருக்குக் கோபம் வந்து கொண்டிருந்தது. அந்தச் சமயத்தில் தெற் கேயிருந்து படை வருகிறது என்று கேட்டதும் சசாங்கன்தான் வருகிறான் என்று எண்ணி, அவன் கொண்டு வரும் செய்தியைக் கேட்பதற்காக மிக்க ஆவலுடன் இருந்தார். கூடாரத்துக்கு வெளியே குதிரை ஒன்று வந்து நின்றதும், சசாங்கன் இவ்வளவு தாமதமாய் வருவதற்காக அவன் மேல் எரிந்து விழுவதற்கு ஆயத்தமானார்.

ஆனால், உள்ளே பிரவேசித்து வந்தது சசாங்கன் அல்ல. கிரீடமும், வாகு வலயமும், சக்கரவர்த்திக்குரிய மற்ற ஆபரணங்களும் தரித்த நெடிதுயர்ந்த கம்பீர உருவம் ஒன்று வந்தது.

அதைப் பார்த்ததும் புலிகேசிக்கு ஏற்பட்ட திகைப்புக்கும் குழப்பத்துக்கும் எல்லையேயில்லை. 'இது என்ன? எனக்குச் சித்தப்பிரமை பிடித்து விட்டதா? அல்லது மாயக் கனவு காண்கிறேனா? பின், ஆசனத்தில் இதோ சாய்ந்து உட்கார்ந்திருக்கும் நானே கூடாரத்துக்கு வெளியிலிருந்து எப்படி உள்ளே வரமுடியும்?' என்று திகைத்தார்.

புலிகேசியின் குழப்பத்தைப் பார்த்து விட்டு வெளியிலிருந்து வந்த உருவம் புன்னகை புரிந்து, 'தம்பி! ஏன் இப்படிப் பயப்படுகிறாய்? நான் என்ன பேயா, பிசாசா, பூதமா? உனக்கு என்னைத் தெரியவில்லையா?' என்று சொல்லிக்கொண்டே தலைக் கிரீடத்தை எடுத்ததும், பிக்ஷுவின் மொட் டைத் தலை காணப்பட்டது. உடனே புலிகேசி குதூகலத்துடன் துள்ளி எழுந்து, 'அண்ணா நீயா?' என்று கட்டிக்கொள்ளப் போனவர், மறுபடியும் திகைத்து நின்று, 'ஆஹா! இது என்ன வேஷம்? உன்னுடைய வாக்குறுதி...?' என்று வினவினார். அப்போது புலிகேசியின் கண்களின் ஓரங்களில் பொறாமையுடன் கூடிய குரோத ரேகை தென்பட்டது.

'தம்பி! அதற்குள்ளே அவசரமா? ஒரு சந்தர்ப்பத்தில் இந்த வேஷம் உன்னுடைய உயிரைக்காப்பாற்றுவதற்குப் பயன்பட்டதல்லவா? இப்போது என்னுடைய உயிரைக் காப்பாற்றிக் கொள்வதற்கு இது பயன்பட்டது. என் வாக்குறுதிக்கு ஒரு பங்கமும் நேரவில்லை. உன்னுடைய ராஜ்யத்தில் நான்

இந்த வேஷம் போட்டுக்கொள்வதில்லையென்றுதானே வாக்குறுதி கொடுத்தேன்? இன்னும் உன்னுடைய சாம்ராஜ்யத்துக்குள் நாம் வந்து விடவில்லையே?' என்று நாகநந்தி சொன்னதும் புலிகேசி கொதிப்புடன் கூறினார்:

'ஆம்; ஆனால் இந்தப் பிரதேசம் இன்று நம்முடைய சாம்ராஜ்யத்துக்குள் வராதிருப்பது ஏன்? பல்லவ நாட்டில் இன்று வராகக் கொடி பறக்காதது ஏன்? அற்பத்திலும் அற்பமான மகேந்திர பல்லவனுடைய சைனியத்துக்கு முன்னால் வாதாபியின் மகா சைனியம் தோல்வியடைந்து திரும்பிப் போவது ஏன்? எல்லாம் உன்னால் வந்ததுதான்!'

'தம்பி! தோல்வி என்கிற வார்த்தையையே சொல்லாதே! யார் தோல்வியடைந்தது? வாதாபி சைனியம் தோல்வியடையவில்லை, நீயும் தோல்வியடையவில்லை. அந்தத் தோல்வி என்னால் நேரவும் இல்லை. எல்லாம் சாவகாசமாகப் பேசுவோம். முதலில் உடனே காவி வஸ்திரம் இரண்டு தருவித்துக் கொடு. நான் இந்த வேஷத்தில் இருந்தால் வீண் குழப்பத்துக்கு இடமாகும். ஏற்கெனவே, நான் வந்து கொண்டிருந்தபோது வெளியில் நிற்கும் வீரர்கள் என்னை வெறித்து வெறித்துப் பார்த்தார்கள்!'

'ஆமாம்; அவர்கள் வெறித்துப் பார்ப்பதற்குக் காரணம் இருக்கிறதல்லவா? கூடாரத்திற்குள் இருந்த சக்கரவர்த்தி வெளியில் எப்போது, எப்படிப் போனார் என்று அவர்களுக்குத் திகைப்பாயிருந்திராதா? எனக்கே கொஞ்ச நேரம் குழப்பமாய்ப் போய்விட்டதே!' என்று புலிகேசி கூறிவிட்டு கூடாரத்தின் வாசலில் நின்ற காவலனிடம், 'உடனே ஒற்றர் விடுதிக்குச் சென்று காவி வஸ்திரம் இரண்டு கொண்டு வா!' என்று கட்டளையிட்டார்.

காவி வஸ்திரம் வந்தவுடனே நாகநந்தி உடையை மாற்றிக் கொண்டார். சகோதரர்கள் இருவரும் ஒரே ஆசனத்தில் அருகருகே உட்கார்ந்தார்கள்.

'தம்பி! இப்போது சொல்லு! நீ வாதாபியை விட்டுப் புறப்பட்டதிலிருந்து நடந்ததையெல்லாம் விவரமாகச் சொல்லு!' என்று நாகநந்தி கேட்க, அவ்விதமே புலிகேசி கூறிவந்தார்.

எல்லாவற்றையும் கவனமாகக் கேட்ட பிறகு, பிக்ஷு கூறினார்; 'ஆகா! மகேந்திர பல்லவன் நான் நினைத்ததைக் காட்டிலும் கெட்டிக்காரன். நெடுகிலும் நம்மை ஏமாற்றி வந்திருக்கிறான்!'

'அண்ணா! இராஜ்ய தந்திரத்தில் உன்னை வெல்லக் கூடியவன் இந்த உலகில் எவனுமே இல்லையென்று நினைத்திருந்தேன்.'

'ஆரம்பத்தில் நான் ஒரே ஒரு தவறு செய்தேன். அதன் பலன் நெடுகிலும் விபரீதமாகவே போய்விட்டது!'

'அடிகளே! அது என்ன தவறு?'

'பரஞ்சோதி என்னும் பிள்ளையின் முகத்தைப் பார்த்து என் மனம் சிறிது இளகிற்று.'

'அந்தத் திருட்டுப் பயலை நம்பி ஓலை கொடுத்து அனுப்பினாய்!'

'அதற்குக் காரணமானவன் நீதான், தம்பி!'

'நானா? அது எப்படி?'

'பாண்டிய நாட்டுக்குப் போய் அங்கே வேண்டிய ஏற்பாடுகள் செய்துவிட்டுக் காஞ்சிக்குத் திரும்பி வந்துகொண்டிருந்தேன். வழியில் ஏரிக் கரையில் ஒரு பிள்ளை சோர்ந்து படுத்துத் தூங்கிக் கொண்டிருந்தான். உன்னை நான் முதன்முதலில் அதே நிலையில் பார்த்தது ஞாபகம் வந்தது. அதனால் என் மனம் இளகி அந்தப் பிள்ளையின் பேரிலும் விசுவாசம் உண்டாயிற்று. அவனுடைய முகக் களையிலிருந்து பெரிய பதவிக்கு வரப்போகிறவன் என்று தெரிந்துகொண்டேன். ஆகையால், அவனை நம்மோடு சேர்த்துக் கொள்ளவேண்டும் என்ற சபலமும் உண்டாயிற்று. அவனிடம் உனக்கு ஓலை கொடுத்து அனுப்பினேன். அந்த ஓலை உன்னிடம் சேர்ந்து நீ நேரே வந்திருந்தாயானால், காஞ்சிக் கோட்டையை மூன்றே நாளில் கைப்பற்றியிருக்கலாம். மகேந்திர பல்லவன் உன்னுடைய காலடியில் விழுந்து கிடப்பான்.'

'ஆனால் உன்னுடைய ஓலைக்கு மாறாக மகேந்திர பல்லவன் எழுதி வைத்த ஓலை என்னிடம் கிடைத்தது. அதன் பயனாக வடபெண்ணைக் கரையில் எட்டு மாதம் வீணாக்க நேர்ந்தது. மகேந்திர பல்லவன் ஒரு சிறு குதிரைப் படையை வைத்துக் கொண்டு, யுத்தம் செய்யாமல் வெறும் பாய்ச்சல் காட்டியே ஏமாற்றிக்கொண்டிருந்தான். அதற்குப் பிறகு நான் காஞ்சிக்கு வந்து கோட்டையை முற்றுகையிட்டும் பயன்படவில்லை. அண்ணா! நான் வாதாபிச் சிம்மாசனத்தில் ஏறிய பிறகு முதன்முதலாக அடைந்த தோல்வி இதுதான்...'

'அப்பனே! அந்த வார்த்தையை மட்டும் சொல்லாதே! தோல்வி எது? யார் தோல்வி அடைந்தது? இராஜரீக சாஸ்திரத்தில் முதலாவது பாடம் என்னவென்பதை இன்னமும் நீ தெரிந்து கொள்ளவில்லையா? தோல்வி யடைந்து விட்டதாக ஒரு நாளும் ஒப்புக்கொள்ளக் கூடாதென்பதுதான் அந்தப் பாடம். நீயே தோல்வியடைந்ததாகச் சொல்லிக்கொண்டால் ஊரார் அப்படிச் சொல்வார்கள்; உன் விரோதிகளும் அவ்விதமே சொல்வார்கள்; தேசமெங்கும் 'புலிகேசி சக்கரவர்த்தி தோல்வியடைந்தார்!' என்று செய்தி பரவும். ஹர்ஷவர்த்தனன் காதிலும் அது எட்டும். மகேந்திர பல்லவன் பொய்யாக எழுதியபடி ஒருவேளை உண்மையில் நடந்தாலும் நடக்கலாம். நர்மதையைக் கடந்து ஹர்ஷனுடைய சைனியம் உன் இராஜ்யத்திற்குள் பிரவேசிக்கலாம். தோல்வி என்ற வார்த்தையை இனிமேல் சொல்லாதே, தம்பி!'

'நான் சொல்லாமலிருந்து விட்டால், தோல்வி வெற்றியாகி விடுமா, அண்ணா?'

'மறுபடியும் தோல்வியைக் கட்டிக் கொண்டு ஏன் அழுகிறாய்? என்ன தோல்வியை நீ அடைந்தாய்? யோசித்துப் பார்! கடல் போன்ற

சைனியத்துடன் திக்விஜயம் செய்யத் தென்னாட்டை நோக்கிப் புறப்பட்டாய், வைஜயந்தியை அழித்தாய். வடபெண்ணைக் கரையில் பல்லவ சைனியத்தை நிர்மூலம் செய்தாய். காஞ்சிக் கோட்டையை முற்றுகையிட்டாய். தெற்கே கொள்ளிடக் கரை வரையில் சென்றாய். பல்லவன் சிறைப்படுத்தியிருந்த துர்விநீதனை விடுதலை செய்தாய். காவேரிக் கரையில் தமிழகத்தின் மூவேந்தர்கள் - சேர, சோழ, பாண்டியர்கள் - வந்து உன் அடிபணிந்து காணிக்கை செலுத்தினார்கள்.'

'அண்ணா! சோழன் வரவில்லையே?'

'சோழன் வராவிட்டால் களப்பாளன் வந்தான். இதையெல்லாம் யார் விசாரிக்கப் போகிறார்கள், தம்பி? நீ திரும்பிக் காஞ்சிக் கோட்டைக்கு வந்தபோது, மகேந்திர பல்லவனும் உன்னைச் சரணாகதி அடைந்தான். மகாபலியின் தலையில் மகாவிஷ்ணு பாதத்தை வைத்ததுபோல், நீயும் மகேந்திர பல்லவனுடைய சிரசில் உன் பாதத்தை வைத்து, 'பிழைத்துப் போ' என்று உயிர்ப் பிச்சை கொடுத்தாய். அவன் கொடுத்த காணிக்கைகளைப் பெற்றுக் கொண்டு புறப்பட்டாய்...'

'காணிக்கை ஒன்றும் நான் கொண்டு வரவில்லையே, அண்ணா!'

'நீ கொண்டு வராவிட்டால், நான் கொண்டு வந்திருக்கிறேன்.'

'என்ன அது?'

'இன்று இரவு காட்டுகிறேன். மேற்படி விவரம் எல்லாம் உத்தர பாரத தேசத்திலே பரவும்போது, நீ திக்விஜயம் செய்து வெற்றி முழக்கத்துடன் திரும்பினாய் என்று சொல்வார்களா? 'தோல்வி' யுற்று ஓடி வந்தாய் என்பார்களா?'

'அண்ணா! உன் சாமர்த்தியமே சாமர்த்தியம்! தோல்வியைக்கூட நீ வெற்றியாக மாற்றக்கூடியவன். உன் பேச்சைக் கேட்ட பிறகு எனக்கே நான் அடைந்தது வெற்றி என்றே தோன்றுகிறது. ஆனால், இந்த வெற்றிச் செய்தி வடநாட்டிலே எப்படிப் பரவும்?'

'ஆ! புத்த பிக்ஷுக்களின் சங்கங்களும் சமணர்களின் மடங்களும் பின் எதற்காக இருக்கின்றன? நாகார்ஜுன பர்வதத்துக்கு உடனே ஆள் அனுப்ப வேண்டும்.'

'அண்ணா! நீயே போவது நல்லது. உனக்கு வேங்கியிலும் வேலை இருக்கிறது.'

'என்ன வேலை?'

'விஷ்ணுவர்த்தனன் காயம்பட்டுக் கிடக்கிறான். சென்ற வருஷம் அவன் வெற்றி கொண்ட வேங்கி இராஜ்யத்தில் இப்போது எங்கே பார்த்தாலும் கலகமாம்.'

'அதற்கு நான் போய் என்ன செய்யட்டும்?'

'நீ போய்த்தான் அவனுக்கு யோசனை சொல்லி உதவவேண்டும். உன்னால் முடியாத காரியம் ஒன்றுமில்லை அண்ணா! தோல்வியையும் நீ வெற்றியாக்கி விடுவாய்.'

'என்னால் இப்போது வேங்கிக்குப் போகமுடியாது.'

'ஏன்?'

'காரணம் இருக்கிறது.'

'அதைச் சொல்லேன்.'

'இராத்திரி சொல்கிறேன் தம்பி! சூரியன் அஸ்தமித்து நாற்புறமும் இருள் சூழ்ந்துவிட்டது. பூரண சந்திரன் உதயமாகப் போகிறது. இந்தக் கூடாரத்திற்குள்ளேயே அடைந்து கிடப்பானேன்? வா வெளியே போகலாம்!'

'ஆமாம், ஆமாம்! பிரகிருதியின் சௌந்தரியங்கள் அநியாயமாய் வீணாய்ப் போகின்றன!' என்று பரிகாசக் குரலில் சொல்லிக் கொண்டு புலிகேசி சக்கர வர்த்தி எழுந்தார்.

'உனக்கு எவ்வளவோ பாக்கியங்கள் இருந்தாலும் என்ன பயன்? சௌந் தரியத்தை அநுபவிக்கும் பாக்கியம் மட்டும் இல்லை' என்று சொல்லிக் கொண்டு நாகநந்தி எழுந்தார்.

சகோதரர்கள் இருவரும் ஒத்த வயதுடைய ஆத்ம சிநேகிதர்களைப் போலக் கைகோத்துக்கொண்டு வெளியே சென்றார்கள்.

40.அஜந்தா அடிவாரம்

'சூரியன் மறைந்தால் என்ன? அதோடு உலகம் அஸ்தமித்துப் போய் விடுமா? இதோ நான் ஒருவன் இருக்கிறேனே' என்று பறையறைந்து கொண்டு கீழ்த்திசையில் பூரண சந்திரன் உதயமானான்.

நெடிதுயர்ந்த இரண்டு பனை மரங்களுக்கு நடுவே தங்க ஒளி பெற்றுத் திகழ்ந்த சந்திர பிம்பமானது, மரச் சட்டமிட்ட பலகணியின் வழியாக எட்டிப் பார்க்கும் நவயௌவன நாரீமணியின் பொன் முகத்தையொத்த இன்ப வடிவமாய் விளங்கியது. புத்த பிக்ஷுவுக்கு அந்த முகம் சிவகாமியின் முகமாகவே காட்சியளித்தது.

நாகநந்தியும் புலிகேசியும் கூடாரத்துக்கு வெளியே வந்து ஒரு மொட்டைப் பாறையின் மீது உட்கார்ந்தார்கள்.

'அண்ணா! என்ன யோசிக்கிறாய்?' என்று புலிகேசி கேட்டார்.

'தம்பி! இன்றைக்கு நான் கூடாரத்துக்குள்ளே வந்தபோது உன்னைப்போல் உடை தரித்துக்கொண்டு வந்தேனல்லவா? இதே மாதிரி முன்னொரு தடவை உன்னைப் போல் வேஷம் தரித்துக்கொண்டேனே, உனக்கு ஞாபகம் இருக்கிறதா?'

'அதை எப்படி மறக்க முடியும், அண்ணா? ஒருநாளும் முடியாது.'

'இல்லை, இருபத்தைந்து வருஷம் ஆகிவிட்டதே; ஒருவேளை மறந்து விட்டாயோ என்று நினைத்தேன்.'

'இருபத்தைந்து வருஷம் ஆனால் என்ன? இருபத்தைந்து யுகம் ஆனால் என்ன? இந்தப் பிறவியில் மட்டுமல்ல, எத்தனை பிறவி எடுத்தாலும் மறக்க முடியாது, அண்ணா!'

'முதன் முதலில் நாம் சந்தித்தது நினைவிருக்கிறதா, தம்பி!'

'ஏன் நினைவில்லை? சித்தப்பன் மங்களேசனுடைய கடுஞ்சிறையிலிருந்து தப்பி ஓடிவந்தேன். அந்தப் பாதகனுடைய வீரர்களுக்குத் தப்பி ஒளிந்து, காட்டிலும் மலையிலும் எத்தனையோ நாள் திரிந்தேன். ஓடி ஓடி கால்கள் அலுத்துவிட்டன. உடம்பும் சலித்துவிட்டது. பசியும் தாகமும் எவ்வளவு கொடுமையானவை என்பதை உணர்ந்தேன். கடைசியில் ஒருநாள் களைப் படைந்து மூர்ச்சையாகிவிட்டேன். மூர்ச்சை தெளிந்து எழுந்தபோது என்னை நீ மடியில் போட்டுக்கொண்டு, என் வாயில் ஏதோ பச்சிலைச் சாற்றைப் பிழிந்துகொண்டிருந்தாய். நீ மட்டும் அச்சமயம் தெய்வாதீனமாய் அங்கு வந்திராவிட்டால் என் கதி என்ன ஆகியிருக்கும்? அண்ணா! அவ்வளவு சிரமம் எடுத்து என்னைக் காப்பாற்றவேண்டும் என்று உனக்கு எதனால் தோன்றிற்று?'

'எனக்கு வினாத் தெரிந்த நாள்முதல் நான் அஜந்தா மலைக் குகையில் புத்த பிக்ஷுக்களுடன் வாழ்ந்துகொண்டு வந்தேன். சித்திரக் கலை, சிற்பக் கலை முதலியவை தெரிந்து கொண்டிருந்தேன். ஆயினும் அடிக்கடி என் மனம் அமைதியிழந்து தவித்தது. வெளி உலகத்துக்குப் போகவேண்டுமென்றும் என்னையொத்த வாலிபர்களுடன் பழகவேண்டுமென்றும் ஆசை உண்டாகும். சில சமயம் பெரிய பிக்ஷுக்களுக்குத் தெரியாமல் நதி வழியைப் பிடித்துக்கொண்டு மலைக்கு வெளியே வருவேன். ஆனால், அங்கும் ஒரே காடாக இருக்குமே தவிர மனிதர்கள் யாரையும் பார்க்கமுடியாது. இப்படி நான் ஏக்கம் பிடித்திருக்கையிலேதான் ஒரு நாள் அஜந்தாவின் அடிவாரத்தில் உள்ள காட்டிலே நீ நினைவிழந்து படுத்துக் கிடப்பதைக் கண்டேன். அந்த நிமிஷத் தில் இருபது வருஷமாக என் உள்ளத்தில் பொங்கிக்கொண்டிருந்த அவ்வளவு ஆசையையும் உன் பேரில் செலுத்தினேன். அந்த வயதில் நாடு நகரங்களில் உள்ள வாலிபர்கள் தங்களுடைய இளங் காதலிகளிடம் எத்தகைய அன்பு வைப்பார்களோ, அத்தகைய அன்பை உன்னிடம்கொண்டேன். பச்சிலையைச் சாறு பிழிந்து உன் வாயிலே விட்டு மூர்ச்சை தெளிவித்தேன்.'

'அண்ணா! உன்னை முதன் முதலில் பார்த்ததும் எனக்கும் அம்மாதிரியே உன் பேரில் அபிமானம் உண்டாயிற்று. தம்பி விஷ்ணுவர்த்தனின் பேரில்

எனக்கு எவ்வளவோ ஆசைதான். ஆனாலும், அதைக் காட்டிலும் எத்தனையோ மடங்கு அதிகமான பாசம் உன்பேரில் ஏற்பட்டது...'

'உன்னைக் கண்டு பிடித்த அன்றைக்கு நான் அஜந்தா குகைக்குத் திரும்பிப் போகவில்லை. அடுத்த இரண்டு மூன்று நாளும் போகவில்லை. புது மணம் புரிந்த காதலர்கள் இணைபிரியாமல் நந்தவனத்தில் உலாவுவதுபோல் நாம் இருவரும் கைகோத்துக் கொண்டு காட்டிலே திரிந்தோம். நீ உன்னுடைய வரலாற்றையெல்லாம் எனக்கு விவரமாகச் சொன்னாய். நாம் இருவரும் அப்போதே மங்களேசனைத் துரத்தியடித்து வாதாபி இராஜ்யத்தைத் திரும்பக் கைப்பற்றும் மார்க்கங்களைப்பற்றி ஆலோசிக்கலானோம்.'

'இதற்குள் மங்களேசனுடைய ஆட்கள் என்னைத் தேடிக் கொண்டு அங்கே வந்து விட்டார்கள்.'

'தூரத்தில் ஆட்கள் வரும் சத்தம் கேட்டதும் நீ பயந்தாய். 'அண்ணா! என்னைக் கைவிடாதே!' என்று கட்டிக் கொண்டாய். ஒரு நிமிஷம் நான் யோசனை செய்து ஒரு முடிவுக்கு வந்தேன். 'தம்பி! நான் சொல்கிறபடி செய்வாயா?' என்று கேட்டு உன்னிடம் வாக்குறுதியொன்று வாங்கிக் கொண்டேன். பிறகு உன்னுடைய உடைகளை எடுத்து நான் தரித்துக்கொண் டேன். என்னுடைய ஆடையை நீ உடுத்திக்கொண்டாய். அதே சமயத்தில் அஜந்தா மலைக் குகைக்குள் புத்த சங்கிராமத்துக்குப் போகும் வழியை உனக்கு நான் சொன்னேன். அங்கே நடந்து கொள்ள வேண்டிய விதத்தையும் சொன்னேன். சற்றுத் தூரத்தில் இருந்த அடர்ந்த கிளைகள் உள்ள மரத்தின் மேல் ஏறி ஒளிந்து கொள்ளச் சொன்னேன்.'

'மரத்தின் மேல் ஏறி நான் ஒளிந்து கொண்டதுதான் தாமதம், மங்களே சனுடைய ஆட்கள் யமகிங்கரர்களைப் போல் வந்து விட்டார்கள். அவர் களுடைய தலைவன் உன்னைச் சுட்டிக்காட்டி, 'பிடித்துக் கட்டுங்கள் இவனை!' என்று கட்டளையிட்டான். என் நெஞ்சு துடியாகத் துடித்தது. 'எப்பேர்ப்பட்ட அபாயத்திலிருந்து தப்பினோம்' என்று எண்ணினேன். உன்னிடம் அளவற்ற நன்றி உணர்ச்சி உண்டாயிற்று.'

'தம்பி! நம்முடைய உருவ ஒற்றுமையை நான் அதற்கு முன்னமே தெரிந்து கொண்டிருந்தேன். நதியிலும் சுனையிலும் நாம் குளித்துக் கரையேறும் போது, தண்ணீரில் தெரிந்த நமது பிரதிபிம்பங்களைப் பார்த்து அறிந்து கொண்டிருந்தேன். அப்படித் தெரிந்து கொண்டிருந்தது அச்சமயம் உன்னைக் காப்பாற்றுவதற்கு ஏதுவாயிற்று.'

'அண்ணா! அந்தச் சம்பவமெல்லாம் எனக்கு ஞாபகம் இருக்கிறதா என்று கேட்டாயே! முன்பின் அறிந்திராத எனக்காக நீ உன் உயிரைக் கொடுக்கத் துணிந்ததை என்னால் எப்படி மறக்க முடியும்?' என்று குரல் தழுதழுக்க உருக்கத்துடன் புலிகேசி சக்கரவர்த்தி கூறியபோது, அவருடைய கண்களிலே கண்ணீர் துளித்தது. 'ஆ! இதென்ன? நெஞ்சில் ஈரப் பசையற்ற கிராதகப் புலிகேசியின் கண்களிலும் கண்ணீரா? இது உண்மைதானா?' என்று பரிசோதித்துத் தெரிந்து கொள்வதற்காகப் பூரண சந்திரன் தனது

வெள்ளிக் கிரணங்கள் இரண்டை ஏவ, அது காரணமாகப் புலிகேசியின் கண்ணில் எழுந்த நீர்த்துளிகள் ஆழ்கடல் தந்த நன்முத்துக்களைப் போல் சுடர்விட்டுப் பிரகாசித்தன.

41.அஜந்தா குகையில்

புலிகேசியின் உணர்ச்சி மிகுதியையோ கண்ணீரையோ, கவனியாதவராய்ப் புத்த பிக்ஷு கீழ்வானத்தில் மிதந்து வந்த பூரண சந்திரனைப் பார்த்துக் கொண்டே மேலும் கூறினார்:

'அந்தக் கிராதகர்கள் என்னை நீ என்றே எண்ணிக்கொண்டு பிடித்துப் போனார்கள். வனப் பிரதேசங்களையெல்லாம் தாண்டி அப்பால் கொண்டு போனதும் என்னைக் குதிரை மேல் ஏறச் சொன்னார்கள். நான் குதிரை ஏறத் தெரியாமல் தவித்ததைப் பார்த்ததும் அவர்களுக்குச் சந்தேகம் உண்டாயிற்று. நான் பாசாங்கு செய்கிறேனோ என்று அவர்கள் முதலில் எண்ணினார்கள். பிறகு உண்மையாகவே எனக்குக் குதிரை ஏறத் தெரிய வில்லை என்று அறிந்ததும் அவர்களுடைய தலைவன் என்னை என்னவெல்லாமோ கேள்விகள் கேட்டான். என்னுடைய விடைகளைக்கேட்டு அவர்கள் திகைத்தார்கள். உன்னுடைய காதுகளில் நீ குண்டலம் போட்டுக் கொண்டிருந்தாய்; அதற்காகத் துவாரங்களும் இருந்தன. என் காதுகளில் துவாரமே இல்லையென்பதைப் பார்த்ததும் அவர்களுக்கு நான் நீ இல்லையெண்ன்பது நிச்சயமாய்த் தெரிந்து விட்டது. உன்னைப் பிடிக்க முடியாததனால் ஏற்பட்ட கோபத்தையெல்லாம் என்பேரில் காட்டி உபத்திரவப்படுத்தினார்கள். என்னை அடித்த அடியின் தழும்புகள் இதோ இன்னும் இருக்கின்றன!' என்று புத்த பிக்ஷு தம் முதுகைத் தொட்டுப் பார்த்துக் கொண்டார்.

'ஐயோ! அண்ணா! அந்தத் தழும்புகளைப் பார்த்து எத்தனையோ நாள் நான் தூக்கமின்றித் தவித்திருக்கிறேன். ஆனால் அதையெல்லாம் எதற்காக இப்போது ஞாபகப்படுத்துகிறாய்?' என்று புலிகேசி அலறினார்.

'தம்பி! உனக்கு ஞாபகப்படுத்தவில்லை; எனக்கு நானே ஞாபகப்படுத்திக் கொள்கிறேன். அதையெல்லாம் இன்றைக்கு எண்ணிப் பார்த்தால் எனக்கு மனக் கஷ்டம் உண்டாகவில்லை. குதூகலந்தான் உண்டாகிறது. பரோபகாரம் செய்வதில் உள்ள பலன் இதுதான். ஒருவருக்கு ஒத்தாசை செய்வதற்காக நாம் கஷ்டப்பட்டோமானால், கஷ்டம் அதை அனுபவிக்கும்போது மட்டுமே நீடிக்கிறது. சீக்கிரத்தில் அது போய்விடுகிறது. அப்புறம் வாழ்நாள் உள்ளவரை நாம் செய்த உதவியை நினைத்து நினைத்துச் சந்தோஷப் படுகிறோம். ஆனால், தம்பி! அந்தப் பழைய கதையையெல்லாம் இப்போது ஞாபகப்படுத்துவது உனக்கு ஒருவேளை மனக்கஷ்டத்தை உண்டாக்கினால் நான் சொல்லவில்லை' என்று நாகநந்தி நிறுத்தினார்.

'அண்ணா, என்ன சொல்கிறாய்? எனக்கும் அந்தக் காலத்தை நினைத்தால் எத்தனையோ மகிழ்ச்சி உண்டாயிற்று!'

'அப்படியானால் சரி. கொஞ்ச நேரம் வரையில் அந்தக் கிராதகர்கள் துன்புறுத்தியதையெல்லாம் பொறுத்துக் கொண்டிருந்தேன். பொறுக்க முடியாமற்போன பிறகு, நான் அஜந்தா புத்த சங்கிராமத்தைச் சேர்ந்தவன் என்று தெரிவித்தேன். உடனே அவர்கள் பயந்துவிட்டார்கள். நான் அணிந்திருந்த உடைகள் எப்படிக் கிடைத்தன என்று கேட்டார்கள். பொய்கைக் கரையிலே அவை கிடைத்தனவென்றும், நான் அவற்றை வெறுமனே உடுத்திக்கொண்டு பார்க்க ஆசைப்பட்டு உடுத்திக் கொண்டதாகவும் சொன்னேன். என்னை அழைத்துக்கொண்டு திரும்பி அதே பொய்கைக் கரைக்கு வந்தார்கள். சுற்றியிருந்த வனப் பிரதேசமெங்கும் தேடிப் பார்த்தார்கள். கடைசியில் ஏதோ காட்டு மிருகம் உன்னைக் கொன்று தின்றிருக்கவேண்டும் என்று தீர்மானித்துக்கொண்டு என்னை விட்டு விட்டுத் திரும்பிப் போய்ச்சேர்ந்தார்கள். பிறகு, நீ வழி கண்டுபிடித்துப் பத்திரமாய்ப் போய்ச்சேர்ந்தாயோ என்னவோ என்ற கவலையுடன் நானும் அஜந்தாவை நோக்கிக் கிளம்பினேன்.'

வாதாபிச் சக்கரவர்த்தி அப்போது குறுக்கிட்டுக் கூறினார்: 'நீ சொல்லியிருந்த படியே நான் நதி வழியைப் பிடித்துக்கொண்டு போனேன். வளைந்து வளைந்து போன நதியோடு எத்தனை தூரம் போனாலும் மனித சஞ்சாரமே இல்லை. அடிக்கடி எதிரே சுவர் வைத்தது போல் மலை நின்று அப்பால் வழியே இல்லையென்று தோன்றியது. போகப் போக இப்படியே இருந்தது. ஒருவேளை நீ சொன்னதை நான் நன்றாய்த் தெரிந்து கொள்ளாமல் தப்பான வழியைப் பிடித்துக்கொண்டு போகிறேனோ என்று எண்ணினேன். அதை விடப் பயங்கரமான எண்ணம் ஒன்று தோன்றியது. நீ ஒருவேளை என்னை ஏமாற்றி விட்டாயோ, சித்தப்பன் மங்களேசனிடம் போய்ச் சமாதானம் செய்து கொண்டு இராஜ்யம் ஆளப் பார்க்கிறாயோ என்று நினைத்தேன். கடைசியில் அஜந்தாவின் அற்புதச் சித்திரக் குகைகளை அடைந்தேன். நீ சொன்னபடியே அங்கு யாரோடும் பேச்சுக் கொடாமல் சிற்பியின் சீடனாக நடித்துக் காலம் கழித்துக்கொண்டிருந்தேன். ஒரு வாரம் கழித்து நீ வந்து சேர்ந்தாய். உன்னுடைய கதையைக் கேட்டு, உன்னுடைய முதுகிலிருந்த காயங்களையும் பார்த்து விட்டு, உனக்கு நான் மனத்தினால் செய்த அநீதியை எண்ணி 'ஓ'வென்று அழுதேன்...'

'தம்பி! என் விஷயத்தில் உன்னுடைய மனம் அப்போதுகூட முழு நிம்மதி அடையவில்லை. சங்கிராமத்தின் தலைமைப் பிக்ஷு நம்மை ஒருநாள் சேர்ந்தாற்போல் பார்த்துவிட்டார். நாம் நதியில் தனி இடத்திற்குச் சென்று குளித்துக் கொண்டிருந்தபோது அவர் பார்த்தார். உன்னைப்பற்றி விசாரித்தார். நான் உண்மையைச் சொன்னேன். அஜந்தா சட்டத்துக்கு நேர்விரோதமாக அந்நியனாகிய உன்னை நான் அங்கே கொண்டு வந்ததற்காக என்னை எவ்விதம் தண்டிப்பாரோ என்று பயந்தேன். ஆனால், குரு என்னைக் கோபிக்கவும் இல்லை; தண்டிக்கவும் இல்லை. அன்று

சாயங்காலம் அவருடைய தலைமை விஹாரத்தில் ஒருவரும் வராத சமயத்தில் நம்மை அழைத்து வைத்துக்கொண்டு நம்மைப் பற்றிய கதையைச் சொன்னார். அதைக் கேட்ட பிறகு உன்னுடைய மனநிம்மதி இன்னும் அதிகமாகக் குலைந்தது. தம்பி! என் விஷயமாக உன் உள்ளத்தில் பொறாமைத் தீ மூண்டு, வரவரப் பெரிதாகிக் கொழுந்து விட்டெரியத் தொடங்கியது.'

'ஆம், அண்ணா! அது உண்மைதான். ஆனால் அதே சமயத்தில் என்னுடைய நீச குணத்தைப் பற்றியும் நான் அடிக்கடி எண்ணமிட்டு வெட்கமடைந்தேன்.'

'உன் பேரில் தவறில்லை தம்பி! சிறிதும் தவறில்லை. அப்போதும் நான் அவ்வாறுதான் எண்ணினேன். நீயும் நானும் இரட்டைப் பிள்ளைகள் என்றும், இரண்டு பேரில் நான் முதலில் பிறந்தவன் என்றும் தலைமைப் பிக்ஷு நமக்குத் தெரியப்படுத்தினார். நம் தந்தை நான் பிறந்தவுடனேயே என்னை அப்புறப் படுத்தி வைத்திருந்து ஐந்தாவது வயதில் என்னைப் பிக்ஷுவிடம் ஒப்புவித்தார். உன்னுடைய உயிருக்கு ஏதாவது அபாயம் நேர்ந்ததாகத் தெரிந்தால், அப்போது மட்டும் என்னைப் பற்றிய இரகசியத்தை வெளிப்படுத்தி என்னை இராஜ்யத் துக்குரியவனாகச் செய்யவேண்டும் என்று சொல்லியிருந்தார். இதையெல்லாம் பிக்ஷு குரு நமக்குச் சொல்லி, உன்னை நானே காப்பாற்றும்படியாக நேர்ந்த விதியைக் குறித்து வியந்தார். என்னுடைய உத்தம குணத்தை வெகுவாகச் சிலாகித்தார். நான் பிறந்து அரை நாழிகைக்குப் பிறகு நீ பிறந்ததாகவும், ஜாதக ரீதியாக நீயே இராஜ்யமாளப் பிறந்தவன் என்று ஏற்பட்டபடியால் நம் தந்தை உன்னைச் சிம்மாசனத்துக்கு உரியவனாகத் தேர்ந்தெடுத்ததாகவும் கூறினார். இது தெரிந்ததும் உன் பேரில் எனக்கு ஏற்கெனவே இருந்த அன்பு பன்மடங்கு ஆயிற்று.

ஆனால், அதே செய்தியினால் உன்னுடைய மனத்தில் விஷம் பாய்ந்து விட்டது. அந்த நிமிஷம் முதல் நீ என்னை மனத்திற்குள் துவேஷிக்கத் தொடங்கினாய். அதைக் குறித்து நான் ஆச்சரியப்படவில்லை; உன் பேரில் கோபம் கொள்ளவும் இல்லை. நியாயமாக வாதாபிப் பட்டத்துக்குரியவன் நான் என்று ஏற்பட்டபடியால் நீ என் பேரில் சந்தேகப்படுவது இயற்கை என்பதை உணர்ந்தேன். உன்னுடைய சந்தேகத்தை அறவே போக்கத் தீர்மானித்தேன். பிக்ஷு குருவின் காலில் விழுந்து என்னையும் பிக்ஷு மண்டலத்தில் சேர்த்துக் கொள்ளும்படி கேட்டுக் கொண்டேன். குரு முதலில் ஆட்சேபித்தார். கடைசியில் ஒப்புக் கொண்டார். உன்னுடைய முன்னிலையில் நான் தலையை மொட்டை அடித்துக்கொண்டு காவி வஸ்திரம் தரித்த புத்த பிக்ஷு ஆனேன். என்றென்றைக்கும் உலக வாழ்க்கையைத் துறந்து விட்டதாகச் சத்தியம் செய்தேன். உன் உள்ளத்தில் மூண்டிருந்த தீ அணைந்தது. முன்போல் என்னிடம் அன்பும் விசுவாசமும் கொண்டாய்.'

'அண்ணா! அது முதல் உன்னையே நான் தெய்வமாகக் கொண்டேன். எந்தக் காரியத்திலும் உன் இஷ்டப்படியே நடந்து வந்தேன். நீ சொன்ன சொல்லைத் தட்டி நடந்ததில்லை.'

‘அதனால் நீ எவ்வித நஷ்டமும் அடையவில்லை, தம்பி! உன்னை அஜந்தாவில் விட்டு விட்டு நான் வெளியேறினேன். மூன்று வருஷ காலம் நாடெங்கும் சுற்றினேன். இராஜ்யத்தின் அதிகாரிகள், இராணுவத் தலைவர்கள் எல்லாரையும் உன்னுடைய கட்சியில் சேரச்செய்தேன். பொது ஜனங்களையும் மங்களேசனுக்கு எதிராகக் கிளப்பி விட்டுக் கொண்டிருந்தேன். பக்குவமான காலம் வந்தபோது உன்னை அஜந்தாவிலிருந்து வரவழைத்தேன். பெரிய சைனியத்துக்குத் தலைமை வகித்து நீ வாதாபி நோக்கிச் சென்றாய். மங்களேசன் போரில் உயிரை விட்டான். நம்முடைய புகழ் பெற்ற பாட்டனார் சத்யாச்ரயப் புலிகேசி வீற்றிருந்து ஆட்சி புரிந்த சளுக்க சிம்மாசனத்தில் நீ ஏறினாய்.’

‘அண்ணா! உன்னுடைய ஒத்தாசையினாலேதான் வாதாபிச் சிம்மாசனம் ஏறினேன். உனக்கு நியாயமாக உரிய சிம்மாசனத்தை நீ எனக்காகத் துறந்தாய். என் மனத்தில் சிறிதும் களங்கம் இருக்கக் கூடாது என்பதற்காக உலக வாழ்க்கையையே துறந்து பிக்ஷு ஆனாய். உன்னுடைய மகத்தான பிரயத்தனங்களினாலேதான் மங்களேசனைக் கொன்று நான் சிம்மாசனம் ஏறினேன். அதற்குப் பிறகு, இருபது வருஷ காலமாக நீ எனக்கு அன்னை, தந்தையாகவும், மதி மந்திரியாகவும், இராணுவ தந்திரியாகவும் இருந்து வந்திருக்கிறாய். இன்று நர்மதையிலிருந்து வடபெண்ணை வரையில் வராகக் கொடி பறந்து வருவதெல்லாம் உன்னாலேதான். இதையெல்லாம் நான் ஒப்புக் கொள்கிறேன். ஒப்புக்கொண்டு உனக்கு நன்றி செலுத்துகிறேன். ஆனால், இந்தப் பழைய கதையையெல்லாம் எதற்காக இப்போது ஞாபகப்படுத்துகிறாய்? உன்னிடம் எனக்குள்ள நன்றியை எந்த விதத்திலாவது நான் தெரிவித்துக்கொள்ள இடமிருக்கிறதா?’ என்று புலிகேசி கேட்டு விட்டு ஆவலுடன் நாகநந்தியின் முகத்தை நிலா வெளிச்சத்தில் பார்த்தார்.

கடுமையான விரதங்களினால் வற்றி உலர்ந்திருந்த பிக்ஷுவின் முகத்தில் புலிகேசி என்றும் காணாத கனிவு தென்பட்டது.

‘ஆம்; தம்பி! நான் உனக்குச் செய்திருப்பதற்கெல்லாம் பிரதியாக நீ எனக்குச் செய்யக்கூடியது ஒன்று இருக்கிறது’ என்றார் பிக்ஷு.

‘அப்படியானால் உடனே அதைச் சொல்லு. இருபத்தைந்து வருஷமாக உனக்கு நான் பட்டிருக்கும் நன்றிக் கடனில் ஒரு பகுதியையாவது கழிக்கிறேன்.’

‘தம்பி! நீ வாதாபியை விட்டுப் புறப்படுவதற்கு முன்பே உனக்கு ஓர் ஓலை அனுப்பியிருந்தேனல்லவா? அதில் என்ன எழுதியிருந்ததென்பது ஞாபகம் இருக்கிறதா?’

‘எவ்வளவோ விஷயம் எழுதியிருந்தாய்; எதைச் சொல்கிறாய்?’

‘காஞ்சி சுந்தரியை நீ எடுத்துக் கொள்; சிவகாமி சுந்தரியை எனக்குக் கொடு! என்று எழுதியிருந்ததைச் சொல்கிறேன்.’

'ஆமாம்; அதைப் பற்றி இப்போது என்ன?'

'அப்போது கேட்டதையே இப்போதும் கேட்கிறேன்.'

'அண்ணா! இது என்ன? காஞ்சி சுந்தரியைத்தான் நம்மால் கைப்பற்ற முடியவில்லையே?'

'காஞ்சி சுந்தரி உனக்குக் கிடைக்கவில்லை! ஆனாலும், சிவகாமியை எனக்குக் கொடு என்று கேட்கிறேன்.'

'அதெப்படி முடியும்? உண்மையில் மகேந்திர பல்லவனுடைய சபையில் அந்தப் பெண் நாட்டியம் ஆடியபோது நீ ஓலையில் எழுதியிருந்தது எனக்கு ஞாபகம் வந்தது. அவளை என்னுடன் அனுப்ப முடியுமா என்று பல்லவனைக் கேட்டேன். அவன் என்ன சொன்னான் தெரியுமா? கலை உணர்ச்சியேயில்லாத என்னுடன் அவள் வர மாட்டாள் என்று சொன்னான்! இப்போது மறுபடியும் திரும்பிக் காஞ்சி மீது படையெடுக்கச் சொல்லுகிறாயா?'

'வேண்டாம், தம்பி! மறுபடியும் படையெடுக்க வேண்டாம். காஞ்சி சுந்தரி உனக்குக் கிட்டவில்லை; ஆனால், சிவகாமி சுந்தரி எனக்குக் கிடைத்தாள், அவளைக் கொண்டு வந்தேன்.'

'என்ன? என்ன? உண்மையாகவா?'

'தம்பி! அவளுக்காகவே நான் உன்னைப் போல வேஷந்தரித்தேன். அவள் தந்தையின் உயிரைக் காப்பாற்றினேன். சிவகாமிக்காகவே படைத் தலைமை வகித்து மகேந்திர பல்லவனுடன் மணிமங்கலத்தில் போர் செய்தேன். அவளை முன்னிட்டே போரை நடுவில் நிறுத்தி விட்டுப் பின்வாங்கினேன்.'

'அண்ணா! எல்லாம் விவரமாகச் சொல்லு!' என்று புலிகேசி கேட்க, நாகநந்தி தாம் மூன்று வருஷத்துக்கு முன்னால் தென்னாட்டுக்கு வந்ததிலிருந்து செய்ததை எல்லாம் விவரமாய்க் கூறினார்.

எல்லாவற்றையும் கேட்ட புலிகேசி, 'அண்ணா! அந்த நாட்டியப் பெண்ணின் மீது உண்மையாகவே நீ காதல் கொண்டிருப்பதாகவா சொல்கிறாய்?' என்று நம்பிக்கையில்லாத குரலில் வினவினார்.

'ஆமாம் தம்பி! சத்தியமாகத்தான்.'

'ஆனால், நீ அஜந்தாவில் புத்த குருவின் முன்னால் செய்த பிரதிக்ஞை என்ன ஆவது? நாடெங்கும் காவித் துணி அணிந்து ஸ்திரீலோலர்களாய்த் திரியும் கள்ளப் பிக்ஷுக்களின் கூட்டத்தில் நீயும் சேர்ந்து விடப் போகிறாயா, அண்ணா?'

'தம்பி! இந்தக் கேள்வியை எதிர்பார்த்தேன். இதற்கு மறுமொழி சொல்லவும் ஆயத்தமாயிருக்கிறேன். ஆனால், இரண்டொரு வார்த்தையிலே சொல்ல முடியாது. விவரமாகச் சொல்ல வேண்டும், கேட்கிறாயா?'

'கட்டாயம் கேட்கிறேன். ஆனால் சொல்லத்தான் வேண்டுமென்று உன்னை நான் கட்டாயப்படுத்தவில்லை. உனக்கு இஷ்டமிருந்தால் சொல்லு; இல்லாவிட்டால் சொல்ல வேண்டாம்!' என்றார் வாதாபிச் சக்கரவர்த்தி.

உண்மையில் மேற்படி விவரத்தைக் கேட்கப் புலிகேசியின் உள்ளம் துடிதுடித்தது. அதே கணத்தில் அவருடைய மனத்தில் அசூயையின் விதையும் விதைக்கப்பட்டது. இத்தனை நாளும் புத்த பிக்ஷுவின் இருதயத்தில் தன்னைத் தவிர வேறு யாரும் இடம்பெற்றதில்லை. அவருடைய அன்புக்கெல்லாம் தாமே உரியவராயிருந்தார். தம்முடைய நன்மையைத் தவிரப் பிக்ஷுவுக்கு வேறு எந்த விஷயத்திலும் கவலையும் கவனமும் இல்லாமலிருந்தது.

இவ்வளவு காலத்துக்குப் பிறகு இப்போது பெண் ஒருத்தி, நாட்டியக்காரி, அவருடைய உள்ளத்தில் இடம்பெற்று விட்டாள்! 'ஆம்! இப்போது என்னைக் காட்டிலும் அந்தப் பெண்ணிடந்தான் பிக்ஷுவுக்கு அபிமானம்! அவள் படுநீலியாயிருக்க வேண்டும்!' என்று புலிகேசி தம் மனத்திற்குள் அசூயையுடன் எண்ணமிட்டார்.

42.பிக்ஷுவின் காதல்

புலிகேசியின் உள்ளத்தில் அசூயையென்னும் பாம்பு படமெடுத்து ஆடுவதை அறியாதவராய் நாகநந்தி பிக்ஷு தமது இருதயத்தைத் திறந்து சொல்லத்தொடங்கினார்.

'தம்பி! குழந்தைப் பிராயம் முதற்கொண்டு - எனக்கு அறிவு தெளிந்த நாளிலிருந்து - நான் அஜந்தா மலைக் குகைகளில் வளர்ந்து வந்தேன். அஜந்தா சங்கிராமத்தில் பிக்ஷுக்களும் அவர்களுடைய சிஷ்யர்களும் இருந்தார்கள். என் இருபதாவது பிராயம்வரையில் உயிருள்ள பெண்ணை நான் பார்த்ததில்லை. அதாவது, சதை, இரத்தம், எலும்பு, நகம் ஆகியவற்றால் ஆன மானிடப் பெண்ணைப் பார்த்ததில்லை. ஆனால், ஜீவனுள்ள பெண்களைப் பார்த்திருக்கிறேன். ஒருவனுடைய இருதய அந்தரங்கம்வரைக்கும் சென்று ஊடுருவிப் பார்க்கும் சக்தி வாய்ந்த விசால நயனங்களுடைய பெண்களைப் பார்த்திருக்கிறேன். மானிடக் குலத்துக்கு எட்டாத தெய்வீக சௌந்தரியம் வாய்ந்த மடமங்கையர்களைப் பார்த்திருக்கிறேன். அழகுக்கு அழகு செய்யும் திவ்விய ஆபரணங்களை அணிந்த அணங்குகளைப் பார்த்திருக்கிறேன். தங்கள் கூந்தலில் மலர் அணிந்ததனால் அம்மலருக்கு அழகைத் தந்த பெண்களைப் பார்த்திருக்கிறேன். சாந்தம் குடிகொண்ட பெண்களையும், கருணை வடிவான பெண்களையும், மினுக்கி மயக்கும் மோகினி ரூபம் கொண்ட மாயப் பெண்களையும் பார்த்திருக்கிறேன். இவர்களையெல்லாம் அஜந்தா விஹாரங்களில் உள்ள சுவர்களிலே பார்த்தேன். மகா சைத்திரிகர்களான பிக்ஷுக்கள் தீட்டிய அற்புத சித்திர வடிவங்களிலே பார்த்தேன். அந்த சித்திர வடிவங்கள் எல்லாம் என்னைப் பொறுத்தவரையில் உயிர் உள்ள ஸ்திரீ புருஷர்கள்தான்.

நான் அவர்கள் அருகில் சென்றதும் என்னை அவர்கள் வரவேற்பார்கள்; முகமன் கூறுவார்கள்; க்ஷேமம் விசாரிப்பார்கள். அவர்களுடன் நானும் மனம் விட்டுப் பேசுவேன்; அவர்களுடைய க்ஷேம லாபங்களை விசாரிப்பேன்; வெளி உலகத்து விஷயங்களைப் பற்றியெல்லாம் அவர்களிடம் கேட்பேன். மௌன பாஷையில் அவர்கள் மறுமொழி சொல்வார்கள்.

இப்படி நான் தினந்தோறும் பார்த்துப் பேசிப் பழகிய சித்திர வடிவங்களுக்குள்ளே முக்கியமாக ஒரு பெண்ணின் வடிவம் என் சிந்தையைக் கவர்ந்திருந்தது. அவளுடைய பொன்னிற மேனியின் சோபையை அவள் இடையில் உடுத்தியிருந்த நீல நிறப் பட்டாடையும், மாந்தளிர் நிறத்து உத்தரீயமும் அதிகமாக்கிக் காட்டின. புன்னகை பூத்த அவளுடைய இதழ்களின் செந்நிறமும், அவளுடைய கருங்கூந்தலில் குடியிருந்த செவ்வாம்பல் மலரின் சிவப்பு நிறமும் ஒன்றையொன்று தூக்கியடித்தன. தாமரை இதழ் போல வடிவம் அமைந்த அவளுடைய கண்களின் கருவிழிகள் என் இருதயத்தை ஊடுருவி நோக்கியபோது என் இருதயத்தில் நான் அதுகாறும் அறிந்திராத வேதனையும் இன்பமும் உண்டாயின. அந்தச் சித்திர உருவம் தீட்டப்பட்டிருந்த விஹாரத்தின் எந்தப் பக்கத்தில், எந்த மூலையில் நின்று பார்த்தாலும், அந்தப் பத்மலோசனியின் கண்கள் என்னையே நோக்குவதுபோல் இருந்தன. அவ்வளவு அற்புத வேலைத் திறமையுடன் யாரோ ஒரு சைத்திரிகப் பிரம்மா அவ்வுருவத்தைத் தீட்டியிருந்தார். அந்தச் சித்திரத்தை வரைந்து முந்நூறு வருஷங்களுக்கு மேல் ஆகியிருந்த போதிலும் வர்ணங்கள் சிறிதும் மங்காமல் நேற்று எழுதியவை போல் விளங்கின.

அந்தச் சித்திரப் பெண்ணின் உருவத்தில் இன்னொரு விசேஷம் இருந்தது. அவள் இடை வளைந்து நின்ற நிலையும், அவளுடைய கரங்களும் கழுத்தும் அமைந்திருந்த தோற்றத்தில் காணப்பட்ட நெளிவும், அவள் ஏதோ ஒரு விசித்திரமான காரியத்தில் ஈடுபட்டிருக்கிறாள் என்பதைப் புலப்படுத்தின. ஆனால், அவள் என்ன செய்துகொண்டிருக்கிறாள் என்பது எனக்குப் புலப்படவில்லை. என் மனத்திற்குள் எவ்வளவோ யோசனை செய்தும் அதை என்னால் அறிய முடியவில்லை. கடைசியில் சைத்திரிக பிக்ஷு ஒருவரைக் கேட்டேன். அவர் 'அந்தப் பெண் பரத நாட்டியம் ஆடுகிறாள்' என்று சொன்னார். பிறகு பரத நாட்டியம் என்றால் என்னவென்று தெரிந்து கொள்ள விரும்பினேன். பரத சாஸ்திரம் என்னும் ஒரு நூல் இருப்பதாகத் தெரிந்துகொண்டு அந்த நூலைச் சம்பாதித்துப் படித்தேன். பரத நாட்டியக் கலையின் பல அம்சங்களையும் நன்கு தெரிந்து கொண்டேன்.

இதற்குப் பிறகு, அந்த ஓவியக் கன்னி என் உள்ளக் காட்சியில் பரத நாட்டியம் ஆடத்தொடங்கினாள். பரத நாட்டியக் கலைக்குரிய பலவிதத் தோற்றங்களிலும் அவள் காட்சியளித்தாள். பற்பல முத்திரைகள், ஹஸ்தங்கள், பலவித அபிநயத் தோற்றங்கள் - என் அகக் கற்பனையில் தோன்றிக் கொண்டேயிருந்தன. பகலிலும் இரவிலும் சதா சர்வகாலமும் அந்தக் கற்பனைப் பெண் என் உள்ளத்தைக் கொள்ளை கொண்டிருந்தாள்.

அப்போதுதான் எனக்கு முதன் முதலில் வெளி உலகத்துக்குப் போக வேண்டும், நாடு நகரங்களில் வாழும் ஸ்திரீ புருஷர்களைப் பார்க்க வேண்டும் என்ற ஆசை உண்டாயிற்று. ஒரு வேளை அந்த மாதிரி உண்மை யாகவே ஒரு பெண் எங்கேனும் இருக்கலாமல்லவா என்ற சபலம் ஏற்பட்டது. இந்த ஆசை காரணமாகவே அஜந்தா நதி வழியைப் பிடித்துக் கொண்டு வெளியே வந்து மலையடிவாரத்துக் கானகங்களிலே நான் சுற்ற ஆரம்பித்தேன். அப்போதுதான் தம்பி, ஒருநாள் உன்னைப் பார்த்தேன். பேச்சு மூச்சற்றுக் கிடந்த உன் உடம்பில் பிராணனை ஊட்டினேன். அது முதல் என் மனப்போக்கில் ஒரு மாறுதல் உண்டாயிற்று. சித்திரத்தில் பார்த்துக் கற்பனையில் நான் வளர்த்து வந்த பெண் சிறிது சிறிதாக என் உள்ளத்திலிருந்து மறையலானாள். அவள் இருந்த இடத்தில் நீ வந்து சேர்ந்தாய். நீ என் சொந்த உடன்பிறந்த சகோதரன், என்னுடன் இரத்தத் தொடர்புடையவன் என்பதை அறிந்த பிறகு என் இருதயத்தில் அந்தச் சித்திர நாட்டியக்காரிக்குச் சிறிதும் இடமில்லாமல் போய் விட்டது.

தம்பி! சிறிது காலத்துக்கெல்லாம் நீயும் நானும் அஜந்தா மலைக் குகையை விட்டு வெளியேறினோம். நீ வாதாபிச் சிம்மாசனம் ஏறினாய். நீயும் நானு மாக எத்தனையோ யுத்தங்கள் நடத்தி ஜயித்தோம். எத்தனையோ இராஜ தந்திரங்களையும் இராணுவ தந்திரங்களையும் கையாண்டு வெற்றி பெற்றோம். துங்கபத்திரையிலிருந்து நர்மதை நதிவரையில் சளுக்க சாம் ராஜ்யம் படர்ந்து தழைத்தது. உத்தராபத ஹர்ஷவர்த்தன சக்கரவர்த்தியும் வராகக் கொடியைக்கண்டு அஞ்சலானார்.

இந்த நாட்களில் நான் ஏற்றுக்கொண்டிருந்த பிக்ஷு விரதத்தை நிறை வேற்றுவது எனக்குக் கொஞ்சமும் கஷ்டமாயில்லை. வாதாபி நகரத்திலும், மற்றும் நான் யாத்திரை செய்த பட்டணங்களிலும் கிராமங்களிலும் எத் தனையோ ஸ்திரீகளை நான் பார்த்தேன். அஜந்தா குகைச் சுவர்களில் நான் பார்த்த சித்திரப் பெண் வடிவங்களோடு ஒப்பிடும்போது, இந்த மானிடப் பெண்கள் அழகற்ற அவலட்சண வடிவங்களாகத் தோன்றினார்கள். அந்தச் சித்திரப் பெண்களைப் பார்த்து அவர்களுடைய அழகை வியந்த கண் களினால் இந்தச் சாதாரண மானிட ஸ்திரீகளைப் பார்க்கவே முடியவில்லை.

உலகத்திலே மனிதர்கள் என்னத்திற்காக ஸ்திரீகள் மீது மோகம் கொண்டு பைத்தியம் பிடித்து அலைகிறார்கள் என்று வியந்தேன் தம்பி! ஒருவர் பின் ஒருவராக நீ ஆறு பெண்களை மணந்தபோது உன்னுடைய பரிதாப நிலையைக் குறித்து இரங்கினேன்!'

இத்தனை நேரம் மௌனமாயிருந்து கேட்டுக் கொண்டிருந்த புலிகேசி இப்போது குறுக்கிட்டுக் கூறினார்:

'ஆம், அண்ணா! அதையெல்லாம் நினைத்தால் ஏன் அந்தப் பைத்தியக்காரத் தனங்களில் இறங்கினோம் என்று எனக்கும் ஆச்சரியமாய்த்தான் இருக்கிறது. என்ன செய்யலாம்? எங்களுக்கெல்லாம் அனுபவித்த பிறகு தான் புத்தி வருகிறது. நீயோ பெண் மோகம் என்பது எவ்வளவு அசட்டுத் தனம் என்பதை முன்னதாகவே கண்டு கொண்டு விட்டாய்!'

புலிகேசி சக்கரவர்த்தி இவ்விதம் கூறியபோது அவருடைய தொனியில் சிறிது பரிகாசம் கலந்திருப்பதாகத் தோன்றியது. ஆனால், அறிவுக் கூர்மை மிகப் படைத்த பிக்ஷுவுக்கு அச்சமயம் அது தெரியவில்லை. அவர் மேலும் கூறினார்:

'இல்லை, தம்பி இல்லை! உன்னுடைய புகழ்ச்சிக்கு நான் அருகனல்ல. நீங்கள் எல்லாரும் பட்டு அனுபவித்த பிறகு, உண்மையைக் கண்டு கொண்டீர்கள். ஆனால், நானோ எத்தனையோ காலம் துறவறத்தை அனுஷ்டித்த பிறகு, யௌவனப் பிராயத்தையெல்லாம் இழந்து விட்ட பிறகு, ஒரு பெண்ணின் காதலுக்கு வயமானேன். ஆனால், என்னுடைய காதல் மற்ற உலக மாந்தரின் காதலை ஒத்ததன்று. அதைப் பற்றிச் சொல்வதற்கு முன்னால் நான் காதல் வயப்பட்ட வரலாற்றைச் சொல்லி விட வேண்டும்.

வடக்கே ஹர்ஷ மகா சக்கரவர்த்தியுடன் நாம் ஓர் உடன்படிக்கைக்கு வந்து நர்மதைக்குத் தெற்கே அவருடைய சைனியங்கள் வருவதில்லையென்று வாக்குறுதி பெற்ற பிறகு, தென்னாட்டுப் படையெடுப்புக்கு முன் ஆயத்தம் செய்வதற்காகச் சென்றேன். தென்னாடெங்கும் பௌத்த மடங்களும் ஜைன மடங்களும் ஏராளமாக இருந்தபடியால் என்னுடைய வேலை மிகவும் சுலப மாயிருந்தது. காஞ்சி இராஜ விஹாரத்திலேகூட நமக்காக வேலை செய்யும் பிக்ஷுக்கள் கிடைத்தார்கள். பிறகுதான், உனக்குச் சைனியத்துடன் கிளம்பும் படி ஓலை அனுப்பினேன். அனுப்பி விட்டு நான் மதுரைக்குப் பிரயாணப் படுவதற்கு முன்னால் என் வாழ்க்கையிலேயே முக்கியமான சம்பவம் நிகழ்ந்துவிட்டது.

தம்பி! சளுக்க சாம்ராஜ்யத்தின் விஸ்தரிப்புக்கான வேலைகளில் நான் பூரண மாய் ஈடுபட்டிருந்தபோதிலும், இடையிடையே சிற்ப சித்திரக் கலைகளில் என் மனம் செல்லாமல் தடுக்க முடியவில்லை. காஞ்சியில் சில அற்புதமான சிற்பங்களைப் பார்த்தேன். மாமல்லபுரம் என்று புதிதாகப் பெயர் பெற்ற துறைமுகத்துக்கருகில் சில அதிசயமான சிற்ப வேலைகள் நடைபெறு வதாகக் கேள்விப்பட்டேன். மதுரைக்குப் போகுமுன் அவற்றைப் பார்க்க வேண்டும் என்று சென்றேன். மாமல்லபுரத்துச் சிற்பங்கள் உண்மையில் அதிசயமாகவே இருந்தன. அந்த வேலைகளை நடத்தி வைக்கும் பெரிய சிற்பி ஒருவர் அரண்யத்தின் நடுவில் வீடு கட்டிக்கொண்டு வசிப்பதாகக் கேள்விப்பட்டேன். அவரைப் பார்க்கவேண்டுமென்று விரும்பி அவருடைய சிற்ப வீட்டைத் தேடிக்கொண்டு போனேன்.

அந்த மகா சிற்பியின் வீட்டில் பல அற்புதங்களைக் கண்டேன். முக்கியமாக, ஆயனர் அப்போது செய்வதில் ஈடுபட்டிருந்த நடனச் சிலைகள் என் மனத்தைப் பெரிதும் கவர்ந்தன. அஜந்தாவின் புத்த விஹாரத்தின் சுவரில் நான் பார்த்த நடனப் பெண்ணின் உருவத்தை அவை எனக்கு நினைவூட்டின. அந்த நடனச்சிலைகளைப் பார்த்து வியந்து கொண்டிருந்தபோது ஒரு மகா அற்புதம் நிகழ்ந்தது. வீட்டின் பின்கட்டிலிருந்து ஒரு பெண் உருவம் நாங்கள் இருந்த சிற்ப மண்டபத்துக்கு வந்தது. ஊனும் உடலும் உயிரும் உள்ள உருவந்தான்.

ஆனால், அஜந்தா சுவரில் நான் பார்த்த சித்திரத்துக்கும் இந்த உருவத்துக்கும் அணுவளவும் வேற்றுமை இல்லை. அதே பூரண சந்திரனையொத்த முகம்; பொன்னிற மேனி; அதே வர்ணமுள்ள உடைகள்; நெஞ்சை ஊடுருவிப் பார்க்கும் நீண்ட நயனங்கள்; கூந்தலை எடுத்துக் கட்டியிருந்த விதமும் அப்படியே. சற்று நேரம் நான் காண்பது உண்மையான தோற்றமா, அல்லது சித்த பிரமையா என்று பிரமித்திருந்தேன். அந்த உருவம் அதன் செவ்வி தழ்களைச் சிறிது விரித்து, 'அப்பா! இந்தச் சுவாமிகள் யார்?' என்று கேட்ட பிறகு தான், இதெல்லாம் உண்மை என்று உணர்ந்தேன். ஆயனச் சிற்பி என்னைப் பார்த்து, 'இவள் என்னுடைய மகள் சிவகாமி. இவளுடைய நடனத் தோற்றங்களைத்தான் நான் சிலை வடிவங்களாக அமைக்கிறேன்' என்றார். சற்று நேரத்துக்கெல்லாம் சிவகாமி நடனம் ஆடினாள்.

தம்பி! அந்த நேரம் முதல் இந்த உலகமே எனக்குப் புதிய உலகமாக மாறி விட்டது. இவ்வுலகில் யுத்தத்தையும் இராஜ தந்திரத்தையும், இராஜ்ய பாரத் தையும்விட முக்கியமான காரியங்களும் இருக்கின்றன என்பதை உணர்ந் தேன். அஜந்தா அடிவாரத்தில் உன்னைச் சந்திப்பதற்கு முன்னால் சில காலம் அங்கே நான் கண்ட நடனச் சித்திரம் எப்படி என் உள்ளத்தைக் கவர்ந்ததோ, அல்லும் பகலும் அதே நினைவாக இருக்கச் செய்ததோ, அதே மாதிரி இப் போது சிவகாமியின் உருவம் என் உள்ளத்தைக் கவர்ந்தது. உள்ளத்தை மட்டுமா? ஊனையும் உயிரையும் உயிரின் ஒவ்வோர் அணுவையும் கவர்ந்து விட்டது.

ஆம், தம்பி! சிவகாமியிடம் நான் காதல் கொண்டேன்; பிரேமை கொண்டேன்; மோகம் கொண்டேன். இன்னும் உலகத்துப் பாஷைகளில் என்னென்ன வார்த்தைகள் அன்பையும், ஆசையையும் குறிப்பதற்கு இருக்கின்றனவோ அவ்வளவு வார்த்தைகளையும் குறிப்பிட்டபோதிலும் காணாது என்று சொல்லக்கூடிய வண்ணம் அவள்மீது பிரியங்கொண்டேன். காதல், பிரேமை, மோகம் என்னும் வார்த்தைகளை இந்த உலகம் தோன்றிய நாள் முதல், கோடானு கோடி மக்கள் எத்தனையோ கோடி தடவை உபயோ கித்திருக்கிறார்கள். ஆனால், அந்த வார்த்தைகளின் மூலம் நான் குறிப்பிடும் உணர்ச்சியை அவர்கள் அறிந்திருக்க மாட்டார்கள். என்னுடைய காதலில் தேக தத்துவம் என்பது சிறிதும் கிடையாது.

சிவகாமியின் உருவத்தைக்கண்டு நான் மோகித்து விடவில்லை. அவளுடைய உருவத்தைக் காட்டிலும் அழகிய சித்திர சிற்ப வடிவங்களை நான் கண்டிருக்கிறேன்.

சிவகாமியின் பசும்பொன் மேனி நிறத்துக்காக அவள் மீது நான் காதல் கொள்ளவில்லை. அந்த மேனி நிறத்தைக் காட்டிலும் பிரகாசமான பொன்னிறத்தை இதோ இந்தச் சந்திரனிடம் காணலாம்.

சிவகாமியின் கண்ணழகைக் கண்டு நான் மயங்கி விடவில்லை. அவள் வளர்த்த ரதி என்னும் மான் குட்டியின் மருண்ட கண்கள் சிவகாமியின் கண்களைக் காட்டிலும் அழகானவை.

சிவகாமியின் உடம்பின் மென்மைக்காக அவள் மீது நான் ஆசை கொள்ள வில்லை. அவளுடைய உடம்பைக் காட்டிலும் அதிக மென்மை பொருந்திய எத்தனையோ புஷ்பங்கள் உலகில் இருக்கின்றன.

ஆம், தம்பி, சிவகாமியிடம் நான் கொண்டிருக்கும் காதலில் தேக தத்துவம் என்பதே கிடையாது.

ஆகையால் இருபத்தைந்து ஆண்டுகளுக்கு முன்னால் உனக்காக நான் ஏற்றுக் கொண்ட பிக்ஷு விரதத்துக்குச் சிவகாமியினால் யாதொரு பங்கமும் நேரவில்லை...'

இவ்விதம் நாகநந்தி சொல்லி வந்தபோது அவருடைய முகத்தில் அசாதா ரணமான ஒரு கிளர்ச்சி காணப்பட்டது. புலிகேசி தம் மனத்தில், 'இதென்ன ஒருவகை விசித்திரமான பைத்தியம்போல இருக்கிறதே? மகேந்திரனு டைய சிறையில் வெகு காலம் கிடந்ததனால் புத்தி மாறாட்டமாகி விட்டதா?' என்று எண்ணமிட்டார்.

புலிகேசியின் முகபாவத்தைக் கொண்டு இதை ஊகித்து உணர்ந்த நாகநந்தி கூறினார்: 'இல்லை தம்பி, இல்லை! எனக்குப் பைத்தியம் பிடித்துவிட வில்லை. இவ்வளவு தெளிவாக என்னுடைய அறிவு இதற்குமுன் எப்போதும் இருந்ததில்லை. எனக்கு உண்மையில் சிவகாமியின் மீது ஆசையே கிடையாது; அவளை ஆட்கொண்டிருக்கும் கலைத் தெய்வத் தினிடந்தான் மோகம். சிவகாமி சுயப்பிரக்ஞையை இழந்து தன்னை மறந்து ஆனந்த வெளியில் மிதந்து நடனமாடும்போது, நானும் தன் வசமிழந்து விடுகிறேன். அப்போது எனக்கு உண்டாகும் ஆனந்தம் இந்த உலகில் வேறெந்தக் காரியத்திலும் ஏற்பட்டதில்லை தம்பி!

மகேந்திர பல்லவனை நான் எவ்வளவோ பகைக்கிறேன்; துவேஷிக்கிறேன். ஆனால், ஒரே ஒரு விஷயத்தில் மகேந்திரனும் நானும் ஒரே அபிப்பிராயம் கொண்டவர்கள். சிவகாமி கேவலம் மனிதர்களுக்கு மனைவியாகப் பிறந்தவள் அல்லவென்றும் அவளுடைய அற்புதக் கலை தெய்வத்துக்கே அர்ப்பணமாக வேண்டிய கலையென்றும் ஒருநாள் ஆயனரிடம் மகேந்திர பல்லவன் சொன்னான். புத்தர் சிலையின் பின்னாலிருந்து அதை நான் கேட் டேன்; அவனுடைய கூற்றை மனத்திற்குள் பூரணமாக ஆமோதித்தேன். தம்பி! நீ நிச்சயமாக நம்பலாம். சிவகாமியிடம் நான் கொண்ட காதலினால் என்னுடைய பிக்ஷு விரதத்துக்கு யாதொரு பங்கமும் நேராது' என்று முடித்தார் நாகநந்தியடிகள்.

43.புலிகேசியின் வாக்குறுதி

புலிகேசி சக்கரவர்த்தி முகத்தில் புன்னகையுடன், 'அடிகளே! தங்களுடைய பிக்ஷு விரதத்துக்கு நாட்டியப் பெண் சிவகாமியினால் பங்கம் நேராமலிருக்கலாம். ஆனால், நம்முடைய தென்னாட்டுப் படையெடுப்புக்கு அந்தப் பெண் தெய்வத்தினால் பங்கம் நேர்ந்துவிட்டது!' என்றார்.

பிக்ஷு வியப்பும் கோபமும் கலந்த குரலில், 'அது எப்படி? படையெடுப்புக்கும் சிவகாமிக்கும் என்ன சம்பந்தம்? மகேந்திர பல்லவனுடைய சூழ்ச்சித் திறமையினால் அல்லவா நமது உத்தேசம் நிறைவேறவில்லை?' என்று கேட்டார்.

'அடிகளே! மகேந்திரனுடைய சூழ்ச்சித் திறனுக்குத் தங்களுடைய சூழ்ச்சித் திறன் குறைவானதா? யுத்தரங்கத்தில் நாம் சில சமயம் தோல்வியடைந்திருக்கிறோம். ஆனால், அரசியல் தந்திரத்தில் இதற்கு முன்னால் எப்போதாவது நாம் தோல்வியடைந்ததுண்டா? சிவகாமியிடமோ, அவளை ஆட்கொண்ட கலைத் தெய்வத்திடமோ தங்களுக்கு மோகம் ஏற்பட்டிராவிட்டால், மகேந்திர பல்லவன் தங்களைச் சிறைப்பிடித்திருக்க முடியுமா? தங்களுடைய திருவுள்ளத்தைப் பரிசோதனை செய்து உண்மையைச் சொல்லுங்கள்!'

இவ்விதம் புலிகேசி கூறியபோது, பிக்ஷுவின் முகத்தில் தோன்றிய கோபக்குறி மறைந்து, வெட்கம் கலந்த பிடிவாதம் காணப்பட்டது.

தரையை நோக்கித் தலையைக் குனிந்த வண்ணம், 'சக்கரவர்த்தி! இந்த அறிவிழந்த பிக்ஷுவை மன்னித்து விடுங்கள். சாம்ராஜ்யத்தின் தொண்டுக்கு நான் இனித் தகுதியில்லாதவன். இத்தனை காலமாய் நான் செய்திருக்கும் சேவையை முன்னிட்டு மன்னித்து விடுதலை கொடுங்கள்!' என்றார் பிக்ஷு.

'அண்ணா! இது என்ன விளையாட்டு?'

'இல்லை, தம்பி! விளையாட்டு இல்லை; உண்மையாகத்தான் சொல்கிறேன். எனக்கு விடை கொடு. நான் போகிறேன்.'

'எங்கே போவதாக உத்தேசம்?'

'எங்கேயாவது மனிதர்களுடைய கண் காணாத இடத்துக்குப் போகிறேன். அஜந்தாவைப் போன்ற இன்னொரு மலைப் பிரதேசத்தைக் கண்டுபிடித்து அதற்குள்ளே, உள்ளே, உள்ளே யாரும் எளிதில் வர முடியாத இடத்துக்குப் போய்விடுகிறேன். அங்கே சிவகாமியை நடனம் ஆடச் சொல்லிப் பார்த்துக் கொண்டே என் மிகுதி ஆயுளைக் கழித்து விடுகிறேன்...'

'அண்ணா! அப்படித் தனியாகச் சிவகாமியை நீ கொண்டு போய் வைத்துக் கொண்டிருந்தால், அந்தப் பெண் நடனம் ஆடுவாளா?'

'கலைஞர்களின் இயல்பு உனக்குத் தெரியாது, தம்பி! பெரிய சாம்ராஜ்யத்தை ஆளும் சக்கரவர்த்தியின் அதிகாரத்தினால் சிவகாமியை ஆடச் சொல்ல முடியாது. ஆனால், நிற்க நிழலில்லாத இந்த ஏழைப் பிக்ஷுவினால் சிவகாமியை ஆடச் செய்ய முடியும்.'

'ஓஹோ!'

'ஆம், தம்பி! அதனாலேதான் நான் உன்னைப்போல் வேஷம் தரித்திருக்கும் வரையில் அவளை நடனம் ஆடச் சொல்லவில்லை.'

'அண்ணா! இந்தப் பைத்தியம் உனக்கு வேண்டாம். சிவகாமியைக் காஞ்சிக்கே திருப்பி அனுப்பிவிடுகிறேன். இல்லாவிட்டால், நம் தளபதிகளில் யாராவது ஒருவனுக்கு அவளைக் கல்யாணம் செய்து கொடுத்துவிடுவோம்.'

பிக்ஷுவின் கண்களில் கோபக் கனல் பறந்தது, 'தம்பி! சிவகாமியைப் பெண்டாளும் எண்ணத்துடன் அவள் அருகில் நெருங்குகிறவன் யமனுலகம் போக ஆயத்தமாயிருக்க வேண்டும்' என்றார்.

'அண்ணா! மாமல்லன் யமனுலகம் போய்விட்டானா?' என்று புலிகேசி பரிகாசக் குரலில் கேட்டார்.

'இல்லை; அந்த நிர்மூடன் அதைக் காட்டிலும் கொடிய தண்டனையை இந்த உலகிலேயே அனுபவிக்கப் போகிறான். கேள், தம்பி! மாமல்லனை இந்தக் கையினாலேயே கொன்று விடத் தீர்மானித்திருந்தேன். இரண்டு மூன்று தடவை சந்தர்ப்பங்களும் வாய்த்தன. ஆனால், கடைசி நேரத்தில் என் மனத்தை மாற்றிக்கொண்டேன்.'

'ஆகா! நீ மட்டும் உன் மனத்தை மாற்றிக் கொள்ளாமல் மாமல்லனைக் கொன்றிருந்தால், பல்லவ இராஜ்யத்தில் இப்போது வராகக் கொடி பறந்து கொண்டிருக்கும். மகேந்திர பல்லவனும் மதுரைப் பாண்டியனும் நம் காலின் கீழ் கிடப்பார்கள்.

'ஒருவேளை அப்படி ஆகியிருக்கலாம். ஆனால் சிவகாமியைத் தன்னுடைய சுகபோகப் பொருளாக்கிக்கொள்ள நினைத்த மாமல்லனுக்கு அது தக்க தண்டனையாகியிராது.'

'இப்போது என்ன தண்டனை?'

'அவனுடைய ஆருயிர்க் காதலியைச் சளுக்கர் கொண்டு போன செய்தி வாழ்நாளெல்லாம் அவனுக்கு நரக வேதனை அளிக்கும். இரவு பகல் அவன் மனத்தை அரித்துக் கொண்டிருக்கும். இதைக் காட்டிலும் அவனுக்குத் தண்டனை வேறு கிடையாது.'

'நல்லது, அண்ணா! இப்போது என்ன சொல்கிறாய்?'

'இராஜரீக விவகாரங்களிலிருந்து அடியோடு விலகிக் கொள்வதாகச் சொல்கிறேன். இருபத்தைந்து வருஷம் உனக்காகவும் சாம்ராஜ்யத்துக் காகவும் உழைத்தேன். இனிமேல் சிலகாலம் எனக்காக வாழ்கிறேன். தம்பி!

எனக்கு விடைகொடு! எங்கேனும் ஏகாந்தமான பிரதேசத்தைத் தேடிச் செல்கிறேன்.'

'அண்ணா! இராஜ்ய விவகாரங்களிலிருந்து விலகிக் கொள். அதற்காகக் காடு மலை தேடிப்போக வேண்டாம். வாதாபியிலேயே ஒரு நல்ல மாளிகையைப் பார்த்து எடுத்துக் கொள். வேண்டுமானால் அதில் ஒரு நடன மண்டபமும் கட்டிக்கொள். சிவகாமி அதில் ஆனந்தமாய் நடனமாடட்டும்; நீ பார்த்துக் கொண்டே இரு.'

'தம்பி! மெய்யாகச் சொல்கிறாயா? இதெல்லாம் எனக்காக நீ செய்து தரப்போகிறாயா?'

'நிச்சயமாகச் செய்து தருகிறேன். ஆனால், அதற்கு ஒரு நிபந்தனை இருக்கிறது.'

'நிபந்தனையா? என்னிடமா கேட்கிறாய், தம்பி!'

'நிபந்தனைதான். ஆனால், உன்னிடம் நான் பிரார்த்தித்துக் கேட்டுக் கொள்ளும் நிபந்தனை. உன்னைத் தவிர யாரும் செய்ய முடியாத காரியம். எனக்கு இந்தக் கடைசி உதவியை நீ செய்து கொடு. அப்புறம் உன்னை நான் ஒன்றும் கேட்பதில்லை.'

'அது என்ன?'

'சற்று முன் சொன்னேனே, அதுதான். வேங்கியில் விஷ்ணுவர்த்தனன் படுகாயப்பட்டுக் கிடப்பதாகச் செய்தி வந்திருக்கிறது. நாடெல்லாம் கலகமும் குழப்பமுமாய் இருக்கிறதாம். நீ அங்கு உடனே போய் அவனைக் காப்பாற்ற வேண்டும். என்னைப் போல் விஷ்ணுவும் உன் உடன்பிறந்த சகோதரன்தானே?'

'உடன் பிறந்த சகோதரன்தான். ஆனால், அவனுக்கு என்னைக் கண்டால் பிடிப்பதே இல்லை! அவனிடமிருந்து நான் பாரவியைப் பிரித்து விரட்டிய குற்றத்தை அவன் மன்னிக்கவே இல்லை...'

'அண்ணா! பாரவி கவியை ஏன் விஷ்ணுவிடமிருந்து நீ பிரித்தாய்? அதனால் எப்பேர்ப்பட்ட விபத்துக்கள் நேர்ந்தன!'

'எல்லாம் அவனுடைய நன்மைக்காகத்தான் செய்தேன். அவன் ஓயாமல் கவிதை படித்துக்கொண்டும் எழுதிக்கொண்டும் வீண்பொழுது போக்கிக் கொண்டிருந்தான்...'

புலிகேசி புன்னகை புரிந்தார். மனத்திற்குள் 'என் உடன் பிறந்தவர்களில் இரண்டு பேரில் ஒருவனுக்குக் கவிதைப் பைத்தியம்; இன்னொருவனுக்குக் கலைப் பைத்தியம். புத்தி மாறாட்டம் இல்லாதவன் நான் ஒருவன்தான். அன்று விஷ்ணுவைக் காப்பாற்றியதுபோல் இன்று பிக்ஷுவை நான் காப்பாற்றியாக வேண்டும்' என்று எண்ணிக்கொண்டார். பின்னர் கூறினார்,

'ஆம் அண்ணா! அவனுடைய நன்மைக்காகவே செய்தாய். உன்னுடைய விருப்பத்தின்படி நான்தான் பாரவியை நாட்டை விட்டுப் போகச்

சொன்னேன். ஆனால், அதன் பலன் என்ன ஆயிற்று? பாரவி கங்க நாட்டுக்குப் போனான். அங்கிருந்து துர்விநீதனுடைய மகளைப்பற்றி வர்ணித்து விஷ்ணுவுக்குக் கலியாணம் செய்து வைத்தான். பிறகு காஞ்சி நகருக்குப் போனான். அங்கிருந்து காஞ்சி நகரைப் பற்றி வர்ணனைகள் அனுப்பிக் கொண்டிருந்தான். அதனால் காஞ்சி சுந்தரியின் மேல் எனக்கு மோகம் உண்டாயிற்று.'

'அந்தப் பழைய கதைகளையெல்லாம் எதற்காகச் சொல்கிறாய்?'

'உனக்குப் பிடிக்காவிட்டால் சொல்லவில்லை. ஆனால் இந்தக் கடைசி உதவியை நீ எனக்குச் செய்துவிடு, அண்ணா! நாம்தான் காஞ்சியைக் கைப் பற்ற முடியாமல் திரும்புகிறோம். வேங்கியிலிருந்து விஷ்ணுவர்த்தனனும் தோல்வியடைந்து திரும்பினால் அதைக்காட்டிலும் நம்முடைய குலத்துக்கு அவமானம் வேண்டியதில்லை. இந்த ஒரே ஓர் உதவிமட்டும் செய்துவிடு. உன்னுடன் நமது பாதிப் படையை அழைத்துக் கொண்டு போ!'

புத்த பிக்ஷு சற்று யோசித்துவிட்டு, 'ஆகட்டும் தம்பி. ஆனால், எனக்கு ஒரு வாக்குறுதி தரவேண்டும்!' என்றார்.

'சிவகாமியைப் பத்திரமாகப் பாதுகாக்க வேண்டும் என்பதுதானே? அப்படியே வாக்குறுதி தருகிறேன். இத்தனை காலமும் நீ எனக்குச் செய் திருக்கும் உதவிகளுக்கு இதுகூட நான் செய்ய வேண்டாமா? வாதாபியின் அழகான அரண்மனை ஒன்றில் அவளைப் பத்திரமாய் வைத்து நீ வரும் வரையில் பாதுகாத்து ஒப்புவிக்கிறேன்.'

'தம்பி! சிவகாமி கலைத் தெய்வம். அவளிடம் துராசையுடன் நெருங்கு கிறவன் அதோகதி அடைவான்.'

'அதை நான் மறக்கமாட்டேன். ஆனால், நடனக் கலையைப் பற்றி நீ சொல்லச் சொல்ல எனக்கே அதில் ஆசை உண்டாகிவிட்டது. சிவகாமியை நடனம் ஆடச் சொல்லி நான் பார்க்கலாமா?'

'அவள் ஆடமாட்டாள்.'

'அவளாக இஷ்டப்பட்டு ஆடினால்...'

'எனக்கு ஆட்சேபமில்லை.'

'மிகவும் சந்தோஷம்.'

'தம்பி! நம்முடைய பாட்டனாருக்குச் சத்யாச்ரயர் என்று பட்டம் கொடுத் தார்கள். அதே பட்டப் பெயர் உனக்கும் கிடைத்திருக்கிறது. ஒரு விஷயத் திலாவது உன் பட்டப் பெயருக்குத் தகுந்தபடி நடந்துகொள்ளவேண்டும்.'

'சத்தியமாகச் சிவகாமியைப் பத்திரமாய்ப் பாதுகாத்து உன்னிடம் ஒப்புவிக்கிறேன்.'

இவ்விதம் புலிகேசி சக்கரவர்த்திக்கும், புத்த பிக்ஷுவுக்கும் நடந்த நீண்ட சம்பாஷணை முடிவடைந்தது.

அன்றிரவு இரண்டாவது ஜாமத்திலேதான் இருவரும் சிவகாமி அரைத் தூக்கமாய்ப் படுத்திருந்த இடத்துக்குச் சென்று நிலா, வெளிச்சத்தில் நின்று, அவளைப் பார்த்தார்கள்.

44.நள்ளிரவுப் பிரயாணம்

மணிமங்கலம் போர் நடந்து ஏறக்குறைய ஒருமாத காலம் மகேந்திர பல்லவர் உணர்வற்ற நிலையில் படுத்த படுக்கையாய்க் கிடந்தார். போர்க் களத்தில் அவர் மீது பாய்ந்து காயப்படுத்திய கத்தி விஷந்தோய்ந்த கத்தி என்று தெரியவந்தது. அரண்மனை வைத்தியர்கள் சக்கரவர்த்தியைக் குணப் படுத்த எவ்வளவோ பிரயத்தனப்பட்டும் தக்க பலன் கிடைக்கவில்லை.

இந்த நிலையில் திருவெண்காடு நமசிவாய வைத்தியர் வந்து சேர்ந்தார். தளபதி பரஞ்சோதி திருவெண்காட்டுக்கு ஆள் அனுப்பி அவரை வரவழைத் தார். நமசிவாய வைத்தியருடைய சிகிச்சை விரைவில் பலன் தந்தது. மகேந்திரருடைய அறிவும் தெளிவு பெற்றது.

அறிவு தெளிந்ததும் மகேந்திர பல்லவர் முதன்முதலாக ஆயனர் - சிவகா மியைப் பற்றி விசாரித்தார். ஆயனர் கால் ஒடிந்து கிடக்கிறார் என்றும், சிவகா மியைச் சளுக்கர்கள் சிறைப்பிடித்துச் சென்றார்கள் என்றும் தெரிந்ததும் அவர் அடைந்த மனக் கலக்கத்திற்கு அளவே இல்லை. அதனால் குணமான உடம்பு மறுபடியும் கெட்டு விடுமோ என்று பயப்படும்படி இருந்தது.

மாமல்லர் தந்தையைப் பார்க்கச் சென்றபோது, அவரை முன்னொரு நாள் ஆயனர் என்ன கேள்வி கேட்டாரோ, அதையே மகேந்திரரும் கேட்டார். 'நரசிம்மா! சிவகாமி எங்கே?' என்றார்.

நரசிம்மர் மிக்க வேதனையடைந்தவராய், 'அப்பா! அதைப் பற்றி இப்போது என்ன கவலை? முதலில் தங்களுக்கு உடம்பு நன்றாய் குணமாகட்டும்!' என்றார்.

'மாமல்லா! சிவகாமியிடம் நீ காதல் கொண்டதாகச் சொன்னதெல்லாம் வெறும் வார்த்தை என்று இப்போது தெரிகிறது. இதோ நான் கிளம்பு கிறேன், சிவகாமியைக் கண்டுபிடித்துக் கொண்டுவர!' என்று சொல்லிய வண்ணம் மகேந்திர பல்லவர் படுக்கையிலிருந்து எழுந்திருக்க முயன்றார்.

மாமல்லர் வெட்கமும் பரபரப்பும் கொண்டவராய்க் கூறினார்: 'அப்பா! தங்களுக்கு உடம்பு குணமாவதற்காகவே காத்திருந்தேன். தாங்கள் என்ன சொல்வீர்களோ என்று சந்தேகமாயிருந்தது. தாங்களே இப்படிச் சொல்லும்போது...'

'வேறு என்ன நான் சொல்வதற்கு இருக்கிறது மாமல்லா? ஆயனருடைய சிற்பத் திறமையும், சிவகாமியின் நடனத்திறமையும் இமயத்திலிருந்து

இலங்கைவரையில் பரவியிருக்கின்றன. அப்படிப்பட்ட சிவகாமியை அந்த வாதாபி ராட்சதன் கொண்டுபோய்விட்டான் என்றால், அதைக் காட்டிலும் பல்லவ குலத்துக்கு வேறு என்ன அவமானம்வேண்டும்? அப்படிப்பட்ட அவமானத்தைச் சகித்துக்கொண்டு உயிரோடிருப்பதைக் காட்டிலும், போர்க்களத்திலேயே என் உயிர் போயிருந்தால் எவ்வளவோ நன்றாயிருக்கும்.'

'தந்தையே! இப்படியெல்லாம் பேசவேண்டாம். தங்களுக்கு உடம்பு குணமானதும் தங்களிடம் விடைபெற்றுக்கொண்டு புறப்படுவதற்கு நானும் தளபதியும் ஆயத்தம் செய்திருக்கிறோம்...'

'என்ன ஆயத்தம் செய்திருக்கிறீர்கள்?'

'படை திரட்டிச் சேர்த்திருக்கிறோம்.'

'புத்திசாலிகள்தான்! படைகளுடன் சென்றால் சிவகாமியையும் கொண்டு வரமாட்டீர்கள்; நீங்களும் திரும்பி வரமாட்டீர்கள்.'

மாமல்லர் வியப்புடன், 'அப்பா! வேறு என்ன செய்வது? தங்களுடைய யோசனை என்ன?' என்றார்.

'பரஞ்சோதியையும், சத்ருக்னனையும் அழைத்துக் கொண்டு வா! என்னுடைய யோசனையைச் சொல்கிறேன்' என்றார் மகேந்திரர்.

அவ்விதமே மாமல்லர், பரஞ்சோதி, சத்ருக்னன் ஆகியவர்கள் அன்று மாலை சக்கரவர்த்தியிடம் வந்தபோது, அவர் தமது யோசனையைக் கூறினார். பரஞ்சோதியும் சத்ருக்னனும் மாறுவேடம் பூண்டு வாதாபிக்குப் போய்ச் சிவகாமியை அழைத்துவர வேண்டும் என்பதுதான் அந்த யோசனை. அப்படித் திருட்டுத்தனமாய்ப் போய்ச்சிவகாமியை அழைத்துக் கொண்டு வருவது பற்றி முதலில் மாமல்லர் ஆட்சேபித்தார். திருட்டுத் தனமாய்க் கொண்டு போகப்பட்டவளை அதே முறையில் திருப்பிக் கொண்டு வருவதில் தவறில்லை என்று மகேந்திரர் சொன்னார். அதோடு அவ்விதம் இப்போது ஒருதடவை வாதாபிக்குப் போய்விட்டு வருவது பின்னால் அவர்கள் வாதாபி மேல் பகிரங்கமாகப் படையெடுத்துப் போவதற்கும் அனுகூலமாயிருக்கும் என்று மகேந்திர சக்கரவர்த்தி தெரிவித்தார்.

வாதாபி மீது படையெடுக்கும் யோசனை மகேந்திர பல்லவருக்கு இருப்பது தெரிந்ததும் மாமல்லருக்கும் உற்சாகம் உண்டாகித் தம்முடைய ஆட்சேபங் களையெல்லாம் நிறுத்திக்கொண்டார். எல்லாம் பேசி முடிந்ததும் மாமல்லர் எழுந்து, தந்தைக்குச் சாஷ்டாங்கமாக நமஸ்காரம் செய்து, 'அப்பா! தளபதியுடன் நானும் போய் வருகிறேன். கருணை கூர்ந்து அனுமதி கொடுக்க வேண்டும்!' என்று கெஞ்சுகிற குரலில் விண்ணப்பம் செய்தார்.

மகேந்திரர் முதலில் இதை மறுதலித்தார். கடைசியில், மாமல்லரிடம் முரட்டுத்தனமான காரியங்களில் இறங்குவதில்லை என்பதாகவும், எல்லா

விஷயங்களிலும் தளபதி பரஞ்சோதியின் ஆலோசனைப்படி நடப்ப தாகவும் உறுதி பெற்றுக்கொண்டு, விடை கொடுத்தார்.

இரண்டு தினங்களுக்குப் பிறகு நடுநிசி வேளையில், காஞ்சி அரண்மனை முற்றத்தில் ஆறு குதிரைகள் மீது ஆறு பேர் ஆரோகணித்துப் பிரயாணத் துக்கு ஆயத்தமாய் நின்றார்கள். தாடி, மீசை வைத்துக் கட்டிக்கொண்டிருந்த அந்த வேஷதாரிகள் மாமல்லர், பரஞ்சோதி, சத்ருக்னன், குண்டோதரன், கண்ணபிரான், அவனுடைய தந்தை அசுவபாலர் ஆகியவர்கள்தான்.

அப்படி நின்ற அறுவரும் அரண்மனை மேல்மாடத்தின் முன்றிலை அடிக்கடி திரும்பிப் பார்த்துக்கொண்டிருந்தார்கள். சற்று நேரத்துக்கெல்லாம் அந்த முன்றிலுக்கு மகேந்திர சக்கரவர்த்தியும் புவன மகாதேவியும் வந்து சேர்ந்தார்கள்.

'புறப்படுங்கள்; ஜயத்துடன் சீக்கிரம் திரும்புங்கள்' என்று மகேந்திர பல்லவர் கூறியதும் மாமல்லரும் பரஞ்சோதியும் அவர்களைப் பார்த்து வணங்கிவிட்டுக் குதிரைகளைத் தட்டிவிட்டார்கள்.

குதிரைகள் அரண்மனை வெளி வாசலைக் கடந்து வீதிக்குப் போனதும், புவன மகாதேவியை மகேந்திர பல்லவர் பார்த்து, 'தேவி! இராஜ குலத்தில் பிறந்ததற்குத் தண்டனை இது!' என்று சோகம் ததும்பும் குரலில் கூறினார்.

45.மகேந்திரர் அந்தரங்கம்

அன்றிரவு மகேந்திர பல்லவரும் அவருடைய பட்ட மகிஷி புவன மகாதேவியும் கண்ணுறங்கவேயில்லை.

அரண்மனை மேல் மாடத்தில், வெள்ளி நட்சத்திரங்களை அள்ளித் தெளித் திருந்த வான விதானத்தின் கீழ் அமர்ந்து, சென்ற காலத்தையும் வருங் காலத்தையும் பற்றி, அவர்கள் பேசிக் கொண்டிருந்தார்கள்.

'தேவி! என் வாழ்நாளின் இறுதிக் காலத்தில் இப்படி எனக்கு ஆசாபங்கம் உண்டாகுமென்று நான் எதிர்பார்க்கவேயில்லை. என்னுடைய கனவுக ளெல்லாம் சிதைந்து போய்விட்டன. துரதிர்ஷ்டத்துக்கு உள்ளானவனை அவனுடைய அந்தரங்க சிநேகிதர்கள்கூடக் கைவிட்டு விடுவார்கள் என்று அரசியல் நீதி கூறுவது எவ்வளவு உண்மை! அதோ வானத்தில் ஜொலிக்கும் நட்சத்திரங்கள் முன்னேயெல்லாம் என்னைப் பார்த்து, 'மகேந்திரா! உன்னைப் போன்ற மேதாவி இந்தப் பூவுலகில் வேறு யார்? உன்னைப் போன்ற தர்மவான், குணபரன், சத்ருமல்லன், கலைப்பிரியன் வேறு யார்?' என்று புகழ்மாலை பாடுவது வழக்கம். இப்போது அதே நட்சத்திரங்கள், என்னைப் பார்த்துக் கண்ணைச் சிமிட்டிக் கேலிச் சிரிப்புச் சிரிக்கின்றன.

'மகேந்திரா! கர்வபங்கம் போதுமா? உன்னுடைய அகட விகட சாமர்த்தியங்கள் எல்லாம் விதியின் முன்னால் பொடிப் பொடியாகப் போனதைப் பார்த்தாயா?' என்று கேட்கின்றன...'

மகேந்திரருடைய உடம்பும் உள்ளமும் வெகுவாக நொந்திருந்தன என்பதைச் சக்கவர்த்தினி அறிந்தவளாதலால், அவர் மனத்தை மேலும் புண்படுத்த விரும்பவில்லை. ஆயினும் அவளை அறியாமல் இந்த வார்த்தைகள் வெளிவந்தன. 'பிரபு! நாமாகச் செய்து கொள்ளும் காரியத்துக்கு விதி என்ன செய்யும்?'

இதைக் கேட்ட மகேந்திர பல்லவர் சோகப் புன்னகை புரிந்து, 'மனிதர்களாகிய நாம் எவ்வளவு சாமர்த்தியமாகக் காரியம் செய்தாலும் விதி வந்து குறுக்கிட்டு எல்லாவற்றையும் கெடுத்து விடத்தான் செய்கிறது. என்னுடைய காரியங்களைக் கெடுப்பதற்கு விதியானது சிவகாமியின் ரூபத்தில் வந்தது!' என்றார்.

'ஆ! அந்த ஏழைப் பெண்ணின் மீது ஏன் பழியைப் போடுகிறீர்கள்? அவள் என்ன செய்வாள்?' என்று இரக்கம் ததும்பிய குரலில் கூறினாள் பல்லவர் தலைவி புவன மகாதேவி.

'பெண்ணுக்குப் பெண் பரிந்து பேசுகிறாய், அது நியாயந்தான். ஆனாலும், ஆயனர் மகளின் காரணமாகத்தான் என்னுடைய உத்தேசங்கள் எல்லாம் பாழாய்ப்போயின. சிவகாமியிடமிருந்து மாமல்லனைப் பிரித்துவைக்க நான் முயன்று வந்தேன். அதற்காக என்னவெல்லாமோ சூழ்ச்சிகளும் தந்திரங்களும் செய்தேன். நான் செய்த சூழ்ச்சிகளும் தந்திரங்களும் பயன்படாமல் போயின, விதிதான் கடைசியில் வெற்றி பெற்றது.'

'விதியானது உங்களுடைய நோக்கத்தைத்தானே நிறைவேற்றி வைத்தது? அந்தப் பெண்ணிடமிருந்து மாமல்லனைப் பிரிப்பதற்குத் தாங்கள் எத்தனையோ ஏற்பாடுகள் செய்தீர்கள். விதி உங்கள் ஒத்தாசைக்கு வந்து அவளை வாதாபிக்கே கொண்டு போய்விட்டது. அப்படியிருக்க, அவளைத் தேடி அழைத்துக் கொண்டு வருவதற்கு நீங்கள் ஏன் பிரயத்தனம் செய்ய வேண்டும்? தங்களுடைய காரியம் எனக்கு விளங்கவில்லையே?' என்று புவன மகாதேவி உண்மையான திகைப்புடன் கேட்டாள்.

'அதைத்தான் அப்போதே சொன்னேன், பழைமையான பல்லவ குலத்திலே பிறந்ததற்குத் தண்டனை இது. சிவகாமியைத் திருப்பிக் கொண்டுவரா விட்டால் பல்லவ குலத்துக்கு என்றென்றைக்கும் மாறாத அவமானம் ஏற்படும். புலிகேசி காஞ்சிப் பல்லவனை முறியடித்துவிட்டு ஊர் திரும்பியதாகப் பெருமையடித்துக் கொள்வான். சிவகாமி வாதாபியில் இருக்கும் பட்சத்தில் புலிகேசியின் ஜம்பத்தையே உலகம் நம்பும்படி இருக்கும். சிவகாமியின் புகழ் ஏற்கெனவே இலங்கை முதல் கன்யாகுப்ஜம் வரையில் பரவியிருக்கிறது. மாமல்லபுரத்துச் சிற்பங்களையும், சிவகாமியின் நடனத்தையும் வந்து பார்த்துவிட்டுப் போகவேண்டுமென்று நானே ஹர்ஷவர்த்தனருக்கு ஓலை அனுப்பியிருந்தேன். அப்படிப்பட்ட சிவகாமி

வாதாபியில் சிறை வைக்கப்பட்டிருந்தால் உலகம் என்ன நினைக்கும்? பல்லவ குலத்துக்கு அதைக் காட்டிலும் வேறு என்ன இழிவு வேண்டும்?'

'சுவாமி! தாங்கள் தலையில் அணியும் கிரீடத்தைச் சில சமயம் நான் கையிலே எடுத்துப் பார்த்திருக்கிறேன். அதனுடைய கனத்தை எண்ணி, 'இவ்வளவு பாரத்தை எப்படித்தான் சுமக்கிறீர்களோ!' என்று ஆச்சரியப் பட்டிருக்கிறேன். ஆனால், இந்த இரண்டு மூன்று வருஷத்திலேதான் எனக்குத் தெரிந்தது; தலையிலே அணியும் மணிமுடியைக் காட்டிலும் ஆயிரம் மடங்கு பாரத்தைத் தாங்கள் இருதயத்திலே தாங்கவேண்டியிருக் கிறதென்று. 'இராஜ்ய பாரம்' என்று உலக வழக்கிலே சொல்வது எவ்வளவு உண்மையான வார்த்தை?' என்று சக்கரவர்த்தினி உருக்கமான குரலில் கூறினாள்.

'ஒரு காலத்தில் அந்தப் பாரத்தை நான் வெகு உற்சாகத்துடன் தாங்கினேன். இப்போது அதுவே தாங்க முடியாத பெரும் பாரமாய் என் இருதயத்தை அமுக்குகிறது. தேவி! மூன்று வருஷத்துக்கு முன்புவரையில் நான் ஆகாசக் கோட்டைகள் கட்டி வந்தேன். ஆம்; காஞ்சிக் கோட்டையை அலட்சியம் செய்து விட்டு ஆகாசக் கோட்டைகள் கட்டினேன். இந்தப் பூவுலகத்தைச் சொர்க்க பூமியாகச் செய்துவிடலாம் என்று கருதினேன். என்னுடைய மூதாதையர்களையெல்லாம் மனத்திற்குள் நிந்தித்தேன். வீணாகச் சண்டை பூசல்களிலும் இரத்தக் களறிகளிலும் அவர்கள் காலத்தைக் கழித்தார்களே என்று வருத்தப்பட்டேன். மாமல்லபுரத்தில் எல்லாச் சமயங்களுக்கும் அழியாத கற்கோயில்கள் கட்டத் தொடங்கினேன். கோயில்கள் கட்டி முடிந் ததும் ஹர்ஷனையும் புலிகேசியையும் அழைக்க நினைத்திருந்தேன். இந்த ஆகாசக் கோட்டைகளையெல்லாம் அந்தச் சளுக்க அரக்கன் பொடிப் பொடியாக்கிவிட்டான். அவன் தொண்டை மண்டலத்துக் கிராமங்களில் வைத்த தீ சீக்கிரத்தில் அணையப் போவதில்லை. பல்லவர் படை வாதா பிக்குப் போய்ப் புலிகேசியை முறியடித்தாலொழியப் பல்லவ குலத்துக்கு நேர்ந்த அவமானம் தீரப்போவதில்லை. இது என் காலத்தில் நிறைவேறா விட்டால், மாமல்லனுடைய காலத்திலாவது நிறைவேறியாகவேண்டும்.'

'பிரபு! என் வீர மகன் நிச்சயமாகத் தங்கள் மனோரதத்தை நிறைவேற்று வான். பல்லவ குலத்துக்கு நேர்ந்த பழியைத் துடைப்பான்!' என்று புவன மகாதேவி பெருமிதத்துடன் கூறினாள்.

46.வாதாபி

வடபெண்ணைக் கரையிலிருந்து சளுக்க சைனியத்தின் பெரும் பகுதி வடமேற்குத் திசையாக வாதாபி நகரத்தை நோக்கிக் கிளம்பிற்று.

சிவகாமியும் அந்தச் சைனியத்துடன் பிரயாணம் செய்தாள்.

தொண்டை மண்டலத்துக் கிராமங்களிலே பார்த்த பயங்கரங்களைக் காட்டிலும் கொடுமையான காட்சிகளைப் பார்த்துக்கொண்டு போனாள். வீடுகளும் வைக்கோற் போர்களும் பற்றி எரிவதையும், பசுமையான தோப்புக்கள் போர் யானைகளால் அழிக்கப்படுவதையும், பயிர்கள் நாசமாக்கப் படுவதையும் பார்த்துக்கொண்டு போனாள். குற்றமற்ற கிராமத்து ஜனங்கள் கொல்லப்படுவதையும், திடகாத்திர புருஷர்களும் இளம் வயதுப் பெண்களும் சிறைப்பிடிக்கப்படுவதையும் தாய்மாரைப் பிரிந்த குழந்தைகள் அலறி அழுவதையும் பார்த்துக் கொண்டு போனாள்.

சிவகாமியின் உள்ளத்திலும் பெரிய தீப்பிழம்பு ஜுவாலை விட்டு எரியத் தொடங்கியது.

வாதாபிச் சக்கரவர்த்தியை மீண்டும் சந்தித்து இம்மாதிரி அக்கிரமக் கொடுமைகளைச் செய்யவேண்டாமென்று வேண்டிக் கொள்ள விரும்பினாள். பல தடவை அதற்காகப் பிரயத்தனம் செய்தாள். தன்னுடன் வந்த காவலர்களை தன்னைப் புலிகேசியிடம் அழைத்துப்போகும்படி கேட்டுக் கொண்டாள். அந்தக் காவலர்கள் அவள் கூறியதைக் காதில் போட்டுக் கொண்டதாகவே தெரியவில்லை.

ஒவ்வொரு சமயம் அவள் இரவில் தூங்கும் போது, ‘ஹ ஹா ஹா’ என்று பேய் சிரிப்பதுபோன்ற சிரிப்புச் சப்தம் கேட்கும். திடுக்கிட்டுக் கண்ணை விழித்துப் பார்ப்பாள். எதிரே சற்றுத் தூரத்திலிருந்து வாதாபிச் சக்கரவர்த்தியின் உருவம் திரும்பிப் போவதுபோலத் தோன்றும். எழுந்து உட்காருவதற்குள் அந்த உருவம் மறைந்து போய்விடும். தன்னுடைய சித்தப் பிரமையில் தோன்றிய உருவந்தான் அது என்று எண்ணிக்கொள்வாள்.

புலிகேசி இளம் பிராயத்தில் சிற்றப்பன் மங்களேசனால் பெரிதும் கொடுமை செய்யப்பட்டவன். அதன் காரணமாக, மரத்திலே வைரம் பாய்வதுபோல் அவனுடைய சுபாவத்திலேயே குரூரம் கலந்து இறுகிக் கெட்டிப்பட்டிருந்தது.

நாகநந்தியின் உதவியால் வாதாபிச் சிம்மாசனம் ஏறிய காலத்திலிருந்து உள்நாட்டு எதிரிகளை ஒழித்தல், வெளிப் பகைவர்களோடு யுத்தம்செய்தல் முதலிய கொடுங் காரியங்களிலேயே புலிகேசியின் வாழ்நாளெல்லாம் சென்றிருந்தது.

பிறருடைய துன்பங்களைப் பார்த்து வருந்துவது என்பது புலிகேசியின் சுபாவத்தில் இல்லவே இல்லை.

தற்சமயம், புலிகேசியின் சுபாவக் குரூரத்தை ஒன்றுக்குப் பத்தாக வளரச் செய்த காரணங்கள் இரண்டு ஏற்பட்டிருந்தன.

ஒன்று, மகேந்திர பல்லவனுடைய மாய தந்திரங்களினால் தம்முடைய தென்னாட்டுப் படையெடுப்பு அபஜயமாக முடிந்ததில் ஏற்பட்டிருந்த ஆசாபங்கம்.

இன்னொன்று, இதுகாறும் வாதாபி இராஜ்யத்தின் பெருமையையும் தம்முடைய க்ஷேமத்தையும் தவிர வேறு கவனமே இல்லாமலிருந்த நாகநந்

தியடிகளின் உள்ளத்தை ஒரு பல்லவ நாட்டுப் பெண் கவர்ந்து விட்டாளே என்ற அசூயையும் ஆத்திரமும்.

இக்காரணங்களினால் தம் உள்ளத்தில் கொழுந்துவிட்டெரிந்த குரோதத்தை யெல்லாம் புலிகேசி சக்கரவர்த்தி தாம் சென்ற மார்க்கத்தில் எதிர்ப்பட்ட குற்றமற்ற ஜனங்கள் மீது காட்டினார்.

அதனோடு, சிவகாமியின் மீது வஞ்சம் தீர்த்துக்கொள்வதற்கும் தக்க வழியை யோசித்துக்கொண்டிருந்தார்.

இதையெல்லாம் அறிந்திராத சிவகாமி, தான் மட்டும் வாதாபிச் சக்கரவர்த்தியை இன்னொரு தடவை நேருக்கு நேர் சந்திக்க முடிந்தால், அவருடைய படைகள் செய்யும் கொடுமைகளை யெல்லாம் நிறுத்திவிடலாம் என்று ஆசையுடன் நம்பினாள். அவளுடைய இந்த மனோரதம் வாதாபி போய்ச் சேரும் வரையில் நிறைவேறவில்லை.

வாதாபியில் பெரியதோர் அழகான அரண்மனையில் சிவகாமி கொண்டு வந்து சேர்க்கப்பட்டாள். அவளுக்குத் துணையாகவும், பணிவிடை புரிவதற்காகவும் இரண்டு தாதிப் பெண்கள் அமர்த்தப்பட்டார்கள். அவர்கள் பிராகிருதமும் தமிழும் கலந்த பாஷையில் பேசினார்கள். அந்தத் தாதிப் பெண்களுடைய பேச்சையெல்லாம் சிவகாமி எளிதில் புரிந்து கொள்ளுதல் சாத்தியமாயிருந்தது.

சக்கரவர்த்தி கட்டளையின்பேரிலேயே அந்த அரண்மனை சிவகாமிக்காகத் திட்டம் செய்யப்பட்டதென்றும், அவளுக்கு யாதொரு சௌகரியக் குறையும் இல்லாதபடி பார்த்துக் கொள்ளும்படி ஆக்ஞை என்றும் மேற்படி தாதிப் பெண்களிடம் சிவகாமி தெரிந்துகொண்டாள். இதெல்லாம் அவள் எதிர்பார்த்த படியே இருந்தது. ஆகவே, கூடிய சீக்கிரம் புலிகேசி சக்கரவர்த்தி தன்னைப்பார்க்க அங்கு வருவாரென்றும் சிவகாமி தீர்மானித்தாள். அப்படி அவர் வரும்போது என்ன பேச வேண்டும், எப்படி நடந்துகொள்ள வேண்டும் என்பதைப் பற்றி ஓயாமல் சிந்தித்த வண்ணமிருந்தாள்.

சக்கரவர்த்தியின் விஷயத்தில் சிவகாமியின் மனோபாவம் இரண்டு விதமாயிருந்தது. ஒரு சமயம், அவருடைய சைனியம் செய்த கொடுஞ் செயல்களை எண்ணி எண்ணி அவளுடைய உள்ளம் கொதித்தது. மற்றொரு சமயம், அப்பேர்ப்பட்ட கொடுங்கோல் மன்னன்மீது அபலையாகிய தனக்கு ஏற்பட்டிருந்த சக்தியை நினைத்து அவள் உள்ளம் பெருமிதம் அடைந்தது.

இராவணன் கவர்ந்து சென்று அசோக வனத்தில் சிறைவைத்த சீதாதேவியின் நினைவு சிவகாமிக்கு அடிக்கடி வந்தது. சீதையின் நிலைமைதான் தன்னுடைய நிலைமையும். இராமபிரான் இராவணனை வென்று சீதையைச் சிறை மீட்டுக்கொண்டு போனதுபோல் மாமல்லர் ஒருநாள் வந்து இந்தப் பாதகப் புலிகேசியை வென்று தன்னைச் சிறை மீட்டுக்கொண்டு போகப் போகிறார்!

இவ்விதம் நம்பிய சிவகாமி, சீதைக்கும் தனக்கும் இருந்த வித்தியாசத்தைப் பற்றியும் எண்ணமிட்டாள். சீதாதேவியை இராவணன் அவளுடைய அழகுக்காக ஆசைப்பட்டு அபகரித்துக் கொண்டு வந்தான். அவளைக் கலியாணம் செய்துகொள்ள விரும்பினான். ஆனால், புலிகேசியோ தன்னிடமிருந்த நாட்டியக் கலையின்மேல் மோகங்கொண்டு தன்னைச் சிறைப்பிடித்து வந்திருக்கிறான். (புலிகேசியே மாறுவேடம் பூண்ட புத்த பிக்ஷு என்னும் நம்பிக்கை சிவகாமியின் உள்ளத்தில் வேரூன்றியிருந்த படியால் இவ்விதம் எண்ணினாள்.) ஆகையால், இராவணன் மீது சீதைக்கு இல்லாத செல்வாக்கு, தனக்கு வாதாபிச் சக்கரவர்த்தியின் மீது இருக்கிறது. தன் கலையின் சக்திகொண்டு அவரைத் தன் இஷ்டப்படியெல்லாம் ஆட்டிவைக்கலாம். ஆ! அந்தப் பொல்லாத புத்த பிக்ஷுவைத் தான் இலேசில் விடப்போவதில்லை. வரட்டும் இங்கே! எப்படியும் என்னிடம் வந்துதானே ஆக வேண்டும்?

சிவகாமி வாதாபி வந்து சேர்ந்த எட்டாம் நாள் அவளுடைய மனோரதம் ஈடேறியது. சக்கரவர்த்தி அவளைப் பார்ப்பதற்காக அந்த அரண்மனைக்கு வந்தார். வாசற்புறமிருந்த தாதி ஓடி வந்து, 'சக்கரவர்த்தி வருகிறார்!' என்று தெரிவித்ததும், சிவகாமி மிக்க பரபரப்புக்கொண்டு வாதாபிச் சக்கர வர்த்தியை வரவேற்கவும், அவர்மீது தன் கூரிய கண்ணம்புகளையும், சொல்லம்புகளையும் செலுத்தவும் ஆயத்தமானாள்.

ஆனால், சக்கரவர்த்தி அரண்மனைக்குள்ளே வந்து நின்று அவளை மேலும் கீழும் ஏறிட்டுப் பார்த்துவிட்டு, அவள் கனவிலே கேட்டது போன்ற ஒரு பேய்ச் சிரிப்புச் சிரித்ததும், சிவகாமி எண்ணியிருந்த எண்ணமெல்லாம் எங்கேயோ போய் விட்டன. இன்னதென்று சொல்ல முடியாத ஒரு பீதி அவளுடைய இருதயத்தில் புகுந்து தேகமெல்லாம் வியாபித்துத் தேகத்தின் எலும்புகளுக்குள்ளே பிரவேசித்து ஒரு குலுக்குக் குலுக்கி விட்டது. வாயைத் திறந்து பேசமுடியாதபடி நாக்கு மேலண்ணத்தில் ஒட்டிக்கொண்டது.

'சிற்பி மகளே! நாட்டிய கலாராணியே! மகேந்திர பல்லவனின் கலைப் பொக்கிஷமே! சௌக்கியமா? வாதாபி வாசம் உனக்குப் பிடித்திருக்கிறதா?' என்று புலிகேசி கேட்டபோது, சிவகாமியின் உடம்பு படபடத்து நடுங்கிற்று.

தன்னுடைய நாட்டியத் தோற்றங்களிலே வெகு சாதாரணமான தோற்றத்தைக்கண்டு அப்படியே பரவசப்பட்டு நின்ற புத்த பிக்ஷுவா இவர்? தன்னிடம் அணுகும்போதே பயபக்தியுடன் அணுகி உணர்ச்சி மிகுதியினால் தன்னுடன் பேசமுடியாமல் தத்தளித்து நின்ற நாகநந்தி இவர்தானா? பொன்முகலி நதிக்கரையில் தொண்டை நாட்டுப் பெண்களை விடுதலை செய்ய வேண்டுமென்று தான் வரங் கேட்டுப் பெற்றபோது, அவர் இவ்விதமில்லையே? வாதாபி நகருக்கு வந்து விட்டதனாலேயே இவரிடம் இந்த வித்தியாசம் ஏற்பட்டிருக்கிறதா?

இவ்விதம் சிவகாமியின் உள்ளக் கடல் கொந்தளித்துக் குழம்ப, புலிகேசியின் கேள்விகளுக்கு மறுமொழி ஒன்றும் சொல்ல முடியாமல்

நின்றாள். அதைப் பார்த்த புலிகேசி, 'பெண்ணே! ஏன் மௌனம் சாதிக்கிறாய்? கலை உணர்ச்சியில்லாத வாதாபிப் புலிகேசியுடன் நமக்கு என்ன பேச்சு' என்ற எண்ணமா? அப்படி நான் அடியோடு கலை உணர்ச்சி இல்லாதவனல்ல. அவ்விதமிருந்தால் சிறைப்பிடித்துக்கொண்டு வந்த உன்னை இந்த அரண்மனையில் வைத்திருப்பேனா? பல்லவ நாட்டின் இணையற்ற நடன கலாராணிக்குத் தகுந்த அலங்கார மாளிகையல்லவா இது? இங்கு உனக்கு எல்லாம் சௌகரியமாயிருக்கிறதா? பணிப்பெண்கள் திருப்தியாகப் பணிவிடை செய்கிறார்களா? ஏதாவது குறை இருந்தால் சொல்!' என்றார்.

புலிகேசியின் பேச்சு எவ்வளவோ அருவருப்பாயிருந்த போதிலும் இனிப் பேசாமல் இருக்கக்கூடாது என்று சிவகாமி கருதி, மனத்தைத் திடப்படுத்திக் கொண்டு, 'பிரபு! இங்கு எல்லாம் சௌகரியமாயிருக்கிறது. ஒரு குறையும் இல்லை, மிக்க வந்தனம்!' என்றாள்.

'ஆஹா! வாய் திறந்து பேசுகிறாயா? நல்லவேளை! நீ மௌனமாய் நின்றதைப் பார்த்துவிட்டு, நீ உயிருள்ள பெண்தானா அல்லது உன் தந்தை அமைத்த கற்சிலைகளில் ஒன்றைத்தான் சிறைப் பிடித்துக்கொண்டு வந்துவிட்டோமா என்று சந்தேகித்தேன். நீ இந்த மட்டும் பேசியது மிக்க சந்தோஷம். நீ வாயினால் சொன்னபடி உண்மையாகவே எனக்கு வந்தனம் செலுத்த விரும்பினால் அதற்கு ஒரு சந்தர்ப்பம் இருக்கிறது...' என்ற புலிகேசி மேலும் கூறத் தயங்கி நின்றார்.

அவர் என்ன சொல்லப் போகிறாரோ என்ற பீதியுடன் சிவகாமி மௌனமாயிருந்தாள்.

'பெண்ணே! அந்த மூடன் மகேந்திர பல்லவன் என்னைக் கலை உணர்ச்சி அற்றவன் என்று சொன்னான்; அதை நீயும் நம்பினாய். நரிக்கும் புலிக்கும் எவ்வளவு வித்தியாசமோ, குட்டைக்கும் சமுத்திரத்துக்கும் எவ்வளவு வித்தியாசமோ, உள்ளங்கை அகலமுள்ள தொண்டை மண்டலத்துக்கும் விஸ்தாரமாகப் பரந்த சளுக்க சாம்ராஜ்யத்துக்கும் எவ்வளவு வித்தியாசமோ, அவ்வளவு வித்தியாசம் மகேந்திர பல்லவனுடைய கலை உணர்ச்சிக்கும் என்னுடைய கலை உணர்ச்சிக்கும் உண்டு. கூடிய சீக்கிரத்தில் இதை நீயே தெரிந்துகொள்வாய். கலா ராணியே! கேள்! தொலை தூரத்திலுள்ள பாரசீக நாட்டுச் சக்கரவர்த்தியிடமிருந்து என்னுடைய சபைக்குத் தூதர்கள் வந்திருக்கிறார்கள். என்னுடைய நட்பைக் கோரிப் பாரசீகச் சக்கரவர்த்தி காணிக்கைகளும் சன்மானங்களும் அனுப்பியிருக்கிறார். பாரசீகத் தூதர்களைப் பகிரங்கமாக வரவேற்பதற்கும் அவர்கள் கொண்டு வந்த காணிக்கைகளை ஏற்பதற்கும் நாளைய தினம் மகுடாபிஷேக மண்டபத்தில் மகாசபை கூடுகிறது. அந்த மகாசபையில் வந்து நீ நடனமாடவேண்டும்.'

இத்தனை நேரம் பயமும் பலவகைக் குழப்பங்களும் குடிகொண்டு இருந்த சிவகாமியின் உள்ளம் நடனம் என்ற வார்த்தையைக் கேட்டதும் அசாதாரண தைரியத்தை அடைந்தது. கொஞ்சமும் தயங்காமலும் பயப்படாமலும் தலைநிமிர்ந்து புலிகேசியை நோக்கி அழுத்தந்திருத்தமான குரலில், 'முடியாது' என்றாள்.

புலிகேசியின் கண்கள் ஒருகணம் ஜுவாலாக்கினியைக் கக்கின. தன்னை மீறிக்கொண்டு வந்த கோபத்தைப் புலிகேசி பல்லைக் கடித்துச் சமாளித்துக் கொண்டதாகத் தோன்றியது.

'பெண்ணே! ஏன் இவ்வளவு கண்டிப்பாக 'முடியாது' என்று சொல்லு கிறாய்? மூன்று நாள் உனக்கு அவகாசம் கொடுக்கிறேன்; யோசித்துச் சொல்!' என்றார் புலிகேசி.

'யோசிப்பதற்கு அவசியமேயில்லை, பிரபு! என்னைத் தங்களுடைய சபையில் ஆடச் சொல்லி, மகேந்திர பல்லவரைத் தாங்கள் ஜயித்து வந்தது பற்றி உலகத்துக்கெல்லாம் பறையறையப் போகிறீர்கள். 'பல்லவ நாட்டி லிருந்து கொண்டு வந்த அடிமை இவள்!' என்று சுட்டிக்காட்டப் போகி றீர்கள். ஆ! தங்கள் நோக்கம் தெரிந்தது. தாங்கள் என்னைச் சிறைப்பிடிக் கலாம், என்னுடைய தேகத்தை அடிமைகொள்ளலாம். என் ஆத்மாவையும் கட்டுப்படுத்தலாம்; ஆனால், என்னிடமுள்ள கலையைத் தங்களால் அடிமைப்படுத்த முடியாது. அதிகாரத்துக்கு அடங்கி, ஆக்ஞைக்குப் பயந்து நான் நடனம் ஆடமாட்டேன்! ஒரு நாளும் ஆடமாட்டேன்' என்றாள்.

ஆத்திரம் பொங்கிய குரலில் சிவகாமி மேற்கூறிய மொழிகளைக் கூறி வந்த போது புலிகேசியின் கண்கள் செந்தணல் நிறம் பெற்று அனல் உமிழ்ந்தன. சிவகாமி பேசி முடித்ததும் புலிகேசி பழையபடி ஒரு பேய்ச் சிரிப்புச் சிரித்தார்.

'பெண்ணே! பொறு! இவ்வளவு பதற்றம் உனக்கு எங்கிருந்து வந்தது? அப்படியொன்றும் உன் தேகத்தையோ, உன் கலையையோ அடிமைப் படுத்த எனக்கு உத்தேசமில்லை. உனக்கு இஷ்டமில்லாவிட்டால் நீ நடனம் ஆடவேண்டாம். இந்த அரண்மனைக்குள்ளே உன்னைச் சிறைப்படுத்தி வைத்திருப்பதாகவும் எண்ணவேண்டாம். உனக்கு இஷ்டமான போது நீ இந்த மாளிகையை விட்டு வெளியே போகலாம். வாதாபி நகரைச் சுற்றிப் பார்த்து விட்டு வரலாம். உங்கள் காஞ்சியைப் போல் எங்கள் வாதாபி அவ் வளவு அழகாயில்லாவிட்டாலும், ஏதோ பார்க்கத் தகுந்த காட்சிகள் இங்கேயும் இருக்கின்றன. இந்த அரண்மனை வாசலில் காவல் காப்பவர்கள் உன்னைச் சிறை வைப்பதற்காக இங்கு இருக்கவில்லை. உனக்கு ஏவல் புரி வதற்காக இருக்கிறார்கள். நீ எப்போது சொல்கிறாயோ அப்போது அவர்கள் உனக்குப் பல்லக்குத் தருவித்துக் கொடுப்பார்கள். மறுபடியும் என்னைப் பார்ப்பதற்கு நீ விரும்பினாலும் அவர்களிடமே சொல்லி அனுப்பலாம். சிற்பி மகளே! நீ என் அதிகாரத்துக்குப் பயந்து நடனமாடவேண்டாம். உன் இஷ்டம் போல் சுயேச்சையாகவும் சுகமாகவும் இருக்கலாம்!'

இவ்விதம் சொல்லி விட்டுப் புலிகேசி சக்கரவர்த்தி சிவகாமியைக் கூர்ந்து பார்த்தார். அந்தப் பார்வையில் எல்லையில்லாத துவேஷமும், பழிவாங்கும் உறுதியும் குடிகொண்டிருந்ததைச் சிவகாமி கவனிக்க வில்லை. அந்த ஏழைப் பெண் அப்போது தரையை நோக்கிப் பார்த்துக் கொண்டிருந்தாள். கொடுமைக்கும் கொடூரத்துக்கும் பெயர் போன

வாதாபிப் புலிகேசியைத் தான் வென்று விட்டதாக அவளுடைய உள்ளம் இறுமாப்புடன் எண்ணமிட்டுக் கொண்டிருந்தது.

அன்று மாலை சிவகாமி வாசற் காவலரிடம் தான் வாதாபி நகரைச் சுற்றிப் பார்க்க விரும்புவதாகக் கூறிப் பல்லக்குக் கொண்டு வரச் சொன்னாள்.

'உன்னை இங்கே சிறை வைத்திருக்கவில்லை; உன் இஷ்டப்படி வெளியே சென்று வரலாம்' என்று புலிகேசி கூறியது அவள் மனத்தை விட்டு அகலாதிருந்தது.

தன்னுடைய சுதந்திரத்தை அன்றே பரிசோதித்து விட எண்ணிப் பல்லக்கில் ஏறிக்கொண்டு புறப்பட்டாள்.

47.வீதி வலம்

ஆயிரத்து முந்நூறு வருஷங்களுக்கு முன்னால் பரத கண்டத்தில் பிரசித்தி பெற்றிருந்த மூன்று சாம்ராஜ்யத் தலைநகரங்களில் வாதாபி ஒன்றாகும். கன்யாகுப்ஜத்தையும் காஞ்சியையும் போலவே வாதாபி நகரத்தின் புகழும் அந்த நாட்களில் கடல் கடந்து வெகுதூரம் சென்றிருந்தது.

ஒவ்வொரு தடவை திக்விஜயம் செய்து திரும்பும்போதும் புலிகேசியின் படை வீரர்கள் வெற்றி கொண்ட தேசங்களிலிருந்து ஏராளமான செல்வங்களைக் கொண்டுவந்து வாதாபியில் சேர்த்து வந்தார்கள். இதனால் வாதாபி நகரம் வளங்கொழிக்கும் நகரமாய் அந்தக் காலத்தில் விளங்கிற்று. அந்நகரில் வர்த்தகம் சிறந்தோங்கியிருந்தது. தூர தூர தேசங்களிலிருந்தெல்லாம் அந் நகருக்கு இரத்தின வியாபாரிகள் வந்து போய்க் கொண்டிருந்தார்கள்.

பிரசித்தி பெற்ற ஜைன ஆலயங்களும் பௌத்த மடங்களும் வாதாபியில் இருந்தபடியால், பற்பல நாடுகளிலிருந்தும் யாத்திரிகர்கள் அந்நகருக்கு வருவதுண்டு.

இதனாலெல்லாம் வாதாபி நகரம் எப்போதும் கலகலப்பாகவே இருந்து வந்தது. அதிலும் சக்கரவர்த்தி தலைநகரில் இருக்கும்போது கேட்க வேண்டியதில்லை.

சக்கரவர்த்தியைப் பேட்டி காண்பதற்காகச் சிற்றரசர்கள் காணிக்கைகளுடன் வருவார்கள். சீனம், பாரசீகம் முதலிய தூர தூர தேசங்களிலிருந்து அரசாங்கத் தூதர்கள் வருவார்கள்.

மாடமாளிகைகள், கூடகோபுரங்களுடன் விளங்கிய வாதாபியின் வீதிகள் எப்போதுமே திருவிழாக் காலத்தைப்போல் ஜனக்கூட்டம் நிறைந்து விளங்கும். வண்டிகள் வாகனங்களின் சப்தம் ஓயாமல் கேட்ட வண்ணமிருக்கும்.

வாதாபி நகரில் வீதிக் காட்சிகளைப் பார்த்துக்கொண்டு சிவகாமி பல்லக்கிலே போய்க்கொண்டிருந்தபோது அவளுடைய உள்ளம் அடிக்கடி காஞ்சியையும் வாதாபியையும் ஒப்பிட்டுக் கொண்டிருந்தது. பழமையான காலத்திலிருந்து செல்வமும் பண்பாடும் சேர்ந்து வளர்ந்து வந்த நகரத்துக்கும் திடீரென்று செல்வம் படைத்துச் செழிப்படைந்த புதுப் பட்டணத்துக்கும் உள்ள வித்தியாசங்கள் அவளுக்கு நன்கு புலனாகி வந்தன.

காஞ்சியில் செல்வத்திற் சிறந்த சீமான்களும் சீமாட்டிகளும் ஆடை ஆபரணங்கள் பூணுவதில் அடக்கம் காட்டுவார்கள். அவர்களுடைய அலங் காரங்களில் கலை உணர்ச்சியே பிரதானமாயிருக்கும்.

இந்த நகரிலோ எங்கே பார்த்தாலும் யாரைப் பார்த்தாலும் படாடோபமும் பகட்டும் தாண்டவமாடின.

காஞ்சி வீதிகளில் தெரிந்தவர்கள் சந்தித்தால் ஒருவருக்கொருவர் அன்புடனும் மரியாதையுடனும் முகமன் கூறிக்கொண்டார்கள். வாதாபியின் தெருக்களிலோ, தெரிந்தவர்கள் சந்திக்கும்போது இடி முழக்க ஒலியில் சிரித்து ஆர்ப்பரித்தார்கள்.

காஞ்சியில் எஜமானர்கள் வேலைக்காரர்களுக்குக் கட்டளை யிடும்போது கூட அன்புடனும், ஆதரவுடனும் பேசினார்கள். வாதாபியில் எஜமானர்கள் வேலைக்காரர்களிடம் பேசும்போது கடுமையான மொழிகளையும் துர்வசனங்களையும் கையாண்டார்கள்.

இவற்றையெல்லாம் தவிரக் காஞ்சிக்கும் வாதாபிக்கும் உள்ள இன்னும் ஒரு வித்தியாசத்தையும் சிவகாமி கவனித்தாள்.

காஞ்சி வீதிகளில் புத்த பிக்ஷுக்கள், திகம்பர சமணர்கள், வைதிக சந்நி யாசிகள், ஆண்டிகள், கபாலிகர்கள், வெறும் பிச்சைக்காரர்கள் ஆகியவர்கள் மொய்த்துக்கொண்டு வீதியில் போவோர் வருவோரின் பிராணனை வாங்கு வது வழக்கம். தர்ம புத்தியுள்ள தனவான்கள் அதிகம் உள்ள இடத்திலே யாசகர் கூட்டமும் அதிகமாகப் பெருகிவிடும் போலும்!

வாதாபியின் வீதிகளில் அம்மாதிரி பிக்ஷுக்களும் யாசகர்களும் அதிகம் காணப்படவில்லை. தர்மம் கொடுப்பவர்கள் இல்லாத படியால் யாசகர் களும் இல்லை போலும்! இம்மாதிரியெல்லாம் எண்ணமிட்டுக் கொண்டும், வாதாபியின் செல்வ வளத்தை வியந்துகொண்டும் சிவிகையில் சென்ற சிவகாமி, ஒரு நாற்சந்தி மூலையில் அதுவரையில் காணாத காட்சி ஒன்றைக் கண்டாள்.

ஸ்திரீகளும் புருஷர்களும் அடங்கிய ஒரு கூட்டம் அங்கே நின்றது. அவர்கள் ஒவ்வொருவருடைய கரங்களும் சேர்த்துக் கட்டப்பட்டிருந்தன. அவ்விதம் பந்தமுற்ற கைகளுடன் தலை குனிந்து நின்ற கும்பலைச் சுற்றி யமகிங் கரர்களைப் போன்ற முரடர்கள் சிலர் கையில் பெரிய பெரிய சாட்டை களுடன் நின்றார்கள்.

இந்தக் காட்சியைப் பார்க்கும்போதே சிவகாமியின் உள்ளம் பதைத்தது. கைகள் கட்டுப்பட்டு நின்ற ஸ்திரீ புருஷர்கள் தமிழகத்தைச் சேர்ந்தவர்கள் என்று தோன்றியபடியால் அவளுடைய மனவேதனை பன்மடங்காயிற்று.

பல்லக்கை நிறுத்தி அவர்கள் அருகில் சென்று விசாரிக்கலாமா என்று சிவகாமி ஒருகணம் நினைத்தாள். ஆனால், அதற்கு வேண்டிய மனோதைரியம் அவளுக்கு ஏற்படவில்லை. சிவிகை மேலே சென்றது.

நாற்சந்தி முனையிலிருந்து சிவிகை கொஞ்ச தூரம் போனபிறகு சிவகாமி தடுக்க முடியாத ஆவலினால் திரும்பிப் பார்த்தாள். அந்தக் கூட்டத்திலிருந்தவர்களில் சிலர் கட்டப்பட்ட கைகளினால் தன்னுடைய சிவிகையைச் சுட்டிக்காட்டுவது போலவும், கண்ணீர் ததும்பிய கண்களால் தான் போகும் திசையை உற்றுப் பார்ப்பது போலவும் அவளுக்குத் தோன்றியது. உடனே சிவகாமி தன் பார்வையைத் திருப்பிக் கொண்டாள். பல்லக்குச் சுமந்தவர்களை நேரே வீட்டுக்குப் போகும்படி கட்டளையிட்டாள்.

வீடு போய்ச் சேர்ந்ததும் சிவகாமி தான் கண்ட காட்சியைத் தாதியிடம் சொல்லி, அதைப் பற்றி ஏதேனும் தெரியுமா என்று கேட்டாள். தாதி தனக்குத் தெரியாது என்று சொல்லவே, போய் விசாரித்துக்கொண்டு வரும்படி பணித்தாள்.

அவ்விதமே அந்தத் தாதி வெளியே போய் விசாரித்துக்கொண்டு வந்தாள். அவள் கூறிய விவரம் சிவகாமிக்குச் சொல்லமுடியாத பயங்கரத்தையும் மன வேதனையையும் அளித்தது.

தாதி விசாரித்து வந்து கூறிய விவரம் இதுதான்:

பல்லவ நாட்டிலிருந்து புலிகேசி சக்கரவர்த்தி அநேக ஸ்திரீ, புருஷர்களைச் சிறைப்பிடித்துக்கொண்டு வந்திருந்தார். அவர்களில் சிலர் சிறையிலிருந்து தப்பிப்போக முயன்றார்கள். சிலர் அடிமைத் தொண்டு செய்ய மறுத்தார்கள். சிலர் உணவு உட்கொள்ளாமல் பிடிவாதம் பிடித்தார்கள். இத்தகைய குற்றங்களைச் செய்த கலகக்காரர்களை வாதாபி நகரின் நாற்சந்திகளில் நிறுத்திச் சாட்டையினால் அடிக்கும்படியாகப் புலிகேசி சக்கரவர்த்தி கட்டளையிட்டிருக்கிறார். இந்தச் சாட்டையடி உற்சவம் இன்றைக்குத்தான் ஆரம்பமாகியிருக்கிறது. இன்னும் இரண்டு மாதம்வரையில் நடக்கும். தினம் சாயங்கால வேளையில் வீதிகளில் நடக்கும் வாதாபி நகரவாசிகள் அந்த வேடிக்கையைப் பார்த்துக் களிப்பார்கள்.

சிவகாமி அன்றிரவு ஒரு கணமும் கண்ணுறங்கவில்லை. வேதனையும் துன்பமும் நிறைந்த அவளுடைய வாழ்க்கையில் இதுவரை என்றும் அனுபவித்தறியாத வேதனையை அவள் அனுபவித்தாள். சுளீர் சுளீர் என்று அவளுடைய உடம்பில் சாட்டையடி விழுவதுபோன்ற உணர்ச்சி அவளுக்கு அடிக்கடி உண்டாயிற்று.

பொன்முகலியாற்றங்கரையில் அவள் புலிகேசியை வேண்டித் தன்னுடன் சிறைப்பட்டிருந்த மாதர்களை விடுதலை செய்தது அவளுக்கு நினைவு

வந்தது. அன்று விடுதலையானவர்கள் சளுக்கர் சைனியத்தினால் சிறைப் பிடிக்கப்பட்டவர்களில் ஒரு சிலர்தான் போலும். இன்னும் எத்தனையோ பேரை முன்னால் சென்ற பெருஞ்சைனியம் சிறைப்பிடித்துக்கொண்டு போயிருக்க வேண்டும்.

இன்று பகலில் சக்கரவர்த்தி வந்து தன்னுடன் பேசியதன் கருத்தும், தனக்கு வாதாபி நகரைச் சுற்றிப் பார்க்க அனுமதியளித்ததன் கருத்தும் இப்போது சிவகாமிக்குப் புதிய பொருளில் விளங்க ஆரம்பித்தன. சிவகாமியைத் தன்னுடைய காலிலே விழுந்து கெஞ்சும்படி செய்வதற்காக இம்மாதிரியெல்லாம் ஏற்பாடு செய்திருக்கிறான் அந்தக் கிராதகன். ஆனால், அவனுடைய எண்ணம் நிறைவேறப்போவதில்லை. யார் எப்படிப் போனாலும் சரி; இனித் தான் புலிகேசியின் காலில் விழுந்து கெஞ்சப் போவதில்லை. ஒருநாளும் முடியாது! இப்படியா வஞ்சம் தீர்க்க நினைத்திருக்கிறான், அந்தப் பாவி!

'எதற்காக வாதாபி நகரைச் சுற்றிப் பார்க்கக் கிளம்பினோம்?' என்று எண்ணி எண்ணிச் சிவகாமி தவித்தாள். இரவெல்லாம் தூக்கமின்றித் துடித்துக் கொண்டிருந்தாள்.

மறுநாள் பொழுது விடிந்தது; சூரியோதயம் ஆயிற்று. வானவெளியில் சூரியன் மேலே வர வர, சிவகாமியின் இதயத் துடிப்பு அதிகமாயிற்று. சூரியன் மேற்கு நோக்கிப் பிரயாணம் செய்யச் செய்ய அவளுடைய உள்ளமும் உடம்பும் பதறத் தொடங்கின.

இத்தனை நேரம் அந்தப் பல்லவ நாட்டு ஸ்திரீகளும் புருஷர்களும் நாற்சந்தியில் கொண்டு வந்து நிறுத்தப்பட்டிருப் பார்கள்! அவர்களுடைய கைகள் பின்னால் சேர்த்துக் கட்டப்பட் டிருக்கும். இத்தனை நேரம் யமகிங்கரர்கள் போன்ற காவலர்கள் கையில் பெரிய சாட்டைகளுடன் வந்து நிற்பார்கள். இன்னும் சிறிது நேரத்துக்கெல்லாம் சாட்டையினால் அடிக்கத் தொடங்கி விடுவார்கள்.

சிவகாமி முதல் நாள் இரவு கொண்டிருந்த மன உறுதியெல்லாம் பறந்து போயிற்று. பரபரப்புடன் பல்லக்குக் கொண்டுவரும்படி வாசற் காவலர் களிடம் கட்டளையிட்டாள். பல்லக்கு வந்ததும் அதில் விரைந்து ஏறிக் கொண்டு நேற்றுப் பார்த்த நாற்சந்தி முனைக்குப் போகும்படி சொன்னாள்.

நாற்சந்தியின் சமீபத்தில் இன்று சிவகாமியின் சிவிகை போய்ச் சேர்ந்தபோது, அங்கே கரங்கள் கட்டப்பட்டு நின்றவர்களிடம் நேற்றுக் காணாத கிளர்ச்சியை இன்று கண்டாள். அவர்கள் ஒருவருக்கொருவர் ஏதோ பேசிக்கொண்டார்கள். அவர்களில் பலர் சிவகாமியை நோக்கி, 'அம்மா! தாயே! எங்களைக் காப்பாற்று!' என்று கூச்சலிட்டார்கள்.

எதிர்பாராத இந்த அபயக் கூக்குரலினால் சிவகாமியின் உள்ளம் பெருங் குழப்பமடைந்தது. 'ஐயோ! இவர்களைக் காப்பாற்றும் சக்தி உண்மையில் நம்மிடம் இருக்கலாகாதா?' என்ற ஏக்கம் ஒரு பக்கம் உண்டாயிற்று. பல்லக்கைத் தரையில் இறக்கச் சொல்லித் தானும் இறங்கிக் கூட்டத்தை அணுகினாள்.

மீண்டும், 'அம்மா! தாயே! எங்களைக் காப்பாற்று!' என்ற கூக்குரல்கள் அக்கூட்டத்திலிருந்து எழுந்தன.

சிவகாமி அவர்கள் அருகில் இன்னும் நெருங்கிச் சென்றாள். அவர்களில் சிலருடைய உடம்பில் முன்னமே சாட்டையடி பட்ட காயங்களைக் கண்டாள். அந்தக் காயங்களிலிருந்து இரத்தம் கசிந்து கொண்டிருப்பதையும் தரையில் பல இடங்களில் இரத்தம் சொட்டிக் கறையாகியிருப்பதையும் பார்த்தாள்.

சிவகாமியின் தலை சுற்றியது; வயிறு குமட்டியது; மயக்கம் வந்தது. அதை யெல்லாம் சமாளித்துக்கொண்டு ஒருவாறு சித்தத் தெளிவை நிலைநாட்டிக் கொண்டாள்.

கூட்டத்தில் அவளுக்குச் சமீபத்தில் நின்ற ஸ்திரீயைப் பார்த்து, 'அம்மா! உங்களைக் காப்பாற்றும்படி என்னை வேண்டிக் கொள்கிறீர்களே, அது ஏன்? உங்களைப் போல் நானும் ஓர் அபலைப் பெண்தானே! சளுக்கரால் சிறைப்பிடித்துக்கொண்டு வரப்பட்டவள்தானே? உங்களைக் காப்பாற்றும் சக்தி எனக்கு ஏது?' என்றாள்.

'எங்களைக் காப்பாற்றும் சக்தி உனக்கு உண்டு, தாயே! அதோ அந்த ராக்ஷதனைக் கேள்; அவன்தான் அவ்விதம் சொன்னான்' என்றாள் அந்த ஸ்திரீ.

அவள் சுட்டிக்காட்டிய ராக்ஷத வடிவங்கொண்ட வீரர் தலைவனை சிவகாமி அணுகினாள். வாதாபிவாசிகள் பேசிய கலப்புப் பாஷையில், 'ஐயா! இவர்களை ஏன் இப்படிச் சாட்டையால் அடித்துச் சித்திரவதை செய்கிறீர்கள்? வேண்டாம்! இந்தப் படுபாதகச் செயலை நிறுத்துங்கள்!' என்றாள்.

அந்த வீரர் தலைவன் கலகலவென்று சிரித்தான். என்னவோ யோசிப்பவன் போல் சற்று இருந்து விட்டுப் பிறகு, 'நாங்கள் என்ன செய்வோம், தாயே! சக்கரவர்த்தியின் ஆக்ஞை!' என்றான்.

'அப்படியானால் கொஞ்ச நேரம் பொறுத்திருங்கள். நான் உங்கள் சக்கரவர்த்தியிடம் சென்று வேண்டிக்கொண்டு பார்க்கிறேன். அதுவரையில்...' என்று சிவகாமி சொல்வதற்குள், அவ்வீரன், 'வேண்டாம், அம்மா! சக்கரவர்த்தியிடம் நீ போகவே வேண்டாம். இவர்களைச் சாட்டையால் அடிப்பதை நிறுத்தும் அதிகாரம் உன்னிடமே இருக்கிறது. நீ சொன்னால் நிறுத்தி விடுகிறோம்; ஆனால், அதற்கு ஒரு நிபந்தனை உண்டு!' என்றான்.

'அந்த வீரன் முதலில் கூறிய வார்த்தைகளை வியப்போடும் உவகையோடும் கேட்ட சிவகாமி, 'நிபந்தனை' என்றதும் திடுக்கிட்டாள். இதில் ஏதோ வஞ்சம் இருக்க வேண்டும் என்ற எண்ணத்துடன், 'என்ன நிபந்தனை?' என்றாள்.

'நீ இந்த இடத்தில், எங்கள் எல்லாருடைய முன்னிலையிலும் நடனம் ஆடவேண்டும். நீ ஆடும் வரையில் நாங்கள் இவர்களை அடிக்காமல் இருக்கிறோம். சூரியன் அஸ்தமிக்கும்வரையில் நீ ஆடிக் கொண்டிருந்தால்,

நாங்களும் பார்த்துக்கொண்டேயிருப்போம். சூரியன் அஸ்தமித்ததும் நீ வீட்டுக்குத் திரும்பலாம். நாங்கள் இவர்களைச் சிறையிலே கொண்டு போய்ச் சேர்ப்போம். நாளைக்கும் இவர்கள் அடிபடக்கூடாது என்று நீ கருதினால் நாளைக்கும் இம்மாதிரியே நீ இவ்விடம் வந்து நடனம் ஆடலாம்!' என்றான் அந்தக் கிராதகன்.

சிவகாமியின் உள்ளத்திலிருந்து எரிமலை, தீக்குழம்பையும் கரும்புகை யையும் கக்கத் தொடங்கியது.

ஆஹா! இதுவா அந்தப் பாதகனுடைய எண்ணம்? இப்படியா என் மீது பழிவாங்கப் பார்க்கிறான்? இப்படியா என் அற்புதக் கலையை இழிவு படுத்த நினைக்கிறான்? புத்த பிக்ஷு வேஷத்தில் வந்து என் கலையைக் கண்டு மெய்ம்மறந்து பரவசமடைந்ததாக நடித்ததெல்லாம் இதற்கா கத்தானா?

ஆனால் அந்த வஞ்சக நெஞ்சனுடைய உத்தேசம் ஒருநாளும் நிறைவேறப் போவதில்லை. யார் எப்படிப் போனாலும், நான் வாதாபியின் நாற்சந்தியில் நின்று நடனம் ஆடப் போவதில்லை, ஒரு நாளுமில்லை.

முகத்தில் குரோதம் பொங்க, கண்களில் தீப்பொறி பறக்க நின்ற இடத்திலே ஸ்தம்பமாய் நின்று யோசித்துக் கொண்டிருந்த சிவகாமியைப் பார்த்து மேற்படி வீரர் தலைவன், 'என்ன முடிவு சொல்கிறாய், தாயே! நடனம் ஆடப் போகிறாயா? அல்லது இவர்களைத் தங்கள் காரியத்தைப் பார்க்கச் சொல்லட்டுமா?' என்று கேட்டான்.

அந்தக் கேள்வி சிவகாமியின் செவிகளில் பழுக்கக் காய்ந்த வேல் நுழைவது போல் நுழைந்தது.

திடீரென்று பிரக்ஞை பெற்றவள் போல் அவள் துள்ளி நிமிர்ந்து நின்று அவ்வீரனைப் பார்த்தாள்.

'ஆஹா! இந்த நாற்சந்தியில் நின்று என்னை நடனம் ஆடவா சொல்கிறாய்? மாட்டேன்; ஒருநாளும் மாட்டேன்!' என்றாள்.

அவ்வீரர் தலைவன் முகத்திலே புன்னகையுடன், 'சரி உங்கள் வேலையை நீங்கள் நடத்துங்கள்!' என்று கையில் சாட்டையுடன் நின்றவர்களைப் பார்த்துக் கட்டளையிட்டான்.

48.நாற்சந்தி நடனம்

கடவுள் ஒருவர் இருப்பது உண்மையானால், அவர் கருணாமூர்த்தி என்பதும் உண்மையானால், உலகத்தில் ஏன் இத்தனை துன்பங்களை வைத்திருக்கிறார்? மனித வர்க்கம் ஏன் இத்தனை கஷ்டங்களுக்கு ஆளாக

வேண்டியிருக்கிறது? இந்தக் கேள்விகள் ஆதிகாலந் தொட்டு கேட்கப்பட்டு வருகின்றன.

உள்ளத்தில் உண்மை ஒளிகொண்ட மகான்கள் மேற்படி கேள்விகளுக்கு விடையும் சொல்லி வந்திருக்கிறார்கள்.

மனிதர்கள் துன்பம் என்று நினைப்பது உண்மையில் துன்பம் அல்ல. சூரியனை மேகம் மூடுவதுபோல் நமது அறிவை மூடியிருக்கும் மாயை காரணமாகச் சில விஷயங்களைத் துன்பம் என்று நாம் கருதுகிறோம். உண்மையில் துன்பமும் ஒருவித இன்பமேயாகும்.

'அன்பு வடிவாகி நிற்பள் துன்பமெலாம் அவள் இழைப்பள்
ஆக்கநீக்கம் யாவும் அவள் செய்கை - அவள்
ஆனந்தத்தின் எல்லையற்ற பொய்கை!'

என்று பராசக்தியைக் குறித்து இந்தக் காலத்து மகாகவியான ஸ்ரீ சுப்பிரமணிய பாரதியார் பாடியிருக்கிறார்.

ஆனால், அன்பு வடிவான ஜகன்மாதா ஆனந்தத்தின் எல்லையற்ற பொய் கையான அன்னை பராசக்தி ஏன் தன் மக்களுக்குத் துன்பம் இழைக்கிறாள்; ஏன் கஷ்டங்களை அளிக்கிறாள்?

துன்பம் என்றும், கஷ்டம் என்றும் நாம் எண்ணிக் கொள்கிறோமே தவிர, உண்மையில் அவை துன்பங்களுமல்ல; கஷ்டங்களுமல்ல. அறிவுத் தெளி வோடு பார்த்தால், நாம் துன்பம் என்று நினைத்ததும் இன்பந்தான்; கஷ்டம் என்று கருதியதும் சுகந்தான்.

இந்தத் தத்துவத்தை நம்புவது அவ்வளவு சுலபமான காரியமல்ல. 'துன்பத்திலே இன்பமாவது, கஷ்டத்திலே சுகமாவது?' என்ற அவ நம்பிக்கை உண்டாகத்தான் செய்யும்.

ஆயினும் நமது வாழ்க்கை அனுபவத்திலேயே சில விஷயங்களை ஆலோ சித்துப் பார்த்தால் மேற்படி தத்துவத்தில் உண்மை உண்டு என்று அறியலாம்.

சோக ரஸமுள்ள கதைகள், காவியங்களைப் படிக்கிறோம். சோக மயமான நாடகங்களைப் பார்க்கிறோம். சோகத்தை ஊட்டும் கீதங்களைப் பாடு கிறோம், கேட்கிறோம்.

இப்படியெல்லாம் துன்பத்தை நாமாகத்தானே தேடி அனுபவிக் கிறோம்? எதற்காக? அந்தத் துன்பங்களிலேயெல்லாம் உள்ளுக்குள்ளே இன்பம் பொதிந்திருப்பதனாலேதான்.

நமது வாழ்க்கையில் எத்தனையோ கஷ்டங்களை அனுபவிக்கி றோம். அனுபவிக்கும்போது கஷ்டமாக இருக்கிறது. 'இது சகிக்க முடியாத கஷ்டம்' என்று தோன்றுகிறது. 'இந்த வாழ்க்கையே வேண்டாம்' என்று தீர்மானிக்கிறோம்.

எல்லாக் கஷ்டங்களையும் எப்படியோ சகித்துக் கொள்கிறோம். அப்படி நாம் அனுபவித்த சகிக்க முடியாத கஷ்டங்களைச் சில வருஷ காலம் கழித்து நினைத்துப் பார்க்கும்போது, ஒருவகை அபூர்வ இன்பம் ஏற்படுகிறது. பழைய கஷ்டங்களை நினைத்துப் பார்ப்பதிலும் அவற்றைக் குறித்துப் பேசுவதிலும் சந்தோஷமே அடைகிறோம்.

சீதாதேவி வனவாசத்தின்போது அனுபவித்த துன்பங்களுக்கு எல்லையேயில்லை. அவ்வளவு துன்பங்களைப் பெண்ணாய்ப் பிறந்த யாரும் அனுபவித்திருக்க முடியாது. ஆயினும் அயோத்தி அரண்மனையில் ஸ்ரீ ராம பிரானுடைய பட்டமகிஷியாகச் சீதை வாழ்ந்த காலத்திலும் அதிலும் கர்ப்பம் தரித்திருந்த சமயத்தில், 'உனக்கு எதிலாவது ஆசை உண்டா?' என்று ராமன் கேட்ட போது, சீதை என்ன சொன்னாள்? 'மறுபடியும் காட்டுக்குப் போய் அங்கே நான் கஷ்டப்பட்ட இடங்களையெல்லாம் பார்க்க வேண்டுமென்று ஆசையாயிருக்கிறது!' என்றாள்.

'துன்பம் என்பது உண்மையில் துன்பம் அல்ல. அவ்விதம் நினைக்கச் செய்வது மாயையின் காரியம். துன்பத்திற்குள்ளேயும் இன்பந்தான் இருக்கிறது!' என்று சொல்லும் வேதாந்த உண்மையை மேற்படி சீதையின் கோரிக்கை நன்கு நிரூபித்திருக்கிறதல்லவா?

சிவகாமியை நாற்சந்தியில் நெருக்கடியான தருணத்தில் நிறுத்தி விட்டு மேற்கண்டவாறு நாம் வேதாந்தம் பேசிக் கொண்டிருப்பது பற்றி வாசகர்களின் மன்னிப்பைக் கோருகிறோம். மேலே சிவகாமியின் காரியத்தை நாம் அறிந்து கொள்வதற்கு மேற்கண்ட பூர்வ பீடிகை அவசியமாயிருக்கிறது.

தமிழகத்து ஸ்திரீ புருஷர்களை சாட்டையடித் துன்பத்திலிருந்து பாதுகாப்பதற்காகத் தளபதி விரூபாக்ஷன் அவளை நாற்சந்தியில் நடனமாடச் சொன்னான். அவ்விதம் செய்வது தெய்வீகமான, பரத நாட்டியக் கலையையே அவமதிப்பதாகும் என்று எண்ணி முதலில் சிவகாமி, 'முடியாது!' என்றாள்.

ஆனால், விரூபாக்ஷனின் கட்டளையின் பேரில், 'சுளீர்' என்ற சாட்டையடிச் சப்தம் கேட்டதும் சிவகாமியின் மனஉறுதி பறந்து போய்விட்டது.

மறுகணம் வாதாபி நகரின் நாற்சந்தியில் சிவகாமி தேவி நடனம் ஆடத் தொடங்கினாள். அற்புதமாக ஆடினாள்.

துன்பத்திலே இன்பம் உண்டு என்னும் வாழ்க்கைத் தத்துவம் நன்கு விளங்கும்படி ஆனந்தமயமாக ஆடினாள்.

சகிக்க முடியாத கஷ்டத்திலிருந்து எல்லையற்ற ஆனந்தம் பிறக்கும் என்னும் உண்மை நிதரிசனம் ஆகும்படி ஆடினாள்.

தன்னை மறந்து, வெளி உலகத்தை மறந்து, காலதேச வர்த்தமானங்களை மறந்து ஆடினாள். அந்தக் காட்சியானது அழகுத் தெய்வம் ஆனந்த வெறி கொண்டு ஆடுவது போலிருந்தது.

வாதாபியின் வீதியில் சிவகாமி நடனம் ஆடியபோது வானமும் பூமியும் அசைவற்று நிற்பதுபோல் தோன்றியது.

வீதியிலே போய்க்கொண்டிருந்த வாதாபி நகர மாந்தர்கள் அப்படி அப்படியே நின்று அந்த விந்தையைப் பார்த்தார்கள்.

பந்தமுற்ற தமிழகத்து ஸ்திரீ புருஷர்கள் அசைவற்று நின்றார்கள். கையில் சாட்டை பிடித்த கிங்கரர்களும் சும்மா நின்றார்கள். அவர்களுடைய தலைவன் விரூபாக்ஷனும் அசையாமல் நின்றான்.

அனைவரும் பார்த்த கண்கள் பார்த்த வண்ணம், சிற்ப வடிவங்களைப் போல் நின்றார்கள். காலம் போவதே தெரியாமல் மெய்மறந்து உலகத்தை மறந்து நின்றார்கள்.

சூரியன் மலைவாயிலில் விழுந்தது. கோட்டைக் கதவுகள் சாத்துவதற்குரிய அஸ்தமன பேரிகை முழக்கம் கேட்டது.

சிவகாமியின் நடன பரவசத்துக்கு அதனால் பங்கம் ஏற்பட்டது. ஆட்டம் ஆடுவதை நிறுத்தி சிவகாமி நின்றாள். அத்தனை நேரமும் ஏதோ ஓர் அதிசய ஆனந்த உலகில் சஞ்சரித்துக் கொண்டிருந்தவள் திடீரென்று பூவுலகத்துக்கு வந்தவளாய்ச் சுற்றும்முற்றும் பார்த்தாள்.

தான் நின்றிருந்த இடத்தையும் இத்தனை நேரம் செய்த காரியத்தையும் நினைவுக்குக் கொண்டுவந்தாள்.

அவள் உள்ளத்தில் சகிக்க முடியாத வெட்கத்துக்கும் துன்பத்துக்கும் மத்தியில் இன்பமும் பெருமையும் உதித்தன.

கட்டுப்பட்டு நின்ற பல்லவ நாட்டு ஸ்திரீ புருஷர்களைச் சிவகாமி நோக்கினாள். அவர்களுடைய கண்களிலே ததும்பிய நன்றியறிதலைக் கவனித்தாள்.

யாருடனும் ஒரு வார்த்தையும் பேசாமல் பல்லக்கில் போய் ஏறிக் கொண்டாள்; பல்லக்கு மாளிகையை அடைந்தது.

49.பிக்ஷுவின் வருகை

சுக்கில பட்சத்துப் பிரதமையில் சிவகாமி வாதாபி நகரின் நாற்சந்தியில் நடனம் ஆட ஆரம்பித்தாள்.

சுக்கில பட்சம் முடிந்து கிருஷ்ணபட்சம் வந்தது. கிருஷ்ண பட்சம் முடிவடைந்து மீண்டும் சுக்கில பட்சம் வந்தது.

சிவகாமியின் வீதி நடனம் இன்னும் நடந்துகொண்டே இருந்தது.

தளபதி விரூபாக்ஷன் நடன அரங்கத்தை அடிக்கடி மாற்றிக் கொண்டிருந்தான். வாதாபி நகரின் முக்கிய நாற்சந்திகளை ஒவ்வொன்றாக அவன் தேர்ந்தெடுத்து அங்கங்கே கொண்டு போய்த் தமிழகத்து ஸ்திரீ புருஷர்களை நிறுத்தினான்.

சிவகாமியும் அங்கங்கே போய் நடனமாடினாள்.

அந்தக் காட்சியைப் பார்ப்பதற்குத் தினந்தோறும் மக்கள் பெருந்திரளாகக் கூடினார்கள். ஸ்திரீகளும் புருஷர்களும் சிறுவர் சிறுமியர்களும் திரண்டு வந்தார்கள்.

அரசாங்க அதிகாரிகள் ரதம் ஏறி வந்தார்கள். அந்தப்புரத்து ராணிகளும் சேடிகளும் பல்லக்கில் ஏறி வந்தார்கள்.

புலிகேசி சக்கரவர்த்தி காஞ்சியிலிருந்து சிறைப்பிடித்துக் கொண்டு வந்த நாட்டியப் பெண், வாதாபி நகரின் வீதிகளில் நடனமாடுகிறாள் என்னும் செய்தி எங்கெங்கோ பரவலாயிற்று.

அதன் பயனாக அக்கம் பக்கத்து ஊர்களிலேயிருந்தும் ஜனங்கள் மேற்படி காட்சியைப் பார்க்க வந்தார்கள். தூர தூரங்களிலிருந்தெல்லாம் ஜனங்கள் வர ஆரம்பித்தார்கள். தேசமெங்கும் நானா திசைகளிலும் இதைப் பற்றியே பேச்சாயிருந்தது.

சிவகாமியின் விஷயத்தில் வாதாபி ஜனங்களின் மனோபாவம் முதலில் ஒருவிதமாயிருந்தது. போகப்போக அவர்களுடைய மனோபாவம் வேறுவிதமாக மாறிக்கொண்டிருந்தது.

முதலில் அந்த அற்புத நடனத்தைப் பார்த்துவிட்டு வாதாபி மக்கள் பிரமித்துப் போனார்கள். 'இப்படியும் ஒரு அற்புதக் கலை உண்டா?' என்று வியந்தார்கள்.

ஊரை விட்டு, உற்றாரை விட்டு, சொந்த நாடு, நகரத்தை விட்டுத் தூர தேசம் வந்திருக்கும் அந்தக் கலைச் செல்வியிடம் அவர்களுக்கு அன்பும் ஆதரவும் பச்சாத்தாபமும் ஏற்பட்டன.

அவர்களில் பலர் சிவகாமியுடன் வார்த்தையாட விரும்பினார்கள். தங்கள் வியப்பையும் மதிப்பையும் அன்பையும் அபிமானத்தையும் வெளியிட விரும்பினார்கள். அவள் வசித்த மாளிகைக்குப் போய் அவளுடன் சிநேகம் செய்துகொள்ள விரும்பினார்கள். தத்தம் வீட்டுக்கு அவளை அழைத்து உபசரிக்கவும் ஆசைப்பட்டார்கள்.

ஆனால், வாதாபி ஜனங்களின் சிநேகமனப்பான்மை சிவகாமியின் உள்ளத்தில் எவ்வித எதிரொலியையும் உண்டாக்கவில்லை.

நடனம் ஆடும்போது ஏற்பட்ட கிளர்ச்சிக்குப் பின்னர் இயற்கையாகத் தோன்றும் சோர்வும் ஏற்கெனவே குடிகொண்டிருந்த மனக்கசப்பும் சேர்ந்து சிவகாமியை அவர்களுடன் முகங்கொடுத்துப் பேச முடியாமற் செய்து வந்தன.

நாளாக ஆக, 'அந்தத் தமிழகத்து நடனப் பெண் ரொம்ப கர்வக்காரி!' என்ற செய்தி நகரமெங்கும் பரவிற்று.

ஆரம்பத்தில் ஏற்பட்டிருந்த அபிமானம், அனுதாபம் எல்லாம் வெறுப்பும் பரிகாசமுமாக மாறலாயின. சிவகாமி வரும்போதும் போகும்போதும், ஜனங்கள் அவளைப்பற்றிப் பரிகாசமாகப் பேசுவதும் கேலிசெய்து சிரிப்பதும் அதிகமாகி வந்தன.

ஆரம்பத்தில் சிவகாமியின் நடனத்தை 'அற்புதம்' என்றும் 'தெய்வீகக் கலை' என்றும் சொல்லி வந்த அதே ஜனங்கள் கொஞ்ச நாளைக்கெல்லாம் அதைப் 'பைத்தியக்காரியின் கூத்து' என்று சொல்லத்தொடங்கினார்கள்!

சிவகாமி சிவிகையில் போகும்போது சிறுவரும் சிறுமிகளும் ஊளையிட்டுக்கொண்டு பின்னால் ஓடினார்கள். சில சமயம் மண்ணையும் அவள் மீது வீசி எறிந்தார்கள்.

இதையெல்லாம் சிவகாமி சிறிதும் பொருட்படுத்தவில்லை. அவளுடைய நெஞ்சில் வைரம் பாய்ந்திருந்தது. அசைக்க முடியாத ஓர் உறுதி அவள் மனத்தில் ஏற்பட்டிருந்தது.

புகழையும் இகழையும் பாராட்டையும் நிந்தனையையும் ஒன்றாகக் கருதும் மனோநிலையைச் சிவகாமி அடைந்திருந்தாள்.

கடவுளின் அழைப்பை எதிர்பார்த்துக்கொண்டு இந்தப் பூவுலகத்தில் தாமரை இலைத் தண்ணீர்போல் வாழும் முற்றும் உணர்ந்த ஞானியை அவள் ஒத்திருந்தாள்.

சிவகாமி வாதாபி வீதிகளில் நடனம் ஆட ஆரம்பித்து ஏறக்குறைய ஒன்றரை மாத காலம் ஆயிற்று.

ஒருநாள் வழக்கம்போல் சிவகாமி நடனம் ஆடிக் கொண்டிருந்தாள். சூரியாஸ்தமன பேரிகை முழக்கம் கேட்டது.

சிவகாமி ஆட்டத்தை நிறுத்தினாள். சற்று மூச்சு வாங்குவதற்காக நின்று விட்டுப் பல்லக்கை நோக்கிச் செல்லத் திரும்பினாள்.

அவள் திரும்பிய திக்கில் தோன்றிய ஒரு தோற்றம் அவளைச் சிறிது நேரம் மனம் குழம்பித் திகைத்து நிற்கும்படிச் செய்து விட்டது. அந்தத் தோற்றம் நாகநந்தியடிகளின் உருவந்தான்.

வியப்பினால் விரிந்த கண்களில் கோபாக்னியின் பொறி பறக்க, இமையா நாட்டத்துடன் நாகநந்தி தன்னை வெறித்துப் பார்த்துக் கொண்டிருப்பதைச் சிவகாமி பார்த்தாள்.

நாகநந்தியின் முகபாவம் கணநேரத்தில் மாறியது. கண்களில் கோபாக்னி மறைந்து பரிதாபம் தோன்றியது. அவருடைய கண்களின் பார்வையும் முகத்தின் பாவமும் 'மன்னித்து விடு' என்று கெஞ்சுவது போன்ற உணர்ச்சியை ஊட்டின.

இதனால் மேலும் திகைப்படைந்த சிவகாமி, மெதுவாகச் சுயப்பிரக்ஞை அடைந்து குழப்பத்தைச் சமாளித்துக்கொண்டு தலை குனிந்த வண்ணம் நடந்துசென்று பல்லக்கில் ஏறிக் கொண்டாள்.

பல்லக்கு வழக்கம் போல் மாளிகையை நோக்கிச்சென்றது.

ஆனால், சிவகாமியின் உள்ளம், ஜனக் கூட்டத்தின் நடுவே நின்ற நாகநந் தியடிகளிடம் இருந்தது.

'இந்த புத்த பிக்ஷு யார்? வேடம் பூண்ட வாதாபிச் சக்கரவர்த்திதானா? உருவம் அப்படியே இருக்கிறது, ஆனால் கண்களின் தோற்றத்திலும் முகபாவத்திலும் எவ்வளவு வித்தியாசம்? உணர்ச்சி என்பதே இல்லாத கல்நெஞ்சைப் பிரதிபலிக்கும் புலிகேசியின் முகத்துக்கும் கனிவும் இரக்கமும் கலைப் பரவசமும் ததும்பிய பிக்ஷுவின் முகத்துக்கும், எவ்வளவு வித்தியாசம்...?'

பிக்ஷுவின் தோற்றம் சிவகாமிக்குப் பல்லவ நாட்டையும் அரண்ய வீட்டையும் நினைவூட்டியது. அந்தக் காலத்து வாழ்வெல்லாம் ஞாபகம் வந்தது. உண்மையில் ஒரு வருஷத்துக்கு மேல் ஆகவில்லை. ஆனால், எத்தனை யுகம் ஆகிவிட்ட மாதிரி தோன்றுகிறது!

மாளிகையை அடைந்தபிறகும் சிவகாமியின் உள்ளம் வழக்கமான அமைதியை அடையவில்லை. ஏதோ ஓர் ஆவல், அர்த்தமில்லாத பரபரப்பு, அவள் மனத்தில் குடிகொண்டிருந்தது.

அவளுடைய உள்ளம் அப்படி யாரை எதிர்பார்த்தது? அவளுடைய கண்கள் யாரை எதிர்பார்த்து அவ்விதம் அடிக்கடி வாசற்பக்கம் நோக்கின? நாகநந்தி பிக்ஷுவையா?

இரவு ஒரு ஜாமம் முடியும் தறுவாயில் நாகநந்தி அந்த மாளிகைக்குள் நுழைந்தபோது, சிவகாமியின் கண்களில் தோன்றிய ஒளியும் அவளுடைய முகபாவமும் அவள் புத்த பிக்ஷுவைத்தான் எதிர்பார்த்துக் கொண்டிருந்தாள் என்பதை உணர்த்தின.

நாகநந்தியும் சிவகாமியும் ஒருவர் முகத்தை ஒருவர் ஏறிட்டுப் பார்த்தார்கள். அவர்களுடைய கண்களின் தீக்ஷண்யம், ஒருவருடைய இருதய அந்தரங் கத்தை இன்னொருவர் ஊடுருவிப் பார்க்க முயன்றதாகத் தெரியப்படுத்தியது.

சற்று நேரம் அந்த மாளிகையில் மௌனம் குடிகொண்டிருந்தது. மௌனத்தைக் கலைத்துக் கொண்டு பிக்ஷுவின் தழு தழுத்த குரல், 'சிவகாமி! என்னை மன்னித்துவிடு!' என்று கூறியது.

50.சிவகாமியின் சபதம்

உட்கார்ந்திருந்த சிவகாமி, சட்டென்று எழுந்து நின்றாள். அவளுடைய உதடுகள் துடித்தன; புருவங்கள் மேலேறின. கண்களிலிருந்து மின்னல் கிளம்பிப் புத்த பிக்ஷுவைத் தாக்கின.

'கள்ள பிக்ஷுவே! எதற்காக என்னிடம் மன்னிப்புக் கேட்கிறீர்? எனக்கு என்ன அபசாரம் செய்தீர்?' என்ற சொற்கள் சீறிக்கொண்டு பாயும் அம்புகளைப் போலச் சிவகாமியின் வாயிலிருந்து புறப்பட்டன.

பிக்ஷு திகைத்துப் போனார். தவறாக எதையோ சொல்லி விட்டோம் என்ற உணர்ச்சியினால் ஏற்பட்ட தடுமாற்றத்துடன், 'ஆம், சிவகாமி! நான் உனக்குப் பெருந் தீங்குதான் செய்து விட்டேன். எல்லாம் விவரமாகச் சொல்ல வேண்டும். அவசரமாக இரண்டொரு வார்த்தையில் சொல்லக்கூடிய விஷயம் அல்ல. தயவு செய்து சற்றுச் சாவதானமாக உட்கார்ந்து கேள்!' என்றார்.

'ஐயா! விவரமாக எல்லாம் சொல்லுவதற்கு முன்னால் ஒரு விவரம் சொல்லும். நீர் யார்? கருணாமூர்த்தியான கௌதம புத்தரின் சங்கத்தைச் சேர்ந்து சர்வ பரித்யாகம் செய்த துறவியா? அல்லது வஞ்சக நோக்கத்துடன் காவித் துணி வேஷம் தரித்த சளுக்க குலத்துச் சக்கரவர்த்தியா? சிற்ப சித்திரக் கலைகளிலும் பரத நாட்டியக் கலையிலும் உண்மை அபிமானங் கொண்ட பரதேசியா? அல்லது ஓர் ஏழைச் சிற்பி மகளைக் கெடுப்பதற்காகப் பிக்ஷு வேஷம் பூண்ட இராவண சந்நியாசியா? நீர் யார்? நாகநந்தியா? புலிகேசியா?'

இவ்விதம் கேட்டுச் சிவகாமி நிறுத்தியபோது, வானமுகட்டில் ஒரு மூலையிலிருந்து இன்னொரு மூலை வரையில் அதிர்ந்து நடுங்கும்படியாக மின்னல் மின்னி இடி இடித்து ஓய்ந்தது போலிருந்தது.

இவ்வளவு இடி மின்னல்களும் நாகநந்தியின் முகபாவத்தில் எவ்வித மாறுதலையும் உண்டு பண்ணவில்லை. அவர் அதிசயமான அமைதியுடன், 'அம்மா சிவகாமி! உன்னுடைய சந்தேகங்களுக்குக் காரணம் இல்லாமற் போகவில்லை. ஆனால், உண்மையிலேயே நான் உலகப் பற்றறுத்த புத்த பிக்ஷுதான். உன்னுடைய பரத நாட்டியக்கலைக்கு என் உள்ளத்தைப் பறி கொடுத்தவன்தான். விலங்கு இனத்தைச் சேர்ந்த மக்களின் முன்னால் தெரு வீதிகளில் உன்னை நடனமாடச் செய்த நிர்மூடப் புலிகேசி நான் அல்ல. பூர்வஜென்மத்தில் செய்த பாவத்தினால் அவனோடு உடன் பிறந்த துரதிருஷ்டசாலி நான். முன்னொரு சமயம், இருபத்தைந்து வருஷங்களுக்கு முன்னால் என் தம்பி புலிகேசியைக் கொலைகாரனிடமிருந்து காப்பாற்று வதற்காக அவனுடைய உடையை நான் அணிந்து நடித்தேன். மறுபடியும் இருபத்தைந்து வருஷங்களுக்குப் பின் உன்னுடைய விருப்பத்தை நிறை வேற்றுவதற்கு அவ்விதம் செய்தேன். ஆம், சிவகாமி! காஞ்சிக் கோட்டைக்கு வெளியே காட்டின் நடுவே எனக்கு முன்னால் நீ கைகூப்பி வணங்கி, 'என்

தந்தையைக் காப்பாற்றுங்கள்!' என்று வேண்டிக்கொண்டாய். அதை நிறை வேற்றுவதற்காகத் துறவியின் காஷாயத்தைக் களைந்து விட்டுச் சக்கர வர்த்தியின் ஆடைகளை அணிந்து கொண்டேன்....'

சிவகாமி பரபரப்புடன் பிக்ஷுவின் அருகில் ஓடிவந்தாள். மண்டி யிட்டுக்கை கூப்பிய வண்ணம், 'சுவாமி! இந்த அபலைப் பெண்ணின் ஆத்திர மொழிகளை மன்னித்து விடுங்கள். என் தந்தையைத் தாங்கள் காப் பாற்றினீர்களா? அவர் உயிரோடிருக்கிறாரா? எங்கேயிருக்கிறார்? எப்படியிருக்கிறார்?' என்று அலறினாள்.

'அம்மா! உன்னுடைய தந்தையின் உயிரைக் காப்பாற்றினேன். உனக்கு நான் கொடுத்த வாக்குறுதியை நிறைவேற்றி விட்டேன். கொஞ்சம் அமைதியாக உட்கார்ந்து கேட்டால் விவரங்களும் சொல்கிறேன்' என்றார் பிக்ஷு.

சிவகாமி உட்கார்ந்தாள். புலிகேசியைப் போல் வேஷம் தரித்துச் சென்று, கையும் காலும் வெட்டப்படுவதற்கிருந்த ஆயனரைக் காப்பாற்றியதையும், ஆனால், அவர் தவறி மலை மீதிலிருந்து கீழே விழுந்ததையும், அதனால் கால் முறிந்ததையும், உணர்விழந்த நிலையில் அரண்ய வீட்டுக்குக் கொண்டுபோய் அங்கு அவருக்கு உணர்வு வந்தபிறகு விடைபெற்று வந்ததையும், புத்த பிக்ஷு சொல்லி வந்தபோது சிவகாமிக்கு அவரிடம் எல்லையற்ற நன்றி உணர்ச்சி உண்டாயிற்று. தான் அவரைக் குறித்துச் சந்தே கித்ததெல்லாம் எவ்வளவு தவறு என்று அடிக்கடி நினைத்துப் பச்சாத் தாபப்பட்டாள். நீர் ததும்பிய கண்களினால் பிக்ஷுவைப் பார்த்துச் சொன்னாள்: 'சுவாமி! என் அருமைத் தந்தையைக் கொடிய தண்டனையி லிருந்து மீட்டு அவருடைய உயிரையும் காப்பாற்றிய தங்களுக்கு என் ஆயுள் உள்ளவரையில் நன்றிக்கடன் பட்டிருக்கிறேன். அப்படியிருக்கும்போது தாங்கள் இங்கு வந்ததும் என்னிடம் மன்னிப்புக் கேட்டீர்களே, அது ஏன்? தங்களை அநியாயமாகச் சந்தேகித்ததற்காக நான் அல்லவா தங்களிடம் மன்னிப்புக் கேட்கவேண்டும்! சளுக்க சக்கரவர்த்தியும் தாங்களும் ஒருவரேதான் என்று தவறாக எண்ணியதனால், தங்களைப் பற்றி அநியாய மாகச் சந்தேகப்பட்டேன். என்னை இந்த வாதாபிக்கு அழைத்து வந்தவரும் நாற்சந்தியில் நடனமாடச் செய்தவரும் தாங்கள்தான் என்று எண்ணிக் கோபம் கொண்டிருந்தேன். சுவாமி! என்னை மன்னித்துவிடுங்கள்!' என்று சிவகாமி கூறியபோது, அவளுடைய கண்களில் நீர் தாரை தாரையாகப் பெருகியது.

'சிவகாமி! நான் உன்னை மன்னிக்கவேண்டிய அவசியமில்லை. உண்மையிலே நீ தான் என்னை மன்னிக்கவேண்டும். உனக்கு நான் பெரிய துரோகம் செய்திருக்கிறேன். இன்று இந்தத் தூரதேசத்தில் நீ தன்னந் தனியாகச் சிறைப்பட்டிருப்பதற்குக் காரணம் நான்தான்! என்னை மன்னித்துவிடு!'

இவ்விதம் புத்த பிக்ஷு உணர்ச்சியினால் கம்மிய குரலில் கூறிய போது, சிவகாமி தன் கண்களில் பெருகிய கண்ணீரைத் துடைத்துக்கொண்டு நாக நந்தியின் முகத்தை வியப்புடன் ஏறிட்டுப் பார்த்தாள்.

‘ஆம், சிவகாமி! நான் சொல்வது சத்தியம். வாதாபிச் சைனியம் காஞ்சியின் மீது படையெடுத்து வருவதற்கே காரணமாயிருந்தவன் நான்தான். என் சகோதரன் புலிகேசிக்கு முதலில் அந்த உத்தேசம் இருக்கவில்லை. வாதாபிச் சைனியம் முழுவதும் வேங்கியை நோக்கிப் போவதாயிருந்தது. வாதாபிச் சைனியத்தை இரண்டாகப் பிரித்துப் புலிகேசியைக் காஞ்சிக்கு விரைந்து வரும்படி கூறியவன் நான்தான். வேங்கி ராஜ்யத்தின் மீது படையெடுக்கத் தம்பி விஷ்ணுவர்த்தனனை அனுப்பினால் போதும் என்றும் எழுதினேன். அதன் பலன் என்ன விபரீதமாயிற்று, தெரியுமா? விஷ்ணுவர்த்தனனுடைய பத்தினி இன்று விதவையாகியிருக்கிறாள். அவளையும், அவளுடைய சின்னஞ் சிறு புதல்வனையும் இன்றைய தினந்தான் இந்நகரில் பத்திரமாய்க் கொண்டு வந்து சேர்த்தேன்.’

‘சுவாமி! இத்தனை நாளும் இந்த நகரில் தாங்கள் இருக்கவில்லையா?’ என்று சிவகாமி கேட்டாள்.

‘இல்லை, சிவகாமி! இருந்திருந்தால் உன்னுடைய தெய்வீக நடனக்கலை இப்படி சந்தி சிரிப்பதற்கு விட்டிருப்பேனா? கலை உணர்ச்சியில்லாத நிர்மூடப் புலிகேசி இப்படிச் செய்துவிட்டான்! அவன் இவ்விதம் செய்வான் என்று தெரிந்திருந்தால் வடபெண்ணைக் கரையில் உன்னை அவனிடம் ஒப்படைத்திருக்க மாட்டேன்...’

பிக்ஷு வடபெண்ணைக் கரையைப் பற்றிக் கூறியதும் அன்றொரு நாள் இரவு, சிவகாமி கண்ட கனவுத் தோற்றம் அவள் நினைவுக்கு வந்தது. ‘வட பெண்ணைக் கரையில் என்னை விட்டு விட்டுப் போனீர்களா? அது எப்படி? உங்களைக் காஞ்சிக்குப் பக்கத்தில் அல்லவா நான் பார்த்து வரம் கேட்டேன்?’ என்றாள்.

‘சக்கரவர்த்தி வேஷம் பூண்டு உன் தந்தையைக் காப்பாற்றிய பின் உடனே என் வேஷத்தைக் கலைத்துவிடவில்லை, சிவகாமி! அதே வேஷத்தில் மகேந்திர பல்லவனுடன் போரிட்டேன். மணி மங்கலத்தில் அவனை முறியடித்துவிட்டு உன்னைத் தொடர்ந்து வந்தேன். பொன்முகலி நதிக் கரையில் நீ என்னைப் பார்த்து, சிறைப்பட்ட பல்லவ நாட்டுப் பெண்களையெல்லாம் விடுதலை செய்ய வேண்டும் என்று வரங்கேட்டாய். வாதாபிக்கு நீ மனத் திருப்தியுடன் வருவதாய் இருந்தால் அவர்களை விடுதலை செய்வதாகச் சொன்னேன்; நீயும் சம்மதித்தாய். அப்போது உன்னையும் நான் விடுதலை செய்து உன் தந்தையிடம் சேர்ப்பித்திருக்கலாம். அப்படி நான் செய்யவில்லை; உன்னை வஞ்சித்து வாதாபிக்குக் கொண்டு வந்தேன்!... ஆனால், நான் இல்லாத சமயத்தில் இந்த மூடன் புலிகேசி இப்படி உன்னை அலங்கோலப்படுத்துவான் என்று மட்டும் நினைக்கவேயில்லை. உன்னிடம் நான் மன்னிப்புக் கேட்டுக் கொண்டது ஏன் என்று தெரிகிறதா, சிவகாமி!’ என்றார் பிக்ஷு.

‘தெரிகிறது, சுவாமி! இதற்குமுன் எனக்குக் குழப்பம் அளித்துக் கொண்டிருந்த இன்னும் பல விஷயங்களும் விளங்குகின்றன. ஆனால், ஒரே ஒரு சந்தேகம் மட்டும் இன்னும் தீரவில்லை. எதற்காக இவ்வளவெல்லாம் நீங்கள் செய்தீர்கள்? எதற்காக இவ்வளவு சூழ்ச்சிகளும் பிரயத்

தனங்களும் செய்து, இந்த அபலைப் பெண்ணை இங்கே கொண்டு வந்து சேர்த்தீர்கள்? உலகத்தைத் துறந்து பிக்ஷு விரதம் பூண்ட தங்களுக்கு இந்த ஏழைப் பெண்ணால் என்ன உபயோகம்? கால் ஒடிந்து ஆதரவற்றுக் கிடக்கும் என் தந்தையிடமிருந்து என்னைப் பிரித்துக்கொண்டு வந்ததில் தாங்கள் என்ன லாபத்தைக் கண்டீர்கள்? என்ன பலனை உத்தேசித்து என்னை இங்கே சிறைப்படுத்தி வைத்திருக்கிறீர்கள்?...'

'சிவகாமி! சொல்கிறேன், கேள்! என் சொற்படி காலமல்லாத காலத்தில் காஞ்சி மேல் படையெடுத்த காரணத்தினால் வாதாபியின் வீர சைனியத்தில் பாதிக்கு மேல் அழிந்துவிட்டது. வேங்கியை வென்று சென்ற வருஷம் மகுடம் சூடிய விஷ்ணுவர்த்தனன் அந்த வெற்றியை நிலைநாட்டிக்கொள்ள முடியாமல் மாண்டான். இந்த விபரீதங்களுக்கெல்லாம் காரணமானவள் நீதான்! உன்னை முன்னிட்டுதான் இதையெல்லாம் நான் செய்தேன், ஏன் என்று சொல்லுகிறேன், கேள்!'

இந்தப் பூர்வ பீடிகையுடன் நாகநந்தி பிக்ஷு தமது கதையைக் கூறத் தொடங்கினார். அஜந்தா குகைகளில் தாம் கழித்த இளம் பிராய வாழ்க்கையைப் பற்றிக் கூறினார். அஜந்தா குகைச் சுவரில் தாம் பார்த்த பரத நாட்டியப் பெண் சித்திரத்தைக் குறித்தும், அதைப்பற்றித் தாம் கண்ட மனோராஜ்யக் கனவுகளைக் குறித்தும் சொன்னார். தென்னாட்டின் நிலைமை எப்படியிருக்கிறதென்று அறிந்து கொள்ளத் தாம் யாத்திரை வந்தது பற்றியும், அப்போது ஆயனர் வீட்டில் அஜந்தா சித்திர கன்னிகை உயிர் பெற்று வந்து நடனமாடிய காட்சியைக்கண்டு பிரமித்தது பற்றியும் உணர்ச்சி ததும்ப விவரித்தார்.

'சிவகாமி! அன்று முதல் நான் ஒரு புது மனிதன் ஆனேன். சளுக்க சாம்ராஜ்யத்தின் மகோன்னதத்தைப்பற்றி அதுவரை நான் கட்டிக் கொண்டிருந்த ஆகாசக் கோட்டைகள் தகர்ந்து விழுந்தன. இந்தப் பரந்த பரதகண்டம் முழுவதையும் புத்த சங்கத்தின் ஆதிக்கத்தின்கீழ்க் கொண்டுவரவேண்டும் என்றும், அப்பேர்ப் பட்ட மகா புத்த சங்கத்துக்கு நான் தலைமைப் பிக்ஷு ஆக வேண்டும் என்றும் நான் கொண்டிருந்த மனோரதங்களும் மறைந்தன. 'சாம்ராஜ்யங்களும் புத்த சங்கங்களும் எப்படியாவது போகட்டும். உன்னை நடனமாடச் சொல்லிப் பார்த்துக் கொண்டே என் வாழ்நாளைக் கழித்து விடுவது' என்று சங்கல்பம் செய்துகொண்டேன். அதற்குப் பிறகு உன்னை எப்படி இந்த வாதாபி நகருக்குக் கொண்டு சேர்ப்பது என்பது ஒன்றே என் மனக்கவலை ஆயிற்று. அதற்காக என்னவெல்லாமோ சூழ்ச்சிகள் செய்தேன்; எத்தனையோ உபாயங்களைக் கையாண்டேன்...'

இப்படிப் பிக்ஷு சொல்லி வந்தபோது, சிவகாமியின் உள்ளத்தில் ஏற்கெனவே குடிகொண்டிருந்த பெருமிதமான கர்வமும் பரிதாப உணர்ச்சியும் சேர்ந்தாற்போல் பொங்கிக்கொண்டு வந்தன. 'ஆகா! இந்த ஏழைச் சிற்பியின் மகள் காரணமாக இரண்டு பெரிய சாம்ராஜ்யங்கள் சண்டைபோட நேர்ந்ததல்லவா?' என்ற பெருமித கர்வத்தை அடுத்து, 'ஐயோ! காஞ்சியிலிருந்து வாதாபி வரும்போது நான் பார்த்த அத்தனை

கொடுமைகளும் என் காரணமாக ஏற்பட்டனவா?' என்ற பரிதாப உணர்ச்சியும் மேலிட்டு வந்தது.

'சிவகாமி! உன்னுடைய கலையின்மேல் நான்கொண்ட மோகத்தினால் ஒரு பெரிய யுத்தத்தையே உண்டு பண்ணினேன். பயங்காளியும், கோழையுமான அந்த அற்பன் மாமல்லனிட மிருந்து உன்னைக் காப்பாற்ற இவ்வளவு பிரம்மப் பிரயத்தனங் களும் செய்தேன். ஆனால் அவ்வளவும், இப்போது நிஷ் பலனாயின. நான் இல்லாத சமயத்தில் உன்னைத் தெரு வீதிகளின் நாற்சந்தியில் ஆடச்செய்து, உன்னையும் உன் கலையையும் நிர்மூடன் புலிகேசி கேவலப் படுத்திவிட்டான். சிவகாமி! என்னை மன்னித்துவிடு. நீ பட்ட அவமானத் திற்கும் நீ அடைந்த துன்பத்திற்கும் பரிகாரம் செய்துவிடுகிறேன். உன்னை உன் தந்தை வீட்டில் கொண்டுபோய் விட்டுவிட ஏற்பாடு செய்கிறேன். சக்கரவர்த்தியிடம் போராடி இதற்கு அனுமதியும் பெற்று வந்துவிட்டேன்.'

இதைக் கேட்டதும் சிவகாமி நியாயமாகத் துள்ளிக் குதித்துக் குதூகல மடைந்திருக்க வேண்டுமல்லவா? விதி வசத்தினாலோ அல்லது விசித்திரக் கோணல்கள் நிறைந்த பெண் மனோபாவத்தினாலோ, சிவகாமி அவ்விதம் மகிழ்ச்சியடையவில்லை. மௌனமாகச் சிந்தனையில் ஆழ்ந்திருந்தாள்.

'சிவகாமி! ஏன் பேசாமலிருக்கிறாய்? எப்போது புறப்படலாம், சொல்! உன்னைப் பல்லக்கில் ஏற்றித் தக்க பாதுகாப்புடன் அனுப்பிவைக்கிறேன். உனக்குப் பணிவிடைப் புரியப் பணிப்பெண்களையும் உன்னைப் பாதுகாப் பதற்கு வீரர்களையும் அனுப்பி வைக்கிறேன். பொன்முகலி ஆறு வரையில் உன்னைக் கொண்டுபோய் விட்டுவிட்டு அவர்கள் திரும்புவார்கள்...' என்று புத்த பிக்ஷு கூறி வந்தபோது, அதுகாறும் உட்கார்ந்து பேசிக்கொண்டிருந்த சிவகாமி சட்டென்று எழுந்து நின்று, ஆவேசம் ததும்பிய குரலில் பின்வரும் பயங்கர மொழிகளைக் கூறினாள்.

'அடிகளே! கேளுங்கள். இந்த வாதாபி நகரத்தை விட்டு நான் எப்போது கிளம்புவேன் தெரியுமா? பயங்கொள்ளி என்று நீங்கள் அவதூறு சொல்லிய வீர மாமல்லர் ஒரு நாள் இந்நகர் மீது படையெடுத்து வருவார். நரிக் கூட்டத்தின் மீது பாயும் சிங்கத்தைப் போலச் சளுக்க சைனியத்தைச் சின்னா பின்னம் செய்வார். நாற்சந்தி மூலைகளில் என்னை நடனம் ஆடச்செய்த பாதகப் புலிகேசியை யமன் உலகத்துக்கு அனுப்புவார். தமிழகத்து ஸ்திரீ புருஷர்களைக் கையைக் கட்டி ஊர்வலம் விட்ட வீதிகளில் இரத்த ஆறு ஓடும். அவர்களை நிறுத்திச் சாட்டையால் அடித்த நாற்சந்திகளிலே வாதாபி மக்களின் பிரேதங்கள் நாதியற்றுக்கிடக்கும். இந்தச் சளுக்கர் தலைநகரின் மாட மாளிகை, கூட கோபுரங்கள் எரிந்து சாம்பலாகும். இந்த நகரம் சுடு காடாகும். அந்தக் காட்சியை என் கண்ணால் பார்த்துவிட்டுப் பிறகுத்தான் இந்த ஊரைவிட்டுக் கிளம்புவேன். சளுக்கப் பதர்களை வென்று வெற்றி மாலை சூடிய மாமல்லர் என் கரத்தைப்பிடித்து அழைத்துக்கொண்டு போவதற்கு வருவார். அப்போதுதான் புறப்படுவேன். நீர் அனுப்பிப் போக மாட்டேன். பல்லக்கில் ஏற்றி அனுப்பினாலும் போகமாட்டேன். யானைமீது வைத்து அனுப்பினாலும் போக மாட்டேன்!'

இந்தப் பயங்கரமான சபதத்தைக் கேட்ட நாகநந்தியின் முகத்திலே புன்னகை தோன்றியது. தம்முடைய சூழ்ச்சி மீண்டும் பலித்துவிட்டது என்று எண்ணி அந்தப் பொல்லாத பிக்ஷு உள்ளுக்குள் உவகை அடைந்தார் போலும்!

51.ஜயஸ்தம்பம்

வாதாபி நகருக்கு இரண்டு காத தூரம் கிழக்கே ஒரு குன்று இருந்தது. சுற்றிலும் காடு அடர்ந்த அந்தக் குன்றின் ஒருபக்கத்துச் சரிவில் அடுத் தடுத்துக் குடைந்த குகைகள் இரண்டு இருந்தன. இரண்டு குகைகளும் குடையும் வேலை பூர்த்தியாகாமல் அரைகுறையாக விடப்பட்டிருந்தன.

பௌத்தர்களோ சமணர்களோ அந்தக் குகைகளைக் குடைய ஆரம்பித்திருக்க வேண்டும். அப்புறம் எந்தக் காரணத்தினாலோ வேலையை நடுவில் நிறுத்திவிட்டுப் போயிருக்கவேண்டும்.

குகைகளில் ஒன்றுக்குள்ளேயிருந்து சல சல வென்ற சப்தத்துடன் ஒரு சிற்றருவி வெளியே வந்து கொண்டிருந்தது. குகையின் வெளியில் அந்த அருவி அங்குமிங்கும் தவழ்ந்து விளையாடி முத்து நீர்த்துளிகளை வாரி இறைத்துவிட்டுக் கீழ்நோக்கிச் சென்று அடர்ந்த விருட்சங்களின் நிழலில் மறைந்தது.

இவ்வளவு அழகான இயற்கைக் காட்சியின் ரம்யத்தைக் கெடுத்து அரு வருப்பையுண்டு பண்ணக்கூடிய பொருள்கள் சில அருவியின் இருபுறத்துப் பாறைகளிலும் விருட்சங்களின் அடியிலும் காணப்பட்டன. அவை மனிதர் களின் மண்டை ஓடுகள், மாட்டுக் கொம்புகள் முதலிய காபாலிகர் கூட்டத் தின் சின்னங்களாகும். பாறைகள் சிலவற்றில் இரத்தக்கறை படிந்திருந்த திலிருந்து, அந்தப் பாறைகள் சமீபத்தில் பலிபீடங்களாக உபயோகப் பட்டிருக்கின்றன என்பது தெரிய வந்தது.

மாலை நேரத்து மஞ்சள் வெயிலினால் பச்சை மரங்களும் பசும்பொன் நிறம் பெற்றுத் திகழ்ந்த நேரத்தில், மேற்கூறிய குகைகளுக்குச் சற்றுத் தூரத்தில் இருந்த ஒரு மொட்டைப் பாறையிலே நாலுபேர் உட்கார்ந்திருந்தார்கள். தொலை தூரம் பிரயாணம் செய்திருந்த காரணத்தினால் அவர்கள் பெரிதும் களைப்படைந்திருந்தார்கள். ஆடைகள் அழுக்கடைந்திருந்தன. தலையில் ரோமம் சடை விழுந்திருந்தது. முகவாய்க் கட்டையில் ரோமம் அடர்ந் திருந்தது. அவர்களுடைய இளம்பிராயத்துக்குப் பொருந்தாத சுருக்கங்கள் முகத்தில் காணப்பட்டன. கண்கள் குழிவிழுந்து போயிருந்தன. ஆயினும், அந்தக் கண்களிலே ஒரு அசாதாரண ஒளி, இணையில்லா மனோதைரி யத்தையும் எடுத்த காரியத்தை நிறைவேற்றும் உறுதியையும் காட்டும் ஜீவ சக்தி, பிரகாசித்தது.

குன்றின் உச்சியில் ஒரு மனிதன் நின்று நாலாபுறமும் உற்று நோக்கிக் கொண்டிருந்தான். கீழே மொட்டைப் பாறையில் உட்கார்ந்திருந்தவர்கள் அடிக்கடி அவனை அண்ணாந்து நோக்கிக் கொண்டிருந்தார்கள்.

திடீரென்று மேலே நின்ற மனிதன் குதூகலம் நிறைந்த குரலில், 'அதோ!' என்றான். அந்தக் குரலிலிருந்தே அவன் நமது பழைய நண்பன் குண்டோதரன் என்பதை அறிந்து கொள்கிறோம்.

'அதோ!' என்ற சத்தத்தைக் கேட்டதும் மொட்டைப் பாறையில் உட்கார்ந் திருந்த நால்வரின் முகங்களும் மலர்கின்றன. அவன் சுட்டிக்காட்டிய திக்கை அவர்கள் ஆவலுடன் உற்றுப் பார்க்கிறார்கள்.

மரங்கள் அடர்ந்த காட்டுக்குள்ளேயிருந்து ஒருவன் வருகிறான். அவன் வேறு யாருமில்லை; பல்லவ நாட்டு ஒற்றர் தலைவன் சத்ருக்னன்தான். மற்ற வர்களைப் போல் அன்றிச் சத்ருக்னன் நன்றாக க்ஷவரம் செய்துகொண்டு சுத்த மான முகத்துடன் விளங்குகிறான். அதிலிருந்தே அவன் நகரத்துக்குப் போய் வருகிறான் என்று அறிந்து கொள்ளலாம்.

தோளிலே துணிப்பை தொங்க வந்த சத்ருக்னனை ஐந்து பேரும் சூழ்ந்து கொண்டார்கள். 'சத்ருக்னா! காயா? பழமா சீக்கிரம் சொல்!' என்றார்கள்.

'பழந்தான்' என்று சொல்லிக் கொண்டே, சத்ருக்னன் தோளில் தொங்கிய பையை எடுத்து அவிழ்த்தான்.

அதிலிருந்த பழங்கள் கீழே விழுந்து உருண்டு ஓடின. அவற்றைப் பொறுக்குவதற்கு எல்லாரும் பட்ட அவசரத்திலிருந்து அவர்கள் எவ்வளவு தூரம் பசித்திருந்தார்கள் என்று தெரியவந்தது.

பசித்ததோ, இல்லையோ தரையில் விழுந்த பழங்களின் மேல் கவனம் செலுத்தாமல், சத்ருக்னன் என்ன சொல்லப் போகிறான் என்பதிலேயே கவனம் செலுத்திய ஒருவரும் அவர்களில் இருந்தார்.

அவர்தான் மாமல்லர் என்று சொல்லவேண்டியதில்லை.

'சத்ருக்னா! பழம் என்கிறாயே? அப்படி என்றால் என்ன? சிவகாமியைப் பார்த்தாயா?' என்று கேட்டார்.

'ஆம் பிரபு, பார்த்தேன்!' என்று கூறி மறுபடியும் சத்ருக்னன் மௌனம் சாதித்தான்.

'ஏன் இப்படிப் பேசாமல் நிற்கிறாய்? மேலே சொல், சத்ருக்னா! எங்கே பார்த்தாய்? எந்த நிலையில் பார்த்தாய்?' என்று மாமல்லர் கேட்டார்.

'பிரபு! சிவகாமி அம்மையைப் பார்த்தேன். சௌக்கியமாக இருக்கிறார், கவலைக்கு ஒரு காரணமும் இல்லை. எங்கே பார்த்தேன்; எப்படிப் பார்த் தேன் என்பதை விவரமாகச் சொல்ல வேண்டும். எல்லாரும் உட்காருங்கள், சொல்கிறேன்!' என்றான் சத்ருக்னன்.

அவ்வண்ணமே அனைவரும் பாறை மீது உட்கார்ந்தார்கள். சத்ருக்னன் சொல்லத் தொடங்கினான்:

‘நேற்று மாலை வளையல் வியாபாரியின் வேஷத்தில் வாதாபி நகருக்குள் பிரவேசித்தேன். கோட்டை வாசலுக்குள் பிரவேசிப்பதில் எவ்விதக் கஷ்டமும் இருக்கவில்லை. ஜனங்கள் தாராளமாய் நகருக்குள் வந்து கொண்டும், போய்க்கொண்டும் இருக்கிறார்கள். எந்த எதிரியின் படையெடுப்பையாவது எதிர்பார்த்தால் அல்லவா கோட்டையில் கட்டுக்காவல் வைக்கப் போகிறார்கள்? வாதாபியின் வீரப்படைகள் எட்டுத் திசையும் சென்று திக்விஜயம் செய்துகொண்டிருக்கும்போது....’

அச்சமயம் சேனாபதி பரஞ்சோதி குறுக்கிட்டு, ‘என்ன உளறுகி றாய்; சத்ருக்னா! திக்விஜயமாவது மண்ணாங்கட்டியாவது? தென்னாட்டுக்குச் சென்ற வாதாபிப் படைகள் தோற்றுத் திரும்பி ஓடி வந்திருக்கின்றன! வேங்கிக்குப் போன சளுக்க சைனியத்தின் பாடும் ஆபத்துத்தான் என்று தெரிகிறது. அப்படியிருக்க வாதாபிப் படைகளின் திக்விஜயமாவது...?’ என்றார்.

சத்ருக்னன் பணிவுடன் கூறினான்: ‘சேனாபதி! வாதாபிப் படைகளின் திக்விஜயம் என்று நான் கூறியது என்னுடைய சொந்த மொழியல்ல. வாதாபி நகரத்தின் பிரதான நாலு வீதிச் சந்திப்பிலே ஒரு நெடிதுயர்ந்த ஜயஸ்தம்பம் நாட்டியிருப்பதைப் பார்த்தேன். அந்த ஜயஸ்தம்பத்திலே பிராகிருத மொழியில் எழுதியிருக்கும் மொழிகளையும் படித்தேன். கிட்டத்தட்ட அதில் எழுதியிருப்பதை ஞாபகம் உள்ளவரை அப்படியே சொல்லிப் பார்க்கிறேன்.

‘மகா ராஜாதிராஜ ராஜமார்த்தாண்ட ரணதுங்க சூர சளுக்க குலதிலக சப்தலோக தேவேந்திர புலிகேசி சக்கரவர்த்தி தென் திசையை நோக்கி விஜயம் செய்யப் புறப்பட்டுச் சென்று மகேந்திர பல்லவனை வட பெண்ணைக் கரையில் முறியடிக்க, மகேந்திரன் போரில் புறமுதுகிட்டோடிக் காஞ்சிக் கோட்டைக்குள் பதுங்கிக் கொள்ள, புலிகேசி சக்கரவர்த்தி மேலும் தெற்கு நோக்கித் திக்விஜயம் கிளம்பிக் காவேரி நதிக்கு யானைப்பாலம் அமைத்துக் கடந்து, அங்கே சக்கரவர்த்தியிடம் அடைக்கலம் புகுவதற்குக் காத்திருந்த சேர சோழ களப்பாள பாண்டிய மன்னர்களின் சிரங்களில் தம் திருப்பாத கமலங்களை வைத்து அருள் புரிந்து, திரும்புங்காலையில், காஞ்சிக் கோட்டையைப் பலங்கொண்டு தாக்க, மகேந்திர பல்லவன் சரணாகதியடைந்து காப்பாற்றவேண்டும் என்று காலில் விழுந்து கெஞ்ச, அவ்விதமே மகேந்திரனுக்கு அருள் புரிந்து, அவனுடைய உபசாரங்களையும் காணிக்கைப் பொருள்களையும் ஏற்றுக் கொண்டு, தென்னாட்டின் திக்விஜயத்தைப் பூர்த்தி செய்து, ஜயபேரிகை முழக்கி, வெற்றிச் சங்கு ஊதி, வாதாபி நகரத்துக்குத் திரும்பி வந்தது சாலிவாகன சகாப்தம் நாளது ஆண்டு, திங்கள், தேதி; கடல் சூழ்ந்த நில உலகம் உள்ளவரையில் இந்த வாதாபி நகரமும் இந்த திக்விஜய ஜயஸ்தம்பமும் சளுக்க சக்கரவர்த்தி குலமும் என்றென்றைக்கும் நின்று நீடித்துப் பொருகித் தழைத்து விளங்குவதாக!’

இவ்விதம் சத்ருக்னன் கூறி வந்ததைக் கேட்டுக் கொண்டிருந்தவர்கள், ‘என்ன பொய்! என்ன கர்வம்! அந்த ஸ்தம்பத்தை இடித்துத் தள்ளாமல் விடுவதில்லை’ என்றெல்லாம் கூறினார்கள்.

சிறிது அவர்கள் இடம் கொடுத்ததும், சத்ருக்னன் மேலும் கூறினான்: 'பிரபு அந்த ஜயஸ்தம்பத்தில் இவ்விதம் நான் படித்ததும் என்னை நான் மறந்து விட்டேன். ஸ்தம்பத்தை நோக்கி ஒரு உதை விடலாம் என்று எண்ணிக் காலையும் தூக்கி விட்டேன். கடவுள் அருளால் நல்ல சமயத்தில் எதற்காக வாதாபி நகருக்கு வந்தோம் என்பது ஞாபகம் வந்தது. ஏதோ கால் தடுக்கி விழுந்தவனைப்போல் தொப்பென்று கீழே விழுந்து சமாளித்துக் கொண்டேன். வீதியில் ஜனக்கூட்டம் 'ஜேஜே' என்று இருந்தது. யாராவது பார்த்திருந்தால் விபரீதமாய்ப் போயிருக்கும்!' என்று கூறி நிறுத்தினான்.

'சத்ருக்னா! வாதாபிக்கு வந்த காரியம் உனக்கு நினைவில் இருந்தது பற்றிச் சந்தோஷம். ஆனால் அதைப்பற்றி இன்னமும் நீ சொல்லவில்லை!' என்று மாமல்லர் கோபம் தொனிக்கக் கூறினார்.

'பிரபு! மன்னிக்க வேண்டும். சளுக்கர்களின் பொய் சொல்லும் திறமைக்குச் சிறந்த ஞாபகச்சின்னமான அந்த ஜயஸ்தம்பத்தை விட்டு மேலே கிளம்பிச் சென்றேன். வாதாபி நகரின் மிதமிஞ்சிய ஐசுவரிய போகத்துக்கும் வாதாபி மக்களின் படாடோப வாழ்க்கைக்கும் பல அறிகுறிகளைப் பார்த்துக் கொண்டு போனேன். இந்தப் பெரிய நகரத்தில், கிழக்கு மேற்கிலும் தெற்கு வடக்கிலும் குறைந்தது காத தூரமுள்ள இந்தப் பிரம்மாண்டமான பட்டணத்தில், சிவகாமி அம்மையை எப்படித் தேடுவது, யாரை விசாரிப்பது என்று சிந்தனை செய்துகொண்டே போனேன். கும்பிடப் போன தெய்வம் குறுக்கே வந்தது போல், அடுத்தாற் போல் வந்த நாற்சந்தி வீதி முனையில் அம்மையைச் சந்தித்தேன்...'

'என்ன? நாற்சந்தி முனையிலா?' என்று பல குரல்கள் ஏக காலத்தில் எழுந்தன.

'ஆம்; நாற்சந்தி முனையிலேதான் பார்த்தேன். அம்மை அங்கே செய்து கொண்டிருந்த காரியத்தைக் கேட்டால் நீங்கள் பெரும் ஆச்சரியப்படுவீர்கள். எனக்கும் பார்த்தவுடனே ஆச்சரியமாயிருந்தது; வேதனையாகக்கூட இருந்தது. ஆனால், விசாரித்து விஷயம் தெரிந்துகொண்டதும் அளவில்லாத பெருமை அடைந்தேன் பிரபு! தமிழகத்துப் பெண்குலத்தின் பெருமையைச் சிவகாமி அம்மை நிலைநாட்டி விட்டார். நூறு காத தூரத்துக்கு அப்பால் எதிரிகளின் கோட்டையில் அநாதையாகவும் தன்னந்தனியாகவும் இருக்கும் நிலைமையில் அம்மையார் தமிழகத்துப் பெண்குலத்தின் தயாள குணத்தை நிலை நாட்டியிருக்கிறார்...'

'சத்ருக்னா! ஏன் இப்படி வளைத்து வளைத்துப் பேசிக் கொண்டு இருக் கிறாய்? சிவகாமி என்ன காரியம் செய்து கொண்டு இருப்பதைப் பார்த்தாய்?' என்று மாமல்லர் கடுமையான குரலில் கேட்டார்.

'பிரபு சொல்லி விடுகிறேன். வாதாபி நகரின் நாற்சந்தியில் சிவகாமி அம்மை நடனம் ஆடிக்கொண்டிருந்தார்...'

'ஆகா!', 'இது என்ன?' 'அவமானம்! அவமானம்!' 'இதைத்தானா தமிழ கத்துக்குப் பெருமை என்று சொன்னாய், சத்ருக்னா!' என்று தலைக்குத் தலை கூவினார்கள்.

'மன்னிக்க வேண்டும். கொஞ்சம் பொறுத்துக்கொண்டு மீதியையும் கேளுங்கள். சிவகாமி அம்மை ஒரு பெருங் கும்பலுக்கு மத்தியில் நின்று ஆடுவதைப் பார்த்ததும் எனக்கும் சொல்ல முடியாத அவமானம் உண்டாயிற்று. கோபமும் ஆத்திரமும் பொங்கிக்கொண்டு வந்தன. கூட்டத்தில் நின்ற வாதாபி மக்கள் கொச்சையான பாஷையில் பேசிக்கொண்ட அருவருப்பான வார்த்தைகளைக் கேட்டதும் என் காதுகள் கொப்பளித்தன. ஓடிப் பாய்ந்து அம்மையின் முன் சென்று, 'நிறுத்துங்கள் இந்த அவமானத்தை!' என்று கூவ வேண்டும் என்பதாக ஆத்திரம் உண்டாயிற்று. நல்லவேளையாக அந்தச்சமயத்தில், நடனமாடிய அம்மைக்குப் பின்னால் நின்றவர்கள் மீது என் பார்வை விழுந்தது. ஆகா! அதை எப்படிச் சொல்வேன்? தமிழகத்தைச் சேர்ந்த ஸ்திரீ புருஷர்கள் பலரை அங்கே கையைப் பின்னால் சேர்த்துக் கட்டி நிறுத்தியிருந்தார்கள். அவர்களுக்கிடையே கையில் சாட்டை பிடித்த யமகிங்கரர் போன்ற மனிதர்கள் சிலர் நின்று கொண்டிருந்தார்கள். அந்தக் காட்சியைக் கண்டதும் பிரமித்து நின்றுவிட்டேன். பிரமை நீங்கிய பிறகு கூட்டத்தில் இருந்தவர்களின் பேச்சுக்களை ஒற்றுக் கேட்டும், சந்தேகம் தோன்றாதபடி விசாரித்தும், மேற்படி அதிசயக் காட்சியின் காரணத்தை நன்கறிந்து கொண்டேன்...'

பிறகு சத்ருக்னன், சிவகாமி அம்மை நாற்சந்தியில் நடனமாட நேர்ந்தது ஏன் என்னும் காரணத்தைத் தான் தெரிந்து கொண்டபடி அவர்களுக்குக் கூறினான். 'தமிழகத்து ஆடவர் பெண்டிரைக் கொடுமையான சாட்டையடித் தண்டனையிலிருந்து காப்பாற்றுவதற்காகவே சிவகாமி நடனமாடுகிறாள்' என்று தெரிந்ததும் மாமல்லர் முதலியவர்களுக்குத் தேகத்தில் புளகாங்கிதம் உண்டாயிற்று.

மேலே நடந்ததைப் பற்றி ஆவலுடன் கேட்டார்கள்.

'இனிய கானத்தைக் கேட்ட நாகசர்ப்பத்தைப் போல் நான் சிவகாமி அம்மையின் நடனத்தைப் பார்த்துக்கொண்டு பிரமித்து நின்றேன். அம்மை நடனத்தை முடித்துச் சற்று ஆசுவாசப்படுத்திக் கொண்டு திரும்பினார். திரும்பியதும் சில கண நேரம் அவருடைய கண்களில் சொல்ல முடியாத வியப்பும் திகைப்பும் காணப்பட்டன.

அவர் பார்த்த திசையை நானும் நோக்கினேன்; அங்கே யார் நின்றது என்று நினைக்கிறீர்கள்?'

'யார்? யார்?', 'புலிகேசியா?' என்று கேள்விகள் எழுந்தன.

'இல்லை நம் சிநேகிதர் நாகநந்திதான்!' என்றான் சத்ருக்னன்.

52.வளையற்காரன்

நாகநந்தி என்ற பெயரைக் கேட்டவுடனே அங்கிருந்தவர் அனைவருக்கும் தூக்கி வாரிப்போட்டது.

மாமல்லர், 'ஆஹா! புத்த பிக்ஷுவா? அப்படியானால் குண்டோதரன் கூறிய செய்தி பொய்யா?' என்று சொல்லிய வண்ணம் குண்டோதரனை நோக்கினார்.

'இல்லை, பிரபு! குண்டோதரன் கூறிய செய்தி உண்மைதான். வாதாபிக்கு வரும் வழியில் பிக்ஷு வேங்கி நகரத்துக்குத்தான் போனார். துரதிர்ஷ்டவச மாக நேற்றுத் திரும்பி வந்துவிட்டார். அவருடைய வரவினால் நம் முடைய காரியம் ஒன்றுக்குப் பத்து மடங்கு கடினமாகிவிட்டது. இன்னும் இரண்டு நாளைக்கு முன்னால் மட்டும் நாம் வந்திருந்தால்?...' என்றான் சத்ருக்னன்.

'பிக்ஷு நேற்றுத்தான் திரும்பி வந்தாரா? உனக்கு எப்படித் தெரியும், சத்ருக்னா!' என்று சேனாபதி பரஞ்சோதி வினவினார்.

'நகரமெல்லாம் அதைப்பற்றித்தான் பேச்சு, தளபதி! ஜனங்கள் பேசிக் கொண்டதிலிருந்துதான் தெரிந்துகொண்டேன். புலிகேசியின் சகோதரன் விஷ்ணுவர்த்தனன் சென்ற வருஷம் வேங்கி மன்னனாக முடிசூட்டிக் கொண்டானல்லவா? எந்த வேளையில் மகுடாபிஷேகம் செய்து கொண்டானோ, தெரியவில்லை; சில நாளைக்கு முன்பு அவன் மாண்டு போனான். அவனுடைய மனைவியையும் ஆறு மாதத்துக் கைக்குழந் தையையும் அழைத்துக் கொண்டு நாகநந்தி நேற்றுத் திரும்பி வந்தாராம்' என்று சத்ருக்னன் கூறினான்.

'சளுக்க சாம்ராஜ்யத்தின் அஸ்தமனம் நெருங்கிவிட்டது என்று பல்ல வேந்திரர் கூறியது வீண்போகவில்லை. விஷ்ணுவர்த்தனன் எப்படி இறந் தானாம்?' என்று பரஞ்சோதி கேட்டார்.

'விஷ்ணுவர்த்தனன் வேங்கிப் படைகளை முழுவதும் நாசம் செய்யமுடிய வில்லை. நம்முடைய சக்கரவர்த்தி சொல்லி அனுப்பியிருந்தபடி வேங்கிப் படைகள் பின்வாங்கிச் சென்று கிருஷ்ணை கோதாவரி நதிக் கரைக் காடுகளில் ஒளிந்து கொண்டிருந்தன. விஷ்ணுவர்த்தனன் முடி சூட்டிக் கொண்ட பிறகு நாடெங்கும் கலகங்கள் மூண்டன. ஒளிந்திருந்த படை வீரர்கள் அங்கங்கே திடீர்திடீரென்று கிளம்பித் தாக்கினார்கள். கலகத்தைத் தானே அடக்கப் போவதாக விருது கூறிக்கொண்டு விஷ்ணுவர்த்தனன் கிளம் பினான். ஒரு சண்டையில் படுகாயமடைந்து விழுந்தான். நாடெங்கும் கலகங்கள் அதிகமாயின. இந்தச் சமயத்தில்தான் நாகநந்தியும் அங்கே போய்ச்சேர்ந்தார். விஷ்ணுவின் மனைவியையும் குழந்தையை யும் கொண்டுவந்து சேர்த்தார். விஷ்ணுவர்த்தனன் மனைவி துர்விநீதனுடைய மகள் என்பது தங்களுக்குத் தெரியுமல்லவா, பிரபு?'

'அதைப் பற்றியெல்லாம் இப்போது என்ன கவலை, சத்ருக்னா? நாம் வந்த காரியத்தைப் பற்றிச் சொல்லாமல் ஊர்க்கதை யெல்லாம் சொல்லிக் கொண்டிருக்கிறாயே? மேலே நடந்ததைச் சொல்லு!' என்றார் மாமல்லர்.

'நாகநந்தி பிக்ஷுவைப் பார்த்து வியப்பும் திகைப்பும் அடைந்த சிவகாமி அம்மை, சீக்கிரத்தில் சமாளித்துக்கொண்டு பல்லக்கில் போய் ஏறினார்.

பல்லக்கைச் சற்றுத் தூரம் நான் தொடர்ந்து சென்றேன். ஆரவாரமின்றி அமைதி குடிகொண்டிருந்த ஒரு வீதிக்குள் பல்லக்குச் சென்று அழகான மாளிகை ஒன்றின் வாசலில் நின்றது. சிவகாமி அம்மை பல்லக்கிலிருந்து இறங்கி அந்த மாளிகைக்குள்ளே போனார். வீதி முனையிலேயே நான் கொஞ்ச நேரம் நின்று என்ன செய்யலாம் என்று யோசித்தேன். பிறகு மாளிகை வாசலை நெருங்கினேன். காவலாளிகள் இருவர் அங்கு இருந் தார்கள். அவர்களைப் பார்த்து, 'காஞ்சி நகரத்து நாட்டியப் பெண் இருப்பது இந்த வீட்டிலேதானே?' என்று கேட்டேன். 'ஆமாம்! எதற்காகக் கேட் கிறாய்?' என்றார்கள். 'நான் வளைச் செட்டி; அழகான வளைகள் கொண்டு வந்திருக்கிறேன். அம்மையிடம் காட்ட வேண்டும்' என்றேன். 'இரவு நேரத்தில் இந்த வீட்டுக்குள் யாரும் புகுவதற்கு அனுமதியில்லை, நாளைப் பகலில் வா!' என்றார்கள். சற்று நேரம் அவர்களுடன் வம்பு பேசிப் பல விஷயங்கள் தெரிந்து கொண்டேன். சிவகாமி அம்மையும், ஒரு தோழியும் சமையற்காரியும் மட்டும் அந்த வீட்டுக்குள் இருப்பதாகவும், வேறு யாரும் இல்லை, வருவதுமில்லையென்பதாகவும் தெரிந்து கொண்டேன். ஒரே ஒரு தடவை புலிகேசி சக்கரவர்த்தி அங்கு வந்து இராஜ சபையில் நடனம் ஆடும்படி கேட்டாராம். அம்மை அதை மறுத்து விட்டபடியால் இம்மாதிரி வாதாபி வீதிகளில் தினம் நாட்டியமாடும்படி தண்டனை விதித்தாராம். இதை அறிந்ததும் எனக்குக் கோபம் கோபமாய் வந்தது. மனத்திற்குள்ளே அந்தக் கொடுமனம் படைத்த ராட்சதப் பதரைத் திட்டிக்கொண்டு கிளம் பினேன். வீதி முனைக்குச் சென்றதும் ஒரு பக்கத்திலிருந்து தீவர்த்திப் பிடித்த காவலர்கள் புடைசூழ ஒரு பல்லக்கு வருவதைக் கண்டேன். ஒரு வீட்டுத் திண்ணையில் தூணின் பின்னால் ஒளிந்துகொண்டு பல்லக்கில் வருவது யார் என்று கவனித்தேன். நான் எதிர்பார்த்தது போலவே நாகநந்தி பிக்ஷுதான் பல்லக்கில் இருந்தார்...'

அப்போது நறநறவென்று, மாமல்லர் பல்லைக் கடிக்கும் சத்தம் கேட்டது. சேனாபதி பரஞ்சோதி குறுக்கிட்டு, 'சத்ருக்னா! ஏன் கதையை வளர்த்திக் கொண்டே போகிறாய்? அம்மையைச் சந்தித்துப் பேசினாயா? ஏதாவது செய்தி உண்டா? அதைச் சொல்லு!' என்றார்.

பரஞ்சோதியைச் சிறிது கோபமாக மாமல்லர் பார்த்துவிட்டு, 'சத்ருக்னா! எதையும் விடவேண்டாம், நாகநந்தி எங்கே போனார்? சிவகாமியின் வீட்டுக்குள்ளேயா?' என்று வினவினார்.

'ஆம், பிரபு! அம்மையின் மாளிகைக்குள்தான் போனார். ஒரு நாழிகை நேரம் வீட்டுக்குள்ளே இருந்துவிட்டு வெளியேறினார். அந்த ஒரு நாழிகை நேரமும் நானும் அந்த வீதியிலேயே சுற்றிவந்து கொண்டிருந்தேன். ஒரு தடவை வீட்டு வாசலுக்கு அருகில் சென்று காவலரில் ஒருவனிடம், 'சமீபத்தில் சத்திரம் சாவடி எங்கேயாவது இருக்கிறதா?' என்று விசாரித் தேன். அப்போது உள்ளே சிவகாமி அம்மை புத்த பிக்ஷுவின் தலையில் நெருப்புத் தணலைக் கொட்டிக் கொண்டிருந்தார். அவ்வளவு கோபமாக அவர் பேசியது என் காதில் விழுந்தது. அதில் எனக்குப் பரம திருப்தி ஏற்பட்டது...'

‘இங்கே எல்லாருக்கும் அப்படித்தான்!’ என்றான் குண்டோதரன்.

‘அதே வீதியில் இருந்த ஒரு சத்திரத்தில் படுத்து இரவு நிம்மதியாகத் தூங்கினேன். இன்று பொழுது விடிந்து சற்று நேரம் ஆனதும் அம்மையின் மாளிகைக்குப் போனேன். என்னைப் பார்த்ததும் சிவகாமி அம்மைக்கு ஒரே வியப்பாய்ப் போய் விட்டது. பக்கத்திலிருந்த தோழியை ஏதோ காரியமாக உள்ளே போகச் சொல்லிவிட்டு, ‘சத்ருக்னா! இது என்ன? காஞ்சிக்கு நீ போகவில்லையா? என்னைப் பின்தொடர்ந்தே வந்துவிட்டாயா?’ என்று கேட்டார்.

‘இல்லை, அம்மணி! காஞ்சிக்குப் போய் மாமல்லரிடம் தாங்கள் கூறிய செய்தியைச் சொன்னேன். அவரும் வந்திருக்கிறார், சேனாபதியும் வந்திருக் கிறார்!’ என்றேன்.

இதைக் கேட்டதும் அம்மை உற்சாகமும் பரபரப்பும் அடைந்து, ‘சைனியம் எங்கே இறங்கியிருக்கிறது?’ என்று கேட்டார்.

சைனியத்தோடு வரவில்லையென்றும், மாமல்லரோடு சேனாபதியும் கண்ணபிரானும் வந்திருக்கிறார்கள் என்றும், கோட்டைக்கு வெளியே இந்த மலையடிவாரத்தில் இறங்கியிருக்கிறார்கள் என்றும் தெரிவித்தேன். நாளை அமாவாசை இரவில் எல்லோரும் வருகிறோம் என்றும், தோழிப் பெண்ணை எங்கேயாவது அனுப்பிவிட்டு நம்முடன் புறப்பட ஆயத்த மாயிருக்கவேண்டும் என்றும் சொல்லிவிட்டு வந்தேன்!’ என்று சத்ருக்னன் முடித்தான்.

‘சத்ருக்னா! சிவகாமி முடிவாக என்ன சொன்னாள்? ஏதேனும் செய்தி உண்டா?’ என்று மாமல்லர் கேட்டார்.

‘ஒன்றுமில்லை, பிரபு! அம்மை அதிகமாகப் பேசாமல் அமாவாசை இரவு நம்மை எதிர்பார்த்துக்கொண்டிருப்பதாகச் சொல்லி எனக்கு விடை கொடுத்தார் அவ்வளவுதான்!’

இதைக் கேட்ட மாமல்லர் சிந்தனையில் ஆழ்ந்தார்.

53.சந்தேகம்

அமாவாசை அன்று இரவு சிவகாமி தன்னுடைய மாளிகையில் தன்னந் தனியாக உட்கார்ந்திருந்தாள்.

அவளுக்குத் துணையாயிருந்த தோழி நோய்வாய்ப்பட்டிருந்த தன்னுடைய அன்னையைப் பார்த்துவிட்டு வரவேண்டுமென்று சொல்லிக் கொண்டிருந் தமையால், அதை வியாஜமாகக் கொண்டு அன்றிரவு அவளை வீட்டுக்கு அனுப்பி விட்டாள்.

இப்போது நந்தா விளக்கு ஒன்றே சிவகாமிக்குத் துணையாக எரிந்துகொண்டிருந்தது. அவளுடைய உள்ளமோ பல்வேறு சிந்தனைகளில் ஆழ்ந்திருந்தது.

மாமல்லர் வரப்போகிறார் என்று எண்ணியபோதெல்லாம் அவளுடைய இருதயம், மேலெழும்பி வந்து தொண்டையை அடைத்துக் கொண்டது. ஆத்திரமும் ஆங்காரமும் ஒரு பக்கத்தில் பொங்கின. துக்கமும் ஆர்வமும் இன்னொரு புறத்தில் பெருகின.

மாமல்லரிடம் வைத்த காதலினாலல்லவா இந்தத் துன்பங்களுக்கெல்லாம் ஆளானோம் என்ற எண்ணம் அடிக்கடி தோன்றிக் கொண்டிருந்தது. தனது நிலைமைக்குகந்த சிற்பியின் மகன் ஒருவனைக் காதலித்துக் கலியாணம் செய்துகொண்டிருந்தால், தான் இந்த அவகேட்டுக்கெல்லாம் ஆளாகியிருக்க வேண்டியதில்லையல்லவா?

காடு சூழ்ந்த தனி வீட்டில் வசித்த தன்னை மாமல்லர் ஏன் தேடி வந்து இப்படிப் பித்துப் பிடிக்கச் செய்யவேண்டும்? அப்படிச் செய்தவர் மண்டபப்பட்டுக் கிராமத்தில் ஏன் தன்னைத் தன்னந்தனியாக விட்டு விட்டுப் போகவேண்டும்? மாமல்லர் மேலுள்ள ஆசை காரணமாகத்தானே காஞ்சிக்கு அவள் வர நேர்ந்தது! மறுபடியும் அவருடைய காதல் காரணமாகத்தானே கோட்டையிலிருந்து சுரங்க வழியாக வெளிவர நேர்ந்தது! ஆகா! தன்னுடைய துன்பங்களுக்கெல்லாம் காரணம் அவர்தான்!

இப்படியாக மாமல்லரிடம் ஒருபுறம் ஆத்திரத்தை வளர்த்துக் கொண்டு வந்தாள் என்றாலும், நேரம் ஆக ஆக, 'ஐயோ! அவர் வரவில்லையே?' என்ற ஏக்கமும் ஒருபுறம் அதிகமாகி வந்தது.

அர்த்த ராத்திரியில் சிவகாமி ஆழ்ந்த சிந்தனையிலிருந்தபோது திடீரென்று அவள் எதிரில் தாடியும் மீசையுமான முகத் தோற்றமுடைய இருவரைக் கண்டதும் திகிலடைந்தவளாய் நிமிர்ந்து உட்கார்ந்தாள்.

ஆனாலும் அப்படி வந்தவர்களுடைய முகத்தோற்றம் பயங்கரத்தை விளைவிப்பதாக இல்லை. எப்போதோ பார்த்த முகங்களாகவும் தோன்றின.

'யார் நீங்கள்? இந்த நள்ளிரவு வேளையில் எதற்காக இங்கே வந்தீர்கள்?' என்று அதிகாரத் தொனியில் கேட்டாள்.

'சிவகாமி! என்னைத் தெரியவில்லையா?' என்று மாமல்லரின் குரல் கேட்டதும், சிவகாமியின் முகத்தில் வியப்புடன் கூடிய புன்னகை மலர்ந்தது.

எத்தனையோ காலத்துக்குப் பிறகு சிவகாமியின் முகத்தில் தோன்றிய அந்தப் புன்னகை அவளுடைய முகத்திற்கு எல்லையற்ற வனப்பை அளித்தது.

ஆனால், அந்த முகமலர்ச்சியானது மாமல்லரின் உள்ளத்தில் மகிழ்ச்சியை உண்டாக்கவில்லை. 'ஆ! இவள் இவ்விடம் உற்சாகமாகத்தான் இருக்கிறாள்!' என்ற எண்ணம் அவர் அகத்தில் உண்டாகி முகம் சுருங்கும்படிச் செய்தது.

'பிரபு! தாங்கள்தானா?' என்று உணர்ச்சியினால் கம்மிய குரலில் கேட்டுக் கொண்டு சிவகாமி எழுந்தாள்.

'ஆமாம், நான்தான்! வாதாபிச் சக்கரவர்த்தியின் மாளிகையில் வைபோகமாக வாழும்போது பழைய மனிதர்களைப் பற்றி எப்படி ஞாபகம் இருக்கும்?' என்று மாமல்லர் கடுமையான குரலில் கூறினார்.

அந்தக் கொடிய மொழிகளைக் கேட்ட சிவகாமி திக்பிரமை யடைந்தவள் போல் மாமல்லரைப் பார்த்தது பார்த்தபடி நின்றாள். இவர் உண்மையில் மாமல்லர்தானா அல்லது வேஷதாரியா என்று அவளுக்கு ஐயம் தோன்றி விட்டது.

இப்படி ஒருவரையொருவர் வெறித்துப் பார்த்துக்கொண்டு சும்மா நின்றதைக் கவனித்த தளபதி பரஞ்சோதி, அந்தச் சந்தர்ப்பத்தில் தாம் அங் கிருப்பது அநுசிதம் என்பதை உணர்ந்தார். உடனே மாமல்லரின் காதருகில் வந்து, 'பிரபு! காலதாமதம் செய்யக்கூடாது! அதிக நேரம் நமக்கில்லை' என்று சொல்லி விட்டு, அப்பால் முன்கட்டுக்குச் சென்றார்.

பரஞ்சோதி மறைந்த பிறகு மாமல்லர், 'ஓகோ! இன்னும் ஞாபகம் வர வில்லை போலிருக்கிறது. போனால் போகட்டும். உன் தந்தை ஆயனரை யாவது ஞாபகமிருக்கிறதா, சிவகாமி? ஆடல் பாடல் விநோதங்களில் அவரையும் மறந்துவிட்டாயா?' என்றார்.

சிவகாமியின் புருவங்கள் நெறிந்தன. கோபத்தினால் சிவந்த கண்கள் அகல விரிந்தன. இதழ்கள் துடித்தன.

உள்ளத்தில் பொங்கி வந்த கோபத்தையெல்லாம் பெரு முயற்சி செய்து அடக்கிக்கொண்டு, 'இளவரசே! என் தந்தை சௌக்கியமாயிருக்கிறாரா? எங்கே இருக்கிறார்? எப்படி இருக்கிறார்?' என்று கேட்டாள்.

'ஆம்; ஆயனர் சௌக்கியமாயிருக்கிறார். கால்களில் ஒன்று முறிந்து, ஏக புதல்வியை இழந்தவர் எவ்வளவு சௌக்கியமா யிருக்கலாமோ, அவ்வளவு சௌக்கியமாயிருக்கிறார். 'சிவகாமி எங்கே? என் அருமை மகள் எங்கே?' என்று வந்தவர் போனவரையெல்லாம் கேட்டுக் கொண்டிருக்கிறார். சிவகாமி புறப்படு, போகலாம்!'

சிவகாமியின் கண்களில் நீர் ததும்பியது. ஆயினும் அவள் மாமல்லருடன் புறப்படுவதற்கு யத்தனம் செய்வதாகக் காணவில்லை.

'சிவகாமி! ஏன் இப்படி நிற்கிறாய்? உன் தந்தையை உயிரோடு காண விரும் பினால் உடனே புறப்படு!' என்றார் மாமல்லர்.

இன்னமும் சிவகாமி அசையாமல் சும்மா நின்றாள்.

'இது என்ன, சிவகாமி! காஞ்சிக்கு வர உனக்கு இஷ்டமில்லையா? ஆகா! அப்போதே சந்தேகித்தேன், அது உண்மையாயிற்று!' என்று மறுபடியும் மாமல்லர் குத்தலாகச் சொன்னார்.

சிவகாமியின் மௌனம் அப்போது கலைந்தது. 'பிரபு! என்ன சந்தேகித்தீர்கள்?' என்று கேட்டாள்.

'அதைப் பற்றி இப்போது என்ன? பிறகு சொல்கிறேன்.'

'என்ன சந்தேகித்தீர்கள்? சொல்லுங்கள் பிரபு!'

'இப்போதே சொல்லவேண்டுமா?'

'அவசியம் சொல்லவேண்டும்.'

'வாதாபிச் சக்கரவர்த்தியின் மாளிகையில் சுகபோகத்துடன் வாழ்ந்தவர்களுக்கு என்னோடு புறப்பட்டு வர இஷ்டமாயிராது என்று சந்தேகித்தேன்.'

இதைக் கேட்டதும் சிவகாமி சிரித்தாள்! நள்ளிரவு நேரத்தில் அந்தச் சிரிப்பின் ஒலி மாமல்லரின் காதுக்கு நாராசமாயிருந்தது. சிரிப்பை நிறுத்தியதும் சிவகாமி உறுதியான குரலில் கூறினாள்.

'ஆம் பல்லவ குமாரா! உங்கள் சந்தேகம் உண்மைதான். எனக்கு இந்த மாளிகையின் சுகபோகத்தைவிட்டு வர இஷ்டமில்லை. வாதாபி நகரை விட்டு வரவும் மனம் இல்லை; நீங்கள் போகலாம்!'

இவ்விதம் சிவகாமி கூறியதும், மாமல்லர் கண்களில் தீப்பொறி பறக்க, 'ஆகா பெரியவர்கள் கூறியிருப்பது எவ்வளவு உண்மை!' என்றார்.

'பெரியவர்கள் என்ன கூறியிருக்கிறார்கள்?'

'ஸ்திரீகள் சபல சித்தமுடையவர்கள் என்று சொல்லியிருக்கி றார்கள்.'

'அந்த உண்மையை இப்போது கண்டுகொண்டீர்கள் அல்லவா? போய் வாருங்கள், பிரபு.'

'ஆகா! உன்னைத் தேடி நூறு காத தூரம் வந்தேனே? என்னைப் போன்ற புத்திசாலி யார்?' என்று தமக்குத்தாமே சொல்லிக் கொண்டார் மாமல்லர். பிறகு, 'சிவகாமி நீ எனக்காக வரவேண்டாம். உன் தந்தைக்காகக் கிளம்பிவா! உன் தோழி கமலிக்காகப் புறப்பட்டு வா! உன்னைக் கட்டாயம் அழைத்து வருவதாக அவர்களிடம் சபதம் செய்துவிட்டு வந்தேன்!' என்றார் மாமல்லர்.

'நானும் ஒரு சபதம் செய்திருக்கிறேன், பிரபு!'

'நீயும் சபதம் செய்திருக்கிறாயா? என்ன சபதம்?'

'தங்களிடம் எதற்காகச் சொல்லவேண்டும்?'

'சொல்லு சிவகாமி! சீக்கிரம் சொல்!'

'சொன்னால் நீங்கள் நம்பப்போவதில்லை; சபல புத்தியுள்ள அபலைப் பெண்ணின் சபதந்தானே?'

'பாதகமில்லை, சொல்! நேரமாகிறது!'

‘இந்த வாதாபி நகரம் தீப்பற்றி எரிந்து, இந்நகரின் வீடுகள் எல்லாம் சாம்பலாவதையும், வீதிகளிலெல்லாம் இரத்த வெள்ளம் ஓடுவதையும், நாற்சந்திகள் பிணக்காடாய்க் கிடப்பதையும் கண்ணாலே பார்த்தபிறகுதான் இந்நகரை விட்டுக் கிளம்புவேன் என்று சபதம் செய்திருக்கிறேன்!’

‘என்ன கோரமான சபதம்! இப்படி ஒரு சபதத்தை எதற்காகச் செய்தாய் சிவகாமி?’

‘பிரபு! இந்த நகருக்கு வரும் வழியில் நான் பார்த்த கோரக் காட்சி களையெல்லாம் நீங்கள் பார்த்திருந்தால் எதற்காகச் சபதம் செய்தேன் என்று கேட்கமாட்டீர்கள். இந்த வாதாபி நகரின் நாற்சந்திகளிலே தமிழ்நாட்டு ஸ்திரீ புருஷர்கள் கட்டப்பட்ட கரங்களுடனே கொண்டுவந்து நிறுத்தப் பட்டதையும், சாட்டையினால் அவர்கள் அடிக்கப்பட்டதையும், அவர் களுக்கு முன்னால் பல்லவ தேசத்தின் நடன கலாராணி நாட்டியமாடி யதையும் தாங்கள் பார்த்திருந்தால், சபதம் ஏன் எதற்காக என்றெல்லாம் கேட்க மாட்டீர்கள்.’

‘சிவகாமி! அதையெல்லாம் நான் நேரில் பார்க்காவிட்டாலும், எனக்குத் தெரிந்தவைதான். இருந்தாலும் நீ இவ்வளவு கடுமையான சபதம் எடுத்துக் கொள்ளலாமா?’

‘பிரபு! பல வருஷங்களுக்கு முன்னால், பல யுகங்களுக்கு முன்னால், என்னை இளவரசர் ஒருவர் காதலிப்பதாகச் சொன்னார். என்னைத் தமது பட்டமகிஷியாக்கிக் கொள்வதாக வாக்குறுதி கூறினார். என்னை ஒரு நாளும் மறப்பதில்லை என்று வேலின் மேல் ஆணையாக வாக்களித்தார். தாமரைக் குளக்கரையில் பூரண சந்திரனின் நிலவில், ‘இந்த ஜன்மத்திலும் எந்த ஜன்மத்திலும் நீயே என் வாழ்க்கைத் துணைவி’ என்று சத்தியம் செய்தார். அவர் சுத்தவீரர் என்றும், சொன்ன சொல் தவறாதவர் என்றும் நம்பியிருந்தேன். அந்த நம்பிக்கை காரணமாகவே அத்தகைய சபதம் செய்தேன்!’ என்று சிவகாமி கம்பீரமான குரலில் கூறி மாமல்லரை ஏறிட்டுப்பார்த்தாள். அந்தப் பார்வை கூரிய வேலைப்போல் மாமல்லருடைய நெஞ்சிலே பாய்ந்து அவரை நிலைகுலையச் செய்தது.

54.விபரீதம்

மாமல்லர் தமது நிலை குலைந்த நெஞ்சைத் திடப்படுத்திக் கொண்டு, கனிவு ததும்பிய கண்களால் சிவகாமியை நோக்கினார்.

‘சிவகாமி! உன்னுடைய நம்பிக்கை வீணாய்ப் போகவில்லையே! உனக்கு நான் கொடுத்த வாக்குறுதியை நிறைவேற்றத்தானே வந்திருக்கிறேன்? நூறு காத தூரம் காடும் மலையும் நதியும் கடந்து வந்திருக்கிறேன். பசி பட்டினி

பாராமல் இராத் தூக்கமில்லாமல் வந்திருக்கிறேன். நான் ஏறி வந்த குதிரை ஏறக்குறையச் செத்து விழும்படி அவ்வளவு வேகமாய் வந்தேன். சற்று முன்பு நான் கூறிய கடுமொழிகளையெல்லாம் மறந்துவிடு. யார் மேலேயோ வந்த கோபத்தை உன் மீது காட்டினேன். இத்தனை நாளைக்குப் பிறகு நம்முடைய சந்திப்பு இப்படிக் கோபமும் தாபமுமாயி ருக்குமென்று நான் நினைக்கவில்லை. எவ்வளவோ ஆசையோடு எத்தனையோ மனக்கோட்டை கட்டிக்கொண்டு வந்தேன்! - போகட்டும், சிவகாமி! புறப்படு, போகலாம்!'

'பிரபு! மன்னியுங்கள்! இப்போது நான் வரமாட்டேன், என் சபதம் நிறைவேறிய பிறகுதான் வருவேன்.'

'சிவகாமி! இது என்ன வார்த்தை? என்னுடன் வருவதற்கு உனக்கு விருப்பம் இல்லையா, என்ன? தாமதிக்க நேரமில்லை.'

'இளவரசே! என் சபதத்தை நிறைவேற்றி வையுங்கள். பாதகன் புலிகேசியைக் கொன்று, வாதாபி நகரத்தைச் சுட்டெரித்து விட்டு, உங்கள் அடிமையின் கையைப்பிடித்து அழைத்துச் செல்லுங்கள். அப்போது நிழல்போல் உங்களைத் தொடர்ந்து வருவேன்.'

'சிவகாமி! உன் சபதத்தை அவசியம் நிறைவேற்றி வைக்கிறேன். ஆனால் அதை நிறைவேற்றுவது எளிதல்ல. பெரும்படை திரட்டிக்கொண்டு, தக்க ஆயுத பலத்தோடு வரவேண்டும். இதற்கெல்லாம் அவகாசம் வேண்டும்; பல வருஷங்கள் ஆகலாம்...'

'பல்லவ குமாரர்தானா இப்படிப் பேசுகிறீர்கள்? வீர மாமல்லரா இப்படிப் பேசுகிறீர்கள்? புலிகேசியைக் கொன்று வாதாபியை வெற்றி கொள்வது அவ்வளவு கடினமான காரியமா? இந்தப் பேதை தெரியாமல் சபதம் செய்துவிட்டேனே? பல்லவ குமாரா! தாங்கள் காஞ்சிக்குப்போய் இராஜ்ய காரியங்களைக் கவனியுங்கள். இந்த ஏழைச் சிற்பியின் மகளைப்பற்றிக் கவலை வேண்டாம்! நான் என்ன பாண்டிய ராஜகுமாரியா, சோழன் திருமகளா தாங்கள் கவலைப்படுவதற்கு? நான் எக்கேடு கெட்டால் தங்களுக்கென்ன? என் சபதம் எப்படிப் போனால் என்ன?' என்று சிவகாமி கசப்புடன் பேசினாள்.

'சிவகாமி! நீதான் பேசுகிறாயா? நீ பழைய சிவகாமிதானா?' என்றார் மாமல்லர்.

'இல்லை, பிரபு! நான் பழைய சிவகாமி இல்லை; புதிய சிவகாமியாகி விட்டேன். என் வாழ்க்கை கசந்துவிட்டது. என் மனம் பேதலித்து விட்டது. இந்தப் புதிய சிவகாமியை மறந்து விடுங்கள். ஒரு சமயம் தங்களிடம், 'அடியாளை மறக்க வேண்டாம்' என்று வரம் கேட்டேன். இப்போது, 'மறந்துவிடுங்கள்' என்று வரம் கேட்கிறேன்!' என்றாள் சிவகாமி.

'சிவகாமி! கேள்! நீ புதிய சிவகாமியானாலும் நான் பழைய மாமல்லன்தான். உன்னைப் பிரிந்திருந்த காலத்திலெல்லாம் ஒரு கணமேனும் உன்னை நான்

மறக்கவில்லை. இரவிலும் பகலிலும், கனவிலும் நனவிலும், அரண் மனையிலும் போர்க்களத்திலும், என்ன செய்தாலும் யாரோடு பேசினாலும், என் உள்ளத்தைவிட்டு நீ ஒரு கணமும் அகலவில்லை. உன் பேரில் நான் கொண்ட பரிசுத்தமான காதலின்மேல் ஆணை வைத்துச் சொல்லுகிறேன். நீ செய்த சபதத்தை நிறைவேற்றி வைக்கிறேன். இப்போது என்னோடு புறப்படு!' என்று மாமல்லர் உணர்ச்சி மிகுதியினால் நாத் தழுதழுக்கக் கூறினார்.

கல்லையும் கனிய வைக்கக்கூடிய மேற்படி மொழிகள் சிவகாமியின் மனத்தைக் கனியச் செய்யவில்லை. பட்ட கஷ்டங்களினாலும் பார்த்த பயங்கரங்களினாலும் கல்லினும் கடினமாகியிருந்தது அவள் உள்ளம்.

'காதலாம் காதல்! காதலும் கல்யாணமும் இங்கே யாருக்கு வேண்டும்?' என்றாள் சிவகாமி.

'நிஜமாகத்தான் சொல்கிறாயா? காதலும் கலியாணமும் உனக்கு வேண்டாமா?' என்று மாமல்லர் ஆத்திரத்தோடு கேட்டார்.

'நிஜமாகத்தான் சொல்கிறேன். காதலும் கலியாணமும் எனக்கு வேண்டாம். பழிதான் வேண்டும். வஞ்சம் தீர்க்கவேண்டும். புலிகேசி சாகவேண்டும். வாதாபி எரியவேண்டும். வாதாபி மக்கள் அலறிப் புடைத்துக்கொண்டு அங்குமிங்கும் ஓட வேண்டும். வேறொன்றும் எனக்குவேண்டாம்!'

மாமல்லர் மீண்டும் நயமான வார்த்தைகள் கூறினார்.

'சிவகாமி! உன் விருப்பத்தைத் தெரிந்துகொண்டேன். உன்னைக் காட்டிலும் நூறு மடங்கு என் உள்ளம் கொதித்துக் கொண்டிருக்கிறது. உன்னைச் சிறைப் பிடித்து வந்து அவமானப்படுத்திய பாதகனைப் பழிவாங்க என் மனம் துடித்துக் கொண்டிருக்கிறது. கட்டாயம் உன் சபதத்தை நிறைவேற்றி வைக்கிறேன். நீ மட்டும் இப்போது என்னுடன் புறப்பட்டு வந்துவிடு!'

'வரமாட்டேன், இளவரசே! ஆயனச் சிற்பியாரிடம், அவருடைய மகள் இறந்து போய்விட்டாள் என்று சொல்லி விடுங்கள்!'

'சிவகாமி! இது என்ன பிடிவாதம்? கடைசி வார்த்தையாகச் சொல்லுகிறேன், கேள்! உன்னுடைய சபதத்தை நான் கட்டாயம் நிறைவேற்றி வைக்கிறேன். ஆனால், இந்தச் சமயம் என்னுடன் நீ வராவிட்டால் என் மனம் கசந்து போய்விடும். என் அன்பை அடியோடு இழந்து விடுவாய்!'

'அன்பு வேண்டாம் சுவாமி! சபதத்தை நிறைவேற்றுங்கள்.'

'பெண்ணே! பல்லவ குலத்தினர் ஒரு நாளும் சொன்ன சொல் தவறுவ தில்லை.'

'இளவரசே! ஆயனச் சிற்பியின் மகளும் சொன்ன சொல்லை மாற்றுவ தில்லை!'

'ஆகா! இதென்ன அகம்பாவம்?' என்றார் மாமல்லர்.

‘ஆம், இளவரசே! எனக்கு அகம்பாவந்தான். ஏன் இருக்கக் கூடாது? பாண்டியன் மகளுக்கும், சேர ராஜகுமாரிக்குந்தான் அகம்பாவம் இருக்கலாமா? நான் சிற்பியின் மகள்தான், ஆனாலும் செந்தமிழ் நாட்டு வீரப் பெண் குலத்திலே பிறந்தவள். காதலன் கழுத்திலே மாலை சூட்டிப் போர்க்களத்துக்கு அனுப்பிய மாதர் வம்சத்தில் பிறந்தவள். கண்ணகித் தெய்வம் வாழ்ந்த நாட்டில் நானும் பிறந்தேன். எனக்கு ஏன் அகம்பாவம் இருக்கக் கூடாது, பிரபு?’

சிவகாமியின் மனத்தைத் திருப்ப மேலே என்ன சொல்லலாம் என்று அவர் சிந்திப்பதற்குள், சேனாபதி பரஞ்சோதி பரபரப்புடன் உள்ளே வந்தார், மாமல்லரின் காதில் ஏதோ சொன்னார்.

மாமல்லரின் முகத்தில் ஒரு கணம் திகிலின் அறிகுறி தோன்றியது. மறுகணம் சமாளித்துக்கொண்டார். ‘சேனாபதி! இந்த மூடப் பெண்ணின் பிடிவாதத்துக்கு முன்னால் நம்முடைய திட்டமெல்லாம் சின்னா பின்னமாகிவிடும் போலிருக்கிறது!’ என்றார். சிவகாமியின் பக்கம் கோபமாகத் திரும்பி, ‘பெண்ணே! நீ வருவாயா? மாட்டாயா? உன்னுடன் வாதமிட்டுக் கொண்டிருக்க நேரமில்லை!’ என்றார் மாமல்லர்.

அப்போது சேனாபதி பரஞ்சோதி குறுக்கிட்டு, ‘அம்மணி, எங்களுடைய நிலைமையைத் தெரிந்து கொள்ளுங்கள். எதிரிகளின் கோட்டைக்குள்ளே தனியாக நாலு பேர் வந்திருக்கிறோம். கோட்டைச்சுவர்மீது நூலேணியுடன் கண்ணனும் அவன் தந்தையும் காத்துக் கொண்டிருக்கிறார்கள். கோட்டைக்கு வெளியில் இந்த நிமிஷத்தில், நரபலி கொடுக்கும் காபாலிகர்கள் எங்களைத் தேடிக் கொண்டிருக்கிறார்கள். இங்கேயோ அந்தக் கள்ள பிக்ஷு நாங்கள் வந்திருப்பதை அறிந்துகொண்டு, இதோ வீதி முனையில் வந்து கொண்டிருக்கிறார். தேவி! இந்த நிலைமையில் தாங்கள் இப்படி வீண் விவாதம் வளர்த்தக் கூடாது...’ என்றார்.

‘பெண் புத்தி பேதமையுடைத்து’ என்று முன்னோர் சொல்லியிருக்கிறார்கள் அல்லவா? அது உண்மை என்பதை நிரூபிக்கும்படி சிவகாமி அப்போது பேசினாள்.

‘ஐயா! பல்லவ குமாரரும் அவருடைய அருமைத் தோழரும் கேவலம் மண்டை ஓட்டில் பிச்சை வாங்கும் காபாலிகருக்கும், காவித்துணி தரித்த புத்த பிக்ஷுவுக்கும் பயந்து ஓடுவார்கள் என்பது இதுவரையில் எனக்குத் தெரியாமலிருந்தது. அதற்காக என்னை மன்னியுங்கள். நீங்கள் தப்பிப் பிழைப்பதை நான் குறுக்கே நின்று மறிக்கவில்லையே! தாராளமாகப் போகலாம்’ என்றாள்.

பல்லவ குமாரருக்குக் காலாக்னியையொத்த கோபம் வந்தது. ‘அடி பாதகி! சண்டாளி! இதன் பயனை நீ அனுபவிப்பாய்!’ என்று சீறினார். பின்னர் பரஞ்சோதியைப் பார்த்து ‘சேனாபதி! இந்த வஞ்சகப் பாதகியின் நோக்கம் இப்போது தெரிந்தது. கள்ள பிக்ஷுவிடம் நம்மைக் காட்டிக் கொடுத்துவிட வேண்டும் என்பது இவள் எண்ணம், வாரும் போகலாம்!’ என்றார்.

அப்போது பரஞ்சோதி, 'பிரபு! மன்னிக்க வேண்டும். நான் எல்லாம் கேட்டுக் கொண்டிருந்தேன். ஆயனர் புதல்வி அப்படி வஞ்சகம் செய்யக் கூடியவர் அல்ல. தான் செய்த சபதத்தை முன்னிட்டுத்தான் 'வர மாட்டேன்' என்கிறார்...' என்பதற்குள்ளே, மாமல்லர் குறுக்கிட்டார். 'தளபதி பெண்களின் வஞ்சகம் உமக்குத் தெரியாது. சபதமாம், சபதம்! வெறும் பொய்! வாதாபிச் சக்கரவர்த்தியின் மாளிகையை விட்டு வருவதற்கு இவளுக்கு விருப்பமில்லை, வாரும் போகலாம்!' என்று மாமல்லர் சேனாபதியின் கையைப்பற்றி இழுக்கத் தொடங்கினார்.

தளபதி பரஞ்சோதி நகராமல் நின்றார். 'பிரபு! இது நியாயமல்ல. சிவகாமி அம்மையை இங்கு விட்டுப் போவது பெரும் பிசகு! அவராக வருவதற்கு மறுத்தால், நாம் பலவந்தமாகத் தூக்கிக் கொண்டு போகவேண்டியது தான்!...' என்றார்.

இந்த வார்த்தைகள் காதில் விழுந்ததும் சிவகாமியின் தேகமெல்லாம் சிலிர்த்தது. ஒரு சமயம் மாமல்லர் தன்னை விஷநாகம் தீண்டாமல் கட்டிக் காத்ததாகக் கனவு கண்டதைப் பற்றிச் சொன்னது அவளுக்கு நினைவு வந்தது. 'அந்தக் கனவு இப்போது மெய்யாகாதா? சேனாபதியின் யோசனைப்படி மாமல்லர் தன்னை நெருங்கி வந்து கட்டிப்பிடித்துத் தூக்கிக் கொண்டு போகமாட்டாரா?' என்று எண்ணினாள். ஆகா! அம்மாதிரி மாமல்லர் செய்திருந்தால், பின்னால் எவ்வளவு விபரீதங்கள் நேராமல் போயிருக்கும்!

விதிவசத்தினால் மாமல்லர் அவ்வாறு செய்ய மனங்கொள்ளவில்லை.

'வேண்டாம், சேனாபதி! வேண்டாம். இஷ்டமில்லாத பெண்ணை நாம் பலவந்தப்படுத்தி அழைத்துப் போக வேண்டியதில்லை. இவளுக்கு நான் கொடுத்த வாக்குறுதியை ஒரு சமயம் நிறைவேற்றுவேன். பிறகு இஷ்ட மானால் வரட்டும், அதுவரையில் அந்தக் கள்ள பிக்ஷுவையே கட்டிக் கொண்டு அழட்டும்!...' என்று மாமல்லர் சொல்லிக் கொண்டிருக்கும் போது சத்ருக்னனும் குண்டோதரனும் உள்ளே ஓடோடியும் வந்தார்கள்.

'பிரபு! பிக்ஷு வீதி முனையில் வருகிறார். அவருடன் வந்த வீரர்களில் பாதிப் பேர் வீட்டின் கொல்லைப் பக்கமாகப் போகிறார்கள்!' என்று சத்ருக்னன் மொழி குளறிக் கூறினான்.

பரஞ்சோதி மறுபடியும் சிவகாமியின் பக்கம் நோக்கிப் பரபரப்புடன், 'அம்மா!...' என்றார்.

'வேண்டாம், தளபதி! வேண்டாம். இந்தக் கிராதகி நம்மைக் கள்ள பிக்ஷுவிடம் காட்டிக்கொடுக்கத்தான் பார்க்கிறாள்! வாரும் போகலாம்!' என்று மாமல்லர் இரைந்து கூறிப் பரஞ்சோதியின் கையைப் பிடித்து இழுத் துக்கொண்டு அம்மாளிகையின் பின்புறமாக விரைந்தார். அடுத்த கணம் அவர்கள் நால்வரும் சிவகாமியின் பார்வையிலிருந்து மறைந்தார்கள்

55.கத்தி பாய்ந்தது!

மாமல்லர் முதலியோர் சென்ற பக்கத்தை சிவகாமி ஒரு கணம் வெறித்து நோக்கினாள். மறுகணம் படீரென்று பூமியில் குப்புற விழுந்தாள்.

அவளுடைய தேகத்தை யாரோ கட்புலனாகாத ஒரு மாய அரக்கன் முறுக்கிப் பிழிவது போலிருந்தது. உடம்பிலுள்ள எலும்புகள் எல்லாம் நறநறவென்று ஒடிவது போலத் தோன்றியது.

அவளுடைய நெஞ்சின் மேல் ஒரு பெரிய மலையை வைத்து அமுக்குவது போலிருந்தது.

அவளுடைய குரல்வளையை ஒரு விஷநாகம் சுற்றி இறுக்குவது போலத் தோன்றியது.

ஒரு கணம் சுற்றிலும் ஒரே இருள் மயமாக இருந்தது.

மறுகணம் தலைக்குள்ளே ஆயிரமாயிரம் மின்னல்கள் பாய்ந்தன.

வீடும் விளக்கும் அவளைச் சுற்றிக் கரகரவென்று சுழன்றன.

கீழே கீழே கீழே இன்னும் கீழே அதலபாதாளத்தை நோக்கிச் சிவகாமி விழுந்து கொண்டிருந்தாள். ஆகா! இப்படி விழுவதற்கு முடிவே கிடையாதா? என்றென்றைக்கும் கீழே கீழே போய்க் கொண்டிருக்க வேண்டியதுதானா?

'சிவகாமி! சிவகாமி!' என்று எங்கேயோயிருந்து யாரோ அழைத்தார்கள். அது மாமல்லரின் குரல் அல்ல, நிச்சயம்.

முகத்தின் அருகே நாகப்பாம்பு சீறுவதுபோல் சத்தம் கேட்டது. உஷ்ணமான மூச்சு முகத்தின் மீது விழுந்தது.

சிவகாமி கண்களைத் திறந்தாள். ஐயோ! படமெடுத்தாடும் சர்ப்பத்தின் முகம்! தீப்பிழம்பாக ஜொலித்த பாம்பின் கண்கள்!

இல்லை; இல்லை! நாகநந்தி பிக்ஷுவின் முகம். அவர் மூச்சுவிடும் விஷக் காற்றுத்தான் தன்னுடைய முகத்தின் மேல் படுகிறது.

சிவகாமி ஒரு பெரும் பிரயத்தனம் செய்து பளிச்சென்று எழுந்து உட்கார்ந்தாள். பிக்ஷுவை விட்டு விலகிச் சற்றுத் தூரத்துக்கு நகர்ந்து சென்றாள். அவள் தேகமெல்லாம் படபடத்து நடுங்கியது.

நாகநந்தி அவளைக் கருணையுடன் பார்த்து, 'பெண்ணே! உனக்கு என்ன நேர்ந்தது? என்ன ஆபத்து விளைந்தது! ஏன் அவ்வாறு தரையிலே உணர்வற்றுக் கிடந்தாய்? பாவம்! தன்னந் தனியாக இந்தப் பெரிய வீட்டில் வசிப்பது சிரமமான காரியம்தான். உன்னுடைய தாதிப் பெண்ணைக்

காணோமே? எங்கே போய் விட்டாள்!...' என்று கேட்டவண்ணம் சுற்று முற்றும் பார்த்தார்.

அப்போது அவர் பார்த்த திக்கில் மாமல்லர் போகும் அவசரத்திலே விட்டு விட்டுப்போன தலைப்பாகையும் அங்கவஸ்திரமும் கிடப்பதை சிவகாமி பார்த்துப் பெருந் திகிலடைந்தாள். நாகநந்தி அவற்றைக் கவனியாமல் திரும்பி, சிவகாமியின் அருகில் வந்து, 'பெண்ணே! நான் சொல்வதைக் கேள். உன்னுடைய நன்மைக்காகவே சொல்லுகிறேன்!' என்று சொல்லிய வண்ணம் சிவகாமியின் ஒரு கரத்தைத் தன் இரும்பையொத்த கரத்தினால் பற்றினார்.

அப்போது சிவகாமியின் உடம்பு மறுபடியும் நடுங்கிற்று. கொடிய கண்களையுடைய நாக சர்ப்பம் படமெடுத்துத் தன்னைக் கடிக்க வருவது போன்ற பிரமை ஒரு கணம் ஏற்பட்டது. சட்டென்று சமாளித்துக் கையை வெடுக்கென்று எடுத்துக் கொண்டாள்.

'ஆ! சிவகாமி! ஏன் இப்படி என்னைக் கண்டு நடுங்குகிறாய்? உனக்கு நான் என்ன தீங்கு செய்தேன்? உன்னிடம் உண்மையான அபிமானம் கொண்டதல்லாமல் உனக்கு நான் ஒரு தீங்கும் செய்யவில்லையே? உன் தந்தையின் உயிரைக் காப்பாற்றியதன்றி வேறொரு அபசாரமும் உனக்குச் செய்ய வில்லையே? ஏன் என்னை வெறுக்கிறாய்?' என்று பிக்ஷு கனிவு ததும்பும் குரலில் கேட்டார்.

'சுவாமி! தங்களைக் கண்டு நான் பயப்படவும் இல்லை; தங்களிடம் எனக்கு வெறுப்பும் இல்லை. தாங்கள் எனக்கு என்ன தீங்கு செய்தீர்கள், தங்களை நான் வெறுப்பதற்கு? எவ்வளவோ நன்மைதான் செய்திருக்கிறீர்கள்!' என்றாள் சிவகாமி.

'சந்தோஷம், சிவகாமி! இந்த மட்டும் நீ சொன்னதே போதும். உன் தேகம் அடிக்கடி நடுங்குகிறதே, அது ஏன்? உடம்பு ஏதேனும் அசௌக்கியமா?' என்று வினவினார்.

'ஆம், அடிகளே! உடம்பு சுகமில்லை!' என்றாள் சிவகாமி.

'அடடா! அப்படியா? நாளைக் காலையில் நல்ல வைத்தியனை அனுப்பு கிறேன். ஆனால், இப்படி உடம்பு அசௌக்கியமாயிருக்கும்போது உன்னை விட்டு விட்டு உன் தாதிப்பெண் எங்கே போனாள்? எங்கேயாவது மூலையில் படுத்துத் தூங்குகிறாளா, என்ன?' என்று அங்குமிங்கும் சுற்றிப் பார்த்தார் பிக்ஷு.

சற்றுத் தூரத்தில் தூணுக்குப் பின்னால் கிடந்த தலைப்பாகையும் அங்கவஸ் திரமும் இப்போது அவருடைய கண்களைக் கவர்ந்தன.

'ஆ! இது என்ன? இங்கே யாரோ வந்திருக்கிறார்கள் போலிருக்கிறதே?' என்று அருகில் சென்று உற்றுப் பார்த்தார்.

திரும்பி சிவகாமியை நோக்கி, 'சபாஷ்! சிவகாமி! அதற்குள்ளே இங்கே உனக்குக் காதலர்கள் ஏற்பட்டு விட்டார்களா? உள்ளூர் மனிதர்கள்தானா! அல்லது வெளியூர்க்காரர்களா?' என்று பரிகாசச் சிரிப்புடன் கேட்டார்.

சிவகாமி மௌனமாய் நின்றதைப் பார்த்துவிட்டு, 'நல்லது; நீ மறுமொழி சொல்ல மாட்டாய், நானே போய்க் கண்டு பிடிக்கிறேன்!' என்று சொல்லி விட்டு வாசலை நோக்கிச் சென்றார்.

அப்போது சிவகாமிக்கு, 'இவள் புத்த பிக்ஷுவிடம் நம்மைக் காட்டிக் கொடுக்கப் பார்க்கிறாள்!' என்று மாமல்லர் சொன்னது நினைவு வந்தது. பளிச்சென்று பிக்ஷு அவர்களைக் கண்டுபிடிப்பதால் நடக்கக்கூடிய விபரீதங்கள் எல்லாம் நினைவுக்கு வந்தன.

சிவகாமி துடிதுடித்து அங்குமிங்கும் பார்த்தாள். இளவரசரின் அங்கவஸ்திரத்துக்கு அடியில் ஏதோ பளபளவென்று ஒரு பொருள் தெரிந்தது.

சிவகாமியின் கண்களில் விசித்திரமான ஒளி தோன்றியது.

பாய்ந்து சென்று அந்தப் பொருளை எடுத்தாள். அவள் எதிர் பார்த்தது போல் அது ஒரு கத்திதான்.

சிவகாமி அடுத்த கணம் அந்தக் கத்தியைப் புத்த பிக்ஷுவின் முதுகை நோக்கி எறிந்தாள்.

பிக்ஷு 'வீல்' என்று சத்தமிட்டுக்கொண்டு விழுந்தார்.

முதுகில் கத்தி பாய்ந்த இடத்திலிருந்து இரத்தம் கசிந்தது.

சிவகாமியைப் பிக்ஷு திரும்பிப் பார்த்து, இரக்கம் ததும்பிய குரலில், 'பெண்ணே! என்ன காரியம் செய்தாய்? உன்னை உன் காதலன் மாமல்லனிடம் சேர்ப்பித்து விடலாமென்று எண்ணியல்லவா அவசரமாகக் கிளம்பினேன்?' என்றார்.

56.மகேந்திரர் கோரிக்கை

மாமல்லர், பரஞ்சோதி முதலியவர்கள் காஞ்சிக்குத் திரும்பி வந்தபோது, மகேந்திர பல்லவரின் தேகநிலை முன்னைவிட மோசமாகியிருந்தது. அவர்கள் சிவகாமியை அழைத்து வரவில்லையென்று தெரிந்த பிறபாடு, அவருடைய உடம்பு மேலும் நலிவடைந்தது.

திருவெண்காட்டு நமசிவாய வைத்தியர் எவ்வளவோ திறமையாக வைத்தியம் செய்தும், தேக நிலைமையில் அபிவிருத்தி ஏற்படவில்லை.

மகேந்திர பல்லவர் ஒருநாள் தம் புதல்வர் மாமல்லரையும் மந்திரி மண்டலத்தாரையும், படைத் தலைவர்களையும், கோட்டத் தலைவர்களையும் அழைத்து வரச் செய்தார்.

படுக்கையில் படுத்தபடியே சுற்றிலும் சூழ்ந்து நின்றவர்களைச் சக்கரவர்த்தி பார்த்தார். எல்லாருடைய கண்களிலும் கண்ணீர் கசிந்திருப்பதையும்,

எல்லாருடைய முகத்திலும் பக்தி விசுவாசம் ததும்பிக் கொண்டிருப் பதையும் கவனித்தார்.

மகேந்திர பல்லவரின் பழைய சிம்ம கர்ஜனைக் குரலைக் கேட்டிருந் தவர்கள், இப்போது அவருடைய மெலிந்த ஈனஸ்வரமான குரலைக் கேட்டுத் திடுக்கிட்டார்கள். தங்களுடைய உணர்ச்சியை வெளிக்காட்டாமல் தடுத்துக் கொள்ள முயன்றார்கள்.

மகேந்திர பல்லவர் சொன்னார்: ‘நான் இந்தப் புகழ்பெற்ற பல்லவ சிம்மா சனத்தில் ஏறி, இன்றைக்கு இருபத்தைந்து வருஷம் ஆகிறது. இவ்வளவு காலமும் நீங்கள் காட்டிய பக்தியும் விசுவாசமும் இணையற்றவை. காஞ்சியின் புகழ் பாரத நாடெங்கும் ஓங்கி நின்ற காலத்தில், நீங்கள் என்னிடம் பக்தி விசுவாசத்துடன் நடந்து கொண்டீர்கள். என்னுடைய விருப்பமே கட்டளையாகவும் என்னுடைய வார்த்தையே சட்டமாகவும் பாவித்து வந்தீர்கள். அது பெரிய காரியமல்ல. நான் தவறுக்கு மேல் தவறாகச் செய்து வந்த காலத்திலும் காஞ்சியின் புகழ் மங்கி வந்த நாளிலும் படை யெடுத்து வந்த பகைவர்களை முன்னேற விட்டுப் பின்வாங்கி வந்த காலத்திலும், காஞ்சிக் கோட்டைக்குள் நாம் மறைந்திருக்க வேண்டிவந்த காலத்திலும் என்னிடம் இடைவிடாத விசுவாசம் காட்டி வந்தீர்கள். மாறாத பக்தி செலுத்தி வந்தீர்கள். சளுக்க மன்னன் புலிகேசியை உங்களுடைய விருப்பத்திற்கு மாறாக நான் விருந்துக்கு அழைத்ததையும் அதனால் விளைந்த விபரீதங்களையும் நீங்கள் பொறுத்துக் கொண்டிருந்தீர்கள். எனக்கு அந்திய காலம் நெருங்கியிருக்கும் இந்தச் சமயத்தில் உங்களுக் கெல்லாம் என் மனத்தில் பொங்கிக் கொண்டிருக்கும் எல்லையற்ற நன்றியைத் தெரிவித்துக் கொள்கிறேன். நான் செய்த தவறுகளுக்காகவும் என்னால் உங்களுக்கெல்லாம் நேர்ந்த கஷ்டங்களுக்காகவும் மன்னிக்கும் படியாக மிகவும் கேட்டுக் கொள்கிறேன்...’

இவ்விதம் மகேந்திர பல்லவர் பேசியபோது, சபையிலே சிலர் விம்மி அழுதார்கள்.

முதன் மந்திரி ஓர் அடி முன்னால் வந்து ‘பிரபு! இப்படியெல்லாம் பேசக் கூடாது என்று பிரார்த்திக்கிறேன். எங்களிடம் தாங்கள் மன்னிப்புக் கேட்பது எங்களைத் தண்டிப்பதேயாகும். தங்கள் மேல் இல்லாத குற்றங்களை யெல்லாம் சுமத்திக்கொண்டு, எங்களை வேதனைக்கு ஆளாக்குகிறீர்கள். நடந்ததெல்லாம் விதிவசத்தினால் நடந்தது. சென்று போன காரியங்களைப் பற்றிச் சிந்திப்பதில் பயனில்லை!’ என்றார்.

மகேந்திர சக்கரவர்த்தி மேலும் கூறினார்;

‘சாரங்கதேவ பட்டரின் மொழிகள் என்னை மேலும் உங்களிடம் நன்றிக்கடன் பட்டவனாகச் செய்கின்றன. இன்று உங்களை யெல்லாம் நான் அழைத்ததன் காரணத்தைச் சொல்கிறேன். என் வாழ்நாளின் இறுதி நெருங்கிவிட்டது. இன்னும் சில நாளைக்கெல்லாம் இந்த மெலிந்து நைந்த தேகத்திலிருந்து என் ஆவி பிரிந்து போய்விடும். என் அருமைக் குமாரன் நரசிம்மன் வேத

விதிப்படி இறந்துபோனதந்தைக்குச்செய்யவேண்டிய உத்தரக்கிரியைகளைச் செய்வான்...' என்று சக்கரவர்த்தி சொன்னபோது, மாமல்லர் தாங்க முடியாத துக்கமும் ஆத்திரமும் பொங்க, 'அப்பா! அப்பா!' என்று அலறினார்.

மகேந்திர பல்லவர் அருகில் நின்ற மகனை அன்புடன் தழுவிக் கொண்டு, உச்சி முகந்து, 'குழந்தாய்! நான் சொல்ல வேண்டியதைச் சொல்லித்தான் ஆக வேண்டும். உனக்குக் கேட்பதற்குக் கஷ்டமாயிருந்தால் சற்று வெளியே போய் இருந்து விட்டு அப்புறம் வா!' என்றார். ஆனால் அவ்விதம் மாமல்லர் வெளியேறவில்லை. மறுபடியும் மந்திரி பிரதானிகளைப் பார்த்துச் சக்கரவர்த்தி கூறினார்:

'என் அருமை மகன் எனக்குரிய உத்திரக் கிரியைகளைச் செய்வான். நீங்களும் காலம் சென்ற சக்கரவர்த்திக்குரிய மரியாதைகளைச் செய்வீர்கள். ஆனால், இதனாலெல்லாம் என் ஆத்மா சாந்தி அடையவே அடையாது. இப்போது நான் உங்களிடம் கேட்டுக்கொள்ளப்போகும் கோரிக்கையை நிறைவேற்றி வைத்தால் என் ஆத்மா சாந்தி அடையும். இல்லாவிட்டால் சொர்க்கத்திலே இருந்தாலும் என் ஆவி நிம்மதி அடையாது.'

'பிரபு! சொல்லுங்கள். தங்களுடைய ஆக்ஞை எதுவானாலும், அதை நிறைவேற்றி வைப்பதாக இங்குள்ளவர் அனைவரும் சபதம் செய்ய ஆயத்தமாயிருக்கிறோம்!' என்று முதல் அமைச்சர் கூறினார்.

'என்னுடைய அஜாக்கிரதையினாலும் சளுக்க மன்னனின் வஞ்சகத் தினாலும் பல்லவ வம்சத்துக்குப் பெரிய அவமானம் நேர்ந்து விட்டதை நீங்கள் அறிவீர்கள். அறுநூறு வருஷத்து வீரப் புகழுக்கு என் காலத்தில் பங்கம் நேர்ந்துவிட்டது. அந்த அவமானத்தை என்னாலே துடைக்க முடியவில்லை. இழந்து விட்ட பல்லவ வம்சத்துப் புகழை நிலை நாட்டாமலே நான் உங்களிடம் விடைபெற்றுக்கொள்கிறேன். நான் செய்ய முடியாமற்போன காரியத்தை நீங்கள் நிறைவேற்றி வைக்க வேண்டும். பல்லவ சைனியம் படையெடுத்துச் சென்று, சளுக்கரை வென்று, புலிகேசியைக் கொன்று, வாதாபி நகரை அழித்து, தீ வைத்து எரிக்க வேண்டும். வாதாபி நகரம் இருந்த இடத்தில் பல்லவ ஜயஸ்தம்பம் கம்பீரமாக வானளாவி நிற்க வேண்டும். அப்போதுதான் பல்லவ வம்சத்துக்கும் தமிழகத்தின் வீரத்துக்கும் நேர்ந்துள்ள களங்கம் நிவர்த்தியாகும். இதுவே என் கோரிக்கை. என்ன சொல்கிறீர்கள்? நிறைவேற்றுவீர்களா?'

'நிறைவேற்றுகிறோம்', 'நிறைவேற்றுகிறோம்' என்று ஏக காலத்தில் பல குரல்கள் ஒலித்தன.

'மகேந்திர பல்லவேந்திரர் வாழ்க! வீர மாமல்லர் வாழ்க!' என்ற ஜயகோஷங்களும் முழங்கின.

மகேந்திர பல்லவர் இன்னொரு தடவை எல்லாரையும் பார்த்து, 'மறுமுறையும் உங்களுக்கு என் இருதயத்தில் பொங்கும் நன்றியைத் தெரிவித்துக் கொள்கிறேன்' என்றார்.

அப்போது முதல் அமைச்சர், 'பிரபு ஒரு விஷயம். தங்கள் கோரிக்கையை வெளியிட்டபோது, இங்குள்ள நாங்கள் அனைவரும் அதை நிறைவேற்றி வைப்பதாக ஒப்புக்கொண்டு கோஷித்தோம். ஆனால், முக்கியமாகத் தங்கள் கோரிக்கையை நிறைவேற்றி வைக்கவேண்டிய இருவரும் சும்மா இருந்தார்கள். குமார சக்கரவர்த்தியையும் சேனாபதி பரஞ்சோதியையுந்தான் சொல்கிறேன். அவர்கள் மௌனமாயிருந்தது எங்களுக்கு அர்த்தமாக வில்லை' என்றார்.

'மாமல்லனும் பரஞ்சோதியும் ஏற்கெனவே எனக்கு அவ்வாறு வாக்களித்துச் சபதம் கூறியிருக்கிறார்கள். அதனாலேதான் இப்போது சும்மா இருந்தார்கள். அவர்கள் செய்த சபதத்தை நிறைவேற்றி வைக்க நீங்கள் அவர்களுக்கு ஒத்தாசை செய்ய வேண்டும். சபையோர்களே! நான் மாமல்லனோடு ஒரு முக்கியமான விஷயம் பேசவேண்டியிருக்கிறது. அதனுடைய முடிவை உங்களுக்கும் நான் தெரிவித்தாக வேண்டும். சற்று எங்களுக்கு அவகாசம் கொடுப்பீர்களா?' என்று கேட்டார்.

57.இராஜகுல தர்மம்

மகேந்திர பல்லவருடைய விருப்பத்தைத் தெரிந்துகொண்டு அவரைச் சூழ்ந்திருந்த மந்திரிகளும் அமைச்சர்களும் சற்று விலகிச் சென்றார்கள். மறுபடியும் சக்கரவர்த்தி அழைத்தவுடனே திரும்பி வருவதற்கு ஆயத்தமாகக் காத்திருந்தார்கள்.

சக்கரவர்த்திக்குச் சமீபமாக மாமல்லரும் அவர்களுக்குச் சற்றுத் தூரத்தில் பரஞ்சோதியும் வணக்கத்துடன் நின்றார்கள்.

மகேந்திர பல்லவர் படுத்திருந்த மண்டபத்துக்கு ஒரு பக்கத்தில் அந்தப்புரத்தின் வாசல் இருந்தது. மகேந்திர பல்லவர் அங்கே திரும்பி நோக்கியதும் தாதி ஒருத்தி ஓடி வந்தாள். அவளிடம், 'மகாராணியை அழைத்து வா!' என்று பல்லவ வேந்தர் ஆக்ஞாபித்தார்.

பின்னர் மாமல்லரைப் பார்த்து, 'குழந்தாய்! நான் கண் மூடுவதற்குள் இரண்டு காரியங்களை நிறைவேற்ற வேண்டுமென்று தீர்மானித்திருந்தேன். அதில் ஒன்று நிறைவேறிவிட்டது. சிவகாமியின் சபதத்தைப் பூர்த்திசெய்து அவளை வாதாபியிலிருந்து நீ அழைத்துவரும் விஷயத்தில் நமது மந்திரிப் பிரதானிகளால் ஏதேனும் தடை நேராதிருக்கும் பொருட்டு அவர்களிடம் உன் முன்னிலையில் வாக்குறுதி பெற்றுக் கொண்டேன். வாக்குறுதியிலிருந்து அவர்கள் பிறழமாட்டார்கள். வாதாபிப் படையெடுப்புக்கு உனக்குப் பூரண பக்கபலம் அளிப்பார்கள்' என்றார்.

மாமல்லர் மறுமொழி எதுவும் சொல்லவில்லை.

'மகனே! நான் செய்ய விரும்பும் இரண்டாவது காரியம் உன்னைப் பொறுத்திருக்கின்றது. நீதான் அதை நிறைவேற்றித் தர வேண்டும். மரணத்தை எதிர் பார்க்கும் சக்கரவர்த்தியின் கோரிக்கையை மந்திரி பிரதானிகள் உடனே ஒப்புக் கொண்டார்கள். என் அருமைப் புதல்வனாகிய நீயும் என் அந்திம கால வேண்டு கோளை நிறைவேற்றித் தருவாயல்லவா?' என்றார் மகேந்திரர்.'

'அப்பா! என்ன வேண்டுமானாலும் எனக்குக் கட்டளையிடுங்கள்; நிறைவேற்றுகிறேன். கோரிக்கை, வேண்டுகோள் என்று மட்டும் சொல்லாதீர்கள்!' என்றார் மாமல்லர்.

'குமாரா! இந்தப் பெரிய சாம்ராஜ்யத்தை நிர்வகிக்கும் பொறுப்பு கூடிய சீக்கிரம் உன் தலையில் சாரப் போகிறது. ஆயிரம் ஆண்டுகளாகப் புகழ் பெற்ற காஞ்சிமா நகரின் சிம்மாசனத்தில் நீ வீற்றிருக்கும் காலம் நெருங்கி வந்திருக்கிறது..'

'அப்பா! இவ்விதமெல்லாம் தாங்கள் பேசுவதானால், நான் இங்கிருந்து போய்விட விரும்புகிறேன். எனக்குச் சிம்மாசனமும் வேண்டாம், சாம் ராஜ்யமும் வேண்டாம். தாங்கள்தான் எனக்கு வேண்டும். நெடுங்காலம் தாங்கள் திடகாத்திரமாக வாழ வேண்டும்...'

'மாமல்லா! நம்முடைய கண்களை நாமே மூடிக் கொண்டு எதிரேயுள்ளதைப் பார்க்காமல் இருப்பதில் பயனில்லை. இனி நெடுங்காலம் நான் ஜீவித்திருக்கப் போவதில்லை. அப்படி ஜீவித்திருந்தாலும் திடகாத்திரமாக இருக்கப் போவதில்லை. சாம்ராஜ்ய பாரத்தை இனிமேல் என்னால் ஒரு நிமிஷமும் தாங்க முடியாது. அந்தப் பொறுப்பை நீதான் வகித்தாக வேண்டும்...'

'பொறுப்பு வகிக்க மாட்டேன் என்று நான் சொல்லவில்லையே? காஞ்சி சிம்மாசனத்தில் தாங்கள் இருந்து கொண்டு எனக்குக் கட்டளையிடுங்கள். நான் நிறைவேற்றாவிடில் கேளுங்கள்.'

'நல்லது மகனே! இந்தப் பல்லவ சாம்ராஜ்யத்தின் பொறுப்பை நிர்வகிப்பதற்குத் தகுதிபெற வேண்டுமானால் அதற்கு முக்கியமான ஒரு நிபந்தனை இருக்கிறது. அதை நீ பூர்த்தி செய்தாகவேண்டும்!'

'நிபந்தனையைச் சொல்லுங்கள், அப்பா!' என்றார் மாமல்லர். அவருடைய உள்ளத்தில் ஏதோ ஒருவித வேதனை உண்டாயிற்று.

'குழந்தாய்! வளைத்து வளைத்துப் பேசுவதில் என்ன பயன்? நீ எனக்கு ஒரே மகன், வாழையடி வாழையாக வந்த பல்லவ வம்சம் உன்னோடு முடிவடைந்து விடக்கூடாது. காஞ்சி சிம்மாசனத்தில் ஏறத் தகுதி பெறுவதற்கு நீ கலியாணம் செய்துகொள்ள வேண்டும். மாமல்லா! பாண்டிய இராஜ குமாரியை மணந்து கொள். நான் கண்ணை மூடுவதற்குள்ளே நீ இல்லறம் மேற்கொண்டு நான் பார்த்து விடவேண்டும். இல்லாவிட்டால் என் மனம் நிம்மதி அடையாது. என் நெஞ்சு வேகாது!' என்றார் சக்கரவர்த்தி.

மேற்படி மொழிகள் மாமல்லரின் இருதய வேதனையை பன்மடங்கு அதிக மாக்கின. அவருடைய நெஞ்சில் ஈட்டியால் குத்தியிருந்தால்கூட அத்தனை துன்பம் உண்டாகியிராது.

சற்று மௌனமாய் நின்று விட்டு, 'அப்பா! ஏன் இப்படி என்னைச் சோதனை செய்கிறீர்கள்? என் மனோநிலை உங்களுக்குத் தெரியாதா? சிவகாமியின் மேல் நான் அழியாத காதல் கொண்டிருப்பதை அறியீர்களா? ஒரு பெண்ணிடம் மனம் சென்ற பிறகு, இன்னொரு பெண்ணை எப்படி மணப்பேன்? அப்படிச் செய்வது மூன்று பேருடைய வாழ்க்கையையும் பாழாக்குவதாகாதா? இத்தகைய காரியத்தைச் செய்யும்படி எனக்குக் கட்டளையிடுகிறீர்களா?' என்று மாமல்லர் கேட்டார். அவருடைய வார்த்தை ஒவ்வொன்றும் இருதயத்தின் அடிவாரத்திலிருந்து நெஞ்சின் இரத்தம் தோய்ந்து வெளிவந்தது.

மகேந்திர பல்லவர் குமாரனை அன்புடனும் ஆதரவுடனும் தடவிக் கொடுத் தார். பிறகு கனிவு ததும்பும் குரலில் கூறினார்: 'ஆம், நரசிம்மா! அப்படிப் பட்ட காரியத்தைச் செய்யும்படிதான் சொல்கிறேன். அந்தக் காரியத்தின் தன்மையை நன்கு அறிந்து சொல்கிறேன். கேள், மாமல்லா! இந்த உலகத்தில் சாதாரண மனிதர்களுக்குத் தர்மம் வேறு; இராஜகுலத்தில் பிறந்தவர் களுக்குத் தர்மம் வேறு. சாதாரண ஜனங்கள் தங்களுடைய சொந்த சுகதுக் கங்களை உத்தேசித்துக் காரியம் செய்யலாம். ஆனால் ராஜ குலத்தில் பிறந்த வர்கள் அவ்வாறு செய்வதற்கில்லை. தங்கள் சுகதுக்கங்களை அவர்கள் மறந்துவிட வேண்டும். இராஜ்யத்தின் நன்மையைக் கருதியே இராஜ குலத்தினர் தங்கள் சொந்தக் காரியங்களையும் வகுத்துக்கொள்ள வேண்டும். மாமல்லா! யோசித்துப் பார்! சிவகாமியை நீ மணந்து கொள்வது இனிமேல் சாத்தியமா? வாதாபிக்கு நீ படை எடுத்துப்போவது இன்றோ நாளையோ நடக்கக்கூடிய காரியமா? வருஷக் கணக்கில் ஆயத்தம் செய்ய வேண்டி யிருக்கும். அப்புறம் யுத்தம் எத்தனை காலம் நடக்குமோ, யார் சொல்ல முடியும்? அத்தனை நாளும் நீ கலியாணம் செய்துகொள்ளாமல் இருப்பாயா? அதற்கு பல்லவ நாட்டுப் பிரஜைகள் சம்மதிப்பார்களா?'

மாமல்லர் பெருமூச்சு விட்டார். சிவகாமியின் மீது அவருக்குச் சொல்ல முடியாத கோபம் வந்தது. அந்தப் பாதகி தன்னுடன் புறப்பட்டு வர மறுத்த தனால்தானே இப்போது இந்தத் தர்மசங்கடம் தனக்கு நேரிட்டிருக்கிறது!

அவருடைய உள்ளப் போக்கை அறிந்து கொண்ட மகேந்திர பல்லவர், 'குமாரா! இராஜ குலத்தினர் தங்களுடைய சுகதுக்கங்களைப் பாராமல் இராஜ்யத்துக்காகவே எல்லாக் காரியங்களும் செய்தாகவேண்டும் என்று உனக்குச் சொன்னேனல்லவா? அதை நானே என் வாழ்க்கையில் அனுசரித்து வந்திருக்கிறேன். இப்போதுகூட இராஜ்யத்தின் நன்மைக்காக ஒரு பயங்கர மான காரியத்தைச் செய்வதற்கு மனம் துணிந்திருந்தேன். அந்தப் பயங் கரமான காரியம் என்ன தெரியுமா?' என்று மகேந்திர பல்லவர் நிறுத்தினார்.

மாமல்லர் ஒன்றும் புரியாதவராய்த் தாயாரையும் தந்தையையும் மாறி மாறிப் பார்த்தார்.

'ஆம், குமாரா! இந்த வயதில் உன் தாயாருக்கு இன்னொரு சக்களத்தியை அளிப்பதென்று தீர்மானித்திருந்தேன். நீ வாதாபியிலிருந்து சிவகாமியை இப்போது அழைத்து வந்திருந்தால், அவளை நானே மணந்து கொள்வதென்று முடிவு செய்திருந்தேன்...' என்றதும் மாமல்லர் 'அப்பா!' என்று அலறினார்.

'மாமல்லா! என்னை மன்னித்து விடு! இராஜ்யத்தின் நன்மைக்காகவே அந்தப் பயங்கரமான காரியத்தைச் செய்யத் துணிந்திருந்தேன். நீ சிவகாமியை மணக்காமல் தடுக்கும் பொருட்டே அவ்விதம் செய்ய எண்ணினேன். உன் அன்னையிடமும் சொல்லி அனுமதி பெற்றேன். ஆனால், அந்தப் புண்ணியவதி வாதாபியிலிருந்து வர மறுத்து என்னை அந்தப் பயங்கரச் செயலிலிருந்து காப்பாற்றினாள்!'

மாமல்லருடைய மனம் அப்போது வாதாபி மாளிகையில் தன்னந்தனியாக உட்கார்ந்திருக்கும் சிவகாமியிடம் சென்றது. 'ஆ! அவள் தம்முடன் புறப் பட்டு வர மறுத்தது எவ்வளவு நல்லதாயிற்று?'

'குமாரா! இப்போது யோசித்துப் பார்! இராஜ்யத்தின் நன்மைக்காக நான் செய்யத் துணிந்ததைக் காட்டிலும் உன்னைச் செய்யும்படிக் கேட்பது பெரிய காரியமா? பாண்டியகுமாரியை மணப்பதனால் பல்லவ ராஜ்யத்துக்கு எவ்வளவு பலம் ஏற்படும் என்று சிந்தனை செய். நீ செய்வதற்குரிய மகத்தான பிரம்மாண்டமான காரியங்கள் இருக்கின்றன. வாதாபிக்குப் படையெடுத்துச் சென்று சளுக்கப் பூண்டை அடியோடு அழித்து வருவதென்பது சாமான்யமான காரியமா? அதற்கு எத்தனை துணைப் பலம் வேண்டும்? தென்னாட்டிலுள்ள எல்லா மன்னர்களும் சேர்ந்து பிரயத்தனம் செய்தாலொழிய அது சாத்தியப்படுமா? தெற்கே ஒரு சத்ருவை வைத்துக்கொண்டு வடக்கே படையெடுத்துச் செல்வது முடியுமா? நரசிம்மா! எந்த வழியில் பார்த்தாலும் பாண்டிய ராஜகுமாரியை நீ மணப்பது மிகவும் அவசியமாகிறது...' இவ்விதம் இடைவிடாமல் பேசிய காரணத்தினால் மகேந்திர பல்லவர் பெருமூச்சு வாங்கினார். அவருடைய கஷ்டத்தைப் பார்த்த புவன மகாதேவி, 'பிரபு! இவ்வளவு நேரம் பேசலாமா? வைத்தியர் அதிகம் பேசக்கூடாது என்று கட்டளையிட்டிருக்கிறாரே?' என்று சொல்லி விட்டு, மாமல்லனை பார்த்து, 'குழந்தாய்! உன் தந்தையை...என்றாள். அன்னை மேலே பேசுவதற்கு மாமல்லர் இடம்கொடுக்கவில்லை.

'அப்பா! தாங்கள் அதிகமாகப் பேசவேண்டாம். பாண்டியகுமாரியை நான் மணந்துகொள்கிறேன்!' என்று பல்லைக் கடித்துக் கொண்டு சொன்னார்.

மகேந்திர சக்கரவர்த்தியின் முகம் மலர்ந்தது. புவன மகாதேவியோ தன் கண்களில் துளித்த கண்ணீரை மறைக்க வேறு பக்கம் திரும்பினாள்.

மகேந்திர பல்லவர் சமிக்ஞை காட்டியதும் தளபதி பரஞ்சோதியும் முதல் மந்திரி பிரதானிகளும் அருகில் வந்தார்கள்.

'தலைவர்களே! அதிக நேரம் உங்களை காக்க வைத்து விட்டேன், அவ்வளவுக்கவ்வளவு உங்களுக்குக் குதூகலச் செய்தியைத் தெரிவிக்கப்

போகிறேன். குமாரச் சக்கரவர்த்திக்கும் பாண்டிய குமாரிக்கும் கலியாணம் நிச்சயமாகியிருக்கிறது. அதே பந்தலில் அதே முகூர்த்தத்தில் சேனாபதி பரஞ்சோதிக்கும் கலியாணம் நடைபெறுகிறது!' என்று மகேந்திர பல்லவர் கூறியதும், கேட்டவர்கள் அவ்வளவு பேரும் ஒரே குதூகலமாக மாமல்லர் வாழ்க! சேனாபதி வாழ்க!' என்று கோஷித்தார்கள்.

மூன்றாம் பாகம் முற்றிற்று

நான்காம் பாகம்

சிதைந்த கனவு

1.அரண்ய வீடு

ஆயனரின் அரண்ய வீட்டைச்சுற்றி மீண்டும் மரங்கள் செழித்து வளர்ந்து வானோங்கி நின்றன. நெடுந்தூரம் படர்ந்திருந்த கிளைகளில், பசுந்தழைகளும் இளந்தளிர்களும் அடர்ந்திருந்தன. சில விருட்சங்களில் மலர்கள் கொத்துக் கொத்தாய்க் குலுங்கின. இளங்காற்றில் மரக்கிளைகள் அசைந்து ஒன்றோடொன்று மோதியபோது, உதிர்ந்த மலர்கள் பூமியில் ஆங்காங்கு புஷ்பக் கம்பளம் விரித்ததுபோல் கிடந்தன. அந்த மலர்களின் நறுமணம் நாலாபுறமும் 'கம்' என்று நிறைந்திருந்தது.

கானகத்துப் பறவைகள் அவ்வப்போது கலகலவென்று ஒலி செய்து, அங்கே குடிகொண்டிருந்த நிசப்தத்தைக் கலைத்தன.

ஆயனர் வீட்டுக்குச் சற்றுத் தூரத்தில் இருந்த தாமரைக் குளத்தில் தண்ணீர் ததும்பி அலைமோதிக் கொண்டிருந்தது. தாமரை இலைகள் தளதளவென்று விளங்கின. அந்த இலைகளின் மீது தண்ணீர்த் துளிகள் முத்துக்களைப்போல் தத்தளித்துக் கொண்டு இருந்தன. இளங்காற்றில் தாமரை இலைகள் அசைந்த போது, அந்த ஒளி முத்துக்கள் அங்குமிங்கும் ஓடியது, கண்கொள்ளாக் காட்சியாயிருந்தது.

இந்த இயற்கை அழகையெல்லாம் பார்த்து அனுபவிப்பதற்கு மனிதர்கள் மட்டும் அங்கே இல்லை.

ஆயனரின் அரண்ய வீட்டைச் சுற்றி முன்னொரு காலத்தில் நூற்றுக் கணக்கான சிற்பக்கலைச் சீடர்கள் வேலை செய்து கொண்டு இருந்தார்கள். தற்சமயம் அங்கே சீடன் எவனும் காணப்படவில்லை.

அங்கே இப்போது குடிகொண்டிருந்த சூனியத்தின் வேதனையை இன்னும் அதிகப்படுத்தும்படியாக அரண்ய வீட்டுக்குள்ளிருந்து ஒரே ஒரு தனிக் கல்லுளியின் சத்தம் 'கல் கல்' என்று கேட்டுக் கொண்டிருந்தது.

ஆம்; வீட்டுக்குள்ளே ஆயனச் சிற்பியார் மீண்டும் கையில் கல்லுளி எடுத்து வேலை செய்துகொண்டிருந்தார்.

அருமைப் புதல்வியை ஆயனர் பறிகொடுத்து இப்போது ஒன்பது ஆண்டுகளுக்குமேல் ஆகிவிட்டன. இத்தனை காலமும் அவர் உயிர் வாழ முடிந்தது மீண்டும் சிற்பத் தொழிலில் கவனம் செலுத்திய காரணத்தினாலேதான்.

பன்னிரண்டு வருஷங்களுக்கு முன்னே, நாம் அந்தச் சிற்பக் கிருகத்தில் பார்த்ததைக் காட்டிலும் இப்போது அதிகமான நடனச் சிலைகளைப் பார்க்கிறோம். சிலை வடிவம் ஒவ்வொன்றும் சிவகாமியை நினைவூட்டுகின்றன.

மண்டபத்தின் சுவர்களிலே அந்த நாளில் நாம் பார்த்த சித்திரங்கள் எல்லாம் இப்போது நிறம் மங்கிப்போயிருக்கின்றன.

இதிலிருந்து அஜந்தா வர்ண இரகசியத்தை இன்னும் ஆயனர் தெரிந்து கொள்ளவில்லையென்று நாம் ஊகித்துக் கொள்ளலாம்.

ஆயனரின் உருவத் தோற்றத்திலும் பெரிய மாறுதலைக் காண்கிறோம். அவருடைய தலை ரோமம் தும்பைப் பூவைப்போல் வெளுத்துப்போயிருக் கிறது. கண்கள் குழி விழுந்திருக்கின்றன. முகத்திலே சுருக்கங்கள் காணப் படுகின்றன. அவரை இப்போது ஆயனக் கிழவர் என்று கூறினால் யாரும் ஆட்சேபிக்க முடியாது.

ஆயனர் தமது வேலையில் முழுக்கவனத்தையும் செலுத்திக் கொண்டிருந்த படியால், வீட்டின் வாசலில் இரட்டைக் குதிரை பூட்டிய ரதம் வந்து நின்ற சத்தம் அவர் காதில் விழவில்லை.

'தாத்தா!' என்ற மழலைக் குரலைக் கேட்டதும் திரும்பிப் பார்த்தார். மாமல்ல நரசிம்ம சக்கரவர்த்தியும் அவருடன் இரு குழந்தைகளும் வாசற்படியைத் தாண்டி வந்து கொண்டிருந்தார்கள்.

மாமல்லரின் உருவமும் ஓரளவு மாறியிருந்தது. அவருடைய முகத்தில் யௌவனத்தின் தளதளப்புக்குப் பதிலாக முதிர்ச்சி பெற்ற கம்பீர தேஜஸ் குடிகொண்டிருந்தது. படபடப்புக்குப் பதிலாகத் தெளிந்த அறிவும் முரட்டுத் துணிச்சலுக்குப் பதிலாக வயிர நெஞ்சத்தின் உறுதியும் அவருடைய கண்களிலே பிரகாசித்தன.

அவருடன் வந்த குழந்தைகளின் முகத் தோற்றத்திலிருந்து அவர்கள் அண்ணனும் தங்கையுமாக இருக்க வேண்டுமென்று ஊகிக்க முடிந்தது. அண்ணனுக்கு வயது எட்டு; தங்கைக்கு ஆறு இருக்கும்.

மாமல்லருடைய சாயல் இருவர் முகத்திலும் காணப்பட்டது. 'தாத்தா!' என்று கூவிக்கொண்டு இரு குழந்தைகளும் ஆயனரிடம் ஓடினார்கள். ஆயனர் அவர்களை, 'என் கண்மணிகளே வாருங்கள்!' என்று சொல்லி வரவேற்றார். அவர்களைத் தம் தோளின் மேல் சாய்த்துக்கொண்டு கொஞ்சிச் சீராட்டினார். அவருடைய கண்களில் கண்ணீர் துளித்தது. அது குழந்தை களைக் கண்டதனால் ஏற்பட்ட ஆனந்தக் கண்ணீரா, அல்லது நடந்திருக்கக் கூடியதையும் நடக்காமற் போனதையும் நினைத்துக் கொண்டதனால் ஏற்பட்ட தாபக் கண்ணீரா என்று யாரால் சொல்ல முடியும்!

குழந்தைகள் சற்று நேரம் ஆயனருடன் விளையாடிக் கொண்டிருந்த பிறகு, மாமல்ல சக்கரவர்த்தி அவர்களைப் பார்த்து, 'குந்தவி! மகேந்திரா! இரண்டு பேரும் வெளியே ஓடிப்போய்ச் சிறிது நேரம் விளையாடிக் கொண் டிருங்கள். நான் தாத்தாவுடன் கொஞ்சம் பேசிவிட்டு வருகிறேன்!' என்று சொல்லிக் கொண்டே குழந்தைகளைக் கையைப் பிடித்து அழைத்துக் கொண்டுபோய் வெளியில் விட்டார். 'கண்ணா! குழந்தைகளைப் பார்த்துக் கொள்!' என்று சாரதியைப் பார்த்துச் சொன்னார்.

அதோ குதிரைக் கடிவாளங்களைப் பிடித்துக்கொண்டு நிற்பவன் கண்ண பிரான்தான். அவன் முகத்தில் இப்போது கறுகறுவென்று மீசை வளர்ந் திருந்தது.

குழந்தைகளை வெளியில் விட்டு விட்டு வீட்டுக்குள்ளே திரும்பி வந்த மாமல்லரைப் பார்த்து ஆயனர், 'பிரபு! தாங்கள் எனக்கு இட்ட கட்டளையை நிறைவேற்றிவிட்டேன். நூற்றெட்டாவது நடனச் சிலை இன்றோடு வேலை முடிகிறது' என்றார்.

சிவகாமியின் பிரிவினால் ஆயனரின் அறிவு நாளுக்கு நாள் சிதறிப்போய் வருவதைக் கண்ட நரசிம்மவர்ம சக்கரவர்த்தி, அவரை நூற்றெட்டு நடனத் தோற்றச் சிலைகளையும் பூர்த்தி செய்யும்படி கட்டளையிட்டிருந்தார். ஆயனர் வேலை செய்யத் தொடங்கிய நாளிலிருந்து அவருடைய அறிவு பாதுகாக்கப்பட்டு வந்தது.

'ஆயனரே! என்னுடைய ஆயத்தங்களும் முடிந்து விட்டன. விஜயதசமியன்று யுத்தத்துக்குப் புறப்படுகிறோம். காலையில் ஆயுதபூஜை நடத்திவிட்டு மாலையில் வாதாபி யாத்திரை தொடங்குகிறோம்!' என்றார் மாமல்லர்.

'ஐயா! நானும் கேள்விப்பட்டேன். திருக்கழுக்குன்றம் மலைச்சாரலில் வந்து சேர்ந்திருக்கும் மாபெரும் சைனியத்தைப் பற்றிக் குண்டோதரன் கூறினான். கண்ணுக்கெட்டியதூரம் யானைப் படையும், குதிரைப் படையும், காலாட் படையும் ஒரே சேனா சமுத்திரமாய் இருக்கிறதாமே? இன்னமும் வீரர்கள் வந்து சேர்ந்து கொண்டிருக்கிறார்களாமே? வாளும் வேலும் ஈட்டியும் மலை மலையாகக் குவிந்து கிடக்கின்றனவாமே? குண்டோதரன் வந்து சொன்னதைக் கேட்டதும் எனக்கே திருக்கழுக்குன்றம் போய்ப் பார்க்க வேண்டுமென்று தோன்றியது.'

'ஆயனரே! திருக்கழுக்குன்றத்தில் இறங்கியிருக்கும் படைகள் நமது சைனியத்தில் மூன்றில் ஒரு பங்குதான். வடக்கே பொன்முகலி நதிக்கரையில் ஒரு பெரிய சைனியம் நமது சேனாபதி பரஞ்சோதியின் தலைமையில் காத்திருக்கிறது. தெற்கேயிருந்து பாண்டியனுடைய சைனியம் விரைந்து வந்துகொண்டிருக்கிறது. வராக நதிக்கு அருகில் வந்துவிட்டதாக இன்றுதான் செய்தி கிடைத்தது.

'பிரபு! என்னை மன்னிக்க வேண்டும், தாங்கள் காலங்கடத்திக் கொண்டிருப்பதாக எண்ணி நொந்து கொண்டிருந்தேன். எப்பேர்ப்பட்ட பகீரதப் பிரயத்தனம் செய்திருக்கிறீர்கள் என்று இப்போதுதான் தெரிகிறது...'

'பகீரதப் பிரயத்தனம் என்றா சொன்னீர், ஆயனரே!'

'ஆம் ஐயா!'

'ஒரு சம்பவம் ஞாபகம் இருக்கிறதா? மகேந்திர பல்லவரும், நானும், நீங்களும் கடல் மல்லைத் துறைமுகத்தில் பாறைகளைச் சுற்றிப் பார்த்துக் கொண்டிருந்தோம். திடீரென்று மழை பிடித்துக் கொண்டது. ஒரு பாறை இரண்டாய்ப் பிளந்தது போல் நடுவில் பள்ளமாயிருந்தது. பாறையில் பெய்த மழைத் தண்ணீர் அந்தப் பள்ளத்தின் வழியே தடதடவென்று கொட்டியது 'ஆகாச கங்கை விழுகிறது!' என்று நான் சொன்னேன். உடனே, மகேந்திர பல்லவர், 'சிற்பத்துக்கு நல்ல விஷயம்; இங்கே பகீரதன் தவத்தைச் சித்திரிக்கலாம்' என்றார். நீங்களும் அதை ஒப்புக் கொண்டு

சிற்பிகளை அழைத்து வேலை தொடங்கும்படி சொன்னீர்கள். அப்போது நான் தந்தையிடம் பகீரதன் கதை சொல்லும்படி கேட்டுக்கொண்டேன்.

'பகீரதன் கதையை அன்று மகேந்திர பல்லவரிடம் கேட்டபோது எனக்கு ஒரே வியப்பாயிருந்தது. பகீரதனுடைய தவத்துக்கு என்னென்ன இடையூறுகள் நேர்ந்தன? அவ்வளவையும் சமாளித்து அவன் எடுத்த காரியத்தைச் சாதித்ததைக் குறித்துப் பெரிதும் ஆச்சரியப்பட்டேன். இளம்பிள்ளைப் பிராயத்தில் அப்பாவிடம் கேட்ட அந்தக் கதை இப்போது எனக்கு வெகு உபயோகமாயிருந்தது. ஆயனரே! வாதாபியிலிருந்து நான் உங்கள் குமாரியை அழைத்து வராமல் திரும்பி வந்தபோது, மூன்று வருஷத்துக்குள்ளே படை திரட்டிக்கொண்டு வாதாபிக்குப் போகலாம் என்று எண்ணியிருந்தேன். வரும் வழியெல்லாம் அவ்வாறுதான் நானும் பரஞ்சோதியும் திட்டம் போட்டுக்கொண்டு வந்தோம். மூன்று வருஷத்தில் நடத்த எண்ணிய காரியத்துக்கு ஒன்பது வருஷம் ஆகிவிட்டது.'

'பல்லவேந்திரா! ஒன்பது வருஷம் ஆயிற்று என்றா சொன்னீர்கள்? ஒன்பது யுகம் ஆனதாக எனக்குத் தோன்றுகிறது!'

'எனக்கும் அப்படித்தான், ஆயனரே! சிவகாமியைப் பார்த்துப் பல யுகம் ஆகிவிட்ட மாதிரிதான் தோன்றுகிறது. ஆனாலும், நான் என்ன செய்யமுடியும்? இரண்டு வருஷம் நாட்டில் மழையில்லாமல் பஞ்சமாய்ப் போயிற்று. ஒரு வருஷம் பெரு மழையினால் சேதங்கள் நேர்ந்தன. இலங்கை இளவரசன் மானவன்மனுக்கு ஒத்தாசை செய்யவேண்டி வந்தது. பாண்டியனுக்கும் சேரனுக்கும் மூண்ட சண்டையில் தலையிட்டுச் சமாதானம் செய்விக்கவேண்டியிருந்தது. இத்தகைய காரணங்களினால் மனச்சோர்வு ஏற்பட்ட போதெல்லாம் அடிக்கடி துறைமுகத்துக்குச் சென்று பகீரதனுடைய தவச் சிற்பத்தைப் பார்த்தேன். மீண்டும் ஊக்கமும் தைரியமும் அடைந்தேன். கடைசியில் பகீரதன் முயற்சி பலிதமடைந்ததுபோல், என்னுடைய பிரயத்தனமும் பூர்த்தியடைந்துவிட்டது. அடுத்த வாரத்தில் போருக்குப் புறப்படப் போகிறேன்.'

'பிரபு! இது என்ன? 'புறப்படப் போகிறேன்' என்று சொல்கிறீர்கள்?' என்று கேட்டார் ஆயனர்.

'வேறு என்ன சொல்லவேண்டும், ஆயனரே?'

'புறப்படப் போகிறோம்' என்று சொல்லவேண்டும். பல்லவேந்திரா! இன்னும் எத்தனை காலம் நான் உயிரோடிருப்பேனோ, தெரியாது. சிவகாமியை ஒரு தடவை கண்ணாலே பார்த்து விட்டாவது கண்ணை மூடுகிறேன்.'

மாமல்லர் தம்முடைய கண்களில் துளித்த கண்ணீரைத் துடைத்துக் கொண்டு, 'ஐயா! உம்முடைய மகளுக்காக நீர் உயிர் வாழ்ந்தே ஆகவேண்டும். சாவைப் பற்றி நினைக்கவே வேண்டாம். நீங்கள், வந்தே தீரவேண்டுமென்றால் அழைத்துப் போகிறேன். விஜயதசமியன்று புறப்பட ஆயத்தமாயிருங்கள்!' என்றார்.

2.மானவன்மன்

திருக்கழுக்குன்றத்தைச் சுற்றிலும் விசாலமான பிரதேசத்தில் பல்லவ சைனியம் தண்டு இறங்கியிருந்தது.

அந்தக் குன்றின் உச்சியில் வீற்றிருந்த சிவபெருமானாகட்டும், அந்தப் பெருமானைத் தினந்தோறும் வந்து வழிபட்டுப் பிரசாதம் உண்டு சென்ற கழுகுகள் ஆகட்டும், அதற்கு முன்னால் அக்குன்றின் சாரலில் அம்மாதிரிக் காட்சியை எப்போதும் பார்த்திருக்க முடியாது. குன்றின் மேலேயிருந்து வடக்கே நோக்கினால் கண்ணுக்கு எட்டிய தூரத்துக்கு ஒரே யானைகள் யானைகள், யானைகள்! உலகத்திலே இத்தனை யானைகள் இருக்க முடியாது! இவ்வளவு யானைகளும் ஒரே இடத்தில் வந்து சேர்ந்திருப்பதினால் பூமி நிலை பெயர்ந்து விடாதா என்றெல்லாம் பார்ப்பவர்கள் மனத்தில் சந்தேகத்தைக் கிளப்பும்படியாக எல்லையில்லாத தூரம் ஒரே யானை மயமாகக் காணப்பட்டது.

கிழக்கே திரும்பிப் பார்த்தால், உலகத்திலே குதிரைகளைத் தவிர வேறு ஜீவராசிகள் இல்லையென்று சொல்லத் தோன்றும். எல்லாம் உயர்ந்த ஜாதிக் குதிரைகள்; அரபு நாட்டிலிருந்தும் பாரசீகத்திலிருந்தும் கப்பலில் வந்து மாமல்லபுரம் துறைமுகத்தில் இறங்கியவை. வெள்ளை நிறத்தவை, சிவப்பு நிறத்தவை, பளபளப்பான கரிய நிறமுடையவை, சிவப்பு நிறத்தில் வெள்ளைப் புள்ளி உள்ளவை; - ஹா ஹா! அந்த அழகிய மிருகங்களைப் பார்த்துக்கொண்டேயிருக்கலாமென்று தோன்றும். போர்க்களத்துக்குப் போகும் இந்தப் பதினாயிரக்கணக்கான குதிரைகளில் எவ்வளவு குதிரைகள் உயிரோடு திரும்பி வருமோ என்று நினைத்துப் பார்த்தால் கதிகலங்கும்.

தென்புறத்தில் கண்ணுக்கெட்டிய தூரம் குதிரைகள் பூட்டிய ரதங்களும், ரிஷபங்கள் பூட்டிய வண்டிகளும், பொதி சுமக்கும் மாடுகளும் ஒட்டகங்களும் கோவேறு கழுதைகளும் காணப்பட்டன.

வண்டிகளிலே தானிய மூட்டைகளும் துணி மூட்டைகளும் கத்திகளும் கேடயங்களும் வாள்களும் வேல்களும் ஈட்டிகளும் சூலங்களும் வில்களும் அம்பறாத் தூணிகளும் இன்னும் விதவிதமான விசித்திர ஆயுதங்களும் பிரம்மாண்டமான வடக் கயிறுகளும் நூல் ஏணிகளும் கொக்கிகளும் அரிவாள்களும் மண்வெட்டிகளும் தீப்பந்தங்களும் தீவர்த்திகளும் அடுக்கப்பட்டிருந்தன. வண்டியில் ஏற்றப்படாமல் இன்னும் எத்தனையோ ஆயுதங்களும் மற்றக் கருவிகளும் மலைமலையாக ஆங்காங்கு கிடந்தன. ஓரிடத்தில் மலைபோலக் குவிந்திருந்த தாழங்குடைகளைப் பார்த்தால் அவற்றைக்கொண்டு பூமியின் மீது ஒரு சொட்டு

மழை கூட விழாமல் வானத்தையே மூடி மறைத்து விடலாம் என்ற எண்ணம் உண்டாகும்.

மேற்கே திரும்பினால், அம்மம்மா! பூவுலகத்திலுள்ள மனிதர்கள் எல்லாம் இங்கே திரண்டு வந்திருக்கிறார்களா என்ன? அப்படிக் கணக்கிட முடியாத வீரர்கள் ஈ மொய்ப்பது போலத் தரையை மொய்த்துக்கொண்டு நின்றார்கள்! இராவணேசுவரனுடைய மூல பல சைனியம் என்று நாம் கேள்விப் பட்டிருக்கும் மகா சைனியத்திலேகூட வீரர்களின் எண்ணிக்கை இவ்வளவு இருந்திருக்குமா என்று சொல்ல முடியாது.

இவ்விதம் அந்த நாலு வகைப்பட்ட பல்லவ சைனியமும் தண்டு இறங்கியிருந்த பிரதேசம் முழுவதிலும் ஆங்காங்கு ரிஷபக் கொடிகள் வானளாவிப் பறந்து காற்றில் ஆடிக்கொண்டிருந்தன.

மேற்கூறிய சேனா சமுத்திரத்தை அணுகி, மாமல்ல நரசிம்ம சக்கரவர்த்தியானவர் ரதத்தில் வந்துகொண்டிருந்தார்.

அவரைத் தூரத்திலே பார்த்ததும், பூரண சந்திரனைக் கண்டு ஆஹ்லாதித்துப் பொங்கும் சமுத்திரத்தைப்போல அந்தச் சேனா சமுத்திரத்தில் மகத்தான ஆரவாரம் ஏற்பட்டது.

சங்கங்களும் தாரைகளும் பேரிகைகளும் முரசுகளும் 'கடுமுகங்'களும் 'சமுத்திரகோஷங்'களும் சேர்ந்தாற்போல் முழங்கியபோது எழுந்த பேரொலியானது, நாற்றிசைகளிலும் பரவி, வான முகடுவரையில் சென்று, அங்கிருந்து கிளம்பி எதிரொலியோடு மோதி, கொந்தளிக்கும் கடலில் அலைகள் ஒன்றையொன்று தாக்கி உண்டாக்குவது போன்ற பேரமளியை உண்டாக்கியது.

இன்னும் அந்த வீரர் பெருங்கூட்டத்தில் ஆயிரமாயிரம் வலிய குரல்களிலிருந்து, 'மாமல்லர் வாழ்க!', 'புலிகேசி வீழ்க!' 'காஞ்சி உயர்க!', 'வாதாபிக்கு நாசம்!' என்பன போன்ற கோஷங்கள் காது செவிடுபடும்படியான பெருமுழக்கமாக ஏகோபித்து எழுந்து, வானமும் பூமியும் அதிரும்படி செய்தன.

இப்படி ஆரவாரித்த மாபெரும் சைனியத்திலிருந்து தனியே பிரிந்து, உயர்ந்த ஜாதிக் குதிரைமீது ஆரோகணித்திருந்த ஒரு கம்பீர புருஷன் சக்கரவர்த்தியின் ரதத்தை எதிர்கொள்வதற்காக முன்னோக்கிச் சென்றான். ரிஷபக் கொடி ஏந்திய வீரர் இருவர் அவனைத் தொடர்ந்து பின்னால் சென்றார்கள்.

அப்படி மாமல்லரை எதிர்கொள்வதற்காகச் சென்றவன்தான் மானவன்மன் என்னும் இலங்கை இளவரசன்.

இந்த மானவன்மனுடைய தந்தையும் மகேந்திர பல்லவரும் நண்பர்கள். மகேந்திர பல்லவரைப் போலவே மானவன்மனுடைய தந்தையும் கலைகள் வளர்ப்பதில் ஈடுபட்டு, அரசியலை அதிகமாய்க் கவனியாது விட்டிருந்தார். இதன் பலனாக அவர் இறந்ததும் மானவன்மன் சிம்மாசனம் ஏற இடங்கொடாமல் அட்டதத்தன் என்னும் சிற்றரசன் இராஜ்யத்தைக்

கைப்பற்றிக்கொண்டான். மானவன்மன் காஞ்சி மாமல்லருக்கு உதவி கோரித் தூது அனுப்பினான். அப்போதுதான் தொண்டை மண்டலத்தைப் பெரும் பஞ்சம் பீடித்திருந்தது. எனினும் மாமல்லர் ஒரு சிறு படையைக் கப்பலில் ஏற்றி இலங்கைக்கு அனுப்பி வைத்தார். அந்தப் படை இலங்கையை அடையும் சமயத்தில் மானவன்மன் படுதோல்வியுற்றுக் காட்டில் ஒளிந்துகொண்டிருந்தான். மாமல்லர் அனுப்பிய சிறு படை அட்டதத்தனோடு போரிடுவதற்குப் போதாது என்று கண்ட மானவன்மன், பல்லவர் படையோடு தானும் கப்பலில் ஏறிக் காஞ்சிக்கு வந்து சேர்ந்தான்.

மகேந்திர பல்லவருடைய சிநேகிதரின் மகன் என்ற காரணத்தினால், மானவன்மன் மீது இயற்கையாகவே மாமல்லருக்கு அன்பு ஏற்பட்டது. அதோடு அயல்நாட்டிலிருந்து தம்மை நம்பி வந்து அடைக்கலம் புகுந்தவனாகையால் அன்போடு அனுதாபமும் சேர்ந்து, அழியாத சிநேகமாக முதிர்ச்சி அடைந்தது. வெகு சீக்கிரத்தில் இணை பிரியாத தோழர்கள் ஆனார்கள்.

மாமல்லர், பரஞ்சோதிக்குத் தமது இருதயத்தில் எந்த ஸ்தானத்தைக் கொடுக்க விரும்பினாரோ, அந்த ஸ்தானத்தை இப்போது மானவன்மன் ஆக்கிரமித்துக் கொண்டான்.

உண்மையில் மாமல்லருக்கும் பரஞ்சோதிக்கும் மனமொத்த அந்தரங்க சிநேகிதம் எப்போதும் ஏற்படவேயில்லை. ஏனெனில், பரஞ்சோதியின் உள்ளத்தில் மாமல்லர் புராதன சக்கரவர்த்தி குலத்தில் உதித்தவராகையால் தாம் அவரோடு சரி நிகர் சமானமாக முடியாது என்னும் எண்ணம் எப்போதும் இருந்து வந்தது.

அதோடு, ஒன்பது வருஷத்துக்கு முன்னால் வாதாபியிலிருந்து திரும்பி வந்ததிலிருந்து, சேனாபதி பரஞ்சோதி படையெடுப்புக்கு வேண்டிய ஆயத்தங்களில் முழுவதும் கவனத்தைச் செலுத்தியிருந்தார். ஊர் ஊராகச் சென்று வீரர்களைத் திரட்டுவதிலும், அவர்களுக்குப் போர்ப் பயிற்சி அளிப்பதிலும், அவர்களில் யானைப் படை, குதிரைப் படைகளுக்கு ஆட்களைப் பொறுக்கி அமைப்பதிலும், ஆயுதங்கள் சேகரிப்பதிலும் அவர் பரிபூரணமாய் ஈடுபட்டிருந்தார். மாமல்லரிடம் சிநேகித சல்லாபம் செய்வதற்கு அவருக்கு நேரமே இருப்பதில்லை.

எனவே, மாமல்லருக்கு மனமொத்துப் பழகுவதற்கு வேறொருவர் தேவையாயிருந்தது. அந்தத் தேவையை இலங்கை இளவரசன் மானவன்மன் பூர்த்தி செய்வித்தான்.

மானவன்மன் இலங்கையிலிருந்து காஞ்சி வந்தவுடனே மாமல்லர் அவனுடைய உதவிக்காகப் பெரிய சைனியத்தை அனுப்பி வைப்பதாகக் கூறினார். ஆனால் அப்போது வாதாபி படையெடுப்புக்காகச் சைனியம் திரட்டப்பட்டு வந்ததை மானவன்மன் அறிந்ததும் அந்தச் சைனியத்தில் ஒரு பெரும் பகுதி யைப் பிரித்துக்கொண்டு போக விரும்பவில்லையென்பதைத் தெரிவித்தான். வாதாபி யுத்தம் முடியும் வரையில் அங்கேயே தான் தங்குவதாகவும், பிறகு இலங்கைக்குப் போவதாகவும் சொன்னான்.

இதனால் மாமல்லர் மிகவும் மகிழ்ச்சியடைந்தார். அச்சமயம் இலங்கைக்குப் பெரிய சைனியம் அனுப்புவதற்குச் சேனாபதி பரஞ்சோதி ஆட்சேபிப்பார் என்ற பயம் மாமல்லருக்கு உள்ளுக்குள் இருந்தது. எனவே, மானவன்மன் இலங்கைப் படையெடுப்பைப் பிறகு பார்த்துக்கொள்ளலாம் என்று சொன்னது நரசிம்மவர்மருக்கு மிக்க திருப்தியையளித்தது. மானவன்மனுடைய பெருந்தன்மையைப் பற்றியும், சுயநலமில்லாத உயர்ந்த குணத்தைப் பற்றியும் எல்லாரிடமும் சொல்லிச் சொல்லிப் பாராட்டினார்.

பின்னர், வாதாபிப் படையெடுப்புக்குரிய ஆயத்தங்களில் மானவன்மனும் பரிபூரணமாய் ஈடுபட்டான். முக்கியமாக யானைப் படைப் போரில் மானவன்மனுக்கு விசேஷ சாமர்த்தியம் இருந்தது. எனவே, யானைப் படைகளைப் போருக்குப் பயிற்சி செய்வதில் அவன் கவனத்தைச் செலுத்தினான்.

புலிகேசி முன்னம் படையெடுத்து வந்தபோது, அவனுடைய பெரிய யானைப் படைதான் அவனுக்கு ஆரம்பத்தில் வெற்றி அளித்ததென்றும், யானைப் படை போதிய அளவில் இல்லாதபடியாலேயே மகேந்திர பல்லவர் பின்வாங்கவும் கோட்டைக்குள் ஒளியவும் நேர்ந்தது என்றும் பரஞ்சோதியும் மாமல்லரும் அறிந்திருந்தார்கள். எனவே, வாதாபிப் படையெடுப்புக்குப் பெரும் யானைப் படை சேகரிக்கத் தீர்மானித்து, சேர நாட்டிலிருந்து ஆயிரக்கணக்கான யானைகள் தருவித்திருந்தார்கள். அந்த யானைகளைப் போருக்குப் பழக்குவதற்கு மானவன்மன் மிக்க உதவியாயிருந்தான்.

வாதாபிக்குப் படை கிளம்பவேண்டிய தினம் நெருங்க நெருங்க, மானவன்மனுக்கும் மாமல்லருக்கும் ஒரு பெரும் வாக்குப் போர் நடக்கலாயிற்று; படையெடுப்புச் சேனையோடு தானும் வாதாபி வருவதற்கு மானவன்மன் மாமல்லரின் சம்மதத்தைக் கேட்டுக் கொண்டிருந்தான்.

மாமல்லரோ வேறு யோசனை செய்திருந்தார். அதிதியாக வந்து அடைக்கலம் புகுந்தவனைப் போர்க்களத்துக்கு அழைத்துப் போக அவருக்கு விருப்பம் இல்லை. அதோடு அவர் மனத்தில் இன்னொரு யோசனையும் இருந்தது. தாமும் பரஞ்சோதியும் வாதாபிக்குச் சென்ற பிறகு, காஞ்சி இராஜ்யத்தைக் கவனித்துக் கொள்ளவும் அவசியமானபோது தளவாடச் சாமான்கள், உணவுப் பொருள்கள் முதலியவை சேர்த்துப் போர்க்களத்துக்கு அனுப்பி வைக்கவும் திறமையுள்ள ஒருவர் காஞ்சியில் இருக்க வேண்டும். அதற்கு மானவன்மனை விடத் தகுந்தவர் வேறு யார்.

அன்றியும் மானவன்மனைக் காஞ்சியில் விட்டுப் போவதற்கு மாமல்லரின் இதய அந்தரங்கத்தில் மற்றொரு காரணமும் இருந்தது.

வாழ்வு என்பது சதமல்ல; எந்த நிமிஷத்தில் யமன் எங்கே, எந்த ரூபத்தில் வருவான் என்று சொல்லமுடியாது. அதிலும் நெடுந்தூரத்திலுள்ள பகைவனைத் தாக்குவதற்குப் படையெடுத்துப் போகும்போது, எந்த இடத்தில் உயிருக்கு என்ன அபாயம் நேரும் என்று யாரால் நிர்ணயிக்க முடியும்? புலிகேசியைக் கொன்று, வாதாபியையும் நிர்மூலமாக்காமல் காஞ்சிக்குத் திரும்புவதில்லையென்று மாமல்லர் தம் மனத்திற்குள் சங்கல்பம் செய்து

கொண்டிருந்தார். வெற்றி கிடைக்காவிட்டால் போர்க்களத்தில் உயிரைத் தியாகம் செய்யும்படியிருக்கும். அப்படி ஒருவேளை நேர்ந்தால் காஞ்சிப் பல்லவ இராஜ்யம் சின்னாபின்னமடையாமல் பார்த்துக் கொள்வதற்கும், குமாரன் மகேந்திரனைச் சிம்மாசனத்தில் ஏற்றி ஸ்திரப்படுத்துவதற்கும் யாராவது ஒரு திறமைசாலிவேண்டாமா? அந்தத் திறமைசாலி தம்முடைய நம்பிக்கைக்கு முழுதும் பாத்திரமானவனாயும் இருக்கவேண்டும்.

காஞ்சி இராஜ்யத்தையும் குமாரன் மகேந்திரனையும் நம்பி ஒப்படைத்து விட்டுப் போவதற்கு மானவன்மனைத் தவிர யாரும் இல்லை. தம் மைத் துனனாகிய ஜயந்தவர்ம பாண்டியனிடம் மாமல்லருக்கு அவ்வளவாக நம்பிக்கை இல்லை. ஜயந்தவர்மனுக்கு ஒரு காலத்தில் தமிழகம் முழு வதையும் ஒரு குடையின் கீழ் ஆளவேண்டுமென்ற ஆசை இருந்ததென்பது மாமல்லருக்குத் தெரியும்.

பாண்டியனிடம் தமக்கு உள்ளுக்குள் இருந்த அவநம்பிக்கையை மாமல்லர் வெளியே காட்டிக்கொள்ளாமல் வாதாபி படையெடுப்புக்கு அவனுடைய உதவியைக் கோரினார். ஜயந்தவர்மனும் தன்னுடைய மகன் நெடுமாறனின் தலைமையில் ஒரு பெரிய சைனியத்தை அனுப்புவித்தான். அந்தச் சைனியந் தான் வராக நதிக்கரைக்கு அப்போது வந்திருந்தது.

இப்படி மாமல்லர் பாண்டியனிடம் யுத்தத்துக்கு உதவி பெற்றாரெனினும், தம் ஆருயிர்த் தோழனான மானவன்மனிடமே முழு நம்பிக்கையும் வைத்து, அவனைக் காஞ்சியில் இருக்கச் சொல்லி விட்டுத் தாம் வாதாபி செல்வ தென்று தீர்மானித்தார்.

மானவன்மனோ, பிடிவாதமாகத் தானும் வாதாபிக்கு வரவேண்டுமென்று சொல்லிக் கொண்டிருந்தான். மேற்படி விவாதம் அவர்களுக்குள் இன்னும் முடியாமலே இருந்தது.

மாமல்லர் ரதத்திலிருந்தும் மானவன்மன் குதிரை மீதிருந்தும் கீழே குதித் தார்கள். ஒருவரையொருவர் ஆலிங்கனம் செய்து கொண்டு மகிழ்ந்தார்கள். பிறகு மானவன்மன் ரதத்திலிருந்த ஆயனரைச் சுட்டிக்காட்டி, 'அண்ணா! இந்தக் கிழவரை எதற்காக அழைத்து வந்தீர்கள். படையெடுக்கும் சைனியத் தைப் பார்த்துவிட்டுப் போவதற்கா? அல்லது ஒருவேளை யுத்தத்துக்கே அழைத்துப்போக உத்தேசமா?' என்று கேட்டான்.

அதற்கு மாமல்லர், 'அதை ஏன் கேட்கிறாய், தம்பி! ஆயனக் கிழவர் எல்லார்க்கும் முன்னால் தாம் போருக்குப் போக வேண்டும் என்கிறார். அவருக்குப் போட்டியாகக் குமாரன் மகேந்திரன் தானும் யுத்தத்துக்குக் கிளம்புவேனென்கிறான். 'அண்ணா யுத்தத்துக்குப் போனால் நானும் போவேன்' என்கிறாள் குந்தவி. இதோடு போச்சா? நமது சாரதி கண்ணன் மகன் சின்னக் கண்ணன் இருக்கிறான் அல்லவா? அவன் நேற்றுக் கையிலே கத்தி எடுத்துகொண்டு தோட்டத்துக்குள் புகுந்து, 'சளுக்கர் தலையை இப்படித்தான் வெட்டுவேன்' என்று சொல்லிக்கொண்டே அநேகச் செடிகளை வெட்டித் தள்ளி விட்டானாம்!' என்றார்.

மானவன்மன் குறுக்கிட்டு, 'ஆயனக் கிழவர், சின்னக் கண்ணன், குமார சக்கரவர்த்தி, குந்தவி தேவி ஆகிய வீரர்களைப் போர்க்களத்துக்கு அழைத்துப் போங்கள். என்னைப் போன்ற கையாலாகாதவர்களைக் காஞ்சியில் விட்டு விடுங்கள்!' என்றான்.

'அப்படியெல்லாம் உன்னைத் தனியாக விட்டு விட்டுப் போக மாட்டேன். மாமா காஞ்சியில் இருந்தால் தானும் இருப்பதாக மகேந்திரன் சொல்கிறான்; மகேந்திரன் இருந்தால் தானும் இருப்பதாகக் குந்தவி சொல்கிறாள்' என்றார் மாமல்லர்.

உடனே மானவன்மன், குமார சக்கரவர்த்தியைத் தூக்கிக் கொண்டு, 'நீ ஒரு குழந்தை! நானும் ஒரு குழந்தை! நாம் இரண்டு பேரும் காஞ்சியில் இருப் போம். மற்ற ஆண் பிள்ளைகள் எல்லாம் யுத்தத்துக்குப் போகட்டும்!' என்றான்.

அப்போது குந்தவி, 'ஏன் மாமா! உங்கள் அப்பாவுக்கு நீங்கள் குழந்தைதானே?' என்று வெடுக்கென்று கேட்டாள். மானவன்மன் குமார மகேந்திரனைத் தரை யில் விட்டு விட்டுக் குந்தவியின் முன்னால் வந்து கைகட்டி வாய் புதைத்து நின்று, 'தேவி! தாங்கள் இருக்குமிடத்தில் யாரும் வாயைத் திறக்கக் கூடா தல்லவா? நான் பேசியது பிசகு! மன்னிக்க வேண்டும்!' என்று வேடிக்கையான பயபக்தியோடு சொல்லவும், ஆயனர் உள்பட அனைவரும் நகைத்தார்கள்.

அன்று சாயங்காலம் மாமல்லரும் மானவன்மனும் தனிமையில் சந்தித்த போது, 'அண்ணா! உண்மையாகவே ஆயனரை வாதாபிக்கு அழைத்துப் போகப் போகிறீர்களா?' என்று கேட்டான்.

'ஆமாம், தம்பி! இரண்டு முக்கிய காரணங்களுக்காக அவரை அழைத்துப் போகிறேன். முதலாவது, நம் படை வீரர்கள் தூர தேசத்தில் இருக்கும்போது காலொடிந்த கிழவரைப் பார்த்தும் அவருடைய புதல்வியை நினைத்தும் மனஉறுதி கொள்வார்கள். அதோடு, யாருக்காக இத்தகைய பெருஞ்சேனை திரட்டிக் கொண்டு படையெடுத்துச் செல்கிறோமோ, அவளை ஒருவேளை உயிரோடு மீட்க முடிந்தால், உடனே யாரிடமாவது ஒப்புவித்தாக வேண்டு மல்லவா? அவளுடைய தந்தையிடமே ஒப்புவித்து விட்டால் நம் கவலையும் பொறுப்பும் விட்டது' என்றார் மாமல்லர்.

அப்போது அவர் விட்ட பெருமூச்சு மானவன்மனுடைய இருதயத்தில் பெருவேதனையை உண்டாக்கியது.

3. ருத்ராச்சாரியார்

காஞ்சி நகரமானது முன்னம் மகேந்திரவர்ம சக்கரவர்த்தியின் காலத்தில் இருந்ததுபோல் கலைமகளும் திருமகளும் குதூகலமாகக் கொலு வீற்றிருக்கும் பெருநகரமாக இப்போது விளங்கியது.

இருபுறமும் கம்பீரமான மாடமாளிகைகளையுடைய விசாலமான வீதிகளில் எப்போது பார்த்தாலும் 'ஜே ஜே' என்று ஜனக் கூட்டமாயிருந்தது. மாடு பூட்டிய வண்டிகளும், குதிரை பூட்டிய ரதங்களும் மனிதர் தூக்கிய சிவிகைகளும் ஒன்றையொன்று நெருங்கி வீதியையும் அடைத்தன.

ஸ்திரீகளும் புருஷர்களும் விதவிதமான வர்ணப் பட்டாடைகளும் ஆபரணங்களும் அணிந்து அங்குமிங்கும் உலாவினார்கள்.

ஆலயங்களிலே பூஜாகாலத்து மணி ஓசையும் மங்கள வாத்தியங்களின் கோஷமும் இடைவிடாமற் கேட்டுக்கொண்டு இருந்தன.

சமஸ்கிருத கடிகைகளில் வேத மந்திரங்களின் கோஷமும் சைவத் தமிழ் மடங்களில் நாவுக்கரசரின் தெய்வீகமான தேவாரப் பாசுரங்களின் கானமும் எழுந்தன.

சிற்ப மண்டபங்களில் கல்லுளியின் 'கல் கல்' ஒலியும், நடன மண்டபங் களில் பாதச் சதங்கையின் 'ஜல் ஜல்' ஒலியும் எழுந்து கலைப்பற்றுள்ளவர் களின் செவிகளுக்கு இன்பமளித்தன.

வீதிகளை நிறைத்திருந்த ஜனக்கூட்டத்தில் இடையிடையே கத்தி கேடயங் களைத் தரித்த போர் வீரர்கள் காணப்பட்டார்கள். அவர்கள் எதிர்ப்புறமாக வரும் வீரர்களைச் சந்திக்கும் போதெல்லாம் ஒருவருடைய கத்தியை ஒருவர் தாக்கி முகமன் கூறிக் கொண்டார்கள்.

இவ்வாறு வீரர்கள் சந்திக்கும் இடங்களிலெல்லாம் ஜனங்கள் கூடி, 'மாமல்லர் வாழ்க!', 'புலிகேசி வீழ்க!' 'காஞ்சி உயர்க!', 'வாதாபி அழிக!' என்ற கோஷங்களை எழுப்பினார்கள்.

கலகலப்பு நிறைந்த காஞ்சி நகரின் வீதிகளின் வழியாக மாமல்ல சக்கர வர்த்தியின் ரதம் சென்று, பிரசித்திபெற்ற ருத்ராச்சாரியாரைத் தலைமை ஆசிரியராகக் கொண்ட சம்ஸ்கிருத கடிகையின் வாசலை அடைந்து நின்றது.

உள்ளேயிருந்து ஆசிரியரும் மாணாக்கருமாகச் சிலர் வெளிவந்து 'ஜய விஜயீபவ!' என்று கோஷித்துச் சக்கரவர்த்தியை வரவேற்றார்கள். மாமல்லரும், மானவன்மனும் கடிகைக்குள்ளே பிரவேசித்தார்கள்.

அந்த நாளில் பரதகண்டத்திலேயே மிகப் பிரபலமாக விளங்கிய அந்தச் சர்வ கலாசாலையின் கட்டடம் மிக விஸ்தாரமாயிருந்தது. அழகான வேலைப் பாடமைந்த தூண்கள் தாங்கிய மண்டபங்களிலே ஆங்காங்கு வெவ்வேறு வகை வகுப்புக்கள் நடந்து கொண்டிருந்தன.

ருக்வேதம், யஜுர்வேதம், சாமவேதம் ஆகியவற்றை வெவ்வேறு மண்ட பங்களில் தனித்தனியாக வித்தியார்த்திகள் அத்தியயனம் செய்து கொண்டிருந்தார்கள்.

வேதங்களிலும் வேதாகமங்களிலும் பூரணப் பயிற்சியுள்ள ஆசிரியர்கள் அந்தக் காலத்தில் காஞ்சி கடிகையிலேதான் உண்டு என்பது தேசமெங்கும் பிரசித்தமாயிருந்தது.

இன்னும் வெவ்வேறு மண்டபங்களில் சாஸ்திர ஆராய்ச்சியும், காவிய படனமும் நடந்து கொண்டிருந்தன.

ஒரு மண்டபத்தில் வியாகரண சாஸ்திரம் படித்துக் கொண்டிருந்தார்கள். மற்றொரு மண்டபத்தில் வால்மீகி இராமாயணம் படிக்கப்பட்டது. இன்னொரு மண்டபத்தில் பகவத் கீதை பாராயணம் நடந்தது. வேறொரு மண்டபத்தில் காளிதாசனுடைய சாகுந்தல நாடகத்தை மாணவர்கள் நாடகமாக நடித்துக் கொண்டிருந்தார்கள்.

இதெல்லாவற்றையும் பார்த்துக் கொண்டும் கேட்டுக் கொண்டும் மாமல்லரும் மானவன்மனும் மேலே சென்றார்கள்.

கடைசியாக அவர்கள் வந்து சேர்ந்த மண்டபம், சிறிதும் சந்தடியில்லாத நிசப்தமான ஒரு மூலையில் இருந்தது. அந்த மண்டபத்தின் மத்தியில் போட்டிருந்த கட்டிலில், கிருஷ்ணாஜினத்தின் மீது ஒரு தொண்டுக் கிழவர் சாய்ந்து படுத்திருந்தார். தும்பை மலர்போல நரைத்திருந்த அவருடைய தாடி நீண்டு வளர்ந்து தொப்புள் வரையில் வந்திருந்தது. அவருடைய சடா மகுடம் வெள்ளை வெளேரென்று இலங்கியது. இந்தக் கிழவர்தான் அந்தப் புகழ்பெற்ற சம்ஸ்கிருத கடிகையின் தலைவர் ருத்ராச்சாரியார். அவர் படுத்திருந்த கட்டிலுக்கருகில் ஆசிரியர்கள் நாலு பேர் தரையிலே உட்கார்ந்து தைத்திரீய உபநிஷதம் பாடம் கேட்டுக்கொண்டிருந்தார்கள்.

மாமல்லரின் வருகையைப் பார்த்ததும் அவர்கள் பாடத்தை நிறுத்திவிட்டு எழுந்து சக்கரவர்த்திக்கு வணக்கம் செலுத்திவிட்டு அப்பால் சென்றார்கள்.

'பல்லவேந்திரா! தங்களை எழுந்து வரவேற்பதற்கும் அசக்தனாகப் போய் விட்டேன். மன்னிக்க வேண்டும். விஜயதசமி அன்று புறப்படுகிறீர்கள் அல்லவா?' என்று ஆச்சாரியார் கேட்டார்.

'புறப்படுவதற்கு எல்லா ஆயத்தமும் ஆகிவிட்டது. ஆனால், பாண்டிய குமாரன் இன்னும் வந்து சேரவில்லை. வராக நதிக் கரையிலேயே தங்கியிருக்கிறான். ஏதோ தேக அசௌக்கியம் நேர்ந்து விட்டதாம்!'

'பிரபு! பாண்டியன் வந்தாலும், வராவிட்டாலும் நீங்கள் விஜயதசமியன்று கிளம்பத் தவறவேண்டாம். இந்த விஜயதசமி போன்ற கிரக நட்சத்திரச் சேர்க்கை ஆயிரம் வருஷத்துக்கு ஒரு தடவைதான் ஏற்படும். இராமபிரான் இலங்காபுரிக்குப் படையெடுத்துப் புறப்பட்டது இம்மாதிரி நாளிலேதான்.'

'அப்படியானால் இராமபிரானைப் போலவே நானும் வெற்றியுடன் திரும்புவேன் அல்லவா?' என்று மாமல்லர் கேட்டார்.

'அவசியம் விஜய கோலாகலத்துடன் திரும்புவீர்கள். ஆனால், அதைப் பார்க்கும் பாக்கியம் எனக்குக் கிட்டாது.'

'குருதேவா! அப்படிச் சொல்லக்கூடாது!' என்று மாமல்லர் பரிவுடனே கூறினார்.

'அதனால் என்ன? நான் இவ்வுலகை விட்டு மேல் உலகம் போன போதிலும் இந்தக் காஞ்சியையும் கடிகையையும் என்னால் மறந்திருக்க முடியாது. மாமல்லரே! தாங்கள் வாதாபியிலிருந்து திரும்பிவரும் நாளில் நான் தங்கள் தந்தை மகேந்திர சக்கரவர்த்தியையும் அழைத்துக்கொண்டு இந்தக் கடிகைக்கு மேலே வந்து நிற்பேன். நாங்கள் இருவரும் தேவலோகத்துப் பாரிஜாத மலர்களைத் தூவித் தங்களை வரவேற்போம்' என்று ருத்ராச் சாரியார் கூறியபோது மாமல்லரின் கண்கள் கலங்கிக் கண்ணீர் கசிந்தது.

4.நாவுக்கரசர்

ஏகாம்பரேசுவரர் கோயில் சந்நிதியில் இருந்த சைவத் திருமடத்திலும் அன்று மிக்க கலகலப்பாக இருந்தது.

திருநாவுக்கரசர் பெருமான் சில நாளாக அந்த மடத்தில் எழுந் தருளியிருந்தார். அப்பெரியாரின் இசைப்பாடல்களை மாணாக்கர்கள் பாடிக் கொண்டிருந்தார்கள். கண்களில் ஆனந்தக் கண்ணீர் பெருக நாவுக்கரசர் அப்பாடல்களைக் கேட்டுக் கொண்டிருந்தார். அவருக்கு அருகில் அமர்ந் திருந்த ஆயனச் சிற்பியின் கண்களும் கசிவுற்றிருந்தன.

ஏகாம்பரேசுவரர் கோயிலில் உச்சிக் கால பூஜைக்குரிய மணி அடித்தது; பேரிகை முழக்கமும் கேட்டது.

மாணாக்கர்கள் பதிகம் பாடுவதை நிறுத்தி உணவு கொள்வதற்காகச் சென்றார்கள்.

நாவுக்கரசரும் ஆயனரும் மட்டும் தனித்திருந்தார்கள்.

'சிற்பியாரே! பத்து வருஷத்துக்கு முன்னால் இதே இடத்தில் உம்முடைய புதல்வி அபிநயம் பிடித்தாள். அந்தக் காட்சி என் கண் முன்னால் இன்னமும் அப்படியே நிற்கிறது. 'முன்னம் அவனுடைய நாமம் கேட்டாள்' என்று மாணாக்கர்கள் சற்றுமுன் பாடியபோது உம் புதல்வியை எண்ணிக்கொண் டேன். என்னை அறியாமல் உடனே கண்ணீர் பெருகிவிட்டது' என்றார்.

'அடிகளே! எனக்கும் அந்த நினைவு வந்தது. அன்றைக்கு நாங்கள் புறப்படும்போது என்னைப் பின்னால் நிறுத்தித் தாங்கள் எச்சரித்தபடியே நடந்துவிட்டது.'

'ஆம், ஆயனரே! எனக்கும் அது ஞாபகம் வருகிறது. 'இப்பேர்ப்பட்ட தெய்வீகக் கலைத்திறமை பொருந்திய பெண்ணுக்கு உலக வாழ்க்கையில் கஷ்டம் ஒன்றும் வராமல் இருக்க வேண்டுமே!' என்ற கவலை ஏற்பட்டது. அதைத்தான் உம்மிடம் சொன்னேன்.

'சுவாமி, தங்களுடைய திரு உள்ளத்தில் உதயமான எண்ணம் எவ்வளவு உண்மையாய்ப் போய்விட்டது! சிவகாமிக்கு வந்த கஷ்டம் சொற்பமானதா? கனவிலும் எண்ணாத பேரிடியாக அல்லவா என் தலையில் விழுந்து விட்டது? பச்சைக் குழந்தையாகத் தொட்டிலில் கிடந்தபோதே அவளை என்னிடம் ஒப்புவித்துவிட்டு அவள் தாயார் கண்ணை மூடிவிட்டாள். அது முதல் பதினெட்டு வயது வரையில் என் கண்ணின் மணியைப் போல் அவளைப் பாதுகாத்தேன். ஒரு நாளாவது நாங்கள் ஒருவரையொருவர் பிரிந்து இருந்ததில்லை. அப்படி வளர்த்த குழந்தையைப் பிரிந்து இன்றைக்கு ஒன்பது வருஷமாயிற்று. இன்னமும் உயிரை வைத்துக் கொண்டிருக்கிறேன். அடிகளே! ஒரு பாவமும் அறியாத எங்களைக் கருணைக் கடலான பெருமான் ஏன் இத்தகைய சோதனைக்கு ஆளாக்கினார்? நாங்கள் இறைவனுக்கு என்ன அபசாரம் இழைத்தோம்?' என்று ஆயனர் கேட்டபோது, அவருடைய கண்களிலிருந்து கலகலவென்று கண்ணீர் பொழிந்தது.

'ஆயனரே! வருந்தவேண்டாம். இறைவனுடைய திருவுள்ளத்தின் இரகசியங்களை மானிடர் அறிவது கடினம். அடியேனும் என் மனமறிந்து இந்தப் பூவுலகில் யாருக்கும் எந்தத் தீமையும் செய்ததில்லை. ஆயினும் இந்தச் சட உடலம் எத்தனையோ துன்பங்களை அனுபவித்தது. சிற்பியாரே! அடியேன் கண்ட உண்மையை உமக்குச் சொல்கிறேன். நாம் துன்பம் என்று நினைப்பது உண்மையில் துன்பம் அல்ல! இன்பம் என்று கருதுவது உண்மையில் இன்பம் அல்ல. இன்ப துன்ப உணர்ச்சியானது உலக பாசத்தினால் ஏற்படுகிறது. இந்தப் பாசத்தைத்தான் பெரியோர் மாயை என்கிறார்கள். மாயை நம்மைவிட்டு அகலும் போது இன்பமும் இல்லை, துன்பமும் இல்லை என்பதை அறிவோம். அந்த இறைவனுடைய திருவருளாகிய பேரின்பம் ஒன்றுதான் மிஞ்சி நிற்கக் காண்போம்.'

'சுவாமி! தங்களுடைய அமுத மொழிகளில் அடங்கிய உண்மையை நான் உணர்கிறேன். ஆயினும், என்னைவிட்டுப் பாசம் அகலவில்லையே? என்ன செய்வேன்?'

'பாசம் அகலுவதற்கு வழி இறைவனை இறைஞ்சி மன்றாடுவதுதான்!' என்றார் நாவுக்கரசர்.

'நான் மன்றாடவில்லையா? மன்றாடியை எண்ணி, இடைவிடாமல் மன்றாடிக்கொண்டுதானிருக்கிறேன். ஆயினும் என் மகள் மேல் உள்ள பாசம் விடவில்லையே! ஈசனைப் பிரார்த்திக்க நினைக்கும்போதெல்லாம் தூர தேசத்திலே, பகைவர்களின் கோட்டையிலே சிறையிருக்கும் என் மகளின் நினைவுதானே வருகிறது? 'இறைவா! என் மகளைக் காப்பாற்று. என் வாழ்நாள் முடிவதற்குள்ளாகச் சிவகாமியை இந்தக் கண்கள் பார்க்கும்படி கருணை செய்!' என்றுதானே வரங்கேட்கத் தோன்றுகிறது! என்ன செய்வேன்!' என்று ஆயனர் கூறி விம்மினார்.

'வேண்டாம், ஆயனரே! வருந்த வேண்டாம்!' என்று அவருக்கு ஆறுதல் கூறினார், உழவாரப்படை தரித்த உத்தமர். மேலும், 'உமது மனோரதந்தான்

நிறைவேறப்போகிறதே. மாமல்ல சக்கரவர்த்தி வாதாபி படையெடுப்புக்குப் பெரும் படை திரட்டியிருக்கிறாரே? இறைவன் அருளால் உம் மகள் திரும்பி வந்து சேருவாள், கவலைப்படவேண்டாம். அதுவரையில் நீர் என்னுடன் இந்த மடத்திலேயே தங்கியிருக்கலாமே? அரண்ய வீட்டில் தனியாக ஏன் இருக்கவேண்டும்?' என்றார்.

'அடிகளே! மன்னிக்கவேண்டும், பல்லவ சைனியத்தோடு நானும் வாதாபிக்குச் செல்கிறேன்...' என்று ஆயனர் கூறியது வாகீசருக்குப் பெரும் வியப்பை அளித்தது.

'இதென்ன, ஆயனரே? போர்க்களத்தின் பயங்கரங்களைப் பார்க்க ஆசை கொண்டிருக்கிறீர்களா? மனிதர்களின் இரத்தம் ஆறுபோல் ஓடுவதைப் பார்க்க விரும்புகிறீரா? வெட்டப்பட்டும் குத்தப்பட்டும் கால் வேறு, கை வேறு, தலை வேறாகக் கிடக்கும் சடலங்களைப் பார்க்கப் பிரியப்படுகிறீரா?' என்று பெருந்தகையார் வினவினார்.

ஆயனர் சிறிது வெட்கமடைந்தவராய், 'இல்லை அடிகளே! அதற்காகவெல்லாம் நான் போகவில்லை. என் மகளைப் பார்த்து அழைத்து வரலாமே என்ற ஆசையினாலேதான் போகிறேன்' என்றார்.

இந்தச் சமயத்தில் மடத்தின் வாசற்புறத்திலிருந்து சில ஸ்திரீ புருஷர்கள் வந்துகொண்டிருந்தார்கள். அவர்கள் நமக்கு ஏற்கெனவே தெரிந்தவர்கள்தான்.

சேனாபதி பரஞ்சோதி, அவருடைய மனைவி உமையாள், நமசிவாய வைத்தியர், அவருடைய சகோதரி ஆகியவர்கள் உள்ளே வந்து நாவுக்கரசருக்கு நமஸ்கரித்தார்கள்.

எல்லாரும் உட்கார்ந்த பிறகு, நமசிவாய வைத்தியர், 'சுவாமி விடை பெற்றுப்போக வந்தேன்' என்றார்.

'ஆகா! ஊருக்குத் திரும்பிப் போகிறீர்களா? எனக்குக்கூடத் திருவெண்காட்டு இறைவனைத் தரிசிக்க வேண்டுமென்றிருக்கிறது. மறுபடியும் சோழ நாட்டுக்கு யாத்திரை வரும்போது தங்கள் ஊருக்கு வருவேன்' என்றார் வாகீசர்.

'இல்லை, அடிகளே! நான் திருவெண்காட்டுக்குப் போகவில்லை. வடக்கே வாதாபி நகருக்குப் போகிறேன்.'

'இது என்ன! காஞ்சி நகரிலே ஒருவருமே மிஞ்சமாட்டார்கள் போலிருக்கிறதே? ஆயனர்தாம் அவருடைய மகளை அழைத்து வருவதற்காகப் போகிறார்; நீர் எதற்காகப் போகிறீர் வைத்தியரே?'

'வைத்தியம் செய்வதற்குத்தான் போகிறேன் சுவாமி! சைனியத்தோடு ஒரு பெரிய வைத்தியர் படையும் போகிறது. அதன் தலைவனாக நானும் போகிறேன். சளுக்கர்கள் தர்ம யுத்தம் அதர்மயுத்தம் என்ற வித்தியாசம் இன்றி யுத்தம் செய்கிறவர்கள். முனையில் விஷம் ஏற்றிய வாள்களையும் வேல்களையும் உபயோகிப்பவர்கள். நம் மகேந்திர சக்கரவர்த்திமீது

விஷக்கத்தி பாய்ந்த செய்தி தங்களுக்குத் தெரியுமே? சக்கரவர்த்திக்குச் சிகிச்சை செய்தபோது அந்த விஷத்துக்கு மாற்றுக் கண்டுபிடித்தேன். அதன் பயனாக, யுத்தத்துக்கு நானும் வரவேண்டுமென்று பல்லவ சேனாபதியின் கட்டளை பிறந்தது!' என்று கூறிய நமசிவாய வைத்தியர், சேனாபதி பரஞ்சோதியைப் பெருமையுடன் பார்த்தார்.

'ஆ! இந்தப் பிள்ளைதான் தேசமெல்லாம் பிரசித்தி பெற்ற பல்லவ சேனா பதியா?' என்று கூறித் திருநாவுக்கரசர் பரஞ்சோதியை உற்றுப்பார்த்தார். 'இவனுடைய முகத்தில் சாத்விகக் களை விளங்குகிறதே? மகோந்நதமான சிவபக்திப் பெருஞ் செல்வத்துக்கு உரியவனாகக் காணப்படுகிறானே? இவன் ஏன் இந்த கொலைத் தொழிலில் பிரவேசித்தான்?' என்று வினவினார்.

இதைக் கேட்டதும் நமசிவாய வைத்தியரும் அவருடைய சகோதரியும் ஒருவரையொருவர் பார்த்துப் புன்னகை புரிந்தார்கள். உமையாளும் தன் கணவனுடைய முகத்தைச் சிறிது நாணத்துடன் பார்த்துக் குறுநகை புரிந்தாள். பரஞ்சோதியின் முகத்திலும் புன்னகை தோன்றவில்லையென்று நாம் சொல்ல முடியாது.

'சுவாமி! தங்களுடைய திருமடத்தில் சேர்ந்து தமிழ்க்கல்வி கற்பதற்காகத்தான் இவனைப் பன்னிரண்டு வருஷத்துக்கு முன்னால் காஞ்சிக்கு அனுப்பினோம். விதியானது இவனை இந்த நிலைக்குக் கொண்டுசேர்த்தது. இவனோடு என்னையும் சேர்த்துக் கட்டிப் போர்க்களத்திற்கு இழுக்கிறது' என்றார்.

'நாவுக்கரசர் பரஞ்சோதியை இன்னொரு முறை உற்றுப் பார்த்துவிட்டு 'இவனையா விதி இழுத்துச்செல்கிறது என்கிறீர்கள்! விதியையே மாற்றி அமைக்கக்கூடிய உறுதி படைத்தவன் என்று இவன் முகக் களை சொல் கிறதே?' என்றார்.

தளபதி பரஞ்சோதி அந்தக்கணமே எழுந்து திருநாவுக்கரசரின் அடிபணிந்து, 'குருதேவரே! தங்களுடைய திருவாக்கை ஆசிமொழியாகக் கொள்கிறேன்!' என்று சொன்னார்.

பரஞ்சோதியின் தாயார் அப்போது எழுந்து நின்று வணக்கத்துடன், 'சுவாமி! முன்னொரு சமயம் தாங்கள் திருவெண்காட்டுக்கு வந்திருந்தபோது இவள் தங்களை நமஸ்கரித்தாள். 'சீக்கிரம் விவாகம் ஆகவேண்டும்' என்று கூறினீர்கள். அதன்படியே விவாகம் நடந்தது' என்று சொல்லி நிறுத்தினாள்.

'என் வாக்குப் பலித்ததுபற்றி மிகவும் சந்தோஷம், அம்மா!' என்றார் வாகீசப் பெருமான்.

'தங்களுடைய திருவாக்கிலே எது வந்தாலும் அது பலிக்கும். கருணை கூர்ந்து இவளுக்குப் புத்திர பாக்கியம் உண்டாகும்படி ஆசீர்வதிக்க வேண்டும்' என்று அந்த மூதாட்டி கூறினாள்.

திருநாவுக்கரசர் மலர்ந்த முகத்துடன் பரஞ்சோதியையும் உமையாளையும் பார்த்தார். கதைகளிலும் காவியங்களிலும் பிரசித்தி பெறப்போகும் உத்தமமான புதல்வன் இவர்களுக்கு உதிப்பான்!' என்று அருள் புரிந்தார்.

5.மாமல்லரின் பயம்

காஞ்சி அரண்மனையின் மேல் உப்பரிகையில் பளிங்குக் கல் மேடையில், விண்மீன் வைரங்கள் பதித்த வான விதானத்தின் கீழ், மாமல்லரும் மானவன்மனும் அமர்ந்திருந்தார்கள்.

இலட்சக்கணக்கான ஜனங்கள் வாழ்ந்த காஞ்சி மாநகரத்தில், அப்போது அசாதாரண நிசப்தம் குடிகொண்டிருந்தது.

மாமல்லர், அந்த நள்ளிரவில், காஞ்சி நகரின் காட்சியை ஒரு தடவை சுற்றி வளைத்துப் பார்த்துவிட்டு, ஒரு பெருமூச்சு விட்டார்.

'இந்தப் பெருநகரம் இன்றைக்கு அமைதியாகத் தூங்குகிறது. நாளைக்கு இந்நேரம் ஏக அமர்க்களமாயிருக்கும். நகர மாந்தர் நகரை அலங்கரிக்கத் தொடங்குவார்கள். படை வீரர்கள் புறப்பட ஆயத்தமாவார்கள். ஆகா! நாளை இரவு இந்த நகரில் யாரும் தூங்கவேமாட்டார்கள்!' என்றார் மாமல்லர்.

'பல்லவேந்திரா! அப்படியானால் குறித்த வேளையில் புறப்படுவதென்று முடிவாகத் தீர்மானித்து விட்டீர்களா? பாண்டியன் வந்து சேராவிட்டால் கூட?' என்று மானவன்மன் கேட்டான்.

'விஜயதசமியன்று காலையில் ஒருவேளை சூரியன் தன் பிரயாணத்தைத் தொடங்காமல் நின்றாலும் நான் நிற்கமாட்டேன். ருத்ராச்சாரியார் சொன்னதைக் கேட்கவில்லையா, இளவரசே!'

மானவன்மன் இலங்கை அரசனாக இன்னும் முடிசூட்டப்பட வில்லையாதலால் 'இளவரசன்' என்றே அழைக்கப்பட்டு வந்தான்.

'ஆம்; ருத்ராச்சாரியார் கூறியதைக் கேட்டேன். பல்லவேந்திரா! அப்புறம் ஒருமுறை நான் தனியாகவும் ருத்ராச்சாரியாரிடம் சென்று ஜோசியம் கேட்டு விட்டு வந்தேன்.'

'ஓஹோ! அப்படியா! ஆச்சாரியார் என்ன சொன்னார்?'

'எல்லாம் நல்ல சமாசாரமாகத்தான் சொன்னார்.'

'அப்படியென்றால்?'

'இலங்கைச் சிம்மாசனம் எனக்கு நிச்சயம் கிடைக்குமென்றார். அதற்கு முன்னால் பல இடையூறுகள் நேரும் என்றும் பல போர் முனைகளில் நான் சண்டை செய்வேன் என்றும் சொன்னார்.'

மாமல்லர் புன்னகை புரிந்து, 'இவ்வளவுதானா? இன்னும் உண்டா?' என்று கேட்டார். 'தாங்கள் வாதாபியைக் கைப்பற்றி, வெற்றி வீரராகத் திரும்பி

வருவீர்களென்றும், இந்தக் காரியத்தில் இரண்டு இராஜ குமாரர்கள் தங்களுக்கு உதவி புரிவார்கள் என்றும் கூறினார்.'

மாமல்லர் சிரித்துக் கொண்டே, 'அந்த இரண்டு இராஜகுமாரர்கள் யார்?' என்று கேட்டார்.

'இதே கேள்வியை நானும் ருத்ராச்சாரியாரைக் கேட்டேன். ஜோசியத்தில் அவ்வளவு விவரமாகச் சொல்ல முடியாது என்று கூறி விட்டார்' என்றான் மானவன்மன்.

'என் அருமைத் தோழரே! அந்த விவரத்தை நான் சொல்கிறேன். எனக்கு வாதாபிப் போரில் உதவி செய்யப் போகிற அரச குலத்தினரில் நீர் ஒருவர். நீர் இந்தக் காஞ்சி நகரில் இருந்தபடியே எனக்கு உதவி செய்யப் போகிறீர்!...' என்று மாமல்லர் சொல்வதற்குள், இலங்கை இளவரசன் குறுக்கிட்டு, 'பல்லவேந்திரா! என்னுடைய விண்ணப்பத்தைக் கேட்டருளுங்கள். குமார பாண்டியன் வந்து சேருவதுதான் சந்தேகமாயிருக்கிறதே. அவனுடைய ஸ்தானத்தில் என்னை அழைத்துப் போகலாகாதா? தாங்கள் போர்க்களம் சென்றபிறகு, காஞ்சி அரண்மனையில் என்னைச் சுகமாக உண்டு, உடுத்தி, உறங்கச் சொல்கிறீர்களா? இது என்ன நியாயம்?' என்று கேட்டான்.

'என் அருமைத் தோழரே! நான் உம்மைப் போருக்கு அழைத்துப் போக மறுப்பதற்கு எல்லாவற்றிலும் முக்கியமான காரணம் ஒன்று இருக்கிறது; அதை இதுவரையில் சொல்லவில்லை. நீர் பிடிவாதம் பிடிப்பதால் சொல்கிறேன். ஒருவேளை போர்க்களத்தில் உமது உயிருக்கு அபாயம் நேர்கிறதென்று வைத்துக் கொள்ளுங்கள். பின்னர், இலங்கை இராஜ்ய வம்சத்தின் கதி என்ன ஆவது? உமது இராஜ்யத்தை அநீதியாகவும் அக்கிரமமாகவும் அபகரித்துக் கொண்டிருக்கிறவனுக்கே அல்லவா இராஜ்யம் நிலைத்துப் போய்விடும்! மானவன்மரே! இராஜ குலத்தில் பிறந்தவர்கள் தங்களுடைய வம்சம் தடைப்பட்டுப் போகாமல் பார்த்துக்கொள்வதில் முதன்மையான சிரத்தை எடுத்துக் கொள்ள வேண்டும். பல்லவ வம்சத்தை விளங்க வைப்பதற்கு, எனக்கு ஒரு புதல்வன் இருக்கிறான்; உமக்கு இல்லை. ஆகையினால்தான் முக்கியமாக உம்மை வரக் கூடாதென்கிறேன்' என்றார் மாமல்லர்.

இதைக் கேட்ட மானவன்மன் பொருள் பொதிந்த புன்னகை புரிந்த வண்ணம், 'பல்லவேந்திரா! இதைப்பற்றி என் மனைவி ஸுஜாதையிடம் இப்போதே சொல்லி, அவளோடு சண்டை பிடிக்கப்போகிறேன். இலங்கை இராஜ வம்சத்துக்கு அவள் இன்னும் ஒரு புதல்வனைத் தராத காரணத்தினால்தானே என் வாழ்நாளில் ஓர் அரிய சந்தர்ப்பம் கை நழுவிப் போகிறது? உலக சரித்திரத்தில் என்றென்றைக்கும் பிரசித்தி பெறப்போகிற வாதாபி யுத்தத்தில் நான் சேர்ந்து கொள்ள முடியாமலிருக்கிறது?' என்று சொல்லிக்கொண்டே எழுந்தான்.

'நண்பரே! உட்காரும். உமது துணைவியோடு சண்டை பிடிப்பதற்கு இப்போது அவசரம் ஒன்றும் இல்லை. நான் வாதாபிக்குப் புறப்பட்டுப் போனபிறகு, சாவகாசமாகத் தினந்தோறும் சண்டை போட்டுக் கொண்டிருக்கலாம்' என்றார் சக்கரவர்த்தி.

மேடையிலிருந்து எழுந்த மானவன்மன் மீண்டும் உட்கார்ந்து, 'பிரபு! நள்ளிரவு தாண்டி விட்டதே? நாளை இரவுதான் யாரும் தூங்குவதற்கில்லை. இன்றைக்காவது தாங்கள் சிறிது தூங்க வேண்டாமா?' என்று கேட்டான்.

'என்னைத் தூங்கவா சொல்கிறீர்! எனக்கு ஏது தூக்கம்? நான் தூங்கி வருஷம் பன்னிரண்டு ஆகிறது!' என்றார் மாமல்லர்.

'லக்ஷ்மணர் காட்டுக்குப் போனபோது, அவருடைய பத்தினி ஊர்மிளை, அவருடைய தூக்கத்தையும் வாங்கிக்கொண்டு, இரவும் பகலும் பதினாலு வருஷம் தூங்கினாளாம். அம்மாதிரி தங்களுடைய தூக்கத்தையும் யாராவது வாங்கிக்கொண்டு தூங்குகிறார்களா, என்ன?' என்று மானவன்மன் கேட்டான்.

'இளவரசே! என்னுடைய தூக்கத்தையும் ஒரு பெண்தான் கொண்டு போனாள். என்னைக் கேட்டு அவள் வாங்கிக்கொள்ளவில்லை. அவளே அபகரித்துக்கொண்டு போய் விட்டாள். ஆகா! அந்தச் சிற்பி மகள் இங்கே சமீபத்தில் அரண்ய வீட்டில் இருந்தபோதும் எனக்குத் தூக்கம் இல்லாதபடி செய்தாள். இப்போது நூறு காத தூரத்துக்கப்பால் பகைவர்களின் நகரத்தில் இருக்கும்போதும் எனக்குத் தூக்கம் பிடிக்காமல் செய்கிறாள்...' என்று மான வன்மனைப் பார்த்துச் சொல்லி வந்த மாமல்லர், திடீரென்று வான வெளியைப் பார்த்துப் பேசலானார்:

'சிவகாமி! ஏன் என்னை இப்படி வருத்துகிறாய்? உனக்கு நான் கொடுத்த வாக்குறுதியை நிறைவேற்றுவதற்காகப் பகலெல்லாம் பாடுபடுகிறேனே. இரவிலே சற்று நேரம் என்னை நிம்மதியாகத் தூங்க விடக்கூடாதா? வாதாபியில் தனி வீட்டிலே இரவெல்லாம் நந்தா விளக்கே துணையாக உட்கார்ந்து என்னைச் சபித்துக் கொண்டிருக்கிறாயா? தாங்காத களைப்பினால் தப்பித் தவறி நான் சற்றுத் தூங்கினால், கனவிலும் வந்து என்னை வதைக் கிறாயே? உன்னை நான் மறக்கவில்லை, சிவகாமி! உனக்கு நான் கொடுத்த வாக்குறுதியையும் மறந்துவிடவில்லை. இத்தனை நாள் பொறுத்துக் கொண்டிருந்தவள் இன்னும் கொஞ்ச நாள் பொறுத்திரு!'

மாமல்லர் வெறிகொண்டவர்போல் வானவெளியைப் பார்த்துப் பேசியது, இலங்கை இளவரசனுக்குப் பயத்தை உண்டாக்கிற்று.

'பல்லவேந்திரா! இது என்ன? சற்று அமைதியாயிருங்கள்' என்றான் மானவன்மன்.

'நண்பரே! என்னை அமைதியாயிருக்கவா சொல்கிறீர்! இந்த வாழ்நாளில் இனி எனக்கு எப்போதாவது மன அமைதி கிட்டுமா என்பதே சந்தேகந்தான். மானவன்மரே! பத்து வருஷத்துக்கு முன்பு நான் ஒரு தவறு செய்தேன். ஓர் அபலைப் பெண்ணின் ஆத்திரமான பேச்சைக்கேட்டு, அந்தக் கணத்தில் மதியிழந்து விட்டேன். நானும் சேனாபதியும் வாதாபியில் சிவகாமியைச் சந்தித்து அழைத்தபோது, அவள் சபதம் செய்திருப்பதாகவும், ஆகையால் எங்களுடன் வர மாட்டேனென்றும் சொன்னாள். அப்போது சேனாபதி அவளுடைய பேச்சைக் கேட்கக் கூடாதென்றும் பலவந்தமாகக் கட்டித் தூக்கி

வந்துவிட வேண்டும் என்றும் கூறினார். அதைக் கேளாமல் போய் விட்டேன். அந்தத் தவறை நினைத்து நினைத்துப் பத்து வருஷமாக வருந்திக் கொண்டிருக்கிறேன்.'

இவ்விதம் கூறிவிட்டுச் சற்று மாமல்லர் மௌனமாகச் சிந்தனையில் ஆழ்ந் திருந்தார். பிறகு கூறினார்; 'மானவன்மரே! வாதாபிக்குப் படையெடுத்துச் செல்லும் நாளை நான் எவ்வளவோ ஆவலுடன் எதிர்பார்த்திருக்கிறேன். அந்த நாளைத் துரிதப்படுத்துவதற்காக எவ்வளவோ தீவிரமான முயற்சிகள் எல்லாம் செய்தேன். ஆனால் கடைசியாகப் புறப்படும் நாள் நெருங்கி யிருக்கும்போது பயமாயிருக்கிறது...!'

'என்ன? தங்களுக்கா பயம்?' என்று மானவன்மன் அவநம்பிக்கையும் அதிசயமும் கலந்த குரலில் கூறினான்.

'ஆம்! எனக்கு பயமாய்த்தானிருக்கிறது; ஆனால், போரையும் போர்க் களத்தையும் நினைத்து நான் பயப்படவில்லை. புலிகேசியைக் கொன்று, வாதாபியைப் பிடித்த பிறகு நடக்கப் போவதை எண்ணித்தான் பயப்படு கிறேன். பகைவரின் சிறையில் பத்து வருஷமாகச் சிவகாமி எனக்காகக் காத் திருக்கிறாள். அந்த நாளில் அவளுடைய குழந்தை உள்ளத்தில் தோன்றிய காதலை அன்று போல் இன்றும் தூய்மையாகப் பாதுகாத்து வந்திருக்கிறாள். ஆனால், என்னுடைய நிலைமை என்ன? கலியாணம் செய்து கொண்டு, இரண்டு குழந்தைகளுக்குத் தகப்பனாக இருக்கிறேன். சிவகாமியை எந்த முகத்தோடு நான் பார்ப்பது? அவளிடம் என்ன சொல்லுவது? இதை நினைக்கும் போதுதான் எனக்குப் பயமாயிருக்கிறது. அதைக் காட்டிலும் போர்க்களத்தில் செத்துப்போனாலும் பாதகமில்லை!'

'பல்லவேந்திரா! தாங்கள் போர்க்களத்தில் உயிரை விட்டால், தங்களை நம்பி இங்கு வந்து உட்கார்ந்திருக்கும் என்னுடைய கதி என்ன? இலங்கைச் சிம்மா சனத்தில் என்னை அமர்த்துவதாகத் தாங்கள் எனக்கு அளித்த வாக்குறுதிதான் என்ன ஆவது?...' என்று நாத்தழுதழுக்கக் கேட்டான் மானவன்மன்.

6.ஏகாம்பரர் சந்நிதி

பரதகண்டம் எங்கும் புகழ் பரவியிருந்த காஞ்சி ஏகாம்பரேசுவரர் கோயிலில் உச்சிக்கால பூஜை நடந்துகொண்டிருந்தது. அதற்கு அறிகுறியான ஆலாசிய மணியின் ஓங்கார நாதமும் பேரிகை முழக்கமும் கேட்டுக் கொண்டிருந்தன.

கோயிலுக்கு வெளியே கோபுர வாசலிலும் சந்நிதி வீதியிலும் கணக்கற்ற ஜனங்கள் நெருங்கி மொய்த்துக் கொண்டிருந்தார்கள். பல்லவ சக்கரவர்த்தி பரிவார சகிதமாக ஆலயத்துக்கு வந்திருந்ததுதான் அவ்விதம் ஜனக்கூட்டம் திரண்டிருந்ததற்குக் காரணமாகும்.

ஆலயத்துக்குள்ளே ஏகாம்பரநாதரின் சந்நிதி என்றுமில்லாத சோபையுடன் அன்று விளங்கிற்று.

வெள்ளிக் குத்துவிளக்குகளில் ஏற்றியிருந்த பல தீபங்களின் ஒளியில், சந்நிதியில் நின்ற இராஜ வம்சத்தினாரின் மணிமகுடங்களும் ஆபரணங் களும் ஜாஜ்வல்யமாய்ச் சுடர் விட்டு பிரகாசித்தன.

சந்நிதியில் ஒரு பக்கத்தில் இராஜ குலத்து ஆடவர்களும், மற்றொரு பக்கத் தில் அந்தப்புரத்து மாதர்களும் நின்றார்கள்.

அவர்கள் யார் யார் என்பதைச் சற்றுக் கவனிப்போம்.

எல்லாருக்கும் முதன்மையாகப் பல்லவ சாம்ராஜ்யத்தின் சக்கரவர்த்தி மாமல்ல நரசிம்மர், அறுநூறு வருஷமாக அவருடைய மூதாதையர் அணிந்த கிரீடத்தைத் தம் சிரசில் அணிந்து, கம்பீரமாக நின்றார். கரங்களைக் கூப்பி இறைவனை இறைஞ்சி வழிபட்டுக் கொண்டிருந்த நிலையிலும் அவருடைய தோற்றத்திலே பரம்பரையான இராஜகுலத்தின் பெருமிதம் காணப்பட்டது.

அவருக்கு இருபுறத்திலும் இலங்கை இளவரசர் மானவன்மரும் சேனாபதி பரஞ்சோதியும் நின்றார்கள். பரஞ்சோதிக்கு அடுத்தாற்போல், பல்லவ வம்சத்தின் மற்றொரு பிரிவைச் சேர்ந்தவனும், வேங்கி நாட்டை மீண்டும் புலிகேசிக்குப் பறி கொடுத்து விட்டுக் காஞ்சியில் வந்து அடைக்கலம் புகுந்தவனுமான அச்சுதவர்மன் அடக்க ஒடுக்கத்துடன் நின்றான்.

அவனுக்குப் பின்னால் கொடும்பாளூர்ச் சோழ வம்சத்தைச் சேர்ந்த செம்பியன் வளவனும், அச்சுத விக்கிராந்தனுடைய சந்ததியில் தோன்றிய உண்மையான வஜ்ரபாஹுவும் நின்றார்கள்.

இன்னும் பின்னால், பல்லவ சாம்ராஜ்யத்துப் பிரதம மந்திரி சாரங்கதேவ பட்டர், முதல் அமைச்சர் ரணதீர பல்லவ ராயர், மற்ற மந்திரி மண்டலத்தார், கோட்டத் தலைவர்கள் முதலியோர் ஒருவரையொருவர் நெருக்கியடித்துக் கொண்டு நின்றார்கள்.

நல்லது! எதிர்ப்பக்கத்தில் நிற்கும் பெண்மணிகளை இனி பார்க்கலாம். முதற்பார்வைக்கு, அந்தப் பெண்மணிகள் எல்லாரும் சௌந்தர்ய தேவதையின் பலவித வடிவங்களாகவே தோன்றுகிறார்கள்.

சிறிது நிதானித்துப் பார்த்துத்தான், அவர்களில் யார் இன்னவர் என்று தெரிந்து கொள்ள வேண்டியிருக்கிறது.

முதலில் காலம் சென்ற மகேந்திர சக்கரவர்த்தியின் பட்டமகிஷி புவன மகாதேவி சாந்தமும் பக்தியுமே உருக்கொண்டாற் போன்ற தெய்வீகத் தோற்றத்துடன் நின்றார்.

அவருக்கு அருகில் மாமல்ல சக்கரவர்த்தியின் தர்மபத்தினியும் பாண்டிய ராஜன் திருக்குமாரியுமான வானமாதேவி நின்றாள். சக்கரவர்த்தினியோடு

இணைந்து நின்று இளவரசி குந்தவிதேவி தன் கரிய விழிகளினால் குறுகுறு வென்று அங்குமிங்கும் பார்த்துக் கொண்டிருந்தாள்.

வானமாதேவிக்கு அருகில் பக்தியும் தூய்மையும் சௌந்தரியமுமே உருக் கொண்டவள் போல் நின்ற மற்றொரு பெண் தெய்வத்தைச் சிறிது கவனமாகப் பார்த்துக் கொள்ளுங்கள். சுமார் பதினெட்டுப் பிராயம் உடைய இந்த இளமங்கைதான் சோழ வம்சத்தின் கொடும்பாளூர்க் கிளையைச் சேர்ந்தவனான செம்பியன் வளவனுடைய திருப்புதல்வியான மங்கையர்க் கரசி. பிற்காலத்தில் பாண்டியன் நெடுமாறனின் தேவியாகி, ஞான சம்பந்தரை மதுரைக்குத் தருவித்து, சிவனடியார் கூட்டத்தில் என்றும் அழியாத புகழ்பெறப் போகிறவர். இன்னும் பல அந்தப்புரமாதரும் அங்கே இருந்தார்கள். அவர்களையெல்லாம் பற்றி நாம் தனித்தனியாகத் தெரிந்து கொள்வது அவசியமில்லையாதலால், மேலே செல்வோம்.

டண் டாண், டண் டாண் என்று ஆலாசிய மணி அவசர அவசரமாக அடித்தது. தம் தாம், தம் தாம் என்று பேரிகை பரபரப்புடன் முழங்கிற்று. சங்கங்கள், எக்காளங்கள், மேளங்கள், தாளங்கள் எல்லாமாகச் சேர்ந்து சப்தித்து ஆலயத் தின் விசாலமான மண்டபங்களில் நாலாபுறமும் கிளம்பிய எதிரொலியுடன் சேர்ந்து மோதியபோது, நாதக் கடல் பொங்கி வந்து அந்தக் கோயிலையே மூழ்கடித்தது போன்ற உணர்ச்சி அனைவருக்கும் உண்டாயிற்று.

ஏகாம்பரேசுவரருக்கு தீபாராதனை நடந்ததை முன்னிட்டு இவ்வளவு ஆரவார ஒலிகளும் எழுந்தன. அந்த ஒலிகளுக்கு மத்தியில் பரவசமடைந்த பக்தர்களின் தழுதழுத்த குரல்களில் இருந்து கிளம்பிய 'நமப் பார்வதீ பதயே!', 'ஹரஹர மகா தேவா!' முதலிய கோஷங்களும் ஏற்பட்டன.

தீபாராதனை சமயத்தில் பலர் பக்தியுடன் கைகூப்பி நின்றனர். பலர் கன்னத்தில் அடித்துக் கொண்டனர். இளவரசன் மகேந்திரனும் இளவரசி குந்தவியும் மற்றவர்களைப் பார்த்து விட்டுச் சடசடவென்று தங்கள் கன்னத்தில் போட்டுக்கொண்டது, வெகு வேடிக்கையாயிருந்தது.

தீபாராதனை முடிந்ததும் குமார சிவாச்சாரியார் கையில் விபூதிப் பிரஸாதத் துடன் கர்ப்பக்கிருகத்துக்குள்ளிருந்து வெளியே வந்தார்.

சக்கரவர்த்தியின் அருகில் வந்து நின்று, சிவாச்சாரியார் உரத்த குரலில் கூறினார்: 'காலனைக் காலால் உதைத்தவரும், சிரித்துப் புரமெரித்தவரும், கஜமுகாசுரனைக் கிழித்து அவன் தோலை உடுத்தவரும், நெற்றிக் கண்ணில் நெருப்பை உடையவருமான திரிபுராந்தகரின் அருளால், பல்லவேந் திரருக்குப் பூரண வெற்றி உண்டாகட்டும்! புலிகேசியை வதம் செய்து வாதாபியை அழித்து வெற்றி வீரராய்த் திரும்புக! ஜய விஜயீபவா!'

இவ்விதம் சிவாச்சாரியார் சொல்லி விபூதிப் பிரஸாதத்தைச் சக்கரவர்த்தியின் கையில் கொடுத்தார். அதை மாமல்லர் பக்தியுடன் பெற்று நெற்றியிலே தரித்தபோது, உள்ளே சிவலிங்கத்துக்கு அருகில் எரிந்துகொண்டிருந்த தீபம் திடீரென்று சுடர் விட்டு எரிந்து அதிக ஒளியுடன் பிரகாசித்தது. அப்படி

எரிந்த தீபப்பிழம்பிலிருந்து ஒரு சுடர் சடசடவென்ற சப்தத்துடன் கீழே விழுந்தது. சில வினாடி நேரம் பிரகாசமான ஒளி வீசிவிட்டு மங்கி அணைந்தது.

இந்தச் சம்பவமானது, சக்கரவர்த்தி எந்த நோக்கத்துடன் கிளம்புகிறாரோ அந்த நோக்கம் நன்கு நிறைவேறும் என்பதற்கு ஒரு நன்னிமித்தம் என்ற எண்ணம் அங்கே கூடியிருந்த எல்லோருடைய மனத்திலும் ஏக காலத்தில் தோன்றவே, 'ஜய விஜயீபவா!' 'ஹர ஹர மகாதேவா!' என்ற கோஷங்கள் கிளம்பிக் கர்ப்பக்கிருகம், அர்த்த மண்டபம், மகாமண்டபம் எல்லாம் அதிரச் செய்தன.

பல்லவேந்திரரின் திக் விஜயத்துக்கு ஏகாம்பரநாதர் அனுமதி கொடுத்து விட்டார் என்ற செய்தி வெளி மண்டபங்களிலும் கோயில் பிராகாரங்களிலும் கோயிலுக்கு வெளியே வீதிகளிலும் கூடியிருந்த ஜனங்களிடையே பரவி எங்கெங்கும், 'ஹர ஹர மகாதேவா!' என்ற கோஷத்தைக் கிளப்பிற்று. அப்படிக் காஞ்சி நகரையே மூழ்கடித்த உற்சாக ஆரவார ஜயகோஷத்தில் கலந்து கொள்ளாமல் மௌனம் சாதித்தவன் ஒருவனும் அந்தக் கூட்டத்தில் இருந்தான். அவன் பல்லவ சக்கரவர்த்தியின் ரதசாரதியான கண்ணபிரான்தான்.

7.கண்ணனின் கவலை

கோபுர வாசலில் அழகிய அம்பாரிகளுடன் பட்டத்து யானைகள் நின்றன. அரண்மனையைச் சேர்ந்த தந்தப் பல்லக்குகளும் தங்கப் பல்லக்குகளும் பளபளவென்று ஜொலித்துக் கொண்டு இருந்தன. சக்கரவர்த்தியின் அலங்கார வேலைப்பாடமைந்த ரதமும் இரண்டு அழகிய வெண்புரவிகள் பூட்டப்பெற்று நின்றது.

குதிரைகளின் கடிவாளத்தை இழுத்துக் கொண்டு கண்ணபிரான் தன் ஆசனத்தில் உட்கார்ந்திருந்தான். அவனுடைய முகத்தில் என்றுமில்லாத கவலை குடிகொண்டிருந்தது.

அந்த அழகிய தங்க ரதத்தையும் அழகே வடிவமாய் அமைந்த உயர் சாதிப் புரவிகளையும் பார்ப்பதற்காக ஜனங்கள் ரதத்தைச் சூழ்ந்து நின்றார்கள்.

அவர்களில் ஒருவன், 'என்ன, சாரதியாரே! முகம் ஏன் வாட்டமாய் இருக்கிறது?' என்று கேட்டான்.

கண்ணன் அந்தக் கேள்விக்கு மறுமொழி ஒன்றும் சொல்லவில்லை.

அப்போது பக்கத்தில் நின்ற இன்னொருவன், 'கவலைக்குக் காரணம் கேட்பானேன்? நாளைக்குப் போர்க்களத்துக்குப் புறப்பட வேண்டு

மல்லவா! பெண்சாதி பிள்ளையை விட்டு விட்டுப் போகவேண்டுமே என்ற கவலைதான்!' என்றான்.

இதைக் கேட்டதும் கண்ணபிரானுடைய கண்கள் நெருப்புத் தழல் போல் சிவந்தன. கையிலிருந்த குதிரைச் சாட்டையை - அந்த உயர் சாதிக் குதிரைகள் மேல் என்றும் உபயோகிக்க நேராத அலங்காரச் சாட்டையை - மேற்கண்ட வாறு சொன்ன ஆளின் மீது கண்ணன் வீசினான்.

நல்லவேளையாக அந்த மனிதன் சட்டென்று நகர்ந்து கொண்டபடியால் அடிபடாமல் பிழைத்தான். சற்றுத் தூரத்தில் நின்றபடியே அந்த விஷமக்காரன், 'அப்பனே! ஏன் இத்தனை கோபம்? உனக்கு யுத்தகளத்துக்குப் போக விருப்பமில்லாவிட்டால் ரதத்தை என்னிடம் கொடேன்! நான் போகிறேன்!' என்றான்.

அதற்குள் அவன் அருகில் நின்ற இன்னொருவன், 'அடே பழனியாண்டி! எதற்காகக் கண்ணபிரானின் வயிற்றெரிச்சலைக் கொட்டிக் கொள்கிறாய்? அவனைச் சக்கரவர்த்தி நாளைக்குப் புறப்படும் சேனையுடன் யுத்தகளத் துக்குப் புறப்படக்கூடாது என்று சொல்லி விட்டாராம், அது காரண மாகத்தான் அவனுக்குக் கவலை!' என்று சொல்லவும், பக்கத்தில் நின்றவர்கள் எல்லோரும் 'த்ஸெள' 'த்ஸெள' 'அடடா' 'ஐயோ! பாவம்!' என்று தங்கள் அனுதாபத்தைத் தெரிவித்துக் கொண்டார்கள்.

ஆலயத்திலிருந்து வெளிவந்த புவன மகாதேவி முதலியவர்களைக் கண்ணபிரான் அரண்மனையிலே கொண்டுபோய்ச் சேர்த்து விட்டுத் தன் வீட்டுக்குத் திரும்பினான்.

குதிரைகளைக் கொட்டடியில் விட்டுத் தட்டிக்கொடுத்துவிட்டு கண்ணன் தன்னுடைய வீட்டுக்குள் நுழைந்தபோது, அங்கே விநோதமான ஒரு காட்சியைக் கண்டான்.

கண்ணனுடைய மகன் பத்து வயதுச் சிறுவன், கையில் ஒரு நீண்ட பட்டாக் கத்தியை வைத்துக்கொண்டு, அப்படியும் இப்படியும் சுழற்றிக் கொண்டிருந் தான். அவ்விதம் அவன் கத்தியைச் சுழற்றியபோது, ஒவ்வொரு சமயம் அவனுடைய முகமானது ஒவ்வொரு தோற்றத்தைக் காட்டியது.

சில சமயம் அந்தப் பால்வடியும் முகத்தில் கோபம் கொதித்தது. சில சமயம் அந்த முகம் நெருக்கடியில் சிக்கிக் கஷ்டப்படுவதைக் காட்டியது. சில சமயம் எதிரியை வெட்டி வீழ்த்தியதனால் ஏற்பட்ட குதூகலத்தை அந்த முகம் உணர்த்தியது!

இவ்விதம் அந்தச் சிறுவன் கத்தியைச் சுழற்றி யுத்த விளையாட்டு விளையாடுவதைச் சற்றுத் தூரத்தில் உட்கார்ந்திருந்த கமலி வெகு உற்சாகத் துடன் பார்த்துக் கொண்டிருந்தாள்.

அவளுக்குத் தெரியாதபடி சப்தமின்றி வீட்டுக்குள்ளே வந்த கண்ணபிரான் மேற்படி காட்சியைப் பார்த்ததும் முதலில் அவனுடைய முகத்தில்

சந்தோஷப் புன்னகை உண்டாயிற்று. புன்னகை ஒரு கணத்தில் மாறி முகச் சுணுக்கம் ஏற்பட்டது.

கோபமான குரலில், 'முருகையா! நிறுத்து இந்த விளையாட்டை!' என்று கண்ணபிரான் அதட்டியதைக் கேட்டதும் சிறுவன் பிரமித்துப் போய் நின்றான்.

கமலியும், வியப்பும் திகைப்புமாகக் கண்ணனைப் பார்த்தாள்.

'தலையைச் சுற்றிக் கத்தியை வீசி எறி! குதிரை ஓட்டும் சாரதியின் மகனுக்குப் பட்டாக்கத்தி என்ன வந்தது கேடு? வேண்டுமானால் குதிரைச் சாட்டையை வைத்துக்கொண்டு விளையாடு! கத்தியை மட்டும் கையினால் தொடாதே! தெரியுமா?' என்று கண்ணன் கர்ஜனை புரிந்தான். இதைக் கேட்ட சிறுவன் கத்தியை இலேசாகத் தரையில் நழுவவிட்டுக் கமலியை அணுகி வந்து அவளுடைய மடியில் உட்கார்ந்து தேம்பித் தேம்பி அழத் தொடங்கினான்.

கமலி, 'இது என்ன கண்ணா! குழந்தையை எதற்காக இப்படி அழச் செய் கிறாய்? நாளைக்கு நீ யுத்தகளத்திற்குப் புறப்பட்டாக வேண்டும். திரும்பி வர எத்தனை நாள் ஆகுமோ, என்னவோ?' என்றாள்.

'கமலி! அந்த ஆசையை விட்டு விடு! உன் புருஷன் போர்க்களத்துக்குப் போகப்போவதில்லை. குண்டுச் சட்டியில் குதிரை ஓட்டிக் கொண்டு நான் காஞ்சி நகரத்திலேதான் இருக்கப் போகிறேன். சக்கரவர்த்தியின் கட்டளை அப்படி!' என்றான் கண்ணன்.

கமலியின் முகத்தில் அப்போது சொல்லி முடியாத ஏமாற்றத்தின் அறிகுறி காணப்பட்டது. 'இது ஏன் கண்ணா? சக்கரவர்த்தி எதற்காக உன்னை இப்படி வஞ்சனை செய்தார்? கால் ஒடிந்த ஆயனச் சிற்பியைக்கூடப் போர்க்களத்துக்கு அழைத்துப் போகிறாராமே?' என்று கேட்டாள்.

'இராமர் வானர சைனியத்தோடு இலங்கைக்குப் போனாரே, அப்போது அந்த இலங்கைத் தீவைச் சமுத்திரத்தில் அமிழ்த்தி விட்டு வந்திருக்கக் கூடாதா?' என்றான் கண்ணபிரான்.

'என்ன இப்படிப் புதிர் போடுகிறாய்? இராமர் இலங்கையைச்சமுத்திரத்தில் அமிழ்த்தாததற்கும் நீ போருக்குப் போகாததற்கும் என்ன சம்பந்தம்?' என்றாள் கமலி.

'சம்பந்தம் இருக்கிறது. இலங்கை அப்போது சமுத்திரத்தில் மூழ்கியிருந் தால், அந்த ஊர் இளவரசர் இப்போது இங்கே வந்திருக்க மாட்டார் அல்லவா? அவருக்கு ரதம் ஓட்டுவதற்காக நான் இங்கே இருக்கவேண்டு மாம்! சக்கரவர்த்தியின் கட்டளை!'

'ஆஹா! அப்படியானால் மானவன்மரும் யுத்தத்துக்குப் போகப் போவதில் லையா? நமது சக்கரவர்த்தியும் அவரும் சிநேகிதம் என்று சொல் கிறார்களே?'

‘பிராண சிநேகிதன்தான், அதனாலேதான் இந்தத் தொல்லை நேர்ந்தது. மானவன்மர் போர்க்களத்துக்கு வந்து அவருடைய உயிருக்கு அபாயம் நேர்ந்துவிட்டால், இலங்கையின் இராஜவம்சம் நசித்துப்போய் விடுமாம். மானவன்மருக்கு இன்னும் சந்ததி ஏற்படவில்லையாம். ஆகையால், இலங்கை இளவரசர் போருக்கு வரக்கூடாதென்று சக்கரவர்த்தியின் கட்டளை. அவருக்காக என்னையும் நிறுத்தி விட்டார்!’

‘இதுதானே காரணம்? அப்படியானால், நீ கவலைப்பட வேண்டாம், கண்ணா! கூடிய சீக்கிரத்தில் இலங்கை இளவரசரும் நீயும் போருக்குப் புறப்படலாம்!’ என்றாள் கமலி.

‘அது என்னமாய்ச் சொல்லுகிறாய்?’ என்று கண்ணபிரான் சந்தேகக் குரலில் கேட்டான்.

‘காரணத்தோடுதான் சொல்லுகிறேன். இலங்கை இராணிக்குச் சீக்கிரத்தில் குழந்தை பிறக்கப்போகிறது.’

‘ஓகோ! இலங்கை இளவரசிக்கு உடம்பு சௌக்கியமில்லை என்று சொன்னதெல்லாம் இதுதானா?

‘ஏகாம்பரேசுவரா! இலங்கை இளவரசிக்குப் பிறக்கும் குழந்தை, ஆண் குழந்தையாய்ப் பிறக்கட்டும்!’ என்று கண்ணன் ஏகாம்பரர் ஆலயம் இருந்த திக்கு நோக்கிக் கைகூப்பி வணங்கினான்.

8.வானமாதேவி

அன்றைய இரவைக் காஞ்சி வாசிகள் பகலாகவே மாற்றிக் கொண்டு இருந்தார்கள். காஞ்சி நகரில் வாழ்ந்த ஐந்து லட்சம் ஜனங்களில் கைக் குழந்தைகளைத் தவிர யாரும் அன்றிரவு உறங்கவில்லை.

நகரமெங்கும் வீதி விளக்குகள் ஜகஜ்ஜோதியாய் பிரகாசித்துக் கொண்டிருந்தன. யானைப் படைகளும், குதிரைப் படைகளும், காலாட் படைகளும், வெண் புரவிகள் பூட்டிய ரதங்களும் வரிசை வரிசையாக நின்றன. பொழுது புலரும் சமயத்தில் அரண்மனை வாசலில் வந்துசேருவதற்கு ஆயத்தமாக அவை அணிவகுக்கப்பட்டு வந்தன.

மறுநாள் காலையில் சக்கரவர்த்தி போருக்குப் புறப்படும் வைபவத்தை முன்னிட்டு நகர மாந்தர்கள் இரவெல்லாம் கண் விழித்து வீதிகளையும், வீட்டு வாசல்களையும் அலங்காரம் செய்தார்கள். முற்றிய தார்களையுடைய வாழை மரங்களையும், செவ்விளநீர்க் குலைகளையும், தோரணங்களையும், திரைச் சீலைகளையும், தென்னங் குருத்துக் கூந்தல்களையும், எங்கெங்கும் தொங்க விட்டார்கள். ஒவ்வொரு வீட்டின் உச்சியிலும் ரிஷபக் கொடியைப் பறக்க விட்டார்கள்.

பெண்மணிகள் வீட்டுத் திண்ணைச் சுவர்களுக்கு வர்ணப் பட்டைகள் அடித்தார்கள். தெரு வாசல்களில் சித்திர விசித்திரமான கோலங்களைப் போட்டார்கள். பெரும்பாலும் போர்க்களக் காட்சிகளே அந்தக் கோலங்களில் அதிகமாகக் காணப்பட்டன.

யானை வீரர்களும், குதிரை வீரர்களும் வாள்களும் வேல்களும் தரித்த காலாள் வீரர்களும் அக்கோலங்களில் காட்சியளித்தனர். ஒரு கோலத்தில் ஐந்து ரதங்களிலே பஞ்ச பாண்டவர்கள் தத்தம் கைகளில் வளைத்த வில்லும், பூட்டிய அம்புமாகக் காட்சி தந்தார்கள். இன்னொரு கோலத்தில் இராம லக்ஷ்மணர்கள் தசகண்ட ராவணனுடன் கோர யுத்தம் செய்யும் காட்சி தென்பட்டது.

மற்றொரு கோலத்தில் மகாரதர்கள் பலருக்கு மத்தியில் அபிமன்யு தன்னந்தனியாக நின்று போராடும் காட்சி தோன்றியது. ஆஹா! காஞ்சி நகரத்துப் பெண்மணிகள் பாரத நாட்டு வீரர் கதைகளை நன்கு அறிந்திருந்ததோடு சித்திரக் கலையிலும் மிக வல்லவர்கள் என்பதிலே சந்தேகமில்லை.

சக்கரவர்த்தியின் அரண்மனையிலும் அன்றிரவெல்லாம் ஒரே கலகலப்பாயிருந்தது. அரண்மனை வாசலிலும் நிலா முற்றத்திலும் அலங்காரங்கள் செய்யப்பட்டன. வாழை மரங்களும் தோரணங்களும் கட்டினார்கள். செக்கச் சிவந்த மலர்க் கொத்துக்களோடு கூடிய தொண்டைக் கொடிகளைக் கட்டுக் கட்டாய்க் கொண்டு வந்து நெடுகிலும் கட்டித் தொங்கவிட்டார்கள்.

நிலா முற்றத்தில் வாள்களையும் வேல்களையும் நெய் தடவித் தேய்த்துத் தீட்டிக் கண்கள் கூசும்படி மின்னச் செய்தார்கள். யானைகளுக்கும் குதிரைகளுக்கும் பூட்ட வேண்டிய ஆபரணங்களுக்கு மெருகு கொடுத்துப் பளபளக்கச் செய்தார்கள்.

வீதிகளிலும் அரண்மனை வாசலிலும் இப்படியெல்லாம் அல்லோல கல்லோலமாயிருக்க, அரண்மனையின் அந்தப்புரத்துக்குள்ளே மட்டும் அமைதி குடிகொண்டு நிசப்தமாயிருந்தது.

அங்குமிங்கும் முக்கிய காரியமாகச் சென்ற தாதிகள் அடிமேல் அடிவைத்து மெல்ல நடந்தார்கள். ஒருவருக்கொருவர் பேசும் போது காதோடு வாய் வைத்து மிகவும் மெதுவாகப் பேசினார்கள்.

இதன் காரணம் அச்சமயம் சக்கரவர்த்தி அந்தப்புரத்துக்கு வந்து தமது பட்டமகிஷியிடம் விடைபெற்றுக் கொண்டிருக்கிறார் என்று அவர்களுக்கெல்லாம் தெரிந்திருந்ததுதான்.

இதுவரையில் நாம் பிரவேசித்தறியாத பல்லவ சக்கரவர்த்தியின் படுக்கை அறைக்குள்ளே, சந்தர்ப்பத்தின் முக்கியத்தைக் கருதி நாமும் இப்போது போய்ப் பார்ப்போம்.

நீலப் பட்டு விதானத்தாலும் முத்துச் சரங்களினாலும் அலங்கரிக்கப் பட்டிருந்த தந்தணைக் கட்டிலில் பஞ்சணைமெத்தை மீது சக்கரவர்த்தி

அமர்ந்திருக்கிறார். அவருக்கெதிரில் பல்லவ சாம்ராஜ்யத்தின் பட்டமகிஷி பாண்டியராஜன் குமாரி, வானமாதேவி மிக்க மரியாதையுடன் நின்று கொண்டிருக்கிறாள். சற்றுத் தூரத்தில் திறந்திருந்த வாசற்படியின் வழியாகப் பார்த்தால், அடுத்த அறையிலே தங்கக் கட்டில்களில் விரித்த பட்டு மெத்தைகளிலே பல்லவ குமாரன் மகேந்திரனும், அவன் தங்கை குந்தவியும் நிம்மதியாகத் தூங்குவது தெரிகிறது.

ஒன்பது வருஷத்துக்கு முன்னால் மாமல்லரை மணந்து, பல்லவ சிம்மாசனத்துக்குரியவளான பாண்டிய குமாரி வானமாதேவியை முதன் முதல் இப்போதுதான் நாம் நெருங்கி நின்று பார்க்கிறோம். அப்படிப் பார்க்கும் போது, பாண்டிய நாட்டுப் பெண்ணின் அழகைப் பற்றிக் கவிகளிலும் காவியங்களிலும் நாம் படித்திருப்பதெல்லாம் நினைவிற்கு வருகிறது. அந்த அழகெல்லாம் திரண்டு ஓர் உருவம் பெற்று நம் முன்னால் நிற்கிறதோ எனத் தோன்றுகிறது.

அவளுடைய திருமேனியின் நிறம் செந்தாமரை மலரின் கண்ணுக்கினிய செந்நிறத்தை ஒத்திருக்கிறது. அவளுடைய திருமுகத்திலுள்ள கருவிழிகளோ, அன்றலர்ந்த தாமரை மலரில் மொய்க்கும் அழகிய கருவண்டுகளை ஒத்திருக்கின்றன...

இதென்ன அறியாமை? வானமா தேவியின் சௌந்தரியத்தை யாவது, நாம் வர்ணிக்கவாவது?

தபஸிகளுக்குள்ளே மிகக் கடுந் தபஸியான சிவபெருமானுடைய தவம் கலைவதற்கு எந்தத் திவ்ய சுந்தராங்கி காரணமாயிருந்தாளோ எவளுடைய மோகன வடிவத்தைக் கண்டு அந்த ருத்ர மூர்த்தியின் கோபாக்னி தணிந்து உள்ளம் குளிர்ந்ததோ அத்தகைய உமாதேவி பூமியில் அவதரிக்கத் திருவுளங் கொண்ட போது, மதுரைப் பாண்டியராஜனுடைய குலத்தையல்லவா தேர்ந்தெடுத்தாள்? சுடுகாட்டில் பூத கணங்களுக்கு மத்தியில் சாம்பலைப் பூசிக் கொண்டு பீபத்ஸ நடனம் புரிந்த எம்பெருமான் மண்டை ஓடு முதலிய தன்னுடைய கோர ஆபரணங்களையெல்லாம் அகற்றிவிட்டுச் சுந்தரேசுவரராக உருக்கொண்டு எந்தச் சகல புவன சுந்தராங்கியைத் தேடி வந்து மணம் புரிந்தாரோ, அந்தப் பார்வதி தேவி பிறந்த குலமல்லவா பாண்டிய குலம்? அப்பேர்ப்பட்ட குலத்தில் உதித்த வானமாதேவியின் சௌந்தரியத்தை நம் போன்றவர்களால் வர்ணிக்க முடியுமா?

'தேவி! புறப்பட வேண்டிய தருணம் வந்துவிட்டது. நாளைச் சூரியன் உதயமாகும்போது நானும் போருக்குப் பிரயாணமாவேன்!' என்றார் சக்கரவர்த்தி.

வானமாதேவி மறுமொழி ஒன்றும் சொல்லவில்லை. அவளுடைய கண்களின் ஓரத்திலே இரு கண்ணீர்த் துளிகள் ததும்பி நின்று தீபச் சுடரின் ஒளியில் முத்துக்களைப்போல் பிரகாசித்தன.

'திரும்பி வர எத்தனை காலம் ஆகுமோ தெரியாது. ஒருவேளை திரும்பி வருகிறேனோ, என்னவோ! அதுவும் சொல்வதற்கில்லை. தேவி! உனக்குப்

பெரும் பொறுப்பைக் கொடுத்துவிட்டுப் போகிறேன். மகேந்திரனையும் குந்தவியையும் நீ கண்ணும் கருத்துமாய் வளர்த்து வரவேண்டும். இந்தப் பல்லவ ராஜ்யத்தைப் பாதுகாத்து, மகேந்திரனுக்கு வயது வந்ததும் அவனிடம் ஒப்புவிக்க வேண்டும்!' என்று மாமல்லர் கூறியபோது, அதுவரை தலைகுனிந்து நின்று கொண்டிருந்த வானமாதேவி சக்கர வர்த்தியின் காலடியில் அமர்ந்து, அவருடைய பாதங்களைக் கண்ணீரால் நனைத்தாள்.

'தேவி! இது என்ன? வீரபாண்டியன் குலத்தில் உதித்தவள் கணவனைப் போர்க்களத்துக்கு அனுப்பத் தயங்குகிறாயா?' என்று சக்கரவர்த்தி சிறிது பரபரப்புடன் கேட்டார்.

வானமாதேவி நிமிர்ந்து நோக்கிக் கூறினாள்: 'பிரபு! அத்தகைய தயக்கம் எனக்குச் சிறிதும் இல்லை. இந்த இராஜ்யத்தைப் பாதுகாத்து மகேந்திரனிடம் ஒப்படைக்கும் பொறுப்பும் எனக்கு நிச்சயமாய் ஏற்படாது. நான் பிறந்த மதுரைமா நகரில் ஜோசியக் கலையில் தேர்ந்த நிபுணர்கள் பலர் உண்டு. அவர்கள் என்னுடைய மாங்கல்ய பலத்தைப் பற்றி ரொம்பவும் சொல்லியிருக்கிறார்கள். தாங்கள் சளுக்கரை வென்று, வாதாபியை அழித்துவிட்டு வெற்றி வீரராகத் திரும்பி வருவீர்கள், சந்தேகம் இல்லை!'

'பின் எதற்காக உன்னுடைய கண்களிலிருந்து கண்ணீர்த் துளிகள் சிந்தின? உனக்கு என்ன துயர் யாரால் ஏற்பட்டது? மனத்தைத் திறந்து சொல்ல வேண்டும்' என்றார் மாமல்லர்.

'சுவாமி என்னுடைய மாங்கல்யத்தின் பலத்தைப் பற்றிச் சொன்ன அரண் மனை ஜோசியர்கள் இன்னொரு விஷயமும் சொல்லியிருக்கிறார்கள். என் கழுத்திலே மாங்கல்யத்தோடு என் நெற்றியிலே குங்குமத்தோடு, மீனா க்ஷியம்மனின் பாதமலரை நான் அடைவேன் என்று சொல்லியிருக் கிறார்கள். ஒருவேளை தாங்கள் திரும்பி வருவதற்குள் அவ்விதம் நேர்ந்துவிடுமோ என்று எண்ணினேன், அதனாலேதான் கண்ணீர் வந்தது. தாங்கள் வெற்றி மாலை சூடி இந்த மாநகருக்குத் திரும்பி வருவதைக் கண்ணாற் பாராமல் வானுலகத்துக்குப் போகக்கூட எனக்கு இஷ்ட மில்லை!' என்று வானமாதேவி கூறியபோது, மீண்டும் அவளுடைய விசாலமான நயனங்களிலிருந்து கலகலவென்று கண்ணீர்த் துளிகள் சிந்தின. அப்போது மாமல்லர் அந்தப் பாண்டியர் குலவிளக்கைத் தமது இரு கரங்களினாலும் தூக்கிக் கட்டிலில் தம் அருகில் உட்கார வைத்துக் கொண்டார். தமது வஸ்திரத்தின் தலைப்பினால் அவளுடைய கண்களில் பெருகிய கண்ணீரைத் துடைத்தார்.

'தேவி! நானும் ஒரு ஜோசியம் சொல்லுகிறேன், கேள்! புலிகேசியைக் கொன்று, வாதாபியையும் அழித்துவிட்டு நான் வெற்றி மாலை சூடித் திரும்பி வருவேன். திக்விஜயம் செய்து விட்டுத் திரும்பி வரும் சக்கரவர்த்தியைக் காஞ்சிநகர் வாசிகள் கண்டு களிக்கும் பொருட்டு, வெண்

புரவிகள் பூட்டிய தங்க ரதத்திலே நான் ஏறி நகர்வலம் வருவேன். அப்போது என் அருகில் நீ வீற்றிருப்பாய். உன்னுடைய மடியில் மகேந்திரனும் என்னுடைய மடியில் குந்தவியும் அமர்ந்திருப்பார்கள்...'

'பிரபு! அத்தகைய ஆசை எல்லாம் எனக்கில்லை. தாங்கள் திக்விஜயத்திலிருந்து திரும்பி வருவதைக் கண்ணால் பார்க்கும் பேறு பெற்றேனானால் அதுவே போதும். தாங்கள் திரும்பி வந்த பிறகும் நான் இந்தப் பூமியில் இருக்க நேர்ந்தால், நான் இத்தனை நாளும் ஆக்கிரமித்துக் கொண்டிருக்கும் ஸ்தானத்தை, தங்கள் அருகில் வீற்றிருக்கும் பாக்கியத்தை, அதற்கு நியாயமாக உரியவளிடம் உடனே ஒப்புவித்துவிட்டு அகன்று விடுவேன். இந்த அரண்மனையில் தாங்கள் மனம் உவந்து ஒரு சிறு இடம் கொடுத்தால் இங்கேயே இருப்பேன். தங்கள் சித்தம் வேறு விதமாயிருந்தால் என் பிறந்தகத்துக்குப் போய்விடுவேன்!' என்று வானமாதேவி கூறிய மொழிகள் மாமல்லரைத் தூக்கிவாரிப் போட்டன.

'தேவி! இது என்ன? இந்த ஒன்பது வருஷமாக ஒருநாளும் சொல்லாத வார்த்தைகளைக் கூறுகிறாய்? உன்னிடம் யார் என்ன சொன்னார்கள்? எதை எண்ணி இவ்வாறெல்லாம் பேசுகிறாய்?' என்று மாமல்லர் மனக் கிளர்ச்சியோடு வினவினார்.

'சுவாமி! இந்த அரண்மனையிலும் இந்த மாநகரிலும் இந்தப் பல்லவ ராஜ்யத்தில் எல்லாருக்கும் தெரிந்த விஷயம் எனக்கு மட்டும் தெரியாமலிருக்கும் என்றா நினைத்தீர்கள்!'

'நீ எதைப்பற்றிச் சொல்லுகிறாய் என்பது இன்னமும் எனக்குத் தெரியவில்லை. அரண்மனையிலும் ராஜ்யத்திலும் எல்லாருக்கும் தெரிந்த அந்த மர்மமான விஷயந்தான் என்ன?' என்று சக்கரவர்த்தி ஆர்வத்துடன் கேட்டார்.

'மர்மம் ஒன்றுமில்லை பிரபு! தாங்கள் வாதாபிக்கு எதற்காகப் படையெடுத்துச் செல்கிறீர்கள் என்பதைப் பற்றித்தான்...'

'எதற்காகப் படையெடுத்துப் போகிறேன்? அதைப்பற்றி நீ என்ன கேள்விப்பட்டாய்?' என்று மாமல்லர் கேட்டார்.

'என் வாயினால் சொல்லத்தான் வேண்டுமா? ஆயனச் சிற்பியின் மகளைச் சிறை மீட்டுக்கொண்டு வருவதற்காகப் போகிறீர்கள்...'

'ஆஹா! உனக்கும் அது தெரியுமா? எத்தனை காலமாகத் தெரியும்? எப்படித் தெரியும்?'

'எத்தனையோ காலமாகத் தெரியும். ஒன்பது வருஷத்துக்கு முன்னால் நான் இந்த அரண்மனையில் பிரவேசித்த புதிதில் தாய்மார்களும் தாதிகளும் என்னை அடிக்கடி பரிதாபமாகப் பார்த்தார்கள். என்னைப் பற்றி ஒருவருக்கொருவர் அனுதாபத்துடன் பெருமூச்சு விட்டுக்கொண்டு பேசினார்கள். சிறிது சிறிதாக அவர்களுடைய பேச்சுக்களிலிருந்து நான் ஊகித்துத் தெரிந்து

கொண்டேன். சுவாமி! நான் தங்களுடைய பட்ட மகிஷியாகி ஒரு வருஷத்துக்குள்ளேயே தங்களுடைய இதய சிம்மாசனத்தில் வீற்றிருக்கும் பட்டமகிஷி வேறொருத்தி உண்டு என்று அறிந்துகொண்டேன்...'

'அப்படித் தெரிந்திருந்தும், நீ என்னை ஒரு முறையாவது அந்த விஷயமாகக் கேட்கவில்லை. ஒன்பது வருஷத்தில் ஒரு முறையாவது என்மீது குற்றங்கூறி நிந்திக்கவில்லை. தேவி! கதைகளிலும் காவியங்களிலும் எத்தனையோ கற்பரசிகளைப் பற்றி நான் கேட்டிருக்கிறேன், அவர்களில் யாரும் உனக்கு இணையாக மாட்டார்கள்' என்று மாமல்லர் பெருமிதத்துடன் கூறினார்.

'பிரபு! தங்களுடைய வார்த்தைகள் எனக்குப் புளகாங்கிதத்தை அளிக்கின்றன. ஆனால், அந்தப் புகழுரைகளுக்கு நான் அருகதை யுடையவள் அல்ல!' என்றாள் பாண்டிய குமாரி.

'நீ அருகதையுடையவள் அல்ல என்றால் வேறு யார்? உன்னை அக்கினி சாட்சியாக மணந்த புருஷன் இன்னொரு பெண்ணுக்குத் தன் உள்ளத்தைப் பறி கொடுத்தவன் என்று தெரிந்திருந்தும் நீ ஒரு தடவையாவது அதைப்பற்றி என்னைக் கேட்கவில்லை. என்பேரில் குற்றம் சொல்லவும் இல்லை. பெண் குலத்திலே இதைக் காட்டிலும் உயர்ந்த குணநலத்தை யார் கண்டிருக்கிறார்கள்?'

'சுவாமி! தங்கள் பேரில் எதற்காகக் குற்றம் சொல்லவேண்டும்? குற்றம் ஏதாவது இருந்தால் அது என் தந்தையையும் தமையனையுமே சாரும். அவர்கள்தானே என்னைத் தாங்கள் கலியாணம் செய்துகொள்ள வேண்டு மென்று பிடிவாதம் பிடித்தார்கள்? தாங்கள் அதை மறுத்ததற்காக என் தமையன் ஜயந்தவர்மன் கோபம் கொண்டு இந்தப் பல்லவ ராஜ்யத்தின் மேல் படையெடுத்துக்கூட வந்தானல்லவா? அவனைத் தாங்கள் கொள்ளிடக் கரையில் நடந்த போரில் வென்று புறங்காட்டி ஓடச் செய்ய வில்லையா? என் தமையன் திரும்பிவந்து தங்களை ஜயித்துவிட்டதாகச் சொன்னபோது மதுரை அரண்மனையிலே நாங்கள் யாரும் அதை நம்பவில்லை. தற்பெருமை மிகுந்த என் தமையனுக்குத் தங்களால் நேர்ந்த கர்வபங்கத்தைப் பற்றிப் பேசிப் பேசி மகிழ்ந்தோம். அப்படியும் என் அண்ணன் தங்களை விடவில்லை. தன்னுடைய வார்த்தையை நிலை நாட்டுவதற்காக எப்படியாவது என்னைத் தங்கள் கழுத்தில் கட்டிவிடப் பிரயத்தனம் செய்தான்...'

'தேவி! ஜயந்தவர்மனுடைய கட்டாயத்துக்காகவே நான் உன்னை மணந்ததாக இன்னமும் நீ நம்புகிறாயா?' என்று நரசிம்ம வர்மர் கேட்டபோது அவருடைய முகத்தில் புன்னகை தோன்றியது.

'இல்லை, பிரபு! ஜயந்தவர்மனுடைய கட்டாயத்துக்காக என்னைத் தாங்கள் மணக்கவில்லை. பல்லவ ராஜ்யத்தின் நன்மைக்காக என்னை மணந்தீர்கள். வடக்கேயுள்ள ராட்சதப் பகைவனோடு சண்டை போடுவதற்காகத் தெற்கேயுள்ள மன்னர்களுடன் சிநேகமாயிருக்க வேண்டுமென்று என்னை மணந்தீர்கள். என் தமையனுடைய கட்டாயத்துக்காக என்னைத் தாங்கள்

மணக்கவில்லை. தங்கள் தந்தையின் உபதேசத்தைக் கேட்டு மணந்தீர்கள். இந்த அரண்மனைக்கு வந்த சில நாளைக்குள்ளேயே இதெல்லாம் நான் தெரிந்து கொண்டேன்...'

'ஆயினும் ஒரு தடவையாவது இதையெல்லாம் பற்றி என்னிடம் நீ கேட்கவில்லை. ஆகா! பெண்களின் இருதயம் வெகு ஆழமானது என்று சொல்வது எவ்வளவு உண்மை?' என்று மனத்திற்குள் எண்ணிய வண்ணம் மாமல்லர் தன் பட்டமகிஷியின் முகத்தை உற்றுப் பார்த்தார். அந்தச் செந்தாமரை முகத்தில் கபடத்தின் அறிகுறியை அணுவளவும் அவர் காணவில்லை; எல்லையில்லாத நம்பிக்கையும் அளவு காணாத அன்பும் சாந்தமும் உறுதியும் காணப்பட்டன!

வானமாதேவி கூறினாள்: 'சுவாமி! தாங்கள் எதற்காக என்னை மணந்து கொண்டீர்கள் என்பதுபற்றி நான் என்றைக்கும் கவலைப்படவில்லை. ஏனெனில், நான் எதற்காகத் தங்களை மணந்தேன் என்பது என் உள்ளத்தில் நன்கு பதிந்திருந்தது. ஜயந்தவர்மன் கொள்ளிடக் கரையில் தங்களால் முறியடிக்கப்பட்டுத் திரும்பி வந்த செய்தியைக் கேட்டபோது, என் உள்ளம் தங்களைத் தேடி வந்து அடைந்தது. அடுத்த நிமிஷத்தில், மணந்தால் தங்களையே மணப்பது, இல்லாவிடில் கன்னிகையாயிருந்து காலம் கழிப்பது என்ற உறுதிகொண்டேன்; என் விருப்பம் நிறைவேறியது. தங்களை மணக்கும் பாக்கியத்தை அடைந்தேன். தங்கள் அரண்மனையில் ஒன்பது வருஷ காலம் எவ்வளவோ ஆனந்தமாக வாழ்ந்து வந்தேன். பிரபு! இந்த ஆனந்தம் என்றென்றைக்கும் நீடித்திருக்க வேண்டுமென்று நான் ஆசைப்படவில்லை. சில காலமாவது மற்றவர்களும் சந்தோஷமாயிருக்க வேண்டுமல்லவா? ஆயனர் மகளைச் சிறை மீட்டு அழைத்துக் கொண்டு தாங்கள் என்றைக்கு இந்த மாநகருக்கு திரும்பி வருகிறீர்களோ, அன்றைக்கே நான் இந்தப் புராதன பல்லவ சாம்ராஜ்யத்தின் தங்கச் சிம்மாசனத்திலிருந்தும், இந்தப் பூர்வீக அரண்மனையின் தந்தக் கட்டிலிலிருந்தும் கீழே இறங்கச் சித்தமாயிருப்பேன்' என்று தழுதழுத்த குரலில் கூறி வானமாதேவி கண்ணீர் ததும்பிய கரிய கண்களினால் மாமல்லரைப் பார்த்தாள்.

உணர்ச்சி ததும்பிய அந்த வார்த்தை ஒவ்வொன்றும் கள்ளம் இல்லாத உண்மை உள்ளத்திலேயிருந்து வந்தனவென்பதை மாமல்லர் தெளிந்து உவகை கொண்டார்.

9.யுத்த பேரிகை

'தேவி! இந்தப் புராதன பல்லவ சிம்மாசனம் உன்னைப் போன்ற உத்தமியைத் தனக்கு உரியவளாகப் பெறுவதற்கு எத்தனையோ காலம்

தவம் செய்திருக்க வேண்டும்! உன்னைப் பட்டமகிஷியாகப் பெறுவதற்கு நான் எவ்வளவோ ஜன்மங்களில் பாக்கியம் செய்திருக்க வேண்டும்!' என்று மாமல்ல சக்கரவர்த்தி கூறிய போது, அவரது வயிரம் பாய்ந்த கம்பீரக் குரலும் தழுதழுத்தது. வானமாதேவிக்கோ புளகாங்கிதம் உண்டாயிற்று. ஏதேதோ சொல்ல வேண்டுமென்று தேவி பிரயத்தனப்பட்டாள். ஆனால், வார்த்தைகள் வெளிவரவில்லை. பல்லவேந்திரர் மேலும் கூறினார்.

'பாண்டியர் குலவிளக்கே! கேள்! நீ என்னுடைய பட்டமகிஷி மட்டுமல்ல. எனக்குப் பிறகு இச்சிம்மாசனத்திற்குரிய மகேந்திர குமாரனுடைய அன்னை. பல்லவ சாம்ராஜ்யத்துப் பிரஜைகளையெல்லாம் ஒரு நாளிலே ஒரு நொடியிலே வசீகரித்து, அவர்களுடைய பக்தியைக் கொள்ளை கொண்ட சக்கரவர்த்தினி. என் தந்தை மகேந்திரர் காலமான சில நாளைக்குப் பிறகு, மந்திரி மண்டலத்தார் எனக்குப் பட்டாபிஷேகம் செய்து, பல்லவ சிம்மாசனத்தில் அமர்த்தினார்கள். அதே சிம்மாசனத்தில் என் அருகில் நீயும் வீற்றிருந்தாய். நம்மிருவருக்கும் ஆசி கூறிய எங்கள் குலகுரு ருத்ராச்சாரியார் நாம் சிம்மாசனத்தில் வீற்றிருக்கும் காட்சியானது, சொர்க்கலோகத்துத் தேவ சபையில் தேவேந்திரனும் இந்திராணியும் கொலு வீற்றிருப்பதைப் போல் இருக்கிறது என்று ஆசி கூறினார். அதைக் கேட்ட சபையோர் குதூகலத்துடன் ஆரவாரித்து மகிழ்ந்தார்கள். கொஞ்ச காலம் நாட்டில் மழை பெய்யாமலிருந்ததையும், நீ காஞ்சி நகர் புகுந்ததும் பெருமழை பெய்ததையும் நினைவுகூர்ந்த சபையோர், நீ சாக்ஷாத் இந்திராணியேதான், சந்தேகமில்லை என்று ஒருமுகமாகக் கூறினார்கள். செந்தமிழ்ப் புலவர்கள் உனக்கு வானமாதேவி என்று பெயர் சூட்டி வாழ்த்துப் பாடல்கள் புனைந்தார்கள். அது முதல் அரண்மனையிலும் நாடு நகரங்களிலும் உன்னை இந்திராணி என்றும், வானமாதேவி என்றும் என் பிரஜைகள் பெருமையோடு சொல்லி வருகிறார்கள். அப்பேர்ப்பட்ட உன்னை இந்தப் பல்லவ சிம்மாசனத்திலிருந்து இறக்கி விடுவதற்கு இந்த உலகிலே வேறு யாருக்கும் உரிமை கிடையாது...'

வானமாதேவி அப்போது குறுக்கிட்டு ஒரு கேள்வி கேட்டாள். 'சுவாமி! இந்தப் பல்லவ சிம்மாசனத்துக்கு மட்டுந்தானே நான் உரிமையுடையவள்? தங்களுடைய இதய சிம்மாசனத்தில் எனக்கு இடம் கிடையாதல்லவா?'

சற்றும் எதிர்பாராத மேற்படி கேள்வி மாமல்லரை ஒருகணம் திகைப் படையச் செய்து விட்டது. சற்று நிதானித்த பிறகு, வானமாதேவியை அன்புடன் நோக்கிச் சொன்னார்:

'ஆகா! இத்தகைய சந்தேகம் உன் மனத்திலே ஏற்பட்டிருந்தும் சென்ற ஒன்பது வருஷ காலமாக என்னை ஒன்றும் கேளாமலே இருந்து வந்திருக் கிறாயல்லவா? தமிழ் மறை தந்த திருவள்ளுவ முனிவர்,

> 'தெய்வந் தொழாஅள் கொழுநற் றொழுதெழுவாள்
> பெய்யெனப் பெய்யும் மழை'

என்று கூறியருளினார். அவருடைய பொய்யா மொழிக்கு நீயே உதாரணமா வாய். சாதாரணப் பெண் ஒருத்திக்கு அத்தகைய சந்தேகம் தோன்றியிருந்தால்

தினம் நூறு தடவை அதைப் பற்றிக் கேட்டுக் கணவனை நரக வேதனைக்கு உள்ளாக்கியிருப்பாள்!'

'பிரபு! அப்படியானால் இந்த அரண்மனையிலே நான் கேள்விப் பட்டதிலும், நாட்டிலும் நகரத்திலும் ஜனங்கள் பேசிக் கொள்வதிலும் உண்மை கிடையாதா? அதை எண்ணிக் கொண்டு நான் எத்தனையோ இரவுகள் உறக்கமின்றிக் கழித்ததெல்லாம் வீண் மடமைதானா?' என்று வானமாதேவி சிறிது உற்சாகத்துடன் கேட்டாள்.

'தேவி! உண்மையில்லாமல் ஒரு வதந்தி பிறக்காது. நீ கேள்விப்பட்டது முழுவதும் பொய்யல்ல. ஆனால் அது என் பூர்வ ஜன்மத்தைச் சேர்ந்த விஷயம்' என்று கூறிவிட்டு மாமல்லர் சற்று நேரம் அக நோக்குடன் இருந்தார். பின்னர் ஒரு நீண்ட பெருமூச்சு விட்டு விட்டு அவர் கூறியதாவது:

'ஆம்! அது என் பூர்வ ஜன்மத்தின் நிகழ்ச்சி. தேய்ந்து மறைந்து போன பழைய கனவு. என்னுடைய இளம்பிராயத்தில், மகேந்திர பல்லவரின் ஏக புதல்வனாய் கவலையும்துயரமும் இன்னதென்று அறியாதவனாய் நான் வளர்ந்த காலத்தில், வானமும் பூமியும் ஒரே இன்பமயமாய் எனக்குத் தோன்றிய நாட்களில், ஒரு சிற்பியின் மகள் என் இதயத்தில் இடம்பெற்றிருந்தாள். அவளுக்காக என் உடல் பொருள் ஆவியையும் இந்தப் பல்லவ குலத்தின் பெருமையையும் தத்தம் செய்ய நான் சித்தமாயிருந்தேன். ஆனால், என்றைய தினம் அவளுடைய உள்ளத்திலே அன்பைக் காட்டிலும் ஆங்காரம் மேலிட்டு என்னுடைய இதமான வார்த்தையை உதாசீனம் செய்தாளோ, நூறு காததூரம் நான் அவளைத் தேடிச் சென்று என்னுடன் வரும்படி அழைத்தபோது, வெறும் பிடிவாதம் காரணமாக என்னுடன் வருவதற்கு மறுத்தாளோ, அன்றே என்னுடைய இதயத்திலிருந்து அவள் விலகிச் சென்றாள். இன்னமும் அவளை நான் மறந்து விடவில்லை; மறக்க முடியவும் இல்லை. இதற்குக் காரணம் அவளுக்கு நான் அன்று கொடுத்த வாக்குறுதியை இன்னும் நிறைவேற்றாமலிருப்பதுதான். தூர தேசத்தில் பகைவர்களுடைய கோட்டைக்குள்ளே வசிக்கும் சிவகாமியின் ஆவியானது என்னை இடைவிடாமல் சுற்றிச் சுற்றி வந்து, பகலில் அமைதியில்லாமலும், இரவில் தூக்கமில்லாமலும் செய்து வருகிறது. என்றைய தினம் அவளுக்கு நான் கொடுத்த வாக்குறுதியை நிறைவேற்று கிறேனோ, வாதாபியை வென்று, அவளை விடுதலை செய்து, அவள் தந்தையிடம் ஒப்புவிக்கிறேனோ அன்று அந்தப் பாதகியின் ஆவி என்னைச் சுற்றுவதும் நின்று போய்விடும். அன்றைக்கே அவளுடைய நினைவை என் உள்ளத்திலிருந்து வேரோடு பிடுங்கி எறிந்து விடுவேன். பின்னர் என் மனத்திலே உன்னையும் நமது அருமைக் குழந்தைகளையும் இந்தப் பல்லவ சாம்ராஜ்யத்தின் மகோந்நதத் தையும் தவிர, வேறெதுவும் இடம்பெறாது. தேவி! நான் சொல்வதில் உனக்கு நம்பிக்கை ஏற்படுகிறதா? அல்லது இதெல்லாம் உலகில் காமாதுரர்களான புருஷர்கள் சாதாரணமாய்ச் சொல்லும் பசப்பு வார்த்தைகள் என்றே நினைக்கிறாயா?' என்று மாமல்லர் கேட்டார்.

வானமாதேவி அந்தக்கணமே தந்தக் கட்டிலிலிருந்து கீழிறங்கி மாமல்லரின் பாதங்களைத் தொட்டு, 'பிரபு! தங்களுடைய வார்த்தை எதிலும் நான் அவ

நம்பிக்கை கொள்ளேன். தங்களுடைய வாக்குகளுக்கு விரோதமாக என் கண் ணெதிரிலே தாங்கள் நடந்து கொள்வதாகத் தோன்றுமானால், என் கண்களின் பேரிலேதான் அவநம்பிக்கை கொள்வேன்; தங்களைச் சந்தேகிக்க மாட் டேன்!' என்றாள்.

சந்தேகமும் ஆங்காரமும் நிறைந்த சிவகாமியின் காதலுக்கும் இந்தத் தென் பாண்டிய நாட்டு மங்கையர் திலகத்தின் சாத்வீகப் பிரேமைக்கும் உள்ள வேற்றுமையைக் குறித்து மாமல்லரின் உள்ளம் சிறிது நேரம் சிந்தனையில் ஆழ்ந்திருந்தது. சட்டென்று சுயநினைவு பெற்று வானமாதேவியை இரு கரங்களாலும் தூக்கிக் கட்டிலில் தம் அருகில் உட்கார வைத்துக் கூறினார்:

'இந்த விஷயத்தைப் பற்றி இப்போது கேட்டதே நல்லதாய்ப் போயிற்று. என் தலையிலிருந்து ஒரு பெரிய பாரத்தை நீக்கி விட்டாய். அதற்கு ஈடாக உன்னிடம் இந்தப் பெரிய ராஜ்யத்தின் பாரத்தை நான் ஒப்புவித்து விட்டுப் போகப்போகிறேன். நான் இல்லாத காலத்தில் மந்திரி மண்டலத்தார் இராஜ்ய விவகாரங்களைக் கவனித்துக் கொள்வார்கள் என்றாலும், முக்கியமான காரியங்களில் உன்னுடைய அபிப்பிராயத்தைக் கேட்டே செய்வார்கள். ஆனால், தேவி! ஒரு முக்கியமான காரியத்தை மட்டும் உன்னுடைய தனிப் பொறுப்பாக ஒப்புவிக்கப் போகிறேன். அதை அவசியம் நிறைவேற்றித் தருவதாக நீ எனக்கு வாக்களிக்க வேண்டும்' என்று சக்கரவர்த்தி கேட்டதும் வானமாதேவியின் முகத்தில் பெருமிதக் கிளர்ச்சி காணப்பட்டது.

'பிரபு! இந்த அபலைப் பெண்ணினால் ஆகக்கூடிய காரியம் ஏதேனும் இருந்தால் கட்டளையிடுங்கள். அதை என்னுடைய பரமபாக்கியமாகக் கருதி நிறைவேற்றி வைக்கிறேன்!' என்றாள்.

'காரியம் இருக்கிறது, அது மிகவும் முக்கியமான காரியம். உன் சகோதரன் மகன் நெடுமாறன் ஒரு பெரிய சைனியத்துடன் வாதாபிப் படையெடுப்பில் என்னோடு சேர்ந்து கொள்வதற்காகப் புறப்பட்டான். இன்னும் வந்து சேரவில்லை. வராக நதிக்கரையில் தேக அசௌக்கியம் காரணமாகத் தங்கியிருப்பதாகவும் ஒரு வாரத்தில் காஞ்சிக்கு வந்து சேருவதாகவும் அது வரையில் நான் அவனுக்காகக் காத்திருக்க வேண்டுமென்றும் சொல்லி அனுப்பியிருக்கிறான். அப்படி நான் தாமதிப்பது அசாத்யமான காரியம். நமது குலகுரு பார்த்துச் சொன்ன நாளில் நான் கிளம்பியே தீர வேண்டும். தேவி! வழியில் நெடுமாறன் சமணர்களின் மாய வலையிலே விழுந்திருப்பதாக எனக்குச் செய்தி எட்டியிருக்கிறது. சமணர்கள் என் மீது எப்படியாவது பழி தீர்க்க வஞ்சம் கொண்டிருப்பதை நீ அறிவாய். இந்த நிலையில் நெடுமாறனால் இவ்விடம் தீங்கு எதுவும் நேராமல் நீதான் பார்த்துக் கொள்ள வேண்டும்.'

இப்படி மாமல்லர் கூறி வாய் மூடுவதற்குள் வானமாதேவி, 'பிரபு! இந்த விஷயத்தில் தாங்கள் கொஞ்சமும் கவலையின்றி நிம்மதியாகச் செல்லுங்கள். என் பிறந்தகத்தைச் சேர்ந்தவர்களால் தங்களுக்கு எவ்விதக் கெடுதலும் நேர்வதற்கு நான் விடமாட்டேன். நெடுமாறனுக்கு அத்தகைய தீய எண்ணம் ஏதேனும் இருப்பதாகத் தெரிந்தால் இந்தக் கையிலே கத்தி

எடுத்து அவனுடைய நெஞ்சிலே பாய்ச்சிக் கொன்று விடுவேன்!' என்று கம்பீரமாய் மொழிந்தாள்.

மாமல்லர் இலேசாகப் புன்னகை புரிந்து விட்டுக் கூறினார்: 'வேண்டாம், வேண்டாம்! உன்னுடைய மல்லிகை இதழ் போல் மிருதுவான தளிர்க் கரங்கள் கத்தியைப் பிடித்தால் நோகுமல்லவா? நீ கத்தி எடுக்க வேண்டாம். அப்படி ஒரு வேளை அவசியம் நேர்ந்தால் நமசிவாய வைத்தியரைக் கேட்டு நல்ல விஷமாக வாங்கி வைத்துக்கொண்டு, அதைப் பாலிலே கலந்து கொடுத்து விடு!... ஆனால் அந்த மாதிரி அவசியம் ஒன்றும் அநேகமாக நேராது. என்னுடைய சந்தேகம் கொஞ்சமும் ஆதாரமற்றதாயிருக்கலாம். என்றாலும் இராஜ்யப் பொறுப்பு வகிப்பவர்கள் இப்படியெல்லாம் சந்தேகப்பட்டு முன் ஜாக்கிரதை செய்தல் அவசியமாயிருக்கிறது! அதிலும் யுத்தத்துக்காகத் தூரதேசத்துக்குக் கிளம்பும்போது சர்வ ஜாக்கிரதை யாயிருக்க வேண்டுமல்லவா?'

இப்படி மாமல்லர் கூறி முடித்தாரோ இல்லையோ, அரண்மனையின் கனமான நெடுஞ்சுவர்களையெல்லாம் அதிரச் செய்து கொண்டு ஒரு பெரு முழக்கம் கேட்டது. கேட்கும்போதே ரோமச் சிலிர்ப்பு உண்டாகும் படியான அந்தச் சப்தம் வெளியிலே எங்கேயோ தொலை தூரத்திலிருந்து வருகிறதா அல்லது தரைக்கு அடியிலே பாதாளத்திலேயுள்ள பூகர்ப் பத்திலேயிருந்து வருகிறதா என்று தெரியாதபடி அந்தப் படுக்கை அறைக் குள்ளே எப்படியோ புகுந்து வந்து சூழ்ந்தது. அந்தச் சப்தம் காதினால் கேட்கக் கூடிய சப்தம் மட்டும் அல்ல! உடம்பினாலே ஸ்பரிசித்து உணரக் கூடிய சப்தமாயிருந்தது.

'ஆகா நடுராத்திரி ஆகி விட்டது! யுத்த பேரிகை முழங்குகிறது!' என்று மாமல்லர் துள்ளி எழுந்தார்.

அவ்வாறு மாமல்லரைத் துள்ளி எழச் செய்த யுத்தபேரிகையின் முழக்கம், அவருடைய மனக் கண்ணின் முன்னால் அதிபயங்கரமான போர்க் களங்களின் காட்சியைக் கொண்டு வந்து காட்டியது. பெரிய கருங் குன்றுகள் இடம் விட்டு நகர்ந்து ஒன்றையொன்று தாக்குவது போல், ஆயிரக்கணக்கான போர் யானைகள் கோரமாகப் பிளிறிக் கொண்டு, ஒன்றையொன்று மோதித் தாக்கின. நூறு நூறு ரதங்கள் பூமி அதிரும் படியாக விரைந்து சென்று, ஒன்றின் மீது ஒன்று இடித்துத் தூள் தூளாகி விழுந்தன. பதினாயிரக்கணக்கான குதிரைகள் வாயுவேகமாகப் பாய்ந்து சென்று போர்க்களத்தின் மத்தியில் சந்திக்க, அவற்றின் மீதிருந்த போர் வீரர்கள், கையிலிருந்த ஈட்டிகளைக் கொண்டு, ஒருவரையொருவர் தாக்கியபோது, ஈட்டிகள் மின்னலைப் போல் ஒளி வீசிக் கண்களைப் பறித்தன. லட்சக்கணக்கான போர் வீரர்கள் கூரிய வாள்களைக் கொண்டு ஒருவரையொருவர் வெட்டித் தள்ளினார்கள். பார்க்கப் பயங்கரமான இரத்த வெள்ளம் ஒரு பெரிய மாநதியின் பிரவாகத்தைப் போல் ஓடிற்று. அந்தப் பிரவாகத்தில் உயிரிழந்த கரிகளும், பரிகளும், காலும் கையும் தலையும் வெட்டுண்ட மனிதர்களின் உடல்களும் மிதந்து சென்றன.

இந்தப் பயங்கரமான கோரக் காட்சியுடன் கலந்து கலந்து, ஒரு பெண்ணின் ஆங்காரம் நிறைந்த முகத்தோற்றமும் மாமல்லரின் அகக் காட்சியில் தென்பட்டது! அது சிற்பி மகள் சிவகாமியின் முகந்தான் என்று சொல்ல வேண்டியதில்லையல்லவா?

10.மங்கையர்க்கரசி

அர்த்த ராத்திரியில் அந்தப்புரத்துக்குள்ளே புகுந்த மாமல்லரின் காதிலே ஒலித்த யுத்த பேரிகையின் முழக்கமானது, அந்தக் காஞ்சி நகரில் வாழ்ந்த லட்சக்கணக்கான மக்கள் காதிலும் ஒலித்தது. ஒவ்வொருவருக்கும் ஒவ்வொருவித உணர்ச்சியை அந்த முழக்கம் உண்டாக்கிற்று.

அந்த நடுநிசி வேளையில், காஞ்சி அரண்மனையைச் சேர்ந்த நந்தவனத்தில், பிராயம் முதிர்ந்த ஒரு மனிதரும் கட்டழகியான ஓர் இளம் பெண்ணும் தனிமையாக உலாவிக் கொண்டிருந்தார்கள். வானத்திலே பிரகாசித்துக் கொண்டிருந்த சந்திரனோடு போட்டியிட்டுக்கொண்டு, அந்தப் பெண்ணின் வதன சந்திரன் பிரகாசித்துக் கொண்டிருந்தது. யுத்த பேரிகையின் முழக் கத்தைத் திடீரென்று கேட்டதும் பெருங்காற்றில் பூங்கொடி நடுங்குவதைப் போல், அந்த யுவதியின் உடம்பும் நடுங்கிற்று. பீதி நிறைந்த குரலில், 'அப்பா! இது என்ன ஓசை?' என்று கேட்டுக் கொண்டே அந்தப் பேதைப் பெண் தன் தந்தையைக் கட்டிக் கொண்டாள்.

'குழந்தாய்! யுத்த பேரிகை முழங்குகிறது! நான் உன்னிடம் விடைபெற வேண்டிய சமயம் நெருங்கி விட்டது!' என்று அந்தப் பெரியவர் கூறினார்.

நிலா வெளிச்சத்தில் சற்று உற்றுப் பார்த்தோமானால் அந்த இருவரையும் நாம் ஏற்கெனவே பார்த்திருக்கிறோம் என்பது நினைவு வரும். ஆம்! அன்று பகலில் ஏகாம்பரேசுவரர் சந்நிதியில் புருஷர்களின் கோஷ்டியிலே அந்தப் பெரியவரும், பெண்களின் வரிசையிலே அந்த இளநங்கையும் நின்று கொண்டிருக்க வில்லையா? அந்தப் பெண்ணின் முகத்திலே அப்போது ததும்பிய பரவசமான பக்தி பாவத்தைக் கண்டு நாம் வியக்கவில்லையா?

அவ்விருவரும் கொடும்பாளூர்ச் சோழ வம்சத்தைச் சேர்ந்த செம்பியன் வளவனும், அவனுடைய செல்வத் திருமகளுமேயாவர்.

கரிகால் வளவன் காலத்திலிருந்து சில நூற்றாண்டுகள் மிகப் பிரபலமாக விளங்கியிருந்த சோழ ராஜ்யமானது, நாளடைவில் சீரும் சிறப்பும் குன்றித் தெற்கே பாண்டியர்களாலும், வடக்கே பல்லவர்களாலும் நெருக்கப்பட்டு, மிக்க க்ஷீண நிலையை அடைந்ததோடு, சோழ வம்சமும் இரண்டு மூன்று கிளைகளாகப் பிரிந்து போயிருந்தது. உறையூரில் நிலைபெற்ற சோழ வம்சத்து மன்னர்கள் ஒரு சிறு ராஜ்யத்துக்கு உரியவர்களாயிருந்தார்கள்.

கொடும்பாளூர்க் கிளை வம்சத்தின் பிரதிநிதியாக அப்போது விளங்கிய செம்பியன் வளவனுக்குப் புத்திர பாக்கியம் இல்லை. குலத்தை விளங்க வைக்க ஒரு புதல்வி மட்டுமே இருந்தாள். அந்த அருமைக் குமாரிக்கு 'மங்கையர்க்கரசி' என்ற செல்வப் பெயரைச் செம்பியன் வளவன் சூட்டினான். ஆசை காரணமாகத் தகப்பன் சூட்டிய பெயர் என்றாலும் பெண்ணைப் பார்த்தவர்கள் அனைவரும் 'இத்தகைய பெண்ணுக்கு இந்தப் பெயரே தகும்' என்றார்கள். அப்படித் தேக சௌந்தரியத்திலும் குண சௌந் தரியத்திலும் அவள் சிறந்து விளங்கினாள்.

தன்னுடைய ஆயுள் முடிவதற்குள்ளே தன் மகளைத் தென்னாட்டின் சிறந்த இராஜவம்சம் ஒன்றில் பிறந்த இராஜகுமாரனுக்குக் கல்யாணம் செய்து கொடுத்து விட வேண்டும் என்ற ஆசை செம்பியன் மனத்திலே குடிகொண்டு, இரவு பகல் அதே கவலையாக இருக்கும்படி செய்தது. இந்த நிலையில், வாதாபி படையெடுப்புச் சைனியத்தில் வந்து சேரும்படி, தென்னாட்டு மன்னர் குலத்தினர் அனைவருக்கும் மாமல்லரிடமிருந்து ஓலை வந்தது போல் அவனுக்கும் வந்து சேர்ந்தது. செம்பியன் தன் வாழ்நாள் மனோரதம் நிறைவேறுவதற்கு இதுவே தருணம் என்று எண்ணி உற்சாகமடைந்தான். இந்தத் தள்ளாத பிராயத்தில் அவன் போருக்குக் கிளம்பி வந்ததற்கு முக்கிய காரணம், காஞ்சி நகரில் அச்சமயம் பல தேசத்து இராஜகுமாரர்கள் கூடியிருப்பார் களென்றும், அவர்களில் யாருக்கேனும் மங்கையர்க்கரசியை மணம் புரிவிப்பது ஒருவேளை சாத்தியமாகலாம் என்றும் அவன் நம்பியதுதான்.

'அப்பா! உண்மையாகவே என்னை இங்கே விட்டு விட்டுப் போகப் போகிறீர்களா? இந்தப் பெரிய அரண்மனையில், முன்பின் தெரியாதவர் களுக்கு மத்தியில், நான் எப்படிக் காலம் கழிப்பேன்? ஒருவேளை யுத்த களத்திலே தங்களுக்கு ஏதாவது நேர்ந்து விட்டால் என் கதி என்ன ஆவது?' என்று புலம்பினாள் செம்பியன் குமாரி மங்கையர்க்கரசி.

'குழந்தாய்! நமது குல தெய்வமான முருகப் பெருமான் உன்னைக் காப்பதற்கு இருக்கும்போது நீ ஏன் கவலைப்பட வேண்டும்? எந்தப் பெருமானுடைய வேலாயுதமானது மலையைப் பொடியாக்கியதோ, கடல் நீரை வற்றச் செய்ததோ, சூரனை வதைத்ததோ, பானுகோபனை சம்ஹரித்ததோ, தேவர்களுக்கு அபயப் பிரதானம் அளித்ததோ, அத்தகைய வெற்றிவேல் உனக்கு என்றும் துணையாயிருக்கும். குழந்தாய்! நீ கொஞ்சமும் அதைரியப்படாமல் எனக்கு விடைகொடுக்க வேண்டும்' என்று செம்பியன் கூறியதைக் கேட்ட மங்கையர்க்கரசி, மெய்சிலிர்த்துப் பரவச நிலை அடைந்து நின்றாள்.

அவளுடைய பக்தி பரவச நிலையைத் தெரிந்து கொள்ளாத தந்தை, 'அம்மா! வேலும் மயிலும் உனக்குத் துணையாக இருப்பதோடு, மாமல்ல சக்கர வர்த்தியின் தாயார் - மகேந்திர பல்லவரின் பட்டமகிஷி - புவன மகா தேவியும் உனக்கு ஆதரவாக இருப்பார். உன்னைத் தன் சொந்த மகளைப் போல் பாதுகாத்து வருவதாக எனக்கு வாக்குத் தந்திருக்கிறார். நீ உன்

அன்னையை இளம்பிராயத்திலே இழந்து விட்டாய். புவன மகாதேவிக்கோ சொந்தப் புதல்வி கிடையாது. உன்னைத் தன் கண்மணியைப் போல் பாது காத்துத் தருவதாக என்னிடம் உறுதி கூறியிருக்கிறார். ஆகையால், என் செல்வ மகளே, நீ சிறிதும் கவலைப்பட வேண்டாம். போர்க்களத்துக்குப் போக எனக்குத் தைரியமாக அனுமதி கொடு!' என்றான்.

இதற்கும் மங்கையர்க்கரசி மறுமொழி கூறாமல் மௌனமாய் நிற்கவே செம்பியன் வளவன் இன்னமும் சொல்லலானான்:

'மகளே! நீ பால்மணம் மாறாத பச்சைக் குழந்தையாயிருந்தபோது, ஒரு பெரியவர் நமது வீட்டுக்கு வந்தார். அவர் உன்னைப் பார்த்தார்; உன் முகத்தை உற்றுப் பார்த்தார். உன் சின்னஞ்சிறு பிஞ்சுக் கைகளைத் தூக்கிப் பார்த்தார். பார்த்து விட்டு, 'இந்தக் குழந்தையின் கையில் சங்கு சக்கர ரேகை இருக்கிறது; இவள் பெரிய மண்டலாதிபதியின் பட்டமகிஷியாவாள்!' என்று சொன்னார். அந்த வார்த்தைகள் என் காதிலே இனிய தேனைப் போல் பாய்ந்தன. அன்று முதல் இராஜகுமாரன் எப்போது வரப் போகிறான், எங்கிருந்து வரப் போகிறான் என்று எதிர்பார்த்துக் கொண்டிருக்கிறேன். அவனைத் தேடிக்கொண்டுதான் முக்கியமாக நான் இந்தக் காஞ்சி நகருக்கு வந்தேன்!...'

மங்கையர்க்கரசி அப்போது அளவில்லாத பரபரப்புடன், 'அப்பா! அப்பா! நேற்றிரவு நான் ஒரு அதிசயமான கனவு கண்டேன். அதைச் சொல்லட்டுமா?' என்று கேட்டாள்.

11.கனவும் கற்பனையும்

செம்பியன் வளவன் தன் மகளை அணைத்துக்கொண்டு, 'அம்மா! கண்ட கனவு எல்லாம் எப்போதும் பலிப்பது கிடையாது. சில சமயம் பலிப்பதும் உண்டு. கனவுகளின் உண்மைக் கருத்தைக் கண்டுபிடித்துத் தெரிந்து கொள்வதோ மிக்க கடினம். ஆயினும், நீ கண்ட கனவைக் கூறு. நான் அறிந்த சொப்பன சாஸ்திரத்தை அனுசரித்து உன்னுடைய கனவு பலிக்குமா, பலிக்காதா என்று பார்த்துச் சொல்கிறேன்.' என்றான்.

மகள் கண்டது ஏதாவது துர்ச்சொப்பனமாயிருந்தால் அதற்கு ஏதாவது நல்ல அர்த்தம் கற்பனை செய்து கூறி, அவளுக்குத் தைரியம் சொல்லி விட்டுப் போகலாம் என்று செம்பியன் நினைத்தான்.

மங்கையர்க்கரசி, 'அப்பா! அந்தக் கனவை நினைத்தால் எனக்குச் சந்தோஷ மாயுமிருக்கிறது; பயமாகவும் இருக்கிறது. இதோ பாருங்கள், இப்போது கூட என் தேகமெல்லாம் சிலிர்த்திருப்பதை...!' என்று முன் கையில் ஏற் பட்டிருந்த ரோமச் சிலிர்ப்பைச் சுட்டிக்காட்டி விட்டு, மேலும் கூறினாள்:

'சில காலமாகவே என்னுடைய கனவில் அடிக்கடி ஒரு சுந்தரமான யௌவன புருஷர் தோன்றி வருகிறார். அவர் என்னை அன்பு கனிந்த கண்களினால் அடிக்கடி பார்க்கிறார். வெளி உலகத்தில் அத்தகைய ஒருவரை நான் பார்த்ததேயில்லை. நமது மாமல்ல சக்கரவர்த்தியைக் காட்டிலும் அவருடைய முகம் களையானது. அவர் என்னைப் பார்க்கும்போதெல்லாம் 'நீ எனக்கு உரியவள் அல்லவா? ஏன் என்னுடன் இன்னும் வந்து சேர வில்லை?' என்று கேட்பதுபோலத் தோன்றும். அப்போது என் நெஞ்சு பட படக்கும்! உடம்பெல்லாம் பதறும். நேற்று நான் கண்ட கனவிலும் அந்தச் சுந்தர புருஷர் தோன்றினார். ஆனால், மிக்க பயங்கரமான சூழலுக்கு மத்தியில் அவரை நேற்றிரவு நான் கண்டேன். அவரைச் சுற்றிலும் பத்துப் பன்னிரண்டு பிசாசுகள் அம்மணமாக நின்று ஏதோ கோரமான சப்தம் போட்டுக் கொண்டு கூத்தாடின. அந்தப் பிசாசுகள் ஒவ்வொன்றின் கையிலும் மயில் இறகுக் கத்தை ஒன்று இருந்தது. சில சமயம் அப்பிசாசுகள் தங்கள் மத்தியில் நின்ற சுந்தர புருஷர் மீது மயில் கத்தைகளை வீசி அடிப்பது போல் தோன்றியது! அவர் பாவம், ஏதோ ஒரு தேக உபாதையினால் கஷ்டப் படுகிறவர்போல் காணப்பட்டார். இதற்கிடையில் அவர் என்னைப் பரிதாப மாகப் பார்த்து, 'இந்தப் பிசாசுகளிடம் நான் அகப்பட்டுக்கொண்டு விட்டேனே? என்னை நீ காப்பாற்ற மாட்டாயா?' என்று கேட்பது போலிருந்தது.

நான் உடனே திரும்பி ஓட்டமாக ஓடினேன். எங்கே ஓடுகிறோம் என்ற நினைவே இன்றி நெடுந்தூரம் ஓடினேன். கடைசியாக ஒரு கோயில் தென் பட்டது. அதற்குள் பிரவேசித்தேன். கோயிலுக்குள் அப்போது யாரும் இல்லை. அம்பிகையின் சந்நிதியை அடைந்து முறையிட்டேன். 'தாயே! என் உள்ளம் கவர்ந்த புருஷரை நீதான் காப்பாற்ற வேண்டும்!' என்று கதறினேன். 'குழந்தாய்! பயப்படாதே! என் குமாரனை அனுப்புகிறேன். அவன் உன்னுடன் வந்து உன் விருப்பத்தை நிறைவேற்றுவான்!' என்று ஒரு அசரீரி பிறந்தது. அசரீரி சொல்லி நின்றதோ இல்லையோ, அம்பிகை விக்கி ரகத்தின் அருகில் திவ்யமோகன ரூபங்கொண்ட ஒரு பாலன் நிற்பதைப் பார்த்தேன். 'என் குமாரனை அனுப்புகிறேன்' என்று தேவி சொன்ன படியால் வள்ளி நாயகன்தான் வரப் போகிறார் என்று எண்ணினேன். ஆனால், அங்கே நின்ற பிள்ளையோ விபூதி ருத்ராட்சம் தரித்த சிவயோ கியாகக் காணப்பட்டார். இனிமையும் சாந்தமும் நிறைந்த குரலில் அந்தப் பிள்ளை, 'தாயே! என்னுடன் வா! உன் நாயகனைக் காப்பாற்றித் தருகிறேன்!' என்றார். அந்தத் தெய்வீகக் குழந்தையின் திருவாயில் 'உன் நாயகன்' என்ற வார்த்தைகள் வந்ததும், எனக்கு மெய்சிலிர்த்தது. உடனே உறக்கம் நீங்கி எழுந்து விட்டேன்! அந்தச் சுந்தர புருஷர் காப்பாற்றப்பட்டாரோ இல்லையோ என்ற சந்தேகத்தினால் இன்னமும் என் உள்ளம் துடித்துக் கொண்டிருக்கிறது. நான் கண்ட கனவின் பொருள் என்ன, அப்பா? அதனால் எனக்கு ஏதேனும் தீமை விளையுமா? அல்லது நன்மை ஏற்படுமா?' என்று புதல்வி கேட்டு வாய்மூடு முன்னே, 'கட்டாயம் நன்மைதான் ஏற்படும்!' என்று செம்பியன் உறுதியாகக் கூறினான்.

சற்று நேரம் சிந்தனையில் ஆழ்ந்திருந்து விட்டு அச்சோழர் பெருந்தகை மேலும் கூறியதாவது: 'நீ கண்ட கனவு ஏதோ தெய்வீகமாகத் தோன்றுகிறது. உன் மனதுக்கிசைந்த சுந்தர மணவாளனை நீ இங்கேயே அடையப் போகிறாய். அப்படி நீ அடையும் மணாளனுக்கு ஏதோ பெரிய கஷ்டங்கள் நேரலாமென்றும், நமது குல தெய்வமாகிய முருகப் பெருமானின் அருளால் அந்தக் கஷ்டங்கள் எல்லாம் நீங்கும் என்றும் உன்னுடைய கனவிலிருந்து ஊகித்து அறிகிறேன். என் அருமை மகளே! ஒரு விஷயத்தில் நீ உறுதியாக இருக்க வேண்டும். நான் இல்லாத சமயத்தில் உன்னைத் தேடி அதிர்ஷ்டம் வந்தால் அதை நீ வேண்டாமென்று தள்ளாதே! இராஜகுலத்தில் பிறந்தவன் எவனாவது உன்னைக் கரம்பிடிக்க விரும்பினால், அப்படிப் பட்டவனை மணந்துகொள்ள இப்போதே உனக்கு நான் அனுமதி கொடுத்து விடுகிறேன். போர்க்களத்திலிருந்து நான் உயிரோடு திரும்பி வந்தால் உன்னையும் உன் மணாளனையும் பார்த்து ஆனந்தக் கண்ணீர் சொரிந்து ஆசீர்வதிப்பேன். ஒருவேளை போர்க்களத்தில் உயிர் துறக்கும்படி நேரிட்டால், ஆவி வடிவத்திலே திரும்பி வந்து உங்களை ஆசீர்வதித்து விட்டு அப்புறந்தான் வீர சொர்க்கத்துக்குப் போவேன்.'

இவ்விதம் கூறியபோது செம்பியன் வளவனின் கண்களிலிருந்து கண்ணீர் தாரையாகப் பெருகியது. மங்கையர்க்கரசியும் தந்தையின் விசால மார்பில் முகத்தைப் பதித்துக் கொண்டு விம்மினாள்.

12.நெடுமாறன்

மங்கையர்க்கரசி கண்ட கனவின் பொருள் இன்னதென்று செம்பியன் வளவனால் கண்டுபிடிக்க முடியவில்லையல்லவா? இவள் தன் கனவைச் சொல்லிக் கொண்டிருந்த அதே நேரத்தில் காஞ்சிக்குத் தெற்கே பத்து காத தூரத்தில் வராக நதிக்கரையில் என்ன நடந்து கொண்டிருந்தது என்பதைப் பார்த்தோமானால், ஒரு வேளை அந்தக் கனவின் பொருளை நாம் ஊகித் தறிந்து கொள்ளலாம்.

நடுநிசியில் நிலவொளியில் வராக நதிக் கரையானது அதுவரையில் என்றும் கண்டறியாத காட்சி அளித்தது. மாபெரும் பாண்டிய சைனியம் அந்த நதிக் கரையில் தண்டு இறங்கி இருந்தது. ஆங்காங்கு அமைந்திருந்த கூடாரங்கள் மீது பறக்க விட்டிருந்த மீனக் கொடிகள், இளங்காற்றில் படபடவென்று அடித்துக் கொண்டிருந்தன. யானைகளும் குதிரைகளும் ரதங்களும் வண்டி களும் கண்ணுக்கெட்டிய தூரம் காணப்பட்டன. குளிர் அதிகமில்லாத புரட்டாசி மாதமாகையால், வீரர்கள் பெரும்பாலும் திறந்தவெளியில் படுத்து உறங்கிக் கொண்டிருந்தார்கள்.

தூக்கம் வராதவர்கள் ஆங்காங்கே கும்பல் கூடி உட்கார்ந்து, கதை பேசிக் கொண்டிருந்தார்கள். நடுநிசியின் நிசப்தத்தைக் கலைத்துக்கொண்டு சில

சமயம் அவர்களுடைய சிரிப்பின் ஒலி கேட்டது. அத்தகைய கூட்டம் ஒன்றின் அருகில் சென்று அவர்கள் என்ன விஷயத்தைப் பற்றிப் பேசுகிறார்கள் என்று தெரிந்து கொள்வோம்.

பொதுவாக அவ்வீரர்கள் சிறிது கவலையுடனேயே பேசிக் கொண்டிருந் தார்கள். மேலே காஞ்சியை நோக்கிப் போகாமல் மூன்று நாளாக அந்த வராக நதிக்கரையில் சைனியம் தங்கியிருப்பதைப் பற்றியும், அவர்களுடைய சேனாபதி நெடுமாற பாண்டியனுக்கு என்ன உடம்பு என்பது பற்றியும் அவர்கள் பேசினார்கள். 'உடம்பு ஒன்றும் இல்லை; வேறு ஏதோ காரணம் இருக்கிறது!' என்று சிலர் காதோடு காதாகச் சொன்னார்கள்.

'இளவரசருக்கு மோகினிப் பிசாசு பிடித்திருக்கிறது!' என்று ஒருவன் சொன்னபோது இலேசாகச் சிரிப்பு உண்டாயிற்று.

'என்ன சிரிப்பு வேண்டிக் கிடக்கிறது? நாளைக் காலையில் காஞ்சியி லிருந்து பல்லவர் படை கிளம்பப் போகிறது. நாம் நடு வழியில் உட்கார்ந் திருக்கிறோம்!' என்றான் இன்னொருவன்.

'இங்கிருந்து திரும்பி மதுரைக்குத்தான் போகப் போகிறோமோ, என்னவோ?' என்றான் இன்னொருவன்.

'அப்படித் திரும்பிப் போவதைக் காட்டிலும் இந்த வராக நதியில் விழுந்து உயிரை மாய்த்துக்கொள்ளலாம்!' என்றான் இன்னொருவன்.

'ஆகா! உயிரை மாய்த்துக்கொள்ள நல்ல வழி கண்டுபிடித்தாய்! இந்த வராக நதியில் தலைகீழாக நின்றால் தண்ணீர் மூக்கு வரையில் வரும். இந்த நதியில் மூழ்கி உயிரை மாய்த்துக்கொள்ள ரொம்பக் கெட்டிக்காரத்தனம் வேண்டும்' என்றான் இன்னொருவன்.

'எது எப்படியிருந்தாலும் நான் திரும்பிப்போகப் போவதில்லை. வாதாபியி லிருந்து அதைக்கொண்டு வருகிறேன்; இதைக் கொண்டு வருகிறேன் என்று என் காதலியிடம் சொல்லி விட்டு வந்திருக்கிறேன். வெறுங்கையோடு போனால் அவள் என்ன சொல்லுவாள்?' என்றான் வேறொருவன்.

'வீர பாண்டியர் குலத்தில் பிறந்தவருக்கு இப்படிப்பட்ட விளக்கெண் ணெய்ச் சுபாவம் எப்படி வந்ததோ?' என்று ஒருவன் கூறிப் பெருமூச்சு விட்டான்.

இவ்வாறெல்லாம் மேற்படி வீரர்கள் அலுத்துச் சலித்துப் பேசுவதற்குக் காரணமாயிருந்த பாண்டிய இளவரசன் நெடுமாறனை வராக நதிக்கரை யோரமாக அமைந்திருந்த அவனுடைய கூடாரத்துக்குச் சென்று பார்ப்போம்.

ஆம்! இதோ வீற்றிருக்கும் இந்தக் கம்பீரமான சுந்தர புருஷன்தான் நெடு மாறன். பல்லவ குலம் தோன்றியதற்கு எத்தனையோ காலத்துக்கு முன்னா லிருந்து வாழையடி வாழையாக வளர்ந்து வந்த பாண்டிய மன்னர் குலத்திலே பிறந்தவன்.

அவனுக்கு எதிரில் ஒரு திகம்பர சமணர் உட்கார்ந்திருக்கிறார். அவருக்கு அருகில் மயிலிறகுக் கத்தை, சுருட்டிய பாய், கமண்டலம் ஆகியவை இருக்கின்றன.

கட்டையாகவும் குட்டையாகவும் மொட்டைத் தலையுடனும் விளங்கிய அந்தத் திகம்பர சமணரைப் பார்த்து நெடுமாறன், 'சுவாமி! இன்னும் எத்தனை நேரம் காத்திருக்கவேண்டும்?' என்று கேட்டான்.

அவன் கேட்டு வாய் மூடுவதற்குள்ளே எங்கேயோ வெகுதூரத்திலிருந்து ஒரு மெல்லிய கம்பனசப்தம் - உடுக்கு அடிப்பது போன்ற சப்தம் - வரலாயிற்று. 'தரிரிம்' 'தரிரிம்' என்று ஒலித்த அந்தச் சப்தம் மெல்லிய தாயிருந்தபோதிலும் காது வழியாக உடம்பிற்குள்ளே புகுந்து உடம்பின் ஒவ்வொரு அணுவையும் ஒரு குலுக்குக் குலுக்கியது.

'அதோ! நமக்கு அழைப்பு வந்துவிட்டது! இளவரசே, கிளம்புங்கள்!' என்றார் அந்தச் சமண முனிவர்.

நெடுமாறன் மறுமொழி கூறாமல் புறப்பட்டான். இருவரும் கூடாரத்தி லிருந்து வெளியில் வந்து நதிக்கரையோரத்தை அடைந்தனர்! அங்கே ஒரு படகு காத்திருந்தது. அதன் இரு முனையிலும் இரு வீரர்துடுப்புடன்காத்திருந்தனர்.

நெடுமாறன் படகில் ஏறுவதற்கு முன் ஒருகணம் தயங்கினான். அதைப் பார்த்த சமணர், 'இளவரசே! தங்களுக்கு அச்சமாயிருக்கிறதா? அப்படி யானால் வரவேண்டாம்! திரும்பிப் போய் விடுங்கள்!' என்று கூறவும், நெடு மாறன் அவரைப் பார்த்து ஒரு தடவை அலட்சியமாக 'ஹூம்' என்று சொல்லி விட்டுப் படகில் முன்னதாகப் பாய்ந்து ஏறினான்.

சமண முனிவரும் ஏறிக் கொண்டார்.

வீரர்கள் சப்தம் அதிகமாகக் கேட்காத வண்ணம் துடுப்பை மெதுவாகப் போட்டு ஜாக்கிரதையாகப் படகைச் செலுத்தினார்கள்.

படகு அக்கரையை அடைந்தது.

வீரர் இருவரையும் அங்கேயே படகுடன் காத்திருக்கும்படி சொல்லிவிட்டு, நெடுமாறனும் சமண முனிவரும் மேலே சென்றார்கள்.

போகப் போக உடுக்கையின் ஒலி அதிகமாகிக்கொண்டு வந்தது. அந்த ஒலியானது ஒருவகைக் காந்த சக்தியைப் போல் நெடுமாறனைக் கவர்ந்து இழுத்தது. இனிமேல் அவன் விரும்பினாலும் திரும்பிப் போக முடியாதபடி அதன் சக்தி கணத்துக்குக் கணம் அதிகரித்துக் கொண்டிருந்தது. நெடு மாறனின் நடையும் விரைவாகிக் கொண்டு வந்தது. கடைசியில் அவனுடைய நடை ரொம்ப வேகமாகி ஓட்டமாகவே மாறியது.

'இளவரசே! நில்லுங்கள், நாம் சேர வேண்டிய இடம் இதுதான்!' என்று சமண முனிவர் கூறியது கனவிலே கேட்பதுபோல் நெடுமாறன் காதில் கேட்டது.

நெடுமாறன் நின்றான்; அவனுக்கு எதிரே பாறையில் குடைந்த குகை ஒன்று காணப்பட்டது. குகையின் வாசலில் இரண்டு துவாரபாலர் நின்றார்கள். உண்மையில் கல்லில் செதுக்கிய சிலைகள்தாம் அவை. எனினும் மயக்கத்தில் ஆழ்ந்திருந்த இளவரசன் ஒருகணம் அவர்கள் உண்மையான காவலர்கள் என்றே நினைத்தான்.

குகைக்குள்ளேயிருந்து மங்கலான வெளிச்சம் வந்து கொண்டு இருந்தது. உடுக்கையின் சப்தமும் அக்குகைக்குள்ளிருந்து தான் வந்தது.

ஆம்! இந்தப் பாறையும் குகையும் துவாரபாலர் சிலைகளும் நாம் ஏற்கெனவே பார்த்தவைதாம்.

ஒன்பது ஆண்டுகளுக்கு முன்னால் ஆயனச் சிற்பியார் குடைந்/தெடுத்த குகைதான் அது. அந்தக் குகையைத் திகம்பர சமணர்கள் கைப்பற்றிக் கொண்டிருந்தார்கள்.

13.அகக் கண்காட்சி

திகம்பர சமணரால் வழிகாட்டப் பெற்று, நெடுமாறன் குகைக்குள்ளே நுழைந்தபோது, உள்ளிருந்து வந்த தூபப் புகையின் வாசனை அவனுடைய தலையை கிறுகிறுக்கச் செய்தது. மெதுவாகச் சமாளித்துக்கொண்டு உள்ளே சென்றான். சிறிது தூரம் சென்றதும் தென்பட்ட விசாலமான குகை மண்டபத்தில் ஓர் அபூர்வமான காட்சியைக் கண்டான். தீப ஸ்தம்பத்தின் மீதிருந்த பெரிய அகல் விளக்கின் தீபம் சுடர்விட்டுப் பிரகாசித்துக்கொண்டிருந்தது. ஒரு பக்கத்தில் வைத்திருந்த பாத்திரத்திலிருந்து தூபப் புகை வந்து கொண்டிருந்தது. தீபத்தின் வெளிச்சமும் தூபத்தின் புகையும் சேர்ந்து அங்கே தோன்றிய காட்சியை ஏதோ ஒரு மாயாலோகத்தின் கனவுக் காட்சியாகத் தோன்றும்படி செய்தது. நெடுமாறன் சற்று உற்றுப் பார்த்த பிறகு காட்சி சிறிது தெளிவடைந்து காணப்பட்டது. பத்துப் பன்னிரண்டு திகம்பர சமணர் வட்ட வடிவமாக உட்கார்ந்திருந்தார்கள். அவர்கள் அனைவரும் ஏதோ ஒரு மந்திரத்தை ஒரே குரலில் ஒரே விதமாக ஜபித்துக்கொண்டிருந்தார்கள். அவர்களில் ஒருவர் உடுக்கை போன்ற ஒரு வாத்தியத்தைக் கையிலே வைத்து முழக்கிக் கொண்டிருந்தார். மற்றொருவர் பல தந்திகள் உள்ள ஒரு முழு நீளமுள்ள வீணையைக் கையில் வைத்துக்கொண்டு அதன் நரம்புகளை விரலினால் தட்டிக்கொண்டிருந்தார். இந்த இரண்டு நாதங்களும் சேர்ந்துதான் 'தரிரிம்' 'தரிரிம்' என்ற ஒலியைக் கிளப்பி நெடுமாறன் உடம்பிலுள்ள நரம்புகளையெல்லாம் புடைத்தெழச் செய்தன.

வட்ட வடிவமாக உட்கார்ந்திருந்த சமணர்களுக்கு நடுவில் ஏறக்குறையப் பதினாறு வயதுள்ள ஒரு சிறுவன் காணப்பட்டான். மேற்படி மந்திர

உச்சாரணத்துக்கும் வாத்தியங்களின் ஒலிக்கும் இசைய, அவனுடைய தேகம் இலேசாக ஆடிக் கொண்டிருந்தது. அவனுடைய கண்களோ முக்கால் பங்கு மூடியிருந்தன. கண்கள் திறந்திருந்த அளவில் வெள்ளை விழி மட்டும் தெரிந்தபடியால் முகம் பயங்கரத் தோற்றத்தை அளித்தது.

நெடுமாறனை அழைத்து வந்த சமண முனிவர் அவனை நோக்கிச் சமிக்ஞை செய்து, எதுவும் பேசவேண்டாமென்றும், சப்தம் செய்யாமல் உட்கார வேண்டுமென்றும் தெரிவித்தார்.

நெடுமாறன் அவ்விதமே சப்தம் செய்யாமல் உட்கார்ந்திருந்தான்.

மந்திர உச்சாரணம், வாத்திய முழக்கம் ஆகியவற்றின் வேகம் வரவர அதி கரித்து வந்தது. திகம்பர மண்டலத்துக்கு மத்தியிலிருந்த சிறுவனுடைய உடம்பின் ஆட்டமும் விரைவாகிக் கொண்டு வந்தது.

திடீரென்று மந்திர உச்சாரணமும், வாத்திய முழக்கமும் நின்றன.

சிறுவன் 'வீல்' என்று சப்தமிட்டுக்கொண்டு தரையிலே சாய்ந்தான்.

சற்று நேரம் அந்தக் குகை மண்டபத்தில் ஒரு பயங்கர நிசப்தம் குடி கொண்டிருந்தது.

கட்டையைப் போல் கீழே கிடந்த சிறுவனின் கண்ணிமைகளும் உதடுகளும் இலேசாகத் துடித்தன.

கையில் வீணை வைத்துக்கொண்டிருந்த சமணர் அதன் ஒற்றை நரம்பை இலேசாகத் தட்டிவிட்டு, 'தம்பி! என் குரல் உனக்குக் கேட்கிறதா?' என்று வினவினார்.

'கேட்கிறது, சுவாமி!' என்று அந்தச் சிறுவனின் உதடுகள் முணுமுணுத்தன.

'அப்படியானால் நான் கேட்கிற கேள்விகளுக்கு விடை சொல். சற்று முன்னால் நீ இருந்த இடத்துக்கும் இப்போதுள்ள இடத்துக்கும் ஏதேனும் வித்தியாசம் தெரிகிறதா?'

'சற்று முன்னால் நான் மலைக் குகையில் தரையில் கிடந்தேன். இப்போது ஆகாச வெளியில் மிதந்துகொண்டிருக்கிறேன். ஆகாச வெளியில் நினைத்த இடத்துக்கெல்லாம் போகக் கூடியவனாயிருக்கிறேன்.'

'நீ மிதக்கும் இடத்தில் உன்னைச் சுற்றி என்ன பார்க்கிறாய்?'

'என்னைச் சுற்றிலும் திரள் திரளாகப் புகை மண்டலங்கள் காணப்படு கின்றன; அந்தப் புகை மண்டலங்களுக்குள்ளே எத்தனை எத்தனையோ உரு வங்கள் மங்கலாகக் காணப்படுகின்றன. அவை மறைந்து தோன்றிக் கொண்டிருக்கின்றன.'

'தம்பி! நீ நிற்கும் இடத்திலேயே நிற்க வேண்டுமா? முன்னாலும் பின்னாலும் உன்னால் போகக்கூடுமா?'

'முன்னாலும் பின்னாலும் மேலேயும் கீழேயும் நானா திசைகளிலும் நினைத்தபடியெல்லாம் நான் போகக்கூடியவனாயிருக்கிறேன்.'

சிறுவனிடம் மேற்படி கேள்விகளைக் கேட்ட சமணர், நெடுமாறனை நோக்கி, 'பாண்டிய குமாரா! இந்தப் பிள்ளை இப்போது ரிஷப தேவரின் அருள் மகிமையில் அகக்காட்சி பெற்றிருக்கிறான். இதற்கு முன் இருப தாயிரம் ஆண்டுக் காலத்தில் நடந்தவைகளையும், இனிமேல் இருபதினா யிரம் ஆண்டுக் காலத்தில் நடக்கப்போகும் சம்பவங்களையும் இவனால் நேருக்கு நேர்கண்டு சொல்லமுடியும்! தங்களுக்கு ஏதாவது தெரிந்துகொள்ள வேண்டுமா?'

நெடுமாறன் சற்றுத் தயங்கினான், 'வருங்காலத்தை மறைத்துக் கொண்டி ருக்கும் மேகத் திரையை விலக்கிக்கொண்டு எதிர்காலச் சம்பவங்களை, தான் பார்க்கவேண்டியது அவசியந்தானா? அப்படிப் பார்ப்பதனால் ஏதேனும் விபரீதம் ஏற்படுமோ? ஒன்றும் தெரிந்துகொள்ளாமல் அந்த மந்திரக் குகையிலிருந்து உடனே எழுந்து போய்விடலாமா?'

மனத்தில் இப்படி நெடுமாறன் எண்ணினானே தவிர, அவனை அங்கிருந்து எழுந்து போகவிடாமல், ஏதோ ஒரு சக்தி தடுத்து அவனை அங்கேயே பலமாக இருத்திக்கொண்டிருந்தது.

'ஆம், அடிகளே! வாதாபி யுத்த முடிவைப்பற்றித் தெரிந்து கொள்ள விரும்பு கிறேன்' என்ற வார்த்தைகள் நெடுமாறன் வாயிலிருந்து தாமே வெளிவந்தன.

உடனே, சமணர் தரையில் கிடந்த சிறுவனை நோக்கி, 'தம்பி! கொஞ்சம் வடக்கு நோக்கிப் பிரயாணம் செய்து அங்கே என்ன பார்க்கிறாய் என்று சொல்லு!' என்றார்.

'ஆகட்டும், சுவாமி! இதோ வடதிசை நோக்கிப் போகிறேன்!' என்றான் சிறுவன்.

சற்றுப் பொறுத்து, 'ஆ! என்ன பயங்கரம்!' என்றான்.

'தம்பி! அங்கே என்ன பயங்கரமான காட்சியை நீ பார்க்கிறாய்?' என்று சமணர் கேட்டார்.

'ஆகா! மிகப் பயங்கரமான யுத்தம் நடக்கிறது. கணக்கிலடங்காத வீரர்கள் வாட்களாலும் வேல்களாலும் ஒருவரையொருவர் தாக்கிக்கொண்டு செத்து விழுகிறார்கள். எங்கே பார்த்தாலும் இரத்த வெள்ளம் ஆறாக ஓடுகிறது. பெரிய பெரிய பிரம்மாண்டமான யானைகள் பயங்கரமாகப் பிளிறிக் கொண்டு ஒன்றையொன்று தாக்குகின்றன. யுத்தம் ஒரு பெரிய பிரம் மாண்டமான கோட்டை மதிலுக்குப் பக்கத்தில் நடக்கிறது. கோட்டையின் பிரதான வாசலில் ஒரு பெரிய கொடி பறக்கிறது. அந்தக் கொடியில் வராகத் தின் உருவம் பொறிக்கப் பட்டிருக்கிறது. ஆகா! கோட்டைக் கதவு இதோ திறக்கிறது! கணக்கற்ற வீரர்கள் கோட்டைக்குள்ளேயிருந்து வெளியே வருகிறார்கள். ஆ! யுத்தம் இன்னும் கோரமாக நடக்கிறது. சாவுக்குக் கணக்கேயில்லை. கண்ணுக்கெட்டிய தூரம் ஒரே பிணக்காடு, அம்மம்மா! பார்க்கவே முடியவில்லை!'

சிறுவனுடைய கண்ணிமைகள் அப்போது இலேசாகத் துடித்ததைப் பார்த்த சமண குரு, 'தம்பி! பயப்படாதே! உனக்கு ஒன்றும் நேராது; இன்னும் சிறிது உற்றுப் பார். போர்க்களம் முழுவதும் பார்த்து, மிகவும் நெருக்கமான சண்டை எங்கே நடக்கிறதென்று கவனி!' என்றார்.

'ஆம், ஆம்! அதோ ஓரிடத்தில் பிரமாதமான கைகலந்த சண்டை நடக்கிறது. குதிரை மேல் ஏறிய வீரன் ஒருவன் இரண்டு கைகளிலும் இரண்டு வாட்கள் ஏந்திப் பயங்கரப் போர் புரிகிறான். அவனைச் சுற்றிலும் எதிரிகள் சூழ்ந்து கொண்டு தாக்குகிறார்கள். அவன் தன்னந்தனியாக நின்று அவ்வளவு பேரையும் திருப்பித் தாக்குகிறான். அவனுடைய கை வாட்கள் அடிக்கடி மின்னலைப் போல் ஜொலிக்கின்றன. ஒவ்வொரு வாள் வீச்சுக்கும் ஒரு தலை உருளுகிறது. ஆகா! இதோ அந்த வீரனுக்குத் துணையாக இன்னும் சில வீரர்கள் வருகிறார்கள். அவர்களுக்கு நடுவில் மீனக்கொடி பறக்கிறது. 'நெடுமாற பாண்டியர் வாழ்க! வாதாபிப் புலிகேசி வீழ்க!' என்று அவர்கள் கர்ஜித்துக்கொண்டு எதிரிகள்மீது பாய்கிறார்கள்.'

இப்படி அந்தச் சிறுவன் சொன்னபோது, இதுவரை சிறிது அலட்சிய பாவத்துடனேயே கேட்டுக்கொண்டு வந்த நெடுமாறன் திடுக்கிட்டு நிமிர்ந்து உட்கார்ந்தான். மேலே என்ன நடக்கப் போகிறது என்று தெரிந்து கொள்வதில் அவனுக்கு அப்போது அளவில்லாத பரபரப்பு உண்டாயிற்று.

மறுபடியும் சிறிது நேரம் சிறுவன் பேசாதிருந்தான். சமண குரு மீண்டும் அவனைத் தூண்டினார். மேலே என்ன நடக்கிறது என்று நன்றாகப் பார்த்துக் கூறும்படி ஆக்ஞாபித்தார்.

'ஆகா! சண்டை முடிந்து விட்டது. எதிரிகள் எல்லாரும் செத்து விழுந்து விட்டார்கள். வெற்றியடைந்த வீரர்கள் அந்த அஸகாய சூரனைச் சூழ்ந்து கொண்டு, 'மீன் கொடி வாழ்க! நெடுமாற பாண்டியர் நீடூழி வாழ்க!' என்று கோஷிக்கிறார்கள். ஆகா! அவர்களுடைய கோஷமும் ஜயபேரிகைகளின் முழக்கமும் சேர்ந்து காது செவிடுபடச் செய்கின்றன.'

'அதோ இன்னொரு வீரர் கும்பல் வருகிறது; அந்தக் கும்பலின் நடுவில் ஒரு ரதம் காணப்படுகிறது. ரதத்தின் மேல் ரிஷபக் கொடி பறக்கிறது. ரதத்தில் கம்பீர வடிவமுள்ள ஒருவர் வீற்றிருக்கிறார். அவருடைய முகத்தில் குரோதம் கொதித்துக்கொண்டிருக்கிறது. இந்த இரதத்தைச் சூழ்ந்து வரும் வீரர்கள் 'மாமல்ல சக்கரவர்த்தி வாழ்க!' என்று கோஷம் செய்கிறார்கள். ஆனால், அவர்களுடைய கோஷத்தில் அவ்வளவு சக்தி இல்லை. இரண்டு கூட்டமும் சந்திக்கிறது. ரதத்தில் வந்தவரும் குதிரை மேலிருந்தவரும் ஒருவரையொருவர் பார்க்கிறார்கள். இரண்டு பேரும் கீழே இறங்கு கிறார்கள், சமீபத்தில் வருகிறார்கள். மீனக்கொடிக்குரிய வீரர், ரிஷபக் கொடிக்கு உரியவரைப் பார்த்து, 'மாமல்லரே! பகைவர்கள் ஒழிந்தார்கள்; புலிகேசி இறந்தான்; வாதாபிக் கோட்டை நம் வசமாகிவிட்டது; இனிமேல் தங்கள் காரியம், நான் போக விடை கொடுங்கள்!' என்று கேட்கிறார். ஐயோ! ரிஷபக் கொடியாரின் முகத்தில் குரோதம் தாண்டவமாடுகிறது. அவர், 'அடே பாண்டிய பதரே! எனக்கு வரவேண்டிய புகழையெல்லாம் நீ

கொண்டுபோய் விட்டாய் அல்லவா?' என்று சொல்லிக்கொண்டே உடைவாளை உருவுகிறார். மீனக் கொடியார், 'வேண்டாம் சக்கரவர்த்தி! வேண்டாம்! நமக்குள் எதற்காகச் சண்டை?' என்கிறார். ரிஷபக் கொடியார் அதைக் கேட்காமல் உடைவாளை வீசுகிறார். ஐயையோ!'

கேட்டவர்களின் ரோமம் சிலிர்க்கச் செய்த 'வீல்' சப்தத்துடன் இத்தனை நேரமும் தரையில் படுத்துக் கிடந்த சிறுவன் எழுந்து உட்கார்ந்தான். பீதியும் வெருட்சியும் நிறைந்த கண்களை அகலமாகத் திறந்து சுற்றிலும் பார்த்துத் திருதிருவென்று விழித்தான்.

நெடுமாற பாண்டியன் உடம்பு நடுங்கிக் கொண்டிருந்தது. சமண முனிவரைப் பார்த்து, 'அப்புறம் நடந்ததைத் தெரிந்துகொள்ள வேண்டாமா? முக்கியமான தருணத்தில் எழுந்து விட்டானே?' என்றான்.

'இளவரசே! இன்றைக்கு இவ்வளவுதான். மறுபடி இன்றிரவு இவனை அகக் காட்சி காணும்படி செய்யமுடியாது. பிறகு நடந்ததைத் தெரிந்துகொள்ள விரும்பினால் நாளைக்குத் தாங்கள் திரும்பவும் இவ்விடத்துக்கு வந்தாக வேண்டும்!' என்றார்.

14.படை கிளம்பல்

மறுநாள் விஜயதசமி அன்று காலையில் வழக்கம்போல் கீழ்த்திசையில் உதயமான சூரியன், காஞ்சி மாநகரம் அன்றளித்த அசாதாரணக் காட்சியைக்கண்டு சற்றுத் திகைத்துப்போய் நின்ற இடத்திலேயே நின்றதாகக் காணப்பட்டது.

பூர்விகப் பெருமை வாய்ந்த பல்லவ அரண்மனை வாசலில் நின்று மாமல்ல சக்கரவர்த்தி யாத்ராதானம், கிரகப் ப்ரீதி ஆகிய சடங்குகளைச் செய்துவிட்டு, குலகுரு ருத்ராச்சாரியார் முதலிய பெரியோர்களின் ஆசிபெற்று, தாயார் புவன மகாதேவியிடமும் பட்டமகிஷி வானமாதேவியிடமும் விடை பெற்றுக்கொண்டு பட்டத்துப் போர் யானையின் மீது ஏறிப் போர் முனைக்குப் புறப்பட்டார். அப்போது காஞ்சி நகரத்தின் மாடமாளிகைகளெல்லாம் அதிரும்படியாகவும், மண்டபங்களிலேயெல்லாம் எதிரொலி கிளம்பும்படியாகவும் அநேகம் போர் முரசுகளும் எக்காளங்களும் ஆர்த்து முழங்கின.

சக்கரவர்த்தி ஏறிய பட்டத்து யானைக்கு முன்னாலும் பின்னாலும் அணிஅணியாக நின்ற யானைகளும் குதிரைகளும் ரதங்களும் ஏககாலத்தில் நகரத் தொடங்கிக் காஞ்சி நகரின் வடக்குக் கோட்டை வாசலை நோக்கிச் செல்லத் தொடங்கின.

இந்த ஊர்வலம் காஞ்சியின் இராஜ வீதிகளின் வழியாகச் சென்ற போது இருபுறத்திலும் இருந்த மாளிகை மேல்மாடங்களிலிருந்து பூரண சந்தி

ரனையும் பொன்னிறத் தாமரையையும் ஒத்த முகங்களையுடைய பெண் மணிகள் பல வகை நறுமலர்களையும் மஞ்சள் கலந்த அட்சதையையும் சக்கரவர்த்தியின் மீது தூவி, 'ஜய விஜயீபவ!' என்று மங்கல வாழ்த்துக் கூறினார்கள்.

இப்படி நகர மாந்தரால் குதூகலமாக வழி அனுப்பப்பட்ட சக்கரவர்த்தியின் போர்க்கோல ஊர்வலம் ஒரு முகூர்த்த காலத்தில் வடக்குக் கோட்டை வாசலை அடைந்தது. நன்றாகத் திறந்திருந்த கோட்டை வாசல் வழியாகப் பார்த்தபோது, கோட்டைக்கு வெளியிலே சற்றுத் தூரத்தில் ஆரம்பித்துக் கண்ணுக்கெட்டிய வரை பரவிய ஒரு பெரிய சேனா சமுத்திரம் காணப்பட்டது. அந்த சேனா சமுத்திரத்தின் இடையிடையே கணக்கில்லாத கொடிகள் காற்றிலே பறந்த காட்சியானது, காற்று பலமாய் அடிக்கும்போது சமுத்திரத்தில் கண்ணுக் கெட்டிய தூரம் வெண்ணுரை எறிந்து பாயும் அலைகளை ஒத்திருந்தது.

வடக்குக் கோட்டை வாசலில், அகழிக்கு அப்புறத்தில் நின்று மாமல்ல சக்கரவர்த்தி கடைசியாக விடைபெற்றுக்கொண்டது, மானவன்மரிடமும் தம் அருமைக் குழந்தைகள் இருவரிடமுந்தான்.

மகேந்திரனையும் குந்தவியையும் தமது இரு கரங்களாலும் வாரி அணைத்துத் தழுவிக் கொண்டபோது, 'இந்தக் குழந்தைகளை இனிமேல் எப்போதாவது காணப் போகிறோமோ, இல்லையோ?' என்ற எண்ணம் தோன்றவும், மாமல்லரின் கண்கள் கலங்கிக் கண்ணீர் ததும்பின. குழந்தைகளைக் கீழே இறக்கி விட்டு மானவன்மரைப் பார்த்து மாமல்லர் சொன்னார்: 'என் அருமை நண்பரே! இந்தக் குழந்தைகளையும் இவர்களுடைய தாயாரையும் பல்லவ இராஜ்யத்தையும் உம்மை நம்பித்தான் ஒப்படைத்துவிட்டுப் போகிறேன். நீர்தான் இவர்களைக் கண்ணும் கருத்துமாய்ப் பாதுகாத்து நான் திரும்பி வரும்போது ஒப்படைக்கவேண்டும். மானவன்மரே! பரஞ்சோதியின் அபிப் பிராயப்படி திருக்கழுக்குன்றத்தில் திரண்டிருந்த படையில் ஒரு பகுதியை நிறுத்திவிட்டுப் போகிறேன். பாண்டிய குமாரனாலோ, அவனுடைய படையினாலோ காஞ்சிக்கு அபாயம் நேர்வதாயிருந்தால், நம் படையைப் பயன்படுத்தத் தயங்க வேண்டாம்.'

'ஆகட்டும், பிரபு! தங்களுக்கு இவ்விடத்துக் கவலை சிறிதும் வேண்டாம்!' என்றான் மானவன்மன்.

'ரொம்ப சந்தோஷம். கடைசி நேரத்தில் எங்கே நீங்களும் வர வேண்டும் என்று பிடிவாதம் பிடிக்கிறீர்களோ என்று பயந்து கொண்டிருந்தேன். இது தான் உண்மையான சிநேகத்துக்கு அழகு!' என்று உள்ளம் உவந்து கூறினார் மாமல்லர்.

அப்போது மகேந்திரன் ஆயிரத்தோராவது தடவையாக, 'அப்பா! நானும் வாதாபிப் போருக்கு வருகிறேன், என்னையும் அழைத்துப் போங்கள்!' என்றான்.

புதல்வனைப் பார்த்து மாமல்லர், 'மகேந்திரா! இந்த வாதாபி யுத்தம் கிடக் கட்டும். இதைவிடப் பெரிய இலங்கை யுத்தம் வரப் போகிறது. உன்

மாமாவின் இராஜ்யத்தை அபகரித்துக் கொண்டவனைப் போரில் கொன்று இராஜ்யத்தைத் திரும்பப் பெறவேண்டும். அந்த யுத்தத்துக்கு நீ போகலாம்!' என்றார்.

இவ்விதம் கூறி விட்டு மாமல்லர் சட்டென்று குழந்தைகளைப் பிரிந்து சென்று போர் யானை மீது ஏறிக்கொண்டார். அவ்வளவுதான்! அந்தப் பெரிய பிரம்மாண்டமான சைனியம் சமுத்திரமே இடம் பெயர்ந்து செல்வதுபோல் மெதுவாகச் செல்லத் தொடங்கியது. அவ்வளவு பெரிய சைனியம் ஏககாலத்தில் நகரும்போது கிளம்பிய புழுதிப் படலமானது வானத்தையும் பூமியையும் ஒருங்கே மறைத்தது. அந்தப் புழுதிப் படலத்தில் பல்லவ சைனியம் அடியோடு மறைந்து போகும் வரையில் மானவன்மரும், மகேந்திரனும் குந்தவியும் கோட்டை வாசலில் நின்று கண்கொட்டாமல் பார்த்துக் கொண்டிருந்தார்கள்.

15.குலச்சிறையார்

சென்ற அத்தியாயத்தில் கூறியபடி மாமல்ல சக்கரவர்த்தி படையுடன் புறப்பட்டுச் சென்று மூன்று தினங்கள் ஆயின. காஞ்சி மாநகரத்தின் வீதிகள் வழக்கமான கலகலப்பு இல்லாமல் வெறிச்சென்று கிடந்தன. பட்டணமே தூங்கி வழிந்துகொண்டிருந்தது.

வழக்கத்துக்கு மாறான அந்தப் பகல் தூக்கத்தைக் கலைத்துக் கொண்டு காஞ்சி நகர் வீதிகளில் ஒரு ரதம் கடகடவென்ற சப்தத்துடன் அதிவேகமாகப் பிரயாணம் செய்து திருநாவுக்கரசர் மடத்தின் வாசலில் வந்து நின்றது. ரதத்தை ஓட்டி வந்தவன் வேறு யாருமில்லை, நம் பழைய நண்பன் கண்ணபிரான்தான்.

ரதத்திலிருந்து நாம் இதுவரையில் பார்த்திராத புது மனிதர் ஒருவர் - இளம் பிராயத்தினர் - இறங்கினார். சிறந்த பண்பாடு, முதிர்ந்த அறிவு, உயர் குடிப்பிறப்பு ஆகியவற்றினால் ஏற்பட்ட களை அவர் முகத்தில் ததும்பியது.

கீழே இறங்கியவரைப் பார்த்துக் கண்ணபிரான், 'ஆம், ஐயா! இதுதான் திருநாவுக்கரசரின் திருமடம். அதோ இருக்கும் பல்லக்கு புவன மகா தேவிக்கு உரியது. சக்கரவர்த்தியின் அன்னையார் சுவாமிகளைத் தரிசிக்க வந்திருக்கிறார்போல் தோன்றுகிறது' என்றான்.

'யார் வந்திருந்தபோதிலும் சரி; தாமதிக்க நமக்கு நேரமில்லை' என்று சொல்லிக்கொண்டு அந்தப் புது மனிதர் மடத்துக்குள்ளே நுழைந்தார்.

உள்ளே உண்மையாகவே புவன மகாதேவியார் தமது வளர்ப்புப் பெண்ணாக ஏற்றுக் கொண்ட மங்கையர்க்கரசியுடன் வாகீசப் பெருந்தகையைத் தரிசிப்பதற்காக வந்திருந்தார். சுவாமிகள் வடநாட்டில் தாம்

தரிசனம் செய்துவந்த ஸ்தலங்களின் விசேஷங்களைப் பற்றிப் புவன மகாதேவிக்குச் சொல்லிக் கொண்டிருந்தார். எல்லாம் சொல்லி விட்டுக் கடைசியில் தாம் மீண்டும் தென்னாட்டு யாத்திரை கிளம்பப்போவது பற்றியும் நாவுக்கரசர் தெரிவித்தார்.

'ஆம், தாயே! வடநாட்டில் எத்தனையோ ஸ்தலங்களைத் தரிசனம் செய்தேன். கயிலையங்கிரி வரையில் சென்றிருந்தேன். எனினும், நமது தென்னாட்டிலே உள்ள க்ஷேத்திரங்களின் மகிமை தனியானதுதான். நமது ஏகாம்பரநாதர் ஆலயத்துக்கு இணையான ஆலயம் வேறு எங்கும் இல்லை. நமது திருத் தில்லை, திருவையாறு, திருவானைக்கா முதலிய க்ஷேத் திரங்களுக்கு இணையான க்ஷேத்திரமும் வேறு எங்கும் கிடையாது. மறுபடியும் தென்னாடு சென்று அந்த ஸ்தலங்களையெல்லாம் மீண்டும் தரிசித்துவிட்டு வர எண்ணியிருக்கிறேன். நாளைக்குப் புறப்படப் போகிறேன்!'

இப்படி அவர் சொல்லிக் கொண்டிருந்தபோது, மடத்தின் வாசலில் ரதத்திலிருந்து இறங்கிய இளைஞர் உள்ளே வந்தார்.

பயபக்தியுடன் சுவாமிக்கும் புவன மகாதேவிக்கும் வணக்கம் செலுத்தினார்.

'நீ யார் அப்பனே? எங்கு வந்தாய்?' என்று நாவுக்கரசர் கேட்ட குரலில் சிறிது அதிருப்தி தொனித்தது.

அந்தக் குறிப்பைத் தெரிந்துகொண்ட இளைஞர் கைகூப்பி நின்றவண்ணம், 'சுவாமி! மன்னிக்கவேண்டும், சக்கரவர்த்தியின் அன்னையார் இவ்விடம் விஜயம் செய்திருப்பது தெரிந்தும் முக்கிய காரியத்தை முன்னிட்டுப் பிரவேசித்தேன். அடியேன் வராக நதிக்கரையிலிருந்து வருகிறேன். அங்கே நெடுமாற பாண்டியர் கடுமையான தாப ஜ்வரத்தினால் பீடிக்கப்பட்டிருக் கிறார். வைத்தியர்களின் ஔஷதங்களினால் மட்டும் அவரைக் குணப்படுத்த முடியாதென்று கருதித் தங்களிடமிருந்து திருநீறு வாங்கிக்கொண்டுபோக வந்தேன்; மன்னிக்க வேண்டும்' என்று திருநாவுக்கரசரைப் பார்த்துக் கூறிவிட்டுப் புவன மகாதேவியின் பக்கம் திரும்பி, 'தேவி! தாங்களும் க்ஷமிக்க வேண்டும்!' என்றார்.

அப்போது தேவி, 'அப்பனே! நீ ரொம்ப விநயமுள்ளவனாயிருக்கிறாய். ஆனால், சுவாமிகள் முதலில் கேட்ட கேள்விக்கு நீ மறுமொழி சொல்ல வில்லையே? நீ யார்?' என்று கேட்க, 'பதற்றத்தினால் மறந்து விட்டேன், தேவி! பாண்டிய நாட்டில் மணமேற்குடி என்னும் கிராமத்தில் பிறந்தவன். என் பெயர் குலச்சிறை. படையுடன் கிளம்பிய பாண்டிய குமாரருக்கு ஓலை எழுதவும், படிக்கவும் உதவியாயிருக்குமாறு என்னை நியமித்து மதுரை மன்னர் அனுப்பி வைத்தார்!' என்றான் அந்த இளைஞன்.

'நோய்ப்பட்ட பாண்டிய குமாரரை வராக நதிக்கரையில் ஏன் வைத்திருக்க வேண்டும்?' என்று தேவி மீண்டும் கேட்டார்.

'ரொம்பக் கடுமையான ஜுரம், தேவி! இந்த நிலையில் அவர் பிரயாணம் செய்யக்கூடாது என்பது வைத்தியரின் அபிப்பிராயம். கொஞ்சம் குணப் பட்டதும் இவ்விடத்துக்கு அழைத்து வந்து விடுகிறோம். அரண்மனைக்கு வந்து செய்தி சொல்லி விட்டுப் போக எண்ணினேன். நல்ல வேளையாக இங்கேயே தங்களைச் சந்தித்தேன்.'

'அப்படியில்லை, அப்பா! என்னிடம் சொன்னால் மட்டும் போதாது. அரண் மனைக்கு வந்து வானமாதேவியிடமும் நேரில் சொல்லிவிட்டுத் திரும்பிப் போ! பாவம்! அவள் மிகக் கவலைப்பட்டுக் கொண்டிருக்கிறாள்' என்று புவன மகாதேவி சொல்லிக்கொண்டே எழுந்து, 'சுவாமி! போய்வருகிறேன் விடை கொடுங்கள்!' என்றார்.

புவன மகாதேவியுடன் மங்கையர்க்கரசி எழுந்து சென்றாள். குலச்சிறை உள்ளே வந்தது முதல் அவனுடைய முகத்தை அடிக்கடி உற்றுப் பார்த்துக் கொண்டிருந்தவள் இப்போது வெளியேறு முன்னர் கடைசி முறையாக ஒரு தடவை பார்த்தாள். அப்போது குலச்சிறையும் அவளைப் பார்க்க நேர்ந்தது. இருவருடைய முகங்களிலும் கண்களிலும் ஏதோ பழைய ஞாபகத்தின் அறிகுறி தோன்றலாயிற்று.

பெண்ணரசிகள் இருவரும் போனபிறகு திருநாவுக்கரசர், 'அப்பனே! எல்லாம் எனை ஆளும் எம்பெருமான் செயல்! அடியேனால் நடக்கக் கூடியது என்ன இருக்கிறது? என்றாலும் சிரித்துப் புரமெரித்த இறைவன் பெயரை உச்சரித்து இந்தத் திருநீற்றைக் கொடுக்கிறேன், எடுத்துக் கொண்டு போய் இடுங்கள். அடியேனுக்கு நேர்ந்திருந்த கொடிய சூலை நோயை ஒரு கணத்தில் மாயமாய் மறையச் செய்த வைத்தியநாதப் பெருமான், இளம் பாண்டியரின் நோயையும் குணப்படுத்தட்டும்' என்றார்.

நாவுக்கரசர் அளித்த விபூதியைப் பயபக்தியுடன் வாங்கிப் பத்திரப்படுத்திக் கொண்ட குலச்சிறையார், மீண்டும், 'சுவாமி! அடியேனுக்கு இன்னொரு வரம் அருளவேண்டும்' என்று பணிவுடன் கேட்டார்.

'கேள், தம்பி! உன்னுடைய பக்தி விநயம் என் மனத்தை ரொம்பவும் கவர்கிறது!' என்றார் வாகீசர்.

'தென் பாண்டிய நாட்டில் சமணர்களின் ஆதிக்கம் அதிகமாகி வருகிறது. ஸ்வாமிகள் தங்கள் சிஷ்ய கோடிகளுடன் பாண்டிய நாட்டுக்கு விஜயம் செய்யவேண்டும். விஜயம் செய்து, மக்களைச் சமணர் வலையில் விழாமல் தடுத்தாட் கொள்ள வேண்டும்! தமிழகத்தில் புராதன பாண்டிய வம் சத்தையும் சமணப் படுகுழியில் விழாமல் காப்பாற்றவேண்டும்! ஆஹா! நல்ல மரத்தில் புல்லுருவி பாய்ந்ததுபோல், இந்தத் தமிழ்நாட்டில் சமணம் ஏன் வந்தது சுவாமி?' என்று குலச்சிறை ஆவேசத்துடன் பேசிவந்தபோது நாவுக்கரசர் முகத்தில் புன்னகை தவழ்ந்தது. அந்தப் பெருந்தகையார் குலச்சிறையைக் கையமர்த்தி நிறுத்திக் கூறினார்: 'தம்பி! சமண மதத்தின் மீது ஒரு காலத்தில் நானும் இப்படிக் கோபம் கொண்டிருந்தேன். ஆனால், இந்தக் காலத்திலே ஒருசிலர் செய்யும் காரியங்களுக்காகச் சமண சமயத்தின்

மேல் துவேஷம் கொள்ளுதல் நியாயமன்று. அன்பையும் ஜீவகாருண்யத்தையும் போதிப்பதற்கு ஏற்பட்ட சமயம் சமண சமயம். நமது செந்தமிழ் நாடு ஆதி காலத்துச் சமண முனிவர்களால் எவ்வளவோ நன்மைகளை அடைந்திருக்கிறது. சமண முனிவர்கள் தமிழ் மொழியை வளர்த்தார்கள். அரிய காவியங்களைத் தமிழில் புனைந்தார்கள். ஓவியக் கலையை நாடெங்கும் பரப்பினார்கள்.

குலச்சிறை பொறுமை இழந்தவராய், 'போதும், சுவாமி! போதும்! தங்களிடம் சமணர்களைப்பற்றிய புகழுரைகளைக் கேட்பேனென்று நான் எதிர்பார்க்கவில்லை. தொண்டை மண்டலத்தைச் சமணர்களிடமிருந்து காப்பாற்றிய தாங்கள் பாண்டிய நாட்டையும் காப்பாற்றியருள வேண்டும் என்று கேட்டுக்கொள்ள வந்தேன். அவர்கள் செய்யும் அட்டூழியங்களைத் தாங்கள் பாண்டிய நாட்டிற்கு வந்து பாருங்கள்!' என்று பேசினார்.

நாவுக்கரசர் சற்று நேரம் கண்களை மூடியவண்ணம் ஆலோசனையில் இருந்தார். பிறகு கண்களைத் திறந்து குலச்சிறையைப் பார்த்துக் கூறினார்: 'மந்திர தந்திரங்களில் வல்லவர்களான சமணர்களுடன் போராடுவதற்குச் சக்தியோ விருப்பமோ தற்போது என்னிடம் இல்லை. ஆனால் கேள், தம்பி! என்னுடைய அகக்காட்சியில் ஓர் அற்புதத்தை அடிக்கடி கண்டு வருகிறேன். பால் மணம் மாறாத பாலர் ஒருவர் இந்தத் திருநாட்டில் தோன்றி அமிழ்தினும் இனிய தீந்தமிழில் பண்ணமைந்த பாடல்களைப் பொழியப் போகிறார். அவர் மூலமாகப் பல அற்புதங்கள் நிகழப் போகின்றன. பட்ட மரங்கள் தளிர்க்கப் போகின்றன. செம்பு பொன்னாகப் போகின்றது, பாஷாண்டிகள் பக்தர்களாகப் போகிறார்கள். அந்த இளம்பிள்ளையின் மூலமாகவே தென்பாண்டி நாட்டிலும் சமணர்களின் ஆதிக்கம் நீங்கும்; சைவம் தழைக்கும்; சிவனடியார்கள் பல்கிப் பெருகுவார்கள்.'

இவ்விதம் திருநாவுக்கரசர் பெருமான் கூறி வந்தபோது குலச்சிறையார் மெய் மறந்து புளகாங்கிதம் அடைந்து நின்றார்.

காஞ்சி பல்லவ சக்கரவர்த்தியின் அரண்மனை மிகமிக விஸ்தாரமானது. அது மூன்று பெரிய பகுதிகளாகப் பிரிக்கப்பட்டிருந்தது. மூன்று பகுதிகளின் வெளிவாசலும் அரண்மனையின் முன்புறத்து நிலா முற்றத்தில் வந்து சேர்ந்தன. மூன்று பகுதிகளுக்கும் பின்னால் விசாலமான அரண்மனைப் பூங்காவனம் இருந்தது.

மூன்றுக்கும் நடுநாயகமான பகுதியில் மாமல்ல சக்கரவர்த்தி தம் பட்ட மகிஷி வானமாதேவியுடன் வசித்து வந்தார். வலப்புறத்து மாளிகையில் புவன மகாதேவியும் மகேந்திர பல்லவருடைய மற்ற இரு பத்தினிகளும் வசித்தார்கள். இடப்புறத்து மாளிகை, அரண்மனைக்கு வரும் முக்கிய விருந்தாளிகளுக்காக ஏற்பட்டது. அந்த மாளிகையில் தற்சமயம் இலங்கை இளவரசர் தமது மனைவியுடன் வசித்து வந்தார். ஒவ்வொரு மாளிகையை ஒட்டியும் அரண்மனைக் காரியஸ்தர்கள், காவலர்கள் முதலியோர் வசிப்பதற்குத் தனித்தனி இடங்கள் அமைக்கப்பட்டிருந்தன.

மூன்று மாளிகைகளையும் ஒன்றோடொன்று இணைக்க மச்சுப் பாதைகளும் தரைப்பாதைகளும் சுரங்கப் பாதைகளும் இருந்தன.

சோழன் செம்பியன் மகளைப் புவன மகாதேவி தம் புதல்வியாகக் கருதிப் பாதுகாத்து வருவதாக வாக்களித்திருந்தார் என்று சொன்னோமல்லவா? அந்த வாக்கை அவர் பரிபூரணமாக நிறைவேற்றி வந்தார். அரண்மனையில் இருந்தாலும், வெளியே கோயில்கள் அல்லது மடங்களுக்குச் சென்றாலும், மங்கையர்க்கரசியைச் சதா சர்வ காலமும் அவர் தம் பக்கத்திலேயே வைத்துக் கொண்டிருந்தார்.

சரித்திரப் பிரசித்தி பெற்ற மகேந்திர பல்லவரைப் போலவே அவருடைய பட்டமகிஷி புவன மகாதேவியும் சிவபக்தியிற் சிறந்தவர். சக்கரவர்த்தி சிவபதம் அடைந்தபிறகு அவர் தமது காலத்தைப் பெரும்பாலும் சிவ பூஜையிலும் சிவபுராணங்களின் படனத்திலும் கழித்துவந்தார். அவருடைய அரண்மனையின் ஓர் அறையில் சிவலிங்கப் பிரதிஷ்டை செய்து தினந்தோறும் ஆகம விதிகளின்படி அவர் பூஜை செய்வதுண்டு. இந்தச் சிவ பூஜைக்கு வேண்டிய பணிவிடைகளைச் செய்யும் உரிமையை மங்கையர்க்கரசி வருந்திக்கோரிப் பெற்றிருந்தாள். மேற்படி பணிவிடைகளை மிக்க பக்தி சிரத்தையுடன் நிறைவேற்றி வந்தாள். முன் பின் அறியாதவர்கள் அடங்கிய அந்தப் பிரம்மாண்டமான அரண்மனையில் மங்கையர்க்கரசி பொழுது போக்குவதற்கு அத்தகைய பூஜா கைங்கரியங்கள் சிறந்த சாதனமாயிருந்தன.

மாமல்லர் படையுடன் கிளம்பிச் சென்று மூன்று தினங்கள் வரையில்தான் அவ்விதம் எல்லாம் ஒழுங்காக நடந்தன. நாலாவது நாள் புவன மகாதேவியும் மங்கையர்க்கரசியும் திருநாவுக்கரசரைத் தரிசித்துவிட்டு வந்தார்கள் அல்லவா? அன்று முதல் மங்கையர்க்கரசியின் கவனம் சிறிது சிதறிப் போய்விட்டது. தேவியார் சிவபூஜை செய்ய அமர்ந்த பிறகு, புஷ்பம் வேண்டியபோது தூபத்தையும், தூபம் கேட்டால் பிரசாதத்தையும் மங்கையர்க்கரசி எடுத்துக் கொடுக்கலானாள்.

இதையெல்லாம் கவனித்த புவன மகாதேவி பூஜை முடிந்த பிறகு, 'குழந்தாய்! இன்றைக்கு என்ன ஒரு மாதிரி சஞ்சலம் அடைந்திருக்கிறாய்? தகப்பனாரை நினைத்துக் கொண்டு கவலைப்படுகிறாயா? என்னைப் பார்த்துக்கொள், குழந்தாய்! என்னுடைய ஏக புதல்வனைப் போர்க்களத்துக்கு அனுப்பிவிட்டு நான் நிம்மதியாக இருக்கவில்லையா?' என்று தைரியம் கூறினார்.

அப்போது மங்கையர்க்கரசி சிறிது நாணத்துடன், 'இல்லை அம்மா! அப்படியெல்லாம் கவலை ஒன்றுமில்லை!' என்றாள்.

'பின் ஏன் உன் முகத்தில் சிந்தனைக்கு அறிகுறி காணப்படுகிறது? இந்த அரண்மனையில் வசிப்பதில் ஏதாவது உனக்குத் தொந்தரவு இருக்கிறதா?' என்றார் மகேந்திரரின் மகிஷி.

'தொந்தரவா? இவ்வளவு சௌக்கியமாக நான் என் தந்தையின் வீட்டிலே ஒரு நாளும் இருந்ததில்லை. என் மனத்திலும் சஞ்சலம் ஒன்றுமில்லை.

நாவுக்கரசர் பெருமானோடு தாங்கள் வார்த்தையாடிக் கொண்டிருக்கையில், வாலிபர் ஒருவர் வந்தாரல்லவா? அவரை எங்கேயோ ஒரு முறை பார்த்த ஞாபகமிருந்தது. அதையொட்டிச் சில பழைய ஞாபகங்கள் வந்தன, வேறொன்றுமில்லை அம்மா' என்று மங்கையர்க்கரசி கூறினாள்.

16.அரண்மனைப் பூங்கா

திருநாவுக்கரசரின் மடத்தில் குலச்சிறையாரை மங்கையர்க்கரசி பார்த்து ஏறக்குறைய ஒரு வாரம் ஆயிற்று. இந்த ஒரு வாரம் செம்பியன் வள வனுடைய மகளுக்கு ஒரு யுகமாகச் சென்றது. பாண்டிய குமாரர் இன்று வருவார்; நாளை வருவார் என்று அரண்மனையில் பேச்சாயிருந்தது. நெடுமாற பாண்டியன் வரவைக் குறித்து மங்கையர்க்கரசிக்கு எவ்வித ஆவலும் ஏற்படவில்லை என்றாலும், பாண்டியனோடு அன்று தான் மடத்தில் பார்த்த வாலிபனும் வருவான், அவனிடம் அவனுடைய சிநேகி தனைப்பற்றி விசாரிக்கலாம் என்ற ஆவல் அவள் மனத்தில் பொங்கிக் கொண்டிருந்தது.

இரண்டு வருஷத்துக்கு முன்னால் கார்காலத்தில் விடா மழை பெய்து கொண்டிருந்த ஒருநாள் மாலை நடந்த சம்பவமும் மங்கையர்க்கரசியின் மனத்தில் அடிக்கடி தோன்றிக் கொண்டிருந்தது. அன்று இந்தப் பாண்டிய வாலிபனும் இவனுடைய சிநேகிதன் ஒருவனும் மழையில் சொட்ட நனைந்த வண்ணம் செம்பியன் வளவனின் அரண்மனை வாசலில் வந்து நின்று இரவு தங்க இடம் கேட்டார்கள். விருந்தோம்புவதில் இணையற்ற செம்பியன் வளவனும் அவர்களை ஆதரவுடன் வரவேற்று உபசரித்தான். வந்த இளைஞர்கள் இருவரும் தங்களை வர்த்தகர்கள் என்று சொல்லிக் கொண்டார்கள். சிரிக்கச் சிரிக்கக் குதூகலமாய்ப் பேசினார்கள். அப்புராதன சோழ அரண்மனையில் அன்று வெகு நேரம்வரை ஒரே கோலாகல மாயிருந்தது.

மங்கையர்க்கரசியின் தந்தை அவளிடம் இரகசியமாக, 'இவர்கள் வர்த்தகர்கள் என்று சொல்லிக் கொள்கிறார்கள் அல்லவா? வெறும் பொய்! நான் சொல்கிறேன், கேள்! இவர்கள் மாறுவேடம் பூண்ட பெரிய குலத்து இராஜகுமாரர்கள்!' என்று சொன்னார். இது மங்கையர்க்கரசிக்கும் மகிழ்ச்சி தந்தது. ஏனெனில், அந்த இளைஞர்களிலே ஒருவன் தன்னுடைய உள்ளத்தை எப்படியோ மெள்ள மெள்ளக் கவர்ந்து கொண்டிருப்பதை அவள் உணர்ந்தாள்.

மறுநாள் உதயமானதும் இளைஞர் இருவரும் பிரயாணமாயினர். ஆனால், போவதற்கு முன்னால் அவர்களில் ஒருவன், அதாவது குலச்சிறையின் சிநேகிதன், 'மீண்டும் ஒருநாள் திரும்பி வருவோம்' என்று உறுதி கூறிய

தோடு, மங்கையர்க்கரசியிடம் நயன பாஷையில் அந்தரங்கமாகவும் சில விஷயங்களைச் சொன்னான்.

இந்தச் சம்பவத்தைப் பற்றிச் சில நாள் வரையில் தந்தையும் மகளும் அடிக்கடி பேசிக் கொண்டிருந்தார்கள். பிறகு வெறும் கனவு என்று எண்ணி மறந்தார்கள்.

அப்போது மங்கையர்க்கரசியின் மனம் கவர்ந்த அதே சுந்தர புருஷன்தான் இப்போது சில நாளாக அவளுடைய பயங்கரக் கனவுகளிலே தோன்றிக் கொண்டிருந்தவன். எனவே, தாய் தந்தையின் பாதுகாப்பற்ற அந்த அனாதைப் பெண் இப்போது பெரிதும் பரபரப்புக் கொண்டிருந்ததில் வியப்பு ஒன்றுமில்லையல்லவா?

ஒரு வாரத்திற்குப் பிறகு ஒருநாள் காஞ்சி அரண்மனை அல்லோல கல்லோலப்பட்டது. நெடுமாற பாண்டியன் அவனுடைய பரிவாரங் களுடன் காஞ்சிக்கு வந்து விட்டதாக மங்கையர்க்கரசி அறிந்தாள்.

வானமாதேவியின் நடுமாளிகையில் நெடுமாறன் தங்கியிருப்பதாகவும், அவனுக்கு இன்னும் உடம்பு பூரணமாகக் குணமாகவில்லையென்றும் பேசிக் கொண்டார்கள்.

ஆனால், குலச்சிறையைத் தனிமையில் சந்தித்து விசாரிக்க வேண்டு மென்னும் மங்கையர்க்கரசியின் மனோரதம் நிறைவேறும் என்பதாக மட்டும் காணப்படவில்லை.

புவன மகாதேவி தினந்தோறும் சிவபூஜை செய்த பிறகு தன் மருமகள் வானமாதேவிக்குப் பிரசாதம் அனுப்புவதுண்டு. மங்கையர்க்கரசி தானே பிரசாதம் எடுத்துக்கொண்டு போவதாகச் சொன்னாள். அம்மாளிகையில் இருக்கும்போது மங்கையர்க்கரசியின் கண்கள் நாற்புறமும் சுழன்று சுழன்று தேடியும் அந்த வாலிபன் காணப்படவில்லை.

ஒருநாள் மனத்துணிவை வரவழைத்துக் கொண்டு புவன மகாதேவியையே கேட்டாள். 'அம்மா! அன்று சைவத் திருமடத்தில் ஓர் இளைஞரைப் பார்த் தோமே? அவர் பாண்டிய குமாரரோடு வந்திருப்பதாகத் தெரிய வில்லையே?' என்றாள்.

அதற்குப் புவன மகாதேவி, 'அதை ஏன் கேட்கிறாய், குழந்தாய்! பாண்டிய குமாரன் நிலைமை ரொம்பவும் கவலைக்கிடமாயிருக்கிறது...' என் பதற்குள், 'அடடா! அப்படியா? அவருக்கு உடம்பு இன்னும் குணமாக வில்லையா? அதனால்தான் வானமாதேவி எப்போதும் ஒரே கவலையா யிருக்கிறார் போலிருக்கிறது. முன்னேயெல்லாம் நான் சிவபூஜைப் பிரசாதம் கொண்டு போனால் முகமலர்ச்சியுடன் வாங்கிக் கொண்டு என்னிடமும் அன்பாக வார்த்தையாடுவார். இப்போதெல்லாம் ஒரு வார்த்தை கூடப் பேசுவதில்லை!' என்றாள்.

'ஆமாம், குழந்தாய்! வானமாதேவி கவலைப்படுவதற்கு ரொம்பவும் காரணமிருக்கிறது. நெடுமாறனுக்கு உடம்பு இப்போது சௌக்கியமாகி விட்டது. ஆனால், அவனுடைய மனத்தைச் சமணர்கள் ரொம்பவும் கெடுத்

திருக்கிறார்கள். அவனோடு பாண்டிய நாட்டின் புகழ்பெற்ற வீரமறவர் சைனியம் வந்திருக்கிறது. அந்தச் சைனியத்தைத் திருக்கழுக்குன்றத்தில் தங்கச் செய்திருக்கிறார்கள். இலங்கை இளவரசனும் நாம் அன்று பார்த்த குலச்சிறை என்ற வாலிபனும் திருக்கழுக்குன்றத்திலேதான் இருக்கிறார் களாம். குழந்தாய்! விபரீதம் ஒன்றும் நேராதிருக்க வேண்டுமே என்று அம்பி கைபாகனை அல்லும் பகலும் பிரார்த்தனை செய்து கொண்டிருக்கிறேன். என்னைக் காட்டிலும் வானமாதேவியின் தலையில் பெரிய பாரம் சுமந் திருக்கிறது. பாவம்! அவள் ஒரு வாரமாய்த் தூங்கவில்லையாம்!' என்றாள் மகேந்திர பல்லவரின் பட்டமகிஷி.

பாண்டிய குமாரனுடைய வரவினால் என்ன விபரீதம் ஏற்படக்கூடும், எதற்காக எல்லோரும் இவ்வளவு கவலையில் ஆழ்ந்திருக்கிறார்கள் என்ப தெல்லாம் மங்கையர்க்கரசிக்குத் தெளிவாக விளங்கவில்லை. அதைப் பற்றி அவ்வளவாக அவள் கவனம் செலுத்தவும் இல்லை. அவளுக்குத் தன்னு டைய கவலையே பெரிதாக இருந்தது. குலச்சிறை என்று பெயர் சொன்ன வாலிபனை ஒருவேளை தான் பார்க்க முடியாமலே போய் விடுமோ, அவனுடைய சிநேகிதனைப் பற்றி விசாரித்துத் தெரிந்து கொள்ள முடியாமற் போய் விடுமோ என்ற ஏக்கம் அவள் உள்ளத்தில் குடிகொண்டு, வேறு எந்த விஷயத்தைப் பற்றியும் சிந்திக்க முடியாமல் செய்தது.

இத்தகைய மனோநிலைமையில் ஒருநாள் மாலை நேரத்தில் அரண்மனைப் பூங்காவனத்தில் புவன மகாதேவியின் சிவபூஜைக்காக மங்கையர்க்கரசி மலர் பறித்துக்கொண்டிருந்தாள். பன்னீர் மந்தாரை, பொன்னரளி, செவ் வரளி முதலிய செடிகளிலிருந்தும், சம்பங்கி, சாதி, மல்லிகைக் கொடிகளி லிருந்தும் அவளுடைய மலர்க்கரங்கள் புஷ்பங்களைப் பறித்துப் பூக்கூடையில் போட்டுக் கொண்டிருந்தன. ஆனால், அவளுடைய உள்ளமோ இரண்டு வருஷங்களுக்கு முன்பு விடாமழை பெய்த ஒருநாள் சாயங்காலம் தன் தந்தையின் புராதன மாளிகையைத் தேடி வந்த இளைஞர் களைப் பற்றியும் அவர்களில் ஒருவன் தன் உள்ளத்தைக் கொண்டு போனதைப் பற்றியும் சிந்தித்துக் கொண்டிருந்தது. 'ஒரு நாள் உன்னைத் தேடிக்கொண்டு மறுபடியும் வருவேன்' என்று அவன் கூறிய வாக்குறுதி, நீரின் மேல் எழுதிய எழுத்துதான் போலும்! 'இந்த உலகில் எனக்கு ஒரே துணையாக இருந்த தந்தையும் போர்க்களத்துக்குப் போய்விட்டார். இனிமேல் என் கதி என்ன ஆகப் போகிறது?' என்று எண்ணியபோது மங்கையர்க்கரசியின் கண்களில் கண்ணீர் துளித்தது.

செடி கொடிகளின் வழியாக யாரோ புகுந்து வருவது போன்ற சலசலப்புச் சப்தம் கேட்டு, மங்கையர்க்கரசி சப்தம் வந்த திசையை நோக்கினாள். ஆம்; யாரோ ஒரு மனிதர் அந்த அடர்ந்த பூங்காவின் செடிகளினூடே நுழைந்து வந்துகொண்டிருந்தார். ஆனால், அவருடைய முகம் தெரியவில்லை.

அந்தப்புரத்துப் பூந்தோட்டத்தில் அவ்விதம் அலட்சியமாக வரும் மனிதர் யாராயிருக்கும்? மாமல்ல சக்கரவர்த்தியைத் தவிர வேறு ஆண்மக்கள் யாரும் அந்தத் தோட்டத்துக்குள் பிரவேசிக்கக் கூடாதென்று மங்கையர்க்கரசி

கேள்விப்பட்டிருந்தாள். பூஞ்செடிகளுக்குத் தண்ணீர் ஊற்றி அந்தப் பூங்கா வனத்தைப் பராமரிப்பதற்குக்கூட ஸ்திரீகளே நியமிக்கப்பட்டிருந்தார்கள். அப்படியிருக்க, இவ்வளவு துணிச்சலாக அந்தத் தோட்டத்தில் நுழைந்து வரும் அந்நிய மனிதர் யார்?

யாராயிருந்தாலும் இருக்கட்டும், நாம் திரும்பிப் புவன மகாதேவியின் அரண்மனைக்குப் போய்விடலாம் என்ற எண்ணத்தோடு மங்கையர்க்கரசி சட்டென்று திரும்பி நடக்கத் தொடங்கினாள்.

அதே சமயத்தில், 'யார் அம்மா, அது? இந்தப் பூந்தோட்டத்துக்குள் தெரியாத் தனமாகப் புகுந்து விட்டேன். திரும்பிப் போக வழி தெரியவில்லை. வானமாதேவியின் அரண்மனைக்கு எப்படிப் போகவேண்டும்? கொஞ்சம் வழி சொல்லு, அம்மா!' என்று யாரோ சொல்லுவது கேட்டது.

அவ்விதம் சொல்லிய குரலானது மங்கையர்க்கரசியின் தேகம் முழுவதையும் ஒரு குலுக்குக் குலுக்கி விட்டது. அவளுடைய காலடியிலிருந்த தரை திடீரென்று நழுவிப் போவதுபோல் இருந்தது. அந்தப் பூங்காவனத்திலுள்ள செடி கொடிகள் எல்லாம் அவளைச் சுற்றி வருவதாகத் தோன்றியது. பக்கத்திலிருந்த மந்தார மரத்தின் கிளையைப் பிடித்துக்கொண்டு கீழே விழாமல் சமாளித்தாள். அவளுடைய இடக்கையில் பிடித்திருந்த வெள்ளிப் பூங்கூடை மட்டும் நழுவிக் கீழே விழ, அதிலிருந்து பல நிறப் புஷ்பங்கள் தரையில் சிதறின.

'ஓஹோ! பயந்து போய்விட்டாயா என்ன? ஏதும் தவறாக எண்ணிக் கொள்ளாதே, அம்மா! உண்மையாகவே வழி தெரியாததனால்தான் கேட்டேன். நான் இந்த ஊர்க்காரன் அல்ல; பாண்டிய நாட்டான். வானமா தேவியின் மாளிகை எந்தத் திசையிலிருக்கிறது என்று சொன்னால் போதும்; போய் விடுகிறேன். இந்தத் தோட்டத்தில் வேறு யாருமே காணப்படாமையால் உன்னைக் கேட்கும்படி நேர்ந்தது. நீ யார் என்று கூட எனக்குத் தெரியாது' என்று அந்த மனிதன் சொல்லி வந்த போது மங்கையர்க்கரசிக்குப் பூரண தைரியம் வந்துவிட்டது. சட்டென்று தான் பிடித்திருந்த செடியின் கிளையை விட்டு விட்டுத் திரும்பிப் பார்த்தாள்.

அவள் நினைத்தது தவறாகப் போகவில்லை.

ஆம், அவன்தான்!

அன்றொரு நாள் விடாமழை பெய்த இரவு தன் தந்தையின் வீட்டுக்கு அதிதியாக வந்து தன் உள்ளங்கவர்ந்து சென்ற கள்வன்தான்!

மங்கையர்க்கரசியின் அதிசயத்தைக் காட்டிலும் பாண்டிய குமாரனுடைய அதிசயம் பன்மடங்கு அதிகமாயிருந்தது.

'ஆ!' என்ற சப்தத்தைத் தவிர வேறொரு வார்த்தையும் அவன் வாயிலிருந்து வரவில்லை.

பேச நா எழாமல் இருவரும் ஒருவர் முகத்தை ஒருவர் அடங்கா அதிசயத் தோடும் ஆர்வத்தோடும் பார்த்துக்கொண்டு கைதேர்ந்த சிற்பி அமைத்த கற்சிலைகளைப்போல் சற்று நேரம் நின்று கொண்டிருந்தார்கள்.

கடைசியாக, பாண்டிய குமாரன், உணர்ச்சியாலும் வியப்பாலும் கம்மிய குரலில், 'பெண்ணே! உண்மையாக நீதானா! செம்பியன் வளவன் மகள் மங்கையர்க்கரசிதானா? அல்லது இதுவும் என் சித்தப்பிரமையா?' என்றான்.

மங்கையர்க்கரசி மறுமொழி சொல்ல விரும்பினாள். ஆனால் வாயிலிருந்து வார்த்தை ஒன்றும் வரவில்லை. கண்ணிலிருந்து கண்ணீர்தான் வந்தது.

உடனே பாண்டிய குமாரன் அளவில்லாத ஆர்வத்துடன் அவள் அருகில் வந்து, 'பெண்ணே! இது என்ன? ஏன், உன் கண்களில் கண்ணீர் பெருகுகிறது? ஏதேனும் நான் பெரிய பிசகு செய்து விட்டேனா? என்ன செய்துவிட்டேன்?' என்று பரபரப்புடன் வினவினான்.

மங்கையர்க்கரசி, விம்மலுக்கிடையில், 'ஐயா! அந்தத் துரதிர்ஷ்டம் பிடித்த மங்கையர்க்கரசி நான்தான்!' என்றாள்.

'ஏன் இப்படி மனம் நொந்து பேசுகிறாய்? ஏன் இப்படிக் கண்ணீர் விடு கிறாய்? கொஞ்சமும் எதிர்பாராதவிதமாய் உன்னை இங்கே பார்த்ததும், எனக்குச் சொல்லி முடியாத சந்தோஷம் உண்டாயிற்று. பிறவிக் குருடன் கண் பெற்றது போன்ற மகிழ்ச்சியடைந்தேன். கடல் கடைந்த தேவர்கள் அமிர்தம் எழக் கண்டதும் அடைந்த ஆனந்தத்தை நானும் அடைந்தேன். எவ்வளவோ மனக் குழப்பத்திலும் கவலையிலும் ஆழ்ந்திருந்தவன் உன்னைக் கண்டதும் அவையெல்லாம் மறந்து ஒருகணம் எல்லையற்ற குதூகலம் அடைந்தேன்! ஆனால், உன்னுடைய விம்மலும் கண்ணீரும் அந்த மகிழ்ச்சியையெல்லாம் போக்கி என்னை மறுபடியும் சோகக் கடலில் மூழ்க அடித்துவிட்டது. உனக்கு என்ன துயரம் நேர்ந்தது? ஏன் உன்னைத் துரதிர்ஷ்டக்காரி என்று சொல்லிக்கொள்கிறாய்? உன் துயரத்துக்கும் துரதிர்ஷ்டத்துக்கும் நான் எந்த விதத்திலாவது காரணம் ஆனேனா? ஏற்கெனவே நான் பெரிய மனத் தொல்லைகளுக்கும் சங்கடங்களுக்கும் ஆளாகியிருக்கிறேன். அவ்வளவுக்கும் மேலே உனக்கு எவ்விதத்திலாவது துன்பம் கொடுத்திருப்பேனானால், இந்த வாழ்க்கைதான் என்னத்திற்கு? உயிரையே விட்டு விடலாம் என்று தோன்றுகிறது.'

இவ்வாறு நெடுமாறன் உண்மையான உருக்கத்தோடு சொல்லி வந்தபோது, பேதைப் பெண்ணாகிய மங்கையர்க்கரசி பலமுறை குறுக்கிட்டுப் பேச விரும்பினாள். என்றாலும், அதற்கு வேண்டிய தைரியம் இல்லாதபடியால் விம்மிக்கொண்டே சும்மா நிற்க வேண்டியதாயிற்று. கடைசியில், பாண்டிய குமாரன் உயிர் விடுவதைப்பற்றிப் பேசியதும் அவளுக்கு எப்படியோ பேசு வதற்குத் தைரியம் ஏற்பட்டு, 'ஐயோ! தங்களால் எனக்கு எவ்விதக் கஷ்டமும் ஏற்படவில்லை!' என்றாள்.

'அப்படியானால் என்னைப் பார்த்ததும் நீ கண்ணீர் விடுவதற்கும் விம்மி அழுவதற்கும் காரணம் என்ன? இரண்டு வருஷ காலமாக உன்னை மறுபடி எப்போது பார்க்கப்போகிறோம் என்று ஓயாமல் சிந்தித்துக்கொண்டிருந்தேன். மீண்டும் உன்னைச் சந்திக்கும்போது சந்தோஷத்தினால் உன் முகம் எப்படிச் சூரியனைக் கண்ட செந்தாமரையைப்போல் மலரும் என்று கற்பனை செய்து

சந்தோஷப்பட்டுக்கொண்டிருந்தேன். ஆனால் அதற்கு நேர்மாறாக என்னைப் பார்த்ததும் உன் முகம் அஸ்தமன அரக்கனைக் கண்ட தாமரையைப் போல் வாடிக் குவிந்தது. உன் கண்களும் கண்ணீர் பெருக்கின. ஏன் அப்படி?'

பாண்டிய குமாரனுடைய கேள்விக்கு மறுமொழி சொல்லாமல் மங்கையர்க்கரசி, 'ஐயா! தாங்கள் சொன்னது உண்மைதானா? என்னைத் தாங்கள் அடியோடு மறந்துவிடவில்லையா? என்னை மறுபடியும் சந்திக்கும் உத்தேசம் தங்களுக்கு இருந்ததா?' என்று கேட்டாள்.

'அதைப் பற்றி உனக்கு ஏன் சந்தேகம் ஏற்பட்டது? மீண்டும் உன்னைச் சந்திப்பதற்குரிய சந்தர்ப்பத்தை ஓயாமல் எதிர்பார்த்துக் கொண்டிருந்தேன். கடைசியில் அந்தச் சந்தர்ப்பம் கிடைத்தது. மதுரையிலிருந்து இந்த நகரத்துக்கு வரும் வழியில் அன்றொரு நாள் விடாமழை பெய்த இரவில் எனக்கு அடைக்கலம் தந்த செம்பியன் வளவன் மாளிகையை அடைந்தேன். அந்த மாளிகை பூட்டிக் கிடந்ததைப் பார்த்ததும் எனக்குண்டான ஏமாற்றத்தைச் சொல்லி முடியாது. உலகமே இருளடைந்து விட்டதாக எனக்குத் தோன்றியது. அப்புறம் குலச்சிறை உன்னை இந்த நகரில் பார்த்ததாகச் சொன்னபிறகு கொஞ்சம் மன அமைதி உண்டாயிற்று' என்றான் நெடுமாறன்.

'ஆகா! அவர் வந்து சொன்னாரா? அப்படியானால், தாங்களும் பாண்டிய குமாரரிடம் உத்தியோகத்தில் இருக்கிறீர்களா? என்று மங்கையர்க்கரசி கேட்டாள்.

நெடுமாறனுடைய முகத்தில் ஒருகணம் மர்மமான புன்னகை தோன்றி மறைந்தது. தான் இன்னான் என்பதை மங்கையர்க்கரசி இன்னமும் தெரிந்து கொள்ளாமலே பேசுகிறாள் என்பதை அப்போதுதான் அவன் உணர்ந்தான். அந்தத் தவறுதலை இன்னமும் நீடிக்கச் செய்வதில் அவனுக்குப் பிரியம் ஏற்பட்டது.

'ஆம்! பாண்டிய குமாரரிடந்தான் நானும் உத்தியோகத்தில் அமர்ந்திருக்கிறேன். அதைப் பற்றி உனக்கு ஒன்றும் ஆட்சேபம் இல்லையே?' என்று கேட்டான்.

மங்கையர்க்கரசி, 'எனக்கு என்ன ஆட்சேபம்? தாங்கள் நல்ல பதவியில் இருந்தால் எனக்குச் சந்தோஷந்தானே? தங்களுடைய சிநேகிதரைத் திருநாவுக்கரசர் மடத்தில் பார்த்தபோது என் மனத்திலும் அம்மாதிரி எண்ணம் உண்டாயிற்று. ஆனால், அதையெல்லாம் பற்றி இனி என்ன? என் குலதெய்வம் தங்களையேதான் என் முன் கொண்டுவந்து விட்டதே?' என்று ஆர்வம் பொங்கக் கூறினாள்.

'ஆனாலும் உன் தெய்வம் என்னை உன் முன்னால் கொண்டு வந்து நிறுத்திய போது நீ சந்தோஷப்பட்டதாகத் தெரியவில்லையே! உன்னைத் துரதிர்ஷ்டக் காரி என்று சொல்லிக் கொண்டு கண்ணீர் விட்டாயே?' என்று நெடுமாறன் விஷமப் புன்னகையுடன் கேட்டான்.

'சுவாமி! எதிர்பாராதபோது தங்களைத் திடீரென்று பார்த்ததில் பேசத் தெரியாமல் திகைத்து நின்றேன். தாங்களும் என்னைத் தெரிந்து

கொள்ளாததுபோல் ஒரு மாதிரியாகப் பேசவே, எனக்குக் கண்ணீர் வந்து விட்டது! என்னுடைய பேதைமையைப் பற்றிச் சொல்லிக் காட்டாதீர்கள்!' என்று மங்கையர்க்கரசி கூறியபோது அவளுடைய கண்களில் மறுபடியும் கண்ணீர் துளித்தது.

'என் கண்ணே! என்னை மன்னித்து விடு! இந்த மூர்க்கன் உன் கண்களில் மறுபடியும் கண்ணீர்வரச் செய்தேனே?' என்று சொல்லிக்கொண்டு நெடு மாறன் தன் அங்கவஸ்திரத்தின் தலைப்பினால் அவளுடைய கண்ணீரைத் துடைத்தான்.

சற்றுப் பொறுத்து மங்கையர்க்கரசி, 'சுவாமி! வெகு நேரம் ஆகி விட்டது. பூஜை நேரம் நெருங்கிவிட்டது; நான் போக வேண்டும்' என்றாள்.

'கட்டாயம் போகத்தான்வேண்டுமா?' என்று நெடுமாறன் விருப்பமில்லாத குரலில் கேட்டான்.

'ஆம், போகவேண்டும். புவன மகாதேவி காத்துக் கொண்டிருப்பார்கள். ஒருவேளை நான் வரவில்லையேயென்று தாதியை அனுப்பினாலும் அனுப்புவார்கள்.'

'அப்படியானால் நாளைய தினம் இதே நேரத்தில் இங்கு நீ வர வேண்டும்; தவறக் கூடாது. மேலே நம்முடைய காரியங்களைப் பற்றி ஒன்றுமே பேச வில்லையே?' என்றான் நெடுமாறன்.

மங்கையர்க்கரசி திடுக்கிட்டவளாய் நெடுமாறனை நிமிர்ந்து பார்த்து, 'பாண்டிய குமாரர் வாதாபி யுத்தத்துக்குப் போனால் நீங்களும் அவரோடு போவீர்களா?' என்று கேட்டாள்.

'ஆமாம், போக வேண்டியதுதானே? ஏன் கேட்கிறாய்? நான் போருக்குப் போவது உனக்குப் பிடிக்கவில்லையா?' என்றான் நெடுமாறன்.

'எனக்குப் பிடிக்கத்தான் இல்லை. யுத்தம், சண்டை என்பதே எனக்குப் பிடிக்கவில்லை. எதற்காக மனிதர்கள் ஒருவரையொருவர் துவேஷிக்க வேண்டும்? ஏன் ஒருவரையொருவர் கொன்றுகொண்டு சாகவேண்டும்? ஏன் எல்லாரும் சந்தோஷமா கவும் சிநேகமாகவும் இருக்கக்கூடாது?' என்றாள் மங்கையர்க் கரசி.

நெடுமாறன் மீண்டும் மர்மமான புன்னகை புரிந்து, 'யுத்தத்தைப் பற்றி உன்னுடைய அபிப்பிராயத்தைப் பாண்டிய குமாரரிடம் சொல்லிப் பார்க் கிறேன். ஒருவேளை அவருடைய மனம் மாறினாலும் மாறலாம். எல்லா வற்றிற்கும் நாளை மாலை இதே நேரத்துக்கு இங்கு நீ கட்டாயம் வரவேண்டும்; வருவாயல்லவா?' என்றான்.

'அவசியம் வருகிறேன். இப்போது ரொம்ப நேரமாகி விட்டது உடனே போக வேண்டும்' என்று கூறி மங்கையர்க்கரசி கீழே கிடந்த புஷ்பக் கூடையை எடுப்பதற்குக் குனிந்தாள்.

நெடுமாறனும் குனிந்து தரையில் சிதறிக் கிடந்த புஷ்பங்களைக் கூடையில் எடுத்துப்போட்டு, மங்கையர்க்கரசியின் கையில் அதைக் கொடுத்தான். அப்படிக் கொடுக்கும்போது பயபக்தியுடன் பகவானுடைய நிருமால் யத்தைக் கண்ணில் ஒற்றிக்கொள்வதுபோல் அவளுடைய மலர்க் கரத்தைப் பற்றித் தன் கண்களில் ஒற்றிக்கொண்டான்.

மெய்சிலிர்ப்பு அடைந்த மங்கையர்க்கரசி பலவந்தமாகத் தன் கையை நெடுமாறனுடைய பிடியிலிருந்து விடுவித்துக்கொண்டு புவன மகா தேவியின் அரண்மனையை நோக்கி விரைந்து நடந்தாள்.

17.உறங்கா இரவு

அரண்மனைப் பூங்காவனத்திலிருந்து திரும்பிப் புவன மகாதேவியின் அரண்மனைக்கு வந்த மங்கையர்க்கரசி, அன்று மாலையெல்லாம் தரையிலே நடக்கவில்லை. ஆனந்த வெள்ளத்திலே மிதந்துகொண்டிருந் தாள். அவள் சற்றும் எதிர்பாராத காரியம் நடந்து விட்டது. அத்தகைய பாக்கியம் தனக்குக் கிட்டும் என்பதாக அவள் கனவிலும் எண்ணவில்லை. அவளுடைய தந்தை போர்க்களத்திற்குப் போனபிறகு அவளுடைய வாழ்க்கையே சூனியமாகப் போயிருந்தது. அந்தச் சூனியத்தை நிரப்பி அவளுடைய வாழ்க்கையை இன்பமயமாக்கக்கூடியதான சம்பவம் ஒன்றே ஒன்றுதான். அந்த அற்புதம் அன்றைக்கு நடந்து விட்டது. அவளுடைய உள்ளத்தையும் உயிரையுமே கவர்ந்திருந்த காதலன், எளிதில் யாரும் பிரவேசிக்க முடியாத அந்தப் பல்லவ அரண்மனைக்குள்ளே அவளைத் தேடி வந்து சந்தித்தான். சந்தித்ததோடல்லாமல் அவளிடம் தனது இடையறாக் காதலையும் சிறிதும் சந்தேகத்துக்கு இடமின்றி வெளியிட்டான்.

அவளுடைய வாழ்க்கையை ஆனந்தமயமாக்கக் கூடிய பேறு வேறு என்ன இருக்கிறது? அவளுடைய கால்கள் தரையிலே படியாமல், நடக்கும்போதே நடனமாடிக் கொண்டிருந்ததில் வியப்பு என்ன இருக்கிறது?

இந்த அற்புத சம்பவத்தைப் பற்றி யாரிடமாவது சொல்ல வேண்டுமென்று அவளுடைய உள்ளம் துடித்துக் கொண்டு இருந்தது. ஆனால், யாரிடம் சொல்வது? சொல்வதானால் தன்னைப் புதல்வியெனக்கொண்டு அன்பு செலுத்தி வரும் புவன மகாதேவியிடந்தான் சொல்ல வேண்டும். ஆனால், அன்று மாலை, புவன மகாதேவியின் முகபாவமும் சுபாவமும் ஓரளவு மாறியிருந்தன. தன் அந்தரங்கத்தை வெளியிட்டுப் பேசக்கூடிய நிலை மையில் அவர் இல்லையென்பதை மங்கையர்க்கரசி கண்டாள். சிவ பூஜையின்போது கூடத் தேவியின் திருமுகத்தில் வழக்கமான சாந்தமும் புன்னகையும் பொலியவில்லை. மங்கையர்க்கரசியிடம் அவர் இரண் டொரு தடவை அகாரணமாகச் சிடுசிடுப்பாகப் பேசினார். மற்ற

நாளாயிருந்தால் தேவி அவ்விதம் சிடுசிடுப்பாகப் பேசியது மங்கையர்க் கரசியின் உள்ளத்தை வெகுவாக வருத்தப்படுத்தியிருக்கும். ஆனால் இன்று மங்கையர்க்கரசி அதையெல்லாம் பொருட்படுத்தவில்லை. தன் மனத்தில் பொங்கி வந்த குதூகலத்தைத் தேவியிடம் பகிர்ந்து கொள்ள முடிய வில்லையே என்று மட்டுந்தான் அவள் கவலைப்பட்டாள்.

இருட்டி ஒன்றரை ஜாம நேரம் ஆனபோது, மங்கையர்க்கரசி வழக்கம் போல் புவன மகாதேவியின் படுக்கையறைக்குப் பக்கத்தில், தனக்கென்று அளிக்கப்பட்டிருந்த அறையில் படுத்துக்கொண்டாள். ஆனால், உறக்கம் மட்டும் வரவேயில்லை; கண்ணிமைகள் மூடிக்கொள்ளவே மறுத்து விட்டன. துயரத்தினாலும் கவலையினாலும் தூக்கம் கெடுவதைக் காட்டிலும், எதிர்பாராத சந்தோஷத்தினாலும் உள்ளக் கிளர்ச்சியாலும் உறக்கம் அதிகமாகக் கெடும் என்பதை அன்று மங்கையர்க்கரசி கண்டாள். சற்று நேரத்துக்கெல்லாம் தூங்கும் முயற்சியையே விட்டு விட்டுத் தன் வருங்கால வாழ்க்கையைப் பற்றிய மனோராஜ்யங்களில் ஈடுபட்டாள்.

இவ்விதம் இரவின் இரண்டாம் ஜாமம் முடிந்து மூன்றாவது ஜாமம் ஆரம்ப மாயிற்று.

அந்த நடுநிசி வேளையில், நிசப்தம் குடிகொண்டிருந்த அந்த அரண் மனையில் திடீரென்று கேட்ட ஒரு சப்தம் மங்கையர்க்கரசியைத் தூக்கி வாரிப் போட்டது. அது வெகு சாதாரண இலேசான சப்தந்தான். வேறொன்று மில்லை. ஏதோ ஒரு கதவு திறக்கப்படும் சப்தம். ஆயினும், அந்த வேளையில் அத்தகைய சப்தம் மங்கையர்க்கரசிக்கு ஏதோ ஒருவிதக் காரண மில்லாத பயத்தை உண்டாக்கியது.

அவள் படுத்திருந்த அறைக்கு வெளியே தாழ்வாரத்தில் மெல்லிய காலடி களின் சப்தம் அவள் கவனத்தைக் கவர்ந்தது. அந்த நேரத்தில் புவன மகா தேவியின் அறைக்கருகே அவ்விதம் நடமாடத் துணிந்தது யாராயிருக்கும்? இன்னதென்று தெளிவாய்த் தெரியாத திகில்கொண்ட உள்ளத்துடன் மங்கையர்க்கரசி தன் படுக்கையில் எழுந்து உட்கார்ந்தாள். காலடிச் சப்தம் மேலும் மேலும் நெருங்கித் தன் அறைக்குச் சமீபத்தில் வருவதாகத் தோன்றியது. அப்படி வருவது யார் என்று தெரிந்து கொள்ள வேண்டு மென்ற ஆவல் அவளைப் பீடித்தது. சப்தம் செய்யாமல் படுக்கையிலிருந்து எழுந்து, அவளுடைய அறையிலிருந்து வெளித் தாழ்வாரத்தை நோக்கிய பலகணியின் அருகே சென்று வெளியிலிருந்து தன்னைப் பார்க்கமுடியாத படி மறைவாக நின்றாள். மறுகணமே அவளுடைய ஆவல் நிறைவேறியது. தாழ்வாரத்தில் இருவர் வந்துகொண்டிருந்தார்கள். முன்னால் கையில் தீபம் ஏந்திய தாதிப் பெண்ணும் அவளுக்குப் பின்னால் வானமாதேவியும் வந்துகொண்டிருந்தார்கள். ஆம்! அது வானமாதேவிதான். ஆனால் அவருடைய முகம் ஏன் அப்படிப் பேயடித்த முகத்தைப்போல் வெளுத்து விகாரமடைந்து போயிருக்கிறது! வந்த இருவரும் மங்கையர்க்கரசியின் அறையைத் தாண்டி அப்பால் போனதும், சற்றுத் தூரத்தில் அதே தாழ்வாரத்தின் மறுபுறத்தில் திறந்திருந்த ஒரு கதவு, மங்கையர்க்கரசியின்

கண்ணையும் கவனத்தையும் கவர்ந்தது. அவள் இந்த அரண்மனைக்கு வந்த நாளாக மேற்படி கதவு திறக்கப்பட்டதைப் பார்த்ததில்லை. வானமா தேவியின் மாளிகையிலிருந்து இந்த மாளிகைக்கு வருவதற்கான சுரங்க வழியின் கதவு அது என்று அவள் கேள்விப்பட்டிருந்தாள். அந்தச் சுரங்க வழி மூலமாகத் தான் வானமாதேவி இப்போது வந்திருக்கவேண்டும்! இந்த நடுநிசியில் அவ்வளவு இரகசியமாகச் சுரங்க வழியின் மூலம் அவர் எதற்காக வந்திருக்கிறார்?

இந்தக் கேள்விக்கு மறுமொழி அவளுக்கு மறுகணமே கிடைத்தது. வந்த வர்கள் இருவரும் புவன மகாதேவியின் படுக்கையறை வாசற் கதவண்டை நின்றார்கள். கையில் விளக்குடன் வந்த தாதிப் பெண் கதவை இலேசாகத் தட்டினாள். உள்ளேயிருந்து 'யார்?' என்ற குரல் கேட்டது. 'நான்தான் அம்மா!' என்றார் வானமாதேவி. 'இதோ வந்து விட்டேன்!' என்னும் குரல் கேட்ட மறுகணமே கதவும் திறந்தது. தாதிப் பெண்ணை வெளியிலே நிறுத்தி விட்டு வானமாதேவி உள்ளே சென்றார்.

வானமாதேவியின் பயப்பிராந்தி கொண்ட வெளிறிய முகத்தைப் பார்த்த மங்கையர்க்கரசியின் மனத்தில் சொல்லமுடியாத கவலையோடு பயமும் குடிகொண்டது. பூரண சந்திரனையொத்த பிரகாசமான பல்லவ சக்கரவர்த் தினியின் வதனம் நாலு நாளைக்குள் அப்படி மாறிப்போயிருக்கும் காரணம் என்ன? அவருக்கு அத்தகைய கவலையையும் பயத்தையும் உண்டாக்கும் விபரீதம் என்ன? சக்கரவர்த்தி போர்க்களத்துக்குப் போனபிறகுகூட வானமா தேவி எவ்வளவோ தைரியமாகவும் உற்சாகமாகவும் இருந்தாரே? அதைப் பற்றித் தான் ஆச்சரியப்பட்டதும் உண்டல்லவா! அப்படிப்பட்டவரை இவ்விதம் மாற்றும்படியாக எத்தகைய அபாயம் எதிர்நோக்கி வந்துகொண் டிருக்கிறது? அந்த அபாயம் அவரோடு மட்டும் போகுமா? அல்லது அந்த அரண்மனையில் உள்ள மற்றவர்களையும் பீடிக்குமா?

கள்ளங் கபடமற்ற பெண்ணாகிய மங்கையர்க்கரசிக்கு மேற்படி விஷ யத்தைத் தெரிந்துகொள்ளும் பொருட்டு ஒற்றுக்கேட்பது ஒரு பிசகான காரியமாகவே தோன்றவில்லை. எனவே, புவன மகாதேவியின் அறைக்கும் தன்னுடைய அறைக்கும் மத்தியில் இருந்த கதவண்டை சென்று நின்று மாமிக்கும் மருமகளுக்கும் நடந்த சம்பாஷணையை ஒற்றுக் கேட்கத் தொடங்கினாள்.

அந்த சம்பாஷணையின் ஆரம்பமே அவளுடைய மனத்தில் என்றுமில்லாத பீதியை உண்டாக்கி உடம்பெல்லாம் நடுங்கும்படி செய்தது. போகப்போக, அவள் காதில் விழுந்த விவரங்கள் சொல்ல முடியாத வியப்பையும் எல்லையில்லாத பீதியையும் மாறி மாறி அளித்தன. சில சமயம் அவள் உடம்பின் இரத்தம் கொதிப்பதுபோலவும், சில சமயம் அவளுடைய இருதயத்துடிப்பு நின்றுபோவது போலவும் உணர்ச்சிகளை உண்டாக்கின. அப்படியெல்லாம் அந்தப் பேதைப் பெண்ணைக் கலங்கச் செய்து வேதனைக்குள்ளாக்கிய சம்பாஷணையின் விவரம் இதுதான்:

'அம்மா! ஒருவேளை தூங்கிப் போய் விட்டீர்களா?'

'மகளே! நீ சொல்லியனுப்பியிருக்கும்போது எப்படித் தூங்குவேன்? உன் வரவை எதிர்நோக்கிக் காத்திருந்தேன். ஆனால், இது என்ன மர்மம்? எதற்காக இப்படி நடு ராத்திரியில் வந்தாய்? உன் முகம் ஏன் இப்படி வெளுத்துப் போயிருக்கிறது? ஐயோ பாவம்! பல நாளாக நீ தூங்கவில்லைபோல் இருக்கிறதே?'

'ஆம், அம்மா! நெடுமாறன் என் அரண்மனைக்கு என்றைக்கு வந்தானோ அன்றைக்கே என்னை விட்டுத் தூக்கமும் விடைபெற்றுக்கொண்டு போய் விட்டது. தாயே! பக்கத்து அறையில் யாராவது இருக்கிறார்களா? நாம் பேசுவது யாருடைய காதிலாவது விழக்கூடுமா?'

'இது என்ன பயம், மகளே? யார் காதில் விழுந்தால் என்ன? யாருக்காக நீ பயப்படுகிறாய்? பல்லவ சாம்ராஜ்யத்தின் சக்கரவர்த்தினி சத்துருமல்லரின் மருமகள், மாமல்லரின் பட்டமகிஷி யாருக்காக இப்படிப் பயப்பட வேண்டும்?'

'யாருக்காக நான் பயப்படுகிறேன் என்றா கேட்கிறீர்கள், அம்மா! நமது அரண்மனையில் உள்ள ஒவ்வொரு பணியாளிடமும் ஒவ்வொரு பணிப் பெண்ணிடமும் பயப்படுகிறேன்.'

'அப்படியானால் உன் பின்னோடு அழைத்து வந்தாயே அவள்?'

'செவிடும் ஊமையுமாக இருப்பவளைப் பார்த்து அழைத்து வந்தேன்!'

'மகளே! இது என்ன பேச்சு? உன்னுடைய பணிப் பெண்களிடமே நீ பயப்படும்படியான அவசியம் என்ன நேர்ந்தது? வீர பாண்டிய குலத்திலே பிறந்து வீர பல்லவர் வம்சத்தில் வாழ்க்கைப்பட்டவள் இத்தகைய பயத்துக்கு ஆளாகலாமா? இது என்ன அவமானம்?'

'அம்மா! இதிலுள்ள மான அவமானமெல்லாம் பாண்டிய குலத்துக்குத் தான்; பல்லவ குலத்துக்கு ஒன்றுமில்லை. என் அரண்மனைப் பணிப் பெண் ஒருத்தி சமணர்களுடைய வேவுக்காரியாகி நெடுமாறனுக்கும் சமணர்களுக்கும் நடுவே தூது போய் வருகிறாள் என்று அறிந்தேன். அவள் வந்து சொன்ன செய்தியின் பேரில் நேற்றிரவு நடுநிசியில் நெடுமாறன் சமண சித்தர்களின் அந்தரங்க மந்திரக் கூட்டத்துக்குப் போய் விட்டு வந்தான்.'

'ஆம்! மகளே, இது என்ன விந்தை! காஞ்சி நகரில் இன்னும் சமணர்கள் தங்கள் காரியங்களை நடத்திக்கொண்டிருக்கிறார்களா?'

'ஆம், தாயே! நெடுமாறனைத் தொடர்ந்து, அந்தச் சமண சித்தர்களும் வந்திருக்கிறார்கள். நெடுமாறன் அவர்களைப் பார்க்கப் போனபோது அங்கே நடந்த காரியங்களைக் கேட்டால் இன்னும் தாங்கள் பயங்கரமடைவீர்கள்!'

'என்ன நடந்தது, மகளே?'

'நெடுமாறனுடைய மனத்தைக் கெடுப்பதற்காக என்னவெல் லாமோ அவர்கள் மந்திர தந்திரங்களைக் கையாளுகிறார்களாம். பாவம்! நெடுமாறனுடைய புத்தி அடியோடு பேதலித்துப் போயிருக்கிறது!'

'ஆனால் சமணர்களுடைய நோக்கந்தான் என்ன?'

'யாரோ ஒரு பையனை மந்திர சக்தியால் மயக்கி, வருங்காலத்தில் வரப் போவதை அகக்கண்ணால் கண்டுசொல்லச் சொன்னார் களாம். வாதாபி யுத்தத்தில் வெற்றியடைந்தவுடனே தங்களுடைய புதல்வர், நெடுமாறன் மீது பொறாமைகொண்டு அவனைக் கத்தியால் வெட்டிக் கொல்வதாக அவன் கண்டு சொன்னானாம்!'

'ஐயோ! இது என்ன கொடுமை! அப்புறம்...?'

'ஆனால், அந்த விதியையும் சமண சித்தர்களின் சக்தியால் மாற்றலாம் என்று அவர்கள் சொன்னார்களாம். அவர்களின் விருப்பத்தின்படி நடந்தால் நெடு மாறனை தக்ஷிண தேசத்தின் ஏக சக்ராதிபதியாக இந்தக் காஞ்சியிலேயே பட்டாபிஷேகம் செய்து வைப்பதாகச் சொன்னார்களாம்!'

'இதெல்லாம் உனக்கு எப்படித் தெரிந்தது, மகளே?'

'நமது ஒற்றர் தலைவன் சத்ருக்னன் எல்லாவற்றையும் ஒளிந்திருந்து பார்த்துக்கொண்டிருந்தானாம்.'

'ஆகா! மகேந்திர பல்லவர் மீது பழி தீர்த்துக்கொள்ளச் சமணர்கள் நல்ல சந்தர்ப்பத்தைத்தான் தேடிக்கொண்டிருக்கிறார்கள்!'

'ஆனால், அவர்கள் உண்மையில் சமணர்களும் அல்லவாம்! வாதாபியின் ஒற்றர்கள் சமணர்களைப்போல் வேஷம் போட்டுக் கொண்டு இந்தத் தந்திர மந்திரமெல்லாம் செய்கிறார்களாம்!'

'அப்படியானால் அவர்களை உடனே சிறைப் பிடிப்பதற்கு என்ன?'

'சிறை பிடித்தால் அதனால் அபாயம் வரலாமென்று சத்ருக்னன் பயப்படு கிறான். பாண்டிய சைனியத்தை உடனே காஞ்சியைக் கைப்பற்றும்படி நெடு மாறன் சொல்லலாமென்றும், காரியம் மிஞ்சி விபரீதமாகிவிடும் என்றும் அஞ்சுகிறான்.'

'வேறு என்ன யோசனைதான் சத்ருக்னன் சொல்கிறான்?'

'அவனுக்கு ஒன்றும் சொல்லத் தெரியவில்லை, தாயே! உடனே சக்கர வர்த்திக்குச் செய்தி அனுப்பவேண்டும் என்றான். ஆனால், என் நாதர் போருக்குப் புறப்படும்போது, அவருக்கு நான் வாக்குக் கொடுத்திருக் கிறேன். அதை நிறைவேற்றியே தீருவேன், தங்களிடம் அனுமதி பெற்றுப் போகத்தான் வந்தேன்.'

'அப்படியா? மாமல்லனுக்கு நீ என்ன வாக்குறுதி கொடுத்தாய்?'

'நெடுமாறனால் ஏதாவது கெடுதல் நேருவதாயிருந்தால் என் கையால் அவனுக்கு விஷத்தைக் கொடுப்பேன்; இல்லாவிட்டால் அவனைக் கத்தியால் குத்திக் கொல்வேன் என்று வாக்குறுதி கொடுத்தேன்.'

'ஆ! இது என்ன பாபம்? உன் தலையில் இவ்வளவு பெரிய பாரத்தை வைத்துவிட்டு என் மகன் எப்படிப் புறப்பட்டுப் போனான்?

'அம்மா! என்னிடம் அவர் பரிபூரண நம்பிக்கை வைத்துச் சென்றார். அந்த நம்பிக்கையை உண்மையாக்குவேன்.'

'குழந்தாய்! நாளை மாலை வரையில் எனக்கு அவகாசம் கொடு. முடிவாக என் யோசனையைச் சொல்கிறேன்.'

'அம்மா! அடுத்த அறையில் யார் இருக்கிறது? ஏதோ சப்தம் கேட்பதுபோல் தோன்றியது.'

'இந்த அரண்மனையைப் பற்றி நீ சந்தேகிக்க வேண்டாம். இங்கு யாரும் அப்படிப்பட்டவர்கள் இல்லை.'

'அப்படியா நினைக்கிறீர்கள்? இன்று சாயங்காலம் நடந்ததைக் கேட்டால் ஆச்சரியப்பட்டுப் போவீர்கள்.'

'சாயங்காலம் என்ன நடந்தது?'

'நெடுமாறன் பூந்தோட்டத்தில் உலாவிவிட்டு வருவதாகச் சொல்லிப் போனான். வெகுநேரம் அவன் திரும்பி வராமலிருக்கவே எனக்கு ஏதோ சந்தேகமாயிருந்தது. அவனைத் தேடிக் கொண்டு நான் சென்றேன். பூங்காவனத்தில் செடிகள் அடர்ந்திருந்த ஓரிடத்தில் நெடுமாறனும் ஒரு பெண்ணும் நின்று அந்தரங்கமாகப் பேசிக் கொண்டிருந்தார்கள். அந்தப் பெண் யார் தெரியுமா?'

'யார்?'

'தாங்கள் சுவீகாரப் புதல்வியாகக்கொண்டு அன்புடன் ஆதரித்து வளர்க்கிறீர்களே, அந்தச் சோழ நாட்டுப் பெண்தான்!'

'என்ன? மங்கையர்க்கரசியா?'

'ஆம்; தாயே! மங்கையர்க்கரசியேதான்!'

'மகளே! நீ யாரைப்பற்றி என்ன சொன்னாலும் நம்புகிறேன். ஆனால், மங்கையர்க்கரசியை மட்டும் ஒருநாளும் சந்தேகிக்க மாட்டேன்.'

'ஆனால், என் கண்ணாலேயே பார்த்தேன், அம்மா!'

'கண்ணாலே என்ன பார்த்தாய்? இருவரும் பேசிக் கொண்டிருந்ததைப் பார்த்தாய். அவ்வளவுதானே? இவள் பூஜைக்கு மலர் எடுக்கப் போயிருந்தாள். தற்செயலாக நெடுமாறன் அங்கு வந்திருப்பான்; ஏதாவது கேட்டிருப்பான். இவளும் யாரோ பாண்டிய நாட்டு வாலிபனைப் பற்றி விசாரிக்க வேணுமென்று சொல்லிக் கொண்டிருந்தாள்...'

'அவர்களுடைய நடவடிக்கைகள் மிக்க சந்தேகாஸ்பதமாய் இருந்தன, அம்மா!'

'இப்போதுள்ள உன்னுடைய மனோநிலையில் யாரைப் பற்றியும் சந்தேகம் தோன்றலாம்.'

'போய் வருகிறேன், அம்மா! தங்களிடம் சொன்னபிறகு என் இருதயத்தை அழுத்திக்கொண்டிருந்த பாரம் கொஞ்சம் குறைந்திருப்பதுபோல் தோன்றுகிறது!'

'போய் வா, குழந்தாய்! மீனாக்ஷி அம்மன் அருளால் உன்னுடைய இருதயத்தின் பாரம் முழுவதும் நீங்கட்டும்.'

இதன் பிறகு கதவு திறந்து மூடும் சப்தம் கேட்டது. அதைத் தொடர்ந்து காலடிச் சப்தமும் மறுபடியும் கதவு திறந்து மூடும் சப்தமும் கேட்டன. பிறகு, அந்த அரண்மனையில் ஆழ்ந்த நிசப்தம் குடிகொண்டது.

மேற்படி சம்பாஷணை முழுவதையும் கேட்டுக்கொண்டு சித்திரப் பதுமை போல் கதவண்டை நின்ற மங்கையர்க்கரசி அன்றிரவு முழுவதும் ஒரு கண நேரங்கூடக் கண்ணை மூடவில்லை. இதற்கு முன் விளங்காத பல மர்மங்கள் மேற்படி சம்பாஷணையின் மூலம் அவளுக்குத் தெரியவந்தன. பாண்டிய குமாரன்தான் தன்னுடைய காதலன் என்ற செய்தி அவளுக்கு எல்லையற்ற உவகையையும் வியப்பையும் அளித்தது. தான் அவனைப்பற்றி அடிக்கடி கண்ட கனவின் பொருள் ஒருவாறு விளங்கிற்று. அவனுக்கு அந்த அரண்மனையில் நேர்வதற்கு இருந்த பேரபாயம் அவளுக்குச் சொல்லமுடியாத திகிலையும் கவலையையும் அளித்தது. அந்தப் பேரபாயத்திலிருந்து அவனைத் தப்புவிக்கும் பொறுப்பும் பாக்கியமும் தனக்குரியவை என்பதையும் உணர்ந்தாள். இம்மாதிரி எண்ணங்கள் அவளுக்கு இரவு முழுதும் ஒரு கணமும் தூக்கமில்லாமல் செய்துவிட்டன.

மறுநாள் மாலை, குறிப்பிட்ட சமயத்துக்குச் சற்று முன்னாலேயே பூங்கா வனத்துக்குச் சென்று காத்திருந்தாள். நெடுமாறன் தென்பட்டதும் விரைந்து வந்து அணுகி ஒரே பரபரப்புடன், 'பிரபு! தங்களுக்கு இந்த அரண்மனையில் பேரபாயம் சூழ்ந்திருக்கிறது; உடனே இங்கிருந்து போய் விடுங்கள்!' என்று அலறினாள்.

நெடுமாறன் சிறிது வியப்புடன், 'என்ன சொல்லுகிறாய்? எனக்கா பேரபாயம் வரப்போகிறது? இந்த ஏழைக்கு யாரால் என்ன அபாயம் நேரக்கூடும்?' என்றான்.

'சுவாமி! என்னை இனியும் ஏமாற்ற நினைக்கவேண்டாம். தாங்கள்தான் பாண்டிய குமாரர் என்பதை அறிந்து கொண்டேன். உண்மையிலேயே தங்களுக்கு இங்கே பேரபாயம் வருவதற்கு இருக்கிறது. உடனே போய் விடுங்கள், இந்த அரண்மனையை விட்டு!' என்றாள் மங்கையர்க்கரசி.

18.தமக்கையும் தம்பியும்

அன்று சூரியாஸ்தமனம் ஆன பிறகு வானமாதேவி தன்னுடைய விலை மதிப்பில்லா ஆபரணங்கள் பத்திரமாக வைக்கப்பட்டிருந்த அறையில் வெள்ளிப் பெட்டிகளையும் தங்கப் பெட்டிகளையும் திறந்து எதையோ தேடிக்கொண்டிருந்தாள்.

திடீரென்று, 'அக்கா! என்ன தேடுகிறாய்?' என்ற குரலைக் கேட்டுத் திடுக் கிட்டுத் திரும்பிப் பார்த்தாள்.

அவளுக்குத் தெரியாமல், ஓசை உண்டாக்காமல், அந்த அறைக்குள் நெடு மாறன் பிரவேசித்திருந்தான்.

அவனைக் கண்டதும் வானமாதேவியின் திகைப்பு அதிகமாயிற்று.

'அக்கா! என்ன தேடுகிறாய்?' என்று நெடுமாறன் மறுபடியும் கேட்டுவிட்டு ஏறிட்டுப் பார்த்தான்.

மறுமொழி சொல்ல முடியாமல் வானமாதேவி கொஞ்சம் தடுமாறிவிட்டு, 'தம்பி! நீ எப்போது இங்கு வந்தாய்?' என்றாள்.

'நான் வந்து சிறிது நேரமாயிற்று. ஒருவேளை இந்தக் கத்தியைத்தான் தேடு கிறாயோ என்று கேட்பதற்காக வந்தேன்!' என்று சொல்லிக்கொண்டே பின் புறமாக மறைத்து வைத்துக் கொண்டு இருந்த ஒரு சிறு கத்தியை நெடுமாறன் நீட்டினான்.

வானமாதேவி அந்தக் கத்தியை வெறித்துப் பார்த்தவாறு நின்றாள். அவளுடைய முகத்தில் முத்து முத்தாக வியர்வைத் துளிகள் துளித்து நின்றன.

'அக்கா! என்னைக் கத்தியால் குத்திக் கொல்வதென்று முடிவாகத் தீர்மானித் திருந்தாயானால், இதை வாங்கிக்கொண்டு இப்போதே அந்தக் காரியத்தைச் செய்துவிடு! வீரத்துக்குப் பெயர்போன பாண்டிய குலத்திலே பிறந்து, பல்லவ குலத்திலே வாழ்க்கைப்பட்ட வானமாதேவி தன் அருமைச் சகோதரனைத் தூங்கும்போது கத்தியால் குத்திக்கொல்லுவது அழகாயிராது. பிறந்த குலம், புகுந்த குலம் இரண்டுக்கும் அதனால் இழுக்கு உண்டாகும்!'

பரிகாசமும் பரிதாபமும் கலந்த குரலில் நெடுமாறன் கூறிய மேற்படி வார்த்தைகளைக் கேட்ட வானமாதேவியின் உள்ளம் என்ன பாடுபட்டது என்பதைச் சொல்லி முடியாது. ஒரு பக்கம் அவமானமும் ஆத்திரமும் அவளைப் பிடுங்கித் தின்றன; மற்றொரு பக்கம் கோபமும் ஆத்திரமும் பொங்கின.

எவ்வளவோ முயன்றும், அவளுடைய வாயிலிருந்து ஒரு வார்த்தையும் வரவில்லை. நெடுமாறன் மேலும் கூறினான்:

'அல்லது ஒருவேளை விஷங்கொடுத்து என்னைக் கொல்லுவதாகத் தீர்மானித்திருந்தாயானால், கொடுக்கிற விஷம் நிச்சயமாய்க் கொல்லக் கூடியதுதானா என்று தெரிந்துகொண்டு கொடு. நீ எவ்வளவோ சிரமப் பட்டு வாங்கி வைத்திருந்த விஷத்தை அரண்மனைத் தோட்டத்தில் உள்ள மான்குட்டிக்கு கொடுத்துப் பார்த்தேன். அது உயிரை விடும் வழியாகக் காணப்படவில்லை. முன்னைவிட அதிகமாகவே துள்ளி விளையாடுகிறது!'

நெடுமாறனுடைய வார்த்தை ஒவ்வொன்றும் விஷந்தோய்ந்த அம்பைப் போல் வானமாதேவியின் நெஞ்சில் பாய்ந்து அவளைக் கொல்லாமல் கொன்றது.

அந்த வேதனையை மேலும் பொறுக்க முடியாதவளாய், தயங்கித் தயங்கி, ‘தம்பி! இதெல்லாம் என்ன பேச்சு? நானாவது உன்னைக் கொல்லவாவது?...’ என்றாள் வானமாதேவி.

‘அக்கா! பல்லவ குலத்தில் வாழ்க்கைப்பட்டதற்குப் பொய்யும் புனைச் சுருட்டும் கற்றுக்கொண்டு விட்டாயா? நேற்றிரவு புவன மகாதேவியிடம் யோசனை கேட்கப் போனாயே? அவர் இந்த யோசனைதான் சொல்லிக் கொடுத்தாரா?’ என்றான் நெடுமாறன்.

வானமாதேவிக்கு அவளுடைய ஆத்திரத்தையெல்லாம் பிரயோகிக்க இப்போது ஒரு வழி கிடைத்தது.

கடுமை நிறைந்த குரலில், ‘நான் நினைத்தபடியே ஆயிற்று; இதையெல்லாம் உனக்குச் சொன்னது அந்தச் சோழ நாட்டுப் பெண்தானே?’ என்றாள்.

அந்தப் பேதைப்பெண் மீது உன் ஆத்திரத்தைக் காட்ட வேண்டாம் அக்கா! அவள் அதற்குப் பாத்திரமில்லாதவள். சற்று முன்னால் அவள் என்னிடம் இதைப்பற்றிப் பிரஸ்தாபித்தது உண்மைதான். ஆனால் இந்தக் கத்தி காணாமற்போனது இன்றைக்கல்லவே? இரண்டு நாளாக இதை நீ தேடுகிறாய் அல்லவா?’

வானமாதேவி மீண்டும் சிறிது நேரம் திகைத்து நின்றுவிட்டு, ‘சமண சித்தர்களால் அறிய முடியாதது ஒன்றுமில்லை போலிருக்கிறது!’ என்றாள்.

‘ஆனால், உன்னுடைய மனத்திலுள்ளதை அறிவதற்குச் சித்தர்களின் சக்தி தேவையில்லை, அக்கா! பாவம்! நீ கள்ளங்கபடு அறியாதவள். வள்ளுவர் பெருமான்,

‘அடுத்தது காட்டும் பளிங்கு போல் நெஞ்சம்

கடுத்தது காட்டும் முகம்’

என்று சொன்னது உன்னைப் பற்றியே சொன்னதாகத் தோன்றுகிறது. உன் மனத்திலுள்ள எண்ணத்தை உன்னுடைய முகமே எனக்குக் காட்டிவிட்டது. மேலும் நான் கண் குருடாகவும், காது செவிடாகவும் பிறக்கவில்லையே? இந்த அரண்மனைக்கு வந்ததிலிருந்து என் கண்களையும் காதுகளையும் திறந்து வைத்துக்கொண்டுதானிருக்கிறேன். உன் இடுப்பிலே இந்தக் கத்தியை நீ சதா செருகி வைத்துக்கொண்டிருப்பதையும் பார்த்தேன். இதை நீ ஒரு தடவை ஞாபகமறதியாகத் தரையில் வைத்தாய். உனக்குத் தெரியாமல் இதை எடுத்துக் கொள்வதில் எனக்கு எவ்விதச் சிரமும் ஏற்படவில்லை...’

‘ஆகா! எப்பேர்ப்பட்ட அசடு நான்?’ என்று முணுமுணுத்தாள் வானமாதேவி.

‘நீ அசடு இல்லை, அக்கா! ஆனால் இந்தக் காரியம் செய்வதற்கு உன் மனம் இடம் கொடுக்கவில்லை. அதனால்தான் மனத்திலுள்ளதை மறைக்கத் தெரியாமல் பைத்தியம் பிடித்தவள் போல் அலைந்தாய்!... ஆஹா! பத்து

வருஷத்துக்கு முன்பு நீயும் நானும் மதுரை அரண்மனையில் இருந்தபோது, என் பேரில் நீ எவ்வளவு பிரியமாயிருந்தாய்? அந்த நாளை நினைத்தாலே எனக்கு மெய்சிலிர்க்கிறது. நான் விவரமறியாக் குழந்தையாயிருந்தபோதே, என் அன்னை இறந்து போனாள். பிறகு அரண்மனையில் சின்னராணி வைத்ததே சட்டமா யிருந்தது. தாயின் அன்பை அறியாத எனக்கு நீயே தமக்கையும் தாயுமாக இருந்து வந்தாய். வெகு காலம் வரையில் நீ என் சொந்தத் தமக்கையென்றே எண்ணிக்கொண்டிருந்தேன். உன் கலியாணத் தின்போதுதான், நீ என் மாற்றாந்தாயின் மகள் என்று அறிந்து கொண்டேன்.'

வானமாதேவியின் கண்களிலிருந்து தாரை தாரையாய்க் கண்ணீர் பொழியலாயிற்று.

'நெடுமாறா! அதையெல்லாம் இப்போது எதற்காக நினைவூட்டு கிறாய்?' என்று விம்மலுக்கிடையே வானமாதேவி கேட்டாள்.

'அவ்வளவு அன்பாக என்னிடம் இருந்தாயே? அப்படிப்பட்ட வள் எவ்வாறு இவ்வளவு கொடூர சித்தமுடையவள் ஆனாய்? என்னைக் கத்தியால் குத்தியோ விஷங்கொடுத்தோ கொல்லு வதற்கு எவ்வாறு துணிந்தாய்?...' என்றான் நெடுமாறன்.

'தம்பி! என்னை மன்னித்துவிடு. அவர் யுத்தத்துக்குப் புறப்படும் போது இவ்விடத்துப் பொறுப்பை என்னிடம் ஒப்புவித்து விட்டுச் சென்றார். உன்னால் ஏதாவது இங்கே அபாயம் நேரலாம் என்று எச்சரித்தார். அப்படி நேராமல் பார்த்துக்கொள்வதாக நான் வாக்குக்கொடுத்தேன். ஆனால் அவருக்கு வாக்குக் கொடுத்தபோது நீ இவ்விதம் சதி செய்யப்போகிறாய் என்று கனவிலும் கருதவில்லை!' என்று சொல்லிவிட்டு மறுபடியும் கண்ணீர்விடத் தொடங்கினாள்.

'அக்கா! நீ கண்ணீர் விடுவதைப் பார்க்க எனக்குச் சகிக்கவில்லை. நான் என்ன சதி செய்தேன் என்பது எனக்கே தெரியவில்லை. நீ உன் பதிக்கு என்ன வாக்குக் கொடுத்தாய் என்பதையும் நான் அறியேன். ஒருவேளை என்னைக் கத்தியால் குத்திக் கொன்று விடுவதாக வாக்குக் கொடுத்திருந்தாயானால், அதைப் பற்றிக் கவலைப்படாதே! இதோ என் மார்பைக் காட்டச் சித்தமா யிருக்கிறேன்; உன் வாக்கை நிறைவேற்று!' என்று சொல்லிய வண்ணம் நெடுமாறன் கத்தியை வானமாதேவியின் கையில் கொடுப்பதற்காக நீட்டிக் கொண்டே, தன் மார்பையும் காட்டினான்.

'தம்பி! பெருந் துக்கத்தில் ஆழ்ந்திருக்கும் என்னோடு ஏன் விளையாடு கிறாய்? நீ என்ன உத்தேசத்தோடு இப்போது வந்தாயோ, அதைச் சொல்லு!' என்றாள் சக்கரவர்த்தினி.

'அக்கா! நான் விளையாடவில்லை, உண்மையாகவே சொல்லுகிறேன். உன்னைப் பற்றி நினைக்க நினைக்க எனக்கு எவ்வளவோ கர்வமாயிருக் கிறது. பாண்டியர் குலத்தில் பிறந்த பெண் இவ்வளவு பதிபக்தியுடைய வளாயிருப்பது மிகப் பொறுத்தமானதுதான். பாண்டியர் குல தெய்வமான

மீனாக்ஷி தேவி, பெற்ற தகப்பனான தக்ஷனை நிராகரித்து விட்டுச் சிவபெருமானே கதி என்று வந்துவிடவில்லையா! பிறந்த வீட்டாரால் புருஷனுக்கு ஏதேனும் கேடு நேர்வதாயிருந்தால், புருஷனுடைய நன்மைக்கான காரியத்தைத் திடமாகச் செய்வதுதான் பாண்டியகுலப் பெண்களின் மரபு. ஆனால் என்னால் என்ன கேடு வரும் என்று நீ சந்தேகப்பட்டாய்? எந்த விதத்தில் நான் உன்னுடைய மன வெறுப்புக்குப் பாத்திரமானேன்? அதை மட்டும் சொல்லிவிட்டு இந்தக் கத்தியை என் மார்பில் பாய்ச்சி விடு!' என்றான் நெடுமாறன்.

'தம்பி என் வாயினால் அதைச் சொல்லியே தீரவேண்டுமா? உன்னோடு அழைத்து வந்திருக்கும் பாண்டிய சைனியத்தைக் கொண்டு காஞ்சி நகரையும் பல்லவ சிம்மாசனத்தையும் கைப்பற்ற வேண்டுமென்று நீ சதி செய்யவில்லையா?'

'இம்மாதிரி துரோக சிந்தை எனக்கு ஏற்பட்டிருப்பதாக உனக்கு ஏன் சந்தேகம் வந்தது? யார் சொன்னார்கள், அக்கா!'

'யார் சொல்லவேண்டும்! உன் முகத் தோற்றம், நடவடிக்கை, பேச்சு எல்லாம் சந்தேகத்தை உண்டாக்கின. 'வாதாபிக்குப் போவது சந்தேகம்' என்று சொன்னாய். 'இந்த அரண்மனை யிலேயே அடைக்கலந்தந்தால் இங்கேயே இருந்து விடுகிறேன்' என்று கூறினாய். எப்போது பார்த்தாலும் ஏதோ சிந்தனையில் உள்ளவன்போல் காணப்பட்டாய். இதையெல்லாம் தவிர நள்ளிரவில் சமணசித்தர் கூட்டத்துக்குப் போய்வந்தாய். சமணர்களுடைய சூழ்ச்சியில் நீ அகப்பட்டுக்கொண்ட பிறகு நான் சந்தேகப்படுவதற்கு இன்னும் என்ன வேண்டும்?'

'அக்கா! வீணாகச் சமணர்களின் மீது பழி சொல்லவேண்டாம். அவர்கள் வருங்கால நிகழ்ச்சிகள் சிலவற்றை எனக்குக் காட்டியது உண்மையே. ஆனால், அவற்றிலிருந்து நான் முடிவு செய்தது நீ நினைத்ததற்கு நேர் மாறானது. மாமல்லச் சக்கரவர்த்தி இங்கு இல்லாத சமயம் பார்த்து அவருடைய தலைநகரையும் ராஜ்யத்தையும் அபகரித்துக்கொள்ள நான் எண்ணவில்லை. 'மாமா! மாமா!' என்று சொல்லிக்கொண்டு என்னை ஓயாமல் சுற்றித் திரியும் குழந்தை மகேந்திரனுக்குத் துரோகம் செய்யவும் நான் எண்ணவில்லை. ஆனால் இந்த அரண்மனைக்கு வந்தது முதலாக எதைப்பற்றி யோசித்துக் கொண்டிருந்தேனென்றால், எனக்கு நியாயமாக உரிய பாண்டிய ராஜ்யத்தையும் துறந்து, உலக வாழ்க்கையையும் துறந்து திகம்பர சமணனாகி விடலாமா என்றுதான்...'

'தம்பி! இது என்ன விபரீத யோசனை?' என்று வானமாதேவி திடுக்கிட்டுக் கேட்டாள்.

'எது விபரீத யோசனை, அக்கா! ஆறறிவுள்ள மனிதர்களைப் புலிகளாகவும் ஓநாய்களாகவும் ஆக்கி, லட்சக்கணக்கான ஜனங்கள் ஒருவரையொருவர் கொன்று மடிவதற்குக் காரணமாயிருக்கும் இராஜ்ய பாரத்தை ஏற்றுக் கொள்வது விபரீத யோசனையா? அல்லது புழு பூச்சிகளின் உயிருக்குக்கூட

ஊறு செய்யாத ஜீவ காருண்ய மதத்தைச் சேர்ந்து கொல்லா விரதம் மேற்கொண்டு வாழ்வது விபரீத யோசனையா?'

'தம்பி! நீ மிகப்படித்தவன்; உன்னோடு தத்துவ விசாரணை செய்வதற்கு வேண்டிய தகுதியற்றவள் நான். ஆயினும் நீ சமண சந்நியாசி ஆகிற யோசனை விபரீதமானதுதான். அதை நினைக்கும்போதே எனக்கு என்னவோ செய்கிறது!'

'என்னை நீ கத்தியால் குத்திக் கொன்றாலும் கொல்லுவாய். ஆனால் நான் திகம்பர சமணன் ஆவதை மட்டும் விரும்ப மாட்டாய்! போனால் போகட்டும்; அந்தக் கவலை உனக்கு வேண்டாம். நான் திகம்பர சமணன் ஆகப்போவதில்லை. அந்த யோசனையை நேற்றுச் சாயங்காலத்தோடு கைவிட்டு விட்டேன்...'

'பின்னே, என்ன செய்ய உத்தேசித்திருக்கிறாய், தம்பி!' என்று அடங்காத ஆர்வத்துடன் பல்லவ சக்கரவர்த்தினி கேட்டாள்.

'நாளைய தினம் மதுரைக்குத் திரும்பிப் போகிறேன் அக்கா! ஒருவேளை எனக்கு அந்தச் சிரமம் கொடுக்காமல் நீ என்னைக் கொன்று விடுவதாயிருந்தால்... ' என்று கூறி மீண்டும் தன் கையிலிருந்த கத்தியை நீட்டினான்.

வானமாதேவி அவன் அருகில் வந்து அந்தக் கத்தியைப் பிடுங்கித் தூர எறிந்தாள். பிறகு, நெடுமாறனுடைய இருகரங்களையும் பிடித்துக்கொண்டு கண்களில் நீர் ததும்ப, குரல் தழதழக்க, 'நெடுமாறா! இந்தப் பைத்தியக்காரியைத் தண்டித்தது போதும், இனிமேல் அந்தப் பேச்சை எடுக்காதே! உன்பேரில் சந்தேகப்பட்டது பெரிய குற்றந்தான். என்னை மன்னித்துவிடு!' என்றாள்.

'உனக்கு இவ்வளவு மனக்கலக்கத்தை அளித்ததற்காக நான்தான் உன்னிடம் மன்னிப்புக் கேட்கவேண்டும். என்னை மனப்பூர்வமாக மன்னித்து ஆசீர்வாதம் செய், அக்கா!' என்றான் நெடுமாறன்.

'கடவுள் அருளால் உனக்குச் சகல மங்களங்களும் உண்டாகட்டும். சீக்கிரத்தில் உனக்குத் தகுந்த பத்தினியை மணந்துகொண்டு நெடுங்காலம் பாண்டிய சிம்மாசனத்தில் வீற்றிருப்பாய்...'

'அக்கா! எனக்குத் தகுந்த பத்தினியைத் தேடிக்கொண்டுதான் நான் காஞ்சி நகருக்கு வந்தேன். அவளைப் பார்ப்பதற்காகவே இத்தனை நாளும் இங்கே தாமதித்தேன். நேற்றுச் சாயங்காலம் அவளை உன்னுடைய அரண்மனைத் தோட்டத்தில் சந்தித்துப் பேசிய பிறகுதான் என் உள்ளம் தெளிவடைந்தது. உன் ஆசீர்வாதம் பலித்து நான் பாண்டிய சிம்மாசனம் ஏறினால் அந்தப் பெண்தான் என் பட்டமகிஷியாயிருப்பாள்!' என்றான் நெடுமாறன்.

19.அன்னையின் ஆசி

மறுநாள் பாண்டியன் நெடுமாறன் புவன மகாதேவியிடம் விடை பெற்றுக் கொள்வதற்காக அந்த மூதாட்டியின் அரண்மனைக்குச் சென்றான்.

மகேந்திர பல்லவரின் பட்ட மகிஷி அக மகிழ்ந்து முகமலர்ந்து நெடு மாறனை வரவேற்றாள்.

அச்சமயம் அங்கிருந்த மங்கையர்க்கரசி வெளியேற யத்தனித்த போது, 'குழந்தாய்! ஏன் போகிறாய்? பாண்டிய குமாரனுடன் நான் பேசக்கூடிய இரகசியம் ஒன்றும் இல்லை' எனக் கூறி அவளைப் போகாமல் நிறுத்தினாள்.

பிறகு நெடுமாறனை உட்காரச் சொல்லி, 'அப்பனே! எல்லா விவரமும் அறிந்துகொண்டேன். வானமாதேவி நேற்றிரவே வந்து கூறினாள். இருந் தாலும் அந்த உத்தமியின் மனத்தை நீ ரொம்பவும் கலக்கி விட்டாய்!' என்றாள். நெடுமாறனுடைய மௌனத்தைக் கண்டு, 'நீ காஞ்சிக்கு வந்தது முக்கியமாக எனக்குத்தான் பெரிய அனுகூலமாகப் போயிற்று. இந்தப் பெண்ணைத் தகுந்த வரனுக்கு மணம்செய்து கொடுப்பதாக இவளுடைய தந்தைக்கு நான் வாக்குக் கொடுத்திருந்தேன். அது விஷயத்தில் நான் பிரயத்தனம் செய்ய இடமில்லாமல் நீங்களே முடிவு செய்துகொண்டு விட்டீர்கள். எனக்கு அது விஷயமான பொறுப்பு இல்லாமல் போயிற்று' என்றாள் புவன மகாதேவி.

'தாயே! அப்படிச் சொல்லவேண்டாம். தங்களுடைய சுவீகாரப் பெண்ணின் கலியாண விஷயமாகத் தங்களுடைய பொறுப்பு தீரவில்லை. தாங்கள் பிரயத்தனம் செய்வதற்கு இடம் இருக்கிறது. கொஞ்சம் மங்கையர்க் கரசியைக் கேட்டு விடுங்கள், அவள் என்னை மணந்துகொண்டு தங் களுடைய பொறுப்பைத் தீர்த்து வைக்கப்போகிறாளா என்று!'

இவ்விதம் நெடுமாறன் சொன்னதும், புவன மகாதேவி, 'அவளைப் புதி தாய்க் கேட்பானேன்? ஏற்கெனவே எல்லாம் அவள் என்னிடம் சொல்லி யாயிற்று' என்று கூறிக்கொண்டே திரும்பிப் பார்த்தாள்.

திரும்பிப் பார்த்த தேவி, மங்கையர்க்கரசியின் கண்களில் கண்ணீர் ததும்பி நிற்பதைக்கண்டு திடுக்கிட்டு, 'இது என்ன? குழந்தைகள் அதற்குள்ளே ஏதேனும் சண்டை போட்டுக் கொண்டீர்களா?' என்று நெடுமாறனைப் பார்த்து வினவினாள்.

'சாதாரணச் சண்டை போடவில்லை, அம்மா! பெரிய யுத்தம்! வாதாபி யுத்தத்துக்கு நான் போகவில்லையே என்று இங்கே அரண்மனைக் குள்ளேயே யுத்தம் ஆரம்பித்தாயிற்று. இவ்வளவு தூரம் என்னை பைத்தியம் பிடிக்க அடித்து விட்டு, என் சொந்தத் தமக்கையே எனக்கு விஷங்கொடுத்துக் கொல்ல நினைக்கும் வரையில் கொண்டு வந்துவிட்டு, இப்போது என்னை

மணந்து கொள்ளமாட்டேனென்று சொல்லுகிறாள்! இதன் நியாயத்தை நீங்களே கேளுங்கள்!' என்றான் நெடுமாறன்.

புவன மகாதேவி மங்கையர்க்கரசியைப் பார்த்தாள். 'ஏதோ அனாவசியமான தடையை இவர்களே ஏற்படுத்திக்கொண்டார்கள் என்று தெரிந்து கொண்டாள். 'குழந்தாய்! பாண்டிய குமாரன் சொல்வது வாஸ்தவமா? உன்னைத் தேடி வந்திருக்கும் மகத்தான பாக்கியத்தை நீயே வேண்டா மென்று மறுதலிக்கிறாயா?' என்று கேட்டாள்.

மங்கையர்க்கரசி விம்மிக்கொண்டே வந்து அவள் பாதத்தில் நமஸ்கரித்து, 'அம்மா! இவருக்கு நான் என் உள்ளத்தைப் பறிகொடுத்து இவரை என் பதியாக வரித்தபோது இவர் சமணர் என்பது எனக்குத் தெரியாது...' என்று சொல்லி மேலே பேச முடியாமல் தேம்பினாள்.

நெடுமாறன் பெரும் கவலைக்குள்ளானான். 'இது என்ன? கிணறு வெட்டப் பூதம் புறப்பட்டதே?' என்று அவன் திகைத்து நிற்கையில், புவன மகாதேவி அவனைப் பார்த்து, 'அப்பனே! இந்தக் குழந்தை சைவர் குலத்தில் பிறந்தவள். சிவபெருமானையும் பார்வதியையும் வழிபடுகிறவள் என்று உனக்குத் தெரியுமல்லவா? அதற்கு ஒன்றும் தடைசெய்ய மாட்டாயே?' என்று கேட்டாள்.

நெடுமாறன் அந்தச் சங்கடமான நிலையிலிருந்து விடுபட வழி கிடைத்தது என்ற உற்சாகத்துடன், 'அம்மா! அப்படிப்பட்ட மூர்க்கன் அல்லன் நான். சமண சமயத்தில் நான் பற்றுக் கொண்டவனானாலும் சைவத்தை வெறுப் பவன் அல்லன். என் ஆருயிர் நண்பனான குலச்சிறை அபாரமான சிவபக்தன். நான் சுரமாய்க் கிடந்தபோது இங்கே வந்து திருநாவுக்கரசர் பெருமானிடம் திருநீறு வாங்கிவந்து எனக்கு இட்டான்; அதை நான் ஆட்சே பிக்கவில்லை. மதுரையில் இருக்கும்போது அவன் காலை, மத்தியானம், மாலை மூன்று வேளையும் ஆலயத்துக்குச் சென்று மீனாக்ஷி அம்மனையும் சுந்தரேசுவரரையும் தரிசித்து விட்டு வருவான். அம்மாதிரியே இவளும் செய்யட்டும். நான் தடை சொல்லவில்லை!' என்றான். அப்போதுதான் மங்கையர்க்கரசியின் முகம் முன்போல் பிரகாசமடைந்தது.

அந்த அபூர்வமான காதலர் இருவரையும் புவன மகாதேவி தன் எதிரில் தம்பதிகளைப் போல் நிற்கச்செய்து ஆசி கூறி வாழ்த்தினாள்.

இன்னும் சிறிது நேரம் மேலே நடக்க வேண்டிய காரியங்களைப் பற்றிப் பேசிக்கொண்டிருந்து விட்டு, நெடுமாறன் அவ்விருவரிடமும் விடை பெற்றுக்கொண்டு சென்றான்.

அவன் சென்ற பிறகு புவன மகாதேவி மங்கையர்க்கரசியை அன்போடு அணைத்துக்கொண்டு, 'குழந்தாய்! நீ கவலைப்படாதே! நீ சில நாளாக அடிக்கடி கண்டு வரும் கனவைப் பற்றிச் சொன்னாயல்லவா? உன் கனவு நிச்சயம் பலிக்கும். நெடுமாறன் சிவபக்தியில் சிறந்தவனாவான். அந்தப் புண்ணியத்தை நீ கட்டிக் கொள்வாய்!' என்று ஆசி கூறினாள்.

நெடுமாறனிடமும் மங்கையர்க்கரசியிடமும் இந்தக் கதையைப் பொறுத் தவரையில் நாமும் இப்போது விடைபெற்றுக்கொள்ள வேண்டும். அப்படி விடைபெறுமுன், நெடுமாறன் விஷயத்தில் புவன மகாதேவியின் வாக்கு முழுதும் உண்மையாயிற்று என்பதை மட்டும் குறிப்பிட விரும்புகிறோம். பிற்காலத்தில் நெடுமாறன் ஸ்ரீசம்பந்தப் பெருமானின் பேரருளினால் சிறந்த சிவநேசச் செல்வனானான். யுத்தம் சம்பந்தமான அவனுடைய கொள்கையும் மாறுதல் அடைய நேர்ந்தது.

இருபத்தைந்து ஆண்டுகளுக்குப் பிறகு, வாதாபிப் புலிகேசியின் மகன் விக்கிரமாதித்தன் தென்னாட்டின் மீது படையெடுத்து வந்து பாண்டிய நாட்டை அடைந்தபோது நெல்வேலிப் போர்க்களத்தில் அவனைப் பாண்டியன் நெடுமாறன் முறியடித்துத் தமிழகத்தின் சரித்திரத்தில் அழியாப் புகழ் பெற்றான்.

20.நிலவில் நண்பர்கள்

வானக்கடலில் மிதந்த பூரண சந்திரன் பால் நிலவைப் பொழிந்து இந்த மண்ணுலகத்தை மோகனப் பொன்னுலகமாகச் செய்து கொண்டிருந்த இரவில் வடபெண்ணை நதியானது அற்புதக் காட்சியை அளித்துக் கொண்டிருந்தது.

முதல் நாளிரவு அதே நேரத்தில் இந்த நதியைப் பார்த்திருந்தோமானால், சலசல வென்று இனிய ஓசையோடு அம்மாநதியில் ஓடிய தண்ணீர்ப் பிரவாகம் உருக்கிய வெள்ளியைப் போல் தகதகவென்று பிரகாசிப்பதையும், நாலாபுறமும் ககனவட்டம் பூமியைத் தொட்டு ஒன்றாகும் வரம்பு வரையில் பூரண அமைதி குடிகொண்டிருப்பதையும் கண்டிருப்போம். அந்த இயற்கை அமுதக் காட்சியின் இன்பத்தில் மெய்மறந்திருப்போம். பிரவாகத்தையொட்டி விரிந்து பரந்து கிடக்கும் வெண் மணலிலே படுத்துக்கொண்டு 'ஆகா! இது என்ன அற்புத உலகம்? இவ்வுலகத்திலே ஒருவன் அடையக் கூடிய ஆனந்தம் சொர்க்கலோகத்திலேதான் கிடைக்குமா?' என்று வியந்திருப்போம்.

ஆனால், இன்றிரவோ அந்த வடபெண்ணை நதித் துறையானது மகத்தான அல்லோலகல்லோலத்துக்கு உள்ளாகியிருந்தது. கணக்கற்ற யானைகளும், குதிரைகளும், ரதங்களும், வண்டிகளும் அந்த நதியை அப்போது கடந்து கொண்டிருந்தன. யானைகள் அணிந்திருந்த தங்க முகபடாங்களும், அவற்றின் தந்தங்களுக்கு அணிந்திருந்த வெள்ளிப் பூண்களும், இயற்கை யிலேயே அழகுடைய புரவிகளுக்குப் பூட்டியிருந்த நானாவித ஆபரணங் களும், ரதங்களின் தங்கத் தகடு வேய்ந்த விமானங்களும் வெண்ணிலவில் பளபளவென்று ஜொலித்தன.

யானைகள், குதிரைகள் எல்லாம் வரிசை வரிசையாக ஏககாலத்தில் நெடுந்தூரத்துக்கு நெடுந்தூரம் நதியை அடைத்துக் கொண்டு நீர்ப்பிர வாகத்தைக் கடந்தபோது ஏற்பட்ட ஓசை பெருங் காற்று அடிக்கும்போது அலைவீசிக் குமுறும் சமுத்திரத்தின் பேரிரைச்சலை ஒத்திருந்தது.

அக்கரையில் கண்ணுக்கெட்டிய மட்டும் காலாட் படையைச் சேர்ந்த வீரர்கள் காணப்பட்டனர். அவர்களுடைய கையிலே பிடித்திருந்த கூரிய வேல்கள் அசைந்தபோதெல்லாம் மின்வெட்டின் ஒளி தோன்றிக் கண்ணைப் பறித்தது. அந்த வீரர் கூட்டத்துக்கு இடையிடையே ஆயிரக்கணக்கான ரிஷபக் கொடிகள் இளங்காற்றில் பறந்து படபடவென்று சப்தித்துக் கொண்டிருந்தன.

இந்தக் கரையில் நதித் துறைக்குச் சற்றுத் தூரத்தில் ஒரே ஒரு கூடாரம் மட்டும் காணப்பட்டது.

கூடாரத்துக்குப் பக்கத்தில் புல்தரையில் விரித்திருந்த ரத்தினக் கம்பளத்தின் மேல் யாரோ நாலு பேர் உட்கார்ந்து பேசிக் கொண்டிருந்தார்கள். அவர்கள் கையைத் தட்டிக் கூப்பிட்டால் கேட்கக்கூடிய தூரத்தில் பத்துப் பன்னிரண்டு வீரர்கள் கையில் நீண்ட வேல்களுடனும், இடையில் செருகிய வாள் களுடனும் சர்வ ஜாக்கிரதையுடன் காவல் புரிந்துகொண்டிருந்தார்கள். இதிலிருந்து ரத்தினக் கம்பளத்தில் உட்கார்ந்திருப்பவர்கள் பெரிய அந்தஸ்து படைத்த முக்கியஸ்தர்கள் என்று ஊகிக்கலாம்.

அருகில் சென்று பார்த்தோமானால், நமது ஊகம் உண்மை என்பதைக் காண்போம். அந்த நால்வரும் மாமல்ல சக்கரவர்த்தி, சேனாபதி பரஞ்சோதி, வேங்கி அரசன் ஆதித்த வர்மன், ஒற்றர் தலைவன் சத்ருக்னன் ஆகியவர்கள்தான்.

வேங்கி அரசன் ஆதித்தவர்மன் மாமல்லருடைய தாயாதி சகோதரன். அதாவது சிம்ம விஷ்ணு மகாராஜாவின் சகோதரன் வம்சத்தில் வந்தவன். இந்த வம்சத்தினர் வேங்கி சாம்ராஜ்யத்தின் வடபகுதியில் கோதாவரிக்கு அப்பாலுள்ள பிரதேசத்தைச் சுதந்திரச் சிற்றரசர்களாக ஆண்டு வந்தார்கள்.

சளுக்க சக்கரவர்த்தி காஞ்சியின் மீது படையெடுத்து வந்தபோது, ஆதித்த வர்மன் பல்லவ சக்கரவர்த்தியின் உதவிக்கு வர முடியாதபடி இடையில் புலிகேசியின் சகோதரன் விஷ்ணுவர்த்த னனால் வழிமறிக்கப்பட்டான். விஷ்ணுவர்த்தனன் வேங்கியின் புராதன இராஜவம்சத்தை நிர்மூலம் செய்து தான் சிம்மாசனம் ஏறியதும், ஆனால், புலிகேசி தென்னாட்டிலிருந்து வாதாபிக்குத் திரும்பி வருவதற்குள் விஷ்ணுவர்த்தனன் உயிர் துறக்க நேர்ந்ததும் நேயர்கள் அறிந்தவை.

விஷ்ணுவர்த்தனனுடைய ஆட்சியையும் ஆயுளையும் அகாலத்தில் முடிவு செய்யக் காரணமாயிருந்தவன் ஆதித்தவர்மன்தான்.

ஆனால், சில வருஷத்துக்குப் பின்னர் மீண்டும் புலிகேசியின் பெருஞ் சைனியம் வேங்கியைக் கைப்பற்ற வந்தபோது, ஆதித்தவர்மன் தன்னுடன்

மிச்சம் இருந்த வேங்கிச் சைனியத்துடனே தென் திசை நோக்கிப் பின்வாங்கி மீண்டும் தாக்கச் சந்தர்ப்பத்தை நோக்கிக் காத்திருந்தான்.

மாமல்லர் மாபெரும் சைனியத்தோடு வாதாபியின் பேரில் படையெடுத்த போது, ஆதித்தவர்மனும் அவரோடு சேர்ந்து போருக்குப் புறப்பட்டான்.

சேனாபதி பரஞ்சோதி, பன்னிரண்டு வருஷத்துக்கு முன்னால் தாம் இதே வடபெண்ணையின் அக்கரையில் புலிகேசியின் சேனா சமுத்திரத்தைப் பார்த்துப் பிரமிப்படைந்தது பற்றியும், மகேந்திர பல்லவர் மாறுவேடம் பூண்டு தன்னைப் பின் தொடர்ந்து வந்து புலிகேசியின் கண்ணெதிரே தன்னை விடுதலை செய்தது பற்றியும் விவரமாகச் சொல்லிக் கொண்டிருந்தார்.

மற்ற மூவரும் அதிசயத்தோடு கேட்டுக்கொண்டிருந்தனர். மூவரிலும் ஆதித்தவர்மன் மிகவும் அதிசயப்பட்டான். அவனுக்கு அந்த விவரங்கள் எல்லாம் புதியனவாக இருந்தன.

'ஆகா! அந்த விசித்திர சித்தரை நேரில் பார்க்கும் பாக்கியம் இந்தக் கண் களுக்குக் கொடுத்து வைக்கவில்லையே?' என்று வருந்தினான்.

அப்போது மாமல்லர் சொன்னார்:

'இலங்கை இளவரசன்கூட அடிக்கடி இவ்விதம் கூறி வருத்தப்படுவான். என் தந்தை என்பதற்காக நான் பெருமையடித்துக்கொள்ளவில்லை. ஆனாலும் அவரைப் பார்ப்பதே ஒரு பாக்கியந்தான். அவருடன் நெருங்கிப் பழகு வதற்கோ பல ஜன்மங்களிலே பாக்கியம் செய்திருக்க வேண்டும். மூன்று வருஷ காலம் அவர் என்னை அழைத்துக் கொண்டு தென் தேசமெங்கும் யாத்திரை செய்தார். இந்த மாதிரி வெண்ணிலவு பொழிந்த இரவுகளிலே நானும் அவரும் வெட்ட வெளியில் உட்கார்ந்து ஆனந்தமாகக் காலம் கழித் திருக்கிறோம். அவர் பிரயாணம் கிளம்பும்போது பரிவாதினி வீணை யையும் உடன் எடுத்து வருவார். வீணைத் தந்திகளை மீட்டி அவர் இசை வெள்ளத்தைப் பெருக்கும்போது, வானமும் பூமியும் நிசப்தமாய், நிச்சலன மாய் நின்று கேட்பது போலத் தோன்றும். அந்த நாத வெள்ளத்தைத் தடை செய்யப் பயந்து காற்றும் நின்று விடும். மரங்களின் இலைகள் அசைய மாட்டா. பட்சி ஜாலங்களும் மௌனவிரதம் பூண்டிருக்கும்.'

'அண்ணா நிறுத்துங்கள்! இப்படி நீங்கள் பேச ஆரம்பித்தால் எனக்குச் சித்தம் கலங்கி விடுகிறது. யுத்தமும் இரத்தக் களரியும் என்னத்திற்கு, வீணை வாசிக்கக் கற்றுக்கொண்டு வாழ்க்கையை ஆனந்தமாகக் கழித்துவிட்டுப் போகலாமென்று தோன்றி விடுகிறது!' என்றான் ஆதித்தவர்மன்.

மாமல்லர் கலகலவென்று சிரித்து விட்டுச் சொன்னார்: 'மகேந்திர பல்லவர் இதே மாதிரி வார்த்தைகளை ஒரு காலத்தில் சொன்னதுண்டு. 'உலகத்தில் மன்னர் குலத்தில் பிறந்தவர்களுக்கு மண்ணாசை என்பது போய்விட்டால் இந்த பூவுலகமே சொர்க்கமாகி விடும்!' என்று சொல்வார். உலகத்தில் யுத்தம் என்பதே உதவாது. வேல், வாள் முதலிய போர்க் கருவிகளையே யாரும்

செய்யக்கூடாது. கொல்லர் உலைகளிலே பூமியை உழுவதற்கு ஏர்க் கொழுக்களும் சிற்பக்கலைஞர்களுக்கு வேண்டிய சிற்றுளிகளுந்தான் செய்யப்படவேண்டும்' என்று என் தந்தை அடிக்கடி கூறுவார். ஆனால், என்றைய தினம் சளுக்கன் பல்லவ நாட்டின் மீது படையெடுத்ததாகச் செய்தி வந்ததோ, அன்றைய தினமே அவருடைய மனம் அடியோடு மாறி விட்டது. ஆயிரம் சிற்பிகள், பதினாயிரம் சித்திரக்காரர்களைக் காட்டிலும் மதயானை மீது வேல் எறிந்த இளைஞன் அவருடைய மனத்தை அதிகமாகக் கவர்ந்து விட்டான்...!' என்று கூறி விட்டு மாமல்லர் சேனாபதி பரஞ்சோதியைப் பார்த்துப் புன்னகை புரிந்தார்.

'நமது சேனாபதி காஞ்சி நகரில் பிரவேசித்த அன்று நடந்த சம்பவத்தைத் தானே குறிப்பிடுகிறீர்கள்? அதைப் பற்றி ஒருநாள் அவரிடம் நானே விவரமாகக் கேட்க வேண்டுமென்றிருந்தேன்' என்று கூறினான் ஆதித்தவர்மன்.

'என் தந்தையின் அபிமானத்தை நமது சேனாபதி கவர்ந்தது போல் வேறு யாரும் கவர்ந்ததில்லை. ஒவ்வொரு சமயம் எனக்கு அவர் மேல் பொறாமை கூட உண்டாயிற்று. மகேந்திர பல்லவர் என்னைப் புறக்கணித்து விட்டுச் சேனாபதிக்கே முடிசூட்டி விடுவாரோ என்று கூடச் சில சமயம் சந்தேகித்தேன். ஆனால், அதற்கு நானும் ஆயத்தமாயிருந்தேன். இன்றைக்குக் கூடச் சேனாபதி ஒப்புக்கொண்டால்...' என்று மாமல்லர் சொல்லி வந்த போது தளபதி பரஞ்சோதி குறுக்கிட்டார்.

'பிரபு! இப்படியெல்லாம் பேச வேண்டாம். சாம்ராஜ்யம், சிம்மாசனம் எல்லாம் எனக்கு என்னத்திற்கு? பட்டிக்காட்டில் ஏழைக் குடும்பத்தில் பிறந்தவன் நான். என் தாயாரிடம், 'கல்வி பயின்று வருகிறேன்' என்று வாக்குக் கொடுத்துவிட்டுக் காஞ்சிக்கு வந்தேன். பன்னிரண்டு வருஷத்துக்கு மேல் ஆகியும் அந்த வாக்கை நிறைவேற்றியபாடில்லை. இன்னும் நிரட்சர குட்சியாகத்தான் இருக்கிறேன். இந்த யுத்தம் முடிந்ததும் என் தாயாருக்கு நான் கொடுத்த வாக்கை நிறைவேற்றப் போகிறேன். சிம்மாசனத்தை யாருக்காவது கொடுத்துத்தான் ஆகவேண்டும் என்றால் இலங்கையிலிருந்து ஒருவர் வந்து காத்துக் கொண்டிருக்கிறாரே அவருக்குக் கொடுங்கள்!' என்றார்.

மாமல்லர் உடனே ஆதித்தவர்மனையும், சத்ருக்னனையும் பார்த்துக் கண்ணினால் சமிக்ஞை செய்ய, அவர்களும் விஷயம் தெரிந்துகொண்டதற்கு அடையாளமாகப் புன்னகை புரிந்தார்கள்.

மாமல்லர் மானவன்மனிடம் அதிகப் பிரியம் வைத்திருக்கிறார் என்னும் விஷயம் சேனாபதி பரஞ்சோதியின் மனத்தில் உறுத்திக் கொண்டே இருந்தது. இதை மாமல்லர் நன்கு அறிந்திருந்தார். வாதாபி யுத்தத்துக்கு மானவன்மனை வரவேண்டாமென்று காஞ்சியில் நிறுத்தி விட்டு வந்ததற்கே இதுதான் முக்கியமான காரணம்.

எனவே மாமல்லர் மற்ற இருவரையும் பார்த்து, 'பார்த்தீர்களா, நான் சொன்னது சரியாய்ப் போயிற்று' என்று சொல்வதற்கு அறிகுறியாகச் சமிக்ஞை செய்து

விட்டு, தலைகுனிந்தவண்ண மிருந்த பரஞ்சோதியைப் பார்த்து 'அழகாய்த் தானிருக்கிறது! போயும் போயும் அந்த மூடனிடமா மகேந்திர பல்லவர் ஆண்ட ராஜ்யத்தை ஒப்புவிக்கச் சொல்கிறீர்? அவனை நான் வர வேண்டாம் என்று கண்டிப்பாகச் சொல்லியிருந்தும் அவன் பாட்டுக்குப் புறப்பட்டு வருகிறான். அவனுக்கு என்ன தண்டனை கொடுக்கலாம் என்று யோசித்துக் கொண்டிருக்கிறேன். எனக்கு அவன் மேல் வரும் கோபத்துக்கு அளவே யில்லை. இலங்கைக்கே திருப்பி விரட்டி விடலாமா என்று தோன்றுகிறது. சேனாபதி உம்முடைய அபிப்பிராயம் என்ன?' என்று கேட்டார்.

சேனாபதி சற்று யோசனை செய்துவிட்டு, 'போர்க்களத்துக்கு வரவேண்டு மென்று அவ்வளவு ஆவல் உள்ளவரை எதற்காகத் தடுக்கவேண்டும்? மானவர்மர் வந்தால் நல்லதுதான். நமது யானைப் படைக்கு அவர் தலைமை வகித்தால் எவ்வளவோ நன்றாக இருக்கும்' என்று சொன்னார்.

'எனக்கு என்னவோ சுத்தமாய்ப் பிடிக்கவில்லை. மானவன்மன் நம்முடைய உதவியைக் கோரிவந்து அடைக்கலம் புகுந்தவன். இப்போது அவனுடைய உதவியினால் நாம் ஜயித்தோம் என்று எதற்காக ஏற்படவேண்டும்?...' என்றார் மாமல்லர்.

அதுவரை ஏறக்குறைய மௌனமாயிருந்த சத்ருக்னன் கூறினான்:

'சக்கரவர்த்தி! தாங்கள் அவ்விதம் எண்ணவேகூடாது. இந்த யுத்தத்தில் ஜயிப்பதற்குத் தங்களுக்கு யாருடைய ஒத்தாசையும் தேவையில்லை. தங்களிடம் இல்லாத போர்த்திறமை வேறு யாரிடம் இருக்கிறது? சேனா பதியும் ஆதித்தவர்மரும் இல்லாவிட்டாலும் தாங்கள் வாதாபியை அழித்து விட்டு வெற்றி வீரராய்த் திரும்புவீர்கள். இந்தப் படையெடுப்பில் கலந்து கொள்வதற்குக் கொடுத்து வைத்தவர்கள் பாக்கியசாலிகள். மானவன்மர் இந்தப் படையெடுப்பிலே கலந்துகொண்டால் அவரால்தான் தாங்கள் ஜயமடைந்தீர்கள் என்ற பெயர் ஒரு நாளும் ஏற்பட்டுவிடாது. அதனால் அவருக்குக் கௌரவம் ஏற்படும் என்பதுதான் உண்மை.'

சத்ருக்னன் கூறியதைச் சேனாபதி, ஆதித்தவர்மன் இருவரும் பூரணமாக ஆமோதித்தார்கள்.

'மேலும், நமது யானைப் படைக்குப் பயிற்சி அளிக்கும் காரியத்தில் மான வன்மர் மிக்க சிரத்தை எடுத்துக் கொண்டிருக்கிறார். அவரைப் போருக்கு வரவேண்டாம் என்று சொல்வது நியாயமல்ல' என்றார் சேனாபதி.

'யானைப் படைக்கு ஏதோ புதுவிதமான பயிற்சி இலங்கை இளவரசன் அளித்திருப்பதாகக் கேள்விப்பட்டேன். அது என்ன புதுப் பயிற்சி?' என்று ஆதித்தவர்மன் கேட்டான்.

'அது உண்மைதான். முன்னெல்லாம் கோட்டை வாசல் கதவுகளை உடைப் பதற்கு யானைகளை முட்ட விடுவது வழக்கம். காஞ்சிக் கோட்டை முற்று கையின்போது மகேந்திர பல்லவரின் முன் யோசனையினால் அந்தப் பழைய முறை பலிக்காமல் போயிற்று. கோட்டைக் கதவுகளிலே ஈட்டி முனைகளைப்

பொருத்தியிருந்தபடியால், ஒரு தடவை மோதியதுமே யானைகள் வெறிகொண்டு திரும்பி ஓடிப் போயின. இப்போது மானவன்மர் நமது யானைகளுக்கு, இரும்பு உலக்கைகளால் கதவுகளைப் பிளக்கவும், கோட்டைச் சுவர்களைக் கடப்பாறைகளைக் கொண்டு இடிக்கவும், தீவர்த்திப் பந்தங்களைத் தூக்கி வீசி கோட்டைக்குள் எறியவும் கற்பித்திருக்கிறார்.'

'ஆஹா, இதுவரை இம்மாதிரி யானைப் படையை உபயோகித்ததாக நான் கேட்டதே இல்லை!' என்றான் ஆதித்தவர்மன்.

சேனாபதி பரஞ்சோதிக்கு மானவன்மரிடம் தனிப்பட்ட முறையில் விரோதம் எதுவும் கிடையாது. அவரிடம் மாமல்லர் அதிக அன்பு வைத் திருக்கிறார் என்பதிலேதான் அதிருப்தி. எனவே, இப்போது மாமல்லர் அவரைப்பற்றி அலட்சியமாகப் பேசியதும், இவரே மானவன்மருடைய கட்சி பேச ஆரம்பித்தார்.

'ஆகையினால்தான் மானவன்மரைத் திருப்பி அனுப்புவது நியாய மல்லவென்று நான் சொல்லுகிறேன். யானைப் படைக்கு இப்பேர்ப்பட்ட புதிய பயிற்சி அளித்து ஆயத்தப்படுத்தியவருக்கு, அந்த யானைப் படை யுத்தத்தில் தானும் கலந்து கொள்ள வேண்டுமென்று ஆசையாயிராதா?' என்றார் சேனாபதி பரஞ்சோதி.

இந்தச் சமயத்தில், அவர்கள் பேசிக்கொண்டிருந்த இடத்துக்குச் சற்றுத் தூரத்தில் இருந்த பிரம்மாண்டமான அரச விருட்சத்தில் ஒரு பெரிய சலசலப்பு ஏற்பட்டது. அந்த மரத்தின் அடர்த்தியான கிளைகளில் இரவு நேரத்தைக் கழிப்பதற்கென்று அடைக்கலம் புகுந்திருந்த ஆயிரக்கணக்கான பறவைகள் சடசடவென்று இறகுகளை அடித்துக்கொண்டும் பற்பல சுருதி - ஸ்வரங்களில் கூச்சலிட்டுக்கொண்டும் மரத்திலிருந்து வெளிவந்து வட்ட மிட்டு மறுபடியும் கிளைகளுக்குள் புகுந்து, ஆரவாரம் செய்தன.

'அந்த மரத்துக்குத் திடீரென்று என்ன வந்து விட்டது? மரம் ஏறக்கூடிய காட்டு மிருகம் ஏதாவது அதில் ஏறி விட்டதா? பறவைகள் இப்படி அலறு கின்றனவே!' என்று மாமல்லர் கேட்டதற்கு, அந்தத் திசையை உற்றுப் பார்த்துக்கொண்டிருந்த சத்ருக்னன், 'பிரபு! காட்டு மிருகம் எதுவும் அந்த மரத்தில் ஏறவில்லை. வீட்டு மிருகம் இரண்டு கால் மிருகம் ஒன்று அந்த மரத்திலிருந்து இறங்கிக்கொண்டிருக்கிறது!' என்றான்.

உடனே அவன் கையை ஓங்கித் தட்ட சற்றுத் தூரத்தில் ஆயுதபாணிகளாகக் காவல் புரிந்த வீரர்களில் ஒருவன் அவர்கள் இருந்த இடத்துக்கு விரைந்து ஓடி வந்தான்.

'அதோ பார்! அந்த அரச மரத்திலிருந்து யாரோ ஒருவன் கீழே இறங்கிக் கொண்டிருக்கிறான். அவனைப் பிடித்துக்கொண்டு வாருங்கள்!' என்று சத்ருக்னன் கட்டளையிட்டான்.

அவ்விதமே மேற்படி வீரர்கள் விரைந்து அரச மரத்தை நோக்கிச் சென்று, அதிலிருந்து கீழே இறங்கியவனைக் கைப்பிடியாய்ப் பிடித்துக்கொண்டு வந்தார்கள்.

வீரர் தலைவன், ‘பிரபு! இதோ வாதாபி ஒற்றன்!’ என்று கூறித் தலை வணங்கினான்.

மாமல்லரும் பரஞ்சோதியும் கலீரென்று சிரித்தார்கள்.

ஏனெனில், அந்த வீரர்களால் கொண்டு வரப்பட்டவன் வேறு யாருமில்லை, நமது பழைய சிநேகிதன் குண்டோதரன்தான்.

‘குண்டோதரா? இது என்ன? எதற்காக நீ வாதாபி ஒற்றன் என்று சொல்லிக் கொண்டாய்?’ என்று பரஞ்சோதி கேட்டார்.

‘ஆம் சேனாபதி! நான் சொன்னது உண்மைதானே! ‘வாதாபி ஒற்றன்’ என்றால், ‘வாதாபிக்குப் போய் வந்த ஒற்றன்’ என்ற அர்த்தத்தில் சொன்னேன். உடனே அந்த வீரர்கள் என்னை ஒரே பிடியாய்ப் பிடித்து இழுத்துக்கொண்டு வந்துவிட்டார்கள். அப்பா! அவர்கள் பிடித்த இடங்களில் இன்னும் வலிக்கிறது!’ என்றான்.

‘ஆமாம், ஆனால் அந்த மரத்தின் மேலேறி என்ன செய்துகொண்டிருந்தாய்? எத்தனை நேரமாய் அங்கு உட்கார்ந்திருக்கிறாய்?’ என்று சக்கரவர்த்தி கேட்டார்.

‘பிரபு! நேற்றிரவே இங்கு வந்து விட்டேன். காலையில் எழுந்து பார்த்தால் நமது சைனியம் வந்துகொண்டிருக்கிறது. உடனே மரத்தின் மேல் ஏறியவன்தான், இத்தனை நேரமும் நமது சைனியத்தின் கணக்கு எண்ணிக் கொண்டும், வாதாபி புலிகேசியை ஜயிப்பதற்கு இந்தச் சைனியம் போதுமா என்று யோசித்துக்கொண்டும் இருந்தேன்.’

‘என்ன முடிவு செய்தாய்? சைனியம் போதுமா?’ என்று சக்கரவர்த்தி கேட்டார்.

‘சுவாமி! அதைப்பற்றி எனக்குச் சந்தேகமே இல்லை. ஆனால் வாதாபிக்கு நாம் போய்ச் சேருவதற்குள்ளே, அஜந்தா குகைக்குப் போயிருக்கும் புலிகேசிச் சக்கரவர்த்தி வாதாபிக்குத் திரும்பி வர வேண்டுமே! அவர் வெளியில் தங்கி விட்டால் என்ன செய்கிறது என்றுதான் கவலைப்படு கிறேன்!’ என்றான் குண்டோதரன்.

21.புலிகேசியின் கலைமோகம்

புலிகேசிச் சக்கரவர்த்தி வாதாபியில் இல்லை, அஜந்தாவுக்குப் போயிருக் கிறான் என்று குண்டோதரன் கூறிய செய்தி அங்கிருந்த நால்வருக்கும் வியப்பையும் குதூகலத்தையும், அளித்தது என்பது அவர்கள் வாயிலிருந்து வந்த விநோதமான சப்தங்களிலிருந்து தெரியவந்தது.

''ஆஹாஹோஹோ!''
''ஓஹ்ஹோ!''
''ஹேஹேஹே!''
''சேசேசே!''

என்றெல்லாம் அர்த்தமில்லாத ஓசைகளை வெளியிட்ட பிறகு, ஏக காலத்தில் நால்வரும் குண்டோதரனைப் பார்த்து, 'நிஜந்தானா?' 'உண்மையா?' 'அஜந்தாவுக்கா போயிருக்கிறான்?' 'புலிகேசிக்கு அஜந்தாவில் என்ன வேலை?' என்று சரமாரியாகக் கேள்விகளைப் பொழிந்தார்கள்.

அப்போது மாமல்லர், 'இப்படி எல்லாருமாகக் குண்டோதரனைத் துளைத் தால், அவன் எப்படி மறுமொழி சொல்லுவான்? கொஞ்சம் சும்மா இருங்கள். குண்டோதரா! உன் பிரயாணத்தைப் பற்றிய விவரங்களை ஆதியோடந்தமாகச் சொல்லு!' என்றார்.

குண்டோதரன் சக்கரவர்த்தியைப் பணிந்து விட்டுக் கூறினான்: 'பல்ல வேந்திரா! இந்த ஏழை சந்தேகமறத் தெரிந்துகொண்டு, வந்த உண்மையைத் தான் கூறினேன். புலிகேசிச் சக்கரவர்த்தி அஜந்தாவுக்குத்தான் போயிருக்கிறார். யாரோ சீனாவிலிருந்து ஒரு யாத்திரிகன் வந்திருக்கிறானாம். அவன் பெயர் என் வாயில் நுழையவில்லை, 'ஹியூன் சங்' என்று சொன்னார்கள். அவன் உத்தர தேசத்தில் கன்யாகுப்ஜம், காசி, கயா முதலிய க்ஷேத்திரங்களையெல்லாம் பார்த்துவிட்டு வந்தானாம். கன்யாகுப்ஜத்தில் ஹர்ஷ சக்கரவர்த்தியின் ஆட்சி மகிமையைப் பற்றி அவன் வர்ணித்தானாம். ஹர்ஷ சக்கரவர்த்திக்குத் தான் குறைந்து போய் விடவில்லையென்று வாதாபிச் சக்கரவர்த்தி அந்த யாத்திரி கனைத் தானே நேரில் அழைத்துக்கொண்டு அஜந்தாவின் சிற்ப சித்திர அதிசயங்களைக் காட்டுவதற்காகப் போயிருக்கிறாராம்! பிரபு! இப்போ தெல்லாம் புலிகேசிச் சக்கரவர்த்திக்குக் கலைகளிலே ரொம்ப மோகமாம்! வாதாபியிலுள்ள பாறைகளையெல்லாம் குடைந்து மாமல்லபுரத்துச் சிற்பங் களைப்போல் அமைத்துக் கொண்டிருக்கிறாராம்! நமது தொண்டை மண்டலத் திலிருந்து கைகால்களை வெட்டாமல் சிறைப்பிடித்துக் கொண்டுபோன சிற்பிகள் சிலர் அந்தப் பாறையிலே வேலை செய்வதை நானே பார்த்தேன். ஆனால், ஒரு வேடிக்கையைக் கேளுங்கள். அந்தச் சீன யாத்திரிகன் ஹியூன் சங்கைப் புலிகேசி மேற்படி சிற்பப் பாறைகளுக்கு அழைத்துச் சென்று காட்டியபோது, 'இந்தப் பாறைச் சிற்பங்களைப் பார்த்து விட்டுத்தான் காஞ்சி மகேந்திர பல்லவன் மாமல்லபுரத்தில் இதே மாதிரி செய்யப் பிரயத் தனப்பட்டான்! அவனுக்கு நல்ல புத்தி கற்பித்து விட்டுவந்தேன்!' என்றானாம். இதைப் பற்றிக் கேட்ட போது எனக்கு என்னமாயிருந்தது, தெரியுமா? இரத்தம் கொதித்தது! வாதாபி நாற்சந்தியில் உள்ள ஜயஸ்தம்பத்தில் காஞ்சி மகேந்திர பல்லவரை வாதாபிப் புலிகேசி புறங்கண்டதாக எழுதியிருக்கும் பொய்யும் இன்னும் அப்படியேதான் இருக்கிறது பிரபு! இதற் கெல்லாம் காலம் இன்னும் மூன்று மாதந்தானே என்று மனத்தைத் திடப்படுத்திக்கொண்டு திரும்பி வந்தேன். வாதாபியில் யுத்த ஏற்பாடுகள் ஒன்றுமே நடக்கவில்லை. இந்த வருஷம் நம்முடைய படையெடுப்பை

அவர்கள் எதிர்பார்க்கவே இல்லையாம்! வாதாபிச் சைனியம் வடக்கே நர்மதைக் கரையிலும் கிழக்கே வேங்கியிலுமாகச் சிதறிக் கிடக்கிறது!'

இவ்விதம் குண்டோதரன் சொல்லிச் சற்று நிறுத்தியதும், மாமல்லர் பரஞ்சோதியைப் பார்த்து, 'சேனாபதி! பார்த்தீரா? நம் சத்ருக்னனுடைய யுக்தி இவ்வளவு நன்றாகப் பலிக்கும், என்று நாம் கூட எதிர்பார்க்கவில்லையல்லவா?' என்றார்!

சத்ருக்னன் அப்போது பணிவான குரலில், 'பல்லவேந்திரா அடியேனுடைய யுக்தி என்று ஏன் சொல்லுகிறீர்கள்? தாங்களும் சேனாபதியும் சேர்ந்து தீர்மானித்ததைத்தானே நான் நிறைவேற்றினேன்!' என்றான்.

அதற்குச் சேனாபதி பரஞ்சோதி, 'சத்ருக்னர் சொல்வது உண்மைதான்! எல்லாம் மகேந்திர பல்லவரிடம் நாம் மூவரும் கற்றுக் கொண்டதுதானே? இந்த யுத்தத்திலே நாம் ஜயம் பெற்றோமானால் அதனுடைய பெருமை முழுவதும் விசித்திர சித்தருக்கே சேர வேண்டியது!' என்றார்.

'சேனாபதி! 'யுத்தத்தில் ஜயம் பெற்றோமானால்.. என்று நீங்கள் சொல்வதை நான் ஆட்சேபிக்கிறேன். ஜயத்தைப் பற்றி என்ன சந்தேகம் இருக்கிறது? ஆனால், எந்த 'யுக்தி'யைப் பற்றி நீங்கள் எல்லோரும் பேசுகிறீர்கள் என்பது எனக்கு விளங்கவில்லை, தயவுசெய்து சொன்னால் தேவலை!' என்றான் ஆதித்தவர்மன்.

'அப்படிக் கேள், தம்பி! அதைச் சொன்னால் மகேந்திர பல்லவர் எங்களுக்கு அளித்த பயிற்சி இப்போது எவ்வளவு தூரம் பயன்படுகிறது என்பதைத் தெரிந்து கொள்வாய். சென்ற ஒன்பது வருஷமாக நானும் சேனாபதியும் இந்தப் படையெடுப்புக்காக ஆயத்தம் செய்து வந்தபோது, சத்ருக்னனுடைய ஒற்றர் படையும் மிகத் திறமையாக வேலை செய்துவந்தது. நம் ஒற்றர் படையிலே சிலர் சத்ருக்னனுடைய தூண்டுதலின் பேரில் நம் யுத்த ரகசியங்களை வாதாபிச் சக்கரவர்த்திக்கு விற்பனை செய்யத் தொடங்கினார்கள். முதலில் சில காலம் உண்மையான தகவல்களையே அனுப்பிக் கொண்டிருந்தபடியால் புலிகேசிக்கு நம்பிக்கை ஏற்பட்டது. மூன்று வருஷத்துக்கு முன்னால், 'இந்த வருஷம் பல்லவ சைனியம் வாதாபியின் மேல் படையெடுத்து வரப் போகிறது' என்று செய்தி போயிற்று. புலிகேசி அதை நம்பிப் பெரிய ஆயத்தங்கள் செய்திருந்தான். ஆனால், பல்லவ சைனியம் வராமல் ஏமாந்தான். இப்படியே மூன்று வருஷம் ஏமாந்த பிறகு புலிகேசி கோபங் கொண்டு பழைய ஒற்றர்களையெல்லாம் தள்ளி விடச்செய்தான். புதிய ஒற்றர்கள் இந்த வருஷத்தில், வாதாபி மேல் படையெடுக்கும் உத்தேசமே இங்கு இல்லை என்றும், மானவன்மனுக்கு இலங்கையைப் பிடித்துக் கொடுப்பதற்காகவே பல்லவ சைனியம் சேகரிக்கப்படுகின்றதென்றும் செய்தி அனுப்பினார்கள். புலிகேசி மேற்படி செய்தியைப் பூரணமாய் நம்பி விட்டான் என்று முன்னமே தெரிந்துகொண்டோம். துங்கபத்திரை நதிக் கரையிலிருந்த சளுக்க சைனியத்தை நர்மதைக்கும் வேங்கிக்கும் பகிர்ந்து அனுப்பி விட்டதாகவும் அறிந்தோம். இப்போது குண்டோதரன் சொல்வதிலிருந்து, புலிகேசியே அஜந்தாவுக்குப் போயிருக்கிறான் என்று தெரிகிறது. சத்ருக்னனின் யுக்தி பலித்திருக்கிறது அல்லவா?

இப்படி மாமல்லர் கூறி முடித்ததும், 'பல்லவேந்திரா! இலங்கை இளவரசர் இந்த வகையிலும் நமக்குப் பேருதவி செய்திருப்பதாகத் தெரிகிறதே! மானவன்மர் காஞ்சியில் வந்து இருந்ததனால்தானே புலிகேசியின் கண்ணில் சத்ருக்னன் இவ்வளவு நன்றாக மண்ணைத் தூவ முடிந்தது!' என்றான் ஆதித்தவர்மன்.

சமணர்களால் மனம் குழம்பிப் போயிருந்த குமார பாண்டியனை மதுரைக்குத் திருப்பி அனுப்பி விட்டுப் பாண்டிய சைனியத்தைப் போருக்கு அழைத்துக்கொண்டு வருகிறாரே, அந்த உதவிதான் சாமான்யப்பட்டதா?' என்றான் சத்ருக்னன்.

அப்போது மாமல்லர் கடுமையான குரலில், 'மானவன்மன் என்னதான் நமக்கு உதவி செய்திருக்கட்டும்; அவன் என்னை ஏமாற்றிய காரியத்தை என்னால் மறக்கவே முடியாது; மன்னிக்கவும் முடியாது!' என்றார்.

'பல்லவேந்திரா! இது என்ன? தங்களை இலங்கை இளவரசர் எந்த விஷயத்தில் ஏமாற்றினார்?' என்று சேனாபதி கேட்டார்.

'மானவன்மன் நம்மோடு வாதாபிக்கு வரக் கூடாது என்பதற்கு, ஒரு முக்கியமான காரணம் அவனுக்கு நான் சொன்னேன். போர்க்களத்தில் அவன் ஒருவேளை வீரசொர்க்கம் போகும்படி நேர்ந்துவிட்டால், இலங்கை இராஜ வம்சம் சந்ததி அற்றுப் போய் விடும்; ஆகையால் அவன் வரக்கூடாது என்று சொல்லியிருந்தேன். இந்த விஷயத்திலேதான் மானவன்மன் என்னை ஏமாற்றி விட்டான்!' என்றார் சக்கரவர்த்தி.

'இதில் ஏமாற்றுவதற்கு என்ன இருக்கிறது?' என்றான் ஆதித்தவர்மன்.

'நாம் புறப்பட்டு வந்த ஒரு வாரத்துக்குள் இலங்கை இராஜ வம்சத்துக்குச் சந்ததி ஏற்பட்டு விட்டது! மானவன்மனுடைய மனைவி நாம் புறப்படும் போது பத்து மாதக் கர்ப்பிணியாம். நாம் புறப்பட்ட ஐந்தாம் நாள் அவளுக்கு ஆண் குழந்தை பிறந்ததாம்! இந்த விஷயத்தில் சத்ருக்னன்கூட எனக்கு உண்மையைத் தெரியப்படுத்தாமல் இருந்துவிட்டான்!' என்று மாமல்லர் கூறுவதற்குள்ளே சேனாபதி உள்பட எல்லோரும் 'கொல்' என்று சிரித்தார்கள்.

இதற்கிடையில் 'ஓஹோ! இப்போது தெரிந்தது!' என்றான் குண்டோதரன்.

'உனக்கு என்ன தெரிந்தது இப்போது புதிதாக?' என்று மாமல்லர் கேட்டார்.

'பிரபு! அதோ அந்த அரச மரத்தில் நான் ஏறி இருந்தபோது தெற்கே ஒரு பெரிய புழுதிப்படலம் தெரிந்தது. ஏதோ படை திரண்டு வருவதுபோல் தோன்றியது. 'எந்த சைனியம் இப்படிச் சக்கரவர்த்திக்குப் பின்னால் வருகிறது?' என்று யோசித்தேன். தாங்கள் பேசிக் கொள்வதிலிருந்து இலங்கை இளவரசர்தான் பாண்டிய சைனியத்துடன் அவசரமாக வருகிறார் என்று தெரிந்தது' என்றான் குண்டோதரன்.

'ஓஹோ! அதற்குள் வந்து விட்டானா?' என்று மாமல்லர் கூறிய போது நிலா வெளிச்சத்தில் அவருடைய முக மலர்ச்சி நன்றாகத் தெரிந்தது. பிறகு அவர்

பரஞ்சோதியைப் பார்த்து, 'சேனாபதி! ஆகக்கூடி, நீங்கள் எல்லாரும் என்ன தான் சொல்கிறீர்கள்! மானவன்மனுடைய தவறை மன்னித்து அவனையும் நம்மோடு அழைத்துப் போகவேண்டும் என்று சொல்கிறீர்களா?' என்று கேட்டார்.

'ஆம், பிரபு! அழைத்துப் போகவேண்டியதுதான்!' என்று சேனாபதி கூறிய குரலில் ஓரளவு தயக்கம் இருக்கத்தான் செய்தது.

'அப்படியானால் ஒன்று செய்யுங்கள். நீங்கள் மூவரும் கொஞ்சம் முன்னால் நதியைக் கடந்துசென்று இன்றிரவு சைனியம் தங்குவதற்கு வேண்டிய ஏற்பாடுகளைக் கவனியுங்கள். நானும் குண்டோதரனும் இங்கேயே இருந்து மானவன்மனை அழைத்து வருகிறோம். குண்டோதரனிடம் நான் கேட்க வேண்டிய சில விஷயங்களும் இருக்கின்றன' என்று மாமல்லர் கூறவும், குறிப்பறியும் ஆற்றல் வாய்ந்த அறிவாளிகளாகிய மற்ற மூவரும் உடனே கிளம்பிச் சென்று, நதியில் அவர்களுக்காகக் காத்திருந்த படகில் ஏறிக்கொண்டார்கள்.

அவர்கள் சென்றதும் மாமல்லர் குண்டோதரனை ஏறிட்டுப் பார்த்தார்.

மெல்லிய குரலில் குண்டோதரன், 'பல்லவேந்திரா! வாதாபியில் ஆயனரின் குமாரியைப் பார்த்தேன்; சௌக்கியமாயிருக்கிறார். நம்முடைய வரவை இரவும் பகலும் எதிர்பார்த்துக் கொண்டிருக்கிறார்' என்றான்.

'அந்தப் பாதகியின் சௌக்கியத்துக்கு என்ன குறைவு? சௌக்கியத்தையும் சாந்தத்தையும் இழந்து தவிப்பவன் நான் அல்லவா?' என்று நரசிம்மவர்மர் முணுமுணுத்தார்.

22.பவளமல்லி மலர்ந்தது

வாதாபி மாளிகையில் சிவகாமி சௌக்கியமாகத்தான் இருந்தாள்.

அதாவது அவளுடைய தேகம் சௌக்கியமாக இருந்தது.

ஆனால், அவளுடைய உள்ளமோ ஒரு கணமேனும் சாந்தி காணாமல் அமைதி இன்றி அலைந்துகொண்டிருந்தது.

வருஷங்கள் ஒன்றன்பின் ஒன்றாய் வந்து போய்க் கொண்டு இருந்தன. ஒவ்வொரு வருஷமும் வசந்தம், வேனில் முதலிய பருவ காலங்கள் வந்து போய்க் கொண்டிருந்தன.

வருஷங்களையும், பருவ காலங்களையும் கணக்கிடுவதற்குச் சிவகாமி ஒரு வழிகண்டுபிடித்திருந்தாள்.

அவள் வசித்த மாளிகையின் பின் முற்றத்தில் கிணற்றின் அருகில் ஒரு பவளமல்லி மரம் இருந்தது.

சிவகாமி வாதாபிக்கு வந்த வருஷத்திலே அந்தப் பவளமல்லிச் செடியை அவள் தன் கையாலேயே கிணற்றின் அருகில் நட்டாள்.

நாகநந்தி அடிகள் அஜந்தா மலைப் பிராந்தியத்தைப் பற்றி வர்ணனை செய்த போது, அந்தப் பிரதேசத்தில் ஆவணி, புரட்டாசி மாதங்களில் கணக்கில்லாத பாரிஜாத மரங்கள் புஷ்பித்துக் குலுங்கும் என்றும், அந்த நறுமலர்களின் இனிய மணம் நெடுந்தூரம் காற்றிலே பரவி அந்தப் பக்கம் வருவோர்க் கெல்லாம் இன்ப போதையை உண்டாக்கும் என்றும் சொன்னார். அதைக் கேட்ட சிவகாமி அந்தச் செடிகளில் ஒன்றைத் தனக்காகக் கொண்டு தரவேண்டும் என்று வேண்டிக்கொண்டாள்.

அவளுடைய வேண்டுகோளைக் கட்டளையாக மதித்த புத்த பிக்ஷு சீக்கிரத்தில் அஜந்தா மலைப் பிராந்தியத்திலிருந்து பவளமல்லிச் செடி ஒன்று தருவித்துக் கொடுத்தார்.

அந்தச் செடியை சிவகாமி நட்டுக் கண்ணும் கருத்துமாய்ப் பாதுகாத்து வந்தாள். கண்ணீருடன் தண்ணீரும் விட்டு வளர்த்து வந்தாள்.

அந்தப் பவளமல்லிச் செடியில் முதன் முதலில் இளந்தளிர் விட்ட போது சிவகாமியின் உள்ளம் துள்ளிக் குதித்தது. புதிய கிளை ஒன்று கிளம்பிய போது, துயரத்தால் வெதும்பிய அவள் உள்ளம் குதூகலத்தினால் பொங்கியது. முதன் முதலில் அந்தச் செடியிலே மொட்டு அரும்பிய போதும் அது பூவாக மலர்ந்தபோதும் சிவகாமி சிறிது நேரம் தன் துயரங் களையெல்லாம் மறந்து ஆனந்தக் கடலில் மிதந்தாள். கிளி மூக்கின் வடிவ மான அதன் அழகிய இதழ்களையும், செம்பவள நிறம் கொண்ட காம்பையும் பார்த்துப் பார்த்து மகிழ்ந்தாள்.

நேரம் ஆக ஆக, சூரியன் வான மார்க்கத்தில் ஏற ஏற, அந்த மெல்லிதழ் மலர் வர வர வாடிச் சுருங்கிக் கடைசியில் கருகி உதிர்ந்தபோது, தற்காலிகமாகக் குளிர்ந்து தளிர்த்திருந்த அவளுடைய இருதயமும் வாடிக் கருகித் தீய்ந்தது.

செடி நன்றாக வேரூன்றிக் கிளைத்துத் தழைத்த பிறகு அதைக் கவலையுடன் பராமரிக்கும் வேலை சிவகாமிக்கு இல்லாமல் போயிற்று. அந்தச் செடியைக்கொண்டு பருவங்களையும் வருஷங்களையும் சிவகாமி கணக் கிட்டு வரத்தொடங்கினாள்.

மனிதர்களின் எலும்பு வரை குளிரச் செய்த பனிக் காலத்தில் அந்தப் பவளமல்லிகை மரத்தின் இலைகள் எல்லாம் காய்ந்து உலரத் தொடங்கும். இளவேனிற் காலத்தில் புதிய இளந்தளிர்கள் துளிர்க்கத் தொடங்கும். முதுவேனிற் காலத்தில் இலைகள் முற்றுவதோடு மொட்டுகளும் அரும்ப ஆரம்பிக்கும். உக்கிரமான மேல் காற்றோடு மழையும் கொட்டும். ஆனி, ஆடி மாதங்களில் அந்தப் பவளமல்லிச் செடி பேயாட்டம் ஆடிப் படாத பாடுபடும். அதைப் பார்க்கவும் சகிக்காமல் சிவகாமி வீட்டுக்குள்ளேயே

பித்துப் பிடித்தவள் போல் உட்கார்ந்திருப்பாள். ஆவணி, புரட்டாசி மாதங்களில் அந்தப் பவளமல்லிகைச் செடி, பச்சைப் பசேல் என்ற இலைகளை அடியோடு மறைத்து விடுவதற்குப் போட்டி போடும் மலர்கள் குலுங்கப் பெற்று விளங்கும். அந்தக் காலங்களில் சிவகாமி முற்றத்தின் படிக்கட்டின் மீது உட்கார்ந்து அந்தச் செடியை வெகுநேரம் பார்த்துக் கொண்டிருப்பாள். நவராத்திரியின் போதும் விஜயதசமி அன்றைக்கும் தமிழகத்தின் ஆலையங்களில் விக்கிரகத்துக்குப் பவளமல்லி மலர்களைக் கொண்டு புஷ்பப் பாவாடை அலங்காரம் செய்வார்கள் என்பதை நினைவுகூர்வாள். அதோடு தான் வாதாபிக்கு வந்து ஒரு விஜயதசமி ஆயிற்று என்றும் கணக்கிடுவாள்.

இவ்வாறு கணக்கிட்டு வந்ததில், சிவகாமி வாதாபி நகரத்துக்கு வந்து, இப்போது ஒன்பது வருஷங்கள் ஆகி விட்டன.

23.சீன யாத்திரீகர்

வாதாபி நகரத்தின் வீதிகளில் தன்னை நடனம் ஆடச் சொன்னதனால் ஏற்பட்ட அவமான உணர்ச்சியின் வேகம் நாளாக ஆகச் சிவகாமியின் உள்ளத்தில் குறைந்து மங்கி வந்தது. தமிழகத்திலிருந்து சிறைப்பிடித்துக் கொண்டு வரப்பட்டவர் எல்லாரும் அவரவருக்கு ஏற்ற ஒவ்வொரு தொழிலில் ஈடுபட்டுக் குடியும் குடித்தனமுமாய் வாழத் தொடங்கினார்கள். அவர்களில் சிலர் சில சமயம் சிவகாமியைப் பார்க்கவருவதுண்டு. அப்படி வருகிறவர்களுடைய மனத்திலே கோபமோ, வன்மமோ ஒன்று மில்லையென்பதைச் சிவகாமி கண்டாள்.

இதையெல்லாம் எண்ணிப் பார்த்தபோது, தான் ஆத்திரப்பட்டுச் சபதம் செய்ததன் அறியாமையையும், மாமல்லருடன் போகாமல் அவரைத் திருப்பியடித்ததன் மௌடீகமும் அவளுக்கு மேலும் மேலும் நன்கு புலனாயின.

ஆயினும் பெண்களின் இயல்புக்கு ஒத்தபடி தான் செய்த தவறுக்கும் மாமல்லர் மீதே சிவகாமி பழியைப் போட்டாள். 'என்ன இருந்தாலும் நான் அறியாப் பெண்தானே! ஏதோ அவமானத்தினாலும் ஆத்திரத்தினாலும் தூண்டப்பட்டு இந்த மாதிரி சபதம் செய்தேன். ஆண் பிள்ளையும் அறிவாளியுமான அவரல்லவா என்னைப் பலவந்தப்படுத்திப் பிடிவாதமாக அழைத்துப் போயிருக்கவேண்டும்? சேனாபதி பரஞ்சோதி சொன்னாரே, அந்தப்படி ஏன் அவர் செய்திருக்கக்கூடாது?' என்று அடிக்கடி எண்ணமிட்டாள்.

வருஷங்கள் செல்லச் செல்ல, மாமல்லர் மறுபடியும் வந்து தன்னுடைய சபதத்தை நிறைவேற்றித் தன்னை அழைத்துப் போவார் என்ற நம்பிக்கை சிவகாமிக்குக் குறைந்துகொண்டே வந்தது. அது எவ்வளவு பிரம்மப் பிரயத்தனமான காரியம், எவ்வளவு அசாத்தியமான விஷயம் என்பதையும் உணரலானாள்.

'நான் செய்த சபதம் பிசகானது, அறியாமையினால் அத்தகைய அசாத்தியமான காரியத்தைச் சொல்லிவிட்டேன். அதைத் தாங்கள் பொருட்படுத்த வேண்டாம். என்னை எப்படியாவது திரும்ப அழைத்துக்கொண்டு போனால் போதும்!' என்று மாமல்லருக்குச் செய்தி சொல்லி அனுப்பலாமா என்பதாகச் சில சமயம் அவளுக்குத் தோன்றியது. ஆனால், அந்த யோசனையைக் காரியத்தில் அவள் நிறைவேற்றாதபடி நாகநந்தியின் ஏளன வார்த்தைகள் செய்து வந்தன.

சிவகாமி கத்தியை வீசி எறிந்து நாகநந்தியை முதுகில் காயப்படுத்திய போது, அந்த நயவஞ்சக வேஷதாரி, 'அடடா! என்ன காரியம் செய்தாய்? உன்னை அவர்களோடு கூட்டி அனுப்பவல்லவா எண்ணினேன்?' என்று சொல்லியது நேயர்களுக்கு நினைவிருக்கலாம். அதனால் சிவகாமிக்கு நாகநந்தியின் மீதிருந்த கோபமெல்லாம் மாறித் தன் செயலைப் பற்றிப் பச்சாத்தாபமும் பிக்ஷுவின் மீது ஓரளவு அனுதாபமும் உண்டாயின. நாகநந்தி தம்முடைய பாசாங்கு உத்தேசித்த பலனை அளித்து விட்டது குறித்து மனத்திற்குள் மகிழ்ந்தார். சிவகாமிக்குத் தம்மிடம் ஏற்பட்ட அனுதாபத்தைப் பூரணமாகப் பயன்படுத்திக்கொண்டார்.

சில நாளைக்கெல்லாம் சிவகாமியைத் தாமே அழைத்துக் கொண்டுபோய்க் காஞ்சியில் விட்டுவிடுவதாக நாகநந்தி சொன்னார். சிவகாமி அதை மறுதலித்ததுடன் தான் செய்த சபதத்தையும் அவருக்குத் தெரியப்படுத்தினாள்.

அதைக் கேட்ட நாகநந்தி ஏளனப் புன்னகை புரிந்து, 'இப்படி ஒருநாளும் நடைபெற முடியாத சபதத்தை யாராவது செய்வார்களா!' என்று கேட்டார். 'நிறைவேறுகிறதா, இல்லையா என்று பார்த்துக் கொண்டிருங்கள்!' என்று சிவகாமி வீறாப்பாய்ப் பேசினாள்.

அறிமுகமானவர்கள் யாருமே இல்லாத அந்தத் தூர தேசத்து நகரில், தானாக ஏற்படுத்திக்கொண்ட சிறையில் இருந்த சிவகாமிக்கு நாகநந்தியடிகளோடு அவ்வப்போது சம்பாஷிப்பது பெரிதும் ஆறுதல் தருவதாயிருந்தது. தேசமெல்லாம் பிரயாணம் செய்தவரும், பல கலைகள் அறிந்தவருமான பிக்ஷுவுடன் பேசுவது உற்சாகமான பொழுதுபோக்காயும் இருந்து வந்தது.

'காஞ்சிக்குத் திரும்பிப் போக உனக்கு இஷ்டமில்லாவிட்டால், வேண்டாம். அஜந்தாவுக்கு அழைத்துப் போகிறேன், வா! எந்த வர்ண இரகசியத்தைத் தெரிந்துகொள்வதற்காக உன்னுடைய தந்தை துடிதுடித்தாரோ, அதை நீயே நேரில் பார்த்துத் தெரிந்து கொள்ளலாம்!' என்று நாகநந்தி சில சமயம் ஆசை காட்டினார்.

அதற்கும் சிவகாமி, 'என் சபதம் நிறைவேறாமல் இந்த நகரை விட்டு நான் கிளம்பேன்!' என்றே மறுமொழி சொல்லி வந்தாள்.

மூன்று வருஷத்துக்கு முன்னால் பல்லவ சைனியம் வாதாபியின் மேல் படையெடுத்து வரப்போகிறது என்ற வதந்தி உலாவிய போது சிவகாமி எக்களிப்படைந்தாள். அது பொய்யாய்ப் போனதோடு, நாகநந்தி அதைக் குறித்து

மீண்டும் அவளை ஏளனம் செய்தது அவள் மனத்தைப் பெரிதும் புண்படுத்தியது. ஆயினும், தன் மனநிலையை வெளியில் காட்டிக் கொள்ளாமல், 'பொறுத்திருங்கள்! அடிகளே, பொறுத்திருங்கள்! இந்த வருஷம் இல்லாவிட்டால், அடுத்த வருஷம்! கொஞ்சம் பொறுத்திருங்கள்!' என்று சொல்லி மாமல்லரின் கௌரவத்தை நிலைநாட்ட முயன்றாள்.

அவ்விதம் கர்வமாகப் பேசி இப்போது வருஷம் மூன்று ஆகி விட்டது.

சிவகாமி வாதாபிக்கு வந்து ஒன்பது வருஷம் பூர்த்தியாகி விட்டது.

இனியும் நம்பிக்கை வைப்பதில் ஏதேனும் பயன் உண்டா? நம்மை நாமே ஏமாற்றிக்கொண்டு இன்னும் எத்தனை காலம் இந்தத் துயர வாழ்க்கையைச் சுமந்திருப்பது?

போதும், போதும்! ஒன்பது வருஷம் காத்திருந்தது போதும்.

வீட்டு முற்றத்தில், பவளமல்லி மரத்தின் பக்கத்திலே இருந்த கிணறு தன் வாயை அகலமாக விரித்து, 'வா! வா! என்னிடம் அடைக்கலம் புகுவதற்கு வா!' என்று சிவகாமியை அழைத்துக் கொண்டிருந்தது.

இத்தகைய நிலைமையில்தான் ஒரு நாள் நாகநந்தியடிகள் சீன யாத்திரீகர் ஒருவரை அழைத்துக்கொண்டு சிவகாமியைப் பார்க்க வந்தார். ஹியூன் சங் என்னும் அந்தச் சீனர் உலகில் பல தேசங்களையும் பல இராஜ்யங்களையும் பார்த்து விட்டு வந்தவர். பல கலைகளைக் கற்றுப் பாண்டித்யம் பெற்றவர். அந்தக் காலத்தில் பரத கண்டத்தில் புகழ்பெற்று விளங்கிய மூன்று சாம்ராஜ்யங்களில் ஹர்ஷ சாம்ராஜ்யத்தைப் பார்த்து விட்டு, அடுத்தபடி வாதாபிக்கு அவர் வந்திருந்தார். சளுக்க சாம்ராஜ்யத்தில் அஜந்தா முதலிய இடங்களையும் வேங்கி நாட்டில் நாகார்ஜுன பர்வதத்தையும் பார்த்து விட்டு, அவர் பல்லவ ராஜ்யத்துக்குப் போக எண்ணியிருந்தார். இதையறிந்த நாகநந்தி, 'இங்கே பல்லவ நாட்டின் புகழ்பெற்ற மகா சிற்பியின் மகள் இருக்கிறாள். பரத நாட்டியக் கலையில் கரைகண்டவள். அவளைப் பார்த்து விட்டுப் போகலாம்' என்று சொல்லி அழைத்து வந்தார்.

சீன யாத்திரீகரின் சம்பாஷணை சிவகாமிக்குப் பழைய கனவு லோகத்தை நினைவூட்டி மெய்ம்மறக்கும்படிச் செய்தது. ஹியூன்சங் தம்முடைய யாத்திரையில் தாம் கண்டு வந்த தேசங்களைப் பற்றியும் ஆங்காங்குள்ள இயற்கை அழகுகள், கலை அதிசயங்களைப் பற்றியும் விவரித்தார். இடையிடையே தமிழகத்துச் சிற்பக் கலையைப் பற்றிச் சிவகாமியைக் கேட்டுத் தெரிந்துகொண்டார். சிவகாமியின் நாட்டியத் தோற்றங்களை அவருடைய தந்தை ஆயனர் அழியாத சிலை வடிவங்களாகச் செய்திருக்கிறார் என்று நாகநந்தி சொன்னபோது, ஹியூன்சங்கின் அதிசயம் அளவு கடந்து பொங்கிற்று. அந்த நடனத் தோற்றங்களில் சிலவற்றை தாம் பார்க்க வேண்டுமென்று விரும்பிச் சிவகாமியை ரொம்பவும் கேட்டுக்கொண்டார்.

ஒன்பது வருஷத்துக்குப் பிறகு சிவகாமிக்கு உண்மையிலேயே அவள் கற்றிருந்த கலையில் மீண்டும் உற்சாகம் உண்டாயிற்று. சில நடனத்

தோற்றங்களையும் அபிநய பாவங்களையும் சீனக் கலைஞருக்கு அவள் ஆடிக் காட்டினாள்.

ஹியூன்சங் அவற்றைக்கண்டு அதிசயித்து மகிழ்ந்தார். நாகநந்தியோ மெய்ம் மறந்து பரவசம் அடைந்தார்.

ஹியூன்சங் சிவகாமியைப் பற்றி மேலும் விசாரித்தபோது சிவகாமி சிறைப் பிடித்துக்கொண்டு வரப்பட்ட வரலாற்றையும், அவள் செய்த சபதத்தையும் பற்றி நாகநந்தி கூறினார்.

'சக்கரவர்த்தியின் அனுமதி பெற்று இந்தப் பெண்ணைத் திருப்பிக்கொண்டு விட்டுவிடுவதாக எவ்வளவோ நான் சொல்லிப் பார்த்தேன். இவள் கேட்க வில்லை. இப்பேர்ப்பட்ட அற்புதக் கலை இந்த வீட்டுக்குள் கிடந்து வீணா வதை நினைத்தால் எனக்கு எவ்வளவோ கஷ்டமாயிருக்கிறது. இவளுக்கு விடுதலை தருவதற்காக இந்த வாதாபி நகரத்தை நாமே கொளுத்தி அழித்து விடலாமா என்று கூடச் சில சமயம் எனக்குத் தோன்றுகிறது!' என்றார் நாகநந்தி.

ஹுயூன்சங் தம் செவிகளைப் பொத்திக்கொண்டு, 'புத்த பகவான் அப்படி யொன்றும் நேராமல் தடுத்து அருளட்டும்!' என்றார். பிறகு, அந்தப் பெரியார் ஜீவகாருண்யத்தின் சிறப்பையும், யுத்தங்களினால் நேரும் கேட்டையும் எடுத்துக் கூறித் தர்மோபதேசம் செய்தார். புத்த பகவான் ஆட்டைக் காப்பதற்காக யாகத்தை நிறுத்திய வரலாற்றை விவரித்தார். அசோகரின் தர்ம ராஜ்யத்தைப் பற்றி எடுத்துரைத்தார். தற்சமயம் ஹர்ஷ சக்கரவர்த்தி அதே விதமாகத் தர்ம ராஜ்யம் நடத்துவதையும், பிராணி ஹிம்சையைக்கூடத் தமது இராஜ்யத்தில் அவர் தடுத்து விட்டிருப்பதையும் குறிப்பிட்டார்.

சிவகாமி இடையிலே குறுக்கிட்டு, 'ஆனால் சுவாமிகளே! இந்த வாதாபி சக்கரவர்த்தியின் வீரர்கள் தமிழகத்தில் செய்த அக்கிர மங்களைப் பற்றித் தங்களுக்குத் தெரியாது. அதனாலேதான் இப்படியெல்லாம் தர்மோபதேசம் செய்கிறீர்கள்!' என்று கூறிய போது, அந்தச் சீன பிக்ஷு கூறியதாவது:

'தாயே! யுத்தம் என்று வரும்போது மனிதர்கள் மிருகங்களாகி விடுவதை நான் அறியாதவனல்ல! நீ பார்த்திருக்கக் கூடியவைகளை விடப் பன்மடங்கு அக்கிரமங்கள் நடந்திருக்கலாம். ஆனால், பழிக்குப் பழி வாங்கிக் கொண்டே போனால், அதற்கு முடிவு என்பதே கிடையாது. சளுக்கச் சக்கர வர்த்தி படையெடுத்ததற்குப் பழி வாங்குவதற்காக இப்போது காஞ்சிச் சக்கரவர்த்தி படையெடுக்கிறார். மறுபடியும் காஞ்சியின் மேல் பழிவாங்கு வதற்காகச் சளுக்க வம்சத்தினர் படையெடுப்பார்கள். இப்படி வித்தி லிருந்து மரமும், மரத்திலிருந்து வித்துமாக உலகில் தீமை வளர்ந்து கொண்டே போகும். யாராவது ஒருவர் மறந்து மன்னித்துத்தான் தீர வேண்டும். அப்போதுதான் உலகம் க்ஷேமம் அடையும். தாயே, எது எப்படி யானாலும் உன்னுடைய பயங்கரமான சபதம் நிறைவேறவேண்டும் என்று

மட்டும் நீ ஆசைப்படாதே! அதனால் யாருக்கும் நன்மை உண்டாகாது. ஆகா! இந்தப் பெரிய நகரத்தில் எத்தனை ஆயிரம் வீடுகள் இருக்கின்றன. எத்தனை லட்சம் ஜனங்கள் வசிக்கிறார்கள்? அவர்களில் வயோதிகர்களும் குழந்தைகளும் உன்னைப் போன்ற அபலை ஸ்திரீகளும் எத்தனை பேர்? இந்த நகரத்தைத் தீ வைத்து எரித்தால், இவ்வளவு குற்றமற்ற ஜனங்களும் எத்தனை கஷ்டமடைய நேரிடும்? யோசித்துப் பார்!'

இதையெல்லாம் கேட்ட சிவகாமியின் உள்ளம் பெரும் குழப்பம் அடைந்தது. அந்தச் சமயம் பார்த்து நாகநந்தி அடிகள், 'சிவகாமி, இந்தப் பெரியவர் சொன்னதைக் கேட்டாயல்லவா? நடந்து போனதையே நினைத்துக்கொண்டிருப்பதில் என்ன பயன்? பழிவாங்கும் எண்ணத்தினால்தான் பிரயோஜனம் என்ன? ஒன்பது வருஷம் நீ விரதம் காத்தது போதாதா? இன்னும் இரண்டு நாளில் இந்த சீனத்துப் பெரியவரும் வாதாபிச் சக்கரவர்த்தியும் அஜந்தாவுக்குப் போகிறார்கள். அவர்களுடன் நானும் போகிறேன். அங்கே பெரிய கலைத் திருவிழா நடக்கப் போகிறது. நீயும் எங்களுடன் வா, போகலாம்! உலகத்திலே எங்கும் காண முடியாத அதிசயங்களையெல்லாம் அங்கே நீ காண்பாய்!' என்றார்.

ஒருகணம் சிவகாமியின் கலை உள்ளம் சலனம் அடைந்து விட்டது. 'ஆகட்டும், சுவாமி! வருகிறேன்!' என்று சொல்ல அவள் மனம் ஆசைப் பட்டது. ஆனால், அவளுடைய உதடுகள் அந்த வார்த்தைகளை வெளிப் படுத்த மறுதலித்து விட்டன.

அவளுடைய உள்ளத்தின் அந்தரங்கத்திலே ஒரு மெல்லிய குரல், 'சிவகாமி! இது என்ன துரோகம் நீ எண்ணுகிறாய்? மாமல்லர் அழைத்தபோது அவருடன் போக மறுத்து விட்டு, இப்போது இந்தப் புத்த பிக்ஷுக்களுடனே புறப்படுவாயா? நீ அஜந்தா போயிருக்கும் சமயம் ஒருவேளை மாமல்லர் இங்கு வந்து பார்த்து உன்னைக் காணாவிட்டால் அவர் மனம் என்ன பாடுபடும்?' என்று கூறியது.

சிவகாமி சலனமற்ற தன் மனத்தைத் திடப்படுத்திக்கொண்டு, 'பிக்ஷுக்களே! இந்த அனாதைப் பெண் விஷயத்தில் இவ்வளவு சிரத்தை எடுத்துக் கொண்டதன் பொருட்டு மிக்க வந்தனம். ஆனால், அஜந்தா மலையில் அதிசயங்களைப் பார்க்க அடியாள் கொடுத்து வைத்தவள் அல்ல. இந்தச் சீன தேசத்துப் பெரியார் சொன்ன ஒரு விஷயத்தை நான் ஒப்புக் கொள்கிறேன். என் சபதம் நிறைவேற வேண்டுமென்று இனி நான் ஆசைப்பட மாட்டேன். இந்த வாதாபி நகரமும் இதில் வாழும் ஜனங்களும் ஒரு துன்பமும் இன்றிச் செழித்து வாழட்டும்! அவர்களுக்கு என்னால் எந்தவிதமான கெடுதலும் நேரவேண்டாம். ஆனால், அடியாள் என் வாழ்நாளை இந்த வீட்டிலேயே தான் கழிப்பேன். எந்தக் காரணத்தை முன்னிட்டும் இந்த நகரை விட்டு வெளியேறுவதற்கு உடன்பட மாட்டேன்!' என்றாள்.

24.பவள வியாபாரி

நாகநந்தியும் சீன யாத்திரீகரும் போன பிறகு சிவகாமி சற்று நேரம் கற்சிலையாக சமைந்து உட்கார்ந்திருந்தாள்.

பழைய ஞாபகங்கள் ஒவ்வொன்றாக வந்து போய்க் கொண்டு இருந்தன.

திருப்பாற்கடல் ஏரி உடைப்பு எடுத்ததும், அந்தப் பெருவெள்ளத்தில் தான் முழுகி இறப்பதற்கு இருந்ததும், மாமல்லர் நல்ல தருணத்தில் வந்து பானைத் தெப்பத்தில் தன்னை ஏற்றிக்கொண்டு காப்பாற்றியதும் நேற்று நடந்தது போல் நினைவு வந்தன.

அந்தப் பெருவெள்ளத்தில் முழுகி உயிர்துறக்காத தான் இந்த வீட்டு முற்றத் திலிருந்த கிணற்றுத் தண்ணீரில் மூழ்கி உயிர் விடப் போவதை நினைத்த போது, சிலையை ஒத்திருந்த அவளுடைய அழகிய முகத்தில் இலேசாகப் புன்னகை அரும்பியது.

கிணற்றிலே விழும்போது எப்படியிருக்கும்? விழுந்த பிற்பாடு எப்படி யிருக்கும்? தண்ணீருக்குள் மூச்சடைத்துத் திணறும்போது தனக்கு என்னென்ன நினைவுகள் உண்டாகும்? மண்டபப்பட்டுக் கிராமத்தருகில் பானைத் தெப்பம் மோதிக் கவிழ்ந்து தான் தண்ணீரில் மூழ்கியபோது, தன்னை மாமல்லர் காப்பாற்றினாரே, அந்தச் சம்பவம் நினைவுக்கு வருமா?

இப்படி எண்ணிய போது வீதியில், ‘பவளம் வாங்கலையா, பவளம்!’ என்று கூவும் சப்தம் கேட்டது.

சிவகாமி சிறிதும் சம்பந்தமில்லாமல், ‘ஆமாம்! பவளமல்லி மலர்ந்துதான் இருக்கிறது! நான் கிணற்றில் விழுந்து இறந்த பிறகும் அது மலர்ந்து கொண்டுதானிருக்கும்!’ என்று தனக்குள் சொல்லிக் கொண்டாள்.

மறுபடியும் வீட்டு வாசலில், ‘பவளம் வாங்கலையா பவளம்!’ என்று சப்தம் கேட்டது.

ஏனோ அந்தக் குரல் சிவகாமிக்கு மெய்சிலிர்ப்பை உண்டாக்கியது. ஏற் கெனவே எப்போதாவது கேட்ட குரலா என்ன?

சிறிது நேரத்துக்கெல்லாம் பவள வியாபாரி வீட்டுக்குள்ளேயே வந்து, ‘அம்மா! பவளம் வேண்டுமா? அபூர்வமான உயர்ந்த பவளம்! அஜந்தா வர்ணத்தையும் தோற்கடிக்கும் அழகிய பவளம்!’ என்றான்.

அஜந்தா என்றதும் மறுபடியும் சிவகாமி திடுக்கிட்டு அந்த வியாபாரியின் முகத்தை - தாடியும் மீசையும் அடர்த்தியாய் வளர்ந்திருந்த முதிர்ந்த முகத்தை உற்று நோக்கினாள், ஆ! அந்தக் கண்கள்! அன்போடும் பக்தி யோடும் அவளை உற்றுப் பார்த்த அந்தக் கண்கள்....!

'அம்மா! என்னைத் தெரியவில்லையா?' என்று சொல்லிக் கொண்டே பவள வியாபாரி நெருங்கி வந்து உட்கார்ந்து தான் கொண்டு வந்த பவள மூட்டையை அவிழ்த்தான்.

குண்டோதரனுடைய குரல்தான் அது என்பதைச் சிவகாமி தெரிந்து கொண்டாள்.

இருந்தாலும், தன் கண்களையும் காதுகளையுமே நம்ப முடியாதவளாய், 'யார், குண்டோதரனா?' என்றாள்.

'ஆம்! நான்தான், அம்மா! அடியேனை மறந்து விட்டீர்களா?' என்று குண்டோதரன் பணிவுடன் கேட்டான்.

'ஆமாம், அப்பனே! மறந்துதான் போயிற்று. நீங்கள் திரும்ப வருவதாகச் சொல்லி விட்டுப் போய் வருஷம் கொஞ்சமாக ஆகவில்லையே?' என்றாள் சிவகாமி சிறிது எரிச்சலுடன்.

'அம்மா! வெறுமனே திரும்பி வந்தால் போதுமா? தங்களுடைய சபதத்தை நிறைவேற்றுவதற்கு ஆயத்தமாய் வர வேண்டாமா?' என்றான் குண்டோதரன்.

'ஆகா சபதம்! பாழும் சபதம்!' என்றாள் சிவகாமி, குண்டோதரனைப் பார்த்து. 'சபதத்துக்கு நான் ஒரு முழுக்குப் போட்டு விட்டேன், குண்டோதரா!' என்றாள்.

குண்டோதரன் விஷயம் விளங்காதவனைப் போல் வெறித்துப் பார்த்து, 'அம்மா! என்ன சொல்கிறீர்கள்?' என்று வினவினான்.

'வேறு ஒன்றுமில்லை, அப்பா! நான் செய்த சபதந்தானே? அதை நானே கைவிட்டு விட்டேன்!'

'அப்படிச் சொல்ல வேண்டாம், அம்மா! தாங்கள் செய்த சபதம் தமிழகமே செய்த சபதம். அதை நிறைவேற்றி வைப்பது எங்கள் எல்லோருக்கும் ஏற்பட்ட பொறுப்பு!'

'சபதத்தை நிறைவேற்றத்தான் நீ இந்த வேஷத்தில் வந்திருக்கிறாயா? அதற்காகத்தான் பவளம்கொண்டு வந்திருக்கிறாயா?' என்று ஏளனப் புன்னகையுடன் சிவகாமி கேட்டாள்.

'தாயே! இராம தூதனாகிய அனுமான் சீதாதேவியிடம் வந்தது போல் நான் வந்திருக்கிறேன். இராமபிரான் பின்னால் ஒரு பெரிய சேனா சமுத்திரத்துடன் வரப் போகிறார்!' என்றான்.

சிவகாமியின் தேகம் உணர்ச்சி மிகுதியினால் நடுங்கிற்று. ஆகா! ஒன்பது வருஷம் காத்திருந்தது உண்மையிலேயே பயனுள்ளதாகப் போகிறதா? மாமல்லர் தன்னை அழைத்துப்போக வரப் போகிறாரா? தன்னை விழுங்கி ஏப்பம் விடலாமென்று எண்ணியிருந்த முற்றத்துக் கிணறு ஏமாற்றமடையப் போகிறதா?

‘ஆம், அம்மா! தென்னாடு இதுவரையில் என்றும் கண்டிராத மகத்தான பல்லவ சைனியம் ஆயத்தமாயிருக்கிறது. அந்தச் சைனியத்தின் முன்னணியில் நின்று மாமல்ல சக்கரவர்த்தியும் சேனாபதி பரஞ்சோதியும் வரப் போகிறார்கள்!’ என்று குண்டோதரன் தொடர்ந்து சொன்னான்.

‘என்ன மாமல்ல சக்கரவர்த்தியா?’ என்று சிவகாமி திடுக்கிட்டுக் கேட்டாள்.

‘மன்னிக்கவேண்டும், அம்மா! தாங்கள் திடுக்கிடும்படி செய்து விட்டேன். மாமல்லப் பிரபுதான் இப்போது பல்லவ சாம்ராஜ்யத்தின் சக்கரவர்த்தி. மகேந்திர பல்லவர் கைலாசவாசியாகி இன்றைக்குப் பல ஆண்டுகள் சென்று விட்டன.’

இதைக் கேட்டதும் சிவகாமியின் கண்களிலிருந்து கரகரவென்று கண்ணீர் பொழிந்தது.

மகேந்திர பல்லவர் மீது பிற்காலத்தில் அவள் பல காரணங்களினால் கோபப் பட நேர்ந்தது உண்மைதான். ஆனாலும் குழந்தைப் பருவத்தில் அவர் மீது அவளுக்கு ஏற்பட்டிருந்த அபரிமிதமான அன்பும் பக்தியும் அழிந்து போய் விடவில்லை.

சிவகாமியின் துக்கத்தினிடையே குறுக்கிட மனமில்லாமல், குண்டோதரன் சற்று நேரம் சும்மா இருந்தான்.

சிவகாமி திடீரென்று விம்மலை நிறுத்தி, ‘குண்டோதரா! உன்னை ரொம் பவும் வேண்டிக்கொள்கிறேன். என்னால் இனி ஒரு கணநேரமும் இந்த நகரில் இருக்கமுடியாது. இப்போதே என்னை அழைத்துக்கொண்டு போய் விடு!’ என்றாள்.

குண்டோதரன் திகைத்து நிற்பதைச் சிவகாமி பார்த்து, ‘என்ன யோசிக்கிறாய்? அதற்கு வசதியும் இப்போது நேர்ந்திருக்கிறது. புலிகேசி, கள்ள பிக்ஷு எல்லாம் இன்னும் இரண்டு நாளில் அஜந்தாவுக்குப் போகிறார்களாம். இப்போதெல்லாம் இங்கே கட்டுக் காவல் ஒன்றும் அதிகமாகக் கிடையாது. சுலபமாகத் தப்பித்துக்கொண்டு போகலாம். அப்படி என்னை அழைத்துப் போக உனக்கு இஷ்டமில்லாவிட்டால், இந்த வீட்டுக் கொல்லை முற்றத்தில் பவளமல்லிச் செடிக்கருகில் ஆழமான கிணறு ஒன்று இருக்கிறது. என் மேல் கருணை வைத்து அதில் என்னைத் தள்ளி விட்டுப் போய் விடு...!’ என்று சொல்லி விட்டு மீண்டும் விம்மத் தொடங்கினாள்.

25.மகேந்திரர் சொன்னார்!

சிவகாமி விம்மி ஓய்வதற்குச் சிறிது நேரம் கொடுத்து விட்டுக் குண்டோதரன், ‘தாயே! தென் தமிழ்நாட்டில் ‘ஆக்கப் பொறுத்தவருக்கு ஆறப்

பொறுக்கவில்லையா?' என்று ஒரு பழமொழி உண்டு. தாங்களும் ஒருவேளை கேள்விப்பட்டிருப்பீர்கள். இத்தனை நாள் பொறுத்திருந்தவர்கள், காரிய சித்தியடையப் போகும் சமயத்தில் பொறுமையிழக்கலாமா?' என்றான்.

'குண்டோதரா! எனக்கா நீ பொறுமை உபதேசம் செய்கிறாய்? ஒன்பது வருஷ காலம் பகைவர்களின் நகரில் நிர்க்கதியாய், நிராதரவாய் உயிரை வைத்துக் கொண்டிருந்தவளுக்கா பொறுமையை உபதேசிக்கிறாய்?' என்று சிவகாமி தாங்காத மனக் கொதிப்புடன் கேட்டாள்.

'தாயே! தங்களுக்குப் பொறுமையை உபதேசிக்கவில்லை. என்னுடைய சக்தியின்மையைத்தான் அவ்விதம் வெளியிட்டேன். இராமாயணக் கதையில் இன்னொரு கட்டத்தைத் தங்களுக்கு ஞாபகப்படுத்த விரும்புகிறேன். அசோக வனத்தில் சீதையைக் கண்ட அனுமார், பிராட்டியைத் தன்னுடன் புறப்பட்டு வந்து விடும்படி கோரினார். இராமனிடம் பத்திரமாய்க் கொண்டு போய்ச் சேர்த்து விடுவதாகச் சொன்னார். ஆனால், சீதாதேவி அனுமாருடன் வருவதற்கு மறுத்து விட்டார்...!' என்றான் குண்டோதரன்.

'குண்டோதரா! சீதாதேவியின் உபமானத்தை எதற்காகச் சொல்லுகிறாய்? நான் சீதாதேவி அல்ல; மிதிலையை ஆண்ட ஜனக மகாராஜாவின் புத்திரியும் அல்ல; ஏழைச் சிற்பியின் மகள்...!'

'அம்மா! நானும் அனுமார் அல்ல, உருவத்திலே ஏதோ அந்த இராம தூதனை ஒத்திருக்கிறேன்! ஆனால், அவருடைய சக்தியிலே லட்சத்தில் ஒரு பங்கு கூட எனக்குக் கிடையாது. இந்த வாதாபி நகரத்தைத் தனியாகக் கொளுத்தி எரித்து விட்டுத் தங்களை அழைத்துப் போகும் சக்தி எனக்கு இல்லையே! என் செய்வேன்?'

'ஆ! மறுபடியும் என் பாழும் சபதத்தைக் குறிப்பிடுகிறாய். அதைத்தான் நான் கைவிட்டு விட்டேன் என்று சொன்னேனே? என்னை உன்னோடு அழைத்துப் போகும்படிதானே சொல்கிறேன்?...'

'அம்மா! இதே வீட்டில் இதே இடத்தில் நின்று, மாமல்லர் தம்முடன் வந்து விடும்படி தங்களை வருந்தி வருந்தி அழைத்தார். தாங்கள் பிடிவாதமாக மறுத்து விட்டீர்கள். 'என் சபதத்தை நிறைவேற்றிவிட்டு என்னை அழைத்துப் போங்கள்' என்றீர்கள். அதையெல்லாம் நான் பார்த்துக் கொண்டும் கேட்டுக் கொண்டும் இருந்தேன். இப்போது மாமல்லர் சபதத்தை நிறைவேற்றுவதற்கு ஆயத்தமாகப் புறப்பட்டுக் கொண்டிருக்கிறார். அம்மா! நாளை விஜயதசமியன்று கிளம்புவதற்கு நாள் பார்த்திருக்கிறது. எல்லாம் உத்தேசப்படி நடந்தால் சரியாக இன்னும் ஒரு மாதத்துக்குள் வாதாபி கோட்டையைப் பல்லவ சைனியம் சூழ்ந்து முற்றுகையிடும். தங்கள் கண்முன்னால் தங்களுடைய சபதம் நிறைவேறுவதைப் பார்ப்பீர்கள். அதைரியத்துக்கு இடங்கொடாமல் இன்னும் சிறிது காலம் பொறுமையாயிருங்கள்...'

'குண்டோதரா! நான் சொல்வதை நீ புரிந்து கொள்ளவில்லை. என் மனத்தையும் நன்றாய் அறிந்து கொள்ளவில்லை. அதைரியத்தினாலோ, அல்லது

பொறுமை இழந்தோ நான் பேசவில்லை. எனக்காக இன்னொரு பயங்கர யுத்தம் நடப்பதைத் தடுக்க விரும்புகிறேன். என் வாழ்க்கையில் நான் அனுபவித்ததெல்லாம் போதாதா? அந்தச் சமயம் ஏதோ ஆத்திரமாயிருந்தது; அதனால் அப்படிச் சபதம் செய்து விட்டேன். இப்போது நினைத்துப் பார்த்தால் அது மூடத்தனம் என்று தோன்றுகிறது. யுத்தம் என்றால் என்னென்ன பயங்கரங்கள் நடக்கும்? எத்தனை பேர் சாவார்கள்? எத்தனை குற்றமற்ற ஜனங்கள் கஷ்டங்களுக்கு உள்ளாவார்கள்? வெற்றி தோல்வியைப் பற்றித்தான் நிச்சயம் என்ன சொல்ல முடியும்? இந்தத் துரதிர்ஷ்டக்காரியின் மூடப் பிடிவாதத்துக்காக அம்மாதிரிக் கஷ்டங்கள் ஏற்படுவதை நான் விரும்பவில்லை. அதனாலேதான் என்னை உன்னோடு அழைத்துப் போகச் சொல்லுகிறேன்!' என்றாள் சிவகாமி.

இதற்கு என்ன மறுமொழி சொல்லுவது என்று தெரியாமல் குண்டோதரன் திகைத்து நின்றான். சிறிது நேரம் யோசித்து, 'அம்மா! இனிமேல் தங்களுடைய சபதத்தைத் தாங்கள் மாற்றிக் கொண்டபோதிலும், மாமல்லர் வாதாபிப் படையெடுப்பைக் கைவிட முடியாது. மகேந்திர பல்லவர் மரணத் தறுவாயில் மாமல்லருக்கு இட்ட கட்டளையை அவர் நிறைவேற்றியே தீருவார்!' என்றதும், சிவகாமி, 'ஆ! மகேந்திரர் என்ன கட்டளையிட்டார்?' என்றாள்.

'ஆயனச் சிற்பியின் மகள் செய்த சபதத்தை எப்படியாவது நிறைவேற்றியே தீர வேண்டும் என்று கட்டளையிட்டார்! வாதாபியைச் சுட்டு எரித்துச் சிவகாமி அம்மையைக் கொண்டு வந்தால்தான் பல்லவ குலத்துக்கு நேர்ந்த அவமானம் தீரும் என்று வற்புறுத்திக் கூறினார். அதற்காக இடைவிடாத பிரயத்தனம் செய்யும்படி மாமல்லரையும் மந்திரிமார்களையும் கேட்டுக் கொண்டார்!' என்று குண்டோதரன் கூறியதும், 'ஆகா! சக்கரவர்த்திக்கு என்பேரில் அவ்வளவு கருணை இருந்ததா! அவரைப் பற்றி என்னவெல்லாம் நான் தவறாக எண்ணினேன்?' என்று கூறிச் சிவகாமி மறுபடியும் கலகலவென்று கண்ணீர் விட்டாள்.

பிறகு மகேந்திர பல்லவரின் மரணத்தைப் பற்றியும் இன்னும் காஞ்சியில் சென்ற ஒன்பது வருஷமாக நடந்த சம்பவங்களைப் பற்றியும் விவரமாகச் சொல்லும்படிக் கேட்டாள்.

குண்டோதரன் எல்லாச் சம்பவங்களையும் பற்றிக் கூறினான். ஆனால், ஒரு சம்பவத்தைப் பற்றி மட்டும் அவன் பிரஸ்தாபிக்கவே இல்லை. அதைச் சொல்ல அவனுக்குத் துணிச்சல் ஏற்படவில்லை.

குண்டோதரன் விடைபெற்றுக் கிளம்ப வேண்டிய சமயம் வந்த போது, சிவகாமி ஏக்கம் நிறைந்த குரலில், 'அப்பனே! மாமல்லர் நிச்சயம் வருவாரா? அல்லது எனக்கு வீண் ஆசை காட்டுகிறாயா?' என்று கேட்டாள்.

'நிச்சயமாக வருவார், அம்மா! பல்லவ குலத்தின் கௌரவத்தைக் காப்பாற்றுவதற்காக அவசியம் வந்தே தீருவார்!' என்றான் குண்டோதரன்.

'உண்மைதான்! பல்லவ குலத்தின் கௌரவந்தான் அவருக்குப் பெரிது. அதற்காகத்தான் இவ்வளவு காலம் கழித்து வருகிறார். என்பேரில் உள்ள அன்புக்காக வருவதாயிருந்தால், முன்னமே வந்து என்னை அழைத்துப் போயிருக்க மாட்டாரா?' என்றாள்.

குண்டோதரன் தன் மனத்திற்குள், 'ஆ! ஸ்திரீகளைத் திருப்தி செய்வது மிகவும் கடினமான காரியம். இப்படி திருப்தி செய்ய முடியாத ஸ்திரீகளுக் காகச் சிலர் இத்தனை சிரமம் எடுத்துக் கொண்டு இப்படி உயிரை விடு கிறார்களே? என்ன பைத்தியக்காரத்தனம்?' என்று எண்ணினான்.

பிறகு, 'அம்மா! பல்லவ குலத்தின் கௌரவத்தைக் காட்டிலும் தங்களுடைய அன்பே பெரிதென்று கருதி மாமல்லர் இங்கு ஒருநாள் மாறுவேடத்தில் வரவில்லையா? அவருடன் புறப்பட்டு வந்து விடும்படி தங்களை எவ்வளவோ மன்றாடி வேண்டிக் கொள்ளவில்லையா?' என்று வெளிப்படையாகக் கேட்டான்.

'ஆம், குண்டோதரா! அப்போது நான் செய்தது பெரிய தவறுதான். அந்தத் தவறுக்காக ஒன்பது வருஷம் என்னைத் தண்டித்தது போதும் என்று மாமல்லரிடம் சொல்லு! அவரை மீண்டும் ஒருமுறை பார்த்து அவரிடம் மன்னிப்புக் கேட்டுக் கொள்வதற்காகத்தான் இத்தனை நாள் உயிரை வைத்துக் கொண்டிருக்கிறேன் என்றும் சொல்லு!' என்றாள் சிவகாமி.

நல்லவேளையாக, அந்தப் பேதை தனக்கு இன்னும் எவ்வளவு கடூரமான தண்டனைகள் காத்திருக்கின்றன என்பதை அறிந்திருக்கவில்லை. அறிந் திருந்தால், எந்தக் காரணத்துக்காக வேனும் உயிரை வைத்துக்கொண்டிருக்க உடன்பட்டிருக்கக் கூடுமா?

குண்டோதரன் கடைசியாகப் புறப்பட வேண்டிய சமயத்தில் தயங்கித் தயங்கி நின்றான். அவனைப் பார்த்தால் ஏதோ சொல்ல விரும்பியவன் போலவும், அதற்குத் துணிச்சல் வராமல் சங்கடப்படுவதாகவும் தோன்றியது.

சிவகாமி அவனைத் தைரியப்படுத்தி, 'இன்னும் ஏதாவது சொல்வதற்கு இருக்கிறதா? தயங்காமல் சொல்லு!' என்றாள்.

'தேவி வேறு ஒன்றுமில்லை; 'ஸ்திரீகளிடம் இரகசியம் தங்காது' என்பதாக ஒரு வழக்கு உண்டு. மகாபாரதத்திலேகூட அந்த மாதிரி ஒரு கதை இருக் கிறது. அம்மா! கோபித்துக் கொள்ளாதீர்கள், நான் வந்து போன விஷயமோ, மாமல்லர் படையெடுத்து வரும் விஷயமோ இங்கே பிரஸ்தாபம் ஆகக் கூடாது!'

சிவகாமியின் முகத்தில் சோகம் கலந்த புன்னகை அரும்பியது.

'குண்டோதரா! மாமல்லருக்கு இத்தனை நாளும் என்னால் ஏற்பட்ட சங்கடமெல்லாம் போதாதா? இந்த வஞ்சகப் பாதகர்களிடம் இன்னமும் அவரை நான் காட்டிக் கொடுப்பேனா? இங்கே எனக்குத் தெரிந்தவர்கள் நாக

நந்தி பிக்ஷுவைத் தவிர யாரும் இல்லை. அவரும் அஜந்தாவுக்குப் போகிறார்; ஆகையால் நீ கவலையில்லாமல் திரும்பிச் செல்!' என்றாள் சிவகாமி.

பிறகு, 'குண்டோதரா! நீ உன்னை அனுமார் என்று சொல்லிக் கொண்டாய். அந்தப் பெயருக்குத் தகுதியாக நடந்து கொள். மாமல்லரை விட்டு ஒரு க்ஷணமும் பிரியாமல் இருந்து அவரைக் காப்பாற்று! இந்தப் பாவிகள் நெஞ்சிலே விஷம் உள்ளவர்கள். விஷம் தோய்ந்த கத்தி எறிந்து கொல்கிறவர்கள். ஐயோ! என்னுடைய மூடப் பிடிவாதத்தினால் அவருக்கு மறுபடியும் ஆபத்து வர வேண்டுமா?' என்றாள் சிவகாமி.

சிவகாமி ஏன் யுத்தத்தை விரும்பவில்லை என்பது அப்போதுதான் குண்டோதரனுக்குத் தெளிவாயிற்று. மாமல்லருக்குப் போர்க்களத்தில் ஏதாவது அபாயம் வரப்போகிறதோ என்று அவள் கவலைப்பட்டதுதான் காரணம் என்று தெரிந்து கொண்டான். சிவகாமி தேவியிடம் அவனுடைய பக்தியும் அபிமானமும் முன்னை விடப் பன்மடங்கு அதிகமாக வளர்ந்தன.

26.நீலகேசி உதயம்

குண்டோதரன் வந்து விட்டுப் போனதிலிருந்து சிவகாமியின் சித்தக் கடலில் கொந்தளிப்பு அதிகமாயிற்று. மலை போன்று எண்ண அலைகள் எழுந்து விழுந்து நாற்புறமும் மோதிப் பாய்ந்து அல்லோலகல்லோலம் செய்தன.

பொழுது போவது மிகவும் சிரமமாகி, ஒவ்வொரு கணமும் ஒரு முடிவில்லாத யுகமாகத் தோன்றியது.

குண்டோதரன் கூறிய வார்த்தைகள் ஒவ்வொன்றையும் திரும்பத் திரும்ப நினைவுக்குக்கொண்டு வந்தாள். அவனிடம் நாம் உசிதமான முறையில் பேசினோமோ இல்லையோ என்ற சந்தேகம் அடிக்கடி தோன்றியது. மாமல்லரிடம் போய் அவன் என்ன சொல்கிறானோ என்னவோ என்ற கவலையும் அடிக்கடி ஏற்பட்டது.

மாமல்லர் வரப்போவது பற்றிய இரகசியத்தை வெளியிட்டு விட வேண்டாம் என்று குண்டோதரன் தனக்கு எச்சரிக்கை செய்ததைப் பற்றி நினைத்துக்கொண்ட போது மட்டும் சிவகாமியின் சோகம் குடிகொண்ட வதனத்தில் புன்னகை தோன்றிற்று.

ஆயினும், அந்த எச்சரிக்கை எவ்வளவு அவசியமானது என்பது வெகு சீக்கிரத்திலே அவளுக்குத் தெரியவந்தது.

குண்டோதரன் வந்து சென்ற மூன்றாம் நாள் வாதாபி நகரம் அளவில்லாத அல்லோலகல்லோலத்துக்கு உள்ளாகியிருந்தது. அன்றைய தினம் புலிகேசிச்

சக்கரவர்த்தி அஜந்தா கலை விழாவுக்காகப் பயணமாகிறார் என்பதும், பக்கத்திலுள்ள இராஜவீதி வழியாக அவருடைய ஊர்வலம் போகும் என்பதும் சிவகாமிக்குத் தெரிந்திருந்தது. தன் வீட்டின் பலகணியின் வழி யாகவே மேற்படி ஊர்வலக் காட்சியைக் காணலாம் என்று அவள் அறிந் திருந்தாள்.

கடைசியாக, பிற்பகலில் மூன்றாவது ஜாமத்தில் சக்கரவர்த்தியின் பிரயாண ஊர்வலம் வந்தது.

பட்டத்து யானை மீது புலிகேசிச் சக்கரவர்த்தி கம்பீரமாக வீற்றிருந்தார். அவருக்குப் பின்னால் சிவிகைகளில் நாகநந்தி பிக்ஷுவும் சீன யாத்திரிகரும் சென்றார்கள்.

அழகிய தங்க ரதத்தில் சக்கரவர்த்தியின் இளம் புதல்வர்கள் மூவரும் அமர்ந்திருந்தார்கள்.

இன்னும், சக்கரவர்த்தியின் முன்னாலும் பின்னாலும் சாம்ராஜ்யத்தின் பிரதான அமாத்தியர்கள், மந்திரிமார்கள், சமாந்தர்கள், சேனா நாயகர்கள் முதலியோர் பலவித வாகனங்களில் பெருமிதத்துடன் அமர்ந்து சென்றார்கள்.

பொது ஜனங்களின் கோலாகல கோஷங்களோடு வாத்திய முழக்கங்களும் சேர்ந்து காது செவிடுபடும்படிச் செய்தன.

இதையெல்லாம் பார்த்த சிவகாமிக்குக் காஞ்சியில் மகேந்திர பல்லவர் மாமல்லபுரத்துக் கலை விழாவிற்கு கிளம்பும் காட்சி நினைவுக்கு வந்தது. ஆகா! முன்னொரு காலத்தில் இந்தப் புலிகேசி எத்தகைய கலை உணர்வே இல்லாத மூர்க்கனாயிருந்தான்! இப்போது எப்பேர்ப்பட்ட மாறுதல் ஏற்பட்டு விட்டது? இதற்கெல்லாம் என்ன காரணம்? காஞ்சியைப் பார்த்து விட்டு வந்ததுதானோ?

அந்த ஊர்வலக் காட்சியைப்பற்றி பிறகு நினைத்தபோதெல்லாம் சிவகாமிக்கு எரிச்சல் உண்டாயிற்று. 'இந்தப் புலிகேசியின் ஆடம்பரமும் இறுமாப்பும் கூடிய சீக்கிரத்தில் அடங்கப் போகிறதல்லவா?' என்பதை எண்ணியபோது ஓரளவு ஆறுதல் உண்டாயிற்று.

இவர்கள் அஜந்தாவிலிருந்து திரும்பி வருவதற்குள்ளே மாமல்லர் இங்கு வந்து விடக்கூடுமல்லவா? அதை அறிந்தவுடனே இவர்களுக்கெல்லாம் எத்தகைய திகில் உண்டாகும்!'

'யுத்தம் வேண்டாம்' என்று தான் குண்டோதரனிடம் சொன்னது தவறு என்று சிவகாமிக்கு அப்போது தோன்றியது. அவளுடைய ஆத்திரத்தை அதிகப்படுத்த இன்னொரு காரணமும் சேர்ந்தது.

பட்டத்து யானைக்குப் பின்னால் சிவிகையில் சென்ற பிக்ஷு சிவகாமி இருந்த வீட்டின் பக்கம் ஒருகணம் முகத்தைத் திருப்பிப் பார்த்ததாகத் தோன்றியது. ஆனாலும், நாகநந்தி பிரயாணம் கிளம்புவதற்கு முன்னால் தன்னிடம் மறுபடியும் வந்து விடைபெறுவார் என்று அவள் எதிர்

பார்த்தபடி நடக்கவில்லை. 'ஆ! இந்தக் கள்ளப் பிக்ஷுவுக்கு இவ்வளவு அகங்காரமா?' என்று எண்ணி ஆத்திரத்தை வளர்த்துக்கொண்டிருந்தாள்.

எனவே, அன்று மாலை இருட்டுகிற சமயத்தில் நாகநந்தி அவள் வீட்டு வாசலில் குதிரை மீது வந்து இறங்கி, உள்ளேயும் பிரவேசித்து வந்தபோது சிவகாமி எல்லையற்ற வியப்பு அடைந்தவளாய், 'சுவாமி! இதென்ன? தாங்கள் அஜந்தா மார்க்கத்தில் போய்க்கொண்டிருப்பதாக அல்லவா நினைத்தேன்? போகவில்லையா என்ன?' என்றாள்.

'கட்டாயம் போகிறேன், சிவகாமி! அஜந்தாவில் எனக்கு மிகவும் முக்கிய மான காரியம் இருக்கிறது, அதில் உனக்குச் சம்பந்தம் உண்டு. அதைப்பற்றி உன்னிடம் சொல்லிவிட்டுப் போக வேண்டும் என்றுதான் திரும்பி அவசர மாக வந்தேன். இன்றிரவே சக்கரவர்த்தி தங்கியிருக்கும் இடம் போய்ச் சேர்ந்து விடுவேன்!' என்று சொல்லி விட்டு, சிவகாமிக்குப் பேச இடங் கொடாமல், 'இன்று பிற்பகலில் அந்தப் பக்கம் போன ஊர்வலத்தைப் பார்த்தாயா?' என்று கேட்டார் நாகநந்தி பிக்ஷு.

'ஓ! பார்த்தேன். மகேந்திர பல்லவர் கலைத் திருநாளுக்காகக் காஞ்சியி லிருந்து மாமல்லபுரத்துக்குப் புறப்படும் காட்சி ஞாபகம் வந்தது. ஏதேது? புலிகேசிச் சக்கரவர்த்தி மகேந்திர பல்லவரைக்கூடத் தோற்கடித்து விடுவார் போலிருக்கிறதே?' என்றாள் சிவகாமி.

'நிச்சயமாகத் தோற்கடிப்பார்; சந்தேகமில்லை! வாதாபிச் சக்கரவர்த்தி இப்போது பழைய இரத்தவெறி கொண்ட புலிகேசி அல்ல. கலை மோகமும் ரஸிகத்தன்மையும் கொண்ட புதிய புலிகேசி' என்றார் நாகநந்தி.

'அப்படியானால் அஜந்தாவிலும் கலைவிழா கோலாகலமாய்த் தானிருக்கும்' என்றாள் சிவகாமி.

'அதிலும் சந்தேகமில்லை. அஜந்தாவின் புத்த பிக்ஷுக்கள் சக்கரவர்த்தியை ஒப்பற்ற முறையில் வரவேற்று உபசரிக்க ஏற்பாடு செய்திருக்கிறார்கள். இந்த வைபவத்தை முன்னிட்டு புகழ்பெற்ற நாலந்தாவிலிருந்தும் ஸ்ரீபர்வதத் திலிருந்தும் இன்னும் பல புத்த பீடங்களிலிருந்தும் ஆசாரிய புருஷர்கள் பலர் வந்திருக்கிறார்களாம். உனக்குத் தெரியுமோ, இல்லையோ! வாதாபிச் சக்கரவர்த்திக்கு இளம்பிராயத்தில் அடைக்கலம் தந்து காப்பாற்றியது அஜந்தா சங்கிராமம்தான். ஆயினும் வெகு காலம் வரையில் அஜந்தா சங்கிராமத்துக்குச் சக்கரவர்த்தி எந்தவித உதவியும் செய்யவில்லை. அதற்கு ஜைன முனிவர்கள் இடம் கொடுக்கவில்லை. இராஜாங்கத்திலிருந்து செய்யும் உதவியெல்லாம் சமண மடங்களுக்கும் சமணக் கோயில்களுக்கும்தான் செய்யவேண்டும் என்று வற்புறுத்தி வந்தார்கள். ஆனால், இப்போது சக்கரவர்த்தியின் மனம் மாறிவிட்டது. சமணர், பௌத்தர், சைவர், வைஷ்ணவர், சாக்தர் ஆகிய எந்த மதத்தினரானாலும், சிற்ப - சித்திரக் கலைகளை வளர்ப்பவர்களுக்கெல்லாம் இராஜாங்கத்திலிருந்து மானியங்களைக் கொடுத்து வருகிறார். இது காரணமாக இப்போது இந்தச் சளுக்க சாம்ராஜ்யம் இந்தியாவிலேயே கலை வளர்ச்சியில் சிறந்து விளங்குகிறது. கன்யாகுப்ஜத்தையும் காஞ்சியையும் வாதாபி

தோற்கடித்து விட்டது!' என்று நாகநந்தி பெருமிதத்தோடு கூறியதை சிவகாமி உண்மையான ஆவலோடு கேட்டுக்கொண்டு வந்தாள்.

'சிவகாமி! வாதாபிச் சக்கரவர்த்தியின் இந்த மன மாறுதலுக்கு யார் காரணம் என்று உனக்குத் தெரியுமா?' என்று நாகநந்தி கேட்ட போது, 'சந்தேகம் என்ன சுவாமி! சகல கலைகளிலும் வல்ல மகா ரஸிகரான நாகநந்தியடிகள் தான்!' என்று சிவகாமி பளிச்சென்று விடையளித்தாள்.

நாகநந்தியின் முகம் ஒன்பது வருஷத்துக்கு முன்பு நாம் பார்த்தபோதிருந் ததைக் காட்டிலும் இப்போது களை பொருந்தி விளங்கிற்று. முன்னே அந்த முகத்தில் நாம் கண்ட கொடூரம் இப்போது கிடையாது. சிவகாமியின் மறு மொழி அவருடைய முகத்தில் மலர்ச்சியை உண்டாக்கி, மேலும் களை பொருந்தியதாகச் செய்தது.

அத்தகைய முகமலர்ச்சியோடு கனிவு ததும்பிக் காந்த சக்தி வீசிய கண்களினால் சிவகாமியை அவர் நோக்கி, 'கலைவாணி! நீ கூறியது உண்மை. இரத்த தாகமும் யுத்த வெறியும் கொண்டு இருந்த புலிகேசியைக் கலைமோகம் கொண்ட ரஸிகனாகச் செய்தது நான்தான். ஆனால், அதற்கு முன்னால், என்னை அத்தகைய கலைப் பித்தனாகப் பண்ணியது யார்? உன்னால் சொல்ல முடியுமா?' என்று கேட்டார் நாகநந்தியடிகள்.

பிக்ஷு குறிப்பிடுவது தன்னைத்தான் என்று சிவகாமி மனத்திற்குள் எண்ணிக் கொண்டாள். ஆயினும், வெளிப்படையாக 'எனக்கு எப்படித் தெரியும் சுவாமி?' என்று கூறினாள்.

'ஆம், உனக்குத் தெரியாதுதான். இதுவரையில் உனக்கு நான் சொல்லவும் இல்லை. அஜந்தா சங்கிராமத்துச் சுவர்களிலே எத்தனையோ அற்புதச் சித்தி ரங்கள் அழியா வர்ணங்களில் தீட்டிய தெய்வீகச் சித்திரங்கள் இருக்கின்றன என்று உனக்குத் தெரியுமல்லவா? அந்தச் சித்திரங்களிலே பரதநாட்டியம் ஆடும் பெண்ணின் சித்திரம் ஒன்றும் இருக்கிறது. அந்தச் சித்திரந்தான் முதன் முதலில் எனக்குக் கலை மோகத்தை உண்டாக்கிற்று. சிவகாமி! அந்த அற்புதச் சித்திரத்தை என்றைக்காவது ஒருநாள் நீ அவசியம் பார்க்கவேண்டும்...'

'வீண் ஆசை எதற்காக? அஜந்தா அதிசயங்களைப் பார்க்கும் பாக்கியம் இந்த ஜன்மத்தில் எனக்குக் கிட்டப்போவதில்லை!' என்றாள் சிவகாமி.

'அப்படிச் சொல்லா0தே! இந்தத் தடவை நீ எங்களுடன் வராததில் எனக்கும் ஒருவிதத்தில் திருப்திதான். ஏனெனில் இந்தத் தடவை நீ எங்களுடன் வந்தா யானால், எனக்கும் மன நிம்மதியிராது; உனக்கும் மன நிம்மதியிராது. ஆனால் காலம் எப்போதும் இப்படியே இருந்து விடாது; சீக்கிரத்தில் மாறியே தீரும்.'

நாகநந்தி இவ்விதம் சொன்னபோது, சிவகாமியின் நெஞ்சில் 'சுரீர்' என்றது. நாகநந்தியை அவள் கூர்ந்து நோக்கி, 'காலம் எப்படி மாறும்? என்ன விதத்தில் மாறும்?' என்று கேட்டாள்.

'நீ இந்தக் கூண்டிலேயிருந்து விடுதலையடைந்து வானவெளி யில் உல்லாசமாகப் பாடிக்கொண்டு சஞ்சரிக்கும் காலம் சீக்கிரத்தில் வரலாம்!'

'ஒருநாளும் வரப் போவதில்லை' என்று சொல்லிப் பெருமூச்சு விட்டாள் சிவகாமி.

'அப்படியானால், உன்னுடைய சபதம் நிறைவேறும் என்ற நம்பிக்கையே உனக்கு இல்லையா?' என்று நாகநந்தி கேட்டார்.

சிவகாமி பல்லைக் கடித்துச் சமாளித்துக்கொண்டு, 'இல்லை; அந்த நம்பிக்கையை நான் இழந்து எத்தனையோ நாளாயிற்று!' என்றாள். ஆனால், அவளுடைய மனத்தில் பெரும் பீதியும் கலக்கமும் குடிகொண்டன. இந்த வஞ்சகப் பிக்ஷு ஏதாவது சந்தேகிக்கிறாரா? நம்மிடம் உண்மை அறிய பார்க்கிறாரா? ஒருவேளை குண்டோதரன் இவரிடம் சிக்கிக் கொண்டிருப்பானோ?

'சிவகாமி! உன்னுடைய சபதம் நிறைவேறும் என்ற நம்பிக்கையை நீ இழந்து விட்டாய். ஆனால், சபதம் நிறைவேறாமல் நீ இந்த ஊரை விட்டுக் கிளம்பவும் மாட்டாய்; அப்படித்தானே?'

'ஆம், சுவாமி! அப்படித்தான்!' என்று சிவகாமி தயக்கமின்றி மறுமொழி கூறினாள். அப்போதுதான் குண்டோதரனுடைய எச்சரிக்கையை அவள் நன்றியுடன் நினைத்துக் கொண்டாள்.

'ஆகா! உன்னை இந்தக் கதிக்கு உள்ளாக்க ஒருநாளும் நான் உடன்படேன், சிவகாமி! நேற்றுச் சீனப் பெரியாரிடம் சொன்னது போலச் செய்ய வேண்டியதுதான். மாமல்லர் வந்து உன் சபதத்தை நிறைவேற்றிவைக் காவிடில், நானே நிறைவேற்றி வைக்கிறேன். இந்த நகருக்கு என் கையாலேயே நெருப்பு வைத்துக் கொளுத்திவிடுகிறேன்!'

'ஆ! இது என்ன பேச்சு? இந்தப் பைத்தியக்காரியின் பிடிவாதத்துக் காகத் தாங்கள் ஏன் அத்தகைய கொடிய காரியத்தைச் செய்ய வேண்டும்? வேண்டவே வேண்டாம்.'

'அப்படியானால் நீயாவது உன்னுடைய அர்த்தமற்ற சபதத்தை விட்டு விட வேண்டும்.'

பேச்சை மாற்றத் தீர்மானித்த சிவகாமி, 'சுவாமி! என்னைப் பற்றி இவ்வளவு பேசியது போதும். தங்களைப் பற்றிச் சொல்லுங்கள்; அஜந்தாவைப் பற்றிப் பேசுங்கள்!' என்றாள்.

'ஆம்! முக்கியமாக என்னைப் பற்றிப் பேசுவதற்குத்தான் வந்தேன். அஜந்தாவில் நான் புனர்ஜன்மம் எடுக்கப் போகிறேன். திரும்பி வரும்போது காவி உடை தரித்த புத்த பிக்ஷுவாக வர மாட்டேன். பட்டுப் பீதாம்பரம் அணிந்த நீலகேசி மகாராஜாவாக வருவேன்!' என்று நாகநந்தி கூறியதும், சிவகாமி வியப்புடன் அவரை ஏறிட்டுப் பார்த்தாள்.

27.இதயக் கனல்

சொல்ல முடியாத வியப்புடனே தம்மைப் பார்த்த சிவகாமியை சர்ப்பத்தின் கண்களையொத்த தமது காந்த சக்தி வாய்ந்த கண்களினாலே நாகநந்தியடிகள் சற்று நேரம் உற்றுப் பார்த்தார்.

'சிவகாமி! நான் சொல்வதை நீ நம்பவில்லையா? என் நெஞ்சைத் திறந்து உனக்கு நான் காட்டக் கூடுமானால் இந்தக் கடின இதயத்தைப் பிளந்து இதற்குள்ளே இரவும் பகலும், ஜுவாலை விட்டு எரிந்து கொண்டிருக்கும் தீக்கனலை உனக்கு நான் காட்ட முடியுமானால்....' என்று சொல்லிக் கொண்டே பிக்ஷு தம் மார்பில் படீர் படீர் என்று இரண்டு தடவை குத்திக் கொண்டார். உடனே அவருடைய இடுப்பு வஸ்திரத்தில் செருகிக் கொண்டு இருந்த சிறு கத்தியை எடுத்து, அதன் உறையைச் சடாரென்று கழற்றி எறிந்து விட்டுத் தம் மார்பிலே அக்கத்தியால் குத்திக்கொள்ளப் போனார்.

சிவகாமி சட்டென்று அவருடைய கையைப் பிடித்துக் கத்தியால் குத்திக் கொள்ளாமல் தடுத்தாள்.

சிவகாமி தன் கரத்தினால் நாகநந்தியின் கையைப் பிடித்திருந்த சொற்ப நேரத்தில், இரண்டு அதிசயமான அனுபவங்களை அடைந்தாள். நாகநந்தியின் கரமும் அவருடைய உடல் முழுவதும் அப்போது நடுங்குவதை உணர்ந்தாள். ஒன்பது வருஷத்துக்கு முன்னால் புத்த பிக்ஷுவை சிவகாமி தன்னுடைய தந்தையையொத்தவராய்க் கருதியிருந்தபோது சில சமயம் அவருடைய கரங்களைத் தற்செயலாகத் தொட்டுப் பார்க்க நேர்ந்ததுண்டு. அப்போது அவளுடைய மனத்தில், 'இது என்ன வஜ்ர சரீரம்! இவருடைய தேகமானது கேவலம் சதை, இரத்த, நரம்பு, தோல் இவற்றின் சேர்க்கையே பெறாமல் முழுவதும் எலும்பினால் ஆனதாக அல்லவா தோன்றுகிறது? எப்பேர்ப் பட்ட கடின தவ விரதங்களை அனுஷ்டித்து இவர் தம் தேகத்தை இப்படிக் கெட்டிப்படுத்தியிருக்க வேண்டும்?' என்று எண்ணமிட்டதும் உண்டு. அதே புத்த பிக்ஷுவின் தேகம் இப்போது பழைய கெட்டித் தன்மையை இழந்து மிருதுத் தன்மையை அடைந்திருந்ததைச் சிவகாமி உணர்ந்து அதிசயித்தாள்.

நாகநந்தி சற்று நேரம் கையில் பிடித்த கத்தியுடன் சிவகாமியைத் திருதிரு வென்று விழித்துப் பார்த்துக்கொண்டிருந்தார். பிறகு சுய உணர்வு திடீரென்று வந்தவரைப்போல் கையிலிருந்த கத்தியைத் தூரத்தில் விட்டெறிந்தார். உடனே சிவகாமியும் அவருடைய கையை விட்டாள்.

'சிவகாமி! திடீரென்று அறிவு கலங்கி மெய்ம்மறந்து போனேன்! சற்று முன் உன்னிடம் என்ன சொன்னேன், எதற்காக இந்தக் கத்தியை எடுத்தேன் என்பதைக் கொஞ்சம் ஞாபகப்படுத்து வாயா?' என்று புத்த பிக்ஷு கேட்ட தற்குச் சிவகாமி, 'சுவாமி! சற்று முன்னால் தாங்கள் புத்த பிக்ஷு விரதத்தைக்

கைவிடப் போவதாகவும், சிம்மாசனம் ஏறி இராஜ்யம் ஆளப் போவதாக வும் சொன்னீர்கள்' என்று கூறிவிட்டுத் தயங்கினாள்.

'ஆம், சிவகாமி! நான் கூறியது உண்மை. அதற்காகவே நான் அஜந்தாவுக்குப் போகிறேன். முப்பத்தைந்து வருஷத்துக்கு முன்னால் அஜந்தா நதிக்கரையில் பிக்ஷு விரதம் ஏற்றேன். அதே நதியில் அந்த விரதத்திற்கு ஸ்நானம் செய்து விட்டு வரப்போகிறேன். அஜந்தா சங்கிராமத்தின் தலைவராகிய எந்தப் பூஜ்ய புத்த குருவினிடம் தீக்ஷை பெற்றேனோ, அவரிடமே இப்போது விடு தலை பெற்று வரப்போகிறேன், அது உனக்குச் சம்மதந்தானே?' என்றார் நாகநந்தியடிகள்.

சிவகாமி, இன்னதென்று விவரம் தெரியாத பயத்தினால் பீடிக்கப்பட்ட வளாய், 'சுவாமி! இது என்ன காரியம்? இத்தனை வருஷ காலமாக அனுசரித்த புத்த தர்மத்தைத் தாங்கள் எதற்காகக் கைவிட வேண்டும்? அதனால் தங்களுக்கு உலக நிந்தனை ஏற்படாதோ? இத்தனை நாள் அனுஷ்டித்த விரதம், தவம் எல்லாம் நஷ்டமாகுமே? எந்த லாபத்தைக் கருதி இப்படிச் செய்யப் போகிறீர்கள்!' என்றாள்.

இப்படிக் கேட்டபோதே, அவளுடைய உள்ளுணர்ச்சியானது இந்தக் கேள் வியையெல்லாம் தான் கேட்பது மிகப் பெரிய தவறு என்றும், அந்தத் தவற்றினால் பிக்ஷு விரித்த வலையிலே தான் விழுந்து விட்டதாகவும் உணர்த்தியது.

'என்ன லாபத்துக்காக என்றா கேட்கிறாய்!' என்று திரும்பிக் கேட்டு விட்டு, 'ஹா ஹா ஹா' என்று உரத்துச் சிரித்தார்.

'உனக்குத் தெரியவில்லையா? அப்படியானால், சொல்கிறேன் கேள்! முப்பத்தைந்து வருஷ காலமாக அனுஷ்டித்த புத்த பிக்ஷு விரதத்தை நான் கைவிடப் போவது உனக்காகத்தான், சிவகாமி! உனக்காகவேதான்! நான் அஜந்தாவில் சம்பிரதாயமாக, உலகம் அறிய, குருவினிடம் அனுமதி பெற்று விரதத்தை விடப் போகிறேன். ஆனால், விரத பங்கம் பல வருஷங்களுக்கு முன்னாலேயே நேர்ந்து விட்டது. என்றைய தினம் உன்னுடைய தகப்பனார் ஆயனரின் அரண்ய வீட்டில், அற்புதச் சிலைகளுக்கு மத்தியிலே உயிருள்ள சிலையாக நின்ற உன்னைப் பார்த்தேனோ, அன்றைக்கே என் விரதத்துக்குப் பங்கம் வந்து விட்டது. ஆனால், அதற்காக நான் வருத்தப்படவில்லை. உன்னுடன் ஒருநாள் வாழ்வதற்காகப் பதினாயிரம் வருஷம் நரகத்திலே கிடக்க வேண்டுமென்றால், அதற்கும் நான் ஆயத்தமாயிருக்கிறேன். உன்னுடைய அன்பை ஒரு கண நேரம் பெறும் பாக்கியத்துக்காக என்றென்றைக்கும் மோட் சத்தை இழந்து விடவேண்டும் என்றால் அதற்கும் சித்தமாயிருக்கிறேன்...'

சிவகாமி பயந்து நடுங்கினாள். இத்தனை நாளும் அவள் மனத்திற் குள்ளேயே புதைந்து கிடந்த சந்தேகம் இன்று உண்மையென்று தெரியலாயிற்று. ஆனால்...இந்தக் கள்ள பிக்ஷு இத்தனை நாளும் ஏன் இதையெல்லாம் தம் மனத்திற்குள்ளே மறைத்து வைத்துக் கொண்டிருந் தார்? இத்தனை காலமும் தன்னைத் தொந்தரவு செய்யாமல், எந்த

விதத்திலும் வற்புறுத்தாமல் சுதந்திரமாக ஏன் விட்டு வைத்திருந்தார்? அவள் மனத்தில் எழுந்த மேற்படி கேள்விக்குத் தட்சணமே மறுமொழி கிடைத்தது.

'சிவகாமி! என்னுடைய ஆத்மாவை நான் காப்பாற்றிக் கொள்வதற்கும் உன்னுடைய வாழ்க்கைச் சுகத்தை நீ பாதுகாத்துக் கொள்வதற்கும் ஒரு சந்தர்ப்பம் ஒன்பது வருஷத்துக்கு முன்னால் ஏற்பட்டது. மாமல்லன் இங்கு வந்து உன்னை அழைத்தபோது நீ அவனுடன் போயிருந்தாயானால், அல்லது உன்னை அவனிடம் சேர்ப்பிப்பதற்கு எனக்காவது ஒரு சந்தர்ப்பம் கொடுத்திருந்தாயானால், நான் என் விரதத்தை ஒருவேளை காப்பாற்றிக் கொண்டிருப்பேன். நீயும் உன் வாழ்க்கை இன்பத்தைப் பாதுகாத்துக் கொண்டிருக்கலாம். ஆனால், நீ என் உண்மையான நோக்கத்தைத் தெரிந்து கொள்ளாமல் அநாவசியமாகச் சந்தேகித்து விஷக் கத்தியை என் முதுகின் மேல் எறிந்து காயப்படுத்தினாய். அப்போது அந்த விஷக்கத்தி என்னைக் கொல்லவில்லை. ஆனால், அதே கத்தியானது இப்போது என்னைத் தாக்கினால் அரை நாழிகை நேரம்கூட என் உயிர் நிலைத்திராது! சிவகாமி, சற்று முன்னால் என் கரத்தை நீ பிடித்தபோது உன் மனத்தில் ஒரு சந்தேகம் உதித்தது. ஒன்பது வருஷத்துக்கு முன்னால் இரும்பையும் கல்லையும் ஒத்துக் கெட்டியாயிருந்த என் கை இப்போது இவ்வளவு மிருதுத்தன்மை அடைந்திருப்பதைக் குறித்து நீ ஆச்சரியப்பட்டாய். இந்த மாறுதலுக்குக் காரணம் நீதான், சிவகாமி! கடுமையான தவ விரதங்களை அனுசரித்து என் தேகத்தை நான் அவ்வாறு கெட்டிப்படுத்திக் கொண்டிருந்தேன். வெகுகாலம் விஷ மூலிகைகளை உட்கொண்டு என் தேகத்தில் ஓடிய இரத்தத்தை விஷமாகச் செய்து கொண்டிருந்தேன். அந்தக் காலத்தில் என்னை எப்பேர்ப் பட்ட கொடிய விஷ நாகம் கடித்தாலும், கடித்த மறுகணம் அந்த நாகம் செத்துப் போகுமே தவிர எனக்கு ஒரு தீங்கும் நேராது. என்னுடைய உடம்பின் வியர்வை நாற்றம் காற்றிலே கலந்து விட்டால், அதன் கடுமையைத் தாங்க முடியாமல் சுற்று வட்டாரத்திலுள்ள விஷப் பாம்புகள் எல்லாம் பயந்து நாலு திசையிலும் சிதறி ஓடும். இதைப் பல சமயங்களில் நீயே நேரில் பார்த்திருக்கிறாய்...' என்று நாகநந்தி கூறிய போது, இரண்டு பேருடைய மனத்திலும் பத்து வருஷங்களுக்கு முன்னால் மண்டபப்பட்டுக் கிராமத்தில் வெண்ணிலா விரித்த ஓர் இரவிலே நடந்த சம்பவங்கள் ஞாபகத்தில் வந்தன.

'அப்பேர்ப்பட்ட இரும்பையொத்திருந்த என் தேகத்தை மாற்று மூலிகை களினாலும் மற்றும் பல வைத்திய முறைகளை அனுசரித்தும் இப்படி மிருதுவாகச் செய்துகொண்டேன். என் இரத்தத்தில் கலந்திருந்த விஷத்தை முறிவு செய்தேன். சென்ற ஒன்பது வருஷம் இந்த முயற்சியிலேதான் ஈடுபட்டிருந்தேன். இடையிடையே உன்னைப் பல நாள் பாராமலிருந்ததன் காரணமும் இதுதான் சிவகாமி! முப்பது பிராயத்து இளைஞனைப் போல் இன்று நான் இல்வாழ்க்கை நடத்துவதற்குத் தகுந்தவனாயிருக் கிறேன். இத்தனைக்கும் பிறகு நீ என்னை நிராகரிக்க முடியாது. அப்படி நிராகரித் தாயானால் அதன் மூலம் எனக்கு நீ அளிக்கும் துன்பத்துக்குப் பரிகாரமாக

நூறு நூறு ஜன்மங்களில் நீ பிராயச்சித்தம் செய்து கொள்ளும்படியிருக்கும்! அப்போதுங்கூட உன்னுடைய பாபம் தீர்ந்து விட்டதாகாது!'

சிவகாமியின் தலை வெடித்து விடும்போல் இருந்தது. தன் முன்னால் பிக்ஷு உட்கார்ந்து மேற்கண்டவாறு பேசியதெல்லாம் ஒருவேளை சொப்பன மாயிருக்கலாம் என்று ஒருகணம் எண்ணினாள். அந்த எண்ணத்தினால் ஏற்பட்ட ஆறுதலும் சந்தோஷமும் மறுகணமே மாயமாய் மறைந்தன. இல்லை, இதெல்லாம் சொப்பனமில்லை; உண்மையாகவே தன் கண் முன்னால் நடக்கும் பயங்கரமான நிகழ்ச்சிதான்.

இரத்தம் போல் சிவந்த கண்களைக் கொட்டாமல் புத்த பிக்ஷு தன்னை வெறித்துப் பார்த்துக்கொண்டிருப்பது இதோ தன் எதிரில் உண்மையிலேயே நடக்கும் சம்பவந்தான்.

அபாயம் நெருங்கியிருப்பதை உணர்ந்ததும் சிவகாமியின் உள்ளம் சிறிது தெளிவடைந்தது. இந்தக் கொடிய பைத்தியக்காரனிடமிருந்து தப்புவதற்கு வேறு வழியில்லை. வணங்கி வேண்டிக் கெஞ்சிக் கூத்தாடி எப்படியாவது கொஞ்சம் அவகாசம் பெற்றுக்கொள்ள வேண்டும். கடவுள் அருள் இருந்தால் இந்த வெறி கொண்ட பிக்ஷு அஜந்தாவிலிருந்து திரும்புவதற்குள் மாமல்லர் வந்து தன்னை விடுதலை செய்துகொண்டு போவார். இல்லாவிடில், வேறு ஏதேனும் யுக்தி செய்யவேண்டும். முற்றத்துக் கிணறு இருக்கவே இருக்கிறது.

எனவே, பிக்ஷுவிடம் மன்றாடி வேண்டிக் கொள்வதற்காகச் சிவகாமி வாய் திறந்தாள்.

பிக்ஷு அதைத் தடுத்து, 'வேண்டாம், சிவகாமி! இன்றைக்கு நீ ஒன்றுமே சொல்லவேண்டாம். அவசரப்பட்டு எனக்கு மறுமொழி சொல்லவேண்டாம். அஜந்தா போய்வந்த பிறகே உன்னிடம் இதைப்பற்றியெல்லாம் பிரஸ்தாபிக்க வேண்டுமென்று நான் எண்ணியிருந்தேன். ஆனால், வாதாபிக்கு வெளியே இன்று இரவு நாங்கள் தங்குவதற்குரிய இராஜாங்க விடுதியை அடைந்ததும், உன்னிடம் என் மனத்தைத் திறந்து காட்டிவிட்டுப் போவதுதான் உசிதம் என்றும், எல்லா விஷயங்களையும் நன்றாக யோசித்து முடிவு செய்ய உனக்குப் போதுமான அவகாசம் கொடுக்க வேண்டும் என்றும் முடிவு செய்து கொண்டு திரும்பி வந்தேன். உன்னை நான் வற்புறுத்தப் போவதில்லை, பலவந்தப் படுத்தப் போவதில்லை. உனக்கு இஷ்டமில்லாத காரியத்தை ஒருநாளும் செய்யச் சொல்ல மாட்டேன். ஆனால், நான் சொல்ல வேண்டியதை மட்டும் சொல்லி விடுகிறேன்; ஒரே மூச்சில் இப்போதே சொல்லி விடுகிறேன்; சற்றுப் பொறுமையுடன் கேட்டுக் கொண்டிரு. நான் அஜந்தாவிலிருந்து திரும்பி வந்த பிறகு நீ உன்னுடைய தீர்ப்பைச் சொல்லலாம்.'

பிக்ஷுவின் இந்த வார்த்தைகள் சிவகாமிக்கு ஒருவாறு ஆறுதல் அளித்தன. அவளுடைய பீதியும் படபடப்பும் ஓரளவு குறைந்தன.

நாகநந்தி ஆரம்பத்திலிருந்து மறுபடியும் கதையை ஆரம்பித்தார்; 'எந்த நேரத்தில் உன் தந்தையின் அரண்ய வீட்டில் உன்னை நான் பார்த்தேனோ,

அதே நேரத்தில் என்னுடைய இதயத்திலிருந்து என் சகோதரனையும் சளுக்க சாம்ராஜ்யத்தையும் அப்புறப்படுத்திவிட்டு, அவர்கள் இருந்த இடத்தை நீ ஆக்கிரமித்துக் கொண்டாய். அது முதல் என்னுடைய யோசனைகள், ஏற்பாடுகள் எல்லாம் தவறாகவே போய்க் கொண்டிருந்தன. அந்தத் தவறுகள் காரணமாகவே வாதாபிச் சக்கரவர்த்தியின் தென்னாட்டுப் படையெடுப்பு வெற்றியடையாமற் போயிற்று.

'ஆகா! அந்தக் காலத்தில் நான் அனுபவித்த சொல்லொணாத மனவேதனையை மட்டும் நீ அறிந்தாயானால், உன் இளகிய நெஞ்சம் கரைந்து உருகி விடும். ஒரு பக்கத்தில் உன் பேரில் எனக்கு ஏற்பட்டிருந்த காதலாகிய கனல் என் நெஞ்சைத் தகித்துக் கொண்டிருந்தது. அதே சமயத்தில் உன்னைச் சேர்ந்தவர்கள் உன்னோடு பழகியவர்கள், உன்னுடைய அன்புக்குப் பாத்திரமானவர்கள் மீது எனக்கேற்பட்ட அளவில்லாத அசூயை பெருநெருப்பாக என் உடலை எரித்தது. அப்போதெல்லாம் என் நெஞ்சில் நடந்துகொண்டிருந்த தேவாசுர யுத்தத்துக்குச் சமமான போராட்டத்தை நீ அறிந்தாயானால், பெரிதும் பயந்து போயிருப்பாய். ஒரு சமயம் உன்னைச் சேர்ந்தவர்கள் எல்லாரையும் கொன்று விட வேண்டும் என்று எனக்குத் தடுக்க முடியாத ஆத்திரம் உண்டாகும். ஆயினும் பின்னால் உனக்கு அது தெரிந்து விட்டால் உன்னுடைய அன்பை என்றென்றைக்கும் இழந்து விட நேரிடுமே என்ற பயம் என்னைக் கோழையாக்கியது. மாமல்லனையும் மகேந்திர பல்லவனையும் கொல்லுவதற்கு எனக்கு எத்தனையோ சந்தர்ப்பங்கள் வாய்த்தன. ஆனால், ஒவ்வொரு சமயமும் 'உனக்குத் தெரிந்து விட்டால்...?' என்ற நினைவு என்னைத் தடுத்தபடியால் அவர்கள் தப்பிப் பிழைத்தார்கள். பரஞ்சோதி காஞ்சியில் பிரவேசித்த அன்று உன்னை மதயானை தாக்காமல் காப்பாற்றினான் அல்லவா? அந்தக் காரணத்துக்காகவே அவனை அன்றிரவு நான் சிறையிலிருந்து தப்புவித்து உன் வீட்டுக்கு அழைத்து வந்தேன். ஆனால், அவனுக்கு நீ நன்றி செலுத்துவதைப் பார்க்க என்னால் சகிக்க முடியவில்லை. கலைவாணி! உன் தந்தை ஆயனருக்கு உன்னிடமுள்ள செல்வாக்கைப் பார்த்துக்கூட நான் அசூயை அடைந்தேன். ஆயினும் உன்னைப் பெற்ற புண்ணியவான் என்பதற்காக அவரை வாளால் வெட்டப் போன வீரனின் கையைப் பிடித்துத் தடுத்து உயிரைக் காப்பாற்றினேன். அதுமுதல் உன் தந்தையைக் காப்பாற்றிக் கொடுத்ததே என்ற காரணத்துக்காக இந்தக் கையை வாழ்த்திக் கொண்டிருக்கிறேன்.'

இதைக் கேட்ட சிவகாமியின் நெஞ்சம் உண்மையிலேயே இளகித்தான் விட்டது. 'இந்தப் புத்த பிக்ஷு இரக்கமற்ற ராட்சதனாயிருக்கலாம்; இவருடைய இருதயம் பைசாசத்தின் இருதயமாயிருக்கலாம்; இவருடைய தேகத்தில் ஓடும் இரத்தம் நாகசர்ப்பத்தின் விஷம் கலந்த இரத்தமாயிருக்கலாம்; ஆனாலும் இவர் என்பேரில் கொண்ட ஆசையினால் என் தந்தையின் உயிரைக் காப்பாற்றினார் அன்றோ?'

சிவகாமியின் மனோநிலையை ஒருவாறு அறிந்து கொண்ட புத்த பிக்ஷு ஆவேசம் கொண்டவராய் மேலும் கூறினார்;

'கேள், சிவகாமி! உன்னைப் பெற்றவர் என்பதற்காக ஆயனரைக் காப்பாற்றினேன். உன்னை விரோதிப்பவர்களை நான் எப்படிப் பழிவாங்குவேன் என்பதற்கும் ஓர் உதாரணம் சொல்லுகிறேன். இந்த வாதாபியில் நீ எவ்வித அபாயமும் இன்றி நிர்ப்பயமாக இத்தனை காலமும் வாழ்ந்து வருகிறாயல்லவா? இதற்குக் காரணம் என்னவென்று ஒருவேளை நீ ஊகித்திருப்பாய். நீ என்னுடைய பாதுகாப்பில் இருக்கிறாய் என்று எல்லோருக்கும் தெரியுமாதலால்தான், யாருமே உன் அருகில் நெருங்குவதில்லை. இதைக் குறித்து இந்நகரத்து அரண்மனையில் ஒரு பெண்ணுக்கு அசூயை உண்டாயிற்று. அவள் பட்டத்து ராணியின் சகோதரி. விஷம புத்தியுள்ள அந்தப் பெண் என்னைத் தன்னுடைய மோக வலையில் ஆழ்த்துவதற்கு மிக்க பிரயத்தனம் செய்தாள். அது பலிக்காமல் போகவே, ஒருநாள் அவள் உன்னைக் குறிப்பிட்டு நிந்தை மொழி கூறினாள். 'அந்தக் காஞ்சி நகர்க் கலைவாணியின் அழகு எனக்கு இல்லையோ?' என்று கேட்டாள். மறுநாள் அவள் என்னை நெருங்கியபோது, அவளுடைய கையை நான் பிடித்து, என் கைவிரல் நகத்தினால் ஒரு கீறல் கீறினேன். அன்றிரவு அவள் தூங்கி, மறுநாள் காலையில் எழுந்து கண்ணாடியில் தன் முகத்தைப் பார்த்துக்கொண்டாள். அவ்வளவுதான்; அவளுடைய மூளை கலங்கிப் பைத்தியம் பிடித்துவிட்டது! அவ்வளவு பயங்கரத் தோற்றத்தை அவள் அடைந்திருந்தாள். ஒருவருமறியாமல் அவள் இந்நகரை விட்டு வெளியேறிக் காட்டிலும், மலையிலும் வெகுகாலம் அலைந்து கொண்டிருந்தாள். இப்போது அவள் காபாலிக மதத்தினரின் பலிபீடத்தில் அமர்ந்து பலி வாங்கி உண்டு உயிர் வாழ்ந்து வருகிறாள்...'

சிவகாமி பழையபடி பீதி கொண்டாள். இந்த வெறி பிடித்த பிக்ஷு சீக்கிரம் போய்த் தொலைய மாட்டாரா என்று மனத்திற்குள் எண்ணமிட்டாள்.

'சிவகாமி! சில நாளைக்கு முன் அந்தக் காளி மாதாவைத் தற்செயலாக நான் சந்திக்க நேர்ந்தது. அவள் என்ன சொன்னாள் தெரியுமா? 'சுவாமிகளே! ஒருநாள் இல்லாவிட்டால் ஒருநாள் உம்முடைய காதலி சிவகாமியை நீங்கள் என்னிடம் ஒப்புவித்தே யாக வேண்டும். அவளுடைய உடலைப் புசித்தால் தான் என்னுடைய பசி தீரும்!' என்றாள் பைத்தியக்காரி. அப்படி உன் உடலைப் புசிப்பதாயிருந்தால் அவளிடம் நான் கொடுத்து விடுவேன் என்று எண்ணுகிறாள்! அவளை விட நூறு மடங்கு எனக்குத்தான் பசி என்பதை அவள் அறியவில்லை! உன்னைப் பார்க்கும் போதெல்லாம் உன்னை அப்படியே விழுங்கி விடவேண்டும் என்று எனக்குண்டாகும் பேராவலை அவள் என்ன கண்டாள்?'

திடீரென்று நாகநந்தி பிக்ஷு மலைப் பாம்பாக மாறினார். மலைப்பாம்பு வாயை அகலத் திறந்துகொண்டு, பிளந்த நாக்கை நீட்டிக்கொண்டு, தன்னை விழுங்குவதற்காக நெருங்கி வருவது போல் சிவகாமிக்குத் தோன்றியது. 'ஐயோ!' என்று அலறிக் கொண்டு அவள் பின்னால் நகர்ந்தாள்; கண்களையும் இறுக மூடிக் கொண்டாள்.

நாகநந்தி சிரித்தார். 'சிவகாமி! பயந்து விட்டாயா? கண்களைத் திறந்து பார்; புத்த பிக்ஷுதான் பேசுகிறேன்!' என்றார்.

சிவகாமி கண்களைத் திறந்து பார்த்தாள். சற்று முன்தான் கண்ட காட்சி வெறும் பிரமை என்பதை உணர்ந்து கொண்டாள். ஆயினும் அவளுடைய கண்களில் பீதி நிறைந்திருந்தது.

நாகநந்தி எழுந்து நின்று சொன்னார்: 'சிவகாமி! நான் சொன்னதையெல்லாம் யோசித்துப் பார்! ஒருவேளை எனக்குப் பைத்தியம் பிடித்திருக்கிறது என்று நீ நினைக்கிறாய் போலும்! நல்லவேளையாக எனக்கு இன்னும் பைத்தியம் பிடிக்கவில்லை. என் அறிவு தெளிவாய்த்தானிருக்கிறது. ஆனால், இன்னும் கொஞ்சநாள் வரையில் உன்னிடம் நான் கொண்ட காதல் நிறைவேறாமல் போனால் எனக்குப் பைத்தியம் பிடித்தாலும் பிடித்து விடும். அப்புறம் நான் என்ன செய்வேனோ தெரியாது.

சிவகாமி நான் போய் வருகிறேன்; நான் திரும்பி வருவதற்குள் உன் மனத்தைத் திடப்படுத்திக்கொண்டு எனக்கு ஒரு முடிவு சொல்ல வேண்டும். உனக்காக நான் இது வரை செய்திருக்கும் தியாகங்களையெல்லாம் காட்டிலும் மகத்தான தியாகம் ஒன்றைச் செய்யப் போகிறேன். அதைப் பற்றி நான் திரும்பி வருவதற்குள் நீயே தெரிந்து கொள்வாய். அதைத் தெரிந்துகொண்ட பிறகு நீ என் பேரில் இரக்கம் கொள்ளாமலிருக்க முடியாது.' என் கோரிக்கைக்கு இணங்காமலிருக்கவும் முடியாது.'

இவ்விதம் சொல்லி விட்டு நாகநந்தி சிவகாமியை அளவில்லாத ஆர்வம் ததும்பும் கண்களினால் சற்று நேரம் உற்றுப் பார்த்தார், சட்டென்று திரும்பி வாசற்பக்கம் சென்றார்.

பிக்ஷு சென்ற பிறகு சிவகாமியின் உடம்பு வெகுநேரம் வரையில் நடுங்கிக் கொண்டேயிருந்தது.

28.விழாவும் விபரீதமும்

எத்தனையோ நூற்றாண்டு காலமாக நெடிது வளர்ந்து நீண்டு படர்ந்து ஓங்கித் தழைத்திருக்கும் ஆல விருக்ஷத்தின் காட்சி அற்புதமானது. அத்தகைய ஆலமரத்தின் விழுதுகள் காரணமாகத் தாய் மரத்தைச் சேர்ந்தாற்போல் கிளை மரங்கள் தோன்றித் தனித்த மரங்களைப் போலவே காட்சி தருவதும் உண்டு. ஸநாதன ஹிந்து மதமாகிய ஆலமரத்திலிருந்து அவ்விதம் விழுது இறங்கி வேர் விட்டுத் தனி மரங்களாகி நிற்கும் சமயங்கள் பௌத்தமும் சமணமும் ஆகும். அவ்விரு சமயங்களும் பழைய காலத்தில் பாரத நாட்டில் கலைச் செல்வம் பெருகியதற்குப் பெரிதும் காரணமாயிருந்தன.

அஜந்தா மலைப் பிராந்தியத்துக்குள்ளே மனிதர்கள் எளிதில் எட்ட முடியாத அந்தரங்கமான இடத்தில் மலையைப் பிளந்துகொண்டு பாதி மதியின்

வடிவமாகப் பாய்ந்து சென்ற நதிக்கரையிலே இன்றைக்கு இரண்டாயிரம் வருஷங்களுக்கு முன்னால் புத்த பிக்ஷுக்கள் கருங்கற் பாறைகளைக் குடைந்து புத்த சைத்யங்களையும் விஹாரங்களையும் அமைக்கத் தொடங்கினார்கள். அது முதல் இரண்டாவது புலிகேசிச் சக்கரவர்த்தியின் காலம் வரையில், அதாவது ஏறக்குறைய அறுநூறு ஆண்டு காலம் அந்த அந்தரங்கப் பிரதேசத்தில் அற்புதமான சிற்ப சித்திரக் கலைகள் வளர்ந்து வந்தன. அழியாத கல்லில் அமைத்த சிலை வடிவங்களும், அமர வர்ணங்களில் தீட்டிய ஓவிய உருவங்களும் பல்கிவந்தன. பார்ப்போரின் கண்களின் மூலம் இருதயத்துக்குள்ளே பிரவேசித்து அளவளாவிப் பேசிக் குலாவும் தேவர்களும் தேவியர்களும் வீரர்களும் வீராங்கனைகளும் சௌந்தரிய புருஷர்களும் அழகே உருவமான நாரீமணிகளும் சைத்ரிக பிரம்மாக்களால் அங்கே சிருஷ்டிக்கப்பட்டு வந்தார்கள்.

அவ்வாறு அஜந்தாவிலே புதிய கலை சிருஷ்டி ஆரம்பிக்கப்பட்ட நாளி லிருந்து அந்தப் பிரதேசம் கண்டிராத கோலாகலத் திருவிழா புலிகேசிச் சக்கரவர்த்தியின் ஆட்சி தொடங்கிய முப்பத்தாறாவது வருஷத்தில் அங்கு மிகச் சிறப்பாக நடைபெற்றது. அதுவே அந்தச் சளுக்கப் பேரரசன் ஆட்சியின் கடைசி ஆண்டுமாகும்.

பழைய பாரத நாட்டில் இராஜாங்கங்களும் இராஜ வம்சங்களும் மாறிய போது சமயங்களுடைய செல்வாக்கு மாறுவதும் சர்வசாதாரண மாயிருந்தது. இந்த நாளில் போலவே அந்தக் காலத்திலும் விசால நோக்கமின்றிக் குறுகிய சமயப் பற்றும் துவேஷ புத்தியும் கொண்ட மக்கள் இருக்கவே செய்தார்கள். சமரச புத்தியுடன் சகல மதங்களையும் ஒருங்கு நோக்கிக் கலைகளை வளர்த்து நாட்டிற்கே மேன்மையளித்த புரவலர்களும் அவ்வப்போது தோன்றினார்கள்.

நம்முடைய கதை நடந்த காலத்தில் வடக்கே ஹர்ஷவர்த்தனரும், தெற்கே மகேந்திர பல்லவர், மாமல்ல நரசிம்மர் ஆகியவர்களும் அத்தகைய சமரச நோக்கம் கொண்ட பேரரசர் திலகங்களாகப் பாரத நாட்டில் விளங் கினார்கள்.

வாதாபிப் புலிகேசிச் சக்கரவர்த்தியும் காஞ்சிப் படையெடுப்பி லிருந்து திரும்பி வந்தபிறகு, நாளடைவில் அத்தகைய பெருந்தகையாரில் ஒருவ ரானார். அஜந்தா புத்த சங்கிராமத்துக்கு அவர் அளவில்லாத கொடைகளை அளித்துக்கலை வளர்ச்சியில் ஊக்கம் காட்டி வந்தார். இது காரணமாக, அஜந் தாவின் புத்த பிக்ஷுக்கள் அறுநூறு வருஷமாக அங்கு நடவாத காரியத்தைச் செய்யத் தீர்மானித்தார்கள். அதாவது புலிகேசிச் சக்கரவர்த்தியை அஜந் தாவுக்கு அழைத்து உபசரிக்கவும் அது சமயம் சிற்பக் கலை விழாக் கொண்டாடவும் ஏற்பாடு செய்தார்கள்.

சக்கரவர்த்தியும் அவருடைய பரிவாரங்களும் வந்து சேர்வதற்காகக் காடு மலைகளைச் செப்பனிட்டு இராஜபாட்டை போடப்பட்டது. அந்தப் பாதை வழியாக யானைகளிலும் குதிரைகளிலும் சிவிகைகளிலும் ஏறிச் சக்கரவர்த்

தியும் அவருடைய பரிவாரங்களும் மந்திரி தந்திரிகளும் சேனாபதிகளும் மற்றும் சளுக்க சாம்ராஜ்யத்தின் பிரசித்த கவிஞர்களும் கலை நிபுணர்களும் அயல்நாடுகளிலிருந்து வந்திருந்த விசேஷ விருந்தாளிகளும் மேற்படி கலை விழாவுக்காக அஜந்தா வந்து சேர்ந்தார்கள்.

அவர்களனைவரும் அஜந்தா புத்த பிக்ஷுக்களால் இராஜோபசார மரியாதைகளுடன் வரவேற்கப்பட்டார்கள். வந்த விருந்தாளிகள் கும்பல் கும்பலாகப் பிரிந்து ஒவ்வொரு சைத்யத்துக்கும், விஹாரத்துக்கும் சென்று ஆங்காங்கே அமைக்கப்பட்டிருந்த சிற்பங்களையும் சித்திரங்களையும் பார்த்துக் களித்துக்கொண்டு வந்தார்கள்.

நல்ல வெயில் எரித்த உச்சி வேளையிலேதான் விஹாரங்களின் உட்சுவர்களில் தீட்டியிருந்த உயிரோவியங்களைப் பார்ப்பது சாத்தியமாகையால் விருந்தாளிகள் அனைவரும் அன்றிரவு அங்கேயே தங்கியிருந்து மறுநாளும் மேற்படி சித்திரக் காட்சிகளைப் பார்த்துவிட்டுப் போவது என்று ஏற்பாடாகியிருந்தது.

சக்கரவர்த்தியின் அன்றைய முக்கிய அலுவல்கள் எல்லாம் முடிந்த பிறகு பிற்பகலில் சிரமப் பரிகாரமும் செய்து கொண்டாயிற்று.

மாலைப் பொழுது வந்தது. மேற்கே உயரமான மலைச் சிகரங்களுக்குப் பின்னால் சூரியன் மறைந்து கீழே கீழே போய்க் கொண்டிருந்தது. அம்மலைச் சிகரங்களின் நிழல்கள் நேரமாக ஆகக் கிழக்கு நோக்கி நீண்டு கொண்டே வந்தன. கிழக்கேயிருந்த சில உயர்ந்த சிகரங்களில் படிந்த மாலைச் சூரியனின் பொன் கிரணங்கள் மேற் சொன்ன கரிய நிழல் பூதங்களால் துரத்தப்பட்டு அதிவேகமாகக் கீழ்த்திசையை நோக்கிப் பிரயாணம் செய்து கொண்டிருந்தன.

மலையை அர்த்த சந்திர வடிவமாகப் பிளந்துகொண்டு சென்ற வாகோரா நதியின் வெள்ளமானது ஆடிக்கொண்டும் பாடிக்கொண்டும் ஆங்காங்கு துள்ளி விளையாடிக்கொண்டும் அந்த விளையாட்டிலே விழுந்து எழுந்து இரைந்துகொண்டும் அதிவிரைவாகச் சென்றுகொண்டிருந்தது.

சரிவான பாறைச் சுவர்களிலே கண்ணுக்கெட்டிய தூரம் பாரிஜாத மரங்கள் இலையும் பூவும் மொட்டுக்களுமாய்க் குலுங்கிக் கொண்டிருந்தன. அவற்றின் இடையிடையே சரக்கொன்றை மரங்கள் கண்ணைப் பறித்த பொன்னிறப் பூங்கொத்துக்களைச் சரம் சரமாகத் தொங்க விட்டுக்கொண்டு பரந்து நின்றன.

நதி ஓரத்துப் பாறை ஒன்றில் இரண்டு கம்பீர ஆகிருதியுள்ள புருஷர்கள் அமர்ந்து சம்பாஷித்துக் கொண்டிருந்தார்கள்.

சற்று அருகில் நெருங்கிப் பார்த்தோமானால் அவர்கள் புலிகேசிச் சக்கரவர்த்தியும் நாகநந்தி பிக்ஷுவுந்தான் என்பதை உடனே தெரிந்துகொள்வோம்.

முப்பத்தைந்து வருஷங்களுக்கு முன்பு எந்த வாகோரா நதிக்கரையின் பாறையின் மேல் உட்கார்ந்து அண்ணனும் தம்பியும் தங்கள் வருங்காலப் பகற்கனவுகளைப் பற்றி சம்பாஷித்தார்களோ, வாதாபி சிம்மாசனத்தைக்

கைப்பற்றிச் சளுக்க ராஜ்யத்தை மகோந்நத நிலைக்குக் கொண்டுவருவது பற்றிப் பற்பல திட்டங்களைப் போட்டார்களோ, அதே பாறையில் இன்று அவர்கள் உட்கார்ந்து சம்பாஷித்துக் கொண்டிருந்தார்கள்.

ஆனால், அன்றைக்கும் இன்றைக்கும் அவர்களுடைய தோற்றத்திலேயும் சம்பாஷணையின் போக்கிலேயும் மிக்க வித்தியாசம் இருந்தது. பிராயத்தின் முதிர்ச்சியோடுகூட அவர்களுடைய வெளி உலக அனுபவங்களும் அக உலக அனுபவங்களும் அவர்கள் ஈடுபட்ட கோரமான இருதயப் போராட்டங்களும் ஆசாபாசங்களும் கோபதாபங்களும் சேர்ந்து, முப்பத்தைந்து வருஷங்களுக்கு முன்னால் அதே நதியில் பிரதிபலித்த பால்வடியும் இளம் முகங்களைக் கோடுகளும் சுருக்கங்களும் விழுந்த கொடூர முகங்களாகச் செய்திருந்தன.

முக்கியமாக, நாகநந்தி பிக்ஷுவின் முகத்தில் கோபம் கொதித்துக் கொண்டிருந்தது. இரத்தம் கசிவது போல் சிவந்திருந்த கண்களில் அடிக்கடி கோபாக்னியின் ஜுவாலை மின்னலைப் போல் பிரகாசித்தது.

அவர் கூறிய வார்த்தை ஒவ்வொன்றும் நெருப்பைக் கக்கிக் கொண்டு பாயும் அக்னியாஸ்திரத்தைப் போல் புறப்பட்டுச் சீறிக் கொண்டு பாய்ந்தன.

'ஆ! தம்பி! என்னுடைய விருப்பம் என்னவென்றா கேட்கிறாய்; சொல்லட்டுமா? இந்தக் கணத்தில் பயங்கர பூகம்பம் ஏற்பட்டு இந்த அஜந்தா மலையானது அப்படியே அதல பாதாளத்தில் அமிழ்ந்து விட வேண்டுமென்பது என் விருப்பம். ஆயிரம் இடிகள் சேர்ந்தாற்போல் விழுந்து இங்குள்ள சைத்யங்களையும் விஹாரங்களையும், இங்கே வசிக்கும் பிக்ஷுக்களையும், உன்னையும் உன் பரிவாரங்களையும் என்னையும் அடியோடு அழித்து நாசமாக்க வேண்டுமென்பது என் விருப்பம்!' என்றார் நாகநந்தி.

இதைக் கேட்ட புலிகேசி, சாவதானமாக, 'அடிகளே! அஜந்தாவுக்கு வந்தது உண்மையிலேயே பலன் தந்து விட்டது. எனக்குச் சொல்ல முடியாத சந்தோஷமாயிருக்கிறது. கொஞ்ச காலமாகத் தாங்கள் ரொம்பவும் பரம சாதுவாக மாறிக்கொண்டு வந்தீர்கள். இன்றுதான் பழைய நாகநந்தி பிக்ஷுவாகக் காட்சி அளிக்கிறீர்கள்!' என்று சொல்லிப் புன்னகை புரிந்தார்.

'ஆம், தம்பி, ஆம்! இன்று பழைய நாகநந்தி ஆகியிருக்கிறேன். அதன் பலனை நீயே அனுபவிக்கப் போகிறாய் ஜாக்கிரதை!' என்று பிக்ஷு நாக சர்ப்பத்தைப் போல் சீறினார்.

'அண்ணா! என்னை என்ன செய்வதாக உத்தேசித்திருக்கிறாய்?' என்று புலிகேசி கேட்டார்.

'இன்று இராத்திரி நீ தூங்கும்போது இந்த விஷக் கத்தியை உன் மார்பிலே பாய்ச்சி உன்னைக் கொன்று விடப் போகிறேன்...'

புலிகேசி 'ஹா ஹா ஹா' என்று சிரித்தார். பிறகு, 'அப்புறம் என்ன செய் வீர்கள்? அதாவது என் பிரேதத்தை என்ன செய்வதாக உத்தேசம்?' என்று பரிகாசக் குரலில் வினவினார்.

'இந்த நதியில் கொண்டுவந்து போட்டு விடுவேன்.'

'அப்புறம்? கேட்கிறவர்களுக்கு என்ன சொல்லுவீர்கள்?'

'ஒருவரும் கேட்க மாட்டார்கள்!'

'ஏன் கேட்கமாட்டார்கள்? அஜந்தாவுக்கு வந்த சக்கரவர்த்தி இரவுக்கிரவே எப்படி மறைந்தார் என்று சளுக்க ராஜ்யத்தின் பிரஜைகள் கேட்க மாட்டார்களா?'

'கேட்க மாட்டார்கள்! சக்கரவர்த்தி மறைந்தது அவர்களுக்குத் தெரிந்தால் அல்லவா கேட்பார்கள்? ஒருவருக்கும் அது தெரியப் போவதில்லை.'

'அது எப்படி?'

'ஒரு சமயம் நான் உன் உடைகளைத் தரித்து அடிபட்டுச் சித்திரவதைக் குள்ளாகி உன் உயிரைக் காப்பாற்றினேன். இன்னொரு சமயம் நான் உன்னைப் போல் வேஷம் தரித்துப் போர்க்களத்தில் நின்று மகேந்திரனோடு போராடி அவன் மீது விஷக் கத்தியை எறிந்து கொன்றேன். அதே உருவப் பொருத்தம் இப்போதும் எனக்குத் துணை செய்யும். நீ மறைந்ததையே ஜனங்கள் அறிய மாட்டார்கள். நாகநந்தி பிக்ஷு மறைந்ததைப் பற்றி யாரும் கவனிக்க மாட்டார்கள். நியாயமாக இந்தச் சளுக்க ராஜ்யம் எனக்கு உரியது. நான் மனமார இஷ்டப்பட்டு உனக்கு இந்தச் சாம்ராஜ்யத்தைக் கொடுத் தேன். சென்ற முப்பத்தைந்து வருஷமாக உன்னுடைய க்ஷேமத்தையும் மேன்மையையும் தவிர வேறு எண்ணமே இல்லாமலிருந்தேன். ஆனால், நெஞ்சில் ஈவிரக்கமற்றவனும், சகோதர வாஞ்சையற்றவனும் நன்றியற்ற கிராதகனுமான நீ என்னை இன்று பலர் முன்னிலையில் அவமானப் படுத்தினாய்! ஆ! இந்தப் பூமி பிளந்து உன்னை இன்னும் விழுங்க வில்லையே என்பதை நினைத்துப் பார்த்தால் எனக்குப் பரம ஆச்சரிய மாயிருக்கிறது!'

'அண்ணா! அண்ணா! நீ என்ன சொல்கிறாய்? என்னை இப்படியெல்லாம் சபிக்க உனக்கு எப்படி மனம் வருகிறது? உன்னை என்ன அவமானப்படுத்தி விட்டேன்?'

'இன்னும் என்ன அவமானம் செய்யவேண்டும்? சிவகாமி உன் காலில் விழுந்து மன்னிப்புக் கோரியதாக அழியாத வர்ணத்தில் சித்திரம் எழுதச் செய்ததைக் காட்டிலும் வேறு என்ன அவமானம் எனக்கு வேண்டும்? இதற் காகவா என்னை நீ இங்கே அழைத்து வந்தாய்? இதற்காகவா இந்தக் கலை விழா நடத்தினாய்? ஆகா! துஷ்ட மிருகமே! ஒரு கலையைக்கொண்டு இன்னொரு கலையை அவமானப்படுத்திய உனக்காக எரிவாய் நகரம் காத் திருக்கிறது, பார்!'

'அண்ணா! உனக்கு என்ன வந்து விட்டது! அந்தப் பல்லவ நாட்டு நடனக்காரி உன்னை என்ன செய்து விட்டாள்? உடல் இரண்டும் உயிர் ஒன்றுமாக இருந்த சகோதரர்களை இப்படிப் பிரிப்பதற்கு அவளிடம் அப்படி என்ன சக்தி இருக்கிறது? அண்ணா! அண்ணா! என் முகத்தைப்

பார்த்துச் சொல்லு! நமது முப்பத்தைந்து வருஷத்து அன்யோன்ய சிநேகத்தை நினைத்துக்கொண்டு சொல்லு! அன்றொரு நாள் இதே பாறை மீது உட்கார்ந்து நாம் கட்டிய ஆகாசக் கோட்டைகளையும், அவற்றை யெல்லாம் பெரும்பாலும் காரியத்தில் நிறைவேற்றி வைத்ததையும் எண்ணிப் பார்த்துச் சொல்லு!... இந்தத் தெய்வீக வாதோர நதியின் சாட்சியாக, இந்தப் பர்வத சிகரங்கள் சாட்சியாக, ஆகாசவாணி பூமிதேவி சாட்சியாகச் சொல்லு! என்னைக் காட்டிலும் உனக்கு அந்தக் காஞ்சி நகரத்துப் பெண் மேலாகப் போய் விட்டாளா? அவளுக்காகவா இப்படி யெல்லாம் நீ எனக்குச் சாபம் கொடுக்கிறாய்?'

முன்னைக் காட்டிலும் கடினமான, குரோதம் நிறைந்த குரலிலே புத்த பிக்ஷு கூறினார்: 'ஆமாம், ஆமாம்! புத்த பகவானுடைய பத்ம பாதங்கள் சாட்சி யாகச் சொல்லுகிறேன். சங்கத்தின் மீதும் தர்மத்தின் மீதும் ஆணையிட்டுச் சொல்லுகிறேன். உன்னைக் காட்டிலும் ஆயிரம் மடங்கு எனக்குச் சிவகாமி மேலானவள்தான்! நீயும் உன் சாம்ராஜ்யமும் உன் புத்திரமித்திரர்களும் அவளுடைய கால் தூசுக்குச் சமமாக மாட்டீர்கள். அவளை அவமானப் படுத்திய நீயும் உன் சந்ததிகளும் சர்வ நாசமடையப் போகிறீர்கள்! அந்தச் சரணாகதி சித்திரத்தை எழுதிய சித்திரக் கலைஞனின் கதி என்ன ஆயிற்று என்று உனக்குத் தெரியுமா?'

'அடிகளே! அந்தத் துர்ப்பாக்கியனைத் தாங்கள் என்ன செய்து விட்டீர்கள்?'

புத்த பிக்ஷு பயங்கரமான சிரிப்பு ஒன்று சிரித்தார்.

'பார்த்துக் கொண்டேயிரு! இன்னும் சற்று நேரத்துக்கெல்லாம் யாராவது வந்து சொல்வார்கள்!'

'அண்ணா! ஒன்று நான் தெரிந்துகொண்டேன். இளம் பிராயத்திலிருந்தே பிரம்மசரியத்தையும் பிக்ஷு விரதத்தையும் மேற்கொள்வது ரொம்பத் தவறானது. இல்வாழ்க்கையின் இன்ப துன்பங்களை அனுபவித்துவிட்டுத் தொலைத்த பிறகுதான் சந்நியாசம் மேற்கொள்ளவேண்டும். வாலிபத் திலேயே வாழ்க்கை வைராக்கியம் கொள்கிறவர்கள் உன்னைப் போல்தான் பிற்காலத்தில் யாராவது ஒரு மாயக்காரியின் மோக வலையில் விழுந்து பைத்தியமாகி விடுகிறார்கள்!'

'புலிகேசி! இத்தனை நேரம் பொறுத்திருந்தேன். இனிமேல் சிவகாமியைப் பற்றி நீ ஒரு வார்த்தை சொன்னாலும் என்னால் பொறுக்க முடியாது.'

'அடிகளே! சிவகாமி தேவியிடம் தாங்கள் இவ்வளவு பரிவு காட்டு கிறீர்களே? அவளுடைய கௌரவத்தை இவ்வளவு தூரம் காப்பாற்று கிறீர்களே? தங்களிடம் சிவகாமி தேவிக்கு இவ்வளவு தூரம் பரிவு இருக் கிறதா? தாங்கள் அவளிடம் வைத்திருக்கும் அபிமானத்தில் ஆயிரத்தில் ஒரு பங்காவது அவளுக்கு உண்டா?...'

புலிகேசி சக்கரவர்த்தியின் மேற்படி கேள்வி புத்த பிக்ஷுவின் உள்ளத்தை வாள் கொண்டு அறுப்பது போல் அறுத்தது என்பதை அவருடைய முகக்

குறி காட்டியது. அந்தச் சொல்ல முடியாத வேதனையை வெகு சீக்கிரத்திலேயே நாகநந்தி சமாளித்துக் கொண்டு திடமான குரலில், 'அந்தக் கேள்வி கேட்க உனக்கு யாதொரு பாத்தியதையும் இல்லை. ஆனாலும் சொல்லுகிறேன். சிவகாமி உன்னைப் போல் அவ்வளவு கல் நெஞ்சம் கொண்டவள் அல்ல. அவளுக்கு என் பேரில் பிரியம் இருக்கத்தான் செய்கிறது' என்றார்.

'அண்ணா? நீ இப்படி ஏமாறக் கூடியவன் என்று கனவிலும் நான் எதிர்பார்க்கவில்லை!'

'தம்பி! நான் ஏமாறவில்லை; நாம் அஜந்தா யாத்திரை கிளம்பிய அன்று இரவு சிவகாமி என் உயிரைக் காப்பாற்றினாள்.'

'அது என்ன? உன் உயிருக்கு அப்படி என்ன ஆபத்து வந்தது, சிவகாமி காப்பாற்றுவதற்கு?'

'இந்த விஷக் கத்தியால் என்னை நானே குத்திக் கொள்ளப் போனேன். சிவகாமி என் கையைப் பிடித்து என்னைக் காப்பாற்றினாள்' என்று புத்த பிக்ஷு கூறியபோது, அவரது அகக் கண்முன்னால் அந்தக் காட்சி அப்படியே தோன்றியது. அவருடைய கண்களில் கண்ணீர் ததும்பிற்று.

புலிகேசி புன்னகை புரிந்து, 'ஐயோ! மகா மேதாவியான உன்னுடைய புத்தியா இப்படி மாறிப்போய் விட்டது? சிவகாமி எதற்காக உன் உயிரைக் காப்பாற்றினாள், தெரியுமா? அவளுடைய காதலன் மாமல்லனுடைய கையினால் நீ சாக வேண்டும் என்பதற்காகத்தான். அந்த மூடப்பெண் இன்னமும் அப்படிக் கனவு கண்டு கொண்டிருக்கிறாள்!' என்றார்.

மேலே விவரித்த அண்ணன் தம்பி சம்பாஷணை நேயர்களுக்கு நன்கு விளங்கும் பொருட்டு அன்று மத்தியானம் நடந்த ஒரு சம்பவத்தை விவரிக்க வேண்டும். புலிகேசிச் சக்கரவர்த்தியும் புத்த பிக்ஷுவும் சீன யாத்திரிகரும் மற்றும் சாம்ராஜ்யத்தின் பிரமுகர்களும் ஒரு கும்பலாக அஜந்தாவின் அதிசயச் சித்திரங்களைப் பார்வையிட்டுக்கொண்டு வந்தார்கள். சைத்தியங்கள், விஹாரங்கள் இவற்றின் உள்சுவர்களிலே புத்த பகவானுடைய தெய்வீக வாழ்க்கை வரலாறும், அவருடைய பூர்வ அவதாரங்களின் சம்பவங்களும் சித்திரிக்கப்பட்டிருந்தன. வெளித் தாழ் வாரச் சுவர்களிலோ அந்தக் காலத்துச் சமூக வாழ்க்கைச் சித்திரங்கள் சில காணப்பட்டன.

அப்படிப்பட்ட நவீன வாழ்க்கைச் சித்திரங்களில் புலிகேசி சக்கர வர்த்தியின் வாழ்க்கை சம்பந்தமான இரு முக்கிய சம்பவங்கள் சித்திரிக்கப் பட்டிருந்தன. அவற்றில் ஒன்று, புலிகேசிச் சக்கரவர்த்தி இராஜ சபையில் சிம்மாசனத்தில் கம்பீரமாக வீற்றிருக்க, பாரஸீக மன்னனிடமிருந்து வந்த தூதர்கள் சக்கரவர்த்திக்குக் காணிக்கைகள் சமர்ப்பித்த காட்சியாகும்.

மேற்படி காட்சி எல்லாருக்கும் மிக்க குதூகலத்தை அளித்ததில் வியப் பொன்றுமில்லை. ஆனால், மற்றொரு சித்திரம் அப்படிக் குதூகலத்தை

உண்டாக்குவதற்குப் பதிலாக அனைவருக்கும் ஒருவித அசந்துஷ்டியை உண்டாக்கிப் பின்னால் பெரும் விபரீதம் நேர்வதற்கும் காரணமாயிற்று.

அந்த விபரீதச் சித்திரம், புலிகேசிச் சக்கரவர்த்தியின் பாதங்களில் ஒரு நடனக் கலைவாணி தலையை வைத்து வணங்கி மன்னிப்புக் கோருவது போல் அமைந்த சித்திரந்தான். இதைத் தீட்டிய ஓவியக் கலைஞன் சிறந்த மேதாவி என்பதில் சந்தேகமில்லை. புலிகேசியின் முகத்தையும் தோற்றத் தையும் அமைப்பதில் அவன் கற்பனாசக்தியின் உதவியைப் பயன்படுத் தியிருந்தான். அந்தச் சித்திரத்தில் புலிகேசி துஷ்ட நிக்கிரஹம் செய்வதற்கு முனைந்திருக்கும் தேவேந்திரனையொத்துக் கோப சௌந்தரியம் பொருந்தி விளங்கினான். கீழே கிடந்த பெண்ணின் தோற்றத்தில் அளவில்லாத சோகத் தையும் மன்றாடி மன்னிப்புக் கோரும் பாவத்தையும் சித்திரக் கலைஞன் வெகு அற்புதமாக வரைந்திருந்தான். பக்கத்திலே நின்ற சேடிப் பெண்களின் பயந்த, இரக்கம் வாய்ந்த தோற்றத்தைக்கொண்டு அந்த நடனப் பெண்ணின் சரணாகதியைப் பன்மடங்கு பரிதாபமுள்ளதாகச் செய்திருந்தான்.

இவ்வளவுக்கும் பின்னால் சற்றுத் தூரத்திலிருந்து புத்த பிக்ஷு ஒருவர் கவலை ததும்பிய முகத் தோற்றத்துடனே விரைந்து வருவதையும் காட்டியிருந்தான். அந்தப் பிக்ஷுவைப் பார்த்தவுடனேயே, அவர் மேற்படி நடனப் பெண்ணை இராஜ தண்டனையிலிருந்து காப்பாற்றுவதற்காகவே விரைந்து வருகிறார் என்ற எண்ணம் எல்லாருடைய மனத்திலும் உதயமாகும்படி இருந்தது. சித்திரங்களை விளக்கிக் கூறி வந்தவர் மேற்படி சித்திரத்தின் தாத்பரியத்தைப் பற்றிச் சில வார்த்தைகள் சொன்னவுடனேயே அங்கிருந்தவர்கள் அனைவரும் ஏக காலத்தில் நாகநந்தி பிக்ஷுவை நோக்கினார்கள். ஒரு கணநேரம் நாகநந்தியின் முகம் படம் எடுத்த பாம்பைப் போல் காட்சி அளித்தது. அடுத்தகணம் நாகநந்தி தம்மை நூறு கண்கள் கூர்ந்து நோக்குகின்றன என்பதை உணர்ந்தார். உடனே அவருடைய முகபாவமும் முற்றிலும் மாறி அதில் புன்னகை தோன்றியது.

'அற்புதம்! அற்புதம்! இந்தச் சித்திரத்துக்கு இணையான சித்திரம் உலகத்தி லேயே இருக்க முடியாது! என்ன பாவம்! என்ன கற்பனை! இதைத் தீட்டிய ஓவியப் பிரம்மா யார்? அவருக்குத் தக்க வெகுமதி அளிக்க வேண்டும்!' என்று நாகநந்தி கூறினார்.

29.தேசத் துரோகி

நதிக்கரைப் பாறையில் புலிகேசிக்கும் புத்த பிக்ஷுவுக்கும் நடந்த சம்பாஷணை மேலும் மேலும் குரோதம் நிறைந்ததாகிக் கொண்டு வந்தது.

சிவகாமியின் விஷயத்தில் நாகநந்திக்கு ஏற்பட்டிருந்த மதிமயக்கத்தைப் போக்கப் புலிகேசிச் சக்கரவர்த்தி முயன்றார். ஆனால் இது சம்பந்தமாகச்

சக்கரவர்த்தி சொன்னதெல்லாம் நாகநந்தியின் குரோதத்தை இன்னும் அதிகமாக்கி வந்தது.

சிவகாமியைப் பற்றிப் புலிகேசி குறைவுபடுத்திப் பேசப் பேசப் புத்த பிக்ஷு ஆவேசத்துடன் அவளை உயர்த்திப் பேசலானார்.

சகோதரர்களுக்கிடையில் மேற்படி விவாதம் ரொம்பவும் காரமடைந்து அவர்கள் ஒருவரையொருவர் தாக்கிக் கொள்ளுவதற்கும் ஆயத்தமாகி விட்ட சமயத்தில் அவர்கள் உட்கார்ந்திருந்த இடத்துக்குச் சிறிது தூரத்தில் நடந்த ஒரு கோரமான சம்பவம் அவர்களுடைய கவனத்தைக் கவர்ந்தது.

கேட்பவர்களின் இருதயம் நின்று போகும்படியான பயங்கரக் குரலில் 'ஐயோ! ஐயோ!' என்று அலறிக் கொண்டு ஒரு மனிதன் ஓடி வந்து வாதோரா நதியின் செங்குத்தான கரையின் மீது ஒருகண நேரம் நின்றான். மறுபடியும் 'ஐயோ!' என்று அலறி விட்டு விரைந்தோடிய நதிப் பிரவாகத்தில் குதித்தான். குதித்தவுடனே தண்ணீரில் மூழ்கினான். சில வினாடி நேரத்துக்கெல்லாம் அவன் குதித்த இடத்துக்குச் சற்றுத் தூரம் கிழக்கே அவனுடைய தலை மட்டும் மேலே எழுந்தது. பாறையே பிளந்து போகும்படியான ஒரு பயங்கரக் கூச்சல் கேட்டது. மறுபடியும் தண்ணீரில் முழுகியவன் அடியோடு முழுகியவன்தான். அவன் முழுகியதற்கு அடையாளம் கூட அங்கே காணப்படவில்லை.

மலை வீழ் நதியான வாதோரா சலசல சப்தத்துடன் விரைந்து பாய்ந்து கொண்டிருந்தது.

சில வினாடி நேரத்துக்குள் நடந்து முடிந்து விட்ட மேற்படி சம்பவத்தைப் புலிகேசிச் சக்கரவர்த்தி கண்கொட்டாத பிரமிப்புடன் பார்த்துக் கொண்டிருந்தார். நதிப் பிரவாகத்தில் விழுந்த மனிதன் மேலே எழும்பி அலறி விட்டு மறுபடியும் நீரில் மூழ்கிய போது புலிகேசியின் இருதயத்தை யாரோ இரும்புக் கிடுக்கியினால் இறுக்கிப் பிடித்தாற்போலிருந்தது.

சற்று நேரம் அந்த மனிதன் முழுகிய இடத்தையே உற்றுப் பார்த்துக் கொண்டிருந்து விட்டுப் புலிகேசி திரும்பி நாகநந்தியைப் பார்த்தார். பிக்ஷுவின் முகத்தில் அப்போது தோன்றிய புன்னகை புலிகேசியின் உடம்பைச் சிலிர்க்கச் செய்தது.

'அண்ணா! அந்தச் சைத்திரிகனை நீ என்ன செய்து விட்டாய்?' என்று புலிகேசி கேட்டதும், புத்த பிக்ஷு ஒரு பேய்ச் சிரிப்புச் சிரித்து விட்டுச் சொன்னார்:

'அவனையா? நானா? வேறொன்றும் செய்யவில்லை! அப்பேர்ப்பட்ட அற்புதமான சித்திரத்தை வரைந்தவனுக்கு ஆசி கூறினேன். என்னுடைய ஆசியைப் பெறுவதற்காக அவன் தலையைக் குனிந்தபோது அவனுடைய பின் கழுத்தில் இந்தச் சுண்டு விரல் நகத்தினால் ஒரு கீறல் கீறினேன். இந்த நகத்திலுள்ள விஷம் அவனுடைய உடம்பின் இரத்தத்தில் கலந்ததும் அவனுக்கு எரிச்சல் எடுத்திருக்கும். சற்று நேரத்துக்கெல்லாம் அவன்

உடம்பு முழுவதும் அக்கினியால் தகிக்கப்படுவதுபோல் இருந்திருக்கும். அவனுடைய மூளையும் கொதிப்பெடுத் திருக்கும். உடம்பையும் மூளையையும் குளிரச் செய்வதற்காகவே அப்படி விரைந்து ஓடி வந்து நதியில் குதித்தான். அவனுடைய உடம்பும் மூளையும் குளிர்ந்ததோடு உயிரும் குளிர்ந்து போய் விட்டது!...'

'ஐயோ! அண்ணா! நீ எப்போது இத்தகைய கொடூர ராட்சஸன் ஆனாய்? கருணையே வடிவமான புத்த பகவானுடைய சங்கத்தில் சேர்ந்து காவி வஸ்திரம் அணிந்துகொண்டு இப்படிப்பட்ட கோர கிருத்தியங்களைச் செய்ய எப்படி உன் மனம் துணிகிறது?' என்று புலிகேசி கேட்டார்.

நாகநந்தி புலிகேசியை உற்றுநோக்கிச் சீறலுடன் கூறினார்: 'ஓஹோ! நான் கருணையற்ற ராட்சஸன் என்பது இப்போதுதான் தெரிகிறதோ? உனக் காகவும் உன் இராஜ்யத்துக்காகவும் இதை விட ஆயிரம் மடங்கு கோர கிருத் தியங்களை நான் செய்யவில்லையா? அப்போதெல்லாம் நீ ஏன் எனக்குத் தர்மோபதேசம் செய்ய முன்வரவில்லை? காஞ்சி நகரத்துக் குடிதண்ணீரில் விஷத்தைக் கலந்து அந்நகர மக்களையெல்லாம் கொன்று விடுவதாக நான் சொன்னபோது நீ சந்தோஷத்துடன் சம்மதித்ததை மறந்து விட்டாயா?...'

'ஆம், ஆம்! அதையெல்லாம் நான் மறக்கவில்லை; ஆனால், அது ஒரு காலம்!' என்று கூறிப் புலிகேசிச் சக்கரவர்த்தி பெருமூச்சு விட்டார். சற்று நேரம் நதியின் பிரவாகத்தை உற்றுப் பார்த்துக் கொண்டிருந்துவிட்டு நாகநந்தியின் முகத்தை ஏறிட்டு நோக்கினார்.

'அண்ணா! நீ எனக்குச் செய்த உதவிகளையெல்லாம் நான் மறந்து விட வில்லை. இந்த உயிர் உன்னுடையது. ராஜ்யம் உன்னுடையது. நீ எனக்குச் செய்திருக்கும் உதவிகளுக்கெல்லாம் இத்தனை காலமும் நான் பிரதி யொன்றும் செய்யவில்லை. இப்போது செய்ய உத்தேசித்திருக்கிறேன். வாதாபி சிம்மாசனத்தில் வீற்றிருந்து சாம்ராஜ்யம் ஆளும் சுகத்தை முப்பத் தைந்து வருஷ காலம் நான் அனுபவித்து விட்டேன். எனக்குப் போதும் போதும் என்று ஆகிவிட்டது. சாம்ராஜ்யத்தின் பொறுப்பையும் சிம்மா சனத்தின் சுகத்தையும் இனிமேல் நீ ஏற்றுக்கொள். இத்தனை காலமும் நீ அணிந்திருந்த காவி வஸ்திரத்தை நான் அணிந்து கொண்டு இந்த அஜந்தா சங்கிராமத்திலேயே மீதியுள்ள என் வாழ்நாளைக் கழித்து விடுகிறேன். பிரகிருதிதேவியும் கலைத்தேவியும் பூரண சௌந்தரியத்துடன் கொலு வீற்றிருக்கும் இந்த அஜந்தா மலையில் நீ உன்னுடைய இளம்பிராயத்தைக் கழித்தாய். நான் என்னுடைய முதுமைப் பிராயத்தை இவ்விடத்தில் கழிக் கிறேன். சாம்ராஜ்ய பாரத்தை, இனிமேல் நீ ஏற்றுக் கொண்டு நடத்து...'

இவ்விதம் புலிகேசிச் சக்கரவர்த்தி சொல்லி வந்தபோது, அவருடைய வார்த்தை ஒவ்வொன்றும் உண்மையான உள்ளத்தி லிருந்து வருவது என் பதைப் புத்த பிக்ஷு தெரிந்து கொண்டார். இத்தனை நேரமும் குரோதம் கொதித்துக் கொண்டிருந்த அவரு டைய முகம் இப்போது மலர்ந்தது. புலிகேசி பேச்சை இடையில் நிறுத்தி மௌனமாயிருந்த சிறிது நேரத்தில்

பிக்ஷுவின் உள்ளம் வருங்காலத்தைப் பற்றிய எத்தனையோ இன்பக் கனவு களைக் கண்டது. அந்தக் கனவுகளின் அறிகுறி ஒருவாறு அவருடைய முகத்திலே காணப்பட்டது.

'அண்ணா! என்ன சொல்லுகிறாய்? உனக்குச் சம்மதந்தானே?' என்று புலிகேசி கேட்டபோது, அவருடைய வார்த்தையில் புத்த பிக்ஷுவுக்குப் பூரண நம்பிக்கை ஏற்பட்டிருந்தபோதிலும் இன்னும் நன்றாக உறுதிப் படுத்திக் கொள்ளும் பொருட்டு, 'தம்பி! இப்போது நீ சொன்ன வார்த்தை யெல்லாம் உண்மையா? அல்லது காவி வஸ்திரம் தரித்த பிக்ஷுதானே என்று என்னைப் பரிகாசம் செய்கிறாயா?' என்று கேட்டார்.

'அண்ணா! நமது பாட்டனார் சத்யாச்ரயப் புலிகேசியின் திருநாமத்தின் மீது ஆணை வைத்துச் சொல்லுகிறேன். நான் கூறியதெல்லாம் உண்மை. இதோ இந்தக் கணமே அதை மெய்ப்பிக்கச் சித்தமாயிருக்கிறேன். இன்றைக்கே நான் பிக்ஷு விரதம் மேற்கொள்கிறேன். ஆசாரிய பிக்ஷுவினிடம் சொல்லி உனக்கும் விரதத்திலிருந்து விடுதலை வாங்கித் தருகிறேன். ஆனால், இதற்கெல்லாம் ஒரே ஒரு நிபந்தனை மட்டும் இருக்கிறது. அந்தக் காஞ்சி நகரத்து நாட்டியப் பெண்ணை நீ தியாகம் செய்து விடவேண்டும்.'

பெண் புலியின் மீது வேலை எறிந்து கொன்ற வேடனை ஆண் புலி எப்படிப் பார்க்குமோ, அப்படி நாகநந்தி புலிகேசியைப் பார்த்தார்!

'நடனப் பெண்ணின் சரணாகதி' சித்திரத்தை எழுதிய கலைஞனுக்கு என்ன கதி நேர்ந்ததோ அதே கதி ஒருவேளை புலிகேசிக்கும் நேர்ந்திருக்கக்கூடும். ஆனால், அச்சமயம் வாதோரா நதியின் மறுகரை வழியாக ஏழெட்டுப் பேர் விரைவாய் வந்து கொண்டிருந்தது தெரிந்தது. அந்த ஏழெட்டுப் பேரும் சாமான்ய மனிதர்கள் அல்ல; மந்திரிகள், தளபதிகள் முதலியோர். ஏதோ முக்கியமான, அவசரமான விஷயத்தைச் சக்கரவர்த்தியிடம் தெரிவிப்பதற் காக அவரைத் தேடி வருவதாகவும் தோன்றியது.

இதைக் கவனித்த பிக்ஷு தம் உள்ளத்தில் பொங்கி வந்த குரோதத்தை ஒருவாறு அடக்கிக் கொண்டு, 'ஆ! உன்னுடைய சாம்ராஜ்ய தானத்தில் ஏதோ ஒரு இழிவான சூழ்ச்சி இருக்கிறது என்று சந்தேகித்தேன், அது உண்மையாயிற்று!' என்றார்.

'அண்ணா! நன்றாக யோசித்துச் சொல்லு! சத்யாச்ரயப் புலிகேசி வீற்றிருந்த சளுக்க குலத்துச் சிம்மாசனத்தில் ஒரு சிற்பியின் மகள் ஏறலாமா? அதற்கு ஒரு நாளும் நான் சம்மதிக்க முடியாது. உனக்கும் எனக்கும் மன வேற்றுமை உண்டுபண்ணிய அந்த மோகினிப் பிசாசைத் துரத்தி விட்டு, வாதாபி சிம்மாசனத்தில் ஏறி ஆயுள் உள்ள வரையில் இராஜ்யபாரத்தை நடத்து!' என்று புலிகேசி உருக்கமான குரலில் கூறினார்.

நாகநந்தியோ பழையபடி நாக ஸர்ப்பத்தைப் போல் சீறிக் கொண்டு, 'சண்டாளா! பாதகா! நீ நாசமடைவாய்! உன் தலைநகரம் எரிந்து சாம் பலாகும்! உன் சாம்ராஜ்யம் சின்னா பின்னமாகி அழியும்! தேவேந்தி

ரனுடைய பதவி கிடைப்பதாயிருந்தாலும் சிவகாமியை என்னால் தியாகம் செய்ய முடியாது. கேவலம் இந்தச் சளுக்க ராஜ்யத்துக்காகவா அவளைத் தியாகம் செய்யச் சொல்கிறாய்? ஒருநாளும் இல்லை! இப்படி நன்றிகெட்ட வஞ்சகத்துடன் என்னிடம் நடந்து கொண்டதற்குக் கூடிய சீக்கிரம் நீ பலன் அனுபவிக்கப் போகிறாய்! உனக்கும் எனக்கும் இந்த வினாடியோடு எல்லாவித பந்தமும் அற்றுவிட்டது. இனி உன் முகத்திலேயே நான் விழிப்பதில்லை. இதோ நான் போகிறேன். போய்ச் சிவகாமியையும் அழைத்துக் கொண்டு உன் இராஜ்யத்தை விட்டே போய் விடுகிறேன். அதோ வருகிறார்கள் பார்! அவர்கள் உன்னுடைய விநாசச் செய்தியைக் கொண்டு வருகிறார்கள்!' என்று கூறினார்.

இப்படி நெருப்பைக் கக்கும் வார்த்தைகளை நாகநந்தி கூறிக் கொண்டிருக்கும்போது நதியின் மறு கரையோடு விரைந்து வந்தவர்கள் மேற்கே சற்றுத் தூரத்திலிருந்த மூங்கில் மரப்பாலத்தின் வழியாக நதியைக் கடந்து சக்கரவர்த்தியும் பிக்ஷுவும் இருந்த பாறையை அணுகினார்கள்.

நாகநந்தி தமது சொல்லைக் காரியத்தில் நடத்திவைக்கும் பொருட்டு இரண்டு அடி எடுத்து வைத்தவர், புனராலோசனை செய்து தமது எண்ணத்தை மாற்றிக்கொண்டவர் போலத் தயங்கி நின்றார். வருகிறவர்கள் என்ன செய்திகொண்டு வருகிறார்கள் என நிச்சயமாய்த் தெரிந்துகொள்ளும் பொருட்டு அவர் அவ்விதம் நின்றார் போலும்.

வந்தவர்கள் எல்லாருடைய முகத்திலும் கவலையும் பீதியும் குடிகொண்டிருப்பதைப் பார்த்த சக்கரவர்த்தி மிக்க வியப்படைந்து 'எல்லோரும் கும்பலாக வந்திருக்கிறீர்களே? என்ன விசேஷம்? ஏதாவது முக்கியமான செய்தி உண்டா?' என்று கேட்டார்.

'ஆம், பிரபு! மிகவும் முக்கியமான செய்திதான். ஆனால் நம்பவே முடியாத செய்தி. சொல்லுவதற்கும் தயக்கமாயிருக்கிறது!' என்று சளுக்க சாம்ராஜ்யத்தின் பிரதம மந்திரி கூறினார்.

'அதென்ன அவ்வளவு முக்கியமான செய்தி? எங்கிருந்து யார் கொண்டு வந்தார்கள்! ஏன் எல்லோரும் இப்படிப் பயந்து சாகிறீர்கள்? யாராவது பகைவர்கள் சளுக்க சாம்ராஜ்யத்தின் மீது படையெடுத்து வருகிறார்களா? சீக்கிரம் சொல்லுங்கள்!'

'மகாப் பிரபு! தாங்களே சொல்லி விட்டீர்கள்!'

'இது என்ன பிதற்றல்? நான் என்ன சொன்னேன்!'

'பகைவர்கள் சளுக்க ராஜ்யத்தின் மீது படையெடுத்து வருவதாகச் சொன்னீர்களே.'

'அதுவா உண்மை?'

'ஆம், சக்கரவர்த்தி!'

'அதிசயமான செய்திதான்! யார் அந்தச் சத்துரு? வடக்கே ஹர்ஷராயிருக்க முடியாது; அவரிடமிருந்து சமீபத்திலே சிநேகம் நிறைந்த அழைப்புக்

கடிதம் வந்திருக்கிறது. மற்றபடி மேற்கேயும் கிழக்கேயும் சத்துருக்கள் இல்லை. வந்தால் தெற்கேயிருந்துதான் வர வேண்டும். யார், காஞ்சி மாமல்லன் படையெடுத்து வருகிறானா?'

'அப்படித்தான் தகவல், பிரபு!'

'ஒருநாளும் நான் நம்பமாட்டேன். அப்படியேயிருந்தாலும் எதற்காக நீங்கள் இப்படிக் கலக்கமடைந்திருக்கிறீர்கள்? என்ன முழுகிப் போய்விட்டது?'

'பெருமானே! நம்முடைய சைனியத்தில் பெரும் பகுதி நர்மதைக் கரையில் இருக்கிறது. இன்னொரு பெரும் பகுதி வேங்கியில் இருக்கிறது...' என்று பிரதம மந்திரி தயக்கத்துடன் கூறினார்.

'அதனால் என்ன? மாமல்லன் காஞ்சியிலிருந்து வருவதற்குள் நம்முடைய சைனியங்களை வாதாபிக்குக் கொண்டு வர முடியாதா?'

'மாமல்லன் காஞ்சியில் இல்லை பிரபு! பல்லவ சைனியம் வடபெண்ணையைக் கடந்து ஒரு வாரம் ஆகிறது. இப்போது துங்கபத்திரையை நெருங்கியிருக்க வேண்டும்!'

'இது என்ன விந்தை? செய்தி யார் கொண்டு வந்தது?'

'இதோ இவர்கள் வாதாபியிலிருந்து கொண்டு வந்திருக்கிறார்கள். இரவு பகல் எங்கும் தங்காமல் விரைந்து வந்திருக்கிறார்கள்!' என்று பிரதம மந்திரி சொல்லி இரு தூதர்களை முன்னால் நிறுத்தினார்.

'உங்களை யார் அனுப்பினார்கள்? ஓலை ஏதாவது கொண்டு வந்திருக்கிறீர்களா?' என்று புலிகேசி திகைப்புடன் கேட்டார்.

'இல்லை, பெருமானே! ஓலை எழுதுவதற்குக் கூட நேரமில்லை. வாதாபிக் கோட்டைத் தலைவர் வாய்மொழியாகச் செய்தி சொல்லி அனுப்பினார். நாங்கள் ஆறு பேர் ஐந்து நாளைக்கு முன்பு கிளம்பினோம். வழியில் நாலு பேர் விழுந்து விட்டார்கள்; இரண்டு பேர்தான் மிஞ்சி வந்து சேர்ந்தோம்.'

'மந்திரி! இவர்கள் பேச்சு உண்மையாயிருக்க முடியுமா? மாமல்லன் இலங்கைப் படையெடுப்புக்காகக் கப்பல்கள் கட்டிக் கொண்டிருப்பதாகவல்லவா நாம் கேள்விப்பட்டோம்?'

'ஆம், பிரபு! நம்புவதற்குக் கஷ்டமாகத்தான் இருக்கிறது. ஆயினும் இவர்கள் வாதாபிக் கோட்டைத் தலைவரின் இலச்சினையைக் கொண்டு வந்திருக்கிறார்கள். இவர்களுக்குப் பின்னால் விவரமான ஓலையோடு வேறு தூதர்களும் வருகிறார்களாம். இவர்கள் சொல்லுவது உண்மையாயிருந்தால், பல்லவ சைனியம் இப்போது துங்கபத்திரையைக் கடந்திருக்க வேண்டும். துங்கபத்திரைக் கரையிலிருந்த சைனியத்தை அந்தப் பிரதேசத்தில் பஞ்சம் என்று கொஞ்ச நாளைக்கு முன்புதான் வேங்கிக்கு அனுப்பினோம்.'

புலிகேசி சற்று நேரம் ஸ்தம்பித்து நின்றார். சட்டென்று அவர் மனத்தில் ஏதோ ஒரு உண்மை உதயமாகியிருக்க வேண்டும். சற்றுத் தூரத்தில் நின்று

மேற்படி சம்பாஷணையையெல்லாம் கேட்டுக் கொண்டிருந்த நாக நந்தியின் முகத்தை ஏறிட்டுப் பார்த்தார்.

மறுபடியும் பிரதம மந்திரியை நோக்கி, 'மந்திரி! நமது ஒற்றர் படை என்ன செய்து கொண்டிருந்தது? மாமல்லன் படையெடுப்பைக் குறித்த செய்தி நமக்கு ஏன் முன்னாலேயே வரவில்லை? காஞ்சியிலிருந்து பல்லவ சைனியம் புறப்பட்ட செய்திகூட நமக்கு ஏன் வாதாபியிலிருக்கும்போதே கிடைக்கவில்லை!' என்றார்.

பிரதம மந்திரி வணக்கத்துடன், 'பிரபு! ஒரு வருஷத்துக்கு முன்னால் நம் ஒற்றர் படைத் தலைவர் வேலையிலிருந்து நீக்கப்பட்டார். அவர் வகித்த பொறுப்பை, நமது பிக்ஷு ஏற்றுக் கொண்டார். அடிகளைத்தான் கேட்கவேண்டும்!' என்றார்.

சக்கரவர்த்தி உள்பட அங்கிருந்த அனைவருடைய கண்களும் அப்போது பிக்ஷுவை நோக்கின.

புலிகேசி, 'அடிகளே! மாமல்லனுடைய படையெடுப்புச் செய்தி தங்களுக்கு முன்னாலே தெரியுமா? வேண்டுமென்றே என்னிடம் சொல்லாமல் மறைத்து வைத்திருந்தீர்களா?' என்று கேட்டார்.

'தம்பி! உன் கேள்விக்கு இவர்கள் எல்லாருடைய முன்னிலையிலும் நான் மறுமொழி சொல்லவேண்டுமா?' என்றார் பிக்ஷு.

'அடிகளே! சற்று முன்னால் சொன்னதை மறந்து விட்டீர்களா! தங்களுக்கும் எனக்கும் இனி யாதொரு உறவும் இல்லையென்று சொல்லவில்லையா? இப்போது என்னத்திற்காக உறவு கொண்டாட வேண்டும்? உண்மையை உடனே சொல்லுங்கள்!'

'அப்படியானால் சொல்லுகிறேன். மாமல்லன் படையெடுப்புச் செய்தி எனக்கு முன்னமே தெரியும். நன்றியில்லாத பாதகனாகிய உனக்குத் தண்டனை கிடைக்கும் பொருட்டே உன்னிடம் சொல்லவில்லை!' என்று நாகநந்தி கர்ஜித்தார்.

'இந்தத் தேசத் துரோகியைப் பிடித்துக் கட்டுங்கள்' என்று சக்கரவர்த்தி கட்டளையிட்டதும், அங்கு நின்ற எட்டுப் பேரும் பிக்ஷுவைச் சூழ்ந்து கொண்டார்கள்.

'பிக்ஷு மடியில் செருகியிருந்த வளைந்த சிறு கத்தியைப் பளிச்சென்று எடுத்துக்கொண்டு, 'ஜாக்கிரதை! அருகில் நெருங்கியவன் உடனேயம லோகம் போவான்!' என்றார்.

எட்டுப் பேரும் தம்தம் உடைவாள்களை உறையிலிருந்து விரைவாக எடுத்துக்கொண்டார்கள்.

'அப்படிச் செய்யுங்கள்! சூர சிகாமணிகள் எட்டுப் பேர் சேர்ந்து ஒரு பிக்ஷுவைக் கத்தியால் வெட்டிக் கொல்லுங்கள். புலிகேசிச் சக்கரவர்த்தியின் பெருமை உலகமெல்லாம் பரவும். மாமல்லன் கூடப் பிரமித்துத் திரும்பிப் போய்விடுவான்!' என்று பிக்ஷு பரிகாசக் குரலில் கூறினார்.

அதைக் கேட்ட புலிகேசி, ‘நில்லுங்கள்! அந்த நீசத் துரோகியைக் கொன்று உங்கள் கத்தியை மாசுப்படுத்திக் கொள்ளவேண்டாம். விலகுங்கள்!’ என்று கூவினார்.

அவ்விதமே எட்டுப் பேரும் விலகிக் கொண்டார்கள். எனினும் சக்கர வர்த்தியின் பேரில் பிக்ஷு பாய்ந்து விடக்கூடும் என்று எண்ணி ஜாக்கிரதை யாகவே நின்றார்கள்.

பிக்ஷுவைப் பார்த்துப் புலிகேசிச் சக்கரவர்த்தி கூறினார்: ‘அடிகளே! உம்முடைய உயிரை வாங்குவது தவறு. உம்மை நம்பிய சகோதரனுக்கும் உமது நாட்டுக்கும் நீர் செய்த மகா துரோகத்துக்கு அது தக்க தண்டனையா காது. நீண்ட காலம் நீர் உயிர் வாழ்ந்து உம்முடைய பாவத்துக்குப் பிராயச் சித்தம் செய்துகொள்ள வேண்டும்; உம்முடைய துரோகத்தை நினைத்து நினைத்துக் கண்ணீர் விட வேண்டும்; மனித உருக்கொண்ட துஷ்டப் பைசாசே! போ! வாதாபிக்குச் சென்று உன்னுடைய மோகினியையும் அழைத்துக் கொண்டு போ! உன் வாக்கை இந்த விஷயத்திலாவது நிறைவேற்று! இனி என் உயிர் உள்ளவரையில் என் முகத்தில் விழிக்க வேண்டாம்! ஒரு பெண்ணின் மோகத்துக்காக ஒரு ராஜ்யத்தையே விற்கத் துணிந்த நீசனே! போ! நெடுங்காலம் உயிரோடிருந்து உன்னுடைய துரோகத்தை நினைத்து அழுது கொண்டிரு.’

ஆத்திரம் ததும்பிய குரலில் விம்மலோடு கலந்து புலிகேசி கூறிய மேற்படி கடு மொழிகளைக் கேட்டுக்கொண்டு நாகநந்தி கற்சிலையைப் போல் நின்றார். புலிகேசி நிறுத்தியதும் ஒரு வார்த்தையும் மறுமொழி கூறாமல் நதிக்கரையோடு கிழக்கு நோக்கி நடக்கத் தொடங்கினார்.

பிக்ஷு போகும் திசையையே உற்றுப் பார்த்துக் கொண்டிருந்த புலிகேசி, அவர் மறைந்ததும் சட்டென்று திரும்பித் தம் கண்களில் ததும்பிய கண்ணீரைத்துடைத்துக் கொண்டார். பிறகு, அங்கு நின்றவர்களைப் பார்த்து, ‘மந்திரி! சேனாபதி! இந்தத் தூதர்கள் கொண்டு வந்த செய்தி உண்மையாகத் தான் இருக்க வேண்டும்; இதில் சந்தேகம் வேண்டாம். புத்த பிக்ஷுவின் விஷயத்தில் நீங்கள் எல்லாரும் செய்த எச்சரிக்கையை நான் அலட்சியம் செய்து விட்டேன். அதன் பலனை நானும் நீங்களும் அனுபவிக்கப் போகி றோம். என்றாலும், மோசம் ஒன்றும் போய் விடவில்லை. புலியின் வாய்க் குள்ளே வேண்டுமென்று தலையை விடுவது விளையாட்டான காரியம் அல்ல என்பதை மாமல்லனுக்குக் கற்பிப்போம். துங்கபத்திரையைக் கடந்து வந்த பல்லவ வீரன் ஒருவனாவது திரும்பிப் போகாமல் ஹதாஹதம் செய்வோம். என்னுடைய தென்னாட்டுப் படையெடுப்பு பூரண வெற்றியடையவில்லை என்ற குறை என் மனத்தில் இத்தனை நாளும் இருந்து வந்தது. அந்த மனக்குறை இப்போது தீர்ந்து விடப்போகிறது. பல்லவ நாடு சளுக்க சாம்ராஜ்யத்தோடு சேர்ந்து ஒன்றாகி விடப்போகிறது’ என்றார்.

30.வாதாபிப் பெரும் போர்

வெகு காலமாய் இல்லாத வழக்கமாக அஜந்தாவில் கலை விழா நடந்து, அரைகுறையாக முடிவுற்று ஒரு மாதத்துக்கும் மேல் ஆயிற்று.

அந்த ஒரு மாதமும் வடக்கேயிருந்து வாதாபியை நோக்கி விரைந்து வந்த சளுக்க சைனியத்துக்கும் தெற்கேயிருந்து படையெடுத்து வந்த பல்லவ சைனியத்துக்கும் ஒரு பெரிய போட்டிப் பந்தயம் நடந்துகொண்டிருந்தது.

வாதாபியை முதலில் யார் அடைவது என்கின்ற அந்த விரைவுப் பந்தயத்தில் பல்லவ சைனியமே வெற்றியடைந்தது.

வழியில் யாதொரு எதிர்ப்புமின்றித் தங்கு தடையில்லாமல் பொங்கி வரும் சமுத்திரத்தைப் போல் முன்னேறி வந்த அந்தப் பல்லவ சேனா சமுத்திர மானது, சளுக்க சைனியம் வடக்கே இன்னும் ஆறு காத தூரத்தில் இருக்கும் போதே வாதாபியை அடைந்து அந்த மாபெரும் நகரத்தின் கோட்டை மதிலை நாலாபுறமும் சூழ்ந்துகொண்டது.

திடீரென்று முன்னெச்சரிக்கையில்லாமல் நேர்ந்த அந்தப் பெரு விபத்தினால் வாதாபி மக்கள் கதிகலங்கிப்போனார்கள்.

புலிகேசிச் சக்கரவர்த்தியின் வீர செளரிய பராக்ரமங்களையும் அவருடைய புகழானது கடல்களுக்கப்பாலுள்ள தூர தூர தேசங்களிலெல்லாம் பரவி யிருப்பதையும் எண்ணிப் பெருமிதத்துடனிருந்த வாதாபியின் மக்கள் தங்கள் நாட்டின் மீது இன்னொரு நாட்டு அரசன் படையெடுத்து வரக்கூடும் என்று கனவிலும் கருதவில்லை.

சற்றும் எதிர்பாராத சமயத்தில் களங்கமற்ற வானத்திலிருந்து விழுந்த பேரிடி போல் வந்த பல்லவப் படையெடுப்பு அவர்களுக்கு பிரமிப்பையும் திகைப்பையும் உண்டாக்கியது.

நகரில் அச்சமயம் சக்கரவர்த்தி இல்லை என்பதும் கோட்டைப் பாது காப்புக்குப் போதுமான சைனியமும் இல்லையென்பதும் ஜனங்கள் எல்லோருக்கும் தெரிந்திருந்தன. இதனால் நகர மாந்தரில் பெரும்பாலோர் என்றும் அறியாத பீதிக்கு உள்ளாயினர்.

பெளத்தர்களிடம் விரோத பாவம்கொண்டிருந்த சமணர்கள், சைவர்கள், சாக்தர்கள் ஆகியோர், ‘அஜந்தாக் கலை விழா’ உண்மையிலேயே பெளத்தர் களின் சதியாலோசனைச் சூழ்ச்சி’ என்று பேசிக்கொண்டார்கள்.

பொது மக்களின் கோபத்தாக்குதலுக்கு உள்ளாகாமல் பெளத்த விஹாரங்கள், பெளத்த மடங்கள் ஆகியவற்றைக் காப்பாற்றும் பொருட்டு வாதாபிக் கோட்டைத் தலைவன் பீமசேனன் மேற்படி விஹாரங்களுக்கும் மடங் களுக்கும் விசேஷக் காவல் போட வேண்டியதாயிற்று.

அதோடு ஜனங்களின் பீதியைப் போக்கித் தைரியம் ஊட்டுவதற்காகச் சக்கரவர்த்தியிடமிருந்து அவசரத் தூதர்கள் மூலமாக வந்த திருமுக ஓலையை வாதாபி நகரின் நாற்சந்திகளில் எல்லாம் தளபதி பீமன் வாசிக்கப் பண்ணியிருந்தான்.

சக்கரவர்த்தி, அந்தத் திருமுகத்தில் நர்மதைக் கரையிலுள்ள மாபெரும் சளுக்கர் சைனியத்துடன் தாம் வாதாபியை நோக்கி விரைந்து வந்துகொண்டிருப்பதாகவும், வேங்கி நாட்டிலிருந்து இன்னொரு பெருஞ் சைனியம் வந்து கொண்டிருப்பதாகவும் ஒருவேளை தாம் வருவதற்குள்ளே பல்லவ சைனியம் வாதாபியை அடைந்து முற்றுகையிட்டு விட்டால் அதற்காக நகர மக்கள் மனம் கலங்கவேண்டாம் என்றும், பல்லவ சைனியத்தை நிர்மூலம் செய்து வாதாபியைக் கூடிய சீக்கிரம் முற்றுகையில் இருந்து விடுதலை செய்வதாகவும் உறுதி கூறியிருந்தார்.

மேற்படி திருமுகத்தை நாற்சந்திகளில் படிக்கக் கேட்ட பிறகு வாதாபி மக்கள் ஒருவாறு பீதி குறைந்து தைரியம் பெற்றார்கள்.

நர்மதை நதிக்கரையிலிருந்த சளுக்கப் பெரும் படையுடன் புலிகேசிச் சக்கரவர்த்தி வாதாபிக்கு நாலு காத தூரத்தில் வந்து சேர்ந்தபோது தமக்கு முன்னால் பல்லவ சைனியம் வாதாபியை அடைந்து கோட்டையைச் சூழ்ந்துகொண்டது என்ற விவரம் அறிந்தார். உடனே பிரயாணத்தை நிறுத்திக் கொண்டார். வேங்கி சைனியம் வழியிலே பல காடு மலை நதிகளைக் கடந்து வர வேண்டியிருந்தபடியால் அது வந்து சேர இன்னும் சில காலம் ஆகும் என்றும் தெரியவந்தது. இந்த நிலைமையில் புலிகேசிச் சக்கரவர்த்தி தமது மந்திரிகளையும் படைத் தலைவர்களையும் கலந்தாலோசித்து உடனே போர் தொடங்காமல் சில நாள் காத்திருக்க முடிவு செய்தார். வேங்கி சைனியமும் வந்து சேர்ந்த பிறகு பல்லவ சைனியத்தை ஒரு பெருந் தாக்காகத் தாக்கி நிர்மூலம் செய்துவிடுவது என்றும், அது வரையில் அப்போது வந்து சேர்ந்திருந்த இடத்திலேயே தங்குவது என்றும் தீர்மானித்திருந்தார்.

ஆனால், அவருடைய தீர்மானங்களை நிறைவேற்றுவதற்குப் போர்க் கலையில் மகா நிபுணர்களான மாமல்லச் சக்கரவர்த்தியும் சேனாபதி பரஞ்சோதியும் இடங்கொடுக்கவில்லை.

முதலிலே வாதாபிக் கோட்டையைத் தாக்குவதா அல்லது புலிகேசியின் தலைமையிலுள்ள சளுக்கப் பெரும் படையைத் தாக்குவதா என்ற விஷயம் பல்லவ சேனைத் தலைவர்களின் மந்திராலோசனைச் சபையில் விவாதிக்கப்பட்டது.

வந்த காரியம் வாதாபியைக் கைப்பற்றுவதேயாதலால் உடனே கோட்டையைத் தாக்கவேண்டுமென்று மானவன்மரும் அச்சுதவர்மரும் அபிப்பிராயப்பட்டார்கள்.

வேங்கி சைனியம் வருவதற்குள்ளே புலிகேசியைத் தாக்கி ஒழித்து விடவேண்டும் என்றும், வாதாபிக் கோட்டை எங்கேயும் ஓடிப்போய்விடா

தென்றும், அதன் முற்றுகை நீடிக்க நீடிக்கப் பிற்பாடு அதைத் தாக்கிப் பிடிப்பது சுலபமாகி விடுமென்றும் சேனாபதி பரஞ்சோதி கூறினார்.

ஒற்றர் தலைவன் சத்ருக்னன் சேனாபதியை ஆதரித்தான்.

மாமல்லரும் அந்த யோசனையையே முடிவாக ஒப்புக் கொண்டார்.

எனவே, வாதாபிக் கோட்டையின் முற்றுகைக்கு ஒரு சிறு படையை மட்டும் நிறுத்தி விட்டு, பல்லவ சைனியத்தின் மற்றப் பெரும் பகுதி வடக்கு நோக்கிக் கிளம்பிற்று.

இதையறிந்த புலிகேசிச் சக்கரவர்த்தி இனித் தாம் பின்வாங்கிச் சென்றால் சளுக்க சாம்ராஜ்யத்தின் மதிப்பு சின்னாபின்னமாகி விடும் என்பதை உணர்ந்து போருக்கு ஆயத்தமானார்.

வாதாபிக்கு வடக்கே மூன்று காத தூரத்தில் இரு பெரும் சைனியங்களும் கைகலந்தன.

அந்தக் காட்சியானது கீழ் சமுத்திரமும் மேல் சமுத்திரமும் தங்கு தடையின்றிப் பொங்கி வந்து ஒன்றோடொன்று மோதிக் கலந்ததைப் போலிருந்தது.

மூன்று பகலும் இரவும் கோரமான யுத்தம் நடந்தது.

ஆயிரம் பதினாயிரம் வீரர்கள் வாளால் வெட்டுண்டும் வேல்களால் குத்துண்டும் போர்க்களத்தில் மாண்டு விழுந்தார்கள்.

வீர சொர்க்கம் அடைந்தவர்களின் சவங்கள் - கால் வேறு கை வேறு தலை வேறான உயிரற்ற உடல்கள், - போர்க்களத்தில் மலை மலையாகக் குவிந்தன.

இறந்த யானைகளின் உடல்கள் ஆங்காங்கு கருங்குன்றுகளைப் போல் காட்சி தந்தன.

மனிதர் உடல்களின் மீது குதிரைகளின் உடல்களும், குதிரைகளின் சவங்கள் மீது மனிதர்களின் பிரேதங்களுமாகக் கலந்து கிடந்தன,

மரணாவஸ்தையிலிருந்த மனிதர்களின் பரிதாப ஓலமும் யானைகளின் பயங்கரப் பிளிறலும் குதிரைகளின் சோகக் கனைப்பும் கேட்கச் சகிக்கார கோரப் பெருஞ்சப்தமாக எழுந்தது.

போர்க்களத்திலிருந்து இரத்த ஆறுகள் நாலா பக்கமும் பெருக்கெடுத்துப் பாய்ந்து ஓடின.

அந்த உதிர நதிகளில் போர் வீரர்களின் வெட்டுண்ட கால் கைகள் மிதந்து சென்றது பார்க்கச் சகிக்காத கோரக் காட்சியாயிருந்தது.

லட்சக்கணக்கான வீரர்களும் ஆயிரம் பதினாயிரக்கணக்கான யானைகளும் குதிரைகளும் ஈடுபட்டிருந்த அந்த மாபெரும் யுத்தத்தை நடந்தது நடந்தபடி வர்ணிப்பது நம்மால் இயலாத காரியம்.

வால்மீகியையும் வியாசரையும் ஹோமரையும் கம்பரையும் போன்ற மகா நாடக ஆசிரியர்களுக்குத்தான் அதன் வர்ணனை சாத்தியமாகும்.

போரின் ஆரம்பத்திலிருந்தே ஒருவாறு கட்சிகளின் பலம் தெரிந்து விட்டது. போர்க் கலையின் நுட்பங்களை அறிந்தவர்கள், போரின் முடிவு என்ன ஆகும் என்பதை ஊகித்துணர்வதும் சாத்தியமாயிருந்தது.

வாதாபிக்கருகில் தங்கிச் சிரம பரிகாரம் செய்துகொண்டு பூரண பலத் துடனும் அளவில்லா உற்சாகத்துடனும் போரில் ஈடுபட்ட பல்லவ சைனியத்தின் பெருந் தாக்குதலுக்கு முன்னால், நெடுந்தூர இடைவிடாப் பிரயாணத்தினால் களைப்புற்றிருந்த சளுக்க சைனியம் போர்க்களத்தில் நிற்பதற்கே திணறியது.

சளுக்க சைனியத்தின் பிரதான யானைப் படை வேங்கியில் இருந்தபடியால் அது வந்து சேராதது சளுக்க சைனியத்தின் பலக் குறைவுக்கு முக்கிய காரண மாயிருந்தது.

மூன்றாம் நாள் காலையில் பல்லவ சைனியத்தின் வெற்றியும் சளுக்க சைனியத்தின் தோல்வியும் சர்வ நிச்சயமாகத் தெரிந்து விட்டது.

அன்று மத்தியானம் சளுக்க தளபதிகளும் மந்திரிகளும் புலிகேசிச் சக்கர வர்த்தியைச் சூழ்ந்துகொண்டு, சாம்ராஜ்யத்தின் நன்மைக்காக அவர் பின் வாங்கிச் சென்று எங்கேயாவது ஒரு பத்திரமான இடத்தில் வேங்கி சைனியம் வந்து சேரும் வரையில் காத்திருக்கவேண்டும் என்று வற்புறுத்திச் சொன்னார்கள்.

அதைத் தவிர வேறு வழியில்லையென்பதைக் கண்டு சக்கரவர்த்தியும் அதற்குச் சம்மதித்தார். சேதமாகாமல் மீதமிருந்த குதிரைப் படையின் பாதுகாப்புடன் அன்றைய தினம் அஸ்தமித்ததும் சக்கரவர்த்தி பின்வாங்கிச் செல்லவேண்டும் என்று முடிவு செய்யப்பட்டது.

ஆனால், மேற்படி முடிவைக் காரியத்தில் நிறைவேற்ற அன்று சாயங்காலம் ஒரு பெரும் இடையூறு ஏற்பட்டது. மானவன்மரால் விசேஷப் போர்ப் பயிற்சி அளிக்கப்பட்டிருந்த பல்லவக் களிற்றுப் படையைக் கடைசியாக உபயோகிப்பதென்று வைத்திருந்து அன்று சாயங்காலம் ஏவி விட்டார்கள்.

ஐயாயிரம் மத்தகஜங்கள் துதிக்கைகளிலே இரும்பு உலக்கையைப் பிடித்துச் சுழற்றிக்கொண்டு சளுக்கர் குதிரைப் படை மேல் பாய்ந்தபோது, பாவம், அந்தக் குதிரைகள் பெரும் பீதியடைந்து நாலாபுறமும் சிதறி ஓடின. அந்தக் குதிரைகளை விட வேகமாக எஞ்சியிருந்த சளுக்க வீரர்கள் ஓடினார்கள்.

அவ்விதம் புறங்காட்டி ஓடிய சளுக்க வீரர்களைப் பல்லவ வீரர்கள் துரத்திக்கொண்டு ஓடினார்கள்.

அந்த மூன்றாம் நாள் இரவு முழுவதும் ஓடுகிற சளுக்க வீரர்களைப் பல்லவ வீரர்கள் துரத்திச் சென்று வேட்டையாடுதல் நடைபெற்றுக் கொண்டிருந்தது.

மறுநாள் சூரியோதயமானபோது, மூன்று தினங்கள் கடும் போர் நடந்த பயங்கர யுத்த களத்தில் இறந்து போன சளுக்கரின் உடல்களைத் தவிர உயிருள்ள சளுக்கர் ஒருவராவது காணப்படவில்லை.

வெற்றி முரசுகள் முழங்க, சங்கங்கள் ஆர்ப்பரித்து ஒலிக்க, ஜயகோஷங்கள் வானளாவ, ஒரே கோலாகலத்துக்கு மத்தியில் பல்லவ சக்கரவர்த்தியும் அவருடைய தளபதிகளும் ஒருவருக்கொருவர் வாகை மாலை சூடியும் வாழ்த்துக் கூறியும் பல்லவ சேனை அடைந்த 'மாபெரும் வெற்றியைக் கொண்டாடினர். எனினும், அவ்வளவு கோலாகலமான கொண்டாட்டங்களுக்கு மத்தியில் அவர்களுடைய உள்ளத்தில் ஒரு சிறு கவலை குடி கொண்டிருந்தது. அது சளுக்க சக்கரவர்த்தி புலிகேசியின் கதி என்னவாயிற்று என்ற கவலைதான். வாதாபிச் சக்கரவர்த்தி போர்க்களத்தில் இறுதிவரை நின்று போராடி உயிரிழந்து விழுந்து வீர சொர்க்கம் அடைந்தாரா, அல்லது சளுக்க வீரர் பலர் புறங்காட்டி ஓடிப் போனதைப்போல் அவரும் ஓடி விட்டாரா என்பது தெரியவில்லை. போர்க்களத்தில் அவர் விழுந்திருந்தால் மாபெருஞ் சக்கரவர்த்திக்குரிய மரியாதைகளை அவருடைய உடலுக்குச் செய்து கௌரவிக்க வேண்டும். ஒருவேளை அவர் ஓடிப் போயிருந்தால், மறுபடியும் படை திரட்டிக் கொண்டு போருக்கு வரக்கூடுமல்லவா?

இப்படி நடந்திருக்குமா அப்படி நடந்திருக்குமா என்று வெகு நேரம் விவாதித்த பிறகு, அதைப் பற்றி மேலும் விவாதிப்பதில் பயனில்லையென்ற முடிவு ஏற்பட்டது. சத்ருக்னனுடைய தலைமையில் போர்க்களமெல்லாம் நன்றாகத் தேடிப் பார்த்துப் புலிகேசியின் உடல் கிடைத்தால் எடுத்து வருவதற்கு ஏற்பாடு செய்து விட்டு மாமல்லரும் மற்றவர்களும் வாதாபியை நோக்கித் திரும்பினார்கள்.

31.பிக்ஷுவின் சபதம்

வாதாபிக் கோட்டைக்கு வெளியே சற்று தூரத்தில் காபாலிக மதத்தாரின் பலி பீடம் இருந்தது என்பதை நேயர்கள் அறிவார்கள்.

வாதாபிப் பெரும் போர் முடிவுற்றதற்கு மறுநாள் இரவு அந்த காபாலிகர் பலி பீடத்துக்குச் சமீபத்தில் ஒரு பயங்கர சோக நாடகம் நடைபெற்றது.

கிழக்கே அப்போதுதான் உதயமாகிக்கொண்டிருந்த சந்திரனின் கிரணங்கள் மரங்களின் வழியாகப் புகுந்துவந்து மொட்டை மொட்டையாக நின்ற பாறைகள் மீது விழுந்தபோது, அந்தக் கறுத்த பாறைகளும் அவற்றின் கறுத்த நிழல்களும் கரிய பெரிய பேய்களின் உருவங்களைக்கொண்டு அந்தப் பாறைப் பிரதேசத்தைப் பார்ப்பதற்கே பீதிகரமாகச் செய்து கொண்டிருந்தன.

பாறைகளின் ஓரமாகச் சில சமயம் நிழல்களில் மறைந்தும் சில சமயம் நிலா ஒளியில் வெளிப்பட்டும் ஒரு கோரமான பெண் உருவம் வந்துகொண்டிருந்தது. அந்த உருவம் தோளின் மீது இன்னொரு உடலைச் சுமந்துகொண்டு நடந்தது.

அந்த உடல் விறைப்பாகக் கிடந்த விதத்திலிருந்து அது உயிர் அற்றது என்பதை எளிதில் ஊகிக்கலாம்.

அவ்விதம் தோளிலே பிரேதத்தைச் சுமந்துகொண்டு நடந்த பெண் உருவமானது நிலா வெளிச்சத்தில் தோன்றியபோது அதன் நிழல் பிரம்மாண்ட ராட்சஸ வடிவங்கொண்டு, ஒரு பெரும் பூதம் தான் உண்பதற்கு இரை தேடி எடுத்துக்கொண்டு வருவது போலத் தோன்றியது.

சற்று அருகில் நெருங்கிப் பார்த்தோமானால், அந்தப் பெண் உருவம், கற்பனையில் உருவகப்படுத்திக் கொள்ளும் பேயையும் பூதத்தையும் காட்டிலும் அதிகப் பயங்கரத் தோற்றம் அளித்தது என்பதை அறியலாம்.

கறுத்துத் தடித்த தோலும், குட்டையான செம்பட்டை மயிரும் அனலைக் கக்கும் கண்களுமாக அந்தப் பெண் உருவம் காவியங்களில் வர்ணிக்கப்படும் கோர ராட்சஸிகளைப் பெரிதும் ஒத்திருந்தது.

ஆனால், அந்தப் பெண் பேய் தன் தோளில் போட்டுக்கொண்டு சுமந்து வந்த ஆண் உருவம் அத்தகைய கோரமான உருவமல்ல. இராஜ களை பொருந்திய கம்பீர முகத் தோற்றம் கொண்டது!

அது யார்? ஒருவேளை?....

மேற்கூறிய கோர ராட்சஸி ஒரு பாறையின் முனையைத் திரும்பிய போது, எதிரில் யாரோ வருவதுகண்டு திடுக்கிட்டுத் தயங்கி நின்றாள். அவள் திடுக்கிட்டதற்குக் காரணம் என்ன? பயமா? அவளுக்குக்கூடப் பயம் உண்டா? அல்லது வேறு ஏதேனும் காரணமா?

எதிரே வந்த உருவம் சிறிதும் தயங்காமல் மேலும் வந்து கொண்டிருந்தது. அருகில் நெருங்கி வந்ததும், 'ரஞ்சனி, நீதானா?' என்று புத்த பிக்ஷுவின் குரல் கேட்டது.

அந்தக் கோர ராட்சஸியின் பெயர் 'ரஞ்சனி' என்று அறிந்து நமக்கு வியப்பு உண்டாகிறதல்லவா? ஆயினும், அந்தப் பெண் ஒரு காலத்தில் 'ரஞ்சனி' என்னும் அழகிய பெயருக்கு உரியவளாய், பார்த்தவர் கண்களை ரஞ்சிக்கச் செய்பவளாய், அவர்கள் உள்ளத்தை மோகிக்கச் செய்பவளாய்த்தான் இருந்தாள். அவளை இம்மாதிரி கோர வடிவம் கொண்ட காபாலிகையாகச் செய்தவர் புத்த பிக்ஷுதான் என்பதை முன்னமே அவருடைய வாய்மொழியினால் தெரிந்துகொண்டிருக்கிறோம்.

பிக்ஷுவின் குரலைக் கேட்டதும், காபாலிகையின் திகைப்பு இன்னும் அதிகமானதாகத் தோன்றியது. கற்சிலைபோல் ஸ்தம்பித்து நின்றவளைப் பார்த்து, புத்த பிக்ஷு மறுபடியும், 'ரஞ்சனி! இது என்ன மௌனம்? எங்கே போய் வேட்டையாடிக் கொண்டு வருகிறாய்?' என்று கேட்டார்.

காபாலிகையின் திகைப்பு ஒருவாறு நீங்கியதாகத் தோன்றியது.

'அடிகளே! நிஜமாக நீங்கள்தானா?' என்று கேட்டாள். அவளுடைய கடினமான குரலில் வியப்பும் சந்தேகமும் தொனித்தன.

'இது என்ன கேள்வி? நான்தானா என்பதில் உனக்கு என்ன சந்தேகம் வந்தது? என்னைத் தவிர இந்த நள்ளிரவில் உன்னை யார் தேடி வருவார்கள்? உன் குகையில் உன்னைத் தேடிக் காணாமல் எங்கே போயிருக்கிறாய் என்று பார்க்கக் கிளம்பினேன்! அது என்ன? யார் உன் தோளில்? எந்தப் பாவியின் பிரேதத்தைச் சுமந்து வருகிறாய்? இப்போதெல்லாம் உனக்கு நல்ல வேட்டை போலிருக்கிறது!'

இவ்விதம் பிக்ஷு சொல்லிக்கொண்டு வந்தபோது காபாலிகை தான் இத்தனை நேரமும் தோளில் சுமந்துகொண்டிருந்த உடலைத் தொப்பென்று கீழே போட்டாள்.

'நல்ல வேடிக்கை!' என்று சொல்லிவிட்டுக் கோரமாகச் சிரித்தாள்.

'என்ன வேடிக்கை? அந்தச் சவத்தை எங்கே கண்டு எடுத்தாய்?' என்று பிக்ஷு கேட்டார்.

'அடிகளே! தங்களை நினைத்து இரண்டு காத தூரம் கண்ணீர் விட்டு அழுது கொண்டே நடந்து வந்தேன். அவ்வளவும் வீணாய்ப் போயிற்று!' என்றாள் காபாலிகை.

'கண்ணீர் விட்டாயா? என்னை நினைத்து ஏன் கண்ணீர் விட வேண்டும்? இது என்ன வேடிக்கை!' என்றார் பிக்ஷு.

'பெரிய வேடிக்கைதான். அந்த வேடிக்கையை ஆரம்பத்தி லிருந்து சொல்லு கிறேன், கேளுங்கள்!' என்று காபாலிகை ஆரம்பித்தாள்.

'யுத்த வேடிக்கை பார்ப்பதற்காகச் சென்றிருந்தேன். போர்க்களத்துக்குக் கொஞ்ச தூரத்திலிருந்த ஒரு குன்றின் உச்சியிலிருந்து பார்த்துக் கொண்டிருந்தேன். அப்பப்பா! என்ன யுத்தம்! என்ன சாவு! எத்தனை நரபலி? காபாலிகர் இங்கே மாதம் ஒரு தடவை வந்து ஒரு நரபலி கொடுக் கிறார்களே! இது என்ன பிரமாதம்? அங்கே லட்சோபலட்சம் மனிதர் களையும் ஆயிரம் பதினாயிரம் யானைகளையும் குதிரைகளையும் பலி கொடுத்தார்கள். மூன்று நாள் இரவும் பகலும் பலி நடந்தது. கடைசியில் ஒரு கட்சியார் ஓடவும் இன்னொரு கட்சியார் துரத்தவும் ஆரம்பித்தார்கள். யாரை யார் துரத்துகிறார்கள் என்றுகூட நான் கவனிக்கவில்லை. எங்கே என்னைப் பிடித்துக்கொள்வார்களோ என்று பயந்து ஓட்டம் பிடித்தேன். இன்று பகலெல்லாம் காட்டில் ஒளிந்து ஒளிந்து வந்தேன். சாயங்காலம் ஆனபோது பின்னால் ஒரு குதிரை ஓடி வரும் சப்தம் கேட்டது. என்னைப் பிடிக்கத்தான் யாரோ வருகிறார்கள் என்று மேலும் வேகமாய் ஓடினேன். கொஞ்ச நேரம் குதிரையும் தொடர்ந்து ஓடி வந்தது. நன்றாக இருட்டியதும் யார்தான் என்னைப் பிடிக்க வருகிறார்கள் என்று பார்ப்பதற்காக ஒரு மரத்தின் பின்னால் மறைந்து நின்றேன். என்னைத் துரத்தி வந்த குதிரை

திடீரென்று கீழே விழுந்தது. அதன் மேலிருந்த மனிதனும் அப்படியே கிடந்தான். எழுந்திருக்கவில்லை. அருகிலே சென்று பார்த்தபோது குதிரை மரணாவஸ்தையில் இருந்தது. அதன் மேலிருந்த மனிதன் கிடந்த மாதிரியிலிருந்து அவன் இறந்துபோய் வெகு நேரமாகியிருக்க வேண்டும் என்று தோன்றியது. அவன் கால்கள் குதிரையின் கடிவாளத்தில் மாட்டிக் கொண்டிருந்தபடியால் கீழே விழாமல் தொங்கிக்கொண்டே வந்திருக்க வேண்டும் என்று தெரிந்தது. குனிந்து அவன் முகத்தைப் பார்த்தேன். தங்களுடைய முகம் மாதிரி இருந்தது. நான் பைத்தியக்காரிதானே? தாங்கள்தான் என்று நினைத்துத் தோளில் போட்டுக்கொண்டு அழுது கொண்டே வந்தேன்!...'

அப்போது புத்த பிக்ஷுவுக்குத் திடீரென்று ஏதோ ஓர் எண்ணம் தோன்றி இருக்கவேண்டும். சட்டென்று கீழே குனிந்து தரையில் கிடந்த உடலின் முகத்தை நிலா வெளிச்சத்தில் உற்றுப் பார்த்தார்.

'தம்பி! புலிகேசி!' என்று பிக்ஷு வீறிட்டு அலறியது அந்த விசாலமான பாறைப் பிரதேசம் முழுவதிலும் எதிரொலி செய்தது.

'ரஞ்சனி! நீ போய் விடு! சற்று நேரம் என்னைத் தனியே விட்டு விட்டுப் போ! இங்கு நில்லாதே!' என்று பிக்ஷு விம்மலுடன் சொன்னதைக் கேட்டுக் காபாலிகை பயந்து போய் அங்கிருந்து விலகிச் சென்று பாறையின் மறைவில் நின்றாள்.

பிக்ஷு கீழே உட்கார்ந்து புலிகேசியின் உடலைத் தமது மடியின் மீது போட்டுக்கொண்டார்.

'தம்பி! உனக்கு இந்தக் கதியா? இப்படியா நீ மரணமடைந்தாய்? இந்தப் பாவியினால் அல்லவா நீ இந்தக் கதிக்கு உள்ளாக நேர்ந்தது?' என்று சொல்லி விட்டுப் பிக்ஷு தமது மார்பிலும் தலையிலும் மாற்றி மாற்றி அடித்துக் கொண்டார்.

'ஐயோ! தம்பி! உனக்கு நான் துரோகம்செய்து விட்டதாக எண்ணிக் கொண் டேயல்லவா நீ இறந்து போனாய்? என் உயிருக்கு உயிரான சகோதரனுக்கு - தாயின் கர்ப்பத்திலே என்னோடு பத்து மாதம் கூட இருந்து பிறந்தவனுக்கு - நான் துரோகம் செய்வேனா? மாமல்லனைப் பயங்கரமாகப் பழி வாங்குவதற்காகவல்லவா நான் சூழ்ச்சி செய்தேன்? அதை உன்னிடம் சொல்லுவதற்கு முடியாமல் இப்படி நடந்து விட்டதே!...'

மறுபடியும் பிக்ஷு தமது மார்பில் ஓங்கி அடித்துக்கொண்டு சொன்னார்: 'பாழும் பிக்ஷுவே! உன் கோபத்தில் இடி விழ! உன் காதல் நாசமாய்ப் போக! உன் சிவகாமி...! ஆ! சிவகாமி என்ன செய்வாள்?... தம்பி! உனக்கு நான் துரோகம் செய்யவில்லை. நம் தேசத்துக்கும் நான் துரோகம் செய்துவிட வில்லை. அன்றைக்கு அஜந்தாவில் நீயும் நானும் கொஞ்சம் பொறுமையாக மட்டும் இருந்திருந்தோமானால் இம்மாதிரி விபரீதம் நேர்ந்திராதே! இந்த யுத்தம் நடக்கவே நான் விட்டிருக்கமாட்டேனே! பல்லவ நாட்டார் அத்தனை பேரையும் பட்டினியால் சாகப் பண்ணி யிருப்பேனே! மாமல்லனையும் உயிரோடு பலிகொடுத்திருப் பேனே! ஐயோ! இப்படியாகி விட்டதே...'

பிக்ஷு புலிகேசியின் உடலை மடியிலிருந்து மெதுவாக எடுத்துக் கீழே வைத்தார். எழுந்து நின்று இரு கைகளையும் வானத்தை நோக்கித் தூக்கிக் கொண்டு, பாறை மறைவிலிருந்த காபாலிகைக்குக்கூட ரோமம் சிலிர்க்கும் படியான அலறுகின்ற குரலில் உரக்கக் கூவினார். 'தம்பி! புலிகேசி! உன் மரணத்துக்குப் பழிவாங்குவேன்! புத்த பகவானின் பத்ம பாதங்களின் பேரில் சத்தியம் செய்கிறேன். கபாலம் ஏந்தும் சம்ஹார ருத்ரன் தலை மீது ஆணையிட்டுச் சொல்கிறேன். இரத்த பலி கேட்கும் சக்தி பத்ரகாளியின் பேரில் சத்தியம் வைத்துச் சபதம் செய்கிறேன். உன்னைக் கொன்றவர்களைப் பழிவாங்குவேன்!'

32.காபாலிகையின் காதல்

வானை நோக்கிக் கைகளைத் தூக்கிப் பல தெய்வங்களின் பேரில் ஆணை யிட்டுச் சபதம் செய்த பிக்ஷு மறுபடியும் கீழே உட்கார்ந்து புலிகேசியின் உயிரற்ற உடலை எடுத்துத் தம் மடியின் மீது வைத்துக்கொண்டார். 'தம்பி! நீ சாகவில்லை. இத்தனை நாளும் நாம் ஒருயிரும் இரண்டு உடலுமாக வாழ்ந்து வந்தோம். இப்போது உயிரைப் போல் உடம்பும் ஒன்றாகி விட்டோம். என் உயிரோடு உன் உயிர் ஒன்றாகக் கலந்துவிட்டது. இனிமேல் நீதான் நான்; நான்தான் நீ! இரண்டு பேர் இல்லை!'

இவ்விதம் உருகிக் கனிந்த குரலில் கூறிவிட்டுப் புத்த பிக்ஷு தமது தேகம் முழுவதும் குலுங்கும்படியாக விம்மி விம்மி அழுதார்.

சுயப் பிரக்ஞையை அறவே இழந்து சோகக் கடலின் அடியிலே அவர் ஆழ்ந்து விட்டார் என்று தோன்றியது.

இரவு விரைவாகச் சென்றுகொண்டிருந்தது. சந்திரன் மேலே மேலே வந்து கொண்டிருந்தது.

பாறைகள் - மரங்களின் நிழல்கள் வர வரக் குட்டையாகிக் கொண்டு வந்தன.

நெடுநேரம் பாறை மறைவில் நின்று காத்துக் கொண்டிருந்த காபாலிகை கடைசியில் பொறுமை இழந்தாள்.

மெதுவாகப் பாறை மறைவிலிருந்து வெளிப்பட்டு மெள்ள மெள்ள அடி மேல் அடிவைத்து நடந்து வந்தாள்.

பிக்ஷுவின் பின்புறத்தில் வந்து நின்று அவருடைய தோள்களை இலேசாக விரல்களால் தொட்டாள்.

புத்த பிக்ஷு திடுக்கிட்டுத் திரும்பிப் பார்த்தார். 'ரஞ்சனி! நீதானா?' என்றார்.

'ஆம்; நான்தான்!' என்றாள் காபாலிகை.

'இன்னும் நீ போகவில்லையா?'

'போகச் சொல்லி ஆக்ஞாபித்தால் போய் விடுகிறேன்.'

'வேண்டாம், இரு! இந்தப் பெரிய உலகில் என்பேரில் அன்பு உடையவள் நீ ஒருத்திதான் இருக்கிறாய்.'

'என் பேரில் அன்பு கொண்டவர் ஒருவருமே இல்லை.'

'ஆ! ரஞ்சனி ஏன் அப்படிச் சொல்லுகிறாய்? நான் ஒருவன் இல்லையா?' என்றார் பிக்ஷு.

சற்றுமுன் அவருடைய குரலில் தொனித்த சோகம் எங்கேயோ போய் இப்போது அதில் கபடங் கலந்த நயிச்சிய பாவம் தொனித்தது.

'அடிகளே! ஏன் இந்தப் பேதையை ஏமாற்றப் பார்க்கிறீர்? இந்தக் கோர அவ லட்சண உருவத்தின் பேரில் யாருக்குத்தான் பிரியம் ஏற்படும்!' என்று காபாலிகை கேட்டாள்.

'காதலுக்குக் கண்ணில்லை என்று நீ கேட்டதில்லையா? நீ எத்தனை குரூபியாயிருந்தாலும் என் கண்ணுக்கு நீதான் ரதி!' என்றார் புத்த பிக்ஷு.

'வஞ்சக பிக்ஷுவே! ஏன் இப்படி மனமறிந்து பொய் சொல்லுகிறீர்? என்னை இந்த அலங்கோலம் ஆக்கினது நீர்தானே? என் பேரில் அன்பு இருந்தால் இப்படிச் செய்திருப்பீரா?' என்றாள் அந்தக் கோர காபாலிகை.

'ரஞ்சனி! இதைப் பற்றி எத்தனை தடவை உனக்குச் சொல்லி விட்டேன்? அஜந்தா சித்திரத்தைப்போன்ற அற்புத அழகோடு வாதாபி அரண்மனையில் நீ இருந்தால், யாராவது ஒரு இராஜகுமாரன் உன்னை அபகரித்துக்கொண்டு விடுவான் என்றுதானே இப்படிச் செய்தேன்?'

'என்னைத் தாங்களே அபகரித்துக் கொண்டு போயிருக்கலாமே? யார் வேண்டாம் என்று சொன்னது?'

'அதையும்தான் உனக்கு ஆயிரம் தடவை சொல்லியிருக்கிறேன். மறுபடியும் சொல்லுகிறேன். நான் செய்ய வேண்டிய காரியங்கள் சில இருந்தன. முக்கிய மாக, புத்த சங்கத்திலிருந்து விடுதலை பெறவேண்டியிருந்தது.'

'இப்படித்தான் எத்தனையோ காலமாய்ச் சொல்லி வருகிறீர். எப்போதுதான் உமக்கு விடுதலை கிடைக்கப் போகிறது?'

'ரஞ்சனி எனக்கு விடுதலை கிடைத்து விட்டது! உன் மனோரதம் நிறை வேறுவதற்கான பெருந்தடை நீங்கிவிட்டது; உனக்குச் சந்தோஷந்தானே?' என்று பிக்ஷு நயமாகக் கூறினார்.

'சத்தியமாகச் சொல்லுகிறீரா?' என்று ரஞ்சனி கேட்டாள்.

'முக்காலும் சத்தியமாகச் சொல்லுகிறேன். நான் விடுதலை கேட்கவே தேவை ஏற்படவில்லை. புத்த சங்கத்தாரே என்னைப் பிரஷ்டம்

செய்துவிட்டார்கள். உன்னுடைய தபஸின் சக்தியினால்தான் இது நடந்திருக்க வேண்டும்.'

காபாலிகை இன்னும் சந்தேகம் நீங்காதவளாய், 'ஏன் பிரஷ்டம் செய்தார்கள்? சர்வ சக்திவாய்ந்த நாகநந்தி பிக்ஷுவைப் புத்த சங்கத்தார் எப்படிப் பிரஷ்டம் செய்யத் துணிந்தார்கள்?' என்று கேட்டாள்.

'அது பெரிய கதை, அப்புறம் சொல்லுகிறேன். ரொம்ப முக்கியமான வேலை இப்போது நமக்கு இருக்கிறது. இதோ இந்த உடலை உடனே தகனம் செய்யவேண்டும். யாருக்காவது தெரிந்துவிட்டால் காரியம் கெட்டுவிடும். எங்கே ரஞ்சனி! கட்டைகள் கொண்டு வந்து இங்கேயே சிதை அடுக்கு, பார்க்கலாம்.'

'என்னால் அது முடியாது!'

'ஏன் அப்படிச் சொல்லுகிறாய்? எனக்கு உதவி செய்ய மாட்டாயா?' என்றார் புத்த பிக்ஷு.

'புத்த சங்கத்திலிருந்து உம்மை ஏன் பிரஷ்டம் செய்தார்கள்? அதைச் சொன்னால் உதவி செய்வேன்.'

'சுருக்கமாகச் சொல்லுகிறேன், கேள்! காஞ்சி மாமல்லன் படையெடுத்து வருகிறான் என்ற விஷயம் எனக்கு முன்னமே தெரியும். ஆனால், அதைச் சில காரணங்களுக்காக என் சகோதரனிடம் சொல்லாமல் இரகசியமாய் வைத்திருந்தேன். இது தெரிந்தபோது நான் சகோதரத் துரோகமும் தேசத் துரோகமும் செய்து விட்டதாக இந்த நிர்மூடன் எண்ணினான். நான் உயிர் கொடுத்துக் காப்பாற்றி இவ்வளவு மேன்மைப் பதவிக்குக் கொண்டுவந்த என் சகோதரன் என்னைப் பார்த்து 'உயிரோடிருக்கும் வரையில் என் முகத்தில் விழிக்காதே' என்று சொல்லி அனுப்பினான். அதன் பலனாகத்தான் இப்போது இங்கே அநாதைப் பிரேதமாகக் கிடக்கிறான். நீயும் நானும் இவனை எடுத்துத் தகனம் செய்தாக வேண்டும்!' என்று சொல்லி பிக்ஷு பெருமூச்சு விட்டார். மறுபடியும் கூறினார்: 'இதெல்லாம் அஜந்தா சங்கிராமத்துப் புத்த பிக்ஷுக்களுக்குத் தெரிந்தது. இத்தனை காலமும் என்னால் கிடைத்த உதவிகளையெல்லாம் பெற்று வந்தவர்கள், நான் சக்கரவர்த்தியின் கோபத்துக்கு ஆளானேன் என்று தெரிந்ததும் உடனே என்னைச் சபித்துப் புத்த சங்கத்திலிருந்து பிரஷ்டம் செய்தார்கள். அதன் பலனை அவர்களும் அனுபவிக்க நேர்ந்தது. ரஞ்சனி! நீலகேசியை எதிர்ப்பவர்கள் யாராயிருந்தாலும் தப்பிப் பிழைக்க முடியாது, அவர்களுடைய கதி அதோகதிதான்.'

'அஜந்தா பிக்ஷுக்களுக்கு அப்படி என்ன கதி நேர்ந்தது?' என்று காபாலிகை கேட்டாள்.

'வேறொன்றும் இல்லை; அப்புறம் ஒரு வாரத்துக்கெல்லாம் அஜந்தா பிக்ஷுக்கள் சங்கிராமத்தை மூடிவிட்டு உயிர் தப்புவதற்கு ஓடும்படி நேர்ந்தது. நாடு நகரங்களில் எல்லாம் 'அஜந்தாக் கலை விழா, புத்த

பிக்ஷுக்களின் சூழ்ச்சி; காஞ்சி மாமல்லனுக்கு ஒத்தாசையாக அவர்கள் செய்த வஞ்சகமான ஏற்பாடு' என்ற வதந்தி பரவியது. வதந்திக்கு விதை போட்டவன் நான்தான். ஜனங்கள் கோபங்கொண்டு அஜந்தாவுக்குத் திரண்டு போய்ச் சங்கிராமத்தையும் அங்குள்ள சிற்ப சித்திரங்களையும் அழித்துப்போடுவதற்கு ஆயத்தமாகி விட்டார்கள். இது தெரிந்ததும் பிக்ஷுக்கள் அஜந்தாவுக்குப்போகும் அந்தரங்க பகிரங்க வழிகள் எல்லாவற்றையும் மூடி மறைத்துவிட்டு வடக்கே ஹர்ஷனுடைய ராஜ்யத்தை நோக்கி ஓட்டம் பிடித்தார்கள். அப்புறம் அஜந்தாவுக்குப் போக நானே பிரயத்தனம் செய்தேன். என்னாலேயே வழி கண்டுபிடிக்க முடியவில்லை. பிற்பாடு பார்த்துக் கொள்ளலாம் என்று திரும்பி வந்து விட்டேன். நல்ல சமயத்திலேதான் வந்தேன். ரஞ்சனி! எழுந்திரு! சீக்கிரம் நான் சொன்னபடி செய்! உடனே சிதை அடுக்கு! நெருப்புகொண்டு வா!'

'சக்கரவர்த்தியைத் தகனம் செய்தபிறகு என்ன செய்யப் போகிறீர்கள்?'

'ரஞ்சனி! சக்கரவர்த்தியின் மரணத்தைப் பற்றியோ, தகனத்தைப் பற்றியோ யாரிடமும் பிரஸ்தாபிக்கக் கூடாது, காற்றினிடம் கூடச் சொல்லக் கூடாது. இதைப் பரமரகசியமாக வைத்திருக்க வேண்டும், தெரியுமா?'

'எதற்காக ரகசியம் அடிகளே?'

'எல்லாம் அப்புறம் சொல்லுகிறேன், ரஞ்சனி! இப்போது ஒரு கணமும் வீணாக்க நேரமில்லை.'

'வஞ்சகப் பிக்ஷுவே! நீர் ஒன்றும் சொல்லவேண்டியதில்லை; காரணம் எனக்கே தெரியும்.'

'உனக்கு என்ன தெரியும்?'

'இந்தப் பிரேதத்தைத் தகனம் செய்துவிட்டு இரகசியச் சுரங்க வழியாக வாதாபி நகருக்குள் போகப் போகிறீர்! நீர்தான் சக்கரவர்த்தி என்று சொல்லிக் கொள்ளப் போகிறீர். சளுக்க சிம்மாசனத்தில் ஏறி அந்தக் காஞ்சி நகரத்து மூளியை உமக்கு அருகே உட்கார்த்தி வைத்துக்கொள்ளப் போகிறீர்...!'

நாகநந்தி கோபங்கொண்டு எழுந்து, 'உன் வாக்குப்படியே செய்கிறேன். எப்படியாவது நீ தொலைந்து போ! இனிமேல் உன்னோடு...' என்று மேலும் சொல்வதற்குள் காபாலிகை அவர் காலில் விழுந்து, 'அடிகளே! என்னை மன்னித்து விடுங்கள். நீர் சொல்வதைக் கேட்கிறேன்!' என்றாள்.

'உனக்குத்தான் என்னிடம் கொஞ்சம் கூட நம்பிக்கை இல்லையே? உன்னிடம் சொல்லி என்ன பிரயோஜனம்?'

'எனக்கு நம்பிக்கை உண்டாக்குவதற்கு ஒரு வழி இருக்கிறதே!'

'அது என்ன?'

'அந்த நடனப் பெண்ணை எனக்குக் கொடுத்து விடுங்கள்!'

'ரஞ்சனி! இத்தனை காலம் பொறுத்தாய்; இன்னும் சில நாள் பொறுத்துக் கொள். இந்த வாதாபி முற்றுகை முடியும் வரையில் பொறுத்துக் கொள்.

சிவகாமியை ஒரு காரியத்துக்காகக் காப்பாற்றி வைத்திருக்கிறேன் என்று உன்னிடம் சொல்லி வந்தேனல்லவா? அந்தக் காரியம் இப்போது நெருங்கி வந்து விட்டது. மாமல்லன் மீது பழிவாங்கியதும் சிவகாமியை உனக்குத் தந்து விடுகிறேன். பிறகு இந்த நீலகேசிதான் தக்ஷிண தேசத்தின் சக்கரவர்த்தி! நீதான் சக்கரவர்த்தினி! சளுக்க - பல்லவ - சோழ - பாண்டிய - வேங்கி நாடுகள் எல்லாம் நம் இருவருடைய காலின் கீழே கிடக்கப்போகின்றன!' என்று நாகநந்தி என்கிற நீலகேசி கூறியபோது நிலவொளியிலே அவருடைய கண்கள் தீப்பிழம்பைப் போல் ஒளி வீசின.

காபாலிகை ஒருவாறு சமாதானம் அடைந்தவளாய்க் காணப்பட்டாள். நீலகேசியின் சொற்படி அவள் தன் குகைக்குச் சென்று அங்கிருந்து விறகுக் கட்டைகளைக் கொண்டுவந்து அடுக்கலானாள். அப்போது, நீலகேசியின் காதில் விழாதபடி அவள் தனக்குள்ளேயே சொல்லிக்கொண்டாள்: 'வஞ்சகப் பிக்ஷுவே! நீர் என்னை மறுபடியும் ஏமாற்றப் பார்க்கிறீர். ஆனால், உம்முடைய எண்ணம் ஒருநாளும் பலிக்கப் போவதில்லை. நீர் எவ்வளவு தான் காலில் விழுந்து கெஞ்சினாலும், தேவேந்திர பதவியே அளித்தாலும் அந்த மூளி சிவகாமி உம்மைக் கண்ணெடுத்தும் பார்க்க மாட்டாள். கடைசியாக என் காலிலே வந்துதான் நீர் விழுந்தாக வேண்டும்!'

33.மந்திராலோசனை

வாதாபிப் பெரும் போரில் பல்லவ சைனியம் மகத்தான வெற்றியடைந்து ஒரு வார காலம் ஆயிற்று.

வாதாபிக் கோட்டையின் பிரதான வாசலுக்கு எதிரில் சற்றுத் தூரத்தில் பிரம் மாண்டமான ரிஷபக் கொடி வானளாவி உயர்ந்து கம்பீரமாகக் காற்றிலே பறந்து கொண்டிருந்தது.

அதனடியில் இருந்த கூடாரத்திற்குள்ளே மாமல்லரின் மந்திராலோசனை சபை கூடியிருந்தது.

மாமல்லரைச் சுற்றிலும் வீற்றிருந்த மந்திரிமார்களின் முகங்களில் மாபெரும் போரில் வெற்றி பெற்ற பெருமித உணர்ச்சியோடு சிறிது கவலைக்கு அறிகுறியும் காணப்பட்டது.

மாமல்லரின் வீர சௌந்தரிய வதனத்திலோ அச்சமயம் எள்ளும் கொள்ளும் வெடித்துக் கொண்டிருந்தது!

மந்திராலோசனை சபையில் ஏதோ அபிப்பிராய பேதம் ஏற்பட்டுக் காரசார மான விவாதம் நடந்திருக்க வேண்டும் என்று தோன்றியது.

அது வாஸ்தவந்தான். அபிப்பிராய பேதத்துக்குக் காரணமாயிருந்தது வாதாபி நகரப் பிரமுகர்களிடமிருந்து வந்த சரணாகதி ஓலையேயாகும்.

போர்க்களத்திலிருந்து திரும்பி வந்ததும் பல்லவ சைனியம் இரண்டு பகுதிகளாகப் பிரிக்கப்பட்டது. ஒரு பகுதியைக் கிழக்கேயிருந்து வந்து கொண்டிருந்த வேங்கிப் படையைத் தாக்குவதற்கு வசதியாக இரண்டு காத தூரம் கிழக்கே கொண்டுபோய் நிறுத்தி வைத்தார்கள். இன்னொரு பகுதி சைனியத்தைக் கொண்டு வாதாபிக் கோட்டையைத் தாக்கிக் கைப்பற்று வதற்கு ஆயத்தம் செய்தார்கள்.

கோட்டையைத் தாக்கும் விஷயத்தில் மாமல்லர் மிகவும் ஆத்திரம் கொண்டிருந்தார். பெரும் போரில் வெற்றி பெற்றுத் திரும்பிய வீரர்களுக்கு இளைப்பாற அவகாசம் கொடுப்பதற்குக் கூட அவர் விரும்பவில்லை. சேனாபதியையும் மற்றவர்களையும் ரொம்பவும் துரிதப்படுத்தினார். தாமே குதிரை மீதேறி கோட்டையைச் சுற்றிவந்து ஆங்காங்கே இருந்த வீரர்களை உற்சாகப்படுத்தினார். ஒரே மூச்சில் அகழியைக் கடப்பது எப்படி, கோட்டை மதில்மீது தாவி ஏறுவது எப்படி, அங்கே காவல் இருக்கக்கூடிய சளுக்க வீரர்கள் மீது ஈட்டியை எறிந்து கொல்வது எப்படி, கோட்டைக்குள் புகுந்ததும் அவர்கள் செய்ய வேண்டிய காரியங்கள் என்னென்ன ஆகிய விஷயங்களைப் பற்றி மாமல்ல சக்கரவர்த்தி தாமே அந்த வீரர்களுக்கு விவரமாகக் கூறினார். மாமல்லரின் இத்தகைய நடவடிக் கைகளைக் குறித்துச் சேனாபதி பரஞ்சோதி கோபமும் வருத்தமும் அடைந்து, 'இந்தக் காரியங்களையெல்லாம் என்னிடம் விட்டுவிடக் கூடாதா? என்னிடம் தங்களுக்கு அவ்வளவு நம்பிக்கை இல்லையா?' என்று கேட்கும்படி நேர்ந்தது.

மாமல்லர் இப்படிக் கோட்டைத் தாக்குதலை ஆரம்பிக்கும் விஷயத்தில் அவசரப்பட்டதற்குக் காரணம், எங்கே தாக்க ஆரம்பிப்பதற்கு முன்னால் கோட்டைக்குள்ளிருந்து சமாதானத் தூது வந்து விடுமோ என்ற பயந்தான். அவர் பயந்தபடியே உண்மையில் நடந்து விட்டது. மறுநாள் கோட்டைத் தாக்குதலை ஆரம்பிக்கலாம் என்று தீர்மானிக்கப்பட்டிருந்த சமயத்தில் கோட்டை முன்வாசலில் சமாதான வெள்ளைக் கொடி தூக்கப்பட்டது. நூலேணி வழியாக இருவர் இறங்கி வந்தார்கள். சேனாபதி பரஞ்சோதியிடம் தாங்கள் கொண்டு வந்த ஓலைகள் இரண்டையும் சமர்ப்பித்து விட்டுத் திரும் பினார்கள்.

அந்த ஓலைகள் இரண்டில் ஒன்று கோட்டைத் தலைவன் தளபதி பீமசேனன், சக்கரவர்த்திக்கு எழுதிக் கொண்டது. வாதாபி நகரப் பிரமுகர்கள் கூடி யோசித்துக் கோட்டையை எதிர்ப்பில்லாமல் காஞ்சிச் சக்கரவர்த் தியிடம் ஒப்படைத்து விடுவதென்று தீர்மானித்திருப்பதாகவும், வாதாபி அரண்மனைகளிலுள்ள சகல செல்வங்களையும் கோட்டைக்குள்ளே இருக்கும் யானைப் படை குதிரைப் படைகளையும் மாமல்ல சக்கர வர்த்திக்குச் சமர்ப்பித்து விட இணங்குவதாகவும் இன்னும் அவர் விதிக்கும் மற்ற எல்லா நிபந்தனைகளுக்கும் உட்படச் சம்மதிப்பதாகவும் அந்த ஓலை யில் எழுதியிருந்தது. மாமல்ல சக்கரவர்த்தி கருணை கூர்ந்து கோட்டையைத் தாக்காமலிருக்க வேண்டுமென்றும், நகரமாந்தர்களையும் அவர்களுடைய வீடு வாசல் சொத்து சுதந்திரங்களையும் காப்பாற்றிக் கொடுத்து அருள

வேண்டுமென்றும் கேட்டுக் கொண்டிருந்தது. மேற்படி சமாதானக் கோரிக்கையை மாமல்ல சக்கரவர்த்தி ஒப்புக் கொள்ளக் கருணை கூர்ந்தால் கோட்டைக் காவல் தலைவனாகிய தளபதி பீமசேனன் தன் கீழேயுள்ள எல்லா வீரர்களுடனும் சரணாகதியடையச் சித்தமாயிருப்பதாகத் தெரிவித்து ஓலையை முடித்திருந்தான்.

மேற்படி சமாதான ஓலையைப் பற்றி எந்தவிதத்திலும் சந்தேகப்படுவதற்கு இடம் இருக்கவில்லை, உண்மையும் அப்படித்தான். கோட்டை வாசல்களின் உச்சி மண்டபங்களில் நின்று கவனித்த வாதாபிவாசிகள் பல்லவ சைனியத்துக்கும் சளுக்க சைனியத்துக்கும் நடந்த பெரும் போரைப் பற்றியும் அதன் முடிவைப் பற்றியும் ஒருவாறு தெரிந்து கொண்டார்கள். போரில் பல்லவ சைனியம் வெற்றி பெற்றது என்பது ஸ்பஷ்டமாகத் தெரிந்து விட்டது. அதன் பயனாக வாதாபி மக்களிடையே பெரும் பீதி உண்டாகிப் பரவிற்று. வீதிகளிலும் வீடுகளிலும் ஓலமும் புலம்பலும் எழுந்தன. கோட்டைக் காவலுக்கு அவசியமான வீரர்களோ யுத்த தளவாடங்களோ இல்லையென்பதும், முற்றுகை நீடிக்கும் பட்சத்தில் அதைச் சமாளிப்பதற்கு வேண்டிய உணவுப் பொருள் நகருக்குள் சேமித்து வைக்கப்படவில்லையென்பதும் எல்லாருக்கும் தெரிந்திருந்தன. ஒரு மாதம் முற்றுகை நீடிக்கும் பட்சத்தில் நகர மக்கள் பட்டினி கிடக்கும்படி நேரிடும். சத்துரு படைகள் கோட்டையைத் தாக்கி ஜயித்து உள்ளே பிரவேசித்தால், அப்போது அவ்வீரர்களிடம் ஜனங்கள் எவ்வித கருணையையும் எதிர்பார்க்க முடியாது. இலட்சக்கணக்கான ஸ்திரீகளும், குழந்தைகளும், வயோதிகர்களும் அதோ கதியடையும்படி நேரிடும்.

இதையெல்லாம் யோசித்து வேறு வழியில்லையென்று கண்டதன் பேரில் தான் வாதாபி நகரப் பிரமுகர்களும் கோட்டைக் காவலன் பீமசேனனும் மேற்கண்டவாறு சமாதான ஓலை அனுப்பினார்கள்.

அதன்பேரில் யோசித்து முடிவு செய்வதற்கு மாமல்லர் மந்திராலோசனை சபை கூட்டினார். இந்த மந்திராலோசனை சபையில் மாமல்லர் சிறிதும் பொறுமையின்றி ஆத்திரப்பட்டு எரிந்து விழுந்ததைப்போல் அதற்குமுன் எப்போதும் நடந்து கொண்டது கிடையாது. ஓலையைப் பார்க்கும்போதே அவருக்குக் கோபம் கோபமாய் வந்தது. எல்லாரும் கேட்கும்படி ஓலை படிக்கப்பட்டபோது மாமல்லரின் கண்களில் தணல் பறந்தது.

எந்தக் காரணத்தினாலோ அந்தச் சமாதானக் கோரிக்கை சக்கரவர்த்திக்குப் பிடிக்கவில்லையென்பது அவருடைய முகபாவத்திலிருந்தும் பேச்சுவார்த்தைகளிலிருந்தும் அங்கிருந்த மற்றவர்களுக்கு நன்றாய்த் தெரிந்தது.

எனினும், சக்கரவர்த்தி அந்த ஓலை விஷயமாக அவர்களுடைய அபிப்பிராயத்தைக் கேட்டபோது தங்கள் மனத்தில் பட்டதை ஒவ்வொருவரும் உள்ளது உள்ளபடி சொன்னார்கள். அதாவது, சரணாகதியை ஒப்புக் கொண்டு நகரத்தையும் நகர மக்களையும் காப்பாற்ற வேண்டியதுதான் என்று சொன்னார்கள்.

சக்கரவர்த்தியின் கோபம் மேலும் மேலும் அதிகமாகி வந்தது. ஒவ்வொரு வரும் சமாதானத்துக்கு அனுகூலமாக அபிப்பிராயம் சொல்லி வந்தபோது மாமல்லர், 'அப்படியா?' 'ஓஹோ!' என்று பரிகாசக் குரலில் சொல்லிக் கொண்டு வந்தார். சேனாபதி பரஞ்சோதியும் இலங்கை மானவன்மரும் மட்டும் அபிப்பிராயம் சொல்லாமலிருந்தார்கள்.

'நீங்கள் ஏன் ஒன்றும் சொல்லாமல் சும்மா நிற்கிறீர்கள்? சேனாபதி! உங் களுடைய அபிப்பிராயம் என்ன?' என்று மாமல்லர் குறிப்பிட்டுக் கேட்டார்.

'பிரபு! நானும் சண்டையை நிறுத்த வேண்டும் என்றுதான் அபிப் பிராயப்படுகிறேன். குற்றமற்ற ஜனங்களைக் கஷ்டப்படுத்துவதில் என்ன பிரயோசனம்? மேலும் சரணாகதி அடைவதாக அவர்கள் சக்கரவர்த் தியிடம் உயிர்ப் பிச்சைக் கேட்கும்போது வேறு என்ன செய்யமுடியும்?' என்றார் பரஞ்சோதி.

'சேனாபதி! என்ன சொல்கிறீர்? நீர் கூடவா இப்படியெல்லாம் தர்ம நியாயம் பேச ஆரம்பித்து விட்டீர்? புலிகேசி நம் நாட்டில் செய்த அக்கிரமங்களை எல்லாம் மறந்து விட்டீரா? இந்த நகரத்தை நாம் எரித்துச் சாம்பலாக்க வேண்டிய அவசியம் இருக்கிறதென்று உமக்குத் தெரியாதா? தெரிந் திருந்துமா இப்படி பேசுகிறீர்? திடீரென்று உங்களுக்கெல்லாம் என்ன வந்து விட்டது? யுத்தம் போதும் போதும் என்று ஆகி விட்டதா? இரத்தத்தைக் கண்டு பயந்து விட்டீர்களா? உயிர் மேலும் உடைமை மேலும் ஆசை வந்து விட்டதா? மானவன்மரே! நீர் ஒருவராவது என்னுடைய கட்சியில் இருக்கிறீரா? அல்லது நீரும் இந்தப் புத்த பகவானுடைய பரமானந்த சிஷ்யர்களுடன் சேர்ந்து சாத்விகத்தை மேற்கொண்டு அஹிம் சாவாதியாகி விட்டீரா?' என்று தீச்சுடர் போன்ற வார்த்தைகளை மாமல்லர் பொழிந்தார்.

மாமல்லருடைய மனப்போக்கை மானவன்மர் நன்கு உணர்ந்திருந்தார். சிவகாமிக்கு மாமல்லர் கொடுத்திருந்த வாக்குறுதியை எந்தவிதத்திலும் நிறைவேற்ற விரும்புகிறார் என்பதையும், சமாதானக் கோரிக்கையை ஒப்புக்கொண்டால் மேற்படி வாக்குறுதியை நிறைவேற்ற முடியா தென்பதையும் அவர் உணர்ந்திருந்தார். உண்மையில் சேனாபதி பரஞ்சோதி சமாதானத்துக்குச் சாதகமாக அபிப்பிராயம் சொன்னது மானவன்மருக்கு மிக்க வியப்பையளித்தது.

சமாதானத்துக்கு இணங்கி விட்டால், கோட்டைத் தாக்குதலுக் கென்று மானவன்மர் விசேஷப் பயிற்சி அளித்திருந்த யானைப் படையை உபயோகப்படுத்துவதற்குச் சந்தர்ப்பமே இல்லாமல் போய்விடும் என்பது ஒரு பக்கம் அவர் மனத்தில் கிடந்தது.

இந்த நிலைமையில் மானவன்மர், 'பிரபு! பல்லவ நாட்டு வீர தளபதிகள் எல்லாரும் ஒருவித அபிப்பிராயம் சொல்லியிருக்கும் போது வேறு அபிப் பிராயம் கூற எனக்குத் தயக்கமாயிருக்கிறது. அதிலும் சேனாபதியாருக்கு மாறாக எதுவும் சொல்ல நான் விரும்பவில்லை!' என்றார்.

மாமல்லர் அதிகாரத்தொனியில், 'மானவன்மரே! எல்லாரும் ஒரே அபிப் பிராயத்தையே தெரிவிக்க வேண்டுமென்றிருந்தால் இந்த மந்திராலோ சனை சபை கூட வேண்டியதில்லை. இங்கே எல்லாரும் தங்கள் தங்கள் அபிப்பிராயத்தைத் தைரியமாகக் கூறலாம். யாருக்கும் அஞ்ச வேண்டிய தில்லை!' என்று கர்ஜித்தார்.

'பிரபு! தாங்கள் ஆக்ஞாபிப்பதால் சொல்கிறேன். இந்தச் சமாதானக் கோரிக்கையை ஒப்புக்கொள்ளக் கூடாது என்று எனக்குத் தோன்றுகிறது. செய்கிற பாதகத்தையெல்லாம் செய்து விட்டு அப்புறம் சரணாகதி அடைந்துவிட்டால் போதுமா?' என்பதற்குள் சேனாபதி பரஞ்சோதி குறுக் கிட்டு, 'வாதாபி நகர ஜனங்கள் என்ன பாதகத்தைச் செய்தார்கள்? பாதகன் புலிகேசி செய்த காரியத்திற்கு அவர்களை எப்படிப் பொறுப்பாக்க முடியும்?' என்று கேட்டார்.

அதற்கு மானவன்மர், 'சேனாபதி இவ்விதம் சொல்வது எனக்கு மிக்க வியப்பாயிருக்கிறது. புலிகேசி செய்த அக்கிரமங்களை யெல்லாம் இந்த ஜனங்கள் பார்த்துச் சந்தோஷப்பட்டுக் கொண்டுதானே இருந்தார்கள்? அந்த அக்கிரமங்களைத் தடுப்பதற்கு இவர்கள் எந்த விதத்திலாவது முயன்றார் களா? பாதகன் புலிகேசிக்குப் பலம் அளித்ததெல்லாம் இவர்கள் தானே? புலிகேசி கொள்ளையடித்துக்கொண்டு வந்த பொருள்களையெல்லாம் பகிர்ந்து அனுபவித்தது இவர்கள்தானே? புலிகேசி சிறைப் பிடித்துக் கொண்டு வந்த ஆண்களையும் பெண்களையும் அடிமைகொண்டு வேலை வாங்கியது இவர்கள்தானே? ஆயனச் சிற்பியாரின் குமாரியை இந்த நகரின் நாற்சந்தியில் நடனமாடச் சொல்லிப் பார்த்து இந்த நகர மக்கள் பல்லவ சாம் ராஜ்யத்தையே அவமதித்து அழியா வசைக்கு ஆளாக்கவில்லையா? இதை யெல்லாம் நமது வீர சேனாபதி மறந்து விட்டாரா?' என்று மானவன்மர் கூறியபோது மாமல்லரின் பார்வை கூரிய வாளைப் போல் சேனாபதி பரஞ் சோதியின் மீது பாய்ந்தது.

அப்போது சேனாபதி பரஞ்சோதி, 'பல்லவேந்திரா! மானவன்மருக்கு ஞாபகம் இருக்கும் விஷயம் எனக்கு ஞாபகம் இல்லாமல் போய்விடாது. அதைப் பற்றித் தங்களிடம் தனியாகப் பிரஸ்தாபிக்க வேண்டுமென்று இருந்தேன். ஆனால், மானவன்மர் சிவகாமி தேவியைப் பற்றிப் பேச்சு எடுத்து விட்டபடியால் நானும் இப்போதே சொல்லி விடுகிறேன். சமாதான ஓலை கொண்டுவந்த தூதர்கள் இன்னோர் ஓலை எனக்குத் தனியாகக் கொண்டு வந்தார்கள். சிவகாமிதேவி எழுதிய அந்த ஓலை இதோ இருக்கிறது. தயவு செய்து பார்த்தருள வேண்டும்!' என்று சொல்லித் தமது வாளின் உறையிலிருந்து ஓலை ஒன்றை எடுத்துச் சக்கரவர்த்தியிடம் கொடுத்தார்.

பல்லவேந்திரர் அந்த ஓலையைப் படித்தபோது ஏற்கெனவே சிவந்திருந்த அவருடைய கண்கள் இன்னும் அதிகமாகச் சிவந்து தணற்பிழம்புகளாகத் தோன்றின. அளவு மீறிய கோபத்தினால் ஓலையைப் பிடித்திருந்த அவருடைய கைகள் நடுங்கின.

படித்து முடித்ததும் அந்தப் பனை ஓலைச் சுருளைச் சக்கரவர்த்தி தம் இரு கரங்களினாலும் கிழித்துப் போட யத்தனித்தார்.

அப்போது சேனாபதி குறுக்கிட்டு, 'பல்லவேந்திரா! ஓலை என்னுடையது. கருணை கூர்ந்து திருப்பிக் கொடுத்தருள வேண்டும்!' என்றார்.

34.சிவகாமியின் ஓலை

சேனாபதி பரஞ்சோதிக்குச் சிவகாமி அனுப்பியிருந்த ஓலையில் பின்வருமாறு எழுதியிருந்தது:

'வீரபல்லவ சைனியத்தின் சேனாபதியும் என் அன்புக்குரிய சகோதரருமான பரஞ்சோதியாருக்கு ஆயனர் மகள் சிவகாமி எழுதிக்கொண்டது.

இந்த அபலையை, அநாதையை, ஒன்பது வருஷ காலம் தாங்களும் பல்லவ குமாரரும் மறந்து விடாமல் நினைவு வைத்துக்கொண்டிருந்து என் சபதத்தை நிறைவேற்றி வைப்பதற்காகப் படையெடுத்து வந்திருப்பதை அறிந்து கொண்டேன். கோட்டைக்கு வடதிசையில் நடந்த பெரு யுத்தத்தைப் பற்றியும் இங்கே செய்தி வந்திருக்கிறது. அந்த யுத்தத்தில் வாதாபிச் சக்கரவர்த்தி மாண்டிருக்க வேண்டுமென்று இங்குள்ளவர்கள் சொல்லிக் கொள்கிறார்கள்.

இந்த வாதாபிக் கோட்டையின் காவலரான பீமசேனர் என்னை வந்து பார்த்தது ஓலை எழுதும்படி கேட்டுக்கொண்டார். அதன்படி என் மனப்பூர்வமான சம்மதத்துடன் இதை எழுதுகிறேன்.

தாங்களும் பல்லவ குமாரரும் எந்த நோக்கத்துடன் படையெடுத்து வந்தீர் களோ அந்த நோக்கம் நிறைவேறிவிட்டது. சளுக்கிய சைனியமும் வாதாபிச் சக்ரவர்த்தியும் நாசமடைந்தார்கள் இத்துடன் யுத்தத்தை நிறுத்தி வாதாபி கோட்டையின் சரணாகதியை ஒப்புக்கொள்ளும்படி ரொம்பவும் வேண்டிக் கொள்ளுகிறேன்.

நான் அன்று செய்த சபதத்தைப் பல்லவகுமாரர் அதன்படியே நிறைவேற்ற வேண்டும் என்னும் விருப்பம் இப்போது எனக்கு இல்லை. அதை அப்படியே நிறைவேற்றுவதென்றால், இந்தப் பெரிய நகரத்தின் குற்றமற்ற ஜனங்கள் வீடு வாசல்களை இழந்து சொல்ல முடியாத கஷ்டங்களுக்கு உள்ளாகும்படி நேரிடும். அவர்களை அத்தகைய கொடுமைகளுக்கு உள்ளாக்க நான் பிரியப்படவில்லை. அவ்விதம் செய்தால் யாருக்கு என்ன பிரயோசனம்?

ஏற்கனவே நடந்த யுத்தத்தில் இரு தரப்பிலும் ரொம்பவும் உயிர்ச்சேதம் நேர்ந்திருப்பது தெரிகிறது. என் காரணமாக ஏற்பட்ட இந்த விபரீதப் படுகொலையை நினைத்து ரொம்பவும் வருத்தப்படுகிறேன்.

அருமைச் சகோதரரே! கடந்த ஒன்பது வருஷ காலம் இந்த நகரத்தில் தன்னந் தனியாக நான் வசித்தபோது ஓயாமல் என்மனம் சிந்தனை செய்து கொண்டிருந்தது. பல்லவ குமாரரும் தாங்களும் முன்னொரு தடவை வந்து என்னை அழைத்த சமயம் நான் உங்களுடன் கிளம்பி வராதது எவ்வளவு பெரும் பிசகு என்பதை உணர்ந்து கொண்டேன். என் சபதத்தை நிறை வேற்றிய பிறகுதான் இந்த நகரை விட்டுப் புறப்படுவேன் என்று பிடிவாதம் பிடித்தது எவ்வளவு அறிவீனம் என்பதை உணர்ந்து வருந்தினேன். ஆறு அறிவு படைத்த மனிதர்கள் யுத்தம் என்ற பெயரால் ஒருவரையொருவர் கொன்று கொள்வது எவ்வளவு பைத்தியக்காரச் செயல்?

'கடவுளால் சிருஷ்டிக்கப்பட்ட ஜீவன்களை மனிதர்கள் கொல்வது தெய்வ சம்மதமாகுமா? ஒரு சிறு அற்பமான உயிரைக் கூட நம்மால் சிருஷ்டிக்க முடியாமலிருக்கும்போது ஆயிரக்கணக்கான உயிர்களைக் கொல்வது எவ்வளவு பாபமான காரியம்? இதையெல்லாம் நினைத்துப் பார்க்கப் பார்க்க என்னால் இந்தப் பயங்கரமான பெரிய யுத்தம் வந்துவிட்டதே என்று ரொம்பவும் துக்கப்படுகிறேன்.

உலகத்தில் மனிதர்கள் குற்றம் செய்தால் அதற்குத் தண்டனையளிக்கவோ அல்லது மன்னித்து அருளவோ எல்லாம் அறிந்த இறைவன் இருக்கிறான். 'அவன் அன்றி இவ்வுலகில் ஓர் அணுவும் அசையாது' என்று பெரியோர் சொல்லுகின்றனர். அப்படியிருக்க மனிதர்கள் தங்களையொத்த மற்ற மனிதர்களின் குற்றங்களுக்குத் தண்டனை விதிக்க ஏன் முற்பட வேண்டும்?

சகோதரரே!போனது போகட்டும். இனிமேலாவது இரத்த வெள்ளம் பெருகுவது நிற்கட்டும்.

என்னுடைய மூடப் பிடிவாதத்தினால் உங்களுக்கெல்லாம் நான் கொடுத்த கஷ்டங்களுக்காக என்னை மன்னித்து விடுங்கள். பல்லவ குமாரரிடம் நான் ரொம்பவும் கேட்டுக் கொண்டதாகச் சொல்லி யுத்தத்தை நிறுத்தச் சொல்லுங்கள்.

கோட்டை முற்றுகை ஆரம்பமானதிலிருந்து என்னிடம் நகரவாசிகள் ரொம்பவும் மரியாதைகாட்டி வருகிறார்கள். பல்லவ குமாரர் கோட்டைச் சரணாகதியை ஒப்புக் கொண்டால், என்னைப் பல்லக்கிலே ஏற்றிச் சகல மரியாதைகளுடனும் வெளியே அனுப்பி வைக்கச் சித்தமாய் இருக் கிறார்கள். இதையெல்லாம் பல்லவ குமாரரிடம் தெரியப்படுத்துங்கள்.

உங்கள் எல்லோரையும் பார்க்க வேண்டும் என்று என் உள்ளம் துடிதுடித்துக் கொண்டிருக்கிறது.

இன்று சூரியன் மலைவாயில் இறங்குவதற்கு முன்னால் தங்களையும் பல்லவ குமாரரையும் பார்க்கும் பாக்கியம் எனக்குக் கிடைக்கும் என்று நம்புகிறேன்.

என் அருமைத் தந்தையின் பாத கமலங்களில் என்னுடைய நமஸ்காரங் களைச் சமர்ப்பிக்கிறேன்.'

மாமல்லருடைய குணப்பண்பையும் மனப்போக்கையும் நன்கு அறிந்துள்ள நாம், சிவகாமி தேவியின் மேற்படி ஓலை அவருக்கு ஏன் அத்தனை கோபத்தையும் ஆத்திரத்தையும் உண்டாக்கியது என்று ஒருவாறு ஊகிக்கலாம்.

ஓலையைக் கிழிக்கப்போனவரிடம் சேனாபதி, 'அது என் ஓலை' என்று சொன்னதும், மாமல்லரின் ஆத்திரம் இன்னும் அதிகமாயிற்று. 'அப்படியா? இதோ உமது ஓலையை எடுத்துக் கொள்ளும், சேனாபதி! திவ்யமாக எடுத்துக் கொள்ளும். இந்தத் தர்மோபதேச மகாமந்திர ஓலையை நீரே வைத்துக்கொண்டு பூஜை செய்யும்!' என்று சொல்லிக்கொண்டே மாமல்லர் ஓலையை வீசி விட்டெறிந்தார்.

சேனாபதி அதைப் பயபக்தியுடனே பொறுக்கி எடுத்துக் கொண்டு கூறினார்: 'ஆம், பல்லவேந்திரா! இது எனக்கு மகா மந்திரோபதேச ஓலைதான். திருநாவுக்கரசர் பெருமானிடம் சிவதீட்சை பெறுவதற்காகக் காஞ்சி நகரத்துக்கு வந்தேன். ஆனால் அந்த பாக்கியம் அன்று கிடைக்கவில்லை. ஆனால், சிவகாமி தேவியிடம் உபதேசம் பெறும் பாக்கியம் இப்போது கிடைத்தது. நான் ஆசாரியராக வரித்த ஆயனச் சிற்பியாருடைய குமாரியல்லவா சிவகாமி தேவி!'

மாமல்லருடைய கோபம் இப்போது வரம்புகளையெல்லாம் கடந்து விட்டது. சிவகாமி விஷயமாக நாலு பேருக்கு முன்னால் இதுவரை பேசி அறியாதவர், அத்தனை பேருக்கும் முன்னால் வெட்ட வெளிச்சமாகப் பின்வரும் ஆங்கார வார்த்தைகளைக் கொட்டினார் :

'சேனாபதி! என் வாழ்நாளில் இரண்டு தவறுகளை நான் செய்திருக்கிறேன். சிற்பியின் மகளைச் சிம்மாசனத்தில் ஏற்றி வைக்க முயன்றேன். அந்த முயற்சியில் தோல்வியுற்றேன். தமிழ் ஓதவும் சிற்ப வேலை கற்கவும் வந்த உம்மைப் பல்லவ சாம்ராஜ்யத்தின் சேனாபதியாக்கினேன்! அதுவும் நான் செய்த பெருந்தவறு ஆயிற்று. சிற்பியின் மகள் சிம்மாசனத்துக்குத் தகுதியற்றவள் என்பதை நிரூபித்து விட்டாள். நாடி பார்க்கும் வைத்தியரின் மகன் நாடு பிடிக்கும் சேனைத் தலைவனாக யோக்கியதை அடைய முடியாது என்பதை நீர் நிரூபித்து விட்டீர்...'

சேனாபதி பரஞ்சோதிக்குக் கண்ணில் நீர் ததும்பிற்று. அவமானமும் ஆத்திரமும் தொண்டையை அடைக்க, தழுதழுத்த குரலில், 'பல்லவேந்திரா!...' என்று ஏதோ சொல்வதற்கு ஆரம்பித்தார்.

'சேனாபதி! நிறுத்தும்!' என்று மாமல்லர் கர்ஜனை செய்ததும், சேனாபதி வாயடைத்துப்போய் நின்றார். இதுவரை மாமல்லர் அவரிடம் இம்மாதிரி பேசியதே இல்லை. மரியாதைக் குறைவாகவோ மனம் புண்படும்படியோ அவரைப் பார்த்து ஒரு வார்த்தையும் கூறியதே இல்லை. மாமல்லரின் இந்தப் புதிய ருத்ராவதாரம் பரஞ்சோதிக்குப் பிடிபடவே இல்லை.

மாமல்லர் மேலும் சொல்லம்புகளைப் பொழிந்தார்: 'என்னை யார் என்று எண்ணிக் கொண்டீர்? இந்தச் சிற்பி மகள்தான் என்னை யார் என்பதாக எண்ணிக்கொண்டாள்? என்ன தைரியத்தினால் இந்தமாதிரி ஓலை எழுத

அவள் துணிந்தாள்? நீங்கள் இரண்டு பேரும் பல்லவ குலத்தில் பெருமையைக் குலைத்துப் பாழாக்க இப்படி எத்தனை காலமாகச் சதி செய்தீர்கள்? இந்த மூடப் பெண் புத்தியில்லாமல் பிடிவாதம் பிடிக்கும்போது இவளுடைய பிடிவாதத்துக்காக நாம் யுத்தத்துக்கு ஆயத்தம் செய்ய வேண்டும். இவள் பார்த்து வேண்டாம் என்றால் உடனே இவளுடைய கட்டளையைச் சிரமேற்கொண்டு யுத்தத்தை நிறுத்தி விட வேண்டுமா? பல்லவ சாம்ராஜ்யமே இவளுக்காகத்தான் இருக்கிறது என்று எண்ணிக் கொண்டாளா? பல்லவ நாட்டுப் பிரஜைகளும் பல்லவ சக்கரவர்த்தியும் இவளுக்குத் தொண்டு செய்யும் அடிமைகள் என்று எண்ணிக் கொண்டல்லவா இப்படி ஓலை எழுதத் துணிந்தாள்? ஒன்பது வருஷம் பிரயத்தனம் செய்து இந்த மகத்தான சைனியத்துடன் நான் படையெடுத்து வந்தது இந்தச் சலன புத்தியுள்ள சிற்பி மகளின் மூட சபதத்தை நிறைவேற்றுவதற்காக அல்ல; அதை நீர் நன்றாகத் தெரிந்து கொள்ளும். பல்லவ குலத்தின் பங்கமுற்ற கௌரவத்தை நிலைநாட்டுவதற்காகவே நான் வந்தேன். மகேந்திர சக்கரவர்த்தி மரணத் தருவாயில் எனக்கு இட்ட கட்டளையை நிறைவேற்றும் பொருட்டுப் படையெடுத்து வந்தேன். பதினெட்டு வயதில் மகாமல்லன் என்று பட்டம் பெற்ற நரசிம்ம பல்லவனைப் பார்த்து நானிலம் சிரிக்காதிருக்கும் பொருட்டு வந்தேன். அற்ப புத்தியுள்ள சிற்பி மகளின் சபதத்தை நிறைவேற்றுவதற்காக வரவில்லை. இவளிடம் தர்மோபதேசம் பெற்று மோட்சம் அடைவதற்காகவும் நான் வரவில்லை. மேலே யுத்தத்தை நடத்துவதற்கு உமக்கு இஷ்டமில்லையென்று தெரிகிறபடியால் உமக்கு இந்த க்ஷணமே சேனாபதி உத்தியோகத்திலிருந்து விடுதலை தருகிறேன்!'

இவ்வளவு நேரமும் சேனாபதியையே பார்த்துப் பேசிய மாமல்லர் சட்டென்று இலங்கை இளவரசரைத் திரும்பிப் பார்த்து, 'மானவன்மரே! நம்முடைய சேனாபதி இப்படி நல்ல சமயத்தில் என்னைக் கைவிட்டு விடுவார் என்று அறிந்துதான் உம்மையும் உடன் அழைத்து வந்தேன். நல்ல வேளையாக என் விருப்பத்தின்படி நடக்க நீர் ஒருவராவது இருக்கிறீரே! கோட்டையைத் தாக்குவதற்கு உடனே ஏற்பாடு செய்யும். இன்றிரவே தாக்குதல் ஆரம்பமாகி விடவேண்டும்!' என்றார்.

கோடை இடி குமுறி இடித்தாற் போன்ற குரலில் மாமல்லர் இவ்விதம் கர்ஜனைசெய்து ஓய்ந்ததும் சிறிது நேரம் அங்கு நிசப்தம் குடிகொண்டிருந்தது. அனைவரும் திகைத்துப் போய் நின்றார்கள். மாமல்லரையும் பரஞ்சோதியையும் இரண்டு உடலும் ஒருயிருமான நண்பர்கள் என்று அவர்கள் அதுகாறும் எண்ணியிருந்தார்கள். பரஞ்சோதியைப் பார்த்து மாமல்லர் இவ்வளவு கடுமையான மொழிகளைக் கூறியது அவர்களைப் பெருங்கலக்கத்திற்கு உள்ளாக்கியது.

மானவன்மரோ, 'இதுஎன்ன? பிள்ளையார் பிடிக்க குரங்காய் முடிந்ததே! சேனாபதியை என்றென்றைக்கும் நமது விரோதியாக்கிக் கொண்டோமே?' என்று வேதனையடைந்து சும்மா நின்றார்.

'மானவர்மரே! ஏன் நிற்கிறீர்?' என்று மாமல்லர் அதட்டவும், மானவர்வர் பரஞ்சோதியைப் பார்த்தார். மற்றவர்களைப் போலவே அத்தனை நேரம் திகைத்து நின்ற பரஞ்சோதி அப்போது ஓர் அடி முன்னால் வந்து தழுதழுத்த குரலில், பல்லவேந்திரா! பன்னிரண்டுவருஷம் நான் பல்லவ சாம்ராஜ்யத் துக்காக நான் செய்திருக்கும் சேவையை முன்னிட்டு ஒருவரம் அருள வேண்டும்!' என்றார்.

மாமல்லர் மறுமொழி ஒன்றும் சொல்லாமலிருக்கவே பரஞ்சோதி மேலும் கூறினார்: 'பிரபு! தாங்களும் நானும் இதோ தெரியும் இந்த வாதாபி நகரத்துக் குள்ளே நாற்சந்தியில் நிற்கும் புலிகேசியின் ஜயஸ்தம்பத்துக்கருகில் நின்று ஒரு சபதம் எடுத்துக் கொண்டோம். கூடிய சீக்கிரம் படையெடுத்து வந்து அந்தப் பொய் ஜயஸ்தம்பத்தை பெயர்த்துத் தள்ளி விட்டு அதற்குப் பதிலாகப் பல்லவ விஜயத்தின் ஞாபக ஸ்தம்பத்தை அதே இடத்தில் நிலைநாட்டவும், சிவகாமி தேவியை விடுதலை செய்துகொண்டு போகவும் பிரதிக்ஞை செய்தோம். அதை நிறைவேற்றும் பொருட்டுச் சென்ற ஒன்பது வருஷகாலமாக இரவும் பகலும் உழைத்து வந்தோம். அந்த பிரதிக்ஞை நிறைவேறும் வரையில் இந்தச் சேனாபதி பதவியை அடியேன் வகிப்பதற்கு அனுமதி கொடுங்கள்!' என்றார்.

மாமல்லரின் முகத்தில் கோபாவேசம் தணிந்து ஓரளவு மகிழ்ச்சியும் மலர்ச் சியும் காணப்பட்டன. 'இதற்கு இவ்வளவு சுற்றி வளைத்து வரம் கேட்பா னேன்? சேனாபதி! நான் விரும்புவதும் அதுவேதான். உடனே தாக்குதலை ஆரம்பியுங்கள்!' என்றார்.

'தயவு செய்து மன்னிக்க வேண்டும். இன்னும் ஒரு சிறு கோரிக்கை, பிரபு! கோட்டையைத் தாக்க ஆரம்பித்து விட்டால் ஒரு பகல் ஓர் இரவுக்குள் துரித மாக முடித்து வெற்றி பெற வேண்டும். அதற்குத் தக்க ஆயத்தம் செய்வதற்கு மூன்று நாள் அவகாசம் கொடுங்கள்!' என்று சேனாபதி விநயத்துடன் கேட்டார்.

மாமல்லரின் மௌனம் அவர் வேண்டா வெறுப்பாகச் சேனாபதியின் கோரிக்கைக்கு இணங்கியதற்கு அறிகுறியாய் இருந்தது.

35.வாதாபி கணபதி

மனிதர்களுக்குள்ளே இருவகை சுபாவம் உள்ளவர்கள் உண்டு. ஒருவகையார் கொடூரமான காரியங்களையும் காட்சிகளையும் பார்க்கப் பார்க்க அவற்றைக் குறித்து அலட்சியமாக எண்ணத் தொடங்குகிறார்கள். அப்புறம் அத்தகைய கொடூரமான காரியங்களைச் செய்வது அவர்களுக்குச் சகஜமாகி விடுகிறது. ஆரம்பத்தில் பரிதாபம் அளிக்கும் சம்பவங்கள் நாளடைவில் அவர்களுடைய மனத்தில் எத்தகைய உணர்ச்சியையும் உண்டாக்குவதில்லை.

இன்னொரு வகை சுபாவமுள்ளவர்களும் இந்த உலகில் இருக்கிறார்கள். கொடூரமான காட்சிகளைப் பார்க்கப் பார்க்க அவர்களுடைய உள்ளம் உணர்ச்சியின்றித் தடித்துப் போவதற்குப் பதிலாக ஆத்திரம் அதிகமாகிறது. பரிதாப சம்பவங்களைப் பார்க்கப் பார்க்க அவர்களுடைய மனவேதனை மிகுதியாகிறது. அநீதிகளையும், அக்கிரமங்களையும் காணக் காண அவற்றை உலகிலிருந்து ஒழிக்க வேண்டுமென்ற பிடிவாதம் அதிகமாக வளர்கிறது. பிந்திய சுபாவமுள்ள மாந்தர் கூட்டத்தைச் சேர்ந்தவர் சேனாபதி பரஞ்சோதி. ரத்தத்தைப் பார்க்கப் பார்க்க ரத்த வெறி அதிகமாகும் ராட்சஸ வர்க்கத்தை அவர் சேர்ந்தவரல்ல. வாதாபிப் பெரும் போரில் போர்க்களத்தி லிருந்து ஓடிய ரத்த வெள்ளத்தையும் மலைமலையாகக் குவிந்து கிடந்த மனித உடல்களையும் பார்த்து, படுகாயமடைந்து உயிர்போகும் தறுவாயில் அலறிக் கொண்டிருந்தவர்களின் ஓலத்தையும் கேட்ட பிறகு, பரஞ் சோதியின் உள்ளத்தில், 'இந்தப் பயங்கரமெல்லாம் என்னத்திற்கு? மனிதருக்கு மனிதர் கொடுமை இழைப்பதும் கொன்றுகொண்டு சாவதும் எதற்காக' என்ற கேள்வியும் எழுந்திருந்தன.

அத்தகைய மன நிலைமையில் சிவகாமி தேவியின் ஓலை வரவே, அதில் எழுதியிருந்த ஒவ்வொரு வார்த்தையும் உண்மை யென்று அவருக்குப் பட்டது. மேலும் அவ்விதக் கொடுஞ்செயல் களில் தம்மைப் புகவொட்டா மல் தடுத்தாட்கொள்வதற்காக இறைவனே சிவகாமி தேவியின் மூலம் அத்தகைய உபதேசத்தைச் செய்தருளியதாக அவர் எண்ணினார். இல்லா விடில், மாமல்லருக்கு நேராக எழுதாமல் ஆயனர் மகள் தமக்கு அந்த ஓலையை எழுத வேண்டிய காரணம் என்ன?

சிவகாமி தேவியே தமது சபதத்தை நிறைவேற்ற வேண்டிய அவசிய மில்லை என்று சொல்லி விட்டபடியால், மாமல்லரும் அதற்கு உடனே இணங்கி விடுவார் என்று பரஞ்சோதி கருதினார். புலிகேசி பத்து வருஷங் களுக்கு முன்னால் பல்லவ நாட்டில் செய்த கொடுமைகளுக்காக இப்போது வாதாபி நகரின் ஜனங்கள் மீது பழி தீர்த்துக்கொள்வதில் யாருக்கு லாபம்? மேலும், இத்துடன் போகும் என்பது என்ன நிச்சயம்! பத்து வருஷங்களுக்கு முன்னால் புலிகேசி பல்லவ நாட்டில் செய்த அக்கிரமங்களுக்காக இப்போது வாதாபி மக்கள் மீது நாம் பழிவாங்குகிறோம். அதே மாதிரி இன்னும் சில வருஷம் கழித்துச் சளுக்க வம்சத்தார் மறுபடி பல்லவ நாட்டின் மீது பழிவாங்கப் பிரயத்தனப்படலாம் அல்லவா? நாட்டை ஆளும் மன்னர்கள் தங்களுடைய சொந்த கௌரவத்தையும் குல கௌர வத்தையும் நிலைநாட்டுவதற்காக ஒருவரையொருவர் பழிவாங்க முற்படு வதனால், இருதரப்பிலும் குற்றமற்ற ஜனங்கள் அல்லவா சொல்ல முடியாத எத்தனையோ அவதிகளுக்கு உள்ளாகிறார்கள்.

இப்படியெல்லாம் சேனாபதி பரஞ்சோதியின் உள்ளம் சிந்தனை செய்து கொண்டிருந்தது. இடையிடையே மாமல்லர் விடுத்த கூரிய சொல்லம்பு களின் நினைவு அவருக்கு வேதனையளித்துக் கொண்டிருந்தது. மாமல்ல ருக்கும் தனக்கும் உள்ளமும் உயிரும் ஒன்றே என்பதாக எண்ணி மனப்பால்

குடித்துக் கொண்டிருந்த தெல்லாம் பொய்யாக அல்லவா போய் விட்டது? தம்முடைய யோசனையை அவ்வளவு அலட்சியமாகப் புறக்கணித்ததோடு, மற்றவர்களுக்கு முன்னால் தம்மை அவ்வளவு அகௌரவப் படுத்திப் பேசி விட்டாரே! அரசகுலத்தினரின் சுபாவமே இப்படித் தான் போலும்! அதிலும் அந்த இலங்கை நாட்டான் வந்ததிலி ருந்து மாமல்லருடைய சுபாவமே மாறிப்போய் விட்டது! எல்லாம் அவனால் வந்த வினைதான்.

மாமல்லரிடம் மூன்று நாள் அவகாசம் கொடுக்கும்படி சேனாபதி பரஞ் சோதி கோரியபோது, கோட்டைக் தாக்குதலுக்குத் தக்க ஆயத்தம் செய்வதற் காகவே அவ்விதம் கோருவதாகக் கூறினார். இந்தக் காரணம் என்னவோ உண்மைதான். ஆயத்தமில்லாமல் ஆரம்பித்துப் பத்து நாளில் செய்யக் கூடிய காரியத்தைத் தகுந்த ஆயத்தங்களுடன் ஆரம்பித்து ஒரே நாளில் செய்து விடலாம் என்ற உண்மையைச் சேனாபதி பரஞ்சோதி தமது அனுபவத்தில் கண்டறிந்திருந்தார். எனவே, அந்த முறையைத் தம் யுத்த தந்திரங்களின் முதன்மையான தந்திரமாக அநுஷ்டித்து வந்தார்.

ஆனால் சேனாபதி மூன்று நாள் அவகாசம் வேண்டும் என்று கேட்டதற்கு மேற்கூறிய காரணத்தைத் தவிர இன்னும் ஒரு முக்கிய காரணம் இருந்தது.

அது, இன்னமும் வாதாபிக் கோட்டைக்குள்ளே இருந்த சிவகாமி தேவியைக் கோட்டைத் தாக்குதல் ஆரம்பிப்பதற்குள்ளே பத்திரமாக வெளியில் கொண்டுவந்து சேர்க்கவேண்டும் என்பதுதான். பல்லவ சைனியம் கோட்டையை வெளியிலிருந்து தாக்க ஆரம்பிக்கும்போது கோட் டைக்குள்ளே ஆயனரின் குமாரிக்கு ஏதேனும் ஆபத்து விளையாது என்பது என்ன நிச்சயம்?

இதைப் பற்றி ஏற்கனவே மாமல்லரும் பரஞ்சோதியும் கலந்து யோசனை செய்து கோட்டைக்குள்ளே ஒரு சிலரை முன்னதாக அனுப்புவதற்குச் சுரங்க வழி ஏதாவது இருக்கிறதா என்று கண்டுபிடிக்கச் சத்ருக்னனையும் குண்டோ தரனையும் ஏவியிருந்தார்கள். இவர்களுடைய முயற்சி என்ன ஆகிறது என்று பார்ப்பதற்காகவும் சேனாபதி மூன்று நாள் அவகாசம் கேட்டார்.

அந்த மூன்று நாளும் முடியும் சமயம் இப்போது வந்துவிட்டது. மூன்றாம் நாள் சூரியன் அஸ்தமிக்கும் நேரம். அன்றிரவு மாமல்லர் தமது முடிவைச் சொல்லிவிட்டால், உடனே தாக்குதலை ஆரம்பிக்க வேண்டியதாயிருக்கும். ஆனால், சத்ருக் னனும் குண்டோதரனும் இன்னும் வந்தபாடில்லை. இந்தத் தர்ம சங்கடத்துக்கு என்ன செய்வது? மாமல்லர் ஒருவேளை தம் கருத்தை மாற்றிக்கொண்டு சண்டையில்லாமலே கோட்டையின் சரணாகதியை ஒப்புக் கொள்ளுவதாயிருந்தால் நல்லதாய்ப் போயிற்று. இல்லாவிடில், சிவகாமி தேவிக்கு அபாயம் ஒன்றும் நேராமல் பாதுகாப்பது எப்படி?

இவ்விதமெல்லாம் பலவாறாகச் சிந்தனை செய்துகொண்டே பல்லவ சேனாபதி வாதாபிக் கோட்டையின் மதிள் ஓரமாகக் குதிரை மீது வந்து கொண்டிருந்தார். கோட்டைக்கு உட்புறத்தில் ஏதோ சலசலப்பு ஏற்பட்டி ருந்ததாகத் தோன்றியது. இத்தனை நாளும் கோட்டைக்குள்ளே எல்லையற்ற

மௌனம் சதா குடி கொண்டிருந்திருக்க அதற்கு மாறாக இப்போது ஏதோ நானாவிதச் சப்தங்கள் எழுந்துகொண்டிருந்தன. இதனால் பரஞ்சோதியின் உள்ளக் கொந்தளிப்பு அதிகமாயிற்று. கோட்டையின் பிரதான முன்வாசலை அடைந்ததும் பரஞ்சோதி குதிரையை நிறுத்தினார். கோட்டையைத் தாக்குவ தாயிருந்தால் அந்தப் பிரதான வாசலின் பிரம்மாண்டமான கதவுகளை முதல் முதலில் உடைத்தெறிந்தாக வேண்டும். அப்போதுதான் ஏககாலத்தில் அநேக வீரர்கள் உள்ளே புகுவது சாத்தியமாகும். சொற்ப நேரத்தில் நகரைக் கைப்பற்ற முடியும். இதற்கு வேண்டிய ஏற்பாடுகள் முன்னமே செய்யப் பட்டிருந்தன வெனினும் கடைசி முறையாக யானைப் படை வீரர்களுக்குக் கட்டளையிடுவதற்கு முன்னால் ஒரு தடவை அந்த வாசலை நன்றாய்க் கவனிக்கச் சேனாபதி விரும்பினார்.

எனவே, குதிரை மேலிருந்து இறங்கி வாசலை நெருங்கி வந்தார். அப்போது அந்த வாதாபிக் கோட்டை முன் வாசலில் அமைக்கப்பட்டிருந்த அருமையான வேலைப்பாடமைந்த சிற்பங்கள் அவர் கவனத்தைக் கவர்ந்தன. அந்தச் சிற்பங்களிலே கணபதியின் விக்ரகம் ஒன்றும் இருந்தது. பரஞ்சோதி அதன் அருகில் சென்று கைகூப்பி நின்றார். மனத்திற்குள் பின்வருமாறு பிரார்த்தனை செய்துகொண்டார்: ‘விக்னங்களையெல்லாம் நிவர்த்தி செய்யும் விநாயகப் பெருமானே நாங்கள் வந்த காரியம் நன்கு நிறைவேற அருள்புரிய வேண்டும். என் குருதேவரின் குமாரி சிவகாமி தேவிக்கு எவ்விதத் தீங்கும் நேரிடாமல் அவரைப் பத்திரமாய் அவருடைய தந்தை ஆயனரிடம் ஒப்புவிப்பதற்குத் துணைசெய்ய வேண்டும். என்னுடைய இந்தப் பிரார்த்தனையை நீ நிறைவேற்றி வைத்தால் பதிலுக்கு நானும் உனக்கு இந்தக் கோட்டைத் தாக்குதலில் எவ்விதத் தீங்கும் ஏற்படாமல் பார்த்துக்கொள்கிறேன். உன்னை என் பிறந்த ஊருக்குக் கொண்டுபோய் ஆலயங் கட்டிப் பிரதிஷ்டை செய்வித்துத் தினந்தோறும் பூஜையும் நடத்துவிக்கிறேன்.

இவ்வாறு பரஞ்சோதி பிரார்த்தனை நடத்தி முடித்த அதே கணத்தில் அந்தக் கோட்டை வாசலுக்குச் சற்றுத் தூரத்தில் நின்ற பல்லவ வீரர்களிடையே மிக்கப் பரபரப்பு காணப்பட்டது. கோட்டை வாசலின் உச்சியைப் பார்த்த வண்ணம் அவர்கள் ஹாஹாகாரம் செய்தார்கள். அது சேனாபதியின் கவனத்தையும் கவரவே, அவர் அந்த வீரர்களை நோக்கினார். அவர்களில் ஒருவன், ‘சேனாபதி! வெள்ளைக் கொடி இறங்கி விட்டது!’ என்று கூவினான்.

சேனாபதி தாமும் அவர்களிருந்த இடத்துக்கு விரைந்து சென்று கோட்டை வாசலின் உச்சியைப் பார்த்தார். மூன்று நாளாக அங்கே பறந்து கொண்டிருந்த சமாதான வெள்ளைக் கொடி காணப்படவில்லை!

36. 'வெற்றி அல்லது மரணம்'

வெள்ளைக் கொடி இறக்கப்பட்டதன் பொருள் என்ன, அதன் காரணம் என்னவாயிருக்கும் என்று யோசித்தவாறு சேனாபதி பரஞ்சோதி ஒரு நிமிஷம் நின்ற இடத்திலே நின்றார். அந்த நிமிஷத்திலேயே அவர் மனத்தில் உதித்த கேள்விகளுக்கு விடைசொல்வது போன்ற இந்திர ஜாலக் காட்சி கோட்டை மதில் நெடுகக் காணப்பட்டது. இத்தனை நாளும் வெறுமையா யிருந்த அந்த நெடிய விசாலமான மதிலின் மீது கையில் வேல் பிடித்த வீரர்கள் வரிசையாக நின்றார்கள். மாலை வேளையின் மஞ்சள் வெயிலில் அவர்கள் தலையில் அணிந்திருந்த இரும்புத் தொப்பிகளும், மார்பில் அணிந்திருந்த செப்புக் கவசங்களும், கையில் பிடித்த வேல்களின் கூரிய முனைகளும் பளபளவென்று ஒளி வீசித் திகழ்ந்தன.

'மகாராஜாதி ராஜ, சளுக்க குல திலக, திரிபுவன சக்கரவர்த்தி, சத்தியாச்ரய புலிகேசி நீடுழி வாழ்க!' என்று இடி முழக்கக் குரல் ஒலிக்க, அதைத் தொடர்ந்து, 'ஜயவிஜயீபவ!' என்று ஆயிரக்கணக் கான குரல்கள் ஏக காலத்தில் ஆர்ப்பரித்தன.

அந்த அதிசயக் காட்சியைப் பார்த்துக்கொண்டு சேனாபதி பரஞ்சோதி சிறிது நேரம் திகைப்புற்று நின்றார். 'அதோ! அதோ!' என்று அவர் பக்கத்திலிருந்த வீரர்களில் ஒருவன் கூவியவண்ணம் கோட்டை முன் வாசலின் உச்சியைச் சுட்டிக்காட்டினான். அங்கே நெடிதுயர்ந்த கம்பீர உருவம் ஒன்று நின்று சுற்று முற்றும் பார்த்துக் கொண்டிருந்தது. ஆ! அந்த உருவம் புலிகேசிச் சக்கரவர்த்தியினுடையதுதான்; சந்தேகமில்லை.

வெள்ளைக் கொடி இறங்கியதன் தாத்பரியம் பரஞ்சோதிக்கு அந்தக் கணமே நன்கு விளங்கி விட்டது. புலிகேசிச் சக்கரவர்த்தி யுத்தகளத்திலிருந்து தப்பிப் பிழைத்து இரகசியச் சுரங்க வழி மூலமாகவோ, அல்லது இரவு வேளையில் பல்லவ வீரர் காவலை மீறி மதில் ஏறிக் குதித்தோ, கோட்டைக்குள்ளே வந்து சேர்ந்து விட்டார். சமாதானம் என்ற பேச்சு இனி இல்லை. யுத்தம் செய் தேயாகவேண்டும்; கோட்டையைத் தாக்கியே தீர வேண்டும். இன்னும் ஆயிரமாயிரம் மனிதர்களின் இரத்தம் வெள்ளமாக ஓடியேயாக வேண்டும். வாதாபி நகரம் தீப்பட்டு எரிந்தே தீர வேண்டும்.

இப்படிச் சேனாபதி எண்ணமிட்டுக் கொண்டிருக்கையில் கோட்டை வாசல் உச்சியிலிருந்து திடீரென்று ஓர் அம்பு ஜிவ்வென்று பறந்து வந்தது. பரஞ் சோதியின் தலைக்கு நேராக அந்த அம்பு வந்ததைப் பார்த்து அருகில் நின்ற வீரர்கள் ஹாஹாகாரம் செய்தார்கள். ஒரு க்ஷண நேரம் அவர்கள் அவ்வளவு பேருக்கும் நெஞ்சத் துடிப்பு நின்று போயிருந்தது. நல்லவேளையாக அந்த அம்பு சேனாபதியின் தலைக்கு மேலே ஒரு சாண் உயரத்தில் பாய்ந்து சென்று அவருக்குப் பின்னால் பூமியில் குத்திட்டு நின்றது.

மற்றவர்கள் எல்லாரும் திகிலடைந்த போதிலும் சேனாபதி ஒரு சிறிதும் கலங்கவில்லை. முகத்தில் புன்னகையுடன் தரையில் பாய்ந்த அம்பை எடுக்கும்படி கட்டளையிட்டார். அதன் இறகில் ஒரு சிறு ஓலைச் சீட்டு கட்டியிருந்தது. அதை எடுத்துப் பரஞ்சோதி படித்தார். 'வெற்றி அல்லது மரணம்' என்று அதில் எழுதியிருந்தது.

பரஞ்சோதியின் இருதயத்திலிருந்து ஒரு பெரிய பாரம் இறங்கியதுபோல் இருந்தது. அவருடைய உள்ளத்திலே நடந்து கொண்டிருந்த போராட்டத்திற்கு இனி இடமில்லை. மீண்டும் யுத்தம் தொடங்கி இரத்த வெள்ளத்தைப் பெருக்கும் பொறுப்பு புலிகேசியின் தலை மேல் விழுந்து விட்டது. இனிமேல் மனத்தில் சஞ்சலம் எதுவுமின்றிக் கோட்டைத் தாக்குதலை நடத்தலாம்.

பரஞ்சோதி மேற்படி தீர்மானத்துக்கு வந்ததும், பக்கத்தில் நின்ற வீரனைப் பார்த்து, 'சடையா? அதோ அந்தக் கோட்டை வாசலில் உள்ள கணபதி விக்கிரகம் கண்ணுக்குத் தெரிகிறதா!' என்று கேட்டார்.

'தெரிகிறது, சுவாமி! தாங்கள் அந்த விக்கிரகத்தின் அருகில் நின்று பார்த்த போது நானும் கவனித்தேன்!' என்றான் சடையன்.

'நல்லது! உனக்கு மிகவும் முக்கியமான காரியம் ஒன்றைத் தருகிறேன். சூரியன் அஸ்தமித்து நன்றாக இருட்டியதும் நீயும் இன்னும் பத்து வீரர் களும் மதிற்சுவர் மீது நிற்கும் சளுக்க வீரர் கண்ணில் படாமல் கோட்டை வாசலுக்குப் போகவேண்டும். போய் அந்தக் கணபதி விக்கிரகத்துக்கு ஒருவிதமான சேதமும் ஏற்படாமல் பெயர்த்து எடுத்து என்னுடைய கூடாரத் துக்குக் கொண்டுவர வேண்டும், தெரிகிறதா? நீ அந்த விக்கிரகத்தைப் பத்திர மாகக் கொண்டுவந்து சேர்ப்பதைப் பொறுத்துத்தான் நமக்கு இந்தக் கடைசி யுத்தத்தில் வெற்றி ஏற்பட வேண்டும்!' என்றார் சேனாபதி.

'அப்படியே, சேனாபதி! விநாயகரின் விக்கிரகத்தைச் சர்வஜாக்கிரதையாகக் கொண்டுவந்து கூடாரத்தில் சேர்க்கிறேன்!' என்றான் சடையன்.

உடனே சேனாபதி குதிரையைத் திருப்பிக்கொண்டு மாமல்ல சக்கரவர்த்தி தங்கியிருந்த கூடாரத்தை நோக்கி விரைந்து சென்றார்.

சக்கரவர்த்தியின் கூடாரத்தில் ஏற்கெனவே மற்ற தளபதிகள் எல்லோரும் வந்து சேர்ந்திருந்தார்கள். முடிவான கட்டளையைச் சக்கரவர்த்தியிடம் பெற்றுக்கொண்டு போவதற்காக அவர்கள் வந்திருந்தார்கள். சேனாபதி பரஞ்சோதியின் வருகைக்காகச் சக்கரவர்த்தி காத்துக்கொண்டிருந்தார். அவர் முகத்தில் அமைதி குடிகொண்டிருந்தது. தமக்கு அருகில் நின்றவர்களிடம் அவர் சாவதானமாகப் பேசிக்கொண்டிருந்தார். கோட்டை வாசலில் பறந்த வெள்ளைக் கொடி இறக்கப்பட்ட விவரமும், மதிற்சுவரின் மேல் சளுக்க வீரர் போருக்கு ஆயத்தமாய் நின்றதும் அங்கிருந்தவர்களுக்கு இன்னும் தெரியாது. சளுக்க வீரரின் யுத்த கோஷத்தை அவர்கள் பல்லவ வீரரின் கோஷம் என்று எண்ணிக் கொண்டிருந்தார்கள்.

அவ்விதம் அமைதி குடிகொண்டிருந்த சக்கரவர்த்தியின் சந்நிதானத்தில் பரஞ்சோதி புயல் நுழைவதுபோல் நுழைந்து முதலில் சக்கரவர்த்திக்கு வணக்கம் செலுத்தினார்.

'பிரபு!...' என்று அவர் மேலும் பேசுவதற்குள்ளே மாமல்லர் குறுக்கிட்டுக் கூறினார்:

'சேனாபதி! ஏன் இவ்வளவு பரபரப்பு! இந்த மூன்று நாளும் சிந்தனை செய்ததில் உம்முடைய யோசனைதான் நியாயத்துக் கும் தர்மத்துக்கும் உகந்தது என்ற முடிவுக்கு வந்தேன். கோட்டையின் சரணாகதியை ஒப்புக் கொண்டு யுத்தத்தை நிறுத்துவது என்று முடிவு செய்து விட்டேன்!' என்றார்.

சேனாபதி முன்னைக் காட்டிலும் அதிக பரபரப்பை அடைந்து, கண்ணில் நீர் ததும்பத் தொண்டை அடைக்கக் கூறினார்:

'பிரபு! நான் அறிவீனன்; நான் சொன்ன யோசனை அபத்தம். தாங்கள் முதலில் இட்ட கட்டளைதான் நியாயம், தர்மம் எல்லாம். என் யோசனைப் படி மூன்று நாள் தாமதித்ததே பெருந்தவறு. பிரபு! கோட்டை வாசலில் வெள்ளைக் கொடி இறங்கி விட்டது. மதிற்சுவர் மேல் சளுக்க வீரர்கள் போர்க் கோலம் பூண்டு நிற்கிறார்கள்...'

பரஞ்சோதி இவ்விதம் சொன்னதைக் கேட்டு, அங்கிருந்தவர்கள் அனைவரும் அளவற்ற வியப்பும் ஆத்திரமும் அடைந்தார்கள்.

சக்கரவர்த்தி தாம் வீற்றிருந்த ஆசனத்திலிருந்து துள்ளிக் குதித்து எழுந்து, 'சேனாபதி! நீர் சொல்லுவது உண்மைதானா!' என்று கர்ஜித்தார்.

'உண்மை, பிரபு! என் கண்ணாலேயே பார்த்தேன்! பார்த்துவிட்டு நேரே இவ்விடம் வருகிறேன்.'

'இந்த மாறுதலுக்குக் காரணம் என்னவென்று ஏதேனும் ஊகிக்க முடிகிறதா?' என்றார் மாமல்லர்.

'ஊகம் வேண்டியதில்லை, பிரபு! புலிகேசி போர்க்களத்தில் சாகவில்லை. தப்பிப் பிழைத்துக் கோட்டைக்குள்ளே எப்படியோ வந்துவிட்டான். கோட்டை வாசல் உச்சியில் வாதாபிச் சக்கர வர்த்தி நின்று தமது சைனி யத்தைப் பார்வையிட்டதையும் நான் கண்ணால் பார்த்தேன். சந்தேகத்துக்கு இடமில்லாதபடி இதோ புலிகேசியின் ஓலையும் இருக்கிறது. அம்பின் இறகிலே கட்டி இந்த ஓலை எனக்குக் கிடைத்தது!' என்று சொல்லிக் கொண்டே, 'வெற்றி அல்லது மரணம்' என்று எழுதியிருந்த ஓலைத் துண்டைச் சக்கரவர்த்தியிடம் பரஞ்சோதி காட்டினார்.

'ரொம்ப நல்லதாய்ப் போயிற்று. வாதாபிக்கு நேரும் கதிக்குப் பாவம் பழி எல்லாம் அவன் தலைமேல்!' என்று மாமல்லர் உற்சாகமான குரலில் கூறிவிட்டு, 'சேனாபதி! இனிமேல் சந்தேகம் ஒன்றுமில்லையே, கோட் டையைத் தாக்க ஆரம்பிக்கலாமல்லவா?' என்று கேட்டார்.

'இனி ஒரு சந்தேகமும் இல்லை, பிரபு! எல்லாம் ஆயத்தமாயிருக் கிறது. இன்னும் ஒரு முகூர்த்த நேரத்தில் நமது யானைப் படை கோட்டை

வாசலைத் தகர்க்க ஆரம்பித்து விடும். நம் வீரர்கள் கோட்டை மதிலைத் தாண்டி உள்ளே பிரவேசிக்க ஆரம்பித்து விடுவார்கள்!' என்றார் சேனாபதி.

பின்னர் அங்கு நின்ற தளபதிகளைப் பார்த்து, 'எல்லோரும் அவரவருடைய படைகளுக்குச் செல்லுங்கள். நகரத்துக்குள்ளே எப்படி நடந்துகொள்ள வேண்டும் என்பதை இன்னொரு தடவை நம் வீரர்களுக்கெல்லாம் ஞாபகப் படுத்துங்கள். பேரிகை முழக்கம் கேட்டதும் புறப்படுவதற்கு ஆயத்தமாயிருங்கள்' என்றார்.

இதைக் கேட்டதும் அங்கு நின்ற தளபதிகள் எல்லாரும் சக்கரவர்த்திக்கும் சேனாபதிக்கும் வணக்கம் செலுத்திவிட்டு உற்சாகத்துடன் விரைந்து வெளியேறினார்கள். சக்கரவர்த்தியும், அவருடைய மெய்க்காவலர் இருவரும், மானவன்மரும், சேனாபதி பரஞ்சோதியும் மட்டும் அங்கே மிச்சமாயிருந்தார்கள்.

'சேனாபதி! நகரத்துக்குள் நடந்துகொள்ள வேண்டியது பற்றி நம் வீரர்களுக்கு என்ன கட்டளையிட்டிருக்கிறீர்கள்!' என்று கேட்டார் மாமல்ல சக்கரவர்த்தி.

'பிரபு! குழந்தைகளுக்கும் ஸ்திரீகளுக்கும் எந்தவிதத்திலும் துன்பமுண்டாக்கக்கூடாது என்று கட்டளையிட்டிருக்கிறேன். ஆண் மக்களில் எதிர்த்தவர்களையெல்லாம் கொன்று விடும்படியும், பணிந்தவர்களையெல்லாம் சிறைப்பிடிக்கும்படியும் கட்டளையிட்டிருக்கிறேன். வாதாபி நகரில் ஒரு வீடு மிச்சமில்லாமல் எரிந்து சாம்பலாக வேண்டுமென்று கட்டளையிட்டிருக்கிறேன். தீயை அணைக்க முயல்வோரை எல்லாம் கொன்று விடும்படி சொல்லியிருக்கிறேன். நகரை விட்டு ஓட முயலும் பிரஜைகளைப் போக விடும்படியும், ஆனால் அவர்கள் எந்தவிதமான பொருளையும் கொண்டு போக விடக்கூடாது என்றும் ஆக்ஞையிட்டிருக்கிறேன். நம்முடைய வீரர்கள் வாதாபி நகரிலிருந்து அவரவரால் முடிந்த வரையில் பொருள்களைக் கொண்டுவந்து சேர்க்க வேண்டுமென்றும், ஒவ்வொருவரும் கொண்டு வருவதில் பாதிப் பொருள் அவர்களுக்கே திருப்பிக் கொடுக்கப்படும் என்றும் சொல்லியிருக்கிறேன். இன்னும் ஏதேனும் கட்டளையிருந்தால் தெரியப்படுத்த வேண்டும்' என்றார் பரஞ்சோதி.

'சேனாபதி! நான் சொல்லுவதற்கு ஒரு விஷயமாவது மிச்சம் வைக்கவில்லை. எல்லாம் முன்யோசனையுடன் செய்திருக்கிறீர்கள்!' என்றார் மாமல்லர்.

'பிரபு! இன்னும் ஒரு முக்கியமான காரியம் இருக்கிறது. அதை நம் இலங்கை இளவரசருக்கென்று வைத்திருக்கிறேன். தாங்கள் கட்டளை பிறப்பிக்க வேண்டும்!' என்றார். மாமல்லர் மறுமொழி சொல்லுவதற்குள்ளே, 'சேனாபதியின் கட்டளைக்குக் காத்திருக்கிறேன்!' என்றார் மானவன்மர்.

'வாதாபிச் சக்கரவர்த்தியின் அரண்மனையில் உலகத்திலே வேறு எந்த நாட்டு அரசர் அரண்மனையிலும் இல்லாத செல்வங்கள் இருப்பதாகக்

கேள்விப்பட்டிருக்கிறேன். ஹர்ஷவர்த்தனர் ஐந்து வருஷத்துக்கொரு தடவை தம் செல்வங்களையெல்லாம் பிரஜைகளுக்குத் தானம் செய்து விடுகிறார். மகாலோபியான புலிகேசி அப்படியெல்லாம் செய்வதில்லை. முப்பது வருஷமாகச் சேகரித்த குபேர சம்பத்துக்கள் புலிகேசியின் அரண் மனையில் இருக்கின்றன. அந்தச் செல்வங்களைப் பத்திரமாய்ப் பாது காத்துக் கொண்டுவர வேண்டிய பொறுப்பை மானவன்மர் ஏற்றுக்கொள்ள வேண்டும். எல்லாச் செல்வங்களையும் அப்புறப்படுத்தி விட்டுப் பிறகு தான் அரண்மனையை எரிக்க வேண்டும். இந்தக் காரியத்தில் மானவன் மருக்கு ஒத்தாசை செய்ய ஐயாயிரம் வீரர்களைத் தனியாக வைத்திருக் கிறேன்.' இதையெல்லாம் மாமல்லரைப் பார்த்தே சேனாபதி கூறினார்.

'சேனாபதி! தங்கள் விருப்பத்தை மானவன்மர் நிறைவேற்றுவார். ஆனால், வாதாபி நகருக்குள்ளே அரண்மனைச் செல்வங்களைத் தவிர காப்பாற்ற வேண்டிய செல்வம் வேறொன்றுமில்லையா? அதைப்பற்றி என்ன ஏற்பாடு செய்திருக்கிறீர்கள்?' என்று மாமல்லர் கேட்டபோது அவரது குரல் கம்மிற்று. சிவகாமி தேவியைப் பற்றித்தான் சக்கரவர்த்தி கேட்கிறார் என்பதைப் பரஞ்சோதி தெரிந்து கொண்டார்.

'பிரபு! அந்தப் பொறுப்பை மட்டும் அடியேன் வைத்துக்கொண்டிருக் கிறேன். வேறு யாரிடமும் அதை ஒப்புவிக்க எனக்கு விருப்பமில்லை.' என்றார்.

'ரொம்ப நல்லது. சத்ருக்னன் இதுவரையில் செய்தி ஒன்றும் கொண்டு வரவில்லையா?'

'ஒவ்வொரு கணமும் அவனைத்தான் எதிர்பார்த்துக் கொண்டிருக்கிறேன்.'

'சேனாபதி! எல்லாருக்கும் கட்டளையிட்டீர். எனக்கு மட்டும் ஒரு வேலையும் தரவில்லையே? நான் என்ன செய்யட்டும்?'

'பிரபு தாங்கள் இங்கேயே இந்தக் கூடாரத்திலேயே இருக்கவேணும் என்பது அடியேன் பிரார்த்தனை.'

'வாதாபி நகரத்துக்குள் நான் வரவே வேண்டாமா?'

'அவசியமானால் சொல்லியனுப்புகிறேன். உடனே வந்து சேர ஆயத்த மாயிருக்கவேணும். இப்போது என்னோடு கண்ணனை ரதத்துடன் அனுப்பி வைக்கவேணும்.'

'அப்படியே அழைத்துக்கொண்டு போங்கள். இங்கே நான் முள்ளின்மேல் இருப்பதுபோலத்தான் இருப்பேன்.'

'பிரபு! விநாயகப் பெருமான் கருணையால் எல்லாம் நன்றாக முடியும். கவலைப்படவேண்டாம். அவசியம் ஏற்பட்டதும் சொல்லியனுப்பு கிறேன். இப்போது விடைகொடுங்கள்.'

'போய்வாருங்கள், சேனாபதி! வழக்கம்போல் வெற்றி மாலை சூடித் திரும்புங்கள்.'

'சேனாபதி கூடாரத்திலிருந்து விரைந்து சென்றார். அவர் போனவுடன் சக்கரவர்த்தி, 'இது என்ன, திடீரென்று விநாயகக் கடவுளிடம் இவருக்கு இவ்வளவு பக்தி!' என்று வியந்தார்.

37.சத்ருக்னன் பீதி

சக்கரவர்த்தியிடம் சேனாபதி கூறிய வண்ணமே அன்று சூரியன் அஸ்தமித்த ஒரு முகூர்த்த நேரத்துக்கெல்லாம் யுத்த பேரிகை முழங்கியது. வாதாபிக் கோட்டையைச் சுற்றி நாற்புறமும் சூழ்ந்திருந்த பல்லவ வீரரின் மகா சைனியம் இடம் பெயர்ந்து கோட்டை மதிலை நோக்கி முன்னேறத் தொடங்கியது. காற்றில் அசைந்தாடும் கொடிகளாகிய அலைகளோடு கூடிய அந்தச் சேனா சமுத்திரமானது வாதாபிக் கோட்டையை மூழ்க அடிக்கும் நோக்கத்துடன் பொங்கி முன்னேறுவது போலக் காணப்பட்டது.

பல்லவ சைனியத்தின் யானைப் படை நாலு கோட்டை வாசல்களையும் நோக்கிச் சென்ற காட்சி, கருங்குன்றுகள் இடம் பெயர்ந்து செல்லும் காட்சியையொத்திருந்தது.

இந்தச் சந்தர்ப்பத்துக்காகவே வெகு நாளாகப் பயிற்சி பெற்றுக் காத்துக் கொண்டிருந்த பிரம்மாண்டமான யானைகள் துதிக்கைகளில் இரும்புலக் கைகளையும் வைரம் பாய்ந்த மரத் தூண்களையும் தூக்கிக்கொண்டு அசைந்து அசைந்து சென்ற போது பூமி அதிர்ந்தது; புழுதிப் படலங்கள் கிளம்பி வானத்தை மறைத்தன.

ஓர் இலட்சம் வீரர்களும் பத்தாயிரம் யானைகளும் சேர்ந்தாற் போல் இடம் பெயர்ந்து சென்றதனால் ஏற்பட்ட ஓசை, சண்டமாருதம் அடிக்கும்போது மகா சமுத்திரத்தில் உண்டாகும் பெருங் கோஷத்தை ஒத்திருந்தது.

சற்று நேரம் வரையில் அவ்வளவு சைனியமும் இருட்டிலேயே இடம் பெயர்ந்து சென்றன. திடீரென்று இங்கொன்று அங்கொன்றாகத் தீவர்த்திகளும் தீப்பந்தங்களும் தோன்றலாயின. கொஞ்சநேரத்துக்கெல்லாம் அவை பத்து, நூறு, ஆயிரம், பதினாயிரம் என்ற கணக்கில் எரியத் தொடங்கின. அந்தத் தீவர்த்திகளிலும் தீப்பந்தங்களிலும் எழுந்த புகை, நாற்புறமும் பரவிச் சூழ்ந்து ஒரு பயங்கரமான மாயலோகக் காட்சியை அளித்தது.

சேனாபதி பரஞ்சோதி தமது கூடாரத்துக்கு வெளியில் நாற்புறமும் பார்த்துக் கொண்டிருந்தார். அவர் அமைதியின்றி அங்குமிங்கும் நடந்ததையும், கத்தியினால் பூமியைக் கீறிக் கோலம் போட்டதையும் பார்த்தால் அவர் யாரையோ, எதையோ எதிர்பார்த்துக் கொண்டிருந்ததாகத் தோன்றியது. அப்போது சடையனும் இன்னும் நாலு பேரும் வாதாபிக் கோட்டை

வாசலில் இருந்த கணபதியைத் தூக்கிக்கொண்டு வந்து சேர்ந்தார்கள். விக்கிரகத்தைக் கூடாரத்துக்குள் கொண்டுபோய் வைக்கும்படி பரஞ்சோதி கட்டளை இட்டார். அவர்கள் பின்னால் பரஞ்சோதியும் உள்ளே சென்று சடையனைப் பார்த்து, 'அப்பனே! நீயும் உன்னுடைய ஆட்களும் இங்கேயே இருந்து இந்தக் கணபதிராயனைப் பத்திரமாய்ப் பாதுகாக்க வேணும். என்னுடைய மனோரதம் நிறைவேறினால், சிவகாமி தேவிக்கு எவ்விதத் தீங்கும் நேரிடாமல் வாதாபிக் கோட்டைக்குள்ளேயிருந்து பத்திரமாகக் கொண்டு சேர்த்தேனேயானால், இந்த விநாயகப் பெருமானை என் கிராமத்துக்குக் கொண்டுபோய்க் கோயில் கட்டி வைத்துத் தினம் மூன்று வேளை பூஜை செய்விப்பதாக வேண்டுதல் செய்துகொண்டிருக்கிறேன்!' என்றார்.

மீண்டும் அவர், 'சடையப்பா! இங்கே இருந்து நீங்கள் இந்த விக்கிரகத்தைக் காத்துக் கொண்டிருப்பதனால் வாதாபிக் கொள்ளையில் உங்களுக்குப் பங்கு இல்லாமல் போய்விடும். அதற்கு நான் ஈடு செய்து கொடுக்கிறேன்!' என்றார்.

'சுவாமி! ஆக்ஞை எப்படியோ அப்படியே நடந்து கொள்ளுகிறோம்!' என்றான் சடையப்பன்.

சேனாபதி பரஞ்சோதி, பின்னர் கணபதியின் விக்கிரகத்தை நோக்கிக் கைகூப்பிக்கொண்டு கண்களை மூடிய வண்ணம் சிறிது நேரம் பிரார்த்தனை செய்தார்.

அதே சமயத்தில் வெளியில் யாரோ ஓடிவரும் சத்தம் கேட்டது. அடுத்த கணம் சத்ருக்னன் தலைவிரிகோலமாய் உள்ளே ஓடிவந்தான். அவனுடைய முகம் பேயடித்தவன் முகம் போல் இருந்தது.

பரஞ்சோதி அவனைத் திரும்பிப் பார்த்து, 'சத்ருக்னா! இது என்ன கோலம்? ஏன் இப்படிப் பீதி கொண்டவனைப்போல் இருக்கிறாய்? ஏதாவது பெரிய ஆபத்து நேர்ந்ததா? போன காரியத்தில் வெற்றி கிடைக்கவில்லையா?' என்று கேட்டார்.

'சேனாபதி! என் வாழ்க்கையில் எத்தனையோ பயங்கரமான ஆபத்துக்களில் சிக்கிக் கொண்டிருக்கிறேன். ஆனால், நேற்றும் இன்றும் எனக்கு ஏற்பட்ட ஆபத்தைப் போல் இதுவரையில் ஏற்பட்டதில்லை' என்று சொல்லிவிட்டுப் பக்கத்தில் நின்றவர்களைப் பார்த்தான்.

அந்தக் குறிப்பை உடனே உணர்ந்து சேனாபதி அவர்களை வெளியில் போகச் சொன்னார். அவர்கள் போனவுடன் சத்ருக்னனைப் பார்த்து, 'சத்ருக்னா! கோட்டையைத் தாக்க ஆரம்பித்தாகிவிட்டது. சிறிதும் தாமதிக்க நேரமில்லை. உன்னுடைய கதையைச் சுருக்கமாகச் சொல்லிமுடி! போன காரியத்தில் வெற்றி அடைந்தாயா, இல்லையா? அதை முதலில் சொல்!' என்றார்.

'சேனாபதி! கோட்டைக்குள் போக இரகசியச் சுரங்க வழி இருக்கிறது. அது இருக்கும் இடத்தையும் கண்டுபிடித்து விட்டேன். ஆனால், அதன்

வழியாகக் கோட்டைக்குள் போவது சுலபமான காரியமில்லை. கோட்டைத் தாக்குதலோ ஆரம்பமாகி விட்டது. இனிச் சுரங்க வழியில் போய்த்தான் என்ன பிரயோஜனம்? எல்லாவற்றிற்கும் தங்களிடம் யோசனை கேட்டுக் கொண்டு போக வந்தேன்!' என்று சொல்லி பிறகு, தான் வந்த வரலாற்றைக் கூறினான்.

38.பயங்கரக் குகை

சேனாபதி பரஞ்சோதியிடம் ஒற்றர் தலைவன் சத்ருக்னன் என்றுமில்லாத பதைபதைப்போடு கூறிய வரலாறு வருமாறு:

சேனாபதியும், சக்கரவர்த்தியும் கட்டளையிட்டபடி சத்ருக்னனும் குண்டோதரனும் நகரத்துக்குள் போவதற்கு இரகசியச் சுரங்க வழி இருக்கிறதா என்று கோட்டையைச் சுற்றியுள்ள பிரதேசங்களில் தேட ஆரம்பித்தார்கள். காபாலிகர்களின் பலி பீடத்துக்கு அருகிலுள்ள மேடும் பள்ளமுமான பாறைகளிலேதான் சுரங்க வழி இருந்தால் இருக்கவேணுமென்று அந்தப் பாறைகளிலேயெல்லாம் நுணுக்கமாகத் தேடிக் கொண்டிருந்தார்கள். அப்படித் தேடி வரும்போது ஒருநாள் இரவில் ஏதோ தீ எரிவதைப் பார்த்து அதன் அருகே சென்றார்கள். தீயின் அருகில் ஒரு மனிதனும் ஸ்திரீயும் காணப்பட்டனர். அந்த மனிதன் நாகநந்தி பிக்ஷு என்று தெரிந்தது. ஸ்திரீயோ பயங்கரத் தோற்றம் கொண்ட காபாலிகை. அவர்களுடைய சம்பாஷணையை மறைந்திருந்து ஒற்றுக் கேட்டதில் விளக்கமாக ஒன்றும் தெரியவில்லை. ஆனால், புலிகேசி, சிவகாமி என்ற பெயர்கள் அடிக்கடி கேட்டன. காபாலிகையைத் தமக்காக ஏதோ ஒத்தாசை செய்யும்படி நாகநந்தி கேட்டுக் கொண்டிருந்ததாக மட்டும் தெரிந்தது. பொழுது விடியும் சமயத்தில் பிக்ஷுவும் காபாலிகையும் ஒரு குகையை மூடியிருந்த பாறையை உருட்டித் தள்ளிவிட்டுக் குகைக்குள்ளே போனார்கள். அவர்கள் உள்ளே போனதும் குகைத் துவாரம் மறுபடியும் மூடப்பட்டது.

சத்ருக்னனும் குண்டோதரனும் வெகு நேரம் காத்திருந்து பார்த்த பிறகு அந்தப் பாறையைத் தாங்களும் பெயர்த்துத் தள்ளிவிட்டுக் குகைக்குள்ளே போகலாமென்று எண்ணினார்கள். அதே சமயத்தில் உட்புறமிருந்து பாறை அசைக்கப்பட்டதைக் கண்டு நல்லவேளையாக ஓடி ஒளிந்து கொண்டார்கள். காபாலிகை மட்டும் வெளியில் வந்தாள். அவள் குகை வாசலைவிட்டு அப்பால் போகும் சமயத்தில் குகைக்குள்ளே போய்ப் பார்க்கலாம் என்று காத்திருந்தார்கள். பகலெல்லாம் அவள் குகைத் துவாரத்தை விட்டு அசைய வில்லை. சாயங்கால வேளையில் அவள் கொஞ்சம் அப்பால் போன சமயம், குண்டோதரனை வெளியில் நிறுத்திவிட்டுச் சத்ருக்னன் மட்டும் குகைக்குள் நுழைந்தான். அப்பா! அந்தக் குகையின் பயங்கரத்தை நினைத்தால்

இனிமேல் வாழ்நாள் முழுதும் இரவில் தூக்கமே வராது. அப்படி மனிதரின் மண்டை ஓடுகளும் எலும்புகளும் அங்கே குவிந்து கிடந்தன. நாற்றமோ சகிக்க முடியவில்லை. குகைக்குள்ளே ஒரே இருட்டாகயிருந்தபடியால் அதற்குள் சுரங்க வழி இருக்கிறதா என்பதைக் கண்டுபிடிக்க முடியவில்லை. திடீரென்று கொஞ்சம் தெரிந்த வெளிச்சமும் மறைந்துவிட்டது. சத்ருக்னன் தான் நுழைந்து வந்த துவாரம் எங்கே என்று பார்த்தான். துவாரம் இருந்த இடம் தெரியவில்லை. காபாலிகை வெளியில் இருந்தபடியே குகைத் துவாரத்தை அடைத்துவிட்டாள் என்று ஊகித்ததும் அவன் அடைந்த திகிலைச் சொல்லமுடியாது. கபாலங்களும் எலும்புகளும் கும்மிருட்டும் துர்நாற்றமும் நிறைந்த அந்தப் பயங்கரக் குகைக்குள்ளே அவன் எத்தனை நேரம் கழித்தானோ தெரியாது. எவ்வளவோ முயற்சி செய்தும் துவாரம் இருந்த இடத்தையே அவனால் கண்டுபிடிக்க முடியவில்லை.

நாலு யுகங்கள் என்று தோன்றிய காலம் அவன் அந்த இருண்ட குகைக் குள்ளே அங்குமிங்கும் பயனின்றி அலைந்து உழன்ற பிறகு திடீரென்று சிறிது வெளிச்சம் ஒரு பக்கத்தில் காணப்பட்டது. குகையின் துவாரம் திறந்தது; காபாலிகை உடனே உள்ளே நுழைந்தாள். அவள் கையில் ஒரு மனிதக் கபாலமும் எலும்புகளும் கொண்டு வந்தாள். சத்ருக்னன் குகையின் ஒரு கோடியில் சென்று பாறைச் சுவரோடு ஒட்டிக்கொண்டு நின்றான். காபாலிகை கையில் கொண்டுவந்த கபாலத்தையும் எலும்புகளையும் ஓரிடத்தில் தனியாகப் பத்திரப்படுத்தி வைத்த பிறகு குகையின் மத்தியில் தரையில் உட்கார்ந்து ஒரு பெரிய பாறாங்கல்லைப் பெயர்த்தாள். பெயர்த்த இடத்தில் அவள் இறங்கியபோது, அதுதான் சுரங்க வழியாயிருக்க வேண்டும் என்று சத்ருக்னன் ஊகித்துக் கொண்டான். இத்தனை நேரம் அந்தப் பயங்கரக் குகையில் ஆகாரம் தண்ணீர் இன்றிக் காத்திருந்தது வீண் போகவில்லை என்று எண்ணிச் சந்தோஷப்பட்டான். சுரங்கத்தில் இறங்கிய காபாலிகை தன் மனத்தை மாற்றிக்கொண்டாள் என்று தோன்றியது. மறுபடியும் மேலே ஏறினாள். திறந்த சுரங்கவாயை மறுபடியும் மூடிவிட்டு அதன்மேல் படுத்துத் தனக்குத் தானே பேசிக் கொண்டிருந்தாள்.

அவளுடைய பேச்சிலிருந்து சில முக்கிய விஷயங்கள் தெரியவந்தன. அவள் நாகநந்தி என்கிற புத்த பிக்ஷுவை காதலித்தாள் என்றும், அதன் காரணமாகச் சிவகாமியைத் துவேஷித்தாள் என்றும், புலிகேசி இறந்து விட்டான் என்றும், அவனுடைய எலும்பையும் கபாலத்தையும்தான் அவள் சற்றுமுன் குகைக்குள் கொண்டு வந்தாள் என்றும், நாகநந்தி பிக்ஷு புலிகேசியைப் போல் வேஷம் போட்டு நடித்து வாதாபிச் சக்கரவர்த்தியாகி, சிவகாமியைச் சக்கரவர்த்தினியாக்க விரும்புகிறார் என்றும் அதைத் தடுக்க இந்தக் காபாலிகை கங்கணம் கட்டிக் கொண்டிருக்கிறாள் என்றும் தெரிந்தது. வெகு நேரம் இப்படி அவள் தனக்குத்தானே பிதற்றிக் கொண்டிருந்த பிறகு மௌனமானாள். அவள் தூங்குகிறாள் என்று எண்ணிய சத்ருக்னன் அந்தச் சமயத்தில் தப்பி வெளியேறத் தீர்மானித்தான். திறந்திருந்த குகைத் துவாரத்தை நோக்கி மெள்ள மெள்ள அடிவைத்து நடந்தான். துவாரத் துக்கருகில் வந்ததும் விரைவாக அதில் நுழைந்து வெளியில் குதித்தான்.

குதித்த அதே சமயத்தில் அவனுடைய ஒரு கையைக் குகைக்குள்ளேயிருந்து யாரோ பற்றினார்கள். சத்ருக்னன் திடுக்கிட்டுப் பார்த்தான். காபாலிகை குகையின் உட்புறத்தில் நின்றபடி அவனுடைய ஒரு கையைக் கெட்டியாகப் பிடித்துக்கொண்டு பயங்கரமாக உறுமினாள். சத்ருக்னனுடைய சப்த நாடியும் ஒடுங்கிவிட்டது. 'செத்தோம்' என்று எண்ணிக் கொண்டான். ஆயினும் உயிரைக் காப்பாற்றிக் கொள்ளக் கடைசி முயற்சியாகக் கையைத் திமிறினான். எனினும், காபாலிகையின் இரும்புப் பிடியிலிருந்து அவனால் விடுவித்துக்கொள்ள முடியவில்லை.

காபாலிகை அப்போது, 'லம்போதரா! லம்போதரா' என்று கூவினாள். 'இதோ வந்துவிட்டேன், தாயே!' என்று குண்டோதரன் பக்கத்துப் பாறை மறைவிலிருந்து ஓடிவந்ததைப் பார்த்ததும் சத்ருக்னனுக்கு வியப்பினால் வாய் அடைத்துப் போயிற்று. சத்ருக்னனைப் பார்த்துக் குண்டோதரன் கண்களினால் சமிக்ஞை செய்துகொண்டே அவனருகில் ஓடிவந்தான். குகையின் உள்ளே நின்ற காபாலிகை, 'லம்போதரா! இந்தத் திருட்டு ஒற்றனைச் சற்றே பிடித்துக் கொள். கத்தியை எடுத்துக்கொண்டு வருகிறேன் விட்டு விடமாட்டாயே?' என்றாள். 'ஒருநாளும் விடமாட்டேன், அம்மா! இவனை முதல் பலி நானே கொடுக்கப்போகிறேன்!' என்று சொல்லிச் சத்ருக்னனைக் கெட்டியாகப் பிடித்துக்கொண்டான் குண்டோதரன். காபாலிகை உள்ளே சென்றாள். உடனே குண்டோதரன் சத்ருக்னனுக்குச் சமிக்ஞை காட்டிப் பிடியையும் தளர்த்த, சத்ருக்னன் தன்னை விடுவித்துக்கொண்டு ஓடினான். குண்டோதரன் பெருங் கூச்சல் போட்ட வண்ணம் அவனைத் துரத்திக்கொண்டு ஓடினான். கொஞ்ச தூரத்தில் ஒரு பாறை மறைவுக்கு வந்ததும் குண்டோதரன் நின்று, 'சுவாமி! உங்களுடைய கதி என்ன ஆயிற்று என்று தெரிந்து கொள்வதற்காக இந்தக் காபாலிகையின் சிஷ்யப்பிள்ளை ஆனேன். என்னைப்பற்றிக் கவலை வேண்டாம். நான் இங்கிருந்து இவளைச் சமாளித்துக் கொள்கிறேன். நீங்கள் சீக்கிரம் போங்கள்; கோட்டைத் தாக்குதல் ஆரம்பமாகி விட்டதாகத் தோன்றுகிறது!' என்றான்.

'குகைக்குள்ளே சுரங்க வழி இருக்கிறது, குண்டோதரா! நான் போய்ச் சேனாபதியிடம் சொல்லி ஆட்களுடன் வந்து சேருகிறேன். அதுவரை நீ இந்த ராட்சஸியை எப்படியாவது சமாளித்துக் கொண்டிரு. அவளைச் சுரங்க வழியில் போக விடாதே!' என்று சத்ருக்னன் சொல்லி விட்டு ஓட்ட ஓட்டமாகச் சேனாபதியைத் தேடி ஓடி வந்தான். பிறகு குண்டோதரனுடைய கதி என்ன ஆயிற்று என்பது சத்ருக்னனுக்குத் தெரியாது.

மேற்கூறிய வியப்பும் பயங்கரமும் நிறைந்த வரலாற்றைக் கேட்டதும், சேனாபதி பரஞ்சோதி, 'சத்ருக்னா! ரொம்பவும் அவசரமான சமயத்தில் இப்படிப்பட்ட முக்கியச் செய்தியைக் கொண்டுவந்திருக்கிறாய். நன்றாய் யோசிப்பதற்குக்கூட நேரம் இல்லை. கோட்டைத் தாக்குதலோ ஆரம்பமாகி விட்டது. நாளைப் பொழுது விடிவதற்குள் கோட்டைக்குள் பிரவேசித்து விடுவோம். எல்லாவற்றுக்கும் நீ நூறு வீரர்களுடன் அந்தக் காபாலிகையின்

குகை வாசலுக்குப் போ! சுரங்க வழி மூலமாக யாரும் வெளியில் தப்பித்துக் கொண்டு போகாமல் பார்த்துக்கொள். முடிந்தால் நீயும் குண்டோதரனும் சுரங்க வழியாகக் கோட்டைக்குள்ளே வந்து சேருங்கள். கோட்டை வாசல் திறந்ததும் நான் நேரே சிவகாமி தேவியின் வீட்டிற்குச் செல்கிறேன். கணேசரின் கருணை இருந்தால் சிவகாமி தேவியைக் காப்பாற்றி ஆயனரிடம் ஒப்புவிக்கும் பாக்கியம் நமக்குக் கிடைக்கும்' என்று கவலையோடு கூறினார்.

39.வாதாபி தகனம்

மாமல்ல சக்கரவர்த்தி தமது கூடாரத்தின் வாசலில் நின்று மாபெரும் பல்லவ சைன்யம் வாதாபிக் கோட்டை மதிலை நெருங்கிச் செல்லும் காட்சியைப் பார்த்துக் கொண்டிருந்தார். தமது வாழ்நாளிலேயே மிக முக்கியமான சம்பவம் தம் கண் முன்னால் நடைபெறத் தொடங்கியிருக்கிறது என்பதை அவருடைய அந்தராத்மா அவருக்குச் சொல்லிக் கொண்டிருந்தது. அன்றிரவு நடக்கப் போகும் மகத்தான கோட்டைத் தாக்குதலின் காரணமாக ஆயிரமாயிரம் வருஷங்கள் வரையில் அவருடைய பெயர் 'வாதாபி கொண்ட நரசிம்மன்' என்று சரித்திரத்தில் பிரசித்தி பெற்று விளங்கப் போகிறது.

ஆனால், அவர் எந்த நோக்கம் காரணமாக இந்த மகத்தான சைனியத்தைத் திரட்டிக்கொண்டு வந்தாரோ, அந்த நோக்கம் நிறைவேறுமா? சிவகாமிக்கு அவர் கொடுத்த வாக்குறுதி அன்றிரவோ மறுநாளோ நிறைவேறுவது நிச்சயம். மூன்று நாளைக்குள்ளே வாதாபிக் கோட்டை தகர்ந்து வாதாபி நகரம் பற்றி எரிவது நிச்சயம்... ஆனால், அதைப் பார்ப்பதற்குச் சிவகாமி உயிரோடிருப்பாளா? ஆஹா! அந்தப் பாவி உயிரோடு இருந்து வாதாபி எரியும் காட்சியைப் பார்த்துவிட்டு வெளியேறி வந்தால்தான் என்ன? அவளுடைய வாழ்க்கை பழைய ஆனந்த வாழ்க்கையாகப் போகிறதா? ஒருநாளும் இல்லை. அவளுடைய மனோராஜ்யமெல்லாம் ஒரு சிதைந்த கனவாகி விட்டது. ஒருவேளை அந்தச் சிதைந்த கனவிலே சிவகாமி சில சமயம் இன்பத்தைக் காணக்கூடும். தமக்கோ அதுகூடக் கிடையாது. தமது பிற்கால வாழ்க்கை ஒரு வறண்ட பாலைவனமாகவே இருக்கும். அந்த எல்லையற்ற நெடிய பாலைவனத்தில் கானல் நீரைத் தவிர வேறு குளிர்ச்சியான காட்சியே தென்படப் போவதில்லை.

இவ்விதச் சிந்தனைகளில் ஆழ்ந்திருந்த மாமல்லர், தம்மிடம் முடிவாக விடைபெற்றுச்சென்ற பரஞ்சோதி மீண்டும் வருவதைக்கண்டு சிறிது வியப்புற்றவராய், அவர் தம் அருகில் நெருங்கியதும், 'சேனாபதி! ஏதாவது புதிய விசேஷம் உண்டா?' என்று கேட்டார்.

‘ஆம், பிரபு! சத்ருக்னன் திரும்பி வந்தான்’ என்று சேனாபதி கூறி, அவன் சொன்ன விஷயங்களைச் சுருக்கமாகத் தெரிவித்தார்.

எல்லாவற்றையும் கேட்ட மாமல்லர், ‘இந்தச் செய்திகள் காரணமாக நமது யோசனையில் ஏதேனும் மாறுதல் உண்டா?’ என்று கேட்டார்.

‘விசேஷமாக ஒன்றுமில்லை, பிரபு! ஆனால், கோட்டைத் தாக்குதலைக் கூடிய விரைவில் நடத்தவேண்டிய அவசியம் அதிகமாகிறது. எதிரில் பாயும் புலியைக் காட்டிலும் காலடியில் நெளிந்து ஓடும் பாம்பு அதிக அபாயம் உள்ளதல்லவா?’

‘அப்படியானால் காபாலிகையின் கதையை நீர் நம்புகிறீரா? உமக்கு யுத்தச் சீட்டு அனுப்பியது புலிகேசி இல்லை. நாகநந்தி பிக்ஷுதான் என்று நினைக்கிறீரா? அப்படியானால் சிவகாமி தேவி பற்றிய கவலை அதிகமாகிறது. நானும் உங்களுடனே கோட்டைக்குள் இப்போதே வந்து விடட்டுமா?’

‘வேண்டாம், பிரபு! தாங்கள் இங்கே இருப்பதுதான் உசிதம் என்று கருதுகிறேன்.’

எது எப்படிப் போனாலும் இந்தத் தடவை தளபதி பரஞ்சோதி சிவகாமி தேவியைத் தாமே முதலில் சந்திக்க வேண்டும் என்று தீர்மானித்திருந்தார். முன் தடவை மாமல்லர் சிவகாமியைச் சந்தித்துப் பேசியதன் விபரீத விளைவை அவர் மறந்து விடவேயில்லை. அம்மாதிரி இம்முறை ஏற்படாமல் தடுப்பது தம் கடமையெனக் கருதினார்.

மாமல்லரும் பல காரணங்களினால் சிவகாமியை உடனே சந்திக்க விரும்பவில்லை. எனவே, அவர் பின்வருமாறு கூறினார்:

‘அப்படியே ஆகட்டும், சேனாபதி! ஒரு விஷயத்தை மறந்துவிட வேண்டாம். புலியைவிடப் பாம்பு கொடியது என்று நீர் கூறியது முற்றும் உண்மை. நாகநந்தி விஷயத்தில் தாட்சண்யமே பார்க்க வேண்டாம். அந்தக் கள்ள பிக்ஷு உயிரோடிருக்கும் வரையில் இந்த வாழ்க்கையில் நம் இருவருக்கும் நிம்மதி கிடையாது. இதை மறக்க மாட்டீர் அல்லவா?’

‘மறக்கமாட்டேன், பிரபு!’

இதற்குப் பிறகும் சேனாபதி தயங்கி நிற்பதைக் கண்டு மாமல்லர், ‘இன்னும் ஏதாவது சொல்லுவதற்கு இருக்கிறதா?’ என்றார்.

பரஞ்சோதி, ‘ஆம்! இன்னும் ஒரே ஒரு விஷயம். மன்னிக்க வேண்டும்; வாதாபி நகரை எரித்துவிட வேண்டும் என்ற கட்டளையில் மாறுதல் ஒன்றும் இல்லையே?’ என்று கேட்டார்.

‘சேனாபதி! போதும்! இந்த நிமிஷமே நான் கோட்டை வாசலுக்குப் போகிறேன். இனி உம்மை நம்பிப் பயனில்லை. நீர் திருநீறு தரித்து ருத்ராட்சம் அணிந்து சிவ பஜனை செய்யச் செல்லும்!’

‘பிரபு! திருநீறு தரித்த பெருமான் திரிபுரத்தையே எரித்தார். இந்த வாதாபியை எரிப்பது அவருக்குப் பெரிய காரியமில்லை. இன்று இரவே வாதாபி நகரம் பற்றி எரிவதைக் காண்பீர்கள்!’

‘அப்படியானால் ஏன் இந்தத் தயக்கம், கேள்வி எல்லாம்?’

‘தங்களுடைய விருப்பத்தை நிச்சயமாகத் தெரிந்து கொள்வதற்காகத்தான். கோட்டைக்குள் புகுந்தபிறகு நகரை எரிக்க வேண்டும் என்று தாங்கள் கட்டளையிட்டீர்கள், அதை மாற்றிச் செய்ய விரும்புகிறேன். முதலில், வாதாபி தகனம் ஆரம்பமாகப் போகிறது. வெளியிலிருந்தபடியே நெருப்புப் பந்தங்களை நகருக்குள் எறியும்படி கட்டளையிடப் போகிறேன்.’

‘இதற்கு என்ன அவசியம்?’

‘நகரத்துக்குள்ளேயிருந்து நம் வீரர்கள் கொண்டுவரும் பொருள்களில் பாதி அவரவர்களுக்கே சொந்தம் என்று சொல்லியிருக்கிறேன். ஆகையால், நகரம் பற்றி எரிவதைக் காணும்போது நம் வீரர்களின் வேகம் ஒன்றுக்குப் பத்து மடங்காகும். பிரபு! நாளைச் சூரியோதயத்துக்குள்ளே நான் இந்தக் கோட்டைக்குள்ளே பிரவேசித்தாக வேண்டும். அதற்குமேல் தாமதித்தால் சிவகாமி தேவியைக் காப்பாற்றுவது அசாத்தியமாகி விடலாம். சூரியோதயமாகும் சமயத்தில் தாங்களும் ஆயத்தமாயிருக்க வேண்டும். இன்று ஓரிரவு தூங்காமல் வாதாபி தகனத்தைப் பார்த்துக் கொண்டிருங்கள்!’ என்று சொல்லி விட்டுச் சக்கரவர்த்தியின் மறுமொழிக்குக் காத்திராமல் சேனாபதி விரைந்து சென்றார்.

சேனாபதி சொன்னபடியே அன்றிரவு நடுநிசி நேரத்தில் வாதாபி தகனம் ஆரம்பமாயிற்று. கோட்டை மதிலைச் சுற்றி ஆங்காங்கு பெரிய உயரமான தூக்கு மரங்கள் நிறுத்தப்பட்டன. அந்த மரங்களின் மீது ஏறி நின்று அதற்கென்று பயிற்சி செய்யப்பட்டிருந்த பல்லவ வீரர்கள், கொளுத்தப்பட்ட தீப்பந்தங்களையும் கந்தக வெடிகளையும் நகருக்குள் வீசி எறிந்தார்கள். தீப் பந்தங்கள் போகும்போதே காற்றினால் ஜுவாலை விட்டுக் கொண்டு சென்று விழுந்த இடங்களில் எல்லாம் குபீர் குபீர் என்று தீ மூட்டின. கந்தக வெடிகள் ஆங்காங்கு வெடித்து நெருப்பைப் பரப்பின.

அன்றிரவு மூன்றாம் ஜாமத்திற்குள் இலட்சோப இலட்சம் ஜனங்கள் வசித்த அந்த வாதாபி மாநகரத்தில் நாற்புறமும் தீ மூண்டு எரியத் தொடங்கியது.

அக்கினி தேவனுக்கு உதவி செய்ய வாயு பகவானும் வந்து சேர்ந்தார். மூண்டடித்த காற்றினால் தீயின் ஜுவாலைகள் குதித்துக் குதித்துப் பாய்ந்து வாதாபி நகரின் மாடமாளிகைகள், கூட கோபுரங்கள் எல்லாவற்றையும் விரைந்து விழுங்கத் தொடங்கின.

தீயோடு புகையும் படலம் படலமாக எழுந்து எட்டுத் திசைகளையும் வானத்தையும் மறைத்தது.

அதே சமயத்தில் பல்லவ, பாண்டிய வீரர்கள் கோட்டையை நாற்புறமும் சூழ்ந்துகொண்டு மதிள் மீது ஏறிக்குதிக்க முயன்றார்கள். மதிள் மீதிருந்த

சளுக்க வீரர்கள் அவர்களைத் தடுத்தார்கள். அவர்களுடைய வாளாலும் வேலாலும் அம்புகளாலும் தாக்கப்பட்டு ஆயிரமாயிரம் தமிழ் வீரர்கள் உயிரிழந்து விழுந்தார்கள். ஆயினும் சமுத்திரத்தில் பெருங்காற்று அடிக்கும் போது ஓர் அலைக்குப் பின்னால் இன்னோர் அலை இடைவிடாமல் வந்து கரையை மோதுவது போலத் தமிழ் வீரர்கள் மேலும் மேலும் வந்து கொண்டேயிருந்தார்கள்.

அதோடு கோட்டையின் நாலுபுறத்து வாசல்களும் பலமாகத் தாக்கப் பட்டன. ஏக காலத்தில் பத்துப் பன்னிரண்டு யானைகள் தங்கள் துதிக்கை யினால் பிரம்மாண்டமான மரத் தூண்களையும் இரும்புலக்கைகளையும் தூக்கி ஆவேசமாகக் கோட்டை வாசல் கதவுகளின் மீது மோதியபோது அந்தக் கதவுகள் படார் படார் என்று தெறித்து முறிந்து விழுந்தன.

சேனாபதி பரஞ்சோதி சக்கரவர்த்தியிடம் கூறியவண்ணமே அன்றிரவு நாலாம் ஜாமம் முடியும் தறுவாயில் வாதாபிக் கோட்டை வாசல்களைத் தகர்த்த பல்லவ வீரர்கள், ஏற்கெனவே எரியத் தொடங்கியிருந்த வாதாபி நகருக்குள் பிரவேசித்தார்கள்.

கோட்டை மதிளைத் தாக்கிய பல்லவ வீரர்களும் நாற்புறத்திலும் உள்ளே குதிக்கத் தொடங்கிவிட்டார்கள்.

வாதாபி நகரம் தீக்கிரையாகும் இந்தச் சரித்திரப் பிரசித்தி பெற்ற சம்ப வத்தைக் கீழ்வானத்தில் உதித்திருந்த விடிவெள்ளி கண்கொட்டாமல் பார்த்து வியந்து கொண்டிருந்தது.

40.கொந்தளிப்பு

பல்லவ சேனா வீரர்கள் வாதாபிக் கோட்டையைச் சூழ்ந்து கொண்ட நாளிலிருந்து சிவகாமியின் உள்ளம் எரிமலையின் கர்ப்பப் பிரதேசத்தைப் போல் கொந்தளித்துக் கொண்டிருந்தது.

கோட்டைச் சுவருக்கு அப்பால் வெகு சமீபத்தில் மாமல்லரும் ஆயனரும் இருந்தபோதிலும் அவர்களைத் தான் பார்க்க முடியவில்லையே என்ற ஆத்திரமும், யுத்தத்தின் விளைவாக என்ன ஏற்படுமோ என்ற கவலையும், எல்லாம் நன்றாக முடிந்து மாமல்லரைத் தான் சந்திக்கும்போது அவரிடம் என்ன பேசுவது, எப்படி நடந்துகொள்ளுவது என்ற சிந்தனையும் அவளை வாட்டிக் கொண்டிருந்தன.

வாதாபிக்கு வடதிசையில் நடந்த பெரும் போரில் பல்லவ சைனியம் வெற்றியடைந்து புலிகேசி மாண்ட செய்தி சிவகாமியின் காதுக்கு எட்டியபோது, அவளுடைய இதயம் பெருமையினால் வெடித்துப்

போய்விடும் போலிருந்தது. அதோடு அந்த வெற்றியின் காரணமாகத் தன்னுடைய நிலைமையில் என்ன மாறுதல் ஏற்படுமோ என்ற கவலையும் உண்டாயிற்று.

கோட்டைத் தளபதி பீமசேனன் அவளிடம் வந்து மாமல்லருக்கு ஓலை எழுதித் தரும்படி கேட்டபோது சிவகாமி தன்னுடைய வாழ்க்கையில் என்றும் அடையாத பெருமிதத்தை அடைந்தாள். அவ்விதமே சேனாபதிக்கு ஓலையும் எழுதித் தந்தாள். அதிலே தன்னுடைய அறிவினால் சிந்தித்து என்ன முடிவுகளுக்கு வந்திருந்தாளோ அந்த முடிவுகளையெல்லாம் எழுதியிருந்தாள். அவற்றையொட்டி வேண்டுகோளும் செய்திருந்தாள்.

ஆனால், அவளுடைய இதய அந்தரங்கத்தில் குடிகொண்டிருந்த உணர்ச்சியை அந்த ஓலை பிரதிபலித்ததாகச் சொல்ல முடியாது. தன்னையும் தன் கலையையும் அவமதித்து அவமானப்படுத்திய அந்த நகரத்து மக்கள் மீது பழிக்குப் பழி வாங்க வேண்டும் என்னும் ஆசை அவளுடைய உள்ளத்தின் அடிவாரத்தில் இன்னும் இருக்கத்தான் செய்தது. எனவே, ஓலை எழுதி அனுப்பிய பிறகு சிவகாமி ஒவ்வொரு சமயம், 'ஏன் அந்த ஓலையை எழுதி அனுப்பினோம்? அவ்வாறு எழுதி அனுப்ப நமக்கு என்ன உரிமை? இவ்வளவு பெரும் பிரயத்தனங்களுடனே படையெடுத்து வந்திருக்கும் மாமல்லரும் சேனாபதியும் அதைக் குறித்து என்ன எண்ணு வார்களோ? பெண் புத்தியின் பேதைமையைக் குறித்துப் பரிகசித்து இகழ் வார்களோ? ஒருவேளை அதை ஒப்புக்கொண்டு காரியம் நடத்திய பிறகு என்னை ஏசிக் காட்டுவார்களோ?' என்றெல்லாம் எண்ணமிட்டாள்.

அவ்விதம் தான் ஓலை எழுதி அனுப்பியது குறித்து அவளைப் பச்சாத்தாபம் கொள்ளச் செய்த சம்பவங்கள் சிலவும் பிற்பாடு ஏற்பட்டன. கோட்டைத் தளபதி சிவகாமியின் மாளிகைக்கு வந்து விட்டுப் போனதிலிருந்து அவளுடைய மாளிகை வாசலில் அடிக்கடி கூட்டம் சேர ஆரம்பித்தது. அநேகமாகச் சிவகாமியை மறந்து விட்டிருந்த வாதாபி மக்கள் அப்போது தங்களுக்கு நேர்ந்திருக்கும் பெரும் விபத்துக்குக் காரணம் சிவகாமிதான் என்பதை நினைவுகூர்ந்து அவள் வசித்த வீதியில் கூட்டம் போடவும், அவளைப்பற்றி இகழ்ந்து பேசவும் ஏசவும் ஆரம்பித்தார்கள். கூட்டத்தின் இரைச்சலைக் கேட்டுச் சிவகாமி அதன் காரணத்தை அறிந்து கொள்ளுவதற் காகப் பலகணியின் வழியாக எட்டிப் பார்த்தபோது அந்த ஜனங்கள் 'ஓஹோ' என்று சப்தமிட்டும் சிரித்தும் கோரணி காட்டியும் ஏளனம் செய்தார்கள்.

விஷயம் இன்னதென்பதை ஏற்கெனவேயே அறிந்திருந்த சிவகாமியின் தோழிப் பெண் அவளைப் பலகணியின் பக்கத்திலிருந்து பலாத்காரமாக இழுத்துச் சென்றாள். அப்போது மறுபடியும் அந்த ஜனக் கூட்டம் விகார மாகக் கூச்சலிட்டுக் கேலிச் சிரிப்பு சிரித்த சப்தம் சிவகாமியின் காதில் விழுந்தது. அவளுடைய இருதயத்தில் வெகு காலத்துக்கு முன்பு எரிந்து அடங்கி மேலே சாம்பல் பூத்துக் கிடந்த குரோதத் தீயானது அந்த நிமிஷத்தில் மறுபடியும் கொழுந்து விட்டு எரியத் தொடங்கியது. 'மாமல்லர் மட்டும் உண்மையான வீரமுள்ள ஆண் மகனாயிருந்தால் நான்

பேதைமையினால் எழுதிய ஓலையைக் கிழித்து எறிந்து விட்டு இந்த நகரத்துக்குள்ளே படையுடன் பிரவேசிப்பார்; என்னுடைய பழைய சபதத்தை நிறைவேற்றுவார்; இந்த நகரத்தை நரகமாக்கி நாகரிகம் சிறிதுமற்ற மிருகப் பிராயமான இந்த மக்கள் ஓலமிட்டு அலறி ஓடும்படிச் செய்வார். அந்தக் காட்சியைப் பார்த்தால்தான் என் உள்ளம் குளிரும்!' என்று எண்ணிக்கொண்டாள். அந்தக் காட்சியைத் தன் மானசிக திருஷ்டியில் பார்த்து மகிழவும் தொடங்கினாள்.

நேரமாக ஆகத் தெருவில் கூட்டமும் கூச்சலும் அதிகமாகிக் கொண்டு வந்தன. கூட்டத்திலே இருந்த சில உற்சாக புருஷர்கள் வீட்டின் கூரை மீதும் வாசற்கதவின் மீதும் கல்லை விட்டு எறிந்தார்கள். கல், கதவின் மேல் விழுந்து படார் சப்தம் உண்டாக்கியபோது கூட்டத்தில் கேலிச் சிரிப்பு பீறிட்டு எழுந்தது.

அன்று மாலை திடீரென்று அப்பெருங் கூட்டத்தில் ஒருகணம் நிசப்தம் ஏற்பட்டது. அந்த நிசப்தத்தைக் கலைத்துக் கொண்டு பறைகொட்டும் சப்தம் கேட்டது. பறைச் சப்தம் நின்றதும் இடி முழக்கம் போன்ற ஒரு குரல், 'சக்கரவர்த்தி கோட்டைக்குள் வந்து விட்டார்! பல்லவர் படையைத் துவம்ஸம் செய்து வெற்றிக் கொடி நாட்டப் போகிறார். எல்லாரும் அவரவர்கள் வீட்டுக்குப் போங்கள். ஆயுதம் எடுக்கத் தெரிந்த ஆண் பிள்ளைகள் அனைவரும் அரண்மனை வாசலுக்கு வந்து சேருங்கள்!' என்று முழங்கிற்று.

உடனே அந்த ஜனக் கூட்டத்தில், 'வாதாபிச் சக்கரவர்த்தி வாழ்க! பல்லவ மாமல்லன் நாசமடைக!' என்று குதூகல கோஷம் எழுந்தது. கொம்மாளமாக இரைச்சல் போட்டுக்கொண்டு ஜனங்கள் கலைய ஆரம்பித்தார்கள். ஏதோ இந்திரஜாலத்தினால் நடந்தது போல் கண்மூடித் திறக்கும் நேரத்தில் சிவ காமியின் மாளிகை வாசலில் ஒருவரும் இல்லாமற்போயினர். அவ்விதம் வெறுமையான இடத்தில் சிறிது நேரத்துக்கெல்லாம் சளுக்க வீரர்கள் இருபது பேர் வந்து நின்றார்கள். சிவகாமியின் மாளிகை வாசலையும் வீதியின் இரு புறங்களையும் அவர்கள் காவல் புரியத் தொடங்கினார்கள்.

சிவகாமி தன்னுடைய தோழிப் பெண்ணின் மூலம் மேற்கூறிய சம்பவங் களுக்குக் காரணங்களை அறிந்தபோது அவளுடைய மனம் ஒருவாறு நிம்மதியடைந்தது. புலிகேசி உயிர் பிழைத்துக் கோட்டைக்குள் வந்து விட்டபடியால், இனி யுத்தந்தான்; சந்தேகமில்லை. தன்னுடைய சபதம் நிறைவேறும் காட்சியைக் கண்ணால் பார்த்தால் போதும்; மற்றபடி எது எப்படியானாலும் ஆகிவிட்டுப் போகட்டும். மூர்க்க வாதாபி ஜனங் களாலோ ராட்சஸப் புலிகேசியினாலோ தனக்கு ஏதாவது அபாயம் நேரக் கூடும். நேர்ந்தால் நேரட்டும். அதை எதிர்பார்த்துச் சிவகாமி கையில் கத்தி ஒன்றை ஆயத்தமாக வைத்திருந்தாள். தன்னுடைய கற்புக்குப் பங்கம் வரும் படியான காரியம் ஏற்படுவதாயிருந்தால் பிராணத் தியாகம் செய்துகொள்வ தென்று வெகு காலமாக அவள் உறுதிகொண்டிருந்தாள். கையிலே கத்தி இருக்கிறது; கொல்லைப்புறத்துக் கிணறு இருக்கவே இருக்கிறது!

பல்லவ சைனியம் வாதாபிக் கோட்டையைத் தாக்க ஆரம்பித்த அன்று சாயங் காலம், அந்த நகருக்குள்ளே சூறைக் காற்றும் பெருமழையும் சேர்ந்து அடிக்கும்போது நடுக்கடலில் என்னவிதமான பயங்கர ஓசை எழுமோ அம்மாதிரி ஓசை எழுந்தது. நூற்றுக்கணக்கான யுத்த பேரிகைகளின் முழக்கம், ஆயிரக்கணக்கான தாரை, தப்பட்டை, சங்கம் முதலியவைகளின் ஒலி, பதினாயிரக்கணக்கான வீரர்களின் ஜயகோஷம், இலட்சக்கணக்கான மக்களின் ஆரவார இரைச்சல்; இந்த ஓசைகளெல்லாம் கோட்டை மதில் களிலும் மண்டபங்கள் கோபுரங்களிலும் மோதும்போது எழுந்த பிரதித் வனி எல்லாம் சேர்ந்து இன்னதென்று விவரித்துச் சொல்ல முடியாத பேரொ லியாகத் திரண்டு எழுந்து கேட்போரின் உடல் நரம்புகளையெல்லாம் முறுக்கிவிட்டு உள்ளங்களை வெறிகொள்ளச் செய்தன.

அன்று சூரியாஸ்தமன நேரத்தில் அந்த மாநகரில் வாழ்ந்த பத்து லட்சம் ஜனங்களும் ஏறக்குறையப் பித்துப் பிடித்தவர்கள் போலாகித் தாம் செய்யும் காரியம் இன்னதென்று தெரியாமல் செய்கிறவர்களும், தாம் பேசுவது இன்னதென்று தெரியாமல் பேசுகிறவர்களும் ஆனார்கள்.

இத்தகைய வெறி சிவகாமியையும் மற்றவர்களைக் காட்டிலும் அதிக மாகவே ஆட்கொண்டது. ஒருகண நேரமாவது அவளால் ஓரிடத்தில் உட்கார்ந்திருக்க முடியவில்லை. ஆனால், வீட்டை விட்டு வெளியே போவ தென்பது அவளுக்கு இயலாத காரியம். சிறிது நேரம் வீட்டுக்குள்ளேயே அங்குமிங்கும் நடந்தாள். பிறகு பலகணியின் வழியாக வாசலில் எட்டிப் பார்த்தாள். ஜனங்கள் தலைதெறிக்கக் கிழக்கேயிருந்து மேற்கேயும் மேற்கேயிருந்து கிழக்கேயும் ஓடிக் கொண்டிருந்தார்கள். வீட்டின் மேல் மச்சில் ஏறிப் பார்த்தாள். நகரின் அலங்கோலக் காட்சி இன்னும் கொஞ்சம் அதிகமாகத் தெரிந்தது. அவளுடைய மாளிகையின் பின்புறத்தில் கோட்டை மதில் வெகு சமீபத்தில் இருந்தபடியால் அதன் மீது ஏறிப் போருக்கு ஆயத்தமாக நின்ற வீரர்களின் காட்சியை நன்றாகப் பார்க்க முடிந்தது. மற்றும் வீதிகளில் அணிவகுத்துச் சென்றுகொண்டிருந்த போர் வீரர் படை களையும் அங்குமிங்கும் ஓடிக் கொண்டிருந்த ஜனங்களின் காட்சியையும் பார்க்க முடிந்தது.

மறுபடியும் கீழிறங்கி அவளுடைய தோழிப் பெண்ணைத் தெரு வாசலில் போய் விவரம் அறிந்துகொண்டு வரும்படி ஏவினாள். அவ்விதமே தோழி வெளியே போய்விட்டு வந்து அன்றிரவு பல்லவர் படை கோட்டையைத் தாக்கப் போவதாகச் செய்தி கொண்டு வந்தாள். அது மட்டுமல்ல; தான் அன்றிரவு சிவகாமிக்குத் துணையாக இருக்கமுடியாதென்றும், யுத்த நிலைமை என்ன ஆகுமோ என்ற பீதி ஏற்பட்டிருப்பதால் தன்னுடைய சொந்த வீட்டுக்குப் போய் உறவினரோடு இருக்க விரும்புவதாகவும் கூறினாள். சிவகாமி அவளை எவ்வளவு கேட்டுக்கொண்டும் பயனில்லை. மற்றொரு வேலைக்காரியையும் அழைத்துக்கொண்டு அவள் போய்விட்டாள். அவ்விரு வரும் போகும்போது மாளிகையின் கதவு திறந்த சமயம், வாசலில் காவல் புரிந்த வீரர்கள் பொறுமை இழந்து தாங்கள் மட்டும் எதற்காக அங்கு நின்று

அந்த வீட்டைக் காவல் புரிய வேண்டும் என்று பேசிக்கொண்டிருந்தது சிவகாமியின் காதிலே விழுந்தது. 'கதவைக் கெட்டியாகச் சாத்தித் தாழ்கள் எல்லாவற்றையும் போட்டாள். அந்த மாளிகையின் வாசற் கதவுகள், கோபுர வாசல் கதவுகளைப் போன்ற பெரிய கதவுகள். ஒரு கதவில் திட்டி வாசல் ஒன்று இருந்தது. அதாவது ஒரு பெரிய மனிதர் உள்ளே நுழையக் கூடிய அளவு துவாரமும் அதற்கு ஒரு தனிக் கதவும் தாழ்ப்பாளும் இருந்தன. தோழியும் வேலைக்காரியும் அந்தத் திட்டி வாசல் வழியாகத்தான் வெளியே சென்றார்கள்.

சிவகாமி வாதாபியில் வசித்த காலத்தில் சாதாரணமாகவே சொற்ப நேரந்தான் தூங்குவது வழக்கம். அன்றிரவு அவள் கண்ணை மூடவில்லை. 'வெளியே என்ன நடந்து கொண்டிருக்கிறது? என்ன நடக்கப் போகிறது?' என்று அறிந்து கொள்ள அவளுடைய உள்ளமும் உடம்பின் நரம்புகளும் துடித்துக்கொண்டிருந்தன. அடிக்கடி பெருமூச்சு எழுந்தது. நெஞ்சு 'தடக் தடக்' என்று அடித்துக்கொண்டது. அடி வயிற்றை என்னவோ செய்தது.

நடுநிசி ஆனபோது, நகரின் பல இடங்களில் வீடுகள் தீப்பற்றி எரிய ஆரம் பித்ததைச் சிவகாமி தன் மாளிகையின் மேல் மாடியிலிருந்து பார்த்தாள். ஒன்பது வருஷத்துக்கு முன்னால் தான் செய்த சபதம் நிறைவேற ஆரம்பித்து விட்டது என்பதைத் தெரிந்து கொண்டாள். அவளுடைய வாழ்க்கையில் அதுவரையில் அவள் அனுபவித்திராத திருப்தி அவள் மனத்தில் அப்போது ஏற்பட்டது. அதே சமயத்தில் காரணம் தெரியாத ஒருவித மனவேதனையும் உண்டாயிற்று.

நகரிலே நாற்புறமும் தீ பரவி வந்தது. அன்று சாயங்காலம் அந்நகரில் ஏற்பட்டிருந்த மகத்தான ஆரவாரம் இப்போது வேறு ஸ்வரூபத்தை அடைந்தது. குதூகலமான ஜயகோஷங்கள் அலறலும் ஓலமுமாக மாறின. மக்களின் பெருமித வீர நடை யானது பயப்பிராந்தி கொண்ட ஓட்டமாக மாறியது. வர வர ஸ்திரீகள், குழந்தைகளின் ஓலமும் ஓட்டமும் அதிகமாகி வந்தன. இதையெல்லாம் பார்க்கச் சிவகாமியின் மனத்தில் திருப்தி மறைந்து வேதனை அதிகமாயிற்று. கடைசியில் அந்தக் கோரக் காட்சிகளைப் பார்க்கச் சகியாமல் மேல் மாடியிலிருந்து கீழே இறங்கினாள். 'ஆகா! இது என்ன நம்மால் விளைந்த விபரீதம்? இதன் முடிவுதான் என்ன? இந்தப் பெரிய நகரம் முழுவதும் உண்மையாகவே எரிந்து அழிந்து விடப்போகிறதா? இதிலே வசிக்கும் இத்தனை இலட்சக்கணக்கான மக்களும் பெண்களும் குழந்தைகளும் செத்து மடியப்போகிறார்களா? ஐயோ! இது என்ன? என்னுடைய கதி என்ன ஆகப் போகிறது?' என்று அவள் உள்ளத்தில் ஆயிரக் கணக்கான சிந்தனை அலைகள் கொந்தளித்து எழுந்து உடனே மறைந்தன.

அப்புறம் மேல் மாடிக்கே போக மனமில்லாமல் வீட்டுக் கூடத்தில் அங்கு மிங்கும் நடந்துகொண்டிருந்தாள். அலைந்து அலைந்து கால்கள் களைத்து வலி எடுத்துப் போயின. வெறுந்தரையில் குப்புறப் படுத்துக்கொண்டாள். அழுகை வந்து கண்ணீர் பெருகினால் தேவலையென்று தோன்றியது. ஆனால், அழுகையும் வரவில்லை; கண்ணீர் சுரக்கும் இடத்தில் ஏதோ அடைத்துக் கொண்டு கண்ணீர் வரவொட்டாமல் செய்து விட்டது. பொழுது

விடியும் சமயம் ஆயிற்று. முற்றத்தில் உதய நேரத்துக்குரிய மங்கலான வெளிச்சம் காணப்பட்டது. அச்சமயம் அந்த வீட்டு வாசலில் ஒரு பெரும் ஆரவாரம் கேட்டது.

சட்டென்று சிவகாமியின் மனத்தில் ஓர் எண்ணம் உதித்தது. ஒருவேளை மாமல்லர்தான் வருகிறாரோ? தன் சபதத்தை நிறைவேற்றித் தன்னை அழைத்துக்கொண்டு போவதற்காக வருகிறாரோ? அப்படியானால் ரொம்ப நல்லது. இந்த மாநகரின் படுநாசத்தை இப்போதாவது தடுக்கலாம். அவர் காலில் விழுந்து, 'பிரபு! போதும் நிறுத்துங்கள்!' என்று கெஞ்சலாம்.

இப்படி எண்ணியவளாய்ச் சிவகாமி பரபரவென்று எழுந்து ஓடினாள். கதவண்டை சென்றதும் மனம் தயங்கிற்று. எல்லாவற்றிற்கும் திட்டி வாசற் கதவைத் திறந்து பார்க்கலாம் என்று திறந்தாள். அங்கே தோன்றிய காட்சி அவளைத் திகைத்துப் பீதியடையச் செய்தது. மாமல்லரையோ பல்லவ வீரர்களையோ அங்கே காணவில்லை. கோபங்கொண்ட வாதாபி ஜனக் கூட்டந்தான் காணப்பட்டது. அந்தக் கூட்டத்தாரில் சிலர் வீட்டைக் காவல் புரிந்த சளுக்க வீரர்களுடன் ஏதோ வாதாடிக் கொண்டு இருந்தார்கள்.

சிவகாமியின் முகம் திட்டி வாசலின் மூலம் தெரிந்ததும் அந்த ஜனக் கூட்டத்தில் பல நூறு சிறுத்தைப் புலிகளின் உறுமல் சப்தம் போன்ற ரோமம் சிலிர்க்கச் செய்யும் சப்தம் உண்டாயிற்று. கூட்டத்திலே பலர் காவல் புரிந்த வீரர்களைத் தள்ளிக்கொண்டு வீட்டு வாசற்படியை நோக்கிப் பாய்ந்து வந்தார்கள்.

சிவகாமிக்கு நிலைமை ஒருவாறு புலப்பட்டது. சட்டென்று திட்டி வாசலை மூடினாள். அவசரத்தினாலும் பயத்தினாலும் அதைத் தாழிட மறந்து போனாள். உடனே அங்கிருந்து மாளிகையின் பின்கட்டை நோக்கி விரைந்து சென்றாள். திட்டமான யோசனையுடன் செல்லவில்லை. அந்தச் சமயம் அந்த மூர்க்கங்கொண்ட ஜனங்களிடமிருந்து தப்ப வேண்டுமென்று இயற்கையாகத் தோன்றிய எண்ணம் அவளுடைய கால்களுக்குப் பலத்தை அளித்து வீட்டின் பின்கட்டை நோக்கி விரைந்து ஓடச் செய்தது.

வீட்டுப் பின்கட்டின் வாசற்படியைத் தாண்டித் தாழ்வாரத்தை அடைந்ததும், உதய நேரத்தின் மங்கிய வெளிச்சத்தில் அங்கு ஓர் உருவம் - கபாலங்களையும் எலும்புகளையும் மலையாகப் பூண்ட கோரமான ஸ்திரீ உருவம் - நிற்பதைச் சிவகாமி பார்த்தாள். அவளுடைய உடம்பில் இரத்த ஓட்டம் ஒரு நிமிஷம் நின்று விட்டது. தேகமாத்தியந்தம் ரோமங்கள் குத்திட்டு நின்றன. சிவகாமியைப் பார்த்ததும் அந்தப் பெண் பேய் கலகலவென்று சிரித்தது. பிறகு, 'அடி அழகி சிவகாமி! கலைவாணி சிவகாமி! மாமல்லனையும் நாகநந்தியையும் மோக வலைக்கு உள்ளாக்கிய நீலி! உன் அழகெல்லாம் இப்போது என்ன செய்யும்? உன் கண் மயக்கும், முகமினுக்கும் உன்னை இப்போது காப்பாற்றுமா?' என்று அந்தப் பெண் பேய் கேட்டு விட்டு மறுபடியும் சிரித்தது.

'அடி சிவகாமி! நானும் உன்னைப் போல் ஒரு சமயம் கண்டவர் மயங்கும் மோகினியாகத்தான் இருந்தேன். உன்னாலே இந்தக் கதிக்கு ஆளானேன்.

அதற்குப் பழிவாங்கும் சமயத்திற்காக இத்தனை காலம் காத்திருந்தேனடி!' என்று பல்லைக் கடித்துக் கொண்டு கூறியவண்ணம் காபாலிகை தன் மடியில் செருகியிருந்த கத்தியைச் சட்டென்று எடுத்து ஓங்கினாள்.

சிவகாமிக்கு அப்போது சிந்தனை செய்யும் சக்தியோ, தப்பித்துக் கொள்ள யுக்தி செய்யும் சக்தியோ, சிறிதும் இல்லை. அவள் உள்ளம் ஸ்தம்பித்துப் பிரமைகொண்டிருந்தது. எனினும், எத்தகைய ஆபத்திலிருந்தும் தன் உயிரைக் காப்பாற்றிக் கொள்வதற்கு முயற்சி செய்யும் இயற்கைச் சுபாவத்தை ஒவ்வொரு ஜீவனுக்கும் இறைவன் அளித்திருக்கிறான் அல்லவா? அந்த சுபாவம் காரணமாகச் சிவகாமி ஓர் அடி பின்னால் நகர்ந்தாள்.

அந்தக் கணத்தில் காபாலிகைக்குப் பின்புறத்தில் அவள் அறியாமல் ஓர் உருவம் திடீரென்று தோன்றியது. பின்கட்டின் வாசற்படி வழியாக நுழைந்த அந்த உருவம் காபாலிகையின் கத்தி பிடித்த கையைச் சட்டென்று கெட்டியாகப் பிடித்துக்கொண்டது.

அந்தப் பிடியின் பலத்தினால் காபாலிகையின் கைவிரல்கள் விரிந்து கத்தி தரையில் விழுந்தது. அளவில்லாத குரோதத்துடன் காபாலிகை திரும்பிப் பார்த்தாள்.

'அட பாவி! நல்ல சமயத்தில் வந்து விட்டாயா?' என்றாள்.

அப்படி அதிசயமாகத் திடீரென்று தோன்றித் தன் உயிரைக் காத்த உருவத்தைச் சிவகாமியும் அப்போது உற்றுப் பார்த்தாள்.

அந்த உருவம் வாதாபிச் சக்கரவர்த்தி புலிகேசிதான் என்று தெரிந்தபோது சிவகாமிக்கு உண்டான வியப்பும் திகைப்பும் எல்லையற்றவையாயின. ஆகா! சக்கரவர்த்தி செத்துப் போனதாகச் சொன்னார்களே! ஒருவேளை அவருடைய ஆவி, வடிவமா? அல்லது, அல்லது... முன்னொரு சமயம் செய்ததைப் போல் ஒருவேளை பிக்ஷுதான் சக்கரவர்த்தி வேஷம் பூண்டு வந்திருக்கிறாரோ?

41.'இதோ உன் காதலன்'

நல்ல சமயத்தில் வந்து சிவகாமியின் உயிரைக் காப்பாற்றியவர் புலிகேசி சக்கரவர்த்தி அல்ல - புலிகேசி வேஷம் பூண்ட நாகநந்தி அடிகள் என்பது நேயர்கள் அறிந்த விஷயமே!

வாசலில் நின்ற கோபங்கொண்ட கூட்டத்தைப் பார்த்து விட்டுச் சிவகாமி கதவை அடைத்துக்கொண்டு உள்ளே சென்ற அடுத்த நிமிஷமே குதிரைகள் விரைந்துவரும் சப்தம்கேட்டது. வருகிறவர்கள் பல்லவ வீரர்கள்தான் என்று நினைத்துக்கொண்டு ஜனக் கூட்டத்தில் பெரும்பாலோர் ஓட்டம்

பிடித்தார்கள். எஞ்சி நின்ற ஜனங்களும் வீட்டைக் காவல் புரிந்த சளுக்க வீரர்களும் வருகிறவர் புலிகேசிச் சக்கரவர்த்தி என்பதைக்கண்டதும் வியப்பினால் ஸ்தம்பித்து நின்றார்கள். நர்மதையிலிருந்து துங்கபத்திரை வரையில் பரவிக்கிடந்த மகத்தான சாம்ராஜ்யத்தைப் பத்து நாளைக்கு முன்பு வரையில் ஏக சக்ராதிபதியாக இணையற்ற மகிமையுடன் ஆட்சி செலுத்திய தங்களுடைய மன்னருக்கு இவ்வளவு சீக்கிரத்தில் இத்தனை பெரிய துர்க்கதி நேர்ந்ததையெண்ணி வாதாபி மக்கள் கலங்கிப் போயிருந்தார்கள்.

சக்கரவர்த்தியைப் பார்த்ததும் அங்கு எஞ்சி நின்ற ஜனங்கள் ஓவென்று கதறிப் புலம்பத் தொடங்கினார்கள். அதைப் பார்த்த சக்கரவர்த்தி தம் அருகில் நின்ற வீரனிடம் ஏதோ சொல்ல, அவன் கையமர்த்திக் கூட்டத்தில் அமைதியை உண்டாக்கிய பிறகு உரத்த குரலில் கூறினான்: 'மகா ஜனங்களே! இந்த ஆபத்துக் காலத்தில் நீங்கள் எல்லாரும் காட்டும் இராஜ விசுவாசத்தைக்கண்டு சக்கரவர்த்தி ஆறுதல் பெற்று உங்களுக்கெல்லாம் நன்றி செலுத்துகிறார். எதிர்பாராத வஞ்சகச் செயலினால் இத்தகைய துரதிர்ஷ்டம் நமக்கு நேர்ந்து விட்டது. இதற்கெல்லாம் தக்க சமயத்தில் பழிவாங்கியே தீர்வதென்று சக்கரவர்த்தி உறுதி கொண்டிருக்கிறார். இந்த வீட்டிலுள்ள பல்லவ நாட்டு மங்கை வாதாபிக்கு நேர்ந்த விபரீதத்துக்கு ஒரு காரணம் என்பதை அறிந்து அவளைத் தக்கபடி தண்டிப்பதற்காகவே இங்கு வந்திருக்கிறார். அந்த வேலையை அவருக்கு விட்டு விட்டு நீங்கள் எல்லாரும் அவரவர் உயிர் பிழைப்பதற்குரிய மார்க்கத்தைத் தேடும்படி கேட்டுக்கொள்கிறார். ஈவு இரக்கமற்ற பல்லவ அரக்கர்கள் அதர்ம யுத்தத்தில் இறங்கி உங்கள் வீடுகளைக் கொளுத்து கிறார்கள். அவர வருடைய பெண்டு பிள்ளைகளையும் உடைமை களையும் கூடிய வரையில் காப்பாற்றிக் கொள்ள முயலுங்கள்; உடனே அவரவருடைய வீட்டுக்குப் போங்கள்!'

இதைக் கேட்டதும் ஜனங்கள் இன்னும் உரத்த சப்தத்தில் அழுது கொண்டும் புலம்பிக்கொண்டும் சாபமிட்டுக்கொண்டும் அங்கிருந்து கலைந்துபோகத் தொடங்கினார்கள்.

பிறகு, சக்கரவர்த்தி அந்த வீட்டு வாசலில் காவல் புரிந்தவர்களைப் பார்த்து, 'உங்களுடைய கடமையை நன்றாக நிறைவேற்றினீர்கள். மிகவும் சந்தோஷம், இனிமேல் நீங்கள் உங்கள் உயிரைக் காப்பாற்றிக்கொள்ளப் பாருங்கள். உயிர் தப்பியவர்கள் எல்லாரும் நாசிகாபுரிக்கு வந்து சேருங்கள்! அங்கு நான் கூடிய சீக்கிரத்தில் வந்து உங்களைச் சந்திக்கிறேன்!' என்றதும், அந்த வீரர்கள் கண்ணில் நீர் ததும்பச் சக்கரவர்த்திக்கு வணக்கம் செலுத்தி விட்டு அவ்விடமிருந்து சென்றார்கள். பிறகு சக்கரவர்த்தி தம்முடன் வந்த குதிரை வீரர்களின் தலைவனைப் பார்த்து, 'தனஞ்செயா! நான் சொன்ன தெல்லாம் நினைவிருக்கிறது அல்லவா?' என்று கேட்க, 'ஆம் பிரபு! நினைவிருக்கிறது' என்றான் தனஞ்செயன்.

'இன்னொரு தடவை சொல்லுகிறேன்; இங்கிருந்து உடனே செல்லுங்கள். 'மாமல்ல சக்கரவர்த்திக்கு ஜே!' என்று கோஷம் போட்டுக்கொண்டு நகரை

விட்டு வெளியேறுங்கள். காபாலிகர் பலிபீடத்துக்கு அருகில் உள்ள காட்டுக்கு வந்து சேருங்கள். உங்களுக்கு முன்னால் நான் அங்கு வந்து சேர்ந்து விடுவேன்!' என்று கூறிவிட்டு, மறுபடியும் அந்த வீரன் காதோடு, 'பலிபீடத்துக் கருகிலுள்ள குகையில் பைத்தியம் கொண்ட காபாலிகை ஒருத்தி இருப்பாள். தாட்சண்யம் பாராமல் அவளைக் கொன்று விடு!' என்றார் சக்கரவர்த்தி.

தனஞ்செயனும் மற்ற வீரர்களும் அங்கிருந்து மறுகணமே புறப்பட்டுச் சென்று மறைந்தார்கள்.

பிறகு அந்த வீதி சூனியமாகக் காட்சி அளித்தது.

புலிகேசி வேஷம் தரித்த நாகநந்தி, சிவகாமியின் வீட்டுக் கதவண்டை வந்து மெதுவாகத் தட்டிப் பார்த்தார். பிறகு திட்டி வாசல் கதவைத் தொட்டுத் தள்ளியதும் அது திறந்துகொண்டது. உடனே அதன் வழியாக உள்ளே சென்று கதவைத் தாழிட்டார்.

வீட்டில் முன்கட்டை நன்றாய்ப் பார்த்து விட்டு அங்கு யாரும் இல்லையென்று தெரிந்துகொண்டு பின்கட்டை அடைந்தார். கத்தி ஓங்கிய காபாலிகையின் கையைக் கெட்டியாகப் பிடித்துச் சிவகாமியின் உயிரைத் தக்க சமயத்தில் காப்பாற்றினார்.

'அட பாவி, வந்து விட்டாயா?' என்று காபாலிகை சொன்னதும், புத்த பிக்ஷு அவளைத் தமது காந்தக் கண்களால் உற்றுப் பார்த்து, 'ரஞ்சனி! சற்று இங்கே வா!' என்று கூறிவிட்டு அப்பால் சென்றார். அந்த மூர்க்க ராட்சஸி அவருடைய கட்டளைக்குக் கீழ்ப்படிந்து அவர் பின்னோடு சென்றது சிவகாமிக்கு மிக்க வியப்பையளித்தது.

பிக்ஷு, ரஞ்சனியை ஒரு தூணின் மறைவுக்கு அழைத்துக் கொண்டு போனார். சிவகாமியின் காதில் விழாத குரலில், 'ரஞ்சனி! இது என்ன காரியம் செய்தாய்?' என்றார்.

'பிக்ஷு! தவறு ஒன்றும் நான் செய்யவில்லையே? நகரம் எரிவதைக் கண்டதும் தங்களைப்பற்றிக் கவலை ஏற்பட்டது. தங்களைத் தப்புவித்து அழைத்துப் போவதற்காக வந்தேன்!'

'அப்படியா? ரொம்ப சந்தோஷம். ஆனால் அந்தப் பல்லவ நாட்டுப் பெண்ணை எதற்காகக் கொல்லப் போனாய்?'

'அதுவும் தங்களைத் தப்புவிப்பதற்காகத்தான். அவளால் தங்களுக்கு அபாயம் நேராதென்பது என்ன நிச்சயம்? அவள் விரோதி நாட்டுப் பெண் தானே?'

'மூடமே! அவளால் எனக்கு என்ன அபாயம் நேர்ந்து விடும்?'

'பிக்ஷு! காதல் என்கிற அபாயம் மற்ற அபாயங்களை விட மிகப் பொல்லாதது அல்லவா?' என்றாள் காபாலிகை.

'உன் மூடத்தனம் இன்னும் உன்னை விட்டுப் போகவில்லை. நீ இருக்கும்போது நான் இன்னொரு பெண்ணை...'

‘அப்படியானால் அவளைப்பற்றி ஏன் இவ்வளவு கவலை உங்களுக்கு? அவளை நான் கொன்று பழி தீர்த்துக்கொண்டால் உங்களுக்கு என்ன?’

‘அசடே! சிவகாமியைப் பழிவாங்குவதற்கு உனக்கு என்ன காரணம் இருக்கிறது? எனக்கல்லவா இருக்கிறது? பல்லவன் பேரில் என்னுடைய பெரும் பழியைத் தீர்த்துக் கொள்வதற்காகவே அவளை நான் பத்திரமாய்ப் பாதுகாத்து வருகிறேன் என்று எத்தனை தடவை உனக்குச் சொல்லியிருக்கிறேன்?’

‘பிக்ஷு! இப்போது ஒன்றும் மோசம் போய்விடவில்லையே?’

‘மோசம் போய்விடவில்லை; ஒரு விதத்தில் நீ இங்கு அவசரமாய்ப் புறப்பட்டு வந்ததே நல்லதாய்ப் போயிற்று. ரஞ்சனி! நீ எனக்கு இச்சமயம் உதவி செய்யவேண்டும். இப்போது நான் சொல்லுகிறதைக் கேட்டால், அப்புறம் ஆயுள் முழுவதும் உன் இஷ்டப்படி நான் நடப்பேன்...!’

‘பிக்ஷு! இது சத்தியமா?’

‘எத்தனை தடவை உனக்குச் சத்தியம் செய்து கொடுப்பது? இப்போது சத்தியம் செய்து விட்டு அப்புறம் அதை மீறி நடந்தால் என்ன செய்வாய்?’

‘என்ன செய்வதென்று எனக்குத் தெரியும்.’

‘அதைச் செய்து கொள். இப்போது நான் சொல்கிறபடி செய்!’

‘சொல்லுங்கள், அடிகளே!’

பிக்ஷு தன் குரலை இன்னும் தாழ்த்திக்கொண்டு காபாலிகை யிடம் அவள் செய்யவேண்டிய காரியத்தைப்பற்றிச் சொன்னார்.

‘நன்றாகத் தெரிந்து கொண்டாயல்லவா? அந்தப்படி செய்வாயா?’ என்று கேட்டார்.

‘கட்டாயம் செய்கிறேன்!’ என்றாள் காபாலிகை. பிறகு, கோரப் புன்னகையுடன், ‘பிக்ஷு! தாங்கள் தங்களுடைய பழியைத் தீர்த்துக்கொண்ட பிறகு நான் என் பழியைத் தீர்த்துக்கொள்ளலாம் அல்லவா?’ என்றாள்.

பிக்ஷுவின் முகம் சுருங்கிற்று. ‘ஆ! உன் சந்தேகம் உன்னை விட்டு அகலாது போல் இருக்கிறது. எத்தனை தடவை ‘ஆகட்டும்’ என்று சொல்லியிருக்கிறேன்! போ, சீக்கிரம்! அதோ ரதமும் குதிரைகளும் வரும் சப்தம் கேட்கிறது!’ என்றார்.

காபாலிகை அந்த வீட்டின் முன்கட்டில் பிரவேசித்து வாசல் கதவின் சமீபம் வந்தாள். திட்டி வாசற் கதவின் தாழைத் திறந்து விட்டுப் பக்கத்தில் ஒதுங்கி நின்றாள். கத்தி பிடித்த அவளுடைய வலது கையை முதுகின் பின்னால் மறைத்து வைத்துக்கொண்டு அபாயத்தை எதிர்பாராத ஆட்டின் மேல் பாய யத்தனிக்கும் பெண் புலியைப்போல காத்திருந்தாள். அந்தப் பெண் பேயின் முகத்திலும் கண்களிலும் கொலை வெறி கூத்தாடிற்று.

காபாலிகையை வாசற் பக்கத்துக்கு அனுப்பி விட்டு நாகநந்தி பிக்ஷு சிவகாமியின் அருகில் வந்தார்.

'சிவகாமி! இன்னமும் என் பேரில் சந்தேகம் தீரவில்லையா? இன்னமும் என்னிடம் நம்பிக்கை வரவில்லையா?' என்று கூறிய பிக்ஷுவின் கனிந்த குரல் சிவகாமிக்கு மனக்குழப்பத்தை இன்னும் அதிகமாக்கிற்று.

'சக்கரவர்த்தி!' என்று ஆரம்பித்தவள் தயங்கி நிறுத்தினாள்.

'ஓ! என் தவறுதான்!' என்று சொல்லி நாகநந்தி தம் தலையிலிருந்த கிரீடத்தை எடுத்தார்.

சிவகாமியின் குழப்பம் நீங்கியது.

'சுவாமி! தாங்களா! இந்த வேடத்தில்...' என்றாள்.

'ஆம்; சிவகாமி! ஒரு சமயம் இந்த வேடம் பூண்டு உன் தந்தையின் உயிரைக் காப்பாற்றினேன்... இன்னும் ஒரு கணம் சென்று வந்திருந்தால் அந்த ராட்சஸி உன்னைக் கொலை செய்திருப்பாள்! உன்னை மட்டுமா? வானமும் பூமியும் கண்டு வியக்கும்படியான அற்புத நடனக் கலையையும் உன்னோடு சேர்த்துக் கொன்றிருப்பாள்...'

'ஆனால்....' என்று சிவகாமி தயங்கினாள்.

'ஏன் தயங்குகிறாய், சிவகாமி! என்ன வேண்டுமோ, சீக்கிரம் கேள்!' என்றார் பிக்ஷு.

'ஒன்றுமில்லை. அந்தக் காபாலிகையின் பேரில் தங்களுக்குள்ள சக்தியை நினைத்து வியந்தேன்!'

'அது காதலின் சக்தி சிவகாமி! அந்தப் பெண் பேய் என்னிடம் காதல் கொண்டிருக்கிறது! அதனால்தான் அவள் என் கட்டளைக்கு அவ்வளவு சீக்கிரம் கீழ்ப்படிகிறாள்!'

சிவகாமியின் முகத்தில் புன்னகையைக் கண்ட பிக்ஷு மேலும் கூறினார்: 'ஆனால், இவள் எப்போதும் இந்தக் கோர ரூபத்துடன் இருந்ததாக நினையாதே! முன்னமே சொன்னேனே, நினைவில்லையா? ஒரு காலத்தில் வாதாபி அரண்மனைக்குள்ளேயே இவள்தான் சிறந்த அழகியாக இருந்தாள். ஒருநாள் உன்னைப் பற்றி இழிவாகப் பேசினாள். அதன் காரணமாக இந்தக் கதியை அடைந்தாள்!'

'ஐயோ! என்ன கோர தண்டனை!'

'அவள் இந்த மட்டோடு தப்பினாள். ஆனால் அஜந்தா குகை சுவரில் நீ புலிகேசியின் அடி பணிந்ததாகச் சித்திரம் எழுதியவன் என்ன கதி அடைந்தான் தெரியுமா? அவனுடைய கழுத்தைத் தொட்டு ஆசீர்வதித்தேன். அவ்வளவுதான்! உடனே அவனுடைய தேகம் பற்றி எரிய ஆரம்பித்தது. சற்று நேரத்துக்கெல்லாம் அந்தச் சித்திரக்காரன் ஓட்டமாய் ஓடி நதியின் வெள்ளத்தில் குதித்தான். அப்புறம் அவன் வெளியேறவேயில்லை!'

'ஐயோ என்ன கொடுமை!... எதற்காக இப்படியெல்லாம் செய்தீர்கள்?' என்று இருதயம் பதைபதைக்கச் சிவகாமி கேட்டாள்.

'ஆஹா! இது மட்டுந்தானா உனக்காகச் செய்தேன்? சிவகாமி! இன்றைக்கு இந்தப் பெரிய வாதாபி நகரம் தீப்பற்றி 'எரிகிறதே' இதற்குக் காரணம் யார் தெரியுமா? இன்று இந்த மாநகரத்தில் பல்லவ வீரர்கள் பிரவேசித்து அட்டகாசம் செய்வதற்கும், இந்த நகரத்தில் வாழும் இலட்சோப இலட்சம் ஜனங்கள் பித்துப்பிடித்தவர்கள் போல் அங்குமிங்கும் சிதறி ஓடுவதற்கும் காரணம் யார் தெரியுமா? தேசத்துரோகியும் குலத் துரோகியுமான இந்தப் பாதகன்தான்!' என்று சொல்லிப் பிக்ஷு படீர் படீர் என்று தமது மார்பில் குத்திக்கொண்டார்.

இதனால் பிரமை பிடித்து நின்ற சிவகாமியைப் பார்த்துச் சொன்னார்: 'சிவகாமி! இந்த நகரை விட்டு அஜந்தா கலை விழாவுக்காக நான் போன போதே பல்லவன் படையெடுத்து வருகிறான் என்பதை அறிந்தேன். ஆயினும், என் சகோதரன் புலிகேசியிடம் அதைச் சொல்லாமல் மறைத்து அஜந்தாவுக்கு அவனை அழைத்துச் சென்றேன். ஏன் தெரியுமா? உன் ஒருத்தியின் சந்தோஷத்துக்காகத்தான்; உன்னுடைய சபதம் நிறைவேறு வதைப் பார்த்துவிட்டு நீ இந்த நகரத்தை விட்டுக் கிளம்புவதற்கா கத்தான். அதற்காகவே, என் உயிருக்குயிரான உடன்பிறந்த தம்பியையும் பறிகொடுத்தேன். வாதாபிச் சக்கரவர்த்தியின் மரணத்துக்கு இந்தப் பாதகனே காரணம்!' என்று சொல்லிப் பிக்ஷு மறுபடியும் தம் மார்பில் அடித்துக்கொண்டார்.

சிவகாமியின் உடம்பெல்லாம் பதறியது. பிக்ஷுவின் கையை கெட்டியாகப் பிடித்து அவர் அடித்துக்கொள்வதைத் தடுத்தாள்.

சிவகாமி தன்னுடைய தளிர்க்கரத்தினால் தொட்ட உடனேயே நாகநந்தியடிகள் சாந்தமடைந்தார்.

'சிவகாமி! உன்னைப் பதறும்படிச் செய்து விட்டேன். மன்னித்து விடு!' என்றார்.

'மன்னிப்பதற்கு என்ன இருக்கிறது, சுவாமி! அன்று என் தந்தையின் உயிரைக் காப்பாற்றினீர்கள். இன்று என் உயிரைக் காப்பாற்றினீர்கள். இதற்காகவெல்லாம் தங்களுக்கு எவ்வளவோ கடமைப்பட்டிருக்கிறேன். ஆனால், இந்தப் பேதைக்காகத் தாங்கள் இவ்வளவு சிரமம் எடுத்திருக்க வேண்டாம்...'

'சிவகாமி! உன்னை இன்னும் நான் காப்பாற்றி விடவில்லை. உன் தந்தைக்காகவும் உனக்காகவும் நான் செய்திருக்கும் காரியங்களுக்கு நீ சிறிதேனும் நன்றியுள்ளவளாயிருந்தால், இப்போது எனக்கு ஓர் உதவி செய்!'

'என்ன செய்ய வேண்டும், சுவாமி?'

'என்னிடம் நம்பிக்கை வைத்து என்னுடன் புறப்பட்டு வா!'

சிவகாமி திடீரென்று சந்தேகமும் தயக்கமும்கொண்டு, 'எங்கே வரச் சொல்கிறீர்கள்? எதற்காக?' என்று கேட்டாள்.

‘சிவகாமி! இந்தப் பெண் பேய் உன்னைக் கொல்ல யத்தனித்ததோடு உனக்கு வந்த அபாயம் தீர்ந்து விடவில்லை. பல்லவர்கள் வைத்த தீ அடுத்த வீதி வரையில் வந்துவிட்டது. இன்னும் அரை நாழிகையில் இந்த வீட்டுக்கும் வந்து விடும். அது மட்டுமல்ல; இந்த வீட்டு வாசலில் நின்றுகொண்டிருந்த மூர்க்க ஜனங்களின் கூட்டத்தைப் பார்த்தாயல்லவா! அவர்கள் உன்னைத் துண்டு துண்டாக வெட்டிப்போட வெறி கொண்டிருக்கிறார்கள். இந்த நகரத்துக்கு நேர்ந்த விபத்துக்கு நீதான் காரணம் என்று நினைக்கிறார்கள்...!’

இந்தச்சமயம் வீட்டு வாசலில் ஏதோ பெரிய ரகளை நடக்கும் சப்தம் கேட்டது. கதவு திறந்து மூடும் சப்தமும், அதைத் தொடர்ந்து ஓர் அலறலும் கீழே ஏதோ தொப்பென்று விழும் ஓசையும் விரைவாக அடுத்தடுத்துக் கேட்டன.

சிவகாமியின் உடம்பு நடுங்கிற்று.

‘மூர்க்க ஜனங்களின் அட்டகாசத்தைக் கேட்டாயல்லவா, சிவகாமி? இங்கேயிருந்து இந்த மூர்க்க ஜனங்களால் நீ கொல்லப்பட வேண்டுமா? என்னுடன் வர மாட்டாயா?’ என்றார் நாகநந்தி.

நாகநந்தி கூறுவது உண்மைதான் என்ற நம்பிக்கை சிவகாமிக்கு உண்டாயிற்று. ‘அடிகளே! என்னை எங்கே எப்படி அழைத்துச் செல்வீர்கள்?’ என்று கேட்டாள்.

‘இத்தகைய அபாய காலத்தை எதிர்பார்த்து இந்த வீட்டிலிருந்து சுரங்க வழி ஏற்படுத்தியிருக்கிறேன். என்னை நம்பி நீ புறப்பட்டு வந்தால் அரை நாழிகை நேரத்தில் உன்னை இந்தக் கோட்டைக்கு வெளியே கொண்டு போய்ச்சேர்ப்பேன்!’

‘சுவாமி! அது மட்டும் என்னால் முடியாது. தங்களை ரொம்பவும் வேண்டிக் கொள்கிறேன். இந்த வீட்டிலிருந்து நான் வெளிக் கிளம்ப மாட்டேன். தாங்கள் செல்லுங்கள்.’

‘சிவகாமி! நான் சொல்ல வந்ததை நீ முழுவதும் கேட்கவில்லை. உன்னை எங்கே அழைத்துப்போக உத்தேசிக்கிறேன் என்று தெரிந்துகொள்ளாமலே சொல்லுகிறாய். ஒருவேளை முன்னொரு சமயம் சொன்னேனே அந்த மாதிரி என்னுடன் அஜந்தா மலைக்குகைக்கு வரும்படி அழைப்பதாக எண்ணிக் கொண்டாயோ, என்னவோ? அந்தக் கனவையெல்லாம் மறந்து விட்டேன் சிவகாமி! உன் மனம் ஒருநாளும் மாறப் போவதில்லையென்பதை அறிந்து கொண்டேன். இப்போது என்னுடைய கவலையெல்லாம் உன்னை எப்படியாவது தப்புவித்து உன் தந்தையிடம் சேர்ப்பிக்கவேண்டும் என்பதுதான். கோட்டைக்கு வெளியே சென்றதும் நேரே உன் தந்தையிடம் கொண்டுபோய் உன்னை ஒப்புவிப்பேன். பிறகு என் வழியே நான் செல்வேன்.’

சிவகாமி சிறிது சிந்தனை செய்து விட்டு, ‘சுவாமி! உங்களை நான் பூரணமாய் நம்புகிறேன். ஆனாலும் இந்த வீட்டைவிட்டு நான் புறப்பட மாட்டேன். அவர் வந்து என்னைக் கரம் பிடித்து அழைத்துச் சென்றால்

இங்கிருந்து போவேன்; இல்லாவிட்டால் இங்கேயே இருந்து சாவேன்!' என்றாள்.

நாகநந்தியின் முகபாவம் திடீரென்று மாறியது. அவர் கண்களில் தணல் வீசியது. நெருப்புச் சிரிப்பு சிரித்தவண்ணம், 'உன் காதலன் மாமல்லன் இங்கு வந்து உன்னை அழைத்துப் போவான் என்றா நினைக்கிறாய்; ஒருநாளும் இல்லை' என்றார்.

'ஏன் இல்லை?' என்று ஒரு குரல் கேட்டது . இருவரும் திரும்பி பார்த்தார்கள். காபாலிகை, 'சிவகாமி! பிக்ஷு சொல்லுவதை நம்பாதே! இதோ உன் காதலன்!' என்று சொல்லியவண்ணம் தான் தூக்கிக்கொண்டு வந்த உடலைத் தரையிலே போட்டாள். மார்பிலே கத்தி ஊடுருவியிருந்த உருவத்தைச் சிவகாமி ஒரு நிமிஷம் உற்றுப் பார்த்தாள்.

அது கண்ணனுடைய முகம் என்று தெரிந்ததும், 'அண்ணா!' என்று அலறிக்கொண்டு அந்த உடலின் அருகில் சென்றாள்.

கண்ணபிரானுடைய கண்கள் திறந்தன. சிவகாமியின் முகத்தை ஒருகணம் உற்றுப் பார்த்தன. 'தங்காய்! உன் அக்கா கமலி உன்னை ஆசையோடு எதிர் பார்க்கிறாள்; சின்னக் கண்ணனும் உன்னை எதிர்பார்த்துக் கொண்டிருக் கிறான்!' என்று அவனுடைய உதடுகள் முணுமுணுத்தன.

மறுகணம் அந்தச் சிநேகம் ததும்பிய முகத்தில் மரணக்களை குடிகொண்டது.

பேதை சிவகாமி மூர்ச்சையுற்றுக் கீழே விழுந்தாள்.

42.ரஞ்சனியின் வஞ்சம்

மூர்ச்சித்து விழுந்த சிவகாமியண்டை நாகநந்தி பாய்ந்து சென்று நெற்றியின் பொட்டுக்களிலும், மூக்கின் அருகிலும் தம் நீண்ட விரல்களை வைத்துப் பார்த்தார்.

காபாலிகையைக் கடுங்கோபத்துடன் நோக்கி, 'பாதகி! என்ன காரியம் செய்து விட்டாய்!' என்றார்.

மயானத்தில் நள்ளிரவில் பேய்கள் பல சேர்ந்து சிரிப்பதுபோல் காபாலிகை சிரித்தாள்.

'அடிகளே! நான் என்ன பாதகத்தைச் செய்துவிட்டேன்? தாங்கள் சொன்ன படிதானே செய்தேன்? இவளுடைய காதலன் மாமல்லனை வீட்டுக்குள்ளே நுழைந்ததும் கொன்றுவிடும்படி தாங்கள்தானே சொன்னீர்கள்? அருமைக் காதலனுடைய கதியைக்கண்டு இந்தக் கற்புக்கரசி செத்து விழுந்தால் அதற்கு நான் என்ன செய்வேன்?' என்று காபாலிகை சொல்லுவதற்குள்

நாகநந்தி குறுக்கிட்டு, 'அசடே! மாமல்லன் இவன் அல்ல; மாமல்லனுடைய ரதசாரதி கண்ணபிரான் இவன்! அரசனுக்கும் ரதசாரதிக்கும் உள்ள வித்தியாசங்கூட உனக்குத் தெரியவில்லையா?' என்றார்.

'ஓஹோ! அப்படியா சமாசாரம்? 'முதலிலே மாமல்லன் பிரவேசிப்பான் அவனைக் கொன்றுவிடு!' என்று தாங்கள் சொன்னபடி செய்தேன். இப்போது இவன் மாமல்லனில்லை, அவனுடைய சாரதி என்கிறீர்கள்!'

இப்படி இவர்கள் பேசிக்கொண்டிருந்த சமயத்தில் வாசற் கதவை வெளியிலிருந்து தடால் தடால் என்று கோடாரியால் பிளக்கும் சத்தம் கேட்கத் தொடங்கியது.

'ரஞ்சனி! போனது போகட்டும். கடைசியாக நான் கேட்கும் ஒரே ஓர் உதவியை மட்டும் செய். இந்தப் பெண்ணின் உடம்பில் இன்னும் உயிர் இருக்கிறது. கொஞ்சம் அவகாசம் இருந்தால் இவளை உயிர்ப்பித்து விடுவேன். இவள் நம்முடைய வசத்தில் இருக்கும்வரையில் மாமல்லன் எப்படியும் இவளைத் தேடிக் கொண்டு வருவான். என்னுடைய பழி நிறை வேறும் வரையில் இவள் உயிரோடிருந்தாக வேண்டும். ஆகையால், இவளை எடுத்துக்கொண்டு நான் முன்னால் போகிறேன். அதோ பல்லவ வீரர்கள் கதவைப் பிளக்கிறார்கள். நீ சற்று நேரம் இங்கேயிருந்து அவர்களை எப்படியாவது தடுத்து நிறுத்த வேண்டும்.'

'அடிகளே! ஒருவர் இருவர் வந்தால் நான் சமாளிப்பேன். கதவைப் பிளந்து கொண்டு பலர் உள்ளே வந்தால் அவர்களை யெல்லாம் நான் எப்படித் தடுத்து நிறுத்த முடியும்?'

'உன் சாமர்த்தியத்தையெல்லாம் இதிலேதான் காட்ட வேண்டும். நீதான் சிவகாமி என்று சொல்லு; சற்று நேரம் அவர்கள் திகைத்து நிற்பார்கள். அப்புறம் ஏதாவது சாக்குப் போக்குச் சொல்லு! அரைநாழிகை நேரம் அவர் களைத் தடுத்து நிறுத்தி வைத்தால் போதும்!'

'ஆ! கள்ள பிக்ஷுவே! பல்லவ வீரர்கள் கையால் என்னைக் கொல்லுவிப் பதற்குப் பார்க்கிறீரா?'

'ரஞ்சனி! பல்லவ வீரர்களால் நீ சாகமாட்டாய் என்று சத்தியம் செய்து கொடுக்கிறேன். உன்னைப் பைத்தியக்காரி என்று அவர்கள் விட்டுவிடு வார்கள். ஒரு நாளும் அவர்களால் உனக்கு மரணம் நேராது. போ! சீக்கிரம் போ! இந்த ஓர் உதவி மட்டும் எனக்கு நீ செய்! அப்புறம் உன்னை எக்காலத்திலும் மறக்க மாட்டேன்!'

அசூயையும் குரோதமும் நிறைந்த கண்ணால் காபாலிகை மூர்ச்சையாய்க் கிடந்த சிவகாமியையும் புத்த பிக்ஷுவையும் மாறி மாறிப் பார்த்துவிட்டு, வேண்டாவெறுப்பாக வாசற்பக்கம் போவதற்குத் திரும்பினாள். அவள் திரும்பி இரண்டு அடி எடுத்து வைத்தாளோ இல்லையோ, புத்த பிக்ஷு கண் மூடித் திறக்கும் நேரத்தில் தன் இடுப்பில் செருகியிருந்த விஷக் கத்தியைக் கையில் எடுத்தார். அவருடைய சக்தியையெல்லாம் பிரயோகித்துக் காபாலிகையின் முதுகில் அந்தக் கத்தியைச் செலுத்தினார்.

'ஓ!' என்று அலறிக் கொண்டு காபாலிகை திரும்பினாள்.

'அடபாவி! சண்டாளா! கடைசியில் துரோகம் செய்து விட்டாயா!' என்று கத்திக்கொண்டு ரஞ்சனி, நாகநந்தி மேல் பாய்ந்தாள். அவர் சட்டென்று விலகிக் கொள்ளவே, தலைகுப்புறக் கீழே விழுந்தாள்.

மின்னல் மின்னி மறையும் நேரத்தில் நாகநந்தி தரையில் மூர்ச்சையாகிக் கிடந்த சிவகாமியைத் தூக்கித் தோளில் போட்டுக் கொண்டு வீட்டின் பின்புறத்தை நோக்கி விரைந்தார்.

காலவெள்ளத்தில் சிறிது பின்னோக்கிச் சென்று, கண்ணபிரான் அந்தத் துர்கதிக்கு ஆளானது எப்படி என்பதைக் கவனிப்போம். பலபலவென்று கிழக்கு வெளுக்கும் நேரத்தில், வாதாபிக் கோட்டைக்குள்ளே, அதன் பிரதான மேற்கு வாசல் வழியாகப் பிரவேசித்த சேனாபதி பரஞ்சோதி கோதண்டத்திலிருந்து விடுபட்ட இராம பாணத்தைப்போல் நேரே சிவகாமி இருந்த மாளிகையை நோக்கிச் செல்ல விரும்பினார். ஆனால் அது அவ்வளவு சுலபமான காரியமாயில்லை. நாற்புறமும் தீப்பட்டு எரிந்து கொண்டிருந்த அந்த மாநகரத்தின் மக்கள் அலறிப் புடைத்துக்கொண்டும் அழுது புலம்பிக்கொண்டும் அங்குமிங்கும் பித்துப் பிடித்தவர்கள் போல் ஓடிக் கொண்டிருந் தார்கள். கோட்டை மதிள்மேலாக ஆங்காங்கு ஏறிக் குதித்து நகரத்துக்குள் புகுந்த பல்லவ பாண்டிய வீரர்கள் வாதாபியின் பெருஞ் செல்வத்தைக் கொள்ளையடிக்கும் வெறியினால் மதம் பிடித்தவர் களாய்த் தங்களைத் தடுத்தவர்களையெல்லாம் கொன்று வீழ்த்திக்கொண்டு அங்குமிங்கும் ஓடினார்கள். தீப்பிடித்த வீடுகளின் மேற்கூரைகள் தடதட வென்று விழுந்து வீதிகளை அடைத்தன. தீயும் புகையும் படலம் படல மாகக் காற்றில் சுழன்று நாற்பக்கமும் பரவின.

இத்தகைய இடையூறுகளையெல்லாம் தாண்டிக் கொண்டு சேனாபதி பரஞ்சோதி வாதாபி வீதிகளின் வழியாகச் செல்ல வேண்டியிருந்தது. ஒன்பது வருஷத்துக்கு முன்னால் அந்த நகரின் வீதிகளின் வழியாகச் சிவகாமியின் வீட்டுக்குச் சென்ற ஞாபகத்தைக்கொண்டு சுலபமாக இப்போது வழி கண்டுபிடித்துச் செல்லலாமென்று அவர் எதிர்பார்த்தார். அதுவும் அப்போது நகரில் ஏற்பட்டிருந்த குழப்பத்தினால் அவ்வளவு சுலப மாயில்லை. அவர் பின்னோடு ரதம் ஓட்டிக் கொண்டு வந்த கண்ண பிரானையும் அடிக்கடி வழி சரிதானா என்று கேட்டுக் கொள்ள வேண்டிய தாயிருந்தது.

கடைசியாகச் சிவகாமியின் மாளிகை இருந்த வீதியைச் சேனாபதி அடைந்த சமயம் சூரியோதயம் ஆகிவிட்டது. அந்த வீதி முனைக்கு வந்தபோது ஒரு பெரும் கூட்டம் அங்கிருந்து பெயர்ந்து செல்வதை அவர் பார்த்தார். ரிஷபக் கொடியுடன் கூடிய பல்லவ வீரர்களின் வருகையைக் கண்டதும் எதிரில் வந்த ஜனங்கள் பீதியடைந்து நாற்பக்கமும் சிதறி ஓடினார்கள்.

சிவகாமி இருந்த மாளிகை வாசலைப் பரஞ்சோதி அடைந்ததும் அந்த வாசலும் வீதியும் நிர்மானுஷ்யமாயிருப்பதைக் கண்டார். அந்தக் காட்சி

அவருடைய உள்ளத்தில் ஒருவிதத் திகிலை உண்டாக்கியது. வீட்டின் வெளிக் கதவு சாத்தியிருந்தது. வீட்டுக்குள்ளேயோ நிசப்தம் குடிகொண்டிருந்தது.

யாருக்காக, யாருடைய சபதத்தை நிறைவேற்றி அழைத்துச் செல்வதற்காக, இவ்வளவு பெரும் பிரயத்தனம் செய்து படையெடுத்து வந்தோமோ, அந்த ஆயனச் சிற்பியின் மகள் இந்த வீட்டுக்குள்ளே பத்திரமாயிருக்கிறாளா? அவளை உயிரோடு மீட்டுக் கொண்டு போய்க் கோட்டை வாசலில் காத்துக் கொண்டிருக்கும் ஆயனரிடம் ஒப்புவிக்கும் பாக்கியம் கிடைக்குமா? இப்படிச் சேனாபதி பரஞ்சோதி எண்ணமிட்டுக் கொண்டிருக்கும்போது வீதியின் எதிர்புறத்திலிருந்து சில பல்லவ வீரர்கள் ரிஷபக் கொடியுடன் விரைந்து குதிரைமேல் வருவது தெரிந்தது. அவர்கள் தமக்குத்தான் ஏதோ முக்கியமான செய்தி கொண்டு வருகிறார்கள் என்று பரஞ்சோதி ஊகித்துக் கொண்டு, பக்கத்தில் ரதத்திலிருந்து இறங்கி நின்ற கண்ணபிரானைப் பார்த்து, 'கண்ணா! கதவைத் தட்டு. கதவு திறந்ததும் உள்ளே சென்று தேவியிடம் நாம்தான் வந்திருக்கிறோம் அவரை அழைத்துப் போவதற்கு என்று சொல்லு!' என்றார்.

அவ்விதமே கண்ணன் போய்க் கதவைத் தட்டினான். சிறிது நேரத்துக் கெல்லாம் கதவின் திட்டி வாசல் திறந்தது. கண்ணன் உள்ளே பிரவே சித்ததும் மறுபடியும் கதவு சாத்திக் கொண்டது.

அவசரமாக வந்த பல்லவ வீரர்களின் தலைவன், பரஞ்சோதி எதிர்பார்த்தது போலவே அவருக்கு ஒரு செய்தி கொண்டு வந்தான். செய்தி அனுப்பியவன் இலங்கை இளவரசன் மானவன்மன். சேனாபதியின் கட்டளைப்படி மான வன்மன் பொறுக்கி எடுத்த வீரர்களுடன் வடக்குக் கோட்டை வாசல் வழியாகப் பிரவேசித்து வாதாபி அரண்மனையை அடைந்தான். அரண்மனையில் தீப்பிடிப்பதற்குள்ளே அதனுள்ளே இருந்த விலை மதிப்பதற்கரிய செல்வங் களையெல்லாம் வெளியேற்றிவிட ஏற்பாடு செய்தான். ஆனால், அரண் மனைக்குள்ளும் வெளியிலும் எவ்வளவு தேடியும் வாதாபிச் சக்கரவர்த்தி அகப்படவில்லை. அரண்மனைக் காவலர்களை விசாரித்ததில், சக்கரவர்த்தி கடைசியாக அரண்மனை வாசலில் சளுக்க வீரர்களையெல்லாம் சேர்த்து எல்லாரையும் எப்படியாவது உயிர் தப்பிப் பிழைத்து நாசிகாபுரிக்கு வந்து சேரும்படி சொல்லிவிட்டுத் தாம் ஒரு சில வீரர்களுடன் தெற்குக் கோட்டை வாசலை நோக்கிச் சென்றதாகத் தெரிந்தது. ஆனால், தெற்குக் கோட்டை வாசலைக் கைப்பற்றிக் காவல் புரிந்த பல்லவ வீரர்கள் அந்த வழியாகச் சக்கரவர்த்தி வெளியேறவில்லையென்று உறுதியாகச் சொன்னார்கள்.

இதையெல்லாம் கேட்ட சேனாபதிக்கு மனக் கிலேசம் முன்னை விட அதிக மாயிற்று. வாதாபிச் சக்கரவர்த்தியாக வேஷம் பூண்டு நடித்தவர் நாகநந்தி தான் என்பதை அவர் சத்ருக்னன் மூலம் தெரிந்துகொண்டிருந்தார் அல்லவா? விஷப்பாம்பை விடக் கொடிய அந்தப் பாதகன் ஒருவேளை சிவகாமியின் மூலமாகப் பல்லவர் மீது பழி தீர்த்துக்கொள்ள முயற்சிக்கலாமல்லவா? இந்த நிமிஷத்தில் ஒருவேளை அந்தக் கள்ள பிக்ஷு சிவகாமியைத்

துன்புறுத்திக் கொண்டிருக்கிறானோ, என்னவோ? அவளை யாரும் கண்டுபிடிக்க முடியாத இடத்தில் ஒளிக்கப் பார்க்கிறானோ, என்னவோ?

இந்த மாதிரி எண்ணங்கள் நெஞ்சத்தில் குமுறிக் கொந்தளிக்க பரஞ்சோதி அந்த வீட்டின் வாசற்கதவை விரைந்து நெருங்கினார். அவர் கதவண்டை வந்த சமயம் உள்ளே எங்கேயோயிருந்து 'வீல்' என்று ஒரு பெண்ணின் சோகக் குரல் கேட்டது.

பரஞ்சோதி வெறிபிடித்தவர் போலாகித் தம்முடைய பலம் முழுவதையும் பிரயோகித்துக் கதவைத் தள்ளித்திறக்க முயன்றார். அது முடியாமல் போகவே, 'சீக்கிரம் கோடரி கொண்டு வந்து பிளவுங்கள்!' என்று கர்ஜித்தார். மறுகணமே ஐந்தாறு வீரர்கள் கையில் கோடரியுடன் வந்து கதவைப் பிளந்தார்கள். ஐந்து நிமிஷத்தில் கதவுகள் பிளந்து தடாரென்று கீழே விழுந்தன.

திறந்த வாசலின் வழியாகப் பரஞ்சோதி உட்புகுந்து ஓடினார். அவரைத் தொடர்ந்து வேறு சில வீரர்களும் சென்றார்கள். முன்கட்டு முழுவதும் தேடியும் ஒருவரும் அகப்படவில்லை. பின்கட்டுக்குச் சென்றதும் ஓர் ஆணும் பெண்ணும் குத்திக் கொல்லப்பட்டுத் தரையிலே கிடந்த கோர மான காட்சி பரஞ்சோதியின் கண்முன்னால் காணப்பட்டது. ஆண் உருவத் தின் முகத்தைப் பார்த்ததும் கண்ணபிரான் என்று தெரிந்து போயிற்று. ஐயோ! கமலியின் கணவன் கதி இப்படியா ஆகவேண்டும்? ஆனால், அதைப் பற்றி அதிகம் சிந்திக்க அப்போது நேரமில்லை. அருகில் கிடந்த ஸ்திரீயின் மீது கவனம் சென்றது. அந்த உடல் குப்புறக்கிடந்தபடியால் யார் என்று தெரியவில்லை. ஒருவேளை சிவகாமி தேவிதானோ என்னவோ? இருவரையும் கொன்றுவிட்டு அந்தப் பாதகன்...?

பரஞ்சோதி தாம் இன்னது செய்கிறோம் என்று தெரியாமலே அந்தப் பெண் உடலைப் புரட்டி மல்லாக்க நிமிர்த்திப் போட்டார். காபாலிகையின் கோர முகத்தைப் பார்த்ததும், 'சிவகாமி தேவி இல்லை' என்ற எண்ணத்தினால் சிறிது ஆறுதல் ஏற்பட்டது.

பார்த்துக் கொண்டிருக்கும்போதே அந்த ஸ்திரீயின் உடம்பு சிறிது அசை வதையும் நெடிய பெருமூச்சு வருவதையும் கண்டு பரஞ்சோதி திடுக்கிட்டார்.

அடுத்த நிமிஷம் அவளுடைய செக்கச் சிவந்த கண்கள் பரஞ்சோதியை வெறித்து நோக்கின.

'ஆகா! மாமல்லன் நீ தானா?' என்று அவளுடைய உதடுகள் முணு முணுத்தன.

சிவகாமியைப் பற்றி அவளிடம் ஏதேனும் தெரிந்து கொள்ளலாம் என்ற ஆவலால் எழுந்த பரபரப்புடன், 'ஆம், பெண்ணே! நான் மாமல்லன்தான்! நீ யார்? சிவகாமி தேவி எங்கே?' என்று சேனாபதி கேட்டார்.

'இது என்ன கேள்வி? நான்தான் சிவகாமி, தெரியவில்லையா?' என்றாள் காபாலிகை. அப்போது அவள் முகத்தில் தோன்றிய கோரப் புன்னகை அவளுடைய விகாரத்தைப் பன்மடங்காக்கிற்று.

ஒரு கணநேரம் பரஞ்சோதி திகைத்துப் போனார். நெடுங்காலம் சிறைப் பட்டிருந்த காரணத்தினால் சிவகாமி தேவிதான் இவ்விதம் சித்தப் பிரமை கொண்ட பிச்சியாகி விட்டாளோ? சீச்சி! ஒரு நாளும் அப்படியிராது. குண்டோதரன் ஒரு மாதத்துக்கு முன்புதான் சிவகாமியைப் பார்த்துவிட்டு வந்தான் என்பதும், சத்ருக்னன் காபாலிகையைப் பற்றிக் கூறியதும் பரஞ்சோதிக்கு நினைவு வந்தன. அந்தக் காபாலிகைதான் குகை வழியாகப் பிரவேசித்து இவ்விடம் வந்திருக்கிறாள் போலும்.

'சீ! ஏன் பொய் சொல்லுகிறாய்? நீ சிவகாமி இல்லை. சிவகாமி எங்கே என்று உண்மையைச் சொன்னால்...'

'உண்மையை நான் சொன்னால் அதற்குப் பிரதியாக நீ எனக்கு என்ன செய்வாய்?'

'உன் உயிரைக் காப்பாற்றுவேன்' என்றார் பரஞ்சோதி.

'ஆகா! விஷக் கத்தி பாய்ந்த என்னைக் காப்பாற்ற, உன்னால் ஒருநாளும் ஆகாது!'

'விஷக் கத்தியா? அப்படியானால் நாகநந்திதான் உன்னைக் கொன்றிருக்க வேண்டும்! பெண்ணே சீக்கிரம் சொல்! நாகநந்தி எப்படி, எந்த வழியாகப் போனான்? சொன்னால் உனக்காக அவனைப் பழி வாங்குகிறேன்.'

'நாகநந்திமேல் பழிவாங்கி என்ன பிரயோசனம்! அந்தக் கள்ள பிக்ஷு என்னைக் கொன்றது உண்மைதான். ஆனால், அவனாகக் கொல்லவில்லை, அந்த நீலி சிவகாமி தூண்டித்தான் கொன்றான். பல்லவனே! நீ உன்னை மன்மதன் என்றுதான் நினைத்துக் கொண்டிருக்கிறாய். ஆனால், என்ன செய்வது? அந்த மூளி சிவகாமிக்கு உன்பேரில் ஆசை இல்லை. வறண்டு காய்ந்து எலும்புந்தோலுமாயிருக்கும் புத்த பிக்ஷுவின் பேரிலேதான் அவளுக்கு மோகம். நீ வருவதாகத் தெரிந்ததும் அவள்தான் நாகநந்தியை அழைத்துக் கொண்டு ஓடிவிட்டாள். நான் குறுக்கே நிற்பேனென்று என்னையும் கொல்லச் செய்தாள். எனக்காக நீ பழி வாங்குவதாயிருந்தால் சிவகாமியைப் பழி வாங்கு. அந்த அசட்டுப் புத்த பிக்ஷுவை ஒன்றும் செய்யாதே!'

இந்த வார்த்தைகளெல்லாம் பரஞ்சோதியின் காதில் கர்ண கடூரமாக விழுந்தன. மேலே கேட்கச் சகியாமல், 'பெண்ணே! அவர்கள் இருவரும் எங்கே இப்போது? எப்படிப் போனார்கள்? சீக்கிரம் சொல்லு!' என்று கூறினார்.

தன்னுடைய யுக்தி பலித்துவிட்டது என்று எண்ணிய காபாலிகை, 'கொல்லை முற்றத்துக் கிணற்றிலே இறங்கிப் பார்! சுரங்க வழி அங்கே இருக்கிறது! சிவகாமியைப் பழி வாங்கு! ஞாபகம் இருக்கட்டும்' என்று சொல்லிப் பேச்சை நிறுத்தினாள் அதோடு அவளுடைய மூச்சும் நின்றது.

43.புத்தர் சந்நிதி

சேனாபதி பரஞ்சோதி தம்முடன் வந்திருந்த வீரர்களுக்கு அதி விரைவாகச் சில கட்டளைகளை இட்டார். அவர்களில் நாலு பேரை மட்டும் தம்மைத் தொடர்ந்து வரும்படி ஆக்ஞாபித்துவிட்டு அந்த வீட்டின் கொல்லை முற்றத்தை நோக்கி விரைந்து சென்றார். முற்றத்தின் மத்தியில் பவள மல்லிகை மரத்தின் அருகில் இருந்த கிணற்றண்டை சென்று உட்புறம் எட்டிப்பார்த்தார். கிணற்றின் சுற்றுச் சுவர் கொஞ்சதூரம் வரையில் செங்கல்லால் கட்டப்பட்டிருந்தது. அதற்குக் கீழே பாறையைப் பெயர்த்துத் தோண்டியிருந்தது; நீர் மிக ஆழத்தில் இருந்தது.

நெஞ்சு திக்கு திக்கு என்று அடித்துக் கொள்ள, பரஞ்சோதி அந்தக் கிணற்றுக்குள்ளே கைப்பிடிச் சுவரைப் பிடித்துக்கொண்டு இறங்கினார். அவருடன் மற்ற நால்வரும் இறங்கினார்கள். செங்கல் சுவரைத் தாண்டிப் பாறைச் சுவரை அவர்கள் எட்டிய பிறகு மேடும் பள்ளமும் பொக்கையும் போழையுமாக இருந்தபடியால் இறங்குவது சுலபமாயிருந்தது. கிணற்றின் முக்கால் பங்கு ஆழம் இறங்கியதும் பரஞ்சோதி 'ஆ' என்று ஆச்சரிய சப்தம் இட்டார். அங்கே பாறைச் சுவரில் ஒரு பெரிய போழை இருந்தது. அது உள்ளே ஆழமாகச் சென்றதோடு சிறிது தூரத்துக்கப்பால் ஒரே இருட்டாகவும் காணப்பட்டது. பரஞ்சோதி தம்முடன் வந்த வீரர்களுக்குச் சமிக்ஞை செய்துவிட்டு அந்தப் போழைக்குள் புகுந்தார். ஓர் ஆள் படுத்து ஊர்ந்து செல்லும் அளவில்தான் அந்தத் துவாரம் இருந்தது. ஆனால், சிறிது தூரம் அவ்விதம் ஊர்ந்து சென்றதும் துவாரம் பெரியதாயிற்று. இன்னும் சிறிது தூரம் உட்கார்ந்தபடி நகர்ந்து சென்றபிறகு காலில் படிக்கட்டுகள் தென்பட்டன. நாலைந்து படிக்கட்டுகளில் இறங்கியதும் சமதளத்துக்கு வந்திருப்பதாகத் தோன்றியது. முதலில் சிறிது நேரம் ஒரே இருட்டாயிருந்தது. கண்கள் இருளுக்குப் பழக்கமானதும் கொஞ்சம் சுற்றுப் புறத்தோற்றத்தைப் பார்க்க முடிந்தது.

பூமிக்கு அடியிலே பாறையைக் குடைந்து அமைத்த விஸ்தாரமான மண்ட பத்தின் ஓர் ஓரத்தில் தாம் நிற்பதைப் பரஞ்சோதி அறிந்தார். அவர் நின்ற இடத்துக்கு நேர் எதிரே ஒரு பெரிய புத்தர் சிலை காட்சியளித்தது. புத்தர் சிலையின் மேலே அழகிய வேலைப்பாடுள்ள விமானம் காணப்பட்டது. எதிரே இரண்டு வரிசைகளாகப் பெரிய பெரிய பாறைத் தூண்கள் நன்கு செதுக்கிச் செப்பனிடாத பெருந்தூண்கள் நின்றன. பரஞ்சோதியும் மற்ற இரண்டு வீரர்களும் அந்த மண்டபத்தில் அங்குமிங்கும் சுற்றி அலைந்து தூண் மறைவுகளிலும் மூலை முடுக்குகளிலும் தேடினார்கள். அங்கு மனிதர் யாரும் தென்படவில்லை. ஆனாலும் ஒரு தூணின் மறைவில் சில உடைகளும் ஆபரணங்களும் கிடைத்தன. அவை சக்கரவர்த்திக்குரியவை என்று கண்டதும் பரஞ்சோதி அவ்விடத்தில் நாகநந்தி இராஜரீக

உடைகளைக் களைந்து, சந்நியாசி உடை தரித்திருக்க வேண்டுமென்று தீர்மானித்தார். ஆனால் நாகநந்தியும் அவருடன் சென்ற சிவகாமியும் எங்கே? அங்கிருந்து அவர்கள் மாயமாய் மறைந்திருப்பார்களா?

பரஞ்சோதியின் பார்வை தற்செயலாகப் புத்த பகவானுடைய சிலை மீது விழுந்தது. சட்டென்று அவருடைய மூளையில் ஓர் எண்ணம் உதித்தது. காஞ்சி இராஜ விகாரத்தில் புத்தர் சிலைக்குப் பின்னால் இருந்த இரகசிய வழி ஞாபகத்துக்கு வந்தது. உடனே பரஞ்சோதி புத்தர் சிலையை நோக்கிப் பாய்ந்து சென்றார். அங்கு, இந்தச் சிலை பாறையின் பின் சுவரோடு ஒட்டியிருந்தது. சிலைக்குப் பின்னால் துவாரமோ இரகசிய வழியோ இருப்பதற்கு இடமே இல்லை.

பரஞ்சோதி பெரும் ஏமாற்றத்திற்குள்ளானார். ஆயினும் தாம் தேடும் வழியின் இரகசியம் இந்தச் சிலையிலேதான் இருக்க வேண்டும் என்ற எண்ணம் மட்டும் அவர் மனத்தை விட்டு அகலவில்லை.

'பிரபு! புத்த பகவானே! மகாவிஷ்ணுவின் மாயாவதாரம் தாங்கள் என்று கேள்விப்பட்டது உண்மையானால் இச்சமயம் எனக்கு வழி காட்ட வேண்டும். தங்களுடைய பாதார விந்தமே கதி!' என்று நினைத்த வண்ணம் சேனாபதி புத்தர் சிலையின் பாதங்களை தொட்டார். தொட்டதுதான் தாமதம் உடனே ஓர் அற்புதம் நிகழ்ந்தது. அதாவது, புத்தர் சிலை தன் இடம் விட்டுப் பெயர்ந்து ஒரு பக்கமாகச் சிறிது நகர்ந்தது. பின்புறத்துப் பாறைச் சுவரிலே எதிர்பார்த்தபடி சுரங்க வழியும் காணப்பட்டது. 'ஆகா! புத்தபகவான் வழி விட்டார்!' என்ற குதூகலமான எண்ணத்துடன் மற்ற வீரர்களுக்குச் சமிக்ஞை செய்து விட்டுப் பரஞ்சோதி சுரங்க வழியில் பிரவேசித்து, ஓர் அடி எடுத்து வைத்தார். அப்போது தம் எதிரிலே அந்தச் சுரங்க வழியிலே அவர் சற்றும் எதிர்பாராத ஆச்சரியமான காட்சி ஒன்றைக் கண்டார்.

ஒன்றன்பின் ஒன்றாகப் பல தீவர்த்திகள் அந்தக் குறுகிய சுரங்க வழியில் வந்து கொண்டிருந்தன. அவற்றை எடுத்துக் கொண்டு வந்த மனிதர்கள் கன்னங்கரிய கொள்ளிவாய்ப் பிசாசுகள் போலத் தோன்றினார்கள். அந்தப் பயங்கர ஊர்வலத்துக்கு முன்னால் சிறிது தூரத்தில் தலை மொட்டை அடித்த பிக்ஷு உருவம் ஒன்று தோளிலே ஒரு பெண்ணைத் தூக்கிப் போட்டுக் கொண்டு அதி விரைவாக ஓட்டம் ஓட்டமாக வந்துகொண்டிருந்தது.

பரஞ்சோதிக்கு அப்படி வருகிறவர்கள் யார் என்ற விவரம் ஒரு நொடியில் விளங்கிவிட்டது. புத்த பிக்ஷு சுரங்க வழியில் பாதி தூரம் போவதற்குள்ளே சத்ருக்னன் தன் ஆட்களுடன் மற்றொரு பக்கத்தில் புகுந்து வந்திருக்கிறான். அவனிடம் அகப்பட்டுக் கொள்ளாமல் தப்பிக்கப் புத்த பிக்ஷு திரும்பி ஓடி வருகிறார்.

பரஞ்சோதி மறு வினாடியே புத்த பகவான் காண்பித்த வழியிலிருந்து வெளியே வந்தார். அவரும் மற்ற வீரர்களும் பாய்ந்தோடிப் பாறைத் தூண்களின் பின்னால் மறைந்து நின்றார்கள்.

அவ்விதம் அவர்கள் மறைந்துகொண்ட சிறிது நேரத்துக்கெல்லாம் நாகநந்தி பிக்ஷு புத்த பகவானுடைய சிலைக்குப் பின்புறமிருந்து வெளிப்பட்டார். தோள்மீது சிவகாமியைச் சுமந்துகொண்டு வந்தார். பரஞ்சோதியும் அவருடைய வீரர்களும் மூச்சுக்கூடக் கெட்டியாக விடாமல் அவர் என்ன செய்யப் போகிறார் என்று ஆவலுடன் பார்த்துக் கொண்டு நின்றார்கள்.

நாகநந்தி புத்தர் சிலைக்கு எதிரில் சற்றுத் தூரத்தில் சிவகாமியைத் தரையில் கிடத்திவிட்டு எழுந்தார். புத்தர் சிலையண்டை சென்று நின்றார். ஒரு கண நேரம் அவர் ஏதோ சிந்தனையில் ஆழ்ந்திருந்ததாகத் தோன்றியது. ஒரு தடவை சுற்று முற்றும் பார்த்தார். பிறகு, சிவகாமியின் அருகில் சென்று உட்கார்ந்தார்.

சுரங்க வழியை அடைத்து விடுவதுதான் அவருடைய நோக்கம் என்பது பரஞ்சோதிக்குப் புலப்பட்டுவிட்டது. தம் அருகில் நின்ற வீரர்களுக்குச் சமிக்ஞை செய்துவிட்டு ஒரே பாய்ச்சலில் பிக்ஷுவின் அருகில் சென்றார். மற்ற வீரர்களும் வந்து சேர்ந்தார்கள். பிக்ஷுவின் இரு கரங்களையும் கெட்டியாகப் பிடித்துக்கொண்டார்கள். பிக்ஷு திரும்பி அவர்களை ஏறிட்டுப் பார்த்தார். இருட்டில் அவருடைய முகபாவம் ஒன்றும் தெரிய வில்லை. ஆயினும், உடனே அவர் கூறிய வார்த்தைகள் அவர் மனோ நிலையை வெளிப்படுத்தின.

'அப்பா! பரஞ்சோதி! நீதானா? உன்னை எதிர்பார்த்துக் கொண்டுதானிருந் தேன். நான் தோற்றால் உன்னிடந்தான் தோற்க வேண்டுமென்பது என் மனோரதம். அது நிறைவேறிவிட்டது!' என்று சொல்லிக்கொண்டே எழுந்து நின்றார். எல்லோரும் மண்டபத்தின் நடு மத்திக்கு வந்தார்கள். நாகநந்தி பரஞ்சோதியை இரக்கம் ததும்பிய கண்களுடனே பார்த்து, 'அப்பனே! இன்னும் எதற்காக இவர்கள் என்னைப் பிடித்துக் கொண்டிருக்கிறார்கள்? இனி எங்கே நான் தப்பி ஓடமுடியும்? அந்தப் பக்கத்திலும் உன் ஆட்கள் வருகிறார்கள், இந்தப் பக்கமும் உன் ஆட்கள் நிற்கிறார்கள். என் ஆட்ட பாட்டமெல்லாம் முடிந்து விட்டது. இனிமேல் நீ சொன்னபடி நான் கேட்க வேண்டியதுதான். உன்னையும் ஆயனரையும் எப்படியாவது அஜந்தாவுக்கு வரச் செய்ய வேண்டும் என்று பார்த்தேன். அது முடியாமற் போயிற்று. அப்பனே! என்னை விட்டுவிடச் சொல்லு! நீ சொல்லுகிறதைக் கேட்டு அப்படியே நடக்கச் சித்தமாயிருக்கிறேன்' என்றார்.

இவ்விதம் நாகநந்தி கெஞ்சியது பரஞ்சோதியின் மனத்தில் சிறிது இரக்கத்தை உண்டாக்கியது.

'பிக்ஷுவை விட்டுவிடுங்கள்!' என்று தம் வீரர்களுக்குக் கட்டளையிட்டார்.

வீரர்கள் நாகநந்தியை விட்டுவிட்டு சற்று அப்பால் சென்றார்கள்.

'பரஞ்சோதி! அந்தப் பழைய காலமெல்லாம் உனக்கு ஞாபகம் இருக் கிறதா? காஞ்சி நகரத்தில் நீ பிரவேசித்த அன்று உன்னைப் பாம்பு தீண்டாமல் காப்பாற்றினேனே? அன்றிரவே உன்னைச் சிறைச்சாலையிலிருந்து தப்புவித்தேனே? அதெல்லாம் உனக்கு ஞாபகம் இருக்கிறதா?'

இவ்விதம் பேசிக்கொண்டே கண்மூடித் திறக்கும் நேரத்தில் நாகநந்தி தமது இடுப்பு ஆடையில் செருகியிருந்த கத்தியை எடுத்தார்.

புத்த பிக்ஷு கையில் கத்தி எடுத்ததைப் பார்த்ததும் பரஞ்சோதி விரைவாகப் பின்னால் இரண்டு அடி எடுத்து வைத்து தமது உறையிலிருந்த வாளை உருவினார். அந்த க்ஷண நேரத்தில் அவருடைய மனத்தில், 'ஆ! நமது உயிர் போயிற்றே! எவ்வளவோ முயற்சிகள் செய்து கடைசியில் காரியம் சித்தியாகும் தருணத்தில் இந்தப் பெருந்தவறு செய்துவிட்டோமே!' என்ற எண்ணம் மின்னல் போலத் தோன்றியது.

ஆ! இது என்ன? இந்த வஞ்சக நாகநந்தி ஏன் அந்தப் பக்கம் திரும்புகிறார்? யார் மேல் எறிவதற்காகக் கத்தியை ஓங்குகிறார்? ஆஹா! சிவகாமி தேவியின் மேல் எறிவதற்கல்லவா கத்தியைக் குறி பார்க்கிறார்? படுபாவி பாதகா!

யார் செய்த அதிர்ஷ்டத்தினாலோ நாகநந்தி ஓங்கிய கையுடன் அரை வினாடி தயங்கி நின்றார். அந்த அரை வினாடியில் பரஞ்சோதி தமது வாளை ஓங்கிக் கத்தி பிடித்த புத்த பிக்ஷுவின் தோளை வெட்டினார். பிக்ஷுவின் கத்தி குறி தவறி எங்கேயோ தூரப் போய் விழுந்தது. நாகநந்தியும் அடியற்ற மரம் போல் தரையில் விழுந்தார்.

44.கடைசிப் பரிசு

எல்லையற்ற அந்தகார சமுத்திரத்தின் கர்ப்பத்திலேயிருந்து மோனக் கடலின் அடிவாரத்திலிருந்து, சிவகாமி மெதுவாக மேலே வந்து கொண்டிருந்தாள்.

கன்னங்கரிய இருளிலே திடீரென்று சிறு சிறு ஒலித் திவலைகள் தோன்றிச் சுழன்று வந்தன.

நிசப்தத்தின் மத்தியிலிருந்து ஸ்வரூபம் தெரியாத ஒரு சப்தம் எழுந்தது. முதலில் அது மெல்லியதாயிருந்தது. வரவரப் பெரிதாகச் சமுத்திரத்தின் பேரிரைச்சல் போலக் கேட்டது.

அந்தப் பெரிய அகண்டாகார சப்தத்தின் நடுவே சிறு சிறு ஒலிகள் விட்டு விட்டுக் கேட்கத்தொடங்கின.

அந்தச் சிறு ஒலிகள் சிறிது நேரத்துக்கெல்லாம் மனிதர்களின் பேச்சுக் குரலாக மாறின.

ஆ! இரண்டு குரல்கள் மாறி மாறிக் கேட்கின்றன. அவற்றில் ஒன்று சிவகாமிக்குத் தெரிந்த குரல்; நாகநந்தி பிஷுவின் அடிவயிற்றிலிருந்து கிளம்பி வரும் கம்மலான கர்ஜனைக் குரல். இன்னொருவரின் குரலும் தெரிந்த குரல்போல்தான் தோன்றுகிறது. ஆனால் அது யாருடையது?

சிவகாமி தன்னுடைய கண்ணிமைகள் இன்னும் மூடியிருக்கின்றன என்பதை மனத்திற்குள் உணர்ந்தாள்.

ஒரு பெருமுயற்சி செய்து கண்களை லேசாகத் திறந்தாள்.

அப்போது அவள் முன்னால் தோன்றிய காட்சியானது, வியப்பையும் இரக்கத்தையும் பரபரப்பையும் பயங்கரத்தையும் ஒருங்கே அளித்ததோடு, இது தூக்கத்திலே காணும் கனவா அல்லது பிரமை கொண்ட உள்ளத்திலே தோன்றும் கற்பனைக் காட்சியா என்று சந்தேகிக்கும்படியும் செய்தது.

கற்பாறையில் குடைந்தெடுத்த பௌத்த விஹாரம் ஒன்றில் தரையிலே தான் கிடப்பதை உணர்ந்தாள். மேடு பள்ளமான பாறைத் தளமானது தேகம்பட்ட இடமெல்லாம் சில்லிடும்படி அவ்வளவு குளிர்ந்திருந்தது.

அவள் கிடந்த இடத்துக்குச் சற்றுத் தூரத்தில் தரையிலே ஒருவர் விழுந்து கிடக்க, அவருக்குப் பக்கத்தில் சம்ஹார ருத்ர மூர்த்தியைப்போல் கையில் வாளுடன் ஒருவர் கம்பீரமாக நின்றார். இன்னும் சற்றுத் துரத்தில் வாளும் வேலும் ஏந்திய வீரர்கள் பலர் முகத்தில் வியப்பும் ஆங்காரமும் குரோதமும் மரியாதையும் போட்டியிடும் பாவத்துடனே நின்றார்கள். அவர்களில் சிலர் ஏந்திக்கொண்டிருந்த தீவர்த்திகளிலிருந்து கிளம்பிய ஒளிப்பிழம்பும் புகைத் திரளும் அந்தக் குகை மண்டபத்தை ஒரு யமலோகக் காட்சியாகச் செய்து கொண்டு இருந்தன.

பிரம்மாண்டமான சிலை வடிவில் யோக நிஷ்டையில் அமர்ந்திருந்த பகவான் கண்ணாலே பார்த்துப் புன்னகை புரிந்து கொண்டிருந்தார்.

சிவகாமி தனக்கு முன் தோன்றியதெல்லாம் கனவா, பிரமையா அல்லது உண்மைக் காட்சிதானா என்ற சந்தேகத்தை நிவர்த்தி செய்து கொள்வதற்காக ஒரு தடவை கண்ணை மூடி மறுபடியும் திறந்தாள். உண்மைக் காட்சிதான் என்று அறிந்து கொண்டாள். கொஞ்சங் கொஞ்சமாக அறிவு தெளிவடைந்தது. சிந்தனா சக்தியும் ஏற்பட்டது. தரையில் கிடப்பது நாகநந்தி பிக்ஷு என்பதைக் கண்டாள். அவருக்கு அருகில் கம்பீரமாகக் கையில் வாள் ஏந்தி நின்று கொண்டிருப்பவர் தளபதி பரஞ்சோதிதான் என்பதையும் ஊகித்து உணர்ந்தாள்.

அவர்களைச் சுற்றிலும் சற்றுத் தூரத்தில் விலகி நிற்பவர்கள், தளபதியுடன் வந்த பல்லவ வீரர்களாய்த் தானிருக்கவேண்டும்.

ஆனால், அவர்கள் எல்லோரும் இங்கே எப்படி வந்து சேர்ந்தார்கள்? தான் இவ்விடம் வந்த விதம் எப்படி?

ஸ்வரூபம் தெரியாமல் கேட்டுக்கொண்டிருந்த பேச்சுக் குரல்கள் தெளிவடைந்தன. நாகநந்தி சொல்லிக்கொண்டிருந்தார்:

'அப்பனே, பரஞ்சோதி! நீ நன்றாயிரு! நீ மிக்க குணசாலி; மிக்க நன்றியுள்ளவன்! உன்னை ஒரு சமயம் நாகப் பாம்பு தீண்டாமல் இந்தக் கை காப்பாற்றியது. உன்னைப் பல்லவன் சிறையிலிருந்து இந்தக் கை விடுதலை

செய்தது. நீ ஆசாரியராகக் கொண்ட ஆயனச் சிற்பியாரின் உயிரை இந்தக் கை இரட்சித்தது. அவருடைய மகள் சற்று முன்னால் காபாலிகையின் கத்திக்கு இரையாகாமல் இந்தக் கை காப்பாற்றியது. அப்படிப்பட்ட என் வலக்கையை நீ வெட்டி விட்டாய்! ஆ! ரொம்பவும் நன்றியுள்ள பிள்ளை நீ!'

அப்போது பரஞ்சோதி குறுக்கிட்டுப் பேசினார்: 'ஆஹா! கள்ளப் பிக்ஷுவே! உம்முடைய திருக்கரத்தின் அற்புத லீலைகளை ஏன் நடுவிலே நிறுத்தி விட்டீர்? மகேந்திர பல்லவர் மீது விஷக் கத்தியை எறிந்தது அந்தக் கைதானே? சற்று முன்னால் ஆயனர் குமாரியைத் தூக்கிக் கொண்டு சுரங்க வழியில் நீர் ஓடப் பார்த்ததும் அந்தக் கையின் உதவியினால்தானே? தப்பி ஓட வழியில்லை என்று தெரிந்ததும் தேவியின் பேரிலேயே உமது கொடூர மான விஷக் கத்தியை எறியப் பார்த்ததும் அந்தக் கைதான் அல்லவா?'

'ஆமாம், அப்பனே! ஆமாம்! நீ சொல்வதெல்லாம் உண்மைதான். ஆனால், எதற்காக ஆயனர் மகளை நான் கொண்டுபோக முயற்சித்தேன்? தெரிந்து கொண்டாயா? ஆ! பரஞ்சோதி! ஆயனர் மகள் மீது என்னைக் காட்டிலும் உனக்கு அதிக அன்பு, அதிக பக்தி, அதிக சிரத்தை என்று நினைத்துக் கொண்டிருக்கிறாய். உன் எஜமானனான அந்த மூட மாமல்லனும் அவளை என்னைக் காட்டிலும் அதிகம் காதலிப்பதாக நினைத்துக்கொண்டிருக் கிறான்! அப்பனே! அன்பு என்பதற்கு உனக்கு அர்த்தம் தெரியுமா? பரஞ்சேதி! இன்று இந்த வாதாபி நகரம் பற்றி எரிந்து நாசமாவதற்குக் காரணமானவன் நான். சிவகாமிக்காகச் சொந்த சகோதரனைப் பலி கொடுத்தேன். ஹர்ஷவர்த்தனனை நடுநடுங்கச் செய்த சளுக்க மகா சாம்ராஜ்யத்தையே என் காதலுக்குப் பலியாக அர்ப்பணம் செய்தேன். ஆஹா! அன்புக்கும் காதலுக்கும் அர்த்தம் உங்களுக்கு என்ன தெரியும்?'

'அடிகளே தாங்கள் சொல்வது உண்மையே. அன்பு என்பதற்குப் பொருள் எனக்குச் சற்று முன்னால்தான் தெரிந்தது. ஒருவரிடம் நம்முடைய அன்பைக் காட்டுவதென்றால் அவர்மேல் விஷக் கத்தியை எறிந்து கொல்ல வேண்டும்! இல்லையா? இதைச் சற்று முன்னால் நான் தெரிந்துகொண் டேன். வஞ்சகப் பிஷுவே! உம்மிடம் பேசிக்கொண்டிருக்க எனக்கு நேர மில்லை. உம்முடைய வேஷத்தை மட்டும் கலைக்காமல் நீர் இராஜரீக உடை தரித்திருந்தால் இத்தனை நேரம் உம்மைப் பரலோகம் அனுப் பியிருப்பேன். காவி வஸ்திரம் தரித்த பிஷுவைக் கொல்ல மனம் வரவில்லை. ஒரே ஒரு நிபந்தனையின் பேரில் உம்மைக் கொல்லாமல் விடுகிறேன். பத்து வருஷத்துக்கு முன்னால் அஜந்தா வர்ண ரகசியத்தை அறிந்து வருவதற்காக ஆயனர் என்னை அனுப்பினார். நானும் அப்படியே செய்வதாக வாக்களித்து கிளம்பினேன். அஜந்தா வர்ணத்தின் ரகசியம் உமக்கு அவசியம் தெரிந்திருக்கவேண்டும். இதோ இந்தச் சுரங்க விஹா ரத்தின் சுவர்களிலேகூட வர்ணச் சித்திரங்களைக் காண்கிறோம். உமக்குக் கட்டாயம் இந்த ரகசியம் தெரிந்துதான் இருக்க வேண்டும். அதை உடனே சொன்னீரானால் உம்மை உயிரோடு விடுகிறேன். இல்லாவிட்டால் உமது இஷ்ட தெய்வத்தை... உம்மைப் போன்ற கிராதகனுக்குத் தெய்வம்

என்பதாக ஒன்று இருந்தால் அந்த தெய்வத்தை பிரார்த்தனை செய்து கொள்ளும்!'

'அப்பனே! உன்னுடைய கருணைக்காக மிக்க வந்தனம். என் இஷ்ட தெய்வம் ஒன்றே ஒன்றுதான். அது சிவகாமிதான். அந்த தெய்வத்தை பிரார்த்தித்துக்கொள்கிறேன். ஆயனரையும் அவர் மகளையும் அஜந்தாவுக்கே அழைத்துப்போய் அழியா வர்ண ரகசியத்தை நேரிலேயே காட்டிக்கொடுக்க வேண்டும் என்று எண்ணியிருந்தேன். அது எனக்குக் கொடுத்து வைக்கவில்லை. அவர்களுக்கும் கொடுத்து வைக்கவில்லை. அந்த அற்புதமான ரகசியத்திற்கு - உலகத்தில் வேறு யாரும் கற்பனை செய்ய முடியாத ரகசியத்திற்கு - என்னுடைய உயிரை ஈடாக வைத்தாயே! நீ நன்றாக இருக்க வேண்டும்! சொல்லுகிறேன், கேள்: மரஞ்செடிகளின் இலை, வேர், காய், விதை முதலிய தாவரப் பொருட்களைச்சாரு பிழிந்து காய்ச்சிச் சாதாரணமாக வர்ணங்கள் குழைப்பது வழக்கம். தாவரப் பொருட்கள் காய்ந்து உலர்ந்து அழிந்து போகக்கூடியவை. ஆகையால், அவற்றிலிருந்து உண்டாகப்படும் வர்ணங்களும் சீக்கிரத்தில் மங்கி அழிந்துபோகின்றன. ஆனால் மலைகளிலும் பாறைகளிலும் சிற்சில பகுதிகள் இயற்கை வர்ணம் பெற்று விளங்குகின்றன. இந்த வர்ணங்கள் காற்றுக்கும் வெயிலுக்கும் மழைக்கும் மங்குவதில்லை; அழிவதில்லை. ஆகவே, இந்த வர்ணப் பாறைகளைப் பொடி செய்து அதற்கேற்ற பக்குவப்படி அரைத்துக் குழைத்து உண்டாக்கும் வர்ணங்கள் அழிவதே கிடையாது. இம்மாதிரி வர்ணப்பாறைகளை பொடித்துக் குழைத்த வர்ணங்களைக் கொடுத்துதான் அஜந்தாவில் சித்திரங்கள் தீட்டப்பட்டிருக்கின்றன... பரஞ்சோதி! சென்ற ஐந்நூறு வருஷ காலமாக அஜந்தா சங்கிராமத்தைச் சேர்ந்த பிஷுக்களைத் தவிர வேறு யாரும் அறியாத பரம ரகசியத்தை உனக்கு நான் சொல்லி விட்டேன், இனி நான் போகலாமா?'

'அடிகளே! உடனே போய்விடுங்கள். அடுத்த நிமிஷம் என்மனம் மாறினாலும் மாறிவிடும். சிவகாமி தேவியுடன் நீர் ஓடிப்போக எத்தனித்தக் கள்ளச் சுரங்க வழியாகவே இப்போது போய்விடுங்கள். சீக்கிரம்! சீக்கிரம்!'

நாகநந்தி மிக்கப் பிரயாசையுடன் எழுந்திருந்தார். வெட்டுப்பட்ட தம்முடைய வலது கையை இன்னொரு கையினால் தூக்கிப் பிடித்துகொண்டு நின்றார்.

'பரஞ்சோதி! நீ நல்ல பிள்ளை. நான் உயிர் தப்ப விட்டுவிட்டாய். என்கையை வெட்டியதற்குப் பதிலாக கழுத்தை வெட்டியிருந்தால் எவ்வளவோ நன்றாயிருக்கும். ஆனால் எனக்கு இன்னும் உயிர் மேல் ஆசை விடவில்லை. உன்னிடம் உயிர் பிச்சை கேட்டேன். நீயும் கொடுத்தருளினாய். மாமல்லன் வருவதற்குள்ளே நான் போய்விடவேண்டும் என்பது உன் கருத்து என்பதை அறிந்துகொண்டேன். இதோ போய் விடுகிறேன். ஆனால், இன்னும் ஒரே ஒரு கோரிக்கை: சிவகாமி, சிறிது நேரத்தில் மூர்ச்சை தெளிந்து எழுவாள். அவளிடம் ஒரு விஷயம் அவசியம் தெரியப்படுத்து. அவள் மேல் நான் விஷக்கத்தியை எறிந்து

கொல்லமுயன்றேன் என்பதை கட்டாயம் சொல்லு! அதுதான் அவள் பேரில் நான் கொண்ட காதலின் கடைசிப் பரிசு என்றும் சொல்லு!'

இவ்விதம் கூறிக் கொண்டே நாகநந்தி சிவகாமி கிடந்த பக்கம் நோக்கினார். சிவகாமி மூர்ச்சை தெளிந்து எழுந்திருந்து பாறைத் தூணின் பேரில் சாய்ந்து கொண்டு சிலையைப்போல் அசைவற்று நிற்பதை அவர் பார்த்தார்.

'ஆ! சிவகாமி! எழுந்துவிட்டாயா? ஆயனரின் சீடர் பரஞ்சோதியிடம் நான் சொன்னது உன் காதில் விழுந்ததா? ஆம்! உன் மீது கத்தி எரிந்து கொல்லப் பார்த்தேன். எதிர்காலத்தை நினைத்து உன்மேல் இரக்கம்கொண்டுதான் இந்தக் காரியத்தை செய்ய முயன்றேன். பல்லவ சேனாபதி குறுக்கே வந்து உனக்கு அந்த நன்மையை நான் செய்ய முடியாமல் தடுத்து விட்டார். சிவகாமி! வருங்காலத்திலே... வேண்டாம்; வருங்காலத்தில் என்னை நீ நினைக்க வேண்டாம். இந்தப் பாவியை மறந்து விடு! உடல் பொருள் ஆவி அனைத்தையும் இகத்தையும் பரத்தையும் உன்காலடியில் அர்ப்பணம் செய்த இந்தக் கள்ள பிக்ஷுவை மறந்துவிடு. மறந்துவிட்டு, கூடுமானால் சந்தோஷமாய் இரு! ஆனால், நான் மட்டும் உன்னை மறக்கமாட்டேன். பரஞ்சோதியையும் மாமல்லனையும்கூட நான் மறக்கமாட்டேன்! போய் வருகிறேன், சிவகாமி! போய் வருகிறேன். உன்னை புத்த பகவான் காப்பாற்றட்டும் !'

இவ்விதம் பேசிக் கொண்டே தள்ளாடித் தள்ளாடி நடந்து நாகநந்தி பிஷு புத்த பகவானுடைய சிலைக்குப் பின்னால் மறைந்தார்.

நாகநந்தி அவ்விதம் தப்பிச் சென்று சுரங்க வழியில் மறைந்ததை அனைவரும் பார்த்துக்கொண்டு நின்றார்கள். சேனாபதியின் அநுமதியின் பேரிலேயே பிக்ஷு செல்கிறார் என்பதை அறிந்திருந்தபடியால் யாரும் அவரைத் தடுக்க முயலவில்லை.

சிவகாமியும் பார்த்த கண் பார்த்த வண்ணம் நாகநந்தி மறையும் வரையில் அவரையே நோக்கிக்கொண்டு நின்றாள். சற்று முன்னால் காபாலிகையின் கத்திக்கு இரையாகாமல் அவர் தன்னைக் காப்பாற்றியபோது, அவர் புலிகேசிச்சக்கரவர்த்தியா அல்லது நாகநந்தி பிக்ஷுவா என்று ஐயமுற்றாள். இப்போது அவர் மனிதனா, மனித உருக்கொண்ட அரக்கனா, ஏதோ பெருந் துக்கத்தினால் மூளை சிதறிப் போன பைத்தியக்காரனா, அல்லது ஈவு இரக்க மற்ற கொடிய கிராதகக் கொலைகாரனா என்னும் சந்தேகங்கள் அவளுடைய மனத்தில் தோன்றி அலைத்தன.

இதற்கிடையில் சேனாபதி பரஞ்சோதி, 'சத்ருக்னா, நல்ல சமயத்தில் வந்தாய்! இந்தப் பாதாள புத்த விஹாரத்திலிருந்து வெளியேறுவதற்கு ஏதாவது நல்ல மார்க்கம் இருக்கிறதா என்று பார்! நாங்கள் வந்த கிணற்றுச் சுரங்க வழியாக எல்லோரும் போவது கஷ்டம். பிரதான வாசல் எங்கேயாவது இருந்து அடைபட்டிருக்க வேண்டும். சீக்கிரம் கண்டுபிடி!' என்றதும், சத்ருக்னன், 'சேனாபதி! பிரதான வாசலை ஏற்கனவே நான் கண்டுபிடித்து விட்டேன். அந்த வழியை உடனே திறப்பதற்குக் கட்டளையிடுகிறேன்!' என்றான்.

சேனாபதிக்குச் சட்டென்று ஒரு நினைவு வந்தது. 'சத்ருக்னா! குண்டோதரன் எங்கே?' என்று கேட்டார்.

'ஆ! சேனாபதி! என் அருமைச் சீடர்களில் அருமைச் சீடன் காபாலிகையின் கத்திக்கு இரையாகி விட்டான். அந்த ராட்சஸியைக் குகையில் காணாமல் சுரங்க வழியிலே தேடிக் கொண்டு வந்தோம். தாங்கள் அந்தச் சண்டாளியைப் பார்த்தீர்களா?' என்று சத்ருக்னன் கேட்க, 'பார்த்தேன். சத்ருக்னா! கண்ணனும் காபாலிகையும் பக்கத்து வீட்டிலே செத்துக் கிடக்கிறார்கள். கண்ணன் எப்படிச் செத்தான் என்பது தெரியவில்லை. அவ்விடம் போய்ப் பார்க்கவேண்டும்' என்றார்.

பரஞ்சோதி இவ்விதம் சொல்லிக்கொண்டே தூணின் மேல் சாய்ந்து நின்று கொண்டிருந்த சிவகாமியின் அருகிலே சென்று பக்தியுடன் வணங்கினார்.

'அம்மணீ! எல்லாவற்றையும் பார்த்துக்கொண்டும், கேட்டுக் கொண்டும் இருந்தீர்கள். ஏகாம்பரர் அருளால் எல்லா அபாயமும் தீர்ந்தது. ஒன்பது வருஷத்துக்குப் பிறகு தங்களை மறுபடியும் உயிருடன் பார்க்க முடிந்தது. சிறிது நேரம் உட்கார்ந்து இளைப்பாறுங்கள்! இந்தக் குகையின் வாசல் திறந்ததும் வெளியேறலாம். தங்கள் தந்தையும், சக்கரவர்த்தியும் கோட்டைக்கு வெளியே காத்துக்கொண்டிருக்கிறார்கள்!' என்றார்.

சிவகாமி துக்கம் நெஞ்சை அடைக்க, நாத்தழுதழுக்க 'தளபதி! போவதற்கு முன்னால் எனக்குக் கமலியின் கணவனை மறுபடியும் பார்க்கவேண்டும். என்னை அந்த வீட்டுக்கு அழைத்துப் போங்கள்' என்றாள்.

அதே சமயத்தில், அடைக்கப்பட்டிருந்த அந்தப் புத்த விஹாரத்தின் பிரதான வாசலைப் பல்லவ வீரர்கள் 'படார் படார்' என்று இடித்துத் தள்ளிக் கொண்டிருந்தார்கள்.

45.சிம்மக் கொடி

உயிர்க்களை இழந்து மரணத்தின் அமைதி குடிகொண்டிருந்த கண்ண பிரானுடைய முகத்தைப் பார்த்த வண்ணம் சிவகாமி கண்ணீர் விட்டுத் தேம்பி அழுதுகொண்டிருந்தாள்.

'அம்மா! எத்தனை நேரம் அழுது புலம்பினாலும் கண்ணனுடைய உயிர் திரும்பி வரப்போவதில்லை. யுத்தம் என்றால் அப்படித்தான். கண்ணபிரான் ஒருவன்தானா இறந்தான்? இவனைப்போல் பதினாயிரக்கணக்கான வீரர்கள் பலியானார்கள். தயவு செய்து புறப்படுங்கள், இந்த வீட்டுக்குப் பக்கத்தில் தீ வந்து விட்டது' என்று பரஞ்சோதி கூறினார்.

கண்ணீர் ததும்பிய கண்களினால் சிவகாமி அவரைப் பரிதாபமாகப் பார்த்து, 'தளபதி! யுத்தம் வேண்டாம் என்று தங்களுக்கு ஓலை எழுதி அனுப்பி னேனே!' என்று விம்மினாள்.

'ஆம், அம்மா! யுத்தத்தைத் தடுப்பதற்கு நானும் எவ்வளவோ முயற்சி செய்து பார்த்தேன். என் முயற்சி பலிதமாகும் சமயத்தில் அந்தக் கள்ள பிக்ஷு வந்து எல்லாக் காரியத்தையும் கெடுத்துவிட்டான். வாதாபி நகரம் அழியவேண்டும் என்று விதி இருக்கும்போது யார் என்ன செய்ய முடியும்?'

'ஐயா! விதியின் பேரில் ஏன் குற்றம் சுமத்துகிறீர்கள்? எல்லாவற்றிற்கும் காரணம் இந்தப் பாதகிதான். அன்றைக்குத் தாங்களும் அவரும் வந்து எவ்வளவோ பிடிவாதமாக என்னை அழைத்தீர்கள். மூர்க்கத்தனத்தினால், 'வரமாட்டேன்' என்று சொன்னேன்...'

'அம்மா! எவ்வளவோ காரியங்கள் வேறுவிதமாக நடந்திருக்கலாம். அதையெல்லாம்பற்றி இப்போது யோசித்து என்ன பயன்? தயவு செய்து புறப்படுங்கள். மாமல்லரும் தங்கள் தந்தையும் தங்களைப் பார்க்க ஆவலுடன் காத்துக் கொண்டு இருப்பார்கள்.

'தளபதி! அவருடைய முகத்தில் நான் எப்படி விழிப்பேன்? என்னால் முடியாது. நான் இங்கேயே இருந்து உயிரை விடுகிறேன். ஆயிரந் தடவை மன்னிப்புக் கேட்டுக்கொண்டதாக அவரிடம் சொல்லுங்கள்!' என்று சிவகாமி சொல்லிக் கொண்டு இருக்கும்போது வாசலில் பெருஞ் சத்தம் கேட்டது.

சற்று நேரத்துக்கெல்லாம் மாமல்லர் உள்ளே பிரவேசித்தார்; அவருக்குப் பின்னால் ஆயனரும் வந்தார்.

'ஆ! இதோ அவரே வந்துவிட்டார்' என்று பரஞ்சோதி வாய்விட்டுக் கூறி, மனத்திற்குள், 'இத்துடன் என் பொறுப்புத் தீர்ந்தது!' என்று சொல்லிக் கொண்டார்.

'அவரே வந்துவிட்டார்!' என்ற வார்த்தைகள் காதில் விழுந்ததும் சிவகாமியின் தேகம் புல்லரித்தது. குனிந்திருந்த தலையை நிமிர்த்தி வாசற் பக்கம் பார்த்தாள். கண நேரத்திலும் மிகச் சிறிய நேரம் மாமல்லருடைய கண்களும் சிவகாமியின் கண்களும் சந்தித்தன.

அடக்க முடியாத உணர்ச்சி பொங்கச் சிவகாமி மறுபடியும் தலை குனிந்தாள். அவளுடைய அடிவயிற்றிலிருந்து ஏதோ கிளம்பி மேலே வந்து மார்பையும் தொண்டையையும் அடைத்துக் கொண்டு மூச்சுவிட முடியாமலும் தேம்பி அழுவதற்கு முடியாமலும் செய்தது.

அப்புறம் சிறிது நேரம் அங்கு என்ன நடந்ததென்றே தெரியாமல் சிவகாமி உணர்வற்றிருந்தாள்.

'ஆ! கண்ணபிரானா? ஐயோ!' என்று அவளுடைய தந்தையின் குரல் அலறுவது காதில் விழுந்ததும் உணர்வு பெற்றாள்.

'ஆமாம் கண்ணன்தான்! கமலியின் சிநேகிதியைச் சிறை மீட்டு ரதத்தில் வைத்து அழைத்து வர வந்த கண்ணன்தான் மார்பில் விஷக்கத்தி பாய்ந்து செத்துக்கிடக்கிறான், ஆயனரே! உம்முடைய மகளைக் கேளும்; அவளுடைய சபதம் நிறைவேறிவிட்டதல்லவா? அவளுடைய உள்ளம் குளிர்ந்து விட்டது அல்லவா? கேளும், ஆயனரே! கேளும்!'

மாமல்லரின் மேற்படி வார்த்தைகள் சிவகாமியின் காதில் உருக்கிய ஈயத் துளிகள் விழுவதுபோல் விழுந்தன. ஆஹா! இந்தக் குரல் எத்தனை அன்பு ததும்பும் மொழிகளை இன்பத் தேன் ஒழுகும் வார்த்தைகளை ஒரு காலத்தில் சொல்லியிருக்கிறது? அதே குரலில் இப்போது எவ்வளவு கர்ண கடூரமான சொற்கள் வருகின்றன? ஆஹா! இதற்குத்தானா இந்த ஒன்பது வருஷ காலமும் பொறுமையுடன் உயிரைக் காப்பாற்றிக்கொண்டு வந்தோம்?

மாமல்லரின் கொடுமையான வார்த்தைகள் பரஞ்சோதிக்கும் பெருந்துன் பத்தை உண்டாக்கின. 'சக்கரவர்த்தி! சிவகாமி அம்மை ரொம்பவும் மனம் நொந்து போயிருக்கிறார்...' என்று அவர் சொல்லுவதற்குள் மாமல்லர் குறுக்கிட்டு, 'சிவகாமி எதற்காக மனம் நோக வேண்டும்? இன்னும் என்ன மனக்குறை? சபதந்தான் நிறைவேறி விட்டதே? சந்தேகமிருந்தால் வீதி வழியே போகும்போது பார்த்து நிச்சயப்படுத்திக்கொள்ளட்டும். வீடுகள் பற்றி எரிவதையும், வீதிகளில் பிணங்கள் கிடப்பதையும் ஜனங்கள் அலறிப் புடைத்துக்கொண்டு ஓடுவதையும் பார்த்துக் களிக்கட்டும். ஆயனச் சிற்பியாரே! உம்முடைய குமாரியை அழைத்துக்கொண்டு உடனே கிளம்பும்!'

சிவகாமியின் மார்பு ஆயிரம் சுக்கலாக உடைந்தது; அவளுடைய தலை சுழன்றது. அச்சமயம் ஆயனர் அவளுக்கு அருகில் சென்று இரக்கம் நிறைந்த குரலில், 'அம்மா, குழந்தாய்! என்னை உனக்குத் தெரியவில்லையா?' என்றார்.

'அப்பா!' என்று கதறிக்கொண்டே சிவகாமி தன் தந்தையைக் கட்டிக் கொண்டு விம்மினாள்.

அன்று அதிகாலையில் சேனாபதி பரஞ்சோதி வாதாபிக்குள் பிரவேசித்த திலிருந்து மாமல்லருடைய உள்ளப் பரபரப்பு நிமிஷத்துக்கு நிமிஷம் அதிகமாகிக் கொண்டிருந்தது. சிவகாமிக்கு ஏதோ விபரீதமான அபாயம் நேரப்போகிறதென்றும் நாம் இங்கே வெறுமனேயிருப்பது பெரிய பிசகு என்றும் அவருக்குத் தோன்றி வந்தது. புலிகேசிச் சக்கரவர்த்தி அரண் மனையில் அகப்படவில்லையென்று மானவன்மரிடமிருந்து செய்தி வந்தபிறகு கோட்டைக்கு வெளியே அவருக்கு இருப்புக் கொள்ளவில்லை. ஆயனரையும் அழைத்துக்கொண்டு வாதாபி நகருக்குள் பிரவேசித்தார்.

சிவகாமியைச் சந்தித்தவுடனே அவளிடம் அன்பான மொழிகளைக் கூற வேண்டும் என்பதாகத்தான் யோசனை செய்து கொண்டு சென்றார். ஆனால் அவருடைய அன்புக்கும் அபிமானத்துக்கும் பெரிதும் பாத்திரமாயிருந்த கண்ணபிரான் செத்துக் கிடந்ததைக் கண்டதும் மாமல்லரின் மனம்

கடினமாகி விட்டது. அதனாலேதான் அத்தகைய கடுமொழிகளைக் கூறினார்.

ரதத்தில் ஆயனரும் சிவகாமியும் முன்னால் செல்ல, பின்னால் சற்று தூரத்தில் மாமல்லரும் பரஞ்சோதியும் குதிரைகளின் மீது ஆரோகணித்துச் சென்றார்கள். மாமல்லரின் விருப்பத்தின்படி பரஞ்சோதி தாம் சிவகாமியின் வீட்டு வாசலை அடைந்ததிலிருந்து நடந்த சம்பவங்களையெல்லாம் விவரமாகச் சொன்னார். அதையெல்லாம் கேட்கக் கேட்கச் சக்கரவர்த்தியின் நெஞ்சில் குரோதாக்கினி சுடர் விட்டு எரியத் தொடங்கியது. முக்கியமாக நாகநந்தியைப் பரஞ்சோதி கொல்லாமல் உயிரோடு விட்டு விட்டார் என்பது மாமல்லருக்குப் பெரும் கோபத்தை உண்டாக்கியது. சிவகாமியைப் பெரும் துன்பத்திலிருந்து பாதுகாப்பதற்காகவே அவளைக் கொல்ல எத்தனித்ததாக நாகநந்தி சொன்னாரல்லவா? அதைக் கேட்டபோது, அந்தக் கூற்றில் அடங்கியிருந்த உண்மையை மாமல்லரின் அந்தராத்மா உடனே உணர்ந்தது. அது காரணமாக அவருடைய குரோதம் பன்மடங்கு அதிகமாகிக் கொழுந்து விட்டெரிந்தது.

சிவகாமி தன் அருமைத் தந்தையின் மீது சாய்ந்த வண்ணம் வாதாபி நகரின் பயங்கர வீதிக் காட்சிகளைப் பார்த்துக்கொண்டு சென்றாள். அந்தக் கோரங் களைப் பார்க்கச் சகிக்காமல் சில சமயம் கண்களை மூடிக் கொண்டாள். ஆனால், கண்களை மூடிக் கொண்ட போதிலும் காதுகளை மூடிக்கொள்ள முடியவில்லை. ஜுவாலை விட்டுப் பரவிய பெருந்தீயிலே வீடுகள் பற்றி எரியும் சடசடச் சத்தமும், காற்றின் 'விர்'ரென்ற சத்தமும், குழந்தைகளின் கூக்குரலும் ஸ்திரீகளின் ஓலமும், சளுக்க வீரர்களைப் பல்லவ வீரர்கள் துரத்தி ஓடும் சத்தமும், ஜயகோஷமும், ஹாஹாகாரமும் அவளுடைய செவிகளை நிரப்பி அடிக்கடி கண்களைத் திறந்து பார்க்கச் செய்தன.

அந்த நிலையில் ஒரு முறை மாமல்லர் சிறிது முன்னேறி வந்து இரதத்தின் ஓரமாகக் குதிரையைச் செலுத்திக் கொண்டிருந்த போது சிவகாமி ஆவலுடன் அவர் முகத்தை ஏறிட்டுப் பார்த்தாள்.

ஆனால், மாமல்லரோ அவள் பக்கம் தம் பார்வையைத் திருப்ப வேயில்லை. ஆயனர் முகத்தை நோக்கிய வண்ணம், 'சிற்பியாரே! நாங்கள் எல்லாரும் இங்கிருந்து புறப்பட்டு வர இன்னும் ஒரு மாதம் ஆகலாம். உங்களுக்கு இஷ்டமிருந்தால் உம்மையும் உமது மகளையும் முன்னதாகத் தக்க பாதுகாப்புடன் காஞ்சிக்கு அனுப்பி வைக்கிறேன். அல்லது நாகநந்தி பிக்ஷு உம்மையும் உமது குமாரியையும் அஜந்தாவுக்கு அழைத்துப் போக விரும்புவதாகச் சொன்னாராம். அது உங்களுக்கு இஷ்டமானால் அப்படியும் செய்யலாம்!' என்றார்.

அத்தனை கஷ்டங்களுக்கும் யுத்த பயங்கரங்களுக்கும் இடையிலேயும் ஆயனருக்கு 'அஜந்தா' என்றதும் சபலம் தட்டியது. அஜந்தா வர்ண இரகசி யத்தைப் பரஞ்சோதி நாகநந்தியிடம் கேட்டுத் தெரிந்து கொண்ட விவரம் இன்னமும் ஆயனருக்குத் தெரியாது. எனவே, அவர் சிவகாமியைப் பார்த்து, 'அம்மா! உனக்கு என்ன பிரியம்? காஞ்சிக்குப் போகலாமா? அல்லது அஜந்தாவுக்குப் போகலாமா?' என்றார்.

சிவகாமியின் உள்ளம் அந்த நிமிஷத்தில் வயிரத்தை விடக் கடின மாயிருந்தது. 'அப்பா! நான் காஞ்சிக்கும் போகவில்லை! அஜந்தாவுக்கும் போகவில்லை. பல்லவ குமாரரை என் பேரில் கருணை கூர்ந்து அவர் கையி லுள்ள வாளை என் மார்பிலே பாய்ச்சி என்னை யமபுரிக்கு அனுப்பிவிடச் சொல்லுங்கள். பழைய அபிமானத்துக்காக எனக்கு இந்த உதவி செய்யச் சொல்லுங்கள்!' என்றாள்.

இவ்விதம் சொல்லிவிட்டு ஆயனரின் மடியின் மீது சிவகாமி மறுபடியும் ஸ்மரணையிழந்து வீழ்ந்தாள்.

மாமல்லர் திரும்பிச் சென்று பரஞ்சோதியின் பக்கத்தை அடைந்தார். சிவகாமியின் மீது அத்தகைய குரூரமான சொல்லம்புகளைச் செலுத்திய பிறகு அவருடைய மனம் சிறிது அமைதி அடைந்திருந்தது. 'நண்பரே! அதோ புலிகேசியின் பொய்யான ஜயஸ்தம்பத்தைப் பார்த்தீரல்லவா? ஒன்பது வருஷத்துக்கு முன்பு ஒரு நாள் நாம் அந்த ஸ்தம்பத்தின் அடியில் நின்று, செய்து கொண்ட சங்கல்பத்தை இன்று நிறைவேற்றி விட்டோம். அந்தப் பொய்த் தூணை உடனே தகர்த்தெறிந்து விட்டுப் பல்லவ சைனியத் தின் ஜயஸ்தம்பத்தை நாட்டச் செய்யுங்கள். புதிய ஜயஸ்தம்பத்திலே பல்லவ சேனையின் வெற்றிக் கொடி வானளாவப் பறக்கட்டும்! மகத்தான இந்த வெற்றிக்கு அறிகுறியாக நமது கொடியிலும் விருதுகளிலும் உள்ள ரிஷபச் சின்னத்தை மாற்றிச் சிம்மச் சித்திரத்தைப் பொறிக்கச் செய்யுங்கள்!' என்று ஆக்ஞாபித்தார்.

46.பௌர்ணமி சந்திரன்

இந்த மண்ணுலகம் படைக்கப்பட்ட காலத்திலிருந்து மாதம் ஒரு தடவை பூரண சந்திரன் உதயமாகி நீல வானத்தில் ஜொலிக்கும் வைர நக்ஷத் திரங்களிடையே பவனி சென்று வருகிறது.

ஒவ்வொரு பௌர்ணமியன்றும் வான வீதியில் பவனி வரும் பூரண சந்திரன் கடந்த ஒரு மாதத்துக்குள்ளேயே பூவுலகில் எத்தனையோ அதிசயமான மாறுதல்கள் நிகழ்ந்திருப்பதைப் பார்த்துக்கொண்டு வருகிறது.

எனவே, மண்ணுலகில் அடிக்கடி நிகழும் மாறுதல்கள் பூரண சந்திரனுக்கு, அதிகமான ஆச்சரியத்தை அளிக்க முடியாது தான். என்ற போதிலும், *இன்றைக்குச் சுமார் ஆயிரத்து முந்நூற்று நான்கு ஆண்டுகளுக்கு முன்னால் (கி.பி.642-ல்) மார்கழி மாதத்தில் உதித்த பூரண சந்திரன் வாதாபி நகரம் இருந்த இடத்துக்கு மேலாக வந்தபோது சிறிது நேரம் ஆச்சரியத்தினால் ஸ்தம்பித்து நின்று விட்டு ஒரு பெருமூச்சுடனேதான் அப்பால் நகர்ந்திருக்க வேண்டும்.

சென்ற பௌர்ணமியன்று அந்த வாதாபி நகரத்தின் மாட மாளிகைகளும் கூட கோபுரங்களும் சந்திரனையே தொட்டு விட முயல்வதைப் போல் கம்பீரமாக எழுந்து நின்றன. வானத்து நக்ஷத்திரங்களோடு போட்டியிடுவன போல் நகரெங்கும் தீபங்கள் ஜொலித்தன. ஐசுவரியத்தில் பிறந்து ஐசுவரியத்தில் வளர்ந்த ஆடவரும் பெண்டிரும் சகலாபரண பூஷிதர்களாக அந்தப் பெருநகரின் விசாலமான வீதிகளில் மதோன்மத்தங் கொண்டு உலாவினார்கள். அலங்கரித்த யானைகளும் அழகிய குதிரைகளும் தந்தச் சிவிகைகளும் தங்க ரதங்களும் மோகன வெண்ணிலவிலே ஒளிவீசித் திகழ்ந்தன. விண்ணை எட்டும் மாளிகைகளின் உப்பரிகைகளில் வெண்ணிலாவுக்கு இன்னும் வெண்மையை அளித்த தவள மாடங்களில் மன்மதனையும் ரதியையும் ஒத்த காளைகளும் கன்னியர்களும் காதல் புரிந்து களித்தார்கள். தேவாலயங்களில் ஆலாசிய மணிகள் ஒலித்தன. அரண்மனையில் கீதவாத்தியங்களின் இன்னிசை கிளம்பிற்று. நடன மண்டபங்களில் சதங்கைகள் சப்தித்தன. கடை வீதிகளில் பொது ஜனங்களின் கலகலத்தொனி எழுந்தது. அகில் புகையின் மணமும் சந்தனத்தின் வாசனையும் நறுமலர்களின் சுகந்தமும் எங்கெங்கும் பரவியிருந்தன.

ஒரு மாதத்துக்கு முன்பு மேற்கண்டவாறு கந்தர்வபுரியாகக் காட்சியளித்த வாதாபி நகரம் இருந்த இடத்தில் இன்றைக்குச் சிற்சில குட்டிச் சுவர்கள் நின்றன. மற்ற இடத்திலேயெல்லாம் கரியும் சாம்பலும் புகையேறிய கல்லும் மண்ணும் காணப்பட்டன. சில இடங்களில் அவை கும்பல் கும்பலாகக் கிடந்தன; சில இடங்களில் அவை பரவிக் கிடந்தன.

இடிந்து விழாமல் புகையினாலும் தீயினாலும் கறுத்துப் போய் நின்ற குட்டிச் சுவர்களின் ஓரமாகச் சிற்சில மனிதர்கள், உயிர் பெற்று எழுந்த பிரேதங்களையும் பேய் பிசாசுகளையும் ஒத்த மனிதர்கள், ஆங்காங்கே திரிந்து கொண்டிருந்தார்கள். அவர்களில் சிலர் எங்கே போகிறோம் என்ற எண்ணமே இல்லாமல் பிரமை கொண்டவர்களைப் போல் நடந்தார்கள். வேறு சிலர் ஆங்காங்கே உட்கார்ந்து கரியையும் மண்ணையும் கிளறிப் பார்த்துக்கொண்டிருந்தார்கள். அவர்கள் யாரைத் தேடினார்களோ அல்லது எதைத் தேடினார்களோ, யாருக்குத் தெரியும்?

வாதாபி நகரம் இருந்த இடத்துக்குச் சற்று தூரத்தில் இடிந்தும் தகர்ந்தும் கிடந்த கோட்டை மதிலுக்கு அப்புறத்தில் அந்த மார்கழிப் பௌர்ணமி சந்திரன் முற்றிலும் வேறுவிதமான மற்றொரு காட்சியைப் பார்த்தது. லட்சக்கணக்கான பல்லவ பாண்டிய வீரர்கள் வெற்றிக் கோலாகலத்திலும் களியாட்ட ஆரவாரங்களிலும் ஈடுபட்டிருந்தார்கள். அவர்கள் படையெடுத்து வந்த காரியம் யாரும் எதிர்பார்த்ததைக் காட்டிலும் சுலபமாக நிறைவேறி மகத்தான வெற்றி கிடைத்த காரணத்தினால் அவர்களுக்கேற்பட்ட மதோன்மத்தம் ஒரு பக்கம்; வாதாபி நகரத்தின் கொள்ளையில் அவரவருக்குக் கிடைத்த பங்கினால் ஏற்பட்ட உற்சாகம் ஒரு பக்கம்; இவற்றோடு கூட இந்தப் பாழாய்ப் போன மயான பூமியில் - அவர்களாலேயே மயானமாக்கப்பட்ட பிரதேசத்தில் - இன்னும் ஒரு தினந்தான் இருக்க

வேண்டும்; அதற்கு அடுத்த தினம் சொந்த நாட்டுக்குப் புறப்படப் போகிறோம் என்ற எண்ணமானது அவர்களுக்கு அளவில்லாத எக்களிப்பை உண்டுபண்ணி இரவெல்லாம் தூக்கமின்றிக் களியாட்டங்களில் ஈடுபடும் படிச் செய்திருந்தது.

அந்த வெற்றி வீரர்களில் சிலர் ஆடிப்பாடினார்கள்; சிலர் இசைக்கருவி களிலிருந்து பல வகை அபஸ்வரங்களைக் கிளப்பினார்கள். சிலர் கும்பலாக உட்கார்ந்து கதை கேட்டார்கள். சிலர் வாதாபி யுத்தத்தில் தாங்கள் செய்த வீர பராக்கிரமச் செயல்களைப் பரஸ்பரம் சொல்லிப் பரிமாறிக் கொண்டிருந் தார்கள். சிலர் மார்கழி மாதத்துக் குளிரைப் போக்கிக் கொள்வதற்காக எரிகிற வீடுகளிலிருந்து பிடுங்கிக் கொண்டு வந்த கட்டைகளைப் போட்டுக் கொளுத்திக்கொண்டும் தீயைச் சுற்றி உட்கார்ந்து கொண்டும் குளிர் காய்ந்தார்கள்.

அநேகர் வாதாபியிலிருந்து அவரவரும் கொள்ளையடித்துக் கொண்டு வந்திருந்த செல்வங்களைச் சேர்த்து வைத்துக் கொண்டு பூதம் காப்பது போல் காத்து வந்தார்கள். இப்படிக் கொள்ளைகொண்ட பொருளை அதி ஜாக்கிரதையாகப் பாதுகாத்தவர்களுக்குள்ளே, சற்று கவனித்துப் பார்த்தோ மானால் - நமக்கு தெரிந்த வயோதிக வீரர் ஒருவரைக் காணலாம். சோழ மன்னர் பரம்பரையைச் சேர்ந்த செம்பியன் வளவன் - மங்கையர்க்கரசியின் அருமைத் தந்தைதான் அவர். தாம் காஞ்சியிலிருந்து புறப்பட்டு வந்த பிறகு தமது மகளுக்கு நேர்ந்த அரும்பெரும் பாக்கியத்தை அறியாதவராய் அவளுடைய திருமணத்தின்போது ஸ்திரீ தனம் கொடுப்பதற்கென்று எரிந்துகொண்டிருந்த வாதாபி நகரிலிருந்து மிக்க பரபரப்புடனும் சுறுசுறுப் புடனும் ஏராளமான முத்துக்கள், மணிகள், ரத்தினங்கள், தங்கம், வெள்ளி ஆபரணங்கள் ஆகியவற்றை எடுத்துக் கொண்டு வந்து சேர்த்திருந்தார்.

இவ்விதம் கிழவர் அரும்பாடுபட்டுச் சேகரித்திருந்த பொருள்களுக்கு ஒரு நாள் ஆபத்து வரும்போலிருந்தது. இரவு நேரங்களில் சில சமயம் மாமல்லர், தமது சேனா வீரர்கள் தங்கியிருக்கும் இடங்களுக்குச் சென்று பார்வையிட்டு, சமயோசிதமான பாராட்டு மொழிகள் கூறி உற்சாகப்படுத்தி விட்டுப் போவது வழக்கம். ஊருக்குப் புறப்பட வேண்டிய நேரம் நெருங்கி விட்டபடியால் சென்ற நாலு தினங்களாகச் சக்கரவர்த்தி தினந்தோறும் இரவு வெகு நேரம் வரையில் வீரர்கள் தங்கியிருந்த இடங்களுக்குச் சென்று அவர்களைப் பார்த்தும் பேசியும் சந்தோஷப்படுத்தி வந்தார்.

அந்த வெற்றி வீரர்களைத் தம்முடன் நிரந்தரமாகப் பந்தப்படுத்திக் கொள்ள வேண்டும் என்ற நோக்கத்தோடு கூட, போர்க்களத்திலும் கோட்டைத் தாக்குதலிலும் அரும் பெரும் வீரச் செயல்கள் புரிந்தவர்களை நேரில் தெரிந்துகொண்டு அவர்களுக்கு விசேஷ சன்மானம் அளிக்க வேண்டு மென்னும் விருப்பமும் மாமல்லரின் மனத்திலே இருந்தது.

மேற்சொன்ன நோக்கங்களுடன், மானவன்மன், ஆதித்தவர்மன், சத்ருக்னன் ஆகியவர்கள் பின்தொடர, படை வீரர்களைப் பார்த்துக்கொண்டுவந்த

நரசிம்ம சக்கரவர்த்தி நமது சோழ வம்சத்து வீரக் கிழவரின் அருகில் வந்ததும் சிறிது நின்று அவரை உற்றுப் பார்த்தார். 'ஆ! இந்தப் பெரியவரை நாம் மறந்தே போய் விட்டோமே?' என்று மெல்லச் சொல்லி விட்டு, வெளிப்படையாக, 'இது என்ன, ஐயா, இவ்வளவு பொருள்களை நீர் எப்படிச் சேர்த்து வைத்துக்கொள்ளத் துணிந்தீர்? ஒவ்வொருவரும் தம்மால் தூக்கிக்கொண்டு போகக்கூடிய அளவுதானே வைத்துக் கொள்ளலாம் என்பது நமது கட்டளை!' என்று கேட்டார்.

'சக்கரவர்த்தி! நூறு வீரர்களுடன் வந்தேன்! என்னைத் தவிர அவ்வளவு பேரும் வாதாபிப் போரில் உயிர் துறந்தார்கள்.'

'ஆகா! சோழ நாட்டு வீரந்தான் வீரம்!...ஆனால் இதைக் கேட்பதற்கு நமது சேனாபதி இங்கில்லையே?' என்று சக்கரவர்த்தி அருகிலிருந்தவர்களிடம் சொல்லிவிட்டு, 'இருக்கட்டும், ஐயா, நூறு வீரர்களும் போரில் இறந்திருந் தால் வீர சொர்க்கத்துக்குப் போய்ச் சேர்ந்திருப்பார்கள். அவர்களுக்கு இந்தப் பொருளினால் ஒரு பயனுமில்லையே?' என்றார்.

'பல்லவேந்திரா! எனது ஏக புதல்விக்குத் திருமணம் செய்து கொடுக்க வேண்டும். புராதன சோழ வம்சத்தின் பெருமைக்கு உகந்த முறையில் ஸ்திரீதனம் கொடுக்க வேண்டுமென்று விரும்பி...' என்று கிழவர் தயங்கினார்.

மாமல்லர் புன்னகையுடன் மானவன்மரைப் பார்த்து, 'இவருக்கு விஷயமே தெரியாது போலிருக்கிறது; சொல்லட்டுமா?' என்று கேட்க, 'வேண்டாம், பிரபு! இப்போது திடீரென்று சொன்னால் சந்தோஷ மிகுதியால் கிழவரின் பிராணன் போனாலும் போய் விடும்!' என்றார் மானவன்மர். உடனே மாமல்லர், 'மானவன்மரே! இந்த பெரியாருடைய பெண்ணின் ஸ்திரீதனத் துக்காக நூறு யானையும், அந்த நூறு யானை சுமக்கக்கூடிய திரவியங்களும் கொடுங்கள்!' என்று சொல்லி விட்டு மேலே நடந்தார்.

செம்பியன் வளவன் தமது செவிகளையே நம்ப முடியாதவராய்ப் பிரமித்துப் போய் நின்றார்.

இதையெல்லாம் பார்த்துக் கேட்டுக்கொண்டு அக்கம் பக்கத்தில் நின்ற வீரர்கள், 'வள்ளல் மாமல்லர் வாழ்க! வாழ்க!' என்ற கோஷங்களைக் கிளப்பினார்கள்.

சக்கரவர்த்தியும் அவருடைய கோஷ்டியும் அப்பால் சென்று வெகு நேரம் ஆனவரையில் அந்த வீரர்களில் பலர் மாமல்லரின் வீர பராக்கிரமங்களைப் பற்றியும் அவருடைய அரும்பெருங் குணாதிசயங்களைப் பற்றியுமே பேசிக்கொண்டிருந்தார்கள். எனினும், இடையிடையே உற்சாகக் குறைவை உண்டுபண்ணிய பேச்சு ஒன்றும் எழுந்தது. அது என்னவெனில், முன் னெல்லாம் போல் சக்கரவர்த்தியுடன் ஏன் சேனாபதி பரஞ்சோதி தொடர்ந்து வரவில்லை என்பதுதான்.

வீரமாமல்லரும் வீரர் பரஞ்சோதியும் நகமும் சதையும் போலவும் பூவும் மணமும் போலவும் பிரிக்க முடியாத நண்பர்கள் என்பதாக இத்தனை நாளும் அவர்களை அறிந்தவர்கள் எல்லோரும் நினைத்துக்கொண்டிருந் தார்கள். இது விஷயம் தமிழகத்து வீரர்களுக்கெல்லாம் மகிழ்ச்சியையும் பெருமையையும் அளித்து வந்தது. இராஜகுலம் எதிலும் பிறவாதவரும், இராஜ வம்சத்தோடு உறவு பூணாதவருமான ஒருவர், தமது வீரம், ஒழுக்கம், ஆற்றல் இவை காரணமாகவே சேனாபதிப் பதவியை அடைந்திருந்ததும், அவருக்கும் சக்கரவர்த்திக்கும் அத்தகைய நெருங்கிய நட்பு ஏற்பட்டிருந்த தும் மற்ற வீரர்களுக்கெல்லாம் மிக்க பெருமையை அளித்து வந்தது.

ஆனால், அப்பேர்ப்பட்ட என்றும் அழியாத சிரஞ்சீவி சிநேகம் என்று எல்லோரும் நினைத்திருந்த சேர்க்கைக்கு, இப்போது ஊறு நேர்ந்து விட்டதாகத் தோன்றியது. மாமல்லருக்கும் பரஞ்சோதிக்கும் மன வேற்றுமை ஏற்பட்டு விட்டதாகக் காணப்பட்டது. வாதாபிக் கோட் டையைத் தாக்கலாமா வேண்டாமா என்ற விவாதத்திலிருந்து அந்த வேற்றுமை உண்டானதாகச் சிலர் சொன்னார்கள். சிவகாமி தேவி விஷயத் தில் மாமல்லர் மிகக் கடுமையாக நடந்துகொண்டதே சேனாபதிக்கு ஆறாத மனப்புண்ணை உண்டாக்கி விட்டதாகச் சிலர் ஊகித்தார்கள். இலங்கை இளவரசரும் ஆதித்தவர்மனும் சேர்ந்து போதனை செய்து மாமல்லருடைய மனத்தில் களங்கம் உண்டுபண்ணி விட்டதாகச் சிலர் கூறினார்கள். ‘அதெல்லாம் ஒன்றுமில்லை! எல்லோரும் வீண் வம்பு வளர்க்கிறீர்கள்! சேனாபதிக்கு இடைவிடாத உழைப்பினால் தேக சுகம் கெட்டு விட்டது. அதனால் சக்கரவர்த்தி அவரை வெளியே வராமல் கூடாரத்துக்குள்ளே இருந்து இளைப்பாறும்படி கட்டளையிட்டிருக்கிறார்’ என்று ஒரு சிலர் நல்ல காரணத்தைக் கற்பித்தார்கள்.

‘நாளைக் காலையில் கொடியேற்றத்துக்குச் சேனாபதி வருகிறாரா, இல்லையா என்று பார்க்கலாம். கொடியேற்றத்துக் குச் சேனாபதி வந்தால் எல்லாச் சந்தேகமும் தீர்ந்து விடும்!’ என்று சிலர் மத்தியஸ்தமாய்ப் பேசினார்கள்.

47.சிறுத்தொண்டர்

பல்லவ வீரர்களில் சிலர் சந்தேகித்ததுபோல் சேனாபதி பரஞ்சோதியின் உடம்புக்கு ஒன்றுமில்லை. அவருடைய தேகம் சௌக்கியமாகத்தான் இருந்தது. ஆனால், அவருடைய மனத்திலேதான் சௌக்கியமும் இல்லை, சாந்தமும் இல்லை.

தம்முடைய கூடாரத்தில் தன்னந்தனியாகப் பரஞ்சோதி உட்கார்ந்திருந்தார். அவருக்குத் தூக்கம் வரவில்லை. அவருடைய மனக்கண் முன்னால்

வாதாபியின் வீடுகள் பற்றி எரியும் காட்சியும், ஸ்திரீகளும், குழந்தைகளும், வயோதிகர்களும் அலறிக் கொண்டு ஓடும் தோற்றமும், பல்லவ வீரர்கள் வாதாபியின் எரிகிற வீடுகளிலும் கடைகளிலும் புகுந்து கொள்ளையடிக்கும் காட்சியும், தலை வேறு கை வேறு கால் வேறாகக் கிடந்த உயிரற்ற வீரர்களின் தோற்றமும், இரத்த வெள்ளம் ஓடும் காட்சியும் மாறி மாறி வந்து கொண்டிருந்தன.

இந்தக் கோரமான காட்சிகளோடு, இருளடைந்த பாதாள புத்த விஹாரத்தில் சிவகாமியின் மீது விஷக் கத்தியை எறியப் போன நாகநந்தியின் தோற்றமும், விஷக் கத்தியைக் காட்டிலும் குரூரமான நஞ்சு தோய்ந்த சொல்லம்புகளை அந்தப் பேதைப் பெண் மீது மாமல்லர் பொழிந்த சம்பவமும், கத்தியால் குத்தப்பட்டுத் தரையிலே செத்துக் கிடந்த கண்ண பிரானுடைய களையிழந்த முகமும் இடையிடையே அவர் உள்ளத்தில் தோன்றின.

இவ்வளவுக்கும் மேலாக நெற்றியில் வெண்ணீறும் தேகமெல்லாம் ருத்ராட்ச மாலையும் அணிந்து, கையிலே உழவாரப் படை தரித்துச் சாந்தமும் கருணையும் பொலிந்த திருமுகத்தோடு விளங்கிய திருநாவுக் கரசர் பெருமான், சேனாபதி பரஞ்சோதியை அன்புடன் நோக்கி, 'அப்பனே! நீ எங்கே இருக்கிறாய்? என்ன காரியம் செய்கிறாய்? போதும்! வா! உனக்காக எத்தனை நாள் நான் காத்துக் கொண்டிருப்பேன்?' என்று கேட்டுக்கொண்டே யிருந்தார். அதற்குப் பரஞ்சோதி, 'குருதேவா! இன்னும் அறுபது நாழிகை நேரந்தான்! பிறகு தங்களிடம் வந்து விடுகிறேன்!' என்று மறுமொழி சொல்லிக் கொண்டிருந்தார்.

சிவகாமி தேவியை விடுதலை செய்து ஆயனரிடம் சேர்ப்பித்து அவர்களை முன்னதாக ஊருக்கு அனுப்பி வைத்த பிறகு, பரஞ்சோதி பொறுக்கி எடுத்த வீரர்கள் அடங்கிய படையுடன் மேற்கு நோக்கிச் சென்றார். வேங்கியிலிருந்து வரும் சளுக்கர் சைனியத்தை எதிர்பார்த்துக்கொண்டிருந்த ஆதித்தவர்மருடன் சேர்ந்து கொண்டார். வாதாபி தகனம் ஆரம்பமான மூன்று நாளைக்கெல்லாம் வேங்கி சைனியம் வந்து சேர்ந்தது. அந்தச் சைனியம் பெரும்பாலும் யானைப் படையும் குதிரைப் படையும் அடங்கியது. மேற்படி சைனியத்தின் தலை வர்கள் புலிகேசியின் மரணத்தையும் வாதாபிக் கோட்டையின் வீழ்ச்சியையும் அறிந்து கொண்டதும் பின்னோக்கித் திரும்பிச் செல்லப் பார்த்தார்கள். பரஞ் சோதியின் முன்யோசனை அதற்கு இடங்கொடுக்கவில்லை. ஆதித்தவர்மரை நின்ற இடத்திலேயே நிற்கவிட்டுப் பரஞ்சோதி விரைந்து வளைந்து சென்று வேங்கி சைனியத்தைப் பின்னோக்கிச் செல்ல முடியாமல் தடுத்தார். இவ்விதம் இரு புறத்திலும் சூழப்பட்ட வேங்கி சைனியம் வேறு வழியின்றிச் சரணாகதி அடைந்தது. அந்தச் சைனியத்தைச் சேர்ந்த பதினாயிரம் யானைகளும் முப்பதினாயிரம் குதிரைகளும் ஒரு சேதமும் இல்லாமல் பல்லவர்களுக்குக் கிடைத்து விட்டன.

இந்த மாபெரும் காணிக்கையை மாமல்லரிடம் ஒப்புவித்ததும் பரஞ் சோதியார் தம்மைச் சேனாபதிப் பதவியிலிருந்து விடுதலை செய்யும்படி

கேட்டுக்கொண்டார். இத்தனை காலமும் இராஜ்ய சேவை செய்தாகி விட்ட தென்றும், இனிமேல் சிவபெருமானுக்கு அடிமை பூண்டு சிவனடியார் களுக்குத் தொண்டு செய்து வாழ்க்கை நடத்த விரும்புவதாகவும் தெரிவித்துக் கொண்டார்.

மேற்படி வேண்டுகோள் மாமல்லருக்கு அதிகமான ஆச்சரியத்தை அளிக்க வில்லை. சென்ற சில காலமாகவே பரஞ்சோதியின் மனப்போக்கு மாறி வைராக்கியம் அடைந்து வருவதை மாமல்லர் கவனித்து வந்தார். எனவே அவருடைய வேண்டுகோளை மறுக்காமல் 'சேனாபதி! தங்கள் இஷ்டப் படியே ஆகட்டும். ஆனால், எரிந்து அழிந்த வாதாபியின் மத்தியில் நமது சிங்கக் கொடியை ஏற்றும் வைபவத்தை மட்டும் நடத்தி விடுங்கள், அப்புறம் விடை தருகிறேன்' என்று சொல்லியிருந்தார்.

மேற்படி கொடியேற்று விழா மறுநாள் சூரியோதயத்தில் நடைபெறுவ தாயிருந்தது. இதனாலேதான் பரஞ்சோதி, 'இன்னும் ஒரே ஒரு நாள்' என்று ஜபம் செய்துகொண்டிருந்தார்.

மறுதினம் காலையில் உதித்த சூரிய பகவான் சில நாளைக்கு முன்பு வாதாபி நகரம் இருந்த இடத்தில் - நேற்றெல்லாம் சாம்பலும் கரியும் கும்பல் கும்பலாகக் கிடந்த இடத்தில் - கண்ணைக் கவரும் அதிசயமான காட்சி ஒன்றைக் கண்டார்.

பல்லவ - பாண்டிய சேனா வீரர்கள் வாளும் வேலும் ஏந்தி வரிசை வரிசை யாக அணிவகுத்து நின்றார்கள். அவர்களுக்குப் பின்னால் அழகாக அலங் கரிக்கப்பட்ட போர் யானைகளும் புரவிகளும் நிரை நிரையாக கண்ணுக் கெட்டிய தூரம் நின்றன. இந்தச் சேனா சமுத்திரத்துக்கு மத்தியில், அலை கடலுக்கு நடுவே தோன்றும் கப்பலின் கூம்பைப் போல் ஒரு புத்தம் புதிய சிற்ப வேலைப்பாடமைந்த ஜயஸ்தம்பம் கம்பீரமாக நின்றது.

லட்சக்கணக்கான வீரர்கள் அவ்விடத்தில் கூடியிருந்த போதிலும், கப்சிப் என்ற நிசப்தம் குடிகொண்டிருந்தது. சிறிது நேரத்துக்கெல்லாம் கூட்டத்தின் ஒரு முனையில் கலகலப்பு உண்டாயிற்று. பேரிகைகள் அதிர்ந்தன! எக்காளங்கள் முழங்கின! சக்கரவர்த்தியின் வருகைக்கு அறிகுறியான மேற்படி வாத்திய கோஷத்தைக் கேட்டதும், அந்த லட்சக்கணக்கான வீரர்களின் கண்டங்களிலிருந்து ஏககாலத்தில் 'வாதாபி கொண்ட மாமல்ல சக்கரவர்த்தி வாழ்க!' என்ற கோஷம் கிளம்பி மேலே வான மண்டலம் வரை சென்று, நாலா திசைகளிலும் பரவிப் படர்ந்து எங்கெங்கும் எதிரொலியை உண்டாக்கியது.

சேனாபதி பரஞ்சோதி, இலங்கை இளவரசர் மானவன்மர், வேங்கி அரசர் ஆதித்தவர்மன் முதலியவர்கள் பின்தொடர மாமல்ல சக்கரவர்த்தி ஜயஸ்தம் பத்தின் அடியிலே வந்து நின்றவுடனே, மறுபடியும் ஒரு தடவை ஜயகோஷம் கிளம்பி, எட்டுத் திக்குகளையும் கிடுகிடுக்கச் செய்தது.

சப்தம் அடங்கியதும் மாமல்லர் சுற்றிலும் நின்றவர்களைப் பார்த்துச் சில விஷயங்களைக் கூறினார். தாமும் பரஞ்சோதியும் ஒன்பது வருஷத்துக்கு முன்னால் மாறு வேடம் பூண்டு அவர்கள் இப்போது நிற்கும் அந்த இடத்துக்கு

வந்திருந்ததையும், அச்சமயம் அங்கு வேறொரு ஜயஸ்தம்பம் நின்றதையும், அதில் புலிகேசி மகேந்திர பல்லவரை முறியடித்தது பற்றிய பொய்யான விவரம் எழுதியிருந்ததையும், அந்த ஜயஸ்தம்பத்தைப் பெயர்த்தெறிந்து அதன் இடத்தில் பல்லவ ஜயஸ்தம்பத்தை நிலை நாட்டுவதென்று தாமும் சேனா பதியும் சபதம் செய்ததையும், அந்தச் சபதம் இன்று நிறைவேறி விட்டதையும் குறிப்பிட்டு, இந்த மாபெரும் வெற்றிக்கெல்லாம் முக்கிய காரண புருஷரான சேனாபதி பரஞ்சோதிதான் அந்த ஜயஸ்தம்பத்தில் பல்லவ சைனியத்தின் வெற்றிக் கொடியை ஏற்றுவதற்கு உரிமையுடையவர் என்று கூறி முடித்தார்.

சக்கரவர்த்திக்கும் சேனாபதிக்கும் ஏதாவது மன வேற்றுமை ஏற்பட்டிருக் கிறதோ என்பதுபற்றிப் பல்லவ வீரர்களிடையில் சந்தேகம் ஏற்பட்டி ருந்ததைப் பார்த்தோமல்லவா?

எனவே, இப்போது ஜயஸ்தம்பத்தின் அருகில் சக்கரவர்த்தியும் சேனாபதியும் சேர்ந்து நிற்பதைப் பார்த்ததுமே அவ்வீரர்களுக்கு மிகுந்த உற்சாகம் ஏற்பட்டது. சேனாபதியைப் பற்றிச் சக்கரவர்த்தி கூறியதை அருகிலே நின்று நன்றாய்க் கேட்டவர்களும் தூரத்திலே நின்று அரைகுறையாகக் கேட்டவர்களும் கூட அளவற்ற மகிழ்ச்சியடைந்து ஆரவாரம் செய்தார்கள்.

சேனாபதி புதிய ஜயஸ்தம்பத்தின் மீது பல்லவ சிம்மக் கொடியை உயர்த்தியபோது, சேனா வீரர்களின் குதூகலம் வரம்பு கடந்து பொங்கி ஜயகோஷமாகவும் வாழ்த்துரைகளாகவும் வெளியாயிற்று. பேரிகை முழக்கங்களும், வாத்ய கோஷங்களும், லட்சக்கணக்கான கண்டங் களிலிருந்து கிளம்பிய ஜயத்வனிகளும், அவற்றின் பிரதித்வனிகளுமாகச் சேர்ந்து சிறிது நேரம் காது செவிடுபடச் செய்தன.

சப்தம் அடங்கும் வரையில் பொறுத்திருந்த மாமல்லர் கடைசியாக அன்று அவ்வீரர்களிடம் விடைபெறுவதற்கு முன் வருத்தமான விஷயத்தைத் தாம் தெரிவிக்க வேண்டியிருக்கிறது என்ற பூர்வ பீடிகையுடன் ஆரம்பித்து, இத்தனை காலம் தம்முடன் இருந்து இரவு பகல் சேவை புரிந்து, இந்த மகத்தான வெற்றியைப் பெற்றுக்கொடுத்த பரஞ்சோதியார் இப்போது தம்மிடம் விடுதலை கேட்கிறார் என்றும், அவருடைய உள்ளம் சிவ பக்தியில் ஈடுபட்டிருக்கிறதென்றும் சிவனடியாரைச் சேனைத் தலைவராக வைத்திருப்பது பெருங்குற்றமாகுமென்றும், ஆகையால் அவருக்கு விடுதலை கொடுத்து விடத் தாம் சம்மதித்து விட்டதாயும், நாளைக் காலையில் அவர் தம்மையும் பல்லவ சைனியத்தையும் பிரிந்து தனி வழியே தீர்த்த யாத்திரை செல்கிறார் என்றும், வீரர்கள் எல்லாரும் உற்சாகமாக அவருக்கு விடைகொடுத்து அனுப்பவேண்டும் என்றும் தெரிவித்தார். தாம் தெரிவித்த விஷயம் அவ்வளவாக அந்த வீரர் கூட்டத்தில் உற்சாகம் உண்டு பண்ணவில்லையென்பதையும் கண்டார். எல்லையற்ற மௌனம் அந்தப் பெரும் கூட்டத்தில் அப்போது குடிகொண்டிருந்தது. அடுத்த நிமிஷம், ஆஜானுபாகுவாய் நெடிதுயர்ந்த மாமல்ல சக்கரவர்த்தி தம்மை விடக் குட்டையான சேனாபதி பரஞ்சோதியை மார்புறத் தழுவிக் கொண்டபோது, மீண்டும் அந்தச் சேனா சமுத்திரத்தில் கோலாகல த்வனிகள் எழுந்தன.

அன்றைக்கெல்லாம் மாமல்லர் பல்லவ - பாண்டிய வீரர்களுக்கும் படைத் தலைவர்களுக்கும் பரிசுகள் வழங்குவதில் ஈடுபட்டிருந்தார். வாதாபி எரியத் தொடங்கிய நாளிலிருந்து பல்லவ சைனியத்துடன் வந்திருந்த நூறு பொற் கொல்லர்கள் ஆயிரம் வீரர்களின் உதவியுடன் தங்கத்தை உருக்கிப் புதிய சிங்க முத்திரை போட்ட பொற்காசுகள் தயாரிப்பதில் ஈடுபட்டிருந்தார்கள். வாதாபி அரண்மனைகளிலிருந்தும் சளுக்க சாம்ராஜ்ய பொக்கிஷங் களிலிருந்தும் கைப்பற்றிய ஏராளமான தங்கக் கட்டிகளையும் பொன்னா பரணங்களையும் பெரிய கொப்பரைகளில் போட்டுப் பிரம்மாண்டமான அடுப்புக்களில் தீ மூட்டி உருக்கினார்கள். உருக்கிய பொன்னை நாணய வார்ப்படத்துக்காக அமைக்கப்பட்ட அச்சுக்களிலே ஊற்றி எடுத்து, லட் சலட்சமாகக் கழஞ்சு நாணயங்களைச் செய்து குவித்துக்கொண்டிருந்தார்கள்.

ஒவ்வொரு பல்லவ - பாண்டிய வீரனுக்கும் அவனவன் தானே சேகரித்துக் கொண்ட செல்வத்தைத் தவிர தலைக்குப் பத்துப் பொற்கழஞ்சுகள் அளிக்கப்பட்டன.

போர் வீரர்களுக்கு மேற்கண்டவாறு பரிசு அளித்த பிறகு படைத் தலைவர்களுக்கும் சிறந்த வீரச் செயல்கள் புரிந்தவர்களுக்கும் விசேஷப் பரிசுகள் அளிக்கப்பட்டன. யானைகளும் குதிரைகளும் சுமக்கக்கூடிய அளவு செல்வங்களும் பகிர்ந்து கொடுக்கப்பட்டன.

துங்கபத்திரைக்கும் கிருஷ்ணை நதிக்கும் அப்பால் பல்லவ ஆதிக்கத் துக்குட்பட்ட விஸ்தாரமான பிரதேசங்களை எல்லாம் வேங்கியைத் தலைநகராக்கிக்கொண்டு சர்வாதிகாரத்துடன் ஆளும்படியாக ஆதித்தவர்மர் நியமிக்கப்பட்டார்.

இலங்கை இளவரசன் மானவன்மருக்குத் தக்க வெகுமதியளிப்பது பற்றி மாமல்லர் யோசித்தபோது, 'பிரபு! என் தந்தை வீற்றிருந்து அரசாண்ட இலங்கைச் சிம்மாசனந்தான் நான் வேண்டும் பரிசு! வேறு எதுவும் வேண்டாம்!' என்றார் மானவன்மர்.

கடைசியில், மாமல்லர் பரஞ்சோதியைப் பார்த்துச் சொன்னார்: 'நண்பரே! இந்த மகத்தான வெற்றி முழுவதும் தங்களுடையது! எனவே, இந்த வெற்றியின் மூலம் கிடைத்த அளவில்லாத செல்வங்களும் உங்களு டையவைதான். முப்பதினாயிரம் யானைகள், அறுபதினாயிரம் குதிரைகள், காஞ்சி அரண்கள், எல்லாம் கொள்ளாத அளவு நவரத்தினங்கள், அளவிட முடியாத தங்கம், வெள்ளி ஆபரணங்கள் இவையெல்லாம் நமக்கு இந்தப் போரிலே லாபமாகக் கிடைத்திருக்கின்றன. இவற்றில் ஒரு பகுதியையா வது தாங்கள் கட்டாயம் எடுத்துக்கொள்ள வேண்டும். ஐயாயிரம் யானை களும், பதினாயிரம் குதிரைகளும், அவை சுமக்கக்கூடிய செல்வங்களும் தங்களுக்கு அளிப்பதென்று எண்ணியிருக்கிறேன்...'

மாமல்லரை மேலே பேசவிடாதபடி தடுத்துப் பரஞ்சோதி கூறினார்: 'பல்லவேந்திரா! மன்னிக்க வேண்டும். தங்களிடம் நான் கோருவது

முக்கியமாகத் தங்களுடைய தங்கமான இருதயத்தில் என்றைக்கும் ஒரு சிறு இடந்தான். அதற்கு மேலே நான் கோருகிற பரிசு ஒன்றே ஒன்று இருக்கிறது. அதுவும் வாதாபிக் கோட்டையிலிருந்து கொண்டு வரப்பட்ட பொருளே தான்!'

'ஆகா! அது என்ன அதிசயப் பொருள்?' என்று மாமல்லர் வியப்புடன் கேட்டார்.

'அந்தப் பொருள் இதோ வரும் மூடு பல்லக்கில் இருக்கிறது!' என்று பரஞ்சோதி கூறியதும், நாலு வீரர்கள் ஒரு மூடு பல்லக்கைக் கொண்டுவந்து இறக்கினார்கள். பல்லக்கைத் திறந்ததும், அதற்குள்ளே நாம் ஏற்கெனவே பார்த்த விநாயகர் விக்கிரகம் இருந்தது.

வாதாபிக் கோட்டை வாசலில் இருந்த அந்த விக்கிரகத்துக்குத் தாம் பிரார்த்தனை செய்துகொண்டதைப் பற்றிப் பரஞ்சோதி கூறி, அதைத் தம்முடன் கொண்டுபோய்த் தாம் பிறந்து வளர்ந்த செங்காட்டாங்குடிக் கிராமத்தில் பிரதிஷ்டை செய்ய விரும்புவதாகவும் தெரிவித்தார். மேற்படி விக்கிரகத்தைத் தவிர வாதாபி நகரத்திலிருந்து கவரப்பட்ட வேறெந்தப் பொருளும் தமக்கு வேண்டியதில்லையென்று பரஞ்சோதி கண்டிப்பாக மறுத்து விட்டார்.

வேறு வழியின்றி மாமல்லர் பரஞ்சோதியின் விருப்பத்துக்கு இணங்க வேண்டியதாயிற்று. பரஞ்சோதி ஸ்தல யாத்திரை செல்லும்போது இரண்டு யானை, பன்னிரண்டு குதிரை, நூறு காலாள் வீரர்கள் ஆகிய பரிவாரங்களை மட்டும் உடன் அழைத்துச் செல்லவேண்டுமென்று மாமல்லர் பிடிவாதம் பிடித்துத் தமது நண்பரை இணங்கும்படி செய்தார்.

மறுநாள் மத்தியானம் மாமல்லரும் பல்லவ சைனியமும் அவர்கள் வந்த வழியே காஞ்சிக்குத் திரும்பிச் செல்லப் புறப்படுவதாகத் திட்டமாகி யிருந்தது. பரஞ்சோதியார் துங்கபத்திரைக் கரையோடு சென்று ஸ்ரீசைலம் முதலிய க்ஷேத்திரங்களைத் தரிசித்துவிட்டு வருவதற்காக அன்று காலையிலேயே தமது சிறு பரிவாரத்துடன் புறப்பட்டார்.

புறப்படுவதற்கு முன்னால் மாமல்லரிடம் கடைசியாக விடைபெற்றுக் கொள்ளுவதற்காகச் சக்கரவர்த்தியின் கூடாரத்துக்குப் பரஞ்சோதி வந்த போது பல்லவ - பாண்டிய வீரர்கள் தங்களுடைய கட்டுப்பாட்டை யெல்லாம் மறந்து அங்கே கூட்டம் கூடிவிட்டார்கள். பரஞ்சோதியின் புதிய தோற்றம் அவர்களைச் சிறிது நேரம் திகைப்படையச் செய்தது. கத்தி, கேடயம், வாள், வேல், தலைப்பாகை, கவசம், அங்கி இவற்றையெல்லாம் களைந்தெறிந்து விட்டுப் பரஞ்சோதி நெற்றியில் வெண்ணீறு தரித்து, தலையிலும், கழுத்திலும் ருத்ராட்சம் அணிந்து, பழுத்த சிவபக்தரின் தோற்றத்தில் விளங்கினார். அவருடைய திருமுகம் நேற்றுவரை இல்லாத பொலிவுடன் சுடர் விட்டுப் பிரகாசித்தது. சற்று நேரம் திகைத்து நின்ற வீரர்களைப் பார்த்துப் பரஞ்சோதி கும்பிட்டதும், 'சேனாபதி பரஞ்சோதி வாழ்க! வாதாபி கொண்ட மகா வீரர் வாழ்க!' என்று கூவினார்கள். பரஞ்சோதி அவர்களைக் கைகூப்பி வணங்கி அமைதி உண்டுபண்ணினார்.

பிறகு, 'நண்பர்களே! இன்று முதல் நான் சேனாபதி இல்லை; தளபதியும் இல்லை. சிவனடியார்களுக்குத் திருத்தொண்டு செய்யும் தொண்டர் கூட்டத்தில் அடியேன் ஒரு சிறு தொண்டன்!' என்று கூறினார்.

அளவில்லாத வியப்புடனும் பக்தியுடனும் இதைக் கேட்டுக் கொண்டு நின்ற பல்லவ வீரர்களில் ஒருவன் அப்போது ஓர் அமர கோஷத்தைக் கிளப்பினான்.

'சிவனடியார் சிறுத்தொண்டர் வாழ்க!' என்று அவன் கம்பீரமாகக் கோஷித்ததை நூறு நூறு குரல்கள் திருப்பிக் கூவின.

'சிறுத்தொண்டர் வாழ்க!' 'சிவனடியார் சிறுத்தொண்டர் வாழ்க! என்று கோஷம் நாலாபுறத்திலும் பரவி ஆயிரமாயிரம் குரல்களில் ஒலித்து எதிரொலித்தது. பரஞ்சோதியார் தமது சிறிய பரிவாரத்துடனும் வாதாபி விநாயகருடனும் நெடுந்தூரம் சென்று கண்ணுக்கு மறையும்வரையில், 'சிறுத்தொண்டர் வாழ்க!' என்ற சிரஞ்சீவி கோஷம் அந்தச் சேனா சமுத்திரத்தில் திரும்பத் திரும்ப எழுந்துகொண்டேயிருந்தது!

48.குளக்கரைப் பேச்சு

தை மாதத்தின் பிற்பகுதியில் ஒருநாள் காலை நேரத்தில் வானம் மப்பும் மந்தாரமுமாயிருந்தது.

அந்த வருஷம் ஐப்பசி, கார்த்திகையில் நல்ல மழை பெய்திருந்தபடியால், தாமரைக் குளம் நிரம்பிக் கரையைத் தொட்டுக் கொண்டு தண்ணீர் ததும்பிற்று. காலைச் சூரியனை மேகங்கள் மூடியிருந்தபோதிலும் குளத்தில் செந்தாமரைப் புஷ்பங்கள் நன்றாக மலர்ந்து இனிய நறுமணத்தை நானா திசைகளிலும் பரப்பிக்கொண்டிருந்தன.

இறகுகளில் சிவப்பு வரியுடன் கூடிய நீல நிற வண்டுகள், மலர்ந்த செந்தாமரைப் பூக்களை வலம் வந்து இசைபாடி மகிழ்ந்தன.

பளிங்கு போலத் தெளிந்திருந்த தடாகத்தின் தண்ணீரில் பெரிய பெரிய கயல் மீன்கள் மந்தை மந்தையாக நீந்தி விளையாடிக் கொண்டிருந்தன.

பச்சைப் பசுங் குடைகளைப் போலத் தண்ணீரிலிருந்து கம்பீரமாக எழுந்து தலை நிமிர்ந்து நின்ற தாமரை இலைகளில் முத்து நீர்த் துளிகள் அங்குமிங்கும் தவழ்ந்து விளையாடின.

தாமரைக் குளத்தைச் சுற்றிலும் வானோங்கி வளர்ந்திருந்த விருட்சங்கள் கப்பும் கிளைகளும், இலைகளும், தளிர்களுமாய்த் தழைத்துப்படர்ந்து சில இடங்களில் குளத்தின் தண்ணீர்மீது கவிந்து கரு நிழல் பரப்பிக்கொண்டிருந்தன.

பச்சைக் கிளிகளும் பல வர்ணக் குருவிகளும் இன்னிசைக் குயில்களும் இனிய கீதம் பாடும் மைனாக்களும் குளிர்ந்த தழைகளுக்கிடையில் உட்கார்ந்து இளந்தளிர்களைக் கோதிக் கொண்டும் மலர்களின் மகரந்தங் களை உதிர்த்துக்கொண்டும் ஆனந்தமாக ஆடிக்கொண்டும் பாடிக் கொண்டும் கிளைக்குக் கிளை தாவிக்கொண்டும் வசந்த காலத்துக்கு வரவேற்புக் கூறிக் கொண்டிருந்தன.

இவ்விதம் இயற்கைத் தேவி பூர்ண எழிலுடன் கொலுவீற்றிருந்த இடத்தில், ஜீவராசிகள் எல்லாம் ஆனந்தத் திருவிழாக் கொண்டாடிக்கொண்டிருந்த சமயத்தில், மானிட ஜன்மம் எடுத்த அபலைப் பெண் ஒருத்தி மட்டும் அந்தக் குளக்கரையில் சோகமே உருக்கொண்டது போல் உட்கார்ந்திருந்தாள்.

அவள் ஆயனச் சிற்பியாரின் செல்வத்திருமகளும், வீராதி வீரரான மாமல்ல சக்கரவர்த்தியின் உள்ளம் கவர்ந்த காதலியும் நடனக் கலைத் தெய்வத்தின் பரிபூரண அருள் பெற்ற கலைராணியுமான சிவகாமி தேவிதான்.

அந்தத் தாமரைக் குளத்தின் காட்சியானது சிவகாமிக்கு எத்தனை எத்தனையோ பூர்வ ஞாபகங்களை உண்டாக்கிக் கொண்டு இருந்தது.

அந்தத் தடாகக் கரை ஓரத்தில் பத்து வருஷங்களுக்கு முன்னால் அவள் இதே மாதிரி எவ்வளவோ தடவை உட்கார்ந்து தெளிந்த தண்ணீரில் பிரதிபலித்த தன் அழகிய உருவத்தைப் பார்த்துக் கொண்டிருந்திருக்கிறாள்.

சென்ற பத்து வருஷ காலத்தில் அவளுடைய உருவத் தோற்றத்தில் எந்தவித மான மாறுதலும் ஏற்பட்டிருக்கவில்லை.

ஆனால், அவளுடைய உள்ளம் அந்தப் பத்து வருஷத்திலே எவ்வளவு மாறுதல் அடைந்து விட்டது!

அழகிய தாமரை மலரையும் அதைச் சுற்றி வரும் நீலநிற வண்டுகளையும் பார்க்கும்போது முன்னாளில் அவள் உள்ளம் அடைந்த குதூகலம் இப்போது ஏன் அடையவில்லை?

தண்ணீரிலே பிரதிபலித்த அவளுடைய பொன் மேனியின் சௌந்தரியத் தையும் ஆடை ஆபரண அலங்காரத்தையும் பார்த்த போது அவள் அடைந்த பெருமிதமும் இன்பமும் இப்போது எங்கே போய் விட்டன?

அந்தக் காலத்தில் அதே தாமரைக் குளக்கரையில் தன்னந்தனியாக உட்கார்ந்து மனோராஜ்யம் செய்துகொண்டிருப்பதில் சிவகாமி எவ்வளவோ இன்பத்தை அனுபவித்தாள். தனிமையிலே அவள் கண்ட அந்த இனிமை இப்போது எங்கே?

சிவகாமிக்குச் சில சமயம் தனது சென்ற கால வாழ்க்கையெல்லாம் ஒரு நெடிய இந்திரஜாலக் கனவுபோலத் தோன்றியது. தான் அத்தாமரைக் குளக்கரையில் உட்கார்ந்திருப்பதும் தன்னைச் சுற்றிலும் காணப்படும் அழகிய இயற்கைக் காட்சிகளும் உண்மைதானா அல்லது வாதாபி நகரத்துச் சிறை வீட்டில் உட்கார்ந்தபடி காணும் பகற்கனவா என்று அடிக்கடி சந்தேகம் ஏற்பட்டது.

இவ்விதம் நெடுநேரம் ஏதோ உருவமில்லாத சிந்தனைகளில் சிவகாமி ஆழ்ந்திருந்தாள். வானத்தை மூடியிருந்த மேகப் படலங்கள் சிறிது விலகி சூரியன் வெளித் தோன்றி அவள் மீது சுளீர் என்று வெயில் உறைத்த பிறகு எழுந்திருந்தாள். ஆயனரின் அரண்யச் சிற்ப வீட்டை நோக்கி நடந்தாள்.

குதிரைக் குளம்படியின் சப்தம் திடீரென்று கேட்டதும், அந்த அடி ஒவ்வொன்றும் தன் நெஞ்சின் மேல் படுவதுபோன்ற வேதனை அவளுக்கு உண்டாயிற்று. அந்தக் குளக்கரையைத் தேடி அவளுடைய காதலர் மாமல்லர் குதிரை மீது எத்தனையோ தடவை வந்திருப்பது சிவகாமிக்கு நினைவு வந்தது. இப்போது வருவது யார்? ஒருவேளை அவர்தானா? - ஆஹா! அவரை எப்படிச் சந்திப்பது? அவருடைய தீக்ஷண்யமான பார்வையை - 'அடி பாதகி! உன்னால் என்னென்ன வினைகள் எல்லாம் வந்தன? என்று குற்றம் சாட்டும் கண்களை எப்படித்தான் ஏறிட்டுப் பார்ப்பது?

ஒரு குதிரையல்ல - இரண்டு குதிரைகள் வருகின்றன. இரண்டு குதிரைகள் மீதும் இரண்டு பேர் வீற்றிருக்கிறார்கள். தனியாக அவரைச் சந்திப்பதே முடியாத காரியம் என்றால், இன்னொருவரின் முன்னால் அவரைப் பார்ப்பதுபற்றிக் கேட்க வேண்டியதில்லை. குளக்கரையின் சமீபத்தில் அடர்த்தியாக மண்டி வளர்ந்திருந்த புதர் ஒன்றின் பின்னால் சிவகாமி மறைந்து கொண்டாள்.

குதிரைகள் இரண்டும் சமீபத்தில் வந்தன. முன்னால் வரும் குதிரையின் மீது மாமல்லர்தான் வந்தார். அம்மா! அவர் முகத்திலேதான் இப்போது என்ன கடூரம்? அன்பு கனிந்து ஆர்வம் ததும்பிக் கள்ளங்கபடமற்ற உள்ளத்தைக் காட்டிய பால்வடியும் முகத்துக்கும் இந்தக் கடுகடுத்த முகத்துக்கும் எத்தனை வித்தியாசம்?

அவருக்குப் பின்னால் மற்றொரு குதிரையின்மேல் வந்தவர் பரஞ்சோதியாகத்தானிருக்க வேண்டுமென்று எண்ணிச் சிவகாமி பார்த்தாள். இல்லை; பரஞ்சோதி இல்லை! அந்த மனிதரை இதுவரையில் சிவகாமி பார்த்தது கிடையாது. ஆ! பத்து வருஷத்துக்குள் எத்தனையோ புதுச் சிநேகிதம் அவருக்கு ஏற்பட்டு இருக்கும்!

குதிரைகள் இரண்டும் குளக்கரையில் வந்து நின்றன. இருவரும் இறங்கினார்கள். அந்தப் பழைய விருட்சத்தின் அடியில் மாமல்லரின் கவிதையழகு வாய்ந்த காதல் ஓலைகளை எந்த மரத்தின் பொந்திலே தான் ஒளித்து வைத்திருப்பது வழக்கமோ, அதே மரத்தினடியில் இருவரும் நின்றார்கள். மாமல்லரின் பேச்சு அவள் காதிலே விழுந்தது. ஆம்! தன்னைப்பற்றித்தான் அவர் பேசுகிறார்.

மாமல்லரின் குரலில் பின்வரும் வார்த்தைகள் வருவதைச் சிவகாமி கேட்டாள். 'ஒரு காலத்தில் இந்தத் தாமரைக் குளத்தைப் பார்க்கும்போது எனக்கு எத்தனை குதூகலமாயிருந்தது! எத்தனை தடவை இந்தக் குளத்தைத் தேடி ஆர்வத்துடன் ஓடி வந்திருக்கிறேன்? என் அருமைத் தந்தையிடம் கூட

என் உள்ளத்தை ஒளித்து இங்கே கள்ளத்தனமாக எத்தனை முறை வந்திருக் கிறேன்? இதன் அருகில் வரும்போது, சிவகாமி இங்கே இருப்பாளோ, மாட்டாளோ என்ற எண்ணத்தினால் எப்படி என் நெஞ்சம் துடித்துக் கொண்டிருக்கும்? அவள் இந்த மரத்தடியில் உள்ள பலகையில் தங்க விக்ரகத்தைப் போல் தனியாக அமர்ந்திருப்பதைப் பார்த்ததும் எப்படி என் உள்ளம் மகிழ்ச்சி ததும்பித் துள்ளிக் குதிக்கும்? அப்படிப்பட்ட சிவகாமியை இன்று ஏறிட்டுப் பார்க்கவே என் மனம் துணியவில்லை. வீட்டின் வாசல் வரைக்கும் வந்து விட்டு, உள்ளே போகத் தயங்கி ஒதுங்கி வந்து விட்டேன். இந்தத் தாமரைக் குளம் அந்தக் காலத்தில் இருந்ததைக் காட்டிலும் அதிக வனப்புடனேதான் இன்று விளங்குகிறது. ஆயினும் இதைப் பார்ப்பதில் எனக்கு மகிழ்ச்சி உண்டாகவில்லை - மானவன்மரே! இதோ இந்த மரத்தடிப் பலகையைப் பாருங்கள்! இந்தப் பலகையின் மேல் நாங்கள் கை கோர்த்துக்கொண்டு உட்கார்ந்து எத்தனையோ நாள் சொர்க்க இன்பத்தை அனுபவித்திருக்கிறோம். அந்தப் பலகை இன்று எப்படி வெயிலிலே உலர்ந்து மழையிலே நனைந்து துண்டு துண்டாய்ப் பிளந்து கிடக்கிறது! இளவரசே! என்னுடைய சிதைந்து போன வாழ்க்கைக்கு இந்தப் பலகையே சரியான சின்னமாக விளங்குகிறது...'

மானவன்மர் என்று அழைக்கப்பட்ட மனிதர் ஏதோ சொன்னார். அது சிவகாமியின் காதில் விழவில்லை.

மாமல்லர் அவருக்குக் கூறிய மறுமொழி மட்டும் கேட்டது.

'ஆ! மானவன்மரே! என்னால் அது நினைக்கவும் முடியாத காரியம். செடியிலிருந்து கீழே உதிர்ந்த பூ உதிர்ந்து போனதுதான். மறுபடியும் அதைச் செடியிலே பொருத்த முடியுமா? என்னுடைய தந்தை மகேந்திர பல்லவர் ஒரு சமயம் கூறியது எனக்கு நினைவு வருகிறது. 'சிவகாமியும் அவளுடைய அற்புதக் கலையும் கடவுளுக்கு அர்ப்பணம் ஆக வேண்டியவை. கேவலம் மனிதர்களுக்கு உரியவை அல்ல' என்று அவர் கூறினார். மகேந்திர பல்ல வரின் வாக்கு ஒருபோதும் வீண்போவதில்லை!'

இவ்விதம் சொல்லிக்கொண்டே மாமல்லர் தம் சிநேகிதருடன் மெல்ல நடந்து தாமரைத் தடாகத்தின் நீர்க்கரை ஓரம் வரையில் இறங்கிச் சென்றார். இருவரும் சிறிது நேரத்துக்கெல்லாம் திரும்பி வந்து தத்தம் குதிரைகளின் மீது ஏறிச் சென்றார்கள்.

சிவகாமி தன்னுடைய வீட்டை நோக்கிக் காட்டு வழியே சென்ற போது அவளுடைய உள்ளத்தில் பெரும் கிளர்ச்சி குடிகொண்டிருந்தது. அந்தக் கிளர்ச்சியில் இன்பமும் வேதனையும் சமமாகக் கலந்திருந்தன.

மாமல்லர் தன்னை மறந்து போய் விடவில்லையென்பதையும் தன்னிடம் அவரது அன்பு குறைந்து விடவில்லையென்பதையும் அவளுடைய உள்ளம் நன்கு தெரிந்து கொண்டிருந்தது. ஆயினும் அவர்கள் இருவருக்கும் இடையில் ஏதோ ஒரு பெரிய தடை - கடக்க முடியாத அகாதமான பள்ளம் - இருப்பதாகவும் அவளுடைய உள்ளுணர்ச்சி கூறியது. அந்தத் தடை

எத்தகையது, அந்தப் பள்ளம் எப்படி ஏற்பட்டது என்பதை அவள் எவ்வளவு யோசித்தும் தெரிந்துகொள்ள முடியவில்லை.

எப்படியும் மாமல்லரைக் கூடிய சீக்கிரத்தில் ஒருநாள் பார்க்க வேணும். பார்த்துத் தனது உள்ளம் அவர் விஷயத்தில் முன்போலவேதான் இருக்கிறது என்பதைத் தெரியப்படுத்த வேணும் என்று தீர்மானித்துக்கொண்டாள். என்றென்றைக்கும் தான் அவருடைய அடியாள், அவர் நிராகரித்துத் தள்ளினாலும் அகன்று போக முடியாதவள் என்று உறுதி கூற எண்ணினாள்.

அன்று மத்தியானம் சிவகாமி ஏதோ சிந்தனையில் ஆழ்ந்து உட்கார்ந் திருப்பதைப் பார்த்து ஆயனர், தயங்கித் தயங்கி அவளுடன் பேச்சுக் கொடுக்க முயன்றார்.

'குழந்தாய்! எனக்கென்னவோ இப்போது இந்த நடுக் காட்டிலே வசிப்பது அவ்வளவாகப் பிடிக்கவில்லை. காஞ்சியில் நமக்கு ஒரு வீடு இருக்கிற தல்லவா! அங்கேயே போய் விடலாம் என்று பார்க்கிறேன்; உன்னுடைய விருப்பம் என்ன?' என்று கேட்டார்.

'அப்பா! அதிசயமாயிருக்கிறதே? என் மனத்தில் இருப்பதையே நீங்களும் சொல்லுகிறீர்கள். எனக்கும் இந்தக் காட்டில் தனியாயிருக்க இப்போது அவ்வளவு பிரியமாயில்லை. நாலு பேரைப் பார்க்கவேண்டும், பேச வேண்டும் என்றிருக்கிறது. காஞ்சிக்குப் போனால் கமலி அக்காளுடனாவது பேசிப் பொழுது போக்கலாம்; நாளைக்குப் புறப்படலாமா, அப்பா?' என்றாள் சிவகாமி.

'நாளைக்குப் புறப்படலாம் என்று எண்ணித்தான் நானும் பல்லக்கு அனுப்பி வைக்கும்படிச் சொல்லியிருக்கிறேன். நாளைய தினம் காஞ்சி நகரில் பெரிய கோலாகலமாயிருக்கும்.'

'நாளைக்குக் காஞ்சி நகரில் என்ன விசேஷம், அப்பா?' என்று சிவகாமி கேட்டாள்.

'நாளைக்குச் சக்கரவர்த்தியின் பட்டணப் பிரவேச ஊர்வலம் நடக்கப் போகிறதாம்! சளுக்கர்களை முறியடித்து உலகம் காணாத மகத்தான வெற்றியுடன் மாமல்லர் திரும்பி வந்திருக்கிறார் அல்லவா?'

'சக்கரவர்த்தி திரும்பி வந்து விட்டாரா?' என்று சிவகாமி கேட்ட போது, அவளுடைய வாழ்க்கையில் கடைசி முறையாகக் கபட வார்த்தையைக் கூறினாள்.

'ஆம் குழந்தாய்! முந்தா நாள் பல்லவ சைனியம் வந்து சேர்ந்தது; சக்கரவர்த்தியும் வந்து விட்டார். எல்லாரும் வடக்குக் கோட்டை வாசலுக்கு அருகில் தண்டு இறங்கியிருக்கிறார்களாம். பட்டணப் பிரவேசத்துக்கு நாளைய தினம் நல்ல நாள் குறிப்பிட்டிருக்கிறார்களாம்... ஒரு விஷயம் கேட்டாயா, சிவகாமி! எனக்கு வயதாகி விட்டதோடு, அறிவும் தளர்ந்து வருகிறது என்று தோன்றுகிறது. இல்லாத பிரமைகள் எல்லாம் ஏற்படு கின்றன. இன்று காலை ஏதோ குதிரை வரும் சப்தம் கேட்டது போலிருந்

தது. சக்கரவர்த்திதான் அந்த நாளிலே வந்ததைப் போல் இந்த ஏழைச் சிற்பியின் வீட்டைத் தேடி வருகிறாரோ என்று நினைத்தேன். வாசலில் வந்து பார்த்தால் ஒருவரையும் காணவில்லை.'

சிவகாமியின் கண்களில் கண்ணீர் துளிர்த்தது. சக்கரவர்த்தி வந்தது உண்மைதான் என்பதைச் சொல்லலாமா என்று நினைத்தாள். அதற்குத் தைரியம் வரவில்லை.

சிவகாமி கண்களில் கண்ணீரைப் பார்த்த ஆயனர் சற்று நேரம் வேறு எங்கேயோ பார்த்துக்கொண்டு மௌனமாயிருந்தார். பிறகு சிவகாமியை நோக்கி கனிவு மிகுந்த குரலில், 'அம்மா, குழந்தாய்! உன்னிடம் ஒரு விஷயம் சொல்லவேண்டும் என்றிருக்கிறேன்' என்றார்.

'என்ன அப்பா, அது? சொல்லுங்களேன்!' என்றாள் சிவகாமி.

'உலகத்திலே உள்ள எல்லாப் பெண்களையும்போல நீயும் யாராவது ஒரு நல்ல கணவனை மணந்துகொண்டு சந்தான பாக்கியத்தை அடைய வேண்டும் குழந்தாய்! இந்த வயதான காலத்தில் இத்தனை நாள் இல்லாத ஆசை எனக்கு இப்போது ஏற்பட்டிருக்கிறது. பேரன் பேத்திகளோடு கொஞ்சி விளையாட வேண்டுமென்று விருப்பமாயிருக்கிறது...'

'அப்பா! நான் ஒருத்தி பெண் பிறந்து உங்கள் எல்லோருக்கும் கொடுத்த துன்பம் போதாதா, இன்னும் வேறு வேண்டுமா?' என்று நெஞ்சைப் பிளக்கும் குரலில் சிவகாமி கூறினாள்.

'சிவகாமி, இதென்ன வார்த்தை? நீ யாருக்கு என்ன துன்பம் செய்தாய், அம்மா?' என்றார் ஆயனர்.

'தங்களுடைய கால் ஊனமடைவதற்கு நான் காரணமாயிருந்தேன். கமலி அக்கா கணவனை இழப்பதற்குக் காரணமானேன்...'

'விதியின் விளைவுக்கு நீ என்ன செய்வாய், சிவகாமி! கண்ணபிரான் தலையில் அவ்விதம் எழுதியிருந்தது. அவன் அகால மரணம் அடைந்தாலும், அவனுடைய குலம் விளங்குவதற்குச் சின்னக் கண்ணன் இருக்கிறான். என்னுடைய குலமும் அந்த மாதிரி விளங்கவேண்டாமா? உன்னைத் தவிர எனக்கு வேறு யார்?'

'அப்பா! இராஜ குலத்தில் பிறந்தவர்கள் தங்களுக்குப் பிறகு சிம்மாசனம் ஏறவும் அரசாட்சி செய்யவும் சந்ததி வேண்டுமென்று கவலைப்பட வேண்டும். நம்மைப் போன்ற ஏழை எளியவர்களுக்குச் சந்ததியைப் பற்றி என்ன கவலை?' என்றாள் சிவகாமி.

49.பட்டணப் பிரவேசம்

கமலி முன் தடவையைக் காட்டிலும் இந்தத் தடவை தங்கை சிவகாமியிடம் அதிக அன்பும் ஆதரவும் காட்டினாள்.

முன் தடவை அவள் கண்ணனுடைய அகால மரணத்தைப் பற்றி அப்போது தான் கேள்விப்பட்டபடியால் அழுகையும் அலறலும் ஆத்திரமும் ஆங் காரமுமாயிருந்தாள். அடிக்கடி சிவகாமியைப் பார்த்து, 'அடிபாதகி! உன்னையும் கெடுத்துக்கொண்டு என்னையும் கெடுத்து விட்டாயே? நீ முன்னமே செத்திருக்கக் கூடாதா!' என்று திட்டினாள். சிவகாமி பொறுமையா யிருந்ததுடன் தானும் அவளோடு சேர்ந்து அழுது தன்னைத் தானே நொந்து கொண்டும் திட்டிக்கொண்டும் கமலிக்கு ஒருவாறு ஆறுதல் அளித்தாள்.

இந்த முறை கமலி சிறிது ஆறுதலும் அமைதியும் அடைந்திருந்தாள். வாதாபியில் சிவகாமியின் வாழ்க்கையைப் பற்றி விவரமாகச் சொல்லும் படி வற்புறுத்தினாள். கண்ணன் மரணமடைந்த வரலாற்றைப் பற்றியும் விவரமாகக் கேட்டுத் தெரிந்து கொண்டாள். கண்ணனுடைய உயர்ந்த குணங்களைப் பற்றியும் கமலியிடம் அவன் கொண்டிருந்த அளவில்லாத காதலைப் பற்றியும் மூச்சு விடாமல் அந்தத் தோழிகள் பேசிக் கொண்டு இருந்தார்கள்.

ஒரு சமயம், வெளியிலே போயிருந்த சின்னக் கண்ணன் 'அம்மா! அம்மா!' என்று கூவிக் கொண்டு உள்ளே ஓடி வந்தான். கமலி அவனை வாரி அணைத்துக்கொண்டு 'தங்காய்! இனிமேல் உனக்கும் எனக்கும் இந்தப் பிள்ளைதான் கதி. இவன் வளர்ந்து பெரியவனாகித்தான் நம் இருவரையும் காப்பாற்றவேண்டும்' என்றாள்.

அதைக் கேட்டதும் சிவகாமிக்குச் 'சுரீர்' என்றது. கமலி அக்கா ஏன் இப்படிச் சொல்கிறாள்? அவள் கணவனை இழந்த காரணத்தினால் தானும் அவளைப் போலவே ஆகி விட வேண்டுமா? மாமல்லரையும் அவருடைய இன்பக் காதலையும் தான் வெறுத்து விடவேண்டுமா?

இவ்விதம் சிவகாமி எண்ணமிட்டுக் கொண்டிருந்தபோது வீதியில் வாத்திய முழக்கங்களும், ஜயகோஷங்களும், ஜனங்களின் கோலாகலத்வனிகளும் கலந்த ஆரவாரம் கேட்டது.

ஏற்கெனவே ஆயனர் மூலமாகச் சக்கரவர்த்தியின் பட்டணப் பிரவேச ஊர்வலத்தைப்பற்றிச் சிவகாமி தெரிந்துகொண்டிருந்தாள். அதைப் பார்க்க வேண்டுமென்று அவளுக்கு மிக்க ஆவலாய் இருந்தது.

'அக்கா! நாமும் பலகணியருகில் போய் ஊர்வலத்தைப் பார்க்கலாம்!' என்றாள்.

‘உனக்கும் எனக்கும் பட்டணப் பிரவேசமும் ஊர்வலமும் என்ன வேண்டிக் கிடக்கிறது? பேசாமலிரு!’ என்றாள் கமலி.

கண்ணனை இழந்ததனால் மனம் கசந்துபோய்க் கமலி அப்படிப் பேசுகிறாள் என்று சிவகாமி நினைத்தாள்.

‘என்ன அப்படிச் சொல்கிறாய், அக்கா! சக்கரவர்த்தி என்னுடைய சபதத்தை நிறைவேற்றுவதற்காக எத்தனை பாடுபட்டார்? அவருடைய விஜயோற் சவத்தை நகரத்து மக்கள் எல்லாம் கொண்டாடும்போது நாம் மட்டும்...’

கமலி குறுக்கிட்டு, ‘நீயுமாச்சு, உன் சபதமும் ஆச்சு, உன் சக்கரவர்த்தியும் ஆச்சு! அடி பைத்தியமே உனக்கு மானம், ரோஷம் ஒன்றுமில்லையா? வாதா பியிலேயே எல்லாவற்றையும் பறிகொடுத்துவிட்டு வந்தாயா?’ என்றாள்.

கமலி இப்படிப் பேசியது சிவகாமிக்குச் சிறிதும் விளங்காமல் மேலும் மனக் குழப்பத்தை அதிகமாக்கிற்று.

கமலி மேலும், ‘அடி தங்காய்! நீயும் மாமல்லரும் கல்யாணம் செய்துகொண்டு தங்க ரதத்தில் நவரத்தினக் குடையின் கீழ் உட்கார்ந்து ஊர்வலம் வர, உன் அண்ணன் ரதம் ஓட்டும் காட்சியைக் கண்ணால் பார்க்கவேண்டுமென்று ஆசைப் பட்டேனே! அது நிராசையாகிப் போய்விட்டதே!’ என்று கண்ணில் நீர்ததும்பக் கூறியபோது, அவள் கண்ணன் மரணத்தை எண்ணித்தான் இப்படி மனங்கசந்து பேசுகிறாள் என்று சிவகாமி மௌனமாயிருந்தாள்.

சற்று நேரத்துக்கெல்லாம் ஊர்வலம் அருகிலே வந்து விட்டதாகத் தோன்றியதும் சிவகாமி தனது ஆவலை அடக்க முடியாதவளாய் எழுந்து பலகணியை நோக்கிச் சென்றாள்; கமலியும் அவளைத் தொடர்ந்து போனாள்.

வீதி வழியே வந்த சக்கரவர்த்தியின் பட்டணப் பிரவேச ஊர்வலம் கண்கொள்ளாக் காட்சியாயிருந்தது. ஊர்வலத்தின் முன்னணியில் ஜய பேரிகைகளை முதுகில் சுமந்து சென்ற பிரும்மாண்டமான ரிஷபங்களும், அலங்கார யானைகளும் குதிரைகளும், ஒட்டகங்களும் அவற்றின் பின்னால் பலவகை வாத்திய கோஷ்டிகளும், கொடிகளும், விருதுகளைத் தாங்கிய வீரர்களும் போவதற்கு ஒரு நாழிகைக்கு மேல் ஆயிற்று.

பிறகு அரபு நாட்டிலேயிருந்து வந்த அழகிய வெண்புரவிகள் பூட்டிய சக்கரவர்த்தியின் தங்கரதம் காணப்பட்டதும் வீதியின் இருபுறத்து மாளிகை மாடங்களிலிருந்தும் குடிமக்கள் புஷ்பமாரி பொழிந்தார்கள். மங்கள கரமான மஞ்சள் அரிசியும் நெல்லும் பொரியும் தூவினார்கள். இனிய மணம் பொருந்திய சந்தனக் குழம்பை வாரித் தெளித்தார்கள். ‘வாதாபி கொண்ட மாமல்ல சக்கரவர்த்தி வாழ்க! வீராதி வீரர் நரசிம்ம பல்லவேந் திரர் வாழ்க!’ என்பன போன்ற எத்தனையோ விதவிதமான ஜயகோஷங்கள் வானத்தை எட்டும்படி பதினாயிரம் குரல்களிலே எழுந்தன.

சக்கரவர்த்தியின் ரதம் அருகில் வந்து விட்டது என்று அறிந்ததும் சிவகாமியின் இருதயம் வேகமாக அடித்துக்கொள்ள ஆரம்பித்தது. தங்க ரதத்திலே பூட்டிய

அழகிய வெண் புரவிகளையே சற்று நேரம் அவள் பார்த்துக்கொண்டிருந்தாள். பிறகு மிக்க பிரயத்தனத்துடன் கண்களைத் திருப்பி அந்தத் தங்க ரதத்திலே அமைந்திருந்த ரத்தின சிம்மாசனத்தை நோக்கினாள்.

ஆகா! இது என்ன? சக்கரவர்த்திக்கு அருகிலே அவருடன் சரியாசனத்திலே வீற்றிருக்கும் அந்தப் பெண்ணரசி யார்?

சிவகாமியின் தலை சுழன்றது! பலகணி வழியாக வீதியிலே தெரிந்த வீடுகள் எல்லாம் சுழன்றன; தங்க ரதம் சுழன்றது; அதற்கு முன்னும் பின்னும் வந்த யானை, குதிரை, பரிவாரங்கள் எல்லாம் சுழன்றன; கூட்டமாக வந்த ஜனங்களும் சுழன்றார்கள்.

சிவகாமி சுவரைக் கையினால் கெட்டியாகப் பிடித்துக்கொண்டு மறுபடியும் நன்றாகப் பார்த்தாள். உண்மைதான்; அவளுடைய கண் அவளை ஏமாற்றவில்லை.

மாமல்லருக்குப் பக்கத்திலே ஒரு பெண்ணரசிதான் உட்கார்ந்திருக்கிறாள். ஆஹா! எத்தகைய அழகி அவள்! முகத்திலேதான் என்ன களை! ரதியோ, இந்திராணியோ, அல்லது மகாலக்ஷ்மியேதானோ என்றல்லவா தோன்றுகிறது!

'அவள் யார், அக்கா? சக்கரவர்த்தியின் பக்கத்திலே உட்கார்ந்திருக்கிறவள்?' என்ற வார்த்தைகள் சிவகாமியின் அடித் தொண்டையிலிருந்து கம்மிய குரலில் வெளிவந்தன.

'இது என்ன கேள்வி? அவள்தான் பாண்டியகுமாரி; மாமல்லரின் பட்ட மகிஷி. வேறு யார் அவர் பக்கத்திலே உட்காருவார்கள்?' என்றாள் கமலி.

'அக்கா! அவருக்குக் கலியாணம் ஆகிவிட்டதா? எப்போது?' என்ற சிவகாமியின் கேள்வியில் எல்லையில்லாத ஆச்சரியமும் ஆசாபங்கமும் மனக் குழப்பமும் கலந்து தொனித்தன.

'அடி பாவி! உனக்குத் தெரியாதா என்ன? யாரும் சொல்லவில்லையா? உனக்கு எல்லாம் தெரியும் என்றல்லவா நினைத்தேன்! மாமல்லருக்குக் கலியாணம் ஆகி வருஷம் ஒன்பது ஆயிற்றே? அந்தச் சதிகார மகேந்திர பல்லவன், மகனுக்குக் கலியாணத்தைப் பண்ணி விட்டுத்தானே கண்ணை மூடினான்!' என்றாள் கமலி.

'அவரை ஏன் திட்டுகிறாய், கமலி! நல்லதைத்தான் செய்தார் மகேந்திரர். இப்போதுதான் எனக்கு உண்மை தெரிகிறது; என்னுடைய அறிவீனமும் தெரிகிறது!' என்று சிவகாமியின் உதடுகள் முணுமுணுத்தன.

'என்னடி உளறுகிறாய்? மகேந்திரர் நல்லதைச் செய்தாரா? குடிகெடுக்க அஞ்சாத வஞ்சகராயிற்றே அவர்?' என்றாள் கமலி.

சிறிது நேரம் வரையில் சிவகாமி கண்ணைக் கொட்டாமல் இராஜ தம்பதிகளைப் பார்த்தவண்ணம் நின்றாள்.

தங்க ரதம் மேலே சென்றது. அடுத்தாற்போல் பட்டத்து யானை வந்தது. அதன் மேல் அமர்ந்திருந்த குழந்தைகளைப் பார்த்து 'இவர்கள் யார்?' என்றாள் சிவகாமி.

'வேறு யார்? பல்லவ குலம் தழைக்கப் பிறந்த பாக்கியசாலிகள்தான். மாமல்லருக்கும் பாண்டிய குமாரிக்கும் பிறந்த குழந்தைகள். மகனுடைய பெயர் மகேந்திரன்; மகளின் பெயர் குந்தவி, இதெல்லாம் உனக்குத் தெரியவே தெரியாதா?'

சிவகாமி மேலே ஒன்றும் பேசவில்லை. அவளுடைய உள்ளம் 'ஆகா! அப்படியானால் பல்லவ குலத்தின் சந்ததியைப்பற்றிக் கவலையில்லை!' என்று எண்ணியது.

அதே சமயத்தில் அவளுடைய இருதயத்தில் ஏதோ ஒரு நரம்பு 'படார்' என்று அறுபட்டது.

பட்டத்து யானைக்கு பின்னால் இன்னொரு யானை வந்தது. அதன் அம்பாரியில் புவன மகாதேவியும் மங்கையர்க்கரசியும் இருந்தார்கள்.

'இராஜ மாதாவுக்கு அருகில் உள்ள பெண்ணைப் பார்த்தாயா, சிவகாமி! அவளுக்கு அடித்த குருட்டு யோகத்தை என்னவென்று சொல்லட்டும்? பழைய சோழ குலத்தைச் சேர்ந்தவளாம்; மங்கையர்க்கரசி என்று பெயராம். நெடுமாற பாண்டியனை இந்த அதிருஷ்டக்காரி மணந்துகொள்ளப் போகிறாளாம். எப்படியும் இராஜ குலத்திலே பிறந்தால் அந்த மாதிரி வேறேதான்!' என்று சொல்லி வந்த கமலி, சிவகாமி அங்கேயிருந்து நகர்ந்து செல்வதைப் பார்த்து, 'அடியே! ஏன் போகிறாய்?' என்றாள்.

உண்மையில் கமலி கடைசியாகச் சொன்னது ஒன்றும் சிவகாமியின் காதில் விழவில்லை. பட்டத்து யானை மீதிருந்த குழந்தைகளையே பார்த்துக் கொண்டிருந்து விட்டு, அந்த யானை நகர்ந்ததும் பலகணியின் பக்கத்திலிருந்து புறப்பட்டுச் சென்றாள். வீட்டு முற்றத்தின் ஓரத்தில் உட்கார்ந்து வெகுநேரம் வரை சித்தப்பிரமை கொண்டவள் போலச் சிலையாகச் சமைந்திருந்தாள்.

ஊர்வலம் முழுதும் போனபிறகு கமலி அவளிடம் வந்து சேர்ந் தாள். 'அடி பெண்ணே, ஏன் இப்படி உட்கார்ந்திருக்கிறாய்? ஒரு குரல் அழுது தொலையேன்! சக்கரவர்த்தியைக் காதலித்ததனால் என்ன? அழுவதற்குக் கூடவா உனக்குப் பாத்தியதை இல்லாமற் போயிற்று?' என்று கேட்டாள்.

சிவகாமிக்கு எங்கிருந்தோ திடீரென்று அழுகை வந்தது! வறண்டிருந்த கண்களில் கண்ணீர் வெள்ளமாகப் பெருகத் தொடங்கிற்று.

கமலியின் மடியில் குப்புறப்படுத்துக்கொண்டு விம்மி விம்மி அழுதாள். ஒரு நாழிகை நேரம் அழுத பிறகு விம்மல் நின்றது கண்ணீரும் ஓய்ந்தது.

சிவகாமியின் இருதயத்திலிருந்து ஒரு பெரிய பாரம் இறங்கி விட்டது போலத் தோன்றியது. இதற்கு முன் அவள் என்றும் அறியாத அமைதியும் சாந்தமும் உள்ளத்திலே குடிகொண்டன.

50.தலைவன் தாள்

அன்று மாலை ஆயனரிடம் சிவகாமி தனியாக வந்து, 'அப்பா நான் கல்யாணம் செய்துகொள்ள வேண்டும் என்று சொன்னீர்கள் அல்லவா? அதற்கு வேண்டிய ஏற்பாடுகளைச் செய்யுங்கள்!' என்றாள்.

ஆயனருக்கு அகம் நிறைந்த மகிழ்ச்சியினால் மூச்சு நின்று விடும் போலிருந்தது. சிவகாமியை உற்று நோக்கி அவளுடைய முக மலர்ச் சியையும் பார்த்து விட்டு, 'அதற்கென்ன, குழந்தாய்! கூடிய விரைவில் உனக்குத் தக்க நாயகனைத் தீர்மானித்து, மணம் செய்து வைக்கிறேன்!' என்றார்.

'அப்பா! எனக்கு நாயகனைத் தேர்ந்தெடுக்கும் சிரமத்தைத் தங்களுக்கு நான் வைக்கவில்லை. ஏகாம்பரநாதரையே என் பதியாக ஏற்றுக் கொண்டேன்!' என்றாள் சிவகாமி.

தம் அருமை மகளுக்குச் சித்தப்பிரமை முற்றி விட்டதோ என்று ஆயனர் ஐயமடைந்தார். இன்னும் சிறிது பேசி அவள் தெளிந்த அறிவுடன் இருக் கிறாள் என்பதைக் கண்டார். இது சித்தபிரமை அல்ல பக்தியின் முதிர்ச்சிதான் என்று நிச்சயமடைந்தார்.

அச்சமயம் திருநாவுக்கரசர் பெருமான் அருகில் உள்ள ஒரு சிவஸ்தலத் திலேதான் இருக்கிறார் என்று அறிந்து அவரிடம் சென்று ஆயனர் யோசனை கேட்டார்.

வாகீசர் எல்லாவற்றையும் கேட்ட பின்னர், 'ஆயனரே! உமது குமாரியின் விஷயத்தில் என் மனத்தில் தோன்றியது உண்மையாய்ப் போய்விட்டது. மானிடப் பெண் யாரும் அடைந்திருக்க முடியாத துன்பங்களை அவள் அடைந்து விட்டாள். இனி அவளுக்கு அத்தனை துன்பங்களுக்கும் இணையான பேரின்பம் காத்திருக்கிறது. உம்முடைய குமாரிக்குச் சிவகாமி என்று பெயர் இட்டீர் அல்லவா? அதற்கேற்ப அவள் சிவபெருமானிடமே காதல் கொண்டு விட்டாள். அவளுடைய விருப்பத்துக்கு இடையூறு செய்யாமல் நிறைவேற்றி வையுங்கள். அதுதான் சிவகாமிக்கு நீர் செய்யக் கூடிய பேருதவி!' என்று அருளினார்.

திங்கள் மூன்று சென்ற பிறகு, வாதாபி வெற்றியின் கோலாகலக் கொண் டாட்டங்கள் எல்லாம் ஒருவாறு முடிந்த பிறகு, ஒரு நல்ல நாளில் ஏகாம்பரநாதரின் சந்நிதிக்கு ஆயனரும், சிவகாமியும் இன்னும் சிலரும் வந்து சேர்ந்தார்கள்.

கோயில் குருக்கள் சுவாமிக்கு அர்ச்சனையும் தீபாராதனையும் செய்து தட்டிலே பிரசாதம் கொண்டுவந்து கொடுத்தார்.

அந்தத் தட்டில் பழம், புஷ்பம், விபூதி, குங்குமம் ஆகிய பிரஸாதங் களுடனே, ஆயனரின் முன்னேற்பாட்டின்படி, திருமணத்துக்குரிய திரு மாங்கல்யமும் இருந்தது.

சிவகாமி அந்தத் திருமாங்கல்யத்தையும் புஷ்ப ஹாரத்தையும் பக்தியுடனே பெற்றுத் தன் கழுத்திலே அணிந்து கொண்டாள்.

பின்னர், நடராஜனாகிய இறைவனுடைய சந்நிதியிலே நின்று சிவகாமி நடனமாடத் தொடங்கினாள்.

சிறிது நேரம் ஆனந்த பரவசமாக ஆடினாள். பிற்பாடு,

'முன்னம் அவனுடைய நாமம் கேட்டாள்
மூர்த்தி அவனிருக்கும் வண்ணம் கேட்டாள்'

என்னும் திருநாவுக்கரசரின் திருப்பதிகத்தைப் பாடிக் கொண்டு அதற்கேற்ப அபிநயம் பிடித்தாள்.

சிவகாமி ஆடத் தொடங்கியதிலிருந்து கொஞ்சம் கொஞ்சமாகச் சந்நிதியில் ஜனங்கள் சேரத் தொடங்கினார்கள்.

நடனத்தைப் பார்த்தவர்கள் அனைவரும் மெய்மறந்து பரவசமடைந்து பக்தி வெள்ளத்தில் மிதந்தார்கள்.

அச்சமயம் யாரும் எதிர்பாரா வண்ணமாக, மாமல்ல சக்கரவர்த்தியும் அவ்விடம் வந்து சேர்ந்தார்.

முன்னொரு தடவை இதே பாடலுக்கு அபிநயம் பிடித்துக் கொண்டிருந்த போது சிவகாமி மாமல்லரின் வரவை அறிந்து அவருடைய நினைவாகவே அபிநயம் செய்ததுண்டு.

இப்போது சிவகாமி மாமல்லர் வந்ததைக் கவனிக்கவேயில்லை.

அவளுடைய கண்களையும் கருத்தினையும் முழுவதும் ஏகாம்பரநாதரே கவர்ந்துகொண்டார்.

வேறு எதுவும் அவளுடைய கண்களுக்குத் தெரியவில்லை; வேறு யாருக்கும் அவளுடைய உள்ளத்தில் இடமிருக்கவில்லை.

மாமல்ல சக்கரவர்த்தி மற்ற எல்லாரையும்போல் சற்று நேரம் தாமும் மெய்மறந்து நின்று சிவகாமியின் அற்புத நடன அபிநயத்தைப் பார்த்துக் கொண்டிருந்தார்.

அவருடைய விசால நயனங்களிலே கண்ணீர் ததும்பி அருவி போலப் பெருகத் தொடங்கியது.

தாம் பல்லவ சக்கரவர்த்தி என்பதும், பக்கத்திலுள்ளவர்கள் தம்மைக் கவனிப்பார்கள் என்பதும் அவருக்கு நினைவு வந்தன.

சப்தம் சிறிதும் ஏற்படாதவண்ணம் இறைவனுடைய சன்னிதானத்தி லிருந்து மாமல்லர் நழுவிச் சென்றார்.

அவர் ஏகாம்பரர் ஆலயத்தின் பிரதான கோபுர வாசலைத் தாண்டிச் சென்று கொண்டிருந்தபோது,

‘தலைப்பட்டாள் நங்கை தலைவன் தாளே’

என்னும் நாவுக்கரசர் பாடலின் கடைசி வரி சிவகாமியின் உணர்ச்சி நிறைந்த இனிய குரலில் கேட்டுக் கொண்டிருந்தது.

கல்கியின் சிவகாமியின் சபதம் முற்றிற்று

www.ingramcontent.com/pod-product-compliance
Ingram Content Group UK Ltd.
Pitfield, Milton Keynes, MK11 3LW, UK
UKHW042059021026
15589UKWH00001B/64

9 788184 934748